MW01518045

SURA'S

New

SUPREME
ENGLISH-ENGLISH-TAMIL
DICTIONARY

Revised, Enlarged and Updated

SURA COLLEGE OF COMPETITION

Chennai ● Bangalore ● Kolkata ● Ernakulam

Price: Rs.190.00

© PUBLISHERS

New Supreme Dictionary (H/B)

First Edition	:	December, 1994
11th Revised, Enlarged and Updated Edition	:	February, 2005
12th Revised Edition	:	June, 2005
Reprint	:	November, 2005
Size	:	⅛ Demy
Pages	:	1200

Price: Rs.190.00

ISBN: 81-7254-270-4

SURA COLLEGE OF COMPETITION

Head Office:
1620, 'J' Block,
16th Main Road,
Anna Nagar,
Chennai - 600040.
Phones: 26162173, 26161099.

Branch:
XXXII/2328, New Kalavath Road,
Opp. to BSNL, Near Chennoth Glass,
Palarivattom,
Ernakulam - 682025.
Phone: 0484-3205797

Printed at T. Krishna Press, Chennai - 600 102 and Published by V.V.K.Subburaj for Sura College of Competition, 1620, 'J' Block, 16th Main Road, Anna Nagar, Chennai - 600 040. Phones: 26162173, 26161099. Fax: (91) 44-26162173. email: surabooks@eth.net
website: www.surabooks.com

PREFACE

Years ago, it was decided that English should be phased out gradually, giving place to Hindi as the National Language in India. This trend was set in motion in many countries. Years pass by, and there is not even the slightest sign of English fading out of the scene; on the other hand, it is getting more and more popular, making inroads even into the distant far flung country side. The village populace too is becoming conscious of the need to learn this world language. No wonder then, we have a mushroom growth of books that profess to teach English - Learn English in 30 days books, Teach Yourself English books, Learn English through your Mother Tongue books, Correct English, Creative English, Colloquial English books etc., in a variety of ways, from class room teaching to corresponding course books - most of them with some ulterior motive. Many of them may not hope to see the twilight of tomorrow; like fallen leaves, they will be swept off in no time. But in the interregnum, it is the innocent enthusiast who is puzzled and perplexed, deceived and distressed. He does not know what to choose or how to choose and when he makes a choice, how to wade through the murky waters. And so the need is urgent, not merely to the beginner but to most of those who wish to master this great language of English, the need for a good dictionary that can meet the demands of all, now and forever.

A dictionary is a lasting companion to all, be it a learner or a scholar, a good dictionary is indispensable. We come to it again and again; from time to time, we refer, perceive, ponder and pause. It is something we like to possess, an undiminishing treasure we like to draw from again and again.

No doubt we have, here too, an umpteen number of books each laying large claims for superiority. But looks and claims are not worth a blade of grass. The proof is always in its usefulness.

And so we claim that this dictionary does not belong to that brood you find everywhere. It is something different, like a stallion kept for a definite purpose; a class in itself. You have everything here you expect in a good dictionary - extending to more than 1200 pages in demy octavo size encompassing nearly 15000 primary words and more than 70,000 derivative words - every word with its syllabification and phonetic transcription both in English and Tamil, with its part of speech and varied meanings and with all its derivatives. Words that are likely to baffle the reader in sense or structure are illustrated with good examples. But the crowning feature is the translation, the Tamil rendering of every word with its connotations and denotations, in good modern popular Tamil - something that not merely enlightens, but exhilarates you, as well.

We hope and trust that this great dictionary too, like our English - English - Tamil dictionary will soon become equally popular and benefit all - the connoisseur and the careerist alike.

We shall thankfully acknowledge genuine criticism and constructive suggestions for improvement of this book, assuring that we will implement them in our next print which we hope for in the not too distant a future.

The past 10 editions have undergone gradual stepwise metamorphosis absorbing into it comments, criticisms, corrections and suggestions from various sections: educational experts, lexicographers and even laymen. The totally revised 11th edition bears corrected spellings, meanings, sentences, translations and phonetic transcriptions. The English phonetic transcription is converted completely into Jones' model.

The special supreme feature worth mentioning is the pioneer inclusion of Tamil Phonetic Transcription with accents and additional faunts not found in the lexical world. This will help the nervous to check up their pronunciation or learn it anew. Weaklings will feel better and homely with the Tamil version.

We have included a lot of words relating to computer hardware and software. The meanings of many words have been given pictorial explanations.

The salient features of this new revised 12th edition is inclusion of latest technical terms and more new words, 'English Words Often Confused', 'Warm-up Your Vocabulary', 'Antonyms', 'Idioms', 'Weird Words', 'Abbreviations', 'Botanical and Zoological Names', 'Sounds of Animals and Birds', 'Scientific Subjects', 'Phobias', 'English Proverbs and Equivalent Tamil Proverbs', 'Degrees of Comparison', 'Tenses', 'Figures of Speech', 'Scientific Terminology', 'Foreign Words and Meanings', etc., in the Appendix.

Perfect pronunciation is a hurdle to Tamil speaking people. Hence kindly go through thoroughly the 'All Phonemes at a Glance' given in the coming pages.

We express our sincere gratitude to **Mr. D. Gnanasundaram,** who has spent many years of his life as a Researcher in English Language & Phonetic Lexicography.

Publishers

Abbreviations used in this Dictionary

abb.	-	abbreviation
adj.	-	adjective
adv.	-	adverb
ant.	-	antonym
aux.v.	-	auxiliary verb
comb.	-	combined form
conj.	-	conjunction
def.art.	-	definite article
e.g.	-	example
etc.	-	et cetera
fem.	-	feminine
int, interj.	-	interjection
n.	-	noun
opp.	-	opposite
ph.v.	-	phrasal verb
pl.	-	plural
poss. pron.	-	possessive pronoun
p.p.	-	past participle
pre, pref.	-	prefix
prep.	-	preposition
pres.p.	-	present participle
pro.	-	pronoun
p.t.	-	past tense
sing.	-	singular
syn.	-	synonym
v.	-	verb
v.i.	-	intransitive verb
v.t.	-	transitive verb
contr.	-	contraction

Key to the Phonemes

Monophones / Pure Vowels				Diphthongs / Diphones			
æ	bat bæt	æ	ப:æட்	ei	bail beil	எய்	பெ:ய்ல்
æ:	ban bæn	æ:	ப:æன்	ai	bide baid	அய்	பய்ட்:
e	bed bed	எ	பெ:ட்:	ɔi	boy bɔi	ɔய்	ப:ɔ:ய்
i	bin bin	இ	பி:ன்	ui	ruin 'ruin	உய்	ருயின்
i:	beet bi:t	ஈ	பீ:ட்	dʒu	you ju:	யூ	யூ
ə	about ə'baut	ə	ə'ப:உட்	au	cow kau	அஉ	கஉ(கௌ)
ə*; ə: ɜ:	burn bɜ:n	ə:	ப:'ə:ன்	əu	foe fəu	əஉ	ஃபəஉ
ʌ	but bʌt	அ	ப:ட்	iə	deer diə*	இயə	'டி:யə*
a:	bar ba:*	ஆ	ப:ா*	uə	poor puə*	உə	ப்புə*
ɔ	box bɔks	ɔ	ப:ɔக்ஸ்	ɛə	chaos 'keiɔs	ɛə	'கɛəஸ் (-eə-)
ɔ:	born bɔ:n	ɔ:	ப:ɔ:ன்	eiə	player pleiə*	எə	ப்லெயə*
u	bull bul	உ	பு:ல்	ɔə	core kɔə*	ɔə	கɔə*
u:	boon bu:n	ஊ	பூ:ன்				

Consonants

	b	ball	bɔ:l	ப:	ப:ஓல்
	c	can cider	kæn ˈsaidə*	க ஸ	கஜன் ˈஸய்ட:ə*
tʃ	ch	chap	tʃæp	ச்ச	ச்சஜப்
	d	dull	ˈdʌl	ட:	ˈட:ல்
	f	fun	fʌn	ஃப	ஃபன்
	G	gun	gʌn	க:	க:ன்
	Gn	gnash	næʃ	ஞ	ஞஜஷ்
	h	hat	hæt	ஹ	ஹஜட்
dʒ	J	Jack	dʒæk	ஜ	ஜஜக்
	k	kodak	ˈkəudæk	க்க	ˈக்கəஉட:ஜக்
	l	lamp	læmp	ல	லஜம்ப்
	m	man	mæn	ம	மஜன்
	n	need	ni:d	ந	நீட்:
ɲங்	p	pot	pɔt	ப்ப	ப்பஓட்
	q	queen	kwi:n	க	க்உயீன்
	r	rust	rʌst	ர	ரஸ்ட்
	s	sing	siɲ	ஸ	ஸிங்
ʃ	sh	ship	ʃip	ஷ	ஷிப்
	t	ten	ten	ட்ட	ட்டென்
	θ	thick	θik	த்த	த்திக்
	ð	thee	ði:	த:	தீ:
dʒu	u	unity	ˈju:nəti	யு	ˈயுனிட்டி
	v	van	væn	வ	வஜன்
	w	week	wi:k	உஅ	உயீக்
	x	xerox/excel	ˈziərɔks / ikˈsel (ek)	ஸ: க்ஸ	ˈஸி:əரஓக்ஸ் / இக்ˈஸெல் (எக்-)
	y	yard	ja:d	ய	யாட்:
	z	zone	zəun	ஸ:	ஸ:əஉன்
ʒ:	zh	mirage	ˈmira:ʒ	ஜ:	ˈமிராஜ்:

ALL PHONEMES AT A GLANCE

	æ	æ:	e	i	i:	ə	ə:	ʌ	a:	ɔ	ɔ:	u	u:
A	at	am	any	Aeneas	Aegean	about	–	Allah	are	auk	Auden	–	–
B	bat	ban	bell	bin	beak	barometer	berth	but	bar	box	ball	book	boon
Bl	black	blank	blend	blink	bleat	–	blurred	blunt	blast	blot	Blois	blue	bloom
Br	brat	bran	bread	brick	brief	Brazil	brer	brother	Brahmin	broil	brawl	broom	Brunei
k C	cab	can	cess	cinder	ceal	combust	curse	cull	car	cod	call	cushy	combe
tʃ Ch	chap	chancel	cheek	chin	cheek	Charybdis	church	chuck	charm	chop	chore	chumbi	chute
Kl Cl	clap	clan	cleft	click	clean	clementi	clergy	club	Clark	clock	cloth	–	clue
Kr Cr	crack	cram	crept	crisp	creak	cravat	–	crush	Cramer	crop	crawl	crook	crude
D	dab	dan	den	dim	deep	Deronda	Derbe	duck	dart	dog	dawn	do	doom
Dr	drab	dram	drench	drizzle	dream	Dravidian	–	drum	draught	drop	draw	Drusilla	Druce
Dw	–	–	dwell	dwindle	dwine	–	–	–	–	–	dwarf	–	–
E	–	–	elm	been	Ealam	forget	earn	–	sergeant	envelope	enroute	eucalyptus	eunuch
F	fax	fan	fell	fin	feet	for	fur	fun	far	fox	fall	full	food
Fl	flat	flag	flesh	flick	fleece	flagitious	flirt	flood	flask	flock	flaw	fluke	flue
Fr	fraction	Franz	friend	frill	freak	fragility	Froebel	front	France	frock	fraud	Froud	fruit
G	gap	gas	get	gilt	geese	gazelle	girl	gum	garb	got	gaudy	good	goose
Gh	–	–	Ghent	Ghibelline	Ghee	–	gherkin	tough	ghana	–	ghat	–	ghoul
Gl	glad	gland	glen	glint	gleem	glamorgan	glurka	glutton	glass	gloss	glory	gluish	glue
Gn	gnash	–	–	–	–	–	–	–	gnarl	gnostic	gnaw	–	gnu
Gr	grab	gram	greg	grip	green	gradation	–	grunt	grass	gross	–	Grundig	grew

ALL PHONEMES AT A GLANCE

	æ	æ:	e	i	i:	ə	ə:	ʌ	a:	ɔ	ɔ:	u	u:
H	hat	ham	help	hill	heap	habituate	hurt	hub	heart	hop	hall	hundi	hoot
I	—	—	—	if	either	—	irksome	aisle	—	ion	—	—	—
J	Jack	Jan	jelly	jingle	Jesus	jacobus	jerk	jug	jar	job	jaunt	Jupiter	joule
K	Kandy	—	Ken	kindle	keen	kemal	kirk	kup	kaba	konard	korah	kultur	koodoo
L	lack	lamb	lend	limp	lead	legato	learn	lump	lard	lock	law	look	loom
M	match	man	mend	mint	meal	mazurka	mercy	monk	mart	mock	mall	muslim	mood
N	nap	nag	nest	nipple	niece	napierian	nerve	none	narcotic	not	norm	nook	noon
ŋ Ng	gnat	gnash	length	ring	being	conglomerate	manger	rung	—	congress	long	lungi	—
O	—	—	—	oedema	Oedipus	object	Oerstead	one	—	odd	orbit	bosom	ooze
P	pack	pan	peg	pin	peal	papa	purse	puff	part	pop	port	pull	pool
Ph	phallic		pheasant	philip	phenol	phalangs	—	phut	pharma	phosgene	—	—	—
Pl	platter	plan	pleasure	plinth	please	placate	—	plump	plastic	plot	plausible	—	plume
Pr	pram	pratt	press	prefer	priest	present	-	Prussia	prance	proper	prawn	prudence	proof
Q	quack		quench	quick	queen	quadril	quern	—	quaff	quarry	quartz	—	—
R	raddish	ram	red	rip	read	recherche	—	rough	raft	rock	raw	rue	rule
S	Sack	Sam	said	sick	seen	Seremban	serge	supper	sardine	soft	sought	soup	soon
Sh	Shabby	Sham	shell	ship	sheep	Sheraton	shirt	shun	sharp	shot	short	shook	shoot
Sl	Slab	slam	sledge	slip	sleep	slavonic	slur	slum	slant	slot	slaughter	—	slew
Sm	Smash	—	smell	smith	smeaton	—	—	smuggle	smart	smother	small	—	smooth
Sn	Snap	snag	snell	sniff	sneeze	—	—	snuff	snarl	snob	snort	snook	snoop

ALL PHONEMES AT A GLANCE

	æ	æ:	e	i	i:	ə	ə:	ʌ	a:	ɔ	ɔ:	u	u:
Sp	Spat	span	spelt	spin	speed	sporadic	spur	spun	spark	spot	sport	sputnik	spool
Sq	—	—	squelch	squid	squeek	—	squirm	—	—	squot	squaw	—	—
St	Stab	stand	step	stick	Steve	stavanger	stir	stump	star	stock	storm	stood	stool
Str	strap	strand	stress	string	street	strabogi	—	strut	strata	strong	straw	—	strew
Sw	swag	swam	sweat	swim	sweet	sweraj	swirl	swum	swami	swallow	swarm	—	swoon
T	tap	tan	tell	tin	teak	terebene	turn	tub	tar	totter	tall	took	tool
θ Th	thatch	thank	theft	thick	theme	Thalia	Thermal	thug	thaler	thong	thaw	—	—
ð Th	that	than	then	this	these	the	other	thus	—	—	—	—	—
θr Thr	thrash		thresh	thrill	three	—	—	thrust	—	throng	thrawl	—	threw
Tr	track	tram	tread	trick	tree	Tresilian	—	truck	transfer	tropic	trawl	truism	troop
Tw	Twaddle		twelfth	twixt	tweed	—	—	—	—	twaddle	—	—	two
u	—	—	—	—	—	—	urgent	utmost	—	—	—	—	—
v	vat	van	vex	vicar	venom	vernacular	verse	vulgar	vase	volume	vault	—	—
w	wax		web	will	we	—	were	won	—	Worrel	wore	wood	woof
Wh	whang	—	whet	whig	wheel	—	whirl	—	—	what	whore	whooper	whoop
x	Xanthus	—	xenon	—	xebee	—	xerxes	—	—	—	—	—	—
y	yak	yam	yelp	Yiddish	yield	yeo	yerkes	young	yard	yonder	yawn	you	youth
z	Zambia	—	Zest	Zine	Zero	—	Zermat	Zutfen	Zama	Zombi	—	Zoologie	Zoom
ʒ	camouflage	—	garage	mirage	rouge	—	sabotage	—	—	—	—	—	—
	leisure	pleasure	composure										

ALL PHONEMES AT A GLANCE

	ei	ai	ɔi	ui	dʒu	au	əu	iə	uə	ɛə	ɔə	eə
A	ale	aye	—	—	—	—	auberge	—	—	air	—	—
B	bale	buy	boy	—	butane	bow	bowshot	beer	Buenos	bare	bore	—
Bl	blade	blithe	blois	bluish	—	blower	bloat	Bleiriot	bluer	blare	—	—
Br	braid	bright	brcil	brewing	—	brown	Bromine	—	brewery	—	—	—
K C	Cane	cider	coil	—	cue	cow	comb	—	—	care	core	—
tʃ Ch	Chain	child	choice	chewing	chew	—	chowles	cheer	chewer	chair	—	chaos
Kl Cl	Claim	climate	clo ster	clewing	—	cloud	close	clear	—	clare	—	—
Kr Cr	Crape	crime	—	cruel	—	crowed	crosier	—	cruel	—	crore	—
D	daily	die	Doyle	doing	Duke	dough	don't	dear	duel	dare	door	—
Dr	drape	dry	Droitwitch	druid	—	drought	drone	dreary	Dreary	—	drawer	—
Dw	Dwale	Dwight	—	—	—	—	—	—	—	—	—	—
E	eh	eye	—	—	ewe	—	—	—	—	—	—	—
F	fail	file	foil	—	few	found	focus	fear	—	fare	four	—
Fl	flay	fly	floyd	fluid	—	flout	flow	fleer	fluent	flare	floor	—
Fr	freight	fry	Freud	fruition	—	frown	froward	freer	—	—	—	—
G	gale	guide	goitre	Guise	gewgaw	gown	gold	gear	Guelph	garefowl	goer (əuə)	gayer
Gh	—	—	—	—	—	—	ghost	—	ghurka	—	—	—
Gl	glaze	glide	—	gluish	—	glower	glow	—	gluer	glare	—	—
Gn	—	—	—	—	—	—	gnome	—	gnosis	—	—	—

ALL PHONEMES AT A GLANCE

	ei	ai	ɔi	ui	dʒu	au	əu	iə	uə	ɛə	ɔə	eə
Gr	great	gripe	groin	gruel	—	ground	grown	—	gruel	—	—	greyer
H	hail	height	hoist	—	hew	howl	home	here	whoever	hare	hoarse	—
I	—	I	—	—	—	—	—	bier	—	chair	—	—
J	jail	Jaipur	joy	—	Jew	jowl	Job	jeer	jewel	—	Joel	
K	Kaye	Kaiser	Koine	Kuibyshoo	Kew	Kaunda	Kodak	Kier	—	—	—	—
L	lace	lie	loiter	Lewis	leuco	loud	locus	Lear	leeward	Layard	—	—
M	made	mind	moist	Muir	music	mound	moat	mere	moor	mayor	more	—
N	nail	nine	noise	—	new	noun	no	near	Nuwara	ne'er	Nore	—
ɲ ng	—	—	—	—	—	—	—	—	—	—	—	—
O	—	—	oil	—	—	owl	okay	—	—	—	—	oar
P	paint	pile	point	—	puny	pound	pome	peer	poor	pair	pour	payer (eiə)
Ph	phase	phial	—	—	—	—	phocis	Philadelphia	—	Pharos	—	—
Pl	plain	plight	ploy	—	—	plough	plosive	pleonastic	plural	playfair	—	player (eiə)
Pr	praise	pride	—	—	—	proud	prone	prearrange	—	prairie	—	—
Q	quaint	quite	—	quick	queue	—	—	queer	query	square	—	—
R	race	ride	roy	ruin	-	round	rover	rear	ruer	rare	roar	—
S	sail	side	soil	suicide	suit	sound	soak	seer	suer	serum	soar	—
ʃ Sh	shake	shine	—	shoeing	—	shout	show	sheer	showel	share	shore	—
Sl	slate	slight	sloid	—	sleuth	slough	slow	—	—	—	slower	slayer (eiə)
Sm	smale	smile	—	—	—	—	smoke	smear	—	—	—	—

ALL PHONEMES AT A GLANCE

	ei	ai	ɔi	ui	dʒu	au	əu	iə	uə	ɛə	ɔə	eə
Sn	snail	snipe	—	—	—	snout	snow	sneer	—	snare	snore	—
Sp	spate	spike	spcil	—	spurious	spout	spoke	spear	spurious	spare	spore	—
Sq	—	—	—	—	—	—	—	—	—	square	—	—
St	state	style	stoic	—	student	stout	stone	steer	steward	stare	stone	—
Str	straight	strike	—	strewing	—	stroud	stroke	—	—	—	—	—
Sw	swage	swipe	—	—	—	—	swollen	—	—	sware	—	—
T	taste	tiles	toy	Tuileries	tuition	town	told	tier	tour	tare	tourist	—
θ Th	—	thigh	—	—	thule	thousand	—	theatre	—	—	—	—
ð Th	—	thine	—	—	—	thou	those	—	—	their	—	they're
θr Thr	Trace	thrice	—	—	—	—	throw	—	—	—	—	—
Tr	trait	try	Trcica	truism	—	trouser	trophy	triest	truent	—	—	—
Tw	twain	twine	—	—	—	—	—	—	—	—	—	—
U	—	—	—	—	use	—	—	—	sure	—	—	—
V	vein	vide	void	—	view	vouch	vote	Vienna	—	various	—	—
W	waste	wide	—	—	—	waw	won't	weary	wooer	wear	wore	—
Wh	whales	white	—	—	whew	—	—	—	—	—	—	—
X	—	Xylograph	—	—	—	—	—	—	—	—	—	—
Y	—	—	—	—	yew	—	yost	year	your	—	—	—
Z	Zeeland	Zymosis	—	—	Zurich	Zaunds	Zoolite	—	—	—	—	—
ʒ	—	—	—	—	—	—	—	—	—	—	—	—

Contents

	Page
Preface	iii
Abbreviations used in this Dictionary	v
Key to the Phonemes	vi
Consonants	vii
All Phonemes at a Glance	viii

THE DICTIONARY .... 1 - 987

APPENDIX .... 989 - 1184

English Words Often Confused	989
Warm Up Your Vocabulary	1021
Antonyms	1035
Idioms	1051
Weird Words	1089
Abbreviations	1107
Botanical & Zoological Names	1136
Sounds of Animals and Birds	1141
Sounds of Other Things	1141
Scientific Subjects (Science, Studies & Arts)	1142
Phobias	1148
English Proverbs & Equivalent Tamil Proverbs	1158
Degrees of Comparison	1169
Tenses	1170
Figures of Speech	1174
Scientific Terminology	1175
Foreign Words and Meanings	1183

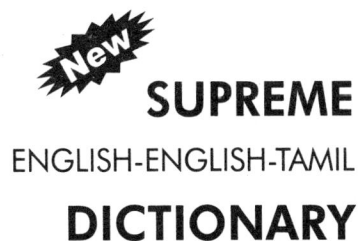

New

SUPREME

ENGLISH-ENGLISH-TAMIL

DICTIONARY

A,a/a/ei:எ/எய்/ஆ/æ/ə / the first letter of the English Alphabet, ஆங்கில அடிப்படை எழுத்து வரிசையில் முதலெழுத்து; from A to B, from one place to another place, from one point to another point, ஓர் இடத்தினின்று வேறு இடத்திற்கு; from A to Z, from beginning to end, தொடக்கத்திலிருந்து இறுதிவரை, ஆரம்பம் முதல் முடிவுவரை, எதையும் விட்டு வைக்காமல் எல்லாவற்றையும் கொண்டு. **A**(*n*): a musical note, இசையில் ஒரு குறிப்பு; a mark of the highest appreciation (the highest level of quality), உயர் நிலைக்கான அடையாளக் குறி. • *The Student has got* **A** *grade in his examination.* **a:** indefinite article (**an** *is used before most singular nouns beginning with a vowel sound),* ஏதோ ஒன்றைக் குறிக்கும் சுட்டுச்சொல்; used before singular nouns not mentioned before or known about other than proper nouns, தெரிந்திராத அல்லது அறிமுகம் இல்லாத பெயர்ச் சொல்லுக்கு முன்னால் பயன்படுத்தும் குறிச்சொல். • *This is* **a** *good car.* • **A** *triangle has three sides.* • *The car costs* **a** *thousand pounds.* • *Why don't you have* **a** *look at this? Many* **a** *big business has succeeded.* **a:** used before proper nouns to indicate another person having ability equal to the person named. ஒருவரின் திறனுக்குச் சமமான திறனாக மற்றொருவரின் திறனைக் குறிக்க உபயோகப்படுத்தும் சொல். (ex) She is **an** Abdul Kalam in the field of Aeronautical Science. **A1**(*adj*):,எய்உ'அன் / of the best performance or quality, முதல் தரமான, மிகமிகச் சிறந்த. • *Really this is an* **A1** *picture of all the pictures in the exhibition.* • *Her performance is really* **A1**.

a-back/ə'bæk/(*adv*):ə'ப:æக் / backwards, பின்புறமாக, **taken aback**: to be surprised or shocked, திடீரென, எதிர்பாராத, அதிர்ச்சியான. • *The teacher was rather* **taken aback** *by the student's behaviour.*

a-ba-cus/'æbəkəs/(*n, pl*-**es**) or abaci (*pl*):'æப:æக்கəஸ் / a calculating frame with wires holding small movable balls for teaching (small children) calculations and counting, குழந்தைகளுக்கு எண்கள் பழக உதவும் கணக்கீட்டு மணிச்சட்டம். கணக்கீட்டு முறையைக் கற்பிக்கப் பயன்படும் கருவி. a slab on the top of a pillar to support the arch of a building. கட்டடத்தின் ஒரு பகுதியைத் தூணின் மேல் தாங்கிக் கொண்டிருக்கும் பாலம்.

a-ba-ft/ə'ba:ft/(*adv*):ə'பா:ப்ட் / in or behind the stern of a ship, கப்பலின் கடைசிப் பின்பகுதி.

a-ban-don/ə'bændən/(*v.t*)/ə'ப:æன்ட:ən் / to give up completely, to desert, முற்றிலும் விட்டுவிடு, கைவிடு. • *He* **abandoned** *his family and ran away.* • *The captain asked his crew to* **abandon** *the ship because of the storm.* **aban-don-ed**/ə'bændənd/(*adj*):ə'ப:æன்ட:ən்ட்: / not controlled, கட்டுக்கடங்காத; not moral, நெறிதவறிய; desolate, forsaken, கைவிடப்பட்ட. • *It was an* **abandoned** *child.* **abandon**(*n*): state of uncontrolled feelings, act of deserting, giving up, உணர்ச்சிகளை அடக்க முடியாத நிலை, கைவிடப்பட்ட நிலை, தாறுமாறான போக்கு. **abandonment**(*n*)/ə'bændənmənt/ə'ப:æன்ட:ən்மən்ட்.

a-base/ə'beis/(*v.t*)/ə'பெ:ய்ஸ் / humiliate, இழிவுபடுத்து. **abasement**(*n*): a sense of humiliation, இழிவுபடுத்துதல், அவமானப் படுத்துதல்.

a-bash-ed/ə'bæʃt/(*adj*)/ə'ப:æஷ்ட் / uncomfortable, ashamed of one's stupidity or something wrong. ஏதோ தவறு செய்ததாக வெட்கமடைகிற. • *She felt* **abashed** *in the midst of some young men.*

a-bate/ə'beit/(*v*)/ə'பெ:ய்ட் / to become less severe or strong, diminish, decrease, lessen, குறைவாக்கு, தணி. • *The storm has begun to* **abate**. **abatement**(*n*).

ab-at-toir/'æbətwa:*/(*n*)/'æப:əட்உஆ* / slaughter-house, (இறைச்சி) மாமிசத்திற்காக மிருகங்களைக் கொல்லுமிடம்.

A

ab-be/'æbei/'æபெ:ய் / an abbot சமய குரு. little of courtesy for an ecclesiastical order. சமய குருவிற்குக் கொடுக்கும் ஒரு சிறப்புப் பெயர்.

ab-bess/'æbes/*(n)*/'æபெ:ஸ் / a woman who is the head of a nunnery (i.e. convent) or religious establishment, கிறித்தவத் துறவிகள் மடத்தின் தலைவி.

ab-bey/'æbi/*(n)*/'æபி / an establishment or building where monks or nuns live and carry on their religious work, கிறித்தவ குருமார்கள் வசிக்குமிடம் மற்றும் தன் மத சம்பந்தப்பட்ட வேலைகளைச் செய்யுமிடம்.

ab-bot/'æbət/*(n)*/'æப:əட் / the head of a monastery or a religious establishment where monks live and work, கிறித்தவ மடாதிபதி Father Superior குரு, மடத்தின் பிதா வசிக்கும் மற்றும் வேலை செய்யுமிடம்.

ab-brevi-ate/ə'bri:vieit/*(v.t)*/ə'ப்:ரீவியெய்ட் / to make shorter, lessen (very often to make stories, words, painting, etc. short), சுருக்கிச் சொல், வார்த்தைகளைச் சுருக்கிப் பொருள் சிதையாமல் பயன்படுத்து. **ab-brevi-ation**/ə,bri:vi'eiʃn*(n)*/ə,ப்ரீவி'யெய்ஷən / shortened form of a word or phrase, வார்த்தைகளின் சுருக்கம்; (e.g. M.B.,B.S., M.B.A., P.T.O., etc.) Very often we use **abbreviations** or code words in Science and Technology. *ant:* expand.

ABC/eibi:'si:/*(n)*/எய்,பீ:,ஸீ / the alphabet of the English language, reference to the simplest (elementary) facts to be learnt about a subject, art, business, vocation, etc., ஆங்கில மொழியின் அடிப்படை எழுத்துக்கள், ஒரு தொழில் அல்லது அறிவியலின் அடிப்படைத் தத்துவம். • *Do you know the* **ABC** *of Share Market business?*

ab-di-cant/'æbdikənt*(n)*/'æப்டி:க்கənட் / a person abdicating, deserting துறக்கிற; துறப்பவர்

ab-di-cate/'æbdikeit/*(v.t)*/'æப்டி:க்கெய்ட் / to give up formally or officially one's right or claim (to) (esp. to royal position, power or privileges), renounce, அரசுப் பதவி, அதிகாரம் முதலியவற்றை சட்டபூர்வமாகத் துற அல்லது விட்டுவிடு. • *The king* **abdicated** *his throne to marry a common woman.* **ab-di-cation**/,æbdi'keiʃn/*(n)*/,æப்டி:க்'கெய்ஷən / the act of abdicating, உரிமையைத் துறத்தல். *ant.* maintain, defend.

ab-do-men/'æbdəmen/*(n)*/'æப்:ட:əமென் / the lower part of the trunk or body, main part of the lower side/front of the body in animals, human beings, etc., உடலின் முன் பகுதியின் கீழ்ப்பாகம், அடிவயிற்றுக்குமேல், வயிறு. **ab-domi-nal**/æb'dɔminl/*(adj)*/æப்:'ட:ɔமின்ல் / pertaining to stomach, வயிறு தொடர்பான.

ab-duct/əb'dʌkt/*(v.t)*/əப்:'ட:க்ட் / to take away a person unlawfully, very often by force or fraud, kidnap, carry off, கடத்து, சட்ட விரோதமாக ஒருவரைத் தூக்கிச் செல். • *The naxalites very often* **abduct** *public servants.* **ab-duc-tion**/æb'dʌkʃn/*(n)*/æப்:'ட:க்ஷən / the act of abducting, கடத்திச் செல்லுதல். **abductor***(n)*, **abductee***(n)*.

a-be-ce-dar-i-an/*(n)*: pupil beginning to learn the alphabet. தொடக்கச் சுவடி கற்க ஆரம்பிப்பவர். **a-be-ce-dar-i-um**/*(n)*: an introductory book for learning

a-bed/ə'bed/*(adv)*/ə'பெ:ட்: / in bed, படுக்கையில்.

ab-er-rant/æ'berənt/*(adj)*/æ'பெ:ரənட் / not following the usual, expected or right path, changed from normal behaviour, நெறிதவறிய, நியதியினின்று மாறுபட்ட. **ab-er-ra-tion**/,æbə'reiʃn/*(n)*/,æப:ə'ரெய்ஷən / changed way of thinking or behaving, departure from normal path, நெறிவழுவுதல், சிந்தனைக்குழப்பம், சிதறிய சிந்தனை. • *The man hit his wife in a moment of* **aberration**. **aberrational***(adj)*.

a-bet/ə'bet/*(v.t)*/ə'பெ:ட் / to connive, to give help (esp. in criminal matters), to encourage (esp. unlawful activities), conspire, துணைபோ, குற்றம் செய்ய ஆதரவு கொடு. • *Very often, politicians* **abet** *the crimes of their near and dear.* • *The minister's son* **abetted** *the thief in robbing the bank.*

a-bey-ance/ə'beiəns/*(n)*/ə'பெ:ய்யənஸ் / a state of waiting or suspense or temporary inactivity, the condition of not being in use or action, suspension, செயலற்ற தன்மை, தற்காலிக நிறுத்தம், நிறைவேற்றப் படாமல் நிறுத்தி வைத்தல். • *The government has kept the order appointing the officer in* **abeyance**.

ab-hor/əb'hɔ:*/*(v.t)*/əப்:'ஹɔ:* / (not used in progressive forms): to dislike, detest, despise, to hate very much, to draw back with great fear or horror, to get a feeling of disgust, வெறுத்து ஒதுக்கு,

A

அருவருப்புடன் ஒதுங்கு. • *Vegetarians* **abhor** *cruelty to animals.* **ab-hor-rent**/ əb'hɔ:rənt/*(adj)*/əப்:'ஹɔ:ரəன்ட் / loathsome, nauseating, very much disliked, அருவருப்பான, வெறுப்பூட்டும் படியான. • *The killing of men by terrorists is utterly* **abhorrent**. **ab-hor-rence**/ əb'hɔ:rənce/*(n)*/əப்:'ஹɔ:ரəன்ஸ் / disgust, detestation, அருவருப்பு, வெறுப்பு.

a-bide/ə'baid/*(v)*/ə'பːய்ட்: / *(p.t. & p.p.* **abode**/ə'bəud/): to bear, to put up with, tolerate, to carry out obediently, உண்மையாக உத்தரவை நிறைவேற்று, உண்மையாக நடந்து கொள். **abide by**(*ph.v*): to be faithful to, to obey truly, remain faithful to laws, regulations, etc., to agree fully, to accept totally, முற்றிலும் உண்மையாக நடந்துகொள். • *Public servants are expected to* **abide by** *the instructions of the Government.* **abiding**/ə'baidiŋ/*(adj)*/ə'பːய்டிːங் / lasting, enduring, continuing, நீடித்திருக்கின்ற. • *I have* **abiding** *interest in carnatic music.* **abidance**(*n*).

a-bil-ity/ə'biləti/*(n)*: *(pl.***abilities***)*:/ ə'பிːலிட்டி / talent, power to do skilfully, physically or mentally, capacity to do well, செய்திறன், அறிவுக்கூர்மையைப் பயன்படுத்திச் செய்யும் திறமை, மதி நுட்பம். • *Patel's* **ability** *to get things done is remarkable.*

ab-ject/'æbdʒekt/*(adj)*:æப்:'ஜெக்ட் / hopeless, wretched, humiliating, pitiful, நம்பிக்கையற்ற, கேவலமான, இழிவான, பரிதாபமான. • *Many people in India live in* **abject** *poverty.* **abjection**(*n*), **abjectness**(*n*), **abjectly**(*adv*).

ab-jure/əb'dʒuə*/*(v.t)*:ˌæப்:ஜɔə* / ˌæப்:ஜுə* / **abjured, abjuring:** to give up something publicly, to renounce, ஏதோ ஒன்றைத் துறந்து விடு, கைவிட்டு விடு; to avoid, to shun, விலக்கு, தவிர். • *I have* **abjured** *my religion.* **ab-ju-ration**/ əb'dʒureiʃn/*(n)*:ˌæப்:ஜுə'ரெய்ஷəன் / the act of abjuring, renunciation, துறந்து விடும் செய்கை, அடியோடு விட்டு விடுதல். **abjuratory**(*adj*): angry, excited, shining brightly, கோபமான, வியப்பான, கனல் வீசுகிற. **abjurer**(*n*).

ab-la-tion/æb'leiʃn/*(n)*:ˌæப்:'லெய்ஷəன் / removal of any part of body. உடல் பகுதியை அறுவை சிகிச்சை மூலம் அகற்றுதல். **ablate**(*v*) • *The doctor* **ablated** *the extra growth of skin.*

a-blaze/ə'bleiz/*(adj)*:ə'ப்:லெய்ஸ்: / on fire, burning, எரிந்து கொண்டு. • *Many buses were set* **ablaze** *by the furious mob.* very bright and cheerful, உற்சாகமான, பிரகாசமான. • *The building was* **ablaze** *with lights.* excited, உணர்ச்சி தூண்டப் பட்டு. • *My wife is* **ablaze** *with anger.*

a-ble/'eibl/*(adj)*:'எய்ப்:ல் / **abler, ablest**: having necessary power, skilful, செய்திறன் உள்ள, திறமையான. • *He is the most* **able** *student in the class.* having necessary power, skilful, intelligent, resourceful, திறமையுடைய, வல்லமையுடைய, அறிவுக் கூர்மையான, செய்திறன் உள்ள. • *Will you be* **able** *to finish the work before noon?* **able-bodied**/ˌeibl'bɔdid/*(adj)*: 'எய்ப்:ல்'ப:ɔடி:ட்: / physically strong, active, healthy, உடல் வலிமையுள்ள, சுறுசுறுப்பான. **ably**(*adv*). *syn*: fit, capable, competent, *ant*: incompetent. *opp*: disabled.

ab-lu-tion/ə'blu:ʃn/*(n)*:ə'ப்:லூஷəன் / cleansing as religious ritual, washing of hands and body as part of religious ceremony, புனித நீராடல். **ablutions**(*n, pl*): the act of cleaning or washing oneself, ஒருவர் தன்னைக் கழுவிச் சுத்தம் செய்து கொள்ளுதல். **ablutionary**(*adj*).

ab-ly/'eibli/*(adv)*:'எய்ப்:லி / in an able manner, skilfully, competently, திறம்பட, திறமையுடன், சாமர்த்தியமாக. • *She conducted the meeting* **ably**.

ab-ne-gate/'æbnigeit/*(v.i)*:'æப்:னிகெ:ய்ட் / renounce; deny oneself, தியாகம் செய், விட்டொழி.

ab-ne-gation/ˌæbni'geiʃn*(n)*:ˌæப்:னி'கெ:ய்ஷəன் / [also **self-abnegation**]: self-denial, having no concern for one's own wishes, சொந்த விருப்புகளைத் தியாகம் செய்தல்.

ab-nor-mal/æb'nɔ:ml/*(adj)*:æப்:'னɔ:மəல் / not usual, different or deviating from a standard, not desirable, மாறுபட்ட, இயல்புக்கு மாறுபட்ட, விரும்பத்தகாத. • *We must give special attention to* **abnormal** *children.* **ab-nor-mal-ity**/ˌæbnɔ:'mæləti/ *(n)*:ˌæப்:னɔ:'மæலிட்டி / an abnormal state or condition, இயல்புக்கு மாறான நிலை. **abnormally**(*adv*).

Abo/ə'bɔ:/*(n)*:ə'ப:ɔ: / Australian aborigine, ஆஸ்திரேலியப் பழங்குடியினர்.

a-board/ə'bɔ:d/*(adv)*:ə'ப:ɔ:ட்: / on board, on, in or into a ship, train, air-plane, bus, etc., ஏறிக்கொண்டு, கப்பல், இரயில், விமானம், பேருந்து முதலிய வாகனங்களில் ஏறிக்கொண்டு. • *He was already* **aboard** *the ship.* **aboard**(*pre*): on board of, on, in

A

or into a ship, கப்பலில், கப்பலின் தளத்தின் மீது. • *They have come* **aboard** *a ship.* • *The plane crashed near Bangalore killing all the 200 people* **aboard. aboard***(adv).* • *He was already* **aboard** *the ship.*

a-bode/ə'bəud/*(v.i-v.t)*: *(p.t. of* abide) **a-bode***(n)*/ə'பஉட்: / a place where one lives, dwelling home, வசிக்குமிடம், இருப்பிடம். • *I have neither* **abode** *nor food.*

a-bol-ish/ə'bɔliʃ/*(v.t)*:ə'பஒலிஷ் / to do away with, to put an end to, to bring to an end by law, நிறுத்தி விடு, ஒரு முடிவுக்குக் கொண்டுவா, நிறுத்தி வை, சட்டப்படி ரத்து செய். **abolishable***(adj)*, **abolisher***(n)*, **abolishment***(n)*. *syn:* cancel, eliminate. *ant:* establish. • *Our government* **abolished** *child marriage.*

a-bol-i-tion/ˌæbəu'liʃn/*(n)*:ˌஆப:ஒஉ'லிஷஒன் / the act of abolishing, ரத்து செய்தல், முழுமையாக நீக்குதல். *syn:* removal, eradication, elimination. *ant:* establishment. **abolitionist***(n)*: a person who favours the abolition of something, ரத்து செய்வதை ஆதரிப்பவர்.

A-bomb/eibɔ:m/*(n)*:எய்'பஒம் / see **Atom bomb**.

a-bom-i-na-ble/ə'bɔminəb|l/*(adj)*: ə'பஒமினஒப்:ல் / very unpleasant, very hateful, loathsome, detestable, வெறுக்கத் தக்க, கேவலமான, அருவருப்பான. • *Some customs are* **abominable**. **abominable-ness***(n)* **abominably** *(adv)*. **Abomin-able Snowman***(n)*: yeti, 'எதி' என்னும் மனிதனைப் போன்ற பிராணி; a large, hairy, man-like creature, reported to inhabit the Himalayas (also called 'Yeti'), இமாலயப் பகுதியில் கண்டதாகக் கூறப்படும் பெரிய, முடி அடர்ந்த, மனிதனைப் போன்ற விலங்கு. **a-bom-i-nate**/ə'bɔmineit/*(v.t)*: ə'பஒமினெய்ட் / **abominated, abominating**: to hate strongly, abhor, to dislike very much, ஒதுக்கித்தள்ளு, அடியோடு வெறுத்து ஒதுக்கு. **abom-in-ation**/əˌbɔmi'neiʃn/*(n)*:əˌபஒமி'னெய்ஷஒன் / anything abominable, disgusting, shameful or detestable action, aversion, வெறுப்பு, அருவருப்பு, இழிவு, அருவருப்பான சில பழக்கங்கள். **abominator***(n)*. *syn:* loathe, hatred, corruption. *ant:* like, love.

ab-o-rig-i-nal/ˌæbə'ridʒən|l/*(adj)*: ˌஆப:ə'ரிஜினஒல் / of or pertaining to Aborigines, concerning people or things of very early times, native, indigenous, original, பூர்வீக, தொன்று தொட்டு, தொன்மையான, பழங்குடிமக்கள் பற்றிய.

ab-o-rig-i-ne/æbə'ridʒəni/*(n)*: ஆப:ə'ரிஜினி / original inhabitant of a country or region, a member of a tribe or group that has lived in a place from very early times, ஆதிவாசிகள், பழங்குடி மக்கள். **aboriginality***(n)*, **aboriginally** *(adv)*.

a-bort/ə'bɔ:t/*(v.i)*:ə'ப:ஒ:ட் / induce abortion, to bring forth a foetus from the uterus before the foetus is viable, miscarry, to fail, to cease, to stop at an early stage, to remain incomplete, to end before the expected time, to cause to be born, to end pregnancy before the proper time (the aim is not to allow the child to live), கருச்சிதைவு செய், குறைப்பிரசவம் பெறு, முடிவு இல்லாமல் இடையில் நிறுத்தி விடு (அ) நிறுத்து. • *Because of her ill-health, the woman wanted to* **abort** *the baby, i.e. pregnancy.* • *The flight had to be* **aborted** *because of engine trouble.* **abort***(n)* an act of aborting a flight, space mission etc, கைவிடுதல் • *It was an* **abort** *due to bad weather.* **a-bor-tion**/ə'bɔ:ʃn/*(n)*:ə'ப:ஒ:ஷஒன் / the expulsion or removal of a human foetus within the first 3 months or before the 21st week (also by medical operation), கருச்சிதைவு, குறைப்பிரசவம். • *Many unmarried women resort to* **abortion** *to end their illegal pregnancy.* anything or any venture that fails to develop, முற்றுப் பெறாத செயல் (அ) முயற்சி; a plan or some enterprise that fails to develop properly, நிறைவேறாத ஒன்று. **a-bor-tion-ist**/ə'bɔ:ʃnist/*(n)*: ə'ப:ஒ:ஷஒனிஸ்ட் / one who performs abortions illegally, a person who does abortion but is not a doctor, மருத்துவப் பயிற்சியின்றிப் பணத்திற்காகக் கருச்சிதைவு செய்பவர். • **Abortionists** *are not doctors and patients do not go to them for treatment.* **a-bort-ive**/ə'bɔ:tiv/*(adj)*:ə'ப:ஒ:ட்டிவ் / failing to succeed, miscarrying, வெற்றி பெறாத, பயனற்ற; not developed perfectly, நிறைவான வளர்ச்சி பெறாத; failing to reach the aim or end, நோக்கத்தை (அ) முடிவை அடைய முடியாத. • *Most of the government enterprises become* **abortive** *because of corrupt officials.*

a-bound/ə'baund/*(v.i)*:ə'ப:உண்ட்: / **abound in/with**: to occur or exist in great quantities or numbers, அதிக அளவில் (அ) எண்ணிக்கையில் மிகுந்திருத்தல்; to be filled, overflow, நிறைந்திரு, பொங்கு. • *The* *place* **abounds with** *rats.* • *The story* **abounds in** *figurative expressions.*

a-bout/ə'baut/*(prep)*:ə'ப:உட் / of;concerning; in regard to, on the subject of, பற்றிய, குறித்த, தொடர்புடைய, ஒரு பொருள் பற்றிய, சம்பந்தமான. • *A movie* **about** *Jawaharlal Nehru is produced by the Department of Information & Broadcasting.* • *Something should be done urgently* **about** *the atomic weapons.* connected or associated with, in the character of, தொடர்புடைய, இயல்பைப் பற்றிய. • *There is something* **about** *her personal life which remains a mystery.* here and there, அங்கும் இங்கும்; in or somewhere here, இங்குதான் ஏதோ ஓரிடத்தில். • *I have seen him* **about** *recently.* **about***(adv)*: in all directions or places, here and there, எத்திசையிலும், எல்லா இடத்திலும், இங்கேயும் அங்கேயும். • *We always go* **about** *together.* • *In the station, there are lots of people crowding* **about** *at this time.* **at about**: nearly, not exactly, approximately, அருகில், சரியாக இல்லாமல், ஏறக்குறைய. • *The sun rises at Cape Comerin* **at about** *5.55 a.m.* **about** *(adj)*: active, not lazy, out of bed, சுறுசுறுப்பான, நோயற்ற. • *I will be up and* **about** *again very soon.* **(be) about to**: on the point of, just ready to start, அத்தருணத்தில், துவங்கும் வேளையில். • *When the assembly was* **about to** *begin its proceedings, the Chief Minister entered the Assembly Hall.* **a-bout-turn**/ ə'bauttɜ:n/*(n)*: ə'ப:உட்டə:ன் / (very often singular): a military order, turn 180° (round) and face in the opposite direction, இராணுவ உத்தரவு, திரும்பி எதிர்த்திசையில் பார்த்தல்; change of policy quite opposite to the original, தலைகீழாகக் கொள்கையை மாற்றிக் கொள்ளல். • *Some politicians make an* **about-turn** *in their policy to get power.*

a-bove/ə'bʌv/*(adv)*:ə'ப:வ் / in or to a higher place, overhead, மேல் படியில், உயர்ந்த இடத்தில், தலைக்கு மேல், மேலே சொல்லப் பட்ட. • *I have always the right to appeal to the court located far* **above**. • *The figures mentioned* **above** *in the report are not accurate.* **above***(prep)*: in or to a higher place, அதற்கு மேல் உயர்ந்த, ஒரு நிலைக்கு மேல். • *There is nothing in the stores costing* **above** *Rs. 100.* • *The weight is* **above** *a kilo.* **above***(adj)*: of that which is mentioned above, மேலே குறிப்பிடப்பட்ட. • *Analyse the* **above** *sentence.* **a-bove-board**/əˌbʌv'bɔ:d/ *(adv & adj)*: ə'ப:வ்'ப:ɔ:ட் / in open sight, beyond doubt with no tricks or disguise, களங்கமில்லாத, ஐயமற்ற, உண்மையான, குற்றமில்லாத. • *All the government affairs are not* **aboveboard**.

ab-ra-ca-dab-ra/ˌæbrəkə'dæbrə/*(n)*: ˌæப:ரəக்கə'ட:æப:ரə / a magical or mystical word supposed to bring in success in one's life, jargon, மந்திரச் சொல் (அ) வார்த்தை, தெய்வசக்தி வாய்ந்ததாகக் கருதப்படும் வார்த்தை, தாயத்து, வெறும் வார்த்தை.

ab-rade/ə'breid/*(v.t.-v.i)*:ə'ப்:ரெய்ட்: / **abraded, abrading**: to wear off or down by friction, to wear away by rubbing, சுரண்டி எடு, தேய், சிராய்த்து எடு.

ab-ra-sion/ə'breiʒn/*(n)*:ə'ப்:ரெய்ஷən் / the act of abrading, scraped spot or area, the result of rubbing, தேய்த்தல், சுரண்டுதல், சிராய்த்தலால் ஏற்படும் புண்.

ab-ras-ive/ə'breisiv/*(n)*:ə'ப்:ரெய்ஸிவ் / any material used for rubbing, substance used for polishing, உப்புத்தாள்; [emery paper, pumice, sand paper, etc., are some abrasives], வழவழப்பாக்கப் பயன்படுத்தப் படும் பொருள்.

a-breast/ə'brest/*(adv & adj)*:ə'ப்:ரெஸ்ட் / side by side facing the same way, beside each other in a line, next to one another and facing the same way, இணையாக, தோளோடு, பக்கத்தில் சமமாக; keeping up, தொடர்ந்து செயலாற்றும் தன்மையுள்ள; not falling behind, பின்னடைவு இல்லாத. • *The two cyclists are riding* **abreast** *down the busy road.* along side, in progress, equal to, காலத்திற்கேற்ற அறிவு, முன்னேற்றம் பெறுகிற. • *One must try to keep* **abreast** *with the times.* • *We must always keep* **abreast** *of modern scientific developments.*

a-bridge/ə'bridʒ/*(v.t)*:ə'ப்:ரிஜ் / **abridged, abridging**: to make shorter a written piece of work retaining the basic factors, ஒரு நூலை மூலம் சிதையாமல் சுருக்கி எழுது; to reduce or lessen, குறை, சுருக்கு; to deprive, தவிர்த்து விடு, அடைய முடியாமல் செய். • *The government cannot* **abridge** *the fundamental freedom of any citizen.* **abridger***(n)*, **abridgeable***(adj)*.

a-bridgement/əbridʒmənt/*(n)*: əப்ரிட்ஜ்மəண்ட் / a production in a reduced form, சுருக்கம்.

a-broad/ə'brɔ:d/*(adv)*:ə'ப்:ரɔ:ட் / in or to a foreign country, வெளிநாட்டில் (அ) வெளிநாட்டிற்கு. *He has gone* **abroad.**

A

in different directions, பல திசைகளில். *Thousands of pamphlets were scattered* **abroad.** freely moving around, சுதந்திரமாக அலைந்து திரிகிற. **abroad**(*n*) foreign countries denoted collectively, அயல் நாடுகள். *He is returning from* **abroad**.

ab-ro-gate/'æbrəgeit/(*v.t*):'ஆப்:ரஒகெ:ய்ட் / **abrogated, abrogating**: to put an end to by official means, repeal, ரத்து செய், வழக்கொழியச் செய். • *The government has* **abrogated** *many previous treaties,* **abrogation**(*n*). **abrogator**(*n*).

a-brupt/ə'brʌpt/(*adj*):ஒ'ப்:ரப்ட் / sudden, unexpected, திடீரென, எதிர்பாராத; terminating or changing suddenly, திடீரென்று நிறுத்துதல் அல்லது மாற்றுதல்; not to waste time for being nice, நவநாகரிக நடைமுறைகளில் காலத்தை வீணாக்காமல். • *His* **abrupt** *manners did not please anyone.* • *The meeting came to an* **abrupt** *end.* **abruption**/əbrʌpʃn/ (*n*): ஒ'ப்:ரப்ஷஒன் a sudden breaking off, எதிர்பாராத விதமாக, திடீர் முறிவு. **abruptly**(*adv*), **abrupt- ness**(*n*). *syn*: quick, sharp, *ant:* gradual.

ab-scess/'æbsis/(*n*):ஆப்:ஸெஸ் / a swelling and/or an inflammation on or in the body where pus has gathered, often caused by bacteria, நுண்ணுயிர்களால் அடிக்கடி ஏற்படும் வீக்கம், உடலின் பாகத்தில் சீழ் சேர்ந்து இருத்தல்; boil or swelling filled with pus in the body, சீழ்க்கட்டி, பிளவை.

ab-scind/æbsind/(*v.t*):'ஆப்:ஸின்ட்: / to cut off, sever, வெட்டு, துண்டித்துவிடு. **ab-scission**(*n*)

ab-scis-sa/æb'sisə/(*n*):ஆப்:'ஸிஸஒ / (*pl.* **abscisas, abscissae**): (in plane Cartesian co-ordinates), இடைத்தூரம்; the x–co-ordinate of a point: distance of a point from the y-axis measured parallel to the x-axis.

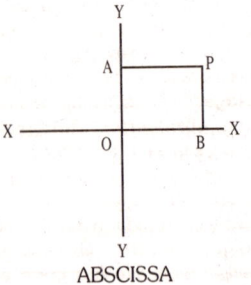

A

ABSCISSA

P - Point, AP or OB - abscissa of P
XX - X-axis YY - Y-axis
abscissa, இடைத்தூரம்; x-axis, x-அச்சு.

ab-scond/əb'skɔnd/(*v.i*):ஒ'ப்:ஸ்க்காண்ட்: / to depart secretly in a sudden manner, to avoid legal proceedings, disappear or run away secretly, ஓடிப்பதுங்கு, ஏதோ குற்றம் செய்ததற்காகத் தலைமறைவாக ஒதுங்கு. **absconder**(*n*). *syn:* decamp. • *The thief* **absconded** *with the money.* • *He* **absconded** *from his house.*

ab-seil/əbseil/(*v.i*):ஒ'ப்:ஸெய்ல் / to descend by using a rope, கயிற்றின் துணை கொண்டு செங்குத்தான பள்ளத்தில் இறங்கு. **abseil** (*n*): a method of climbing down a descent using a rope, கயிற்றின் துணைகொண்டு பாதாளம் போன்ற பள்ளத்தில் இறங்குதல்.

ab-sence/'æbsəns/(*n*):'ஆப்:ஸஒன்ஸ் / state of being away, not being present, not in existence, இல்லாது இருத்தல், வராமல் இருத்தல். • *I took a month's leave of* **absence**. period of being away, குறிப்பிட்ட காலம் வராது இருத்தல். • *They finished the work in his* **absence**. failure to attend, வருகை தரத்தவறுதல். • *In the* **absence** *of fresh arrivals of vegetables, the business in the market was dull.* non-existence, lack, deficiency, குறைபாடு, குறைவு. *ant:* presence.

ab-sent/'æbsənt/(*adj*):'ஆப்:ஸஒன்ட் / (followed by from) not present, not in a place at the given time, இல்லாது இருத்தல், குறிப்பிட்ட காலத்தில் ஓர் இடத்தில் இல்லாது இருத்தல். • *My son is always* **absent** *from the house.* **absent** (*from*) (*v.t*): to keep oneself away, வராது இரு. • *One should not* **absent** *oneself from duty.*

ab-sen-tee/,æbsən'ti:/(*n*):,ஆப்:ஸஒன்'டீ / a person who is absent, anyone who absents himself from duty, வராமல் இருப்பவர், கடமை செய்ய வராதவர். **absenteeism**(*n*):ஆப்:ஸஒன்'டீயிஸஒம் / regular absence from the work, வேலைக்கு வராமை. **absentee ballot**:,ஆப்:ஸஒன்டீ 'ப:ஆலஒட் / vote used for an absentee voter, வராதவருக்குப் பதிலான வாக்குரிமை. **absentee landlord**: ,ஆப்:ஸஒன்டீ 'லஆன்லா:ட்: / a landlord who lives away from his estate, நேரிடையாக விவசாயம் செய்யாத நிலச்சுவான்தார். **absentee vote**:,ஆப்:ஸஒன்டீ வஒஉட் / a vote cast by a person who is not present but permitted to vote by mail (due to illness, military service, etc.), நேரில் வர முடியாத ஒருவர் தபால் மூலம் செலுத்தும் வாக்கு.

ab-sent-mind-ed/ˌæbsəntmaindid/*(adj)*: 'ஆப்:ஸெண்ட்'மய்ன்டிட்: / very much lost or absorbed in thought as not to realise what one is doing or what is happening etc., not concentrating, சிந்தனை அல்லது வேலையில் மூழ்கி, சூழலை மறந்து, என்ன நடக்கின்றது எனத் தெரியாமல், ஒன்றும் புரியாது ஆழ்ந்த சிந்தனையில் மூழ்கி, சந்தர்ப்ப சூழ்நிலை தெரியாமல் நினைவில் மூழ்கி இருக்கின்ற; • *We have heard of an* **absent-minded** *professor.* **absent-mindedly***(adv)*: **absentmindedness** *(n). ant: attentive.*

ab-sinthe/'æbsinθ/*(n)*: **absinth**: 'ஆப்:ஸிந்த் / a bitter and green alcoholic drink, கசப்பான பச்சை நிறமுள்ள நெடியுள்ள சாராயம்.

ab-so-lute/'æbsəlu:t/*(adj)*:'ஆப்:ஸலூட் / complete, perfect, beyond doubt, without limit, whole, pure, not adulterated, முற்றிலும், முழுமையான, ஐயம் ஏதுமின்றி, தூய்மையான, கலப்படமில்லாத; not allowing any doubt, outright, சற்றும் சந்தேகம் இல்லாமல், நேரிடையாக. • *The party has gained* **absolute** *majority now.* • *The Chief Minister's power is* **absolute** *with regard to relief fund.* not comparative or relative, ultimate, முழுமையான, நுட்பமுள்ள. • *There is* **absolute** *evidence to prove his guilt.* **ab-so-lute-ly**/'æbsəlu:tli/*(adv)*: 'ஆப்:ஸலூட்லி / fully, wholly, completely, முற்றிலும், எல்லாம். • *You are* **absolutely** *wrong.* • *I am* **absolutely** *hungry.* positively, certainly, நேரான, நிச்சயமான. • *Do you think the plan will work* **absolutely**? **absoluteness***(n)* **absolute zero***(n)*: the lowest possible temperature that the nature of matter admits, பொருளின் இயல்பு அனுமதிக்கும் மிகக் குறைந்த வெப்ப நிலை, a hypothetical point 273° below the zero of the celsius scale, செல்சியஸ் வெப்ப அளவில் பூச்சிய நிலைக்குக் கீழே ஒரு கற்பனை அளவு –273°c. (minus 273°C = 0° K)

ab-so-lu-tion/ˌæbsə'lu:ʃn/ *(n)*:'ஆப்:ஸல்யூஷன் / act of absolving, freeing from punishment, புனிதப்படுத்தும் செயல், எந்தப் பாவத்தினின்றும் விமோசனம் (விடுதலை) அளிக்கும் தன்மை; in the Christian religion forgiveness for a sin, கிறித்தவ மதச் சடங்குகளில் பாவமன்னிப்பு; acquittal, விடுதலை, தண்டனையினின்று விடுதலை.

ab-solutism/'æbsəlu:tizəm/*(n)*: 'ஆப்:ஸலூட்டிஸ:ம் / the principle that those responsible for government should have power without limit, ஆட்சியாளர்கள் வரம்பற்ற அதிகாரம் பெற்றிருக்க வேண்டு மென்ற கோட்பாடு. **absolutist***(n&adj)*, **absolutise***(v)*.

ab-solve/əb'zɔlv/*(v.t)*:அப்:'ஸ:ால்வ் / **absolved, absolving**: to grant pardon for, to free or release from some duty or obligation, செய்த குற்றங்களை மன்னித்து விடுதலை கொடு, கடமையினின்று வழுவியதற்கு மன்னித்து விடு; to remit a sin by absolution, பாவங்களை மன்னித்து விடு; to forgive a person for committing a sin (esp. by a priest), கிறித்தவ மதக் குருமார்கள் அளிக்கும் பாவமன்னிப்பு. • *God can* **absolve** *any sin committed by any one.*

ab-sonant/əb'sɔ:nʌnt/*(adj)*: அப்:'ஸா:னன்ட் / unreasonable, நியாயமற்ற, discordant, முரண்பாடான.

ab-sorb/əb'sɔ:b/*(v.t)*:அப்:'ஸா:ப்: / to suck up or drink in (liquid), உறிஞ்சு, உட்கொள். • *Cement* **absorbs** *water.* to occupy or engage fully, முற்றிலும் ஈடுபடு. • *This work* **absorbs** *all my time.* to take in, முற்றிலுமாக எடுத்துக் கொள். • *The market can* **absorb** *all fancy goods.* to pay for, எல்லாச் செலவினங்களையும் ஏற்றுக்கொள். to include something as part of itself, அதனுடைய பகுதியாகச் சேர். • *The larger firm gradually* **absorbed** *its smaller competitors.* **ab-sorb-ent**/əb'sɔ:bənt/ *(n,adj)*:அப்:'ஸா:ப:ன்ட் / capable of absorbing, உறிஞ்சக்கூடிய; that which absorbs, உறிஞ்சும் தன்மையுடைய; a thing or material capable of absorbing, உறிஞ்சும் தன்மையுள்ள பொருள். • *To dress a bleeding cut, an* **absorbent** *is applied.*

ab-sorb-ing/əb'sɔ:biŋ/*(adj)*: அப்:ஸா:பி:ங் / very much interesting, deeply engrossing, மனம் கவருகின்ற, உள்ளத்தைக் கொள்ளை கொள்ளும், ஈடுபாடு உள்ள. • *Many say my books are of* **absorbing** *interest but I reel in poverty.* • *The company is capable of* **absorbing** *all the advertisement costs.* **ab-sorp-tion**/əb'sɔ:pʃn/*(n)*: அப்:'ஸா:ப்ஷன் / the act of absorbing, உறிஞ்சும் தன்மை; assimilation, தன்வயப் படுத்துதல். **absorbable***(adj)*, **absorb-ability***(n)*.

A

ab-stain/əb'stein/*(v.i)*:əப்:'ஸ்ட்டெய்ன் / to refrain from, தவிர்த்து ஒதுங்கி இரு; to hold oneself back without any compulsion from doing or enjoying something, தன்னிச்சையாக, ஒரு செயல் (அ) இன்பத்தினின்று விலகி இரு. • *He has* **abstained** *from drinking of late.* • *Two members* **abstained** *from voting.* • *I want to* **abstain** *from smoking. syn*: desist. **abstainer***(n)*.

ab-ste-mi-ous/æb'sti:miəs/*(adj)*: æப்:'ஸ்ட்டீமியəஸ் / allowing a little food, drink or pleasure, மிதமான உணவு கொள்கின்ற (அ) இன்பமடைகின்ற; temperate in diet, மிதமான உணவு உண்கிற; sparing, மிதமான. • *Hereafter, I want to be* **abstemious** *in my diet.*

ab-sten-tion/əb'stenʃn/*(n)*: æப்:'ஸ்ட்டென்ஷəன் / holding off or restraining, கட்டுப்பாட்டுடன் இருத்தல், விலகி இருத்தல், வாழ்க்கையில் நியதியுடன் இருத்தல்; with-holding of one's vote, வாக்குரிமையை உபயோகிக்காமல் இருத்தல். • *There are 157 votes for, 30 against and 9* **abstentions**.

ab-sti-nence/'æbstinəns/*(n)*: æப்:'ஸ்ட்டினəன்ஸ் / the act of keeping away from pleasant things, இன்பங்களை விலக்கி வைத்தல்; self-restraint, சுய கட்டுப் பாட்டுடன் இருத்தல்; self-denial, புலன் இன்பங்களை மறுத்தல், உண்ணாவிரதம், நோன்பு. • *An enforced* **abstinence** *will never work.* **abstinent**/'æbstinənt/*(adj)*: æப்:'ஸ்ட்டினəன்ட் / *It is better to be totally* **abstinent** *from smoking.*

ab-stract/æb'strækt/*(adj)*:æப்:'ஸ்ட்ரæக்ட் / existing as a quality or a concept, (not real or solid, can be felt understood) sensually not felt, உள்ளத்தால் உணரக் கூடிய, புலன்களால் அறிய முடியாத; theoretical, not applied or practical, பண்பியலான, அருவமான. • *Beauty is* **abstract** *but a beautiful flower is not.* Beauty: abstract, flower: concrete. • *Philosophy explains many* **abstract** *ideas.* difficult to understand, புரிந்து கொள்ள முடியாத. **abstract***(v)*: to remove, to take away, to steal, அகற்று, எடுத்துச் செல், பிரித்து எடு, திருடு; to make shortened form of speech, document, statement, etc., retaining essential factors, முக்கியமானவற்றை விட்டுவிடாமல் சுருக்கம் செய். **abstract***(n)*: summary of a statement, ஒரு தொகுப்பின் சாராம்சம், ஒரு பேச்சின் முக்கியத் தொகுப்பு, ஒரு முக்கியக் கருத்து, பொழிப்பு. **abstractor** *(n)*, **abstractly***(adv)*. **ab-stract-ed**/æb'stræktid/*(adj)*:æப்:'ஸ்ட்ரæக்டிட் / lost in thought, முற்றிலும் சிந்தனையில் மூழ்கி; deeply engrossed in thought, எண்ணத்தில் சூழலை மறந்து, வேலையில் மூழ்கி; pre-occupied, absent-minded, கவனக் குறைவாக; deep in thought, சிந்தனைச் சுழற்சியில் சிக்கி. **ab-strac-tion**/æb'strækʃn/*(n)*:æப்:'ஸ்ட்ரæக்ஷəன் / being absent-minded, the state of not taking notice of what is happening around, கவனக்குறைவாக இருத்தல், சுற்றுச் சூழலில் கவனம் கொள்ளாமல் இருத்தல்; an impractical idea, something imaginary, visionary, not practical, செயல்முறைக்கு ஒவ்வாத கருத்து; the act of taking away, separating, எடுத்துச் செல்லும் செயல், பிரித்தெடுக்கும் செயல். • *We feel cold due to the* **abstraction** *of heat from our bodies.* • *Some economists are noted for their theories of* **abstraction**.

ab-struse/æb'stru:s/*(adj)*:æப்:'ஸ்ட்ரூஸ் / hard to understand, hidden meaning, புரிந்துகொள்ள முடியாத, மறை பொருளாக. **abstruseness***(n)* inability to understand, புரிந்து கொள்ள முடியாத தன்மை. **abstrusely***(adv)*.

ab-surd/əb'sɜ:d/*(adj)*/əப்:'ஸə:ட்: / ridiculous, senseless, not logical, untrue, contrary to all reasons, not at all acceptable, foolish, laughable, unreasonable, காரணமில்லாத, பொருந்தாத, பொருளில்லாத, ஏற்க முடியாத, முட்டாள்தனமான, தொடர்பில்லாத. • *Every truth appears* **absurd** *at its first sight.* • *The situation was becoming* **absurd** *in poor countries.*

ab-surd-ism/əb'sɜ:dism/*(n)*:əப்:'ஸə:டிஸம் / the belief that universe is chaotic and human life is purposeless, மனித வாழ்க்கை குறிக்கோளற்ற குழப்பமானது என்ற கொள்கை.

ab-surd-i-ty/əb'sɜ:dəti/*(n)*:əப்:'ஸə:டிட்டி / *(pl.* **absurdities***)*: the state of being absurd, something absurd, சற்றும் பொருத்தமில்லாதது. **absurdly***(adv)*, **absurdness** *(n)*. *syn*: irrational, ridiculous. *ant:* rational, acceptable.

a-bun-dance/ə'bʌndəns/*(n)*:ə'பːன்டːəன்ஸ் / plentiful or over sufficient quantity or supply, அளவுக்கு மேல் அதிகமான பொருள் வழங்கல்; a great quantity, அதிக

அளவு, மிகுதி. • *There is* **abundance** *of black money in our country.* overflowing, fullness, நிறைந்து வழிதல், நிறைவு; abundance of the heart, மனப்பூர்வமான எண்ணம்; wealth; affluence, செல்வச் செழிப்பு. • *The* **abundance** *of heart and the* **abundance** *of wealth do not always go together. syn*: copiousness, plenteousness. *ant*: scarcity.

a-bun-dant/ə'bʌndənt/*(adj)*:ə'பன்டன்ட் / plentiful, more than enough, over-sufficient, present in great quantity, மிகுதியான, அளவுக்கதிகமான, அதிக அளவில்; abounding, நிரம்பிய. • *There is* **abundant** *supply of milk.* • *The country has* **abundant** *supply of coal.* **abundantly***(adv). syn*: copious, profuse, overflowing, *ant*: sparse, scarce.

a-buse/ə'bju:z/*(v)*:ə'ப்யூஸ்: / **abused, abusing**: to use wrongly or improperly, தவறாகப் பயன்படுத்து; to speak insultingly, harshly and unjustly, வசைபாடு, திட்டு; to say unkind, cruel or rude things to or about, பழித்து உரை; to abuse oneself, ஒருவரைத் தரக்குறைவாகத் திட்டு. • *The wife* **abused** *her husband for his gross neglect of the family.* **abuse***(n)*: unkind, cruel or rude utterance, கருணையற்ற கொடூரமான வார்த்தைகள்; wrong or improper use, தவறான உபயோகம்; bad or improper behaviour or treatment, கெட்ட (அ) நேர்மையற்ற நடத்தை; corrupt practice, ஊழல் செயல். *syn*: slander. *ant*: praise.

a-bu-sive/ə'bju:siv/*(adj)*/ə'ப்யூஸிவ் / using or containing unkind, cruel or rude language, using curses, புண்படுத்தக்கூடிய அவமரியாதையான/இழிவான வார்த்தை; unjustly or wrongly used, நேர்மையல்லாது பயன்படுத்தும்; corrupt, ஊழலான. • *Some newspapers have become* **abusive** *in their style, language and manner.* **abusively***(adv)*, **abusive-ness***(n)*.

a-but/ə'bʌt/*(v)*:ə'பட் / **abutted, abutting**: to be adjacent, சார்ந்திரு; to lie next, அடுத்திரு. • *My house* **abuts** *on a street.* to border on, சாய்ந்திரு; to end at, எல்லையைத் தொட்டுக் கொண்டிரு; to support by abutment, அணைசுவர் மேல் சாய்ந்திரு. **abut on***(v.t)*: to be adjacent to, அடுத்து இரு, பக்கத்திலிரு. • *Their hut* **abuts on** *ours.* **a-but-ment**/ə'bʌtmənt/ *(n)*:ə'பட்மன்ட் / a support on which a bridge or arch rests, பாலத்தின் தூண்கள்; a place where projecting parts meet, juncture, தாங்கி, பளுவும் ஆதாரமும் சேருமிடம், இரு ஆதாரங்கள் இணையுமிடம்; support, உதைமானம். **a-but-ter**/ə'bʌtə*/ *(n)*:ə'பட்டə* / one who owns adjacent land/property, பக்கத்து நிலத்தின் உரிமையாளர்.

a-buzz/ə'buz/*(adj)*:ə'புஸ்: / filled with a continuous humming sound, ரீங்கார ஒலி நிறைந்த. *The room is* **abuzz** *with mosquitoes. The town is* **abuzz** *with rumours of frequent earthquakes.*

a-bys-mal/ə'bizml/*(adj)*:ə'பிஸ்மல் / of or like an abyss, bottomless, ஆழம் காணமுடியாத, மிகப்பெரிய; very great or deep, very bad, மிக மோசமான அல்லது ஆழமான. • *I have known what* **abysmal** *poverty is.* **a-byss**/əbis/*(n)*:ə'பிஸ் / a deep bottomless hole, ஆழம் காணமுடியாத பாதாளம்; anything profound, infinite or unfathomable, அளவிடமுடியாத, மிகப் பெரிய; the primeval chaos before creation, படைப்புக்கு முன் ஏற்பட்ட குழப்பம், ஆழிசூழ்.

abyss-al/ə'bisl/*(adj)*:ə'பிஸல் / of or like an abyss, pertaining to the lower parts of the ocean (stratum of bottom waters), கடலின் மிக ஆழ்ந்த பகுதிகளைப் பற்றி.

a-bysm/ə'bizəm/*(n)*:ə'பிஸம் / bottomless pit, hell, படுகுழி, நரகம்.

a/c also **A/C:** account,/ə'க்கஉன்ட் / கணக்கு விபரம்.

a-ca-cia/ə'keiʃə/*(n)*:ə'க்கெய்ஷə / mainly a tropical tree from which gum is produced, வேலமரம்.

academe/əkædəmi/*(n)*:əகæடəமி / academic community or environment, கல்விச் சமுதாயம் (அ) சூழல்.

academia/əkædəmiə/*(n)*:əகæடəமியə / concerned with pursuit of knowledge, studies, தொடர்ந்து கல்வி கற்றுக் கொண்டும் அறிவைப் பெரிக்கிக் கொண்டுமிருத்தல். *He has spent his lifetime in* **academia**.

a-ca-dem-ic/ˌækə'demik/*(adj)*: ˌæக்கə'டெமிக் / concerning education esp. in a college or university, கல்லூரி (அ) பல்கலைக்கழக உயர் படிப்புக்கு உரிய; pertaining to areas of study that are not vocational or applied as the humanities, pure mathematics, etc., தொழில் கல்வியில்லாத, கலைப் படிப்புகள், கணிதம், போன்றவை. not related to practical situations, theoretical, நடைமுறைக்கு ஒவ்வாத, கலைக்கு ஒவ்வாத. **academic**/

A

ækə'demik/(n):,ஜக்கə'டெமிக் / a student or teacher in a college or university, ஒரு கல்லூரி அல்லது பல்கலைக் கழகத்தில் உள்ள மாணவர் (அ) ஆசிரியர். **academically**(*adv*): learned or scholarly but lacking in worldliness, commonsense, etc., பொது அறிவு மற்றும் வாழ்க்கை அனுபவம் இல்லாத, நிறைந்த படிப்பு மட்டும் உள்ள; கல்விச்சார்பாக. **a-cad-e-mi-cian**/ə,kædə'miʃn/ (*n*):ə,க்கஉ:ə'மிஷஎன் / a member of an association or institution for the advancement of science, arts or letters, அறிவியல், கலை, இலக்கியம் ஆகிய பிரிவுகளில் ஆராய்ச்சி, மேற்படிப்புக்காக ஏற்படுத்தப்பட்டிருக்கும் நிறுவனங்களின் உறுப்பினர்; a member of an academy, உயர்கல்விக் கூடத்தின் அங்கத்தினர். **a-cad-e-my**/ə'kædəmi/(*n*):ə'க்கஉடஎமி / (*pl.* **academies**): a school for training in a special art or skill, பயிற்சிக் கூடம், கலைப் பயிற்சிக் கூடம்; an association or institution for the advancement of art, literature or science, உயர்கல்வி நிறுவனம். • *Suri is a member of the* **academy** *of music.* • *Royal* **academy** *confers honours on men of learning.* **academical**(*adj*). **academic year**/(*n*) the period of study in a school, college or university, usually in India it starts from June and ends in April, ஜூன்மாதத்தில் ஆரம்பித்து ஏப்ரலில் முடியும் கல்வி கற்கும் காலம்.

ac-ardia/əka:diə/(*n*):əக்காடியə / absence of heart from birth, பிறப்பில் இருதயம் இல்லாமல்.

ac-aro-logy/ə'ka:rɔlɔʒi/(*n*):ə'க்காரɔலɔஜி / study of mites and ticks, சிறுபூச்சிகள், பேண்கள் பற்றிய படிப்பு.

ac-cede/æk'si:d/(*v.i*):ஜக்'ஸீ:ட் / **acceded, acceding**: agree, to give consent, அனுமதி கொடு; to agree to an idea or plan after examining it, ஒரு திட்டம் அல்லது கருத்தை ஆராய்ந்த பிறகு ஒப்புதல் கொடு; to join a group of people, countries, etc. in an agreement. உடன்படிக்கையின் அடிப்படையில் ஏதாவது ஒரு தேசத்தோடு (அ) பிரிவினரோடு சேர்ந்து கொள். • *Kashmir had finally* **acceded** *to the Indian Union.* **accedence**(*n*), **acceder**(*n*). one who acceded, இசைவு கொடுத்தவர்.

ac-cel-e-rate/ək'seləreit/ (*v*):əக்'ஸெலəரெய்ட் / **accelerated, accelerating**: to move faster, to quicken, to cause faster or greater activity, progress, மிக வேகமாக நகர், வேகம் (அ) செயல் அதிகரிக்கும்படி செய், முன்னேற்றம் காண்; to cause to happen faster, சீக்கிரம் செயல்படும் படிசெய்; to reduce the time required for a course by intensifying the work, வேலையைத் தீவிரமாக்கி ஒரு விஷயத்திற்காகும் நேரத்தைக் குறைத்தல். • *Five-year plans aim at* **accelerated** *economic growth.* • *Some policies of the government have* **accelerated** *the growth of black money.* **accelerative** (*adj*), **acceleratory**(*adj*), விரைவில் நடைபெறச் செய்யும், வேக மூட்டுவது. **accelerant**(*n*) a substance used to help spread of fire, தீயைப் பரவச்செய்ய உதவும் ஒரு பொருள்.

ac-cel-e-ra-tion/ək,selə'reiʃn/(*n*): əக்,ஸெலə'ரெய்ஷ்ன் / the act of accelerating, increase of speed (or) velocity, முடுக்கம், அதிவேகம் ஒரு குறிப்பிட்ட விகிதத்தில்; (the rate of) increasing speed, rate of change of velocity, வேகம் அதிகரித்தல்.

ac-cel-e-ra-tor/ək'seləreitə*/(*n*): əக்'ஸெலəரெய்ட்டə* / the instrument in a set up (machine or vehicle) used to increase its speed, வேக முடுக்கி; one who or that which accelerates, வேகத்தை முடுக்குபவன் (அ) வேகத்தை முடுக்கும் அமைப்பு; a device usually operated by the foot for controlling the speed of an engine, ஒரு அமைப்பில் வேகத்தைக் கட்டுப்படுத்தப் பயன்படும் கருவி, (பொதுவாகக் காலால் இயக்கப்படும்).

ac-cent/'æksent/(*n*):'ஜக்ஸென்ட் / a particular way of speaking, (usu) connected with social class (habits), area or country, பேசும் முறை, நாட்டுக்கு நாடு, இனத்திற்கு இனம் வேறுபடும் குரல் மாற்றம், குரல் அழுத்தம்; a mode of pronunciation as pitch or tone, உச்சரிப்பின் தொனி, குரல் வளம் இவற்றின் பாங்கு; a symbol or mark used in writing or printing, எழுத்தில், வார்த்தைகளில், அச்சு எழுத்துக்களில் பயன்படும் குரல் அழுத்தக் குறியீடு; importance given to a word or part of a word in pronunciation, உச்சரிக்கும் பொழுது ஏற்படும் குரல் ஆழுத்தின் முக்கியத் துவத்தை வெளிப்படுத்துதல். • *She speaks English with a strong Tamil* **accent**. **accent**(*v*): to pronounce with emphasis (a syllable within a word or a word within a phrase), ஒரு வார்த்தையின் அசை அல்லது ஒரு சொற்றொடரின் பகுதி

இவற்றிற்கு அழுத்தம் கொடுத்துப் பேசு; to pronounce with an accent, குரல் அழுத்தம் கொடுத்து உச்சரி. • *Military commands are given with some special* **accents**. **ac-cen-tu-ate**/æk′sentjueit/ *(v.t)*:ஆக்'ஸென்ட்யுஎய்ட் / **accentuated, accentuating**: to give emphasis, to direct attention, to pronounce with an accent, அசையை குரல் அழுத்தம் கொடுத்து உச்சரி, முக்கியம் கொடுத்து சில பகுதிகளை உச்சரி; to make something very noticeable or prominent, ஒன்றை முக்கியத்துவமுடையதாக்கு. **accentuation** *(n)*. **accented***(adj)*.

ac-cept/ək′sept/*(v.t)*:ஆக்'ஸெப்ட் / to take or receive (willingly), something offered or given, கொடுக்கப்படுவதை ஏற்றுக் கொள் (அ) வாங்கிக் கொள்; to receive or admit formally, அதிகாரபூர்வமான அனுமதி பெறு (அ) வாங்கிக் கொள்; to accommodate or reconcile oneself to, சந்தர்ப்ப சூழ்நிலைக்கு ஏற்றவாறு நடந்து கொள் (அ) என்னவானாலும் சூழ்நிலையை ஏற்றுக் கொண்டு நடந்து கொள். • *I* **accept** *this gift.* **ac-cep-ta-ble**/ək′septəbl/ *(adj)*:ஆக்'ஸெப்ட்டஅப்:ல் / worthy of being accepted, ஏற்கத் தகுந்த; good enough, நல்ல விதமான; satisfactory, திருப்தியான; barely adequate, போதுமான. • *Such books are not* **acceptable** *to the library.* **ac-cept-ance**/əkseptəns/*(n)*: ஆக்ஸெப்ட்டஅன்ஸ் / the act of accepting or being accepted, ஏற்றுக் கொள்ளும் செயல் (அ) ஏற்றுக் கொள்ளும் செயல்முறை; an agreement or undertaking to pay in business transactions, வர்த்தக உடன் படிக்கை. **acceptant***(adj)*, **acceptor***(n)*: one who accepts, பெற்றுக் கொள்பவர். **acceptability***(n)*. **acceptation***(n)*: belief, நம்பிக்கை; **acceptably***(adv)*. **accepte(o)r***(n)*.

ac-cess/′ækses/*(n)*:′ஆக்ஸெஸ் / permission to approach, ability to enter or to speak with or use, நுழைவதற்கு அனுமதி, நுழைவதற்கு (அ) பேசுவதற்கு (அ) பயன் படுத்துவதற்கு வசதி ஏற்படுத்திக் கொள்ளல்; (an attack or onset of a disease, நோயின் தாக்குதல் (அ) ஆரம்பம்); approach or means or way of coming to, அடைவதற்கு (அ) வருவதற்கு வழிவகை களை ஏற்படுத்திக் கொள்ளல். • *Students must have* **access** *to library books.* • *The secretary has* **access** *to all important files in his office.* **access***(v.t)*: to get or to obtain (stored information) from a computer's memory, கம்ப்யூட்டர் நினைவலைகளிலிருந்து செய்திகளைப் பெறு. **access time***(n)*: computing the time taken to retrieve data from storage, கம்ப்யூட்டர் கணக்கிடும் காலம், செய்தி சேகரிப்பு நிலையிலிருந்து கொடுக்கப்பட்டு மீண்டும் வாங்கும் வரை ஆகும் நேரம். **ac-ces-si-ble**/ək′sesəbl/*(adj)*: ஆக்'ஸெஸஅப்:ல் / (to, by) easy to approach, enter, speak with or use, சுலபமாக அடையக்கூடிய, அணுகத்தக்க, நெருங்கக் கூடிய; easy and friendly to speak to, நடைமுறையில் பேசுவதற்குச் சுலபமாக; easy to get at, சுலபமாக அடைவதற்கு. • *Vivekananda Rock is* **accessible** *only by boat.* • *The minister should be easily* **accessible** *to the public.* **ac-ces-sion**/æk′seʃn/ *(n)*:ஆக்'ஸெஷஅன் / the act of coming to a high position officially, பதவி ஏற்றல், அரசு பதவி ஏற்றல்; the act of acceding, அதிகாரப் பூர்வமாகக் கொடுத்தல் (அ) ஓர் அமைப்பை ஏற்றுக் கொள்ளல்; addition to a group or collection, ஒரு நிறுவனத்திற்கு மேலும் சேர்த்தல், ஒரு புத்தக நிலையத்திற்கு மேலும் புத்தகங்கள் சேர்த்தல்.

ac-ces-sary/ək′sesəri/*(n)*:அக்'ஸெஸஅரி / abettor in a crime, குற்றத்திற்கு உடந்தையாய் இருப்பவன். • *He is an* **accessary** *to the crime.*

ac-ces-sory/ək′sesəri/*(n, adj)*: அக்'ஸெஸஅரி / *(pl.* **accessories**): a subordinate or supplementary part, object, etc., துணைக் கருவிகள், இயந்திரத்தின் சிறுபாகங்கள்; additional part or thing of a machine, ஒரு இயந்திரத்தின் உதிரிப்பாகங்கள்.

ac-ci-dence/′æksidəns/*(n)*:′ஆக்ஸிடஅன்ஸ் / the rudiments or essentials of subject, ஒரு பொருளின் (பாடப்பிரிவு) அடிப்படைகள் (அ) தத்துவங்கள்; the rules of grammar concerning the changes in the form of words (inflections), சொல்லமைப்பின் இலக்கண விதிகள் (சொல்லிலக்கணம்). e.g. run, ran, runs, sing, sang, sung, etc.

ac-ci-dent/′æksidənt/*(n)*:′ஆக்ஸிடஅன்ட் / mishap, விபத்து; something unpleasant happening unexpectedly, எதிர்பாராத விதமாய் ஏற்படும் அதிர்ச்சி தரும் செயல்/ நிகழ்ச்சி. something that happens by chance, எதிர்பாராமல் ஏற்படும் நிகழ்ச்சி. **by accident**: by chance, தற்செயலாய். • **Accidents** *have helped to discover many truths.* any event that happens unexpectedly, எதிர்பாராமல் ஏற்படும் ஏதேனும் ஒரு நிகழ்ச்சி. • *One cannot avoid*

A

accidents in life. • The plan was a success, but more by **accident** than design. **ac-ci-den-tal**/,æksi'dentl/(adj): ,�æக்ஸி'டென்ட்ல் / unexpected, not caused by plan or intention, happening by chance or accident, தற்செயலாக, எதிர்பாரா விதமாக; unplanned, திட்டமிடாத; incidental, casual, முக்கியமில்லாத; subsidiary circumstance, முக்கிய நிகழ்ச்சியுடன் ஏற்படும் சில எதிர்பாரா நிகழ்ச்சிகள். **accident-prone**(adj): tending to have more accidents or mishaps than an average person, ஒரு சராசரி மனிதனுக்கு ஏற்படும் விபத்து விகிதத்தை விட அதிகமாய் ஏற்படும் வாய்ப்பு உள்ளதாய். **accidentally** (adv).

ac-claim/ə'kleim/(v.t):ə'க்லெய்ம் / to greet with approval, ஆரவாரத்துடன் வரவேற்பு கொடு; applaud, praise publicly, மகிழ்ச்சி யுடன் புகழ்ச்சி செய், ஆர்ப்பரி; to announce or proclaim by acclamation, தலைவனாக ஏற்றுக் கொண்டு மகிழ்ச்சி கொள், பாராட்டு. • Men and women gathered to **acclaim** the new King. **acclaim**(n): strong expressions of approval and praise, ஒரு தலைவனை ஏற்றுக் கொண்டு புகழ்ந்து ஆரவாரம் செய்தல். enthusiastic welcome; ஆரவார வரவேற்பு. • The book received great critical **acclaim**. **ac-cla-ma-tion**/,æklə'meiʃn/(n):,æக்லə'மெய்ஷன் / loud expressions of praise and approval, ஆரவாரத்தின் மூலம் புகழ்ந்து சம்மதம் கொடுத்தல்; voting often unanimous, expressing support, [shouting and hand-clapping also follow very often], ஒரு மனதுடன் வாக்கு அளித்தல், சம்மதம் தெரிவித்தல் (கை தட்டுதல் மூலமும், ஆர்ப்பரிப்புடனும்). • She collected her prize amid great **acclamation**.

ac-cli-mat-ize/ə'klaimə taiz/ (v):ə'க்லய்மəட்ய்ஸ்: / [also **acclimate**]: to accustom or become accustomed to a new climate or environment, தட்ப, வெப்ப நிலைக்கு ஏற்றவாறு பழகிக் கொள், சூழ்நிலைக்கு ஏற்ப சரிப்படுத்திக் கொள்; to become used to the conditions of weather in new places esp. in different parts of the world, புதிய சூழ்நிலைக்கு எற்றவாறு சரிப்படுத்திக் கொள், உலகின் பல்வேறு இடங்களில் தங்கும் பொழுது சூழ்நிலைக்கு ஏற்ப, தட்ப வெப்ப நிலைக்கு இணங்க பழக்கப்படுத்திக் கொள். **acclimatization**(n).

ac-cliv-i-ty/ə'klivəti/(n): (pl. **acclivities**): ə'க்லிவிட்டி / an upward slope from the ground. தரையினின்று எழும் மேற்சரிவு. opp: declivity.

ac-co-lade/'ækəuleid/(n):æக்கəஉ லெய்ட்: / any award or honour, strong praise and approval, விருது, கவுரவப்பட்டம், புகழ்ந்து பட்டம் அளித்தல்; a ceremony used in conferring knighthood, 'சர்' பட்டம் வழங்கும் சடங்கு.

ac-com-mo-date/ə'kɔmədeit/(v): ə'க்கɔமəடெ:ய்ட் / **accommodated, accommodating**: to do a kindness or favour to, to oblige, உதவி செய், கருணையுடன் கொடு. • The priest always **accommodates** people in distress. to have enough space for, போதுமான இடம் கொடுத்து வசதி செய்து கொடு. • There is no space to **accommodate** all. to provide for, உறைவிடம், உணவு முதலியவை கொடுத்து வசதி செய்து கொடு. • Everyone should **accommodate** the guests. to adjust, to adapt, to reconcile, சூழ்நிலைக்கு ஏற்ப நடந்து கொள், இணக்கமுடன் எச்சந்தர்ப்பத்திலும் நடந்து கொள். • The government is trying to **accommodate** all the refugees in the Mandapam camp. **ac-com-mo-da-tion**/ə,kɔmə'deiʃn/(n):ə,க்கɔமə'டெய்ஷன் / the act of accommodating with lodging and food, வசதி செய்து கொடுத்தல், உறைவிடமும் உணவும் கொடுத்து ஆதரித்தல்; an accommodation of bill, draft, note, etc., கடன் வசதி செய்து கொடுத்தல். **ac-com-mo-dat-ing** ə'kɔmədeitiŋ/(n):'ə,க்கɔமəடெ:ய்ட்டிங் / obliging, helping, being kind, இணக்கமாக உதவி செய்யும் தன்மை, எதையும் சரி செய்து கொண்டு நடந்து கொள்ளும் குணம். • I found the officials extremely **accommodating** to foreign visitors. **accommodations** (n,pl): lodging, food and services, தங்குமிடம் உணவு முதலிய வசதிகள். **accommodatingly**(adv). **ac-com-mo-da-tive**/ə'kɔmədeitiv/(adv): ə'க்கɔமəடெ:ய்ட்டிவ் / tending to accommodate, ஒத்துப்போகிற. **accommodation address**(n) temporary address for correspondence to conceal real address, தற்காலிக முகவரி (உண்மை முகவரியை மறைக்க). **ac-com-mo-da-tive-ness**(n): உதவும் தன்மை, ஒத்துப்போகும் இயல்பு. • The President is very **accommodative**.

ac-com-pa-ni-ment/ə'kʌmpənimənt/ *(n)*: ə'க்கம்ப்பəனிமəன்ட் / something used or provided with something else to improve it, சேர்க்கைப் பொருள், (மூலப்பொருளின் தரத்தை உயர்த்துவதற்காக); instrument used to help the voice in music, குரலிசையின் வளத்தை அதிகரிக்கப் பின் தொடரும் வாத்திய இசை. • *The musician is at his best when Jones plays his violin as an* **accompaniment**. • *The election results are announced to the* **accompaniment** *of loud applause.* **ac-com-pa-nist**/ə'kʌmpənist/ *(n)*:ə'க்கம்ப்பəனிஸ்ட் / a person who plays a musical accompaniment, பக்க வாத்தியக்காரர். **ac-com-pa-ny**/ ə'kʌmpəni/*(v.t)*: ə'க்கம்ப்பəனி / **accompanied, accom-panying**: to go along, to be in company with esp. during a journey, உடன் செல், சேர்ந்து போ, துணை போ. • *Lightning is always* **accompanied** *by thunder.* • *A dog always* **accompanies** *the old man.* to play or sing in accompaniment, பக்க வாத்தியம் வாசி. • *Mrs. Raju always* **accompanies** *her husband on the veena.*

ac-com-plice/ə'kʌmplis/*(n)*:ə'க்காம்ப்லிஸ் / one who helps another in a crime or wrong action often as a junior partner, குற்றம் புரியும் ஒருவனுக்கு உடந்தையாய் இருப்பவன்; one who helps in wrong doing, குற்றம் புரிய உடந்தையாய்ச் செயல்படுபவன்.

ac-com-plish/ə'kʌmpliʃ/*(v.t)*:ə'க்காம்ப்லிஷ் / to bring to conclusion successfully, வெற்றிகரமாக முடிவுக்குக் கொண்டு வா; to carry out, நிறைவேற்று; to perform, நடத்து. • *I feel I haven't* **accomplished** *anything in my life.* **ac-com-plish-ed**/ə'kʌmpliʃt/ *(adj)*:ə'க்காம்ப்லிஷ்ட்: / skilled, well equipped, good at something artistic esp. in fine arts, perfect, expert, தேர்ச்சியடைந்த, நல்ல திறமைகளை உடைய, கலையின் நுட்பங்களை அறிந்து நல்ல தேர்ச்சி பெற்ற. • *Lata Mangeshkar is an* **accomplished** *singer.* **ac-com-plishment**/ ə'kʌmpliʃmənt/*(n)*:ə'க்காம்ப்லிஷ்மəன்ட் / the act of accomplishing or finishing work successfully, fulfilment, achievement, ஒரு சாதனை, ஒரு செயலைச் சிறப்பாகச் செய்து முடிக்கும் திறமை. **accomplishments**: grace, skill or knowledge expected in a decent society, நாகரிக சமுதாயத்தில் எதிர்பார்க்கப்படும் நயம், திறன் (அ) அறிவு. • *Speaking with humour is one of his* **accomplishments**.

ac-cord/ə'kɔ:d/*(v.t)*:ə'க்காːட்: / to make to agree or correspond, adapt, to grant, ஒப்புதல் கொடு, இணங்கு, இசைந்திரு. **accord***(v.i)*: to be in agreement or harmony, இசைந்திரு, உடன்படு.**of one's own accord**: voluntarily. • *The workers agreed to participate in the strike* **of their own accord**. **accord***(n)*: proper relationship, harmony, இசைவு, இணக்கமான உறவுமுறை. • *The proprietor* **accorded** *permission to the workers to take leave that day. The parliament* **accords** *more powers to the Speaker. The government and the naxalites are in* **accord** *on more than one point.*

ac-cord-ance/ə'kɔ:dəns/*(n)*:ə'க்காːடəன்ஸ் / agreement, இணக்கம்; conformity, இசைவு, act of according, ஒப்புதல் கொடுக்கும் செயல். • *In* **accordance** *with the rules, the government had issued the orders.* **according as**: on the condition that, if, அப்படி இருந்தால், இருக்குமாயின்; depending on whether, இருந்தால்தான். • *As I have the resources and* **accordance** *of the Management I take up the work.*

ac-cord-ant/ə'kɔ:dənt/*(adj)*:ə'க்காːடəன்ட் / compatible, agreeing, ஒத்திசைவான. *I accept the music is* **accordant** *with the dancer's movement.*

ac-cord-ing-ly/ə'kɔ:diŋli/*(adv)*: ə'க்காːடிங்லி / in accordance, correspondingly, அதற்கேற்ப, அதற்கு இணங்க. • *The speaker named the member, and* **accordingly**, *he went out.* suitable to what has been said before, முன் சொல்லப் பட்டதற்கு ஏற்ப; therefore, so, ஆகையால். **according to**: in accordance with, அதற்கேற்ப; consistent with, அதற்கு இணங்க; as stated by, அப்படிச் சொன்னது போல். • *Payment will be made* **according to** *the amount of work done.* • **According to** *Ram, George is a good tennis player.*

A

ac-cor-di-on/ ə'kɔ:djən/*(n)*: ə'க்கா:டியன் / a portable wind instrument, எளிதில் எடுத்துச் செல்லக்கூடிய ஓர் காற்று இசைக்கருவி.

ac-cost/ə'kɔst/*(v.t)*:ə'க்காஸ்ட் / to approach and address a person especially boldly, அறிமுகம் இல்லாத ஒருவரை அணுகித் தைரியமாகப் பேசு. • *Very often in public places, beggars* **accost** *men and women for money.* to go up to a stranger and speak to him threateningly, புதியவர் ஒருவரிடம் சென்று பேசி மிரட்டு; to confront boldly, எதிர்கொள்.

ac-couch-ment/ə'kautʃimənt/*(n)*: ə'க்கச்மஎன்ட் / the act of giving birth, குழந்தை பெறுதல்.

ac-count/ə'kaunt/*(n)*:əக்'கஉன்ட் / a report, (written or oral), எழுத்து அல்லது வாய் மூலம் பதில் அளித்தல்; an explanatory statement of conduct (as to a superior), மேல் அதிகாரிக்கு அலுவல் தொடர்பாக விளக்கம் கூறல்; a record or statement of money received and paid out by a bank or business house, வங்கி **(அ)** வணிக நிறுவனத்தில் வைக்கப்பட்டிருக்கும் வரவு செலவுக் கணக்கு; a formal record of the debits and credits, வரவு செலவு இருப்புக் கணக்கு. • *Give me an* **account** *of your expenses.* • *My* **account** *is now with the State Bank of India.* • *Please settle your* **account** *immediately.* **account**/ə'kaunt/ *(v.i)*:əக்'கஉன்ட் / to give an explanation. காரணம் கூறு, சமாதானம் சொல்; to provide a satisfactory record of money received, வாங்கிய பணத்திற்குச் சரியான கணக்குக் கொடு; to be the cause or origin of, ஆதாரமாய் இரு, சமாதானம் கொடுக்கும் நிலையிலிரு. • *Jute* **accounts** *for a high proportion of our export earnings.* • *The officer was not able to* **account** *for his immense wealth.* **ac-coun-ta-ble**/ ə'kauntəbl/*(adj)*:əக்'கஉன்ட்டəப்:ல் / answerable, பதில் சொல்ல வேண்டிய; responsible, பொறுப்புள்ள; having to give an explanation for one's actions, ஒருவன் தன் செயலுக்குச் சமாதானம் சொல்ல வேண்டிய நிலையில். • *The Chief Minister is* **accountable** *for the law and order problem.* **accountability***(n)*, **accountableness***(n)*, **ac-coun-tan-cy**/ə'kauntənsi/*(n)*:əக்'கஉன்ட்டəன்ஸி / the art or practice of an accountant, தணிக்கைக் கலை, தணிக்கையாளரின் வேலை. **ac-coun-tant** ə'kauntənt/ *(n)*:əக்'கஉன்ட்டəன்ட் / a person whose job is to inspect and audit personal or commercial accounts, கணக்கு களைப் பரிசோதித்து தணிக்கை செய்யும் அலுவலர், கணக்குத் தணிக்கையாளர். **accounts receivable (pl.n) accounts payable (pl.n)**

ac-cou-tre/ə'ku:tə*/*(v.t)*:ə'க்கூட்டə* / accoutred, accoutring to furnish with dress and trappings esp. of a warrior, (போர் வீரனை) போர்க் கோலப்படுத்து. **accoutred***(adj)*.

ac-cou-tre-ment/ə'ku:təmənt/ *(n)*:əக்,கூட்டəமəன்ட் / [also **accoutrements**]: the equipments excluding arms and clothing of a soldier, ஒரு போர் வீரனின் (உடை, ஆயுதம் தவிர மற்ற) உடைமைகள்.

ac-cred-it/ə'kredit/*(v.t)*:ə'க்ரெடி:ட் / trust, recognise officially, நம்பிக்கை கொள், சான்று கொடு; have belief or faith, நம்பிக்கை வை; to provide or send out with credentials, அதிகாரம் கொடுத்து அரசுத் தூதுவர்களை அனுப்பு. **accredited** *(adj)*: officially recognised, furnished with credentials, அதிகாரபூர்வமாக அங்கீகரிக் கப்பட்ட; having the power to act for an organisation, ஓர் அரசு அல்லது நிறுவனத்தின் சார்பாகச் செயல்பட உத்தரவு பெற்ற; officially representing one's government in a foreign country esp. as an ambassador, அயல்நாட்டில் தூதுவராகப் பொறுப்பேற்றுச் செயல்பட அதிகாரம் பெற்றுள்ள. • *Ram is an* **accredited** *representative of the Life Insurance Corporation.* **accreditation***(n)*.

ac-crete/æ'kri:t/*(v)*:æ'க்ரீட் / **accreted, accreting**: to grow together, சேர்ந்து வளர், ஒன்றாக வளர், பருமனாகக் கூடு. **accrete***(v.t)*: to add as by growth, வளர்ச்சியினால் கூடுதல் பெறு. **ac-cre-tion**/æ'kri:ʃn/*(n)*:æ'க்ரீஷசன் / increase by natural growth or by gradual addition of matter, இயற்கையான வளர்ச்சி **(அ)** சேர்ந்து குவிப்பதால் ஏற்படும் பெருக்கம். *He is ready to sell the antiques, he had* **accreted** *in his life-time.*

ac-crue/ə'kru:/*(v.i)*:ə'க்ரூ / **accrued, accru-ing**: to become bigger, come by way of development, சிறுகச் சிறுகச் சேர், மிகப் பெரிதாகச் சேர்; to become more by addition, சேர்த்துப் பெரியதாகச் செய்; to be added as interest on money,

பணத்திற்கு மேலும் வட்டி சேர். • *Many benefits* **accrue** *to society from the welfare schemes.* • *Interest* **accrues** *on money deposited in a bank.* **accrue-ment**(*n*). **ac-cru-al**/ə'kru:əl/(*n*):ə'க்ருஅல் / சேர்க்கப்பட்ட பொருள்.

acct - see **account,** 'account' என்பதைப் பார்க்கவும்.

ac-cul-tur-ate/əkul'chərait/(*v*): அகுல்'ச்சஅரெய்ட் / adopt to a different culture, வேறொரு கலாச்சாரத்துடன் இணைந்து விடு. *He is* **acculturated** *to the city of Chennai.*

ac-cu-mu-late/ə'kju:mjuleit/(*v*):ə'க்யூம்யு லெய்ட் / **accumulated, accumulating**: to heap up, குவி; pile up, அடுக்காகச் சேர்; heap up, திரட்டு; amass, பெருந்திரளாகச் சேர்; collect, ஒன்று சேர்; to make or become greater in quantity or size esp. over a long period, படிப்படியாக, நீண்ட காலமாகச் சேர்த்து வை. • *This man* **accumulated** *a lot of money in his life time.* **ac-cu-mu-la-tion**/əˌkju:mju'leiʃn/(*n*):əˌக்யூம்யு'லெய்ஷஅன் / act or state of accumulating, எஞ்சியிருக்கும் வேலை, குவியல், சொத்து சேர்த்தல். **ac-cu-mu-la-tive**/ə'kju:mjulətiv/(*adj*):ə'க்யூம்யுலஅட்டிவ் / resulting from accumulation, arising from accumulation, சேகரிக்கின்ற, குவிக்கின்ற. **ac-cu-mu-la-tor**/ əkju:mjəleitə*/(*n*):அக்யூம்யுலெய்ட்டஅ* / one who or that which accumulates, திரட்டுபவர், திரட்டும் கருவி; money maker, பணம் திரட்டுபவர், மின் சேமக்கலம், மின் சேகரிப்புச் சாதனம்.

ac-cu-ra-cy/'ækjurəsi/(*n*):'ஆக்யூரஅஸி / (*pl.* **accuracies**): the quality of being precise, accurate, exactness, correctness, the state of being true, exact or correct, precision, நுட்பம், பிழையின்மை, சரியாய் இருத்தல், துல்லியமாய் இருத்தல். • *In competitive examinations, speed and* **accuracy** *are very important.* **ac-cu-rate**/'ækjurət/(*adj*):'ஆக்யூரிட் / exact, very correct, free from error, மிகச்சரியான, நுணுக்கமான, பிழையில்லாத; conforming to truth, உண்மையாக; careful or meticulous, கவனமாக (அ) மிகமிகத் துல்லியமாக, மிக நுட்பமான. • *The police report is not always* **accurate**. **accurately**(*adv*).

ac-curs-ed/ə'k3:sid/(*adj*):ə'க்கஅ:ஸிட்: / [also **accurst**]: subjected to a curse, hateful, ill-fated, வெறுக்கத்தக்க, சாபக்கேடான. **accursedly**(*adv*), **accursedness**(*n*).

ac-cu-sa-tion/ˌækju:'zeiʃn/(*n*): ˌஆக்யூ'ஸெய்ஷஅன் / **accusal** / charge of wrong doing, குற்றம் சுமத்தல்; the act of accusing or charging, குற்றம் கூறும் செயல். • *He was not able to reply to the* **accusations** *against him.* •*The* **accusation** *relates to a simple theft.* **ac-cu-sa-tive**/ə'kju:zətiv/(*n, adj*):ə'க்யூஸ:அட்டிவ் / particular form of a noun which shows that the noun is the subject or object of a verb, objective case, இரண்டாம் வேற்றுமை.

ac-cuse/ə'kju:z/(*v.t*):ə'க்யூஸ்: / **accused, accusing**: to bring a charge against, குற்றம் சுமத்து. • *Do not* **accuse** *me of stealing.* to blame, குறைகூறு. • *The opposition leaders* **accused** *the government of shirking its responsibilities.*

ac-cu-sa-to-ry/əkju'zətɔry/(*adj*): அக்யு'ஸ:அடோ:ரி / indicating a person that he has done a wrong, குற்றம் செய்ததாக ஒருவனை சுட்டிக்காட்டுதல். *He pointed an* **accusatory** *finger to Ram.*

ac-cus-tom/ə'kʌstəm/(*v.t*):ə'க்கஸ்ட்டஅம் / to make used to, பயன்படுத்துதல் மூலம் சரிப்படுத்திக்கொள், பழக்கமாக்கு; to familiarize by custom or use, பழக்கப் படுத்திக் கொள். • *One must* **accustom** *oneself to cold weather.* **ac-cus-tomed**/ ə'kʌstəmd/(*adj*):ə'க்கஸ்ட்டஅம்ட்: / in the habit of, வழக்கமான; used to, பழக்கப்பட்ட, customary, வாடிக்கையான; habitual, ஒரே மாதிரி பழக்கப்பட்டுள்ள. • *I am* **accustomed** *to getting up very early in the morning.* *syn*: regular, used. *ant*: unused (to).

AC/DC [electricity]: alternating current or direct current, மாற்று (அ) நேர் மின்சக்தி.

ace/eis/(*n*):எய்ஸ் / **aced, acing. ace**(*n*): a single spot or mark on a card or die, (பகடையில்) தாயம் ஒன்று, சீட்டு விளையாட்டில் இடம் பெறும் 'ஒன்று' என்ற எண்; a very skilled person, expert, adept, நல்ல திறமையுள்ளவன், தேர்ச்சி பெற்றவன். **ace**(*adj*): first in quality, excellent, outstanding, within an ace of, very close to, தரத்தில் முதன்மையான, சிறந்த தன்மை யுள்ள, தலைசிறந்த, கிட்டும் தூரத்தில் உள்ள, வெகு அருகாமையில் உள்ள. • *Rajiv was an* **ace** *pilot.* • *I came within an* **ace** *of winning the game.* • *The film was an* **ace**. **ace** (*v.t*): to win a point against (one's opponent), by an ace, பகடையில் ஒரு புள்ளி அதிகம் எடுத்து வெற்றி பெறு.

A

acephalous/eisphalas/*(adj)*:எய்ஸ்பலஸ் / having no chief or head, தலைமை இல்லாத. *It is an* **acephalous** *but a registered society.*

a-cerb/ə'sɜ:b/*(adj)*:ə'ஸə:ப்: / sour or astringent in taste, புளிப்பான; bitter, (பேச்சு) கசப்பான. **acerbic***(adj)*:ə'ஸə:பி:க் / (of a person or manner) clever in a rather cruel way, harsh and sharp, குரூரமான தந்திரம் உடைய. **a-cer-bate**/ ə'sə:beit/*(v.t)*,ə'ஸə:பெ:ய்ட் / **acerbated, acerbating**: to make sour or bitter, புளிக்கச் செய் (அ) கசக்கச் செய்; to exasperate, கோபமூட்டு. **acerbating** *(adj)*: bitter, கோபமூட்டக்கூடிய.

a-cer-bi-ty/ə'sɜ:bəti/*(n)*:ə'ஸə:பி:ட்டி / sourness, கடும்புளிப்பு; roughness, முரட்டுத்தனம்; bitterness, கடுமை; harsh temper, கடுஞ்சொல்; severe expression, கோபமான சொற்கள்.

ac-e-tate/'æsiteit/*(n)*:'æஸிட்டெய்ட் / salt or ester of acetic acid, chemical made from acetic acid, அசிடிக் அமிலத்தினின்று பெறப்படும் உப்பு (அ) வேதிப் பொருள். **ac-e-tic**/ə'si:tik/*(adj)*:æஸிட்டிக் / concerning or producing vinegar or acetic acid, காடி (அ) அசிட்டிக் அமிலம் தொடர்பான. **acetic acid**: colourless, pungent liquid (CH_3COOH), the main constituent of vinegar, a bitter liquid made from wine or beer, a rayon made from cellulose, காடியின் முக்கிய பொருள், அசிடிக் அமிலம், அசிடேட், ரேயான் செய்யப் பயன்படும் பொருள்.

a-cet-y-lene/ə'setili:n/*(n)*:ə'ஸெட்டிலீன் / a colourless gas, HC≡CH, having an ether like odour, ஈதர் மணமுள்ள ஒரு நிறமற்ற வாயு; used for metal cutting and welding, உலோகங்களை வெட்டுவதற்கும், இணைப் பதற்கும் பயன்படுகிறது; a gas that burns with bright flame and used as an illuminant, மிக ஒளியுள்ள தீப்பிழம்புடன் எரியும் தன்மையது, ஒளிவிளக்காகவும் பயன்படுகிறது.

ache/eik/*(v.i)*:எய்க் / **ached, aching**: to have or suffer a continuous dull pain, நீண்ட மந்தமான வலியினால் துன்பப்படு. • *He has an* **ache** *in his chest.* to feel sympathy for, பரிதாபப்படு. • *My heart* **aches** *for my children.* to have some strong desire, ஏதோ ஒன்றுக்காக ஏக்கம் கொள். • *We* **ached** *to be at home again.* **ache***(n)*: continuous dull pain, but not severe, நீண்ட மந்தமான வலி. ஆனால், கொடுமையானது அல்ல. • *He has an* **ache** *in his head.* ***head-ache, stomach ache.***

achy*(adj)*/**achier, achiest** *He felt distressed and* **achy**.

a-chieve/ə'tʃi:v/*(v.t)*:ə'ச்சீவ் / to bring to a successful end, வெற்றிகரமாக முடித்து வை. • *The workers* **achieved** *the purpose of their strike.* carry through, நிறைவேற்று; accomplish, செய்து முடி; to finish successfully, நல்ல முடிவைக் காண்; succeed in doing or reaching, சாதனை செய்; to get or attain by effort, முயற்சி செய்து பெறு. • *The company has* **achieved** *100% sales target.* **achievable***(adj)*: capable of achieving, நிறைவேற்றக்கூடிய, செய்து முடிக்கக்கூடிய. **a-chieve-ment**/ ə'tʃi:vmənt/*(n)*:ə'ச்சீவ்மəன்ட் / something accomplished esp. by superior ability, நல்ல மேன்மையான திறமையினால் ஒரு சாதனை செய்து முடித்தல். • *Till now, I have not made any* **achievement** *in my life.* a great heroic deed, ஒரு வீரச்செயல் (அ) சாதனை; something successfully finished or gained esp. through intelligence, hardwork and skill, அறிவுக்கூர்மை, கடின உழைப்பு, அறிவுத் திறன் இவை கொண்டு வெற்றிகரமாக ஒரு செயலை முடித்து வைத்தல். • *Hard work has accomplished many scientific* **achievements**.

A-chil-les/ə'kili:z/*(n)*:ə'க்கிலீஸ்: / the greatest Greek hero, கிரேக்க மாவீரன். **Achilles' heel***(n)*: a small portion or area that is very weak or solely vulnerable, மிகவும் பலவீனமான பகுதி, தாக்குதலைத் தாங்கமுடியாத பலமில்லாத பகுதி, உயிர் நிலை. **Achilles tendon***(n)* the tendon that connects the calf muscles and the heel, குதிகாலையும் பின்னங்கால் தசைகளையும் இணைக்கும் தசை நாண்.

ac-id/'æsid/*(n)*:'æஸிட்: / a compound usually having a sour taste and capable of neutralizing alkalis, containing hydrogen which can be replaced by metal, அமிலம், புளிப்புச்சத்துள்ள, காரங்களைச் சமன்படுத்தும் குணமுள்ள இரசாயனக் கூட்டுப் பொருள், இக்கூட்டில் உள்ள ஹைட்ரஜன் உலோகத்தினால் இடப்பெயர்ச்சி அடையக் கூடியது. **acid***(adj)*: sour, புளிப்பான; sharp, biting, கடுமையான குணமுள்ள. **acidic** *(adj)*: having the properties of acid, அமிலத்தன்மையுள்ள. **a-cid-i-fy**/ə'sidifai/ *(v.t-v.i)*:æ'ஸிடி:ஃபய் / **acidified, acidifying**: to make or become acid, அமிலமாக்கு (அ) அமிலம் உண்டாக்கு. **acidity***(n)*: sourness, the quality of being acid, புளித்தல், புளிப்புத் தன்மையுடன்

A

இருத்தல். **acid rain**: rain containing large amounts of harmful acid-bearing chemicals as a result of industrial pollution, தொழிற்கூடங்கள் வெளிப் படுத்தும் அமிலம் நிறைந்த இரசாயனப் பொருள்கள் நிறைந்த மழை. **acid test**: a severe and conclusive test to prove whether something is genuine or worthy, ஓர் உண்மையை (அ) மதிப்பை நிரூபிக்கக் கூடிய தீர்க்கமான முடிவுச் சோதனை. • *The* **acid test** *of a good driver is whether he remains calm in an emergency.* **acidly**(*adv*): with bitterness and sarcasm, கடுப்புடன், ஏளனத்துடன், *My father said* **acidly** *to make my own decision in regard to my marriage.*

ac-knowl-edge/ək'nɔlidʒ/(*v.t*):ஒக்'னாலிஜ் / **acknowledged, acknowledging**: to accept or admit, ஏற்றுக்கொள் (அ) ஒப்புக் கொள்; recognize the existence, இருப்பதை அதிகார பூர்வமாக அங்கீகரி; to take notice of or reply to, பெற்றுக் கொண்டதை அங்கீகரித்துப் பதில் கொடு, ஏற்றுக்கொண்டு அதிகாரபூர்வமாகப் பதில் கொடு. • *When the election results were announced, the Prime Minister* **acknowledged** *his defeat.* • *The employer terminated the service of his clerk without* **acknowledging** *the explanation offered by him.* **ac-knowl-edge-ment** ək'nɔlidʒmənt(*n*): ஒக்'னாலிஜ்மெண்ட் / act of acknowledging or admitting, ஒப்புதல் கொடுத்தல் (அ) ஏற்றுக்கொள்ளல். • *I haven't received the* **acknowledgement** *for the letter sent to the office.* an expression of appreciation, பாராட்டும் வகையில் பேசுதல்; a thing done or given in appreciation or gratitude, மனப்பூர்வமாக ஒரு செயலைப் பாராட்டி நன்றி தெரிவித்தல். • *The manager was given a Maruti car in* **acknowledgement** *of his work for the company.* **acknowledgeable**(*adj*).

ac-me/'ækmi/(*n*):'ஆக்மி / the highest point, summit, உயர்நிலை, உச்சம். **acmic** (*adj*): the highest point of development, of success, வளர்ச்சியின் உயர்நிலை உடைய, வெற்றி தொடர்பான. • *He is at the* **acme** *of his life.*

ac-ne/'ækni/(*n*):'ஆக்னி / pimple, பரு; skin disorder commonly seen on a young person's face, இளம் வயதினரின் முகத்தில் ஏற்படும் பரு.

ac-o-lyte/'ækəulait/(*n*):'ஆக்கஉலய்ட் / a person who helps a priest to perform religious ceremonies, கோவிலின் சிறிய அதிகாரி; an altar attendant in public worship, கோவிலில் பொது வழிபாட்டிற்கு உதவி செய்பவர்.

a-corn/'eikɔ:n/(*n*):'எய்க்கா:ன் / the nut of the oak tree which grows in a cuplike holder, 'ஓக்' மரத்தின் பழம் (அ) கொட்டை.

a-cous-tic/ə'ku:stik/(*adj*):ə'க்கூஸ்ட்டிக் / pertaining to the sense or organs of hearing, ஒலித்தொடர்பான; (esp. of musical instrument), making natural sound as in violin, இயற்கை நாதம் எழுப்பக் கூடிய இசைக்கருவி (எ.கா. வயலின்) தொடர்பான. **a-cous-tics**/ə'ku:stiks/(*n*): ə'க்கூஸ்ட்டிக்ஸ் / the branch of Physics that deals with sound and sound waves, ஒலி/ஒலி அலைகள் பற்றிய இயற்பியல் பகுதி. **acoustician**(*n*).

ac-quaint/ə'kweint/(*v.t*):ə'க்உஎய்ன்ட் / to make more or less familiar or conversant (usually followed by "with"), பழகு, அறிமுகமாக்கு; to inform, make known, தெரிவி; to bring into social contact, சமுதாயத்தில் சுமுகமாகப் பழகச் செய். **ac-quaint-ed**/ə'kweintid/(*adj*): ə'க்உஎய்ன்ட்டிட் / having personal knowledge, நன்கு தெரிந்து கொண்ட; informed, அறிந்துகொள்ளும் தன்மை உடைய; made familiar, அறிமுகம் செய்யப்பட்டுள்ள. • *The lawyer* **acquainted** *the judge with the facts of the case.* • *They are already* **acquainted** *with each other.* **acquaintance** (*n*) slightly known person, சிறிதளவு பழக்கமானவர். **acquaintanceship**(*n*): the state of being socially acquainted, சமூகத்தில் அறிமுகம் செய்கின்ற தன்மை.

ac-quest/æ'kwest/(*n*):, ஆக்உஎஸ்ட் / property acquired by gift or purchase, வெகுமதியாகப் பெற்ற (அ) விலை கொடுத்து வாங்கிய பொருள்.

ac-qui-esce/,ækwies/(*v.i*):, ஆக்உயி'யெஸ் / **acquiesced, acquiescing**: to agree quietly, உடன்படு; to assent tacitly, மனப் பூர்வமாக இல்லாமல் ஆனால் எதிர்ப்புச் செய்யாமல் ஒப்புக்கொள். • *The secretary* **acquiesced** *to the plans of the minister.* **ac-qui-es-cence**/,ækwiesəns/(*n*): 'ஆக்உயியெஸென்ஸ் / act or condition of acquiescing, எதிர்ப்பின்றி உடன்படுதல். **acquiescent**(*adj*): submissive, ready to agree without any protest, உடன்பாடாக, எதிர்ப்பு இல்லாமல் ஒப்புதல் கொடுக்கும் படியான.

ac-quire/ə'kwaiə*/(*v.t*):ə'க்உஅயஒ / **acquired, acquiring**: to come to possess, சொந்தமாக்கிக் கொள்; to gain by one's own work, skill or action often over a long period of time, சுயமாக, தன் திறமையைக் கொண்டு நீண்ட காலமாக முயற்சி செய்து பெறு, திரவியம் தேடிக்கொள். • *Many men have* **acquired** *a lot of wealth by dint of hard work.* • *I managed to* **acquire** *a standard dictionary recently.* **acquirable**(*adj*), **acquirer**(*n*). *syn:* get, earn, win. **acquired character**: a character that is acquired but not inherited, பரம்பரை குணமில்லாத ஆனால் வந்து சேர்ந்த ஒரு குணம். **acquired taste** (*sing*): something that one may learn to like after a while, வாழ்க்கையில் சிறிது காலத்தில் தெரிந்து கொண்ட ஒரு நயம் (அ) பாவம் (அ) குணம். **ac-quire-ment**/əkwaiəmənt/(*n*):ə'க்உஅயஒமஒன்ட் / act of acquiring esp. gaining of knowledge or mental abilities, நல்ல அறிவு (அ) திறமை பெற்றுக் கொள்ளல், பொருள் ஈட்டுதல்.

ac-qui-si-tion/ˌækwi'ziʃn/(*n*):ˌஐக்உயி'ஸி:ஷஒன் / act of acquiring, சேர்த்துக் கொள்ளும் செயல்; something acquired, தானாகவே ஈட்டிய (அ) பெற்றுக் கொண்ட ஒன்று. • *The sole aim of some men is the* **acquisition** *of property.* • *This book is the latest* **acquisition** *to my library.* **ac-quis-i-tive**/ə'kwizitiv/(*adj*): ə'க்உயிஸிட்டிவ் / keen to possess, eager to get and own, tending to acquire often greedily, சொத்து சேர்க்க ஆசைப்படுகின்ற, பேராசையுடன், சொத்துச் சேர்த்துக் கொள்கின்ற. • *Rats are very* **acquisitive** *creatures.* • *Man is an* **acquisitive** *animal.*

ac-quit/ə'kwit/(*v.t*):ə'க்உயிட் / **acquitted, acquitting**: to give a decision that someone is not guilty of crime, குற்றம் புரியவில்லை என முடிவு கூறு; to pronounce not guilty, நிரபராதி என்று தீர்ப்புக்கூறு; discharge, விடுதலை அளி. • *I have been* **acquitted** *honourably by a court of law.* to settle or satisfy (a debt or an obligation), கடனைத் தீர் (அ) கடமையைச் செய்து முடி. • *She didn't* **acquit** *herself well in the interview.* **ac-quit-tal**/ə'kwitl/(*n*):ə'க்உயிட்ல் / the act of acquitting, discharge, குற்றம் இழைக்கவில்லை எனத் தீர்ப்புக் கூறி விடுதலை செய்தல்; settlement or discharge of debt, obligation, etc., கடனைத் தீர்த்து வைத்தல். **ac-quit-tance**/ə'kwitəns/(*n*)/ə'க்உயிட்டஒன்ஸ் / the act of acquitting, discharge of debt, document or receipt as evidence of the discharge of debt, obligation, etc., கடன் தீர்த்தல், கடன் சுமையினின்று விடுதலை அளித்தல், பணம் பெற்றுக் கொண்டமைக்கு அத்தாட்சி, ரசீது அளித்தல், குற்றச்சாட்டினின்று நீக்குதல்.

a-cre/'eikə*/(*n*):'எய்க்கஒ* / a unit for measuring area, பரப்பளவின் அலகு; an area of 4,840 square yards, 4,840 சதுர கஜம் உள்ள நிலப்பரப்பு, 100 சென்ட் நிலப்பரப்பு. **a-cre-age**/'eikə*ridʒ/(*n*):'எய்க்கஒரிஜ் / extent of area in acres, acres collectively, ஏக்கரில் நிலப்பரப்பு, மொத்த ஏக்கர்கள்.

ac-rid/'ækrid/(*adj*):'ஐக்ரிட் / sharp or biting to the taste or smell, pungent, சுவைக்கு (அ) நுகர்வுக்கு ஒவ்வாத; bitter, கசப்பான; irritating, எரிச்சலூட்டக் கூடிய.

ac-ri-mo-ny/'ækriməni/(*n*):'ஐக்ரிமஒனி / bitterness of nature, speech, disposition, etc., கடுமையான குணம், சுடுசொல், எரிச்சலூட்டும் தன்மை. • *The couple parted without* **acrimony**. **acrimonious**(*adj*): bitter, stinging, கடுமையான, துன்புறுத்தும் தன்மை உடைய. • *The opposition leader indulged in* **acrimonious** *attack of the Prime Minister.* **acrimoniously**(*adv*).

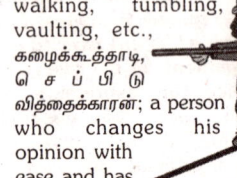

ac-ro-bat/'ækrəbæt/(*n*):'ஐக்ரஒப:ஐட் / one skilled in jumping, rope-walking, tumbling, vaulting, etc., கழைக்கூத்தாடி, செப்பிடு வித்தைக்காரன்; a person who changes his opinion with ease and has no definite policy of his own, கொள்கை என்று ஒன்று இல்லாமல் அடிக்கடி தன் கொள்கையை மாற்றிக் கொள்ளும் சுயநலவாதி. **ac-ro-bat-ic**/ˌækrəu'bætik/(*adj*):ˌஐக்ரஒஉ'ப:ஐட்டிக் / pertaining to acrobat, கழைக்கூத்தாடித் தொடர்பாக, சமயோசிதமாகக் கொள்கையை மாற்றிக் கொள்ளும் தன்மையுடைய. **ac-ro-bat-ics**/ˌækrəu'bætiks/(*n*):ˌஐக்ரஒஉ'ப:ஐட்டிக்ஸ் / (taken as plural) the feats of an acrobat, கழைக் கூத்தாடிச் செய்கைகள். **acrobatical**(*adj*), **acrobatically**(*adv*).

ac-ro-nym/'ækrəunim/(*n*):'ஐக்ரஒஉனிம் / a word formed by the first letters of words, சொற்களின் (தொடர்ச்சி) முதல் எழுத்துக் களைக் கொண்டு உருவாக்கப்படும்

A

வார்த்தை. e.g. **LIC** - Life Insurance Corporation. **Radar** - Radio Angle Detection and Range.

acrophobia/ˌækrəu'fəubjə/*(n)*: ˌஆக்ரஉ'பஉபி:யஅ / fear of heights, உயரமான இடங்களைக் கண்டால் ஏற்படும் பயம். **acrophobic***(adj)*.

a-crop-o-lis/ə'krɔpəlis/*(n)*:ə'க்ராப்பஅலிஸ் / fortified city or hill, மலைமேல் இருக்கும் பாதுகாக்கப்பட்ட அரண் கொண்ட நகரம்.

a-cross/ə'krɔs/*(prep)*:ə'க்ராஸ் / from one side to the other, ஒரு பக்கத்தினின்று மறுபக்கத்திற்கு, குறுக்காகக் கடந்து; into contact with, தொடர்பு கொண்டு; on the other side, மறுபக்கத்தில். • *The army was moving* **across** *the boundary line.* so as to cross, கடந்து செல்வதற்கு. **across***(adv)*: from one side to another side, ஒரு பக்கத்திலிருந்து மறுபக்கத்திற்கு. • *My friend suffered deep cuts* **across** *his legs when he fell down.* • *He ran* **across** *the road.* **across the board***(adj)*: applying to every one of the branches or categories, general, எல்லா வகைகளுக்கும் (அ) இனங்களுக்கும் பொருந்தும் தன்மை உடைய, பொதுத் தன்மையுள்ள. • *The Life Insurance Corporation's* **across the board** *pay increase gives benefit to all its employees.* • *The unit prices have fallen by 5%* **across the board. across the board***(adv)*. *The management settled the labour dispute* **across the board. across from**: *prep.* opposite with. • *Just* **across** *from our house there is a school.* **be (or) get across** something, understanding fully the details of an issue, ஒரு பிரச்சினையை முழுமையாகப் புரிந்துகொள்.

a-cros-tic/ə'krɔstik/*(n)*:ə'க்ராஸ்ட்டிக் / a poem or composition in which the first or last letters of the lines make a word or phrase, word puzzle so made, கரந்துறைப் பாட்டு, வரிகளின் முதலெழுத்தையோ (அ) கடைசி எழுத்தையோ கூட்டுவதால் உண் டாகும் பாட்டுவகை (அ) சொற்புதிர்வகை.

a-cryl-ic/ə'krilik/*(n)*:ə'க்ரிலிக் / a chemical substance used in the preparation of dyes, சாயங்கள் தயாரிப்பதற்கும், ஆடை களின் நூல் தயாரிப்பதற்கும் பயன்படுகின்ற ஒரு இரசாயனப் பொருள்.

act/ækt*(v.t)*:ஆக்ட் / to do something, ஏதோ ஒன்று செய்; take action, செயல்படு; work, வேலை செய். • *The Minister* **acted** *on the suggestion of the secretary.* to represent (a part in a drama, play or film), to perform esp. on the stage, நடி, நாடகம் (அ) சினிமாவில் நடி. • *Ram always* **acts** *the role of a hero.* • *My friend is* **acting** *the role of Lalbahadur Shastri in a drama.* **act***(n)*: anything done, being done, or to be done, performance, deed, செயல், செய்கை, ஒரு நிறைவேற்றம், அரங்கக் காட்சி; the process of doing, ஒரு செயல் முறை; a law made by a parliament or similar body, நாடாளுமன்றம் (அ) வேறு நிறுவனங்கள் இயற்றும் விதி முறைகள்; part of a play or a drama, நாடகத்தின் அங்கம்; (**act** is different from **action**). • *The brakes failed to* **act**. • *The second* **act** *of Ramayan is now going on the TV.* • *The* **act** *of the Congress has been approved by the Senate.* **act-ing**/æktiŋ/*(adj)*:'ஆக்ட்டிங் / serving temporarily esp. during the absence of regular incumbent, தற்காலிமாக அலுவல் பார்க்கும்படி நியமனம் பெற்றுள்ள, வேறு ஒருவருக்குப் பதிலாக வேலை செய்கின்ற; not permanent, நிரந்தரம் இல்லாத. • *In the absence of the Governor, the Chief Justice is* **acting**. **acting***(n)*: performance on the stage in a drama, நாடகத்தில் நடித்தல்; feign, பாவனை செய்தல். • *Banu's* **acting** *in the drama is realistic.* **ac-tion**/'ækʃn/*(n)*:'ஆக்ஷஅன் / the process or state of acting or of being active, சுறுசுறுப்பாக இருத்தல் (அ) செயல் புரிந்து கொண்டு இருத்தல். • *I have taken* **action** *in the matter.* something done or performed, செய்த (அ) செய்யப்படுகின்ற வேலை. • *Necessary* **action** *is being taken to deal with the case.* fighting or a fight between armies or navies, போர், இராணுவப் படைகளிடையே (அ) கப்பற் படைகளிடையே ஏற்படும் போர். • *Soldiers who are killed in* **action** *during wars deserve awards.* a charge or a matter for consideration by a court of law, நீதிமன்றத்தில் எடுக்கப்படும் நடவடிக்கை. • *The court has taken* **action** *to prosecute the minister.* **ac-tio-na-ble**/'ækʃnəbl/*(adj)*:'ஆக்ஷஅனஅப்:ல் / having enough ground for a law suit, வழக்குத் தொடருவதற்கு இடம் அளிக்கின்ற. • *The Government regards these allegations as* **actionable**. **act of God**: sudden irresistible action of natural forces or event that can neither be foreseen nor be prevented, தெய்வச்செயல், புயல், பூகம்பம் போன்ற இயற்கை விபரீதங்கள். **actable***(adj)*.

ac-tiv-ate/'æktiveit/*(v.t)*:'ஆக்ட்டிவெய்ட் / **activated, activating**: to make active, செயல் திறன் ஊட்டு. • *In chemical reaction,*

A

molecules are **activated**. to excite, உயிரூட்டு; to induce radioactivity, கதிர் வீச்சைத் தூண்டு; to hasten (reactions) by various means such as heating or by adding a catalyst இரசாயனச் செயலின் எதிர் வினையை வேகமாக்கு; to induce, செயலைத் தூண்டு. • *Every bank office has a device to* **activate** *its alarm system when necessary.* **activator**(*n*): a catalyst, **activation**(*n*). **actively**(*adv*), **ac-tive**/ æktiv/(*adj*):'ஃக்ட்டிவ் / always busy doing things, எப்பொழுதும் செயல்பட்டுக் கொண்டு சுறுசுறுப்பாக இருக்கின்ற. • *Mine is an* **active** *life at 65.* • *India has launched an* **active** *communications satellite recently.* in a state of action, செயல்படும் நிலையிலுள்ள. • *I find nature is always* **active**. causing change, மாற்றம் உண்டு பண்ணிக் கொண்டு; indicating the 'voice' of the verb where subject is the doer, மனைச் சொல்லின் வினையைக் குறிப்பிடு. **I broke** the glass - **broke**: active voice. The glass **was broken-was broken** passive voice. • *The cat* **killed** *the mouse* - **killed**: active voice.

ac-tiv-ist/'æktivist/(*n*):'ஃக்ட்டிவிஸ்ட் / any one taking very active part esp. in politics, a vigorous advocate of a political cause, ஒரு தீவிர அரசியல்வாதி, ஒரு அரசியல் கொள்கைக்காகப் போராடுபவன். • *There are many political* **activists** *in India.*

ac-ti-vism/'æktivizəm/(*n*):'ஃக்ட்டிவிஸ:ம் / the policy of vigorous action to bring about political change, அரசியல் மாற்றத்தை ஏற்படுத்த தீவிர நடவடிக்கை.

ac-tiv-i-ty/æk'tivəti/(*n*):ஃக்'ட்டிவிட்டி / something that is done or being done, functioning, இயங்கும் தன்மை, இயக்கம், செயல்படும் தன்மை. • *I find a lot of* **activity** *in the police camp.* the state or quality of being active, செயல்பட்டுக் கொண்டு இருக்கும் தன்மை; liveliness, busy or vigorous action, மிகச் சுறுசுறுப்பான நிலை, (செயல்) உயிரூட்டும் தன்மை. • *Sailing is an* **activity** *I much enjoy.*

ac-tor/'æktə*/(*n*):'ஃக்ட்டஅ* / one who acts in stage plays, motion pictures, television etc., ஒரு நடிகர், நடிப்பவர்; (fem) **actress,** நடிகை. **actressy**(*adj*) emotionally volatile or self-consciously theatrical, உணர்ச்சி பூர்வமான, மிக எளிதில் மாறுகிற, *Her* **actressy** *manner puzzles and irritates others.*

ac-tu-al/'æktʃuəl/(*adj*):'ஃக்ச்சுஅல் / existing in act or fact, செயல்திறனுள்ள; real, உண்மையான, செயல்பூர்வமான. • *In any transaction, the* **actual** *expenditure always exceeds the original estimate.* • *Tell me the* **actual** *facts.* **ac-tu-al-i-ty**/ ˌæktʃu'æləti/(*n*):ˌஃக்ச்யுஃலிட்டி / (*pl.* **actualities**): reality, existence, உண்மை, இருக்கும் தன்மை; actual conditions or circumstances உண்மை நிலை, உண்மையான சந்தர்ப்பங்கள், நிகழ்ச்சிகள். **ac-tu-al-ly**/'æktʃuəli/(*adv*):'ஃக்ச்சுஅலி / really, in actual fact, உண்மையாக, உண்மையில். • *She looks very young, though she is* **actually** *50.* • **Actually,** *I have no money now.* **actualiz(s)e**(*v*) make it real, உண்மையாக்கு, *He* **actualised** *his dream and became a professor.*

ac-tu-a-ry/'æktjuəri/(*n*):'ஃக்ச்சுஅரி / (*pl.* **actuaries**): a person who advises insurance companies regarding premium rates, risks, etc. after due calculation, ஆயுள் காப்பீட்டு நிறுவனங் களுக்குக் காப்பீடு தொடர்பான தொகைக் கணக்கீடு, அபாயநிலை முதலியவற்றைக் கணக்கிட்டு ஆலோசனை கூறுபவர்.

ac-tu-ate/'æktjueit/(*v.t*):'ஃக்ச்சுஎய்ட் / **actuated, actuating**: to put into action, motivate, சிந்தனையைத் தூண்டு; to cause to act, செயலைத் தூண்டு, செயல்படுத்து, செய்வதற்குக் காரணமாயிரு. **actuation** (*n*) **actuator**(*n*).

a-cu-i-ty/ə'kju:əti/(*n*):ə'க்யூயிட்டி / sharpness, keenness, அறிவுக்கூர்மை; fineness esp. of the mind or sensual organs like eyes, ears, etc., உள்ளத்தின் உயர் தன்மை, பார்த்தல், கேட்டல் முதலிய பண்புகளின் கூர்மை.

ac-u-men/'ækjumən/(*n*):'ஃக்யுமென் / ability to think, to discern, to perceive or to judge well and quickly, சிந்தித்து, பகுத்தறிந்து வேகமாகச் செயல்படும் அறிவுக்கூர்மை; penetrating mental insight, சிறந்த சிந்தனை, ஊடுருவும் தன்மை, மனோசக்தி. *He has a shrewd business* **acumen**.

ac-u-punc-ture/ə'kjupʌŋktʃə*/(*n*): ə'க்யுப்பங்ச்சஅ* / **acupunctured, acupuncturing**: a method of stopping pain and curing diseases by inserting special needles into certain parts of the body, தோலில் (அ) உடலில் ஏற்படும் வியாதியின் தன்மையை (அ) வலியைக்

குறைப்பதற்குச் சில ஊசிகளைக் குறிப்பிட்ட உடற்பகுதியில் குத்திக் குணப்படுத்துதல்; the puncture of a tissue with a needle as for drawing off fluids or relieving pain, உடலின் திசுக்களில் துளையிட்டு வலியைக் குறைத்தல் (அ) கெட்ட திரவங்களை வெளியேற்றுதல். **acupuncturist**(*n*).

a-cute/ə'kju:t/(*adj*):ə'க்யூட் / capable of minute observation, sharp, அறிவுக் கூர்மையுள்ள, நல்ல கவனமுள்ள. • *Some birds have* **acute** *eye sight.* showing an alert mind to understand things cleverly and sharply, எல்லாவற்றையும் எளிதில் புரிந்து செயல்படும் அறிவுத் திறனுள்ள; in geometry, an angle less than 90° (45° is an acute angle), (90° க்குக் கீழ் உள்ள கோணங்கள்) ஜியோமிதி கணக்கில் குறுங்கோணமான; severe, very great, கடுமையான, தீவிரமான, தாங்க முடியாத. • *The company is experiencing* **acute** *shortage of raw materials.* • *There is* **acute** *famine in some parts of the country.* **acutely**(*adv*) **acuteness**(*n*).

ad/æd/(*n*):æட்: / advertisement (shortened form), advertising, விளம்பரம், விளம்பரம் செய்தல், (சுருக்கிய சொல்).

AD: in the year of our Lord, since Christ was born, (abbr. for Anno Domini - AD - in the year) (from 20 BC to AD 50 is 70 years) கி.பி. கிறித்து பிறந்த பின்.

ad-age/'ædidʒ/(*n*):'æடிஜ் / proverb, an old saying in usage now also, முதுமொழி, வழக்கத்தில் உள்ள பழமொழி.

a-da-gio/ə'da:dʒiəu/(*n*):(*pl.* **adagios**): ə'டாஜிəஉ / a piece of music played slowly, மெதுவாகப் பாடப்படும் ஓர் இசை; a duet by two persons, இருவர் (ஆண், பெண்) சேர்ந்துபாடும் இசை. **adagio**(*adv*): slowly, மெதுவாக, **adagio** (*adj*): slow தாமதமான.

Ad-am/'ædəm/(*n*):'æடəம் / the first man created by God according to the Bible, கிறித்தவ வேதநூலின்படி கடவுளால் உண்டாக்கப்பட்ட ஆதி மனிதன்; man, மனிதன், a person not acquainted with, முன்பின் தெரிந்திராத ஒருவர். **Adam's apple**: a projection of the thyroid cartilege at the front of neck, குரல்வளை.

ad-a-mant/'ædəmənt/(*adj*):'æடəமəன்ட் / firm, (of a human behaviour) not yielding to appeals, பணிந்து போகாத மனமுள்ள, எந்தவகை வேண்டுகோளுக்கும் செவி சாய்க்காத; obstinate, hard substance like diamond, வைரத்தைப் போன்ற கடினமான பொருள். • *Some people are* **adamant** *in their views.* **adamancy**(*n*). **adamance**(*n*), **adamantly**(*adv*) **adamantine**(*adj*): not easy to break, எளிதில் உடைக்கமுடியாத, *Her* **adamantine** *will forced her parents to approve her marriage with a foreigner.*

a-dapt/ə'dæpt/(*v.t*):ə'டæப்ட் / modify fittingly, புதிய சூழ்நிலைக்குச் சரிசெய்து கொள்; to make suitable to requirements, தேவைக்கு ஏற்ப மாற்றியமை; to adjust oneself to new needs, different conditions, etc., தேவைக்கு ஏற்ப, மாறிவரும் சூழ்நிலைக்குச் சரி செய்து கொள். • *We have to* **adapt** *ourselves to the idea of having women as superior officers.* • *Children* **adapt** *themselves to the change in environment quickly.* **adap-ta-ble**/ə'dæptəbl/(*adj*):ə'டæப்ட்டəப்:ல் / able to adjust oneself readily to different conditions, capable of being adapted, சரிக்கட்டிப்போகக் கூடிய, மாறிவரும் சூழ்நிலைக்கேற்ப நடந்து கொள்ளக் கூடிய, பொருந்தக்கூடிய. **a-dap-ter**/ə'dæptə*/(*n*):ə'டæப்ட்டə* / one who or that which adapts, பலவேலைகளுக்குப் பொருந்தக் கூடிய ஒருவர் (அ) ஒரு (மின்சார) சாதனம்; an accessory to convert a machine, tool, etc. to a new or modified use, ஒரு துணைக்கருவி, ஓர் எந்திரம் (அ) கருவியை மாற்றியமைக்கப் பயன்படும் துணைக்கருவி. **ad-ap-ta-tion**/ˌædæp'teiʃn/(*n*): ˌæடæப்'ட்டெய்ஷən / the act of adapting, ஒத்துப்போகும் குணம். சரி செய்து கொள்ளும் தன்மை. **ad-ap-tive**/ə'dæptiv/(*adj*):æட:'æப்ட்டிவ் / serving or obeying, ஒத்துப் போகக் கூடிய. **adaptively**(*adv*), **adaptiveness**(*n*). **adaptability**(*n*) **adaptably**(*adv*).

ADC: aide-de-camp, உயர்பதவி வகிப்பவருக்கு முகாமில் பாதுகாப்பாக இருப்பவர்.

add/æd/(*v.t*):æட்: / to join or to unite something with another to increase the quantity or number, ஒன்றாகச் சேர், ஒன்றோடொன்று சேர்த்து அதிகரிக்கும்படி செய், எண்ணிக்கை அதிகரிக்கச் செய்; to get the total of, கூட்டு, கூட்டி மொத்தம் கண்டுபிடி; to say further, to say more, மேலும் சொல், அதிகம் பேசு; to put together, ஒன்று சேர். • *My unemployment has* **added** *to the trouble of my family.* **add up**: to make the total as expected, வேண்டும் என்ற தொகைக்குக் கூட்டு. • *The waiter can't* **add up.** *to make sense.* to be in harmony, இணக்க உணர்வை

உருவாக்கு. • *These rules don't really* **add up** *very much.* **adds up to** : to signify, குறிப்பிடு. • *The deposition of the inspector of police* **add up to** *a case of forgery.* **add fuel to the fire**: make a difficult position still worse, மோசமான நிலையை இன்னும் மோசமாக்கு. • *The economy is already in a bad shape; these strikes* **add fuel to the fire**. **added**(*adj*): further, in addition to the existing, அதிக மாக்கப்பட்டுள்ள, இன்னும், அதிகமாகி யுள்ள. • *The new train has the* **added** *advantage of being faster than the old one.* **addable**, **addible**(*adj*). **added value**(*n & adj*).

ad-den-dum/ə'dendəm/(*n*):ə'டெ:ண்ட:ம் / (*pl.* **addenda**): a thing to be added, சேர்க்கப்பட வேண்டியது; an addition, சேர்க்கை; an appendix to a book, பிற்சேர்க்கை, பின்னிணைப்பு.

ad-der/'ædə*/(*n*): 'ஆட:ə* / the common viper, a small poisonous snake, viper, விரியன்பாம்பு, விஷப்பாம்பு.

ad-dict/'ædikt/ (*n*):[also **adikt**]:'ஆடி:க்ட் / a person who is not able to free himself from a dreadful habit esp. of taking drug or alcohol, குடி (அ) போதை மருந்துக்கு அடிமையாகி அதனின்று விடுதலை பெற முடியாமல் தவிப்பவர். • *My husband is a heroin* **addict**. **addict**(*v*): to give (oneself) over as to a habit or pursuit, ஒரு பழக்கத்திற்கு (அ) மோசமான நடத்தைக்கு அடிமைப்படுத்திக் கொள். • *He is* **addicted** *to drugs.* **addiction**(*n*): practice, பழக்கம் (நல்லது அல்ல). **ad-dict-ed**/'ædiktid/(*adj*): 'ஆடி:க்ட்டிட்: / dependent on as a habit (addicted to drugs, smoking, etc.), போதைப்பொருள் உட்கொள்ளல், புகை பிடித்தல் போன்ற பழக்கங்களுக்கு அடிமைப் பட்ட. • *I am* **addicted** *to smoking.* **ad-dic-tive**/'ædiktiv/(*adj*):'ஆடி:க்ட்டிவ் / habit forming, தகாத பழக்கங்களுக்கு அடிமையாகும் தன்மையுள்ள; causing addiction, producing addiction, கெட்ட பழக்கத்தை உண்டாக்கக் கூடிய, தீய பழக்கத்திற்குக் காரணமாகிய. • *Heroin is highly* **addictive**. *opp*: non-addictive.

ad-di-tion/ə'diʃn/(*n*):ə'டி:ஷன் / the act of adding, சேர்த்தல்; the process of uniting, சேர்க்கும் முறை; anything added, கூட்டப்படும் பொருள் (அ) எண். • *There can be no* **addition** *to the day's programme of the President.* the branch of arithmetic which deals with adding, கூட்டல் எனும் கணிதப்பிரிவு. **in addition to**: as well, மேலும்; besides, இன்னும். • **In addition to** *being a good writer, he seems to be a fine musician.* **ad-di-tion-al**/ə'diʃənl/(*adj*):ə'டிஷனல் / added, supplementary, extra, அதிகப் படியான, மேலும்; more than what is usual, வழக்கத்திற்கு அதிகமான. • *We expect* **additional** *expenditure in carrying out the programme.* **additionally**(*adv*).

ad-di-tive/'æditiv/(*adj*):'ஆடி:ட்டிவ் / to be added, சேர்க்கும் படியான; of the nature of an addition, சேர்க்கும் நிலையிலுள்ள; cumulative, சேர்ந்துள்ள, திரண்டுள்ள. **additive**(*n*): a substance, esp. chemical or natural one added in small quantities to something else, ஒரு பொருளுடன் மிகச்சிறிய அளவில் சேர்க்கப்படும் வேறு ஒரு இரசாயன (அ) இயற்கையான பொருள். • *Some shops sell* **additive** *- free food.* a substance that is added to food to preserve or to give pleasing colours, taste or for any other purpose, உணவுப் பொருளுடன் அதைப் பாதுகாக்க (அ) அழகுபடுத்த (அ) சுவையூட்டச் சேர்க்கப் படும் வேறு ஒரு பொருள்.

ad-dle/'ædl/(*v*):'ஆட்:ல் / to become confused, கலவரமடை, குழப்பமடை; to make spoiled or rotten as eggs, தகுதியற்றதாக்கு, கெட்டுப்போன முட்டையைப்போல் பாழாய்ப் போ. **addled**(*adj*): having gone bad, கெட்டுப்போன; having become mentally unsound, குழப்பமான, கலவரமான. confused, குழப்பமடைந்த. • *His brain was* **addled** *from years of drug abuse.*

addorsed/ædə'sə*(*adj*):ஆட்:ாஸ்ட் / placed back to back, பின்னுக்குப்பின் வைக்கப்பட்ட.

ad-dress/ə'dres/(*n*):ə'ட்:ரெஸ் / formal speech or written statement, எழுத்து மூலம் கொடுக்கப்படும் வாக்குமூலம், அதிகார பூர்வமான பேச்சு. • *The President's* **address** *to the parliament was formal and dull.* manner of speaking, பேசும் விதம்; personal bearing in a conversation, பேசும்பொழுது ஒருவரின் தனிப்பட்ட பண்பு (அ) விதம்; direction of a

letter, the place or the name of the place where a person, organization or the like is located or may be reached, முகவரி. • *May I know your* **address** *when you are in Delhi?* skill, பேசும் திறமை, சாமர்த்தியம்; a place in the memory of a computer where particular information is stored, a label, as an integer, symbol or other set of characters, etc., கணிப்பொறி இயந்திரத்தில் முக்கிய தகவல்களைச் சேகரித்து வைக்குமிடம், விளக்கச் சீட்டு, முழு எண், குறியீடு மற்றும் பல தகவல்கள் அடங்கிய பகுதி. **addresses** *(n, pl)*: அட்ரெஸஸ்: courtship, காதல் வயப்படும் பொழுது பேசும் பேச்சுகள். **address***(v.t)*: to direct a speech or written statement to, ஒருவரிடம் சொற்பொழிவு செய், எழுத்துமூலம் வாக்கு மூலம் கொடு. • *The minister is to* **address** *the assembly today.* to make a speech, சொற்பொழி வாற்று. • *The secretary will* **address** *the workers regarding the pay rise.* to woo, to court, காதல் வயப்படு, காதல் ஏற்படும் வசீகர மொழி பேசு; to present a congratulatory message or petition, வாழ்த்துரை கூறு, மனு கொடு.

addressee/ˌædre'si/*(n)*:ˌஅட்ரெ'ஸீ / person to whom a communication is sent or addressed, விலாசதாரர்.

ad-duce/ə'dju:s/*(v.t)*:ə'ட்:யூஸ் / **adduced, adducing**: to bring forward as proof to cite, to quote, give proof, to give explanation, example, etc., காரணம் கூறு, சான்று கொடு, குறிப்பிடு, எடுத்துச் சொல், நிரூபணம் செய், உதாரணம் கொடு. • *I can* **adduce** *no reason for the irresponsible behaviour of the official.* **adducible** *(adj)*, **adducer***(n)*, **adduction***(n)*.

d-e-noid/'ædinɔid/*(n)*:'அடிːனாய்ட்: / [usually **adenoids**]: inflammation of the ymphatic glands, i.e. a swelling of tissue etween nose and throat, நிணநீர் ˘ப்பிகளின் வீக்கம், மூக்கு, தொண்டை இற்றிற்கிடையே ஏற்படும் வீக்கம், சதை வர்ச்சி.

ad-et/'ædept/*(adj)*:'அடெ:ப்ட் / well skilled, exꜰrt, proficient, திறமை வாய்ந்த, தேர்சியுள்ள, நன்றாகப் பயின்றுள்ள. *He is an* **dept** *negotiator.* **adept***(n)*: expert, நல்ல'தர்ச்சியுள்ளவர்; a highly skilled, profic nt person, மிகவும் தேர்ச்சி பெற்றவர், தொழ் நுட்பங்களை நன்கு பயின்றவர். *In music* ›*mpositions, he is an* **adept**.

ad-e-quac-y/'ædikwəsi/*(n)*:'அடி:க்உஸி / sufficient for a particular job or purpose, போதுமான அளவு வேண்டிய தகுதிகளுடன் இருத்தல். **ad-e-quate**/'ædikwət/*(adj)* 'அடி:க்உயிட் / sufficient, போதுமானதாக, சரியாக. • *The supply is* **adequate**. enough for the purpose, தேவைக்குப் போதுமான; suitable, fit, தகுதியான, பொருத்தமான. • *His legal knowledge is* **adequate** *to begin his practice.* equal to the occasion, சந்தர்ப்பத்திற்கு ஏற்றதாக; just good enough, நிறைவான, பொருத்தமானதாக, போதுமானதாக. • *The government very often does not have* **adequate** *police force to deal with communal riots.* **adequately***(adv)*, **adequateness***(n)*.

ad-here/əd'hiə*/*(v.i)*:əட்:'ஹியə* / **adhered, adhering**: to stick fast, ஒரு கொள்கையைக் கடைப்பிடி; to be devoted to, உண்மையாக இரு; to hold to (an opinion), எண்ணம் (அ) கருத்தைப் பற்றிக் கொள். **adhere to**: to follow or remain loyal to, உறுதியாகப் பின்பற்று (அ) உண்மையாயிரு. • *Government never* **adheres to** *the laws of natural justice.* • *The engineer should strictly* **adhere to** *the plan estimates.* **ad-her-ence**/əd'hiərəns/*(n)*:əட்:'ஹியərəன்ஸ் / quality of adhering, the action of being loyal to something in spite of certain hardship, தீவிரமான கொள்கைப்பற்று, துன்பமேயாயினும் உறுதியுடன் ஒரு கொள்கை (அ) தலைவனைப் பின்பற்றி இருத்தல். **ad-her-ent**/əd'hiərənt/*(adj)*:əட்:'ஹியərəண்ட் / attached, sticking, united with or to, adhering, சார்ந்த, ஒட்டிக் கொள்ளக் கூடிய, ஒன்றாகப் பின்பற்றுகின்ற.

ad-he-sion/əd'hi:ʒn/*(n)*:əட்:'ஹீஜ:əன் / act of adhering, the state of being united, ஒட்டிக் கொள்ளும் தன்மை, ஒட்டுதல். • *The glue has good* **adhesion**. **ad-he-sive**/əd'hi:siv/*(adj)*:əட்:'ஹீஸிவ் / sticky, உறுதியாக; tenacious, holding fast, ஒட்டிக் கொள்ளக்கூடிய. **adhesive***(n)*: an agent which sticks things together, ஒட்டுப் பொருள்; a thing that is sticky (a substance such as glue) (e.g: adhesive tape), ஒட்டும் தன்மையுள்ள கோந்து போன்ற பொருள்.

ad-hi-bit/ədhibit/*(v.t)*:əட்:'ஹிபி:ட் / **adhibited, adhibiting:** to use, பயன்படுத்து; to apply, பயனுடையதாகும் படிச் செய்; to attach, ஒட்டியிரு; to admit, அனுமதி. **adhibition***(n)*.

A

A

ad-hoc/ˌæd'hɔk/*(adv & adj)*:'ஊட்:'ஹாக் / with respect to this (subject or thing), ஒரு பொருள் (அ) தகவல் சார்பாக; for a particular purpose, குறிப்பிட்ட நோக்கத்திற்காக. • *An* **adhoc** *arrangement has been made to transport the refugees.*

a-dia-ba-tic/ə'dija:ba:tik/*(adj)*: ə'டியாபா:டிக் / impassable to heat, வெப்பத்தை வெளியேவிடாத உள்ளே இழுக்காத.

a-dieu/ə'dju:/*(int)*:ə'ட்:யூ / good bye, farewell, போய் வா. **adieu***(n)*: a farewell, a leave, பிரிந்து செல்ல விடையளித்தல், பிரிவு. *It was a tearful* **adieu**. **adieus***(n, pl)*: to God, கடவுளுக்கு. **adieux**: God will save, கடவுள் காப்பாற்றுவார்.

ad-in-fi-ni-tum/ˌædinfi'naitəm/*(adv)*: ˌஊடி:ன்ஃபி'னய்ட்டəம் / to infinity, endlessly, without limit, for ever, முடிவற்ற, முடிவில்லாத, எல்லையில்லாத, எப்பொழுதும் இருக்கும் தன்மையுடைய.

ad-ini-ti-um/ˌædinitiəm/*(adj)*: ஊட்:'இனீட்யəம் / at the beginning, ஆரம்பக்கட்டத்தில் உள்ள.

ad-in-ter-im/'ædintərim/*(adv & adj)* 'ஊடி:ன்ட்டெரிம் / in the meantime, இடைவேளையில், இடையில் உள்ள.

ad-i-pose/'ædipəus/*(adj)*:'ஊடி:ப்பəஉஸ் / pertaining to animal fat, fatty, (adipose tissue), பிராணியின் கொழுப்பு பற்றிய, கொழுப்புத்தன்மையுள்ள. **adipose***(n)*: animal fat stored in the fatty tissue of the body, உடலின் கொழுப்புத் திசுக்களில் சேமிக்கப்படும் பிராணிகளின் கொழுப்பு. **adiposity***(n)*: fatness, கொழுப்புத் தன்மை.

ad-it/'ædit/*(n)*:'ஊடி:ட் / a nearly horizontal or inclined entrance into a mine, சுரங்கத்திற் கிடையான (அ) சற்று சாய்ந்த வழி, சுரங்க நுழைவாயில்.

adj:'ஊட்:ஜ் / abbreviation for "adjacent or adjective", "adjacent or adjective" என்பதன் சுருக்கம்.

ad-ja-cent/ə'dʒeisənt/*(adj)*:ə'ஜெய்ஸəன்ட் / lying close to, adjoining, bordering on, very close, touching or almost touching, contiguous, அருகில் அடுத்தாற் போலுள்ள, எல்லையில் உள்ள, பக்கத்திலுள்ள, தொட்டுக் கொண்டுள்ள, தொடர்ந்தாற் போலுள்ள. • *The city map can be seen on an* **adjacent** *page.* **adjacently***(adv)*, **adjacency***(n)*. *syn*: touching, abutting. *ant*: distant.

ad-jec-tive/'ædʒiktiv/*(n)*:'ஊஜிக்ட்டிவ் / a word used with a noun to quality or limit or define it, பெயர்ச்சொல்லுடன் சேர்ந்து வந்து அதை விளக்கும் அல்லது வரையறைப்படுத்தும் அல்லது நிர்ணயிக்கும் சொல், பெயரடை. **adjectival***(adj)*, **adjectivally***(adv)*.

ad-join/ə'dʒɔin/*(v.t-v.i)*:ə'ஜாய்ன் / to be close to, to join or unite to, நெருங்கியிரு, ஒட்டியிரு; abut on, to be in contact with, to be very close, touching to, அருகில் இரு, சேர்ந்திரு, ஒட்டியிரு, தொடர்ந்திரு, தொட்டுக் கொண்டிரு, அடுத்திரு. • *My house* **adjoins** *the police station.* **ad-join-ing**/ ə'dʒɔiniŋ/*(adj)*:ə'ஜாய்னிங் / bordering, சேர்ந்துள்ள; contiguous, தொடர்ந்துள்ள.

ad-journ/ə'dʒɜ:n/*(v.t)*:ə'ஜə:ன் / to postpone to a future time, எதிர்காலத் திற்கு ஒத்திப் போடு; to move to another place, வேறு இடத்திற்கு மாற்று. • *The chairman* **adjourned** *the meeting for a week.* **adjourn***(v.i)*: to postpone, தள்ளிவை; to suspend or transfer proceedings, அலுவலை நிறுத்திவை (அ) மாற்று. • *The council* **adjourned** *for an hour for lunch.* **ad-journ-ment**/ ə'dʒɜ:nmənt/*(n)*:ə'ஜə:ன்மəன்ட் / act or state of adjourning, தள்ளிப் போடுதல். • *The Council met today after an* **adjournment** *of two months.*

ad-judge/ə'dʒʌdʒ/*(v.t)*:ə'ஜட்:ஜ் / **adjudged, adjudging**: to settle judicially, சட்ட பூர்வமாகத் தீர்த்துவை; to pronounce judicially, சட்டபூர்வமாகத் தீர்ப்பு உரை; to award, நடுவர் தீர்ப்புக் கொடு; to state officially, அதிகாரபூர்வமாக அறிவிப்புக் கொடு; to decree, தீர்ப்புக் கொடு; to pronounce formally, விதிகளின்ப தீர்ப்புக் கொடு. • *The student of th government college was* **adjudged** *te prize winner.* • *The court* **adjudged** *tat the man was not guilty.* **adjudgemen***n)*.

ad-ju-di-cate/ə'dʒu:dikeit/*v)*: ə'ஜூடி:க்கெய்ட் / **adjudicated, adjudicating**: to settle judiciall சட்ட பூர்வமாகத் தீர்த்துவை. • *The tribu l will* **adjudicate** *on the river water spute.* give judgement, வழக்கு மன்றத்திதீர்ப்புக் கொடு. • *A High Court juce will* **adjudicate**. **adjudicate***(v.i)* sit in judgement, நியாயம் வழங்கமுற்படு. **adjudicative***(adj)*: to give a ecision, தீர்ப்பு அளிக்கக்கூடிய. **adjudator***(n)*:

judge, நடுவர், நீதிபதி. **ad-ju-di-ca-tion**/ əˌdʒuːdiˈkeiʃn/*(n)*:əˌஜுடிக்'கெய்ஷன் / act of adjudicating, தீர்ப்புக் கூறுதல், வழக்கு மன்றத்தில் விசாரித்து நியாயம் வழங்குதல். • *The dispute has been referred for* **adjudication**.

ad-junct/ˈædʒʌŋkt/*(n)*:ˈஅஜங்ட் / something joined to another thing but not essential to it, assistant, a person attached to another person, வேறு ஒன்றுடன் சேர்ந்து இருத்தல் ஆனால் முக்கியமில்லாமல் இருத்தல், உதவியாளர் ஒருவருடன் சேர்ந்து இருப்பவர்; a modifying word or form or phrase, அடைமொழி, விளக்கப்பயன்படும் வார்த்தை (அ) அமைப்பு (அ) சொற்றொடர், முக்கியம் இல்லாத ஆனால் விவரிக்கப் பயன்படும் வார்த்தை. • *She came on* Monday. [*On* Monday *is* **adjunct**]. *Computer knowledge is* **adjunct** *to learning.* **adjunct***(adj)* *She is an* **adjunct** *teacher of Physics.* **adjunction***(n)*: addition of an adjunct, ஒன்றோடு வேறு அதிகம் சேர்த்தல். **adjunctive***(adj)*: forming an adjunct, சேரும் தன்மையுள்ள. **adjunctively***(adv)*.

ad-jure/əˈdʒuə*/*(v.t)*:əˈஜுஅ* / **adjured, adjuring**: to charge or bind under oath, ஆணையிட்டுச் சொல்லும்படி செய் (அ) கட்டுப்படுத்து; to entreat earnestly, கெஞ்சிக் கேட்டுக் கொள்; to urge solemnly, வேண்டிக் கொள்; to command often under oath or the threat of a curse, ஆணை (அ) சாபம் என்று மிரட்டு, உண்மையைச் சொல்லும்படி உத்தர விடு. **adjuration***(n)*, **adjuratory***(adj)*.

ad-just/əˈdʒʌst/*(v.t)*:əˈஜஸ்ட் / to fit, to set right, to change if necessary esp. in order to make suitable for a particular purpose or action, arrange, சரிப்படுத்து, சரிசெய்து கொள், வேண்டுமாயின் சற்று மாற்றியமைத்து ஒன்றுடன் ஒன்று சேர்த்துப் பொருந்தும் படியாகச் சரி செய்து கொள். • *The two major political parties are not in a position to* **adjust** *their differences.* to adapt, இணங்கும்படி செய்; to put in working condition, வேலை செய்யும் நிலையில் வை. **ad-just-ment** əˈdʒʌstmənt/ *(n)*:əˈஜஸ்ட்மஅன்ட் / act of adjusting, சரிசெய்தல். • *The new Finance Minister has made some minor* **adjustments** *in the Tenth Five Year Plan.* **adjustable** *(adj)*: that can be adjusted, சரி செய்து கொள்ளத்தக்க. **adjustably***(adv)*, **adjuster***(n)*. **adjustability***(n)*.

ad-ju-tant/ˈædʒutənt/*(n)*:ˈஅஜுட்டஅன்ட் / (in army) staff officer who helps the commanding officer and issues orders, assistant, an army officer responsible for office work, இராணுவத்தில் படைத்துறை உயர் அலுவலர், ஆணை இடுவதற்கு உதவும் அலுவல் அதிகாரி, இராணுவ அலுவலகத்தில் பணிபுரியும் உதவியாளர், அலுவலக வேலைக்குப் பொறுப்பான படைத்துறை அதிகாரி. **adjutant stork, adjutant bird, adjutant crane**: a large East Indian bird, கிழக்கிந்திய பெரிய நாரை. **adjutancy***(n)*.

ad-lib/ˌædˈlib/*(adv)*:ˈஅட்ˈலிப்: / freely, தன்னிச்சையாக, விருப்பம் போல்; at one's pleasure, ஒருவருடைய சொந்த விருப்பப்படி; with no restriction, தடை எதுவும் இல்லாமல். **ad lib***(v.t)*, **ad libbed, ad libbing**: to improvise a speech, a piece of music, etc., பேச்சு, பாட்டு, இசை முதலியவற்றைத் தானாகவே அமைத்து சொந்தமாகச் செய். **ad lib***(v.i)*: to act, to speak without preparation, எந்தத் தயாரிப்பும் இல்லாமல் திடீரென்று பேசு, நடி; to improvise that which is not in the original script, to do without preparation, to invent, to deliver immediately with no hesitation, மூலப்பிரதியில் இல்லாதவற்றைத் தானாகவே இயற்றிச் செயல்படுத்து, ஆயத்தமின்றிச் செய், தயக்கமின்றி வெளியிடு.

ad-man/ˈædmæn/*(n,sing)*:ˈஅட்:மஅன் / **admen***(n, pl)*: (advertising-man), one who specialises in writing, designing or selling advertisements, எழுதி, வடிவமைத்து, விளம்பரங்களை விற்பனை செய்பவர், விளம்பரத் தொழில் செய்பவர்; member of the advertising profession, விளம்பரத் தொழில் குழு உறுப்பினர்.

ad-min-is-ter/ədˈministə*/*(v.t)*: əட்ˈமினிஸ்ட்டə* / to manage (government affairs, business, estate, etc.), அரசு விவகாரங்களை நிர்வகி, பண்ணையை நிர்வாகம் செய், வியாபாரத்தைச் செவ்வனே நிர்வகி; to have executive charge of, நிர்வாகப் பொறுப்பு கொள்; to dispense justice or relief, நீதி வழங்கு, நிவாரணம் கொடு; to cause to make, ஒரு செயலைச் செய்யக் காரணமாயிரு; to give as medicine, மருந்து போல் சீராகக் கொடு; to apply as punishment, தண்டனையைப் போல் செயல்படுத்து; to settle the estate of one dying intestate, உயில் இல்லாமல் இறந்தவரின் சொத்துக்களைச் சட்டப்படி

A

பராமரிக்க ஏற்பாடு செய்; to give aid to, உதவி செய்; to contribute assistance, உதவி வழங்கு. • *The officer is not* **administering** *the affairs properly.* • *The nationalised banks' finances are very badly* **administered**. • *The police very often do not* **administer** *punishment to erring politicians.* • *We do not require any priest to* **administer** *the last rites.* • *The chief justice* **administered** *the oath of office to the Governor.* **administrate** *(v.t)*, **administrated, administrating**: to administer, நிர்வாகம் செய். **ad-min-is-tra-tion**/əd,mini'streiʃn/ *(n)*/əட்:'மினிஸ்ட்ரெய்ட்ஷən் / the executive part of any office or government or business concern, ஒரு அலுவலகம் (அ) அரசு (அ) வியாபார நிறுவனத்தின் நிர்வாகப் பகுதி. • *The* **administration** *of Government Departments is not fair nowadays.* dispensation, பகிர்ந்து கொடுத்தல்; the act of giving, வழங்குதல்; direction, ஆணை மூலம் செயல்படுத்துதல்; a body of administrators, நிர்வாகக்குழு; the duty or duties of an administrator, ஒரு நிர்வாகியின் பொறுப்புகள், கடமைகள். • *The* **administration** *of oath to ministers is more a formal affair. It has no seriousness.* **ad-min-is-tra-tive**/əd' ministrətiv/*(adj)*:əட்:'மினிஸ்ட்ரəட்டிவ் / pertaining to administration/executive, நிர்வாகத் தொடர்பான. • *The President doesn't interfere with* **administrative** *matters.* **administratively***(adv)*. **admini-strator***(n)*: one who administers, anyone who directs or manages affairs of any kind, நிர்வாகி, எந்தவித விவகாரங்களையும் நிர்வகிப்பவர். • *He is a brilliant organizer and administrator.* **administratix***(n)*: a female administrator, பெண் நிர்வாகி, **administratorship***(n)*.

ad-mi-ra-ble/'ædmərəbl/*(adj)*:'æட்:மəரəப்:ல் / excellent, praiseworthy, worthy of admiration, exciting, wonderful, மிகச் சிறந்த, புகழும்படியாக, பாராட்டுதலுக்குரிய, வியப்பூட்டும்படியாக, ஆச்சரியப்படும் படியாக; very good, மிக நன்றாக. • *Nehru's personality was simply* **admirable**. • *Very often, my wife shows* **admirable** *self-control.* **admirably***(adv)*.

ad-mi-ral/'ædmərəl/*(n)*:'æட்:மəரəல் / the commander-in-chief of a fleet, கப்பற் படைத் தலைவர்; naval officer of the highest rank, கப்பற்படையின் உயர் அதிகாரி. **Admiralty***(n)*, *(pl.* **Admiralties**): the office or jurisdiction of an admiral, கப்பற்படைத் தலைமை அலுவலகம், கப்பற்படை நிர்வாக எல்லை.

ad-mi-ra-tion/,ædmə'reiʃn/*(n)* ,æட்:மி'ரெய்ஷən் / a feeling of wonder, pleasure and appreciation, வியப்பும், பரவசமும், பாராட்டும் கொண்ட உணர்ச்சி; wonder, astonishment, ஆச்சரியம், திகைப்பு. • *People have no* **admiration** *for those who make money; but they admire who renounce it.* **ad-mire**/, əd'maiə*/*(v.t)*/əட்:'மயə* / **admired, admiring**: to think or to look at (things) with regard, pleasure, approval and respect, ஆச்சரியம், மதிப்பு, மரியாதை, ஏற்றுக் கொள்ளும் தன்மை ஆகியவற்றை நினைவு கூர்; to regard with wonder, esteem or affection, மதிப்பும், வியப்பும், பாசமும் உள்ள பார்வை கொள்; to praise highly, உயர்வான எண்ணம் கொள். **admire***(v.t)*: to wonder, to marvel, ஆச்சரியப்படு, வியப்படை; to feel or express admiration, உணர் (அ) பாராட்டும் தன்மை கொள், பாராட்டுத் தெரிவி; to wonder at, ஆச்சரியம் கொள். • *Men and women* **admire** *the courage of Adolf Hitler though he was defeated and forgotten.* • *I* **admire** *the way my wife manages the household.* • *A mother always* **admires** *her child for its pranks.* • *She is always looking at the mirror* **admiring** *herself.* **admirer***(n)*: one who admires, பாராட்டுபவர்; lover, காதல் கொள்பவர். (It refers especially to a man who **admires** a woman of his choice). • *He was an* **admirer** *of beauty in nature.* **admiringly***(adv)*. *syn*: esteem, rever. *ant*: despise.

ad-mis-si-ble/əd'misəbl/*(adj)*:əட்:'மிஸிப்:ல் / that which can be admitted or allowed or conceded, அனுமதிக்கத்தக்க, ஏற்றுக் கொள்ளத்தக்க, விட்டுக் கொடுக்கக் கூடிய; allowable, அனுமதிக்கத்தக்க; that which can be accepted, ஏற்றுக்கொள்ளக்கூடிய that which is considered, கருதத் தக்கதாயுள்ள. • *Such behaviour is not* **admissible** *to our staff.* • *Some of the Government orders are not* **admissible** *in the court of law.* *opp:* inadmissible. **admissibility***(n)*. **ad-mis-sion**/ əd'miʃn/*(n)*:əட்:'மிஷən் / permission to enter, உள்ளே வர அனுமதி கொடுத்தல்; act of allowing, உள்ளே வரச்செய்ய அனுமதித்தல்; right or permission to enter, உள்ளே வர உரிமை (அ) அனுமதித்தல். • *In India, there is campaign for the* **admission** *of women into regular army.* confession of a charge, error or crime, ஒரு குற்றச்சாட்டு (அ) தவறு (அ) குற்றம் இவற்றை ஒப்புக் கொள்ளல்; a point or statement admitted, ஏற்றுக் கொண்ட ஒரு கொள்கை (அ) அறிக்கை (அ) குறிப்பு. • *The accused made the* **admission** *of crime not before the magistrate but to the police official.* • *Her* **admission** *of the murder of her husband solved the mystery.* the cost of entrance, அனுமதிக் கட்டணம்; **ad-mit**/əd'mit/*(v.t)*:əட்:'மிட் / **admitted, admitting**: to allow to enter, உள்ளே செல்வதற்கு அனுமதி கொடு; to concede as true, உண்மையென்று ஏற்றுக் கொள். • *The Minister* **admitted** *that corruption was rampant in the department.* to acknowledge, ஒத்துக்கொள். • *Petty officials refuse to* **admit** *their mistakes in the discharge of their duties.* **admit***(v.i)* to allow entrance, வருவதற்கு அனுமதி கொடு; to give access, செய்வதற்கு வழி செய்; to have admission, உள்ளே வருவதற்கு இடம் கொடு. **admitted** *(adj)*: having admitted oneself to be, self-confessed, ஒருவர் தனது நிலையை (அ) குற்றத்தைத் தானே ஒப்புக் கொள்ளும் படியாக. • *He is an* **admitted** *drunkard.* **admittance***(n)*: the process of entering or being allowed, அனுமதி கொடுத்தல் (அ) அனுமதி பெறுதல். • *I was refused* **admittance** *into the house.* **admittedly***(adv)*.

ad-mix/æd'miks/*(v.t-v.i)*:əட்:'மிக்ஸ் / to mingle with or add to something else, ஒன்றுடன் வேறு ஒன்றைச் சேர்த்துக் கலவை உண்டாக்கு, கலந்து சேர். **ad-mix-ture**/æd'mikstʃə*/*(n)*:əட்:'மிக்ஸ்ச்சə* / act or state of mixing, a substance or thing that is added or mixed to another in a mixture, கலவை, கலவை உண்டாக்குதல், கலவையில் சேர்க்கப்படும் பொருள்.

ad-mon-ish/əd'mɔniʃ/*(v.t)*:əட்:'மானிஷ் / to advise against something, ஒன்றைச் செய்யக் கூடாது என்று அறிவுரை கூறு; to express disapproval rather mildly, நல்லெண்ணத்துடன் குற்றத்தை எடுத்துக் காட்டு, தகுந்தது அல்ல என்று கூறு; to reprimand or scold esp. in mild or smooth manner, கடிந்து கூறு (அ) கண்டனம் தெரிவி, குறிப்பாக நயமாகக் கூறு; to urge to do duty, கடமையைச் செய்யத்தூண்டு. • *The teacher* **admonished** *the student for not doing the exercise.* • *A wife will surely* **admonish** *her husband if he smokes or drinks.* **ad mo-ni-tion**/ ˌædməu'niʃn/*(n)*:ˌæட்:மəஉ'னிஷən் / act of admonishing, கண்டித்துக் கூறல்; rebuke, சற்றுக் கோபமான கண்டிப்பு; counsel, advice or caution, அறிவுரை, புத்திமதி, எச்சரிக்கை. **ad-mon-i-to-ry**/ əd'mɔnitəri/*(adj)*:əட்:'மானிட்டəரி / warning, எச்சரிக்கையான, serving to admonish, எச்சரிக்கை கொடுக்க முற்படுகிற, புத்தி புகட்டுகிற, கண்டிக்கத் தகுந்த. **admonisher***(n)*, **admonishingly***(adv)*, **admonishment***(n)*. *syn:* warm rebuke, censure, etc.

ad-nau-se-am/ˌæd'nɔ:ziæm/*(adv)*: æட்:னா:ஸி:யəம் / to a sickening or disgusting or annoying degree, எரிச்சலூட்டக்கூடிய (அ) தொந்தரவு கொடுக்கக்கூடிய (அ) வெறுக்கத்தகுந்த அளவில்.

a-do/ə'du:/*(n)*:ə'டூ: bustle, busy activity, fuss, trouble, delay, unnecessary activity, difficulty, பரபரப்பு, ஆர்ப்பாட்டம், குழப்பம், இடர், தாமதம், வீண் ஆடம்பரம், துன்பம். • *It was all much* **ado** *about nothing.* • *Without any further* **ado,** *I like to introduce the chief guest.* • *Have you read the drama,* **"Much Ado About Nothing"?**

a-do-be/ə'dəubi/*(n)*:ə'டəஉபி: / a dark, heavy soil containing clay, கருப்பான, கனமான களிமண்; sun dried brick, சுடப்படாத கல்; yellow clay deposits, மஞ்சள் களிமண், வண்டல்.

ad-o-les-cence/ˌædəu'lesns/*(n)*: ˌæட:əஉ'லெஸ்ன்ஸ் / youthfulness, இளமைப் பருவம்; stage between childhood and manhood, குழந்தைப்பருவத்திற்கும் பெண்மை (அ) ஆண்மைப் பருவத்திற்கும் இடைப்பட்ட பருவம்; youth, இளம்பருவம். •*Period of* **adolescence** *is rather a difficult phase in one's life.* **ad-o-les-cent**/ˌædəu'lesnt:*(adj)*:ˌæட:əஉ'லெஸ்ன்ட் / growing to manhood or womanhood, (வயது) முதிர்ச்சி அடையும் வளர்ச்சி; youthful, ஆண்/பெண் என முழுமையான வளர்ச்சி பெறுகின்ற. **adolescent***(n)*: an adolescent person, இளமைப்பருவத்தில் உள்ளவர்; a person between childhood and manhood (14 to 25 in the case of a

A

male and 12 to 21 in the case of a female), 12 முதல் 25 வயது வரையிலுள்ள இளமைப் பருவத்தினர்; a boy or girl in the period between being a child and being an adult, வயது வரும் நிலையிலுள்ள; young boy or girl in the age group 13-16, 13லிருந்து 16 வயதுக்கு இடைப்பட்ட இளம்பருவத்தினர். • *One must deal carefully with* **adolescent** *boys and girls.*

a-dopt/ə'dɔpt/*(v.t)*:ə'டாப்ட் / to take to oneself, தனதாக ஏற்றுக்கொள்; make one's own by assent or by legal methods, சம்மதம் பெற்று (அ) சட்டப்படி தனதாக்கிக் கொள்; to take a child of another and treat it as one's own especially by legal means, வேறு ஒருவர் குழந்தையைத் தன் குழந்தையாகச் சட்டப்படி ஏற்றுக்கொள்; to select and to accept as one's own, தேர்ந்தெடுத்து ஏற்றுக் கொள்; to begin to have or possess, உரிமையாக்கிக் கொள் (அ) சொந்தமாக்கிக் கொள்ள முற்படு. • *The Parliament* **adopted** *the Money Bill.* • *As he has no issue, he* **adopted** *his brother's son as his heir.* • *I am* **adopted** *and she is not my own mother.* • *One must* **adopt** *new technique everytime to improve one's business.* • *The Prime Minister should* **adopt** *a tough approach to the terrorists instead of a conciliatory attitude.* **adoptability***(n)*: having the ability to adopt, ஏற்றுக் கொள்ளும் தன்மை. **adoptable***(adj)*: that which can be adopted, ஏற்பதற்கு உகந்த. **a-dop-tion**/ə'dɔpʃn/*(n)*: ə'டாப்ஷன் / act of adopting, தத்து எடுத்தல், பின்பற்றும் தன்மை. **adoptive** *(adj)*: having adopted a child, தத்து எடுத்துக்கொள்கிற. **adoptee***(n)*: a person who is adopted, தத்து எடுத்துக் கொள்ளப் பட்டவர். **adopter***(n)*, **adoption***(adj)*.

a-dor-a-ble/ə'dɔ:rəbl/*(adj)*:ə'டாரəப்ல் / worthy of being adored, அன்பும், மரியாதையும் உள்ள; very delightful, இனிமையான; worthy of being loved deeply, அன்புக்குரிய; charming, இனிமையான; attractive, கவர்ச்சிமிக்க. • *Your dress is absolutely* **adorable.** **ad-o-ra-tion**/ˌædə'reiʃn/*(n)*:ˌஅடəரெய்ஷன் / deep respect and love, மிகுந்த மரியாதையும், அன்பும்; profound regard, மிகுந்த மதிப்பு வைத்தல்; worship, வழிபடுதல், வணங்குதல்; act of paying honour, கௌரவம் கொடுத்து வணங்குதல்; respectful homage, வழிபாடு செய்தல், வணக்கம் செலுத்துதல்; ardent love, ஆர்வமுள்ள அன்பு. • *I have deep* **adoration** *for Lord Krishna.* **a-dore**/ə'dɔ:*/*(v.t)*:ə'டா:* / **adored, adoring**: to love ardently, to worship, to regard with love and esteem, to like very much, ஆவலுடன் நேசி, வணங்கு, உயர்வுடனும் அன்புடனும் மதிப்பு வை, அதிகமாக விரும்பு. • *I* **adore** *my children,* **adore***(v.i)*: to worship, வணங்கு. • *To* **adore** *is not to fondle. ant*: abhor.

a-dorn/ə'dɔ:n/*(v.t)*:ə'டா:ன் / to make more beautiful and attractive, கவர்ச்சி கரமாக அழகுபடுத்து; to decorate with jewels or ornaments, நகைகளாலும், முத்து, வைரங்களாலும் அலங்காரம் செய்; to enhance looks, உயர்த்து; to deck with jewels, நகைகளால் அழகுபடுத்து. • *Do not* **adorn** *a girl with ornaments; give her the best of education.* to make more interesting and impressive, உள்ளத்தைக் கவரும்படியும், ஆழமாகப் பதியும் படியும் செய். • *It is piety, not ornament, that* **adorns** *a man.* **a-dorn-ment**/ə'dɔ:nmənt/*(n)*:ə'டா:ன்மəன்ட் / act of adorning, ornamentation, அலங்கரித்தல், அணி கலன் பூட்டல். • *Fresh air and clean atmosphere add more beauty to a room than all* **adornments**. • *God doesn't require to be* **adorned** *with jewels.* **adorner***(n)*, **adorningly***(adv)*.

ad personam/ə'dpɜ:snəm*(adv)*: ə'ட்ப்பə:ஸ்ன்əம் / on an individual basis, தனிமனிதன் அடிப்படையில். *Census is taken* **ad personam**.

ad pressed/ə'dpresid*(adj)*:ə'ட்ப்பரெஸ்'ட் / lying closely to each other, நெருக்கி திணித்திருக்கிற.

ad-re-nal/ə'dri:nl/*(adj)*:ə'ட்ரீன்ல் / situated near or on the kidneys, சிறுநீரகங்களின் அருகே (அ) மேல் அமைந்திருக்கக்கூடிய. **adrenal gland**: a small ductless gland situated near the upper end of each kidney, ஒவ்வொரு சிறுநீரகத்தின் மேலும் அமைந்திருக்கும் நாளமில்லாச் சுரப்பி. **adrenal***(n)*. **a-dren-a-lin**/ə'drenəlin/*(n)*: ə'ட்ரெனəலின் / the hormone of the adrenal glands, அட்ரினல் சுரப்பிகள் வெளியிடும் ஹார்மோன்கள், வளர்ச்சிக்கும், வளர்சிதை மாற்றத்திற்கும் உதவுகின்ற சுரப்பி நீர்; a chemical substance (hormone) secreted by the body during a period of stress, anger, fear, etc., கோபம், தாபம், அதிர்ச்சி முதலான சமயங்களில் வெளியிடப்படும் சுரப்பி நீர்; (the most powerful hemo-static agent known), இரத்தப் போக்கை (காயங்கள் ஏற்படுவதினால் (அ) இரத்தக் குழாய்கள்

நசுக்கப்படுவதால்) கட்டுப்படுத்தக் கூடிய சக்தி வாய்ந்த இயக்கி.

a-drift/əˈdrift/*(adj & adv)*:əˈட்:ரிஃப்ட் / drifting, அலைந்து கொண்டு; floating at random, இங்கும் அங்கும் மிதந்து கொண்டு; at the mercy of the wind, tide and waves, நிலை தடுமாறி மிதக்கின்ற, அலைகளாலும், காற்றாலும் அடித்துச் செல்லும் திசையில் தள்ளப்பட்ட; loose - not tied, கட்டப்படாமல், எங்கும் மிதந்து கொண்டு, திசையின்றிச் செல்லும்; not fastened and moving without direction, driven by water current and wind, கட்டப்படாமல், திசையின்றி, நீர் ஓட்டமும், காற்றும் அடித்துச் செல்லும். • *We see many dead bodies adrift during heavy floods.* without direction or stability, குறிக்கோள் இல்லாமல், உறுதியில்லாமல்; without purpose, கொள்கை இல்லாமல். • *In my life, all my plans have gone* **adrift** *somewhere.*

a-droit/əˈdrɔit/*(adj)*:əˈட்:ராய்ட் / very clever, skilful, அறிவுள்ள, திறமையுள்ள; ingenious, resourceful, அறிவுக் கூர்மையுள்ள, சமயோஜித புத்தியுள்ள; quick in using hand or mind, உள்ளம், உடல் இவற்றைச் சாமர்த்தியமாகச் செயல் படுத்தும் அறிவுத் திறனுடைய; mentally alert, மதிநுட்பம் உள்ள; dexterous, கைத்திறன் வாய்ந்த; adept, நிபுணத்துவம் பெற்ற. • *Without being* **adroit,** *no politician can survive.* • *Managing a household requires a lot of* **adroitness**. **adroitly***(adv)*, **adroitness***(n)*. *syn*: clever. *ant*: clumsy.

ad-sorb/ædˈsɔ:b/*(v)*:æட்ˈ:ஸா:ப்: / hold as a thin coat on the outside or inside of a solid material, ஒரு பொருளின் மீது மெல்லிசாகப் பூசு. *The varnish is* **adsorbed** *on the wood.* **adsorbable** *(adj)*, **adsorption***(n)*, **adsorptive***(adj)*, **adsorbent***(n)*.

ad-u-la-tion/ˌædjuˈleiʃn/*(n)*:ˌæஜுˈலெய்ஷன் / praise or admiration not very much deserved, அதிகம் உண்மையில்லாத புகழுரை, பொய் அதிகம் உள்ள புகழ்ச்சி. • *Petty politicians bask in the* **adulation** *of idle crowds.* **adulate***(v.t)*, **adulated, adulating**: flatter முகத்துதி, போலியாக, மிகையாகப் புகழ்; praise in a servile manner, எதையோ எதிர்பார்த்து, ஈனமாக புகழ்ச்சி பாடு. **adulator** *(n)*, **adulatory** *(adj)*.

ad-ult/ˈædʌlt/*(adj)*:ˈæடːல்ட் / grown up, mature, பக்குவ வயது அடைந்துள்ள, முதிர்ச்சி பெற்ற. • *His behaviour is not particularly* **adult**. • *It is an* **adult** *tiger.* **adult***(n)*: one that is grown up or of age, வயதுக்கு வந்த ஒருவர்; one who has attained the legal age of majority (generally it is 21 years, according to laws), சட்டப்படி வயது வந்தோர் பிரிவை எட்டியவர்; a fully grown person or animal, நன்கு வளர்ந்த ஒருவர் (அ) பிராணி. • *The movie is only for* **adults**. **adult education**: an educational programme offered to adults who haven't had the benefit of formal education in early life, இளமையில் படிக்க இயலாத (அ) முடியாத வயது வந்தவர்களுக்குக் கல்வி புகட்ட வகுக்கப்பட்ட திட்டம். **adultness***(n)*, **adulthood***(n)*.

a-dul-ter-ate/əˈdʌltəreit/*(v.t)*:əˈட:ல்ட்டரெய்ட் / **adulterated, adulterating**: make impure by mixing some other substance, கலப்படம் செய்; to reduce the quality by addition of inferior materials, மட்டமான பொருள்களைச் சேர்த்து தரத்தைக் குறை; debase, தரம் தாழ்த்து; make impure by adding ingredients of cheaper quality, மட்டமான பொருள்களைக் கலந்து தரத்தை மாசுபடுத்து. • *Many food products available in the market are* **adulterated**. **a-dul-ter-ant**/əˈdʌltərənt/*(n)*: əˈட:ல்ட்டரன்ட் / a thing or substance that adulterates, கலப்படம் செய்யப்பயன்படும் பொருள். **adulterator***(n)*: one who adulterates, கலப்படம் செய்பவர். **a-dul-ter-a-tion**/əˌdʌltəˈreiʃn/*(n)*:əˌட:ல்ட்டˈரெய்ஷன் / the act or process of adulterating, கலப்படம் செய்தல்; something that is adulterated, கலப்படம் செய்யப்பட்ட பொருள். **adulterate***(adj)*: of low quality, தரம் குறைந்த; adulterated, கலப்படம் செய்த; debased, மட்டமான; stained, நடத்தை கெட்ட, சோரம் போன.

a-dul-ter-er/əˈdʌltərə*/*(n)*:əˈட:ல்ட்டரə* / anyone who commits adultery, a man who commits adultery, விபசாரம் செய்யும் ஆடவன். **a-dult-eress**/əˈdʌltəris/*(n)*: əˈட:ல்ட்ரிஸ் / a woman who commits adultery, விபசாரம் செய்யும் பெண். **a-dul-ter-ine**/əˈdʌltərain/*(adj)*: əˈட:ல்ட்ரின்: born of adultery, முறையற்ற உடலுறவால் பிறந்த. **a-dul-ter-ous**/əˈdʌltərəs/*(adj)*: əˈட:ல்ட்டரஸ் / illicit, spurious, முறையற்ற உடல் உறவு கொள்ளும், போலியான, உண்மையற்ற. **a-dul-ter-y**/əˈdʌltəri/*(n)*: əˈட:ல்ட்டரி / (*pl.* **adulteries**): voluntary

A

sexual intercouse with others, breaking the solemn marriage code of conduct, பிறன் மனை சேரல், திருமண மானவர் பிறருடன் உடலுறவு கொள்ளல், திருமண உறுதிமொழிகளுக்குப் புறம்பாக நடத்தல். • *To commit* **adultery** *is a sin according to religious scriptures.* • **Adultery** *is a very common affair in the so-called civilized society.*

adultescent/ə'dʌltəsənt/(*n*): ə'டல்டஸன்ட் / a middle aged person who dresses and behaves like an adolescent, இளம் வாலிபனைப் போல் நடை உடை பாவனை களைக் கொண்ட நடுத்தர வயதினன்.

ad-um-brate/'ædʌmbreit/(*v.t*): 'ஊடம்ப்ரெய்ட் / **adumbrated, adumbrating**: to give a sketch of, கோடிட்டுக் காண்பி; to outline, சூசகமாகத் தெரிவி; to give an incomplete idea, முழுவிவரம் கொடுக்காமல் தெளிவில்லாமல் தெரிவி; give a faint idea, மழுப்பு; foreshadow, மங்கலாகக்காட்டு; over shadow, நிழலிட்டுக்காட்டு. **adumbration**(*n*).

adust/ədʌst/(*adj*):அடஸ்ட் / burnt, scorched, எரிந்துபோன, உலந்துபோன.

ad-vance/əd'va:ns/(*v*):அட்'வான்ஸ் / **advanced, advancing**: to move or bring forward, முன்னேற்றம் கொள், முன் செல்ல முயற்சி செய். • *The coalition* **advanced** *its position of troops in the Gulf War.* suggest, propose, to introduce, யோசனை, கருத்து முதலியவற்றை முன்மொழிப் படுத்து, தக்க காரணங்கள் கூறு. • *The Finance Minister* **advanced** *many reasons for tax-increase.* to help further, to improve, உதவி செய், அபிவிருத்தி செய்; further, மேலும் உதவி செய், முன்னேற்றம் காண். • *She is adept in* **advancing** *her own interests, in any situation.* pay before the due date, குறிப்பிட்ட தேதிக்கு முன்னால் பணம் கொடு; (முன்) பணம் கொடு. • *The Government will* **advance** *any amount to its favoured few.* to bring forward to an earlier date or time, இடைவெளி காலக்கெடுவைக் குறைத்துச் செயல்படு. • *The date of the meeting has been* **advanced** *by one week.* **advance** (*v.i*): to move forward, go before, proceed, முன்னோக்கிச் செல், முற்படு. • *The army* **advanced** *to the forward position.* **advance**(*n*): forward movement, before hand, முன் ஏற்பாடு, முன்னதாக இருத்தல். • *The* **advance** *made by the army, in the war front is quite satisfactory.* improvement, முன்னேற்றம்; progress, வளர்ச்சி, மேம்பாடு; promotion, உயர்வு; proposal, யோசனை; money given/provided before the due date, முன் பணம்; rise in price, விலையேற்றம். • *The* **advance** *of technical knowledge is rather formidable in recent years.* • *Share prices showed significant* **advances** *today.* **advance**(*adj*): done before the allotted time/proper time/usual time, குறித்த நேரத்திற்கு முன் செய்த; happening before time, குறித்த நேரத்திற்கு முன் நிகழும்; coming before time, குறித்த நேரத்திற்கு முன் வரும். • **Advance** *booking is available for the show.* • **Advance** *warning is given in case of natural disasters.* **advanced**/ədva:nst/(*adj*): அட்வான்ஸ்ட் / forward, முன்னேற்றமுள்ள; modern, புதுமையான; far off in development, அதிக வளர்ச்சியுள்ள; far ahead of time, முன்னோடியாகக் காலத்தால் மேல்நிலை அடைந்துள்ள; far ahead of others, மற்றவர்களைவிட மேல் மட்டத்தில் உள்ள. • **Advanced** *studies in computer programme are available in many schools and colleges.* • *She died at an* **advanced** *age.* • *Scientists have* **advanced** *a new theory to explain this phenomenon.* **ad-vance-ment**/əd'va:nsmənt/(*n*):அட்'வான்ஸ்மஎன்ட் / act of moving forward, முன்னேறும் செயல்; motion upward, உயர்த்தும் நடவடிக்கை, promotion in rank or office, அலுவலகம் (அ) இராணுவத்தில் உயர்பதவி பெறுதல்; improvement, அபிவிருத்தி; development, வளர்ச்சி; giving of money before hand, கடன் கொடுத்தல்; state of being progressive in opinion or ideas, action, முன்னேற்றமான, புரட்சிகரமான கொள்கை, கருத்து, செயல்களில் ஈடுபடல். • *Her hope of* **advancement** *in the office has failed.* **advancer**(*n*), **advancingly**(*adv*).

ad-van-ces/əd'va:nsiz/(*n, pl*):அட்'வான்ஸிஸ்: / effort taken to gain someone's friendship, acquaintance, நட்பு, அறிமுகம், இவற்றைப் பெற முயற்சி; to bring about accord, understanding, etc., சமாதானம் செய்து கொண்டு செயல்படல் முதலிய நடவடிக்கைகளைக் கொண்டு வர முற்படுதல்; attempts to get one's love, or someone's attention, ஒருவரின் காதல், கவனம் இவற்றை ஈர்க்க முயற்சி செய்தல். *He made dubious* **advances** *to her.*

A

ad-van-tage/əd'va:ntidʒ/*(n)*:அட்'வான்ட்டிஜ் / a better opportunity or chance, நல்ல சந்தர்ப்பம் (அ) வாய்ப்பு; anything that helps to gain one's cherished aim, ஒருவரின் ஆழ்ந்த நோக்கத்தை நிறைவேற்ற உதவும் நிலை. • *Kamaraj was an able administrator though he had not had the* **advantage** *of education.* favourable condition to make profit, நல்ல இலாபம் பெற ஏற்ற சூழ்நிலை. • *Hitler took* **advantage** *of the high inflation after World War I to gain power in Germany,* a position of superior or higher status in office, life, etc., அலுவலகம், வாழ்க்கை, முதலியவற்றில் உயர் நிலை (அ) நல்ல மேலான மதிப்பு பெறுதல். • *Periyar worked for social reformation as it was to the* **advantage** *of the masses.* [in Tennis] the first point gained after deuce, டென்னிஸ் ஆட்டத்தில் சமநிலைக்குப் பிறகு பெறும் முதல் புள்ளி. **advantage***(v.t)*: to benefit, நன்மைபெறு; to be of service to, சேவை செய்; promote, உயர்வு கொள். • *Government's help to the weaker sections* **advantages** *them to work harder and better.* **ad-van-tag-ed**/ əd'va:ntidʒd/*(adj)*:/*(n)*:அட்'வான்ட்டிஜ்ட்: / having advantage or advantages, அனுகூலமான சூழ்நிலையிலுள்ள. • *Rich people are very much* **advantaged** *over the poor.* **ad-van-ta-geous**/ ædva:n'teidʒəs/*(adj)*:அட்,வான்ட்'டெய்ஜஸ் / beneficial, உதவியாக இருக்கின்ற (அ) உதவக்கூடிய; providing an advantage, நல்ல நிலையைக் கொடுக்கக் கூடிய. • *Government servants are not always in* **advantageous** *position.* useful, உபயோகமான; beneficial, convenient, பொருத்தமான, வசதியுள்ள. • *India and Pakistan have not entered into any* **advantageous** *treaty.* **advantageously** *(adv). opp:* disadvantageous.

ad-vent/'ædvənt/*(n)*:'அட்:வஎன்ட் / arrival, coming into place, வருகை. • *People are better informed about Government plans since the* **advent** *of television.* approach, நெருக்கம், அணுகுதல்; the coming of Christ into the world, உலகிற்கு கிறித்துவின் வருகை; the four weeks from the Sunday nearest to St. Andrew's Day to Christmas, the period beginning four Sundays before Christmas, கிறித்துமசுக்கு முன் நான்கு வாரம் கொண்ட காலவரை, இதில் நான்கு ஞாயிறுகள் அடங்கும். **adventist***(n)* a christian sect which believes in Christ's second coming, கிறிஸ்து மீண்டும் வருவார் என்ற நம்பிக்கை கொண்ட பிரிவினர்.

ad-ven-ti-tious/,ædven'tiʃəs/*(adj)*: ,அட:வென்'ட்டிஷஸ் / coming by chance, தகுந்த சந்தர்ப்ப சூழ்நிலை காரணமாக; foreign, அந்நியமான; accidental, தற்செயலாக; not expected, எதிர்பாராத விதமாக; nor normal, அசாதாரணமான. • *The make-up gives an* **adventitious** *charm to the dancing girl.* not planned, திட்டமிடாத வகையில்.

ad-ven-ture/əd'ventʃə*/*(n)*:அட்'வெஞ்ச்சஎ* / **adventured, adventuring**: a journey, experience, any action, enterprise, etc. involving certain amount of risk, துணிகரப்பயணம், அனுபவம், செயல், முயற்சி முதலியன; anything whose outcome is doubtful, முடிவுபற்றி சந்தேகத்திற்கு இடமுள்ள முயற்சிகள். • *One should have spirit of* **adventure** *to be a leader.* a bold risking venture, அபாயம் நிறைந்த தீரச்செயல்; any business of speculative nature, துணிந்து செயல்படக்கூடிய வியாபாரம், பங்கு மார்க்கெட் பந்தயம் கட்டுதல் முதலிய செயல்கள். • *Life itself is an* **adventure**. **adventure***(v.i)*: to take or face the risk involved, அபாயத்தை எதிர்நோக்கிச் செயல்படு; to venture, to hazard, சற்றும் அஞ்சாமல் வீரச்செயலில் ஈடுபடு; dare, துணிந்து செயல்படு. **adventurer***(n)*: one who adventures, துணிகரச்செயல் செய்பவர். **adventuress***(n)*: a female who adventures, துணிந்து செயல்படும் பெண்மணி. **adventurous***(adj)*: inclined to take risk, அபாயத்தை எதிர்நோக்கும் எண்ணமுள்ள; willing to dare, துணிந்து செயல்படும் மனமுள்ள; full of risk, அபாயம் நிறைந்துள்ள. • *I like* **adventurous** *tasks.* • *To be* **adventurous** *is really exciting.*

ad-verb/'ædvɜ:b/*(n)(grammar)*:'அட்:வஎ:ப்: / a word that adds to the meaning of a verb, an adjective or another adverb or a whole sentence, (Adverb is capable of typical and definite expressions of some relationship, place, time, manner, degree, cause, result, condition, means, etc.), வினையுரிச் சொல். • *She sings* **sweetly**. • *It is* **very** *dry.* • *Let me come* **tomorrow.** • *Move the car* **away**. • **Certainly,** *I am going to win this game.* **adverbial***(adj)*:

A

pertaining to an adverb, word or phrase used as an adverb, வினையுரிச்சொல் தொடர்பாக. **adverbially**(*adv*): with the action of an adverb, வினையுரிச்சொல் தொடர்பான.

ad-ver-sa-ry/'ædvəsəri/(*n*):'ஆட்:வஅ:ஸரி / (*pl.* **adversaries**): an opponent, one who is against, எதிராகச் செயல்படுபவர்; an opponent in a contest, ஒருவருடன் போட்டியிடுபவர்; contestant, போட்டியில் கலந்து கொள்பவர். **adversarial**(*adj*): marked by conflict or opposition, போட்டியும் பகையும் கொண்ட, *We must learn to live with* **adversarial** *multi-party system.*

ad-verse/'ædvɜ:s/(*adj*):'ஆட்:வஅ:ஸ் / totally not favourable, contrary, opposite in position, முற்றிலும் சாதகமாக இல்லாமல்; விரோதமான நிலையிலுள்ள; unfortunate, அதிர்ஷ்டமில்லாத; going against, எதிராகச் செயல்படுகின்ற. • **Adverse** *circumstances do not at all deter me.* **ad-ver-si-ty**/ əd'vɜ:səti/(*n*):அட்:'வஅ:ஸிட்டி / (*pl.* **adversities**): adverse circumstances, மிகவும் கஷ்டமான நிலைமை; misfortune, துரதிருஷ்டமான நிலை; severe trouble, கடுமையான துன்பநிலை. • **Adversity** *leaves behind sweet memories.* • *In time of* **adversity,** *no one will come to your help/rescue.*

ad-vert/əd'vɜ:t/(*v.i*):அட்:'வஅ:ட் / turn the attention to, கவனத்தைத் திருப்பு, குறிப்பிடு; refer, தொடர்புபடுத்திப் பேசு; to mention, பேசும்பொழுது குறிப்பிடு. • *The minister, during his speech,* **adverted** *briefly to the rising prices of the essential commodities.* **advertorial**(*n*).

ad-ver-tise/'ædvətaiz/(*v*):'ஆட்:வஅ:ட்டய்ஸ்: / **advertised, advertising**: to make well known by public notice, விளம்பரப்படுத்து; to give information to the public about, பொதுமக்களுக்குத் தெரியும்படி விளம்பரப் படுத்து; to make known to the public, things for sale, services offered, places to rent, etc., விற்பனைப் பொருள்கள், பணி, வாடகை இடங்கள், முதலியவற்றைப் பொதுமக்கள் தெரிந்து கொள்ளும்படி விளம்பரப்படுத்து. • *Lawyers and doctors do not* **advertise** *their services.* • **Advertising** *has become an art.* **ad-vert-ise-ment**/əd'vɜ:tismənt/(*n*): அட்:'வஅ:ட்டிஸ்மஅன்ட் / a public notice, பொது அறிவிப்பு; public information, intimation in the press, பொது அறிவிப்பு, முன் அறிவிப்பு, பத்திரிகை மூலம் விளம்பரம் செய்தல். • *This age is called* **advertisement** *age, as without advertisement nothing moves in this world.*

ad-ver-tis-ing/'ædvətaiziŋ/(*n*):'ஆட்:வஅ:ட்டய்ஸிங் / the act or practice of inviting public attention to one's product, service, need, accommodation. etc., பொதுமக்கள் கவனத்தைக் கவருவதற்கு அவர்களின் தேவைக்கேற்ப வேண்டிய பொருள்கள், பணி, தேவைகள், வசதிகள் முதலியவற்றை விளம்பரப்படுத்துதல்; paid notices, advertisements, etc., விலை கொடுத்து அறிவிப்புகள், விளம்பரங்கள் செய்தல்.

ad-vice/əd'vais/(*n*):அட்:'வய்ஸ் / something said to guide one, ஒருவரை நெறிப்படுத்த வழங்கும் அறிவுரை; carefully considered opinion about any matter, கவனமாக, தீர்க்கமாக ஆலோசனை செய்து கொடுக்கப் படும் புத்திமதி; information, செய்தி, அறிவிப்பு; counsel, நல்ல ஆலோசனை. • *Never give uncalled for* **advice** *to anyone.* • *All our Puranas give us some good practical* **advice**. **ad-vi-sab-le**/ əd'vaizəbl/(*adj*):அட்:'வய்ஸ:அப்:ல் / right and proper to be done, எது சரியோ, தகுதியோ அதைச் செய்யக் கூடிய; giving advice, புத்திமதி கொடுக்கக்கூடிய; prudent, கவனமுடைய, அறிவு நுட்பமுள்ள; expedient, உதவுகின்ற, பயனாகவுள்ள. • *It is* **advisable** *not to seek any advice from any quarters.*

ad-vise/əd'vaiz/(*v*),அட்:'வய்ஸ்: / **advised, advising**: to give advice to, ஆலோசனை கொடு; to give information to, தகவல் கொடு; to counsel, நல்ல அறிவுரை கூறு. • *The doctor* **advised** *the patient not to take any medicine as nature cures everything* **ad-vised**/əd'vaizd/(*adj*): அட்:'வய்ஸ்:ட்: cautious, கவனமுள்ள; prudent, மதிநுட்பமுள்ள; acting with due and careful consideration, தகுந்த கவனமான முன் ஆலோசனையுடன் கூடிய. • *The President has been kept thoroughly* **advised** *in the matter of ongoing projects.* **ad-vis-ed-ly**/əd'vaizidli/(*adv*): அட்:'வய்ஸிட்:லி / after careful thought, having a serious discussion, நன்கு ஆலோசித்து; due consideration, நல்யோசனைக்குப் பிறகு; well planned, நன்கு திட்டமிட்டு; purposely, deliberately, வேண்டுமென்றே. **ad-vis-er**/əd'vaizə*/

(n):əட்:'வய்ஸ:ə* / anyone whose job is to give advice to business organization, or to a Government, helping to run the administration, வணிக நிறுவனங்கள் (அ) அரசு சிறந்த முறையில் நடைபெறுவதற்கு அறிவுரை கூறும் ஆலோசகர். **ad-vi-so-ry**/əd'vaizəri/(adj):əட்:'வய்ஸ:əரி / giving advice, having the capacity or power or duty to advise, containing advice, அறிவுரை வழங்கக் கூடிய, ஆலோசனை கொடுக்கக்கூடிய தகுதி (அ) அதிகாரம் (அ) கடமையுள்ள, ஆலோசனை அடங்கிய. • *Some secretaries are employed in a concern purely in* **advisory** *capacity.* • *Whatever I say to my wife will be only* **advisory** *in nature, not at all binding on her.* • *An* **advisory** *council has been constituted to help the Governor.*

ad-vo-ca-cy/'ædvəkəsi/(n):'ஃட்:வəக்கəஸி / (pl. **advocacies**): act of pleading, ஒருவருக்காகப் பேசுதல்; speaking for, எடுத்துச் சொல்லக் கூடிய; a defence of, ஒருவர் சார்பாக வழக்காடல்; act of recommending, பரிந்து பேசுதல்; the profession of an advocate, வழக்குரைஞரின் தொழில்; the work of a pleader, வழக்குரைஞரின் வேலை.

ad-vo-cate/'ædvəkeit/(n):'ஃட்:வəக்கெய்ட் / one who advocates, வழக்கை எடுத்துரைப்பவர்; one who defends, நீதிமன்றத்தில் ஒருவருக்காக வழக்கை எடுத்துச் சொல்பவர்; a lawyer, வழக்காடும் ஒரு வழக்கறிஞர்; one who speaks in defence of, in favour of another person, வழக்கு மன்றத்தில் ஒருவர் சார்பாக வாதாடும் வழக்கறிஞர். • *He wants to become an* **advocate**. **advocate**(v.t): to plead for, வாதாடு; support, ஆதரித்துப் பேசு; recommend publicly, எல்லோருக்கும் தெரிந்து பரிந்து பேசு; to maintain by argument, வாதத்தின் மூலம் நிலை நிறுத்து. • *Many politicians* **advocate** *the cause of the poor only to enrich themselves.* • *Mahatma Gandhi not only* **advocated** *non-violence but also practised it.* **advocateship**(n), **advocation**(n).

adze/ædz/(n):ஃட்:ஸ்: / a kind of axe, with a broad blade at right angles to the handle used for shaping large pieces of wood, ஒருவகைக் கோடரி, கைப்பிடிக்கு நேர் செங்குத்தாக அமைந்து இருக்கும் இலைக் கத்தி கொண்ட இழைப்புளி. **adze**(v) **adzed, adzing:** cut away the surface of wood with adze, மரத்தின் மேல் பகுதியை உளியால் இழை.

ae-gis/'i:dʒis/(n):'யீஜிஸ் / originally the shield of Jupiter, ஜுபிடரி (குரு)ன் கவசம், (புராணரீதியாக); protection, பாதுகாப்பு; sponsorship, ஆதரவாளர். • *The State Government carries out the refugee relief programme under the* **aegis** *of the Union of India.*

ae-on/'i:ən/(n):'ஈயən / [also **eon**]: an age or series of ages, யுகம் (அ) பல யுகங்கள்; an indefinitely long period of time, அளவிட முடியாத கால அளவு; time infinite, முடிவிலாக்காலம்.

aer-ate/'eiəreit/(v.t):'எəரெய்ட் / **aerated, aerating**: to expose to the action or effect of air, காற்றுடன் செயல்படுத்து (அ) கலக்கும்படி செய்; to charge with carbon dioxide or other gas, பிற பானத்துடன் கரியமிலவாயு (அ) வேறு வாயு கலக்கும்படி செய். **aeration**(n), **aerated**(adj).

aer-i-al/'eəriəl/(adj):'ɛəரியəல் / happening in the air, காற்றில் செயல்படுகின்ற; belonging to air, காற்றுத் தொடர்புள்ள; high and lofty, வானுயர்ந்த; ethereal, கற்பனையான. **aerial**(n): in wireless a wire set up for collecting and transmitting waves (electromagnetic) (radio or television signals), கம்பி இல்லாத் தந்தியின் மின்காந்த அதிர்வு அலைகளைச் சேகரிக்கும் ஓர் அமைப்பு (வானொலி, தொலைக்காட்சி குறிப்புகளை மற்றும் சைகைகளைத் திரட்டும் அமைப்பு). **aeriality**(n), **aerially**(adv).

ae-ro/'eərəu/(adj):'ஃரəஉ / of (for) aircraft, a word borrowed from Greek, meaning 'air', used in derivatives, வான் ஊர்தி களைக் குறிக்கும் ஒருவார்த்தை, கிரேக்க மொழியினின்று பெறப்பட்ட மூலவார்த்தை (இந்த 'aero' என்ற வார்த்தை பல ஆங்கில வார்த்தைகளுக்கு மூலமாகப் பயன் படுகிறது). **aer-o-bat-ics**/,eərəu'bætiks/(n, pl):,எəரəஉ'பஃடிக்ஸ் / feats or the art of doing tricks in an aircraft, stunts performed in flight by an airplane such as rolling over sideways or flying upside down, விமானத்தில் பறக்கும் பொழுது செய்யப்படும் தந்திரமான செயல்கள் (அ) வித்தைகள், ஒரு பக்கம் சரிந்து சுழல்வது, தலைகீழாகப் பறப்பது போன்ற வீரதீரச் செயல்கள். **aer-o-bics**/,eərəubiks/(n):'ஃரəஉபி:க்ஸ் / [construed as pl] [also

A

aerobic exercises]: physical exercises as jogging, swimming, etc., for stimulating and strengthening especially heart and lungs, இதயம், நுரையீரல், இவற்றை வலுவூட்டுவதற்காக நடத்தல், நீந்துதல் போன்ற உடற்பயிற்சிகள். • *I attend* **aerobics** *thrice a week.* **aer-o-drome**/ 'eərədrəum(n):'எரஉட்ரஉம் / airdrome, விமானநிலையம்; aviation ground, விமானதளம். **aer-o-dy-nam-ics**/ ˌeərəudai'næmiks/ (*n, sing*): 'ɛரஉடாய்'னஅமிக்ஸ் / study that deals with the motion of air and other gases and with the effects of such motion on bodies in the medium, வாயு இயக்க இயல், வானத்தில் காற்றில் இயங்கும் ஊர்திகளின் இயக்கம், அதன் இயல்புகள் முதலியவற்றை விளக்கும் அறிவியல். **aerodynamic**(*adj*): concerning aerodynamics, வானூர்தி இயல் தொடர்பான. **aer-o-gram**/ 'eərəugræm/(*n*):'ɛரஉக்:ரஅம் / radiogram, கம்பியில்லாத் தந்தி மூலம் வரும் செய்தி; an air mail letter, விமானத்தின் மூலம் வரும் கடிதம்; a message carried by aircraft, விமானம் மூலம் வரும் செய்தி, **aer-o-gramme**/'eərəugræm/(*n*): 'ɛரஉக்:ரஅம் / an air letter, விமானத்தபால். **aer-o-graph**/'eərəugra:f/(*n*): 'ɛரஉக்:ராஃப்: / an automatic instrument capable of recording and can be air-borne, தானே பதிவு செய்யும் கருவி, வானில் எடுத்துச் செல்லக் கூடியது. **aer-o-gra-phy**/eərəugrəfi/(*n*): description of the air or atmosphere, வாயு (அ) காற்று மண்டலம் பற்றிய குறிப்புகள், விவரம். **aer-o-lite**/'eərəulait/(*n*):எரஉலய்ட் / a meteor full of stones, எரி நட்சத்திரம். **aer-o-logy**/eə'rɔlədʒi/(*n*):eə'ராலஜி / study of the atmosphere by observation with the help of balloons, air planes, etc. வாயு மண்டலத்தை, பலூன், விமானம் முதலியவற்றைக் கொண்டு கவனித்து ஆராய்தல். **aer-o-met-er**/eərəumi:tə*/ (*n*):எரஉமீட்ட* / an instrument measuring/determining the weight, density, etc., of air or other gases, காற்று மற்றும் இதர வாயுக்களின் எடை, அடர்த்தி முதலியவற்றைக் கண்டுபிடிக்க உதவும் கருவி. **aer-o-met-ry**/eərəumetri/(*n*): எரஉமெட்ரி / pneumatics, காற்று, வாயு இயல். **aerometric**(*adj*). **aer-o-nautic**/ ˌeərə'nɔ:tik/(*adj*):ˌஎர'னா:ட்டிக் / pertaining to aeronautics, விமானம் பற்றிய. **aeronautical**(*adj*), **aeronautics** (*n*): the science of the operation and (the science of flight) flight of aircraft, (பறக்கும் கலை) விமானம் ஒட்டுவது (அ) பறப்பது பற்றிய கல்வி. **aeronaut**(*n*): the pilot of a balloon or other light aircraft, a traveller in an airship. இலேசான விமானம் (அ) பலூன் முதலியவற்றின் ஓட்டுநர், விமானத்தில் பயணம் செய்பவர். **aero-nomy**/eə'rɔnɔmi/(*n*):ɛə'ரானாமி / the study of the upper atmosphere, உயர் காற்றுமண்டலம் பற்றிய படிப்பு. **aero-phagy**/eə'rɔpæʒi/(*n*):ɛə'ராபஅஜி / swallowing of air, காற்றை விழுங்குதல்.

aer-o-plane/'eərəplein/(*n*):'ɛரப்லெய்ன் / airplane, வானூர்தி, ஆகாய விமானம். **aer-o-sol**/'eərəusɔl/(*n*):'ɛரஉஸால் / a small container from which a liquid can be squeezed out or forced out in the form of a fine mist, (for commercial or scientific purpose), திரவத்தை, பலவந்தமாகவோ (அ) பிழிந்தோ வாயு வடிவத்தில் வெளிக் கொணரக்கூடிய சிறிய கருவி. • *We have received a new type of* **aerosol** *for coating metal wares.* **aer-o-space**/'eərəuspeis/(*n*): 'எயரஉஸ்பேஸ் / the atmos-phere and the space beyond it and the vehicles used there, காற்றமுத்த மண்டலமும் அதற்கு அப்பாலுள்ள வெளி மண்டலமும் மற்றும் அங்கு பயன்படும் ஊர்திகளும். **aerospace**(*adj*): pertaining to the manufacture and design of instruments, vehicles, etc. that operate in the air-space, காற்று, வெளி மண்டலம் இவற்றில் இயக்கப்படும் ஊர்திகளின் வடிவமைப்பு, செயல், உருவாக்கம், செயல்பாடு பற்றிய. **aer-o-sta-tics**/'eərəustætiks/(*n*), 'எயரஉஸ்ட்டஅட்டிக்ஸ் / (taken as singular): science dealing with the gases in equilibrium, வாயுக்களின் நிலையியல்; the science dealing with the gases lighter than air, காற்றைவிட இலேசான வாயுக்களின் நிலையியல்; the science of air navigation, காற்றின் இயக்கம் பற்றிய இயல்.

aes-thete/'i:sθi:t/(*n*):'ஈஸ்த்தீட் / a lover of beauty, அழகை இரசிப்பவர், அழகான பொருள்களைக் கண்டு மயங்கி உணர்ந்து இரசிப்பவர்; one who has a high degree of sensitivity of appreciating beauty in nature or art, கலை, இயற்கை முதலியவற்றை உணர்ந்து, இரசித்து அனுபவிப்பவர், கலைஞானம் அதிகம் உள்ளவர்; one who has very great love of art, poetry, music, literature, etc. and drowns himself totally ignoring the practical world, கலை, இயல், இசை, நாடகம் முதலியவற்றில் முற்றிலும் ஈடுபாடு கொண்டு உலக அனுபவம் இல்லாமல் இருப்பவர். **aesthetical**(*adj*): pertaining to fine art or good taste, நுண்கலைகள் பற்றிய, நல்ல கலைநயம் உள்ள, கலைஞானம் உள்ள; relating to what one perceives by the senses, ஐம்புலன்களால் உணரக்கூடிய அனுபவம் பற்றிய; pertaining to emotion and sensation and not intellectual, அறிவுக்கு எட்டாத, புலன்களாலும், உணர்வுகளாலும் அனுபவிக்கக் கூடிய. **aes-thet-ics**/i:s'θetiks/(*n*):ஈஸ்'த்தெட்டிக்ஸ் / the study of science of beauty especially art, music, literature, etc., கலை, இசை, இலக்கியம் முதலியவற்றின் அழகு, இனிமை இவை பற்றிய அறிவியல் ஆராய்ச்சி; the principles and laws about beauty in nature, art, taste, etc., இயற்கை, கலை, இரசனை முதலியவற்றின் அழகைப் பற்றிய விதிகள், அடிப்படைக் கருத்துகள்; the science of the beautiful, அழகைப் பற்றிய அறிவியல். **aesthetic**(*adj*): *He has no* **aesthetic** *sense to appreciate this artefact.* **aesthetically**(*adv*), **aesthetician**(*n*), **aestheticize**(*v*) represent as beautiful and pleasing, அழகாகவும் மனதிற்கு உகந்ததாகவும் உருவகம் செய்.

aether/'i:θə*/(*n*):'ஈத்தə* / ether, a fine matter supposed to fill all space, வெளி மண்டலத்தில் நிரம்பி இருப்பதாகக் கருதப்படும் ஒரு மிக நுண்ணிய மிருதுவான பொருள். கற்பனையாகவும் இருக்கலாம்.

a-far/ə'fa:*/(*adv*):ə'ஃபா* / at or to a distance, far-away, தொலைவில், வெகு தூரத்தில். • *I had a tragic news from* **afar**. from a long way of, தொலைவிலிருந்து. • *He saw the soldier riding towards him from* **afar**.

af-fa-ble/'æfəbl/(*adj*):'æஃபəப்:ல் / easy to speak i.e., pleasantly, friendly, சுலபமாகத் தொடர்பு கொள்ளக்கூடிய, பேசக்கூடிய, இனிமையான நட்புள்ள; kind and courteous to any one seeking favour, உதவி கேட்டு வருபவரிடம் பணிவாக நடந்து கொள்ளும் மனப்பான்மையுள்ள; showing warmth and kindliness, ஆர்வமும் அன்பும் காட்டும் தன்மையுள்ள. • *I rarely come across an* **affable** *and courteous gentleman.* **affably**(*adv*), **affability**(*n*).

af-fair/ə'feə*/(*n*):ə'ஃபεə* / anything done or that has to be done or what is to be done, செய்யப்பட்ட ஒன்று, செய்யப்பட வேண்டிய ஒன்று, எது செய்ய வேண்டுமோ அது, விவகாரம், தகவல். • *I want to set my financial* **affairs** *in order.* a business matter, public or private business, பொதுவான (அ) சொந்த விவகாரம். • *The State business is a complicated* **affair**. circumstances, சந்தர்ப்ப சூழ்நிலை. • *Nehru was minister for external* **affairs**. love affair, காதல் விவகாரம்; an event arousing notoriety, நல்ல பெயரைக் கெடுக்கும் செயல், கெட்ட பெயரைக் கொடுக்கும் செயல். • *She is having an* **affair** *with her husband's business partner.* • *The Bofors* **affair** *has become a scandal.*

af-fect/ə'fekt/(*v*):ə'ஃபெக்ட் / to act on, செயல்படும்படி செய். • *Change of weather doesn't* **affect** *my body.* to influence, ஏதோ ஒன்றைச் செய்வதற்குத் தூண்டு, பாதிப்பை உண்டாக்கு; to make a deep impression, ஆழ்ந்த பாதிப்பை உண்டு பண்ணும் மனநிலையை உருவாக்கு, பாதிப்பை உண்டாக்கு. • *Supplies are being rushed to the drought* **affected** *areas.* to cause deep feelings of sorrow, love, jealousy, anger, etc., உணர்ச்சி வயப்படும்படி செய். **affect**(*v.t*): to pretend, பாவனை செய்; to feign, இல்லாததை இருப்பதாகக் காட்டிக் கொள்; to display some kind of love or fondness for, அன்பை (அ) பாசத்தை வெளிப்படையாகக் காட்டு. **affect**(*n*): feeling or emotion, உணர்ச்சி (அ) மனக்கிளர்ச்சி. **affecting**(*adj*), **affectingly**(*adv*).

af-fec-ta-tion/,æfek'teiʃn/(*n*):,æஃபெக்'டெய்ஷன் / a manner of speaking or acting not natural to one, இயல்பாக இல்லாமல், பேசுவது (அ) நடிப்பது ஆகிய பண்பு; artificial behaviour, செயற்கையான நடத்தை. • *The man is very sincere and quiet without any* **affectation**. the pretence of actual possession, இல்லாததை இருப்பதாகப் பாவித்து நடிப்பது (அ) பாவனை செய்தல். • *His voice is feminine and it is just an* **affectation**.

af-fect-ed/ə'fektid/(*adj*):ə'ஃபெக்ட்டிட்: / not natural, இயல்பு அல்லாத; making pretences, பாசாங்கு செய்து கொண்டு; not sincere, not real, மனப்பூர்வமாக இல்லாத, உண்மையில்லாத; acted upon, கட்டாயப் படுத்தி, வேண்டுமென்றே செயல்படுத்தப் பட்டு, செல்வாக்கைச் செலுத்திக் கொண்டு; influenced, ஆதரவு தரவேண்டுமென்று செல்வாக்கைப் பயன்படுத்தி; inclined or disposed, சார்பாக, பரிந்து பேசிக் கொண்டு; held in affection, அன்பு கொண்டு. • *Do not try to be so* **affected**.

A

af-fec-tion/ə'fekʃn/*(n)*:ə'ஃபெக்ஷஒன் / love, devotion, attachment, கனிவு, பாசம், பக்தி, பாசப்பிணைப்பு. • *My* **affection** *for my wife deepened, when she suffered a lot during my illness.* state of being affected, பாதிக்கப்பட்ட மனநிலை; an attitude of mind, மனப்போக்கு; disease, வியாதியால் பீடிக்கப்பட்ட தன்மை. • *She died of cancer* **affection**. **af-fec-tion-ate**/ə'fekʃnət/ *(adj)*:ə'ஃபெக்ஷஒனிட் / showing tender love, அன்பு காட்டிக் கொண்டு; full of affection, முழு அன்புடன்; warmly attached, பாசப் பிணைப்பு கொண்டு. • *The mother gave an* **affectionate** *embrace to her child.* **affectionately***(adv)*, **affectionate-ness***(n)*. **affective**/ə'fektiv/ *(adj)*:ə'ஃபெக்டிவ் / pertaining to the affections, emotional, pertaining to affects; hence affective. He is a more **affective** person.

af-fer-ent/'æfərənt/*(adj)*:'ஆஃபரஒன்ட் / bring to or leading towards an organ or part as a nerve or vein, உடலின் ஒரு பகுதியினின்று வெளிச்செல்லும் (அ) உட்செல்லும் நரம்புகள் (அ) சிரைகள் போல.

af-fi-ance/ə'faiəns/*(v)*:ə'ஃபயஒன்ஸ் / be engaged to marry, திருமணத்திற்கு நிச்சயம் செய். *Charles was* **affianced** *to marry Diana.*

af-fi-ant/ə'faiənt/*(n)*:ə'ஃபயஒன்ட் / a person who makes an affidavit, வாக்குமூலம் அளிக்கும் ஒருவர்.

af-fi-da-vit/ˌæfi'deivit/*(n)*:ˌஆஃபி'டெய்விட் / written statement of evidence on oath before an authorised official, ஓர் அதிகாரி (அ) நீதிபதிமுன் எழுத்து மூலம் கொடுக்கப் படும் வாக்குமூலம்.

af-fil-i-ate/ə'filieit/*(v.t)*:ə'ஃபிலியெய்ட் / to attach or unite on terms of fellowship, மைய நிறுவனத்துடன், கல்வித் தொடர்பாக இணைந்து செயலாற்று; to get into close association, நெருங்கிய தொடர்பு கொள். • *We are* **affiliated** *to the national group.* to unite a society, firm or political party with another but without losing its own identity, தன் தனித்தன்மையை இழக்காமல், ஒரு கழகம், நிறுவனம் (அ) அரசியல் கட்சி ஒன்றுடன் சேர்ந்து செயலாற்றல். • *The Indira College is* **affiliated** *to the Central University.* to adopt as son, தன் குழந்தையாக (மகனாக) ஏற்றுக் கொள்; to trace the descent, derivation or origin of, பாரம்பரியம், மூலம், எப்படி வந்தது என்று ஆராய்ந்து காண், ஒரு குழந்தையின் பிறப்பு, தாய், தந்தை முதலிய வற்றைக் கண்டுபிடி (முறை தவறிப்பிறந்த). **affiliate***(v.i)*: to associate oneself, சேர்ந்திரு, சார்ந்திரு; be united or associated, ஐக்கியப் படுத்திக்கொள், சேர்ந்து செயல்படு. **affiliate***(n)*: a business concern controlled or managed in part or whole by another concern, ஒரு வியாபார நிறுவனம், முழுமையாகவோ (அ) பகுதியாகவோ வேறு நிறுவனத்தால் நிர்வகிக்கப்படுதல்; a company controlled by a parent company, ஒரு கழகம் (அ) வணிகப் பிரிவு, தலைமைக் கழகத்தால் நிர்வகிக்கப்படுதல். **affiliation**/əˌfili'eiʃn/ *(n)*: əˌஃபிலி'யெய்ஷஒன்: act of affiliating, இணைத்தல் தொடர்பான செயல். • *Some regional parties have* **affiliation** *with national parties.* **affiliative***(adj)*.

af-fin-i-ty/ə'finəti/*(n)*:ə'ஃபினிட்டி / *(pl.* **affini-ties**): a natural attraction or liking, இயல்பான ஆசை (அ) கவர்ச்சி; relationship by marriage, திருமண உறவு முறை; similarity, தோற்ற ஒற்றுமை. • *The Sanskrit and Hindi languages have many* **affinities** *with each other.* strong feeling (for, to, between) of shared interest, அழுத்தமான உணர்ச்சி, பொதுவான ஆசாபாசங்களைக் கொண்ட பாச உணர்ச்சி. • *He was not an impartial witness because of his* **affinity** *with the accused.* relationship (between, with), உறவு முறை; **affinal***(adj)* the force by which atoms are held together in chemical compounds, இரசாயன சேர்மங்களில் அணுக்கள் (அ) மூலக்கூறுகள் இணைந் திருக்க செயல்படும் இறுக்கம்.

af-firm/ə'fɜ:m/*(v.t)*:ə'ஃபஒ:ம் / to declare positively, உறுதிப்படுத்து; to assert as true, உண்மையென்று வலியுறுத்து; to make a declaration in a court of law without mentioning God or religion, எல்லோருக்கும் தெரியும் வகையில், ஒரு நீதி மன்றத்தில் கடவுள் (அ) மதம் தெரிவிக்கப் படாமல் பிரமாணம் எடுத்துக் கொள். **affirm***(v.i)*: to assert solemnly before a court or magistrate or judge, ஒரு நடுவர் மன்றத்தில் ஆணையிட்டுச் சொல்வதை உறுதிப்படுத்து; to ratify a law, ஒரு சட்டத்தை ஆமோதித்து அங்கீகாரம் கொடு. • *The High Court* **affirmed** *the judgement of the sessions court.* • *The Minister for Home* **affirmed** *in parliament that the communal riots were brought under control.* **af-fir-ma-tion**/ ˌæfə'meiʃn/*(n)*:ˌஆஃபஒ:'மெய்ஷஒன் / a statement or declaration, உறுதியிட்டுக்

கூறும் வாக்குமூலம். • *The manager's reply of his earlier statement was an* **affirmation**. that which is affirmed உறுதியிட்டுக் கூறும் எதுவும், **affirmative** *(adj)*: declaring to be true, உண்மையென்று உறுதியாகக் கூறுகின்ற. **affirmative***(n)*: that which is stated to be true, உண்மையென்று எதைச் சொல்லுகிறாயோ அது. • *Her approach to any problem is always positive and* **affirmative**. **affirmatively***(adv)*. **affirmatory***(adj)*, **affirmer***(n)*.

af-fix/'æfiks/*(v.t)*:'æஃபிக்ஸ் / to fasten, to attach, சேர்த்து இணை. • *We have to* **affix** *stamps to a letter,* to join, சேர்த்துக் கோர்; to fix to, ஒட்டு; to put signature at the end of, கடைசியில் கையெழுத்திடு, முத்திரையிடு. • *The contractor* **affixed** *his signature to the documents of agreement.* **affix***(n)*: that which is attached or joined, சேர்க்கப்படுகின்ற (அ) இணைக்கப்படுகின்ற ஒன்று; addition at either end of a word, ஒரு வார்த்தையுடன் முதலிலோ (அ) கடைசியிலோ சேர்க்கப் படுவது; to change or modify meaning or use (prefix and suffix included), மாற்று (அ) திருத்து (முன், பின் சேர்க்கையுடன்).

af-flict/ə'flikt/*(v.t)*:ə'ஃப்லிக்ட் / to cause distress or grief to, தொந்தரவு கொடு, துன்பப்படுத்து; to cause suffering either to body or mind or to both, உடலுக்கு (அ) உள்ளத்துக்குத் துயரம் ஏற்படுத்து. • *I am not* **afflicted** *with any kind of disease at the age of 63.* trouble severely or grievously, வேண்டுமென்றே கடுந்தொல்லை கொடு; to humble or defeat, அவமானப்படுத்து (அ) தோல்வி அடையச் செய். • *Black money is the major problem* **afflicting** *the economy of this country.* **af-flic-tion**/ə'flikʃn/*(n)*: ə'ஃப்லிக்ஷ்ஒன் / a cause of continued pain of body or mind as sickness, loss, calamity, sufferance, etc., வியாதி, நஷ்டம், கஷ்டம், மனக்கவலை, பெருந்துன்பம் போன்ற சித்ரவதைகளுக்குக் காரணமாய் இருப்பது. • *I expect no sympathy in my* **affliction** *from any quarter.* **afflictedness***(n)*, **afflicter***(n)*.

af-flu-ence/'æfluəns/*(n)*:'æஃப்லுஒன்ஸ் / abundant wealth, பெருஞ்செல்வம், எல்லாச் செல்வங்களும் நிறைந்தது; great amount, செல்வச் செழிப்பு; esp. riches, profuse thoughts, ideas, etc., உயரிய சிந்தனை, எண்ணம் முதலியவை. • *People living in* **affluence** *tend to lead immoral life.*

af-flu-ent/'æfluənt/*(adj)*:'æஃப்லுஒன்ட் / wealthy, rich, பெருஞ்செல்வமுள்ள; abounding in anything, எல்லாம் நிறைந்துள்ள. • *Men and women want to settle down in the United States to lead an* **affluent** *life.* **affluently***(adv)*, **affluential***(adj)*.

af-ford/ə'fɔ:d/*(v.t)*:ə'ஃபஓ:ட் / to be able to buy or pay for, வாங்குவதற்கும், செலவு செய்வதற்கும், கொடுப்பதற்கும் உள்ள பொருள் (அ) திறமை பெற்று இரு; to yield, to supply, விட்டுக் கொடு, ஏராளமாகக் கொடு (அ) வழங்கு; to be able to manage, நல்ல நிர்வாகத் திறமை பெற்றிடு; do well, நன்றாகச் செயல்படு; to provide, எல்லாம் கொடு, வேண்டியது எல்லாம் ஏற்பாடு செய். • *I still can't* **afford** *a car.* **affordable** *(adj)*, **affordability***(n)*, **affordably** *(adv)*.

af-for-est/æ'fɔrist/*(v.t)*:ə'ஃபஓரிஸ்ட் / to plant trees on a large scale, பெருமளவில் மரங்கள் நடு; to plant trees on a big scale to make forest, காடுகள் உண்டாக்கு வதற்கு அதிக அளவில் மரங்களை நடு. **af-for-est-a-tion**/æˌfɔri'steiʃn/*(n)*: æˌஃபஓரிஸ்ட்'டெய்ஷ்ஒன் / making land a forest or turning of land into forest by planting trees, மரங்களை நட்டி வெறும் நிலத்தை வனமாக்குதல். *opp*: deforest.

af-fray/ə'frei/*(n)*:ə'ஃப்ரெய் / a noisy fight in public, பொது இடத்தில் குழப்பம்; a disturbance, ஒரு சச்சரவு; a brawl, கூச்சல், சண்டை. **affray***(v.t)*: to disturb peace, அமளி உண்டாக்கு; to frighten, பயமுறுத்து. *Ramu was charged with causing* **affray**.

af-fri-cate/'æfrikət/*(n)*:'æஃப்ரிக்கிட் / a speech sound, a consonant sound, such as (ch), (dj), (ts), etc., உச்சரிப்பு, மெய்யெழுத்து உச்சரிப்பு. • *The word* **church** *consists of the* **affricate** *ch.*

af-fright/ə'frait/*(v)*:ə'ஃப்ரய்ட் / frighten somebody, ஒருவரை பயமுறுத்து. *She cannot be* **affrighted** *by ghost stories.*

af-front/ə'frʌnt/*(n)*:ə'ஃப்ரன்ட் / open and public rudeness, பொது இடத்தில் அவமானப்படுத்துதல்; insult, அவமானப் படுத்துதல், **affront***(v.t)*: to offend in public, பொது இடத்தில் அவமானப்படுத்து. • *He felt deeply* **affronted** *at her behaviour.*

Af-ghan/'æfgæn/*(n)*:'æஃப்கஃæன் / a native of Afghanistan, ஆப்கான் நாட்டவர், ஆப்கானியர். **Afghan hound**: a tall thin dog, having a long narrow head and a hairy coat (very long silken hair) ஒருவகை நாய். **Afghan***(adj)*.

A

Af-ghan-i-stan/æf'gænistæn/ ஆஃப்'க:�æனிஸ்ட்�æன் / a republic in South Asia - North West of India, தெற்கு ஆசியாவிலுள்ள ஒரு நாடு, ஆப்கானிஸ்தானம்.

afi-cio-na-do/ə,fisjə'na:dəu/(n)(pl): ə,ஃபீஸ்யஉஉ'னாடூஉஉ / one who is highly interested in an activity or subject or pastime with good knowledge, ஒரு பாடப்பகுதியில் அல்லது ஒரு செயலில் சிறந்த அறிவோடும் அக்கறையோடும் திறமையோடும் ஈடுபாடுள்ள ஒருவர். *He is a garderning* **aficionado.**

a-field/ə'fi:ld/(adv):ə'ஃபீல்ட் / away from home, வசிக்குமிடத்தினின்று வெகு தூரத்தில்; far and wide, தொலைவில்; abroad, வெளிநாட்டில்; off the beaten track, தெரிந்த பாதை அல்லாமல் வேறு பாதையில். • *Tourists come to India from the States and also from even further* **afield.**

a-fire/ə'faiə*/(adj):ə'ஃபயஉ* / on fire, நெருப்பில். • *The rioters always set the public buses* **afire.**

a-flame/ə'fleim/(adv):ə'ஃப்லெய்ம் / in flames, சுடர் விட்டு; on fire, நெருப்பில்; glowing, கொழுந்து விட்டு; ablaze, பிரகாசித்து எரிந்து கொண்டு.

AFL-CIO(abb): American Federation of Labour and Congress of Industrial Organizations, அமெரிக்கத் தொழிலாளர் தொழில் நிறுவனங்களின் கூட்டமைப்பு.

a-float/ə'fləut/(adv & adj):ə'ஃப்லஉஉட் / borne on the water, மிதக்கும், மிதந்து; floating on water at sea, கடலில் மிதக்கும். • *Somehow keep the ship* **afloat**. out of debt, கடன் இல்லாமல்; financially solvent, நல்ல பொருளாதார நிலையில்; in circulation, செலவணியில். • *I have to manage the company somehow to keep it* **afloat.**

a-flood/ə'fləd/(adj):ə'ஃப்லஉட் : inundated, flooded, sub-merged, (வெள்ளத்தில்) மூழ்கிய. *The town is* **aflood** *with rumours of ghost movements.*

a-foot/ə'fut/(adv & adj):ə'ஃபுட் / on foot, காலால் நடந்து; walking, நடந்து கொண்டு; in action, செயல்பட்டுக் கொண்டு; in progress, வளர்ந்து கொண்டு; being prepared, தயார் நிலையில் இருந்து; in operation, செயல் இயக்கத்தில். *I sense there is some mischief* **afoot** *to oust me.*

a-fore/ə'fɔ:*/(pre, adv, conj):ə'ஃபஉஉ* / before, முன்னால், **aforehand**(adv): before hand, முன்னமேயே. **aforehand**

(adj): provided, நிபந்தனைக்குட்பட்டுள்ள; prepared, தயார் நிலையிலுள்ள. **afore-mentioned**/ə,fɔ:'menʃənd/(adj): ə'ஃபஉஉ:மென்ஷன்ட் / spoken of or named before, முன் சொல்லப்பட்ட, முன் குறிப்பிடப்பட்ட • *The* **aforementioned** *persons were acting suspiciously.* **aforesaid**(adj): said or mentioned before, சொல்லப்பட்ட (அ) முன் குறிப்பிடப்பட்ட. • *The* **aforesaid** *novel was written by Mrs. Lakshmi Narayan.* **aforethought**(adj): thought before hand, premeditated, முன்திட்டமிட்ட, முன் யோசனையுடன் கூடிய. **aforethought**(n): forethought, premeditation, முன் யோசனை, முன் திட்டமிடுதல். **aforetime**(adv): in time past, கடந்த காலத்தில்; at a former time, முன் காலத்தில்; previously, முன்னமே.

a-foul/ə'faul/(adv & adj):ə'ஃபஉல் / in a state of collision, எதிர்த்தரப்பில், மோதிக் கொண்டு; in a tangle, ஒருவகைச் சிக்கலில்.

a-fraid/ə'freid/(adj):ə'ஃப்ரெய்ட் / feeling fear, பய உணர்ச்சி நிரம்பிய. • *She is* **afraid** *of dogs.* full of apprehension, இனந் தெரியாத அச்சம் கொண்ட; frightened, திடீர் பயத்தினால்; unwilling, செய்ய மனமில்லாத; unwilling to do, செய்ய வேண்டுமென்ற உணர்வு இல்லாத. • *I am* **afraid,** *I can't come with you now.* sorry for something that has happened or likely to happen, நடந்த ஒன்றுக்கோ (அ) நடக்கப்போகும் ஒன்றுக்கோ மன்னிப்புக் கோரும் பாவனையுடன். • *Never be* **afraid** *of asking for help.* • *I am* **afraid** *that I have come late.*

a-fresh/ə'freʃ/(adv):ə'ஃப்ரெஷ் / anew, again, புதிய, மறுபடியும்; once more from the beginning, ஆரம்பத்தினின்று மீண்டும். • *After her venture failed, she had to start* **afresh.**

Af-ri-can/'æfrikən/(n, adj):'�æஃப்ரிக்கஉன் / of or from Africa, a person from Africa, ஆப்பிரிக்காவைச் சேர்ந்த, ஆப்பிரிக்காவி லிருந்து, (அ) ஆப்பிரிக்காவைச் சேர்ந்த ஒருவர்.

Af-ri-kaans/,æfri'ka:ns/(n):,æஃப்ரி'க்கான்ஸ் / a language of South Africa, (similar to Dutch), தென் ஆப்பிரிக்காவில் வழங்கும் மொழி (டச்சு மொழியைப் போன்றது).

aft/a:ft/(adv):'ஆஃப்ட் / at, close, to (or) toward the stern or tail, கப்பல் (அ) படகின் பின்புறத்தருகில்; (stern - the back part of a boat or aircraft). **aft**(adj): situated toward or at the stern, பின்புறத்தில் அமைந்திருக்கின்ற.

af-ter/'a:ftə*/(*prep*):'ஆ°ஃப்ட்டə* / behind in place or position, பின்னால். • *Your name comes* **after** *mine in the list.* following behind, பின்தொடர்ந்து; following continuously, தொடர்ந்து சென்று; as a result of, அதன் பயனாக. **after**(*adv*): behind, in the rear, பின், கடைசியில்; later, காலம் கடந்து, **after**(*conj*): at a later time than, காலம் கடந்த பின். • *I found your book* **after** *you had left the office.* **after**(*adj*): later in time, next, காலம் கடந்த பின், அடுத்த; subsequent, பிற்பட்ட. • *In his* **after** *years, he became rich.* **after all**: in spite of everything, என்ன ஆனாலும், எது எப்படியிருந்த போதிலும். • *He has plenty of money* **after all**. **af-ter-birth**/'a:ftəbɜ:θ/ (*n*): 'ஆ°ஃப்ட்டəப:ə:த் / the placenta and foetal membranes expelled from the uterus after child - birth, பிரசவத்திற்குப் பிறகு கருப்பையிலிருந்து வெளியேறும் நச்சுக் கொடி போன்றவையும், சவ்வும். **af-ter-care**/'a:ftəkeə*/(*n*):'ஆ°ஃப்ட்டə'கɛə* / the care or treatment given to someone after a period of stay in hospital, prison, etc., மருத்துவமனை, சிறைச்சாலை போன்றவைகளிலிருந்து வெளிவரும் நபர்களின் நலம் பேணும் அமைப்பு. **af-ter-ef-fect**/'a:ftə rifekt/(*n*): 'ஆ°ஃப்ட்டəஇ°ஃபெக்ட் / an effect coming after, a secondary result, பின்விளைவு, முக்கிய விளைவுக்குப் பிறகு ஏற்படும் வேறு விளைவுகள். **af-ter-glow**/'a:ftəgləu/(*n*): 'ஆ°ஃப்ட்டə'க்:லəஉ / the glow seen very often in the sky after sunset, அந்தி நேரத்தில் அடிக்கடி ஏற்படும் பிரகாசமான ஒளி; pleasant remembrance of a past experience, glory, etc., கடந்த கால அனுபவங்கள், புகழ் பற்றிய இனிமையான நினைவுகள், முதலியன. **af-ter-life**/'a:ftəlaif/(*n*): 'ஆ°ஃப்ட்டə'லய்ஃப் / also called future life, மறுவாழ்வு; the life after death, இறப்பிற்குப் பின் ஏற்படும் வாழ்க்கை; the later (subsequent) part of one's life after some event, ஒரு முக்கிய நிகழ்ச்சிக்குப் (விபத்து) பின் ஏற்படும் புது வாழ்வு. **af-ter-math**/'a:ftəmæθ/(*n*): 'ஆ°ஃப்ட்டəமæத் / that which results or follows from an event esp. bad events such as accidents, storm, war, etc., ஒரு நிகழ்ச்சிக்குப் பிறகு ஏற்படும் பின் விளைவு, விபத்து, புயல், போர் முதலானவற்றிற்குப் பின் ஏற்படும் விளைவுகள். • *The danger of disease is always there in the* **aftermath** *of floods.* seasonal cutting of grass for the second time, தாள்புல் இரண்டாம் அறுவடை; a new growth of grass following one or more mowings, ஒன்று (அ) அதிக அறுவடைக்குப் பின் புதிதாகப் புல் வளர்தல். **af-ter-noon**/ ˌa:ftə'nu:n/(*n*): 'ஆ°ஃப்ட்டə'னூன் / the time from noon until evening, பிற்பகல்; the latter part, பின்பகுதி. **afternoon**(*adj*): pertaining to the latter part of the day, ஒரு நாளின் மாலைக்காலத்தில் (பிற் பகுதியில்). • *Today, they will meet in the* **afternoon**. **af-ter-noons**/ˌa:ftə'nu:nz/ (*adv*): 'ஆ°ஃப்ட்டə' னூன்ஸ்: / in or during the afternoons regularly, வழக்கமான பிற்பகலில். • **Afternoons,** *he is always out.* **af-ters**/'a:ftəs/(*n, pl*): 'ஆ°ஃப்ட்டəஸ் / the part of a lunch or meal that is taken after the main dish, dessert, முக்கிய (அ) பகல் உணவுக்குப் பின் உண்ணும் பழவகை உணவு. • *We are having some biscuits for the* **afters**. **after-pains**(*n*)(*pl*): pains experienced after childbirth due to contraction of womb, குழந்தை பிறப்பிற்குப்பின் கருப்பை சுருங்குவதால் ஏற்படும் வலி. **after-party**(*n*): a party hosted after an event (e.g.)concert, ஒரு நிகழ்ச்சி முடிந்த பின் கொடுக்கப்படும் விருந்து. **af-ter-taste**/'a:ftərteist/ (*n*):'ஆ°ஃப்ட்டəடெய்ஸ்ட் / a taste remaining in the mouth after eating, சாப்பிட்ட பின் தங்கியிருக்கும் சுவை (அருவருப்பூட்டும்); the remaining sensation following an unpleasant experience, incident, etc., எரிச்சலூட்டும் அனுபவம் (அ) நிகழ்ச்சியின் பின்விளைவு. • *She is experiencing the* **aftertaste** *of her bad marriage.* **af-ter-thought**/'a:ftəθɔ:t/(*n*):'ஆ°ஃப்ட்டəதɔ:ட் / a thought after a work has been completed or a deed has taken place, ஒரு வேலை நிறைவேறிய பிறகு (அ) ஒரு செயல் முடிந்த பிறகு ஏற்படும் சிந்தனை; an explanation given later, ஒரு வேலை முடிந்த பிறகு கொடுக்கப்படும் விளக்கம்; a later or second thought, பின்னால் ஏற்படும் கருத்து; reconsideration, மறுபரிசீலனை; reflection after an act, ஒரு செயலுக்குப் பிறகு ஏற்படும் நினைவுகள். • *The western tower was added to the temple as an* **afterthought**.

af-ter-wards/'a:ftə wə dz/(*adv*): 'ஆ°ஃப்ட்டəஉəட்:ஸ்: / at a later time, பின்னொரு சமயம். • *Let us go to the drama first and eat* **afterwards**.

afterword/'a:ftəwɜ:d(*n*):'ஆ°ஃப்ட்டəஉəட்: / concluding chapter of a book, ஒரு புத்தகத்தின் முடிவுப்பகுதி.

a-gain/ə'gen/(*adv*):ə'க:əன் / once more, மீண்டும். • *She may not come* **again**.

another time, வேறு சமயம்; anew, புதியதாக; in addition, மேலும். • *The dog goes to the valley* **again** *and* **again**. besides, further, இன்னும், அதிகமாக. • **Again,** *my wife earns as much as I do.* however, back, எப்படியும், பின்னும்; in return, பதிலாக. • *We have to do it* **again**.

a-gainst/ə'genst/*(prep)*:ə'க:ஏன்ஸ்ட் / in opposition to, முற்றிலும் எதிராக. • *The opposition voted* **against** *the confidence motion.* in opposite direction, எதிர்த் திசையில். • *The rain beats* **against** *the door.* in preparation for, தயார் நிலையில் இருந்து கொண்டு. • *One should save money* **against** *the rainy day.* having as background பின்னணியாக அமைந்து. • *White flowers have been set* **against** *a black curtain.* in comparison with, வேறு ஒன்றுடன் ஒப்பிட்டு. • *Any domestic problem can be viewed as a matter of reason as* **against** *emotion.*

a-gape/ə'geip/*(adv & adj)*:əகெ:ய்ப் / in great wonder, மிகுந்த ஆச்சரியத்தில்; with mouth wide open as in wonder or expectation, வியப்பினால் வாய் பிளந்து. • *The children watched the circus programme with their mouths* **agape**.

a-gar/'eiga:*/*(n)*:'எய்கா:* / (agar-agar) a resinous product obtained from a tree or red sea weeds, ஒருவகைப் பிசின்.

a-gate/'ægət/*(n)*:'ஆகெஅட்: / a hard stone with bands of colour used in jewellery, நகைகள் தயாரிக்க உதவும் மிகக் கடினமான ஒருவகைப் பல நிறக்கல், (வைடூரியம்).

age/eidʒ/*(n, v)*:எய்ஜ் / **aged, aging or ageing, age***(n)*: a long time, time of life, periods of history, maturity, நீண்டகாலம், ஆயுட்காலம், சரித்திர காலங்கள், முதிர்ச்சி. • *My eyes haven't become dim with my growing* **age**. • *He became the Prime Minister at the* **age** *of forty.* **age***(v.t)*: to make old, to cause to grow old, வயதாகு, வயதாக்கு. • *Fear and anxiety* **age** *people very rapidly.* **age***(v.i)*: to grow old, முதிர்ச்சி அடை. • *Women* **age** *more rapidly.* to improve esp. in taste, as time passes வயதாக ஆக ஒருவனின் உணர்வும் நாட்டமும் இரசிப்புத் தன்மையும் அதிகரிக்கும், சுவையூட்டும். • *A man's outlook improves, as he* **ages** *in life.* **aged**/'eidʒid*(adj)*:'எய்ஜிட்: / having lived or existed long, of advanced age, old, வயதான, வயது முதிர்ந்த, மூப்படைந்த. • *I found her greatly* **aged**. **age-group**/eidʒ'gru:p/*(n)*:எய்ஜ்'க்:ரூப் / people of same ages, ஒத்த வயதுடையவர்கள். • *Men and women in the* **age group** *40-60 can do any kind of work to keep themselves fit physically.* **agedly***(adv)*. **age-less**/'eidʒlis/*(adj)*:'எய்ஜ்லிஸ் / never growing old, முதுமையடையாத. • *This statue is an* **ageless** *piece of sculpture.* never growing old, வயதாகாத. • *Her appearance seems ageless.* **age-long**/'eidʒlɔŋ/*(adj)*: 'எய்ஜ்லாங்: lasting for an age, வயதுள்ளவரை. **age of consent**: the age at which a person is considered to be old enough to marry or to have sex relations without breaking the laws of the land, சட்டபூர்வமான திருமண வயது (அ) சட்டத்திற்கு விரோதமில்லாமல் ஆண், பெண் உறவு கொள்ளத்தக்க வயது. **age-old***(adj)*: எய்ஜ்ஓல்ட் / having existed for a very long time. நீண்ட காலமாக இருந்து வந்துள்ள. **ag(e)ism**/'eidʒisəm/*(n)*:'எய்ஜிஸஅம் / prejudice or discrimination on the grounds of a person's age, ஒருவர் வயதாகிவிட்டதால் அவரை ஒதுக்குதல்.

a-gen-cy/'eidʒənsi/*(n)*:'எய்ஜஅன்ஸி / *(pl.* **agencies)**: an organization or company or bureau that arranges or provides some service for another, ஒரு நிறுவனம் (அ) குழு (அ) துறை ஏற்பாடு செய்து பிரதி நிதித்துவம் வகித்துப் பணிபுரிதல், the place of business of an agent, ஒரு பிரதிநிதியின் அலுவலகம், முகவாண்மையகம், செயலாண் மையகம். • *I got this job with the help of the District Employment* **Agency**.

a-gen-da/ə'dʒendə/*(n, pl)*:ə'ஜெண்ட:ə / (sing: agendeum) a list, a plan, நிரல், ஒரு திட்டம்; a list of the subjects to be dealt with or talked about at a meeting, ஒரு கூட்டத்தில் விவாதிக்கப்பட வேண்டியவை. • *The first item on the* **agenda** *is salary increase for the staff.* things to be done, செய்யப்பட வேண்டியவை; the items of business to be discussed, விவாதிக்கப்பட வேண்டியவை, நிகழ்ச்சி நிரல். • *The* **agenda** *is rather heavy for the day's meeting.*

a-gent/'eidʒənt/*(n)*: 'எய்ஜஅன்ட் / a person or thing that exerts power or has the power to act, செயலாளர், முகவாண்மையர்; that which causes an effect, இயக்கி. • *Some* **agents** *are there to help common people.* • *Insurance* **agents** *do not fail to cover any part of human life.* **a-gent pro-voc-a-teur**/'æʒa:ŋ prəˌvɔkə'tɜ:*/*(n)*: *(pl.* **agents provocateurs)**: 'ஆ:ஜஅன்ட்ஸ்'ப்ரஅவாக்கஅ'ட்டஅ* /

a person employed esp. by the government or police to encourage criminals or anti-social elements to do illegal acts and then expose them to be punished, அரசாங்கத்தால் நியமிக்கப்பட்ட நபர், இவர் குற்றம் செய்பவர்களை இரகசியமாக, சட்ட விரோத செயலைச் செய்யத் தூண்டிவிட்டு, பின் தண்டிக்க உதவுபவர்.

ag-glom-er-ate/ə'glɔməreit/*(v.t)*: ə'க்:லாமஹெரய்ட் / to collect into a mass, ஒன்றாகச் சேர். to gather into a cluster, ஒழுங்கற்ற குவியலாகச் சேர். *He is seriously trying to* **agglomerate** *the tiny political parties into a grand alliance.* **agglomerate***(adj)*: heaped up, குவியலாக. **agglomerate***(n)*: rock composed of volcanic fragments from a volcano that have been melted and united by heat, எரிமலைச் சிதறல்கள் உருகி வெப்பத்தால் தணிவு பெற்று ஏற்படும் பாறை. **ag-glom-er-ation**/ə,glɔmə'reiʃn/*(n)*:ə,க்:லாமஹெ'ரெய்ஷஹென் / a jumbled cluster, ஒழுங்கிலாக் குவியல்கள். • *The city is surrounded by an* **agglomeration** *of huts.*

ag-glu-ti-nate/ə'glu:tinət/*(v.t-v.i)*: ə'க்:லூட்டினெய்ட் / to unite or cause to adhere as with glue, சேர்த்து கோந்து கொண்டு ஒட்டு; to stick together as with glue, சேர்த்து ஒன்றாகக் கோந்து கொண்டு ஒட்டிவை. **agglutinated***(adj)*: united as by glue, கோந்து கொண்டு சேர்க்கப்பட்ட; causing to stick, ஒட்டும்படியான. *The horn you see on his head is nothing but an* **agglutinated** *mass of hair.* **ag-glu-ti-na-tion**/ə,glu:ti'neiʃn/*(n)*: ə,க்:லூட்டி'னெய்ஷஹென் / state of being united, சேர்ந்து இருக்கும்படி செய்தல். **ag-glu-ti-na-tive**/ə'glu:tinətiv/*(adj)*: ə'க்:லூட்டினஹெட்டிவ் / tending to unite, சேர்ந்திருக்கின்ற; (of a language), characterised by agglutination, சேர்க்கையினால் வார்த்தைகள் உண்டாக்கும் தன்மையுள்ள.

ag-gran-dis(z)e/ə'grændaiz/*(v.t)*:ə'க்ரஆண்டய்ஸ்: / **aggrandised, aggrandising**: to make greater in size, power, rank, wealth, etc., enlarge, extent, to widen in scope, வடிவம், அதிகாரம், பதவி, அந்தஸ்து முதலியவை அதிகரிக்கச் செய், வாய்ப்பு அதிகரிக்கச் செய். **aggrandize-ment***(n)*: increase in size, power or rank esp. when purposely planned, திட்டமிட்டு வடிவம், அதிகாரம், பதவி முதலியவற்றை அதிகமாக்குதல். • *Politicians tell lies and break promises for their own personal* **aggrandizement**.

ag-gra-vate/'ægrəveit/*(v.t)*:'ஆக்:ரஹெவெய்ட் / **aggravated, aggravating**: to make worse, இன்னும் மோசமாகச் செய்; to irritate, எரிச்சலூட்டு; to make heavier, கவலையை அதிகமாக்கு; to make more serious or dangerous, பொறுக்க முடியாத அளவுக்கு ஆபத்தாக்கு, சிக்கலாக்கு. • *Taking medicine frequently* **aggravates** *one's illness,* **ag-gra-va-tion**/,ægrə'veiʃn/*(n)*:,ஆக்:ரஹெ'வெய்ஷஹென் / act of making worse, சிக்கலாக்கும் தன்மை; seriousness, severity, மோசமான நிலை, கடுமை. • *There is further* **aggravation** *to my debt problem by the rise in interest rates.* **aggravatingly***(adv)*, **aggravative** *(adj)*, **aggravator***(n)*.

ag-gre-gate/'ægrigeit/*(adj)*:'ஆக்:ரிகி:ட் (கெய்ட்) / collected together, கூட்டாகச் சேர்த்த; total, மொத்தமான; combined, சேர்த்து வைக்கப்பட்ட. • *The* **aggregate** *amount of indebtedness is rather alarming.* **aggregate***(v.i)*: to combine and form a collection or mass, சேர்த்து வைத்திரு, தொகுதியாக்கு; to bring or come together into a group or mass, கூட்டமாகச் சேர்ந்து கொள், மொத்தமாகச் சேர். • *His income from all resources* **aggregates** *to Rs. 100,000.* **aggregate***(n)*: a sum, தொகை; mass, தொகுப்பு; a total, மொத்தம்; a gross amount, மொத்தக் கூட்டுத் தொகை. • *What was the* **aggregate** *of the company's earnings this month?* **aggregately***(adv)*, **aggregative** *(adj)*, **aggregation***(n)*, **aggregator**/ 'ægrigeitə*/*(n)*:'ஆக்:ரிகெய்டஹெ* / an internet company that collects and distributes through single window about products, services etc. of other companies, பல்வேறு நிறுவனங்களின் பொருட்களை, செயல்பாடுகளைச் சேகரித்து இன்டர்நெட் மூலமாக தகவல் கொடுக்கும் ஒரு நிறுவனம்.

ag-gress/ə'gres/*(v.i)*:ə'க்:ரெஸ் (ஆக்:) / to attack first, முதலில் தாக்கு; to start a quarrel, சச்சரவை ஆரம்பித்துவை; to commit the first act of offence, முதலில் தொந்தரவு செய். • *To* **aggress** *is to trespass.* **ag-gres-sion**/ə'greʃn/*(n)*: ஆக்:'ரெஷஹென் / the first act of hostility, விரோதச் செயலை முதலில் செய்தல்; an unprovoked attack, காரணமில்லாமல் தாக்குதல். • *By invading Kuwait, Iraq had committed an act of* **aggression**.

A

ag-gres-sive/ə'gresiv/*(adj)*:ə'க்:ரெஸிவ் / always ready to offend, எப்பொழுதும் எரிச்சலூட்டும் படியான. pushing forward, முந்திக்கொண்டு • *A successful businessman is always* **aggressive**. **ag-gres-sor**/ə'gresə*/*(n)*:ə'க்:ரெஸə* / one who attacks first, முதலில் தாக்குபவன்; an invader, படையெடுப்பவன். • *India had seen many invaders and* **aggressors** *in the past.*

ag-grieve/ə'gri:v/*(v.t)*:ə'க்:ரீவ் / **aggrieved, aggrieving**: to weigh down, கவலையால் துன்பப்படு; to cause pain or sorrow, துன்பம் கொடு, வருத்தம் கொடு; to harm, தீங்கு செய்; to oppress or wrong grievously, கொடுமைப்படுத்து (அ) துயரம் கொடுத்துத் துன்புறுத்து. **ag-grieved**/ə'gri:vd/*(adj)*:ə'க்ரீவ்ட்: / wronged, துன்புறுத்தப்பட்ட; offended, தீங்கு செய்யப்பட்டுள்ள; injured, மனம் நொந்த. • *She always feels herself* **aggrieved**. troubled, தொல்லை அடைந் துள்ள; worried, மனக்கவலை கொண் டுள்ள. • *The* **aggrieved** *party is eligible for compensation according to law.* **aggrievedly***(adv)*.

a-ghast/ə'ga:st/*(adj)*:ə'க:ாஸ்ட் / struck with great fear or horror, பயம் (அ) பீதியால் திகைப்பு அடைந்துள்ள. • *The Prime Miniser was* **aghast** *when he saw personally the devastation caused by the floods.*

a-gile/'ædʒail/*(adj)*:'ஃஜய்ல் / moving easily and quickly, சுலபமாகவும், வேகமாகவும் இயக்கமுடைய; well-coordinated and easy in movement, active, நன்கிணைந்த, இயங்குவதற்கு எளிதான; nimble, எளிதில் இயங்குகிற. • *The squirrel is always* **agile**. **a-gi-li-ty**/ə'dʒiləti/*(n)*: ə'ஜிலிட்டி: the power of moving easily and quickly, எளிதில், சுறுசுறுப்பாக இயங்கக் கூடிய ஆற்றல். **agilely***(adv)*, **agileness***(n)*.

a-gi-tate/'ædʒiteit/*(v)*:'ஃஜிட்டெய்ட் / **agitated, agitating**: to make feel anxious and nervous, கவலையும் வருத்தமும் ஏற்படும்படி செய்; to argue strongly in public for or against, ஆதரவாகவோ (அ) எதிராகவோ, பொது இடத்தில் வாதம் செய்; to arouse public interest, பொது மக்களின் உணர்ச்சி களையும், எதிர்பார்ப்புகளையும் தூண்டிவிடு. • *Some political parties* **agitate** *against increased taxes.* **a-gi-ta-tion**/ˌædʒi'teiʃn/*(n)*:ˌஃஜிட்'டெய்ஷən / violent opposition, கிளர்ச்சி; state of getting agitated, கிளர்ச்சி செய்யும் நிலைமைக்குத் தயார் செய்தல்; excitement, மன எழுச்சி; violent and irregular emotion, கொடூரமான, முறையிலாது உணர்ச்சி வயப்படுதல். • **Agitation** *has become the order of the day in this country.* **a-gi-ta-tor**/'ædʒiteitə*/*(n)*:'ஃஜிட்டெய்ட்டə* / a person who excites public feelings and tries to influence public opinion against the government, பொது மக்களின் உணர்ச்சியைத் தூண்டி, பொதுக் கருத்தை அரசாங்கத்திற்கு எதிராக உருவாக்க முயற்சிப்பவர். • *Is Gandhi an* **agitator** *or a reformer? He is a reformer by resorting to peaceful* **agitation**. **agitated***(adj)*, **agitatedly***(adv)*.

a-gle-am/ə'glijəm/*(adj)*:ə'க்:லியəம் / brightened, ஒளிர்கின்ற. *Her eyes are* **agleam** *with pleasant surprise.*

a-glow/ə'gləu/*(adj & adv)*:ə'க்:லəஉ / glowing, in glow, bright with, ஒளிர்கின்ற, எரிகின்ற, சுடரொளி மிக்க. • *Her face looks* **aglow** *in happiness.* • *See that apartment* **aglow** *with lights.*

AGM: Air to Ground Missile, வானின்று தரைக்கு ஏவப்படும் ஏவுகணை (விமான ஏவுகணை) Annual General Meeting, வருடாந்திர பொதுக்கூட்டம் (பங்குதாரர்கள் சந்திக்கும் நிகழ்ச்சி)

ag-nate/'ægneit/*(n)*:'ஃக்:னெய்ட் / descendent from the male ancestor, தந்தை வழி வந்தவர். **agnatic***(adj)*, **agnation***(n)*.

ag-nos-tic/æg'nɔstik/*(n)*:ஃக்:'னாஸ்ட்டிக் / one who believes that God or Absolute Truth cannot be known and human knowledge is limited to experience, கடவுள் (அ) முழு உண்மையைக் கண்டு அறிவது முடியாதது என்றும், ஒருவன் அறிவு அவன் அனுபவத்தின் அளவே ஆகும் என்று நம்பும் ஒருவன். **agnostic***(adj)*: trying to assert the uncertainty of all claims to divine knowledge, அறிவு, உண்மை முதலியவைகளால் அறிய முடியாதது என்று உறுதியாகக் கூறும் தன்மையுள்ள. **ag-nos-ti-cis-m**/æg'nɔstisizəm/*(n)*:ஃக்:'னாஸ்ட்டிஸிஸ:əம் / the doctrine or belief of an agnostic, யதார்த்தவாதியின் கொள்கை (அ) சிந்தனை.

a-go/ə'gəu/*(adj)*:ə'க:əஉ / gone, gone by, முன்னே, கடந்த. • *He left ten days* **ago**. **ago***(adv)*: in past time, சென்ற, முன்பு. • *He lived here long* **ago**.

a-gog/ə'gɔg/*(adj)*:ə'க:ாக்: / full of eagerness, excitement and expectation, ஆவல்

நிறைந்த, ஆர்வமும், எதிர்பார்ப்பும் உள்ள. **agog**(*adv*): very eagerly, excitedly, மிகுந்த ஆவலுடன், பரபரப்புடன். • *The crowd became* **agog** *when their matinee idol appeared before them.*

ag-o-nize/ˈægənaiz/(*v*):ˈஆக:ஒனய்ஸ்: / **agonized, agonizing**: to cause or suffer great pain, சித்ரவதைப்படுத்து, தாங்க முடியாத துன்பம் விளைவி; to cause or suffer great distress, பெருந்துயர் கொடு, பெருந்துயர்ப்படு. • *His failure in the examination* **agonized** *his entire family.* to make a long and desperate effort, நம்பிக்கை இல்லாவிட்டாலும் நீண்ட முயற்சி செய். **agonized**(*adj*): expressing great pain, பெருந்துயரம் உடைய. **agonizing** (*adj*): resulting in pain, causing great distress, பெருந்துயரம் அடைகின்ற, பெருந்துயருக்குக் காரணமாக உள்ள. **ag-o-ny**/ˈægəni/(*n, sing*):ˈஆக:ஒனி / (*pl.* **agonies**): very great pain or suffering of mind or body, மனத்துயர், பொறுக்க முடியாத, தாங்க முடியாத உடல்வலி. • *He suffers great* **agony** *at the loss of his property.* **agony column**: a newspaper or magazine column containing letters of readers' problems, personal and psychological with remarks of the paper or magazine, also announcing news (personal), ஒரு பத்திரிகை (அ) நாளிதழில் உள்ள பகுதி; இதில் தனி நபர் பிரச்சினைகள், தனிநபர் செய்தி முதலியன இடம் பெறும்.

ag-o-ra/ˈægərə/(*n*):ˈஆக:ஒரஒ / a political assembly in ancient Greece, பண்டைய கிரேக்க நாட்டின் ஒரு அரசியல் சபை.

ag-o-ra-pho-bi-a/ˌægərəˈfəubjə/(*n*): ˌஆக:ஒரஒˈஃபஒஉபி:யஒ / an unusual and abnormal fear of being in an open space, திறந்த வெளியில் இருக்கும் பொழுது ஏற்படும் ஒரு இனம் தெரியாத பயம். **agoraphobic**(*adj*): suffering from agoraphobia, இனம் தெரியாத திறந்த வெளி பயத்தால் பரிதவித்துக் கொண்டிருக்கிற.

ag-rar-i-an/əˈgreəriən/(*adj*): ஒˈக்:ரஏஒரியஒன் / relating to lands, their management and distribution, நில நிர்வாகம் பற்றிய. **agrarianism**(*n*): an equal division of agricultural property and other connected matters, விவசாய சொத்துக்கள் பற்றிய சமபங்கீடு. **agrarian**(*n*): one who favours the equal division of landed property and better emoluments for those engaged in agriculture, நிலத்தைச் சமமாகப் பங்கிடுதலிலும், விவசாய அலுவல்களிலும், வருமானத்திலும் விவசாயிகளுக்குச் சாதகமாக இருப்பவர். • *The Government has enacted many* **agrarian** *laws to settle land disputes.*

a-gree/əˈgri:/(*v.i*):ஒˈக்:ரீ / **agreed, agreeing**: to think in the same way, ஒரே மாதிரியான சிந்தனை கொள்; to come to an understanding, ஓர் உடன்பாட்டுக்கு வா; to be of one mind, இசைந்து செயல்படு; assent, உடன்படு; to give consent, சம்மதம் கொடு. • *We* **agreed** *to end the dispute at once.* to accept an idea, opinion etc., கருத்து, கொள்கை முதலியவற்றை ஏற்றுக் கொள். • *She* **agreed** *at once to come with me to the library.* arrive at a settlement, ஓர் ஏற்பாட்டிற்கு உடன்படு. • *The striking workers have* **agreed** *to end the strike.* **a-gree-a-ble**/əˈgriəbl/(*adj*): ஒˈக்:ரியஒப்:ல் / pleasing to one's liking, மனதுக்கு இனிமையான, இசைவிற்கேற்ற; congenial, மனதுக்குகந்த; willing to act with another, மற்றொருவருடன் செயல்பட இசைவுள்ள; giving consent, சம்மதம் கொடுத்துள்ள. • *The colour of his dress is* **aggreeable** *to his taste.* **agreeably** (*adv*): pleasantly, இசைவாக, மகிழ்ச்சியுடன். • *The workers are* **agreeable** *to the proposal of the management.* • *The employees were* **agreeably** *surprised to know their demands had been fully met with. opp*: disagreeable.

a-greed/əˈgri:d/(*adj*):ஒˈக்:ரீட்: / arranged or set by common consent, ஏற்பாட்டின்படி (அ) பொதுவான ஒப்பந்தத்தின் படியுள்ள.

a-gree-ment/əˈgri:mənt/(*n*):ஒˈக்:ரீமஒன்ட் / state of being in accord, மன ஒற்றுமையுடன் இருக்கும் நிலை harmony in feeling, உணர்ச்சி பூர்வமான மன ஒற்றுமை, இசைவு, ஒப்பந்தம். • *There is perfect* **agreement** *among the members of the council.* an arrangement or promise of action between two parties, ஓர் ஏற்பாடு (அ) செய்ய வேண்டும் என்ற உறுதிமொழி இரு சாரார் இடையேயும் ஏற்படல். • *The treaty between India and Pakistan could not come into force as there was no* **agreement** *on the Kashmir issue.*

ag-ri-cul-ture/ˈægrikʌltʃə*/(*n*): ˈஆக்:ரிக்கல்ச்சஒ* / the science and practice of the cultivation of the soil, வேளாண்மை; the production of crops, livestock or poultry, தானிய உற்பத்தி, கால்நடை (அ) கோழி வளர்ப்பு. **agricultural**(*adj*): pertaining to agriculture, வேளாண்மை தொடர்பான. **agriculturist**(*n*): one who is skilled in agriculture, விவசாயி. **agriculturally** (*adv*).

A

ag-ro-no-my/əˈgrɔnəmi/*(n)*:əˈக்:ரானமி / the science of soil management and crop production, மண் வள இயல் மற்றும் பயிர்சாகுபடி பற்றிய அறிவியல் துறை.

a-ground/əˈgraund/*(adv & adj)*:əˈக்ரஅஉன்ட்: / on or into the ground, stranded, *தரையில் சிக்கியுள்ள, தரைதட்டியுள்ள.* • *The ship ran* **aground**.

a-gue/ˈeigju:/*(n)*:ˈஎய்க்:யூ / malarial fever with fits and cold and shivering, குளிர்க் காய்ச்சல், கடுங்குளிரும், நடுக்கமும் கொண்ட மலேரியா காய்ச்சல்.

ah/a:/*(int)*:ஆ / an exclamation expressing pain, surprise, joy, etc., வலி, சந்தோஷம், ஆச்சரியம் இவற்றை வெளிப்படுத்தும் சொற்கள் அந்தோ, ஆ, ஐயோ. • **Ah**, *here he comes.* **aha**/a:ˈha:/*(int)*:ஆˈஹா / an exclamation expressing triumph, contempt, irony etc., வெற்றி, வெறுப்பு, பரிகாசம் முதலியவற்றைக் குறிக்கும் ஆச்சரியச் சொல். • **Aha**, *it's you, lying here!*

a-head/əˈhed/*(adv)*:əˈஹெட்: / in front, in advance, முன், முன்நோக்கி; forward; முன்னேற்றப் பாதையில். • *The time in London is five hours* **ahead** *of the time in New York.* • *One must plan* **ahead**. • *Joe ran* **ahead** *of Johnny.*

a-hem/əˈhem/*(int)*:əˈஹெம் / an utterance calling attention, கூப்பிடுதல், கவன ஈர்ப்பு இவற்றிற்குப் பிரயோகிக்கப்படும் ஒரு சப்தம்.

a-him-sa/əˈhimsa:/*(n)*:əˈஹிம்ஸா / the doctrine of non-violence, இன்னா செய்யாமை.

a-hoy/əˈhɔi/*(int)*:əˈஹாய் / a call used in hailing, a cry indicating greeting used by sailors from one ship to another, மாலுமிகள் ஒரு கப்பலிலிருந்து, வேறு கப்பலிலுள்ள மாலுமிகளுக்கு வாழ்த்துச் சொல்லும் முறை.

aid/eid/*(v.t)*:எய்ட்: / give support to, help, உதவி செய், உதவு. **aid***(v.i)*: to give help or assistance, உதவி கொடு, துணை நில். • *The farmers are greatly* **aided** *by the nationalised banks.* **aid***(n)*: help, support, assistance, உதவி, ஆதாரம், துணை. • *Banks come to the* **aid** *of the farmers now.* one who aids, உதவி செய்பவர்; that which aids or gives help, உதவி செய்யும் கருவி (அ) ஆதாரம். • *First* **aid** *is the medical attention given to an injured person on the spot.*

aide/ˈeid/*(n)*:ˈஎய்ட்: / an aide-de-camp, any confidential assistant, நம்பிக்கையான உதவியாளர். **aide-de-camp**/ˌeiddəˈkã:ɲ: / *(n, sing)*:ˈஎய்ட்:ட:əˈகாம்ப் / **aidesde-camp***(n, pl)*:, eidzdəˈka:ɲ:/ˈஎய்ட்:ஸ்:ட:əˈக்காம்ப் / a military official who helps an officer of higher rank, பாதுகாப்பாளர், மேல் அதிகாரிக்கு உதவி செய்யும் துணைவர்.

AIDS/ˈeidz*(n)*:ˈஎய்ட்:ஸ்: / Acquired Immune Deficiency Syndrome, a very serious disease caused by a virus, the natural defence of the body collapses when the disease sets in, எய்ட்ஸ் என்னும் கொடிய நோய், இந்த நோயால் பாதிக்கப்பட்டவர்கள் நோய் எதிர்ப்புச் சக்தியை முற்றிலும் இழந்து விடுகின்றார்கள்.

ail/eil*(v.t)*:ˈஎய்ல் / to cause pain, uneasiness or trouble to, நோயுற்றிரு, மனவேதனைப் படு. **ail***(v.i)*: to be unwell, உடல் நலம் இல்லாமல் இரு; to feel pain, வருத்தப்படு. **ailing***(adj)*: sickly, unwell, உடல்நிலை சரியில்லாத, நலம் குன்றியுள்ள. • *The nation's economy is* **ailing** *at present.* **ail-ment**/eilmənt/*(n)*:ˈஎய்ல்மஅன்ட் / illness not of serious nature, long period of illness, நோயுற்று இருத்தல், நீண்டகாலம் உடல்நலம் குன்றி இருத்தல்.

ai-le-ron/ˈeilərɔn/*(n)*:ˈஎய்லஅரɔ:ன் / the movable flaps near the tips of the wings of an airplane for balancing and for keeping the aircraft level and help to turn it, விமானத்தின் இறக்கைகளில் பொருத்தியிருக்கும் அசையும் பகுதிகள், விமானத்தை இயக்கவும் சமநிலைப் படுத்தவும், திருப்பவும் பயன்படுகிறது.

aim/eim/*(v.t)*:எய்ம் / to point at, குறிபார்; to try to hit, சுட முயற்சி செய்; to direct, செலுத்து (இலக்கு நோக்கி); to intend, குறிக்கோள் கொண்டு செயல்பட முற்படு. • *We* **aim** *at international acclaim in the field of science.* • *The programme is* **aimed** *at University students.* **aim***(v.i)*: to try, to strive, முயற்சி செய், போராடு. • *The representative* **aims** *to achieve his target in his company.* **aim***(n)*: act of aiming, குறிக்கோள் வைத்துச் செயல் படுவது; direction, வழிப்படுத்துதல்; purpose, நோக்கம்; end, இறுதிநோக்கம்; intention, எண்ணம். • *The hunter took* **aim** *at the bird on the tree.* **aim-less**/ˈeimlis/*(adj)*:ˈஎய்ம்லஸ் / without aim, நோக்கமற்ற; without purpose, குறிக்கோள் இல்லாத. **aimlessly***(adv)*.

ain't/eint:எய்ன்ட் / (non-standard, short or contracted form of) am not, is not, are not, has not, have not, இவைகளின் சுருக்கம். • *They* **ain't** *going.* • **Ain't** *it the fact?* • *He* **ain't** *what he used to be! (It is better to avoid any use of* **ain't**.)

air/eə*/*(n)*:ɛə*(எə*/æə) / a mixture containing oxygen, nitrogen and other gases which surrounds the earth and forms its atmosphere, *காற்று, காற்று மண்டலம்.* atmosphere, *காற்று மண்டலம், சுற்றுச்சூழல்.* • *Fresh morning* **air** *is simply exciting.* • *It is quicker by* **air** *than by bus.* manner, bearing of a person, *பாங்கு, தோற்றம்.* • *There was an* **air** *of excitement in the meeting.* appearance, வெளித் தோற்றம்; mien, பொலிவு; the peculiar look, *சிறப்பான தோற்றம், உள்ளப்பாங்கு வெளிப்படும் பார்வை*; a tune, a melody, *இசை, சுருதி, பண், இன்னிசை.* **airs**: affected manner, பகட்டான குணம்; assumed pride, கர்வமுள்ள போக்கு; assumed manners, intended to make people think that one is more important than one really is, இல்லாத ஒரு குணத்தை, இருப்பது போல் ஏறிட்டுக் கொண்டு நடித்தல். • *She acquired* **airs** *that proved to be disastrous for her work.* **air**(*v.t*): give access to fresh air, காற்றோட்டம் ஏற்பட வசதி செய். • *Go out in the open* **air**. to let in air, *காற்று உள்வரச் செய்*; to bring into public attention (notice), பொதுமக்களுக்குத் தெரியும்படி ஏற்பாடு செய்; to broadcast or televise, ஒலிபரப்பு (அ) ஒளிபரப்பு. • *There is a television programme to be* **aired** *today.* to make known one's opinions, ideas, etc., ஒருவனின் கருத்து, கொள்கை முதலியவற்றைத் தெரியும்படி செய். • *He never fails to* **air** *his views in public.* **airbase**/'eəbeis*(n)*:'ɛəபெ:ய்ஸ் / a place for housing or directing operations of aircraft, விமானங்கள் தங்குமிடம், அதன் செயல் தகுதியும், வேலைத்தரமும், பார்வை யிடப்படும் இடம்; a place where military crafts land and take off, போர் விமானங்கள் இறங்கி, பறந்து செல்லுமிடம். **airborne**/'eəbɔ:n/*(adj)*:'எபɔ:ɔ:ன் / carried by the air, *காற்றில் பறக்கும் தன்மையுடைய, பறக்கின்ற*; in flight, aloft, *காற்றில் மிதக்கின்ற.* • *Smoking is forbidden until the plane is* **airborne**. **air-bed**(*n*): mattress filled with air, *காற்றடைத்த தலையணை*: **airbrake**(*n*): brake worked by compressed air, *காற்று அழுத்தத் தினால் இயக்கப்படும் வேகத்தடை.* **airbus**(*n*): an airplane that carries passengers, பயணிகளைத் தாங்கிச் செல்லும் விமானம். **Air Chief Marshal**(*n*): an air force rank, விமானப்படையில் உயர்ந்த பதவி. **Air Commodore**(*n*): an air force rank, விமானப்படையில் உயர் ஆணையர். **air-con-di-tion-ing**/'eəkən,diʃəniŋ/*(n)*: எə'கன்டிஷəனிங் / the system that uses machines (air-conditioners) to control the temperature of the air in a room or building, esp. to keep it cool and dry, காற்றின் தட்பவெப்ப நிலையைக் கட்டுப்படுத்தி, வேலைக்கு ஏற்ப சரி செய்து ஒரு கட்டடம் (அ) ஒரு அறையில் வேலை செய்வதற்கோ (அ) எந்திரங்களை இயக்குவதற்கோ செய்யும் ஏற்பாடு. **air-craft**/'eəkra:ft/*(n)*:ˌɛə'க்ரா:ஃப்ட் / all kinds of machines for flying, *விமானம் (அ) ஆகாயக்கப்பல் போன்ற காற்றில் பறக்கும் அனைத்து எந்திரங்கள்.* **aircraft-carrier** *(n)*: a warship that carries aircraft and has a large flat surface where they can take off and land, *விமானம் தாங்கிப் போர்க்கப்பல், இதன் மேல்தளத்திலிருந்து விமானம் மேல் செல்லவும், இறங்கவும் முடியும்.* **aircraft-man**(*n, sing*) **aircraftmen**(*n, pl*): a person employed for the maintenance of aircraft, விமானம் தொடர்பாகச் செயல்படும் அலுவலர்கள். **aircrew**/æəkru:/(*n, pl*):æə'க்ரு: the pilot and others responsible for flying an aircraft and those looking after the comfort of the passengers, *விமான ஓட்டி, விமானப் பணிப்பெண் மற்றும் விமானத்தை இயக்குவதற்கும் அதன் பயணிகளின் சௌகரியத்தைக் கவனிக்கவும் உள்ள பொறுப்பாளர்கள்.* **airfield**(*n*): tract of land used for accommodation and maintenance of aircraft, *விமானங்கள் தங்குவதற்கும், அதைப் பழுது பார்ப்பதற்கும் இட வசதி உள்ள தளம்.* **airforce**(*n*): that wing of a nation's military using aircraft, விமானப் படை. **air-gun**/'eəgʌn/*(n)*: எə*கன்: a gun operated by compressed air, *காற்றழுத்தத்தினால் செயல்படும் துப்பாக்கி.* **airhostess**(*n*): a woman who looks after the comfort of the passengers in an aircraft during flight, *பறக்கும் விமானத்தில் பயணிகளின் தேவைகளைக் கவனிக்கும் பணிப்பெண், விமானப் பணிப்பெண்.* **airlane**(*n*): a regular route used by airplanes, airway, *விமானப் பாதை.* **airletter**(*n*), [also **aerogramme**]: a letter, paper stamped and sent by air without cover, *விமானம் மூலம் அனுப்பப் படும் கடிதம் (உறை இல்லாமல்).* **air-lift**/'eəlift/*(n)*:'ɛəலிஃப்ட் / a system for transporting persons or cargo by aircraft esp. in an emergency, *போர், நெருக்கடி*

போன்ற காலங்களில், விமானம் மூலம், சரக்கு, பொருள்கள், பயணிகளைப் பெருமளவில் இடம் பெயரச் செய்யும் ஏற்பாடு. **air-line**/'eəlain/*(n)*:'ஏஅலய்ன் / a business that runs a regular service for carrying passengers and goods by air, பயணிகள், பொருள்கள், சரக்குகள் முதலியவற்றை எடுத்துச் செல்ல விமானங்களைப் பயன்படுத்தும் நிறுவனம். **airliner** *(n)*: a large passenger aircraft operated by an airline, விமான நிறுவனங்கள் செயல் படுத்தும் பெரிய விமானங்கள் (பயணிகளை ஏற்றிச் செல்ல). **air-lock**/'eəlɔk/*(n)*: 'எஅலாக் / the stoppage of the flow of liquid in a pipe caused by the presence of air, காற்றுக் குமிழிகள் ஒரு குழாயில் திரவ ஓட்டத்தைத் தடைப்படுத்துதல்; a small chamber to allow the passage of men or materials at the top of a caisson, நீருக்கடியில் வேலை செய்யும் மனிதர்கள் இருப்பதற்கு ஏற்ப அமைந்துள்ள காற்றுப் பெட்டிகள். **air-mail**/'eəmeil/*(n)*: 'ஏஅமெய்ல் / the transport of letters, parcels, etc by airplane, விமானத்தபால், கடிதங்கள், பார்சல்கள் அனுப்புதல். **air-man**/'eəmən/ *(n, sing)*,'ஏஅமெஅன் / **airmen***(n, pl)*: an aviator, விமான ஓட்டி; a member of a military crew, விமானப்படையில் ஓர் உறுப்பினர்; an enlisted man in the airforce, விமானப் படையைச் சேர்ந்தவர். **airplane**/ 'eəplein *(n)*: 'ஆஅப்லெய்ன்: a flying vehicle that has atleast one engine, குறைந்தது ஒரு எந்திரமாவது உள்ள வானூர்தி; aeroplane, விமானம். **airpocket***(n)*: [also **airhole**]: a downward flow of air in the sky causing an aircraft entering into it to lose height suddenly, காற்று மண்டலத்தில் ஏற்படும் கீழ் நோக்கிச் செல்லும் காற்றின் விளைவாக விமானம் பறக்கும் உயரம் தாழ்வாகும் நிலை ஏற்படக் காரணமாகும் வானவெளியிடம். **airport**/'eəpɔ:t *(n)*: 'எஅப்பா:ட் / a terminal station for passenger airplanes, பயணிகள் விமானம் தங்குவதற்கான விமான தளம்; a place where aircraft can land and take off, விமானங்கள் தங்கவும், பறந்து செல்லவும் வசதிகள் கொண்ட இடம். **air raid***(n)*: a raid by aircraft esp. for bombing a particular area, குறிப்பிட்ட இடத்தை விமானம் மூலம் சென்று குண்டுகள் பொழிந்து தாக்குதல். **air-ship**/'eəʃip/*(n)*: 'ஏஅஷிப் / a large aircraft without wings containing gas to make it lighter than air with means of controlling the direction of flight and an engine to make it move, காற்றை விட இலேசான வாயு நிரம்பிய, இறக்கைகள் இல்லாத, திசை திரும்ப ஏற்ற சாதனங்களும், பறப்பதற்கு ஏற்ற எந்திரமும் பொருத்தப்பட்ட விமானக் கப்பல். **airsick***(adj)*: ill from air travel, விமானத்தில் பறப்பதால் ஏற்படும் விமானச் சோர்வு. **air-space**/'eəspeis/*(n)*: 'ஏஅஸ்ப்பெய்ஸ் / a space occupied by air, the air or sky above a particular country regarded as the property of that country, ஒரு நாட்டுக்குச் சொந்தமான அதன் மேலுள்ள காற்று மண்டலம். **airspeed***(n)*: the forward speed of an aircraft relative to the air through which it moves, காற்றில் பறக்கும் விமானத்தின் வேகம். **air-strip**/ 'eəstrip/*(n)*:'ஏஅஸ்ட்ரிப் / a stretch of land that can be used by aircraft to take off and land, esp. in war or at the time of trouble, போர்க்காலம் மற்றும் நெருக்கடி நேரங்களில் விமானங் களைப் பயன்படுத்த திடீரென்று ஏற்படுத்தப்படும் விமானதளம். **air ter-mi-nal**/'eə,tɜ:minl/*(n)*: 'ஏஅடெர்மினஅல் / the building where passengers gather before getting on board an aircraft or after they leave it at the end of their flight, விமானப்பயணிகள் விமானத்தில் ஏறுவதற்கும் இறங்குவதற்கும் ஏற்ற சாதனங்கள் உள்ள கட்டடங்கள். **air-tight**/'eətait/*(adj)*:'ஏஅடைட் / not allowing air to pass in or out, காற்று உட்புகாத. • *There are* **airtight** *containers in the market.* **air-to-air**/*(adj)*: operating between air borne objects esp. aircraft, தரை இறங்காமல், காற்று மண்டலத்திலேயே விமானங்களிடையே தொடர்பு கொள்ளக்கூடிய. • *In war, we have now* **air-to-air** *missiles.* **air-way**/'eəwei/ *(n)*:ஏஅஉஎய் / an airline, an air route fully equipped with emergency landing fields, radio beams, etc., விமானப்பாதை, ரேடியோ சாதனங்கள் கொண்ட விமான தளங்கள். **airwoman***(n)*: a female member of aircrew/airforce, பெண் விமான ஓட்டி. **airworthy***(adj)*: (an aircraft) in proper and safe working condition, (விமானம்) பறப்பதற்கு ஏற்ற. **airworthiness***(n)*.

air-ing/'eəriŋ/*(n)*:'ஏஅரிங் / an exposure to the air as for drying, உலர்த்துவதற்கு ஏதுவான காற்றோட்டமுள்ள இடம்; a walk, drive, etc., in the open air, திறந்த வெளியில் உலாவுதல், ஓட்டுதல்.

air-y/'eəri/*(adj)*:'எஅரி / **airier, airiest**: open to the fresh air, காற்றோட்டமுள்ள; breezy, தென்றல் வீசுகின்ற, windy, காற்று வீசுகின்ற; gay, உல்லாசமான; visionary,

கற்பனைத் திறன் உள்ள; light hearted, மகிழ்ச்சி பொங்குகின்ற; careless, கவனக்குறைவாக உள்ள; lively, உயிரோட்டமுள்ள. **airily**(*adv*): in a gay or breezy manner, காற்றோட்டமான; lightly, காற்று வசதியுள்ள, உல்லாசமாக; delicately, தென்றல் வீசுகின்ற; sprightly, breezy, உற்சாகமாக, காற்றோட்டமாக. • *We have* **airy** *apartments in the locality.* • *Her songs are* **airy,** *lively and gay.* **airy-fairy**: imaginary, கற்பனை வளமுள்ள. **airiness**(*n*).

air-y-fair-y/ˌeəri'feəri/(*adj*):ˌஎரி'ஃபெரி / foolishly idealistic, முட்டாள்தனமான, நடைமுறைக்கு ஒவ்வாத. *Romantic love is an* **airy-fairy** *affair.*

aisle/ail/(*n*):அய்ல் / a narrow passage between rows of seats, இருக்கைகளின் இடையிலுள்ள நடைபாதை; any lateral division of a church, மாதா கோவிலின் உட்பகுதி.

ait/eit/(*n*):எய்ட் / a small island in a river, ஆற்றின் நடுவில் ஒரு சிறு தீவு.

aitch/eitʃ/(*n*):அய்ச் (எய்ச்) / a way of pronouncing the letter H, h. H, h என்ற எழுத்துக்களின் உச்சரிப்பு.

a-jar/ə'dʒa:*/(*adj & adv*):ə'ஜா* / partly open, not closed fully, பாதி திறந்துள்ள, முற்றிலும் மூடப்படாமல் உள்ள. • *The door of the room is kept* **ajar**.

a-kim-bo/ə'kimbəu/(*adj & adv*):ə'க்கிம்ப:əஉ / with hands on hips and elbows bent outward, கைகள் இடுப்பிலும், முழங்கை வெளியேயும் நீட்டிக் கொண்டிருக்கும் நிலை; with a crook, bent, கூனுள்ள, வளைந்த; with hands on hips and elbows turned out, கைகள் இடுப்பிலும், முழங்கைகள் வெளியேயும் திரும்பியிருக்கின்ற. • *He looks majestic when he stands with his arms* **akimbo**.

a-kin/ə'kin/(*adj*):ə'க்கின் / of the same race or kind, related by blood, similar, having the same appearance or nature, of kin, இரத்த சம்பந்தத்தினால், ஒரே இனம் (அ) குணம் கொண்டுள்ள, உருவ அமைப்பில் ஒரே மாதிரியாக உள்ள. • *My cousins are closely* **akin**. • *Something* **akin** *to headache is troubling me.*

a-la/a:la:/(*prep*):ஆலா / according to, அப்படியே; in the manner of, அதைப்போல்.

al-a-bas-ter/ˌælə'ba:stə*/(*n*):'ஆலəபாஸ்ட்ட* / gypsum, a semi-transparent soft marble like mineral, ஒரு வகை வெண்பளிங்குக்கல், ஓரளவுக்கு ஒளி ஊடுருவக்கூடிய மிருதுவான வெண்சலவைக்கல்.

a-la-carte/ˌa:la:'ka:t/(*adv & adj*):ஆலாக்காட் / (of a meal) ordered as separate items from a menu, வழக்கமான உணவல்லாது தனியான உணவு கோருகின்ற.

a-lack/ə'læk/(*int*):ə'லæக் / (old use): a cry expressing sorrow, ஐயோ! அந்தோ!

a-lac-ri-ty/ə'lækrəti/(*n*):ə'லæக்ரிட்டி / cheerfulness, loveliness, alertness, readiness, briskness, eagerness, சுறுசுறுப்பு, உற்சாகம். • *She agreed to our request with* **alacrity**.

a-la-mode/ˌa:la:'məud/*adv & adj*): ஆலா'மəஉட்: / in or according to the fashion, நவீன நாகரிகத்தில் (அ) நாகரிகத்திற் கேற்ப. **a la mode**(*n*): a kind of silk fabric used in the manufacture of scarfs, hood, etc., தொப்பி, கழுத்துத் துண்டு போன்றவை தயாரிக்கப் பயன்படும் மிருதுவான ஒருவகைப் பட்டுத் துணி.

a-lar/'eilə*/(*adj*):'எய்லə* / winglike, இறக்கை போன்ற.

a-larm/ə'la:m/(*n*):ə'லாம் / a cry of danger, அபாயக் குரல்; a call to imminent danger, வரப்போகும் அபாயத்தைப் பற்றிய அறிவிப்பு. • *There is no cause for* **alarm** *now.* any mechanism, such as a bell noise or flag by which a warning is sounded or given, எச்சரிக்கை மணி ஒலித்தல் (அ) கொடி காட்டுதல். • *The children raised the* **alarm** *as soon as they saw the accident.* **alarm**(*v.t*): to warn of danger, அபாய அறிவிப்புக் கொடு. **alarm clock**: a clock with a bell set to sound at a particular time, குறிப்பிட்ட நேரத்தில் மணி அடிக்கக் கூடிய அமைப்பு உள்ள கடிகாரம். **alarmingly**(*adv*). **a-larm-ist**/ə'la:mist (*n*):ə'லாமிஸ்ட் / a person who raises alarm with no sufficient reason, சரியான காரணமில்லாமல் அபாயக்குரல் எழுப்பு பவன். **alarming**(*adj*): full of danger, அபாயம் நிறைந்துள்ள. **alarmingly**(*adv*): with alarm, பயமுறுத்தக் கூடிய.

a-las/ə'læs/(*int*):ə'லாஸ் / an expression of sorrow, pity, etc., ஐயோ! அந்தோ! போன்ற வருத்தம் தெரிவிக்கும் சொற்கள்.

al-ba-tross/'ælbətrɔs/ *(n)*:'ஆல்ப:ட்ரொஸ் / a large web-footed sea-bird common in the South Seas, noted for its power of flight, தென் பசிபிக் கடல்களில் வசிக்கும் சவ்வு இணைந்த விரல்கள் உள்ள நெடுந்தூரம் பறக்கவல்ல ஒருவகைக் கடற்பறவை.

al-be-do/'æ lbədəu/*(n)*:'ஆல்ப:டெளஉ / the ratio of the light reflected by a planet or satellite to that received by it, செயற்கைக் கோள் (அ) விண்கோள் ஒன்று பெறும் ஒளிக்கும், பிரதிபலிக்கும் ஒளிக்கும் உள்ள விகிதம்.

al-be-it/ɔ:l'bi:it/*(conj)*:ஓல்'பீ:யிட் / although, even if, notwithstanding that, ஆயினும், இருந்தபோதிலும். • **Albeit** *he worked hard he could not pass in the examination.*

al-be-scent/æl'besənt/*(adj)*:ஆல்'பெஸண்ட் / turning into white, வெண்மையாக மாறுகிற. *We can see* **albescent** *mist in the mornings.*

al-bi-no/æl'bi:nəu/*(n, sing)*:ஆல்'பீனஉ / **albinos***(n, pl)*: one whose skin is white and hair is light and the pupils of the eye are changed to pink, பாண்டு நோயால் பீடிக்கப்பட்டவர், இவரின் தலைமயிரும், உடல் தோலும் வெண்மை நிறம் உள்ளதாகவும், கண்மணி கருஞ் சிவப்பாகவும் இருக்கும்; an animal or plant with a marked deficiency in pigmentation, நிற அணுக்கள் குறைவால் தோல் வெண்மையாக இருக்கும் வெளிறிய செடி (அ) நல்ல நிறம் இல்லாத மிருகம். **albinism***(n)*.

al-bum/'æ lbəm/*(n)*:'ஆல்ப:ம் / a book containing blank leaves, pockets, envelopes, etc., for entering or storing photographs, stamps, autographs, phonograph records etc., கையெழுத்துக்களையும், படங்களையும், புகைப்படங்களையும், தபால்தலைகளையும், மற்றும் ஒலி நாடாக்களையும் சேகரிக்கப் பயன்படும் ஒரு கோப்பு.

al-bu-men/'ælbjumin/*(n)*:'ஆல்ப்:யுமின் / the white of an egg, முட்டையிலுள்ள வெண்கரு; the nutritive matter about the embryo in a seed, விதையில் சத்து நிறைந்த சதைப்பற்றுள்ள பாகம், பருப்பு, கருவைச் சுற்றியுள்ள பகுதி. **albuminous***(adj)*.

al-che-my/æl'kemi/*(n, sing)*:'ஆல்க்கிமி / **alchemies***(n, pl)*: the beginning of the modern science esp. chemistry, the art of trying to turn all baser metals into gold and finding a medicine to cure all diseases, i.e., discovery of an elixir of life, இரசவாதம், எல்லா உலோகங்களையும் தங்கமாக மாற்றும் முயற்சி, எல்லா நோய்களையும் குணப்படுத்தும் ஓர் அமிர்தம், இவற்றைக் காணும் முயற்சி. **al-che-mist**/'ælkəmist/*(n)*:'ஆல்க்கிமிஸ்ட் / person who practises alchemy, இரசவாதி.

al-co-hol/'ælkəhɔl/*(n)*:'ஆல்க்கஹால் / also called ethyl alcohol, spirits of wine, etc., the intoxicating or poisonous element of fermented liquors, a colourless, volatile, flammable, water miscible liquid, C_2H_5OH, a pure spirit, சாராயச் சத்து, மதுவின் சாரம், தூய சாராயம்; an intoxicating product of fermentation, போதை கொடுக்கும் மதுபானம். **al-co-hol-ic**/,ælkə'hɔlik/*(adj)*: ,ஆல்க்க'ஹாலிக் / using alcohol, containing alcohol, suffering from alcoholism, மது போதைக்கு அடிமையாகி மதுப்பழக்கத்தை விட முடியாமல் துன்பப்படும் ஒருவர். **alcoholic***(n)*: a person suffering from alcoholism, **al-co-hol-is-m**/'ælkəhɔlizəm/*(n)*:'ஆல்க்கஹாலிஸ:ம் / a diseased condition due to the excessive use of alcoholic beverages, அதிக மதுபானம் உட்கொண்டு அதற்கு அடிமையாவதால் ஏற்படும் தீரா நோய்.

al-cove/'ælkəuv/*(n)*:'ஆல்க்கஉவ் / a recess in a wall or room, ஓர் அறை (அ) சுவரின் ஓரமாக உள்ள பகுதி.

al-der/'ɔ:ldə*/*(n)*:'ஓல்டə* / a type of tree that grows in northern regions, வடக்குப் பகுதிகளில் வளரும் ஒருவகை மரம், பூர்ச்ச மரம்.

al-der-man/'ɔ:ldəmən/*(n)*:'ஓ:ல்ட:ஒமன் / a town or city councillor next in rank to a mayor, நகராண்மைக் கழகத் தலைவர் பதவிக்கு அடுத்த பதவியை வகிக்கும் உறுப்பினர்; a civic dignitary, உள்ளாட்சி அமைப்பின் மதிப்பிற்குரிய முக்கிய உறுப்பினர்.

ale/eil/*(n)*:எய்ல் / malt beverage heavier and more bitter than beer with 6% alcohol by volume, பார்லி போன்ற தானிய வகைகளைப் புளிக்க வைத்துத் தயாரிக்கப்படும் போதை தரும் மது பானம் (பீர்).

a-lea-tory/'eiliətəri/*(adj)*:'எய்லிஒடரி / random, குத்து மதிப்பாக. **aleatoric**/'eiliətəric/*(adj)*:'எய்லிஒடரிக் / depending on the throw of a die or on chance; involving random choice by performer; திட்டமில்லாமல் ஒரு செயலில் ஈடுபடுதல்.

ale-house/'eilhaus/*(n, sing)*:'எய்ல்ஹஉஸ் / **alehouses***(n, pl)*: a tavern where ale is sold, மதுபானக்கடை.

a-lem-bic/ə'lembik/*(n)*:ə'லெம்பி:க் / a retort or vessel for distillation or purification, காய்ச்சி வடித்தல் முறையில் சுத்தம் செய்ய உதவும் சாதனம்.

a-lert/ə'lɜ:t/*(adj)*:ə'லஃ:ட் / watchful, vigilant, brisk, nimble, ready to deal with danger, விழிப்புள்ள, மிக்க கவனமுள்ள, சுறுசுறுப்பாக உள்ள, துரிதமான, எந்த அபாயத்தையும் எதிர்நோக்கும் நிலையிலுள்ள. • *It is an* **alert** *mind that makes one active.* **alert***(n)*: a warning readying for danger, அபாயச்சங்கு ஒலித்தல்; an air raid alarm, விமானப் படையெடுப்புப் பற்றிய அபாயச்சங்கு ஒலித்தல். • *The central police are on the* **alert** *for an escaped terrorist.* **alert***(v.t)*: to warn (troops, ships, etc.), to prepare for action, to warn of the impending danger, air raid, attack, storm, etc., வரப்போகும் அபாயம், விமானத் தாக்குதல், புயல், படையெடுப்பு இவற்றை எதிர் கொள்ளத் தயார் நிலைப்படுத்த எச்சரிக்கை செய். • *The radio* **alerted** *the authorities of coastal districts about the approaching cyclonic storm.* • *We must constantly* **alert** *the public about the dangers of nuclear attack.* **alertly***(adv)*, **alertness***(n)*.

ale-xia/ə'leksiə/*(n)*:ə'லக்ஸிə / dyslexia, reading disability, word-blindness, படிப்பதில் உள்ள குறைபாடு.

al-fal-fa/æl'fælfə/*(n)*:ஆல்'ஃபஆல்ஃபə / a deep rooted plant used as cattle food, கால்நடைத் தீவனமாகப் பயன்படும் ஆழமான வேருள்ள தாவரம்.

al-fres-co/æl'freskəu/*(adv & adj)*: 'ஆல்ஃப்ரெஸ்கəஉ / out of doors, open air, வெளியில், திறந்த வெளியில் அமைந்த.

al-ga/'ælgə:/*(n, sing)*:'ஆல்க:ə / **algae***(n, pl)*: plants found in sea-water and in slow-moving fresh or stagnant water, sea weed, பாசி, கடல் பாசி.

al-ge-bra/'ældʒibrə/*(n)*:'ஆல்ஜிப்:ரə / a branch of mathematics in which signs and letters are used to represent numbers and values, குறிக்கணக்கியல், குறிகளையும், எண்களையும், எண் மதிப்புகளையும் இவ்வியலில் குறிப்பிட்டுக் காட்டப் படுகிறது. இயற்கணிதம். **algebraic***(adj)*, **algebraical***(adv)*, **algebraist***(n)*.

al-go-logy/'ælgɔlɔʒi/*(n)*:'ஆல்காலஜி / the study of algae, கடல்பாசிகளைப் பற்றிய படிப்பு.

al-gorithm/'ælgəriðəm/*(n)*:'ஆல்க:əரித:əம் / a set of rules or procedures that must be followed in solving a particular problem. ஒரு குறிப்பிட்ட பிரச்சினைக்குத் தீர்வு காணப் பின்பற்ற வேண்டிய விதிகளும், முறைகளும்.

a-li-as/'eiliəs/*(n, sing)*: 'எய்லிəஸ் / **aliases***(n, pl)*: an assumed name, புனை பெயர்; another name, வேறு பெயர்; also known as, also called, இப்படியும் கூப்பிடப் படும். **alias***(adv)*: otherwise, இன்னொரு வழியில். • *It is said in the court that Latha is an* **alias** *for Sugandhi.*

al-i-bi/'ælibai/*(n, sing)*:'ஆலிப:ய் / **alibis***(n, pl)*: the plea that a person charged with a crime was elsewhere at the time, excuse, குற்றம் நிகழ்ந்த போது குற்றவாளி வேறு இடத்தில் இருந்ததாக வாதித்தல். • *James' friend gave him a very strong* **alibi** *by saying that he was with him on the night of the robbery.* • *What is going to be your* **alibi** *for not completing the work today?*

al-i-en/'eiljən/*(n)*:'எய்லிəன் / one born in or belonging to another country who has not acquired citizenship by naturalization (different from citizen), stranger, வேறு நாட்டினின்று வந்தவன், அந்நிய நாட்டவன், புதியவன். **alien***(adj)*: belonging to another country, foreign, strange, hostile, விரோதமான, முற்றிலும் புதியதாக, வேறு நாட்டைச் சார்ந்த. • *Indian civilization has an inherent capacity of absorbing* **alien** *culture and yet remain unaffected.* • *Certain ideas of western countries are quite* **alien** *to our culture.* • *Though I am born in this country, I am treated as an* **alien** *by the government.* **a-li-en-ate**/'eiljəneit/*(v.t)*:'எய்லிəனெய்ட் / **alienated, alienating**: to become indifferent or make indifferent, அலட்சியமாக இரு, அலட்சியப்படுத்து; to make one lose goodwill or sympathy, நல்லெண்ணம் (அ) அனுதாபத்தை முறித்துக் கொள்; to turn away, to change the ownership, பாராமுகமாயிரு, சொத்து உரிமையை மாற்றிக் கொடு; to divert, திசைதிருப்பு. • *He has* **alienated** *all his friends.* **a-li-en-a-tion**/ˌeiljə'neiʃn/*(n)*: ˌஎய்லிə'னெய்ஷன் / breaking friendship, separating oneself from a friendly person, நட்பை முறித்துக் கொள்ளல், நண்பனிடமிருந்து பிரிந்து போதல்; feeling of not belonging to one's environment or social set up, சூழ்நிலைக்குப் பொருத்தமில்லாமல் இருப்பதாக உணர்தல். • *The government policy of encouraging certain castes in the matter of employment has led to the* **alienation** *of many people.* **alienness***(n)*.

A

a-light/ə'lait/*(v.i)*:ə'லய்ட் / **alighted or alit, alighting**: to dismount or descend, to get off or down, to come down on one's feet, கீழிறங்கு, படியிறங்கு, மேலிருந்து கீழிறங்கு. • *As the Prime Minister* **alighted** *from the plane, he was given a rousing reception.* **alight***(adv & adj)*: on fire, in flames, எரிகின்ற, தீப்பிழம்பு-களால் வெளிச்சமாகியிருக்கின்ற. • *They set the old shed* **alight**.

a-lign/ə'lain/*(v.t)*:ə'லய்ன் / to fall in line, to ally with a party or group, to line up, வரிசைப்படுத்து, ஒரு கூட்டம் (அ) குழுவுடன் சேர், முறையாக்கு. • *Why do you* **align** *yourself with such a rogue?* **a-lign-ment**/ə'lainmənt/*(n)*:ə'லய்ன்மஎன்ட் / arrangement in proper order, வரிசையாக இருத்தல், ஒழுங்குபடுத்துதல், ஓர் அணியில் சேர்தல்; the act of forming into groups or arranging formations to fight a war, போர் அணிகளைப் போர் ஆயத்தத்திற்கு வரிசைப் படுத்துதல்.

a-like/ə'laik/*(adj)*:ə'லய்க் / having likeness, ஒன்று போல்; similar, ஒரே மாதிரியாக. • *The two sisters look* **alike**. like one another, அடுத்தவரைப் போல். **alike** *(adv)*: similarly, அதே மாதிரியாக; in common, equally, பொதுவாக, சமமாக. • *He treats all his children* **alike**.

al-i-ment/'æliment/*(n)*:'ஆலிமஎன்ட் / that which nourishes, சத்து; food, உணவு. **aliment***(v.t)*: to sustain, உயிர் கொடுத்துக் காப்பாற்று; to support, ஆதரவு கொடு; to maintain, பேணு. **ali-mentary canal** *(n)*: tubular passage beginning at the mouth and ending at the anus, functioning in the digestion and absorption of food in human beings and many animals, வாயிலிருந்து ஆரம்பித்து உணவு செரிப்பதற்கும் உறிஞ்சுவதற்கும் செயல்படும், அன்னக் குழாய், இது பெருங் குடலின் இறுதிவரை நீண்டு இருக்கும். **al-i-men-ta-tion**/ˌælimen'teiʃn/*(n)*: ˌஆலிமன்'டெய்ஷன் / mourishment, maintenance, ஊட்டச்சத்துள்ள உணவு, பேணிக் காப்பாற்றுதல்.

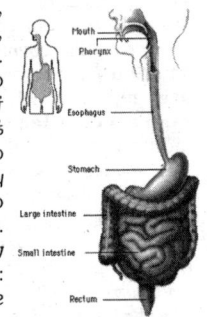

al-i-mo-ny/'æliməni/*(n)*:'ஆலிமஎனி: an allowance that a man or woman (husband or wife) has been ordered (by a court of law) to pay regularly to his/her former partner after their legal separation or divorce, ஜீவனாம்சம், சட்டப்படி பிரிந்து போன (அ) விவாகரத்து பெற்ற கணவன்/மனைவிக்குக் கொடுக்கப்படும் உரிய ஊதியம் (மற்றவரால் கொடுக்கப்படும்).

a-li-te-rate/ə'litireit/*(adj)*:ə'லிடிரெய்ட் / not willing to read though he is able to read. படிக்கத் தெரிந்தும் படிப்பதற்கு ஆர்வம் காட்டாத. *He is an* **aliterate** *person.*

a-live/ə'laiv/*(adj)*:ə'லய்வ் / having life, existent, active, alert, on or in life, in motion, lively, not dead, living, உயிர் வாழ்கின்ற, வாழ்ந்து கொண்டிருக்கின்ற, விழிப்புள்ள, சுறுசுறுப்பான, இயக்கமுள்ள. • *My grandfather is the proudest man* **alive**. • *I am* **alive** *to my obligations towards my creditors.*

al-ka-li/'ælkəlai/*(n)*:'ஆல்க்கஎலய் / a compound which neutralizes acids to form salts, அமிலத்துடன் சேர்ந்து உப்பை உண்டாக்கும் காரம். **alkaline***(adj)*, **alkalize***(v)*.

all/ɔ:l/*(adj)*:ɔ:ல் / the whole of, nothing left out, every one of, முழுவதுமுள்ள, ஒன்று விடாமல், ஒவ்வொன்றாக. • *I work* **all** *day.* • *I have come* **all** *the way in life gathering dust.* **all***(n)*: whole, முழுமை; whole duration, முழு நேரம்; everything one has, ஒருவனிடம் இருக்கும் எல்லாம். • *The Pandavas lost their* **all** *in the game of dice.* **all***(adv)*: entirely, முழுமையாக. • *I sit* **all** *alone.* altogether, முற்றிலுமாக; *completely,* அனைத்துமாக. • *There are 100 members in* **all**. • *The rise in prices is* **all** *the more terrible.* **all** *(pro)*: everyone or everything, ஒவ்வொன்றும். **all in all**: on the whole, முழுவதுமாக; generally, பொதுவாக. • **All in all,** *they had a good time.*

all-American/ɔ:l-ə'merikən*(adj)*:ɔ:ல்-ə'மெரிக்கஎன் / possessing all the best qualities of excellence in any field of U.S. sports, அமெரிக்க விளையாட்டுகளில் ஏதாவது ஒன்றில் நல்ல திறமையைப் பெற்றிருக்கின்ற. **all-clear**: a signal indicating that everything is quite all right, danger is past, satisfactory, yes, certainly, official permission for doing certain work, a signal that air raid is over, எல்லாம் சரியாகி விட்டது என்பதற்கான ஒலி, அபாயம் நீங்கி விட்டது என்பதற்கான ஒலி,

திருப்திகரம், ஏதோ ஒன்று செய்வதற்கு நிச்சயமான, அதிகாரபூர்வமான அனுமதி. **all-round** *(adj)*: versatile, having many abilities, அனைத்துக் கலைகளிலும் நிறைந்த அறிவுள்ள. • *John is an* ***all-round*** *player.*

Al-lah/'ælə/*(n)*:'ஆலா / God (the Muslim name), the Supreme being, எல்லாம் வல்ல இஸ்லாமியக் கடவுள்; 'அல்லாஹ்', முஸ்லிம்கள் இறைவனைக் குறிக்கப் பயன்படுத்தும் சொல்.

al-lay/ə'lei/*(v.t)*:ə'லெய் / **allayed, allaying**: to make less or soft, அமைதிப்படுத்து; to lighten, குறைவுப்படுத்து; to lessen grief or pain, துன்பத்தைக் குறைவுப்படுத்து, வலியைக் குறை; calm, relieve, அமைதி ஏற்படுத்து; தொந்தரவிலிருந்து விடுதலை கொடு, அடக்கு. • *The Government had taken every step to* ***allay*** *the fears of the minority communities.*

al-le-ga-tion/ˌæli'geiʃn/*(n)*:ˌஆலி'கெ:ய் ஷஅன் / an assertion made with no adequate proof, the act of alleging, something said to be proved, சரியான ஆதாரம் இல்லாமல் குற்றம் சாட்டுதல், நிரூபிக்கப்பட வேண்டிய வாக்குமூலம், குற்றஞ் சாட்டும் செயல். • *There are* ***allegations*** *of serious misconduct by bank officials.*

al-lege/ə'ledʒ/*(v.t)*:ə'லெஜ் / **alleged, alleging**: to bring forward something with proof, to declare, to affirm, நிரூபணத்துடன் ஒரு கூற்றை நீதிமன்றத்தில் எடுத்துச் சொல், உறுதியாகச் சொல், உண்மைபடக்கூறு. • *He is* ***alleged*** *to have passed on the secret information to a foreign country.* **al-leged**/ə'ledʒd/ *(adj)*: ə'லெஜ்ட்: / stated or declared, doubtful, supposed, சொல்லப்பட்டுள்ள, அறிவிக்கப்பட்டுள்ள, சந்தேகத்திற்கிடமான, ஊகிக்கப்படும் தன்மையுள்ள. **allegeable**(*adj*), **alleger** *(n)*. • *It is said that the* ***alleged*** *murderer in the robbery case has not yet been traced.* **allegation**(*n*), **allegedly**(*adv*).

al-le-giance/ə'li:dʒəns/*(n)*:ə'லீஜஅன்ஸ் / the loyalty of a citizen to his state, the loyalty of a subject to his king or sovereign, அரசனுக்கு (அ) அரசிடம் குடிமகனின் நம்பிக்கை; faithful support to a leader, loyalty, உண்மைப்பற்று, அரசிடம் ஒரு குடிமகனின் பற்று, தலைவனிடம் உண்மையாக இருத்தல். • *All state officials swore* ***allegiance*** *to Adolf Hitler.*

al-le-go-ry/'æligəri/*(n, sing)*:'ஆலிக:அரி / **allegories**(*n, pl*): symbolical representation of general truths, piety, heroism, good and bad qualities, etc., in stories, poems, carvings, paintings, etc., by personification, continued metaphor, உருவகக்கதை, தொடர் உருவகம், உண்மைகளை, தருமத்தை, நல்ல/கெட்ட குணப்பண்புகளை உருவகப்படுத்திக் கதைகள், பாடல்கள், சித்திரம், ஓவியம், முதலியவை மூலம் விவரித்தல், சொல்லுதல். **allegorical**(*adj*), **allegori-cally**(*adv*).

al-leg-ro/ə'leigrəu/*(adj)*:ə'லெய்க்:ரஅஉ / brisk, gay, இனிமையான, மகிழ்ச்சியான. **allegro**(*n*): a piece of music played with vigour and liveliness, விறுவிறுப்புடனும். உணர்ச்சியுடனும் பாடும் ஒருவகைப் பாட்டு.

al-le-lu-ia/ˌæli'lu:jə/*(int)*:ˌஆலி'லூயஅ / praise to lord, halleluiah, கடவுள் வல்லவர். **alleluia**(*n*): a song of praise to God, கடவுளே எல்லாம் என்று வணங்கும் கிறித்தவப் பாடல்.

al-ler-gic/ə'lɜ:dʒik/*(adj)*:'ஆலஅ:ஜிக் / pertaining to allergy, very sensitive, உடலில் வேறு பொருள் உட்புகுவதால் ஏற்படும் எதிர்விளைவுத் தொடர்பான, குறிப்பிட்ட மருந்து (அ) உணவை உட்கொள்ளுவதால் உடலில் எளிதில் மாற்றத்தை உண்டு பண்ணக்கூடிய. **al-ler-gy**/'ælədʒi/*(n, sing)*:'ஆலஅ:ஜி / **allergies**(*n, pl*): state or condition in which the body reacts against certain foods, substances etc., a condition of being unusually sensitive to something taken into the body. ஒவ்வாமை, ஒரு பொருளை உட்கொள்ளுவதாலோ (அ) சுவாசிப்பதாலோ (அ) ஏதாவது ஒன்றைத் தொடுவதாலோ உடலில் எதிர்விளைவு ஏற்படுதல். • *I have an* ***allergy*** *to certain medicines.*

al-le-vi-ate/ə'li:vieit/*(v.t)*:ə'லீவியெய்ட் / **alleviated, alleviating**: to lessen (suffering, pain, etc.), வலியைக் குறைவுபடுத்து; to reduce, to mitigate, துன்பத்தைக் குறை; to afford relief, நிவாரணம் கொடு; to make easier to bear, வலியைப் பொறுக்கும்படி செய்.

al-ley/'æli/*(n, sing)*:'ஆலி / **alleys**(*n, pl*): a passage, walking path in a garden, குறுகிய தெரு, தோட்ட நடைபாதை; a narrow lane, குறுகிய சந்து; a passage between buildings, கட்டடங்களுக்கிடையே உள்ள குறுகிய பாதை; a long, narrow passage for bowling, பந்து எறிவதற்கு ஏற்றவாறு அமைந்த நீண்ட குறுகிய பாதை.

al-li-ance/ə'laiəns/*(n)*: ə'லயஅன்ஸ் / a formal agreement or treaty between two or more nations, persons, parties or states allied together for a specific purpose, joining in friendship or marriage or by treaty, இரண்டு (அ) அதற்கு மேற்பட்ட நாடுகளுக்கு இடையே ஏற்படும் உடன்பாடு. ஒரு குறிப்பிட்ட நோக்கத்திற் காகத் தனி நபர்கள், அணிகள் (அ) நாடுகள் சேர்ந்து செயல்படல், நட்பு (அ) திருமணம் (அ) உடன்பாடு மூலம் சேர்ந்து கொள்ளல்.

al-lied/'ælaid*(adj)*:'ஆலைட்: / joined by aggreement, ஒப்பந்தத்தின் மூலம் ஒன்று சேர்ந்த. **al-lies**/*(n)*:pl. of ally. allied nations, ஒப்பந்த நாடுகள்.

al-li-ga-tor/'æligeitə*/*(n)*:'ஆலி'கெ:ய்ட்டஅ*: a large cold-blooded reptile (a kind of crocodile) found in South Eastern United States and Eastern China. It is different from the crocodile as it has a broad flat head and unequal teeth and also capable of living both in water and on land, முதலை போன்ற ஒருவகை ஊர்ந்து செல்லும் உயிரினம், குளிர் இரத்தமுடையது. அகன்ற தலையும், சமமில்லாப் பற்களும் கொண்டது. நீர், நிலம் இரண்டிலும் வசிக்கும், தென்கிழக்கு அமெரிக்காவிலும், கிழக்கு சீனாவிலும் காணப்படுகிறது.

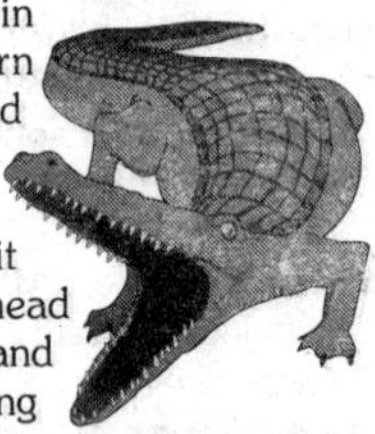

all inclusive/æl' inklu:siv/*(adj)*: ɔ:ல்'இன்க்லூஸிவ் / completely inclusive, முற்றிலும் உள்ளடக்கிய.

al-lit-er-ate/ə'litəreit/*(v.i)*:ə'லிட்டஅரெய்ட் / **alliterated, alliterating**: to use alliteration, மோனையைப் பயன்படுத்து **alliterate***(v.t)*: use words beginning with the same letter or sound, மோனை அமை. **al-lit-er-a-tion**/ə͵litə'reiʃn/*(n)*: ə͵லிட்டஅ'ரெய்ஷஅன் / recurrence of a letter or letters, sound or sounds at the beginning of words in close succession, மோனை/ முதலெழுத்து ஒன்றி வரும் அமைப்பு, அடுக்கு மொழியில் கூறுதல். (e.g. An Australian army awfully arrayed) **alliterative** *(adj)*, **alliteratively***(adv)*, **alliter-ativeness***(n)*.

al-lo-cate/'æləukeit/*(v.t)*:'ஆலஅஉக்கெய்ட் / **allocated, allocating**: to set apart for a specific purpose, ஒரு குறிப்பிட்ட குறிக்கோளுக்காக ஒதுக்கீடு செய்; give to each its share, பங்கீடு (அ) ஒதுக்கீடு செய்; allot, பகுத்துக் கொடு; assign, பங்கிட்டு அளி. • *The Government has* **allocated** *a sum of one hundred crore rupees for the twenty-point programme.* **al-lo-ca-tion**/æləkeiʃn/*(n)*:அலகேய்ஷன்: act of allocating, fixing up, assigning, பங்கிடுதல், ஒதுக்கீடு செய்தல். • *The Chief Minister demanded an increased* **allocation** *for famine relief from the Centre.* **allocable***(adj)*, **allocator***(n)*.

al-lod-i-um/ə'ləudjəm/*(n,sing)*: ə'லஅஉடி:யஅம் / **allodia***(n, pl)*: land owned absolutely, முற்றிலும் உரிமையுள்ள நிலச்சொத்து. **al-lod-i-al**/ə'ləudjəl*(adj)*: ə'லஅஉடி:யஅல் / no rent payable. வாடகை எதுவும் கொடுக்கத் தேவை இல்லாத.

al-lo-nym/'ælənim/*(n)*:'ஆலஅனிம் / the name of another person taken by an author as a pen name, எழுத்தாளரின் புனைப்பெயர்.

al-lo-pa-thy/ə'lɔpəθi/*(n)*:ə'லாப்பஅதி / the method of treating disease by administering medicines or by the use of agents producing effects different from those of the disease treated, நோய்களின் செயலுக்கு நேர் எதிரிடையான செயலைத் தோற்றுவித்து அதற்கேற்றமுறை (அ) மருந்து களை உபயோகித்து சிகிச்சை அளிக்கும் முறை, அலோபதி. **allopathist**/ə'lɔpəθist *(n)*: ə'லாப்பஅதிஸ்ட்: one who practises allopathy, அலோபதி முறையைப் பயன்படுத்தும் மருத்துவர். **allopath***(n)*. ஆலஅப்பஅத்.

al-lot/ə'lɔt/*(v.t)*:ə'லாட் / **allotted, allotting**: to divide by lot, to distribute according to certain norms, to assign, to apportion, பகுத்துக்கொடு, ஒரு நியதிப்படி பிரித்துக் கொடு, அதிகாரபூர்வமான ஒதுக்கீடு செய், பங்கீடு செய். • *The Finance Ministry has* **allotted** *funds for the project.* **allottable***(adj)*: that which can be divided, பங்கிட்டுத் தரக்கூடிய, **allotter***(n)*: one who allots, பகிர்ந்து தர அதிகாரம் பெற்றவர். **allottee***(n)*: one who gets the allotment. பங்கு (அ) பங்குகளைப் பெற்றவர். **al-lot-ment**/ə'lɔtmənt/*(n)*: ə'லாட்மஅன்ட் / that which is allotted, a share or portion allowed, பகிர்ந்து கொடுக்கப்பட்டது, அனுமதிக்கப் பட்ட பங்கு (அ) பகுதி. • *There is sufficient* **allotment** *of funds for education this year in the Union Budget.*

al-lo-trope/'æləutrəup *(n)*:'ஆலஅஉட்ரஅஉப் / one of two or more existing forms of an element, தனிமத்தின் இரண்டு (அ) அதற்கு

மேற்பட்ட படிவத்தின் கூறுகளில் ஒன்று, புறவேற்றுமைகளில் ஒன்று. **allotropic** *(adj)*: pertaining to allotropy, ஒரு தனிமத்தின் வேறு படிவத்தைப் பற்றிய, ஒரு தனிமத்தின் புறவேற்றுமை பற்றிய. **al-lot-ro-py**/æ'lɔtrəpi/*(n)*:'əலəஉட்ராப்பி / a property of certain elements like Carbon, Sulphur, Phosphorous to exist in two or more forms of distinct nature, கரி, கந்தகம், பாஸ்பரஸ் போன்ற தனிமங்கள் இரண்டு (அ) அதற்கு மேலும் புறவேற்றுமைகள் அடைந்து, வேறு படிவங்களைப் பெறும் தன்மை, உதாரணமாக, வைரம் (diamond), கரியின் புறவேற்றுமை (அ) படிவம், புறவேற்றுமைப் பண்பு.

al-low/ə'lau/*(v.t)*:ə'லஉ / to give permission to, to give permission for, அனுமதி கொடு; to let have, விட்டுக் கொடு; to make possible, சாத்தியமாகும்படி செய்; to admit officially or to accept as correct or proper, அதிகாரபூர்வமாக ஏற்றுக் கொள், அனுமதி; to take into consideration, ஆலோசனைக்கு எடுத்துக்கொள். • *The Government doesn't* **allow** *private enterprises to prosper by imposing heavy taxes.* • *Don't* **allow** *the door to remain open.* • *The officer's claim for higher allowance is* **allowed**. **al-low-a-ble**/ ə'lauəbl/*(adj)*: ə'லஉəப்:ல்: that may be allowed, அனுமதிக்கத்தக்க; permissible, lawful, ஏற்றுக் கொள்ளக்கூடிய, நியாயப்படி உள்ள; acceptable, அனுமதிக்கக்கூடிய. • *The petition was* **allowable** *according to rules.* **allowableness***(n)*, **allowably** *(adv)*, **allowedly***(adv)*.

al-low-ance/ə'lauəns/*(n)*:ə'லஉəன்ஸ் / a sum of money granted for some particular purpose as house rent allowance etc., படி, குறிப்பிட்ட செலவிற் காகத் தரப்படும் தொகை, ஒரு குறிப்பிட்ட நோக்கத்திற்குக் கொடுக்கப்படும் தொகை (வீட்டு வாடகை போன்ற). • *I have not received any* **allowance** *for house rent from my office.* a fixed amount granted, a rebate, grant, தள்ளுபடி, சலுகைத் தொகை, வியாபாரத்தில் கொடுக்கப்படும் சலுகை. **make allowance for** [also **make allowances** for]: take into consideration certain factors, when arriving at a decision esp. mitigating factors, ஆலோசித்து முடிவுக்கு வருமுன் சில பிரச்சினைகளை பரிசீலனை செய், அவை அனுதாபத்திற்கு உரியவையாகவும் இருக்கலாம். • *While imposing fresh taxes, the Government has not* **made** *any* **allowance for** *the famine conditions now prevailing.* • *You should* **make allowance for** *the fact that he was ill at the time of examinations and that may be the reason for his failure.*

al-loy/ə'lɔi/*(n)*:ə'லாய் / a mixture of metals (two or more) intimately composed as by fusion, electrodeposition, etc., உருக்குதல், மின்கலவை போன்றவற்றால் உண்டாக்கப்படும் இரண்டு (அ) மேற்பட்ட உலோகக் கலவை. • *Brass is an* **alloy** *of Copper and Zinc.* a less valuable metal mixed with costly metal, மலிவு உலோகம், விலை உயர்ந்த உலோகத்துடன் சேர்ந்து உண்டாகும் கலவை. **alloy***(v)*: to mix metals, உலோகக்கலவை உண்டாக்கு; to mix metals or metal with non-metal, to make an alloy, உலோகங்கள் (அ) உலோகத்துடன் அலோகம் சேர்ந்து உண்டாகும் கலவை செய்; spoil, வீணாக்கு, சேதப்படுத்து; to reduce in cost or value by mixing less costly metal with costly metal, விலை (அ) தரத்தைக்குறைக்க, மலிவான உலோகங்களை, விலை உயர்ந்த உலோகங்களுடன் சேர்த்துக் கலவை செய்.

all-pervasive/'ɔ:lpə'veisiv/*(adj)*: 'ɔ:ல்பə'வசிவ் / affecting all parts of something, அனைத்தின் மீதும் ஆதிக்கம் செலுத்துகிற. *Her* **all-pervasive** *character has earned many enemies.*

all-round/'ɔ:lraund/*(adj)*:'ɔ:ல்ரஉன்ட்: / possesing many abilities, அநேக திறமைகளைக் கொண்ட. **all-rounder***(n)*.

all-spice/'ɔ:lspais/*(n)*:'ɔ:ல்ஸ்ப்பய்ஸ் / a powder, prepared from the berries, used for giving taste to foods, உணவுக்குச் சுவையூட்ட, பழச் செடிகளிலிருந்து தயாரிக்கப் படும் பழச்சத்து.

all-star/'ɔ:lsta:*/*(adj)*:'ɔ:ல்ஸ்ட்டா* / having many famous stars, பல நட்சத்திர நடிகர்கள், நடிகைகளை உடைய. • *There are some films with an* **all-star** *cast.*

all-time/'ɔ:ltaim/*(adj)*:'ɔ:ல்டய்ம் / unsurpassed, அதிக மேம்பாடுடைய. *Seeing movies in theatres is her* **all-time** *favourite pastime.*

al-lude/ə'lu:d/*(v.i)*:ə'லூட்: / **alluded, alluding**: to make an allusion, to hint at indirectly, குறிப்பாகச் சொல்லு, சாடையாகக் குறிப்பிடு, சுட்டிக் காட்டு. • *Foreign tourists visiting India, often* **allude** *to India's poverty.*

al-lure/ə'ljuə*/*(v)*:ə'ல்யுə* / **allured, alluring**: to attract by the offer of something tempting, வசீகரப்

A

பொருள்களைக் கொண்டு கவர்ச்சி செய்; to fascinate, மனத்தைக் கவர்ச்சி செய்; to charm, அழகு, வசீகரம் போன்றவற்றைக் கொண்டு மயங்கும்படி செய், வசீகரம் செய்து சிக்கவை. • *Many advertisements* **allure** *the unthinking customers to buy useless goods.* **allure**(*n*): fascination, charm, கவர்ச்சி, வசீகரம். • *Many agents cheat men by the* **allure** *of foreign jobs.* **al-lure-ment**/ə'ljuəmənt/(*n*): ə'ல்யுəமəன்ட் / charm, fascination, வசீகரம், கவர்ச்சி செய்தல்; that which attracts, கவர்ந்திழுக்கும் ஒன்று. **al-lur-ing**/ə'ljuəriŋ/(*adj*):ə'ல்யுəரிங் / tempting, கவரும்படியான; enticing, கவர்ச்சியால் ரசிக்கும்படியான; charming, மயங்கிப் போகும் தன்மை உடைய; seductive, வசியப் படுத்தும்படியான, **alluringly**(*adv*). • *Some people dress in* **alluring** *manner.*

al-lu-sion/ə'lu:ʒn/(*n*):ə'ல்யூஜ்:əன் / the act of alluding, referring to something indirectly while speaking about something else, பொதுவாகப் பேசிக் கொண்டு இருக்கும் பொழுது மறைமுகமாக வேறு ஒன்றைச் சுட்டிக் காட்டல், சாடையாக, சங்கேதமாகக் குறிப்பிடல். • *The minister made several* **allusions** *to the failures of the previous government.* **allusive** (*adj*), **allusively**(*adv*), **allusiveness** (*n*).

al-lu-vi-al/ə'lu:vjəl/(*adj*):ə'லூவியəல் / being made of soil formed by floods, rivers, lakes, etc., வெள்ளத்தால், ஆறுகளில், ஏரிகளில் உண்டாகும் வண்டல்மண் தொடர்பான; pertaining to river soil deposited by its flood, வண்டல்மண் ஆற்றுப்படுகை தொடர்பான. • *Tanjore delta consists of* **alluvial** *soil.* **al-lu-vi-um**/ə'lu:vjəm/(*n*):əலூவியəம் / fertile soil etc. deposited by flowing water, river, floods, etc., ஆற்றுப்படுகை, வண்டல் மண். **alluviums**, (*pl.* **alluvia**).

al-ly/ə'lai/(*v.t*):æ'லய் (ə') / **allied, allying**: to join in friendship or marriage or by treaty, நட்பு, திருமணம், உடன்பாடு, இவற்றால் இணைந்திரு; to associate by mutual friendship, பரஸ்பர உடன்பாட்டுடன் நட்பு கொள்; to enter into an alliance, ஓர் உடன்படிக்கையை ஏற்படுத்து. **ally**(*v.i*): (followed by 'with' or 'to') join, unite, சேர்ந்து கொள், இணைந்து செயல்படு; to enter into an alliance, ஓர் உடன்படிக்கை செய்து கொள். • *Britain has* **allied** *itself* **with** *Western powers for trade and defence,* **ally**(*n, sing*), **allies**(*n, pl*): one nation joined to another for the purpose of mutual help either in peace or in war, ஒரு நாடு மற்றொன்றுடன் செய்து கொள்ளும் நட்பு, உறவு, உடன்பாடு. • *Russia has proved to be a very good* **ally** *of India.*

Al-ma-mater/ˌælmə'ma:tə*/(*n*): 'ஆல்மəமாட்டə* / a school, college or university at which one has studied and graduated, bounteous mother, பட்டம் பெற்ற பள்ளி, கல்லூரி, பல்கலைக் கழகம் போன்ற கல்வி நிலையங்கள், செவிலித்தாய், ஒருவர் படித்த கல்விச் சாலை.

al-ma-nac/'ɔ:lmənæk/(*n*):'ɔ:ல்மəனæக் / a calendar of days, weeks and months, with astronomical information, பஞ்சாங்கம்.

Al-might-y/ɔ:l'maiti/(*adj*):ɔ:ல்மய்ட்டி / all powerful, omnipotent, able to do all things, having very great power, the Almighty God, எல்லாம் வல்ல இறைவன். • *Every Government has become an* **almighty** *power on the earth.* **Almighty**(*n*): God, கடவுள்.

al-mi-rah/əlmaira/(*n*):əல்'மய்ரə / a wardrobe, cabinet or cupboard, அலமாரி.

al-mond/'a:mənd/(*n*):'ஆமəன்ட்: / the kernel of the nut of the almond tree, வா(பா)தாம் பருப்பு.

al-mo-ner/'a:mənə*/(*n*):'ஆமəனə* / one who distributes alms on behalf of an institution, an official who takes care of the sick, concerning material and social needs in a British hospital, British Medical Social Workers, ஒரு நிறுவனத்தின் சார்பாக, உதவியற்ற நிலையிலுள்ளவர்களுக்கு உதவி செய்பவர், தருமம் செய்பவர், பிரிட்டிஷ் மருத்துவ மனையில் நோயாளிகளின் உதவிக்குப் பொருளும் கொடுத்து, சமுதாயத் தேவையையும் கவனிக்கும் மருத்துவமனையைச் சார்ந்த ஒரு சமூகத்தொண்டர்.

al-most/'ɔ:lməust/(*adv*):'ɔ:ல்மəஉஸ்ட் / very nearly, all but, கிட்டத்தட்ட, ஏறக்குறைய. • *He is* **almost** *certain to succeed in the election.*

alms/a:mz/(*n, sing, pl*):ஆம்ஸ்: / anything given as charity, தருமம், ஐயம், பிச்சை; money, food, clothes, etc., given to poor people, ஏழை எளியவர்களுக்குக் கொடுக்கப்படும் பணம், உணவு, ஆடை முதலியன. • *She gave* **alms** *to beggars in the street.* **alms-house**/'a:mzhaus/(*n, sing*): 'ஆம்ஸ்:ஹஉஸ் / **almshouses**(*n, pl*): a house for the poor, தரும சத்திரம்.

al-oe/'æləu/*(n, sing)*:'ஆலஒஉ / **aloes***(n, pl)*: a bitter plant used in medicine, மருத்துவத்திற்குப் பயன்படும் ஒருவகைக் கற்றாழை; purgative drug made from the juice of several species of aloe, ஒருவகைக் கற்றாழைகளினின்று தயாரிக்கப்படும் மலமிளக்கி.

al-oe-ve-ra/'æləu'viərə/*(n)*:'ஆலஒஉ'விஅரஅ / a gelatinous substance obtained from aloe used in cosmetics, கற்றாழைச் சோறு, அழகு சாதனப் பொருட்கள் தயாரிப்பில் பயன்படுத்தப்படுகிறது.

a-loft/ə'lɔft/*(adv)*:அ'லாஃப்ட் / up in the air, in the rigging, on the yards, among the sails of the ship, உயரக்காற்றில், பாய்மரங்களுக்கிடையே (கப்பலில்), உயரே தலைக்கு மேல். • *The national flag is flying* **aloft** *on the fort.*

a-lone/ə'ləun/*(adj)*:அ'லஒஉன் / all by oneself, தான் மட்டும். • *Leave me* **alone**. single, தனியாக, ஒருவர் மட்டும்; with no one near, பக்கத்தில் யாரும் இல்லாமல். • *She* **alone** *can sing that song.* unique, unequalled, ஈடு இணையற்ற. **alone***(adv)*: only, exclusively, தன்னந்தனியாக, வேறுயாரும் இல்லாமல். • *One has to travel* **alone** *in life.* • *She was* **alone** *among others in consoling him.*

a-long/ə'lɔŋ/*(adv)*:அ'லாங் / length-wise, நீளவாட்டில்; onward, முன்னால்; forward, முன்; with others, மற்றவர்களுடன். • *She ran* **along**. • *The teacher asked the pupil to move* **along**. • *The Chairman planned the project* **along** *with his advisers.* **along***(prep)*: by the side, பக்கத்தில்; from one end to the other end, ஒரு முனையினின்று மற்ற முனைக்கு; beside, பக்கவாட்டில். • *Somewhere* **along** *the journey, I lost my purse.* • *I like to walk* **along** *the lakeside.* **along-side**/ə'lɔŋ'said/*(adv & prep)*:அ'லாங்'ஸைட் / to the side of something, நீளவாட்டத்தில். • *The car drew up* **alongside** *the kerb.*

a-loof/ə'lu:f/*(adv)*:அ'லூஃப் / at a distance especially in feeling of disinterest, apart, தொலைவில், தனித்த. **aloof***(adj)*: reserved, indifferent, disinterested, ஒதுங்கியிருக்கின்ற, அக்கறை அற்ற, சற்றும் ஆர்வம் இல்லாமல்; almost not sociable, சமூகப் பழக்கம் இல்லாத. • *I keep myself* **aloof** *from all social obligations.* • *I find her rather* **aloof** *nowadays.* **aloofly** *(adv)*, **aloofness***(n)*.

al-o-pe-cia/'æləpi:ʃə/*(n)*:'ஆலஅப்பீஷஅ / baldness, வழுக்கை; a disease causing loss of hair, தலை மயிர் உதிரும் ஒருவகை வியாதி.

a-loud/ə'laud/*(adv)*:அ'லஅட் / so as to be heard (not whispering), கேட்கும்படி; audibly, சற்று உரக்க. • *He always reads* **aloud**. • *My pain makes me cry* **aloud**.

alp/ælp/*(n)*:ஆல்ப் / a high mountain, உயர்ந்த மலை; pasture land, மேய்ச்சல் நிலம்.

al-pac-a/æl'pækə/*(n)*:ஆல்'ப்பஆக்கஅ / a sheeplike animal of Peru, பெருநாட்டில் உள்ள ஒருவகை ஆடு போன்ற மிருகம்; a species of llama, லாமா வகையைச் சார்ந்த ஆடுவகை; cloth made from the wool of alpaca, அல்பாகாவின் உரோமத்தினின்று தயாரிக்கப்படும் ஆடை.

al-pen-glow/'ælpəngləu/*(n)*:'ஆல்ப்ப அங்லஒஉ / a reddish glow seen over summits of mountains before sunrise or just after sunset, சூரிய உதயத்திற்கு முன்னும், சூரிய மறைவிற்குப் பின்னும் மலை உச்சிகளின் மேல் காணப்படும் செவ்வொளி.

al-pen-horn/'ælpənhɔ:n/*(n)*: 'ஆல்ப்பஅன்ஹாஂன் / a long horn of wood used by Swiss herds and mountaineers, மரத்தினாலாகிய ஊது குழல், ஆடுமாடு மேய்ப்பவர்கள், மலையேறுபவர்கள் பயன் படுத்தும் ஒரு குழல். **al-pen-stock**/ 'ælpənstɔk/*(n)*:'ஆல்ப்பஅன்ஸ்ட்டாக் / a long stout staff shod with iron used by mountaineers, மலையேறுபவர்கள் பயன்படுத்தும் தடித்த, நீண்ட இரும்பு பொருத்தப்பட்ட தடி.

al-pha/'ælfə/*(n)*:'ஆல்ஃபஅ / the first letter of the Greek alphabet, கிரேக்க மொழியின் நெடுங்கணக்கில் முதலெழுத்து, அடிப் படைக் கூற்றில் முதலெழுத்து; the vowel sound as represented by this letter, இந்த எழுத்து குறிப்பிட்டு ஒலிக்கும் உயிர் ஒலி; the first, the beginning, முதல், ஆரம்பம்; (astronomy) the brightest star in the southern cross is Alpha Crucis, தென் குறுக்குப் பகுதியில் காணப்படும் மிகப் பிரகாசமான ஆல்பா க்ரூஸீஸ் என்னும் விண்மீன். **alpha***(n)*: a boy's or girl's given name, ஆண் (அ) பெண் குழந்தை களுக்குக் கொடுக்கப்பட்ட (அ) இட்ட பெயர். **alpha***(n)*: used as first grade, 'முதல் வகுப்பு' என்று குறிப்பிட உதவும் குறி. **alpha and omega**: the beginning and the end, துவக்கமும் முடிவும், ஆதியும் அந்தமும்.

A

al-pha-bet/'ælfəbet/*(n)*:'ஆல்ஃபஃபெட் (பெட்) / letters of a language arranged in order, வரிசையில் அமைந்துள்ள ஒரு மொழியின் எழுத்துக்கள், நெடுங்கணக்கு; first principles, அடிப்படைக் கொள்கைகள்; first elements, மூலக்கூறுகள்; basic facts, அடிப்படை உண்மைகள்; basic factors, அடிப்படைக் காரணிகள். **al-pha-bet-i-cal**/ ˌælfə'betikl/*(adj)*:ˌஆல்ஃபஃ'பெட்டிக்கல்: of the letters, எழுத்துக்களுக்குரிய; beginning to or in the order of the alphabet, ஆரம்பம் முதல் (அ) எழுத்துக்கள் வரிசையாக உள்ள. **alphabetic***(adj)*, **alphabetically** *(adv)*.

al-pha-be-tiz(s)e/'ælfəbetiz/*(v)*: 'ஆல்ஃபஃபிடிஸ் / arrange in alphabetical order, மொழியின் நெடுங்கணக்கு வரிசையில் சீராக அமை. **alphabet soup** *(n)*: a confused mixture, ஒரு குழப்பமான கலவை. *The alliance of left parties is an* **alphabet soup**.

al-pha-nu-mer-ic/'ælfənju:'merik/*(adj)*: 'ஆல்ஃபஃ'ன்யூமரிக் / (computer technology) of a set of characters including both letters and numbers, alphanumeric code, கணிப் பொறித் தொழில்நுட்பவியலில் பயன்படும் எழுத்துக்கள், எண்கள், குறியீடுகள் பற்றிய.

al-pine/'ælpain/*(adj)*:'ஆல்ப்பய்ன் / of high mountain, உயர்ந்த மலைகள் பற்றிய; of Alps, ஆல்ப்ஸ் மலைகள் பற்றிய; very high, மிகவுயர்ந்த; elevated, நன்கு உயர்ந்த.

al-read-y/ɔ:l'redi/*(adv)*:ஓல்'ரெடி / by this or that time, ready before the time, previous to the time specified, even now, before now, even then, ஏற்கெனவே, முன்னமே, முன்னதாகவே, இந்நேரம். • *I have finished the work* **already**. • **Already** *it is too late to begin the life again.*

al-right/'ɔ:lrait*(adv)*:'ஓல்'ரய்ட் / all right, எல்லாம் சரி. (informal use)

Al-sa-tian/æl'seiʃən/ *(n)*:ஆல்'செய்ஷன் / a large dog rather like a wolf often used by police, used also for guarding property, ஓநாய் போன்ற ஒரு நாய், காவல் துறையினர் பயன் படுத்தும் நாய், வீடுகளில் பாதுகாப்பிற்காக வளர்க்கப் படும் நாய்.

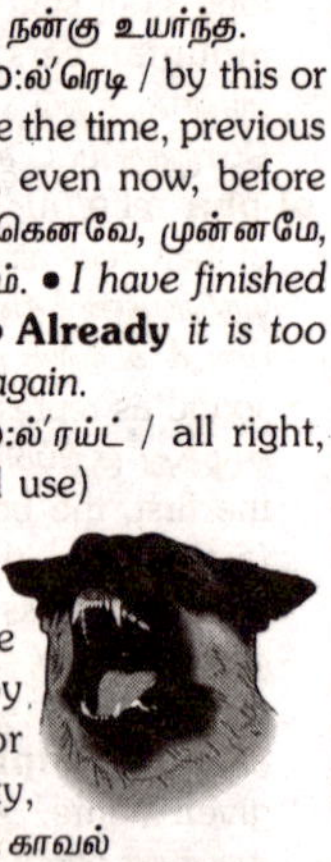

al-so/'ɔ:lsəu/*(adv)*:'ஓல்ஸஉ / in addition, கூடுதலாக. • *Rich people not only commit crimes but* **also** *escape from the clutches of law.* too, மேலும்; besides, அது மட்டுமன்றி; in like manner, அது போல். • *I can* **also** *do it.* as well, அது மாதிரி; further, இன்னும்.

al-so-ran/'ɔ:lsəuræn/*(n)*:'ஓல்ஸஉ'ரஆன் / a competitor or contestant for a namesake who fails to win the sports or elections, விளையாட்டு (அ) தேர்தலில் வெற்றி பெறத் தவறியவர். பெறுந் தோல்வியைத் தழுவியவர்.

al-tar/'ɔ:ltə*/ *(n)*:'ஓல்ட்டஅ* / a table or raised structure in a place of worship on which gifts and sacrifices are offered to a deity, பலிமேடை, பலி பீடம்; the communion table, ஆராதனை மேடை. **altar boy***(n)*: a helper to the priest, பூசாரியின் உதவியாளர். **altar piece***(n)*: paintings around and above the altar, ஆராதனை மேடையை அலங்கரிக்கும் ஓவியங்கள்.

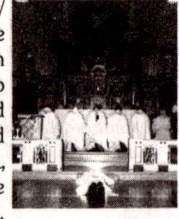

al-ter/'ɔ:ltə*/*(v.t)*:'ஓல்ட்டஅ* / to change in part, சற்று மாற்றி அமை; to become different, வேறுவிதமாக்கு; modify, மாற்றி அமை. • *I have no plan to* **alter** *my programme.* • *The aged man refused to* **alter** *his will.* **alter***(v.i)*: to castrate, மிருகங்களின் இனவிருத்தி உறுப்புகளை வீரியமற்றதாக்கு. **alterable** *(adj)*: capable of being altered, மாற்றக்கூடிய. **al-ter-a-tion**/ˌɔ:ltə'reiʃn/*(n)*:ˌஓல்ட்டஅ'ரெய்ஷன் / the act or state of altering, change, variation, மாறுதல், வேறுபாடு, வேற்றுமை, திருத்தி யமைத்தல். • *There have been a few* **alterations** *in the railway time table.* **alterability***(n)*: the quality of being changed, மாற்றக்கூடிய தன்மை.

al-ter-cate/'ɔ:ltəkeit/*(n)*:'ஓல்ட்டஅக்கெய்ட் / to wrangle; to argue with vigour. வாய்ச் சண்டையிடு, விவாதம் செய். • *The lawyers began to* **altercate** *in the court.* **altercation***(n)*: noisy argument in public, பொது இடத்தில் நடக்கும் வீண் வாய்ச்சண்டை. *The bus conductor had an* **altercation** *with the passenger.*

al-ter-e-go/ˌæltər'egəu/*(n)*:'ஓல்ட்டஅரீகஉ / second self, a trusted friend, a faithful deputy, மனசாட்சியைப் போல் ஒரு நண்பன், உண்மைத் தோழன், நம்பகமான துணைவன்.

al-te-rity/'ɔ:ltərity/*(n)*:'ɔ:ல்ட்டரிட்டி / the state of being other or different, உண்மை வேறாக இருத்தல். *The* **alterity** *in this case is that Raja is not a thief.*

al-ter-nate/'ɔ:ltəneit/*(v.t)*:'ɔ:ல்ட்டெ'னெய்ட் / to happen by turns, to interchange repeatedly and regularly, மாற்றி மாற்றிச் செய். • *For keeping good health, one should* **alternate** *periods of work and rest.* **alternate***(v.i)*: to cause to follow by turns, ஒன்று விட்டு ஒன்றாக அமை; மாறிமாறித் தொடர்ந்து செய். • *Day* **alternates** *with night.* **alternate***(adj)*: being in constant state of succession, ஒன்று விட்ட தன்மை உள்ள; occurring by turns, மாறுபட்டதான. • *The doctor works on* **alternate** *days.* • *You have read only the* **alternate** *sums.* **alternate***(n)*. **al-ter-na-tion**/ˌɔ:ltə'neiʃn/*(n)*: ˌɔ:ல்ட்டெ'னெய்ஷன் / the act of alternating, மாறி அமையும் செயல்; repeated successive rotation, மாறி மாறிச் செயல்படும் சுழல்; a person who is given work during somebody's absence. • *Your* **alternate** *will have to go to that meeting.* **alternating current***(n)*: a flow of electricity changing direction at a very fast rate, மாறுதிசை மின்னோட்டம்; a current which reverses its direction of flow at fixed periods, குறிப்பிட்ட காலத்தில் திசைமாறும் மின்னோட்டம். **al-ter-nate-ly***(adv)*, **alternate angles***(n)*: two angles formed when a line crosses two other lines, if the two lines crossed are parallel, the alternate angles are equal, நேர் எதிர் கோணங்கள்.

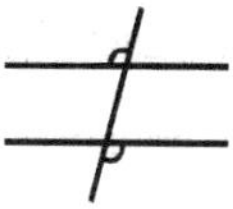

al-ter-na-tive/ɔ:l'tɜ:nətiv/*(n)*: ɔ:ல்'ட்டனெட்டிவ் / a choice between two things, இரண்டிலொன்று; one of two, either of which may be chosen, மாற்று வழி; another possible choice that can be made other than the first choice, மாற்று வழி. • *One of the* **alternatives** *open to you is to resign.* **alternative***(adj)*: giving a choice between two things, இரண்டில் ஒன்றை; a choice of two things, மாற்றாக உள்ள ஒன்று. **alternatively** *(adv)*

al-ter-na-tor/ɔ:l'tɜ:neitə*/*(n)*: ɔ:ல்'ட்டெ'னெய்ட்டெ* / a generator of alternating current, மாறு திசை மின்னோட்டம் உற்பத்தி செய்யும் இயக்கி.

al-though/ɔ:l'ðəu/*(conj)*:ɔ:ல்'த:ஒஉ / in spite of the fact that/even though, however, even if, notwithstanding, be it so, admitting that ஆனாலும், இருப்பினும், ஆயினும், இருந்தாலும்.

al-ti-me-ter/'æltimi:tə*/*(n)*:'ஆல்ட்டிமீட்டெ* / a sensitive aneroid barometer graduated and calibrated for measuring heights in an aeroplane, கடல் மட்டத்திற்கு மேலே உயரத்தை அளக்கும் கருவி, விமானங்கள் பறக்கும் உயரத்தை அளக்கப்பயன்படும் கருவி.

al-ti-me-try/'æltimi:tri/*(n)*:'ஆல்ட்டிமீட்ரி / the measurement of altitude or height, உயரத்தை அளத்தல். **altimetric***(adj)*.

al-ti-tude/'æltitju:d/*(n)*:'ஆல்ட்டிட்யூட் / height, உயரம்; highest point, அதிக உயரம்; (in astronomy), the angular distance of a heavenly body from the horizon, அடிவானத்தினின்று ஒரு நட்சத்திரத்தின் கோண தூரம்; the height above sea level of any point on the earth's surface or in the atmosphere, பூமியின் மேல் பரப்பிலும், காற்று மண்டலத்திலும் கடல் மட்டத்தினின்று ஒரு இடம் (அ) புள்ளியின் உயரம். **altitude sickness** *(n)*: illness caused by ascent to high altitude, உயரத்தில் ஏறுவதால் ஏற்படும் சுகவீனம். **altitudinal***(adj)*.

al-to/'æltəu/*(n, sing)*: **altos***(n, pl)*: 'ஆல்ட்டஒஉ / the lowest female voice, contra to, மிக மெலிந்த பெண்குரல்; the highest male voice, counter-tenor, மிக உரத்த ஆண்குரல்; a musical instrument with the same range of notes as these, பெண்ணின் மென் குரலோசையும், ஆணின் உரத்த குரலோசையும் இணைந்த ஒரு இசைக்கருவி. **alto***(adj)*: pertaining to alto, ஆல்டோ சம்பந்தமான.

al-to-geth-er/ˌɔ:ltə'geðə*/*(adv)*: ˌɔ:ல்ட்டெ'கெ:த:ஒ* / completely, முற்றிலும். • *We were not* **altogether** *surprised when the ministry fell.* entirely, முழுவதும்; wholly, thoroughly, மொத்தமாக. • *Though it was rather hot,* **altogether** *the picnic was pleasant.* quite in one lot, ஓர் அளவில்; with none wanting, எதுவும் தேவையில்லாமல், **altogether***(n)*: **in the altogether**: (informal) without clothes, nude, ஆடையில்லாமல், நிர்வாணமாக.

A

al-tri-cial/'æltriʃial/*(adj)*:'ஆல்ட்ரிஷியல் / of a young animal or bird born or hatched in an undeveloped condition. முழு வளர்ச்சி பெறாமல் பிறந்த அல்லது முட்டையிலிருந்து வெளிவந்த.

al-tru-is-m/'æltruizəm/*(n)*:'ஆல்ட்ருயிஸ:ம் / the principle of living for the good of others, பொதுநலக் கொள்கை; unselfishness, தன்னலம் கருதாதிருத்தல்; **altruist***(n)*: one who is always concerned about the welfare of others, எப்பொழுதும் பிறர் நலம் கருதும் ஒரு நல்லவர். **altruistic***(adj)*: unselfishly concerned for the welfare of others தன்னலம் கருதாமல் எப்பொழுதும் பிறர் நலம் கருதும் மனப்பான்மையுள்ள. *opp:* egoism. **altruistically***(adv)*.

al-um/'æləm/*(n)*:'ஆலம் / a double sulphate of alumina and potash (aluminium, potassium sulphate), a colourless odourless crystalline water soluble solid, (K_2SO_4, $Al_2(SO_4)_3$ 24 H_2O), a white mineral salt, படிகாரம்.

al-u-min-i-um/ˌælju'miniəm/*(n)*: ˌஆல்யு'மின்யம் (னி) / a whitish metal produced largely from bauxite, பாக்ஸைட் டிலிருந்து கிடைக்கும் வெண்மையான உலோகம், அலுமினியம். **alumina***(n)*: ore of aluminium, அலுமினியத்தின் தாது. **aluminize***(v)* coat with aluminium, அலுமினியம் கொண்டு பூசு.

a-lum-na/ə'lʌmnə)*(n)*:ə'லம்னா / a female former student of a college, கல்லூரியில் படித்த முன்னாள் மாணவி.

a-lum-nus/ə'lʌmnəs/*(n, sing)*:ə'லம்னஸ் / *(pl,* **alumni)**: a graduate or former student of a particular school, college or university, ஒரு பள்ளி (அ) கல்லூரி (அ) பல்கலைக்கழகம் இவற்றில் படித்துப்பட்டம் பெற்ற முன்னாள் மாணவர். **alumni***(n)*: male and female students of a college. பள்ளியிலோ, கல்லூரியிலோ படித்த முன்னாள் மாணவர்கள்.

al-ve-o-lar/æl'viələ*/*(adj)*:ஆல்'வியலə* / articulated with the tongue touching or close to the hard bony area at the top of the mouth just behind the upper front teeth as t, d, n, நாக்கின் நுனியால், உள்மேல் வாயினைத் தொட்டு உச்சரிக்கும் தன்மை யுள்ள, (t, d, n போன்ற மெய் எழுத்துக்கள்).

al-ve-o-lus/æl'viələs/*(n)*:ஆல்'வியலஸ் / small cavity, cell of honeycomb, socket of tooth, குழி, தேன் கூட்டிலுள்ள அறைகளில் ஒன்று, பல்லிலுள்ள குழி.

al-ways/'ɔ:lweiz/*(adv)*:'ɔ:ல்உஎய்ஸ்: / at all times, எப்பொழுதும்; in everyway, ஒவ்வொரு வழியிலும்; without ceasing, ஒவ்வொரு பொழுதும்; forever தொடர்ச்சி யாக, முடிவில்லாத. • *Will you work like this* **always?** • *Will you love me* **always?** • *The manager* **always** *appreciates the good work done by the staff.*

Alzheimer's disease/*(n)*: progressive mental deterioration that occurs in middle or old ages, நடுத்தர (அ) முதுமையில் ஏற்படக்கூடிய ஒரு மனோவியாதி.

am/æm/*(v.t)*:ஆம் / (1st person singular, present tense) (singular of the verb) to be, 'to be' என்ற வினையின் தன்மை, ஒருமை வினைமுற்று வடிவம் (இருக்கிறேன்)

a.m.:/ˌəi'em/ஆ:எம் / before noon, *(abbr:* ante meridiem) the period from 12 midnight to 12 noon, நடுப்பகலுக்கு முன்னும், நடு இரவுக்குப் பின்னுமுள்ள கால அளவு. • *I have to catch the* **8 a.m** *train.* **A.M.**: amplitude modulation, a system of radio-broad casting, வானொலியின் ஒலிபரப்பில் ஒரு முறை.

a-main/ə'mein/*(adv)*:ə'மெய்ன் / with full force, hastily, முழுபலத்துடன், விரைவாக.

a-mal-gam/ə'mælgəm/*(n)*:ə'மஆல்க:ம் / an alloy of mercury with another metal or metals, இரசக்கலவை; mixture of different substances with mercury, பல பொருள்களின் பாதரசக் கலவை; a rare mineral, an alloy of silver (Ag) and mercury (Hg), ஓர் அரிய தாது, வெள்ளியும் பாதரசமும் சேர்ந்த கலவை. • *A politician's character is a strange* **amalgam** *of contradictory principles.* **a-mal-ga-mate**/ə'mælgəmeit/*(v.t)*, ə'மஆல்க:மெய்ட் / **amalgamated, amalga-mating**: to mix or merge so as to make a combination, unite, combine, ஒன்றுசேர், ஐக்கியப்படுத்து. • *There is a move to* **amalgamate** *the two transport corporations.* **a-mal-ga-ma-tion**/ əˌmælgə'meiʃn/*(n)*:əˌமஆல்க:ə'மெய்ஷன் / the act or state of amalgamating, இரசக்கலவை முறை; consolidation of two or more corporations or companies, இரண்டு (அ) மேற்பட்ட நிறுவனங்களை ஒன்றாக இணைத்தல்.

a-man-u-en-sis/ə͵mænju'ensis/*(n)*: ə͵மஜன்யு'ஒன்ஸிஸ் / a person employed to write what another dictates or to copy what has been written by another, எழுத்தர், நகல் எடுப்பவர், ஒருவர் சொல்ல மற்றவர் எழுத நியமிக்கப்பட்டவர், படியெடுப்பவர்; secretary, செயலாளர்.

am-a-ranth/'æmərænθ/*(n)*:'ஆமரஆந்த் / an imaginary undying flower, வாடாத ஒரு கற்பனை மலர்; a flower that never fades, வாடாமலர். **amaranthine***(adj)*.

a-mass/ə'mæs/*(v.t)*:ə'மஆஸ் / to gather for oneself, to collect in great amounts money, goods, power, etc., gather, accumulate, பெரும்பொருள் ஈட்டு, திரட்டு, பெருந்திரளாகச் சேகரி. • *He has* **amassed** *wealth disproportionate to his known sources of income.* **amasser***(n)*: one who accumulates, பெரும் பொருள் சேகரிப்பவர். **amassable** *(adj)*, **amassment***(n)*.

am-a-teur/'æmətə*/*(n)*:ə'மெய்ட்டஅ* / one who cultivates or develops any study, art or sport for love of it and not for money, a person who practises anything as a hobby, பொருள் ஈட்டும் ஆசையில்லாமல் ஆழ்ந்து அனுபவிக்க மட்டுமே எதையும் செய்பவன், பொழுது போக்குக் கலைஞன்; a person without experience or skill in a particular art, sport, etc., எத்துறையிலும் ஆரம்பக் கட்டத்தில் இருப்பவர், அனுபவம் இல்லாதவர் **am-a-teur-ish**/͵æmə'tɜ:riʃ/ *(adj)*:'ஆமஅச்சுஅரிஸ் / lacking skill or finish, characteristic of an amateur, நல்ல திறன் இல்லாத, நல்ல தேர்ச்சி இல்லாத/, பொழுது போக்குவதற்குச் செய்கின்ற. **amateurishly** *(adv)*, **amateurishness***(n)*, **amateurism***(n)*.

am-a-to-ry/'æmətəri/*(adj)*:'ஆமஅட்டஅரி / expressing love, காதல் உணர்வுடைய. esp with sex.

a-maze/ə'meiz/*(v.t)*:ə'மெய்ஸ்: / **amazed, amazing**: to cause wonder, to be filled with great surprise, astonish, வியப்படையச் செய், மலைப்படையச் செய், திகைக்க வை. • *My knowledge sometimes* **amazes** *me.* **a-mazed**/ə'meizd/*(adj)*:ə'மெய்ஸ்ட்: / surprised, filled with wonder, வியப்புள்ள, திகைப்பான, ஆச்சரியத்தில் மூழ்குகின்ற. • *I am* **amazed** *at the news of his becoming a minister.* **a-maz-ing**/ə'meiziŋ/*(adj)*: ə'மெய்ஸிங்: causing great surprise or wonder, not ordinary, மிகுந்த ஆச்சரியம் தரக்கூடிய, அசாதாரணமான. **amazement** *(n)*: great astonishment, பெரும் வியப்பு; over-whelming surprise, திடுக்கிடல், எதிர்பாராத வியப்பில் ஆழ்ந்து விடல்.

Am-a-zon/'æməzən/*(n)*:'ஆமஅஸஅன் / a river in the north of South America flowing east from the Peruvian Andes through North Brazil to the Atlantic Ocean, 3000 miles long, தென் அமெரிக்காவிலுள்ள ஆண்டீஸ் மலையில் உற்பத்தியாகி அட்லாண்டிக் கடலில் கலக்கும் **3000** மைல் நீளமுள்ள நதி, அமேசான்; an ancient (fabled) woman warrior who cut off the right breast to be better able to use the bow, a brave woman, வீரப்பெண்மணி; a tall, strong woman who is interested in sports, விளையாட்டுக்களில் விருப்பமுடைய பலசாலிப் பெண்.

am-bas-sa-dor/æm'bæsədə*/*(n)*: ஆம்'பஆஸஅடஅ* / a diplomat of high rank sent by one government to another as its representative, an authorized messenger or representative, a consul, அரசுத் தூதுவர், வேறு நாட்டில் ஒரு நாட்டின் சார்பாகச் சென்று தங்கிச் செயல்படும் பிரதிநிதி. **am-bas-sa-dress**/ æm'bæsədris/*(n)*:ஆம்'பஆஸஅடரிஸ் / a female ambassador, பெண் தூதுவர்; the wife of an ambassador, அரசுத் தூதுவரின் துணைவியார். • *India has many unofficial* **ambassadors** *abroad and they spread the message of India's great heritage.* **ambassadorial** *(adj)*, **ambassadorially***(adv)*, **ambassadorship***(n)*.

am-ber/'æmbə*/*(n)*:'ஆம்பஅ* / a yellowish brittle fossil resin of vegetable origin used in making jewellery, it is easily electrified when rubbed, ஆபரணங்கள் செய்ய உதவும் ஒருவகைப் பிசின், அம்பர், நிமிளை. **amber** *(adj)*: of the colour of amber, yellowish brown, அம்பர் போன்ற வண்ணம் உள்ள, மஞ்சள் கலந்த பழுப்பு வண்ணம் உள்ள.

am-bi-dex-trous/͵æmbi'dekstrəs/*(adj)*: 'ஆம்பி:'டெக்ஸ்ட்ரஅஸ் / able to use both hands equally well, இருகைகளையும் பயன் படுத்தக் கூடிய; very skillful, மிகத் திறமையுள்ள. **ambidextrously***(adv)*, **ambidextrousness***(n)*, **am-bi-dex-ter***(n)*.

A

am-bi-ence/'æmbiəns/*(n)*/'ஆம்பி:யன்ஸ் / **ambiences** *(n, pl)*: that which surrounds, சுற்றுச் சூழல்; environment, சூழல்; atmosphere, காற்று மண்டலம்; the mood, character, quality, feeling, இயல்பு, தரம்/குணம், உணர்ச்சி. **am-bi-ent**/ 'æmbiənt/*(adj)*:'ஆம்பி:யன்ட் / completely surrounding, முற்றிலும் சூழ்ந்து கொண்டுள்ள; on all sides, எல்லாப் பக்கங்களிலும். • *We often suffer from* **ambient** *noises in cities. The great* **ambience** *of the bar attracts many customers.*

am-bi-gu-i-ty/,æmbi'gju:əti/*(n, sing)*, **ambi-guities***(n, pl)*:,ஆம்பி:'க்யுயிட்டி / an expression with more than one meaning, ஒன்றுக்கு மேற்பட்ட பொருள் படச் சொல்லும் முறை; doubtfulness or uncertainty of meaning, பொருள் பற்றி ஐயம், நிச்சயமாகச் சொல்ல முடியாத தன்மை, இருபொருள்படப் பேசுதல், சந்தேகம், பொருள் மயக்கம். • *The minister's reply in the assembly was full of* **ambiguities**. **am-big-u-ous**/ æm'bigjuəs/*(adj)*: ஆம்'பி:க்யுஅஸ் / having a double meaning, doubtful, suspectable of two or more meanings, unclear, நிச்சயமற்ற, தெளிவற்ற, இருபொருள்படும் தன்மை உடைய. • *The poem is full of* **ambiguous** *meanings.* **ambiguously** *(adv)*, **ambiguous-ness***(n)*.

am-bi-sex-ual/'æmbitsekʃuəl/*(adj)*: 'ஆம்பி:ட்செக்ஷுஅல் / bisexual or androgynous, இரு பால் சார்ந்த. **ambisexually***(adv)*.

am-bit/'æmbit/*(n)*:'ஆம்பி:ட் / circuit or compass, சுற்று, வட்டம்; sphere of action, செயல்வட்டம்; scope, செயல்படும் வரம்பு; circumference சுற்றளவு. range of authority limits, அதிகார வரம்பு.

am-bi-tion/æm'biʃn/*(n)*:ஆம்'பி:ஷன் / a strong and earnest desire to achieve something very great in life like power, fame, wealth, etc. and willingness to strive to reach the same, பதவி, புகழ், பெருஞ்செல்வம், அரிய செயல் முதலியவற்றைச் செய்ய வேண்டும் (அ) அடைய வேண்டுமென்ற ஆர்வம் கொண்டு செயல்படல்; a very strong desire for action or for work, செயல்வேகம் (அ) வேலையின் உயரிய நோக்கம். • *His* **ambition** *is to become an IAS officer.* • *My* **ambition** *is to create a new social order.* • *India has plenty of drive and* **ambition.** **ambition***(v.t)*: to seek after, பெரு முயற்சி செய். **am-bi-tious**/æm'biʃəs/*(adj)*: ஆம்'பி:ஷஸ் / having ambition, உயர்ந்த நோக்கம் உள்ள; strongly desirous, அதிக ஆர்வம் உள்ள; requiring very great effort and willingness to face any difficulty to achieve, முயற்சியும், உண்மை உள்ளமும், எதையும் எதிர்நோக்கும் மனத்திண்மையும், எய்த வேண்டும் என்ற ஆர்வமும் உள்ள. • *There are many* **ambitious** *women politicians in India.* • *Every man of action is certainly* **ambitious**. **ambitiously** *(adv)*, **ambitiousness***(n)*.

am-biv-a-lence/æm'bivələns/*(n)*: ஆம்'பி:வலன்ஸ் / uncertainty caused to make a choice of two opposite opinions or principles, இரு எண்ணங்கள் (அ) கொள்கைகளிடையே ஒரு முடிவுக்கு வரமுடியாமல் இருதலைக் கொள்ளி எறும்பு போல் தவித்தல். **ambivalent***(adj)*: having diametrically opposite feelings towards or opinions about a matter or a person or principles, ஒரு பொருள் (அ) ஒரு நபர் (அ) ஒரு கொள்கை பற்றி முற்றிலும் இரு மாறுபட்ட கருத்துக்களைக் கொண்ட. • *She is* **ambivalent** *about her future career.*

am-bi-vert/'æmbiv3:t/*(n)*:'ஆம்பி:வர்ட் / a person possesing balanced extrovert and introvert features, சுய மற்றும் புற நடவடிக்கைகளில் சமமாய் இருப்பவர்.

am-ble/'æmbl/*(v.i)*:'ஆம்ப்:ல் / **ambled, ambling**: to go at an easy pace, to stroll, நிதானமாக நடந்து செல், அன்னநடை நட; to go at a slow pace by lifting the two legs on one side and then the other two as of a horse, குதிரையைப் போல் ஒய்யாரமாக நட. **amble***(n)*: an easy walk, நிதானமான நடை.

am-bro-si-a/æm'brəuzjə/*(n)*: ஆம்'ப்:ரஉஜ்யஅ / the food, drink, perfume of the divine beings or Gods, தேவர்கள், கடவுள் இவர்களின் உணவு மற்றும் வாசனைத் திரவியங்கள்; delicious food, சுவையான உணவுப் பண்டங்கள்; the food of the ancient Greek Gods which conferred immortality, கிரேக்கக் கடவுளுடைய உணவு, இது உட்கொண்டால் இறவாமல் இருக்கலாம் என்பது நம்பிக்கை.

am-bu-lance/ˈæmbjuləns/*(n)*: ˈஆம்ப்:யுலஒன்ஸ் / a covered vehicle for the transport of the injured or sick, நோயாளிகளைக் கொண்டு செல்லும் ஒரு வண்டி; a hospital unit moving in the field of action, நடமாடும் மருத்துவமனை; a field hospital, போர்க்களத்தில் உள்ள மருத்துவமனை, நடமாடும் மருந்தகம்.

am-bu-lant/ˈæmbjulənt/*(adj)*: ˈஆம்ப்:யுலஒன்ட் / moving from one place to another, shifting, ஓர் இடத்தினின்று வேறு இடம் செல்லக்கூடிய.

am-bu-late/ˈæmbjuleit/*(v.t)*:ˈஆம்ப்:யுலெய்ட் / **ambulated, ambulating**: to walk backwards and forwards, முன்னும், பின்னும் நடந்து செல்; walk about, இங்குமங்கும் நட; move from place to place, ஓர் இடத்தினின்று வேறு இடத்துக்குச் செல். **ambulation***(n)*: walking, நடந்து கொண்டு உலாவுதல், இடம் விட்டு இடம் செல்லுதல். **ambulatory***(adj)*.

am-bus-cade/ˌæmbəsˈkeid/*(n)*:ˌஆம்ப:ஒஸ்க்கெய்ட்: / an ambush, பதுங்கிப் பாய்வதற்கு ஏற்ற இடம். **ambuscade***(v.t)*: to lie in ambush, பதுங்கிப்பாய். **ambuscade***(v.t)*: to ambush, பதுங்கி இருந்து சமயம் பார்த்துப் பாய்ந்து தாக்கு.

am-bush/ˈæmbuʃ/*(n)*:ˈஆம்பு:ஷ் / (same as ambuscade): an unexpected attack, எதிர்பாராத தாக்குதல்; a lying in wait for enemy, எதிரியைத் தாக்குவதற்கு மறைந்து பதுங்கி இருத்தல்; a concealed position for attack, தாக்குதலுக்குப் பதுங்கி இருக்கும் இடம். **ambush***(v.t)*: to attack from a concealed position, பதுங்கும் இடத்திலிருந்து தாக்கு. **ambush***(v.i)*: to lie in wait for an attack, தாக்குதல் செய்வதற்குப் பதுங்கி இரு.

ameba/ˈæmebə/*(n,sing)*:ˈஆமீபஒ / **amebas** *(n, pl)*, [also **amoeba**]: a microscopic one-celled animal, கண்ணுக்குப் புலப்படாத ஒரு நுண்ணிய ஒருசெல் உயிரி.

a-me-li-o-rate/əˈmi:ljəreit/*(v.i-v.t)*: ஒˈமீலியஒரெய்ட் / **ameliorated, ameliorating**: to make better, மேலும் நலம் பெறச்செய்; to improve, தரத்தை உயர்த்து, நிலைமையைச் சீர்திருத்து; to make less bad, துன்ப நிலையைக் குறைவு படுத்து. • *The Government has miserably failed to* **ameliorate** *the pitiable conditions of the poor and the depressed,* **a-me-li-o-ra-tion**/əˌmi:ljəˈreiʃn/*(n)*: ஒˈமீலியஒரெய்ஷஒன் / the act of ameliorating, நலம், ஆறுதலளிக்கும் செயல்; improvement, தரம் உயர்த்தக் கூடிய செயல், தேர்ச்சி, சீர்திருத்தம், முன்னேற்றம் ஆகிய செயல்கள். **amelior-ative***(adj)*: making improvement, **ameliorable** *(adj)*, **ameliorableness** *(n)*, **ameliorator***(n)*, **amelioration***(n)*.

a-men/ˌa:ˈmen/*(int & adv)*:ˈஆˈமென் / so be it (uttered at the end of a prayer), truly, verily, அப்படியே ஆகட்டும், உண்மையாக, நிச்சயமாக.

a-men-a-ble/əˈmi:nəbl/*(adj)*/ஒˈமீனஒப்:ல் / readily willing to be approached or influenced (by), எளிதாக இசைந்து, வளைந்து கொடுக்கக்கூடிய தன்மையுள்ள; agreeable, இணங்குகின்ற; willing to yield, கட்டுப்பட்டு நடக்க இசைவுள்ள; submissive, கீழ்ப்படிவுள்ள; easily led, தலைமையை ஏற்று பின் தொடரும் குணம் உள்ள, இணக்கமான. • *Being a sensible woman, she is* **amenable** *to any reasonable suggestion.* **amenability***(n)*, **amenableness***(n)*, **amenably***(adv)*.

a-mend/əˈmend/*(v.t)*:ஒˈமென்ட்: / to make changes in the words, phrases, clauses, sentences of a rule or law, ஏதேனும் ஒரு விதி (அ) சட்டம் முதலியவற்றைத் திருத்தம் செய்; to alter in detail as a law etc. சட்டம், அரசியல் அமைப்பு விதிகளைத் திருத்தம் செய்; to remove or correct faults in, சட்டங்களிலுள்ள குற்றம், குறைகளை நீக்கு; to become better மிக நல்லதாக்கு. • *It requires two-thirds' majority in parliament to* **amend** *the constitution.* • *One has to* **amend** *one's character to become disciplined in life.* **a-mend-ment**/əˈmendmənt/*(n)*: ஒˈமென்ட்:மஒன்ட் / the act of amending, சட்டத்திருத்தம்; a change for the better, சீர்திருத்தம், சிறுமாற்றம். **amendable** *(adj)*, **amender***(n)*. • *In spite of many* **amendments,** *the constitution retains the original spirit.*

a-mends/əˈmendz/*(n, pl)*:ஒˈமென்ட்:ஸ்: / repayment for injury, நஷ்ட ஈடு, இழப்பீடு; compensation for a loss, damage, etc., reparation for loss or injury, நஷ்டம், சேதம் முதலியவற்றிற்கு ஈடு செய்தல். • *I am making* **amends** *now for all the injuries done to my wife.*

a-me-ni-ty/əˈmi:nəti/*(n, sing)*:ஒˈமெனிட்டி / **amenities***(n, pl)*: that which helps to make life pleasant and provide enjoyment, வாழ்க்கையை மகிழ்ச்சியும், இன்பமும் நிறைந்ததாக மாற்ற வல்லது; pleasant or agreeable ways or manners, civilities, இனிமையான (அ) ஏற்கத்தக்க

A

வசதிகள், இன்பமான ஏற்பாட்டு வசதிகள், சௌகரியங்கள், சுகமான ஏற்பாடுகள். • *The schools for the rich have all the* **amenities** *for the children, but the schools for the poor do not have even drinking water facility.*

A-mer-i-can/ə'merikən/(*adj*):ə'மெரிக்கஅன் / belonging to America, அமெரிக்க ஐக்கிய நாடுகளைச் சார்ந்த; in, of, or characteristic of the United States or other parts of America, அமெரிக்கா **(அ)** அமெரிக்க ஐக்கிய நாடுகளில், நாடுகளினுடைய **(அ)** நாடுகளைப் பற்றிய. **American**(*n*): native, citizen or resident of America or the United States, அமெரிக்க **(அ)** ஐக்கிய நாடுகளில் வசிக்கும் குடிமகன், பிறந்து வாழ்பவர், தங்கியிருப்பவர். **American**(*n*): (often taken as plural): books, papers, maps, etc. relating to America especially to its history, geography, social conditions etc. அமெரிக்க வரலாறு, புவியியல் முதலியவை களைப் பற்றிய நூல்கள்.

A-mer-i-can-is-m/ə'merikənizəm/(*n*): ə'மெரிக்கஅனிஸ:அம் / a custom, trait or thing peculiar to the US or its citizens, அமெரிக்கர்களின் நடை, உடை, பாவனைகள், தனிப்பண்புகள். **A-mer-i-can-ise**/ə'merikənaiz/(*v.t-v.i*), ə'மெரிக்கஅனய்ஸ: / [also **America-nize**], **Americanised, Americanising**: to do or make or behave like what is done or found or seen in America, அமெரிக்காவில் நடப்பது போல், அமெரிக்கர்களின் நாகரிகத்தைப் பாவனை செய்து கொண்டு செயல்படு. **Americanist**(*n*): a student of American history, geography, etc., அமெரிக்க வரலாறு, புவியியல் முதலியவை பற்றிக் கற்கும் மாணவர். **American Indian**(*n*): a member of any of the original people of America especially one from North America, வடஅமெரிக்காவில் வசிக்கும் பழங்குடியினர், பொதுவாக அமெரிக்கப் பழங்குடி. **Americanization** (*n*), **Americanizer**(*n*).

am-e-thyst/'æmiθist/(*n*):'ஆமித்திஸ்ட் / a precious stone (quartz) violet - blue in colour, a coarsely crystallised purple or violet quartz, used as a gem, செவ்வந்திக்கல்.

a-mi-a-ble/'eimjəbl/(*adj*):'எய்மியஅப்:ல் / friendly, worthy of love, sweet tempered, நல்ல பண்புடைய, மனதுக்கினிய, நட்பான, அன்பான, இணக்கமான, விரும்பத்தக்க. • *The Prime Minister is a man of* **amiable** *disposition.* **amiability**(*n*), **amiableness**(*n*), **amiably**(*adv*).

am-i-ca-ble/'æmikəbl/(*adj*):'ஆமிக்கஅப்:ல் / friendly, நட்பு முறையான; kindly, அன்பான; peaceful, அமைதியான; full of goodwill நல்லெண்ணமுள்ள. • *The quarrelling parties came to an* **amicable** *settlement.* **amicably**(*adv*), **amicability**(*n*), **amicableness**(*n*).

a-mi-cus-cu-rie/ə'mikəs'kjuəri/(*n*): ə'மிகஅஸ்'கியுஅரி / an impartial adviser to a court of law in a case, ஒரு வழக்கில் நடுவர் மன்றத்திற்கு நடுநிலையாக இருந்து சட்டரீதியாக உதவுபவர்.

a-mid/ə'mid/(*prep*):ə'மிட்: / [also **amidst**]: in the midst of, நடுவே; surrounded by, சூழப்பட்டு; among, அவற்றிடையே; in the middle of நடுவே, மத்தியில். • *The share market received a jolt today* **amid** *rumours of the fall of the Union Ministry.* **a-mid-ships**/ə'midʃips/(*adv*), ə'மிட்ஷிப்ஸ் / [also **amidship**]: in the middle part of a vessel or aircraft, கப்பல் **(அ)** விமானத்தின் மத்திய பாகம். **amidst**(*prep*).

amino acids:/'æminoæsidz/ 'ஆமினஅஉஆஸிட்:ஸ்: / a group of nitrogenous organic compounds, basic constituents of proteins, நைட்ரஜன், உயிரின் கூட்டுப் பொருள்கள், புரதம் இவற்றின் முக்கிய பகுதி.

a-mir/ə'miə*/(*n*):ə'மியஅ*/ஆமியஅ* / a Muslim prince, lord or nobleman, an emeer (also called ameer, sherif, shareef) முஸ்லீம் அரச குமாரன், பிரபு, பெரிய மனிதர்.

a-miss/ə'mis/(*adv*):ə'மிஸ் / out of the right or proper course, வழிதவறி; wrongly, தவறாக; astray, ஒழுங்கற்ற; out of order நியதிக்கு அப்பால். • *A new pair of shoes would not come* **amiss**.

am-i-ty/'æməti/(*n*):'ஆமிட்டி / friendship, நட்புறவு; harmony, இணக்கம்; mutual understanding, உடன் இசைவுடன் ஏற்படும் புரிந்துகொள்ளும் தன்மை. • *One should live in* **amity** *with one's neighbour.*

am-me-ter/'æmitə*/(*n*):'ஆமீட்டஅ* / an instrument for measuring current in amperes, மின்னோட்டத்தை அளக்கப் பயன்படும் கருவி.

am-mo-ni-a/ə'məunjə/(*n*):ə'மஅஉனியஅ / a pungent, alkaline gas, very soluble in water, a gaseous compound NH_3, used in explosives and in chemicals (fertilizers) for the growth of the plants, நவச்சாரவாயு **(அம்மோனியா)**. **ammoniacal**(*adj*).

am-mu-ni-tion/, æmjuˈniʃn/(n): ˌæம்யுˈனிஷன் / military stores especially cartridges, shells, bombs, etc. வெடிமருந்து, வெடிகுண்டு, போர்த் தளவாடங்கள் முதலியன. • The army, defending the fort, was desperately short of **ammunition**.

am-nesi-a/æmˈniːzjə/(n):æம்ˈனீஸிːயə / complete or partial loss of memory, முழுமையான (அ) ஓரளவு ஞாபகமறதி.

am-nes-ty/ˈæmnəsti/(n,sing):ˈæம்னெஸ்டி (னிஸ்) / **amnesties**(n, pl): pardon for offences against a government, அரசாங்கத்திற்கு எதிராகச் செய்யப்படும் குற்றங்களுக்கு அளிக்கப்படும் பொது மன்னிப்பு. **amnesty** (v), **amnestied, amnestying**: to grant amnesty to, பொது மன்னிப்பு அளி; pardon, மன்னித்து விடு. • After quelling the riot, the Government declared a general **amnesty** to all the offenders.

a-moe-ba/əˈmiːbə/(n):əˈமீபːə / (pl. **amoebae, amoebas)**: a microscopic one-celled animal of the simplest structure constantly changing in shape, மிகச்சிறிய உயிரினம், ஒரு செல் உயிரினம், ஊர்ந்து சென்று உருவம் மாறும் இயல்புடையது, உணவுப் பொருளை ஊடுருவும் தன்மையது, கண்ணுக்குத் தெரியாத உயிரினம், **amoebic**(adj), **amoebiasis**/əˈmiːbəsis/ (n):əˈமீuːəஸிஸ் / an infection with dysentery caused by amoeba, வயிற்றுப் போக்குடன் கூடிய ஒரு தொற்றுநோய்.

a-mok/əˈmɒk/(adv):əˈமɒக் / [also **amuck**] run amok: to go or run out of control with a desire to do violence, மனது தன்னிச்சையாக, ஒரு கட்டுப்பாட்டில் இல்லாமல், வன்முறை வெறியுடன் செயல் படுகிற.

a-mong/əˈmʌŋ/(prep):əˈமʌங் / [also **amongst**: அமங்ஸ்ட்] in, into or through the midst of, நடுவில்; surrounded by சூழப்பட்டு. • The hunter is hiding **among** the trees, in the group of, குழுவுக்குள், பிரிவுகளுக்கிடையில். • The prince is the richest **among** the students of the college. with a share for each of, ஒவ்வொருவருக்கும் உள்ள பங்கின்படி. • You have to divide the food **among** the ten of them.

a-mor-al/ei´mɒrəl/(adj):,எய்´மɒரəல் / with no moral sense, வாழ்க்கை நியதி பற்றிய உணர்வு இல்லாமல்; neither moral nor immoral, நல்லது கெட்டது தெரியாமல்; not being able to understand what is right or what is wrong, எது நல்லது, எது கெட்டது

என்பதை அறிந்து கொள்ள முடியாமல். • Animals and birds have more moral sense than most men who are **amoral**.

am-o-rous/ˈæmərəs/(adj):ˈæமəரəஸ் / expressing a feeling of love, especially sexual love, being in love, காதல் உணர்ச்சியை வெளிப்படுத்துகின்ற, மனக் கிளர்ச்சியுள்ள, காதல் வயப்பட்டுள்ள. **amorously**(adv): fondly, lovingly, காமத்துடன், காதலுடன். **amorousness** (n): feeling of being in love, காதல் வயப்பட்ட உணர்வு. • One look and she became **amorous** of him. • The princess refused the **amorous** advances of the prince of the neighbouring kingdom.

a-mo-rist/ˈæmərist/(n):ˈæமəரிஸ்ட் / one who is in love, காதல் வயப்பட்டவர்.

a-mor-phous/əˈmɔːfəs/(adj):əˈமɔːஃபəஸ் / without regular shape, ஒழுங்கான உருவமில்லாத. • He does everything in an **amorphous** style. shapeless, உருவமற்ற; with no pattern or structure, உருவம் (அ) அமைப்பு இல்லாத; not crystalline, படிகமற்ற. • Sulphur has two structures, **amorphous** and crystalline. **amorphously**(adv), **amorphousness** (n).

a-mor-tize/əˈmɔːtaiz/(v.t):əˈமɔːட்டய்ஸ்ː / **amortized, amortizing**, [also **amortise**]: to pay off a debt by regular instalment payments, to liquidate a debt or mortgage especially by periodic payments, ஒரு கடனை ஒழுங்காகத் தவணை முறையில் தீர்த்து விடு, கடனை (அ) அடமானத்தைக் காலக்கெடு வைத்து ஒழுங்கான தவணை முறையில் தீர்த்து விடு. **amortization**(n): the act of amortizing a debt, ஒரு கடனைத் தவணை முறையில் தீர்த்தல். **amortisement**(n), **amortisable**(adj).

a-mount/əˈmaunt/(n):əˈமஉன்ட் / the sum total, a collection or aggregate or sum of various units in terms of number, quantities, etc., முழுமதிப்பு, மொத்தக் கூட்டுத் தொகை, பலவற்றின் தொகுப்பு, மொத்தம். • Men and women waste large **amount** of money in buying luxury articles. **amount**(v.i): be equivalent (to), be equal to, to add up to, to be as much as, சமமாக்கு, கூடுதலாக்கு, ஈடாக்கு, அளவாக்கு. • Your act **amounts** to treachery.

a-mour/əˈmuə*/(n):əˈமுə(æˊ) / a love affair, ஒரு காதல் விவகாரம்; an illicit love affair, தகாத காதல் உறவு.

A

am-pere/'æmpeə*/(*n*):'æம்ப்பεə: / **amp**: a unit of electric current equal to the current produced by an electromotive force of one volt through a resistance of one ohm and equal to one coulomb per second, மின் ஓட்டத்தின் அடிப்படை அலகு.

am-per-sand/'æmpəsænd/(*n*): 'æம்ப்பəஸæன்ட்: / a character or symbol (&), '&' என்ற இணைப்புக்குறி.

am-phet-a-mine/æm'fetəmi:n/(*n*): æம்'ஃபெட்டəமீன் / a drug used in medicine and also used not legally as a drug to cause excitement to a depressed mind, [$C_6H_5CH_2CH(NH_2)CH_3$], முன் காலத்தில் மருந்தாகப் பயன்பட்ட ஒரு முக்கிய பொருள், சோர்ந்த உள்ளத்தைத் தூண்டும் போதை மருந்தாக, சட்ட விரோதமாகப் பயன்படும் பொருள். • **Amphetamines** *are sometimes taken illegally.*

am-phib-i-an/ æm'fibiən/(*n*): æம்'ஃபிபி:யəன் / a cold-blooded vertebrate living being called

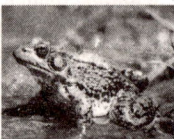

amphibia like frogs, salamanders and caecillians. At larva stage, they breathe by gills and at the adult stage live both in water and on land, having developed lungs and moist skin to breathe. An animal like frog that can live both on land and in water, நிலம், நீர் இரண்டிலும் வசிக்கக்கூடிய உயிரினங்கள்; an aircraft or airplane that can take off from and land on both land and water, நிலம், நீர் இரண்டிலும், இறங்கவும், மீண்டும் காற்றில் பறக்கவும் கூடிய விமானம். **amphibian**(*adj*): pertaining to amphibia, நிலம், நீர் இரண்டிலும் வசிக்கக்கூடிய உயிர் இனங்கள் பற்றிய. **am-phib-i-ous**/æm'fibiəs/(*adj*): æம்'ஃபிபி:யəஸ் / living or able to live both on land and in water, நிலத்திலும், நீரிலும் வாழக்கூடிய; on both sides, இருமருங்கிலும்; of a two fold plan or purpose or nature, இருமுனைத்திட்டமுள்ள (அ) நோக்கமுள்ள (அ) இயல்புள்ள. • *We have* **amphibious** *living beings.* • *We have* **amphibious** *vehicles.* • *We have* **amphibious** *aircraft.* **amphibiously**(*adv*).

am-phi-go-ry/æmfigɔ:ri/(*n*):æம்ஃபிகɔ:ரி / meaningless parody, அபத்தமான கவிதை.

am-phi-the-at-re/'æmfi,θiətə*/(*n*): 'æம்ஃபி,த்தியəட்டə* / a circular building with seats all around and an open space called the arena in the centre, (as it was

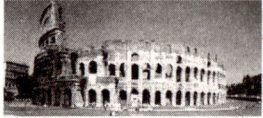

in ancient Rome) used for competitions and plays, சுற்றிலும் உட்காருவதற்கு வசதியும், மத்தியில் போட்டி, நாடகம் போன்றவை நடத்த ஒரு திறந்தவெளி அரங்கமும் கொண்ட வட்டவடிவமாக அமைக்கப்பட்ட ஒரு கட்டடம் (இது மாதிரி அரங்கம் பழைய ரோமானியர்களால், போட்டியும், மற்போரும், மற்ற நிகழ்ச்சிகளும் நடத்தக் கட்டப்பட்டது).

am-phiv-o-rous/'æmfəvərəs/(*adj*): 'æம்ஃபிəவəரəஸ் / eating both animal and vegetable food, புலால் மற்றும் தாவரம் உண்ணுகிற.

am-pho-ra/'æmfərə/(*n*):'æம்ஃபəரə / (*pl.* **amphorae, amphoras**): a narrow clay pot with two-handles, used by the ancient Greeks and Romans, பழைய ரோமானியர்களாலும், கிரேக்கர்களாலும் பயன்படுத்தப்பட்ட இரு கைப்பிடிகள் கொண்ட குறுகலான களிமண்பாண்டம்.

am-pho-te-ric/'æmfɔtərik/(*adj*): 'æம்ஃபாடəரிக் / a metal oxide able to react both as a base and as an acid, அமிலமாகவும், காரமாகவும் செயல்படக்கூடிய.

am-pi-ci-lin/æm'picilin/(*n*):æம்'பிசிலின் / semi-synthetic form of penicillin to treat infections, தொற்றுநோயைக் குணப்படுத்த உபயோகிக்கப்படும் ஒருவகைக் காளான் மருந்து.

am-ple/'æmpl/(*adj*):'æம்ப்ல் / **ampler, amplest**: enough or more than enough, போதுமான, தாராளமான; more than sufficient, மிகுதியான; sufficient, with room enough, அதிக இடவசதியுள்ள; spacious, பரந்த. • *We have* **ample** *time to do the work.* • *There is* **ample** *supply of water in the town.* **amply**(*adv*): sufficiently, போதுமான; liberally, தாராளமாக. • *Whoever finds the missing girl, will be* **amply** *rewarded.* **ampleness** (*n*).

am-pli-fi-ca-tion/,æmplifi'keiʃn/(*n*)/ ,æம்ப்லிஃபிக்'கெய்ஷən / an increase in size,. உருவத்தைப் பெருக்குதல், அதிகமாக்குதல்; a clearer description, தெளிவான விளக்கம்; the act of amplifying, பெரிதாக்கும் செயல்; enlargement, பெரிதாக்குதல்; making clear, தெளிவாக்கும் செயல், புரியாத கருத்தைப் புரியும்படி தெளிவாகச்

A

சொல்லுதல். • *The proposal to contain terrorism requires further* **amplification**. • *No* **amplification** *was expected from the minister regarding his resignation.*

am-pli-fi-er/'æmplifaiə */(n)/'ஆம்ப்லிஃபயə* / that which amplifies, எது அதிகரிக்கச் செய்கின்றதோ அது; one who amplifies, அதிகம் செய்ய முயற்சி எடுப்பவன்; that which makes larger or greater especially in an electronic component or circuit for amplifying power, current or voltage, an instrument that increases the volume of the sound, ஒலி பெருக்கி, மின் அமைப்பு (அ) மின் சுற்று விரைவு இவற்றை அதிகரித்து மின் சக்தி, மின் ஓட்டம் (அ) மின் அழுத்தம் இவற்றின் அளவை அதிகமாக்குதல். **am-pli-fy**/'æmplifai/(*v.t*):'ஆம்ப்லிஃபை / **amplified, amplifying**: to make larger or greater, பெரிதாக்கு (அ) அதிகப்படுத்து; enlarge, பரப்பு அதிகரிக்கச் செய்; explain in greater detail, to increase the strength of, விவரமாக எடுத்துக்கூறு, சக்தி (அ) திறனை அதிகப்படுத்து. • *The scientist not only explained his theory in detail but also* **amplified** *it at every stage of his lecture.* • *We must ask you to* **amplify** *your statement.*

am-pli-tude/'æmplitju:d/(*n*):'ஆம்ப்லிட்யூட்: / the quality or state of being ample especially in breadth or width, மிக அதிகமாக இருத்தல் (குறிப்பாக நீளம் (அ) அகலத்தில்); large extent, அதிகபட்சம்; large measure, அதிக அளவு; (of a wave-radio), vertical distance between the highest and lowest levels, ரேடியோ அலைகளின் வீச்சு; the distance between the middle and the top or bottom of a wave (e.g. sound wave), ஒலி அலைகளின் வீச்சு; the absolute value of the maximum distance or displacement from a zero value during the period of oscillation (e.g: Physics-Simple Pendulum), தனி ஊசலின் வீச்சு; the maximum deviation of an alternating current from its average value during its cycle, சுழற்சியின் போது சராசரி மதிப்பினின்று மாறுபடும் எதிர்மின் ஓட்டத்தின் அதிக பட்ச விலகல்.

am-poule/'æmpu:l/(*n*):'ஆம்ப்பூல் / a small sealed glass container having hypodermic dose (injection), ஊசி போடுவதற்காக மருந்து வைக்கப்பட்டு இருக்கும் மூடப்பட்ட கண்ணாடிப் புட்டி.

am-pu-tate/'æmpjuteit/(*v.t*):'ஆம்ப்யுட்டெய்ட் / **amputated, amputating**: to cut off (all or part of a limb) by surgery usually because of injury or disease, உடல் உறுப்பு (அ) உறுப்புகளை மருத்துவர் ஆலோசனைப் படி அறுவை சிகிச்சை செய்; prune, வெட்டி, திருத்தி அமை; lop off, செதுக்கிச் சரிப்படுத்து; remove, எடுத்து விடு. • *His right hand was very badly damaged and so the doctors had to* **amputate** *it.* **amputee**(*n*): one who has lost a limb through amputation, அறுவை சிகிச்சை மூலம், கை (அ) கால்களை இழந்த ஒருவர். **amputation**(*n*), **amputative**(*adj*), **amputator**(*n*)

a-muck/ə'mʌk/(*adv*):ə'மக் (əமாக்) / [also **amok**]: (to rush about) madly or frantically or murderously, வெறியுடன் (அ) கொலை நோக்குடன் தாக்குகிற.

am-u-let/'æmjulit/(*n*):'ஆம்யுலிட் (லெட்) / something worn as a charm against evil, தாயத்து.

a-muse/ə'mju:z/(*v.t*):ə'ம்யூஸ்: / **amused, amusing**: to entertain or divert in a pleasant or cheerful manner, மகிழ்ச்சியூட்டு, சிரிப்புக் காட்டு, வேடிக்கை காட்டு, கேலிக்கூத்தாகச் செய்; to excite fun or mirth, வேடிக்கையாகப் பேசி மகிழ்ச்சியூட்டு, சிந்திக்கவைக்க ஒன்றும் இல்லாமல் வேடிக்கையாகப் பேசு. • *The behaviour of his employer is rather* **amusing**. • *I am greatly* **amused** *to hear that the minister threatens to resign for the third time.* **a-mused**/ə'mju:zd/(*adj*):ə'ம்யூஸ்ட்: / pleasantly excited or surprised, மகிழ்ச்சியுடன் உள்ள. **a-muse-ment**/ə'mju:zmənt/(*n*): ə'ம்யூஸ்:மəன்ட் / that which amuses, எது மகிழ்ச்சி கொடுக்கின்றதோ அது, வேடிக்கை, பொழுது போக்கு; causing fun or pleasure, enjoyment, இன்பம் நுகர்தல். • *People spend more time in* **amusement** *than in serious, fruitful work.* • *When the actress fell off the stage, it provided more* **amusement** *than her acting itself.* **a-mus-ing**/ə'mju:ziŋ/(*adj*):ə'ம்யூஸிங் / pleasant, entertaining வேடிக்கை செய்து கொண்டு, மகிழ்ச்சி கொண்டு. **amusable**(*adj*), **amuser**(*n*).

an/æn/(*adj*):ஆன் / the form of the indefinite article used before a vowel sound, உயிரெழுத்தில் ஆரம்பமாகும் வார்த்தைகளின் முன் 'ஒரு' என்ற பொருளில் பயன்படும் உரிச்சொல். As in the examples: **an** awful figure, **an** elephant, **an** MLA, etc., (M begins with vowel sound, hence an M and not a M), பெயர்ச் சொல்லின் நிலையை வரைப்படுத்தப் பயன்படும் ஒருமைச்சொல்.

a-nab-o-lis-m/ə'næbəulizəm/*(n)*/ ə'னஅப:ஒஉலிஸ:ஒம் / the constructive form of metabolism, உயிர் வாழ்வனவற்றின் திசுக்களின் வளர்ச்சி, வளர்சிதை மாற்றம்.

a-nach-ro-nis-m/ə'nækrənizəm/*(n)*: ə'னஅக்ரஒனிஸ:ஒம் / any person or any idea or anything out of date, காலத்தோடு ஒத்துப் போகாத மனிதர்கள், எண்ணங்கள், நடவடிக்கைகள் முதலியன; chronological error, கடந்தகால நிகழ்வுகளின் தவறான கோவை; something not in harmony with the time, காலத்திற்கு ஒவ்வாத. • *Some people think that to have faith in God is sheer* **anachronism**. **anachronistic** *(adj)*, **anachronic** *(adj)*, **anachronistically***(adv)*.

a-na-cli-tic/ˌænə'klitik/*(adj)*: ˌஅனஒ'கிலிடிக் / pertaining to emotional dependence on other, உணர்ச்சிபூர்வமாக மற்றவர்களைச் சார்ந்துள்ள. *He experiences* **anaclitic** *depression.*

a-na-con-da/ˌænə'kɔndə/*(n)*: ˌஅனஒ'க்கAன்ட:ஒ / a very big non-venomous snake of South America that often grows to a length of more than twenty feet, தென் அமெரிக்க வெப்ப மண்டலப் பகுதியில் காணப்படும் நச்சில்லா மலைப்பாம்பு (20 அடிக்கு மேலும் வளரும் தன்மையது).

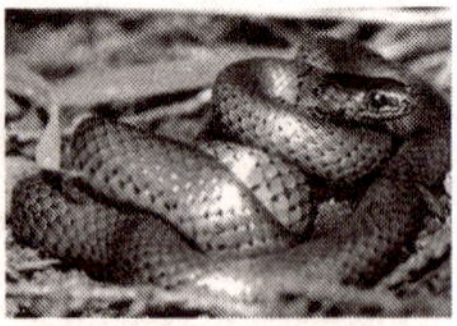

a-nae-mi-a/ə'ni:mjə/*(n)*:ə'னீமியஒ / [also **anemia**]: a disease or a state of unhealthy condition for which a deficiency of blood or of haemoglobin is the cause, இரத்தசோகை. **anaemic***(adj)*, [also **anemic**]: suffering from anaemia, இரத்த சோகையுள்ள; with no life-force or spirit, உயிரோட்டம் குறைவாக உள்ள, சுறுசுறுப்பு இல்லாமல். • *The drama was an* **anaemic** *performance.*

a-nae-ro-be/ˌænə'rəub/*(n)*:ˌஅனஒ'ரஒஉப் / a micro-organism that can live without oxygen, ஆக்ஸிஜனை உட்கொள்ளாமலே வாழக்கூடிய ஒரு சிறிய உயிரி. **anaerobic** *(adj)*, **anaerobically***(adv)*.

an-aes-the-si-a/ˌænis'θi:zjə/*(n)*: ˌஅனிஸ்த்'தீஸி:யஒ / general or local insensibility as to pain and other sensation, especially due to the internal application of some drugs, மரத்துப்போகும் இயல்பு. **an-aes-thet-ic**/ˌænis'θetik/*(n)*, ˌஅனிஸ்த்'தஒட்டிக் / [also **anesthetic**]: a drug which induces insensibility to pain, உடல் உறுப்புக்களை வலி உணர முடியாமல் மரத்துப் போகச் செய்யும் மருந்து (அ) வாயு. **anaesthetic** *(adj)*: producing loss of feeling or pain, உணர்ச்சி (அ) வலி தெரியாமல் செய்யக் கூடிய. • *Chloroform is administered to produce an* **anaesthetic** *state in a patient's body.* **anaesthetist***(n)*, [also **anesthetist**]: a specialist usually a doctor or a nurse who administers anaesthetics (the person specially trained for this), நோயாளிகளுக்கு மயக்க மருந்து கொடுக்கத் தனிப்பயிற்சி பெற்ற மருத்துவர் (அ) செவிலியர். **anaesthetize***(v.t)*, **anaesthetized, anaesthetizing,** [also **anesthetize**]: to make unable to feel pain by administering an anaesthetic especially for performing an operation, to make physically not sensible by administering an anaesthetic, அறுவை சிகிச்சை செய்ய மருந்து கொடுத்து வலி உணராமல் செய், மயக்கமருந்து கொடு, உணர்ச்சியை மரத்துப்போகும்படி செய். **anaesthetically***(adv)*.

a-na-es-the-si-ol-o-gy/ˌænis'θesiɔldʒi/ *(n)*:ˌஅனிஸ்'த்தஸிAயலஜி / study of medicine concerned with anaesthesia and anaesthetics, உடலுறுப்புகள் மரத்துப் போவதற்கு உபயோகிக்கப்படும் மருந்து வகைகளைப் பற்றிய படிப்பு.

an-a-gram/'ænəgræm/*(n)*:'அனஒக்:ரஅம் / a transposition of the letters of a word or sentence to form a new word or sentence, (e.g.) 'war' can be changed to 'raw'; silent becomes 'listen'; 'saw' to 'was', ஒரு சொல்லின் எழுத்துக்களை மாற்றியமைத்து ஆக்கப்படும் புதிய சொல், மாற்றெழுத்துச் சொல். **anagrammatic***(adj)*, **anagrammatical***(adj)*, **anagramatiz(s)e***(v)*, **anagramatisation***(n)*.

a-nal/'einl/*(adj)*:'எய்னஒல் / pertaining to or near the anus, பெருங்குடலின் முடிவு பற்றிய, பெருங்குடலின் முடிவிலுள்ள(குதம்).

an-a-lep-tic/'ænə'leptik/*(adj)*:'அனஒ'லெப்ட்டிக் / restoring physical strength after an attack of disease, நோயினால் ஏற்படும் உடல்நலக்குறைவை ஈடுசெய்ய, ஊட்டம் கொடுக்க. **analeptic***(n)*: an analeptic remedy, உடல் நலமற்றவர்களுக்குப் புது சக்தியும் ஊக்கமும் கொடுக்கும் ஒரு சிகிச்சை முறை.

an-al-ge-si-a/ˌænæl'dʒi:zjə/*(n)*: ˌஅனஅல்'ஜீஸ்:யஒ / absence of sense of pain, வலியுணர்வு தெரியாமல் போதல். **an-al-ge-sic**/ænældʒi:sik/*(n)*:அனல்ஜஸிக் / a drug or remedy that relieves or allays pain, வலி நிவாரணி, வலியகற்றும் சிகிச்சை முறை (அ) மருந்து. • *Aspirin is an* **analgesic** *tablet.* **analgesic***(adj)*: causing, analgesia, வலியகற்றக்கூடிய.

a-nal-o-gous/ə'næləgəs/*(adj)*: ˌஅனஅ'லஅக:அஸ் / having analogy, ஒப்புமையுள்ள; similar or alike in someways, ஏதோ ஒரு வகையில் ஒரே மாதிரியாகவும் இணையாகவும் உள்ள. • *Atomic structure is* **analogous** *to the solar system in a way.* • *The works of Shakespeare are* **analogous** *to the dramas of Kalidas.* **an-a-logue**/'ænəlɔg/ *(n)*, ˌஅனஅ'லாக் / [also **analog**]: something having analogy to something else, ஏதோ ஒன்று, மற்றொன்றுக்கு ஏறக்குறைய ஒரே மாதிரியாக இருத்தல். **analogue computer**: a computer that solves problems of mathematics by using physical analogues, இயற்பியல் ஒப்புமைகளைக்கொண்டு கணிதச் சிக்கல் களைத் தீர்க்கும் கணிதப் பொறியியல் கருவி (அ) கணிப்பொறி; (refer to digital computer). **a-nal-o-gy**/ə'nælədʒi/*(n, sing)*:ə'னஅலஅஜி / *(pl.* **analogies**): a likeness in some respects between things that are otherwise different, வேறுபட்ட இரு பொருள்களிடையே உள்ள ஒப்புமைகள்; a partial similarity in main aspects between things or statements otherwise different, முற்றிலும் வேறுபட்ட பொருள்கள் (அ) கருத்துக்களில் முக்கியமானவற்றின் இடையே உள்ள சில ஒப்புமைகள். • *The author draws an* **analogy** *between the way the water evaporates and the way water vapour cools down.* **an-a-lo-gi-cal**/ə'nəlɔdʒikl/*(adj)*:ɔ'னஅலாஜிக்கஅல் / implying an analogy, based on an analogy, ஒப்புமையைச் சுட்டிக் காட்டுகின்ற, உவமையைக் கொண்டு ஒரு கருத்து எடுத்துக் காட்டப்படுவது. **analogise** *(v)*, **analogised, analogising,** [also **analogize**]: to explain by analogy, to make use of analogy in reasoning, explanation, argument, etc., ஒப்புமை, உவமை முதலியவற்றைக் கொண்டு, கருத்துக்களையும், காரணங்களையும், விவாதங்களையும் தெளிவுபடுத்து. ஒப்புமையைப் பயன்படுத்து. • *Light always* **analogises** *with wisdom.* **analogously** *(adv)*, **analogousness***(n)*, **analo gically***(adv)*.

a-nal-pha-be-tic/ˌænælfə'betik/*(adj)*: ˌஅனஅல்பஅ'பெ:ட்டிக் / completely illiterate, ஒன்றுமே படிக்காத.

an-a-lyse/'ænəlaiz/*(v.t)*:'அனஅலய்ஸ்: / **analysed, analysing,** [also **analyze**]: to examine separately or critically part by part, to separate into constituent parts or units, வெவ்வேறு பகுதிகளாகப் பிரித்து ஆராய்ந்தறி, பகுத்து சோதித்துப்பார். • *You better* **analyse** *the given sentence to know its grammar.* • *Let us* **analyse** *the problem to find a solution.* • *His argument need not be* **analysed** *as the point is evident.* **a-nal-y-sis**/ə'næləsis/*(n, sing)*, **analyses***(n, pl)*:ə'னஅலஅஸிஸ் / examination of a problem, situation or a statement, etc. by dividing or separating into parts or constituents, examination by resolving into elements, பல பகுதிகளாகப் பிரித்து ஆராய்தல், பகுப்பாய்வு. • *The* **analysis** *of the edible oil showed that it was adulterated.* • *In the final* **analysis,** *it is for the President to take a decision in the matter.* **a-na-lyst**/'ænəlist/*(n)*:'அனஅலய்ஸ்ட் / one skilled in making analysis (e.g. of chemical materials), வேதியியல் துறை ஆராய்ச்சி யாளர்; a psychoanalyst, மனநிலை ஆராய்ந்து சொல்லுபவர். **an-a-lyt-ic**/ ˌænə'litik/*(adj)*:ˌஅனஅ'லிட்டிக் / pertaining to analysis, skilled in using analysis, பகுதிப் பிரிப்புத் தொடர்பான, பகுதிகளாகப் பிரித்து ஆராய்வதில் திறமையுள்ள. • *To be an executive requires an* **analytical** *mind.* • *One's thinking has to be* **analytic** *to process a criminal case. opp:* synthetic. **analytical***(adj)*, **analytically***(adv)*. **analysability***(n)*, **analysable***(adj)*, **analysation***(n)*.

an-a-paest/'ænəpi:st/*(n)*:'அனஅப்பிஸ்ட்(டு) / [also **anapest**]: a foot in poetry of three syllables with two short followed by one long syllable, கவிதை (அ) செய்யுளில் வரும் அடியில் இரண்டு பலவீனமான அசைகளைத் தொடர்ந்து வரும் ஓர் அழுத்தமான அசை, இரண்டு குறுகிய அசைகளைத் தொடர்ந்து வரும் நெடிய அசை.

an-arch-ic/æ'na:kik/*(adj)*:æ'னாக்கிக் / without law or order, lawless, tending to anarchy, becoming out of control, சட்டம், ஒழுங்கு குறைந்து அமைதியிலாத, கட்டுக் கடங்காத. • *The situation in the country has become near* **anarchic** *now.* **an-ar-chis-m**/'ænəkizəm/*(n)*:'அனஅக்கிஸ:அம் / a political doctrine that urges society to have no government, laws, courts, police,

A

etc., where full political and social liberty prevails, ஒரு சமுதாயம் இயங்க அரசும், சட்டமும், காவலும் தேவையில்லை, முழு சுதந்திரம் மட்டுமே போதுமானது என்ற அரசியல் கொள்கை. **an-ar-chist**/ 'ænəkist/*(n)*:ə'னாக்கிஸ்ட் / a person who champions anarchism as a political doctrine, a person who supports the use of violence to destroy governments, அரசு, காவல், சட்டம் முதலியவை மனித சமுதாயத்திற்குத் தேவையற்றவை என்று வாதிக்கும் அரசியல் கொள்கை உடையவர், சட்டப்படி அமைந்த ஆட்சியைப் புரட்சியின் மூலம் அகற்ற முயற்சி செய்பவர். • *An* **anarchist** *is not a revolutionary but a believer in voluntary association as the most satisfactory means of maintaining and organising society.* **an-ar-chy**/ 'ænəki/*(n)*:ə'னாக்கி / a state or society without government or law, confusion, chaos, total disorder, a breakdown of law and order, அரசின் அதிகாரம் இல்லாத குழப்பமான நிலைமை, சட்டம், ஒழுங்கு சீர்கெட்ட நிலைமை. • *There is a news-paper report today on* **anarchy** *in some parts of the country,* **anarchically***(adv)*.

a-nath-e-ma/ə'næθəmə/*(n, sing)*: ə'னஆத்தீமə / **anathemas***(n, pl)*: something that is regarded with strong dislike and disagreement, வெறுத்து ஒதுக்கத்தக்க ஒன்று; a curse, சாபம்; a formal religious punishment, மத ஒழுங்கு முறைகளை மீறியதற்காக அளிக்கப்படும் தண்டனை. **a-nath-e-ma-tic**/ ə'næθəmətik/*(adv)*:ə'னஆத்தீமəட்டிக் / loathsome, disgusting, வெறுப்பு ஊட்டக்கூடிய, வேண்டா வெறுப்பாக. **a-nath-e-ma-tize**/ə'næθəmətaiz/*(v.t)*: ə'னஆத்தீமəட்டய்ஸ் / denounce, curse, to put a curse on (according to Christian church), சாபம் கொடு, (கிறித்தவ மத ஒழுங்கை மீறும்பொழுது சாபம் கொடு) **anathe-matization***(n)*, **anathematizer***(n)*,

a-nat-o-my/ə'nætəmi/*(n, sing)*:ə'னஆட்டəமி / **anatomies***(n, pl)*: art of dissecting an animal, the science dealing with the structure of animals, the way a living being works its life or its built, விலங்கின் உடலமைப்பியல், விலங்கின் உடற்கூறியல், உடலைக் கூறு போட்டு அதன் அமைப்பை ஆராய்தல். • *It is a book about the* **anatomy** *of human beings.* • *The stone hii her on a rather delicate part of her* **anatomy**. • *The* **anatomy** *of political corruption is rather ugly everywhere.*

a-nat-o-mise/ə'nætəmaiz/*(v.t)*, ə'னஆட்டəமய்ஸ் / **anatomised, anatomising**: to dissect, to cut apart a living being (an animal or plant) to examine its structure, கூறு போட்டு சோதனை செய், உயிரின உறுப்பு களை ஆராய்வதன் பொருட்டு உயிருள்ளவற்றை வெட்டி ஆராய்ச்சி செய், உயிரினங்களின் அமைப்பைக் கூறு போட்டு ஆராய்ந்து பார். **anatomist***(n)*: a specialist in anatomy, உடற்கூறு பற்றிய நிபுணர். **anatomisation** *(n)*, **anatomiser***(n)*, **anatomic***(adj)*, **anatomical***(adj)*, **anatomically***(adv)*.

an-ces-tor/'ænsestə*/*(n)*:'ஆன்ஸெஸ்ட்டə* / one from whom a person is descended, பரம்பரை; forefather, progenitor, முன்னோர், மூதாதையர்; inspiration to a later one, முன்னோடி. • *My* **ancestors** *came from Central Asia.* • *Boat is the* **ancestor** *of modern ship.* **an-ces-tral**/ æn'sestrəl/*(adj)*:'ஆன்ஸெஸ்ட்ரəல் / belonging to ancestors, descending or claiming from ancestors, முன்னோர்களுடைய, பூர்வீகமான, பரம்பரையான. • *I have inherited no* **ancestral** *property.* **an-ces-try**/'ænsestri/*(n)*: 'ஆன்ஸெஸ்ட்ரி / lineage, forefathers considered as a group, சந்ததி, பரம்பரை. • *Some people claim that they belong to royal* **ancestry**.

an-chor/'æŋkə*/*(n)*:'ஆங்க்கə* / a heavy iron instrument usually a hook with two arms by which a ship is held fast to the sea-bottom, நங்கூரம்; that to which one clings for security, பாதுகாப்பிற்காகப் பற்றிக் கொண்டு இருப்பது, a person that gives hope to someone, புகலிடம் கொடுப்பவன். • *At the age of sixty-four, hope is my only* **anchor**. **cast or drop an anchor**. to let down anchor, to take hold to stay in a place, நங்கூரம் பாய்ச்சு. **weigh an anchor**: to take up the anchor, பயணம் தொடங்க நங்கூரம் அகற்று. • *We will* weigh **anchor** *tomorrow morning.* **anchor** *(v.t)*: to hold fast by an anchor, நங்கூரம் பாய்ச்சு; cast anchor to secure firmly, நங்கூரம் கொண்டு அசையாமல் நிறுத்து. • *The carpenter was able to* **anchor** *the roof of the house.* to give somebody a firm basis or foundation. • *Her poetry is* **anchored** *in everyday experience.* **anchorperson**: a broadcaster, ஒலி (வானொலி) பரப்பு செய்பவர். to be an anchor person, விளையாட்டுக் குழுவில் கடைசியில் தன் பங்கைச் செய்பவர். **anchored***(adj)*: at anchor, firmly fixed, நங்கூரம் பாய்ச்சி நிறுத்தப்பட்ட, உறுதியாக

நிறுத்தப்பட்ட. **an-chor-age**/'æɲkəridʒ/*(n)*: 'ஆங்க்கரிஜ் / a place to cast anchor, நங்கூரம் பாய்ச்சி நிறுத்துமிடம்; that which can be relied upon, ஏதோ ஒன்றை நம்பிக்கையுடன் சார்ந்திருத்தல்.

an-cho-rite/'æɲkərait/*(n)*:'ஆங்கரய்ட் / one who lives alone for religious reasons, hermit, மத காரணங்களுக்காகத் தனியாக இருக்கும் ஒருவர், துறவி.

an-cho-vy/'æntʃəvi/*(n, sing)*:'ஆஞ்ச்சவி / **anchovie***(n, pl)*: small fish of the herring family, ஹெர்ரிங் இனச் சிறிய மீன் வகை.

an-cient/'einʃənt/*(adj)*:'எய்ன்ஷன்ட்: of or in time long past, தொன்மையான; very old, பழங்காலத்திய; old fashioned, பழைய வழக்கமுள்ள; antique, பண்டைய. • **Ancient** *kingdoms were very civilized.* • *There are many* **ancient** *trees in full bloom even today.* **ancient***(n)*: (old use) old man, a person who lived in ancient time, பண்டைக்காலத்தில் வாழ்ந்த மனிதன். **anciently***(adv)*, **ancientness***(n)*.

an-cil-la-ry/æn'siləri/*(adj)*:ஆன்'ஸிலரி / accessory, auxiliary, subsidiary, துணைப் பாடம் தொடர்பான; providing additional help or service, அதிகப்படியான சேவை (அ) உதவி செய்கின்ற. • *We have always an* **ancillary** *staff waiting for emergency service in the hospital.*

and/ænd unstressed, ənd/*(conj)*:அன்ட் / a word that connects words, clauses and sentences, வார்த்தைகள், சொற்றொடர், வாக்கியங்கள் இவற்றை இணைக்கும் 'உம்' என்ற இணைப்பிடைச் சொல். • *She began to sing* **and** *dance.* then, பிறகு; afterwards, பின். • *He smiled* **and** *walked towards her.* as well as, அதே போல். • *The place is nice* **and** *beautiful.* also, at the same time, அதே சமயத்தில். • *I drank* **and** *shouted.* used to introduce, அறிமுகம் செய்யப்பயன்படும் சொல். • *Coming there, the bird surveyed the place* **and** *it found the place safe.* • **And** *he said to his secretary.*

an-dan-te/æn'dænti/*(n, adj, adv)*: ஆன்'டான்டி / *(pl,* **andantes**): a piece of music, played slow and even, மெது வாகவும், சீராகவும் இசைக்கப்படும் இசை.

an-dan-tio/æn'dænʃio/*(adj & adv)*: ஆன்'டான்ஷியோ / lighter than andante but faster, அன்டன்டி இசையைவிட இலகுவான ஆனால் வேகமாக இசைக்கப்படுகிற.

and-i-ron/ændaiən/*(n)*:'ஆன்டயன் / utensil for supporting logs in a firepace, நெருப்பு எரியும் இடத்தில் உள்ள கட்டை களைத் தாங்கும் பாத்திரம்.

an-dro-gen/æn'drədʒən/*(n)*:'ஆன்ட்ரஜன் / male sex harmone, ஆண்மையை வளர்க்கும் உயிர்ச் சத்து. **an-drog-y-nous**/æn'drɔʒinəs/*(adj)*: ஆன்'ட்ராஜினஸ் / having the characteristics of both sexes, இருபால் பண்புகள் உள்ள. **androgony***(n)*.

an-droid/'ændrɔid/*(n)*: 'ஆன்ட்ராய்ட் / an automation in the form of a human being, a ROBOT in human shape, மனித உருவத்தில் இயங்கும் செயல் எந்திரம்.

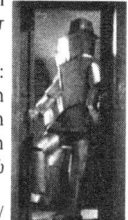

an-ec-dote/'ænikdəut/*(n)*/ 'ஆனிக்டஉட் / a brief interesting (often) amusing account of some biographical incident or any fact or happening or event or a particular incident, சுவையான நிகழ்ச்சிகள், இடை நிகழ்ச்சி, குறிப்பிட்ட நிகழ்ச்சி. **an-ec-do-tal**/ˌænek'dəutl/*(adj)*:ஆனிக்'டஉட்ல் / consisting of anecdotes, marked by anecdotes, telling anecdotes, சுவையான நிகழ்ச்சிகள் நிறைந்த, சுவையான நிகழ்ச்சிகளால் குறிப் பிட்டுள்ள, கடந்த கால சுவையான நிகழ்ச்சி களைச் சொல்லுகின்ற. **anecdotist**/*(n)*: one who relates anecdotes, நிகழ்ச்சிகளைச் சொல்லுபவர். **anecdotage** *(n)*: inclination to recall reminiscent anecdotes by a person being in advanced age, வயோதிகர் தன் கடந்த கால நிகழ்ச்சிகளை நினைவுகூரல். **anecdotic***(adj)*, **anecdotical***(adj)*, **anecdotively***(adv)*, **anecdotalism***(n)*, **anecdotalist***(n)*.

an-e-mom-e-ter/ˌæni'mɔmitə*/*(n)*: ˌஆனி'மொமிட்ட* / any instrument or machine or set-up for measuring the strength and speed of the wind, காற்று வேகமானி (காற்றின் வேகத்தை அளவிடும் கருவி).

a-nem-o-ne/ə'neməni/*(n)*:அ'னெமனி / plant that blossoms red, white or blue flowers, சிவப்பு, வெள்ளை (அ) நீல நிற பூக்கள் பூக்கும் செடி.

an-ent/ə'nent/*(prep)*:அ'னென்ட் / pertaining to, in regard to, concerning, தொடர்பாக, குறிப்பாக, ஒன்றின் சம்பந்தமாக; about, in respect of, அதுபற்றி, அதற்காக.

an-e-roid/'ænərɔid/*(adj)*:'ஆனரொய்ட் / not using any fluid, திரவம் ஏதும் பயன் படுத்தப்படாமல். **aneroid barometer***(n)*: an instrument entirely depending for its

A

action on the pressure of the air in the atmosphere on a metallic box almost without air (without the use of mercury or any other fluid) indicating pressure of air, altitude above sea level, weather conditions, etc., திரவம் இல்லாத பாரமானி, **அனிராய்டு பாரமானி**, காலநிலை, காற்றமுத்தம், கடல் மட்டத்திற்கு மேல் உயரம் முதலியவற்றைக் காட்டும் கருவி.

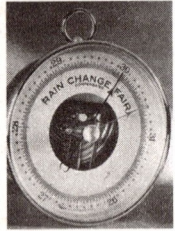

a-new/ə'nju:/*(adv)*:ə'ன்யூ / in a new form, over and again, once more, புதிதாக, மீண்டும், திரும்பவும், மறுபடியும். • *The musician refused to play the tune* **anew**.

an-gel/'eindʒəl/*(n)*:'எய்ஞ்ஜəல் / a messenger from God, a divine being, usually represented as a person with wings and dressed in white, a person usually a woman with such qualities as beauty, kindness, mercy, etc., one who is ready to provide financial help for some venture as a play, a film, political cause, etc., தேவதை, தேவதூதன், மனிதர்களில் முக்கியமாக பெண்களில் தெய்வாம்சம் உள்ளவர்கள், நாடகம், சினிமா, அரசியல் முயற்சி முதலியவற்றிற்கு நிதி உதவ முன்வரும் பணமும் மனமும் படைத்தவர்கள். **guardian angel***(n)*: a divine spirit that helps or protects, உதவி (அ) பாதுகாப்பு அளிக்கும் தெய்வம், குலதெய்வம். **angelfish***(n, pl)*, [used collectively], [also **fishes**]: refers to two or more species, bright coloured fish found in tropical regions, பல வகை மீன்கள், வெப்ப மண்டலப் பகுதிகளில் காணப்படும் பளபளப் பான மீன்வகை. **angel-food-cake,** [also **angel cake**]: a white, spongy, light, delicate cake, வெண்மையான நுரை போலுள்ள மிருதுவான, அதிக ருசியுள்ள ரொட்டி போன்ற உணவு வகை. **an-gel-ic**/ændelik/*(adj)*: ஏஞ்ஜலிக்: of or belonging to angels, தெய்வாம்சம் உள்ள, தேவதை போன்ற. **angelical***(adj)*, **angelically***(adv)*, **angelicalness***(n)*.

an-ge-lus/'ændʒələs/*(n)*:'ஆஞ்ஜிலəஸ் / **angelus bell**: the bell tolled three times a day in Roman Catholic churches to indicate prayer time, பிரார்த்தனைக் காலத்தை உணர்த்த ரோமன் கிறித்தவக் கோயில்களில் ஒரு நாளைக்கு மூன்று முறை ஒலிக்கும் மணி.

an-ger/'æŋgə*/*(n)*:'ஆங்கə* / strong feeling of excitement and displeasure sometimes followed by violent action, கோபம் ஆத்திரம். • *It was said in a moment of* **anger**. **anger***(v.t)*: to make angry, கோபப் படுத்து, கோபமூட்டு; enrage, கோபம் உண்டாக்கு. **anger***(v.i)*: become angry, கோபம் கொள். • *The official reacted with* **anger** *when the pay increase was refused.*

an-gi-na/æn'dʒainə/*(n)*:ஆஞ்'ஜய்னə / inflammatory affection of throat or fauces, தொண்டை, வாயின் உட்பகுதி போன்ற வற்றில் ஏற்படும் வீக்கம், பொன்னுக்கு வீங்கி.

an-gi-na pec-to-ris/æn'dʒainəpektəris/*(n)*:ஆஞ்'ஜய்னə'ப்பெக்ட்டəரிஸ் / a heart disease felt often with sudden unbearable pain in the chest, மாரடைப்பு.

an-gio/æn'dʒio/*(adj)*:ஆஞ்'ஜியோ / relating to blood vessels, ரத்தக்குழாய்கள் சம்பந்தப்பட்ட.

an-gio-ge-ne-sis*(n)*: the development of new blood vessels, புது ரத்தக் குழாய்கள் உற்பத்தி.

an-gio-gram/æn'dʒiogræm/*(n)*: ஆஞ்'ஜியோகிரஆம் / x-ray photography of blood vessels, ரத்தக் குழாய்களை சோதனைக்காக எக்ஸ்ரே எடுத்துப்பார்த்தல். **angiography***(n)*, **angiographic***(adj)*, **angiographically***(adv)*.

an-gio-pla-sty/æn'dʒioplæsti/*(n)*: ஆஞ்'ஜியோபிலஆஸ்ட்டி / removal of any block in the blood vessel by surgery, ரத்தக்குழாயில் உள்ள அடைப்பை அறுவை சிகிச்சை மூலம் நீக்குதல்.

an-gle/'æŋgl/*(n)*:'ஆங்க்:ல்: space between two meeting lines, சந்திக்கும் இரு கோடுகளுக்கு இடையே ஏற்படும் இடை வெளி; the point where two lines meet, கோணம்; corner, மூலை; fish hook, தூண்டில்; the amount of space turned by revolving a straight line in a plane round a point, ஒரு நேர்கோட்டை ஒரு புள்ளியைச் சுற்றி சுழலச் செய்யும்பொழுது ஏற்படும் இடம், கோணம்; a viewpoint, நோக்கம், ஒரு கோணத்திலிருந்து பார்த்தல், ஒரு குறிப்பிட்ட கருத்து; standpoint, ஒருவருடைய நிலை, குறிப்பிட்ட சம்பவம் பற்றி. • *A national problem is viewed at by a politician from his own* **angle**. • *She hit her knee against the* **angle** *bed.* **acute angle**: குறுங்கோணம்; **right angle,** செங்கோணம், நேர்கோணம்; **obtuse angle:** விரிகோணம். **angle***(v.t)*: to move in an angle, to bend in an angle, கோணத்தில் நகர், கோணமாக வளை, தூண்டில் போடு. **angle***(v.i)*: to turn

A

sharply, to go in an angle, திடீரென்று திரும்பு கோணத்தில் செயல்படு. • *The line* **angles** *to the right.* • *The road* **angles** *sharply at the end.* **angle**(*v*), **angled, angling**: to fish with hook and line, தூண்டில் போட்டு மீன்பிடி; to try to get something not by direct means, வயப்படுத்து; entice, சிக்கவை. **an-gler**/ 'æŋglə*/(*n*):ஆங்க்:லஅ* / one that angles, one who fishes with an angle, வயப்படுத்துபவர், தூண்டில் போட்டு மீன்பிடிப்பவர். **angler**: goosefish, சிறு மீன்களைப் பிடித்துத் தின்னும் ஒருவகை பெரிய மீன் வகை. **angling**/'æŋgliŋ/(*n*): 'ஆங்க்:லிங் the art of fishing with a line and a hook, தூண்டில் போட்டு மீன்பிடிக்கும் கலை. • **Angling** *is his main hobby.*

An-gli-can/'æŋglikən/(*adj*):'ஆங்லிக்கஅன் / of or belonging to Church of England, இங்கிலாந்து கிறித்தவ மதப்பிரிவைச் சேர்ந்த. the people of England, இங்கிலாந்து மக்கள். **An-gli-cis-m**/ 'æŋglisizəm/(*n*)/'ஆங்க்:லிஸிஸ:அம் / an English idiom, ஆங்கில மரபுத் தொடர்; peculiarity of English language, the state of being English, English custom or characteristic, ஆங்கிலப் பழக்கப்படி இருக்க முயற்சித்தல், இருத்தல். **an-gli-cize**/'æŋglisaiz/(*v.t-v.i*)/'ஆங்க்:லிஸய்ஸ்: / **anglicised, anglicising**: to make or become English in form or character, நடை, உடை, பாவனைகளில் ஆங்கிலேயர் போல் மாற்றிக் கொள் (அ) மாறு. **An-glist**/ 'æŋglist/(*n*): 'ஆங்லிஸ்ட்: an authority in English language or literature, ஆங்கில மொழி (அ) ஆங்கில இலக்கியத்தில் நிபுணர்.

An-go-ra/æŋ'gɔ:rə/(*n*)/ஆங்'க:ɔ:ரஅ: / a Turkish province famous for a breed of goats, துருக்கியில் உள்ள ஒரு மாநிலம், இது ஒரு வகை ஆடுகளுக்குப் பெயர் பெற்றது; the fabric made of the wool of Angora goat.

an-gry/'æŋgri/(*adj*)/ஆங்க்:ரி / **angrier, angriest**: feeling or showing anger, கோபம் கொள்ளும் படியாக; wrathful, கோபம் கொண்டுள்ள; creating a mood of anger, stormy, கோபமாக இருப்பது போன்ற; enraged, மிகவும் கொதித்துக் கொண்டுள்ள. • *The sea is rough and* **angry**. • *Do not get* **angry** *with children.* • *Do you hear the boom of the* **angry** *guns?* **angrily**(*adv*).

an-gst/'æŋgst/(*n*):'ஆங்க்:கஸ்ட் / a feeling of deep anxiety or dread, ஆழ்ந்த எதிர்ப்பார்ப்பால் அல்லது பயத்தால் விளையும் ஒரு உணர்வு. **angsty**(*adj*).

ang-strom/'æŋstrəm/(*n*):'ஆங்ஸ்ட்ரஅம் / a unit of length equal to one-hundred-millionth of a centimetre, 10^{-10} metre, ஒரு சென்டிமீட்டரில் பத்து கோடியில் ஒரு பங்கு அளவு.

an-guish/'æŋgwiʃ/(*n*):'ஆங்க்:உயிஷ் / acute pain of body or of mind, grief, anxiety, உடல்வலி, மனவேதனை, பெருந்துக்கம், கவலை. • *I am in great* **anguish** *over my drunken son.* **anguish**(*v.t*): to inflict with pain, extreme suffering or grief, பெருந்துன்பம், வேதனை (அ) துக்கம் ஏற்படும்படி செய்.

an-gu-lar/'æŋgjulə*/(*adj*)/'ஆங்க்:யுலஅ* / having an angle or angles, கோணம் (அ) கோணங்களுடைய; bony, not plump (of people), gaunt, lean, மெலிந்த, ஒல்லியான; easily provoked, எளிதில் உணர்ச்சி வசப் படக்கூடிய; hot tempered, கோபம் பொத்துக் கொண்டு வருகின்ற; stiff in manner, unbending in behaviour with others, not having pleasant manners, இனிமையான குணம் இல்லாத, வளைந்து கொடுக்கும் இயல்பு இல்லாத, சகித்துக் கொள்ளும் தன்மை இல்லாத. (*pl.* **angularities**): the quality of being angular, கோணத்தன்மையுள்ள, **angularity** (*n*), **angularness**(*n*), **angularly**(*adv*).

an-gu-late/'æŋgjuleit/(*v*)/'ஆங்க்:யுலெய்ட் / bend or distort to form an angle, கோணமாக வளை.

an-hy-drous/æn'haidrəs/(*adj*)/ ஆன்'ஹய்ட்:ரஅஸ் / of a crystalline compound having no water, தண்ணீரை வெளியேற்றிவிட்ட, நீரற்ற தன்மை கொண்ட. **anhydride**(*n*), **anhydrite**(*n*).

an-ile/'einail/(*adj*):'எய்னய்ல் / like an old woman, imbecile, கிழவியைப் போல் பலவீனமான, மனநிலை சரியில்லாத, சக்தியற்ற. **anility**(*n*): imbecility, நிலை தடுமாறல்; dotage, புத்தி சரியின்மை, சிறுபிள்ளைத்தனம்.

an-i-line/'ænili:n/(*n*):'ஆனிலீன் / a product from indigo originally, now obtained mainly from coal-tar and used in the manufacture of dyes, inks, soaps, etc., ஒரு வகை சாயம்.

an-i-ling-us/'æniliŋgəz/(*n*):'ஆனிலிங்க:அஸ் / sexual excitement of anus by the tongue, குதத்தை நாக்கால் தடவி பாலுணர்வைத் தூண்டுதல்.

an-i-mad-ver-sion/ˌænimæd'vɜ:ʃn/(*n*): ˌஆனிமஆட்:'வஅ:ஷஅன் / a criticism, an adverse comment, censure, the act of criticising, குறை காணல், திட்டுதல், கண்டனம் தெரிவித்தல். **animadvert**(*v.i*):

to make remarks critically, குறை கண்டு கருத்துத் தெரிவி.

an-i-mal/'æniml/*(n)*/'ஆனிமல் / any living thing having sensation and capable of voluntary motion apart from man and plants, மனிதன், தாவரம் நீங்கலாக உள்ள பிராணிகள், விலங்குகள்; the physical and brute nature of human being, மனிதனின் மிருகக்குணம். • *Man is a social* **animal**. • **Animals** *have better common sense than men.* **animal***(adj)*: of concerning or prepared from animals, sensual, மிருகங்களுக்குரிய (அ) மிருகங்களிடமிருந்து தயாரிக்கப்பட்ட, உடலின்பம் உள்ள, புலன் இச்சை மிகுந்துள்ள. • *Very often, man exhibits his* **animal** *nature.* **animalcule**: a very little animal, சிறுபிராணி. **animal-cules,** *(pl.* **animalculs), animal husbandry**: the branch of science, dealing with breeding, feeding and taking care of domestic animals like farm animals, விலங்குகள் வளர்ப்பு பற்றிய அறிவியலின் பகுதி, மாட்டுப் பண்ணை, ஆட்டுப் பண்ணை முதலியன வைத்து நடத்துதல். **animalian***(adj)*, **animal spirits***(pl.n)*: full of energy naturally, இயற்கையாகவே பொங்கி வழிகிற ஆற்றல், திறன்.

ani-mal-ism/'ænimə lizə m/*(n)*: 'ஆனிமலிஸ:ம் / condition motivated by carnal desire rather than spiritual, தெய்வத்தன்மையை விட புலனிச்சை மிகுந்திருக்கும் தன்மை.

an-i-mate/'ænimeit/*(v.t)*:'ஆனிமெய்ட் / **animated, animating**: to stir up, to energise, to give life to, to make lively or vigorous, to inspire, to encourage, to become active, உயிரூட்டு, எழுச்சியூட்டு. • *Some people are* **animated** *by religious zeal.* • *Her presence simply* **animated** *the entire audience.* **animate** *(adj)*: full of life, உயிரோடுள்ள. *They see the world* **animate** *and inanimate as God's desire.* • *His was an* **animate** *expression of vulgar pleasure.* **animating***(adj)*: inspiring, உயிரோட்டமுள்ள. **animated***(adj)*: lively, vigorous, திடமான வாழ்வுள்ள. **an-i-ma-tion**/ ˌæni'meiʃn/*(n)*:ˌஆனி'மெய்ஷன் / that quality which is animated, liveliness, animal spirit, vivacity, உயிர்பெற்ற குணம், உற்சாகம், மிருக உணர்ச்சி, உயிர்த்துடிப்பு. **animately***(adv)*, **animateness***(n)*, **animatingly***(adv)*.

an-i-ma-tion/ˌæni'meiʃn/*(n)*: ˌஆனி'மெய்ஷன் / full of vigour, liveliness, முற்றிலும் திறனுள்ள, உயிர்ச்சத்துள்ள, **Computer animation***(n)* the manipulation of electronic images by means of computer to create moving images, மின்னணு நிழல் பிரதிகளை கணினியின் உதவியால் உயிரூட்டம் கொடுத்து அசையச் செய்வது.

an-i-mis-m/'ænimizəm/*(n)*:'ஆனிமிஸ:ம் / a religious belief that all natural phenomena like evolution, natural objects, animals, plants and the universe itself have soul, இது ஒரு மதக் கோட்பாடு, இயற்கையின் அங்கங்களான பிராணிகள், இயற்கைப் பொருள்கள், தாவரங்கள், இந்த அகிலம் முதலியவற்றிற்கு உயிர்ச்சக்தி (ஆன்மா) உண்டு என்பது இதன் கருத்து; a belief that all natural objects have a soul, எல்லா இயற்கைப் பொருள்களுக்கும் ஆன்மா உண்டென்ற நம்பிக்கை.

an-i-mos-i-ty/ˌæni'mɔsəti/*(n, sing)*: ஆனி'மா:ஸிட்டி / **animosities***(n, pl)*: violent hatred, கடும்பகை; hostility, விரோதம், குரூரமான வெறுப்பு. • *There is deep seated* **animosity** *between the two political parties.* • *One should entertain no* **animosity** *against one's neighbour.* **an-i-mus**/ænimәs/*(n)*:ஆனிமஸ் / hostile feeling, வெறுப்புணர்ச்சி, பகைமை.

an-i-on/'ænaiən/*(n)*:'ஆனய்ஒன் / a negatively charge ion, எதிர்மின்னோட்டம் கொண்ட அயனி (opp. cation).

an-ise/'ænis/*(n)*:'ஆனிஸ் / a plant, the seeds of which are used in medicine, சோம்புச் செடி, இதன் விதைகள் மருந்தாகப் பயன் படுகிறது.

an-i-seed/'ænisi:d/*(n)*:'ஆனிஸீட் / a kind of seed with strong taste used esp. in alcohol preparation, கடுக்காய் வகையைச் சார்ந்த ஒருவகை விதை (காய்); சாராயம் தயாரிக்கப் பயன்படுகிறது.

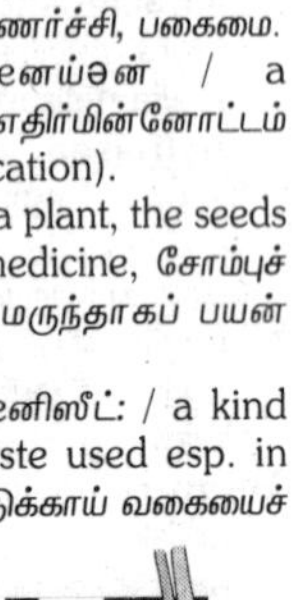

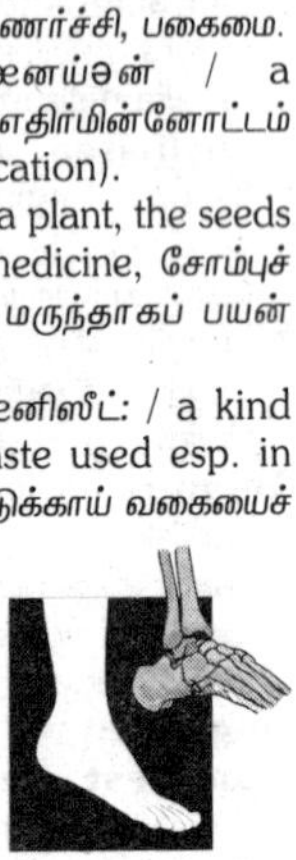

an-kle/'æŋkl/*(n)*:'ஆங்க்ல் / the joint between the foot and the leg, கணுக்கால்.

an-klet/'æŋklit/*(n)*:'ஆங்க்லிட் / an ornamental circlet worn around the ankle, கொலுசு, தண்டை, காப்பு.

an-kus/'æŋkəs/*(n)*:'ஆங்க்கஸ் / goad for elephant, அங்குசம், துரட்டி.

an-nals/'ænlz/*(n)*/'ஆன்ல்ஸ்: / construed as plural: annual record of events in chronological order, history of events maintained and recorded each year, a yearly chronicle, வரலாற்று ஆண்டுக் குறிப்பு, ஆண்டு தோறும் வைக்கப்

பட்டிருக்கும் வரலாற்றுக் குறிப்புகள், ஆண்டு அட்டவணை. • *In the* **annals** *of the British Empire, the city of Madras attained its pristine glory.* **annalist**(*n*), **annalistic**(*adj*), **annalistically**(*adv*).

an-neal/əˈni:l/(*v.t*):əˈனீல் / to heat and cool alternately, (rather slowly for rendering less brittle) to toughen or temper, உலோகம் முதலியவற்றை மெதுவாக நன்கு சூடாக்கி ஆற விடு, கடினமாக்கு.

an-nex/əˈneks/(*v.t*):əˈனெக்ஸ் / to take possession of (land, a small country, a place, etc.) by force or by fraud, to unite at the end, to subjoin, to take additional territory under control, ஒரு நிலம், ஒரு சிறிய நாடு, ஓர் இடம் முதலியவற்றைப் பலவந்தமாகவோ (அ) ஏமாற்றியோ தன் கட்டுப்பாட்டில் (ஒரு பெரிய நாடு) கொண்டு வரச்செய். ஓர் இடத்தை (அ) நிலத்தைப் பெரிய நாட்டுடன் சேர், மேலும் நிலப்பகுதியை ஒரு நாட்டுடன் சேர்த்துக்கொள். • *Many princely states had been* **annexed** *to the empire.* **annexe**(*n*): something annexed, சேர்க்கப்பட்ட (அ) இணைக்கப் பட்ட ஒன்று, ஒரு நூலுடன் பின்னால் இணைக்கப்படும் சேர்க்கை, ஒரு பக்க அறை; supplement to a document, ஓர் ஆவணத் துடன் இணைக்கப்படும் பிற்சேர்க்கை; **annexure**(*n*): supplement, பிற்சேர்க்கை.

an-ni-hi-late/əˈnaiəleit/(*v.t*):əˈனயəலெய்ட் (னியி) / **annihilated, annihilating**: to destroy completely, to do total devastation to reduce to nothing, முழுவதும் அழித்துவிடு, நாசம் செய், ஒன்றும் இல்லாமல் செய்து விடு; to put out of life, நிர்மூலமாக்கு. • *Nuclear weapons, stored by the nations are enough to* **annihilate** *the entire humanity.* **an-ni-hi-la-tion**/ əˌnaiəˈleiʃn/(*n*): əˌனய்யəˈலெய்ஷəன் / the act of annihilating, நாசம் செய்தல்; destruction, அழித்தல். • *The* **annihilation** *of the man-kind by nuclear weapons may take place any time accidentally.* **annihilable** (*adj*), **annihilator** (*n*), **anni-hilative**(*adj*), **annihilatory** (*adj*).

an-ni-ver-sa-ry/ˌæniˈvɜ:səri/(*n, sing*): ˌஆனிˈவə:ஸəரி / **anniversaries**(*n, pl*): yearly, annual, ஆண்டுதோறும் ஒரு முறை வரும் முக்கிய நாள். **anniversary**(*adj*): happening every year, ஆண்டுதோறும் நிகழ்கின்ற; return of an important day every year, ஒவ்வொரு ஆண்டும் வரும் முக்கிய நாள். • *An* **anniversary** *reminds you of the past and prepares you for the future.*

An-no-Dom-i-ni/ˌænəuˈdɔminai/A.D.: ˌஆனəஉˈடாமினி / in the year of the Lord, according to the Christian era, கிறித்தவ காலவரைப்படி - கி.பி. (shortened form A.D.).

an-no-tate/ˈænəuteit/(*v.t*):ˈஆனəஉட்டெய்ட் / **annotated, annotating**: to give explanatory notes especially upon literary texts, இலக்கிய நூல்களுக்கு விரிவுரை கொடு (அ) எழுது; to supply with critical remarks, திறனாய்வுக் குறிப்புக் கொடு. • *An* **annotated** *edition of Thirukkural is now available.* • *To* **annotate** *requires deep study and a critical mind.* **annotator**(*n*): one who annotates, உரையாசிரியர். **annotation** (*n*), **annotative** (*adj*), **annotated**(*adj*).

announce/əˈnauns/(*v.t*):əˈனஉன்ஸ் / **announced, announcing**: to make known publicly, தெரியப்படுத்து. • *They* **announced** *the engagement in the local paper.* proclaim, அறிவிப்புச் செய்; give notice, எச்சரிக்கை கொடு; to make known, அறிவி. • *The textile emporium has* **announced** *a reduction sale.* • *Have they* **announced** *when the race will begin?* **an-nounce-ment**/əˈnaunsmənt/ (*n*): əˈனஉன்ஸ்மəன்ட் / act of giving notice, எல்லோருக்கும் தெரியும்படி அறிவிப்புச் செய்தல்; that which is made known, அறிக்கை வெளியிடுதல். • *We expect a very important* **announce-ment** *today.* **an-nounc-er**/əˈnaunsə*/(*n*)/əˈனஉன்ஸə* / a broadcasting official who gives the news and introduces the programmes, வானொலி, தொலைக்காட்சி முதலியவற்றில் பணியாற்றும் அறிவிப்பாளர். **announceable**(*adj*).

an-noy/əˈnɔi/(*v.t*):əˈனாய் / to cause trouble to, தொந்தரவு கொடு; to irritate, எரிச்சல் ஏற்படும்படி செய்; to harm, தீங்கு விளைவி. • *The political uncertainty often* **annoys** *the public.* **annoy**(*v.i*): to be harmful or troublesome தொந்தரவாய் இரு, தீங்கு விளைவி. • *I am rather* **annoyed** *at the behaviour of my children.* **annoyance**(*n*): the feeling of being annoyed, that which annoys, தொந்தரவு கொடுக்கப்படுகிறது என்ற உணர்வு, தொந்தரவு கொடுக்கும் எதுவும். • *Life, when analysed, seems to be a continual* **annoyance**. • *She looked at him with* **annoyance**. **annoyer**(*n*).

an-nu-al/ˈænjuəl/(*adj*):əˈன்யுəல் / pertaining to a year, ஆண்டு முழுவது முள்ள, வருடாந்திர • *The* **annual**

A

enrolment in colleges is gradually increasing. recurring year after year, yearly, ஆண்டுதோறும்; performed in the course of the year, ஓர் ஆண்டிற்குள் நடைபெற வேண்டிய. **annual**(*n*): a book or a periodical published once a year, ஆண்டுக்கொரு முறை வெளியிடப்படும் புத்தகம் (அ) பத்திரிகை. • *The* **annual** *subscription of the paper, 'The Sun' has become costly.* a plant living one year, ஓராண்டு வாழும் தாவரம். **annually**(*adv*): pertaining to every year, வருடவாரியாக.

annual general meeting (AGM)(*n*): a yearly meeting of the members or shareholders of a club, company etc to discuss the financial performance, elections etc., அங்கத்தினர்களின் அல்லது பங்குதாரர்களின் வருடாந்திரக் கூட்டம்.

an-nu-i-ty/ə'nju:iti/(*n, sing*):ə'ன்யுயிட்டி / **annuities**(*n, pl*): a fixed sum of money payable each year for a number of years or for life, ஆண்டுதோறும் ஒருவருக்கு ஒரு குறிப்பிட்ட காலவரை (அ) ஆயுள் முழுவதும் கொடுக்கப்படும் (அ) பெறப்படும் தொகை; the right to receive or duty to pay, ஆண்டுதோறும் கொடுக்க வேண்டிய கடமை (அ) பெறத்தகுந்த உரிமை. • *Having served the government for thirty long years, I am yet to get my* **annuity**.

an-nul/ə'nʌl/(*v.t*):ə'னல் / **annulled, annulling**: to make null and void especially of laws, rules, marriages, etc., சட்டங்கள், விதிகள், திருமணங்கள் முதலிய வற்றைச் செல்லத்தகாதது என்று தீர்ப்புக் கூறு, ரத்து செய்; invalidate, செல்லாது என்று தீர்ப்புக் கூறு, செல்லுபடியாகாது என்று அறிவி. **an-nul-ment**/ə'nʌlmənt/(*n*):ə'னல்மəன்ட் / the act of annulling, செல்லாததாகச் செய்தல்; abolition, நீக்குதல்.

an-nu-lar/'ænjulə*/(*adj*):'ஆன்யுலə* / having the form of a ring, வளையம் போன்றுள்ள. **annulation**(*n*): ring - like formation, வளையம் போன்ற அமைப்பு. **annularity**(*n*), **annularly**(*adv*).

an-nu-let/'ænjulet/(*n*):'ஆன்யுலிட் / an encircling band as on the shaft of a column, தூணின் மேல் உள்ள அழகிய வளைவு; a ring usually coloured, வண்ணம் தீட்டப்பட்ட மோதிரம்.

an-nun-ci-ate/ə'nʌnsieit/(*v.t*): ə'னன்ஷியெய்ட் / **annunciated, annunciating**: to announce, to make known, to proclaim, அறிவிப்புக் கொடு, தெரியும்படி செய், பொதுமக்களுக்குத் தெரியும்படி செய். **annunciation**(*n*): announcing, அறிவித்துச் சொல்லுதல்; Holy Day, Lady Day, the Church festival on March 25 to mark the incarnation of Mary (Mother of Jesus) மார்ச் 25ம் நாள் கொண்டாடப்படும் அன்னை மேரியின் (இயேசுவின் தாய்) பிறந்த நாள், புனிதத்திருநாள்.

an-nus hor-ri-bi-lis/ə'nʌs'hɔrəbilis/(*n*): ə'னஸ்'ஹாரəபிலிஸ் / a year of misfortune or disaster, துரதிஷ்டமான வருடம்.

an-nus mi-ra-bi-lis/ə'nʌs'mirəbilis/(*n*): ə'னஸ்'மிரəபிலிஸ் / an auspicious year, அதிர்ஷ்டமான வருடம்.

an-ode/'ænəud/(*n*):'ஆனəஉட்: / the positive pole of a battery, positive electrode or that point of an electrolyte at which the current enters, நேர்மின்வாய், மின்னோட்டத்தில் நேர்மின்வாய்

a-no-dize/'ænəudeiz/(*v*):'ஆனəஉடெய்ஸ்: / coat a metal with an oxide as a cover by an electrolytic process, மின்னோட்டத்தின் உதவிகொண்டு ஆக்ஸைடினால் ஒரு உலோகத்தைப் பூசு. **anodizer**(*n*).

an-o-dyne/'ænəudain/(*n*)/'ஆனəஉடய்ன் / anything (including medicine) that relieves pain or distress, உடல் (அ) உள்ளத்தின் வலியைப் போக்கும் மருந்து (அ) அருமருந்து (மருத்துவம் உட்பட). **anodyne** (*adj*): relieving pain or soothing the mind, உடல் வலியை (அ) மனத்துன்பத்தை நீக்கவல்ல. • *The* **anodyne** *statement made by the minister on the refugee problem after the meeting with them did not remove all the fears.*

a-noint/ə'nɔint/(*v.t*):ə'னாய்ன்ட் / to apply oil on, to smear with any liquid to make holy or give bath with holy water, to dedicate to be in divine service, to consecrate by pouring oil upon, எண்ணெய் பூசு, திருமுழுக்காட்டு, புனித நீராட்டு, எண்ணெய் ஊற்றிப் புனிதப் படுத்துவது போன்ற மத அரசியல் சடங்குகள். • **Anointing** *gives religious recognition to be a king or a priest.* • *The priests* **anointed** *the queen.* **anointment**(*n*), **anointer**(*n*).

a-nom-a-ly/ə'nɔməli/(*n, sing*):ə'னாமəலி / **anomalies**(*n, pl*): not keeping to the rule or custom or law, ஒழுங்கற்ற தன்மை, சட்டம், விதி, நடைமுறை முதலியவற்றிற்கு முரண்பட்டது; an odd, peculiar or not normal state, விதிவிலக்கு, முரண்பாடு; irregularity, ஒழுங்கில்லாத நிலை. • *It is an* **anomaly** *that only law-breakers become law-makers.* **a-nom-a-lous**/ə'nɔmələs/(*adj*):ə'னாமəலəஸ் / not regular, incongruous, deviating from the

A

common rule type or form or tradition, exceptional, abnormal, விதிவிலக்கான, இயல்புக்கு மாறுபட்ட, ஒழுங்கில்லாத, அசாதாரணமான, ஏற்றுக் கொள்ளப்படாத, தனிப்பட்ட, நடைமுறைக்கு ஒவ்வாத. • *It is an* **anomalous** *status we accept.* • *Men and women have begun to live as husband and wife without getting married. It may look* **anomalous**. **anomalistic**(*adj*), **anomalously**(*adv*), **anomalousness**(*n*).

a-non/əˈnɔn/(*adv*):əˈனான் / (not in use - archaic), in a short time, சீக்கிரத்தில், உடனே. **anon**: abbreviation for anonymous.

an-o-nym/ˈænənim/(*n*):ˈஜனனிம் / an assumed name, புனைபெயர்; one who remains not known (anonymous), தன் பெயரை மறைத்துச் செயல்படுபவர். **an-o-ny-mous**/əˈnɔniməs/(*adj*): əˈனானிமஸ் / without any name made known as that of author, publisher or like, of origin not known, யார் செய்தார் (அ) உண்டாக்கினார் என்பது தெரியாத, பெயர் தெரியாத. • *Many* **anonymous** *petitions give major clues to crimes and murders.* **an-o-nym-i-ty**/ˌænəˈniməti/(*n*):ˌஜனɔˈனிமிட்டி / the condition or state of being anonymous, பெயர் (அ) முகவரி அறிவிக்காமல் செயல்படுதல். • *The criminal's* **anonymity** *was kept secret until he was produced before the magistrate.* **anonymously**(*adv*), **anonymousness** (*n*).

a-noph-e-les/əˈnɔfili:z(*n*):əˈனஃபிலீஸ்: / the mosquito carrying the parasite causing the disease malaria, மலேரியா நோயைப் பரப்பும் ஒருவகைக் கொசு.

an-oth-er/əˈnʌðə*/(*adj*):əˈனதə* / not the same, one more, someone else, additional, different, இன்னுமொன்று, மற்றொன்று, வேறொரு, மற்றொரு, வித்தியாசமான. • *I want* **another** *cake.* **another**(*pro*): something different, an additional one, வேறு ஒன்று, மற்றொன்று. • *I do not like going from one place to* **another**. • *Please, have* **another**. • *There is one law for the rich and* **another** *for the poor.*

an-orex-ia/ˌænəˈreksiə/(*n*):ˌஜனəˈரெக்ஸிə / lack or loss of appetite for food, பசியின்மை, பசி எடுக்காமை. **anorexia nervosa**(*n*) an emotional disorder characterized by obsessive desire to lose weight by not eating, உடல் எடையைக் குறைக்க வேண்டுமென்ற பயத்தால் சாப்பிடாமல் இருக்கும் ஒருவகை மனநோய். **anexoric**(*adj*).

a-nos-mia/ˈænɔsmia/(*n*):ˈஜனɔஸ்மிய / loss of sense of smell caused by infection, injury etc., வாசனை நுகரும் திறனை இழத்தல்.

an-ser-ine/ˈænsərain/(*adj*):ˈஜன்ஸəரைன் / gooselike, முட்டாள்தனமான.

an-swer/ˈa:nsə*/(*n*)/ˈஆன்ஸə* / something said or written in reply to a question, வாய் மூலம் (அ) எழுத்து மூலம் கேள்விக்குக் கொடுக்கப்படும் பதில்; solution to a problem, ஒரு பிரச்சினைக்குத் தீர்வு; response, மறுமொழி; reply to an accusation, ஒரு குற்றச்சாட்டிற்கு ஏற்ற பதில். • *The man's* **answer** *to the threat of the police is a simple smile.* • *I have no* **answer** *for your question.* • *What is your* **answer?** **answer**(*v.i*): reply, to give answer, to find the result, பதில் கொடு, விடை கூறு, முடிவு காண்; to act or suffer as a result of, எல்லாக் கஷ்டங்களுக்கும் தயாராக இரு. **answer**(*v.t*): to make answer to, to be of service, பதில் கூறு, உதவியாக இரு. • *She* **answered** *my question with an angry look.* • *How will the ministers* **answer** *the criticisms during the election campaign?* **an-swer-a-ble**/ˈa:nsərəbl/(*adj*): ˈஆன்ஸəரəப்:ல்: having to answer or explain one's actions, தன் நடத்தைக்குச் சமாதானம் கூறும் நிலையிலுள்ள; to defend oneself, குற்றச்சாட்டை மறுக்கும் நிலையிலுள்ள (அ) பதில் அளிக்கும் நிலை யிலுள்ள; responsible, பொறுப்பான நிலையிலுள்ள; liable, சட்டப்படி கடமைப்பட்டுள்ள; bound to answer, கண்டிப்பாகச் சமாதானம் சொல்ல வேண்டிய; capable of being answered, பதில் சொல்லத் தகுதியும், திறமையும் உள்ள. • *Who is* **answerable** *for the deaths when the police open fire on the unarmed public?* • *The paper is* **answerable** *by post.* **answerability**(*n*), **answerableness** (*n*), **answerless**(*adj*), **answerlessly** (*adj*).

answer phone/ˈa:nsəfəun/(*n*):ˈஆன்ஸə:ஃபəஉன் / a device that automatically answers telephone calls and records any message left by the person calling. தானியங்கித் தொலைபேசி.

ant/ænt/(*n*):ஜன்ட் / a small insect living in colonies, emmet, கூட்டமாக வசிக்கும் உயிர் வாழ்வன, எறும்பு. **ant hill**: mound over ants' nest, எறும்புப் புற்று; white ant, கரையான்.

an-ta-cid/ˌænt'æsid/*(adj)*:ˌஆன்ட'ஆஸிட் / preventing or correcting acidity, வயிற்றில் ஏற்படும் புளிப்புத்தன்மையை நீக்குகிற, சரி செய்கிற.

an-tag-o-nis-m/æn'tægənizəm/*(n)*: ஆன்'ட்டாக:ஒனிஸ:ஒம் / an active opposition or hatred as between unfriendly groups, நேசமில்லா இரு குழுக்களிடையே ஏற்படும் பெரும்பகை; hostility, பகை; enmity, எதிர்ப்பு, விரோதம். • *Her aim to become a dancer met with the* **antagonism** *of her family members.* **an-tag-o-nist**/æn'tægənist/ *(n)*:ஆன்ˌட்டாக:ஒ'னிஸ்ட் / one who fights with another, சண்டை போடுபவர்; enemy, எதிரி; opponent, விரோதி; adversary, போட்டியிடுபவன், துரோகம் செய்பவன். • *Mr. Singh is the* **antagonist** *of Dev.* **an-tag-o-nize**/æn'tægənaiz/*(v)*, ஆன்'ட்டாக:ஒனய்ஸ்: / **antagonized, antago-nizing***(v.t)*: to become hostile, பகைமை கொள்; to make hostile, விரோதம் ஏற்படுத்து; to act in opposition, எதிரியாகச் செயல்படு; to excite enmity, மனக்கசப்பு உண்டாக்கு. **antagonistic** *(adj)*: hostile, பகைமையுள்ள. **antagonistically***(adv)*.

Ant-arc-tic/æn'ta:ktik/*(adj)*:ஆன்ட்'டாக்ட்டிக் / of the South Pole, the farthest south part of the world, தென் துருவப் பகுதியைச் சார்ந்த. **Antarctica***(n)*: the continent surrounding the south pole entirely covered by ice, area about 50,00,000 square miles, அன்டார்டிகா கண்டம், முழுவதும் பனிக்கட்டியால் மூடப்பட்டுள்ள தென்துருவத்தைச் சூழ்ந்துள்ள நிலப்பகுதி, 5 மில்லியன் (அ) 50 லட்சம் சதுர மைல் பரப்புள்ளது. opposite to Arctic pole or circle. **Antarctic Circle**: an imaginary line drawn parallel to the equator at 23° 28' N of the South Pole, South of the line where the sun is invisible for six months of each year and visible for the next six months, பூமத்திய ரேகைக்கு இணையாக 23° 28' N-ல் வரையப் பட்டிருக்கும் ஒரு கற்பனைக் கோடு (துருவத்தைச் சுற்றி), இதற்குத் தெற்கே ஆறு மாதத்திற்கு இருள் இல்லை, அடுத்த ஆறுமாதத்திற்குச் சூரிய ஒளி இல்லை.

an-te/'ænti/*(n)*:'ஆன்ட்டி / an amount of money that is risked (as stake) in the card game of poker, போக்கர் எனும் ஒரு வகைச் சீட்டாட்டத்தில் பந்தயமாக வைக்கப்படும் பணம். **ante***(v)*, **anted or anteed, anteing**: to pay one's share as stake (money), பந்தயப்பணம் (ஒருவருடைய பங்கு) கொடு. **ante***(prefix)*: 'ante' means before e.g. ante-date (be earlier than), ante-natal (before birth), etc.

ant-eat-er/ 'æntˌi:tə*/*(n)*/ 'ஆன்ட்ˌஈட்ட*/ an animal that chiefly feeds on ants and termites, ஒருவகைப் பிராணி, முக்கியமாக எறும்பு போன்றவைகளைத் தின்று வாழ்வது.

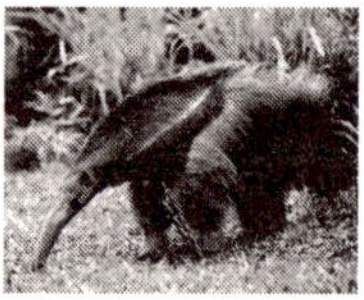

an-te-ced-ent/ˌænti'si:dənt/*(adj)*: ˌஆன்ட்டி'ஸீட:ஒன்ட் / going before in time, place, rank, etc., முந்திய (அ) முன் நிகழ்ந்துள்ள; a word, phrase or clause or sentence that is represented by another word such as a pronoun, இலக்கணத்தில் மறுபெயருக்கு முன் அதற்கு ஈடான (அ) இணையான வார்த்தை, சொற்றொடர், வாக்கியம். **antecedents**: a person's past history or conduct, one's conduct of earlier life, ஒருவரின் கடந்த கால வாழ்க்கை (அ) நடவடிக்கைகள். • *I know* **John** *who is a lawyer (John-antecedent of 'who').* • *A person's* **antecedents** *are always verified before his entry into army.*

an-te-cham-ber/'æntiˌtʃeimbə*/*(n)*: 'ஆன்ட்டிˌச்செய்ம்ப:ஒ* / (also **anteroom**): a small room leading to a big room, பெரிய அறைக்குச் செல்லும் வழியில் அமைந்துள்ள சிறிய அறை.

an-te-date/ˌænti'deit/*(v.t)*:'ஆன்ட்டி'டெ:ய்ட் / **antedated, antedating**: to be of an earlier date than, முன் தேதி இடு (செயல் தேதிக்கு முன்); to date before, to give a date earlier than the date of actual deal, செயல் நாளுக்கு முன் ஒரு தேதி கொடு. • *This old horse carriage* **antedates** *the invention of automobile.* • *The record has been purposely* **antedated**. **antedate***(n)*: a date prior, முன் தேதி, முந்தைய நாள்.

an-te-di-lu-vi-an/ˌæntidi'lu:vjən/*(adj)*/ 'ஆன்ட்டிடி:'லூவ்யஒன் / belonging to the period before the Deluge, ஊழிக் காலத்துக்கு முன்னுள்ள; ancient, very old, மிகப்பழைய; very old fashioned, பழங்கால நாகரிகம் உள்ள. **antediluvian***(n)*: a very old fashioned person, மிகப் பழைய நாகரிகம் உள்ள மனிதன்; a person who had lived before the Deluge, ஊழிக் காலத்துக்கு முன் வசித்த புராதன மனிதன்.

an-te-lope/ˈæntiləup/(*n, sing*): 'ஆன்ட்டிலஉப் / **antelopes**(*n, pl*): an animal similar to a deer and partly like a goat, பாலூட்டும் வகையைச் சார்ந்த ஒரு வகைக் கருப்பு மான்.

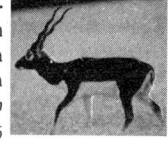

an-te-me-rid-i-em/ˌæntiməˈridiəm/(*adj*): 'ஆன்ட்டிமஅ'ரிடி:யஅம் / taking place before noon, occurring before midday, A.M., முற்பகலுக்குரிய.

an-te-mor-tem/ˌæntimɔ:təm/(*adj & adv*): ˌஆன்ட்டிமா:டஅம் / before death, இறப்பிற்கு முன். *The dead leader gave a lot of* **ante-mortem** *instructions to his followers.*

an-te-na-tal/ˌæntiˈneitl/(*adj*): 'ஆன்ட்டி'னெய்ட்ல் / prenatal, prior to birth, குழந்தை பிறப்பதற்கு முன். • *In* **antenatal** *clinics, women who are expecting babies are taken care of. opp:* post-natal.

an-ten-na/ænˈtenə/(*n*): ஆன்'ட்டெனஅ / (*pl.* **antennas, antennae**): sensory organs or feelers occurring in pairs on the heads of insects, aerial, a conductor for sending or receiving electromagnetic waves, பூச்சிகளின் உணர் கொம்புகள், வானலை உணர் கம்பி, மின்காந்த அலைகளைப் பரப்பவும் ஏற்கவும் பயன்படும் கருவி, [கம்பி (அ) கம்பிகளால் அமைக்கப்பட்டது].

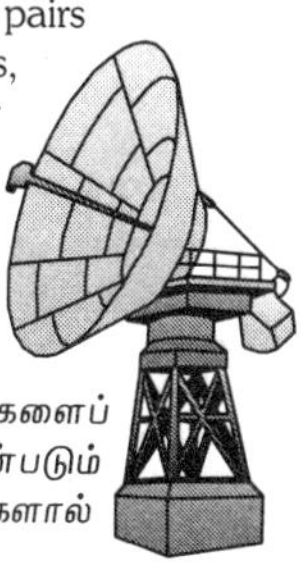

an-te-nup-tial/ˌæntiˈnʌpʃl/(*adj*): 'ஆன்ட்டி'னப்ஷஅல் / before marriage, திருமணத்திற்கு முன் நிகழக்கூடிய.

an-te-pe-nul-ti-mate/ˌæntipiˈnʌltimət/(*n*):'ஆன்ட்டிப்பி'னல்ட்டிமெய்ட்(பெ) / the last syllable but two in a word, ஒரு சொல்லில் கடைசி இரு அசைகளுக்கு முன்புள்ளது; as 'te' in an-**te**-pe-nult.

ante-pran-di-al/ˌæntiˈprændjəl/(*adj*): ˌஆன்ட்டிப்ரஆன்ட்:யஅல் / before dinner, இரவு உணவுக்கு முன்.

an-ter-i-or/ænˈtiəriə*/(*adj*):ஆன்'ட்டிஅரியஅ* / placed before, முன் வைக்கப்பட்டுள்ள; nearer the front, முன் இடத்திற்கு அருகே; earlier, காலத்தால் முற்பட்டுள்ள. *opp:* posterior.

an-te-room/ˈæntirum/(*n*):'ஆன்ட்டிரூம் / a room leading to a large room, பெரிய அறைக்கு வழிகாட்டும் சிறிய அறை.

an-them/ˈænθəm/(*n*):'ஆந்த்தஅம் / a sacred song or hymn sung by two parts of a choir alternately, இரு பகுதிகளில் குழுக்களால் இசைக்கப்படும் தேவகீதம்; a song of gladness or praise, புனிதப்பாட்டு, மகிழ்ச்சிப் பாடல், இனிய கீதம். **National Anthem**, தேசிய கீதம். **anthemic**(*adj*).

an-ther/ˈænθə*/(*n*):'ஆந்த்தஅ* / the part of a male flower containing pollen *i.e.* the substance that prepares the female flower to bear fruits or seeds, ஆண் பூவில் உள்ள மகரந்தப்பை, இதில் உள்ள மகரந்தம் பெண் பூவைச் சார்ந்து கருத்தரித்து பழம் (அ) விதையை உற்பத்தி செய்யத் தயாராகிறது.

an-thol-o-gy/ænˈθɔlədʒi/(*n, sing*): ஆந்'த்தாலஅஜி / **anthologies**(*n, pl*): a collection of selected writings by an author or by many authors usually in the same literary form or on the same subject, இலக்கியத் திரட்டு, தொகை நூல், பாடல்திரட்டு, செய்யுள் தொகை, பாமாலை, ஓர் எழுத்தாளர் (அ) எழுத்தாளர்கள், இவர்களுடைய படைப்புகளின் முக்கிய தொகுப்பு. **antho-logical**(*adj*), **anthologically**(*adv*), **anthologist**(*n*), **anthologise**(*v*), **anthologization**(*n*), **anthologized**(*adj*).

an-thra-cite/ˈænθrəsait/(*n*):'ஆந்த்ரஅஸய்ட் / a mineral coal containing very little hydrocarbon and burning without flame or smoke, hard coal, புகை இல்லாமல் எரியக்கூடிய ஒரு வகை நிலக்கரி.

an-thrax/ˈænθræks/(*n, sing*):'ஆந்த்ரஆக்ஸ் / **anthraces**(*n, pl*): an infectious disease in cattle, sheep and other animals including men, கால்நடைகளையும், மனிதர் களையும் தாக்கும் ஒருவகைக் கொடிய தொற்று நோய் (கழலையும், பிளவையும் கொண்டது).

an-thro-poid/ˈænθrəupɔid/(*adj*)/ 'ஆந்த்ரஅஉப்பாய்ட்: / resembling man, மனிதனைப் போன்றிருக்கின்ற.

an-thro-pol-o-gy/ˌænθrəˈpɔlədʒi/(*n*): ˌஆந்த்ரஅ'ப்பாலஅஜி / the study of man including all aspects of his evolution, and his physical, social, cultural development, உடல், சமுதாயம், கலாச்சாரம் மனிதனின் பரிணாம வளர்ச்சி முதலியவை பற்றிய ஆராய்ச்சி. **anthropological**(*adj*), **anthro-pologic**(*adj*), **anthro-pologically**(*adv*).

an-ti/ˈænti/(*prep. & prefix*):'ஆன்ட்டி / opposed to, against, opposite of, combining to form derivatives, contracted to **ant,** e.g. antibody, antibiotic etc., prefix meaning

A

'opposite', எதிர்மறை இடைச்சொல், எதிரான பொருள் தரும் சொல். [anti (அ) ant, என்ற சொல் வார்த்தைகளின் முன் சேர்க்கப்பட்டு எதிர்ப் பொருள் தரும் வார்த்தைகள் உண்டாக்கப்படுகின்றன]. **an-ti-cli-max**/ˌænti'klaimæks/*(n)*: 'ஆன்ட்டி'க்லய்மஆக்ஸ் / a sudden drop from the best or dignified to the worst or trivial state, a sentence or figure of speech or drama in which ideas or scenes are arranged in descending order of importance, ஒரு வாக்கியம் (அ) உவமை (அ) நாடகம் முதலியவற்றில் உச்சக் கட்டத்தினின்று படிப்படியாக, ஆர்வம் குறைந்து, கடைசிக் கட்டத்தை அடைதல். anticlimax, நீச்ச நிலை; **an-ti-air-craft**/ˌænti'eəkra:ft/*(adj)*:'ஆன்ட்டிஎəக்ராஃப்ட் / (of gun fire), designed or to destroy enemy aircraft, எதிரி விமானங்களைச் சுடுவதற்குத் தகுந்த அமைப்பு (அ) ஏற்பாடு கொண்ட. **an-ti-bi-ot-ic**/ˌæntibai'ɔtik/*(n)*:'ஆன்ட்டிபய'ஆட்டிக் / a medical substance, capable of acting as an anti-bacterial agent e.g. penicillin or streptomycin, வியாதிக் கிருமிகளைக் கட்டுப்படுத்தி அழிக்கவல்ல உயிரிகளி னின்று பெறப்படும் பெனிசிலின், ஸ்டெரப்டோ-மைஸின் போன்ற மருந்துகள். **an-ti-bo-dy**/'æntiˌbɔdi/*(n, sing)*: 'ஆன்ட்டிˌபாடி / **antibodies** *(n, pl)*: a substance produced in the blood which counteracts growth and harmful action of bacteria, கெடுதல் விளைவிக்கும் பாக்டீரியாக்களை அழிக்கவல்ல, இரத்தத்தில் இருக்கும் (அ) உண்டாகும் ஒரு வகைப்பொருள்.

an-tic/'æntik/*(adj)*/'ஆன்ட்டிக் / odd, old fashioned, ridiculous, வேறுபட்ட, நாகரிகம் இல்லாத, விகாரமான. **antic***(n)*, usually, **antics**: clownish action, கோமாளித் தனமான செயல்; foolish behaviour (not approved), அனுமதிக்கப்படாத, முட்டாள் தனமான நடத்தை.

an-tic-i-pate/æn'tisipeit/*(v.t)*: ஆன்'ட்டிஸிப்பெய்ட் / **anticipated, antici-pating**: to know before hand, முன்பாகத் தெரிந்து கொள்; to expect, எதிர்பார்; to realise what is to happen, என்ன நடக்கும் என்பதை அறிந்து கொள்; to be sure of, எதற்கும் தயார் நிலையில் இரு; to do something before, முன்னதாகவே எதிர்பார்த்துச் செயல்படு. **anticipation** *(n)*: the act of anticipating, எதிர்பார்த்துச் செய்தல். **anticipative***(adj)*: anticipating, எதிர்பார்த்துக்கொண்டுள்ள. **anticipatory** *(adj)*: done or happening beforehand, முன்னே செய்கிற (அ) நிகழ்கிற. **antici-patable***(adj)*, **anticipator***(n)*.

an-ti-cli-max/*(n)*:ˌænti'klaimæks/*(n)*: 'ஆன்ட்டி'க்லய்மஆக்ஸ் / sudden fall from lofty ideas, உயர்ந்த எண்ண நிலையி லிருந்து ஏற்படும் வீழ்ச்சி.

an-ti-dote/'æntidəut/*(n)*:'ஆன்ட்டிடəஉட் / a substance or medicine or any other remedy that counteracts the effects of poison, disease, etc., something that prevents or counteracts the ill-effects developed in the body, விஷ முறிவு மருந்து, நோயைத் தடுக்கும் சக்தி (அ) பொருள், உடலில் ஏற்படும் நோயைத் தடுக்கும் சக்தி. • *Hard work is the best* **antidote** *to get over poverty.* • *There is* **antidote** *for any poison in Siddha System, i.e. Siddha medicine.*

an-ti-eme-tic/'ænti'imətik/*(adj)*: 'ஆன்ட்டி'எமிəடிக் / preventing vomiting, வாந்தி வருவதை தடுக்கிற. (e.g.) anti-emetic drug.

an-ti-freeze/'æntifri:z/*(n)*:'ஆன்ட்டிஃப்ரீஸ்: / a chemical substance added to water or a liquid put in the radiator of an internal combustion engine to lower the freezing point of the cooling medium, ஓர் உள் வெப்ப எந்திரத்தின் வெப்பக் குறைப்பான் திரவத்தில், அது உறையாமல் இருக்கச் சேர்க்கப்படும் இரசாயனப் பொருள் (அ) திரவம்.

an-ti-gen/æn'tigən/*(n)*:'ஆன்ட்டிஜəன் / a kind of substance such as an anti-toxin that produces the formation of antibodies in the body, உடலில் வியாதி எதிர்ப்பு சக்தியைத் தூண்டும் பொருள் (அ) உடலில் பாக்டீரியா எதிர்ப்புப் பொருள்களின் உற்பத்தியைத் தூண்டும் ஒருவகைப் பொருள்.

an-ti-his-ta-mine/ˌænti'histəmin/*(n)*: 'ஆன்ட்டி'ஹிஸ்ட்டəமின் / any drug that is used to treat cold and allergies, உடலில் ஏற்படும் எதிர் விளைவு (அ) ஜலதோஷம் இவற்றிற்குப் பயன்படும் மருந்து.

an-ti-knock/'ænti'nɔk/*(n, adj)*: 'ஆன்ட்டினாக் / relating or pertaining to any chemical substance added to petrol or fuel to make internal combustion engines run smoothly or to minimise or to eliminate knock, பெட்ரோல் (அ) எந்த ஓர் எரிபொருளுடனும் சேர்க்கப்படும் இரசாயனப் பொருள்; இது உள் வெப்ப எந்திரங்கள் எளிதாக இயங்கவும், அதில் ஏற்படும் சப்தத்தைக் குறைக்கவும் பயன்படுகிறது.

an-ti-logy/'æntilɔʒi/*(n)*:'ஆன்ட்டிலாஜி / a contradiction in ideas, அபிப்பிராய பேதம்.

an-ti-mony/'æntiməni/*(n)*:'ஆன்ட்டிமனி / a bluish, white metal used in medicine, மருந்துகள் உற்பத்தியில் பயன்படும் நீலநிற வெண்மையான உலோகம்.

an-tip-a-thy/æn'tipəθi/*(n, sing)*: ஆன்'ட்டிப்பதி / **antipathies***(n, pl)*: a feeling of dislike, repugnance, hatred, aversion, habitual ill-feeling, வெறுப்பு, இயல்பான மனத்தாங்கல், இயற்கையில் ஏற்படும் உட்பகை. • *To have* **antipathy** *towards neighbours is well-known.*

anti-personnel/,æntipɜ:sə'nel/*(adj)*: ,ஆன்ட்டிப்பஸ:ஸ'னல் / weapon designed to kill or injure people, not to destroy property, vehicle, etc. மனிதர்களை மட்டும் கொல்லுகிற.

an-tip-ode/æn'tipəd/*(n)*:ஆன்'ட்டிப்பட்: / a direct opposite, நேர்எதிர். **an-tip-o-des**/ æn'tipədi:z/*(n, pl)*:ஆன்'ட்டிப்படீ:ஸ்: / places diametrically opposite to each other on the earth, இப்பூமியில் நேர் எதிராக இருக்கும் இடங்கள்; those who live there, அங்கு வசிக்கும் மக்கள்; a group of islands and belonging to New Zealand (24 sq. miles), நியூஸிலாந்திற்குச் சொந்தமான தீவுக் கூட்டம் (24 சதுர மைல் பரப்பு கொண்டது).

an-ti-quar-i-an/,ænti'kweəriən/*(adj)*: ,ஆன்ட்டி'க்உவேரியன் / pertaining to old times or objects, out of date, புராதன காலம் பற்றிய (அ) புராதனப் பொருள்கள் பற்றிய. **antiquarian***(n)*: one who takes interest in old things and studies them, புராதன காலத்துப் பொருள்களைப் பற்றி அக்கறை எடுத்துக் கொண்டு ஆராய்ச்சியில் ஈடு-பட்டுள்ளவர். **an-ti-qua-ry**/'æntikwəri/ *(n, sing)*:'ஆன்ட்டிக்உவரி / **antiquaries***(n, pl)*: an expert on antiquities or a student of antiquities, பழைய வரலாற்று நூல்களை (அ) நிகழ்ச்சிகளை ஆராய்ச்சி செய்யும் நிபுணர், மாணவர்.

an-tique/æn'ti:k/*(adj)*:ஆன்'ட்டீக் / of the past, belonging to the past, கடந்த காலத்திய; not modern, தற்காலம் பற்றி இல்லாமல்; outdated, மிகப்பழைய; old fashioned, நாகரிகம் இல்லாத; obsolete, aged, வழக்கில் இல்லாத, காலம் கடந்த. **antique***(n)*: a piece of ancient work, பண்டைய காலத்துக் கலைப் பொருள்கள்; a kind of printing type, ஒருவகை அச்செழுத்து. **an-tiq-ui-ty**/æn'tikwəti/*n, sing)*:ஆன்'ட்டிக்உயிட்டி / the quality of being ancient, old times, the time before the middle ages, great age, பழங்காலத் தன்மை, பண்டைக்காலம், தொன்மை. **antiquities** *(n, pl)*: buildings, works of art, etc., remaining from ancient times as monuments, relics, customs, etc., கட்டடங்கள், கலைப் பொருள்கள் முதலியவை பழங்காலத்து ஞாபகச் சின்னங்களாகவும் வரலாற்றுச் சின்னங்களாகவும், நாகரிக மரபுகளாகவும் இருப்பவை. Ex. Centenary building of Madras University.

an-tir-rhi-num/,ænti'rainəm/*(n)*: ,ஆன்ட்டி'ரய்னம் / snapdragon, a garden plant with white, red or yellow flowers, வெள்ளை, சிவப்பு (அ) மஞ்சள் பூக்கள் கொண்ட ஒருவகைத் தோட்டச்செடி.

an-ti-Sem-i-tis-m/,ænti'semitizəm/*(n)*: ,ஆன்ட்டி'ஸெமிட்டிஸ:ம் / hatred of Jews, யூதர்கள் மேல் உள்ள வெறுப்பு. **anti-Semite***(n)*: one animated with hatred against the Jews, யூதர்களை அடியோடு வெறுப்பவன். **anti-Semitic** *(adj)*.

an-ti-sep-tic/,ænti'septik/*(adj)*: ,ஆன்ட்டி'ஸெப்ட்டிக் / free from germs and micro-organisms, கிருமிகள், நுண்ணுயிர் களின் பாதிப்பினின்று பாதுகாக்கின்ற; very clean and neat, மிகச் சுத்தமாகவும் எடுப்பாகவுமுள்ள. **anti-septic***(n)*: an antiseptic agent, கிருமி நாசினி, உடல் உறுப்புகள் கெடாமல் பாதுகாக்கும் மருந்து.

an-ti-so-cial/,ænti'səuʃl/*(adj)*: 'ஆன்ட்டி'ஸஉஷல் / unwilling or unable to get on with others normally, பிறருடன் ஒவ்வாத உறவு கொண்டுள்ள; causing harm to society, சமுதாயத்திற்குத் தொந்தரவு கொடுக்கும் தன்மை உள்ள; not being able to live in harmony with other people, பிறருடன் சுமுகமாக வாழும் பண்பு இல்லாமல்; damaging the social life, பொது வாழ்வுக்கு ஊறு விளைவித்துக் கொண் டுள்ள. • *Nowadays* **antisocial** *elements are mingled with the general public.*

an-tith-e-sis/æn'tiθisis/ *(n, sing)*/ ஆன்'ட்டித்திஸிஸ் / **antithesises***(n, pl)*: direct and complete opposition of words or ideas, முற்றிலும் வேறுபட்ட வார்த்தைகள் (அ) கருத்துக்கள்; contrast, வேறுபாடு. • *The* **antithesis** *of war is peace.* a figure of speech (in rhetoric) in which words or thoughts are set in contrast, உருவக அணியில் வார்த்தைகளும், கருத்துக்களும் நேர் எதிரிடையாகச் சித்திரிக்கப்படல். • *It is an* **antithesis**: *Either I will be a free man or I will die.* **an-ti-thet-ic**/ ,ænti'θetik/*(adj)*:,ஆன்ட்டி'த்தட்டிக் / of the nature of antithesis, நேர் எதிரிடைக் குணமுள்ள. **antithetical***(adj)*: being an antithesis, directly and totally opposed,

A

முற்றிலும் வேறுபட்ட, எதிரிடையான இயல்புள்ள. • *His approach is* **antithetical** *to all modern methods.*

ant-ler/ˈæntlə*/*(n)*:ஆன்ட்லஅ* / a horn of an animal of the deer family, மான் இனத்தைச் சேர்ந்த ஒரு விலங்கின் கொம்பு; branch of the stag's horn, கலைமானின் கிளைக்கொம்பு. **antlered***(adj)*: having antlers, கொம்புள்ள.

an-to-nym/ˈæntəunim/*(n)*:ˈஆன்ட்டஅஉனிம் / a word opposite in meaning to another, எதிர்ப்பதம். • **'Slow'** *is the antonym of* **'fast'**. • **'Pleasure'** *is the antonym of* **'pain'**.

antsy/ˈæntsi/*(adj)*:ˈஆன்ட்ஸி / (antsier, antsiest) impatient, restless, அமைதியற்ற, அமைதி இழந்த, அலைபாய்கிற.

a-nus/ˈeinəs/*(n, sing)*:ˈஎய்னஅஸ் / **anuses***(n, pl)*: the opening at the lower end of the alimentary canal, அன்னப்பாதையின் இறுதியில் உள்ள திறப்பு, குதம்.

an-vil/ˈænvil/*(n)*:ˈஆன்வில் / a heavy iron block usually steel placed upon which metals are shaped by hammering, பட்டறைக்கல், அடைகல்.

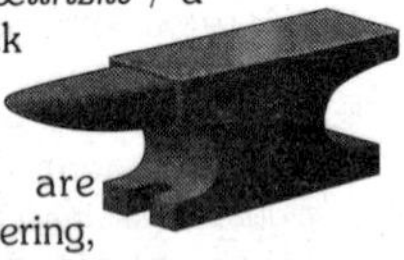

anx-i-e-ty/æŋˈzaiəti/*(n)*:ஆங்ˈஸ:யஅட்டி / distress or uneasiness of mind, கவலை, மன உளைச்சல்; great worry, ஆழ்ந்த மனச்சங்கடம்; eagerness, ஆர்வம். • *Every citizen has got* **anxiety** *about the future of his country.* uncomfortable mental feeling, ஏதோ ஒவ்வாத ஏக்கமுள்ள மனவுணர்வு; a fear that something untoward or bad will happen, ஏதோ விபத்து நேரப்போகிறது என்னும் உள்ளுணர்வு. • *Men and women waited with great* **anxiety** *for more news about the rail accident.* **anx-ious**/ˈæŋkʃəs/ *(adj)*:ˈஆங்க்ஷஅஸ் / distress of mind because of fear, பயத்தினால் ஏற்படும் மனக்கவலையுள்ள; feeling anxiety, கவலைப்படுகின்ற; very eager, ஆர்வமுள்ள; having a strong desire mixed with a feeling of anxiety, கவலையுடன் ஆசையும் உள்ள. • *Every parent is very* **anxious** *about the children's health.*

an-y/ˈeni/*(adj)*:ˈஎனி / one out of many, ஏதேனும் ஒன்று; one or more with no specification, every, யாராவது ஒருவர் என்று குறிப்பிடப்படாத; every, ஒவ்வொன்றும்; all, எல்லோரும்; one or more with no identification, அடையாளம் இல்லாமல் குறிப்பிட்டுச் சொல்ல முடியாத; great or small, some, ஏதோ கொஞ்சம், ஏதோ. • *Pick out* **any** *book.* • *The author can't endure* **any** *criticism.* • *I admire her for her beauty, but not for* **any** *other reason,* • *Have you* **any** *rice?* **any***(pro)*: any one person or thing, யாராவது ஒருவர் (அ) பொருள்; anyone, ஏதாவது ஒன்று. • **Any** *of you can sing.* **any***(adv)*: to some extent, சிறிதளவு. • *I can't bear it* **any** *longer.* **an-y-body**/ˈeniˌbɔdi/*(n, pro)*:ˈஎனிˌப:ஒடி / any person, யாரேனும் ஒருவர்; an ordinary person, சாதாரணமான ஒருவர். **an-y-how**/ˈenihau/*(adv)*:ˈஎனிஹஉ / in anyway, whatever, எப்படியாவது; in any case, எப்படியிருந்தாலும்; at any rate, எவ்விதத்திலும்; in a careless manner, கவனக்குறைவாக. • *A politician gets things done* **anyhow**. **an-y-one**/ˈeniwʌn/*(n, pro)*/ˈஎனிஉஅன் / any person, anybody, யாரோ ஒருவர். • **Anyone** *can answer the question.* **any-place***(adv)*: anywhere, எந்த இடத்திலும். **an-y-thing**/ˈeniθiŋ/ *(pro)*:ˈஎனித்திங் / a thing, ஏதேனும் ஒரு பொருள்; anything, whatever, ஏதாவது ஒன்று; something, கொஞ்சம். **anything** *(adv)*: in any degree, எந்த அளவிலேனும்; to any extent, எப்படியாயினும். • *You are not* **anything** *like you appear.* **an-y-time**/ˈenitaim/*(adv)*:ˈஎனிட்டய்ம் / at any time, எந்த நேரமும். • **Anytime,** *one can meet the minister.* • **Anytime,** *an accident may take place,* **an-y-way**/ ˈeniwei/*(adv)*:ˈஎனிஉஎய் / in anyway or manner, எப்படியாயினும்; in any case, எப்படி இருந்தாலும்; anyhow, carelessly, எப்படியாவது, கவனமில்லாமலும். • *Whether we go by taxi or on foot, it will be late* **anyway**. **an-y-where**/ˈeniweə*/*(adv & pro)*/ˈஎனிஉஎஅ* / any place, எந்த இடமும்; in any place, எந்த இடத்திலும்; to any place, எந்த இடத்திற்கும்; at any place, எந்த இடத்திலும். • *I could not find the book* **anywhere** *in the library.* **anywise***(adv)*: in anyway or manner, எந்த வழியிலாவது, எந்த முறையிலாவது.

a-or-ta/eiˈɔ:tə/*(n)*/*(pl.* **aortas, aortae)**:எˈய்ஓட்டஅ / the main artery carrying the blood from the left side of the heart, முக்கிய இரத்தக் குழாய் (தமனி), இதயத்தின் இடது பக்கத்தினின்று இரத்தத்தை எடுத்துச் செல்லுகிற பெருந்தமனி.

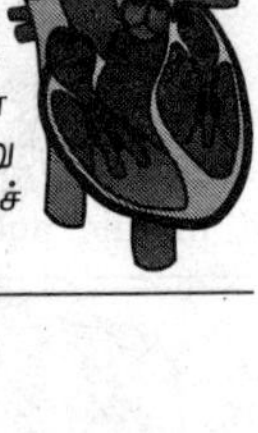

a-pace/ə'peis/*(adv)*, (old use):ə'ப்பெய்ஸ் / with speed, swiftly, fast, quickly, விரைவாக, சீக்கிரமாக, வேகமாக, அவசரமாக.

a-pa-che/ə'pætʃi/*(n)*:ə'ப்பஃட்ஷி / a violent street ruffian, தெருப்பொறுக்கி.

a-part/ə'pa:t/*(adv)*:ə'ப்பாட் / away from the rest, பிறவற்றிலிருந்து வேறாக; into parts, பிரிவுகளாக; separately, தனியாக; aside, ஒருபுறமாக; into pieces, பிரித்துத் தனித் தனியாக; to be or at one side, ஒரு பக்கத்தில் தனியாக. • *She and her husband are living* **apart**. • *We should put* **apart** *for rainy days.*

a-par-theid/ə'pa:theit/*(n)*/ə'ப்பாதியெட் / a policy of racial segregation, இனத்துவேசக் கொள்கை. வெள்ளையர்கள் கருப்பரினத்தை ஒதுக்கி வைத்தல்.

a-part-ment/ə'pa:tmənt/*(n)*/ə'ப்பாட்மəன்ட் / a room especially a large and comfortable one, சுகமான வசதி கொண்ட தனியறை; suite rooms, பல வசதிகள் கொண்ட அறைகள். **apartments***(n, pl)*: a set of rooms used as a dwelling by one or a family, ஒருவர் (அ) ஒரு குடும்பம் வசிப்பதற்கேதுவான பல அறைகள் கொண்ட இருப்பிடம்.

ap-a-thet-ic/,æpə'θetik/*(adj)*: ,ஆப்பə'த்தெட்டிக் / want of feeling, உணர்வில்லாத; indifferent, அக்கறையில்லாத; not responsive, பொறுப்பில்லாத; not interested in taking action, நடவடிக்கை எடுப்பதில் அக்கறையில்லாத. • *Many ministers are* **apathetic** *to the sufferings of the poor.* **ap-a-thy**/'æpəθi/*(n, sing)*:'ஆப்பəதி / **apa-thies***(n, pl)*: want of feeling, உணர்ச்சியின்மை; unwillingness to take action, நடவடிக்கை எடுக்க விருப்ப மின்மை; lack of interest, அக்கறை யின்மை. • *The leader of the party was defeated in the election because of the* **apathy** *of his workers.* **apathetically***(adv)*.

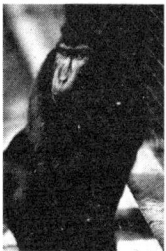

ape/eip/*(n)*:'எய்ப் / a monkey especially one without a tail or with a very short tail, வாலில்லாக் குரங்கு (அ) சிறிய வால் உள்ள குரங்கு; one of the larger species like chimpanzee, gorilla, etc., சிம்பன்ஸி, கொரில்லா போன்ற பெரிய குரங்கு வகையைச் சார்ந்த குரங்கு; an imitator, a mimic, பிறரைப் பார்த்து அதைப் போல் நடிப்பவன், விகடன். **ape***(v)*, **aped, aping**: to imitate, பிறரைப் போல் செய்; to mimic, விகடம் செய்; to copy someone's behaviour, style, writing, etc., in a stupid and unsuccessful way, பிறரைப் பார்த்து அவரைப் போல் நடையுடை, பாவனை, எழுத்து முதலியவற்றை முட்டாள்தனமாக, மோசமாகப் பின்பற்று.

a-peak/'əpi:k/*(adv)*:'əபீக் / nearly vertical, செங்குத்தான.

a-per-i-ent/ə'piəriənt/*(adj)*:ə'ப்பியəரியəன்ட் / purgative, laxative, குடலைச் சுத்தமாக்கக் கூடிய. **aperient***(n)*: a medicine or food that acts as a mild laxative, பேதி மருந்தாகப் பயன்படக்கூடிய ஒரு மருந்து (அ) உணவுப்பண்டம்.

ap-er-ture/'æpə,tjuə*/*(n)*:'ஆப்பə:ச்சə* (சுə*) / an opening, a hole, வழி, திறப்பு, துளை; a narrow opening as in a camera to admit light, புகைப்படக் கருவியில் ஒளியை உட்புக அனுமதிக்கும் ஊசித்துளை.

a-pery/'eipəri/*(n)*:'எய்பəரி / the action of imitating the manner or behaviour of somebody in a bad way, மற்றவருடைய செய்கையை கேலி செய்து நடித்துக் காட்டுதல்.

a-pex/'eipeks/*(n,sing)*:'எய்ப்பெக்ஸ் / **apexes, apices***(n, pl)*: the tip, முனை; the point, புள்ளி; vertex, மேல்நிலை; summit, உச்சநிலை. **apical***(adj)*.

aph-e-li-on/æ'fi:ljən/*(n, sing)*:ஆ'ஃபீலியəன் / **aphelia***(n, pl)*: the point of planet's orbit most distant from the sun, சூரியனைச் சுற்றி வரும் ஒரு கோளின் நீள்வட்டப் பாதையில் அது சூரியனிடமிருந்து விலகி இருக்கும் அதிக பட்ச தூரம். (opp. perihelion).

aph-ere-sis/æ'fiərisis/*(n)*:ஆ'பிəரிஸிஸ் / omission of initial sound of a word as when 'he is' is pronounced 'he's', ஒரு வார்த்தையில் ஆரம்ப ஒலியை நீக்கி விடுதல்.

ap-he-sis/'æfisis/*(n)*:'ஆபிஸிஸ் / gradual loss of an unstressed vowel in the beginning of a word (e.g.) esquire to squire, ஒரு வார்த்தையின் ஆரம்பத்தில் உள்ள உயிரெழுத்து ஒலி காலப்போக்கில் சிதைந்து போதல். **aphetic***(adj)*, **aphetically***(adv)*.

a-phid/'eifid/*(n)*:'எய்ஃபிட்: / kind of small insect like green fly that lives on the juice of plants, தாவரத்திலுள்ள சாற்றை உறிஞ்சி உண்ணும் பச்சை நிற ஈ போல் இருக்கும் ஒரு வகைப் பூச்சி.

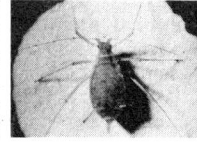

A

aph-o-ris-m/'æfərizəm/*(n)*:'அஃபரிஸ:ம் / a terse saying expressing a universal truth, maxim, adage, a proverb, நீதிமொழி, பழமொழி, சூத்திரம். e.g. *"Art is long and life is short"*. **aphorist***(n)*: one who makes use of aphorism in his speech or writings, அடிக்கடி 'பழமொழி' சொல்லிப் பேசுபவர். **aphori-stic***(adj)*: containing aphorisms, பழமொழிகள் அடங்கிய **aphorismic, aphorismatic***(adj)*.

aph-ro-dis-i-ac/ˌæfrəu'diziæk/*(adj)*: ˌஅஃப்ரஉ'டி:ஸி:யஃக் / arousing sexual desire, பால் உணர்வைத் தூண்டும் தன்மை உள்ள. **aphrodisiac***(n)*: a substance like medi-cine, drug, etc., inducing sexual excitement, பாலுணர்வைத் தூண்டும் பொருள். **aphrodisiacal***(adj)*.

a-pi-a-ry/'eipjəri/*(n, sing)*:'எய்ப்பியரி / **apiaries***(n, pl)*: a place in which colony of bees is kept, தேனீக்கள் வளர்க்குமிடம்; a shed for beehive, தேனீக்கள் வளர்க்கும் கட்டடம். **apian***(adj)*.

a-piece/ə'pi:s/*(adv)*:ə'ப்பீஸ் / for each piece, (thing or person), for each person, to each thing or person, ஒவ்வொருவருக்கு, ஒவ்வொன்று, தனித்தனியே. • *The fruits cost one rupee* **apiece**.

aplenty/ə'plənti/*(adj)*:ə'ப்லென்ட்டி / in sufficient quantity, in large amounts, போதுமான அளவில் உள்ள.

a-plomb/ə'plɔm/*(n)*:ə'ப்லாம் / capacity to remain unperturbed even in difficult circumstances, மிகவும் இக்கட்டான சந்தர்ப்பங்களிலும் நிலை தவறாமல் செயல் படல்; composure, தன்னம்பிக்கையும், அமைதியும் கொண்டு, கஷ்டங்களைச் சமாளித்தல்.

a-poc-a-lypse/ə'pɔkəlips/*(n)*: ə'ப்பாக்கலிப்ஸ் / Jewish or Christian writings that appeared during 200 BC to 250 AD about the divine purpose, revelation, discovery, இவ்வுலகு முடியும் பொழுது என்ன நடக்கும் என்பதைப் பற்றிய கண்டுபிடிப்புகளும், தெய்வீக வெளியீடு களும்; 200 BC யிலிருந்து 250 AD வரை, யூத கிறித்துவப் படைப்புகள் பிரளயத்திற்குப் பின் ஏற்படுவது என்ன என்பதைப் பற்றிச் சொல்லுகின்றன. **apocalyptic***(adj)*, **apocalyptically***(adv)*.

a-po-co-pe/ə'pɔkəupi/*(n)*:ə'ப்பாகஉபி / omission of the final sound of the word (e.g.) a cup of water is pronounced as a cuppa water, ஒரு வார்த்தையின் கடைசி ஒலியை விட்டுவிடுதல்.

a-po-cry-phal/ə'pɔkrifəl/*(adj)*: ə'ப்பாகிரிபல் / of story or event of doubtful authenticity but widely spread as true, உண்மையற்ற ஒரு நிகழ்ச்சியை உண்மைப்-படுத்தி பரப்பிய. **apocryphally***(adv)*.

a-po-dic-tic/ˌæpəu'diktik/*(adj)*: ˌஆப்பஉ'டிக்டிக் / clearly established beyond dispute, வாதத்தைக் கடந்து உண்மையென நிரூபிக்கப்பட்ட.

ap-o-gee/'æpəudʒi:/*(n)*:'ஆப்பஉஜீ / the point which is farthest from the earth in the orbit of an object through space, பூமியைச் சுற்றும் கோள் ஒன்று அதன் பாதையில் பூமியிலிருந்து மிக அதிக தூரத்தில் இருக்கும் நிலை.

a-po-lit-i-cal/'əpɔlitikəl/*(adj)*: 'எய்ப்பாலிட்டிக்கல் / not at all interested in politics, அரசியலில் சற்றும் ஆர்வம் இல்லாத.

a-pol-o-gist/ə'pɔlədʒist/*(n)*:ə'ப்பாலஜிஸ்ட் / one who makes an apology, ஏதோ ஒன்றிற்காக மன்னிப்புக் கேட்பவர்; a defender of a cause, ஒரு கொள்கைக்காக வாதம் செய்பவர்.

a-pol-o-gize/ə'pɔlədʒaiz/*(v.i)*:ə'ப்பாலஜய்ஸ்: / **apologised, apologising**: to express regret or excuse, மன்னிப்புக் கோரு, வருத்தம் தெரிவி; to make an apology, மன்னிப்புத் தெரிவி; to admit a fault and then ask for excuse, தவறை ஒப்புக் கொண்டு, மன்னிப்புக் கேள் (அ) தெரிவி. • *Petty officials ill-treat the public but they don't care to* **apologise**. **a-pol-o-gy**/ə'pɔlədʒi/*(n, sing)*: ə'ப்பாலஜி / **apologies***(n, pl)*: words of regret for some injury done, excuse, மன்னிப்பு; a written or spoken expression of one's regret or sorrow for having done something wrong, எழுத்து மூலம் (அ) வாய் வழியாகத் தான் செய்த குற்றத்தை ஒப்புக் கொண்டு மன்னிப்புக் கோரல்; a poor substitute, ஒரு நல்ல பொருளுக்குப் பதில் மட்டரகப் பொருளை ஏற்பாடு செய்தல். **apologetic***(adj)*, **apologetically***(adv)*.

ap-o-plex-y/'æpəupleksi/*(n)*: 'ஆப்பஉப்லெக்ஸி / a sudden loss of consciousness, sensation, voluntary motion, etc., due to rupture of a blood vessel in the brain, stroke, மூளையில் இரத்தக்குழாய் வெடித்து இரத்தம் வெளியேறுவதால் ஏற்படும் மயக்கமும், உணர்வு இல்லாமையும்; haemorrhage into the tissue of any organ in the body, especially in the brain, இரத்தக்குழாய் வெடித்து இரத்தம் அதிகம் வெளி யேறுவதால் (முக்கியமாக மூளையில் இரத்தக்குழாய் வெடிப்பதால்) உடல் உறுப்புகள் அடையும் செயலற்ற தன்மை.

a-pos-ta-sy/ə'pɔstəsi/ *(n, sing)*: ə'ப்பாஸ்ட்டஸி / **apostasies***(n, pl)*: a desertion or a departure from one's religion, party, etc., தன் மதம் (அ) கட்சி முதலியவற்றைத் துறத்தல். **apostate***(n)*: one who gives up or deserts his faith or principles, தன் மதம் அல்லது கொள்கையை விட்டுக் கொடுக்கின்றவன்.

a-po-state/ə'pɔsteit/*(n)*:ə'ப்பாஸ்ட்டெய்ட் / one who renounces a religious or political faith, அரசியல் (அ) மதக் கொள்கையை துறந்த ஒருவர். **apostatize***(v)*, **apostate** *(adj)*.

a-pos-ter-i-o-ri/'eipɔs,teri'ɔ:rai/*(n)*: 'எய்ப்பாஸ்,ட்டெரி'யாːரய் / based upon actual observation or using actual facts or results to form a judgement about a cause, தீர்ப்புக் கூறுவதற்கு நேரிடையாகப் பார்த்த வற்றையோ (அ) உண்மை நிகழ்ச்சி களையோ அடிப்படைக் காரணமாகக் கொள்ளுதல்.

a-pos-tle/ə'pɔsl/*(n)*:ə'ப்பாஸ்ல் / one sent out to preach or advocate a cause, மத போதனை (அ) பிரசாரம் செய்ய அனுப்பப் படும் தூதுவர்; any one of the twelve disciples of Christ sent to preach the Gospel, இயேசு கிறித்துவால் மதப் பிரசாரம் செய்ய அனுப்பப்பட்ட 12 சீடர்களில் ஒவ்வொருவரும்.

a-pos-to-late/ə'pɔstəulət/*(n)*: ə'ப்பாஸ்ட்டஉலெய்ட்(லிட்) / the office or dignity or mission of an apostle, ஒரு மதபோதகரின் அலுவலகம் (அ) மேன்மை தங்கிய பெருமை வாய்ந்த தூதுக்குழு.

a-pos-tro-phe/ə'pɔstrəfi/*(n)*: ə'ப்பாஸ்ட்ரஃபி / the sign (') as used - the mark indicating possessive case or omission of one or more letters of a word, விட்டுப்போன எழுத்து (அ) ஆறாம் வேற்றுமையைக் குறிக்கும் ஒரு நிறுத்தற்குறி. e.g. *I'm* for I am, *can't* for *cannot*. **apostrophe***(n)*: an address to some one not present or dead or to an inanimate thing as if present, இறந்து போன ஒருவர் (அ) உயிரற்ற பொருள் ஒன்றை விளித்துப் பேசுதல். e.g. *Oh Solitude,Oh Happiness, etc.* **a-pos-tro-phize**/ ə'pɔstrəfaiz/*(v)*: ə'ப்பாஸ்ட்ரஃபய்ஸ்: [also **apostro-phise**]: to address an apostrophe, **apostro-phic***(adj)*.

a-poth-e-ca-ry/ə'pɔθəkəri/*(n, sing)*: ə'ப்பாத்திக்கரி / **apothecaries***(n, pl)*: a druggist, மருந்துக் கடைக்காரர்.

apo-the-o-sis/ə,pɔθi'əusis/*(n)*: ə,பாத்தி'ஒஉஸிஸ் / the topmost point in the development, climax, வளர்ச்சியின் உச்சநிலை, உச்சக்கட்டம். *His position as vice-president in the company is the* **apotheosis** *of his career.*

ap-pal/ə'pɔ:l/*(v.t)*:ə'ப்பால் / [also **appall**]: to fill with fear, பயம் கொள்; to overcome with horror, தாங்கவொண்ணாப் பயத்தால் பீதி கொள். **appalled**/ə'pɔ:ld/*(adj)*/ ə'ப்பால்ட்: feeling (or) showing horror or disgust. • *He watched* **appalled**. • *People are* **appalled** *about the daily reports of day light robberies.* பயம் (அ) வெறுப்பான. **appalling***(adj)*, shocking, extremely bad, அதிர்ச்சியான, அநாகரிகமான. • *I have never seen such* **appalling** *behaviour.*

ap-pa-nage/'æpənidʒ/*(n)*:'ஆப்பனிஜ் / a provision made for the maintenance of the younger children of kings and princes, அரசனின் குழந்தைகளையும், பேரக்குழந்தைகளையும், பராமரிப்பதற்கு செய்யப்பட்ட ஒதுக்கீடு.

ap-pa-ra-tus/,æpə'reitəs/*(n, sing)*: ,ஆப்ப'ரெய்ட்டஸ் / **apparatus, apparatuses** *(n, pl)*: a set of instruments, machinery, tools, materials, etc., for a particular purpose and use, ஒரு குறிப்பிட்ட செயல் செய்து முடிக்க (அ) சோதனை செய்யப் பயன்படும் கருவிகள், எந்திரங்கள், உபகரணங்கள் முதலியவற்றின் தொகுப்பு; collection of implements or utensils for carrying out an experiment, சோதனை செய்யப் பயன்படும் கருவிகளின் தொகுப்பு. • *The laboratory is equipped with necessary* **apparatus.** any system or organization with specific activities to be carried out, குறிப்பிட்ட செயல்கள் செய்வதற்குப் பயன்படும் நிறுவனம் (அ) அமைப்பு. • *A separate Government* **apparatus** *is looking after the famine relief work.*

ap-par-el/ə'pærəl/*(n)*:ə'ப்பஆரல் / one's clothing, attire, dress, ஆடை, ஒருவரின் உடை. **apparel***(v.t)*, **apparelled, apparelling**: to dress or to clothe, ஆடை அணிந்து கொள்.

ap-par-ent/ə'pærənt/*(adj)*:ə'ப்பஆரன்ட் / visible, தெரியும்படி உள்ள; easily seen, எளிதில் பார்க்கக்கூடிய; capable of being easily understood, சுலபமாகப் புரிந்து கொள்ளக் கூடிய; seemingly real but not necessarily so, உண்மையெனத் தோன்றும் ஆனால் உண்மையில்லாத; ostensible rather than actual, தோற்றமேயொழிய நடை முறையல்லாத. • *It is quite* **apparent** *that the rich cannot rule anymore.* • *She was the* **apparent** *winner of the contest.*

A

apparently(*adv*): plainly, தெளிவாக, **apparent-ness**(*n*).

ap-pa-ri-tion/ˌæpə'riʃn/(*n*):ˌஆப்பə'ரிஷən / a ghostly appearance, any appearance that is startling, spectre, அதிர்ச்சியூட்டும் தோற்றம், அருவம், ஆவியுருத் தோற்றம். • *I haven't seen the* **apparition** *of my dead wife so far.*

ap-peal/ə'pi:l/(*n*):ə'ப்பீல் / an urgent call for sympathy or for an aid, உதவிக்கு (அ) இரக்கத்திற்கு அவசர முறையீடு; personal attraction, கவர்ச்சி, காந்தம் போல் கவரும் சக்தி. • *The cricket game is losing its* **appeal** *now.* a request to a high court to revise the decision of the lower court, உயர் நீதிமன்றத்திற்கு, கீழ் நீதிமன்றத்தின் தீர்ப்பை மறுபரிசீலனை செய்யும்படி கேட்டுக் கொள்ளல். **appeal**(*v.i*): to ask for help, to make a request for support, ஆதரவுக்கு வேண்டுகோள் விடு. **appeal**(*v.t*): to apply for revision of the lower court's decision, கீழ் நீதிமன்றத்தின் தீர்ப்பை மறுபரிசீலனை செய்யக் கோரி மனுப்போடு. **ap-peal-ing**/ə'pi:liŋ/(*adj*):ə'ப்பீலிங் / able to attract attention, கவனத்தை ஈர்க்கின்ற; moving the feelings, உணர்ச்சிகளைத் தூண்டுகின்ற. • *Her voice is very melodious and appealing.* **appealable** (*adj*), **appealability**(*n*), **appealer**(*n*).

ap-pear/ə'piə*/(*v.i*):ə'ப்பியə* / to come into sight, பார்வைக்கு வா; to be visible, காணும்படி இரு; look, கவனி; to come into being, உயிர் பெற்றெழு; to be present, இருத்தல்; to exist, உயிர்வாழ். • *It* **appears** *certain that, at the end of the 21st century, nuclear weapons will be available easily to every one.* • *She* **appeared** *upset about the behaviour of her drunken husband.* to seem, தோன்று. • *The streets appeared deserted.* **ap-pear-ance**/ə'piərəns/(*n*): ə'ப்பியəரəன்ஸ் / coming in sight, பார்க்கும்படி தோன்றல்; outward look or show, the thing seen, வெளித்தோற்றம், பார்க்கப்படும் பொருள்; what a person or a thing is like, ஒருவன் (அ) ஒரு பொருள் எப்படித் தோன்றுகின்றதோ அத்தோற்றம். • *While the meeting was on, the* **appearance** *of a cinema star disturbed it.* **appearance money**(*n*): amount paid to obtain the appearance of a celebrity, பிரபலமான ஒருவரை ஒரு விழாவிற்கு அழைப்பதற்காக கொடுக்கப்படும் தொகை.

ap-pease/ə'pi:z/(*v.t*):ə'ப்பீஸ்: / **appeased, appeasing**: to satisfy especially by yielding to or giving in to demands (can be unreasonable also) or by resorting to fulfil a need, to satisfy, to pacify, விட்டுக் கொடுத்து திருப்தி செய், கோரிக்கைகளையும், தேவைகளையும் பூர்த்தி செய்து திருப்திப்படுத்து, நியாயமற்றதாயினும், வேண்டியதைச் செய்து சமாதானப்படுத்து, அமைதிப்படுத்து; yield to the belligerent demands of a nation, போர் அச்சுறுத்தலைக் காட்டித் துன்புறுத்தும் ஒரு நாட்டை வளைந்து கொடுத்துச் சமாதானப்படுத்து. • *The cool water* **appeased** *his thirst.* • *A minority government can survive only by* **appeasing** *its major partners.* **appeasement**(*n*): the act of appeasing, திருப்தி செய்தல். • **Appeasement** *is resorted to by petty politicians to satisfy their rivals in the field.*

ap-pel-lant/ə'pelənt/(*n*):ə'ப்பெலəன்ட் / one who appeals, மேல் முறையீடு செய்பவர்; the party that appeals to a higher tribunal, உயர் நீதிமன்றத்தில், மறு விசாரணை கோரி வழக்குத் தொடுப்பவர். **ap-pel-late**/ə'pelet/(*adj*):ə'ப்பெலெய்ட் (லிட்) / pertaining to appeals, மேல் முறையீடு தொடர்பாக; having power to hear and give decision on appeals, மேல் விசாரணை நடத்த அதிகாரம் உடைய, மறு விசாரணை நடத்தவும், முடிவு செய்யவும் அதிகாரம் உள்ள. • **Appellant** *Jurisdiction,* **appellate** *tribunal.*

ap-pel-la-tion/ˌæpə'leiʃn/(*n*): ˌஆப்பə'லெய்ஷən / a name, title or designation, பெயர், பட்டம்.

ap-pel-la-tive/ə'pelətiv/(*adj*):ə'ப்பலəடிவ் / denoting the giving of a name, ஒரு பெயர் சூட்டுதல் தொடர்பான, **appellative**(*n*): a common noun such as 'doctor', 'mother' etc., டாக்டர், மதர் போன்ற பொதுப் பெயர்.

ap-pend/ə'pend/(*v.t*):ə'ப்பென்ட்: / to add to, இணை சேர்; to put at the end of, இறுதியில் (அ) முடிவில் சேர்; to attach to, முடிவில் வேண்டியதைச் சேர்; to join something to written or printed material at the end as addition, கையெழுத்து (அ) அச்சிடப்பட்ட முக்கிய பகுதியின் இறுதியில் சிலவற்றை இணைப்பாகச் சேர். • *The registrar* **appended** *a note to the prospectus, extending the admission date.* • *The judge* **appended** *his signature to the document.* **ap-pend-age**/ə'pendidʒ/(*n*): ə'ப்பென்டிஜ் / something that is added or to be added to, சேர்க்கப்பட்ட (அ) சேர்க்கப்பட வேண்டிய பொருள்; an addition, பிற்சேர்க்கை; an ancillary part, துணைச் சேர்க்கை. • *He treats his wife's life as a mere* **appendage**.

ap-pen-dant/ə'pendənt/*(n)*: ə'ப்பென்டஎன்ட் / a subordinate person, கீழ்படிதலுள்ளவர், **appendant***(adj)*: attached or added, சேர்க்கப்பட்ட.

ap-pen-dec-to-my/ˌæpen'dektəmi/*(n)*: 'ஜப்பென்டெ:க்ட்டஎமி / surgical removal of appendix, குடல் வால் நீட்சியை அறுவை சிகிச்சை மூலம் நீக்குதல். **appendicitis** *(n)*: inflammation of the vermiform appendix, குடல் வால் நோய், அழற்சி.

ap-pen-dix/ə'pendiks/*(n, sing)*: ə'ப்பென்டி:க்ஸ் / **appendixes, appendices***(n, pl)*: something added, supplement at the end of book, புத்தகத்தின் முடிவில் சேர்க்கப்படும் இணைப்பு. • *The book has several appendices.* **appendix***(n)*: the blind tube extending from caecum into pelvis, குடல் வால் முனை; the short tube at the bottom of a balloon bag, பலூன் முடிவில் இருக்கும் சிறுகுழல்.

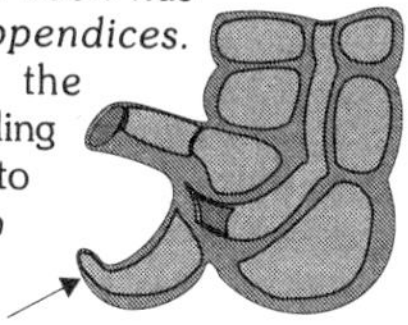

ap-pen-di-ci-tis/əˌpendi'saitis/*(n)*: əˌப்பன்டி'சய்டிஸ் / serious surgical condition in appendix becomes painful, குடல்வால் முனையை உடனே அறுவை சிகிச்சை மூலம் நீக்க வேண்டிய நிலை.

ap-per-tain/ˌæpə'tein/*(v.i)*/ˌஜப்பஎ'ட்டெய்ன் / to belong to (as a part, right, possession etc.), உரிமையாகு, பொருத்தமாயிரு, சட்டப்படி சொந்தமாக்கு.

ap-pe-ten-ce or ap-pe-ten-cy/'æpitəns (or) 'æpitənsi/*(n)*:'ஜப்பிடஎன்ஸ் (அ) 'ஜப்பிடஎன்ஸி / a desire, natural affinity, இயல்பான விருப்பம், இணக்கம்.

ap-pe-tite/'æpitait/*(n)*:'ஜப்பிட்டய்ட் / a desire for food or drink or for rest, wish to have something to eat or to drink, சுவை நாட்டம், பசி, உண்ண (அ) பருக விரும்புதல். • *Don't have coffee now, it will spoil your* **appetite** *for dinner.* • *Children should have good* **appetite** *- that is an indication of their health.* **appetitive***(adj)*.

ap-pe-tiz-er/'æpitaizə*/*(n)*:'ஜப்பிட்டய்ஸ:ə* / something taken before a meal to induce appetite, உணவு எடுத்துக் கொள்வதற்கு முன் அருந்தும் பானம். (பசியைத் தூண்டுவதற்கு); anything that induces, பின்வரும் சுவையான ஒன்றுக்கு முன் வரும் முன்னோடி. • *The first game was an* **appetizer** *to a great season of games and sports.* **appetizing***(adj)*: increasing or stimulating one's appetite, பசியைத் தூண்டும்படியான.

ap-plaud/ə'plɔ:d/*(v.i)*:ə'ப்லா:ட்: / to praise by clapping, கைதட்டிப் புகழ்பாடு; to praise in a noisy way, ஆரவாரம் செய்து புகழ்ச்சிகாட்டு; to express approval or appreciation by striking one's hands together, கைதட்டி ஆர்ப்பரித்து ஆதரவு காட்டு, மெச்சு. • *There is always an idle crowd waiting to* **applaud** *the empty speeches of petty politicians.*

ap-plause/ə'plɔ:z/*(n)*:ə'ப்லா:ஸ்: / expression of one's approval to someone or for some performance publicly, acclamation, praise, மகிழ்ச்சி ஆரவாரம், பாராட்டு, கைதட்டும் ஒலி; hand-clapping as a matter of appreciation or approval, கைதட்டி மகிழ்ச்சி (அ) ஆதரவு காட்டுதல். • *They gave her a big round of applause.* **applaudable***(adj)*, **applaudably***(adv)*, **applauder***(n)*, **applaudingly***(adv)*.

ap-ple/'æpl/*(n)*:'ஜப்ல் / hard round, red or yellow edible fruit of a tree, ஆப்பிள், சுவையான, சதைப்பற்றுள்ள ஒரு பழம். **apple of discord**: cause or reason for disagreement, hatred, etc., பகைமை, வெறுப்பு முதலியவற்றிற்குக் காரணமாய் இருப்பது; **the apple of one's eye**: someone or something liked very much, அன்புக்கும் பிரியத்திற்கும் உரியவர். **apple**: pupil of the eye, கண்மணி. **apple-cheeked***(adj)*: having round rosy cheeks, ரோசாப்பூவைப் போன்ற கன்னங்களையுடைய.

ap-ple-cart/'æplka:t/*(n)*:'ஜப்ல்க்காட் / push cart used by vendors, வியாபாரிகள் பயன்படுத்தும் தள்ளுவண்டி; **upset the apple cart, upset one's apple cart**: spoil something, பாழ்படுத்து. • *He did not care to attend the meeting and thereby he* **upset our applecart**. **apple-pie**: apples cooked in pastry, ஆப்பிள் ஆப்பம்; in **apple-pie order**: excellent or perfect order, in good arrangement, ஒழுங்கான, நேர்த்தியான. • *My daughter always keeps her study table in* **apple-pie order**.

ap-pli-ance/ə'plaiəns/*(n)*:ə'ப்லயஎன்ஸ் / an apparatus, instrument or tool used for a specific purpose, ஒரு குறிப்பிட்ட செயலுக்குப் பயன்படுத்தப்படும் கருவிகள்; a piece of equipment usually operated electrically for use at home like domestic devices (e.g. *dish washers, washing machines, refrigerators*), வீட்டில் பயன்படும் மின் கருவிகள்; an instrument, device, கருவி, உபகரணம்.

A

ap-plic-a-ble/ˈæplikəbl/*(adj)*:ˈஆப்லிக்கப்:ல் / suitable, பொருத்தமான; adapted, ஏற்றதான; relevant, தொடர்புள்ள; appropriate, தகுந்த; concerning a person or group, ஒருவர் (அ) குழு சம்பந்தமாக. • *Rules and laws are* **applicable** *to all.* **applicability***(n)*, **applicably***(adv)*.

ap-pli-cant/ˈæplikənt/*(n)*:ˈஆப்லிக்கஅன்ட் / one who applies, a candidate, a petitioner, one who requests for something, விண்ணப்பம் செய்பவர், விண்ணப்பதாரர், வேட்பாளர், பணிவுடன் கேட்பவர். • *There are many* **applicants** *for the bank job.*

ap-pli-ca-tion/ˌæpliˈkeiʃn/*(n)*: ˌஆப்லிக்ˈகெய்ஷஅன் / a written or spoken request, விண்ணப்பம்; appeal, வேண்டு கோள்; the act of applying, மனுப் போடுதல்; the thing applied, ஏதோ ஒன்று கேட்டு மனுப்போடுதல்; the act of laying on, தடவுதல்; close attention, மிக்க அக்கறையும், கவனமும் உள்ள ஈடுபாடு; unceasing effort, முடிவில்லாத, ஓயாத முயற்சி, ஒரு மனத்துடன் செயலில் ஈடுபடுதல், மருந்து பயன்படுத்துதல், (வெளி உபயோகத்திற்கு மருந்து தேய்த்தல், தடவுதல் போன்ற). • **Application** *of common sense is necessary to solve social problems.* • *I have submitted five* **applications** *to the Collector in the course of a month but there is no reply.* • *She works with wonderful* **application** *of mind in the new job.* • *The door needs a fresh* **application** *of paint.* • *My headache has become less after the* **application** *of the ointment.* **applicative***(adj)*: involving application of an idea or a subject, ஒரு எண்ணத்தை அல்லது படித்ததை உபயோகத்திற்கு கொண்டுவரக்கூடிய. **applicator***(n)*: a device used for inserting something or for applying a substance to a surface, ஒரு பொருளை உட்செலுத்துவதற்கோ அல்லது தடவுவதற்கோ பயன்படுத்தப்படும் ஒரு கருவி.

ap-ply/əˈplai/*(v.t)*:əˈப்லய் / **applied, applying**: to make use of as suitable, பொருத்தமானதாகப் பயன்படுத்து. • *The driver* **applied** *the brakes, but the car didn't stop.* to ask for something by making a request especially a favour or job officially, ஏதோ ஒன்று கேட்டு அதிகாரம் படைத்தவர்களுக்கு வேண்டு கோள்/மனு அனுப்பு; to administer a remedy, மருந்து தடவு. • **Apply** *the new medicine on the forehead.* give close attention to, மிகக்கவனம் செலுத்து, **apply***(v.i)*: to agree with, ஒப்புதல் கொடு; to be relevant, சந்தர்ப்பத்திற்கு ஏற்றதாகச் சரி செய்; to become an applicant or candidate, மனுதாரர் (அ) வேட்பாளராக இரு. **apply oneself***(to)*: to work untiringly with a unified purpose, ஒரே மனதாக, ஒரே நோக்கத்தோடு செயல்படு. • *The worker tried* **to apply** *a new paint to the wall.* • *The judge failed to* **apply** *his mind when he gave the judgement.*

ap-point/əˈpɔint/*(v.t)*:əˈப்பாய்ன்ட் / to bring to a point of decision, ஒரு முடிவுக்குக் கொண்டு வா; to name someone for an office, அலுவலகத்திற்கு ஒருவரை நியமனம் செய்; to designate for an office, அலுவலகத்திற்கு அலுவலரைக் குறிப்பிடு; to select for a position or a job, வேலைக்குத் தேர்வு செய். • *We have decided to* **appoint** *a new clerk.* to fix, to set apart, to arrange, to decide, ஏற்பாடு செய், முடிவு செய், காலவரை குறிப்பிடு, செயல் முறைக்குக் கால அட்டவணை குறிப்பிடு; to equip, to furnish, அலுவலகத்திற்கு வேண்டிய சாதனங்களைக் கொடுப்பதற்கு உத்தரவிடு. • *The court has* **appointed** *a day to hear the case.* **ap-point-ment**/əˈpɔintmənt/*(n)*:əˈப்பாய்ன்ட்மஅன்ட் / the act of appointing, an office, position or the like to which a person is designated or appointed, வேலையில் ஒருவரை அமர்த்தல், நியமனம்; the agreement of a time and place for meeting (fixed mutually), சந்திப்பு ஏற்பாடும், கால உடன்பாடும். • *She received her* **appointment** *order today.* • *The Chief Minister has an* **appointment** *with the Governor.* **appointments**: equipment or furnishings, செயல் புரிவதற்குத் தேவையான பொருள்கள். **ap-point-ee**/*(n)*:person appointed, நியமிக்கப்பட்டவர். **appointer***(n)*.

ap-por-tion/əˈpɔːʃn/*(v.t)*:əˈப்பாːஷஅன் / to divide and share in just proportion, to divide proportionately, சமமாகப் பங்கிடு, பிரித்துக் கொடு. • *The Finance Commission must* **apportion** *the fund fairly among the States.* **apportionable***(adj)*, **appor-tioner***(n)*, **apportionment***(n)*.

ap-pose/æˈpəuz/*(v.t)*:æˈப்பஅஉஸ்: / to apply one thing on another, ஒன்றின் மீது ஒன்றைப் பொருத்த வை.

ap-po-site/ˈæpəuzit/*(adj)*:ˈஆப்பஅஉஸிட் / apt, suitable, பொருத்தமான, சரியான; directly related to the present moment or situation, நேரிடையாக, நிகழ்காலத்தின்

நிலைக்கும், சந்தர்ப்பத்திற்கும் தொடர்பான. **ap-po-si-tion**/ˌæpəu'ziʃn/*(n)*: ˌஆப்பஉ'ஸிஷன் / the act of placing together, சேர்த்து வைக்கும் செயல்; the act of placing beside, அடுத்தடுத்துப் பக்கத்தில் வைத்தல்; the relation to a noun or pronoun, of a noun, adjective or clause, added by way of explanation, ஒரு பெயர்ச்சொல் (அ) அதற்குப் பதிலாகப் பயன்படும் சொல், உரிச்சொல், சொற்றொடர் முதலியவற்றை விவரிக்கப் பயன்படுத்தப் படும் மற்றொரு சொல். **appositional***(adj & n)*, **appositely***(adv)*, **appositeness***(n)*.

ap-praise/ə'preiz/*(v)*:ə'ப்ரெய்ஸ்: / to estimate as to the worth, quality or condition to find the monetary value of, to assess, to put a price upon, மதிப்பிடு, விலை குறிப்பிடு, தரம், மதிப்பு, விலை முதலியவற்றைக் குறிப்பிடு. • *It would be unwise to buy the house before having it* **appraised**. **ap-prais-al**/ə'preizl/*(n)*: ə'ப்ரெய்ஸ:ஃல் / the act of appraising, valuation, the act of estimating, விலை மதிப்பிடுதல், தரம் கண்டு விலை குறிப்பிடுதல். • *Every company has a system of its own for the annual* **appraisal** *of its workers.* **appraiser***(n)*: one who appraises, விலை மதிப்பிடுபவர். **appraisable***(adj)*, **appraisement***(n)*, **appraisee***(n)*, **appraisive***(adj)*, **appraisingly***(adv)*.

ap-pre-cia-ble/ə'pri:ʃəbl/*(adj)*:ə'ப்ரீஷப்:ல் / that which can be seen, felt or measured, பார்க்கவும், உணரவும், அளவிடும் படியாகவும் உள்ள; capable of being readily estimated, மதிப்பிடக் கூடிய நிலையிலுள்ள. • *There is an* **appreciable** *difference between democratic socialism and communism.* **appreci-ably***(adv)*.

ap-pre-ci-ate/ə'pri:ʃieit/*(v)*:ə'ப்ரீஷியெய்ட் / **appreciated, appreciating**: to value justly, நியாயமாக மதிப்பிடு; to know the value of, மதிப்பைத் தெரிந்து கொள், உண்மையாக மதிப்பிடு; to be fully conscious of, நன்கு முழுவதுமாய் உணர்ந்து கொள்; to be thankful for, நன்றி தெரிவி; to increase in value over a period of time, கால அளவில் உயரும் மதிப்பைக் கணக்கிடு, மதிப்பை உயர்த்து, பாராட்டு. • *One's abilities are not* **appreciated** *in public service.* **ap-pre-ci-a-tion**/əˌpri:ʃi'eiʃn/*(n)*:əˌப்ரீஷி'யெய்ஷன் / the act of estimating the qualities of things/persons properly, தரம், மதிப்பு முதலியவற்றைச் சரியாக மதிப்பிடுதல்; a just value of the worth or a judgement of the worth of facts of something, நியாயமான அடிப்படையில் ஒன்றின் மதிப்பைக் கண்டு கொள்ளல். • *Crowds always show their* **appreciation** *by loud cheers.* an increase in the value of property, land, goods, etc., பொருள், நிலம், சொத்து முதலியவற்றின் மதிப்பு உயர்தல். • *Land value has an* **appreciation** *of 50% over a period of 2 years.* **ap-pre-cia-tive**/ə'pri:ʃətiv/*(adv)*:ə'ப்ரீஷியடிவ் / forming true value or fair judgement, capable of appreciating, சரியாக மதிப்பிடக்கூடிய, நியாய உணர்வுடன் கூடிய, உயர்வாகக் கொண்டாடுகின்ற. **appreciatingly***(adv)*, **appreciator***(n)*, **appreciational** *(adj)*, **appreciatively** *(adv)*, **appreciativeness***(n)*.

ap-pre-hend/ˌæpri'hend/*(v.t)*: ˌஆப்ரி'ஹென்ட்: / to take (any one) into police custody, விசாரணைக்குக் குற்றவாளிகளைக் காவல் துறையின் பாதுகாப்பில் வை; to arrest, கைது செய்; to take hold, பிடித்துக் கொள், சட்டப்படி கைது செய். • *The police* **apprehended** *the robbers immediately.* to grasp the meaning of, to understand, புரிந்து கொள். **apprehend***(v.i)*: to fear, பயப்படு, பயம் கொள். **ap-pre-hen-sion**/ˌæpri'henʃn/*(n)*:ˌஆப்ரி'ஹென்ஷன் / act of seizing, பிடித்துக் கொள்ளல்; power to understand an idea, புரிந்து கொள்ளும் திறமை; a fear that something may happen, ஏதோ ஒன்று நடக்கப் போகின்றது என்ற பயம்; anxiety about the future, எதிர்காலத்தைப் பற்றிய கவலை. • *I have my own* **apprehension** *about the future of my son.* **ap-pre-hen-sive**/ˌæpri'hensiv/*(adj)*:ˌஆப்ரி'ஹென்ஸிவ் / full of fear about something that might happen, ஏதோ நடக்கப் போகின்றது என்கிற பயம் நிறைந்த; quick to learn or understand, எளிதில் அறிந்து (அ) புரிந்துகொள்ளக் கூடிய; perceptive, புத்திக் கூர்மையுள்ள; discerning, பகுத்து அறியக்கூடிய. • *I am* **apprehensive** *of my son's safety.* **ap-pre-hensi-ble**/ˌæpri'hənsəbl/*(n)*:ˌஆப்ரி'ஹென்ஸிப்:ல் / capable of being understood, புரிந்து கொள்ளத்தக்க. **apprehensively***(adv)*, **apprehensiveness***(n)*.

ap-pren-tice/ə'prentis/*(n)*:ə'ப்ரென்டிஸ் / a person who works for another in order to learn a trade, தொழிற்பயிற்சியில் ஒரு நிபுணரைச் சார்ந்து கற்றுக் கொள்பவர்; one who is learning a trade, தொழிலைக் கற்றுக் கொண்டிருப்பவர்; a learner, novice,

கற்பதில், தொழிலில் ஆரம்பக்கட்டத்தில் உள்ளவர். • *The electric company has taken on four new* **apprentices** *this year.* • *Ram has joined as an* **apprentice** *to a plumber.* **apprentice**(*v.t*), **apprenticed, apprenticing**: to make someone as an apprentice, to bind one to a trade, தொழில் கற்க ஏற்பாடு செய், தொழில் பயில நியமனம் செய், தொழில் பயில ஒருவருக்கு ஏற்பாடு செய். **ap-pren-tice-ship**/ə'prentiʃip/(*n*): ə'ப்ரென்ட்டிஸ்ஷிப் / the period of being an apprentice, the conditions agreed to mutually (by the employer and the apprentice) for being an apprentice, வேலை, தொழில் கற்றுக் கொள்ளும் காலம், வேலையில் அமர்த்துவோரும் கற்றுக் கொள்வோரும் பயிற்சிபெற ஏற்படுத்திக் கொள்ளும் உடன்பாடுகள்.

ap-prise/ə'praiz/(*v.t*):ə'ப்ரய்ஸ்: / **apprised, apprising**: to tell, to inform, to give notice, செய்தி கொடு, சொல், எச்சரிக்கை விடு, அறிவி.

ap-proach/ə'prəutʃ/(*v.t*):ə'ப்ரəஉச் / to get near or nearer to, நெருங்கு; to come near or nearer in space or time, to come near to quality or quantity, நெருங்கு, அணுகு, அருகில் செல், சீக்கிரத்தில் செல், தரத்திலும் அளவிலும் குறிக்கோளை நெருங்கு. • *We* **approached** *the lion's den very silently.* to offer a proposal or suggestion to, ஆலோசனை (அ) முன் மொழிவைக் கேள். • *To begin an enterprise, one can* **approach** *a bank for financial help.* to consider, ஆலோசனை செய்; to make a request in love matter, காதலிக்க வேண்டுதல். • *She refused to consider his request when he* **approached** *her.* **approach**(*n*): the act of approaching, அணுகுமுறை; a way of getting something done, ஒரு செயலைச் செய்து முடிக்கும் முறை; the art of speaking to different persons, the method used in setting about a task, ஒவ்வொருவரிடத்திலும் திறமையாகப் பேசும் முறை, ஒரு வேலையைத் துவக்கும் பொழுது கையாளப்பட்ட முறை. • *Her* **approach** *to all social problems is realistic and sympathetic.* **ap-proa-cha-ble**/ə'prəutʃəbl/(*adj*):ə'ப்ரəஉச்சəப்:ல் / capable of being approached, அணுகத்தக்க தன்மையுள்ள; friendly, நட்பான; that can be approached, நெருங்கக்கூடிய. • *You will find the minister, very* **approachable**.

ap-pro-bate/'æprəubeit/(*v.t*):'æப்ரəஉபெ:ய்ட் / **approbated, approbating**: to approve officially, அதிகார பூர்வ அனுமதி கொடு; to approve of, அனுமதி கொடு, ஒப்புதல் அளி. **ap-pro-ba-tion**/,æprəu'beiʃn/(*n*): ,æப்ரəஉ'பெ:ய்ஷəன் / approval, commendation, ஒப்புக் கொள்ளுதல், பாராட்டுதல். **approbative** (*adj*): commendable, ஆதரவு அளிக்கத்தக்க. **approbatory** (*adj*).

ap-pro-pri-ate/ə'prəupriət/(*adj*): ə'ப்ரəஉப்ரியெய்ட் / suitable for a purpose, ஒரு நோக்கத்திற்கு உரிய; correct for a particular occasion/situation or person, ஒரு சந்தர்ப்பத்திற்கு ஏற்ற (அ) ஒருவருக்குப் பொருத்தமான; proper, சரியான. • *The Government never gives an* **appropriate** *reply to the demands of the poor.* **appropriate**(*v*): to set apart for a particular purpose, ஒரு குறிப்பிட்ட நோக்கம் நிறைவேறுவதற்கு ஒதுக்கி வை; to take to or for oneself, to take without consent, தனக்கென்று எடுத்துக்கொள், அனுமதியின்றி எடுத்துக்கொள்; to devote to a particular purpose, குறிப்பிட்ட நோக்கத்திற்கு ஒதுக்கிவை. • *His formal style of speaking was* **appropriate** *to the occasion.* **appropriation**(*n*): the act of appropriating, ஒதுக்குதல்; anything appropriated for a specific purpose especially money, ஒரு குறிப்பிட்ட நோக்கத்திற்காகப் பண ஒதுக்கீடு செய்தல். • *There is provision in the budget of the State for a large* **appropriation** *for aid to libraries.* **appropriately**(*adv*), **appropriative**(*adj*), **appropriateness** (*n*), **appropriator**(*n*), **appropriative-ness**(*n*).

ap-pro-pri-a-tio-nist/ə,prəupri'eiʃnist/(*n*):ə,ப்ரəஉப்ரி'யெய்ஷனிஸ்ட் / an artist who reworks on images of other well-known artists, புகழ்பெற்ற கலைஞர்களின் வேலைப்பாடுகளின் மீது மறுவேலை செய்யும் ஒரு கலைஞன்.

ap-prov-al/ə'pru:vl/(*n*):ə'ப்ரூவəல் / formal permission, அனுமதி; sanction, ஒப்புதல் அளித்தல். • *I hope that the programme will be carried on with the* **approval** *of the director.* favourable opinion, சுமுகமான கருத்து, ஆதரவான கருத்து. **on approval**: business with no obligation, purchase to be done only on satisfaction, நிறைவு இருந்தால்தான் வாங்கப்படும் என்ற கண்டிப்புடன் வியாபாரம் செய்தல். • *The Corporations ship merchandise* **on approval**. **ap-prove**/ə'pru:v/(*v*):ə'ப்ரூவ் / **approved, approving**: to have favourable opinion, ஒன்றைப் பற்றி நல்ல

A

கருத்துக் கொள்; to be pleased with, நிறைவு கொள்; to accept, ஏற்றுக் கொள்; to sanction officially, அதிகாரபூர்வமான அனுமதி வழங்கு. **approve**(*v.i*): to speak favourably, ஆதரவாகப் பேசு. • *The Parliament promptly* **approved** *the bill sanctioning higher allowances to the members.* • *His wife will not* **approve** *of his plan to buy a car.* **approvable**(*adj*), **approvably**(*adv*), **approvedly**(*adv*), **approvedness**(*n*), **approvingly**(*adv*). **approver**/ə'pru:və*/(*n*):ə'ப்ரூவə* / an accomplice allowed to give evidence, a person who approves, an accomplice to a crime who confesses his guilt and turns against his associates and becomes prosecution evidence, தன் தோழர்களுடன் சேர்ந்து குற்றம் புரிந்து பிறகு தன் குற்றத்தை ஒப்புக் கொண்டு மன்னிப்புக் கேட்டு அரசுத் தரப்பு சாட்சியாக மாறும் ஒருவர். **approved school**: a government school for delinquent boys or girls, குற்றம் புரிந்து தண்டனை அடைந்த சிறுவர்களைச் சீர்திருத்தம் செய்யும் அரசுப் பள்ளி, சீர்திருத்தப்பள்ளி.

ap-proxi-mate/ə'prɔksimeit/(*v*): ə'ப்ராக்ஸிமெய்ட் / coming near to, மிக அருகில் வருகின்ற; lying close to, மிக நெருக்கமாக இருக்கின்ற; nearly correct, ஏறக்குறைய சரியான; very nearly similar, அதேபோல் ஒரே மாதிரியான; almost equal, ஏறக்குறைய சமமான. • *The* **approximate** *time is 6 p.m.* **approx**: *abbr.* for approximately. **approxi-mate**(*v.t*), **approximated, approxi-mating**: approach closely to, மிக நெருக்கமாக அணுகு; to come near to, அருகில் வந்து சேர். **approximate**(*v.i*): to come near in place, position, etc., இடம், நிலைக்கு அருகில் வா. • *He is trying to* **approximate** *a solution to a problem.* **approximation**(*n*): figures nearly correct but not quite correct, ஏறக்குறைய சரியானது ஆனால் துல்லியமானதல்ல; guess, estimate, ஊகம், மதிப்பீடு; a figure though not correct yet can be worked on, மதிப்பீட்டு எண் சரியாக இல்லா விட்டாலும் வேலை செய்வதற்கு உகந்தது. • *The Commission has given a rough* **approximation** *of the likely cost of general election.* **approximately**(*adv*), **approximative**(*adj*).

ap-pur-te-nance/ə'pɜ:tinəns/(*n*): əப்பə:ட்டினəன்ஸ் / that which belongs to, a right or privilege belonging to a principal property, உரிமை (அ) சலுகை பெறத்தக்க தன்மை உள்ள (முக்கிய சொத்து தொடர்பானது); adjunct, புற ஒட்டு, accessory, துணைக்கருவி. **appurtenances**(*n, pl*): apparatus, கருவிகள் அமைப்பு; instrument, கருவி; mechanism, சூத்திரம், சேர்மானம், முக்கிய துணைப்பொருள்.

a-pri-cot/'eiprikɔt/(*n*):'எய்ப்ரிக்காட் / a kind of plum which ripens quickly, இலந்தை இனத்தைச் சார்ந்த ஓர் இனிப்பான பழம்.

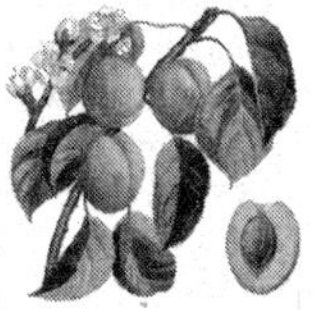

A-pril/'eiprəl/(*n*):'எய்ப்ரəல் / the fourth month of the year containing 30 days, வருடத்தின் நான்காவது மாதம், 30 நாள்கள் கொண்டது. **April-fool**: the victim of a joke or jokes on April Fool's day–jokes are played on that day, ஏப்ரல் முதல் தேதி, நகைச்சுவைக்காக ஏமாற்றப்படும் ஒருவர். **April Fool's day**: April 1 - a day when jokes are played, ஏப்ரல் முதல் நாள் - நகைச்சுவை செய்து பலரை ஏமாற்றுவதும், ஏமாறுவதுமான நாள்.

a-pri-o-ri/ˌeiprai'ɔ:rai/(*adv & adj*): ˌஎய்ப்ரய'ɔ:ரய் / from cause to effect, ஒரு காரணம், பலன் ஏற்படுவதற்கு ஏதுவாக இருப்பது, காரணகாரிய முறையிலான; from a general law to a particular instance, ஒரு குறிப்பிட்ட நிகழ்ச்சிக்குப் பொதுவான சட்டத்திலிருந்து காரணம் காட்டுதல்.

a-pron/'eiprən/(*n*):'எய்ப்ரən் / a piece of cloth or a leather worn in front to protect the dress or official dress (while cooking, eating, etc), முந்தானை, மேல் ஆடை அணி (உள் ஆடை அல்லது நாகரிக ஆடை அசுத்த-மாகாமல் இருக்க); that portion of the stage in front of the curtain, அரங்கு போன்ற இடங்களில் திரைக்கு முன் உள்ள குறுகிய பகுதி; [in an airport] the hard surfaced platform on which planes are turned round, loaded, unloaded, etc. விமானத்தைத் திருப்பவும், பொருள்களை ஏற்றவும், இறக்கவும் அமைந்த கடினமான தளம் உள்ள இடம். **tied to someone's apron strings**: totally depending on someone with no independent thinking esp. on one's mother or wife, ஒருவருக்கு வாழ்க்கையில் அடிமைப்பட்டு இருத்தல் குறிப்பாக தாய் (அ) மனைவி சொற்படி கேட்டு நடத்தல். • *Though he is nearly 50, he is still* **tied to his wife's apron strings** *and acts only on the advice of his wife.* **aproned**(*adj*): wearing an apron, மேலாடை அணிந்த.

A

ap-ro-pos/'æprəpəu/*(prep)*:'ஃப்ரஓப்பஓஉ / to the purpose, பொருட்டாக; at the proper time, ஏற்ற தருணத்தில்; in regard to, குறிப்பிட்ட; in respect of, அதற்கேற்ப; **apropos***(adj)*: opportune, சரியான; pertinent, பொருத்தமான; appropriate, ஏற்றதாக உள்ள. • *It is said that the minister's remarks are very* **apropos**.

apse/æps/*(n)*:ஃப்ஸ் / semi-circular recess at east end of the Church, ஒரு கிறித்தவக் கோயிலின் கிழக்குப் பகுதியின் அரைவட்ட வடிவக் கட்டடம் (தனியிடம்).

apsis/'æpsis/*(n)*:'ஃப்ஸிஸ் / (pl. apsides) either of two points (nearest and farthest) on the orbit of a planet or satellite, ஒருகோளின் அல்லது துணைக்கோளின் சுற்றுவட்டத்தில் ஒருபுள்ளி (மிக அருகில் அல்லது மிக தூரத்தில்).

apt/æpt/*(adj)*:ஃப்ட் / disposed to, செய்யும் எண்ணம் உள்ள, நாட்டம் உள்ள; fit, தகுந்த; suitable, ஏற்றதான. • *The speaker made a few* **apt** *remarks on the current political situation.* quick-witted, புத்திக் கூர்மையுள்ள; quick to learn, எளிதில் கற்றுக் கொள்ளக் கூடிய; likely, நிகழத்தக்க. • *He is* **apt** *to agree to the truce proposal.*

ap-ti-tude/'æptitju:d/*(n)*:'ஃப்ட்டிட்யூட்: / natural capacity or inclination, இயல்பான திறன், இயற்கையான துடிப்பு; innate feeling or capability to do something, நாட்டம், செய்ய வேண்டுமென்ற உள்ளுணர்வு, கற்றுக் கொள்வதில் ஆர்வம்; natural skill to learn, இயற்கையில் அமைந்த கற்றுக்கொள்ளும் திறன். • *I have no* **aptitude** *for music.* **aptitude test***(n)*: a test designed to determine a person's skill in a particular field, ஒரு துறையில் ஒருவருடைய திறமையைச் சோதித்தறிய நடத்தப்படும் ஒரு சோதனைத் தேர்வு.

aq-ua/'ækwə/*(n, sing)*:'ஃக்உஅ / **aquae***(n, pl)*: water, நீர்; a liquid, திரவம்; a solution in water, கரைசல். **aqua***(adj)*: having the colour of water, நீரின் நிறம் உடைய. **aquafortis**: nitric acid, நைட்ரிக் அமிலம். **aquapura**: pure water, சுத்தமான நீர். **aquaregia**: nitro-hydrochloric acid, நைட்ரோ ஹைட்ரோ குளோரிக் அமிலம், இராஜத்திராவகம். one part of Nitric acid and three to four parts of Hydrochloric acid, இராஜத்திராவகம் (ஒரு பங்கு நைட்ரிக் அமிலமும் மூன்றிலிருந்து நான்கு பங்கு ஹைட்ரோகுளோரிக் அமிலமும் கொண்டது, தங்கத்தைக் கரைக்க வல்லது). **aqua-vitae**: alcohol/spirituous liquor like brandy or whisky, சாராயம், விஸ்கி, பிராந்தி போன்ற பானங்கள்.

aq-ua-marine/ˌækwəmə'ri:n*(n)*: ˌஃக்உஅமரீன் / bluish green, நீலப்பச்சை நிறம்.

a-quar-i-um/ə'kweəriəm/*(n, sing)*: அ'க்உஎஅரியஅம் / **aquariums, aquaria** *(n, pl)*: a tank or pond for keeping fish-like water animals and water plants, a building for keeping

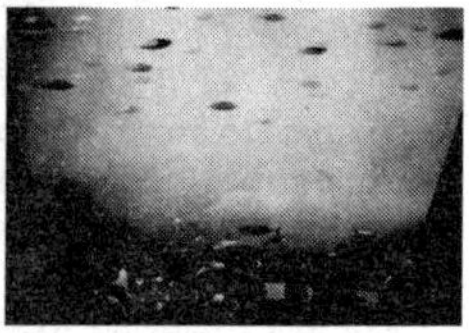

such tanks, நீர்வாழ் உயிரினங்களையும் தாவரங்களையும் வளர்க்கும் தொட்டி, நீர் வாழ் உயிரினக் காட்சி சாலை. **a-quat-ic***(a)*, living in or near water. **aquarist***(n)*: one who keeps an aquarium, நீர் வாழ் உயிரினக் காட்சி சாலை வைத்திருப்பவர்.

a-qua-ro-bics/ə'kweərɔbiks/*(n)*/ அ'க்உஎஅரொபிக்ஸ் / aerobic exercises performed in water, தண்ணீரில் செய்யப்படும் உடற்பயிற்சி விளையாட்டுகள்.

A-quar-i-us/ə'kweəriəs/*(n)*/அ'க்உஎஅரியஅஸ் / the water bearer sign, the eleventh sign of the zodiac represented by a person pouring water, இராசிக் கட்டத்தில் 11 வது பிரிவு; a person born between January 21 and February 19, சனவரி 21க்கும் பிப்ரவரி 19க்கும் இடையே பிறந்தவர்; a constellation resembling the water bearer, கும்பராசி, தண்ணீர் கொட்டுவது போல் அமைந்திருக்கும் நட்சத்திரக் கூட்டம்.

aq-ue-duct/'ækwidʌkt/*(n)*:'ஃக்உயிடக்ட்(வி) / a course, channel or bridge for carrying water either under or above ground, ஓர் இடத்தினின்று வேறு இடத்திற்குத் தண்ணீர் கொண்டு செல்ல, நிலத்தின் மேலோ (அ) அடியிலோ கட்டப்படும் குழாய்.

aq-ue-ous/'eikwiəs/*(adj)*:'எய்க்உயிஅஸ் / of or containing water, தண்ணீர் சம்பந்தமான அல்லது தண்ணீரைக் கொண்டுள்ள. (e.g.) aqueous solution.

aqueous humour*(n)*: the clear fluid between the lens and cornea in the eyebal, கண்ணிலுள்ள ஒரு திரவம்.

aq-ui-fer/'ækwifə*/*(n)*:'ஃக்உயிபஅ* / permeable rock that contains or transmits ground water, நிலத்தடி நீரைக் கொண்டுள்ள ஒருவகையான பாறை.

aq-ui-line/'ækwilain/*(adj)*:'ஃக்உயிலய்ன்(வி) / like an eagle, கழுகு போன்ற அமைப்புள்ள; curving, வளைவான; hooked like the beak of an eagle, கழுகின் (மூக்கு) அலகு போன்று வளைந்திருக்கும்படியான.

aq-ui-ver/ˈækwivə*/*(adj)*:ˈஃக்உயிவə* / trembling, நடுங்குகிற.

Ar-ab/ˈærəb/*(n)*:ˈஃரəப்: / native of Arabia, அரேபிய நாட்டில் வசிப்பவர் (பிறந்தவர்); an Arab horse, அரேபியக் குதிரை; a homeless urchin of the streets, வீடு இல்லாமல் தெருவில் அலையும் அனாதைக் குழந்தை. **Arabian***(adj)*: pertaining to Arabia, அரேபிய நாட்டைச் சார்ந்துள்ள. **Arabian** *(n)*: native of Arabia, அரேபிய நாட்டவர். **Arabic***(n)*: the language of the Arabians, அரேபிய மக்களின் மொழி, அரபி. **Arabic numerals,** [also **Arabic figures**]: the characters, 0, 1, 2, 3, 4, 5, 6, 7, 8, 9 in European use since the 12th century, 12-ஆம் நூற்றாண்டிலிருந்து ஐரோப்பாவில், பயன்படுத்தப்படும் எண்கள் 0, 1, 2, 3, 4, 5, 6, 7, 8, 9.

ar-a-besque/ˌærəˈbesk/*(n)*:ˌஃரəˈபெ:ஸ்க் / a decorative line or pattern with intricate design, அலங்காரச் சித்திரம், பூவேலை அமைந்த அழகிய வடிவமைப்பு; a short fanciful musical piece typical for piano, பியானோவைக் கொண்டு பாடப்படும் இனிமையான சிறிய பாட்டு.

ar-a-ble/ˈærəbl/*(n, adj)*:ˈஃரəப்:ல் / capable of producing crops, suitable for farming, used for growing crops, உழுது பயிரிடத்தக்க சாகுபடிக்கேற்ற, பயிர்கள் வளர்வதற்கேற்ற நிலம்.

ar-bi-ter/ˈa:bitə*/*(n)*:ˈஆபி:ட்டə* / a person having power to decide matters at issue, judge, umpire, a person having the sole or absolute power of deciding or judging, நடுவர், தீர்ப்பாளர். **arbitress**: female arbiter, பெண் நடுவர்.

ar-bi-tra-ble/a:bitrəbl/*(a)*/ஆபி:ட்ரəப்:ல் / pertaining to an arbitration, நடுவர் தீர்ப்புக்குரிய.

ar-bi-trage/ˈa:bitridʒ:/*(n)*:ˈஆபி:ட்ரிஜ் / the process or method of buying a commodity or currency in one place and selling it in another place at the same time retaining some margin of profit, பொருள் (அ) நாணயம் முதலியவற்றை ஓர் இடத்தில் வாங்கி அதை மற்றோர் இடத்தில் இலாபத்திற்கு விற்றல். **arbitrageur***(n)*, **arbitral***(adj)*.

ar-bi-tra-ry/ˈa:bitrəri/*(adj)*:ˈஆபி:ட்ரəரி / guided by will only, தன்மனம் போல் நடக்கும்; high handed, தன் சொல்தான் நியாயம் என்ற கர்வமுள்ள; without regard to rules or principles, விதி, கொள்கை, நியாயம் இவற்றிற்கு முரண்பட்டுள்ள; according to one's own will, தன்னிச்சையாக. • *Many a time, Government indulges in* ***arbitrary*** *arrests of innocent people.* • *Very often, high appointments are made in an* ***arbitrary*** *manner.* **arbitrary***(n)*, **arbitrarily***(adv)*.

ar-bi-trate/ˈa:bitreit/*(v.i-v.t)*:ˈஆபி:ட்ரெய்ட் / **arbitrated, arbitrating**: to hear and give an authentic and authoritative decision in a dispute, to be an arbitrator, நடுவராக இருந்து தீர்ப்பளி, ஒரு வழக்கில், நீதிமன்றம் எடுத்துச் செல்வதற்குப் பதிலாக, ஒரு நடுவரால், விசாரிக்கப்பட்டுத் தீர்ப்பு வழங்கச் செய்; to act as judge in respect of both sides, ஒரு வழக்கில் இரு தரப்புகளினாலும் ஏற்றுக் கொள்ளப்பட்ட நடுவரைக் கொண்டு தீர்ப்பு வழங்கச் செய். **ar-bi-tra-tion**/ˌa:biˈtreiʃn*(n)*: ˌஆபி:ட்ˈரெய்ஷəன் / the hearing and deciding of a dispute between parties by a person or persons chosen or agreed to by them, வழக்கில் சம்பந்தப்பட்ட இருதரப்பினரும் நடுவர் (அ) நடுவர் மன்றத்தை ஒப்புக் கொண்ட பிறகு விசாரணை செய்து நடுவர் தீர்ப்பு அளித்தல். **arbitrator**/ˈa:bitreitə*/*(n)*:ˈஆபி:ட்ரெய்ட்டə* / a person chosen to settle a dispute between two parties, நீதி வழங்குபவர்.

ar-bor/ˈa:bɔ:*/*(n)*:ˈஆப:ɔ:* / [also **arbour**]: a bower, a shady leafy recess formed by tree branches, shrubs, etc. in a garden, பிறைவளைவு போல் பூச்செடிகள், கொடிகள் அமைந்த ஓர் அழகிய தோட்டம்; a shaded place under climbers, கொடிப்பந்தல், தோட்டத்தில் ஒரு தங்குமிடம். **ar-bo-re-al**/a:ˈbɔ:riəl/*(adj)*:ˈஆப:ɔரியəல் / pertaining to trees, மரங்களில் வசிக்கின்ற, மரங்கள் தொடர்பான. **arboreality***(n)*, **arbor***(n)*: an axis which holds, turns or supports rotating cutting tools, நிலைத்து நின்று கொண்டு, திரும்பி, சுழன்று கருவிகளை வெட்டச் செய்யும் ஓர் எந்திரத்தின் அச்சு. **ar-bor-i-culture**/*(n)*: the cultivation of trees, மரங்களை வளர்க்கும் கலை. **ar-bour**/*(n)*: the shady place among the trees, கொடிவீடு.

ar-bo-res-cent/ˌa:bəˈresnt/*(adj)*: ˌஆபəˈரெஸ்ன்ட் / tree like in growth or appearance, மரத்தைப் போன்ற வளர்ச்சியுள்ள, தோற்றமுள்ள.

arc/a:k/*(n, v.i)*:ஆக் / any broken part of the circumference of a circle or curved line, a curved line, பிறைவளைவு, வட்டவில், வட்டப்பரிதியின் (சுற்றளவின்) ஒரு பகுதி; an

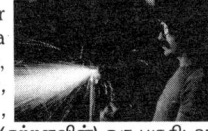

arc shaped band of light formed by passage of an electric current between two carbon points, இரு முனைகளுக்கிடையே உள்ள இடைவெளியில் மின்சாரம் பாய்வதால் ஏற்படும் பிறை வடிவ ஒளிக்கதிர். **arc-lamp**: an electric lamp making use of electric arc, மின் ஒளிப்பறையைக் கொண்டு பயன்படுத்தப்படும் மின் விளக்கு.

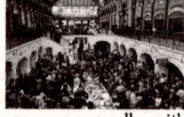

ar-cade/a:'keid/*(v)*:ஆ'க்கெய்ட் / **arcaded, arcading**: to form as an arcade, வளைவுகள் அமை. **arcade***(n)*: series of arches generally supported by pillars, a covered or an arched passage way usually with shops on each side, தூண்கள் மேல் பொருந்தியிருக்கும் வளைவுகளின் அலங்கார வரிசை, வளைவுகளால் கட்டப்பட்ட தெருப்பாதை, (இரு மருங்கிலும் கடைகள் இருக்கும்) நடைபாதைச் சாலை.

arcane/a:'kein/*(adj)*:ஆ'க்கெய்ன் / secret, mysterious, ரகசியமான.

Ar-ca-di-an/a:'keidjən/*(n,adj)*: ஆ'க்கெய்டியன் / of Arcadia, வளைவுகள் தொடர்பாக; pastoral, rustic, நாட்டுப்புற வாழ்க்கை தொடர்பான, ஒன்றும் அறியாத(வன்).

arch/a:tʃ/n)/ஆச் / a doorway, gateway, etc., having a curved head, வாயில், வளைவான அமைப்புக் கொண்ட நுழைவாயில்; a curved structure built to span a space for bearing the weight above, வளைவு (மேலுள்ள பாரத்தைத் தாங்குவதற்காகக் கட்டப்படுவது). • *The temple has seven* **arches**. **arch***(v.t)*: to cover with an arch, to cover or build a span, இடை வெளியை வளைவினால் இணை. **arch***(v.i)*: to form an arch, வளைவு அமை. • *The old bridge that* **arched** *over the brook, gave way.* • *The squirrel* **arched** *its back in fear.* • *There are a number of trees* **arching** *over the road,* **arch***(adj)*: chief, most important, first of a class, முதன்மை யான, மிக முக்கியமான, முதலான (ஓர் அணி (அ) அங்கத்தின் (அ) நிறுவனத்தின்), (as **archbishop, archduke, archvillain**).

ar-chae-ol-o-gy/ˌa:ki'ɔlədʒi/*(n)*: ˌஆக்கியா'லஜி / [also **archeology**]: the study of ancient art, prehistoric life and anitquities, தொல்பொருளியல், தொல்பொருள் ஆராய்ச்சி. **archaeo-logical***(adj)*, **archaeologically***(adv)*, **archaeologist***(n)*.

ar-chae-ome-try/ˌa:kiə'mitry/*(n)*: ˌஆக்கியə'மிட்ட்ரி / the application of scientific techniques to the dating of archaeological remains, தொல்பொருள் ஆராய்ச்சியில் அறிவியல் யுக்திகளை பயன்படுத்துதல்.

ar-cha-i-c/a:'keiik/*(adj)*:ஆ'க்கெய்க் / belonging to the past, பண்டைய காலத்திய; no longer in use, வழக்கில் இல்லாத. **archaize***(v)*.

arch-an-gel/'a:kˌeindʒəl/*(n)*/'ஆக்ˌஎய்ஞ்ஜல் / a chief angel, தலைமைத் தேவதூதன்.

arch-bish-op/ˌa:tʃ'biʃəp/*(n)*:'ஆச்'பிஷப் / a priest in charge of the churches and bishops, கிறித்தவ தலைமைப் பேராயர். **archbishopric***(n)*: office of the archbishop, தலைமைப் பேராயரின் அலுவலகம்.

arch-er/'a:tʃə*/*(n)*:'ஆச்சə* / one who shoots with a bow and arrow, a bowman, வில்லாளி; the constellation or sign of Sagittarius, நட்சத்திரக் கூட்டம் (அ) தனுர் ராசி. **archery***(n)*: the art, practice or skill of an archer, வில் வித்தை.

ar-che-type/'a:kitaip/*(n)*:'ஆக்கிட்'டய்ப் / the original pattern or model from which a thing is made or copied, பிற உருவங்கள் எடுக்கப்படும் (அ) மாதிரியாகச் செய்யப்படும் அடிப்படை அச்சு; prototype, மூலமாதிரி; a perfectly typical example of something, நல்ல முன்மாதிரி. • *The House of Commons is the* **archetype** *of the representative bodies.* **archetypically** *(adv)*, **archetypical***(adj)*.

ar-chi-pel-a-go/ˌa:ki'peləgəu/*(n, sing)*: ˌஆக்கி'ப்பெலகəஉ / **archipelagoes, archipelagos***(n, pl)*: a sea with many islands, பல தீவுகள் கொண்ட ஒரு கடல்; stretch of water scattered with isles, ஒரு கடலில் உள்ள பல தீவுகள்; a group of islands, தீவுக்கூட்டம்.

ar-chi-tect/'a:kitekt/*(n)*:'ஆக்கிட்டெக்ட் / a person who plans new buildings and draws the design and is also responsible for building them properly, கட்டடக் கலை நிபுணர், கட்டடக் கலைஞன், சிற்பி, ஒரு கட்டடத்தை வடிவமைத்து அதை நல்ல படியாகக் கட்டி முடிக்கும் நிபுணர். • *Who was the* **architect** *of the Red Fort?* • *Sardar Patel was the* **architect** *of Modern India.*

ar-chi-tec-tonic/'a:kitektɔnik/*(adj)*: 'ஆக்கிட்டெக்டானிக் / relating to architecture or architects, கட்டடக்கலை சம்பந்தமான.

ar-chi-tec-ture/'a:kitektʃə*/*(n)*: 'ஆக்கிட்டெக்ச்சə* / the art, science or profession of building including its planning, designing, constructing and decoration, கட்டடக்கலையியல், கட்டட நிர்மாணக் கலை; the character or style of building, கட்டடத்தை வடிவமைக்கும் பாங்கு; a distinct style of designing buildings, கட்டட வடிவமைப்பில் தனித்திறன். • *The Chola period is remarkable for its distinct style of* **architecture**.

ar-chive/ˈa:kaiv/*(n)*:ˈஆக்கய்வ் / [usually, **archives**]: a place for storing and preserving historical documents, materials, old papers, letters, reports, etc., concerning or pertaining to a government, family, organization, etc. kept especially for historical interest, வரலாற்று ஆவணம், ஆவணக் காப்பகம், வரலாற்றுத் தொடர்பான பதிவேடுகள், கடிதங்கள், முக்கிய ஆவணங்கள் முதலியன வும், குடும்பப் பதிவேடுகளும் மற்றும் வேறு பல நிறுவனங்களின் பதிப்புகளையும் பாதுகாப்பாக வைத்திருக்கும் இடம். (பொது வாக இது அரசுப் பராமரிப்பில் இருக்கும்). **archivist***(n)*: a keeper of archives, ஆவணக்காப்பாளர். **archival** *(adj)*.

arch-rival/ˈa:tʃraivəl/*(n)*:ˈஆச்ரய்வ்அல் / chief rival, முதல் எதிரி.

arch-way/ˈa:tʃwei/*(n)*:ˈஆச்உஎய் / an entrance or passage under an arch, வளைவின் கீழ் உள்ள நுழைவாயில் (அ) வழி; covering, மேல் கூரை.

ar-co-logy/ˈa:kɔlɔdʒi/*(n)*:ˈஆகாலாஜி / an ideal integrated self-contained city on a massive vertical structure to conserve ecology around, சுற்றுப்புற சூழலை மாசுபடுத்தாமலிருக்க மலை போன்ற ஒரு பெரிய அமைப்பின்மேல் நிறுவப்பட்ட நகரம்.

Arc-tic/ˈa:ktik/*(adj)*:ˈஆக்ட்டிக் / near the North pole, at the North pole, வடதுருவப் பகுதியைச் சார்ந்துள்ள. **Arctic***(n)*: the very cold northern part of the world (earth), மிகுந்த குளிரான வடதுருவப் பகுதி. **Arctic circle**: an imaginary line drawn parallel to the equator at 23°28′8 south of the North pole, between the North frigid zone and the North temperate zone, பூமத்திய ரேகைக்கு இணையாக 23°28′8ல், தெற்கில் வடதுருவப் பகுதியில் வரையப்படும் கற்பனைக் கோடு, வடதுருவக் குளிர்ப்பகுதிக்கும் மித வெப்பப் பகுதிக்கும் இடையே உள்ள நிலப்பகுதி. *opp.* Antarctic at the South Pole.

ar-dent/ˈa:dənt/*(adj)*:ˈஆட:ஒன்ட் / having intense feeling, மிகுந்த உணர்வுள்ள; fervent, zealous, ஆர்வமுள்ள, மிக ஊக்கமுள்ள. • *He is an* **ardent** *supporter of Marxism.* passionate, eager, வேகம் அதிகம் உள்ள, ஆவல் மிகுந்த; vehement, fierce, burning, கனல் கக்குகின்ற, சூடேறிச் சிவந்த. • *The people were attracted by the* **ardent** *speech of their leader.* **ardently***(adv)*, **ardentness***(n)*.

ar-dour/ˈa:də*/*(n)*:ˈஆட:ஒ* / [also **ardor**]: great warmth of feeling, மிகுந்த ஆர்வ உணர்ச்சி; fervour, eagerness, ஆர்வம், ஆவல். • *He spoke, supporting his party with* **ardour**. strong excitement, உணர்ச்சி மிகுந்த; heat, warmth of, ஆர்வ உணர்வு; affection, அதிக அன்பு பாராட்டுதல். • *Her lack of response dampened his* **ardour**.

ar-du-ous/ˈa:djuəs/*(adj)*:ˈஆட்:உஒஸ்(யுஒ) / difficult to overcome, சமாளிக்க முடியாத, கடந்து செல்ல முடியாத பிரச்சினைக்கு உள்ளாகி; laborious, சிரமமான; strenuous, மிகக் கடினமாக; high and lofty, உயர்ந்த கண்ணியமான; requiring hard and continuous effort, difficult, சிரமமானதும் தொடர்ந்து முயற்சிக்க வேண்டியதாகவும் உள்ள; steep to climb, செங்குத்தான, ஏறுவதற்குக் கடினமான; energetic, vigorous, வேகமான, சுறு சுறுப்பாக; not being able to endure, பொறுக்க முடியாத. • *Life is no* **arduous** *task for me; it is exciting and wonderful.* • *Working* **arduously** *all the 24 hours is my wont.* **arduously***(adv)*, **arduousness***(n)*.

are/a:*/*(v)*:ஆ*/ə*/ர் / [present tense (pl) and 2nd person singular of be] indicative plural of to be, 'be' என்பதன் நிகழ்காலப் பன்மை, இருக்கிறாய், இருக்கிறீர்கள், இருக் கிறார்கள், இருக்கிறோம், இருக்கின்றன என்பதன் வாய்பாட்டுவினை, நிகழ்காலம், பன்மை. **are***(n)*: metric system, a surface measure equal to 100 square metres or 119.6 square yards or 1/100 of a hectare, மெட்ரிக் அளவில் 100 சதுர மீட்டர் பரப்பு (அ) 119.6 சதுர கெஜம் (அ) 1/100 ஹெக்டர்.

ar-e-a/ˈeəriə/*(n)*:ˈɛஒரியஒ(eə) / an open space, திறந்த வெளி; scope, அறிவின் இயக்கப் பரப்பு; total outside surface of a thing, ஒரு பொருளின் புறப்பரப்பு; geographical region, புவியியல் தொடர்பான நிலப்பகுதி, field of study, கற்றுக் கொள்வதற்கு உள்ள பகுதி; a branch of study, கற்பதற்கு உள்ள ஒரு பகுதி; the quantitative measure of a plane or curved surface, சமபரப்பின் (அ) வளைபரப்பின் அளவு; a limited space or surface, ஒரு குறிப்பிட்ட பரப்பு (அ) புறப்பரப்பு; as the size of a surface measured by multiplying the length by the width, நீள அகலத்தைப் பெருக்கிக் கிடைக்கும் பரப்பளவு.

A

area-code(*n*):'ɛəரியəக்'கəஉட்: / a telephone code, தொலைபேசி குறியீடுகளின் தொகுதி.

ar-e-ca/'ærikə/(*n*): ə'ரி-/ə'ரீ-/æ'ரி-/æரீக்கə/ ə'ரிக்கə/æ'ரிக்கə / the betel palm which bears a nut, a kind of palm tree, பாக்கு மரம், கமுகு மரம். **arecanut**(*n*), பாக்கு.

a-re-li-gi-ous/ərilidʒəs/(*adj*):ə'ரிலிஜəஸ் / not influenced by or practising religion, மதத்தால் வசியப்படுத்தப்படாத (அ) மதச்சார்பற்ற.

a-re-na/ə'ri:nə/(*n*):ə'ரீனə / a platform, ring, area, etc., used for entertainment, circus programmes, sports or other activities surrounded by spectators, பொழுது போக்கு ஆட்டங்கள் (அ) சர்க்கஸ் விளையாட்டுகள் (அ) விளையாட்டு நடவடிக்கைகள் போன்றவற்றைச் சுற்றிலும் பார்வையாளர்கள் அமர்ந்து ரசிக்கும் மைதானம் (அ) அரங்கு (அ) இடம்; a place for competition or fighting, போட்டி (அ) மல்யுத்தம் போன்றவை நடக்கும் இடம். • *She entered the political* **arena** *at the age of 49 and became Prime Minister at 53.* • *A boxing* **arena** *is different in structure from a circus* **arena**.

a-ra-na-ce-ous/'æranaceous/(*n*): 'æரனாஸியஸ் / consisting of sand or sand-like particles, மணற்பாங்கான.

aren't/a:nt/ஆன்ட் / shortened form for 'are not', 'are not' என்பதன் சுருக்கம்.

areology/æ'riəuldʒi/(*n*):æ'ரிəஉலəஜி / the study of planet mars, செவ்வாய் கிரகத்தைப் பற்றிய ஆய்வு.

ar-gent/'a:dʒənt/(*n, adj*):'ஆஜəன்ட் / like silver, silver, வெள்ளியைப் போலுள்ள, வெள்ளி (உலோகம்).

ar-gen-tif-er-ous/(*a*)/ˌa:dʒən'tifərəs ˌஆஜென்ட்டிஃபரəஸ் / silver bearing, வெள்ளி/விளைகிற.

ar-gon/'a:gɔn/(*n*):'ஆக:ɔன் / an inert gas, வினைபுரியாத ஒரு வாயு.

ar-got/'a:gəu/(*n*):'ஆக:əஉ / slang used by a special group of people especially criminals, குற்றம் புரியும் கும்பல்களால் பயன்படுத்தப்படும் கொச்சை மொழி, இரகசியக் குறியினால் பேசும் மொழி. • *The beggar's songs are rich in thieves'* **argot**.

ar-gue/'a:gju:/(*v*):'ஆக்:யூ / **argued, arguing**: to present reasons for or against a certain charge or thing, காரணம் காட்டி, ஆதரவாக (அ) எதிராக நிரூபணம் கொடு; to state the reasons for or against, விவாதம் செய்; to prove by reasoning, தகுந்த காரணத்துடன் நிரூபி. • *Any one who* **argues** *his case intelligently wins his case.* **arguable**(*adj*): capable of being argued, விவாதிக்கத் தகுந்த. **arguer**(*n*): one who argues, விவாதம் செய்பவர். **arguably**(*adv*), **ar-gu-ment**/ 'a:gjumənt/(*n*): 'ஆக்:யுமəன்ட் / a reason offered in proof for or against a thing, the means by which a point is proved, a quarrel, வாக்குவாதம், ஒன்றுக்கு ஆதரவாக (அ) எதிராக காரணங்கள் காட்டி நிரூபித்தல், விவாதிக்கவும், விவாதம் செய்யவும் உள்ள நடைமுறை. • *It is the* **argument** *that matters in a court of law.* • *In this country, people get into* **arguments** *about politics.* • *Intelligent people settle their disputes by* **argument** *not by fighting.* • *For the sake of* **argument**, *let us not say anything.* **ar-gu-men-ta-tive**/ˌa:gju'mentətiv/ (*adj*):ˌஆக்:யு'மəன்டəட்டிவ் / fond of argument, having a tendency always to argue, எப்பொழுதும் விவாதம் செய்வதில் நாட்டம் உள்ள, நியாயமற்ற முறையில் எப்பொழுதும் விவாதம் செய்யக் கூடிய.

argufy/'a:kufai/(*v*):'ஆகுஃபய் / (argufied, argufying) argue or quarrel over trivial matters, அற்ப விஷயங்களுக்காக வீண்வாதம் (அ) சண்டை செய்.

a-ri-a/'a:riə/(*n*):'ஆரியə / an air, ஓர் இசை; a melody, ஒரு நாதம்; a single voice in opera, இசைக் குழுவில் ஒரு குரல் இசைக்கும் பாட்டு.

ar-id/'ærid/(*adj*):æரிட்: / dry, வறண்ட; without moisture, ஈரம் இல்லாமல்; with very little rain, unproductive, மழையில்லாமல், தரிசான; not fertile, செழுமையில்லாத. • *There is more fertile land in India and* **arid** *area is very little, yet we remain poor.* unimaginative, கற்பனை இல்லாத; uninteresting, சற்றும் எழுச்சியில்லாத. • *The speaker dealt with an* **arid** *subject in the most interesting manner.*

Ar-ies/'eəri:z/(*n*):'ɛəரீஸ்: (-ரியீஸ்) / the ram, a zodiacal constellation, ஆடு வடிவத்தில் உள்ள நட்சத்திரக் கூட்டம்; the first sign of the zodiac, இராசி சக்கரத்தின் முதல் இராசி, மேஷ ராசி (ஆடு); a person born between March 21 and April 20, மார்ச் 21 லிருந்து ஏப்ரல் 20 க்குள் பிறந்தவர்.

a-right/ə'rait/(*adv*):ə'ரய்ட் / rightly, சரியாக உள்ள; correctly, தவறு இல்லாமல்; properly, இசைவான; justly, நல்ல. • *I have understood you* **aright**. • *I am here to set things* **aright**.

a-rise/ə'raiz/(*v.i*):ə'ரய்ஸ்: / **arose, arisen, arising**: to come into being, action or notice, செயல்படு, உந்தியெழு, கண்ணுக்குப் புலப்படு, தெரியும்படி வா; spring up, குதித்தெழு, உயிர்த்துடிப்புடன் செயல்படு; to stand up, எழுந்து நில்; to get up, எழுந்திரு. • *The bank will come to your help, should the need* **arise**. • *Some problems have* **arisen** *now.* **a-risings**/ ə'raiziŋs/*(n)*:ə'ரய்ஸிங்ஸ் / waste products of industrial production, ஆலைகளில் மிஞ்சும் கழிவு.

ar-is-toc-ra-cy/ˌæri'stɔkrəsi/*(n, sing)*/ ˌஆரிஸ்'ட்டாக்ரஸி / **aristocracies***(n, pl)*: the finest, most powerful members of any group, உயர்குடிமக்கள்; the rule of the best (in ancient times), பண்டைய காலத்தில் சிறந்த வர்க்கத்தினர்; the rule of a hereditary upper class, பரம்பரை பரம்பரையாக அரசாளும் மேல் வர்க்கத்தினர்; a class of people holding exceptional rank and privileges like hereditary nobility, சமுதாயத்தில் உயர் பதவியும், எல்லா சலுகைகளும் உடைய பரம்பரைப் பிரபு வர்க்கத்தினர் போன்ற உயர்குலத்தோர் நடத்தும் ஆட்சி. **ar-is-to-crat**/'æristəkræt/*(n)*/'ஆரிஸ்ட்டக்ராட் / a noble man, a member of an aristocracy, உயர்குடிமகன், பிரபுக்கள் பரம்பரையில் பிறந்தவர். **aristocratic***(adj)*: like an aristocrat, உயர்குடிமகன் போன்ற; typical of an aristocrat, ஓர் உயர்குடிமகனின் குணங்களை அப்படியே உடைய; belonging to the aristocracy, உயர்குடி சார்ந்த, உயர்குடி மகனுக்குரிய. • *She belongs to an* **aristocratic** *family.* **aristocratically** *(adv)*.

ar-ith-met-ic/ə'riθmətik/*(n)*/ə'ரித்மடிக் / the science of numbers, எண் கணிதம்; the art of reckoning by numbers, எண்களைக் கொண்டு கணக்கிடுதல், **arithmetical***(adj)*: pertaining to arithmetic, எண் கணிதம் பற்றிய. **arithmetician***(n)*: an expert in arithmetic, கணித நிபுணர் **arithmetic** *(adj)*, **arithmetically***(adv)*.

ark/a:k/*(n)*/ஆக் / [in the Bible] the vessel built by Noah for safety during the Deluge, ஜலப் பிரளயத்தின் பொழுது நோவா பாது காப்புக்குக் கட்டிய கப்பல்; a chest or box, திடமான பெட்டி, பேழை; a refuge or place of security, புகலிடம், பத்திரமான இடம்.

arm/a:m/*(n)*:ஆம் / the limb extending from shoulder to hand, கை. • *He was wounded in his left* **arm**. the forelimb of any vertebrate, முதுகெலும்புப் பிராணியின் முன் கால்கள்; an administrative branch of an organization, ஒரு நிறுவனத்தின் செயலகக் கிளை. • *The company's research* **arm** *is doing very good work.* power, authority, சக்தி, அதிகாரம். • *He took the baby in his* **arms**. **to hold in one's arms**: to hold closely, நெருக்கமாகப் பிடி. **arm***(v.i)*: to enter into state of war, போர்க்களம் செல்லத் தயாராகு. **arm***(v.t)*: equip with arms, ஆயுதங்கள் கொண்டு ஆயத்தப்படுத்து. *opp*: disarm. **arms***(n)*: weapons, ஆயுதங்கள். • *The troops are* **armed** *to the teeth.* • *It is not the number of men under* **arms** *that matters in war, but it is the will to fight and to win.*

ar-ma-da/a:'ma:də/*(n)*:ஆ'மாடா / any fleet of warships, a naval squadron, கப்பற்படை; a group of war planes, போர் விமானங்களின் அணி வகுப்பு. • *The Spanish* **Armada** *had hopes of winning the war.*

ar-ma-dil-lo/ˌa:mə'diləu/*(n, sing)*: ˌஆமடி'லஉ / **arma-dillos***(n, pl)*: a burrowing animal with bony armour living in South America & USA, பூமியைக் குடைந்து வாழும் முதுகெலும்புக் கவசம் போல் உள்ள பிராணி. அமெரிக்காவில் வசிப்பது.

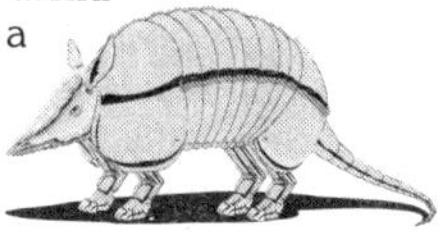

Ar-ma-ged-don/ˌa:mə'gedn/*(n)*: ˌஆமகெ'ட்ன் / the scene of the last battle between the powers of good and evil before the day of judgement (in the Bible), தீயசக்திகளுக்கும், நல்ல சக்திகளுக்கும் தெய்வத் தீர்ப்பு நாளுக்கு முன் ஏற்பட்ட கடைசி முடிவுப்போர்; final destructive battle, கடைசி அழிவுப் போர். • *There is no doubt, the arms race between the nuclear nations will end in* **Armageddon**.

ar-ma-ment/'a:məmənt/*(n)*:'ஆமமன்ட் / material of land, naval or air forces for warfare, போருக்குத் தேவையான தரை, கப்பல் (அ) விமானப்படைகளின் தள வாடங்கள்; soldiers armed for war, போருக்கு வேண்டிய தளவாடங்களுடன் கூடிய வீரர்கள்; the total armed forces of a country, ஒரு நாட்டின் மொத்தப் போர்ப்படைகள். • *The* **armaments** *race among the nations is sure to end in total disasters.* *opp*: disarmament.

ar-ma-ture/'a:məˌtjuə*/*(n)*:'ஆமச்சுஅ* / armour, கவசம்; defensive weapons or covering, தற்காப்புச் சாதனங்கள், போர்க்கருவிகள், கவசம்; the part of an electric machine that includes the main current carrying in winding and in which the electromotive force is induced, மின்னாக்கப் பொறியில் மின் ஒட்டத்தைத் தாங்கிச் செல்லும் கம்பிச் சுருளில் மின் இயக்க விசையைத் தூண்டும் அமைப்பு.

arm-chair/ˌa:m'tʃeə*/(n):'ஆம்'ச்சεə* / chair with arms, கையுள்ள நாற்காலி. **arm chair** *(adj)*: describing one who readily gives advice or pass judgement without participating in action programme, செயலில் இறங்காமல் அறிவுரை வழங்கித் தீர்ப்புக் கூறும் வாய்ச்சொல் வீரர் பற்றிய. • *There are many* **armchair** *politicians in our country.*

arm-hole/a:mhəul/*(n)*:ஆ:ம்ஹəஉல்: / each of two opening in a shirt or coat through which the wearer puts his arms, தோள்கள் நுழையும்படி தைக்கப்பட்ட மேலாடையிலுள்ள இரண்டு துளைகள்.

armed/a:md/*(adj)*:ஆம்ட்: / bearing arms or using weapons or armour, ஆயுதம் தாங்கிய (அ) ஆயுதம் உபயோகிக்கப் போர்க் கவசம் பூண்டுள்ள. • *The police are* **armed** *with riot shields.* • *The lawyer came to the court fully* **armed** *with facts and figures to prove his case.* **armed force**: military, naval and air forces of a nation, ஒரு நாட்டின் தரை, கடல், விமானப்படைகள்.

ar-mi-stice/'a:mistis/*(n)*: 'ஆமிஸ்ட்டிஸ் / a temporary stoppage of fighting, தற்காலிகப் போர் நிறுத்தம்; a truce, சிறிது காலப் போர் நிறுத்தம்.

arm-let/'a:mlit/*(n)*:'ஆம்லிட் / bracelet, கடகம்; a band worn round the arm, கைவளை; a small inlet of sea or branch of a river, கிளையாறு, கடலின் முகத்துவாரம்.

ar-mour/'a:mə*/*(n)*:'ஆமə* / [also **armor**]: any covering worn as a defence against weapons, போர்க்கவசம். **armour**(*v.t*): to cover with armour, கவசமிடு. **armoured** *(adj)*: protected by armour, கவசத்தால் பாதுகாக்கப்பட்டுள்ள; equipped or provided with or using armoured tanks, armoured cars, etc., கவசம் பூட்டப்பட்ட பீரங்கி வண்டிகளும், வாகனங்களும் உபயோகப்படுத்து கின்ற. • *In battle fields, only* **armoured** *vehicles are used.* **armoured car**: a military vehicle covered with armour and carrying machine guns, கவசம் பூட்டப்பட்ட இயந்திரத் துப்பாக்கி ஏந்திய இராணுவ வண்டி. **ar-mour-y**/'a:məri/*(n, sing)*:'ஆமəரி / **armouries**(*n, pl*): a place where weapons and other war equipments are stored, ஆயுதக்கிடங்கு. **armourer**(*n*): maker, supplier or repairer of armour, படைக்கவசங்களை தயாரித்து விநியோகம் செய்பவர், பழுதுபார்ப்பவர்.

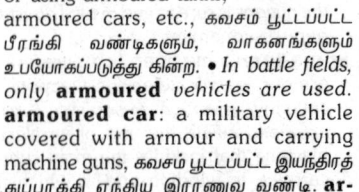

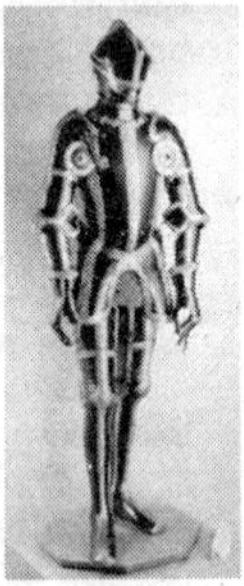

arm-pit/'a:mpit/*(n)*:'ஆம்பிட் / the hollow under the arm at the shoulder, அக்குள், கக்கம்.

arm-rest/'a:mrest/*(n)*:'ஆம்ரெஸ்ட் / arm of a chair to rest the arms, நாற்காலியின் கைப்பிடி.

ar-my/'a:mi/*(n, sing)*:'ஆமி / **armies**(*n, pl*): a body of men trained and equipped for war, தரைப்படை; the military forces of a nation, ஒரு நாட்டின் இராணுவப் படைகள்; a body of persons organised for a particular purpose, ஒரு குறிப்பிட்ட நோக்கத்திற்காக ஒருமைப்படுத்தப்படும் மனிதர்களின் கூட்டம். • *Every country has a standing* **army**.

a-roma/ə'rəumə/*(n)*:ə'ரəஉமə / an odour arising from spices, plants, etc., திரவியம், தாவரங்களினின்று வெளிப்படும் நறுமணம்; an agreeable odour, நல்ல இதமான வாசனை; fragrance, நறுமணம். **ar-o-mat-ic**/ˌærəu'mætik/*(adj)*:ˌæரəஉ'மæட்டிக் / fragrant, நறுமணமுள்ள; sweet scented, இனிய மணம் உள்ள.

a-round/ə'raund/*(adv)*:ə'ரஉன்ட்: / in a circle, ring or the like, ஒரு வட்டத்தில், வளையமாக; on all sides, about, எல்லாப் பக்கத்திலும், ஏறக் குறைய. • *The children gathered* **around** *to see the picture.* in circumference, சுற்றளவில்; in all directions, எல்லாத் திசையிலும்; moving in a circle, ஒரு வட்டத்தில் நகர்ந்து கொண்டு. • *The cobra turned* **around** *when it felt a noise.* **around**(*prep*): all sides of, எல்லாப் பக்கங்களினுடைய; encircling, சுற்றிக் கொண்டு; on the edge of, விளிம்பில்; from place to place in, ஓர் இடத்திலிருந்து மற்றொரு இடத்திற்கு. • *She lives somewhere* **around** *Delhi.* • *There were* **around** *20,000 people at the meeting to hear the Prime Minister.* **around-the-clock**(*adj*): working with no rest or interruption all the time, ஓய்வு, இடைவெளி சற்றும் இல்லாமல், வேலை செய்து கொண்டு.

a-rouse/ə'rauz/*(v.t)*:əரஉஸ்: / **aroused, arousing**: stir to action, கிளர்ந்தெழு. • *His behaviour* **aroused** *the suspicions of the police.* to awaken, உயிர்த்துடிப்பு

பெறு; to cause to rise, எழுந்திருக்கச் செய். **arouse**(*v.i*): to awake, எழுந்திரு. • *He was* **aroused** *from deep sleep.*

ar-peg-gi-o/a:'pedʒiəu/(*n, sing*): ஆ'ப்பெஜியஉ / **arpeggios**(*n, pl*): the sounding of notes of a chord in rapid succession instead of simultaneously, ஒருங்கே இசைப்பதற்குப் பதிலாக நாண்களை அடுத்தடுத்து வேகமாக மீட்டுதல். **arpeggiate**(*v*).

arr: *abbr.* arranged, arrangement, arrival, arrive, இவற்றின் சுருக்கம்; (compare, dep: departure).

ar-rack/'ærək/(*n*):'ஆரக் / spirituous liquor, சாராயம்.

ar-rah/'ærəg/(*n*):'ஆரக்: / (exclamation) expressing excitement, உற்சாகத்தைக் காட்டுகிற வார்த்தை.

ar-raign/ə'rein/(*v.t*):ə'ரெய்ன் / to call or bring before a court of law especially to face a charge of serious nature, நீதிமன்றத்திற்குக் கூப்பிட்டு ஒரு கடும் குற்றச்சாட்டைச் சுமத்து. • *He was* **arraigned** *on charge of robbery.* **arraign-ment**(*n*): accusation, குற்றச்சாட்டு, குற்றம் சாட்டுதல்.

ar-range/ə'reindʒ/(*v.t*): ə'ரெய்ஞ்ஜ் / **arranged, arranging**: to set in proper, desired and convenient order, வேண்டிய, வசதியான முறையில் ஒழுங்குபடுத்து, சீராக அமை; to come to an understanding, ஒரு ஏற்பாட்டுக்கு வா, பிரச்சினைக்குத் தீர்வு காண்; to prepare, to plan, தயார் செய், திட்டமிடு. • *It was an* **arranged** *marriage.* **arrange**(*v.i*): to make a settlement, ஓர் உடன்பாடு காண். • *You have to* **arrange** *with the banker for regular payment.* **arrangement**(*n*): act of arranging, முன்னேற்பாடு, ஒப்பந்தம்; a plan made in advance for doing something, ஒன்றைச் செய்வதற்கு முன் ஏற்பாடு செய்தல். • *They made* **arrangements** *for the meeting.* a final settlement, முடிவான உடன்பாடு.

ar-rant/'ærənt/(*adj*):'ஆரன்ட் / downright, மிக மோசமான நிலையில் உள்ள; very bad, மோசமான. • *She is an* **arrant** *liar.* • *This policy is an* **arrant** *nonsense.*

ar-ray/ə'rei/(*v.t*):ə'ரெய் / to set in order, ஒழுங்காக அமைத்துவை; to place in proper order as troops for battle, இராணுவ அணிவகுப்பு போல் ஒழுங்காக அமை; to dress up, நன்றாக ஆடையுடுத்து. • *All my creditors are* **arrayed** *against me now.* **array**(*n*): body of troops, படைகளின் தொகுப்பு; a collection of certain things or men, மனிதர்களின் கூட்டம். • *An* **array** *of men is waiting to meet the minister.* a set of numbers or signs or computer memory units arranged in rows or columns, எண்களின் அமைப்பு, குறியீடுகள் (அ) கணிப்பொறியின் ஞாபக அளவீடுகள் இவற்றின் நீள அகலத் தொகுப்பு. • *The* **array** *of facts and figures about the budget simply baffles me.*

ar-rear/ə'riə*/(*n*):ə'ரியə* / [usually **arrears**]: that which is behind in payment, பாக்கி, நிலுவை; a debt which though due remains unpaid, பழங்கடன்; state of being behind or late in the fulfilment of one's duty, obligation, etc., கடமையாற்றுதல், செய்யப்பட வேண்டியவை முதலியவற்றில் காலம் தவறிப் பின்தங்கி இருத்தல். • *I am in* **arrears** *with the rent.*

ar-rest/ə'rest/(*v.t*):ə'ரெஸ்ட் / to seize (a person) by the authority of law, கைது செய்; to catch and hold, பிடித்து வை; to check the course of, வேகத்தை, முன்னேற்றத்தைத் தடுத்து நிறுத்து; to catch and fix, பிடித்து நிறுத்து. **arrest**(*n*): any seizure or taking by force, முரட்டுத் தனமாகப் பிடித்தல்; act of arresting, கைது செய்தல். • *The policeman* **arrested** *the thief.* • *The bright lights of the street* **arrested** *the attention of the driver.* • *He was placed under* **arrest**.

ar-riv-al/ə'raivl/(*n*):ə'ரய்வəல் / the act of arriving, வருகை புரிதல். Cheers greeted the **arrival** of the cricket team. the person or thing that has arrived, ஒரு நபர் (அ) பொருள் வந்து சேர்ந்தமை. • *The new* **arrival** *is a fine, beautiful child.* the person or thing that arrives, ஒரு நபர் (அ) பொருள் வருகை, புதிதாக வந்த சரக்கு; the reaching of any object or condition, ஒரு குறிக்கோளை அடைதல், ஒரு நிபந்தனையைப் பூர்த்தி செய்தல்; attainment of anything, ஏதேனும் ஒன்றை அடைதல். • *The* **arrival** *of the computer has revolutionised the life of man.* **arrive**(*v.i*), **arrived, arriving**: to come to a certain point in the course of a travel, குறித்த நிலைக்கு வந்து சேர், சென்று சேர்; to reach a point, ஒரு குறிப்பிட்ட நோக்கை அடைதல்; to attain an object, எடுத்த காரியத்தை முடி. • *I am waiting for my friend to* **arrive**. • *The train* **arrived** *late as usual.*

ar-ri-vi-der-ci/ˌæri:'vi:də*si/ (*exclamation*):ˌஆரீ'வீட:ə*ஸி / good-bye until we meet again, மறுபடியும் சந்திப்போம் என்று வழியனுப்புதல்.

ar-ri-vi-ste/ˌæri:'vi:st/(*n*):ˌஆரீ'வீஸ்ட் / an ambitious selfish, சுயநலவாதி

A

ar-ro-gant/ˈærəgənt/(*adj*):ˈஊரஉகஃஎன்ட் / making claims to undue importance, அதிக முக்கியத்துவம் உள்ளதாக (அ) இருப்பதாகச் செயல்படுகின்ற; making pretensions to superior rank or rights, அதிக அளவு மீறிய உரிமைகளை (அ) பதவியைப் பெற்று இருப்பதாக; insolent and proud, திமிரான, கர்வமுள்ள; lacking respect for other people, மற்றவர்களுக்கு மரியாதை கொடுக்காமல் நடந்து கொள்கின்ற. • *Civil servants usually behave in an* ***arrogant*** *manner with the public.* • *Always,* ***arrogance*** *precedes one's fall.* **arrogantly**(*adv*), **arrogance**(*n*).

ar-ro-gate/ˈærəugeit/(*v.t*):ˈஊரஉகெய்ட் / **arrogated, arrogating**: to claim unduly, உரிமையில்லாமல் வேண்டும் என்று கேள்; to assume to oneself without any right, சட்டப்படி இல்லாததை இருப்பதாகக் கொள்; appropriate to oneself without right, உரிமை இல்லாதவற்றைத் தனக்கென எடுத்துக் கொள். • *Having come to power some people* ***arrogate*** *to themselves the right to plunder public property,* **arrogating**(*adv*), **arrogator**(*n*), **arrogation**(*n*).

ar-row/ˈærəu/(*n*):ˈஊரஉ / a straight thin rod with a head to be shot from a bow, அம்பு, கணை; a sign → to show direction, திசை காட்டப் பயன்படும் அம்புக் குறி →. **arrowy** (*adj*): of an arrow, அம்பினுடைய; like an arrow, அம்பைப் போலுள்ள. **arrow-grass**: a small grass - like plant, சிறிய புல் போன்ற ஒரு தாவரம். **arrow-head**: wedge end of an arrow, அம்பின் கூரிய முனை. **arrow** (*v.t*): to indicate the right and proper position of an insertion by means of an arrow mark, ஒரு இடைச்செருகலை, படத்தில் அம்புக் குறியால் காட்டு. **arrowed**(*adj*), **arrow-root**(*n*): flour made from the root of an American tropical plant, கூவைக் கிழங்கு மாவு.

ar-ro-yo/ˈærəyo/(*n*):ˈஊரஉயோ / a steep-sided gully by action of flowing water, ஓடும் தண்ணீரால் ஏற்படுத்தப்பட்ட ஆழமான ஓடை

ar-se/a:s/(*n*):ஆஸ் / one's buttocks or anus, ஒருவரின் பின்பகுதி (அ) குதம், புட்டம். **arse bandit**(*n*): a male homosexual, ஓரினச் சேர்க்கையாளன்.

ar-se-nal/ˈa:sənl/(*n*):ˈஆஸின்ல் / factory for military and naval arms and stores, ஆயுதக்கிடங்கு, படைக்கலச் சாலை.

ar-se-nic/ˈa:snik/(*n*):ˈஆஸ்னிக் / a semi-metallic element, a very poisonous substance, ஆர்செனிக், நச்சுத் தன்மையுடைய ஓர் இரசாயனத் தனிமம். **arsenic** (*adj*), **arsenical**(*adj*).

ar-son/ˈa:sn/(*n*):ˈஆஸ்ன் / the crime of intentionally setting houses, buildings, ships, etc., on fire, வேண்டுமென்றே வீடு, கப்பல் போன்றவற்றைத் தீயிட்டுக் கொளுத்தும் குற்றம். **arsonist**(*n*): one who commits arson, பிறர் சொத்துக்களைத் தீயிட்டுக் கொளுத்துபவர்.

ar-sy-ver-sy/ˈa:siˈvɜ:si/(*adj & adv*): ˈஆஸிˈவஃஸி / in a confused, disordered manner, குழப்பமான ஒழுங்கற்ற நிலையில்

art/a:t/(*n*):ˈஆட் / human skill or intelligence as opposed to nature, இயற்கையாக இல்லாத மனிதனின் திறன் மற்றும் அறிவாற்றல்; the creation or making or expression of what is beautiful as in music, literature, painting, etc., கலைத்திறன், இசை, இலக்கியம், சிற்பம் முதலியவற்றில் அழகானவற்றைப் படைத்தல், உருவாக்கல், வெளிப்படுத்தல்; cunning, trick, புத்திக் கூர்மை, தந்திரம். • *Music is an* ***art***. • *Advertising has become an* ***art*** *now.* • *He is a master of the* ***art*** *of conversation.* • *Driving a car in a busy thoroughfare is an* ***art***.

ar-te-fact/ˈa:tifækt/(*n*):ˈஆட்டிஃபஃக்ட் / an object of artistic and historical value, புராதன கலை நுணுக்கம் கொண்ட ஒரு பொருள். *He is a lover and accumulator of* ***artefacts***.

ar-ter-i-al/a:ˈtiəriəl/(*adj*):ஆˈட்டியஃரியஃல் / (of blood) pertaining to the blood, of blood sent from the heart in the arteries, இரத்த சம்பந்தமான, இதயத்தினின்று தமனி வழியாக இரத்தம் செல்லுதல் தொடர்பாக; pertaining to a main road, forming one of the main parts of a large system, முக்கிய சாலை பற்றிய, ஒரு பெரிய அமைப்பின் முக்கிய பகுதிகளுள் ஒன்றான.

ar-te-ri-o-scle-ro-sis/a:ˌtiəriəuskliəˈrəusis/(*n*)/ ஆˈட்டியஃரியஃஉˈஸ்க்லியஃˈரஃஉஸிஸ் / hardening of the walls of the arteries leading to a diseased condition thereby preventing the easy flow of blood, தமனியின் சுவர்கள் தடிப்பதால் இரத்த ஓட்டம் தடைப்பட்டு அதன் விளைவால் வரும் நோய். **ar-te-ry**/ˈa:təri/(*n, sing*):ˈஆட்டஃரி / **arteries**(*n, pl*): a vessel carrying blood from the heart, இதயத்தினின்று இரத்தத்தை எடுத்துச் செல்லும் குழாய்; an essential channel of communication, முக்கிய போக்குவரத்து வழி; main road, railway, river, etc., முக்கிய சாலை, இரயில் போக்குவரத்து, ஆறு முதலியவை.

A

ar-te-si-an well/a:ˈti:zjən wel/*(n)*: ஆ்ட்டீஸிஃயன் உஎல் / a well in which the water is forced to the surface by natural pressure, ஆர்டீசியன் ஊற்று, பூமிக்கடியில் ஏற்படும் அழுத்தத்தால், நீரைச் செங்குத்தாகப் பீறிட்டு வெளிக்கொணர்கிற ஊற்றுக் கிணறு.

art-ful/ˈa:tful/*(adj)*:ˈஆட்ஃபுல் / cleverly deceitful, crafty, cunning, அறிவுடைய, வஞ்சிக்கிற, தந்திரமான; pertaining to art, exhibiting art or skill, கலைத்தொடர்புடைய, கலை (அ) திறமை வெளிப்படுகின்ற; ingenious, மிகத்திறமையான; done with art or skill, கலை நுட்பமுள்ள. • *She is very* **artful** *and has the capacity to get what she wants.* **artfully***(adv)*: *full of art,* கலைப்பண்பு நிறைந்த. • *The hall has been* **artfully** *decorated.* **artfulness***(n)*: craftiness, தந்திரம், கபடம்.

ar-thri-tis/a:ˈθraitis/*(n)*:ஆ்ˈத்ரய்ட்டிஸ் / inflammation of a joint as in gout or rheumatism, கீல்வாதம், வாதநோய் போன்ற வற்றால் ஏற்படும் மூட்டு வீக்கம் உள்ள நோய்.

ar-ti-choke/ˈa:titʃəuk/*(n)*:ˈஆட்டிச்சஉக் / a thistle like plant having an edible flower head, புனல் வடிவத் தாவரம் (அதன் பூப்போன்ற தலைப் பாகம் உண்ணத் தக்கது).

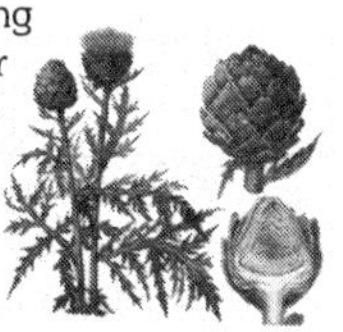

ar-ti-cle/ˈa:tikl/*(n)*:ˈஆட்டிக்ல் / a separate thing, ஒரு பொருள்; a member or portion of a class, ஒரு பகுதியின் ஓர் உறுப்பு அல்லது ஒரு வகுப்பின் உறுப்பினர்; a piece of writing on a particular topic, ஒரு குறிப்பிட்ட தலைப்பில் எழுதப்படும் கட்டுரை; a clause or term in a contract, treaty, etc., ஓர் ஒப்பந்தம், உடன்படிக்கை முதலியவற்றில் உள்ள ஓர் உட்பிரிவு; a composition in a journal, ஒரு பத்திரிகையில் வெளிவரும் கட்டுரை; a rule or condition, ஒரு விதி (அ) நிபந்தனை; a word used with a noun for showing whether the noun refers to a particular example of something - 'the' (definite article) or to a general example of something (a, an - indefinite articles), குறிப்பிட்ட பெயர்ச் சொல்லுக்கு முன் பயன்படுத்தப்படும் 'the' என்ற சொல்லும், பொதுவான முன் குறிப்பிடப்படாத பெயர்ச்சொற்களுக்கு முன் பயன்படுத்தப் படும் a, an என்ற சொற்களும். **article***(v.t)*: to apprentice, ஒரு பயிற்சியாளராக இரு. • *He is* **articled** *to a firm of chartered accountants.*

ar-tic-u-late/a:ˈtikjuleit/*(v.t)*:ஆ்ˈட்டிக்யுலெய்ட் / to utter clearly and distinctly, தெளிவாகப் பேசு; to express thoughts and feelings clearly, எண்ணங்களையும், உணர்ச்சி களையும் தெளிவாக வெளியிடு. • *Weeping is a fine medium to* **articulate** *one's distress.* **articulate***(v.i)*: to utter clearly defined sounds, தெளிவான, பொருள் உள்ள வாசகங்களைப் பேசு; to speak or pronounce clearly and distinctly, தெளிவாக உச்சரித்துப் பேசு; to unite by joints for allowing movement, எளிதில் இயங்க மூட்டுகளால் இணை. **articulate** *(adj)*: clear, distinct, தெளிவான; capable of clear speech, தெளிவாகப் பேசும் திறனுடைய. • *Each small unit in the diagram is clear and* **articulate**. • *Make your speech a bit more* **articulate,** *you will pass for an excellent orator.* **ar-tic-u-la-tion**/a:ˌtikjuˈleiʃn/*(n)*: ஆ,ட்டிக்யுˈலெய்ஷந் / act or process of articulating, தெளிவாக உச்சரிக்கும் முறை (அ) செயல்; producing speech sounds, பேசுவதற்கு சப்தங்களை உண்டாக்குதல்; joint, இணைப்பு; pronouncing a particular sound by involving the speech organs, பேசப் பயன்படுத்தப்படும் உறுப்புகளைக் கொண்டு குறிப்பிட்ட ஒலியை உச்சரித்தல்; expression of thoughts, ideas, feelings, etc., எண்ணங்கள், கருத்துகள், உணர்ச்சிகள் முதலியவற்றை வார்த்தை களில் வெளிப்படுத்தல். **articulately***(adv)*. **ar-ti-cu-la-tory**/a:ˌtikjuˈleitəri/*(adj)*: ஆ,ட்டிக்யுˈலெய்டஏரி / relating to the formation of speech sounds, பேசும் ஒலி அமைப்பு தொடர்பான.

ar-ti-fice/ˈa:tifis/*(n)*:ˈஆட்டிஃபிஸ் / a clever trick, crafty device, தந்திரம், சூழ்ச்சி. • *She tells us a story without artifice or guile.* **artificer***(n)*: one who is skillful in devising ways of producing things, புதிய வழியில் பொருள்களை உண்டாக்கும் திறமையாளர்.

ar-ti-fi-cial/ˌa:tiˈfiʃl/*(adj)*:ˌஆட்டிஃபிஷல் / made by man, not by nature, மனிதனால் செய்யப்பட்டுள்ள, not real, இயற்கை அல்லாத; lacking naturalness or spontaniety, செயற்கையாக, இயல்பாகவும் இயற்கையாகவும் இல்லாத. • *She always throws an* **artificial** *smile at me.* not natural, இயற்கை அல்லாத; made in imitation or as a substitute, மற்றொன்றைப் போல் அதே மாதிரியாகச் செய்துள்ள (அ) ஒன்றுக்குப் பதிலாகச் செய்துள்ள. • *This food contains no* **artificial** *colouring.* • *State subsidies keep the prices of food*

A

grains **artificially** *low.* **artificially** *(adv),* **artificialness***(n).*

artificial insemination/ˌa:tiˈfiʃl inˌsemiˈneiʃn/*(n)*: ˌஆட்டிஃபிஷஅல் இன்ஸெமினெய்ஷன் / a process by which a female animal is made pregnant by artificially inserting male sperm into the vagina, செயற்கை மூலம் கருத்தரித்தல்.

artificial intelligence/ˌa:tiˈfiʃl inˈtelidʒəns/ *(n)*:ˌஆட்டிஃபிஷஅல் ˌஇன்டெலிஜென்ஸ் / (computing) the development and use of computer programs (program-I) to copy intelligent human behaviour, கணினியின் மூலம் மனித சிந்தனைகளை நடவடிக்கை-களை ஒத்த செயல்களைச் செய்ய வைக்கும் முறை.

ar-til-le-ry/a:ˈtiləri/*(n)*:ஆ'ட்டிலஅரி / mounted projectile firing guns, பீரங்கி முதலிய பெரிய ஆயுதங்கள்; large guns especially on wheels or fixed in one place in a ship, fort, etc., கப்பல் (அ) கோட்டைகளில், சுடுவதற்குப் பொருத்தப்பட்ட பீரங்கிகள்; troops trained in the use of guns, பீரங்கிப்படை.

ar-ti-san/ˌa:tiˈzæn/*(n)*:ˌஆட்டி'ஸஃஸன் / one skilled in an applied art, தொழில் செய்பவர்; a craftsman, கைத்தொழில் செய்பவர், தச்சர், கருமார் போன்றவர். **artisanal***(adj)*

art-ist/ˈa:tist/*(n)*/ˈஆட்டிஸ்ட் / one who practises fine art, e.g. painting, dancing, singing, sculpture, etc., கலைஞன், ஓவியன், பாடகன். **ar-tis-tic**/a:tistik/*(adj)*: ஆட்டிஸ்ட்டிக் / conforming to the standards of art, கலையின் நியமங்களுக்கு உட்பட்டுள்ள (அ) அடிப்படைகளைச் செயல் படுத்தும் தன்மை உள்ள; concerning art or artists, கலை (அ) கலைஞர்கள் தொடர்பான; exhibiting enormous skill and imagination in practising art, கலையைச் செயல்படுத்துவதில் மதி-நுட்பமுடன், கற்பனைத் திறனையும் புதிய உத்திகளையும் புகுத்தக்கூடிய. • *She is very* **artistic**: *Her* **artistic** *flower arrangement has brought her many prizes.*

ar-tiste/a:ˈti:st/*(n, sing)*:ஆ'ட்டீஸ்ட் / **artistes***(n, pl)*: a professional actor, singer, dancer or other performer of arts, பாடல், நடிப்பு போன்ற கலைகளைத் தொழிலாகக் கொண்டவர்.

art-ist-ry/ˈa:tistri/*(n)*:ˈஆட்டிஸ்ட்ரி / artistic workmanship, கலையில் வேலைத்திறன்; artistic quality, கலைப்பண்பு; artistic skill, கலை நுட்பம்; inventive imagination and skill, புதிய கற்பனைகளையும், கண்டு பிடித்தலையும், மதி நுட்பமுடன் கலைகளில் புகுத்துதல். • *The* **artistry** *of the violinist is admirable.*

art-less/ˈa:tlis/*(adj)*:ˈஆட்லிஸ் / simple, பேதைமையுள்ள; free from cunning, கள்ளமில்லாத; lacking art or skill, திறமையில்லாத. • *All his works appear to be* **artless**. • *Her artless behaviour attracted all.*

arts/ˈa:ts*(n)*:ஆட்ஸ் / subjects of study that are not part of science, அறிவியல் அல்லாத வரலாறு, இலக்கியம் போன்றவை.

art-work/ˈa:twɜ:k*(n)*:ˈஆட்உஅ:க் / illustrations, text matter etc., prepared for publication, அச்சுப்பதிப்பிற்குமுன் ஆயத்தம் செய்யப்படும் வரை அமைப்பு.

ar-ty(artsy)/ˈa:ti*(adj)*:ˈஆட்டி / pretended to be artistic, கலை நுணுக்க உணர்வு கொண்டுள்ளது போல் பாவனை செய்கிற. **artily***(adv),* **artliness***(n).*

Ar-y-an/ˈeəriən/*(adj)*:ˈஆரியஅன்(ɛə) / pertaining to the Indo-European group of languages (Sanskrit, Persian, etc.), இந்திய ஐரோப்பிய மொழிகளைச் சார்ந்த. **Aryan** *(n)*: an Asiatic or European, speaking an Aryan language, ஆரிய மொழி பேசும் ஆசிய (அ) ஐரோப்பிய மக்களில் ஒருவர்.

as/æz/əz/z, strong æz/*(adv)*:ஃஸ்:/அஸ்:/ஸ்: / to such a degree or extent, அப்படிப்பட்ட நிலையில் (அ) வரையில், அளவில்; similarly, அதே போல்; in the manner, அப்படியே; equally, like, சமமாக, போல; in the condition, அந்த நிலையிலே. • *I do not think the temperature today is* **as** *high* **as** *it was yesterday.* • *She is not* **as** *old* **as** *me.* • *She got dressed* **as** *a man.* **as***(conj)*, [used in comparison]: to such a degree or extent that, அதுபோன்ற அளவுக்கு (அ) எல்லைக்கு (அ) நிலைக்கு. • *You are* **as** *good* **as** *you think you are.* since, because, அப்போதிருந்து இப்போது வரை, ஏனெனில். • **As** *I have no car, I can't go there easily.* **as if/though**: as it would be, அது போல் இருந்தது (உண்மையாக இல்லாது கற்பனையில் நிகழ்வது). • *I could not move my fingers, it was* **as if** *they were stuck to the chair.* • *He behaved* **as if** *nothing had happened.* **as***(pron)*, [used relatively]: that, who, which, (usually preceded by its antecedent), அது, யார், எது. • *I do not have that much money* **as** *you think.* • *The officer did his job well* **as** *can be proved by the files,* **as***(prep)*: in the role of, அந்தப் பதவியில். • *Ramu has been appointed to act* **as** *chairman in the vacant post.*

A

as-a-foet-i-da/ˌæsəˈfetidə/(n): ˌæஸəˈஃபெட்டிடə(ர்:) / a resinous substance with a strong smell prepared from the roots of several umbelliferous plants, பெருங்காயம்.

a-sa-na/ˈaːsənɔ/(n):ˈஆஸəனɔ / a posture in performing yoga, யோகாசனம்.

as-bes-tos/æsˈbestɔs/(n): æஸ்:ˈபெ:ஸ்ட்டɔஸ் / a fibrous non-inflam-mable mineral used in manufacture of fire-proof materials, கல்நார்.

as-cend/əˈsend/(v.i):əˈஸென்ட்:(æ') / to move, நகர்; to climb, ஏறு; go upward, மேலே செல். • *The stairs* **ascended** *in a beautiful curve.* to rise to a higher point or degree, மேல் நிலைக்கு உயர். • *To* **ascend** *is not just climbing, it requires willpower.* to go back in time, குறித்த நேரத்தில் திரும்பிச் செல்; to go toward the source, மூலத்திற்கு போ, தோற்றுவாய்க்குச் செல். **ascend**(v.t): to go or move upward upon or along, மேல் நகர்ந்து செல், போய்க் கொண்டு இரு; climb ஏறு; mount, மேல் ஏறு. • *The king* **ascended** *the throne after he won the war in 1880.* **as-cend-an-cy**/əˈsendənsi/(n):əˈஸென்ட:ən்ஸி / governing or controlling position, a position of power, influence or control, ஆட்சிப் பதவியில் அமர்தல், ஆட்சி பீடத்தில் அமர்தல்; domination, அதிகாரம் செய்தல். **as-cend-ant**/əˈsendənt/(n): əˈஸென்ட:ən்ட் / a position of dominance or influence, அதிகாரத்தின் உச்ச நிலை. **ascendant** (adj): ascending, rising, உயர்பதவிக்குச் செல்லுகின்ற, உயர்நிலையை அடையும் தன்மை உள்ள; superior, மிக உயர்ந்த. • *His political fortunes are in the* **ascendant**. **as-cent**/əˈsent/(n):əˈஸென்ட்(æ') / act of ascending, மேலே ஏறுதல்; the act of rising, உயர்ந்து செல்லல்; the way by which one rises, மேல் நோக்கியுள்ள சரிவு, மேல் செல்லும் பாதை, ஒருவன் மேலே ஏற வழி. **ascendable**(adj), **ascendible**(adj), **ascender**(n). opp: descend. **as-cen-sion**/əˈsenʃn(n):əˈஸென்ஷən் / act of rising in power; முன்னேறுதல். the departure of Jesus from earth into heaven.

as-cer-tain/ˌæsəˈtein/(v.t):ˌæஸəˈட்டெய்ன் / to get to know, தெரிந்து கொள்; to find the truth about, உண்மையை அறிந்து கொள்; to make sure, உறுதிப்படுத்து, நிச்சயப்படுத்திக் கொள், ஆராய்ந்து காண். • *The black-money in circulation can be* **ascertained** *if effective steps are taken by the Government.* **ascertainable**(adj), **ascertainment**(n).

ascesis/əˈsesis/(n): æˈஸெஸிஸ் / practice of severe discipline typically for religious reasons, மதநம்பிக்கை காரணங்களுக்காக ஒழுக்கக் கட்டுப்பாடு மேற்கொள்ளுதல்

as-cet-ic/əˈsetik/(n):æˈஸெட்டிக்(ə') / one who practises rigorous self-denial of pleasures, துறவி. **ascetic**(adj): pertaining to asceticism, துறவு பற்றிய; self-denying, உலக இன்பங்களைத் துறந்துள்ள. • *Buddhist monks lead* **ascetic** *life.* **ascetically**(adv), **asceticism**(n).

as-cribe/əˈskraib/(v.t):əஸ்ˈக்ரய்ப்: / **ascribed, ascribing**: to assign the cause or reason (for something), காரணம் காட்டு; to impute, ஒரு நிகழ்ச்சிக்குத் தொடர்பில்லாத ஒன்றைக் காரணம் என்று சொல்; to attribute, காரணம் கற்பி; to impute, உள்நோக்கம் கற்பி. • *Some people always* **ascribe** *any success in life to luck.* **ascribable**(adj).

as-crip-tion/əˈskripʃn/(n):əஸ்ˈக்ரிப்ஷən் / praise to the deity, தெய்வ ஆராதனை, கடவுள் வாழ்த்து, காரணமாகக் குறிப்பிடு.

a-sep-tic/ˌeiˈseptik/(adj):எய்ˈஸெப்டிக்(æ') / (of a wound or its bandage) free from the living germs or bacteria, கிருமிகளினின்று ஒரு துன்பமும் இல்லாத; clean, சுத்தமாக உள்ள (காயங்களும் அதன் கட்டும்).

a-sex-u-al/ˌeiˈsekʃuəl/(adj): æˈஸெக்ஷுəல் (எய்') / not sexual, பால் உணர்வு இல்லாத.

ash/æʃ/(n):æஷ் / the powder that remains after burning, சாம்பல். • *Drop the cigarette* **ash** *in the tray.* **ash**(n): a forest tree of hard wood commonly found in Britain, பிரிட்டனில் உள்ள ஒரு காட்டு மரம், கடினமான உறுதியான மரம். **ashes**(n, pl): that which remains after something is burnt, சாம்பல், நீறு; a dead body after burning, சவம் எரிக்கப்பட்ட அஸ்தி. • *Her* **ashes** *were immersed in the sea.*

a-shamed/əˈʃeimd/(adj):əˈஷெய்ம்ட்: / feeling shame, வெட்க உணர்ச்சி கொண்டுள்ள; unwilling, செய்வதற்கு விருப்பம் இல்லாமல் உள்ள (செய்தால் அவமானம் ஏற்படும் என்ற பயம்); feeling guilt, குற்ற மனப்பான்மை கொண்டுள்ள. • *To be poor is nothing to be* **ashamed** *of.* **ashamedly**(adv).

as-hen/ˈæʃn/(adj):ˈæஷன் / resembling ashes, ash-coloured, pale, சாம்பலைப் போன்ற, சாம்பல் நிறமுடைய, வெளிறிய.

as-hen-faced/ˈæʃnfeist/(adj):ˈæஷன்ஃபெய்ஸ்ட் / very pale struck with fear, பயத்தால் முகம் வெளிறிய.

as-het/'æʃt/(*n*):'ஆஷட் / a large plate or dish, பெரிய தட்டு (அ) வட்டு.

as-hine/'æʃain/(*adj*):'ஆஷய்ன் / shining, ஒளிர்கிற.

a-shore/ə'ʃɔ:*/(*adv*):ə'ஷஓ* / to the shore, கரைக்கு; on to the shore, கரையில்.

as-hram/'æʃrəm/(*n*):'ஆஷ்ரəம் / a place of religious retreat especially of a Hindu sage, இந்து சமயத் துறவிகள் வசிக்கும் இடம்.

ash-tray/'æʃtrei/(*n*):'ஆஷ்ட்ரெய் / a small receptacle for cigarette ash, stubs, etc., சிகரெட் சாம்பல் மற்றும் சிகரெட் துண்டுகளைப் போடும் ஒரு சிறு கிண்ணம்.

ash-y/'æʃi/(*adj*):'ஆஷி / **ashier, ashiest,** covered with ashes, நீறு பூத்த, சாம்பல் படிந்த.

A-si-at-ic/ˌeiʃi'ætik/(*adj*):ˌஎய்ஷி'யஆட்டிக் / Asian, of Asia, ஆசிய கண்டத்திய; a native of Asia, ஆசிய கண்டத்தைச் சேர்ந்த.

a-side/ə'said/(*adv*)/ə'ஸய்ட் / to the side, பக்கமாக; in reserve, தேவைக்கு ஒதுக்கி வைத்துள்ள; away from a present group esp. for reasons of privacy, தனியான (இரகசியமான காரணங்களுக்கு), தனித்து ஒதுங்கி. • *The problem has been left* **aside** *for the time being.* **aside**(*n*): a remark in an undertone not intended for others to hear, சொல்லுகின்ற ஒன்றைப் பிறர் கேட்காமல் இருக்க மெதுவாக இரகசியமாகப் பேசுதல்.

as-i-nine/'æsinain/(*adj*):'ஆஸினய்ன் / stupid, அறிவில்லாத; unintelligent, புத்தியில்லாத; of or like an ass, கழுதை போலுள்ள. **asininity**(*n*).

ask/a:sk/(*v.t*):ஆஸ்க் / to put a question to, கேள். • *Please, do not* **ask** *me any question,* to request, வேண்டிக்கொள்; to demand, கேட்டு வாங்கு; to call for, கூப்பிடு; to invite, அழை. • *She has* **asked** *her friends to tea.* to inquire, விசாரி. • *She* **asked** *him about his new job.* • **Ask** *her to do it immediately.* **ask**(*v.i*): to make inquiry, விசாரணை செய். **ask for**: demand, உரிமையுடன் கேள்.

a-skance/ə'skæns/(*adv*):əஸ்'க்கஆன்ஸ்(கா) / **askant**: not straightforward, நேர்மை இல்லாமல்; with disdain or suspicion, சந்தேகம் கொண்டு, அகந்தையுடன் நம்பிக்கை இல்லாமல்; towards one corner of the eye, ஓரக்கண்ணால்; sideways, பக்கவாட்டாகப் பார்த்து. • *She looked* **askance** *at my request.*

a-skew/ə'skju:/(*adv*): 'ஆஸ்க்யூ/əஸ்'க்யூ / out of line, வரிசையில் இல்லாமல்; off the straight, நேராக இல்லாமல்; obliquely, சாய்வாக; askant, ஒழுங்காக இல்லாமல். • *The picture is askew.*

a-sleep/ə'sli:p/(*adv*):ə'ஸ்லீப் / in a state of sleep, உறக்கத்தில். • *She is* **asleep**, *don't wake her.* into the state of death, உயிர் பிரிந்த நிலையில். **asleep**(*adj*): sleeping, தூங்குகின்ற; in an inactive state, செயல்திறன் இழந்துள்ள; unable to feel, உணர முடியாத; benumbed, மரத்துப் போன; at rest, ஓய்வு எடுத்துக் கொண்ட நிலையில். • *He fell* **asleep** *while driving.*

aslope/ə'sləup(*adv*): ə'ஸ்லəஉப் / at a slope, சாய்வில்; slantingly, சாய்வாக. **aslope**(*adj*): sloping, சாய்ந்து கொண்டுள்ள.

aso-cial/æ'səuʃəl/(*adj*):ஆ'ஸəஉஷəல் / not social, inconsiderate of or hostile to others, பொது ஜனத் தொடர்பில்லாத, மற்றவர்களின் உணர்வுகளை புரிந்து கொள்ளாத, இணக்கமில்லாத.

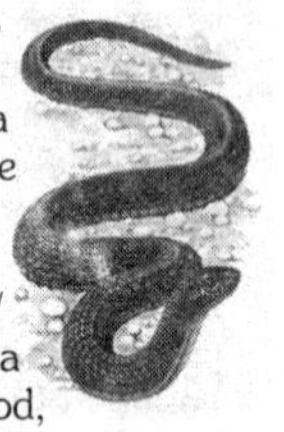

asp/æsp/(*n*):ஆஸ்ப்(ஆ) / a small poisonous snake found in North Africa, கட்டு விரியன்.

as-par-a-gus/ə'spærəgəs/(*n*):əஸ்'ப்பஆ ரəக:əஸ் / a garden plant used as food, a much relished vegetable, சுவையுள்ள தோட்டக் கீரை.

as-par-tame/ə'spærteim/(*n*):ə'ஸ்பஆர்ட்டெய்ம் / a very sweet low-calorie substance used as a sweetener, அதிக கலோரியில்லாத மாற்று சர்க்கரை.

as-pect/'æspekt/(*n*):'ஆஸ்ப்பெக்ட் / appearance (visual or mental), தோற்றம், (கண்களால் பார்ப்பது (அ) மனத்தால் எண்ணுவது); quality, குணம், தன்மை; a particular side of many sided question, plan, situation, idea, etc., ஒரு பிரச்சினையின் ஒரு பக்கம், ஒரு திட்டத்தின் ஒரு கோணம், சந்தர்ப்ப சூழ்நிலையின் ஒரு சாயல்; view, பார்வை; particular form of a verb showing indefinite form, continuous form, etc., ஒரு வினைச்சொல்லின் மாறுபடும் பல வடிவங்கள். e.g. "He writes" differs from "He is writing". • *The rise in murders is one of the more worrying* **aspects** *of the current situation.* • *He speaks with an* **aspect** *of wonderful confidence.* • *There are different* **aspects** *to be considered regarding the fiscal policy of the government.*

as-per-i-ty/æ'sperəti/(*n, sing*): ஆஸ்'ப்பெரிட்டி / **asperities**(*n, pl*): roughness of tone, temper or manner,

குரல், குணம், நடத்தை முதலியவற்றின் கொடூரத்தன்மை, கடினமான நிலை; hardship, சிரமம்; difficulty, துன்பம். • *The minister answered the questions of the press with some* **asperity**.

as-per-sion/ə'spɜ:ʃn/*(n)*:əஸ்'ப்பɜ:ஷəன் / unkind remark, இரக்கமற்ற முறையில் குறை கூறல்; uncharitable judgement, கடுமையான தீர்ப்பு. • *It is not a fair political campaign to cast* **aspersions** *on the rival candidate.* **as-perse**/ə'spɜ:s/*(v.t)*:əஸ்'ப்பɜ:ஸ் / **aspersed, aspersing**: to spread false reports about, பொய் வதந்திகளைப் பரப்பு, to fling damaging remarks at, அவதூறு கூறு.

as-phalt/'æsfælt/*(n)*:'æஸ்ஃபæல்ட் / a substance or its mixture with gravel, crushed rock or the like used for paving, கெட்டியான சாலைகள் அமைக்க உபயோகப் படும் நிலக்கீல் கலந்த ஒருவகைக் கலவைப் பொருள். **asphalt***(v.t)*: to cover or pave with asphalt, சாலை அமைக்க நிலக்கீல் கலந்த உறுதியான பொருளைப் பயன்படுத்து.

as-phyx-i-a/əs'fiksiə/*(n)*:æஸ்'ஃபிக்ஸியə / a state resulting from lack of oxygen and excess of carbon dioxide in the blood due to interference with respiration as in choking, இரத்தத்தில் பிராண வாயு குறைவாகவும், கரியமிலவாயு அதிகமாகவும் உள்ள நிலை, இதனால் மூச்சுத் திணறுவதும், மூச்சு அடைப்பும் ஏற்படும். **asphyxiate***(v)*, **asphyxiated, asphyxiating**: to produce asphyxia, மூச்சு அடைப்பை ஏற்படுத்து; to become asphyxiated, மூச்சு அடைப்பினால் திணறு; suffocate, மூச்சு விட முடியாமல் திணறு. **asphyxial***(adj)*, **asphyxiant***(n & adj)*, **asphyxiation***(n)*.

as-pi-ra-te/'æspəreit/*(adj)*:'æஸ்பəரெய்ட் / pronounced with an exhalation of breath, மூச்சுக் காற்றை வெளியேற்றி உச்சரிக்கக்கூடிய. **aspirate***(n)*: a consonant pronounced with the sound of 'h', ஹெச் என்ற ஒலியுடன் உச்சரிக்கும் மெய்யெழுத்து. **aspirate***(v.t.)*: pronounce with a breath, மூச்சை வெளிவிட்டு உச்சரி. **aspirational***(adj)*: having a strong desire to achieve something nobles, சிறந்த ஒன்றை அடைய முயற்சிக்கும் ஆர்வமுடைய.

as-pire/ə'spaiə*/*(v.t)*:əஸ்'ப்பயə* / to seek ambitiously, குறிக்கோளுடன் தேடு; to aim at something great, அரிதான ஒன்றிற்கு குறிவை. • *The young man* **aspired** *for a film career.* • *My daughter* **aspires** *to be a doctor.* **aspiration***(n)*: a strong desire or ambition to do something great or to have something great, செயற்கரிய செயலைச் செய்ய வேண்டுமென்ற ஆசை (அ) அரிதான ஒன்றைப் பெற வேண்டுமென்ற அவா. • *The Prime Ministership is one of the* **aspirations** *of many politicians in India.* **as-pi-rant**/ə'spaiərənt/*(n)*: əஸ்'ப்பயəரəன்ட் / one who aspires, பேரவா உள்ளவன்; an ambitious seeker, பேரவாவினால் தூண்டப்பட்டுச் செயல்படுபவன். • *Ram is an* **aspirant** *to the chairmanship of the Board of Directors.*

as-pirin/'æspərin/*(n, sing)*:'æஸ்ப்பிரின் / **aspirin, aspirins***(n, pl)*: a white crystalline substance derived from salicylic acid [$C_9H_8O_4$] administered to relieve headache or the pain of rheumatism, gout, neuralgia, etc., தலைவலி, வாதம் போன்ற நோய்களுக்கு மருந்தாகப் பயன்படுகிற வெள்ளைப்படிக வடிவ மருந்து.

as-qui-nt/'æskwint/*(n)*:'æஸ்க்உயின்ட் / to one side or from corner of eye or with squint, மாறுகண்பார்வை கொண்ட.

ass/æs/*(n)*:æஸ் / a quadruped of the horse family, குதிரை இனத்தைச் சார்ந்த கால்நடை, கழுதை; a stupid person, முட்டாள்.

as-sail/ə'seil/*(v.t)*:ə'ஸெய்ல் / to set upon with violence, தீவிரமாகத் தாக்கு; to attack violently, அடித்துத் துன்புறுத்து. • *The thief* **assailed** *the housemates with fierce blows on the head.* to abuse with criticism, ridicule, etc., பழித்துக் கூறி, அவதூறு பேசு; to undertake with the sole aim of mastering or getting success, முனைப்பாக மனம் தளராமல் ஒரு வேலையில் வெற்றி காண் (அ) அதனை ஆட்கொள்; to make an impact on, உன் ஆளுமையை உணரும்படி செய். • *In politics, everyone* **assails** *his opponent.* **assailant***(n)*: one who attacks, தாக்குபவன். **assailable** *(adj)*.

as-sas-sin/ə'sæsin/*(n)*:ə'ஸæஸின் / one who kills secretly or by surprise or by guile, இரகசியமாக (அ) திடீரென்று (அ) தந்திரமாகச் சதி செய்து கொலை செய்பவன்; one who kills for fanatical or monetary reasons, வெறிபிடித்துக் கொல்பவன் (அ) பணத்திற்குக் கொலை செய்பவன்; a murderer of a prominent person, ஒரு பெரிய மனிதரை (அ) தலைவரைக் கொலை செய்பவன். • *Sometimes, an* **assassin** *is inspired by a great aim and purpose.* **as-sas-sin-ate**/ə'sæsineit/*(v.t)*:əஸæஸினெய்ட் / **assassinated, assassinating**: to kill suddenly or secretly, திடீரென்று (அ)

A

மறைமுகமாகக் கொலை செய்; to murder (a prominent man), ஒரு பிரமுகரைக் கொலை செய். • *A plot to* **assassinate** *the president was discovered.* **assassination**: the act of treacherous murder, வஞ்சகமான படுகொலை. **assassinator***(n)*: a person who kills a political or religious leader, கொலைகாரன்.

as-sault/ə'sɔ:lt/*(n)*:ə'ஸாːல்ட் / a violent attack, வன்முறைத் தாக்குதல்; an unlawful physical attack upon another, ஒருவர் மேல் சட்ட விரோதமாகச் செய்யப்படும் தாக்குதல். • *They made an* **assault** *on their rivals.* • *The army launched a major* **assault** *against terrorists.* **assault***(v.t)*: to attack, தாக்கு; to assail, அவதூறு கூறு; to make an assault, அவதூறு கூறித் தாக்கு. • *The minister was* **assaulted** *by a violent mob.* **assaulter***(n)*, **assaultive***(adj)*: tending to commit assault, தாக்குதலுக்கு தயாராக உள்ள.

as-say/ə'sei/*(v.t)*:ə'ஸெய் (æ') / to try or test, to analyse or test an ore, alloy, metal bearing soil, etc. in order to determine the quantity of gold, silver or other metal in it, to examine or analyse, தாதுப் பொருள், கலப்பு உலோகம், தாதுப்பொருள் அடங்கிய மண் முதலியவற்றைப் பகுப்பாய்ந்து அதன் தூய்மையையும், அதில் உள்ள உலோகங்களின் அளவையும் மதிப்பிடு, ஆராய்ந்து தேர்வு செய். **assay***(n)*: a substance undergoing analysis, பகுக்கப்படும் பொருள்.

ass-ba-ck-war-ds/ə's'bækwədz/*(adv & adj)*/ə'ஸ்'பːæக்உட்ஸ்: / In a manner contrary to what is usual, யதார்த்த நிலைக்கு முரணாக உள்ள

as-sem-ble/ə'sembl/*(v.t)*:ə'ஸெம்ப்ːல் / **assembled, assembling**: to bring together, ஒன்று சேர்; put together the parts of, பாகங்களைச் சேர்த்துச் செயல்படச் செய்; to collect, திரட்டு. • *All men have* **assembled** *in the open space.* • *The radio parts are very easy to* **assemble**. **assembler***(n)*.

as-sem-bly/ə'sembli/*(n, sing)*:ə'ஸெம்ப்ːலி / **assemblies***(n, pl)*: a meeting for a special purpose, சபை, கூட்டம்; the persons present, கூடியுள்ள மக்கள்; act of assembling, கூடும் செயல்; a law making body (the state assembly), சட்டம் இயற்றும் மக்கள் சபை. • *To deny the citizens the right of* **assembly** *is not lawful.* **assemblage***(n)*: an assembly, கூட்டம்.

as-sem-bly-lan-guage/ə'sembli'læŋgwidʒ/*(n)*:ə'ஸெம்ப்ːலி'லஃஙுஉயிஜ் / a low-level computer language consisting of symbolic codes converted by an assembler corresponding to machine language instructions, கணினி மொழி.

as-sem-bly-line/ə'semblilain/*(n)*: ə'ஸெம்ப்ːலிலய்ன் / an arrangement of machines, equipments and workers in which work passes stage by stage, இயந்திரங்கள், உபகரணங்கள் மற்றும் ஊழியர்கள் - இவைகளின் ஒன்றன்பின் ஒன்றான ஒருங்கமைப்பு.

as-sent/ə'sent/*(v.i)*:əஸெண்ட் / to agree, ஒப்புக் கொள்; to concur, சம்மதம் தெரிவி, ஏற்றுக் கொள்; to approve, அனுமதி கொடு. • *The President* **assented** *to the Prime Minister's proposals.* **assent***(n)*: agreement to a proposal, ஒரு கோரிக்கைக்கு ஒப்புதல் அளித்தல். • *The director's* **assent** *to draw the amount is necessary.*

as-sert/ə's3:t/*(v.t)*/ə'ஸஉːட் / to state strongly and confidently, உறுதியாகக் கூறு. • *The speaker* **asserted** *his authority by asking the members to be quiet.* to make a claim to, உரிமையை வலியுறுத்து. **to assert oneself**: to show one's power, authority, control, etc., ஒருவரின் அதிகாரத்தையும், பதவிப் பெருமையையும் நம்பிக்கையோடு உறுதிப் படுத்து. • *The court had found him guilty, yet he continued to* **assert** *his innocence.* **as-sert-ed**/ə's3:tid/*(adj)*: ə'ஸஉːட்டிட் / totally resting on statement or claim not supported by evidence or proof, alleged, எந்தவித ஆதாரமும் இல்லாமல் வாக்குமூலம் (அ) உரிமை பாராட்டுகின்ற. • *The* **asserted** *value of any property is always higher than its real value.* **as-ser-tion**/ə's3:ʃn/*(n)*: ə'ஸஉːஷஉன் / a positive statement or declaration, often without support or reason, உறுதியாகச் சொல்லுதல் (அ) அடித்துப் பேசுதல், ஆனால் ஏறக்குறைய ஆதாரமற்றது; a forceful statement of claim, ஆணித்தரமாகக் கூறுதல் (அ) உரிமை பாராட்டுதல். • *She repeated her* **assertion** *that she was not guilty of murder.* **as-ser-tive**/ə's3:tiv/*(adj)*: ə'ஸஉːட்டிவ் / aggressive and confident, பெரு நம்பிக்கை கொண்டுள்ள; expressing strong opinions or claims, ஆத்திரமாகக் கருத்தைச் சொல்லுதல் (அ) உரிமை கொண்டாடுதல். • *In business, one has always to be* **assertive.** **assertively** *(adv).*

as-sess/ə'ses/*(v.t)*:ə'ஸெஸ் / to estimate the value of property, income etc. officially for calculating the tax, அதிகாரபூர்வமாக

A

வரி விதிப்பு கணக்கிடுவதற்குச் சொத்து, வருமானம் முதலியவற்றை மதிப்பிடு; evaluate, மதிப்பிடு; to fix the amount of tax or fine, அபராதம் (அ) வரி இவற்றை நிர்ணயி. • *The income tax officials* **assessed** *the value of his annual income at Rs. 60,000.* • *One's intellectual ability cannot be* **assessed** *in terms of money.* **as-sess-ment**/ə'sesmənt/*(n)*: ə'ஸெஸ்மəன்ட் / act of assessing, மதிப்பீடு செய்தல். • *What's your* **assessment** *of my chances of winning the election?* appraisal, தரம் கண்டு விலை மதிப்பிடுதல்; evaluation, மதிப்புத் தொகை கணக்கிடுதல்; a tax amount, வரித் தொகை; evaluation of merits, ஒருவரின் திறன் காணல்; an official valuation of taxable property, வரித்தொகை கணக்கிடுவதற்கான சொத்தின் அதிகார பூர்வ மதிப்பீடு. • *Your tax* **assessment** *for 2004-05 exceeds Rs. 10,00,000.* **as-ses-sor**/ə'sesə*/*(n)*: ə'ஸெஸə* / one who assesses property for purposes of taxation, வரிவிதிப்பிற்கு, மதிப்பீடு செய்யும் அரசு அதிகாரி; an adviser or assistant to a judge, esp. a specialist in some field, நீதிபதிக்கு ஆலோசகராகச் செயல்படும் நிபுணர்; the legal adviser of a magistrate, நீதிபதிக்கு உதவி செய்யும் சட்ட ஆலோசகர்; one who fixes the amount of tax, வரி விதிப்புக்குரிய தொகையை நிர்ணயம் செய்பவர்.

as-set/'æset/*(n)*:'æஸெட் / a very useful quality, நல்ல பயனுள்ள பொருள். • *Administrative ability is an* **asset.** the property of a person, company etc., that has exchange value, ரொக்கமாக மாற்றக் கூடிய ஒருவரின் (அ) நிறுவனத்தின் சொத்து. **assets***(n, pl)*: items of ownership that can be converted into cash, ஒருவருக்குச் சொந்தமான சொத்துக்கள், முக்கியமாக ரொக்கமாக மாற்றக்கூடியவை; that which can be used to pay one's debts, ஒருவர் கடனுக்கு ஈடு செய்ய விட்டுச் சென்ற சொத்துக்கள். opp: liabilities.

as-sev-er-ate/'æsevəræt/*(v.t)*:'æஸெவரæட் declare solemnly, ஆணையிட்டு உரை.

as-si-du-i-ty/,æsi'dju:əti/*(n, sing)*: ,æஸி'ட்:யுயிட்டி / **assiduities***(n, pl)*: constant and close application, இடைவிடாத முயற்சி; devotion, ஈடுபாடு; diligence, கடும் உழைப்பு, கூர்ந்த கவனம்; solicitous attentions, கருத்துடன் கவனிக்கப்படும் விருந்தோம்பல். • *He shows great* **assiduity** *in all his work.*

as-sid-u-ous/ə'sidjuəs/*(adj)*: ə'ஸிட்:யுəஸ் / constant in application, மிகக்கவனத்துடன் கூடிய; diligent, hard working, கடும் உழைப்புடன், விடா முயற்சியுள்ள. **assiduously***(adj)*, **assiduousness***(n)*.

as-sign/ə'sain/*(v.t)*:ə'ஸய்ன் / to give out, கொடு, பங்கு ஒதுக்கிக் கொடு. • *The inspector has* **assigned** *the job to me.* to allot, சட்டபூர்வமாக ஒதுக்கீடு செய்; to apportion, பங்கிடு, பிரித்துக் கொடு. • *The enumeration work has been* **assigned** *to all the government employees.* to transfer, மாற்றிக் கொடு; to ascribe, காரணம் காட்டு; endorse in favour of, ஒருவருக்குச் சாதகமாகக் குறிப்பிட்டு எழுதிவை, ஒரு குறிப்பிட்ட வேலையைக் கொடு, சொத்து எழுதிவை. **as-sign-able**/ə'sainəbl/*(adj)*:ə'ஸய்னəப்:ல் / capable of being assigned, capable of being specified, capable of being attributed, குறிப்பிடத் தக்க, காரணம் காட்டக்கூடிய. **as-sign-er**/ə'sainə*/*(n)*/ə'ஸய்னə* / one who assigns to another, ஒப்படைக்கும் ஒருவர், உரிமையளிப்பவர், நியமிப்பவர். **as-sign-ee**/,æsi'ni:/*(n)*:ə'ஸய்னீ / one to whom something is assigned, சட்ட பூர்வமான பிரதிநிதி; a person appointed for another the right being transferred legally to manage some property or trust, நீதிமன்றத்தால் உரிமை தீர்க்கப்படாத சொத்துக்களைப் பராமரிக்கப் பொறுப் பேற்றுக் கொண்டவர், சட்டப்படி ஏதாவது உரிமையை ஏற்பவர். **assignment***(n)*: allotting to a particular person a job or responsibility, ஒருவருக்குக் கொடுக்கப்பட்ட பொறுப்பு (அ) வேலை; a transfer of legal right or title or interest, சட்டப்படி உரிமையை மாற்றுதல் (அ) அதிகாரம் (அ) சொத்துரிமையை மாற்றுதல்; a task assigned, கொடுக்கப்பட்ட வேலை; a position of responsibility, மிகப் பொறுப்பான வேலை. • *Having completed her* **assignment,** *she went on to do other job.* • *She is going to England on a special* **assignment** *for her newspaper.*

as-sim-i-late/ə'simileit/*(v)*:ə'ஸிமிலெய்ட் / **assimilated, assimilating**: to take in and incorporate as one's own, உட்கிரகித்துக் கொள்; absorb into the system, தன்வயப்படுத்து; to adapt or adjust, சூழ்நிலைக்கு ஏற்றவாறு சரிசெய்து கொள், பொருந்துமாறு செய்; digest, சீரணித்துக் கொள். • *Food is digested and then* **assimilated** *in the intestines.* to understand completely, நன்றாகப் புரிந்து

A

கொள். • *One has to* **assimilate** *the facts, not just remember, to arrive at judicious conclusions.* **as-sim-i-la-tion**/əˌsimiˈleiʃn/*(n)*:əˌஸிமிˈலெய்ஷன் / the act of assimilating, ஒன்றிப் போதல்; state or condition of being assimilated, தன்வயமாதல்; the process by which the digested food is absorbed and becomes part of the body, செரித்த உணவு, உடலில் உறிஞ்சப்பட்டு, திசுக்களுடன் ஒன்றிப் போதல். **assimilationist***(n)*: one who advocates in racial or cultural integration, பல கலாச்சார, இன ஒருமைப்பாட்டை வலியுறுத்துபவன்.

as-sist/əˈsist/*(v.t)*:əˈஸிஸ்ட் / to help or support, உதவி செய், ஆதரவாக இரு; to be associated as one who helps, உதவியாளராகப் பங்கு கொள். • *A team of surgeons* **assisted** *the medical officer in attending to the accident victims.* **as-sist-ance**/əˈsistəns/*(n)*:əˈஸிஸ்ட்டன்ஸ் / act of assisting, உதவி செய்தல்; help or support, உதவி (அ) ஆதரவு; aid, துணை. • *Do not expect* **assistance** *from me.* **as-sist-ant**/əˈsistənt/*(n)*:əˈஸிஸ்ட்டன்ட் / one who helps or acts under the direction of a higher official or superior, உதவியாளர், பணிசெய்கிறவர், ஏவலர். • *In an office, there are many* **assistants** *to carry out the orders.*

ass-kissing/æsˈkisiŋ/*(n)*:æஸ்ˈகிஸிங் / obedient behaviour to obtain favour, ஒருவரிடமிருந்து சலுகைகள் பெறுவதற்காக மிகக் கீழ்ப்படிந்து நடத்தல்

as-so-ci-ate/əˈsəuʃieit/*(v.t)*:əˈஸஉஷியெய்ட் / **associated, associating**: to join with as a friend, companion, partner or ally, கூட்டு சேர், இணை; to express agreement with, சம்மதம் தெரிவி; to connect in thought, feeling, memory, imagination, etc., எண்ணம், உணர்ச்சி, நினைவு, கற்பனை முதலியவற்றை இணைத்துச் சிந்தித்துச் செயல்படுத்து. • *War is always* **associated** *with death and pestilence.* • *Usually, students* **associate** *entertain-ment with holidays,* **associate***(v.i)*: to enter into union, ஒரு கூட்டாக இணைந்து செயல்படு; unite, ஒன்று சேர். **associate** *(adj)*: connected to, தொடர்பு கொண்டுள்ள; joined with, இணைந்த; joined as a companion with equal responsibility, ஒரு கூட்டாளியுடன் சேர்ந்து சமமாகச் செயல்பட்ட. • *He is an* **associate** *member of the party.* **as-so-ci-a-tion**/əˌsəusiˈeiʃn/*(n)*: əˌஸஉஸிˈயெய்ஷன் / an organization of people with a common purpose and also having rules and regulations, ஒரு நிறுவனம், பல உறுப்பினர்கள் சேர்ந்து, ஒரு பொதுவான குறிக் கோளுடன் செயல்படுதல்/ சங்கம். • *There is an* **association** *to help the aged and the poor.* the act of associating, ஒன்று சேர்ந்து செயல்படுதல். **associability***(n)*, **associable***(adj)*, **associateship***(n)*, **associator***(n)*, **associational***(adj)*

as-so-nance/ˈæsəunəns/*(n)*:ˈæஸஉனன்ஸ் / resemblance of sounds, ஒரேமாதிரியான ஒலிகள்; similarity in the sounds of words (especially of vowels), வார்த்தைகள் ஒரே மாதிரியாக ஒலிப்பது, முக்கியமாக உயிர் எழுத்து ஒலிப்புகள். (e.g.), [b<u>o</u>rn - w<u>a</u>rm, bl<u>u</u>nder - sl<u>u</u>mber].

as-sort/əˈsɔ:t/*(v.t)*:əˈஸɔ:ட் / to classify according to kind or class, இனம்பிரி; sort, வகைப்படுத்து. **assort***(v.i)*: to agree in sorts, வகைப்படுத்தி ஏற்றுக் கொள். • *The worker spent the whole day* **assorting** *the blocks for printing.* **assorted***(adj)*: consisting of selected sorts or arranged in sorts, கூறு பிரிக்கப்பட்டுள்ள, இன வாரியாக உள்ள; of different varieties, mixed, பல ரகங்களைச் சேர்ந்த; matched, பொருத்தமான. **assortment**: act of assorting, வகைப் பிரித்தலைச் செய்தல்; classification, வகைப் பிரித்தல். • *She has an odd* **assortment** *of silk sarees.*

as-suage/əˈsweidʒ/*(v.t)*:əˈஸ்உஎய்ஜ் / **assuaged, assuaging**: to make soft, துன்பத்தைத் தணி; to lessen the force or severity of, வேகம் (அ) கொடூரத்தைக் குறைத்துக் காட்டு; mitigate, மட்டுப்படுத்து; soothe, தணி; to appease, சமாதானப் படுத்து, அமைதிப்படுத்து. • *Sincere comforting words* **assuage** *one's grief.* **assuagement***(n)*: the act of assauging, குறைத்தல்; the act of soothing, தணித்தல், சாந்தப்படுத்தல்.

as-sume/əˈsju:m/*(v.t)*:əˈஸ்யூம் / **assumed, assuming**: to take for granted, நிரூபணம் இல்லாமல் ஏற்றுக் கொள்; suppose, ஊகம் செய். • *Do not* **assume** *that the venture will not succeed.* to take over the duties or responsibilities, கடமைகளையும், பொறுப்புகளையும் ஏற்றுக் கொள். • *He* **assumed** *charge of the chairman yesterday.* to pretend to have, இல்லாததை இருப்பதாகப் பாவனை செய்; feign, பாசாங்கு செய். **as-sumed**/əˈsju:md/*(adj)*: əˈஸ்யூம்ட்: / supposed, ஊகம் கொண்ட; feigned, பாசாங்கு செய்யும். **as-sump-tion**/əˈsʌmpʃn/*(n)*/əˈஸம்ப்ஷன் / the thing supposed to be true or to have happened, உண்மையென்று ஊகித்துக் கொள்ளுதல் (அ) நடந்ததாக நினைத்துக் கொள்ளுதல்; the act of taking for granted, நிரூபணம் இல்லாத ஒன்றை ஒப்புக் கொள்ளுதல்; arrogance, கர்வம். • *Dalton's* **assumptions** *regarding atomic structure are not true.* • *A judge does not rely on* **assumptions**. **assumable** *(adj)*, **assumably***(adv)*, **assumptive***(adj)*: arrogant, திமிரான.

as-sur-ance/əˈʃɔ:rəns/*(n)*:əˈஷுஅரன்ஸ் / a positive declaration to inspire confidence, நம்பிக்கையூட்டும் உறுதியான அறிக்கை; a firm statement that something is true, உண்மை என்று உறுதி கூறல்; contract to make good, நஷ்டத்தை ஈடுசெய்வதாக ஒப்பந்தம். • *The government has given* **assurance** *that the work will be completed soon.* **as-sure**/əˈʃɔ:*/*(v.t)*:əˈஷுஅ* / **assured, assuring**: to inform positively, உண்மையாகச் சொல்; to declare earnestly, நம்பும்படி உறுதி கூறு; state with confidence, நம்பிக்கையுடன் அறிவி. • *He* **assured** *that he would clear the arrears within a week.* to insure against loss, நஷ்டத்தை ஈடு செய்யக் காப்பீடு செய், இழப்புக்கு முன் காப்பீடு செய். • *The bank deposits are* **assured** *by the insurance companies.* **assured**/əˈʃɔ:d/*(adj)*: əˈஷுஅ:ட் / confident of one's own ability, ஒருவன் தன் திறமை மீது நம்பிக்கை கொண்டுள்ள; authoritative, அதிகார தோரணையுள்ள; (insurance) the beneficiary under a policy, ஆயுள் காப்பீட்டின் உதவி பெறுகின்ற; the person whose life or property is covered by a policy, ஆயுள் காப்புறுதியினால் பாதுகாப்பு அளிக்கப் பட்டிருக்கும் ஒருவர் (அ) ஒரு சொத்து (அ) ஒரு பொருள் பற்றிய. **assured***(n)*: a person whose life has been assured, ஆயுள் காப்புறுதி செய்திருக்கும் ஒருவர். • *On the death of the* **assured**, *his/ her nominee will receive a lumpsum.*

as-te-risk/ˈæstərisk/*(n)*:ˈஆஸ்ட்டரிஸ்க் / the symbol or figure of a star (*) used in writing and printing as a reference mark, ஒரு குறிப்பிற்காக, அச்சு (அ) கையெழுத்து ஏடுகளில் பயன்படும் நட்சத்திரக் குறி; a star - like mark used to draw attention to a footnote, அடிக்குறிப்பைக் கவனிப்பதற்காகப் பயன்படுத்தப்படும் ஒரு நட்சத்திரக் குறி.

as-te-rism/ˈæstərizəm/*(n)*:ˈஆஸ்ட்டரிஸ:ம் / a group of stars, constellation, விண்மீன் கூட்டம்.

as-tern/əˈstɜ:n/*(adv)*:əஸ்ˈட்ə:ன் / in or at the back part of a ship, behind, கப்பலின் பின் பகுதியில், பின்புறமாக.

as-te-roid/ˈæstərɔid/*(n)*:ˈஆஸ்ட்டரɔய்ட்: / any of the thousands of small bodies that revolve about the sun in orbits lying mostly between those of Mars and Jupiter, one of many small planets, செவ்வாய், வியாழன் ஆகிய இரு கோள்களுக்கு இடையே சூரியனைச் சுற்றி வரும் கோள்கள், பல சிறிய கோள்களுள் ஒன்று.

as-the-no-sphere/æsˈθenɔsfiə*/*(n)*: ஆஸ்ˈத்தனɔஸ்ஃபிə* / the upper layer of the earth's mantle below the lithosphere, பூமியின் கடினமான மேல்பகுதிக்குக் கீழுள்ள பகுதி.

asth-ma/ˈæsmə/*(n)*:ˈஆஸ்மə (ஆஸ்த்மə) / a chronic disorder of the respiratory system the symptoms being cough, troubled breathing and a feeling of suffocation, மூச்சுத்திணறல், இளைப்பு நோய், சுவாச உறுப்பில் கோளாறு, இருமல் முதலியவை இந்நோயின் அறிகுறிகள். **asthmatic***(adj)*, **asthmatically***(adv)*.

as-tig-ma-tis-m/əˈstigmətizəm/*(n)*: ஆஸ்ˈட்டிக்:மəட்டிஸ:ம் / a defect of the eye, விழிக்கோளாறு; the inability of the eye to see properly or clearly due to the malformation of lens of eye, ஒருதளப் பார்வை, சமமான பார்வை இல்லாமை, விழியாடி, சரியாக அமையாததால் ஏற்படும் பார்வைக் குறைவு. **astigmatic***(adj)*.

a-stir/əˈstɜ:*/*(adj)*:əˈஸ்ட்டə* / on the move, இயக்கமுடைய; stirring, இயங்கிக் கொண்டுள்ள; active, சுறுசுறுப்பாக உள்ள; up and about, எழுந்து நகர்கின்ற; awake and out of bed, படுக்கையிலிருந்து விழித்து எழுந்த; in a state of excitement, எழுச்சியுடைய. • *The garden was* **astir** *with small animals and birds in the morning.*

as-ton-ish/əˈstɔniʃ/*(v.t)*:əஸ்ˈட்டɔனிஷ் / to be filled with surprise and perhaps with some disbelief, ஆச்சரியப்படு (சற்று சந்தேகத் துடன்); amaze, வியப்புக் கொள். • *His sense of humour simply* **astonishes** *me.* • *I am* **astonished** *at the news of his promotion.* **astonishing***(adj)*: causing surprise, ஆச்சரியத்துடனான. • *It is rather an* **astonishing** *feat.* **astonishment** *(n)*: great surprise, ஆச்சரியம். • *To our* **astonishment,** *she arrived in time.* **astonishingly***(adv)*.

as-tound/əˈstaund/*(v.t)*:əஸ்ˈட்டஉன்ட்: / to fill with surprise and shock, ஆச்சரியப்பட வை, திகைக்க வை; surprise at something totally not expected, எதிர்பாராத ஒன்று

A

நடந்தது குறித்து ஆச்சரியப்படு, பேராச்சரியத்தால் மலைக்கச் செய். • *We were* **astounded** *by his success in the election,* **astounding***(adj)*: very surprising, திகைப்பூட்டக் கூடிய. **astoundingly***(adv)*.

as-tral/'æstrəl/*(adj)*:'ஆஸ்ட்ரல் / resembling stars, pertaining to stars, consisting of stars, proceeding from stars, நட்சத்திரங்களைப் பற்றிய, நட்சத்திரங்களைக் கொண்டுள்ள, நட்சத்திரங்களிலிருந்து வருகின்ற; star shaped, நட்சத்திரம் போன்ற உருவம் கொண்ட.

a-stray/ə'strei/*(adv)*:ஒஸ்'ட்ரெய் / out of the right way, தவறான வழியில், நெறி தவறிய; off the known path, அறிந்த நெறியை (அ) பாதையை விட்டு விலகி; off the correct road, சரியான பாதையை விட்டு விலகி; in the wrong direction, தவறான திசையில். • *One of the cows went* **astray** *and got lost.* • *The enchantments of modern life in a big city soon led her* **astray** *(into bad ways).*

a-stride/ə'straid/*(prep)*:ஒஸ்'ட்ரய்ட்: / with a leg on each side of, பக்கத்திற்கு ஒரு காலுடன் (சவாரி செய்யும் பொழுது உள்ள நிலை). • *She sat* **astride** *the horse.* **astride***(adv & adj)*: with legs apart, with legs on either side of something, ஒரு பக்கத்திற்கு ஒரு காலாக இரு புறத்திலும் (ஒன்றன் மீது) வைத்துக் கொண்டு, கால்களை அகற்றி வைத்துக் கொண்டு.

as-trin-gent/ə'strindʒənt/*(adj)*: ஒஸ்'ட்ரிஞ்ஜஒன்ட் / binding, strengthening, contracting, able to tighten up the skin, சுருங்கக்கூடிய, கட்டுப்படக்கூடிய, வலுவூட்டுகின்ற, இறுக்கக்கூடிய தன்மையுள்ள. **astringency***(n)*, **astringently***(adv)*.

astro/'æstrə/'ஆஸ்ட்ரஒஉ / concerning the stars, the planets or space, நட்சத்திரங்கள், கோள்கள், விண்வெளி பற்றிய.

astro-che-mis-try/'æstrəu'kemistri/*(n)*: 'ஆஸ்ட்ரஒஉ'கெமிஸ்ட்ரி / the study of molecules and ions occurring in stars and inter-stellar bodies, விண்மீன்களில் மற்றும் அவைகளுக்கிடையே உள்ளவற்றில் ஏற்படும் வேதியில் மாற்றங்களைப் பற்றிய ஆய்வு.

as-trol-o-gy/ə'strɔlədʒi/*(n)*:ஒஸ்'ட்ராலஒஜி / a science which aims to interpret the supposed influence of heavenly bodies on human affairs, சோதிடம், குறி கூறுவது. **astrologer***(n)*: one who practises astrology, சோதிடர். **astrological***(adj)*: pertaining to astrology, சோதிட இயலுக்குரிய. **astrologically***(adv)*: as per astrology, சோதிட இயலின்படி.

as-tro-naut/'æstrənɔ:t/*n)*:'ஆஸ்ட்ரஒனாட் / one who travels outside the earth's atmosphere, காற்று மண்டலத்திற்கு அப்பால் உள்ள வெளியில் பயணம் செய்பவர், விண்வெளிப் பயணி.

as-tron-o-my/ə'strɔnəmi/*(n)*:ஒஸ்'ட்ரானஒமி / the science dealing with the universe beyond the earth's atmosphere, வானியல், **astronomer***(n)*: one who practises astronomy, வானியல் நிபுணர், **astronomical***(adj)*: pertaining to astronomy, வானியலுக்குரிய; very huge, மிகப்பெரிய. **astrono-mically***(adv)*: as per astronomy, வானியலின்படி.

as-tro-phys-ics/ˌæstrəu'fiziks/*(n)*: 'ஆஸ்ட்ரஒஉ'ஃபிஸிக்ஸ் / the study of the physical components of the stars by means of spectroscope and other instruments, விண்மீன்களின் இயல்புகளை, நிறமானி மற்றும் இதர கருவிகளைக் கொண்டு ஆராய்ந்து அறியும் கல்வி, விண்மீன் இயல்.

as-tute/ə'stju:t/*(adj)*:ஒஸ்'ட்யூட் / clever, கூர்மையான அறிவுடைய; cunning, தந்திர புத்தியுள்ள; sagacious, அறிவும் அதைப் பயன்படுத்தும் மனத்தெளிவும் உள்ள; ingenious திறமையான. • *Indira Gandhi was an* **astute** *politician.*

a-sun-der/ə'sʌndə*/*(adj & adv)*: ஒ'ஸன்டஒ* / into separate parts, பாகங்களாக, பகுதி பகுதியாக; into pieces, துண்டு துண்டாக.

as-warm/æs'wa:m/*(adj)*:ஆஸ்'வாம் / full or crowded, நெரிசல் மிகுந்த, *This street is* **aswarm** *with vegetable vendors.*

as-wim/æs'wim/*(adj)*:ஆஸ்'விம் / swimming, நீந்திக்கொண்டு.

a-sy-lum/ə'sailəm/*(n)*:ஒ'ஸய்லஒம் / an institution for taking care of the blind, the insane, orphans, etc., அனாதைகள், பார்வையற்றவர், மூளைசரியில்லாதவர் முதலியவர்களைப் பராமரிக்கும் இல்லம்; a temporary refuge granted to political offenders especially in a foreign country or embassy, அரசியல் தஞ்சம் அளித்தல், அந்நிய நாட்டில் (அ) அந்நிய தூதுவரிடத்தில் தஞ்சம் புகுதல், தஞ்சம் அளித்தல்.

a-sym-met-ric/ˌeisi'metrik/*(adj)*:ˌஆஸி'மெட்ரிக் (எய்ஸி') / not identical on both sides of a central line, சம அமைப்பு இல்லாத, மத்தியக் கோட்டுக்கு இருபக்கமும் சமமில்லாத, சரிசமமில்லாத; having sides that are not alike, ஒரே மாதிரியான பக்கங்கள் இல்லாத.

a-symp-to-matic/ˌæsimp'tɔmetik/*(adj)*: ˌஆஸிம்ப்'டாமெட்டிக் / showing no symptoms, நோய் அறிகுறிகள் ஏதும் காட்டாத.

a-symp-tote/'æsimptəut/(*n*): 'ஆஸிம்ப்டஔட் / a straight line that is associated with a curve and tends to approximate it along an infinite branch, வளைவரையினை ஒத்த முடிவிலா நேர்கோடு

at/æt/(*prep*):ஆட் / denoting position in a place, time, ஒரு குறிப்பிட்ட இடம் (அ) நேரத்தில். • *You can meet him* **at** *his house.* • *He spoke* **at** *length.* presence or nearness, இருந்து (அ) அருகே. • *The coin is* **at** *the bottom of the vessel.* • *It will cost* **at** *least Rs. 10,000.* near to, அருகில் nearby, சமீபமாக. • *Do not look* **at** *me.* • *The car moved* **at** *great speed.* engaged on, செய்து கொண்டு. • *The horse set of* **at** *a gallop.* in the direction of, ஒரு குறிப்பிட்ட திசையில். • *He is* **at** *it then.* • *She is clever* **at** *arranging articles.* • *She is* **at** *home now. She was annoyed* **at** *her husband's stupidity.*

ata-vis-tic/,ætə'vistik/(*adj*):,ஆட்டə'விஸ்டிக் / characterized by reversion to something ancient or ancestral, பழைமையை நோக்கிச் செல்லுகிற அதனால் பாதிக்கப்பட்ட

ate/et:எட்/எய்ட் / past tense of **eat**.

a-the-ist/'eiθiist/(*n*):'எய்த்தீயிஸ்ட் / one who denies or doesn't believe in the existence of God, கடவுள் நம்பிக்கை இல்லாதவர், நாத்திகர். **a-the-is-m**/'eiθiizəm/(*n*): 'எய்த்தீயிஸ: əம் / the doctrine or belief that there is no God, கடவுள் இல்லையென்ற கொள்கை (அ) நம்பிக்கை, நாத்திகம். **atheistic**(*adj*).

ath-lete/'æθli:t/(*n*):'ஆத்லீட் / one trained to compete in contests involving physical feats or contests of strength, உடற்பயிற்சி வல்லுநர், விளையாட்டு வீரர். **athlete's foot**: a disease in which the skin cracks between the toes, சேற்றுப்புண். **ath-let-ic**/æθ'letik/(*adj*):ஆத்'லெட்டிக் / physically active and strong, சுறுசுறுப்பாக, உடல் வலிமை உள்ள. • *The man looks very* **athletic**. pertaining to athletes, விளையாட்டுத் தொடர்பான விளையாட்டுப் போட்டிகள் பற்றிய. **ath-let-ics**/æθ'letiks/ (*n*):ஆத்'லெட்டிக்ஸ் / athletic sports, உடற்பயிற்சிகள், விளையாட்டுப் போட்டிகள்.

a-the-naeum/,æθi'ni:əm/(*n*):,ஆத்தி'னீəம் / library, நூலகம்

at-home/ət'həum/(*n*):əட்'ஹəஉம் / a reception to visitors or guests at an appointed time, குறிப்பிட்ட நேரத்தில் விருந்தினர்களுக்குக் கொடுக்கப்படும் வரவேற்பு.

ath-wart/ə'θwɔ:t/(*adv*):ə'த்உɔ:ட் / crosswise, குறுக்காக; from side to side, ஒரு பக்கத்திலிருந்து, மறுபக்கத்திற்கு. **athwart**(*prep*): across, குறுக்கே.

atilt/'ætilt/(*adv*):'ஆட்டில்ட் / tilted and nearly falling, சாய்ந்த, சிறிது நேரத்தில் விழுந்து விடக்கூடிய

at-las/'ætləs/(*n*):'ஆட்லəஸ் / a book of maps, தேசப்படப் புத்தகம்; the first cervical vertebra which supports the head, மண்டையைத் தாங்கி நிற்கும் முதல் முள்ளெலும்பு, பிடரி (கழுத்து) எலும்பு; one who carries a heavy burden, பெருஞ்சுமையைச் சுமப்பவர். **Atlas Mountains**: mountains in North Africa, வடஆப்பிரிக்காவில் உள்ள மலைத்தொடர்.

at-mo-sphere/'ætmə,sfiə*/(*n*): 'ஆட்மəஸ்ஃபியə* / the gaseous envelope surrounding the earth or any planet, காற்று மண்டலம், ஒரு கோளைச் சூழ்ந்திருக்கும் மண்டலம்; the air in any place esp. if enclosed, ஒரு இடத்தில் உள்ள காற்று (அறையில் இருக்கும் காற்று); total effect produced by the surroundings, சுற்றுப் புறச் சூழல் ஏற்படுத்தும் முழு விளைவுகள். **at-mo-spher-ic**/,ætməs'ferik/(*adj*): ,ஆட்மəஸ்'ஃபəரிக் / pertaining to atmosphere, காற்று மண்டலம் (அ) சூழல் பற்றிய. **at-mo-spher-ics**/,ætməs'feriks/ (*n*, *pl*):,ஆட்மəஸ்'ஃபəரிக்ஸ் / a continuous light cracking noise in a radio caused by electrical forces in the atmosphere, மின்னாற்றலின் தூண்டுதலால் காற்றில் ஏற்படும் மாற்றங்கள், வானொலியின் 'கர கர' ஒலிக்குக் காரணமானவை. **atmos-pherical**(*adj*).

at-oll/'ætɔl/(*n*):'ஆட்டɔல் (ə'ட்) / a ring shaped coral reef surrounding a lagoon, நீர்த் தேக்கம் சூழ்ந்த வட்டவடிவமான பவழப்பாறைத் தீவு.

at-om/'ætəm/(*n*):'ஆட்டəம் / the smallest component of an element having all the properties of the element, அணு, ஒரு தனிமத்தின் எல்லாப் பண்புகளும் உடைய மிகச் சிறிய பகுதி. e.g. Hydrogen **atom,** Nitrogen **atom**. a very small thing, மிகச் சிறிய பொருள். **atom-bomb**: a bomb that uses the explosive power of nuclear energy, அணுகுண்டு, அணுசக்தியைக் கொண்டு அணுவைப் பிளப்பதால் ஏற்படும் பெரும் சக்தி. **atomic**(*adj*): pertaining to atoms, அணு பற்றிய. **atomically**(*adv*).

a-to-mi-city/'ætɔmisiti/(*n*):'ஆட்டɔமிஸிட்டி / the number of atoms in the molecules of an element, ஒரு மூலப் பொருளில் உள்ள அணுக்கள்.

ato-mic clock/ə'tɔmikklɔk/ (*n*):ə'டɔமிக்க்லɔக் / a very precise clock

A

regulated by the vibration of atoms or molecules, மிகத்துல்லிய அளவைக் காட்டும் அணுக் கடிகாரம்.

ato-mic energy/ə'tɔmik'enədʒi/*(n)*: ə'டாமிக்'எனஜி / energy that can be liberated by changes in the nucleus of an atom (by fusion or fission), அணுச்சேர்க்கை அல்லது அணுப் பிளவினால் பெறப்படும் அணுசக்தி.

a-to-mize/'ætəumaiz/*(v)*:'ஈட்டஉமெய்ஸ் / convent a particle into very fine parts, மிக நுண்ணியதாக மாற்று. **atomization***(n)*.

a-to-mizer/'ætəumaizə*/*(n)*: 'ஈட்டஉமெய்ஸ:ə* / a device for emitting water or perfume as a fine spray, தண்ணீர் (அ) வாசனைத் திரவியத்தைத் தெளிக்கப் பயன்படும் கருவி

a-to-my/ə'tɔmi/*(n)*:ə'டாமி / a skeleton, எலும்புக்கூடு.

a-tone/ə'təun/*(v)*:ə'ட்டஉன் / **atoned, atoning**: to make amends or reparation as for an offence or a crime, ஒரு தவறு செய்தமைக்கு (அ) குற்றம் இழைத்ததற்குப் பரிகாரம் செய் (அ) ஈட்டுத் தொகை கொடு, சமாதானப்படுத்து. **a-tone-ment**/ə'təunmənt/*(n)*:ə'ட்டஉன்மன்ட் / amends, மன்னிப்பு, பரிகாரம்; reparation or satisfaction for a wrong or injury, செய்த தவறுக்குச் சாந்தப்படுத்துதல், மன்னிப்புக் கேட்டல் (அ) ஈட்டுத் தொகை கொடுத்தல்.

at-o-ny/'ætəni/*(n)*:'ஈட்டஉனி / lack of energy, வலுவின்மை.

a-top/ə'tɔp/*(adv & prep)*:ə'ட்டாப் / on top, at the top, உச்சியில்.

a-trium/'eitriəm/*(adj)*:'எய்ட்ரிஅம் / an - open - roofed entrance hall or central court in ancient Rome, தர்பார் மண்டபம்

a-tro-cious/ə'trəuʃəs/*(adj)*:ə'ட்ரஉஷஸ் / extremely cruel, very wicked, மிகக் கொடிய, குரூரமான, **a-troc-i-ty**/ə'trɔsəti/*(n)*:ə'ட்ராஸிட்டி / quality or state of being atrocious, தீயசெயல், கொடுமை, அக்கிரமம். **atrociousness***(n)*.

at-ro-phy/'ætrəfi/*n)*:'ஈட்ரஃபி / wasting away of the body or of an organ or part because of defective nutrition or other cause, degeneration, நலிதல், படிப்படியாக நலிந்து சத்துணவு இல்லாததால் (அ) வேறு காரணங்களால் உடல் உறுப்பு அழிதல் **atrophy***(v.t-v.i)*: to waste away, வீணாக்கி விடு, வீணாகு; to weaken and lose flesh and muscle for want of blood or lack of use. இரத்தக் குறைவினால் தசைகளும் தோலும் மெலிந்து சோர்ந்து பலவீனமடைதல்.

at-tach/ə'tætʃ/*(v.t)*:ə'ட்டஈச் / to fasten or affix, ஒட்டு, சேர், ஒட்டிக் கொள். • *Please,* **attach** *your photo.* to join in action or function, செயலிலோ (அ) செயல்பாட்டிலோ இணைந்து இரு. • *The instructor is* **attached** *to the naval college.* • *She* **attaches** *great importance to yoga exercises.* to take by legal authority, சட்டப்படி எடுத்துக் கொள்; to seize (goods or a person) because of an unpaid debt, கடனுக்காகப் பொருளைப் பறிமுதல் செய், ஒரு நபரை சட்டப்படி பிடித்து வை. • *His property has been* **attached** *by a court of law for the debts.* to bind by affection, அன்பினால் பிணைத்துக் கொள். • *He is very much* **attached** *to his children.* **attached***(adj)*: *All bedrooms in the ground floor have* **attached** *bathrooms.* **attachable***(adj)*.

at-tach-e/ə'tæʃei/*(n)*:ə'ட்டஈஷெய் / a diplomatic official attached to an embassy or legation especially in a technical capacity, தூதரகத்தில் செயல்படும் ஓர் அலுவலர், குறிப்பாக, தொழில் நுட்பத்துறையில் வல்லுநராக இருப்பவர்.

at-tach-ment/ə'tætʃmənt/*(n)*: ə'ட்டஈச்மன்ட் / the act of attaching, பிணைத்தலின் செயல். feeling that binds one to another, devotion, love, உணர்வு, ஈடுபாடு, அன்பு இவற்றில் ஒருவருக்குக் கட்டுப்படுதல். • *His* **attachment** *to his party leader is rather strong.* an additional device, அதிகப்படியான கருவி. • *We have a new cleaner with an* **attachment** *for dusting books.* seizure of a person or goods to clear one's debts, சொத்தைப் பறிமுதல் செய்தல் (அ) நபரைக் கைது செய்தல். • *Property can be* **attached** *but not a person for the debts.* **attachment parenting***(n)*: an approach to raising infants that aims to promote a close relationship between parents and the infant, குழந்தைக்கும் பெற்றோர்களுக்கும் ஒரு நெருக்கமான உறவு வளரும்படி ஒவ்வொரு காரியத்தையும் செய்தல்.

at-tack/ə'tæk/*(v.t)*:ə'ட்டஈக் / to set upon forcefully, தாக்குதல் செய். • *The enemy did not* **attack** *us, but our own friends* **attacked** *us.* to blame or abuse bitterly, குற்றம் சாட்டு (அ) அளவுக்கு மீறித் திட்டு. • *The opposition leader* **attacked** *the government's financial policy.* to criticise, to set to work on vigorously, குறைகாண், தீவிரமாக வேலை செய். • *The author criticised severely and* **attacked** *the sati system.* **attack***(v.i)*: to make an attack,

தாக்குதல் செய். **attack**(*n*): the act of attacking, தாக்குதல்; writings, criticisms, etc., intended to hurt or damage, எழுத்துக்கள், குறைகாணல் மூலம், வேண்டுமென்றே மனத்தாங்கல் உண்டாக்குதல்; a forceful move in performance or contest, ஒரு வேலை (அ) போட்டியில் முழு மூச்சுடன் ஈடுபடல்; a sudden and severe period of illness, திடீரென்று தாக்கும் நோய் நீடிக்கும் காலவரை. • *The Government is making no attempt to* **attack** *unemployment.* **attacker**(*n*).

at-tain/ə'tein/(*v.t*):ə'ட்டெய்ன் / to reach, அடை; to accomplish, சீரிய முறையில் முடித்துக் காட்டு; to gain especially after very long effort, நீண்ட முயற்சிக்குப் பின் பலனைப் பெறு. • *At last, she* **attained** *the rank of Commissioner.* **attain**(*v.i*), **[attain to]**: to succeed in reaching something important, முக்கிய ஒன்றை அடைவதில் வெற்றி பெறு; **at-tain-ment**/ ə'teinmənt/(*n*):ə'ட்டெய்ன்மஅன்ட் / achievement, சாதனை, குறிக்கோளை எய்தல்; personal acquirement, சுயமாக சம்பாதித்தல். **attainability**(*n*), **attainable**(*adj*)

at-taint/ə'teint/(*v*):ə'ட்டெய்ன்ட் / affect or infect with disease or corrupt, நோய் வாய்ப்படு.

at-tar/'ætə*/(*n*):'ஆத்தஅ* / essense of roses, ரோஜா இதழ்களிலிருந்து எடுக்கப்படும் திரவம்.

at-tempt/ə'tempt/(*v.t*):ə'ட்டெம்ப்ட் / to make an effort at, செயலில் ஈடுபடு; try, முயற்சி செய்; to do something, ஏதாவது ஒன்றைச் செய். • *The patient* **attempted** *to walk.* **attempt**(*n*): an effort to do or accomplish something, ஒன்றைச் செய்ய எடுக்கப்படும் முயற்சி; endeavour, வினையாற்றும் பெருமுயற்சி. *I was her maiden* **attempt**. *The soldier made an unsuccessful* **attempt** *on the president.*

at-tend/ə'tend/(*v.t*):ə'ட்டென்ட்: / to be present at, இடத்திரு; to go, போ. • *I want to* **attend** *a lecture.* to go with, உடனிரு; accompany, உடன் செல். • *There is a boy to* **attend** *on the sick man.* to wait upon, கவனி, பணிவிடை செய், தொண்டு செய்; to listen to, கவனி. • *I am* **attending** *to it.* **attend** (*v.i*): to take care or charge, கவனம் எடுத்துச் செய், பொறுப்பு ஏற்றுக் கொள். **attend to:** to deal with. *I have an urgent business to* **attend** *to.* **attender**(*n*).

at-tend-ance/ə'tendəns/(*n*):ə'ட்டென்டஅன்ஸ் / act of attending, வந்திருத்தல்; the number of people present, வந்துள்ளவர் களின் எண்ணிக்கை. • **Attendance** *at school is very poor.* • *There is a doctor in* **attendance** *on the minister.*

at-tend-ant/ə'tendənt/(*n*):ə'ட்டென்டஅன்ட் / a person who attends another as for service or company, பணிபுரிபவர். **attendant** (*adj*): being present or in attendance, உடன் இருக்கின்ற; consequent, பலனாக (அ) விளைவாக ஏற்படுகிற; on duty to help and look after, உதவி செய்வதற்கும், கவனிப்பதற்கும் தயார் நிலையிலுள்ள. • *The political uncertainty with its* **attendant** *problem is rather serious.* **attendee**(*n*): one who attends a meeting or conference, மாநாடு (அ) கூட்டத்தில் கலந்து கொள்பவர்.

at-ten-tion/ə'tenʃn/(*n*):ə'ட்டென்ஷஅன் / careful observation, கவனத்துடன் பார்த்தல், கண்காணித்தல்; attending to something very carefully, வெகு கவனமாக ஒன்றைச் செய்தல்; full thought and consideration, முழு எண்ணமும், ஆழ்ந்த கருத்தும் கொண்டிருத்தல்; watching, கவனித்தல். • *She felt embarrassed by his unwanted* **attentions** *on her.* particular care, பொறுப்பான கவனம்; act of civility, மரியாதையும், பண்பும் உள்ள நடத்தை; command issued as in a military sense, இராணுவத்தில் தயார் நிலையில் நிறுத்த இடும் உத்தரவு; to ensure readiness to act, தயார் நிலையில் உள்ளது என்பதை நிச்சயப்படுத்திக் கொள்ளல்; respect or love shown to a woman by a man, ஒரு பெண்மணியிடம் ஓர் ஆண் காட்டும் மரியாதை (அ) அன்பு. • *Pay a little* **attention** *to your handwriting.* • *Individual* **attention** *is given to all students.* **attention**(*int*): military order to come to attention, செயல் நிலை (அ) தயார் நிலைக்கு வர இடப்படும் இராணுவ உத்தரவு. **at-tent-ive**/ə'tentiv/(*adj*): ə'ட்டென்ட்டிவ் / listening carefully, கவனமாகக் கேட்டுக்கொண்டிருக்கும்; helpful and polite, மரியாதையும், உதவி செய்யும் தன்மையும் உள்ள. • *The man is very* **attentive** *to old people.* **attentional** (*adj*).

at-ten-u-ate/ə'tenjueit/(*v.t*):ə'டென்யுஎய்ட் / **attenuated, attenuating**: to make thin, மெல்லியதாக்கு; make fine, நேர்த்தியாகச் செய். **attenuation**(*n*).

at-test/ə'test/(*v.t*):ə'ட்டெஸ்ட் / declare to be correct, true or genuine, உண்மையென்று உறுதி கூறு; to give proof of, நிரூபணம் கொடு. **attest**(*v.i*): to bear witness,

சாட்சியம் சொல்; testify, உறுதி கூறு. • *Please* **attest** *the true copies of the certificate.* **attestation***(n)*: the act of attesting, உறுதி கூறும் செயல்; a statement to be declared as true and correct, ஒரு வாக்குமூலம் (அ) சான்றிதழ் இவற்றைச் சரியென்றும், உண்மையென்றும், சான்று பகர்தல்.

at-tic/'ætik/*(adj)*:ஆட்டிக் / that part of a building, especially of a house, under a roof, மேல் மாடியில் உள்ள ஒரு சிறு அறை; a garret, உப்பரிகை.

at-tire/ə'taiə*/*(v)*:ə'ட்டயə* / **attired, attiring**: to dress finely, மிடுக்காக உடுத்து; to adorn, ஒப்பனை செய். • *She is* **attired** *in her advocate robes.* **attire***(n)*: clothes or apparel especially rich, விலையுயர்ந்த ஆடைகள். **attired***(adj)*: dressed, அழகு செய்யப்பட்டுள்ள.

at-ti-tude/'ætitju:d/*(n)*:'ஆட்டிட்யூட்: / mental or moral disposition, மனப்பாங்கு, மனோ நிலை. • *She shows a positive* **attitude** *to her work.* position or posture of the body appropriate to or expressive of an action, உள்ள நிலைக்கு ஏற்றபடி, உடல் நிலையின் வெளித்தோற்றம், உடல் நிலை, செயல் வேகத்தைத் தெளிவு படுத்துதல், நடித்தல். • *The photographer has caught him in the* **attitude** *of prayer.* **attitudinal***(adj)*.

at-torn/ə'tɜ:n/*(n, sing)*:ə'ட்டə:ன் / formally acknowledge the receipt of something, அதிகாரப் பூர்வமாக ஒன்றைப் பெற்றுக் கொண்டதற்கு அத்தாட்சி கொடு.

at-tor-ney/ə'tɜ:ni/*(n, sing)*:ə'ட்டə:னி / **attor-neys***(n, pl)*: a lawyer, சட்ட நிபுணர்; agent, பிரதிநிதி; document authorising one to represent, அதிகாரப்பத்திரம். **attorney general**/ə'tɜ:ni'dʒenərəl/*(n)*: ə'ட்டə:னி' ஜெனəரəல் / தலைமை சட்ட ஆலோசகர்.

at-tract/ə'trækt/*(v.t)*:ə'ட்ரஆக்ட் / to draw toward, தன்வசம் இழு; to cause to approach, அணுகும்படி செய். • *Babies are* **attracted** *to bright colours.* to allure, கவர்ச்சி செய்து தன்வயப்படுத்து; to entice, ஏமாற்றிச் சிக்கவை, மயக்கித் தன்வயப்படுத்திக் கொள்; to pull towards oneself, தன் அருகே இழுத்துக் கொள். • *The earth* **attracts** *everything towards it.* to excite the admiration, interest or feelings, புகழ்ச்சி, ஆர்வம், உணர்ச்சி ஆகியவற்றைத் தூண்டச் செய். • *A magnet is capable of* **attracting** *iron particles towards it.* • *A man of action* **attracts** *all men around him.* **at-trac-tion**/ə'trækʃn/*(n)*:ə'ட்ரஆக்ஷən / that which attracts, தன்வயப்படுத்தும் ஒன்று; the action or power of attraction, கவர்ச்சியூட்டும் செயல், கவர்ச்சி ஊட்டும் சக்தி. • *The fun of going to the moon is no* **attraction** *to me.* the affinity that is existing between one chemical body and another, ஒரு இரசாயனப் பொருளுக்கும் மற்றொன்றிற்கும் உள்ள பிணைப்பு சக்தி. **at-trac-tive**/ə'træktiv/*(adj)*:ə'ட்ரஆக்ட்டிவ் / appealing to one's sense of beauty, அழகினால் உணர்ச்சியைத் தூண்டக்கூடிய; alluring, கவர்ச்சியான; arousing interest, ஆவலை எழுப்பக்கூடிய. • *Cine stars are* **attractive**. **attractor***(n)*, **attractant***(n)*: a substance that attracts, கவரக்கூடிய ஒரு பொருள். **attractively***(adv)*, **attractiveness***(n)*.

at-tri-bute/ə'tribju:t/*(v.t)*:ə'ட்ரிப்:யூட் / **attributed, attributing**: to believe that something is the result or the work of, காரணம் கற்பி, நடந்து முடிந்த செயல், ஏதோ ஒன்றின் விளைவு என்று நம்பச் செய்/நம்பு. • *She* **attributes** *her success to hard work and a bit of luck.* to regard as resulting from, இது அதன் முடிவு எனக் கருது, சாட்டு. **attribute***(n)*: something attributed as belonging, உரிமை கொண்டாடும் செயல். • *One of the* **attributes** *of Shakespeare's play is their undying appeal.* a characteristic or property, ஒரு பண்பு (அ) தன்மை (அ) குணம்; special quality, தனிப்பட்ட பண்பு. • *Sensibility is one of her* **attributes**. qualifying word, உரிச்சொல், அடைமொழி.

at-trib-u-tive/ə'tribjutiv/*(adj)*: ə'ட்ரிப்:யூட்டிவ் / expressing an attribute, அடைமொழியாக உள்ள; [in grammar] coming before the noun it qualifies, பெயர்ச்சொல்லுக்கு முன் வருகிற தன்மை உள்ள. **attributively***(adv)*: as an attribute, அடைமொழியாக. **attribution** *(n)*: act of assigning, function or authority assigned, காரணம் காட்டல், ஒருவருக்குக் கொடுக்கப்படும் அதிகாரம் (அ) வேலை.

at-tri-tion/ə'triʃn/*(n)*:ஆ'ட்ரிஷən (ə'ட்) / a wearing down or weakening of resistance especially as a result of continuous pressure or worry or harassment, எதிர்ப்பு குறைந்து தேய்வு அதிகரித்து, வலிமை குறைதல், மனத்தெளிவு இல்லாமையாலும், கவலையாலும் ஏற்படுகிற தொய்வு; wearing down by rubbing. **at-trite**/ə'trite/*(v)*: ə'ட்ரய்ட் / **attrited, attriting**: to make smaller by attrition, தேய்வினால் குறைவு அதிகம் எற்படும்படி செய். **attrite***(adj)*: worn by rubbing, உராய்தலினால்

தேய்வடையும் தன்மை உள்ள. **attritional** *(adj)*.

at-tune/ə'tju:n/*(v.t)*:ə'ட்யூன் / **attuned, attuning**: to adjust, சரி செய்து கொள்; to bring into accord, சமாதானமாக, (அ) இசைவாக இருக்கச் செய், பொருத்தமாக, இணக்கமாகச் சரி செய்; to put in tune, சுருதி சேர், இணக்கமாக இரு. • *She is not really* **attuned** *to his way of thinking yet.* **attunement***(n)*.

a-typ-i-cal/ˌei'tipikl/*(adj)*:ˌஎய்'ட்டிப்பிக்கல் / not typical, மாதிரியாக இல்லாத; not conforming to the type, நியமப்படி இல்லாமல் உள்ள.

au-burn/'ɔ:bən/*(n)*:'ɔ:ப:ən் / a reddish brown or golden brown colour, சிவப்பு கபில நிறம் (அ) தங்கக் கபில நிறம். **auburn***(adj)*: having auburn colour. சிவப்பும் பழுப்பும் கலந்த, தங்க நிறமுள்ள.

auc-tion/'ɔ:kʃn/*(n)*:'ɔ:க்ஷən் / a public sale at which property or articles are sold to the highest bidder, ஏலம், பொது ஏலத்தில் அதிக விலை கூறுபவருக்கு விற்றல். **auction***(v.t)*: to sell by auction, ஏலத்தில் விற்பனை செய். • *The court has ordered to* **auction** *his house for payment of debt.* • *The house has been put up for* **auction**. **auc-tion-eer**/ˌɔ:kʃə'niə*/*(n)*:ˌɔ:க்ஷə'னியə* / one who conducts sales by auction, ஏலம் விடுபவர்.

auc-torial/'ɔ:ktɔ:riəl/*(adj)*:'ɔக்டɔ:ரியəல் / of or relating to an author, நூலாசிரியருக்குரிய (அ) தொடர்பான.

au-da-cious/ɔ:'deiʃəs/*(adj)*:ɔ:'டெய்ஷəஸ் / very bold, daring, மிக்க தைரியமுள்ள, துணிச்சலுள்ள; daring but not in proper direction, அசட்டுத் துணிச்சல் உள்ள. • *The student's behaviour was* **audacious**. **au-dac-i-ty**/ɔ:'dæsəti/*(n, sing)*,ɔ:'டæஸிட்டி / **audacities***(n, pl)*: daring especially with no regard for conventions or personal safety, மரபுக்கு ஒவ்வாத, தற்காப்பைக் கூடக் கருதாத அசட்டுத் துணிச்சல். • *The* **audacity** *of the accused shocked the magistrate.*

au-dial/'ɔ:diəl/*(adj)*:'ɔ:டிəல் / relating to sense of hearing, கேட்கும் புலன் தொடர்பான.

au-di-ble/'ɔ:dəbl/*(adj)*:'ɔ:டிப்ல் / capable of being heard, actually heard, கேட்கக் கூடிய அளவு ஒலியுள்ள, காதால் கேட்கக் கூடிய; **audibly***(adv)*: that can be heard, கேட்கும் தன்மையுள்ள. **audibility***(n)*, **audibleness***(n)*.

au-di-ence/'ɔ:djəns/*(n)*:'ɔ:டியən்ஸ் / an assembly of hearers or spectators, கேட்போர், பார்ப்போர் கூட்டம். • *The* **audience** *heard his speech with rapt attention.* the persons reached by a speech or radio broadcast, etc., வானொலி, புத்தகம் முதலியவை மூலம் தொடர்பு கொள்ளப்படுபவர்கள். • *Millions were the* **audience** *of royal wedding telecast.* a formal interview with a king or a high official or a religious head, ஓர் அரசன் (அ) உயர் அதிகாரி (அ) மதத்தலைவர் அளிக்கும் முறையான பேட்டி. • *The Prime Minister granted an* **audience** *to the old woman.*

au-dio/'ɔ:diəu/*(adj)*:'ɔ:டியəஉ / connected with broadcasting or receiving of radio signals of sound, ரேடியோ அலைகளை ஒலி பரப்புவது பற்றிய.

au-dio-logy/'ɔ:di'ɔjlədʒi/*(n)*:'ɔ:டி:'ɔயலəஜி / the branch of science and medicine concerned with sense of hearing, கேட்புலன் தொடர்பான அறிவியல்.

au-dio-metry/'ɔ:di'ɔmitri/*(n)*:'ɔ:டி:'ɔமிட்ரி / measurement of the range and sensitivity of a person's hearing, கேட்புலனை அளக்கும் அளவை.

au-di-o-vis-u-al/ˌɔ:diəu'viʒuəl/*(adj)*: 'ɔ:டி:əஉ'விஜ:ூəல் / pertaining to both hearing and sight, ஒளி மற்றும் ஒலி பற்றிய.

au-dit/'ɔ:dit/*(n)*:'ɔ:டி:ட் / an official examination or verification of accounts and records especially financial accounts, வரவு, செலவு தணிக்கை; a financial statement of account, நிதி நிலை அறிக்கை, தணிக்கை அறிக்கை. **audit***(v.t)*: to make an audit of, தணிக்கை செய், வரவு, செலவு கணக்குகளைப் பரிசீலனை செய்; to make an official examination of the accounts of an institution, ஒரு நிறுவனத்தின் வரவு செலவினங்களை அதிகாரபூர்வமாகத் தணிக்கை செய்தல்.

au-di-tion/ɔ:'diʃn/*(n)*:ɔ:'டி:ஷən் / act of hearing, கேட்டல்; a trial hearing given to a musician, actor, artiste, speaker, etc., to test voice, qualities, performance etc., பாடகர், நடிகர், கலைஞர் முதலியவர்களின் திறமை, குரல் தன்மை முதலியவற்றைக் கண்டறியும் சோதனை.

au-di-tor/'ɔ:ditə*/*(n)*:'ɔ:டி:ட்டə* / a hearer, listener, one who audits the accounts of institutions and verifies the balance sheets and income items and gives the result, கேட்பவர், உன்னிப்பாகக் கவனிப்பவர், ஒரு நிறுவனத்தின் வரவு, செலவுகளைத் தணிக்கை செய்பவர்; an examiner of accounts, கணக்கு ஆய்வாளர். **auditress**: woman auditor, பெண் தணிக்கையாளர்.

A

auditorship(*n*): work of the auditor, தணிக்கையாளர் வேலை. **auditorial**(*adj*).

au-di-to-ri-um/ˌɔ:di'tɔ:riəm/(*n, sing*): ˌɔ:டி:'ட்டɔ:ரியəம் / **auditoriums, auditoria** (*n, pl*): the space set apart for the audience in theatre or public buildings where people sit and watch the performance, மண்டபம், மன்றம், சபைக் கூட்டம், மக்கள் அமர்ந்து, அரங்கக் காட்சிகளைப் பார்த்து ரசிக்கும் இடம்.

au-di-to-ry/'ɔ:ditəri/(*adj*):'ɔ:டி:ட்டəரி / pertaining to hearing, to the sense of hearing and to the organs of hearing, கேட்டல், செவி உணர்வு, கேட்கும் உறுப்புகள் தொடர்பான.

au-fait/ˌəu'fei/(*French*) (*adj*):ˌəஉ'ஃபெய் / expert, well-versed, informed, familiar, வல்லுநர், நன்கு தெரிந்த, வல்லமை பெற்ற. • *Being fresh from college, he is not yet* **aufait** *with office manners.*

au-ger/'ɔ:gə*/(*n*):'ɔ:கːə* / a tool for boring holes in wood or soil, துரப்பணம், தமரூசி, துளை போடும் கருவி.

aught/ɔ:t/(*n*):ɔ:ட் / [also **ought**]: (old use) anything, ஏதேனும் கொஞ்சம்; any part, சிறிதளவு. • *He may not be there for* **aught** *I know.*

aug-ment/ɔ:g'ment/(*v.t*):ɔ:க்:மெண்ட் / to make larger, பெரிதாகச் செய்; increase, அதிகப்படுத்து. • *She* **augments** *her income by doing a part-time job in the evening.* **augmentation**(*n*): act of augmenting, சேர்த்தல். **augmentative** (*adj*): serving to augment, அதிகப் படுத்தும்படியான; having the power to increase, பெருக்கும் திறனுள்ள. **augmented**(*adj*).

au-gur/'ɔ:gə*/(*n*):'ɔ:கːə* / to read future from certain signs, சில குறிகளினின்று எதிர்காலத்தைக் கணித்தல்; presage, வரப்போவதை முன் அறிந்து சொல். • *The quality of your work* **augurs** *well for your success in the examination.* **augury**(*n, sing*), **auguries**(*n, pl*): the art of foretelling, சகுனம், குறி, எதிர்காலத்தை உணர்ந்து சொல்லல்.

au-gust/ɔ:'gʌst/(*adj*):ɔ:'கːஸ்ட் / inspiring awe and respect, மரியாதையும், அச்சத்தையும் தூண்டுகின்ற; majestic, கம்பீரமான; sublime, உயர்ந்த கருத்துடைய, மாண்பும், மரியாதையும் உள்ள. • *The Harishchandra drama they staged yesterday was an* **august** *performance.*

August/'ɔ:gəst(*n*):'ɔ:கːəஸ்ட் / the eighth month of the English calendar containing 31 days, ஆங்கில ஆண்டில் **31** நாள்கள் கொண்ட எட்டாவது மாதம்.

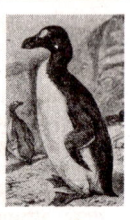

auk/ɔ:k/(*n*):ɔ:க் / a short-winged web-footed diving bird, குட்டையான இறகு களையுடைய ஒரு கடல் பறவை.

aunt/a:nt/(*n*):ஆன்ட் / the sister of one's father or mother, தந்தை (அ) தாயின் உடன்பிறந்த பெண்மணி; the wife of one's uncle, மாமன் (அ) தந்தையின் உடன் பிறந்தவரின் மனைவி; a benevolent elderly woman, உதவி செய்யும் நல்ல பெண்மணி [அத்தை, பெரியம்மா, சித்தி, சிற்றன்னை, மாமன் மனைவி (மாமி)], also **aunty, auntie**.

au-ra/'ɔ:rə/(*n, sing*):'ɔ:ரə / **auras, aurae**(*n, pl*): an assumed subtle emanation proceeding from somebody great or something holy, ஒளி வட்டம்; odour, நறுமணம்.

au-ral/'ɔ:rəl/(*adj*):'ɔ:ரəல் / relating to ear or the sense of hearing, காது (அ) செவிப்புலன் சம்பந்தமான.

au-re-o-la/ɔ:'riəulə/(*n*):ɔ:'ரியəஉலə / (aureole) a radiance surrounding the head or the whole figure in the representation of a sacred personage, ஒளிவட்டம், ஒளி மயமானது; a halo, பரிவட்டம், ஒளிவட்டம்.

au-ri-cle/'ɔ:rikl/(*n*):'ɔ:ரிக்ல் / the external ear, காது மடல்; each of the two upper cavities of the heart, இதயத்தில் இரத்தம் சேரும் இரண்டு அறைகளில் ஒன்று. **au-ric-u-lar**/ɔ:'rikjulə*/(*adj*):ɔ:'ரிக்யுலə* / pertaining to the sense of hearing, கேட்கும் உணர்வுத் தொடர்பான. **au-rist**/'ɔ:rist/(*n*): 'ɔ:ரிஸ்ட் / a physician specializing in the treatment of ear diseases, காது நோய்களுக்கு மருத்துவம் செய்யும் நிபுணர்; otologist, காது சிகிச்சை நிபுணர்.

au-ro-ra/ɔ:'rɔ:rə/(*n*):ɔ:'ரɔ:ரə / the Roman Goddess of the dawn, வைகறைப் பொழுதின் ரோமானிய தெய்வம்; twilight, அந்தி நேர ஒளி; the dawn, விடியற்காலை; bright appearance in the dark sky, விண்ணொளி; bands or arches of coloured light in the night sky seen either in the most northern parts of the world (aurora borealis or northern lights) or in the most southern parts (aurora australis or southern lights), வட துருவத்தில் நீண்ட இரவுப் பொழுதில் ஒளிரும் விண்ணொளி, தென் துருவத்தில் நீண்ட இரவுப் பொழுதில் ஒளிரும் விண்ணொளி.

aus-cul-ta-tion/ˌɔ:skəl'teiʃn/*(n)*: ˌɔ:ஸ்கஅல்'டெய்ஷன் / the action of listening, கேட்டல்.

aus-pice/'ɔ:spis/*(n, sing)*:'ɔ:ஸ்ப்பிஸ் / **auspices***(n, pl)*, usually **auspices**: patronage, சலுகையும் ஆதரவும்; sponsorship, ஆதரவு. • *He set up a business under the* **auspices** *of a government aid scheme.* **auspice***(n)*: good omen, pertaining to good things, நற்சகுனம், நன்னிமித்தம். **aus-pi-cious**/ɔ:'spiʃəs/*(adj)*: ɔ:ஸ்'ப்பிஷஅஸ் / promising success, வெற்றி வாய்ப்பு உள்ள; favourable, அனுகூலமாக உள்ள; propitious, மங்களகரமாக உள்ள, சுபமாக உள்ள. • *I am pleased that you have made such an* **auspicious** *start to the new term.* **auspiciously***(adv)*.

aus-tere/ɔ'stiə*/*(adj)*:ɔஸ்'ட்டியஅ* / simple, without luxury, எளிய, ஆடம்பரமில்லாத; severe, கடினமான self-disciplined and strictly moral, கட்டு திட்டங்களுடன் நெறி தவறாத; grave, solemn, சிந்தனையுள்ள, அமைதியாக உள்ள. • *One can be healthy if one leads an* **austere** *life.* **aus-ter-i-ty**/ɔ'sterəti/*(n, sing)*ɔஸ்'ட்டெரிட்டி / **austerities***(n, pl)*: austere quality, severity in life, manner, etc., கண்டிப்பு, எளிமை, ஆடம்பரமில்லாது இருத்தல். • *Government announces* **austerity** *measures but it doesn't follow them.* **austerely***(adv)*, **austereness***(n)*.

Aus-tra-li-an/ɔ'streiljən/*(n, & adj)*: ɔஸ்'ட்ரெய்லியஅன் / of Australia, pertaining to Australia, a person of Australia, ஆஸ்திரேலியா பற்றிய, ஆஸ்திரேலியக் குடிமகன்.

au-tar-ch/ɔ:'tɜ:ʃ/*(n)*:ɔ:'டஅ:ச் / a ruler who has absolute power, முழு அதிகாரம் கொண்ட முடியரசர். **autarchy***(n)*..

au-then-tic/ɔ:'θentik/*(adj)*:ɔ:'த்தென்ட்டிக் / with no doubt about its truth, உண்மையைப் பற்றிச் சிறிதும் ஐயம் இல்லாத; true to be trusted, நம்பக்கூடிய; reliable, உண்மையான; genuine, இயற்கையான. **authentically***(adv)*: reliably, நம்பக் கூடிய; from the author's own hand, எழுத்தாளரின் கையிலிருந்து. **au-then-tic-ate**/ɔ:'θentikeit/*(v.t)*: ɔ:'த்தென்ட்டிக்கெய்ட் / **authenticated, authenticating**: to prove to be true or authentic, உண்மை யென (அ) ஆதாரம் உள்ளது என நிரூபி; to discover or establish the truth or the authorship of, உண்மையைக் கண்டுபிடி, யார் எழுதியது எனக் கண்டுபிடி. • *All records are* **authenticated** *by the Registrar.* **authentication***(n)*: act of authenticating, உண்மையென உறுதி கூறுதல். **au-then-tic-i-ty**/ˌɔ:θen'tisəti/*(n)*:ˌɔ:தென்ட்'டிஸிட்டி / quality of being authentic, சரியாக (அ) உண்மையாக இருக்கும் தன்மை; genuineness, உண்மையாக இருத்தல். • *The* **authenticity** *of the statement is beyond doubt.*

au-thor/'ɔ:θə*/*(n)*:'ɔ:தஅ* / the writer of a book, article, etc., நூல் ஆசிரியர், கட்டுரை ஆசிரியர்; the composer of a literary work, இலக்கியப் படைப்பாளி; the maker of anything, ஆக்குபவன், உண்டாக்குபவர்; creator, படைப்பாளர்; one who originates, முதன் முதலில் துவங்குபவர். **author***(v.t)*: to write, எழுது; to be the author of, எழுத்தாளராக இரு; to create or begin something, படைப்பினைச் செய், எதையோ ஒன்றை முதலாகத் தொடங்கி வை. • *Though I have authored many books, yet I have not been accepted as an* **author**. **authoress***(n)*: female writer, பெண் எழுத்தாளர். **authorial***(adj)*, **authorless***(adj)*, **authorship***(n)*.

au-thor-i-tar-i-an/ɔ:ˌθɔri'teəriən/*(adj)*: ɔ'தɔ:ரிட்டெயஅரியன் / advocating obedience to authority as opposed to individual liberty, அதிகாரத்திற்குக் கீழ்ப்படிய வேண்டுமென்ற கொள்கையை நிலை நிறுத்தக்கூடிய, (இது தனி மனிதனின் சுதந்திரத்திற்கு மாறுபட்டது), யதேச்சாதி காரக் கொள்கையுடைய. • *The school is run on* **authoritarian** *lines.* **authoritative** *(adj)*: having authority, அதிகாரமுள்ள; justified, நியாயமான; having information or knowledge that can be trusted, செய்தி (அ) நம்பும்படியான அதிகார பூர்வமான தகவல் (அ) உத்தரவு தொடர்பான. • *The office gave* **authoritative** *information.* **authoritatively***(adv)*, **authoritativeness***(n)*.

au-thor-i-ty/ɔ:'θɔrəti/*(n, sing)*:ɔதɔ:ரிட்டி / **authorities***(n, pl)*: the right to control, command and determine, ஆட்சி செய்வதற்கும், உத்தரவு பிறப்பிப்பதற்கும், முடிவு எடுப்பதற்கும் உள்ள உரிமை; a power or right to control, command, or determine, ஆட்சி செய்யும் அதிகாரம்; authorization, உறுதி செய்து சரியெனக் கூறல்; a person or a group or a body of persons in whom authority is vested as a government agency, அதிகாரபூர்வமாக நியமிக்கப்பட்ட ஒருவர் (அ) ஒரு குழு, அரசு அலுவலகம், அரசு அலுவலர்; a person, book, etc. whose knowledge or information is reliable and respected,

A

ஒருவரின், (அ) நூலின் செய்தி (அ) தகவல் முதலியன உண்மையென உறுதியாக நம்புதல்; a statute, court rule or judicial decision, விதிமுறை, நீதிமன்ற விதி (அ) நீதி மன்ற முடிவுகள். • *The Government has to abide by the* **authority** *of a court of law.* • *I have no* **authority** *to speak on behalf of my wife.* • *Young people seem to have no respect for* **authorities.**

au-thor-i-za-tion/ˌɔːθərai'zeiʃn/*(n)*/ˌɔːதரய்'ஸெய்ஷன் / act of authorising, சட்டபூர்வமான அதிகாரம் கொடுத்தல்; sanction, அதிகாரம் வழங்குதல், அதிகாரப் பத்திரம். • *I have not been given* **authorization** *to draw the cash from the bank.* **au-thor-ize**/'ɔːθəraiz/*(v.t)*, 'ɔːதரய்ஸ்: / **authorised, authorising**: to give authority, empower, சட்டபூர்வமான அதிகாரம் அளி, அதிகாரம் ஏற்படுத்து; justify, நியாயப்படுத்து. **Authorized Version**: (e.g) an edition of the Bible published in 1611, விவிலியத்தின் 1611 ஆம் வருடத்திய வெளியீடு; any edition that is authoritative in its sphere, அதிகார பூர்வமான வெளியீடு, பேச்சு, அறிக்கை முதலியன.

au-tism/'ɔːtizm*(n)*:'ɔːட்டிஸம் / a mental condition from childhood characterised by great difficulty in communicating and forming relations with others and fantasy dominates reality, எளிதில் பேசமுடியாத மற்றவருடன் தொடர்பு ஏற்படுத்திக்கொள்ள முடியாத உண்மையைவிட கற்பனைக்கு அதிக முக்கியத்துவம் கொடுக்கிற குழந்தைப் பருவத்திலிருந்தே இருக்கக்கூடிய ஒரு மனோவியாதி.

au-to/'ɔːtəu*(abbr)*:'ɔːட்டஉ / automobile, a car, மோட்டார் வண்டி; by oneself, தானாகவே, தானாக இயங்குதலைக் குறிக்கும் சேர்க்கை (வார்த்தைகளின் முன் சேர்க்கப்படும்).

au-to-bi-og-ra-phy/ˌɔːtəubai'ɔgrəfi/*(n)*: ˌɔːட்டஉப:'யாக்:ரஃபி / an account of a person's life written by himself, தன்வரலாறு, சுயசரிதை. **autobiographer** *(n)*: one who writes one's own life story, தன்வரலாறு எழுதுபவர், சுயசரிதை எழுதுபவர். **autobiographic***(adj)*, **autobiographical***(adj)*, **autobiographically***(adv)*.

au-toc-ra-cy/ɔː'tɔkrəsi/*(n)*:ɔː'ட்டாக்ரஸி / a government by one person who enjoys unlimited power, ஒரு தனி மனிதன் எல்லா அதிகாரமும் கொண்டு ஆட்சி செய்தல்; a country or group ruled in this manner, சர்வாதிகாரம், வல்லாட்சி. **autocratic***(adj)*.

au-to-crat/'ɔːtəukræt/*(n)*:'ɔːட்டஉக்ரஎட் / an absolute ruler, சர்வாதிகாரி, மக்கள் உணர்ச்சிகளையும் கருத்துக்களையும் ஏற்றுக்கொள்ளாமல் ஆட்சி செய்பவர். **autocratical***(adj)*, **autocratically** *(adv)*.

au-to-di-dact/'ɔːtəudidæt/*(n)*: 'ɔːட்டஉடி:டஎட் / a self-taught person, தானே சுயமாகக் கற்றுக் கொண்டவர். **autodidactic***(adj)*.

au-to-graph/'ɔːtəgraːf*(n)*:'ɔːட்டக்ராஃப் / a person's own signature, ஒருவரின் கையெழுத்து; a person's name in his own handwriting, தன் கைப்பட எழுதப்பட்ட ஒருவரின் பெயர்; an original manuscript, கையெழுத்துப் பிரதி, மூலப்பிரதி. • *A cine artiste's* **autograph** *is eagerly asked for.* **autographic***(adj)*: written by a person's own hand, ஒருவர் தன்கையினால் எழுதிய. **autograph***(v.t)*: to write one's own name in or on, கையெழுத்திடு, தானே எழுது. • *It is an* **autograph** *album of my father.*

au-to-graphy/'ɔːtɔgrəːfi*(n)*:'ɔːட்டாக்ரஃபி / writing done with one's own hand, தன் கையால் எழுதப்பட்ட ஒன்று.

au-to-mat-ic/ˌɔːtə'mætik/*(adj)*: ˌɔːட்ட'மஎட்டிக் / having the power of self-motion, தானாகவே இயங்கும் திறனுள்ள; self-moving, தானே நகரக்கூடிய; self-acting, தானே செயல்படக்கூடிய; certain to happen, நிச்சயம் நடக்கும் என்ற; done unconsciously or by force of habit, தன்னிச்சையாகச் செயல்படுகின்ற (அ) வழக்கத்தின் காரணமாகப் பணிபுரிகின்ற. **automatic***(n)*: a revolver, சுழல் துப்பாக்கி, தானியங்கித் துப்பாக்கி. **automatic-pilot**: a central system that automatically steers an aircraft without the help of the pilot or crew, ஒரு விமானத்தை, விமானியில்லாமல் தானே இயக்கக்கூடிய ஒரு கருவி. **automatically** *(adv)*, **automaticity***(n)*. **au-to-ma-tion**/ˌɔːtə'meiʃn/*(n)*:ˌɔːட்ட'மெய்ஷன் / the method of production processes automatically by electronic apparatus, மின்சாதனங்களைக் கொண்டு உற்பத்தி முறைகளைத் தானாகவே இயங்கச் செய்யும் வழிமுறைகள், தானியங்கி இயந்திரங் களைக் கொண்டு தொழில் உற்பத்தி முறைகளைக் கையாளுதல். **au-tom-a-ton**/ɔː'tɔmətən/*(n, sing)*:ɔː'ட்டாமட்டன் / **automatons, automata***(n, pl)*: a contrivance that acts or works by itself especially a robot, தானாகவே இயங்கக்கூடிய (அ) வேலை செய்யக்கூடிய ஓர் இயந்திர அமைப்பு (உம்) இயந்திர மனிதன்; a person who doesn't think or feel, இயந்திரம் போல் செயல்படும் ஒரு மனிதன். **automate**(*v*).

au-to-mo-bile/'ɔ:tə mə ubi:l/(*n*): 'ɔ:ட்டமஒஊபீ:ல் / a car, a motor vehicle, பொறி வண்டி, தானியங்கி. **au-to-mo-tive**/'ɔ:tə'məutiv/(*adj*):'ɔ:ட்டஒ'மஒஉட்டிவ் / propelled by a self-contained power plant, தானாகவே இயக்கும் சக்தியை உண்டாக்கிக்கொண்டு இயங்குகிற.

au-ton-o-mous/ɔ:'tɔnəməs/(*adj*): ɔ:'ட்டானஒமஒஸ் / having autonomy, self-governing, தன்னாட்சி செய்கிற; independent, சுயேச்சையாக உள்ள; having its own laws and constitution, தனக்கென சட்டங்களும், அரசியல் அமைப்பும் உள்ள. • *Some universities enjoy* **autonomous** *status.* **au-ton-o-my**/ɔ:'tɔnəmi/(*n, sing*):ɔ:'ட்டானஒமி / **autonomies**(*n, pl*): the right to manage one's own affairs especially of a state or group within a nation or country, the self-governing right, தன்னாட்சி உரிமம்; self-government, தன்னாட்சி; the right of self-government, தன்னாட்சிக்கு உரிமை (கோரல்). • *Some States demand fiscal* **autonomy** *and some others political* **autonomy. autonomist**(*n & adj*).

au-to-plas-ty/'ɔ:təpla:sti/(*n*): 'ɔ:ட்டஒ'ப்லாஸ்ட்டி / treatment or repair of injury or other defects with tissue from another part of the patient's body, காயம் மற்றும் வேறு குறைபாடுகளை உடலில் சரிசெய்வதற்கு, அதே உடலின் வேறு பாகத்தினின்று தசையை எடுத்துப் பொருத்திச் சரி செய்தல்.

au-top-sy/'ɔ:təpsi/(*n*):'ɔ:ட்டஒப்ஸி (டாப்) / the dissection and examination of a dead body, சவப்பரிசோதனை செய்தல்; a post-mortem examination, சவப்பரிசோதனை; an analysis of something after it has been done or made or performed, ஒரு செயல் முடிந்த பிறகு (அ) செய்த பிறகு (அ) நடந்த பிறகு அதனை ஆராய்தல்; personal examination, தன்னையே ஆராய்ந்து கொள்ளுதல்.

au-to-sug-ges-tion/ˌɔ:təusə'dʒestʃən/(*n*):'ɔ:ட்டஒஸஒ'ஜெஸ்ச்சஒன் / suggestion coming from within, *i.e.* from oneself about things, physical conditions, etc. to change the pattern of one's behaviour (in hypnotism, suggestions come from external sources), ஒருவரின் நடத்தை (அ) செயல் தன்மையை மாற்றி அமைக்கும் பொருட்டுத் தானாகவே, உட்கருத்து (அ) ஆலோசனையை வெளியிடுதல், இது துயில் நிலையை விட மாறுபட்டது, துயில் நிலையில் ஆலோசனை பிறரால் வெளியிடப்படும்.

au-tot-o-my/'ɔ:təu:tɔ:mi/(*n, sing*): 'ɔ:ட்டஒஉட்டஒமி / **autotomies**(*n, pl*): self-amputation of a damaged or trapped parts of the body as tail, legs, etc. (by lizard, spiders, etc.), the act of performing surgery upon oneself, தன் உறுப்புக்களைத் தானே துண்டித்துக் கொள்ளுதல் (சிதைந்துபோன (அ) சிக்கிக் கொண்ட தனது வாலை, பல்லி துண்டிக்கும், தனது கால்களைச் சிலந்தி துண்டிக்கும்), தானே தன் உறுப்புகளுக்கு அறுவை சிகிச்சை செய்து கொள்ளல்.

au-tumn/'ɔ:təm/(*n*):'ɔ:ட்டஒம் / the season between summer and winter, இலையுதிர் காலம். **autumnal**(*adj*): belonging to autumn, இலையுதிர் காலம் பற்றிய; in autumn, இலையுதிர் காலத்தில், **autumnly** (*adv*).

aux-il-i-a-ry/ɔ:g'ziliəri/(*adj*):ɔ:க்:'ஸி:லிஒரி / helping, assisting, subsidiary, additional, supplemental, உதவி செய்யும் தன்மை உள்ள, அதிகப்படியாக உள்ள, மேலும் சேர்க்கும்படியான. • *We have an* **auxiliary** *medical staff in the hospital.* **auxiliary**(*n*): one that assists, helper, உதவி செய்கிற ஒருவன், உதவியாளர்; a subsidiary unit of a main organization, ஒரு முக்கிய நிறுவனத்தின் கிளை (அ) துணை நிறுவனம். **auxiliaries**(*n, pl*): foreign troops in the service of a nation at war, போர் நிகழும் பொழுது, உதவி செய்வதற்குத் தங்கியிருக்கும் ஒரு வெளிநாட்டுப் போர்ப்படை. **auxiliary verb**: a verb that helps to form moods, tenses or voice of another verb, துணை வினைச்சொல் (வினையின் தன்மை மற்றும் காலம் காட்டுவதற்குப் பயன்படும்).

a-vail/ə'veil/(*v.t*):ஒ'வெய்ல் / to be of use or value to, பயன்படு (அ) பலன் உண்டாக்கு; to profit by, பலன் பெறு; to take advantage of, பயன்படுத்திக்கொள். • *I* **availed** *myself of this opportunity to visit my native place.* **avail**(*v.i*): to help, to be of use, உதவு, உதவியாய் இரு. • *His strength did not* **avail** *against the enemy's attack.* **avail**(*n*): advantage, use, benefit, இலாபம், உபயோகம், பயன்படுத்துதல், நன்மை; utility, பயன்படும் தன்மை. • *Her help is of little or no* **avail**.

a-vai-la-ble/ə'veiləbl/(*adj*):ஒ'வெய்லஒப்:ல் / at hand, that can be made use of, எளிதில் கிடைக்கக்கூடிய, பயன்படுத்தப்படக்கூடிய; within one's reach, ஒருவனுக்கு எளிதில் கிடைக்கக்கூடிய நிலையில் உள்ள. • *I have*

A

A

exhausted all **available** *resources*, **availability***(n)*, **availabilities***(pl)*, **avail-ingly***(adv)*, **availably***(adv)*.

av-a-lanche/'ævəla:ntʃ/*(n)*:'ஆவலான்ச் / a large mass of snow and ice sliding down a mountain, மலைப்பகுதியினின்று ஏற்படும் பனிப்பாறைச் சரிவு.

av-ant-garde/ˌævã:ŋ'ga:d/*(French)(n)*: 'ஆவான்'கா:ட்: / the writers, painters, musicians, etc. whose works are patterned on the newest original ideas, methods, manners, etc. புதிய கலைஞர்கள், எழுத்தாளர்கள், ஓவியர்கள், பாடகர்கள், முதலியவர்கள் தங்கள் படைப்புகளில் புதுப்புது முறைகளையும், புது நடைகளையும் கடைப்பிடித்தல். **avant-garde***(adj)*: belonging to avantgarde, புதிய எழுத்தாளர்களுடைய படைப்புகளைப் பற்றிய. *He is spearheading the movement of* **avantgarde**.

av-a-rice/'ævəris/*(n)*:'ஆவரிஸ் / a very strong greed for gain, இலாபம் பெற வேண்டும் என்ற பேராசை; greed of wealth, சொத்து சேர்க்கப் பேரவா. **avaricious** *(adj)*: covetous, பேராசையுள்ள. **avariciously***(adv)*, **avariciousness***(n)*.

a-vast/ə'va:st/*(int)*:ə'வாஸ்ட் / stop, நிறுத்து.

av-a-tar/ˌævə'ta:*/*(n)*:ˌஆவ'ட்டா* / the incarnation of god, கடவுளின் அவதாரம். • *Rama was an* **avatar** *of Lord Vishnu.*

a-venge/ə'vendʒ/*(v)*:ə'வெஞ்ஜ் / **avenged, avenging**: to take vengeance on, பழி வாங்கு; to punish in return for the wrong one has done, செய்த தவறுக்கு, பதில் தண்டனை கொடு. • *A murder is usually* **avenged**.

av-e-nue/'ævənju:/*(n)*:'ஆவின்யூ / a broad street, அகலமான தெரு; means of success, means of reaching an aim sought for, வெற்றிக்கு வழி, ஒரு குறிக்கோளை அடைய வழி. • *The party is exploring every* **avenue** *to get an alliance.* a wide road with houses and row of trees down each side, இரு மருங்கிலும் வீடுகளும், மரங்களும் உள்ள சாலை, நுழைபாதை. • *His house is in the fifth* **avenue** *of K.K. Nagar.*

a-ver/ə'vɜ:*/*(v.t)*:ə'வə:* / **averred, averring**: to declare positively, உறுதியாகக் கூறு; to state with confidence, நம்பிக்கையுடன் அறிவி. **averment***(n)*: statement made positively, உறுதியான அறிவிப்பு.

av-e-rage/'ævəridʒ/*(v)*:'ஆவரிஜ் / **averaged, averaging**: to find an average, சராசரியைக் காண். **average***(n)*: the sum of several amounts divided by their number, பல தொகைகளின் மொத்தத்தை அவற்றின் எண்ணிக்கையால் வகுத்து வரும் பொதுவான அளவு; mean, சாதாரணமானது, சராசரி. • *The* **average** *of 10, 12 and 14 is 12.* • *This car* **averages** *20 kms a litre.* **average***(adj)*: pertaining to an average, சராசரியைப் பற்றிய; containing a mean proportion, சராசரி விகிதமுள்ள; ordinary, சாதாரணமான; normal, வழக்கமான. • *He is a student of* **average** *intelligence.* **averagely***(adv)*, **averageness***(n)*.

a-verse/ə'vɜ:s/*(adj)*:ə'வə:ஸ் / having no liking, opposed, வெறுப்புள்ள. • *I am not* **averse** *to seeing films.* **a-ver-sion**/ə'vɜ:ʃn/*(n)*:ə'வə:ஷən் / unwillingness, a strong feeling of dislike, வெறுப்புணர்ச்சி; a feeling or object of hatred, வெறுப்புக்குக் காரணமாய் இருக்கும் பொருள் (அ) உணர்ச்சி; a person or thing that causes dislike, வெறுப்புணர்ச்சியை ஊட்டக் கூடிய ஒருவர் (அ) ஒரு பொருள். • *I have no* **aversion** *to anyone.* • *Some have* **aversion** *to cats.* **aversive***(adj)*.

a-vert/ə'vɜ:t/*(v.t)*:ə'வə:ட் / to turn away, திருப்பு; to turn aside, மறுபக்கம் திரும்பு; to ward off, தடுத்து நிறுத்து; to prevent, தடை செய். • *Because of the presence of mind of the engine driver, a major accident was* **averted**. **avertable***(adj)*.

a-vi-a-ry/'eivjəri/*(n)*:'எய்வ்யəரி / a large cage or an enclosure in which birds are kept, பறவைகள் வளர்க்கப் பயன்படும் கூண்டு (அ) இடம்; a place for keeping birds, பறவைகள் காப்பகம். **a-vi-an**/eiviən/*(adj)*:எய்வ்யəன் / pertaining to birds, பறவைகள் பற்றிய.

a-vi-ate/'eivieit/*(v.t)*:'எய்வியெய்ட் / **aviated, aviating**: to fly in an aircraft, விமானத்தில் பயணம் செய். **a-vi-a-tion**/ˌeivi'eiʃn/*(n)*:ˌஎய்வி'யெய்ஷən் / the science of flying by mechanical means especially by aircraft, வானூர்தி ஓட்டுவது பற்றிய அறிவியல், விமானத்தில் பறத்தல். **aviator***(n)*: a pilot of an airplane or other heavier than aircraft, விமான ஓட்டுநர், காற்றைவிட கனமான எந்த எந்திரத்தையும் வானில் ஓட்டிச் செல்லும் ஆற்றலுடையவர். **avia-trix**/ˌeivi'eitriks/*(n)*:ˌஎய்வி'யடிரிக்ஸ் / a woman airplane pilot, பெண் விமானி.

a-vi-cul-ture/'eivikʌltʃə*/*(n)*: 'எய்விக்கல்ச்சə* / the rearing or keeping of birds, பறவைகள் வளர்த்தல், பராமரித்தல்.

a-vid/'ævid/*(adj)*:'ஆவிட் / eager, ஆர்வமுள்ள; full of desire, மிகுந்த விருப்பமுள்ள; keen,

நாட்டமுள்ள. **a-vid-i-ty**/ə'vidəti/*(n)*/ ə'விடி:ட்டி / eagerness, ஆர்வம். **avidly***(adv)*. • **Avidity** *is not greediness; it is a keen desire to do certain things or to get at something.*

a-vi-fau-na/eivi'fɔ:nə/*(n)*: எய்வி'ஃபானə / the birds of a given region, ஒரு பகுதியில் வாழும் பறவைகள்.

a-vi-o-nics/eivi'ɔniks/*(n)*:எய்வி'ɔனிக்ஸ் / electronics as applied to aviation, வானூர்தி மின்னணுவியல்.

av-o-ca-do/ˌævəu'ka:dəu/*(n, sing)*/ **avocados** *(n, pl)*:ˌஆவஉ'க்காட:ஒஉ / a green or purple tropical fruit having a large seed and oily flesh, வெப்ப மண்டலத்தில் விளையும் பச்சை (அ) ஊதா நிறமுள்ள, பெரிய விதையுள்ள எண்ணெயுடன் கலந்த சதைப்பற்றுள்ள ஒருவகைப்பழம், பேரிக்காய் வகை.

av-o-ca-tion/ˌævəu'keiʃn/*(n)*: ˌஆவஉ'க்கெய்ஷன் / some work done for pleasure, மகிழ்ச்சிக்காகச் செய்யப்படும் தொழில்; one's calling, profession, முக்கிய தொழில், ஒருவரின் தொழில். • *He says he has no* **avocation** *but still, he reads, writes or paints.*

a-void/ə'vɔid/*(v.t)*:ə'வாய்ட்: / to keep away from, விலகியிரு; keep out of the way of, வழியை விட்டு விலகிச் செல்; evade, தவிர்; shun, விலக்கு; escape from, தப்பித்துக் கொள். • *Try to* **avoid** *drugs as they are dangerous.* • *In order to* **avoid** *the busy bazaar, I took the bypass road.* **avoidance***(n)*: act of keeping away from, விலகி இருத்தல். **avoidable***(adj)*, **avoidably** *(adv)*.

a-vouch/ə'vautʃ/*(v.i-v.t)*:ə'வஉச் / to make affirmation openly, பகிரங்கமாக உறுதி கூறு; admit, ஒப்புக் கொள்; guarantee, உத்தரவாதம் கொடு.

a-vow/ə'vau/*(v.t)*:ə'வஉ / to declare openly, வெளிப்படையாக உறுதி கூறு; to own, ஏற்றுக்கொள். • *He* **avowed** *that he would not be deterred by failures.* **a-vow-al**/ əvauəl/*(n)*:əவஉஅல் / confession, ஒப்புக் கொள்ளல். **avowed***(adj)*: acknowledged, ஒப்புக்கொள்ளப்பட்ட. • *The* **avowed** *aim of the terrorists is to overthrow the government.*

a-vun-cu-lar/ə'vʌŋkjulə*/*(adj)*: ə'வங்க்யுலə* / pertaining to an uncle, of an uncle, resembling an uncle, தாய் மாமனுக்குரிய, தாய்மாமனுடைய, தாய்-மாமனைப் போலுள்ள. **avuncularly***(adv)*.

a-wait/ə'weit/*(v.t)*:ə'உஎய்ட் / to wait for, காத்திரு; to be ready for, தயாராய் இரு; to be in store for, ஏதோ ஒன்றை எதிர் நோக்கியிரு. • *I am* **awaiting** *trial in the lower court.* • *She is availing herself of a long* **awaited** *holiday.*

a-wake/ə'weik/*(v.t)*:əஉஎய்க் / **awoke, awaken, awakening**: to wake up, விழித்துக்கொள்; rouse from sleep, தூக்கத்திலிருந்து எழுப்பு/எழுந்திரு. • *She* **awoke** *to find herself in a new place.* to become active, சுறுசுறுப்பாய் இரு, செயல்படு. • *She* **awoke** *to the harsh realities of life.* **awake***(adj)*: waking, எழுகின்ற; not sleeping, தூங்காமல் இருக்கின்ற. • *I am fully* **awake** *to the danger.* **awaken***(v.t-v.i)*: to wake, எழுப்பு. **a-wak-en-ing**/ə'weikəniŋ/*(adj & n)*: ə'உஎய்க்கəனிங் / rousing, a revival of inerest, விழிப்புணர்ச்சியுள்ள, மீண்டும் புதிய வேகம் கொள்ளல். **rude awakening**: sudden realisation of something threatening, ஏதோ ஒன்று விரும்பத்தகாதது நிகழப்போகின்றது என்ற திடீர் உணர்வு. • *It was a rude* **awakening** *for the Prime Minister when he was defeated in the election.*

a-ward/ə'wɔ:d/*(v.t)*:ə'உɔ:ட்: / to give a decision after consideration, நன்கு ஆராய்ந்து, முடிவு தெரிவி; to assign judicially, நியாயப்படி (அ) சட்டப்படி தீர்ப்பு வழங்கு, பிரித்துக் கொடு. **award***(n)*: prize, பரிசு; judgement, தீர்ப்பு; decision of a tribunal, நடுவர் குழுவின் தீர்ப்பு. • *He has been* **awarded** *a scholarship to study at the University.* • *The* **award** *for the best actress went to Ms. Nagin.* **awarder***(n)*, **awardee***(n)*.

a-ware/ə'weə*/*(adj)*:ə'உεə* / having knowledge, அறிவுள்ள; informed, அறிந்து கொண்ட; conscious, எச்சரிக்கையுடைய. • *I am* **aware** *of the financial position.* **awareness***(n)*: state of being aware, நன்கு தெரிந்த நிலை.

awash/ə'wɔʃ/*(adj)*:ə'உɔஷ் / flooded with water especially sea-water rain, வெள்ளத்தால் சூழப்பட்ட.

a-way/ə'wei/*(adv)*:ə'உஎய் / from this or that place, இங்கிருந்து (அ) அங்கிருந்து; apart, பிரிந்து, தனித்தனியாக; to another place, வேறு இடத்திற்கு; continuously all the time, தொடர்ந்து எல்லா நேரத்திலும். • *The shops are a few minutes walk* **away**. **away***(adj)*: absent, வராமல் உள்ள. • *He is* **away** *from home.* distant, தொலைவில் உள்ள. • *It is ten kilometres* **away**.

awe/ɔ:/*(n)*:ɔ: / a feeling of admiration mingled with fear, ஒரு வித அச்சத்தோடு

A

கூடிய மதிப்பு. • *The sight of the ancient idol filled us with* **awe**. **awe**(*v.t*): to inspire with awe, மரியாதையும் பயமும் கலந்த உணர்வைத் தூண்டு; to fill with awe, ஒரு வித பயம் கலந்த மரியாதையுடன் இரு. • *The foreign visitors were* **awed** *into silence whenever they saw the great temples of South India.* **awe-inspiring**: causing feelings of respect and fear, மதிப்பும், அச்சமும் உண்டாக்கக்கூடிய. **awful**(*adj*): full of awe, மரியாதையும், பயமும் உள்ள. **awesome**: causing awe, அச்சம் ஏற்படக் கூடிய. **awe-struck**/'ɔ:strʌk/(*adj*): 'ɔ:ஸ்ட்ரக் / filled with awe, உள்ளூர பயமும், மரியாதையும் நிரம்பிய. **awfully**(*adv*).

a-while/ə'wail/(*adv*):ə'ஃஉஅய்ல் / for a short time or period, குறுகிய காலம் (அ) நேரம் குறித்த. • *The soldiers rested* **awhile** *at the side of the road.*

awk-ward/'ɔ:kwəd/(*adj*):'ɔ:க்உə:ட்: / lacking skill, திறன் இல்லாத; clumsy, அசிங்கமான; not manageable, நிர்வாகம் செய்ய முடியாத; difficult to deal with, சமாளிக்க முடியாத. • *The students asked some* **awkward** *questions.* • *It was an* **awkward** *situation, created by floods,* **awkwardly**(*adv*), **awkwardness**(*n*).

awl/ɔ:l/(*n*):ɔ:ல் / a small pointed instrument for boring holes in leather, குத்தூசி.

aw-ning/'ɔ:niɲ/(*n*):'ɔ:னிங் / a roof like cover (as of canvas) extended over or infront of a place. முகப்புகளில் போடப்படும் துணிப் பந்தல்.

a-wry/ə'rai/(*adv & adj*):ə'ரய் / with a turn, ஒரு திருப்பமுள்ள; amiss, தவறான; wrong, சரியில்லாத; not in the way that was planned, திட்டமிட்டபடி இல்லாத; in the way not intended, எண்ணியபடி இல்லாத. • *The police operation to catch the thief went* **awry**.

axe/æks/(*n & v*): [also **ax**] **axes**(*pl*):ஆக்ஸ் / a tool with a bladed head on a handle used for hewing, clearing, chopping, splitting, etc, கோடரி. **axe**(*v.t*): to shape with an axe, கோடரியைக் கொண்டு உருவாக்கு; to dismiss (informal), வேலையை விட்டு நீக்கு, தள்ளுபடி செய்; to destroy (as if with an axe), (கோடரியைக் கொண்டு வெட்டுவது போல்) அழித்துவிடு. • *The parliament* **axed** *the budget for educational schemes to the minimum.* **ax-e-man**/'æksmæn/(*n*)(*pl. axemen*): 'ஆக்ஸ்மஆன் / one who works, fights, or commits violent attacks with an axe, கோடரி கொண்டு வெட்டுபவன், சண்டை போடுபவன்.

ax-i-om/'æksiəm/(*n*):'ஆக்ஸியəம் / self-evident truth, வெளிப்படையான உண்மை, வெளிப்படையாகத் தெரியும் உண்மை; a proposition that requires no proof, சான்று தேவையில்லாத ஒரு கூற்று. **ax-i-o-mat-ic**/ˌæksiəu'mætik/(*adj*): ˌஆக்ஸியəஉ'மஆட்டிக் / self-evident, வெளிப் படையாகத் தெரியக்கூடிய, சந்தேகமற அமைந்துள்ள. • *It is* **axiomatic** *to say that the whole is greater than any of its parts.* **axiomatically**(*adj*): in a very clear manner, ஐயமில்லாத.

ax-is/'æksis/(*n, sing*):'ஆக்ஸிஸ் / **axes**(*n, pl*): an imaginary line around which a spinning body moves, அச்சு (பூமி சுற்றுவது போல்); a central line that divides a regular shape or system into two symmetrical or equal parts, ஓர் ஒழுங்கான உருவம் (அ) அமைப்பை இருசம கூறுகளாகப் பிரிக்கும் மையக்கோடு; the ray of light passing through the centre of the eye or lens, கண் (அ) ஆடி இவற்றின் மையத்தின் வழியாகச் செல்லும் ஒளிக்கதிர். **ax-i-al**/'æksiəl/ (*adj*):'ஆக்ஸிəல் / situated around, in the direction of or along an axis, அச்சினைச் சார்ந்த (அ) அதன் திசையிலமைந்த.

axle/'æksl/(*n*):'ஆக்ஸ்ல் / a rod on which a wheel or a system of wheels turns, அச்சாணி, சக்கரம் சுழலும் அச்சு.

ayah/'aiə/(*n*):'அயə / (*in India*): a native maid or nurse, ஆயா.

a/ai/(*int*)/ yes, ஆ/அய்.

aye/ei/(*adv & n*):அய்/எய் / yes, ஆம்; an affirmative vote in parliament, மக்கள் அவையில் 'ஆம்' என்பதற்கான குரல். **aye** (*adv*): always, எப்பொழுதும்.

az-i-muth/'æzimәθ/(*n*):'ஆஸி:மəத் / the angle on the earth's surface between a north-south line and the position or direction of something especially a star seen from a point on the earth, பூமியின் மேற்பரப்பில் வரையப்படும் வடக்கு தெற்கு நேர்கோட்டிற்கு இடைப்பட்ட வானவெளியில் உள்ள ஒரு கோள் (அ) விண்மீன் திசைக்கும், பூமியின் ஒரு புள்ளி (அ) இடத்தினின்றும் ஏற்படும் கோணம். **azimuthal**(*adj*).

azure/'æʒə*/(*adj*):'ஆஸ:ʰə/'ஆஸ:ə*/எய்ஸ:ə* / of a sky-blue colour, வான் நீலநிறத்தினுடைய. **azure** (*n*): the blue of a clear or unclouded sky, மேகமில்லா வானத்தின் களங்கமற்ற நீலவண்ணம், நீலம்.

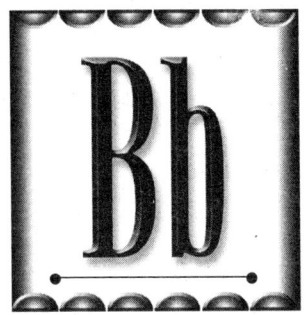

B,b/bi/*(n)*:பி:,பி:ஸ் / [B's or Bs, b's or bs *(pl)*] the second letter of the English alphabet, a consonant, ஆங்கில நெடுங்கணக்கில் இரண்டாவது எழுத்து; the second in order or in series, ஒரு வரிசையில் இரண்டாவது இடம்; a grade or mark indicating the quality of a student's performance, better than average, ஒரு மாணவனின் திறமையை மதிப்பிட உதவும் அளவீடு, சராசரியை விட மேல்; a major blood group or type usually facilitating to donate blood to persons of group B or AB and to receive blood from persons of group O or B, இரத்தப்பிரிவு B (அ) AB பிரிவுக்கு இரத்ததானம் செய்யவும், O (அ) B பிரிவினின்று இரத்தம் பெறவும் உதவும் முக்கிய இரத்தப்பிரிவைச் சார்ந்தது; a note in western music, மேல் நாட்டு இசையில் ஒரு குறியீடு.

B.A./ˌbi:'ei/*(abbr.)*:பி.ஏ. பட்டம் / Bachelor of Arts, இளங்கலை பட்டப்படிப்பு (முதல் பட்டம்).

baa/ba:/*(n)*:பா / cry of lamb, ஆட்டின் கத்தல், ஒலி. *(v)*: (baaing, baaed) ஆட்டைப்போல் கத்து.

baas/ba:s/*(n)*:ப:ாஸ் / a supervisor or employer, மேற்பார்வையாளர், முதலாளி.

babble/'bæbl/*(v)*:'ப:ஆப்:ல் / to make a continuous sound, தொடர்ந்து ஓசை எழுப்பு; to utter words imperfectly, தெளிவில்லாத வார்த்தைகளைப் பேசு; to speak in a way, hard to understand, உளறு, புரிந்து கொள்ள முடியாத வகையில் பேசு; to reveal secrets, சிந்தனையில்லாமல் பேசி, இரகசியங்களை வெளியிடு. • *What he was* **babbling** *about, I do not understand.* **babble***(n)*: foolish incoherent speech, அறிவற்ற, தொடர்ச்சி இல்லாத பேச்சு; speech of a child, குழந்தையின் மழலைப் பேச்சு; idle talk, வீண் பேச்சு; a sound made by running waters over stones, கற்களின் மீது ஓடுகின்ற நீரினால் ஏற்படும் சலசலப்பு. • *The* **babble** *of running water is music to ears.* **babblement**/'bæblmənt/ *(n)*:'ப:ஆப்:ல்மஅன்ட் / imperfect talk, prattle, மழலைப் பேச்சு, பிதற்றல்.

babbler/'bæblə*/ *(n)*:'ப:ஆப்:லஅ* / one of large group of passerine birds with loud chattering voices, பாஸரின் இனத்தைச் சேர்ந்த கிரீச்சிடும் பறவை. **babbler***(n)*: one who babbles, சளசளவெனப் பேசுபவன்.

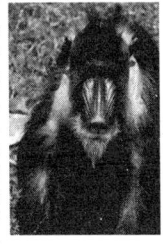

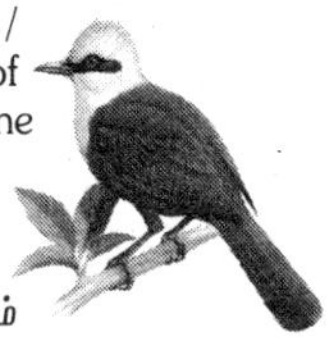

babe/beib/*(n)*:பெ:ய்ப்: / a baby, மழலை, கைக்-குழந்தை; a child, பச்சிளங்குழந்தை. **a babe in arms**: a very small child that needs to be carried, சின்னஞ்சிறிய குழந்தை (தூக்கிச் செல்ல வேண்டிய).

ba-bel/'beibl/*(n)*:'பெ:ய்ப:அல் / a confused mixture of sounds or voices, சந்தை இரைச்சல்; a scene of confusion and noise, குழப்பமும் கூச்சலும் நிறைந்த இடம். • *Why do you* **babel** *like a child?*

ba-be-li-cious/'beibliʃiəs/*(adj)*: 'பெ:ய்ப:லிஷிஅஸ் / sexually attractive, பாலுணர் பால் கவர்ந்திழுக்கக் கூடிய.

ba-boo/'ba:bu:/*(n, sing)*:'ப:ாபூ / [also **babu**], **baboos** *(n, pl)* : babu, a Hindu gentleman, பெரிய மனிதன்; clerk, குமாஸ்தா.

ba-boon/bə'bu:n/ *(n)*:ப:அ'பூ:ன் / a large monkey of Africa or South Asia with a long face and short tail, குறுகிய வாலும் நீண்ட முகமும் உள்ள தெற்காசிய (அ) ஆப்பிரிக்கப் பகுதிகளில் வாழும் குரங்கு. **baboonery**/ *(n)*: a ridiculous action or attitude, நகைக்கத்தக்க செயல்.

ba-by/'beibi/*(n)*/'பெ:ய்பி: / an infant, குழந்தை; a young child, கைக்குழந்தை; a very young animal, பிராணியின் குட்டி; an innocent person not having reasoning power, பகுத்து அறிந்து கொள்ளும் திறன் இல்லாத. **baby***(v)*: to treat somebody like a baby, குழந்தையைக் கவனிப்பது போல் நடத்து. **babyish***(adj)*: like a baby, குழந்தைத்தனமான. **baby-hood***(n)*: infancy, குழந்தைப் பருவம். **babyish***(adj)*, **babyishly***(adv)*, **babyishness***(n)*,

babylike(*adj*). **babied, babying**/ 'beibd, 'beibiɲ/(*v*): பெ:ய்பிட்:, பெ:ய்பி:யிங் / to tend or treat often with excessive care, குழந்தையாய் பாவித்து அதிக அக்கறை செலுத்து.

baby sit (baby sitting)/'beibi sit/(*v*): 'பெ:ய்பி: ஸிட் / to care for children while parents are out; பெற்றோர் உடனில்லாதிருக்கையில் குழந்தையை பராமரி; **baby sitter**(*n*).

bac-ca-laure-ate/ˌbækə'lɔ:riət/(*n*)/ ˌபæகə'லɔ:ரிəட் / an examination to qualify students for higher studies, மேற்படிப்பிற்கு அனுமதி கொடுக்கும் ஒரு தேர்வு.

bac-cha-nal/'bækənl/(*n*):'ப:æக்கəன்ல்(-ஃல்) / a follower of Bachus (God of wine), மதுக்கடவுளை வழிபடுபவன்; a drunken reveller, குடிகாரன்; orgy, குடி, கூத்து, கும்மாளம், இரவு விருந்து. **bacchanalian**(*adj*).

bach-e-lor/'bætʃələ*/(*n*):'ப:æச்சəலə* / an unmarried man, திருமணம் செய்து கொள்ளாதவர்; one who has a bachelor's degree, இளங்கலைப் பட்டதாரி. **bachelor's degree**: a first university degree awarded to a student in any of several subjects, ஏதேனும் ஒரு பாடத்தில், இளங்கலைப் பட்டம். **bachelor-like**(*adj*).

ba-cil-lus/bə'siləs/(*n, sing*), **bacilli**(*n, pl*): ப:ə'ஸிலəஸ் / a germ, a microbe, rod-shaped bacteria some of which carry disease, வியாதியைப் பரப்பும் நுண்ணுயிரி, கிருமிகள்.

back/bæk/(*n*):ப:æக் / the hinder part of the body, உடலின் பின் பாகம், முதுகு. • *She always carries the bundle on her* **back**. the upper or hinder part of the trunk of an animal, ஒரு பிராணியின் உடலின் மேல் (அ) பின் பாகம். • *There is a garden at the* **back** *of the house.* a (football) player at the back, பின்னணியில் நின்று விளையாடுபவன். • *The* **back** *of a knife doesn't cut.* **turn one's back on**: to refuse to help, to avoid someone, உதவி செய்ய மறுத்துவிடு, ஒருவரை வேண்டுமென்றே பார்க்காமல் தட்டிக் கழி. • *He* **turned his back on** *his wife when she requested him not to drink.* **back**(*v.t*): to support, ஆதரவு கொடு. •*He* **backed** *his candidate in the election.* to bet on, பந்தயம் கட்டு. •. *He* **backed** *the horse "Diamond" in the race and it won.* **back**(*v.i*): to change direction, திசையை மாற்று. **back**(*adv*): towards the rear, பின்னால், பின்னுக்கு; in return, திருப்பி, பதிலுக்கு. • *She said that she would be coming* **back** *in a week's time.* in reply, பதிலுக்கு. **back**(*adj*): of the back, பின்புறத்தில், பின்புறமாக அமைந்துள்ள. • *The* **back** *issues of the magazine are not available.* **back**(*n*): shallow tub, அகன்ற தொட்டி. **backache**/ 'bækeik/(*n*):'ப:æக்கெய்க் / an ache or pain in the back, முதுகில் ஏற்படும் வலி.

back-bench-er/ˌbæk'bentʃə*(*n*): 'ப:æக்'பெ:ஞ்ச்சə* / any of the members of legislature who do not hold official position in the government, அரசாங்கத்தில் பதவி வகிக்காத சட்டசபை (மக்களவை) உறுப்பினர்களில் ஒருவர்.

back-bit-ing/'bækbaitiɲ/(*n*): 'ப:æக்ப:ய்ட்டிங் / unkind and vulgar remarks or talks about someone who is absent, மறைமுகமாக ஒருவரைப்பற்றி விரும்பத்தகாத முறையில் பேசுதல், புறம் கூறுதல், தூற்றிப் பேசுதல்.

back-bone/'bækbəun/ (*n*):'ப:æக்ப:əஉன் / the spinal or vertebral column, spine, முதுகெலும்பு; strength of character or resolution, உறுதி, பெரும் ஆதரவு, தைரியம். • *Some men do not have the* **backbone** *to get things done.* main support, முக்கிய ஆதரவு. • *The peasantry forms the* **back-bone** *of the country's economy.*

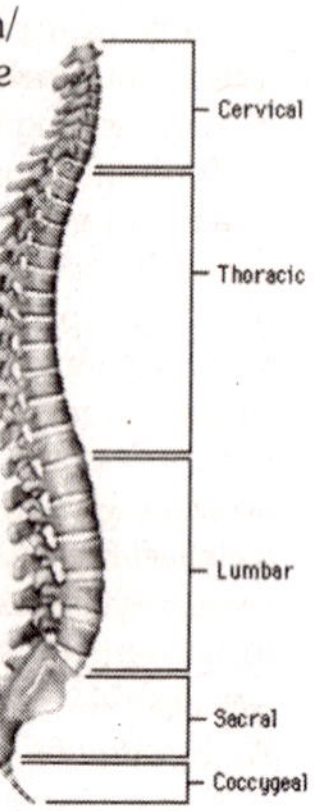
Cervical
Thoracic
Lumbar
Sacral
Coccygeal

back-door/ˌbæk'dɔ:*/(*n*): 'ப:æக்'டɔ:* / a door at the rear of the house, வீட்டின் பின்புறக் கதவு (அ) வழி; secret means, இரகசிய முறை. **back-door**(*adj*): secret, நேர்மை யற்ற, இரகசியமாக. • *He got the job by the* **backdoor**. • *The minister entered the assembly by the* **backdoor**.

back-down/bæk'dəun/(*n*):'ப:æக்'ட:əஉன் / withdrawal from a position, ஒரு நிலையில் இருந்து பின் வாங்குதல்.

back-drop/bæk'drɔp/(*n*):ப:æக்'ட:ரɔப் / a painted canvas hung at the back of a theatre stage, திரை அரங்கின் பின்புறத்தில் தொங்கவிடப்பட்டிருக்கும் அழகான துணி.

back-fire/ˌbæk'faiə*/(*v.i*):'ப:æக்'ஃபயə* / (of an internal combustion engine) to have a loud noise because the explosion in the engine comes too soon, எஞ்ஜினிலிருந்து விரைவாக வரும் வெடியோசை போல் ஒலியெழு; to start a fire to create a barren area to check the forest fire, காட்டுத் தீ பரவுவதைத் தடுக்க வெறும் வெளியை ஏற்படுத்த சிறு தீயை மூட்டு; to bring a result opposite to that which was planned or expected, எதிர்பார்த்த பலன் ஏற்படாமல் வேறு பலன் ஏற்படச் செய்; (எதிர் விளைவு ஏற்படுதல்), எதிர் விளைவு ஏற்படுத்து. • *His business plan* **backfired** *and he suffered loss.*

back-gam-mon/'bæk,gæmən/(*n*): ப:ஃக்'க:ஃமன் / an indoor game for two persons using round wooden pieces and dice on a special board, சொக்கட்டான் போன்ற ஓர் ஆட்டம்.

back-ground/'bækgraund/(*n*): 'ப:ஃக்க்:ரஉன்ட்: (ரௌ) / that part which is behind the foreground of a picture or stage, setting, ஒரு படம் (அ) மேடையின் பின்பகுதி, பின்புறக்காட்சி; knowledge gained by experience, அனுபவம் வாயிலாகப் பெறப்படும் அறிவு; a person's family status, social position, education, etc., ஒருவரின் குடும்பநிலை, சமூக நிலை, கல்வி போன்றவை. • *She has got a good family* **background**. obscurity, தெளிவின்மை.

back-hand/'bækhænd/(*n*):'ப:ஃக்ஹஃன்ட்: / a stroke in tennis with the hand turned backwards, புறங்கையால் விளையாடுதல், புறங்கையால் அடித்தல்; backhand drive in tennis, டென்னிஸ் விளையாட்டில் பந்தைப் புறங்கையால் அடித்தல். •*The player returned it* **backhand**. **back-handed** (*adj*): performed with the hand turned backward, புறங்கையால் ஆடப்படுகின்ற. **back-hand**(*adj*).

back-ing/'bækiŋ/(*n*):'ப:ஃக்கிங் / aid, help, உதவி, ஆதரவு; support of any kind (especially with money), பணத்தினால் உதவி செய்தல், that which is used to make the back of an object, ஒரு பொருளின் பின்புறத்தைப் பலப்படுத்தப் பயன்படுவது. • *He has the* **backing** *of the management for his scheme.* • *You must have a backing for the bookshelf.*

back-list/'bæklist/(*n*):'ப:ஃக்லிஸ்ட் / a publisher's list of books published before the current list, ஒரு பதிப்பகத்தின் முன் வெளியீடுகள்.

back-log/'bæklɔg/(*n*):'ப:ஃக்லாக்: / accumulation of work stock etc., செய்து முடிக்காததால் ஏற்படும் சுமை.

back-lash/'bæklæʃ/(*n*):'ப:ஃக்லஃஷ் / a delayed strong feeling indicating opposition among people towards some political actions, belief or practice or some other development, எல்லா மக்களிடையேயும் நிலவும் ஒருவகை எதிர்ப் புணர்ச்சி. இது அரசியல் நடவடிக்கைக்கு (அ) சில கொள்கைகளுக்கு (அ) சில நேர் மாற்றங்களுக்காகக் காலப்போக்கில் ஏற்படும் பின் விளைவு. • *The fall of the fascist dictatorship was followed by a left wing* **backlash**.

backnumber/bæk'nʌmbə*/(*n*): 'ப:ஃக்'நம்பஃ* / an out of date issue of a serial publication, ஒரு பத்திரிகையின் பழைய பிரதி; one behind the times, காலத்தோடு ஒட்ட ஒழுகாதவர்; anything out of date காலத்திற்கு ஒவ்வாத (அ) காலங்கடந்த ஒன்று.

back-pedal/'bæk'pedl/(*v*):'ப:ஃக்'பெட:ல் / reverse one's previous action or opinion, முன்கூறியதிலிருந்து (அ) செயலிலிருந்து பின்வாங்கு.

back-scratching/'bækskrætʃiŋ/(*n*): 'ப:ஃக்ஸ்க்ரஃச்சிங் / the reciprocal provision of support or help typically in illegal dealings, கைமாறு செய்துகொள்ள ஒப்பந்தம் (கெட்ட நடவடிக்கைகளில்).

back-seat-driver/'bæksi:t'draivə*/ (*n*):'ப:ஃக்ஸீட்'டி:ரய்வஃ* / a passenger in a car who always gives unwanted advice to the driver, ஓட்டுநருக்குத் தேவையில்லாத அறிவுரை வழங்கும் பயணி.

back-side/,bæk'said/(*n*):'ப:ஃக்'ஸய்ட்: / the part of the body on which one sits, உட்காருவதற்குப் பயன்படும் உடலின் பின்பகுதி.

back-slang/'bækslæŋ/(*n*):'ப:ஃக்ஸலஃங் / slang in which words are pronounced as though they are spelled backwards ((e.g.) daer for read), வார்த்தைகளை பின்வாக்கில் எழுதி உச்சரிப்பது.

back-slapping/'bækslæpiŋ/ (*n*):'ப:ஃக்ஸலஃப்பிங் / slapping one's back in congratulation or encouragement, தட்டிக்கொடுத்து ஊக்குவித்தல்.

back-slide/,bæk'slaid/(*v.i*):'ப:ஃக்ஸ்'லய்ட்: / **backslid, backslidden, backsliding** (*n*): to slide backwards, பின்னால் நகர்ந்து செல், பின்புறம் நழுவு; to lapse from high moral standard, வழுக்கிவிழு, உயர் ஒழுக்கத்தினின்று விலகு. • *I managed without borrowing for two years but recently, I'm afraid I have begun to* **backslide.**

back-stab/'bækstæb/*(v)*:'பஃக்ஸ்ட்டஃப்: / betrayal, வஞ்சனையாகத் தாக்கு.

back-track/'bæktræk/*(v.i)*:'பஃக்'ட்ரஃக் / reverse one's action, செய்த செயலை மாற்றிச் செய், take back a promise, கொடுத்த வாக்கைத் திரும்பப் பெறு.

back-up/bækʌp/*(n)*:பஃக்கப் / a moral or technical support, a reserve, தார்மீக ஆதரவு, ஒரு இருப்பு.

back-ward/'bækwəd/*(adv)*:'பஃக்உஒட்: / [also **backwards**]: toward the back, பின்-புறமாக; toward the past, கடந்த காலம் நோக்கி; to a less progressive condition, பிற்போக்கான, முன்னேற்றப் பாதையை விட்டு விலகிப் பின் செல்லுவதான. • *Instead of making progress his work seems to be going* **backwards**.

back-wa-ter/'bæk,wɔ:tə*(n)*:'பஃக்,-உஓ:ட்டஒ* / part of a river, out of the main stream, where water does not flow, உப்பங்கழி, ஆறுகளினின்று விலகி ஒட்டம் இல்லாமல் தேங்கும் நீர்; a place of stagnation, where new ideas have not penetrated, புதிய நாகரிகம் புகாத தேக்க இடம்.

back-yard/,bæk'ja:d/*(n)*:'பஃக்'யாட்: / an open enclosed space at the back of the building, புழக்கடைப் பக்கம், வீட்டின் பின்புறம்.

ba-con/'beikən/*(n)*:'பெய்க்கஒன்(க்ங்) / back and sides of hogs after being salted and smoked, உப்பிலிட்டுச் சமைக்கப்பட்ட பன்றியிறைச்சி. **bring home the bacon**: earn a living, வாழ்க்கை நடத்தப் பொருளீட்டு; to succeed in providing for the family, குடும்பத்திற்கு வேண்டியதைச் செய்ய முயற்சி செய். • *The past looks like a bad dream now that I am able to* **bring home the bacon**.

bac-te-ri-a/bæk'tiəriə/*(n, pl)*:'பஃக்ட்டிஒரியஒ / **bacterium***(n, sing)*: any of numerous microscopic spherical, spiral organisms, concerning fermentation, fixing of nitrogen in the atmosphere, etc. and also causing diseases, microbes, நுண்ணுயிரிகள், பாக்டீரியாக்கள், நுண்கிருமிகள், (இந்த நுண்ணுயிரிகள் நொதித்தல், காற்றில் நைட்ரஜனை நிலைப்படுத்துதல் போன்றவற்றிற்கும், வியாதிகள் பரவுவதற்கும் காரணமாகின்றன). **bac-te-ri-ol-o-gy**/ bæk,tiəri'ɔlədʒi/*(n)*/பஃக்,ட்டியஒரிய'ஓலஒஜி / the science that deals with bacteria, நுண்ணுயிர்கள் பற்றிய படிப்பு, ஆராய்ச்சி. **bacterially***(adv)*. **bacteriotherapy** / bæk,tiəriɔθerəpi*(n)*:பஃக்,ட்டியஒரிய'தெரப்பி / treatment of disease by means of bacteria, பாக்டீரியா கொண்டு நோய் தீர்க்கும் முறை. **bacteriologist***(n)*. **bac-terio-phage**/bæk,tiəri'ɔfædʒ/*(n)*: பஃக்,டிஒரி'ஓஃபஃஜ் / any of various viruses that attack specific bacteria, பாக்டீரியா கிருமிகளை தாக்கும் நுண்ணுயிரி.

bad/bæd/*(adj)*:பஃட்: / worse, worst: not good, கெட்ட; of poor quality, மட்டரகமான; below standard, தரக்குறைவாக; not correct, சரியில்லாத; suffering from sickness, ill, not healthy, உடல்நலக் குறைவான; rotten, கெட்டுப்போனது. • *It is not good; it is* **bad**. • *He was angry to see his son getting* **bad** *report.* • *A bad man is injurious to the society.* **bad***(n)*: (badder, baddest) that which is bad, bad condition, கெட்டுப்போனது. • *One has to take the* **bad** *with the good.* **badness***(n)*: the state of being bad, தீய குணம், தாழ்ந்த நிலை. **bad***(adv)*: badly, நன்றாக இல்லாத. • *His family has been very* **bad** *ever since he was dismissed,* **badly***(adv)*: worse, worst, மோசமான; very much, a great deal, மிக அவசியமான. • *I am* **badly** *in need of money.* • *I want the book* **badly**.

bad 'blood'/,bæd'blʌd/,பஃட்:'ப்:லட்: / unfriendly relations, நட்பு இல்லாத உறவுகள். • *There is too much* **bad blood** *between the neighbours.*

bad-breath/,bæd'breθ/*(n)*:,பஃட்:'பி:ரெத் / unpleasant smelling breadth, வாய் துர்நாற்றம், துர்நாற்றமூச்சு.

bad-debt/,bæd'det/,பஃட்:'டெட் / a debt that is unlikely to be paid, கொடுக்கப்படாத கடன், வசூலிக்க முடியாத கடன்.

bade/bæd/*(v)*:பஃட் (பெய்ட்) / past tense of 'bid', 'bid' என்ற வினைச்சொல்லின் இறந்த காலம்.

badge/bædʒ/*(n)*:பஃஜ் / a special token or device worn as a sign of allegiance, membership, authority, achievement, etc., ஒருவரின் கொள்கை, கட்சி நம்பிக்கை, அதிகாரம் - இவற்றைக் குறிக்கும் அடையாளப் பதக்கம், முத்திரை, சின்னம். **badge***(v.t)*: **badged, badging**: to mark with a badge, to have a badge, முத்திரை (அ) சின்னத்துடன் இரு, அடையாளச் சின்னம் வைத்துக்கொள்.

bad-ger/'bædʒə* *(n)*:'பஃஜஒ* / a small burrowing animal, living in the

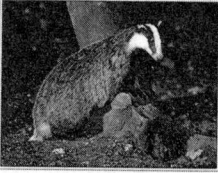

hole and active during night, மரநாய்; the skin and fur of the animal, மிருகத்தின் தோல் மற்றும் மிருதுவான உரோமம். **badger**(v.t): to harass continuously, தொடர்ந்து தொந்தரவு செய்; to pester, துன்புறுத்து. • *The workers kept* **badgering** *the manager to give them pay increase.*

badinage/'bædina:ʒ/(n):'ப:ஆடினாஜ் / friendly joking between people, கிண்டல் பேச்சு.

bad-min-ton/'bædmintən/(n): 'ப:ஆட்:மின்ட்டன் / a game that is very similar to tennis with the substitution of light rackets and a shuttlecock for tennis ball over a high net, பூப்பந்தாட்டம்.

bad-mouth/,bæd'mauθ/(n):,ப:ஆட்:'மஉத் / criticise behind one's back, புறம் பேசு.

bad-tempered/bæd'tempəd/(adj): ப:ஆட்:'டெம்பஉட்: / frequently getting angry, அடிக்கடி கோபப்படுதல்.

baf-fle/'bæfl/(v.t):'ப:ஆஃப்:ல் / **baffled, baffling**: to confuse, கலவரம் கொள்; to thwart by creating confusion, குறிக்கோளை அடைய முடியாமல் குழப்பம் செய்; to struggle without knowing what to do, என்ன செய்வதென்று தெரியாமல் போராடு. • *In the interview, the question* **baffled** *me completely.* **baffle**(n): a controlling board that checks the flow of air, water or sound in a system, like an enclosed space, ஒரு கட்டுப்பாட்டு அமைப்பில், காற்று, நீர், (அ) ஒலி இவற்றின் ஓட்டத்தைச் சீர்படுத்தும் கருவி. காற்றி லிருந்து நீர்த்துளியை அகற்றும் கருவி.

bag/bæg/(n):ப:ஆக்: / container or receptacle for carrying articles, sack, vallet, பை. • *He is carrying a* **bag** *with him.* **bag**(v.t): to put (things or objects) into a bag, பையில் பொருள்களைப் போட்டுத் திணி. to swell or bulge, பெரிதாகு, வீக்கம் கொள். • *A strong breeze made the sails* **bag** *out.* to kill or catch in the hunting, வேட்டையாடிக் கொன்றுபோடு, பிடித்துப் போடு. • *He* **bagged** *a rabbit.* to try to get possession of, உரிமம் பெற முயற்சி செய். • *He* **bagged** *the first prize in the contest.* to hang loosely like a bag, பை போல் தளர்ச்சியாகத் தொங்கு.

ba-gasse/'bægæʃi/(n):'ப:ஆக:ஆஷி / crushed sugarcane or beet refuse from sugar making, கரும்புச் சக்கை, பீட்ரூட் சக்கை.

bag-a-telle/,bægə'tel/(n):,ப:ஆக:அட்'டெல் / something of little value, பயனற்ற ஒன்று. • *He is not bothering about it because it is a mere begatelle.* மிகச் சிறியது; a trifle, தூசு போன்ற ஒன்று; a game played with balls and a cue on a board with holes in which balls have to be put, பந்துகள், ஆட்டக் கோல், துளைகள் உள்ள பலகை இவற்றை வைத்துக்கொண்டு ஆடும் ஆட்டம். (பந்துகளைத் துளைகளில் வீழ்த்த வேண்டும்).

bag-gage/'bægidʒ/(n):'ப:ஆக்:ஜ் / a traveller's luggage, ஒரு பயணியின் மூட்டை, முடிச்சுகள்; portable equipment like tents, beds and other things of an army, இராணுவ முகாமிற்கு வேண்டிய கூடாரச் சாமான்கள், படுக்கைகள் முதலியவை; **bag and baggage**: with all one's belongings, ஒருவரின் எல்லா உடைமைகளும். • *I was thrown out of the house* **bag and baggage**.

bag-gage re-claim/'bægidʒri'kleim/ (n):'ப:ஆகி:ஜ்ரி'க்லெய்ம் / an area in an airport to collect baggages on arrival, விமானநிலையத்தில் பயணிகள் தங்கள் உடைமைகளை விமானத்திலிருந்து இறங்கியபின் எடுத்துக்கொள்ளும் இடம்.

baggy/'bægi/(adj):'ப:ஆகி: / hanging loosely (of shirts) தளர்த்தியான உடை.

bag-lady/'bæg'leidi/(n):'ப:ஆக்:லெய்டி: / a homeless women who carries her belongings always in bags, தன்னுடைய சிறு உடைமைகளை பைகளில் திணித்து எடுத்துக் கொண்டு திரியும் நிரந்தர தங்குமிடமில்லாத பெண்.

bag-man/'bæg'mæn/(n):'ப:ஆக்:மஆன் / one who collects and distributes the proceeds got in illegal activities, சட்டவிரோதச் செயல்களினால் கிடைப்பவற்றை சேகரித்து விநியோகம் செய்பவர். political fund raiser, பணம் வசூல் செய்யும் அரசியல்வாதி, a travelling salesman, விற்பனைப் பிரதிநிதி.

bag-pipe/'bægpaip/(n): 'ப:ஆக்:ப்பய்ப் / [often **bag pipes**] a reed (wind) instrument of music made up of a wind-bag and pipes, காற்றுப்பை, குழல்கள் உள்ள ஒரு இசைக்கருவி.

Drones

Chanter

Blow pipe

Bag

B

bag-wash/'bæg'wɔʃ/*(n)*:'ப:ஃக்:வாஷ் / a laundry where clothes are washed but not pressed, மடித்துத் தேய்க்காமல் வெளுத்து மட்டும் கொடுக்கும் சலவைப் பட்டறை.

bail/beil/*(n)*:பெ:ய்ல் / [law] security given by one to a court of law so that a prisoner can be set free until he or she is tried, கைதி விசாரிக்கப்படுவதற்கு முன் விடுதலை செய்வதற்குக் கொடுக்கப்படும் பிணை (அ) ஜாமீன். • *He was released on* **bail** *of Rs.5000.* • *The magistrate refused to grant her* **bail** *(to be set free before the trial).* • *I stood* **bail** *for my friend who was arrested.* **bail***(v.t)*: to grant or to obtain the freedom of a person who has been arrested, the security given for his reappearance as and when required in court for trial, கைதாகி இருப்பவரை உத்தரவாதம் கொடுத்து ஜாமீனில் விடுதலை செய், ஜாமீன் கொடுத்தும், விசாரணையின் போது நீதிமன்றத்தின் முன்நிறுத்து. release on bail, பிணை கொடுத்து விடுவி. • *Rajan was charged with robbing the treasury, so his wife paid Rs.1000 to* **bail** *him out.* **bail***(v.t)*: pump out water, empty, to bail water, இறை, தண்ணீரை இறைத்துக் காலி செய். **bail out,** [also **bale out**]: to remove water from (a boat), தண்ணீரை அகற்று. • *As the water level rose in the river, we had to* **bail out** *the boat to reach the shore safely.* to make a parachute jump from an airplane, விமானத்திலிருந்து, வான்குடையைப் பயன் படுத்திக் குதி. **bail out**: to help and give money to come out of a difficulty, துன்பத்திலிருந்து விடுபட பொருள் (அ) பணம் உதவு. •*The bank* **bailed out** *the S.R. company from its financial difficulty.* **bail***(n)*: [cricket] either of the two small pieces of wood laid across the top of the stumps which form the wicket, (கிரிக்கெட்டில்) விக்கெட் அடிக்க குத்துக்கழிகள் மீது வைக்கப்பட்டிருக்கும் ஒரு சிறு மரத்துண்டு. a partition for separating cows, horses, etc., இலாயத்தில் ஒரு தடுப்பு, குதிரைகள், மாடுகள் ஒன்று சேராமல் இருக்க உதவும் தடை. **bails**: the wall of an outer part of a castle, அரண்மனையின் வெளிப் பாதுகாப்புச் சுவர், அரண். **bai-la-ble**/beiləbl/*(adj)*/ 'பெ:ய்லஃப்:ல் / [law]: being able to set free on bail, admitting of bail, ஜாமீனில் விடக் கூடிய, ஜாமீன் ஏற்றுக்கொள்ளக் கூடிய.

bail-ee/ˌbei'li:/*(n)*:'பெ:ய்'லீ / one to whom goods are entrusted, சாமான்களை ஒப்படைக்கவும், ஏற்றுக் கொள்ளவும் ஒப்புக்கொள்ளும் ஒருவன், பிணை நிற்பவன். **bailey***(n, sing)*, **baileys***(n, pl)*: the defensive wall surrounding a castle, அரண்சுவர். **bailie***(n)*: a magistrate or a municipal officer, நகராட்சி அலுவலர், நீதிபதி.

Bai-ley-bridge/'beili'bridʒ/ *(n)*:'பெ:ய்லி'பி:ரிட்ஜ்/ a temporary bridge of lattice steel especially for military operations, இராணுவத்தினரால் கட்டப்படும் தற்காலிகப் பாலம்.

bai-liff/'beilif/*(n)*:'பெ:ய்லிஃப் / an officer of a court, அமீனா; an under officer of sheriff, நீதிபதியின் உதவி அலுவலர்.

bail-ment/'beilmənt/*(n)*:'பெ:ய்ல்மஒன்ட் / releasing a prisoner on bail, ஜாமீனில் கைதியை விடுவித்தல்; delivery of goods held in trust, நம்பிக்கையின் அடிப்படையில் சரக்குகளை ஒப்புவித்தல். **bails-man**/ 'beilsmən/*(n)*:'பெ:ய்ல்ஸ்மஒன் / a person who acts as bail or surety, பிணை நிற்கும் ஒருவர்.

bait/beit/*(n)*:பெ:ய்ட் / food or something like that used to attract fish, rats, animals or birds which are to be caught, தூண்டில் இரை, ஆசை காட்டும் ருசியான உணவுப் பொருள், கண்ணி. • *Many shops announce discount sales as a* **bait**. **bait***(v)*: to prepare a hook or anything like that with bait, தூண்டில் தயார் செய்; allure, ஆசைகாட்டி ஏமாற்று; to set dogs on to worry another animal, நாயை ஏவி பிற பிராணிகளைத் துன்புறுத்து; to make someone angry wantonly, வேண்டுமென்றே ஒருவரை ஆத்திர மூட்டு. • *Many husbands* **bait** *their wives mercilessly for small mistakes.* • *A very bad habit of* **baiting** *subordinates prevails in some offices.*

baize/beiz/*(n)*/பெ:ய்ஸ்: / soft fabric used to cover billiards table, மேசை மீது விரிக்கப்படும் ஒரு வகைத் துணி.

bake/beik/*(v.t)*:பெ:ய்க் / **baked, baking:** to cook using dry heat in an oven, வெப்பத்தில் வாட்டு, சுடு; to harden by heat, வெப்பத்தினால் கடினப்படுத்து. • *The bread is being* **baked** *in the oven.* **bake***(v.i)*: to bake bread, ரொட்டி சுடு. **baking***(n)*: the act of baking, சுடுதல். • *Bricks,* **baked** *in the sun are used to build some houses.* **ba-ker**/beikə*/*(n)*:'பெ:ய்க்கஒ* / a person who bakes and sells bread, cake, etc., ரொட்டி சுட்டு விற்பவன். **bakery***(n, sing)*, **bakeries***(n, pl)*: a baker's shop, ரொட்டிக் கடை, ரொட்டி தயாரிக்கும் இடம். a baker's shop, 13.

bal-ance/'bæləns/*(n)*:'பːæலəன்ஸ் / an instrument of any system, used for weighing, *துலாக்கோல், தராசு, எடை காணும் கருவி*; a state of equilibrium, *சமநிலையிலிருக்கும் தன்மை*; a wheel of a clock or watch that regulates it, ஒரு கடிகாரத்தின் ஓட்டத்தைச் சமன் செய்யும் சக்கரம்; act of balancing, *சமன் செய்தல்*; mental poise, *மன அமைதி, நெருக்கடியிலும் நிலை தவறாமை*; sign of Libra, *துலா ராசி*; the amount left over, *மீதம், விட்டுப்போன மீதித் தொகை*. • *Now it is USA that holds the* **balance** *of power.* • *The nuclear devastation is imminent. The future of the world hangs in the* **balance**. **balance***(v.t)*: to weigh in a balance, *தராசில் எடை போடு*; compare, *சீர்தூக்கிப்பார்*, ஒரு பொருளின் எடை, வேறு பொருளின் எடை இவற்றை ஒப்பிடு; equalise, *சரிக் கட்டு, சமன் செய்*; to settle account, கணக்கை நேர் செய், *மீதமில்லாமல் செய்*; to consider the two sides of a problem, ஒரு பிரச்சினையின் இருதரப்புகளையும் *சீர்தூக்கிப்பார்*. *One has to* **balance** *while riding a two wheeler.* **balance sheet**: a statement of the assets and liabilities of a company, ஒரு நிறுவனத்தின் வரவு-செலவு, சொத்து-கடன் பற்றிய பட்டியல், அட்டவணை.

bal-co-ny/'bælkəni/*(n, sing)*:'பːæல்க்கəனி / **balconies***(n, pl)*: a platform or gallery projecting from a building, an upper floor in a theatre, கட்டடத்தின் முன் முகப்பு, அரங்கத்தின் மாடியிருக்கை.

bald/bɔːld/*(adj)*:பːɔːல்ட்: / with little or no hair on the head, *வழுக்கை*, வெறுமையான; with no natural growth or covering, *இயற்கையான வளர்ச்சியற்ற*, அலங்காரம் இல்லாத; dull, monotonous, உற்சாகமில்லாத, சாரமில்லாத. **bald-ing**/bɔːldiɲ/*(adj)*:'பːɔːல்டிːங் / becoming bald, வழுக்கை-யாகிக் கொண்டிருக்கின்ற. **bald-ly**/bɔːldli/*(adv)*:'பːɔːல்ட்:லி / spoken baldly, வெற்றுப் பேச்சுள்ள. **bal-der-dash**/'bɔːldədæʃ/*(n)*:'பːɔːல்டːəடːæஷ் / senseless jumble of words, nonsense, அர்த்தமில்லாத பிதற்றல் வார்த்தைகள், அர்த்தமில்லாத பேச்சு. • *His speech is completely balderdash.* **baldish***(adj)*, **baldness***(n)*.

bale/beil*(n)*/பெːய்ல் / a tight package compressed and wrapped in a secure cover, இறுக்கமாகவும், நன்றாகவும் உறையிடப்பட்டு ஏற்றுமதிக்குத் தயாராக இருக்கும் கட்டு. *(e.g)* A **bale** of cotton, a **bale** of paper. **bale***(v.t)*: to pack in bales, *கட்டுக்கட்டாகக் கட்டு*. **bale out**: to escape from an aircraft by a parachute, ஒரு விமானத்தினின்று வான்குடை மூலம் தப்பித்தல். **bale***(n)*: evil, mental torment, கேடு, மனநோவு.

bale-ful/'beilful/*(adj)*:'பெːய்ல்ஃபுல் / full of evil influences, *தீமை பயக்கும் வினையுள்ள*, harmful, *துன்பம் நிறைந்த*. **balefully***(adv)*, **balefulness***(n)*.

bale-fire/'beilfaiə*/*(n)*:'பெːய்ல்ஃபயə* / a large fire, bonfire, பெரு நெருப்பு, விழாப்பந்தம்; fire of a funeral pyre, சவமூட்டு நெருப்பு.

balk/bɔːk/*(v.t)*:பːɔːக் / to stop and refuse to do something, *நிறுத்து*, மேலும் செய்ய மறுத்துவிடு; to halt and decline to go forward, செய்து முடிக்காமல் விடு. • *The horse* **balked** *and neighed.* **balk***(v.t)*: to hinder, *தடங்கல் ஏற்படுத்து*; thwart, *வீணாக்கி விடு*. • *I wanted to buy the car but I* **balked** *at the very high price quoted.* **balk***(n)*: defeat, hindrance, disappointment, தோல்வி, *தடங்கல்*, ஏமாற்றம்; a strip of land not ploughed, உழப்படாமல் இருக்கும் நிலம்.

balk-line/bɔːkline/*(n)*:பːɔːக்லைன் / starting point in a track events, பந்தயப் பாதையில் தொடக்க இடம். **balky***(adv)*: unyielding, stubborn, வளைந்து கொடுக்காத.

Bal-kan/'bɔːlkən/*(adj)*:'பːɔːல்க்கəன் / pertaining to the Balkan states, பால்கன் நாடுகள் பற்றிய. **Balkans***(n)*: the countries of the Balkan Peninsula, பால்கன் தீபகற்ப நாடுகள். **bal-ka-nize**/ˌbɔːlkənaiz/*(v.t)*:ˌபːɔːல்க்கə'னய்ஸ்: / **balkanized, balkanizing**: to divide a country into small important land pieces, ஒரு நாட்டை முக்கியமான குறுநிலப் பகுதிகளாகப் பிரி.

ball/bɔːl/*(n)*:பːɔல் / any round body, உருண்டையான ஒரு பொருள்; a round body, hollow or solid used in games as baseball, tennis, golf, etc., விளையாட்டுக்களில் பயன்படும் திடப்பந்து, காற்றுள்ள பந்து முதலியன; projectiles like bullets, shot shell, etc., துப்பாக்கிக் குண்டு, வெடி குண்டு, ரவை முதலியன; a style of throwing a ball in a game, விளையாட்டில் பந்து வீசும் முறை. **keep the ball rolling**: to continue, தொடர்ந்து செய். •*Though there was difficulty in the company, he* **kept the ball rolling**. **The ball is in your court**: now it is your turn to take action or reply, இப்பொழுது

B

பதில் சொல்ல வேண்டியது (அ) நடவடிக்கை எடுக்க வேண்டியது உன் பொறுப்பு. **ball**(*n*): a large social party featuring dancing especially for some purpose, நடனமும், கேளிக்கையும் கொண்ட நிகழ்ச்சி; a very good time, நல்ல பொழுதுபோக்கு வேளை, ஒருவகைக் குழு நடனம். • *All of them like to have* **ball** *at the party.* **ball boy**(*n*) a ball retriever in tennis or baseball, பந்தை எடுத்துக்கொடுக்கும் பையன்.

bal-lad/'bæləd/(*n*):'ப:ஃலஅட்: / a story in verse of popular origin composed in short stanzas often having romantic themes, பெரும்பாலும் காதல், வீரம் முதலியவற்றை அடிப்படையாகக் கொண்டிருக்கும் ஜனரஞ்சகமான நாட்டுப் பாடல்கள், கதைகள் இவற்றைக் கருத்தில் கொண்டு சிறு அடிகளில் சுவையாகப் பாடப்படுவது.

bal-last/'bæləst/(*n*):'ப:ஃலஅஸ்ட் / any heavy material used in a vessel to give stability, படகு, கப்பல்களில் சம நிலையை ஏற்படுத்தப் பயன்படுத்தப்படும் உறுதியான பொருள் (சுமை); something heavy placed in balloon for control of altitude (height) பலூனின் பறக்கும் உயரத்தைக் கட்டுப் படுத்தப் பயன்படும் பாரம்; gravel/broken stone, etc., placed under a railroad or road to provide stability, இரயில் பாதை (அ) சாலை இவற்றின் அடித்தளத்தை உறுதிப்படுத்த உபயோகப்படும் சரளைக் கற்கள், உடைந்த கற்கள்; that which provides mental poise, மன நிலையைக் கட்டுப்படுத்தப் பயன்படுவது. **ballast**(*v.t*): to furnish or fill with ballast, பாரத்தைக் கொண்டு நிரப்பு (அ) சரிப்படுத்து, சுமையேற்று.

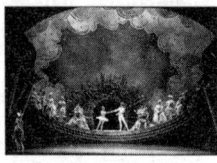

bal-let/'bælei/ (*n, sing*): 'ப:ஃலெய் / **ballets** (*n, pl*): a dance entertainment, ஒரு நடன நிகழ்ச்சி; dancing and miming, aiming to tell a story, இசையும், நடனமும், பாவமும் ஒருங்கிணைந்து, பாட்டும், பேச்சும் இல்லாமல், ஒரு கதையை (அ) கருத்தை வெளியிடுதல், பாலே நடனம், குழு நடனம். **ballerina**/ˌbælə'ri:nə/(*n*):,ப:ஃலஅ'ரீனஅ / a female ballet dancer, பாலட் நடனப் பெண்மணி.

bal-lis-tics/bə'listiks/(*n*):ப:ஃ'லிஸ்ட்டிக்ஸ் / (usually construed as **singular**): the science of the motion of projectiles, as bullets, shells or bombs, எறியப்படும் பொருள்கள், பீரங்கிக் குண்டு, ரவைகள், விமானக் குண்டுகள் முதலியவற்றின் இயக்கம் பற்றிய அறிவியல், எறிகணைகள் இயக்கம் பற்றிய இயல். **ballistic**(*adj*): pertaining to ballistics, எறிகணைகள் இயக்கவியல் பற்றிய, எறியப்படும் குண்டுகள் இயல்பு பற்றிய. **ballistic missile**(*n*); one that is powered and guided at first but falls to its target by gravity, காற்றில் உயர உதவிடும் ஒரு ஏவுகணை பிறகு தன் இயக்கத்தில் தன் வழிச்சென்று கீழே விழும்.

ball of fire/bɔ:l ɔf 'faiə*/(*n*):ப:ஓ:ல் ஓஃப் 'ஃபயஅ* / an unusually energetic person, அசாதாரண சக்தியுள்ளவன்.

ball of wax/bɔ:l ɔf wæks/(*adj*):ப:ஓ:ல் ஓஃப் உஃக்ஸ் / something one is concerned with, subject under consideration, பரிசீலனைக்கு ஆட்படுத்தப்பட்டுள்ள, ஒன்றினைப் பற்றிய.

bal-loon/bə'lu:n(*n*):ப:அ'லூன் / a bag of silk or plastic filled with a light gas to rise and float in the air, காற்றில் உயர்ந்து பறக்கக் கூடிய இலேசான வாயு அடைத்த பை. • *They crossed the Ganges river in a hot air* **balloon**. a small bright coloured bag made of rubber or plastic that can be blown up, and used as toy for children or for decoration, வண்ண நிறங்களில் அமைந்த ரப்பர் (அ) பிளாஸ்டிக் பைகள், காற்றை நிரப்பி விளையாட்டுப் பொருள்களாக (அ) அலங்கார அமைப்பாகப் பயன்படுத்தப்படுவது. **balloon**(*v.i*): to go up or ride in a balloon, (மேலே) உயரப் பறந்து செல் (அ) காற்றுப் பந்தில் (பலூன்) சவாரி செய்; to swell or puff out like a balloon, காற்றுப்பையைப் போல் ஊது, வீக்கம் பெறு. **ballooning**(*n*): balloon-flying game, பலூன் பரக்கவிடும் விளையாட்டு.

bal-lot/'bælət/(*n*):'ப:ஃலஅட் / a slip or sheet of paper used in secret voting, வாக்கெடுப்பிற்குப் பயன்படுத்தும் ஒரு துண்டுச் சீட்டு (அ) காகிதம், வாக்குச்சீட்டு. • *The members are for secret* **ballot**. the method or process of secret voting, இரகசிய ஓட்டெடுப்பு முறை; voting in general, பொது வாக்கெடுப்பு. • *The election of the secretary was put to* **ballot**. a practice of drawing lots, குலுக்கல் முறை மூலம் வாக்கெடுப்பு. **ballot**(*v.i, v.t*): to hold a ballot, வாக்குச்சீட்டு மூலம் வாக்கெடுப்பு நடத்து, தேர்ந்தெடு; to draw lots, குலுக்கல் முறையில் தேர்ந்தெடு. to vote or decide by secret voting, ரகசிய வாக்கெடுப்பின் மூலம் தீர்மானம் செய். • *The members have*

ballotted *for a new Prime Minister and the results are awaited.* **ballot box**(*n*), **ballot paper**(*n*).

ball-room/'bɔ:lrum/(*n*):'ப:ஓல்ரூம் / a large room with a polished floor for dancing, நடனம் ஆடுவதற்கு ஏற்றவாறு நன்கு பளபளப்பாக்கப்பட்ட தளம் உள்ள ஒரு அகலமான அறை. **ballroom dancing**: dance in pairs, ஜோடி ஜோடியாக, இசைக்கு ஏற்ப நடனம் புரிதல்.

balls up/bɔ:lz ʌp/(*v*):ப:ஓல்ஸ்: அப் / to make a mess of, சிக்கலாக்கு.

bally-hoo/ˌbæli'hu:/(*n*):ˌப:ஆலி'ஹூ / extravagant publicity, மிதமிஞ்சிய விளம்பரம். *All textile shops in Chennai indulge in* **ballyhoo**.

balm/ba:m(*n*):பா:ம் / a kind of oily, fragrant resinous substance that has medicinal value, களிம்பு, எண்ணெய்ப் பசை போன்ற, நறுமணத்துடன் கூடிய, மருத்துவப் பயனுள்ள பொருள், நோயகற்றும் களிம்பு; consolation, that which gives comfort to the spirit, மன அமைதியளிக்கும் அருமருந்து. • *Soothing words are the balm of hurt minds.* **balmy**(*adj*), **balmier, balmiest**: soft, warm and soothing, healing, மிருதுவான, இதமான, ஆறுதலான, ஆற்றும் குணம் உள்ள. (e.g.) balmy weather. **balmily** (*adv*), **balminess**(*n*), **balmlike**(*adj*).

ba-lo-ney/bə'ləuni/(*n*):பə,லəஉனி(ப:ɔ) / [also **boloney**]: nonsense, அர்த்தமில்லாதது; total foolishness, முட்டாள்தனம்.

bal-us-ter/'bæləstə*/(*n*):'ப:ஆலəஸ்ட்டə* / a stone or wooden shaft moulded to support a handrail, கல் (அ) மரத்தில் செதுக்கப்பட்டு வடிவமைக்கப்பட்ட கைப்பிடி, தளவாடங்களைத் தாங்கப் பயன்படும் கம்பம், சிறு தூண், கைப்பிடிச்சுவரைத் தாங்கும் கம்பம்.

bal-us-trade/ˌbælə'streid/(*n*): 'ப:ஆலəஸ்ட்ரெய்ட்: / a row of balusters supporting a railing, கைப்பிடிச்சுவர் (அ) தளவாடத்தைத் தாங்கும் வரிசையான சிறு வேலைப்பாடுள்ள தூண்கள்.

bam-bino/bæmbinəu/(*n*):ப:ஆம்பி:னəஉ / a young child, a representation of Infant Jesus, சிறுகுழந்தை, குழந்தை இயேசுவின் வடிவம். **bambini**(*pl.*)

bam-boo/bæm'bu:/ (*n, sing*):ப:ஆம்'பூ / **bamboos**(*n, pl*): a tall tropical plant of the grass family (the hollow, woody stem of such a plant is used as building material), மூங்கில்.

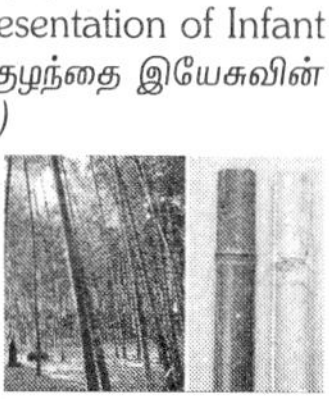

bam-boo-zle/bæm'bu:zl/(*v*):ப:ஆம்'பூ:ஸ்ல் / **bamboozled, bamboozling**: to deceive, to cheat, to hoodwink, ஏமாற்று, மற்றவனை ஆட்கொள், சாமர்த்தியமாகச் செயல்பட்டு ஏமாற்று; to practise trickery, தந்திரமாக ஏமாற்று.

ban/bæn/(*v*):ப:ஆன் / **banned, banning**: to prohibit, தடைசெய். • *Some books are* **banned** *even in a democratic country.* to forbid by law, சட்டப்படி விலக்கி வை, விலக்கு; to curse, சாபம் கொடு. **ban**(*n*): an order banning or prohibiting something தடையுத்தரவு; excommunication, சமுதாயத்தினின்று விலக்கி வைக்கும் தண்டனை, விலக்கம். • *The Government has imposed a* **ban** *on smoking in public places.*

ba-nal/bə'na:l/(*adj*):'ப:ஆனəல் / not fresh, பழைய; stale, சுவையற்ற; very common, சாதாரணமான, சுலபமான. **banality**/(*n*): common place, பொதுவான இடம். • *The remarks were banal and nobody bothered about it.*

ba-na-na/bə'na:nə/(*n*):பə'னானə / a tropical plant yielding nutritious fruit, வெப்ப மண்டலங்களில் பயிரிடப்படும் ஒரு வகைச் செடி - வாழை; அதன் பழம் நல்ல சத்துள்ளது; a tree like plantain bearing finger - like fruits, கதலி, நேந்திரம் பழம். **banana republic**: any of the small countries in central or South America that is not developed and not politically stable, மத்திய (அ) தென் அமெரிக்காவில் உள்ள முன்னேற்றம் அடையாத, அரசியல் உறுதி இல்லாத ஏதேனும் ஒரு நாடு.

band/bænd/(*n*):ப:ஆன்ட் / a thin, flat strip of some material used for fastening things together, cord, பொருள்களை கட்டுவதற்குப் பயன்படும் நாடா போன்ற பொருள். • *Girls tie their hair with a rubber* **band**. a belt or strap, பட்டைக் கயிறு, இணைப்பு, வார்ப்பட்டை, கழுத்து அணி; a range, பரப்பு; like range of amounts, தொகையின் வரம்பு; (as in the income bracket of Rs. 10,000 - Rs. 100,000 per annum, வருவாய் எல்லை) a set of the frequencies, ஒலி அலைகளின் தொகுப்பு; as in the radio waves (group) வானொலி அலைகளின் வரிசைத் தொகுப்பு. **band**(*v*): to unite, சேர்ந்து செயல்படு; tie, கட்டு. • *The two communal groups* **banded** *together for the election purpose.* **band** (*n*): a group of persons with a leader, functioning to get something done, ஒரு குறிக்கோளை நிறைவேற்றுவதற்காக ஒரு தலைவரைக் கொண்டு செயல்படும் குழு; a party, ஒரு கூட்டம், செயற்கூட்டம்; a musical group, ஓர் இசைக் குழு.

B

B

ban-dage/'bændidʒ/*(n)*:'ப:ஆன்டிஜ் / a strip of cloth or other material used to tie round a wound or round a part of the body that has been injured, காயங்களைக் கட்டுப்போட்டு மூடி வைக்கப் பயன்படும் துணி (அ) அதே போன்ற வேறு ஏதாவது பொருள். **bandage***(v)*, **bandaged, bandaging**: to tie up with a bandage, கட்டுப்போடு.

Band-Aid/'bændid/*(n)*:'ப:ஆன்ட்எய்ட் / a sticking plaster, காயத்தின் மேல் போடும் பிளாஸ்டர்.

ban-dan-na/bæn'dænə/*(n)*: ப:ஆன்'ட:ஆனə / a large, coloured handkerchief, பெரிய வண்ணக் கைக்குட்டை.

ban-deau/'bændəu/*(n)*:'ப:ஆன்டி:əஉ / a narrow band worn around the head to hold the hair in position, தலை மயிர் நெற்றி மேல் விழாமலிருக்கக் கட்டப்பட்டிருக்கும் ஒரு பட்டை.

ban-de-role/'bændiərəul/*(n)*: 'ப:ஆன்டி:əரəஉல் / a long narrow flag with a cleft flown at a mast head, கம்பத்தின் உச்சியில் பறக்கவிடப்பட்டிருக்கும் ஒரு சிறிய நீளமான நுனி கூர்மையான கொடி

ban-di-coot/'bændiku:t/*(n)*: 'ப:ஆன்டிக்கூட் / a large East Indian rat, பெருச்சாளி போன்ற கிழக்கிந்திய எலி, ஆஸ்திரேலியா, நியூகினியா நாடு களில் காணப்படும் ஒருவகை எலி. பெருச்சாளி.

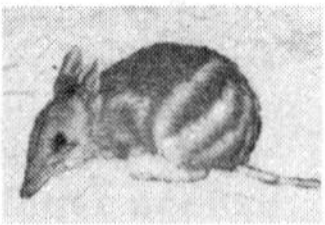

ban-dit/'bændit/*(n, sing)*:'ப:ஆன்டி:ட் / **bandits, banditii***(n, pl)*: a robber of marauding band, ஐரோப்பாவிலும், மத்திய கிழக்கு நாடுகளிலும் வாழும் கொள்ளைக் காரன். **banditry***(n)*.

ban-dog/'bændɔg/*(n)*:'ப:ஆன்ட:ɔக்: / a blood-hound, a mastiff, any dog kept chained, வேட்டை நாய், கட்டி வைக்கப்பட்டிருக்கும் கொடூரமான நாய்.

ban-do-leer/ˌbændəu'liə*/*(n)*: ˌப:ஆன்ட:əஉ'லியə* / [also **bandolier**]: a broad belt worn over the shoulder and fitted with pockets to hold cartridges, தோளில் அணியும் தோட்டாக்கள் வைத்துக் கொள்ளப் பயன்படும் வார்ப்பட்டை.

band-mas-ter/'bændˌma:stə*/*(n)*:'ப:ஆன்ட் ˌமாஸ்ட்டə* / the conductor of a military band, circus band, etc., இராணுவ இசைக் குழு, சர்க்கஸ் இசைக்குழு முதலியவற்றை நடத்துபவர். **bands-man**/'bændzmən/*(n, sing)*,'ப:ஆன்ட்ஸ்:மəன் / **bands-men***(n, pl)*: a musician who plays in a band, ஒரு குழுவில் பங்கு கொள்ளும் இசைக் கலைஞன். **band-stand**/'bændstænd/*(n)*: 'ப:ஆன்ட்:ஸ்ட்டஆன்ட்: / an outside platform with a roof where a band plays, இசைக்குழு இசைக்கு அமைக்கப் பட்டிருக்கும் கூரையுள்ள மேடை. **band-wa-gon**/'bændwægən/*(n)*:'ப:ஆன்ட்:உஆக:əன் / a wagon for carrying a musical band at the head of a procession, ஊர்வலத்திற்கு முன்பாக இசைக்குழுவினரை ஏற்றிச் செல்லும் வண்டி. **bandwagon***(v)*: jump, climb or get on the bandwagon, to go along or join a party or a group that is assured of some success, இசைக்குழு வண்டியில் ஏறிக்கொள், வெற்றி வாய்ப்புள்ள கட்சி (அ) குழுவில் சேர்ந்துகொள்.

band-width/'bændwitθ/*(n)*:'ப:ஆன்ட்:உயிட்த் / the range of frequencies within a given band, ஒரு குறிப்பிட்ட அலை நீளங்களில் பெறப்படும் அலைவரிசை.

ban-dy/'bændi/*(v)*:'ப:ஆன்டி: / **bandied, bandying**: bandy words to quarrel (with), சண்டையிடு; வார்த்தைகளால் சாடு; to throw to and fro, இங்குமங்கும் தள்ளு. **bandy***(v.t)*: to spread rumours, வதந்தி-களைப் பரப்பு. **bandy***(adj)*: having curved knees, சப்பைக் கால்களுடைய.

bane/bein/*(n)*:பெ:ய்ன் / that which ruins, அழிப்பதற்குக் காரணமாக இருப்பது; mischief, விஷமம்; நச்சரிப்பு; destruction, அழிவு; a cause of continuous trouble or nuisance, தொடர்ந்து தொந்தரவு கொடுத்துக் கொண்டிருக்கக் காரணமாய் இருப்பது. •*The house is the* **bane** *of my life.* **baneful** *(adj)*: harmful, destructive, இடர்ப்பாடாயுள்ள, தீமையுண்டாக்கக் கூடிய. **banefully***(adv)*, **banefulness***(n)*.

bang/bæɲ/*(v.t)*:ப:ஆங் / to strike or beat violently, பலமாக மோது (அ) அடி; to hit especially by chance, தற்செயலாக அடி. • *I* **banged** *my elbow on the low table.* slam, படீரென்று கதவை மூடு. • *He* **banged** *the door in anger.* thrash, நையப்புடை. **bang** *(n)*: an explosive noise, வெடியோசை; a heavy blow, மிக பலத்த அடி. • *The door was suddenly shut with a* **bang**. strong and good effect, மிக நல்ல பலன். •*The new magazine made a* **bang** *on the market.* **bang***(adv)*: suddenly, directly, திடீரென்று, நேரிடையாக; loudly, exactly, சப்தமாக, மிகச் சரியாக. •**Bang** *went off the lights, right in the middle of dinner.* **bang***(n)*: hair cut across the forehead, முன்னுச்சி மயிரை வெட்டுதல்.

ban-gle/'bæɲgl/*(n)*:'ப:ஆங்க்:ல் / an ornamen-tal ring worn round arm or ankle, கையில் (அ) காலில் அணியும் வளையம்; bracelet, வளையல்.

bangled(*adj*): having worn a bangle, வளையல் அணிந்த.

ban-i-a/'bæniə/(*n*):'ப:ænியə / a trader, ஒரு வியாபாரி.

ban-i-an/'bæniən/(*n*):'ப:ænியəன் / a large tree spreading wide with figs and long aerial roots hanging down from branches, ஆலமரம். **banian**: an inner wear, jacket, உள்சட்டை, பனியன்.

ban-ish/'bæniʃ/(*v*):'ப:ænிஷ் / to condemn, to exile, நாடு கடத்து, நாட்டை விட்டு விரட்டு; drive away from one's country, send away, நாட்டை விட்டு வெளியேற்று. • *When the religious fanatics became rulers they began* **banishing** *people for political reasons.* • *I am not a traitor, how can you* **banish** *me?* **banishment**(*n*): forcing a person to stay outside his own country, நாடு கடத்தல்; to make something go away, to get rid of something, நினைவுகளை அறவே நீக்கு, சிலவற்றை ஒதுக்கி வை. • *She* **banished** *all thoughts of a restful afternoon (from her mind).*

ban-is-ter/'bænistə*/(*n*): 'ப:ænிஸ்ட்டə* / handrailing along a flight of stairs, மாடிப்படியின் கைப்பிடி.

ban-jo/'bændʒəu/(*n*):'ப:ænஞ்ஜəஉ / a musical instrument of guitar type, தம்புரா போன்ற நரம்பிசைக் கருவி.

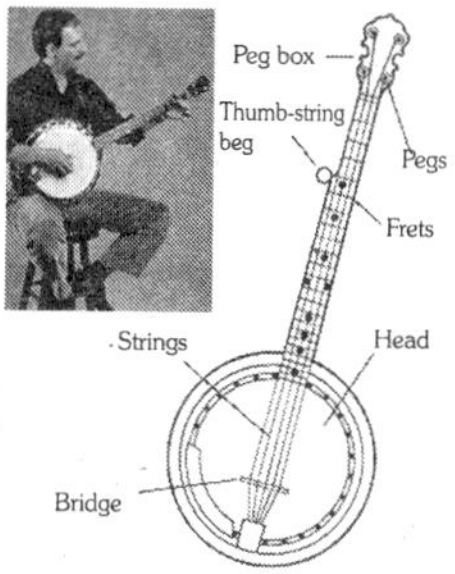

Peg box
Thumb-string beg
Pegs
Frets
Strings
Head
Bridge

bank/bæɲk/(*n*):ப:ænங்க் / a ridge of earth, மண் மடிப்பு; sand heap, மணல் மேடு; the edge of a stream or lake, ஒரு நீரோடையின் கரை, ஏரியின் கரை, மேடு, நதிக்கரை. **bank**(*n*): an office where money transactions take place like keeping money, holding deposits, lending money, etc., வங்கி, பணம் வைத்திருப்பது, பணம் எடுப்பது, வைப்புநிதி பெற்றுக் கொள்வது போன்ற வங்கியின் அலுவல்கள் செய்யப் படும் இடம்; a place where objects are held in safe custody and made available when needed, பொருள்கள் பத்திரமாக வைக்கப்பட்டிருக்கும் இடம், பத்திரமாகப் பொருள்களை வைப்பதற்கு ஏற்ற பெட்டக வசதியுள்ள சிறு அறைகள், பாதுகாப்பு அறைகள். *e.g. kidney* **bank**, *blood* **bank**. *Blood* **bank**. • *Blood* **banks** *are there to help the accident victims.* **bank**(*v*): to build up or form banks, கரைகட்டு, கரை ஏற்படுத்து; to deposit in a bank, ஒரு வங்கியில் நிதி வை; to put or keep money in a bank, வங்கியில் பணம் போடு, வைப்புநிதி வை. • *Whom do you* **bank** *with?* depend upon, சார்ந்திரு. • *I* **bank** *on my brother's help to tide over the crisis.* **bank**(*v*): (when making a turn) to move with one side higher than the other (as in the case of a car or aircraft), திரும்பும் பொழுது, ஒரு பக்கம் சாய்ந்து பற (அ) சாய்ந்து நகர். **banker**(*n*): one who owns the bank, வங்கியாளர், வட்டிக் கடைக்காரர்; (games) the keeper or holder of the bank in a game, சூதாட்டத்தில் போட்டிப் பணத்தை வைத்திருப்பவர். **banking**(*n*): the business carried on by a bank or banker, பணம் கொடுத்தல் (அ) வாங்குதல். **bankable**/bæɲkeibl/(*adj*):ப:ænங்க்கெய்ப:ல் / certain to bring profit, acceptable at a bank, reliable, வங்கியினால் ஏற்றுக் கொள்ளத்தக்க, லாபம் தரவல்ல, நம்பத்தகுந்த. **bank-book**/'bæɲkbuk/(*n*):'ப:ænங்க்பு:க் / the depositior's book in which a bank records deposits and withdrawals, வங்கியில் இருப்பு வைத்திருப்போரின் பதிவுப் புத்தகம்.

bank-rupt/'bæɲkrʌpt/(*n*):'ப:ænங்க்ரப்ட் / one not able to satisfy any just financial claims made upon him, கடன் தீர்க்க வகையில்லாதவர், பொருளற்ற கடனாளி. **bankrupt**(*adj*): not being able to pay one's debts, insolvent, கடன் தீர்க்க வழியில்லாத, திவாலான. • *The company has gone* **bankrupt**. **bankrupt**(*v*): to make bankrupt, திவாலாக்கு, திவாலாகு. • *Ambition to make money has completely* **bankrupted** *me.* **bank-rupt-cy**/'bæɲkrəptsi/(*n*):'ப:ænங்க்ரəப்ட்சி / state of being or becoming bankrupt, திவாலாகும் நிலைமை, திவாலாகிக் கொண்டிருக்கும் நிலைமை, total ruin, முழு அழிவு. • *The corporation is threatened with* **bankruptcy**.

ban-ner/'bænə*/(*n*):'ப:ænə* / a sign or advertisement painted on cloth and displayed publicly, விளம்பரப் பலகை (அ) துணி; a flag, symbol for some principle, கொடி, கொள்கைச் சின்னம். **under the banner of**: in the cause of, in the name of, அந்தக் காரணத்திற்காக, அந்தப் பெயரில். *He is contesting the election* **under the banner of** *the Democrats.* **bannered**(*adj*), **bannerless**(adj), **bannerlike**(*adj*).

ban-nock/'bænək/(*n*):'ப:ænəக் / flat cake made of oatmeal, barley meal, etc., ஓட், பார்லி மாவிலிருந்து தயாரிக்கப்படும் ரொட்டி.

banns/bænz/(*n, pl*):ப:ஆன்ஸ்: / proclamation or notice of an intended marriage in a Church, கிறித்தவக் கோயிலில் பிரார்த்தனை காலத்தில் தெரிவிக்கப்படும், நடக்கவிருக்கும் திருமணம் பற்றிய பொது அறிவிப்பு.

ban-quet/'bæŋkwit/(*n*):'ப:ஆங்க்உயிட்(விட்) / a public dinner in honour of a person of dignity, feast, a rich meal, பெரிய பதவி வகிக்கும் ஒருவரை கௌரவிக்கும் வகையில் நடத்தும் பெரிய சுவையான விருந்து.

ban-tam/'bæntəm/(*n*):'ப:ஆன்ட்டம் / a small kind of farm chicken, வீட்டில் வளர்க்கப்படும் ஒருவகைக் குட்டைக் கோழி.

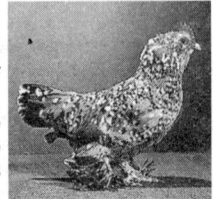

bantam(*adj*): tiny, மிகச்சிறிய; of very light weight, இலேசான எடையுள்ள. **bantam-weight**(*n*): a boxer weighing a little less than 118 pounds, 118 பவுண்டுக்கு சற்றுக் குறைவாக உள்ள ஒரு குத்துச்சண்டை வீரர்.

ban-ter/'bæntə*/(*v.t*):'ப:ஆன்ட்டஅ* / to make fun of someone in good humour, பரிகாசம் செய்; to joke, கேலி செய்; to jest, வேடிக்கையாகப் பேசு; to make good natural raillery, வேடிக்கையாகப் பரிகாசம் செய். **banter**(*n*): fun, joke, good natured raillery, வேடிக்கையாகப் பேசுதல், கேலி, மனம் நோகாமல் கேலி செய்தல். • *The cine artiste exchanged* **banter** *with her fans.* • *Making* **bantering** *remarks is not relished by some.* **bantering**(*adj*), **banteringly**(*adv*).

banting/'bæntiŋ/(*n*):'ப:ஆன்ட்டிங் / a wild ox, காட்டெருமை.

bantling/'bæntliŋ/(*n*):'ப:ஆன்ட்லிங் / a young child, சிறு குழந்தை.

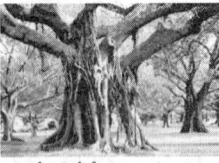

ban-yan/'bæniən/(*n*):'ப:ஆன்யஅன் / An Indian fig tree whose branches grows down towards the ground and form new roots covering a wide area, இந்தியாவில் வளரும் பழமரம். இதன் வேர்கள், மரக்கிளை களிலிருந்து விழுது வளர்ந்து, தரையை அடைந்து, உறுதி பெறும், அகன்ற இடத்தில் வளரும் ஆலமரம்.

bap-ti-sm/'bæptizəm/(*n*):'ப:ஆப்ட்டிஸம் / a religious function by which a person is initiated into the membership of the Christian church, கிறித்தவ மதத்தில் ஒருவரைத் திருமுழுக்குச் (ஞானஸ்நானம்) செய்து சேர்த்துக் கொள்ளல். **bap-tize**/bæp'taiz/(*v*):'ப:ஆப்ட்டய்ஸ்: / purify, give name to introduce into the Christian fold, திருமுழுக்குச் செய், கிறித்தவ சமுதாயத்தில் சேர்த்துக்கொள், பெயரிடு, தூய்மைப்படுத்தி கிறித்தவ சமுதாயத்தில் சேர்த்துக்கொள்.

bap-tist/'bæptist/(*n*):'ப:ஆப்டிஸ்ட் / one who baptizes, திருமுழுக்கு செய்யும் ஒருவர், ஞானஸ்நானம் செய்து திருநாமம் சூட்டுபவர்; a member of the Christian group who believes that baptism is only for mature people, old enough to understand and there should be complete immersion in holy water, நம்பிக்கை உள்ள ஒருவருக்கு மட்டுமே திருமுழுக்கு செய்யப் படவேண்டும் என்றும், புனித நீராட்டல் முழுமையாக இருக்க வேண்டும் என்ற கொள்கையும் உடையவர். **baptismal**(*adj*). **baptism of fire**: any difficult experience or ordeal that is a test of one's power of endurance, ஒருவனுடைய பொறுமையையும், தன்னம்பிக்கையையும் சோதிக்கும் கடும் அனுபவம், ஆத்ம சோதனை.

bar/ba:*/(*n*):பா:* / long piece of any solid material as metal or wood, உலோகத் துண்டு, கட்டை; a long evenly shaped piece of some solid substance, an ingot of solid gold or silver, பாளம், வெள்ளி (அ) தங்கப்பாளம். • *Please get a* **bar** *of soap.* bolt, தாழ்ப்பாள்; a sand bank, மணல் மேடு; obstacle, barrier, தடை, தடங்கல். • *There is no* **bar** *to his appearance in the theatre.* any tribunal, நடுவர் மன்றம்; in a court of law a separation or division between the part in which court business is carried on and the part intended for the public or the legal practitioners or the prisoners, நீதிமன்றத்தில் நீதிபதிக்கும் மற்றவருக்கும் இடையே உள்ள தடுப்பு, குற்றவாளிக் கூண்டு, சட்ட நிபுணர்கள், வழக்குரைஞர்கள் இருக்கும் இடம், பொதுமக்கள் இருக்கை முதலியன; a set of notes in music that add up to a specific time value, இசைச் சுருதியில் ஒரு கட்டத்தில் ஏற்படுத்தப்படும் கால அளவு; a place or restaurant where alcoholic drinks are served, மதுபானம் வழங்குமிடம், விற்குமிடம், அருந்துமிடம், கேளிக்கைத் தலம். • *I go only to the coffee* **bar**. the members of the legal profession, வழக்குரைஞர்கள், சட்ட நிபுணர்கள். • *He was called to the* **bar** *last year.* **bar**(*prep*): except, தவிர. • *Everyone attended the party* **bar** *Krishna.* • *She is the best violinist in the city* **bar** *none (without any exception).*

bar(*v*): to close tightly with a bar, இழுத்து மூடு; to obstruct, தடை செய்; shut out, வெளியேற்று, நீக்கிவிடு. • *The magistrate* **barred** *the general public from the room.* • *The traffic in the main road has been* **barred** *by the police today.*

barb/ba:b/(*n*):பா:ப் / a point of an arrow, a deliberately hurtful remark, அம்பின் கூர்முனை, வேண்டுமென்றே புனையப்பட்ட குற்றச்சாட்டு.

bar-bar-i-an/ba:ˈbeəriən/(*n*): பா'பெ:ரியன் / an uncivilized person, பண்பாடு இல்லாத ஒருவர்; one who is rough and wild in behaviour, நாகரிகம் இல்லாத மனிதன். • *The so-called* **barbarians** *have good moral code of conduct.* **bar-bar-ic**/ba:ˈbærik/(*adj*): பா'பா:ரிக் / not civilised, நாகரிகம் இல்லாத. **bar-bar-ism**/ˈba:bərizəm/(*n*): 'பா:பரிஸம் / want of civilization, பண்பாடு இல்லாமை; improper use of word or idiom, இங்கிதமாகப் பேசத் தெரியாத தன்மை. **bar-bar-i-ty**/ba:ˈbærəti/(*n*): பா'பா:ரிட்டி / cruelty, கொடூரமான தன்மை, savagery, மிருகக் குணம். **bar-ba-rize**/ˈba:bəraiz/(*v*):'பா:பரய்ஸ் / **barbarized, barbarizing**: to make barbarous, கொடூரமாக்கு; to become barbarous, கொடூரமாகு. **bar-bar-ous**/ˈba:bərəs/ (*adj*):'பா:பரஸ் / not civilized, rough, crude, நாகரிகம் இல்லாத, முரட்டுத்தனமாக உள்ள, சிந்தனைத் தெளிவில்லாத. **barbarously** (*adv*), **barbarically**(*adv*).

bar-be-cue/ˈba:bikju:/(*n*):'பா:பிக்யூ / a social entertainment usually in the open-air, at which meat is roasted over an open hearth or pit, திறந்தவெளி அடுப்பு; an animal roasted whole for an open air feast, திறந்தவெளி விருந்துக்காக ஒரு பிராணியை முழுவதுமாக வாட்டுதல்.

bar-ber/ˈba:bə*/(*n*):'பா:பஅ* / hairdresser, சிகை அலங்காரம் செய்பவர்; one who trims, shaves and cuts the hair of men, முடி திருத்துபவர்.

barbiturate/ba:ˈbitjurət/(*n*):பா:'பிட்யூரட் / a group of drugs that make people calmer or put to sleep, மக்களை நீண்ட தூக்கத்திற்கு ஆளாக்கும் மருந்துகள்.

bar-chart/ba:*tʃa:t/(*n*):பா*ச்சாட் / a chart or graph using bars to represent quantity, அளவீட்டு வரைபடம். **bar code**/ ba:*kəud/(*n*):பா*கஉட் / a machine readable code in the form of a pattern of printed stripes for identifying a commodity, நுகர்வோர் பொருட்களின் மீது ஒட்டப்படும் பொருளின் விவரங்களடங்கிய அடையாளக் குறியீடு.

bard/ba:d/(*n*):பாட் / a poet, கவிஞன்; a person who composes and sings epic poems to the accompaniment of harp, பாடல் தொகுத்து, இதிகாசக் கவிதைகளை, தம்பூராவின் இசையுடன் பாடும் பாணன்; defensive armour for horse, குதிரையின் உடலைப் பாதுகாக்கும் கவசம்.

bare/beə*/(*adj*):பெ:அ* / **barer, barest**: naked, without covering, நிர்வாணமான, முழுவதும் மூடப்படாத. • *I always walk around in* **bare** *feet.* open to view, பார்வைக்குத் திறந்திருக்கும்; empty, காலியான, வெறுமையாக உள்ள. • *The cupboard was* **bare**. **bare**(*v*), **bared, baring**: to open or bring to view, திற (அ) பார்வைக்குக் கொண்டுவா; expose, வெளிப்படுத்து. • *The tiger* **bared** *its teeth.* **bare one's heart**: to make known one's sincere feelings, ஒருவரின் உண்மையான உணர்ச்சிகளைத் தெரியப்படுத்து. **bareness**(*n*).

bare-back/ˈbeəbæk/பெ:அ'பா:க்/(*adj & adv*): [also **barebacked**] without saddle, சேணம் பூட்டப்படாத.

bare-faced/ˈbeəfeist/(*adj*):'பெ:அ'ஃபெய்ஸ்ட் / with no cover for the face, முகமூடி இல்லாமல், முகத்துக்குப் பாதுகாப்பு இல்லாமல்; shameless, வெட்கமில்லாமல்; impudent, அசட்டுத் தைரியத்துடன். **bare-facedly**(*adv*).

bare-foot/ˈbeəfut/(*adj & adv*):'பெ:அஃபுட் / [also **barefooted**]: with the feet bare, வெறுங்காலுடன்; with no shoes covering the feet, காலணி இல்லாமல். • *I always like to walk* **barefoot**. **bare-headed**(*adj & adv*), [also **bare-head**]: with the head uncovered, தலைப்பாகை இல்லாமல், வெறுந்தலையுடன்.

bare-handed/ˈbeəˈhændid/(*adv*): 'பெ:அ'ஹான்டிட்: with uncovered hands, வெறுங்கை கொண்டு.

bare-ly/ˈbeərli/(*adv*):'பெ:அலி / hardly, பற்றாக் குறையாக; only just, தேவைக்குச் சற்றுக் குறைவாக; not more than, அதிக மில்லாமல்; in a bare manner, அலங்காரம் ஏதும் இல்லாமல். •*We have* **barely** *enough money to meet the commitments.*

barf/ba:f/(*v*):பா:ஃப் / vomit, வாந்தியெடு

bar-gain/ˈba:gin/(*n*):'பா:கெ:ய்ன் / an arrangement or agreement between parties in buying and selling, பேரம், வாங்குவதிலும், விற்பதிலும் ஏற்படும் உடன்பாடு; a profitable business transaction, இலாபகரமான வியாபாரம். • *The bank* *management and the staff have struck a* **bargain**. some purchase done cheaply, மிக மலிவாக வாங்கப்பட்டது. **bargain**(*v.i*): to discuss the terms and conditions of a purchase or a sale, ஒரு வியாபாரத்தில், வாங்குவது விற்பது குறித்து விவாதி; make a bargain, பேரம் பேசு. • *We have only fixed price, please do not* **bargain**. **bargain**(*v.t*): to arrive at decision by bargain, பேரம் பேசி ஒரு வியாபாரம் செய்; to settle by bargain, பேரம் பேசி ஒரு வியாபாரத்தை முடிவுக்குக் கொண்டுவா. • *The corporation* **bargained** *on a three year term for the loan schedule.* • *The workers want to* **bargain** *on wage increase.*

barge/ba:dʒ/(*n*):ப:ா:ஜ் / a large, low, flat bottomed boat used for carrying goods, பெரிய, அடிப்பாகம் தட்டையான சாமான்களை

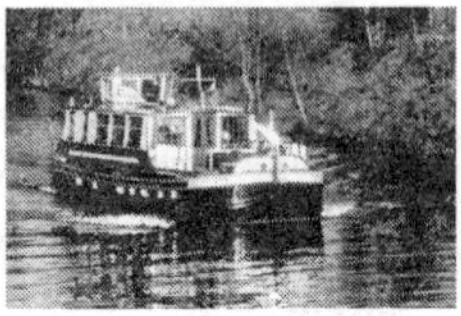

ஏற்றிச் செல்லப் பயன்படும் படகு; a boat reserved for important people like a flag officer, கப்பற்படை உயர் அதிகாரிகள் பயன்படுத்தும் படகு; an ornamented vessel used in procession, ஊர்வலத்தில் பயன்படும் பெரிய அலங்காரப்படகு.

bargee/ba:'dʒi:/(*n*):'ப:ா'ஜீ / bargeman, a person who works on a barge, படகோட்டி அல்லது படகில் வேலை செய்பவர்.

bark/ba:k/(*n*):ப:ாக் / the harsh cry of a dog, fox, etc., நாய், நரி முதலியவற்றின் குரைப்பு (அ) ஊளை; the explosive sound of firearms, துப்பாக்கி முதலியவற்றின் வெடிச் சத்தம். • *Her* **bark** *is worse than her bite.* **bark**(*v*): to make an abrupt loud cry or cries as of a dog, குரை, குரைத்தல் செய். • *The director* **barked** *out an order.* to speak in loud, sharp, cruel voice, நாய் குரைப்பது போல் பேசு. • *Some people* **bark** *at the beggars.* **bark**(*n*): the outer covering of a tree, மரப்பட்டை, மரத்தின் மேல் பகுதி.

bar-ker/'ba:kə*/(*n*):'ப:ாகə* / a person who stands at the entrance especially to a show and tries to attract customers to it, கேளிக்கை மற்றும் நாடகங்களை காண வெகு ஜனங்களை கூவி அழைப்போன்.

bar-ley/'ba:li/(*n*):'ப:ாலி / a cereal (the grain being used for malt making, bread and food for animals), வால் கோதுமை, பார்லி.

bar-my/'ba:mi/(*adj*):'ப:ாமி / frothy, நொதித்தலில் உள்ள நுரை பற்றிய; foolish, சற்றே மந்தபுத்தியுள்ள.

barn/ba:n(*n*):ப:ான் / a building for storing hay, grain, etc., and also used for housing livestock, தானியக்களஞ்சியம், கால்நடைத் தீவனங்களை வைக்கவும், கால்நடைகள் தங்கவும் பயன்படும் கட்டடம், தொழுவம்.

bar-na-cle/'ba:nəkl/(*n*):'ப:ானəக்ல் / a small shell fish that collects in large numbers on rocks and on the bottoms of ships, பாறைகளிலும், கப்பலின் அடிப்பகுதிகளிலும் ஒட்டிக் கொள்ளும் சிப்பி வகை மீன்.

barn-storm/'ba:n,stɔ:m/(*v.i*):'ப:ான்,ஸ்ட்ɔ:ம் / to move from place to place performing theatrical performances or to carry on political campaign, ஓர் இடத்தினின்று வேறு இடத்திற்குச் சென்று நாடகம் போடு (அ) அரசியல் இயக்கம் ஒன்றை ஆதரித்துப் பேசு. **barn-stormer**(*n*).

ba-rom-e-ter/bə'rɔmitə*/(*n*): ப:ə'ரɔமிட்டə* / an instrument for recording the weight or pressure of the atmosphere that indicates impending weather changes, காற்றழுத்தமானி, வாயு மண்டலத்தில் (காற்று மண்டலம்) ஏற்படும் மாற்றங்களைப் பதிவு செய்யும் காற்றழுத்த மானி, இதன் பதிவுகளால் தட்பவெப்ப நிலைகளையும், காற்றழுத்த மாறுதல்களையும் அறியலாம்.

bar-on/'bærən/(*n*):'ப:ærəன் / a title of nobility, பிரபுத்துவத்தின் ஒரு பட்டம்; a member of the lowest grade of nobility, பிரபுக்கள் வரிசையில் அடித்தளத்தில் உள்ள ஒரு நபர்; a successful financier or an industrialist with great power and influence, பெரும் பணம் குவித்த ஒரு முதலாளி (அ) ஒரு வியாபாரி (அ) நல்ல செல்வாக்கு படைத்தவர். **bar-on-ess**/'bærənis/(*fem, n*):'ப:æரəனிஸ் / a woman who is the wife of a baron, ஒரு பிரபுவின் மனைவி; of the rank of being a baroness in her own right, தன் உரிமையால் பெற்ற, சீமாட்டி என்னும் பட்டம். **bar-on-y**/'bærəni/(*n, sing*)/ 'ப:æர்னி: **bar-onies**(*n, pl*): the estate of a baron, baronage, ஒரு பிரபுவின் நிலம் முதலிய சொத்துக்கள், பிரபுத்துவம்.

ba-roque/bə'rɔk/(*adj*):ப:'əரɔக் (ரəஉக்) / very highly ornamented or decorated, 17th century European style, ஆடம்பர வேலைப்பாடுள்ள, 17ஆம் நூற்றாண்டின் ஐரோப்பிய கலைநுட்ப முள்ள.

barque/ba:k/(*n*):ப:ாக் / bark, a boat or ship, படகு (அ) மரக்கலம்.

bar-rack/'bærək/(*n*):'ப:æரəக் / usually **bar-racks**, a building or a range of buildings where soldiers are lodged or live, படை வீடு, பாளையம், வீரர்கள் வசிக்குமிடம். **barrack**(*v.i - v.t*): to lodge in barracks, படைவீட்டில் குடியிருக்கச் செய்; to shout for a player or speaker, to shout against a player or speaker, விளையாட்டு வீரர் (அ) பேச்சாளர் இவர்களை ஆதரித்து ஆர்ப்பரி (அ) எதிராகக் கைகொட்டிக் கேலியாக ஆர்ப்பரி.

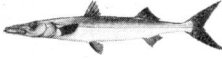

bar-ra-cu-da/ˌbærəˈkuːdə/ *(n, sing)*: ˈபːஃரஅக்கூடஅ / **barracudas***(n, pl)*: an edible, large tropical marine fish, found in the Atlantic, அட்லாண்டிக் கடலில் வாழும், உணவாகப் பயன்படும் ஒருவகைப் பெரிய கடல் மீன்.

bar-rage/ˈbæraːʒ/*(n)*:ˈபːஃராஜ் / a wall of continuous military fire produced either to protect the advance of troops or to stop the attack of the enemies, எதிரிகளைத் தாக்க (அ) முன்னேறும் படைக்கு ஆதரவாகப் பயங்கரத் துப்பாக்கிச் சூடு செய்வது (அ) எதிரிகளை முன்னேற விடாமல் தடுக்க, இடைவிடாமல் துப்பாக்கிச் சூடு நடத்துவது; a dam, அணை; a series of impediments, முன்னேற்றத்தைத் தடுக்கும் வகையில் உள்ள தடைகள்; a barrage of questions, கேள்விக்கணை; asking a large number of questions at the same time to embarrass a speaker, ஒரு பேச்சாளரை, பல கேள்விகளை ஒரே சமயத்தில் கேட்டு திக்குமுக்காடச் செய்தல்.

barred/ˈbærəd/*(adj)*:ˈபːஃரஅட்: / provided with one or more bars, கம்பி (அ) கம்பிகள் பொருத்தி தடை ஏற்படுத்தப்பட்டுள்ள.

bar-rel/ˈbærəl/*(n)*:ˈபːஃரஅல் / a cylindrical wooden container with and a flat top bottom, உருளையான மரத்தினால் செய்யப் பட்ட மேலும் கீழும் தட்டையான கொள்கலம்; cask, பீப்பாய். • *The beer* **barrels** *have been delivered.* a long tube like part of a gun, துப்பாக்கியின் குழல் பாகம். **barrel** *(v.t)*: to put or pack in a barrel, பீப்பாயில் திணி (அ) அடை (அ) ஊற்று.

bar-ren/ˈbærən/*(adj)*:ˈபːஃரஅன் / not capable of begetting or producing offspring, குழந்தைகள் பெற முடியாத மலட்டுத் தன்மையுள்ள. • *A* **barren** *woman can marry but cannot have a child.* infertile, கருத்தரிக்க முடியாமலுள்ள; producing no plant or fruit or seed, பயிரிட முடியாத தரிசு நிலம். • *A* **barren** *land cannot be cultivated but it may yield mineral products.* sterile, மலடான. **barrenness***(n)*: sterility, மலட்டுத் தன்மை. **barrenly***(adv)*.

bar-ri-cade/ˌbæriˈkeid/*(n)*:ˌபːஃரிக்ˈகெய்ட்: / a makeshift arrangement to obstruct the passage of an enemy or something else, தற்காலிகமாக எதிரிகள் வருவதை (அ) வேறு ஏதாவது முன்னேறுவதைத் தடுக்க எழுப்பப்படும் தடை; an obstruction for a free passage, சுதந்திரமாக நடமாடுவதைத் தடுக்க ஏற்படுத்தப்படும் தடை. **barricade** *(v.t)*: to block with a barricade, தடை செய், பாதுகாப்பு வேலி ஏற்படுத்து, தடை ஏற்படுத்திப் போக்குவரத்தைத் தடுத்து நிறுத்து. • *The police effectively* **barricaded** *the entry of the terrorists into the city.*

bar-ri-er/ˈbæriə*/*(n)*:ˈபːஃரியஅ* / anything that bars passage as a railing, fence, bar, etc., நடமாட்டத்தைத் தடைப்படுத்தும் வேலி, கட்டை முதலியன; a natural obstacle, இயற்கையான தடைகள், ஆறு, மலை, மணல் மேடு முதலியன; anything that obstructs the social progress or other human efforts or communications, சமுதாய முன்னேற்றத்தையும் (அ) மனித முயற்சி களையும் (அ) தொடர்புகளையும் தடைப் படுத்துகின்ற எதுவும். • *A river is not a* **barrier** *for one who can swim.* • *We have to break many* **barriers** *to progress in life, the first being inferiority complex.*

bar-ring/ˈbaːriŋ/*(prep)*:ˈபːாரிங் / except for, தவிர, மற்றும். • **Barring** *any last minute development, the election of president will take place today at 4 p.m.*

bar-ris-ter/ˈbæristə*/*(n)*:ˈபːஃரிஸ்ட்டஅ* / [law]: a lawyer who practises in the higher courts of law, உயர் நீதிமன்றங்களில் வாதாடும் வழக்குரைஞர், வழக்கறிஞர்.

bar-row/ˈbærəu/*(n)*:ˈபːஃரஅஉ / a small handcart with one or two wheels, கை வண்டி, தள்ளு வண்டி. **barrow***(n)*: a mound over an ancient grave, புதை மேடு (அ) குன்று.

bar-ter/ˈbaːtə*/*(v.i)*:ˈபːாட்டஅ* / to exchange goods for other wanted items without using cash, பணப் புழக்கம் இல்லாமல் பண்ட மாற்று முறையில் வியாபாரம் செய்; to do business by exchange of one kind of goods for another, பண்டமாற்று வியாபாரம் செய். • *Do not* **barter** *away your freedom by becoming a servant.* **barter***(n)*: a system of trade in which one thing is exchanged for another without the use of money, பண்டமாற்று முறை. • *The trade by* **barter** *gradually gave way for cash transactions in business.*

ba-salt/ˈbæsɔːlt/*(n)*:ˈபːஃஸாːல்ட் / a dark greenish black dense igneous rock, வெப்ப அதிர்வுகளால் உண்டாகும் கரும் பச்சை நிறமுள்ள ஒருவகைப் பாறை.

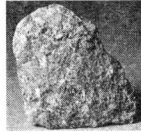

base/beis/*(n)*:பெ:ய்ஸ் / the bottom support of anything, தாங்கும் பீடம்; that on which a thing rests, தாங்கிக் கொண்டிருக்கும் அடித்தளம்; that which supports, எது ஆதாரமாக அமைகிறதோ அது; foundation, அஸ்திவாரம். • *His statement has no* **base**. the principal part of anything, முதன்மையான பகுதி. • *Many languages have Sanskrit as their* **base**. a chemical substance that combines with an acid to form a salt, அமிலத்துடன் சேரும் காரம் போன்ற பொருள். • *Sodium hydroxide is a* **base** *and it neutralises hydrochloric acid.* starting point of any theory, ஆரம்பக் கட்டம், ஒன்றைத் துவங்குவதற்கு ஆதாரமாய் இருப்பது; supply point of an army, இராணுவம் செயல்புரிவதற்கு வேண்டிய தளவாடங்களையும், உணவுப் பொருள்களையும் வழங்குமிடம்; main ingredient of any compound, ஒரு கூட்டுப் பொருளின் முக்கிய பாகம்; the number that serves as a starting point for a numerical system/ calculations, எண் கணிதத்தில் ஏதாவது அமைப்பு உண்டாவதற்கு/உண்டாக்குவதற்கு அடிப்படையாக இருப்பது. • *Ten is the* **base** *for logarithmic calculations.* **base***(adj)*: morally not good, நற்குணம் இல்லாத; mean minded, மட்டரகமான, இழிவான, ஈனபுத்தியுள்ள; forming a base, அடிப்படை அமைத்துக் கொண்டுள்ள. **base***(v.t)*: to establish a base, அடிப்படையை அமைத்துக் கொள்; to found, ஒரு நிறுவனத்தை ஏற்படுத்து. **base***(v.i)*: to have a base, ஓர் ஆதாரத்துடன் இரு. ஓர் ஆதாரம் ஏற்படுத்து. • *The estimate is* **based** *on the current market rates.* **basely***(adv)*, **baseness***(n)*.

base-ball/'beisbɔ:l/*(n)*/'பெ:ய்ஸ்பாஂல் / ball-game played by two teams of nine members each in which a player, after batting, must make the full circuit of four bases in order to score a run, ஒன்பது உறுப்பினர்கள் கொண்ட இரு ஆட்டக் குழுக்கள், இந்த விளையாட்டில் ஈடுபடும் ஒரு ஆட்டக்காரர் மட்டைப் பந்து ஆடியபிறகு, நான்கு ஆதாரப்புள்ளி மையங்களையும் தொட்டால்தான், ஓர் ஓட்டம் எனக் கணக்கிடப் படும்; the ball used for the play, ஆட்டத்தில் பயன்படும் பந்து.

baseborn/'beisbɔ:n*(adj)*:'பெ:ய்ஸ்:பாஂ:ன் illegal, முறை தவறிப் பிறந்த.

base-less/'beislis/*(adj)*:'பெ:ய்ஸ்லிஸ் / having no base, ஆதாரமில்லாத; groundless, காரணமற்ற. • *The charge made by the police, is* **baseless**. **baselessness***(n)*. **base-line**: a line or level that is used as a base, ஆதாரமாகப் பயன்படும் கோடு (அ) மட்டம்.

base-ment/'beismənt/*(n)*:'பெ:ய்ஸ்மஂன்ட் / a storey of a building partly or wholly underground, கட்டடத்தின் அடித்தளத்தில் முழுவதும் அல்லது சுற்றுப் பாகம் மட்டும் உள்ள நிலவறை; the lower most portion of a structure, நிலக்கீழ் அறை. • *The family lives in a* **basement** *apartment.*

bash/bæʃ/*(v.t)*:ப:ஃஷ் / [slang]: to hit with a crushing blow, பலமாக அடி; to find fault with in hurtful terms, பிறரைத் துன்புறுத்தும் வகையில் குற்றம் காண். **bash***(n)*: a severe blow, நல்ல பலத்த அடி. • *The policeman gave a* **bash** *on the thief's cheek.* a wild good time, கட்டுப்பாடு இல்லாமல் அனுபவிக்கும் சுகமான நேரம். • *The man* **bashed** *the door in and entered the office room with no notice.* **bash-ful**/bæʃful/*(adj)*:'ப:ஃஷ்ஃபுல் / shy, timid, கூச்சம் உள்ள, அச்சம் உள்ள; not fitting in a social situation, ஒரு சமுதாய சந்தர்ப்பத்தில் ஒவ்வாத நிலைமையில் உள்ள. **bashfulness***(n)*, **bashfully** *(adv)*.

ba-sic/'beisik/*(adj)*:'பெ:ய்ஸிக் / forming a base, ஆதாரம் அமைத்துக் கொண்டுள்ள; fundamental, அடிப் படையாக உள்ள. • *The* **basic** *principles of physics are taught to the children in school.* more necessary than anything else, தேவையானவற்றிற்கு மேல் அதிகமாக உள்ள. **basics**/'beisiks/ *(n)*:'பெ:ய்ஸிக்ஸ் / the essential facts or principles, தேவையான உண்மைகள் (அ) கருத்துக்கள். **basically**/'beisikəli/*(adv)*: 'பெ:ய்ஸிக்கஂலி / in a general or simple sense, பொதுவாக (அ) சாதாரணமாக. • *The novel is* **basically** *about freedom struggle.* fundamentally, அடிப்படையில். **basics***(n, pl)*. **BASIC**, a widely adopted programming language, used commonly in computer, கணிப்பொறியில் பயன்படும் செயல்மொழி.

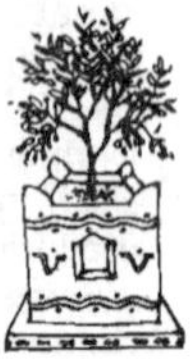

bas-il/bæzl/*(n)*:ப:ஃஸ்:ல் / a kind of sweet smelling plant (herb), துளசிச் செடி.

bas-il-i-ca/bə'zilikə/ *(n)*:பஂ'ஸி:லிக்கஂ / a public building, or a Roman hall, or a church, பொதுக் கட்டடம், கிறித்தவ ஆலயம். ரோமானியர் பயன்படுத்திய பெரிய அறை.

ba-sin/'beisn/*(n)*:'பெ:ய்ஸ்ன் / a wide, hollow circular shaped container, போகணி; a natural hollow place containing water, இயற்கையில் குழியான இடத்தில் உள்ள நீர்த்

தேக்கம்; an area of land from which water runs down into a river, a large valley, ஒரு நிலப்பரப்பினின்று நீர் ஓடிவந்து, ஓர் ஆற்றுடன் கலப்பதால் ஏற்படும் பள்ளத் தாக்கு, நதிப்படுகை. • *The Amazon* **basin** *is a very large river basin.*

ba-sis/'beisis/(*n, sing*):'பெய்ஸிஸ் / **bases**(*n, pl*): fundamental principle, அடிப்படைக் கொள்கை; the way of doing a business or carrying out an action or process, ஒரு வேலையைச் செய்யும் முறை, ஒரு செயல் முறையை வகுத்தல்; that on which a thing rests, foundation, மூல ஆதாரம். • *The auditor does his work for the company on a part-time* **basis**. •*The theory of falling stars has no scientific* **basis.**

bask/ba:sk/(*v.i*):ப:ாஸ்க் / to lie in warmth or in sun shine, சூரிய ஒளியில் சுகம் காண், வெயிலில் காய்; to enjoy a particular occasion or situation, ஒரு சந்தர்ப்பத்தை (அ) ஒரு வாய்ப்பைப் பயன்படுத்தி மகிழ்ச்சியுடன் இரு. *She* **basked** *in her past glory of having made a lot of money in the cinefield.*

bas-ket/'ba:skit/(*n*):'ப:ாஸ்க்கிட் / a container made of plaited rushes, willow, cane or flexible materials, கூடை, பிரம்புக்கூடை. • *There is a waste paper* **basket**. **bas-ket-ful**/'ba:skitful/(*n*):'ப:ாஸ்க்கிட்ஃபுல் / the amount of materials a basket will hold, கூடை நிரம்பிய (அ) நிரம்பும் பொருள். • *She brought her children a* **basketful** *of fruits.*

bas-ket-ball/'ba:skitbɔ:l/(*n*):'ப:ாஸ்க்கிட்ப:ɔல் / a game where a ball has to be thrown through a basket played by two teams of five players each, கூடைப்பந்தாட்டம்.

bas-ket-ry/'ba:skitri/(*n*):'ப:ாஸ்க்கிட்ரி / basket work, கூடை முடைதல்.

bas-re-lief/ˌbæsri'li:f/(*n*):'ப:æஸ்ˌரிலீஃப் / relief sculpture in which figures or objects project slightly upon a flat surface or from the background, பின்னணி (அ) அடி சமதளத்திலிருந்து உருவங்கள் சற்றே புடைத்திருக்கும்படி சிற்பங்களை வடிக்கும் முறை.

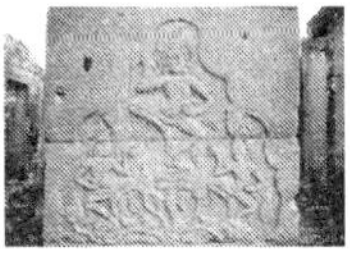

bass/bæs/(*n*):ப:æஸ் / the low in pitch, மெல்லிய ஓசை, தொனியின் தாழ் நிலை; the lowest part of harmony, whether vocal or instrumental, இசையின் இணக்கத்தில் அல்லது இசைக்கருவியில் ஏற்படும் தாழ்நிலை; the lowest male singing voice, ஆண் குரலில் ஏற்படும் தாழ்நிலை, உச்சக் குரலுக்கும் தாழ்ந்த குரலுக்கும் இடைப்பட்ட ஆண் குரல். **bass**(*adj*): low or deep in tone, தொண்டையின் அடிப்பாகத்தில் இருந்து எழும் ஓசையுடைய. **bass**(*n*), **bass or basses**: an edible spiny finned fresh water or salt water fish, உண்ணக்கூடிய முதுகெலும்புள்ள துடுப்புகள் கொண்ட கடல் (அ) சாதாரண நீரில் காணப்படும் ஒருவகை மீன். **bass**(*n*): the bass wood, inner fibrous bark of the lime-tree, எலுமிச்சை மரத்தின் நார் போன்ற உள்பட்டை.

basset/'bæsit/(*n*):ப:æஸிட் / a hound with short legs, வேட்டைநாய்.

bassinet/ˌbæsi'nət/(*n*):ˌப:æஸி'னəட் / a basket used as a cradle for babies, மூடியுடைய பிரம்புத் தொட்டில்.

bas-soon/bə'su:n/(*n*):'ப:əஸூ:ன் / a large, low range musical wind instrument made of wood, மரத்தில் கடையப்பட்டு துளைகள் கொண்ட குறைந்த இசை அளவெல்லை கொண்ட ஓர் இசைக் கருவி.

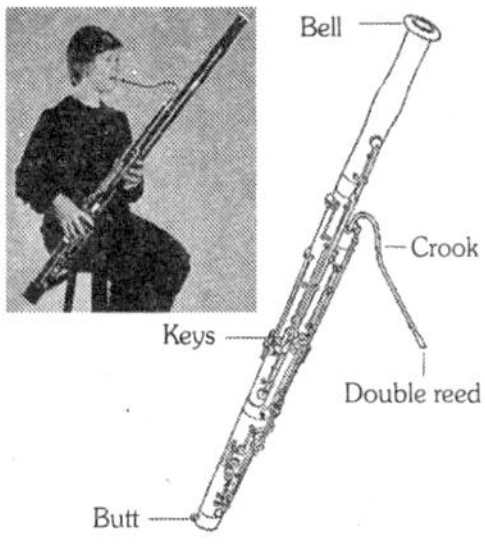

bast/bæst/(*n*):'ப:æஸ்ட் / inner bark of a tree used for making mats, baskets, etc., பாய், கூடை முதலியவற்றைச் செய்யப் பயன்படும் ஒரு மரத்தின் உட்பகுதி.

bas-tard/'ba:stəd/(*n*):'ப:æஸ்ட்டəட்: ('ப:ாஸ்) / a child born of parents not married, மணம் புரிந்து கொள்ளாமல் சேர்ந்து வாழ்ந்ததால் பிறந்த குழந்தை; an illegitimate child, முறை தவறிப் பிறந்த குழந்தை. **bastard-ize**/'bæstədaiz/(*v.t*): 'ப:ாஸ்ட்டəட:ய்ஸ்: / to declare or prove someone to be a bastard, முறைகேடான பிறவி என்று உறுதி கூறு (அ) நிரூபி; to spoil by making untrue or false, பொய் (அ) குற்றம் எனச் சொல்லிப் பாழாக்கு. **bas-tar-dy**/'ba:stədi/(*n*):'ப:ாஸ்ட்டəடி / illegitimacy, முறைகேடான பிறப்பு.

bas-ti-na-do/ˌbæsti'na:dəu/(*n*): ˌப:æஸ்ட்டி'னெய்டəஉ / **bastinadoes**(*n, pl*): a form of a punishment, beating with a stick across the feet of someone, ஒருவகைத் தண்டனை, ஒருவரின் காலில் குறுக்கே பிரம்பால் அடித்தல். **bastinado** (*v.t*): to beat with a stick, தடியால் அடி.

bas-ti-on/'bæstiən/(*n*):'ப:æஸ்ட்டியəன் / a part of the wall of a castle or fort that projects from the main position,

அரணுக்கு வெளியே நீட்டிக் கொண்டிருக்கும் புறப்பகுதி; a fortified place, அரண் கொண்டு பாதுகாக்கப்படும் இடம்.

bas-tille/bæ'sti:l/*(n)*:ப:ஃஸ்'ட்டீல் / originally a tower, மிகப்பழமையான ஒரு கோபுர அமைப்பு. **The Bastille**: the famous state prison of Paris, பாரீஸில் உள்ள புகழ்பெற்ற சிறைச்சாலை.

bat/bæt/ *(n)*:ப:ஃட் / (sports) a heavy

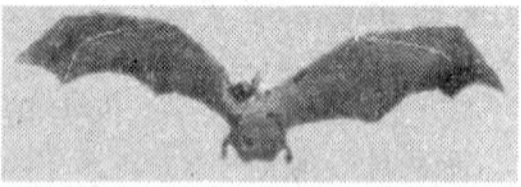

stick specially shaped for hitting the ball in games like baseball, cricket and tennis, கிரிக்கெட், டென்னிஸ், பேஸ்பால் போன்ற விளையாட்டுக்களில் பயன்படும் தனிப்பட்ட பந்தடி மட்டை; a piece of a brick, ஒரு செங்கல் துண்டு. **off one's own bat**: through one's own effort, சொந்த முயற்சியின் மூலம். • *She made the suggestions* **off her own bat**. **at bat**: taking one's turn to bat in a game, தன் வாய்ப்பு வரும்பொழுது ஒருவர் பந்து அடிப்பது. **bat***(v.t)*, **batted, batting**: to strike or hit with a bat, மட்டையால் அடி; wink, கண் சிமிட்டு. **bat***(v.i)*: to strike at the ball with a bat, மட்டையால் பந்தை அடி. • *Lal is better at* **batting** *than in the fielding.* • *Kiran* **batted** *in two runs with a double to left.* **bat***(n)*: any nocturnal flying mammal that usually eats insects or fruits and is active only at night, இரவில் பறக்கும் பூச்சிகளையும், மரத்திலிருந்து பழங்களையும் தின்னும் வௌவால். • *He is blind as a* **bat**, *but he won't wear spectacles.*

batch/bætʃ/*(n)*:ப:ஃச் / a number or quantity coming at one time or taken at the same time or taken together, ஒரே சமயத்தில் எடுத்துக் கொள்ளப்படும் (அ) விடுவிக்கப் படும் தொகுதி (அ) கூட்டம்; the quantity of certain things or the number of articles required for one operation, ஒரு செயலுக்குத் தேவையான குறிப்பிட்ட எண்ணிக்கையுள்ள பொருள்கள், பிரிவு; a group of people or things taken as a set or considered as one unit, தொகுதி, மக்கள் அணி (அ) பொருள்களின் தொகுப்பு, ஒரு அணியாக எடுத்துக் கொள்ளப்படுவது (அ) ஒரு தொகுப்பாகக் கணக்கிடப்படுவது. • *A* **batch** *of ten students was taken to the playground.* • *The soldiers were transported in* **batches** *of twenty five.*

batch processing/bætʃprəusesiŋ/*(n)*: பஃட்ச்:'ப்ரஒஉஸெஸிங் / (computing) the system of processing a batch of jobs together, குறிப்பிட்ட வேலைகளை ஒருங்கிணைத்து செயலாக்கும் முறை.

bate/beit/*(v.t.)*:பெ:ய்ட் / **bated, bating,** [form of **abate**]: to restrain, தணி; lessen, குறை; to abate, அடக்கிவை, அடக்கு, அடங்கி இரு. **with bated breath**: with breath drawn in, hardly breathing at all, மூச்சு விட முடியாமல், பயத்தினால் மூச்சுத் திணறுதல்; with strong feeling and fear, பயத்தினால் திணறுதல். • *I waited for the examination results* **with bated breath**.

bath/ba:θ/*(n, sing)*:பா:த் / **baths***(n, pl)*: washing the body in water, steam, etc., நீர் (அ) வெந்நீரில் குளித்தல். • *A* **bath** *every morning refreshes.* container for water as a bath-tub, குளிக்கும் நீர்த்தொட்டி; bathroom, குளியலறை. **bath***(v)*: to give a bath to, குளிப்பாட்டு, குளித்தலைச் செய்; to take a bath, குளி; to wash in a bath, கழுவு; to wash oneself, கழுவிக்கொள். • *She* **bathes** *every day.* **bathe**/beið/*(v,i)*: பெ:ய்த்: / **bathed, bathing**: to swim for pleasure, மகிழ்ச்சியாக நீந்து; to take bath or sun bath, குளி, வெயிலில் குளிர்காய். **bathe***(v.t)*: to wash by immersion, நன்றாக அமிழ்ந்து குளி. • **Bathe** *the baby twice a day.*

ba-thos/'beiθɔs/*(n)*:'பெ:ய்த்தாஸ் / a sudden change from the highest to the lowest, உயரத்திலிருந்து திடீரென கீழ் இறங்குதல்; from the exalted to the common place, உயர்நிலையிலிருந்து சாதாரண நிலையை அடைதல்; anti-climax, இழிநிலை, தாழ் நிலை, நடையுடை, எழுத்து பாவனைகளில் கீழ் நிலையை அடைதல்.

ba-tik/bə'tik/*(n)*:ப:ə'டிக் / a method of hand-printing textiles by coating with wax the parts not to be dyed, துணிகளின் மேல் படங்கள் வரையும் ஒரு முறை.

bat-on/'bætən/*(n)*:'ப:ஃட்டəன் (-டான்) / a staff, club or heavy stick, held as a mark of office or authority, ஒரு தடி, கம்பு (அ) கோல், பதவியைக் குறிக்கும் வகையில் கனத்த தடியை வைத்திருத்தல். • *The police with* **batons** *and teargas shells charged the riot crowd.* the wand used by a conductor (music), இசை அமைப்பாளர் (அ) இசைக் குழுவை நடத்துபவர் வைத்திருக்கும் கோல்.

bats/bæts/*(adj)*:ப:ஃட்ஸ் / (slang, informal) insane, mad, crazy, மனநிலை சரியில்லாத, நிலை இல்லாத, தடுமாறும் மனம் உள்ள. • *He went* **bats**.

bat-ta/'bætə/*(n)*:'ப:ஃட்டə / a special allowance for travel or subsistence, படிச்செலவு, பயணப்படி.

bat-tal-i-on/bə'tæljən/*(n)*:ப:ə'ட்டஃலியəன் / a military unit of command consisting of three or more companies, மூன்று (அ)

அதற்கு மேலும் சில பிரிவுகள் கொண்ட இராணுவப் படையின் ஒரு பகுதி; several companies of soldiers in fighting order, போர் செய்ய ஆயத்தமாக இருக்கும் வீரர்களின் அணிகள்; part of the infantry, காலாட்படையின் ஒரு பகுதி, பட்டாளம். • *The Jhansi* **battalion** *is going to Iraq.*

batten/'bætn/*(v.t)*:'ப:ஊட்ன் / grow fat, eat heavily, பெருந்தீனி உண், தின்று கொழு.

bat-ter/'bætə*/*(v.t)*:'ப:ஊட்டə* / to beat hard and pound repeatedly, பலமுறை அடித்துத் தகர். • *The boat was* **battered** *to pieces by the cyclone.* to handle severely, கடுமையாக நடத்து; a mixture of flour, milk or water, eggs, etc., beaten together to be used in cooking, மாவு, பால், முட்டை முதலியவற்றைக் கலந்து நன்றாய் அடித்து சமையலுக்குத் தயார் செய்யப்படும் ஒரு கலவை. **batter***(n)*: one who bats or one whose turn is to bat as in base ball or cricket, பேஸ்பால் (அ) கிரிக்கெட் போன்ற ஆட்டங்களில் பந்து அடிப்பவர் (அ) பந்தடிப் பதற்குத் தன் வாய்ப்புக்காகக் காத்திருப்பவர்.

bat-ter-y/'bætəri/*(n)*:'ப:ஊட்டəரி / a combination of two or more galvanic cells connected electrically together for producing electric energy, இரசாயன முறையில் தயாரிக்கப்பட்ட மின்கலங்களை அடுக்காக இணைத்து மின் உற்பத்தி செய்யப் பயன்படும் அமைப்பு; a group of related things, ஒரே மாதிரியான பொருள் களின் சேர்க்கை; guns placed in order and position for shooting, சுடுவதற்காகத் தயார் நிலையில் இருக்கும் பீரங்கிகளின் வரிசை; the place on which guns are mounted, பீரங்கிப்படை, பீரங்கிகள் ஏற்றி வைக்கப்பட்டுப் போருக்குத் தயார் நிலையில் இருக்கும் இடம்; electric cells connected together to give a powerful current, மின்கலங்களை இணைத்து, அதிக மின் ஓட்டம் ஏற்படுத்துவதற்கான அமைப்பு, மின்கல அடுக்கு; an unlawful attack on another person (law), ஒருவரைச் சட்ட விரோதமாகத் தாக்குதல்.

bat-tle/'bætl/*(n)*:'ப:ஊட்ல் / a hostile encounter between opposing forces, போர், சண்டை. • *Napoleon was not killed in the* **battle** *of Waterloo.* a fight between two parties, இரு சாரார்களுக்கிடையே ஏற்படும் சண்டை; a struggle, போராட்டம். • *The* **battle** *of Panipat was a turning point in the history of India.* **battle***(v.t)*: to fight a person, an army, etc., ஒருவரை, ஒரு படையை எதிர்த்துப் போராடு; to fight on a large scale, பெருமளவில் சண்டையிடு; struggle/ give a fight to reach the aims, குறிக்கோளை அடையப் போரிடு. • *The men* **battled** *on in spite of the bad weather to cross the flooded river.* **bat-tle-ment**/ 'bætlmənt/*(n)*:'ப:ஊட்ல்மəன்ட் / a wall with openings to shoot through (usually) the outer wall of a fort, கோட்டை கொத்தளங்களில் சுடுவதற்கு ஏற்றதாக உள்ள துளைகள் கூடிய வெளிச்சுவர், பீரங்கியேற்றும் கொத்தளம்.

battle field/'bætlfi:ld/*(n)*:'ப:ஊட்ல்ஃபீல்ட்: / the place where a battle is or was bought, போர்க்களம்.

baud/bɔ:d/*(n)*:'ப:ɔ:ட்: / (Computer): a unit of data transmission speed, தகவல் பரிமாற்று வேக அலகு.

baulk/bɔ:k/*(v.i-v.t)(n)*:ப:ɔ:க் / see **balk**.

baux-ite/'bɔ:ksait/*(n)*:'ப:ɔக்ஸய்ட் / the principal ore of aluminium, அலுமினியத் தாது.

bawd/bɔ:d/*(n)*:ப:ɔ:ட்: / a woman who maintains a house of prostitution, விபச்சார விடுதி நடத்தும் ஒரு பெண்; procuress, விபச்சாரத்திற்கு ஆள் கொண்டு வருபவர். **bawd-y**/bɔ:di/*(adj)*:ப:ɔ:டி: / **bawdier, bawd-iest**: indecent, obscene, அநாகரிகமான, ஆபாசத் தன்மையுள்ள. **bawdily***(adv)*, **bawdiness***(n)*. **bawdry** *(n)*, obscenity, அருவருக்கத்தக்க.

bawl/bɔ:l/*(v.t)*:ப:ɔ:ல் / to shout in a loud voice, உரத்த குரலில் கத்து. *The director* **bawled** *at me for coming late.* **bawl***(v.i)*: to shout in a loud voice, உரத்த குரலில் கத்திப் பேசு. *The mad man went on* **bawling**. **bawl***(n)*: an outcry, கூக்குரல்.

bawl-out/bɔ:laut/*(v)*:ப:ɔ:ல்அஉட் / to scold or reprimand severely, திட்டு, கடுமையாய் குற்றஞ்சாட்டு.

bay/bei/*(n)*:பெ:ய் / a wide opening along a coast that is part of the sea or of a large lake, கடல் (அ) ஏரியினால் ஏற்படும், கரை ஓரமாக உள்ள ஒரு குடா; an inlet of the sea, ஒரு கடலின் வளைகுடா; a wide mouthed opening of the sea, விரிகுடா. • *The* **bay** *of Bengal is part of the Indian ocean.* •*The town overlooks a beautiful* **bay**. **bay***(n, sing)*, **bays***(n, pl)*: the laurel tree, ஒருவகை மரம், புன்னை மரம்; a tree with sweet-smelling leaves which can be used in cooking and also used in making bay rum, ஒரு வகை மரம். இதன் இலைகள் நல்ல மணம் கொண்டவை, சமையலுக்கும் ஒருவகை மதுபானம் தயாரிக்கவும் பயன் படும். **bay***(n)*: any of the divisions into which a large room or building is divided down the sides by walls, shelves, partitions, etc., சுவர், தட்டி, தடுப்பு முதலியவற்றால் ஏற்படுத்தப்படும் ஒரு சிறிய அறை, தடுப்பு அறை, ஒரு பெரிய அறை (அ) கட்டடத்தில்

உள்ள பல சிறிய பிரிவுகளில் ஒன்று. • *In the university library, the latest books are kept in the* **bay** *near the entrance.* • *There is a loading* **bay** *in each of the railway station platforms.* **bay***(v)*: to bark at, குரை; to make a long deep cry as a hound, ஒரு வேட்டை நாய் போல் கத்து. • *The dog* **bays** *(at) a cat.* **bay***(n)* a deep, long continuous howl of a hound, ஒரு வேட்டை நாயின் தொடர்ந்த குரைப்பு. **hold at bay, keep at bay**: to keep an unwanted thing at some distance, அருகில் நெருங்கவிடாது இருத்தல், வேண்டாத பொருளைத் தூரத்தில் வைத்தல். • *I keep the wine at* **bay,** *I never drink.* reddish brown, சிவந்த பழுப்பு நிறம்; a horse or other animal of reddish brown colour, சிவந்த பழுப்பு நிறமுள்ள குதிரை (அ) வேறு மிருகம்.

bay-o-net/'beiənit/*(n)*: 'பெ:யஒனிட் / a short knife fixed to the end of a gun or rifle, ஒரு துப்பாக்கியின் முகப்பில் பொருத்தக்கூடிய கத்தி.

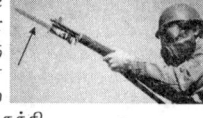

ba-zaar/bə'za:*/*(n)*:ப:ஒஸ:ா* / a market place or shopping quarter, ஒரு சந்தை (அ) பல்பொருள் அங்காடி, கடைத்தெரு.

ba-zoo-ka/bə'zu:kə/*(n)*:ப:ஒ'ஸூ:க்கஒ / a portable tube shaped rocket-gun that rests on the shoulder and is used against tank, தோளில் வைத்து, கவச வண்டிகளின் கவசத்தைத் துளைப்பதற்கு எடுத்துச் செல்லக்கூடிய குழல் போன்ற ஏவுகணைத் துப்பாக்கி.

B.B.C:/ˌbi:bi:'si: பி.பி.ஸி / *abbr.* British Broadcasting Corporation, இங்கிலாந்து ஒலிபரப்புக் கழகம்; the British Radio and Television Company, இங்கிலாந்தில் உள்ள வானொலி மற்றும் தொலைக்காட்சி நிறுவனம்.

B.C:/ˌbi:'si/: பீ.ஸீ / Before Christ (used in reckoning dates), கிறித்து பிறப்பதற்கு முன்னால். • *Rome came into existence in 753* **B.C.**

be/bi:/பீ / [if unstressed, (bi)]*(v)*: It takes a number of forms: am (contr : 'm); is (contr : 's) are (contr : 're) and were. In the present tense: am (weak:/əm/; strong/ æm/) with subject I; are (weak:/ə/; strong/ a:/) with subject we, you and they; is (weak:/əz/; strong/iz/); in the past tense: was (weak/wəz/} strong/wa:z/) with subjects I, he, she it; were (weak:/wə*/; strong/wə:*) with subjects we, you and they; like all other auxiliaries, negatives can be formed with the addition of 'not' (as in: he is not afraid) and interrogatives with an inversion (as in: is he afraid?) Its present participle form is being (/bi:ɲ/) பீயிங்: and past participle form been (/bi:n/). பின்: **be**(*v*): to exist or live, இரு, உயிருடன் இரு. • *I* **am** *here only.* **Be** there. to take place, நடக்கவிருக்கிற, நடக்கிற. • *This is to* **be** *done.* •*He* **is** *there and she* **is** *here.* •*The matter* **is** *before the court.* to remain as before, முன் இருந்தது போலவே. • *The reason* **is** *not far to seek.* **be** (auxiliary verb) [used with the present participle of another verb to form the continuous (progressive) tense]. • *I* **am walking,** *I* **am reading**. (used with the present participle or infinitive of the principal verb to indicate future action). • *The man* **is visiting** *there next month.* • *I* **am to see** *you today.* (used with the past participle of another verb to form the passive voice). • *The programme* **was arranged**. • *It* **was done.** *It* **must be done**. **be***(v)*: to exist, இரு. "**To be** *or not* **to be**" *is the problem for me.*

beach/bi:tʃ/*(n)*:பீ:ச் / that part of the shore of an ocean, sea, big river, lake, etc., washed by the tide or waves, கடற்கரை, ஏரிக்கரை, பெரிய ஆற்றங்கரை. • *They had gone to the* **beach** *to spend the evening.* **beach***(v.t)*: to run or drive (a boat/a ship) on to the shore, கப்பல் (அ) படகைக் கரை சேர்; to haul or run on to a beach, கரை வந்து சேர், கரை போய்ச் சேர்; haul up, இழு. • *The fishermen* **beached** *the boat to save it.*

beach-head/'bi:tʃhed/*(n)*:'பீ:ச்ஹெட்: / a footing gained on an enemy's shores by an army, விரோதியின் ஆக்கிரமிப்புப் பகுதியில் பிடிக்கப்பட்ட நிலப்பகுதி; the first objective of an army's landing on an enemy shore, எதிரியின் வசமுள்ள கடற்கரையில் முதலாவதாய் இறங்க வேண்டிய இடம், கடற்கரை முகப்பு.

bea-con/'bi:kən/*(n)*:'பீ:க்கஒன் / a warning signal or a guiding light especially one on an elevated place or position, எச்சரிக்கைக்காக உயரமான இடத்தில் எழுப்பப்படும் தீ (அ) விளக்கு; a warning light, கலங்கரை விளக்கம், எச்சரிக்கை விளக்கு அடையாளம், எச்சரிக்கை ஒளி; a person or something that provides guidance or sets a high standard to be followed, ஒருவர்

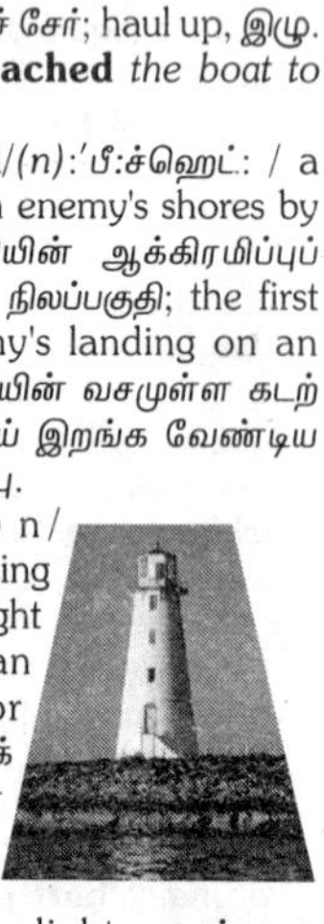

(அ) ஏதோ ஒன்று நல்ல வழிகாட்டியாகப் பயன்படுதல்.

bead/bi:d/*(n)*:பீ:ட் / a small ball of glass, wood, stone, etc., used for prayers or for ornament, சிறு மணிகள், பிரார்த்தனை செய்வதற்கு (அ) ஆபரணங்கள் செய்வதற்கு உபயோகப்படும் கண்ணாடி, மரம், கல் முதலியவற்றால் செய்யப்பட்ட சிறு மணிகள். **draw a bead(on)**: to take aim at shooting, சுடும் பொழுது குறி பார்; to take a careful aim at, கவனமாகக் குறி பார். • *The hunter* **drew a bead on** *his victim.* **to tell one's beads**: to say one's prayers with a rosary (a string of beads), தோத்திரம். • *There are young women counting their* **beads** *silently in the chapel.* **beading**/*(n)*: material decorated with beads, அழகூட்டப்பட்ட பொருள்.

bead-house/bi:d'haus/*(n)*:பீ:ட்'ஹஉஸ் (-ஹௌ-) / alms house, தரும சத்திரம்.

bea-dle/'bi:dl/*(n)*:பீ:ட்ல் / an official who supervises and leads processions in universities, பல்கலைக்கழகங்களில் ஊர்வலங்களை மேற்பார்வை செய்து, முன்னின்று நடத்துபவர்; a parish officer who keeps order during services and also waits on the clergyman, கிறித்தவ கோயில் களில் பணிபுரியும் அலுவலர், பிரார்த்தனைக் கூட்டங்களைக் கவனிக்கின்ற, மதகுருவுக்குப் பணிவிடை செய்கின்ற அலுவலர்.

bea-dle-dom/'bi:dl,dəm/*(n)*:'பீ:ட்ல்,ட:ஒம் / display of authority by petty officials, கீழ்த்தர அலுவலர்கள் நடத்தும் காட்டு தர்பார்.

beak/bi:k/*(n)*:பீ:க் / the bill of a bird, பறவையின் அலகு; horny mouthpart in other animals, such as the turtle, duckbill, etc., ஆமை, வாத்து போன்றவற்றின் கூம்பு போன்ற வாய்ப்பாகம்.

beak-er/'bi:kə*/*(n)*:'பீ:க்கஒ* / a large drinking cup or glass with a wide mouth and with no handle, நீர்க் குவளை; a glass vessel with lip and beak used in laboratories, இரசாயனச் சாலையில் பயன்படும் கண்ணாடியால் ஆன குவளை, கண்ணாடிக் குவளை.

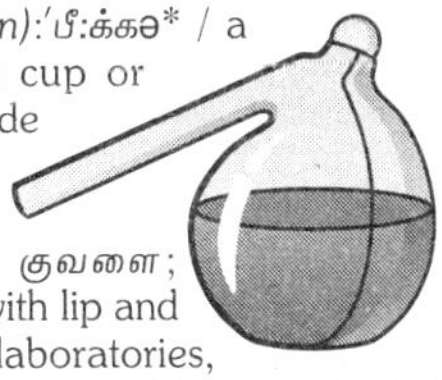

beam/bi:m/*(n)*:பீ:ம் / a large, long, heavy piece of wood, iron, etc., used as part of the structure of a building, உத்திரம்; the part of a balance from which the scales hang, துலாக்கோல், தராசுக்கோல்; the cross timber of a ship, கப்பலில் மேல் தளத்தையும், மற்ற மேல் பகுதிகளையும் தாங்கும் மரத்துண்டு - உத்திரம். **beam**(*n*): a ray of light, ஒளிக்கதிர். • *The moon is throwing its beautiful* **beams** *on the garden.* (Radio) a signal transmitted along a narrow course for guiding pilot through the darkness, விமானிகளுக்கு இருளில் வழி காட்டுவதற்கு ஒரு குறுகிய வழியாக அனுப்பப்படும் சைகை; a bright look or smile, பிரகாசமான பார்வை, ஒளியூட்டும் புன்சிரிப்பு, முகத்தில் நிலவும் பிரகாசம். **off the beam**: not on the course indicated by a radio beam, ஒளிக்கற்றையின் வழியை விட்டு விலகி; wrong, not correct, தவறான, சரியில்லாத. • *The news given to us was way* **off the beam**. **beam**(*v.t.*): to emit beams of light, ஒளிக்கற்றைகளை அனுப்பு. **beam**(*v.i*): to emit beams as of light, ஒளியைப் போன்று ஒளிக்கதிர்களைச் செலுத்து (அ) அனுப்பு (அ) வெளித்தள்ளு; to smile radiantly and happily, மகிழ்ச்சியுடன் புன்னகை புரி; to send out radio or television signals in a particular direction, வானொலி (அ) தொலைக்காட்சி அலைகளைக் குறிப்பிட்ட திசையில் அனுப்பு. • *The news was* **beamed** *to Colombo by satellite.* **beam-ing**/bi:miŋ/*(adj)*:'பீ:மிங் / radiant, பிரகாசமாக உள்ள; cheerful, மகிழ்ச்சியாக உள்ள; **beam-ends**/,bi:m'endz/*(n, pl)*: 'பீ:மெ'ன்ட்:ஸ்: / with no money left, desperate condition esp. financially, மோசமான பொருளாதார நிலைமை. • *I am always on my* **beam ends** *(in pitiable financial position).* **beamish**/*(adv)*, cheerful, bright, உவகையுள்ள, ஒளியுள்ள; **beamy**(*adj*): radiant, producing light, ஒளியுள்ள.

bean/bi:n/*(n)*:பீ:ன் / the edible nutritious seed of various plants of upright climbing nature, கொடிகளில் காய்க்கும் தட்டையான உண்ணக்கூடிய அவரை இனம். **beans**: (informal-slang) the slightest amount of money, slightest knowledge, மிகச் சொற்பமான தொகை, அடிப்படை அறிவு. • *I haven't a* **bean**, *how can I pay you?* • *She doesn't know a* **bean** *about computer.* **full of beans**: (informal) full of action, முற்றிலும் சுறுசுறுப்பாகவுள்ள. • *I am still* **full of beans** *at 64.*

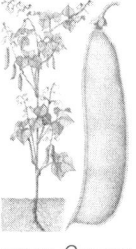

bean-stalk/'bi:nstɔ:k/*(n)*:'பீ:ன்ஸ்டா:க் / a stem of a bean plant, அவரைக் கொடி.

B

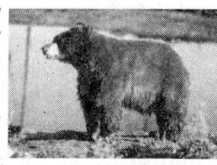

bear/beə */ (*v.t.*):ப:ஏə* / **boar, borne**: to support, ஆதரவு கொடு, தூக்கு, to carry, சுமந்து செல்; to endure, பொறுத்துக்கொள். • *I cannot* **bear** *the mistakes committed by him.* • *He* **bore** *all the blame.* to hold on, விடாமல் செயல்படு; to remain firm, செயல் (அ) கொள்கையில் உறுதியாக இரு. **bear**(*v.t*),**bore, born**: to bring forth (child), புதிதாக உண்டாக்கு, குழந்தை பெறு, வெளிப்படுத்து; to give birth to (bear a child), குழந்தையைப் பெறு. • *The tree* **bears** *plenty of fruit.* **bear**(*n*): a large mammal of the Ursidae family, கரடி; a clumsy bad mannered person, நல்ல குணமும், பண்பும் இல்லாத மனிதன்; one who sells stocks or commodities hoping to buy later (at a lower or cheaper price), பங்குகளையும் (அ) பொருள்களையும் விலை குறைத்து விற்று, பிறகு மிகக்குறைந்த விலைக்கு வாங்க முடியும் என்னும் நம்பிக்கை உள்ளவர்; speculator, விலைச் சரிவை மட்டுமே கணித்து வியாபாரம் செய்பவர்; (Astronomy) either of two constellations Ursa Major or Ursa Minor, பெரிய கரடி, சிறிய கரடி போன்ற இரு நட்சத்திரக் கூட்டங்களுள் ஒன்று. **bear-a-ble**/'beərəbl/(*adj*):'ப:ஏரəப்:ல் / that which can be borne, பொறுக்கக்கூடிய, **bearably**(*adv*): that which is endurable, சகித்துக் கொள்ளுமாறு. • *The pain in the chest is somewhat* **bearable**. **bear up**: to endure, சகித்துக்கொள்; to show courage and strength of mind, மனோ திடமும், தைரியமும் கொண்டு உறுதியுடன் செயல்படு. • *I* **bore up** *bravely under worst misfortunes.* **to bear with**: to be patient, பொறுமையாய் இருத்தல். • *One must* **bear with** *the bad temper of near and dear ones.*

beard/biəd/(*n*):'பி:யəட்: / the hair that grows on the chin and cheeks, தாடி; the bristles or prickles or an ear of corn, தானியத் தொகுதியில் உள்ள முடிச்சுகள், கொத்து; long hairs on a plant (barley), மடிப்பு; chin tuft of animals, மிருகங்களின் கீழ்த்தாடையினின்று தொங்கும் மயிர்த் தொகுதி. **beard**(*v.t*): to pull the beards தாடியைப் பற்றி இழு; to confront or defy someone, எதிர்த்து துணிச்சலுடன் போராடு, துணிந்து செயல்படு. **beard the lion in its own den**: face the enemy on his own ground, எதிரியை அவன் இடத்திலேயே எதிர்த்து நில். • *The police inspector went alone to the forest and wanted* **to beard** *the terrorist in his own den.* **bearded**(*adj*): having a beard, தாடியுடன் உள்ள. **beardless**(*adj*): without a beard, தாடியில்லாத; youthful, இளமையாக உள்ள. **beardlessness**(*n*).

bear-er/'beərə*/(*n*):'ப:ஃரə* / one who carries, சுமப்பவன், தூக்கிச் செல்பவன்; one who presents a note or order or cheque for payment, கடிதம் (அ) உத்தரவு (அ) காசோலை கொடுத்துப் பணம் பெறுபவன்; a male servant, ஆண் வேலைக்காரர்; one who upholds, ஒரு குறிப்பிட்ட கொள்கையைக் கடைப்பிடிப்பவர். one who works as a server in hotels/restaurants; உணவகங்களில் வாடிக்கையாளர்களுக்கு பணிபுரிபவர்.

bear-ing/'beəriŋ/(*n*):'ப:ஏəரிங் / the way in which a person conducts or holds his body, ஒருவர் தன் உடலையும், உள்ளத்தையும் பண்படுத்தியிருக்கும் வழி, உடல் வலியும், உள்ளப் பண்பாடும்; reference to or connection with or influence on something, ஒன்றைப்பற்றி (அ) ஒன்றின் தொடர்பாக (அ) ஒன்றை வழிப்படுத்தும் வசியம்; (Machine) the part of a machine in which a rotating rod is held or which rotates on fixed setup, சுழலும் தண்டு அமையும் எந்திரத்தின் பாகம்; (technical) a direction or an angle as shown by a compass (i.e., horizontal direction) expressed in degrees, திசை காட்டியின் திசை (அ) கோணம் காட்டும் அமைப்பு.

bear-ish/'beəriʃ/(*adj*):'ப:ஏəரிஷ் / like a bear, rough, நாகரிகம் இல்லாத, முரட்டுத்தனமாக உள்ள; declining in prices, விலை குறையக் கூடிய.

beast/bi:st/(*n*):பீ:ஸ்ட் / an animal of any kind, ஒரு பிராணி; not man, மனிதன் அல்லாத உயிர்; a large four footed mammal, கால்நடை; rough animal nature common to human beings and non-humans, மனிதனுக்கும் மிருகங்களுக்கும் பொதுவாக உள்ள குணம்; a person of beastly nature, மிருகக் குணம் உள்ளவர். **beastly**(*adj*): like a beast, மிருகம் போல். **beastlier, beastliest, beastliness**(*n*).

beat/bi:t/(*v*):பீ:ட் / **beaten, beating**; to hit violently, பலமாக அடி. • *The summer rain* **beats** *the trees violently.* to make a path by repeated treading, நடந்து, நடந்து பாதை உண்டாக்கு; to thrash anyone, நன்கு செம்மையாகப் புடை, ஒருவனை நன்கு அடி; to mix with regular movements of a fork, spoon, etc., stir well, கரண்டி கொண்டு நன்கு கலக்கு. • *Please,* **beat** *the egg* *whites well.* to overcome in a competition, defeat, ஒரு போட்டியில் வெற்றி கொள், தோற்கடி. • *India* **beat** *England by two runs.* to mitigate, குறைக்க முயற்சி செய். • *We* **beat** *the heat in summer as we have a thatched shed.* **beat**(*v.i*): to pound, தூள் செய்; to strike repeatedly, மீண்டும் மீண்டும் அடி. • *His heart has a pulse of 60* **beats** *per minute.* to get success in a contest, ஒரு போட்டியில் வெற்றி கொள். **beat it**: leave or go away, போக விடு, சென்று விடு. **beat out**: defeat, தோற்கடி. **beat the air or wind**: to make repeated futile attempts, மீண்டும், மீண்டும் வீண் முயற்சி செய். **to beat a retreat**: to run away, to avoid something not pleasant, ஓடி விடு, துன்பத்தைத் தவிர்க்க விலகிச் செல். • *The enemy* **beat** *a hasty retreat.* **to beat about the bush**: to come to the main point in a roundabout way, சுற்றி வளைத்து முக்கிய செய்தியைச் சொல் (அ) செய்திக்கு வா. • *Not being able to drive the point home, the speaker was* **beating about the bush**. **beat**(*n*): a stroke, மெதுவாக அடி; a regular rhythmic sound, அணிவகுப்பு நடத்தும்பொழுது ஏற்படும் ஒருமுகமான ஒலி, கால அளவுப் படியுள்ள ஒலிகள்; the audible, metrical divisions of music, இசையோடு கூடிய தாளம், இசையில் ஏற்படும் ஒலிப்படிகள்; one's regular path or round on duty, a policeman's beat, ஒருவர் தன் கடமை (அ) வேறு ஏதோ காரணத்திற்கு, ஒழுங்காக ஒரே பாதையில், அதே கால அளவில் சென்று வருதல், ஒரு காவல்காரர் முறையாக சுற்றுக்குச் செல்லுதல். **beat-en**/bi:tn/(*adj*): பீ:ட்ன் / shaped by blows, அடித்து உருவம் கொடுக்கின்ற; hammered, காய்ச்சி சுத்தியால் அடித்து, அடித்து உருவமைக்கின்ற. • *It is a cup of* **beaten** *silver.* much trodden, தேய்ந்து போன, beaten path, தேய்ந்த பாதை உள்ள; defeated, தோற்றுப் போன; overcome by exhaustion, அதிக வேலையினால் களைத்துப்போன. **off the beaten track or path**: novel, uncommon, புதிய, அசாதாரணமான. • *Let us make a new venture* **off the beaten track**. **beat-er**/bi:tə*/(*n*):'பீ:ட்டə* / a person or thing that beats, அடிக்கும் ஒருவர் (அ) அடிக்கும் ஒரு கருவி, தட்டையாக்கும் கருவி; (hunting) a drummer who rouses or drives game from cover, வேட்டைப் பிராணிகளை அதன் ஒதுங்கும் இடத்திலிருந்து, துரத்தும் வேட்டைக்காரன். **beat-ing**/bi:tiŋ/(*n*)/ பீ:ட்டிங் / an act of a person or thing that beats as to punish usually, தண்டனைக்காக அடித்தல்; cleaning by beating, அடித்துச் சுத்தம் செய்தல்; mixing by beating, அடித்துக் கலத்தல்; defeat, தோல்வி; pulsation, இதயத் துடிப்பு.

be-a-tif-ic/ˌbi:ə'tifik/(*adj*):ˌபியə'ட்டிஃபிக் / blissful, மகிழ்ச்சிகரமான; saintly, புனிதமான. **be-at-i-fy**/bi:'ætifai/(*v.t*), **beatified/ beatifying**: பிய'ஆட்டிஃபை / to make blissfully happy, மகிழ்ச்சியாக இருக்கும்படி செய்; (Roman Catholic church) to declare a dead person to be blessed, (**கிறித்தவ மரபுவழி**) இறந்தவரைப் புனிதராகும்படி செய்.

be-at-i-tude/bi:'ætitju:d/(*n*)/ˌபியஆட்டி'ட்யூட் / state of supreme blessedness, பேரின்ப நிலை.

beau/bəu/(*n, sing*):பஉ / **beaus, beaux**(*n, pl*): a dandy, sweetheart, suitor, ஆடம்பரப் பிரியர், மனதிற்கு உகந்தவர், காதலர்.

beau-monde/'bəumɔ:nd/(*n*):'பஉமாண்ட் / the most fashionable world, நவநாகரிக உலகம்; high society, மேன்மக்கள்.

beau-te-ous/'bju:tjəs/(*adj*):'ப்யூட்டியəஸ் / pertaining to beauty, அழகான தன்மை உள்ள.

beautician/bju:'tiʃn/(*n*):ப்யூ'ட்டிஷ்ன் / a person whose job is to beautify the face or body of somebody, அழகுபடுத்துபவன்.

beau-ti-ful/'bju:təful/(*adj*):'ப்யூட்டிஃபுல் / delighting the senses or mind, அழகான, நேர்த்தியான, உள்ளம் (அ) ஐம்புலன்களுக்கு இனிமையாக உள்ள; giving pleasure to the mind or senses, உடலுக்கு (அ) உள்ளத்திற்கு இன்பம் பயக்கவல்ல; excellent, உன்னதமான. • *She is a* **beautiful** *woman and her husband is handsome.* **beautifully**(*adv*), **beautifulness**(*n*). **beau-ti-fy**/'bju:tifai/(*v.t-v.i*):'ப்யூட்டிஃபய் / **beautified, beautifying**: to make beautiful, அழகுபடுத்து; to become beautiful, அழகாய் இரு.

beau-ty/'bju:ti/(*n*):'ப்யூட்டி / the qualities inherent in an object or person that give pleasure to the senses or excites the mind in a pleasing way, நேர்த்தி, அழகு, ஐம்புலன்களைக் கவரும் தன்மை (அ) உள்ளத்தைக் கொள்ளை கொள்ளுதல்; a particular grace or excellence, சிறந்தவை, நேர்த்தியானவை, மேன்மையானவை; that which is beautiful, an object or a woman, அழகிய பொருள், அழகான பெண். • *A thing of* **beauty** *is a joy for ever.* **beauty sleep** (informal)(*n*): sleep before midnight believed to be the best for beauty, நடு இரவிற்கு முன் தூங்குவது அழகாயிருப்பதற்குச் சிறந்தது என்று நம்பப்படுகிறது.

beauty spot: a mole or dark coloured mark on the face, *முகத்தில் ஒரு மச்சம் (அ) கருப்புக் குறி*; a place of scenic beauty or of architectural excellence, *அழகான இயற்கைக் காட்சிகள் கொண்ட ஓர் இடம் (அ) கலைச்சிற்பம் நிறைந்த இடம்*. **beauty**/'bju:ti/*(n)*:'ப்யூட்டி / the blend of qualities that give pleasure to the senses, *மகிழ்ச்சியை அளிக்கவல்ல*, a person or a thing that is beautiful, *அழகான மனிதன் (அ) பொருள்*. • *She was a woman of great* **beauty**. • *He bought a car which is of absolute* **beauty**.

beauty-parlour/'bju:tipa:lə*/*(n)*: 'ப்யூடிபாலə* / an establishment in which manicure, makeup, etc., are offered to a woman, *பெண்களுக்கான அழகு நிலையம்*.

beauty- queen/'bju:tikwi:n/*(n)*: 'ப்யூடிக்உயீன் / the woman judged most beautiful in a competition, *மகளிர் அழகுப் போட்டியில் முதலிடம் வென்றவர்*.

bea-ver/'bi:və*/*(n, sing)*, **beavers***(n, pl)*: 'பீ:வə* / an amphibious four-footed rodent noted for its fur, *நீர் நாய்*;

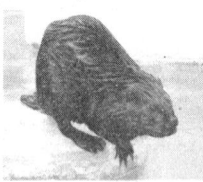

the skin of this animal, *நீர் நாயின் மேல் தோல், தோலில் உள்ள உரோமம்*; an overcoat, *நீர் நாய் உரோமத்தாலாகிய மேல் சட்டை*; hat or glove made of beaver fur, *நீர் நாய் உரோமத்தாலாகிய தொப்பி, கையுறை*. **beaver-like***(adj)*, **beaverish***(adj)*.

be-calm/bi'ka:m/*(v.t)*:பி:'க்காம் / to be deprived of the wind for sailing, *கடல் பயணத்திற்கு வீசும் காற்றை இழந்திரு*; to be calm, *அமைதியாய் இரு*. **becalmed** *(adj)*: unable to move because there is no wind, *அமைதியான, மிதந்தபடி நகர்வதற்கு ஏதுவாக இல்லாத*.

be-came/bi'keim/*(v)*:பி:'க்கெய்ம் / past tense of "become", "become" *என்பதன் இறந்த கால வடிவம்*. • *She* **became** *tired.*

be-cause/bi'kɔz/*(conj)*:பி:'க்காஸ்: / for the reason that, *அந்தக் காரணத்திற்காக*; due to that, *ஏனெனில்*. **because***(adv)*: by reason, *அந்தக் காரணத்தினால்*, on account of, *அதனால்*. • *The programme was cancelled* **because** *of rain.*

beck/bek/*(n)*:பெ:க் / a sign or gesture of the head or hand, *சைகை, தலை (அ) கையால் சைகை காட்டுதல்*; a nod, *தலை அசைப்பு*. **at some one's beck and call**: fully at some one's disposal, *ஒருவரின் ஏவலுக்குக் காத்திருத்தல்*; always ready to do someone's bidding, *ஒருவரின் உத்தரவின்படி செய்யக் காத்திருத்தல்*. • *He has two assistants* **at his beck and call** *to carry out his orders.* **beck***(n)*: a brook, especially a hill stream, *ஓடை, காட்டாறு, மலையருவி*.

beck-on/'bekən/*(v.t-v.i)*:'பெ:க்கən / to make a sign with head or hand, *தலை (அ) கையால் சைகை காட்டு*; a nod or gesture, *தலை அசைப்பு (அ) சைகை காட்டுதல்*; to lure, *ஆசை காட்டு*. • *He* **beckoned** *her to follow him.* • *She* **beckoned** *with her hand and he came running.* **beckon***(n)*.

becloud/bi'klaud/*(v.i)*:பி:'க்லஉட்: / to make confused, darken with clouds, *இருள் உண்டாக்கு, குழப்பமூட்டு*.

be-come/bi'kʌm/*(v)*:பிக்'கம் / to pass from one state to another, *ஒரு நிலையிலிருந்து வேறு நிலையை அடை*; to come to be, *ஒரு நிலையைப் பெறு*. • *Before she was forty, she* **became** *the Prime Minister.* **become** *(v.i)*: to suit, *பொருத்தமாகு, பொருத்தமாயிரு*; to be right, *சரி செய், சரியாகச் செய், சரியாகு*. • *To* **become** *rich, one has to work hard.* • *With the increasing violence everywhere, I don't know what will* **become** *of our political system.*

be-com-ing/bi'kʌmiɲ/*(adj)*:பி:'க்கமிங் / tending to suit, *பொருத்தமாக உள்ள*; tending to give a pleasing effect, *மகிழ்ச்சியான பலன் கொடுக்கும் பண்புடைய*; suitable, proper, *பொருத்தமாக உள்ள, சரியாக உள்ள*; looking very good, *நல்ல தோற்றம் உடைய*. • *Bluish red always looks very* **becoming** *on Rani.* • *Her remark is not very* **becoming** *on such a serious occasion.* • *The sentiments expressed are well* **becoming** *of his position and status.* **becomingly***(adv)*: to be fitting, *ஏற்றபடி*. *opp*: unbecoming.

bed/bed/*(n)*:பெ:ட்: / a couch used for sleeping and taking rest, *படுக்கை*; channel of a river, *நீர் நிற்கும் (அ) ஓடும் பரப்பு*; the bottom surface of a river, *ஓர் ஆற்றுப் படுகை*; the bearing surface of anything, *ஏதாவது ஒன்றின் அடிப்பாகம், அஸ்திவாரம்*. • *He always makes his* **bed** *under a tree during the day*. a thin layer of mortar between two surfaces, *இரு பரப்புகளுக்கிடையே அமைந்திருக்கும் மெல்லிய வெடிப்பு*; plot in a garden, *பாத்தி*; the marital relationship, *ஆண், பெண் உறவு*. bed*(v.t)*, **bedded, bedding**: to place in bed, *படுக்கையில் வை*; to put to bed, படுக்கையில் விடு; to provide with a bed, படுக்கை கொடு; to fix on a base, அடித்தளத்தில் பொருத்து; to plant in a bed, விதை தெளி, நாற்று நடு. **bed**(*v.i*): to go to bed, படுக்கைக்குப் போ. • *He always prefers to* **bed** *in the best hotels.* to have sleeping accommodation, தங்குவதற்கும், தூங்குவதற்கும் இடம் பெறு. •*The wounded soldiers were* **bedded** *in the military hospital.* **bed and board**: living quarters and meals, வசிக்குமிடமும், உணவும்.

be-daub/bi'dɔ:b/*(v.t)*:'பி:டா:ப்: / to make dirty all over, to smear with paint, வண்ணம் பூசு; to make dirty, அசுத்தப்படுத்து.

be-daz-zle/bi'dæzl/*(v.t)*:பி:'டா:ஜஸில் / dazzle, confuse (a person), குழம்பு, குழப்பு.

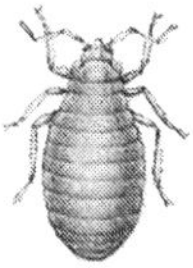

bed-bug/bedbʌg/*(n)*: 'பெ:ட்:ப:க்: / [also **bug**]: a flat wingless blood-sucking insect, மூட்டைப்பூச்சி.

bed-chamber/ 'bed,tʃeimbə*(n)*: ,பெ:ட்:ச்'செய்ம்பஅ* / bed room, படுக்கையறை.

bed-clothes/'bedkləuðz*(n)*:,பெ:ட்:'-க்லஅஉத்:ஸ் / coverings for a bed as sheet, blankets, etc., படுக்கை உறை, போர்வை முதலியன.

bed-ding/'bediŋ/*(n)*:'பெ:டி:ங் / bed clothes, படுக்கை உறை, விரிப்பு முதலியன; litter, straw, etc., which are used as bed by animals, கால்நடைகளுக்குப் பயன்படும் கூளம், வைக்கோல் படுக்கை.

be-deck/bi'dek/*(v.t)*:'பி:டெ:க் / adorn, decorate, beautify in a showy or gaudy manner, அழகுபடுத்து, அலங்காரம் செய், மிகவும் பகட்டாக சிங்காரம் செய்.

be-dev-il/bi'devl/*(v.t)*:'பி:டெ:வ்ல் / **bedevilled, bedevilling**: to harass continuously, தொடர்ந்து தொந்தரவு கொடு; possessed as if by a devil, தீய சக்தியின் பிடிப்பால் துன்பப்படு; to get confused, குழப்பமடை. • *Why do you* **bedevil** *me like this?*

bed-fel-low/'bed,feləu/*(n)*:,பெ:ட்:'ஃபெலஅஉ / [also **bedmate**]: a person who shares one's bed, படுக்கையைப் பகிர்ந்து கொள்பவர்; a close companion, நெருங்கிய தோழன்; a business partner, தொழில் பங்காளி; a close associate in politics, அரசியல் கூட்டாளி. • *Politics makes strange* **bedfellows**.

be-dim/bi'dim/*(v.t)*:பி:'டி:ம் / **bedimmed, bedimming**: to make dim, வெளிச்சத்தை மட்டுப்படுத்து.

be-di-zen/bi'daizn/*(v)*:பி:'ட:ய்ஸ:ன் / to dress or adorn with showy or vulgar finery, ஆடை, ஆபரணங்களால் அழகு செய்.

bed-lam/'bedləm/*(n)*:'பெ:ட்:லஅம் / a scene of wild uproar, confusion and untidy noise, குழப்பம், கூச்சல், பேரிரைச்சல் நிறைந்த காட்சி/இடம்; a lunatic asylum (old use), மனநலக் காப்பகம். • *During zero hour, it was total* **bedlam** *in the Parliament house today.* **bedlamite***(n)*: a lunatic, மன நோயாளி.

bed-ou-in/'beduin/*(n, adj)*:'பெ:டு:யின் / *(pl.* same): an Arab in the desert, பாலைவன வாழ் அரேபியர்.

bed-pan/'bedpæn/*(n)*:பெ:ட்:'பஜன் / a shallow toilet pan for use by a person who is bedridden, படுக்கையில் இருக்கும் நோயாளிகள் கழிப்பதற்குப் பயன்படுத்தும் சற்றே குழிவான பீங்கான் பாத்திரம்.

bed-rid-den/'bed,ridn/*(adj)*:'பெ:ட்,ரிட்:ன் / confined to bed, படுத்த படுக்கையாக உள்ள.

bed-rock/'bedrɔk/*(n)*:'பெ:ட்:'ராக் / the solid rock underneath the soil, loose sand, etc., வண்டல் மண்படிந்த பாறை; bottom layer, அடிப்பாளம், நிலத்தடிப்பாறை; fundamental principles on which a belief, activity, etc., rest, நம்பிக்கை, செயல்கள் முதலியவற்றின் அடிப்படை உண்மைகள், கொள்கைகள்.

bed-room/'bedrum/*(n)*:'பெ:ட்:ரூம் / a room furnished and used for sleeping, படுக்கை அறை. **bed-room***(adj)*: concerned about sexual relationships, ஆண், பெண் பால் உறவு தொடர்பான.

bed-side/'bedsaid/*(n)*:'பெ:ட்:ஸய்ட்: / side of the bed of a person who is bedridden, attending a sick person, நோயாளியின் படுக்கைக்கு அருகில் இருத்தல் (அ) கவனித்துக் கொள்ளல். **bedside***(adj)*: at the bedside, படுக்கை அருகில் உள்ள; for the bedside, படுக்கைக்காக உள்ள.

bed-sore/'bedsɔ:*/*(n)*:'பெ:ட்:ஸா:* / sore caused because of long illness, வெகு காலம் படுக்கையில் இருப்பதால் நோயாளிக்கு ஏற்படும் புண்.

bed-spread/'bedspred/*(n)*:'பெ:ட்,ஸ்ப்ரெட்: / an outer covering for a bed (usually decorated), அழகான படுக்கை விரிப்பு.

bed-stead/'bedsted/*(n)*:'பெ:ட்:ஸ்டெட்: / the main framework (wood or metal) of a bed, உலோகம் (அ) மரத்தால் ஆன கட்டில்.

bed-time/'bedtaim/*(n)*:'பெ:ட்:ட,டய்ம் / proper time for going to bed, இரவு (அ) உறங்கச்செல்லும் நேரம்.

bee/bi:/*(n)*:பீ / a small insect that makes honey and wax and lives in large groups, தேனீ; poet, பாடலாசிரியர்; a social

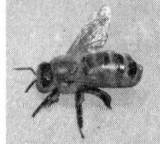

gathering for amusement or mutual help, பொழுது போக்கிற்காகவோ (அ) ஒருவருக்கொருவர் உதவி செய்வதற்காகவோ கூடும் சமூகக் கூட்டம். **a busy bee**: a busy person, a sewing bee, etc., சுறுசுறுப்பான மனிதன், தைக்கும் தேனீ முதலியவை. **have a bee in one's bonnet**: obsession to have some set or fixed ideas about something, ஒரே எண்ணம் கொண்டு, விவாதத்திற்கு இடம் கொடாமல், தன் கொள்கையே சரி என்று சாதித்தல். • *The old man has obviously a* **bee in his bonnet,** *but we respect him.*

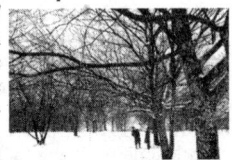

beech/bi:tʃ/*(n)*:பீ:ச் / a tree of the temperate and sub-frigid zones, its hardwood is greatly valued, வெப்ப மண்டலத்திலும், அதிகக் குளிர் மண்டலத் திலும் வளரும் மிகவும் பயன்படக்கூடிய ஒரு வகைக் கடின மரம். **beechy***(adj)*.

beef/bi:f/*(n, sing)*:பீ:ஃப் / **beeves***(n, pl)*: flesh of an ox, bull or cow, காளை, எருது, பசு இவற்றின் இறைச்சி; an adult cow, ox, bull, பசு, காளை, எருது; flesh and muscle, சதையும், தசையும்; muscular strength, தசைச் சக்தி; complaint, முறையீடு செய்தல், முறையீடு. • *Stop* **beefing** *and start working.* (informal) **beef up**: to strengthen, பலப்படுத்து. *During elections, the central police was* **beefed up** *by additional battalions.*

beef-wit-ted/'bi:fwitəd/*(adj)*:'பீ:ஃப்,உயிட்டிட்: / thickwitted, புத்தி இல்லாத; foolish, முட்டாள்தனமான.

beef-y/'bi:fi/*(adj)*:'பீ:ஃபி: / strong, பலமுள்ள; fat, சதைப்பற்றுள்ள.

bee-hive/'bi:haiv/*(n)*:,பீ:'ஹய்வ் / a case or small house built for bees to live in, தேன்கூடு.

bee-line/'bi:lain/*(n)*:'பீ:,லய்ன்: direct straight line or shortest distance between two points, இரு புள்ளிகளுக்கு இடையே உள்ள நேரான (அ) குறுகிய தூரம். **make a bee line**: go very fast and straight, வேகமாக நேராகச் செல். • *The children* **made a beeline** *to the sweet stall.*

been/bi:n:பி:ன்/பீ:ன் / past participle of "be", "be" என்பதின் முற்றெச்சம். • *Have you ever* **been** *to London?*

beep/bi:p/*(n)*:பீ:ப் / a sound that serves as a signal, "பீப்" எனும் சங்கேத ஒலி. **beep***(v)*: sound a horn, make a beep, கொம்பு ஊது, சப்தமிடு.

beer/biə*/*(n)*:'பி:யஓ* / a drink made from malted barley and hops, பார்லி, ஒருவகைக் கொடி இவற்றினின்று தயாரிக்கப்படும் மதுபானம் (பீர்); any of various beverages usually non-alcoholic made from roots, molasses or sugar, yeast, etc., கிழங்கு, வெல்லப்பாகு (அ) சர்க்கரை, ஈஸ்ட் முதலியவைகளிலிருந்து தயாரிக்கப்படும் ஒரு வகைப் பானம்/பானங்கள். **beer and skittles**: pleasure, enjoyment, மகிழ்ச்சி, இன்பம் அனுபவித்தல். • *Life, in general, is not all* **beer and skittles**. **beer-y**/'biəri/*(adj)*:'பி:யஓரி / of beer, மதுபானம் பற்றிய; like beer, மதுபானம் போன்ற; not pleasant, மகிழ்ச்சி இல்லாத.

beest-ings/'bi:stiɲz/*(n)*:'பீ:ஸ்ட்டிங்ஸ்: / [construed as singular] the first milk or colostrum of a mammal, especially a cow after giving birth, சீம்பால், கன்று ஈன்றபின் சில நாட்கள் வரை கறக்கப்படும் பால்.

bees-wax/'bi:zwæks/*(n)*:'பீ:ஸ்,உæக்ஸ் / wax produced by bees, தேன்மெழுகு. **bees-wax***(v.t)*: treat with bees-wax, தேன் மெழுகால் பூசு.

beet/bi:t/*(n)*:பீ:ட் / [also **sugar beet**] a root vegetable from which sugar is extracted, சர்க்கரை வள்ளிக்கிழங்கு போன்ற ஒரு கிழங்கு; இதிலிருந்து சர்க்கரை பிரித்தெடுக்கப்படுகிறது. **beet-like***(adj)*.

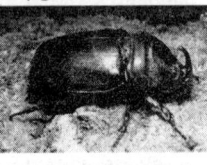

bee-tle/'bi:tl/*(n)*:பீ:ட்ல் / a wooden hammer or rammer, மர சுத்தி, திமிசுக்கட்டை, கொட்டாப்புளி. **beetle***(n)*: an insect with hard covers as its wings, வண்டு, குளவி. **beetle***(v.i)*: to move about like a beetle, to go quickly without being noticed, வண்டு போல் செல், பார்க்கப்படாமல் நகர்; to project, நீட்டிக்கொண்டு இரு; to overhang in a menacing manner, மிரட்டித் தொந்தரவு கொடு. **beetle***(v.t.)*: ram, beat, திமிசு போடு, தளம் கெட்டிப்பட பலமாக அடி. **beetle***(adj)*: projecting, நீட்டிக் கொண்டிருக்கிற; overhanging, மேலே தொங்கிக் கொண்டிருக்கிற.

beet-root/'bi:tru:t*(n)*:'பீ:ட்ரூட் / a plant with red root (often round) cooked and eaten as a vegetable, காய்களைப்போல் சமைத்து உண்ணக்கூடிய ஒருவகைக் கிழங்கு.

be-fall/bi'fɔ:l/*(v.t)*:பி:ஃபால் / **befell, befallen, befalling**: to happen to, நேரிடு, ஏற்படு, விதிவசத்தால் ஏற்படு. **befall**(*v.i*): to happen, நிகழ்; to occur, சம்பவி.

be-fit/bi'fit/*(v.t)*:பி:ஃபிட் / **befitted, befitting**: to be fit, பொருத்தமாய் இரு; be right for, சரியாய் இரு. • *He always travels by car, as* **befits** *a person of his status.* • *Her dress always* **befits** *the occasion.* **be-fit-ting**/bi'fitiŋ/*(adj)*: பி:ஃபிட்டிங் / fitting, proper, பொருத்தமான, சரியான; suitable, தகுதியான. • *The victory was celebrated in a* **befitting** *manner.*

be-fog/'bift:g/*(v.t)*:'பி:ஃபாக்: / **befogged, befogging**: to envelop in fog, பனியால் மூடு; make obscure, மறை, தெரியாமல் மூடு. • *Thoughts of absolute poverty* **befogged** *his mind.* • *The dark clouds* **befogged** *the village.*

be-fool/bi'fu:l/*(v.t)*:பி:'ஃபூல் / to fool, முட்டாளாக ஆக்கு, முட்டாளாகக் கருது; dupe, ஏமாற்று. • *A confident man* **befooled** *him.*

be-fore/bi'fɔ:*/*(adv)*:பி:'ஃபொ* / in front, முன்னால். • *The President entered the Parliament with Speaker and Chairman walking* **before**. a short time ago, சற்று முன்னால்; already, ஏற்கெனவே. • *Starts at 2 p.m. but not* **before**. **before**(*prep*): in front of, முன்னிலையில். • *There is a beautiful garden* **before** *the house.* in the presence of, ஒருவர் முன்னிலையில்; previous to, இதற்கு முன்னால். • *I had seen the drama* **before** *you.* superior to, அதிக மதிப்புள்ள, மிக உயர்ந்த. **before** (*conj*): previously to the time when, இதற்கு முன் காலத்தில்; sooner than, முன்னிலும் துரிதமாக; rather than, முன்னதைக் காட்டிலும்; ahead, எல்லாவற்றிற்கும் முன். • *Get out* **before** *my wife comes.* **be-fore-hand**/bi'fɔ:hænd/*(adv & adj)*: 'பி:ஃபொ,ஹஜண்ட்: / previously, முன்பாகவே உள்ள; in advance, குறிப்பிட்ட நேரத்திற்கு முன்னுள்ள.

be-foul/bi'faul/*(v.t)*:பி:'ஃபஉல் / make foul, அசிங்கப்படுத்து.

be-friend/bi'frend/*(v.t)*:பி:'ஃப்ரெண்ட்: / to make friends, நட்புக்கொள்; become friendly with, நேசமுடன் பழகு; to act as a friend, நண்பனாக இரு; to help as a friend, நண்பனாக உதவி செய். • *Mr. Singh* **befriended** *me when I first came to Chennai as a stranger.*

be-fud-dle/bi'fʌdl/*(v)*:பி:'ஃபட:ல் / make drunk, muddle, confuse, குடிக்கச் செய், குழப்பு.

beg/beg/*(v.t)*:பெ:க்: / **begged, begging**: to request, கெஞ்சிக் கேள்; to ask humbly for alms, பிச்சையெடு. **beg**(*v.i*): to live by asking alms, பிச்சையெடுத்து வாழ்க்கை நடத்து; to request politely, மரியாதையாகக் கேள். **[I beg your pardon = I am sorry]**, மன்னிக்கவும். **beg the question**: to take something for granted, to assume something as true and proceed further, ஒன்றை உண்மையென்று நிரூபணம் இல்லாமலே எடுத்துக்கொண்டு விவாதம் செய். **go begging**: to be available, அதிகமாகக் கிடைத்தல், விலை போகாமல் இருத்தல். • *The engineer's post* **went begging** *for want of qualified applicants.*

be-gan/bi'gæn/*(v)*:பி:'கி:ன் / past tense of "begin", "begin" என்பதின் இறந்த கால வடிவம்.

be-get/bi'get/*(v.t)*:பி:'கெ:ட் / **begot, begotten, begetting**: to procreate (offspring), குழந்தை பெறு; to cause, காரணமாகு. • *Power* **begets** *power.*

beg-gar/'begə*/*(n)*:'பெ:க:ə* / one who lives by begging, பிச்சையெடுத்து பிழைப்பு நடத்துபவர்; a fellow, மோசமானவன். • *Has the* **beggar** *come to collect the alms?* **beggar**(*v.t*): to ruin financially, பணமில்லாமல் அழிந்து போ; impoverish, ஏழையாகு; to become very poor, ஏழ்மை நிலையை அடை; to make poor, ஏழையாக்கப்படு. • *I have been* **beggared** *by my irresponsible children.* **to beggar description**: to be beyond description, விவரிக்க முடியாத, அதாவது மிக உன்னதமான, வார்த்தைக்கு எட்டாத. • *The Himalayas are so beautiful as* **to beggar description**. **beg-gar-ly**/'begəli/*(adj)*: 'பெ:க:əலி / like a beggar, totally not adequate, ஒரு பிச்சைக்காரனைப் போலுள்ள, பற்றாக்குறையாக உள்ள. • *I am not prepared to do that work for a* **beggarly** *amount of Rs. 10,000.* **beg-gar-y**/'begəri/*(n)*:'பெ:க:əரி / the state of being poor, ஏழ்மை நிலை. • *I am reduced to* **beggary** *by the failure of my business.* **beggarhood**(*n*), **beggarliness**(*n*).

be-gin/bi'gin/*(v.i)*:பி:'கி:ன் / **began, begun, beginning**: to start, தொடங்கு; to enter on, துவக்கம் செய். • *When shall we* **begin?** • *The meeting was to have* **begun** *yesterday.* **begin**(*v.t*): to take the first step, முதல் நடவடிக்கையெடு, ஆரம்பம் செய். • **Begin** *the work today itself.* to set about, புறப்படத் தயாராகு. • *They* **began** *the game.* •*He* **began** *a club for the star gazers.* **be-gin-ner**/bi'ginə*/*(n)*:

பி:'கி:னə* / one who begins, முதலில் ஆரம்பிப்பவர்; novice, கற்றுக்கொள்ள ஆரம்பிப்பவர். • *At every stage, life is a* **beginner's** *job.* **be-gin-ning**/bi'giniɲ/ *(n)*:பி:'கி:னிங் / first part, முதல் பாகம்; source, ஆரம்பம்; origin, மூலம், துவக்கம். • *It is the* **beginning,** *not the end of the game.*

be-gone/bi'gɔn/*(int)*:பி:'க:ɔ:ன் / go away immediately, உடன் போய்விடு.

be-got/bi'gɔt/*(v) (p.t. & p.p)*:பி:'க:ɔட் / past tense of "beget", "beget" என்பதன் இறந்த காலம், **be-got-ten**/bi'gɔtn/*(v)*:பி:'க:ɔட்ன் / past participle of "beget".

be-grudge/bi'grʌdʒ/*(v.t)*:பி:'க்:ரஜ் / **begrudged, begrudging**: to allow unwillingly, விருப்பமில்லாமல் அனுமதி கொடு; to envy one's possessions or fortunes, ஒருவர் சொத்து, சுகம் இவற்றைக் கண்டு பொறாமை கொள். • *I never* **begrudged** *the money spent for the medical treatment of my wife.* • *I always* **begrudge** *every minute taken away from my work.*

be-guile/bi'gail/*(v.t)*:பி:'க:ய்ல் / **beguiled, beguiling**: to charm, வசீகரப்படுத்து; to attract, கவர்ந்திழு. • *He* **beguiled** *them by telling adventurous tales.* to take away something by cheating, ஏமாற்றி ஏதாவது ஒன்றை எடுத்துக்கொள்; to deceive, cheat, நம்பிக்கைத் துரோகம் செய், ஏமாற்று.

be-gum/'beigəm/*(n)*:பீ:'க:əம் / [in India and Pakistan] a high ranking Muslim lady, மதிப்பும், சொத்தும் நிறைந்த முகம்மதிய அரசி, முகம்மதியப் பெண்மணி.

be-half/bi'ha:f/*(n)*:பி:'ஹாஃப் / **on behalf of (also) in behalf of,** in the interest of, சார்பாக; as a representative of, ஒருவருக்காக, ஒருவரின் பிரதிநிதியாக. • *I am appearing* **on behalf of** *my client.*

be-have/bi'heiv/*(v)*:பி:'ஹெய்வ் / **behaved, behaving**: to conduct oneself in a particular way, ஒரு குறிப்பிட்ட வகையில் நடந்துகொள்; to act in a proper manner, சரியான முறையில் நடந்து கொள். • *The servant* **behaves** *well. The way molecules* **behave** *can be studied chemically.* **be-hav-iour**/bi'heivjə*/*(n)*: பி:'ஹெய்விəய*: manner of behaving, நடந்து கொள்ளும் முறை, செயலாற்றும் முறை. • *You can judge a man from his* **behaviour**. *The* **behaviour** *of atoms, during electrolysis, is systematic.* • *The* **behaviour** *of iodine when heated is rather strange.* **behavioural***(adj)*. **behaviourally***(adv)*: the action and reaction of any material under given conditions or circumstances, சூழ்நிலைக்கு ஏற்ப பொருள்களின் மாறுபடும் இயல்பால்.

be-head/bi'hed/*(vt)*:பி:'ஹெட்: / to cut off the head, தலையை வெட்டு, கொன்று விடு.

be-he-moth/bi'hi:mɔθ/*(n)*:பி:'ஹீமாத் / a huge powerful creature or something of monstrous size or power, பிரம்மாண்ட சக்திபெற்ற, ராக்ஷஸ பலம் கொண்ட ஜந்து.

be-hest/bi'hest/*(n)*:பி:'ஹெஸ்ட் / a request, ஒரு வேண்டுகோள்; a directive, ஒரு கட்டளை. • *At the* **behest** *of my father, I have to go to the city.*

be-hind/bi'haind/*(adv, pre)*:பி:'ஹய்ன்ட்: / at or towards the back of, பின் பக்கத்தில், பின்புறம் நோக்கி; after, later than, பிறகு, நேரம் ஆக, நேரம் சென்று; supporting, ஆதரவு கொடுத்துக்கொண்டு. **behind** *(adv)*: at or towards the back, பின்புறமாக; not in time, சரியான நேரத்தில் இல்லாமல். • *The student is* **behind** *the time for the examinations.* • *The corporation is* **behind** *the scheme.* • *I am* **behind** *in the payment of rent.* in a place, state, etc., already passed, இடம், நிலைமை முதலியவற்றைக் கடந்து வந்தபின். • *The officer is more than half an hour* **behind**. **behind***(adj)*: following, பின் தொடர்ந்துள்ள. • *Can you see the policeman* **behind? behind***(n)*: (slang) buttock, முதுகின் கீழ்ப்பாகம், அடிப்பாகம், உடலின் உட்காரும் பாகம். **behind-hand***(adj)*: being in arrears, பின்தங்கிய நிலையிலுள்ள. **behind-the-scenes** *(idiom)*: off-stage, unknown to the public, secret, திரைக்குப் பின்னால், ரகசியமாக. **behind-with***(idiom)*: be in arrears, பின்தங்கியிரு.

be-hold/bi'həuld/*(v.t)*:பி:'ஹəஉல்ட்: / **beheld, beholding**: to look at, பார். • **Behold** *her, alone in the field.* **behold***(int)*: look!, கவனி! (ஆச்சரியத்துடன்) பார், அதோ பார்! **be-hold-en**/bi'həuldən/ *(adj)*: பி:'ஹəஉல்ட:əன் / obliged to, grateful, கடமைப்பட்டுள்ள, நன்றியுடையவராய் உள்ள. • *I like to manage my own affairs and I am not* **beholden** *to anyone.*

be-hoof/bi'hu:f/*(n, sing)*, **behooves***(n, pl)*: பி:'ஹூஃப் / advantage, பயன், நலன்.

be-hove/bi'həuv/*(v)*: [also **behoove**], **behoved, behoving***(v.t)*:பி:'ஹəஉவ் / to be necessary or proper for, கடமையாற்ற தகுதி பெற்றிரு, அவசியமாயிரு; to befit, தகுதியோடு இரு. **behove***(v.i)*: to be proper, தகுதிக்குச் சரியாய் இரு. • *It* **behoves** *that I should help him now.*

beige/beiʒ/(n):பீ:'யிஜ் (பெய்ஜ்) / light yellowish brown, சற்று மஞ்சள் வண்ணமுள்ள பழுப்பு நிறம்.

be-ing/'bi:iŋ/(n):'பீ:யிங் / that which exists, உயிர் வாழ்கின்ற எதுவும்; the state of existence, வாழ்ந்து கொண்டு இருக்கும் நிலை; a living thing, உயிர் வாழ்வன; human being, உயிர் வாழும் மனிதன்; person, மனிதன், ஒருவர்; qualities and nature of a living thing, உயிர் வாழ்வன வற்றின் குணங்களும், தன்மையும். **being**: present participle of "be", "be" என்பதன் நிகழ்கால முடிவெச்சம். • *They are* **being** *given a warm welcome.*

be-jewel/bi'dʒu:əl/(v.t):பீ:'ஜுவல் / adorn with jewels, அணிகளால் அழகு செய்.

be-la-bour/bi'leibə*/(v):பி:'லெய்ப:ə* / to beat severely, நையப்புடை. • *They* **belaboured** *him until he confessed the truth.*

be-lat-ed/bi'leitid/(adj):பி:'லெய்ட்டிட்: / delayed, தாமதமான; arriving late, நேரம் கழித்து வந்த. • *The letter was received* **belatedly** *after the function was over.* **belatedly** *(adv).*

be-lay/bi'lei/(v.t):பி:'லெய் / **belayed, belaying**: to make fast a rope by winding it round a fixed pin or cleat, ஒரு கம்பம் (அ) முனையைச் சுற்றிக் கயிற்றால் இறுக்கிக் கட்டு.

belch/beltʃ/(v):பெ:ல்ச் / to pass gas noisily from the stomach through mouth, ஏப்பம் விடு; give forth, வெளித்தள்ளு; to eject violently, வெளியே எறி. *The engine is* **belching** *fire and smoke.* **belch**(n): eructation, ஏப்பம்; belch of flame, கொழுந்துவிட்டு எரிதல்.

bel-dam/'beldəm/(n):'பெ:ல்ட:ஏம் / an old woman, an ugly old woman, a hag, கிழவி, சண்டைக்காரக் கிழவி.

be-lea-guer/bi'li:gə*/(v.t):பி:'லீக:ə* / to surround enemy with an army, படையுடன் எதிரியைச் சூழ்ந்து கொள்; besiege, முற்றுகையிடு; to worry continuously, தொடர்ந்து தொல்லை கொடு.

bel-fry/'belfri/(n, sing):'பெ:ல்ஃப்ரி / **belfries**(n, pl): a bell tower or part of a steeple, where bells are hung, மணிக் கூண்டு, திருக்கோயில் கோபுரத்தில் மணிகளைத் தொங்கவிடுவதற்கான இடம்.

be-lie/bi'lai/(v.t):பி:'லய் / **belied, belying**: to give a false notion, தவறான எண்ணத்தை ஏற்படுத்து; to misrepresent, தவறான கருத்தைக் கூறு; to tell lies about, பொய் சொல்; to fail to do what is expected of one, எதிர்பார்ப்பதைச் செய்யாமல் விட்டு விடு, நம்பிக்கையைப் பொய்யாக்கு. • *His radiant smile* **belied** *his true feelings of disappointment and mental agony.*

be-lief/bi'li:f/(n):பி:'லீஃப் (ப:ə'லீஃப்) / full acceptance of a thing to be true, உண்மையென ஏற்றுக்கொள்ளப்பட்ட ஒன்று; that which is believed, நம்பப்படுகின்ற ஒன்று. • **Belief** *in God is here and everywhere.* the feeling that something is true, or really that exists, ஒன்று உண்மையானது (அ) உண்மையாக இருக்கும் என்ற நம்பிக்கை; trust, confidence, நம்பிக்கை; faith in religious tenets, சமய நம்பிக்கை, சமயக் கோட்பாடு. *(e.g)* The Christian **belief.** A statement of unworthy **belief** etc. • *The failure of so many bright students in the examinations has shaken my* **belief** *in the examination system.* **be-lie-va-ble**/ bi'li:vəbl/(adj):பி:'லீவəப்:ல் / that which can be believed, நம்பக்கூடிய. **be-lieve**/ bili:v/(v.i),பிலீவ் / **believed, believing**: to take something as true, உண்மையென ஒன்றை ஏற்றுக்கொள். • *The magistrate* **believed** *him to be innocent.* to have trust or confidence, நம்பிக்கை வை. • *I do not* **believe** *what all my friend says.* suppose, ஊகித்துக் கொள். • *Has she come? I* **believe** *so.* to have faith in religion, அசைக்க முடியாத அளவுக்கு மதத்தில் நம்பிக்கை வைத்திரு. • *Do you* **believe** *in God?* **be-liev-er**/bi'li:və*/ (n):பி:'லீவə* / one who has faith especially in religion, மத நம்பிக்கை உள்ளவர். • *I am a firm* **believer** *in Nature cure therapy.* **belike** *(adv)*: possibly, ஒரு வேளை.

be-lit-tle/bi'litl/(v.t):பி:'லிட்ல் / **belittled, belittling**: to make little of, குறைவு படுத்து • *She always* **belittles** *herself though she is intelligent.* to think lightly of, குறைத்து மதிப்பிடு, அலட்சியமாக நினை; disparage, சிறுமை செய், மாசுபடுத்து. **belittlement***(n).*

bell/bel/(n):பெ:ல் / a hollow metal cup for giving a sound when struck, மணி; the stroke or sound of (a bell) such an instrument, மணி ஒலி, மணியோசை. **bell** *(v.t)*: to provide with a bell, மணி கட்டு. • *Who is going to* **bell** *the cat?* **bell***(v.t-v.i)*: to bellow, கூச்சலிடு; to make noise, to roar, சப்தமிடு, உறுமு; give the bell, மணியடி; to bellow like a deer in rutting time, மான், ஆடு போன்ற மிருகங்கள் புணர்ச்சி விழைந்து குரல் எழுப்புவது போல் குரல் எழுப்பு.

B

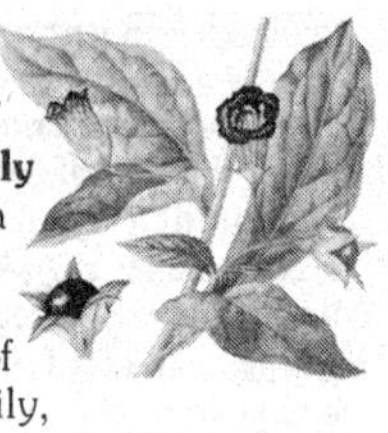

bel-la-don-na/ ˌbelə ˈdɔnə / *(n)*:ˌபெ:லஅ'டானஅ / [also called **deadly night shade**]: a poisonous herb, ஒரு நச்சுச் செடி; a poisonous plant of potato family, கிழங்கு இனத்தைச் சேர்ந்த ஒரு விஷ மூலிகை; a drug, extracted from this plant is used as medicine, இந்தச் செடியிலிருந்து எடுக்கப்படும் மருந்து மருத்துவத்திற்குப் பயன்படுகிறது.

bellbottoms/ˌbelˈbɔ:təms/*(n)*: ˌபெ:ல்'பாட்டஅம்ஸ் / trousers with legs wide and flaring at the bottom, அடிப்பாகம் அகன்றிருக்கும் கால் சட்டை.

bell-boy/ˈbelbɔi/*(n)*:'பெ:ல்பாய் / [also **bellhop**]: a messenger in a hotel, club, etc., to carry luggage, errands, etc., உணவு விடுதி, தங்கும் இடங்கள், பொழுது போக்குச் சங்கம் முதலியவற்றில் பணிபுரியும் வேலை ஆள்.

belle/bel/*(n)*:பெ:ல் / a popular woman admired for beauty, மக்கள் விரும்பும் அழகி.

bel-li-cose/ˈbelikəus/*(adj)*:'பெ:லிக்கஅஉஸ் / eager to fight, warlike, போர்புரிவதில் ஆவல் உள்ள, போர்க்குணமுள்ள. **bel-li-cos-i-ty**/ ˌbeliˈkɔsəti/*(n)*:ˌபெ:லி'க்கஅஉஸிட்டி / having a tendency to fight, சண்டையிடும் குணம். **bellicosely***(adv)*.

bel-lig-er-ent/biˈlidʒərənt/*(adj)*:பெ:'லி ஜெரஅன்ட் (பி:லி-) / war like, போர்க் குணமுள்ள; angry and eager to fight, கோபம் மற்றும் போரில் நாட்டமுள்ள; (a country) at war, போரில் ஈடுபட்டுள்ள. **belligerent***(n)*: a nation at war, a member of the warring group, போர் புரியும் நாடு, சண்டையிடும் நாடுகளில் ஒன்று. • *Even a* **belligerent** *nation has to obey certain code of conduct.* **belligerency***(n)*, **belligerently***(adv)*.

bell metal/ˈbelˌmetl/*(n)*:'பெ:ல்ˌமெட்டஅல் / an alloy of about 80 per cent copper and 20 per cent tin used for making bells, தாமிரமும், வெள்ளீயமும் கலந்த கலப்பு உலோகம், வெண்கல மணி செய்யப் பயன்படுவது.

bel-low/ˈbeləu/*(v.t-v.i)*:'பெ:லஅஉ / roar like a bull, எருது போல் உறுமு; to make the loud deep voice, உரத்த கரகரத்த குரலை எழுப்பு; to shout in a deep voice, பெரிய குரலில் கூச்சலிடு. • *The cow* **bellows** *in pain.* **bel-lows**/ˈbeləuz/*(n)*:'பெ:லஅஉஸ்: / [construed as *singular or pl*]: an instrument for supplying a current of air to make a fire burn or to work a musical organ, etc., துருத்தி; the movable part of harmonium, ஆர்மோனியம் இசைக் கருவியில் உள்ள தோலினால் ஆன காற்றுள்ள அசையும் பாகம்.

bel-ly/ˈbeli*(n, sing)*:'பெ:லி / **bellies***(n, pl)*: the part of body, containing the stomach, intestines, etc., வயிறு; abdomen, the stomach, மார்புக்கும் கால்களுக்கும் இடையிலுள்ள பாகம்; that which bulges out, புடைத்த பாகம். **belly***(v.t-v.i)*: to swell out, பெரிதாக்கு, உப்புசம் செய், காற்றினால் நிரப்பு; to become full, பெரியதாக இரு. • *The sail of the boat* **bellied** *out in the wind.* **bel-ly-full**/ˈbeliful/*(adj, n)*: [slang]: 'பெ:லிஃபுல் / sufficiency of food, வயிறு நிரம்பிய உணவு; all that one can put up with, பொறுத்துக்கொள்ளக் கூடிய அளவு. • *The magistrate is having* **bellyful** *of complaints everyday.* **belly ache***(n)*: pain in abdomen, வயிற்று வலி. **belly button***(n)*: the navel, தொப்புள்.

be-long/biˈlɔŋ/*(v.i)*:பி:'லாங் / to be connected with, தொடர்பு கொள். **belong to**: to be property of, சொந்தமாக்கிக் கொள், சொத்து வைத்திரு, உரிமை கொண்டாடு; to be attribute of, குறிப்பிட்ட பண்பு உள்ளவனாய் இரு; to be native of, சொந்த நாடு, ஊர் ஆகியவற்றைக் குறிப்பிடு; to be a part of, ஒன்றின் பாகம் (அ) அங்கத்தினனாய் இரு. • *Nothing in this world* **belongs** *to me.* • *The table* **belongs** *to the other department.* **be-long-ings**/biˈlɔŋiŋz/*(n)*:பி:'லாங்கி:ங்ஸ்: / possessions, சொந்தமான பொருட்கள்; personal effects, ஒருவனுக்குச் சொந்தமான பொருட்கள்.

be-loved/biˈlʌvd/*(adj)*:பி:'லவஅட்: / greatly loved, மிகவும் அன்புக்குரிய. **be-loved**/ biˈlʌvd/*(n)*:பி:'லவஅட்: / one who is greatly loved, அன்புடன் நேசிக்கப்படும் ஒருவர். • *My* **beloved** *wife is dead.*

be-low/biˈləu/*(adv)*:பி:'லஅஉ / in a lower place, அடிப்பக்கத்தில்; beneath, கீழே; on earth not in heaven, இப்பூமியில், சொர்க்கத்தில் அல்ல. • *He asked me to go* **below**. **below** *(prep)*: lower down than, கீழே உள்ள, under, கீழ்ப் பகுதியில் உள்ள; unworthy of, தகுதியில்லாமல். • *The price of the book is* **below** *cost.* • *Many families in this country live* **below** *the poverty line.* • *His conduct is* **below** *our expectations.*

belt/belt/*(n)*:'பெ:ல்ட் / a band of flexible material worn round the waist, கச்சை, இடுப்பில் அணியும் வார், பட்டை, நாடா;

(machine) an endless flexible band passing about two or more pulleys for transmitting motion, எந்திரங்களில் இயக்கத்தை நகர்த்த உதவும் உருளை களைச் சுற்றிச் செல்லும் வார்ப்பட்டை; area having some particular quality, the cotton belt, corn belt, etc., சுற்றி இருக்கும் நிலப்பகுதி, பருத்தி விளையும் பகுதி, தானியம் விளையும் பகுதி; peripheral area, suburban area surrounding a city, ஒரு நகர எல்லையைச் சுற்றி இருக்கும் நகர்சூழ் பகுதி, புறநகர்ப் பகுதி. •*The* **belt** *area has no comforts.* **below the belt**: unfair means, நியாயம் இல்லாத முறைகள். • *Rich people often hit the poor* **below the belt**. **tighten your belt**: to undergo sufferance patiently, எல்லாத் துன்பங்களையும் பொறுமையாக ஏற்றுக் கொள். • *If you want to save, you have to* **tighten your belt**. **belt**(*v.t*): to encircle with a belt, பட்டையால் சுற்று. • *Taxi cars are* **belted** *with yellow paint.* to hit with the hand, கையினால் அடி; to travel fast, வேகமாகச் செல், வேகமாகப் பயணம் செய். **belted** (*adj*): provided with a belt, பட்டையுள்ள, நாடா பொருத்தியுள்ள, **belt-way**: ring road, புறநகர்ப் பாதை.

bel-ve-dere/'belvi,di:ə*/(*n*):'பெ:ல்வி,டீ:ə* / a summer house or open-sided gallery usually at roof top level, மேற்கூரையிலமைந்த வேனிற் கூடம்

be-moan/bi'məun/(*v.t*):பி:'மəஉன் / to express deep sorrow by moaning, வருத்தம் தெரிவிக்கப் புலம்பு. **bemoan**(*v.i*): to lament, சொல்லி அழு; mourn, துக்கப்படு. • *She* **bemoaned** *her bitter fate.*

be-muse/bi'mju:z/(*v.t*):பி:'ம்யூஸ்: / **bemused, bemusing**: to confuse, கலக்கம் கொள்; to daze, மயங்கி நில். **bemused**(*adj*): not able to think properly, ஒழுங்கான சிந்தையில்லாத; confused, கலக்கம் உள்ள, **bemusedly**(*adv*).

ben/ben/(*n*):பெ:ன் / a mountain or hill, ஒரு மலை (அ) குன்று.

bench/bentʃ/(*n*):பெ:ஞ்ச் / a long seat, நீண்ட இருக்கை; a workman's table, பணி மேடை; a judge or judges as a group, விசாரணை செய்யும் நீதிபதி குழுக்கள். **bench**(*v.i*): to furnish with benches, இருக்கைகளை நிரப்பி ஒழுங்குபடுத்து; to place in exhibition, காட்சியில் வை. **bench-mark**/'bentʃma:k/(*n*): பெ:ன்ட்ச்மாக் / a surveyor's mark for reference, point of reference, நில அளவீட்டாளரின் குறியீட்டுக் கோடு.

bend/bend/(*v.t*):பெ:ண்ட்: / **bent, bending**: to turn out of the straight course, நேர்ப் பாதையிலிருந்து வளைந்து செல்; to curve, திரும்பு, வளை; to direct, செலுத்து, திசைத் திருப்பு, நிர்வாகம் செய். **bend**(*v.i*): to become crooked or curved, வளைவை ஏற்படுத்து, வளைந்து விடு. **bend**(*n*): a curved part as in a road or stream, வளைவுச் சாலை (அ) ஆற்று நீரில் உள்ள திருப்பம்; an act of bending, வளைதல்.

be-neath/bi'ni:θ/(*adv, prep*):பி:'னீத் / below, கீழே; in or to a lower portion, அடியில், அடிப்பகுதிக்கு. • *We looked down from the mountain top at the houses* **beneath**. under, below, கீழ் நிலையில், மதிப்புக் குறைவான; not suitable to, பொருத்த மானது அல்லாமல். • *Such behaviour is* **beneath** *your dignity.*

benedict/'benidikt/(*n*):'பெ:னிடி:க்ட் / one who has been a bachelor for long and has newly married, நீண்ட நாள் திருமணமின்றி பிறகு திருமணமானவர்.

ben-e-dic-tion/,beni'dikʃn/(*n*): ,பெ:னி'டி:க்ஷ்ன் / a blessing given at the end of a religious service, பிரார்த்தனை செய்து, வழங்கப்படும் ஆசி, ஒருவருக்கு (அ) அவர் முயற்சிக்கு வழங்கப்படுவது. **bene-dictory**(*adj*): expressing benediction, வாழ்த்துக்குரிய, வாழ்த்துக் கூறி ஆசீர்வதிக் கின்ற.

ben-e-fac-tion/,beni'fækʃn/(*n*): ,பெ:னிஃ'பஃக்ஷ்ன் / act of doing good, நல்லுதவி செய்தல்; donation, நன்கொடை. • *The landlord is known for his many* **benefactions**. **ben-e-fac-tor**/'benifæktə*/(*n*):,பெ:னி'ஃபஃக்ட்டə* / (fem: benefactress) one who helps, உதவி செய்பவர்; one who gives donations generously, தாராளமாக நன்கொடை கொடுப்பவர். **benefic**(*adj*): doing good, நன்மை பயக்கக்கூடிய.

ben-e-fice/'benifis/(*n*):'பெ:னிஃபிஸ் / the pay, position and other advantages of Christian priest of a parish, ஒரு வட்டாரத்தின் கிறித்தவக் குருவுக்கு அளிக்கப்படும் மான்யம், பிற நலன்கள் முதலியன, கிறித்தவக் கோவில் கட்டளை, அதன் மான்யம். **benefice**(*v.t*), **beneficed, beneficing**: endow with a benefice, to invest with a benefice, மான்யம் வழங்கு.

be-nef-i-cence/bi'nefisəns/(*n*): பி:'னெஃபிஸஉன்ஸ் / the doing of good, நன்மை செய்தல்; active goodness or charity, எப்போதும் நல்வினைகளை ஆற்றுதல், தருமம் செய்தல். **be-nef-i-cent**/

B

bi'nefisnt/*(adj)*:பி:'னெஃபிஸஅன்ட் / doing good, நன்மை பயக்கக்கூடிய. • *God is* **beneficient**. kind, generous, அன்புள்ள, வள்ளல் தன்மையுள்ள. **ben-e-fi-cial**/ ˌbeni'fiʃl/*(adj)*: ˌபெ:னி'ஃபிஷஅல் / favourable, அனுகூலமான; advantageous, உபயோகமான; helpful, உதவியாக. • *The* **beneficial** *effect of sunshine is wonderful.* **ben-e-fi-cia-ry**/ˌbeni'fiʃəri/ *(n)*:ˌபெ:னி'ஃபிஷியஅரி (-ஷஅ-): **beneficiaries***(pl)*: one who receives benefits, நன்மை பெறுபவர்; a person designated as the successor or the recipient of funds or property under a trust, will, etc., ஓர் அறக்கட்டளை, இறுதி விருப்ப ஆவணம் (உயில்) முதலியவற்றின் வாரிசாக அமைபவர் (அ) அவற்றின் மூலம் பலன் பெறுபவர்; the holder of a benefice, மான்யம் பெறுபவர். **beneficently***(adv)*, **beneficially***(adv)*.

ben-e-fi-ci-ate/ˌbeni'fiʃəit/*(v.t)*: ˌபெ:னெ'ஃபிஷியெய்ட் / to prepare for melting, உலோகத்தை உருக்குதலுக்குத் தயார் செய்.

ben-e-fit/'benifit/*(n)*:'பெ:னிஃபிட் / a help, an advantage, உதவி, அனுகூலம்; a favour done to one who is in need, தேவையுள்ள ஒருவருக்குச் செய்யப்படும் உதவி. • *My son has had the* **benefit** *of good education.* a theatrical performance, the proceeds of which go to an institution, charity or an individual or any public cause, ஒரு கலை நிகழ்ச்சி. இதன் வருமானம் தருமத்திற்குச் செலவழிக்கப்படும்; an allowance given by government such as unemployment allowance, வேலை யில்லாதவர்களுக்குக் கொடுக்கப்படும் உதவித் தொகை போன்ற மான்யத் தொகை. • *Many graduates not employed are eligible for unemployment* **benefits**. **benefit***(v.t-v.i)*: to do good to, உதவி செய், நல்லது செய்; to help, உதவு, நன்மை செய்; to be helped, உதவி பெறு. • *There are many who haven't* **benefited** *from their past experience.*

be-nev-o-lence/bi'nevələns/*(n)*: 'பெ:னெ'வஅலஅன்ஸ் / goodwill, நல்லெண்ணம்; an act of kindness, இரக்கம் கொண்டு உதவி செய்தல். **benevolent** *(adj)*: having a desire to do good to others, without expecting profit, பிறருக்கு நன்மை செய்ய வேண்டும் என்ற நல்லெண்ணத்துடன் உள்ள. • *There had been many* **benevolent** *despots.* **benevolently** *(adv)*.

be-night-ed/bi'naitid/*(adj)*:பி:'னய்ட்டிட்: / morally ignorant, நன்னெறி அறியாத; not intellectual, அறிவுத்திறன் இல்லாத; overtaken by darkness of night, இருட்டில் சிக்கிக்கொண்டுள்ள. • *Mankind has gone through the* **benighted** *ages of ignorance and superstition.*

be-nign/bi'nain/*(adj)*:பி:'னய்ன் / having a kindly nature, அன்பு நிறைந்த; gentle, உயர் குணமும் பண்பும் உள்ள. **benignly** *(adv)*. **benignant**/*(adj)*: kind, அன்புடைய. **benignity**/*(n)*: kindness, அன்புடைமை, நற்பண்பு. • *We are cheered by the* **benignity** *of the landlord.*

ben-i-son/'benizən/*(n)*:'பெ:னிஸ:அன் / benediction, blessing, வாழ்த்து, கடவுள் அருள்.

bent/bent/*(p.t & p.p)*:'பெ:ண்ட் / of "bend", "bend" என்பதன் இறந்தகாலம். இறந்த கால வினைமுற்று. **bent***(adj)*: not honest, உண்மையில்லாத; having a curve, வளைவு உள்ள; determined fully, உறுதியான மனம் உள்ள; of mind set on a course of action, ஒரு செயலைச் செய்து முடிக்க வேண்டு மென்ற மனத்திண்மையுள்ள. • *He is* **bent** *on buying a house.* **bent***(n)*: a shrub, open pasture, திறந்த புல்வெளி, மேய்ப்புத் தரை; inclination, இயல்பான செய்திறனில் நாட்டம்; special natural skill or capacity or talent, இயற்கையில் அமைந்திருக்கும் மதிநுட்பம், திறமை (அ) செய்திறன். • *She has an artistic* **bent** *of mind.*

be-numb/bi'nʌm/*(v.t)*:பி:'னம் / to make numb, ஆற்றலிழக்கச் செய்; make powerless, உணர்வற்றதாகச் செய்; make insensitive, மரத்துப்போகச் செய். **benumbed** *(adj)*: having all sense of feeling lost, மரத்துப்போகும் தன்மை உள்ள; becoming cold, உணர்வு இழக்கச் செய்கின்ற.

ben-zene/'benzi:n/*(n)*:'பெ:ன்ஸீ:ன் / colourless, volatile, flammable, toxic liquid aromatic compound (C_6H_6), பென்சீன், நிறமற்ற, எளிதில் ஆவியாகக்கூடிய, எரியக்கூடிய விஷமுள்ள திரவம் (C_6H_6).

be-queath/bi'kwi:ð/*(v.t)*:பி:'க்உயீத்: / to dispose of or leave personal property by last will, இறுதி ஆவணம் (உயில்) மூலம், சொத்துக்களை எழுதி வை, கடைசிக் காலத்தில் உடைமைகளை, சந்ததியாருக்கு விட்டுச் செல். • *He* **bequeathed** *all his property to his children.*

be-quest/bi'kwest/*(n)*:பி:'க்உஎஸ்ட் / that which is left by will, ஒருவரின் இறுதி ஆவணத்தின் மூலம் வைக்கப்பட்ட சொத்து; legacy, இறுதி விருப்ப ஆவணச் சொத்து. • *A substantial* **bequest** *enabled him to live comfortably.*

be-rate/bi'reit/*(v.t)*:பி:'ரெய்ட் / **berated, berating**: to speak angrily because of some mistake, ஒரு குறை கண்டு, கோபமாகக் கூச்சலிடு; rebuke, வசைமாரி பொழி.

be-reave/bi'ri:v/*(v.t)*:பி:'ரீவ் / **bereaved, bereaving or bereft**: to deprive ruthlessly (of), பறி கொடு; to take away especially by death, இறப்பின் மூலம் இழக்கச் செய். • *Illness* **bereaved** *me of my wife.* **bereavement**/bi'ri:vment/*(n)*: பி:'ரீவ்மென்ட் / grief, இழப்பு, ஒருவர் இறப்பதால் ஏற்படும் துக்கம். **be-reaved**/ bi'ri:vd/*(adj, n)*:பி:'ரீவ்ட்: / some one whose close relative has died, நெருங்கிய உறவினரின் மரணத்தினால் துயரப்பட்டுக் கொண்டிருக்கும் ஒருவர்.

be-reft/bi'reft/*(v)*:பி:'ரெஃப்ட் / *(p.t & p.p)* of "bereave", "bereave" என்பதன் இறந்த கால வினைமுற்று. **bereft***(adj)*: deprived of, robbed by death, இழந்துள்ள, பறிக்கப் பட்டுள்ள. • *I am* **bereft** *of all my property.*

be-ret/'berei/ *(n)*:'பெ:ரெய் / a soft, woollen cap, கம்பளிக் குல்லாய், வட்டத் தொப்பி.

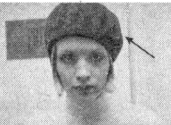

berg/bɜ:g/*(n)*:பெ:ர்க்: / iceberg, மிதக்கும் பனிக்கட்டிப் பாறை.

ber-i-ber-i/ˌberi'beri/*(n)*:'பெ:ரி'பெ:ரி / a nervous disease due to deficiency of vitamin B, வைட்டமின் B குறைபாட்டினால் ஏற்படும் 'பெரிபெரி' எனும் வீக்க நோய், உயிர்ச்சத்து குறைவால் ஏற்படும் நரம்பு மண்டலப் பாதிப்பு.

Bermuda-Triangle/bə'mju:də'traiæŋgl/ *(n)*:ப:ə'ம்யூட:ə'ட்ரெய்ஜங்க:ல் / an area of the W. Atlantic ocean where a large number of ships and aircrafts are said to have mysteriously disappeared, அட்லாண்டிக் பெருங்கடலின் மேற்கே அமைந்துள்ள பெரும் புதிரான அனைத்தையும் தன்னுள்ளே இழுத்துக் கொள்ளும் அபாயமான நீர்ச்சுழல்.

ber-ry/'beri/*(n, sing)*:பெரி / **berries***(n, pl)*: any small, usually stoneless juicy fruit (with seeds), சத்து ரசம் நிறைந்த, சதைப் பற்றுள்ள விதைகள் உள்ள பழம்; dry seeds, உலர்ந்த விதைகள். **berry***(v.i)*: to gather or pick berries, பழங்களைப் பொறுக்கு, பழங்களைச் சேகரி.

ber-serk/bə'zɜ:k/*(adj)*:ப:ə:'ஸ:ə:க் / mad with very bad anger, வெறி கொண்ட. **berserker***(n)*, [berserk]: an ancient Norse warrior who fought violently, ஒரு பண்டைய கால நார்வே போர்வீரன், போர் வெறியன்.

berth/bɜ:θ/*(n)*:ப:ə:த் / a place where ship is anchored, கப்பல் தங்குமிடம்; a sleeping place in a ship, rail car, etc., கப்பல், இரயில் பெட்டி முதலியவற்றில் தங்குமிடம்; a job, ஒரு வேலை; employment, ஒரு தொழில். **berth***(v.i)*: to come to a dock, தங்குமிடத் திற்குக் கொண்டு நிறுத்து; to come into a berth or bring into a berth, தங்கு மிடத்திற்கு வந்து சேர் (அ) தங்குமிடத்திற்குப் போய்ச் சேர். • *The ship was* **berthed** *early morning.* **give a wide berth to**: to remain away from for some reasons, புத்திசாலித்தனமாக ஒதுங்கியிரு. • *Since his driving accident, he has* **given a wide berth to** *car driving.*

be-seech/bi'si:tʃ/*(v.t)*:பி:'ஸீச் / **besought or beseeched, beseeching**: to ask earnestly, வேண்டிக்கொள்; to make an urgent request, பணிவுடன் கேட்டுக்கொள். • *She* **beseeched** *him to come immediately for help.* • *I* **beseech** *you to grant my request.* **beseeching***(adj)*, **beseechingly***(adv)*.

be-seem/bi'si:m/*(v.t)*:பி:'ஸீம் / to be fit for, பொருந்தும்படி செய்; to be proper for, ஏற்றதாய் இருக்கும்படி செய். • *Conduct yourself in the way that* **beseems** *a gentleman.*

be-set/bi'set/*(v.t)*:பி:'ஸெட் / **beset, besetting**: to attack from all sides, எல்லாப் பக்கங்களிலிருந்தும் தாக்கு; to surround and give trouble continuously, சூழ்ந்து கொண்டு, தொடர்ந்து தொந்தரவு கொடு. • *The present minority government is* **beset** *with difficulties from the very beginning.*

be-side/bi'said/*(prep)*:பி:'ஸய்ட்: / by the side of, அருகில், at the side of, அருகே. • *She sat* **beside** *her sister.* not connected with, தொடர்பில்லாத. **beside the point**: not connected with the main point, முக்கிய குறிக்கோளுக்குத் தொடர்பு இல்லாமல். **beside***(adv)*: along the side of, ஓரமாக. • *The minister rode in the carriage and the escort ran* **beside**. **beside oneself** (with): almost out of one's senses, உணர்ச்சி வசப்பட்டுத் தன் வசமிழந்த நிலையிலிரு. *She was* **beside** *herself with joy when she was selected for the job.* **besides***(adv)*: moreover, மேலும்; in addition, also, மேலும், கூட. • *I said that he would get the job* **besides**, *he would get the posting at Chennai.* **besides** *(prep)*: as well as, அதே போல; in addition to, கூடுதலுடன்; over and above, அதற்கு மேலும். • **Besides** *a house, he has also some landed property.*

be-siege/bi'si:dʒ*(v.t)*:பி:'ஸீஜ் / **besieged, besieging**: to lay siege to, முற்றுகையிடு; to surround a town, castle, etc., with armed forces, நகர், கோட்டை முதலியவற்றை முற்றுகையிட்டுச் சூழ்ந்து கொள்; to trouble continuously, தொடர்ந்து தொந்தரவு கொடு. • *The job seekers always* **besiege** *the employment office to know their prospects of employment.* **besieger**(*n*): one who besieges, முற்றுகையிடுபவன். **besiegement**(*n*), **besiegingly**(*adv*).

be-smear/bi'smiə*/(*v.t*):பி:'ஸ்மியஅ* / to smear all over, பூசி அசுத்தப்படுத்து; defile, to make unclean, அசுத்தப்படுத்து. • *No one can* **besmear** *my reputation.*

bes-mirch/bi'smɜ:tʃ/(*v*):பி:'ஸ்மஅ:ட்ச் / damage, make dirty or discoloured, சேதப்படுத்து, அழுக்காக்கு அல்லது நிறமிழக்கச்செய்

be-som/'bi:zəm/(*n*):'பீ:ஸஅம் / a broomstick made of twigs, குச்சித் துடைப்பம்.

be-sot/bi'sɔt/(*v.t*):பி:'ஸாட் / **besotted, besotting**: to behave foolishly because of strong drink, குடித்துப் போதையினால், மதியிழந்து நடந்து கொள். **be-sot-ted**/ bi'sɔtid/(*adj*):பி:'ஸாட்டிட்: / not able to behave sensibly by strong drink, அதிகம் குடித்துப் புத்தி மந்தமாகிவிடும் தன்மை உள்ள.

be-sought/bi'sɔ:t/(*p.t & p.p*):பி:'ஸாட் / of "beseech", beseech" என்பதின் இறந்த கால வினைமுற்று.

be-spat-ter/bi'spætə*/(*v.t*):பி:'ஸ்ப்பஊட்டஅ* / splash or soil with dirt, தெளித்து அசுத்தப்படுத்து; soil with liquid, திரவத்தினால் அசுத்தப்படுத்து; abuse, வசைமாரி பொழி; to slander, அவதூறாகப் பேசு. **bespattered**(*adj*): marked all over with some liquid drops, உடல் முழுவதும் திரவத்திவலைகளால் அசுத்தப்படுத்தும் தன்மையுள்ள. • *A politician's reputation is never* **bespattered** *by malicious gossip.*

be-speak/bi'spi:k/(*v.t*):பி:'ஸ்ப்பீக் / **bespoke, bespoken, bespeaking**: to ask for beforehand, முன்னமேயே கேள்; engage beforehand, நிச்சயத்தை முன்கூட்டியே செய்; give evidence, சாட்சியம் சொல்; be a sign of, குறிப்பிட்டுக் காட்டு. • *The efficiency of the company* **bespoke** *sound financial position.*

be-spec-ta-cled/bi'spektəkld/(*adj*): பி:'ஸ்ப்பெக்ட்டஅக்ல்ட்: / wearing eyeglasses, கண்ணாடி அணிந்துள்ள.

be-spoke/bi'spəuk/(*v*):பி:'ஸ்ப்பஅஉக் / (*p.t & p.p*): of **bespeak**: (of clothes) made to individual order, ஒருவர் அளவுக்கு ஏற்ப, அவர் விருப்பப்படி ஆடைகளைத் தயாரித்துக் கொடு; to make as per measurement, அளவுக்கு ஏற்பத் தயார் செய்.

best/best/(*adj*):பெ:ஸ்ட் / of the highest quality, the highest in quality, skill, effectiveness, etc., better than any other or all others, குணத்தில், தரத்தில் உயர்ந்த, பலன் பெறுவதில் மிகச்சிறந்த, மிகவும் நல்லதான, மற்றது எதையும், யாரையும் விட மிகச் சிறந்த. • *I am yet to see the* **best** *part of my life.* **best**(*adv*): most excellently, மிக நல்ல, அதிக மேம்பட்ட நிலையில்; in the best way, மிகச்சிறந்த வழியில். • *He always thinks he knows* **best**. • *For reasons* **best** *known to me, you can depend on the lawyer.* **best**(*n*): that which is best, எது சிறந்ததோ அது; one's highest degree of competence, ஒருவரின் உயரிய தகுதி. **all the best**: an expression used for one's success and happiness, ஒருவரின் வெற்றிக்கு, வாழ்த்துக் கூறப் பயன்படுத்தப் படும் சொல். **bestman**: the principal attendant of the bridegroom at the time of wedding, மாப்பிள்ளைத் தோழன். **have the best of**: to win or gain the advantage over, ஒருவரை விட ஆதாயம் (அ) நற்பயன் அடை. **make the best of**: to manage under the worst of circumstances, மிக மோசமான சூழ்நிலை (அ) சந்தர்ப்பங்களிலும் செயல்பட்டுச் சிறந்த பலன் பெறு (அ) நிர்வாகம் செய். **to the best of one's knowledge**: as far as one knows, ஒருவருக்குத் தெரிந்த அளவு. • **To the best of my knowledge,** *I think, Indian democracy is functioning well.* • **To the best of my knowledge,** *the information given above in my application is correct.* **best**(*v.t*): get the better of, கை மேலோங்கி இருக்கும் படி இரு; to defeat, எதிரியை வெற்றி கொள். • *The lawyer* **bested** *the accused in the cross examination.*

bes-ti-al/'bestjəl/(*adj*):பெ:ஸ்'ட்டியஅல் / of an animal, பிராணியினுடைய; like an animal, பிராணியைப்போலுள்ள; very cruel, brutal மிருகத்தனமாக உள்ள. **bes-ti-al-i-ty**/ ˌbesti'æləti/(*n*):பெ:ஸ்ட்'டியஊலிட்டி / brutal or beastly behaviour, கொடூரமான (அ) மிருகத்தனமான நடத்தை; sexual relations between a person and an animal, மனிதன் மிருகத்துடன் புணர்ச்சி செய்தல். **bestially** (*adv*).

be-stir/bi'stɜ:*/(*v.t*):'பி:ஸ்ட்டஅ* / **bestirred, bestirring**: to stir up oneself, வீறு கொண்டு எழு; to rouse oneself into vigorous action, செயல்படுவதற்கு எழுச்சி பெறு; to stimulate, உயிர் பெறு, சுறுசுறுப்பு பெறு • *Birds* **bestir** *themselves at the first sight of sunlight in the morning.* Note: **bestir** is often used reflexively.

be-stow/bi'stəu/*(v.t)*:பெ:ஸ்'ட்டஉ (பி:ஸ்-) / to present as a gift, வெகுமதியாக அளி; to confer, கொடு, அளி. • *Time* **bestowed** *on service is time well spent.* deposit, store, பத்திரமாக வை, பாதுகாத்து வை. to *show keen interest,* கவனம் செலுத்து **bestowal** *(n)*.

be-strew/bi'strəu/*(v.t)*:பி:'ஸ்ட்ரஉ / **bestrewed, bestrewed or bestrewn**: to scatter about, சிதறச் செய்; to lie scattered over, சிதறிக் கிட. • *The women* **bestrewed** *the street with flowers to welcome the saint.*

be-stride/bi'straid/*(v)*:பி:'ஸ்ட்ரய்ட்: / **bestrode, bestridden***(v.t)*: to stand or sit with legs apart, to stride over, கால்களை விரித்து நில் (அ) உட்கார்.

bet/bet/*(v)*:பெ:ட் / **bet or betted, betting** *(v.t-v.i)*: to risk something as a wager to be lost or won, ஒன்றைப் பணயம் வைத்துப் போட்டியில் இறங்கு; lay a wager, பணயம் வை, பந்தயம் கட்டு. • *I* **bet** *that it will rain tomorrow.* to state with confidence what will happen, நம்பிக்கையுடன் என்ன நடக்கும் என்று சொல். **bet***(n)*: something or some amount risked to be lost or won, wager, பந்தயம், போட்டி, பணயம், பந்தயம் வைக்கப்படும் பணம் (அ) பொருள். an action plan, ஒரு செயல் திட்டம். • *The car looks like a good* **bet**. • *She may be beautiful but she is not a good* **bet** *for an alliance.*

beta/'bi:tə/*(n)*:'பீ:ட்டə / the second letter of the Greek alphabet, கிரேக்க மொழி நெடுங் கணக்கில் இரண்டாம் எழுத்து β; (B) a grade showing as a mark for a good average work for a student, ஒரு மாணவரின் படிப்புத் திறனைக் குறிப்பிடப் பயன்படும் மதிப்பீடு, சராசரிப் பிரிவைக் குறிக்கும்.

be-take/bi'teik/*(v.t)*:பி:'ட்டெய்க் / **betook, betaken, betaking**: to have recourse to (used with reflexives), ஒரு வழியைக் கொண்டு செயல்படு, முயற்சியை மேற்கொள்; to go, அணுகு. • *She* **betook** *herself to the police station to complain.*

be-tel/'bi:tl/*(n)*:'பீ:ட்ல் / an Indian plant of pepper variety, கிழக்கு இந்தியப் பகுதி களில் காணப்படும் மிளகு வகையைச் சேர்ந்த செடி, வெற்றிலை.

betel-nut*(n)*: areca nut, பாக்கு.

bete noire/ˌbeit'nwa:*/*(n, sing)*:'பெ:ட்ன்உஆ* / **betesnoires***(n, pl)*: person, thing, task or object one dislikes most, மிகவும் பிடித்தம் இல்லாத ஒருவர், பொருள், வேலை (அ) நோக்கு.

be-think/bi'θiŋk,*(v)*:பி:'திங்க் / **bethought, bethinking***(v.t)*: to think, நினைத்து யோசனை செய்; consider, ஆலோசனை செய்; recall, நினைவுபடுத்திக்கொள். • *I* **bethought** *myself a moment before meeting him.* • *You should* **bethink** *yourself of your obligation to your family.*

be-tide/bi'taid/*(v)*:பி:'ட்டய்ட்: / **betided, betiding***(v.t)*: to happen, நிகழ்; to come to pass, நேரிடும்படி செய். • *Always, be courageous whatever* **betides**.

be-times/bi'taimz/*(adv)*:பி:'ட்டய்ம்ஸ்: / early, in good time, சீக்கிரத்தில், சரியான நேரத்தில், முன்கூட்டி, விரைவில். • *Every day, I am up* **betimes** *doing my duties.*

be-to-ken/bi'təukən/*(v.t)*:பி:'ட்டஉக்கன் / indicate, குறிப்பிடு; to be a sign of, சங்கேதமாகக் குறிப்பிடு; to show beforehand, முன்னறிவி. • *His timely help to his sister* **betokens** *his affection.*

be-took/bi'tuk/*(v)*:பி:'ட்டுக் / past tense of "betake", "betake" என்பதன் இறந்த காலம்.

be-tray/bi'trei/*(v.t)*:பி:'ட்ரெய் / to be disloyal to, துரோகம் செய். • *Very often, people* **betray** *their comrades.* to gain advantage by treachery, காட்டிக் கொடுத்து, நம்பிக்கை மோசம் செய்; to disclose a secret, இரகசியங்களை, நம்பிக்கைக்கு விரோதமாக வெளியிடு. • *The robber gang was* **betrayed** *by one of its own members.* to reveal unconsciously one's hidden feelings, (ஒருவரின்) உண்மை உணர்ச்சிகளை மறைக்க முடியாமல் வெளிப்படுத்து. • *His mannerisms* **betray** *his inferiority complex.* **betrayal***(n)*: unfaithfulness, நம்பிக்கைத் துரோகம்; act of betraying, உணர்ச்சிகளை வெளிப்படுத்துதல், துரோகம் செய்தல், காட்டிக் கொடுத்தல். **betrayer***(n)*: a traitor, துரோகி.

be-troth/bi'trəuð/*(v)*:பி:'ட்ரஉத்: / to arrange the marriage, திருமணம் நிச்சயம் செய்; to promise to marry or give in marriage, திருமணம் செய்து கொள்ள (அ) திருமணம் செய்து கொடுக்க ஒப்பந்தம் செய்து உறுதி கூறு. • *The couple is* **betrothed** *with the approval of the parents.* **be-troth-al**/bi'trəuðl/*(n)*:பி:'ட்ரஉத:əல் / the act of being betrothed, திருமண உறுதி கூறல். **betrothed***(adj)*: engaged to be married, திருமணம் நிச்சயிக்கப்பட்டுள்ள.

bet-ter/'betə*/*(adj)*:'பெ:ட்டə* / of higher quality, உயர்தரமாக உள்ள; more excellent, மிக உன்னதமாக உள்ள; of superior value, மிக உயர்ந்த மதிப்புள்ள; improved in health, நல்ல உடல் நிலையுள்ள. • *I am feeling* **better**. • *I am waiting for* **better** *time to come.* **better** *(adv)*: in a more excellent way, மிக உன்னத வழியில்,

B

ஒப்பிட்டுச் சிறந்தது என்று சொல்லக்கூடிய; to a greater degree, மிக அதிக அளவில். • *He is* **better** *qualified than his colleagues.* **better**(*n*): that which is superior, எது உயர்ந்து இருக்கின்றதோ அது; a person or thing that is better, ஒருவர் (அ) ஒரு பொருள் மிகச் சிறந்ததாய் இருப்பது. **better**(*v.t*): to make better, மிகச் சிறந்ததாகச் செய்; surpass, எல்லோரையும் விட அதிகமாக முன்னேற்றம் காண்; improve, முன்னேற்றம் காண். • *The government has plans to* **better** *the lot of the poor.* **to get the better of**: to get an advantage over, ஒரு பிரச்சினையில், வெற்றி காண்; to deal successfully with, வெற்றிகரமாகச் செய்து முடி.

bet-ter-ment/ˈbetəmənt/(*n*):ˈபெ:ட்டமமென்ட் / that which is better, that which is made better, எது உயர்ந்ததோ அது, எது அதிகத் தரம் உள்ளதோ அது; an improvement, அபிவிருத்தி. **bet-ting**/ˈbetiŋ/(*v*):ˈபெ:ட்டிங் / to make a bet with, to stake on the outcome of an issue, contest or game, பந்தயம் வை, விளையாட்டு போட்டி முடிவுகள் மீது பந்தயம் கட்டு.

be-tween/biˈtwi:n/(*prep*):பி:ˈட்உயீன் / in the middle of two (of space, time, etc.), இரண்டு இடங்களுக்கு (அ) காலக் கட்டத்திற்கு இடையில்; connecting, தொடர்பு ஏற்படுத்திக்கொண்டு; in portions for two, shared by two or more, இருவருக்கும் இடையில், இருவர் (அ) அதற்கு மேற்பட்டவர்களுக்கு இடையே. **between** (*adv*): midway, in the intervening space or time, இடைவெளியில், இரு காலக் கட்டங்கள் (அ) இரு புள்ளிகள் (அ) இடங்கள் இவற்றிற்கு இடையில். • *The room has two windows with a door* **between**.

be-twixt/biˈtwikst/(*prep, adv*):பி:ˈட்உயிக்ஸ்ட் / (old use) between, இடையே. **betwixt and between**: neither the one nor the other, இதுவும் அல்ல அதுவும் அல்ல. • *Walk* **betwixt and between**: *neither be a rightist, nor be a leftist.*

be-vel/ˈbevl/(*v*):ˈபெ:வல் / incline, slant, சாய்ந்திரு. **bevel**(*n*): a sloping surface or edge, சாய்தளம்.

bev-er-age/ˈbevəridʒ/(*n*):ˈபெ:வரிஜ் / a drink of any kind especially that is not water or medicine, drinks like coffee, tea, milk, beer, etc., பானங்கள், (நீரும், மருந்தும் இல்லாமல் பிற) காபி, டீ, பால், மதுபானம் முதலியவை.

bev-y/ˈbevi/(*n, sing*):ˈபெ:வி / **bevies**(*n, pl*): a flock of birds especially larks or quails, பறவைகளின் கூட்டம், வானம்பாடி, கவுதாரி போன்ற பறவைகளின் கூட்டம், a group especially of girls or women, சிறுமிகள் (அ) பெண்களின் கூட்டம்.

be-wail/biˈweil/(*v.t*):பி:ˈஉஎய்ல் (வெய்) / to express deep sorrow for, ஆழ்ந்த துக்கத்தில் அழுது புலம்பு. • *Though my lot is miserable, I never* **bewail** *over it.*

be-ware/biˈweə*/(*v*):பி:ˈஉஎə* (வஎə): **bewared, bewaring**: to be very careful, மிகவும் எச்சரிக்கையாய் இரு. • **Beware** *of dogs.* **beware**(*v.i*): to be cautious, கவனமாக இரு.

be-wil-der/biˈwildə*/(*v.t*):பி:ˈஉயில்டə* / to confuse completely, தடுமாறச் செய்; puzzle, திகைக்கச் செய். • *City traffic and the traffic signals always* **bewilder** *me.* **bewilderingly**(*adv*), **bewilderment** (*n*), **bewildering**(*adj*).

be-witch/biˈwitʃ/(*v.t*):பி:ˈஉயிச் / to put or bring under the power of a witch, மந்திரக் காரியின் வசீகரத்திற்குக் கட்டுப்படு; to have magic effect on, மந்திரசக்தியைப் பயன்படுத்து; to charm, வசீகரம் செய். **bewitching**(*adj*): enchanting, வசீகர மான. • *Her* **bewitching** *smile captivates every one.*

be-yond/biˈjɔnd/(*prep*):பி:ˈயɔ:ன்ட்: / on the farther side of, அப்பால். • *The village lies* **beyond** *the mountains.* not within understanding limits, புரிந்து கொள்ளும் எல்லைக்கு அப்பால், புரியாத அளவு; past, over and above, கடந்து சென்ற, மேலும் அதற்கு மேலும். • *The guilt is proved* **beyond** *doubt.* **beyond**(*adv*): farther off, எட்டாத தூரத்தில்; at a distance, தூரத்தில். • *Does death round off life? Or is there one farther* **beyond? beyond** (*n*): life after death, மனித வாழ்விற்குப் பிறகு மறுமை, இறப்பிற்குப் பின் நிலை.

be-zel/ˈbezl/(*n*):பெ:ˈஸ்:ல் / the diagonal face at the end of the blade, கத்தியின் வெட்டும் பகுதியில் உள்ள சாய்வு; that part of a ring, bracelet, etc., to which gems are fixed, மோதிரத்தில் கல் பதிக்குமிடம்.

Bhagavad Gita:/ˌbægwʌθˈgiθa:/ ˌப:க்:வத்ˈகீ:த்தா / a sacred text which forms part of the great epic "Mahabharatha", a religious guide to the Hindus, **பகவத் கீதை**, மகாபாரதம் எனும் இதிகாசத்தில் காணப்படுகிறது, இந்துக்களின் மதநூல்.

bhang/bæŋ/(*n*):ப:æங் / the Indian hemp plant, a preparation of its leaves and tops is used as an intoxicant or narcotic, இலாகிரி மருந்து தயாரிக்கப் பயன்படும் ஒரு வகைச் செடி (சணல் போன்றது); the drug itself, 'பங்கி' என்ற போதை மருந்து.

biannual/bai'ænjuəl/*(adv)*:பைஎ'ன்யுஎல் / occurring twice a year, ஆண்டுக்கு இருமுறை நிகழும்.

bi-as/'baiəs/*(n)*:ப:'யஎஸ் / a tendency or inclination that doesn't help to form an objective opinion of a question, ஒரு பிரச்சினையை, விருப்பு, வெறுப்பு இல்லாமல் அணுகுவதற்குத் தடையாக இருக்கும் மனப்போக்கு. • *Her personal* **bias** *against men has no rational basis.* leaning to oneside, bent, பாரபட்சமுள்ள மனோபாவம், ஒருதலைப்பட்ட மனப்போக்கு; prejudice, partiality, காரணமில்லாத வெறுப்பு, ஓரவஞ்சனை; a diagonal line of direction, மூலைவிட்டம் ஏற்படுத்தும் சாய்வு. **bias** *(adj)*: diagonally, சாய்வாக உள்ள. **bias** *(v.t)*: to cause to form opinion unfairly, prejudice, நியாயமற்ற முறையில், மன நிலையை ஏற்படுத்திக்கொள். காரண மில்லாமல் விருப்பு, வெறுப்பு ஏற்படுத்திக் கொள். •*The woman's pathetic appearance in the court tended to* **bias** *the judge in her favour.*

bib/bib/*(n)*:பி:ப் / a napkin fastened under a child's chin to keep the dress clean, உணவு உட்கொள்ளும்பொழுது ஆடை அசுத்தமாகாமல் இருக்க அணியப்படும் (குழந்தையின்) கழுத்தாடை.

Bi-ble/'baibl/*(n)*:'ப:ய்ப்:ல் / the collection of sacred writings of the Christian religion, comprising the Old and New Testaments, கிறித்தவ வேத நூல். **bib-li-cal**/'biblikl/ *(adj)*:பி:ப்:லிக்ல் / of or in the Bible, கிறித்தவ வேதநூலில், கிறித்தவ வேத நூலைப் பற்றிய.

bib-li-og-ra-phy/ˌbibli'ɔgrəfi/*(n)*: ˌபி:ப்:லி'யாக்:ரஃபி / a complete or selective list of readings on a particular subject, description or study of books regarding their contents, history, etc., நூல் விவரப்பட்டியல், நூலடைவு, புத்தகங் களின் விவரமான அட்டவணை. **bib-li-og-ra-pher**/ˌbibli'ɔgrəfə*/ *(n)*:ˌபி:ப்:லி'யாக்:ரஃபஎ* / an expert in bibliography, புத்தகங்கள் பற்றிய செய்தி விவரங்களை நன்றாகத் தெரிந்து கொண்டு செயலாற்றுபவர்.

bib-li-o-phile/'biblieufail/*(n)*: ˌபி:ப்:லி'யஎஃபய்ல் / one who loves or collects books, புத்தகப் பிரியர், புத்தகங் களைச் சேகரிப்பவர்.

bib-u-lous/'bibjuləs/*(adj)*:'பி:ப்:யுலஎஸ் / addicted to drink, குடிப்பழக்கத்திற்கு அடிமையாக உள்ள; absorbent, தாகமுள்ள, உறிஞ்சும் தன்மை உள்ள.

bi-cam-er-al/bai'kæmərəl/*(adj)*: ப:ய்'க்கஃமஎரஎல் / having two chambers or houses as a legislative or parliamentary body, இரு அவைகள் கொண்ட சட்டமன்றம் (அ) பாராளுமன்றம்.

bi-cen-te-na-ry/ˌbaisen'ti:nəri/*(adj)*, [also **bicentennial]**/ப:ய்ˌஸென்ட்'டினஎரி / consisting of 200 years, 200 ஆண்டுகள் கொண்டுள்ள. **bicentenary***(n)*: the day or a year exactly 200 years after an event, ஒரு நிகழ்ச்சி நடந்து 200 ஆண்டுகளுக்குப் பிறகு வரும் நாள் (அ) வருடம்.

bi-ceps/'baiseps/*(n, sing)*:'ப:ய்ஸெப்ஸ் / **bicepses***(n, pl)*: the front muscle between the shoulder and the elbow, இரு தலைத்தசை, கையின் மேல்தசை.

bick-er/'bikə*/*(v.i)*:'பி:க்கஎ* / to quarrel or to engage in peevish argument, சண்டையிடு, பலனற்ற விவாதம் செய். **bickering***(n, sing)*, **bickerings***(n, l)*.

bi-cy-cle/'baisikl/*(n)*:'ப:ய்ஸிக்ல் / a cycle with two wheels, usually propelled by pedals, இரண்டு சக்கர (மிதி) வண்டி. **bicycle***(v)*: to ride a cycle, மிதிவண்டி ஓட்டு.

bid/bid*(v.t)*:பி:ட்: / to make an offer of a price at an auction, ஏலத்தில் விலை கூறு. • *She* **bid** *Rs.100/- for the chair.* to offer to pay a price or a fixed amount for goods or for one's services, வியாபாரத்தில் விலை நிர்ணயம் செய் (அ) வேலைக்குத் தகுந்த கூலி கொடு; in playing cards, to enter or to make a bid, சீட்டு ஆட்டத்தில் ஒரு சீட்டை இறக்கு; to say or wish (a welcome farewell), goodbye, சொல். • *He came to the airport to* **bid** *goodbye to his friend.* **bid***(n)*: an offer to pay certain amount at an auction, ஏலத்தில் விலை கேள், கூறு. • *She offered a* **bid** *of Rs.1000/- for the almirah.* the turn of a person to bid, ஏலம் கேட்க ஒருவரின் முறை; in card playing, an offer to make a specified number of points, சீட்டு ஆட்டத்தில், ஒரு குறிப்பிட்ட புள்ளிகளை எடுக்கக்கூடிய வாய்ப்பு; an attempt to get over or win, வெற்றியடைய (அ) தடையை அகற்ற முயற்சி. • *The convict made a* **bid** *to escape by attacking the police guard.* • *In a* **bid** *to reduce the tension in the area, the security forces were strengthened.* **bid***(v.i)*, **bid, bid or bade, bidden, bidding**: to command, கட்டளை இடு; to order, உத்தரவிடு. • *She* **bade** *him to go to the station.* to invite, அழைப்புக் கொடு. **bidder***(n)*: one who

B

bids, ஏலம் கேட்பவர். **bidding**(*n*): command, உத்தரவு. • *There is no one to do my* **bidding**. **biddable**/(*adj*): ready to obey, கீழ்ப்படியத் தயாராக இரு. **bid-price**/bidpraiz/(*n*):பிட்ப்ரய்ஸ்: / the price at which a market maker or dealer is prepared to buy securities or other assets, சொத்து அல்லது பத்திரங்களின் ஈட்டுத் தொகை.

bide/baid/(*vt*):பய்ட்: (**பைட்**) / **bide one's time**: to wait for the right moment, சரியான நேரத்திற்காகக் காத்திரு. • *I'm just* **biding** *my time to start my business again.*

bi-direc-tion-al/'baidai'rekʃənl/(*adj*): 'பய்டய்'ரெக்ஷனல் / involving or moving in two (usually opposite) directions, இரு திசை இயக்கம் கொண்ட, எதிரெதிர் திசையிலமைந்த.

bi-en-ni-al/bai'eniəl/(*adj*): ப'யனியல் / happening every two years, இரண்டு ஆண்டுகளுக்கு ஒரு முறை நிகழும்; lasting only for two years, இரு ஆண்டுகளே இருக்கும்படியான. **biennial**(*n*): a plant which requires two seasons/years to bloom, இரு ஆண்டுகளுக்குப் பலனளித்து உயிர் வாழும் தாவரம் (அ) இரு பருவங்கள் உயிர் வாழும் தாவரம்.

bier/biə*/(*n*):பயஅ* / a frame on which a dead body is carried, சவப்பெட்டி, பாடை.

biff/bif/(*v.t*): (slang):பிஃப் / to hit, அடி. **biff** (*n*): blow, அடித்தல். • *She* **biffed** *him on his chin.*

bi-fo-cal/,bai'fəukl/(*adj*):'பய்'ஃபஉக்ல் / having two focuses, இரு குவியங்கள் கொண்ட. **bifocal**(*n, pl*): spectacles with a small lens for reading, set into a bigger lens for seeing distant objects, இரு கேந்திரங்கள் கொண்ட, கண் பார்வை ஆடிகள், வில்லைகள் இரண்டு கொண்டது, ஒன்று படிப்பதற்கும், மற்றொன்று தூரப் பார்வைக்கும் பயன்படுகிறது.

bi-fur-cate/'baifəkeit/(*v.t-v.i*):'பய்ஃபஎக்கெய்ட் / **bifurcated, bifurcating**: to divide or fork into two branches, இரு பிரிவுகளாகச் செய் (அ) இரு கூறாக்கு. **bifurcate**(*adj*) divided into two branches, இரு பிரிவு களாக உள்ள. **bifurcation**(*n*): division into two parts, இரண்டாகப் பிரித்தல்; point of division, பிரியுமிடம்.

big/big/(*adj*):பிக்: / of more than average size, weight, height, etc., மிகப்பெரிய அளவுள்ள, சராசரி அளவுக்கு மேல் உள்ள. • *It is a* **big** *problem.* important, popular, முக்கியமான, மக்கள் விரும்புகின்ற; successful, வெற்றிகரமான. • *She is a* **big** *influential person in this field.* boastful, தற்புகழ்ச்சி கொண்டுள்ள. • *He is* **big** *only in talk.* magnanimous, பெருந் தன்மையுள்ள; outstanding in some field, குறிப்பிட்ட துறையில் நிகரற்று விளங்குகின்ற. **big**(*adv*): boastfully, வீண் வார்த்தைகள் மட்டும், தற்புகழ்ச்சியாக. • *He always talks* **big** *but in action it is not like that.* • *Think* **big**, *act* **big** *and do* **big**. • *He is a* **big** *man.* **big-hearted** (*adj*): magnanimous, பெருந்தன்மையுள்ள. **big-shot, bigness**(*n*).

big-a-my/'bigəmi/(*n, sing*):'பிகஅமி / **bigamies**(*n, pl*): the state of having two husbands or wives at the same time, இரு தார வாழ்க்கை, ஒரே சமயத்தில் இரு கணவர் (அ) இரு மனைவிகளைக் கொள்ளல், **bigamist**(*n*): one who practises bigamy, மனைவிகள் (அ) இரு கணவர்கள் உடையவர். **bigamous**(*adj*): having two wives or husbands at the same time, இரு மனைவிகள் (அ) இரு கணவர்கள் உள்ள. **bigamously**(*adv*).

big-bang/bigbæŋ/(*n*):பிக்பஎங் / a theory in astronomy, the universe originated in an explosion from a single point of nearly infinite energy density, எண்ணிலடங்கா அடர்வு சக்தி கொண்ட பருப்பொருளின் வெடிப்பினால் பிரபஞ்சம் உண்டானதென்ற கோட்பாடு.

big-boy/big-gun/bigbɔi/bigg∧n/(*n*): பிக்கன் / a prominent person, பிரபல்யமானவர்.

bight/bait/(*n*):பய்ட் / the loop or bent part of a rope, கயிற்றுச் சுருக்கு; a bay gulf, விரிகுடா/வளைகுடா.

big-ot/'bigət/(*n*):'பிகஅட் / one who is not at all tolerant of any creed, belief or opinion except that of his own, தன் வகுப்பு, நம்பிக்கை, கருத்து முதலியவற்றைத் தான் சரியென நினைத்து, மற்றவற்றைப் பொறுத்துக் கொள்ளும் தன்மை இல்லாதவன்; a narrow-minded person, குறுகிய மனப்பான்மையுள்ளவன். **big-ot-ry**/'bigətri/(*n, sing*),'பிகஅட்ரி / **bigotries** (*n, pl*): behaviour or beliefs of a bigot, சீர்தூக்கிப் பார்க்கத் தெரியாதவனின் நடத்தையும், கொள்கையும்.

big-shot/bigʃɔt/(*n*):பிக்ஷாட் / an important person, முக்கிய நபர்.

big-time/bigtaim/(*n*):பிக்டய்ம் / the highest or most successful level in a career or enterprise, தான் வகித்த பதவியில் அல்லது செய்த தொழிலில் சிறந்திருந்த காலம்.

big-wig/'bigwig/*(n)*:'பிக்:உயிக்: / [informal] an important person or one in high official position, மிக முக்கியமானவர், சமுதாய அந்தஸ்து உள்ளவர், பெரும் பதவி வகிப்பவர்.

bi-jou/'bi:ʒu:/*(adj)*:'பீ:ஜூ: / pretty and small, அழகிய, சிறிய. **bijou***(n)*: a jewel, நகை.

bike/baik/*(n)*:ப:ய்க் / [informal] bicycle or motorcycle, இரு சக்கர வண்டி (அ) ஊர்தி. **bike**/baik/*(v)*:ப:ய்க் / **biked, biking,** [informal]: to ride in a cycle or motorcycle, சைக்கிளில் (அ) இரு சக்கர ஊர்தியில் பயணம் செய்.

bi-ki-ni/bi'ki:ni/*(n)*:பி:'க்கினி / a scanty two piece bathing suit, சிறிய நீச்சல் ஆடை (நீந்தும்பொழுது அணியும் உடை).

bi-la-bi-al/ˌbai'leibjəl/*(adj)*:ப:ய்'லெய்பி:யஅல் / (of a sound etc.) made with a closed or nearly closed lips, இரு உதடுகளைக் கூட்டி (மெய்யெழுத்துக்களை) உச்சரிப்பது பற்றிய.

bi-lat-er-al/ˌbai'lætərəl/*(adj)*: ப:ய்'லஊட்டஅரஅல்; / having two sides, இரு பக்கங்கள் உடைய; affecting two parties, இரு கட்சிகளைப் பற்றிய. • *There is a* **bilateral** *agreement on arms control between USA and USSR.*

bil-ber-ry/'bilbəri/*(n)*:'பி:ல்ப:அரி / a dark blue fruit of a hardy shrub growing on heaths and mountain woods in North Europe, வட ஐரோப்பாவில் மலைக்காடுகளில் வளரும் ஒருவகைப் புதர்ச் செடியின் கருநீலப்பழம்.

bile/bail/*(n)*:ப:ய்ல் / alkaline, yellow or greenish liquid secreted by the liver, பித்த நீர்; bad temper, சிடுசிடுப்பு.

bilge/bildʒ/*(n)*:பி:ல்ஜ் / the broad horizontal bottom of a ship, கப்பலின் அகன்ற சமதளமான அடிப்பகுதி; dirty water that collects at the bottom of a ship, கப்பலின் அடிப்பகுதியில் தேங்கும் கழிவுநீர்.

bi-lin-gual/bai'liŋgwəl/*(adj)*:ப:ய்லிங்க்:உஅல் / spoken or written in two languages, இரு மொழிகளில் பேசக்கூடிய, இரு மொழிகளில் எழுதப்பட்டுள்ள; able to speak two languages, இரு மொழிகளில் பேசும் திறமையுள்ள. **bilinguist***(n)*: one who is able to write and speak two languages, இரு மொழியில் பேசவும், எழுதவும் திறமை உள்ளவர்.

bil-i-ous/'biljəs/*(adj)*:பி:லியஅஸ் / pertaining to bile or to an excess secretion of bile, பித்த நீர் கோளாறு பற்றிய (அ) அதிக பித்த நீர் சுரக்கும் தன்மையுள்ள.

bilk/bilk/*(v.t)*:பி:ல்க் / to evade payment of a debt, கடனைக் கொடுக்காமல் ஏமாற்று; to cheat, to defraud, ஏமாற்று, மோசடி செய். **bilk***(n)*: dodge, மோசடி; cheating, ஏமாற்றுதல்; swindler, ஏமாற்றுபவர்.

bill/bil/*(n)*:பி:ல் / a statement of money owed, கொடுக்கப்பட வேண்டிய பணப் பட்டியல்; a list of things, goods, etc. purchased, indicating the payment to be made or amount to be paid, விலை விவரச் சீட்டு, பொருள், சரக்கு முதலியவற்றிற்குக் கொடுக்கப்பட வேண்டிய தொகைக்குறிப்புப் பட்டியல்; the draft of proposed law, மசோதா, சட்டம் கொண்டு வருவதற்காக வரையப்படும் முன் குறிப்பும், விவரமும் (ஒரு சட்டத்தின் முன்வரைவு); a declaration of certain facts in court proceedings, நீதிமன்றத்தில், விவாதங்களில் கொடுக்கப் படும் மெய்மைகள் கொண்ட அறிவிப்பு (அ) வாக்கு மூலம். *A* **bill** *of expenditure has been presented to the Director.* a piece of paper money, மாற்று உண்டியல், உண்டியல், பணப்பத்திரம்; a printed notice, அச்சிடப்பட்ட அறிவிப்பு, விளம்பரம். • *Stick no* **bill** *here.* **bill***(v.t)*: make a bill or list of, to advertise by bill or notices, விலைப் பட்டியல் தயாரி, அச்சிடப்பட்ட அறிவிப்பு மூலம் விளம்பரம் செய். • *I have no money, please* **bill** *me tomorrow.* • *The theatre* **billed** *the play for two days only.* **bill***(n)*: the beak of a bird, பறவையின் அலகு; a bent hook, a cutting instrument, அரிவாள்; a kind of battle axe, கோடரி; a narrow piece of land projecting into the sea, கடலுக்குள் ஊடுருவி இருக்கும் குறுகிய நிலப்பகுதி. **bill and coo**: to speak softly and dearly as lovers, காதலர்கள் போல் மெதுவாகவும், இனிமையாகவும் பேசு.

bill-board/bilbɔ:d/*(n)*:பி:ல்ப:ஓ:ட்: / a large outdoor board for displaying advertisement, a hoarding, விளம்பரப் பலகை.

bil-let/'bilit/*(n)*:'பி:லிட் / lodging for a soldier in private house for sometime, தனிப்பட்ட வீட்டில் படை வீரருக்கு ஏற்படுத்தப்படும் ஓய்விடம், தங்குமிடம்; a small chunk of wood, சிறு விறகுக் கட்டை. **billet***(v.t)*: to provide a soldier with a lodging in a private house, ஒரு படை வீரருக்கு, ஒரு தனிப்பட்ட வீட்டில் தங்குவதற்கு ஏற்பாடு செய்; accommodate, தங்க இடமளி.

billet-doux/ˌbilei'du:/*(n)*:ˌபி:லெய்'டூ: / a love letter, காதல் கடிதம்.

bil-li-ards/'biljədz/*(n)*:'பில்யஅட்ஸ்: / a table game played with three balls and a cue for hitting, மூன்று பந்துகளையும், நீண்ட தடியையும் கொண்டு, மேசையில் ஆடப்படும் ஒரு பந்தாட்டம்.

bil-li-on/ˈbiljən/*(n, sing)*:ˈபி:ல்யஒன் / **billions***(n, pl)*/: [In U.S.A] a thousand millions [10^9] (1000,000,000), ஒரு ஆயிரம் பத்து லட்சம், ஒரு ஆயிரம் மில்லியன், in Britian, a million millions [10^{12}], லட்சம் கோடி. **bil-li-on-aire**/biljənair/*(n)*: ˈபி:ல்யஒனய்ர் / a person who owns assets worth billion dollars, பில்லியன் (ஆயிரம் மில்லியன்) சொத்து உள்ளவர்).

bill-of-exchange/bilɔ:fiksˈtʃeindʒ/*(n)*: பி:ல்ஓ:ஃப்இக்ஸ்ˈசெயின்ட்:ஜ் / a written order from one party to another to pay to a person named in the bill a specified sum of money, குறிப்பிட்ட ஒரு ஈட்டுத் தொகையைப் பெறுவதற்கான அத்தாட்சி ரசீது.

bil-low/ˈbiləu/*(n)*:ˈபி:லஒஉ / a great wave or surge in the sea, பெரிய அலை, கடல் பொங்குதல்; any rolling or surging mass, உருண்டு புரண்டோடும் பொருள்; billow of smoke, பெரிய அலை போல் எழும் புகை மண்டலம். **billow***(v)*: to make rise, பெரிய அலையாக எழு; surge, பொங்கு (கடல்); swell, பெரியதாக விரிந்து எழு.

bimestrial/ˌbaiˈmestriəl/*(adv)*: ˈப:ய்ˌமெஸ்ட்ரிஒல் / bimonthly, occurring once in two months, இரண்டு மாதங்களுக்கு ஒருமுறை நிகழ்கிற.

bi-met-al-lis-m/ˌbaiˈmetəlizəm/*(n)*: ˈப:ய்ˌமெட்டஒலிஸ்:ம் / as the monetary standard, the use of both gold and silver coins at fixed relative value, பொன், வெள்ளி நாணயங்கள் ஒரு குறிப்பிட்ட விகிதத்தில், பணப் புழக்கத்தின் அடிப் படையாகப் பயன்படுதல்.

bi-month-ly/ˌbaiˈmʌnθli/ *(adj)*:ˈப:ய்ˌமந்த்லி / once in two months or twice in a month, இரு மாதத்திற்கு ஒரு முறையாக (அ) ஒரு மாதத்திற்கு இரு முறையாக; a periodical appearing once in two months, இரு மாதத்திற்கு ஒரு முறை வெளிவரும் பத்திரிகை; a periodical appearing twice a month, ஒரு மாதத்திற்கு இரு முறை வெளிவரும் பத்திரிகை.

bin/bin/*(n)*:பி:ன் / a container with a lid for storing grain, coal, etc., குதிர் போன்ற அமைப்பு, தானியம், நிலக்கரி முதலிய வற்றைச் சேமித்து வைக்க உதவும்; receptacle, தொட்டி; dust bin, குப்பைத் தொட்டி.

bi-na-ry/ˈbainəri/*(adj)*:ˈப:ய்னஒரி / consisting of, indicating or involving two, இரண்டு என்னும் எண் கொண்டு, குறிப்பிட்டுச் செயல் படும் தொடர்பாக; a system of counting in which the two numbers 0 and 1 are only used, எண் கணிதத்தில், இரண்டு எண்கள் 0வும், 1ம், அடிப்படையாகப் பயன்படுத்துவது தொடர்பாக. **The binary system**: used in computers, இந்த இரட்டை எண் அமைப்பு கணிப்பொறி இயலில் பயன் படுகிறது. **binary star**: a double star having a common centre of gravity, பொது ஈர்ப்பு மையம் கொண்ட இரட்டை நட்சத்திரம்.

bind/baind/*(v)*:ப:ய்ன்ட்: / **bound, binding**: to tie together as with a band, cord, etc., கயிறு போன்றவற்றினால் சேர்த்து, இறுக்கிக் கட்டு; to secure together and enclose in a cover, உறுதியாகச் சேர்த்துக் கட்டு. • *She* **bound** *her hair with a beautiful ribbon.* • **Bind** *the book neatly.* to be or to place under legal obligation, சட்டப்படி ஒரு ஒப்பந்தத்தை நிறைவேற்றும் கட்டாயத்தில் இரு; to make compulsory, கட்டாயப்படுத்து. • *I am* **bound** *to obey the traffic rules.* • *All of us are* **bound** *to observe morals in life.* **in a bind**: in an annoying situation, ஓர் இக்கட்டான நிலை. **bind-er**/ˈbaində*/*(n)*: ˈப:ய்ன்ட:ஒ* / one who or that which binds, கட்டுவதற்குப் பயன்படுத்தப்படும் கருவி, கட்டுபவர்; a book binder, புத்தகங்களைச் சீர்செய்து கட்டுபவர்.

bind-ing/baindiŋ/*(n)*:ˈப:ய்ன்ˌடி:ங் / anything that binds, ஒன்று சேர்த்து வைக்கும் சாதனம்; book cover, நூல் அட்டை; material sewn or applied along the edge of something, ஓரப் பகுதிகளை (ஆடை, மேசை முதலியவற்றின்) பலப்படுத்தப் பயன்படும் பொருள். **binding** *(adj)*: obligatory, கடமைப்பட்டுள்ள.

binge/bindʒ/*(v)*:பி:ன்ட்:ஜ் / indulge in an activity, especially eating, to excess, நன்றாய் ரசித்து வயிறுபுடைக்க உணவருந்து, **binge***(n)*.

binnacle/ˈbinəkl/*(n)*:ˈபி:னஒகல் / a container holding a ship's compass, கப்பலின் திசைகாட்டும் கருவி அடங்கிய பேழை.

bi-noc-u-lars/biˈnɔkjulə*z/*(n)*: ப:ய்ˈனஓக்யுலஒ*ஸ்: / a pair of glasses shaped like short telescopes for both eyes used for looking at distant objects, இரு கண் தொலைநோக்கி.

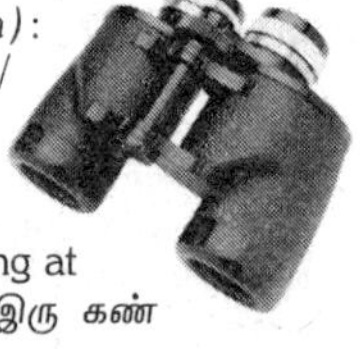

bi-no-mial/ˌbaiˈnəumjəl/*(n)*: ˌப:ய்ˈனஒஉமியஒல் / (Maths) an algebraic expression of the sum of the difference of two terms, இயற்கணித இருபடி சமன்பாடுகளின் வித்தியாசக் கூட்டுத்

தொகை. **binomial Distribution**(*n*), **binomial Theorem**(*n*). (Biology) **binomial Nomenclature**(*n*), a biological species name consisting of two terms, உயிரியலில் இரு பெயரீட்டு முறை.

bi-o/baiəu/(*a, prefix*):ப:யஉ / world element meaning "life", living things, 'உயிர்', உயிருள்ள பொருள்கள்.

bi-o-che-mis-try/ˌbaiəu'kemistri/(*n*): ˌப:ய்உ'கெமிஸ்ட்ரி / chemistry that deals with chemical compounds and processes occurring in living things, உயிர் வேதியியல்.

bi-o-cide/ˌbaiəusaid/(*n*):ˌப:ய்உஸய்ட்: / a poisonous substance, especially a pesticide, ஒரு வகை பூச்சிக்கொல்லி.

bi-o-data/ˌbaiəu'deitə/(*n,pl*): ˌப:ய்உ'டெ:ய்ட / biographical details, a curriculum vitae, (ஒருவரைப் பற்றிய) கல்வி, தொழில், அனுபவம் சார்ந்த தகவல்.

bio-gas/ˌbaiəugæs/(*n*):ˌப:ய்உக:ஆஸ் / gaseous fuel, especially methane, produced by the fermentation of organic matter, நொதித்தல் முறையில் பெறக்கூடிய மீத்தேன் எரிவாயு.

bi-og-ra-pher/bai'ɔgrəfə*/(*n*): ப:ய்'ஒக்:ரஃப* / a writer of biography, வாழ்க்கை வரலாறு எழுதுபவர். **bi-og-ra-phy**/bai'ɔgrəfi/(*n, sing*),ப:ய்'ஒக்:ரஃபி / **biographies**(*n, pl*): a written account of another person's life, ஒருவர் வாழ்க்கை வரலாறு (எழுத்து வடிவத்தில்).

bio-informatics/ˌbaiəuin'fɔ:mətikz/(*n*): ˌப:ய்உஇன்'ஃபா:மடிக்ஸ்: / the science of collecting and analysing complex biological data such as genetic codes, உயிரியல் துறைசார்ந்த தகவல் தொழில் நுட்பம்.

bio-metric-sig-na-ture/ˌbaiəu'metrik 'signətʃə*/(*n*):ˌப:ய்உமெட்ரிக் 'ஸிக்:னச்சஅ* / the unique pattern of a bodily feature such as the retina, iris or voice, encoded on an identity card and used for recognition and identification purposes, கண் படலம், கருவிழி, குரல் போன்ற உடல் சார்ந்த அமைப்புகளின் சங்கேத வடிவிலான தகவலடங்கிய அடையாள அட்டை.

bi-ol-o-gy/bai'ɔlədʒi/(*n*):ப:ய்'ஒலஜி / the science of life, whether animal or vegetable, உயிரியல். **biological**(*adj*), **biologically**(*adv*), **biologist**(*n*).

bi-op-sy/bai'ɔpsi/(*n, sing*):ப:ய்'ஒப்ஸி / **biopsies**(*n, pl*): death, destruction of life, மரணம், உயிர் அழிவு; the excision for diagnostic study of a piece of tissue from a living body, உயிர்த்திசுவை உடலினின்று எடுத்து, சோதனை செய்தல்.

bi-o-sphere/'baiəuˌsfiə*/(*n*):ப:யா'ஸ்ஃபியஅ* / that part of the earth's crust, waters and atmosphere in which life can exist, உயிர் வாழ்வதற்கு ஏற்ற இயல்புகள் உள்ள பூமியின் புறப்பகுதியும், காற்று மண்டலமும், நீர்ப் பகுதியும், மற்றவையும்.

bi-o-tech-no-logy/ˌbaiəutek'nɔlədʒi/(*n*): ˌப:ய்உடெக்'னாலஜி / biological science when applied especially in genetic engineering and recombinant DNA technology, உயிரியல் தொழில்நுட்பம்.

bi-partite/ˌbai'pa:tait/(*adj*):ˌப:ய்'பா:டெய்ட் / being in two parts, shared by two (bipartite treaty), இரு பகுதிகளான, இருவர் இணைந்து பகிர்ந்து கொண்ட. (e.g.) bipartite treaties.

bi-ped/'baiped/(*n*):'ப:ய்ப்பெட்: / a two-footed animal, இரு கால் பிராணி. **biped**(*adj*): having two feet, இரு கால்கள் உள்ள.

birch/bɜ:tʃ/(*n*):ப:ஒ:ச் / a tree, with a smooth bark and thin branches, மிருதுவான மரப் பட்டையும், 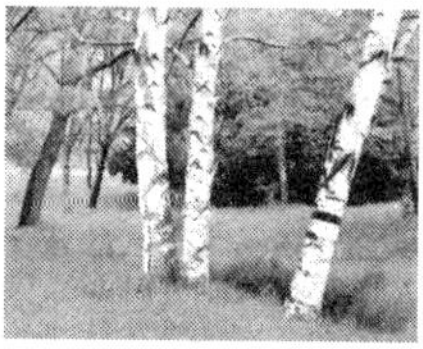 மெல்லிய கிளைகளும் உள்ள ஒருவகை மரம் பூர்ச்ச மரம்; a stick made of birch wood, பிர்ச் மரத்தினால் செய்யப்பட்ட கழி. **birch**(*v*): to whip with birch, மரக் கழியினால் தண்டனை கொடு. **birchen**(*adj*).

bird/bɜ:d/(*n*):ப:ஒ:ட்: / any warm blooded vertebrate having body covered with feathers and forelimbs modified into wings, பறவை; a young woman, ஓர் இளம் பெண்மணி; a person who is odd or remarkable, தனியான குணம் உள்ள (அ) ஒரு வகையில் உயர்வான ஒருவர். **bird-ie**/'bɜ:di/(*n*):ப:ஒ:டி: / a small bird, ஒரு சிறு பறவை. **bird's-eye**/'bɜ:dzai/(*adj*): 'ப:ஒ:ட்:ஸ்:அய் (ஸய்) / seen from above, as by a bird in flight, panoramic, ஆகாயத்திலிருந்து பூமியைப் பார்க்கும் தோற்றம்போலுள்ள. **bird's eye-view**/(*n*): a view seen from above, மேலிருந்து பார்க்கும் தோற்றம்; a broad outline, பொதுக்கருத்து, பொது விவரம்.

bird-brain/'bɜ:dbrein/(*n*):'ப:ஒ:ட்:ப்ரெய்ன் / a flighty thoughtless person, தான் தோன்றி.

bird-lime/'bɜ:dlaim/(*n*):'ப:ஒ:ட்:லய்ம் / a sticky substance spread on to twigs to trap small birds, பறவைகளைப் பிடிக்க உபயோகப்படுத்தப்படும் கண்ணியில் தடவப்படும் ஒருவகைப் பிசின்.

birth/bɜ:θ/*(n)*:ப:ə:த் / act of coming into life, being born, பிறப்பு, தோற்றம், தொடக்கம்; descent, பரம்பரை; family origin, ஒரு குடும்பம் தோன்றுவதற்கான துவக்கம். • *It rained heavily on the day of my* **birth**. •*The child weighed seven pounds at* **birth**. **birth control**: regulation of the number of one's children through the deliberate control or prevention of conception, கருத்தடை (அ) செயற்கை முறைகள் மூலம் ஒருவரின் குழந்தை பிறப்பதை ஒழுங்குபடுத்துதல். **birth-day**/ˈbɜ:θdei/*(n)*:ˈப:ə:த்டெ:ய்: the anniversary of one's birth, பிறந்த நாள். **birth-place**/ˈbɜ:θpleis/*(n)*:ˈப:ə:த்ப்லெய்ஸ் / place of birth or origin, பிறந்த இடம், துவங்கிய இடம். **birth-right**/ˈbɜ:θrait/*(n)*:ˈப:ə:த்ரய்ட் / anything to which one is entitled by birth, பிறப்புரிமை. • *Freedom is our* **birth right**.

birth-certificate/ˈbɜ:θ səˈtifikət/*(n)*: ˈப:ə:த் ஸəˈட்டிஃபிகəட் / பிறப்புச் சான்றிதழ்.

bis-cuit/ˈbiskit/*(n)*:ˈபி:ஸ்க்கிட் / a kind of small sweet dry cake, a small dry bread, சிறு ரொட்டித் துண்டு; a pale brown colour, வெளிறிய பழுப்பு நிறம்.

bi-sect/baiˈsekt/*(v.t)*:ப:ய்ˈஸெக்ட் / to divide or to cut into two equal parts or nearly two equal parts, இரு கூறாக்கு, இரு சமபாகங்களாகப் பிரி. **bisect***(v.i)*: to split into two, இரண்டாகப் பிள. **bi-sec-tion**/ˌbaiˈsekʃn/*(n)*:ப:ய்ˈஸெக்ஷən் / dividing into two equal parts, இரு சமபாகங்களாகப் பிரித்தல். **bi-sec-tor**/baiˈsektə*/*(n)*: ப:ய்ˈஸெக்ட்டə* / a line or plane that bisects an angle or line segment, ஒரு கோணத்தை இரு சமபாகங்களாகப் பிரிக்கும் கோடு, ஒரு கோட்டை இரு சமபாகங்களாகப் பிரிக்கும் கோடு.

bi-sex-u-al/ˌbaiˈsekʃuəl/*(adj)*: ˈப:ய்ˈஸெக்ஷுஅல் / of both sexes, இரு பால் பற்றிய; combining male and female qualities in one individual, இரு பால் உறுப்புக்களைக் கொண்டுள்ள. **bisexual***(n)*: one who has the qualities of both sexes, இரு பால் பண்புகளைக் கொண்ட ஓர் உயிர்; a person sexually attracted by both sexes, இரு பால் கவர்ச்சி கொண்ட ஒருவர்.

bish-op/ˈbiʃəp/*(n)*:ˈபி:ஷəப் / a clergyman of a high rank, having charge of spiritual matters in a certain area known as his diocese, ஒரு குறிப்பிட்ட நிலப்பரப்புக்கு உட்பட்ட பகுதிக்குத் தலைமை வகிக்கும் உயர் கிறித்தவத் தலைமைப் பாதிரியார்; (in chess) one of the two pieces of the same colour and order that can be moved diagonally, சதுரங்க விளையாட்டில் குறுக்காக நகரும் ஒரு காய்.

bis-muth/ˈbizməθ/*(n)*:ˈபி:ஸ்மəத் / a brittle, reddish-white metal, used in the manufacture of alloys and medicine (Bi), எளிதில் உடையக்கூடிய, சற்று சிவப்பு வெண்மை நிறம் உள்ள, கலப்பு உலோகங்களிலும், மருந்துகளிலும் பயன்படுத்தப்படும் உலோகம் (Bi).

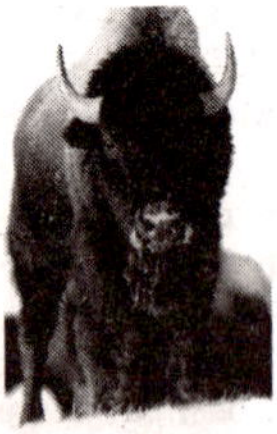

bi-son/ˈbaisn/*(n, sing)*:ˈப:ய்ஸ்ன் / **bisons** *(n, pl)*: a large buffalo of North America, ஒருவகைக் காட்டெருமை (வட அமெரிக்காவில் காணப்படுவது).

bit/bit/*(n)*:பி:ட் / a small piece or quantity of anything, ஒரு சிறு துண்டு, ஒரு பொருளின் சிறு பகுதி; a short time, சிறிது நேரம்; a small amount, சிறிய தொகை; certain amount, ஒரு குறிப்பிட்ட தொகை; the part of a bridle in a horse's mouth, குதிரையின் வாயில் பொருத்தியுள்ள கடிவாளத்தின் ஒரு பகுதி; the sharp part of a tool for cutting or making holes, the cutting part of an axe, துளை போடும் கருவியின் அலகு; a single, basic unit of information that can be used by a computer, கணிப்பொறியில் பயன்படுத்தப்படும், அடிப்படை அலகுச் செய்தி. **bit***(v)*: *(p.t & p.p)* of "*bite*", "*bite*" என்பதன் இறந்தகாலம், இறந்த கால வினைமுற்று; put the bridle chain into the horses mouth, கடிவாளமிடு; control, அடக்கு.

bitch/bitʃ/*(n)*:பி:ச் / a female dog, பெண் நாய், (நரி, ஓநாய்); an unkind, bad-natured woman, அன்பில்லாத தீய குணமுடைய பெண்; anything unpleasant, எரிச்சலூட்டக் கூடியது. **bitch***(v.i)*: to complain continually, எப்பொழுதும், குறை சொல்லிக் கொண்டிரு. **bitchy***(adj)*: nasty, அசிங்கமான. • *She is very* **bitchy**.

bite/bait/*(v.t)*:ப:ய்ட் / **bit, bitten**: to cut with teeth, பல்லினால் கடி; to crush with teeth, பல்லினால் நசுக்கு; to seize with teeth, பல்லினால் பிடி; to wound with teeth, பல்லினால் கடித்துக் காயப்படுத்து. • *The dog* **bit** *her on the leg.* to make a hole in the skin and extract blood, பல்லால் கடித்து இரத்தத்தை உறிஞ்சு; pluck the bait, தூண்டில் முள்ளை இழு; to take hold of something firmly, உறுதியாக ஒன்றைப்

பிடிக்கும்படி செய். • *Today is a bad day as the fish just aren't* **biting**. **bite**(*v.i*): to press the teeth into something, பல்லினால் கவ்வு; cheat, ஏமாற்று. **bite**(*n*): act of biting, கடித்தல்; a wound made by biting, கடித்தலால் ஏற்படும் காயம்; something to eat, சாப்பிடுவதற்கு ஏதோ ஒன்று; an act of taking food from a fisherman's hook by a fish, மீன் தூண்டிலினின்று, ஒரு மீன் தனது உணவை எடுத்துக் கொள்ளல். **biter**/'baitə*/(*n*):'ப:ய்ட்டə* / one who or that which bites, கடிப்பவன்; a cheat, ஏமாற்றுபவன்.

bit-ing/'baitiŋ/(*n*):'ப:ய்ட்டிங் / smarting, keen, காரமான, கடுமையான, சகித்துக் கொள்ளக்கூடிய; pungent, குரூரமான; stinging, குத்துகின்ற. **the biter bit**: the tables turned, கெடுவான் கேடு நினைப்பான்.

bit-ter/'bitə*/(*adj*):'பிட்டə* / having sour or biting taste, கசப்பான (அ) எரிச்சல் ஊட்டக்கூடிய; causing pain, துன்பம் பயக்கவல்ல; not agreeable, மனதிற்கு இசையாத; cruel, கொடூரமான. **bitterness** (*n*), கசப்புத்தன்மை. **bitterly**(*adv*).

bi-valent/'bai,veilənt/(*adj*): 'ப:ய்,வெய்லəன்ட் / having a valence of two, இரு கூறுகளான, இருமடங்கு வீரியம் கொண்ட.

biweekly/,bai'wi:kli/(*adj & adv*): ,ப:ய்'வீக்லி / appearing or taking place every two weeks or twice a week, வாரமிருமுறை (அ) இருவாரத்திற்கு ஒரு முறை.

bi-yearly/,bai'jiəli/(*adj*):,ப:ய்'யிəலி / biannual, வருடமிருமுறை.

bi-zarre/bi'za:*/(*adj*):பி:'ஸா:* / odd, very strange, unusual, அந்நியமான, அசாதாரண. **bizarrely**(*adv*).

blab/blæb/(*v*):ப்:லæப்: / **blabbed, blabbing**: to reveal foolishly, முட்டாள் தனமாக இரகசியங்களை வெளியிடு; to tell a secret unintentionally, தவறி இரகசியங்களை வெளியிடு. • *He* **blabbed** *the confidential news.* **blab**(*v.t*): to speak thoughtlessly, அர்த்தமில்லாமல் பேசு. **blab**(*n*): idle chattering, திண்ணைப் பேச்சு, வெட்டிப் பேச்சு; a person who blabs, வெறும் பேச்சு பேசுபவன். • *His stories are just* **blab**. **blabber**/blæbə*/(*v*):ப்:லæப:ə* / to talk foolishly, முட்டாள்தனமாய் பேசு. **blabber-mouth**/blæbə*mauθ/(*n*): ப்:லæப:ə*மஉத் / one who talks too much, அதிகமாய் பேசக் கூடியவன்.

black/blæk/(*adj*):ப்:லæக் / entirely dark in colour, கருப்பான. • *Do you know the* **black** *prince?* the quite opposite of white, வெள்ளைக்கு எதிரான நிறமுள்ள; bad, நல்லதல்லாத; hopeless, நம்பிக்கை இல்லாத. • *My future looks* **black**. full of anger, கோபமுள்ள. • *She gave me a* **black** *look.* **black**(*n*): the colour that is black, கருப்பு வண்ணம். • *I always like to dress in* **black**. • the person belonging to a dark skinned race, கருப்பர். **black**(*v.i*): to make black, கருமையாக்கு; to polish with blacking, கருப்பு வண்ணமிடு.

black-and-white/blæk ənd wait/(*adj*): ப்:லæக் əன்ட் வய்ட் / being something in writing or print, using images in shades of gray rather than colours, வெளிப்படையான, எழுத்துப் பூர்வமாய் அமைந்த, நிறமற்ற, கருப்பு வெள்ளை நிறத்தாலான.

black-ber-ry/'blækbəri/(*n, sing*): 'ப்:லæக்பெ:ரி / **black-berries**(*n, pl*): the fruit of the bramble, களாக்காய்; the plant itself, களாக்காய்ச் செடி.

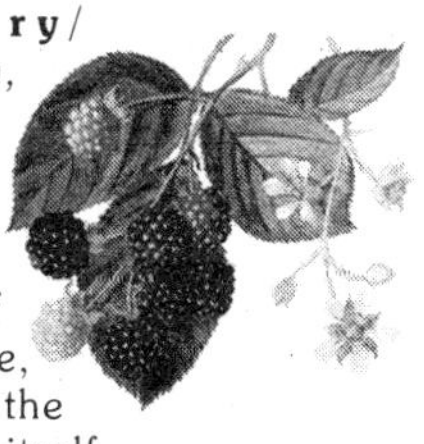

black-board/'blækbɔ:d/(*n*): 'ப்:லæக்ப:ஃட்: / board painted black (used in schools), பள்ளியில் பயன்படுத்தப்படும் கரும்பலகை.

black-en/'blækən/(*v.t*):'ப்:லæக்கəன் / to make black, கருமை நிறம் ஏற்படுத்து, கருப்பாக்கு; to speak ill of, மாசுபடுத்திப் பேசு, தூற்று.

black-guard/'blæga:d/(*n*): 'ப்:லæகா:ட்: / a low,contemptible person, scoundrel, துன்மார்க்கன், நீசன். • *You* **black-guard! blackguardly**(*adj*).

black-ing/'blækiŋ/(*n*):'ப்:லæக்கிங் / black-polish, கருப்புப் பூச்சு. **blackish**(*adj*): slightly black, சற்றுக் கருமையான.

black-jack/'blækdjæk/(*n*):'ப்:லæக்'ஜæக் / a card game played for money, பணம் வைத்து ஆடும் சீட்டாட்டம்; short club with leather cover, தோல் கவசம் கொண்ட குறுகிய தடி.

black-lead/,blæk'led/(*n*):'ப்:லæக்'லெட்: / graphite, a black mineral, பென்சில் செய்யப் பயன்படும் காரீயம் போன்ற ஒரு வகைக் கரி.

blackleg/'blækleg/(n):'ப:ல�æக்லெக்: / a swindler, a fatal disease attacking cattle, ஆடுமாடுகளுக்கு வரும் கொடிய நோய், a workman refusing to join his comrades in a strike, கருங்காலி, வேலை நிறுத்தத்தில் கலந்து கொள்ளாமல், தான் மட்டும் தனித்து வேலைக்குச் செல்பவன்; a swindler especially in racing or gambling, சூதாடி.

black-list/'blæklist/(n):'ப:லæக்லிஸ்ட் / a list of undesirable persons or unsound firms, நல்ல நடத்தையில்லாதவர்களின் பட்டியல்; a list drawn up, containing companies under suspicion, பொருளாதாரத்தில் நல்ல நிலைமையில் இல்லாத நிறுவனங்களின் பட்டியல், ஐயத்திற்கு இடமான நிறுவனங் களின் பட்டியல். **black-list**(v.t): to put a person on a black-list, ஒருவனைச் சந்தேகத்திற்கு இடமானவன் என்ற பட்டியலில் சேர்.

black-magic/blæk 'mædʒik /(n):ப:லæக் 'மæட்:ஜிக் / magic involving the evil spirits or evil purposes, மந்திரம், பில்லி, சூனியம்.

black-mail/'blækmeil/(n):'ப:லæக்மெய்ல் / any payment extorted by intimidation, threats, etc., மிரட்டி, சட்ட விரோதமாகப் பறித்த பணம், பணம் பறித்தல். • *She confessed rather than suffer the dishonour of* **black-mail**. influencing one's actions by threats, intimidation, etc., ஒருவரை நியாயமற்ற முறையில் ஒன்றைச் செய்ய, பலவந்தமாகத் தூண்டு வது. **black-mail**(v.t): to extort money from a person by the use of threats, மிரட்டி ஒருவரிடமிருந்து பணம் பறி. • *No one can* **blackmail** me.

black-mark/'blækma:k/'ப:லæக்மா:க் / an indication of censure or failure, a disgraceful mark, தவறு செய்தமைக்கும், தோல்வி ஏற்பட்டதற்கும் செய்யப்படும் அடையாளக் குறிப்பு, களங்கம்.

black-market/'blækma:kit/(n): 'ப:லæக்'மா:க்கிட் / buying and selling illegally, hoarding money without paying taxes, making money evading taxes, கள்ளச்சந்தை, சட்ட விரோதமாக வாங்கு வதும், விற்பதும், வரி கொடுக்காமல் பணம் குவித்து வைப்பது, வரி கொடுக்காமல் பணம் சம்பாதிப்பது முதலியன. **black-market**(v.t): to sell in the black market, கள்ளச் சந்தையில் விற்பது.

black-money/blæk 'mʌni/(n):ப:லæக் 'மனி / income illegally obtained or not declared for tax purposes, வரவு செலவு கணக்குகளில் காட்டப்படாத (வருமானம்), பணம், கருப்புப் பணம்.

black-out/'blækaut/(n):'ப:லæக்கஉட் / a temporary loss of vision or memory, தற்காலிகமாகப் பார்வை இழப்பதும், நினைவு தவறுவதும் ஏற்படுதல்; a total cutting off of all lights, இருட்டடிப்பு; complete stoppage of communication mediums, as by a strike, intentional prevention of reporting of news, etc., வேலை நிறுத்தம், செய்தி இருட்டடிப்பு முதலியவை மூலம், வேண்டு மென்றே செய்தி வெளியிடுதலைத் தடை செய்தல்.

black-sheep/'blækʃi:p/(n):'ப:லæக்ஷீப் / a sheep with black fleece, கருப்பு ரோமம் உள்ள ஆடு; a person who causes shame to his family or to his associates, தன் குடும்பம் (அ) கூட்டத்திற்குக் கெட்ட பெயர் தேடித் தருபவர்.

black-shirt/'blækʒ:t/(n):'ப:லæக்ஷஉ:ட் / a member of a fascist organization with black shirt as the part of uniform, ஒரு ஏகாதிபத்திய அமைப்பின் உறுப்பினர் ஒருவரின் சீருடையின் அங்கம், கருப்புச் சட்டை.

black-smith/'blæksmiθ/(n):'ப:லæக்ஸ்மித் / one who forges objects of iron, இரும்புச் சாமான்களைச் செய்யும் தொழிலாளி, கொல்லர்.

blad-der/'blædə*/(n):'ப:லæட:ə* / a thin musculo membranous bag in the

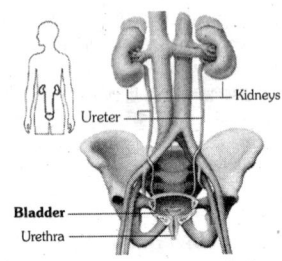

pelvis, serving as a reservoir for urine, உடலில் உள்ள சிறுநீர்ப்பை; any membranous sac, மெல்லிய சவ்வினால் ஆன பை; the wind bag of a bag pipe, ஓர் இசைக் கருவியின் காற்றுப்பை.

blade/bleid/(n):ப:லெய்ட் / flat part of anything, ஓர் உறுப்பு (அ) பொருளின் தட்டையான பகுதி; a leaf, இலை போன்ற பாகம்; a flat part of a cutting knife, etc., கத்தி போன்றவையின் தட்டையான வெட்டும் பாகம்; shoulder bone, the upper bone in shoulder, முதுகுக்குப் பக்கத்தில் உள்ள தோள்பட்டை எலும்பு.

blah/bla:/(adj):ப:லா: / lacking interest or excitement, ஆர்வமற்ற, ஆர்வம் குறைந்த.

blain/blein/*(n)*:ப்:லெய்ன் / an inflammatory swelling or sore, கொப்புளம், தீக்காயம்.

blame/bleim/*(v)*:ப்:லெய்ம் / **blamed, blaming**: to say one has done wrong, பழித்துப் பேசு; to find fault with, குற்றஞ்சாட்டு. • *"To* **blame** *others" is the habit with some people.* **blame***(n)*: censure, தண்டனை; reproof, குறை கூறுதல்; responsibility for something bad, சில தவறுகளுக்குப் பொறுப்பேற்றல். • *We are ready to take the* **blame** *on us for the incident.* **blame-less**/'bleimlis/*(adj)*: 'ப்:லெய்ம்லிஸ் / free from blame, மாசற்ற; without blemish, குற்றம், குறையில்லாத. **blamable**/'bleiməbl/*(adv)*: 'ப்:லெய்மபுல் / deserving blame, குறை கூறத்தக்க. **blameful**/'bleimfəl/*(adv)*: 'ப்:லெய்ம்ஃபுல் / deserving blame, கண்டித்தற்குரிய. **blameless**/'bleimlis/*(adv)*:'ப்:லெய்ம்லிஸ் / guiltless, குற்றமற்ற.

blame-wor-thy/'bleim,wɜ:ði/*(adj)*: 'ப்:லெய்ம்,உஒ:தி: / deserving blame, குறை காணும்படி. **blame worthiness***(n)*.

blanch/bla:ntʃ/*(v.t)*:ப்:லாஞ்ச் / to whiten by removing colour, நிறம் நீக்கி வெண்மை யாக்கு; to make colourless, நிறமற்றதாகச் செய்; to strip the husk, உமியைப் பிரித்து தானியத்தை எடு. • *They are* **blanching** *linen in the sun.* **blanch***(v.i)*: to become white, பயத்தினால் வெளிறிப் போ. *Her face* **blanched** *out of shock.*

bland/blænd/*(adj)*:ப்:லஶன்ட்: / agreeable, gentle, ஏற்புடைய, இனிமையாக உள்ள; lacking in interest, அக்கறை குறைந்துள்ள; without much interest, அதிக அக்கறை இல்லாத; dull, unemotional, உணர்ச்சியற்ற, எழுச்சியில்லாத. • *He is a* **bland** *young man who never gets angry.* **blandly** *(adv)*, **blandness***(n)*.

blan-dish/'blændiʃ/*(v.t)*: 'ப்:லஶன்டிஷ் / to coax by gentle flattery, புகழ்ச்சி செய்து, ஒருவரை வயப்படுத்து.

blan-dish-ment/'blændiʃmənt/*(n)*: 'ப்:லஶன்டிஷ்மஒன்ட் / something like an action or speech in order to flatter, coax, etc., புகழ்ச்சி செய்வதற்கும், தன்வயப் படுத்துவதற்கும் செய்யப்படும் செயல், பேச்சு முதலியன. • *All his* **blandishments** *to entice her miserably failed.* • *The woman resisted his* **blandishments**.

blank/blæŋk/*(adj)*:ப்:லஶங்க் / not written or marked or printed on, எழுதப்படாத (அ) குறிக்கப்படாத (அ) அச்சிடப்படாது உள்ள. • **Blank** *sheets are available.* empty or expressionless, வெறுமையான (அ) உணர்ச்சி இல்லாத. • *She looked* **blank** *when questioned.* confused, குழப்பமடைந்துள்ள. • *Her looks were* **blank** *and not clear.* **blank***(n)*: an empty space, ஒரு காலியான இடம். • *My life is as* **blank** *as an empty chapter.* • *Sometimes, my mind becomes completely* **blank**. **blank-ly**/blæŋkli/*(adv)*: ப்:லஶங்க்லி / without expression or understanding, எந்த உணர்ச்சியையும் வெளிக்காட்டாமல் (அ) புரிந்து கொள்ளாமல்.

blankcheque/'blæŋk,tʃek/*(n)*:'ப்:லஶங்க், செக் / a cheque bearing a signature but no stated amount, கையெழுத்திடப்பட்டு, தொகை குறிப்பிடப்படாத காசோலை; a free hand, சுதந்திரமாகச் செயல்பட உரிமை யளிப்பது. **blank-verse**: unrhymed verse, எதுகை, மோனை இல்லாத பாடல்கள், ஒலியியைபு இல்லாத.

blan-ket/'blæŋkit/*(n)*:'ப்:லஶங்க்கிட் / woollen covering or bed sheet, துப்பட்டி, போர்வை; a thick covering, கனமான போர்வை யிடுதல். • *The hall was covered with a thick* **blanket** *of smoke.* **blanket***(v.t)*: to cover as if with a blanket, ஒரு போர்வையைப் போல் மூடு; to obscure or obstruct, தெளிவற்றதாகச் செய், தடை செய். • *The country is often* **blanketed** *by mist.* **blanket***(adj)*: including all cases, classes or possible events, எல்லாப் பிரச்சினை களையும் (அ) நடைமுறைகளையும் கொண்டுள்ள; unlimited, எல்லையில்லாத. • *A* **blanket** *proposal was made to cover all departments.*

blankly/blæŋkli/*(adv)*:ப்:லஶங்க்லி / without understanding, புரியும் தன்மையில்லாமல்.

blare/bleə*/*(v.t)*:ப்:லɛə* / to produce continuous sounds loudly and unpleasantly (of a horn or instrument), cry loudly, roar, உரக்க சப்தமிடு, முழங்கு, எக்காளமிடு. • *The trumpets* **blared** *as the procession passed by.* to sound loudly, உரக்கச் சப்தம் செய். • *The radio* **blared** *out the cinema songs.* **blare***(n)*: a loud noise, எக்காளம், பெருஞ்சத்தம். • *The* **blare** *of loud speakers hurts the sick and affects the public.*

blarney/'bla:ni/*(n)*:'ப்:லானி / talk which aims to charm, flatter, or persuade, மற்றவர்களைக் கவரும் விதமாய் பேசுதல், இணங்கச் செய்தல்.

blas-pheme/blæs'fi:m/*(v)*:ப்:லஶஸ்'ஃபீம் / **blasphemed, blaspheming**: to speak irreverently of Gods or sacred things, தெய்வம் (அ) புனித இதிகாசங்களை நிந்தனை செய்; to desecrate by impious talk, கடவுள் (அ) கடவுள் பற்றிய இலக்கியங்

களை இகழ்ந்து பேசு. • *The speaker was at first* **blasphemed** *and later was praised by the people.* **blas-phem-ous**/ 'blæsfəməs/*(adj)*:ப்:லஃஸ்'ஃபீமஃஸ் / impious, profane, பக்தி இல்லாத, தெய்வ நிந்தனையான. • *Most of my writings are* **blasphemous**. **blas-phe-my**/ 'blæsfəmi/*(n, sing)*, **blasphemies***(n, pl)*:'ப்:லஃஸ்ஃபீமி / impious utterance concerning God or sacred things, தெய்வம் (அ) இதிகாசங்களைப்பற்றி நிந்தனை செய்தல். • *His speech was full of* **blasphemies** *against life itself.*

blast/bla:st/*(n)*:ப்:லாஸ்ட் / sudden, violent gust of wind, வேகமாக அடிக்கும் திடீர்க் காற்று; a loud, sudden sound of noise, பெரிய திடீர் சப்தம். • *We heard a loud* **blast** *near the school.* a very powerful rush of air by explosion, nuclear or otherwise, வெடியினால் ஏற்படும் காற்று, சூறாவளி, அது அணுகுண்டு வெடிப் பினாலும் (அ) வெடிமருந்து வெடிப்பினாலும் ஏற்படலாம். **at full blast**: at full power, முழு வேகத்தில். • *The icy* **blast** *of the north wind was very violent.* **blast***(v.t)*: to make a loud noise on, பெருஞ்சப்தத்தை ஏற்படுத்து; to break up (a rock, tree stump, etc.) by explosions, வெடி மருந்து வைத்துப் பாறை, மரம் முதலியவற்றைத் தகர், பிள; to attack with explosives, வெடி மருந்து வைத்துத் தாக்குதல் செய்; to ruin or destroy, அடியோடு நாசப்படுத்து. • *The war planes* **blasted** *the entire city.* • *The workers are* **blasting** *a tunnel through the mountains.*

blast-ed/bla:stid/*(adj)*:'ப்:லாஸ்ட்டிட்: / withered, பயனில்லாத; ruined, அழிந்து போன.

blast-off/bla:st ɔf/*(n)*:ப்:லா:ஸ்ட் ஒஃப் / the launching of a rocket or spacecraft, ராக்கெட் மற்றும் வானூர்திகளை ஏவுதல்.

bla-tant/'bleitənt/*(adj)*:'ப்:லஃட்,டஏன்ட் / shameless, சற்றும் கூச்சமில்லாமல் உள்ள; too plain, மிகத் தெளிவான, நிதர்சனமான, வெளிப்படையாக உள்ள. • *What he says, is a* **blatant** *lie.* conspicuous, ஏனோ தானோ வென்று உள்ள; tasteless, சுவையில்லாத. **blatancy***(n)*, **blatantly***(adv)*. (e.g.) *They violated the agreement* **blatantly**.

blather/'blæðə*/*(n)*:'ப்:லஃத:ə* / meaningless talk, உளறல்.

blatherskite/'blæðə*zkait/*(n)*: 'ப்:லஃத:ə*ஸ்:கய்ட் / a person who blathers, உளறுபவன், பிதற்றுபவன்.

blaze/bleiz/*(n)*:'ப்:லெய்ஸ்: / a bright flame, தீச்சுடர்; a fire, எரியும் நெருப்பு; sparkling brightness, பிரகாசமான ஒளி; an outburst of fire, anger, etc., திடீரென்று ஏற்படும் தீப்பிழம்பு, கோபம் முதலியன. • *The fire burst into a* **blaze** *very soon.* • *The programme was launched after a* **blaze** *of enchanting fire-works.* **blaze***(v.i)*: to burn brightly, பிரகாசமாக எரியவிடு. • *The fire was* **blazing** *continuously.* to fire guns rapidly and without interruption, தொடர்ந்து, சற்றும் நிறுத்தாமல் வேகமாகத் துப்பாக்கியால் சுடு. **blaze a trial**: to lead the way, வழி நடத்து, புதிய சாதனைக்கு வழிகாட்டு. • *The concern has* **blazed a trial** *with its new kind of computers.* **blaze***(n)*: a white mark on the face of a horse, cow, etc., குதிரை, பசு போன்ற மிருகங்களின் முகத்தில் உள்ள வெண்மை யான அடையாளம் (அ) குறி; a mark made on a tree to indicate a boundary or a path in a forest, காட்டில் எல்லை (அ) வழியைக் காட்ட அடையாளமாக மரங்களில் ஏற்படுத்தப்படும் குறி. **blaze***(v.t)*: to mark with blazes, காட்டு மரங்களில், வழியைக் காட்டும் அடையாளங்களைக் குறி; to lead in forming a new course, புதிய முயற்சியை உண்டாக்க வழி காண்பி. • *His research in nuclear physics* **blazed** *the way for the invention of atom bombs.* to make known, to publish, தெரியும்படி செய், விளம்பரப்படுத்து. • *Headlines* **blazed** *the shocking news of flood disaster.* **bla-zing**/bleiziŋ/*(adj)*:ப்:லெய்ஸிங் / being on fire, of outstanding power, speed, heat or intensity, நெருப்பின் மேல் இருக்கக்கூடிய, தனித்துவம் வாய்ந்த, சூடான, வேகமான, ஒளியுடன்கூடிய. **blazingly***(adv)*.

blaz-er/'bleizə*/*(n)*:'ப்:லெய்ஸ:ə* / that which blazes or shines brightly, a light weight sports jacket some times with the special sign of a school, club, etc., on it, ஒளிர்கின்ற (அ) பிரகாசிக்கின்ற பொருள், விளையாட்டு வீரர்கள் அணிந்துகொள்ளும் பள்ளி, கழகம் இவற்றின் சிறப்பு முத்திரை பதிக்கப்பட்ட கனமில்லாத மேல் சட்டை.

bla-zon/'bleizn/*(v.t)*:'ப்:லெய்ஸ்:ன் / to publish, அறிவிப்புச் செய்; to emblazon, அணிகலன் பூட்டிக் கௌரவப்படுத்து, பதக்கம் அணிவி. **blazon***(n)*: a coat of arms, உடல் கவசம். **blazonry***(n)*

bleach/bli:tʃ/*(v.t-v.i)*:ப்:லீச் / to make or become white especially by means of sunlight or chemicals, சலவை செய், நிறம் நீக்கு. • *The shirt has to be* **bleached**. **bleach***(n)*: chemical used in bleaching, சலவை செய்வதற்குப் பயன்படும் இரசாயனப் பொருள், **bleaching powder**: chlorinated lime, குளோரின் உள்ள

சுண்ணாம்புத் தூள், சலவைத்தூள். **bleached**(*adj*): washed white, வெளுக்கப்பட்டுள்ள.

bleak/bli:k/(*adj*):ப்:லீக் / bare, காலியான; hopeless, நம்பிக்கை இல்லாத. • *It was a* **bleak** *winter day.* cold and cheerless, மகிழ்ச்சி இல்லாத, வரவேற்பு இல்லாத. • *The prospect of getting rain is rather* **bleak**. **bleakly**(*adv*). **bleakish**(*adj*), **bleakness**(*n*).

blear-y/ˈbliəri/(*adj*):ˈப்:லியரி / dim or watery, due to inflammation of the eye or tears, கண் வீங்கியதால் கண் பார்வை மங்கியபடி உள்ள. **bleary**(*v.i*): to dim or blur, பார்வை மங்கச் செய், பார்வை தெளிவற்றதாகச் செய்.

bleat/bli:t/(*v.i*):ப்:லீட் / to utter the cry of a sheep, goat or calf, ஆடு, கன்றுக்குட்டி போல் கத்து; to complain, to babble, புகார் செய், மழலை பேசு. **bleat**(*n*): the cry of a sheep, goat or calf, ஆடு, கன்றுக்குட்டி முதலியவற்றின் கத்தல்.

bleb/bleb/(*n*):ப்:லெப்: / a small blister on the skin, தோலின் மேல் உண்டாகும் கொப்புளம்.

bleed/bli:d/(*v*):ˈப்:லீட்: / **bled, bleeding**: to draw blood surgically, அறுவை சிகிச்சை மூலம் இரத்தத்தை எடு. • *She lay on the bed,* **bleeding** *too much.* to lose blood, இரத்தம் இழ, இரத்த இழப்பு நேரிடும்படி செய், to make pay too much money, பணத்தை உறிஞ்சு, அதிகப்படியாக செலவு ஏற்படும்படி செய். • *The robbers* **bled** *him of all his money during his travel.* **bleed**(*v.t*): to cause to lose blood (surgically), அறுவை சிகிச்சை மூலம் இரத்த இழப்பு ஏற்படும்படி செய்; to draw off liquid or air from an apparatus to make it work properly, ஓர் எந்திரத்தை வேலை செய்யும் படி செய்ய அதிலுள்ள காற்று (அ) திரவத்தை வெளியேற்று. **bleeding**/bli:diŋ/(*n*):ˈப்:லீடி:ங்: act of losing blood, இரத்தம் இழத்தல்; the process of drawing blood from a person surgically, ஒருவரின் உடலினின்று இரத்தத்தை அறுவை சிகிச்சை மூலம் எடுக்கும் முறை. **bleeding** (*adj*): sending forth blood, இரத்தம் வெளி வரும்படியாக உள்ள, இரத்தக் கசிவுள்ள. • *You are having a* **bleeding** *sore.* expressing pity, தயை கொண்டுள்ள, இரக்கம் காட்டும் தன்மையுள்ள. **bleeder** (*n*): a person not liked, விரும்பப்படாதவன்.

blem-ish/ˈblemiʃ/(*v.t*)/ˈப்:லெ,மிஷ் / to destroy or diminish the perfection of, முழுமையைப் பின்னப்படுத்து (அ) அழித்து விடு, கறைப்படுத்து; to mar or disfigure, அழி, சிதையச் செய். **blemish**(*n*): a flaw or defect, குற்றம் (அ) குறைபாடு, களங்கம்; stain, கறை.

blench/blentʃ/(*v.t*):ˈப்:லென்ச் / to shrink in fear, பயத்தால் பின் வாங்கு.

blend/blend/(*v*):ˈப்:லென்ட்: / **blended or blent, blending**: to mix the ingredients smoothly and inseparably, சேர்க்க வேண்டிய பொருள்களைக் கலந்து ஒன்றாக்கு, கல; to mix one variety of tea, coffee, etc. with other varieties or something else, தேநீர், காபி போன்றவற்றைத் தயாரிக்க, பல வகைகளைக் கொண்டு கலவை தயார் செய்; to mix smoothly and inseparably, கலவையை நன்றாகவும், இணக்கமாகவும் தயார் செய். **blend**(*n*): homogeneous mixture, இணக்கமான கலவை; something produced by blending, இணக்கமாகச் சேர்க்கப்பட்ட கலவை. • *People prefer a good* **blend** *of coffee.* **blend-er**/blendə*/(*n*):ˈப்லென்ட:ə* / one who blends or that which blends, கலவையைத் தயாரிப்பவர், கலவையைத் தயாரிக்கும் கருவி.

bless/bles/(*v.t*):ப்:லெஸ் / **blessed or blest, blessing**: to request God for bestowing divine favour on someone, தெய்வ அருளை வேண்டி மன்றாடு. • *People pray to God to invoke His* **blessings**. to make holy, புனிதமடையச் செய்; to invoke happiness on, மனித சமுதாயத்திற்கு மகிழ்ச்சியைத் தரும்படி வேண்டி வரம் கேள்; to give thanks, நன்றி செலுத்து. • *The priest* **blessed** *the married people.* **bless-ed**/ˈblesid/(*adj*),ˈப்:லெஸ்ட்: / [also **blest**]: sacred, புனிதமான; holy, போற்றுதலுக் குரிய. **bless-ing**/ˈblesiŋ/(*n*): ˌப்:லெ'ஸிங் / a favour or mercy or benefit bestowed by God, தெய்வ அருளால் பெறப்படும் கருணை (அ) நலன் (அ) இன்பம்; an encouragement, ஊக்குவித்தல்; an approval, தெய்வத்தை வேண்டிப் பெறும் ஆசி. **a blessing in disguise**: that which seems to be a failure at one time may become a great success afterwards, எதைத் தோல்வியென ஒருசமயம் நினைக் கின்றோமோ அதுவே, பின்பு பெரிய நன்மை பயப்பதாக அமையும். • *He was dismissed from government service, but it proved to be a great* **blessing in disguise** *when he later became a big businessman.* **blessedly**(*adv*), **blessed-ness**(*n*).

blether/ˈbleðə*/(*n*):ˈப்:லத:ə* / talk foolishly, உளறல்.

blight/blait/*(n)*:ப்:லய்ட் / that which withers or gets destroyed, எது அழிந்து விடுகின்றதோ (அ) வாடி உலர்ந்து காய்ந்து போகின்றதோ அது; disease of plants caused by certain fungi or parasitic bacteria, தாவரங்களில் நுண்கிருமிகள் (அ) காளான் ஏற்படுத்தும் நோய்; that which has adverse effect, எது தீமை பயக்கின்றதோ அது. **blight***(v.t)*: to cause to wither or decay, அழிந்து போகும்படி செய்; to destroy or ruin, அழித்து விடு. • *Frost and snow have* **blighted** *the crops.*

blighter/'blaitə*/*(n)*:'ப்:லய்டə* / a person who is regarded with contempt irritation or pity, அறுவெறுக்கத்தக்க, இரங்கத்தக்க, வெறுக்கக்கூடிய மனிதன்.

blimp/blimp/*(n)*:ப்:லிம்ப் / a pompous, reactionary type of person, ஆடம்பரவாசி, உணர்ச்சி வசப்படுபவன்.

blind/blaind/*(adj)*:'ப்:லய்ன்ட்: / unable to see, பார்க்க முடியாத. • *Many* **blind** *people have graduated now.* unwilling or unable to understand, விருப்பமில்லாத, புரிந்து கொள்ள முடியாத; not based on reason, பகுத்தறிவு இல்லாத; lacking human control, மனிதக் கட்டுப்பாடு (அ) நிர்வாகம் இல்லாத. **blind***(v.t)*: to make blind permanently or temporarily, நிரந்தர மாகவோ (அ) தற்காலிகமாகவோ குருடாக்கு; to be deprived of reason or judgement, நியாயம் (அ) பகுத்தறிவு இல்லாமல் செயல்படு. • *He was a man of action, his ambition* **blinded** *him to all the hardship involved.* **blind***(n)*, [often *pl*]: a rolling fabric screen, மறைவு; window screen, சன்னல் திரை; absence of sight, பார்வையின்மை. **blindly***(adv)*, **blindness***(n)*. **blind alley**: a road, open only at one end, ஒரு பக்கம் அடைக்கப்பட்டு மறுபக்கம் வழி உள்ள தெரு. **blind date**: [informal] social (date) meeting between a boy and a girl who do not know each before, முன்னமே அறிந்திராத ஆணும் பெண்ணும் சந்தித்துக் கொள்ளல்.

blind-date/blainddeit/*(n)*:ப்:லய்ன்ட்:டெ:ய்ட் / a social engagement with a person one has not previously met, அறிமுகமில்லாத ஒருவருடனான சந்திப்பு.

blind-fold/'blaindfəuld/*(n)*:'ப்:லய்ன்ட்:ஃபஒஉல்ட்: / a piece of cloth that covers the eyes to prevent seeing, கண் பார்வையைத் தடுப்பதற்குப் பயன்படும் ஒரு துண்டுத் துணி. **blind-fold***(v.t)*: cover the eyes, கண்களைக் கட்டு.

blinder/blaində*/*(n)*: 'ப்:லய்ன்ட:ə* / one who or that which blinds, தடை கட்டுபவர், குதிரையின் பார்வையை ஒருமுகப்படுத்தக் கட்டப்படும் தடை.

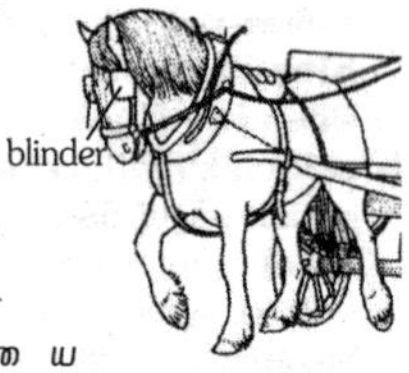

blinder

blink/bliŋk/*(v.t)*:ப்:லிங்க் / to open and close the eyes (involuntarily), கண்ணைத் திறந்து மூடு; wink rapidly, வேகமாக கண்சிமிட்டு; to be surprised, ஆச்சரியப்படு; to look evasively, இணக்கம் இல்லாமல் பார்வையைச் செலுத்து, மனம் ஒப்புதல் இல்லாமல் பார். • *I saw the lights* **blinking** *in the darkness.* • *She simply* **blinked** *when I met her.* **blink***(n)*: an act of blinking, கண்சிமிட்டுதல். **blinkers** *(n)*: [also **blinders**]: pieces of leather preventing a horse from seeing either side, குதிரையின் பார்வையை ஒருமுகப்படுத்தப் பயன்படும் தோல் பட்டைகள்.

blip/blip/*(n)*:ப்:லிப் / an unexpected, minor and typically temporary deviation from a general trend, பொதுவான நிகழ்விலிருந்து ஏற்படும் எதிர்பாராத, தற்காலிக சிறுமாற்றம்.

bliss/blis/*(n)*:ப்:லிஸ் / supreme happiness, பேரின்பம்; contentment, போதுமென்ற மனம்; paradise, வானுலக இன்பம். **bliss-ful**/blisful/*(adj)*:ப்:லிஸ்ஃபுல் / full of happiness, பேரின்பமுடைய. **blissfully** *(adv)*, **blissfulness***(n)*.

blis-ter/'blistə*/*(n)*:'ப்:லிஸ்ட்டə* / a rising on the outer skin with watery matter underneath, கொப்புளம்; a causing of blister, கொப்புளம் உண்டாக்கும். **blister** *(v.t)*: to raise blisters upon, கொப்புளங்கள் உண்டாக்கு. • *My hands* **blister** *by holding the hot vessels.*

blithe/blaið/*(adj)*:ப்:லய்த்: / happy with no worry, மகிழ்ச்சி மிகுந்துள்ள, கவலை இல்லாத; cheerful, gay, lively, உல்லாசமான, உவகை உள்ள, சுறுசுறுப்பான. **blithely***(adv)*. **blithesome***(adj)*.

blith-er-ing/'bliðəriŋ/*(adj)*:'ப்:லித:ə்ரிங் / talking not sensibly or senseless talk, புத்தியில்லாமல் பேசுகின்ற.

blitz/blits/*(n)*:ப்:லிட்ஸ்: / a heavy, sudden attack by enemy bombers, எதிரியின் விமானங்கள் திடீரென்று பலமாகக் குண்டு வீசித் தாக்குதல் செய்தல். **blitz***(v.t)*: to bomb from the air, விமானங்களிலிருந்து குண்டுகள் பொழிந்து தாக்குதல் செய். **blitz-krieg**/'blitskri:g/*(n)*:'ப்:லிட்ஸ்:க்ரீக்: / lightning war, திடீர்த் தாக்குதல்.

bliz-zard/'blizəd/(*n*):'ப்:லிஸஅட்: / long, violent snow storm, வெகுநேரம் வீசும் கொடூரமான உறைபனிப் புயல்.

bloat/bləut/(*v.t*):ப்:லஅஉட் / to swell or puff out, வீங்கு (அ) உப்புசம் செய்; to cure fish by salting and smoking, உப்பிட்டு, புகை மூட்டம் செய்து மீனைப் பதப்படுத்து. **bloated**(*adj*): swollen, ஊதிப்போன, உப்பிய, **bloater**(*n*): a large fat fish treated with salt and smoke, பதப்படுத்தப் பட்ட பெரிய மீன்.

blob/blɔb/(*n*):ப்:லாப்: / a bubble, நீர்த்துளி.

bloc/blɔk/(*n*):ப்:லாக் / coalition of parties for a particular purpose, ஒரு குறிப்பிட்ட நோக்கம் கொண்டு, சேர்ந்துகொள்ளும் கட்சிகளின் கூட்டு; the communist bloc, கம்யூனிஸ்ட் கட்சிகளின் கூட்டு.

block/blɔk/(*n*):ப்:லாக் / a large piece of wood, stone or metal, பெரிய மரத்துண்டு, உலோகத் துண்டு (அ) கல்; a piece of wood for chopping on, செதுக்குவதற்குப் பயன்படும் மரக்கட்டை. • *The wall is made of wooden* **blocks**. a system of pulleys for lifting weights, பளுதூக்கப் பயன்படும் உருளைகளின் தொகுப்பு; (in printing) the base on which a plate is mounted to make it type-high, உயர் அச்சு பதிப்பதற்கு ஏற்ற தகடுகள்; a mounted metal plate form, படங்கள், எழுத்துக்களின் தொகுப்பு முதலியவற்றின் அச்சு செய்யப் பயன்படும் படி; designs from which pictures are printed, பிரதிகள் எடுக்கப் பயன்படும் அச்சுகள்; mould, அச்சு; a number of houses together, பல வீடுகளின் தொகுதி. • *My house is four* **blocks** *from here.* an obstruction, தடை; • *The traffic* **block** *lasted half an hour.* a wooden structure on which a condemned person is beheaded, மனிதத் தலையை வெட்டுவதற்குப் பயன்படும் மேடை. **block**(*v*): to obstruct or stop the way, தடை ஏற்படுத்து, முயற்சியைத் தடைசெய். • *Do not* **block** *my way.*

blockade/blɔ'keid/(*n*):ப்:லா'கெய்ட்: / an act or means of sealing of a place to prevent goods or people from entering or leaving, மக்கள் அல்லது பொருட்களை வெளியேறவோ, அனுமதிக்கவோ மறுக்கும் செயல். *There was a* **blockade** *on the road.* **blockade**/blɔ'keid/(*v*):பி:லா'கெய்ட்: / seal off, prevent goods or people to enter or leave. தடை ஏற்படுத்து, பொருட்கள் மற்றும் மக்கள் போக்குவரத்தை தடைசெய். **blockader**(*n*). *The crowd* **blockaded** *the traffic.*

blockage/blɔkidʒ/(*n*):ப்:லாகிட்:ஜ் / an obstruction which makes movement or flow difficult or impossible, the state of being blocked, புழக்கத் தடை, தடை செய்யப்பட்ட நிலை.

block-buster/'blɔkbʌstə*/(*n*):'ப்:லாக் 'ப:ஸ்ட்டஅ* / one that is very successful, of great power or size, in particular a film, book or other product of a great commercial success, மாபெரும் வெற்றியடைந்த திரைப்படம், புத்தகம் அல்லது பொருள்.

block-head/'blɔkhed/(*n*):'ப்:லாக்ஹெட்: / a fool, stupid person, புத்தி இல்லாதவன்.

block-house/'blɔkhaus/(*n*):'ப்:லாக்ஹஉஸ் / a small fortification or fortress, சிறிய பாதுகாப்புக் கோட்டை (அ) அரண்.

blockish/blɔkiʃ/(*adj*):ப்:லாகிஷ் / big, bulky or crude in form or appearance, பெரிய, கரிய, பயங்கர தோற்றம் கொண்ட.

blonde/blɔnd/(*adj*):ப்:லான்ட்: / (of skin, hair, etc.), light coloured, இலேசான, மிருதுவான, வண்ணமுள்ள (தோல், ரோமம் முதலியன). • *Her soft,* **blond** *curls look beautiful.* **blonde**: a woman or girl with light coloured hair (usually yellowish), மிருதுவான, இலேசான மஞ்சள் வண்ண முள்ள நேர்த்தியான தலைமுடியுள்ள பெண் (அ) பெண்மணி. **blondish**(*adj*)

blood/blʌd/(*n*):ப்:லட்: / the red viscous fluid circulating in the body of human beings and animals, உயிரினங்களின் உடலில் ஓடும் இரத்தம். • *The girl's hands were covered with* **blood**. family relationship, குடும்ப உறவு. • **Blood** *relationship is always thick.* • *She is of noble* **blood**. bloodshed, slaughter, கொலை, கொல்லுதல். • *The terrorists spilled the* **blood** *of innocent people.* **in cold blood**: deliberately, வேண்டுமென்றே, திட்டமிட்டு. • *She was murdered* **in cold blood** *by a thief.* **makes one's blood boil**: make one very angry, ஒருவரைக் கோபப்படச் செய். • *The way, the management treats its workers makes* **my blood boil. in flesh and blood**: living, வாழ்ந்து கொண்டிருக்கின்ற. • *I saw her in* **flesh and blood**. **blood**(*v.t*): to have the first experience of some venture, ஒரு முயற்சியின் முதல் அனுபவம் பெறு; initiate, ஆரம்பித்து வை; to give (a hunting dog) its first taste of blood, வேட்டை நாய்க்கு முதன் முதல் இரத்த ருசியைக் காட்டு. **blood bank**/(*n*): a place where blood is stored for use, இரத்த வங்கி.

blood-bath/'blʌdba:θ/(*n*):'ப்:லட்:பாத் / massacre, படுகொலை.

B

blood-curdling/ˈblʌdˌkɜːdliŋ/*(adj)*: ˈப்:லட்;,கஉ:ட்லிங் / causing or arousing fright or horror, பயமேற்படுத்தக்கூடிய, திகிலூட்டும்.

blood feud/ˈblʌdˌfjuːd/ˈப்:லட்;,ஃப்யூட் / long standing quarrel between two families because of murder, etc., குடும்பச் சண்டை, கொலை காரணமாக இரு குடும்பங்களிடையே ஏற்படும் சண்டை.

blood-group/ˈblʌdgruːp/*(n)*:ˈப்:லட்:க்ரூப் / any of the various types of human blood, இரத்த வகை (அ) பிரிவு.

blood-hound/ˈblʌdhaund/*(n)*: ˈப்:லட்;,ஹஉண்ட் / a large dog with a keen sense of smell for tracing, மோப்பம் பிடிக்கும் நாய். **bloodied**/ˈblʌdid/*(adj)*: ˈப்:லடி:ட் / partly covered with blood, இரத்தம் தோய்ந்த.

blood-less/ˈblʌdlis/*(adj)*:ˈப்:லட்;,லிஸ் / without blood, இரத்தம் இல்லாத; pale, வெளிறிய; without spilling blood, இரத்தம் சிந்தாத, **bloodlessly***(adv)*.

blood-line/ˈblʌdlain/*(n)*:ˈப்:லட்:லய்ன் / a sequence of direct ancestors especially in a pedigree, சந்ததி (அ) பரம்பரை வழி.

blood money/ˈblʌdˌmʌni/*(n)*:ˈப்:லட்;,மனி / money paid for murdering, கொலை செய்யக் கொடுக்கப்படும் கூலி; money paid as compensation to the family of a murdered person, கொலையுண்டவரின் குடும்பத்தினருக்கு ஈட்டுத் தொகையாகக் கொடுக்கப்படும் தொகை.

blood poisoning/ˈblʌdˌpɔiziŋ/*(n)*: ˈப்:லட்;,பாய்ஸனிங் / a serious condition in which an infection spreads from a small area of the body through the blood, உடலின் சிறிய பகுதியினின்று நோய்க் கிருமிகள் வேகமாக இரத்தம் மூலமாகப் பரவுதலினால் ஏற்படும் அபாயநிலை.

blood pressure/ˈblʌdˌpreʃə*/*(n)*:ˈப்:லட்;,ப்ரெஷ* / the force with which blood moves through the body, இரத்த நாளங்கள் வழியாகப் பாயும் இரத்த வேகம்; varying tension measurable on blood vessels, இரத்த அழுத்தம். • *The* **blood pressure** *in the body may be high or low.*

blood-relation(ve)/ˈblʌdriˌleiʃn/*(n)*: ˈப்:லட்:ரி,லய்ஷன் / a person who is related to another by birth rather than by marriage, உடன்பிறந்தவர், பிறப்பினால் உண்டான உறவு.

blood-shed/ˈblʌdʃed/*(n)*:ˈப்:லட்;,ஷெட் / the destruction of life as in war, murder, etc., killing of peole, படுகொலை, போர், கொலை, முதலியவற்றில் இரத்தம் சிந்தி நாசமடைதல். • *War means* **bloodshed**.

blood-shot/ˈblʌdʃɔt/*(adj)*:ˈப்:லட்;,ஷாட் [of the eyes] the white part coloured red, red coloured eyes, இரத்தம் தெறிக்கும் சிவந்த கண்கள்.

blood-stain/ˈblʌdstein/*(n)*:ˈப்:லட்;,ஸ்டெய்ன் / spot or stain made by blood, இரத்தக்கறை.

blood-sucker/ˈblʌdˌsʌkə*/*(n)*:ˈப்:லட்;,ஸக்க* / any creature that sucks blood from the wound, 'அட்டை' போன்ற இரத்தம் உறிஞ்சும் பிராணி.

blood stream/ˈblʌdˌstriːm/*(n)*:ˈப்:லட்;,ஸ்ட்ரீம் / blood flowing through the body, உடலில் ஓடும் இரத்தம்.

blood-thirst-y/ˈblʌdˌθɜːsti/ *(adj)*: ˈப்:லட்;,தஉ:ஸ்ட்டி / eager for killing, murderous, இரத்த வெறி கொண்ட, கொல்லுதலில் நாட்டம் உள்ள. **blood-thirstiness***(n)*.

blood-vessel/ˈblʌdˌvesl/*(n)*:ˈப்:லட்;,வெஸல் / a tubular structure carrying blood through the tissues and organs: a vein, artery, or capillary, இரத்தக் குழாய், இரத்த நாளம்.

blood-y/ˈblʌdi/*(adj)*:ப்:லடி: / **bloodier, bloodiest**: stained with blood, இரத்தம் தோய்ந்த; bleeding, cruel, இரத்தம் சொட்டும், கொடிய. • *You are a* **bloody** *fool.*

bloom/bluːm/*(n)*:ப்:லூம் / the flower of a plant. ஒரு செடியின் பூ, மலர். • *The trees are all in* **bloom**. flourishing, முழுமையான; healthy condition, நல்ல ஆரோக்கியமான நிலை. • *The* **bloom** *of youth is transient.* the best or most favourable period of one's life, ஒருவர் வாழ்க்கையில் நல்ல பூரிக்கும் பருவம். **bloom***(v.t)*: to produce blossoms, மலர்ந்து இரு. **bloom***(v.t)*: to make bloom, மலரும்படி செய்; blush with beauty, அழகுடன் மிளிர்; flourish, செழிப்புடன் விளங்கு. • *The flowers in the garden are* **blooming**.

bloom-er/ˈbluːmə*/*(n)*:ˈப்:லூம* / a foolish mistake, ஒரு முட்டாள்தனமான தவறு. **bloomers***(n, pl)*: a woman's garment consisting of loose trousers and short skirt, பெண்களின் ஆடை.

blos-som/ˈblɔsəm/*(n)*:ˈப்:லாஸம் / the flower of a plant especially one that produces fruit, பழம் கொடுக்கக்கூடிய பூ; the state of flowering, மலரும் நிலை. • *Have you seen the apple* **blossoms?** **blossom***(v.i)*: to produce blossoms, மலர்கள் வரும்படி செய், மலர்களை உண்டாக்கு, மலரச் செய்; to flourish, பூத்துக்

குலுங்கு; to develop in a pleasing manner, மனதுக்கு இசைந்தபடி வளர்ச்சி பெறு. • *Janu is* **blossoming** *into a beautiful girl.* • *Starting his life as clerk, he* **blossomed** *out into a great poet.*

blot/blɔt/*(n)*:ப்:லாட் / a spot or stain, as of ink, கறை, களங்கம், மை ஏற்படுத்தும் கறை; blemish, disgrace, குற்றம், அவமானம். • *I am being haunted by the* **blot** *on my past.* **blot***(v.t)*: to spot or spatter especially with ink, மை கொண்டு புள்ளியிடு, மையினால் அசுத்தப்படுத்து; to stain with infamy, தூற்று, அவமானப்படுத்து; to dry with blotting paper, மை ஒற்றும் காகிதத்தினால் உலரும்படி செய். • *This paper* **blots** *the ink very easily.* defame, களங்கம் கற்பி. **blot out**: obliterate, அழித்து விடு. to wipe out completely, முழுவதும் அழித்துவிடு. • *Many towers had been* **blotted** *by bombing.*

blotting-paper/blɔtiŋ'peipə*/*(n)*/ ப:லாட்டிங்'ப்பெய்ப்பə* specially made thick soft paper to absorb wet ink on paper, after writing, மை ஒற்றும் காகிதம்.

blotch/blɔtʃ/*(n)*:ப்:லாச் / a large irregular spot or mark on the skin, one's clothes, etc., மைக்கறை, தோலில் ஏற்படும் கொப்புளங்கள், கட்டி. **blotch***(v)*: to mark with blotches, கொப்புளங்கள் உண்டாகச் செய், தழும்பு ஏற்படுத்து. **blotchy***(adj)*

blotto/'blɔtəu/*(adj)*:'ப்:லாட்டəஉ / extremely drunk, மிதமிஞ்சி குடித்த.

blouse/blauz/*(n)*:ப்:லஉஸ்:(-லௌ-) / a garment, reaching upto waist worn by women, ரவிக்கை; workman's loose upper dress, உழைப்பாளியின் மேல் சட்டை. • *She always wears a blue skirt and a white* **blouse**.

blow/bləu/*(n)*:ப்:லəஉ / a sudden, hard stroke, with hand, fist or weapon, கை (அ) ஆயுதத்தால் திடீரென்று கொடுக்கும் அடி. • *The military coup took place without striking a* **blow**. disaster, கேடு விளைவித்தல், துன்பம், அழிவு. **blow***(v.t)*, **blew, blown, blowing**: to drive by means of a current of air, காற்றோட்டம் ஏற்படச் செய். • *The wind* **blew** *along the coast.* to move as air, காற்று போல் நகர்ந்து செல்; to breathe hard or quickly, வேகமாக மூச்சுவிடு (அ) கஷ்டப்பட்டு மூச்சு விடு. **blow hot and cold**: to favour something at first and reject it later on, முதலில் ஒன்றை ஆதரித்துவிட்டுப் பிறகு அதைப் புறக்கணித்து விடு. • *His enthusiasm for his job* **blows hot and cold**. (with obj.) force air through the mouth into (an instrument) in order to make a sound, வாயினால் ஊதி (வாத்தியங்களில்) ஒலி உண்டாக்கு. **blow***(n)*: a strong wind, பலமான காற்று

blower/bləuə*/*(n)*:ப்:லəஉə* / one that blows, ஊதுபவன்.

blow-hard/'bləuha:d/*(n)*:'ப்:லəஉஹாட்: / a boastful or pompous person, தற்புகழ்ச்சியாளன், பகட்டுக்காரன்.

blow-up/bləuʌp/*(n)*:'ப்:லəஉஅப் / an enlargement of a photograph, an outburst of anger, புகைப்படத்தைப் பெரிதாக்குதல், கோபத்தின் வெளிப்பாடு. **blow-up***(adj)*: inflatable, காற்று அடைத்த.

blows(z)y/'blauzi/*(adj)*:'ப்:லஉஸி: / untidy in dress, coarse, அழுக்கு ஆடை அணிந்த, நாகரிகமற்ற.

blowy/'bləui/*(adj)*:'ப்:லəஉயி / having or affected by strong winds, பலமான காற்றினால் பாதிக்கப்பட்ட, பாதிப்படைந்த.

blub/blʌb/*(v)*:ப்:லப்: / cry noisily and uncontrollably, sob. வீறிட்டு அழு.

blubber/'blʌbə*/*(n)*:'ப்:லப:ə* / a noisy crying, the fat of large sea mammals, சத்தமான ஒலம், பெரிய கடல்வாழ் பாலூட்டியின் கொழுப்பு.

bludg-eon/'blʌdʒən/*(n)*:'ப்:லஜən் / a stick with a heavy end, குறுந்தடி, குண்டாந்தடி. **bludgeon***(v.t)*: to knock out with a club, தடியால் அடி.

blue/blu:/*(n)*:ப்:லூ / the pure colour of a clear sky, வானத்தின் நிறம், நீல நிறம்; azure, ஆகாய நீலம். • *A light* **blue** *will add to the colour of the hall.* **out of the blue**: unexpectedly, எதிர்பாராதவிதமாக. • *Sonia came completely* **out of the blue** *(she came quite unexpectedly).* **blue***(adj)*: of the blue colour, நீல நிறமான. • *She likes only* **blue** *dress.* holding little hope, sad, நம்பிக்கை இல்லாத, வருத்தமாக உள்ள. • *I feel rather* **blue** *now.* concerned with sex, improper, பாலுணர்வைப் பற்றிய, முறையற்ற. • *Some of his remarks were a bit* **blue**. • **Blue** *films have become very common now.* **blue***(v.t-v.i)*: to make blue, நீல வண்ணமாக்கு, நீலநிறமாக மாற்று.

blue-baby/'blu:beibi/*(n)*:'ப்:லூபெய்பி: / a baby with a blue complexion from lack of oxygen in the blood due to congenital defect of the heart or major blood vessels, இருதய இரத்தக் குழாய்களில் கொண்டு செல்லப்படும் ஆக்ஸிஜன் அளவு குறைவினால் பிறப்பிலேயே நோயுற்ற குழந்தை.

blue-blood/'blu:'blʌd/*(n)*:'ப்:லூ'ப்:லட்: / noble birth, a person of noble birth, பிரபுக்கள் வம்சத்தில் பிறந்தவர், உயர் குடிபிறந்தவர்.

B

blue-chip/ˈblu:tʃip/*(n)*:ˈப்:ளூசிப் / denoting companies or their shares considered to be a reliable investment of the highest quality, சிறந்த லாபம் தரும் பங்குகளை கொண்டுள்ள வர்த்தக நிறுவனம், blue chip company.

blue-law/ˈblu:lɔ:/*(n)*:ˈப்:ளூலோ: / a law prohibiting certain activities, work, business or amusements on sundays and holidays, விடுமுறை நாட்களில் பொழுது போக்குகளை தடைசெய்யும் சட்டம்.

blue-moon/ˈblu:mu:n/*(n)*:ˈப்:ளூமூன் / a very long time, a very rare (once in a blue moon), எப்போதாகிலும் நிகழும் ஒன்று, அரிதான ஒன்று.

blue-print/ˈblu:print/*(n)*:ˈப்:ளூபிரின்ட் / photographic printing of building plan, a detailed plan, கட்டட அமைப்பின் நிழற்பட அச்சுமுறை, விரிவான திட்டம்.

blues/ˈblu:z/*(n)*:ˈப்:ளூஸ்: / melancholic music, feeling of melancholy, sadness or depression, சோக கீதம், துயரம், சோகம், (அ) மன அழுத்தம்.

blue-tooth/ˈblu:tu:θ/*(n)*:ˈப்:ளூடூத் / a standard for a short-range wireless interconnection of mobile phones, computers and other electronic devices, கணினி, செல்போன் மற்றும் எலக்ட்ரானிக் கருவிகளில் தகவல் பரிமாற உதவும் கம்பியில்லா இணைப்பு.

bluff/blʌf/*(adj)*:ப்:லஃப் / good naturedly, வெகுளியான, மனம் திறந்த; rough, cheerful, direct and outspoken, often without taking into consideration the feelings of others, நேரிடையாகப் பேசுகின்ற, கள்ளமின்றிப் பேசுகின்ற. • *His* **bluff** *manner is often misunderstood.* **bluff***(v.t)*: to mislead by presenting a clever, strong and bold front, புத்திசாலித் தனமாகப் பேசிக் காரியத்தைச் சாதித்துக் கொள். • *She* **bluffed** *her way into the job.* hoodwink, ஏமாற்று. **bluff one's way out (of)**: to manage a difficult situation by bluffing, வெறும் சொற்கள் கொண்டு ஒரு சிக்கலான சந்தர்ப்பத்தைச் சரி செய். **bluff***(n)*: the act of bluffing, செயல் அல்லாத வெறும் வார்த்தைகள் கொண்டு நிரப்புதல், வீராப்பு பேசுதல்; a high steep bank of cliff, உயர்ந்த செங்குத்தான கரை (அ) பாறை. **bluffly***(adv)*, **bluffness***(n)*.

blun-der/ˈblʌndə*/*(n)*:ˈப்:லன்டஃ* / a careless mistake, கவனக்குறைவாகச் செய்யப்படும் தவறு; a stupid mistake, முட்டாள்தனமான பிழை. *I have committed Himalayan* **blunders** *in life.* **blunder***(v.i)*: to make a stupid mistake, முட்டாள்தனமாகத் தவறு செய்; to move with no direction, ஒருவித நோக்கமும் இல்லாமல் செயல்படு. **blunder** *(v.t)*: to bungle, குளறுபடி செய், நேர்த்தியின்றிச் செய், குழப்பம் செய். • *He* **blundered** *his way through the forest.*

blun-der-buss/ˈblʌndəbʌs/*(n)*:ˈப்:லன்டஃபஸ் / an old type short gun with a bell-shaped muzzle and a wide bore, பழங்காலத்தில் உபயோகிக்கப்பட்ட ஒரு வகைத் துப்பாக்கி.

blunt/blʌnt/*(adj)*:ப்:லன்ட் / having a dull edge or point, மழுங்கிய முனையுள்ள; not sharp, கூர்மையில்லாத. • *Not only my knife, but also my mind is* **blunt**. of plain and abrupt speaking, வெட்டு ஒன்று துண்டு இரண்டென, நேரிடையாக ஒளிவு மறைவு இல்லாமல் பேசுகின்ற. **blunt***(v.t)*: to make less forceful, வேகம் குறைத்துச் செயல்படு; to make less sharp, கூர்மையை மழுங்கச் செய். • *Drinking excites first, then it* **blunts** *the thinking process.*

blur/blɜ:*/*(v)*:ப்:லஃ* / **blurred, blurring**: to make indistinct, தெளிவற்ற நிலையை உண்டாக்கு; to make difficult to see something clearly, ஒன்றைப் பார்க்க முடியாதபடி தெளிவு இல்லாமல் இருக்கும்படி செய், தெளிவற்றதாகச் செய். **blur***(n)*: something whose shape is not clearly seen, ஒன்றைத் தெளிவாகப் பார்க்க முடியாத நிலை; stain, கறை, இழுக்கு. • *The windows were* **blurred** *with soot.* • *Tears* **blur** *my eyes.* • *The photograph looked as rather* **blurred**. **blurry***(adj)*

blurb/blɜ:b/*(n)*:ப்:லஃப்: / a brief description of the contents of a book printed on the cover of a book or in an advertisement, ஒரு நூலின் பொருளடக்கம் பற்றி, சிறு குறிப்பாக அதன் உறையில் அச்சிடுதல் (அ) அதையே, விளம்பரமாக வெளியிடுதல்.

blurt/blɜ:t/*(v.t)*:ப்:லஃட் / to speak out suddenly without thinking, சிந்திக்காமல் உடனடியாகப் பேசுதல். • *John* **blurted** *out that he had taken the purse.*

blush/blʌʃ/*(v.i)*:ப்:லஷ் / to become red as from embarrassment or shame or because of public gaze, நாணம், அவமானம், பொதுமக்கள் உற்றுக் கவனித்தல் முதலிய காரணங்களுக்காக முகம் சிவந்துவிடு. • *She* **blushed** *when her boyfriend looked at her admiringly.* • *She* **blushed** *at the remark that she was beautiful.* **blush***(v.t)*: to make red, சிவப்பாக்கு. **blush***(n)*: the act of blushing, வெட்கப்படுதல். **blusher**/blʌʃə*/*(n)*:ப:லஷஃ* a cream used to colour the cheeks, கன்னம் சிவக்கப் பயன்படுத்தும் பசை (அ) முகப் பவுடர். **blusher**(*n*), **blushful**(*adj*), **blushfully**(*adv*), **blushless**(*adv*).

bluster/'blʌstə*/(*n*):'ப்:லஸ்டə* / talk forcefully, be rough, வீராப்பு பேசு. violent wind flowing, வேகமாகக் காற்று வீசுதல். **blustery**(*adj*)

boa/'bəuə/(*n, sing*):'ப:əஉə / **boas** (*n, pl*): any of several non venomous large South American snakes, மலைப் பாம்பு. article of dress for the neck, கழுத்தில் அணியும் பட்டை.

boar/bɔ:*/(*n*):ப:ɔ:* / an uncastrated male pig, பன்றிப் பண்ணையில் இனவிருத்திக் காக வைக்கப்பட்டிருக்கும் ஆண் பன்றி.

board/bɔ:d/(*n, sing*):ப:ɔ:ட்: / **boards**(*n, pl*): a long narrow piece of wood, மரத் துண்டு, மரப்பலகை; stage, நாடகமேடை; a table, மேசை; food or diet (cost of food supplied) உணவு, உணவு விடுதிக்கு ஆகும் செலவு; council, members of a council, நிர்வாகக் குழு; thick paper, cover, தடித்த காகித அட்டை, உறை; deck, கப்பலின் மேல் தளம். • *The game has to go on the* **boards** *next week.* • *Bring the cutting* **board**. **board**(*v.i*): to take one's meals or be supplied with food and lodging at a fixed price, பணம் கொடுத்துச் சாப்பிடு (அ) தங்கு. • *They* **boarded** *him for Rs.2,500/- a month.* to cover with boards, அழகுபடுத்து. to get into a ship or public vehicle, வண்டியில் (அ) கப்பலில் ஏறு. to go on board, இரயில், கப்பல் முதலியவற்றில் ஏறிப் பயணம் செய். • *The hijackers* **boarded** *the plane at Delhi Airport.* **board** (*v.t.*) பணம் பெற்றுக்கொண்டு, உணவும், தங்கும் இடமும் கொடு. பெறு. • *She intends to* **board** *some students at her house.*

board-er/bɔ:də*/(*n*):ப:ɔ:டə* / a person especially a lodger who is supplied with regular meals, தங்கும் இடத்திலேயே உணவும் கிடைக்கப் பெறுபவர்; a person selected to board an enemy ship, விரோதிக் கப்பலில் ஏறுவதற்குத் தேர்ந் தெடுக்கப்படுபவர்.

boarding:/'bɔ:diŋ/(*n*):'ப:ɔ:டிங் / wooden fence, floor, etc., மரப்பலகை வேலி, மரப்பலகைத் தளம் முதலியன. **boarding house**: a house in which boarders are accommodated, தங்கும் விடுதியும் சாப்பிடும் இடமும் உள்ள உணவு விடுதி, உணவகம்.

boast/bəust/(*v.i*):ப:əஉஸ்ட் / to speak highly of oneself, தற்பெருமை கொள். • *He always* **boasts** *of his achievements.* •*The city* **boasts** *of a new airport.* **boast**(*n*): proud speaking, பெருமை அடித்துக் கொள்ளல்; that which is boasted of, ஏதோ ஒன்றைப்பற்றி வீண் பெருமை கொள்ளல். • *Tact is his* **boast**. • *I never yield to empty* **boast** *and threats.* **boaster**/bəustə*/(*n*): ப:əஉஸ்ட்டə* / a person who boasts, தற்பெருமை பேசுபவர். **boast-ful**/'bəustful/ (*adj*):'ப:əஉஸ்ட்,ஃபுல் / full of self praise, தற்பெருமை கொள்கின்ற; given to boasting, தற்பெருமை பேசுகின்ற. **boastfully**(*adv*), **boastfulness**(*n*).

boat/bəut/ (*n*):ப:əஉட் / an open vessel, used as a vehicle to move across water, ஆற்றைக் கடக்க உதவும் திறந்த வாகனம்; a small ship, படகு. **boat**(*v.t*): to carry in a boat, படகில் எடுத்துச் செல். **boat**(*v.i*): to row or sail about in a boat, படகைச் செலுத்து.

boat swain/'bəutswein/(*n*): 'ப:əஉட்ஸ்,உஎய்ன் / an officer in charge of the boats, sails, etc., of a ship, ஒரு கப்பலில் படகு, பாய்மரம் போன்றவற்றிற்குப் பொறுப்புள்ள அலுவலர். **boat-house**/ 'bəuthaus/(*n*): 'ப:əஉட்,ஹஉஸ் / a small building at the edge of a river or lake in which boats are kept, கரையோரத்தில் படகுகள் நிறுத்தி வைக்கப்படும் இடம். **boat-man**/'bəutmən/(*n*):'ப:əஉட்,மən / one who keeps small boats for hire, one who rows or sails small boats for payment, படகோட்டி, படகு வாடகைக்குக் கொடுப்பவர், படகு நிர்வாகி. **boatyard**/ 'bəutja:d/(*n*):'ப:əஉட்,யார்ட்: / a place where boats are kept, படகுத்துறை.

bob/bɔb/(*n*):ப:ɔப்: / a short jerking motion, சிறு குலுக்கல், அசைவு; anything which swings when suspended, தொங்கும் பொருள் இங்கும் அங்கும் அலைதல்; pendant, தொங்கும் ஊசல்; the weight of a pendulum, ஓர் ஊசலின் எடை; hair cut short, தலைமுடியைக் குறுகிய முறையில் வெட்டி இருத்தல். • *She always wears her hair in* **bob**. a docket tail, வெட்டிக் கட்டப் பட்டிருக்கும் குதிரை வால். **bob**(*v.t*),

B

bobbed, bobbing: to move with a jerk, அசைவுடன், குலுக்கலுடன் நகரு; to cut hair a bit short, பாதிவரை இருக்கும்படி தலை முடியை வெட்டிவிடு. • *She has her hair* **bobbed**. **bob**(*v.i*): to dangle, தொங்கும்படி செய்; to move about with jerky motions, அசைவுடன் குலுங்கி, குலுங்கி நகர்ந்து செல். • *The boat* **bobbed** *upon the waves of the lake.* **bob-ber**/'ba:bə*/(*n*):'ப:ா்ப:ə* / one that bobs, குறுக்காக அல்லது நெடுக்காக ஆடும் ஒன்று.

bob-bin/'bɔbin/(*n*):'ப:ɔபி:ன் / a small piece of wooden or metal cylinder or roller for holding thread or wire, நூல் உருளை, கம்பியிழை உருளை.

bob-tail/'bɔbteil/(*n*): 'ப:ɔப்:ட்'டெய்ல் / a short or docked tail, சிறிதாக வெட்டப்பட்ட வால்; an animal with such a tail, நுனியில் வெட்டப்பட்ட (கூழை) வாலுடன் கூடிய ஒரு பிராணி.

bockety/'bɔkiti/(*adj*):'ப:ɔகிட்டி / unsteady, wobbly, நிலையில்லாத, தள்ளாடும்.

bode/bəud/(*v*):ப:əஉட்: / **boded, boding**: to be a sign (good or bad) for the future, நல்லதோ (அ) கெட்டதோ வரப்போவதைக் குறிப்பிடு; signify, அறிவி; foretell, குறிசொல். **bode**: past tense of "bide", "bide" என்பதன் இறந்தகால வினைமுற்று.

bod-ice/'bɔdis/(*n*):'ப:ɔடி:ஸ் / the part of a women's dress above the waist, இரவிக்கை.

bodi-less/'bɔdiles/(*adv*):'ப:ɔடி:'லிஸ் / having no body, உருவமில்லாத.

bod-i-ly/'bɔdili/(*adj & adv*):ப:ɔடி:லி / of or pertaining to the body, உடலினுடைய (அ) உடலைப் பற்றிய.

bod-ing/bəudiɲ/(*n*):ப:əஉ'டி:ங் / a foreboding omen, வரப்போவதைப் பற்றி ஏற்படும் அறிகுறிகள், சகுனம்.

bod-kin/'bɔdkin/(*n*):'ப:ɔட்:கின் / a small dagger, a large pointless thick needle, கூர்வாள், கூர் முனையற்ற தடித்த ஊசி.

body/'bɔdi/(*n*):ப:ɔடி / the frame of a human being or of an animal, ஒரு மனிதன் (அ) ஒரு பிராணியின் உடல் பகுதி; the main part of anything, ஒரு பொருளின் முக்கிய பகுதி; a solid substance, பொருண்மை யுள்ளது; a number of people who constitute an organisation, ஓர் அமைப்பின் முக்கிய உறுப்பினர்கள், செயற் குழு; a frame or outer covering of a car or the hull of a ship, ஒரு வண்டியின் முக்கிய அமைப்புப் பகுதி, கப்பலின் முக்கிய பகுதி; density or richness of substance, ஒரு திரவத்தின் திடப்பகுதி. • *This wine has good* **body** *substance.* **body**(*v.i*): to produce in definite shape, உருவம் அமைத்துக் கொடு. **bodied**(*p.t & p.p*), (used in compound words): **able-bodied**(*adj*).

body-guard/'bɔdiga:d/(*n*):'ப:ɔடிகா:ட் / one whose job is to protect an important person, மெய்க்காப்பாளர். *The Prime Minister's* **bodyguard** *stopped a man who was moving suspiciously.*

body-language/'bɔdi'læɲgwidʒ/(*n*): 'ப:ɔடி:'லஜங்க்:உயிட்:ஜ் / movements and postures by which attitude and feelings are communicated, உடல் அசைவின் வாயிலாக உள்ளக்கிடக்கைகளை வெளிப்படுத்துதல்.

bog/'bɔg/(*v*):ப:ɔக்: / to sink or make sink into mud or wet ground, சகதியில் மூழ்கு/ முழ்கடி; **bog**/'bɔg/(*n*):ப:ɔக்: / a soft wet ground, a marsh, சதுப்பு நிலம், சகதி, சேற்று நிலம்; ground covered with moss, பாசி பரவியுள்ள தரை. **boggy**(*adj*): marshy, சதுப்பாக உள்ள. **bogginess**(*n*): the state of being boggy, ஈரமான நிலை. **bogged down**/'bɔgd,daun/(*v.i*)/ 'ப:ɔக்:ட்,ட:உன் / unable to make progress, தளர்ச்சியடை, சிரமங்களால் தளர்ந்து போ. The bullock cart **bogged down** in the mud. The deliberations got **bogged down** in irrelevant details.

bogey/'bəugi/(*n*):'ப:əஉகி: / an evil or mischievous spirit, தீய சக்தி.

boggle/'bɔgl/(*v*):'ப:ɔக:ல் / be astonished or buffed when trying to imagine something, கற்பனை செய்து ஆச்சரியம் கொள்.

bogie/'bəugi/(*n*):'ப:əஉகீ: / a carriage with wheels, வண்டி (இரயில்).

bo-gus/'bəugəs/(*adj*):ப:əஉ'க:əஸ் / counterfeit, spurious, போலியான, ஏமாற்றக்கூடிய; false, பொய்யான. • *There are many a* **bogus** *voter in the list.* • *The reporter prepared a* **bogus** *interview with the minister.*

bo-gy/'bəugi/(*n, sing*), **bogies**(*n, pl*), [also **bogey**]: ப:əஉகி: / an evil spirit, devil, பேய், பிசாசு, தீயசக்தி.

boil/bɔil/(*v.i*):ப:ɔய்ல் / to change from a liquid to a gaseous state at a particular temperature, கொதிநிலை, திரவ நிலையி னின்று, ஆவி நிலைக்கு ஒரு குறிப்பிட்ட

வெப்ப நிலையில் திரவத்தை மாற்று. • *Do not* **boil** *milk too much.* to cook in water at 100°C, வேக வை, 100°C வெப்ப நிலையில் வேக வை. • *When the water* **boils,** *add rice.* to be agitated by angry feeling, கோபம் கொள், கொதித்தெழு. • *She was* **boiling** *with anger when her husband arrived late.* **boil**(*v.t*): to cause to boil, கொதிக்கும்படி செய். • **Boil** *the eggs now.* **boil**(*n*): a state of boiling, கொதித்துக் கொண்டிருக்கும் நிலை; painful infected swelling under the skin, தோலில் ஏற்படும் புண், கட்டி, கொப்புளம்.

boil-er/bɔilə*/(*n*):'பாய்லத* / vessel for boiling, கொதி கலன். **boiling point**: the temperature at which a liquid boils, திரவத்தின் கொதிநிலை; the point at which anger becomes active, கோபம் உச்ச நிலை அடைந்து, செயல் வடிவம் பெறும் இடம்.

bois-ter-ous/'bɔistərəs/(*adj*): பாய்ஸ்'ட்டரஸ் / noisily turbulent or exuberant, ஆரவாரத்துடன் பொங்கக் கூடிய, பெரும் எழுச்சி கொண்ட.

boite/bɔ:it/(*n*):பா:ய்ட் / a small restaurant or nightclubs, சிறிய உணவகம் (அ) இரவு விடுதி.

bold/bəuld/(*adj*):பஉல்ட்: / not afraid to take risks, துணிச்சலுள்ள. • *"To be* **bold** *in life" gives wonderful pleasures.* forward, immodest, முன்னேற வேண்டுமென்ற எண்ணம் கொண்ட, அடக்கமில்லாத; ready to face any danger, அபாயத்தை எதிர் நோக்குகின்ற; imaginative, சிறந்த கற்பனைத்திறன் உள்ள. • *He is a* **bold** *thinker with many new ideas.* conspicuous to the eye, எடுப்பாகத் தெரியும்படியுள்ள. • *The* **bold** *shape of the mountains is vividly seen in the picture.* **boldly**(*adv*), **boldness**(*n*). அச்சமற்ற, தைரியமான.

bold-faced/'bəuldfeist/(*adj*):பஉல்(ட்) ஃபெய்ஸ்ட் / impudent, கீழ்ப்படிதல் இல்லாத; brazen, வெட்கம் இல்லாத; of letters, printed with heavy thick strokes, கனமான எழுத்துக்களில் அச்சிடப் பட்டுள்ள, கனமான முகப்பு உள்ள அச்சு எழுத்துக்கள்.

bole/bəul/(*n*):பஉல் / trunk of tree, அடிமரம்.

boloney/bə'ləuni/(*n*):பலஉனி / nonsense, பொருளற்ற பேச்சு, செயல்.

bolshevik/'bɔlʃivik/(*n*):'பால்ஷவிக் / member of Russian Communist Party, ரஷ்யக் கம்யூனிஸ்ட் கட்சி அங்கத்தினர்.

bol-ster/'bəulstə*/(*n*):'பஉல்ஸ்ட்டத* / a long, round bed pillow, திண்டு. **bolster** (*v.t*): to sustain, துன்பங்களைத் தாங்கி உயிர் வாழ்; to support, ஆதரவு கொடு; to strengthen, பலப்படுத்து. • *He* **bolstered** *his argument with further evidence.*

bolt/bəult/(*n*):பஉல்ட் / a metal bar for fastening a door, window, etc., a screen with no point usually threaded to receive a nut, a roll of cloth, a sudden rush, சன்னல், கதவு போன்றவற்றைப் பொருத்தப் பயன்படும் உலோக ஆணி, துணிச்சுருள். **bolt**(*v.i*): to move fast, வேகமாக நகர்ந்து செல். • *The culprit* **bolted** *away with the cash box.* to eat very quickly, உணவை விழுங்கு. • *He* **bolted** *down his lunch.* **bolt**(*v.t*): to fasten with bolt, தாழ்ப்பாள் போடு. • *She bolted the* **door**. **bolt**(*n*): an act of suddenly running away, திடீரென்று ஓடி விடுதல். **bolt from the blue**: a sudden, unexpected event, சற்றும் எதிர்பாராத நிகழ்ச்சி. • *The resignation of the Prime Minister was a* **bolt from the blue** *for the opposition party.* **bolt**(*v.t*): to sift through a cloth or sieve, சல்லடையால் சலித்தெடு; to examine closely, ஆராய்ந்து பார்.

bomb/bɔm/(*n*):பாம் / a hollow metal container filled with explosive, வெடி குண்டு. • *A time* **bomb** *was planted in the Delhi bound plane.* nuclear bomb or nuclear weapons, அணுகுண்டு, அணு ஆயுதங்கள். • *Every nation wants to have nuclear* **bomb**. **bomb**(*v.i*): to attack with bombs, குண்டுகள் கொண்டு தாக்கு; to move fast, வேகமாகச் செல்; to meet with failure, தோல்வியைச் சந்தித்து நில். • *The war planes* **bombed** *the city.* **bomb disposal**(*n*): safely removing bombs which have not exploded, வெடிக்காத குண்டுகளைச் செயலிழக்கச் செய்தல்.

bom-bard/'bɔmba:d(*v.t*):'பாம்பா:ட் / to attack heavily with bombs, குண்டுகள் கொண்டு தாக்குதல் செய்; to assail with vigour verbally, கேள்விக் கணைகளைத் தொடு. • *The student went on* **bombarding** *the teacher with questions.* **bombardment** (*n*): an attack with bombs and shells, வெடிகுண்டுகளைக் கொண்டு சரமாரியாகத் தாக்குதல்.

bom-bas-tic/bɔm'bæstik/(*adj*): ,பாம்'பாஸ்ட்டிக் / (of speech, writing, etc.) high sounding, எளிதில் புரிந்து கொள்ள முடியாத கடின உச்சரிப்புடன் பெரிய வார்த்தைகள் உடைய. **bombast**(*n*), **bombastically**(*adv*).

B

bomb-er/ 'bɔmə*/ *(n)*:ப:ாமə* / an aircraft that is used to carry and drop bombs, வெடிகுண்டு

வீசப் பயன்படும் விமானம்; a person who throws or plants bombs, குண்டு வீசுபவன் (அ) குண்டுகளை ஓர் இடத்தில் கண்ணி வைப்பவன்.

bomb-shell/'bɔmʃel/*(n)*:'ப:ாம்ஷெல் / an unexpected and surprising event, a very attractive woman, an artillery shell, எதிர்பாராத நிகழ்வு, கவர்ச்சிகரமான பெண்மணி, பெரிய பீரங்கி குண்டு.

bo-nafide/ˌbəunə'faidi/*(adj & adv)*: 'ப:əஉனə,ஃபய்டி: / in good faith, sincerely, நல்லெண்ணம் உடைய, உண்மையாக. *The rest house is only for* **bonafide** *passengers.* **bo-na-fi-des**/ˌbəunə'faidiz/*(n)*:'ப:əஉனə,ஃபய்டிஸ்: / good faith, நல்லெண்ணம்; sincerity, உண்மையாக நடந்து கொள்ளல். • *The* **bonafides** *of the applicant are to be examined.*

bo-nan-za/bəu'nænzə/*(n)*:,ப:əஉ'னஆன்ஸə / a rich mine of ore, நல்ல வளமான தாது உள்ள நிலப்பகுதி; a profitable investment, இலாபகரமான முதலீடு. • *The horse proved to be a* **bonanza** *for its lucky backers.*

bond/bɔnd/*(n)*:ப:ான்ட்: / that which holds together, பிணைக்கும் ஒன்று. • *A close* **bond** *prevails between them.* a band, a link, a tie, etc. பட்டை, கயிறு, இணைப்பு முதலியன; an oath or promise, உறுதி மொழி (அ) வாக்குறுதி. • *Buy National Savings* **bonds**. a sealed agreement promising to pay a stated sum of money on or before a specified day, பத்திரம், வெண்ணிலைக் கடன் பத்திரம். • *My word is my* **bond**, *you can sanction the loan.* the state of being stuck together, ஒன்றாக இணைக்கப்பட்டிருக்கும் நிலை; different methods of brick laying, செங்கற்கள் அடுக்கப்பட்டு, கட்டப்படும் வெவ்வேறு முறைகள், நிலைகள். **bond***(v.t)*: to hold together, ஒன்றாகச் சேர்த்து வை; to put dutiable goods on or under bond, வரி கொடுக்கப்படாத சரக்குகளை, அரசுக் கிடங்கில் வை. **bonded***(adj)*: placed in bond, கட்டுப்பாட்டில் வைத்துள்ள, கூலியாகப் பணியாற்றும்படி கட்டாயப் படுத்துகின்ற. • **Bonded** *labour is still in vogue in certain places.* **bond-holder**: a holder of a bond (issued by the government), அரசு உறுதிப்பத்திரம் வைத்திருப்பவர்.

bond-age/bɔndidʒ/*(n)*:'ப:ான்டிஜ் / slavery, அடிமைத்தளை.

bone/bəun/*(n)*:'ப:əஉன் / the hard substance that forms the frame-work of the human or animal body or reptiles, birds or fishes, எலும்பு, பிராணியின் உடல் பகுதியின் இணைப்புகள்; the hard substance or hard connective tissue, உறுதியான பொருள், இணைக்கும் கடினமான பொருள். • *Many* **bones** *can be found in the burial chamber.* • *The broken* **bone** *can be set correctly.* **bone of contention**: the main thing of an argument, ஒரு விவாதத்தின் முக்கிய பகுதி. • *Kashmir continues to be a* **bone of contention** *between India and Pakistan.* **bone***(v.t)*: to remove the bones from, எலும்பைப் பொறுக்கி எடு, எலும்பை அகற்று. **make no bones about**: act or speak openly, வெளிப்படையாகச் செய் (அ) பேசு; to have no fear, பயமில்லாமல் செயல்படு. • *He* **makes no bones about** *washing his wife's clothes.* **bone-head** *(n)*: a stupid person; முட்டாள். **bone-headedness***(n)*. **boneless***(adj)*

boner/bəunə*/*(n)*:ப:əஉனə* / a stupid mistake, முட்டாள்தனமான தவறு.

bon-fire/'bɔnˌfaiə**(n)*:'ப:ான்,ஃபயə* / any fire built in the open, பெருந்தீ, திறந்த வெளியில் மூட்டப்படும் தீ.

bon-ho-mie/'bɔnəmi:*(n)*:'ப:ானாமி(-னə-) / genial temper, நல்ல இதமான உணர்வு.

bonk/bɔɲk/*(v)*:ப:ாங்க் / hit, தாக்கு. **bonk***(n)*: an act or the sound of hitting someone or something, தாக்கும் போது உண்டாகும் ஒலி.

bonkers/'bɔɲkə*z/*(adj)*:'ப:ாங்கə*ஸ்: / mad, crazy, insane, பைத்தியக்காரத்தனமான.

bon-net/'bɔnit/*(n)*:'ப:ானிட் / a covering for the head or a kind of cap, குல்லாய்; a head-dress worn by women, பெண்களின் தலையணி; a close fitting hat worn by women, பெண்கள் அணியும் இறுக்கமான தொப்பி; a metal lid over the front of a car, மோட்டார் வண்டியின் முன்பக்க மூடி.

bon-ny/'bɔni/*(adj)*:'ப:ானி / **bonnier, bonniest**: pretty and healthy, ஆரோக்கிய மான, நலமாக உள்ள; pleasing to the eye, கண்களுக்கு ரம்மியமாக உள்ள. **bonnily***(adv)*, **bonniness***(n)*.

bonsai/'bɔnsai/*(n)*:'ப:ான்சாய் / a plant grown in a pot prevented from reaching its normal size, ஒரு செடியின் இயற்கையான வளர்ச்சியைப் பானையில் வைத்து தடை செய்தல்.

bo-nus/'bəunəs/*(n)*:'பஃஊனஸ் / something over and above that which is due, கொடுக்கப்பட வேண்டியதைவிட அதிகமாகக் கொடுக்கப்படும் ஊக்கத்தொகை, மிகை ஊதியம்; anything pleasant in addition to what is expected, மேலும் அதிகமாக, எதிர்பார்ப்புக்கு மேல் கொடுக்கப்படுவது.

bon-vivant/'ba:nvi:vən/*(n)*:'பஃான்வீவஅன் / (French): a person who devotes himself to a sociable and luxurious life style, கனவான்.

bon-voyage/'ba:n'vɔiidʒ/*(n)*: 'பஃான்'வஃய்ட்ஜ் /.(French)(excl.) used to express good wishes to someone about to set off on a journey. (கடல் கடந்த) பிரயாண நல்வாழ்த்து.

bo-ny/'bəuni/*(n)*: 'பஃஊனி / full of bones, very thin to the extent that bones can be seen, எலும்பு தெரியும் அளவுக்கு ஒல்லியான.

bonze/bɔnz/*(n)*:பஃான்ஸ்: / a Buddhist monk, புத்த சந்நியாசி.

boo/bu:*(n, int)*:பூ: / shout of disapproval or strong disagreement, வெறுப்பு (அ) ஏற்றுக்கொள்ளாதது பற்றி எதிர்ப்புத் தெரிவித்தல். **boo***(v.t)*: to express disapproval or strong disagreement by shouting "boo", "பூ" என்று குரலெழுப்பி எதிர்ப்புத் தெரிவி, கேலிக்குரல் எழுப்பு.

boo-boo/bu:bu:/*(n)*:பூ:பூ: / a foolish or embarrassing error or mistake, a minor injury, தர்மசங்கடம் தரும் (அ) முட்டாள்தனமான தவறு, சிறுகாயம்.

boo-by/'bu:bi/*(n)*: 'பூ:பி: / a stupid person, புத்தியில்லாதவன்; a bird of the pelican family, ஒருவகைக் கடல் பறவை. **boo-by-prize**/'bu:bipraiz/*(n)*: 'பூ:பி:,ப்ரய்ஸ்: / a prize given to the worst player in a game (especially as a joke), விளையாட்டுப் போட்டியில் மிக மோசமான விளையாட்டு வீரருக்குக் கேலியாகக் கொடுக்கப்படும் பரிசு.

boo-by-trap/'bu:bitræp/*(v.t)*: 'பூ:பி:'ட்ரஃப் / apparently looking like a harmless object with a concealed bomb or mine set for an unsuspecting person who picks up or interferes with it, any hidden trap set for an unsuspecting person, பார்வைக்குச் சந்தேகம் தராத வகையில் மறைத்து வைக்கப்பட்டிருக்கும் வெடி, கண்ணி, சந்தேகம் வராத அளவுக்கு, மறைத்து வைத்து, வேடிக்கை செய்வதற்குப் பயன்படுவது.

boodle/'bu:dl/*(n)*:'பூ:ட்:ல் / the crowd, கூட்டம்; set money by swindling or bribery, ஏமாற்றி (அ) கையூட்டுப்பெற்று பணம் அடை.

book/buk/*(n)*:புஃக் / a number of sheets of paper etc., bound together, புத்தகம். • *She is writing a* **book** *on "Useless Books"*. a literary composition or treatise, written or printed, ஓர் இலக்கியத் தொகுப்பு, கையெழுத்துப் பிரதி (அ) அச்சிடப்பட்டது; a record of betting transactions, பந்தயம் பற்றிய செயல்முறைகளின் பதிவேடு. **book** *(v.t)*: to arrange in advance something, முன்பணம் கொடுத்து ஏற்பாடு செய், வாகனங்களில் இடம் முன்னமேயே ஏற்பாடு செய், சினிமா, கச்சேரி போன்றவற்றிற்கு முன்பதிவு செய், முன்னேற்பாடு செய்; to enter charges against especially in the police records, கைது செய்து குற்றஞ்சாட்டு. **bring some one to book**: to call to account, விளக்கம் சொல்லும்படி கட்டாயப்படுத்து. • *She was* **brought to book** *for manipulating the account.* **book***(v.i)*: to register one's name, to engage a place, services, etc., ஒருவர் பெயரைப் பதிவு செய்து கொள், இடம், சேவை முதலியவற்றிற்கு ஏற்பாடு செய். **book-bind-er**/'buk,baində*/*(n)*:,புஃக்-'பஃய்ன்டஅ* / one whose business or work is the binding of books, புத்தகம் சீர் செய்பவர். **book-binding***(n)*: the process of binding books, புத்தகம் சீர் செய்யும் முறை. **book-case**/'bukkeis/*(n)*:புஃக்கீஸ் / a set of shelves for books, புத்தக அலமாரி/பெட்டி. **book in** *(phrase)(v)*: to book a room for oneself (oneself or someone) at hotel, தங்கும் விடுதியில் ஓர் அறையைத் தனக்கோ (அ) பிறருக்கோ ஏற்பாடு செய்துகொள். **book-ie**/'buki/*(n)*:புஃக்கீ: book maker, a person who accepts bets for horse races, etc., குதிரைப் பந்தயங்களில் பணம் கட்டி, பந்தயம் ஆடுபவர். **book-keep-er**/'buk,ki:pə*/*(n)*:'புஃக்கீப்அ* / one who keeps account books as for business, கணக்கு எழுதுபவர், கணக்கர். **book-keeping**/'buk,ki:piɲ/*(n)*:'புஃக்கீப்பிங் / the act or skill of keeping the accounts of a business company, ஒரு நிறுவனத்தின் வரவு செலவு கணக்குகளை முறையாக வரையறுத்து, நிர்வகித்தல். **book-learning**/'buk,lɜ:niɲ/*(n)*:'புஃக்-லஃனிங் / knowledge gained by reading books as distinguished from practical experience, அனுபவம் அல்லாது புத்தகப் படிப்பினால் பெறும் அறிவு, ஏட்டுச் சுரைக்காய். **book-let**/'buklit/*(n)*:'புஃக்லெட் / a little book especially with paper cover, கையேடு. **book-maker**/'buk,meikə*/

(n):,புக்'மெய்க்கə* / a maker of books, புத்தகத் தொகுப்பாளர்; one who makes a business by taking money (bets) as risk on the results of competitions especially horse races, போட்டிப் பந்தயங்களில், பணம் கட்டி, பந்தயப் பணம் வசூல் செய்து, அதன் மூலம் வியாபாரம் செய்பவர். **book-man**/'bukmən/*(n)*:'புக்மəன் / a learned man, scholar, அறிஞர். **book-mark**/'bukma:k/ *(n)*:'புக்மார்க் / something placed in a book to indicate a particular page, ஒரு புத்தகத்தில் குறிப்பிட்ட பக்கத்தைக் காட்டும் ஏதோ ஓர் அடையாளம். **book-sel-ler**/ 'buk,selə*/*(n)*:புக்ஸெலə* / one who sells books, புத்தக வியாபாரி. **books**/buks/*(n, pl)*:புக்ஸ் / written records of business, accounts, names, etc., வாணிப விவகாரம், வியாபாரக்கணக்குகள், பெயர்கள் முதலியவை கொண்ட பதிவேடுகள். • *The* **books** *of the L.I.C show profits for the year.* •*The accountant was dismissed for cooking the* **books**. •*The officer is in the good* **books** *of the minister (the officer enjoys the goodwill of the minister).* **book-worm**/'bukw3:m/*(n)*:புக்உəம் / a person seriously devoted to reading, எப்பொழுதும் படித்துக் கொண்டிருக்கும் ஒருவர்; an insect that feed on books, புத்தகங்களைத் தின்று அழிக்கும் பூச்சி. **book club**/'bukklʌb/*(n)*:'புக்க்லப்: / a society which sells its members selected books typically at reduced prices, சலுகை விலையில் அங்கத்தினர்களுக்கு புத்தகங்களை விற்பனை செய்யும் அமைப்பு.

boom/bu:m/*(n)*:பூ:ம் / a long pole for stretching a sail, கப்பலின் பாய் விரிக்கப் பயன்படும் கோல்; a barrier across a harbour, கப்பல்/படகு மிதந்து செல்வதைத் தடுக்கும் தடை; a loud sound, பெரிய சப்தம், பேரொலி; rapid growth, நல்ல அபிவிருத்தி; a sudden increase in price, திடீர் விலையேற்றம். • *There is a* **boom** *in exports this year.* **boom***(v.t-v.t)*: to make (with) a deep prolonged, resonant sound, நீண்ட, எதிரொலியெழுப்பும் ரீங்காரமான சப்தம்; to register growth in activity, value or importance, செயல், மதிப்பு, முக்கியத்துவம் போன்றவற்றில் வளர்ச்சி ஏற்படுதல்; the booming of the guns, போர் முழக்கம் செய். • *The guns have begun to* **boom** *again.*

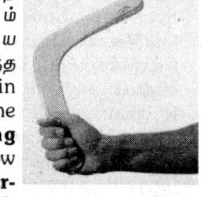

boo-mer-ang/'bu:mərænɲ/*(n)*:பூ:மəரஆங் / a bent club used by the natives of Australia, which when thrown, is capable of returning to the thrower, ஆஸ்திரேலியப் பழங்குடியினர் பயன்படுத்திய எறிந்த இடத்திற்குத் திரும்பும் தன்மையுடைய ஒருவகை வளைந்த எறிகணை. A sin committed by one will **boomerang** on him either now or later. **boo-mer-ang**/*(v)* to cause harm unexpectedly to the person responsible for that, தன்வினையாலே எதிர்பாராமல் தன்னைச்சுடு.

boon/bu:n/*(n)*:பூ:ன் / something that is very useful and helpful, அருட்பேறு, வரம்; a benefit, பயனுள்ள ஒன்று. **a boon companion**: a good intimate friend, உற்ற நண்பன்.

boor/buə*/*(n)*:புə* / a rude insensitive person, நாகரிகம் இல்லாதவன். **boorish** *(adj)*, **boorishly***(adv)*, **boorishness** *(n)*.

boost/bu:st/*(v.t)*:பூ:ஸ்ட் / to raise by pushing from beneath, மேலும் அதிகரிக்கச் செய்; to help forward, முன்னேற்றம் காண உதவு; to advertise on a big scale, பெரிய அளவில் விளம்பரம் செய். **boost***(n)*, *(usually sing)*: a push upwards, மேலும் அதிகரிக்கும்படி செய்தல்; an increase, rise, உயர்வு, மேலும் உயர்வு. • *His pep talk to the electorate proved to be a* **boost** *to the candidate.*

boost-er/bu:stə*/*(n)*:பூ:ஸ்ட்டə* / one that boosts, எது அதிக சக்தியைக் கொடுக் கிறதோ அது; an additional drug to strengthen the effect of the same drug given earlier, கொடுக்கப்பட்ட மருந்தின் வேகத்தை அதிகப்படுத்த கொடுக்கப்படும் உபரி மருந்து.

boot/bu:t/*(n)*:பூ:ட் / covering for the foot and leg, கால், பாதம் இவற்றை மறைக்கும் செருப்பு; a kick, உதை; an instrument of Judicial torture in which the leg suffers, கால்களை இடுக்கித் தண்டனை தருவதற்குப் பயன்படும் கருவி; an enclosed space at the back of a car for bags and boxes, மோட்டார், கார் போன்ற வாகனங் களில் சாமான்கள் வைக்கப் பயன்படும் மூடிய இடம். **the boot is on the other leg**: the situation has changed to the opposite of what it was before, நிலைமை தலைகீழாக மாறிவிடுதல். **boot***(v.t)*: to kick, உதை கொடு; wear boots, காலணி போட்டுக்கொள்; torture, சித்ரவதை செய்; the action of loading an operating system for computer from a disk into the computer's memory, கணிப்பொறியில் செயல் திட்டத்தை வகுப்பதற்காக வட்டையி

லிருந்து அதன் நினைவுப் பகுதிக்கு ஏற்றுதல். **boot-ed**/bu:tid/*(adj)*:பூ:ட்டிட்: / equipped with boots, காலணியுடன் கூடிய.

boot-camp/bu:tkæmp/*(n)*:பூ:ட்கஎம்ப் / a navy or marine camp for the initial training for a recruit, கடற்படை (அ) கடல் சார்ந்த வேலைகளுக்கு அளிக்கப்படும் முதன்மை பயிற்சி.

bootee/'bu:ti:/*(n)*:'பூ:டீ / a baby's soft woolen shoe, குழந்தைகளுக்கான மெல்லிய துணியினாலான பாதணி.

booth/bu:ð/*(n, sing)*:பூ:த்: / **booths***(n, pl)*: a temporary structure, தற்காலிக அமைப்பு; a covered stall at a market or fair, ஒரு சந்தை (அ) கடைத்தெருவில் ஒரு தற்காலிகக் கடை; a small restaurant compartment, ஒரு உணவு விடுதியில் தனி அறை. **polling booth**: an enclosure in which a voter stands to mark the ballot paper, ஓட்டுச் சாவடி.

booting/bu:tiɲ/*(n)*:பூ:ட்டிங் / a computer technique of loading program into a computer, கணினியை செயல்படுத்த உதவும் முறை.

boot-lace/'bu:tleis/*(n)*:பூ:ட்லெய்ஸ் / cord or lace used to fasten a boot, காலணியை இழுத்துக் கட்டுவதற்குப் பயன்படும் நாடா.

boot-leg/'bu:t,leg/*(v.t)*:பூ:ட்லெக்: / to sell illicitly alcoholic liquor, சட்டவிரோதமாக சாராய விற்பனை செய்; to smuggle, கள்ளச் சந்தையில் விற்பனை (அ) கொள்முதல் செய். **boot-legger***(n)*: one who smuggles and sells illicit liquor, கள்ளச் சாராய வியாபாரத்தில் ஈடுபட்டிருக்கும் ஒருவர்.

boot-less/'bu:tlis/*(n)*:பூ:ட்லிஸ் / with no advantage, பயனில்லாத; useless, உபயோக மில்லாத.

bootlick/'bu:tlik/*(v.t)*:பூ:ட்லிக்: / to seek favour in a base manner, தன் காரியத்துக்காகக் கெஞ்சு.

boots/bu:ts/*(n)*:பூ:ட்ஸ் / a male hotel servant who cleans shoes and does other sundry jobs, ஆண் வேலை ஆள், தங்கும் விடுதியில் செருப்பு துடைத்து, மற்றும் சில்லறை வேலை செய்பவர்.

boot-strap/bu:tstræp/*(n)*:பூ:ட்ஸ்ட்ரஎப் / a loop at the back of a boot used to pull it on, a technique of loading a program into a computer, the technique of starting with existing resources, பாத அணிகளை கட்ட உதவும் கயறு, கணினி இயக்கும் முறை, ஏற்கெனவே உள்ள வளங்களைக் கொண்டு தொடங்கப் பயன்படும் தொழில் முறை. **bootstrap**/bu:tstræp/*(v)*:பூ:ட்ஸ்ட்ரஎப் / get into or out of a situation using existing resources, இருக்கும் வசதிகளைக் கொண்டு மீண்டுவா.

boo-ty/'bu:ti/*(n, sing)*:பூ:ட்டி / **booties***(n, pl)*: goods stolen or seized by the army, திருடப்பட்ட பொருள்கள் (அ) போர்ப் படையினால், கொள்ளையிட்டுப் பறிக்கப்பட்ட பொருள்கள்.

booze/bu:z/*(n)*:பூ:ஸ்: / alcoholic drink, சாராய பானங்கள். **booze***(v.i)*: to drink too much alcohol, அதிகமாகச் சாராயம் குடி. **boosy** *(a)*: கள், சாராயம் போன்றவை. **boozy***(v.t)*: அதிகமாக குடி. **boozer***(n)*

bor-der/'bɔ:də*/*(n)*:ப:ஓடஅ* / the outer part or edge of anything, ஓரம். • *She likes the saree with blue* **border**. the exterior limit of a place, வரம்பு, எல்லை; a limit or a frontier, ஓரம், கரை, வரம்பு, வெளி எல்லை, கடைசி எல்லை; the dividing line between two countries, இரு நாடுகளைப் பிரிக்கும் எல்லைக் கோடு. • *The Kashmir* **border** *is well protected.* **border***(v.t)*: to make a border about, எல்லையாகு; adjoin, அடுத்திரு. •*The river* **borders** *along parts of the city.* **bordering**/'bɔ:dəriɲ/*(adj)*:'ப:ஓ:ட:அரிங் / having a common border, பொது எல்லைகளைக் கொண்ட.

border-land/'bɔ:dəlænd/*(n)*: ப:ஓடஅலஎன்ட்: / land forming a border or frontier, எல்லைப்புறப் பகுதி, எல்லைப் புறம், பிரச்சினைக்கு இலக்காகும் நிலப் பகுதி. **border-line**/'bɔ:dəlain/*(n)*:ப:ஓடஅலய்ன்: boundary line, எல்லைக் கோடு.

bore/bɔ:*/ப:ஓ* / past tense of "bear", "bear" என்பதன் இறந்தகாலம். **bore***(n)*: a dull, uninteresting person who speaks continuously to become a nuisance to others, பேசிப் பிறரைத் தொந்தரவு செய்பவன்; something not pleasant, மனதுக்கு ஏற்றுக்கொள்ளப் படாத ஒன்று. • *Do not mention politics; he is a real* **bore** *on the subject.* **bore***(n)*: the inside diameter of a hole such as the barrel of a gun, துப்பாக்கித் துளை போன்ற துளை களின் விட்டம்; a hole made by boring especially for oil, water, etc., நீர், எண்ணெய் முதலியவற்றுக்காக, பூமியில் துளைக்கப்படும் துளை. • *This is a small* **bore** *rifle.* **bore***(n)*: a great wave sweeping into the back waters, உப்பங் கழிகளுள் பாயும் பேரலைகள். **bore***(v.t)*, **bored, boring**: to make some one weary by dull, uninteresting talk, சலிப்படையும் படி பேசு. • *She* **bored** *us all by talking for hours about her husband.* **bore***(v.i)*: to make a hole with an instrument, ஒரு கருவியைக் கொண்டு துளையிடு. • *Rocks can be* **bored** *through by machines.* **bored***(adj)*: tired and not interested,

B

களைத்து மற்றும் சலிப்படைந்த. • *I am* **bored** *with my life.* **bore-dom**/'bɔ:dəm/*(n)*:ப:ɔ:டஃம் / the state of being bored, சலிப்படைந்திருக்கும் நிலை. • *Very often, I do not conceal my* **boredom**.

boreal/ˌbɔ:ri'eil/*(adj)*:ˌப:ɔ:ரி'யல் / of, relating to, or located in Northern (Arctic) regions, வடதுருவத்திலமைந்த, வடதுருவம் தொடர்பான.

bore-hole/bɔ:*houl/*(n)*:'ப:ɔ:ரஃஉல் / a hole made by boring, நீர், எண்ணெய் முதலிய வற்றிற்காக, எந்திரம், கருவி கொண்டு ஏற்படுத்தப்படும் துளை.

bor-er/bɔ:rə*/*(n)*:'ப:ɔ:ரə* / a person or tool or insect that bores, துளையிடும் ஒருவன் (அ) கருவி (அ) பூச்சி.

bor-ing/bɔ:riŋ/*(adj)*:'ப:ɔ:ரிங் / dull, uninteresting, அக்கறையில்லாத, சலித்துக் கொள்ளக்கூடிய; tedious, களைப்பு ஏற்படுத்தக்கூடிய. • *The film was quite* **boring**.

bo-ric/'bɔ:rik/*(adj)*:'ப:ɔ:ரிக் / of or containing boron, போரான் உள்ள (அ) போரான் பற்றிய.

boric acid/'bɔ:rik æsid*(n)*/[orthoboric acid H_3BO_3], 'ப:ɔ:ரிக், æஸிட்: / இயற்கையில் கிடைக்கக் கூடிய வெண்மையான படிக வடிவமுள்ள அமிலம், போரிக் அமிலம்.

born/bɔ:n/*(adj)*:ப:ɔ:ன் / [p.p of bear], birth, பிறப்பினால் கொண்டுவரப்பட்டுள்ள. • *She was* **born** *in 1990.* from birth, பிறப்பிலிருந்து; having certain qualities from or as if from birth, பிறப்பிலிருந்து பெறப்படும் குறிப்பிட்ட சில குணங்களைக் கொண்டுள்ள. • *Many Indian-***born** *scientists have settled in U.S.A.* **born with a silver spoon in one's mouth**: enjoying the benefits of money, power and social status from birth, பிறப்பிலிருந்து, பணம், சமுதாய அந்தஸ்து முதலியவற்றைப் பெற்றுள்ள.

born-again/'bɔ:nə'gen/*(adj)*: 'ப:ɔன'əகெய்ன் / having accepted a particular religion, beginning a new religious life, ஒரு குறிப்பிட்ட மதத்தைத் தழுவி ஏற்றுக்கொண்டு, மீண்டும் புது வாழ்வு துவங்க உள்ள.

borne/bɔ:n/ப:ɔ:ன் / [p.p of bear], **borne in on, borne in upon**: having come to know, தெரிந்து கொண்டு. • *Slowly it was* **borne in on** *me that my wife had left me forever.*

bor-ough/bʌrəu/*(n)*:ப:ரəஉ / a town governed by a council, நகராட்சிக்கு உட்பட்ட ஒரு பகுதி.

bor-row/'bɔrəu/*(v.t)*:ப:ɔரəஉ / to obtain as a loan, கடன் பெறு, கடன் படு. • *One need not* **borrow** *to get luxury goods.* to take or copy or imitate (especially ideas, words, etc.) and use the same as one's own, வேறு ஒருவரின் எண்ணங்கள், கருத்துகள், வார்த்தைகள் முதலியவற்றைத் தன் னுடையது போல் கையாளு (அ) பின்பற்று. **bor-row-er**/'bɔrəuə*/*(n)*:ப:ɔரəஉə* / one who borrows, கடன் பெறுபவர். • *English language has* **borrowed** *words heavily from many languages.* **bor-row-ing**/'bɔrəuiŋ/*(n)*:ப:ɔரəஉயிங் / something that has been borrowed especially, a word or phrase, borrowed by one language from another, கடன் பெறப்பட்டது, பொதுவாக வார்த்தைகள், சொற்றொடர்கள் முதலியன, ஒரு மொழியினின்று வேறு மொழிக்குச் செலுத்தப்படுவது.

Bor-stal/'bɔ:stl/*(n)*:ப:ɔ:ஸ்டல் / (in England) a school for delinquent boys, இளம் பிள்ளைகள் தவறு இழைக்கும்பொழுது, அவர்களை நல்வழிப்படுத்தி சீர்திருத்தக் கல்வி அளிக்கும் பள்ளி.

bosh/bɔʃ/*(n)*:ப:ɔஷ் / nonsense, rubbish, அறிவற்ற, முட்டாள்தனமான.

bosky/'bɔski/*(adj)*:'ப:ɔஸ்கி / covered with trees or shrubs, மரங்கள் (அ) புதர்களடர்ந்த.

bos-om/'buzəm/*(n)*:ˌபு:ஸ:əம் / the chest of a human being especially the female breasts, மனிதனின் மார்பு, பொதுவாக பெண்களின் மார்பகம்; that part of a garment which covers the breast, இரவிக்கை. • *She always carries the purse in the* **bosom** *of her dress.* intimate, நெருங்கிய, மிகவும் பிரியமுள்ள; confidential, நம்பிக்கையுள்ள. • *She has no* **bosom** *friend.* the centre of feelings, உணர்ச்சிகளின் உறைவிடம். **bos-om-y**/'buzəmi/*(adj)*:ˌபு:ஸ:əமி / having prominent breasts, எடுப்பான மார்பகம் உள்ள.

boss/bɔs/*(n)*:ப:ɔஸ் / one in charge of workers, வேலையாட்களை நிர்வகிப்பவர்; foreman or manager, party chief, பணி முதல்வர், கண்காணிப்பாளர், நிர்வாகி. • *Who is the* **boss**? **boss***(v.t)*: to be boss, முதலாளியாய் இரு, அதிகாரம் செலுத்து; to be master of, எஜமானனாய் இரு; to give orders arrogantly, திமிருடன் ஆணையிடு, வேலையாட்களிடம் திமிராக நடந்து கொள். • *Many petty officials like to* **boss** *over.* **boss***(n)*: a metal knob, உலோகத்தாலான ஒரு குமிழ். **boss***(adj)*: hollow, empty, வெறுமையாக உள்ள, பலனில்லாத.

bo-tan-i-cal/bə'tænikl/*(adj)*: 'ப:əட்டæ'னிக்கəல் / of or pertaining to plants, தாவரங்களுடைய, தாவரங்களைப் பற்றிய. • *A* **botanical** *garden is beautiful to look at.* **botanically***(adv).*

bot-a-nize/'bɔtənaiz/*(v.i)*/'ப:ஒட்டஅ'னய்ஸ்: / **botanized, botanizing,** [also **botanise**]: to study plants or plant life, தாவரங்கள் (அ) அவற்றின் வாழ்க்கையைப் பற்றி ஆராய்வது. **Bot-a-ny**/'bɔtəni/*(n)*: 'ப:ஒட்டஅனி / the scientific study of plants, தாவரவியல். **botanist***(n)*: one who studies botany, a student of botany, தாவரவியல் ஆராய்ச்சியாளர், தாவரவியல் மாணவர்.

botch/bɔtʃ/*(v.t)*:ப:ஒச் / to spoil by poor work, மோசமாகச் செய், அரைகுறையாகப் பழுது பார். **botch***(n)*: a clumsy work, மோசமான வேலை; a swelling on the skin, தோலில் ஏற்படும் புண்; pimple, பரு.

both/bəuθ/*(pro)*:ப:அஉத் / the one as well as the other, ஒருவர், அவரைப் போல் மற்றொருவர். • **Both** *of us are coming.* **both***(adj)*: of the one and the other, ஒருவரும் வேறு ஒருவருமாக. • **Both** *boys are busy.* **both***(conj)*: alike, equally, இரண்டும். • *She is* **both** *ready and cooperative.*

both-er/'bɔðə*/*(v.t)*:ப:ஒத:அ* / to give trouble to, தொல்லை கொடு; pester, தொந்தரவு படுத்து. **bother***(v.i)*: to take trouble, தொந்தரவு ஏற்படுத்திக்கொள். • *Not being able to understand her, he* **bothered** *himself very much about it.* • *Do not* **bother** *me.* **bother***(n)*: something troublesome, வேதனை, தொல்லை. • *Doing the kitchen work every day is no* **bother** *to me.* • *I do not want to be a* **bother** *to anyone.* **both-er-a-tion**/ˌbɔðə'reiʃn/*(interj)*:'ப:ஒத:அ'ரெய்ஷ்ன் / (used for expressing slight annoyance), தொல்லை கொடுக்கப்படும்பொழுது கூறும் சொல். • *What a* **botheration!** **botheration** *(n)*: the act of bothering or the state of being bothered, தொல்லை கொடுத்தல் (அ) பிறரால் தொல்லைப் படுத்தப்படுதல். **both-er-some**/'bɔðəsəm/*(adj)*:'ப:ஒத:அˌஸம் / causing bother, தொந்தரவு கொடுக்கின்ற.

bothy/'bɔθi/*(n)*:'ப:ஒதி / a small hut for farm workers to live in.

bo-tree/'bəutri/*(n)*:'ப:அஉ'ட்ரீ / the pipal or sacred fig tree, போதி மரம் (அ) அரச மரம்.

bot-tle/'bɔtl/*(n)*:ப:ஒட்ல் / a vessel with a narrow neck for holding liquids, திரவம் வைப்பதற்கு உதவும் குறுகிய வாய் உள்ள புட்டி; the contents of a bottle, ஒரு புட்டியின் கொள் பொருள்; alcoholic drink, சாராயம். • *He has become an addict to the* **bottle**. bottled cow's milk and milk formulas given to infants, புட்டிப்பால். **bottle***(v.t)*, **bottled, bottling**: to put into or seal in a bottle, ஒரு புட்டியில் அடை (அ) புட்டியில் வைத்து முத்திரையிடு. • *Grape juice is* **bottled** *for sale.* to cause obstruction, தடை ஏற்படுத்து. • *The traffic was* **bottled** *up on the high way.* **bottle***(n)*: a hay stack, வைக்கோல் கட்டு. **bot-tle-feed**\'bɔtlfi:d/*(v.t)*:ˌப:ஒட்ல்'ஃபீட்: / to feed a baby or baby animal with bottle, குழந்தை (அ) இளங்கன்றுக்குப் புட்டிப்பால் கொடுத்து வளர். **bottle-green***(n)*: dark green, கரும்பச்சை. **bot-tle-neck**/'bɔtlnek/*(n)*:'ப:ஒட்ல்'னெக் / a narrow entrance or passage way, குறுகிய பாதை; a narrow part of a road that slows down traffic, நகரும் வாகனங்கள் முன்னேறுவ தற்குத் தடையாக இருக்கும் ஒரு குறுகிய வழி, முட்டுக்கட்டை. • *There seems to be a* **bottleneck** *in the production of foodgrain.*

bot-tom/'bɔtəm/*(n)*:ப:ஒட்டஅம் / the lowest or the deepest part of anything, as distinguished from the top, அடிப்பாகம், மிகத்தாழ்ந்த பாகம். • *I found the purse at the* **bottom** *of my bed.* the base on which something stands, பீடம், அடித்தளம்; the part or the body on which one sits, buttocks, உடலின் அடிப்பாகம், உட்காரப் பயன்படும் உடற்பகுதி; the least successful, வெற்றியில் பின் தங்கி இருத்தல். • *His son is always at the* **bottom** *of the class.* the base bed or channel of a river or lake, ஆறு (அ) ஏரியின் தரைப்பகுதி; foundation or ground work, அஸ்திவாரம் (அ) தரைப்பகுதி. **bottom***(v.t)*: to furnish with a bottom, அடிப்பாகம் அமை; to lay a foundation for a road, ஒரு பாதைக்கு அடித்தளம் அமை. **bottom***(v.i)*: to be based, rest, அடிப்பாகம் ஏற்படுத்து, தங்கும் படி செய். • *There is no sign that the recession has* **bottomed** *out in developing countries.* **bottom***(adj)*: of or pertaining to the bottom, அடிப் பாகத்தைப் பற்றிய. • *The price of rice* **bottomed** *out at Rs.1,200/- per bag.* **at bottom**: really, உண்மையாக. • *Do not mistake his rough exterior,* **at bottom**, *he is really good.* **bot-tom-less**/'bɔtəmlis/*(adj)*: ப:ஒட்டஅம்லிஸ் / lacking a bottom, அடித்தளம் இல்லாத; unfatho mable, ஆழம் காண முடியாத. • *No government enjoys a* **bottomless** *source of financial power.* **bottom line**: the final

B

figure showing profit or loss in a financial statement, வரவு செலவுத் தொகுப்புப் பட்டியலில் கடைசியில் காட்டப்படும் லாப நட்ட கணக்கீடு; the ultimate outcome, கடைசி முடிவு.

bou-dior/'bu:dwa:*/*(n)*:பூ:ட்:உஆ* / a lady's bedroom or private sitting room, அந்தப்புரம், பெண்மணியின் தனி அறை, படுக்கையறை.

bough/bau/*(n)*:ப:உ (பௌ) / main branch of a tree, ஒரு மரத்தின் முக்கிய கிளை.

boul-der/'bəuldə*/*(n)*:ப:əஉல்டə* / a large stone or mass of a rock, பெரும் பாறை, ஒரு பாறையின் தேய்ந்ததுபோக மீதிப்பகுதி.

boul-e-vard/'bu:ləva:d/*(n)*:பூ:லəவாட்: (பூ:லிவார்) / a broad avenue in a city, இருமருங்கும் மரங்கள் அடர்ந்த அகலமான பாதை.

boul-ter/'bəultə*/*(n)*:ப:əஉல்ட்டə* / a long stout fishing line with several hooks attached, பல தூண்டில் முட்கள் உள்ள மீன் பிடிக்க உதவும் தூண்டில் நூல்.

bounce/bauns/*(v.t)*:ப:உன்ஸ் (பௌ-) / **bounced, bouncing**: (of a ball, an object, etc.) to spring back from a surface in a vigorous manner, rebound, பந்தைப் போல் திரும்பி வரும்படி அடி, எழும்பும்படி அடி. • *The ball* **bounced** *off the outer wall.* to move in an energetic manner, வேகமாக, உயிரோட்டத்துடன் நகர்ந்து செல். • *She* **bounced** *into the hall.* (of a bill or cheque) to be returned by a bank as of no value, மதிப்பு இல்லையென உண்டியை (அ) காசோலையைத் திருப்பு. **bounce**(*n*): a bound or rebound, துள்ளல், மீளும் தன்மை; a leap, loveliness, vigour, பாய்ந்தோடுதல், வசீகரத்தன்மை, சக்தி. • *He always tries to catch the ball on its first* **bounce**. **bounce**(*adv*): with a bounce suddenly, ஒரு துள்ளலுடன் திடீரென. **bouncing** (*adj*): healthy and active, ஆரோக்கிய மாகவும், சுறுசுறுப்பாகவும் உள்ள. **bouncy** (*adj*): full of life and vigour, உயிரோட்டத் துடனும், வேகத்துடனும் உள்ள.

bounc-er/baunsə*/*(n)*:ப:உன்ஸə* / (slang) one who expels disorderly persons, வீண் தொந்தரவு செய்பவர்களை விடுதியிலிருந்து துரத்துபவர். A cricket ball bowled by a pace-bowler which raises high after pitching and speeds away over the head of the batsman, வேகப்பந்து வீச்சாளரால் வீசப்பட்ட கிரிக்கெட் பந்து, கீழே பட்டவுடன் உயரே எழுந்து பந்து அடிப்பவரின் தலைக்கு மேல் அதிவேகத்தில் கடந்து போவது.

bound/baund/*(adj)*:ப:உன்ட்: / tied, secured within a cover, சட்டப்படியாகவோ, நியாய மாகவோ கடமைப்பட்டுள்ள. • *It is* **bound** *to rain now.* under a legal or moral obligation, sure, certain, உறுதியாகவோ, நிச்சயமாகவோ உள்ள. • *The police is* **bound** *to produce the accused in the court today.* **bound**(*v.i*): to move by leaps, jump or leap, bounce, பாய்ந்தோடு, எழுந்தோடு, எழும்பு • *The wolf* **bounded** *away up the hill.* **bound**(*n*): a jump, a leap forward, எழுந்தோடுதல், எழும்பிப் பாய்ந்தோடுதல். • *With one* **bound,** *the cat was over the wall.* **bound**(*adj*): going, போய்க் கொண்டிருக்கின்ற; destined to go, விதிக்கப்பட்ட. • *The train is* **bound** *for Delhi.*

bound-a-ry/'baundəri/*(n, sing)*: ப:உன்டəரி / **boundaries**(*n, pl*): something that indicates bounds or limits, the dividing line, எல்லைகளைக் குறிக்கும் ஒன்று, எல்லைகளைப் பிரிக்கும் கோடு, எல்லைக் கோடு. **bounds**/baundz/*(n)*: ப:உன்ட்ஸ்: / limits or boundaries, எல்லைகள். •*His behaviour is within the* **bounds** *of decency.* the farthest limits, உயர் எல்லைகள்; the limits which are difficult to be crossed, கடக்க முடியாத எல்லைகள். •*My greed for money knows no* **bounds. bounded**/baundid/*(adj)*: ப:உன்ட்டிட்: / having limits, எல்லைகளுக்கு உட்பட்ட.

bound-en/'baundən/*(adj)*:'ப:உன்ட:əன் / obliged, கடமைப்பட்டுள்ள; under obligation, கடமைக்கு ஆட்பட்டுள்ள. • *It is the* **bounden** *duty of the public to pay the taxes to the government.* **bound-less**/'baundlis/*(adj)*:ப:உன்ட்:லிஸ் / without bounds, எல்லைகளுக்கு அப்பால் உள்ள. • *When I face a crisis, I feel a sense of* **boundless** *energy in my veins.* **boundlessly**(*adv*).

boun-te-ous/'bauntiəs/*(adj)*:ப:உன்ட்டியəஸ் / giving freely, plentiful, ஏராளமான; beneficial, நலம் பயக்கும். • *Nature is always* **bounteous**. **bounteously** (*adv*), **bounteousness**(*n*).

boun-ti-ful/'bauntiful/*(adj)*:ப:உன்ட்டிஃபுல் / generous, வள்ளல் தன்மையுள்ள; plentiful, ஏராளமான. **bountifully**(*adv*), **bounty** (*n, sing*), **bounties**(*n, pl*): generosity in giving, வள்ளல் தன்மை; a premium or reward especially one offered by a government, படையில் சேருவதற்கு (அ) குற்றவாளியைக் கண்டுபிடிக்க அரசால் கொடுக்கப்படும் தொகை.

bou-quet/'bu:kei/*(n)*/பு:க்கெய் / a bunch of flowers, பூச்செண்டு; a compliment, நல்ல, இதமான பாராட்டு; the smell of wine, உயர்தர மதுவின் நறுமணம்.

bour-geois/'bɔ:ʒwa:/*(n)*: பூஜ்உஆ (பு:ஒஜ்வா) / a member of the middleclass, குடிமகன், நடுத்தர வகுப்பைச் சேர்ந்தவன்; a shop keeper, merchant or a business man, வணிகன், கடைக்காரன் முதலியோர். **bourgeois***(adj)*: too much interested in material possessions and one's social status, பணமும், சமுதாய நிலை மட்டுமே முக்கியம் என்று கருதுகிற. **bour-geoi-sie**/ˌbɔ:ʒwa:'zi:/*(n)*:புஜ்உஆஸீ: / the middle class, நடுத்தர வகுப்பு; In Marxis theory the class opposed to the proletariat or wage earning class, மார்க்ஸ் கொள்கைப்படி, பாட்டாளி வகுப்பிற்கு எதிரானது எனப்படும் நடுத்தர வகுப்பு.

bourn/bɔ:n/*(n)*:ப:ஓ:ன் / a small stream, சிற்றோடை. **bourn***(n)*: destination, goal, சேருமிடம், இலக்கு; limit, border, எல்லை, ஓரம்; death, முடிவு.

bout/baut/*(n)*:ப:உட் (பௌட்:) / a contest as of wrestling or boxing, மற்போர் (அ) குத்துச் சண்டை போன்று ஒரு போட்டி; trial of strength, பலப்பரீட்சை; an attack of illness, நோய் தாக்குதல். • *He lost his money in one of his intermittent* **bout** *of illness.*

bou-tique/bu:'ti:k/*(n)*:பு:ட்டீக் / a small shop especially one that sells fashionable clothes and other things for women, பெண்களுக்குத் தேவையான ஆடைகளும், ஆடம்பரப் பொருள்களும் விற்பனை செய்யும் சிறிய கடை.

bov-ine/'bəuvain/*(adj)*:ப:ஒஉவய்ன் / of the ox family, எருது போன்ற; dull, புத்தி இல்லாத, மந்தமான.

bow/bau/*(v.t-v.i)*:ப:உ (பௌ) / to bend the body or knee or incline the head in reverence or submission, தலை வணங்கு. • *One has to* **bow** *to the inevitable.* admit defeat by bending the body or head, தோல்வியை ஏற்க உடல் தாழ்ந்து வணக்கம் செய். • *He* **bowed** *his head in shame,* to bend one's head forward, தலை தாழ்த்தி வணங்கு; to cause to submit, கீழ்ப்படிதலைத் தெரிவி. **bow***(n)*: an act of bending forward the head or the upper part of the body to show respect, வணங்குதல், தலை தாழ்த்தி வணக்கம் தெரிவித்தல். • *The minister* **bowed** *his head to the crowd.* **bow***(n)*: a bent instrument for shooting, வில்; anything curved, வளைந்திருக்கும் ஒரு கருவி; the instrument by which the strings of a violin are sounded, பிடில் இசைக்க உதவும் வில், நரம்பிசைக் கருவியை இசைக்கப் பயன்படும் வில்; a knot of ribbon, நாடாவினால் போடப்படும் முடிச்சு. **bow***(v.i)*: to bend or curve, வளைவாக்கு (அ) வளையமாக்கு. **bow***(v.t)*: to play on a musical instrument with a bow, ஓர் இசைக்கருவியில் வில் கொண்டு இசை. **bow***(n)*: the front part of a ship, ஒரு கப்பலின் முன் பாகம். **bow-man**/'bəumən/'ப:உமன் / one who uses a bow, படகில் துடுப்பு போடுபவன், வில் பயன்படுத்துபவன்; one who rows the foremost oar in a boat, படகின் குவியும் முன் பக்கத்திற்கருகிலுள்ள படகோட்டி. **bow-shot**/'bəuʃɔt/*(n)*:ப:உஷாட் / the distance that an arrow can be shot, அம்பு பாயும் தூரம். **bow-string**: the string for bending a bow, வில் வளைக்கப் பயன்படும் நாண். **bow-sprit**/'bəusprit/*(n)*: ப:உஸ்ப்ரிட் / a spear sticking forward from the bow of a ship, கப்பலில் கயிறுகளைக் கட்டப் பயன்படும் முன்புற மரச்சட்டம், பாய்மரக் கம்பம்.

bow-el/'bauəl/*(n)*:ப:உஅல் (பவஅல்) / [usually **bowels**]: the intestine, குடல்; a part of the intestine, குடலின் ஒரு பகுதி. **bowels**: the inward or interior parts, உட்பகுதி, பூமியின் உட்பாகம். • *Volcano erupts from the* **bowels** *of the earth.* feelings of pity, இரக்க உணர்வுகள்.

bow-er/'bauə*/*(n)*:ப:உஅ* / a leafy shelter or recess, cottage, கொடிப்பந்தல் வீடு, a private apartment, உள் அறை, அந்தப்புரம்.

bowl/bəul/*(n)*:ப:ஒஉல் / a rather deep, round dish (for holding liquids), கிண்ணம், போகணி; **bowlful**: the contents of a bowl, கிண்ணத்தில் உள்ள பொருள். **bowl** *(v.t)*: to roll or trundle, a ball, hoop, etc., பந்தை உருட்டி வீசு; to knock or strike as by the ball in bowling, to force a batsman to leave the field by hitting the wicket with a ball, கிரிக்கெட் ஆட்டத்தில் மட்டை பிடிப்பவருக்குப் பந்தெறி, விக்கெட் மேல் பந்து எறிந்து, பந்து அடிப்பவரை வெளியேறும்படி செய். **bowl-er**/bəulə*/*(n)*:'ப:ஒஉலஅ* / one who bowls, கிரிக்கெட் ஆட்டத்தில், பந்து அடிப்பவருக்குப் பந்து எறிபவர். **bowling**/bəuliŋ/*(n)*:'ப:ஒஉலிங் /

B

sliding the ball from one's hand towards the batsman, பந்து அடிப்பவரை நோக்கி பந்து வீசுதல்.

bow-legged/'bəulegd/*(adj)*:'ப:ஒஉ,லெக்:ட்: / having the legs curving outwards at the knee, முழங்கால் வெளிப்பக்கம் வளைந்திருக்கும் கால்கள் உடைய.

box/bɔks/*(n)*:பா:ஒக்ஸ் / a container, case, or receptacle, பெட்டி. • *He packed all the vessels in a wooden* **box**. (a wooden box, a shoe box) the quantity contained in a box, பெட்டியில் உள்ள கொள்பொருள்; a small enclosed space with seats in a theatre, நாடகம், சினிமா போன்ற கொட்டகைகளில் உள்ள தனியிடம். **box** *(v.t)*: to put in a box or boxes, பெட்டியில் வை, பெட்டிகளில் வை. • *He* **boxed** *all the books.* to change course completely, நிலைமையை முற்றிலும் மாற்று, பாதையை விட்டு முழுவதும் வேறு பாதைக்குச் செல்; to block so as to keep from passing, வழியைத் தடுத்து நிறுத்து. **box**(*n*): a blow with the hand or fist, கையினால் அடித்தல் (அ) குத்துதல். **box**(*v.t*): to strike with the hand or fist, குத்து (அ) அடி, குத்துச் சண்டையிடு. • *He gave a* **box** *on her ear.* to fight against someone in a boxing match (to fight with the fists). குத்துச் சண்டைப் போட்டியில் கலந்து கொள். • *He has* **boxed** *with many veterans in the field.* **boxer**(*n*): a pugilist, குத்துச் சண்டை வீரர். **boxing**(*n*): the sport of fighting with the fists, குத்துச் சண்டைப் போட்டி. **box**(*n*): a small tree with dark stiff leaves, கரும்பச்சை இலையுள்ள சிறுமரம்; an evergreen shrub, பச்சை செடிப்புதர். **boxful**(*n*): a box full of something. **box number**(*n*): a number given in newspaper advertisements to which the replies may be sent, விளம்பரக் குறியீட்டு எண்.

box-of-fice/'bɔks,ɔfis/*(n)*:பா:ஒக்ஸாஃபிஸ் / the office of a theatre, stadium, or the like at which tickets are sold, நாடகம், சினிமா, விளையாட்டு அரங்கு போன்ற இடங்களில் அமைந்திருக்கும் டிக்கட் கொடுக்குமிடம்.

boy/bɔi/*(n)*:பா:ஒ:ய் / a male child from birth to full growth especially one less than 18 years of age, பையன்; male servant, பணியாள்; a lad, வாலிபன். **boyhood**(*n*). **boyish**/'bɔiiʃ/*(adj)*:பா:ஒ:யிஷ் / boy-like, பையனைப்போலுள்ள; puerille, trivial, சிறுபிள்ளைத்தனமான. **boyishness**(*n*)/ the natural actions of a boy, ஒரு பையனின் இயல்புகள்.

boy-cott/'bɔikɔt/*(v.t)*:பா:ஒய்க்காட் / to refuse to deal with one or to do business with one, to refuse to attend, or take part in a function, ஒருவருடன் தொடர்பு கொள்ள மறுத்து விடு, வியாபாரம் செய்ய மறுப்புத் தெரிவி, ஒரு நிகழ்ச்சியில் பங்கு கொள்ள இணங்காதே, பொதுவாக, ஒருவரை, ஒரு நிறுவனத்தை ஒதுக்கி வை, கூட்டாக மறுப்புத் தெரிவி. **boy-friend**/bɔifrend/*(n)*:பா:ஒய்ஃப்ரெண்ட் / a male companion with whom a person has romantic relationship, தோழன்.

bra/bra:/*(n)*:ப்:ரா / brassiere (bra for short), a woman's close fitting inner garment worn to support the breasts, பெண்களின் மார்புக் கச்சை.

brabble/brəbl/*(v)*:ப்:ரஒப:ல் / to talk in a noisy or quarrelsome manner, சத்தமாய், சண்டையிடும் தொனியில் பேசு.

brace/breis/*(n)*:ப்:ரெய்ஸ் / something that holds parts together for stiffening or fastening, பிணைப்பு, இணைப்பு; a round or flat metal wire placed against the surfaces of the teeth for straightening (usually for children), பல் வரிசையை ஒழுங்குபடுத்தப் பயன்படும் வளைவான (அ) தட்டையான கம்பி; a clamp, இடுக்கி; either of a pair of signs { }, அடைப்புக் குறியில் ஒன்று. **braces**: two of a kind, pair, couple, இணை, ஜோடி, இரட்டை, ஒரு வகையில் இரண்டு. *(e.g)* A **brace** of grouse. • *A* **brace** *of pheasants.* **brace**(*v.t*): to strengthen with a brace, பிணைப்பு கொண்டு பலப்படுத்து. • *One must* **brace** *oneself when the ship rolls.* to fix firmly, உறுதியாக நிறுத்து; to be ready to face something unpleasant or difficult, எதையும் எதிர்கொள்வதற்குத் தயாராக இரு. • *I always* **brace** *myself for some bad news.*

brace-let/'breislit/*(n)*ப்:ரெய்ஸ்லிட் / an ornamental band or circlet for the wrist or arm, காப்பு, வளையல், கங்கணம்.

brachial/'breikjəl/*(adj)*:'பி:ரெய்க்யஒல் / relating to the arm or an-arm like structure, கை போன்ற அமைப்பு (அ) கை தொடர்பான.

brack-et/'brækit/*(n)*:ப்:ரஆக்கிட் / a structure of metal, wood or plastic used as support, மரம், உலோகம் (அ) பிளாஸ்டிக் முதலிய வற்றால் செய்யப்பட்ட தாங்கி; group, பிரிவு, தொகுதி. • *He always moves in a different social* **bracket**. • *The government has announced some concessions to low-income* **bracket**. a projecting support fastened to a wall, சுவரில் பொருத்தப்பட்ட

தாங்கி; one of two hooks, இரு கொக்கிகளில் ஒன்று. [ ] (or) ( ) to enclose explanatory words, விவரம் கொடுக்கும் வார்த்தைகளை அடைக்கப் பயன்படும் மேற்கண்ட அடைப்புகள். **bracket**(*v.t*): to furnish with or support by a bracket or brackets, அடைப்புகள் (அ) தாங்கிகளைப் பொருத்து (அ) ஏற்படுத்து; to place within brackets, அடைப்புகளில் வை (அ) பொருத்து; to associate together, சேர்த்துக் கூட்டாக அமை.

brack-ish/'brækiʃ/(*adj*):ப்:ரஊக்கிஷ் / slightly salty, சற்று உப்பான; not pure, சுத்தம் இல்லாத.

brag/bræg/(*v.t*):ப்:ரஊக்: / **bragged, bragging**: to boast of, தற்பெருமை கொள். • *She* **bragged** *that her husband was a rich man.* **brag**(*v.i*): to use boastful language, வீண் வார்த்தைகள், தன்புகழ் பற்றிப் பேசு. **brag**(*n*): a boast or vaunt, வீண் தற்பெருமை; a boaster, தற்பெருமை கொண்டவர். • *I have nothing to* **brag** *about.* **brag-gart**/'brægət/(*n*):ப்ரஊக:ஒட் (க:ாட்) / one given to bragging, தற்பெருமை பேசுபவர். **braggart**(*adj*): bragging, boastful, தற்பெருமை பேசிக்கொண்டுள்ள, தற்புகழ்ச்சி கொண்டுள்ள. **bragger**(*n*): one who boasts, தற்பெருமைக்காரர்.

brag-ga-do-cio/ˌbrægə'dəutʃiəu/(*n*): ˌப:ரஊக:ə'ட:əஉட்ஷிəஉ / boastful or arrogant behaviour, தற்பெருமை, திமிர், கர்வம்.

Brah-man/'bra:mən/(*n, sing*): ப்:ராமəன் (-மின்) / **brahmans** (*n, pl*), [also **Brahmin**]: a member of the highest rank in the Hindu caste system, இந்து மதத்தில் உயர் வகுப்பினர்.

braid/breid/(*v.t*):ப்:ரெய்ட்: / to weave together strips or strands of, பல நீள் பிரிவுகளை இணைத்துப் பின்னல் ஏற்படுத்து, பின்னல் செய்; to bind or twist together several lengths of hair, thread, etc., to form a plait, தலைமுடி, நூல் போன்றவற்றைச் சேர்த்து, முறுக்கி பின்னல் உண்டாக்கு. **braid**(*n*): plait, பின்னல்.

Braille/breil/(*n*):ப்:ரெய்ல் / a system of writing or printing for the blind with raised round marks which can be read by touching, பார்வையற்றவர்கள், தடவி, உணர்ந்து படிப்பதற்குச் சற்று மேடான, அச்சு எழுத்து முறை.

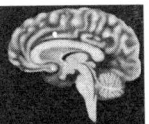

brain/brein/(*n*):ப்:ரெய்ன் / the part of the central nervous system, in the upper part of the head, which controls thought, feeling and physical activity, மூளை; (also **brains**), the seat or power of mind-intelligence, அறிவாற்றல். **brain**(*v.t*): hit someone on the skull in order to attack the brain. மண்டையோட்டைத் தகர்த்து மூளையைத் தாக்கு; to dash out the brains of, மூளையைச் சிதறச் செய்.

brain-child/breintʃaild/(*n*):'ப்:ரெய்ன்' ச்சய்ல்ட்: / a creative idea or invention especially if successful, வெற்றிப் படைப் பான புதிய கருத்து அல்லது கண்டுபிடிப்பு.

brain drain: (ப்:ரெய்ன்'ட்:ரெய்ன்) / the loss of trained professional personnel moving to a foreign country especially to advanced countries, ஒரு நாட்டின் தொழில் நுட்ப வல்லுநர்கள், தன்னலம் கருதி வெளிநாடு சென்று தங்கிவிடுதல்.

brain-less/'breinlis/(*adj*):'ப்:ரெய்ன்லிஸ் / mentally weak, புத்திமந்தமாக உள்ள.

brain-storm/'breinstɔ:m/(*n*): 'ப்:ரெய்ன்'ஸ்ட்டோ:ம் / sudden inspiration, திடீரென உதயமாகும் சிறந்த கருத்துக்கள்; sudden disorder of the mind lasting only for a short time, திடீரென மூளை மந்தமாகி, மீண்டும் தன்நிலைக்குத் திரும்புதல். **brain-storming**(*n*): a way of solving problems by putting heads together [to discuss, to discover, etc.] to find solutions by group thinking, நிபுணர்கள் ஒன்று கூடி, சிந்தித்து, விவாதம் செய்து, பிரச்சினைகளுக்குத் தீர்வு காணல்.

brain-teaser/breinti:zə*/(*n*):ப:ரெய்ன்டீஸ:ə* / a challenging puzzle, சவாலான புதிர்.

brains trust/'breintrʌst(*n*):('ப்:ரெய்ன்'ட்ரஸ்ட்) / [also **brain trust**]: a group of people with special knowledge and experience, who answer questions, help to solve problems, etc., பல பிரச்சினைகளுக்கு முடிவு காண ஆலோசனை வழங்கும் சிறந்த அறிஞர்கள், வல்லுநர்கள் முதலியவர்கள் அடங்கிய குழு.

brain-wash/'breinwɔʃ/(*v.t*): 'ப்:ரெய்ன்'உாஷ் (-வாஷ்) / to cause to change someone's beliefs, ideas, etc., by persuasion often forcibly, தன் கருத்துக்களையும், நம்பிக்கையையும் பிறர் மேல் திணித்து, அறிவுறுத்தி, தன் வழியைப் பின்பற்றும்படி செய். Brain-washing is followed mostly in making a person to change his religious principles.

brain-work/breinwɔ:k/(*n*):/'ப்:ரெய்ன்:உə:க் work consisting mainly of mental activity, மனதால் (மூளையால்) செய்யப்படும் வேலை.

brainy/'breini/(*adj*):ப்:ரெய்னி / intelligent, அறிவுக்கூர்மையுள்ள; clever, புத்தியுள்ள. • *Our school children are all very* **brainy**.

B

braise/breiz/*(v.t)*:ப்:ரெய்ஸ்: / **braised, braising**: to stew meat in a covered pan or pot, மூடியுள்ள பாத்திரத்தில் இறைச்சியை வேக வை.

brake/breik/*(n)*:ப்:ரெய்க் / a device for slowing or stopping a vehicle or other moving mechanism, வேகத்தடை, மெதுவாக ஓடும்படி செய்யவும் (அ) ஓடும் வண்டி (அ) எந்திரத்தை நிறுத்தவும் பயன் படும் ஓர் அமைப்பு; any restraining influence or curb, தடுத்து நிறுத்த உதவும் எந்த அனுபவமும் (அ) மனோபக்குவமும். **brake**(*v.t*): to slow or stop (a vehicle or other moving mechanism) by means of a brake, தடுப்பு அமைப்பை (அ) வேகத் தடையைப் பயன்படுத்தி வேகத்தைக் குறை (அ) நிறுத்து. **brake**(*v.i*): to use or run a brake, வேகத்தடையைப் பயன்படுத்து. **brake**(*n*): a place overgrown with bushes, முட்புதர், ஒருவகை முட்செடி.

bramble/'bræmbl/*(n)*:ப்:ரஆம்ப்:ல் / a wild prickly shrub, ஒருவகை முட்புதர்.

bran/bræn/*(n)*:ப்:ரஆன் / husk separated from the grain after grinding, தவிடு, உமி.

branch/bra:ntʃ/*(n)*:ப்:ராஞ்ச் / division or sub-division of the stem or axis of a tree, shrub or other plant, கிளை; a bough, புதர் மரக்கிளை; a department of business, ஒரு நிறுவனத்தின் பிரிவு, கிளை அலுவலகம். • *The State Bank has* **branches** *all over the country.* a line of family descent, ஒரு குடும்பத்தின் மரபு வழி; section, part, பாகம், பிரிவு; sub-division, ஒரு பகுதியின் பிரிவு. • *Please contact the* **branch** *office.* **branch**(*v.t*): to divide as into branches, கிளைகளாகப் பிரிந்து செல், கிளைகள் உண்டாக்கு; to spread in branches, கிளை களாகப் பரந்து விரிந்து பரவி நில்; to diverge, விரிந்து இரு. • *Monkeys swing from one* **branch** *to the other.* • *Go right and turn where the road* **branches** *to the station.* • *The grand trunk road* **branches** *off to the right.*

brand/brænd/*(n)*:ப்:ரஆன்ட்: / grade, mark or kind as indicated by a stamp, தயாரிப்பு, தன்மை; trade mark or the like, வியாபாரச் சின்னம், தயாரிப்பு, தன்னம்பிக்கை முதலியவற்றைத் தெளிவுபடுத்தும் சின்னம். • *Get me the best* **brand** *of coffee.* **brand-name**: trade mark, வியாபாரச் சின்னம்; a mark made by burning or hot iron to indicate ownership, கால்நடைகளின் மேல் உரிமையைத் தெரிவிக்கப் போடப்படும் சூடு. • *The sheep have a* **brand** *on them.* any mark of infamy, இழிவுச் சின்னம், ஒருவருக்கு ஏற்படும் அவப் பெயர்; a piece of burnt or burning wood, எரிந்த (அ) எரிந்துகொண்டிருக்கும் மரக்கட்டை; sword, கத்தி. **brand**(*v.i*): to mark with a brand, அடையாளம் கொடு, செய்; stigmatize, பழி, தூற்று; to give a lasting bad name to, கெட்ட பெயர் கொடுக்க முற்படு. • *He has his own way of* **branding** *everyone as criminals.*

bran-dish/'brændiʃ/*(v.t)*:ப்:ரஆன்டிஷ் / to shake or wave as a weapon, ஆயுதம் வைத்திருப்பது போல் கையை மேலும் கீழும் மிரட்டும்படி சுழற்று, ஆயுதம் கொண்டு மிரட்டு. • *She* **brandished** *her kerchief at me and asked me to follow her.*

brand-name/brændneim/*(n)*: ப்:ரஆன்ட்:னெய்ம் / trade name, வர்த்தகப் பெயர்.

brand-new/ˌbrænd'nju:/*(adj)*ப்:ரஆன்ட்:நியூ (ந்யூ) / totally new, not at all used and entirely new, புத்தம் புதியதாக உள்ள.

bran-dy/'brændi/*(n, sing)*:'ப்:ரஆன்டி: / **brandies**(*n, pl*): a strong alcoholic drink made from wine, திராட்சை போன்ற பழங்களிலிருந்து தயாரிக்கப்படும் உயர் வகை மதுபானம், பிராந்தி.

brash/bræʃ/*(adj)*ப்:ரஆஷ் / hasty, rash, அவசரத் தன்மையுள்ள, முரட்டுத்தனமாக உள்ள.

brass/bra:s/*(n)*:ப்:ராஸ் / any of various metal alloys consisting mainly of copper and zinc, a very hard bright yellow metal alloy, பித்தளை, தாமிரம், துத்தநாகம் கலந்த கலவை; the set of musical instruments in an orchestra, இசைக்குழுவில் பயன்படும் இசைக்கருவிகள்; (informal) unashamed and self-confident, வெட்கமின்மையும், தன்னம்பிக்கையும்; high-ranking officers in army, இராணுவத்தில் உயர்தர அதிகாரிகள். **brass**(*adj*): made of brass, பித்தளையால் செய்யப்பட்ட. **get down to brass tacks**: come to the grips of the business, உண்மையான, அடிப்படை விவரங்களை ஆலோசனைக்கு எடுத்துக்கொள்.

bras-sard/'bræsa:d/*(n)*:ˌப்:ரஆ'ஸாட்: / a badge worn on arm; band worn on sleeve, esp. with uniform, தோள் பட்டையைச் சுற்றி அணியும் பட்டை.

brass-hat/'bra:s'hæt/*(n)*:'ப்:ராஸ்'ஹஆட் / a high ranking military officer, உயர் ராணுவ அதிகாரி.

bras-siere/'bræsiə*/*(n)*:'ப்:ரஆ'ஸியə* / a woman's close fitting inner garment worn to support the breasts, பெண்களின் மார்புக் கச்சை.

brass-y/'bra:si/*(adj)*:ப்:ராஸி / of brass, covered with brass, பித்தளையால் செய்யப் பட்ட பித்தளைப் பூச்சு செய்யப்பட்ட.

brat/bræt/*(n)*:'ப்:ரஈட் / a child, especially, a spoilt, impolite child, ஒரு குழந்தை, குறிப்பாக நற்குணங்கள் இல்லாது வளரும் குழந்தை.

bra-va-do/brə'vaːdəu/*(n)*:'ப்:ரəவாடəஉ / a pretentious display of courage, தன் துணிச்சல் தன்மையைப் பகட்டாக வெளிப் படுத்தும் வீரச்செயல்.

brave/breiv/*(adj)*:ப்:ரெய்வ் / courageous, fearless and ready to face danger, துணிச்சலுள்ள; fine, சிறந்த. • *We face a* **brave** *new world every day.* **brave***(v.t)*: to face courageously, துணிச்சலுடன் சமாளி; encounter with courage, துணிச்சலுடன் எதிர்த்து நில். • *She* **braved** *her parents' displeasure and married him.* **bravely** *(adv)*, **bravery***(n)*. courage, மனத்துணிவு, **braveness***(n)*, துணிவு மிக்க.

bra-vo/ˌbraː'vəu/*(n, intj)*:'ப்:ரா'வəஉ / a sort of approval, "Well done", 'good', ஆஹா! நல்லது.

bra-vu-ra/brə'vuərə/*(n)*:ப்:ரə'வ்யுəரə (-வுə-) / a brilliant performance, நல்ல திறமையான அரங்கக் காட்சி, இசைக்கச்சேரி; a daring act, ஒரு துணிகரச் செயல்.

brawl/brɔːl/*(n)*:ப்:ரOல் / a noisy quarrel,a fight in public street, a clamour, ஒரு கூச்சல், தெருச்சண்டை, கூப்பாடு, இரைச்சல். **brawl***(v.i)*: to quarrel angrily, கோபமாகச் சண்டையிடு.

brawn/brɔːn/*(n)*:ப்:ரOːன் / a well developed muscle, நல்ல வலுவூட்டப்பட்ட தசைநார்; a boar or swine's flesh especially when boiled and pickled, பதனிட்டுப் பாதுகாக்கப் பட்ட பன்றி மாமிசம். **brawn-y**/'brɔːni/ *(adj)*:ப்:ரOːனி / muscular, நல்ல வலுவான தசையுள்ள.

bray/brei/*(n)*:ப்:ரெய் / a harsh, loud cry of or as of a donkey, கரகரத்த பெரிய குரலில் கழுதை போல் பேரொலி எழுப்பு. • *She always* **brays** *whenever she laughs.* **bray***(v.t)*: to grind small, மாவு ஆகும்படி அரை. **bray***(v.i)*: to make a loud and harsh cry as of a donkey, கழுதை போல் கத்து.

braze/breiz/*(v.t)*:ப்:ரெய்ஸ்: / to solder metals with a hard alloy, பித்தளைப் பொடி வைத்து இணை; to make ornament with brass, பித்தளையினால் ஆபரணங்கள் செய். **brazing***(n)*.

bra-zen/'breizn/*(adj)*:'ப்:ரெய்ஸ்:ன் / made of brass, பித்தளையினால் செய்யப்பட்ட; shameless or impudent, கூச்சமில்லாத, வெட்கம் கெட்ட; immodest, பணிவு இல்லாத; a brazen lie, அப்பட்டமான பொய்த் தன்மை உள்ள. **brazen-faced***(adj)*: very shameless, சற்றும் வெட்கமில்லாத. **brazen out**: to face boldly, துணிச்சலுடன் சமாளி.

bra-zier/'breizjə*/*(n)*:'ப்:ரெய்ஸி:யə* / a person who makes brass articles, பித்தளைப் பாத்திரங்கள் செய்பவர். **brazier***(n)*: a portable iron container to hold burning coals, நிலக்கரித்தணல் வைத்து, எடுத்துச் செல்ல உதவும் நகர்த்தக் கூடிய தட்டு, அடுப்பு.

breach/briːtʃ/*(n)*:ப்:ரீச் / the act or result of breaking, பிளத்தல்; a break or opening especially in a wall, உடைத்தல், குறிப்பாக சுவரை உடைத்து விடுதல்; a hole or gap, துளை (அ) இடைவெளி; non-fulfilment of a contract, promise, etc., ஓர் ஒப்பந்தம் (அ) உறுதியை முறித்தல். • *He was prosecuted for* **breach** *of trust.* **breach** *(v.t)*: to make a breach or opening or gap in something, பிளவு ஏற்படுத்து, வழி ஏற்படுத்து, உடைப்பு உண்டாக்கு; to break (a promise, an agreement, etc.,) ஒரு வாக்கு (அ) ஒப்பந்தத்தை மீறு. • *It is not fair to* **breach** *one's contract.* **breach of promise***(n)*, the breaking of a promise, நம்பிக்கையை அழித்தல்; **breach of the peace***(n)*, the crime of causing a public disturbance, eg. fighting in the street, பொதுமக்களுக்குத் துன்பம் விளைவித்தல்.

bread/bred/*(n)*:ப்:ரெட்: / a common food made of baked meal or flour, means of living, ரொட்டி, பொதுவான உணவு. **bread and butter**: livelihood, பிழைப்பு; earning money for one's living, வாழ்க்கை நடத்துவதற்குப் பணம் ஈட்டுதல். • *I write for my* **bread and butter**. **bread-fruit**/ 'bredfruːt/*(n)*:'ப்:ரெட்:ஃப்ரூட் / a large round starchy fruit, the fruit of a tree which is baked and used as bread, கொட்டைப் பலா. **bread-line***(n)*: a group of persons, waiting for free distribution of food, இலவச உணவுக்காகக் காத்திருக்கும் ஏழைகளின் கும்பல்; very poor condition, மிக ஏழ்மை. **bread-winner***(n)*: a person who supports his family with the money he earns, தனது வருமானத்திலிருந்து தன் குடும்பத்தைப் பராமரிப்பவர்.

breadth/bretθ/*(n)*:ப்:ரெத் / width, அகலம்; distance from side to side, ஒரு பக்கத்தினின்று, மறுபக்கத்திற்கு உள்ள தூரம்; freedom from narrowness of mind, விசாலமான மனப்பான்மை; liberality, பரந்த மனப்பான்மை. **breadth-ways**/ 'bredθweiz/*(adv)*:'ப்:ரெத்உஎய்ஸ்: (-வெய்-) /

in the direction of breadth, குறுக்காக, அகலவாட்டத்தில்.

break/breik/(*v.i*):ப்:ரெய்க் / **broke, broken, breaking**: to separate into parts, to split into smaller units, பாகங்களாகப் பிரித் தெடு, சிறு பகுதிகளாகப் பிள; to make an opening in the surface of, மேற்பரப்பில், விரிசல் ஏற்படுத்து; to interrupt, தடைப் படுத்து. • *The wire* **broke** *when I was climbing up.* **break**(*v.t*): to fail to fulfil an agreement, ஓர் ஒப்பந்தத்தை நிறை வேற்றத் தவறு; to do better than, முந்தையதை விடச் சிறப்பாகச் செய். • *The runner* **broke** *the world record in running race.* to come suddenly into being, திடீரென உயிர் பெறு. • *She* **broke** *the news of her love with someone to her parents.* to tame (a horse etc.,) பழக்கு, குதிரை முதலானவற்றைப் பழக்கு. **break**(*n*): an act of breaking, a fracture, a gap, உடைத்தலைச் செய்தல், ஒரு முறிவு, ஒரு விரிசல். • The **break** within the coalition parties has created an incertainty in the continuance of the government, a pause for rest between activities, இடைவேளை; interruption, தடங்கல்; a chance, ஒரு சந்தர்ப்பம்; good-luck, நல்வாய்ப்பு. • *There is a welcome* **break** *in the weather,* a scoring sequence at billiards, பில்லியர்ட்ஸ் விளையாட்டில் குறியீட்டுத் தொகுப்பு வரிசை. **break-age**/ 'breikidʒ/(*n*):'ப்:ரெய்க்கிஜ் / the act or state of breaking, உடைத்தல்; damage done by breaking, உடைத்தலால் ஏற்படும் நஷ்டம். • *A great deal of* **breakage** *takes place when goods are transported.*

break-down/'breikdaun/(*n*):'ப்:ரெய்க்'ட:உன் (-டௌன்) / a sudden unexpected failure in operation, or the ability to function, வேலை நிறுத்தம், செயல் வேகம் தடைப்படுதல்; an analysis and division into parts, categories, etc. (or) classification, வேலைத் திட்டம் வகுக்கப் படுதல், வகைகள், பிரிவுகள் மற்றும் பகுதிகள் முதலியவற்றைத் தனித்தனியாகத் திட்டமிடுதல், கணக்கிடுதல்.

break-er/'breikə*/(*n*):'ப்:ரெய்க்கə* / one who or that which breaks, எது உடைகிறதோ அது, உடைப்பவர். • *Law* **breakers** *become law-makers.* a large wave that breaks or dashes into foam, கரையில் மோதி, நுரையுடன் சிதறும் அலை; a small water cask, சிறிய தண்ணீர் பீப்பாய்.

breakfast/'brekfəst/(*n*):'ப்:ரெக்ஃபəஸ்ட் / the first meal of the day, காலை உணவு, ஒரு நாளின் முதல் உணவு. • *We had our* **breakfast** *at 7 a.m.* **breakfast**(*v.i*): to eat breakfast, காலை உணவு எடுத்துக் கொள்.

break-neck/'breiknek/(*adj*):'ப்:ரெய்க்,னெக் / dangerous usually due to very high speed, அபாயகரமான வேகத்தில் உள்ள; very fast and also dangerous, வேகமும் அபாயமும் நிறைந்துள்ள.

break-through/'breikθru:/(*n*):'ப்:ரெய்க் 'த்ரூ / an act of removing the obstruction, தடை நீக்கம் செய்தல்; making of an important discovery, ஒரு முக்கிய கண்டுபிடிப்பு செய்தல்; an advance made in technology, தொழில் நுட்பத்தில் புதிய கண்டுபிடிப்பு. The advent of satellites is a **break-through** in the development of communications world-wide.

break-up/'breikʌp/(*n*):'ப்:ரெய்க்'கப் / separation, பிரிதல்; disintegration, சிதறல்; dividing into smaller parts, சரிபார்ப்பதற்குப் பிரித்து வைத்தல், தொழில் நுட்பத்தில் ஒரு முக்கிய முன்னேற்றம். **breakup figures**: மொத்தத் தொகை எவ்வாறு ஏற்பட்டது என்பதற்கான புள்ளி விவரங்கள்.

break-wa-ter/'breik,wɔ:tə*/(*n*):'ப்:ரெய்க், உɔட்டə* / a thick wall which breaks the force of waves as before a harbour, கடல் அலைகள் மோதும் வேகத்தைத் தடுக்கத் துறைமுகப் பகுதியில் கட்டப்பட்டிருக்கும் சுவர்.

breast/brest/(*n*)/ப்:ரெஸ்ட் / the front part of the body from the neck to abdomen, கழுத்துக்கும், வயிற்றுக்கும் இடையிலுள்ள பாகம்; chest, மார்பகம்; that part of the garment covering the chest, மார்பக அணி. • *Have you seen the black bird with an orange* **breast**? the bosom, the centre of thought and feeling, மார்பகம், எண்ணங்களுக்கும், உணர்ச்சிகளுக்கும் பிறப்பிடம். **breast**(*v.t*): to meet or oppose with breast, நெஞ்சை உயர்த்திக்கொண்டு எதிர்த்து நில்; to meet boldly, துணிச்சலுடன் எதிர்த்து நில். • *The winner of the one mile race* **breasted** *the tape.* **to make a clean breast of**: to make a clean confession of, குற்றத்தை ஏற்றுக்கொண்டு முழுமையாக ஒப்புக்கொள். • *He* **made a clean breast of** *all his crimes.*

breast-pin/'brestpin/(*n*): a brooch, அழகிய உடை ஊசி.

breast-plate/'brestpleit/(*n*): 'ப்:ரெஸ்(ட்)'ப்லெய்ட் / a piece of armour worn to protect the breast, மார்புக் கவசம்.

breast-work/'brestwɜ:k/(*n*):'ப்:ரெஸ்ட்'உə:க் / an earthwall raised for defence as high as a man's chest, பாதுகாப்புக்கு எழுப்பப்படும் மார்பளவு மண் சுவர்.

breath/breθ/*(n)*:ப்:ரெத் / the air inhaled and exhaled in respiration, மூச்சு; life, உயிர்; whisper, முணுமுணுப்பு. **breathe**/bri:ð/ *(v.i)*:ப்:ரீத்: / **breathed, breathing**: to take air, oxygen, etc. into the lungs and send it out again, மூச்சு இழுத்து விடு; to say softly, மெதுவாகப் பேசு; to inhale and exhale in respiration, உள்ளும் வெளியும் மூச்சு இழுத்துவிடு, மூச்சுவிடு. **breathable***(adj)*

breath-er/'bri:ðə*/*(n)*:'ப்:ரீத:ə* / a pause as for breath, சிறிது இளைப்பாறுதல்; a short spell of breathing exercise, மூச்சு இழுத்துவிடும் உடற்பயிற்சி.

breathing-space/'bri:ðiŋspeis/*(n)*: 'ப்:ரீதி:ங்ஸ்பெய்ஸ் / time to recover, an opportunity to pause, relax, or decide what to do next, சரிசெய்து கொள்ளக்கூடிய வாய்ப்புள்ள தருணம், அடுத்து செய்ய விரும்புவதை முடிவுசெய்யும் நேரம்.

breath-less/'breθlis/*(adj)*:'ப்:ரெத்லிஸ் / deprived of breath, மூச்சு இல்லாத; dead, lifeless, உயிரற்ற. • *By the time, I got to the top of the mountains, I was completely* **breathless**. **breathlessly** *(adv)*, **breathlessness***(n)*.

breath-taking/'breθ'teikiŋ/*(adj)*: 'ப்:ரெத்'டெய்கிங் / astonishing, exciting, thrilling, making one out of breath, ஆச்சரியமூட்டக்கூடிய, மனக்கிளர்ச்சியூட்டக்கூடிய, மூர்ச்சையாக்கும் படியான.

breech/bri:tʃ/*(n)*:ப்:ரீச் / the lower part of the back (body), உடலின் உட்காருமிடம், அடிப்பகுதி; the back part of a gun, துப்பாக்கியில் தோட்டா வைக்குமிடம். **breeches***(n, pl)*: a garment for the legs, அரைக்கால் சட்டை.

breed/bri:d/*(v.t)*:ப்:ரீட்: / **bred, breeding**: to produce (offspring), குழந்தை பெறு, இனவிருத்தி செய். • *Some animals* **breed** *even when they are kept in cages.* to cause to develop or produce, அபிவிருத்திக்குக் காரணமாயிரு, உற்பத்தி செய். **breed***(v.i)*: to be pregnant, கர்ப்பமாயிரு. • *People are advised not to* **breed** *like rabbits.* **breed***(n)*: a kind or class of animal or plant usually developed and maintained by human effort, மனித முயற்சியால் பிராணி (அ) தாவர வகைகளை உற்பத்தி செய்து, பேணுதல். • *She hails from a fine* **breed** *of people.* • *Educated people are a separate kind of* **breed**. **breed-er**/ 'bri:də*/*(n)*:'ப்:ரீட:ə* / a person who breeds animals or plants, பிராணிகளையும், தாவரங்களையும் உருவாக்கி, பேணி வளர்ப்பவர். **breed-ing**/bri:diŋ/*(n)*: ப்:ரீட்டிங் / the process of developing or propagating (animals, plants, etc.), தாவரங்களையும், பிராணிகளையும் உருவாக்கிப் பேணிக் காத்தல்; development of breeds of live-stock, கால்நடைகள், மற்றும் பிராணிகள் முதலியவற்றைப் புதிய முறையில் உண்டாக்கி வளர்த்தல்; training for developing good manners and social behaviour, நல்ல பழக்க வழக்கங்களையும், நடத்தையையும் பயிற்சி மூலம் வளர்த்தல், உண்டாக்குதல், நல்வளர்ப்பு.

breeder reactors/'bri:də* ri'æktə*z/*(n)*: 'ப்:ரீட:ə* ரி'ஆக்ட:ə*ஸ்: / a nuclear reactor that yields more radioactive fuel than it uses, அதிக அளவில் கதிரியக்க தன்மை கொண்ட எரிபொருளை தரக்கூடிய அணு உலை.

breeze/bri:z/*(n)*:ப்:ரீஸ்: / a light, gentle wind, இதமான காற்று; that which is easily done, சுலபமாக முடியும் வேலை. • *We went to the beach for enjoying sea* **breeze**. • *Working 24 hours a day is a* **breeze** *for me.* a disturbance or quarrel, சச்சரவு, சிறு சலசலப்பு. **breeze***(v.i)*: to blow a breeze, காற்று வீசும்படி செய்; to move easily, சுலபமாக நகர்ந்து செல்; to do confidently, நம்பிக்கையுடன் செயலாற்று. **breeze***(v.t)*: to win effortlessly, சற்றும் முயற்சி இல்லாமல் வெற்றி பெறு. • *She* **breezed** *through the difficult situation.* • *The jeep* **breezed** *along the highway.* **breez-y**/'bri:zi/ *(adj)*:'ப்:ரீஸி: / having fairly good wind, நல்ல இதமான காற்று வீசக்கூடிய; fine, cheerful, quick and light hearted in manner, உள்ளத்தில் உற்சாகத்துடன் உள்ள. **breezily***(adv)*, **breeziness***(n)*.

bren gun/brengʌn/*(n)*:'ப்:ரென்'க:ன் ('ப்:ரி-) / a light machine gun, ஓர் இலேசான இயந்திரத் துப்பாக்கி.

breth-ren/'breðrən/*(n)*:'ப்:ரəத்:ரən (-ரின்) / fellow members, தோழர்கள், உடன்பிறவா நண்பர்கள்.

brev-it-y/'brevəti/*(n)*:'ப்:ரெவிட்டி / shortness of time, குறுகிய காலம்; conciseness, சுருக்கம்; expression in few words, ஒரு சில வார்த்தைகளில் விளங்க வைத்தல். • **Brevity** *is the soul of wit.* short span, குறுகிய வாழ்நாள். • *He is famous for the* **brevity** *of his speeches.*

brew/bru:/*(v.t)*:ப்:ரூ / to make (beer, ale, etc.), to mix (tea or coffee) and prepare the drink; be in preparation, பானம் தயாரி, தயாராக இரு. • *Don't pour the coffee as it is still* **brewing**. **brew***(n)*: the amount of liquid brewed, காய்ச்சப்பட்ட திரவத்தின்

அளவு; its quality, அதன் தரம். • *I prefer a strong* **brew** *of tea.* **brew-er**/ˈbru:ə*/*(n)*: ˈப்:ரூə* / a person, who brews or company where beer is made, மதுபானம் தயாரிப்பவர்; **brew-er-y**/ˈbruəri/*(n)*/: ˈப்:ரூəரி / a place where beer is manufactured, மதுபானம் தயாரிக்குமிடம், மதுபானத் தொழிற்சாலை.

bribe/braib/*(n)*:ப்:ரய்ப்: / a price offered to influence an official or a person, to act in a certain wrongful way, இலஞ்சம், கையூட்டு. **bribe***(v.t)*, **bribed, bribing**: to give or promise a bribe to, இலஞ்சம் கொடு, கொடுப்பதாக உறுதி கூறு. • *He* **bribed** *the officer into giving him the records.* **bribe***(v.i)*: to give a bribe, கையூட்டுக் கொடு. **bri-be-ry**/ˈbraibəri/*(n)*/ˈப்:ரய்ப:əரி / the giving or taking of bribes, கையூட்டுக் கொடுத்தல் (அ) கையூட்டுப் பெற்றுக்கொள்ளல்.

bric-a-brac/ˈbrikəbræk/*(n)*:ˈப்:ரிக்கəப்:ரæக் / miscellaneous small articles collected and displayed for their antiquarian interest, பழமை வாய்ந்த பலவகைப்பட்ட பொருள்கள் சேர்க்கப்பட்டு, காட்சிப் பொருளாக வைக்கப்பட்டிருத்தல், தொல் பொருள்களின் தொகுப்பு.

brick/brik/*(n)*:ப்:ரிக் / a hard rectangular piece of baked clay used for building, செங்கல்; any block or bar having a size of brick, செங்கல் போல், வடிவம் உள்ள எந்தத் தொகுதியும். *(e.g)*A **brick** of gold, an ice-cream **brick,** etc. **brick***(v.i)*: to lay or pave with bricks, செங்கல் வைத்து (அ) அடைத்துக் கட்டு; to fill or enclose completely with bricks, செங்கல் வைத்து நிரப்பு (அ) மூடு. • *All the doors were* **bricked** *up.* • *The dancer Anarkali was* **bricked** *up. alive in an open place as the King considered that her love with Salim was a sin.*

brick-bat/ˈbrikbæt/*(n)*:ˈப்:ரிக்ப:æட் / a piece of broken brick especially used as a missile, எறிகணையாகச் சண்டையில் பயன் படும் செங்கல் துண்டு. • **Brickbats** *were freely used by the rival gangs in the fight.*

brick kiln/ˈbrikkiln/*(n)*:ˈப்:ரிக்கில்ன் / a furnace or chamber where bricks are fired, செங்கல் சூளை.

bricklayer/ˈbrik,leiə**(n)*:ˈப்:ரிக்,லெயə* / one who builds with bricks, கொத்தனார், செங்கல் வைத்துக் கட்டுபவர்.

brickwork/ˈbrikwɜ:k*(n)*:ˈப்:ரிக்உə:க் / masonry of bricks, செங்கல் கட்டடம். **brick-yard***(n)* a place where bricks are made.

bri-dal/ˈbraidl/*(adj)*:ப்:ரய்ட்:ல் / pertaining to a bride or wedding, மணப்பெண் தொடர்பான, திருமணத்தைப் பற்றிய.

bride/braid/*(n)*:ப்:ரய்ட்: / a newly married woman or a woman about to be married, திருமணமாகிய பெண், மணமகள்.

bride-groom/ˈbraidgrum/*(n)*:ப்:ரய்ட்:க்:ரூம் / a newly married man or a man about to be married, புதிதாகத் திருமணம் ஆனவர், மணமகன்.

bridesmaid/ˈbraidzmeid/*(n)*:ப்:ரய்ட்:ஸ்மெய்ட்: / a young woman who attends the bride at the wedding function, மணப் பெண்ணின் தோழி.

bridge/bridʒ/*(n)*:ப்:ரிஜ் / a raised structure that carries a road or railway over a valley, river, etc., பாலம், ஆறு (அ) பள்ளத்தைக் கடக்கப் பயன்படும் அமைப்பு; the raised part of a ship on which naval officers stand and supervise while on duty, கப்பல் அலுவலர்கள் நின்று, மேற்பார்வை யிடும் மேடை, கப்பலில் உள்ள உயர் மேடை; the ridge or upper line of the nose, மூக்கு எலும்பு; a small movable part of a stringed musical instrument used for keeping the strings stretched, நரம்பிசைக் கருவிகளின் சுருதியை மாற்றுவதற்காக, அந்த நரம்புகளின் கீழ் வைக்கப்படும் நகர்த்தக் கூடிய உலோகக் கட்டை, யாழ்க் குதிரை. **bridge***(v.t)*: to span, பாலம் அமை, வளைவு ஏற்படுத்து; to build a bridge across, குறுக்கே கடக்க பாலம் அமை. • *The government tax reforms do not help* **bridge** *the gap between the rich and the poor, they rather widen it.* **bridge***(n)*: a card game where four players participate, நான்கு பேர்கள் கலந்து கொள்ளும் ஒருவகை சீட்டாட்டம். **bridgeable***(adj)*

bridge-head/ˈbridʒhed/*(n)*:ˈப்:ரிஜ்ஹெட்: / a defensive work, protecting the end of a bridge nearest the enemy, எதிரியின் எல்லைக்கருகில் உள்ள ஆற்றுப் பாலத்தைப் பாதுகாக்கக் கட்டப்படும் அமைப்பு; a footing gained by an attacking force on the far bank of a river, தூரத்தில் உள்ள ஆற்றின் கரையில், படையெடுக்கும் எதிரி ஏற்படுத்திக்கொள்ளும் ஆக்கிரமிப்பு.

bri-dle/ˈbraidl/*(n)*:ப்:ரய்ட்:ல் / the strap with which a horse is held in and guided, கடிவாளம். **bridle***(v.t)*: to put a bridle on, கடிவாளம் போடு; to restrain, அடக்கு. **bridle***(v.i)*: to draw up the head in anger or disdain, கோபத்தில் முகத்தைத் தூக்கு, வெறுப்பை உணர்த்து, சீற்றம் கொள்.

brief/bri:f/*(adj)*:ப்:ரீஃப் / a short duration, குறைந்த கால அளவுடைய. • *Please, be* **brief** *as I have no time now.* using few words, மிகக் குறைவான வார்த்தைகளைப் பயன்படுத்துகின்ற. • *Give me a* **brief** *account of the speech.* **brief**(*n*): a short or concise statement, a written item, முக்கிய கருத்துக்கள் கொண்ட சுருக்கம், சுருக்கமான வாக்குமூலம், சுருக்கமாக எழுதப்பட்ட உரை; a written argument submitted to court, நீதிமன்றத்திற்குக் கொடுக்கப்படும் விவாதக் குறிப்புகள்; instructions about someone's duties, ஒருவரின் கடமைக் குறிப்புகள், ஒருவர் செய்ய வேண்டிய கடமைகள். • *The officer's* **brief** *is to ensure that the power supply is improved.* **brief**(*v.t*): to make an abstract summary, இரத்தினச் சுருக்கமாகச் செய், மிகச் சுருக்கமாக எடுத்துரை, எழுது; to instruct someone to prepare for an action, செயல்பட வேண்டிய தகவல்களைக் கொடுத்து தயார் செய். • *The Prime Minister was* **briefed** *by his advisers before the parliament session,* **briefly** *(adv),* **briefness**(*n*). **briefing**(*n*): summary of events, நிகழ்ச்சிச் சுருக்கம்.

brief-case/'bri:fkeis/*(n)*:'ப்:ரீஃப்க்கெய்ஸ் / a small flat case for carrying papers, cash, etc., முக்கிய ஆவணங்களையும், பதிவேடு களையும், பணம் முதலியவற்றையும் எடுத்துச் செல்லப் பயன்படும் ஒரு சிறிய தட்டையான பெட்டி.

brief-less/'bri:flis*(adj)*:'ப்:ரீஃப்லிஸ் / having no clients, கட்சிக்காரர் இல்லாத.

brier/'braiə*/*(n)*:'ப்:ரயə*: a prickly plant or shrub, முட்புதர். **briery**(*adj*)

brig-ade/bri'geid/*(n)*:ப்:ரி'கெ:ய்ட்: / sub-division of an army under the command of a general officer, போர்ப் படையின் ஒரு பிரிவு; an organization formed to carry out certain work or duties, சில கடமைகள், வேலைகள் செய்ய ஏற்படுத்தப்படும் ஒரு நிறுவனம்.

brig-a-dier/ˌbrigə'diə*/*(n)*:ˌப்:ரிகெ:ய்'டி:யə* *(-கə-)* / a rank between Colonel and Major General, அணித்தலைவர்; a military title, ஓர் இராணுவப் பட்டம்.

brig-and/'brigənd/*(n)*:'ப்:ரிக:əன்ட்: / a bandit, especially, one of a gang of robbers, வழிப்பறிக் கொள்ளைக்காரன்; a band of thieves living in mountains, மலைகளில் வாழும் திருடர்கள். **brigandage**(*n*)

bright/brait/*(adj)*:ப்:ரய்ட் / radiating or reflecting light, ஒளிர்விட்டு (அ) ஒளியைப் பிரதிபலித்து; vivid, brilliant, easily seen, clear, தெளிவான, மிகப் பிரகாசமான, எளிதில் பார்க்கக்கூடிய, சுத்தமான; glorious, புகழ்மிக்க; quick-witted, intelligent, புத்தியுள்ள, அறிவுக் கூர்மையுள்ள, எதையும் சமாளிக்கும் திறன் உள்ள; • *I cannot read in very* **bright** *light.* • *She is a* **bright** *child.* cheerful, showing signs of future success, மகிழ்ச்சியான, ஒளிமிக்க எதிர் காலம் உள்ள. **brightly**(*adv*), **brightness** (*n*). **bright-en**/'braitn/(*v.t-v.i*): ப்:ரய்ட்ன் / to become or make bright, ஒளிரும்படி செய், ஒளிமயமாகச் செய்.

bril-li-ance/'briljəns/(*n*):'ப்:ரிலியəன்ஸ் / great brightness, கண் கூசும் ஒளி, மிகப் பிரகாசம், excellence, அறிவுக் கூர்மை; sharp mentality, கூர்மையான அறிவுத் திறன். **bril-lian-cy**/'briljənsi/(*n*): ப்:ரிலியəன்ஸி / an instance of brilliance, ஒளிமயமானது. **bril-li-ant**/'briljənt/*(adj)*: ப்:ரிலியəன்ட் / shining brightly, மிகப் பொலிவுள்ள; glittering, மிக மிக அதிகமாக மின்னுகிற; causing admiration, ஆச்சரியப்படக்கூடிய. • *She appeared in* **brilliant** *colours.* very highly skilled, நல்ல தொழில் நுட்பமுள்ள. • *His career is fairly* **brilliant**. **brilliant** (*n*): a gem especially diamond, cut with many surfaces, to make it shine, பட்டை தீட்டப்பட்ட வைரக்கல். **brilliantly**(*adv*).

brim/brim/(*n*):ப்:ரிம் / the edge of anything hollow, விளிம்பு; the projecting edge, நீட்டிக்கொண்டிருக்கும் முனை, வரம்பு. • *The coffee is filled to the* **brim** *in the cup.* • *The cup is full to the* **brim**. **brim**(*v.i*), **brimmed, brimming**: to be full to the brim, விளிம்பு வரை நிரம்பி வழி. • *She is* **brimming** *with robust self-confidence.* **brim**(*v.t*): to fill to the brim, விளிம்பு வரை நிரப்பு. • *Fill the tub to the* **brim**. **brim-ful**/ˌbrim'ful/*(adj)*:ப்:ரிம்ஃபுல் / [also **brimfull**]: full to the brim, விளிம்பு வரை நிரம்பி வழியும். **brimless**(*adj*), **brimmingly**(*adv*).

brim-stone/'brimstəun/(*n*):'ப்:ரிம்ஸ்ட்டəன் / sulphur (old use), கந்தகம், கந்தகத் தாது.

brine (also **briny**)/brain/(*n*):ப்:ரய்ன் / water strongly impregnated with salt, seawater, உப்புநீர், மிகையான உப்பு சேர்ந்த நீர்.

bring/briŋ/(*v.t*):ப்:ரிங் / **brought, bringing**: to carry, எடுத்து வா/செல்; to come with, என்னுடன் வா; conduct, அழைத்து வா/செல். • *Do not* **bring** *your dog to the office.* • *He* **brought** *some fruits.* to persuade, accomplish, இணங்கச் செய்து முடி, நிறைவேற்று. • *She could not* **bring** *herself to do it.* to sell for, விற்பனை செய்.

fetch, கொண்டு வா. • *The land will* **bring** *a very good price.* **brought into being**: started, ஆரம்பிக்கப்பட்டது. • *The office was* **brought into being** *last year.* **bring about**: cause to happen, ஏற்படும்படி செய். • *Democracy has* **brought about** *many changes in the social life of people.* **bring down**: to cause to fall, to cause to come down, வீழ்ச்சியுறச் செய், குறையும்படி செய். • *These medicines bring relief from pain.* • *The good harvest of paddy this season, has helped to* **bring down** *prices of all commodities.* **bring forth**: produce, உற்பத்தி செய்; bear, குழந்தை பெறு. • *The director* **brought forth** *a proposal to reduce interest rate of the deposits.* • **Bring forth** *male children say some.* **bring up**: to care for during childhood, குழந்தையைப் பேணி வளர். • *Many women are not willing either to bring forth or to* **bring up** *children,* **bringing up**: childhood training or care, குழந்தைப் பருவப் பயிற்சி, குழந்தை வளர்ப்பு.

brin-jal/brindl/*(n)*: ப்ரிஞ்ஜாஃல் / a vegetable, கத்தரிக்காய்.

brink/briŋk/*(n)*:ப்ரிங்க் / the edge or margin of a steep place or of land bordering water, ஓரம், செங்குத்தான ஆறு (அ) கரையின் ஓரம்; the top of a cliff, செங்குத்தான பாறையின் பயங்கரமான விளிம்பு (அ) ஓரம்; a crucial or a critical situation, trying to solve or avoid the same will bring in success or end in catastrophe, மிகவும் சிக்கலான நெருக்கடி நிலைமை, அதைத் தீர்க்கவோ (அ) தவிர்க்கவோ முற்பட்டால் நல்லது (அ) கெட்டது விளைவிப்பது; as far as one can go without being in a crisis area or success areas, சிக்கலுமின்றி (அ) தீர்வுமின்றி ஒருவன் முன்னேறக்கூடிய எல்லை.

brink-man-ship/'briŋkmənʃip/*(n)*: ப்ரிங்க்மஅன்ஷிப் / a technique or practice to gain some advantage, by going to extremities but staying within the limits of safety, especially in international politics (i.e.) achieving something by merely creating a diplomatic crisis, அகில உலக அரசியலில் இது ஒரு கலை, அதாவது மிரட்டியே காரியத்தைச் சாதிக்கும் முறை, போர் தொடுப்பேன் என்று சொல்லி மிரட்டி காரியத்தைச் சாதித்துக் கொள்வது.

bri-quette/bri'ket/*(n)*:ப்ரிக்'கெட் / coal dust pressed into block, கட்டியாக உருவாக்கப் பட்ட கரித்தூள்.

brisk/brisk/*(adj)*:ப்ரிஸ்க் / quick and active, வேகமும் சுறுசுறுப்பும் உள்ள; lively, உயிர்த் துடிப்பு உள்ள; pleasantly cold (with reference to wind/air) இதமான குளிர் காற்று வீசுகின்ற. **brisk***(v.t-v.i)*: to make or become brisk, ஊக்கமூட்டு, உற்சாக மூட்டு, உற்சாகம் கொள். • *It is a* **brisk** *walk that I always like.* **briskly***(adv)*, **briskness***(n)*.

bris-tle/'brisl/*(n)*:ப்ரிஸ்ல் / a short stiff hair, கரடி, முள்ளம்பன்றி இவற்றின் தடித்த உரோமம். **bristle***(v.i)*, **bristled, bristling**: to stand or rise stiffly like bristles, சிலிர்த்தெழு. **bristle***(v.t)*: to stand erect like bristles, நிறுத்து, நில், நிமிர்ந்து நில்; to become rigid with anger, கோபத்தில் கடுமையாகு. **bris-tly**/'brisli/ *(adj)*:'ப்ரிஸ்லி / full of bristles, உரோமம் போன்ற முட்கள் உள்ள; easily angered, எளிதில் கோபம் கொள்கின்ற.

Brit-ish/'britiʃ/*(adj)*:'ப்ரிட்டிஷ் / of Britain or of the British Commonwealth, பிரிட்டனுக் குரிய, பிரிட்டிஷ் காமன்வெல்த்துக்குரிய. **Britain**/'britn/*(n)*:'ப்ரிட்ன் / an island N.W. of Europe, the name has been politically applied to England, Scotland and Wales, (United Kingdom), இங்கிலாந்து, ஸ்காட்லாந்து, வேல்ஸ் ஆகிய இம்மூன்று நாடுகளின் தொகுதி, பிரிட்டன். **Brit-ish-er**/'britiʃə*/*(n)*: ப்ரிட்டிஷஅ* / native or inhabitant of Britain, பிரிட்டனில் பரம்பரையாக வாழ்பவர், பிரிட்டனில் வசிப்பவர் (அ) குடியேறியவர். **Brit-on**/'britn/*(n)*: ப்ரிட்ன் / a native or inhabitant of great Britain or the British Commonwealth, பிரிட்டனில் வசிப்பவர் (அ) பிரிட்டிஷ் காமன்வெல்த்தில் வசிப்பவர்.

brit-tle/britl/*(adj)*:ப்ரிட்ல் / hard and rigid but easily broken, கடினமானதும், எளிதில் உடையக்கூடியதுமான; having no warm feeling, இரக்கமில்லாத. **brittleness***(n)*.

broach/brəutʃ/:*(v.t)*:ப்ரஅஉச் / to mention or suggest for the first time, முதன் முதலாக ஒரு பிரச்சினை பற்றி (அ) விஷயம் பற்றிப் பேசத் தொடங்கு. • *Finally he* **broahed** *the subject of his studies to his father.* to open (bottle or barrel), ஒரு மூடியைத் திற; to pierce with an instrument, ஒரு கருவியைக் கொண்டு துளையிடு. **broach***(n)*: any pointed instrument for boring and widening holes, கூர் நுனிக் கருவி, துளையிடும் (அ) துளையை விரிவாக்கும் கருவி; a spit, இறைச்சி சுடும் கோல்.

broad/brɔ:d/*(adj)*:ப்ராஃட் / of great breadth, மிகவும் அகன்ற, அகலமான. • *Bhima had* **broad** *shoulders.* extending from side to side, ஒரு பக்கத்தினின்று மறுபக்கம் வரை விரிந்து, அகன்று. • *The road is very*

broad. not limited in thinking ideas and approach to human affairs, liberal, tolerant, சிந்திப்பதிலும், கருத்துக்களிலும், சமூக உறவுகளிலும் பரந்த மனப்பான்மை யுடன் உள்ள; unusually bold, plain spoken, சற்று துணிச்சலுடன் செயல்படக்கூடிய, ஒளிவு மறைவு இன்றிப் பேசும் தன்மை உள்ள. • *A modern wife requires a* **broad** *minded husband.* • *The murder took place in* **broad** *daylight.* **broad***(adv)*: fully, முழுவதும். • *She was* **broad** *awake,* **broad***(n)*: the broad part of anything, ஒன்றின் அகன்ற பாகம். **broadly**/brɔ:dli/ *(adv)*:ப்ராː:ட்லி / generally, பொதுவாக. **broaden***(v.t)*: to become or make something broader, அகலப்படுத்து.

broad-cast/'brɔ:dka:st/*(v.t-v.i)*: 'ப்ராː:ட்காஸ்ட் / **broadcasted, broadcasting**: to transmit (programmes) from a radio or television station, ஒலிபரப்பு, ஒளிபரப்பு, நிலையத்திலிருந்து, நிகழ்ச்சி களைச் செயல்படுத்தி ஒலி/ஒளி பரப்பு. • *The Prime Minister will* **broadcast** *his message tonight on all stations.* to make widely known, எல்லோருக்கும் தெரிவி, வம்பு பேசு. • *She* **broadcasted** *the gossip all over the village.* **broadcast***(n)*: that which is broadcast, ஒலிபரப்பு, ஒளிபரப்பு செய்தல். **broadcasting***(n)*: sending out to radio and television programmes, ரேடியோ (அ) தொலைக்காட்சி மூலம் நிகழ்ச்சிகளை ஒலி/ஒளிபரப்பு செய்தல்.

broad-minded/ˌbrɔ:d'maindid/*(adj)*: ˌப்ராː:ட்'மய்ன்டிட்: / free from prejudice, விருப்பு வெறுப்பு இல்லாத; liberal/tolerant, பரந்த மனப்பான்மையுள்ள, சகிப்புத் தன்மை யுள்ள, பொறுமையுள்ள. **broadmindedness***(n)*.

broadness/'brɔ:dnis/*(n)*:'ப்ராː:ட்னிஸ் / breadth, அகலம்; tolerance, சகிப்புத் தன்மை.

broad-side/'brɔ:dsaid/*(n)*:'ப்ராː:ட்ஸய்ட்: / any strong or comprehensive attack, a complete criticism, கடுமையான தாக்கு தல், பேச்சு, எழுத்து மூலம் கடுமையாகக் குறை கூறுதல். • *The opposition leader delivered a harsh* **broadside** *against the government's economic policy.* the whole side of a ship above the water line from the bow to the quarter, நீர் மட்டத்திற்கு மேலுள்ள கப்பலின் மேல் பகுதி; the firing of all the guns on one side of a ship at the same time, ஒரே நேரத்தில் போர்க்கப்பலின் ஒரு பக்கத்தில் உள்ள எல்லா பீரங்கிகளும் வெடித்தல். **broadside on**: sideways, பக்க வாட்டில்.

broad-sword/'brɔ:dsɔ:d/*(n)*: (old use): 'ப்ராː:ட்ஸாː: (ஸாஊட்) / a heavy sword with broadblade, அகன்ற இலை கொண்ட பட்டாக்கத்தி.

bro-cade/brəu'keid/*(n)*:ப்ரஉக்'கெய்ட்: / (ப்ரூ) decorative cloth with patterns of gold or silver threads, ஜரிகை, சித்திர வேலைப்பாடு அமைந்த பட்டாடை. **brocade***(v.i)*: to weave with a design or figure, to decorate with a raised pattern, துணியில் சரிகை சித்திர வேலைப்பாடு தெரியும்படி நெய், அழகு படுத்து.

broccoli/'brɔkəli/*(n)*:'ப்ராகஅலி / a cultivated variety of cabbage, ஒருவகை கோசு.

bro-chure/'brəuʃə*/*(n)*:'ப்ரஉஷஅ* / a booklet, pamphlet, சிறு புத்தகம்.

broil/brɔil/*(v.t)*:ப்ராய்ல் / to roast over hot coals, நெருப்பில் வாட்டு/சுடு. **broil***(v.i)*: to burn with impatience, பொறுமை இழந்து கோபப்படு. **broi-ler**/brɔilə*/*(n)*: ப்ராய்லஅ* / a young chicken suitable to be cooked by broiling, சமைப்பதற்கு ஏற்ற கோழிக் குஞ்சு. **broil***(n)*: a quarrel, a brawl, சச்சரவு, வாய்ச் சண்டை. **broiler***(n)*/a young chicken bred for broiling or roasting, இறைச்சிக் கோழி.

broke/brəuk/*(v)*:ப்ரஉக் / past tense of "break", "break" என்பதின் இறந்த கால வடிவம். **broke***(adj)*, (informal): without money, பணம் இல்லாமல். • *I have gone* **broke** *many a time and recovered everytime dramatically.* **broken**: past participle of "break", "break" என்பதன் இறந்த கால வினைமுற்று. **bro-ken**/brəukən/*(adj)*:ப்ரஉக்கஅன் / damaged by breaking, உடைத்தலால் பழுதுபட்ட; spoiled, நாசமாக்கப்பட்ட; disrupted or disconnected, நிறுத்தப்பட்டுள்ள, துண்டிக்கப் பட்டுள்ள; ruined, bankrupt, முற்றிலும் அழிந்த, திவாலான. • *A* **broken** *promise pulls down one's personality.* • *His health has completely* **broken.** • **Broken** *marriages have become very common now.* **brokenly***(adv)*, **brokenness***(n)*,

broken-hearted/ˌbrəukən'ha:tid/*(adj)*: 'ப்ரஉக்கின்'ஹாட்டிட்: (-ஆட்-) / burdened with great sorrow, தாங்க முடியாத துயரத்தால் துவண்டிருக்கின்ற.

bro-ker/'brəukə*/*(n)*:'ப்ரஉக்கஅ* / an agent who buys or sells for others on a commission basis without having any title to the property, middle man, ஒரு முகவாண்மையர்; agent, முதலீடு இல்லாமல், வட்டம் (அ) தரகுத் தொகைக்கு, சொத்துக்கு

B

உரிமை இல்லாமல், வாங்கி விற்பனை செய்து இலாபம் சம்பாதிப்பவர், தரகர். • *She is a* **share-broker**. **brokership***(n)*. **bro-ker-age**/'brəukəridʒ/*(n)*:'ப்:ரஉக்கஅ'ரிஜ் / the business of a broker, ஒரு தரகரின் வியாபாரம்.

bro-kerage/'brəukəridʒ/*(n)*: 'ப்:ரஉகஅரிட்ஜ் / the fee or commission charged by a broker, தரகருக்கு தரப்படும் கூலி.

bro-mide/'brəumaid/*(n)*:'ப்:ரஉமய்ட்: / a chemical compound, a salt of hydrobromic acid used in medicine, மருத்துவத்தில் பயன்படும் ஒரு ரசாயனக் கூட்டுப் பொருள், ஹைட்ரோபுரோமிக் அமிலம் கொடுக்கும் உப்பு; a dry statement, வெற்று அறிக்கை. **bromide paper**: fast printing paper, நிழற்படத்தில், படம் எடுக்கப் பயன்படும் காகிதம், [சில்வர் புரோமைடு ($AgBr_2$) தடவப்பட்டிருக்கும்].

bron-chi-tis/brɔɲ'kaitis/*(n)*: 'ப்:ராங்க்'ய்ட்டிஸ் / inflammation of the membrane lining the bronchial tubes, மூச்சுக் கிளைக் குழலின் பக்கவாட்டில் உள்ள மிருதுவான சதைப் பிடிப்பால் ஏற்படும் வீக்கம். **bron-chi-al**/'brɔɲkjəl/*(adj)*: 'ப்:ராங்க்கியஅல் / of the bronchial tubes, மூச்சுக் கிளைக் குழல்கள் பற்றிய.

bronze/brɔnz/*(n)*:ப்:ரான்ஸ்: / an alloy consisting essentially of copper and tin, [the tin content not exceeding 11%] a hard metal of dark reddish brown colour, வெண்கலம்; a work of art made of bronze, வெண்கலத்தால் செய்யப்படும் ஒரு கலைப் பொருள். **bronze***(v.t)*: to give the appearance of colour of bronze, பழுப்பு நிறம் கொடு, பழுப்பு நிறத்தை உண்டாக்கு. **bronze age**: a period in the history of mankind following the Stone age and preceding the Iron age, during which bronze weapons and implements were used, கற்காலம், இரும்புக் காலம் இவற்றின் இடைப்பட்ட காலப்பகுதி மனித வரலாற்றில் **வெண்கலக் காலம்** என்று அழைக்கப்பட்டது. இக்காலத்தில் வெண்கல ஆயுதங்களும், கருவிகளும் பயன்படுத்தப்பட்டன.

brooch/brəutʃ/*(n)*:ப்:ரஉச் / a clasp or ornament worn on women's clothes, fastened on with a pin, பெண்கள் தோள்பட்டையின் கீழ் அணியும் அழகிய வேலைப்பாடமைந்த இணைப்பு ஊசி.

brood/bru:d/*(n)*:ப்:ரூட்: / a family of young creatures especially birds hatched at one time, ஒரே தடவையில் பொரித்த குஞ்சுகளின் குடும்பம்; *(e.g)*: **a brood** of ducklings, a **brood** of chickens, a family of offspring, குழந்தைகள் கொண்ட ஒரு குடும்பம். **brood***(v.i)*: to sit upon (eggs) to hatch, முட்டைகள் மேல் உட்கார்ந்து அடைகாத்திரு; to think moodily about, ஆழ்ந்து சோகமாக யோசனை செய்; to spend time anxiously, கவலை கொண்டு காலம் கடத்து. • *I* **brood** *very often over the death of my wife.* **brood above/over**: to hang closely, to cover, to loom, நெருக்கமாக மேல் தொங்கியிரு, மூடியிரு, பரவியிரு. • *Black clouds are* **brooding over** *the village threatening to rain any time,* **brood***(adj)*: kept for breeding purposes, இன விருத்திக்காக வைத்திருக்கின்ற. **broody***(adj)*: moody, gloomy, சிந்தனை வயப்பட்டு, சோகம் கொண்டு; inclined to brood or sit on eggs, அடைகாக்கும்.

brook/bruk/*(n)*:ப்:ரூக் / a small, natural stream of fresh water, தெளிந்த நீரோட்டம் உள்ள ஒரு சிறிய ஓடை. **brook***(v.t)*: to bear, to suffer, பொறுத்துக்கொள், துன்பம் கொள்; to accept without questioning, ஏதும் குறை கூறாமல் எந்த துன்பத்தையும் ஏற்றுக்கொள். **brooklet**: a small brook, சிற்றோடை.

broom/bru:m/*(n)*:ப்:ரூம் / a bush with yellow flowers, மஞ்சள் பூக்கள் கொண்ட ஒரு செடி வகை; a sweeping brush made of broom or other twigs, துடைப்பம்.

broom-stick/'bru:mstik/*(n)*:ப்:ரூம்'ஸ்ட்டிக் / the long handle of a broom, துடைப்பக் கட்டை.

broth/brɔθ/*(n)*:ப்:ராத் / a thin soup that has been boiled with meat, fish, rice, barley, etc., சாறு, ரசம், கொதி கஞ்சி.

broth-el/'brɔθl/*(n)*:'ப்:ராத்:ல் / a house where women work as prostitutes, விலைமாதர் இல்லம்.

broth-er/'brʌðə*/*(n, sing)*:'ப்:ரத:அ* / **brothers***(n, pl)*: a male offspring having both parents in common with another offspring, உடன் பிறந்தவர், சகோதரன். **half-brother**: a male offspring having only one parent in common with another offspring, தகப்பன் (அ) தாயின் மறுதார வழியாகப் பிறந்த சகோதரன். **brothers**: all members of a particular race or of the human race in general, ஓர் இனத்தில் பிறந்து வளர்ந்த தோழர்கள், பொதுவாக மனித இனத்தினர். **brother***(interj)*: especially slang, an expression of annoyance, துயரத்தின் குரல் ''தோழா''

broth-er-hood/'brʌðəhud/*(n)*: 'ப்:ரத:அஹுட்: / fellowship, தோழமை; all those engaged in a particular trade or profession or sharing a common interest or quality, ஒரு தொழில் (அ) வியாபாரத்தில் அல்லது ஒரு நிறுவனத்தில் செயல்படும் உறுப்பினர்களிடையே நிலவும் ஒருவகைப் பிணைப்பு, பாசம். **broth-er-in-law**/'brʌðərinlɔ:/(*n, sing*): 'ப்:ரத:ஏரின்லாஏ: / **brothers-in-law**(*n, pl*): the brother of one's husband or wife, the husband of one's sister, the husband of the sister of one's husband or wife, மைத்துனன், உடன் பிறந்தவளின் கணவர், கணவனின் சகோதரியின் கணவர், மைத்துனியின் கணவர். **brotherly**(*adj*): like a brother, having the qualities of a brother, சகோதர மனப்பான்மை உள்ள, சகோதரத் தன்மையுடைய. **brotherless**(*n*).

brough-am/'bru:əm/(*n*):ப்:ரூஏம் / a four-wheeled, box-like, closed carriage for two or four persons pulled by one horse, used in former times, இரண்டு (அ) நான்கு பேர் உட்காரக்கூடிய முன் காலத்தில் உபயோகப்படுத்தப்பட்ட பெட்டி போன்ற நான்கு சக்கரக் குதிரை வண்டி.

brow/brau/(*n*):ப:ரஉ (-ரௌ) / an eyebrow, புருவம்; the forehead, நெற்றி; the edge of a steep place, செங்குத்து இடத்தின் விளிம்பு. • *He looked down over the* **brow** *of the hill.*

brow-beat/'braubi:t/(*v.t*):'ப்:ரஉபீ:ட் / **brow-beaten, brow-beating**: to intimidate or to frighten or to force to obey with threatening looks or words, பார்வையாலும் வார்த்தைகளாலும் மிரட்டிக் கட்டாயப்படுத்தி கீழ்ப்படியும்படி செய். • *She* **browbeat** *her husband into agreeing to her proposal.* **browbeaten**(*adj*): frightened with severe looks and words, பார்வையாலும், சொற்களாலும் பயமுறுத்தப்பட்டு.

brown/braun/(*n*):ப்:ரஉன் / a dark shade blue with a yellowish or reddish hue, பழுப்பு நிறம். • *I always like* **brown** *colour.* **brown**(*adj*): of the colour brown, பழுப்பு நிறம் பற்றிய, பழுப்பு நிறம் உடைய. **brown** (*v.t-v.i*): to make or become brown, பழுப்பு நிறமாகச் செய், பழுப்பு நிறமாகு. • *The vegetable* **browned** *in the sun.* **brownish**(*adj*).

Brow-nie/'brauni/(*n*):'ப்:ரஉனீ / (in folklore) a little brown goblin who helps secretly in the household work, வீட்டு வேலைகளில் உதவும் தேவதை; a friendly little fairy, நல்ல நண்பனாக இருக்கும் தேவதை; chocolate cake with nuts in it, பருப்பு உள்ள இனிப்புகள், மிட்டாய்.

brownie-guides/'brauni'gaidz/ 'ப்:ரஉனீ'க:ய்ட்:ஸ்: / a division of the girl guides, scouts, சாரண இயக்கத்தின் பெண்கள் பிரிவு.

brown stone/braunstəun/(*n*): ப்:ரஉன்ஸ்டோன் / a type of sandstone used for building, கட்டடம் கட்ட உதவும் கல்.

browse/brauz/(*v.t*):ப்:ரஉஸ்:(-ரௌ-) / **browsed, browsing**: (of cattle, deer, etc.,) to eat, to nibble at, நுனிப் புல் மேய், மேய்; to graze, feed on young plants, grass, etc., இளந்தளிர்களையும், புல்லையும் மேய், esp. surffing in the internet, கணினி இணைய வலைதளத்தில் தேடு • *There are many cows* **browsing** *in the field.* to look through or glance at a book casually, மேலெழுந்தவாரியாகப் படி, ஆழ்ந்து படிக்காமல் புரட்டு. • *Sometimes, I spend hours* **browsing** *through books in my library. He is* **browsing** *a web-site in the computer.*

bruise/bru:z/(*v.t*):ப்:ரூஸ்: / **bruised, bruising**: to injure by striking or pressing without tearing the skin, நசுக்கி, அடித்து ஊமைக்காயம் ஏற்படுத்து. • *The blow* **bruised** *the child's cheek.* **bruise** (*n*): an injury due to a blow or a fall, அடித்தலால் (அ) விழுதலால் ஏற்படும் ஊமைக்காயம். • *It was a bad accident but I escaped with minor* **bruises**.

bruis-er/bru:zə*/(*n*):ப்:ரூஸ:ஏ* / a strong, tough person, பலம் மிகுந்தவன்.

bruit/bru:t/(*v.t*):ப்:ரூட் / to spread (news) everywhere, spread rumour, வதந்தி பரப்பு. • *The news are* **bruited** *about throughout the village.*

brunch/bruntʃ/(*n*):ப்:ரஞ்ச் / a late morning meal that serves both as breakfast and lunch, காலையுணவைத் தவிர்த்து, மதிய உணவுக்குப் பதிலாக இடையில் எடுத்துக் கொள்ளப்படும் உணவு.

bru-nette/bru:'net/(*n*):ப்:ரூனெட் / a woman of a fair-skinned race with dark or brown hair, eyes or skin, வெள்ளையர் இனத்தில் கருமையான (அ) பழுப்பு நிறமுள்ள கண்களும், கேசமும் உடைய பெண்.

brunt/brʌnt/(*n*)/ப்:ரன்ட் / the main shock or the most damaging part of an attack, தாக்குதலின் முழுவேகம் (அ) நிலைகுலைவு ஏற்படுத்தும் பாகம். • *The infantry bore the* **brunt** *of the attack.*

brush/brʌʃ/(*n*):ப்:ரஷ் / an implement consisting of bristles, hair or the like used for cleaning or painting, தூசு நீக்கி, தூரிகை; an act of brushing, தூசு துடைத்தல்; the bushy tail of an animal especially of a fox, மயிர் அடர்ந்த வால், நரியின் வால்; a short, unpleasant meeting or an encounter, சிறு பூசல், மகிழ்ச்சி இல்லாத ஒரு சந்திப்பு. **brush**(*v.t*): to sweep, paint, clean, polish, etc., with a brush, தூரிகை கொண்டு சுத்தப்படுத்து, வண்ணம்

B

B

பூசு, பளபளப்பாக்கு, மெருகு கொடு; to move in haste, வேகமாகப் போ. **brush aside**: ignore, ஒதுக்கித் தள்ளு; to disregard, மதிப்புக் கொடுக்காதே. **brush up**: to improve one's knowledge (the forgotten part), ஒருவரின் அறிவைப் புதுப்பித்துக் கொள்ளுதல்.

brusque/bru:sk/*(adj)*:ப்:ரஸ்க் / abrupt in manner, rather rude, மரியாதை இல்லாமல் நடந்து கொள்கின்ற, சற்று முரட்டுத்தனமான.

brut/ˈbru:t/*(adj)*:ˈப்:ரூட் / very dry, unsweetened, உலர்ந்த, இனிப்பில்லாத.

bru-tal/ˈbru:tl/*(adj)*:ˈப்:ரூட்ல் / savage, மிருகத்தனமான; inhuman, மனிதப் பண்பு இல்லாத. • *The* **brutal** *behaviour of some students at times is rather bad.* **bru-tal-ise**/bru:təlaiz/*(v.t-v.i)*,ப்:ரூட்டஅலய்ஸ்: / **brutalised, brutalising**: to make brutal, மிருகத்தனமாக நடந்து கொள். **bru-tal-i-sa-tion**/ˈbru:təlaizeiʃən/*(n)*: ˈப்:ரூட்டஅலய்ˈஸெய்ஷ்ன் / cruelty, inhuman act, மிருகத்தனம், மிருகத்தனமாக நடந்து கொள்ளல். **brutally***(adv)*, **brutality** *(n)*. மனிதத் தன்மையற்ற பண்பு; **brutalitarian** *(a)*: practising brutality, கொடுமைச் செயல் சார்ந்த; cruelty, கொடுமை.

brute/bru:t/*(n)*:ப்:ரூட் / beast, மிருகம்; uncivilised person, நாகரிகமில்லாத மனிதன்; animal qualities in a man, மனிதனிடத்தில் புதைந்துள்ள மிருகக் குணங்கள். **brute***(adj)*: inhuman, மனிதத் தன்மையில்லாத. **brut-ish**/ˈbru:tiʃ/*(adj)*: ப்:ரூட்டிஷ் / typical of animals rather than human beings, மிருகத்தன்மையுள்ள, மனிதப் பண்பு இல்லாத.

bub-ble/ˈbʌbl/*(n)*:ப:ப்:ல் / a hollow ball of air or gas in a liquid sometimes in solids also, a small globule of gas in a thin liquid surface, நீர்க்குமிழி, காற்றுக் குமிழி; anything that lacks firmness, உறுதியில்லாத ஒன்று; that which is risky or unsteady, ஆபத்து விளைவிக்கக்கூடிய ஒன்று. • *The student carefully examined the crystal for any* **bubble**. **bubble***(v.i)*: to form, produce or release bubbles, குமிழ்கள் உண்டாக்கு, வடிவமை (அ) வெளியிடு; produce bubbles by boiling, கொதிக்க வைப்பதன் மூலம் குமிழ்களை உண்டாக்கு. **bubble***(v.t)*: to cause to bubble in, குமிழ்களுக்குக் காரணமாயிரு. • *A network of radar* **bubbles** *stretches across the frontier.* to be active, செயல்படு; to be full of vigour, to stir, உயிரோட்டத்துடன் இரு, துடிப்புடன் செயல்படு. • *My mind always* **bubbles** *with new plans of action.* **bub-bly**/ˈbʌbli/*(adj)*:ப:ப்:லி / full of bubbles, குமிழ்கள் நிரம்பிய; full of vigour, உயிர்த்துடிப்புடன் கூடிய.

bu-bo/ˈbju:bəu/*(n, sing)*:ˈப்:யூப:அஉ (-போ) / **buboes** *(n, pl)*: a swelling in the groin or arm-pit, அடிவயிற்றின் கீழ் (அ) கை இடுக்கில் ஏற்படும் வீக்கம். அண்டை கட்டுதல், நெறிகட்டுதல்.

buc-ca-neer/ˌbʌkəˈniə*/*(n)*:ˌப:க்கஅˈனியஅ* / a pirate, a sea-robber, கடல் கொள்ளைக்காரன்; a business man who achieves success by behaving in a dishonest or dangerous way, கௌரவக் குறைவான ஆபத்தான வழிகளைப் பின்பற்றி வெற்றி பெறும் ஒரு வியாபாரி.

buck/bʌk/*(n)*:ப:க் / the male of the deer, the rat and the rabbit, மான், எலி, குழிமுயல் இவற்றின் ஆண் வர்க்கம். an antelope, ஒருவகை மான்; an impetuous man, சிந்திக்காமல் செயல்படுகிற மனிதன். **buck** *(v.i)*: to jump up with all four feet off the ground to unseat a rider (especially off a horse). நாலுகால்களிலும் குதித்தெழு, நாலுகால் பாய்ச்சலில் குதித்து, சவாரி செய்பவரைக் கீழே தள்ள முயற்சி செய். • *The horse* **bucked** *its rider off.* to oppose straightaway, நேரிடையாக மோது, எதிர்த்து நில். • *The magistrate* **bucked** *at the police inspector's suggestion.* **bucked**/bʌkt/*(adj)*:ப:க்ட் / tired, களைத்துப் போன; pleased, மன நிறைவுள்ள.

buck-et/ˈbʌkit/*(n)*:ˈப:க்கிட் / an open container with a handle for carrying liquids, வாளி, சால். **bucket-ful**/ˈbʌkitful/*(n)*:ˈப:க்கிட்ஃபுல் / as much as a bucket can hold, வாளி கொள்ளும் அளவு. • *The wife poured a* **bucketful** *of hot water.* **bucket***(v.t)*: to life, to carry, தூக்கு, எடுத்துச் செல்; to move very roughly, முரட்டுத்தனமாக நகர்த்து.

bucket seat/ˈbʌkit si:t/*(n)*:ˈப:கிட் ஸீட் / a low separate seat for one person (as in an automobile), சொகுசு இருக்கை.

buck-le/ˈbʌkl/*(n)*:ப:க்ல் / a metal fastener with a rim and tongue for joining straps, bands, etc., கச்சுப் பூட்டு, கொக்கி. **buckle** *(v.t)*: to fasten with a buckle or buckles, கொக்கியைப் பயன்படுத்தி இணை, கொக்கி போட்டு இறுக்கு, நெருக்கி வை; to cause to become bent or wavy through heat, pressure, etc., வெப்பம், அழுத்தம் முதலியவற்றைப் பயன்படுத்தி வளைதலை (அ) அலை அலையாக இருக்கும்படி செய். • *The electric post* **buckled** *in the storm.*

buck-tooth/ˈbʌktu:θ/*(n)*:ˈப:க்டூத் / an upper tooth projecting over a lower lip, கீழுதட்டின் மேல் துருத்திக் கொண்டிருக்கும் மேல்வரிசை முன்பல்.

bucolic/bju:'kɔlik/*(adj)*:ப்:யூ'காலிக் / relating to the pleasant aspects of the countryside and country life, இனிமையான நாட்டுப்புற வாழ்க்கை மற்றும் சூழல் தொடர்பான.

bud/bʌd/*(n)*:பட்: / the leaf or flower not fully developed or opened, மொட்டு, குருத்து; a flower not yet bloomed, அரும்பு, மொக்கு. • *Rose* **buds** *are beautiful to look at.* **bud**(*v.i*): to put forth buds as a plant, மொட்டுகளை வளரச் செய்; to produce buds, மொட்டுகளை உண்டாக்கு. **bud-ding**/bʌdiŋ/*(adj)*:படிங் / beginning to bloom or develop, வளர்ச்சி அடைவதற்கு ஆரம்பமாகும் நிலையில் உள்ள. • *She is a* **budding** *novelist.*

Bud-dhis-m/'budizəm/*(n)*:'புடிஸ்ம் / religion founded by Buddha in India, புத்தரால் இந்தியாவில் தோற்றுவிக்கப்பட்ட மதம். **Bud-dhist**/:'budist/*(n)*/:'புடிஸ்ட் / a follower of the religion of Buddha, புத்த மதத்தைச் சார்ந்தவர்.

bud-dy/bʌdi/*(n)*:படி: / comrade or close friend, தோழர் (அ) உற்ற நண்பர்.

budge/bʌdʒ/*(v)*:பஜ் / to move a little, சற்று நகர்த்து; to change one's opinion, ஒருவர் தன் கருத்தை மாற்றிக் கொள்ளும்படி செய். • *He tried to move the rock but it would not* **budge**. • *The minister won't* **budge** *from his opinion.*

bud-get/'bʌdʒit/*(n)*:'பஜிட் / an estimate with items of expected income and expenditure and also operating results indicated for a given period of time, வரவு செலவுத் திட்டமும், செயல்படும் விகிதமும்; an official statement or proposal made once in a year giving the details of income and expenditure for a year, அரசின் அதிகார பூர்வமான ஆண்டு வரவு செலவுத் திட்டம். • *The Finance Minister will present the Annual* **budget** *today at 5.30 pm.* **budget**(*v.i*): to plan the allotment of funds, time etc., நிதி, நேரம் போன்றவற்றைப் பிரித்து ஒதுக்கீடு கொடுத்துச் செயல் திட்டம் வகு. • *I have to* **budget** *my time very carefully.*

buff/bʌf/*(n)*:பஃப் / a yellow to orange yellow colour, enthusiast, இலேசான சிவப்பு, மஞ்சள் நிறம், ஆர்வமுள்ள. **buff**(*v*): polish, shine, ஒளிரு, மிளிரு.

buf-fa-lo/'bʌfələu/*(n, sing)*:'பஃபலஉ (-லோ) / **buffaloes, buffalos** *(n, pl)*: a kind of ox found in Asia and Africa, the American bison, எருமை.

buf-fer/'bʌfə*/*(n)*:'பஃப* / an apparatus at the end of a rail-road car, rail-road track etc., for absorbing shock during connection, collision, coupling, etc., இரயில் பெட்டிகள், வண்டிகள் முதலியவை இணைக்கப்படும்பொழுது சேர்க்கையின் தாக்குதலின் வேகத்தைக் குறைப்பதற்குப் பயன்படும் கொள் அமைப்புக் கருவி; a kind of shock absorber, அதிர்வைக் குறைக்கும் ஒரு சாதனம். one who protects and shields another from some difficulty, பிறருக்குத் துன்பம் ஏற்படும்பொழுது பாதுகாப்புக் கொடுக்கும் நபர். • *In time of need, money saved will be a* **buffer**.

buf-fet/'bʌfit/*(n)*:'பஃபிட் / a counter or bar for lunch or refreshments, a long table or sideboard where one can get a meal or refreshments where people serve for themselves and eat standing up or sitting down, ஒரு நீண்ட மேசை (அ) பக்கப் பலகை இதில் பலவகையான உணவு, சிற்றுண்டிகள் தயாராகவே இருக்கும், வேண்டியதைத் தானாக எடுத்துக்கொண்டு நின்று கொண்டோ (அ) உட்கார்ந்து கொண்டோ சாப்பிடலாம்; a blow, ஓர் அடி. **buffet**(*v.t*): to strike with fist forcefully, முஷ்டியால் பலமாக அடி, தாக்கு. • *We were* **buffeted** *by lashing rain.*

buf-foon/bə'fu:n/*(n)*:ப'ஃபூன் / one who amuses others by jokes and pleasant gestures, கோமாளி; a very stupid person, முட்டாள்; one who makes indecent jokes, தரமற்ற நகைச்சுவை செய்பவன். **buffoonery**(*n*).

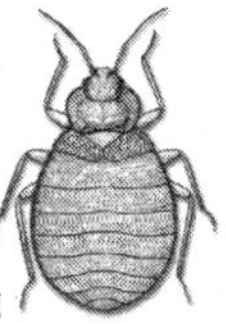

bug/bʌg/*(n)*:பக்: / a bad smelling ugly insect that crawls about in dirty houses, beds, etc., மூட்டைப் பூச்சி; a mechanism for overhearing secretly other people's conversations, secrets, etc., இரகசிய பேச்சுக்களைக் கேட்பதற்குப் பயன்படும் இயந்திர அமைப்பு. • *The inspector searched the office for* **bugs**. a fault or defect experienced in a machine or dislocation in a computer program, இயந்திரக் கோளாறு, கணிப்பொறியில் ஏற்படும் தெளிவின்மை (அ) குறைபாடு. **bug** (*v.t*), **bugged, bugging,** (informal): to install a secret listening mechanism in a room, office, etc., ஓர் அறையில் ஒட்டுக் கேட்கும் ஒலிப்பதிவுக் கருவியை இரகசிய மாகப் பொருத்து; to pester, to irritate, தொந்தரவு

B

செய், எரிச்சலூட்டு. • *The opposition leader's room has been* **bugged** *by the police.*

bug-bear/'bʌgbeə*/*(n)*:'ப:க்ப:ɛə* / a needless fear, அவசியம் இல்லாத பயம்.

bug-ger/'bʌgə*/*(n)*:ப:க:ə* / a sodomite, an annoying person, இயல்பு, இயற்கைக்கு ஒவ்வாத பால் புணர்ச்சி பழக்கம் உள்ளவன், ஒரு கெட்ட சொல், எரிச்சலூட்டுபவன், You stupid **bugger**. Poor **bugger**, he was deserted by his son.

bug-gy/'bʌgi/*(n)*:'ப:கி: / a light carriage pulled by a horse, குதிரை வண்டி.

bug-house/bʌghauz/*(n)*:ப:க்ஹஉஸ்: / a mental asylum, மனநலக்காப்பகம். **bug house***(adj)*: crazy, mentally deranged, பைத்தியக்காரத்தனமான, மனநிலை சிதைந்த.

bu-gle/' bju:gl/*(n)*:'ப்யூக்ல் / a brass musical instrument [wind type], ஊது கொம்பு, ஓர் ஊதும் இசைக் கருவி.

build/bild/*(v.t)*:பி:ல்ட்: / **built, building**: to make a house, கட்டடம் அமை; construct, கட்டு, வீடு கட்டு; to develop, படிப்படியாக முன்னேற்றம் காண், செயல் திட்டத்தைப் படிப்படியாக நிறைவேற்று. • *The company has* **built** *a house for me.* • *We must try to* **build** *good relationship with other countries.* **builder**/'bildə*/*(n)*: 'பி:ல்டːə* / one who builds especially house or other buildings, கட்டடம் கட்டுபவர், வீட்டுவசதி செய்து கொடுக்கும் குத்தகைக்காரர்; something that helps to form good character, நல்ல பண்பு வளர உதவும் எதுவும். **build-ing**/bildiŋ/*(n)*:பி:ல்டிங் / a structure intended for living or some other purpose, வீடு, கட்டடம். • *We have many tall* **buildings** *in the country.* **build**/bild/*(n)*:பி:ல்ட்: / general appearance and structure of the body; **builder***(n)*: உடலமைப்பு, உடலின் பொதுவான அமைப்பு. • *The athlete has an excellent body* **build**.

build up/'bildʌp/*(n)*:'பி:ல்டːப் / increase in number or quantity in a region or place, ஓரிடத்தில் (அ) ஒரு பகுதியில் எண்ணிக்கை அதிகரித்தல்; military build up, இராணுவக் குவிப்பு. • *The party is trying for a favourable* **build up** *of public opinion.*

built/bilt/*(v)*: *(p.t & p.p)*பி:ல்ட் / of "build", "build" என்பதன் இறந்தகாலம், இறந்த கால வினைமுற்று. **built***(adj)*: well-formed, நன்கு உருவாக்கப்பட்ட. **built-in***(adj)*: built to be an integral part of some permanent structure, ஒரு நிரந்தர அமைப்பின் முக்கிய பகுதியாகக் கட்டப் பட்டிருக்கின்ற; inherent, இயல்பாக அமைந்திருக்கின்ற.

bulb/bʌlb/*(n)*:ப:ல்ப்: / a round body, உருண்டையான (அ) கோள வடிவமுள்ள பொருள்; the ball-like root of a plant, ஒரு தாவரத்தின் கிழங்குப் பகுதி; the container for the filament of an electric lamp, மின் விளக்கின் இழை இருக்கும் பகுதி, மின் குமிழ். **bulbous***(a)*: bulb-shaped, குமிழ் வடிவான.

bul-bul/'bulbul/*(n)*: 'பு:ல்பு:ல் / a song bird, இனிய குரலுடைய பாடும் பறவை.

bulge/bʌldʒ/*(n)*:ப:ல்ஜ் / a rounded projection, கோள வடிவ முன் மீட்சி; a protruding part, நீட்டிக்கொண்டிருக்கும் உருண்டையான பகுதி; any sudden but temporary increase in quantity, திடீரென ஏற்படும் தற்காலிக உயர்வு. • *The* **bulge** *in prices is due to heavy demand.* • *After every war, we see a* **bulge** *in birth rate.* **bulge***(v.i)*: to swell or curve outwards, வெளிப்புறம் வீக்கம் கொள், புடைத்து இரு. • *The pocket is* **bulging** *out with money.* **bulgy***(adj)*.

bulimia/bju:'limiə/*(n)*:ப்:யூ'லிமிஃə / a serious eating disorder of females for an obsessive desire to lose weight characterized by overeating are followed by fasting, self-induced vomiting or purging, மெலிந்த தேகம் வேண்டி பெண்களால் கடைப்பிடிக்கப்- படும் ஒழுங்கற்ற உணவுப் பழக்கம் - பட்டினி கிடப்பது (அ) சாப்பிட்டவற்றை வாந்தி எடுப்பது போன்ற செயல்கள். **bulimic** *(adj & n)*.

bulk/bʌlk/*(n)*:ப:ல்க் / the main mass or body, முக்கிய பொருள், திண்மை; largeness of size, shape or mass, உருவம் (அ) பொருண்மை, பரிமாணம் இவற்றில் பெரியதாக இருத்தல். • *The* **bulk** *of the writing has been done.* • *The tanker always carries the oil in* **bulk** *to the airport.* **bulk***(v.t)*: to swell, வீக்கம் பெறு; to increase in size, அதிகமான அளவில் பெருகு; to be of great appearance, உருவத்தில் பெரியதாக இரு; to be heavy in weight, எடையில் மிகுந்திரு. **bulky***(adj)*: in large quantities, பெரிய அளவிலான. **bulk buying***(n)*: buying in large amounts especially at low price.

bull/bul/*(n)*:புல் / the adult male form of cattle, kept in farms with sexual organs intact and capable of reproduction, இனவிருத்திக்காகப் பண்ணைகளில் வளர்க்கப்படும் காளை; the male of certain other animals, மற்ற பிராணிகளின் ஆணினம்; one who speculates in business, shares, etc., வியாபாரத்திலும், பங்கு வியாபாரங்களிலும், துணிந்து செயல் படுபவர். **a bull in a china shop**: a person who is a misfit in a work place, வேலை தளத்தில் செயல்பட முடியாத ஒருவன். **take the bull by the horns**: to face a problem with no fear, பயமில்லாமல் பிரச்சினையை எதிர்கொள். **bull***(n)*: an official letter from the Pope, போப்பாண்டவரின் ஆணை. **Bull***(n)*: Taurus, the second house in the Zodiac, ரிஷப ராசி. **bull***(n)*: (slang) foolish talk, வீண் பேச்சு.

bull-dog/'buldɔg/*(n)*:'புல்டாக்: / a fierce dog of England, இங்கிலாந்து நாட்டு, வீடுகளில் வளர்க்கப்படும் குட்டை ரக நாய்; a person of courage, துணிச்சல் உள்ளவன்.

bull-doze/'buldəuz/*(v.t)*:'புல்டௌஸ்: / **bulldozed, bulldozing**: to clear, level, or reshape the contours of land, நிலத்தைத் தடைகள் நீக்கிச் சமன்படுத்து; use bulldozer to clear the land, நிலச்சமன் பொறியைக் கொண்டு நிலத்தைச் சமன் படுத்து. **bulldozer***(n)*: a powerful caterpillar tractor for moving earth, rocks, etc., நிலச்சமன் பொறி.

bul-let/'bulit/*(n)*: 'புல்லிட் / a piece of lead that is shot from a gun, துப்பாக்கிக் குண்டு. • *The police fired rubber* **bullets** *to disperse the mob.* **bullet***(v.i)*, **bulleted, bulleting**: to move swiftly, வேகமாக நகர்.

bullet-proof/'bulitpru:f/*(adj)*:'புல்லிட்-ப்ரூஃப் / a shirt that can stop bullets passing through, குண்டு துளைக்காத உடை.

bul-le-tin/'bulətin/*(n)*:'புல்லடின் / a short news report, an announcement, a booklet of some information, சிறு அறிக்கை, அறிவிப்பு, செய்தி வெளியீடு. **bulletin** *(v.i)*: to make known by a bulletin, ஒரு சிறு குறிப்பு மூலம் செய்தியை வெளியிடு. **bulletin board***(n)*: a board for posting notices, அறிவிப்புப் பலகை.

bull-fight/'bulfait/*(n)*:'புல்ஃபய்ட் / a public entertainment [in Spain and South America] in which bulls are fought and usually killed, எருதுச் சண்டை.

bull-headed/'bul'hedid/*(adj)*:'புல்'ஹெடிட்: / stupidly stubborn, கண்மூடித்தனமான, உறுதியுடன் கூடிய.

bul-lion/'buljən/*(n)*:'புல்யன்(-லி-) / gold or silver in the form of bars or ingots, பொன், வெள்ளிக் கட்டிகள்.

bul-lish/'buliʃ/*(adj)*:'புலிஷ் / tending toward a rise in prices (as in a stock exchange), பங்கு மார்க்கெட்டில் விலை ஏறுமுகமாக உள்ள; full of optimism, எதிர்காலத்தைப் பற்றி முற்றிலும் நம்பிக்கையுள்ள.

bul-lock/'bulək/*(n)*:'புலக் / a castrated bull, ஆண்மை நீக்கப்பட்ட எருது; a young bull, இளம் காளை.

bull's-eye/'bulzai/*(n, sing)*:'புல்ஸய் / **bull's-eyes***(n, pl)*: the circular spot usually black, at the centre of a target, used in target practice, வட்டமான கரு மையம், சாதாரணமாக இதை இலக்கு மையமாக வைத்துக் கடும் பயிற்சி செய்வர்; any precise statement to the point, மிகவும் கச்சிதமாக, கருத்து மையம் கொண்ட அறிக்கை. • *The advocate's argument really hit the* **bull's eye**. a dark cloud with a reddish centre signifying an impending storm, வரப்போகின்ற புயலுக்கு, அறிகுறியாக அமைந்திருக்கும் கருமேகம்; the eye of a storm, புயலின் மையம்.

bul-ly/'buli/*(n, sing)*:'புலி / **bullied, bullying, bullies***(n, pl)*: a person or a school boy or a school girl who dominates and frightens weaker ones, பலவீனமானவரை மிரட்டி ஆட்கொள்ளும் ஒருவர் (அ) பள்ளியில் படிக்கும் பையன், பெண். **bully** *(v.t)*: to be arrogant and overbearing, மற்றவரிடம் திமிராக மிரட்டி நடந்துகொள். • *The big boys always* **bully** *the small boys.* **bully beef**: canned or pickled beef, சிறுபெட்டிகளில் அடைக்கப்படும் அல்லது ஊறுகாய் போல் பாதுகாக்கப்படும் மாட்டிறைச்சி. **bul-ly-boy**/'buliboi/*(n)*: 'புலிபாய் / a tough, aggressive man, பழகக் கடினமான, எரிச்சலூட்டக்கூடிய மனிதன்.

bul-ly-rag/'buliræg/*(v.t)*:'புலிரக்: / **bullyragged, bully ragging**: harass, tease, துன்புறுத்து, தொல்லை கொடு.

B

bul-wark/'bulwək/*(n, sing)*: 'புல்உஃக் (ஃக்) / **bulwarks***(n, pl)*: a strong wall built for defence (earth wall), பாதுகாப்புக்குக் கட்டப்படும் பலமான மண் சுவர்; a wall or solid structure round the edge of a ship, கப்பல் தளத்தைச் சுற்றியிருக்கும் பாதுகாப்புச் சுவர்.

bum/bʌm/*(n)*:பஃம் / a loafer, a devotee of recretional activity, வீணே பொழுதைக் கழிப்பவன், கேளிக்கைகளில் நாட்டமுடையவன், உல்லாசி. **bum***(adj)*: of poor quality, disabled, தரம் குறைந்த, இயலாத. **bum***(v)*: to spend time unemployed and wandering, bummed, bumming, வேலையற்று சோம்பித் திரி.

bumble/'bʌmbl/*(n)*:'பஃம்ப்ஃல் / a blunder, குழப்பம். **bumble***(v)*: to speak in a way that is confused and difficult to hear and understand, புரிந்துகொள்ளமுடியாதபடி பேசு, பிதற்று; **bumbling**/'bʌmbliɲ/*(adj)*: 'பஃம்ப்ஃலிங், / தொடர்பில்லாமல் பேசுதல்.

bum-ble-bee/'bʌmblbi:/*(n)*:'பஃம்ப்ஃல்பீ: / a large hairy bee that makes loud noise while flying, பறக்கும்பொழுது பெரும் சப்தம் எழுப்பும் பெரிய தேனீ.

bump/bʌmp/*(v.i)*:பஃம்ப் / to come more or less forcefully in contact with, முரட்டுத்தனமாகத் தள்ளு, முட்டு, மோது. • *The rat* **bumped** *the cup off the shelf.* injure by striking, மோதி, தள்ளிக் காயப் படுத்து; to bounce along, குதித்துக் குதித்துச் செல்; to move in a series of jolts, குலுங்கிக்குலுங்கி நகர். **bump***(n)*: a dull, heavy blow, நிதானித்துக் கொடுக்கும் பலமான அடி; a raised round swelling, வீங்கி நிற்கும் பகுதி; an uneven area on a surface, சமதளத்தில் மேடாக இருக்கும் இடம். • *The car tripped over a* **bump** *on the road.*

bum-per/'bʌmpə*/*(n)*:'பஃம்பஃ* / a horizontal bar in front and rear of a car for protecting against knocks, முட்டு, தாங்கி. **bumper***(adj)*: usually abundant, நல்ல விளைச்சலுள்ள, அசாதாரணமான, அதிகமுள்ள. • *We had a* **bumper** *crop this year.* **bumper***(n)*: a cup or glass filled to the brim especially when toasting a guest, கிண்ணம் வழியக் கொடுத்து விருந்தினரை வரவேற்று நல்வாழ்த்துக் கூறல்.

bump-kin/'bʌmpkin/*(n)*:'பஃம்ப்கின் / a country fool, நாகரிகம் இல்லாத ஒருவன்.

bump-tious/'bʌmpʃəs/*(adj)*:'பஃம்ப்ஷஃஸ் / arrogant and self-assertive, திமிரும், தான் பெரியவன் என்ற எண்ணமும் உள்ள.

bump-y/'bʌmpi/*(adj)*:'பஃம்ப்பி / of uneven road or surface, சாலை (அ) பரப்புகளில் உள்ள மேடு பள்ளங்கள்.

bun/bʌn/*(n)*:பஃன் / a small round sweet cake, வட்ட வடிவமான இனிப்பு ரொட்டி (அ) அடை; hair gathered into a round shape and tied at the back of the head, கொண்டை.

bunch/bʌntʃ/*(n)*:பஃஞ்ச் / a connected group, ஒரு சேர்க்கை; a cluster, ஒரு கொத்து, ஒரு குலை. • *A* **bunch** *of keys, a group of people.* **bunchy***(adj)*

bunco/bʌɲkɔ/*(v)*:பஃங்கொ / swindle or cheat, ஏமாற்று, மோசடி செய்.

bund/'bʌnd/*(n)*:'பஃன்ட்: / embankment, அணைக்கட்டு, அணைக்கரை.

bun-dle/'bʌndl/*(n)*:'பஃன்ட்ஃல் / a number of objects or a quantity of material bound together, கட்டு, மூட்டை. • *Make a* **bundle** *of these things.* **bundle***(v.t)*, **bundled, bundling**: to wrap in a bundle, மூட்டையாகக் கட்டு; to leave impolitely, அவசரமாக, மரியாதை இல்லாமல் வெளியேறு, வெளியேற்று. • *The arrested man was* **bundled** *into the police van.* to store hastily, to throw away in lot, அவசரமாகக் கட்டி வை, கட்டாகத் தூக்கியெறி. • *He* **bundled** *his belonging into a bag.*

bung/bʌɲ/*(n)*: பஃங்க்: / the stopper for an opening in a cask, அடைப்பான், பீப்பாயின் துளையை அடைக்கும் தக்கை. **bung***(v.t)*: to close or stop up, தக்கையால் துளையை அடை, துளையை அடை; to beat, to maul, குதறு, அடித்துக் காயப்படுத்து, இழுத்துப் போட்டு அடி.

bun-ga-low/'bʌɲgələu/*(n)*:'பஃங்கஃலஃஉ / one-storey-house, தனி மாடிவீடு.

bun-gle/'bʌɲgl/*(v)*:'பஃங்க்ஃல் / **bungled, bungling**: to do clumsily and awkwardly, தாறுமாறாகச் செய்; botch, தவறு செய், குளறுபடி செய். • *He* **bungled** *in his job and so he was dismissed.* **bungle***(n)*: unskilled work, திறமை இல்லாது, மோசமாகச் செய்யும் வேலை.

bunk/bʌɲk/*(n)*:பஃங்க் / a built-in bed that is usually fixed to a wall or platform, இரயில் (அ) கப்பலில் கட்டப்பட்டு, பொருத்தப் பட்டிருக்கும் படுக்கை. **bunk***(n)*: (slang) nonsense, முட்டாள்தனமான பேச்சு. **bunk** *(v.i)*: to sleep in a rough place, கரடு முரடான இடத்தில் தூங்கு. **bunk***(v.t)*: to leave in a hurry under suspicious circumstances, சந்தேகத்திற்கு இடம்

அளிக்கும் வகையில், வேகமாக வெளியேறு.

bunk house/bʌŋkhaus/*(n)*:ப:ங்க்ஹஉஸ் / a building offering basic sleeping accomodation for workers, தொழிலாளர்கள் ஓய்வெடுக்கும் மனை.

bun-ker/'bʌŋkə*/*(n)*:'ப:ங்க்கə* / ship's coal-bin, கப்பலில் நிலக்கரி வைக்கும் இடம்; an underground fortification with openings for gun, தரைக்கு அடியில் கட்டப்பட்டு துப்பாக்கி சுடுவதற்குத் திறப்புகள் இருக்கும் அரண்; any obstacle or shelter, தடை (அ) பாதுகாப்பிடம்.

bun-kum/'bʌŋkəm/*(n)*:'ப:ங்க்கəம் / humbug, nonsense, வீண்பேச்சு.

bunny/'bʌni/*(n)*:'ப:னி / a child's term for a rabbit, முயலைக் குறிக்க சிறார் பயன்படுத்தும் சொல்.

bunny-teeth/'bʌni ti:θ/*(n)*:'ப:னி டீத் / projection of first two front teeth like bugsbunny (cartoon character), குழந்தைகளுக்கு முதலில் முளைக்கும் இரண்டு முன்பற்கள்.

buoy/bɔi/*(n)*:ப:ɔய் / a floating marker, something which acts as a float, மிதப்பு அடையாளக்கருவி, மிதவை; a floating object to warn a ship of hidden dangers as rock, கடலில் கப்பல்களுக்குப் பாறைகள் இருக்கும் இடத்தை எச்சரிக்க உதவும் மிதவை. **buoy***(v.t)*: to keep floating, மிதக்கும்படி வைத்திரு. • *The life-belt* **buoyed** *him up until help arrived.* to support, ஆதாரம் கொடு, தாங்கு; keep high, உயர்த்தி வை, உயரும்படி செய். • *The payment* **buoyed** *up his spirits.*

buoy-an-cy/'bɔiənsi/*(n)*:'ப:ɔயəன்ஸி / the upward pressure exerted by a fluid in which a body immersed is made to feel, ஒரு பொருள் திரவத்தில் மிதக்கும்பொழுது (அ) அமிழ்ந்திருக்கும்பொழுது ஏற்படும் மேல் நோக்கிய அழுத்தம்; the spirit or ability to recover from a crisis, ஒரு நெருக்கடியிலிருந்து எளிதில் மீளும் திறமை; after a period of crisis, the ability or power of the market to regain its former position or to keep the prices high, நெருக்கடியி னின்றும் மீளும் சக்தி (அ) பங்குச் சந்தையில் விலையை உயர்த்தி வைத்திருக்கும் திறமை. • *The* **buoyancy** *of the share market is really encouraging.* **buoy-ant**/'bɔiənt/ *(adj)*/'ப:ɔயəண்ட் / showing buoyancy, மீளும் தன்மையுள்ள, மிதக்கும் சக்தியுள்ள; cheerful, மகிழ்ச்சியுள்ள. • *During excursion, children were in a* **buoyant** *mood.* **buoyantly***(adv)*.

bur-ble/'bɜ:bl/*(v)*:'ப:ə:ப்ல் / **burbled, burbling**: to make a burbling sound, 'சளசள' என்று ஒலி எழுப்பு, நீர் கற்கள் மேல் பாய்வது போல் சப்தம் எழுப்பு; to speak with a burbling sound, talk not clearly, புரியாமல் பேசு, 'சளசள' என்று பேசு. • *The speaker* **burbled** *something that was not clearly heard.*

bur-den/'bɜ:dn/*(n)*:'ப:ə:ட்ன் / that which is carried, சுமை, தூக்கிச்செல்லும் சுமை. • *For some, paying tax is a* **burden**. that which is to be endured, பொறுத்துக் கொள்ள வேண்டிய துன்பங்கள், கடினமான பொறுப்பு; the main subject, the principal point, முக்கிய கருத்து, முக்கிய குறிப்பு, ஒரு பாடலின் பல்லவி. • *The* **burden** *of the song is not interesting.* **burden***(v.t)*: to load heavily, பெரும்பளு ஏற்று; trouble, தொந்தரவு செய். • *I am not going to* **burden** *you with my long speech.* **burden of proof**: the responsibility of proving something, நிரூபணம் செய்ய வேண்டிய பொறுப்பு. • *The* **burden of proof** *rests with the police.*

bur-den-some/'bɜ:dnsəm/ *(adj)*: 'ப:ə:ட்ன்ஸəம் / troublesome, தொந்தரவு ஏற்படுத்தக்கூடிய; being a burden, சுமையாக உள்ள; onerous, பொறுப்பு நிறைந்த.

bu-reau/'bjuərəu/*(n, sing)*:'ப்:யுəரəஉ (ப்:யə-) / **bureaus, bureaux***(n, pl)*: a writing desk or table with drawers, அடுக்குப் பெட்டி, இழுப்பு அறைகள் உள்ள மேசை; an office or organisation that collects facts, figures, statistics, etc., உண்மை நிலவரங்கள், புள்ளி விவரங்கள் முதலியவற்றைச் சேகரிக்கும் நிறுவனம் (அ) அலுவலகம்.

bu-reauc-ra-cy/bjuə'rɔkrəsi/*(n, sing)*: ப்:யுə'ரɔக்ரəஸி (-யə-) / **bureaucracies** *(n, pl)*: a group of administrative officials appointed but not elected, அரசு அலுவலர்கள் குழு நிர்வாகம் செய்யும் முறை; a system of government by officials, தேர்ந்தெடுக்கப்படாத ஆனால் நியமிக்கப் பட்ட அலுவலர்கள் அரசு நடத்தும் வழி முறை; government officials administering not in a responsible way, பொறுப்பு இல்லாமல் அரசு அலுவலர்கள் நிர்வாகம் செய்யும் முறை. **bu-reau-crat**/'bjuərəukræt/*(n)*: 'ப்:யுəரəஉக்ரæட் (-யə-) / an official of bureaucracy, an official who works without exercising intelligent judgement, அரசு எந்திரத்தின் ஒரு அலுவலர், நல்ல புத்திசாலித்தனமான முடிவு எடுக்காமல் இயந்திரம் போல் செயல்படும் அரசு அலுவலர். **bu-reau-crat-ic**/ ˌbjuərəu'krætik/*(adj)*,ப்:யுəரəஉ'க்ரæட்டிக் /

like a bureaucrat, அரசு அலுவலர் போலுள்ள. • *The* **bureaucratic** *procedures are rather cumbersome.*

burette/bjuə'ret/*(n)*:ப்யுə'ரெட் / a measuring tube, கண்ணாடி அளவைக் குழல்.

burgeon/'bɜ:dʒən/*(v.t)*:'ப:ə:ஜிəன் / to grow or develop rapidly, to flourish, வேகமாக வளர்.

burger/'bɜ:gə*/*(n)*:'ப:ə:க:ə* / a flat round cake of fried minced beef or of a specified ingredient generally eaten in a bread roll, மேற்கத்திய, ரொட்டிச் சுருள் மற்றும் மாமிசம் சேர்ந்த உணவு வகை.

bur-gess/'bɜ:dʒis/*(n)*:'ப:ə:ஜிஸ் (-ஜெஸ்:) / a citizen, ஒரு குடிமகன்.

burgher/'bɜ:gə*/*(n)*:'ப:ə:கə* / a citizen of a particular town, one who is respectable, ஒரு குறிப்பிட்ட நகரின் மக்கள், மரியாதைக்குகந்த.

bur-glar/'bɜ:glə*/*(n)*:'ப:ə:க்:லə* / one who commits burglary, one who breaks into houses and commits thefts, வீடு புகுந்து கொள்ளையடிப்பவன். **bur-glar-y**/'bɜ:gləri/*(n)*:'ப:ə:க்:லəரி / the crime of entering a hou e and committing theft, களவு, கொள்ளை, வீடு புகுந்து திருடுதல். **burgle**/'bɜ:gl/*(v.t)*:'ப:ə:க்:ல் / enter a building by force and steel from it, பலவந்தமாக உள்ளே நுழைந்து திருடு. **burglarize***(v)*

bur-i-al/'beriəl/*(n)*:'பெ:ரியəல் / the act or ceremony of putting a dead body into a grave, புதைத்தல். **burial ground**/*(n)*: a place where dead bodies are buried, இறந்த உடல்களை அடக்கம் செய்யும் இடம்.

burk/berk(e)/bɜ:k/*(n)*:ப:ə:க் / a stupid person, முட்டாள்.

bur-lesque/bɜ:'lesk/*(n)*:ப:ə:'லெஸ்க் / a serious subject or a literary piece turned into fun or humorous drama by the way in which it is described or acted, மிக முக்கியமான, பொருளுள்ள கருத்துக்கள், இலக்கியங்கள் முதலியவற்றை நகைச்சுவை நாடகங்களாகவும், கேலிக் கூத்தாகவும் விவரித்து நடித்துக் காட்டுதல், பாவனை செய்து, பரிகாசமாகச் சித்தரித்துக் காட்டுதல். (Ex.) A drama like 'Thuklak'. (உ-ம்) 'துக்ளக்' போன்ற நாடகம்.

bur-ly/'bɜ:li/*(adj)*:'ப:ə:லி / great in body size, பெரிய உடல்வாகுள்ள; of the body, strongly and heavily built, பலமாகவும், கனமாகவும் உடல் அமைப்பு கொண்டுள்ள.

Bur-mese/,bɜ:'mi:z/*(n, pl)*:ப:ə:மீஸ்: / a native or language of Burma, பர்மா நாட்டுக் குடிமக்கள். **Burmese***(adj)*: pertaining to Burmese, பர்மா நாட்டுத் தொடர்புடைய.

burn/bɜ:n/*(v.t)*:ப:'ə:ன் / to consume with fire, நெருப்பினால் சுடு, நெருப்பு கொண்டு அழித்து விடு. **burn***(v.i)*: to be on fire, நெருப்பில் அழிந்து விடு; to glow, ஒளிரு. **burn***(n)*: injury, நெருப்புக் காயம், தீக்காயம்; damage caused by fire, நெருப்பினால் ஏற்படும் அழிவு. **burn-er**/'bɜ:nə*/*(n)*:'ப:ə:னə* / part of a lamp or gas jet from which the flame issues, விளக்குத் திரியைத் தாங்கி நிற்கும் பாகம் (அ) வாயு அடுப்பு அமைப்பில் சுடர்விடும் பாகம். **burn-ing**/'bɜ:niŋ/*(adj)*:'ப:ə:னிங் / on fire, எரிந்து கொண்டிருக்கும்; intense, passionate, உணர்ச்சி ததும்பும், மிக முக்கியமான; urgent, crucial, அவசரமாக உள்ள, நெருக்கடி நிலையிலுள்ள. • *The* **burning** *topic of the day is election results.* **burn** *(n)*: a small stream, சிற்றாறு, கால்வாய்.

bur-nish/'bɜ:niʃ/*(v.t)*:'ப:ə:னிஷ் / to polish by rubbing, தேய்த்து மெருகூட்டு. **bur-nish-er**/'bɜ:niʃə*/*(n)*:'ப:ə:னிஷə* / one who burnishes or that which polishes, மெருகிடுபவர், தேய்ப்பவர், பளபளப்பாக்கும் பொருள்.

bur-nous/bɜ:'nu:s/*(n)*:ப:ə:'னூஸ் / a long outer garment worn by Arabs, உடல் முழுவதும் மூடி இருக்கும்படி அரேபியர்கள் அணியும் ஆடை.

burp/bɜ:p/*(n)*:ப:ə:ப் / noisily release air from the stomach through the mouth, belch, ஏப்பம். **burp***(v)*.

burro/'bʌrəu/*(n)*:'ப:ரəஉ / a small donkey used as a pack animal, பொதிக்கழுதை.

bur-row/'bʌrəu/*(n)*:'ப:ரəஉ / a hole in the ground made by animals like rabbit as a place for living, வளை, பொந்து (உ-ம்) எலிவளை. **burrow***(v.i)*: to make a hole in the earth, பூமியில் வளை தோண்டு; to hide (oneself) as in a burrow, வளையில் ஒளிந்து கொள், பொந்தில் புகுந்து மறைந்து விடு. • *The rats* **burrow** *their way under the ground.* • *She* **burrowed** *her hand into the bag to get some coins.*

bur-sar/'bɜ:sə*/*(n)*:'ப:ə:ஸə* / a treasurer in an educational institution, ஒரு கல்வி நிலையத்தில் செயல்படும் பொருளாளர். **bur-sa-ry**/'bɜ:səri/*(n)*:'ப:ə:ஸəரி / a bursar's office, கல்வி நிலையப் பொருளாளர் அலுவலகம்; a scholarship, படிப்பு, கல்வி மேம்பாடு ஆகியவற்றிற்கு வழங்கும் உதவித் தொகை.

burst/bɜ:st/*(v.t)*:பு:ஸ்ட் / to break open suddenly usually due to the pressure from within, உள் அழுத்தம் அதிகரிப்பதால் வெடித்துச் சிதறு. • *Heavy floods in the river* **burst** *its banks.* • *The children* **burst** *out laughing.* • *The men and women* **burst** *into tears when they heard the news.* to cause to break or break open suddenly, வெடித்துச் சிதறும்படி செய், திடீரென்று உடைத்து எறி. **burst***(n)*: the sound of bursting, an explosion, வெடித்துச் சிதறல்.

bur-y/'beri/*(v.t)*:பெ:ரி / **buried, burying**: to put a dead body into a grave, உயிரற்ற உடலைப் புதைகுழியில் இடு, புதைத்து மூடு; to hide, மறைத்து வை. **bury the hatchet**: to become friends again after a quarrel, பூசலுக்குப் பிறகு மீண்டும் நட்பு கொள். • *After a long break the two friends decided to* **bury the hatchet**. • *The government report very often* **buries** *the secrets and gives a dull, monotonous note.*

bus/bʌs/*(n)*:ப:ஸ் / a large motor vehicle for carrying passengers, பயணம் செய்ய உதவும் பேருந்து. **bus***(v.i)*: to travel on or by means of a bus, பேருந்து (அ) மோட்டார் வண்டியில் பயணம் செய்.

bus-by/'bʌzbi/*(n)*:ப:ஸ்:பி: / a small fur hat worn by certain British soldiers, பிரிட்டிஷ் போர் வீரர்கள் அணியும் ஒருவகைக் கம்பளித் தொப்பி.

bush/buʃ/*(n)*:பு:ஷ் / a plant especially of a low variety with many branches, புதர்; **bush-y**/buʃi/*(adj)*:'பு:ஷி / covered with bush, like bush, புதர் நிறைந்த, புதர் போன்ற. **bushed** *(adj)*: very tired, மிகவும் களைத்து இருக்கின்ற. **bushy***(adj)*: covered with bushes, புதர் நிறைந்த.

bush-el/'buʃl/*(n)*:'பு:ஷ்ல் / a unit of dry measure of 8 gallons, for measuring grains, 8 காலன் கொண்ட தானியங்களை அளக்கும் மரக்கால்.

bus-i-ly/'bizili/*(adv)*:'பி:ஸி:லி / in a busy manner, சுறுசுறுப்பாக.

busi-ness/'biznis/*(n)*:'பி:ஸ்:னிஸ் / what one is busy at, தொழில்; one's occupation or trade, ஒருவருடைய வேலை (அ) வியாபாரம்; money earning activity, பணம் ஈட்டும் செயல்; occupation, அலுவல். • *My* **business** *is farming.* an affair or matter, ஒரு விவகாரம் (அ) அலுவல் செயல் முறை. • *It is 10 a.m. now; let us get down to the main* **business** *in the agenda.* • *Small producers have gone out of* **business** *now.*

busi-ness-like/'biznislaik/*(adj)*: 'பி:ஸ்:னிஸ்'லய்க் / conforming to business, அலுவல் தொடர்பான; efficient, practical, மிகத் திறமையாக உள்ள, நடைமுறைக்கு உகந்த செய்திறனுள்ள.

busk/bʌsk/*(n)*/ப:ஸ்க் / to perform music in a public place as a way of earning money, பொது இடத்தில் இசைக்கச்சேரி நடத்துதல்.

buss/bʌs/*(n)*:ப:ஸ் / a kiss, முத்தம்.

bust/bʌst/*(n)*:ப:ஸ்ட் / sculptured representation of a person from the waist upwards, இடுப்புக்கு மேல் செதுக்கப்பட்ட ஒருவரின் சிலை; a woman's breast, ஒரு பெண்ணின் மார்பகம். **bust***(v.t)*: to break, உடைத்து எறி. • *The robber* **busted** *the window down.* to charge with an offence, குற்றம் சாட்டு; arrest, கைது செய். • *She was* **busted** *for the possession of drugs.* **bust***(n)*: a police arrest, கைது; failure, தோல்வி. **bust***(adj)*: broken, தோல்வி அடைந்த, உடைந்த. • *My car is* **bust** *in the accident.* **bust**/bʌst/ *(v.t)*: to burst, வெடித்துச் சிதறு. **buster***(n)*: bomb that destroys wholly, முழுமையாக அழிக்கும் வெடிகுண்டு.

bus-tle/'bʌsl/*(v)*:ப:ஸ்ல் / **bustled, bustling**: to be active with a great show of energy, மிகுந்த திறனுடன் சுறுசுறுப்பாகச் செயல்படு; to move hurriedly and noisily, வேகமாகச் சந்தடி செய்து நகர். • *The market place is always* **bustling** *with activity.* **bustle***(n)*: activity, சுறுசுறுப்பான செயல்; commotion, குழப்பம். **bustle**/'bʌsl/ *(n)*:'ப:ஸ்ல் / a pad or frame worn under a skirt and puffing it out behind, பின்புறம் புடைத்திருக்கும்படி செய்ய அணியும் அட்டை.

bus-y/'bizi/*(adj)*:பி:ஸி: / **busier, busiest**: actively working, சுறுசுறுப்பாக வேலை செய்கின்ற; having a lot of work to do, வேலைப்பளு அதிகமாக உள்ள; officious, நடைமுறைக்கு அதிக முக்கியத்துவம் கொடுத்துள்ள. • *There is no happier life than to be* **busy** *always.* **busy***(v.i)*: to keep occupied, எப்பொழுதும் வேலையில் ஈடுபட்டிரு. • *The minister, on his arrival,* **busied** *himself with answering questions from the reporters.* **busy bee**/'bizibi: / *(n)*:பி:ஸி:பீ: / an industrious person, சுறுசுறுப்பான மனிதன் பரபரப்பன.

bus-y-bod-y/'bizi,bɔdi/*(n)*:'பி:ஸி:ப:ஒடி: / a person who meddles in other people's affairs, பிறர் வேலையில் அவசியம் இல்லாமல் தலையிட்டுத் தொந்தரவு செய்பவர்.

but/bʌt/*(conj)*:*பட்* / on the contrary, அதற்கு மாறாக. • *My friend attended the function* **but** *I did not.* except that, however, அதைத் தவிர, இருந்தாலும். • *She could do nothing else* **but** *weep when she heard the news.* **but***(prep)*: other than, except, அதுவன்றி. • *No one came* **but** *one.* • *We can go any day* **but** *Friday.* **but***(adv)*: only just, அது மாத்திரம். • *There is* **but** *one God.* • *She is still* **but** *a child.* **but***(n)*: an objection, no doubt, மறுப்பு, சந்தேகமின்மை. • *You have to obey my orders, no* **but** *about it.*

butch-er/'butʃə*/*(n)*:'*புச்சə** / one who owns a shop which sells meat, one who works in such a shop, கசாப்புக் கடைக் காரர்; a person who causes death unnecessarily, அவசியம் இல்லாமல் கொலை செய்பவர். **butcher***(v.t)*: to kill animals and prepare them for food, பிராணி களைக் கொன்று உணவு தயாரிப்பவர். **butch-er-y**/'butʃəri/*(n)*:'*புச்'சəரி* / a slaughter house, கசாப்புக் கடை; wanton killing of human beings, மனிதர்களைப் படுகொலை செய்தல்.

but-ler/'bʌtlə*/*(n)*:'*பட்லə** / head male servant, தலைமை ஊழியர்; waiter, உணவு பரிமாறுபவர்.

butt/bʌt/*(n)*:*பட்* / the end or extremity, கடைசி, மீதி, அடித்தளம், தடித்த நுனி; *(e.g.)* The **butt** of a gun; a person or thing that people make fun of, கேலிக்கு ஆளாகின்றவர்; one who is ridiculed, கேலிக்கு உரியவர். **butt***(v.t)*: to strike or push with the head or horns, தலையால் (அ) கொம்பால் மோது. **butt-end***(n)*: the very end of anything, ஒரு பொருளின் இறுதி எல்லை. **butt in***(v)*: interfere, பிறர் விவகாரங்களில் தலையிடு.

but-ter/'bʌtə*/*(n)*:'*பட்டə** / the solid fatty substance obtained from cream of milk, வெண்ணெய். **butter***(v.i)*: to put butter on, வெண்ணெய் தடவு; (informal) to flatter someone to gain something, தன் சுய நலத்திற்காகப் பிறரை அளவுக்கு அதிகமாக முகத்துதி செய்.

butter-ball/'bʌtəbɔ:l/*(n)*:'*பட்டəபɔ:ல்* / a person who is chubby, கொழு கொழு என்று குண்டாயிருப்பவன்.

butter- fingers/'bʌtə,fiŋgəz/*(n)*: '*பட்டə,ஃபிங்கəஸ்* / one who fails to hold or catch, தவறவிடுபவர், நழுவ விடுபவர்.

but-ter-fly/'bʌtəflai/ *(n)*:'*பட்டə'ஃப்லய்* / a winged insect with beautifully coloured wings, வண்ணத்துப் பூச்சி; one who is interested only in pleasure, ஐம்புலன் இச்சைகளில் ஆழ்ந்து இருப்பவர்.

but-ter-milk/'bʌtəmilk/ *(n)*:'*பட்டə'மில்க்* / the milk obtained when curd is churned or after cream is removed or extracted, மோர்.

but-ter-y/'bʌtəri/*(n)*:'*பட்டəரி* / room or rooms in which wines, provisions, etc., are stored, சேமிப்பு அறை. **buttery***(adj)*: like butter, வெண்ணெயைப் போன்றுள்ள; spread with butter, வெண்ணெய் பூசப் பட்டுள்ள, தானியக் கிடங்கு.

but-tock/'bʌtək/*(n)*:'*பட்டɔக்* / [usually **buttocks**]: either of the two fleshy parts of the body on which a person sits, இடுப்பின் கீழ்ப்புறம், பிட்டம்.

but-ton/'bʌtn/*(n)*:'*பட்ன்* / knob used as a fastener in clothing, a small round knob of a machine, etc., பொத்தான், குமிழ்; a small knob or disc pressed to operate an electric circuit; மின் இணைப்பை இயக்கப் பயன்படும் ஒரு குமிழ் (அ) வட்டத்தட்டு. • *The modern wars are fought by pushing* **buttons**. **button***(v.t)*: to close or fasten with buttons, பொத்தான் கொண்டு ஆடைத் திறப்புகளை மூடு, பொத்தான் வைத்துத் தையல் செய். **button-hole***(n)*: a hole for a button to be put through to fasten a shirt, coat, etc., பொத்தான் துளை; a flower to wear in the button hole, பொத்தான் துளையில் செருகப்படும் பூ.

but-tress/'bʌtris/*(n)*:'*பட்ரிஸ்* / support, supporting wall, தாங்கு, உதை சுவர். **buttress***(v.t)*: to support, ஆதரி.

bux-om/'bʌksəm/*(adj)*:'*பக்ஸəம்* / (of a woman) full bosomed, attractive and healthy looking, எடுப்பான மார்பகமும், கவர்ச்சியும், நல்ல ஆரோக்கியமும் உள்ள (பெண்).

buy/bai/*(v)*:*பய்* / **bought, buying**: to get (something) by paying money, விலை கொடுத்து வாங்கு. • *He* **bought** *it at Delhi.* to accept, ஏற்றுக்கொள்; to bribe, கையூட்டுக் கொடுத்து உதவி பெறு. **buy***(n)*: the act of buying, விலை கொடுத்து வாங்குதல். **a good buy**: a good bargain,

நல்லபேரம், குறைந்த விலைக்கு அதிக விலையுள்ள பொருட்களை வாங்குதல். **buyable**/'baiəbl/*(adj)*:'*ப:யə'ப்:ல்* / that which can be bought, வாங்கக்கூடிய தன்மை உள்ள. **buyer**(*n*): one who buys, விலைக்கு வாங்குபவர்.

buzz/bʌz/(*n*):*ப:ஸ்:* / low, vibrating, humming sound as of bee, தேனீயின் ரீங்காரம் போன்ற ஒலி. **buzz**(*v*): to make a humming sound, ரீங்காரம் போன்று ஒலி எழுப்பு; signal with a buzzer, அழைப்பு மணி மூலம் அறிவிப்புக் கொடு. • *The office is* **buzzing** *with activity.* **buzzer**(*n*): one or that which buzzes, வண்டொலி எழுப்புபவர்.

buz-zard/'bʌzəd/ (*n*):*ப:ஸ:əட்:* / a bird like falcon, பருந்து இனப் பறவை.

buzz-word/'bʌzwɜ:d/ (*n*):'*ப:ஸ்:வə:ட்:* / a technical word or phrase that has become fashionable, typically as a slogan, முழக்கமாக உபயோகிக்கப்படும் வார்த்தை.

by/bai/(*pre*):*ப:ய்* / near to or next to, அருகில், அடுத்து. • *She was standing* **by** *the window.* (used with the passive verb), வேற்றுமை உருபாகப் பயன்படுதல், 'ஆல்.' • *The boy was bitten* **by** *a dog.* **by**(*adv*): near, at hand, அருகே, உடன் தயாராக இருப்பது. • *The station is close* **by**. **by**(*adj*), [also **bye**]: situated at one side, ஒரு பக்கத்தில் நிலைத்துள்ள. • *The team came down a* **by** *- lane.*

bye/bai/(*v.i*):*ப:ய்* / less important, முக்கியத்துவம் குறைந்த; by-product, முக்கிய உற்பத்திப் பொருளுடன், கூட உற்பத்தி ஆகும் வேறு பொருள்; a bye-election, இடைத் தேர்தல். **bye**(*n*): odd player, ஆடுவதற்கு இணையாக வேறு ஒருவர் இல்லாது தனித்து விளையாடுபவர்.

bye-bye/'baibai/(*interj*):*ப:ய்'ப:ய்* / go to bye-byes, lulling phrase, குழந்தைகளைத் தூங்கச் செய்யப் பயன்படும் சொற்றொடர்கள்.

bye-election/'baii,lekʃn/(*n*): *ப:யிலெக்ஷəன்* / a special election held to fill a vacancy, இடைத்தேர்தல்.

by-gone/'baigɔn/(*adj*):'*ப:ய்க:ɔ:ன்* / past, gone by, கடந்த.

by-lane/(*n*):'*ப:ய்லெய்ன்* / a side lane, பக்கத்து சந்து.

by-law/'bailɔ:/(*n*):'*ப:ய்லɔ:* / a subsidiary law, ஒரு முக்கிய சட்டத்தின் துணைப்பிரிவு.

by-pass/'baipa:s/(*n*):'*ப:ய்ப்பாஸ்* / a road that passes round to avoid a busy area, பக்கப் பாதை; a diversion road, வேறு பாதை. **by-pass**(*v.t*): to avoid an obstruction, a town, etc., by following a by-pass, ஒரு தடை, ஒரு நகரம் முதலியவற்றைத் தவிர்க்க பக்கப் பாதை வழியாகச் செல்; to neglect someone's opinion or to brush aside someone or to avoid someone, ஒருவர் கருத்தை ஒதுக்கித் தள்ளு, ஒருவரைத் தவிர்த்துச் செயல்படு, ஒருவரை விட்டு விலகிச் செல்.

by-path/'baipa:θ/(*n*):*ப:ய்ப்பாத்* / indirect path, சுற்றுப்பாதை.

by-pro-duct/'bai,prɔdʌkt/(*n*):'*ப:ய்,ப்ரɔடக்ட்* / secondary or incidental product, துணை விளைபொருள்.

byre/'baiə*/(*n*):*ப:யə** / cow barn or shed, மாட்டுத் தொழுவம், மாட்டுக் கொட்டில்.

by-stand-er/'bai,stændə*/(*n*): '*ப:ய்ஸ்ட்டஆன்'டə** / a person standing near but not involved or taking part in, அருகில் இருப்பவர், ஆனால் கலந்து கொள்ளாதவர், பங்கேற்காதவர்.

byte/bait/(*n*):*ப:ய்ட்* / in computing, fixed number specifying certain quantity, கம்ப்யூட்டர் வகையில் குறிப்பிட்ட ஆணையைக் குறிக்கும் வரையறுக்கப்பட்ட எண்.

by-way/'baiwei/(*n*):'*ப:ய்உஎய் (-வெய்)* / a small road, a private or obscure road, ஒரு சிறு வழி, தனியான அதிகம் பயன்படுத்தாத வழி.

by-word/'baiwɜ:d/(*n*):'*ப:ய்உə:ட்: (-வə:ட்)* / a word or phrase associated with some idea, name, place, etc., வழக்கச் சொல், பழமொழி.

by-zan-tine/bi'zæntain/(*adj*): *ப:ய்'ஸ:ஆன்ட்டய்ன்* / (information): secret, இரகசியமாக உள்ள; indirect, நேரிடை இல்லாத; very complicated, முற்றிலும் சிக்கலான. **Byzantine**, (*adj*) connected with Byzantium or Eastern Roman Empire, பைஜான்டியம் (அ) கிழக்கு ரோமப் பேரரசு சார்ந்த. a type of architecture of Byzantium, பைஜான்டியக் கட்டடக்கலை.

C/c/si/:சி / the third letter of the English alphabet, ஆங்கில நெடுங்கணக்கில் மூன்றாவது எழுத்து; in Roman numerals the number 100, ரோமன் எண்கணக்கில் 100 வது எண்; (in chemistry) Carbon (atom), வேதியியலில் கரியைக் குறிக்கும் **c:** an abbreviation for celsius (centigrade) [water boils at 100°C], வெப்ப அளவைக் குறிக்கும் அலகு; a mark or grade given to a student's work showing the third level of quality, மாணவனின் தரத்தை, படிப்பில் குறிப்பிடும் மூன்றாவது தகுதி. **c:** a note in western music, மேற்கத்திய இசையில் ஓர் இசைக்குறிப்பு.

cab/kæb/*(n)*:கஎப்: / a taxi, வாடகை மோட்டார் வண்டி; the enclosed part of a locomotive for driver, இரயில் (அ) மோட்டார் வண்டியில் ஓட்டுநர் பகுதி; a horse drawn carriage for hire, வாடகைக் குதிரை வண்டி. **cab***(v.i)*, **cabbed, cabbing**: to ride in a taxi cab or horse-drawn cab, வாடகை வண்டியில் செல் (அ) குதிரை வண்டியில் செல்.

ca-bal/kə'bæl/*(n)*:கə'ப:ஆல் / a small group of persons who conspire against political authority, அரசியல் சதிக் கும்பல். **cabal***(v.i)*, **caballed, caballing**: to conspire, சதி செய்.

ca-bana/kə'bæna/*(n)*:கə'ப:ஆன / a shelter at a beach or swimming pool, கடற்கரையில் (அ) நீச்சல் குளங்கள் ஒட்டிய இளைப்பாறும் நிழற்குடை.

cab-a-ret/'kæbərei/*(n)*:'கஎப:əரெய் / an entertainment in a restaurant while guests are at table, உணவு விடுதியில் நடத்தப்படும் கேளிக்கை, இசை நடனம், இரவு நேர உல்லாசக் கேளிக்கை.

cab-bage/'kæbidʒ/*(n)*:'கஎபேட்ஜ் / a large round vegetable, முட்டைக் கோசு; a dull, inactive person, எதிலும் அக்கறை இல்லாத ஒருவர், நோயுறுவதால் வாழ்க்கைத் துடிப்பு இல்லாதவர்.

cab-in/'kæbin/*(n)*:'கெஎபி:ன் / a small house or cottage, ஒரு சிறு குடில்; an apartment or room in an aeroplane or a ship for passengers, ஒரு கப்பல் (அ) விமானத்தில் பயணிகள் (அ) மற்றவர்களுக்கு இருக்கும் தனி அறை; a separate place for the pilot in an aircraft, விமானியின் தனி அறை. **cabin-boy**: a boy employed in a cabin, விமானம் (அ) கப்பலில் சிறு சிறு வேலைகளைச் செய்யும் பையன்.

cab-i-net/'kæbinit/*(n)*:'கெஎபி:னெட் / a piece of furniture with shelves and drawers, அடுக்கறை (அ) இழுப்பறைகள் கொண்ட பெட்டி; the most important ministers of the government who take decisions, முடிவுகளை எடுக்கும் முக்கிய அமைச்சர்கள் கொண்ட அவை. Certain ministers in the Government are given **cabinet** ranks. **cabinet-maker**: a person who makes cabinets, chests, etc., அடுக்கறை, இழுப்பறை முதலியவை செய்யும் தொழிலாளி.

ca-ble/'keibl/*(n)*:'கெய்ப்:ல் / a thick strong rope made of metal wire, உறுதியான உலோகக் கயிறு, கம்பி; a set of wires that carry telephone messages, television signals, etc., தந்திச் செய்திகளையும், தொலைக் காட்சிக் குறிப்புகளையும் அனுப்பப் பயன்படும் கம்பித் தொகுதி. **ca-ble-gram**/'keiblgræm/*(n)*:'கெய்ப்:ல்க்:ரஎம் / a telegram sent by underwater cable, கடல் வழியாக அனுப்பப்படும் தந்திச் செய்தி. **cable***(v.t)*: to inform or convey any message or to send something by telegram, தந்தி மூலம் செய்தி அனுப்பு. **cable-car**: a small cabin drawn by an engine with cables, கம்பிகளால் இயக்கப்படும் மோட்டார் வண்டி. **cable-railway**: a pulley drawn railway compartment on an endless cable by a stationary engine, கம்பிகள் உதவி கொண்டு செங்குத்தான சரிவுகளில் இழுத்துச் செல்லப்படும் இரயில் வண்டி. **cable-television***(n)*, [also **cable TV**]: a system of transmitting pictures / programmes by cable usually paid for by the customer, வாடிக்கையாளர் செலவில், கம்பித் தொகுதிகள் மூலம் ஒளிபரப்பும் அமைப்பு, கம்பித் தொகுதிகள் மூலம் ஒளிபரப்புதல்.

ca-cao/kə'ka:əu/*(n)*: கə'காəஉ (-'கெய்əஉ) / வெப்ப மண்டல மரவகை. a tropical tree, the seeds of which are used to make cocoa and chocolate, இதன் விதைகளிலிருந்து கோக்கோ பானமும், சாக்லேட்டும் தயாரிக்கப்படுகிறது.

cache/kæʃ/(*n*):கஷ் / a secret storehouse for food, treasure, equipments, etc., உணவுப் பண்டம், ஆயுதம் போன்றவற்றைப் பதுக்கி வைக்கும் மறைவிடம், புதையல், ஆயுதம் போன்ற பதுக்கப்பட்ட பொருள்கள்; an auxiliary memory from which high-speed retrieval is possible, கணினியில் ஒரு துணை தகவல் சேகரிப்பு மையம்.

ca-chet/ˈkæʃei/(*n, sing*):ˈகஷெய் (ஷஉ) / **cachets** (*n, pl*): that which brings respect, மதிப்பளிக்கக் கூடியது; an official seal or mark on a letter or document, அலுவலக முத்திரை (அ) பதவி அடையாளக் குறியீடு.

ca-chin-nate/ˈkækineit/(*v*):ˈகஇனெய்ட் / laugh loudly, சத்தமாய் சிரி.

cack/ˈkæk/(*n*):ˈகக் / excrement, dung, rubbish, உடல் கழிவு, சாணி, முட்டாள்.

cack-le/ˈkækl/(*v.i*):ˈகக்ல் / **cackled, cackling**: to make the shrill cry of a hen especially after laying an egg, முட்டையிட்ட பிறகு கோழி கூவுவது போல் கொக்கரி; to chatter noisily or laugh in a shrill manner, சளசளவென்று பேசு (அ) கீச்கீச் என்ற குரலில் சிரிப்பொலி எழுப்பு. **cackle**(*n*): the sound of cackling, கொக்கரிப்பு; idle talk, வீண்பேச்சு. **cack-ler**/ˈkæklə*/(*n*): ˈகக்லə* / one who imitates the hen or duck in sound, கோழி (அ) வாத்து போல் கத்துபவர்; a man who indulges in idle talk, வீண்பேச்சு பேசி பொழுது போக்குபவர்.

ca-cog-ra-phy/kæˈkɔgrəfi/(*n*): ˌகக்காˈக்ரəஃபி / bad handwriting, புரிந்து கொள்ள முடியாத மோசமான கையெழுத்து.

ca-coph-o-ny/kæˈkɔfəni/(*n, sing*): கˈக்காஃபəனி / that which is meaningless, பொருளில்லாத ஒன்று. **cacophonies**(*n, pl*): mixture of different sounds, வெவ்வேறு ஒலிகளின் கலவை.

cac-tus/ˈkæktəs/(*n, sing*): ˈகக்ட்டəஸ் / **cactuses, cactil**(*n, pl*): a tropical plant with thorns, முட்கள் உள்ள வெப்ப மண்டலச் செடி, கள்ளி.

cad/kæd/(*n*):கட் / an ill-bred person, one who misbehaves with women, நற்குணங்கள் இல்லாமல் வளர்க்கப்பட்டவன், பெண்களிடம் தவறான முறையில் பழகுபவன்.

ca-dav-er/kəˈda:və*/(*n*):கəˈடா:வə* / a dead body of a human being, corpse, உயிரற்ற மனித உடல், பிணம். **ca-dav-er-ous**/kəˈdævərəs/(*adj*):கəˈடவəரəஸ் / like a corpse, உயிரற்று இருக்கும்; pale, வெளுத்துள்ள; haggard, சோர்ந்து களைத்துள்ள.

CAD,CAM: Computer Aided Design and Manufacture, கணிப்பொறி உதவி அமைப்பில் வரைபடம் தீட்டி, கணிப்பொறி உதவியுடன் திட்டமிடுதலும், தொழில் எந்திரங்களை உருவாக்குவதும் ஆகிய செயல்.

cad-die/ˈkædi/(*n*):ˈகடி: / a person engaged to carry golf player's club, find the ball, etc., குழிப்பந்தாட்டக்காரரின் உதவி ஆள்.

cad-dy/ˈkædi/(*n*):ˈகடி / a small box for holding tea leaves, தேயிலைகளை வைக்கும் சிறு பெட்டி.

cad-ence/ˈkeidəns/(*n*):ˈகெய்ட:əன்ஸ் / rhythmic sequence of sounds, ஒலிகளின் தாள வரிசை; a set of chords at the end of a phrase of music, பாடலின் இனிய சொற்றொடர் முடிவுத் தொகுதி; sweet rhythmic voice especially in reading poetry, இனிய தாள வரிசையில் பாடலை இசைத்தல் (அ) படித்தல்.

ca-den-za/kəˈdenzə/(*n*):கəˈடென்ஸ:ə / (music) an ornamental passage for a voice or solo instrument in a concerto, ஒரு இசைக் குழுவுக்கு ஏற்ற பாடலும் (அ) தனி இசைக்கருவி இயக்க அமைந்த தாளமும்.

ca-det/kəˈdet/(*n*):கəˈடெட் / a student trainee in armed forces or police for serving as an officer, இராணுவத்தில் உயர் பதவி வகிக்க, பயிற்சி பெறும் இராணுவக் கல்லூரி மாணவன்; the youngest son, ஒரு குடும்பத்தில் கடைசி பையன்; a **cadet** in NCC.

cadge/kædʒ/(*n*):கஜ் / **cadged, cadging**: to get something by asking or begging, கேட்டு (அ) பிச்சையெடுத்து, சிலவற்றைப் பெறு. **cadger**(*n*): a hawker, அங்காடி விற்பனையாளர்; an idler, ஒரு சோம்பேறி, a street monger, பொருட்களை தெருவில் கூவி விற்பவர்.

cad-mi-um/ˈkædmiəm/(*n*):ˈகட்:மியəம் / a soft white bluish metal, an element, மிருதுவான, வெளிர் நீலநிறமுள்ள உலோகம், காட்மியம்.

ca-dre/ˈka:də*/(*n*):ˈகாட:ə* / an inter group of highly trained military men, ஒரு பயிற்சி

பெற்ற இராணுவக் குழுவின் செயல் உறுப்பினர்கள்; an active policy-making body of a political party, ஒரு அரசியல் கட்சியின் செயற்குழு; a member of such a group, செயற்குழுவின் ஒரு உறுப்பினர்.

cae-sar-e-an/si:'zeəriən/*(adj)*:ஸீஸ:ə'ரியஅன் / **caesarean section**: delivery of a child through an opening cut in abdominal wall, இயற்கையாகப் பிறப்பு ஏற்படாத பொழுது அடிவயிற்றைக் கீறிக் குழந்தையை எடுத்தல் தொடர்பான.

caf-e/'kæfei/*(n)*:'கஅஃபெய் / a restaurant, சிற்றுண்டிச் சாலை.

cafe-teria/ˌkæfi'tiəriə/*(n)*:ˌகஅஃபி'டிəரிə / a restaurant in which customers serve themselves from a counter and pay before eating, சுயசேவை உணவகம்.

caf-feine/'kæfi:n/*(n)*:'கஅஃபின் / a drug found in coffee and tea that works as a stimulant, காபி, தேயிலை இவைகளில் காணப்படும் கிளர்ச்சியூட்டும் இரசாயனப் பொருள்.

cage/keidʒ/*(n)*:கெய்ஜ் / an enclosure of metal bars for keeping or carrying birds and animals, கூண்டு; a lift in a mine, சுரங்க உயர்த்தி, சுரங்கத்தில், ஏறுவதற்கும் இறங்குவதற்கும் பயன்படும் கூண்டு. **cage***(v.t)*: **caged, caging**: to put in a cage, confine, கூண்டில் அடை, சிறையிடு.

ca-hoots/kə'hu:ts/*(n)*:கə'ஹூட்ஸ் / colluding or conspiring together secretly, கெட்ட நோக்கம் கொண்ட இரகசிய கூட்டுச் சதி.

cain/kein/*(n)*:கெய்ன் / a murderer, ஒரு கொலையாளி; son of Adam and Eve, killed his brother Able, the first murderer, உலகின் முதல் கொலையாளி.

cairn/keən/*(n)*:'கெஅன் / a heap of stones set up as a land mark, கற்குவியலாக அமைந்திருக்கும் எல்லைக்குறி, அடையாளச் சின்னம்.

cais-son/'keisɔn/*(n)*:'கெய்ஸɔன் (கə'ஸூன்) / a water tight chamber of sheet iron or wood which allows people to work under water, கடல் (அ) நீர் அடியில் வேலை செய்ய உதவும் நீர் உட்புகாத பெட்டி போன்ற சாதனம்; a big box on two wheels for carrying ammunition, போர்த் தளவாடங்கள், வெடிமருந்து முதலியவற்றை எடுத்துச் செல்லும் இரு சக்கர வண்டி.

caitiff/'keitif/*(n)*:'கெய்டிஃப் / contemptible or cowardly person, அறுவெறுக்கதக்க கோழை.

ca-jole/kə'dʒəul/*(v.t)*:கə'ஜəஉல் / **cajoled, cajoling**: to persuade by flattery or promises, பொய்யாகப் புகழ்ந்து ஏமாற்று, பொய் வாக்குறுதி கொடுத்து ஏமாற்று, இச்சகம் பேசு. **cajole-ry**/kə'dʒəuləri/*(n)*: கə'ஜəஉல்ரி: persuasion by flattery, பகட்டாகப் பேசுதல், வசீகரம் செய்தல், இதமாகப் பேசி இணங்கச் செய்தல். **cajoler***(n)*, **cajolingly***(adv)*.

cake/keik/*(n)*:கெய்க் / a soft food made by baking a sweet mixture of flour, butter, sugar, eggs, etc., மாவு, சர்க்கரை, வெண்ணெய், முட்டை சேர்த்துச் செய்யும் மென்மையான உணவு; the total amount of money or goods that is to be divided among some, பங்கு போட வேண்டிய பணம் அல்லது பொருள். **cake-walk**: an American Negro dance, ஓர் அமெரிக்க நீக்ரோ நடனம். **cake***(v.t)*: to form into a compact mass, கச்சிதமான கட்டியாக உருவாக்கு; to cover quickly, வேகமாக மூடு. • *Her face is* **caked** *with mud.*

cakewalk/'keikwɔ:k/*(n)*:'கெய்க்வɔ:க் / an easy task, a stage dance, எளிதில் செய்யக்கூடிய செயல், மேடை நடனம். **cakewalk***(v)*: achieve or win something easily, எளிதில் ஒன்றைச் செய் (அ) பெறு.

cal-a-bash/'kæləbæʃ/*(n)*:'கஅலəபஅஷ் / a bowl made from a kind of fruit shell, சுரைக்குடுக்கை.

ca-la-mine/'kæləmain/*(n)*:'கஅலəமெய்ன் / a pink powder containing Zinc and iron oxides used to make a soothing lotion or ointment, ஒரு வகை இளஞ்சிவப்பான முகப்பூச்சுப் பொடி.

ca-lam-i-tous/kə'læmitəs/*(adj)*: கə'லஅமிட்டəஸ் / disastrous, பேராபத்தாக உள்ள; involving calamity, விபரீதமான அழிவை நோக்கியிருக்கும். **ca-lam-i-ty**/ kə'læməti/*(n)*:கə'லஅமிட்டி / a sudden terrible event, a great loss, திடீரென ஏற்படும் விபத்து, பெரும் இழப்பு. • *A famine is always a* **calamity**.

cal-ci-fy/'kælsifai/*(v.t-vi)*:ˌகஅல்ஸி'ஃபய் / **calcified, calcifying**: become hard by the addition of lime, சுண்ணாம்பைச் சேர்த்துக் கடினமாக்கு.

cal-cine/'kælsain/*(v.t-vi)*:'கஅல்ஸய்ன் / reduce to ashes or to quick lime by burning, எரித்து சாம்பலாக்கு (அ) நீற்ற சுண்ணாம்பாக்கு. **cal-ci-na-tion**/ˌkælsi'neiʃn/*(n)*: 'கஅல்ஸினெய்ஷ்ன் / act of burning to ashes, conversion of metals by burning, நீற்றுதல்.

cal-cium/'kælsiəm/*(n)*/'கஅல்ஸியəம் / a silver-white divalent metal, வெள்ளி வண்ணத்தில் இரட்டைப் பிணைப்புள்ள உலோகம், கால்சியம்.

cal-cu-late/'kælkjuleit/*(v.t)*:'கஅல்க்யு'லெய்ட் / **calculated, calculating**: to reckon by mathematical methods, கணித முறைப்படி மதிப்பிடு; estimate, மதிப்பீடு செய். • *The velocity of light can be* ***calculated*** *though it cannot be measured,* **calculate**(*v.t*): make a computation, கணக்கீடு செய்; to rely, நம்பிச் செயல்படு. • *They began the work,* **calculating** *on the good weather.* **cal-cu-lated**/ˈkælkjuleitid/(*adj*)/ ˈகஃல்க்யு'லெய்ட்டிட்: / planned with definite intentions, திட்டமிட்டுச் செயல்படும் தன்மை உள்ள. • *A politician always makes a* **calculated** *move.* **cal-cu-lat-ing**/ˈkælkjuleitiŋ/(*adj*): ˈகஃல்க்யு'லெய்ட்டிங் / determined mathematically, கணக்கீடு மூலம் தீர்மானித்துள்ள; cautious, shrewd, மிகக் கவனமாக உள்ள, புத்திசாலித்தனமாக உள்ள. **cal-cu-la-tion**/ˌkælkjuˈleiʃn/(*n*): ˈகஃல்க்யு'லெய்ஷன் / the process of calculating, கணக்கீடு செய்யும் முறை; forethought, முன்யோசனை. **cal-cu-la-tor**/ˈkælkjuleitə*/(*n*): ˈகஃல்க்யு'லெய்ட்டஅ* / the process of calculation, கணக்கீடு செய்யும் முறை; forethought, முன்யோசனை. **cal-cu-la-tor**/ˈkælkjuleitə*/(*n*):ˈகஃல்க்யு'லெய்ட்டஅ* / one who calculates, கணக்கீடு செய்பவர்; calculating machine, கணக்கீடு செய்யும் இயந்திரம்.

cal-cu-lus/ˈkælkjuləs/(*n, sing*):ˈகஃல்க்யுலஃஸ் / **calculuses, calculi**(*n, pl*): a mathematical method of calculating the continuous change in quality, gravitational pull, etc., தொடர்ந்து மாறி வரும் பரிமாணங்களின் அளவீடுகளைக் கணிக்கும் கணித முறை, கீழே விழும் கல்லின் வேகம், வளைகோட்டின் சாய்வு முதலியவற்றைக் கணக்கிடுதல்.

cal-en-dar/ˈkælində*/(*n*):ˈகஃலென்டஅ* (-லின்-) / a tabular arrangement of the days of each month and week in a year, நாள் காட்டி, நாள், வாரம், மாதம், பஞ்சாங்கக் குறிப்புகள் கொண்ட அட்டவணை; a chronological list of items of importance in the year, like cases to be tried, important events, etc., ஒரு நீதிமன்றத்தில், விசாரிக்கப்பட வேண்டிய வழக்குகள் (அ) முக்கிய அரசியல் அலுவல்கள் கொண்ட அட்டவணை. • *According to the university* **calendar** *the II semester begins on 11th September for pre-degree course.* **calendar**(*v.t*): to enter in a calendar, நாள் குறிப்பிட்டு அட்டவணைப்படுத்து, வரிசைப்படுத்து.

cal-en-der/ˈkælində*/(*n*):ˈகஃலென்டஅ* (-லின்-) / a machine for rolling, pressing and smoothing paper, cloth, etc., காகிதம், துணி போன்றவற்றைச் சுருட்டி, அழுத்தம் கொடுத்து, மிருதுத்தன்மை கொடுத்து, சரிப்படுத்தும் இயந்திரம்.

calf/ka:f/(*n, sing*):கா:ஃப் / **calves**(*n, pl*): the young of the domestic cow or of some other large animals such as the elephant, பசு (அ) யானை போன்ற பிராணிகளின் இளங்கன்று; the fleshy back part of the human leg between the knee and the ankle, காலின் பின்புறமுள்ள ஆடு சதை (அ) கெண்டைக் கால்.

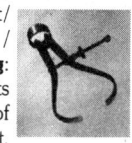

cal-i-brate/ˈkælibreit/ (*v.t*):ˈகஃலிப்:ரெய்ட் / **calibrated, calibrating**: to mark degrees and points of division on the scale of the measuring instrument, அளவுக் கருவிகளில் அளவீடுகளையும், பிரிவுகளையும் துல்லியமாகக் குறித்து, அளவை இடு. **cal-i-bra-tion**/ ˌkæliˈbreiʃn/(*n*): ˌகஃலிப்:'ரெய்ஷன் / a set of degrees or measurement marks, அளவீடுகளின் தொகுதி (அ) அளவுக் குறியீடுகள்.

cal-i-bre/ˈkælibə*/(*n*): ˈகஃலிப:அ* / [also **caliber**]: the inner diameter of a tube or gun, ஒரு குழல் (அ) துப்பாக்கியின் உள் குறுக்களவு; the size of a bullet, துப்பாக்கி ரவையின் அளவு, பரிமாணம்; degree of competence, திறமையின் அளவு; ability, செயல்திறன். • *Ramanujam was a mathematician of a high* **calibre**.

cal-i-co/ˈkælikəu/(*n, sing*):ˈகஃலிக்கஅஉ / **calicoes**(*n, pl*): a strong cloth, ஒருவகை உறுதியான பருத்தித் துணி.

cal(l)-i-per/ˈkælipə*/(*n*):ˈகஃலிப்பஅ* / [usually **calipers**]: a two - legged instrument for measuring diameters, உருளையின் திண்மையும், குறுக்களவுகளையும் அளக்கும் கருவி.

ca-liph/ˈkeilif/(*n*):ˈகெய்லிஃப் / a title for the religious and civil head of Muslim state, முகமதியர் தலைமைக்குரு, அரசு நிர்வாகத் தலைவர்.

cal-is-then-ics/ˌkælisˈθeniks/(*n*): ˌகஃலிஸ்'த்தெனிக்ஸ் / [also **callisthenics**]: physical exercises to develop grace and fitness, உடல் கட்டும், அழகும் அமைய செய்யப்படும் உடற்பயிற்சிகள்.

calk/kɔ:k/(*n*):கஓ:க் / [also **calkin**]: a projection on a horse shoe to prevent slipping, வழுக்கி விழாமல் தடுக்க செருப்பு இடையில் இணைக்கப்படும் இரும்புத் தகடு, குதிரை, மாடு போன்றவற்றின் கால்களில் அடிக்கப்படும் லாடம். **calk**(*v.t*): to fix or provide with calks, செருப்பில் ஆணி (அ) உறுதி ஆதாரம் அமை.

call/kɔ:l/(*v.t*):கால் / to speak in a loud clear voice, shout, தெளிவான குரலில் பேசு, கூப்பிடு, கூச்சல் போடு. • *"Stop", the policeman* **called** *out*. summon, வரும்படி உத்தரவு கொடு/இடு. • *The Director is* **calling** *me*. to speak by telephone, தொலைபேசி மூலம் பேசு. • *I* **called** *him this evening but he was not there*. to invite, to give a name to, அழை, பெயரிடு. • *The Prime Minister* **called** *the opposition leader for consultation*. • *We will* **call** *the child "Susan"*. **call**(*v.i*): pay a short visit, சென்று பார்த்து வா, சென்று காண். • *He* **called** *at the Department stores for the parcel*. to telephone a person, ஒருவரைத் தொலைபேசி மூலம் தொடர்பு கொள். • *She promised to* **call** *in the evening*. **call**(*n*): a loud cry, பெருங்கூச்சல்; summon, கூப்பிடல், வரவேண்டும் என்று உத்தரவு; bid, சீட்டு ஆட்டத்தில் ஓர் அழைப்பு; invitation, அழைப்பு; duty, கடமை; demand for payment of share capital, பங்குத்தொகை கொடுக்கும்படி கேட்டல். **call-ing**/kɔ:liŋ/(*n*):காலிங் / one's business or profession, ஒருவர் தொழில் (அ) அலுவல், வேலை; a strong urge or feeling to do one's duty or one's work, vocation, ஒருவர் தொழிலின் உந்துதல். • *He had a* **calling** *to become a monk*. • *What is your* **calling?** **call off**: to cause not to take place, நிகழவிடாமல் செய், ரத்து செய். **call on/upon**: pay a short visit to, சிறிது நேரம் சென்று பார். • *We will* **call on** *our teacher today itself*. **call out**: to order to come together to give help, உதவி செய்ய அழைப்பு விடு. • *The state government very often* **calls out** *the army to maintain law and order*.

cal-ler/'kælə*/(*n*):'கஅலஅ* / one who calls, அழைப்பவர், காண வருபவர், தொலைபேசி மூலம் அழைப்பவர், கூப்பிடுபவர். **caller** (*adj*): fresh, முற்றிலும் புதியதாக உள்ள. (*e.g. fresh vegetables, fish, etc.*)

call-girl: a prostitute with whom an appointment can be made by telephone, தொலைபேசி மூலம் தொடர்பு கொள்ளக் கூடிய விலைமாது.

cal-li-graphy/kə'ligrəfi/(*n*):கஅ'லிக்:ரஅஃபி / beautiful handwriting, அழகிய கையெழுத்து. • *Tenth century* **calligraphy** *of Tamil Nadu is really admirable*. **calligrapher**(*n*), **calligraphist**(*n*). *opp*: cacography.

call of nature(*n*): urgent need to excrete liquid or solid waste from the body, உடலினின்று, கழிவுகளை வெளியேற்ற ஏற்படும் அவசியம்.

ca-l(l)ous/'kæləs/(*adj*):'கஅலஅஸ் / unkind, இரக்கமற்ற; insensitive, உணர்ச்சியற்ற; without sympathy for the sufferings of other people, மற்றவர் துன்பங்கள் பற்றிச் சற்றும் இரக்கமில்லாத; (of the skin) hard and thick, கடினமான, கனமான தோல் உள்ள. **callousness**(*n*), **callously**(*adv*).

ca-llow/'kæləu/(*adj*):'கஅலஅஉ / inexperienced and immatured, அனுபவமற்ற, முழுவளர்ச்சியற்ற.

calm/ka:m/(*adj*):காம் / free from any excitement, மனக்கொந்தளிப்பு எதுவும் இல்லாத, சலனமில்லாத; quiet, undisturbed, அமைதியாக உள்ள, சலனமில்லாமல் இருக்கும். • *She always goes about her work in a* **calm** *manner*. (*weather*) not windy, காற்று வீசாமல் உள்ள. **calm**(*n*): stillness, சலனமில்லாத நிலை; absence of wind, காற்று வீசாமல் அமைதியாக இருத்தல்; peace and quiet (undisturbed mind), **calm** (*v.t*): to make calm, அமைதிப்படுத்து. • *She* **calmed** *her excited husband*. **calm**(*v.i*): to become calm, அமைதியுறு. • *He tried to* **calm** *down, but she went on weeping*. **calmly** (*adv*), **calmness**(*n*). **calmative**/'kælmətiv/(*adj*):'கஅல்மஅடிவ் / tending to calm, அமைதியடையும்

cal-o-ric/kə'lɔrik/(*adj*):'கஅலாரிக் / pertaining to heat, வெப்பம் பற்றிய; pertaining to calories, கலோரி பற்றிய. **caloric**(*n*): heat, வெப்பம். **cal-o-rie**/'kæləri/(*n*):'கஅலஅரி / (called great calorie) a unit of heat, இயற்பியலில் வெப்பத்தின் மூல அளவு, அலகு; the quantity of heat, a certain amount of food will produce, ஒரு குறிப்பிட்ட அளவு உணவு கொடுக்கக்கூடிய வெப்ப அளவு. • *One thin piece of rice cake has 100 calories*. **cal-o-rif-ic**/ˌkælə'rifik/(*adj*): ˌகஅலஅ'ரிஃபிக் / heat producing, வெப்பம் வெளியிடக்கூடிய. • *Lignite has a low* **calorific** *value*.

ca-lum-ni-ate/kə'lʌmnieit/(*v.t*): கஅ'லம்னியெய்ட் / **calumniated, calumniating**: to make false statements (about someone), பிறரைப் பற்றி அவதூறு பேசு; slander, பழி கூறு. **cal-um-ny**/

ˈkæləmni/*(n, sing)*:ˈகலம்னி / **calum-nies***(n, pl)*: false accusation, வீண்பழி சுமத்தல்; malicious slander, வேண்டுமென்றே புகழ், நல்ல பெயர் இவற்றைக் கெடுக்க பழி தூற்றல். **ca-lum-ni-ous**/ˈkəlʌminiəs/*(adj)*:ˈகலம்ˈனியஸ் / slanderous, பழி சுமத்தக் கூடிய; defamatory, வீண்பழி பேசி ஒருவர் புகழைக் கெடுக்கின்ற.

calve/ka:v/*(v.t)*:காவ் / **calved, calving**: to give birth to a calf, கன்று போடு. • *The cow is expected to* **calve** *tomorrow.* to break up (iceberg, glacier, etc), பனிப் பாறையை உடைத்து அகற்று. **calves***(n, pl)*: கன்றுக் குட்டிகள்.

calx/kælks/*(n, sing)*:கஸ்ல்க்ஸ் / **calxes, calces***(n, pl)*: the crumbly substance or oxide which remains after metals or minerals are burnt, உலோகம் (அ) தாதுப்பொருள் காற்றில் எரிந்த பிறகு மீதம் இருக்கும் சாம்பல் (அ) பிராணவாயு கொண்ட கூட்டுப்பொருள்.

ca-lyx/ˈkeiliks/*(n)*:ˈகெய்லிக்ஸ் / the outermost part of a flower in green, ஒரு மொட்டின் அடியில் இருக்கும் பச்சை இலை வட்டம்; the sepals, புல்லி வட்டம்.

cam/kæm/*(n)*:கஸம் / the projecting part of a wheel, that helps to give an alternating or variable motion to another wheel or system, வேறு ஒரு சக்கரத்தை (அ) அமைப்பை இயங்கச் செய்து, மாறும் சுழற்சியை அந்த அமைப்பில் ஏற்படுத்தும் ஒரு சுழல் சக்கரத்தின் மீட்சி; elliptical cam, நீள்வட்ட சுழல் மாற்றுச் சக்கரம்; crown cam, திசைமாற்றும் சுழல் மாற்றுச் சக்கரம்; wiper cam, துடைக்கும் வேலையைச் செய்யும் சுழல் மாற்றுச் சக்கரம்.

ca-ma-ra-de-rie/ˌkæməˈra:dəri/*(n)*:ˈகஸமரா'ட:ரி / comradeship, தோழமைப் பண்பு; good fellowship, நல்ல நட்புத் தன்மை.

cam-ber/ˈkæmbə*/*(n)*:ˈகஸம்ப:ə* / a slight upward curve towards the centre of a road or other surface, தெருவின் நடுவில் அமைந்திருக்கும் மேட்டுப் பகுதி, மேல் வளைவு.

cam-bric/ˈkeimbrik/*(n)*:ˈகெய்ம்ப்:ரிக் / a fine white cloth of cotton, linen, தூய வெள்ளைத் துணி.

cam-corder/ˈkæmkɔ:də*/*(n)*:ˈகஸம்கா:ட:ə* / a small portable video camera and recorder, தொடர் புகைப்படக் கருவி.

cam-el/ˈkæml/*(n)*:ˈகஸம்ல் / a large ruminant animal of Asia and Africa with one or two humps used as a beast of burden, ஒட்டகம்; a float for lifting a deeply laden vessel from shallow waters, கனம், சுமை உள்ள கப்பலை ஆழம் இல்லாத நீர்ப் பகுதியினின்று மீட்கும் மிதவை. **cam-el-eer**/ˌkæmiˈliə*/*(n)*:ˌகஸமிˈலியə* / camel driver, ஒட்டகம் ஓட்டுநர்.

cam-el's hair*(n)*: the hair of the camel used for cloth, painter's brush, etc., துணி, தூரிகை, தரை விரிப்பு முதலியன செய்வதற்குப் பயன்படும் ஒட்டகத்தின் உரோமம்; thick yellow, brown cloth, தடித்த, மஞ்சள், பழுப்பு நிறமுள்ள துணி.

ca-mel-li-a/kəˈmi:ljə/*(n)*:ˌகஸமீˈலியə / a woody plant bush with a large sweet smelling flower like a rose, ரோஜா போன்ற பெரிய இனிய மணமுள்ள பூக்களை உண்டாக்கும் மரக் கிளைகள் அடர்ந்த புதர்.

ca-mel-o-pard/ˈkæmiləpa:d/*(n)*: ˈகஸமிலəப்பாட: (-பஃட்) / a giraffe, ஒட்டைச் சிவிங்கி.

cam-e-o/ˈkæmiəu/*(n, sing)* ˈகஸமியəஉ / **cameos** *(n, pl)*: a gem or precious stone with a risen design so as to show different coloured layers, கல்லின் உட்பகுதியிலுள்ள பல்வேறு நிறங்களை எடுத்துக்காட்டும் வண்ணம் புடைப்புருவமாகச் செதுக்கப்பட்ட மணி (அ) விலையுயர்ந்த கல்; the art of so carving, அங்ஙனம் செதுக்கும் கலை.

cam-er-a/ˈkæmərə/*(n, sing)*: ˈகஸமரə / **cameras***(n, pl)*: an optical device for taking photographs, ஒளிப்படக் கருவி; a judge's private office, ஒரு நடுவரின், நீதிபதியின் தனி அறை; private apartment, தனி அறை. **in camera**: a law case held secretly in the privacy of a judge's chamber, பொதுமக்கள் உள்ளே வர அனுமதியின்றி, இரகசியமாக நடக்கும் நீதி விசாரணை.

cam-o-mile/ˈkæməumail/*(n)*: ˈகஸமəஉமய்ல் / [also **chamo-mile**]: a bitter herb-plant whose small, sweet smelling, white and yellow flowers have medicinal qualities, நறுமணமுடைய செவ்வந்திப் பூவினச் செடி.

cam-ou-flage/ˈkæməfla:ʒ/*(v.t)*: ˈகஸமəஃப்லாஜ்: / **camouflaged, camouflaging**: the act or method of visual deception of the enemy by disguising, விரோதியை ஏமாற்று-வதற்காகக் கையாளப்படும் தந்திரமான மாறுவேடம், கண் பார்வையை மறைக்கும்

சாதனம்; the way that the colour or shape of something is used to make to see the real object difficult, உண்மைப் பொருளை மறைக்கும் பொருட்டு, நிறம், உருவம் முதலியவற்றை ஏமாற்றிக் காண்பிக்கும் வித்தை. • *Squirrels have a natural* ***camouflage*** *to hide themselves from their enemies.* **camouflage**(*v.t*): to disguise, hide or deceive by means of camouflage, மறைவு (அ) ஏமாற்றுச் சாதனங் களைப் பயன்படுத்தி, விரோதிகளை ஏமாற்று. • *The soldiers covered their tanks with branches of trees as* ***camouflage****.*

camp/kæmp/(*n*):கஜம்ப் / a place where soldiers or other body of persons live in tents or other means of shelter, இராணுவ முகாம், கூடாரம், பாசறை. • *The* ***camp*** *lined through the storm with difficulty.* • ***Camp*** *life is more exciting.* a set or group of people who follow the same principles, ideals, doctrines, etc., esp. in politics, முக்கியமாக, அரசியலில் ஒரே கருத்தை (அ) கொள்கையைப் பின்பற்றும் ஒரு குழுவினர். • *He is in the socialist* ***camp*** *whereas his wife is in the communist party.* **camp**(*v.i*): to set up a camp, ஒரு முகாம் ஏற்படுத்து, முகாம் அமை; to live in camp, முகாமில் வசி, கூடாரத்தில் தங்கு. **camp-follower**/ 'kæmp,fɔləuə*/(*n*): 'கஜம்ப்,ஃபாலஉஉ* / a civilian who works in or is attached to a military camp, a follower of a group who is not an adherent, ராணுவ முகாம்களில் சிறுசிறு வேலைகளைச் செய்பவன் தீவிரமில்லாத ஆனால் ஒரு குறிப்பிட்ட கொள்கை முகாமைப் பின்பற்றுபவன்.

cam-paign/kæm'pein/(*n*):கஜம்ப்'பெய்ன் / military operations for a specific aim, ஒரு குறிப்பிட்ட நோக்கம் நிறைவேற எடுக்கப்படும் இராணுவ நடவடிக்கைகள். • *The military* ***campaign*** *has not yielded the expected results.* a set of actions in order to get at a specified result especially in politics or business, அரசியல் (அ) வியாபாரத்தில், ஒரு குறிப்பிட்ட பலன் விளைவிக்க எடுக்கப்படும் திட்டமிட்ட செயல்கள். • *The minister fought an aggressive election* ***campaign****.* **campaign**(*v.i*): to take lead or serve in campaign, ஒரு செயல் திட்டத்தில் தலைமை யேற்று நடவடிக்கை எடு. • *Janu and Seenu are* ***campaigning*** *for enforcing prohibition strictly.* • *She* ***campaigned*** *in India during election.* **campaigner**(*n*).

cam-pa-ni-le/,kæmpə'ni:li/(*n, sing*): ,கஜம்பஅ'னீலி / **campaniles**, **campanili** (*n, pl*): a bell tower (standing separate), தனியாக நிற்கும் மணிக்கூண்டு.

cam-pa-nol-o-gy/,kæmpə'nɔlədʒi/ (*n*): ,கஜம்பஅ'னா:லஜி / the study of bells, the principle, science or the art of making bells, ringing bells, etc., மணிகள் பற்றிய ஆராய்ச்சி, மணி பற்றிய அறிவியல் உண்மைகள், மணி செய்வது, மணி அடிப்பது முதலியவை பற்றிய ஆராய்ச்சி. **campanologist**(*n*).

camper/kæmpə*/(*n*):கஜம்பஅ* / a person who spends a holiday in a tent or holiday camp, a large motor vehicle with living accomodation, விடுமுறையை கூடாரம் மற்றும் முகாம்களில் கழிப்பவர், வசிக்கக்கூடிய வகையிலமைந்த வாகனம்.

cam-phor/'kæmfə*/(*n*):'கஜம்ஃபஅ* / a strong smelling white substance with many medical and industrial uses that also helps to keep the insects away - obtained from camphor tree, கற்பூரம், சூடம்.

cam-pus/'kæmpəs/(*n, sing*):'கஜம்ப்பஅஸ் / **campuses**(*n, pl*): the vast space including buildings of a college or school, ஒரு கல்லூரி (அ) பள்ளியின் வளாகம்; a college or university, ஒரு கல்லூரி (அ) பல்கலைக்கழகம். • *Some students live on* ***campus*** *and others in the city.*

can/kæn strong kæn: கஜன் (கஅன், க்ன், கின்) / auxiliary verb and (*v*): Present tense in all persons singular and plural **can**. Past tense in all persons **could**. to be able to, முடியும் என்று இரு, தகுதி பெற்றிரு; to know how to, இயலும், முடியும் என்றிரு. • *We* ***can*** *work out this problem.* to be allowed to, அனுமதி பெற்றிரு. • *You* ***can*** *come in.* to have to, அவசியமாயிரு. • *You* ***can*** *go out.* may, perhaps, இயலும், முடிந்தாலும் முடியும். • *What* ***can*** *it be?* • *She* ***can*** *be quiet mischievous sometimes.* **can**(*n*): a closed metal container for food, milk, etc., உணவு, பால் முதலியவை அடங்கிய மூடிய டப்பா; a vessel or tin, குவளை. **can**(*v.t*), **canned, canning**: to preserve by sealing in a can, டப்பாவில் அடைத்து மூடி பாதுகாப்பாக வை. • *Many items of food are* ***canned*** *and sold in the market.*

ca-nal/kə'næl/(*n*):'கஅனஜல் / an artificial water way for navigation, irrigation, etc. போக்குவரத்துக்கும், நீர்ப்பாசனத்திற்கும் பயன்படக்கூடிய வகையில் செயற்கையாகத் தோண்டப்பட்ட கால்வாய். • *There are many* ***canals*** *now.* **canal**(*v.t*): to make a canal through, கால்வாய் தோண்டு. **ca-nal-ize**/ 'kænəlaiz/(*v.t*):'கஜனஅலய்ஸ்: /

canalized, canalising: to make a canal through, to convert into canal, கால்வாய் உண்டாக்கு, கால்வாய் வெட்டு, கால்வாயாக மாற்றி அமை; give certain direction to activities for a particular purpose, ஒரு குறிப்பிட்ட குறிக்கோளை நிறைவேற்ற, எல்லா நடவடிக்கைகளையும் ஒருமுகமாகச் செயல்படுத்து. • *You have* **canalized** *all your energy to get through this crisis.*

ca-nard/kæ'na:d/*(n)*:கæ'னாட்: / a false report, ஒரு பொய்ச் செய்தி; a hoax, புரளி, ஏமாற்றுதல்.

ca-nar-y/kə'neəri/*(n, sing)*: கə'னεəரி / **canaries***(n, pl)*: a small yellow bird often kept as a pet for singing, மஞ்சள் நிறப் பாடும் பறவை; a sweet white wine of the Canary Islands, ஒருவகை மது.

can-cel/'kænsl/*(v.t)*:'கæன்ஸ்ல் / **cancelled, cancelling**: to do away with, நீக்கு; to give up, விட்டுவிடு. • *The announcement was that the train to Delhi was* **cancelled**. annul, ரத்து செய். • *Do not* **cancel** *the programme.* remove the value of, மதிப்பு இல்லாமல் செய்துவிடு; to counter balance or compensate for one another, ஒன்றுக்கொன்று ஈடு செய். • *The pros and cons of your argument* **cancel** *out each other.* **can-cel-la-tion**/ˌkænsə'leiʃn/*(n)*: ˌகæன்ஸə'லெய்ஷ்ன் / the act of cancelling, நீக்குதல்; the mark used when cancelling something such as a postage stamp, அஞ்சல் தலையை, மதிப்பை நீக்குவதற்குரிய அடையாளம்.

can-cer/'kænsə*/*(n)*:'கæன்ஸə* / a malignant spreading growth in the body, புற்று நோய், பிளவை. **cancer***(adj)*: pertaining to cancer, புற்று நோயுள்ள; the Northern Tropic, கடகரேகை பூமத்திய ரேகைக்கு வடக்கில் 23½° ல் உள்ள; the fourth sign of the Zodiac, கடகராசி (நண்டு); the crab, zodiacal constellation between Gemini and Leo, நண்டு போன்ற நட்சத்திரத் தொகுதி. **can-cer-ous**/kænsərəs/*(adj)*:கæன்ஸəரəஸ் / resembling cancer, புற்று நோயைப் போல.

can-croid/'kæŋkrɔid/*(n)*:'கæங்க்ராய்ட்: / resembling a crab, நண்டு போன்ற ஒன்று. **cancroid***(n)*:'கæங்க்ராய்ட்: / a form of cancer of the skin, தோல் புற்று நோய்.

can-de-la-bra/ˌkændi'la:brə/*(n, sing)*:ˌகæண்டி'லா:ப்ரə / **candelabras, candela-brum***(n, pl)*: an ornamental branched holder for more than one candle, மெழுகுவர்த்தி வைக்கும் பல கிளைகள் உள்ள தாங்கி; a branched lampstand, சரவிளக்கு.

can-des-cent/kæn'desnt/*(adj)*: கæன்'டெ:ஸன்ட் / glowing, சுடர் விடும்.

can-did/'kændid/*(adj)*/'கæன்டிட்: / frank, ஒளிவு-மறைவற்ற; outspoken, வெளிப்படையாக உள்ள; honest, impartial, உண்மையாக உள்ள, நடுநிலையாக உள்ள. • *The merchant gave a* **candid** *reply.* **candidly** *(adv)*. **candidness** *(n)*.

can-di-da-cy/'kændidəsi/*(n)*: கæன்'டிடːəஸி / [also **candidature**]: the fact of being a candidate esp. for a political office, ஒரு பதவி வகிப்பதற்கு முக்கியமாக, அரசியலில் கோரிக்கை விடுத்திருப்பவர். **can-di-date**/'kændidət/ *(n)*: 'கæன்டி:டெ:ய்ட் (-டːəட்-) / one who seeks an office, an honour, etc., பதவியை (அ) கௌரவத்தை விரும்பி விழைபவர், வேட்பாளர்; a person taking an examination, தேர்வு எழுதுபவர்.

can-dle/'kændl/*(n)*:'கæண்ட்:ல் / a stick of tallow, wax, etc., with a wick inside used for light, மெழுகுவர்த்தி. **burn the candle at both ends**: to take up a job that calls for overtaxing one's strength, தன் சக்திக்கு மீறிய வேலையை எடுத்துக் கொள். **game not worth the candle**: not justifying cost or trouble, உழைப்புக்குத் தகுந்த ஊதியம் இல்லாத வேலை; candle stick, மெழுகுவர்த்தி பொருத்தி வைக்கப்படும் தண்டு. **can-dle-power**/'kændlˌpauə*/*(n)*:'கæண்ட்:ல்ˌப்பஉə* (-வə) / the luminous intensity of a standard candle, ஒரு மெழுகின் ஒளிரும் அலகு, மெழுகுவர்த்தியின் எரியும் திறன், ஒளியின் தீவிரத்தை அளக்கும் அலகு.

can-dour/'kændə*/*(n)*:'கæண்டːə* / the state of being open, frank and sincere, தெளிவும், திறந்த மனப்பான்மையும், உண்மையும் உள்ள தன்மை; impartiality, வேறுபாடின்மை. • *The* **candour** *of his speech impressed the audience.* *Syn.* candid.

can-dy/'kændi/*n, sing)*:'கæண்டி: / **candies** *(n, pl)*: sugar or molasses or both boiled and hardened and formed in a confession generally flavoured and coloured, கற்கண்டு, கற்கண்டுப் படிகம்; sugarcandy, **candy***(v.t-v.i)*: to cover with or make like boiled sugar, சர்க்கரையைப் பக்குவப்படுத்து.

candy striper/'kændi'stripə*/*(n)*: 'கæண்டி:ஸ்டிரிப்பə* / a woman volunteer worker at a hospital, மருத்துவமனைகளில் சேவையாற்றும் பெண்.

cane/kein/*(n)*:'கெய்ன் / a long thin reed, பிரம்பு; a stick, கைத்தடி; கைப்பிரம்பு, ஊன்றுகோல்; stout grass with joints, இணைப்பு முடிச்சுகள் உள்ள நாணலைப் போன்ற நீண்ட புல்; **cane** *(v.t)*: to beat with a rod or cane, பிரம்பால் அடி; to make or to furnish with cane, பிரம்பு கொண்டு பின்னுதல் செய்; to defeat totally, முற்றிலும் தோல்வியடையச் செய்.

ca-nine/'keinain/*(adj)*:'கஃனய்ன் / pertaining to dog, நாய் தொடர்பாக உள்ள, நாய் பற்றிய. **canine tooth***(n)*: any of four sharp teeth in the human mouth, மனிதன் வாயிலுள்ள நான்கு கோரைப் பற்களில் ஒன்று.

can-is-ter/'kænistə*/*(n)*:'கஃனிஸ்ட்டஒ* / a small box usually of metal for holding tea, coffee, etc, தேயிலை, காப்பி போன்ற வற்றை வைக்கப் பயன்படும் தகரப் பெட்டி; a basket for flowers, fruits, etc., பூ, பழம் போன்றவற்றை வைக்கப் பயன்படும் பெட்டி.

can-ker/'kæɲkə*/*(n)*:'கஃங்க்கஒ* / ulcerous sore especially in the mouth, வாயில் ஏற்படும் தீராத புண்; a defined area of diseased tissues in woody stem, தாவரங்களின் மரத்தண்டில் ஏற்படும் சிதைந்த திசுக்கள் கொண்ட பகுதி; that which destroys, irritates, corrupts, etc., அழிக்கின்ற, எரிச்சலூட்டுகின்ற, தூய்மையைக் கெடுக்கிற ஒன்று. **cankered** *(adj)*: morally corrupt, **cankerous** *(adj)*: corroding, புரையோடி அரித்து விடுகின்ற.

can-ne-ry/'kænəri/*(n)*:'கஃனஒரி / a factory or place where foodstuffs like meat, fish, fruit, etc., are canned, உணவுப் பொருள், இறைச்சி, மீன், பழங்கள் முதலியவை பாதுகாப்பாக டப்பாக்களில் அடைக்கும் தொழிற்சாலை.

can-ni-bal/'kænibl/*(n)*:'கஃனிப:ஒல் / a person who eats human flesh, மனித இறைச்சியை உண்ணும் மனிதன்; any animal that eats its own kind, தன் இனத்தையே, உணவாகக் கொள்ளும் பிராணி. **can-ni-bal-ism**/'kænibəlizəm/ *(n)*:'கஃனிப:ஒலிஸ்:ம் / the practice or habit of eating one's own kind, தன் இன இறைச்சியை உண்ணும் பழக்கம். **can-ni-bal-ize**/'kænibəlaiz/*(v.t)*, 'கஃனிப:ஒலய்ஸ்: / **cannibalized, cannibalizing**: to dismantle one machine into various parts and use the same in another machine to recondition it, ஓர் இயந்திரத்தைப் பாகங்களாகப் பிரித்து, வேறு ஒரு இயந்திரத்தைப் புதுப்பிக்கச் செய். **cannibalistic***(adj)*.

can-non/'kænən/*(n, sing)*:'கஃனஒன் / **cannons***(n, pl)*/ a mounted gun for firing heavy projectiles, சுடுவதற்கு ஏற்றவாறு வாகனங்களில் பொருத்தப்பட்டிருக்கும் பீரங்கி; fighter planes armed with cannons, பீரங்கிகள் பொருத்தப்பட்ட போர் விமானங்கள். **cannon***(v.i)*: to batter with shot, குண்டு கொண்டு உடைத்து எறி. **can-non-ade**/,kænə'neid/*(v.t)*:,கஃனஒ'னெய்ட்: / **cannonaded, cannonading**: carry on continuous heavy firing by large guns, இடைவிடாத பீரங்கித் தாக்குதல் செய். **cannon***(v.t-v.i)*: to attack with cannon, பீரங்கி கொண்டு தாக்கு. **cannon-ball***(n)*: a heavy iron ball fired from a canon, பீரங்கிக் குண்டு.

can-not/'kænɔt/'கஃனாட் / can, முடியும்; cannot, முடியாது. • *I* **can't** *but admire you though I do not like you. (can't = cannot).*

can-ny/'kæni/*(adj)*:'கஃனி / **cannier, canniest**: clever, careful, மதிநுட்பமுள்ள, கவனமுள்ள; not easily deceived in money matters, பண விஷயத்தில் மிக்க கவனமுள்ள. • *She is a good* **canny** *lass.* **cannily***(adv)*: carefully, கவனத்துடன், **canniness***(n)*.

ca-noe/kə'nu:/*(n)*:கஒ'னூ (கஒ'-): a light boat propelled by paddles, துடுப்புகளால் இயக்கப்படும் இலேசான சிறு படகு. **canoe***(v.i)*, **canoed, canoeing**: to paddle a canoe, படகைத் துடுப்புகளால்

செலுத்து; to travel in a canoe, படகில் பயணம் செய்; to transport by canoe, படகு மூலம் சுமையை, பயணிகளை அனுப்பு. **canoeist***(n)*. SriLankan repatriates sometimes escape from Indian Camps to SriLanka by **Canoes**.

can-on/'kænən/*(n)*:'கஃனஒன் / an established law of Christian church, கிறித்தவ மதக் கோயில் கட்டளை; accepted behaviour or thought, standard or decent way of conduct, ஒழுக்கமுள்ள நடத்தை, ஒப்புக்கொள்ளக்கூடிய நடைமுறைகள்; the inspired books of scripture, எழுச்சி தரக்கூடிய வேதங்கள், கிறித்தவ மத நூல்கள்; a list of saints, மகான்களின் பட்டியல். **canon**(*n*): a Christian priest with special duties in a cathedral, தலைமைக் கிறித்தவக் கோயிலில் உள்ள பிரத்யேகப் பொறுப்புகள் கொண்ட குரு. **ca-non-i-cal**/kə'nɔnikl/(*adj*): கஃனானிக்ல் (கஃனானிக்கல்) / according to the law of canon, கிறித்தவ மதக்கோயில் கட்டளையின்படி உள்ள. **canonically** (*adv*). **can-on-ize**/'kænənaiz/(*v.t*): 'கஃனனய்ஸ்: / **canonized, canonizing**: to place in the canon of saints, மகான்களின் பட்டியலில் சேர்; (in the Roman Catholic Church) to declare (a dead person) officially a saint, இறந்து போன ஒருவரை கத்தோலிக்க கிறித்தவக் கோயில் கட்டளைப்படி ஒரு மகானாக ஏற்றுக்கொள். **canonization** (*n*). • *In 1920,* **canonization** *of Joan of Arc took place.*

can-o-py/'kænəpi/(*n, sing*):'கஃனப்பி / **canopies**(*n, pl*): a decorative cover usually of cloth fixed above a bed or throne, sacred object, etc., a covering overhead, விதானம், மேல் கட்டுமானம்; the transparent cover over the cockpit of an airplane, ஒரு விமானத்தின் முன் பாகத்தில் ஒளி ஊடுருவக்கூடிய கூடு.

can-o-rous/kænərəs/(*adj*):'கஃனரஸ் / melodious, மதுரமாக உள்ள; musical, இனிமையாக உள்ள.

cant/kænt/(*n*):கஃன்ட் / insincere talk or statements about high ideals, மதம், ஒழுக்கம் பற்றி உண்மையாக இல்லாமல் போலியாகப் பேசுதல்; special secret language used by criminals, சமூக விரோதிகள் பயன்படுத்தும் இரகசிய மொழி. **cant**(*n*): a slanting or tilted position, சாய்வான (அ) சரியும் நிலை. **cant**(*v.t*): to lean, சாய்ந்திரு; to tilt, சரிவு ஏற்படுத்து. • *The car began to* **cant** *over.*

Can-tab/'kæntæb/(*n*):'கஃன்டஃப்: / a student of Cambridge University, கேம்பிரிட்ஜ் பல்கலைக் கழகத்தின் மாணவர்.

can-tan-ker-ous/kæn'tæŋkərəs/(*adj*): கஃன்'டஃங்கரஸ் / bad tempered, quarrelsome, எரிச்சலூட்டும் குணமுள்ள, சண்டைபோடும் தன்மையுள்ள. **cantankerously**(*adv*).

can-teen/kæn'ti:n/(*n*):கஃன்'டீன் / a small restaurant attached to school, factory military camp, etc., கல்விச்சாலை, தொழிற்சாலை, ராணுவ முகாம் முதலியவற்றில் உள்ள சிற்றுண்டிச்சாலை; a small container for carrying water or other drinks by soldiers or travellers, பயணி, இராணுவ வீரர் முதலியோர் தண்ணீர், பானம் முதலியவை எடுத்துச் செல்வதற்கு ஏற்ற குவளை; a case containing household utensils, வீட்டுச் சாமான்கள் வைக்கும் பெட்டி.

can-ter/'kæntə*/(*n*):'கஃன்டஃ* / a fast trot (not gallop), பாய்ச்சல் அல்லாமல் சற்று வேகமான நடை. • *The soldier set off at a* **canter**. **canter**(*v.t-v.i*): to ride at a canter, சற்று அதிக வேகமான நடையில் சவாரி செய், எளிதாகப் பாய்ந்து செல்.

can-ti-cle/'kæntikl/(*n*):,கஃன்ட்'டிக்ல் / a song, poem or a hymn, ஒரு பாடல், ஒரு கவிதை (அ) ஒரு தெய்வீகப் பாடல்.

can-ti-le-ver/'kæntili:və*/(*n*):,கஃன்ட்'டி'லீவஃ* / a large bracket projecting from wall to support heavy parts like balconies, சுவரில் பதிக்கப்பட்டு, நீட்சியாக இருக்கும் சுமை-தாங்கும் சட்டம்.

can-to/'kæntəu/(*n, sing*):'கஃன்டஉ / **cantos** (*n, pl*): one of the main divisions of a long poem, காண்டம், படலம், செய்யுட் பகுதி.

canton/kæntɔn/(*v*):கஃன்டான் / a subdivision of a country established for political or administrative purpose, அரசியல், நிர்வாக முறையிலமைந்த உட்பிரிவு, மாகாணம், மாநிலம்.

can-ton-ment/kæn'tu:nmənt/(*n*): கஃன்'டூன்மஃன்ட் / a camp where men are trained for military service, இராணுவச் சேவைக்குப் பயிற்சி தரும் முகாம்.

can-tor/'kæntɔ:*/(*n*):கஃன்டா:* / a person who leads the people in prayer, the leader of a choir, பிரார்த்தனையைத் தலைமை வகித்து நடத்துபவர், இசைக் குழுவின் தலைமை நடத்துநர்.

cant-y/kænti/(*adj*):'கஃன்ட்டி / lively, உயிர்த்துடிப்புள்ள.

can-vas/'kænvəs/(*n*):'கஃன்வஸ் / a strong and coarsely woven cloth made of hemp, கித்தான் துணி. • *We like to sleep under* **canvas**. (*in tents*) a piece of such cloth used for oil-painting, வண்ணச் சித்திரம் வரையப் பயன்படும் துணி.

can-vass/'kænvəs/(*v.t*):'கஃன்வஸ் / try to win people's support for a political programme, to try and get orders for goods by asking people and doing advertisement for the goods, குறிப்பிட்ட அரசியல் திட்டத்திற்குப் பிரசாரம் செய், பொருட்கள் விற்பனை செய்ய மக்களிடம் நேரடியாக விளம்பரம் செய். • *The party is*

C

canvassing *votes by staging dramas.* • *The salesman is* **canvassing** *to promote the sales of Sun soap.* to examine thoroughly, முற்றிலும் பரிசீலனை செய். **canvasser***(n)*.

C

can-yon/'kænjən/*(n)*:'கஞ்யன் / a deep valley with steep sides with a river flowing through it, ஆற்றுக் குடைவு, ஆற்றோடை.

cap/kæp/*(n)*:கஃப் / a covering for head, தலையணி; a head-dress denoting rank, occupation, etc., பதவி, தொழில் முதலியவற்றைக் குறிக்கும் தொப்பி; a small paper container, having enough explosive to cause a small playful explosion, வெடிக்கப்படும் சிறிய பட்டாசு மருந்து. **caps**: *abb*: **capital letter**.

ca-pa-bil-i-ty/ˌkeipə'biləti/*(n, sing)*: ˌகெய்ப்பஅ'பி:லிட்டி / **capabilities***(n, pl)*: quality of being capable, திறமையாகச் செயல்படும் தன்மை; ability, செயல்திறன். **ca-pa-ble**/'keipəbl/*(adj)*'கெய்ப்பஅப்:ல் / having both ability and intelligence, செய்திறனும், மதிநுட்பமும் கூடிய. **capably***(adv)*.

ca-pa-cious/kə'peiʃəs/*(adj)*:கஅ'ப்பெய்ஷஅஸ் / capable of holding much, தாராளமாக உள்ள, இட வசதியுள்ள.

ca-pa-ci-tate/kə'pæsiteit/*(v.t)*: கஅ'ப்பஃஸிட்டெய்ட் / enable, இயலும்படி செய்.

ca-pa-ci-tor/kə'pæsitə*/*(n)*:கஅ'ப்பஃஸிட்டஅ* / an apparatus for collecting and storing electricity, மின் சக்தியைச் சேகரித்து வைப்பதற்கு உள்ள கருவி.

ca-pac-i-ty/kə'pæsəti/*(n)*:கஅ'ப்பஃஸிட்டி / the amount that something can hold or contain, கொள்ளளவு. • *The vessel has a* **capacity** *of 12 litres.* mental ability, மதிநுட்பம், அறிவுத்திறன்; potential to perform, செய்திறன்; position, power, duty, role, பதவி, சக்தி, கடமை, ஒருவரின் செயல்பட வேண்டிய பங்கு, பாகம். • *She serves in the* **capacity** *of a social worker. The Air-bus 320 of Indian Airlines has a capacity to accommodate 320 passengers.*

cap-a-pie/ˌkæpə'pi:/*(adv)*:ˌகஃப்பஅ'ப்பீ / from head to foot, உச்சியிலிருந்து உள்ளங்கால் வரை.

ca-pa-ri-son/kə'pærisn/*(n)*:கஅப்பஃ'ரிஸ்ன் / decorative cloth covering for a horse, elephant, etc., யானை, குதிரை இவற்றின் அலங்கார ஆடையணி. **caparison** *(v.t)*: to cover with a caparison, யானை, குதிரை முதலியவற்றிற்கு ஆடை அலங்காரங்களை அணிவி.

cape/keip/*(n)*:கெய்ப் / a covering for the shoulders, தோள்பட்டை அணி; a short cloak, கையற்ற மேல் சட்டை. • *He prefers a coat with a* **cape** *collar.* **cape***(n)*: a point of land stretching out into the sea, கடலில் நீட்டிக்கொண்டிருக்கும் நிலப்பரப்பின் முனை. Ex. 'Cape Comorin'.

ca-per/'keipə*/*(v.i)*:'கெய்ப்பஅ* **(கஃ-)** / to leap or skip about in a happy playful manner, விளையாட்டாக, மகிழ்ச்சியுடன் துள்ளிக் குதி. • *The little lambs are* **capering** *in the garden.* **caper***(n)*: leaping or jumping, பாய்ச்சல், துள்ளுதல்.

cap-il-la-ry/kə'piləri/*(n, sing)*:கஅ'ப்பிலஅரி / **capillaries***(n, pl)*: one of the minute blood vessels connecting the arteries and veins, a very fine hair - like tube such as one of the small blood tubes in the body, மயிரிழை போன்ற இரத்தக் குழாய், தமனியையும், சிரையையும் இணைக்கும் பல குழல்களில் ஒன்று, நுண்குழல், நுண்புழை.

cap-i-tal/'kæpitl/*(n)*:'கஃப்பிட்ல் / the town or city that is the official centre of a government, தலைநகர். • *Which is the* **capital** *of China?* the wealth in the form of money or otherwise for trading, business, industry, etc., மூலதனம், அசல். • *Without* **capital,** *no business can be started,* a letter in the large form, பெரிய எழுத்து. • *Proper name begins in* **capital** *letter.* net assets, கடன் போக மீதி இருக்கும் சொத்துக்கள். **capital***(adj)*: very important, மிக முக்கியமானதாக உள்ள. • *It is a* **capital** *issue that will affect the government.* involving punishment of death. மரண தண்டனை உள்ளடங்கிய. • **Capital** *punishment is not yet abolished in India.* large form of letters, பெரிய எழுத்துப் படிவம்; relating to money or property, பணம் (அ) சொத்து பற்றிய. **capital***(n)*: the top part of a pillar or column, தூண் தலைப்பகுதி.

cap-i-tal-is-m/'kæpitəlizəm/*(n)*: 'கஃப்பிட்டஅ'லிஸ:அம் / an economic system of production and trade based on private ownership and free trading without government control or ownership, முதலாளித்துவம். **cap-i-tal-ist**/'kæpitəlist/*(n)*:கஃ'ப்பிட்டஅ'லிஸ்ட் / a person who has invested lot of money in business, bank, etc., to make more wealth, **cap-i-tal-ist-ic**/'kæpitəlistic/*(adj)*: கஃ'ப்பிட்டஅ'லிஸ்டிக் / owning and operating large amount of wealth, உடமையாக உள்ள செல்வத்தை முதலீடு செய்யும். • *In free India, the* **capitalistic** *class is rather formidable.* **capitalistically***(adv)*.

cap-i-tal-ize/ˈkæpitəlaiz/*(v.t)*: ˌகஃ'ப்பிட்டஅ'லய்ஸ்: / **capitalized, capitalizing**: to write in capital letter, பெரிய எழுத்தில் எழுது; to invest money and operate it in business to produce wealth, பணத்தை முதலீடு செய்து செல்வம் பெருக்கு; to calculate or estimate the value of a stock or an enterprise, ஒரு முதலீடு (அ) பொருளாதார முயற்சி இவற்றின் மதிப்பீடு காண். **capitalize on**: to turn to one's advantage, எந்த சந்தர்ப்பத்தையும், சுய நலனுக்குப் பயன்படுத்திக் கொள். • *He* **capitalized on** *the mistakes of his management and got his dues.*

cap-i-ta-tion/ˌkæpiˈteiʃn/*(n)*: ˌகஃப்பிட்'டெய்ஷஅன் / a poll tax, நபர் வரி; a fee or payment made uniformly for each person, ஒவ்வொரு நபருக்கும் ஒரே விதமான வரி விதிப்பு (அ) ஒவ்வொருவருக்கும் கொடுக்க வேண்டிய தொகை. Nowadays, many educational institutions collect **capitation** fee while admitting a student.

Cap-i-tol/ˈkæpitl/*(n)*:ˈகஃப்பிட்ல் / the building in Washington used by the Congress of the U.S.A. for its sessions, அமெரிக்க காங்கிரஸ் கூடும் மாளிகை.

ca-pit-u-late/kəˈpitʃuleit/*(v.t)*:ˌகஅப்பிச்சு'லெய்ட் / **capitulated, capitulating**: to surrender on agreed conditions, சரணடை, தோல்வியை ஏற்றுக்கொள், நிபந்தனைகளை ஏற்றுக்கொள்; stop fighting or opposing, சண்டையை நிறுத்து, எதிராகச் செயல்படுவதை நிறுத்து. • *I never* **capitulate** *to impatience.* **capitulation**/kəˌpitʃuˈleiʃn/*(n)*: கஅˌப்பிச்சு'லெய்ஷ்ன் / the act of capitulating, சரணடைதல், நிபந்தனைகளை ஏற்றுக்கொள்ளல்; the document containing the conditions, நிபந்தனைகள் அடங்கிய ஆவணம்.

ca-pon/ˈkeipən/*(n)*:ˈகெய்ப்பஅன் / a cock with its sex glands removed to make it grow fatter for eating, கொழுத்து வளரவும், மனிதனுக்கு உணவாகவும் பயன்படும் ஆண்மை நீக்கப்பட்ட சேவல்.

cappuccino/ˌkæpuˈtʃi:nəu/*(v)*: ˌகஃபஉ'சீனஅஉ / a type of coffee made with milk that has been frothed up with pressurized steam, பாலின் நுரை சேர்த்த ஒரு வகை காபி.

ca-price/kəˈpri:s/*(n)*:கஅ'ப்ரிஸ் / sudden unreasonable change of mind, opinion, etc., any fanciful idea, மனத்தடுமாற்றம், சிந்தனை மாறுபாடு. • *With the* **caprice** *of an obstinate wife, he wavered between love and hatred.*

ca-pri-cious/kəˈpriʃəs/*(adj)*:ˈகஅப்ரிஷஅஸ் / fanciful, erratic, மனப்போக்குப்படி நடக்கும் தன்மையுள்ள, நிலையற்ற தன்மையுள்ள; fickle minded, சலன புத்தியுள்ள. • *A leader cannot afford to be* **capricious, capriciously***(adv)*, **capriciousness***(n)*.

Cap-ri-con/ˈkæprikɔ:n/*(n)*:ˈகஃப்ரிக்கஓ:ன் / tenth house of the Zodiac, பத்தாவது ராசி, மகர ராசி; Tropic of Capricorn, மகர ரேகை, பூமத்திய ரேகைக்கு 23½°ல் உள்ளது.

cap-si-cum/ˈkæpsikəm/*(n)*: ˈகஃப்ஸிக்கஅம் / chilli, மிளகாய்.

cap-size/kæpˈsaiz/*(v.t)*:கஃப்'ஸய்ஸ்: / **capsized, capsizing**: to overturn, வீழ்த்து, விழு. **capsize***(v.t)*: to upset, கவிழ். • *The boat* **capsized** *in the floods.*

cap-stan/ˈkæpstən/*(n)*:ˈகஃப்ஸ்ட்டஅன் / a revolving barrel used for winding cables in hoisting an anchor, நங்கூரம் பாய்ச்ச உதவும் கம்பி வடத்தை சுற்றியிழுக்கும் சுழல் தண்டு.

cap-sule/ˈkæpsju:l/*(n)*:ˈகஃப்ஸ்யூல் / the seed case of a plant, விதை உறை; a small gelatinous case for holding a dose of medicine மருந்து உறை, a metallic cap or seal, உலோக அடைப்பு; that part of spacecraft in which the pilots live and work and when the "take off" is completed, the engine is separated from it, the cabin in which the cosmonaut is borne, விண்வெளிக்கலத்தில் வானவெளி வீரர் இருக்கும் உள்ளிருப்புப் பகுதி.

cap-tain/ˈkæptin/*(n)*:ˈகஃப்ட்டின் / a person in command over others, வழி நடத்துபவன்; chief leader, தலைவன்; an officer rank in most armies, இராணுவத்தின் உயர் பதவியில் உள்ளவர், படைத்தலைவன். • *Ram retired as a* **captain** *in the army.* the field leader of a team, ஒரு குழுவின் செயல்படும் தலைவன். • *Sita is the* **captain** *of the tennis team.* the person commanding a ship or aircraft, விமானம், கப்பல் போன்றவற்றின் குழுத் தலைவன். • *Chopra is the* **captain** *of the Delhi flight.* **captain***(v.t)*: to lead or command as a captain, தலைமை ஏற்று வழி நடத்து, கட்டளையிடு, படையைச் செயல்படுத்து. **captaincy***(n)*.

cap-tion/ˈkæpʃn/*(n)*:ˈகஃப்ஷ்ன் / the heading of a newspaper, chapter, page, etc., the title of an illustration, செய்தி, புத்தகம், பக்கம், படம் முதலியவை பற்றிய தலைப்பு; the heading of a legal document, சட்ட ஆவணத்தின் தலைப்பு, ஓர் ஆவணத்திலிருக்கும் சான்று.

C

cap·tious/'kæpʃəs/(adj):'கæப்ஷəஸ் / fault finding, குற்றம் காணுகிற; ensnaring, சிக்க வைக்கக்கூடிய. • *She could never go without making a* **captious** *remark.*

cap·ti·vate/'kæptiveit/(v.t):'கæப்டிவெய்ட் / captivated, captivating: to enthral, கவர்ச்சி செய்; to enchant, வசீகரப்படுத்து. • *More than her song, her beauty* **captivated** *the audience.* **captivation** (n), **captivating**(adj), **captivatingly** (adv).

cap·tive/'kæptiv/(n):'கæப்டிவ் / a person held as a prisoner especially in a war, போர்க்களத்தில் கைதியாகப் பிடிக்கப்பட்டவன். **captive**(adj): held as a prisoner especially in war, போரில் கைதியாகப் பிடிக்கப்பட்டுள்ள, கைதியாக உள்ள; enslaved by love, காதல் வயப்பட்டு அடிமையாக உள்ள. • *Her* **captive** *beauty enchanted everyone.* **cap·tiv·i·ty**/ kæp'tivəti/(n):கæப்'டிவிடி / the state or period of being captive, கைதியாக இருக்கும் நிலை, கைதியாக இருக்கும் காலக்கெடு.

cap·tor/'kæptə*/(n):'கæப்ட்ட* / a person who has captured a person or something, சிறையெடுப்பவர்.

cap·ture/'kæptʃə*/(v.t):'கæப்ச்சஅ* / captured, capturing: to take one a prisoner, கைதியாகப் பிடி; to take by force, பலவந்தமாகக் கைப்பற்று; to seize, கைப்பற்று; to fix the form that can be used by a computer, கணிப் பொறியில் பயன்படுத்தக்கூடிய படிவத்தில் நிலைப்படுத்து. • *The photographer* **captured** *the very elements of the child's smile in his camera.* **capture**(n): the act of capturing, சிறைபிடிக்கும் செயல்; that which is captured, சிறை பிடிக்கப்பட்டது.

car/ka*/(n):கா* / an automobile, மோட்டார் வண்டி; any vehicle on wheels, வண்டி; chariot, இரதம்; a railway carriage, இரயில் பெட்டி; any small vehicle which is used for carrying people, goods, etc. e.g. part of a lift, balloon or passenger compartment of airship, etc. ஒரு சிறிய வண்டி, பயணிகள், சரக்குகள் முதலியவற்றை ஏற்றிச்செல்லப் பயன்படுவது (உ-ம்) ஒரு பலூன், உயர்த்தி, வாயுக்கப்பல் முதலியன வற்றுடன் இணைக்கப்படடிருக்கும்.

ca·rafe/kə'ræf/(n):கə'ரæஃப் / a bottle for servicing wine or water at meals, நீர், மது முதலியவற்றைப் பரிமாறப் பயன்படும் குவளை.

car·a·mel/'kærəmel/(n):'கæரəமெல் / burnt sugar used for colouring and flavouring, a sweet meat, நிறமும், மணமும் ஊட்டப் பயன்படும் தீய்ந்த சர்க்கரை, ஒருவகை மிட்டாய்.

car·at/'kærət(n):'கæரəட் / a measure of weight for gold and precious stones, now equivalent to 200 milligrams, வைரம் முதலிய கற்களின் எடை அலகு, தற்காலத்தில் 200 மில்லிகிராம்; purity of gold, pure gold being 24 carats, தங்கத்தின் மாற்று (உரை) சுத்த தங்கம் 24 காரட் எனப்படும்.

car·a·van/'kærəvæn/(n):'கæரəவæன் / a group of travellers or pilgrims or merchants with vehicles or animals, journeying together for safety through unfriendly or desert areas, குழுப்பயணம், பயணிகள், வியாபாரிகள், வழிபடுவோர் முதலியவர்களின் கும்பல் (அ) கூட்டம், பாதுகாப்பாகவும் நட்புடனும் பயணம் செய்யும் கூட்டம்; a house on wheels, வீடாக அமைத்து, பயணம் செய்ய ஏதுவாக இருக்கும் சிறு வீடு போன்ற மோட்டார் வண்டி; a covered conveyance, பல்லக்கு.

car·a·van·se·rai/,kærə'vænsərai/(n): ,கரə'வæன்ஸəரய் (ஸəரி) / **or** caravansary: an inn with a large courtyard where caravans stay overnight, பயணக்குழு தங்கும் விடுதி, சத்திரம்.

car·bine/'ka:bain/(n):'கா:ப்யின் (-பை:ன்) / a short light rifle, fire-arm used by the cavalry, குதிரை வீரர்கள் பயன்படுத்தும் சிறிய கைத் துப்பாக்கி.

car·bo·hy·drate/,ka:bəu'haidreit/(n): 'கா:ப:ஊ'ஹைட்:ரெய்ட் / a compound of carbon, hydrogen, and oxygen in which the last two elements are in the same proportion as in water (H_2O), கரி, ஹைட்ரஜன், பிராணவாயு இவற்றின் கூட்டுப் பொருள் (C_nH_2O) ஹைட்ரஜன், ஆக்ஸிஜன் இவை இரண்டும் நீர்ப்பகுப்பை ஒத்து இருக்கின்றன. (e.g) sugar, starch, etc., சர்க்கரை, மாவுப்பொருள் முதலியவை.

car·bon/'ka:bən/(n):'கா:ப:ən் / non-metallic element existing in pure form in nature as diamonds, graphite, etc., or in an impure form as coal, petrol, etc., கரிமம், வைரம், கிராஃபைட் முதலியவற்றில் உள்ள, நிலக்கரி, பெட்ரோல் முதலானவை களில் கரிமம் முக்கியப் பகுதி, கார்பன்.

car·bon·at·ed/'ka:bəneitid/(adj): 'கா:பəனெட்டிட் / esp. of a drink, containing carbon-di-oxide, கரியமில வாயுவில் கரைந்த பானம். **carbon paper**: type of paper used for duplicating written work, ஒரே சமயத்தில் பல பிரதிகள் எடுக்கப் பயன்படும் மை பூசிய காகிதம்.

carbon-dating/ˈka:bəndeitiɲ/(*n*): ˈகாப:ஒன்டெ:ய்ட்டிங் / the determination of the age of old material by its content of carbon 14, கார்பனை உபயோகித்து ஒரு பொருளின் வயதைக் கணக்கிடல்.

car-boy/ˈka:bɔi/(*n*):ˈகாப:ஒய் / a large glass bottle (often green in colour) with a protective covering used especially for holding corrosive or dangerous liquids, ஏறக்குறைய பச்சை வண்ணத்தில் பெரிய கண்ணாடிக் குப்பி, இதற்குப் பாதுகாப்பான மூடியும் உண்டு. அரிக்கக்கூடிய, அபாய கரமான திரவம் வைக்கப் பயன்படுகிறது.

car-bun-cle/ˈka:bʌɲkl/(*n*):ˈகாப:ங்க்ல் / a painful inflammatory tumour, பிளவை, வீக்கம் கொண்ட இரத்தக் கட்டி; a boil, கொப்புளம்; pimple, முகப்பரு; a garnet cut without facets, செந்நிற மாணிக்கக் கல்; a precious stone of fiery colour, நல்ல சிவப்பு வண்ணம் கொண்ட உயர்ரக இரத்தினம்.

car-bu-ret-tor/ˌka:bəˈretə*/(*n*): ˈகாப்:யுரெட்டஒ* / a device especially in internal combustion engine for mixing vapourised fuel with air to produce an explosive mixture, உள் எரி எந்திரங்களில் எரிபொருளின் வெப்ப வாயுவையும், காற்றையும் கலந்து எரிசக்தியை உண்டு பண்ணும் அமைப்பு.

car-case/ˈka:kəs/(*n*):ˈகாக்கஒஸ் / [also **carcass**]: a dead body of an animal, ஒரு மிருகத்தின் உயிர் இல்லாத உடல், பிணம்; the decaying remains of ship, car, etc., சிதையும் ஒரு பொருள் (உ-ம்) உடைந்த கப்பல், வண்டி முதலியவை; the body of a living or dead person, உயிர் உள்ள (அ) உயிர் இல்லாத மனித உடல்.

car-ci-no-gen/ka:ˈsinədʒən/(*n*): கா'ஸினஒஜஒன் / a substance causing or inciting cancer, கான்சர் நோயை உண்டு பண்ணக்கூடிய காரணி.

card/ka:d/(*n*):கா:ட் / a piece of stiff paper or thin paste board, rectangular in size, put to various uses, பல வழிகளில் பயன்படும் நீண்ட சதுர வடிவத்தில் உள்ள துண்டு அட்டை; playing card, சீட்டுக் கட்டு; information card, விவர அட்டை; visiting card, அறிமுக அட்டை; postcard, தபால் அட்டை; Christmas card, கிறித்துமஸ் வாழ்த்து அட்டை; greeting card, வாழ்த்து அட்டை; marriage invitation card, திருமண அழைப்பு அட்டை; something useful in achieving an aim, ஒரு குறிக்கோளை நிறைவேற்ற உபயோகமாக இருக்கும் ஒன்று. • *If everything fails, I still have a* **card** *to play on.* • *It is his best* **card**. **card**(*n*): an instrument for combing, cleaning, preparing and processing wool, cotton, etc. for spinning. **carding machine**: a device which helps to clean cotton, wool, etc. by combing. பருத்தி, கம்பளி, முதலியவற்றை நூற்பதற்கு ஏற்ற வகையில் சீர்செய்து, சுத்தப்படுத்தி, பக்குவப்படுத்தும் எந்திரம்.

car-da-mom/ˈka:dəməm/(*n*):ˈகாட:ஒமஒம் / a kind of aromatic seed, a spice, ஏலக்காய், ஒருவகை வாசனைப் பொருள்.

card-board/ˈka:dbɔ:d/(*n*):ˈகாட்:ப:ɔ:ட் / a stiff material i.e. pasteboard used for making boxes, signs, etc., பெட்டி, விளம்பரச் சின்னங்கள் செய்யப் பயன்படும் அட்டை.

car-di-ac/ˈka:diæk/(*adj*):ˈகாடி:யஃக் / pertaining to the heart or heart disease, இருதயத்தைப் பற்றிய, இருதய நோய் பற்றிய.

car-di-nal/ˈka:dinl/(*adj*):ˈகாடினஒல் (ன்ல்) / most important, மிக முக்கியமாக உள்ள; fundamental, அடிப்படையாக அமைந்துள்ள. **cardinal**(*n*): a high ecclesiastic in the Roman Catholic church next to the Pope, போப்பாண்டவருக்கு அடுத்த படியாக ரோமன் கத்தோலிக்க குருமார்களில் ஒருவர்; a North American bird finch, the male of which is bright red in colour, வட அமெரிக்காவில் காணப்படும் பறவை, அதன் ஆண் இனம் மிகச் சிவப்பாக இருக்கும்; a deep rich red colour, நல்ல, வளமான சிவப்பு வண்ணம். **cardinal numbers**: any of the numbers 1, 2, 3, etc., which show quantity only not order, 1, 2, 3 என்று வரிசையாக இல்லாமல் பரிமாண அளவை மட்டும் காட்டும் இந்த எண்கள், அடிப்படை எண்கள்.

cardio/ˈka:diɔ/(*prefix*):ˈகாடி:ɔ / relating to the heart, இருதயம் சம்பந்தமான. **cardio-gram**/ˌka:diˈɔgræm/(*n*): ˌகாடி:ˈɔக்:ரஃம் / a curve or tracing record of muscle activity within the heart made by cardiograph, இருதய செயல்பாட்டின் வரைபடம். **cardiograph**/ˌka:diˈɔgræf/(*n*): ˌகாடி:ˈɔக்:ரஃஃப் / an instrument that graphically registers movements of the heart, இருதய செயல்பாட்டினை கண்டுணரும் வரைபடக் கருவி.

care/keə*/(*n*):கɛஒ*(கெஒ*) / the processes of looking after the sick and the afflicted, நோயினாலும், துன்பத்தினாலும் பீடிக்கப் பட்டவரைக் கவனிக்கும் முறையும், பண்பும். • *Many good people are willing to take* **care** *of the orphans.* anxiety, கவலை. • *No one is free from* **care**. protection, பாதுகாப்பு; charge, பொறுப்பு. • *Who will take* **care** *of the house when we are away?*

C

care(*v.t*): to be concerned, பொறுப்புடன் இரு; to be worried, anxious, கவலைப் பட்டு இரு. • *Who will* **care** *for me when I am old?* to like, விருப்பம் கொள். • *Would you* **care** *to come with me?* to have affection, அன்புடன் நடந்துகொள். **care-free**/'keəfri:/(*adj*):'கெஒஃப்ரீ / free from care or worry, கவலையற்ற. **care-ful**/'keəful/(*adj*):'கஏஒஃபுல் / taking care in one's work, தன் வேலையில் மிகக் கவனம் கொண்டுள்ள. • *He is a very* **careful** *driver.* thorough, மிகத் திறமை யாக. • *After* **careful** *consideration, the cabinet decided to go to war.* **carefully** (*adv*), **carfulness**(*n*). **care-less**/'keəlis/(*adj*):'கஏஒலிஸ் / not taking enough attention, போதுமான கவனம் எடுத்துக்கொள்ளாத; done without care, கவனமில்லாமல் செய்யப்பட்ட. • *She is a very* **careless** *driver.* **carelessly** (*adv*), **carlessness**(*n*).

ca-reen/kə'ri:n/(*v.t*):கஒ'ரீன் / to lay a ship on its side, பழுது பார்ப்பதற்காகக் கப்பலை ஒருபுறமாகச் சாய்; to clean the keel, கப்பலின் அடிப்பகுதி உத்திரத்தைச் சுத்தம் செய்; to incline to one side, பக்கவாட்டில் சாய்; to go forward speedily making sudden movements from side to side, ஒரு வண்டி வேகமாகப் போகும்பொழுது, பக்கவாட்டில் சாய்ந்து சாய்ந்து நகர்வது போல் முன்னே செல்.

ca-reer/kə'riə*/(*n*):கஒ'ரியஒ* / job or profession (for which one is trained), பயிற்சி பெற்ற ஒரு தொழில் (அ) வேலை. • *He sought a* **career** *as a soldier.* the way a person chooses to spend his life, ஒருவர் தன் வாழ்க்கையை எப்படிச் செயல்படுத்த விரும்புகிறாரோ அந்த வழி, வாழ்க்கை நெறி; course, போக்கு. **career** (*adj*): professional, தொழில் பற்றிய; career girl, வேலையிலுள்ள பெண் சம்பந்தப்பட்ட. • *He is a* **career** *business man.* **career** (*v.i*): to go at full speed, வெகுவேகமாகச் செல். • *The van began to* **career** *when it moved down along the hill track.* **car-reer-ist**/kə'riərist/(*n*):கஒ'ரியஒரிஸ்ட் / one whose ambition is to be successful in life at any cost, எப்படியாவது தன் தொழிலில் முன்னேற்றம் காண வேண்டும் என்று செயல் படும் சுயநலவாதி.

car-ess/kə'res/(*n*):கஒ'ரெஸ் / an act of loving touch or kiss, அன்புடன் தடவிக் கொடுத்தல், கொஞ்சுதல், சீராட்டுதல். **caress**(*v.t*): to touch gently to show one's affection, அன்பு காண்பிக்க மெதுவாகத் தடவிக் கொடு, கொஞ்சு. • *The cool breeze seems to* **caress** *the trees.* • *The lady* **caressed** *her child lovingly.* **caressingly**(*adv*).

car-et/'kærət/(*n*):'கஊரஒட் / the mark ^ used in writing and printing to show where something is to be inserted, எழுதியதில் விடுபட்டுப்போன இடத்தைத் தெரிவிக்கும் ^ குறி.

care-tak-er/'keə,teikə*/(*n*): 'கஏஒ,ட்டெய்க்கஒ* / a person who is in charge of the maintenance of a building, school, office, estate, etc., உரிமையாளர் (அ) பொறுப்பாளர் இல்லாதபொழுது, கட்டடம், அலுவலகம், பண்ணை முதலியவற்றைக் கவனித்துக்கொள்பவர்; one who or a body which temporarily performs the duties of an office, ஒருவர் (அ) ஒரு நிறுவனத்தின் தகுதியாளர் இல்லாத பொழுது தற்காலிகமாகப் பொறுப்பு வகித்துச் செயல்படுபவர் (அ) செயல்படுவது. **care-taker government**: temporary government, தற்காலிக அரசு.

car-go/'ka:gəu/(*n, sing*):'காக:ஒஉ (கோ:) / **cargos, cargoes**(*n, pl*): the load of a ship, an airplane or a vehicle, கப்பல் சரக்கு, விமானச் சரக்கு (அ) வண்டிச் சரக்கு.

car-hop/ka:*hɔp/(*n*):கா*ஹப் / a waiter or waitress at a drive-in-restaurant, வாகனத்திலேயே அமர்ந்து சாப்பிடக்கூடிய உணவு விடுதியின் ஒரு பணியாள்.

car-i-ca-ture/'kærikə tjuə*/(*n*): ,கஊரிக்கஒ'ச்சுஒ* / a picture, description, etc. humorously exaggerating the peculiarities or defects of persons, things, கேலிச் சித்திரம், மிகைப்படுத்துதல், ஒன்றைப்போலச் செய்தல். • *Newspapers very often carry* **caricatures** *of well-known politicians.* **caricature**(*v.t*): to make a caricature of, to represent in caricature, கேலிச்சித்திரம் வரை, கேலியாக வர்ணனை செய்.

car-ies/'keəri:z/(*n*):'கஏஒரீஸ்: / decay of the bones and especially tooth decay, எலும்புச் சிதைவு, முக்கியமாகப் பற்சொத்தை.

car-ing/keəriŋ/(*adj*):'கஏஒரிங் / giving care, attention and support especially to the needy, தேவையுள்ளவர்களுக்கு வேண்டியதைக் கொடுத்து, கவனிக்கும் தன்மையுடைய.

car-mine/'ka:main/(*n*):'காமய்ன் / a crimson or purplish red colour, கருஞ் சிவப்பு நிறம்; a crimson pigment obtained from cochineal, ஒரு பூச்சியினின்று எடுக்கப்படும் கருஞ்சிவப்பு வண்ணப் பொருள்.

car-nage/'ka:nidʒ/*(n)*:'*கானிஜ்* / the killing of great number of people or animals, human slaughter, பல மனிதர்களைப் படுகொலை செய்தல் (அ) பல மிருகங்களைப் படுகொலை செய்தல்; butchery, massacre, மிருகத்தனமான கொலைகள், படுகொலை.

car-nal/'ka:nl/*(adj)*:'*கான்ல்* / pertaining to the pleasures of the body and the world, உடல் இன்பம் பற்றிய, உலக இன்பங்களில் ஈடுபாடுள்ள; sexual, சிற்றின்பத்தில் நாட்டம் உள்ள.

car-na-tion/ka:'neiʃn/*(n)*:*கா'னெய்ஷ்ன்* / a small garden plant with flower, usually of a rosy pink colour, தோட்டத்தில் வளரும் இளஞ்சிவப்பு நிறமுள்ள பூக்கள் கொண்ட சிறிய செடி.

car-ne-li-an/kə'ni:ljən/*(n)*:*கா'னீலியஅன்* / a fine reddish white stone, இளஞ்சிவப்பு நிறமுள்ள மாணிக்கக்கல் வகை.

car-ni-val/'ka:nivl/*(n)*:'*கானிவஅல்* / an occasion of merry-making, revelry or festival, the season before Lent, கேளிக்கை, திருவிழா; a Christian festival, ஒரு கிறித்தவப் பண்டிகை.

car-ni-vore/'ka:nivɔ:*/*(n, sing)*:*கா'னிவோ:** / **carnivora***(n, pl)*: flesh eating animal, புலால் உண்ணும் பிராணி. **car-niv-o-rous**/ka:'nivərəs/*(adj)*:*கா'னிவஅரஅஸ்* / flesh eating, புலால் (அ) மாமிசம் உண்ணும் குணமுள்ள. **carnivo-rously** *(adv)*, **carnivorousness***(n)*.

car-ol/'kærəl/*(n)*:'*கஶரஅல்* / a religious song of joy and praise, a Christmas song or hymn, பக்திப் பரவசமூட்டும் கிறித்துமஸ் பாட்டு; a song of joy, இனிமையான மகிழ்ச்சிப் பாட்டு. **carol**/*(v.i)*, **carolled, carolling**: to sing carols, பக்திப் பாடல்கள் பாடு. **carol** *(v.t)*: to sing joyously, மகிழ்ச்சியுடன் பாடு; to celebrate with songs, பாடிக் கொண்டாடு.

car-ouse/kə'rauz/*(v.t)*:*கஅ'ரஉஸ்: (-ரௌ)-* / to drink heavily and frequently and be merry together, குடித்துக் கும்மாளமடி. • *The members* **caroused** *all night.*

car-ou-sel/ˌkærə'sel/*(n)*:ˌ*கஶரூ'ஸ:அல்* / a merry-go-round, military ornament, குடை ராட்டினம், இராணுவ அலங்காரம்.

carp/ka:p/*(v.t)*:*காப்* / to find fault, குறை காண்; unreasonably, காரணம் இல்லாமல் குறை கூறு. • *It is her habit to* **carp** *at minor errors.* **carp***(n)*: a large fresh water fish, உணவாகக்கூடிய சுத்த நீரில் வாழும் பெரிய மீன்.

car-pen-ter/'ka:pəntə*/*(n)*:'*காப்பென்ட்டஅ** / a person who builds or repairs wooden structures, மரவேலை செய்பவர். **car-pen-try**/'ka:pəntri/*(n)*:'*காப்பென்ட்ரி* / the work or art of a carpenter, தச்சுத் தொழில்.

car-pet/'ka:pit/*(n)*:'*காப்பிட்* / a thick floor covering heavily woven often of woollen material, கம்பளம், சமுக்காளம், தரை விரிப்பு. **carpet***(v.t)*: to cover or furnish with a carpet, கம்பளம் விரி; **be on the carpet,** to reprimand, கண்டித்தலைச் செய்; blame for bad work, வேலை சரியாக இல்லாதபோது குறை கூறு. **on the carpet**: under consideration, விவாதத்தில் உள்ள. **red carpet welcome**: royal welcome, மிக நல்ல வரவேற்பு, அரசு வரவேற்பு. **carpus** *(n, sing)*, **carpi***(n, pl)*: wrist, மணிக்கட்டு.

car-riage/'kæridʒ/*(n)*:'*கஶரிஜ்* / a wheeled vehicle, especially a horse-drawn vehicle, குதிரை வண்டி; a railway passenger coach, இரயில்வே பெட்டி; a movable part of a machine, ஒரு எந்திரத்தில் நகரும் பகுதி; the cost of transportation, வண்டிக் கூலி; management, administration, நிர்வாகம் செய்தல், அலுவலகம் செயல்படும்படி செய்தல்; the manner of one's behaviour, bearing, ஒருவரின் உடல் அமைப்பும் அது செயல்படுதலும், நடையும் பாவனையும். • *The* **carriage** *of a warrior is ruthless and majestic.*

car-ri-er/'kæriə*/*(n)*/'*கஶரியஅ** / one who or that which carries, சுமை தாங்குவோர் (அ) சுமை ஏற்றிச் செல்லும் ஒருவர் (அ) ஊர்தி; a person or thing that carries disease to others, நோயைப் பரப்பும் ஒருவர் (அ) பொருள்; an aircraft carrier, விமானங்களைச் சுமந்து செல்லும் ஊர்தி; விமானம் தாங்கிக் கப்பல்; a metal frame fixed to vehicles, சுமைகளைத் தாங்கிச் செல்ல வண்டிகளில் இணைக்கப்பட்டிருக்கும் உலோக அமைப்பு.

car-ri-ole/'kæriɔ:l/*(n)*:ˌ*கஶரி'யஅஉல்* / [also **cariole**]: a small, open, two-wheeled vehicle, இலேசான இரு சக்கர வண்டி, ரேக்ளா.

car-ri-on/'kæriən/*(n)*:'*கஶரியஅன்* / dead and decaying flesh, அழுகிய, உயிரற்ற உடலும், மாமிசமும். **carrion***(adj)*: feeding on carrion, அழுகிய மாமிசம் உண்ணும்.

car-rot/'kærət/*(n)*:'*கஶரஅட்* / a plant of the radish family with red root, காரட் கிழங்கு; a reward or advantage given for doing something especially by persuasion, ஒரு குறிப்பிட்ட செயலைத் தூண்டுவதற்காகக் கொடுக்கப்படும் வெகுமதி (அ) ஆதரவு. **the carrot and the stick**: promises and threats, ஆதரவு கொடுத்தும், மிரட்டியும் செய்யும்படி தூண்டுவது. • *The management's method in dealing with the*

C

workers is the combination of **the carrot and the stick** *policy. (cajoling and threatening).* **car-rot-y**/'kærəti/*(adj)*: 'கஶரஒட்டி / like a carrot with orange red colour, காரட் கிழங்கு போன்ற ஆரஞ்சு சிவப்பு வண்ணமுள்ள.

car-ry/'kæri/*(v.t)*:'கஶரி / **carried, carrying**: to move having or holding in one's arms, கைகளில் சுமந்து செல்; to transport, மாற்று; to convey, எடுத்துச் செல்; to serve as a medium, அனுப்புவதற்கு ஊடகமாகப் பயன்படு; gain, ஆதரவு பெறு; support, தாங்கு, சுமக்கச் செய். **carry on**: proceed with the work on hand, வேலையைத் தொடர்ந்து செய். **carry out**: perform, செய்து முடி; complete, முடித்துக் காட்டு. • *To* **carry out** *one's duties is rather difficult.* • *You have to* **carry out** *the repairs urgently.* **to carry over**: postpone, தள்ளிப்போடு; to transfer an amount to the next page, column or book, மீதித் தொகைக் கணக்கை அடுத்த பக்கம் (அ) தொகுதி (அ) புத்தகம் இவற்றிற்கு எடுத்துச் சென்று வகைப்படுத்து, கணக்கைத் தொடர்ந்து புதிய பக்கத்தில் எழுது. **carry the day**: to win the contest, போட்டியில் வெற்றி காண். • *In the tennis match, Ram* **carried the day**. **carry**(*n*): range of gun, பாயும் தூரம், ஒரு துப்பாக்கியின் ஆற்றல், அதிலிருந்து குண்டு பாயும் தூரம், செயல்படும் தூரம்; the distance an object will travel or has travelled, ஒரு பொருள் செல்லும் தூரம், ஒரு பொருள் சென்றிருக்கும் தூரம்.

cart/ka:t/*(n)*:காட் / a two-wheeled vehicle for conveying heavy goods, பார வண்டி. **to put the cart before the horse**: to do things not in the proper way, சரியான வழியில் இல்லாமல், முன்னுக்குப் பின் முரணாகச் செயல்படு. **cart**(*v.t*): to transport in a cart, வண்டியில் ஏற்றிச் செல்; to convey in a cart, வண்டி மூலம் சுமையைக் கொண்டு செல். **cart-er**/ka:tə*/*(n)*:'காட்டஒ* / one who drives a cart, வண்டியை ஓட்டுபவர்.

cart-age/ka:tidʒ/*(n)*:'காட்டிஜ் / the act or cost of carting, வண்டியில் ஏற்றிச் செல்லுதல் (அ) வண்டியில் ஏற்றிச் சென்றதன் கூலி.

carte-blanche/'ka:t'bla:ntʃ/*(n)*: 'காட்'ப்லான்ட்ஷ் / full freedom to act as one wishes, தன்னிச்சையாய் செயல்படும் சுதந்திரம்.

car-tel/ka:'tel/*(n)*:கா'ட்டல் (-டெல்) / a syndicate of international companies formed with the intention of limiting competition and increasing profits, போட்டியைத் தவிர்க்கவும், இலாபத்தை வரம்புக்கு அதிகமாக உயர்த்தவும் பாடுபடும் அகில உலக நிறுவனங்களின் ஆலோசனைக் குழு.

car-ti-lage/'ka:tilidʒ/*(n)*:'காட்டிலிஜ் / strong elastic tissue, குருத்தெலும்பு. **car-ti-lag-i-nous**/ˌka:ti'lædʒinəs/*(adj)*: ˌகாட்டி'லஶஜினஒஸ் / resembling cartilage or of cartilage, குருத்து எலும்பு போல, குருத்தெலும்பு பற்றிய.

car-tog-ra-phy/ka:'tɔgrəfi/*(n)*: கா'ட்டொக்ரஒஃபி / the science or art of map making, நிலப்படம் வரைதல், தயாரித்தல், கலைப்பண்புடன் மிளிரச் செய்தல், நிலப்படம் தயாரிப்பு.

car-ton/'ka:tən/*(n)*:'காட்டஒன் (-ட்ன்) / a large cardboard box, பெரிய அட்டைப் பெட்டி; the contents of a carton, விற்பனைச் சாமான்கள் அடங்கிய அட்டைப் பெட்டி; a carton of biscuits, ரொட்டி அடங்கிய பெட்டி.

car-toon/ka:'tu:n/*(n)*: கா'ட்டூன் / a humorous drawing or illustration, designed in a clever and amusing way of news items, current affairs, etc., கேலிச்சித்திரம், செய்திகள், அன்றாட விவகாரங்கள் முதலியவற்றைக் கேலியாகச் சித்திரித்தல்; a pictorial caricature, படங்கள் மூலம் வேடிக்கையாகச் சில கருத்துக்களை வெளியிடுதல். **cartoon** *(v.t)*: to represent by cartoon, கேலிச்சித்திரம் மூலம் கருத்துக்களை வெளியிடு. **animated cartoons**: motion pictures made by photographing a set of pictures, சில படத் தொகுதிகளைப் படம் பிடிப்பதன் மூலம் உயிரோட்டமுள்ள சித்திரச் சினிமா எடுத்தல், உயிர்த்துடிப்புள்ள சினிமாப் படம். **cartoonist**(*n*).

car-tridge/'ka:tridʒ/*(n)*:'காட்ரிஜ் / a case containing explosive and bullet, or powder and shot from a rifle or a gun, துப்பாக்கி வெடிமருந்து குழல், தோட்டா குண்டு; **cartridge-paper,** thick strong paper, கனமான உறுதியான காகிதம். **blank-cartridge**: a type of bullet which does make only sound, ஒலி மட்டும் எழுப்பும் குண்டு இல்லாத தோட்டா.

carve/ka:v/*(v.t)*:காவ் / **carved, carving**: to cut a material to make some formation, ஒரு பொருளைச் செதுக்கி உருவம் உண்டாக்கு; to cut into slices, துண்டு துண்டாக வெட்டு; to make or create for oneself a position, ஒரு நல்ல நிலையை உண்டாக்கிக்கொள். • *She* **carved** *out a career in medical service.* shape or settle future, திட்டம் தீட்டி, வருங்காலத்திற்கு வளமை கொடு. **carv-ing**/ka:viŋ/*(n)*: காவிங் / a work of art, செதுக்கும் வேலை; design, சித்திரம்; carved work, செதுக்கிய அமைப்புகள்.

ca-sa-nova/ˌkæsə'nəuvə/*(n)*: ˌகஸஸஅ'னஅஉவஅ / a man notorious for seducing women, பெண்களை எளிதில் மயக்கும் திறம்படைத்தவன்.

cas-cade/kæ'skeid*(n)*:கஸஸ்'க்கெய்ட்: / a water-fall coming down over a steep rocky surface, அருவி. **cascade***(v.i)*, **cascaded, cascading**: to fall down like a cascade, அருவி போல் கொட்டு, நீர்வீழ்ச்சியாக விழு.

case/keis/*(n)*:கெய்ஸ் / an instance of the occurrence, existence, etc., நிகழ்தல், இருத்தல் முதலிய நிலைகள்; the state of things or persons, பொருள்களின் நிலை, ஒருவரின் பாங்கு, ஒருவர் ஏற்கும் நிலை; a question of facts or principles requiring investigation or solution, தகவல்கள், கொள்கைகள், கேள்விகள் முதலான வற்றின் உண்மை நிலையை அறிய மேற்கொள்ளும் ஆய்வு; (medical) a patient under treatment, சிகிச்சை பெறும் நோயாளி; (law) a suit or action relating to law, சட்டப்பிரச்சினை, (அ) வழக்குத் தொடர்பான நடவடிக்கைகள்; (grammar) an inflexion or terminal change in nouns, pronouns, etc., வேற்றுமை உருபுகள் பற்றிய இலக்கணம். **case***(n)*: a container, கொள்கலம்; any thing which encloses or contains, பெட்டி, உறை; (printing) a case for holding types, அச்சுப் படிவங்களைக் கொண்டிருக்கும் அமைப்பு. **case***(v.t)*: to put in a case, உறையில் வை, மூடு; (slang) plan or examine how to rob, திருடுவதற்குத் திட்டமிடு, ஓர் இடத்தை நோட்டமிடு.

ca-sein/'keisi:n/*(n)*:'கெய்ஸின் / a chief protein in milk and cheese, பாலிலும் பாலாடைக்கட்டியிலும் இருக்கும் புரதப் பொருள்.

case-ment/'keismənt/*(n)*:'கெய்ஸ்மஅன்ட் / a window sash opening on hinges, சன்னல் சட்டம்.

cash/kæʃ/*(n)*:கஸஷ் / money in the form of coins or negotiable paper notes, பணம். • *I am broke, I have no* **cash** *with me.* **cash***(v.t)*: to give or get cash, to exchange for, பணம் கொடு, பணம் பெறு, பணமாக மாற்று. • *State Bank traveller's cheque can be* **cashed** *in any of its branches.*

cash-book/'kæʃbuk/*(n)*:'கஸஷ்பு:க் / a book in which receipts and payments of money are recorded, வரவு-செலவு கணக்கு ஏடு.

cashcard/'kæʃka:d/*(n)*:'கஸஷ்காட்: / a plastic card issued by a bank or society, which enables the holder to withdraw money from a cash dispenser, வங்கி (அ) கூட்டமைப்பின் மூலம் வழங்கப்படும், வாடிக்கையாளர்கள் பணம் பெறக்கூடிய அட்டை.

cash-cow/'kæʃkau/*(n)*:'கஸஷ்கஉ / a business or investment that provides a steady income or profit, நிலையான வருமானம் தரக்கூடிய வியாபாரம் (அ) முதலீடு.

cash-ew/'kæʃu:/*(n)*: கஸ'ஷு / a kind of tree giving kidney shaped nuts, முந்திரி மரம். **cashewnut***(n)*: the nut of the cashew tree, முந்திரிக் கொட்டை, முந்திரிப் பருப்பு.

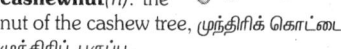

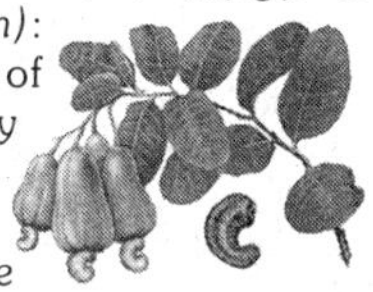

cash-flow/'kæʃfləu/*(n)*:'கஸஷ்ஃப்லஅஉ / the total amount of money being transferred in and out of business, வியாபாரத்தில் புழங்கும் பணம் மற்றும் அதன் வரவும் செலவும்.

cash-ier/kæ'ʃiə**(n)*:கஸ'ஷியஅ* / an employee in charge of money and payments in a bank, hotel, shop, etc., காசாளர். **to cashier***(v.t)*: to dismiss from a position of command or trust in armed forces, நல்ல ராணுவப் பதவியினின்று விலகச் செய், பதவி நீக்கம் செய்.

cash-mere/kæʃ'miə*/*(n)*: கஸஷ்'மியஅ* / shawl of fine soft wool of Kashmir goats, காஷ்மீர வெள்ளாட்டின் உரோமத்தாலான மென்மையான கம்பளிச் சால்வை.

cas-ing/'keisiŋ/*(n)*:'கெய்ஸிங் / a case or covering, உறை (அ) மூடுதல்.

ca-si-no/kə'si:nəu/*(n, sing)*:கஅ'ஸினஅஉ / **casinos***(n, pl)*: a large building or room used for meetings, entertainment, dancing, etc., சூதாட்ட அரங்கம்.

cask/ka:sk/*(n)*:காஸ்க் / a wooden barrel, மர பீப்பாய்.

cas-ket/'ka:skit/*(n)*:'காஸ்க்கிட் / a coffin, சவப்பெட்டி; a jewel box, நகைப்பெட்டி.

cas-que/kæsk/*(n)*:கஸஸ்க் / helmet, தலைக்கவசம்.

ca-sse-role/'kæsərəul/*(n)*:'கஸஸஅரஅஉல் / a dish in which food may be baked and served, சமைக்க மற்றும் பரிமாற உதவும் பாத்திரம்.

ca-sse-tte/kə'set/*(v.t)*:கஸெ'ஸெட் / flat plastic case containing tape for use in a tape-recorder, ஓர் ஒலி நாடா பதிவு செய்யும் கருவியில் பதிவு செய்யப்பட்டு திரும்பவும் கேட்பதற்கு பயன்படுத்தும் நாடாவுள்ள தட்டையான பிளாஸ்டிக் பெட்டி.

cas-sock/'kæsək/*(n)*:'கஸஸக் / a long, close fitting garment worn by clergy men, மத குருமார்கள் அணியும் நீண்ட அங்கி.

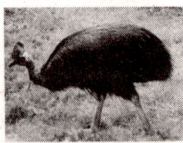

cas-so-war-y/'kæsə weəri/*(n, sing)*:'கஸஸஉஎரி / **casso-waries***(n, pl)*: a large running bird like the ostrich, நெருப்புக் கோழி போன்று வேகமாக ஓடக்கூடிய பறவை.

cast/ka:st/*(v.t)*:காஸ்ட் / to throw or hurl, எறி; fling, தூக்கி வீசி எறி. • *The king* **cast** *the robbers into the prison.* to turn or direct, திருப்பு (அ) சரிப்படுத்து, ஓரக்கண்ணால் பார். • *He* **cast** *his eyes on the novel.* to give an acting part to a person or to choose actors for a play, ஒருவருக்கு நாடகத்தில் பாத்திரம் கொடு (அ) நடிகர்களைத் தேர்ந்தெடு; to make a vote in an election, தேர்தலில் வாக்கு அளி; form into shape by pouring molten metal into a mould, உருக்கி வார்ப்படம் செய்; abandon, கைவிடு. • *He* **cast** *off the worry from his mind.* to calculate, compute, கணக்கிடு, மதிப்பிடு. **cast***(n)*: partcipants in a drama or cinema, ஒரு நாடகம் (அ) திரைப் படம் இவற்றில் உள்ள பாத்திரங்கள். • *The film has a good* **cast** *of famous actors.* an act of throwing something, like net into the water, எறிதல், ஒரு மீன் பிடி வலையை எறிதல்; a rigid surgical dressing, அறுவை சிகிச்சைக்குப் பின் போடப்படும் கட்டு. **cast***(n)*: a thing shaped with the help of a mould, அச்சின் உதவியால் செய்யப்பட்ட பிரதி; form, அமைப்பு; plan or position, திட்டம், அமைப்பு.

cast-a-way/'ka:stəwei/*(n)*:'காஸ்ட்டஉஎய் / a shipwrecked person, கப்பல் விபத்தால் கரையோரம் ஒதுக்கப்பட்டவன்; an outcast, மதத்திலிருந்து தள்ளி வைக்கப்பட்டவன்; a reprobate, கைவிடப்பட்டவன்.

caste/ka:st/*(n)*:காஸ்ட் / a class of social division, சமுதாயத்தில் சாதிப் பிரிவு.

cast-el-lan/'kæstələn/*(n)*:,கஸஸ்ட்'டலஅன் / the governor of a castle, ஒரு கோட்டையை நிர்வாகம் செய்பவன்.

caste(o)r/'ka:stə*/*(n)*:'காஸ்ட்டஅ* / a small container to hold salt or pepper at the table, a person who casts something or a machine for casting something, உப்பு, மிளகுத்தூள் போன்றவற்றை வைக்க உதவும் உணவு மேசை மீது வைக்கக்கூடிய சிறிய டப்பா ஒன்றை வார்ப்பெடுப்பவர் அல்லது வார்ப்பு இயந்திரம்.

cas-ti-gate/'kæstigeit/*(v.t)*:,கஸஸ்ட்டி'கெய்ட் / **castigated, castigating**: to punish with a view to correct, திருத்துவதற்காகத் தண்டனை கொடு; criticise severely, குற்றங்காண். **castigation***(n)*.

cas-ting/'ka:stiŋ/*(n)*:'காஸ்ட்டிங் / an object or an article that has been cast in a mould, அச்சு கொண்டு படிவங்களை வார்த்தல் (அ) வார்க்கப்பட்ட பொருள்; the process of choosing actors for a play or film, ஒரு நாடகம் (அ) சினிமா படத்திற்கு, நாடகப் பாத்திரங்களைத் தேர்ந்தெடுத்தல். **casting vote**: a deciding vote, used by the presiding officer, in charge of the meeting, committee, council, etc., when the division is even or when both sides have an equal number of votes, ஒரு கூட்ட நடவடிக்கையில் ஆதரவும், எதிர்ப்பும் சமமாக இருக்கும்பொழுது தலைவரின் தீர்மானமான வாக்கு.

cast-i-ron/,ka:st'aiən/*(adj)*:'காஸ்ட்,டயன் / made of cast iron, வார்ப்பு இரும்பினால் செய்யப்பட்டுள்ள; strong or insensitive, உறுதியாக உள்ள, உணர்ச்சியில்லாத; inflexible, இணக்கமில்லாத. **cast iron***(n)*: an alloy of iron, carbon and other elements, soft and strong or hard and brittle, இரும்பு, கரி மற்றும் பல தனிமங்கள் கொண்ட கலப்பு உலோகம், மிருதுவான தாகவும் உறுதியாகவும் (அ) கடினமான தாகவும் உடையக்கூடியதாகவும் இருக்கும்.

cas-tle/'ka:sl*(n)*:'காஸ்ல் / a large fortified residence, கோட்டை; one of the coins in chess, சதுரங்கத்தில் ஒரு காய். **castles in air**: a day-dream, பகல் கனவு.

cas-tor/'ka:stə*/*(n)*:'காஸ்ட்டஅ* / an extract from the glands in the groin of the beaver used in medical and perfumery, பீவர் என்னும் நீர் நாயின் சுரப்பிகளினின்று எடுக்கப்படும் ஒருவகைச் சத்து, மருந்தாகவும், வாசனைப் பொருளாகவும் பயன்படுகிறது; hat of beaver fur, நீர் நாயின் உரோமத்தால் ஆன தொப்பி.

castor oil/,ka:stər'ɔil/*(n)*:'காஸ்ட்டஅர்'ஒய்ல் / a thick yellowish oil of medicinal value, made from the castor oil plant and used as a laxative, ஆமணக்கெண்ணெய் மருத்துவ குணம் உள்ளது, குடல் சுத்தம் செய்யவல்லது.

cas-trate/kæ'streit/*(v.t)*:'கஸஸ்ட்ரெய்ட் / **castrated, castrating**: to remove the ovaries of, வீரிய உறுப்புகளை நீக்கிவிடு; to remove all or parts of sex organs, ஆண் இனத்தில் இனவிருத்தி உறுப்புகளை நீக்கிவிடு.

cas-u-al/ˈkæʒuəl/*(adj)*:ˈகஜ்ஜுˑ:அல் / happening by chance, தற்செயலாக நிகழும் தன்மை உள்ள. • *Government servants enjoy* **casual** *leave also.* without definite plan, ஏதும் திட்டம் இல்லாது நிகழும்; having little interest, அக்கறை சற்றும் இல்லாத; accidental, எதிர்பாராத விதமாக உள்ள. • *The minister only made a* **casual** *remark about his quitting office,* **casually***(adv).*

cas-u-al-ty/ˈkæʒuəlti/*(n, sing)*/ **casualties** *(n, pl)*:ˈகஜ்ஜுˑ:அல்ட்டி / one who is injured or killed in an accident or in a battle, ஒரு விபத்தில் (அ) போரில் காயமுற்றவர் (அ) மரணமடைந்தவர்; any serious loss, எந்த ஒரு நஷ்டமும், துன்ப நிலையும்; a place in a hospital where accident victims are treated, ஒரு மருத்துவமனையில் விபத்திற்கு உள்ளானோர் சிகிச்சை பெறும் இடம். • *The war department has released its latest* **casualty** *list.* • *The* **casualty** *department is crowded because of the train accident.*

cas-u-ari-na/ˈkæzju:ərinə/*(n)*:ˈகஜ்ஜூஅரீனஅ / a high, tall tree grown in tropical countries with needle-like leaves, a light wood used mainly as fuel, சவுக்கு மரம்.

cas-u-ist/ˈkæzjuist/*(n)*:ˈகஜ்ஜுˑ:யிஸ்ட் / an expert in casuistry, வாதத்திறமை பெற்றவர்.

cas-u-is-try/ˈkæzjuistri/*(n, sing)*: ˈகஜ்ஜுˑ:யிஸ்ட்ரி / **casuistries***(n, pl)*: resolving problem by clever use of arguments and reasoning especially when dealing with cases of conscience, law, conduct, theories, social conventions, etc., மனசாட்சி, சட்டம், ஒழுங்கு, சமுதாயக் கோட்பாடு முதலியவற்றைப் புத்திசாலித்தனமான, நியாயமில்லாத வாதத்தினால் தீர்மானம் செய்தல்.

ca-sus-bel-li/ˌka:susˈbeli:/(Latin)*(n)*: ˈகாஸுˑஸ்ˈபெ:லி / an event or a political incident that brings about a declaration of war, போர் தொடங்குவதற்குக் காரணமான ஒரு நிகழ்ச்சி (அ) அரசியல் நடவடிக்கை.

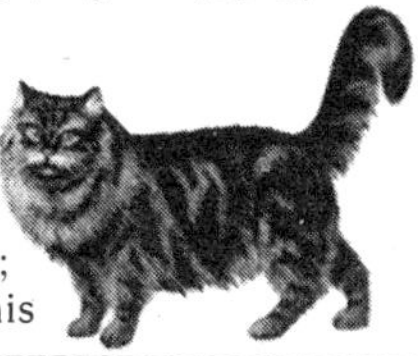

cat /kæt/ *(n)*:கஅட் / a carnivorous domestic animal, பூனை; the fur of this animal, இந்தப் பிராணியின் மென்மயிர்; a woman given to gossip, வம்பு பேசும் பெண்மணி; the family of cat as the lion, tiger, leopard, etc., பூனை இனம், பூனைக்குடும்பம் இவற்றைச் சார்ந்த சிங்கம், புலி, சிறுத்தை போன்ற மிருகங்கள்; a kind of whip, தண்டிக்கப் பயன்படும் ஒருவகைச் சாட்டை; the tapering piece of wood used in the game of tip cat, கிட்டிப்புள் ஆட்டத்தில் பயன்படும் புள். **bell the cat**: to attempt something dangerous, அபாயமான ஒரு முயற்சியைச் செயல்படுத்து. **let the cat out of the bag**: to tell a secret, இரகசியத்தை வெளியிடு. **a cat-of-nine tails**: a whip with nine strings or lashes, ஒன்பது பட்டைகள் கொண்ட ஒருவகைச் சாட்டை. **cat***(v.t)*: to flog with a cat-of-nine-tails, சாட்டையால் அடி, கசையடி கொடு; to hoist an anchor and secure it to a cat head, நங்கூரத்தைத் தூக்கிக் கட்டையில் பொருத்து; to vomit, வாந்தி எடு.

ca-tab-o-lis-m/ˌkəætˈb:ɔlizm/*(n)*: ˌகஅட்டஅˈப:ஓலிஸ்ம் / the breaking down in living organisms of more complex substances into simpler ones, உயிர் அமைப்பு, சிறிய செல்களாகப் பிரிதல், உயிர் அமைப்பின் சிதைவு, செல்லில் உள்ள புரோட்டோபிளாசம், எளிய பொருள்களாகப் பிரிக்கப்படுதல். *opp*: anabolism.

cat-a-clysm/ˈkætəklizəm/*(n)*:ˈகஅட்டஅக் லிஸ:அம் / a violent event, பயங்கரமான நிகழ்ச்சி; a revolution, புரட்சி; a serious flood, பெரு வெள்ளம்; earthquake, பூகம்பம், ஓர் எழுச்சி. *Syn.* Catastrophe.

cat-a-comb/ˈkætəku:m/*(n)*:ˈகஅட்டஅக்கூம் (கஅஉம்) / an underground cemetery made up of many passages and rooms, இறந்தவர்களை அடக்கம் செய்யுமிடம், சமாதி, பல திறப்புகளும், அறைகளும் கொண்டது, கல்லறை.

cat-a-lep-sy/ˈkætəlepsi/*(n)*:ˌகஅட்டஅˈலெப்ஸி / an illness where body suffers suspension of senses and powers with muscular rigidity, a nervous disease, குளிர் காய்ச்சல், உணர்ச்சியற்று, தசைகள் விறைத்துப் போகச்செய்யும் நோய். A feeling of numbness in certain parts of the body.

cat-a-logue/ˈkætəlɔg/*(n)*: கஅட்டஅலாக்: / a list of places, names, objects, goods, etc. arranged according to various systems, பட்டியல், அட்டவணை. • *He looked at the* **catalogue** *to see whether the book is available in the stall.* **catalogue** *(v.t)*: to make a catalogue of, அட்டவணை தயார் செய்.

ca-tal-y-sis/kəˈtæləsis/*(n, sing)*: கஅˈட்டஅலிஸிஸ் (-லஅஸிஸ்) / **catalyses***(n,*

pl): accelerating a chemical process by adding a substance which itself doesn't undergo any change, வினையூக்கம். **cat-a-lyst**/'kætəlist/*(n)*:,கஅட்டஅ'லிஸ்ட் / a substance that causes catalysis, வினையூக்கி; a substance that induces chemical process without itself undergoing any change, வேதியியல் வினைகளை ஊக்குவிக்கும் ஒரு பொருள், ஆனால் அது எவ்வித மாற்றமும் அடையாது; a person who activates or causes things to happen but remains aloof, செயலைத் தூண்டிவிட்டு ஆனால் செயலில் பங்கு கொள்ளாமல் இருப்பவர்.

ca-ta-ma-ran/ ˌkætəmə'ræn/*(n)*: ,கஆட்டஅமஅ'ரஆன் / a raft consisting of pieces of wood formed together, கட்டு மரம், தெப்பம்.

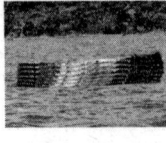

cat-a-me-ni-a/ˌkætəmə'nia/*(n)*: ,கஆட்டஅமஅ'னியா / menses, மாதவிடாய்.

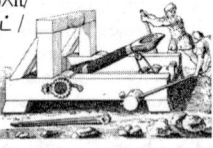

cat-a-pult/'kætəpʌlt/ *(n)*:' கஆட்டஅப்பல்ட் / an ancient military engine for hurling stones, arrows, etc., பாறைகள், அம்புகள் முதலியவற்றை ஏவும் இராணுவ எந்திரம்; a device for launching airplanes from the deck of a ship, கப்பல் தளத்திலிருந்து விமானத்தை எழுப்பிச் செயல்படுத்தப் பயன்படும் சாதனம். **catapult**(*v.t*): to hurl as from a catapult, எந்திரத்திலிருந்து எறிதலைச் செய்.

cat-a-ract/'kætərækt/*(n)*:'கஆட்டஅரஆக்ட் / a large waterfall, பெரிய நீர்வீழ்ச்சி; a diseased growth on the eye and opaque condition in the eye-lens, கண்ணில் ஏற்படும் சதை வளர்ச்சியும், விழி ஆடியின் பார்வைக் குறைவும்.

ca-tarrh/kə'ta:*/*(n)*:கஅட்டா / a flow of thick liquid especially in the respiratory tract, நீர்த் தடுமல், சளிபிடித்தல்.

ca-tas-tro-phe/kə'tæstrəfi/*(n)*: கஅ'ட்டஆஸ்ட்ரஅஃபி / a sudden, widespread and terrible disaster, பெரும் விபத்து, பெரும் நஷ்டம், பெருங்கேடு. • *The flood in Brahmaputra river is a major* **catastrophe** *every year.* **catastrophic** *(adj)*, **catastrophically**(*adv*).

catch/kætʃ/(*v.t*):கஆச் / **caught, catching**: to take or get hold of, பிடி, பிடித்துக்கொள். • *The cat* **caught** *the mouse.* to seize or to trap, கைப்பற்று, பொறியில் பிடி. • *The police* **caught** *him stealing a cycle.* to get a disease by infection, தொற்று நோய் பாதிப்பு; to come upon suddenly, திடீரென்று ஒன்றைப் பார், கண்டுபிடி. • *I* **caught** *her.* to understand, புரிந்துகொள். • *She failed to* **catch** *the meaning of the word.* **catch**(*v.i*): to seize, கைப்பற்று; to keep hold, நன்றாகப் பிடியை வைத்துக் கொள். • *She* **caught** *his imagination,* **catch**(*n*): the act of catching, பிடித்தலைச் செய்தல்; that which is caught, பிடிக்கப்பட்ட ஒன்று; a sudden advantage, சரியான பேரம்; gain, நல்ல இலாபம். • *He had a good* **catch**. the total amount of fish taken by a fisherman, மீன் பிடிப்பவர் பிடித்த மொத்த மீன்; a hidden problem, மறைந்திருக்கும் பிரச்சினை; a hook, பிடிப்பு, கொக்கி. • *The* **catch** *in the door doesn't work at all.* **catching**(*adj*): infectious, தொற்றிக்கொள்ளக்கூடிய நோய்த்தன்மை உள்ள. **catch-ment area**(*n*): the area from which a lake or river gets its water, ஆறு (அ) ஏரிக்குத் தண்ணீர் பாயச் செய்யும் நிலப்பரப்பு, நீர்வரத்து நிலப்பரப்பு. **catch-word**(*n*): slogan, a word or phrase repeated often, regularly as it becomes a slogan of a party, an advertisement product, etc., ஒரு வார்த்தை (அ) சொற்றொடர் அடிக்கடி பிரயோகிக்கப்படுவதால், அது ஒரு கட்சியையோ, விளம்பரப் பொருளையோ, மற்றவற்றையோ குறிக்கும் தன்மையை அடைதல்.

catch-y/kætʃi/*(adj)*:கஆச்சி / pleasing and very well remembered, இனிமையானதும், நன்றாக நினைவில் நிலைத்திருக்கக் கூடியதுமான.

cat-e-chis-m/'kætəkizəm/*(n)*: 'கஆட்டஅ'க்கிஸஅம் / a set of questions and answers used for religious instruction, வினா-விடையாகக் கற்பிக்கப்படும் பாடம், வினா-விடை வரிசை. **cat-e-chize**/ kætikaiz/(*v.t*):கஆட்டிக்கைஸ் / **catechized, cate-chizing**: instruct orally by means of questions and answers, வினா-விடை மூலம் பாடம் கற்பி.

cat-e-gor-i-cal/ˌkætə'gɔrikl/*(adj)*: ,கஆட்டி'க:ஓரிக்கஅல் / absolute, ஐயம் சிறிதும் இல்லாத, முழுமையாக உள்ள; unconditional, நிபந்தனை ஏதும் இல்லாத. • *The director made a* **categorical** *statement, that the company had enough funds.* **categorically**(*adv*)

cat-e-go-ry/'kætəgəri/*(n, sing)*: 'கஆட்டிக:அரி (-டஅ-) / **categories**(*n, pl*):

any classification or division in a system for dividing objects into groups, வகைப்படுத்தப்பட்ட இனம் (அ) தொகுதி.

cat-e-go-ry-kil-ler/'kætəgəri kilə*/(*n*): 'கஉடஒக:ஒரி கில்லஒ* / a large store, typically one of a chain, which specialises in a particular type of discounted merchandise and becomes the dominant retailer in that category, பொருட்களை சிறப்புத் தள்ளுபடி விலையில் விற்று பெருமளவில் வர்த்தகம் செய்யும் நிறுவனம் (போட்டியாளர்களை பின்னுக்குத் தள்ளி).

ca-ter/'keitə*/(*v.i*):'கெய்ட்டஒ* / to provide food, service, etc., உணவு வழங்கு, தேவையானவற்றை வழங்கு, உணவு மற்றும் வேண்டியவற்றைச் செய்து கொடு; serve food at party for payment, உள்ளத்திற்கு உகந்த வகையில் பரிமாறு, உணவு வகைகளைக் கொடு. • *Who's* **catering** *at your birthday party?* **cater**(*v.t*): to provide food and service for, உணவும், சேவையும் கொடு. **cater for**: to provide what is required, தேவையானவற்றைக் கொடு. • *Some newspapers* **cater** *to the local taste.* **caterer**(*n*): one who caters, உணவு வழங்குபவர், மேலும் வேண்டிய தொண்டும் செய்பவர்; a person who supplies food and other things, உணவு மற்றும் பிற பொருள்களையும் வழங்குபவர்.

cat-er-pil-lar/'kætəpilə*/(*n*): 'கஉட்டஒப்பிலஒ* / the worm like larva of a butterfly or a moth,

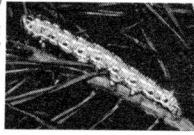

கம்பளிப் புழு; any device as a tank or power shovel moving on endless chain of metal plates, டாங்க், உழும் எந்திரம் முதலியவற்றின் சக்கரங்களைச் சுற்றியுள்ள, எண்ணற்ற தகடுகள் கொண்ட வார்ப்பட்டை, வார் இணைப்புள்ள தகடு. **caterpillar tractor**: a vehicle with steel band passing round its wheels and used for travel on rough ground, பண்ணை வேலைக்கும், சாலை சீர்படுத்துவதற்கும் பயன்படும் வார் இணைப்புத் தகடுகள் கொண்ட சக்கரங்கள் உள்ள கன எந்திரம்.

cat-er-waul/'kætəwɔ:l/(*n*):'கஉட்டஒஉ:ல் / the cry of a cat in rutting time, பால் உணர்ச்சி எழுச்சி பெறும்பொழுது பூனையின் அலறல். **cater waul**(*v.i*): to cry as cats, to scream as cats, பூனை அலறுவது போல் கிரீச் என்று ஒலி எழுப்பு.

cat-fight/'kætfait/(*n*):'கஉட்ஃபய்ட் / a fight between women, பெண்களின் சண்டை.

ca-thar-tic/kə'θa:tik/(*n*):கஒ'தாட்டிக் / laxative, பேதி மருந்து.

cat-head/'kæthed/(*n*):'கஉட்ஹெட்: / a metal beam projecting from the bow of a ship to help to raise an anchor and secure it, கப்பலின் முகப்பில் அதன் நங்கூரம், கயிறு முதலானவற்றைத் தாங்கி நிற்கும் தூலம்.

ca-the-dral/kə'θi:drəl/(*n*):கஒ'தீட்:ரஒல் / the principal church of a diocese (an area with a Bishop) containing the bishop's throne, தலைமைக் கிறித்தவக் கோயில்.

ca-the-rine-wheel/'kæθərinwi:l/ 'கஉதஒரின்உயீல் / a kind of firework when ignited, revolves on a pin making a wheel of fire, தரைச்சக்கரம்.

cath-e-ter/'kæθitə*/(*n*): 'கஉதிட்டஒ* / a thin tube that is employed to drain fluids from body cavities (or) for putting in fluids, உடல் உள் உறுப்புகளிலிருந்து திரவங்களை வெளியேற்றுவதற்கோ (அ) உட்செலுத்து வதற்கோ பயன்படும் மெல்லிய குழாய்.

cath-ode/'kæθəud/(*n*):'கஉதஒஉட்: / the negative electrode in an electrolytic cell, எதிர் மின்முனை. **cathode ray**: a flow of electrons emanating from a cathode in a vacuum tube, எதிர் மின்வாயிலிருந்து வெற்றிடக் குழாய் வழியே, மின் அணுக்களின் பாய்ச்சல். *opp*: anode.

cath-o-lic/'kæθəlik/(*adj*):'கஉதஒலிக் (-த்லிக்) / regarding the whole Christian body or church, கிறித்தவ சமுதாயம் (அ) கிறித்தவ மதம் தொடர்பாக உள்ள; broad-minded, liberal, விசால மனப்பான்மையுள்ள, விட்டுக்கொடுக்கும் மனப்பான்மையுள்ள, ஏற்றுக்கொள்ளும் குணம் உள்ள, பெருந்தன்மையுள்ள.

cats'-paw/'kætspɔ:/(*n*):'கஉட்ஸ்பஉ: / a person who is used by another to carry out an unpleasant or dangerous task, அபாயகரமான வேலைகளை செய்ய அமர்த்தப்பட்ட ஆள்.

cat-tery/'kætəri/(*n*):'கஉட்டஒரி / a boarding or breeding establishment for cats, பூனைகள் காப்பகம்.

cat-tle/'kætl/(*n*):'கஉட்ல் / cows, bulls, sheep kept on farms for milk and meat, பாலுக்காகவும், இறைச்சிக்காகவும் பண்ணையில் வளர்க்கப்படும் கால்நடைகள்.

cat-tle-daf-fing/'kætl dæfiŋ/(*n*):'கஉட்ல் டஉஃபிங் / theft of cattle, கால்நடைத் திருட்டு

cat-tle-grid/'kætl grid/(*n*):'கஉட்ல் கி:ரிட்: / a metal grid covering a ditch, allowing vehicles and pedestrians to pass over but not cattle and other animals, கால்நடைகள் நுழையாவண்ணம் அமைக்கப்படும் உலோகக் கம்பிகள் வேயப்பட்ட நடைபாதை.

cat-ty/'kæti/(*adj*):'கஉடி / deliberately hurtful in one's remarks, spiteful, relating to cat.

ஒருவரை வேண்டுமென்றே வேதனைப்பட வைக்கிற, பூனை சம்பந்தப்பட்ட.

cat-walk/ˈkætwɔ:k/*(n)*:ˈகஜட்வா:க் / a platform extending into an auditorium along which models walk to display clothes in fashion shows, a narrow walkway or open bridge, especially in an industrial installation, ஆடை, அணிகலன் அறிமுக விழாவில் அவற்றை அணிந்து, விளம்பரத்திற்காக மேடையில் தோன்றி அனைவரும் கண்டுகளிக்கும் வண்ணம் நடந்து வருதல்.

causal*(adj)*: relating to or acting as a cause, காரணம் தொடர்பான (அ) காரணமாய் அமைதல்.

cau-cus/ˈkɔ:kəs/*(n)*:ˈகா:க்கஸ் / a committee of a political party exercising a certain control over its affairs, actions, nomination of candidates to political offices, etc., செயல்முறைகள், கட்சியின் பிரதிநிதிகள் முதலியவற்றைத் தீர்மானிக்கும் ஓர் அரசியல் கட்சியின் செயற்குழு.

caught/kɔ:t/*(v)*:கா:ட் / *(p.t & p.p)* of "catch", "catch" என்பதன் இறந்தகாலம்.

caul-dron (also **caldron**) / ˈkɔ:ldrən/*(n)*: கா:ல்ட்:ரன் / a large kettle or boiler, கொப்பரை.

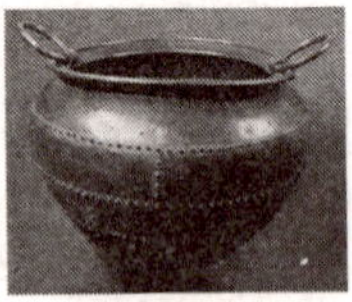

cau-li-flow-er/ˈkɔliˌflauə*/*(n)*: கா:லிஃப்லஉa* / a garden vegetable with fleshy flower, சதைப்பற்றுள்ள ஒரு பூ, சமைத்துச் சாப்பிடப் பயன்படும் காலி பிளவர்.

caulk/kɔ:k/*(v.t)*:கா:க் / to repair leakages, cracks, etc., in a boat or ship with oily or sticky water proof materials, கப்பல், படகு போன்றவற்றில் உள்ள துளைகளை, எண்ணெய் (அ) தண்ணீர் ஊடுருவிச் செல்ல முடியாமல் உள்ள பொருள்களைக் கொண்டு அடை; make watertight by filling the holes or joints, துளைகள் (அ) இணைப்புகளைத் தண்ணீர் புகாமல் செய்.

cau-sal-i-ty/kɔ:ˈzæləti/*(n)*:கா:ˈஸஜலிட்டி / the relationship between cause and its effect, காரண காரியங்கள் தொடர்பான கொள்கை. **cau-sa-tion**/kɔ:ˈzeiʃn/*(n)*: கா:ˈஸெய்ஷன் / the action of causing, காரணப்படுத்தல்; the relationship of cause and effect, காரணம், அதன் விளைவு இவற்றின் தொடர்பு. **caus-a-tive**/ˈkɔ:zətiv/ *(adj)*:கா:ˈஸடிவ் / acting as a cause, காரணமாகச் செயல்பட்டுள்ள.

cause/kɔ:z/*(n)*:கா:ஸ்: / something that produces an effect (or) a person, thing, or event that makes something happen, விளைவை உண்டாக்கக்கூடியது எதுவோ அது, விளைவை உண்டாக்கக்கூடிய ஒரு நபர், ஒரு பொருள் (அ) நிகழ்ச்சி. • *The news was a* **cause** *for sorrow.* reason or justification for human action, ஒருவன் செயல்படுவதற்குக் காரணமாய் இருப்பது, நியாயமாய் இருப்பது. • *He is fighting for the* **cause** *of socialism.* the ground of legal action, சட்ட நடவடிக்கைக்குக் காரணமாய் இருக்கும் ஆதாரம். • *There is no* **cause** *for legal action in the matter.* **cause***(v.t)*: to be the cause of, காரணமாய் இரு; to lead to, விளைவை நோக்கிச் செயல்படு. • *The tax increase has* **caused** *great hardship to people.* **causeless** *(adv)*.

cause-way/ˈkɔ:zwei/*(n)*:ˈகா:ஸ்:உஎய் (வெய்) / a raised road or path especially across wet ground or stretch of water, பள்ளமான நீர்ப்பகுதியின் குறுக்கே (அ) ஓர் ஆற்றின் குறுக்கே போடப்பட்டுள்ள தரைப்பாலம்; a highway or paved way, உயர்மட்டச் சாலை, தளம் போட்ட சாலை.

caus-tic/ˈkɔ:stik/*(adj)*:ˈகா:ஸ்டிக் / capable of burning, corroding or destroying living organisms or tissues, உயிர்ச் செல்களை எரிக்கின்ற தன்மையுள்ள, அரிக்கும் தன்மையுள்ள, அழிக்கக்கூடிய; severely critical or bitterly sarcastic, கடுமையாகக் குற்றம் காணக்கூடிய (அ) கேலி செய்து எரிச்சலூட்டக்கூடிய, மனதைப் புண்ணாகச் செய்கின்ற. • *My manager always makes* **caustic** *remarks about my work.* **caustic** *(n)*: caustic substance, அரிக்கும் பொருள், காரம்; caustic soda, எரிகாரம்.

cau-ter-ise/ˈkɔ:təraiz/*(v.t)*:ˈகா:ட்டரய்ஸ்: / **cauterized, cauterizing**: to burn with hot iron, fire or a caustic for curing or destroying infection, கிருமிகளால் பாதிக்கப்பட்டிருக்கும் உடல் பகுதியைச் சூட்டுக்கோல் (அ) எரிசோடாவினால் எரித்து விடு. **cautery***(n)*.

caution/ˈkɔ:ʃn/*(n)*:ˈகா:ஷன் / alertness and care observed in order to avoid any danger, அபாயத்தைத் தவிர்க்க எடுத்துக் கொள்ளப்படும் எச்சரிக்கை, விழிப்புணர்வு, கவனம்; a warning against some danger, எச்சரிக்கை. • *We must exercise great* **caution** *when driving through city roads.* **caution***(v.t)*: to warn against some possible danger, அபாயத்தை எதிர் நோக்கும்பொழுது எச்சரிக்கை செய். • *He* **cautioned** *me not to take any risk in the business.* **caution***(v.i)*: to warn, to advise, எச்சரிக்கை கொடு, அறிவுரை கூறு.

• *The policeman* **cautioned** *against speed driving.* **cau-tion-ar-y**/'kɔ:ʃnəri/ *(adj & v.i)*:'காஷனரி / of the nature of warning, எச்சரிக்கையுடன் கூடிய; cautionary signals to warn the moving vehicles and serve as guidance, வாகனங்களுக்கு முன்னறிவிப்பாக வழிகாட்டுவது போல எச்சரிக்கை வழங்குகின்ற. **cautious** *(adj)*: showing caution, எச்சரிக்கை காண்பித்துக் கொண்டிருக்கின்ற; **cautiously***(adv)*: with care, கவனமுடன். • *It is wise to be* **cautious** *always.*

cav-al-cade/ˌkævl'keid/*(n)*:ˌகஜவல்க்'கெய்ட் / a ceremonial procession of persons riding on horses or in horse-drawn carriages, குதிரை மீது (அ) சாரட்டுகளில் வரும் முறையான ஊர்வலம், குதிரைப்படை அணிவகுப்பு.

cav-a-lier/ˌkævə'liə*/*(n)*:ˌகஜவ'லியர* / a horseman, குதிரை வீரன்; knight, ஆயுதம் தாங்கிய ஆங்கிலேய வீரன். **cavalier***(adj)*/ haughty, thoughtless and disrespectful, அகந்தையுள்ள மரியாதைக் குறைவாகவும், சிந்தனையில்லாமலும் உள்ள. **cavalierly** *(adv)*: in a cavalier manner, ஏனோதானோ வென்று; in a curt manner, மரியாதை-யில்லாமல்.

cav-al-ry/'kævlri/*(n, sing)*:'கஜவல்ரி / **cavalries***(n, pl)*: soldiers who fight on horseback, குதிரைப்படை; a branch of modern army consisting armoured vehicles, நவீன இராணுவப்படையில் கவசம் பூட்டிய வண்டிகள் உள்ள படை. **cav-al-ry-man**/kævəlrimən/*(n)*:'கஜவல்ரிமன் / a soldier who fights on horseback, குதிரை வீரன்.

cave/keiv/*(n)*:கெய்வ் / a hollow place either underground with an opening to the surface or in the side of a hill, குகை; den, பதுங்குமிடம். **cave***(v.i)*: to cave in to, fall in or down, பள்ளம் உண்டு பண்ணு, விழுந்து விடு; to give up opposition, yield, எதிர்ப்பை விட்டுவிடு, விட்டுக்கொடு. • *The Government refused to* **cave** *into the demands of the terrorists.*

ca-ve-at/'kæviæt/'கெய்வியஜட் (கஜ-) / (law) a legal notice to suspend certain proceedings in a court of law until the notifier is given a hearing, நீதிமன்றத்தில் உள்ள நடவடிக்கைகளை நிறுத்தி வைக்கும்படி கோரிக்கை விடுத்தல்; a warning given to prevent certain misunderstanding, மனவேறுபாட்டைத் தவிர்க்கும் வகையில் எச்சரிக்கை கொடுத்தல். • *The party had filed a* **caveat** *against the execution of the Will.*

ca-ve-at-emp-tor/'keiviætemptə*/: 'கெய்வியஜட்'டெம்ப்ட்ட* / (Latin) the principle that the seller is not responsible for the quality of his product unless it is guaranteed, the warning principle that the responsibility is not that of the seller about the quality of the goods but it is buyer's responsibility, விற்பனையாளர், விற்கும் பொருளின் தரத்திற்கு உத்தரவாதம் இல்லை, வாங்கும் பொருளுக்கு நுகர்வோர்தான் பொறுப்பு ஏற்றுக்கொள்ள வேண்டும் என்ற கொள்கை.

cave-man/'keivmæn*(n)*: 'கெய்வ்மஜன் / the primitive man, பண்டைய காலக் குகை மனிதன்.

cav-ern/'kævən/*(n)*:'கஜவ:ன் / a cave especially a large one, பெரிய குகை.

cav-il/'kævl/*(v.t)*:'கஜவில் / **cavilled, cavilling**: to raise petty objections, சிறு எதிர்ப்புகளை எழுப்பு. **cavil***(n)*: a trivial objection, சிறிய எதிர்ப்பு. **caviller***(n)*.

cav-i-ty/'kævəti/*(n)*:'கஜவிட்டி / any hollow place, குழி. • *A* **cavity** *in the tooth is not good for health.*

caw/kɔ:/*(n)*: கா: / the cry of the crow, காகம் கரைதல். **caw***(v.i)*: to cry like a crow or other similar birds, காகம் போல் கத்து, கரை.

cay/kei/*(n)*:கெய்: / a small low island, ஒரு சிறு கீழ்மட்டத் தீவு.

CD:Compact Disc, கணிப்பொறியியல் கணிதத் தகடு.

cease/si:s/*(v.t)*:ஸீஸ் / **ceased, ceasing**: to stop, நிறுத்து; to discontinue, மேலும் தொடராதே. • *It* **ceased** *to rain from morning.* • *At last, the terrorist activity has* **ceased**. **cease***(n)*: cessation, stopping, நிறுத்தம். **ceaseless***(adj)*: unending, முடிவில்லாமலுள்ள. **cease-fire**/ˌsi:s'faiə*/*(n)*: ஸீஸ்ஃபயர* / an agreement to stop fighting for certain period, ஒரு குறிப்பிட்ட காலத்திற்குப் போர் நிறுத்தம் செய்ய உடன்படுதல்.

ce-dar/'si:də*/*(n)*:'ஸீடர* / a tall evergreen tree, எப்பொழுதும் பசுமையாக இருக்கும் உயர்ந்த மரம், தேவதாரு மரவகை.

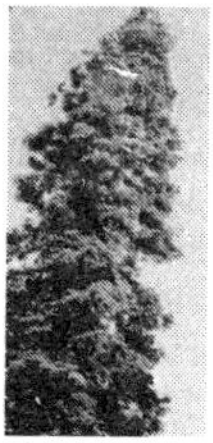

cede/si:d/*(v.t)*:ஸீட்: / **ceded, ceding**: to yield, to give to another country or person after losing a war, to surrender, நிலம், உரிமை முதலியவற்றைப் போரில் தோற்ற பிறகு கொடுத்துவிடு, சரணடை; give up, விட்டுக்கொடு, ஒப்படை, இணங்கு. • *Many princes* **ceded** *their territories to the British Empire.*

C

ce-dil-la/si'dilə/*(n)*:ஸி'டி:லஅ / a mark (.) placed under to show its pronunciation Ç in French language as s (.) பிரெஞ்ச் மொழியில் Cயின் கீழ் வைக்கப்படும் (.) இந்த அடையாளம் s என்ற உச்சரிப்பைக் காட்டுகிறது.

ceil-ing/si:liŋ/*(n)*:'ஸீலிங் / the inner top surface of a room, கூரையின் உட்புறம், உள் கூரை; official upper limit fixed for expenditure, prices, wages, rent, etc., அரசு செலவினங்கள், விலை, கூலி, வாடகை முதலியவற்றிற்கு, அதிகாரபூர்வமாக நிச்சயிக்கப்படும் உச்சவரம்பு. • *The Government has imposed a* **ceiling** *on the imports of foreign cars.* the maximum altitude to which a plane can reach, ஆகாயவிமானம் செல்லக் கூடிய மிக அதிக உயரம்.

cel-e-brate/'selibreit/*(v.t)*:'ஸெலிப்:ரெய்ட் / **celebrated, celebrating**: to observe an event with festivities, நிகழ்ச்சி ஒன்றைக் கொண்டாடு. • *People* **celebrate** *functions usually with a party.* to praise in writings, speech, etc. எழுத்திலும் பேச்சிலும் புகழ்ந்து கூறு. • *Poets* **celebrate** *love and heroism in their poems.* **cel-e-brat-ed**/'selibreitid/*(adj)*: 'ஸெலிப்:ரெய்ட்டிட்: / well-known, famous, புகழ் பெற்றுள்ள, பெயர் பெற்றுள்ள. • *Kalidas was a* **cele-brated** *poet.* • *Kashmir is* **celebrated** *for its beautiful scenery.* **cel-e-bra-tion**/ˌseli'breiʃn/*(n)*: ˌஸெலி'ப்ரெய்ஷஅன் / the act of celebrating, நிகழ்ச்சி ஒன்றைக் கொண்டாடுதல். **celebrant**/*(n)*

ce-leb-ri-ty/si'lebrəti/*(n, sing)*: ஸெ'லெப்ரிட்டி / **celebrities**(*n, pl*): famous person esp. in the field of some art or entertainment, கலைத்துறையில் புகழ் பெற்றவர்.

ce-ler-i-ty/si'lerəti/*(n)*:ஸி'லெரிட்டி / swiftness, விரைவு, speed, வேகம்.

cel-er-y/'seləri/*(n)*:'ஸெலஅரி / a small plant whose leaf-stalks are used raw for salad and cooked as a vegetable, காய்கறியாகப் பயன்படும் வெளிறிய தண்டுகளையுடைய செடி.

ce-les-ti-al/si'lestjəl/*(adj)*:ஸி'லெஸ்ட்டியஅல் / of the sky or heaven, வானியலைப் பற்றிய, விண்ணுலகுக்கு உரிய. • *The sun is a* **celestial** *body but the earth is not.*

cel-i-ba-cy/'selibəsi/*(n)*/'ஸெலிப:அஸி / the state of being unmarried, திருமணம் புரிந்து கொள்ளாத நிலை. **cel-i-bate**/ 'selibət/*(adj)*:'ஸெலிப:அட் / unmarried, திருமணம் புரிந்து கொள்ளாத. **celibate** *(n)*: one who remains unmarried for religous purposes, மதத்தின் கொள்கைக்காக, திருமணம் செய்யாமல் இருக்கும் ஒருவர்.

cell/sel*(n)*:ஸெல் / a small room in a prison, சிறையிலுள்ள தனி அறை; a small room in a monastery, கிறித்தவ மடத்தில் உள்ள தனி அறை; a tiny division of living matter, with one centre of activity (nucleus) செல், உயிரணு, தாவரத்தின் மிகச் சிறிய உயிர்ப்பிரிவு; ultimate element of organic structure, தாவர (அ) பிராணியின் உறுப்பு அமைப்பில் அடிப்படையான தனிமம்; unit of electric battery, மின்கலம்; one of the several tiny (hexagonal structures) divisions in a bee-hive, தேன் கூட்டில் உள்ள அறுகோணச் சிற்றறைகளில் ஒன்று; a small group acting as a unit within a larger organization, ஒரு பெரிய நிறுவனத்தின் பிரிவுகளில் ஒன்று; a body of persons engaged in any important field of work, ஒரு முக்கிய ஆராய்ச்சிக் குழு; the administrative cell of the banking department, வங்கித் துறையின் நிர்வாகக் குழு.

cel-lar/'selə*/*(n)*:'ஸெலஅ* / an underground room used for storing goods, நிலவறை, நிலக்கிடங்கு; a store of wine, மதுபான சேமிப்பு அறை.

cello-phone/'tʃeləufəun/*(n)*: 'ட்ஷெலஅஉஃபஅஉன் / a thin transparent wrapping material made from viscose, விஸ்கோஸ் இழைகளால் அமைந்த மெல்லிய ஒளி ஊடுருவக்கூடிய ஒட்டும் நாடா.

cell-phones/'selfəuns/*(n)*:'ஸெல்ஃபஅஉன்ஸ் / a handy cardless microwave based communication device that can be carried anywhere, கையடக்க கம்பியில்லா நுண் அலை தொலைபேசி.

cel-lu-lar/'seljulə*/*(adj)*:'ஸெலுலஅ* / consisting of cells, சிறு அறைகள் உள்ள; having many holes, porous, துளைகள் உள்ள.

cel-lu-loid/'seljulɔid/*(n)*:'ஸெல்யுலாய்ட்: / a plastic substance made mainly of cellulose, தாவர உயிரணு சக்தியினின்று தயாரிக்கப்படும் மிருதுவான பிளாஸ்டிக் பொருள்.

cel-lu-lose/'seljuləus/*(n)*:'ஸெல்யுலஅஉஸ் / an inert carbohydrate, the main part of the cell walls of plants, wood, cotton, paper, etc., தாவரம், மரம், பஞ்சு, காகிதம் முதலிய வற்றின் செயல்படாத புரதச் சத்துப் பொருள், இந்த செல்லுலோஸ் பொருள் காகிதம், பிளாஸ்டிக் போன்ற செயற்கையான பொருள் செய்யப் பயன்படுகிறது.

cel-si-us/'selsiəs/*(n)*:'ஸெல்ஸியஅஸ் / centigrade scale of temperature in which water freezes at 0° and boils at 100°, வெப்பத்தின் அலகு, 100° அளவுக் கூறுகள் கொண்டது. 0°யில் நீர் உறையும் நிலை. 100°யில் நீர் கொதிநிலை.

ce-ment/si'ment/*(n)*:ஸி'மென்ட் / a kind of mortar, சிமெண்ட்; anything such as a glue that makes things stick together, பசை, பற்காரை. • *Time is the* **cement** *of human relationship.* **cement***(v.t)*: to join or fix as with cement, to become cemented, சிமெண்ட் ஒட்டுவது போலக் கெட்டியாக ஒட்டச்செய்; to cover with cement சிமெண்ட் கொண்டு பூசு. • *Our holiday has helped us to* **cement** *our friendship.*

cem-e-tery/'semitri/*(n)*:'ஸெமிட்ரி / burial ground, இடுகாடு, கல்லறை.

cen-o-taph/'senəuta:f/*(n)*: 'ஸெனஅட்டா:ஃப் / a monument to a dead person, நினைவுச் சின்னம்.

cense/sens/*(v.t)*: ஸென்ஸ் / **censed, censing**: to burn incense near or in front of, அருகில் (அ) முன்னே தூபம் போடு. **censer**/'sensə*/*(n)*:'ஸென்ஸஅ* / a container in which incense is burned, தூபக்கால்.

cen-sor/'sensə*/*(n)*:'ஸென்ஸஅ* / an official who examines books, films, newspapers etc. during war or period of emergency to remove anything offensive, ஒவ்வாத, ஏற்கத்தகாத செய்தி (அ) மற்ற கட்டுரைகள், சினிமா காட்சிகள் முதலியவற்றை, நீக்குவதற்கு அதிகாரம் பெற்ற அரசு அதிகாரி, தணிக்கை அதிகாரி. **censor** *(v.t)*: to examine books, films letters, etc. as a censor, புத்தகம், சினிமா படங்கள், கடிதங்கள் முதலியவற்றைத் தணிக்கை செய். **censor-ship***(n)*.

cen-sure/'senʃə*/*(n)*:'ஸென்ஷஅ* / strong expression of disapproval, கண்டனம் தெரிவித்தல். • *The director awarded* **censure** *to the clerk for his misconduct.* **censure***(v.t)*: to criticise or reproach in a harsh manner, கண்டனம் தெரிவி.

cen-sus/'sensəs/*(n, sing)*:'ஸென்ஸஅஸ் / **cen-suses***(n, pl)*: an official enumeration of the people in a country, ஒரு நாட்டின் அதிகாரபூர்வமான மக்கள் தொகைக் கணக்கெடுப்பு.

cent/sent/*(n)*: ஸென்ட் / one hundred, hundreth part of a dollar, டாலரின் நூறில் ஒரு பங்கு, ஏக்கரில் நூறில் ஒரு பங்கு.

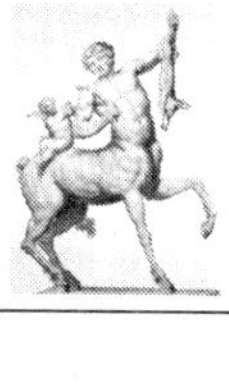

cen-taur/'sentɔ:*/*(n)*:'ஸென்ட்டோ:* / (in Greek and Roman mythology), a creature that is half man and half horse, கிரேக்க, இத்தாலிய இதிகாசங்களில் பாதி குதிரை பாதி மனித உருவம் உள்ள ஒரு பிராணி.

cen-te-nar-i-an/,senti'neəriən/*(n)*: ,ஸென்ட்டி'னஎஅரிஅன் / a person who is hundred or more than hundred years old, *100 வயதைக் கடந்தவர்;* **cen-te-na-ry**/sen'ti:nəri/*(n, adj)*: 'ஸென்ட்டினஅரி / [(of) the day or year] 100 years after an event, ஒரு நிகழ்ச்சி நடந்து நூறு ஆண்டுகளுக்குப் பின்வரும் நாள் (அ) வருடம். **cen-ten-nial**/sen'tenjəl/*(adj)*: ஸென்'டென்யஅல் / relating to a hundredth anniversary, நூற்றாண்டு தொடர்பான

centi/'senti/*(prefix)*:'ஸென்டி / used commonly in units of measurement (i) one hundredth (or) (ii) hundred (e.g.) centilitre, centigrade, நூற்றில் ஒரு பங்கு.

cen-ti-grade/'sentigreid/*(n)*: 'ஸென்ட்டிக்:ரெய்ட் / celsius, 0°யில் நீரின் உறை நிலையையும், 100°யில் நீரின் கொதிநிலையையும் வரையறுக்கும் வெப்ப அளவை.

cen-ti-gram/'sentigræm/*(n)*:'ஸென்டிக்:ரஆம் / [also **centigramme**]: a unit weight for measuring one hundredth part of a gram, ஒரு கிராமில் நூறில் ஒரு பாகம், சென்டி கிராம்.

cen-ti-metre/'senti,mi:tə*/*(n)*: 'ஸென்ட்டி,மீட்டஅ* / a unit for measuring length, linear measurement equal to one hundredth of a metre, மீட்டரின் நூற்றில் ஒரு பிரிவு, சென்டிமீட்டர்.

cen-time/'sɔnti:m/*(n)*:'ஸாஂ:ன்ட்டீம் / a French coin, the hundredth part of a Franc, பிரஞ்சு நாணயம், ஒரு பிராங்க்கின் நூற்றில் ஒரு பங்கு.

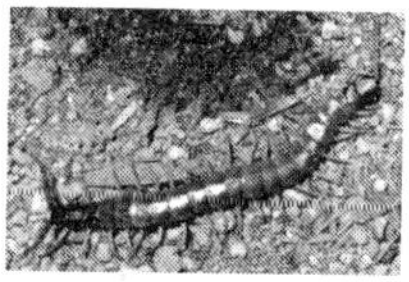

cen-ti-pede/'sentipi:d/*(n)*: 'ஸென்ட்டிப்பீட்: / a very small worm like creature with a number of legs, பூரான், பல கால்களைக் கொண்ட பூச்சி, ஜல மண்டலி.

cento/'sentəu/*(n)*:ஸென்டஅஉ / a literary work made up of quotations from other authors, பிரபலங்கள் கூறிய பொன்மொழிகளை உள்ளடக்கிய இலக்கியப் பணி.

cen-tral/'sentrəl/*(adj)*:'ஸென்ட்ரஅல் / at the centre of a system, place, action, object, etc., ஓர் அமைப்பு, இடம், செயல், பொருள் முதலியவற்றின் முக்கிய பகுதியாக உள்ள; to be reached without difficulty, சுலபமாகப் போகக்கூடிய, எட்டக்கூடிய; principal, main, etc., முக்கியமாக உள்ள,

மையப் புள்ளியாக உள்ள. • *The* **central** *point is, the party has not had a majority in the parliament.* **cen-tral-ize**/'sentrəlaiz/*(v.i)*:'ஸென்ட்ரஅலய்ஸ்: / to bring everything under central control, எல்லாவற்றையும் ஒரே இடத்தில் ஒன்று சேர், எல்லா அதிகாரத்தையும், ஒரே இடத்தில் குவித்துக் கொள்; vest the centre with all powers, மத்திய அரசுக்கு எல்லா அதிகாரத்தையும் கொடு, குவித்துக் கொள். • *The Management of the bank has* **centralised** *all the powers in its hands.* **cen-tre**/'sentə*/*(n)*:'ஸென்ட்டஅ* / [also **centre**]: middle part or point, மையப் பகுதி (அ) மையப் புள்ளி. • *Though, Delhi is the capital of India, it is not in the* **centre** *of the country.* principal focus or main action place, முக்கிய இடம், முக்கியமான செயல் பகுதி. • *The* **centre** *cannot hold together.* middle path in politics, அரசியலில் தீவிரமான கொள்கை இல்லாமல் நடுநிலையான கொள்கை. • *Politics often move to the* **centre** *before any election, a player who controls the middle part of the field,* விளையாட்டரங்கின் மையப்பகுதிக் கட்டுப் பாடு ஆட்டக்காரர். • *The* **centre** *(player) hasn't done well today in the match.* **centre***(v.t)*: to be at the centre, மையத்தில் இரு; to place at the centre, மையப் பகுதியில் வை. • *He is trying to* **centre** *the picture in the frame.* • *Indian politics* **centres** *round personalities.*

cen-tral-bank/'sentrəlbæɲk/*(n)*: 'ஸென்ட்ரஅல்ப:ஆங்க் / a national bank that provides financial and banking services for its country's government and commercial banking system, as well as implementing the government's monetary policies and issuing currency, அரசின் வங்கி மற்றும் வங்கி சார்ந்த துறைகளை கட்டுப்படுத்தும் தேசியத்தலைமை வங்கி. (e.g.) Reserve Bank of India.

cen-tral-pro-ces-sing-unit/'sentrəl 'prəusesiɲ'ju:nit / *(n)*:'ஸென்ட்ரஅல் 'பரஅஉஸெஸிங்'யூனிட் / the part of a computer in which operations are controlled and executed (CPU), கணினியில் செயல் மற்றும் கட்டுப்பாட்டு மையம்.

cen-tri-fu-gal/sen'trifjugl/*(adj)*: ஸென்'ட்ரிஃப்யூக:அல் / tending to move away from the centre, மையத்திலிருந்து தள்ளப்படுகிற. *opp*: centripetal.

cen-tri-pe-tal/sen'tripitl/*(adj)*: ஸென்'ட்ரிப்பிட்ல் / tending to move towards the centre, மையத்தை நோக்கி நகரக்கூடிய, நகரும் தன்மை உடைய. *opp*: centrifugal.

cen-tu-ri-on/sen'tjuəriən/*(n)*: ஸெஞ்'ச்சுஅரியஅன் / an army officer (in ancient Rome) commanding a unit of 100 soldiers, 100 வீரர்கள் கொண்ட ஒரு இராணுவப் படைத்தலைவன்.

cen-tu-ry/'sentʃuri/*(n)*:'ஸெஞ்ச்சஅரி / a period of 100 years, நூறு ஆண்டு காலம்; 100 year period that is counted in the Christian era, backward or forward, 21st century A.D., 1st century B.C., நூற்றாண்டு காலப் பகுதி, முன்காலம், எதிர் காலம், எக்காலக் கட்டத்திலும் கணக்கிடக் கூடியது, 21வது நூற்றாண்டு கி.பி., முதல் நூற்றாண்டு கி.மு. • *The 21st* **century** *is going to be a troublesome period in the history.* 100 runs scored by one player in one innings (cricket), ஒரு முறை, கிரிக்கெட் ஆட்டத்தில், ஒரு ஆட்டக்காரர் எடுத்த 100 ஓட்டங்கள். • *To score a* **century** *in cricket, is an achievement.*

ce-ram-ics/si'ræmiks/*(n)*:ஸி'ரஆமிக்ஸ் / the work or art of making pots, tiles, etc. மண்பாண்டங்கள், ஓடுகள் செய்தல், கலை-யுணர்வுடன் மண் பொருள்கள் செய்தல். • *In all articles of* **ceramics,** *I see godliness.* **ceramic***(adj)*: pertaining to ceramics, மண் பொருளால் ஆகிய. • **Ceramic** *tiles are more beautiful than cement tiles.*

ce-re-al/'siəriəl/*(n)*:'ஸியஅரியஅல் / edible grains, அரிசி, கோதுமை போன்ற தானியம். **cereal** *(adj)*: of edible grains, தானிய வகையைச் சார்ந்துள்ள. • *Rice and wheat are* **cereals**.

cer-e-bel-lum/ˌseri'beləm*(n)*/ ˌஸெரி'பெ:லஅம் / the part of the brain behind and below the cerebrum, சிறு மூளை.

cer-e-bral/'seribrəl/*(adj)*:'ஸெரிப்:ரஅல் / pertaining to brain, மூளையைப் பற்றிய. • *She died of* **cerebral** *haemorrhage.* making use of mental power not feelings, உணர்ச்சிக்கு இடமின்றிச் சிந்தித்துச் செயல்படக் கூடிய.

cer-e-bra-tion/ˌseri'breiʃn/*(n)*: ˌஸெரிப்:'ரெய்ஷ்ன் / the working of the brain, சிந்தனை செயல்படல்; the process of thinking, சிந்தனை செய்தல்.

ce-re-brum/'seribrəm/*(n)*:'ஸெரிப்:ரஅம் / the front upper and larger part of the brain, the decision making part of the brain, பெருமூளை, சிந்தனையும், தீர்மானமும் ஏற்படும் பகுதி.

cer-e-mo-ni-al/ˌseri'məunjəl/*(adj)*: ˌஸெரி'மஅஉனியஅல் / performed according to ceremony, full of ceremony, மதச்சடங்குகளுடன் செய்யப்படும். • *The priest appeared in his* **ceremonial** *attire.* **ceremonial**(*n*): ceremony for a special function, குறிப்பிட்ட பிரத்யேக நிகழ்ச்சிக்குச் செய்யப்படும் சடங்குகள். • *The religious* **ceremonial** *for a dead body satisfies religious faith.* **cer-e-mo-ni-ous**/ˌseri'məunjəs/(*adj*): ˌஸெரி'மஉனியஸ் / full of details, ceremony and formal behaviour, சடங்குகள், மரபுகள், நடத்தை முதலிய வற்றிற்கு அளவு கடந்த முக்கியத்துவம் கொடுக்கும், மிகுந்த மரியாதையுள்ள; impractical, நடைமுறைக்கு ஒவ்வாத; with all formalities, எல்லா மரியாதைகளுடனும். • *Government attach much importance to the* **ceremonious** *conduct.* **cer-e-mo-ny**/'seriməni/(*n*):'ஸெரிமனி / a series of formal or solemn actions done or performed on important occasions, சமயச்சடங்கு. • *Graduates receive their degrees at a special* **ceremony**. formal behaviour according to custom and tradition, மரபு, வழக்கம், பண்பாடு முதலியவற்றிற்கு ஏற்ப நடத்தல். • *The Nepalese king was crowned with due* **ceremony**. **ceremonially** (*adv*), **ceremoniously**(*adv*).

cer-tain/'sɜ:tn/(*adj*):'ஸ:ட்ன் / sure, settled, beyond doubt, நிச்சயமான, ஐயம் இல்லாமல் முழுவதும் தீர்மானிக்கப் பட்டுள்ள; fully confident, முடியும் என்ற நம்பிக்கையுள்ள. • *I am* **certain** *about my future.* **make certain**: to be sure, நிச்சயமாக இரு, நிச்சயப்படுத்திக் கொள்; some but not a lot, முழுவதும் அல்ல சிறிதளவு மட்டும் உள்ள. • *The manager agreed with me to* **certain** *extent.* **certain**: some but not all, சிலர், எல்லோரும் அல்ல, சில, மொத்தம் அல்ல. • **Certain** *problems are not yet solved.* **cer-tain-ly**/'sɜ:tnli/(*adv*): 'ஸ:ட்ன்லி / with no doubt, சற்றும் ஐயம் இல்லாமல். • *Shall I come?* **Certainly** *not.* **cer-tain-ty**/'sɜ:tnti/(*n*):'ஸ:ட்ன்ட்டி / something that is sure to happen, நிச்சயமாக நடக்கக் கூடியது. • *She knows it for a* **certainty** *that she is getting distinction in the exam.*

cer-ti-fi-cate/sə'tifikət/(*n*):ஸ'ட்டிஃபிக்கிட் / a written statement of truth or certainty, சான்றிதழ்; a testimonial, உறுதிச்சீட்டு. • *At every stage in life, birth* **certificate** *is required.* **cer-ti-fy**/'sɜ:tifai/(*v.t*): 'ஸ:ட்டிஃபய் / to declare that something is true, உண்மை யென்று உறுதி கூறு. • *The auditor has* **certified** *the accounts.* to give a certificate to, to award a testimonial to, **certified** (*adj*), **certifiable** (*adj*).

cer-ti-o-ra-ri/ˌsɜ:tiɔ:'reərai/(*n*): ˌஸ:ட்டியோ:'ரஏரய் / a writ from a superior court calling up certain records from the lower court for review, உயர் நீதிமன்றம், சில ஆவணங்களை, கீழ் நீதிமன்றத்தி னின்று மறு பரிசீலனைக்கு அனுப்புமாறு உத்தரவு பிறப்பித்தல்.

cer-ti-tude/'sɜ:titju:d/(*n*):'ஸ:ட்டிட்யூட் / the state of being certain, நிச்சயமான நிலை; freedom from doubt, ஐயம் இல்லாத நிலைமை.

cer-vi-cal/sə'vaikl/(*adj*):'ஸ:விக்கல் / pertaining to neck, கழுத்து தொடர்பான.

cer-vix/'sɜ:viks/(*n, sing*):'ஸ:விக்ஸ் / **cervices, cervixes**(*n, pl*): the narrow opening into the womb, கருப்பையின் குறுகிய கழுத்து.

cess/ses/(*n*):ஸெஸ் / tax, வரி.

ces-sa-tion/se'seiʃn/(*n*):ஸெ'ஸெய்ஷன் / a stop, நிறுத்தம்; a pause, இடைநிறுத்துதல். • *The two countries have agreed for the* **cessation** *of hostilities.* • *Everyday, a momentary* **cessation** *of breathing will help to live healthily.*

ces-sion/'seʃn/(*n*):'ஸெஷன் / giving up of (land, certain rights, etc.) நிலம், சில உரிமைகள் முதலியவற்றை விட்டுக் கொடுத்தல்.

cess-pit/'sespit/(*n*):'ஸெஸ்ப்பிட் / [also **cess-pool**]: a pit in which waste water collects from a building, கழிவு நீர், சாக்கடை நீர் தேங்கி நிற்கும் பள்ளம்.

chaap/tʃ:æp/(*n*):ட்சாஆப் / an official seal or stamp, used to approve or authenticate a permit or similar document, அரசின் அங்கீகார முத்திரை.

chafe/tʃeif/(*n*):'செய்ஃப் / friction, உராய்தல்; injury caused by rubbing, தேய்த்தல், உறுத்தல் முதலியவற்றால் ஏற்படும் புண்; irritation, கோபம். **chafe** (*v.t*): to make or become sore by rubbing, தேய்த்துப் புண் உண்டாக்கு, தேய்த்தலால் புண்படு. • *My new ring* **chafed** *my finger.* frown, கோபப்படு; to become impatient, பொறுமை இழந்தவனாகு. • *The business people have come to* **chafe** *at these import restrictions.*

chaff/tʃa:f/(*n*):சஃஃப் (சா:-) / [also **chaef**]: the husk, பதர்; the outer covering of the grain, உமி; friendly joking, banter, கேலிப் பேச்சு. **chaffy**(*adj*). **chaff**(*v.t*): to make fun of, கேலி செய்; to speak funnily without insulting, புண்படுத்தாமல் கேலிசெய்.

C

chaf-fer/'tʃæfə*/(*v.t*):'*சாஃபə** / to buy or sell, வாங்கு, விற்பனை செய்; haggle about the price, விலையில் பேரம் பேசு; to bargain, பேரம் பேசு. **chaffer**(*n*): bargaining, பேரம் பேசுதல்.

chaf-finch/'tʃæfintʃ/(*n*):'*சஃஃபிஞ்ச்* / a small European song bird, ஐரோப்பாவில் காணப்படும் குயில் போன்ற ஒரு பாடும் பறவை.

chag-rin/'ʃægrin/(*n*):'*சæக்:ரின்* / great disappointment and annoyance caused by failures, தோல்வியினால் ஏற்படும் பெரும் ஏமாற்றமும், மனவருத்தமும். • *Much to his* **chagrin**, *the could not get admission.* **chagrin** (*v.t*): to disappoint, ஏமாற்று; to vex, மனவருத்தம் ஏற்படுத்து.

chain/tʃein/(*n*):*செய்ன்* / a series of metal rings or links connected, சங்கிலி; a fetter, சங்கிலி விலங்கு. • *The car is pulled by an iron* **chain**. a succession of events or things, நிகழ்ச்சிகளின் தொடர்ச்சி. • A **chain** of successive failures made him unhappy. a measurement of length used by engineers, சங்கிலி அளவு, 22 கெஜம் நீளம், நீள அளவு, பொறியாளர் பயன் படுத்தும் சங்கிலி. **chain**(*v.t*): to fasten or connect with a chain, சங்கிலி கொண்டு இணை. • *The dog is* **chained** *all night.* to restrain, கட்டுப்படுத்து. • *The robbers* **chained** *the land lord and took away the cash.* to limit the freedom, சுதந்திரத்தைக் கட்டுப்படுத்து. **chain reaction**: in nuclear physics, a self-sustaining process, in which some neutrons released from the splitting of an atom are able to split more atoms, the reaction going on indefinitely, அணு இயலில், சில நியூட்ரான், அணுச்சிதை வினால் வெளிப்பட்டு அணுச்சிதைவை முடிவிலா நிகழ்ச்சியாக மாற்றும் தொடர் வினை.

chair/tʃeə*/(*n*):*சεə** (*சeə*) / a seat with legs and a back, நாற்காலி. • *I require a comfortable* **chair** *to sit on.* a seat of authority, அதிகார இருக்கை (அ) பதவி. • *Who will occupy the* **chair** *tomorrow?* position or professorship, பேராசிரியர் பதவி (அ) கல்விப் பீடம். • *He holds a* **chair** *of Physics in the university.* punishment of death by electric chair, மின்சாரம் பாய்ச்சி கொலைத் தண்டனை நிறைவேற்றுதல். • *He was sent to the electric* **chair** *according to court judgement.* **chair** (*v.t*): to be the president, தலைமைப் பொறுப்பில் இரு. • *She will* **chair** *the meeting tomorrow.* to put someone in office, authority etc., அதிகாரம், பதவி கொடு. • *The director was voted to* **chair** *the board meeting.* to lift up the hero and carry aloft in joy as a mark of victory, வெற்றியைக் கொண்டாட வீரனைத் தூக்கிச் செல். • *The boy won the hundred metre race and his friends* **chaired** *him round the playground.*

chair-man/'tʃeəmən/(*n*):'*சεəமən்* / president, தலைவர். • *She was elected* **chairman** *of the finance committee.*

chair-person/'tʃeə*'pɜ:sn/(*n*): '*ட்செə*'பə:ஸன்* / a chairman or chair woman, நிறுவனத் தலைவர்.

chaise/ʃeiz/(*n*):*ஷெய்ஸ்:* / an open carriage drawn by horses, மேல்பக்கம் திறந்த குதிரை வண்டி.

cha-let/'ʃælei/(*n*):'*ஷæலெய்* / a wooden house common in Switzerland, மரத்தினால் ஆகிய குடிசை, ஸ்விட்சர்லாந்தில் உள்ள மர வீடு; holiday house, ஓய்வு இல்லம்.

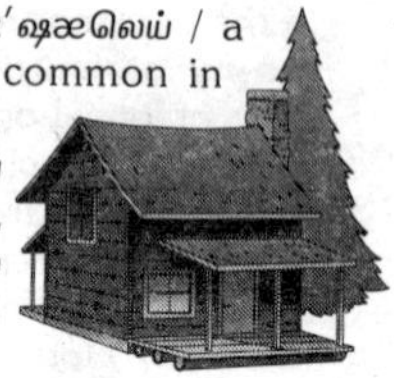

chal-ice/'tʃælis/(*n*):'*சæலிஸ்* / a wine cup, மதுக்கிண்ணம்; a communion cup, கிறித்தவக் கோயிலில் பிரார்த்தனையின் பொழுது பயன்படுத்தப்படும் கிண்ணம்.

chalk/tʃɔ:k/(*n*):*சɔ:க்* / a soft, white, carbonate of lime, எழுதுவதற்குப் பயன் படும் சுண்ணாம்புக் கட்டி (சாக்குக்கட்டி). • *The teacher wrote the poem on the black board with a piece of* **chalk**. **as different as chalk and cheese**: to be different in character as that of chalk from cheese, சுண்ணாம்புக் கட்டிக்கும், பாலாடைக்கும் உள்ள வேற்றுமையைப் போல். • *The two sisters are* **as different as chalk and cheese** *in character.* **chalk**(*v.t*): to write, mark or draw with chalk, சாக்குக்கட்டி கொண்டு எழுது, கோடிழு (அ) வரை. • *Do not* **chalk** *up dirty slogans on the wall.* **chalk out**: to spell out in words, வார்த்தைகளால் குறிப்பிடு; fix up, நிர்ணயம் செய். • *The Inspector General of police* **chalked out** *his programme for combing the area to capture the terrorists.* **chalk-y**/'tʃɔ:ki/(*adj*):'*சɔ:க்கி* / like chalk, சாக்குக் கட்டி போன்ற வெண்மை கொண்ட. **chalkboard**/'tʃɔ:kbɔ:d/(*n*):'*ட்சɔ:க்பɔ:ட்:* / a black board, கரும்பலகை.

chal-lenge/'tʃælindʒ/(*v.t*):'*சæலிஞ்ஜ்* / to call upon a person for a fight to settle any dispute, ஒரு பூசலை, (அ) ஒரு பிரச்சினையைத் தீர்க்க, ஒருவரைச் சண்டைக்குக் கூப்பிடு, அறைகூவு (அ) சவால் விடு. • *She* **challenged** *him to swim across the river.* to question the legality or the rightness of a dispute, ஒரு பூசலின் நியாயத்தையும், சட்டப்படி அதன் நிலையையும் எதிர்த்து மறுப்புக் கூறு, எதிர்வாதம் தொடு. • *I first* **challenged** *the jurisdiction of the court.* to defy, கீழ்ப்படிந்து போக மறுப்புத் தெரிவி. • *A terrorist always* **challenges** *the authority of the government.* **challenge** *(n)*: an invitation to a contest, போட்டிக்கு அழைத்தல், சண்டைக்கு இழுத்தல்; defiance, அறைகூவுதல். • *Life is a* **challenge** *at every stage.* • *She is for a new job with a bit of* **challenge**, *not a routine one.* a demand for the proof of one's identity, ஒருவரின் அடையாளத்தை நிரூபிக்கக் கேட்டல். • *The sentry* **challenged** *the visitor to declare his identity.* **challenging***(adj)*: full of challenge, முழு வீரம், தன்னம்பிக்கை கொண்ட உணர்வுடன் உள்ள. **challenged** *(adj)*, **challenger***(n)*, **challengeable** *(adj)*.

cham-ber/ˈtʃeimbə*/*(n)*:ˈசெய்ம்ப:ə* / a room, used for lodging, privacy or study, தனி அறை. The Chairman is sitting in his **chamber** • *The study* **chamber** *is at the rear of the building.* a place for assembly meeting or council deliberations, சட்டமன்றம். • *The judge has sittings in his* **chamber** *today.* • *The upper* **chamber** *of the legislative assembly is called the legislative council.* a cavity, குழி; a closed space in a machine or gun, a cavity in the gun, துப்பாக்கியின் துளை; a pot for urine, சிறுநீர் கழிக்கும் பாத்திரம்.

cham-ber-lain/ˈtʃeimbəlin/*(n)*: ˈசெய்ம்ப:əலின் / one who is in charge of the household of a king or a great man, பெரிய மனிதன் (அ) அரசனின் வீட்டு நிர்வாகம் செய்பவர்; city official, நகர அலுவலர்.

cham-ber-of-com-merce/ˈtʃeimbə* ɔːf ˈkɔmɜːs/*(n)*:ˈட்ஷெம்ப:ə* ɔ:ஃப் ˈகɔமɜ:ஸ் / a local association to promote and protect the interests of the business community in a particular place, வியாபாரிகள் (அ) வர்த்தக சங்கம்.

cha-me-le-on/ kəˈmiːljən/ *(n)*:கəˈமிலியəன் / a small lizard that is capable of changing

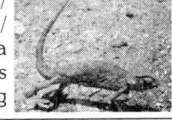

its colour to suit its surroundings, an inconsistent and characterless person who changes his conduct to suit the situation, பச்சோந்தி, சந்தர்ப்பவாதி.

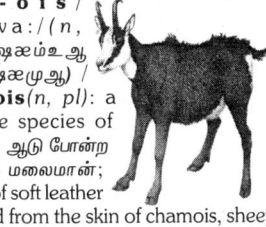

cham-ois/ ˈʃæmwaː/*(n, sing)*:ˈஷæம்உஆ (மு) (ஷæமுஆ) / **cha-mois***(n, pl)*: a goat like species of antelope, ஆடு போன்ற ஒருவகை மலைமான்; a piece of soft leather prepared from the skin of chamois, sheep or goat (it is used for cleaning), சுத்தம் செய்யப் பயன்படும் மிருதுவான ஆட்டின் தோல்.

champ/tʃæmp/*(v.i-v.t)*:சæம்ப் / a bite or to chew or munch noisily, ஓசையுடன், பல்லால் அரை (அ) நறநறவென்று கடி, ஓசையுடன் கடித்து (அ) சுவைத்து, (அ) குதிரையைப் போல் மென்று சாப்பிடு. **champ***(n)*: chewing action, அரைப்பது போன்ற செயல்; (informal) champion, விளையாட்டு வீரன்.

cham-pagne/ˌʃæmˈpein/*(n)*:ஷæம்ப்ˈபெய்ன் / a costly white wine (French) served on special occasions, தனிப்பட்ட விருந்துகளில் பரிமாறப்படும் விலையுயர்ந்த பிரெஞ்சு ஒயின்/மதுபானம்.

champaign/ˈtʃæmpein/*(n)*:ˈஷæம்பெய்ன் / open country, an expanse of open country, திறந்தவெளி, பரந்த நிலப்பரப்பு.

cham-pi-on/ˈtʃæmpjən/*(n)*:ˈசæம்ப்பியəன் / [also **champ**]: one capable of defeating his rivals or competitors in any form of sports, விளையாட்டில் வெற்றிவீரர். • *Mr. Leander Paes is a tennis* **champion**. a defender of some faith or cause, தன் கொள்கை (அ) நம்பிக்கைக்காகப் போராடுபவன். • *Mrs. Poornima Advani is a* **champion** *of women's rights.* **champion***(v.t)*: to defend, வாதாடித் தன் கொள்கையை நிலை நாட்டு; to fight for, ஒரு கொள்கைக்குப் போராடு; to support strongly, தீவிரமாகப் பரிந்து பேசு. • *Mr. A.S. Anand is* **championing** *the cause of human rights.* **champion** *(adj)*: very good, first class, மிக்க நன்றாக, முதன்மையாக. • *It is a* **champion** *class of wine.* **cham-pi-on-ship**/ˈtʃæmpjənʃip/ *(n)*:ˈசæம்ப்பியəன்ஷிப் / the position of a champion, ஒரு விளையாட்டு வெற்றி வீரனின் நிலை; defence, advocacy, பரிந்து போராடுதல், ஒரு கொள்கைக்காகப் போராடுபவன். **champion-less***(adj)*.

chance/tʃaːns/*(n)*:சான்ஸ் / that which happens without cause or reason,

C

காரணம் இன்றித் தற்செயலாக நடப்பது. • **Chance** *plays an important part in games.* possibility, வாய்ப்பு; opportunity, நிகழக் கூடியது. • *There is a* **chance** *of becoming an officer.* situation that is favourable, சாதகமான ஒரு சந்தர்ப்பம். • *I never miss a* **chance** *of visiting the library.* risk, அபாயம். • *We have to take a* **chance** *to get the hostages released.* **chance**(*v.t*): to risk, அபாயத்தை எதிர்நோக்கு, துணிந்து செயல்படு. **chance**(*v.i*): to happen, நேரிடு, தற்செயலாக நிகழ். • *The policeman was on his beat when the robber* **chanced** *to be there.* • *It* **chanced** *that they both travelled together.*

chan-cel/ˈtʃa:nsl/(*n*):ˈசான்ஸஂல் / the eastern part of a Church where the altar is, கிறித்தவக் கோயிலின் கர்ப்பக்கிரகம்.

chan-cel-lary/ˈtʃa:nsələri/(*n*):ˈசான்ஸஂலஂரி / department of a chancellor, an official residence of a chancellor, ஆளுநரின் நிர்வாக அலுவலகம் (அ) ஆளுநரின் வசிப்பிடம்.

chan-cel-lor/ˈtʃa:nsələ*/(*n*):ˈசான்ஸஂலஂ* / the title of various high officials in the state and the department of law, அரசாங்கத்திலும், சட்ட நிர்வாகப் பிரிவிலும் தலைமையிடம்; the head of a university, ஒரு பல்கலைக் கழகத்தின் தலைவர். • *The* **chancellor** *of an Indian University is the governor of the state.* the finance minister in some governments, சில அரசு நிர்வாகத்தில், நிதியமைச்சர் பதவி வகிப்பவர். • *The* **Chancellor** *of Exchequer deals with financial matters.*

chan-ce-ry/ˈtʃa:nsəri/(*n*):ˈசான்ஸஂரி / an office where official papers, records, etc., are kept safely, அதிகார பூர்வ ஆவணங்களும், பதிவேடுகளும், பாதுகாப்பாக வைக்கும் அலுவலகம் (அ) இடம்.

chan-cy/ˈtʃa:nsi/(*adj*):ˈசான்ஸி / risky, ஆபத்தாக உள்ள; not at all certain, நிச்சயம் இல்லாத.

chan-de-lier/ˌʃændəˈliə*/(*n*):ˌஷஂண்டஂˈலியஂ* / a hanging branched support for several lights, சரவிளக்கு, கொத்து விளக்கு, தொங்கும் கிளை.

chand-ler/ˈtʃa:ndlə*/(*n*):ˈசஂண்ட்:லஂ* / candle maker (in olden times), மெழுகு வர்த்தி செய்பவர், விற்பவர்; a grocer, dealer in small wares, பலசரக்கு வியாபாரி, சில்லறைப் பொருள்களை விற்பவர்.

change/tʃeindʒ/(*v.t*):செய்ஞ்ஜ் / to alter or make different, மாற்றம் செய், மாற்று. • *He has* **changed** *a lot since I last saw him.* to quit one position or state for another, ஒரு நிலை (அ) பதவியை விட்டு மாறுபாடு அடை, வேறு ஒன்றுக்கு மாறுதல் செய்; to exchange as money, நாணயங்களாக (அ) சில்லறையாக மாற்று, பணமாக மாற்று. • *Where can I* **change** *dollars into Indian currency?* to change one's clothes, ஆடையை மாற்று; to become different, வேறு விதமாக இரு, திருத்தி அமை. **change**(*n*): alteration, மாற்றம்; variation, மாறுதல். • *Let us go to a village, for a* **change**. money in small units, சில்லறைக் காசு. **change-a-ble**/ˈtʃeindʒəbl/(*adj*): ˌசெய்ஞ்ஜஂˈப்:ல் / likely to change, எளிதில் மாறக் கூடிய; not steady, நிலையற்ற. **changeably**(*adv*), **changeability**(*n*).

change-ling/ˈtʃeindʒliŋ/(*n*):ˈசெய்ஞ்ஜஂலிங் / a child replaced in place of another taken by the fairies, இரகசியமாக மாற்றி வைக்கப்படும் குழந்தை.

chan-nel/ˈtʃænl/(*n*):ˈசஃனஂல் / a water way, கால்வாய். • *The* **channel** *separates the town from the cantonment.* the deep parts of a river, ஓர் ஆற்றின் ஆழமான பகுதிகள்; harbour, துறை; groove or furrow, குறுகிய சால் (அ) உழவு சால்; a frequency band wide enough for one way communication, ஒருசால் போக்குச் செய்திக்குப் போதுமானதாக உள்ள அதிர் வெண் பட்டயம். • *The show can be watched on the new* **channel**. **channel** (*v.t*): to form a channel, ஒரு போக்கு வழியை உண்டாக்கு, அமை; to direct a particular course of action, ஒரு குறிப்பிட்ட செயல் வழியை உண்டாக்கு. • *I have decided to* **channel** *my creative ability in my own venture.*

channel-hop/ˈtʃænlhɔp/(*v*):ˈசஃனஂல்ஹாப் / change frequently from one television channel to another using remote control device, தொலைக்காட்சிப் பெட்டியில் அடிக்கடி நிலையங்களை மாற்றி மாற்றிப் பார்.

chant/tʃa:nt/(*v.t-v.i*):சான்ட் / to sing, பாடு; to celebrate with songs, பாடிக் கொண்டாடு; to speak in rhythm, எதுகை, மோனையுடன் பேசு. • *The boys* **chanted** *religious slogans.* **chant**(*n*): a song, ஒரு பாடல்; a melody, ஒரு கீதம்; words recited or intoned to music, இசையுடன் பேசப்படும் வார்த்தைகள்.

chant-i-cleer/ˌtʃæntiˈkliə*/(*n*): ˌசஃன்ட்டிˈக்லியஂ* / a cock, சேவல்.

cha-os/ˈkeiɔs/(*n*):ˈகஂஒஸ் (-ஏஂ-) / complete confusion, பெரும் குழப்பம். • *The country was plunged into* **chaos** *following the former Prime Minister's assassination.* **chaotic**(*adj*), **chaotically**(*adv*).

chap/tʃæp/*(v.t)*:சஃப் / to cleave, கிழி; to split, பிரித்துவிடு; to crack, பிளவுபடுத்து. **chap***(v.i)*: to become cracked, பிளவுபடுவதாக இரு. **chap***(n)*: a crack in the skin, தோலில் ஏற்படும் வெடிப்பு, பனி வெடிப்பு; boy or man, சிறு பையன் (அ) மனிதன்.

chap-el/'tʃæpl/*(n)*:'சஃப்ல் / a division of a Church with its own altar, கிறித்தவக் கோயிலின் தனிப்பிரிவு; a place used for Christian worship attached to an institution, palace, prison, etc., தனியாக உள்ள ஒரு நிறுவனத்துடன் இணைந்துள்ள சிறு கிறித்தவக் கோயில்.

chap-er-on/'ʃæpərəun/*(n)*:'ஷஃப்பரஉன் / an elderly woman who escorts an unmarried lady in public, பொது இடங்களில், ஒரு திருமண மாகாத பெண்ணுக்கு ஆதாரமாக இருக்கும் வயதான பெண்மணி, செவிலித்தாய். **chaperon***(v.t)*: to act as a chaperon, செவிலித்தாயாகச் செயல்படு.

chap-lain/'tʃæplin/*(n)*:'சஃப்லின் / a clergy man, கிறித்தவ மதகுரு. **chaplaincy** *(n)*.

chap-let/'tʃæplit/*(n)*:'சஃப்லிட் / garland, மாலை; a string of beads, மணிமாலை, செபமாலை.

chap-man/'tʃæpmən/*(n)*:'சஃப்மன் / a pedlar, சில்லறை அங்காடி விற்பனையாளர்.

chap-ter/'tʃæptə*/*(n)*:'சஃப்டஅ* / a division of a book or treatise, இயல், அத்தியாயம்; a bishop's council in a diocese (chapter house), பாதிரியார்களின் குழு; any of the organised branches of a society, military order, etc., ஒரு நிறுவனத்தின் கிளை.

char/tʃa:*/*(v.t)*:சா* / to reduce to charcoal, கரியாக்கு. • *The hut was* **charred** *to ashes.* **char***(n)*: to work as a petty servant doing odd jobs like cleaning, சிறிய வேலை செய்யும் கூலியாள்; char-woman, வேலைக்காரப் பெண். **char** *(v.t)*: to do petty job, சிறு வேலை செய்.

char-a-banc/'ʃærəbæɲ/*(n)*:'ஷஃரஅபஃஅன் / a long comfortable motor bus especially used for sight seeing, உல்லாசப் பயணத்திற்கு உதவும் நீண்ட மோட்டார் வண்டி.

char-ac-ter/'kærəktə*/*(n)*:'கஃரஅக்டஅ* / a letter, a mark, a figure, etc., எழுத்து, குறி, சித்திரம், படம் முதலியன; the sum total qualities of a person that form his individuality, பண்பு, குணம், நடத்தை. • *The minister's moral* **character** *is said to be not satisfactory.* moral excellence, நல்லொழுக்கம். • *One should guard one's* **character**. a personage in a novel, drama, etc., ஒரு நவீனம், நாடகம், முதலியவற்றில் உள்ள பாத்திரங்கள். • *The* **characters** *in the novel are very interesting.* the opinion formed by other people about a person, ஒருவரைப் பற்றிய மக்கள் கருத்து. • *Eah person has his own* **character**.

char-ac-ter-is-tic/ˌkærəktə'ristik/*(adj)*: 'கஃரஅக்டஅ'ரிஸ்டிக் / peculiar quality of a person, ஒருவரின் தனிப்பட்ட குணம் பற்றிய, typical, தனிப்பட்ட தன்மையுள்ள, சிறப்பான பண்புள்ள. • *It is* **characteristic** *of him, that he never speaks ill of others.* **characteristic***(n)*: a special quality of a person or thing, ஒருவரின் சிறப்பியல்பு, ஒரு பொருளின் தனிப்பட்ட குணம். • *Meticulous planning is a necessary* **characteristic** *of a good government.* **characteristically***(adv)*.

char-ac-ter-i-za-tion/ˌkærəktə-rai'zeiʃn/*(n)*:ˌகஃரஅக்டஅரி'ஸெ:ய்ஷஅன் / the act of characterising, the skill in portraying a character, ஒரு பாத்திரத்தின் பாகத்தைத் திறம்படச் செய்தல்; description, வர்ணனை. • *The* **characterization** *in the novel is not at all exciting.* **char-ac-ter-ize**/'kærəktəraiz/*(v.t)*:[also **characterise**]:ˌகஃரிக்டஅ'ரய்ஸ்: / to be characteristic of, தனிப்பட்ட இயல்புடன் இரு; to portray the character of, சிறப்பியல்புகளைச் சித்தரி. • *The opposition parties have* **characterised** *the Government's approach to the problem as unlawful.* **characterless** *(adj)*: without character, குணம் இல்லாமல்.

cha-rac-ter-re-cog-ni-tion*(n)*: the identification by electronic means of printed or written characters, கையெழுத்து (அ) அச்சுப் பிரதி இவற்றை இனங்காணும் எலக்ட்ரானிக் உபகரணம்.

cha-rade/ʃə'ra:d/*(n)*:ஷஅ'ராட்: / that which is not true, that which can easily be seen to be foolish or false, உண்மை அல்லாத நிலை, முட்டாள்-தனமானது, உண்மைக்குப் புறம்பானது என்பது தெளிவு. • *This interview is a mere* **charade**, *as the decision has been made already.*

cha-rades/ʃə'ra:dz/*(n)*:ஷஅ'ராட்:ஸ்: / a game in which a word is guessed when the clues are given for syllables, சொல்லில் உள்ள அசைக்குறிப்புகள் உணர்த்தப்பட்டவுடன் வார்த்தையை ஊகிக்கும் விளையாட்டு.

char-coal/'tʃa:kəul/*(n)*:'சாக்கஅஉல் / the black substance obtained by heating wood or any organic substance in the absence of air, மரக்கரி.

C

C

charge/tʃa:dʒ/*(v)*:சாஜ் / ask as payment, கூலி கேள். • *The stores doesn't* **charge** *for luggage.* to run fast in order to attack, தாக்குவதற்குத் தயாராயிரு. • *The wild elephant began to* **charge** *at the party.* to debit the cost of something to someone's account, செலவினத்தை ஒருவர் கணக்கில் குறிப்பிட்டுச் சரிசெய்; to delcare that someone is at fault, ஒருவர் தவறு செய்தார் என்று துணிந்து கூறு; to command, உத்தரவிடு; to load something like a gun, சுமை தூக்கச் செய், துப்பாக்கியில் குண்டுகளை நிரப்பு; to lay criminal complaints, குற்றஞ்சாட்டு. • *The police* **charged** *him with murder.* • *The members* **charged** *the manager that the account was not correct.* **charge***(n)*: price, cost, விலை, செலவு; payment for service, கூலி. • *The auto driver asked for the* **charge**. responsibility, control, position of care, office, etc., பொறுப்பு, நிர்வாக வேலை; list of misdeeds or faults, a statement of various commissions and omissions, குற்றச்சாட்டு, அறிக்கை; explosive, வெடிமருந்து; expense, செலவு; jurisdiction, அதிகார வரம்பு, எல்லை. **charge-a-ble**/'tʃa:dʒəbl/*(adj)*: 'சாஜஒப்:ல் / payable as cost, price, etc., கொடுக்கப்பட வேண்டிய கூலி, விலை முதலியன; held as responsible, பொறுப்பு ஏற்க வேண்டியுள்ள.

charge-sheet/tʃa:dʒʃi:t/*(n)*:சாஜ்ஷீட் / list of accusations against a person usually made by the police or higher authorities, குற்றப் பத்திரிகை. **charge-sheet***(v.t)*: accuse one with, குற்றச்சாட்டு. • *The* **charge sheet** *is unjust; one can always make counter charge.*

charg-er/'tʃa:dʒə*/*(n)*:'சாஜஒ* / a war-horse, போர்க்குதிரை.

char-i-ot/'tʃæriət/*(n)*:'சஜரியஒட் / a kind of horse carriage used by kings and warriors in ancient time, an ancient state coach, தேர், இரதம். **char-i-o-teer**/ˌtʃæriə'tiə*/*(n)*: ˌசஜரியஒட்'டியஒ* / the driver of a chariot, தேரோட்டி, சாரதி. Lord Krishna was the **charioteer** for Arjuna in 'Khrukshetra war'.

cha-ris-ma/kə'rizmə/*(n)*:'கஒரிஸ்:மஒ / a magnetic influence or charm or power exercised by a person over others, unusual ability or power to attract people, magnetism, கவர்ச்சியும், திறமையும், மக்களைத் தன்பக்கம் ஈர்க்கும் சக்தியுள்ள தன்மை. • *Rajiv Gandhi's* **charisma** *was considerable.* **charismatic***(adj)*: having charisma, கவர்ந்திழுக்கும் தன்மை உடைய. • *Indira Gandhi was a* **charismatic** *leader.*

cha-ri-ta-ble/'tʃærətəbl/*(adj)*:'சஜரிட்டஒப்:ல் / full of kindness to help, இரக்க குணமுள்ள; liberal, தாராள மனப்பான்மையுள்ள; sympathetic, கருணையுள்ள. • *It is not* **charitable** *on his part to go on criticising.*

char-i-ty/'tʃærəti/*(n)*:'சஜரிட்டி / love, goodwill, sympathy and kindness shown to fellow beings, அன்பும், நல்லெண்ணமும் கொண்டு, மக்களை அணுகுதல், கருணையுள்ளம்; sympathetic approach shown when judging human problems, மனிதர்களின் பிரச்சினைகளை அணுகும் பொழுது, உதவும் மனப்பான்மையுடன் இருத்தல், அறத்துடனும், தரும சிந்தனையுடனும் செயல்படல். • **Charity** *begins at home.*

char-la-tan/'ʃa:lətən/*(n)*:'ஷாலஒட்டஒன் / a quack, போலி மருத்துவர்; an imposter, ஏமாற்றுபவன்; one who pretends to possess more skill than he actually has, அளவுக்கு மீறித் திறமை இருப்பதாகப் போலியாக நடிப்பவன். • *She is a* **charlatan**, *not a qualified doctor.*

char-lotte/'ʃa:lət/*(n)*:'ஷாலஒட் / a kind of pudding with fruits and variety of sweets, ரொட்டி, பிஸ்கட் இவற்றின் மீது இடப்படும் இனிப்பு, பிட்டு.

charm/tʃa:m/*(n)*:சாம் / the power that pleases, இனிமையான தோற்றம். • *This village has a* **charm** *of its own that I like much.* attractiveness, உடல் அழகும் கவர்ச்சியும்; magical power, spell, மந்திர சக்தி, கவர்ந்திழுக்கும் சக்தி; talisman, இரட்சை; an object supposed to have magical power worn on a chain or bracelet, சங்கிலியில் கோர்த்து (அ) மேல் கையில் அணியும் இரட்சை (அ) தாயத்து. • *The people who believe in* **charms** *do not think at all.* **charm***(v.t)*: to please fully, மனநிறைவு அடை; to attract as if by magnet, காந்தம் போல் கவர்ந்து இழு, மந்திரம் போட்டு மயக்கு; to subjugate as if by magic, to be fascinating, இனிமையான, கவர்ச்சியான சூழ்நிலையில் இரு. • *The cinema star* **charms** *everyone.* **charming**/tʃa:miŋ/*(adj)*:'சாமிங் / very beautiful, மிக அழகாக உள்ள; very pleasing, மனநிறைவுள்ள; **charmingly** *(adv)*: in a delightful manner, மனதிற்குகந்த வகையில்.

charm-er/tʃa:mə*/*(n)*:'சாமஒ* / one who charms others or things, வசீகரம் செய்பவன், மயங்கச் செய்பவன்; snake charmer, பாம்பை மயங்கச் செய்பவன்.

char-nel house/'tʃa:nlhaus/(*n*):'சானஅல்-ஹஉஸ் / a place where dead human bodies or their bones are stored, சவக் கிடங்கு (அ) எலும்புக் கிடங்கு. **charnel** (*adj*): containg dead bodies, சவங்கள் உள்ள.

chart/tʃa:t/(*n, sing*):சாட் / **charts**(*n, pl*): a map of a part of the sea, showing currents, depths, islands, coasts, etc., a map to the sailors, மாலுமிகளுக்குப் பயன்படும்படியாக, கடல் நீரோட்டங்கள், ஆழம், தீவுகள், கடற்கரை முதலியவை குறிப்பிடப்பட்டிருக்கும் உலகப் படம்; a diagrammatical representation of landscape, mountains, sea, etc., விளக்கப் படம், நிலப்படம், புவிஇயல் விளக்கப்படம்; graphical representation of facts, figures, statistics, etc., வரைபடம், அட்டவணை முதலியவை. • *These figures confuse me; draw a* **chart** *to make them clear.* a list of most popular records, மக்கள் விரும்பும் இசைத்தட்டுகளின் அட்டவணை. • *Some songs remain in the* **chart** *for a long time.* **chart**(*v.t*): to describe diagrammatically, படம், தெளிவுரை கொண்டு விவரி; to represent on chart, படம் வரைந்து தெளிவுபடுத்து; to make a chart, படம் வரை. • *The biography has clearly* **charted** *her life.*

char-ter/'tʃa:tə*/(*n*):'சாட்டஅ* / a formal document containing and confirming certain rights, titles, privileges, etc., பட்டயம், உரிமைப் பத்திரம். • *The rights and duties of an employee are governd by the* **charter** *of the organization.* • *The U.N.* **charter** *is a document of human rights.* the practice of engaging cars, buses, planes, rail, etc., வாடகைக்கு வண்டிகளையும், விமானங்களையும் அமர்த்திக் கொள்ளல். • *The party arrived by a* **chartered** *plane.* **charter**(*v.t*): to establish by a charter or to give or to grant a charter to, உரிமைகளைப் பத்திரம் மூலம் அளி (அ) உறுதியாக்கு; to hire or engage a ship, plane, etc., கப்பல், விமானம் முதலியவற்றைத் தனிப்பட்ட பயணத்திற்கு ஏற்படுத்திக் கொள். • *A special plane was* **chartered** *to carry the team.*

char-ter-flight/'tʃa:tə*flait /(*n*):'சாட்டஅ* ஃபிலய்ட் / a flight for a specific journey, not part of an airline's regular schedule, தனி, சிறப்பு விமானம்.

char-ry/'tʃeəri/(*adj*):'சஎஅரி / not willing to take risks, துணிச்சலில்லாத; cautious, கவனமுள்ள.

chase/tʃeis/(*v.t*):செய்ஸ் / to pursue, பின்தொடர்; to run after, துரத்து. • *The dog* **chased** *the cat but it failed to catch it.* to hunt, வேட்டையாடு; to hasten, அவசரப் படுத்து, அவசரப்படு. **chase**(*v.t*): to engrave metal, உலோகங்களை வெட்டாமல் அழகுபடுத்து. **chase**(*n*): hunt, வேட்டை யாடுதல்; that which is pursued or hunted, வேட்டையாடப்படுவது (அ) வேட்டை யாடுவது; a place where wild animals are bred for hunting and shooting, வேட்டையாடுவதற்கு வளர்க்கப் படும் காட்டு மிருகங்களுக்கான தனியிடம், காடு. • *The wild animals that destroyed the sugarcane fields had been given a good* **chase** *by the hunters.* an iron frame to hold types when set up, அச்சுக்கோர்ப்புச் சட்டம். **chaser**(*n*): one who chases, துரத்திச் செல்லுபவர்; a mild beverage taken after liquor, மதுபானம் அருந்திய பிறகு எடுத்துக் கொள்ளப்படும் சிறுபானம்.

chasm/'kæzəm/(*n*):'கஆஸஅம் / a deep opening in the earth, ஆழமான பெரும் பிளவு; a sharp difference, குறிப்பான வேறுபாடு.

chas-sis/'ʃæsi/(*n*):'ஷஆஸி / the frame work and under carriage of an automobile, மோட்டார் வண்டியைத் தாங்கி நிற்கும் அடிப்பகுதி எஞ்சின்; the landing gear of a plane, ஒரு விமானம் தரையிறங்கப் பயன்படும் அமைப்பு; the frame work used to move a gun, பீரங்கி வண்டி.

chaste/tʃeist/(*adj*):செய்ஸ்ட் / virtuous, pure, கற்புடைய, தூய்மையாக உள்ள; not taking part in unlawful sex activity, பால் உறவில் சுத்தமாக உள்ள. • *There are many* **chaste** *women.*

chas-ten/'tʃeisn/(*v*):'செய்ஸ்ன் / to correct one's conduct or behaviour by punishing, தண்டனை கொடுத்துத் திருத்து; try to make pure, தூய்மைப்படுத்த முயற்சி செய். • *She was* **chastened** *when she was punished for driving fast.*

chas-tise/tʃæ'staiz/(*v.t*):,சஆஸ்'டய்ஸ்: / to inflict pain physically by punishment, உடல் நோகும்படி தண்டனை கொடு. **chastisement**(*n*).

chas-ti-ty/'tʃæstəti/(*n*):'சஆஸ்ட்டிட்டி / purity in sex activity, பால் உறவில் தூய்மையாக இருத்தல், கற்புடைமை.

chat/tʃæt/(*v.i*):சஆட் / to talk in friendly way or talk idly, வீண்பேச்சுப் பேசு. • *Many people* **chat** *to spend their leisure time.* **chat**(*n*): idle talk, வீண்பேச்சு. • *I do not like* **chatting**. • *John has a* **chat** *with Jill.*

chat-eau/ˈʃætəu/*(n)*:ˈஷஊட்டஊ (ஷா-) / a

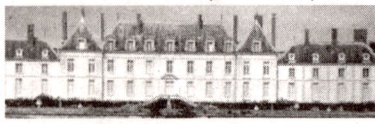

castle, கோட்டை, அரண்மனை; a large country house, பெரிய பண்ணை வீடு.

chat-show*(n)*: a television or radio programme in which celebrities are invited to talk informally about various topics, பிரபலங்கள் பங்கேற்கும் தொலைக்காட்சி **(அ)** வானொலி நிகழ்ச்சி.

chat-e-laine/ˈʃætəlein/*(n)*:ˈஷஊட்டலெய்ன் *(-ட்டி-)* / mistress of a large household, இல்லத்தரசி; a chain fastened around a lady's waist, with keys, watch, seals, etc. attached in it, சாவி, கடிகாரம் முதலியவற்றைத் தொங்க விட்டுக் கொள்ள பெண்கள் அணியும் ஒட்டியாணம்.

chat-tel/ˈtʃætl/*(n, sing)*:ˈசஊட்ல் / **chattels** *(n, pl)*: articles of movable property, இயங்குடைமைப் பொருள், தட்டுமுட்டுச் சாமான்.

chat-ter/ˈtʃætə*/*(v)*:ˈசஊட்ட* / talk with no purpose, வீணாகப் பேசு, பேசிப் பொழுது போக்கு; to talk foolishly, பிதற்று. • *There are some who spend their time* **chattering**. to make rapid speech like sounds esp. of birds and animals, பறவைகளையும், பிராணிகளையும் போல் ஒலி யெழுப்பு. • *The parrots are* **chattering** *in the trees.* **chatter***(n)*: a rapid and foolish talk, கடகடவென்று பேசுதல், பொருளில்லாத பேச்சு; a rattling of the teeth or machines, பற்களை நெறிக்கும் ஓசை, எந்திரங்கள் எழுப்பும் ஒலி. **chatter-box***(n)*: a person who goes on talking with no purpose, அர்த்தமில்லாமல் பேசிக் கொண்டிருக்கும் நபர்.

chauf-feur/ˈʃəufə*/*(n)*:ˈஷஉஃபஅ* / one employed to drive another's car, மோட்டார் வண்டி ஓட்டுவதற்கு வேலைக்கு இருப்பவர். **chauffeur***(v.t)*: to drive, மோட்டார் ஓட்டு.

chau-vin-is-m/ˈʃəuvinizəm *(n)*: ˈஷஉவினிஸ:ம் / unreasonable, excessive and blind love for one's country, one's sex, etc., வெறி, நாட்டுப்பற்று, தன் இனம் உயர்வு என்ற வெறித்தனம்; foolish enthusiasm for a cause, தன் கொள்கைதான் உயர்ந்தது என்று வெறிபிடித்து அலைதல்; blind enthusiasm for military glory, போர்வெறி. • *When she wanted to become a pilot, she had to face a lot of male* **chauvinism**. **chau-vin-ist**/ˈʃəuvinist*(n)*: ˈஷஉவினிஸ்ட்: one who is fond of military glory, போர் வெறியன். **chauvinistic***(adj)*.

chawal/ˈtʃa:wɔ:l/*(n)*:ˈட்சாவா:ல் / rice, especially as part of a dish, அரிசி உணவு.

cheap/tʃi:p/*(adj)*:சீப் / **cheaper, cheapest**: low in price, மலிவாக உள்ள; of low cost, விலை குறைவாக உள்ள; inferior, குறைந்த மதிப்புள்ள. • *When things are* **cheap**, *it doesn't mean the quality is bad.* low quality, தரம் குறைவாக உள்ள; unpleasant, vulgar, contemptible, மனநிறைவில்லாத, மோசமாக உள்ள, வெறுக்கத்தக்க. • *He makes himself* **cheap**, *as he moves with vulgar people.* **cheap***(adv)*: at a very low price, மிகக் குறைந்த விலையில். **cheap-en**/ˈtʃi:pən/*(v.t-v.i)*:ˈசீப்பஅன் / to cause to lower the price, விலையைக் குறைக்கக் காரணமாயிரு, மலிவு விலையை ஏற்படுத்து. • *Larger imports have* **cheapened** *the price of local goods.* seem less honourable, கௌரவக் குறைவாக நடந்து கொள். • *Some people* **cheapen** *themselves by carrying on smuggling business.*

cheat/tʃi:t/*(v.t)*:சீட் / to act in a dishonest way, நம்பிக்கைத் துரோகம் செய்; deceive, ஏமாற்று. • *She always* **cheats** *in examinations and she will be punished one day.* **cheat***(n)*: a fraud, ஏமாற்றுபவன்; one who cheats, வஞ்சிப்பவன். • *I am no* **cheat** *to take your money.*

check/tʃek/*(n)*:செக் / a restraint, ஒரு தடை; stoppage, நிறுத்தம், தடங்கல்; audit, தணிக்கை. • *The police gave a thorough* **check** *to the building before the meeting took place.* a position in the game of chess to warn the king, சதுரங்க ஆட்டத்தில், ஒரு நிலை, ராஜாவைத் தடைப் படுத்த ஓர் எச்சரிக்கை. • *The king cannot be moved when the* **check** *is there in the chess game.* a pattern of crossed lines forming squares, கட்டம். **check***(v.t)*: to restrain, கட்டுப்படுத்து; to verify, தணிக்கை செய். • *I* **checked** *through the file before I submitted it.* (in chess) to move one's pieces to restrain the opponent's king, சதுரங்க ஆட்டத்தில், எதிரியின் ராஜாவின் இயக்கத்தைத் தடைப் படுத்து. **checked***(adj)*: having square patterns, சதுரங்கக் கட்டங்களுடைய. **check in***(n)*: the reporting of one's arrival at a hotel desk, airport, etc., ஒருவர் வருகையை ஓய்வு விடுதி, தங்கும் விடுதி, விமான தளம் முதலியவற்றில் பதிவு செய்தல். **checklist**/ˈtʃeklist/*(n)*:ˈட்செக்லிஸ்ட் / a list of items required, things to be done, or points to be considered, used as a reminder, ஞாபகத்தில் வைக்க வேண்டிய, செய்ய வேண்டிய வேலைகளின் பட்டியல்.

check-mate/'tʃekmeit/*(n)*:'செக்மெய்ட் / (in chess) the final phase in chess when the king can neither be moved nor saved, total defeat, சதுரங்க ஆட்டத்தில் ராஜா கட்டுப்படுத்தப்படுதல், முழுத்தோல்வி. **checkmate***(v.t)*: to make a decisive move to defeat the opponent in the game of chess, சதுரங்க ஆட்டத்தில், ராஜாவை வீழ்த்துவதற்கு முடிவு எடு.

check-out/tʃekout/*(n)*:'செக்கஉட் / an arrangement for payment in self-service shop (desk), சுயசேவைக் கடைகளில், பணம் கொடுத்து, சாமான்களை வெளிக்கொண்டு வரும் இடம்; time for the guests to leave the hotel after payment, ஒரு தங்கும் விடுதியில் விருந்தினர் வெளியேறும் நேரம்.

check-up/tʃekup/*(n)*:'செக்கப் / usual medical examination, வழக்கமான மருத்துவச் சோதனை.

ched-dar/'tʃedə*/*(n)*:'ஷெடா:ə* / a kind of hard cheese, பாலாடைக் கட்டி வகை.

cheek/tʃi:k/*(n)*:சீக் / the fleshy part below the eye of a human being, கன்னம், தாடை. • *She kissed her child on its* **cheek**. impudent behaviour, திமிரான நடத்தை. **cheek***(v.t)*: to speak or behave rudely, திமிராகப் பேசு (அ) நடந்து கொள். **cheekly***(adj)*: disrespectful, மரியாதைக் குறைவாக உள்ள.

cheer/tʃiə*/*(n)*:'சியə* / a shout of joy, மகிழ்ச்சியில் ஆரவாரம் செய்தல். • *We hear the* **cheers** *of the crowd; our team must be winning.* a confident outlook, நம்பிக்கையுள்ள உணர்வு. • *When her lover returned, she was filled with* **cheer**. being joyful and merry, மகிழ்ச்சியாக இருத்தல். **cheer***(v.i)*: to shout in joy, மகிழ்ச்சியில் ஆரவாரம் செய். • *The boys* **cheered** *the winning team.* to give enouragement and inject confidence, உற்சாகமூட்டி, நம்பிக்கை கொடு. • *The accident victims were* **cheered** *when they saw the rescue party.* **cheer-ful**/'tʃiəful/*(adj)*: 'சியəஃபுல் / full of happiness, மகிழ்ச்சியுள்ள; lively, சுறுசுறுப்புள்ள; pleasant, இன்பமயமாக உள்ள; agreeable, willing, இணக்கமாக உள்ள, விருப்பமுள்ள. • *She looks* **cheerful** *as she has become a computer engineer.* **cheerless***(adj)*: without cheer, மகிழ்ச்சியில்லாத; **cheerlessly***(adv)*: without any cheer, உற்சாகம் இல்லாமல்.

cheer-y/'tʃiəri/*(adj)*:'சியəரி / hopeful, cheerful, நம்பிக்கையுள்ள, மகிழ்ச்சியுடன் உள்ள. **cheerfully***(adv)*, **cheerfulness** *(n)*, **cheerily***(adv)*, **cheeriness***(n)*.

cheese/tʃi:z/*(n)*:சீஸ்: / soft and solid food from curd or milk, பாலாடைக் கட்டி. • *I want some* **cheese** *to spread over the bread.*

cheese-paring/tʃi:z'peəriŋ/*(adj)*: சீஸ்:'பெəரிங் / extremely careful or mean with money, அதிகவனமுடைய (அ) பணத்தின் மேல் குறியான.

chee-tah/'tʃi:tə/*(n)*:'சீட்டə / an animal of the cat family like leopard, சிறுத்தைப் புலி.

chef/ʃef/*(n)*:ஷெஃப் / an expert male cook, சமையற்காரர். • *We have a separate* **chef** *for sweets.*

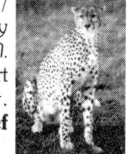

chem-i-cal/'kemikl/*(adj)*:'கெமிக்கəல் / pertaining to chemistry, வேதியியல் தொடர்பான. • **Chemical** *reaction takes place when sulphur burns in air.* **chemical***(n)*: substance used in chemistry or produced by chemical process, வேதியியலில் பயன்படும் பொருள், தனிமம், கூட்டுப்பொருள் முதலியவை.

che-mise/ʃə'mi:z/*(n)*:ஷெ'மீஸ்: / a woman's dress hanging from the shoulders, பெண்களின் உள்ளாடை.

chem-ist/'kemist/*(n)*:'கெமிஸ்ட் / a scientist who specialises in chemistry, வேதியியல் வல்லுநர்; druggist, மருந்து தயாரிப்பவர், மருந்து விற்பவர்.

chem-is-try/'kemistri/*(n)*:'கெமிஸ்ட்ரி / a science dealing with the internal properties of matter, and the reaction of the matter with one another, வேதியியல்.

chem-o-ther-a-py/ˌkeməuθerəpi/*(n)*: ˌகெமəஉத்'தெரப்பி / use of chemical substances for the treatment of certain diseases, like cancer, புற்று நோய் போன்ற சில நோய்களுக்கு, சில மருந்துகளைக் கொண்டு அளிக்கப்படும் சிகிச்சை.

cheque, check/tʃek/*(n)*: செக் / a written order in a printed form to a bank for payment in cash, உண்டியல், காசோலை.

chequ-er, check-er/'tʃekə*/*(n)*: 'செக்கə* / chess-board, சதுரங்கப் பலகை; a pattern of coloured squares, பல வண்ணக் கட்டங்களுடைய ஓர் அமைப்பு. **chequ-er-ed**/'tʃekəd/*(adj)*: 'செக்கə:ட் / marked with a pattern of different colour squares, பல வண்ணக் கட்டங்கள் உள்ள; full of changes, ups and downs in life, சீரான வாழ்க்கையில்லாமல் உள்ள.

cher-ish/ˈtʃeriʃ/(*v.t*):ˈசெரிஷ் / to care with love, அன்புடன் போற்றி வளர். • *I* **cherish** *my past memories as if they were my guidelines.* to have in mind firmly, மனத்தில் வைத்து போற்று. • *I* **cherish** *the fond hope that my son will return one day.*

che-root/ʃəˈru:t/(*n*): ˈஷெரூட் / a cigar with both ends open, சுருட்டு.

cher-ry/ˈtʃeri/(*n*):செரி / a small round red fruit with a stone-like seed, கெட்டியான கொட்டையுள்ள சிறிய சிவந்த பழம்; the tree that bears it, அச்சிவந்த பழங்களைக் கொடுக்கும் மரம்.

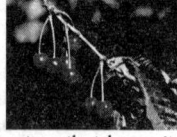

cher-ub/ˈtʃerəb/(*n*): ˈசெரஅப்: / a beautiful child with wings, (ancient paintings), இறக்கைகளைக் கொண்ட அழகிய குழந்தை; a pretty child, ஓர் அழகிய குழந்தை. **cherubic**(*adj*), **cherubically** (*adv*).

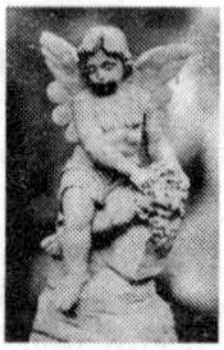

chess/tʃes/(*n*):செஸ் / a game for two players with sixteen play pieces each, played on a chequered board with 64 squares, சதுரங்க விளையாட்டு. **chessmen**: 32 pieces with which chess is played, சதுரங்கக் காய்கள். **chessboard**: a chequered board of 64 squares on which chess is played, சதுரங்கப் பலகை.

chest/tʃest/(*n*):செஸ்ட் / upper front part of the body below the neck, மார்பகம். • *A healthy, broad* **chest** *adds to one's personality.* a large strong box to keep valuables, பாதுகாப்பான பெட்டகம். • *Every office has a* **chest** *to keep cash.*

ches-ter-field/ˈtʃestə fi:ld/(*n*): ˈசெஸ்ட்டஃபீல்ட் / a sofa with back and arms, சாய்மானம், மெத்தை உள்ள ஒரு சுகமான உட்காருமிடம்.

chest-nut/ˈtʃesnʌt/(*n*):ˈசெஸ்(ட்)னட் / a reddish, brown nut that can be cooked and eaten, சமைத்துச் சாப்பிடக்கூடிய ஒருவகைக் கொட்டை; reddish brown horse, பழுப்பு நிறக் குதிரை.

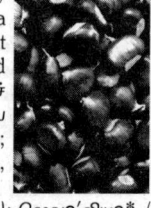

chev-a-lier/ˌʃevəˈliə*/(*n*):ˌஷெவஅ'லியஅ* / a horseman, குதிரை வீரன்; a gallant young man, வீரம் மிக்க இளைஞன்; a member of a certain honourable association, ஒரு கௌரவ கழகத்தின் உறுப்பினர்.

chev-ron/ˈʃevrən/(*n*):ˈஷெவ்ரஅன் / a piece of cloth in the shape V or Λ worn on the sleeve of a uniform to indicate the rank of the wearer, சீருடையில் அணியப்படும் பதவியைக் குறிக்கும் V (அ) Λ போன்ற துணிப்பட்டை.

chew/tʃu:/(*v.t-v.i*):சூ / to bite, to cut or to crush with teeth, பல்லால் கடி, பற்களினால் அரை, அசை போடு, மெல்லு. • *Some people* **chew** *even with false teeth.* grind and eat, மென்று தின். **chew the cud**: think deeply and take a decision, நின்று நிதானித்து, யோசித்து, முடிவு எடு. • *To go or not to go is the problem about which he is* **chewing the cud**. **chew**(*n*): a piece of tobacco for chewing, மெல்லுதற்கு ஒரு புகையிலைத் துண்டு; an act of chewing, மெல்லுதல். **chewing-gum**(*n*)

chic/ʃi:k/(*n*):ஷீக் (ஷிக்) / style and elegance, மிடுக்கும், அழகும். **chic**(*adj*): stylish, மிடுக்காக உள்ள.

chi-cane/ʃiˈkein/(*v*):ஷிˈகெய்ன் (சிக்-) / cheat by intelligent play of words, use or trickery, வார்த்தை களால் ஏமாற்று, தந்திரம் செய்து ஏமாற்று. **chican-e-ry**/ʃiˈkeinəri/(*n*):ஷிˈக்கெய்னரி / trickery, தந்திரம்; dishonest practice, நியாயமில்லாத செயல்.

chick/tʃik/(*n*):சிக் / a chicken, a baby bird, ஒரு கோழிக் குஞ்சு, குஞ்சு; a young girl, பெண். **chick-en**/ˈtʃikin/(*n*): ˈசிக்கின்: a young one of farm bird, கோழிக் குஞ்சு; hen, கோழி; cock, சேவல்; the meat of chicken, கோழி இறைச்சி. • *Do you like* **chicken** *roast?* a coward, கோழை. • *He was such a* **chicken** *that he could not come and play.* **chicken hearted**(*adj*): lacking courage, துணிச்சல் இல்லாத. **chicken pox**(*n*): an infectious disease, விளையாட்டம்மை, சின்னம்மை.

chic-o-ry/ˈtʃikəri/(*n*):ˈசிக்கஅரி / a plant whose root is roasted and ground to mix with coffee powder, காப்பித் தூளுடன் கலக்கப் பயன்படும் சிக்கரி.

chide/tʃaid/(*v*):சய்ட்: / **chided, chid, chidden**: rebuke, கண்டனம் தெரிவி; scold, blame, குற்றங்கூறு.

chief/tʃi:f/(*n*):சீஃப் / head or ruler, ஆட்சியாளர், தலைவர்; holder of the highest rank in an organization, உயர் அதிகாரி, தலைமை அலுவலர். • *The* **chief** *of the government is President.* **chief** (*adj*): main, very important, தலைமை யாக உள்ள, மிக முக்கியமான. • *The* **chief**

officer maintains very good discipline. **chiefly***(adv)*: mainly, முக்கியமானதில், முக்கியமாக.

chief-tain/'tʃi:ftən/*(n)*:'சீஃப்டின் (டன்) / leader of tribe, ஒரு குழு/கூட்டத்தின் தலைவர், நாட்டாண்மைக்காரர்.

chif-fon/'ʃifɔn/*(n)*:'ஷிஃபான் / a transparent flimsy material, மிக மெல்லியதான துணி.

chil-blain/'tʃilblein/*(n)*:'சில்ப்:லெய்ன் / a painful swelling on hand and feet caused by cold weather, கடுங்குளிரால் கைகால்களில் ஏற்படும் வீக்கம், சேற்றுப் புண்.

child/tʃaild/*(n, sing)*:சய்ல்ட்: / **children** *(n, pl)*: an infant, a baby, a young boy or girl, குழந்தை, சிறுவன், சிறுமி. **child-hood**/'tʃaildhud/*(n)*:'சய்ல்ட்:ஹுட்: / the state of being child, குழந்தைப் பருவம். • *His* **childhood** *has not been that happy.* **child-ish**/'tʃaildiʃ/*(adj)*: 'சய்ல்ட்:டிஷ் / like a child, சிறுபிள்ளைத் தனமான. **childish***(adv)*, **childishness** *(n)*, **child's play***(n)*: that which is very easy to do, செய்வதற்கு எளிதானது.

chill/tʃil/*(v.t-v.t)*:'சில் / to become cold, குளிரூட்டு; turn cold, குளிர வை. • *The weather* **chills** *the nerves.* to become fearful, பயப்படு. • *The novel simply* **chilled** *me.* to discourage, ஊக்கம் கெடு, துணிவிழ, துணிவிழக்கச் செய். • *No failure can* **chill** *my spirits.* **chill***(n)*: coldness, குளிர் நிலை, குளிச்சசி; a shivering feeling, உணர்ச்சிக் குறைவு, குளிரினால் நடுங்குதல்; coldness of manners, ஆர்வக்கேடு. • *I felt a* **chill** *in my veins when I heard the news.* **chill***(adj)*: shivering, நடுக்கம் ஏற்படுத்தக் கூடிய; unpleasantly cold, சகித்துக் கொள்ள முடியாத குளிருள்ள. • *A* **chill** *wind sometimes does good.* not emotional, ஊக்கமும் உணர்ச்சியும் குறைவாக உள்ள

chil-li/'tʃili/*(n, sing)*:'சிலி / **chillies***(n, pl)*: [also **chile**]: the very hot tasting dried fruit of guinea pepper or capsicum, மிளகாய் வற்றல். **chill-y**/'tʃili/*(adj)*'சிலி: very cold, மிகக் குளிராக உள்ள; rather cold, சற்றுக் குளிராக உள்ள. • *There is no rain yet it is* **chilly**. not friendly, நட்புத் தன்மை இல்லாத. • *She threw a* **chilly** *stare at me and turned away.* **chilliness***(n)*.

chime/tʃaim/*(n)*:சய்ம் / the musical sound of bells in harmony, ஒத்திசைக்கும் மணி ஓசை; harmony, இசைவு, இசை, ஒருங்கிசைவு. • *The* **chime** *of the tower clock sounds musical.* **chime***(v.i-v.t)*: to sound in harmony, ஒத்திசை; to strike, மணியடி; produce rhyme, இசையுடன் ஒலியெழுப்பு; to agree, ஒப்புதல் கொடு. • *The temple bells* **chimed**. • *The director's opinion on this issue* **chimes** *with the manager's.*

chi-me-ra/kai'miərə/*(n)*:கய்'மியரஅ (கிமி) / [also **chimaera**]: an imaginary fearful creature, (female) breathing fire, கற்பனையான பயங்கரமான நெருப்பு மூச்சு விடும் பெண் உருவம்; a grotesque imagination, பயங்கரமான கற்பனை, மனத்தோற்றம்.

chi-me-ri-cal/kai'merikl/*(adj)*: கய்'மெரிக்கஅல் / impracticable, நடைமுறைக்கு ஒவ்வாத; imaginary, கற்பனையாக உள்ள; baseless, ஆதாரமற்ற; fanciful, சிந்தனைக்கு எட்டாத. • *Most of his plans are* **chimerical**.

chim-ney/'tʃimni/*(n)*:'சிம்னி / a wide glass tube round the flame of a lamp, விளக்குச் சுடரினைச் சுற்றி இருக்கும் கண்ணாடி; any structure to draw out smoke from the fire, புகைபோக்கி; a narrow passage on a rock face or fissure for climbing rocks, பாறைகள் மீது ஏற உதவும் குறுகிய பிளவு.

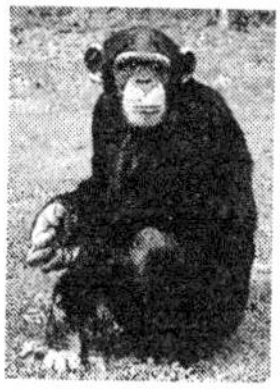

chim-pan-zee/ˌtʃimpən'zi:/*(n)*: ˌசிம்ப்பஅன்'ஸி: / [also **chimp**]: a dark haired African ape, ஆப்பிரிக்கா கண்டத்தில் காணப்படும், வாலில்லா மனிதக் குரங்கு.

chin/tʃin/*(n)*:சின் / the front part of the face below the mouth, முகவாய்க்கட்டை. • *She used to punch her child on the* **chin**.

China/'tʃainə/*(n)*:'சய்னஅ / very hard white substance got by baking fine clay at high temperature, பீங்கான்; porcelain, china-ware, earthenware, பீங்கான் பாத்திரங்கள்; a country in Asia, சீனா - ஓர் ஆசிய நாடு.

chine/tʃain/*(n)*:'சய்ன் / an animal's back bone (used as meat also), இறைச்சியாகப் பயன்படும் ஒரு மிருகத்தின் முதுகெலும்பு.

Chi-nese/ˌtʃai'ni:z/*(n)*: 'சய்'னீஸ்: / a native of China, சீன நாட்டுக்காரர்.

chink/tʃiŋk/*(n)*:சிங்க் / a small narrow cleft, ஆழமான பிளவு; a slit, குறுகிய துளை. • *A* **chink** *of light penetrated the roof and lighted the dark room.* ringing sound of coins, நாணயங்களின் கலகல வென்ற ஓசை; a fault or weakness, குறை (அ) பலவீனம். • *Any* **chink** *in my draft will be frowned upon by my boss.*

chintz/tʃints/*(n)*:சின்ட்ஸ் / printed cotton cloth glazed or unglazed, பளபளப்பு ஆக்கப்பட்ட (அ) ஆக்கப்படாத அச்சு வண்ணம் உள்ள பருத்தித் துணி.

C

chip/tʃip/*(n)*:சிப் / a small piece of wood or vegetable, broken or chopped off, சிறிய துண்டு. • *I like potato* **chips**. a thin slice of fried vegetable, வற்றல், வறுவல்; a coin, நாணயம். **chip***(v.t-v.i)*: to cut off a small piece, சிறு துண்டாக வெட்டு. • *This wood* **chips** *easily well.* to be breakable, எளிதில் உடையும் தன்மை பெற்றிரு. • *The chinaware is* **chipped** *easily.* **chipset**/tʃipset/*(n)*:ட்சிப்ஸெட் / a collection of integrated circuits which are designed to function together as a unit in computer system, கணினி இயங்க ஏதுவாகும் மின்னணுச் சுற்றுகளின் தொகுப்பமைப்பு.

chi-ro/'kaiərəu/'கயஅரஅஉ / the hand, கை; (this syllable joins to make compound words).

chi-ro-gra-phy/ˌkaiə'rɔgrəfi/*(n)*: ˌகயஅ'ரஅஉக்:ரஅஃபி / handwriting, கையெழுத்து; penmanship, எழுத்துத் திறமை.

chi-ro-man-cy/'kaiərəumænsi/*(n)*: கயஅரஅஉமஜ்ன்ஸி / the art of analysing the hand and studying the same to tell one's character or future, கை (அ) உள்ளங் கையை ஆராய்ந்து ஒருவர் குணம் (அ) எதிர் காலம் கூறல்; palmistry, கைரேகை நூல்.

chirp/tʃ3:p/*(v.t-v.i)*:சஅ:ப் / [also **chirrup**]: to make a sharp shrill cry, கிறீச்சிடு, பறவை போல் கத்து; speak in joy, மகிழ்வுடன் பேசிக்கொண்டிரு. **chirp***(n)*: shrill sharp sound of a bird, பறவையின் கிறீச் குரல். **chirpy***(adj)*: cheerful, மகிழ்ச்சியாக உள்ள. **chirpily** *(adv)*, **chirpiness***(n)*.

chirr/'tʃir/*(n)*:'ட்சிர் / a low trilling sound, தாழ்ந்த நிலை ஒலி.

chis-el/'tʃizl/*(n)*:'சிஸ்ல் / a cutting tool with a long flat edge, வெட்டுளி. **chisel** *(v.t-v.i)*: to cut or shape with a chisel, வெட்டு (அ) செதுக்கு, உருவமை. • *Beautiful sculptures and inscriptons had been* **chiselled** *out on rocks.* to trick, to deceive, தந்திரம் செய், ஏமாற்று. • *A stranger* **chiselled** *me out Rs. 1000/-.*

chit/tʃit/*(n)*:சிட் / a short note, துண்டுச் சீட்டு; a voucher, பணக்குறிப்புச் சீட்டு. **chit***(n)*: a child, ஒரு குழந்தை; a young person, especially a girl, ஓர் இளம் பெண்.

chit-chat/'tʃittʃæt/*(n)*:'சிட்சஜட் / gossip, வெட்டிப் பேச்சு; light conversation, சாதாரணமாகப் பேசிக் கொண்டிருத்தல்.

chiv-al-rous/'ʃivlrəs/*(adj)*:'ஷிவஅல்ரஅஸ் / showing courage and honour, gentleness and good manners, துணிச்சலும், பெருந்தன்மையும், நல்ல பண்பும் உள்ள; showing honour and a spirit of adventure to women, பெண்களிடம் மரியாதையாக நடந்து கொண்டு, அவர்களைக் காத்து நிற்கும் பண்புள்ள. **chivalrously***(adv)*.

chiv-al-ry/'ʃivlri/*(n)*:'ஷிவஅல்ரி / (in middle ages) (இடைக்காலத்தில்); knighthood, வீர மரபு, வீரம் புரிதல்; brave acts, வீரச் செயல்கள்; magnanimity, பெருந்தன்மை; mighty quality of defending the weak and fair sex, எளியோரையும், பெண்களையும் காக்கும் நற்பண்பு.

chive/tʃaiv/*(n)*:சய்வ் / a small herb of the onion kind, வெங்காய வகையைச் சேர்ந்த மூலிகை.

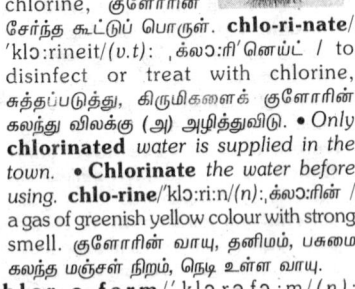

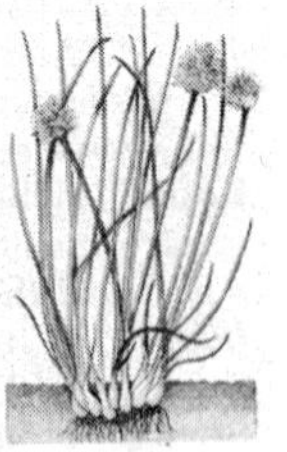

chlo-ride/'klɔ:raid/*(n)*:'க்லாஅ:ரய்ட்: / a chemical compound of chlorine, குளோரின் சேர்ந்த கூட்டுப் பொருள். **chlo-ri-nate**/'klɔ:rineit/*(v.t)*: ˌக்லாஅ:ரி'னெய்ட் / to disinfect or treat with chlorine, சுத்தப்படுத்து, கிருமிகளைக் குளோரின் கலந்து விலக்கு (அ) அழித்துவிடு. • *Only* **chlorinated** *water is supplied in the town.* • **Chlorinate** *the water before using.* **chlo-rine**/'klɔ:ri:n/*(n)*:ˌக்லாஅ:ரின் / a gas of greenish yellow colour with strong smell. குளோரின் வாயு, தனிமம், பசுமை கலந்த மஞ்சள் நிறம், நெடி உள்ள வாயு.

chlor-o-form/'klɔrəfɔ:m/*(n)*: 'க்லாஅரஅஃபாஅ:ம் / a strong smelling chemical used as an anaesthetic, குளோரோஃபார்ம், முகர்ந்தால் உணர்வு இல்லாமல் செய்யக்கூடியது, அறுவை சிகிச்சைக்கு முன், உணர்வு இல்லாமல் செய்யப்பயன்படும் மருந்து.

chlo-ro-phyll/'klɔrəfil/*(n)*:'க்லாஅரஅஃபில் / green coloured substance found in the plants (essential for photosynthesis), தாவரங்களில் காணப்படும் ஒளிச் சேர்க்கைக்கு உதவக்கூடிய பச்சையம்.

chock/tʃɔk/*(n)*:சாஅக் / a piece of wood placed under a door, boat, etc., to prevent it from moving, முட்டுக்கட்டை; a wedge to stop things from moving down, நகராமல் இருக்கும்படி செய்ய ஒரு கட்டையைச் செருகுதல். **chock***(v.t)*: to hold in place, நிலையில் இருக்கும்படி செய்; to support with a chock, நகரும் ஒன்றை முட்டுக் கட்டையால் நிறுத்தி ஆதரவு கொடு.

choc-o-late/'tʃɔkələt/*(n)*:'சாஅக்கஅலிட் / a hard cake made from the seeds of the cocoa plant, mixed with sugar etc., candy, a beverage made by pouring boiling water or milk over this, கோக்கோ, சர்க்கரை முதலியவற்றுடன் நீர் (அ) பால் கலந்து தயாரிக்கப்படும் பானம். **chocolate**(*adj*): dark brown colour, சாக்லெட் நிறமுள்ள.

choice/tʃɔis/(*n*):சாய்ஸ் / a thing or subject chosen or possibility of choosing the best, தேர்ந்தெடுக்கப்பட்டது, மிகச் சிறந்ததைத் தேர்ந்தெடுக்கும் வாய்ப்பு; act or right of choosing, தேர்வாற்றல், தேர்ந்தெடுக்கும் உரிமை. • *Early birds have the best* **choice**. • *The only* **choice** *open to me is to accept defeat.* **choice** (*adj*): of very good quality, மிகத் தரமான, மிகச் சிறந்த; well chosen or selected, நன்கு தேர்ந்தெடுக்கப்பட்ட. • *In a few* **choice** *words she explained the most intricate problem.*

choir/'kwaiə*/(*n*):'க்உஅயə* / a group of people singing together, a body of trained singers, கிறித்தவக் கோயிலின் பாடகர் குழு; the place or part of the church occupied by the church singers, கிறித்தவக் கோயிலில் பாடகர் குழுவிற்குரிய பகுதி.

choke/tʃəuk/(*v.t-v.i*):சəஉக் / to stop breathing by the compression of windpipe, மூச்சடை, மூச்சுத் திணற வை; to stifle, மூச்சுக் குழலை அழுத்து; to be suffocated, மூச்சுத் திணறலினால் துன்பப் பட்டிரு. • *It was a fish bone that* **choked** *him to death.* to control (one's feelings) as if arresting them in one's throat, தொண்டையில் அடைத்து, உணர்ச்சியைக் கட்டுப்படுத்து. • *She tried to* **choke** *back her terrible feelings when her husband came home drunk.* **choke**(*n*): the act of choking, மூச்சுத் தடை; suffocation, மூச்சுத் திணறல்; a device in the petrol engine, உள் எரி எஞ்சினில் உள்ள தடுப்பி. **choked**/tʃəukt/(*adj*):சəஉக்ட் / furious or angry, upset, சீற்றம் கொண்டுள்ள, கோபமாக உள்ள, தடுமாறிக் கொண்டுள்ள.

chok-er/tʃəukə*/(*n*):சəஉக்கə* / a necklace or narrow band, decorated and worn round a woman's neck, அட்டிகை.

choky/'tʃəuki/(*n*):'சəஉக்கி / a prison, சிறைச்சாலை.

chol-er/'kɔlə*/(*n*):'காலə* / anger, கோபம்; wild temper, சினம். **choleric**(*adj*): easily excited, கோபிக்கின்ற. **cholerically** (*adv*).

chol-e-ra/'kɔlərə/(*n*):'காலərə / an infectious disease, purging and vomiting, வாந்தி பேதி.

cho-les-te-rol/kə'lestərɔl/(*n*): கலெ'ஸ்ட்டரால் (-டியə-) / a substance in body cells that help to carry fats, கொழுப்புப் பொருளை எடுத்துச் செல்வதற்குப் பயன்படும் இரத்தத்தில் காணப்படும் பொருள்.

choose/tʃu:z/(*v.t*):சூஸ்: / to pick out and select freely, பொறுக்கி எடு; to prefer, வேண்டியதை, விரும்பியதைத் தேர்ந்தெடு. • *'Pukar' was* **chosen** *to the best film award in 2000.* to decide, முழுமையாக ஆராய்ந்து முடிவு செய். • *I* **choose** *not to do it now.* • *Because of death and imprisonment, I* **chose** *to run away.* **choos-y**/'tʃu:zi/(*adj*): சூஸி: / very careful in selecting or choosing, தேர்ந்து எடுப்பதில் மிக்க கவனமுள்ள; rather difficult to please, மனநிறைவு அடையச் செய்வதில் கடினமாக உள்ள. • *The man is rather* **choosy** *about his dress.*

chop/tʃɔp/(*v.t*):சாப் / **chopped, chopping**: to cut into small pieces with an axe or a sudden blow, நறுக்கித் துண்டு போடு, துண்டி; split up, பிளவு படுத்து. • *I know to* **chop** *the fire wood.* to bring to an end, முடிவுக்குக் கொண்டு வா. • *The municipality has* **choppd** *funding for building schools.*

chopper/'tʃɔpə*(*n*):'சாப்பə* / a kind of axe, ஒருவகைக் கோடரி.

chop-pers/'tʃɔpəz/(*n*):'சாப்பə:ஸ்: / teeth, பற்கள்.

chop-stick/'tʃɔpstik/(*n*):'சாப்ஸ்ட்டிக் / one of a pair of narrow sticks to carry food to the mouth, ஒரு ஜதை குச்சிகள், உணவு எடுத்துச் சாப்பிடுவதற்குப் பயன்படுவது, சீனா, ஜப்பான் முதலிய நாட்டவர்கள் பயன் படுத்துவது.

chord/kɔ:d/(*n*):கா:ட்: / the straight line connecting the ends of an arc, the string of a musical instrument, இசைக் கருவி களின் நரம்பு; any string like structure, நரம்பு.

chore/tʃɔ:*/(*n*):சா* (சாə*) / an odd job, ஏதோ ஒரு வேலை; some house work, வீட்டு வேலை. • *It is such a* **chore** *doing the kitchen work.*

cho-reo-gra-phy/ˌkɔri'ɔgrəfi/(*n*): ˌகாரிாகி:ரəஃபி / the sequence of steps and movements for a ballet or for a dance, நடன அடவுகள்.

chor-is-ter/'kɔristə*/(*n*):'காரிஸ்ட்டə* / a member of a group of people who sing together, பாடகர் குழுவில் பாடும் ஒருவர்.

chor-tie/'tʃɔ:ti/(*v.i*):'சா:ட்டீ / to chuckle with delight, மகிழ்ச்சியில், சிரிப்பொலி எழுப்பு.

cho-rus/'kɔ:rəs/(*n*):'கா:ரəஸ் / a song in which all join to sing, எல்லோரும் சேர்ந்து பாடுதல்; a band of singers, பாடகர் குழு. • *All those assembled joined in the*

chorus. any simultaneous utterance by a group of people, பல குரல் பேச்சு. • *The result was greeted by a* **chorus** *of 'ah'!* **chorus**(*v.t*): to sing together, சேர்ந்து பாடு; to say at the same time, ஒரே சமயத்தில் பேச்சு எழுப்பு. • *All the people* **chorused** *the praise of the musician.*

chose/tʃəuz/(*v*):சஉஸ்: / past tense of "choose", "choose" என்பதன் இறந்த கால வடிவம்.

chosen/ˌtʃəu'sen/சஉ'ஸ்ன் / past participle of "choose", "choose" என்பதன் இறந்த கால வினைமுற்று.

choul-try/'tʃəultri/(*n*):'சஉல்ட்ரி / rest house, தங்குமிடம், சத்திரம், சாவடி.

chouse/tʃəus/(*n*):சஉஸ் / a swindler, ஏமாற்றுபவன்.

chow/tʃau/(*n*):சஉ / a dog of Chinese breed, சீன நாய், கறுப்பு நாக்கும் கனத்த கறுப்புத் தோலும் கொண்டது.

chrism/'krizəm/(*n*):'க்ரிஸ:ம் / sacred oil, புனிதமான எண்ணெய்; a consecrated oil, புனித நீராட்டுவதற்குப் பயன்படும் எண்ணெய்.

Christ/kraist/(*n*):க்ரய்ஸ்ட் / Jesus Christ, the founder of Christianity, இயேசு நாதர், கிறித்தவ மதத்தைத் தோற்றுவித்த தேவதூதர்.

christ-en/'krisn/(*v.t*):'க்ரிஸ்ன் / admit to the Christian fold, கிறித்தவ மதத்தில் சேர்த்துக் கொள்; baptize, பெயர்சூட்டு; give a name to, இயேசுவின் பெயரால் கூப்பிடு.

Chris-tian/'kristʃən/(*n*):'க்ரிஸ்ட்டியஅன் / a person who believes in the teachings of Jesus Christ, கிறித்தவ நெறியில் பக்தி உள்ளவர்; a pious person, நெறி தவறாதவர். **Christian**(*adj*): pertaining to Christianity, கிறித்தவப் பற்றுள்ள. அன்புடைமையும் பரந்த மனப்பான்மையும், தரும சிந்தனையுமுள்ள. • *The* **Christian** *ideas are divine.* kind, generous • *He is a* **Christian** *(a very good man).* **Chris-ti-an-i-ty**/ˌkristi'ænəti/(*n*): ˌக்ரிஸ்ட்டி'யஅனிட்டி / the religion based on the teachings of Christ, கிறித்தவ மதம்.

Christ-mas/'krisməs/(*n*):'க்ரிஸ்மஅஸ் / an annual celebration of the birth of Christ held on 25th December, every year; ஒவ்வோர் ஆண்டும் டிசம்பர் 25ம் நாள் கொண்டாடப்படும் கிறித்துமஸ் பண்டிகை.

chroma/'krəuma/(*n*):'கரஅஉமா / purity or intensity of colour, சுத்தத்தன்மை (அ) நிறத்தின் அடர்வு.

chrome/krəum/(*n*):க்ரஅஉம் / [also **chromium**]: a metal that is very resistant to corrosion, it is used generally for plating other metals, துருப்பிடிக்காத குரோமியம் என்ற உலோகம், ஆகவே பிற உலோகங்கள் மீது பூச்சாகப் பயன்படுகிறது. **chrome**(*n*): a hard alloy, கடினமான கலப்பு உலோகம், பூச்சு வண்ணமாகப் பயன்படுகிறது.

chro-mo-some/'krəuməsəum/(*n*): 'க்ரஅமஅஸஅஉம் / (genetics) thread like bodies found in all living cells (chromatin) that carry the genes that control the nature, character, etc., of a young plant, animal or cell, உயிரணு, மரபு வழியாக வரும் இவ்வணுக்கள் நூல்போல் அமைப்பு கொண்டவை, உயிர்வாழும் தாவரம், பிராணி, செல் இவற்றின் இயல்பு, பண்பு முதலியவற்றினைக் கட்டுப்படுத்தும் தன்மை கொண்ட உயிரணு.

chron-ic/'krɔnik/(*adj*):'க்ரஒனிக் / lasting for a long time, நாட்பட்ட தன்மை உள்ள, தீராத நோயுள்ள; suffering from a disease for a long time, வெகு நாட்களாக நோயினால் பீடிக்கப்பட்டுள்ள. • *There are certain* **chronic** *problems which the government do not solve at all.* **chronically**(*adv*).

chron-i-cle/'krɔnikl/(*n*):'க்ரஒனிக்ல் / record of events in the order of time, annals, கால வரிசையில் தொகுக்கப்பட்ட நிகழ்ச்சித் தொடர்குறிப்பு, ஆண்டுக்குறிப்பு. • *The* **chronicle** *of political murders is rather frightening.* **chronicle**/(*v.t*): to make a chronicle of events, வரலாற்று நிகழ்ச்சி-களை, கால அட்டவணைப்படி வரிசைப் படுத்து. • *The growth of the City Bank is* **chronicled**. **chronicler**(*n*). **chro-nol-o-gy**/krə'nɔlədʒi/(*n*): ˌக்ரஅ'னஒ'லஅஜி / the science which measures time, giving dates to events, time, line, a time chart, நிகழ்ச்சிகளின் கால அட்டவணை. • *Every institution has a* **chronology** *of events of the preceding year.*

chro-nom-e-ter/krə'nɔmitə*/(*n*): க்ரஅ'னஒமிட்டஅ* / an accurate clock for measuring time used for scientific purposes, மிக நுட்பமாகக் காலத்தை அளக்கப் பயன்படும் காலமானி; an instrument to measure the longitude at sea, கடல் பயணத்தில் தீர்க்க ரேகையைக் காணப் பயன்படும் கருவி.

chrys-a-lis/'krisəlis/(*n, sing*)/**chrysalises** (*n, pl*):'க்ரிஸஅலிஸ் / the pupa of a moth or butterfly (pupa = an insect in its initial stage), வண்ணத்துப் பூச்சி (அ) விட்டில் பூச்சி இவற்றின் புழுப் பருவம்.

chub/tʃʌb/*(n)*:*சப்:* / a common fresh water fish, ஆற்று மீன்.
chub-by/'tʃʌbi/*(adj)*:*'சபி:* / agreeably fat (said about children and adults), சற்று சதைப் பிடிப்புள்ள. • *The child with* **chubby** *cheeks looks fine.*
chuck/tʃʌk/*(v.t)*: (colloq):*சக்* / to toss, தூக்கி எறி; to pat under the chin, தாடையின் கீழ் செல்லமாகத் தட்டு; to throw, வீசியெறி. • *She* **chucked** *the empty basket away.* to stop, to leave, நிறுத்து, விட்டுவிடு. • *I got fed up with the job and* **chucked** *it.* **chuck***(n)*: a gentle blow under the chin, தாடையின் கீழ் செல்லமாகத் தட்டுதல். dismissal, வேலையை விட்டு நீக்குதல்; a careless throw, அலட்சியமாக எறிதல். **chuck***(n)*: meat (beef) cut from the neck to the shoulder blade, கழுத்திலிருந்து தோள்பட்டை வரை வெட்டியெடுக்கப்படும் மாட்டிறைச்சி; in a machine, a device for holding a tool, ஒரு கருவியைத் தாங்கும் அமைப்பு.
chuck-le/'tʃʌkl/*(v.i)*:*'சக்ல்* / laugh quietly or gently, மெல்ல தனக்குத் தானே சிரி. • *Whenever he reads an interesting novel, he* **chuckles** *to himself.* **chuckle***(n)*: a low laugh, உள்ளூர நகைத்தல். • *She gave a* **chuckle** *when he saw her.*
chuk-ker/'tʃʌkə*/*(n, pl)*:*'சக்கə** / [also **chukka**]: one of the periods of seven minutes of play in polo, போலோ ஆட்ட காலப் பிரிவுகளில் அதாவது ஏழு நிமிடங் களில் ஒன்று.
chum/tʃʌm/*(n)*:*சம்* / an intimate friend (among children), நெருங்கிய நண்பன். **chum***(v.it)*: to make friends, நட்புக் கொள். **chummy***(adj)*, **chummily***(adv)*.
chump/tʃʌmp/*(n)*:*சம்ப்* / a fool, முட்டாள்; a piece of meat with a bone, எலும்புடன் கூடிய இறைச்சி.
chunk/tʃʌɲk/*(n)*:*சங்க்* / a thick lump cut off, வெட்டப்பட்ட பருத்த துண்டு. • *A* **chunk** *of cake has been carried away by the cat.* a large amount, பெரும் அளவு. • *Luxury items take quite a* **chunk** *of the income in every family.* **chunk-y**/tʃʌŋki/*(adj)*: (ட்ச்)சங்கி / thick, heavy, கனமாக உள்ள, பளுவுள்ள.
church/tʃ3:tʃ/*(n)*:*சə:ச்* / a place of worship for Christians, கிறித்தவ தேவாலயம். • *He has joined the* **church**. the religious services, மதச் சடங்குகள். • *The* **church** *should not interfere with the state.* the religious power, மதத்தின் செயல்திறன். **church***(adj)*: belonging to the church, கிறித்தவ மதத் தொடர்பான. **church-yard**/'tʃ3:tʃja:d/*(n)*:*'சə:ச்யாட்:* / a piece of ground around or near a church, also a burial ground, கிறித்தவக் கோயிலின் சுற்றுப்புறம், கல்லறைத் தோட்டம்.
churl/tʃ3:l/*(n)*:*சə:ல்* / a rude person, நாகரிகம் இல்லாதவர், முரடர். **churl-ish**/'tʃ3:liʃ/*(adj)*:*'சə:லிஷ்* / bad tempered, கோபம் உள்ள, நாகரிகமற்ற. **churl-ish-ly**/'tʃ3:liʃli/*(adv)*:*'சə:லிஷ்லி* / rudely, முரட்டுத் தனமாக, மரியாதை அற்ற. **churlishness***(n)*.
churn/tʃ3:n/*(n)*:*சə:ன்* / a kind of vessel used for separation of butter from the curd, தயிர் கடைந்து வெண்ணெய் எடுக்கப் பயன்படும் தாழி, தயிர் கடையும் மத்து. **churn***(v.t)*: to make butter by stirring, தயிர் கடை, வெண்ணெய் எடுப்பதற்குக் கடை; swirl violently, தீவிரமாகச் சுழலு/ சுழற்று. • *The boat began to* **churn** *as it started moving in the water.*
chut-ney/'tʃʌtni/*(n)*/an India dish, *'சட்னி.*
cic-a-trice/'sikətris/*(n, sing)*:*'ஸிக்கəட்ரிஸ்* / **cicatricus***(n, pl)*, [also **cicatrix**]: a scar, காயத்தின் வடு.
ci-ce-ro-ne/ˌtʃitʃə'rəuni/*(n)*:*ˌஸிஸə'ரəஉனி* / a guide who helps tourists to visit places of interest, உல்லாசப் பயணிகளுக்கு விளக்கம் கூறி உதவி செய்பவர், வழிகாட்டி.
-cide/said/*(suffix form)*:*ஸய்ட்:* / denoting a person or substance that kills, கொல்லும் தன்மையைக் குறிக்கும் சொல்.
ci-der/'saidə*/*(n)*:*'ஸய்டə** / [also, **cyder**]: an alcoholic drink made from apple juice, ஆப்பிள் பழத்தினின்று தயாரிக்கப் படும் மதுபானம்.
ci-gar/si'ga:*/*(n)*:*ஸி'கா:** / a small roll of tobacco leaves for smoking, புகையிலைச் சுருட்டு.
cig-a-rette/ˌsigə'ret/*(n)*:*ˌஸிக:ə'ரெட்* / a thin roll or finely cut tobacco stuffed into a white paper roll, வெண்சுருட்டு, சிகரெட்டு.
cin-cho-na/siɲ'kəunə/*(n)*:*ஸிங்'கəஉனə* / a kind of tree from whose bark quinine is obtained, கொய்னா மரம்.
cinc-ture/'siɲktʃə*/*(n)*:*'ஸிங்க்சə** *(-சுə*)* / belt, girdle, கச்சை, சுற்று வளையம்.
cin-der/'sində*/*(n)*:*'ஸின்டə** / partly burnt wood or coal, கனல், தணல். • *The potato was burnt to a* **cinder**.
Cin-de-rel-la/ˌsində'relə/*(n)*/*ˌஸின்டə'ரெலə* / a person or thing that is ignored or not respected, அலட்சியப்படுத்தப்படும் ஒன்று.
cin-e-ma/'sinəmə/*(n)*:*'ஸினəமə (-மா)* / movie theatre, திரையரங்கம்; movie and talkie, திரைப்படக் காட்சி. **cin-e-mat-o-graph**/ˌsinə'mætəgra:f/*(n)*: *ˌஸினə'மæட்டə'க்:ராஃப் (-æஃப்)* / a

motion picture, திரைப்படம்; projector, திரைப்படம் காட்டும் கருவி. **cin-e-ma-to-gra-phy**/ˌsinəmə'tɔgrəfi/(*n*): ˌஸினஅ'மஃட்டஅ'க்ராஃபி / the science or art of making cinema films, திரைப்படம் எடுக்கும் கலை, தொழில்.

cin-er-ar-y/'sinərəri/(*adj*):'ஸினஅரஅரி / pertaining to ashes, சாம்பல் (அஸ்தி) தொடர்பாக உள்ள. **cin-e-ra-ri-um**/ˌsinə'reəriəm/(*n, sing*):ˌஸினஅ'ரஃரியஅம் (-ரஎஅ-) / **cinerariums**(*n, pl*): a place for ashes after cremation, எரியூட்டிய பிறகு சாம்பலை வைத்திருக்குமிடம். **cin-e-re-ous**/'sinəriəs/(*adj*):'ஸினஅரியஅஸ் / of ash colour, சாம்பல் நிறமாக உள்ள. **cineration**(*n*): reducing to ashes, சாம்பலாக்குதல்.

cin-na-bar/'sinəba:*/(*n*):'ஸினஅபா* / red sulphide of mercury, சிவப்பு நிறப் பாதரச சல்பைடு; a mineral of mercury, பாதரஸ தாதுப்பொருள், இங்குலிகம்; bright red, நல்ல சிவப்பு நிறம்.

cin-na-mon/'sinəmən/(*n*):'ஸினஅமஅன் / a tree, the bark of which is used as spice (for giving special taste to food),

இலவங்கப் பட்டை மரம், இலவங்கப் பட்டை. **cinnamon** (*adj*): having yellow-brown colour, மஞ்சள் கலந்த பழுப்பு நிறமுள்ள.

ci-pher/'saifə*/(*n*):'ஸய்ஃபஅ* / [also **cypher**]: a secret writing code, இரகசிய எழுத்து முறை, இரகசிய மொழி. • *We have received a message written in* **cypher**. the arithmetical symbol 0, பூஜ்யம், '0' என்னும் கணிதக்குறிப்பு; monogram, initials, முத்திரை, அடையாளம்; an unimportant person, அதிகாரம் இல்லாத மனிதன். • *He is a mere* **cypher** *in the cabinet.* **cipher** (*v.t*): to write in secret language, சங்கேத மொழியில் எழுது; to calculate, கணக்கிடு; to compute, மதிப்பிடு.

cir-cle/'s3:kl/(*n*):'ஸஅ:க்ல் / a round plane figure, வட்டம்; a ring, வளையம்; an association of people with some common interest, ஒரு நோக்குக் கொண்ட குழு. • *It is understood from the inner* **circle** *of the cabinet.* **come full circle**: having gone round, come to the starting point, செய்து முடித்த பின் ஆரம்பித்த இடத்திற்கு வந்து சேர். • *He has* **come a full circle** *in life with no achievement.* **circle**(*v.t*): to move round, சுற்றி நகர்ந்து செல், சுற்றி வா; to surround, சூழ்ந்து கொள்; to form a circle, வட்டம் அமை. • *Many spacecraft are* **circling** *round the earth.* **cir-clet**/'s3:klit/(*n*)'ஸஅ:க்லிட் / a small circle, ஒரு சிறு வட்டம்.

cir-cuit/'s3:kit/(*n*):'ஸஅ:க்கிட் / the act of moving round, சுற்றுதல், சுற்று; a repeated journey within an area to discharge one's duties, ஒரு குறிப்பிட்ட பகுதியில் ஒருவருடைய கடமையைச் செய்ய, அடிக்கடி பயணம் செய்து வருதல்; the way by which the electric current flows round the circular path, மின்சுற்று. **cir-cu-i-tous**/sə'kju:itəs/(*adj*): ஸஅ'க்யூட்டஅஸ் / going a long way round, சுற்றாக உள்ள; not direct, நேராக இல்லாத.

cir-cu-lar/'s3:kjulə*/(*adj*):'ஸஅ:க்யுலஅ* / in the form of circle, வட்டவடிவமாக உள்ள; round in shape, வட்டவடிவமுள்ள. **circular** (*n*): a communication giving information, news, etc., in the form of a letter sent round a number of institutions, persons, etc., சுற்றறிக்கை. **cir-cu-lar-ize**/'s3:kjuləraiz/(*v.t*): 'ஸஅ:க்யுலஅரய்ஸ் / to send circular, சுற்றறிக்கை அனுப்பு. **circulate**/'s3:kjuleit/(*v.t*):'ஸஅ:க்யுலெய்ட் / to cause to pass round as in a circle, ஒரு வட்டத்தில் சுற்றுவது போல் சுற்றிவா/ சுற்றிவரச்செய்; to spread about, பரப்பு, சுற்றிச் செல். • *Blood* **circulates** *through the veins and arteries.* **circularly**(*adv*), **circularity**(*n*).

cir-cu-la-tion/ˌs3:kju'leiʃn/(*n*): ˌஸஅ:க்யு'லெய்ஷஅன் / the flow of liquid or gas around a closed system, ஓர் அமைப்பில், திரவம் (அ) வாயு சுற்றி வருதல்; the act of moving around, சுற்றி வருதல். • *The Mail has gone out of* **circulation**. the flow of blood from and back to the heart, இதயத்திலிருந்து இரத்தம் உடல் முழுவதும் சுற்றி மீண்டும் இதயத்திற்கு வருதல்; money circulating in a country, பணப்புழக்கம்; the sale of newspapers, magazines, etc. the number of copies, ஒரு பத்திரிகை, இதழ் முதலியவற்றின் விற்பனையாகும் மொத்தப் பிரதிகளின் எண்ணிக்கை. • *The* **circulation** *of the paper has exceeded one lakh copies.* **circulatory**(*adj*): circulating, சுற்றிக் கொண்டுள்ள. **circulator**(*n*).

cir-cum/'s3:kəm/(prefix):ஸஅ:க்கஅம் / round about way of combining to form words, வார்த்தைகள் உண்டாவதற்குப் பயன்படும் வார்த்தையின் முன் பகுதி.

cir-cum-cise/ˈs3:kəmsaiz/*(v.t)*: ˈஸ௨:க்கம்ஸய்ஸ்: / to cut off the foreskin, முன் தோலை நீக்கு, சுன்னத்துச் செய்.

cir-cum-ci-sion/ˌs3:kəmˈsiʒn/*(n)*: ˌஸ௨:க்கம்ˈஸிஜ:௨ன் / Jewish or Muslim religious ceremony, யூதர் (அ) முஸ்லிம்களின் பண்டிகை, சுன்னத்து விழா.

cir-cum-fer-ence/səˈkʌmfərəns/*(n)*/ ஸ௨:ˈக்கம்ஃபரென்ஸ் / the curved line that bounds a circle, வட்டத்தின் சுற்றளவு; the distance or length around, சுற்றும் தூரம். • *The* **circumference** *of the wheel is 22 metres.*

cir-cum-lo-cu-tion/ˌs3:kəmləˈkju:ʃn/*(n)*: ˌஸ௨:க்கம்ல௨ˈக்யூஷ௨ன் / a roundabout manner of speaking, சுற்றி வளைத்துப் பேசுதல்.

cir-cum-nav-i-gate/ˌs3:kəmˈnævigeit/ *(v.t)*: ˌஸ௨:க்கம்நஜவிகெ:ய்ட் / to sail around, கடலில் சுற்றுப் பயணம் செய். **circumnavigation** *(n)*: to travel round the world in a ship, கப்பலில் உலகம் சுற்றுதல்.

cir-cum-scribe/ˈs3:kəmskraib/*(v.t)*: ˌஸ௨:க்கம்ˈஸ்க்ரய்ப்: / to draw a cicle around, சுற்றிலும் (வெளியில்) வட்டம் வரை; to limit, to restrict, கட்டுப்படுத்து, எல்லை ஏற்படுத்து. • *His financial ventures have been* **circumscribed** *by his wife's control.*

cir-cum-spect/ˈs3:kəmspekt/*(adj)*: ˈஸ௨:க்கம்ஸ்ப்பெக்ட் / to be watchful in all aspects, எல்லா விதத்திலும் கவனமாக உள்ள; cautious, எச்சரிக்கையுடன் உள்ள. • *To be* **circumspect** *does not mean to be suspicious.* **cir-cum-spec-tion**/ˌs3:kəmˈspekʃn/*(n)*: ˌஸ௨:க்கம்ˈஸ்ப்-பெக்ஷ௨ன் / caution, கவனமாக இருத்தல். **circumspectly***(adv)*.

cir-cum-stance/ˈs3:kəmstəns/*(n)*: ˈஸ௨:க்கம்ஸ்ட்ட௨ன்ஸ் / a situation, a condition, an event, a fact, etc., which influence another event, person or some course of action, factors governing an action, ஒரு செயலின் சந்தர்ப்ப சூழ்நிலை. • *In these* **circumstances**, *I have to leave the job, to protect my self-respect.* **under no circumstances**: never, ஒரு பொழுதும் இல்லை. **cir-cum-stan-tial**/ˌs3:kəmˈstænʃl/*(adj)*:ˈஸ௨:க்கம்-ˈஸ்ட்டஜன்ஷ௨ல் / based on related circumstances but not to the point, incidental, சந்தர்ப்பச் சூழ்நிலைக்கேற்ப தீர்மானிக்கப்படுகின்ற, நேரிடையான சந்தர்ப்பங்கள் இல்லாத. • **circumstantial** *evidence sometimes helps to prove the guilt.* **circumstantially***(adv)*.

cir-cum-vent/ˌs3:kəmˈvent/*(v.t)*: ˌஸ௨:க்கம்ˈவென்ட் / to outwit, தந்திரமாக எதிரியை வளைத்துக் கட்டு; to avoid by cleverness, நல்ல சாமர்த்தியம் கொண்டு தோல்வியைத் தவிர்த்து விடு. • *To avoid taxes, people* **circumvent** *the laws by illegal means,* **circumvention***(n)*.

cir-cus/ˈs3:kəs/ *(n)*:ˈஸ௨:க்க௨ஸ் / a place for the exhibition of physical feats and also a show in which animals perform, மனிதர்கள், விலங்குகள் தீரமிக்க விநோத செயல்களைச் செய்து காட்டும் காட்சி அரங்கம்.

cir-rus/ˈsirəs/*(n)*:ˈஸிர௨ஸ் / light white cloud very high up, வெகு உயரத்தில் காணப்படும் இளவெண்ணிற மேகக்கூட்டம்; tendril, தாவரப் பற்றுக் கம்பித் தொடர்.

cis-tern/ˈsistən/*(n)*: ˈஸிஸ்ட்ட௨:ன் / a tank for holding water with an outlet, வெளியேற்றும் குழாய் பொருத்தப்பட்ட நீர்த்தொட்டி.

cit-a-del/ˈsitədəl/*(n)*:ஸிட்ட௨ட:௨ல் (-ட்:ல்) / an armed fort built to be a last place of safety in time or war, போர்க்காலத்தில், கடைசிப் பாதுகாப்பு அரணாக அமையும் கோட்டை.

ci-ta-tion/saiˈteiʃn/*(n)*: ஸய்ட்ˈடெய்ஷ௨ன் / an official statement about a person's bravery in battle or some other outstanding qualities, ஒருவரின் சிறப்புப் பற்றியும், போர்க்காலத்தில் புரிந்த வீரம் பற்றியும் குறிப்பிடும் அதிகார பூர்வ மேற்கோள்; a quotation, மேற்கோள்.

cite/sait/*(v.t)*:ஸய்ட் / to quote, மேற்கோள் காட்டு; to mention something in a statement as an authority, ஓர் அறிக்கையில் நிரூபணம் செய்ய மேற்கோள் காட்டு; to summon, நீதிமன்றத்தில் ஆஜராகும்படி அழை.

cit-i-zen/ˈsitizn/*(n)*:ˈஸிட்டிஸ்:ன் / a person who lives in a city or a state enjoying civil rights, குடிமகன், ஒரு குறிப்பிட்ட நாட்டைச் சார்ந்தவன். **cit-i-zen-ship**/ˈsitiznʃip/*(n)*: ˈஸிட்டிஸ:௨ன்ஷிப் / the rights of a citizen, state of being a citizen, ஒரு குடிமகனின் உரிமை, குடிமகனாக இருக்கும் தன்மை.

cit-ric-ac-id/ˈsitrikæcid/*(n)*:ˈஸிட்ரிக்ஜஸிட்: / a weak acid extracted from the juice of some fruits like lemon, எலுமிச்சை போன்ற பழச்சாற்றினின்று தயாரிக்கப்படும் அமிலம், சிட்ரிக் அமிலம்.

cit-ron/ˈsitrən*(n)*: ˈஸிட்ர௨ன் / a pale, yellow, thick skinned lemon like fruit, நார்த்தங்காய்.

cit-rous/'sitrəs/*(n)*:'ஸிட்ரஸ் / [also **citrus tree**]: a tree of the orange family noted for their juicy fruit, ஆரஞ்சு வகையைச் சார்ந்த நல்ல சாறு உள்ள பழங்கள் கொடுக்கும் ஒருவகை மரம். **citrus***(adj)*: concerning citrus trees, சிட்ரஸ் மரங்கள் பற்றிய.

cit-y/'siti/*(n)*:'ஸிட்டி / a larger and more important town, மாநகரம், தன்னாட்சி உரிமம் பெற்ற நகரம்.

civ-et/'sivit/*(n)*:'ஸிவிட் / small spotted cat yielding a substance with musk-like odour, புனுகுப் பூனை; a strong smelling liquid substance obtained from a civet, புனுகு.

civ-ic/'sivik/*(adj)*:'ஸிவிக் / of a city, நகரத்துக் குரிய; of citizens, நகர மக்களுக்குரிய. • *A* **civic** *body's main business is to keep the city clean.* **civi-cs**/'siviks/*(n)*: 'ஸிவிக்ஸ்: a social science dealing with the rights, duties, etc., of a citizen, குடியியல்; the study of civic administration, ஆட்சியியல்.

civ-il/'sivl/*(adj)*:'ஸிவில் / concerning ordinary citizens, not military or religious, சாதாரண குடிமகன் பற்றிய, இராணுவம் (அ) மதம் அல்லாத சமுகத்திற்குரிய; polite, பண்புள்ள, மரியாதையான நடத்தையுள்ள. • *One should be* **civil** *in treating people.* **civil law**: the laws pertaining to civility. சமுதாய நடைமுறை பற்றிய விதிகள், சட்டங்கள். • *It being* **civil** *case, the criminal code will not apply. opp*: criminal law. **ci-vil-i-an**/si'viljən/*(n)*: one whose employment is not military, படைத்துறை சாராத குடிமகன் (அ) அரசு அலுவலர். **civilian***(adj)*: ஸி'விலியஅன் / pertaining to civil life, படைத்துறை சாராத. **ci-vil-i-ty**/si'viləti/*(n, sing)*: ஸி'விலிட்டி / **civilities***(n, pl)*: gentleness, politeness and good conduct, மேன்மை, பண்பு, நன்னடத்தை; polite behaviour, நன்னடத்தை, பண்பு நயம்.

civ-i-li-za-tion/ˌsivilai'zeiʃn/*(n)*: ˌஸிவிலி'ஸெ:ய்ஷஅன் (-லய்-) / [also **civilisation**]: civilized stage in human development marked by a high level of life standard, art, religion, science and civil administration, நாகரிகம் அடைந்துள்ள நிலை, நாட்டு நாகரிகம், மக்கள் பண்பாடு. **civ-i-lize**/'sivilaiz/*(v.t)*: 'ஸிவிலய்ஸ்: / to cause to enlighten or improve society in manners, habits, way of living etc., நாகரிகப்படுத்து, பண்படுத்து. • *Each human race thinks that it can* **civilize** *other people.* • *British Rule has not helped to* **civilize** *Indians.* **civilized** *(adj)*: [also **civilised**]: having an advanced social culture, மேலான சமுதாய நாகரிகம் உள்ள; polite, well-bred, refined, பண்புள்ள, நன்கு வளர்க்கப்பட்டுள்ள, நாகரிகம் உள்ள. • *The so-called* **civilized** *nations commit more crimes.*

clad/klæd/*(v)*:க்லஆட்: / (p.t & p.p) of "clothe", "clothe" என்பதன் இறந்தகாலம், இறந்த கால வினைமுற்று.

claim/kleim/*(v.t-v.i)*:க்லெய்ம் / **claimed, claiming**: to ask for as a matter of right, உரிமை கொண்டாடு. • *No one has cared to* **claim** *the insured amount.* to declare that the statement is true, அறிக்கை உண்மை என்று உறுதிப்படுத்து; maintain in the face of opposition, எதிர்ப்பு களிடையே, தன் நிலையை உறுதிப்படுத்து. • *The terrorist group* **claimed** *to have killed the minister.* **claim***(n)*: a demand, சட்டப்படி கோருதல்; a legal right to something, ஏதோ ஒன்றிற்குச் சட்டப்படி உரிமை கொண்டாடல்; an assertion that some statement is true, ஓர் அறிக்கை உண்மையென்று உறுதி கூறுதல். **clai-mant**/'kleimənt/*(n)*: 'க்லெய்மஅன்ட் / one who makes legal claim or right, சட்டப்படி உரிமை பாராட்டுபவர்; a petitioner, விண்ணப்பதாரர், உரிமையாளர்.

clair-voy-ance/kleə'vɔiəns/*(n)*:க்லஏஅ'-வாயஅன்ஸ் / the power of seeing things beyond the present, எதிர்காலத்தைப் பற்றிக் கூறும் திறமை, தொலைவில் நிகழ்வனவற்றை மன உணர்வால் அறிதல். **clair-voy-ant**/kleə'vɔiənt/*(n)*:க்லஏஅ'-வாயஅன்ட் / a person who claims to have the power to see what will happen in the future, எதிர்காலத்தில் நடப்பதைப்பற்றிக் கூறும் திறமையுள்ளவர்.

clam/klæm/*(n)*:க்லஆம் / an edible bivalved shell-fish, உண்ணக் கூடிய சிப்பி இனத்தைச் சேர்ந்த ஒருவகைப் பூச்சி.

cla-mant/'kleimənt/*(adj)*:'கிலய்மஅன்ட் / urgently demanding attention, உடனடியாக கவனத்தில் கொள்ள வேண்டிய

clam-ber/'klæmbə*/*(v.i)*:'க்லஆம்ப:அ* / to climb with difficulty using both feet and hands, கை, கால்களைப் பயன்படுத்தி மேலே தொற்றி ஏறு. • *The soldier* **clambered** *up the side of the hill as an exercise.*

clam-my/'klæmi/*(adj)*:'க்லஆமி / sticky and moist, ஈரமும், பிசுபிசுவென்று ஒட்டிக் கொள்ளக்கூடிய தன்மையுமுள்ள; cold, damp, குளிர்ச்சியாக உள்ள, ஈரமாக உள்ள.

clam-our/'klæmə*/*(n)*:'க்லஊமஏ* / confused cry and shouting, கூச்சல், குழப்பம், கூக்குரல்; tumult, கொந்தளிப்பு. **clamour** *(v.i)*: to shout loudly, உரக்கக் கூச்சலிடு; to express a demand in a noisy way, கோரிக்கையைக் கூச்சல் போட்டுத் தெரிவி. **clam-or-ous**/'klæmərəs/*(adj)*: 'க்லஊமஏரஏஸ்: vociferous, கூக்குரலிடுகிற.

clamp/klæmp/*(n)*:க்லஊம்ப் / a device for holding things tightly together, இடுக்கி, இறுக்கி. **clamp***(v.t)*: to hold tightly with a clamp, கவ்வியால் இறுகப்பற்று; to fasten together with a clamp, இடுக்கியால் சேர்த்துப் பிடி. • **Clamp** *the two pieces of wood with a nail.* **clamp down***(v.i)*: to limit illegal practices by authority, அதிகாரத்தைப் பயன்படுத்தி, சட்ட விரோதச் செயல்களைக் கட்டுப்படுத்து. • *The police is determined to* **clamp down** *on smugglers.* **clamp down***(n)*: government or official prevention of something being said or done, செய்வதையோ (அ) பேசுவதையோ கட்டுப்படுத்தும் அரசு (அ) அதிகாரிகளின் தடை உத்தரவு. • *The government has ordered a complete* **clamp down** *on bootleggers.*

clan/klæn/*(n)*:'க்லஊன் / a large family group, கூட்டுக் குடும்பம்; a tribe under a chieftain, ஒரு தலைவனின் கீழ் வசிக்கும் இனம். **clan-nish**/'klæniʃ/*(adj)*:'க்லஊனிஷ் / pertaining to a clan, ஒரு சிறு கூட்டம் தொடர்பான; about a closely united group of people, மிக நெருக்கமாக வாழும் கூட்டம் பற்றிய; tending to look at strangers suspiciously, புதியவர்களைச் சந்தேகக் கண்ணுடன் பார்க்கும் படியான எண்ணம் கொண்டுள்ள. **clannishly***(adv)*, **clannishness***(n)*.

clan-des-tine/klæn'destin/*(adj)*: க்லஊன்'டஃஏஸ்ட்டின் (-டைன்) / done illegally and secretly, சட்ட விரோதமாக, மறைமுகமாகச் செயல்படுகின்ற, இரகசியமான. • *Some ministers are noted for their* **clandestine** *meetings with smugglers.* **clandestinely***(adv)*, **clandestinity** *(n)*.

clang/klæŋ/*(v.t)*:க்லஊங்(க்) / to make a ringing metallic sound, கணீரென்று உலோக ஒலி எழுப்பு. **clang***(n)*: a loud ringing metallic sound, கணகணவென்ற ஒலி.

clang-er/'klæŋə*/*(n)*:'க்லஊங்கஃஏ* / a mistake, தவறு; a foolish remark, சந்தர்ப்பத்திற்கு ஒவ்வாத பேச்சு. • *He dropped a* **clanger** *when he mentioned his previous job.*

clangeur/'klæŋə*/*(n)*:'க்லஊஙஏ* / [also **clangor**]: a loud ringing sound as of a metal, கணகணவென்று ஒலித்தல்.

clank/klæŋk/*(v.t-v.t)*:க்லஊங்க் / to make a sharp sound like that of the rattling chain, சங்கிலியின் உராய்வால் ஏற்படும் கணகண-வெனும் ஓசையைப் போன்ற ஒலி எழுப்பு. **clank***(n)*.

clap/klæp/*(v.t)*:க்லஊப் / to bring one's open hands together to make loud sound especially to show approval for something, சம்மதம் தெரிவிக்கும் வகையில் கைதட்டு, ஆரவாரம் செய்; gentle slap on one's back, முதுகில் தட்டிக் கொடு. • *He* **clapped** *his brother on the back kindly.* to imprison, சிறையிலடை. • *The police* **clapped** *him in prison.* **clap***(n)*: loud explosive noise or crash, இடியோசை, வெடியோசை.

clap-trap/'klæptræp/*(n)*:'கிலஊப்டரஊப் / absurd or nonsensical talk or ideas, அறிவற்ற பேச்சு (அ) முட்டாள்தனமான யோசனை.

clar-et/'klærət/*(n)*:'க்லஊரஏட் / a kind of wine red in colour, ஒருவகைச் சிவப்பு மது. **claret***(adj)*: a purplish red, ஊதா கலந்த சிவப்பு நிறமுள்ள.

clar-i-fy/'klærifai/*(v.t)*:'க்லஊரிஃபய் / to explain clearly giving details, தெளிவு படுத்து; to make (something) understandable, புரிந்து கொள்ளும்படி செய். • *The government has not* **clarified** *its position on new taxes.* to make pure, சுத்தப்படுத்து. **clarification***(n)*: the act of making clear, தெளிவுபடுத்துதல். • *Further* **clarification,** *on the orders, is awaited.*

clar-i-net/ˌklærə'nət/*(n)*: ˌக்லஊரி'னெட் / [also **clarionet**]: a wood-wind instrument, மர ஊது குழல்.

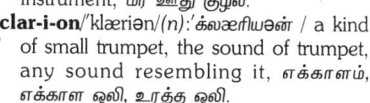

clar-i-on/'klæriən/*(n)*:'க்லஊரியஏன் / a kind of small trumpet, the sound of trumpet, any sound resembling it, எக்காளம், எக்காள ஒலி, உரத்த ஒலி.

clar-i-ty/'klærəti/*(n)*:'க்லஊரிட்டி / clearness, தெளிவுபடுத்துதல்; making easily understandable, புரிந்து கொள்ளும்படி செய்தல். • *The annotator is noted for* **clarity** *of expression.*

clash/klæʃ/*(v.t)*:க்லஊஷ் / to meet in opposition, கருத்து வேறுபாடு கொண்டு, எதிர்ப்புத் தெரிவி, முரண்பாடு செய், மோது.

• *The opposition members* **clashed** *with the ruling party in the Assembly.* to cause to make a loud noise by collision, ஒன்றோடு ஒன்று மோதி ஒலியெழுப்பு. **clash**(*n*): conflict, disagreement, சண்டை, கருத்து வேறுபாடு; collision, மோதல்; a loud noise like weapons clashing, ஆயுதங்கள் ஒன்றோடு ஒன்று மோதுவது போன்ற ஒலி. • *There is a* **clash** *between two groups of students.* • *In an organisation, very often* **clash** *of personalities takes place.*

clasp/kla:sp/(*n*):க்லாஸ்ப் / a metal fastener, embrace, உலோகப்பிடிப்பு, தழுவல்; a hook, buckle, கொக்கி, வார்ப்பூட்டு; a firm hold by someone's hands, கையால் பற்றுதல். • *The mother held an affectionate* **clasp**. **clasp**(*v.t*): to take the hands and hold them firmly, கைகளைப் பற்றி எடுத்துக் கொள். • *The friends* **clasped** *their hands warmly.* to fasten with a clasp, கொக்கியால் இறுக்கு, பிடிக்கும்படி செய்.

class/kla:s(*n, sing*):க்லாஸ் / **classes**(*n,pl*): social group whose members have more things or qualities in common, சமுதாயப் பிரிவினை (அ) வகுப்பு. • **Class** *distinctions prevail in all countries,* ruling class, ஆட்சியாளர்; landowning class, நிலச்சுவான்தார்; middle class, மத்திய தர வகுப்பினர்; upper class, மேல் வகுப்பினர்; lower class, கீழ் வகுப்பினர்; group of people having the same social order/ status, political group, சமுதாயத்தில், ஒரேவகை அந்தஸ்தும் நிலையும் உள்ள வகுப்பு, அரசியலில் ஒன்றாக இருப்பவர்கள்; students grouped together for learning, வகுப்பு. • *Both the sisters are in the same* **class**. class, உயர் தரம்; distinction, higher rank, சிறந்த தரம், உயர்ந்த தரம். **class**(*v.t*): to arrange in classes, தரம் பிரி; to regard belonging to particular class, ஒரு குறிப் பிட்ட பிரிவைச் சேர்ந்ததாகக் கருது, வகைப் படுத்து. • *If you do not agree with the government policies, you are* **classed** *as unpatriotic.*

clas-sic/ˈklæsik/(*adj*):ˈக்லஆஸிக் / of model excellence in art or literature, மிகச் சிறப்புடன் கூடிய இலக்கியம் (அ) கலையில் முன்மாதிரியாகத் திகழக்கூடிய; of the highest quality serving as a model, மிக உயர்ந்த தரமும், உதாரணமுமாக இருக்கக் கூடிய. • *Gandhiji's life is a* **classic** *example of simplicity.* **classic**(*n, sing*), **classics**(*n, pl*): a literary work of unique merit, மிகச் சிறந்த இலக்கிய நூல். **classics**: ancient literatures of Sanskrit, Tamil, Greek, etc., சமஸ்கிருதம், தமிழ், கிரேக்கம் போன்ற மொழிகளில் உள்ள இலக்கியங்கள். • *Thirukkural is a* **classic**.

clas-si-cal/ˈklæsikl/(*adj*):ˈக்லஆஸிக்கஅல் / belonging to the art, style, life, etc., of ancient Sanskrits, Tamils, Greeks, Romans, etc., பழங்கால வடமொழி, தமிழ், கிரேக்க, ரோமானிய மக்களின் கலை வாழ்க்கை முறை பற்றிய; everlasting, எப்பொழுதும் நிலைத்திருக்கக்கூடிய; capable of surviving the test of time, காலத்தால் அழியாத தன்மை உள்ள. • *All the sayings of Nehru are* **classical**. traditional, பண்டைய காலந் தொட்டு வழக்கமாக வரும் மரபுப்படி உள்ள. • *Certain* **classical** *ideas do not agree with the scientific discoveries.*

clas-si-fied/ˈklæsifaid/(*adj*):ˈக்லஆஸிஃபய்ட் / divided into classes, வகைப்படுத்தப் பட்டுள்ள; officially secret, அதிகார பூர்வமான இரகசிய ஆவணங்கள், பதிவேடுகள் பற்றிய. **classify**(*v.t*): arrange into classes, தொகு, வகையாக்கம் செய், இனவாரியாகப் பிரி. **clas-si-fi-ca-tion**/ˌklæsifiˈkeiʃn/(*n*): ˌக்லஆஸிஃபிˈக் கெய்ஷஅன் / process of classifying, வகைப்படுத்துதல்; a group or category, வகை (அ) பிரிவு. • *In a library,* **classification** *of books is according to subjects.*

class-mate/ˈkla:smeit/(*n*):ˈக்லாஸ்மெய்ட் / a member of the same class in a school, college, etc., உடன் படிப்பவன் (அ) படித்தவன். • *Many* **classmates** *become good friends in later years.*

clat-er/ˈklætə*/(*v.t-v.t*):ˈக்லஆட்டஅ* / to raise a rattling sound, படபடவென்று ஒலியெழுப்பு; to make a loud noise while talking, கடகட வென்று உரத்த குரலில் பேசு. • *The girls* **clattered** *as if they were quarrelling.* **clatter**(*n*): a confused rattling noise, படபடவென்ற ஒலி; noisy talk, உரத்த குரலில் பேச்சு.

clause/klɔ:z/(*n*):ˈக்லஓ:ஸ் / (grammar) main or subordinate part of a sentence containing a subject and a finite verb or a sentence, வாக்கியம், வாக்கியத்தின் உட்பிரிவு எழுவாய், பயனிலை கொண்டது; (law) an article or definite portion of a document, contract, etc., ஆவணம் (அ) ஒப்பந்தத்தின் ஒரு கூறு.

claustrophobia/ˌklɔ:strəˈfəubjə/(*n*): ˌகலஓ:ஸ்ட்ரஅˈஃபஅஉப்:யஅ / extreme fear of confined places, இருள் சூழ்ந்த, மூடிய அறைகளைக் கண்டு அதீதமான பயம்.

claw/klɔ:/*(n)*:க்லாः / a sharp hooked nail of beast or bird, விலங்கு (அ) பறவையின் கூரிய வளைவான நகம். • *Crabs use their* **claws** *for attacking, catching and holding objects.* anything sharp or hooked, கூர்மையான (அ) வளைந்த பொருள்; a device like a claw, நகம் போன்ற வளைந்த கருவி. **claw***(v.t-v.i)*: tear with claws, பிறாண்டு (அ) நகத்தால் கிழி. **claw-back**: regain gradually, நிதானமாகத் திரும்பப் பெறு. • *The clerk* **clawed back** *his way to be a millionaire.*

clay/klei/*(n)*:க்லெய் / soft, firm earth when wet can be moulded easily, களிமண்; earth in general, மண்; the human body, மனித உடல்.

claymation/ˈkleimæʃən/*(n)*: ˈகிலய்மஃஷஒன் / a method of film animation using adjustable clay figures and stop motion photography, களிமண் பொம்மைகளைக் கொண்டு இயங்கும் படங்களாக்கும் முறை.

clean/kli:n/*(adj)*:க்லீன் / free from dirt or dust, fresh, தூய்மையாக உள்ள, புதியதாக உள்ள; morally and sexually pure, நன்னடத்தையும், பாலுணர்வு பண்பாட்டில் தூய்மையாகவும் உள்ள; guiltless, குற்றமில்லாத. • *His election campaign was rather* **clean**. • *She has led a* **clean** *life.* **clean***(v.t-v.i)*: to make clean, தூய்மைப் படுத்து; become clean, தூய்மையாக இரு; arrange in order, ஒழுங்குபடுத்து; • *It is very difficult to* **clean** *up the department.* to cut out the flesh and meat from inside part of animals and birds to be used as food, பறவைகள், மிருகங்கள் உடல் பகுதியினின்று இறைச்சியை வெட்டியெடு. **clean***(n)*: the process or act of cleaning, சுத்தம் செய்தல். • *Try to give a* **clean** *to the dressing table.* **clean***(adv)*: completely, முழுமையாக. • *The bullet went* **clean** *through the chest of the Prime Minister.* **cleanliness***(n)*: neatness, சுத்தம், தூய்மை. **cleaner***(n)*: a person that cleans, சுத்தம் செய்பவர்; that which cleans, சுத்தம் செய்யும் கருவி. **cleanse**/klenz/*(v.t)*:க்லென்ஸ்: / make pure, தூய்மைப்படுத்து; make clean, துப்புரவாக்கு. • *Sin can be* **cleansed** *only by repentance.* **cleanly***(adv)*.

clear/kliə*/*(adj)*:க்லியə* / easily understood, easily seen, easily heard, etc., தெளிவாகப் புரிந்துகொள்ளக்கூடிய, பார்க்கக்கூடிய, கேட்கக் கூடிய; free from doubt or uncertainty, குற்றமற்ற, எளிதில் அறிந்துகொள்ளக்கூடிய, ஐயத்திற்கு இடமில்லாத, வெளிப்படையாக உள்ள, தெளிவாக உள்ள. • *It is a* **clear** *case of murder.* **clear***(adv)*: completely, முழுமையாக. • *You can see the hills* **clear** *today.* • *I am trying to* **clear** *of doubts.* **clear***(v.t-v.i)*: to make clear, தெளிவுபடுத்து; to become plain, தெளிவாகு; to remove hurdles, தடைகளை நீக்கு. • *The place has to be* **cleared** *for sightseeing.* to make evident, நிச்சயப் படுத்து; to pass a cheque from one bank to another bank, ஒரு வங்கியிலிருந்து மற்றொரு வங்கிக்குக் காசோலையை மாற்று. • *Nationalised banks take many days to* **clear** *even a local cheque.* **clear***(n)*: freedom from guilt, danger, etc. குற்றம், அபாயம் இல்லாத நிலை. **clearly***(adv)*: plainly, தெளிவாக. **clearness***(n)*: plainness, தெளிவான நிலை.

clear-ance/ˈkliərəns/*(n)*:ˈக்லியəரəன்ஸ் / the act of clearing, சுத்தம் செய்தல்; to pass cheque for payment, ஒரு காசோலையைப் பணமாக மாற்று. **clearance sale**: a sale to get rid of stocks, சரக்குகளை விற்பனை மூலம் காலி செய்தல்.

clear-ing/kliəriŋ/*(n)*:ˈக்லியəரிங் / the act of removing, land cleared, etc., நீக்குதல், நாடாக்கப்பட்ட நிலப்பகுதி; exchanging the bank cheques, drafts, etc., காசோலை, பண விடைத்தாள் ஆகியவற்றின் கணக்குத் தீர்வு.

cleav-age/ˈkli:vidʒ/*(n)*:ˈக்லீவிஜ் / a cleft, பிளவு; difference, வேறுபாடு. • *In India, there is marked* **cleavage** *between the rich and the poor.*

cleave/kli:v/*(v.t)*:க்லீவ் / (*p.t.* **cleaved, clove or cleft,** *p.p.* **cloven or cleft**): divide by splitting, பிளவுபடுத்திப் பிரித்தெடு; fall apart, பிரிந்து நில். **cleave***(v.i)*, **cleaved or clove**: stick, ஒட்டிக் கொள்; cling, பற்றிக் கொள். **cleaver***(n)*: one who cuts, கிழிப்பவன்; a heavy tool used for cutting, பிளக்க (அ) கிழிக்க உதவும் கருவி. **cleft**/kleft/*(n)*: க்லெஃப்ட் / a crack, வெடிப்பு; opening, திறப்பு. *(p.t & p.p)* of "cleave" "cleave" என்பதன் இறந்த கால வினைமுற்று.

clem-ency/ˈklemənsi/*(n)*:ˈக்லெமəன்ஸி / unwillingness to punish and willingness to be lenient, readiness to forgive, தண்டனை கொடுக்க மனமில்லாமை, மன்னிக்கும் மனநிலை, பிழை பொறுக்கும் தன்மை. • *The man, sentenced to death has appealed to the President for* **clemency**. **clem-ent**/ˈklemənt/*(adj)*: ˈக்லெமəன்ட் / not severe, தீவிரம் இல்லாத; showing mercy in punishing, தண்டிப்பதில்

C

கருணை காண்பிக்கின்ற. • *She is a* **clement** *judge. opp*: inclement.

clench/klentʃ/*(v.t)*:க்லெஞ்ச் / to hold tightly especially to show one's will power, இறுகப்பற்று, உறுதி செய்; confirm, உறுதிப்படுத்து; rivet a nail, ஆணியை அடித்து இறக்கு. • *She* **clenched** *her hands in rage.* **clench***(n)*: a position of boxing, குத்துச்சண்டையின் ஒரு நிலை.

cler-gy/'klɜ:dʒi/*(n)*:'க்லɜ:ஜி / priests of Christian religion, கிறித்தவ மதகுருமார்கள். **cleric**/'klerik/*(n)*:'க்லெரிக் / a clerk or clergyman, எழுத்தர் (அ) மதகுரு. **cler-i-cal**/'klerikl/*(adj)*: 'க்லெரிக்ல் / belonging to the clergy, மதகுருவுக்குரிய, ஓர் அலுவலகத்தில் ஓர் எழுத்தருக்குள்ள வேலை தொடர்பான. • *There is lot of work for a* **clerk** *in an office.* • *A clergyman wears a* **clerical** *collar.* **clerical** *(adv)*.

clerk/kla:k/*(n)*:க்லாக் / an official who looks after the records, correspondence and accounts, அலுவலக உதவியாளர்.

clev-er/'klevə*/*(adj)*:'க்லெவə* / **cleverer, cleverest**: quick at understanding, எளிதில் புரிந்துகொள்ளக்கூடிய; mentally and physically skilful, கைத்திறனும், மதி நுட்பமும் உள்ள; having an alert mind but not serious, விழிப்புணர்வும், எதையும் புத்திக்கூர்மையுடனும், எளிதாகச் செய்யும் திறனும் உள்ள. • *She is* **clever** *and ranks first in the class.* • *A* **clever** *lawyer can always turn the table.* **cleverly***(adv)*, **cleverness***(n)*.

clew/klu:/*(n)*:க்லூ / the lower corner of a ship's sail, பாய்மரத்தின் கீழ்ப்பகுதி (அ) மூலை.

click/klik/*(n)*:க்லிக் / a slight sharp sound, 'கிளிக்' என்ற ஓசை. • *The key in the lock turned with a* **click**. **click***(v.t)*: to make a click especially during movement, நகரும்பொழுது 'கிளிக்' என்னும் ஒலி எழுப்பு. • *Many music lovers* **click** *their fingers in tune with song.* to be able to understand in a moment, நொடிப் பொழுதில், ஒன்றைப் புரிந்து கொள், தெரிந்து கொள்; to be successful, வெற்றிபெறு. • *The solution* **clicked** *when I was in the moving train.* • *The film* **clicked** *as a box office hit.*

cli-ent/'klaiənt/*(n)*:'க்லயəன்ட் / a person who seeks help and advice from a professional person (e.g.) a lawyer, வழக்குரைஞரின் கட்சிக்காரர்; a customer, வாடிக்கைக்காரர். **cli-en-tele**/ˌkli:ən'tel/ *(n)*:ˌக்லீயான்ட்'டெய்ல் / clients or customers collectively, வாடிக்கையாளர் (அ) வாடிக்கையாளர் வட்டம். • *He has a select* **clientele** *who cling to him though his fees are very high.*

cliff/klif/*(n)*:க்லிஃப் / a high steep rock, செங்குத்தான பாறை; a precipice, செங்குத்துச் சரிவு, மலை முகப்பு.

cliff-han-ger/'klifhæɲə*/*(n)*: 'கிலிஃப்ஹæங்ə* / a dramatic and exciting ending to an episode of a serial, leaving the audience in suspense and anxious not to miss the next episode, நாடகத்தைக் காண்போரை, அடுத்து என்ன நடக்கும் என்று தூண்டும் முடிவு.

cli-mate/'klaimit/*(n)*:'க்லய்மிட் / the general weather conditions of a region, ஒரு நிலப்பிரிவின் தட்பவெப்ப நிலை. **climatic** *(adj)*: pertaining to climate, தட்பவெப்ப நிலை பற்றிய. **climatically***(adv)*. **cli-ma-tol-o-gy**/ˌklaimə'tɔlədʒi/*(n)*: ˌக்லய்மə'ட்டாலəஜி / the science of climate, தட்பவெப்ப இயல்.

cli-max/'klaimæks/*(n)*:'க்லய்மæக்ஸ் / the intense point in a story, drama, statement, etc., reached after a step by step rising in force and excitement, ஒரு கதை, அறிக்கை, நடனம், பாட்டு, நாடகம் முதலியவற்றில் நிகழ்ச்சிகள் படிப்படியாக உயர்ந்து உச்சக்கட்டத்தை அடைதல். orgasm, உச்சக்கட்டம். • *Every drama has a* **climax** *scene.* • *The* **climax** *of the film is an exciting aircraft competition.* **climax***(v.i)*: to reach a climax, உச்ச நிலையை அடை; to come to a climax, உச்ச நிலைக்கு உயர். • *Here is a life of service but it didn't* **climax** *to a success.*

climb/klaim/*(v.t)*:க்லய்ம் / to go up, ascend, ஏறு. • *The old man* **climbs** *up the stairs with heavy breathing.* • *The omnibus* **climbed** *the hill road slowly.* to grow upwards as a plant by tendrils, தவழ்ந்து கொடி போல் மேல் ஏறு. • *There are many* **climbing** *plants in the Raj Bhavan garden.* to rise in the social order, சமுதாயப் படிகளில் உயர்ந்து பெருமை பெறு, மேலே செல்; creep up, கொடிகள் போல் பற்றி ஏறு. • *The man was poor but he* **climbed** *to political power rather quickly.* **climb** *(n)*: an act of climbing, ஏறுதல்; ascent, ஏற்றம்; rise, உயர்வு. • *Any* **climb** *up is exciting: but* **climb** *down is exhausting.* **climb-er**/klaimə*/*(n)*:'க்லய்மə* / a person or thing that climbs, ஏறுபவர், ஏறுகின்ற ஒன்று. • *There are many plants in the forest that are* **climbers**.

clime/klaim/*(n)*:க்லய்ம் / weather condition, தட்பவெப்பநிலை.

clinch/klintʃ/*(v.t)*:க்லிஞ்ச் / to settle agreeably and firmly, உறுதியாகவும், ஏற்கும்படியும் தீர்வு காண். • *The deal was* **clinched** *quickly as it was profitable for both the parties.* to hold each other in arms, அன்புடன் அணைத்துக்கொள். **clinch***(n)*: the act of embracing each other, அணைத்துக்கொள்ளும் நிலை. **clinch-er**/klintʃə*/*(n)*:'க்லிஞ்ச்சஅ* / the crucial point that decides an issue, ஒரு பிரச்சினையை முடிவுக்குக் கொண்டு வரும் உயிர்நாடி.

cling/kliŋ/*(v.t)*:க்லிங் / **clung, clung**: to hold firmly, உறுதியாகப் பற்றியிரு. • *The monkeys* **cling** *to one another when they do not quarrel.* to remain very near for want of security, பாதுகாப்பு இன்மையால் ஒருவரை அணைத்திரு. • *The child* **clings** *to its mother as it feels insecure without her.*

clingy/'kliŋi/*(adj)*:'கிலிங்ஙி / liable to cling, clinging, பற்றியிருக்க வேண்டிய, சார்ந்திருக்கும் படியான.

clin-ic/'klinik/*(n)*:'க்லினிக் / a place where special medical treatment to the patients is given, மருத்துவ விடுதி, தனி மருத்துவ விடுதி; teaching of medical science at the bedside of the patient, மருத்துவப் பயிற்சிக் கூடம், நோயாளியின் படுக்கை அருகிலேயே மருத்துவத்துறைக்கு உரிய பயிற்சி அளிக்கும் வகுப்பு. • *Family planning* **clinics** *help to limit family size.* **clin-i-cal**/'klinikl/*(adj)*:'க்லினிக்கஅல் / pertaining to a clinic, மருத்துவம் பற்றிய, நோயாளிகள் கவனிப்பு பற்றிய; not affected by emotion, cold, உணர்ச்சி வசப்படாமல் உள்ள. • *His* **clinical** *attitude towards his wife is not justifiable.*

clink/kliŋk/*(v.t-v.i)*:க்லிங்க் / to make a short sharp ringing sound, கணகணவென்ற ஒலியெழுப்பு. • *The guests* **clinked** *their wine glasses to toast the chief guest.* **clink***(n)*: ringing sound, கணகண எனும் ஒலி; prison, சிறைச்சாலை.

clink-er/'kliŋkə*/*(n)*:'க்லிங்க்கஅ* / a mass of slag or cinders from furnaces, உலையில் தங்கும் கசடு (அ) எரிதணல் கரி.

clip/klip/*(n)*:க்லிப் / a device for holding things firmly, கவ்வி; shearing of wool, உரோமம் கத்தரித்தல். **clip***(v.t-vi)*/ **clipped, clipping**: to cut with scissors, கத்தரியால் வெட்டு; to fasten or to grip tightly, இறுகப் பிடி. **clipper***(n)*: a fast sailing ship for travelling long distances, தூரப்பயணம் செய்யப் பயன்படும் கப்பல்.

clip-ping/'klipiŋ/*(n)*:'க்லிப்பிங் / a piece cut off, கத்தரிக்கப்பட்ட துணுக்கு.

clip-art/'klipa:t/*(n)*:'கிலிப்பாட் / pre-drawn pictures and symbols provided with word processing software and drawing packages, முன்னமே வடிவமைக்கப்பட்ட மென்பொருள் வடிவிலான வரை படங்கள்.

clip-board*(n)*: a small board for holding papers and supports for writing, எழுதுபலகை.

clique/kli:k/*(n)*:க்லீக் / a small group of persons with some interest not willing to admit others into their circle, ஒரு காரணத்திற்காக அமைந்துள்ள சிறு குழு, பிறரை உறுப்பினர்களாக அனுமதிக்காத குழு.

clit-o-ris/'klitəris/*(n)*:'க்லிட்டஅரிஸ் / the erectile organ of the vulva that causes sexual sensation in women, பெண்களின் பாலுணர்வின் செயல் மையம்.

cloak/kləuk/*(n)*:க்லஅஉக் / a loose outer garment, a mask, தளர் மேலாடை, முக்காடு; that which helps to cover one's secret moves, இரகசியங்களை மறைக்க உதவும் உபாயம். • *Her smile is just a* **cloak** *to hide her inner thinking.* **cloak***(v.t)*: to cover with garment, ஆடையால் மூடு; to hide one's secrets, ஒருவரின் இரகசியங் களை மறைத்து விடு.

cloak-room/kləuk ru:m/*(n)*:'க்லஅக்உஅ:க் ரூம் / a room in a public building where luggage may be left, பிரயாணிகள் தங்கள் பயணப் பொருட்களை வைத்துச் செல்லும் பாதுகாப்பு அறை

clobber/'klɔ:bə*/*(n)*:'கலஃ:ப:அ* / clothing, personal belongings or equipment, உடை, உடைமை (அ) சாதனங்கள். **clobber***(v)*: hit hard, add enamelled decoration to, பலமாய் தாக்கு, வண்ணம் பூசி அலங்கரி.

clo-chard/'kləutʃa:d/*(n)*:'கலஅஉட்சாட்: / a beggar, a vagrant, பிச்சைக்காரன், நாடோடி.

clock/klɔk/*(n)*:க்லஃக் / an instrument for indicating time, கடிகாரம். • *Do not put the* **clock** *back.* **clock***(v.t)*: to record the time, நேரம் பதிவு செய். • *The boy* **clocked** *at 40 seconds for the first jump.*

clock-wise/'klɔkwaiz/*(adj & adv)*: 'க்லஃக்உஅய்ஸ்: / in the direction in which the hands of the clock move, கடிகாரத்தின் முட்கள் நகரும் திசையில். **clock work***(n)*: the movements or machinery of a clock, கடிகாரத்தின் இயக்கம் (அ) அதன் இயக்க எந்திர அமைப்பு.

clod/klɔd/*(n)*:க்லஃட்: / a lump of clay, மண்ணாங்கட்டி; a mass, பளுப்பொருள்; a stupid person, முட்டாள். **cloddish***(adj)*.

clog/klɔg/*(n)*:க்லாக்: / a wooden soled shoe, மரக் காலணி; a hindrance, தடை; any thing that impedes motion, நகருவதைத் தடை செய்யும் எதுவும். **clog***(v.t-v.t)*, **clogged, clogging**: to hinder motion, இயக்கத்தைத் தடைப்படுத்து. • *The main road is* **clogged** *with heavy traffic.* • *I cannot think clearly now as my mind is* **clogged**.

cloggy/'klɔgi/*(adj)*:'கலாகி: / thick and sticky, ஒட்டும் தன்மையுடைய, அடர்த்தியான.

clois-ter/'klɔistə*/*(n)*:'க்லாய்ஸ்ட்டə* / a covered arcade in the inner court of a monastery or college, ஒரு கன்னியர் துறவி மடம் (அ) கல்லூரியில் உள்ள உட் தாழ்வாரம்; a monastery or nunnery, துறவி மடம், கன்னித் துறவி மடம்; a secluded spot, தனியிடம், பொது வாழ்விலிருந்து விலகி இருக்கத் தகுந்த இடம். **cloister***(v.t)*: to keep away from the worldly affairs, உலக வாழ்விலிருந்து விலகி இரு. • *A wiseman, very often,* **cloisters** *himself in a secluded spot.* **Cloistered** *virtue is no good.* **cloiste ed***(adj)*.

clone/'kləun/*(n)*:'கலəஉன் / genetically identical organisms or cells produced asexually from one ancestor or stock, இனச் சேர்க்கையின்றி உருவாக்கப்படும் ஒத்த மரபணு பண்பினைக் கொண்ட உயிரி(னம்). **clone***(v)*: make an identical copy of, replicate, ஒத்த வடிவினை தயார் செய், பிரதியெடு.

close/kləuz/*(v.t-v.i)*:க்லəஉஸ்: / to shut, மூடு. • *When we think seriously, we* **close** *our eyes.* to finish, முடிவு கட்டு; to come nearer, அருகில் வா; to come to an agreement, ஓர் உடன்பாட்டுக்கு வா. • *The director was responsible for* **closing** *a deal worth 10 crore rupees.* to stop from being open to the public, பொது மக்களுடன் தொடர்பை நிறுத்திக்கொள். **close down**: to stop, நிறுத்து. **close in**: to suround, சூழ்ந்து கொள். • *The terrorists began to* **close in** *on the invading army unit.* **close***(adj & adv)*: shut, மூடப்பட்டுள்ள; confined, அடைக்கப்பட்டுள்ள; secret, இரகசியமான. • *The police kept a* **close** *watch on the culprit.* familiar, மிகவும் அறிமுகமான. • *The man and his neighbour are* **close** *friends.* near, அருகில். • *The shop is* **close** *to the hospital.* **close***(n)*: an end of an action or period, செயலின் முடிவு (அ) காலகட்டத்தின் இறுதி. • *At the* **close** *of the meeting, there was all-round confusion.* **close***(n)*: an enclosed area or space, எல்லை வகுக்கப்பட்ட இடம். **closely***(adv)*, **closeness***(n)*.

close-fist-ed/ˌkləus'fistid/*(adj)*: 'க்லəஉஸ்ஃ'பிஸ்ட்டிட்: / not liberal, தாராள மனப்பான்மை இல்லாத; miserly, கருமித் தனமாக உள்ள.

close-shave/'kləus'ʃeiv/*(n)*: 'க்லəஉஸ்'ஷெய்வ் / narrow escape, மயிரிழையில் தப்பித்தல்.

clos-et/'klɔzit/*(n)*:'க்லாஸிட் / a small cupboard fixed in the wall, சுவரில் பொருத்தப் பட்டுள்ள அலமாரி; small private room, சிறிய தனியறை; lavatory, கழிப்பிடம். **closet***(adj)*: private, தனிப்பட்ட; secret, இரகசியமாக உள்ள. **closet***(v.t)*: to take or to be in a private room for consultation, ஆலோசனைக்குத் தனி அறையில் இரு, அழைத்துச் செல். • *The private secretary was* **closeted** *with the assistants for two hours.*

close-up/'kləusʌp/*(n)*:'க்லəஉஸப் / a photograph taken from very near, அருகிலிருந்து பெரிதாக எடுக்கப்பட்ட புகைப்படம்.

clo-sure/'kləuʒə*/*(n)*:'க்லəஉஜ:ə* / the act of closing, முடிவுக்குக் கொண்டு வருதல். • *The business of Ram was not doing well and lack of business forced the* **closure** *of his company.*

clot/klɔt/*(n)*:க்லாட் / a mass of liquid especially blood grown stiff or thick, இரத்தம் உறைதலால் ஏற்படும் கட்டி, உறை கட்டி, உறைந்த திரவம். **clot***(v.t-v.i)*: to coagulate, உறை; to form into clots, கெட்டியாக ஆகு.

cloth/klɔθ/*(n)*:க்லாத் (-ɔ:-) / any woven fabric of wool, cotton, etc., பருத்தி, கம்பளி முதலியவற்றால் நெய்யப்பட்ட துணி; the profession of being a priest (a man of the cloth = a priest) மதகுருமார் அணியும் ஆடை. **clothe**/kləuð/*(v.t)*: க்லəஉத்: / to cover with clothes, துணிகளால் மூடு; to put on clothes, ஆடை உடுத்து. • *Many families have no food, how can they* **clothe** *themselves?* **clothes**/kləuðz/*(n, pl)*:க்லəஉத்:ஸ்: / garments such as trousers, dresses, etc., அணியும் ஆடைகள், உடை முதலியன.

cloth-ier/'kləuðiə*/*(n)*:'க்லəஉதி:யə* / a merchant who makes or sells clothes especially for men, ஆண்களுடைய ஆடைகள் தயாரித்து விற்பனை செய்பவர்.

cloth-ing/'kləuðiŋ/*(n)*:'க்லəஉதி:ங் / clothes, ஆடைகள்; garments collectively, அணியும் எல்லா ஆடைகளும்.

cloud/klaud/*(n)*:க்லஉட் / floating masses of fog and water vapour in the air, மேகம். • *White* **clouds** *are hanging in the sky.* volume of dust, புழுதி மண்டலம்; anything dark or gloomy, இருள், தெளிவற்ற நிலை, துயரம். • *My future looks like a dark* **cloud**. a multitude of things moving in a mass, கூட்டமாக நகரும் சிறிய பொருள்கள். • *A* **cloudy** *insect began attacking the garden all of a sudden.* **cloud***(v.t-v.i)*: to overspread with clouds, மேகங்கள் பரவி மூடு. • *The sky is full of* **clouds**. to be less clear, தெளிவற்றதாக்கு; to darken, இருளடையச் செய்; to sadden, வருத்தப்படு; to spoil, பாழாக்கு. • *Age has not* **clouded** *my vision.* • *On hearing the news, her face suddenly* **clouded** *over.* • *The accident, I met with has* **clouded** *my life.* **cloud-burst**/ 'klaudbɜ:st/*(n)*: 'க்லஉட்:ப:ə:ஸ்ட் / a sudden heavy rain fall, திடீர் பெருமழை. **cloud-less**/'klaudlis/*(adj)*: 'க்லஉட்:லிஸ் / clear, தெளிவாக உள்ள; without clouds, மேகங்கள் இல்லாத. **cloudy***(adj)*: full of clouds, மேகங்கள் நிறைந்துள்ள. **cloudlessness***(n)*.

clout/klaut/*(n)*:க்லஉட் / a hard blow or knock either given by the hand or some instrument held in the hand, கையால் கொடுக்கப்படும் அடி (அ) கையால் ஏதோ கருவி கொண்டு அடித்தல்; a kind of influence especially political influence, அரசியல் செல்வாக்கு. • *Being an M.P. he has lot of* **clout** *with the government.* **clout***(v.t)*: hit hard with the hand or with some instrument held in hand, கையால் பலமாக அடி (அ) கையில் கருவி கொண்டு அடி.

clove/kləuv/*(v)*:'க்லəஉவ் / past tense of "cleave", "cleave" என்பதன் இறந்த கால வினைமுற்று. **clove***(n)*: the dried flower bud of the clove tree, கிராம்பு, இலவங்கம். **clove***(n)*: any of the small bulbs to which a larger bulb can be divided, a clove, a garlic, சிறு சிறு குமிழ்களில் அமையும் பெரிய குமிழ், உள்ளிப் பூண்டின் குமிழ். **clove-hitch**/*(n)*: a knot for fastening a rope around a bar, முளை முடிச்சு. **cloven**: past participle of "cleave", "cleave" என்பதன் இறந்த கால வினைமுற்று. **cloven***(adj)*: split, divided into two parts, பிளவுபட்டுள்ள. • *Cows have* **cloven** *hoofs.*

clo-ver/'kləuvə*/*(n)*:'க்லəஉவə* / common field plant of trefoil family used as fodder, மாட்டுத் தீவனமாகப் பயன்படும் மூவிதழ் உள்ள இலைகளையும், நறுமணமும் கொண்ட சிவப்பு (அ) வெண்மையான பூக்களைக் கொண்ட ஒருவகைச் செடி.

in clover: living in all luxury, எல்லா சுகங்களும் உடைய வாழ்வு. • *Every one wants to live* **in clover**.

clown/klaun/*(n)*:க்லஉன் / a rustic, நாகரிகம் இல்லாதவர்; buffoon, கோமாளி; an ill-bred fellow, பண்பாடு அற்றவன்; a fool, முட்டாள்.

cloy/klɔi/*(v.t)*:க்லாய் / weary with excess of food, திகட்டச் செய்; weary with pleasure until dislike comes, அளவுக்கு மீறின தன்மையால் சலிப்பூட்டு.

club/klʌb/*(n)*:க்லப்: / a heavy wooden stick used as weapon, கதை, கனத்த தடி; an association or society with an aim, கழகம், சங்கம்; one kind of playing cards, சீட்டு ஆட்டத்தில் ஒருவகை ஆட்டம். **club***(v.t)*: to beat with a club, தடியால் அடி. • *The prisoner was* **clubbed** *to death by the police.* to form a club, கழகத்தை அமை; to pay shares in a common expenditure, கூட்டுச் செலவில் பங்கு ஏற்றுக்கொள். • *All the members of the union* **clubbed** *together to pay for the dinner party.*

club-ba-ble/'klʌbəbl/*(adj)*:'க்லப:əப்:ல் / sociable, சமூகத்தில் நல்ல ஆதரவுடனும், வரவேற்புடனும் பழகக்கூடிய.

club-foot/ˌklʌb'fut/*(n)*:'க்லப்ஃ'புட் / a deformed or crooked foot, சரியில்லாத, பயனற்ற நொண்டியான பாதம், பிறவியிலேயே ஊனமுற்ற பாதம் உள்ள. **club-footed***(adj)*.

cluck/klʌk/*(n)*:க்லக் / the sound raised by a hen to call her chicks, பெட்டைக் கோழி எழுப்பும் ஒலி (அ) கொக்கரிப்பு. **cluck***(v.i)*: to make a cluck sound, 'க்ளக்' என்று ஒலியெழுப்பு; to express one's feeling, 'க்ளக்' என்று ஒலியெழுப்பி கருத்தைத் தெரிவி. • *She* **clucked** *her disapproval when he looked at her.*

clue/klu:/*(n)*:க்லூ / any thing that helps to find an answer to a problem, difficulty or mystery, ஒரு பிரச்சினையை (அ) இரகசியத்தை அறிய உதவும் குறிப்பு, துப்பு (அ) உளவு. • *The police haven't found a* **clue** *to the murder.* **clue***(v.t)*: to get at the latest news, facts, information, etc., செய்தி, உண்மைக் குறிப்பு முதலியன கிடைக்கும்படி செய். **clue-less**/klu:lis/ *(adv)*:'க்லூலிஸ் / helpless, உதவியில்லாமல்; ignorant, சற்றும் தெரியாத.

clump/klʌmp/*(n)*:க்லம்ப் / a cluster of trees or shrubs, extra thickness of leather added to sole, மரங்களின் செறிவு, செருப்பின் கீழ் வைத்துத் தைக்கப்படும் தடித்த தோல்; a tramping sound, பலமான காலடி ஓசை. • *When we walk on wet ground,* **clumps** *of earth stick to the boots.* **clump***(v.t)*: to form a lump, ஒன்றாகச் சேர்; to tramp heavily, பலமான காலடி ஓசையுடன் நடந்து செல். • *The neighbour always* **clumps** *around his heavy shoes.*

clum-sy/'klʌmzi/*(adj)*:'க்லம்ஸி: / awkward and ungraceful, மென்மையும், நளினமும் இல்லாத. • *There is a way of doing it, what you have done, is* **clumsy**. not able to manage men and matter, நிர்வாகத் திறமையற்ற. • *My life looks* **clumsy** *for others, but it is full of beauty for me.* **clumsily***(adv)*, **clumsiness***(n)*.

clus-ter/'klʌstə*/*(n)*:'க்லஸ்ட்டə* / a bunch, கொத்து; a number of things of the same kind, தொகுதி; a crowd, கூட்டம். **cluster** *(v.t)*: to form into a bunch, கொத்தாகு; gather, கூட்டமாகக் கூட்டு; collect into a cluster, கொத்தாகத் தொடு.

clutch/klʌtʃ/*(v.t)*:க்லச் / to seize, இறுக்கமாகப் பற்று; hold firmly, கெட்டியாகப் பிடி; snatch, வெடுக்கெனப் பிடுங்கு. • *The cat ran down and* **clutched** *its prey wih its claws.* **clutch***(n)*: a firm grip, இறுகப்பிடித்தல்; a gripping piece of machinery, எந்திர அமைப்பில் உள்ள பிடிப்புக் கருவி, இணைப்பதற்கும் இணைப்பை விடுவிப்பதற்கும் பயன்படும். **clutches***(n, pl)*: the claws, வளைந்த பிடிப்புகள்; the hands, கைகள்; power, சக்தி.

clut-ter/'klʌtə*/*(n)*:'க்லட்டə* / confused noise, இரைச்சல்; disarranged mass, தாறுமாறான குவியல்; litter, குப்பை கூளம். **clutter***(v.t)*: to make untidy, அசுத்தமாக்கு; to crowd together confusedly, கூட்டம் கூடிக் குழப்பம் செய்; throw out in disorder, தாறுமாறாகச் சிதறச் செய். • *Sometimes, my mind* **clutters** *with indecent thinking.*

cm: *abbr.* for centimetre, சென்டிமீட்டர் என்பதற்கு, cm என்ற சுருக்கம் பயன்படுத்தப்படுகிறது.

co/kəu/:கəஉ / prefix, முன்னொட்டு; together, சேர்ந்து; with, உடன்; co-exist, சேர்ந்து வசி; joint, சேர்; etc., முதலியன.

coach/kəutʃ/*(n)*:கəஉச் / a large four-wheeled carriage, பெரிய நான்கு சக்கர மூடு வண்டி; a railway carriage, ரயில் பெட்டி; instructor, ஆசிரியர்; trainer, பயிற்சி ஆசிரியர். • *There is a* **coach** *for anything new.* **coach***(v.t-v.i)*: to tutor or train, சொல்லிக்கொடு, பயிற்சி கொடு. • *I* **coach** *students for MBA Entrance Examination.*

co-ad-ju-tor/kəu'ædʒutə*/*(n)*: கəஉ'ஆஜுட்டə* / assistant, உதவி செய்பவர்; helper, பணியாளர்.

co-ag-u-late/kəu'ægjuleit/*(v.t-v.i)*: கəஉ'ஆக்யுலெய்ட் / **coagulated, coagulating**: change from a liquid into a solid state esp. by chemical action, உறையச் செய், இரசாயன மாற்றத்தால் உறையச் செய். • *Blood* **coagulates** *when it comes into contact with air.* **coagulation***(n)*.

coal/kəul/ *(n)*:கəஉல் / solid black combustible mineral substance, நிலக்கரி; a burning coal, எரியும் நிலக்கரி.

coal*(v.t-v.i)*: to supply with, இரயில் எஞ்சின்களில் கரி போட்டு நிரப்பு. **carry coals to New Castle**: something brought or sent to a place where it is already plentiful, அதிகமாகப் பொருள் விளையும்/இருக்கும் இடத்திற்கு அதே பொருளை எடுத்துச் செல்லுதல். **coalless***(adj)*: without coal, நிலக்கரி இல்லாத. **coal-tar**: a thick sticky substance produced during the distillation of coal, நிலக்கரியைக் காய்ச்சி வடித்தலால் பெறப்படும் பொருள், தார்.

co-a-lesce/ˌkəuə'les/*(v.t)*:'கəஉəலிஸ் / to grow together, to form into one group or mass, ஒன்றாக வளர், ஒரே குழுவாக இரு; unite into one, ஒன்று படு. **co-a-lescence**/ˌkəuə'lesns/*(n)*:கəஉə'லெஸ்ன்ஸ் / to combine and form a unit, இணைந்து ஒன்றாகக் கூடுதல்.

co-a-li-tion/ˌkəuə'liʃn/*(n)*:கəஉə'லிஷəன் / a union of different political parties for some definite purpose esp. for forming government, குறிப்பிட்ட நோக்கம் (அ) அரசு அமைப்பதற்கான அரசியல் கட்சிகளின் தற்காலிக இணக்கம், வேறுபட்ட அரசியல் கட்சிகளின் சேர்க்கை. • *There is a move to form a* **coalition** *government at the centre.*

coarse/kɔ:s/*(adj)*:கɔ:ஸ் / not fine, நாகரிகம் இல்லாத; rough, முரட்டுத் தன்மையுள்ள. • *The cloth is* **coarse**. lacking grace, நடத்தையில் நளினம் இல்லாத; vulgar,

பண்பாடு இல்லாத. • *Her behaviour in the meeting was rather* **coarse**. **coars-en**/ ʹkɔ:sn/(*v.t-v.i*):ʹகɔ:ஸʚன் / to make or become coarse, சொரசொரப்பாக்கு, கடினமாக்கு, கரடு-முரடாக்கு. **coarsely** (*adv*), **coarseness**(*n*).

coast/kəust/(*n*):கʚஉஸ்ட் / sea-shore, கடற்கரை; the land bordering the sea, கரையோர நிலப்பகுதி. • *The boat sank five kilometres off the Srilankan* **coast**. **coast**(*v.t-v.i*): to sail near or along the coast, கரையோரம் மிதந்து செல்; to run shut off in a motor vehicle or on a bicycle without pedalling, எரிபொருள் செலவு இல்லாமல் வண்டியைச் சரிவில் ஓட்டு (அ) மிதிக்காமல் மிதிவண்டியில் சவாரி செய். • *We can shut off the motor cycle engine now and* **coast** *for one kilometre.* **coastal** (*adj*): on or near the coast, கடற்கரையில், கடற்கரை அருகே உள்ள. **coast-line**(*n*): outline of the sea-shore, esp. as seen from the sea or on a map, கடற்கரையின் எல்லைக்கோடு; sea-shore, கடற்கரை.

coast-guard/ʹkəustga:d/(*n*):ʹகʚஉஸ்ட்கா:ட் / a naval organization keeping watch on coastal waters in order to assist people or ships in danger and prevent smuggling, கடலோர காவல்படை.

coat/kəut/(*n*):கʚஉட் / a kind of outer garment with sleeves, ஒருவகை மேல் சட்டை; a layer, ஓர் அடுக்கு; any covering, வெளியுறை; the hair or wool of beast, விலங்கின் மயிர். • *The cat's* **coat** *is hairy and smooth.* **coat**(*v.t*): to cover with coat, போர்வையால் மூடு; smear over, பூசு. **coat-ing**/ʹkəutiŋ/(*n*): கʚஉட்டிங்: a covering on, ஒரு மூடு போர்வை; a layer of paint, மேல் பூச்சு. • *Give a second* **coating** *of paint to the wall.*

coax/kəuks/(*v.i*):கʚஉக்ஸ் / to win over by flattery or gently persuade, இச்சகம் பேசிப் பணிய வை. • *His wife* **coaxed** *him to take her to the drama.* • *To coax a* **smile** *from one's wife is not an easy affair.*

cob/kɔb/(*n*):கɔப்: / a corn-cob, தானியத்தின் மேற்போர்வை; a male swan, ஆண் அன்னம்; a strong stout horse, பருத்த மட்டக் குதிரை; a large nut, பெரிய கொட்டை. **cob**: mixture of compressed clay and straw for building walls, செங்கல்

co-balt/kəuʹbɔ:lt/(*n*):ʹகʚஉபɔ:ல்ட் / an element, a shiny silver white metal, ஒரு தனிமம், பளபளப்பான, வெண்மையான உலோகம்; a blue colouring matter got from it, கோபால்ட் உலோகத்தினின்று உருவாக்கப்படும் நீல வண்ணப்பொருள்.

cob-ble/ʹkɔbl/(*v.t*):கɔப்:ல் / to put together roughly, ஏதோ ஒன்று என ஒன்று சேர்; to mend shoes, செருப்புகளைச் சீர் செய். **cobbled**(*adj*): covered with cobble stones, கூழாங்கற்களால் தளம் வேயப் பட்டுள்ள. **cobble**(*n*): a rounded stone used for paving, தளம் போடப் பயன்படும் உருளைக்கல். **cob-bler**/ʹkɔblə*/(*n*): கɔப்:லʚ* / one who mends shoes, செருப்பு தைப்பவர். **cobblers**(*n*): foolish talk, முட்டாள்தனமான பேச்சு.

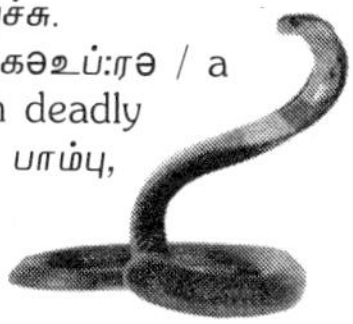

co-bra/ʹkəubrə/(*n*):ʹகʚஉப்:ரʚ / a hooded snake with deadly poison, நல்ல பாம்பு, நாகப்பாம்பு.

cob-web/ʹkɔbweb/ (*n*):ʹகɔப்:உஎப்: (-வெ-) / [also a **spider-web**]: a fine network spun by a spider, சிலந்தி வலை.

co-caine/kəuʹkein/(*n*):கɔʹக்கெய்ன் (கʚக்ʹ- /கʚஉʹக்-) / [also **coke**]: a drug used formerly as local anesthesia, உணர்விழக்கச்செய்யும் மருந்து; now it is illegally used for pleasure, இப்பொழுது இது போதை மருந்தாகப் பயன்படுகிறது.

coch-i-neal/ʹkɔtʃini:l/(*n*):ʹகɔச்சினீல் / a red-dye obtained from certain insects living on cactus, சப்பாத்திக் கள்ளிச் செடி வகைகளைத் தின்று வாழும் ஒரு சிவப்புப் பூச்சியினின்று எடுக்கப்படும் சாயம், வண்ணம்.

cock/kɔk/(*n*):கɔக் / the male of birds, ஆண்பறவை; chanticleer, சேவல்; a lever in the gun, துப்பாக்கியில் உள்ள நெம்பு கோல்; a small pile of hay, வைக்கோல் போர்; pointer in a balance, தராசு முள். **cock**(*v.t-v.i*): to stand up, நிமிர்ந்து நில்; prepare for firing, சுடத் தயாராகு; to show disrespect, மரியாதையில்லாமல் நடந்து கொள்; to turn up, திரும்பு. • *The dog* **cocked** *its ears at the sight of another dog.* **cock-fight**(*n*): a fight between cocks, கோழிச் சண்டை; a kind of sport, விளையாட்டுப் போட்டி. **cock-a-doo-dle-doo**/ˌkɔkəduːdlʹduː/(*n, sing*): காக்கʚடூ:ட்:ல்டூ: / **cock-adoodledoos** (*n, pl*): the loud long cry of a cock, ஒரு சேவலின் நீண்ட உரத்த 'கொக்கரக்கோ' எனும் ஒலி.

cock-a-hoop/ˌkɔkəʹhu:p/(*adj & adv*): ʹகாக்கʚʹஹுப் / very joyful and pleased, அதிக மகிழ்ச்சியுள்ள. • *She was* **cock-a-hoop** *about her marriage.* very unclean, மிகவும் சுத்தமில்லாத.

C

cock-and-bull-story/ˈkɔk ænd bul stɔ:ri *(n)*:ˈகாக் ஆண்ட்: புல் ஸ்டாரி / an implausible story used as an explanation or excuse, கற்பனை, கட்டுக்கதை.

cock-a-too/ˌkɔkəˈtu:/*(n)*: ˈகாக்கட்டூ / an Australian parrot, ஒருவகை ஆஸ்திரேலியக் கிளி.

cock-crow/ˈkɔkkrəu/ *(n)*:ˈகாக்கரஉ / the time cock crows, சேவல் கூவும் நேரம்; day break, வைகறை.

cock-e-rel/ˈkɔkərəl/*(n)*:ˈகாக்கரல் / a young cock, இளம் சேவல்.

cock-eyed/ˈkɔkaid/*(adj)*:ˈகாக்கய்ட்: / having squint eyes, ஓரக்கண்ணுள்ள.

cock-horse/ˌkɔkˈhɔ:s/*(n)*:ˈகாக்ˈஹாஸ் / child's rocking horse, ஆடும் பொம்மைக் குதிரை.

cock-le/ˈkɔkl/*(n)*:ˈகாக்ல் / soft bodied shell-fish used for food, உணவாகப் பயன்படும் ஒரு வகை நத்தை.

cock-le-shell/ˈkɔklʃel/*(n)*:ˈகாக்ல்ஷெல் / small light boat, சிறு படகு.

cock-ney/ˈkɔkni/*(n)*:ˈகாக்னி / a person living in London (the East End, poorer section), இலண்டன்வாழ் ஏழை மக்கள்; typical cockney English, இம்மக்களின் ஒரு வகையான ஆங்கிலப் பேச்சு (அ) மொழி.

cock-pit/ˈkɔkpit/ *(n)*:ˈகாக்பிட் / a compartment for the pilot in aircraft as well as for controls, விமான ஓட்டியின் இருப்பிடமும், இயக்கமும் உள்ள பகுதி; the pit in which cocks fight (or fought) hence, any arena of frequent war or strife, சேவல் சண்டை நடக்குமிடம், (அ) போர்க்களம்.

cock-roach/ˈkɔkrəutʃ/ *(n)*:ˈகாக்ரஉச் / a kind of beetle, கரப்பான் பூச்சி, கரப்பு.

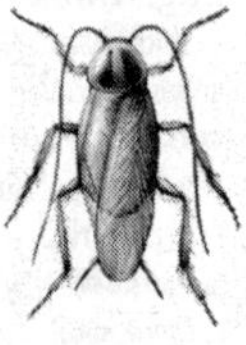

cocks-comb/ˈkɔkskəum/ *(n)*: ˈகாக்ஸ்க்கஉம் / [also **coxcomb**]: crest of the cock, சேவலின் கொண்டை; the cap of professional fool, கோமாளியின் குல்லாய்.

cock-sure/ˌkɔkˈʃɔ:*/*(adj)*:ˈகாக்ˈஷுஅ* (-ஷஅ*, -ஷா:*, ஷஅ*) / offensively self-confident, மிகவும் தன்னம்பிக்கையுள்ள.

cock-tail/ˈkɔkteil/*(n)*:ˈகாக்ட்டெய்ல் / a mixed alcoholic drink, சாராயம் கலந்த ஒருவகை பானம். **cock-tail party**: a social gathering where alcoholic drinks are served, இராணுவ முகாம்களில் நடக்கும் மதுபான விருந்து.

cock-y/ˈkɔki/*(adj)*:ˈகாக்கி / self-assertive and arrogant, அகந்தையும் தன்னை உயர்வாக எண்ணுகிற தன்மையும் உடைய. • *She is a* **cocky** *girl.* **cockiness***(n)*, **cockily***(adv)*.

co-coa/ˈkəukəu/*(n)*:ˈகஉக்கஉ / a coconut tree producing the coconut, தென்னை மரம். **coconut***(n)*: the nut of a tropical palm tree, தேங்காய். **cocoa***(n)*: a beverage made from the powder of the crushed cocoa seeds, கொக்கோ விதையிலிருந்து எடுக்கப்படும் பானம்.

co-coon/kəˈku:n/*(n)*:ˈகக்கூன் (கா-) / a case of silk spun by the worm of some insects in the pupa stage, பட்டுப் பூச்சியின் கூடு. **cocoon** *(v.t)*: to keep in a protective case, பாதுகாப்பான கூட்டில் வை.

cod/kɔd/*(adj)*:க:ட்: / not authentic, fake, போலியான, அங்கீகரிக்கப்படாத. **cod***(n)*: a joke or hoax, nonsense, கேலி, முட்டாள்தனம், a marine fish, ஒருவகை கடல் மீன். **cod***(v)*: play a joke or trick on (someone), கேலிசெய் (அ) தந்திரம் செய்.

cod-fish/ˈkɔdˌfiʃ/*(n)*:காட்:ஃபிஷ் / a large fish used as food, உணவாகப் பயன்படும் ஒரு வகை மீன்.

cod-dle/ˈkɔdl/*(v.t)*:ˈகாட்:ல் / to pet, செல்லமாக வளர்த்துக் கொஞ்சு; to cook in hot water that is below boiling point, வேக வை.

code/kəud/*(n)*:கஉட்: / a system of symbols, numbers, letters, words, etc. used esp. to convey secret messages, இரகசியக் குறியீட்டு மொழி. • *Terrorists have their own* **code** *of language.* symbolic language used by telegraph, electronic media, etc., தந்தி, மின் அணு பரப்பு முதலியவற்றில் பயன்படும் குறிப்பு மொழி; collection of social customs, சமுதாயப் பழக்க வழக்கங்களின் தொகுப்பு; collection of laws, சட்டத் தொகுப்பு; a cipher, பூஜ்யம். **code***(v.t)*, [also **encode**]: to collect laws, சட்டங்களைத் தொகு; to translate into a code, குறியீட்டு மொழியாக மாற்று. • *The government sends its information to some sections as a* **coded** *message.*

cod-i-cil/'kɔdisil/*(n)*:'காடி:ஸில்(law) / an addition, சேர்க்கை; modification to a will or agreement, உடன்படிக்கையின் பிற்சேர்க்கை.

co-di-fy/'kəudifai/*(v.t)*:'கஉடி:ஃபய் (கா-) / to arrange in a code, சட்டங்களைத் தொகு; systematize, ஒழுங்குபடுத்து. **codification** *(n)*.

cod-ling/'kɔdliŋ/*(n)*:'காட்:லிங் / a kind of apple, ஒரு வகை ஆப்பிள், வால் பேரிக்காய். **codling***(n)*: a young cod, காட் மீன் குஞ்சு.

cod-liver-oil/'kɔd livə* ɔil/*(n)*:'காட்: லிவ* ஆய்ல் / oil extracted from the liver of cod, which is rich in vitamin D & A, மீன் எண்ணெய்.

co-ed-u-ca-tion/ˌkəuedju:'keiʃn/*(n)*: 'கஉ,எஜுக்'கெய்ஷன் / the education of boys and girls together in mixed classes, இருபாலரும் கூட்டாகக் கல்வி பயிலல்.

co-ef-fi-cient/ˌkəui'fiʃənt/*(n)*: 'கஉயிஃபிஷன்ட் / that which helps to produce a result, ஒரு முடிவு ஏற்பட உதவும் தொகு எண்/தொகுதி; the number by which a variable is multiplied, மாற்றுக் குணக எண்.

co-e-qual/kəu'i:kwəl/*(n)*:'கஉ'யீக்வல் / a person having equality with another, சமநிலையில் உள்ள ஒருவர், ஈடான வேறு ஒருவர். **coequal***(adj)*, **coequally***(adv)*.

co-erce/kəu'ɜ:s/*(v.t)*:'கஉயஃஸ் / to force or compel a person or a group to do something quite against his or its will, பலவந்தமாய் ஒருவரை (அ) ஒரு குழுவை, சம்மதம் இல்லாமல் செய்யும்படி தூண்டு; compel to make/do; வலுக்கட்டாயப் படுத்து. **co-er-cion**/kəu'ɜ:ʃn/*(n)*: கஉ'ய:ஷன் / the act of coercing, வலுக்கட்டாயப்படுத்துதல். **coercive***(adj)*, **coercively***(adv)*.

co-e-val/kəu'i:vl/*(adj)*:கஉ'யீவல் / of the same age, சம வயதுள்ள; existing at the same time, சம காலத்தவராக உள்ள. **coeval***(n)*.

co-ex-ist/ˌkəuig'zist/*(v.i)*:'கஉயிக்:ஸி:ஸ்ட் (-யெக்-) / to exist at the same time or together esp. peacefully, சேர்ந்து வாழ். • *Can the Prime Minister* **coexist** *with a hostile President?* • *Very often, the wife prefers to* **coexist** *with her drunken life partner.* **co-exist-ence**/ˌkəuig'zistəns/ *(n)*: 'கஉயெக்'ஸி:ஸ்டன்ஸ் / the state of existing together peacefully, அமைதியாகச் சேர்ந்து வாழ்தல். • *The* **coexistence** *of Pakistan and India is possible provided they sort out the differences.* **coexistent***(adj)*.

cof-fee/'kɔfi/*(n)*: 'காஃபி / an evergreen shrub, valuable for its berries, காப்பிச் செடி; the seeds of the berries especially when ground and roasted, வறுத்துப் பொடியாக்கப்பட்ட காப்பிக்கொட்டை; a drink made from these seeds, காபி.

cof-fer/'kɔfə*/*(n)*:'காஃப* / a strong chest for holding money, jewels, etc., safe, காப்புப் பேழை, கருவூலம்.

cof-fer-dam/ˌkɔfə'dæm/*(n)*:ˌகாஃப'டேம் / [also **coffer**]: a caisson, கடல் (அ) நீர் அடியில் வேலை செய்ய உதவும் நீர் உட்புகாத பெட்டி போன்ற சாதனம்.

cof-fin/'kɔfin/*(n)*:'காஃபின் / chest for a dead body, சவப்பெட்டி.

cog/kɔg/*(n)*:காக்: / a tooth or projecting part of a wheel, சக்கரத்தின் பல்; a small boat, சிறு படகு (அ) பரிசல்; an unimportant person in an organization, ஒரு நிறுவனத்தில் அதிகாரம் இல்லாத ஒருவர். **cog wheel**: a projecting part of the wheel that can move and help other wheels also to move, சுற்றும் பிற சக்கரங்களைச் சுழலச் செய்யும் பல் பொருத்தப்பட்ட சக்கரம், பற்சக்கரம்.

co-gent/'kəudʒənt/*(adj)*:'கஉஜன்ட் / tending to convince with reasons and arguments, காரணம், விவாதம் முதலியவை கொண்டு அறிவுறுத்தும்படியாக உள்ள; compelling, without contradiction, முரண்பாடு இல்லாத, வலுப்படுத்தக்கூடிய. **cogently**, **cogency***(n)*.

cog-i-tate/'kɔdʒiteit/*(v.i)*:'காஜிட்'டெய்ட் / reflect deeply, நினைவில் ஆழ்; to think seriously, ஆழ்ந்து ஆராய்ந்து பார். **cogitation***(n)*, **cogitable***(adj)*, **cogitative***(adj)*.

cog-nate/'kɔgneit/*(adj)*:ˌகாக்:'னெய்ட் / related in origin or qualities of the same kind, ஒரே மூலத்தைச் சார்ந்துள்ள, ஒரே இனத்தின் குணமுள்ள.

cog-ni-tion/kɔg'niʃn/*(n)*:ˌகாக்:'னிஷன் / awareness, அறிந்து கொள்ளல்; knowledge, அறிவு; perception, உணர்தல்; experience of knowing, தெரிந்து கொள்ளும் அனுபவம். **cog-ni-tive**/'kɔgnitiv/*(adj)*: காக்:'னிட்டிவ் / of cognition, அறிந்து கொள்ளக்கூடிய தன்மை உள்ள; about cognition, அறிந்து கொள்வது பற்றிய. **cog-ni-zance**/'kɔgnizəns/*(n)*:காக்:'னிஸ:ன்ஸ் / [also **cognisance**]: **take cognizance**

of: to take notice of, தெரிந்து கொள், அடையாளம் அறிந்து கொள். **cog-ni-zant**/ 'kɔgnizənt/*(adj)*:காக்:'னிஸ:ஒண்ட் / having knowledge or information, அறிவும், வேண்டிய செய்தியும் உடைய, தகவல் உள்ள.

co-hab-it/kəu'hæbit/*(v.i)*:கஒஉ'ஹஆபிட் / to live together as husband and wife (usually of unmarried persons), முறையான திருமணமில்லாமல் கணவன் மனைவி போல் வாழ். • *Jennifer has been* **cohabiting** *with John for years.* **cohabitation***(n)*.

co-here/kəu'hiə*/*(v.t)*:'கஒஉஹியஒ* / to stick together, ஒன்றாக இரு, ஒட்டிக் கொள்; be united, இணைந்திரு; to be consistent in thinking, சிந்தனையில் சீராகவும் அறிவு பூர்வமாகவும் இரு. • *The argument has failed as it didn't* **cohere**. **co-her-ence**/ kəu'hiərəns/*(n)*:கஒஉ'ஹியஒரஒன்ஸ் / [also **coherency**]: consistency, இசைவு. **coherent***(adj)*: united, logical, consistent, முரண்பாடற்ற, இசைவாக உள்ள; easy to understand, தெளிவாக உள்ள. • *The defence has constructed a* **coherent** *argument to the prosecution.* **coherently***(adv)*.

co-he-sion/kəu'hi:ʒn/*(n)*:கஒஉ'ஹீஜ:ஒன் / the act of sticking together, ஒன்றுதல்; binding force, பிணைப்பாற்றல். • *The party lacks* **cohesion** *among its members.* • *The* **cohesive** *force in some tribes is very strong.* **cohesive***(adj)*, **cohesively** *(adv)*, **cohesiveness***(n)*.

coif/kɔif/*(n)*:காய்ஃப் / close-fitting cap worn by nuns, கன்னிப் பெண்கள் அணியும் இறுக்கமான குல்லாய்.

coif-feur/kwa:'fɜ:*/*(n)*:க்உ'ஆஃபஒ* *(கஉஃ-)* / hair dresser, முடி திருத்துவோர். **coif-fure**/kwa:'fjuə*/*(n)*:க்உ'ɔஃபஒ* a style of dressing the hair, ஒருவித முடிதிருத்தம், ஒப்பனை. **coiffured***(adj)*.

coil/kɔil/*(n)*:காய்ல் / a ring or spiral made by winding, spring, சுருள், சுற்று. • *Her heavy* **coils** *of hair add to her beauty.* **coil***(v.i)*: to wind in rings, வளையமாகச் சுற்று; twist into a spiral shape, சுருளாக மாற்று, முறுக்கு. • *The snake* **coiled** *around my leg, yet it failed to bite me.* • *The circus woman* **coiled** *herself like a snake.*

coin/kɔin/*(n)*:'காய்ன் / a piece of metal, authoritatively issued by government to be used as money, காசு, metal currency, உலோக நாணயம். **coin***(v.t)*: to make coins from metal, உலோகத்தினின்று நாணயம் செய்; to invent a phrase or word, வார்த்தை (அ) சொற்றொடர் கண்டுபிடி. **pay some one in his own coin**: retaliate, பழிவாங்கு, செய்ததைத் திருப்பிச் செய். • *You need not pay your enemy in his own* **coin**; *do him some good and leave him.* **coiner***(n)*, **the other side of the coin**: the opposite side of the problem, ஒரு பிரச்சினையின் மறுபக்கம். • *He is very rich, but no one looks at* **the other side of the coin**, *he is facing prosecution.* **coin-age**/'kɔinidʒ/*(n)*:'காய்னிஜ் / the act of coining, நாணயம் செய்தல், புதிய வார்த்தைகள், சொற்றொடர்களைக் கண்டு பிடித்தல். • *The word Chair Person is a recent* **coinage**. currency, நாணயம். • **Decimal coinage** *was introduced in India after Independence.*

co-in-cide/ˌkəuin'said/*(v.i)*:ˌகஒஉய்ன்'ஸய்ட் / to happen at the same time, ஒரே காலத்தில் நேரிடு, ஒன்றாக நிகழு, பொருந்து. • *The minister's visit has been programmed to* **coincide** *with the local function.* to be in agreement, சம்மதம் தெரிவி, ஒப்புதல் கொடு. • *Your opinion* **coincides** *with hers.* **co-in-ci-dence**/ kəu'insidəns/*(n)*:ˌகஒஉய்ன்'ஸிடஒன்ஸ் / the act of coinciding, ஒத்திருக்கும் செய்கை. • *It is a strange* **coincidence** *that she met her husband when the robbery took place in the street.* **coincident***(adj)*: happening at the same time and position, ஒரே சமயத்திலும், சந்தர்ப்பத்திலும் நிகழக்கூடிய. **coincidental** *(adj)*.

coir/'kɔiə*/*(n)*:காயஒ* / the fibre from the husk of the coconut used for cordage, matting, etc., தேங்காய் நார், கயிறு.

co-i-tus/'kəuitəs/*(n)*:கஒஉ'ய்ட்டஒஸ் / sexual intercourse, உடலுறவு.

coke/kəuk/*(n)*:கஒஉக் / a carbonaceous fuel made by heating coal, கல்கரி. coke*(n)*: *abbr.* coca-cola, cocain.

col/kɔl/*(n)*:கால் / a mountain pass, மலைக் கணவாய்.

col-an-der/'kʌləndə*/*(n)*:'கலஒன்ட:ஒ* / [also **calender**]: strainer with perforated bottom, வடிதட்டு.

cold/kəuld/*(adj)*:கஒஉல்ட் / chil, குளிர்ந்த. • *The wind is* **cold**. of low temperature, மிதமாக உள்ள; not kind, அன்பு இல்லாத. • *I met with a* **cold** *reception in my friend's house.* **cold, colding***(adv)*: completely, முழுமையாக; a common sickness caused by virus, சளி; chillness, குளிர். **coldness***(n)*. **cold-blood-ed**/ ˌkəuld'blʌdid/*(adj)*:ˌகஒஉல்ட்'ப்:லடி:ட் / having body temperature that can change according to the temperature of the surroundings, வெப்ப நிலைக்குத் தக்கவாறு மாறுபடும் உடல் நிலை உள்ள. • *Snakes are* **cold-blooded** *as they can live in water and on land also.* devoid of human feeling, மனித உணர்வற்ற; cruel, கொடிய தன்மை உள்ள. • *It was a* **cold-blooded** *murder.*

col-ic/'kɔlik/*(n)*:'காலிக் / severe pain in the stomach and bowels, especially of babies, வயிற்று வலி, முக்கியமாகக் குழந்தைகளுக்கு வயிற்றில் ஏற்படும் வலி. **col-ick-y**/'kɔliki/ *(adj)*:'காலிக்கி / suffering from colic, வயிற்று வலியால் துன்பப்படுகின்ற.

col-lab-o-rate/kə'læbəreit/*(v.t)*: கə'லæப:əரெய்ட் (கɔ-) / to work together with someone to achieve some purpose, சேர்ந்து வேலை செய், ஒரு நோக்கம் நிறைவேற இணைந்து செயல்படு; to work with an enemy who has occupied one's country, தன் நாட்டை ஆக்கிரமித்த விரோதியுடன் சேர்ந்து செயல்படு. • *The Orient Motor Company is* **collaborating** *with a German firm in manufacturing cars.* • *Men, who do not have an iota of patriotism will alone* **collaborate** *with the enemy country.* **collaborator***(n)*, **collaboration***(n)*. • *The two parties are working in close* **collaboration** *to carry out the project.* • *The new* **collaborator** *is a German.* • *A* **collaborator** *always gives willing cooperation to the enemy country,* **collaborative***(adj)*.

col-lapse/kə'læps/*(v.t)*:கə'லæப்ஸ் / to fall in suddenly, திடீரென விழு; to break down, நொறுங்கி விழு; to give way under physical or mental strain, உடல் (அ) உள்ளத்தின் சோர்வினால் விழுந்து விடு. • *The bridge* **collapsed** *under the strain of the loaded lorry.* • *The company* **collapsed** *under financial strain.* • *In spite of heavy mental strain, I do not* **collapse** *physically.* **collapse***(n)*: break down, வீழ்ச்சி; ruin, அழிவு; falling away, முறிவு, நொறுங்குதல். • *The patient suffered from a nervous* **collapse**. **col-laps-i-ble**/kə'læpsəbl/*(adj)*: கə'லæப்ஸிப்:ல் / that can collapse, விழுந்து நொறுங்கக் கூடிய; is cabable of being folded, எளிதில் மடித்து வைக்கக்கூடிய.

col-lar/'kɔlə*/*(n)*:காலə* / anything worn around the neck, கழுத்தைச் சுற்றி அணியப்படும் பட்டை; a neck tie, கழுத்துப் பட்டை. • *The advocate usually wears a* **collar** *made of fur.* **collar***(v.t)*: to seize, பற்றிக்கொள்; to catch and hold, பிடித்து வைத்துக்கொள்; to catch by the collar, கழுத்துப் பட்டையைப் பிடித்துக்கொள். • *As the minister was emerging out of his office, he was* **collared** *by news reporters.* **collar-bone***(n)*: the bone from the shoulders to the breast bone; the clavicle, காறை எலும்பு.

col-late/kə'leit/*(v.t)*:காʼலெய்ட் / to compare and scrutinize, ஒப்பு நோக்கு; to arrange the sheets of a book in order for binding, அட்டை போட நூலின் பக்கங்களைச் சீராக அடுக்கி ஒன்றாக இணை. • *Today, I* **collated** *an ancient manuscript in the oriental library.*

col-lat-e-ral/kɔ'lætərəl/*(n)*:காʼலæட்டரəல் / additional security, அதிகப்படியான ஈடு (அ) ஜாமீன். **collateral***(adj)*: additional less important, அதிகப்படியான ஆனால் முக்கியமில்லாத; parallel, இணையாக உள்ள; secondary, இரண்டாம் நிலையாக உள்ள; descended from the same ancestor but through different sons or daughters, ஒரே பரம்பரையினின்று வந்தவர், ஆனால் வேறு மகன் (அ) மகள் மூலமாக வந்தவர், ஒரே பரம்பரையில் பிறந்த ஆனால் வேறு கிளையைச் சார்ந்த.

col-lat-e-ral-da-mage/kɔ'lætərəl'dæmidʒ / *(n)*:காʼலæட்டரəல்ʼடæமிட்ஜ் / inadvertent casualties and destruction in civilian areas in the course of military operations, ராணுவ நடவடிக்கைகளின் போது பாதிக்கப்படும் (அ) இடிபடும் பொதுவான இடங்கள்.

col-la-tion/kə'leiʃn/*(n)*:காʼலெய்ஷ்ன் (கə-) / the act of collating, தொகுத்தல், ஒத்திருத்தல்; a lunch or repast, எளிய உணவு, சீக்கிரம் தயாரிக்கப்பட்ட உணவு.

col-league/'kɔli:g/*(n)*:'காலீக்: / co-worker, உடன் வேலை செய்பவர்; an associate in an office, கூட்டாளி, ஒரே அலுவலகத்தைச் சார்ந்தவர். • *My* **colleagues** *in office have no respect for me as I am in huge debt.*

col-lect/'kɔlekt/*(n)*:'காலெக்ட் / a short prayer, சந்தர்ப்பத்திற்கு ஏற்றவாறு சிறு பிரார்த்தனைப் பாடல். **collect***(adj)*: to be paid for by the one who receives something payable, வாங்கப்பட்டதற்குக் கொடுக்கப்படவேண்டிய பணம். **collect** *(v.t-v.i)*: to gather together, ஒன்று சேர், திரட்டு. • *There is no crowd and the crowd of the people* **collected** *has been dispersed by the police.* to come and take away, வந்து, எடுத்துப் போ (அ) அழைத்துப் போ; get the payment or ask for payment,

C

கொடுக்க வேண்டிய பணத்தைக் கேட்டு வாங்கு; to be cool and calm controlling one's feeling, உணர்ச்சிகளை அடக்கிக் கொண்டு, அமைதியாக இரு. • *The government* **collects** *taxes but it fails to provide basic needs to the people.* **col-lect-ed**/kə'lektid/*(adj)*:கə'லெக்ட்டிட்: / calm, cool, நெருக்கடியான நேரத்திலும் அமைதியாக உள்ள; having complete control of one's senses, உணர்ச்சிகளைக் கட்டுப்படுத்திக் கொண்டுள்ள. • *He remained calm, cool and* **collected** *when his staff members abused him.* **collectedly***(adv)*.

col-lec-tion/kə'lekʃn/*(n)*:கə'லெக்ஷən் / process of gathering, சேகரித்தல்; a group of things gathered, திரட்டு, தொகுதி; a sum of money contributed, ஒரு செயலுக்குக் கொடுக்கப்பட்ட (அ) சேகரிக்கப் பட்ட தொகை, பணவசூல். • *You can see a rare* **collection** *of pictures in the exhibition.* • *The gate* **collection** *has gone down this month.* **collective***(adj)*: formed by collection, தொகுக்கப் பட்டுள்ள. • *The* **collective** *opinion of the council is that war has to be avoided.* **collectively***(adv)*.

col-lec-ti-vis-m/kə'lektivizəm/*(n)*: கə'லெக்டிவ்விஸəம் / a doctrine that state should control all lands and means of production and ensure equitable distribution to the people, பொதுவுடைமைக் கொள்கை, நிலமும், உற்பத்தி செய்தலும், அரசின் உடைமை, மக்களுக்குச் சீராகப் பொருள் கொடுக்கப்பட வேண்டும் என்ற கொள்கை. **collectivist***(n)*.

col-lec-tor/kə'lektə*/*(n)*:கə'லெக்ட்டə* / one who collects, சேகரிப்பவர்; head of the district, மாவட்ட ஆட்சியாளர்; an officer appointed to receive taxes, custom duties, etc., வரி, சுங்கவரி முதலியவற்றை வசூலிக்கும் அலுவலர், அரசு அதிகாரி. **collectorate***(n)*: the office of the collector, மாவட்ட ஆட்சியர் அலுவலகம்.

col-leen/'kɔli:n/*(n)*:'காலீன் / a girl or young woman, இளம் பெண் (அ) சிறு பெண்.

col-lege/'kɔlidʒ/*(n)*:'காலிஜ் / a school for higher education, கல்லூரி. • *The Government* **college** *is on the banks of the river Kaveri.* buildings used by such educational institutions, கல்லூரிக் கட்டடங்கள்; a body of people devoted for academic achievement, கல்வி தொடர்பான குழு, செயல் குழு மற்ற எந்தக் குழுவும். • *She is a member of the electoral* **college**. **col-le-gi-ate**/kə'li:dʒiət/*(adj)*:கə'லிஜியிட் (-யəட்) / belonging to a college or college students, கல்லூரித் தொடர்பாக உள்ள, கல்லூரி மாணவர்கள் தொடர்பான. • **Collegiate** *education has become very costly now.*

col-lide/kə'laid/*(v.i)*:கə'லய்ட்: / dash together, மோது; clash with, இடி. • *Two cars* **collided** *with each other.* crash, தாக்கு; encounter, எதிர்த்துச் சண்டையிடு; be opposed, எதிர்த்து நில். • *The Finance Minister* **collided** *with the opposition party.*

col-lie/'kɔli/*(n)*:காலி / a breed of dog often used for tending sheep, ஆட்டு மந்தையைப் பாதுகாக்கும் ஒருவகை நாய்.

col-li-er/'kɔliə*/*(n)*:'காலியə* / a coal ship, நிலக்கரிக் கப்பல், a coal miner, நிலக்கரிச் சுரங்கத் தொழிலாளி. **col-lie-ry**/'kɔljəri/*(n)*:'கால்யəரி / a coal mine, நிலக்கரிச் சுரங்கம்.

col-li-sion/kə'liʒn/*(n)*:கə'லிஜ:ən் / the act of colliding, மோதுதல். • *The accident is due to a head-on* **collision** *between a lorry and a taxi.*

col-loid/kə'laid/*(n)*:கə'லய்ட்: / particles that settle in liquid or solid state, and that cannot be separated out by ordinary filtering or centrifuging, a gelatinous substance, திடதிரவக் கூழ்மம். **colloid** *(adj)*: relating to or characterized by a colloid or colloids, கூழ்மப் பண்புடைய, கூழ்ம நிலையிலுள்ள.

col-lo-qui-al/kə'ləukwiəl/*(adj)*: கə'லəஉக்உயəல் / pertaining to or used in ordinary, informal speech or conversation, சாதாரணமாகப் பேசுகின்ற வழக்குப் பேச்சு தொடர்பான. **collo-quialism**: colloquial expression, இலக்கிய சொற்றொடர் அல்லாத சாதாரண பேசும் மொழியில் பயன்படும் சொற்றொடர். **col-lo-quy**/'kɔləkwi/*(n)*: கə'லəஉக்உயி / formal conversation, discourse, உரையாடல், பேச்சு, சொற்பொழிவு.

col-lude/kə'lu:d/*(v.i)*:காலூட்: (கால்யூட்:) / conspire together secretly, கெட்ட எண்ணத்துடன் இரகசியமாக ஆலோசனை செய். • *The opposition leaders are* **colluding** *with each other for overthrowing the minority government.*

col-lu-sion/kəˈlu:ʒn/*(n)*:கஅல்'யூஜ:அன் *(-லூ-)* / secret understanding or agreement between two or more parties or people for cheating others, ஏமாற்றுவதற்குக் கூட்டு சேர்தல்.

co-lo-cynth/kɔləˈlsinθ/*(n)*:காலஅ'ஸிந்த் / a bitter gourd plant (its fruit is used as a purgative), பேதி மருந்தாகப் பயன்படும் கசப்புக் காய்கள் காய்க்கும் ஒருவகைச் செடி, தும்மட்டிக் காய்.

co-lo-gne/kəˈləun/*(n)*:கஅ'லஅஉன் / eau de cologne or similarly scented toilet water, வாசனாதித் திரவியம்.

co-lon/ˈkəulən/*(n)*:கஅஉ'லஅன் **(-லின்)** / punctuation mark (:), முக்காற் புள்ளி; a part of the large intestine, பெருங்குடலின் ஒரு பகுதி.

co-lo-nel/ˈkɜ:nl/*(n)*:'கஅ:ன்ல் / commanding officer of a regiment, படைப்பிரிவின் அதிகாரி.

co-lo-ni-al/kəˈləunjəl/*(adj)*:கஅ'லஅஉனியஅல் *(-ன்யஅ-)* / of or having colonies, குடியேற்ற நாட்டினுடைய. **colonial***(n)*: a person living in a colony but not a native of the colony, குடியேற்ற நாட்டில் வந்து வசிப்பவன். **co-lo-ni-al-ism**/kəˈləunjəlizəm/*(n)*: கஅ,லஅஉ'னியஅலிஸ்:ம் / the principle or practice of having colonies, குடியேற்ற நாடுகளைக் கொண்டிருத்தல். **col-o-nize**/ ˈkɔlənaiz/*(v.t)*:'காலஅனய்ஸ்: / to establish a colony in (other country, area, etc.,) குடியேற்ற நாடு அமை, குடியேற்று. • *The British* **colonized** *India in the 18th century.* **colonizer, colonization***(n)*, **colonialist***(n)*.

col-on-nade/ˌkɔləˈneid/*(n)*:'காலஅனெய்ட் / a series of columns arranged symmetrically, தூண்களின் வரிசை.

col-o-ny/ˈkɔləni/*(n)*:'காலஅனி / a body of emigrants, குடியேற்ற சமுகம்; the territory formed by a body of persons, குடியேற்ற நாடு; a group of the same kind of animals or plants living or growing together, ஒரே இனப் பிராணிகள் **(அ)** தாவரங்களின் கூட்டம்.

co-lo-phon/ˈkɔləfən/*(n)*:'காலஅஃபஅன் / a publisher's emblem or imprint on the title page of a book, புத்தக வெளியீட்டாளர்களின் சின்னம் **(அ)** அடையாள முத்திரை.

col-o-ra-tion/ˌkʌləˈreiʃn/*(n)*:,கல'ரெய்ஷஅன் / colouring, வண்ணம் தீட்டல்; arrangement of colours, வண்ணங்களை அழகுற அமைத்துத் தீட்டல்.

co-los-sal/kəˈlɔsl/*(adj)*:கஅ'லாஸ்ல் / extremely large, மிகப்பெரியதாக உள்ள. **co-los-sus**/kəˈlɔsəs/*(n,sing)*: கஅ'லாஸஅஸ் / **colossuses** *(n, pl)*: person or thing or statue of great size or importance, மிகப் பெரிய உருவம், நபர், சிலை, மிக முக்கியத்துவம் வாய்ந்த மனிதர், எதையும் சாதிக்கும் திறமையுள்ளவர். • *The Prime Minister said that he felt like a* **colossus** *when he was elected.*

col-our/ˈkʌlə*/*(n)*:கலஅ* / a hue, shade, நிறம், வண்ணம். • *Some insects are capable of changing* **colour**. behaviour of a person, ஒருவரின் நடத்தை; character, குணம், பண்பு; shade of meaning, கருத்து நயம். • *The teacher gives* **colour** *to his lessons by telling humorous anecdotes.* **colour***(v.t-v.i)*: to give colour to, நிறம் கொடு; to paint, வண்ணம் தீட்டு; misrepresent, உண்மைக்கு மாறாகக் கூறு. • *One's real* **colour** *will reveal clearly in a crisis. (colour = character)* **colours***(n)*: the official flag of a country, ship, army, etc., ஒரு நாட்டின் **(அ)** கப்பலின் **(அ)** இராணுவப் படையின் அதிகார பூர்வமான கொடி; one's true colours, ஒருவரின் உண்மையான குணம்; a special song, cap, badge, etc. of a team, ஒரு குறிப்பிட்ட அணியின் சின்னம், குல்லாய், அடையாளம் முதலியவை. • *The President presented the regimental* **colours** *of the Gurkh regiment.* **colours***(n)*: standard of a squadron or regiment, ஓர் அணி **(அ)** படையின் கொடி **(அ)** சின்னம். **colour-blind**: not capable to see certain colours, சில நிறங்களைப் பார்க்க முடியாமல் இருத்தல். **col-our-ful**/ˈkʌləful/*(adj)*: 'கலஅ:ஃபுல் / full of colours, பல வண்ணங்கள் உடைய; exciting and beautiful, உள்ளத்தைக் கவரும் அழகுள்ள. • *It is a bird whose body is* **colourful**. • *At a* **colourful** *function, prizes were awarded to students.* **col-our-less**/ ˈkʌləlis/*(adj)*:'கலஅலிஸ் / without colour, வண்ணம் இல்லாத. **colourlessly***(adv)*, **colourable***(adj)*.

colt/kəult/*(n)*:கஅஉல்ட் / a young horse especially a male, குதிரை, முக்கியமாக ஆண் இனம், குதிரையின் ஆண்குட்டி. **colt** *(n)*: a kind of pistol, ஒருவகைத் துப்பாக்கி.

col-umn/ˈkɔləm/*(n)*:காலஅம் / a pillar, தூண். • *The artistic* **columns** *in the temple really look beautiful.* an upright body, கம்பம்; a vertical series of lines in a page, பத்தி; a body of troops drawn up in deep file, படைப்பிரிவு. • *Several* **columns** *of soldiers are seen marching towards the border.* an article by a particular writer appearing regularly, ஓர்

எழுத்தாளரின் தொடர் படைப்பு. • *The gossip* **column** *in the "Daily News" is really interesting.* **col-umn-ar**/ kɔ'ləmnə*/*(adj)*:கா'லம்னஅ* / formed in columns, தூண்கள் வரிசையாக அமைக்கப் பட்டுள்ள. **col-umn-ist**/'kɔləmnist*(n)*: 'காலம்'னிஸ்ட் (-மி-) / a writer who contributes to a newspaper or magazine column, ஒரு பத்திரிகை (அ) செய்தித்தாளுக்கு வழக்கமாக எழுதும் எழுத்தாளர்.

co-ma/'kəumə/*(n)*:'கஅஉமஅ / a state of long, deep unconsciousness, எல்லா உணர்ச்சி களையும் இழந்த ஆழ்ந்த உறக்க நிலை. • *Having swallowed a large number of sleeping pills, she fell into a* **coma**.

comb/kəum/*(n)*:கஅஉம் / a toothed device for dressing hair, சீப்பு; crest of a cock, சேவல் கொண்டை; beehive, தேன்கூடு; an instrument for cleaning wool, cotton, etc., உரோமம், பருத்தி போன்றவற்றைச் சீர்செய்ய உதவும் வார்க்கருவி. **comb***(v.t)*: to clean,to make tidy, to arrange, etc., esp. the hair with a comb, சிக்கெடு, சீப்பு கொண்டு சீவு; to search thoroughly, முழுவதும் விடாமல் தேடிப்பார். • *Men and women spend lot of time* **combing** *their hair.* • *The police are* **combing** *the area for a terrorist.*

com-bat/'kɔmbæt/*(n)*:'காம்ப:அட் (-ப:ஆ-) / a fight, சண்டை; contest, போட்டி. • *In the prison, the two criminals were locked up in fatal* **combat**. **combat***(v.t)*: to fight against, எதிர்த்துப் போராடு; be opposed to, எதிரியாய் இரு. • *The police now use a new method to help themselves* **combat** *terrorists.* **com-ba-tant**/'kɔmbətənt/*(n)*: 'காம்ப:அட்டஅன்ட் (கம்): one who takes an active part in fighting, சண்டையிடுபவன். **combatant***(adj)*: fighting, சண்டை இடுகின்ற தன்மையுள்ள. **com-bat-ive**/ 'kɔmbətiv/*(adj)*:'கம்ப:அட்டிவ் / ready to fight or argue, சண்டைக்குத் தயாராக உள்ள, வாதாடுவதற்கு ஆயத்தமாக உள்ள.

com-bine/'kɔmbain/*(v.t-v.i)*:'காம்ப:ய்ன் (கஅம்-) / to join together, ஒன்று சேர்; to unite, ஒன்று திரட்டு; to form a single unit, ஒருங்கிணை. • *The men and women* **combined** *to raise the fund in the village.* to do at the same time, ஒரே சமயத்தில் செய்; to have at the same time, ஒரே சமயத்தில் பெறு. • *It is not always possible to* **combine** *holidays with serious readings.* **combine** *(n)*: a group of business people acting with other party, men acting together, வியாபாரக் குழுக்கள் ஒருங்கிணைந்து செயல்படுதல், பலர், வேறு பலருடன் சேர்ந்து கூட்டாகச் செயலாற்றுதல். • *We have many industrial* **combines** *in the industrial estate.* **com-bi-na-tion**/ ˌkɔmbi'neiʃn/*(n)*:ˌகாம்பி:'னெய்ஷஅன் / union or connection, சேர்க்கை (அ) தொடர்பு, இணைப்பு. • *The two workers did well in* **combination**. association of persons, குழுக்கள். • *The* **combination** *of communists and socialists will never work.* chemical union, இரசாயனச் சேர்க்கை. • *Chemical* **combinations** *can take place even in sunlight.* the numbers or letters required for operating a lock, ஒரு பூட்டைத் திறக்க தேவையான எழுத்துக்கள் (அ) எண்கள்; an under-garment combining vest and pants, மேல் ஆடையும், கீழ் ஆடையும் சேர்ந்த தொகுப்பு. • *We do not want* **combination** *dress.*

combust/kəm'bʌst/*(v)*:கஅம்'ப:ஸ்ட் / consume or destroy by fire, நெருப்புக்கு இரையாக்கு. **combustible***(adj)*

combustion/kəm'bʌstʃən/*(n)*: கஅம்'ப:ஸ்ட்ஷஅன் / the process of burning something, எரித்தல்.

cum-bus-tion/kəm'bʌstʃən/*(n)*: கஅம்'ப:ஸ்ச்சஅன் / the act of catching fire and burning, எரிதல்; chemical action followed by heat and light, ஒளியும், வெப்பமும் உள்ள இரசாயனச் செயல். • *We have internal* **combustion** *engines.* • **Combustion** *always produces chemical action.* **com-bus-ti-ble**/ kəm'bʌstəbl/*(adj)*: கஅம்ˌப:ஸ்ட்டஅப்:ல் (-டிப்:ல்) / liable to burn, எரியும் இயல்புடைய; inflammable, எளிதில் தீப்பிடிக்கக்கூடிய. • *Yellow Phosphorus is highly* **combustible**.

come/kʌm/*(v.i)*:கம் / **came, come**: to move towards, நெருங்கு, அருகில் வா. • *Could you* **come** *and meet me tomorrow?* to reach a particular point or place, ஒரு குறிப்பிட்ட இடத்திற்கு வந்து சேர்; to approach, அருகில் போய்ச் சேர், நெருங்கு. • *Aeronautics has* **come** *a long way since 1930.* • *He* **comes** *out every day with new problems.* • *He is a man,* **coming** *up in life.*

come-back/'kʌmbæk/*(n)*:'கம்ப:ஆக் / a return by a well-known person especially an entertainer or sports player to the activity in which they have formerly been successful, மாபெரும் வெற்றியடைந்த பின் ஏற்பட்ட தொய்வினை சரிசெய்யும் மறுபிரவேசம்.

com-e-dy/'kɔmədi/*(n)*:'காமிடி: / a drama dealing with the lighter side of life,

நகைச்சுவை நாடகம்; a drama ending happily, இன்ப இயல் நாடகம்; literature full of humour, wit, etc., நகைச்சுவையும் கேலியும் உள்ள இலக்கியம். • *A* **comedy** *does not excite any serious thinking.* **co-me-di-an**/kə'mi:djən/*(n)*/கə'மீட்:யəன் / an actor in a comedy, நகைச்சுவை நாடகத்தில் பங்கு கொள்ளும் நடிகர்; jester, கோமாளி.

come-ly/'kʌmli/*(adj)*:'கம்லி / attractive, கவர்ச்சியுள்ள; having a pleasing appearance, இனிமையான தோற்றம் உள்ள. **comliness***(n)*.

com-er/kʌmə*/*(n)*: கமə* / one who comes, வருபவர். • *He is a new -* **comer** *to our office.* anyone poised for success, வெற்றிக்கு அடித்தளம் அமைத்திருப்பவர்.

com-et/'kɔmit/*(n)*:காமிட் / a star-like body with long tail of light, வால் நட்சத்திரம்.

com-fit/'kʌmfit/*(n)*:'கம்ஃபிட் (காம்-) / sweet nut, சர்க்கரை மிட்டாய்; sugar plum, இனிப்புத் தின்பண்டம்.

com-fort/'kʌmfət/*(n)*:'கம்ஃபəட் / the state of being free from worry, anxiety, etc., கவலையில்லாத நிலை, சுகம். • *Many people want to live in* **comfort**. solace, ஆறுதல்; a sense of easiness, சுகமான (அ) இதமான உணர்வு. **comfort***(v.t)*: to give comfort or solace, மகிழ்ச்சியூட்டு, ஆறுதல் கொள்; to soothe, நோயகற்று; to cheer up, தேற்று. • *I* **comforted** *my friend who met with an accident.* **com-for-ta-ble**/'kʌmfətəbl/*(adj)*:'கம்ஃபəட்டəப்:ல் / soothing, ஆறுதல் அளிக்கக்கூடிய. **comfortably off** *(adj)*: very rich, மிக சுகமான பணக்கார வாழ்க்கையுள்ள. **com-fort-er**/'kʌmfətə*/*(n)*: 'கம்ஃபəட்டə* / one who gives comfort, ஆறுதல் அளிப்பவர்; woollen cloth, worn around the neck to keep it warm, வெப்பமாய் இருக்கக் கழுத்தைச் சுற்றி அணியும் கம்பளித் துண்டு. **comfortless***(adj)*: without comfort, சுகம் இல்லாத.

com-ic/'kɔmik*(adj)*:'காமிக் / pertaining to comedy, நகைச்சுவையுள்ள நாடகம், இன்பமாக முடியும் நாடகம் பற்றிய; causing laughter, சிரிப்பு உண்டாக்கக்கூடிய. **comic***(n)*: a book or motion picture raising mirth, நகைச்சுவை நூல், நகைச் சுவை நிகழ்ச்சி. **com-i-cal**/'kɔmikəl/*(adj)*: 'காமிக்கəல் / funny, வேடிக்கையாக உள்ள. **comics***(n)*: comic strips in a magazine or newspaper, ஒரு பத்திரிகை, செய்தித்தாளில் உள்ள நகைச்சுவைப் பகுதி. • *Even adults read the* **comics** *section in newspaper,* **comically***(adv)*.

comic-strip/'kɔmikstrip/*(n)*:'காமிக்ஸ்டிரிப் / a sequence of drawings in boxes that tell an amusing story, typically printed in a newspaper or magazine, செய்தித்தாள் மற்றும் சஞ்சிகைகளில் இடம்பெறும் கேளிக்கை சித்திரங்கள்.

com-ing/kʌmiŋ/*(n)*:கமிங் / arrival, வருகை. • *With the* **coming** *of spring, birds stir out and go to distant place.* **coming** *(adj)*: that is coming, வருகின்ற. • *In the* **coming** *months, things will brighten up.*

com-i-ty/'kɔmiti/*(n)*:'காமிட்டி / courtesy, மரியாதை; friendly polite behaviour, நல்ல பண்புள்ள நடத்தை. **The comity of nations**: group of nations with goodwill, நல்லுறவு கொண்ட உலக நாடுகள். • **In the comity of nations,** *India's prestige has gone up.*

com-ma/'kɔmə/*(n)*:காமə / punctuation mark, (,) கால் புள்ளி.

com-mand/kə'ma:nd/*(v.t)*:கə'மான்ட்: / to give orders, உத்தரவிடு. • *The minister* **commands** *respect in his constituency.* to be at the head, தலைமையேற்று நடத்து; to control, நிர்வாகம் செய்; to be able to use, பயன்படும்படி செய்ய வாய்ப்பு ஏற்படுத்திக்கொள். • *The corporation is in a position to* **command** *vast resources of men, money and matter.* **command** *(n)*: an order, உத்தரவு; control, அதிகாரம்; dominating power, ஆதிக்கம்; mastery, திறமை. • *The army is under the* **command** *of the President.* • *She has a good* **command** *of the English language.* **commanding** *(adj)*: overlooking, உயரத்திலிருந்து எல்லாவற்றையும் பார்க்கக் கூடிய. • *The cottage has a* **commanding** *position on a steep hill.* having command, அதிகாரம் உள்ள; inducing respect and obedience, மரியாதையும், மதிப்புமளிக்கக்கூடிய. • *The* **commanding** *personality of Jawaharlal Nehru inspired many people.*

com-man-dant/ˌkɔmən'dænt/*(n)*: ˌகமான்'டːஆன்ட் (காமə-) / the chief of an army, படைத்தலைவர். • *The* **commandant** *of the NCC camp is Mr. Singh.*

com-man-deer/ˌkɔmən'diə*/*(v.t)*: ˌகாமான்'டி:யə* / to take possession of some property for military use without payment, to seize for military purposes, இராணுவ உபயோகத்திற்கு ஈட்டுப் பணம்

கொடுக்காமல் ஒரு தனி உடைமையை எடுத்துக்கொள். • *The army men* **commandeered** *the bungalow and began using the same.*

com-man-der/kə'ma:ndə*/*(n)*: கஅ'மான்டஅ* / a military officer of very high rank, உயர் இராணுவத் தளபதி.

com-mand-ment/kə'ma:ndmənt/*(n)*: கஅ'மான்ட்:மஅன்ட் / any of the ten laws according to the Bible, பைபிள் நூலில் உள்ளபடி பத்துக் கட்டளைகள்.

com-man-do/kə'ma:ndəu/*(n, sing)*: கஅ'மான்டஅஉ / **commandos**/*(n, pl)*: a small body of trained army men to make sudden raids, திடீர்த் தாக்குதலுக்குப் பயன்படும் நன்கு பயிற்றுவிக்கப்பட்ட இராணுவப்படை.

com-mem-o-rate/kə'meməreit/*(v.t)*: கஅ'மெமஅரெய்ட் / to bring to memory by some celebration, நினைவுவிழா கொண்டாடு. • *The anniversary of the birth of Mahatma is being* **commemorated** *today.* **commemoration***(n)*, **commemorative***(adj)*.

com-mence/kə'mens/*(v.t-v.i)*:கஅமென்ஸ் / to begin, தொடங்கு; to take first step, முதல் அடியை எடுத்து வை. • *The meeting is to* **commence** *now.* **com-mence-ment**/kə'mensmənt/*(n)*:'கஅமென்ஸ்மஅன்ட் / the act of commencing, ஆரம்பித்தல்.

com-mend/kə'mend/*(v.t)*:கஅ'மென்ட்: / to praise, பாராட்டு, புகழ்ந்து பேசு; to give unto the care of, பிறர் பொறுப்பில் விடு. • *The director was highly* **commended** *for his innovative methods.* **com-men-da-ble**/kə'mendəbl/*(adj)*:'கஅமென்டஅப்:ல் / worthy of praise, புகழுக்கு உரிய. **com-men-da-tion**/ˌkɔmen'deiʃn/*(n)*:'கஅமென்'டெ:ய்ஷஅன் / praise, புகழ்தல்; an official or government prize or honour given for some outstanding quality, முக்கியமான, மிக உயர்ந்த செயல் (அ) குணத்திற்காக அதிகாரபூர்வமாக (அ) அரசு தொடர்பான பரிசு கொடுத்துப் புகழ்தல். • *The President awarded the prize for bravery to a young boy with a* **commendation**. **commendatory** *(adv)*, **commendably** *(adv)*.

com-men-su-rate/kə'menʃərət/*(adj)*: கஅ'மென்ஷஅரிட் (-ஷு-) / proportionate in measure or size, தகுந்த அளவுள்ள; corresponding, ஈடாக உள்ள, ஏற்றதாக உள்ள. • *The salary, I receive, is not at all* **commensurate** *with the work turned out by me.*

com-ment/'kɔment/*(n)*:'காமென்ட் (கஅ-) / a remark, குறிப்புரை; criticism, ஆய்வுக் குறிப்பு; an observation, ஒரு குறிப்பு, குறைகளை எடுத்துச் சொல்லல். • *Her* **comments** *on my conduct are not fair.* **comment***(v.t)*: to make a comment, குறிப்புரை வழங்கு, மதிப்புரை கொடு, விளக்கம் கொடு; give an opinion, உன் கருத்து என்னவென்று குறிப்பிடு. • *The Prime Minister refused to* **comment** *on the fresh proposals for taxes.*

com-men-ta-ry/'kɔməntəri/*(n)*: 'காமென்ட்டஅரி / analytical discussion, விளக்கவுரை; exposition, வர்ணனை. • *The running* **commentary** *on the cricket match was exciting.* **com-men-ta-tor**/'kɔmənteitə*/*(n)*:'காமென்ட்டெய்ட்டஅ* / one who gives a commentary of a function or a sports match, விழா, விளையாட்டு முதலியனவற்றின் வர்ணனையாளர். • *The* **commentator** *of the Republic Day celebrations did well.*

com-merce/'kɔmɜ:s/*(n)*:'காமஅ:ஸ் / exchange, பண்ட மாற்றுதல்; buying and selling, வாங்குதலும் விற்பதும், வணிகம்; exchange of ideas, opinions, etc., கருத்துப் பரிமாற்றம். **com-mer-cial**/kə'mɜ:ʃl/*(adj)*:கஅ'மஅ:ஷஅல் / related to commerce, வாணிபம் பற்றிய. • *He has no lofty aim, it is only* **commercial** *(making money).* **commercial***(n)*: an advertisement (light and sound), ஒரு விளம்பரம்.

com-mer-cial-break*(n)*: an interruption in the transmission of a broadcast programmes during which advertisements are broadcast, விளம்பர இடைவேளை.

com-mer-cial-is-m/kə'mɜ:ʃəlizəm/*(n)*: கஅ'மஅ:ஷஅலிஸ்:ம் / business principles, business view point, வணிக இயல், வணிக நோக்கு; making profits, இலாபம் ஈட்டுதல். **com-mer-cial-ize**/kə'mɜ:ʃəlaiz/*(v.t)*: கஅ'மஅ:ஷஅலய்ஸ்: / to make commercial, வியாபாரமாக்கு. Nowadays, education has been mostly **commercialized**. **c-om-mer-cial-i-za-tion**/kə'mɜ:ʃəlaizeiʃən/*(n)*: ˌகஅமஅ:ஷஅலய்'ஸெ:ய்ஷஅன் / act of commercializing, வியாபாரமாக்குதல், எப்படியாயினும் பணம் சேர்த்தல்.

com-mi-na-tion/ˌkɔmi'neiʃn/*(n)*: ˌகாமி'னெய்ஷன் / the action of threatening divine vengeance, தெய்வ குற்றம் என்று பயமுறுத்துதல்.

com-mi-na-tory/'kɔminətəri/*(adj)*: 'காமினஅடஅரி / punitive or vengeful, தண்டனைக்கு (அ) பழிவாங்கக் காரணமான.

com-min-gle/kɔ'miŋgl/*(v)*:காɔ'மிங்க:ல் / mix, blend, கலக்கு, சேர்.

com-mis-e-rate/kə'mizəreit/*(v.t-v.i)*: கə'மிஸ:əரெய்ட் (காɔ-) / express sympathy, இரக்கம் காட்டு. • *Do not* **commiserate** *with the beggars.* **commiseration***(n)*: (usually pl), pity, இரக்கம். • *Please give him my* **commiserations** *on his losing money in gambling.*

com-mis-sar/'kɔmisa:*/*(n)*:,காɔமிஸா* / head of a government department in any republic of the erstwhile Soviet Union, முன்னாள் சோவியத் குடியரசுகளில் அரசுத்துறை ஒன்றின் தலைவர்.

com-mis-sar-i-at/ˌkɔmi'seəriət/*(n)*: காɔமி'ஸεəரியəட் (-யஃட்) / an army division dealing with supply of food, transport, etc., போக்குவரத்துச் சாதனங்கள், உணவு முதலியவற்றைப் பங்கீடு செய்யும் இராணுவப்பகுதி. **com-mi-sa-ry**/'kɔmisəri/*(n)*: 'காɔமிஸəரி / an officer with duties in commissariat, இராணுவ உணவுப் பிரிவில் உள்ள அலுவலர், செயலாளர், படை உணவுப் பொறுப்பாளர்.

com-mis-sion/kə'miʃn/*(n)*:கə'மிஷəன் / brokerage, தரகு; discount, கழிவு; order, கட்டளை; a group of people charged with a particular work, குறிப்பிட்ட வேலையைச் செய்ய அமர்த்தப்பட்ட ஒரு குழு; act of committing, ஒரு வினையைச் செய்தல்; warrant, ஆணைப்பத்திரம். • *He is paid salary besides* **commission** *on the sales turnover.* • *The suggestion to set up a high power* **commission** *to enquire into the murder of the Prime Minister has been accepted by the government.* **commission***(v.t)*: to engage, to give a commission, வேலைக்கு அமர்த்து, ஒரு வேலையை ஒப்படை. • *A Supreme Court judge has been* **commissioned** *to enquire into the riots. give brokerage,* தரகு கொடு; *empower,* செயலுரிமை கொடு. • *The President* **commissioned** *that a picture of the Prime Minister be painted.* **com-mis-sion-agent**/kə'miʃnˌeidʒənt/*(n)*: கə'மிஷன்ˌஎய்ட்:ஜəன்ட் / a person who transacts business on commission, typically on behalf of a principal from another country, இடைத் தரகர், அயல்நாட்டுப் பிரதிநிதி.

com-mis-sion-aire/kəˌmiʃə'neə*/*(n)*: கəˌமிஷə'னεə* / a uniformed attendant at the entrance of a hotel, cinema, etc. சீருடை அணிந்த காவலர், வாயில் காவலர். **commissioned officer**: a high ranking officer in the armed forces, ராணுவ அதிகாரி. **com-mis-sion-er**/kə'miʃənə*/*(n)*: கəˌமிஷə'னεə* / an officer in charge of a particular government department, ஆணையர், அரசு உயர் அலுவலர்.

com-mit/kə'mit/*(v.t)*:கə'மிட் / **committed, committing**: to entrust, நம்பிக்கொடு; to give in charge, பொறுப்பைக் கொடு; to be guilty of, குற்றம் செய்பவனாக இரு. • *He* **committed** *all his manuscripts to the flames.* to send for trial, விசாரணைக்கு அனுப்பு; to do something wrong or illegal, சட்ட விரோதமான செயலைச் செய். • *He was* **committed** *to the sessions.* **com-mit-ment**/kə'mitmənt/*(n)*: கə'மிட்மəன்ட்: a responsibility or promise to accept and follow certain faith or course of action, பொறுப்பு (அ) வாக்குறுதி, கடமை; undertaking, பொறுப்பேற்றுக்கொள்ளுதல். • *Every person should honour his loan* **commitments**. • *My* **commitment** *to protect my family is rather sacred.* **com-mit-tal**/kə'mitl/*(n)*:கə'மிட்ல் / an act of sending a person to prison or mental hospital, ஒருவரைச் சிறை (அ) மனநோய் மருத்துவ விடுதிக்கு அனுப்புதல். **com-mit-ted**/kə'mitid/*(adj)*: கə'மிட்டிட்: / having made a definite promise to do certain thing, ஒரு வேலையைச் செய்வதாக உறுதியுடன் இருப்பது பற்றிய; having faith or loyalty, உண்மையாகவும், நம்பிக்கையுடனும் இருக்கின்ற. • *The Chief Minister is very much* **committed** *to the policy of prohibition.* • *We can have* **committed** *judges but not* **committed** *lawyers.*

com-mit-tee/kə'miti/*(n)*:கə'மிட்டி / a body of persons chosen to attend to a particular matter, ஒரு குழு. • *The finance* **committee** *of the assembly has submitted its report.*

com-mode/kə'məud/*(n)*:கə'மəஉட்: / a piece of bedroom furniture like a chair, containing a chamber pot under it, கழிக்க உதவும் மூடிய பானையுடன் கூடிய படுக்கையறை நாற்காலி.

com-mo-di-ous/kə'məudjəs/*(adj)*: கə'மəஉட்:யəஸ் (-டி:யəஸ்) / with plenty of space, வசதியான, அகன்ற இடமுள்ள. • *It is a* **commodious** *house.*

com-mod-i-ty/kə'mɔdəti/*(n)*: கə'மாɔடி:ட்டி / an article of trade or commerce, வாணிகச் சரக்கு; a useful thing, பயனுள்ள பொருள். • *Tact is always a very useful* **commodity**. • *We see a big rise in* **commodity** *prices.*

com-mo-dore/'kɔmədɔ:*/*(n)*:'*காமடோ:** / the rank just below the Rear-admiral, captain in charge of a fleet, கடற்படை உயர் அதிகாரி, விமானப் படையின் உயர் அதிகாரி.

com-mon/'kɔmən/*(adj)*:'*காமஅன்* / happening often, அடிக்கடி நிகழ்கிற; usual, வழக்கமாக உள்ள; ordinary, சாதாரணமாக உள்ள. • **Common** *salt is available easily.* belonging to all, எல்லோருக்கும் உரிய; shared, பொதுவாக உள்ள. • *It is* **common** *to see some people corrupt in every age.* • *The Chief Minister says that her government is working for* **common** *welfare.* • *I have nothing in* **common** *with my friend.* **common***(n)*: a tract of open land belonging to all the inhabitants of a town, பொது மைதானம். **commonly** *(adv)*: usually, meanly, வழக்கமான, இழிவான.

com-mon-al-ty/'kɔmənəlti/*(n)*: '*காமஅனஅலிட்டி* / the common people, சாதாரண மக்கள்.

com-mon-er/'kɔmənə*/*(n)*:'*காமஅனஅ** / one of the common people, (not a member of a noble family), பிரபு குடும்பத்தைச் சேராத சாதாரண குடிமகன்.

com-mon-place/'kɔmənpleis/*(adj)*: '*காமஅன்ப்லெய்ஸ்* / not unusual, வழக்கமாக உள்ள. **common place***(n)*: a popular remark with no sense, அர்த்த மில்லாத பேச்சு. • *Two friends met and talked about weather and exchanged a few* **commonplaces**.

commons/'kɔmənz/*(n)*:*காமஅன்ஸ்:* / the common people, சாதாரண மக்கள். **commons***(n)*: lower house of parliament, மக்கள் சபை.

com-mon-sense/'kɔmənsens/*(n)*:'*காமஅன்ஸென்ஸ்* / good sense and sound judgement in practical matters, நல்லெண்ணம், சீரான நோக்கம்.

com-mon-weal/'kɔmənwel/*(n)*: '*காமஅன்உயீல்* / general good, பொதுநலம்.

com-mon-wealth/'kɔmənwelθ/*(n)*: '*காமஅன்உஎல்த்* / the whole body of people, மக்களின் கூட்டம்; a republican or democratic state, குடியரசு.

com-mo-tion/kə'məuʃn/*(n)*: *கஅ'மஅஉஷஅன்* / disturbance, கிளர்ச்சி; an excited action, குழப்பம். • *There was* **commotion** *in the assembly over the arrest of the opposition leader.*

com-mu-nal/'kɔmjunl/*(adj)*:'*காம்யுன்ல்* / pertaining to community, சமுகத்திற்குரிய; for common use, பொதுப் பண்பாட்டுக் குரிய; based on religious groups, மதத் தொடர்பான கும்பல், குழுக்கள். • **Communal** *riots are not uncommon even in a civilized society.*

com-mu-nal-ize/'kɔmjunəlaiz/*(v.t)*: *,காம்யூனஅ'லய்ஸ்:* / to make over for common use, பொதுப்பணிக்குப் பயன்படுத்து. **com-mu-nal-ism**/'kɔmjunəlizəm/*(n)*:*,கஅம்யூனஅ'லிஸ்:ம்* / a system which provides large powers for small local governments, உள்ளாட்சி நிறுவனங்களுக்கு அதிக அதிகாரம் வழங்கும் அமைப்பு.

com-mune/'kɔmju:n/*(n)*:'*காம்யூன்* / a small administrative unit, சிறிய ஆட்சிப் பிரிவு; social form or collective farming, சமுதாயப் பண்ணை, கூட்டுப் பண்ணை. • *In communistic countries, there are* **communes** *for the welfare of the people.* **commune***(v.i)*: to converse intimately, அந்தரங்கமாகப் பேசு. • *I very often go to the mountain side to* **commune** *with nature.*

com-mu-ni-ca-ble/kə'mju:nikəbl/*(adj)*: *கஅ'ம்யூனிக்கஅப்:ல்* / that can be passed from one to another, ஒருவரிடமிருந்து மற்றவருக்கு அனுப்பக்கூடிய, தொடர்பு கொள்ளக்கூடிய, தொற்றவைக்கக்கூடிய. • *There are many* **communicable** *diseases like cholera.*

com-mu-ni-cate/kə'mju:nikeit/*(v.t)*: *கஅ'ம்யூனிக்கெய்ட்* / to transmit information, செய்தி அனுப்பு; to share or exchange opinions, கருத்துகளைப் பகிர்ந்து கொள். • *I always like to* **communicate** *with my enemies.* • *Birds and animals* **communicate** *silently.* **com-mu-ni-ca-tion**/kə,mju:ni'keiʃn/*(n)*:*,கஅம்யூனிக்'கெய்ஷஅன்* / the act of communicating, செய்தி அனுப்புதல்; that which is communicated, அனுப்பப்படும் செய்தி. • *We have many means of* **communication**. **com-mu-ni-ca-tive**/kə'mju:nikətiv/*(adj)*:'*கஅம்யூனிக்'-கஅட்டிவ்* / ready to converse, பேசுவதற்கு (அ) தொடர்பு கொள்வதற்கு எளிதாக உள்ள; capable of being approached, அணுகுவதற்கு ஏற்றதாயுள்ள.

com-mun-i-on/kə'mju:njən/*(n)*: *கஅ'ம்யூனியஅன் (-ன்யஅன்)* / the act of communing, அந்தரங்கமாகப் பேசுதல்; celebration of the Lord's Supper, ஒரு கிறித்தவப் பண்டிகை.

com-mu-ni-que/kə'mju:nikei/*(n)*: *கஅ'ம்யூனிக்கெய்* / an official announcement, அதிகார பூர்வமான அறிவிப்பு.

com-mu-nis-m/ˈkɔmjunizəm/*(n)*: ˈகாம்யூனிஸம் / the theory of a social system in which every thing is held in common, private property being abolished, பொதுவுடைமைக் கொள்கை.

com-mun-i-ty/kəˈmju:nəti/*(n)*: கம்யூனிட்டி / a group of people living together, united by common interest, religion, nationality, etc., ஒன்றாக வாழும் மக்கள், பொதுநலன் கருதி இணைந்த மதம், நாடு, கொள்கை போன்றவை. • *There are* **communities** *that hate each other.* generally people, பொதுவாக மக்கள்; a group of animals or plants living together, growing together விலங்குகள், தாவரங்கள் இவற்றின் கூட்டு வாழ்வு, வளர்ச்சி. • *A sense of international* **community** *is emerging now.*

com-mu-nity-service/kəˈmju:nətiˈsɜ:vis/ *(n)*:கம்யூனட்டி'ஸஉ:விஸ் / voluntary work intended to help people in a particular area, பொது நல சேவை.

com-mu-nity-spirit/kəˈmju:nətiˈspirit/ *(n)*: கம்யூனடி'ஸ்பிரிட் / a feeling of involvement in and concern for one's local community, வெகுஜன ஈடுபாடு.

com-mu-ta-tion/ˌkɔmju:ˈteiʃn/*(n)*: ˌகாம்யு'ட்டெய்ஷன் / act of exchanging, மாற்றுதல்; reduction or change of penalty, தண்டனைக் குறைப்பு (அ) தண்டனை மாற்றம்; compounding, தொகுப்பு. • *The death sentence was considered for* **commutation** *by the President.* • *The* **commutation** *of pension is allowed.* **com-mu-ta-tive**/kəˈmju:tətiv/*(adj)*: கம்யூட்டடிவ் / of commutation, exchange, substitution, etc., தொகுத்தல், மாற்றுதல், பதிலி முதலியவற்றைப் பற்றிய, மாற்றி அமைக்கப்படுகின்ற. **com-mute**/ kəˈmju:t/*(v.i)*:க'ம்யூட் / to exchange, மாற்று; to substitute, பதிலாகக் கொடு; to mitigate a sentence, தண்டனையைக் குறை. • *The death sentence was* **commuted** *to life imprisonment.* to travel to work spot regularly, வேலை செய்யுமிடத்திற்குத் தினமும் பயணம் செய். • *She* **commutes** *from Pune to Mumbai every day.* **commutable** *(adj)*: exchangeable. **com-mu-ter**/kəˈmju:tə*/*(n)*: க'ம்யூட்ட* / a person who travels by train regularly to the place of work, பணியிடத்திற்குச் செல்ல வழக்கமாகப் புகைவண்டிப் பயணம் செய்பவர்.

com-mu-ta-tor/ˈkɔmju:teitə*/*(n)*: ˌகம்யூட்'டெய்ட்ட* / an instrument for changing the course of an electric current, மின்னோட்ட திசையை மாற்றும் ஒரு கருவி.

com-pact/ˈkɔmpækt/*(adj)*:'காம்ப்பக்ட் / firm, உறுதியாகக் கட்டப்பட்டுள்ள; solid, அடர்த்தியாக உள்ள; firmly united, இறுக்கமாக இணைக்கப்பட்டுள்ள. • *It is a* **compact** *house with no outside hindrance.* • *It is a* **compact** *soil.* **compact***(n)*: an agreement between two or more parties, உடன்படிக்கை. **compact** *(v.t)*: to press firmly, இறுக்கமாக அழுத்து. **compact***(n)*: a small case containing a woman's make up, மகளிர் ஒப்பனைப் பெட்டி. **compactly***(adv)*, **compactness** *(n)*.

com-pact disc/ˈkɔmpækt disk/*(n)*: 'காம்ப்பக்ட் டி:ஸ்க் / CD or CD-ROM, சிடி (அ) சிடி-ரோம்.

com-pan-i-on/kəmˈpænjən/*(n)*: கம்'ப்பனியன் / a friend, நண்பன்; a comrade, தோழன்; mate, உடன் வாழ்பவர்; an opening for lighting a lower deck or cabin, கப்பலின் கீழ்த்தளத்திற்கு வெளிச்சத்தை அனுப்பும் சிறு திறப்பு; a handbook, கையேடு. • *To have a* **companion** *always is a pleasure.* • *The fear of going bankrupt is my constant* **companion**. **companionable***(adj)*: friendly, நட்புள்ள. **com-pan-i-on-ship**/ kəmˈpænjənʃip/*(n)*:கம்ப்ப'னியன்-ஷிப் / friendly relationship, இணக்கமான உறவு. • *The* **companionship** *in navy is rather unique.*

com-pa-ny/ˈkʌmpəni/*(n)*:'கம்ப்பனி / a gathering of persons, மக்கள் கூட்டம்; a group of assembly, குழு, அவை; companionship, நட்புறவு. • *Ten persons have joined together to form a business* **company**. part of a regiment, ஓர் இராணுவப் பிரிவு; a commercial concern having many shareholders, பல பங்கு தாரர்களைக் கொண்ட ஒரு வணிக நிறுவனம். • *A* **company** *of 10 soldiers has been moved to the city to put down the riot.* • *The National Insurance* **company** *has declared 15% bonus to the policy holders.*

com-pare/kəmˈpeə*/*(v.t)*:கம்'ப்பெ / to examine and point out the likeness and differences of two or more things, ஒப்பீடு செய்; to contrast, வேற்றுமைகளைக் காண, ஒப்பிட்டுப் பார். • *It is not possible to* **compare** *Chennai with Kurnool as they are quite different.* **com-pa-ra-ble**/ ˈkɔmpərəbl/*(adj)*:'காம்ப்பரப்:ல் / similar, ஒத்த தன்மையுள்ள; capable of being compared, ஒப்பிடக்கூடிய. • *His poetry is good, but it is hardly* **comparable** *with Kambar.*

com-par-a-tive/kəm'pærətiv/*(adj)*: கəம்'ப்பæரəட்டிவ் / estimated and evaluated by comparison, ஒப்பிட்டு அளவிடக்கூடிய, மதிப்பிடக்கூடிய. **comparative***(n)*: a form of an adjective or adverb that shows some degree of increase in quality, quantity etc., வினைஅடை, பெயரடை இவற்றின் அளவு, தன்மை முதலியவற்றின் ஒப்பிடும் ஏற்றம். small - *positive degree*, smaller - *comparative degree*, smallest - *superlative degree*. • *Godavari is a* **longer** *river than Cauvery.* • *Money is* **less** *useful than character (comparative degree).* **com-pa-ri-son**/kəm'pærisn/*(n)*: கəம்ப்'பæரிஸன்: the act of comparing, ஒப்பிடுதல்; similarity, ஒப்புமை, ஒற்றுமை. • *There is no* **comparison** *between a mount and a molehill.* **comparably** *(adv)*, **comparatively** *(adv)*.

com-part-ment/kəm'pa:tmənt/*(n)*: கəம்'ப்பாட்மəண்ட் / a separated portion, பிரிக்கப்பட்ட பகுதி; a partitioned room, தடுப்பறை; a division, பிரிவு. • *I always travel in lower class* **compartment**. **com-part-ment-al-ize**/ˌkɔmpa:t'mentlaiz/*(v.t)*: கəம்ˌப்பாட்'மəண்ட்டəலய்ஸ்: / to make divisions or separate compartments, தனிப் பிரிவுகளாக உண்டாக்கு, தனியறைகளாகப் பிரி.

com-pass/'kʌmpəs/*(n)*: 'கம்ப்பəஸ் / an instrument showing directions, திசை காட்டும் கருவி; boundary, எல்லைக்குட் பட்டது. • *Law is not within the* **compass** *of the Secretariat.* scope, செயல், சிந்தனைப் பரப்பு, எல்லை; range of interest, அக்கறை யுள்ள பகுதி. in plural: a mathematical instrument for drawing circles, கவராயம்.

com-pas-sion/kəm'pæʃn/*(n)*: கəம்ப்'பæஷəன் / sympathy for others, இரக்க உணர்வு; pity, பரிவு. • *The rich do not have* **compassion** *for the poor.* **com-pas-sion-ate**/kəm'pæʃənət/*(adj)*: கəம்'ப்பæஷəனெய்ட் / full of compassion, இரக்கம் நிறைந்த. **compassionately***(adv)*.

com-pat-i-ble/kəm'pætəbl/*(adj)*: ˌகəம்ப்'பæட்டிப்:ல் / agreeing with, ஒத்திருக்கத்தக்க; capable of harmonious relation, உகந்த உறவுள்ள; suitable, தகுந்த; having the capacity to get on with others, பிறருடன் ஒத்துவாழக்கூடிய பண்புள்ள. • *To be able to get on is to be* **compatible**. **compatibility***(n)*

com-pat-ri-ot/kəm'pætriət/*(n)*: கəம்ப்'பæட்ரியəட் / a fellow countryman, ஒரே நாட்டைச் சேர்ந்தவர்.

com-peer/kɔm'piə*/*(n)*:கəம்'ப்பியə / an equal, சமமானவர்; a companion, தோழர்.

com-pel/kəm'pel/*(v.t)*:கəம்'ப்பெல் / to force a person do or make or obey orders, கட்டாயம் (அ) உத்தரவின் மூலம் ஒருவரைச் செய்யும்படி செய் (அ) கீழ்ப்படியும்படி செய். • *You cannot* **compel** *me to come with you.* **compelling***(adj)*: that compels any one, கட்டாயப்படுத்துகிற. • *There is no* **compelling** *reasons for me to give up the job.* attracting, வசீகரிக்கும் தன்மை உள்ள. • *Her* **compelling** *beauty made her a star.*

com-pen-di-um/kəm'pendiəm/*(n, sing)*/ கəம்'ப்பெண்டி:யəம் / **compendiums, compendia** *(n, pl)*: a book containing a great deal of information, பெரிய நூலின் செறிவடக்கம்; an abridgement, சுருக்கம். • *I have read the* **compendium** *of Tirukkural.* **compendious***(adj)*: concise, சுருக்கமாக உள்ள. **compendiously***(adv)*.

com-pen-sate/'kɔmpenseit/*(v.t)*: 'கəம்ப்பென்'ஸெய்ட் / to make good the loss, நஷ்டத்தை ஈடு செய்; make amends, இழப்பு (அ) வேறு வகையால் ஏற்படும் அவமானம், உடல் ஊனம் முதலியவற்றிற்கு ஈடு செய். • *The government very often do not* **compensate** *for the loss of lives in rioting.* **com-pen-sa-tion**/ˌkɔmpen'seiʃn/ *(n)*:ˌகəம்ப்பென்'ஸெய்ஷəன் / making amends for loss, injury, etc., இழப்பீடு, இழப்பிற்கு ஈடு செய்தல். • *The* **compensation** *claims, made to the insurance companies are not processed properly.* **com-pen-sa-tory***(adj)*: intended to recompense someone who has experienced loss, suffering or injury, விபத்து மற்றும் இழப்பிற்கான நஷ்ட ஈடு சம்பந்தமான (அ) தொடர்பான.

com-pere/kəm'peə*/*(n)*:கəம்'பெயə* / a person who introduces the acts in a show, ஒரு காட்சியின் நிகழ்வுகளை அறிமுகப் படுத்தும் நபர்.

com-pete/kəm'pi:t/*(v.i)*:கəம்'ப்பீட் / enter into a contest, போட்டியிடு; to win something in a competition, போட்டியில் பலன் பெறு. • *Many men are* **competing** *to get the prize in the race.*

com-pe-tence/'kɔmpitəns/*(n)*: [also **competency**]: 'காம்'ப்பிட்டəன்ஸ் / ability to do anything successfully, செய்திறன்; skill, தகுதி. • *He is a good craftsman, so his* **competence** *is not in question.*

com-pe-tent/'kɔmpitənt/*(adj)*: காம்'பிட்டəண்ட் / suitable, skilled, பொருத்தமாக உள்ள, தகுதியுள்ள,

திறமையுள்ள. • *The manager is a* **competent** *person but he lacks originality.* **com-pe-ti-tion**/ˌkɔmpi'tiʃn/ *(n)*: ˌகாம்ப்பி'ட்டிஷஅன் / rivalry, போட்டி; a test of strength, skill, etc., திறன், தகுதி முதலியவற்றைப் பரிசோதிக்கும் போட்டி. • *There is* **competition** *in every field of life now-a-days.* • *Two companies are engaged in* **competition** *to get the contract of bridge construction.* **com-pet-i-tive**/kəm'petətiv/*(adj)*: கஅம்ப்'பெட்டிட்டிவ் (-டஅட்டிவ்) / based on competition, போட்டியால் மட்டும் தீர்மானிக்கக்கூடிய; comparatively cheaper, மலிவான விலையுள்ள. • *In co-operative supermarkets, prices of vegetables are* **competitive**, **com-pet-i-tor**/kəm'petitə*/*(n)*: கஅம்'ப்பெட்டிட்டஅ* / a person, competing with others, போட்டியிடுபவர். • *Ten* **competitors** *took part in the race.* **competitively***(adv)*.

com-pi-la-tion/ˌkɔmpi'leiʃn/*(n)*: ˌகாம்ப்பி'லெய்ஷஅன் (-பை-) / collecting facts, figures, etc., and compiling the same, திரட்டித் தொகுத்தல்.

com-pile/kəm'pail/*(v.t)*:கஅம்'ப்பய்ல் / to make out a report by collecting, selection, examination, etc., திரட்டித் தேர்ந் தெடுத்துத் தொகு. • *It is an arduous task to* **compile** *a criminal report.* **compilation***(n)*, **compiler***(n)*.

com-pla-cen-cy/kəm'pleisnsi/*(n)*: கஅம்'ப்லெய்ஸஅன்ஸி / [also **complacense**]: self-satisfaction with no good reason, காரணமின்றித் தன்னிறைவு (அ) மகிழ்வு கொள்ளல். • *The government's* **complacency** *regarding terrorism is not reasonable: It is increasing day by day.* **complacent***(adj)*: pleased or satisfied with one's performance, தன் வேலையைப் பற்றித் தன்னிறைவு கொண்டுள்ள, மன நிறைவு கொண்டுள்ள; calm, அமைதியாக உள்ள. • *She stopped being* **complacent** *after she failed in the examination.* **complacently***(adv)*.

com-plain/kəm'plein/*(v.t-v.i)*: கஅம்'ப்லெய்ன் / to express feelings of dissatisfaction, anger, unhappiness, etc., மனநிறைவு இல்லையெனக் கூறு, புகார் கொடு; express pain or suffering, நோய் (அ) உடல்நலக்கேட்டைத் தெரிவி. • *He* **complained** *to the police that noise pollution is a nuisance in his locality.*

com-plain-ant/kəm'pleinənt/*(n)*: கஅம்'ப்லெய்னஅன்ட் / a person who makes a complaint in a court of law, நீதிமன்றத்தில் புகார் கொடுப்பவர், வழக்குத் தொடர்பவர்.

com-plaint/kəm'pleint/*(n)*: கஅம்'ப்லெய்ன்ட் / expression of a grievance, முறையீடு; accusation, குற்றங்கூறல்; illness, நோய், வருத்தம். • *There are lot of* **complaints** *about government appointments.*

com-pla-i-sance/kəm'pleizəns/*(n)*: கஅம்'ப்லெய்ஸ:அன்ஸ் / willingness to please others, பிறரைத் திருப்தி செய்யும் இயல்பு (அ) தன்மை. **com-plai-sant**/kəm'pleizənt*(adj)*: கஅம்'ப்லெய்ஸ:அன்ட் / willing to satisfy or please others, மனநிறைவு அடையச் செய்யும் குணமுள்ள.

com-ple-ment/'kɔmplimənt/*(n)*: 'காம்ப்லிமென்ட் / that which completes, நிரப்புப் பகுதி, எது பூர்த்தி செய்கிறதோ அது. • *A good tea is a* **complement** *to a good dinner.* full number, **complement***(v.t)*: to make complete, பூர்த்தி செய்; to make perfect, நிறைவு செய். to help achieve, அடைய உதவு • *Bus services and electric trams* **complement** *each other in meeting the needs of local passengers.* **com-ple-men-ta-ry**/ˌkɔmpli'mentəri/ *(adj)*:ˌகாம்ப்லி'மென்ட்டஅரி (-டஅல்) / making something full or complete, பூர்த்தி செய்கிற தன்மையுள்ள.

com-plete/kəm'pli:t/*(adj)*:கஅம்'ப்லீட் / whole in every way, முற்றிலும், முழுமையான; • *His promotion came as a* **complete** *surprise to him.* **complete***(v.t)*: to make perfect, பூர்த்தி செய்; to add what is missing, குறைந்ததை (அ) இல்லாததை நிரப்பு. • *The participants have* **completed** *the programme.* • *The* **completion** *of the work is expected shortly.* **completely***(adv)*, **completion** *(n)*.

com-plex/'kɔmpleks/*(adj)*:'காம்ப்லெக்ஸ் / rather difficult to understand and to do or deal with, புரிந்து கொள்வதற்கும், செய்வதற்கும் கடினமாக உள்ள; intricate, சிக்கலான. • *A* **complex** *sentence has one main clause and one or more sub-clauses.* **complex***(n)*: a system, having a number of related parts, பல உட்பகுதிகள் கொண்ட ஒரு அமைப்பு. • *The supermarket is in the Reka* **complex**. a state of mind mainly filled with fears, obsessions, etc. பயமும், உணர்வுகளைப் பீடிக்கும் மன நிலையுமுடைய. • *Many husbands have superiority* **complex** *whereas many wives suffer from inferioity* **complex**.

com-plex-ion/kəm'plekʃn/*(n)*: கஅம்'ப்லெக்ஷஅன் / appearance, தோற்றம்;

colour of skin, மேனி நிறம். • *She possesses a fair* **complexion**. general character, பொதுவான குணம்.

complexity/kəm'pleksəti/*(n)*: கம்'ப்-லெக்ஸிட்டி (காம்-) / difficulty in explaining, எடுத்துரைத்தலில் உள்ள கடினம்.

com-pli-ance/kəm'plaiəns/*(n)*: கம்'ப்லயஅன்ஸ் / willingness to do or obey as ordered or requested, கேட்டுக் கொண்டபடி (அ) உத்தரவிட்டபடி செய்யும் குணம்/தன்மை. • **Compliance** *with the law is expected of every public servant.*

com-pli-ant/kəm'plaiənt/*(adj)*: கம்'ப்லயஅன்ட் / willing to act according to law, customs, etc., சட்டப்படி, சமுதாய நியதிப்படி நடந்துகொள்ளக்கூடிய. • *He is an officer with a* **compliant** *nature.*

com-pli-cate/'kɔmplikeit/*(v.t)*: 'காம்ப்லிக்கெய்ட் / to make difficult to understand or to do or to deal with, புரிந்து கொள்வதை (அ) செய்வதைச் சிக்கலாக்கு, நிர்வாகம் செய்வதைக் கடினமாக்கு. • *The economic crisis has further* **complicated** *the position of the minority government.* **complicated** *(adj)*: difficult, கடினமாக உள்ள. • *The court is dealing with a further* **co2mplicated** *problem.* **com-pli-ca-tion**/ˌkɔmpli'keiʃn/*(n)*: 'காம்ப்லி'க்-கெய்ஷன் / making a situation more complicated, ஒரு சூழ்நிலையை மேலும் சிக்கலாக்கும் செயல். • *Further* **complication** *has set in the patient's operated stomach.* **complicatedly***(adv)*, **complicatedness***(n)*.

com-plic-i-ty/kəm'plisəti/*(n)*: 'காம்ப்லிஸிட்டி (கம்-) / the act of taking part in a crime with others, ஒரு குற்றம் செய்வதில், மற்றவர்களுடன் சேர்ந்து கொள்ளல், குற்றப் பொறுப்பில் பங்குடைமை. • *The son denied* **complicity** *in the murder of his father.*

com-pli-ment/'kɔmplimənt/*(n)*: 'காம்ப்லிமன்ட் / an expression of praise, admiration, etc., புகழ்ந்துரை, பாராட்டுரை. • *A sincere* **compliment** *boosts one's sense of action.* **compliment***(v.t)*: to pay compliments, பாராட்டு, புகழ்ச்சி செய். • *I* **complimented** *my daughter on her success in the examination.* **com-pli-men-ta-ry**/ˌkɔmpli'mentəri/*(adj)*: ˌகாம்ப்லி'மென்ட்டரி / expressing a compliment, புகழ்கிற தன்மையுடைய; given free as a gift, அன்பளிப்பாக (அ) பரிசாகத் தரப்பட்டுள்ள; expressing admiration, பாராட்டுகின்ற தன்மை உள்ள. • *My manager was very* **complimentary** *about my work.* **com-pli-ments**/'kɔmpliməants/*(n)*: 'காம்ப்லிமன்ட்ஸ் / good wishes, நல் வாழ்த்துக்கள். • *There was an excellent arrangement for the meeting, and I expressed my* **compliments** *to the organiser.*

com-ply/kəm'plai/*(v.i)*: கம்ப்லய் / to act in accordance with wishes, demands, rules etc., தேவை, சட்டம், இணக்கம் முதலியவை-களுக்கு ஏற்ப நல்ல முறையில் செயல்படு. • *The company was closed as it failed to* **comply** *with the demands of the workers.*

com-po-nent/kəm'pəunənt/*(n)*: கம்'ப்பஉனஅன்ட் / one of the parts of which a thing is composed, ஓர் இயந்திர அமைப்பின் ஒரு பகுதி, ஓர் அமைப்பை உருவாக்கும் பல பகுதிகளில் ஒன்று. • *Revenues from income tax form the major* **component** *of the country's income.*

com-port/kəm'pɔ:t/*(v.t)*:'கம்'ப்போ:ட் / behave, நடந்து கொள். • *She always* **comports** *herself with dignity.*

com-pose/kəm'pəuz/*(v.t)*:'கம்ப்பஉஸ் / to create or write (poetry, music, etc.), set words to music, பாடல் இயற்று, இசைப் படுத்து; to settle differences, வேற்றுமை களைக் களைந்து சமாதானப்படுத்து. • *She* **composed** *her differences with her partner.* set up types, அச்சுக்கோர்; to be formed from, கூட்டுப்பொருளை உருவாக்கு. • **Common** *salt is composed of chlorine and sodium,* **com-po-ser**/kəm'pəuzə*/ *(n)*:கம்'ப்பஉஸ:அ* / a person who composes or writes music, பாடல் இயற்றுவோர், இசையமைப்பாளர்.

com-pos-ite/'kɔmpəzit/*(adj)*: 'காம்ப்பஸிட் (-ஸெ:ட், -ஸ:ய்ட்) / made up of separate parts, பல தனிப் பகுதிகள் சேர்ந்து இணைந்த (அ) அமைந்த. • *Some religions have* **composite** *philosophy.*

com-po-si-tion/ˌkɔmpə'ziʃn/*(n)*: ˌகாம்ப்ப'ஸி:ஷன் / that which is made up or written, ஒன்று சேர்த்தல், தொகுத்தல்; a piece of literature or music, இலக்கியத் திரட்டு, இசைக்கோவை; arrangement of something in an order, ஒழுங்கமைப்பு; the art of writing an essay, கட்டுரையாக்கம்; an aggregate formed from two or more materials or substances, ஒரு கூட்டுப் பொருள். **com-po-si-tor**/kəm'pɔzitə*/ *(n)*: கம்'ப்பாஸிட்டஅ* / a person who sets up the types for printing, அச்சுக் கோர்ப்பவர்.

com-post/ˈkɔmpɔst/*(n)*:ˈகாம்ப்பாஸ்ட் / a mixture of decayed plant matter used as manure, கலப்பு எருவாகப் பயன்படும் மக்கிய தாவரப் பொருள்கள். **compost***(v.t)*: to put compost or make compost from, கலப்பு எரு உண்டாக்கு (அ) கலப்பு எரு இடு.

com-po-sure/kəmˈpəuʒə*/*(n)*: கம்'ப்பஉஜ:ə* / serene state of mind, சாந்தம் நிறைந்த மன அமைதி, நெருக்கடி நிலைமையிலும் அமைதியுடன் இருக்கும் பண்பு. • *Despite the chaos around the secretariat, the Chief Minister, retained his* **composure**.

com-pote/ˈkɔmpɔt/*(n)*:ˈகாம்ப்பாட் (-பஉட்) / a sweet made of fruit cooked in a syrup, இனிப்புக் கரைசலில் சமைத்த பழ இனிப்பு.

com-pound/ˈkɔmpaund/*(n)*:ˈகாம்ப்பஉண்ட் / a chemical substance formed by the combination of two or more elements, இரண்டு (அ) இரண்டிற்கு மேற்பட்ட தனிமங்கள் சேர்ந்தமைந்த சேர்மம்; an enclosure in which a building stands, வளாகம். **compound***(adj)*: composed of two or more parts, இரண்டு (அ) அதற்கு மேற்பட்ட பாகங்களால் இணைந்துள்ள. **compound***(v.t)*: combine, ஒன்றாகக் காட்டு. **compound***(v.t)*: compromise, சமாதானமாகப் போ; to settle a debt, claim, etc., by compromise, சமாதான வழியில், ஒரு பிரச்சினை (அ) கடன் முதலியவற்றைத் தீர்.

compounder/ˈkɔmpaundə*/*(n)*: ˈகாம்ப்பஉண்ட்ə* / a person who mixes or combines ingredients in order to produce an animal feed, medicine or other substance, மருத்துவ உதவியாளர்.

com-pra-dor(e)*(n)*: a person who acts as an agent for foreign organizations engaged in investment, trade or economic, political exploitation, அயல்நாட்டு அரசியல், பொருளாதார முதலீட்டின் அங்கத்தினராய் செயல்படும் சுரண்டல் பேர்வழி.

com-pre-hend/ˌkɔmpriˈhend/*(v.t)*: ˌகாம்ப்ரி'ஹெண்ட் / to understand, முழுமையாகப் புரிந்துகொள். • *I cannot* **comprehend** *the significance of nature's law.* to include, உள்ளடக்கு. • *The course will* **comprehend** *all the facets of Indian culture.* **com-pre-hen-si-ble**/ˌkɔmpriˈhensəbl/*(adj)*: ˌகாம்ப்ரி'ஹென்ஸிப்:ல் / capable of being understood, புரிந்துகொள்ளும் தகுதியுள்ள. **com-pre-hen-sion**/ˌkɔmpriˈhenʃn/*(n)*: ˌகாம்ப்ரி'ஹென்ஷən / ability to understand, புரிந்துகொள்ளும் திறன்/ தகுதி. • *It is beyond our* **comprehension** *to find out the depth of the universe.* **comprehensive***(adj)*: thorough, முழுமையாக உள்ள; of large scope, எல்லாவற்றையும் உள்ளடக்கிய தன்மையுள்ள; inclusive, முழுமையும் கொண்டுள்ள. • *A* **comprehensive** *knowledge of the Indian Constitution is essential for a public servant.*

com-press/ˈkɔmpres/*(v.t)*:கəம்'ப்ரெஸ் / press closely, இறுக்கி அழுத்து; to force into a smaller space, சிறு இடத்தினுள் திணித்துச் செலுத்து. • *I am asked to* **compress** *the 10 page report into one page.* **compress***(n)*: a kind of bandage, வீக்கத்தைக் குறைக்கப் போடப்படும் ஒருவகைக் கட்டு. **compressor***(n)*: that which compresses, அழுத்தும் கருவி. **compressible***(adj)*, **compression***(n)*.

comprise/kəmˈpraiz/*(v)*:ˈகəம்ப்ரய்ஸ் / to include, உள்ளடக்கு; contain, சேர்த்துக் கொள். • *The union cabinet* **comprises** *of sixteen ministers.*

com-pro-mise/ˈkɔmprəmaiz/*(n)*: ˈகாம்ப்ரəமய்ஸ் / settlement of differences by mutual agreement and concessions, இரு தரப்பினரும் விட்டுக் கொடுப்பதால் ஏற்படும் சமரசம்; arbitration, ஒப்பந்தம் செய்தல், சமரச விட்டுக் கொடுப்பு. • *A* **compromise** *has been reached between the communist party and the socialist party.* **compromise***(v.t)*: to settle by a compromise, சமரச உடன்படிக்கையால் தீர்வு காண். **compromise***(v.i)*: to make a compromise, சமரச உடன்படிக்கை ஏற்படுத்து. • *The parties, opposed to each other are willing to* **compromise**. to make liable to scandal, disgrace, suspicion, etc., சந்தேகம், அவமானம் முதலியவற்றிற்கு ஆட்பட வேண்டிய நிலையிலிரு. • *The minister, being seen in the company of bad elements, had to* **compromise** *his position and resign.*

comp-trol-ler/kənˈtrəulə*/ˌகəன்ட்'ரə-உலə* / (variation of) controller, an officer who examines public accounts, உயர் தணிக்கை அலுவலர்.

com-pul-sion/kəmˈpʌlʃn/*(n)*: கəம்'ப்பல்ஷən / the act of compelling, கட்டாயப்படுத்துதல். • *The accused is under no* **compulsion** *to answer any question in the court.* a strong desire or impulse to do certain thing contrary to the will of subject, ஒருவன் மனநிலைக்கு ஒவ்வாத ஒரு செயலைச் செய்யும்படி தூண்டுதல், ஒரு இச்சை (அ) பலமான ஆசை. • *The minister*

C

C

felt a strong **compulsion** *to reduce the petroleum prices.* **com-pul-so-ry**/kəm'pʌlsəri/*(adj)*: கம்'ப்பல்ஸரி / using compulsion, கட்டாயப்படுத்தும் தன்மை உள்ள. • *Examinations have become a* **compulsory** *evil in the system of education.*

com-punc-tion/kəm'pʌŋkʃn/*(n)*: கம்'ப்பங்க்ஷன் / a sense of uneasiness about a feeling of guilt, குற்ற உணர்வு; feeling of regret, மனசாட்சியின் உறுத்தல். • *Some people do not have the slightest* **compunction** *about telling lies.*

com-pute/kəm'pju:t/*(v.t)*:கம்'ப்யூட் / to calculate, கணக்கிடு; to reckon, அளவிடு. • *It is possible to* **compute** *the period of revolution of the Jupiter.* **com-pu-ta-tion**/ˌkɔmpju:'teiʃn/*(n)*: ˌகம்ப்யு'ட்டெய்ஷன் / process of computing, கணக்கிடும் முறை. • *The* **computation** *of the Earth's life is only approximate.*

com-pu-ter/kəm'pju:tə*/*(n)*:'கம்ப்யூட்டə* / an electronic machine that can be supplied with program and can store and recall information, கணிப்பொறி.

com-pu-ter-ize/kəm'pju:təraiz/*(v.t)*: கம்'ப்யூட்டரய்ஸ்: / to use a computer to control, perform, process or store (a system, an operation, etc.), கணிப் பொறியைப் பயன்படுத்து, அமைப்பு, வேலை, செயல் முதலியவற்றைக் கட்டுப்படுத்தக் கணிப்பொறியைப் பயன்படுத்து, சரியாகச் செயல்படுவதற்கு ஏற்றவாறு கணிப்பொறியை அமை.

com-rade/'kɔmreid/*(n)*:காம்ரிட்: **(கம்-)** / friend, நண்பன்; companion, தோழன்; associate, கூட்டாளி. • *A* **comrade** *is one who shares the pains and sufferings of his fellow companion.* **comradely***(adv)*, **comrade-ship***(n)*.

con/kɔn/*(v.t)*:கான் / against an opinion, position etc., ஒரு கருத்துக்கு, ஒரு நிலைக்கு எதிராக. **con***(n)*: an argument against something, எதிரான வாதம். **con, conned, conning** *(v.t)*: to direct the steering of a ship, கப்பலைச் செலுத்திச் செல்; to study, to learn, படி, கற்றுக்கொள், பாடம் படி. **con***(n)*: a convict, ஒரு குற்றவாளி. **con***(v.t)*: to swindle, சட்ட விரோதமாக ஏமாற்று, சொத்துகளைச் சேர்; to strike or to hit, அடி (அ) காயப்படுத்து.

co-na-tion/kəu'neiʃn/*(n)*:கஉ'னெய்ஷன் / the part of mental action, having to do with striving and will power, மன ஆற்றல் பகுதி, வாழ்வின் உறுதி பற்றிய மனவாற்றல்.

con-cat-e-nate/kən'kætineit/*(v.t)*: கான்'கஈட்டினெய்ட் / to link together, சேர், இணை. **con-cat-e-na-tion**/kənˌkæti'neiʃn/*(n)*:ˌகான்கஈட்டி'-னெய்ஷன் / a series of inter-connected events, தொடர் நிகழ்ச்சிகள்.

con-cave/'kɔŋkeiv/*(adj)*:கான்'க்கெய்வ் / curved inwards, உட்குழிந்துள்ள; hollow, பள்ளமாக உள்ள. *(e.g)* **concave** mirror; **concave** lens. **concavity***(n)*.

con-ceal/kən'si:l/*(v.t)*:கன்'ஸீல் / to hide, மறை, மறைத்து வை; keep from being seen, பார்வையிலிருந்து விலகு. • *A husband always* **conceals** *his debts from his wife.* • *A gentleman* **conceals** *his feelings of agony.* **concealed***(adj)*: hidden, மறைவாக உள்ள. **con-ceal-ment**/kən'si:lmənt/*(n)*: கன்'ஸீல்மன்ட் / the act of concealing, மறைத்தல்; the state of being concealed, மறைத்திருத்தல்; place of hiding, மறைவிடம். • *Rich people resort to* **concealment** *of black money.*

con-cede/kən'si:d/*(v.t)*:கன்'ஸீட்: / to admit as true often not willingly, இணக்கம் இல்லாமல் ஒப்புக்கொள்; to allow, விட்டுக் கொடு. • *In the election to the Assembly, the minister* **conceded** *defeat.*

con-ceit/kən'si:t/*(n)*:கன்'ஸீட் / that which is conceived in the mind, மனத்தில் நினைக்கும் எண்ணம்; an over-estimated opinion of one's abilities, power, etc., தன்னாற்றல் குறித்து உயர் மதிப்பீடு, இறுமாப்பு. **conceited***(adj)*: having high opinion of oneself, அகந்தையுடைய, தற்பெருமையுடைய. • *Many authors become* **conceited** *after some success.*

con-cei-va-ble/kən'si:vəbl/*(adj)*: கன்'ஸீவப்:ல் / that can be imagined or believed, நம்பத்தகுந்த, மனத்தில் எண்ணிப் பார்க்கக்கூடிய. **conceivably***(adv)*.

con-ceive/kən'si:v/*(v.t)*:கன்'ஸீவ் / to form an opinion, idea, etc., மனத்தில் எண்ணம் கொள். • *I* **conceive** *many ideas but could not express.* to beget, to become pregnant, மகப்பேறு கொள், கருத்தரி. • *The baby was* **conceived** *in January and born in October.*

con-cen-trate/'kɔnsəntreit/*(v.t)*: 'கான்ஸென்ட்'ரெய்ட் / to bring or come together at one spot, ஓரிடத்தில் திரட்டு; to direct toward one point, ஒருமுனைப் படுத்து; to direct one's thoughts, efforts, etc. towards a purpose or aim, சிந்தனையையும், செயலையும் ஒருமுனைப் படுத்து; to strengthen a solution by reducing its volume, செறிவாக்கு. • *In India, the entire nation's wealth is* **concentrated** *in a few families.*

concentrated(*adj*): very strong, வீரியம் மிக்க, **concentration**(*n*): bringing together to one point, ஒருமுனைப் படுத்துதல்; condensation, செறிவாக்குதல், குவித்தல். • *My work as a simultaneous translator requires lot of* **concentration**.

con-cen-tric/kən'sentrik/(*adj*): கான்'ஸென்ட்ரிக் (கன்-) / having the same centre, ஒரே மையம் கொண்டுள்ள.

con-cept/'kɔnsept/(*n*):கான்'ஸெப்ட் / a thought, ஒரு எண்ணம்; an idea, ஒரு கருத்து; a principle, ஒரு கொள்கை. • *The* **concept** *of the expanding universe is rather difficult to understand.* **con-cep-tion**/kən'sepʃn/(*n*):கன்'ஸெப்ஷன் / forming an idea, எண்ணமிடல்; the beginning of a new life in womb, கருத்தரித்தல். • **Conception** *of an idea for writing a novel comes in a flash of mind.* **conceptional**(*adj*), **conceptive** (*adj*).

con-cep-tual/kən'septʃuəl/(*adj*): கன்'ஸெப்ட்ஷுஅல் / relating to or based on mental concepts, மனம் சார்ந்த, அறிவுப் பூர்வமான.

con-cern/kən'sɜ:n/(*v.t*):கன்'ஸஅ:ன் / have to do with, தொடர்பு கொண்டிரு; be worried about, கவலை கொண்டிரு, கவலை பற்றியதாய் இரு; have an effect on, சார்ந்திரு. • *I am not* **concerned** *with your affairs.* **concern**(*n*): a matter that is of interest, அக்கறையுள்ள ஒரு விவகாரம், செயல்; a business company, வாணிபக் கழகம். • *Whatever you do, is no* **concern** *to me.* **concerned**(*adj*): related or connected, அக்கறையுடைய, தொடர்புடைய; anxious, கவலையுள்ள. **concerning** (*prep*): with regard to, தொடர்பாக. • *The parliament has discussion* **concerning** *the foreign aid.*

con-cert/'kɔnsət/(*n*):'கான்ஸஅட் / a public musical performance given by a number of musicians, பல பாடகர்கள் இணைந்து நடத்தும் இசை நிகழ்ச்சி. **in concert**: working together, இணைந்து வேலை செய்து கொண்டு. • *The political parties in the parliament have agreed to work* **in concert** *to pull through the nation out of economic crisis.* **concerted**(*adj*): planned or done together by agreement, திட்டமிட்டு ஒத்திசைந்து செயல்பட்டுள்ள. • *A* **concerted** *programme to uplift the poor is there with the government.*

con-cer-ti-na/ˌkɔnsə'ti:nə/(*n*): ˌகான்ஸஅ'ட்டீனஅ / a musical wind instrument, காற்றிசைக் கருவி.

con-ces-sion/kən'seʃn/(*n*): கன்'ஸெஷன் / the act of yielding something as a right, இணங்குதல், சலுகை. • *Workers do not beg for* **concessions**, *but they are for asserting their rights.* **con-ces-sion-aire**/kənˌseʃə'neə*/(*n*): கன்ˌஸெஷஅ'னஏஅ* / one who has been given a concession, சலுகை பெற்றவர். **concessive**(*adj*).

conch/kɔntʃ/(*n, sing*):காஞ்ச் / **conchs**, **conches**(*n, pl*): a large spiral-shaped shell, சங்கு.

con-cil-i-ate/kən'silieit/(*v.t*): கன்'ஸிலியெய்ட் / to win over, பிறரையும் தன்வயப்படுத்து, சமாதானம் செய்; to overcome the hostility, விரோதத்தை விட்டு, நேசம் கொள். **con-cil-i-a-tion**/kənˌsili'eiʃn/(*n*): கன்ˌஸிலி'யெய்ஷன் / the act of conciliating, சமாதானப்படுத்துதல், ஒப்புக்கொள்ளல். **con-cil-i-a-tor**/kən'silieitə*/(*n*):கன்'ஸிலியெய்ட்டஅ* / peace maker, சமாதானம் செய்பவர். **conciliatory**(*adj*), **conciliative**(*adj*).

con-cise/kən'sais/(*adj*):கன்'ஸய்ஸ் / expressing much in a few words, சுருக்கமாக உள்ள; brief in form but comprehensive, பொருள் செறிவுள்ள. • *The explanation was* **concise**, *yet it covered all points.* **con-ci-sion**/kən'siʒn/(*n*):கன்'ஸிஜ:அன் / brevity, சுருக்கம். **concisely** (*adv*), **conciseness** (*n*).

con-clave/'kɔŋkleiv/(*n*):கஅங்'க்லெய்வ் / any secret or private meeting, இரகசியக் கூட்டம், அந்தரங்கக் கூட்டம். • **Conclave** *is the place in which the Cardinals of the Roman Catholic church meet in private for the election of Pope.*

con-clude/kən'klu:d/(*v.t*):கஅங்க்'லூட் / to bring to a decision or settlement, எண்ணிப் பார்த்து முடிவு செய். • *After hearing the evidence, the judge* **concluded** *that the government was at fault.* **concluding** (*adj*): closing, final, இறுதியாக உள்ள, முடிவாக உள்ள. **conclusion**(*n*): the end, முடிவு; final part, தீர்மானம். **conclusive**(*adj*): decisive, முடிவாக உள்ள, தீர்மானமாக ஏற்கத்தக்க. • *The proceedings are not* **conclusive**.

con-coct/kən'kɔkt/(*v.t*):கன்'காக்ட் / to make something by mixing parts,

C

கலவையைத் தயார் செய். • *My wife* **concocted** *a good meal from the left-overs.* to invent in order to deceive, ஏமாற்றுவதற்குக் கதை கட்டு. • *The criminals are capable of* **concocting** *splendid explanation.* **con-coc-tion**/kən'kɔkʃn/(*n*):கəன்'காக்ஷəன் / something that is concocted, புனைந்த ஒன்று, மெய் போன்று சொல்லப்படும் பொய்.

con-com-i-tant/kən'kɔmitənt/(*adj*): கəன்'காமிட்டəன்ட் / going along with, உடன் செல்கிற; resulting, விளைவாக ஏற்படுகின்ற. • *Every war has its own* **concomitant** *sufferings.* **concomitant** (*n*): a concomitant quality, circumstance or thing, தொடர்ந்து இருக்கும் நிலை, இணைபிரியாத இரு நிலைகள். **concomitantly**(*adv*).

con-cord/kən'kɔ:d/(*n*):கəன்'காːட்: (காங்-) / agreement, இசைவு; accord, உடன்பாடு. • *Nepal and India have lived in* **concord** *for centuries.* agreement between words in a sentence, ஒரு வாக்கியத்தில் அமையும் வார்த்தைகளின் பொருத்தம். **concord-ance**(*n*), **concordant**(*adj*).

con-cor-de/kən'kɔ:d/(*n*):கəன்'காːட்: / a supersonic airliner able to cruise at twice the speed of sound, ஒலியை விட இருமடங்கு அதிவேகம் கொண்ட விமானம்.

con-course/'kɔŋkɔ:s/(*n*):'காங்க்காːஸ் (-காəஸ்) / crowd, கூட்டம்; confluence of things, தொகுதி, மக்கள் திரள்.

con-crete/'kɔŋkri:t/(*adj*):'கான்க்ரீட் ('காங்-) / real and existing, solid, திண்மமான, கெட்டியான. • *An aeroplane is a* **concrete** *object but its speed is not concrete.* **concrete**(*n*): a mixture of sand, cement, etc., used as a building material, கற்காரை. • *Re-inforced* **concrete** *is stronger.* **concrete**(*v.t*): to cover with concrete, கற்காரையிடு. • *The entire roadway to the city has been* **concreted**.

con-cu-bine/'kɔŋkjubain/(*n*): 'காங்க்யுபːய்ன் / a woman who lives with another man as wife though not married legally, சட்டப்படி இல்லாமல் மனைவியாக வாழும் பெண்.

con-cur/kən'kɜ:*/(*v.t*):கəங்'க்கəː* (கəன்'-) / **concurred, concurring**: to agree, உடன்படு; to have the same opinion, ஒரே மாதிரியான கருத்தைக் கொள். • *The judges* **concurred** *on the sentence.*

con-cur-rence/kən'kʌrəns/(*n*): கəங்'க்கரəன்ஸ் (கəன'-) / agreement, உடன்பாடு; condition of being concurrent, ஒத்திருத்தல், ஓரிடத்தில் கூடுதல். **con-cur-rent**/kən'kʌrənt/(*adj*):கəங்'க்கரəன்ட் / happening together, உடன் நிகழ்கிற; cooperating, ஒத்துழைக்கின்ற. • *The army launched* **concurrent** *attacks by land and sea on the terrorists.* **concurrently**(*adv*).

con-cus-sion/kən'kʌʃn/(*n*):கəன்'கஷəன் (கəங்'-) / damage caused to the brain due to falling or heavy blow, கீழே விழுதல் (அ) பலத்த அடியால் ஏற்படும் மூளைப் பாதிப்பு.

con-demn/kən'dem/(*v.t*):கəன்'டெ:ம் / to blame, பழித்துக் கூறு; to pronounce guilty, குற்றம் சாட்டு, குற்றவாளி எனத் தீர்ப்புச் சொல். • *The accused was* **condemned** *to death.* declare something as unfit for use, பயன்படுவதற்குத் தகுதி அல்ல என்று தீர்மானம் செய். • *The wagon was* **condemned** *as unfit for use.* **con-dem-na-tion**/ˌkɔndem'neiʃn/(*n*): ˌகான்டெ:ம்'னெய்ஷəன் / the act of condemning, தண்டித்தல். **condemned** (*adj*): awarded death sentence, மரண தண்டனை விதிக்கப்பட்டுள்ள.

con-dense/kən'dens/(*v.t*):கəன்'டெ:ன்ஸ் / to make denser, அடர்த்தியாக்கு; harden, கெட்டியாக்கு; compress, சுருக்கு. • *Steam, when cooled* **condenses** *into water.* **con-den-sa-tion**/ˌkɔnden'seiʃn/(*n*): ˌகəன்டெ:ன்'ஸெய்ஷəன் / the act of condensing, சுருங்குதல்; conciseness, சுருக்கம்; act of focussing light, ஒளிக் கிரணங்களை ஒரே இடத்தில் குவியச் செய்தல். **con-dens-er**/kən'densə*/(*n*): கəன்'டெ:ன்ஸə* / a person or a thing that condenses, சுருக்குபவர், குளிரச் செய்து திரவம் (அ) திடமாக்கும் கருவி; a capacitor, மின்தேக்கி.

con-den-sed-milk(*n*): milk that has been thickened by evaporation and sweetened, sold in tins, பதப்படுத்தப்பட்ட, கெட்டியாக்கப்பட்ட பால்.

con-de-scend/ˌkɔndi'send/(*v.t*)/ ˌகான்டி:'ஸென்ட்: / to behave as though one is more important than others, தான் முக்கியமானவன் என்று நினைத்து நடந்து கொள்; to come down from one's position, தன் நிலையை விட்டு இறங்கு. • *The minister* **condescended** *to have tea with children in the orphanage.* to be gracious, அருள்புரிபவனாக இரு. **condescension**(*n*), **condescendingly** (*adv*).

con-dign/kən'dain/(*adj*):கəன்'டːய்ன் / deserved, பொருத்தமாக உள்ள; adequate, போதுமானதாக உள்ள. **condignly**(*adv*).

con-di-ment/ˈkɔndimənt/(*n*): ˈகாண்டி:மஂன்ட் / a sauce, சுவையூட்டும் குழம்பு; a thing used to give relish to food, சுவையூட்டும் பொருள்.

con-di-tion/kənˈdiʃn/(*n*):கஂன்ˈடி:ஷஂன் / a state of being or existence, சூழ்நிலை; state of general health, உடல்நிலை. • *His health is not in good* **condition**. that which is stated to be necessary for something else to happen, நிபந்தனை. • *The national party has stipulated a* **condition** *for its support to the ministry.* state of bargain, பேரம் பேசும் நிலை. **conditions**(*pl*): circumstances, the state of affairs, சூழ்நிலை, விவகாரங்களின் நிலை. **condition**(*v*): to stipulate, நிபந்தனை ஏற்படுத்து; to have a controlling effect, சீரான நிலைக்குக் கொண்டுவா; to put into good state of affairs, நல்ல நிலைக்குக் கொண்டு வா, பதப்படுத்து. • *What I can spend is* **conditioned** *by what I have.* **con-di-tion-al**/kənˈdiʃənl/(*adj*): கஂன்ˈடி:ஷஂனஂல் (-ன்ல்) / imposing a condition, not absolute, நிபந்தனைக்கு உட்பட்டுள்ள, சுதந்திரம் இல்லாத. **conditionally**(*adv*), **conditioned**(*adj*), [also **conditioned response**]. **conditioned reflex**: a response that has been changed by practice, பயிற்சியால் மாறுதலுக்குள்ளான அனிச்சைச் செயல். **conditioning**(*n*): the process of training to behave in a certain way, பயிற்சியின் மூலம் நடத்தையை ஒருமுகப்படுத்துதல்.

con-di-tioner/kənˈdiʃnə*/(*n*): கஂன்ˈடி:ஷஂனஂ* / a substance or appliance used to improve the condition of something, மேன்மையடையச் செய்யும் ஒன்று.

con-dole/kənˈdəul/(*v.t*):கஂன்ˈட:ஂஉல் / to grieve with, துக்கப்படு; to express sorrow, வருத்தம் தெரிவி. **con-do-lence**/kənˈdəuləns/(*n*):,கஂன்ˈட:ஂஉலஂன்ஸ் / expression of sorrow, வருத்தம் தெரிவித்தல். • *Please accept my* **condolences** *on your wife's death.*

con-dom/ˈkɔndəm/(*n*):கஂன்ˈட:ஂம் / [also, **sheath**]: a covering for male sex organ, உடலுறவின்போது பாதுகாப்பிற்காக அணியப்படும் ஆணுறை.

con-do-min-i-um/ˌkɔndəˈminiəm/(*n*): ˈகாண்ட:ஂˈமினியஂம் / joint rule of a state by two or more states, இரண்டு (அ) அதற்கு மேற்பட்ட நாடுகள் வேறு நாடு (அ) நிலப்பரப்பில் ஆதிக்கம் கொண்டிருத்தல்.

con-done/kənˈdəun/(*v.t*):கஂன்ˈட:ஂஉன் / to forgive, மன்னிப்புக் கொடு; to overlook, கவனியாமல் விட்டுவிடு. • *Violence in any form cannot be* **condoned**, **condonation**(*n*): pardoning, மன்னித்தல்.

con-dor/ˈkɔndɔ:*/(*n*):ˈகாண்ட:ஂ:* / a very large vulture with a bare head and a very massive out-stretched wings, வல்லூறு.

con-duce/kənˈdju:s/(*v.t*):கஂன்ˈட்:யூஸ் / to help to, ஏதுவாய் இரு, உதவியாய் இரு; to lead to some end or result, ஒரு முடிவு (அ) பலன் ஏற்படச் செயல்படு. **con-du-cive**/kənˈdju:siv/(*adj*): கஂன்ˈட்:யூஸிவ்: having a tendency to help or promote, மேம்படுத்தும் (அ) உதவுகின்ற தன்மை உள்ள. • *The director's note is* **conducive** *to the settlement of dispute.*

con-duct/ˈkɔndʌkt/(*n*):ˈகாண்ட:க்ட் (-ட:ஂ-) / the act of leading or guiding, வழிகாட்டுதல் (அ) அழைத்துச் செல்லுதல்; management, நிர்வாகம் செய்தல்; behaviour, நடத்தை. • *Her* **conduct** *has been good.* **conduct**/kənˈdʌkt/(*v*): கஂன்ˈட:க்ட்: to guide, வழிகாட்டு; to lead, தலைமை வகித்துச் செல். • *The company* **conducted** *a market survey,* behave, நல்ல முறையில் நடந்து கொள். • *She* **conducted** *herself admirably.*

con-duc-tance/kənˈdʌktəns/(*n*): கஂன்ˈட:க்டஂன்ஸ் / the degree to which an object conducts electricity, reciprocal of the resistance, மின் கடத்தும் திறன்.

con-duc-tion/kənˈdʌkʃn/(*n*): கஂன்ˈட:க்ஷஂன் / the act of conducting, செலுத்துதல், கடத்தல்; transmission of heat or electricity, வெப்பம் (அ) மின்சாரம் கடத்தல். **conductive**(*adj*).

con-duc-tor/kənˈdʌktə*/(*n*):கஂன்ˈட:க்ட்டஂ* / a guide, வழிகாட்டி; a director, நிர்வாகி; an official in charge of a bus, tram, train, etc., நடத்துநர்; anything that transmits heat or electricity, கடத்தி, வெப்பக்கடத்தி, மின்கடத்தி.

con-duc-tiv-i-ty/ˌkɔndʌkˈtivəti/(*n*): ˌகாண்ட:க்ˈடிவிட்டி / the capacity to conduct heat etc., வெப்பம் முதலியவற்றைச் செலுத்தும் திறன், கடத்தும் திறன்.

con-duit/ˈkɔndit/(*n*):ˈகாண்டி:ட் (கன்-) / a pipe or channel for conveying fluids, குழாய் (அ) கால்வாய்.

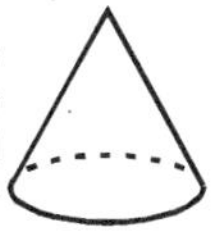

cone/kəun/(*n*):கஂஉன் / [also **conifer**]: a solid body having round bottom and tapering towards the other end, கூம்பிய வடிவம்; anything like a cone, கூம்பு; fruit of an evergreen tree, ஊசியிலை மரத்தின் பழம். **coney**(*adj*), **conic**(*adj*), **conical** (*adj*), **conically**(*adv*).

con-fab-u-late/kən'fæbjuleit/(*v.t*): கஒன்'ஃபஆப்:யுலெய்ட் (கஒன்-) / to talk together, கூடிப் பேசு; chat, உரையாடு. **con-fab-u-la-tion**/kən,fæbju'leiʃn/(*n*): கஒன்,ஃபஆப்:யு'லெய்ஷஒன் / familiar talk, உரையாடல்; private conversation, அந்தரங்கமான உரையாடல்.

con-fec-tion/kən'fekʃn/(*n*): கஒன்'ஃபெக்ஷஒன் / the act of compounding different substances into one compound, கலவை சேர்த்தல், சர்க்கரைத் தின்பண்டம் செய்தல்; candy, மிட்டாய். **con-fec-tion-er**/kən'fekʃnə*/(*n*): கஒன்'ஃபெக்ஷஒனஒ* / one who makes or sells sweets, cakes, etc., மிட்டாய் போன்ற தின்பண்டங்கள் தயாரிப்பவர், விற்பவர். **confectionery** (*n*): sweets, sweetmeat shop or business, மிட்டாய்க்கடை, மிட்டாய் வியாபாரம்.

con-fed-e-rate/kən'fedəreit/(*n*): கஒன்'ஃபெட:ஒரெய்ட் / an ally, கூட்டாளி; an accomplice, கூட்டணியில் ஓர் உறுப்பினர். **confederate**(*adj*): united in a league, ஓர் அமைப்பில் இணைந்துள்ள; bound by treaty, உடன்படிக்கைப்படி உள்ள. **confederacy**(*n*): an alliance, சங்கம், நேச ஒப்பந்தம்; union of political parties or people, அரசியல் கட்சிகளின் கூட்டு (அ) மக்களின் கூட்டு. **con-fed-e-ra-tion**/kən,fedə'reiʃn/(*n*): கஒன்,ஃபெட:ஒ'ரெய்ஷஒன் / union, சங்கம்.

con-fer/kən'fɜ:*/(*v.i*): கஒன்'ஃபஒ* / **conferred, conferring**: to talk together, கலந்துரையாடு; grant, அளி; to give honour, favour, etc., கௌரவப் பட்டம், அரசுச் சலுகை முதலியவற்றை அளி. • *The manager is* **conferring** *with his advisers.* • *The title was* **conferred** *on the author.* **con-fe-rence**/'kɔnfərəns/(*n*): 'காஂன்ஃபஒரஒன்ஸ் / meeting for discussion, மாநாடு, கலந்துரையாடல்; exchange of ideas, கருத்துப் பரிமாற்றம். • *The minister is in* **conference**. **conferment**(*n*): award, பட்டம், பட்டமளிப்பு.

con-fess/kən'fes/(*v.t-v.i*): கஒன்'ஃபெஸ் / to admit that one has done wrong, குற்றத்தை ஒப்புக்கொள்; disclose, உண்மையை வெளிப்படுத்து; to confess one's sins, ஒருவன் தன் பாவங்களை ஒப்புக் கொள்ளல். • *Many rich people commit crimes and do not* **confess** *them at all.*

con-fes-sion/kən'feʃn/(*n*): கஒன்'ஃபெஷ்ன் / a statement saying that one has done something wrong, குற்றத்தை ஒப்புக்கொள்ளல்; the act of owning a sin, பாவத்தை ஒப்புக்கொள்ளல்; that which is admitted, ஒப்புக் கொள்ளப்பட்டது எதுவோ அது. **confessor**(*n*): the priest to whom confessions are made by someone, பாவ ஒப்புதலைக் கேட்கும் குரு. **confessant**/kən'feʃənt/(*n*):கஒன்'ஃபெஷஒன்ட் / one who confesses, பாவத்தை ஒப்புக்கொள்பவர்.

con-fet-ti/kən'feti/(*n*):கஒன்'ஃபெட்டி (காஂன்-) / small bits of coloured paper, for throwing at weddings, carnivals, etc., பண்டிகை, திருமணங்கள் முதலிய நிகழ்ச்சிகளில் மகிழ்ச்சியில் எறியப்படும் வண்ணக் காகிதத் துண்டுகள்.

con-fide/kən'faid/(*v.t*):காஂன்'ஃபய்ட்: / to trust fully and tell personal secrets to someone, தனிப்பட்ட (அ) இரகசியமான செய்திகளை ஒருவரை நம்பிச் சொல்லு. • *I do not like to* **confide** *my secrets to anyone.* entrust, நம்பி ஒப்படை. **con-fi-dent**/'kɔnfidænt/(*adj*): 'காஂன்ஃபிட:ஆன்ட் / self-reliant, தன்னம்பிக்கையுள்ள. **confident**(*n*): a trusted friend, ஒரு நம்பிக்கையான நண்பன். • *I am* **confident** *that the government is at fault.* **confidential** (*adj*), **confidentially**(*adv*). **con-fi-dence**/'kɔnfidəns/(*n*):'காஂன்ஃபிட:ஒன்ஸ் / trust, நம்பிக்கை, firm faith, தன்னம்பிக்கை.

con-fig-u-ra-tion/kən,figə'reiʃn/(*n*): கஒன்,ஃபிக:ஒ'ரெய்ஷ்ன் (ஃபிகு:) / shape, வடிவம்; outline, எல்லைக்கோடு; mode of arrangement, ஒழுங்கமைப்பு.

con-fine/'kɔnfain/(*v.t*):கஒன்'ஃபய்ன் (காஂன்-) / keep within limits, எல்லைக்கு உட்படுத்து; imprison, சிறைப்படுத்து; be in child birth, பேறுகாலத்தில் இரு; be bedridden, படுத்த படுக்கையாய் இரு. • *Please* **confine** *yourself to the subject matter,* • *I do not like to be* **confined** *to bed.* **confine**(*n*): borderland, எல்லைப் பகுதி; area, பரப்பு. **confinement**(*n*): the act of confining, எல்லைக்குட்படுத்தல்; detention, தடுப்புக் காவல்; loneliness, தனிமை; restricton, கட்டுப்பாடு; imprisonment, சிறைவாசம். • *The government has placed the opposition leader in solitary* **confinement**. giving birth to a child, பிள்ளைப்பேறு. • *This is my wife's second* **confinement**. **confines**(*n, pl*): borders, எல்லைகள்; limits, வரையறை.

con-firm/kən'fɜ:m/*(v.t)*:கஅன்'ஃபஅ:ம் / make permanent, நிரந்தரம் செய்; make firm, உறுதிப்படுத்து; assure, நிச்சயப்படுத்து. • *Has the ministry fallen? The news is yet to be* **confirmed**. **con-fir-ma-tion**/ˌkɔnfə'meiʃn/*(n)*: ˌகஅன்ஃபஅ:'மெய்ஷஅன் / the act of confirming, உறுதிப்படுத்துதல். • *The post is given* **confirmation**. **confirmed** *(adj)*: firmly settled, உறுதியாக நிலை பெற்றுள்ள. • *She knows that her brother is a* **confirmed** *bachelor.* **confirmative** *(adj)*, **confirmatory***(adj)*.

con-fis-cate/'kɔnfiskeit/*(v.t)*:'காஂன்ஃபிஸ்க்கெய்ட் / to seize as a punishment, பறிமுதல் செய். • *The government officials very often* **confiscate** *private property with no legal sanction.* **confiscation***(n)*: the act of confiscating, பறிமுதல் செய்தல். • *The* **confiscation** *of personal property of a lawful citizen is illegal.* **confiscatory** *(adj)*.

con-fla-gra-tion/ˌkɔnflə'greiʃn/*(n)*: ˌகாஂன்ஃப்லஅ'க்ரெய்ஷஅன் / a huge fire that destroys everything, ஊழித்தீ, பெருந்தீ, கலகம்.

con-flate/kən'fleit/*(v)*:கஅன்'ஃபலய்ட் / combine into one, ஒன்றாகச் சேர், இணை.

con-flict/'kɔnflikt/*(n)*:'கஅன்ஃப்லிக்ட் / struggle, முரண்பாடு, பிணக்கு; fight, சண்டை; difference of opinion, கருத்து வேற்றுமை. • *The armed* **conflict** *between the parties is here for months.* **conflict** *(v.t)*: disagree, வேற்றுமை கொள்; to oppose, எதிர்த்து நில். • *The rules of the state government regarding control of the coast do* **conflict** *with the laws of the union government.*

con-flu-ence/'kɔnfluəns/*(n)*: 'காஂன்ஃப்லுஅன்ஸ் / a place where two rivers meet, இரு ஆறுகள் ஒன்று சேருமிடம், junction, சந்திப்பு; a large assemblage, பெருங்கூட்டம்.

con-form/kən'fɔ:m/*(v.i)*:கஅன்'ஃபாஂ:ம் / to be in accordance with rules, regulations, etc., சட்டம், ஒழுங்கு முதலியவற்றின் இணக்கத்திற்கு ஏற்ப நடந்து கொள்; to behave normally, முறையாக நடந்து கொள். • *A public servant should* **conform** *to the rules and regulations of the public office.* **conformer***(n)*, **conformance***(n)*. • *The security measures in force for the ministers should also be in* **conformance** *with the convenience of the general public.* **con-formable** *(adj)*: suitable, பொருத்தமாக உள்ள. **conformably** *(adv)*. **conformist** *(n)*: one who conforms to the rules, values of social customs, பொது வாழ்க்கை நெறிக்கு ஏற்ப நடந்து கொள்பவர். **con-for-mi-ty**/kən'fɔ:məti/*(n)*:கஅன்'ஃபாஂமிட்டி / agreement with customs, social traditions, etc., சமுதாய நெறிக்கு ஏற்ப நடந்து கொள்ளுதல்.

con-found/kən'faund/*(v.t)*:கஅன்'ஃபஉன்ட் / to put into confusion, குழப்பம் கொள். • *The misdirections quite* **confounded** *the inspector.* to defeat an enemy ஒரு விரோதியைத் தோற்கடிக்கச் செய்; to get confused, திகைக்க வை; astonish, பிரமிக்க வை. • *His speech was fine but it* **confounded** *his critics.* **confounded** *(adj)*: damned, தள்ளப்பட்டுள்ள, சற்றும் ஒவ்வாத. • *What he said was a* **confounded** *lie.*

con-frere/'kɔnfreə*/*(n)*:'காஂன்ஃப்ரஎஅ* / a colleague, உடன் வேலை செய்பவன்.

con-front/kən'frʌnt/*(v.t)*:கஅன்'ஃப்ரன்ட் / to face boldly, எதிர்கொள்; attack, தாக்கு; to bring face to face, நேருக்கு நேராக நில். • *The long separated husband and wife* **confronted** *with each other silently.* **con-fron-ta-tion**/ˌkɔnfrʌn'teiʃn/*(n)*: ˌகஅன்ஃப்ரன்ட்'டெய்ஷஅன் / the act of defiance, எதிர் கொள்ளல். • *We cannot afford to have open* **confrontation** *with the police.*

con-fu-sable/kən'fju:zəbl/*(adj)*: கஅன்'ஃப்யூஸ:அப:ல் /able or liable to be confused with something else, ஏதாவது ஒன்றைப் பற்றி குழம்பும் படியான

con-fuse/kən'fju:z/*(v.t)*:கஅன்'ஃப்யூஸ் / to mistake one for the other, ஒன்றை மற்றொன்றாகத் தவறுதலாக எண்ணு. • *Do not* **confuse** *me, your arguments are not logical.* to put into disorder, தாறுமாறாகச் செய்; mix up one's thinking, எண்ணத்தைக் குழப்பு; puzzle, திகைக்க வை. • *I do not get* **confused** *any time.* **con-fu-sion**/kən'fju:ʒn/*(n)*:கஅன்'ஃப்யூஜ:அன் / a confused state, குழப்பமான நிலை; the act of confusing, குழப்பம். • *There is no* **confusion** *in my thinking, I am correct.* **confused***(adj)*: in disorder, குழப்பமான நிலை. • *It was a* **confused** *state of affairs when the police inspected the place of murder.* **confusedly***(adv)*, **confusing***(adj)*.

con-fute/kən'fju:t/*(v.t)*:கஅன்'ஃப்யூட் / to prove to be wrong, தவறு என்று நிரூபி. **confutation***(n)*.

con-geal/kən'dʒi:l/*(v.t-v.i)*:கஅஞ்'ஜீல் (கஅன்-) / thicken, கெட்டிப்படுத்து; change into solid by cooling, குளிர்வித்து இறுகச் செய்; freeze, உறையச் செய்.

con-ge-ni-al/kən'dʒi:njəl/*(adj)*: கஒன்'ஜீனியஒல் / pleasant, இனிமையாக உள்ள; having similar nature, ஒத்த இயல்புடைய; suiting to one's taste, மனதுக்குகந்த; agreeable, இணக்கமாக உள்ள. • *The office atmosphere is very* **congenial**.

con-gen-i-tal/kən'dʒenitl/*(adj)*: கஒஞ்'ஜெனிட்டஒல் / existing at or from one's birth, பிறவிக் கூறாக உள்ள, பிறப்பு முதல் இருக்கின்ற. • *She is* **congenitally** *deaf.* **congenitally***(adv)*.

con-ger/'kɔŋgə*/*(n)*:'காங்கஃஒ* / a sea eel, விலாங்கு மீன்.

con-gest/kən'dʒest/*(v.t)*:கஒன்'ஜெஸ்ட் / to collect into a mass, நெருக்கமாகக் குவி. **congested***(adj)*: overcrowded, அதிகக் கூட்டமுள்ள. • *Mount Road is always* **congested**. **con-ges-tion**/kən'dʒestʃən/ *(n)*:கஒன்'ஜெஸ்ஷஒன் / overcrowd, நெருக்கடியான; illness caused by accumulation of blood, etc., குருதிக்கட்டு. • *There is some* **congestion** *in my throat.* • *There seems traffic* **congestion** *in every road junction.*

con-glom-e-rate/kən'glɔməreit/*(n)*: கஒங்'க்ஃலாமஒரெய்ட் / that which is gathered into a mass, ஒன்றாகத் திரட்டப்பட்டது, ஒன்றாக உருட்டப்பட்டது; a large business organization having different companies, பல நிறுவனங்களைக் கொண்ட பெரிய தொழில், வாணிபக் கழகம். **conglomeration***(n)*: the act of forming into a mass, ஒன்றாகத் திரளுதல். • *What he presented is no theory, it is a* **conglomeration** *of his fanciful ideas.*

con-grat-u-late/kən'grætʃuleit/*(v.t)*: கஒங்,க்ஃரஜச்சு'லெய்ட் / to wish joy to, மகிழ்ச்சி தெரிவி; to compliment, வாழ்த்து; to felicitate, பாராட்டு. • *She* **congratulated** *her husband on his promotion as manager.* • *I do not* **congratulate** *but always envy.* **congratulations***(n)*: act of complimenting, வாழ்த்துக்கள், வாழ்த்துக் கூறல்; felicitation, பாராட்டு.

con-gre-gate/'kɔŋgrigeit/*(v.t)*: 'காங்க்ஃரிகெய்ட் / to come together in a large group, பெருங்கூட்டமாகச் சேர். • *The crowds* **congregated** *in the park to hear the Chief Minister speak.* **con-gre-ga-tion**/,kɔŋgri'geiʃn/*(n)*:காங்க்ஃரிகெய்ஷஒன் / assembly, அவை, திருச்சபை; the people attending a religious worship, வழிபாட்டில் பங்கு கொள்ளும் மக்கள் கூட்டம்; a gathering, **congregational***(adj)*: pertaining to congregationalism, வழிபாட்டு முறை பற்றிய. **congregationalism** *(n)*: a system of Church government that grants independence to each local church, கிறித்தவ வழிபாட்டில் உள்ளூர்க் கோயில்களுக்குப் பிரார்த்தனைச் சுதந்திரம் வழங்கும் ஒரு மத ஏற்பாடு.

con-gress/'kɔŋgres/*(n)*:'காங்க்ஃரெஸ் / the highest law-making body of the U.S.A., அமெரிக்க ஐக்கிய நாடுகளின் உயர்சட்டப் பேரவை; The Indian National Congress, இந்திய தேசிய காங்கிரஸ், ஓர் அரசியல் கட்சி; a gathering of people to make laws, plans, etc., ஆலோசனைக் கூட்டம்.

con-gru-ent/'kɔŋgruənt/*(adj)*: 'காங்க்ஃருஒண்ட் / having the same size and shape as another or each other, வடிவிலும், அளவிலும் ஒன்றாக உள்ள; agreeing in all respects, முழு ஒற்றுமையுள்ள. • *The two triangles are* **congruent. congruous** *(adj),* **congruously***(adv),* **congruence** *(n),* **congruity***(n)*.

con-ic/'kɔnik/*(adj)*:'கானிக் / [also **conical**]: having the shape of a cone, கூம்பு வடிவமுள்ள; resembling a cone, கூம்பு போன்றுள்ள; **conics***(n, pl)*: the theory of cones, கூம்பு வடிவங்களின் கோட்பாடு.

con-i-fer/'kɔnifə*/*(n)*:'கானிஃபஒ (கஒஉ-) / evergreen trees on which cones grow, ஊசியிலை மரம். **con-i-fer-ous**/ kəu'nifərəs/*(adj)*: 'கானிஃபஒரஒஸ் / (of trees) bearing cones, கூம்பு வடிவக் காய்களைக் கொண்டுள்ள.

con-jec-ture/kən'dʒektʃə*/*(n)*: கஒன்'ஜெக்ச்சஒ* / opinion or judgement based on uncertain or incomplete information, ஊகம், உய்த்துணர்வு, அனுமானம். • *The parliament member has said something which is not true: it is purely a* **conjecture**. **conjecture***(v.t-v.i)*: to form a conjecture, guess, ஊகம் செய். • *The inspector* **conjectured** *that the accused might have committed the crime.*

con-join/kən'dʒɔin/*(v.t-v.i)*:கஒன்'ஜாய்ன் / join or unite together, ஒன்றாக இணை (அ) சேர். **conjoint***(adj)*: united, இணைந்துள்ள, ஐக்கியமாக உள்ள.

con-ju-gal/'kɔndʒugl/*(adj)*:'காஞ்ஜுகஃஒல் pertaining to marriage, திருமணத்திற்குரிய. • *The* **conjugal** *rights are said to be sacred.* **con-ju-gate**/'kɔndʒugit/*(v.t-v.i)*: 'காஞ்ஜுகெய்ட்: to give all the different forms of a verb, வினைச் சொல்லின்

வெவ்வேறு வடிவங்களைக் கூறு. **con-ju-ga-tion**/ˌkɔndʒuˈgeiʃn/*(n)*: ˌகாஞ்ஜுˈகெ:ய்ஷன் / a group of verbs inflected in the same manner, வினைச் சொல்லின் பல மாற்று வடிவங்கள். The verb 'to be' has the following **conjugations**: is, was, am, etc.

con-junc-tion/kənˈdʒʌŋkʃn/*(n)*:கஞ்ˈ-ஜங்க்ஷன் / concurrence of events, செயல்களின் ஒருங்கிணைப்பு; union, a joining word, சேர்க்கை, இணைப்பிடைச் சொல், இணை இடைச்சொல். **conjunct** *(adj)*: joined together, இணைந்துள்ள; united, ஒருங்கு சேர்ந்துள்ள.

con-jure/kənˈdʒuə*/*(v.t)*:ˈகஞ்ஜுஅ* (கஞ்ஜஅ*) / to call on by a holy name, புனிதமான வார்த்தைகளைக் கொண்டு கூப்பிடு; to implore, வேண்டிக்கொள். **conjure***(v.i)*: practise tricks or magic, மந்திரம் செய், தந்திரச் செய்கைகளில் ஈடுபடு. • *The magician* **conjured** *a cobra out of his hat.* **con-jur-er**/ˈkʌndʒərə*/*(n)*:ˈகஞ்ஜரஅ* / a professional entertainer who does conjuring tricks, செப்பிடு வித்தைக்காரன். (also **conjuror**).

connect/kəˈnek/*(v)*:கஅˈனெக்ட் / bring together or into contact so that a real or notional link is established, associate or relate something in some respect, இயல்பான தொடர்பு நேரும் படி அருகில் சேர், ஏதாவது வகையில் கூடும்படி செய். **con-nect-ed**/kəˈnektid/*(adj)*:கஅˈனெக்ட்டிட்: / joined, allied, இணைக்கப்பட்டுள்ள, தொடர்பான, நல்ல தொடர்புள்ள. • *The person is well-***connected** *in business circles.* **connection***(n)*: relation, தொடர்பு; link, இணைப்பு; something that joins, சேர்க்கும் இணைப்பு; a place where things are joined together, இணைக்கப் படும் இடம். • *Very often we are* **connected** *to wrong number.* • *Every minister has some* **connection** *with business.* **con-nec-tive**/kəˈnektiv/*(adv)*: கஅˈனெக்ட்டிவ் / (a word) joining phrases, parts of sentences etc., இணைக்கும் வார்த்தைகள், சொற்றொடர்கள் முதலியவை உள்ள; joining things together, இணைக்கக்கூடிய. **con-nec-tivity**/kəˈnektiviti/*(n)*: கஅˈனெக்டிவிட்டி / the state of being connected or inter connected, இணைந்த நிலை, பிணைப்பு

con-niv-ance/kəˈnaivəns/*(n)*: கஅˈனய்வஅன்ஸ் / implicit consent, மறைமுகமாக அனுமதித்தல்; approval, உடன்பாடு.

con-nive/kəˈnaiv/*(v.i)*:கஅˈனய்வ் / to work together to do something illegal, சட்ட விரோதமாகச் செய்வதற்கு உடந்தையாய் இரு. **connive at**: overlook some fault, தவறுகளைக் கவனியாமல் இரு; conspire, உடந்தையாய் இரு. • *Some government officials* **connived at** *the smuggler's escape from custody.*

con-nois-seur/ˌkɔnəˈsɜː*/*(n)*: ˌகானஅˈஸஅ:* (ˌகானிஜு:அ*) / an expert especially in fine arts, கலை வல்லுநர், கலையில் தேர்ந்தவர். • *She is a* **connoisseur** *of Carnatic Music.*

con-no-ta-tion/ˌkɔnəuˈteiʃn/*(n)*: ˌகானஅஉட்ˈடெய்ஷஅன் / feelings and ideas suggested by a word rather than its actual meaning, உட்கருத்து, உட்பொருள். • *It is a home away from home. Visit our* **Hotel Comfort** *- This is an advertisement: Here the* **connotation** *of the word "home" is comfort, service, love, etc.* **connote***(v.t)*: to have a meaning in addition to the actual meaning, குறிப்பிடு, குறிப்பாக வேறு பொருள்படும்படியாகச் சொல், உட்பொருள் கொள். **connotative***(adj)*.

con-note/kəˈnəut/*(v)*:கஅˈனஅஉட் / imply or suggest in addition to the literal or primary meaning, இலக்கிய (அ) முதன்மை கருத்தினை (பொருளினை) வலியுறுத்து.

con-nu-bi-al/kəˈnjuːbjəl/*(adj)*: காˈனுபி:யஅல் / of marriage, திருமணத் தொடர்பாக.

con-quer/ˈkɔŋkə*/*(v.t-v.i)*:ˈகாங்க்கஅ* / to take by force, பலவந்தமாகப் பறித்துக் கொள்; to win by war, போர் செய்து வெற்றி பெறு. • *Land can be* **conquered**; *but it is rather difficult to* **conquer** *one's mind.* • *Mount Everest has been* **conquered** *(scaled successfully).* **conqueror***(n)*: one who conquers, வெற்றி கொள்பவன். • *Every* **conqueror** *is a plunderer.* **con-quest**/ˈkɔŋkwest/*(n)*:ˈகாங்க்உஎஸ்ட் / the act of conquering, வெற்றி பெறும் செயல்; that which is conquered, வெற்றி கொண்டது. • *The* **conquest** *of India by the British took place in the 18th century.*

con-san-guin-i-ty/ˌkɔnsæŋˈgwinəti/*(n)*: ˌகான்ஸஜங்ˈக்:உயினிட்டி / close relationship by birth, நெருங்கிய இரத்த உறவு. **consanguine***(adj)*, **consanguinous** *(adj)*.

con-science/ˈkɔnʃəns/*(n)*:ˈகான்ஷஅன்ஸ் / an inner sense of moral feeling, மனசாட்சி, நேர்மையுணர்வு; self-consciousness, தன்னிலையுணர்வு. • *One's* **conscience** *is one's own judge.* • *Whenever I see a child starving, my* **conscience** *pricks me.* **con-sci-en-tious**/ˌkɔnʃiˈenʃəs/

(adj):,கான்ஷி'யஂன்ஷஸ் / showing sense of justice, care, etc. மனசாட்சியின் நியதிப்படி உள்ள; honest, நேர்மையான. • *This minister is an exception: he is* **conscientious** *in his duties.* **conscionable***(adj)*: conformable to conscience, மனசாட்சிப்படி உள்ள.

con-scious/'kɔnʃəs/*(adj)*:'கான்ஷஸ் / knowing one's own thoughts or actions, aware, சுயநினைவுள்ள, விழிப்புணர்ச்சி யுடைய. **consciousness***(n)*: state of being conscious, சுய நினைவுடன் இருத்தல்; awareness, விழிப்புணர்ச்சி; a state of all the mental powers and bodily senses of a person being active, சிந்தனையும் உடல்திறனும் சுறுசுறுப்பாகச் செயல்படல். • *I became* **conscious** *of my responsibility at the critical juncture.* **consciously** *(adv)*.

con-script/kən'skript/*(v.t)*:கான்'ஸ்க்ரிப்ட் / to make someone serve in the army by law, கட்டாயமாக சட்டப்படி ஒருவனை ராணுவத்தில் சேர்த்துவிடு. • *No one is* **conscripted** *for military service in this country.* **conscript***(n)*: one who is compelled by law to serve as a soldier or as a sailor, கட்டாய இராணுவ சேவையில் சேர்க்கப்பட்ட வீரன். **conscription***(n)*.

con-se-crate/'kɔnsikreit/*(v.t)*: 'கான்ஸிக்ரெய்ட் / to declare as holy in a special ceremony, புனிதப்படுத்து; dedicate, திருப்பணிக்கு ஒதுக்கி வை. **consecration***(n)*: an act of consecrating, புனிதப்படுத்துதல். • *The* **consecration** *is a religious ceremony where divine power is invoked.*

con-sec-u-tive/kən'sekjutiv/*(adj)*: கஂன்'ஸெக்யுட்டிவ் / following one after the other in a regular order, ஒன்றன்பின் ஒன்றாக உள்ள; successive, தொடர்ச்சியாக உள்ள. • *1, 2, 3, etc.,* are **consecutive** *numbers.* • *She has been coming to this office for the last five* **consecutive** *days.* **consecutively***(adv)*.

con-sen-sus/kən'sensəs/*(n)*: கஂன்'ஸென்ஸஂஸ் (கான்-) / general agreement, பொதுவான கருத்து ஒற்றுமை, உடன்பாடு; near unanimity, ஏறக்குறைய ஒன்றுபட்ட கருத்துக்கொள்ளல். • *A minority government has to get on by reaching* **consensus** *on every issue with the opposition.*

con-sent/kən'sent/*(v.t)*:கஂன்'ஸென்ட் / agree, உடன்படு; give permission, பொதுவான கருத்து; allow, ஒப்புதலளி. • *The Director had* **consented***(n)*: compliance, சம்மதம், ஒப்புதல்; agreement or permission, உடன்பாடு (அ) அனுமதி. • *Ministers spend money without the* **consent** *of the Parliament.*

con-se-quence/'kɔnsikwəns/*(n)*: 'காஂன்ஸிக்உஂன்ஸ் / importance, முக்கியத்துவம்; that which comes as a result of something, விளைவு, பலன், பயன். • *The increased terrorist activity is due to unemployment and the* **consequence** *will be dangerous.* result, முடிவு. • *I am going to violate the police order. I am prepared for the* **consequence**. value, மதிப்பு. **consequent***(adj)*: following as a result, முடிவாக ஏற்படுகின்ற. **consequently** *(adv)*: as a result, முடிவாக. **consequential***(adj)*.

con-ser-van-cy/kən'sɜːvənsi/*(n)*: கஂன்'ஸஂ:வஂன்ஸி / body of men charged with safeguarding area, river, etc., நிலம், ஆறு முதலியவற்றைக் காக்கும் பாதுகாப்புக் குழு. **con-ser-va-tion**/ˌkɔnsə'veiʃn/*(n)*: ˌகாஂன்ஸஂ'வெய்ஷஂன் / the act of conserving, பாதுகாத்தல், இயற்கை வளத்தைப் பாதுகாத்தல்; preservation and supervision of rivers, forests and other natural resources, ஆறுகள், காடுகள் போன்ற இயற்கை வளங்களைப் பாதுகாத்துப் பராமரித்தல். • *The* **conservation** *of wildlife is very important for preserving natural order of human life.* **conservationist***(n)*: an ardent advocate and active supporter of conservation, இயற்கை வளங்களைப் பாதுகாத்துக் காப்பாற்ற வேண்டும் என்று கருதிச் செயல்படுபவர். **con-ser-va-tive**/ kən'sɜːvətiv/*(adj)*:கஂன்'ஸஂ:வஂட்டிவ் / cautious, பாதுகாத்துக்கொள்ளும் இயல்புடைய; not liking sudden or immediate changes, உடனே மாறுதலை விரும்பாத; not liberal, பரந்த மனப்பான்மை இல்லாத. • *All rich people are not* **conservative**. **conservative***(n)*: a conservative person, பழைமையை விரும்புபவர். **conservatism***(n)*. **con-ser-va-tor**/'kɔnsəveitə*/*(n)*: 'கஂன்ஸஂவெய்ட்டஂ* / a preserver, பாதுகாப்பவர். • *There are officials who are called* **conservators** *of forests.* **conservatory***(n)*: a nursery or green house for growing and preserving tender plants, இளஞ்செடிகளைப் பயிரிட்டுப் பேணி வளர்க்கும் இடம். **con-serve**/kən'sɜːv/ *(v.t)*: கான்'ஸஂ:வ் / preserve, பாதுகாத்து வை; keep from destruction, சிதையாமல்

பார்த்துக்கொள். • *To* **conserve** *energy is the order of the day.* • **Conserve** *forests.* • *We must* **conserve** *our foreign exchange currency.*

con-si-der/kən'sidə*/*(v.t)*:கஅன்'ஸிட:அ* / think carefully about, ஆழ்ந்து சிந்தித்துப் பார். • *I am still* **considering** *what to do to save the animal.* remember, நினைத்துப் பார்; regard, கருது. **considered** *(adj & adv)*: reached after very careful analysis of facts and figures, நன்கு ஆலோசித்துப் பெறப்பட்ட முடிவு; decided upon with care, கவனத்துடன் ஏற்கப்பட்டுள்ள தீர்மானம். • *It is my considered opinion that war and peace will be there in this world till its end.* • *Her research papers are well* **considered** *by the scholars.* • *The secretary has* **considered** *the problems of new colleges.* **considerable***(adj)*: fairly large, கணிசமாக உள்ள, சற்று பெரியதாக உள்ள; important, முக்கியமான. **considerably***(adv)*: much, அதிகமாக உள்ள. • *It is* **considerably** *hotter today.* **con-sid-er-ate**/kən'sidərət/*(adj)*:கஅன்'ஸிட:அரெய்ட் / thoughtful, kind, எண்ணிப் பார்க்கின்ற, அன்பான. **considerably***(adv)*.

con-sid-e-ra-tion/kən,sidə'reiʃn/*(n)*: கஅன்,ஸிட:அ'ரெய்ஷஅன் / serious thought, ஆழ்ந்த சிந்தனை; importance, முக்கியத்துவம்; reason, காரணம்; a reward, சலுகை, பரிசு; regard for others, பரிவு. • *Petitions by the public to the government officials are not given due* **consideration**. • *For some* **consideration,** *officials yield.* **considering** *(prep)*: in view of, எண்ணிப் பார்க்குமிடத்து; taking into account, கவனிக்குமிடத்து. • *She did very well in her section,* **considering** *that she was on medical leave for a long time.*

con-sign/kən'sain/*(v.t)*:கஅன்'ஸய்ன் / send, அனுப்பு. • *The parcel is* **consigned** *to the company by road carrier.* handover, ஒப்படை; entrust, பாதுகாப்பில் ஒப்படை; deposit, காப்பில் வை, போட்டு வை. • *The petitions received by the minister are* **consigned** *to the waste paper basket; The dead body was* **consigned** *to flames,* தீக்கிறையாக்கப்பட்ட **con-sign-ee**/,kɔnsai'ni:/*(n)*: ,கஅன்ஸய்'னீ / the person to whom something is delivered, பொருள்கள் அனுப்பப்பட்டுச் சேர்க்கப்பட வேண்டிய முகவர், பொருள் பெறுபவர். **con-sign-ment**/kən'sainmənt/*(n)*: கஅன்'ஸய்ன்-மஅன்ட் / quantity of goods consigned together, அனுப்பப்பட்ட (அ) அனுப்பப்பட வேண்டிய பொருள்கள். • *This* **consignment** *of fruits is to be sent by air.* **con-sign-or**/,kənsai'nə*/*(n)*: ,கஅன்ஸய்'னஅ* / [also **consigner**]: a person who consigns goods, பொருள்கள் அனுப்புபவர்.

con-sist/kən'sist/*(v.i)*:கஅன்'ஸிஸ்ட் / be composed of, ஆக்கப்பட்டிரு; be in harmony, இசைந்திரு; be made up of, அமைந்திரு; in, depend on, சார்ந்திரு. • *The beauty of Mamallapuram* **consists** *largely in the style of carved stone figures.* **consist of**: to be made up of, அமைந்திரு. • *India* **consists of** *many mountains, large rivers and fertile lands, yet people remain poor.*

con-sis-ten-cy/kən'sistənsi/*(n)*: கஅன்'ஸிஸ்ட்டஅன்ஸி / [also **consistence**]: uniformity in principles, கொள்கைகளில் ஒரே சீராய் இருத்தல்; firmness, உறுதி; maintaining same principles or course of action, கொள்கைகளிலும், செயல் முறையிலும் வழுவாமை. • *The merchant lacks* **consistency** *in his dealings.* **consistent***(adj)*: agreeing, ஒத்துப் போகின்ற; not changing, முரண்படாத. • *Be* **consistent** *in your word and deed.* firm, உறுதியாக உள்ள; keeping with, ஏற்றதாக உள்ள. • *Your statement is not* **consistent** *with what is reported by the police;* regular, சீராக உள்ள. **consistently***(adj)*.

con-so-la-tion/,kɔnsə'leiʃn/*(n)*: ,காஅன்ஸஅ'லெய்ஷஅன் / comfort, ஆறுதல்; pacification, தேற்றுதல். • *My faith in God was a* **consolation** *for me when I was in trouble.* **consolatory***(adj)*: giving solace or comfort, ஆறுதல் அளிக்கக் கூடிய; consoling, தேற்றுகின்ற. **con-sole**/'kɔnsəul/*(v.t)*: 'காஅன்ஸஅஉல் / **consoled, consoling**: comfort, ஆறுதலளி; giving sympathy, இரக்கம் கொள் (அ) காட்டு; pacify, தேற்று. • *When you are in trouble, you have to* **console** *yourself.* • *When my wife died, my children* **consoled** *me.* **console***(n)*: draw-knobs or key board of an organ, ஓர் இசைக்கருவியின் சுருதிக் கட்டைகள்; a flat surface containing the controls of a machine, ஒரு எந்திர அமைப்பின் இயக்கும் கருவிகள் கொண்ட சமப்பகுதி.

con-sol-i-date/kən'sɔlideit/*(v.t)*: கஅன்'ஸாஅலிடெ:ய்ட் / **consolidated, consolidating**: make solid, கெட்டியாக்கு; unite, ஒன்றாக்கு. • *The SAIL company* **consolidated** *all its three* *branches.* grow stronger, வலுப்படுத்து. • *With the financial position improving, the company is* **consolidating** *all its assets.* **consolidation***(n)*: the act of uniting, இணைத்தல்; amalgamation, ஒன்றாக்குதல்; strengthening, பலப் படுத்துதல். • *The* **consolidation** *of all Insurance companies took place after nationalization.*

con-so-nance/ˈkɔnsənəns/*(n)*: ˈகான்ஸனென்ஸ் / agreement or accord, உடன்பாடு, இசைவு; combination of musical sounds, சுருதி; harmony of sounds, சுருதி லயம்.

con-so-nant/ˈkɔnsənənt/*(n)*: ˈகான்ஸனென்ட் / any letter of the alphabet except vowels, மெய்யெழுத்து. **consonant***(adj)*: agreeing, இசைந்துள்ள.

con-sort/ˈkɔnsɔ:t/*(n)*: கான்ˈஸா:ட் / life partner, வாழ்க்கைத் துணைவன் (அ) துணைவி. **in consort**: together, இணைந்து. • *She ruled* **in consort** *with her husband.* **con-sor-ti-um**/ kənˈsɔ:tjəm/*(n)*: கன்ˈஸா:ட்டியம் / a combination of financial institutions, capitals, etc., for common purpose, நிதி நிறுவனங்கள், முதலாளிகள் முதலியவை இணைந்து செயல்படும் கழகம்.

con-spec-tus/kənˈspektəs/*(n)*: கன்ˈஸ்ப்பெக்ட்டஸ் / a survey, பொதுக் கணக்கீடு, மதிப்பீடு, பொதுக் கருத்து; summary, சுருக்கம்.

con-spic-u-ous/kənˈspikjuəs/ *(adj)*:கன்ˈஸ்ப்பிக்யுஸ் / remarkable, குறிப்பிடத்தக்க; clearly visible, தெளிவாகத் தெரிகிற; attracting, கவனத்தைக் கவர்கின்ற. • *The Prime Minister was* **conspicuous** *by his absence at the function.* **conspicuously** *(adv)*.

con-spi-ra-cy/kənˈspirəsi/*(n)*: கன்ˈஸ்ப்பிரஸி / combination of persons for something not lawful, சட்ட விரோதமான செயல் திட்டம் தீட்ட ஒன்று சேருதல். • *There is* **conspiracy** *to kill the king.* plot, சதித்திட்டம்; act of secretly planning and also executing the same, சதித்திட்டம் வகுத்துச் செயல்படுதல். • **Conspiracy** *is the other side of a government.* **con-spir-a-tor**/ kənˈspirətə*/*(n)*: கன்ˈஸ்ப்பிரட்டர்* / a person who conspires, சதி செய்பவன்; one who takes part in a conspiracy, சதித்திட்டம் தீட்டுபவன். • *Today's* **conspirator** *is tomorrow's minister.*

con-spire/kənˈspaiə*/*(v.i)*: கன்ˈஸ்ப்பயர்* / combine secretly for unlawful purpose, சட்ட விரோதச் செயலுக்காக ஒன்றுகூடிச் சதி செய்; plan secretly, இரகசியமாகத் திட்டமிடு. • *Bank officials* **conspired** *to lift the gold bars secretly to London.* • *Events* **conspired** *to throw out the king.*

con-spi-ra-cy-theory/kənˈspirəsiˈθiəri / *(n)*:கன்ˈஸ்ப்பிரஸிˈதியரி / a belief that some covert but influential organization is responsible for an unexplained event, விவரிக்கவொண்ணாத சதித் திட்டம்.

con-sta-ble/ˈkʌnstəbl/*(n)*:ˈகன்ஸ்ட்டப்:ல் (கான்-) / a police man, காவலர். **con-stab-u-lary**/kə:nstæbjuləri/*(n)*: கன்ஸ்டேப்யுலரி / police force, காவல் படை.

con-stan-cy/ˈkɔnstənsi/*(n)*: ˈகான்ஸ்ட்டன்ஸி / firmness, உறுதி; resolute faith, சற்றும் மாறாத உண்மையான நடத்தை; uniformity, சீரான நிலை. • *His* **constancy** *of purpose got him success.* **con-stant**/ˈkɔnstənt/*(adj)*: ˈகான்ஸ்ட்டன்ட் / unchanging, மாறாத. • *I always drive at* **constant** *speed.* **constantly***(adv)*: not wavering, சஞ்சலமில்லாத. **constant***(n)*: a quantity or number that does not vary, மாறா எண், மாறிலி. • *π is a* **constant**.

con-stel-la-tion/ˌkɔnstəˈleiʃn/*(n)*: ˌகான்ஸ்ட்டˈலெய்ஷன் (-டெ-) / group of stars, seen from the earth as a unit and often having a name, நட்சத்திரக் கூட்டம்; an admired group of gathering, சான்றோர்கள் குழு (அ) கூட்டம். • *A* **constellation** *of great musicians had come to the city.* **constellate***(v)*

con-ster-na-tion/ˌkɔnstəˈneiʃn/*(n)*: ˌகான்ஸ்ட்டˈனெய்ஷன் / sudden fear, திடீர் அச்சம்; dismay, கிலி; alarm, பெரும்பயம்; perplexity, குழப்பம். • *To my* **consternation,** *I realised I had lost my job.* **consternate***(v)*.

con-sti-pa-tion/ˌkɔnstiˈpeiʃn/*(n)*: ˌகான்ஸ்ட்டிப்ˈபெய்ஷன் / irregularity and difficulty in emptying the bowels, மலச்சிக்கல். • *We will get* **constipation** *if we do not have fruits in our diet.* **constipated***(adj)*.

con-sti-tu-en-cy/kənˈstitjuənsi/*(n)*: கன்ˈஸ்ட்டிட்யுன்ஸி / (the voters in a) town or district that sends a representative to the parliament, வாக்காளர் தொகுதி; clientele, வாடிக்கைக்காரர், கட்சிக்காரர். • *The member complained in the parliament that his* **constituency** *has been* *neglected in the plan allocation of funds.* **con-sti-tu-ent**/kən'stitjuənt/*(n)*: கஅன்'ஸ்ட்டிட்யுஅன்ட் / a component part, பகுதி, உறுப்பு, கூறு, தேர்தல் தொகுதி; member of a constituency, தொகுதியாளர். **consti-tuent***(adj)*: making or forming, பகுதியாயுள்ள, கூறாக உள்ள; having power to frame or alter a political constitution, அரசியல் அமைப்பை மாற்றும் (அ) உருவாக்கும் ஆற்றலுடைய. • *The Indian* **Constituent** *Assembly gave a written constitution.*

con-sti-tute/'kɔnstitju:t/*(v.i)*: 'காஒன்ஸ்ட்டிட்யூட் / **constituted, constituting**: enact as a law, சட்டமாக அமை; construct, அமைப்பை உருவாக்கு; elect, தேர்ந்தெடு; form or make up, சேர்த்து உருவாக்கு. • *The government's attitude* **constitutes** *a direct challenge to many citizens.*

con-sti-tu-tion/ˌkɔnsti'tju:ʃn/*(n)*: ˌகாஒன்ஸ்ட்டி'ட்யூஷஅன் / a system or related parts, உறுப்பமைப்பு (அ) தொடர்புப் பகுதியமைப்பு; the fundamental laws and practices by which a country is governed, அரசியல் அமைப்பு. • *The* **Constitution** *of India requires a radical change.* the physical make-up of a person or an animal, உடலமைப்பு. • *My* **constitution** *at 64 is fine and good.* **constitutional** *(adj)*, **constitutionally***(adv)*. **con-sti-tu-tion-al-is-m**/ˌkɔnsti'tju:ʃnəlizəm/*(n)*:ˌகாஒன்ஸ்ட்டி'ட்யூஷஅனஅலிஸ்ம் / the principles of constitutional government or adherence to them, அரசியல் சட்ட அமைப்புக்கு ஏற்ற அரசின் அரசியல் கொள்கைகள், சட்டப்படி அமைந்த அரசு, அரசியல் அமைப்புக்கு உகந்தவாறு நடந்து கொள்ளல். **constitutionalist***(n)*.

con-strain/kən'strein/*(v.t)*:கஅன்'ஸ்ட்ரெய்ன் / imprison, சிறைப்படுத்து; compel, வற்புறுத்து; to limit, கட்டுப்படுத்து. • *Development works have been* **constrained** *for want of funds.* **con-straint**/kən'streint/*(n)*:கஅன்'ஸ்ட்ரெய்ன்ட் / that which limits one's freedom of action, தடை, ஒருவரின் செயல், சுதந்திரத்தைக் கட்டுப்படுத்தல். • *The police exhibited unusual* **constraint** *when the mob began throwing stones at them.*

con-strict/kən'strikt/*(v.t)*:கஅன்'ஸ்ட்ரிக்ட் / contract, சுருக்கு; press together, இறுக்கு; to make narrower, tighter or smaller, அதிகச் சிறியதாக, மிகக் குறுகலாக, அதிக இறுக்கமாகச் செய். • *The tight dress* **constricted** *his movement.* • *The* **constriction** *of blood vessels causes blood pressure.* **constriction***(n)*, **constrictive***(adj)*. **constrictor***(n)*: compressor, அமுத்தி; a large snake that crushes its prey, தன் இரையை நெருங்கிக் கொல்லும் மலைப்பாம்பு.

con-struct/kən'strʌkt/*(v.t)*:கஅன்'ஸ்ட்ரக்ட் / to build, கட்டு; to draw, வரை. • *Building a bridge is easier than* **constructing** *a meaningful sentence.* **construction***(n)*: building, கட்டடம்; anything built, கட்டுமானம். • *The bridge is under* **construction**. connection between words in a sentence, வாக்கியத்தில் உள்ள சொற்களின் தொடர்பு; meaning, பொருள். • *The* **construction** *of a simple sentence is more difficult.* **con-struc-tive**/kən'strʌktiv/*(adj)*: கஅன்'ஸ்ட்ரக்ட்டிவ் / creative, உருப்படியாக உள்ள, உருவாக்கக்கூடிய. • *His criticisms are always* **constructive**. relating to construction, கட்டடத் தொடர்பாக உள்ள. • *The newspapers should have* **constructive** *attitude towards social problems.* **constructively***(adv)*, **constructiveness***(n)*, **constructor***(n)*.

con-strue/kən'stru:/*(v.t)*:கஅன்'ஸ்ட்ரூ / interpret, மொழிப்படுத்து; translate, மொழி பெயர்ப்புச் செய்; explain, விளக்கம் கொடு. • *Sometimes, silence is* **construed** *as acceptance.*

con-sub-stan-tial/ˌkɔnsəb'stænʃl/*(adj)*: ˌகாஒன்ஸப்'ஸ்ட்டஜன்ஷஅல் / of one and the same substance, ஒரே பொருளாகிய.

con-sul/'kɔnsəl/*(n)*:'காஒன்ஸஅல் / a representative of a foreign country, அயல்நாட்டுப் பிரதிநிதி. **consular***(adj)*.

con-su-late/'kɔnsjulət/*(n)*:'காஒன்ஸ்யுலிட் (-யஅலிட்) / office of a consul, அந்நிய நாட்டுப் பிரதிநிதியின் அலுவலகம்.

con-sult/kən'sʌlt/*(v.t)*:கஅன்'ஸல்ட் / to ask or seek advice, கலந்து பேசு, அறிவுரை கேள், தகவல் கேட்டுப் பெறு. **con-sult-ant**/kən'sʌltənt/*(n)*:கஅன்'ஸல்ட்டஅன்ட் / a person who gives professional advice, தொழில் தொடர்பான அறிவுரை, யோசனை கொடுப்பவர், நிபுணர். • *We have* **consultants** *in every field of human acvitity.* • *Ram is a* **consultant** *to a software firm.* **con-sult-a-tion**/ˌkɔnsəl'teiʃn/*(n)*:ˌகாஒன்ஸஅல்ட்'டெய்ஷஅன் / the act of consulting, கூடிப்பேசி யோசனை கூறல்; a meeting held to exchange opinions, ஆலோசனைக் கூட்டம். • *After* **consultations** *with his advisers, the President dismissed the minister.*

consultancy/kən'sʌltənsi/*(n)*: கஅன்'ஸல்டஅன்ஸி / a professional practice that gives expert advice within a particular field, துறைசார்ந்த ஆலோசனை.

con-sume/kən'sju:m/*(v.t)*:கஒன்'ஸ்யூம் / use up, பயன்படுத்து; swallow, விழுங்கு; spend, செலவு செய்; waste, வீணாக்கு; destroy, அழி. • *Fire* **consumed** *the entire village.* **con-sum-er**/kən'sju:mə*/*(n)*: கஒன்'ஸ்யூமஒ* / a person who buys and uses goods or services, நுகர்வோர், பொருள்களை வாங்கிப் பயன்படுத்துபவர்.

con-sum-mate/'kɔnsəmeit/*(v.t)*: 'கான்ஸஒமெய்ட் / to finish off, செய்து முடி; to complete marriage especially by sexual intercourse, உடலுறவு கொண்டு திருமணத்தை முழுமையாக்கு. • *Her happiness was* **consummated** *when he spent a day with her.* **consummate***(adj)*: perfect, சிறந்த; complete, முழுமையான. **con-sum-ma-tion**/ˌkɔnsə'meiʃn/*(n)*: ˌகான்ஸஒ'மெய்ஷஒன் / perfection, நிறைவு; that which is perfected, முழுமையாக்கப் பெற்றது.

con-sump-tion/kən'sʌmpʃn/*(n)*: கஒன்'ஸம்ப்ஷ்ன் / the act of eating up or using up, நுகர்வு; the act of consuming, பயன்பாடு; waste, செலவழிப்பு, அழிவு; a lung disease, நுரையீரல் நோய்.

con-tact/'kɔntækt/*(n)*:'காண்ட்டஆக்ட் / state of touching, தொடுதல்; connection, இணைப்பு, தொடர்பு. • *Some native tribes have little* **contact** *with the outside world.* **contact***(v.t)*: be in touch with, தொடு, தொடர்பு கொள். • *I like to* **contact** *you on the phone.*

con-tact-lens*(n)*: a thin plastic lens placed directly on the surface of the eye to correct visual defects, செயற்கை விழி ஆடி.

con-ta-gion/kən'teidʒən/*(n)*: கஒன்'ட்டெய்ஜஒன் / infection, தொற்று நோய்; communication of disease by contact, ஒருவரின் தொடர்பு மூலம் பரவக்கூடிய நோய்; evil influence, எளிதில் பரவக்கூடிய புகைபிடித்தல், மது அருந்துதல் போன்ற கெட்ட பழக்கங்கள். **con-ta-gious**/kən'teidʒəs/*(adj)*: கஒன்'ட்டெய்ஜஒஸ் / infectious, தொற்றிக் கொள்ளும் தன்மையுடைய; catching and spreading by contact, தொடர்பின் மூலம் தொற்றிப் பரவக்கூடிய. • *Cholera is a* **contagious** *disease.* • *Some diseases like cancer are not* **contagious**.

con-tain/kən'tein/*(v.t)*:கஒன்'ட்டெய்ன் / hold, கொண்டிரு, தாங்கி நில், பிடி, கொள்; include, உள்ளடக்கு. • *The book* **contains** *hundred pages.* encircle, சூழ்ந்திரு. **container***(n)*: that which holds a vessel or box, தாங்கிக் கொண்டிருப்பவை, கொள்கலம், பெட்டி போன்றவை. **containerization***(n)*: a shipping method in which a large amount of material is packaged together in one large container, கண்டெய்னர்கள் மூலம் பெரிய அளவில் சாமான்களை கப்பலில் ஏற்றிச் செல்லுதல், **containerize***(v)*.

containership/kən'teinətʃip/*(n)*: கஒன்'ட்டெய்னஒசிப் / a ship designed to carry goods stored in container, கண்டெய்னர்களை ஏற்றிச் செல்லும்படி வடிவமைக்கப்பட்ட கப்பல்.

con-tam-i-nate/kən'tæmineit/*(v.t)*: கஒன்'ட்டஆமினெய்ட் / pollute, களங்கப் படுத்து; defile, கெடுத்து விடு; make impure, தூய்மை கெடச் செய்; infect, நோய் தொற்றச் செய். • *Drinking water should not be* **contaminated**. **contamination** *(n)*: act of polluting, அசுத்தமாக்குதல்.

con-temn/kən'tem/*(v.t)*:கஒன்'ட்டெம் / to despise, வெறு; to detest, மதிப்புக் குறைவாக நடத்து; think little of, அற்பமாக எண்ணு.

con-tem-plate/'kɔntempleit/*(v.t)*: 'கான்ட்டெம்ப்லெய்ட் / to think deeply, ஆழ்ந்த சிந்தனை செய். • *I* **contemplated** *before taking up the job.* to consider seriously, முக்கியமாகக் கருது; propose to do, செய்யத் திட்டமிடு. **contemplation** *(n)*: serious thinking, ஆழ்ந்த சிந்தனை; meditation, தியானம் **contemplative** *(adj)*, **contemplator***(n)*.

con-tem-po-ra-ry/kən'tempərəri/*(n)*: கஒன்'ட்டெம்ப்பஒரஒரி / to the same period, ஒரே காலத்தைச் சார்ந்த. • *Wellington was a* **contemporary** *of Napoleon.* a newspaper of the same period, அதே காலத்திய செய்தித் தாள். **contemporaneous***(adj)*: existing alongside, உடனிருக்கின்ற. **contemporaneity***(n)*: living at the same time, ஒரே காலத்தில் வாழ்ந்திருத்தல்.

con-tempt/kən'tempt/*(n)*:கஒன்'ட்டெம்(ப்)ட் / disregard, புறக்கணிப்பு; scorn, வெறுப்பு; despise, அலட்சியம். **con-temp-tu-ous**/ kən'temptʃuəs/*(adj)*:கஒன்'ட்டெம்(ப்)சுஒஸ் / scornful, வெறுக்கத்தக்க; hateful, அருவருக்கத்தக்க; haughty, ஆணவம் பிடித்த; proud, செருக்குடைய; showing contempt, அவமதிப்பான. • *He threw a* **contemptuous** *look at her.* **contemptuously***(adv)*, **contemptible***(adj)*.

con-tend/kən'tend/*(v)*:கஒன்'ட்டெண்ட் / strive, முயற்சி செய்; maintain, வற்புறுத்து;

dispute, வாதாடு; to fight against, எதிர்த்துப் போராடு; compete, போட்டியிடு. • *I have lot of worries to* **contend** *with,* **contending***(adj).*

con-tent/kən'tent *(adj)*:கஅன்'ட்டென்ட் / satisfied, மனநிறைவுள்ள. • *I am* **content** *with my salary.* **content***(n)*: satisfaction, மனநிறைவு; capacity, கொள்ளளவு; volume, கன அளவு. **content***(v.t)*: to please, மகிழ்வூட்டு; to satisfy, மனநிறைவு அளி. • *She* **contented** *herself with her poor lot in life.* **contentedness***(n).*

con-ten-tion/kən'tenʃn/*(n)*: கஅன்'ட்டென்ஷஅன் / dispute, வாதம்; argument, விவாதம் செய்தல்; conflict, சண்டையிடுதல். **contentment***(n)*: mental satisfaction, **contentious***(adj).*

contents/'kɔntents/*(n)*: 'காென்ட்டென்ட்ஸ் (கஅன்'-) / things contained, உள்ளடக்கம்; list of chapters dealt with in a book, உள்ளுறை, பொருளடக்கம்.

con-ter-mi-nous/kɔn'tɜ:mminəs/*(adj)*: காென்'டஅ:ம்மினஅஸ் / having or sharing a common boundary co-extensive in space, time or meaning, பொதுவான எல்லைகளை உடைய. *Tamilnadu and Kerala are* **conterminous** *states.*

con-test/kən'test/*(n)*:கஅன்'ட்டெஸ்ட் / competition, போட்டி; fight, சண்டை; argument, வாதித்தல்; debate, வாக்கு வாதம். **con-test-ant**/kən'testənt/*(n)*: கஅன்'ட்டெஸ்ட்டஅன்ட் / one who takes part in a contest, போட்டியாளர். **con-test**/kən'test/*(v.t)*:கஅன்'ட்டெஸ்ட் / to fight, சண்டையிடு; to oppose, எதிர்த்து நில்; to compete, போட்டியிடு. • *He* **contested** *for the post of Prime Minister.* **contestation**/ˌkɔntes'teiʃn/*(n)*: ˌகாென்டெஸ்'டெய்ஷன் / controversy, கருத்து வேற்றுமை, கருத்து வேறுபாடு.

con-text/'kɔntekst/*(n)*:'காென்ட்டெக்ஸ்ட் / situation which comes before or after, சூழ்நிலைச் சந்தர்ப்பம்; circumstance, சந்தர்ப்ப சூழ்நிலை. • *His remark is out of* **context**. **context***(adj)*: well-knit, நன்கு பின்னப்பட்டுள்ள; well-woven, நன்கு நெய்யப்பட்டுள்ள. **context***(v.i)*: weave closely, நெருக்கமாக நெய்.

con-tex-tualize/kɔn'tekstjuəlaiz/*(v.t)*: காென்'டெக்ஸ்ச்யுஅலய்ஸ்: / place in a context, study in context, பொருத்தமான இடத்தில் வை, அதைச் சார்ந்துபடி. **contextualization***(n)*

con-ti-gu-i-ty/ˌkɔnti'gju:əti/*(n)*: ˌகாென்ட்டி'க்:யுயிட்டி / proximity, அண்மை; nearness, பக்கம், அடுத்தடுத்து இருத்தல்; being in touch, தொடர்பு கொண்டு இருத்தல்.

con-tig-u-ous/kən'tigjuəs/*(adj)*: காென்'ட்டிக்:யுஅஸ் / placed so near as to touch, மிக அருகாமையிலுள்ள; having a common border, பொது எல்லை கொண்ட; neighbouring, பக்கத்தில் உள்ள. • *Tamil Nadu is* **contiguous** *with Karnataka.* **contiguously***(adv).*

con-ti-nence/'kɔntinəns/*(n)*: 'காென்ட்டினஅன்ஸ் / moderateness, வாழ்வில் அடக்கம் கொள்ளல், தீவிரம் இல்லாமை; self-restraint, புலனடக்கம்.

con-ti-nent/'kɔntinənt/*(n)*:'காென்ட்டினஅன்ட் / continuous land, பெருநிலப்பகுதி; vast extent of land, பெரு நிலம்; one of the five continents, கண்டம். • *The wall to be white washed, looked like a* **continent** *to the boy.* **continent***(adj)*: moderate, மிதமான, இன்பங்களில் நாட்டமில்லாத; temperate, அடக்கமான; தட்பவெப்பம் அதிகமில்லாத; chaste, தூய்மையான. **continental***(adj)*: of the continent, ஒரு கண்டத்தினுடைய; pertaining to a continent, ஒரு கண்டத்தைப் பற்றிய.

con-ti-nent-al-breakfast/ 'kɔnti'nentl'brekfəst/*(n)*: 'காென்ட்டி'னென்ட்டல்'ப்:ரெக்ஃபஅஸ்ட் / a light breakfast of coffee, rolls, etc., (பல உணவு வகைகளை கொண்ட). சிற்றுண்டி.

con-ti-nent-al-drift/'kɔnti'nentl'drift /*(n)*: 'காென்ட்டி'னென்ட்டல்'ட்ரிஃப்ட் / the hypothesis that the continents are moving slowly over the surface of the Earth on a deep-lying plastic substratum, பூமியின் அடி ஆழத் தகடுகளின் மீதுள்ள பூமியின் மேற்பரப்பில் அமைந்திருக்கும் கண்டங்கள் நகர்வதாக நிலவும் கருத்து.

con-ti-nent-al-shelf/'kɔnti'nentl'ʃelf/*(n)*: 'காென்ட்டி'னென்ட்டல்'ஷெல்ஃப் / an area of relatively shallow seabed between the shore of a continent and the deeper ocean, கண்டங்களின் கடற்கரைக்கும் ஆழ்ந்த சமுத்திரத்திற்கும் இடைப்பட்ட ஆழமில்லாத கடற்பரப்பு.

con-tin-gen-cy/kən'tindʒənsi/*(n)*: கஅன்'ட்டிஞ்ஜஅன்ஸி / uncertainty of occurrence, நிகழ்வதில் நிச்சயமற்ற நிலை; a result, பலன்; a happening by chance, தற்செயலாக நிகழ்பவை; casual and petty expenses, தற்செயலாக ஏற்படும் சில்லறைச் செலவுகள். • *We have* **contingency** *plans to tide over the famine problems. The Government utilises* **Contingency** *Fund, when the Consolidated Fund could not be operated for want of sanction by the Parliament/Assembly.*

con-tin-gent/kən'tindʒənt/*(adj)*: கன்'ட்டிஞ்ஜன்ட் / happening by chance, தற்செயலாக நிகழக்கூடிய; incidental to, அவ்வப்போது ஏற்படும்; conditionally dependent, நிபந்தனை விதிக்கின்ற, சார்ந்துள்ள. • *My future is* **contingent** *on the outcome of the court verdict.* **contingent**(*n*): a division of the defence forces, படைப்பிரிவு, இராணுவப் பிரிவு.

con-tin-u-al/kən'tinjuəl/*(adj)*: கன்'ட்டின்யுஅல் / frequent, அடுத்தடுத்த தொடர்ச்சியான. **continually**(*adv*): always going on without stop, தொடர்ந்து நடைபெறுகின்ற. **con-tin-u-a-tion**/ kən,tinju'eiʃn/*(n)*:கன்,ட்டின்யு'யெய்ஷன் / the act of carrying on something, தொடர்ந்து செய்தல், தொடர்ச்சி, வளர்ச்சி; extension, விரிவு; prolongation, நீடித்தல்.

con-tin-ue/kən'tinju:/*(v.t)*:கன்'ட்டின்யூ / extend, விரிவுபடுத்து; proceed further, நீடிக்கச் செய், தொடரு. retain, வைத்திரு. • *I do not like to* **continue** *in the job.* **continued**(*adj*): prolonged, நீடித்த. **con-tin-u-ance**/kən'tinjuəns/*(n)*: கன்'ட்டின்யுஅன்ஸ் / act of continuing, தொடர்ந்திருத்தல். **contin-u-ous**/ kən'tinjuəs/*(adj)*:கன்'ட்டின்யுஅஸ் / unbroken, இடைவிடாத தொடர்ச்சியாக உள்ள; unceasing, முடிவற்ற. • *The body requires a* **continuous** *supply of air.* **con-ti-nu-i-ty**/,kɔnti'nju:əti/*(n)*: ,கன்ட்டி'ன்யுயிட்டி / state of being continued, தொடர்ச்சி. **continuously** *(adv)*.

con-tin-uum/kən'tinjuəm/*(n)*: கன்'டின்யுஅம் / anything seen as having a continuous structure, தொடர்ச்சியான நிலையான தோற்றமுடைய ஒன்று.

cont-line/kɔnt'lain/*(n)*:கான்ட்'லய்ன் / the space that exists between casks etc. when arranged side by side, அடுக்குகளின் இடையில் உள்ள இடைவெளி; spiral space, புரியிடைத் தூரம்.

con-tort/kən'tɔ:t/*(v.t)*:கன்'ட்டாட் / to turn or twist out of shape, உருமாறும்படி வளைத்து முறுக்கு; distort, திருகி உருச்சிதை. • *Her face became* **contorted** *with anger.* **contortion**(*n*): distortion, உருக் குலைதல்; state of being twisted, முறுக்கிய நிலை.

con-tour/'kɔntuə*/*(n)*:'கான்ட்டுஅ* / outline, எல்லைக் கோடு; shape, வடிவம்; coast line, கடற்கரை அமைப்பு; elevation line, சம உயரக் கோடு. **contourline**(*n*): a line on a map joining points of equal altitude, பூமியின் வரைபடத்தில் சம உயரத்திலமைந்த இடங்களை இணைக்கும் கோடுகள்.

contra/'kɔntrə/*(adv & prep)*: 'கான்ட்ரஅ / to the contrary, எதிரிடையாக.

contra-band/'kɔntrəbænd/*(n)*: 'கான்ட்ரஅபஃஆன்ட் / smuggling, கடத்தல்; smuggled goods, கடத்தல் பொருட்கள். **contraband**(*adj*): prohibited by law, சட்டப்படி விலக்கப்பட்டுள்ள (அ) தடை செய்யப்பட்டுள்ள.

con-tra-cep-tive/,kɔntrə'septiv/*(n)*: ,கான்ட்ரஅ'ஸெப்ட்டிவ் / an apparatus or drug for preventing conception, கருத்தடை சாதனம் (அ) மருந்து. **contraceptive** *(adj)*: preventing uterine conception, கருத்தடை பற்றிய. • *It is not advisable to take* **contraceptive** *pills.*

con-tract/'kɔntrækt/*(v.i-v.t)*:'கான்ட்ரஆக்ட் / shorten, சுருக்கு; shrink, சுருங்கு; abbreviate, சுருக்கு; to agree or promise in writing, ஒப்பந்தம் செய்து கொள்; acquire, கெட்ட வழக்கங்களை ஏற்றுக் கொள். **contract**(*n*): an agreement, ஒப்பந்தம்; an accepted promise, உடன்படிக்கை, உறுதிமொழி. • *There is no* **contract** *between you and me for payment.* **con-trac-tion**/kən'trækʃn/ *(n)*:கன்'ட்ரஆக்ஷன் / shortening, குறுகுதல்; shrinking, சுருங்குதல்.

con-trac-tor/kən'træktə*/*(n)*: கன்'ட்ரஆக்ட்டஅ* / a person who agrees and undertakes to do a work under certain conditions, ஒப்பந்த வேலை செய்பவர்.

con-tra-dict/,kɔntrə'dikt/*(v.t)*: ,கான்ட்ரஅ'டிக்ட் / deny, மறு, முரணாகப் பேசு; be contrary to, கருத்து மாறுபட்டு இரு. • *Do not* **contradict** *me when I make the proposal.* **contradiction**(*n*): act of denying, மறுத்தல், முரண்பட்டுப் பேசுதல். **contradictory**(*adj*): inconsistent, முரண்பட்ட; refusing, மறுக்கப்பட்ட.

con-tra-dis-tinc-tion/,kɔntrədi'stiŋkʃn/ *(n)*:,கான்ட்ரஅடிஃஸ்டிங்க்ஷன் / a distinction made by contrasting, வேற்றுமைகளை சுட்டிக்காட்டி தனித்தன்மைப்படுத்துதல்

con-tral-to/kən'træltəu/*(n)*: கன்ட்'ரஆல்ட்டஅஉ / the deepest and lowest female singing voice, பெண்களின், தாழ்ந்த பாடும் குரல்.

con-tra-ri-e-ty/,kɔntrə'raiəti/*(n)*: ,கான்ட்ரஅ'ரயஅட்டி / inconsistency, முரண் பாடு. **contrariwise**(*adv*): not direct, நேரிடையாக இல்லாத, முரண்பட்ட.

con-tra-ry/'kɔntrəri/*(n)*:'கான்ட்ரஅரி / the opposite, எதிரிடை, மாறானது. **contrary**

(adv): in opposition to, முற்றிலும் மாறான. **contrary***(adj)*: opposite, எதிரிடையான; unfavourable, மாறான.

con-trast/kən'tra:st/*(v.t)*:கஅன்'ட்ராஸ்ட் / set in opposition to show the difference between two things, எதிர் எதிராக அமைத்து, ஒப்பிட்டு வேறுபடுத்திக் காட்டு; compare, ஒப்பிடு, வேற்றுமை காண். • *Do not* **contrast** *my book with the other work, mine is better.* **contrast***(n)*: opposition or difference, மாறுபாடு (அ) வேறுபாடு. • *Such a* **contrast** *between the two sisters is rather shocking.*

con-tra-vene/ˌkɔntrə'vi:n/*(v.t)*: ˌகாஂன்ட்ரஅ'வீன் / break, மீறல்; act against law, சட்டத்திற்கு எதிராகச் செயலாற்று; violate, சட்டத்தை மீறு. • *It is not good to* **contravene** *traffic regulations.* **contravention***(n)*: violation, மீறல்; act of contravening, மீறுதல்; infringement, பிறர் உரிமையைப் பறித்தல்.

con-trib-ute/kən'tribju:t/*(v.t)*: 'காஂன்ட்ரிப்யூட் (கஅன்') / pay a share, பங்கு கொடு; subscribe, அளிப்பதற்கு இணக்கம் தெரிவி; furnish, உதவு; have a share, பங்கு கொள்; help, உதவி செய். **contributor***(n)*: one who writes to magazines, newspapers, கதை, கட்டுரை முதலியவற்றைப் பத்திரிகைகளுக்கு எழுதுபவர். **contribution***(n)*: share, பங்கு; amount, தொகை; article, கட்டுரை; invention, கண்டுபிடிப்பு.

con-trite/'kɔntrait/*(adj)*:'காஂன்ட்ரய்ட் / penitent, repentant, **contritely***(adv)*, feeling guilt, தவறுக்கு வருந்துகின்ற, குற்ற உணர்வு கொண்ட. **contrition***(n)*.

con-triv-ance/kən'traivns/*(n)*: கஅன்'ட்ரய்வஅன்ஸ் / invention, கண்டு பிடிப்பு; mechanical device, எந்திர அமைப்பு; deceitful practice, ஏமாற்றுதல். **con-trive**/kən'traiv/*(v.t)*:கஅன்'ட்ரய்வ் / to plan, திட்டமிடு; invent, find out, புதிதாகக் கண்டுபிடி. manage inspite of difficulties, சிரமமெனினும் ஏற்பாடு நடத்தல். • *I somehow* **contrived** *an interview with the Prime Minister for the journal.* **contrivable***(adj)*.

con-trol/kən'trəul/*(v.t)*:கஅன்'ட்ரஅஉல் / hold in check, தடுத்து நிறுத்து; manage, நிர்வாகம் செய்; regulate, கட்டுப்படுத்து; supervise, மேற்பார்வை செய்; command, அடக்கி ஆள். • *The parents should not try to* **control** *their wards too much.* **control***(n)*: supervison, மேற்பார்வை; authority, அதிகாரம்; check, தடை; command, அடக்கி ஆளுதல், அதிகாரம்; restraint, கட்டுப்பாடு; power to guide, வழிகாட்டும் திறமை. • *The government has no* **control** *over the terrorists.* **con-trol-ler**/kən'trəulə*/கஅன்'ட்ரஅஉலஅ* / [also **comptroller**]: an officer who controls public finance and expense, தணிக்கை அலுவலர். **controllable***(adj)*: that can be controlled, கட்டுப்படுத்தக்கூடிய.

con-tro-ver-sy/'kɔntrəvɜ:si/*(n)*: 'காஂன்ட்ரஅவஅ:ஸி / dispute, கருத்து வேற்றுமை; a wordy quarrel, சொற்போர்; discussion, வாக்குவாதம். • *There is lot of* **controversy** *about the policy of prohibition.* **controversial***(adj)*: disputable, கருத்து வேற்றுமையுள்ள. **controvert***(v.t)*: dispute, கருத்து வேறுபாடு கொள்; oppose, எதிர்த்துப் பேசு; deny, மறுத்துரை. **controvertible***(adj)*: that which can be opposed, எதிர்வாதம் செய்யக்கூடிய, மறுக்கக்கூடிய.

con-tu-ma-cious/ˌkɔntju:'meiʃəs/*(adj)*: ˌகாஂன்ட்யு'மெய்ஷஅஸ் / stubborn, பிடிவாதம் உள்ள, அடங்காத; disobedient, கீழ்ப்படிதல் இல்லாத; perverse, இயல்புக்கு மாறான. **contumaciousness***(n)*: stubbornness, திமிர். **contumacy***(n)*: disobedience, கீழ்ப்படியாமை.

co-nun-drum/kə'nʌndrəm/*(n)*: கஅ'னன்ட்:ரஅம் / a puzzle, விடுகதை, புதிர்; a difficult question, கடினமான கேள்வி.

con-tuse/kən'tju:z/*(v.t)*:கஅன்'ட்யூஸ்: / cause a bruise, காயம் ஏற்படுத்து. **contusion** *(n)*: bruise or bruising, காயம், காயம் ஏற்படுதல்.

con-va-les-cence/ˌkɔnvə'lesns/*(n)*: ˌகாஂன்வஅ'லெஸன்ஸ் / gradual recovery and improvement of health after sickness, நோயிலிருந்து மீண்டு, படிப்படியாக உடல் நலம் தேறுதல். • *She had a very long period of* **convalescence**.

con-va-les-cent/ˌkɔnvə'lesnt/*(adj)*: ˌகாஂன்வஅ'லெஸஅன்ட் / regaining health, உடல் நலம் பெறும்படியாக. **convalescent** *(n)*: a person recovering from his health, நோயிலிருந்து மீள்பவர்.

con-vec-tion/kən'vekʃn/*(n)*: கஅன்'வெக்ஷஅன் / the transfer of heat by particle movement, வெப்பச் சலனம். **convectional***(adj)*.

con-vec-tion-oven/kən'vekʃn'ʌvn/*(n)*: கஅன்'வெக்ஷன்'அவன் / an oven with a fan that circulates hot air uniformly and continuously around the food, உணவைச் சூடாக வைத்திருக்க ஏற்படுத்தப்பட்ட ஒரு சூட்டடுப்பு.

con-vene/kən'vi:n/*(v.t)*:கən'வீன் / summon, அழை; assemble, கூட்டு; call together, திரட்டு; call to meet, கூடச்செய். **convenable***(adj)*: capable of summoning, கூடுவதற்கு அழைக்கக்கூடிய. **convener***(n)*: one who calls a meeting, அமைப்பாளர். (also **convenor**).

con-ve-ni-ence/kən'vi:njəns/*(n)*: கən'வீனியən்ஸ் / comfort, வசதி; suitableness, ஏற்பு, வாய்ப்பு; a lavatory, கழிப்பிடம்; that which gives comfort, சுகம் கொடுக்கக்கூடியது.

con-ve-ni-ent/kən'vi:njənt/*(adj)*: கən'வீனியən்ட் / suitable, பொருத்த மான. • *It is not* **convenient** *to come in the morning.* comfortable, வசதியான; near at hand, எளிதில் கிடைக்கக்கூடிய.

con-vent/'kɔnvənt/*(n)*:'கான்வən்ட் / a house where nuns or monks live, கன்னிமாடம், துறவிகள் இருப்பிடம்.

con-ven-tion/kən'venʃn/*(n)*: கən'வென்ஷən் / a meeting called for a special purpose, சிறப்புக் கூட்டம்; conference, மாநாடு; traditional practice, மரபு ஒழுங்குமுறை. • *Social* **conventions** *have to be observed.* a treaty, ஒத்த உடன்படிக்கை. **conventional***(adj)*: according to convention, மரபுக்கு ஏற்ற வகையில். • *Some people are* **conventional** *in their dress.* **con-ven-tion-eer**/kən'venʃnə*/*(n)*: கən'வென்ஷனə* / a person attending a convention, மாநாடு மற்றும் சிறப்புக் கூட்டங்களில் கலந்து கொள்பவர்.

con-verge/kən'vɜ:dʒ/*(v)*:கான்'வə:ஜ் / tend to meet at a point, ஒரு புள்ளியில் ஒன்று சேர், ஒரு புள்ளியில் கூடு; cause to meet at a point, ஓரிடத்தில் சேர்; approach towards a focus or a point, ஒரு புள்ளியை நோக்கி நகர். • *A convex lens* **converges** *sunlight at its focus.* **convergent***(adj)*: converging, ஒன்று சேருகின்ற.

con-ver-sa-tion/ˌkɔnvə'seiʃn/*(n)*: ˌகான்'வə:ஸெய்ஷ்ன் / a familiar talk, உரையாடல்; talk between two or more people, இருவர் (அ) அதற்கு மேற்பட்டோர் களின் உரையாடல்.

con-verse/kən'vɜ:s/*(v)*:கən'வə:ஸ் / talk, உரையாடு; chat, கூடிப்பேசு. • *I have no time to* **converse** *with you.* **conversancy** *(n)*: familiarity, பழக்க வழக்கம். **con-verse**/'kɔnvɜ:s/*(n)*: 'கான்வə:ஸ் / one which is the opposite to another, எதிரிடை, முரண்பாடு. • *A* **converse** *theorem is easy to understand.* • *Man, the* **converse** *of woman, thinks that he is her superior counterpart.* **con-ver-sa-tion-al-ist**/ˌkɔnvə'seiʃnəlist/*(n)*: ˌகான்வə'ஸெய்ஷ்னəலிஸ்ட் / one who is good at conversation, உரையாடுபவர். **conversat-ional***(adj)*: good at conversation, உரையாடலில் திறமையுள்ள. **conversant** *(adj)*: familiar, பழக்கமுள்ள; well-versed, நன்கு பயிற்சி பெற்ற.

con-ver-sion/kən'vɜ:ʃn/*(n)*: கən'வə:ஷən் / transposition, நிலை மாற்றம்; act of converting, மாற்றுதல்; reformation, சீர்திருத்தம்; currency exchange, நாணய மாற்றம்; change in religion, மதமாற்றம். • *Religious* **conversion** *is the order of the day.*

con-vert/kən'vɜ:t/*(v)*:கən'வə:ட் / to change from one thing to another, ஒன்றிலிருந்து மற்றொன்றிற்கு முழுமையாக மாற்று; win over, தன்பக்கம் சாயச் செய்; change one's religion, ஒருவனை மதம் மாறும்படி செய்; change one's opinion, மனமாற்றம் செய். **con-vert**/'kɔnvɜ:t/*(n)*: 'கான்வə:ட்: one who has changed his religion, மதமாற்றம் செய்தவர்; one who has begun a new life, புது வாழ்வு ஏற்படுத்திக் கொண்டவர். **con-ver-ti-ble**/kən'vɜ:təbl/*(adj)*:கən'வə:ட்டிப்:ல் / able to be changed or converted, மாற்றத்தக்க. **convertibility***(n)*: the state of being convertible, மாறும் தன்மை. **converter** *(n)*: an electrical appliance, ஒருவகை மின் கருவி; a retort, வாலை.

con-vex/kɔn'veks/*(adj)*:'கான்'வெக்ஸ் / curved like the outside of a ball or circle, வட்டம் (அ) பந்தின் வெளிப்புறம் போன்று வளைந்துள்ள, குவிந்துள்ள. **convexity***(n)*: குவிந்த அமைப்பு, குவியம். **convexly***(adv)*.

con-vey/kən'vei/*(v.t)*:கən'வெய் / communicate, அறிவி. • *Please* **convey** *the message to the secretary.* carry, ஏற்றிச் செல், கொண்டு போ; transmit, அனுப்பு; transfer property, சொத்து மாற்றம் செய். **conveyable***(adj)*: that which can be conveyed, அனுப்பக்கூடிய. **conveyance** *(n)*: means of transport, போக்குவரவு. **conveyor***(n)*: one who carries, எடுத்துச் செல்பவர்; vehicle, வண்டி.

con-vict/kən'vikt/*(v.t)*:கən'விக்ட் / find or prove guilty, குற்றத்தைக் கண்டுபிடி, மெய்ப்பி; decide to be guilty, குற்றம் செய்தவர் என்று தீர்மானம் செய். **con-vict**/'kɔnvikt/*(n)*: 'கான்விக்ட் / person who has been proved guilty, குற்றவாளி. **conviction***(n)*: the act of proving to be guilty, குற்றம் செய்யப்பட்டது என்பதை

நிரூபித்தல்; strong belief, திட நம்பிக்கை. • *Your argument doesn't carry any* **conviction** *at all.* **con-vict-ed**/ kən'viktid/*(adj)*: கன்'விக்ட்டிட் / found to be guilty, குற்றம் செய்ததாகக் கண்டுபிடிக்கப் பட்ட; punished, தண்டிக்கப்பட்ட.

con-vince/kən'vins/*(v)*:கன்'வின்ஸ் / firmly persuade and make one believe, முயற்சி செய்து நம்பச் செய்; win over by argument, வாதம் செய்து தன் பக்கம் திருப்பு, வாதம் செய்து வழிக்குக் கொண்டு வா. • *The lawyer tried to* **convince** *the judge that the man was innocent.* **con-vinc-ing**/kən'vinsiŋ/*(adj)*: கன்'வின்ஸிங் / compelling one to believe, நம்ப வைக்கிற, ஐயத்திற்கு இடமற்ற. • *There is* **convincing** *proof that the man did the crime.* **convincible***(adj)*: that can be convinced by argument, வாதத்தின் மூலம் வழிக்குக் கொண்டுவரும் திறன் உள்ள.

con-viv-i-al/kən'viviəl/*(adj)*:கன்'விவியல் / pertaining to a feast, விருந்துக்குகந்த, விருந்து சார்ந்த; jovial, மகிழ்ச்சியான.

con-vo-ca-tion/ˌkɔnvəu'keiʃn/*(n)*: ˌகான்வஉக்'கெய்ஷ்ன் / calling together, ஒருங்கழைப்பு; assembly, கூட்டம்; a meeting of the university at which degrees are conferred, பல்கலைக்கழகப் பட்டமளிப்பு விழா.

con-voke/kən'vəuk/*(v.t)*:கன்'வஉக் / summon to assemble, கூடும்படி அழை; convene, கூடும்படி அழைப்பு அனுப்பு. • *The President asked for* **convoking** *the Parliament.*

con-vo-lute/'kɔnvəlu:t/*(adj)*: 'கான்வல்யூட் / [also **convoluted**]: rolled round, சுருட்டப்பட்ட. **con-volve**/ kən'vɔlv/*(v.i-v.t)*: கன்'வால்வ்: roll up, சுருட்டு.

con-voy/'kɔnvɔi/*(n)*:'கான்வாய் / escort, பாதுகாவல்; protecting guard, மெய்க்காப்பாளர்; merchant vessels protected by warships, வணிகக் கப்பலைப் பாதுகாக்கும் போர்க்கப்பல்கள். **convoy***(v.t)*: provide protection and safe passage, பாதுகாப்புக் கொடுத்து வழி அனுப்பு, பாதுகாப்பாகக் கூட்டிச் செல்.

con-vulse/kən'vʌls/*(v.t)*:கன்'வல்ஸ் / agitate violently, கிளர்ச்சி செய்; upset, தலை கீழாக மாற்று; throw into convulsions, வலிப்பு (அ) இழுப்பு உண்டாக்கு. • *The audience was* **convulsed** *with laughter when the speaker made a humorous remark.*

con-vul-sion/kən'vʌlʃn/*(n)*:கன்'வல்ஷன் / agitation, கிளர்ச்சி; a kind of fit, கை, கால் வலிப்பு; disturbance, மன அமைதி இன்மை. **convulsively***(adv)*: affected with convulsions, கை, கால் வலிப்பினால் பாதிக்கப்பட்ட. **convulsive***(adj)*.

co-ny/'kəuni/*(n)*:'கஉனி / [also **coney**]: a rabbit, முயல். **cony-catcher***(n)*: one who cheats, ஏமாற்றுபவர். **cony-catching**: catching, swindling, போலியாக நடித்தல், மோசடி செய்தல்.

coo/ku:/*(n)*:கூ / a soft murmuring sound like that of a dove or pigeon, புறா எழுப்பும் சிறிய முணுமுணுப்பான ஒலி.

cook/kuk/*(n)*:குக் / a person who prepares food, சமையல் செய்பவர். • *A* **cook** *requires lot of experience to cook well.* **cook***(v.t)*: to prepare food, சமையல் செய். • *I* **cook** *my own food.* **cook up**: falsify accounts, பொய்க் கணக்கு எழுது. • *He* **cooked** *up the accounts.* **cook-e-ry**/ 'kukəri/*(n)*:'குக்கரி / the art or practice of cooking, சமையல் வேலை, சமையல் கலை. **cook-ie**/'kuki/*(n)*:'குக்கீ / a bun, a biscuit, ரொட்டி, பிஸ்கட்.

cooker/kukə*/*(n)*:குக்க* / a container in which food is cooked, உணவு சமைக்க உதவும் ஒரு பாத்திரம்.

cookie or **cooky**/'kuki/*(n)*:'குக்கி / a small sweet flat cake, சிறிய வடிவிலான கேக் மற்றும் பிஸ்கட்.

cookware/'kukweə*/*(n)*:'குக்வெ* / utensils used for cooking, esp. dishes, pans etc., சமையல் பாத்திரங்கள்.

cool/ku:l/*(adj)*:கூல் / slightly cold, குளிர்ந்த; calm, அமைதியான; unfriendly, நட்பற்ற. • *When an accident strikes, you should keep* **cool** *and try to help the victims.* **coolness***(n)*: the state of being cool, குளிர்ச்சியான தன்மை. **cool***(v.i-v.t)*: remove heat from, சூட்டைத் தணி. • *Please,* **cool** *the hot coffee.* to calm down, அமைதி பெறு. **to cool one's heels**: wait for a long time to get an appointment, ஒரு நேர்முகம் காணக் காத்துக்கொண்டிரு. **cool***(adv)*: calmly, உணர்ச்சி வயப்படாமல்.

cool-ant/'ku:lənt/*(n)*:'கூலன்ட் / a liquid like water, oil used to cool working machines, எந்திரங்களின் இயக்கச் சூடு தணிக்கப் பயன்படும் திரவம், நீர், எண்ணெய் போன்றவை.

cool bag or **cool box**/ku:l bæg or ku:l bɔks/*(n)*:கூல் பᴂக் (அ) கூல் பᴐக்ஸ் / an insulated container for keeping food cool, உணவினை குளிர்ச்சியாக வைக்க உதவும் சாதனம் அல்லது பெட்டி.

cooler/'ku:lə*/*(n)*:'கூல* / a vessel in which a thing is cooled, a refrigerator, prison or a prison cell, குளிரூட்ட உதவும் சாதனம், குளிர்சாதனப்பெட்டி, கைதிகளை அடைக்கும் சிறை.

coolie, cooly/ˈku:li/(*n*):ˈகூலி / a hired labourer, கூலியாள்.

coom/ku:m/(*n*):கூம் / soot, found at the mouth of oven, அடுப்பின் வாய்ப்புறம் படியும் கரி (சிட்டம்); dirty matter that gathers when wheel and axle work, இறுசுச் சுற்றுவதால் ஏற்படும் மாசு.

coomb/ku:m/(*n*):கூம் (ப்:) / a deep valley on flank of hill, காடடர்ந்த, ஆழமான பள்ளத்தாக்கு; a hollow on the hill side, குன்றின் சரிவிலுள்ள குடைவு.

coon/ˈku:n/(*n*):ˈகூன் / a raccoon, a black person, கரடி போன்ற மிருகம், கறுப்பு மனிதன்.

coop/ku:p/(*n*):கூப் / a case used for confining animals, விலங்குகளை அடைத்து வைக்கும் கூண்டு; a basket for fishing, மீன் பிடிக்கும் கூடை.

coo-per/ˈku:pə*/(*n*):ˈகூப்பə* / a person who makes or repairs corks, tubes, etc., பீப்பாய், தொட்டி முதலியவைகளைச் செய்பவர், பழுது பார்ப்பவர்.

co-op-e-rate/kəuˈɔpəreit/(*v.i*): கəஉˈ ஒப்பəரெய்ட் / act together, work together, கூட்டுறவு மூலம் வேலை செய், சேர்ந்து வேலை செய்; join in an effort, **cooperation**(*n*): acting together, கூட்டுறவு; working together, ஒத்துழைத்தல். • *There is some* **cooperation** *among the opposition parties.* **cooperator**(*n*): one who is interested in cooperative movement, கூட்டுறவாளர். **cooperative**(*adj*): given to cooperation, ஒத்துழைக்கின்ற.

co-opt/kəuˈɔpt/(*v*):கəஉˈஒப்ட் / elect a new member by the votes of existing members, உறுப்பினர் வாக்குப்படி புது உறுப்பினரைத் தேர்ந்தெடு. • *Many members have been* **coopted** *to the society.*

co-or-di-nate/kəuˈɔ:dineit/(*v.t*): கəஉˈஒ:டிநெய்ட் / bring together in proper relation, ஒருநிலைப்படுத்து, ஒரு வகைப்படுத்து; make the same, ஒரினப் படுத்து. • *The company has to* **coordinate** *the work of its various branches.* **coordinate**(*adj*): equal in rank or kind, இனத்தைச் சார்ந்த, தரத்திற்கு இணையான. • *I am weak in* **coordinate** *geometry.* • *The manager has to* **coordinate** *the various activities.* **co-or-di-na-tion**/kəuˌɔ:diˈneiʃn/(*n*): கəஉˌஒ:டிˈனெய்ஷəன் / the act of coordinating, ஒருங்கிணைத்தல்; proper relation, முறையான தொடர்பு அமைத்துக் கொள்ளல்.

coot/ku:t/(*n*):கூட் / a kind of water fowl, நீர்ப் பறவை வகை; fool, புத்தியில்லாதவன்.

cop/kɔp/(*n*):கொப் / a policeman, காவல். **cop** (*v*), **copped, copping**: catch someone doing a wrong, தவறு செய்யும் ஒருவரைப் பிடி.

co-pal/ˈkəupəl/(*n*):ˈகəஉப்பəல் (-பஃல்) / a kind of resin, ஒருவகைக் குங்கிலியம்.

co-parce-ner/ˈkəuˈpa:sənə*/(*n*): ˈகəஉˈப்பாஸினə* / a joint heir, கூட்டு வாரிசுதாரர்.

co-part-ner/ˌkəuˈpa:tnə*/:ˈகəஉˈப்பாட்னə* / partner, sharer, கூட்டாளி, பங்காளி.

cope/kəup/(*n*):கəஉப் / a sleeveless cloak worn by a clergyman, கிறித்தவ மதகுரு அணியும் கையற்ற மேலங்கி; a covering, மூடும் உடை. **cope**(*v.t*): manage successfully, முயன்று வெற்றி பெறு. • *I can* **cope** *with the work.* to be a match for, சரிசமமாகச் செயலாற்று; to be equal to handle skillfully and control, ஈடு கொடு, திறம்படச் சமாளி; fix a coping, முகட்டுக் கல் பதிய வை. **coping**(*n*): top course of stone on a wall, சுவரின் மேல் உள்ள முகட்டுக் கல் அடுக்கு.

co-pier/ˈkɔpijə*/(*n*):ˈகொபியə* / a machine or person that copies esp. documents, ஆவணங்களை பிரதி எடுக்கும் இயந்திரம் அல்லது பிரதி எடுப்பவர்.

co-pi-ous/ˈkəupjəs/(*adj*):ˈகəஉப்பியəஸ் / plentiful, abundant, மிகுந்துள்ள, மிக அதிகமான, ஏராளமான. • *There is* **copious** *supply of water now.* **copiously**(*adv*): abundantly, மிக அதிகமான.

cop-out/ˈkɔp aut/(*n*):ˈகொப் அஉட் / backing out, an escape, பின்வாங்குதல், தப்பித்தல், **cop out**(*v*): go back on a promise, withdraw, உறுதி மொழியிலிருந்து பின்வாங்கு, சத்தியத்தை மீறு.

cop-per/ˈkɔpə*/(*n*):ˈகொப்பə* / a reddish metal, செம்பு, தனிமம்; a vessel made of copper, தாமிரப் பாத்திரம்; a coin made of copper, மதிப்புக் குறைவான செம்பு நாணயம்; policeman, காவலர். **coppersmith**(*n*): one who works with copper, தாமிர வேலை செய்பவர்.

copper-bottomed/ˌkɔpəˈbɔtəmd/(*adj*): ˌகொபəˈப:ட்டəம்ட்: / having a bottom sheathed with copper, செம்பினாலான அடிப்பாகம் கொண்ட.

cop-pice/ˈkɔpis/(*n*):ˈகொபிஸ் / an area of undergrowth and small trees, grown for periodic cutting, அடிக்கடி தரித்து

விடப்படுவதால் சிறு மரங்களாகவே அடர்ந்து வளர்ந்துள்ள ஒரு பகுதி.

copse/kɔps/*(n)*:*காப்ஸ்* / wood of small trees, புதர்க்காடு, சிறு காடு.

cop-ra/'kɔprə/*(n)*:'*காப்ரə* / dried coconut kernel, கொப்பரைத் தேங்காய்.

cop-re-mi-a/kɔp'rəmiə/*(n)*:*காப்'ரəமியə* / blood poisoning, இரத்தத்தில் நச்சு சேர்தல்.

co-pu-late/'kɔpjuleit/*(v.t)*:'*காப்யுலெய்ட்* / unite, ஒன்று சேர்; to do the sex, உடலுறவு கொள். **copulation***(n)*, **copulative** *(adj)*.

cop-y/'kɔpi/*(n)*:'*காப்பி* / one of a number of the same book, ஒரே நூலின் படி; anything made as an exact imitation, சரியான படிவம்; reproduction, நகல்; transcription, பிரதி. **copy***(v.t)*: make an exact imitation of the original, மூலத்தின் சரியான படிவம் எடு. • *In the university examinations, students are not allowed to* **copy.** transcribe, பார்த்து எழுது, பிரதி எடு; imitate, பின்பற்று. **copyist***(n)*: a scribe who makes out exact copies, பிரதி எடுப்போர், எழுதுவோர்.

copy-book/'kɔpi buk/*(n)*:'*காபி பு:க்* / a book containing models of hand writing, பள்ளிக் குழந்தைகளுக்கான கையெழுத்துப் புத்தகம்.

copy-cat/'kɔpi'kæt/*(n)*:'*காபி'கஊட்* / a person who copies or imitates others, மற்றவரைப் போல சமிக்ஞைகள் செய்பவர், **copy reader***(n)*, **copy editor***(n)*: தொகுப்பாளர்.

cop-y-right/'kɔpirait/*(n)*:'*காப்பிரய்ட்* / exclusive right to publish a book, பதிப்புரிமை. • *I retain the* **copyright** *on all my books.* **copyright***(adj)*: having exclusive right, பதிப்புரிமை பெற்றுள்ள. **copyright***(v.t)*: get such a right (copyright), உரிமைபெறு, ஒரு நூலுக்குப் பதிப்புரிமை பெறு.

co-quette/kɔ'ket/*(n)*:*கா'க்கஎட்* **(கəஉ-)** / a woman with bad character, நடத்தை சரியில்லாத பெண்மணி.

cor-a-cle/'kɔrəkl/*(n)*:'*காரəக்ல்* / a kind of rowing boat covered with hide, தோலால் மூடப்பட்ட ஒருவகைப் படகு, பரிசல்.

cor-al/'kɔrəl/*(n)*:'*காரəல்* / hard calcarious substances formed by organism in the sea, பவழம். **coral island reef**: one formed by growth of coral, பவழத்தீவு, பவழப்பாறை.

corb/kɔ:b/*(n)*:*கா:ப்:* / an iron basket in collieries, சுரங்கங்களில் பயன்படும் இரும்புக் கூடை.

corble/kɔ:bl/*(n)*:*கா:ப்ல்* / a kind of crow, அண்டங் காக்கை.

cor-cile, cor-cule/'kɔkju:l/*(n)*: '*காக்யூல்* / the embryo in a seed, விதைக்கரு.

cord/kɔ:d/*(n)*:*கா:ட்:* / a thick kind of string, திண்ணிய நூல் கயிறு; a small rope, சிறு கயிறு; string like structure in animal body, தசைநார். **cordate***(adj)*: shaped like heart, இதயம் போன்ற வடிவமுள்ள. **cordless**/'kɔ:dles/*(adj)*:'*கா:ட்:லெஸ்* / having no cord, esp. powered by a battery, கம்பி இழை இணைப்பற்ற.

cor-di-al/'kɔ:djəl/*(adj)*:'*கா:டி:யəல்* / hearty, மனமார்ந்த; friendly, அன்புள்ள; cheery, உற்சாகம் உள்ள, உளம் கனிந்த. **cordial**: a stimulant to the heart, இதயத் திறனைத் தூண்டும் மருந்து; a refreshing drink, புத்துணர்ச்சியூட்டும் பானம். **cor-di-al-i-ty**/ˌkɔ:di'æləti/*(n)*:ˌ*கா:டி:ய'ஊலிட்டி* / kindliness, அன்புத் தன்மை; friendliness, நட்புத் தன்மை; warmth, பரிவு. **cordially***(adv)*.

cor-dite/'kɔ:dait/*(n)*:'*கா:டய்ட்* / a smokeless gun powder, புகையற்ற வெடி மருந்து.

cor-don/'kɔ:dn/*(n)*:'*கா:ட்:ன்* **(ட:əன்)** / a circular line of guards, police, etc., காவல் வளையம்; badge or mark of honour, கௌரவச் சின்னம்.

cor-du-roy/'kɔ:dərɔi/*(n)*:'*கா:டəராய்* **(-ட்:யு-)** / coarse thick cotton stuff, சொர சொரப்பான பருத்தித் துணி.

cord-wainer/'kɔ:d,weinə*/*(n)*: '*கா:ட்:ˌவெய்னə** / a shoemaker, செருப்பு தைப்பவர்.

core/kɔ:*/*(n)*:*கா** **(காə*)** / inner most part, உள்ளகம், நடுப்பகுதி; the seedy centre part of fruits like apple, ஆப்பிள் போன்ற பழவகைகளின் நடுவேயுள்ள விதைப்பகுதி (அ) கொட்டை. **cor-er**/kɔ:rə*/*(n)*: *காரə** / a knife, which is used only to remove the core of the fruits, பழங்களின் விதைப் பகுதியை அப்புறப்படுத்த உதவும் கத்தி.

co-res-pon-dent/ˌkəuris'pɔndənt/*(n)*: ˌ*கəஉரிஸ்'ப்பான்ட:əன்ட்* / a joint defendant, கூட்டுப் பிரதிவாதி; (in law) a person accused of committing adultery with the husband or wife of the person who is seeking a divorce, **(விவாகரத்து வழக்கில்)** திருமண சத்தியத்தை மீறியதாகக் குற்றம் சாட்டப்பட்ட ஒருவர்.

cor-gi/'kɔ:gi/*(n)*: '*கா:கி:* / [also **corgy**]: a kind of small dog, ஒருவகைச் சிறிய நாய்.

co-ri-an-der/ˌkɔriˈændə*/ *(n)*:ˌகாரி'யஆண்டஅ* / an aromatic plant, கொத்தமல்லிச் செடி.

cork/kɔ:k/*(n)*:கா:க் / the bark of the cork-oak tree, கார்க் மரத்தின் பட்டை; a piece of this cork used as a stopper for a bottle, இம்மரத்தின் பட்டையால் செய்யப் பட்ட அடைப்பான் (அ) தக்கை. **cork***(v.t-v.i)*: close with a cork, தக்கை கொண்டு மூடு.

co-ri-a-ceous/ˌkɔriˈeiʃəs/ *(adj)*:ˌகாரி'யெய்ஷஅஸ் / tough, உறுதியான; leather like, தோல் போன்று கடினமான.

cor-i-um/ˈkɔriəm/*(n)*:'காரியஅம் / the lower (inner) layer of the skin, தோலின் அடிப் பகுதி.

corm/kɔ:m/*(n)*:கா:ம் / underground stem, தண்டயக்கிழங்கு.

cor-mo-rant/ˈkɔ:mərənt/ *(n)*:'காமஅரஅண்ட் / a voracious big sea bird, பெரிய வகை பெருந்தீனிக் கடல் பறவை.

corn/kɔ:n/*(n)*:கா:ன் / a grain of any kind, நுண்மணி; cereal grain as rice, wheat, etc., உணவுத் தானியம்; wart on the feet, கால் ஆணி. **corn***(v.t)*: form into corn, மணியாக்கு, கதிர் சேமி; sprinkle and preserve with salt, உப்பிட்டுக் கெடாமல் வைத்திரு.

corn-ball/ˈkɔ:nbɔ:l/*(n)*:'கா:ன்பா:ல் / an unsophisticated person, பழமைவாதி. **cornball***(adj)*: something corny, பழைய மற்றும் மூட நம்பிக்கை உடைய.

cor-ne-a/ˈkɔ:niə/*(n)*:'கா:னிஅ / the transparent layer covering the front of the eye, ஒளி உட்செல்லக்கூடிய கண்ணின் விழிப்படலம்.

cor-ne-li-an/kɔ:ˈni:ljən/*(n)*:கா:'னீலியஅன் (-ல்யஅன்) / a precious stone having a reddish white colour, வெண்சிவப்பு நிறமுள்ள விலையுயர்ந்த கல்.

cor-ner/ˈkɔ:nə*/*(n)*:'கா:னஅ* / a point where two straight surfaces meet, மூலை; buying up of all supplies of a thing and hoarding to create scarcity, பொருள்களை வாங்கி, பதுக்கி வைத்துப் பற்றாக்குறையை ஏற்படுத்துதல். **corner***(v.t-v.i)*: trap in, சிக்க வை; force into a position from where one cannot escape, தப்ப முடியாத நிலையில் நிறுத்தி வை; buy up goods in large quantities and hoard, thus creating artificial scarcity, பதுக்கி வைத்து, சரக்குகளை வெளிச்சந்தையில் கிடைக்-காமல் செய். • *The merchants are busy buying all the harvested paddy to* ***corner*** *the market in the lean season.*

cor-net/ˈkɔ:nit/*(n)*:'கா:னிட் / a musical instrument like a trumpet, எக்காளம் போன்ற ஓர் இசைக்கருவி.

corn-flakes/ˈkɔ:nfleiks/*(n)*: 'கா:ன்ஃப்லெய்க்ஸ் / breakfast cereal of toasted flakes made from maize flour, வறுத்த சோளக் கதிர் மணியிலிருந்து பெறப்படும் காலை உணவு.

corn-flour/ˈkɔ:nflauə*/*(n)*:'கா:ன்ஃப்லஉஅ* / a fine-ground maize flour, நன்கு அரைக்கப்பட்ட சோள மாவு.

cor-nice/ˈkɔ:nis/*(n)*:'கா:னிஸ் / ornamental moulding round the top of the walls of a room, அறைச்சுவர்களின் உச்சியில் நடுவில் உள்ள அலங்கார வேலைப்பாடு; a horizontal projection round the top of a building, ஒரு கட்டடத்தின் தளத்தின் மட்டத்தில் சுற்றிலும் கட்டப்பட்டுள்ள வரம்பு (கொடுங்கை).

co-rol-la/kəˈrɔlə/*(n)*:கஅ'ராலஅ / whirl of leaves of petals, பூவிதழ் வட்டம், அல்லி வட்டம்.

co-rol-la-ry/kəˈrɔləri/*(n)*:கஅ'ராலஅரி / natural consequence, இயல்பான விளைவு; result, பலன்; inference, ஊகம், ஊகித்து அறிதல்; (mathematics), கிளைத் தோற்றம்.

co-ro-na/kəˈrəunə/*(n)*:கஅ'ரஅஉனஅ / a ring with hues round the sun, the moon, etc. ஒளி வட்டம், சூரியன், சந்திரனைச் சுற்றி இருக்கும் ஒளிவட்டம்.

cor-o-na-ry/ˈkɔrənəri/*(adj)*:'காரஅனஅரி / pertaining to arteries, இரத்த நாளங்களைப் பற்றிய; coronary thrombosis, இரத்த அடைப்பு நோய்.

coronary- thrombosis/ˈkɔrənəri θrɔmˈbəusis/*(n)*:'காரஅனஅரி த்ராம்'பஅஉஸிஸ் / a blockage of the blood flow caused by a blood clot in a coronary artery, தமனிகளில் இரத்தம் உறைவதினால் ஏற்படும் இரத்த ஓட்டத் தடை.

cor-o-nate/ˌkɔrəˈneit/*(v.t)*:ˌகாரஅ'னெய்ட் / ceremony of Sovereign, பட்டம் சூட்டு, பட்டம் சூட்டிக்கொள்; crown, மகுடம் அணி. **coronate** *(adv)*: wearing a crown, மகுடம் அணிந்த.

co-ro-na-tion/ˌkɔrəˈneiʃn/*(n)*: ˌகாரஅ'னெய்ஷ்ன் / crowning of a king or queen, முடிசூட்டு விழா.

cor-o-net/ˈkɔrənit/*(n)*:'காரஅனிட் (கார்-) / a small crown, முடி (அ) கிரீடம், பூமாலை.

cor-po-ral/ˈkɔ:pərəl/*(n)*:'கா:ப்பஅரஅல் / a military officer ranking below sergeant, படைத் துறையிலுள்ள கீழ் அலுவலர். **corporal***(adj)*: pertaining to the body, மனித உடல் சார்ந்த; physical, உடல் பற்றிய; bodily, உடல் ரீதியான. • **Corporal** *punishment is barbaric in nature.* **corporality***(n)*: the state of being in physical form, மனித உடல் நிலை.

cor-po-rate/ˈkɔ:pərət/*(adj)*:'கா:ப்பஅரிட் / working together as one, ஒன்றாக இணைந்து ஒரே அமைப்பாகச் செயலாற்றுகிற; making up one body of many individuals, பலர் சேர்ந்து ஒரு குழு அமைக்கின்ற. • *The company directors have collective* **corporate** *personality and responsibility in financial matters.* • **Corporate** *sectors deserve encouragement.* • **Corporate** *tax is rather heavy.* **corporate***(adv)*.

cor-po-ra-tion/ˌkɔ:pəˈreiʃn/*(n)*: ˌகா:ப்பஅ'ரெய்ஷ்ன் / a company, நிறுவனம், கழகம், சங்கம்; united body acting as one, மாநகராட்சிக் குழு, கூட்டுச் செயல் குழு. **corporator***(n)*: a member of a corporation, கூட்டுக் குழு உறுப்பினர்.

cor-po-real/kɔˈpɔ:riəl/*(adj)*:கா'பா:ரிஅல் / physical, material, bodily, உடல் சார்ந்த, பொருள் சார்ந்த.

corps/kɔ:z/*(n)*:கா:(ஸ்:) / a body of trainers under a leader, படைப் பயிற்சிக் குழு. • *Volunteer* **corps** *have been raised to combat terrorism.*

corpse/kɔ:ps/*(n)*:கா:ப்ஸ் / body of dead person, சடலம், பிணம்.

cor-pu-lence/ˈkɔ:pjuləns/*(n)*: 'கா:ப்யுலஅன்ஸ் / [also **corpulency**]: state of being bulky in body, பருமனான உடல்நிலை. **corpulent***(adj)*: bulky, பருமனான; full of fat, கொழுப்பு நிறைந்துள்ள.

cor-pus/ˈkɔ:pəs/*(n)*:'கா:ப்பஅஸ் / the physical body of a man or animal, மனிதனின் (அ) மிருகத்தின் உடல்; a full or complete collection of laws or writings, சட்டங்களின் தொகுப்பு (அ) நூல்களின் தொகுப்பு; accumulation of funds for a desired purpose. ஒரு குறிப்பிட்ட நோக்கத்திற்காக நிதி சேர்த்தல்.

cor-puscle/ˈkɔ:pʌsl/*(n)*:'கா:ப்பஸ்ல் / a microscopic body, நுண்மம்; minute organic body in the blood, இரத்தத்திலுள்ள மிகச் சிறிய உயிரணு.

cor-ral/kəˈra:l/*(n)*:கா:'ரால் / defensive enclosure, பாதுகாப்பு வேலி; a space with a fence around it, பாதுகாப்பிடம்.

cor-rect/kəˈrekt/*(adj)*:கஅ'ரெக்ட் / true, சரியாக உள்ள; accurate, நுட்பமான; fit, பொருத்தமான. **corrective***(adj)*. **cor-rec-tive**/kəˈrektiv/*(n)*:கஅ'ரெக்ட்டிவ் / the thing that corrects, திருத்தக்கூடியது. **correct***(v)*: set right, சரிப்படுத்து; punish, தண்டனை கொடு; amend, திருத்தம் செய். • *There may be mistakes and you have* **to correct** *them.* **correction***(n)*: correcting the wrong, தவறைச் சரி செய்தல்; punishment, தண்டனை; an amendment, திருத்தம். • *Proof* **correction** *is rather an interesting work.* **correctness***(n)*.

cor-re-late/ˈkɔrəleit/*(v.i)*:'காரிலெய்ட் (-ரஅ-, -ரெ-) / show mutual relationship, தொடர்பு காண்பி, தொடர்பு படுத்து; link together, தொடர்புடைமையைக் காட்டு, ஒன்றாக இணை. • *The teacher should* **correlate** *the theory lessons with practical demonstrations.* **correlative***(adj)*: mutually relative, நெருக்கமான தொடர்புள்ள. **cor-re-la-tion**/ˌkɔrəˈleiʃn/*(n)*:ˌகாரி'லெய்ஷஅன் / the act of correlating, தொடர்பு படுத்துதல். • *There seems to be no* **correlation** *between intelligence and success in the examination.*

cor-re-spond/ˌkɔriˈspɔnd/*(v.i)*: ˌகாரிஸ்'ப்பான்ட்: / communicate by means of letters, கடிதத் தொடர்பு கொள். • *I like to* **correspond** *with the head of the institution directly.* agree to be in harmony, இசைந்திரு; be like, ஒத்திரு. **cor-re-spon-dence**/ˌkɔriˈspɔndəns/*(n)*: ˌகாரிஸ்'ப்பான்டஅன்ஸ் / communication by means of letters, கடிதத் தொடர்பு; letters, கடிதம்; mutual relation, பொருத்தம்; harmony, இசைவு, தொடர்பு, ஒத்திசைவு. • *In distance education* **correspondence** *courses are popular.* **correspondent***(n)*: an authorised person to carry on business correspondence, ஒரு நிறுவனத்தின் அதிகார பூர்வமான தொடர்பு அலுவலர்; an agent, செயலாளர்; one who writes letters, கடிதத் தொடர்பு கொள்பவர்; a contributor of news to newspapers, பத்திரிகை நிருபர். **correspondent***(adj)*: suitable, தகுந்த, ஏற்ற. **corresponding** *(adj)*: like, ஒத்திருக்கிற. **correspon-dingly***(adv)*.

cor-ri-dor/'kɔridɔ:*/*(n)*:'காரிடா:* / a covered passage way, கூரை பொருத்தப் பட்ட அறைகளுக்கு இடையேயுள்ள பாதை, தாழ்வாரம்.

C

cor-rie/'kɔri/*(n)*:'காரி / a hollow on the side of a mountain, மலைப்பள்ளம்; a valley, பள்ளத்தாக்கு.

cor-ri-gi-ble/'kɔridʒəbl/*(adj)*:'காரிஜிப்:ல் / can be corrected, திருத்தக்கூடிய.

corri-gen-dum/'kɔri'dʒendəm/*(n, sing)*: 'காரி'ஜெண்டா:ம் / **corrigenda**(*n, pl*): mistake to be corrected, திருத்தப்பட வேண்டிய பிழை.

cor-rob-o-rate/kə'rɔbəreit/*(v.t)*: கə'ராப:əரெய்ட் / to make more certain, உறுதிப்படுத்து; to confirm formally, முறையாக உறுதிப்படுத்து; to support, ஆதரவளி; to strengthen, வலுவாக்கு. **corroborant** *(adj)*: confirmity, உறுதிப்படுத்துகின்ற. **corroborative** *(adj)*: confirming a previous statement, முந்தைய அறிக்கையை உறுதிப்படுத்துகிற. **corroborator**(*n*).

cor-rode/kə'rəud/*(v.t)*:கə'ரəஉட்: / to destroy gradually, மெதுவாக அழி; to eat away, அரித்தெடு. **cor-ro-sion**/ kə'rəuʒn/*(n)*: கə'ரəஉஜ:əன் / the act of destroying gradually, அரித்தல். **corrosive**(*adj*): tending to corrode, அரிக்கக்கூடிய.

cor-ru-gant/'kɔrəgənt/*(adj)*:'காருக:əண்ட் (-ரə-) / forming into folds, மடிப்புகள் உள்ள, மடிப்புகள் உண்டாக்கக்கூடிய.

cor-ru-gate/'kɔrəgeit/*(v.t)*:'காருகெ:ய்ட் (-ரəகெ:) / contract into wrinkles and folds, வளைந்து நெளி, மடி; form into wavy folds, அலைகள் போல் உருவம் உண்டாக்கு. • *Plain as well as* **corrugated** *zinc sheets are sold.* **corrugated**(*adj*).

cor-rupt/kə'rʌpt/*(v)*:கə'ரப்ட் / to bribe, கையூட்டு அளி; to make impure, அசுத்தமாக்கு; to taint, களங்கப்படுத்து. • *Pleasures often* **corrupt** *mankind.* **corrupt**(*adj*): of low character, இழிந்த குணமுள்ள; not honest, உண்மையில்லாத; influenced by bribery, கைக்கூலி (அ) லஞ்சம் வாங்கும் இயல்புள்ள. • *People get things done through* **corrupt** *officers.* impure, தூய்மை இல்லாத; made bad, கெட்டுப்போன. **cor-rup-tion**/kə'rʌpʃn/ *(n)*:கə'ரப்ஷəன் / bribery, இலஞ்ச ஊழல்; impurity, தூய்மைக்கேடு; perversion, சிதைவு, புரட்டு. **corruptibility**(*n*), **corru-ptive**(*adj*), **corruptness**(*n*), **corruptible**(*adj*).

cor-set/'kɔ:sit/*(n)*:'கா:ஸிட் / a tight-fitting under garment, இறுக்கமான உள்ளாடை.

cor-sage/kɔ:'sa:ʒ/*(n)*:'கா:ஸாஜ் / a bodice, பெண்களுக்கான மேல் உள்ளாடை; the main part of a dress, ஆடையின் முக்கிய பகுதி.

cor-tege/kɔ:'teiʒ/*(n)*:கா:'ட்டெய்ஜ்: (டɛ:ஜ்) / a train of attendants, ஊழியர் வரிசை; procession, ஊர்வலம்; funeral procession, சவ ஊர்வலம்.

cor-sair/'kɔ:seə*/*(n)*:கா:'ஸɛə* / a sea robber, a pirate, கடல் கொள்ளைக்காரர்.

cor-tex/'kɔ:teks/*(n)*:'கா:ட்டெக்ஸ் / outer part of some organs, உறுப்புகளின் வெளிப் பகுதி; grey matter of the brain, மூளையின் புறப்பகுதி.

cor-us-cate/'kɔrəskeit/*(v)*:'காரəஸ்கெய்ட் / flash, sparkle, திடீரென ஒளிரச் செய், பளிச்சிடச் செய்.

cor-vette/kɔ:'vet/*(n)*:கா:'வெட் / a small warship, சிறு போர்க்கப்பல்.

cor-tin/'kɔ:tin/*(n)*:'கா:ட்டின் / hormone secreted by the adrenal glands, அட்ரினல் சுரப்பி சுரக்கும் நிணநீர்.

cor-us-cate/'kɔrəskeit/*(adj)*: 'காரəஸ்க்கெய்ட் / sparkling, மிகவும் பளபளப்பான.

co-signatory/ˌkəu'signətəri/*(n)*: ˌகəஉ'ஸிக்:னəடரி / a joint signatory, கூட்டுக் கையொப்பம் இடுபவர்.

cos-met-ics/kɔz'metiks/*(n)*:காஸ்:'மெட்டிக்ஸ் / things used to beautify hair, skin or complexion, ஒப்பனைப் பொருள்கள். **cosmetic**(*adj*): beautifying, அழகு படுத்துகிற.

cos-mic/'kɔzmik/*(adj)*:'காஸ்:மிக் / of or relating to the cosmos, vast, grand, பிரபஞ்சம் சார்ந்த, அளவிடற்கரிய, மிகப்பெரிய.

cosmic-ray/'kɔzmikrei/*(n)*:'காஸ்:மிக்ரெய் / a stream of very penetrating atomic nuclei that enter the earth's atmosphere from outer space, அண்ட வெளிகளிலிருந்து பூமியின் வளி மண்டலத்தை (துளைத்து) ஊடுருவிச் செல்லும் அணுக்கற்றை.

cos-mo-graphy/kɔz'mɔgrəfi/*(n)*: காஸ்:'மாக:ரəஃபி / description or mapping of general features of the universe, பிரபஞ்சங்களை பற்றிய குறிப்பு மற்றும் வரைபடம்.

cos-mol-o-gy/kɔz'mɔlədʒi/*(n)*: காஸ்:'மாலəஜி / the science of the universe, விண்வெளி இயல்.

cos-mo-naut/'kɔzmənɔ:t/*(n)*: 'காஸ்:மəனா:ட் / a human being sent on spaceship, விண்வெளி வீரர்.

cos-mo-pol-i-tan/ˌkɔzməˈpɔlitən/*(adj)*: ˌகாஸ்:மஉ'ப்பாலிட்டன் / universal, பரந்த நோக்குமுள்ள; having broad views, பரந்த மனப்பான்மையுள்ள; free from narrow national limitations, குறுகிய நாட்டுணர்வு இல்லாத; without prejudice or narrowness, குறுகிய மனப்பான்மை இல்லாத.

cos-mo-ra-ma/kɔ:zməra:mə/*(n)*: ˌகாஸ்:மஉ'ராமஉ / an exhibition displaying scenery from various parts of the world, உலகில் காணும் சிறந்த காட்சிகளைக் கொண்ட கண்காட்சி. **cosmic***(adj)*: pertaining to the universe, பேரண்டவெளி பற்றிய. **cosmos**/ˈkɔzmɔs/*(n)*:'காஸ்:மாஸ் / the universe, பேரண்ட வெளி.

cos-mos/ˈkɔzmɔs/*(n)*:'காஸ்:மாஸ் / universe, a tall garden herb related to the daisies, பிரபஞ்சம், டெய்ஸி பூக்களின் வகையைச் சேர்ந்த ஒருவகை தோட்டப் புல்.

cos-set/ˈkɔsit/*(n)*:'காஸிட் / a pet, செல்லமாக வளர்க்கப்படும் பிராணி. **cosset** *(v.t)*: pamper, செல்லமாக வளர்.

cost/kɔst/*(v)*:காஸ்ட் / **costed, costing**: be acquirable, to give the price, விலைபெறு, செலவு ஏற்படுத்து. **costs***(n, pl)*: expenses connected with law court, etc., நீதிமன்ற வழக்குச் செலவு; cost price, அடக்க விலை. **costly***(adv)*: high priced, விலை அதிகம் உள்ள; valuable, விலை உயர்ந்த; expensive, அதிக செலவுள்ள.

costar/ˈkɔstə*/*(n)*:'காஸ்டஉ* / a cinema or stage star appearing with another or others of equal importance, இணை நடிகர், நடிகை.

co-ster/ˈkɔstə*/*(n)*: 'காஸ்ட்டஉ* / **coster-monger**: street seller of fruits, fishes, etc., பழம், மீன் போன்றவற்றைத் தெருவில் கொண்டு சென்று விற்பவர்.

cos-t-ive-ness/ˈkɔstivnəs/*(n)*: 'காஸ்ட்டிவ்னிஸ் / constipation, மலச்சிக்கல்; **costive***(adj)*: constipated, மலச்சிக்கல் உள்ள; dull, மந்தமான.

cos-tume/ˈkɔstju:m/*(n)*:'காஸ்ட்யூம் / a particular way of dressing, குறிப்பிட்ட வகையில் ஆடை அணிதல்; attire, சிறந்த ஆடை. **costume***(v.t)*: wear special dress, சிறப்பான ஆடை அணி. **costumer** *(n)*: producer of costumes, ஆடைகள் தயாரிப்பவர். **cos-tu-mi-er**/kɔˈstju:miə*/*(n)*:காஸ்'ட்யூமியஉ* / [also **costumer**]: one who manufactures dress, ஆடை உற்பத்தி செய்பவர்.

co-sy/ˈkəuzi/*(adj)*:'கஉஉஸி: / snug, அடக்கமான; comfortable, வசதியான; warm, மித வெப்பமான. **cosy***(n)*: a warm corner, வசதியான, அடக்கமான, மித வெப்பமான இடம்; a covering used for preserving heat, சூடு பாதுகாக்கும் மூடி. **cosily***(adv)*.

cot/kɔt/*(n)*:காட் / a low narrow bed, கட்டில்; a small dwelling, சிறு குடில். **cot***(v.t)*, **cotted, cotting**: to put on a cot, படுக்க வை.

co-tan-gent/ˈkəuˈtændʒənt/*(n)*: 'கஉஉ'ட்டஜ்ஞ்ஜஉன்ட் / the ratio of the adjacent side to the opposite side of an angle in a right-angled triangle, ஒரு செங்கோண முக்கோணத்தில் அடுத்துள்ள பக்கத்திற்கும், எதிர்ப்பக்கத்திற்குமுள்ள விகிதம் (கோணமதிப்பு).

cote/kəut/*(n)*:கஉஉட் / shed, shelter, etc. for animals or birds, தொழுவம், கொட்டில், கூண்டு.

co-ten-ant/ˈkəuˈtenənt/*(n)*: 'கஉஉ'டெனஉன்ட் / one of the tenants living under the same roof, உடன் குடியிருப்பவர்.

co-te-rie/ˈkəutəri/*(n)*:'கஉஉட்டஉரி / a circle or set of persons interested in the same thing, தனியான ஒரு திசையில் இயங்கும் குழு (அ) கும்பல், ஒரே கருத்துள்ள குழு; a group of persons with some exclusive interests, தனிப்பட்ட, ஒரே மாதிரியான கருத்துள்ள குழு.

co-term-i-nous/ˌkəuˈtɜ:minəs/*(adj)*: ˌகஉஉ'டர்மினஉஸ் / having a common borderline, பொது எல்லை கொண்ட; adjoining, பக்கத்தில் உள்ள.

co-til-li-on/kəˈtiljən*(n)*:கஉ'ட்டிலியஉன் (கா-) / [also **cotillon**]: a name for several dances, நடன வகை.

cot-tar/ˈkɔtə*/*(n)*:'காட்டஉ* / **cotter**: a dweller in a farm, பண்ணையில் வசிப்பவர்; a labourer, உழைப்பவர்.

cot-tage/ˈkɔtidʒ/*(n)*:'காட்டிஜ் / a small simple, dwelling house, எளிய குடிசை.

cot-ter/ˈkɔtə*/*(n)*:'காட்டஉ* / a pin, joining and binding parts of a machinery, ஆணி, கடையாணி.

cot-ton/ˈkɔtn/*(n)*:'காட்ன் / a soft stuffy substance that grows round the seeds of the cotton plant, பஞ்சு; cloth made of cotton, பருத்தித் துணி; silk cotton, இலவம் பஞ்சு. **cotton***(v.t)*: be friendly to, நட்பாக இரு; agree, இசைந்திரு; become attached to, பற்று கொண்டிரு; harmonize, இசைந்திரு. **cottongin***(n)*: a machine that separates seeds from cotton, பஞ்சிலிருந்து விதையைப் பிரித்தெடுக்கும் இயந்திரம்.

C

cotton-candy/ˈkɔtnˈkændi/*(n)*: 'காட்டன்'கஜண்டி: / a candy made of spun sugars, பஞ்சு மிட்டாய்.

cotton-seed/ˈkɔtnsi:d/*(n)*:'காட்டன்ஸீட்: / the seed of the cotton plant yielding a protein rich meal and a fatty oil used in cooking, பருத்தி விதை.

cot-y-le-don/ˌkɔtiˈli:dən/*(n)*: ˌகாட்டி'லிட:ஒன் / seed leaf, விதையிலை.

couch/kautʃ/*(v)*:கஉச்(கௌச்) / to put into words, சொற்களாக வெளியிடு; to lie oneself down, கீழே படு; to lie hidden, பதுங்கி இரு; to lie ready to spring, பாய்வதற்குத் தயாராகு; prepare for attack, தாக்குவதற்குத் தயாராகு. **couch***(n)*: lounge or sofa, சாய்விருக்கை; a bed, படுக்கை. **couch-ant**/ˈkautʃənt/*(adj)*: 'கஉச்சஒன்ட் / lying on the ground with the head raised, தலையைத் தூக்கி வைத்துக்கொண்டு தரையில் படுத்துள்ள.

couchette/ku:ˈʃet/*(n)*:கூ'ஷெட் / a railway carriage with seats convertible into sleeping berths, இருக்கைகளை படுக்கைகளாய் மாற்றும் வகையிலமைந்த இரயில் பயணப்பெட்டி

couch potato/ˈku:tʃ pəˈteitəu/*(n)*:'கூட்ச் பஒ'டெய்ட்ஒஉ / a person who likes lazing at home, esp. watching television, வீட்டிலிருந்தபடி ஒன்றும் செய்யாமல் சோம்பித் திரிபவன்.

cough/kɔf/*(n)*:கா:ஃப் / a sudden rough noisy expulsion of air from the lungs through the throat, இருமல்; a sickness, இருமல் நோய். **cough***(v.t)*: give out a cough, இருமு; give out (secrets), (இரகசியங்களை) வெளியிடு.

could/kud/*(v)*:குட்: / past tense of "can", "can" என்பதன் இறந்தகால வடிவம்.

cou-lee/ˈku:li/*(n)*:'கூலி / a small stream, a dry streambed, Gully, சிற்றோடை, வறண்ட சிற்றோடையின் நீர்ப்படுகை.

cou-lomb/ˈku:lɔm/*(n)*:'கூலாம் / a unit of electric charge equal to the electricity transferred by a current of one ampere in one second, ஒரு நொடியில் ஓர் ஆம்பியர் அளவு மின்னோட்ட மாறுதலைக் குறிக்கும் அலகு.

cou-l-ter, colter/ˈkəultə*/*(n)*:'கஒஉல்ட்ட* / the vertical iron blade fixed to the front part of plough, ஏர்க்கொழுவுக்கு முன் பகுதியில் பொருத்தப்பட்டுள்ள செங்குத்து இரும்புத் தகடு.

coun-cil/ˈkaunsl/*(n)*:'கஉன்ஸில் (-ஸ்ல்) / an assembly to discuss and decide, ஆட்சி முறைப் பேரவை; an advisory body, மன்றம், ஆலோசனைக்குழு. **councillor***(n)*:ˏa member of a council, மன்ற உறுப்பினர்.

coun-sel/ˈkaunsl/*(n)*:'கஉன்ஸஒல் / advice, அறிவுரை; plan, திட்டம்; legal advisor, சட்ட ஆலோசகர்; a lawyer, வழக்கறிஞர். **counsel***(v)*: to give advice, அறிவுரை வழங்கு.

count/kaunt/*(v.i)*:கஉன்ட் / to number, எண்ணு; to add, கூட்டு; to record, குறிப்பிட்டு எழுது; to consider, ஆலோசனை செய்; to depend, சார்ந்திரு; to be valuable, மதிப்பு உள்ளதாய் இரு, ஆக்கு. • *The machine* **counts** *the number of visitors to the office automatically.* • *I do not* **count** *on your help at all.* **count***(n)*: numbering, எண்ணுதல்; adding up, கூட்டுதல்; sum total, கூட்டுத் தொகை; a charge brought against a person in a court, நீதிமன்றத்தில் ஒரு கைதிக்கு எதிராகக் கூறப்படும் குற்றச் சாட்டு; an honorary title, ஒரு கௌரவப் பட்டம்; an index indicating the quality of yarn, நூலின் தரத்தைக் குறிக்கும் குறிப்பு.

coun-ten-ance/ˈkauntənəns/*(n)*: 'கஉன்ட்டஒனஒன்ஸ் / the face, முகம்; expression of face, முகபாவம், முகம் காட்டும் உணர்ச்சிகள்; composure, அமைதி காட்டும் முகம்; encouragement, ஊக்குவிக்கும் ஆதரவு. **countenance** *(v.t)*: to allow, இசைவு தெரிவி. • *The college authorities will never* **countenance** *indiscipline in the campus.* to encourage, ஆதரவு காட்டு; to abet, தவறு (அ) குற்றம் புரிய உடந்தையாய் இரு.

coun-ter/ˈkauntə*/*(n)*:'கஉன்ட்டஒ* / one who counts, கணக்கிடுபவர்; that which counts, கணக்கிடும் கருவி; table, board, etc. on which money is counted out and across which goods are delivered, பணம் கொடுத்துப் பொருள் பெறும் இடம்; a long cabinet on which goods are exposed for sale, சாமான்களை விற்பனைக்குக் காட்சியாக வைக்கும் மேசை; the counting table in a bank, வங்கியில் பணம் கொடுக்கல், வாங்கல் செய்யப்படும் இடம்; the round heel of shoe, செருப்பின் குதிகால் பகுதி; the breast part of a horse, குதிரையின் மார்புப் பகுதி. **counter***(adj)*: contrary, மாறான; opposing, எதிரான; opposite, எதிர் அணியில் உள்ள. **counter** *(v.t-v.i)*: to contradict, முரண்பாடு; to encounter, எதிர்த்து, மறுத்துப் பேசு; to meet with counter move, எதிர் அணி திரட்டு. • *To* **counter** *the threat of the gang robbers, the police has organised a special squad.* **counter***(adv)*: in the opposite direction, எதிராக. **coun-ter-**

act/ˌkauntə'rækt/*(v.t)*: ˌகஉன்ட்டஅ'ரக்ட் / to oppose, எதிர்த்து நில்; to defeat, தோல்வி அடையச் செய்; to neutralise, நடு நிலையாக்கு. • *The medicine* **counteracts** *the effects of the alcohol drinking.* **coun-ter-act**/'kauntə*ækt/ *(v.t)*:'கஉன்டஅ* ஆக்ட் / hinder or oppose by contrary action, தடைசெய், செயல்மூலம் எதிர்ப்பு காட்டு. **coun-ter-attack***(n)*: an attack in reply to an attack by an enemy or opponent, எதிரியை (அ) எதிராளியை பதிலுக்கு திருப்பி அடித்தல். **counter attack***(v)*: attack in reply, பதிலடி கொடு **coun-ter-plot***(n)*: a plot intended to defeat another plot, ஒரு சூழ்ச்சியினை முறியடிக்க அமைக்கப்பட்ட மற்றொரு சூழ்ச்சி (அ) சதித் திட்டம்.

coun-ter-feit/'kauntəfit/*(v)*:'கஉன்ட்டஅஃபீட் / to imitate, ஒன்றைப் போலச் செய்; to forge, போலியாக உண்டு பண்ணு. • *Many people* **counterfeit** *currency notes now to make easy money.* **counterfeit***(n)*: an imitation, ஒன்றைப்போலச் செய்தல்; a pretender, பாசாங்கு செய்பவர்; a cheat, ஏமாற்றுக்காரர்.

coun-ter-mand/ˌkauntə'ma:nd/*(v)*: ˌகஉன்ட்டஅ'மான்ட் / to cancel a previous order by giving a different order, மாற்று உத்தரவு இடு. The election in the constituency was **countermanded** due to the death of a candidate.

coun-ter-pane/'kauntəpein/*(n)*: 'கஉன்ட்டஅபெய்ன் / a bed cover, படுக்கை உறை.

coun-ter-part/'kauntəpa:t/*(n)*: 'கஉன்ட்டஅப்பாட் / corresponding part, ஒத்த பகுதி; complementary part, ஈடுசெய்யும் பாகம்.

coun-ter-sign/'kauntəsain/*(v.t)*: 'கஉன்ட்டஅஸய்ன் / to sign as a mark of identification, அடையாளக் கையெழுத் திடு; to sign in approval, சம்மதிக்கும் வகையில் கையெழுத்திடு; to add signature to confirm, உறுதிப்படுத்த கையெழுத்திடு. • *The Principal will* **countersign** *all the certificates,* **countersign***(n)*: a secret word used as a watchword, much used for identification, இரகசிய அடையாளச் சொல், அடையாளக் குறி. **counter signature***(n)*.

countess/'kauntis/*(n)*:'கஉன்டிஸ் / the wife or widow of a count or an earl, பிரபுவின் மனைவி, கணவனை இழந்த பிரபுதாரிணி.

countless/'kauntləs/*(adj)*:'கஉன்ட்லஅஸ் / innumerable, எண்ணிலடங்காத

count-ry/'kʌntri/*(n)*:'கன்ட்ரி / land, one's native land, தாய்நாடு; rural district, கிராமப்புறம். **country***(n)*: district, மாவட்டம்.

country-man/'kʌntrimən/*(n)*:'கன்ட்ரிமஅன் / a person living in a rural area, a person of one's own country or district, கிராமப்புறங்களில் வசிப்பவர், நாட்டுப்புறத் தான்.

country-side/'kʌntrisaid/*(n)*:'கன்ட்ரிஸய்ட் / rural area, கிராமப்புறம்

county/'kaunti/*(n)*:'கஉன்டி / the domain of a count, a territorial division of a country or state for purposes of local government, மத்திய ஆட்சிக்குட்பட்ட தன்னாட்சி மாநிலம்.

coup/ku:/*(n)*:கூ / a blow, அடி; a hit, தாக்குதல்; a master stroke, மிகத் திறமை வாய்ந்த, அபாயம் உள்ள செயல். **coupd'etat**/ku:deita/கூ'டெ:ட்டா / sudden or illegal change of government, வலுக்கட்டாயமாக, சட்ட விரோதமாக ஓர் அரசு கவிழ்க்கப்படல், இராணுவப் புரட்சி.

coupe/'ku:pei/*(n)*:'கூப்பெய் (குப்பஅ) / a closed motor, சிறிய கார்; a half compartment at the end of a railway carriage, ரயிலின் கடைசி அரைப்பெட்டி.

cou-ple/'kʌpl/*(n)*:'கப்ல் / a pair, இணை, இரட்டை; husband and wife, கணவன் மனைவி. • *They make a fine* **couple**. two equal and opposite forces, இரு சம எதிரிடை விசைகள், ஒரே இனத்தைச் சார்ந்த இரு பொருள்கள். **couple***(v.i)*: join together two forces, இரு சம எதிரிடை விசைகள் (அ) ஒரே இனத்தைச் சார்ந்த இரு பொருள்களை இணை. • *The carriage is* **coupled** *to the engine.* connect, தொடர்பு கொள், தொடர்பு படுத்து; marry, மணம் செய்; unite sexually, உடலுறவு கொள்.

coup-let/'kʌplit/*(n)*:'கப்லிட் / two successive lines of rhyming verse, ஈரடிச் செய்யுள்.

coup-ling/'kʌpliŋ/*(n)*:'கப்லிங் / a link for joining together part of machinery, railway carriage, etc., எந்திரங்களிலும், இரயில் பெட்டிகளிலும் உள்ள இடை இணைப்பு.

cou-pon/'ku:pɔn/*(n)*:'கூப்பான் (-பாங்) / a detachable ticket for which money or goods will be given in exchange, பணம் (அ) பொருளைப் பெற உதவும் உரிமைச் சீட்டு, நுழைவுச் சீட்டு.

cour-age/'kʌridʒ/*(n)*:'கரிஜ் / bravery, துணிச்சல்; fearlessness, அச்சமின்மை. **to take courage**: to become courageous at the crucial moment, இக்கட்டான நிலையிலும் தைரியத்தைக் கைவிடாத.

C

cou-ra-geous/kə'reidʒəs/*(adj)*:கə'ரெய்ஜஸ் / brave, துணிச்சலுடைய; fearless, அச்சமற்ற. • *Life is a* **courageous** *affair for a man of action,* **courageously***(adv).*

cou-ri-er/'kuriə*/*(n)*:'குரியə / a messenger, தூதுவர்; an attendant who guides a party of travellers, பிரயாணக் குழுவுடன் செல்லும் உதவியாளர்.

course/kɔ:s/*(n)*:கɔ:ஸ் (கɔəஸ்) / a route, பாதை; direction of a motion, செல்லும் திசை; regular happening, வழக்கமான நடைமுறை. • *We cannot mistake things as a matter of* **course**. ground where races are run, பந்தயத் திடல்; a series of classes and lessons, பாடப்பயிற்சித் தொடர்; a number of things following each other, அடுக்கு; a part of a meal, உணவின் ஒரு பகுதி. **course***(v.i)*: to pursue, பின் தொடர்ந்து செல்; to move quickly, வேகமாக ஓடு. • *A sense of adventure* **courses** *through my mind.* **courser***(n)*: a swift horse, வேகமாகச் செல்லும் குதிரை; a hunter, வேட்டைக்காரர்.

courseware/'kɔ:sweə*/*(n)*:'கɔ:ஸ்வெə* / education software, கல்வி சம்பந்தமான மென்பொருள்.

court/kɔ:t/*(n)*:கɔ:ட் (கɔəட்) / a hard level place for playing games, விளையாட்டுத் திடல்; a shut in space, முற்றம்; attention, கவனம்; a place where disputes are settled according to law, நீதிமன்றம்; assembly of judges, நீதிபதிகள் கூடுமிடம்; king's place, அரண்மனை; politeness, பண்பும், மரியாதையும்; a reigning monarch together with his officials, ஓர் அரசனும் அவன் பரிவாரமும். **court***(v.t-v.i)*: to pay attention to, கவனம் கொள், செலுத்து; invite, அழைப்பு விடு; seek, வேண்டுகோள் விடு; woo, காதல் வயப்படுத்த முயற்சி செய், மரியாதை கொடு. • *The candidate is* **courting** *the slum dwellers to get their votes.* **courtroom**/'kɔ:tru:m/*(n)*:'கɔ:ட்ரூம் / a room in which a court of law is held, நீதிமன்ற வளாகம், நீதிபதியின் அறை.

cour-te-ous/'kɜ:tjəs/*(adj)*:'கə:ட்டியəஸ் / polite, மரியாதையுள்ள; considerate, விட்டுக்கொடுக்கும் தன்மையுள்ள; well-mannered, நற்பண்புள்ள; obliging, ஏற்றுக் கொள்ளும் தன்மையும் அன்பும் உள்ள; kind and thoughtful, பண்பும், சிந்தையும் உள்ள.

cour-te-sy/'kɜ:tisi/*(n)*:'கə:ட்டிஸி / politeness, மரியாதையும், பண்பும்; kindness, அன்பு; respect for other's feelings, மற்றவர் எண்ணங்களையும் உணர்ச்சிகளையும் மதிக்கும் தன்மை; good manners, நற்பண்பு; special attention, சிறப்புக் கவனம்.

court-ier/'kɔ:tjə*/*(n)*:'கɔ:ட்யə* (-டியə*, கɔəட்-) / one in attendance at a royal court or palace, அரசவை ஊழியன், அரண்மனை ஊழியன்; a flatterer, புகழ்ந்து, தன் காரியங்களைச் சாதித்துக்கொள்பவர்.

court-mar-tial/ˌkɔ:t'ma:ʃl/*(n)*: 'கɔ:ட்'மாஷ்ல் / a military court, இராணுவ நீதிமன்றம். **courtmartial***(v.t)*: to try in a military court, இராணுவ நீதிமன்ற விசாரணை செய்.

courtyard/'kɔ:tja:d/*(n)*:'கɔ:ட்யாட் / an enclosure by walls or buildings, சுற்றிலும் சுவர் அல்லது கட்டிடம் கொண்ட வளாகம்.

cous-in/'kʌzn/*(n)*:'கஸின் / daughter or son of one's aunt or uncle, அத்தை, மாமன், சித்தி, பெரியம்மா ஆகியோரது பிள்ளைகள்; one of the same family, ஒரே குடும்பத்தில் பிறந்தவர்.

couth/'kauθ/*(adj)*:'கஉத் / cultured, well mannered, பண்பாடுடைய, நன்னடத்தை யுடைய.

couture/ku:'tjuə*/*(n)*:கூ'ச்யுə* / the design and manufacture of fashionable clothes, நவ நாகரீக ஆடைகளை வடிவமைத்து தயாரிப்பவர்.

co-va-lence/'kɔ:vəlens/*(n)*:'கɔ:வəலென்ஸ் / valence characterized by the sharing of electrons, மின்னணு பரிமாற்றத்தினால் உண்டாகும் ஒரு வகை திறன்.

cove/kəuv/*(n)*:கəஉவ் / small bay, சிறுகுடா; a small seaside cave, வளைகுடா, கடலோரத்திலுள்ள சிறு குகை.

coven/'kʌvn/*(n)*:'கவன் / an assembly or band of witches, மந்திரவாதி (அ) சூனியக்காரர்களின் கூட்டு முகாம் அல்லது கூட்டம்.

cov-e-nant/'kʌvənənt/*(n)*:'கவəனəன்ட் (-வினə-) / compact, கட்டுப்படுத்தும் ஒப்பந்தம்; a bargain, பேரம்; a written agreement, உறுதிமொழிப் பத்திரம்; a solemn pledge, மதச்சார்பான உறுதிமொழி. **covenant** *(v.t)*: to promise to do, உறுதிமொழி கொடு; to enter into an agreement, ஒப்பந்தம் செய். • *She* **covenanted** *that she would pay Rs. 100/- every month to her husband from her pay.*

cov-er/'kʌvə*/*(n)*:'கவə* / a lid or top wrapper, மூடி; case, கூடு, அட்டை; envelope, உறை, பாதுகாப்புப் போர்வை; a hiding place for animals, விலங்குகள் உறைவிடம். **cover***(v.t)*: to hide, ஒளித்து வை; to clothe, போர்த்து; to put over the top, மேலே போட்டு மூடு; to get through, கடந்து செல்; to include, உள்ளடக்கு; to take in, இடம் கொள்; to protect, காப்பாற்று. • *The bird* **covers** *its eggs always.* • *Will Rs. 1000/- cover that* **cost** *of the damage?* • *This book* **covers** *all the topics connected with Akbar's rule.* **covering**(*n*): anything used to cover something, மூடும் போர்வை, மூடும் பொருள்.

co-ver-let/'kʌvələt/(*n*):'கவலலெட் / bedspread, படுக்கை விரிப்பு.

covert/'kʌvət/(*adj*):'கவட் / hidden, secret, sheltered, மறைக்கப்பட்ட, ரகசியமான.

co-ver-ture/'kʌvəˌtjuə*/(*n*):'கவஎச்சுஎ* / a shelter, பாதுகாப்பான இடம்; the state of a married woman, under the protection of her husband, கணவன் பாதுகாப்பில் இருக்கும் மனைவியின் நிலை.

cov-et/'kʌvit/(*v.t*):'கவிட் / to desire eagerly, ஆவலுடன் விரும்பு; to wish to secure, அடைய விரும்பு; to be greedy for, பேராசைப் படு. • *She got the* **coveted** *Academy Award for her novel 'Ruin'.*

cov-ey/'kʌvi/(*n*):'கவி (கஉவி, கஉவ்) / a flock of birds, பறவைக் கூட்டம்; a family, குடும்பம்; a party, குழு; a set, தொகுதி, தொகுப்பு.

cow/kau/(*n*):கஉ (கௌ) / female of some animals, மாடு, யானை போன்ற மிருகங்களின் பெண் இனம், பசு. **cow**(*v.t*): to frighten, பயமுறுத்து; to make one to be meek, அடங்கியிருக்கும்படி செய். • *The men and women were not* **cowed** *down by the threat of the police action in their agitation for justice.*

cow-ard/'kauəd/(*n*):'கஉஎட்: / a faint-hearted person, நெஞ்சுரம் இல்லாதவன், கோழை; one without courage, பயம் கொண்டவன், துணிவு இல்லாதவன். **cowardice**(*n*): faint-heartedness, நெஞ்சுரமின்மை; timidity, கோழைத்தனம்.

cowbird/'kaubɜ:d/(*n*):'கஉப:எ:ட்: / a small bird that lays its eggs in the nests of other birds, அடுத்த பறவைகளின் கூட்டில் முட்டையிடும் சிறுபறவை.

cow-boy, cow-herd/'kaubɔi, 'kauhɜ:d (*n*):'கஉபாய், 'கஉˌஹஎ:ட்: / one who looks after a herd of cattle, மாடு மேய்க்கும் தொழிலாளி.

cow-catcher/'kauˌkætʃə*/(*n*):'கஉˌகஆச்சஎ* / the strong built-in framework in the front part of a rail engine or motor car to remove hurdles or obstacles, இரயில் என்ஜின் (அ) மோட்டார் வண்டியின் முன்பகுதியில் உள்ள பலமான, தடைகளை அகற்ற உதவும் அமைப்பு.

cow-er/'kauə*/(*v.i*):'கஉஎ* / to stand in bent position, கூனிக் குறுகி நில்; to crouch in fear or shame, அச்சம், பயம் (அ) வெட்கத்தால் ஒடுங்கு. • *The servant-maid* **cowered** *when her master shouted at her.*

cowl/kaul/(*n*):கஉல் / monk's cap or hood, கிறித்தவக் குருக்களின் தொப்பி (அ) தலை உறை; chimney cover, புகைப்போக்கியின் மேல் மூடி.

co-workers/'kauwɜ:kə*/(*n*):'கஉவஎ:க* / a fellow worker, உடன் வேலை செய்பவர்.

cow-rie, cowry/'kauri/(*n*):'கஉரி / a kind of shell, சோழி, சிப்பி.

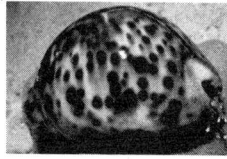

cow-slip/'kauslip/(*n*):'கஉஸ்லிப் / a kind of primrose, மஞ்சள் நிறப் பூக்களையுடைய ஒருவகைக் காட்டுச் செடி.

cox/'kɔks/(*proper noun*):'காக்ஸ் / a person's family name, ஒருவரின் குடும்பப் பெயர்.

cox-comb/'kɔkskəum/(*n*):'காக்ஸ்கஎஉம் / fool, முட்டாள்; showy person, ஆடம்பரத்தில் விருப்பமுடையவன்.

cox-swain/'kɔkswein/(*n*):'காக்ஸ்உஎய்ன் / helmsman of a boat, படகோட்டி.

coy/kɔi/(*adj*):காய் / shy, நாணமுள்ள; modest, தன்னடக்கமுள்ள; retiring, ஒதுங்குகிற; lonely, தனித்த.

coy-ote/kɔi'əuti/(*n*):'காயஎஉட் (கா'யஎஉட்) / a kind of small wolf of North America, வட அமெரிக்காவில் உள்ள ஒரு சிறு ஓநாய் வகை.

coz-en/'kʌzn/(*v*):'கஸ்:ன் / to defraud, ஏமாற்று.

CPU/(*n*) (central processing unit): the main part of a computer, which deals with the programmes and controls other parts, திட்டமிடப்பட்ட நிகழ்வுகளுடன் செயல்பட்டு, மற்ற பகுதிகளை கட்டுப்படுத்தும் கணினியின் ஒரு முக்கியப் பகுதி.

crab/kræb/(*n*):க்ரஆப்: / a ten-footed shellfish with a pair of huge claws, நண்டு; zodiacal constellation, கடக ராசி; a wild bitter apple tree, கசப்பான காட்டு ஆப்பிள் பழ மரம்; the fruit it bears, காட்டு

ஆப்பிள் பழம்; a short-tempered person, முன்கோபி.

crabbed/'kræbd/*(adj)*:'க்ரஃப்:ட்: / morose, irregular, சிடுசிடுப்பான, இனிமையற்ற, ஒழுங்கற்ற.

crabby/'kræbi/*(adj)*:'க்ரஃபி: / ill natured, cross, நல்ல தன்மையற்ற, தொந்தரவு தரக்கூடிய.

crack/kræk/*(n)*:க்ரஃக் / a sudden sharp noise, திடீர் வெடியோசை; a split, வெடிப்பு; fissure, கீறல், பிளவு; mental disorder, மனக்கோளாறு; partial fracture, சிறு முறிவு; an expert, வல்லுநர், நல்ல திறமையுடையவர். **crack**(*v.t-v.i*): to make a sharp sudden sound, படீரென்று ஓசை உண்டாக்கு; to split, பிள. • *The plane, when it landed* **cracked** *violently.*

crack-brain/'krækbrein/*(n)*:'க்ரஃக்ப்:ரெய்ன் / crackpot, நடமுறைக்கு ஒவ்வாதவர்.

crack-down/'krækdaun/*(n)*:'க்ரஃக்ட:உன் / an act or instance of taking positive disciplinary action, நல்வழிப்படுத்த எடுக்கப்படும் கடுமையான நடவடிக்கைகள்.

crack-er/'krækə*/*(n)*:'க்ரஃக்கə* / a firework, பட்டாசு; a device for cracking, பாக்கு வெட்டி; a crisp biscuit, மொரமொரப்பான பிஸ்கட்.

cracker-jack/'krækə*dʒæk/*(n)*:'க்ரஃகə*ஜஃக் / something very excellent, மிகச் சிறந்த ஒன்று.

crack-pot/'krækpɔt/*(n)*:'க்ரஃக்பாட் / an eccentric or impractical person, விசித்திரமான, நடைமுறைக்கு ஒத்துவராதவர்.

cra-dle/'kreidl/*(n)*:'க்ரெய்ட்:ல் / a swinging bed for the baby, தொட்டில்.

cradle-song/'kreidlsɔŋ/*(n)*:'க்ரெய்ட்:ல்ஸாங் / lullaby, தாலாட்டு.

craft/kra:ft/*(n)*:க்ரா:ஃப்ட் / a vessel, any kind of skilled work done with the hands, art, கைத்திறனுள்ள தொழில், கலை; trickery, தந்திரம்; occupation, தொழில். **crafts-man**/'kra:ftsmən/*(n)*:'க்ரா:ஃப்ட்ஸ்மən் / artificer, கலைஞன்; worker, தொழிலாளி. **craft-y**/'kra:fti/*(adj)*:க்ரா:ஃப்டி / skilful, திறமையுள்ள; artful, கலைநுட்பமுள்ள; deceitful, ஏமாற்றும் குணமுள்ள; cunning, தந்திரமுள்ள.

craftier/'kra:ftiə*/*(adj)*:'க்ரா:ஃப்டிə* / cunning, deceitful crafty, நயவஞ்சகமான, தந்திரம் நிறைந்த.

crag/kræg/*(n)*:க்ரஃக்: / a rough steep rock, செங்குத்தான பாறை.

craggy, craggier/'krægi, 'krægiə*/*(adj)*: 'க்ரஃகி:, 'க்ரஃகி:ə* / rugged, rough textured, கரடுமுரடான, முரட்டுத்தனம் நிறைந்த.

cram/kræm/*(v.t)*:க்ரஃம் / to learn a subject only to pass an examination, தேர்வுக்கு மட்டும் பாடங்களைப் படி; to learn by heart, மனப்பாடம் செய்; eat greedily, பெருந்தீனி தின்; to stuff, திணி. • *The bus transport companies simply treat human beings as luggage and* **cram** *them into buses.*

cramp/kræmp/*(n)*:க்ரஃம்ப் / sudden contraction of muscles causing pain due to chill, strain, etc., குளிர், வேலைப்பளு முதலியவற்றால் ஏற்படும் தசைப்பிடிப்பு.

cran/kræn/*(n)*:க்ரஃன் / a measure for fresh herring, மீனை அளக்கும் அளவை.

cranberry/'krænbəri*(n)*:'க்ரஃன்பெ:ரி / a kind of dark red berry, கருஞ்சிவப்புக் கொட்டை.

crane/krein/ *(n)*:க்ரெய்ன் / a large wading bird with long nose and tall legs, கொக்கு, நாரை; a machine for lifting heavy loads, பளு தூக்கி; siphon, வடிகுழாய். **crane**(*v.i*): to stretch out the neck, கழுத்தை நீட்டு. • *The child just* **craned** *its head through the window of the bus to look at the moving flight.*

cranial-nerve/'kreinjəlnз:v/*(n)*: 'க்ரெய்ன்யəல்னə:வ் / each of twelve pairs of nerves arising directly from the brain, not from the spinal cord, தண்டுவடத்திலல்லாது மூளையிலிருந்து புறப்படும் பன்னிரெண்டு ஜோடி நரம்புகளின் பெயர்.

cra-ni-um/'kreinjəm/*(n)*:'க்ரெய்னியəம் / the skull, மண்டை ஓடு.

crank/kræŋk/*(n)*:க்ரஃங்க் / a lever used to rotate something, சுழற்சி முறை, மாற்றுப் பொறி; a very queer person, விநோதமான மனிதர்; a rough towel, சொரசொரப்பான துண்டு, துணி; **crank**(*v.t*): to bend வளைவு ஏற்படுத்து; provide with a crank, வளைவைப் பொருத்து.

cran-ny/'kræni/*(n)*:'க்ரஃனி / a crack, பிளவு.

cra-pulent/'kræpjulənt/*(adj)*: 'க்ரஃப்யுலəன்ட் / given to indulging in alcohol, resulting from drunkenness, drunk, மதுப் பழக்கத்திற்கு அடிமையான, மதுப்பழக்கத்தால் ஏற்படுகிற.

crash/kræʃ/*(v.t)*:க்ரஃஷ் / to break noisily, ஓசையுடன் உடை; dash into pieces, மோதி

நொறுக்கு; be wrecked, திடீர் அழிவுக்கு ஆளாக்கு. • *The plane* **crashed** *when it landed.* **crash**(*n*): a sudden cracking, திடீர்த் தகர்வு; a loud noise, மோதும் ஒலி; a smash, நொறுங்குதல்; a rough strong linen, முரட்டுத் துணிவகை. • *He opened the door with a* **crash**.

crass/kræs/(*adj*):க்ரஆஸ் / thick, தடித்த; grossly stupid, முட்டாள்தனமான.

crate/kreit/(*n*):க்ரெய்ட் / a frame or packing case made of wooden slabs, மரச்சட்டம், பிரம்புக் கூடை, அடைப்புப் பெட்டி.

crater/'kreitə*/(*n*):'க்ரெய்ட்டə* / the mouth of a volcano, எரிமலை வாய்; an opening formed by the explosion of a bomb, குண்டு வெடிப்பதால் ஏற்படும் பிளவு, பள்ளம்.

cra-vat/krə'væt/(*n*):க்ரə'வஆட் / a tie, கழுத்துப் பட்டை.

crave/kreiv/(*v*):க்ரெய்வ் / to beg, to wish eagerly, கெஞ்சிக் கேள், தாழ்ந்து கேள், ஆவலுடன் விரும்பு.

cra-ven/'kreivən/(*n*):'க்ரெய்வən் / coward, கோழை. **craven**(*adj*): low, mean, கேவலமான, இழிவான.

cra-ving/kreiviŋ/(*adj*):'க்ரெய்விங் / longing, மிகுந்த ஆவலுடன் விரும்புகிற. **craving**(*n*): intense desire, தணியாத ஆசை.

craw/krɔ:/(*n*):க்ரɔ: / crop of birds or insects, பறவைகளின் இரைப்பை.

crawl/krɔ:l/(*v.i*):க்ரɔ:ல் / to move very slowly, மிக மெதுவாகச் செல். • *The work, I did, simply* **crawled,** *thus wasting my time.* to creep on the chest, மார்பினால் ஊர்ந்து செல், உடலைத் தரையில் இழுத்துச் செல். • *Lizards and insects* **crawled** *on the dusty room.*

cray-fish, crawfish/'kreifiʃ, 'krɔ:fiʃ (*n*): 'க்ரெய்ஃபிஷ் eatable shellfish, உணவாகப் பயன்படும் நண்டு வகை.

cray-on/'kreiən/(*n*):'க்ரெயான் (-யəன்) / a stick of coloured wax or chalk used for drawing, வண்ணக் கட்டி, வண்ணச் சுண்ணாம்பு.

craze/kreiz/(*n*):க்ரெய்ஸ்: / insane, பைத்தியம் பிடித்தது போல் ஆர்வம்; fancy, அளவுக்கு மீறிய ஆசை; craving, அடக்க முடியாத ஆர்வம்; passion, வெறி; mania, பொருளில்லாத ஒரு வித ஆசை. • *There is a* **craze** *for dancing now.* **craze**(*v.t*): to make mad, பைத்தியமாக்கு. • *She was* **crazed** *by the need for very good looks.* to produce small cracks, சிறு வெடிப்புகளை ஏற்படுத்து. **cra-zy**/'kreizi/(*adj*): 'க்ரெய்ஸி: / mad, வெறிபிடித்த; unsound, உறுதியற்ற; sickly, நோய்வாய்ப்பட்ட; in bad repair, பழுதடைந்த. • *The plan to stop smoking is* **crazy**.

creak/kri:k/(*v.t-v.i*):க்ரீக் / to make a squeaking sound, 'கிரீச்' என்ற ஒலி எழுப்பு. • *The doors in the old house.* **creaked** *violently.*

cream/kri:m/(*n*):க்ரீம் / the thick extract from the milk, பாலேடு; toilet, முகப்பூச்சு. **creamy**(*adj*).

crease/kri:s/(*v.t-v.i*):க்ரீஸ் / fold, மடிப்பு ஏற்படுத்து, மடி; bend (brow), புருவத்தை நெறி. **crease**(*n*): fold, மடிப்பு; the line of folding, மடிப்பின் கோடு; [in cricket] bowler's or batsman's position, கிரிக்கெட் ஆட்டத்தில் பந்து எறிபவர் (அ) பந்து அடிப்பவர் இவர்களின் எல்லைக்கோடு, நிலை.

cre-ate/kri:'eit/(*v.t*):க்ரீ'யெய்ட் / bring out something new, புதுமையைக் கண்டுபிடி; make for the first time, முதல் முறையாக உண்டாக்கு; originate, துவங்கு, உருவாக்கு, ஆரம்பம் செய். • *God* **creates** *and man destroys.* **creation**(*n*): thing made for the first time, படைப்பு; the act of creating உண்டாக்குதலைச் செய்தல், கற்பனை செய்தல். • *The beautiful* **creations** *include man also; but he is the worst destroyer.* **creative**(*adj*): inventive, படைப்புத் திறன் உள்ள. **creator**(*n*): a person who creates, படைப்பவர்; God, கடவுள்.

crea-ture/'kri:tʃə*/(*n*):'க்ரீச்சə* / a thing created, உண்டாக்கப்பட்ட பொருள்; other than human being, மனிதனல்லாத மற்ற உயிரினங்கள்; a tool or an instrument, ஆயுதம் (அ) கருவி. • *We can see* **creatures** *from the other world in the future.* **creature comforts**: necessities required for the living body, உயிர் வாழ்வதற்குத் தேவையான பொருள்கள் காற்று, உணவு, நீர் முதலியன.

cre-dence/'kri:dəns/(*n*):'க்ரிடːəன்ஸ் / belief, நம்பிக்கை; faith, நல்லுணர்வு; a small table in a church, கோயிலில் உள்ள சிறிய மேசை.

cre-den-tials/kri'denʃlz/(*n*):க்ரி'டென்ஷəல் / introduction letters, அறிமுகக் கடிதங்கள்.

cred-i-ble/'kredəbl/(*adj*):'க்ரெடி:ப்:ல் / believable, நம்பத்தகுந்த. **credibility**(*n*).

cred-it/'kredit/(*n*):'க்ரெடிːட் / good character, நற்பண்பு; trust, பொறுப்பு; belief, நம்பிக்கை. • *It is to his* **credit** *that he did well in the match.* goods sold but not paid for at the time of delivery, கடன் பொறுப்பில் விற்பனைச் சீட்டில் வரவு

வைத்தல், பற்றுச் சீட்டு; reward, சிறப்புப் பரிசு, கவுரவம்; a person or thing that gives reputation, சிறப்பு அளிப்பது, சிறப்பு அளிப்பவர்; money in one's favour in a bank, வங்கியில் உள்ள இருப்புப் பணம்; righthand side account, வரவுப் பகுதி; cash account, ரொக்கப் பற்று வரவு; **credit**(*v.t*): to trust, நம்பிக்கை வை; to have faith, நல்லெண்ணம் கொள்; to pass receipt entry, கணக்கில் வரவு வை. • *Many herbs are* **credited** *with mysterious healing powers.* **creditable**(*adj*), **creditably** (*adv*). **cred-i-tor**/'kreditə*/(*n*):'க்ரெடிட்டஅ* / a person to whom a debt is due, பணம் கடனாகக் கொடுத்தவர்; lender, கடன் கொடுப்பவர். **credit note**/'kreditnəut/(*n*):'க்ரெடிட்னஅஉட் / a note given by a shop etc. in return for goods returned, stating the value of goods owed to the customer, விற்ற பொருட்களை திரும்பப் பெறும்பொழுது அதற்கு அத்தாட்சியாக மதிப்பு, விபரம் போன்றவற்றை உள்ளடக்கிய குறிப்பு.

cre-do/'kri:dəu/(*n*):'க்ரெய்டஅஉ (க்ரி-) / a kind of religious creed, மதக் கொள்கை.

cre-du-li-ty/kri'dju:ləti/(*n*):க்ரெ'ட்யுலிட்டி / readiness to believe, நம்புவதற்குத் தயாராய் இருத்தல். • *There are rumours with no* **credulity** *at all,* **credulous** (*adj*), **credulously**(*adv*). • *Every rumour seems to be* **credulous**.

creed/kri:d/(*n*):க்ரீட் / doctrine, கோட்பாடு; principle, கொள்கை; religious belief, மதக்கோட்பாடு. • *Every religious* **creed** *is full of imaginative stories.*

creek/kri:k/(*n*):க்ரீக் / a small tidal stream of water, சிறு வளைகுடா; a small inlet, கடற்சுழி.

creel/kri:l/(*n*):க்ரீல் / a kind of basket to catch and hold fish, மீன்பிடிக்கவும், வைத்துக்கொள்ளவும் உதவும் கூடை.

creep/kri:p/(*v.i*):க்ரீப் / **crept, creeping**: to move very slowly, மெதுவாக ஊர்ந்து செல்; to go stealthily, இரகசியமாகச்செல்; on the ground or along the ground, தரையில் ஊன்றிப் படர், தரையில் படரு. • *The cat* **crept** *up and peeked over the wall.* **creep**(*n*): moving without noise, ஒலி எழுப்பாமல் நகர்தல். **creeper**(*n*): which creeps, படரும் ஒன்று, கொடி, படரக்கூடியது.

cre-mate/kri'meit/(*v.t*):க்ரி'மெய்ட் / burn a dead body, சவத்தை எரியவிடு; reduce to ashes, பிணங்களைச் சாம்பலாக்கு; **cre-ma-tion**/kri'meiʃn/(*n*):க்ரி'மெய்ஷ்ன் / burning the corpse, சவங்களை எரித்தல். **crematorium**(*n*): place of cremation, சுடுகாடு. **crematory**(*adj*)

cre-nate/'kri:neit/(*adj*):'க்ரீனெய்ட் / having teeth-like structure, வெட்டுப் பற்கள் போன்ற அமைப்புள்ள.

cre-nel-late/'krenəleit/(*v.t*):'க்ரெனஅலெய்ட் / furnish with battlement, கொத்தளங்கள் அமை. • *It is a* **crenallated** *castle.*

cre-o-sote/'kriəsəut/(*n*):'க்ரியஅஸஅஉட் / a kind of antiseptic liquid got from tar, தாரிலிருந்து வடித்து எடுக்கப்படும் கிருமிநாசினி, திரவம்.

crepe/kreip/(*n*):க்ரெய்ப் / a thin fabric of silk or cotton, பட்டு (அ) பருத்தி போன்ற மிருதுவான துணி.

cre-scen-do/kri'ʃendəu/(*n*):க்ரெ'ஷென்டஅஉ (க்ரி-) / [in music] a gradual increase in the force of sound, இசையில் படிப்படியாக ஏற்படும் ஒலி ஏற்றம்; progress towards climax, உச்ச கட்ட முன்னேற்றம். • *The political activity has reached its* **crescendo**.

cres-cent/'kresnt/(*n*):'க்ரெஸஅன்ட் / concave outline of the moon, பிறைச்சந்திரன்; emblem of Muslim faith, முகம்மதியரின் மதச்சின்னம். **crescent** (*adj*): growing, bigger, வளருகின்ற.

cres-set/kresət/(*n*):க்ரெஸஅட் / a large hanging church lamp; மாதா கோயில்களில் காணப்படும் பெரிய தொங்கும் விளக்கு.

crest/krest/(*n*):க்ரெஸ்ட் / the comb or tuft on the head of birds or animals, பறவை (அ) விலங்கு இனத்தின் உச்சிக் கொண்டை; top or summit, உச்சி (அ) சிகரம்; a plume of feathers on the top of the helmet, தலைக்கவசத்தின் உச்சியிலுள்ள இறகுக் கொத்து; a badge of honour, கௌரவச் சின்னம். • *The Prime Minister is now riding the* **crest** *of the wave of mass support.* **crest**(*v.i*): to furnish with a crest, கௌரவச் சின்னம் அளி; to get to the top, உச்சியை அடை.

cre-vasse/kri'væs/(*n*):க்ரஅ'வஃஸ் (க்ரி-) / a deep fissure in a snow field, பனிப்பாறையில் ஏற்படும் பிளவு.

crev-ice/'krevis/(*n*):'க்ரெவிஸ் / a small fissure or cleft, வெடிப்பு, பிளவு.

crew/kru:/(*n*):க்ரூ / a body of men set for a particular or special task, குறிப்பிட்ட வேலையைச் செய்கின்றவர்களின் குழு; a body of men, for running a ship, plane, etc., இரயில், விமானம் முதலியவற்றின் ஓட்டுநர் குழு. **crew cut**(*n*): a closely cropped haircut, சற்றுக் குட்டையாக வெட்டப்படும் முடி அலங்காரம்.

crib/krib/*(n)*:க்ரிப்: / a child's bed with side railings, பக்கக் கழிகளைக் கொண்ட தொட்டில்; a manger, மாட்டுத் தொழுவம், தீனித் தொட்டி; a small cottage, சிறு குடில்.

crick/krik/*(n)*:க்ரிக் / a painful spasm of muscles, தசைகளில் உண்டாகும் திடீர் வலி.

crick-et/ˈkrikit/ *(n)*:ˈக்ரிக்கிட் / an outdoor summer game, கிரிக்கெட் ஆட்டம்; fair play, நேர்மையான போட்டி; a jumping and chirping insect, a kind of insect, 'கீச்' என்ற ஒலியுடன் தத்திக் குதிக்கும் ஒருவகைப் பூச்சி, சுவர்க்கோழி, பச்சைப் பூச்சி போன்றவை. **not cricket**: unfair behaviour, முறையற்ற நடத்தை. • *It is* **not cricket** *to reveal official secrets.*

cri-er/ˈkraiə*/*(n)*:ˈக்ரயஅ* / one who sells by crying, கூவிக் கூவி விற்பனை செய்பவர்.

crime/kraim/*(n)*:க்ரய்ம் / an offence against law, society, etc., சட்ட விரோதச் செயல், குற்றம்.

crim-i-nal/ˈkriminl/*(adj)*:ˈக்ரிமின்ல் / unlawful, சட்ட விரோதமான; anti-social, சமூக விரோதமான. **criminal***(n)*: one who commits a crime, குற்றவாளி. **cri-mi-no-logy**/ˌkrimiˈnɔlədʒi/*(n)*: ˌக்ரிமிˈனாலஜி / the scientific study of crime and criminals, குற்றவியல்.

crimp/krimp/*(v.t)*:க்ரிம்ப் / compress into small folds or ridges, corrugate, make waves in, சிறு மடிப்புகள் உண்டாக்கு, அலைபோன்று உண்டாக்கு.

crim-son/ˈkrimzn/*(n)*:ˈக்ரிம்ஸ:ஔன் / a deep red colour, கருஞ்சிவப்பு நிறம்.

cringe/krindʒ/*(v.i)*:க்ரிஞ்ஜ் / to bow humbly in servility or cowardice, தாழ்ந்து வணங்கு; fawn, கெஞ்சு. • *Government officials* **cringe** *to get favours from ministers.* **cringe***(n)*: fawning, கெஞ்சுதல்.

crin-kle/ˈkriŋkl/*(v.t-v.i)*:ˈக்ரிங்க்ல் / to wrinkle, சுருக்கம் உண்டாக்கு. • *The shirts were all* **crinkled** *when they were washed,* to ripple, அலைகள் உண்டாக்கு.

crin-o-line/ˈkrinəlin/*(n)*:ˈக்ரினஔலின் / a lame person, கால் ஊனமுற்றவர்.

crip-ple/ˈkripl/*(n)*:ˈக்ரிப்ல் / a person who is permanently lame, நிரந்தர முடமானவர்.

cri-sis/ˈkraisis/*(n)*:ˈக்ரய்ஸிஸ் / a turning point, திருப்பு முனை; a criticial moment, நெருக்கடி நிலை.

crisp/krisp/*(adj)*:க்ரிஸ்ப் / firm and brittle, மொரமொரப்பாக உள்ள; fresh, சுவையுள்ள, புதிய.

crisscross/ˈkriskrɔs/*(n)*:ˈக்ரிஸ்க்ராஸ் / a pattern of crossing lines, the crossing of lines or currents etc., குறுக்கும் நெடுக்குமான கோடுகள் கொண்ட அமைப்பு.

cri-te-ri-on/kraiˈtiəriən/*(n)*: க்ரய்ˈட்டியஔரியஔன் / **criteria** *(n.pl.)*: guiding principles for making decisions, முடிவு எடுக்க உதவும் நெறிமுறைகள். • *What is the* **criterion** *for the selection of office-bearers in the union?*

crit-ic/ˈkritik/*(n)*:ˈக்ரிட்டிக் / one who judges literary or artistic work, இலக்கிய (அ) கலைத் திறனாய்வாளர். • **Critics** *do analyse the events objectively.*

cri-ti-cal/ˈkritikl/*(adj)*:ˈக்ரிட்டிகல் / relating to a condition involving danger or death, inclined to criticize, அபாயகரமான (அ) இறக்கும் தறுவாயில் இருக்கும் நிலைபற்றிய விமர்சனம் செய்யக்கூடிய. (physics) marking a transition from one state to another, (critical angle, critical point), ஒரு நிலை மற்றொரு நிலைக்கு மாறும் தன்மையிலான, maintaining a self-sustaining chain reaction, தொடர்வினை நிகழச் செய்யும் தன்மையைக் கொண்டிருக்கிற.

cri-ti-cism/ˈkritisizəm/*(n)*:ˈக்ரிட்டிஸிஸ:ஔம் / the act of criticizing, a judgment or review, the art of judging works of literature or art, தீர்ப்பு மற்றும் மறு ஆய்வு மீது குறை கூறல், இலக்கியம் மற்றும் கலைகள் மீதான மதிப்பீடு.

crit-i-cize/ˈkritisaiz/*(v.t)*:ˈக்ரிட்டிஸய்ஸ்: / to act as a critic, திறனாய்வாளராகச் செயல்படு. • *I never* **criticize** *my children's behaviour: I try to help them politely.*

cri-ti-que/kriˈti:k/*(n)*:க்ரிˈடீக் / a critical estimate or discussion, குறை நிறை சார்ந்த மதிப்பீடு அல்லது விவாதம்.

croak/krəuk/*(v.i)*:க்ரஔஉக் / to make a low throating sound as a frog, தவளை போல் கத்து.

cro-chet/ˈkrəuʃei/*(n)*:ˈக்ரஔஉஷெய் / a kind of fancy handwork done with hooked needle, கொக்கி ஊசியால் பின்னப்படும் கை வேலை.

crock-e-ry/ˈkrɔkəri/*(n)*:ˈக்ராக்கஔரி / earthenware or porcelain vessel, மண்பாண்டம், பீங்கான் பாத்திரம்.

cro-co-dile/ˈkrɔkədail/ *(n)*:ˈக்ராக்கஔட:ய்ல் / a flesh eating

amphibious reptile, முதலை. **cro-co-dile-tears**/'krɔkədailtiə*z/(n): 'க்ராகைட:ய்ல்டிஅ*ஸ்: / false or pretended tears, insincere sorrow, முதலைக் கண்ணீர், பாசாங்கான போலித்துயரம்.

cro-cus/'krəukəs (n):'க்ரஅஉக்கஅஸ் / a short-stemmed bulk plants with long leaves and large flowers, நீண்ட இலைகளையும், பெரிய பூக்களையும் கொண்ட சிறு பூண்டுச் செடிவகை.

croft/krɔft/(n):க்ராஃப்ட் / a small farm near the house, வீட்டை அடுத்த வயல் பகுதி.

crom-lech/'krɔmlek/(n):'க்ராம்லெக் / an ancient monument of a stone circle, பழங்கால வட்டக் கல்லறை மாடம்.

crone/krəun/(n):க்ரஅஉன் / an old woman, கிழவி.

cro-ny/'krəuni/(n):'க்ரஅஉனி / a familiar and close friend, நெருங்கிய அறிமுகமான நண்பன்.

crook/kruk/(n):க்ருக் / a bend or curve, வளைவு; a dishonest person, மோசடிக் காரர். **crooked**/krukid/(adj):க்ருக்கிட் / not straight, நேராக இல்லாத, நேர்மையில்லாத. • *She has a* **crooked** *nose.*

croon/kru:n/(v.i):க்ரூன் / to sing or hum in a low voice, தாழ்ந்த குரலில் பாடு, இராகம் எழுப்பு. • *She always* **croons** *when she is in the bathroom.*

crop/krɔp/(n): க்ராப் / a field of food plants, விளைச்சல் நிலம்; harvest of anything, அறுவடை. • *The nation enjoys good wheat* **crop** *every year: but poor people starve.* a part of bird's stomach, பறவைகளின் இரைப்பை; a riding whip with a loop, சாட்டை; a short haircut, தலைமயிரைக் குட்டையாக வெட்டும் முறை. **crop**(v.t-v.i): cut off, நுனியைக் கத்தரி; reap, அறுவடை செய். **crop up**: occur unexpectedly, எதிர்பாராத வகையில் தோன்று. • *Every day is a critical day for me as new problems* **crop up**. **crop-per**/'krɔpə*/(n):'க்ராப்பஅ* / one who crops, வெட்டுபவர்; that which crops, வெட்டும் பொருள்; a plant that gives crop, விளைச்சல் தரும் பயிர்; fall, வீழ்ச்சி; failure, தோல்வி.

cro-quet/'krəukei/(n):,க்ரஅஉக்'கெய் / a kind of game played with balls and long hammer, பந்துகள், கொட்டாப்புளி கொண்டு ஆடும் விளையாட்டு.

crore/krɔ:*/(n):'க்ரா:* / ten millions or one hundred lakhs, கோடி (அ) நூறு லட்சம்.

crosier/'krəuziə*/(n):'க்ரஅஉஸி:அ* / a staff carried by bishops and abbots, மதகுருமார்கள் மற்றும் மடாதிபதிகள் வைத்திருக்கும் கோல்.

cross/krɔ:s/(n):க்ராஸ் / a mark † or ×, சிலுவைக் குறி, சிலுவை; symbol of the Christian religion, கிறித்தவ மதச்சின்னம்; a place where two roads meet, இரு பாதைகள் சந்திக்கும் இடம்; mark made by two lines cutting each other, கோடுகள் ஒன்றையொன்று குறுக்காக வெட்டும் புள்ளி; suffering, துன்பம்; anything in the shape of the cross, சிலுவை வடிவப் பொருள் † (அ) ×, சிலுவைக் குறி. • *The taste is a* **cross** *between a sweet fruit and sour one.* **cross**(v.i): make a cross, சிலுவைக் குறியிடு; draw lines across, குறுக்குக் கோடுகள் வரை; to go to the far side of, தாண்டு, வெகுதூரம் செல்; to meddle with, தேவையில்லாமல் தலையிடு; disturb, தொந்தரவு கொடு.

cross-bar/'krɔsba:*/(n):'க்ராஸ்பா:* / a transverse bar or piece, குறுக்குக்கட்டை, குறுக்குத் துண்டு.

cross-breed/'krɔsbri:d/(n):'க்ராஸ்ப்ரீட் / hybridization, a breed of animals or plants produced by crossing, கலப்பினம் மூலம் உருவாக்கப்பட்ட தாவரங்கள் அல்லது விலங்குகள்.

cross-cut/'krɔskʌt/(adj):'க்ராஸ்கட் / cut across the main grain field, தானிய நிலங்களில் குறுக்காய் அமைந்த. **cross cut**(n): a diagonal cut, path etc., குறுக்கு வெட்டு, குறுக்குப் பாதை முதலியன.

cross-examine(v.t): question a witness again and again to get the truth, உண்மையை அறிய மீண்டும் மீண்டும் கேள்வி கேள். • *The lawyer* **cross-examined** *the witness to get at the truth.*

cross-hair/'krɔsheə*/(n):'க்ராஸ்ஹெஅ* / a fine wire or thread in the eyepiece of an optical instrument used as a reference line, டெலஸ்கோப், பைனாகுலர், மைக்ராஸ்கோப் போன்றவற்றில் குறி சரிபார்க்க பொருத்தப்பட்டிருக்கும் மெல்லிய குறுக்கு கம்பிகள்.

cross-section/'krɔs'sekʃn/(n): 'க்ராஸ்'ஸெக்ஷன் / a cutting of a solid at right angles to an axis, குறுக்கு வெட்டுப் பகுதி.

cross-talk/'krɔstɔ:k/*(n)*:'க்ராஸ்டாக் / unwanted transfer of signals between communication channels, இருவர் பேசிக்கொண்டிருக்கும் போது ஏற்படும் அநாவசிய குறுக்குப் பேச்சு.

cross-word/'krɔswɜ:d/*(n)*:'க்ராஸ்வஅ:ட் / a puzzle of a grid of squares and blanks into which words crossing vertically and horizontally have to be filled from clues, குறுக்கும் நெடுக்குமான வசத்தில் அமைந்த, வார்த்தைகளுக்கான யூகங்களடங்கிய புதிர் கட்டங்கள்.

crotch-et/'krɔtʃit/*(n)*:'க்ராஷெ ('க்ராச்சிட்) / a hook, கொக்கி, கவ்வி; a note in music, இசை மெட்டு; whimsical thought, திடீரென்று தோன்றும் எண்ணம்.

crouch/krautʃ/*(v.i)*:க்ரஉச் / stoop or bend close to the ground, பதுங்கு, மிகத் தாழ்வாகக் குனி.

croup/kru:p/*(n)*:க்ரூப் / inflammatory throat disease, தொண்டை அழல் நோய், காச நோய் வகை; the hind part of a horse, குதிரையின் பின்பகுதி.

crou-pi-er/'kru:piə*/*(n)*:'க்ரூப்பியஅ* / attendant at a gambling table, சூதாட்ட இடத்தில் வேலை செய்யும் உதவியாளர்.

crow/krəu/*(n)*:க்ரஅஉ / a large black bird, காகம். **crow***(v.i)*: cry like a cock, சேவல் போல் கூவு; brag, தற்பெருமை பேசு.

crow-bar/'krəuba:*/*(n)*: 'க்ரஅஉபா:* / a bar of iron, கடப்பாறை, இரும்புக்கோல்.

crowd/kraud/*(n)*:க்ரஉட்: (-ரௌ-) / a group of people, மக்கள் கூட்டம்; a number of things together, தொகுதி, திரள். **crowd***(v.i)*: to come together (persons or things) in large number, கூட்டம் கூட்டு, மக்கள் கூட்டத்தைச் சேர், நெருக்கு. • *The members* **crowded** *into the drama theatre.* • *The meeting, addressed by the Prime Minister drew a huge* **crowd**. *The meeting was* **crowded**.

crown/kraun/*(n)*:க்ரஉன்(-ரௌ-) / the jewelled circlet worn by a king or queen, மணிமுடி; wreath of flowers, மலர்க்கிரீடம்; the top or highest part of anything, முகடு, உச்சி, உயர்ந்த பகுதி, சிறந்த பகுதி; a coin, ஐந்து ஷில்லிங் நாணயம். **crown***(v.t)*: enthrone, மகுடம் சூட்டு; reward, பரிசளி. • *I expect the Nobel Prize to* **crown** *me shortly as an author.*

cru-cial/'kru:ʃl/*(adj)*:'க்ரூஷ்ல் (-ஷஅல்) / decisive, முடிவெடுக்கும் கட்டத்திலுள்ள; critical, நெருக்கடியான. • *Many a time, I have missed my* **crucial** *moments in life for which I regret.*

cru-ci-ble/'kru:sibl/*(n)*:க்ரூஸிப்:ல் / a melting pot, மூசை, புடக்குகை.

cru-ci-fy/'kru:sifai/*(v.t)*:'க்ரு'ஸிஃபய் / nail to cross, சிலுவையில் அறை; torture, துன்புறுத்து. • *The minister for finance was* **crucified** *in the parliament for increased prices of foodstuffs.* **crucifix**/'kru:sifiks/ *(n)*:'க்ரூஸிஃபிக்ஸ் / a representation of Christ on the cross, சிலுவையில் அறையப்பட்ட இயேசு. **crucifixion**/ ˌkru:si'fikʃn/*(n)*: ˌக்ரூஸி'ஃபிக்ஷன் / the crucifying of Christ, the act of crucifying, இயேசுவை சிலுவையில் அறைதல். **cruciform**/'kru:sifɔ:m/*(adj)*: 'க்ரூஸிஃபாம் / shaped like cross, சிலுவை போன்ற தோற்றம் கொண்ட.

crud/krʌd/*(n)*:க்ரட் / a deposit of something filthy, something someone disagreeable or disgusting, தூய்மையற்ற சேர்க்கை, ஏற்றுக்கொள்ள முடியாத, அருவருப்பான ஒன்று (ஒருவர்).

crude/'kru:d/*(adj)*:'க்ரூட் / not refined (crude oil), raw (crude statistics), lacking grace, rude, சுத்திகரிக்கப்படாத, சீரமைக்கப்படாத, கருணையற்ற, முரட்டுத்தனமான.

cruel/kru:əl/*(adj)*:க்ரூஅல் / causing pain and suffering ' others, merciless, வலியையும், வேதனையையும் உண்டாக்கக்கூடிய, இரக்கமற்ற, **cruelly***(adv)*, **cruelty***(n)*.

cruise/kru:z/*(v)*:க்ரூஸ் / to sail about touching at a series of ports, to travel for enjoyment, to travel at the most efficient operating speed, சொகுசுக்கப்பல் பயணம் செய், கட்டுக்கடங்கிய அதிவேகத்தில் பயணம் செய். **cruiser***(n)*: squad car, a large fast moderately armoured and gunned warship, a motor-boat for living aboard, இராணுவ வீரர்களின் வாகனம், போர்த் தளவாடங்கள் நிரம்பிய பெரிய அளவிலான கப்பல், வசிக்கக் கூடிய மேல்தளம் கொண்ட படகு.

cruise- missile/kru:z' misail/*(n)*: க்ரூஸ்:'மிஸய்ல் / a guided missile that has a terrain - following radar system and that flies at moderate speed and low altitude, ராடாரின் உதவியால் இலக்கு நோக்கி மிதமான வேகத்தில் செலுத்தப்படும் ஏவுகணை.

crumb/krʌm/*(n)*:க்ரம் / a small fragment, சிறு துண்டு. **crumb***(v.t.)*: to break into crumbs, சிறு துண்டுகளாக உடை. *to cover*

C

with **crumbs**, சிறு துண்டுகளைக் கொண்டு மூடச்செய்.

crumbier or **crummier**/'krʌmiə*/(*adj*): 'க்ரமிə* / miserable, filthy, cheap, worthless, துன்பமான, நியாயமற்ற, மலிவான, மதிப்பிழந்த.

crumble/'krʌmbl/(*v*):'க்ரம்ப:ல் / to break into small pieces, disintegrate, சிறு சிறு துண்டுகளாக்கு, இணைப்பை அகற்று.

crumple/'krʌmpl/(*v*):'க்ரம்பல் / to crust together, rumple, collapse, கசக்கு, மடிப்பு ஏற்படுத்து, நொறுங்கச் செய்.

crunch/krʌntʃ/(*v*):க்ரன்ட்ச் / to chew with a grinding noise, சப்தத்துடன் மெல்லு. **crunch**(*n*): an act of or a sound made by crunching, decisive event or moment, மென்று சாப்பிடுகையில் உண்டாகும் ஒலி. **crunchy** (*adj*): hard and crispy, கடினமான, மொறுமொறுப்பான.

cru-sade/kru:'seid/(*n*):க்ரு'ஸெய்ட் / Christian expedition to win back the holy land from the Turks, கிறித்தவர் தம் நாட்டைப் பெற துருக்கியரோடு நடத்திய சிலுவைப் போர்; any aggressive movement undertaken for a noble cause, அறப்போர்.

cruse/kru:z/(*n*):க்ரூஸ் / an earthen vessel, மண்பாண்டம்.

crush/krʌʃ/(*v.t*):க்ரஷ் / compress so as to break, அழுத்து; oppress, அடக்கு; subdue, கீழ்ப்படுத்து, தாழ்வுபடுத்து; to ruin, அழி. • *Laws* **crush** *the poor and the rich rule the laws.* **crush**(*n*): a violent squeezing, நசுக்குதல், பிழிதல்; crowded mass, கூட்டத்தின் நெருக்கம்; a drink made by squeezing fruit, பழச்சாறு.

crust/krʌst/(*n*):க்ரஸ்ட் / hard outer covering of anything, மேலோடு, கெட்டியான மேல் பகுதி.

crustacean/krʌ'steiʃn/(*n*): க்ர'ஸ்டெய்ஷன் / any anthropoid, aquatic having a hard shell and numerous legs, கடினமான மேற்கூடுகளையும், நிறைய கால்களையும் கொண்ட நீரில் வசிக்கக்கூடிய தேள் வகையைச் சார்ந்த ஜந்து.

crusty/'krʌsti/(*adj*):'க்ரஸ்டி / having or being a crust, irritable, curt, a grumpy, கவசமுடைய, எரிச்சலூட்டக்கூடிய, முணு முணுக்கும் தன்மையுடைய.

crutch/krʌtʃ/(*n*):க்ரச் / a supporting stick for the lame, ஊன்றுகோல்.

crux/krʌks/(*n*):க்ரக்ஸ் / difficult stage, சிக்கலான கட்டம்; a puzzle, புதிர். • *The* **crux** *of the matter is, the bankers are exploiting.*

cry/krai/(*v.i*):க்ரய் / make a loud shrill noise to express pain or sorrow, கூக்குரலிடு; weep, அழு. • *I do not* **cry** *in agony.* proclaim, வெளிப்படுத்து. **cry**(*n*): noise made out of sorrow, கதறல்; pain, happiness, etc., அழுகைக் குரல், மகிழ்ச்சி ஆரவாரம்; an announcement, அறிக்கை. **crying**(*adj*): calling loudly, உரக்கக் கூவும் படியான; calling for immediate action, உடனடி கவனத்திற்காகக் கூப்பிடுகின்ற.

cry-baby/'krai,beibi/(*n*):'க்ரய்,பெ:ய்பி / one who cries easily or often, எளிதில் அழும் மற்றும் எப்பொழுதும் அழக்கூடியவர்.

cry-down/'kraidaun/(*v*):'க்ரய்ட:உன் / disparage, belittle, குறைத்து மதிப்பிடு, சிறியதாக்கு.

cry-off/'kraiɔ:f/(*v*):'க்ரய்ɔ:ஃப் / withdraw from an undertaking, ஏற்றுக் கொண்டவைகளிலிருந்து பின்வாங்கு.

cryogen/,kraiə'dʒen/(*n*):,க்ரய்ə'ஜென் / a freezing mixture, a substance used to produce very low temperatures, உறை கலவை, மிகவும் குறைந்த தட்பத்தை உண்டாக்க உதவும் பொருள். **cryogenic**/,kraiə'dʒenik/(*adj*):,க்ரய்ə'ஜெனிக் / relating to the production of very low temperatures, மிகக் குறைந்த அளவு தட்பத்தை உண்டாக்கும் தன்மையுடைய, **cryogenics** (*n*): the branch of physics dealing with cryogen, மிகமிகக் குறைந்த தட்பத்தைப் பற்றிப் படிக்கும் இயற்பியல் பகுதி.

cryolite/'kraiə'lait/(*n*):'க்ரய்ə'லய்ட் / a white mineral used in making aluminium, அலுமினியம் தயாரிக்க உதவும் வெண் தாதுப் பொருள்.

crypt/kript/(*n*):க்ரிப்ட் / an underground room or chamber, கீழ்தளத்திலமைந்த இரகசிய அறை.

cryp-tic/'kriptik/(*adj*):'க்ரிப்ட்டிக் / mysterious, புதிரான; secret, இரகசியமான.

cryp-to-gram/'kriptəugræm/(*n*): 'க்ரிப்டəஉக்:ரஆம் / a communication in cipher or code, இரகசிய குறியீட்டுப் பரிமாற்றம். **cryp-to-graph**/'kriptəugra:f/(*n*): 'க்ரிப்டəஉக்:ராஃப் / the art of writing or solving codes, இரகசிய குறியீடுகளைக் கண்டறியும் மற்றும் எழுதும் முறை. **cryp-to-logy**/krip'tɔlədʒi/(*n*):க்ரிப்'டாலəஜி / study of coding and decoding of secret messages, இரகசிய குறியீட்டு முறை பற்றிய ஆய்வியல்.

crys-tal/'kristl/(*n*):க்ரிஸ்ட்(டə)ல் / a solid body with a clear defined shape, படிகம்;

a clear transparent quartz, ஒளி ஊடுருவும் தன்மையுடைய தூய படிகம்.

crystal clear/′kristlkliə*/*(attrib)*: ′க்ரிஸ்ட்ல்க்லிə* / transparent, readily understood, தெள்ளத் தெளிவான, எளிதில் புரிந்துகொள்ளக்கூடிய.

crystalline/′kristəlain/*(adj)*:′க்ரிஸ்டəலய்ன் / resembling crystal, கிரிஸ்டல் போன்ற தோற்றமுடைய

cry-up/′kraiʌp/*(v)*:′க்ரய்அப் / praise, extol, புகழ்ந்து பேசு, பாராட்டு.

cub/kʌb/*(n)*:கப்: / the young one of a fox, lion, bear, etc., விலங்குகளின் குட்டி; a junior boy scout, இளஞ்சாரணச் சிறுவன்.

cube/kju:b/*(n)*:க்யூப்: / a solid figure having six equal square sides, ஆறு சம சதுரங்களை உடைய திண்மம், கன சதுரம். **cubic***(adj)*.

cube-root/′kju:b ru:t/*(n)*:′க்யூப்: ரூட் / a number whose cube is a given number, கனமூலம் (அ) மும்மடி வர்க்கமூலம்.

cu-bi-cal/′kju:bikl/*(adj)*:′க்யூபி:கல் / having the form of a cube, கனசதுரம் போன்ற அமைப்பிலமைந்த

cu-bic-equation*(n)*: a polynomial equation in which the power of the variable in any term is not greater than three, மும்மடி பல்லுறுப்புக் கோவை.

cu-bi-cle/′kju:bikl/*(n)*:′க்யூபி:க்ல் / small single bedroom, சிறிய தனி படுக்கையறை.

cubism/′kju:bisəm/*(n)*:க்யூபி:ஸəம் / a style and movement in art, esp. in painting in which objects are represented as an assemblage of geometrical forms, ஜியோமிதி முறையில் சித்தரிக்கப்படும் ஓவியக்கலை.

cubit/′kju:bit/*(n)*:′க்யூபி:ட் / an ancient measure of length, முழம்.

cuck-oo/′kuku:/ *(n)*:′குக்கூ / a bird, குயில் வகைப் பறவை.

cu-cum-ber/′kju:kʌmbə*/*(n)*: ′க்யூக்கம்ப:ə* / a creeping plant bearing large green gourd-like fruit, வெள்ளரிக்கொடி, வெள்ளரிக்காய்.

cud/kʌd/*(n)*:கட்: / lump of food brought back from the stomach into the mouth of certain animals for chewing again, விலங்குகள் அசை போடும் உணவுப் பகுதி.

cud-dle/′kʌdl/*(v.t)*:′கட்:ல் / to hold lightly and affectionately with the arms, அரவணை, ஆரத்தழுவு. • *The cat* **cuddled** *its young ones when it rained.*

cud-gel/′kʌdʒəl/*(n)*:′கஜəல் / short thick staff used as a club, குண்டாந்தடி, குறுந்தடி; take up the cudgels, பரிந்து பேசுதல். • *The parliament members took up the* **cudgels** *on behalf of the striking workers,* **cudgel***(v.i)*: to beat with a cudgel, குண்டாந்தடியால் அடி.

cue/kju:/*(n)*:க்யூ / a long stick used in the game of billiards, பில்லியர்ட்ஸ் ஆட்டக் கோல்; catchword, நினைவில் நிற்கும் சொல்; hint, குறிப்பு; suggestion, ஆலோசனை; a signal, சைகை.

cuff/kʌf/*(n)*:கஃப் / a blow with open hand, கையை விரித்து அடிக்கும் அடி; a band about the wrist, மணிக்கட்டில் கட்டப்படும் நாடா; a band round the lower part of a long sleeve, சட்டையின் கீழ்ப்பகுதிப் பட்டி. **cuff-links***(n)*: a pair of linked buttons used to join shirt cuffs, சட்டையின் மணிக்கட்டுப் பொத்தான்.

cui-rass/kwi′ræs/*(n)*:க்உயி′ரæஸ் / body armour, மார்புக் கவசம்.

cui-sine/kwi′zi:n/*(n)*:க்உயி′ஸி:ன் / cookery, சமையல்.

cu-li-na-ry/′kʌlinəri/*(adj)*:′க்யுலினəரி (′கலி-) / of or pertaining to cooking or kitchen, சமையல் தொடர்பான, சமையல் சார்ந்த.

cull/kʌl/*(v.t)*:கல் / to pick out, பொறுக்கி எடு; to select, தேர்ந்தெடு. • *The police inspector* **culled** *out the facts about the crime from various sources.*

cul-mi-nate/′kʌlmineit/*(v.t)*:′கல்மினெய்ட் / to attain the highest point, உச்ச நிலையை அடை; to reach final effect, இறுதிப் பயனைப் பெறு; to get a complete result, முழுப் பயனை அடை. • *The work of several years* **culminated** *in the discovery of a new medicine.*

cul-prit/′kʌlprit/*(n)*:′கல்ப்ரிட் / a criminal and guilty person, குற்றவாளி.

cult/kʌlt/*(n)*:கல்ட் / a religious belief, வழிபாட்டு மரபு, சமய நம்பிக்கை. • *The* **cult** *of Adolf Hitler often inpsires me.*

cul-ti-vate/′kʌltiveit/*(v.t)*:′கல்ட்டிவெய்ட் / to plant a crop, பயிரிடு; to till, உழு; to try to improve, திருத்தம் செய், மேன்மைப்படுத்து, பண்படுத்து; to grow, வளர். • *To* **cultivate** *a bad habit is quite easy.* **cul-ti-va-tion**/ ˌkʌlti′veiʃn/*(n)*: ˌகல்ட்டி′வெய்ஷəன் / the act

C

of cultivating, வேளாண்மை; improvement, பயிர் செய்தல்; development, வளர்ச்சி.

cul-ture/'kʌltʃə*/(n):'கல்ச்சஅ* / tillage, உழுது பண்படுத்தல்; improvement, பண்பட்ட நிலை; morals, பண்பாடு; civilization, நாகரிகம். • *Every country boasts of its own* **culture** *as superior.* **cul-tur-al**/'kʌltʃərəl/(adj):'கல்ச்சஅரஅல் / refined, பண்பாடு உள்ள; artificially prepared, செயற்கை முறையில் உண்டாக்கப்பட்ட.

cul-vert/'kʌlvət/(n):'கல்வஅ:ட் / an artificial covered channel for carrying water beneath the road, மதகு.

cum-ber-some/'kʌmbəsəm/(adj):'கம்ப:அஸஅம் / burdensome, தொந்தரவுள்ள, பளுவான; troublesome, இடைஞ்சலான.

cumin-seeds/'kʌmin si:dz/(n):'கமின் ஸீட்:ஸ் / aromatic seeds of cumin plant used for flavouring, சோம்பு (அ) பெருஞ்சீரகம், வாசனைப் பொருளாய் உணவில் பயன்படுத்தப்படுகிறது.

cum-mer-bund/'kʌməbʌnd/(n):'கமஅப:ன்ட் / a girdle, a belt, இடைக் கச்சை.

cu-mu-late/'kju:mjuleit/(v.t):'க்யூம்யுலெய்ட் / to heap up, குவி; to accumulate, திரட்டு. **cumulate**(adj): heaped, குவிக்கப்பட்ட; accumulated, திட்டப்பட்ட. **cu-mu-la-tive**/'kju:mjulətiv/(adj): 'க்யூம்யுலெய்ட்டிவ் (-லஅ-) / steadily increasing, படிப்படியாக வளருகிற. • *The* **cumulative** *effect of inflation will upset the nation's economy.* **cu-mu-lus**/'kju:mjuləs/(n): 'க்யூம்யுலஅஸ் / a mass, திரள்; heap, குவியல்; dense mass of clouds, அடர்ந்த மேகக் கூட்டம்.

cumulonimbus/'kju:mjuləu'nimbəs/(n):'க்யூம்யுலஅஉ'நிம்பஅஸ் / a cloud like cumulus but formed in towering masses, as in thunder form, இடி மின்னலுடன் கூடிய மழை பெய்விக்கக்கூடிய மேகக் கூட்டம்

cun-ning/'kʌniɲ/(adj):'கனிங் / crafty, சூதுடைய, selfishly clever, சுயநலமும், புத்திசாலித்தனமும் உள்ள. **cunning**(n): cleverness, தந்திரபுத்தி, ஏமாற்றும் திறன்.

cunt/'kʌnt/(n):'கன்ட் / the female genitals, a stupid person, பெண்களின் ஜனன உறுப்பு, முட்டாள்.

cup/kʌp/(n):கப் / a small open vessel, கிண்ணம்; prize, பரிசுப் பொருள்; cub-board, நிலை அடுக்கு.

cup-board/'kʌbəd/(n):'கப:அட் / a piece of furniture with a door and shelves, அடுக்குகளும், கதவுகளும், கொண்ட மரத்தாலான அலமாரி.

Cu-pid/'kju:pid/(n):'க்யூப்பிட் / love god, காதல் தெய்வம்; a picture of a baby with wings representing love, காதல் சின்னமாக விளங்கும் இறக்கைகளையுடைய குழந்தையின் ஓவியம்.

cu-pid-i-ty/kju:'pidəti/(n):க்யூப்பி'டி:ட்டி / greed, பேராசை.

cu-po-la/'kju:pələ/(n):'க்யூப்பஅலஅ / a dome, குவிமாடம்; a furnace, ஒருவகை அடுப்பு.

cur/kɜ:*/(n):கஅ* / a dog of poor breed, தாழ்ந்த இன நாய்; a mean malicious person, இழிந்தவன்.

cu-rate/'kjuərət/(n):'க்யூஅரிட் / an assistant clergyman, உதவிப் பாதிரியார்.

cu-ra-tor/,kjuə'reitə*/(n):க்யுஅ'ரெய்ட்டஅ* (க்யூஅ-) / a person in charge of a museum, art gallery, library, etc., ஓவியக் காட்சி சாலை, கலைக்கூடம், நூலகம் போன்றவற்றின் பொறுப்பாளர், மேற்பார்வையாளர்.

curb/kɜ:b/(n):கஅ:ப் / a bridle, கடிவாளம்; a check, தடை; a restraint, தடுக்கும் எதுவும். **curb**(v.t): to protect with a curb, கடிவாளமிடு; to check, தடு; to restrain or control, அடக்கு. • *The tendency of the government to pay more allowances to its members will be* **curbed** *by a revolt.*

curd/kɜ:d/(n): கஅ:ட் / the coagulated portion of sour milk, தயிர்.

cur-dle/'kɜ:dl/(v.i):'கஅ:ட்ல் / to become sour and change into curd, புளிப்படைந்து தயிராகு; to coagulate or freeze, உறை (அ) இறுகு; to thicken, கெட்டியாகு.

cure/kjuə*/(n):க்யுஅ* / remedy, நிவாரணம்; something that makes one well, நோயைக் குணப்படுத்துதல். **cure**(v.t): to make well again, நோய் நீக்கு; to heal, குணப்படுத்து. • *Instead of* **curing** *the economic ills, the government creates more to support the rich.*

cur-few/'kɜ:fju:/(n):'கஅ:ஃப்யூ / the ringing of an evening bell as a signal, telling people to get off the streets and put off all the fires and lights, விளக்கணைப்பு அறிவிப்பு மணி, ஊரடங்குச் சட்டம்.

cu-ri-o-sity/,kjuəri'ɔsəti/(n):'க்யுஅரி'ஓஸஅடி / inquisitiveness, strangeness, a strange, rare, or interesting object, தெரிந்துகொள்ளும் ஆர்வம், புதுமை, அரியது, ஆர்வம் தரக்கூடிய ஒன்று.

cu-ri-ous/'kjuəriəs/(adj):'க்யுஅரியஅஸ் / eager for information, அறிவாற்றல் உடைய, ஆசையைத் தூண்டுகிற; rare, அரிதாக உள்ள; odd, புதுமையான; mysterious, மாயமான; involving skill, கலைத்திறனுடைய.

curl/k3:l/*(n)*:கə:ல் / a rolled bunch of hair, சுருள் முடி; anything rolled in a spiral shape, சுருள் வடிவப் பொருள். **curl***(v.i-v.t)*: wind, சுற்று; form a curl, சுருட்டு. • *The climbing green creeper* **curled** *round the pillar in the garden house.*

curlew/'k3:lju:/ *(n)*:'கə:ல்யூ / a kind of shore bird, ஒருவகைக் கடற்கரைப் பறவை.

cur-mud-geon/ k3:'mʌdʒən/*(n)*: கə:'மஜən் / a miserly fellow, கருமி; a churlish person, பிடிவாத குணமுடையவன்.

cur-rant/'kʌrənt/*(n)*: 'கரəன்ட் / fruit of small dried grapes variety, உலர் திராட்சை; a small black raisin without seeds, விதையில்லா முந்திரிப் பழம்.

cur-ren-cy/'kʌrənsi/*(n)*:'கரəன்ஸி / the money of a country, நாணயம். **Currency** plays a major role in all economic activities.

cur-rent/'kʌrənt/*(adj)*:'கரəன்ட் / flowing, பாய்கின்ற, ஓடுகின்ற; in use at present, தற்போதுள்ள, நடைமுறை வழக்கிலுள்ள. **current***(n)*: something flowing in a steady stream, ஓட்டம்; electric power, மின்சக்தி; trend, போக்கு. • *The* **current** *practice is to go with the latest fashion.*

cur-ric-u-lum/kə'rikjələm/*(n)*:கə'ரிக்யுலəம் / course (of study), பாடத்திட்டம்; brief account of one's career, ஒருவருடைய தொழில் பற்றிய குறிப்பு.

curse/k3:s/*(v.t)*:கə:ஸ் / swear, பழி; to cause evil or injury, துன்பப்படுத்து; to damn, பழித்துரை; to use profane language, சாபமிடு, சுடுமொழி கூறு. • *Please do not* **curse** *me, Sir.* **curse***(n)*: something that causes evil, சாபம்; an oath, பழிப்பு, ஆணை; a wish for evil, பிறருக்குக் கெடுதி நேர வேண்டுமென்ற ஆசை; hateful thing, வெறுக்கத்தக்க பொருள்.

cursor/'k3:sə*/*(n)*:'கə:ஸə* / a movable arrow marked indicator on a computer screen to work on graphical environment, கணினித்திரையில், படவிரிவாக்க சூழலில் அமைந்த நகரும் தன்மையுடைய ஒரு குறியீட்டு அடைவு.

cur-so-ry/'k3:səri/*(adj)*:'கə:ஸəரி / hasty, விரைவான; careless, அக்கறையற்ற.

curt/k3:t/*(adj)*:கə:ட் / scanty, சுருக்கமான; rudely short, வெட்டியதுபோல் குறுகலான.

cur-tail/k3:'teil/*(v.t)*:கə:'ட்டெய்ல் / to cut short, வெட்டிச் சிறியதாக்கு; to abridge, குறை, சுருக்கு. • *The commission* **curtailed** *all the financial privileges to its members.*

cur-tain/'k3:tn/*(n)*:'கə:ட்ன் / a cloth cover for window or door, கதவுத் திரை; a hanging drapery to hide a stage from the audience, தொங்கும் மறைப்பு, திரைச்சீலை.

curve/k3:v/*(n)*:கə:வ் / anything bent, வளைவு; a line of graph showing variation, வரைபடத்தில் மாறுதலைக் காட்டும் கோடு.

cush-ion/'kuʃn/*(n)*:'குஷ்ன் / a pillow to sit on or to rest against, திண்டு.

cusp/kʌsp/*(n)*:கஸ்ப் / a point, புள்ளி; pointed end, முனை.

cus-tard/'kʌstəd/*(n)*:'கஸ்ட்டəட் / a mixture of eggs, sugar, milk, etc. flavoured and baked together, முட்டை, பால், சர்க்கரை சேர்ந்த தின்பண்ட வகை.

cus-to-di-an/kʌ'stəudjən/*(n)*: கஸ்ட்'டəஉடி:யəன் / caretaker, பாது காப்பாளர்; guardian, பொறுப்பாளர். • *The* **custodian** *of moral life is definitely not a politician.* **cus-to-dy**/'kʌstədi/*(n)*: 'கஸ்ட்டəடி / care, பாதுகாப்பு, பொறுப்பு; imprisonment, சிறைப்படுத்துதல்; a guarding, காவல். • *The man is in the* **custody** *of the police.*

cus-tom/'kʌstəm/*(n)*:'கஸ்ட்டəம் / something done regularly, பழக்கம்; habit, வழக்கம். • *The* **custom** *is to run after cinema stars in the locality.* **customary***(adj)*, **customer***(n)*.

custom house: the office at a port at which customs duties are levied, சுங்கச்சாவடி. **customs***(n)*: duties on goods coming to a country, இறக்குமதி வரி, சுங்கம்.

cut/kʌt/*(v.t)*:கட் / separate into pieces, துண்டுகளாகப் பிரி; make less, சிறியதாக்கு; make a slit, கீறு. • *I want to* **cut** *the bread into slices.* **cut***(n)*: a route that goes cross, குறுக்குப் பாதை; a wound, வெட்டுக்காயம்; a slit, பிளவு; a blow, அடி. • *The* **cut** *due to the accident is rather deep.*

cute/kju:t/*(adj)*:க்யூட் / attractive, pretty, clever, ingenious, கவர்ச்சியான, அழகான, அறிவான.

cut-lass/'kʌtləs/*(n)*:'கட்லəஸ் / a short broad curved sword, அகன்ற வளைந்த குறுவாள்.

cu-ti-cle/'kju:tikl/*(n)*:'க்யூட்டிக்ல் / epidermis, மேல் தோல்; any outer covering, வெளியுறை.

cut-le-ry/ˈkʌtləri/*(n)*:ˈகட்லəரி / cutting instruments, வெட்டும் கருவிகள்.

cut-let/ˈkʌtlit/*(n)*:ˈகட்லிட் / a slice of cooked meat or vegetable, சமைத்த இறைச்சித் துண்டு, காய்த்துண்டு.

cut-throat/ˈkʌtθrəut/*(n)*:ˈகட்த்ரəஉட் / a murderer, கொலைகாரன்; a dangerous person, ஆபத்தானவன். **cutthroat***(adj)*: merciless, இரக்கமற்ற; murderous, கொலைத்தன்மையுள்ள; dangerous, ஆபத்தான.

cutting-edge/ˈkʌtiŋ edʒ/*(n)*:ˈகடிங் எட்:ஜ் / an edge that cuts, notation used for latest technology, வெட்டும் பகுதி, வெட்டுமுனை, அதிநவீனத் தொழில் நுட்பம்.

cut-tle-fish/ˈkʌtlfiʃ/ *(n)*:ˈகட்ல்ஃபிஷ் / a sea creature having ten arms, பத்து கைகள் உடைய கடல் பிராணி.

cyan/ˈsaiən/*(n)*:ˈஸய்ən / a greenish blue colour, பச்சை கலந்த ஊதா நிறம்.

cyanide/ˈsaiənaid/*(n)*:ˈஸய்əனய்ட்: / a poisonous compound of carbon and nitrogen with other chemical elements, சயனைடு, நச்சுத் தன்மையுடைய வேதிப் பொருள்.

cyber/ˌsaibə*/*(prefix)*:ˌஸய்ப:ə* / relating to electronic communication and computer, கணினி மற்றும் மின்னணு தகவல் தொழில் நுட்பம் சார்ந்த சொல்.

cybernet/ˌsaibəˈnet/*(n)*:ˌஸய்ப:əˈனெட் / computer networks and virtual reality, கணினி இணைப்புவலை மற்றும் மெய்மாயத்தோற்றம். **cybernetics**/ˌsaibəˈnetiks/*(n)*: ˌஸய்ப:əˈனெட்டிக்ஸ் / the science of communication and automatic control systems in both machines and living things, தகவல்தொடர்பு மற்றும் தானியங்கு சாதனங்களின் கட்டுப்பாட்டு அறிவியல். **cyberspace**/ˈsaibspeis/ *(n)*:ˈஸய்ப:ஸ்பெய்ஸ் / the notional environment in which electronic communication occurs; virtual space, மின்னணு தகவல் தொடர்பு நிகழும் வெளி, மாயவெளி.

cy-cle/ˈsaikl/*(n)*:ˈஸய்க்ல் / revolving period, சுழற்சிக் காலம்; bicycle, மிதிவண்டி; a number of events recurring at regular intervals, குறிப்பிட்ட காலத்தில் சுழற்ச்சியாக மாறிவரும் நிகழ்ச்சி, சக்கரம். • *The* **cycle** *of the natural seasons goes on as if in response to a mathematical law.* **cycle***(v.i)*: to recur at regular intervals, குறிப்பிட்ட காலத்தில் மறுபடியும் நேரிடு; to go on a cycle, சைக்கிளில் செல்.

cy-clone/ˈsaikləun/*(n)*:ˈஸய்க்லəஉன் / hurricane, புயல் காற்று; a whirlwind, சூறாவளி; a storm, புயல்.

cy-clops/ˈsaiklɔps/*(n)*:ஸய்க்லௐப்ஸ் / an imaginary creature like one-eyed giant, ஒற்றைக்கண் அரக்கன் போன்ற கற்பனைப் படைப்பு.

cyg-net/ˈsignit/*(n)*:ˈஸிக்:னəட் / a young swan, அன்னப் பறவையின் குஞ்சு.

cyl-in-der/ˈsilində*/*(n)*:ˈஸிலின்ட:ə* / a long round solid, நீள்வட்ட வடிவம்; a roller drum, உருளை வடிவ பீப்பாய்; a hollow tube, வெறுமையான குழல். **cylindrical**/ siˈlindrikl/*(adj)*:ஸிˈலின்ட்:ரிகல் / shaped like a cylinder, உருளையை ஒத்த வடிவிலமைந்த.

cym-bal/ˈsimbl/ *(n)*:ˈஸிம்ப:əல் / a musical instrument consisting of two hollow brass circular discs, கைத்தாளம்.

cyn-ic/ˈsinik/*(n)*:ˈஸினிக் / a fault-finder, எப்போதும் குற்றம் காண்பவர்.

cy-no-sure/ˈsinəˌzjuə*/*(n)*:ˈஸினəஜுூ:ə* / anything that creates interest or draws attention, கண்ணையும், கருத்தையும் கவரும் பொருள்; pole star, துருவ நட்சத்திரம்.

cyst/sist/*(n)*:ஸிஸ்ட் / a membranous sac containing liquid, a semi-solid substance, நீர்மம் (அ) அரைத் திண்மம் உள்ள சவ்வு போன்ற பை.

cytoplasm/ˈsaitɔˈplæzəm/*(n)*: ˈஸய்டௐˈப்லஜஸ:əம் / the protoplasmic content of a cell excluding its nucleus, உட்கரு தவிர்த்த உயிரணுக்களின் பகுதி.

cytosine/ˈsaitɔsain/*(n)*:ˈஸய்டௐசய்ன் / a pyrimidine derivative found in all living tissues as a component base of DNA and RNA, உயிர்வாழும் DNA மற்றும் RNA வேதிப்பொருட்களுக்கு மூலப் பொருள்.

Czar/za:*/*(n)*:ஸ:ர* / the title of the former Russian Emperor, முன்னாள் ருஷ்யப் பேரரசரின் பட்டம்.

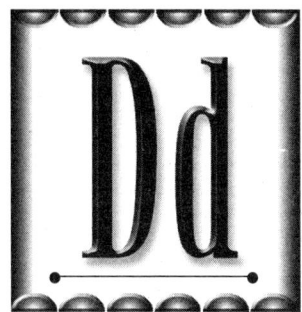

D,d/di:/D's, d's or Dz, dz D'ஸ், d'ஸ்: / the fourth letter of the English alphabet, ஆங்கில நெடுங்கணக்கின் நான்காவது எழுத்து; the Roman Numeral (number) for 500, உரோமானிய இலக்கத்தில் **500**. **D** *abbr.* doctor, divinity, direct, இவற்றின் சுருக்கம். **d** *abbr.* died. **D**: a note in western music, மேற்கத்திய இசையில் ஒரு குறிப்பு '**d**: short form for 'would' or 'had'. She 'd go = She **would** go. She 'd gone = She **had** gone.

dab/dæb/*(v.i)*:டஃஎப்: / **dabbed, dabbing**: to strike lightly, மெல்லத் தட்டு; to press with soft moist substance, மென்மையான ஈரப்பொருளால் ஒத்து. • *He* **dabbed** *some powder on his face.* **dab***(n)*: a slight touch, மிருதுவாகத் தொடுதல். • *She made a few* **dabs** *at the painting.* a variety of flat fish, ஒருவகைத் தட்டை மீன்.

dabble/'dæbl/*(v.t)*:'டஃஎப்:ல் / to splash gently, மெதுவாகத் தெறித்து விளையாடு; to wet intermittently, விட்டு விட்டு ஈரமாக்கு; to play with, விளையாடு; to do in a careless way, கவனமில்லாமல் செய். • *His habit is to* **dabble** *with literature.* **dabbler***(n)*: meddler, பிறர் பிரச்சினைகளில் தலையிட்டு குழப்பம் செய்பவர்.

dace/deis/*(n)*:டெ:ய்ஸ் / a small river fish, ஆறுகளில் வாழும் ஒருவகை மீன்.

dachs-hund/'dækshund/ *(n)*: டஃஎக்ஸ்ஷுன்ட்: / a shortlegged dog, குட்டைக் கால்களையுடைய ஒருவகை நாய்.

da-coit/də'kɔit/ *(n)*:டஃஎ'க்க:ஃஒய்ட் / [also **dackoit**]: a member of a gang of robbers, கொள்ளைக் கூட்டத்தைச் சேர்ந்தவன். **da-coit-y**/də'kɔiti/*(n)*: டஃஎ'க்காய்ட்டி robbery committed by a gang of robbers, கொள்ளை அடிக்கும் கும்பல் செய்யும் திருட்டுகள்.

dad/dæd/டஃஎட்: / **da, daddy**: children's term for father used familiarly, தந்தை.

da-do/'deidəu/*(n)*:'டெ:ய்டஃஎஉ / the wooden or coloured border on the lower part of the room wall, மரம் இழைக்கப்பட்ட (அ) மாற்று வண்ணத்தையுடைய சுவரின் கீழ்ப்பகுதி.

daf-fo-dil/'dæfədil/ *(n)*:டஃஎஃபஃஎடி:ல் / a yellow flower, ஒருவகை மஞ்சள் குவளை மலர்.

daft/da:ft/*(adj)*: டஃஎஃப்ட் / silly, மடத்தனமான; foolish, முட்டாள்தனமான.

dag-ger/'dægə*/*(n)*:'டஃஎக:ஃஎ* / a short sword, குத்துவாள்; reference mark, அச்சுக் குறியீடு.

dah-li-a/'deiljə/*(n)*:'டெ:ய்லியஃஎ / a garden plant with multi-coloured flowers, பலநிற மலர்களையுடைய ஒருவகைச் செடி.

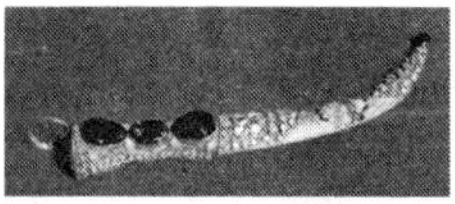

dai-ly/'deili/*(adj)*: 'டெ:ய்லி / pertaining to every day, **daily***(adv)*: on every day, ஒவ்வொரு நாளுக்குமுரிய. • *You must ensure* **daily** *attendance.* **daily***(n)*: a publication issued every day, நாளிதழ். • *There is a move to make the weekly edition into a* **daily**.

dain-ty/'deinti/*(adj)*:'டெ:ய்ன்ட்டி / delicious, சுவைமிக்க; charming, நேர்த்தியான; neat, ஒழுங்கான. • *She looks like a* **dainty** *lass.* **dainty***(n)*: delicacy, சுவைமிக்கது; delicious thing, சுவையான பொருள். • *Roasted bread is a* **dainty** *for me.*

dairy/'deəri/*(n, sing)*:'டஃஎரி / **dairies***(n, pl)*: a place where milk products are kept or sold, பால் பண்ணை. • *A* **dairy** *has to be maintained clean.*

dais/'deiis/*(n)*:'டெ:ய்ஸ் / a slightly raised platform, மேடை, அரங்கம்.

dai-sy/'deizi/*(n, sing)*:'டெ:ய்ஸி: / **daisies** *(n, pl)*: a garden flower, ஒருவகைத் தோட்டப்பூ; a first class quality, முதல் தரம். • *His cycle is a* **daisy** *one.*

dak, dawk/'dæk*(n)*:டஃஎக் (டஃஒக்) / relay, transport by relays, அஞ்சல் வழி; the post, தபால். **dak bungalow**: a place where a traveller stays, பயணிகள் தங்கும் இடம்.

dal/dæl/*(n)*:டேஃல் / split pulse, பருப்பு.

dale/deil/*(n)*:டெ:ய்ல் / a valley, பள்ளத்தாக்கு.

dal-ly/ˈdæli/*(v.i)*:ˈடேஃலி / **dallied, dallying**: to waste time in idleness, நேரத்தைச் சோம்பேறித்தனமாக வீணாக்கு; to make love, கொஞ்சு, செல்லமாகப் பேசு; to play, சிறுபிள்ளைத்தனமாக விளையாடு; behave evasively, போக்குக் காட்டு. • *Don't* **dally** *about, we have a lot of work to do.*

dam/dæm/*(n)*:டேஃம் / an embankment, அணை. **dam**(*v.i-v.t*), **dammed, damming**: to furnish with dam, அணைகட்டு; to restrain, தடு; obstruct, தடைப்படுத்து; hold back water, நீரைத்தேக்கு.

dam-age/ˈdæmidʒ/*(n)*:ˈடேஃமிஜ் / injury, சிதைவு; harm, கேடு; destruction, அழிவு; loss, இழப்பு. • *The storm did considerable* **damage** *to the crops.* **damage**(*v.t*): to cause loss, இழப்பு ஏற்படுத்து; to destroy, அழி; to hurt, தீங்கு விளைவி; to injure, காயம்/கெடுதல் உண்டாக்கு. • *His honour is* **damaged** *because of his misconduct.* • *Floods cause* **damage** *to property.*

dam-ask/ˈdæməsk/*(n)*:ˈடேஃமஅஸ்க் / a kind of cloth with figures and designs, சித்திர வேலைப்பாடுடைய ஆடை, சணல் துணி.

dame/deim/*(n)*:டெ:ய்ம் / a lady, தலைவி; a mistress, மேற்பார்வையிடுபவள்.

dam-mer/ˈdæmə*/*(n)*:ˈடேஃமஅ* / a kind of resin or gum, ரோசனம் வகையைச் சார்ந்த ஒருவகைப் பிசின்.

damn/dæm/*(v.t-v.i)*:டேஃம் / to condemn, குறைவுபடுத்து, பழித்திடு, இழிவுபடுத்து; to swear at, சாபமிடு; to ruin, கெடுதல் செய். **damn**(*n*): an oath, சபதம்; a curse, பழிப்பு, பழிக்கேடு. • *His words are not worth a* **damn**. • **Damn** *the bombs! go full speed.* **damnable**(*adj*), **damnation** (*n*).

damp/dæmp/*(adj)*:டேஃம்ப் / wet, நனைந்த; moist, ஈரப்பதமுடைய; dejected, சோர்வுற்ற, தயங்கிய. • *The public gave a rather* **damp** *reception to the minister.* **damp**(*v.t-v.i*): (also dampen) to wet slightly, நனை, ஈரமாக்கு; discourage, ஊக்கம் இழக்கும்படி செய்; choke, தடை ஏற்படும்படி செய். • *Continued failures in the business* **damped** *my enthusiasm.*

dam-sel/ˈdæmzl/*(n)*:ˈடேஃம்ஸ:அல் / an unmarried young lady, இளம் கன்னிப்பெண்; maiden, மங்கை.

dam-son/ˈdæmzən/*(n)*:ˈடேஃம்ஸ:அன் / a small plum, ஒருவகைப் பழம்; the tree bearing it, அப்பழம் தரும் மரம்.

dance/da:ns/*(n)*:டாஃன்ஸ் / the act of dancing, நடனம், நடனமாடுதல். **dance**(*v.t-v.i*), **danced, dancing**: move the body rhythmically, நடனமாடு; to dance to one's tune, முதலாளிக்கு இசைவாக, எண்ணம் போல நடந்து கொள். • *Every officer has to* **dance** *to the tune of his boss.* **dancer**(*n*): a person who performs a dance, நடனமாடுபவர்.

dan-de-li-on/ˈdændilaiən/ *(n)*: ˈடேஃன்டிலயஅன் / yellow flowered plant, மஞ்சள் பூக்களை உடைய ஒருவகைச் செடி.

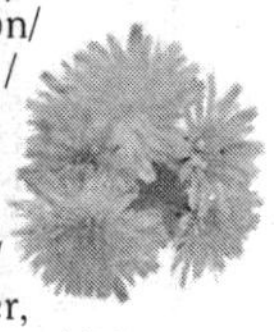

dan-der/ˈdændə*/ *(n)*:ˈடேஃன்டஅ* / anger, கோபம்; passion, தீவிர உணர்ச்சி.

dandle/ˈdændl/*(v)*:ˈடேஃன்ட்:ல் / to move up or down in one's arm or knee in affectionate play, புஜங்கள் மற்றும் முழங்கால்களின் மீது குழந்தையை வைத்து அன்போடு மேலும் கீழும் ஆட்டு.

dan-druff/ˈdændrʌf/*(n)*:ˈடேஃன்ட்:ரஃப் / dead skin in small scales among the hair, பொடுகு.

dan-dy/ˈdændi/*(n)*:ˈடேஃன்டி: / one who pays great attention to dress, பகட்டான ஆடை அணிபவன். **dandyism**(*n*): the act or quality of a dandy, பகட்டுத்தனம், படாடோபம்.

Dane/dein/*(n)*:டெ:ய்ன் / a citizen of Denmark, டென்மார்க்கை சார்ந்தவர்.

dan-ger/ˈdeindʒə*/*(n)*:ˈடெ:ய்ஞ்ஜஅ* / risk, இடையூறு; peril, இடர்; துன்பம்; insecurity, பாதுகாப்பின்மை. **dan-ger-ous**/ˈdeindʒərəs/*(adj)*: ˈடெ:ய்ஞ்ஜஅரஅஸ் / risky, ஆபத்தான; not safe, பாதுகாப்பற்ற. **dangerously**(*adv*).

dan-gle/ˈdæɲgl/*(v.i)*:ˈடேஃங்க்:ல் / to hang loosely, தொங்க விடு; to hover about, சுற்றி அலைய விடு. • *The leaf* **dangles** *in the breeze.* • *She* **dangled** *a piece of bread in front of the dog.* **dangler**(*n*): one who runs after women, பெண்களைச் சுற்றி அலைபவன்.

dank/dæɲk/*(adj)*:டேஃங்க் / moist, ஈரப் பதமான. • *It is a very* **dank** *room.* soaked, நீரில் தோய்ந்த.

dap-per/ˈdæpə*/*(adj)*:ˈடேஃப்பஅ* / smart, நாகரிகமான, எடுப்பான. • *She looked very* **dapper** *in her new saree.* neat, நேர்த்தியான; active, சுறுசுறுப்பாக உள்ள. **dapperly**(*adv*): neatly, சுத்தமான; smartly, எடுப்பான.

dap-ple/ˈdæpl/*(adj)*:ˈடேஃப்ல் / marked with rounded spots or patches of colour, பலநிறப் புள்ளிகளையுடைய.

dare/deə*/*(v.i)*:டெஅ* (eə*) / to oppose and challenge, சவாலாக ஏற்றுச் செயலாற்று; to be bold enough, துணிவு கொள். • *I* **dare**

not do it. • *She* **dared** *to irritate him.* **daredevil***(n)*: a person who dares, துணிச்சல் உள்ளவர்.

darg/da:g/*(n)*: டாக்: / a day's work, ஒரு நாளில் செய்யப்படும் வேலை.

dar-ing/deəriŋ/*(adj)*:'டɛəரிங் / adventurous, துணிச்சலான; bold, தைரியமான. **daring***(n)*: boldness, துணிச்சல்; bravery, வீரம்.

dark/da:k/*(adj)*:டாக் / without light, இருட்டான; gloomy, மங்கலான; mysterious, விளக்கம் இல்லாத, தெளிவு ஏற்படாத, புதிரான. • *The modern age is really a* **dark** *age.* • *The* **dark** *days of my life are not yet over.* **dark***(n)*: absence of light, இருட்டு. **darksome***(adj)*: dark, இருண்ட; gloomy, அதிக ஒளி இல்லாத. **darkness***(n)*: want of light, இருள், கவலை; perplexity, மனக் கலக்கம் **darkish***(adj)*.

dark-en/'da:kən/*(v.t)*:'டாக்கஅன் / to make dark or darker, இருள் உண்டாக்கு, அதிக இருளாக்கு; to sadden, வருத்தமுண்டாக்கு; become dark, இருட்டாகு. • *The presence of some hooligans* **darkened** *the festivities.*

dark horse/da:khɔ:s/*(n)*:'டாக்ஹாɔ:ஸ் / unknown person who has come out successfully unexpectedly, எதிர்பாராத வகையில் வெற்றி பெறும் சாதாரணமான மனிதன்.

dark-room/'da:krum/*(n)*:'டாக்ரூம் / a room for photographic work, with normal light excluded, புகைப்பட பிரதி எடுக்கும் வேலைகளைச் செய்யும் இருட்டறை.

dar-ling/'da:liŋ/*(n)*:'டாலிங் / dearly beloved, அன்புக்குரியவர்; a favourite, அன்புக்குரியது, செல்லக் குழந்தை. • *The child is the* **darling** *of all people in the street.*

darn/da:n/*(v.t)*:டான் / to mend, இழை ஓட்டு, சீராகச் செய். **darn***(n)*: a place that has been mended, இழை போட்டுத் தைத்த இடம்.

dar-nel/'da:nl/*(n)*:'டான்ல் / a grass like weed, புல் போன்றகளை.

dart/da:t/*(n)*:டாட் / a pointed weapon, அம்பு, கணை; a sudden rapid motion, திடீர் இயக்கம்; short spear, சிறிய ஈட்டி. **dartingly***(adv)*: rapidly, குதித்துப் பாய்ச்சலாக. **dart** *(v.t-v.i)*: to throw the weapon, ஈட்டியை எறி; to jump suddenly, திடீரெனக் குதி, பாய். • *The cat* **darted** *out of the room and ran across the street.*

dash/dæʃ/*(v.t)*:டாஷ் / to strike with violence, பலமாகத் தாக்கு; to collide, மோது; to throw with force, பலமாக எறி. • *She* **dashed** *the glass plate into pieces.* to run fast, பாய்ந்து, வேகமாகச் செல்; to spoil, வீணாக்கு. • *The continuous rains* **dashed** *our hopes for an excursion.* **dash***(n)*: a violent movement, திடீர் இயக்கம்; a collision, மோதல்; a mark, ஒரு குறி. **dashing**/'dæʃiŋ/*(adj)*:'டாஷிங்: bold, துணிவுள்ள.

dash-board/'dæʃbɔ:d/*(n)*:'டாஷ்பɔ:ட் / the instrument board with controls in a motor car etc., வண்டிகளில் வேகமானி மற்றும் கருவிகள் பொருத்தப்பட்ட பகுதி.

das-tard/'dæstəd/*(n)*:'டாஸ்ட்டஅட் / a coward, கோழை; a brute, இழிவானவன். **das-tard-ly**/'dæstədli/*(adj)*: 'டாஸ்ட்டஅட்லி / cowardly, கோழைத் தனமாக; meanly, இழிவான; brutal, முரட்டுத்தனமான. **dastardliness** *(n)*: cowardliness, கோழைத் தன்மை.

da-ta/'deitə/*(n, sing)*:'டெய்ட்டஅ / **datum***(n, pl)*: facts or conditions known, அறிந்த உண்மைகள் (அ) நிபந்தனைகள். For any project reporting, **data** is very essential.

da-ta-base/'deitəbeis/*(n)*:'டெய்ட்டஅபெய்ஸ் / information in a computer organized so that one can find things quickly, தேவையானவற்றை எளிதில் கண்டுபிடிக்கும் அளவுக்கு கணினியில் ஒழுங்குபடுத்தப் பட்டுள்ள தகவல்.

da-tal-ler/ˌdeit'ələ*/*(n)*:ˌடெய்ட்'டஅலஅ* / daily labourers, தினக்கூலிகள்.

data processing/'da:tə prəusesiŋ/*(n)*: 'டாடஅ ப்ரஅஉஸெஸிங் / a series of operations on data, esp. by a computer, கணினி மூலம் தகவல்களை ஒழுங்கு படுத்தும் ஏற்பாடுகள், நடவடிக்கைகள்.

date/deit/*(n)*:டெய்ட் / the day, நாள், தேதி; the day, the month and year, நாள், மாதம், ஆண்டு; the time of any event, காலக் குறிப்பு. • **August 15, 1947** *is the day of the declaration of the Independence of India.* • *She wanted to make a* **date** *for the dance with her friend.* a kind of palm tree, பேரீச்ச மரம்; its fruit, பேரீச்சம்பழம். **date** *(v.i)*: to have a date, நாள் குறிப்பிடு. • *The letter* **dates** *back to 15th August, 1947.*

date-less/'deitlis/*(adj)*:'டெய்ட்லிஸ் / with no date, நாட்குறிப்பு இல்லாத; endless, முடிவில்லாத; from ancient times, தொன்று தொட்டு உள்ள. • *It is a* **dateless** *rock.* limitless, எல்லையில்லா.

da-tive/'deitiv/*(n)*:'டெய்ட்டிவ் / fourth case, நான்காம் வேற்றுமை, மறைமுகச் செயப்படு பொருளைக் குறிப்பிடுவது.

D

da-tu-ra/'dʌturə/*(n)*: 'டட்டூரə / a kind of poisonous plant, உன்மத்தஞ்செடி (ஊமத்தஞ்செடி); its fruit, அதன் கனி.

daub/dɔ:b/*(v.t-v.i)*:டா:ப்: / to smear, கறைப்படுத்து; to paint roughly, வண்ணத்தை அலங்கோலமாகப் பூசு; to spoil, வீணாக்கு. • *Please* **daub** *plaster on the brick wall.* **daubery***(n)*.

daugh-ter/'dɔ:tə*/*(n)*:'டா:ட்டə* / one's female child, மகள். **daughter-in-law***(n)*: the wife of one's son, மருமகள்.

daunt/dɔ:nt/*(v.t)*:டா:ன்ட் / to check, தடு; to discourage, துணிவிழக்கச் செய்; to frighten, பயமுறுத்து, அச்சுறுத்து. • *The dark future often* **daunts** *me.* **dauntless**/'dɔ:ntlis/*(adj)*: 'டா:ன்ட்லிஸ் / fearless, அச்சமற்ற; persevering, விடாமுயற்சியுள்ள. • *The police cornered the robbers in a* **dauntless** *encounter.*

dau-phin/'dɔ:fin/*(n)*:'டா:ஃபின் / heir apparent to the French throne, பிரான்சு நாட்டு வாரிசு, இளவரசர்.

davit/'dævit/*(n)*:'டெ்விட் / pair of cranes to lower or raise a ship's boat, கப்பலின் படகை மேலும் கீழும், ஏற்ற, இறக்க உதவும் தூக்குப் பொறிகள்.

Davy-lamp/'deivilæmp/*(n)*:'டெய்வி'லஜம்ப் / the coal miner's safety lamp, சுரங்கத் தொழிலாளிகளின் காப்பு விளக்கு.

daw/dɔ:/*(n)*:டா: / a kind of bird, ஒருவகைப் பறவை.

daw-dle/'dɔ:dl/*(v.t-v.i)*:'டா:ட்ல் / **dawdled, dawdling**: to loiter, சோம்பித் திரி; to waste time, பொழுதை வீணாக்கு. **dawdler***(n)*: an idler, சோம்பேறி.

dawn/dɔ:n/*(n)*:டா:ன் / the beginning of the day, விடியற்பொழுது, வைகறை; a beginning, ஆரம்பம். • **Dawn** *broke over the large river.* **dawn***(v.i)*: to appear, உதி, தோன்று. • *The day* **dawned** *with a sky full of dark clouds.*

day/dei/*(n)*:டெ:ய் / the time from sunrise to sunset, சூரிய உதயம் முதல் சூரியன் மறைவு (மாலை) வரை உள்ள கால அளவு; a period of 24 hours, 24 மணி நேர கால அளவு. • *The cat sleeps by* **day** *and feeds at night.*

day-book/'deibuk/*(n)*:'டெ:ய்பு:க் / the account book of day to-day money transactions, வரவு-செலவு பதியும் தினக் குறிப்பேடு.

day-break/'deibreik/*(n)*:'டெ:ய்ப்:ரெய்க் / dawn, விடியற்காலை. • *After spending a sleepless night, we left the place at* **daybreak**.

day care/deikeə*/*(n)*:டெ:ய்கெə* / the supervision of young children during the working day, the care provided by a day centre, பணிக்குச் செல்லும் பெற்றோர்களின் சிறு குழந்தைகளுக்கான காப்பகம்.

day dream/deidri:m/*(n)*:டெ:ய்ட்:ரீம் / a pleasant fantasy or reverie, பகல் கனவு.

day light/'deilait/*(n)*:'டெ:ய்லய்ட் / the light of the day, dawn, openness, பகலில் தோன்றும் ஒளி, விடியல்.

daytime/'deitaim/*(n)*:'டெ:ய்டய்ம் / the part of the day when there is natural light, பகல்பொழுது.

daze/deiz/*(v.t)*:டெ:ய்ஸ்: / **dazed, dazing**: to confuse, குழப்பு; to stupefy, திகைக்க வை; to make senseless, மழுங்கச் செய். • *He stood* **dazed** *when an axe fell on him.* **daze***(n)*: bewilderment, திகைப்பு. • *After meeting her lover, she was in a* **daze** *for a month.*

daz-zle/'dæzl/*(v.t)*:'டஜஸ்:ல் / **dazzled, dazzling**: to confuse, குழப்பு; to make the eyesight dim by a strong light, மிகுந்த ஒளியால் கண் கூசச் செய். • *During night sodium lamps* **dazzle** *my eyes.* • *The sight of the beautiful garden,* **dazzled** *him.* **dazzle***(n)*: glitter, கண் கூசும் ஒளி. • *The* **dazzle** *of the spot lights blinded his eyes for a while.* **dazzling***(adj)*.

dea-con/'di:kən/*(n)*:'டீ:க்கən / an officer of the church, கிறித்தவக் கோயிலின் நிர்வாக அதிகாரி.

de-activate/'di:'æktiveit/*(v.t)*: 'டீ:'ஜக்டிவெய்ட் / make inactive or less reactive, முடக்கு, செயல்பாட்டைத் தடை செய்.

dead/ded/*(adj)*:டெ:ட் / inanimate, உயிரற்ற; lifeless, இறந்த, வளர்ச்சியற்ற. • *He was half* **dead** *with fear when he suddenly saw the cobra.* • *Latin is no* **dead** *language.*

dead-en/'dedn/*(v.t-v.i)*:டெ:ட்ன் / to weaken, ஆற்றல், வலிவு இழக்கச் செய்; to make dead, உயிரிழக்கச் செய்; to deprive spirit, உற்சாகம் இழக்கச் செய். • *The cold winter* **deadened** *his tired limbs.*

dead end/'dedend/*(n)*:'டெ:ட்:என்ட்: / a closed end of a road or passage, a situation offering no prospect of progress, தெரு முட்டு, முன்னேற வழியில்லாத நிலை.

dead-line/'dedlain/*(n)*:'டெ:ட்:லய்ன் / a time limit for the completion of an activity etc., ஒரு வேலையை முடிப்பதற்கான காலவரையறை.

dead-lock/'dedlɔk/*(n)*:'டெ:ட்:லாக் / a complete standstill, செயலற்ற நிலை, முட்டுக்கட்டை; impasse, இக்கட்டான நிலை. • *The union and the management reached a* **deadlock** *over bonus issue.*

dead-ly/'dedli/*(adj)*:'டெ:ட்:லி / fatal, உயிருக்குக் கேடு விளைவிக்கக் கூடிய, ஆபத்தான. • *The terrorists are* **deadly** *enemies to the government.* **deadly***(adv)*: as if dead,

இறந்தது போன்று. • *There is a **deadly** dullness in the storm weather.*

dead-march/ded'ma:tʃ/*(n)*:டெட்:'மார்ச் / solemn music, பிணப்பறை, சவ ஊர்வல இசை.

dead-pan/ˌded'pæn/*(adj & adv)*: ˌடெட்:'பஸன் / lacking expression or emotion, உணர்வற்ற, உணர்ச்சியற்ற.

deaf/def/*(adj)*:டெ:ஃப் / having poor hearing, காது கேளாத, செவிடான. **deafen**/'defn/*(v.t)*:'டெ:ஃப்ன் / to make deaf, செவிடாக்கு; to make unable to hear, கேட்க முடியாதபடி செய். • *The pounding of the machines **deafened** the students preparing for the examination.*

deal/di:l/*(n)*:டீ:ல் / an amount, ஒரு தொகை, பகுதி; trade, வணிகம். • *The business **deal** closed after an awful quarrel.* bargain, பேரம்; a kind of light wood, சாதிக்காய் மரம். **deal***(v.t-v.i)*: to do business in, வாணிகம் செய், செயல்படு. • *He **deals** in shady transactions.* manage, நிர்வாகம் செய். • *We have to **deal** with all kinds of people.* **deal-er**/'di:lə*/*(n)*: டீ:லə* / trader, வாணிகம் செய்பவர். • *He is a **dealer** in smuggled goods.* **deal-ings**/ di:liŋz/*(n)*:'டீ:லிங்ஸ் / behaviour, நடத்தை; business relations, வாணிகத் தொடர்பு; transactions, வரவு செலவு, கொடுக்கல் வாங்கல் முதலிய செயல்கள். • *Some banks have no commercial **dealings**.* **dealership**/'di:ləʃip/*(n)*:'டி:லəஷிப் / an authorised sales agency, அங்கீகரிக்கப்பட்ட விற்பனையாளர், விநியோகஸ்தர்.

dealt/delt/*(v)*/ *(p.t & p.p)* டெ:ல்ட் / of "deal", "deal" என்பதன் இறந்தகால வினைமுற்று.

dean/di:n/*(n)*:டீ:ன் / the head of a department in a university, பல்கலைக்கழகத் துறை முதல்வர்; the clergyman in charge of a cathedral of church, கிறித்தவக் கோயில் மதகுரு. • *Sri Ram is the **dean** of the Arts Faculty.*

dear/diə*/*(adj)*:டியə* / beloved, அன்பான, அருமையான; expensive, விலை அதிகமான (அ) அதிக விலையுள்ள. • *The dress is too **dear** and I cannot buy it.* **dear** *(n)*: one who is loved, அன்புக்குரியவர். • *You are so **dear** to bring me such a costly present.* **dear***(adv)*: at a high price or cost, அதிக விலையில். • *The coat cost me **dearly**.* **dearly***(adv)*. **dearness***(n)*: fondness, அன்பு நிலை; high cost, விலையேற்றம். **dearness allowance**: extra money paid because of the price rise, கிராக்கிப்படி, அகவிலைப்படி, விலையேற்ற ஈட்டு ஊதியம்.

dearth/dɜ:θ/*(adj)*:டஃ:த் / scanty, இல்லாத; scarce, பஞ்ச நிலையிலுள்ள. • *There is no **dearth** of good engineers in India.*

death/deθ/*(n)*:டெ:த் / the end of life, demise, மரணம். • *I welcome **death** at any time.* **deathless***(adj)*: eternal, நிலையாக உள்ள. **deathbed***(n)*: bed on which a person dies, ஒருவரின் இறுதிக்காலப் படுக்கை. **deathblow***(n)*: a blow that kills, மரண அடி. **death warrant***(n)*: an official order for executing a criminal, தூக்குத் தண்டனை ஆணை.

death-rate/'deθreit/*(n)*:'டெ:த்ரெய்ட் / the number of deaths per thousand of population per year, இறப்பு விகிதம்.

de-ba-cle/dei'ba:kl/*(n)*:டி:'ப:ஃக்ல் (டெ-, டெய்-) / sudden collapse, திடீர் தகர்வு, படு வீழ்ச்சி.

de-bar/di'ba:*/*(v.t)*:டீ:பா:* / exclude, விலக்கு; prevent, தடை செய், உரிமையை நீக்கு.

de-bark/di'ba:k/*(v.t-v.i)*:டி:'பா:க் / come on shore, கரைக்கு வந்து சேர்.

de-base/di'beis/*(v.t)*:டி:'பெ:ய்ஸ: / to make lower in value, மதிப்பைக் குறை; to degrade, தரம் தாழ்த்து; adulterate, கலப்படம் செய்.

de-bate/di'beit/*(v.t-v.i)*:டி:'பெ:ய்ட் / **debated, debating**: to argue, வாதாடு; to dispute, சர்ச்சை செய். • *The members were still **debating** at 9 P.M.* **debater***(n)*: one who debates, வாதாடுபவர். **debate***(n)*: an argument, வாக்குவாதம்; a discussion, சர்ச்சை. • *There is a **debate** about the farm price increase.*

de-bauch/di'bɔ:tʃ/*(n)*:டி:'ப:ɔச் / immoral conduct, தீய ஒழுக்கம், தீய நடத்தை. **debauch***(v.t)*: go astray, lead astray, நெறி தவறு, தவறச்செய். **debauched***(adj)*: immoral, ஒழுக்கமற்ற. • *She has a **debauched** character.* **de-bauch-ee**/ ˌdebɔ:'tʃi:/*(n)*:டி:'ப:ɔச்'சீ / a drunkard, குடிகாரர்; one given to sensual pleasures in excess, தீயொழுக்கம் உடையவர். **de-bauch-e-ry**/di'bɔ:tʃəri/*(n)*:டி:'ப:ɔச்சəரி / intemperance in sensual pleasures, சிற்றின்பம் கொள்ளல், தீயொழுக்கம், wild drunkenness, அளவு மீறிய குடிப்பழக்கம்.

de-ben-ture/di'bentʃə*/*(n)*: டி:'பெ:ஞ்ச்சə* / a loan bond, கடன் பத்திரம்.

de-bil-i-tate/di'biliteit/*(v.t)*:டி:ˌபி:லிட்'டெய்ட் / **debilitated, debilitating**: weaken, பலவீனப்படுத்து; make feeble, செயல் இழக்கும்படி செய். • *The seige **debilitated** the enemy.* **de-bil-i-ty**/di'biləti/ *(n)*:டி:'பி:லிட்டி / weakness, வலுவின்மை; feebleness, தளர்ச்சி. • *The old woman's **debility** prevented her from moving out of her house.*

deb-it/'debit/*(n)*:'டெ:பி:ட் / a debt, கடனாகக் குறிக்கப்படும் பற்றுத் தொகை. **debit***(v.t)*: make account entry as having been paid to, பற்று எழுது, செலவாகக் கணக்கில் குறி. • *The bank* **debited** *her account for the loan instalment due.*

deb-o-nair/ˌdebəˈneə*/(*adj*):ˌடெபʼஅ'னஎஅ* / pleasant, மனமகிழ்வுள்ள; courteous, மதிப்புள்ள. • *A* **debonair** *and well-dressed man is always respected.*

D

de-bouch/diˈbautʃ/(*v.i*): டி:'பஅச் (-பூ:ச்) / to emerge from a narrow or confined place into plain, குறுகிய பகுதியினின்று சமவெளிப் பகுதியில் நுழை; to emerge, திடீரென்று தோன்று. • *A river* **debouches** *on the plains.* • *I saw a crowd* **debouching** *from a train.*

de-bris/ˈdeibri:/(*n*):'டெ:ப்:ரி / ruins, சிதை பொருள்; scattered fragments, கூளம், சிதறிக் கிடக்கும் துகள்கள். • *The* **debris** *of buildings after a sudden bomb-blast is awful to look at.*

debt/det/(*n*):டெட் / payment that must be made, but not yet made to somebody, கடன். • *My* **debts** *are large and secrets heavy.*

debt-or/ˈdetə*/(*n*):'டெ:ட்டஅ* / one who owes something to others, கடனாளி. • *I am a* **debtor**.

de-bunk/ˌdi:ˈbʌŋk/(*v*):'டீ:'பங்க் / to remove false sentiment, opinion and tell out the truth, நடுநிலையில் நின்று உண்மையை வெளிப்படுத்து, தவறான கருத்துக்களைத் தள்ளி வை.

de-but/ˈdeibju:/(*n*):டெ:ய்பூ: (டெ:பூ:) / first public appearance as performer, அரங்கேற்றம். **debut**(*v.i*): to start, துவக்கம் செய். • *She decided to* **debut** *with her sisters in the music recital.*

dec-ade/ˈdekeid/(*n*):'டெ:க்கெய்ட்: (டிக்-) / a period of ten years, பத்தாண்டு கால அளவு.

dec-a-dence/ˈdekədəns/(*n*): 'டெ:க்கஅட:அன்ஸ் (டி:'க்கெய்-) / decay, சிதைவு, நலிவு; falling to a lower level, வீழ்ச்சி. • *The fall of the Moghul empire can be attributed to internal* **decadence**. **dec-a-dent**/ˈdekədənt/(*adj*): 'டெ:க்கஅட:அன்ட் / decaying, அழிகின்ற; declining, சிதைவுறுகிற. • *Excessive money is a sure sign of* **decadent** *life.*

Dec-a-logue/ˈdekəlɔg/(*n*):'டெ:க்கஅலொக்: / The Ten Commandments, கிறித்தவ சமயத்தின் பத்துக் கட்டளைகள்.

de-camp/diˈkæmp/(*v.i*):டி'க்கஆம்ப் / to abscond, மறைந்து விடு; to run away, ஓடிப்போ; escape, தப்பிச்செல். • *The scouts* **decamped** *before the storm began.* The owner of the finance company has **decamped** with the money collected from the public. **decampment**(*n*): the act of escaping, தப்பிச் செல்லல்.

de-cant/diˈkænt/(*n*):டி:'க்கஆன்ட் / to pour slowly so as not to disturb the sediment, வண்டல் கலங்காமல் மெதுவாக ஊற்று. **decantation**: the process of decanting, தெளிய வைத்து இறுத்தல்.

de-cap-i-tate/diˈkæpiteit/(*v.i*): டி:'க்கஆப்பிட்டெய்ட் (டீ:-) / **decapitated, decapitating**: to behead, தலையை வெட்டு. • *The dog was* **decapitated** *by the wheel of the moving car.*

de-cay/diˈkei/(*v.t-v.i*):டி:'க்கெய் / to decompose, அழிவுறு; to rot, அழுகு. • *The vegetables began to* **decay** *due to rain.* to spoil, சிதை; to decline, வீழ்ச்சியுறு. **decay**(*n*): decomposition, அழுகுதல்; declination, வீழ்ச்சி. • *The* **decay** *in the national politics was set in after Rajiv Gandhi was murdered.*

de-cease/diˈsi:s/(*n*):டி:'ஸீஸ் / death, இறத்தல், மரணம். **decease**(*v.t*), **deceased, deceasing**: to die, இற. **deceased**(*adj*): dead, இறந்துள்ள. **deceased**(*n*): a dead person, இறந்தவர், பிணம்.

de-ceit/diˈsi:t/(*n*):டி:'ஸீட் / fraud, ஏமாற்றுதல்; untruthfulness, பொய்மை; misrepresentation, வேண்டுமென்றே தவறாக விவரித்தல். • **Deceit** *is a way of life for some politicians.* • *Never acquire a reputation for* **deceit**. **de-ceit-ful**/ diˈsi:tful/(*adj*): டி:'ஸீட்ஃபுல்: cheating, ஏமாற்றுகிற, ஏமாற்றும் தன்மையுள்ள, வஞ்சிக்கிற; misleading, தவறாக வழி நடத்துகிற. • *A* **deceitful** *person cannot have good friends.* **de-ceive**/diˈsi:v/(*v.t*), டி:'ஸீவ்: **deceived, deceiving**: to defraud, ஏமாற்று; to mislead, தவறான வழிகாட்டு. **deceiver**(*n*): one who deceives, ஏமாற்றுகிறவர்.

De-cem-ber/diˈsembə*/(*n*):டி:'ஸெம்பஅ* / the twelfth month of the English Calendar, ஆங்கில ஆண்டின் 12வது மாதம்.

de-cel-e-rate/ˌdi:ˈseləreit/(*v.i*): டீ:'ஸெலஅ'ரெய்ட் / to slow down, வேகத்தைக் குறை; to reduce speed, மந்தமாகு. **deceleration**(*n*).

de-cen-ni-al/diˈsenjəl/(*adj*):டி:'ஸென்யஅல் (டெ:-னியஅல்) / of ten year period, பத்தாண்டுகள் கொண்ட; every ten years, பத்து ஆண்டுகளுக்கு ஒருமுறை நிகழ்கிற.

de-cent/ˈdi:snt/(*adj*):'டீ:ஸ்ன்ட் / respectable, மதிப்பிற்குரிய; proper, தகுதியாக உள்ள; reasonable, நியாயமான; fair, மதிப்பான தோற்றமுடைய. • *What is* **decent** *dress is any body's guess.* **de-cen-cy**/ˈdi:snsi/ (*n*):'டீ:ஸ்ன்ஸி / respectable behaviour, நல்ல ஒழுக்கமுள்ள நடத்தை. • *As people* *crowd in public places,* **decency** *in social behaviour is not observed.* **decently** *(adv).*

de-cen-tra-lize/ˌdiː'sentrəlaiz/*(v.t)*: டீ'ஸென்ட்ரலைஸ்: / to transfer central authority to the states, அதிகாரத்தைப் பகிர்ந்து கொடு. **decentralization***(n).*

de-cep-tion/di'sepʃn/*(n)*:டி'ஸெப்ஷன் / deceiving or being deceived, ஏமாற்றுதல், ஏமாறுதல்; the thing that deceives, மோசடி, வஞ்சம். **de-cep-tive**/di'septiv/*(adj)*: டி'ஸெப்டிவ் / deceitful, ஏமாறச் செய்கிற; delusive, மயங்க வைக்கிற. **deceptively** *(adv).*

de-ci-bel/'desibel/*(n)*:'டெஸிபெல் / a unit for measuring the relative loudness of sounds, ஒலி அளவை.

de-cide/di'said/*(v.t)*:டி'ஸைட்: / to determine, முடிவு செய், தீர்ப்பளி; to judge, தீர்மானம் செய்.

de-cid-u-ous/di'sidjuəs/*(adj)*:டி'ஸிட்யுஅஸ் (-டுஅஸ்) / shedding leaves in Autumn, ஆண்டுதோறும் பருவகாலத்தில் இலையுதிர்கிற; shedding horns or skins, கொம்பு (அ) தோலை உதிர்க்கின்ற.

de-ci-mal/'desiml/*(n)*:'டெஸிமல் / a tenth fraction, பத்தின் பின்னம், பத்தின் கூறு.

de-ci-mate/'desimeit/*(v.t)*:'டெஸிமெய்ட் / **decimated, decimating**: to put to death one out of every ten, பத்தில் ஒன்றை அழி; to make much smaller in number, பேரளவைக் குறை. **decimation***(n).*

de-ci-pher/di'saifə*/*(v)*:டி'ஸைஃபஅ* / to interpret the meaning of something written that is difficult to make out, இரகசியக் குறியெழுத்தின் பொருளைக் கண்டுபிடி; to make out and read, கண்டுபிடித்துப் படி. • *It requires patience to* **decipher** *old manuscripts.*

de-ci-sion/di'siʒn/*(n)*:டி'ஸிஜன் / final opinion, முடிவான கருத்து. • *The* **decision** *is to go ahead with the project.* **de-ci-sive**/di'saisiv/*(adj)*: டி'ஸைஸிவ் / conclusive, முடிவான; convincing, அறிவுறுத்துகிற. • *The* **decisive** *aspect of the project is whether to work or not to work.*

deck/dek/*(n)*:டெக் / the upper floor of a ship, கப்பலின் மேல் தளம். • *The store room is on the `c'* **deck**. **deck***(adj)*: having a deck or floor upon, மேல் தளம் உள்ள. **deck***(v.t)*: adorn, ஒப்பனை செய்; dress, ஆடையணி. • *She was well* **decked** *in her festival best.*

de-claim/di'kleim/*(v.t)*:டி'க்லெய்ம் / to speak loudly and emotionally, உணர்ச்சி வசப்பட்டுப் பேசு. • *The parliament member was* **declaiming** *against the waste of the tax payers' money.*

dec-la-ma-tion/ˌdeklə'meiʃn/*(n)*: ˌடெக்லஅ'மெய்ஷன் / a set speech in fine language, பகட்டான மேடைப் பேச்சு (அ) சொற்பொழிவு. **declamatory***(adj).*

dec-la-ra-tion/ˌdeklə'reiʃn/*(n)*: ˌடெக்லஅ'ரெய்ஷன் / a deliberate announcement, அறிக்கை; a firm statement, உறுதிமொழி. • *The* **declaration** *made by the minister that the opposition leader was a traitor, was most unfair.*

de-clare/di'kleə*/*(v)*:டி'க்லஎஅ* / **declared, declaring**: to announce, அறிவி. • *She* **declared** *that the charges against her were totally false.* to proclaim, விளம்பரப்படுத்து; choose to stop playing though not out, கிரிக்கெட்டில் வெற்றி பெறும் நோக்கத்துடன் முழுவதும் ஆடா விட்டாலும் ஆட்டத்தை நிறுத்திக்கொள்.

de-clen-sion/di'klenʃn/*(n)*:டி'க்லென்ஷன் / deterioration, சிதைவு; various forms of nouns and pronouns according to cases, வேற்றுமை உருபுகள்.

dec-li-na-tion/ˌdekli'neiʃn/*(n)*: ˌடெக்லி'னெய்ஷன் / descent, downward slope, சரிவு, இறக்கம். **de-cline**/di'klain/*(v)*:டி'க்லைன்: to fall off, கீழ் நோக்கிச் சரி; to refuse, மறுப்பளி; to decrease, குறைவுறு; to give the case of nouns, பெயர்ச்சொல் திரிபு கூறு.

de-cliv-i-ty/di'klivəti/*(n)*:டி'க்லிவிட்டி / a downward slope, கீழ் நோக்கிச் சரிவு.

de-coct/di'kɔkt/*(v.i)*:டி'க்காக்ட் / extract essence by boiling, சாறு காய்ச்சி இறுத்து விடு, காய்ச்சி வடிகட்டு. **de-coc-tion**/ di'kɔkʃn/*(n)*: டி'க்காக்ஷன் / the extract got by boiling, கொதித்து இறுக்கிய வடிநீர்.

de-code/'diː'kəud/*(v)*:'டீ'கஅஉட்: / to convert into ordinary language, குறிவடிவிலிருந்து மொழி வடிவிலாக்கு

de-com-pose/ˌdiːkəm'pəuz/*(v.t)*: ˌடீக்கம்ப்'பஅஉஸ்: / to rot, அழுகு. • *The egg* **decomposed** *after a day of rain.* to separate into component parts, பகுதிகளாகப் பிரி. **de-com-po-si-tion**/ ˌdiːkɔmpə'ziʃn/*(n)*:'டீ:ˌக்கம்பஅ'ஸி:ஷன் / decay, சிதைத்தல், அழுகுதல்; separating into its elements, பகுதிகளாகப் பிரித்தல். • **Decomposition** *of water is called 'electrolysis.'*

de-con-ges-tant/'diːkən'dʒestənt/*(adj)*: 'டீகஅன்'ஜெஸ்டன்ட் / that relieves (esp. nasal) congestion, (மூக்கு) அடைப்பை சீர் செய்யக்கூடிய.

de-con-tam-i-nate/ˌdi:kən'tæmineit/(v.t):'டீக்கண்ட்'டேமினெய்ட்/**decontaminated, decontaminating**: to free from contamination, நச்சு நீக்கு, சுத்தப்படுத்து, தூய்மையாக்கு. • *It is absolutely necessary to* **decontaminate** *the water brought from distant places before it is supplied to city dwellers.* **decontamination**(n).

de-con-trol/ˌdi:kən'trəul/(v.i): 'டீ:ˌக்கன்'ட்ரஉல் / **decontrolled, decontrolling**: to release from control, கட்டுப்பாட்டை நீக்கு. • *For healthy competitions, the government should* **decontrol** *the prices of foodgrains.* **decontrol**(n): the act of removing control, கட்டுப்பாட்டை நீக்குதல்.

de-cor/'deikɔ:*/(n):டெய்க்கோ* / that which is good in appearance, அழகிய தோற்றம்.

dec-o-rate/'dekəreit/(v.t):'டெக்கரெய்ட் / **decorated, decorating**: to adorn, அலங்கரி. • *The building is* **decorated** *in the Pallavan architectural style.* to beautify, அழகுபடுத்து; to give a medal to, பதக்கம் அளி. **dec-o-ra-tion**/ˌdekə'reiʃn/(n):ˌடெக்க'ரெய்ஷன் / the act of decorating, அலங்காரம் செய்தல். • *Interior* **decoration** *of the house is beautiful.* trimming, ஒப்பனை; a medal, பதக்கம். **decorated**(adj), **decorative** (adj), **decorator**(n).

de-co-rum/di'kɔ:rəm/(n):டி'க்கோ:ரம் / decency, மதிப்பான; etiquette, பண்பாடான. **decorous**(adj): decent, நற்பண்புள்ள; befitting, பொருத்தமான.

de-coy/di'kɔi/(v.t):டி'க்காய் / to entrap, ஏமாற்றிப் பிடி. • *They* **decoyed** *the birds right in front of the trap.* ensnare, வசியப்படுத்து. **decoy**(n): a trap, பொறி; a person trained in enticing others, வசியப்படுத்திக் கடத்துவதில் தேர்ச்சி பெற்றவர்.

de-crease/'di:kri:s/(v.t-v.i):'டிக்ரீஸ் (டீ) / to make less, குறை. • *The ration was* **decreased** *by 20%.* **decrease**(n): lessening, குறைத்தல்; reduction, குறைவு. • *The* **decrease** *was 20%.* **decreasingly**(adv).

de-cree/di'kri:/(n):டி'க்ரீ / an order, கட்டளை; judgement, சட்டப்படியான தீர்ப்பு. • *The sub-judge has issued a* **decree** *in favour of the plaintiff.* **decree**(v.t), **decreed, decreeing**: to order, உத்தரவிடு; to adjudge, சட்டம் இயற்று, தீர்ப்புக் கூறு. • *The suit was* **decreed** *in favour of the plaintiff.*

decrement/'dekrimənt/(n):'டெக்ரிமண்ட் / gradual decrease, the quantity lost by diminution or waste, சீரான குறைப்பு, கழிவினால் உண்டாகும் பொருளிழப்பு.

de-crep-it/di'krepit/(adj):டி'க்ரெப்பிட் / worn out by age, முதுமை அடைந்த, தளர்ச்சியுற்ற. • *He is a* **decrepit** *man who can hardly work.*

de-crep-i-tude/di'krepitju:d/(n): டி'க்ரெப்பிட்யூட்: / infirmity, இயலாமை, ஆதரவின்மை.

de-cres-cent/ˌdi:kri'ʃənt/(adj): ˌடிக்ர'ஷண்ட் / decreasing, குறைகின்ற; waning, தேய்கிற.

de-cry/di'krai/(v.t):டி'க்ராய் / to censure, அவதூறு கூறு, குற்றஞ்சாட்டு; to blame, பழி கூறு. • *The member* **decried** *the state of education in the country.*

de-cum-bent/di'kʌmbənt/(adj): டி'க்கம்பஉண்ட் / lying along ground, படுத்த நிலையிலுள்ள.

de-di-cate/'dedikeit/(v.t):'டெடிக்கெய்ட் / to devote, படைப்பாக்கு. • *The ancient Indians* **dedicated** *many shrines to Lord Rama.* **de-di-ca-tion**/ˌdedi'keiʃn/(n): ˌடெடிக்'கெய்ஷன் / writing a person's name in the front page of the book as a mark of honour, சமர்ப்பித்தல்.

de-duce/di'dju:s/(v.t):டி'ட்யூஸ் / **deduced, deducing**: to draw as conclusion, தெரிந்த தேற்றங்களின் மூலம் அறுதியிடு, உய்த்துணர். • *From the evidence, the magistrate* **deduced** *that the government was at fault.* **deducement**(n): inference, ஊகித்து முடிவு செய்தல், ஆய்ந்து எடுக்கப்படும் முடிவு.

de-duct/di'dʌkt/(v.t):டிடக்ட் / to subtract, குறை; to take away from, எடுத்து விடு. • *The cost of the journey will be* **deducted** *from the deposit.* **deduction**(n).

deed/di:d/(n):டீட் / an act, செயல்; written legal document, சட்ட முறை ஆவணம். • *Do a good* **deed** *now; do not postpone to another day.*

deem/di:m/(v.i):டீம் / to consider, கருது; to judge, மதிப்பிடு. • *I* **deemed** *it wise to refuse the offer of the government. The action taken is* **deemed** *fit.*

deep/di:p/(adj):டீப் / extending far down from the surface or top, ஆழமான, ஆழ்ந்த; sound and heavy, திண்ணிய. • *Life seems to be* **deep**, *very* **deep**. **deep**(adv): far, வெகு ஆழமாக உள்ள. **dee-pen**/'di:pən/ (v.t):'டீப்பன் / to make deep, ஆழமாக்கு. • *They* **deepened** *the shallow lake.*

deep freeze/ˌdi:p'fri:z/(n):ˌடீப்'ஃப்ரீஸ் / a refrigerator in which food can be quickly frozen, suspension of activity, குளிர்பதன பெட்டியிலுள்ள, எளிதில் உறையவைக்கும் பகுதி, தற்காலிக செயல் நிறுத்தம்.

deep fry/ˌdi:pfrai /(v.t):ˌடீப்ஃப்ராய் / fry (usually food) in an amount of fat or oil sufficient to cover it, பொரித்தெடு, எண்ணெயில் நன்றாக வறு.

deep sea/ˌdi:p'si: /*(n)*:ˌடீப்'ஸீ / the deeper parts of the ocean, ஆழ்கடல்.

deer/diə*/*(n)*:'டியə* / a four-footed pretty animal, மான்.

de-face/di'feis/*(v.t)*:டி'ஃபெய்ஸ் / **defaced, defacing**: to erase, அழி; to spoil the fresh appearance of anything, புதிய தோற்றத்தை (அ) அழகைக் கெடு.

de-fac-to/dei'fæktəu/*(adv)*:டே'ஃபஜக்ட்டஉ (டெய்-) / practically, கண்கூடாக; really, உண்மையாக. • *Though the country is free, the government practises* **defacto** *segregation in admissions.*

de-fal-cate/'di:fælkeit/*(v.i)*:'டீஃபஜல்க்கெய்ட் ('டிஃபால்) / **defalcated, defalcating**: to misuse the money entrusted to one, பணத்தைத் தவறாகப் பயன்படுத்து. **defalcation***(n)*: an act of defalcating, பணத்தைக் கையாடல் செய்தல்.

de-fa-ma-tion/ˌdefə'meiʃn/*(n)*: ˌடெஃபə'மெய்ஷən் (டீ-) / slander, பழிப்புரை, அவதூறு. • *The member sued the magazine for* **defamation** *of character.* **de-fa-ma-to-ry**/di'fæmətəri/*(adj)*: டி'ஃபஜமட்டரி / harmful to one's fair name, நற்பெயரைக் கெடுக்கிற, அவதூறாக. • *The minister's speech was* **defamatory** *as he accused the workers in abusive language.*

de-fame/di'feim/*(v)*:டி'ஃபெய்ம் / to slander, பழித்துக் கூறு; to speak ill of, நற்பெயரைக் கெடு. • *The newspaper's editorial* **defamed** *the cine star in definite words.*

de-fault/di'fɔ:lt/*(n)*:டி'ஃபால்ட் / failure to do one's duty, கடமை தவறுதல்; failure, தவறுதல். • *I am in* **default** *to the bank as I have failed to pay the dues.* **de-fault-er**/di'fɔ:ltə*/*(n)*: டி'ஃபால்ட்டə* / one who fails in one's duty, கடமையிலிருந்து தவறுபவர்.

de-feat/di'fi:t/*(v.t)*:டி'ஃபீட் / to win a victory over, தோல்வியுறச் செய்; to beat in a fight, சண்டையில் முறியடி. • *Some problems cannot be solved: Then we feel* **defeated**. • *Do not try to* **defeat** *your enemy, instead win him over by love.* **defeat***(n)*: the act of losing, தோல்வி. • *It is a clear* **defeat** *for the government in the Assembly.*

def-e-cate/'defikeit/*(v.i)*:'டெஃபəக்கெய்ட் / to empty excrement from the bowels, கழிவுகளை வெளியேற்று.

de-fect/di'fekt/*(n)*:டி'ஃபெக்ட் / imperfection, குறை நிலை; shortcoming, குறைபாடு; fault, குற்றம். • *The machine doesn't work; there is some* **defect**. **de-fec-tive**/di'fektiv/*(adj)*:டி'ஃபெக்ட்டிவ் / having a defect, குறைபாடுடைய. • *The machine is* **defective** *in design and structure.*

de-fence/di'fens/*(n)*:டி'ஃபென்ஸ் / protection, பாதுகாப்பு; justification, தற்காப்பு விளக்கம். • *The accused has no* **defence** *as he has no money to engage a lawyer.*

de-fend/di'fend/*(v.t)*:டி'ஃபென்ட் / protect or guard, பாதுகாப்பு செய், காவலில் ஈடுபடு; justify, நியாயப்படுத்து, ஆதரவாகப் பேசு; fight on behalf of, ஆதரவாகப் பேசு, சண்டையிடு. • *The army is expected to* **defend** *the country.* • *The lawyers* **defend** *the rich in the court; the poor are left with meagre defence.*

de-fen-dant/di'fendənt/*(n)*: டி'ஃபென்டன்ட் / a person against whom there is a complaint, பிரதிவாதி; one who resists attack, பாதுகாத்துக் கொள்பவர். • *The* **defendant** *is the government; the plaintiff is a vendor.* **defender***(n)*: one who defends, பாதுகாப்பாளர், ஆதரவாளர்.

de-fen-sive/di'fensiv/*(adj)*:டி'ஃபென்ஸிவ் / protective, பாதுகாப்பு அளிக்கின்ற, ஆதரவு அளிக்கின்ற. • *In war, we have to take* **defensive** *positions sometimes.* **defensive***(n)*: protective operations, தற்காப்பு நடவடிக்கை, பாதுகாப்பு ஏற்பாடு.

de-fer/di'fɜ:*/*(v.t)*:டி'ஃபə* / to submit, கீழ்ப்படி; to yield, விட்டுக்கொடு; to postpone, கால நீட்டிப்புச் செய். • *The solutions for ticklish problems are* **deferred** *by the government.*

def-er-ence/'defərəns/*(n)*:'டெஃபரன்ஸ் / respect, மதிப்பு; regard, பணிவு, மரியாதை. • *In* **deference** *to the wishes of the court, the government withdrew the case against the saint.*

de-fi-ance/di'faiəns/*(n)*:டி'ஃபயன்ஸ் / a challenge, எதிர்ப்பு; disobedience, கீழ்ப்படியாமை. • *His refusal to obey the orders amounts to* **defiance**. **de-fi-ant**/di'faiənt/*(adj)*:டி'ஃபயன்ட் / bold, அடங்காத; resisting, எதிர்க்கிற; disobedient, கீழ்ப்படிய மறுக்கிற. • *I sometimes take* **defiant** *attitude in dealing with my friends.* **defiantly***(adv)*.

de-fi-cien-cy/di'fiʃnsi/*(n)*:டி'ஃபிஷன்ஸி / insufficiency, பற்றாக்குறை; shortage, குறைபாடு. • *A* **deficiency** *account summarises the financial position of a company which is in bad shape.*

D

D

cient/di'fiʃnt/*(adj)*:டி:'ஃபிஷஅன்ட் / insufficient, முழுமையற்ற; lacking, குறைபாடுடைய. • *In scientific field,* **deficient** *knowledge doesn't help.* **de-fi-cit**/'defisit/*(n)*:'டெஃபிஸிட் / deficiency, குறைவு; shortage, பற்றாக்குறை.

de-file/'di:fail/*(v.t-v.i)*:டீ:'ஃபய்ல் / **defiled, defiling**: to contaminate, கறைப்படுத்து; to spoil, அழித்து விடு; to march in files, ஒருவர் பின் ஒருவராக அணிவகு. **defilement***(n)*: the act of defiling, அசுத்தப்படுத்துதல்.

de-fine/di'fain/*(v.t)*:டி:'ஃபய்ன் / **defined, defining**: to set out the limits, எல்லையை வரையறு; to fix the meaning of, சொற்பொருள் வரையறை செய். • *A shrewd person always* **defines** *his terms.*

def-i-nite/'definit/*(adj)*:'டெஃபினிட் / exact, சரியான; sure, உறுதியான. • *A* **definite** *area is not required, only a* **definite** *vision.* **definitely***(adv)*: exactly, சரியாக; surely, நிச்சயமாக. **def-i-ni-tion**/ ˌdefi'niʃn/*(n)*:ˌடெ:ஃபி'னிஷஅன் / explanation of exact meaning, சொற்பொருள்; exposition, வரையறை, விளக்கவுரை.

de-flate/di'fleit/*(v.i)*:டி:'ஃப்லெய்ட் (டீ-) / reduce inflation, மதிப்பைக் குறை; release air from, உள்காற்றை வெளிப்படுத்து.

de-flect/di'flekt/*(v.i)*:டி:'ஃப்லெக்ட் / to turn to a side, ஒருபக்கமாகத் திருப்பு; to distract, பாதையிலிருந்து விலகச் செய்; to bend, வளை, குனி. **de-flec-tion**/di'flekʃn/*(n)*: டி:'ஃப்லெக்ஷஅன் / deviation, வளைவு, திருப்பம்.

de-flow-er/ˌdi:'flauə*/*(v.t)*:டீ:'ஃப்லஉஅ* / to strip off flowers, மலர்களைப் பறித்து எடு; to seduce, கற்பு இழக்கும்படி செய்.

de-for-est/ˌdi:'fɔrist/*(v.t)*:டி:'ஃபாரிஸ்ட் / to clear off the forest, காட்டை அழி. **deforestation***(n)*: the act of deforesting, காட்டை அழித்தல்.

de-form/di'fɔ:m/*(v.t)*:டி:'ஃபா:ம் / to disfigure, உருக்குலை; to make ugly, உருக்குலைத்து அசிங்கப்படுத்து. • *The trees have been totally* **deformed** *by the cyclonic storm.* **de-for-mi-ty**/di'fɔ:məti/ *(n, sing)*/**defor-mities***(n, pl)*: டி:ஃபா:மிட்டி / unnatural form of the body, அருவருப்பான உருவம். **deformed** *(adj)*: having the form changed, உருக்குலைக்கப்பட்ட.

de-fraud/di'frɔ:d/*(v.t)*:டி:'ஃப்ரா:ட் / to cheat, வஞ்சி, ஏமாற்று. • *The women are being* **defrauded** *of their money by their own drunken husbands.*

de-fray/di'frei/*(v.t)*:டி:'ஃப்ரெய் / to pay for, கொடுத்துத் தீர். • *The scholarship amount helped* **defray** *the expenses of the education of the girl.*

deft/deft/*(adj)*:'டெ:ஃப்ட் / handy, கைத்திறனுடைய; skilled, திறமையுடைய. **deftly***(adv)*.

de-funct/di'fʌŋkt/*(adj)*:டி:'ஃபங்க்ட் / no longer in existence, வழக்கிலில்லாத; dead, வழக்கிழந்த, காலஞ்சென்ற. • *The practice of 'Sati' has become* **defunct**.

de-fy/di'fai/*(v.t)*:டி:'ஃபய் / **defied, defying**: to challenge, அறை கூவு, சவால் விடு, எதிர்த்து நில்; to act against, எதிராகச் செயல்படு; to dare, துணிச்சலாகச் செயல்படு. • *Many women came to the police station to* **defy** *the order of the government.* • *I dare not* **defy** *the authority of my wife.*

de-gen-e-rate/di'dʒenəreit/*(v.i)*: டி:'ஜெனஅரெய்ட் / to fall off in quality, சீரழி; to sink low, தரம் தாழ்ந்து விடு. • *The morale of the officials* **degenerated**, *as the government became highly corrupt.* **de-gen-e-ra-tion**/diˌdʒenə'reiʃn/*(n)*: டிˌஜெனஅ'ரெய்ஷஅன் / falling off in quality, சீர்கேடு.

de-glut-ti-tion/ˌdi:glu:'tiʃn/*(n)*: டீ:க்லூட்'டிஷஅன் / swallowing, விழுங்குதல்.

de-grad-a-tion/ˌdegrə'deiʃn/*(n)*: ˌடெ:க்ரஅ'டெ:ய்ஷஅன் / disgrace, அவமதிப்பு, இழிவு.

de-grade/di'greid/*(v.t-v.i)*:டி:'க்:ரெய்ட்: / to reduce in grade or rank, தரங்குறை, தாழ்நிலைப்படுத்து; to disgrace, இழிவுபடுத்து. • *The Manager was* **degraded** *from his post to the lower level of Assistant Manager.* **degrading** *(adj)*: bringing discredit, மதிப்பைக் குறைக்கும்படியான, அவமதிக்கும் தன்மையுள்ள. **de-grad-ed**/ di'greidid/*(adj)*: டி:'க்:ரெய்ட்:டிட்:: debased, இழிவான, ஈனமான. • *I felt* **degraded** *when I failed in the examination.*

de-gree/di'gri:/*(n)*:டி:'க்:ரீ / a grade or rank, தரம், நிலை. • *He finished the work by* **degrees**. a short extent or distance, சிறு தூரம், சிறு அளவுக்கூறு, குறுகிய பரப்பு, குறுகிய எல்லை; a university title, பல்கலைக்கழகப் பட்டம்; a unit of measuring angles, பாகை, அடிப்படை அளவு.

de-hy-drate/ˌdi:'haidreit/*(v.t)*: டீ:'ஹய்ட்:ரெய்ட் / **dehydrated, dehydrating**: to remove moisture from, ஈரம் அகற்று. **de-hy-dra-tion**/ ˌdi:hai'dreiʃn/*(n)*: ˌடீ:ஹய்'ட்:ரெய்ஷஅன் / lack of water content or moisture, உலர்த்தல். **dehydrated**/ˌdi:'haidreitid/

(adj):டீ:'ஹய்ட்:ரெய்ட்டிட்: / without water content, உலர்ந்த.

de-i-fy/'di:ifai/*(v.t)*:'டெ:ய்ஃபய் (டி:ய்-) / to make a God of, கடவுளாக்கு; to worship as a God, தெய்வமாக வணங்கு. • *Rationalists* **deify** *the human intellect.*

deign/dein/*(v.t-v.i)*:'டெ:ய்ன் / to be kind enough, அருள்புரி; to think fit, சரியென்று நினை; to do with honour, மதிப்புடன் செய். • *The director would not* **deign** *to speak to the actress.*

de-i-ty/'di:iti/*(n)*:'டெ:ய்ட்டி (டி:ய்-) / God, கடவுள். • *One's* **deity** *is evident in one's actions.* • *The man became a* **deity** *after his death.*

de-ject/di'dʒekt/*(v.t)*:டி'ஜெக்ட் / dishearten, வருத்தப்படு, உற்சாகமிழந்து இரு. **de-ject-ed**/di'dʒektid/*(adj)*:டி:'ஜெக்ட்டிட்: / depressed, மனச்சோர்வுற்ற; sad, உற்சாகமற்ற. • *When I became bankrupt, I did'nt feel* **dejected**. **de-jec-tion**/di'dʒekʃn/*(n)*:டி'ஜெக்ஷஒன் / depression, மனச்சோர்வு; sadness, உற்சாகமின்மை.

de-ju-re/ˌdei'dʒuəri/*(adv)*:டி'ஜுஅரி (டெ:ய்-) / by right, உரிமைப்படி; by law, சட்டப்படி.

de-lay/di'lei/*(v.t-v.i)*:டி'லெய் / to put something off, தள்ளி வை, ஒத்திப்போடு; to cause to be late, கால நீட்டிப்புச் செய். • *The pilot* **delayed** *the flight until the minister came.* **delay***(n)*: the act of being late or slow, காலதாமதம். • *The* **delay** *in the arrival of the train is warranted due to poor visibility* • *The* **delay** *in the court proceedings is not endurable by the common man.*

de-lec-ta-ble/di'lektəbl/*(adj)*:டி'லெக்ட்டஒப்:ல் / delightful, மகிழ்ச்சியூட்டுகின்ற; pleasant, இன்பமான. • *It is a* **delectable** *dinner in the cine star's house.* **de-lec-ta-tion**/ˌdi:lek'teiʃn/*(n)*ˌடி:லெக்ட்'டெய்ஷஒன் / delight, மகிழ்ச்சி.

del-e-gate/'deligət/*(n)*:'டெ:லிகி:ட் / a representative, பேராளர்; a deputy, பிரதிநிதி. **delegate** *(v.t)*: to send as a representative, பேராளராக அனுப்பு; to depute the responsibility, பொறுப்பை ஒப்படை. **del-e-ga-tion**/ˌdeli'geiʃn/*(n)*: ˌடெ:லி'கெ:ய்ஷஒன் / a group of delegates, பேராளர் குழு; the act of giving out responsibility, பொறுப்பை ஒப்படைத்தல். • *Every Parliament member is eager to join the foreign* **delegation**.

de-lete/di'li:t/*(v.t)*:டி'லீட் / **deleted**, **deleting**: to strike out, அடித்துவிடு; to rub out, அழி, நீக்கு.

del-e-ter-i-ous/ˌdeli'tiəriəs/*(adj)*: ˌடெ:லிட்'டியஒரியஒஸ் / destructive, கேடு விளைவிக்கக்கூடிய; poisonous, விஷத் தன்மையுள்ள. • *The poisonous gases have* **deleterious** *effect on human beings.*

de-lib-e-rate/di'libərət/*(v.t)*:டி'லிப:ஒரிட் / to consult, கலந்தாலோசனை செய்; to ponder, ஆழ்ந்து சிந்தி. • *The judge* **deliberated** *for a long time before delivering his judgement.* **deliberate***(adj)*: careful, கவனமுடன் செய்யப்பட்ட; leisurely, நிதானமாகச் செய்த. intentional, வேண்டுமென்றே செய்யப்பட்ட • *He had committed a* **deliberate** *murder of his wife.* • *What he said, is a* **deliberate** *lie.*

del-i-ca-cy/'delikəsi/*(n)*:'டெ:லிக்கஒஸி / an intricate situation, சிக்கலான நிலை; a difficult position, சங்கடமான நிலை; fineness, நல்ல நாகரிகம், நுண்மை; choice food, விருப்பமான உணவு. • *Dosai is a great* **delicacy** *in South India.* **del-i-cate**/'delikət/*(adj)*:'டெ:லிக்கிட் / not coarse, மென்மையான; fine, நுண் நயமுடைய. • *He is in* **delicate** *health.* • *His health is* **delicate**.

de-li-cious/di'liʃəs/*(adj)*:டி'லிஷஒஸ் / very tasteful, சுவைமிக்க; highly pleasing, மனமகிழ்ச்சி தருகிற. • *We had a* **delicious** *dinner in the hotel.*

de-light/di'lait/*(n)*:டி'லய்ட் / great pleasure, மகிழ்ச்சி. • *She takes great* **delight** *in helping others.* **delightful***(adj)*/ pleasant, இன்பமான; delicious, சுவை மிக்க. • *It is* **delightful** *to watch birds.*

de-lim-it/di:'limit/*(v.t)*:டீ:'லிமிட் / to determine the boundaries, வரையறைப்படுத்து. • *Government has issued orders to* **delimit** *the powers of various officials.* **delimitation** *(n)*: the act of finding the boundaries, எல்லை வகுத்தல்.

de-lin-e-ate/di'linieit/*(v.t)*:டி'லினியெய்ட் / to depict, சித்திரித்துக் காட்டு; to describe, விவரி. • *The architect* **delineated** *his plan for the building with care.*

de-lin-quen-cy/di'liŋkwənsi/*(n)*: டி'லிங்க்உஒன்ஸி / failure to do duty, கடமை தவறல்; crime, குற்றச் செயல். • *Juvenile* **delinquency** *is common in some parts of the country.* **de-lin-quent**/di'liŋkwənt/*(n)*:டி'லிங்க்உஒன்ட் / one who fails to do one's duty, கடமை தவறியவர்; a criminal, குற்றவாளி. **delinquent***(adj)*: failing in one's duty, கடமை தவறிய.

de-lir-i-um/di'liriəm/*(n, sing)*:டி'லிரியஒம் / **deliriums, deliria***(n, pl)*: mental disorder, மூளைக் கோளாறு; great excitement, மயக்க வெறி. **delirious**(*adj*): greatly excited, மயக்க வெறியில் உளறுகின்ற.

de-liv-er/di'livə*/(*v.t*):டி:'லிவə* / to discharge, செலுத்து, பொழி; to set free, விடுவி; to save, காப்பாற்று; to give birth to, குழந்தை பெறு. • *She was* **delivered** *of a male child.* **del-liv-er-ance**/ di'livərəns/(*n*):டி:'லிவəரəன்ஸ் / the act of freeing or saving from bad condition, மோசமான நிலையிலிருந்து விடுதலை அளித்தல் (அ) காப்பாற்றுதல். • *Is there* **deliverance** *for man from the fetters of life's turmoil?* **de-liv-er-y**/di'livəri/ (*n*):டி:'லிவəரி / bringing and giving, வழங்குதல்; distribution, பட்டுவாடா செய்தல். • *The* **delivery** *is late today.* way or manner of speaking, பேசும் முறை; child birth, பிள்ளைப் பேறு. **deliverer**(*n*): one who delivers, பட்டுவாடா செய்பவர்.

dell/del/(*n*):டெ:ல் / a dale or a valley, பள்ளத்தாக்கு.

Delph-i-an/'delfiən/(*adj*):'டெ:ல்ஃபிஇəன் / ambiguous like the oracle of Delphi, இரு பொருள்படும் சொல்லாக, குறிப்பாக டெல்ஃபி ஆரூடம் போன்ற.

del-ta/'deltə/(*n*):'டெ:ல்ட்டə / the Δ shaped land at the mouth of a river between two or more branches, முக்கோண வடிவமுடைய ஆற்றின் கழிமுகப்பகுதி.

de-lude/di'lu:d/(*v.t*):டி:'ல்யூட்: / (-லூ-): **deluded, deluding**: to cheat, ஏமாற்று; to be satisfied with a false belief, தவறான நம்பிக்கையினால் திருப்தி கொள். • *Politicians* **delude** *the people with empty promises.* **delusion**(*n*).

del-uge/'delju:dʒ/(*n*):'டி:ல்யூஜ் / the great flood, வெள்ளப் பெருக்கு; copious, அதிகமான. • *There was a* **deluge** *of questions for the minister to answer.* **deluge**(*v.t*): flood, வெள்ளத்தில் மூழ்கடி; overwhelm with numbers or amount, அதிக எண்ணிக்கையால் நிரப்பு. • *The police station was* **deluged** *with rioters.*

de-lu-sion/di'lu:ʒn/(*n*):டி:'ல்யூஜ:ən் (-லூ-) / a fallacy, மூட நம்பிக்கை; hallucination, மருட்சி. • *It is a* **delusion** *to think that friends will help.* **delusive**(*adj*).

delve/delv/(*v.t-v.i*):டெ:ல்வ் / **delved, delving**: to dig, தோண்டு. • *He* **delved** *into the archives to find the manuscript.* to carry on intensive research, தீவிர ஆராய்ச்சியில் ஈடுபடு. • *The speaker* **delved** *deep into the topic.*

dem-a-gogue/'deməgɔg/(*n*):'டெ:மəக:ாக்: / a violent and leading agitator, கிளர்ச்சித் தலைவர்; a good orator, நல்ல பேச்சாளர்.

de-mand/di'ma:nd/(*v.t*):டி:'மான்ட்: / to claim, உரிமையுடன் கேள்; to ask, கோரு. • *She* **demanded** *repayment of the debt.* to make a request, வேண்டுகோள் விடு. **demand**(*n*): claim, உரிமை கோரல்; a desire to have, வேண்டுமென்ற ஆசை, ஆர்வம். • *There is a great* **demand** *for luxury goods.*

de-mar-cate/'di:ma:keit/(*v.t*):'டி:மாக்கெய்ட் / **demarcated, demarcating**: to mark the boundary or limits, எல்லை வரையறு. • *The surveyor* **demarcated** *the land belonging to the temple.*

de-mean/di'mi:n/(*v*):டி:'மீன் / to lower oneself in dignity, மதிப்பைக் குறைத்துக் கொள், இழிவுபடுத்து. • *She* **demeaned** *herself with no fuss.*

de-ment/di'ment/(*v.t*):டி:'மென்ட் / to become or make mad, வெறியனாகு, வெறியன் ஆக்கு. **de-ment-ed**/di'mentid/(*adj*): டி:'மென்ட்டிட்: / mad, அறிவு குழம்பிய. • *The* **demented** *mother ran here and there, when she lost her only child.* **dementedly**(*adv*).

de-mer-it/di:'merit/(*n*):டீ:'மெரிட / a defect, குறை; a fault, குற்றம். • *There is no* **demerit** *in such a plan to help the orphans.*

dem-i-god/'demigɔd/(*n*):'டெ:மிக:ாட்: / a partly divine being, புனிதத் தன்மையுடையவர்; deified man, கடவுள் எனக் கருதப்படுவோன்.

demi-official/,demiə'fiʃl(*adj*): 'டெ:மிɘஃபிஷல் / partly personal and partly official, தனிப்பட்ட முறையிலும், அலுவல் முறையிலும். • *Very often, high officials write* **demi-official** *letters to get immediate solutions to pressing public problems.*

de-mise/di'maiz/(*n*):டி:'மய்ஸ்: / death, இறப்பு. • *The* **demise** *of the saint was greatly mourned.* lease, உடைமை மாற்றம், குத்தகைப் பத்திரம்.

de-mit/dimit/(*v.t*):டெ:மிட் / **demitted, demitting**: to give up office, பதவி விலகு; to resign, ராஜினாமா கொடு.

de-mo-bi-lize/di:'məubilaiz/(*v.t*): டீ:'மəஉபி:லய்ஸ்: / **demobilized, demobili-zing**: to disband the army, இராணுவத்தைக் கலை.

de-moc-ra-cy/di'mɔkrəsi/(*n*):டி:'மாக்ரəஸி / government of the people, by the people, for the people, குடியரசு. • **Democracy** *is a form of government, in which people participate directly.* **dem-o-crat**/ 'deməkræt/(*n*):'டெ:மəக்ரæட் / an advocate of democracy, மக்களாட்சியை

ஆதரிப்பவர், ஜனநாயகவாதி. **dem-o-crat-ic**/ˌdemə'krætik/(adj):ˌடெ:மə'க்ரஜட்டிக் / of or according to democracy, மக்களாட்சித் தன்மையுடைய.

de-mol-ish/di'mɔliʃ/(v.t):டி:'மாலிஷ் / to destroy, பாழாக்கு; to overturn, கவிழ். • *The fire* **demolished** *the entire building.*

dem-o-li-tion/ˌdemə'liʃn/(n):ˌடெ:மə'லிஷən் / pulling down, இடித்துத் தள்ளல்.

de-mon/'di:mən/(n):'டீ:மən் / an evil spirit, பேய்; devil, பிசாசு. • *She is a* **demon** *in work.*

de-mon-e-tize/ˌdi:'mʌnitaiz/(v.t): டீ:'மனிட்டய்ஸ்: (மə) / **demonetized, demonetizing**: to withdraw currency from circulation, பணத்தைப் புழக்கத்திலிருந்து நீக்கு. **demonetization**(n).

de-mon-is-m/'di:mənizəm (n): 'டீ:மəனிஸ:əம் / strong faith that demons have supernatural powers, பேய்களின் சக்தியில் நம்பிக்கை கொள்ளல்.

dem-on-strate/'demənstreit/(v.t): 'டெ:மəன்ஸ்ட்ரெய்ட் / to show clearly by giving example, எடுத்துக்காட்டுகள் மூலம் தெளிவுபடுத்து; to make known, விளக்கிக் கூறு. • *The teacher explained the laws of pendulum and also* **demonstrated** *the same.* **de-mon-stra-ble**/'demənstrəbl/(adj):'டெ:மəன்ஸ்ட்ரəப்:ல் / that may be practically seen by action, செயல் மூலம் நிரூபணம் காணக்கூடிய. **de-mon-stra-tion**/ˌdemən'streiʃn/(n):ˌடெ:மəன்ஸ்'ட்ரெய்ஷən் / proof, சான்று; deduction, விளக்கம்; giving experimental proof, சோதனை மூலம் நிரூபணம் கொடுத்தல். • *He explained the theory with a* **demonstration**. **de-mon-strat-or**/'demənstreitə*/(n): 'டெ:மəன்ஸ்ட்ரெய்ட்டə* / one who demonstrates, சோதனை செய்பவர். **de-mon-stra-tive**/di'mɔnstrətiv/(adj):டி'மான்ஸ்ட்ரəட்டிவ் / pointing out, குறிப்பிட்டுக் காட்டக்கூடிய; expressing one's feelings freely, உணர்ச்சிகளை வெளிப்படையாகத் தெரிவிக்கக்கூடிய.

de-mor-al-i-za-tion/diˌmɔrəlai'zeiʃn/(n): டி:ˌமாரəலய்'ஸெ:ய்ஷən் / weakening the morals of, ஒழுக்கச் சிதைவு, ஒழுக்கக் கேடு. **de-mor-al-ize**/di'mɔrəlaiz/(v.t): டி:'மாரəலய்ஸ்: / **demoralized, demoralizing**: to lessen the confidence of, நம்பிக்கையைக் குறை, பீதி உண்டாக்கு.

de-mote/ˌdi:'məut/(v.t):டி:'மəஉட் / to bring down one's rank, பதவி இறக்கு. • *The official was* **demoted** *to the position of an assistant. opp:* promote.

demulcent/di'milsənt(n):டி:'மல்ஸəன்ட் / a kind of medicine used to soothe pain, வலியைத் தணிக்கும் மருந்து.

de-mur/di'mɜ:*/(v.t):டி:'மə* / **demurred, demurring**: to hesitate, தயங்கு; to raise an objection, மறுப்புக் கூறு, ஐயம் எழுப்பு. • *They wanted to make him the Prime Minister but he* **demurred**. **demur**(n) objection, எதிர்ப்புத் தெரிவித்தல்; murmur, முணுமுணுப்பு; hesitation, தயக்கம்.

de-mure/di'mjuə*/(adj):டி:'ம்யுə* / shy, நாணம் உள்ள; reserved, அடக்கமான, அமைதியான.

de-mur-rage/di'mʌridʒ/(n):டி:'மரிஜ் / penalty paid by way of excess amount to take delivery of consignments, வந்த சரக்குகளைக் காலம் தவறி எடுத்துக் கொள்ளக் கொடுக்கப்படும் கூடுதல் கட்டணம்.

de-my/di'mai/(n):டி:'மய் ('டெ:மி) / a size of paper (22½" × 17½") or (20" × 15½"), (22½" × 17½") (அ) (20" × 15½") காகித அளவு.

den/den/(n):'டெ:ன் / wild animals' resort, கொடிய விலங்குகளின் வசிப்பிடம்; a cave குகை.

de-na-ry/'di:nəri/(adj):'டீ:னəரி / tenfold, பத்து மடங்காக உள்ள.

de-na-tion-al-ize/ˌdi:'næʃnəlaiz/(v.t): டீ'னஜஷəˌனəலய்ஸ்:(-ஷ்னə-) / **denationalized, denationalizing**: to take away national right conferred on something or person, நாட்டு உரிமைகளைப்பற்றி ஒருவருக்கோ (அ) ஒரு பொருளுக்கோ அளிக்கப்பட்ட தேசிய உரிமைகளை இழக்கும்படி செய்.

dend-rol-o-gy/den'drɔlədʒi/(n): டெ:ன்'ட்:ராலəஜி / a branch of botany regarding trees, தாவரவியலில் மரங்களைப் பற்றிய பிரிவு.

de-ne-ga-tion/ˌdeni'geiʃn/(n): ˌடெ:னி'கெ:ய்ஷən் / contradiction, மறுத்தல்.

den-gue/'deŋgi/(n):'டெ:ங்கி: / an infectious fever with pain in joints, கீல் வாத முடக்குக் காய்ச்சல்.

de-ni-al/di'naiəl/(n):டி:'னயəல் / contradiction, மறுப்புத் தெரிவித்தல்; disowning, சொந்தமாக்கிக்கொள்ளாது இருத்தல்.

den-i-grate/'denigreit/(v.t):'டெ:னிக்:ரெய்ட் / to speak damagingly, கேவலப்படுத்து; sully, சிறுமைப்படுத்து.

den-i-zen/'denizn/(n):'டெ:னிஸ்:ன் / a person or animal or plant living permanently in a particular clime or region, குறிப்பிட்ட நிலப்பகுதியில் (அ)

தட்பவெப்ப நிலையில் வாழும் மனிதன் (அ) விலங்கு (அ) தாவரம்.

de-nom-i-na-tion/di,nɔmi'neiʃn/*(n)*: டி:,னாமி'னெய்ஷஒன் / name or class of units or a number of people having the same religious faith, பெயர், பட்டம், இனப்பெயர், தொகுதிப் பெயர், சமயப்பெயர், சமயப்பிரிவு; one of the grades or degrees, தொகுதி, அளவு, பிரிவு இவற்றில் ஒன்று. • *She paid Rs. 1,000/- in bills of small* **denomination**. **de-nom-i-na-tor**/ di'nɔmineitə*/*(n)*:டி:'னாமினெய்ட்டஒ* / the number below the line in a fraction, பின்னத்தின் பகுதி எண்.

de-note/di'nəut/*(v.t)*:டி:'னஒஉட் / **denoted, denoting**: to indicate, சுட்டிக்காட்டு; to show as a sign, குறிப்பிடு, குறிப்பீட்டாய் அமை.

de-noue-ment/dei'nu:ma:ɲ/*(n)*: டெ:ய்'னூமா (மாங்) / the outcome of a plot, நாடகம், நவீனம், இவை முடியும் விதம்.

de-nounce/di'nauns/*(v.t)*:டி:'னஉன்ஸ் / **denounced, denouncing**: to accuse openly, வெளிப்படையாகக் குற்றம் சாட்டு; to condemn, கண்டனம் தெரிவி. • *He* **denounced** *all religions but not his own religion.* **denouncement, denunciation***(n)*.

dense/dens/*(adj)*:டெ:ன்ஸ் / thickly set, அடர்த்தியான, செறிவான; heavy, கனமான; stupid, மந்த புத்தியுள்ள. • *The forest is* **dense**. • **Dense** *population is not the order of the day.* **den-si-ty**/ 'densəti/*(n)*:'டெ:ன்ஸிட்டி / compactness, அடர்த்தி; thickness, திண்மை; stupidity, மந்த புத்தி.

dent/dent/*(n)*:டெ:ன்ட் / a hollow or depression in a surface made by a blow or by pressure, வடு, பள்ளம். **make a dent in**: to take initial steps towards success, வெற்றி பெறுவதற்குத் துவக்க நிலை முயற்சிகளைச் செய். • *I haven't even made a* **dent** *in this work of editing a book.* **dent***(v.t)*: to make a dent, வளைவு உண்டாக்கு, பள்ளமுண்டாக்கு. • *The impact* **dented** *the bonnet of the car.*

den-tal/'dentl/*(adj)*:'டெ:ன்ட்ல் / pertaining to the teeth, பல்லுக்குரிய. **den-ti-frice**/ 'dentifris/*(n)*: 'டெ:ன்ட்டிஃப்ரிஸ் / tooth powder or paste, பற்பொடி, பற்பசை. **den-tist**/'dentist/*(n)*:'டெ:ன்ட்டிஸ்ட் / a dental surgeon, பல் மருத்துவர்.

de-nude/di'nju:d/*(v)*:டி:'ன்யூட் / to lay bare, ஆடை அகற்று; to take away covering, மேலுறை நீக்கு; to strip naked, நிர்வாணமாக்கு. • *The heavy rains totally* **denuded** *the trees.*

de-nun-ci-a-tion/di,nʌnsi'eiʃn/*(n)*: டி:,னன்ஸி'யெய்ஷஒன் / accusation of crime before a public prosecutor, பொது வழக்கறிஞரின் முன்னர் குற்றஞ்சாட்டுதல்.

de-ny/di'nai/*(v.t)*:டி:'னய் / **denied, denying**: to refuse, மறுப்புக் கூறு; to say that something is not true, உண்மை இல்லையென்று கூறு. • *It required great courage to* **deny** *that the earth was flat.*

de-o-dar/'diəuda:*/*(n)*: 'டி:ஒஉடா: / a kind of tree found in the Himalayan mountain region, இமாசலப் பகுதியில் காணப்படும் ஒருவகை மரம், தேவதாரு மரம்.

de-o-do-rize/di:'əudəraiz/*(v.t)*: டி:'ஒஉட:ஒரய்ஸ்: / **deodorised, deodorising**: to remove the smell from, மணம் அகற்று.

de-part/di'pa:t/*(v.t-v.i)*:டி:'ப்பாட் / to leave, விட்டுச் செல்; turn aside, திரும்பி, விலகிப்போ. • *The Delhi Express* **departs** *at 23.52.* **de-part-ed**/di'pa:tid/*(adj)*: டி:'ப்பாட்டிட்: / dead, இறந்து போன; bygone, காலஞ்சென்ற. • *The* **departed** *souls meet in Heaven.*

de-part-ment/di'pa:tmənt/*(n)*: டி:'ப்பாட்மஒன்ட் / a part or division, பகுதி, துறை. • *The sanitation* **department** *requires more discipline.* **departmental** *(adj)*.

de-par-ture/di'pa:tʃə*/*(n)*:டி:ப்பாச்சஒ* / going away, புறப்பாடு. • *The time of* **departure** *of the train is known.*

de-pend/di'pend/*(v.i)*:டி:'ப்பென்ட்: / to rely on, சார்ந்திரு; to put trust in, நம்பிக்கை வை. • *One's success entirely* **depends** *on one's efforts and ability.* **de-pen-da-ble**/di'pendəbl/*(adj)*:டி:'ப்பென்ட:ஒப்:ல் / reliable, நம்பத்தகுந்த. • *Public service has no* **dependable** *employees.*

de-pend-ant/di'pendənt/*(n)*: டி:'ப்பென்ட:ஒன்ட் / one who depends on others, சார்ந்திருப்பவர்; a servant, ஊழியர். • *She listed four* **dependants** *in her income tax return.* **de-pen-den-cy**/ di'pendənsi/*(n)*:டி:'ப்பென்ட:ஒன்ஸி / a country or province controlled by another, வேற்று நாட்டு ஆளுகைக்கு உட்பட்ட நாடு.

de-pen-dent/di'pendənt/*(adj)*: டி:'ப்பென்ட:ஒன்ட் / having need for help, ஆதரவு வேண்டி வாழுகின்ற, சார்ந்திருக்கின்ற. • *My programme is* **dependent** *on the weather.* • *We have* **dependent** *clauses in complex sentences.*

de-pict/di'pikt/*(v.t)*:டி:'ப்பிக்ட் / to explain in the form of pictures, ஓவியம் மூலம் சித்திரி; describe, விவரி. • *The poet has* **depicted** *the morning scene beautifully.*

de-pil-a-tion/ˈdepileiʃn/*(n)*: ˌடெ:ப்பி'லெய்ஷஒன் / the taking away of hair, உரோமம் நீக்குதல்.

de-plen-ish/diˈpləniʃ/*(v.t)*:டி:'ப்லெனிஷ் / to make empty, காலியிடமாக்கு. *opp*: replenish.

de-plete/diˈpli:t/*(v)*:டி:'ப்லீட் / to empty, வெறுமையாக்கு; to drain out, வடி; to make smaller in amount, அளவைக் குறை. • *Unscrupulous cutting of trees has* **depleted** *the forest of its greenery.* **depletion***(n)*.

de-plore/diˈplɔ:*/*(v.t)*/டி:ப்லோ* (ஒஅ*) / **deplored, deploring**/ to feel or show regret for, வருந்து (அ) வருத்தம் தெரிவி. • *Some people* **deplore** *the present state of morality.* **deplorable***(adj)*: exceedingly bad, மோசமாக உள்ள. • *I feel sorry for maintaining my house in a* **deplorable** *order.* • *Some men and women behave in a* **deplorable** *manner.*

de-ploy/diˈplɔi/*(v.t)*:டி:'ப்லொய் / to spread out troops so as to form as a line, வீரர்களை ஒரே வரிசையில் நிறுத்து. • *She* **deployed** *the chessmen in a classic defence.* **deployment***(n)*: arranging the soldiers marching in column to a line abreast of each other, போர் வீரர்களை அணிவகுத்து நிறுத்து.

de-po-pu-late/ˌdi:ˈpɔpjuleit/*(v.t)*: டீ:'ப்பொப்யுலெய்ட் / **depopulated, depopulating**: to reduce the number of people living in a country, மக்கள் தொகையைக் குறை.

de-port/diˈpɔ:t/*(v.t)*:டி:'ப்போ:ட் / to exile, நாடு கடத்து; to behave, நடந்து கொள். • *The police* **deported** *the criminals to the islands.* **deportation***(n)*: sending a person out of the country, நாடு கடத்துதல். **deportment***(n)*: behaviour, நடத்தை.

de-pose/diˈpəuz/*(v.t)*:டி:'ப்பஒஉஸ்: / **deposed, deposing:** to remove from a high position, உயர் நிலையிலிருந்து இறக்கு; testify, வாக்குமூலம் கொடு. • *The military* **deposed** *the king.*

de-pos-it/diˈpɔzit/*(n)*:டி:'ப்பொஸி:ட் / amount placed or deposited in a bank or bank account, சேமிப்பு (அ) வைப்புத் தொகை. • *His* **deposit** *in the bank is one lakh rupees.* matter which settles down, வண்டல், படிவு. **deposit***(v.t)*: to lay, கிடத்து; to put for safe keeping, சேமித்து வை. • *To phone,* **deposit** *a rupee coin and push the button.* • *She* **deposits** *her pay cheque in her bank account every month.*

dep-o-si-tion/ˌdepəˈziʃn/*(n)*:ˌடெ:ப்பஒ'ஸி:ஷஒன் (ˌடி:ப்) / removal from power, பதவி நீக்கம்; a written statement, சான்றறிக்கை. • *The* **deposition** *on the accused is very direct.*

de-pos-i-tor/diˈpɔzitə*/*(n)*:டி:'ப்பொஸி:ட்டஒ* / a person who deposits some article or money or something else, சேமிப்பவர், பாதுகாப்பிற்குப் பணம் (அ) பொருளை ஒப்படைப்பவர்.

de-pos-i-tory/diˈpɔzitəri/*(n)*: டி:'ப்பொஸி:ட்டஒரி / storehouse, பொருள் சேர்த்து வைக்கும் இடம், கிடங்கு.

de-pot/ˈdepəu/*(n)*:'டி:ப்பஒஉ / a storehouse, பண்டகசாலை.

de-prave/diˈpreiv/*(v.t)*:டி:'ப்ரெய்வ் / **depraved, depraving**: to make bad, இழிவாக்கு, சீர்கெடச் செய். **depraved***(adj)*: of bad habits, இழிந்த குணமுடைய; wicked, கொடூரமான. **de-prav-i-ty**/diˈprævəti/*(n)*: டி:'ப்ரஆவிட்டி / the state of being depraved, நல்ல நிலை இல்லாத தன்மை; sinfulness, கெட்ட நிலை.

dep-re-cate/ˈdeprikeit/*(v.t)*:'டெ:ப்ரிக்கெய்ட் / **deprecated, deprecating**: to disapprove, கருத்து மாறுபாட்டைக் கூறு; to speak against, எதிராக வாதிடு. **deprecation***(n)*. **deprecatingly***(adv)*, **deprecative***(adj)*, **deprecatory***(adj)*.

de-pre-ci-ate/diˈpri:ʃieit/*(v.t)*: டி:'ப்ரீஷியெய்ட் / to fall in value, விலை மதிப்பைக் குறை; belittle, குறைவாக மதிப்பிடு. • *The value of the car will* **depreciate** *by about Rs. 28000/- in the first year.* • *We must appreciate but not* **depreciate** *the child's work.*

dep-re-da-tion/ˌdepriˈdeiʃn/*(n)*: ˌடெ:ப்ரி'டெ:ய்ஷஒன்(-ப்ரஒ-) / robbery, கொள்ளையடித்தல்; destruction of property, சொத்தைப் பாழாக்குதல்.

de-pre-da-tor/ˈdeprideitə*/*(n)*: 'டெ:ப்ரிடெ:ய்ட்டஒ* / one who spoils or plunders, வீணாக்குபவன், அழிப்பவன்.

de-press/diˈpres/*(v.t)*:டி:'ப்ரெஸ் / sadden, push lower, சோர்வூட்டு, அழுத்து, தாழ்த்து. • *The thought of going to the market again* **depressed** *me.* • *The threat of higher taxation has* **depressed** *the business community.* **depressing***(adj)*: causing sadness, வருத்தமாக (அ) வருந்தக்கூடிய. **de-pres-sion**/diˈpreʃn/*(n)*: டி:'ப்ரெஷஒன் / extreme sadness, சோர்வு, மிக்க வருத்த உணர்வு. • *She suffers from acute* **depression**. a hollow, பள்ளம்; lowering of atmospheric pressure, காற்றழுத்தக் குறைவு. • *A* **depression** *in the Bay of Bengal usually brings rain to the coastal States.*

dep-ri-va-tion/ˌdepriˈveiʃn/*(n)*: ˌடெ:ப்ரி'வெய்ஷஒன் / the act of taking away from, இழக்கச் செய்தல்; hardship, இடர்ப்பாடு. • *The intelligent students suffer terrible* ***deprivations*** *in this country.* **de-prive**/di'praiv/*(v.t)*: டி:'ப்ரய்வ் / to take away, கவர்ந்து செல். • *This budget levy will* ***deprive*** *us of our hard earned bonus amount.* **deprived***(adj)*: without daily necessities of life, வாழ்க்கையின் அடிப்படைத் தேவைகள் இல்லாத.

D

depth/depθ/*(n)*:டெ:ப்த் / deepness, ஆழம். • *What is the* ***depth*** *of the river at this place?* the quality of being deep in feeling, ஆழ்ந்த உள்ளுணர்ச்சி. • *The* ***depth*** *of public feeling on the price rise is great.*

dep-u-ta-tion/ˌdepju'teiʃn/*(n)*: ˌடெ:ப்யூட்'டெய்ஷஅன் / the persons chosen to represent others. பேராண்மை, பேராண்மைக் குழு. • *The officer is on* ***deputation*** *to the States.* **de-pute**/di'pju:t/*(v.t)*:டி:'ப்யூட் / to substitute another person to take one's place, பதிலாக அனுப்பு, பிரதிநிதியாக அனுப்பு. • *The officer is* ***deputed*** *to take charge of the new post.* **dep-u-tize**/'depjutaiz/*(v.i)*: டெ:ப்யுட்டய்ஸ்: / to be a representative of, பிரதிநிதியாக இரு. **dep-u-ty**/'depjuti/*(n)*:'டெ:ப்யுட்டி / one who represents another person, பிரதிநிதி, பதிலாள்; assistant, உதவியாளர். • *The king's* ***deputy*** *for the conference is Fazlul Huq.* **de-put-ed**/di'pju:tid/*(adj)*: 'டெ:ப்யூட்டிட்: / delegated, enjoying authority of an officer to perform some duty.

de-raign/di'rein/*(v.t)*:டீ:ரெய்ன் / to affirm a claim by law or confirm by a fight, சட்டபூர்வமாகவோ (அ) சண்டையிட்டோ உரிமையை உறுதிப்படுத்து. **deraignment** *(n)*.

de-rail/di'reil/*(v.t)*:டீ:ரெய்ல் / to go off the rails, தண்டவாளத்தை விட்டு விலகச் செய். **de-rail-ment**/di'reilmənt/*(n)*: டி:'ரெய்ல்மஅன்ட் / going off the rails, தண்டவாளங்களை விட்டு விலகிச் செல்லுதல், தடம் புரளுதல்.

de-range/di'reindʒ/*(v.t)*:டி:'ரெய்ஞ்ஜ் (ட:ə-) / **deranged, deranging**: to throw out of place or order, சீர்குலை, தாறுமாறாக்கு. **deranged***(adj)*: not balanced in mind, மனத்தடுமாற்றம் உள்ள. • *She is completely* ***deranged.***

der-e-lict/'derəlikt/*(adj)*:'டெ:ரிலிக்ட் / abandoned, கைவிடப்பட்ட. **derelict***(n)*: that which or who is abandoned, கைவிடப்பட்ட பொருள் (அ) கைவிடப்பட்டவர். **der-e-lic-tion**/ˌderə'likʃn/*(n)*: ˌடெ:ரி'லிக்ஷஅன் / failing to give proper attention, புறக்கணித்தல், அலட்சியம் செய்தல். • *The security officer was accused of* ***dereliction*** *of duty.*

de-ride/di'raid/*(v.t)*:டீ:'ரய்ட்: / to laugh at, எள்ளி நகையாடு, இகழ்ச்சியாகச் சிரி; to mock, கேலி செய், ஏளனம் செய்.

de-ri-sion/di'riʒn/*(n)*:டி:'ரிஜ:அன் (ட:ə) / mockery, கேலி, ஏளனம். • *The public greeted the minister with shouts of* ***derision.*** **de-ri-sive**/di'raisiv/*(adj)*: டி:'ரய்ஸிவ்: mocking, ஏளனம் செய்கிற, இகழ்கிற. • *The wife greeted her drunken husband with a* ***derisive*** *smile.*

de-riv-a-tion/ˌderi'veiʃn/*(n)*: ˌடெ:ரி'வெய்ஷஅன் / deduction from a source, மூலத்தினின்று வருவித்தல்; way in which a word has been formed, சொல்லாக்கும் முறை. • *Can you give the* ***derivation*** *of the word "circumstance"?* **de-riv-a-tive**/di'rivətiv/*(n)*/டி:'ரிவஅட்டிவ் / a thing or word obtained from a source, மூலத்தினின்று வருவிக்கப் பெற்றது (அ) உருவாக்கப்பட்டது. • *Hindi is a* ***derivative*** *of Sanskrit.* **derivative** *(adj)*: not original, தனி மூலம் அல்லாத. • *We have now a new* ***derivative*** *style of painting.*

de-rive/di'raiv/*(v.t)*:டி:'ரய்வ் (ட:ə-) / to get, பெறு; to trace the origin or source of something, தொடக்கம் (அ) மூலத்தைக் கண்டுபிடி. • *I* ***derive*** *a lot of pleasure in cooking and serving delicious dishes to my children.*

der-ma-tol-o-gist/ˌdɜ:mə'tɔlədʒist/*(n)*: ˌட:ə:மஅட்'டாலஅஜிஸ்ட் / a skin specialist, தோல் நோய் நிபுணர். **dermatology***(n)*: the science of the skin, தோலியல்.

der-o-gate/'derəugeit/*(v.t)*:'டெரஅஉகெ:ய்ட் / to take away, எடுத்துவிடு; to invalidate, செல்லாது என்று அறிவி. **de-rog-a-to-ry**/di'rɔgətəri/*(adj)*:டி:'ராக:அட்டஅரி / tending to damage one's good name, நற்பெயரைக் கெடுக்கும்படியான, பெருமையைக் குலைக்கக்கூடிய. • *Never make* ***derogatory*** *remarks about our elders.*

der-rick/'derik/*(n)*:'டெ:ரிக் / a kind of apparatus used for lifting weights, பளு தூக்குவதற்குப் பயன்படும் ஒரு கருவி; an executioner, தூக்குத் தண்டனை நிறைவேற்றுபவர்.

der-rin-ger/'derindʒə*/*(n)*:'டெ:ரிஞ்ஜஅ* / a short gun, ஒருவகைச் சிறு துப்பாக்கி.

der-vish/'dɜ:viʃ/*(n)*:'ட:ə:விஷ் / a Mohammedan saint, முகம்மதியத் துறவி.

des-cant/'deskænt/*(n)*:'டெ:ஸ்க்கஆன்ட் / a discourse, ஒரு விரிவுரை; comment, குறிப்புரை, தெளிவுரை; a song, ஒரு பாட்டு.

de-scend/di'send/*(v.t-v.t)*:டி:'ஸென்ட்: / to come down, இறங்கு; to attack, தாக்கு; to pass by inheritance, மரபுவழியாகத் தொடர். • *She claims to be* **descended** *from Alli Rani.* • *The evening sun* **descended** *behind the mountains.* **de-scen-dant**/di'sendənt/*(n)*:டி:'ஸென்ட:ən்ட் / heir, சந்ததி, வாரிசு. • *I am a* **descendant** *of Shivaji.*

de-scent/di'sent/*(n)*:டி:'ஸென்ட் / a coming down, இறக்கம். • *We watched with alarm during his* **descent** *from the high hill.* a steep hill, சரிவான குன்று; a sudden attack, திடீர்ப் படையெடுப்பு; ancestry, மரபுவழி வருகை.

de-scribe/dis'kraib/*(v.t)*:டி:ஸ்'க்ரய்ப்: / to give a picture of something in words, விவரித்துச் சொல். • *The teacher asked the student to* **describe** *the scene.* draw, வரைந்து காட்டு. **describable***(adj)*: that may be described, விவரிக்கத்தக்க. **de-scrip-tion**/dis'kripʃn/*(n)*:டி:ஸ்'க்ரிப்ஷən் / a picture of something in words, விளக்கம். • *The police have given a complete* **description** *of the missing prisoner.* • *The speaker gave a new* **description** *to the definition.* **de-scrip-tive**/dis'kriptiv/*(adj)*/டி:ஸ்'க்ரிப்ட்டிவ் / having the quality of describing, விளக்கமான. **descriptive-ness***(n)*, **descriptively** *(adv)*.

de-scry/dis'krai/*(v.t)*:டி:ஸ்'க்ரய் / to catch sight of, கண்டு தெரிந்து கொள்; to notice, காண்.

des-e-crate/'desikreit/*(v.t)*:'டெ:ஸிக்ரெய்ட் / to use a sacred thing in an unworthy way, புனிதத் தன்மையைத் தவறாகப் பயன் படுத்து; to profane, தூய்மை கெடச் செய். • *Some people* **desecrate** *the temples by using them as public places.*

de-sert/di'zɜ:t/*(v.t-v.i)*:டி:ஸ:ə:ட் / to leave uncared for, கைவிடு; abscond, தலை மறைவாகு. • *The police officers* **deserted** *their posts when militants began to attack them.* • *The child's mother absconded by* **deserting** *the new-born child.* **de-sert-er**/di'zɜ:tə*/*(n)*:டி:ஸ:ə:ட்டə* / one who quits service and goes away, பணியைக் கைவிட்டு ஓடுபவன். • *Some army men are* **deserters** *also. These* **deserters** *are shot at.*

desert/'dezət*(n)*:டி:ஸ:ə:ட் / a large sandy place, பாலைவனம்.

deserts/di'zɜ:ts*(n)*:டி:ஸ:ə:ட்ஸ் / suitable reward or punishment, தகுந்த பரிசு (அ) தண்டனை.

de-serve/di'zɜ:v/*(v.t)*:டி:ஸ:ə:வ் / to be entitled to, தகுதி பெறு; ought to have, உரிமையுடையவராயிரு. • *Some officials, who do not* **deserve,** *get quick promotion.* **deserved***(adj)*: entitled, தகுதியான. **deservedly***(adv)*. • *He has been given promotion and* **deservedly** *so.* **deserving***(adj)*: worthy, தகுதியுள்ள. • *She* **deserved** *the highest honour for her heroism during the civil war.*

des-ic-cate/'desikeit/*(v.t)*:'டெ:ஸிக்கெய்ட் / to dry up, உலர்த்து. • *We sell* **desiccated** *coconut.*

de-sid-e-ra-tum/di,zidə'ra:təm/*(n)*: டி:,ஸி:ட:ə'ரெய்ட்டəம் / a thing that is lacking or needed, இன்றியமையாதது (அ) தேவைப்படும் பொருள்.

de-sign/di'zain/*(n)*:டி:'ஸ:ய்ன் / plan, திட்டம். • *She came when I was leaving: may be it was a* **design** *of her.* scheme, அமைப்பு; intention, நோக்கம், உள் எண்ணம், கருத்து; a sketch, வரைபடம். • *The* **design** *for the Carnatic Music Hall is ready.* **design***(v.t-v.i)*: to plan, திட்டமிடு; to draw a sketch, வரைபடம் வரை. • *The Carnatic Music Hall was* **designed** *by M/s Ram and Company.*

des-ig-nate/'dezigneit/*(v.t)*:'டெ:ஸி:க்:னெய்ட் (-னிட்) / to name, பதவிப் பெயரிடு; appoint to an office, பணி அமர்வு செய். • *Sri Chandhulal Trivedi has been* **designated** *as the Governor of Tamil Nadu.* **designate** *(adj)*: appointed to a post but not yet occupying it, நியமன ஆணை பெற்று இன்னும் பொறுப்பேற்காமலுள்ள. • *Sri Chandhulal Trivedi is the Governor* **designate** *to Tamil Nadu.* **des-ig-na-tion**/,dezig'neiʃn/*(n)*:,டெ:ஸி:க்:'னெய்ஷən் / a distinctive name or title, சிறப்புப் பெயர்; a nomination, பெயர் குறிப்பீடு; appointment, பதவிப் பெயர், பணி அமர்வு. • *His official* **designation** *is Governor's Translator.*

de-sign-ed-ly/di'zainidli/*(adv)*: டி:'ஸ:ய்னிட்:லி / by design, திட்டப்படி; purposely, வேண்டுமென்று செய்வதாக.

de-sir-a-ble/di'zaiərəbl/*(adj)*: டி:'ஸ:யəரəப்:ல் / worth having, விரும்பத்தக்க; agreeable, உகந்த. • *It is always* **desirable** *not to talk to any stranger.*

de-sire/di'zaiə*/*(n)*:டி:'ஸ:யə* / a wish, ஆசை; a craving, ஆவல், விருப்பம்; request, கோரிக்கை. • *I have no* **desire** *to become a saint.* • *My* **desire** *is to be a millionaire,* **desire***(v.t)*: to wish or long for, request, ஆசைப்படு, விரும்பிக் கோரு. • *I* **desire** *to be a millionaire.* **de-sir-ous**/di'zaiərəs/*(adj)*:டி:'ஸ:யəரəஸ் / wishing, ஆசையுள்ள; longing, விரும்புகிற. • *I am* **desirous** *of both wealth and fame.*

de-sist/di'zist/*(v.t)*:டி'ஸிஸ்ட் / to cease, தவிர், ஒதுங்கு. • *The magistrate asked the man to* **desist** *from thieving.*

desk/desk/*(n)*:டெ:ஸ்க் / a table with a sloping top for reading, writing, etc., சாய்வு மேசை. • *I enquired at the reception* **desk**.

des-o-late/'desələt/*(adj)*:'டெ:ஸலிட் / laid waste, பாழான; lonely and sad, தனிமையான, ஆறுதலற்ற. • *My life is not only* **desolate** *but also ruined.* • *I live in a* **desolate** *old hut.* **desolate***(v.t)*: to make waste, பாழாக்கு; to be desolate, தனிமையிலிரு. • *My life is* **desolated.** *I was* **desolated** *by the death of my wife.* **des-o-la-tion**/ˌdesə'leiʃn/*(n)*: ˌடெ:ஸ'லெய்ஷன் / lying waste, பாழாக்குதல்; loneliness, தனிமை; sorrow, மகிழ்ச்சியின்மை. • *Life is full of action, energy and cheer; for idlers, it is sheer* **desolation**. **desolately***(adv)*.

de-spair/dis'peə*/*(n)*:டிஸ்'ப்பεə* / hopelessness, நம்பிக்கை இழத்தல்; discouragement, ஊக்கக் கேடு. • *Defeat and failure do not at all fill me with* **despair**. *They make me more spirited and adventurous.* **despair***(v.i)*: to lose hope, நம்பிக்கை இழ; to give up action and to lose confidence, செயல் இழந்து நம்பிக்கை இல்லாமல் இரு. • *Dear man,* **despair** *not, if there is winter now, can spring be far behind?*

des-patch/dis'pætʃ/*(v.t-v.i)*:டிஸ்'ப்பæச் / [also **dispatch**]: to send off, அனுப்பு. • *A special messenger was* **despatched** *to deliver the message.* to finish, முடி; to do quickly, விரைவாகச் செயலாற்று; to kill, கொன்று விடு. **despatch, dispatch***(n)*: sending off the mail, அஞ்சல் அனுப்புதல். • *The* **despatch** *from Delhi to Madras is ready.* speed, விரைவு. • *He did the work with great* **despatch**. killing, கொலை செய்தல்.

des-pe-ra-do/ˌdespə'ra:dəu/*(n)*: ˌடெ:ஸ்ப்ப'ராட:ஔ (டிஸ்-) / a person ready to do any criminal or reckless deed, எந்த விதமான குற்றத்தையும், இரக்கமற்ற செயலையும் செய்யத் துணிந்தவன். • *I am a* **desperado** *whereas you are a good man.*

des-per-ate/'despərət/*(adj)*:'டெ:ஸ்ப்பரிட் / lawless, நீதிக்குப் புறம்பான; reckless, துணிச்சலற்ற; helpless, நம்பிக்கையற்ற. • *I am a* **desperate** *criminal.* • *Every minister is a* **desperate** *person.* **desperation***(n)*.

des-pic-a-ble/dis'pikəbl/*(adj)*: 'டெ:ஸ்ப்பிக்கப்:ல் (டிஸ்'-) / sneaking, வெறுக்கத்தக்க; low, இழிவான. **despicably***(adv)*.

de-spise/dis'paiz/*(v.t)*:டிஸ்'ப்பய்ஸ்: / to look down on, இழிவாகக் கருது. • *Do not* **despise** *the poor.* to dislike, வெறு; to consider worthless, அசட்டை செய்.

de-spite/dis'pait/*(prep)*:டிஸ்'ப்பய்ட் / in spite of, இருந்தபோதிலும், இருந்தாலும், இருப்பினும். • **Despite** *all difficulties in my life, I haven't given up hope.* **despite***(n)*: an insult, அவமதிப்பு.

de-spoil/dis'pɔil/*(v.t)*:டிஸ்'ப்பာய்ல் / to plunder, கொள்ளையடி; to spoil, அழி. • *The Moghuls* **despoiled** *the Somnath Temple of all its riches.*

de-spond/dis'pɔnd/*(v.i)*:டிஸ்'ப்பாண்ட் / to be depressed by loss of hope or courage, ஊக்கமிழ, தைரியம் இழ, சோர்வுறு. **despondency***(n)*: hopelessness, நம்பிக்கை இழந்த நிலை; sadness, சோர்வு. **de-spon-dent**/dis'pɔndənt/*(adj)*: டிஸ்'ப்பாண்ட:ஔண்ட் / hopeless, உள்ளம் நலிந்த, கவலையுள்ள; dejected, சற்றும் ஊக்கமில்லாத, மனம் சோர்ந்த. • *I became very* **despondent** *about my not getting a new contract last year.*

des-pot/'despɔt/*(n)*:'டெ:ஸ்ப்பாட் (-பஔட்) / a tyrant, கொடுங்கோல் அரசன், வல்லாட்சியாளன். • *A* **despot** *doesn't mean that he is not a benevolent ruler.* **des-pot-ic**/de'spɔtik/*(adj)*: டெ:ஸ்'ப்பாட்டிக்: absolutely tyrannical, முற்றிலும் கொடுமை நிறைந்த. • *Some parents are* **despotic** *in dealing with their children.* **des-pot-is-m**/'despətizəm/*(n)*:ˌடெ:ஸ்ப்பாட்டிஸ்ம் / tyranny, கொடுங்கோன்மை; rule by a despot, கொடுங்கோல் ஆட்சி.

des-sert/di'zɜ:t/*(n)*:டி'ஸ:ஔ:ட் / a course of fruit, sweets, etc. at the end of a meal, சாப்பாட்டிற்குப் பின் உண்ணும் இனிப்பு, பழவகைகள். • *We had some biscuits for our* **dessert**.

destabilize/di:'stæbilais/*(v.t)*: டீ'ஸ்ட்டæபி:லய்ஸ் / [also, **destabilise**]: make a government unstable, அரசாங்கத்தை நிலையற்றதாக்கு, அரசைக் கவிழ். • *There was a deliberate attempt to* **destabilize** *the duly elected government.*

des-ti-na-tion/ˌdesti'neiʃn/*(n)*:ˌடெ:ஸ்ட்டி'-னெய்ஷஔன் / goal, இலக்கு; place to which one is to go, சேரிடம். • *The* **destination** *is nearing.* • *Life's* **destination** *is fine death.*

des-tine/'destin/*(v.t)*:'டெ:ஸ்ட்டின் / to determine, முடிவு செய்; to fix, உறுதி செய்; to ordain in advance, முன் கூட்டியே ஏற்பாடு செய்; to predetermine, முன்னமேயே தீர்மானித்து விடு. • *Every* *mortal is* **destined** *to die.* **destined** *(adj)*: intended by fate, ஊழ்வினைப்படி நடக்கின்ற. • *I am* **destined** *to be active all through my life.*

des-ti-ny/'destini/*(n)*:'டெ:ஸ்ட்டினி / fate, விதி. • *Do we make our* **destiny** *or is it our* **destiny** *that makes us?*

des-ti-tute/'destitju:t/*(adj)*:'டெ:ஸ்ட்டிட்யூட் / wanting, வறிய; helpless, ஆதரவற்ற. • *I am really* **destitute** *of human feeling.* **des-ti-tu-tion**/ˌdesti'tju:ʃn/*(n)*: ˌடெ:ஸ்ட்டி'ட்யூஷஅன் / poverty, வறுமை; helplessness, ஆதரவற்ற நிலை.

de-stroy/dis'trɔi/*(v.t)*:டி:ஸ்'ட்ராய் / to ruin, அழி; to kill suddenly, திடீரென்று கொல்லு. • *Fire not only* **destroys** *but also helps.* • *I sometimes feel like* **destroying** *the entire world.* **de-struc-tion**/dis'trʌkʃn/ *(n)*:டிஸ்'ட்ரக்ஷஅன் / wrecking, அழித்தல்; great damage, பெரும் அழிவு • **Destruction** *always precedes construction.* • **Destruction** *is caused by floods, fire, etc.* **de-struc-tive**/ dis'trʌktiv/*(adj)*:டி:ஸ்'ட்ரக்ட்டிவ் / causing destruction, அழிக்கக்கூடிய. • *Small children have to be helped with constructive criticisms, but definitely not by* **destructive** *remarks.*

des-ue-tude/di'sju:itju:d/*(n)*:டி:'ஸ்யுயிட்யூட்: (டெ:ஸ¬யி-) / the state of being no longer used or practised, பயன்பாடின்மை, வழக்கின்மை.

des-ul-to-ry/'desəltəri/*(adj)*:'டெ:ஸஅல்ட்டஅரி / inconsistent, நிலையற்ற; unconnected, தொடர்பற்ற. • *I never encourage* **desultory** *dialogue with anyone.*

de-tach/di'tætʃ/*(v.t)*:டி:'ட்டீச் / unfasten, கட்டவிழ்; separate, பிரி. • *The commander* **detached** *a small force and commissioned it to guard the Prime Minister.* • *I feel* **detached** *from my parents.* **de-tach-ment**/di'tætʃmənt/*(n)*: டி:'ட்டீச்மஅன்ட் / division or separation, பிரிவு; being indifferent, ஒதுங்கிய நிலை. • *To be successful in life, an attitude of* **detachment** *to every thing is necessary.*

de-tail/'di:teil/*(v.t)*:'டீ:ட்டெய்ல் (டி:ட்-) / to describe fully, விவரித்துக் கூறு. • **Detail** *all the expenses you have incurred.* to do some important duty, ஏதோ ஒரு முக்கியமான செயலைச் செய். • *The Home Secretary* **detailed** *the soldiers to look after the Chief Minister.* **detail***(n)*: description, விவரம் கூறுதல், விளக்கம்; small part of anything, நுண்ணிய பகுதி. • **Details** *are sometimes vulgar.* • *Give me the full* **details** *of the accident.*

de-tain/di'tein/*(v.t)*:டி:'ட்டெய்ன் / to withhold, தடுத்து நிறுத்து: to keep late, தாமதப்படுத்து; to keep in custody, to seize and hold, பாதுகாவலில் வை. • *The police take innocent persons also and* **detain** *them in the station for enquiry.* **de-tain-ment**/di'teinmənt/*(n)*:டி:'ட்டெய்ன்மஅன்ட் / restraint, தடை; arrest, காவலில் வைத்தல்.

de-tect/di'tekt/*(v.t)*:டி:'ட்டெக்ட் / to discover, துப்பறி, உளவறி; to find out, கண்டுபிடி. • *In the hair of the dead Napoleon, silicon poison was* **detected**. **de-tec-tion**/ di'tekʃn/*(n)*:டி:'ட்டெக்ஷஅன் / discovery, துப்பறிதல். • *Many crimes have escaped* **detection**. **de-tec-tive**/di'tektiv/*(n)*: டி:'ட்டெக்ட்டிவ் / person engaged in detecting criminals, குற்றவாளிகளைத் துப்பறிந்து கண்டுபிடிப்பவர். • *We have now many private* **detectives** *also.*

de-ten-tion/di'tenʃn/*(n)*:டி:'ட்டென்ஷஅன் / confinement, சிறை வைத்தல்; withholding, தடை செய்தல், நிறுத்துதல். • *The law provides for the* **detention** *of terrorists without trial.*

de-ten-u/di'tenu:/*(n)*:டி:'ட்டெனு / a person held in custody, காவலில் வைக்கப் பட்டிருப்பவன், கைதி.

de-ter/di'tɜ:*/*(v.t)*:டி:'ட்டஅ* / **deterred, deterring**: to frighten, பயமுறுத்து; to hinder, தடைப்படுத்து, discourage, பின்வாங்கச் செய். • *Severe punishments haven't* **deterred** *people from taking drugs.*

de-ter-gent/di'tɜ:dʒənt/*(n)*:டி:'ட்டஅ:ஜஅன்ட் / a soapless chemical product, சலவைக்கட்டி.

de-te-ri-o-r-ate/di'tiəriəreit/*(v.t-v.i)*: டி:'ட்டியஅரியஅரெய்ட் / to degrade, தரங்கெடு, worsen, படிப்படியாக மோசமாக்கு. • *Relations between the brothers have* **deteriorated** *sharply in recent days,* **deterioration**/diˌtiəriə'reiʃn/*(n)*: டி:ˌட்டியஅரியஅ'ரெய்ஷஅன் / degradation, தரங்கெடுதல்; worsening, மோசமாகுதல்.

de-ter-mi-na-tion/diˌtɜ:mi'neiʃn/*(n)*: டி:ˌட்டஅ:மி'னெய்ஷஅன் / that which may be decided, தீர்மானிக்கப்பட வேண்டியது; decision, முடிவு; stubbornness, உறுதியான குணம். • *The police commissioner spoke of his* **determination** *to maintain law and order at any cost.* **de-ter-mine**/ di'tɜ:min/*(v.t-v.i)*:டி:'ட்டஅமின் / firmly decide, உறுதியாக முடிவெடு; resolve, தீர்மானம் செய். • *The judge* **determined** *that the accused was not guilty.* **de-ter-min-a-ble**/di'tɜ:minəbl/*(adj)*: டி:'ட்டஅமினஅப்:ல் / that may be decided, முடிவெடுக்கக்கூடிய, தீர்மானிக்கக்கூடிய.

D

de-ter-rent/di'terənt/*(adj)*:டி:'ட்டெரஎன்ட் / preventing, தடுக்கும் எச்சரிக்கையுள்ள. • *It is doubtful whether the threat of punishment has a* **deterrent** *effect on the smugglers.* • *Have you heard of the nuclear* **deterrent?**

de-test/di'test/*(v.t)*:டி:'ட்டெஸ்ட் / hate violently, வெறு; abhor, பகைத்துக்கொள். • *I* **detest** *to talk to people with no necessity at all.* **de-tes-ta-ble**/di'testəbl/*(adj)*:டி:'ட்டெஸ்ட்டஎப்:ல் / hatefull, வெறுக்கத்தக்க. • *Some children are also* **detestable**. **detestably***(adv)*, **detestation***(n)*.

de-throne/di'θrəun/*(v.t)*:டி:'த்ரஎஉன் / remove from the throne, பதவியினின்று நீக்கு, உயர் நிலையினின்று அகற்று. • *The king was* **dethroned** *for being a despot.* **dethronement***(n)*.

det-o-nate/'detəuneit/*(v.t-v.i)*:'டிட்டஎஉனெய்ட் / to explode with a loud noise, ஓசையுடன் வெடிக்கச் செய். • *The terrorists* **detonated** *a bomb and destroyed the police station.* **det-o-na-tion**/ ˌdetə'neiʃn/*(n)*:ˌடிட்டஎஉ'னெய்ஷஎன் / an explosion, வெடி; noise of an explosion, வெடிக்கும் ஓசை.

de-tour/'di:ˌtuə*/*(n)*:'டீ:ட்டுஎ* / a roundabout route, சுற்று வழி. • *The special bus made a* **detour** *to avoid the congested market.*

de-tract/di'trækt/*(v.t-v.i)*:டி:'ட்ரஎக்ட் / divert, வேறு வழியில் திருப்பு; reduce, குறை. • *The artificial decorations have failed to* **detract** *them from appreciating the beauty of the marriage hall.* **detraction***(n)*: that which detracts, திசை திருப்பும் ஒன்று. **detractors***(n)*.

det-ri-ment/'detrimənt/*(n)*:'டெட்ரிமஎன்ட் / damage, அழிவு; loss, இழப்பு; harm, சேதம், தீங்கு. • *He smokes a lot to the total* **detriment** *of his health.*

deuce/dju:s/*(n)*:ட்யூஸ்: / playing cards or dice with two spots, இரண்டு எண்ணுள்ள சீட்டு, பகடையில் இரண்டு; in tennis, scoring forty each, டென்னிஸ் பந்தாட்டத்தில் இரு கட்சியினரும் 40 புள்ளிகள் பெறும் நிலை; the devil, பேய்; bad luck, துரதிர்ஷ்டம்; plague, கொள்ளை நோய். • *We had the* **deuce** *of a time in finding the required person.*

de-val-ue/ˌdi:'vælju:/*(v.t-v.i)*:'டீ'வஎல்யூ / to reduce the exchange value of money, பணத்தின் மதிப்பைக் குறை. • *The government had* **devalued** *the rupee three times in a year.* **devaluation***(n)*.

dev-a-state/'devəsteit/*(v.t)*:'டெவஎஸ்ட்டெய்ட் / to ruin, அழி; to plunder, கொள்ளையடி; to lay waste, பாழாக்கு. • *The floods* **devastated** *the crops.* • *I was not* **devastated** *by the awful news of theft in my house.*

de-vel-op/di'veləp/*(v.t-v.i)*:டி:'வஎலஎப் (டெ:-) / to grow larger, வளரச்செய். • *We do exercises to* **develop** *our body.* to mature, முன்னேறு, முதிர்ச்சி பெறச் செய்; to unfold, மடிப்பை விரி; to use chemicals to expose the photographic film, நிழற்படச் சுருளை இரசாயனங்களின் உதவியால் விளக்கப்படுத்து. • *Trouble is* **developing** *in the government.* **de-vel-op-ment**/di'veləpmənt/*(n)*: டி:'வஎலஎப்மஎன்ட் / the act of developing, முன்னேற்றச் செயல். • *The eighth five-year plan was an important stage in the* **development** *of our country.*

de-vi-ate/'di:vieit/*(v.i)*:'டீ:வியெய்ட் / to turn away, விலகு; to take a roundabout route, சுற்று வழியில் செல். • *I do not like to* **deviate** *from the path of virtue.* • *The plane sometimes* **deviates** *from its regular route.* **de-vi-a-tion**/ˌdi:vi'eiʃn/*(n)*:ˌடீ:வி'யெய்ஷஎன் / noticeable difference from normal behaviour. சீரான நடத்தையினின்று விலகுதல். • *Sex* **deviations** *are harmful to health.*

de-vice/di'vais/*(n)*:டி:'வய்ஸ் / a piece of machinery, பொறியமைப்பு; a scheme, திட்டம், கண்டுபிடிப்பு; an emblem, அடையாளச் சின்னம்.

dev-il/'devl/*(n)*:'டெ:வ்ல் / an evil spirit, பேய், பிசாசு. **between the devil and the deep (blue) sea**: facing two options or choices both of which are not pleasant, நல்லது அல்லாத இரண்டிற்கு இடையே அகப்பட்டுக்கொண்டிருத்தல்.

de-vi-ous/'di:vjəs/*(adj)*:'டீ:வியஎஸ் / indirect, மறைமுகமான; roundabout, சுற்றான. • *We went by a* **devious** *route.* crooked, வளைந்துள்ள.

de-vise/di'vaiz/*(v.t)*:டி:'வய்ஸ்: / to plan, திட்டமிடு; to invent, உருவாக்கு, கண்டுபிடி. • *The smugglers always* **devise** *practical plans to carry out their programmes.*

de-void/di'vɔid/*(adj)*:டி:'வɔய்ட்: / not possessing, சிறிதும் இல்லாத. • *My house is totally* **devoid** *of luxury items.*

de-vo-lu-tion/ˌdi:və'lu:ʃn/*(n)*: ˌடீ:வஎ'லூஷஎன் (-ல்யூ-) / delegation of powers to subsidiary or local bodies, உயர் நிலையினின்று கீழ் மட்டத்திற்கு அதிகார மாற்றம்.

de-volve/di'vɔlv/*(v.t-v.i)*:டி:'வால்வ் / to dedicate completely, முழுவதுமாக ஈடுபடு; to set aside for, ஒதுக்கி வை. • *While the President is away from the country his work will devolve on the Vice-President.* • *The property of mother will* **devolve** *to her daughters.*

de-vot-ed/di'vəutid/*(adj)*:டி:'வஉட்டிட்: / dedicated, ஈடுபாடு கொண்ட; loving, அன்புள்ள. • *I am very much* **devoted** *to my children.* **dev-o-tee**/ˌdevəu'ti:/*(n)*: ˌடெ:வஉட்டீ / an earnest follower, பக்தர், பற்றுறுதியுடையவர். • *The pilgrim centres in India are full of* **devotees** *during festival seasons.* **de-vo-tion**/di'vəuʃn/*(n)*: டி:'வஉஷன் / great love, கடவுள் பற்று, ஈடுபாடு; prayer, வழிபாடு. **Devotion** to duty should be the principle of every individual. **devotional** *(adj)*: pertaining to prayer, கடவுள் வழிபாட்டைச் சார்ந்த. • *I love to hear* **devotional** *songs.* • *These days,* **devotional** *literature is good business.*

de-vour/di'vauə*/*(v)*:டி:'வஉஅ* / **devoured, devouring**: to eat greedily, பேராசையுடன் விழுங்கு; to consume, ஆவலுடன் உண்; to absorb wholly, முழுவதுமாக உட்கொள்; to destroy, அழி. • *The wolf* **devoured** *the sheep.* **devouring***(adv)*.

de-vout/di'vaut/*(adj)*:டி:'வஉட் / holy, கடவுள் பற்றுள்ள; given to religious duties, சமயப் பற்றுள்ள; earnestly sincere, உண்மையான ஆவலுடைய. • *It is my* **devout** *hope that God will help me.*

dew/dju:/*(n)*:ட்யூ / tiny drops of water which form on cool surface, பனித்துளி.

dew-lap/'dju:læp/*(n)*:'ட்யூலஃப் / fold of loose skin hanging under the throat of cattle, dogs, etc., தொங்கு தாடை.

dex-ter-i-ty/ˌdeks'terəti/*(n)*: ˌடெ:க்ஸ்'ட்டெரிட்டி / adroitness, கைத்திறமை; expertness, அருந்திறன். • *It is admirable to note the* **dexterity** *with which she plays the violin.* aptitude, திறன். **dex-ter-ous**/'dekstərəs/*(adj)*: 'டெ:க்ஸ்ட்டரஅஸ் / adroit, கைத்திறனுடைய; clever, அறிவுக்கூர்மையுடைய; skilful, திறமையுடைய. • *The carpenter untied the knots with his* **dexterous** *hands.*

dhal/dal*(n)*:டால் / a kind of pulse, பருப்பு.

di-a-be-tes/ˌdaiə'bi:ti:z/*(n)*:ˌடயஅ'பி:ட்டிஸ்: / a disease in which there is too much sugar in the blood and urine, நீரிழிவு நோய். • *He is a* **diabetic** *patient.*

di-a-bol-ic/ˌdaiə'bɔlik/*n)*:ˌடயஅ'பஃஆலிக் / devilish, பேய்த்தன்மையுள்ள; very cruel or wicked, கொடிய தன்மையுள்ள.

di-a-dem/'daiədem/*(n)*:'டயஅடெம் / royal crown, மகுடம், மணிமுடி; a headband, தலைமுடியைக் கட்டும் நாடா.

di-ae-re-sis/dai'erisis/*(n)*:டய்'யஅரிஸிஸ் / [also **dieresis**]: mark placed over one of two vowels indicating that they are not one sound, இரு உயிரெழுத்துக்கள் இணைந்து வரும் பொழுது அவை ஒரே ஒலியுடையவையல்ல என்பதைக் காட்ட ஓர் உயிரெழுத்தின் மேல் இடப்படும் குறி.

di-ag-nose/'daiəgnəuz/*(v.t)*: ˌடயஅக்:'னஅஉஸ்: / to determine the symptoms, அறிகுறிகளின் மூலம் நோயின் தன்மையை ஆய்ந்துணர். • *The doctor* **diagnosed** *my illness.*

di-ag-o-nal/dai'ægənl/*(adj)*:டய்'ஆ:க:அன்ல் / joining the opposite points in a square or rectangle, மூலைவிட்டக் கோணங்களை இணைக்கின்ற. • *Draw a* **diagonal** *line to divide the rectangle into two congruent triangles.* **diagonal***(n)*: a line drawn to join opposite points, மூலைவிட்டக் கோடு. • *The two* **diagonals** *of a rhombus intersect at right angles.* **diagonally** *(adv).* • *The dog runs fast* **diagonally** *across the ground.*

di-a-gram/'daiəgræm/*(n)*:'டயஅக்:ரஃம் / a drawing to illustrate something, விளக்க வரைபடம். • *We want a* **diagram** *of the proposed railway system.*

di-al/'daiəl/*(n)*:'டயஅல் / the face of an instrument such as a clock indicating measurements, காலம் மற்றும் பல அளவுகளைக் காட்டும் வட்ட முகப்பு; the wheel on a telephone indicating the numbers to be operated with fingers, தொலைபேசியின் வட்ட முகப்பு. **dial***(v.t-v.i)*: **dialled, dialling**: to make a telephone call by using a dial or similar apparatus, தொலைபேசியை முகப்பு எண்களைப் பயன்படுத்திப் பேசு. • *How do I* **dial** *to Delhi? Put in the money before* **dialling**.

di-a-lect/'daiəlekt/*(n)*:'டயஅலெக்ட் / language of a community or local place or some region, கிளை மொழி, பேச்சு வழக்கு. • *Tirunelveli Tamil is different from Madras Tamil; Coimbatore Tamil is a* **dialect** *of Tamil language.* • *We have in English the Yorkshire and Lancashire* **dialects.** **dialectic***(n)*, [also **dialectics**]: the art of method of discusson, disputation or debate, விவாதம், எதிர்வாதம், சொற்போர் முதலியவைகளின் கலை (அ) வழிமுறை. **dialectician***(n)*: one who well versed in discussion, நன்கு விவாதம் செய்பவர்.

dialectal*(adj)*, **dialectally***(adv)*, **dialectical***(adj)*, **dialectically***(adv)*.

dia-logue/ˈdaiəlɔg/*(n)*:ˈடைஅலாக்: / conversation between two or more persons, உரையாடல்; an exchange of ideas between two countries not on good terms, நட்புறவு இல்லாத இரு நாடுகளுக்கிடையே ஏற்படும் பேச்சு வார்த்தை.

di-a-ly-sis/daiˈælisis/*(n)*:டைˈஅலிஸிஸ் / a process of separating solid substances from liquid, திடப் பொருளைத் திரவத்தினின்று பிரித்தெடுத்தல்; purification of blood especially when kidney does not work, முக்கியமாக சிறுநீரகம் செயல்படாதபொழுது இரத்தத்தைச் சுத்தப்படுத்துதல்.

di-am-e-ter/daiˈæmitə*/*(n)*:டைˈஅமிட்டஅ* / from side to side of a circle through its centre, வட்டத்தின் குறுக்களவு, விட்டம். • *My ideas are* **diametrically** *opposed to no religion.* **diametrically***(adv)*.

di-a-mond/ˈdaiəmənd/*(n)*:ˈடைஅமஅன்ட்: / a bright precious stone, வைரம்; a shape like ♦, ♦ போன்ற வடிவம்.

di-a-per/ˈdaiəpə*/*(n)*: ˈடைஅˈப்பஅ* / a baby's napkin, குழந்தையின் சிற்றாடைத் துணி.

di-a-phragm/ˈdaiəfræm/*(n)*:ˈடைஅஃப்ரஅம் (-அம்) / a thin layer that separates parts, இடைத்திரை; the muscular wall separating the chest and the lower part, வயிற்றையும் மார்பையும் பிரிக்கும் இடைச்சவ்வு. • *The* **diaphragm** *of the ear is moved by sound waves.*

di-ar-rhe-a/ˌdaiəˈriə/*(n)*:ˌடைஅˈரிஅ / [also **diarrhoea**]: frequent emptying of the bowels, வயிற்றுப்போக்கு, பேதி.

di-a-ry/ˈdaiəri/*(n)*:ˈடைஅரி / a book in which daily happenings are recorded, நாள் குறிப்பேடு. • *I always maintain a* **diary**. • *I always consult my* **diary** *by surveying the past record in case of a crisis.*

di-a-tribe/ˈdaiətraib/*(n)*:ˈடைஅட்ரய்ப்: / angry attack in words, வசைமாரி, கோபமாகப் பேசுதல்.

dib-ble/ˈdibl/*(n)*:ˈடிப்:ல் / a short, pointed tool used for making holes in the ground, நிலம் கொத்தும் கருவி.

dice/dais/*(n)*:டைஸ் / small cubes used in games, பகடை. • *One of the* **dice** *was picked up by her husband.* **dice***(v.t)*: to cut food into small square pieces, உணவை சதுரத் துண்டுகளாக வெட்டு; to play dice with someone for money, காசு வைத்துப் பகடை ஆடு. • *They spend all the time* **dicing**.

dick-ey/ˈdiki/*(n)*:ˈடிக்கி / [also, **dicky**]: the outside part of the back of a motor car, மோட்டார் வண்டியின் வெளிப்புறப் பின் பகுதி; false shirt-front, சட்டையின் போலி முன்பகுதி.

di-co-ty-le-don/ˌdaikɔtiˈli:dən/*(n)*: ˈடைˌக்காட்டிˈலீடஅன் / a plant with two seed parts, இரு விதையிலைத் தாவரம்.

dic-tate/dikˈteit/*(v.t-v.i)*:டிக்ˈட்டெய்ட் / to read out or utter words so that another may write down, மற்றொருவர் கேட்டு எழுதும் படியாகச் சொற்களைச் சொல்; command, கட்டளையிடு. • *The union leaders are in a position to* **dictate** *their own terms to the management.* **dic-ta-tion**/dikˈteiʃn/*(n)*:டிக்ˈட்டெய்ஷஅன் / the act of reading or uttering words so that others may write down, மற்றொருவர் கேட்டு எழுதும்படியாகச் சொற்களைச் சொல்லுதல்; a command, கட்டளை. • *A teacher always resorts to* **dictation** *as an exercise to children.*

dic-ta-tor/dikˈteitə*/*(n)*:டிக்ˈட்டெய்ட்டஅ* / a ruler having absolute power, வல்லாட்சியாளர்; commander, கட்டளையிடுபவர். • *Adolf Hitler was a* **dictator**. • *Sadam Hussain was not a* **dictator**. **dic-ta-to-rial**/ˌdiktəˈtɔ:riəl/*(adj)*:ˌடிக்ட்டஅˈட்டஓ:ரியஅல் / all powerful, வல்லமையுடைய; commanding, கட்டளையிடுகின்ற; imperious, ஆணவமான. • *Some managers behave in a* **dictatorial** *manner in their dealings with their assistants.*

dic-tion/ˈdikʃn/*(n)*:ˈடிக்ஷஅன் / the manner in which a person speaks or writes, சொல் நடை, எழுத்து நடை; phraseology, சொல்முறை. • *Poetic* **diction** *is different from prose* **diction**.

dic-tion-a-ry/ˈdikʃənri/*(n)*:ˌடிக்ஷஅனஅரி / a book containing the words of a language in the alphabetical order along with their meaning, அகராதி.

dic-tum/ˈdiktəm/*(n)*:ˈடிக்டஅம் / a proverb, பழமொழி; a wise saying, கருத்து; an assertion, உறுதிமொழி.

did/did/*(v)*:டிட்: / past tense of "do", "do" என்ற வினைச்சொல்லின் இறந்தகாலம்.

di-dac-tic/diˈdæktik/*(adj)*:டிˈடஅக்ட்டிக் (டை:) / intended to teach or instruct, அறிவுறுத்துகிற. • **Didactic** *poetry is rather not interesting.* **didactics***(n)*: the art of teaching, கற்பிக்கும் கலை. **didactically***(adv)*.

die/dai/*(v.i)*:டை / **died, dying**: to stop operating suddenly, செயல்படாமல் நின்று

விடு. • *The phone just* **died** *while I was speaking.* **to die away**: to stop step by step, படிப்படியாகச் செயல்படாமல் நின்று விடு. **die**(*v.t*): to stop living, இறந்து போ; to expire, மரணமடை. • *I have no fear at all to* **die**. **be dying for**. to have a great wish to, ஆர்வம் கொள், செயல்படத் துடித்தெழு. **to die hard**: to take a long time to disappear, வழக்கம், நடைமுறைகள், மரபுகள் மறைய அதிக காலம் கொள். Old habits **die hard. to die with one's boots on**: to die on duty or while working or fighting, கடமையாற்றும் பொழுது (அ) போரில் மரணம் அடை. **die**(*n*): a small cube used in games, பகடை; a mould, அச்சு.

di-et/ˈdaiət/(*n*):ˈடாயட் / the food we eat habitually, வழக்கமான உணவு; kinds of food to which a person is limited, திட்ட உணவு. **diet**(*v.i*): to prescribe a special course of foods, பத்திய உணவு எடுத்துக் கொள்ள மருத்துவ அறிவுரை கொடு. **diet**(*n*): a meeting to discuss political or religious matters, அரசியல், மத விவகாரங்களை விவாதிக்கக் கூட்டப்படும் அவை, ஜப்பான் நாட்டின் மக்களவை.

dif-fer/ˈdifə*/(*v.i*):ˈடிஃபஅ:* / to be not alike, வேறுபடு; to disagree, முரண்படு. • *I do not agree with some principles of religion; I* **differ** *from them.* • *The parties* **differ** *on many issues.* **dif-fe-rence**/ˈdifrəns/ (*n*):ˈடிஃப்ரஅன்ஸ் (டிஃபஅ-) / unlikeness, வேற்றுமை; variation, வேறுபாடு, மாற்றம். • *I see a lot of* **difference** *in food habits between man and woman.* • *It is better to settle* **differences** *between us and be friends again.* **dif-fe-rent**/ˈdifrənt/(*adj*): ˈடிஃபஅரஅன்ட் / unlike, வேறுபாடுடைய; not the same, மாறுபடுகின்ற, மாறுபட்ட; separate, தனித்தன்மையுள்ள. • *A problem has* **different** *sides and so there are different solutions.* **dif-fe-ren-tial**/ ˌdifəˈrenʃl/(*adj*):ˈடிஃபஅˈரென்ஷஅல் / showing a difference, வேறுபாடுடைய; varying, மாறுபடுகின்ற; special, சிறப்பான; partial, சார்பாகவுள்ள. **Differential** Calculus is a mathematical method of calculating the continuous change in quality. **differential**(*n*): degree of difference in pay scales, ஊதிய விகிதத்தில் உள்ள வேறுபாடு. • *The union government has been maintaining existing pay* **differentials** *for some time.* **dif-fe-ren-ti-ate**/ˌdifəˈrenʃieit/(*v.t*)/ ˌடிஃபஅˈரென்ஷியெய்ட் / to make a contrast between, வேறுபாடுகளை எடுத்துக்காட்டு, வகைப்படுத்து. • *At least, the Constitution of India does not* **differentiate** *between man and woman.*

dif-fi-cult/ˈdifikəlt/(*adj*):ˈடிஃபிக்கஅல்ட் (-ஃபஅ-) / hard, கடினமான; arduous, கடுமையான முயற்சியுடைய. • *It is* **difficult** *to foresee future.* • *It is not* **difficult** *to be busy always.* **dif-fi-cul-ty**/ˈdifikəlti/(*n*):ˈடிஃபிக்கஅல்ட்டி / hardness, கடினம்; trouble, துன்பம்; objection, தடை. • *Every* **difficulty** *is a challange in life and an excellent opportunity.*

dif-fi-dent/ˈdifidənt/(*adj*):ˈடிஃபிடஅன்ட் / wanting confidence, தன்னம்பிக்கை இல்லாத; timid, கூச்சமுள்ள. • *She feels rather* **diffident** *about expressing her ideas on marriage.* **diffidently**(*adv*), **diffidence**(*n*).

dif-fract/diˈfrækt/(*v.t*):ˈடிஃப்ரஆக்ட் / to break up a beam of light into a spectrum, ஒளிக்கற்றையைச் சிதறச் செய்து நிறமாலையை உருவாக்கு.

dif-fuse/diˈfju:z/(*v.t-v.i*):டிˈஃப்யூஸ் / to spread, பரப்பு; to mix slowly, மெதுவாகக் கலக்கு. • *It is necessary to diffuse technical knowledge now.* **dif-fu-sion**/ diˈfju:ʒn/(*n*):டிˈஃப்யூஜ்அன் / the act or instance of diffusing, பரவுதல். • *Dust causes* **diffusion** *of light.* **diffuse**(*adj*): widely spread, முழுவதும் பரவக்கூடிய, பரவலாக உள்ள. • *A direct light, not* **diffused** *light, helps reading better.* **diffusely**(*adv*), **diffuseness**(*n*).

dig/dig/(*v.t-v.i*):டிக் / **dug, digging**: to break up and move the earth, நிலத்தைத் தோண்டு. • *The prisoners under trial, dared to escape by* **digging** *a tunnel under the wall.*

di-gest/ˈdaidʒəst/(*v.t-v.i*):ˈடாய்ஜஅஸ்ட் / to change the food into liquid in the stomach, செரிமானம் செய்; to think about and understand, சிந்தித்துப் புரிந்துகொள். • *It took me some time to* **digest** *the news that Indira Gandhi was shot dead.* **digest**(*n*): summary, சுருக்கம், தொகுப்பு. • *We have now a book, published on Constitution of India (i.e.) a* **digest** *of constitutional laws.*

di-gest-i-ble/diˈdʒestəbl/(*adj*): டாய்ˈஜெஸ்ட்டஅப்ல் (-டிப்ல்) / that can be easily digested, செரிக்கக்கூடிய; that can be understood, புரிந்துகொள்ளக்கூடிய. • *Some facts are not* **digestible** *easily.* **di-ges-tion**/diˈdʒestʃən/(*n*): டாய்ˈஜெஸ்ச்சஅன் (ஜெஷ்சன்) / the process of changing food into liquid in the stomach, செரித்தல், செரிமானம். • *Rich food may be tasty but it spoils your*

digestion. **di-ges-tive**/di'dʒestiv/ *(adv)*:டய்'ஜெஸ்ட்டிவ் (டி:'ஜெ-) / pertaining to digestion, செரித்தல் தொடர்பான. • *The human* **digestive** *system is rather delicate.* **digestive**(*n*): thing that helps digestion, செரிக்க உதவும் பொருள்.

di-git/'didʒit/*(n)*:'டி:ஜிட் / finger or toe, விரல்; a finger's breadth, விரல் அகலம்; numerals 1-9, place of the number, ஒன்று முதல் ஒன்பது வரையிலுள்ள எண் இலக்கம். **di-gi-tal**/'didʒitl/*(adj)*:'டி:ஜிட்ல் / pertaining to the fingers, toes, etc., விரல்கள், கட்டைவிரல் பற்றிய; showing quantity in the form of numbers, எண்கள் மூலம் அளவைக் குறிப்பிடுதல் பற்றிய; of the system of information represented by changing electrical signals, மாறும் மின்குறிகள் மூலம் செய்திகள் குறிப்பிடுவது பற்றிய.

dig-ni-fied/'dignifaid/*(adj)*:'டி:க்:னிஃபய்ட் / stately, கம்பீரமான; worthy of respect, மதிப்புக்கு உகந்த; honoured, பெருமைக்கு உரிய; noble, உயர்ந்த கண்ணியமான. • *A man looks* **dignified** *when he becomes old.* **dig-ni-fy**/'dignifai/*(v.t)*:'டி:க்:னிஃபய் / to give dignity or importance to, மதிப்பு (அ) முக்கியத்துவம் கொடு. **dig-ni-ty**/'dignəti/*(n)*:'டி:க்:னிட்டி: high worth or rank, பெருமதிப்பு; honour, பெரும் பதவி; nobility, சிறப்பு, உயர்வு, கண்ணியம். • *The* **dignity** *of a man consists in his behaviour towards the poor.* • **Dignity** *means goodness and nobleness of character.*

di-gress/dai'gres/*(v.i)*:,டய்க்:'ரெஸ் / to deviate from the point in speaking or writing, கூறவேண்டிய கருத்தை விட்டு விலகு. • *I am here to explain the philosophy of the Saint Ramanuja but I* **digress**, *I'll tell you a funny story for a moment.* **digression**(*n*). • *The speaker made several long* **digressions** *in his discourse.*

dike/daik/*(n)*:டய்க் / [also **dyke**]: ditch, குழி, பள்ளம்; a high wall of earth to keep back the water from the sea or river, வெள்ளத்தைத் தடுக்கும் மண்சுவர்.

di-lap-i-dat-ed/di'læpideitid/*(adj)*: டி:,லஆப்பிட்'டெய்ட்டிட்: / ruined, பாழடைந்துள்ள; needing repair, சீர் செய்யப்படவேண்டிய. • *I have a* **dilapidated** *old car to sell and an old house to be repaired.* **di-lap-i-da-tion**/di,læpi'deiʃn/*(n)*: டி:லஆப்பிட்டெய்ஷஅன் / state of despair, பாழடைந்த நிலை.

di-late/dai'leit/*(v.t-v.i)*:டய்'லெய்ட் / to expand, விரிவாக்கு; to widen, அகலப்படுத்து; to talk comprehensively about, அகலமாக்கு, விரித்துரை. • *His eyes* **dilated** *with terror when he sighted a cobra.*

dil-a-to-ry/'dilətəri/*(adj)*:'டய்லெய்ட்டஅரி / slow, மெதுவாக; making delay, காலம் கடத்துகிற. • *The government adopts* **dilatory** *tactics in dealing with income tax evaders as they are rich.*

di-lem-ma/di'lemə/*(n)*:டி'லெமஅ (டய்-) / a state in which one has to choose between two things neither of which is desirable, விருப்பமற்ற இரு வழிகளில் ஏதேனும் ஒன்றைத் தீர்வு செய்யவேண்டிய சிக்கலான நிலைமை; a difficult situation, திகைப்பு, இக்கட்டான நிலை; perplexity, தடுமாற்றம். • *I am in a* **dilemma** *whether to leave the job or not.*

dil-i-gence/'dilidʒəns/*(n)*:'டி:லிஜஅன்ஸ் / earnestness in working, உழைப்பு, ஊக்கம்; a public coach, பொது ஊர்தி. **dil-i-gent**/'dilidʒənt/*(adj)*:'டி:லிஜஅன்ட் / careful and active about one's work, பணியில் ஊக்கமும், கவனமும், சுறுசுறுப்பும் உள்ள; hard working, கஷ்டப்பட்டு உழைக்கின்ற. • *A* **diligent** *student can easily score very good marks in examinations.* **diligently** *(adv)*.

dil-ly-dal-ly/'dilidæli/*(v.i)*:டி:லிடஃஆலி / to waste time by not making up one's mind, வேலை செய்வதில் அதிகக் காலம் செலவழி, தயங்கு.

di-lute/dai'lju:t/*(v.t)*:டய்'ல்யூட் / to make thinner, நீர்க்கச் செய்; to weaken, வீரியம் குறை. • *The acid is much* **diluted**. • *The force of law is* **diluted** *by people with money.* **dilution**(*n*).

di-lu-vi-am/dai'lu:vjəm/*(adj)*: டய்'லூவியஅம் / pertaining to flood, வெள்ளப்பெருக்குத் தொடர்பான.

dim/dim/*(adj)*:டிம் / not bright and clear, மங்கலான. • *My eye has become* **dim** *at 65.* **dim***(v.t-v.i)*: to make less bright, மங்கச்செய். • *The lights in the streets began to* **dim** *due to low voltage.*

di-men-sion/di'menʃn/*(n)*:டய்'மென்ஷஅன் (டி:-) / measurement, அளவு, பரிமாணம். • *Length and breadth are two* **dimensions**. • *Time is called the fourth* **dimension**.

di-min-ish/di'miniʃ/*(v.t-v.i)*:டி:'மினிஷ் / reduce, சுருக்கு; make less, குறை. • *Old age has failed to* **diminish** *my vigour.* **dim-i-nu-tion**/,dimi'nju:ʃn/*(n)*: ,டி:மி'ன்யூஷஅன் / the state of being diminished, குறைவு படுதல், இழிவு படுதல். **di-min-u-tive**/di'minjutiv/*(adj)*: டி:'மின்யுட்டிவ் / very small and also lovable, சிறிய, நேசிக்கத்தக்க. **diminutive***(n)*: a word formed by adding a diminutive suffix, சிறிய பிற்சேர்க்கை மூலம் பெறப்படும் வார்த்தை. (*e.g.* : duck + ling = duckling).

di-mis-so-ry/di'misəri/*(adj)*:டி:'மிஸஅரி / allowing to go, புறப்பட அனுமதிக்கின்ற; sending away, அனுப்புகிற.

dim-ple/'dimpl/*(n)*:'டி:ம்ப்ல் / natural depression in the chin or cheek, கன்னக்குழிவு; ripple, சிறிய அலை.

din/din/*(n)*:டி:ன் / a loud continuous noise or disturbance, இரைச்சல், கூச்சல். **din***(v.t-v.i)*: make a confused noise, கூச்சலிடு. • *What he said about me, is* **dinning** *in my ears even now.*

di-nar/'di:na:*/*(n)*:'டி:னார் / a unit of money in some countries, சில நாடுகளில் நாணயத்தின் ஓர் அளவு; a Persian coin, பாரசீக நாணயம்.

dine/dain/*(v.t-v.i)*:டய்ன் / to take dinner, பகல் உணவை உண். • *Many days, I had no time to* **dine**. **di-ner**/dainə*/*(n)*: டய்னஅ*: one who dines, உணவு உண்பவர்.

ding/diŋ/*(v.t)*:டி:ங் / to ring a bell, மணியடி.

dong/dɔŋ/*(n)*:டாங் / the sound of bells continuously rung, தொடர்ந்து ஒலிக்கும் மணியோசை. **dong***(adj)*: monotonous, சலிப்பூட்டும்படியாக உள்ள. **ding-dong***(n)*: the sound made by bell, மணியோசை.

dingey/'diŋgi/*(n)*:'டி:ங்கி: / a small boat with oars, துடுப்புகள் உள்ள சிறிய படகு.

din-ghy/'diŋgi/*(n)*:'டி:ங்கி: / an open rowing boat, சிறிய திறந்த படகு.

din-gle/'diŋgl/*(n)*:'டி:ங்க்ல் / a small dark valley, இருள் சூழ்ந்த சிறிய பள்ளத்தாக்கு.

din-ner/'dinə*/*(n)*:'டி:னஅ* / main meal of the day, ஒரு நாளைய முக்கிய உணவு.

di-no-saur/'dainəusɔ:*/*(n)*:,டய்னஅ'ஸா:* / a giant reptile, ஊர்வன இனத்தைச் சார்ந்த ஒருவகைப் பெரிய விலங்கு; any of several types of very large long tailed reptiles that lived in olden days, பழங்காலத்தில் இப்புவியில் வசித்து வந்த பெரிய வால் உடைய மிகப்பெரிய விலங்கு.

dint/dint/*(n)*:டி:ன்ட் / blow, அடி; a hollow made by a forcible blow, பலத்த அடியால் ஏற்படும் வடு. **by dint of**: by means of அதனால். • **By dint of** *hard work alone, one cannot succeed, it also requires wisdom.*

di-o-cese/'daiəsis/*(n)*:'டயஅஸிஸ்: / a district over which a bishop has authority, ஒரு மதகுருவின் ஆட்சிக்கு உட்பட்ட பகுதி.

di-ox-ide/dai'ɔksaid/*(n)*:டய்'ஒக்ஸைட்: / a compound of oxygen, ஆக்ஸிஜன் கொண்ட கூட்டுப்பொருள்.

dip/dip/*(v.i-v.t)*:டி:ப் / to put into any liquid for a little time, ஒரு நீர்மத்தில் சிறிது நேரம் அமிழ்த்து; lower for a moment and raise again, தோய்த்தெடு. • *The bird* **dipped** *its head into the water.* **dip***(n)*: a plunge, நீர்மத்தில் அமிழ்த்துதல் (அ) தோய்த்தல்; a low place or hollow, சரிவு, பள்ளம். • *I had a* **dip** *in the sea.* • *I am experiencing now a sudden* **dip** *in my profits.*

diph-ther-i-a/dif'θiəriə/*(n)*:டி:ஃப்'த்திரியஅ / a disease of the throat, தொண்டை அடைப்பான் நோய்.

di-phos-gene/dai'fɔsdjin/*(n)*: டய்'ஃபாஸ்ஜீன் / a poisonous gas, ஒருவகை நச்சுவாயு, உயிர்க்கொல்லி.

diph-thong/'difθɔŋ/*(n)*:'டி:ஃப்த்தாங் / union of two vowel sounds or vowel letters, இணை உயிர் ஒலி, இணை உயிரெழுத்து, அடுத்து வரும் ஒரே உச்சரிப்புள்ள இரு உயிரெழுத்துக்கள். • *The vowel sound in 'my' (mai) is a* **diphthong**.

di-plo-ma/di'pləumə/*(n)*:டி:'ப்லஅஉமஅ / an educational certificate awarded by a university or college, பல்கலைக் கழகம் (அ) கல்லூரி அளிக்கும் கல்விச் சான்றிதழ். • *She has a* **diploma** *in music.* **di-plo-ma-cy**/di'pləuməsi/*(n)*:டி:'ப்லஅஉமஅஸி / political skill, அரசியல் திறன், நிர்வாகத் திறன்; skilful management of any affair, நிர்வாகத் திறன். • *India needs all the* **diplomacy** *to settle the Kashmir dispute.* **dip-lo-mat**/'dipləmæt/*(n)*: 'டி:ப்லஅமஎட் / a person skilled in diplomacy, அரசியல் வல்லுநர்.

dip-so-ma-ni-a/,dipsəu'meinjə/*(n)*: ,டி:ப்ஸஅஉ'மெய்னியஅ / a very strong craving for alcoholic drinks, மது வெறி.

dire/'daiə*/*(adj)*:டயஅ* / dreadful, அச்சமூட்டுகிற; terrible, கொடிய; urgent, அவசரமான. • *I am always in* **dire** *need of money.* **In dire straits**: in a very serious, difficult situation, மிக நெருக்கடியான நிலையில். • *The State Government is* **in dire straits** *as it has large deficit in budget.*

di-rect/di'rekt/*(v.t-v.i)*:டய்'ரெக்ட் / to manage, நிர்வகி; to guide, வழிநடத்து; to

D

instruct, கற்றுக்கொடு; to order, கட்டளையிடு; to address, முகவரியிட்டு அனுப்பு; to aim at, இலக்கு நோக்கிச் செலுத்து. • *He* **directed** *the film "Rogue".* • *The orders to move out is* **directed** *at you.* • *Can you* **direct** *me to Majestic Circle?* • *Unemployment has increased as a* **direct** *result of the State Government's economy drive.* **direct**(*adj*): straight forward, ஒளிவு மறைவற்ற, நேரடியாக; exact, நேராக உள்ள. • *What is the* **direct** *route to Parry's corner?* **direct**(*adv*): in a direct line, நேரான பாதையில். • *The next Air India flight doesn't go* **direct** *to Mumbai. It goes via Bangalore.* **directly**(*adv*).

di-rec-tion/di'rekʃn/(*n*):டி:ரெக்ஷஅன் (டய்-, டஅ) / a place towards which a person moves, looks, etc., திசை. • *Which* **direction** *does the temple face?* management, நிர்வாகம்; guidance, வழி நடத்துதல்; command, கட்டளையிடுதல்; instruction, கற்றுக் கொடுத்தல்; address, முகவரி. • *The problem is, the manager lacks* **direction**; *he has no sense of direction.* **di-rec-tive**/di'rektiv/(*n*): டி'ரெக்ட்டிவ் / detailed instructions given as a guidance, நெறிப்படுத்தும் பொதுக்கட்டளைகள். • *The government had issued new* **directives** *about the use of public vehicles by officials.* **di-rec-tor**/di'rektə*/(*n*):டி'ரெக்ட்டஅ* / a person who manages or guides, இயக்குநர். • *I am my own* **director** *in the management of my affairs.* • *The* **director** *is one who guides, helps and performs also.*

di-rec-to-ry/di'rektəri/(*n*):டி'ரெக்ட்டஅரி / a book of names or addresses, முகவரிப் புத்தகம், தகவல் புத்தகம். • *The latest telephone* **directory** *is full of commercial advertisements.*

di-rec-tor-ate/di'rektərit/(*n*): டி'ரெக்ட்டஅரிட் / a board of management, நிர்வாகக் குழு, இயக்ககம்.

dirge/dɜ:dʒ/(*n*):டஅ:ஜ் / a funeral song, ஒப்பாரிப் பாடல்.

dir-i-gi-ble/'diridʒəbl/(*adj*):'டிரிஜஅப்:ல் (ஜிப்:ல்) / that can be steered or guided, செலுத்தத்தக்க, வழிப்படுத்தக்கூடிய.

dirk/dɜ:k/(*n*):டஅ:க் / a kind of dagger, ஒருவகைக் குத்துவாள்.

dirt/dɜ:t/(*n*):டஅ:ட் / any substance that is not clean, அழுக்கு, தூய்மையற்ற பொருள்; indecent talk, அநாகரிகப் பேச்சு, அவதூறான பேச்சு. • *Do not talk* **dirt** *here.* **dirt-y**/'dɜ:ti/(*adj*):டஅ:ட்டி: not clean, தூய்மையற்ற; soiled, அழுக்கான. • *The toilet is* **dirty**.

dis-a-bil-i-ty/,disə'biləti/(*n*): ,டி:ஸஅ'பி:லிட்டி (ஸ:அ) / lack of ability, திறனற்ற நிலை; hindrance, தடை. • *Many people do not get* **disability** *pension from the government.* **dis-a-ble**/dis'eibl/(*v.t*): டி:ஸெ'ய்ப்:ல்: to make unfit, தகுதியற்றவனாகச் செய்; to cripple, முடமாக்கு. • *Many soldiers were* **disabled** *in the World War II.* **disabled**(*n*): people who are physically handicapped, உடல் ஊனமுற்றோர்.

dis-a-buse/,disə'bju:z/(*v.t*):டி:ஸஅ'ப்:யூஸ்: / to set right a false belief, சரிப்படுத்து, தவறான எண்ணத்தைப் போக்கு. • *Your opinion about your wife is wrong. I must* **disabuse** *you of that opinion.*

dis-ac-cord/disəkɔ:d/(*v.i*):டி:ஸஅக்காஅ:ட்: / to disagree, இணங்காமல் இரு. **disaccord**(*n*): the act of disagreement, வேற்றுமை உணர்வு.

dis-ad-van-tage/,disəd'va:ntidʒ/(*n*): ,டி:ஸ்அட்:'வான்ட்டிஜ் / unfavourable circumstance, சாதகமற்ற சூழ்நிலை; a drawback, குறைபாடு; an injury, கேடு; loss, இழப்பு. • *Life has many* **disadvantages**, *yet it is exciting and interesting.*

dis-af-fect-ed/,disə'fektid/(*adj*): ,டி:ஸஅ'ஃபெக்ட்டிட்: / dissatisfied, மனத் தாங்கல் கொண்ட, அன்பு இல்லாத. **dis-af-fec-tion**/,disə'fekʃn/(*n*): ,டி:ஸஅ'ஃபெக்ஷஅன் / dislike, விருப்பமின்மை. • *There is growing* **disaffection** *among the family members of my house.*

dis-af-for-est/,disə'fɔrəst/(*v.t*): ,டி:ஸஅ'ஃபாரிஸ்ட் / to cut down trees and clear the forest, காட்டை அழி. **disafforestation**(*n*): the act of clearing forest, காட்டை அழித்தல். *opp*: afforestation.

dis-a-gree/,disə'gri:/(*v.i*):டி:ஸஅ'க்:ரீ / to think differently, கருத்து வேறுபாடு கொள்; to be different from, வேறுபட்டிரு, ஒற்றுமை உணர்வு இல்லாமல் இரு; quarrel, சண்டையிடு. • *The committee members* **disagreed** *over the issue of bonus.* **dis-a-gree-a-ble**/,disə'griəbl/(*adj*): ,டி:ஸஅ'க்:ரீயஅப்:ல் / not agreeable, உடன்பாடில்லாத; unsuitable, ஒவ்வாத. • *You must immediately stop being* **disagreeable** *to your friends.* **dis-a-gree-ment**/,disə'gri:mənt/(*n*): ,டி:ஸஅ'க்:ரீமஅன்ட் / difference of opinion, கருத்து வேறுபாடு; quarrel, சண்டை.

• *There need not be always* **disagreement** *between husband and wife.* **disagreeably**(*adv*).

dis-al-low/ˌdisəˈlau/(*v.t*):ˈடிஸ‌əˈலஉ / refuse to allow, ஒப்புக்கொள்ள மறு; to reject, ஏற்றுக்கொள்ளாமல் ஒதுக்கித் தள்ளு. • *The excess amount claimed by the official was* **disallowed** *by the auditor.*

dis-ap-pear/ˌdisəˈpiə*/(*v.i*):ˈடிஸəப்ˈபியə* / to go out of sight, காணாமல் போ; vanish, மறைந்து விடு. • *Beautiful birds are fast* **disappearing** *because of the hunting habits of man.* • *My purse has* **disappeared** *off the table.* **disappearance**(*n*).

dis-ap-point/ˌdisəˈpɔint/(*v.t*): ˌடிஸəப்ˈபɔய்ன்ட் / to make unhappy, எதிர்பார்த்தது நடக்காமல் வருத்தப்படு; to spoil, கெடுத்து விடு; to destroy hope, நம்பிக்கையைக் கெடு. • *My son has* **disappointed** *me.* **dis-ap-point-ment**/ˌdisəˈpɔintmənt/(*n*): ˌடிஸəப்ˈபɔய்ன்ட்மəன்ட் / distress resulting from frustration, ஏமாற்றம், மனக்கசப்பு. • **Disappointment** *should not crush one down; they are only transitory.* **dis-ap-point-ed**/ˌdisəˈpɔintid/(*adj*): ˌடிஸəப்ˈபɔய்ன்ட்டிட் / with no hope, நம்பிக்கையில்லாத. • *I am not at all* **disappointed** *in life though poverty is my only property.*

dis-ap-prove/ˌdisəˈpru:v/(*v.t-v.i*): ˈடிஸəˈப்ரூவ் / do not approve, அனுமதிக்க மறு; dislike, வெறு; reject, தள்ளுபடி செய். • *A decent man will certainly* **disapprove** *of mothers going to work.* **disapproval**(*n*).

dis-arm/disˈa:m/(*v.t*):டிˈஸாம் / to deprive one of arms, ஆயுதங்களைப் பறி; to make powerless, ஆற்றல் இழக்கச் செய். • *The military* **disarmed** *the prisoners.* • *Your courteous manners will certainly* **disarm** *your enemy.*

dis-ar-ma-ment/disˈa:məmənt/(*n*): டிஸாˈமəமəன்ட் / depriving of arms, ஆயுதப் பறிமுதல். • *Superpowers are not earnest about nuclear* **disarmament** *programmes.* **dis-arm-ing**/disˈa:miɲ/(*adj*):டிˈஸாமிங் / artless, வெகுளித்தனமான; placatory, தணிக்கக்கூடிய. **disarmingly**(*adv*).

dis-ar-range/ˌdisəˈreindʒ/(*v.t*): ˌடிஸəˈரெய்ஞ்ஜ் / to disturb the arrangement, ஒழுங்கானவற்றைக் கலை, தாறுமாறாக்கு. **disarrangement**(*n*).

dis-ar-ray/ˌdisəˈrei/(*n*):ˈடிஸəˈரெய் / disorderliness, ஒழுங்கற்ற தன்மை. • *She looked at the things that are in* **disarray** *and sighed.*

dis-as-ter/diˈza:stə*/(*n*):டிˈஸ:ஸ்ட்டə* / calamity, துன்பம்; sudden misfortune, பேரிழப்பு. • *The crash in the Bangalore airport was the worst air* **disaster**.

dis-a-vow/ˌdisəˈvau/(*v.t*):ˈடிஸəவ்உ(-வு) / to say that one does not know, தெரியாதென்று சொல்; deny, மறு. • *The management* **disavowed** *all its responsibility for the fault of its representative.*

dis-band/disˈbænd/(*v.t-v.i*):டிஸ்ˈபæன்ட் / to disperse, கலைத்தல்; to dismiss a band of soldiers, இராணுவப்பிரிவைக் கலை. • *The army was* **disbanded** *immediately after the action.*

dis-be-lief/ˌdisbiˈli:f/(*n*):ˈடிஸ்பிːˈலீஃப் / lack of belief, அவநம்பிக்கை; refusal to believe, நம்ப மறுத்தல். • *She shook her head in total* **disbelief**. **dis-be-lieve**/ˌdisbiˈli:v/(*v.t-v.i*):ˈடிஸ்பிːˈலீவ் / to suspect, ஐயம் கொள்; refuse to believe, நம்பிக்கை கொள்ள மறு. • *I do not* **disbelieve** *what you say.*

dis-burse/disˈbɜ:s/(*v.t-v.i*):டிஸ்ˈபːəːஸ் / to pay out money, பணம் பட்டுவாடா செய், பணம் கொடு. • **Disburse** *the salary immediately to the staff.*

disc/disk/(*n*):டிஸ்க் / a flat round surface, வட்டத்தட்டு. • *The* **disc** *of the full moon is beautiful to look at.*

dis-card/ˈdiska:d/(*v.t-v.i*):ˈடிஸ்காட் (டிஸ்ˈ-) / to reject, தள்ளு, விலக்கு; to put aside, ஒதுக்கு. • *Some young men and women* **discard** *their parents as they* **discard** *an old piece of cloth.*

dis-cern/diˈsɜ:n/(*v.t-v.i*):டிˈஸəːன் / to discriminate, வேறுபடுத்து, தெளிவாக அறி; to recognise, கூர்ந்துணர். • *While travelling, I was able to* **discern** *the shape of an elephant in the passing clouds.*

dis-charge/disˈtʃa:dʒ/(*v.t-v.i*):டிஸ்ˈச்சாஜ் / to dismiss, பதவியிலிருந்து விலக்கு; to perform, நிறைவேற்று. • *The servant was* **discharged** *from his work today.* to unload, சுமை இறக்கு. • *The bus* **discharged** *its passengers.* to fire a gun, துப்பாக்கியால் சுடு; to set free, விடுதலை செய். • *The prisoner was* **discharged** *by the court.*

di-sci-ple/diˈsaipl/(*n*):டிˈஸய்ப்ல் / a pupil, மாணவர், சீடர்; a follower, பின்பற்றுபவர். • *Many Europeans considered themselves as* **disciples** *of Mahatma Gandhi.*

dis-ci-pli-nar-i-an/ˌdisipliˈneəriən/(*n*): ˌடிஸிப்லினεəரியəன் / a person who maintain strict discipline, கட்டுப்பாடான ஒழுக்கத்தை நிர்வகிக்கும் நிர்வாகி. • *Every teacher wants to be a strict* **disciplinarian**.

dis-ci-pline/ˈdisiplin/*(n)*:ˈடி:ஸிப்லின் / education, கல்வி; good training, நல்ல பயிற்சி; orderliness, ஒழுங்குமுறை; restraint, கட்டுப்பாடு. • *There is strict* **discipline** *in the army.* • **Discipline** *should come from within and not from outside.* **discipline***(v.t)*: to force to obey orders, ஒழுங்குமுறைக்குப் படிய வை; to punish, தண்டனை கொடு; to control, கட்டுப்படுத்து; to train, பயிற்சி அளி. • **Discipline** *the body first before disciplining the mind.*

D

dis-claim/disˈkleim/*(v.t-v.i)*:டி:ஸ்ˈக்லெய்ம் / to disown, ஒப்புக்கொள்ள மறு; to give up all claims, உரிமைகளைக் கைவிடு. • *The driver* **disclaimed** *all responsibility for the accident.* • *The cine star* **disclaimed** *being involved in the affair.* **dis-claim-er**/disˈkleimə*/*(n)*:டி:ஸ்ˈக்லெய்மə* / a denial, மறுப்பு. • *The newspaper has published a* **disclaimer** *denying its report.*

dis-close/disˈkləuz/*(v.t)*:டி:ஸ்ˈக்லəஉஸ்: / to uncover, திறந்து காட்டு; to tell openly, வெளிப்படையாகத் தெரிவி; to expose, வெளிப்படுத்து. • *He* **disclosed** *that his experience in the prison was wonderful.* **dis-clo-sure**/disˈkləuʒə*/*(n)*: டி:ஸ்ˈக்லəஉஜ:ə* / the act of disclosing, திறந்து காட்டுதல், தெரிவித்தல், வெளியிடுதல்.

dis-col-our/disˈkʌlə*/*(v.t-v.i)*:டி:ஸ்ˈக்கலə* / to spoil or change the colour, நிறத்தைக் கெடு, நிறம் மாற்று. • *Smoking* **discolours** *teeth.* **discolouration***(n)*.

dis-com-fit/disˈkʌmfit/*(v.t)*:டி:ஸ்ˈக்கம்-ஃபிட் / to hinder, தடைபோடு; to defeat, தோல்வியுறச் செய்; to embarrass, திக்குமுக்காடச் செய். • *The conductor was* **discomfited** *when the woman passenger thanked him as he had not done any help to her.*

dis-com-fort/disˈkʌmfət/*(n)*: டி:ஸ்ˈக்கம்ஃபəட் / absence of comfort, வசதியின்மை; uneasiness, உடல்நலமின்மை (அ) மனநலமின்மை. • *I feel no* **discomfort** *when people insult me.*

dis-com-pose/ˌdiskəmˈpəuz/*(v.t)*: ˌடி:ஸ்க்கəம்ˈப்பəஉஸ்: / to disturb peace or calmness, அமைதியைக் குலை. **dis-com-po-sure**/ˌdiskəmˈpəuʒə*/*(n)*: ˈடி:ஸ்க்கəம்ˈப்பəஉஜ:ə* / the state of being discomposed, மனக்கலக்கம், அமைதியின்மை.

dis-con-cert/ˌdiskənˈsɜ:t/*(v.t)*: ˌடி:ஸ்க்கəன்ˈஸə:ட் / to confuse, குழப்பு; to upset, மன அமைதியைக் குலை; to disturb, கெடு. • *It was rather* **disconcerting** *to know that my phone was tapped by the police.*

dis-con-nect/ˌdiskəˈnekt/*(v.t)*: ˈடி:ஸ்க்கəˈனெக்ட் / break the connection of, தொடர்பைத் துண்டி; put electrical device out of action by disconnection, மின்சாதன இணைப்புகளைத் துண்டித்து விடு. • *The department had* **disconnected** *our phone for non-payment of bill.*

dis-con-so-late/disˈkɔnsəlit/*(adj)*: டி:ஸ்ˈக்கான்ஸəலிட் / inconsolable, தேற்ற முடியாத; unhappy, மகிழ்ச்சியற்ற; disappointed, சோர்வுற்ற. • *The cinema star was* **disconsolate** *about the death of her dog.*

dis-con-tent/ˌdiskənˈtent/*(n)*: ˈடி:ஸ்க்கəன்ட்ˈடென்ட் / [also **discontentment**]: a feeling of dissatisfaction, மனநிறைவின்மை; dissatisfaction, திருப்தியின்மை. • *There is a lot of* **discontent** *among factory workers over the revised pay.* **dis-con-tent-ed**/ˌdiskənˈtentid/*(adj)*: ˈடி:ஸ்க்கəன்ட்ˈடென்ட்டிட்: / dissatisfied, மனநிறைவற்ற. • *I am not at all* **discontented** *with my job though it doesn't pay me well as the work is interesting.*

dis-con-tin-ue/ˌdiskənˈtinju:/*(v.t)*: ˈடி:ஸ்க்கəன்ட்ˈடின்யூ / to put an end to, முடிவுக்குக் கொண்டு வா, நிறுத்து; to leave off, விட்டுவிடு. • *Please do not* **discontinue** *the studies: try to continue in spite of many difficulties.*

dis-cord/ˈdiskɔ:d/*(n)*:ˈடி:ஸ்ˈக்கா:ட்: / disagreement, கருத்து மாறுபாடு, முரண்பாடு; quarrel, சண்டை. **discord***(v.t)*: to disagree, கருத்து வேறுபாடு கொள்; to quarrel, சண்டையிடு. **dis-cord-ance**/diˈskɔ:dəns/*(n)*: டி:ஸ்க்கா:ட:əன்ஸ் / disagreement, முரண்பட்ட நிலை, இணக்கம் இல்லாதிருத்தல்.

dis-count/ˈdiskaunt/*(n)*:ˈடி:ஸ்க்கஉன்ட் (டி:ஸ்ˈ-) / deduction, தள்ளுபடி, கழிவு. **discount** *(v.t)*: to regard a story, a news item, a suggestion, etc., as not true or unimportant, உண்மையல்ல (அ) முக்கியம் அல்ல என்று ஒரு செய்தி, கதை, கருத்து முதலியவற்றைத் தள்ளி வை.

dis-coun-te-nance/disˈkauntinəns/*(v.t)*: டி:ஸ்ˈக்கஉன்ட்டினəன்ஸ் / to show disapproval of, உடன்பாடின்மையைக் காட்டு; to discourage, ஊக்கம் கெடு.

dis-cour-age/dis'kʌridʒ/*(v.t)*:டிஸ்'க்கரிஜ் / cause to lose courage, ஊக்கம் கெடு; deject, சோர்வு உண்டாக்கு. • *Do not* **discourage** *the spirit of adventure in young men.* • *Neither rain nor sun* **discouraged** *him from attending the parade.* **discouragement***(n)*.

dis-course/dis'kɔ:s/*(n)*:டிஸ்'க்கɔ:ஸ் / a lecture, விரிவுரை; a sermon, விளக்கப் பேருரை; a speech, பேச்சு. • *The speaker delivered a long* **discourse** *on the evils of black money.* **discourse***(v.t)*: to speak, பேசு; to lecture, சொற்பொழிவாற்று. • *He* **discoursed** *on the importance of being good to others.*

dis-cour-te-ous/dis'kɜ:tjəs/*(adj)*: டிஸ்'க்கə:ட்டியəஸ் (-கɔ:-) / not courteous, பண்பாடு இல்லாத. • *He was always* **discourteous** *to his staff.* **discourteously***(adv)*, **discourteousness***(n)*. **dis-cour-te-sy**/dis'kɜ:tisi/*(n)*:டிஸ்'க்கə:ட்டிஸி / rudeness, முரட்டுத்தனம், அவமதிப்பு. • *One must avoid showing* **discourtesy** *even to one's enemies.*

dis-co-ver/di'skʌvə*/*(v.t)*:டிஸ்'க்கவə* / to find out, கண்டு பிடி; to discern, ஆராய்ந்தறி. • *A new star is being* **discovered** *every day.* **dis-cov-e-ry**/di'skʌvəri/*(n)*: டிஸ்க்கவəரி / a finding, something discovered, கண்டுபிடிப்பு, கண்டுபிடிக்கப்பட்ட பொருள். • *Life is a* **discovery** *at every stage.* • *The* **discovery** *of new sources of oil enriches a country.*

dis-cred-it/dis'kredit/*(n)*:டிஸ்க்ரெடிட் / disbelief, நம்பிக்கையற்ற; loss of good name, கெட்ட பெயர், நற்பெயருக்குக் கேடு, மானக்கேடு. • *The behaviour of some parliament members has brought* **discredit** *to the entire nation.* **discredit***(v.t)*: to refuse to believe, நம்ப மறு; to impair the good name of, நற்பெயரைக் கெடு. • *One should* **discredit** *a good deal of news that appears in the yellow press.* **dis-cred-i-ta-ble**/dis'kreditəbl/*(adj)*: டிஸ்'க்ரெடிட்டəப்ல் / disgraceful, மதிப்பற்ற; bringing discredit, அவமானப்படத்தக்க.

dis-creet/dis'kri:t/*(adj)*:டிஸ்'க்ரீட் / wise, அறிவுக்கூர்மையான; cautious, எச்சரிக்கை யுள்ள. • *She maintains* **discreet** *silence whenever her past conduct is questioned.* prudent, கூரிய நோக்குடைய.

di-screp-an-cy/dis'krepənsi/*(n)*: டிஸ்'க்ரெப்பəன்ஸி / inconsistency, பொருத்தமின்மை; difference, முரண்பாடு. • *The auditor found some* **discrepancy** *in the accounts of the company.*

dis-crete/dis'kri:t/*(adj)*:டிஸ்'க்ரீட் / discontinuous, தொடர்ச்சியற்ற; distinct, தனிப்பட்ட. • *The picture painted by an artist has many* **discrete** *parts of colour.*

dis-cre-tion/dis'kreʃn/*(n)*:டிஸ்'க்ரெஷən் / judgement, மதிப்பீடு, விவேகம். • *It is left to my* **discretion** *to attend the office or not today.* caution, விழிப்புணர்ச்சி; prudence, முன்கவனம். • **Discretion** *is the better part of valour.* **dis-cre-tion-a-ry**/dis'kreʃnəri/*(adj)*:டிஸ்'க்ரெஷ்னəரி / determined by prudence, முன் யோசனையுடன் நிச்சயிக்கப்பட்ட; having special power within legal limits, சட்டத்திற்கு உட்பட்ட சிறப்பு அதிகாரம் உடைய. • *The President enjoys* **discretionary** *powers even to pardon a hardened criminal.*

dis-crim-i-nate/dis'krimineit/*(v.t)*: டிஸ்'க்ரிமினெய்ட் / to discern, பகுத்தறி; to differentiate, வேறுபடுத்து; to choose out, தேர்வு நடத்து; to treat partially, ஒரு சார்பாக நடத்து. • *The judge knows how to* **discriminate** *between true evidences and false depositions.* **dis-crim-i-na-tion**/dis,krimi'neiʃn/*(n)*: டிஸ்,க்ரிமி'னெய்ஷən் / discernment, பகுத்தறிவு; making a difference, வேறுபாடு அறிதல்; judgement, பகுத்தறிந்து முடிவெடுத்தல். • *Racial* **discrimination** *is practised by the so-called civilised people.* **discriminating***(adj)*.

dis-cur-sive/dis'kɜ:siv/*(adj)*:டிஸ்'க்கə:ஸிவ் / rambling, தொடர்ச்சியற்ற; argumentative, வாதிடத்தக்க; not keeping to the point, மேலோட்டமான. • *He always makes out notes of debates, speeches, etc., in* **discursive** *style,* **discursively***(adv)*, **discursiveness***(n)*.

dis-cus/'diskəs/*(n)*:'டிஸ்க்கəஸ் / a heavy, round wood or metal plate, which is thrown as far as possible as a sport, விளையாடப் பயன்படும் கனமான மரம் (அ) உலோகத் தட்டு. இது எறிதல் விளையாட்டிற்குப் பயன்படும்.

dis-cuss/dis'kʌs/*(v.t)*:டிஸ்'க்கஸ் / to argue for and against, சர்ச்சை செய்; to talk about, கலந்து பேசு. • *The professor* **discussed** *the different aspects of the union budget.* **dis-cus-sion**/di'skʌʃn/*(n)*:டிஸ்'க்கஷən் / a serious talk with someone involving argument, comment, etc., கலந்துரையாடல். • *The tenth five-year plan is still under* **discussion**.

dis-dain/dis'dein/(*v.t*):டி:ஸ்'டெ:ய்ன் / to be too proud, அகந்தை கொள்; to look down on, இழிவாகக் கருது; to despise, வெறுத்து ஒதுக்கு. • *The wife, in utter contempt,* **disdained** *the offer of help by her drunken husband.* **disdain**(*n*): complete lack of respect, சற்றும் மரியாதை இல்லாத தன்மை. **dis-dain-ful**/dis'deinful/(*adj*):டி:ஸ்'டெ:ய்ன்ஃபுல் / showing no respect, மரியாதை காண்பிக்காத, ஏளனமான • *The girl threw a* **disdainful** *smile on the boy.* **disdainful**(*adj*), **disdainfully**(*adv*).

dis-ease/di'zi:z/(*n*):டி:'ஸீ:ஸ்: / illness or sickness, பிணி, நோய். • *A rare plant* **disease** *has devastated the entire forest.*

dis-em-bark/ˌdisim'ba:k/(*v.t-v.i*): ˌடி:ஸெம்'ப:ாக் / to put on shore, கரையில் இறக்கு; to come ashore, கரை சேர்; to arrive, போய்ச்சேர். • *The goods* **disembarked** *on the shore were set on fire by the workers as a protest.* • *The cotton bales are being* **disembarked**, **disembarkation**(*n*).

dis-em-bar-rass/ˌdisim'bærəs/(*v.t*): ˌடி:ஸிம்'ப:ஆரஸ் / to disentangle, சிக்கலைத் தீர்; to free from difficulty, தொல்லைகளிலிருந்து விடுதலை பெறு; to relieve, விடுவி, மலைப்பு நீக்கு. **disembarrassment**(*n*).

dis-em-bod-y/ˌdisim'bɔdi/(*v.t*): ˌடி:ஸிம்'ப:ஓடி: / to set free from the body, உடலிலிருந்து அகற்று; disband troops, விடுவி, படையைக் கலை.

dis-en-a-ble/ˌdisi'neibl/(*v.t*): ˌடி:ஸி'னெய்ப்:ல் / to make someone unable, தகுதியற்றதாக்கு; to render unusable, பயனற்றதாக்கு. **dis-en-gage**/ˌdisin'geidʒ/(*v.t*):ˌடி:ஸின்'கெ:ய்ஜ் / to detach, இணைப்பைப் பிரி; disconnect, தொடர்பு நீக்கு. • *The two sides* **disengaged** *themselves after seeing reason.* • *The goods wagon was* **disengaged** *at the station yard.* **disengagement**(*n*).

dis-en-tan-gle/ˌdisin'tæŋgl/(*v.t*): ˌடி:ஸின்ட்'டஆங்க்:ல் / to free from complexity, சிக்கலிலிருந்து விடுவி. • *Finally, the company managed to* **disentangle** *itself from the foreign contract.*

dis-fa-vour/ˌdis'feivə*/(*n*):டி:ஸ்'ஃபெய்வஅ:* / dislike, ஆதரவு இல்லாமை; disapproval, அனுமதி மறுப்பு. • *James seems to have fallen into* **disfavour** *with the management.*

dis-fig-ure/dis'figə*/(*v.t*):டி:ஸ்'ஃபிக:அ* / to spoil the appearance of, தோற்றத்தைக் கெடு; to deform, உருமாற்று. • *She was* **disfigured** *by the burns.*

dis-fran-chise/ˌdis'fræntʃaiz/(*v.t*): 'டி:ஸ்'ஃப்ரஆஞ்ச்சய்ஸ்: / to deprive of the right to vote, வாக்குரிமையைப் பறி. **disfranchisement**(*n*).

dis-gorge/dis'gɔ:dʒ/(*v.t-v.i*):டி:ஸ்'க:ஓ:ஜ் / to surrender, பறித்தவற்றைத் திருப்பிக் கொடு; to discharge, வெளித்தள்ளு. • *The thief was forced to* **disgorge** *the stolen documents.* to vomit, வாந்தி எடு; to give up, கைவிடு. • *The Ganges* **disgorges** *her waters into the Bay of Bengal.*

dis-grace/dis'greis/(*n*):டி:ஸ்'க்:ரெய்ஸ் / discredit, இழிவு; a shameful thing, வெட்கம், மானக்கேடு. • *Many emperors had fallen into* **disgrace** *in their old age,* **disgrace**(*v.t*): to bring shame to, இழிவுபடுத்து, அவமானம் ஏற்படுத்து. • *Many people* **disgrace** *themselves in public by drinking too much.* • *The corrupt minister must be* **disgraced** *publicly.*

dis-grun-tled/dis'grʌntld/(*adj*): டி:ஸ்'க்:ரன்ட்ல்ட்: / discontented, மனநிறைவற்ற; moody, சிடுசிடுப்பாக. • *Many* **disgruntled** *old men are seen in the beach everyday.*

dis-guise/dis'gaiz/(*n*):டி:ஸ்'க:ய்ஸ்: / a dress used to change appearance, மாறுவேடம். • *Nethaji Subhash Chandra Bose crossed the Indian border in* **disguise**. **disguise**(*v.t*): to change or hide one's appearance, தோற்றத்தை மாற்று (அ) மறை; dress differently, மாறுவேடம் அணி. • *The terrorist* **disguised** *his voice when he phoned the police station.*

dis-gust/dis'gʌst/(*n*):டி:ஸ்'க:ஸ்ட் / deep dislike, கடுமையான வெறுப்பு; loathing, அருவருப்பு. • *The sight of pathetic Indian beggars fills foreigners with* **disgust**. **disgust**(*v.t*): to cause a feeling of disgust in, கடுமையான வெறுப்புணர்ச்சி ஏற்படுத்து. • *His smoking habit* **disgusted** *his wife.* **dis-gus-ting**/dis'gʌstiŋ/(*adj*): டி:ஸ்'க:ஸ்டிங் / having the feeling of deep dislike, மிக வெறுப்பூட்டும். • *It is* **disgusting** *to note that there are many corrupt officials.*

dish/diʃ/(*n, sing*):டி:ஷ் / **dishes**(*n, pl*): a plate in which food is served, தட்டு; a combination of food so held, கூட்டு, கறி.

dis-har-mony/ˌdis'ha:məni/(*n*): ˌடி:ஸ்'ஹாமஅனி / lack of unity, ஒற்றுமையின்மை.

dis-hear-ten/dis'ha:tn/*(v.t)*:டிஸ்'ஹாட்ன் / to discourage, மனச்சோர்வடையச் செய்; to take away confidence, நம்பிக்கையைக் கெடு. • *Do not get* **disheartened** *by failures.*

di-shev-elled/di'ʃevld/*(v.t)*:டி:'ஷெவ்ல்ட்: / disorder (especially) the hair, தலைமுடியைக் கலைத்துவிடு.

dis-hon-est/dis'ɔnist/*(adj)*:டிஸ்'ஓனிஸ்ட் / not honest, நேர்மையற்ற; insincere, பொறுப்பற்ற. • *To be* **dishonest** *has become a way of life.* **dis-hon-est-y**/dis'ɔnisti/*(n)*:டிஸ்'ஓனிஸ்ட்டி / unfairness, நேர்மையின்மை, நாணயமின்மை. • *It is downright* **dishonesty** *to claim false allowance from public account.*

dis-hon-our/dis'ɔnə*/*(n)*:டி:'ஸானə* / shame, அவமானம்; disgrace, இழிவு. • *Her desertion from the family was a* **dishonour** *to her community.* **dishonour***(v.t)*: to bring shame on, அவமானப்படுத்து, அவமதி; ruin the honour of, சிறுமைப்படுத்து. **dishonourable***(adj)*.

dis-il-lu-sion/ˌdisi'lu:ʒn/*(v.t)*:ˌடிஸி'லூஜ:ən் / to remove a wrong view or opinion, பிழையான கருத்து (அ) எண்ணத்தை நீக்கு. • *I do not like to* **disillusion** *you, but this is a fact. She is after your money.* **disillusionment***(n)*.

dis-in-cline/'disin'klain*(v.t)*:, டி:ஸி-ன்'க்லய்ன் / to be unwilling, விருப்பமற்று இரு; to produce dislike, வெறுப்பு உண்டாக்கு.

dis-in-fect/ˌdisin'fekt/*(v.t)*:ˌடி:ஸின்'ஃபெக்ட் / to free from infection by destroying disease germs, நோய்க்கிருமிகளை அழித்து, பரவுவதைத் தடை செய். • *The wound has to be* **disinfected** *immediately.* **dis-in-fec-tant**/ˌdisin'fektənt/*(n)*: ˌடி:ஸின்'ஃபெக்ட்டən்ட் / something that kills disease germs, கிருமிநாசினி, நச்சுக் கொல்லி.

dis-in-her-it/ˌdisin'herit/*(v.t)*: ˌடி:ஸின்'ஹெரிட் / to take away the right to property from, சொத்து உரிமையைப் பறி. **disinheritance***(n)*.

dis-in-te-grate/dis'intigreit/*(v.t-v.i)*: டி:'ஸின்ட்டிக்:ரெய்ட் / to crumble, to break up into fragments, தூளாக்கு, கூறுகளாகப் பிரி. • *The party* **disintegrated** *as its leader was not strong.*

dis-in-ter/ˌdisin't3:*(v.t)*:டி:ஸின்'ட:ə* / to take out a dead body from the grave, பிணத்தை புதைகுழியிலிருந்து தோண்டியெடு. **disinterment***(n)*.

dis-in-terest-ed/dis'intrəstid/*(adj)*: டி:'ஸின்ட்டəரிஸ்ட்டிட்: / impartial, சார்பற்ற தன்மை; unbiased, தன்னலமற்ற. • *The management seems completely* **disinterested** *in the affairs of the company.* **disinterestedly***(adv)*, **disinterestedness***(n)*.

dis-joint-ed/dis'dʒɔintid/*(adj)*: டி:ஸ்'ஜாய்ன்ட்டிட்: / disconnected, இணைப்பற்ற; dislocated, தாறுமாறாக உள்ள; incoherent, தொடர்ச்சியற்ற. • *The police gave a rather* **disjointed** *account of the accident in the court.*

dis-like/dis'laik/*(n)*:டி:ஸ்'லய்க் / a feeling of not liking, வெறுப்பு.

dis-lo-cate/'disləukeit/*(v.t)*:'டி:ஸ்லəஉக்கெய்ட் / to displace, இடம் பெயரச் செய்; to disorder, ஒழுங்கைக் கெடு; to put out of joint, சுளுக்கு உண்டு பண்ணு. • *She* **dislocated** *her knee joint while dancing.*

dis-lodge/dis'lɔdʒ/*(v.t)*:டி:ஸ்'லாஜ் / to remove from position or place, இடம் பெயரச் செய். • *The ministry was* **dislodged** *by a no-confidence motion.*

dis-loy-al/ˌdis'lɔiəl/*(adj)*:ˌடி:ஸ்'லாயəல் / not loyal, நம்பிக்கையற்ற; false, உண்மையற்ற. • *Some public servants are* **disloyal** *to the government.* **dis-loy-al-ty**/ˌdis'lɔiəlti/*(n)*:ˌடி:ஸ்'லாயəல்ட்டி / faithlessness, நாணயமின்மை, நம்பிக்கையின்மை. **disloyally***(adv)*.

dis-mal/'dizməl/*(adj)*:'டி:ஸ:மəல் / sad, துயரமான; gloomy, இருண்ட; unpleasant, மகிழ்ச்சியற்ற. • *The five-year plans have given only* **dismal** *performance.* **dismally***(adv)*.

dis-man-tle/dis'mæntl/*(v.t)*:டி:ஸ்'மæன்ட்ல் / to disorganize, ஒழுங்குமுறையைக் கெடு; to strip off, ஆடையகற்று; to take down the accessories, துணைக்கருவிகளை அகற்று. • *The nuclear plant was* **dismantled** *as it had become leaky.*

dis-may/dis'mei/*(n)*:டி:ஸ்'மெய் / great fear, பெரும் அச்சம். • *The death of the saint was received with* **dismay** *by the people.* discouragement, ஊக்கம் கெடுத்தல். **dismay***(v.t)*: to frighten, அச்சமூட்டு; to discourage, ஊக்கம் இழக்கச் செய். • *The manager was* **dismayed** *at the cost of the project.*

dis-mem-ber/dis'membə*/*(v.t)*: டி:ஸ்'மெம்ப:ə* / to divide, தனித்தனியாகப் பிரி; to cut the limbs from the body, உறுப்பினை அகற்று. • *A lady's* **dismembered** *body was discovered in the toilet room.*

dis-miss/dis'mis/*(v.t)*:டிஸ்'மிஸ் / to send away, அனுப்பு; to send a person from his employment, வேலை நீக்கம் செய்; treat a subject as not serious, ஒரு விஷயத்தை முக்கியமற்றதாகக் கருது. • *The minister* **dismissed** *the plan as not practical.* **dismissal***(n)*.

dis-mount/ˌdis'maunt/*(v.t-v.i)*:டிஸ்'மஉன்ட் / to get down from a horse, குதிரை மீதிருந்து இறங்கு. • *The rider after* **dismounting** *from his horse, searched for his accomplice.*

dis-o-be-di-ence/ˌdisə'bi:djəns/*(n)*: ˌடிஸ'பீ:டியஒன்ஸ் / insubordination, கீழ்ப்படியாமை. **dis-o-be-di-ent**/ˌdisə'bi:djənt/*(adj)*:ˌடிஸ'பீ:டியஒன்ட் / refusing to obey, கீழ்ப்படிதலில்லாத. • *The workers have become* **disobedient** *to the manager.* • *The child is* **disobedient** *to its father.*

dis-obey/ˌdisə'bei/*(v.t-v.i)*:ˌடிஸ'பெய் / to refuse to carry out orders or commands, கட்டளையை மீறு; do not obey, கீழ்ப்படியாதிரு. • *One must not* **disobey** *elders.* • *You dare not* **disobey** *me.*

dis-o-blige/'disə'blaidʒ/*(v.t)*: 'டிஸ'ப்:லய்ஜ் / refuse to oblige, வேண்டுகோளை மறு. • *It was very* **disobliging** *of him not to come to my rescue.* **disobligingly***(adv)*.

dis-or-der/dis'ɔ:də*/*(n)*:டிஸ'ɔ:டஂ:ə* / disturbance, குழப்பம். • *The office was in a state of complete* **disorder** *due to the absence of the director.* irregularity, ஒழுங்கின்மை; anarchy, கலகம். **dis-or-der-ly**/dis'ɔ:dəli/*(adj)*: டி'ஸɔ:ட:ஒலி / lawless, சட்டத்திற்குப் புறம்பான; irregular, ஒழுங்கற்ற; confused, குழப்பமான. • *The policeman was arrested for being* **disorderly**. • *We have many* **disorderly** *houses in the cities.*

dis-or-gan-ize/dis'ɔ:gənaiz/*(v.t)*: டிஸ'ɔ:க:ஒனய்ஸ்: / to put out of order and throw into confusion, ஒழுங்கமைப்பைக் கலை, தாறுமாறாக்கு. **disorganised***(adj)*: lacking organisation or system, ஒழுங்கமைப்பு குலையக்கூடிய. • *The accounts of the office are rather* **disorganized**.

dis-own/dis'əun/*(v)*:டிஸ'ஒஉன் / to deny, மறு; to disclaim, உரிமையை மறு; to refuse to own, ஏற்க மறு. • *The mother* **disowned** *her own child.*

di-spar-age/di'spæridʒ/*(v)*:டிஸ்'ப்பஆரிஜ் / to deprecate, மதிப்பைக் குறை; to discredit, இழிவுபடுத்து; to underestimate, குறைவாக மதிப்பிடு. • *The teacher made* **disparaging** *remarks about his conduct.* **disparagingly***(adv)*, **disparagement***(n)*.

dis-par-i-ty/di'spærəti/*(n)*:டிஸ்'ப்பஆரிட்டி / inequality, ஏற்றத்தாழ்வு; difference, வேறுபாடு, முரண்பாடு. • *There is considerable* **disparity** *in the rates of pay between Central and State Government employees.*

dis-pass-ion/dis'pæʃn/*(n)*:டிஸ்ப்'பஆஷஒன் / calmness, அமைதி. **dis-pas-sion-ate-ly**/di'spæʃnətli/*(adv)*: டிஸ்ப்'பஆஷனிட்லி: impartially, சார்பில்லாமல்; calmly, அமைதியாக. **dispassionateness***(n)*.

dis-pel/dis'pel/*(v.t)*:டிஸ்'ப்பெல் / **dispelled** *(p.l & p.p)*: to drive away, ஓட்டு, துரத்து: to clear away, மறையச் செய். • *The rising sun* **dispels** *the mist.* • *The rumour was* **dispelled** *by the public announcement.*

dis-pen-sa-ble/dis'pensəbl/*(adj)*: டிஸ்ப்'பென்ஸஒப்:ல் / not necessary, தேவையற்ற. • *Everyone is* **dispensable** *in public service. opp*: indispensable.

dis-pen-sa-ry/dis'pensəri/*(n)*: டிஸ்'ப்பென்ஸஒரி / a place where medicines are compounded and given, மருந்துகள் தயாரித்துக் கொடுக்குமிடம்; a place where medical advice is given, மருத்துவமனை.

dis-pense/dis'pens/*(v.t-v.i)*:டிஸ்'ப்பென்ஸ் / to deal out, வழங்கு; to distribute, பகிர்ந்தளி; to mix, prepare and give medicines, மருந்து கலக்கு, கொடு. • *The court of law* **dispenses** *justice.*

dis-peo-ple/ˌdis'pi:pl/*(v.t)*:டிஸ்'ப்பீப்ல் / to depopulate, குடியிருப்பவர்களை வெளியேற்று.

dis-perse/di'spɜ:s/*(v.t-v.i)*:டிஸ்'ப்பஒ:ஸ் / to scatter, சிதறு; to spread, பரவச் செய். • *After office hours, the commuters* **disperse** *to go home.*

di-spir-it-ed/di'spiritid/*(adj)*:டி'ஸ்ப்பிரிட்டிட் / disheartened, மனமுடைந்த; depressed, சோர்வுற்ற; discouraged, துணிவிழந்த. **dispiritedly** *(adv)*.

dis-place/dis'pleis/*(v.t)*:டிஸ்'ப்லெய்ஸ் / to misplace, இடம்பெயரச் செய். • *Zinc is* **displaced** *by H_2.* to remove, நீக்கு; to unsettle, நிலைகுலையச் செய்; to derange, ஒழுங்கானவற்றைக் கலை. • *Foreigners* **displace** *the natives when they conquer.*

dis-play/dis'plei/*(v.t)*:டிஸ்'ப்லெய் / to show or exhibit, காட்டு (அ) விளம்பரம் செய். • *Fruits for sale are* **displayed** *beautifully.* **display***(n)*: a show or exhibition, காட்சி (அ) கண்காட்சி; an interesting arrangement, புதுமையான, ஆவலைத் தூண்டக்கூடிய பொருள்களின் காட்சி. • *A* **display** *of fire works was made in a large scale to welcome the President.*

dis-please/dis'pli:z/*(v.t)*:டிஸ்'ப்லீஸ்: / to offend, வெறுப்பூட்டு; to make angry, கோபமூட்டு. • *The loudspeaker noise* **displeases** *everyone.*

dis-port/dis'pɔ:t/*(v.i)*:டிஸ்'ப்பாːட் / to play, விளையாடு; to enjoy oneself, மகிழ்வுறு.

dis-pos-al/dis'pəuzl/*(n)*:டிஸ்'ப்பஉஸல் / arrangement, ஏற்பாடு; the act of disposing, விற்பனை செய்தல். • *The waste* **disposal** *is quite large.* **dis-pose**/dis'pəuz/*(v.t-v.i)*:டிஸ்'ப்பஉஸ்: / to arrange, ஏற்பாடு செய்; to distribute, பகிர்ந்து அளி; to sell, விற்பனை செய், தீர்த்துக்கட்டு. • *The man* **disposed** *of his goods in the open market.* • *Do not* **dispose** *of the waste on the street.* **dis-posed**/dis'pəuzd/*(adj)*:டிஸ்'ப்பஉஸ்ட்: / having a specified mental inclination, குறிப்பிட்ட மனநிலையுள்ள. • *The judge was not favourably* **disposed** *to the accused.*

dis-po-si-tion/ˌdispə'ziʃn/*(n)*: ˌடிஸ்ப்ப'ஸிːஷன் / setting in order, ஒழுங்கமைத்தல்; temperament, மனநிலை; handing over something to another, உரிமையளிப்பு. • *The magistrate has a cheerful* **disposition**. • *The* **disposition** *of troops in any battlefield requires intelligence and a bit of commonsense.*

dis-pos-sess/ˌdispə'zes/*(v.t)*:'டிஸ்ப்ப'ஸெːஸ் / to take away from, பிடுங்கு, உடைமையைப் பறி; compel to dislodge, இருப்பிடத்தினின்று கட்டாயப்படுத்தி வெளியேற்று. • *The militants were* **dispossessed** *of all their arms.* • *The tenant was* **dispossessed** *from his place.*

dis-pro-por-tion/ˌisprə'pɔ:ʃn/*(n)*: ˌடிஸ்ப்ர'ப்பாːஷன் / lack of proportion, சம அளவு இல்லாமை. **dis-pro-por-tion-ate**/ˌdisprə'pɔ:ʃnət/*(adj)*: ˌடிஸ்ப்ர'ப்-பாːஷனிட் / relatively too big or too small, அளவுக்கு மீறி பெரிதாக உள்ள (அ) சிறிதாக உள்ள. • *A* **disproportionate** *amount of our income is spent on luxury items.*

dis-prove/ˌdis'pru:v/*(v.t)*:'டிஸ்'ப்ரூவ் / to prove to be false, தவறென்று நிரூபி. • *Dalton's atomic theory has been* **disproved**.

dis-pute/di'spju:t/*(v.i)*:டிஸ்'ப்யூட் / to argue angrily about something, கோபமாக வாதம் செய்; to disagree, ஏற்றுக்கொள்ளாமல் மறுப்புக் கூறு. • *The State of Karnataka and the State of Tamil Nadu* **dispute** *over the waters of the Kaveri.* **dispute***(v.t)*: to oppose, மறுத்துக் கூறு; to antagonise, கோபமுறச் செய்; to argue, வாதம் செய். • *I* **dispute** *the statement given by the police.* **dispute***(n)*: combat, பூசல் வாக்குவாதம், சொற்போர்; quarrel, சண்டை. • *The bank officers were in* **dispute** *with their management.*

dis-qual-i-fy/dis'kwɔlifai/*(v.t)*: டிஸ்'க்உ ாலிஃபய் / to make one unfit, தகுதியிழக்கச் செய். • *Many members of the parliament have been* **disqualified** *for election irregularities.*

dis-qui-et/dis'kwaiət/*(n)*:டிஸ்'க்உஅயஉட் / anxiety, கலக்கம்; uneasiness, அமைதியின்மை. **disquiet***(v.t)*: to make anxious, மனம் கலங்கச் செய். • *The remark of the principal was rather* **disquieting**.

dis-qui-si-tion/ˌdiskwi'ziʃn/*(n)*: ˌடிஸ்க்உயி'ஸிːஷன் / elaborate discussion on a subject, ஒரு கருத்தைப் பற்றிய விரிவான ஆய்வு; investigation, புலனாய்வு.

dis-re-gard/ˌdisri'ga:d/*(n)*:'டிஸ்ரி'கːாட்: / neglect, புறக்கணிப்பு; disrespect, அவமதிப்பு. • *The government* **disregarded** *the petitions put forth by the people.* **disregard***(v.t)*: to ignore, புறக்கணி; not to take into account, கருத்தில் கொள்ளாதே. • *The judge* **disregarded** *all the objection of the police.*

dis-re-pute/ˌdisri'pju:t/*(n)*:'டிஸ்ரி'ப்யூட் (-ரெ-) / discredit, இகழ்ச்சி, கெட்ட பெயர், மானக்கேடு. • *The club fell into* **disrepute** *after the police raid.*

dis-re-spect/ˌdisri'spekt/*(n)*: 'டிஸ்ரிஸ்ப்'பெக்ட் / lack of politeness, அவமரியாதை; want of respect, அவமதிப்பு. **disrespectful** *(adj)*, **disrespectfully***(adv)*.

dis-rupt/dis'rʌpt/*(v.t)*:டிஸ்'ரப்ட் / to break with force, தகர், உடை. • *A gang of men* **disrupted** *the meeting.* **disruption***(n)*, **disruptive***(adj)*, **disruptively***(adv)*.

dis-sat-is-fac-tion/'disˌsætis'fækʃn/*(n)*: 'டிஸ்ˌஸஆட்டிஸ்'ஃபஆக்ஷன் / absence of contentment, மனநிறைவின்மை, மனக்குறை. • *The wife showed her* **dissatisfaction** *to her husband when he came home very late.* **dis-sat-is-fy**/ˌdis'sætisfai/*(v.t)*:'டிஸ்'ஸஉட்டிஸ்ஃபய் / to displease, மனவெறுப்பு ஏற்படுத்து; to make discontented, மனக்குறை உண்டாக்கு. • *I feel* **dissatisfied** *with your work.*

dis-sect/di'sekt/*(v.t)*:டி'ஸெக்ட் / to cut into parts in order to examine, பல பகுதிகளாக வெட்டி ஆய்வு செய். • *The student* **dissected** *the frog to study its anatomy.*

dis-sem-ble/di'sembl/*(v.t-v.i)*:டி'ஸெம்ப்:ல் / to conceal, மறை; to simulate, பொய்யாக

நடி; to pretend, பாசாங்கு செய். **dissembler***(n)*.

dis-sem-i-nate/di'semineit/*(v.t)*: டி'ஸெமினெய்ட் / to scatter or spread widely, பல இடங்களிலும் செய்தி பரவச் செய். to spread news widely, பல இடங்களிலும் செய்தி பரவச்செய். **dissemination***(n)*. • *The* **dissemination** *of the information about the recent burglaries is very essential.*

dis-sen-sion/di'senʃn/*(n)*:டி'ஸென்ஷஅன் / any quarrel, பூசல், கலகம்; difference in opinion, கருத்து வேறுபாடு. • *The president's remarks caused a great deal of* **dissension** *among the party members.*

dis-sent/di'sent/*(n)*:டி'ஸென்ட் / disagreement, மாறுபட்ட கருத்து; difference of opinion, கருத்து வேறுபாடு. • *The resolution was passed by the council with no* **dissent**. opp: assent. **dissent***(v.i)*: to express disagreement to a proposal, மறுத்து விடு (அ) ஏற்பதற்கு மறுப்புத் தெரிவி. • *No member of the committee* **dissented** *from the report.*

dis-ser-ta-tion/ˌdisə'teiʃn/*(n)*: ˌடிஸஅட்'டெய்ஷஅன் / a disquisition written by a candidate for a higher degree, மேல் பட்டப்படிப்பு பெற விளக்க ஆய்வேடு.

dis-ser-vice/ˌdis'sɜ:vis/*(n)*:'டிஸ்'ஸஉவிஸ் / injury, காயம்; mischief, குறும்புத்தனம்; harm, தீங்கு. • *It is a* **disservice** *to one's country to be a spy for the enemy country.*

dis-sev-er/dis'sevə*/*(v.t)*:டிஸ்'ஸெவஅ* / to divide into, இரண்டாகப் பிரி; to separate, பிரித்தெடு. • *Nothing could* **dissever** *the ardent lovers.*

dis-si-dent/'disidənt/*(n & adj)*:'டிஸிடஅன்ட் / (one who is) not in agreement with the organization to which he belongs, கருத்து வேறுபாடு உள்ள(வர்). • *The* **dissidents** *in the party posed a problem for the Prime Minister.* • *There is a* **dissident** *group in every family.* **dissidence***(n)*.

dis-sim-i-lar/'di'similə*/*(adj)*:'டி'ஸிமிலஅ* / unlike, ஒத்திராத; not the same, வேறான. • *The two artists are very* **dissimilar** *in style and manner.*

dis-sim-u-late/di'simjuleit/*(v.t-v.i)*: டி'ஸிம்யுலெய்ட் / to hide one's true feelings, உணர்ச்சிகளை மறைத்துப் பாசாங்கு செய். • *Every politician knows the art of* **dissimulation**. **dissimulation***(n)*.

dis-si-pate/'disipeit/*(v.t-v.i)*:'டிஸிப்பெய்ட் / to disperse, சிதறு; to waste, வீணாக்கு, சிற்றின்பத்தில் அழுந்திக் கெடு. • *I have* **dissipated** *most part of my life.* • *The man was once rich, having* **dissipated** *his fortune, he is poor now.* **dissipation***(n)*.

dis-so-ci-ate/di'səuʃieit/*(v.t)*: டி'ஸஉ'ஷியெய்ட் / not to associate with, கூட்டுச் சேர்வதைத் தவிர்; separate, தொடர்பு அறு. • *One cannot* **dissociate** *oneself from the members of one's family.*

dis-so-lute/'disəlu:t/*(adj)*:'டிஸஅல்யூட் / of a person who leads a bad or immoral life, நெறி தவறி நடக்கும் (அ) தவறான வாழ்க்கை நடத்தும் ஒரு மனிதனுடைய. • *The* **dissolute** *man spent all his money.*

dis-so-lu-tion/ˌdisə'lu:ʃn/*(n)*:ˌடிஸஅ'லூஷஅன் (ல்யூ) / the ending or breaking of an association, group, marriage, etc., கூட்டுறவு, சட்ட மன்றம், திருமணம் ஆகியவற்றின் கலைப்பு.

dis-solve/di'zɔlv/*(v.t-v.i)*:டி'ஸ:ஒல்வ் / to dispense with, வேண்டாம் எனத் தள்ளிவிடு; to liquefy, திரவமாக்கு, நீர்மமாக்கு; to disappear, மறைத்துவிடு, மறை. • *The parliament was* **dissolved** *and fresh elections were ordered.* • *Common salt* **dissolves** *in water.*

dis-suade/di'sweid/*(v.t)*:டி'ஸ்வெய்ட் / to advise not to do, செய்ய வேண்டாமென அறிவுரை கூறு; to divert, சிந்தனையைத் திசை திருப்பு. • *I tried to* **dissuade** *her not to accept a government job.* **dissuasion***(n)*.

dis-staff/'dista:f/*(n)*:'டிஸ்ட்டாஃப் / the cleft on which yarn is wound in spinning, நூற்புக் கழி.

dis-tance/'distəns/*(n)*:'டிஸ்ட்டஅன்ஸ் / the measure of space between two things, இடைவெளி; the state of being far off, தூரம், தொலைவு. • *I always keep my relatives at a* **distance**. coldness of manner, ஒதுங்கியிருத்தல். **distance***(v.t)*: to separate oneself in the mind or feelings, உள்ளம், உணர்வு இவற்றினின்று தனித்து நின்று சிந்தித்துச் செயல்படு. • *I* **distance** *myself from luxuries.* **dis-tant**/'distənt/*(adj)*:'டிஸ்ட்டஅன்ட் / lying far off, தூரத்திலிருக்கும்; cold in manner, நெருங்கிப் பழகாத. • *In the* **distant** *future, nuclear war will break out.*

dis-taste/'dis'teist/*(n)*:'டிஸ்'ட்டெய்ஸ்ட் / dislike, விருப்பமின்மை; aversion, வெறுப்பு. • *Some politicians look at the poor with* **distaste**. **distasteful***(adj)*.

dis-tem-per/dis'tempə*/*(n)*:டிஸ்'ட்டெம்பஅ* / a kind of paint, ஒருவகை வண்ணப் பூச்சு; dog disease, நாயைப் பிடிக்கும் நோய்; political disorder, அரசியல் ஒழுங்கீனம். **distemper***(v.t)*: to paint with distemper,

வண்ணம் பூசு; derange, ஒழுங்கைக் கலை. • *They are to* **distemper** *the theatre walls.*

dis-tend/dis'tend/*(v.t-v.i)*:டிஃஸ்'ட்டென்ட்: / to swallow out, விழுங்கு; to stretch, நீட்டு, படுக்கச் செய்.

dis-til/dis'til/*(v.t-v.i)*:டிஃஸ்'ட்டில் / [also **distill**]: to purify, தூய்மைப்படுத்து; to extract, காய்ச்சி வடி; to drip gently, துளித்துளியாகச் சொட்ட வை; to vapourise and condense, ஆவியாக்கிக் குளிரச் செய். • *Pure water can be made by* **distilling** *ordinary water.* **dis-til-le-ry**/dis'tiləri/ *(n)*:டிஃஸ்'ட்டிலஎரி (-டெ-) / a factory where distilling is done, காய்ச்சி வடிக்கும் தொழிற்சாலை.

dis-tinct/dis'tiŋkt/*(adj)*:டிஃஸ்'ட்டிங்க்ட் / clear, தெளிவான; different, வேறான; separate, தனிப்பட்ட. **dis-tinc-tion**/dis'tiŋkʃn/ *(n)*:டிஃஸ்'ட்டிங்க்ஷஎன் / a difference, வேறுபாடு. • *There is* **distinction** *between an accused and a convict.* eminence, மேன்மை; honour, பெருமை, மதிப்பு. • *He got a* **distinction** *in Physics.*

dis-tin-guish/dis'tiŋgwiʃ/*(v.t-v.i)*: டிஃஸ்'ட்டிங்கு:யிஷ் / to differentiate, வேறுபாடு கண்டறி; to honour, மதிப்புக் கொடு; to win fame, புகழ் பெறு. • *It can be* **distinguished** *whether it is simple interest or compound interest.* • *He* **distinguished** *himself as a good orator.* **dis-tin-guish-ed**/dis'tiŋgwiʃt/ *(adj)*:டிஃஸ்'ட்டிங்கு:யிஷ்ட் / eminent, மேன்மை தங்கிய; highly honoured, பெருமதிப்புக்குரிய; famous, புகழ்பெற்ற. • *The man is* **distinguished** *for his enormous knowledge.*

dis-tort/dis'tɔ:t/*(v.t)*:டிஃஸ்'ட்டோ:ட் / to twist out of shape, உருவத்தைச் சிதை, கருத்தைத் திரித்துக் கூறு, தவறாக எடுத்துச் சொல். • *The speaker has given a* **distorted** *version of the incident.*

dis-tract/dis'trækt/*(v.t)*:டிஃஸ்'ட்ரஆக்ட் / to draw aside attention, கவனத்தைத் திருப்பு. • *The noise outside always* **distracts** *my attention.* to confuse, கலக்கமுண்டாக்கு.

dis-train/dis'trein/*(n)*:டிஃஸ்'ட்ரெய்ன் / to seize goods for debt or non-payment of tax, கடனுக்கு (அ) வரி கட்டாமைக்குப் பொருள்களைப் பறிமுதல் செய்.

dis-traught/dis'trɔ:t/*(adj)*:டிஃஸ்'ட்ரோ:ட் / violently agitated, worried, பெருங் குழப்பம் அடைந்துள்ள, மனக்கவலையுள்ள.

dis-tress/dis'tres/*(n)*:டிஃஸ்'ட்ரெஸ் / an extreme pain, கடுந்துயரம்; suffering, துன்பம்; trouble, இடர்; sorrow, வருத்தம். • *Please send out a* **distress** *signal; the ship is in danger.* **distress***(v.t)*: to make uneasy, மனக்கவலை உண்டாக்கு; to make sorrowful, வருத்தமூட்டு; to give pain to, துன்பம் உண்டாக்கு. • *I am* **distressed** *to find my children lacking in practical wisdom.*

dis-trib-ute/dis'tribju:t/*(v.t)*:டிஃஸ்'ட்ரிப்யூட் / to divide among several, பகிர்ந்தளி. • *Food packets are* **distributed** *properly to flood victims.*

dis-trict/'distrikt/*(n)*:'டிஃஸ்ட்ரிக்ட் / a division of a state, மாவட்டம்.

dis-trust/dis'trʌst/*(n)*:டிஃஸ்'ட்ரஸ்ட் / suspicion, சந்தேகம்; want of trust or confidence, அவநம்பிக்கை. **distrust***(v.t)*/ to suspect, ஐயம் கொள்; not to trust, நம்பிக்கை வைக்காதே. • *We should not* **distrust** *our own children.*

dis-turb/dis'tɜ:b/*(v.t)*:டிஃஸ்'ட்டஎ:ப்: / to confuse, குழப்பு; to interrupt, தடைசெய். • *Do not* **disturb** *me, I am busy.* to disquiet, அமைதியைக் கலை; to disorder, ஒழுங்கற்றதாகச் செய். **dis-turb-ance**/ dis'tɜ:bəns/*(n)*:டிஃஸ்'ட்டஎ:பஎன்ஸ் / agitation, புரட்சி; confusion, கலகம், குழப்பம்; interruption, தடை. • *The noise of the loudspeakers is a continuous* **disturbance**.

dis-u-nite/'disju:'nait/*(v.t-v.i)*:'டிஃஸ்'யூனய்ட் / to separate, பிரி, தனிமைப்படுத்து.

dis-use/'dis'ju:s/*(n)*:'டிஃஸ்'யூஸ் / the state of being not in use, பயன்பாடின்மை.

ditch/ditʃ/*(n)*:டிச் / a sink, குழி, பள்ளம்.

dit-to/'ditəu/*(n)*:'டிட்டஎஉ / same as already told or written, மேற்படி, மேற்குறிப்பிட்டபடி.

dit-ty/'diti*(n)*:டிட்டி / a little poem, பாடல்.

di-u-ret-ic/ˌdaijuə'retik/*(n)*:ˌடய்யுஎ'ரெட்டிக் / a substance exciting discharge of urine, சிறுநீர் கழிப்பினைத் தூண்டும் மருந்து.

di-ur-nal/dai'ɜ:nl/*(adj)*:டய்'எ:ன்ல் / daily, pertaining to the day time, ஒரு நாளுக்குரிய, பகல் நேரத்துக்குரிய.

dive/daiv/*(v.i)*:டய்வ் / to plunge into water, நீரில் பாய்ந்து மூழ்கு. **diver**/daivə*/*(n)*: டய்வஎ*: one who dives in water, நீரில் பாய்ந்து மூழ்குபவர்; a diving bird, நீர் மூழ்கிப் பறவை.

di-verge/dai'vɜ:dʒ/*(v.t-v.i)*:டய்'வஎ:ஜ் / to proceed in different ways, வெவ்வேறு வழிகளில் இயங்கு; to differ, மாறுபடு; to deviate, விலகிச் செல். **di-ver-genc-y**/dai'vɜ:dʒənsi/ *(n)*:டய்'வஎஜஎன்ஸி / disagreement, ஒவ்வாத தன்மை. **divergence***(n)*.

di-vers/'daivəz/*(adj)*:'டய்வஎ:ஸ் / several, sundry, பலவிதமான, சிலவகையான.

di-verse/dai'vɜ:s/*(adj)*:டய்'வஎ:ஸ் / unlike, வெவ்வேறான; various, பலவிதமான;

D

changeful, மாறான. • *I have many* **diverse** *interests from astrology to physical science.* **di-ver-sion**/dai'vɜ:ʃn/*(n)*: டய்'வஒ:ஷஒன் / deviation, விலக்குதல்; amusement, கேளிக்கை; pastime, பொழுதுபோக்கு; change of direction, திசை திருப்பம். • *The traffic* **diversion** *is due to the visit of the Prime Minister.* • *Man needs* **diversion** *from his main occupation.* **di-ver-si-ty**/dai'vɜ:səti/*(n)*:டய்'வஒ:ஸிட்டி / variety, வகைப்பாடு; difference, வேறுபாடு; being diverse, வேறுபட்டிருத்தல். • *The cultural* **diversity** *found in India is nowhere else seen in the world.*

di-vert/dai'vɜ:t/*(v.t)*:டய்'வஒ:ட் / to deviate, கவனத்தைத் திருப்பு; to amuse, வேடிக்கை காட்டி மகிழச் செய்; to change the direction of, திசை திருப்பு. • *The collapse of the union government has* **diverted** *the attention of the people from pressing local problems.*

di-vest/dai'vest/*(v.t)*:டய்'வெஸ்ட் / to unclothe, ஆடையகற்று; to take away, நீக்கு. • *The President has* **divested** *the Prime Minister of all his powers.*

di-vide/di'vaid/*(v.t-v.i)*:டி'வய்ட்: / to separate into parts, பகுதிகளாகப் பிரி; to disunite, தனித்தனியாக்கு. • *The State is* **divided** *into fourteen divisions.*

div-i-dend/'dividend/*(n)*:'டிவிடெ:ன்ட்: / the number to be divided, வகுபடும் எண்; share or profit, இலாபத்தில் கிடைக்கும் பங்கு. • *The company has declared 12%* **dividend** *for the year.*

di-vi-na-tion/ˌdivi'neiʃn*(n)*: ˌடி:வி'னெய்ஷஒன் / seeing the unknown through supernatural means, வருவது காட்டல்; ஆவித்தொடர்பு (அ) தெய்விகத் தொடர்பு கொண்டு அறியாதவற்றை அறிதல், தெரியாதவற்றை உணர்தல். • *Some men have the power of divination.*

di-vine/di'vain/*(adj)*:டி'வய்ன் / sacred or holy, புனிதமான; excellent, மிகச்சிறந்த; pertaining to God, இறைத்தன்மை வாய்ந்த. • *Some men have* **divine** *qualities.* **di-vin-i-ty**/di'vinəti/*(n)*:டி'வினிட்டி / God, கடவுள்; divine nature, இறைத்தன்மை.

di-vin-er/di'vainə*/*(n)*:டி'வய்னஒ* / one who divines; one who has the power to find out the location of underground water, மறைபொருளைக் கண்டுபிடிப்பவர்; நிலத்திற்கடியில் நீர் இருப்பிடத்தைக் கண்டு பிடிப்பவர்.

di-vis-i-ble/di'vizəbl/*(adj)*:டி'விஸிப்:ல் / that can be divided, வகுக்கக்கூடிய.

di-vi-sion/di'viʒn/*(n)*:டி'விஜ:ஒன் / process of dividing, வகுத்தல், பங்கிடல்; disagreement, ஒற்றுமையின்மை; a part, பங்கு, பகுதி; a barrier, இடை வரம்பு. • *The river cuts the city into two* **divisions**.

di-vi-sor/di'vaizə*/*(n)*:டி'வய்ஸ:ஒ* / a number that divides another without remainder, வகுக்கும் எண்.

di-vorce/di'vɔ:s/*(n)*:டி'வா:ஸ் / legal separation from marriage bond, திருமண விலக்கு, விவாகரத்து. • *Every marriage is sacred:* **divorce** *has to be avoided.* **divorce***(v.t-v.i)*: to annul wedlock, விவாகரத்து செய்; to give up, விட்டு விடு. • *They said that they were getting* **divorced**.

di-vorcee/diˌvɔ:'si:*(n)*:டி:ˌவா:'ஸீ / one who has divorced, மணவிலக்குப் பெற்றவர்.

di-vot/'divət/*(n)*:'டி:வஒட் / piece of land covered with grass, புல்வெளி.

di-vulge/dai'vʌldʒ/*(v.t)*:டய்'வல்ஜ் (டி:-) / to let out, to reveal, பலர் அறியக்கூறு. • *The robbers did not* **divulge** *where they had sold the gold chains.*

diz-zy/'dizi/*(adj)*:'டி:ஸி / giddy, தலை சுற்றுகிற; confused, குழப்பமான. • *The members of the party danced till late in the night until they were* **dizzy**.

do/du/*(v.t-v.i)*:டூ / (auxiliary verb) to perform, செய்; to execute, நடத்து; to complete, முடி. • **Do** *you like my pen?* • *What are you* **doing**? • *What* **do** *you* **do**?

doab/dɔub/*(n)*:டஒஉப்: / a piece of land lying between two rivers, இரு ஆறுகளின் இடையே இருக்கும் நிலப்பகுதி, படுகை.

do-cile/'dəusail/*(adj)*:'டஒஉஸய்ல் (டா) / teachable, எளிதில் கற்பிக்கக்கூடிய; manageable, இணக்கமுள்ள; obedient, கீழ்ப்படிதலுள்ள. • *We have* **docile** *animals.*

dock/dɔk/*(n)*:'டாக் / a basin where ships go for repair, கப்பல் செப்பனிடும் துறை; an enclosure in a criminal court for the accused or prisoner, நீதிமன்றத்திலுள்ள குற்றவாளிக் கூண்டு. **dock***(v.t-v.i)*: to bring ship to a repairing place, செப்ப னிடும் பகுதிக்குக் கப்பலைக் கொண்டுவா.

dock-et/'dɔkit/*(n)*:'டாக்கிட் / a label pasted on goods, சாமான்கள் மேல் ஒட்டப்படும் குறிப்புச் சீட்டு; endorsement on letter etc., showing its contents, உள்ளடக்க அறிவிப்புச் சீட்டு. **docket***(v.t)*: to summarise, தொகுத்துக் கொடு; to prepare docket, உள்ளடக்கச் சீட்டு தயார் செய்.

dock-yard/'dɔkja:d/*(n)*:'டாக்யாட் / a place where ships are built and repaired, கப்பல் கட்டும் மற்றும் சீர் செய்யுமிடம்.

doc-tor/'dɔktə*/*(n)*:'டாக்டர* / a learned man, பேரறிஞர்; a medical person, மருத்துவர். **doctor***(v.t)*: to treat medically, வைத்தியம் செய்; (colloquial) to adulterate, கலப்படம் செய்; to falsify, மோசடி செய்; to repair, சரி செய், செப்பனிடு. **doctor***(v.i)*: to practise medicine, மருத்துவராகச் செயல்படு; to take medicine, மருந்து எடுத்துக்கொள். **doc-tor-ate**/'dɔktərət/ *(n)*:டாக்டரிட்: the degree of a university, பல்கலைக் கழகப் பட்டம்.

doc-trine/'dɔktrin/*(n)*:'டாக்ட்ரின் / knowledge, அறிவுக் கொள்கை; principle, கோட்பாடு; teachings, கற்பித்தல்.

doc-tri-naire/ˌdɔktri'neə*/*(n)*: ˌடாக்ட்ரி'னஎஅ / a theorist who had no practical considerations, உலக நடைமுறை தெரியாத கொள்கைவாதி.

do-cu-ment/'dɔkjumənt/*(n)*: 'டாக்யுமஅன்ட் / a written statement, ஆவணம். **doc-u-men-ta-ry**/ ˌdɔkju'mentəri/*(adj)*:ˌடாக்யு'மென்டரி / related to facts, documents, etc., உண்மைகள், ஆவணங்கள் பற்றிய.

dod-der/'dɔdə*/*(v.i)*:'டாடஅ* / tremble, nod, நடுங்கு, தலையசை.

dod-de-r-ing/'dɔdəriŋ/*(adj)*:'டாடரிங் / trembling (because of old age), (முதுமையினால்) நடுங்குகிற.

dodge/dɔdʒ/*(n)*:டாஜ் / quick side movement, விரைவான பக்கவாட்டு இயக்கம்; trick, ஏமாற்றுதல். **dodge***(v.t)*: to avoid something, சிலவற்றை விலக்கு. • *The Minister for Finance somehow managed to* **dodge** *all the questions on taxation.* **dodge***(v.i)*: to move to and fro, அங்குமிங்கும் இயங்கு. to move quickly, விரைவில் விலகு; to use mean tricks, ஏய்த்து விடு, கீழான தந்திரங்களைப் பயன்படுத்து; to trifle with, போக்குக் காட்டு. **dodg-er**/ dɔdʒə*/*(n)*/டாஜஅ* / one who eludes without doing one's duty, கடமையைச் செய்யாமல் நழுவிச் செல்பவர், ஏமாற்றுபவர்.

doe/dəu/*(n)*:டஅஉ / the female of certain animals, சில விலங்குகளின் பெண் இனம்.

do-er/'du:ə*/*(n)*:டூஅ* / one who does anything, செய்பவர்.

doff/dɔf/*(v.t)*:டாஃப் / to take off, அகற்று; to strip, ஆடை நீக்கு; to discard, விலக்கு.

dog/dɔg/*(n)*:டாக் / a four-footed animal, நாய்; a mechanical device, குறடு. **dog***(v.t)*: to follow closely like a dog, pursue, ஒரு நாய் போல் பின்தொடர். • *Bad luck* **dogs** *follow me continuously.*

dog-cart/'dɔgka:t/*(n)*:'டாக்காட் / a small cart with two-wheels, ஒரு சிறிய இரு சக்கர வண்டி.

dog-ged/'dɔgid/*(adj)*:'டாகிட் / obstinate, பிடிவாதமுள்ள; unyielding, சற்றும் இணக்கம் இல்லாத. • *With* **dogged** *perseverance, I move towards the goal.*

dog-ge-rel/'dɔgərəl/*(n)*:'டாகரல் (-ரில்) / a base verse, கீழ்த்தரமான பாடல்.

dog-ma/'dɔgmə/*(n)*:'டாக்மஅ / a principle that is not to be contradicted, எதிர்ப்பை ஏற்றுக்கொள்ள மறுக்கும் ஒருவகைக் கோட்பாடு, பிடிவாதக் கொள்கை.

dog-mat-ic/dɔg'mætik/*(adj)*:டாக்'மஏட்டிக் / authoritative, அதிகாரபூர்வமான; arrogant, அகந்தையுள்ள; doctrinal, கொள்கைப் பிடிவாதமுடைய; overbearing, வீறாப்பான; positive, உறுதியுடைய. **dog-ma-tis-m**/'dɔgmətizəm/*(n)*: 'டாக்மடிஸம் / a firm, positive assertive way of doing things, உறுதியாகச் செயல்படும் மனப்போக்கு.

dog-tired/ˌdɔg'taiəd/*(adj)*:'டாக்'டயஅட் / very tired, dead tired, மிகக் களைத்துள்ள.

dog's ear/'dɔgseaə*(n)*: 'டாக்ஸ்இயஅ* / the folded or turned up corner of a sheet or book, ஒரு தாள் (அ) புத்தகத்தின் மடிந்த (அ) மடிக்கப்பட்டிருக்கும் மூலை. **dog-ear***(v.t-v.i)*: to turn up the corners carelessly, சற்றும் கவனமின்றி மூலைகளை மடக்கு (அ) மடங்கச் செய்.

doi-ly/'dɔili/*(n)*:'டாய்லி / a small fancy napkin, சிறிய அலங்கார விரிப்பு.

do-ings/'du:iŋz/*(n)*:'டூயிங்ஸ் / things done or needed, செய்யப்பட்டவை (அ) தேவையானவை. • *Put these little* **doings** *on my table.*

dol-drums/'dɔldrəmz/*(n)*:'டால்ட்ரஅம்ஸ் / regions of calm and rough winds near the equator, நிலநடுக்கோட்டுக்கு அருகே பெருங்காற்று வீசும் பகுதிகள்; low spirits, எழுச்சி உணர்வு இல்லாத நிலை; depression, காற்றழுத்த நிலை.

dole/dəul/*(n)*:டஅஉல் / a small portion, சிறு பங்கு; charitable distribution, உதவிப் பங்கீடு; grief, துன்பம், வருத்தம். **dole***(v)*: to deal out in small quantities, சிறிது சிறிதாகக் கொடு. **dole-ful**/'dəulful/*(adj)*: 'டஅஉல்ஃபுல் / miserable, மகிழ்ச்சியற்ற; sorrowful, துயரமான. **dolefully***(adv)*: with sorrow, வருத்தம் கொண்டு. **dolefulness***(n)*.

doll/dɔl/*(n)*:டால் / a toy baby, பொம்மை.

dol-lar/'dɔlə*/*(n)*:'டாலஅ* / a unit of U.S. gold and silver coinage, அமெரிக்க நாட்டு நாணயம்.

D

dol-men/'dɔlmen/*(adj)*:'டால்மென் / a stone structure usually a tomb, கல்மேடை, இறந்தோர் நினைவுச் சின்னம்.
dol-or-ous/'dɔlərəs/*(adj)*:'டாலரஸ் / distressed, துயரமுள்ள; painful, வேதனை மிகுந்த; sorrowful, வருத்தம் நிறைந்த.
dol-phin/'dɔlfin/*(n)*:'டால்ஃபின் / a sea animal resembling porpoise, டால்பின், ஒருவகைக் கடல் மீன்.

dolt/dəult/*(n)*:டஉல்ட் / a stupid person, மூடன்; a block-head, அறிவில்லாதவன்.
do-main/dəu'mein/*(n)*:டஉ'மெய்ன் / kingdom, ஆட்சிப் பகுதி; field or province in which one's influence can be exercised, அதிகார எல்லை.
dome/dəum/*(n)*:டஉம் / roof top shaped like a half ball, குவிந்திருக்கும் மாடம்.

do-mes-tic/dəu'mestik/*(adj)*:டஉ'மெஸ்ட்டிக் / pertaining to the house, வீட்டிற்குரிய. **do-mes-ti-cate**/dəu'mestikeit/*(v.t)*: டஉ'மெஸ்ட்டிக்கெய்ட் / accustom to live in a house, வீட்டுச் சூழலில் இருக்கப் பழகு. • *Her husband is very* **domesticated** *and often does the cooking.* to tame animals, விலங்குகளைப் பழக்கு, பணியச் செய்.
dom-i-cile/'dɔmisail/*(n)*:'டாமிஸய்ல் / dwelling house, இருப்பிடம்; a place to which a person belongs, குடிவாழ்வுரிமை. **dom-i-cil-i-a-ry**/,dɔmi'siljəri/adj): ,டாமி'ஸீலியரி / pertaining to a dwelling place, இருப்பிடத்தைச் சார்ந்த.
dom-i-nant/'dɔminənt/*(adj)*:'டாமினன்ட் / having control or power, ஆதிக்கமுள்ள; outstanding, முதன்மையான, மேம் பட்டுள்ள. • *The* **dominant** *feature of Nehru's administration was benevolence.* **dom-i-nance**/'dɔminəns/*(n)*: 'டாமினன்ஸ் / control, ஆதிக்கத் தன்மை; authority, அதிகாரம் உள்ள செயல்பாடு. **dom-i-nate**/'dɔmineit/*(v.t-v.i)*: 'டாமினெய்ட் / to have control, ஆதிக்கம் (அ) அதிகாரம் செலுத்து, முதன்மையாயிரு; overlook, மேம்பட்டு இரு. **dom-i-na-tion**/,dɔmi'neiʃn/*(n)*:,டாமி'னெய்ஷன் / rule, ஆட்சி; control, ஆதிக்கம்; authority, தனிச் செல்வாக்கு. • *Adolf Hitler held* **domination** *over a great area.* **dom-i-neer**/,dɔmi'niə*/*(v.i)*:,டாமி'னீயஃ / to exercise brutal authority, அடக்கி ஆள். **dom-i-neer-ing**/,dɔmi'niəriŋ/*(adj)*: ,டாமி'னீயரிங் / overbearing, அகந்தையுள்ள. • *Hitler was a* **domineering** *personality.*
dom-i-nie/'dɔmini/*(n)*:'டாமினீ / Lord, பிரபு; master, ஆசிரியர்.
do-min-ion/də'minjən/*(n)*:டஅ'மினியன் / authority to rule, ஆளும் உரிமை; territory, ஆட்சிப் பகுதி; sovereignty, தனியாட்சி.
dom-i-no/'dɔminəu/*(n)*:'டாமினஉ / a cloak with a masked cope, முகமூடி உடைய அங்கி.
don/dɔn/*(v.t)*:டான் / to wear, அணி, **don**(*n*): a university teacher, பல்கலைக்கழக ஆசிரியர், a high ranking mafia, கூலிப்படைத்தலைவன், அடியாள்.
do-nate/dəu'neit/*(v.t-v.i)*:டஉ'னெய்ட் / to contribute as a gift, நன்கொடையளி. • *There are many men who* **donate** *every thing for the poor.* **do-na-tion**/dəu'neiʃn/*(n)*: டஉ'னெய்ஷன் / a gift, நன்கொடை. • *I never accept* **donation**.
done/dʌn/*(v)*:டன் / p.p. of "do", "do" என்பதன் இறந்தகால வினைமுற்று.
do-nee/dəu'ni:/*(n)*:டஉ'னீ / one to whom a donation is made, நன்கொடை பெறுபவர்.

don-key/'dɔŋki/*(n)*:'டாங்க்கி / an ass, கழுதை.
do-nor/'dəunə*/*(n)*:'டஉனஃ / one who gives a gift or donation, நன்கொடை அளிப்பவர்.
don't/dəunt/டஉன்ட் / shortened form for 'do not', 'do not' என்பதன் சுருக்கம். **don'ts**: things not permitted, செய்யக் கூடாதன.
doo-dle/'du:dl/*(n)*:'டூ:ட்ல் / meaningless scribbling with attention turned elsewhere, சிந்தையில்லாமல், பொருள் இல்லாமல் ஏதோ எழுதி (அ) கிறுக்கிக் கொண்டிருத்தல்.
doom/du:m/*(n)*:டூ:ம் / ruin, அழிவு; fate, விதி; judgement, தீர்ப்பு. **doom**(*v.t*): to judge, தீர்ப்புக் கூறு; to cause to suffer, be fated, துன்பம் விளைவி, விதிவசப்பட்டிரு. • *He was* **doomed** *to death.*
dooms-day/'du:mzdei/*(n)*:'டூ:ம்ஸ்:டெய் / the Day of Judgement, தெய்வச்சோதனை நாள், கடவுள் தீர்ப்பு நாள்.

door/dɔ:*/*(n)*:டோ: (டொə*) / a shutter that closes the entrance, கதவு. **door-step**: a step leading up to the outer door of a house, வாசற்படி, படிக்கட்டு. **door-way**: an opening filled by a door, கதவுத் திறப்பு.

dope/dəup/*(n)*:டஉப் / an intoxicating drug, போதை மருந்து, தூண்டும் குணம் உள்ள மருந்து. **dope**(*v.t*): to give an intoxicant, போதை மருந்து கொடு; administer a narcotic, மயக்க மருந்தைச் செலுத்து. • *The robbers* **doped** *him and then took away his cash box.*

Dor-ic/'dɔrik/*(adj)*:'டாரிக் / of Greek architecture, கிரேக்கக் கட்டடக் கலை போன்ற.

dor-man-cy/'dɔ:mənsi/*(n)*:'டா:மəன்ஸி / state of being dormant, வளர்ச்சி எதிர்பார்த்து செயலடங்கி இருக்கும் நிலை.

dor-mant/'dɔ:mənt/*(adj)*:'டா:மəன்ட் / sleeping, தூங்குகிற; inactive, செயலற்ற.

dor-mi-to-ry/'dɔ:mitri/*(n)*:'டா:மிட்ரி / a sleeping room with several beds, பல படுக்கைகள் கொண்ட கூடம்.

dor-mouse/'dɔ:maus/*(n)*:'டா:மஉஸ்: / a small rodent-like mouse, எலி போன்ற ஒருவகைக் கொறித் துண்ணி.

dor-sal/'dɔ:sl/*(adj)*:'டா:ஸəல் / pertaining to the back, முதுகுப்பக்கமுள்ள, பின்புறமுள்ள.

do-ry/'dɔ:ri/*(n)*:'டா:ரி / a sea-fish, ஒருவகைக் கடல் மீன்.

dose/dəus/*(n)*:டəஉஸ் / quantity (of medicine) to be taken at one time, ஒரு வேளை மருந்தின் அளவு.

dos-ser/dɔsə*/*(n)*:டாஸə* / a decorated hanging for the wall; a basket for carrying things on the back, சுவரில் தொங்கவிடப் படும் அழகுப் பொருள்; முதுகின் மேல் பொருள்களைச் சுமந்து செல்ல ஏதுவாக இருக்கும் கூடை.

dos-sier/'dɔsiei/*(n)*:'டாஸிய / a person's record of events, ஒருவரது இறந்தகால வரலாற்றுப் பத்திரம்.

dot/dɔt/*(n)*:டாட் / a small rounded mark, சிறிய வட்டப் புள்ளி. • *I watched the plane in flight until it looked like a* **dot** *in the sky.* **dot**(*v.t*), **dotted, dotting**: to mark with dots, புள்ளி கொண்டு குறியிடு. • *The co-operative department has now over 200 stores* **dotted** *about the State.*

do-tage/'dəutidʒ/*(n)*:'டəஉட்டிஜ் / feeble minded due to old age, வயதான காரணத்தால் மனத்தளர்ச்சியடைதல்.

do-tard/'dəutəd/*(n)*:'டəஉட்டəட் / weakness of mind due to old age, வயது முதிர்ச்சியால் மனவலிமை இழந்தவர்.

dote/dəut/*(v.t)*:டəஉட் / to show excessive love or fondness, அதிகமாக அன்பு பாராட்டு. • *She* **dotes** *on her only son.* to talk foolishly, முட்டாள்தனமாகப் பேசு.

dot-al/'dəutl/*(adj)*:'டəஉட்ல் / regarding dowry, வரதட்சணை, சீர் தொடர்பான.

do-ting/'dəutiŋ/*(adj)*:'டəஉட்டிங் / extremely fond, மிக அன்புள்ள.

do-ta-tion/'dəu'teiʃn/*(n)*:'டəஉட்'டெய்ஷəன் / dowry, சீர், வரதட்சணை; an endowment, அறக்கட்டளை.

dou-ble/'dʌbl/*(adj)*:'டப்ல் / twice as much, இருமடங்கான, இரட்டிப்பான. • *I do not like* **double** *dealings.* **double**(*v.t-v.i*): to make two fold, இரு மடங்காகச் செய். **double-cross**(*v.t*): to cheat with an accomplice, தோழனுடன் சேர்ந்து ஏமாற்று. **double-dealer**(*n*): a dishonest person, ஏமாற்றுபவன். **double-decker**(*n*): a bus with two levels, இரண்டடுக்கு உள்ள பேருந்து.

doubt/daut/*(n)*:டஉட் / suspicion, சந்தேகம்; uncertainty, உறுதியற்ற நிலை; disbelief, நம்பிக்கை இல்லாமை; hesitation, தயக்கம். • *There is some* **doubt** *whether the minister will come on time.* **doubt**(*v.t-v.i*): to suspect, சந்தேகப்படு; to mistrust, அவநம்பிக்கை கொள்; to hesitate, தயங்கு. • *She always does what she has promised and I do not* **doubt** *her honesty.* **doubtless**(*adv*): without doubt, சந்தேகம் இல்லாமல். **doubtful** (*adj*): suspicious, சந்தேகத்திற்கிடமான, உறுதியற்ற. • *The future is* **doubtful**: *Let us not hurry with our plans.* • *There is a rather* **doubtful** *character watching me and also pursuing me.* **doubtfully**(*adv*).

dou-ceur/'dəusiə*/*(n)*:'டஉஸியə* / gratuity, பணிக் கொடை; bribe, கைக்கூலி; tip, சிறப்பான கவனிப்பிற்குக் கொடுக்கப்படும் சன்மானம்.

douche/du:ʃ/*(n)*:டூஷ் / a stream of water applied to body internally or externally, உடலின் உள் பகுதி (அ) வெளிப் பகுதியைக் கழுவப் பயன்படும் பீச்சுத் தாரை.

D

dough/dəu/*(n)*:டஉ / kneaded flour, பிசைந்த மாவு.

dough-ty/'dauti/*(adj)*:'டஉட்டி / valiant, வலிமையுள்ள; formidable, துணிவுள்ள, வெல்ல முடியாத.

dour/duə*/*(adj)*:டுஅ* / severe, கடினமான; stubborn, சற்றும் விட்டுக்கொடுக்கும் மனப்பான்மை இல்லாத. • *He is a* **dour** *character.*

dove/dʌv/*(n)*:டவ் / a kind of pigeon, புறா.

dove-cote/'dʌvkəut/*(n)*:'டவ்க்கஅஉட் / [also **dove-cot**]: a dove house, புறாக்கூடு.

dove-tail/'dʌvteil/*(n)*:'டவ்ட்டெய்ல் / a kind of joint, மரத்துண்டுகளை இணைப்பதில் ஒருவகை. **dovetail***(v.t-v.i)*: to join well, நன்றாகப் பொருத்தி இணை.

dow-a-ger/'dauədʒə*/*(n)*:'டஉஅஜஅ* (-உயி-) / a rich widow, பணக்கார விதவை; widow of a lord, ஒரு பிரபுவின் விதவை.

dow-er/'dauə*/*(n)*:'டஉஅ* / the share of property that comes to the widow; nature's gift, such as beauty, knowledge, கைம்மைக் காலத்திற்கென விடப்படும் சீதனம்; இயற்கையாகக் கிடைத்த அழகு, அறிவு.

down/daun/*(n)*:டஉன் / open highland, மேடான நிலம்; light feather, மிருதுவான இறகு. **down**/daun/*(adv)*: below, கீழே. • *The old man was knocked* **down** *by a car.* **down***(adj)*: descending, கீழ் நோக்கிச் செல்கிற. • *She was* **down** *by two sets to one.* **down***(v.t)*: to defeat, தோற்கடி; to bring down, கீழ் இறக்கு; swallow, விழுங்கு. • *The man* **downed** *his coffee and went* **down** *in a fit of anger.* **down-cast**/'daunka:st/*(adj)*:'டஉன்க்காஸ்ட் / sad at heart, வருத்தம் தோய்ந்த; directed downwards, கீழ் நோக்கிய. • *My daughter felt a bit* **downcast** *when she failed in her examination.*

down-fall/'daunfɔ:l/*(n)*:'டஉன்ஃபொ:ல் / ruin, அழிவு, calamity, வீழ்ச்சி.

down-pour/'daunpɔ:*/*(n)*:'டஉன்ப்பொ:* / a heavy rainfall, பெருமழை.

down-right/'daunrait/*(adj)*:'டஉன்ரய்ட் / straight forward, வெளிப்படையான; fearless, அச்சமற்ற. • *What she said was a* **downright** *insult.*

down-stairs/ˌdaun'steəz/*(adv)*: 'டஉன்'ஸ்ட்டஎஅஸ் / on the lower floor, கீழ்த்தளத்தில். • *"Is there anyone* **downstairs***?"* **downstairs***(adj)*: pertaining to the lower part of the building, கீழ்த்தளத்திலிருக்கின்ற.

down-town/'dauntəun/*(n)*:'டஉன்ட்டஅஉன் / an important business centre in a city, ஒரு நகரின் முக்கிய வாணிகத்தலம். **down-town***(adv)*: in the business area of a city, நகரின் வாணிகத்தலமான.

down-trod-den/'daunˌtrɔdn/*(adj)*: 'டஉன்ˌட்ரொட்ன் / oppressed, அடக்கப்பட்ட, ஒடுக்கப்பட்ட. • *The government had ignored the claims of the* **downtrodden** *people in the union budget.*

down-ward/'daunwəd/*(adj)*: 'டஉன்உஅ:ட் / descending, கீழ் நோக்கி. • *We see the* **downward** *trend in the food prices.* **downward***(adv)*: towards the base level, கீழ் நோக்கி.

dow-ny/'dauni/*(adj)*:'டஉனி / [**downier, downiest**]: covered with down, பட்டுப்போன்ற மென் மயிர் போர்த்திய.

dow-ry/'dauəri/*(n)*:'டஉஅரி / property given to a woman by her parents at her marriage, வரதட்சணை.

dox-ol-o-gy/dɔk'sɔlədʒi/*(n)*:டொக்'ஸொலஅஜி / a hymn of praise to God, கடவுள் வாழ்த்துப் பாடல்.

doy-en/dɔi'en/*(n)*:'டொயஅன் / senior member of a body, ஒரு குழுவின் முதுநிலை உறுப்பினர். • *He was a* **doyen** *of drama critics.*

doze/dəuz/*(v.t)*:டஅஉஸ் / to sleep drowsily, சிறு துயில் கொள். • *Some parliament members were* **dozing** *during the session when the budget was presented.* **doze***(n)*: half-sleep, a nap, அரைத் தூக்கம், சிறு தூக்கம்.

doz-en/dʌzn/*(n)*:'டஸ்அன் / a set of twelve articles, a twelve, பன்னிரண்டு கொண்ட அளவு, பன்னிரண்டு பொருள்களின் தொகுப்பு. • *These cakes are forty-five rupees a* **dozen**.

drab/dræb/*(adj)*:ட்ரஎப் / dull colour, மங்கிய நிறமான; cheerless, மகிழ்ச்சி இல்லாத.

dra-co-ni-an/drə'kəunjən/*(adj)*: ட்ரஅ'க்கஅஉனியஅன் (-ரெய்-) / [also **draconic**]: very severe, மிகவும் கடுமையான. • *The management often resorts to* **draconian** *measures in dealing with its workers.*

draft/dra:ft/*(n)*:ட்ராஃப்ட் / a rough copy, முதல் வரைவு, முதலில் எழுதப்பட்டது,

திருத்தப்பட வேண்டியது. • *The eleventh five-year plan is still in* **draft** *stage.* an order of payment, முன்வரைவுக் காசோலை. **draft**(*v.t*): to prepare a draft, குறிப்பு எழுது; to make a sketch, குறிப்புப் படம் வரை; select for special duty, சிறப்புப் பணிக்குத் தேர்ந்தெடு. • *Many ex-servicemen had been* **drafted** *for election work.*

drafts-man/'dra:ftsmə n/(*n*): 'ட்ராஃப்ட்ஸ்மன் / [also **draughts-man**]: one who draws plans or designs, தரைப்படம் (அ) வரைபடம் வரைபவர்; one who writes documents, பத்திரம் எழுதுபவர்.

drag/dræg/(*v.t-v.i*):ட்ரஃக்: / to draw along with force or difficulty, வலுவுடன் இழு, பலம் கொண்ட மட்டும் இழு. • *The rioters were* **dragged** *away by the army men.* **drag**(*n*): net, வலை; hindrance or nuisance, தடை (அ) இடையூறு; brake, வேகத்தடை.

drag-net/'drægənet/(*n*):'ட்ரஃக:ஒனிட் (னெட்) / a net drawn along the ground, தரையில் விரிக்கப்படும் வலை; a fishing net for dragging along the sea-shore, கடற்கரையில் விரிக்கப்படும் மீன்பிடிக்கும் வலை.

dra-gee/'dræʒi/(*n*):'ட்ரஃஜீ / a sugar coated pill, இனிப்புத் தடவிய மாத்திரை.

drag-gle/'drægl(*v.t-v.i*):'ட்ரஃக்:ல் / to make wet and dirty by trailing on the ground, தரையில் இழுத்து அழுக்காக்கு அல்லது ஈரமாக்கு.

dra-go-man/'drægəumə n/(*n*): 'ட்ரஃக:ஒஉமன் / an interpreter, மொழி பெயர்ப்பாளர்.

drag-on/'drægən/(*n*):'ட்ரஃக:ஒன் / mythical fire breathing crocodile, or

serpent with wings and claws, நெருப்புக் காற்றை உமிழும் கற்பனை முதலை அல்லது பறக்கும் பாம்பு.

dra-goon/drə'gu:n/(*n*)/ட்ரஒ'கூ:ன் / a heavily armed cavalry man, ஆயுதம் தாங்கிய குதிரை வீரன்.

drain/drein/(*n*):ட்:ரெய்ன் / a sewer, சாக்கடை, வடிகால்; a ditch, பள்ளம். • *The sewage* **drains** *always overflow during heavy rain.* **drain**(*v.t-v.i*): to draw away water by trenches or pipes, நீரை குழாய் (அ) வாய்க்கால் வழியாக வடி; to drink, நீரைப்பருகு; to dry, உலர்த்து, ஈரம் போக்கு; deprive, உடைமை இழக்கச் செய். • *These children are a pleasure, some say they* **drain** *their energy.* **drain-age**/dreinidʒ/ (*n*):'ட்:ரெய்னிஜ் / a system of artificial or natural drain, வடிகால் திட்டம்; sewage, சாக்கடை.

drake/dreik/(*n*):ட்:ரெய்க் / the male of the duck, ஆண்வாத்து.

dram/dræm/(*n*):ட்:ரஃம் / a weight of 1/8 ounce, எட்டில் ஒரு பாகம் எடை அவுன்சு; a small measure, ஒரு சிறு அளவை.

dra-ma/'dra:mə/(*n*): ட்ராமஒ / a stage play, நாடகம்; an exciting happening, மகிழ்ச்சியூட்டும் நிகழ்ச்சி. **dra-ma-tic**/ drə'mætik/(*adj*):'ட்ரஒ'மஃட்டிக் / pertaining to drama, நாடகத்திற்குரிய; exciting, மகிழ்ச்சியூட்டக்கூடிய. • *The patient made a* **dramatic** *recovery.* **dram-a-tist**/'dræmətist/ (*n*):'ட்ரஃமஒட்டிஸ்ட் / author or writer of a drama, நாடக ஆசிரியர். **dra-ma-tize**/ 'dræmətaiz/(*v.t-v.i*): 'ட்ரஃமஒட்டய்ஸ்: / to act in the form of a drama, நாடகமாகச் செய்து நடித்துக் காட்டு; to put on the stage, நாடகம் போடு. • *The novel 'Airport' can be* **dramatized**.

dra-per/'dreipə*/(*n*):'ட்:ரெய்ப்பஒ* / a cloth merchant, துணி வணிகர். **dra-per-y**/ 'dreipəri/(*n*):'ட்:ரெய்ப்பஒரி / cloth, துணி; textile fabrics, நூற்பாலையில் இழைக்கப்பட்ட துணிகள்.

dras-tic/'dræstik/(*adj*):'ட்:ரஃஸ்ட்டிக் (ட்ரா-) / powerful, ஆற்றலுடைய; stern, பலமான; forcible, வன்மையான.

draught/dra:ft/(*n*):ட்:ராஃப்ட் / the amount of liquid swallowed at one time, ஒரு முறை விழுங்கும் திரவத்தின் அளவு. • *He took a long* **draught** *of beer.* a current of air flowing through a room, ஓர் அறையில் ஏற்படும் காற்றோட்டம். **draught**(*adj*): pulling loads, பிராணிகள் பளு இழுப்பதற்கு உரிய. **draughts board**(*n*): a game played by two people with 12 pieces on a board, ஒருவகைச் சதுரங்க ஆட்டம்.

draw/drɔ:/(v.t-v.i):ட்:ரோ: / **drew, drawn**: to attract, கவரு. • *The picture is* **drawing** *huge crowds.* to allure, மயக்கு; to drag, இழு. • *The characters are* **drawn** *realistically by the novelist.* **draw(n)**: something that attracts, கவர்ந்திழுக்கும் ஒன்று; a game in which neither side wins, வெற்றி தோல்வியின்றி முடியும் விளையாட்டு. • *The game ended in a* **draw**.

draw-back/ˈdrɔ:bæk/(n):ˈட்:ரோ:பஃக் / disadvantage, குறைபாடு. • *The only* **drawback** *about the house is it has no open space.*

draw-bridge/ˈdrɔ:bridʒ/(n):ˈட்:ரோ:ப்:ரிஜ் / a bridge that can be extended or withdrawn

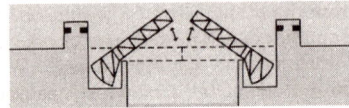

inside to allow passage for boats, திறக்கும் பாலம்.

draw-ee/drɔ:ˈi:(n):ட்:ரோ:ˈயீ / person on whom a Draft or Bill of Exchange is drawn, பணம் பெறுவதற்குரியவர் என்று காசோலையில் பெயர் எழுதப்பட்டவர்; உண்டியல் பெறுபவர்.

draw-er/ˈdrɔ:ə*(n):ட்:ரோஅ* / a sliding box-like furniture in a table; one who draws, மேசை முதலானவற்றில் இழுப்பறை; காசோலை எழுதிக் கொடுப்பவர்.

draw-ing/drɔ:iŋ/(n):ட்:ரோயிங் / a picture drawn, படம், சித்திரம், ஓவியம்.

drawl/drɔ:l/(v.t-v.i)/ட்:ரோ:ல் / to speak in slow manner, மெதுவாக இழுத்துப் பேசு. • *He speaks with a northern* **drawl**. **drawl(n)**: slow utterance, இழுத்துப் பேசுதல், மெதுவாகப் பேசுதல்.

dray/drei/(n):ட்ரெய் / a low cart for carrying heavy loads, தாழ்வான சுமை வண்டி, கட்டை வண்டி.

dread/dred/(v.t):ட்:ரெட்: / to be in great fear of, அச்சப்படு. • *I am just* **dreading** *the payment due to the bank.* • *He* **dreaded** *having to meet his creditors.* **dread(n)**: great fear, பெரும் அச்சம்; object of fear, அச்சத்திற்குக் காரணமான பொருள். **dread**(adj): terrifying, அச்சம் தருகின்ற. • *The* **dread** *pain is actually killing me.* **dread-ful**/ˈdredful/(adj):ˈட்:ரெட்:ஃபுல்: terrible, அஞ்சி நடுங்கக்கூடிய; troublesome, தொல்லை தரக்கூடிய; fearful, அச்சமூட்டுகிற.

dread-nought/ˈdrednɔ:t/(n):ˈட்:ரெட்:னோ:ட் / a powerful war ship, வலிமை மிகுந்த போர்க் கப்பல்.

dream/dri:m/(n):ட்:ரீம் / fancy, கற்பனை; hallucination, மன மயக்கம்; vision in sleep, கனவு. **dream-y**/dri:mi/(adj): ˈட்:ரீமி / fanciful, வீணாக நினைவு கொண்டு; imaginative, கற்பனையான; vague, தெளிவில்லாத; dream like, கனவுபோன்ற. • *I like soft* **dreamy** *music.*

drear-y/ˈdriəri/(adj):ˈட்:ரியஅரி / dismal, இருண்டு இருக்கின்ற; cheerless, மகிழ்ச்சி இல்லாத; dull, கிளர்ச்சி இல்லாத. **drearily** (adv), **dreariness**(n).

dredge/dredʒ/(n):ட்:ரெஜ் / an apparatus for bringing up oysters, fish, mud, etc., from the bottom of the sea or river, கடலிலிருந்து சிப்பி, மீன், சேறு முதலியவற்றை அள்ளும் இயந்திரம். **dredge**(v.t-v.i): to use a dredge, அள்ளும் இயந்திரத்தைப் பயன்படுத்து. • *The lake is to be* **dredged** *before rainy season sets in.* **dredge**(v.t): to cover lightly, மெல்லத் தூவு. • *The cake is* **dredged** *with chilli powder.*

dreg/dreg/(n):ட்:ரெக்: / refuse, எச்சம்: sediment, வண்டல்; worthless part, பயனற்ற பகுதி. • *Corrupt politicians are* **dregs** *of the society.*

drench/drentʃ/(v.t):ட்:ரெஞ்ச் / make to drink, குடிக்கச் செய்; force to take medicine, கட்டாயப்படுத்தி மருந்து குடிக்கச் செய்; wet wholly, முழுவதும் நனை. • *I got* **drenched** *in the rain.* soak, ஊற வை.

dress/dres/(n):ட்:ரெஸ் / clothes, உடை; garments, ஆடை, அணிமணி; array, பகட்டான ஆடை. • *Mr. Jin used his* **dress** *always rather immaculately.* **dress**(v.t-v.i): to put on clothes, ஆடை அணி; to treat wounds with remedial medicines, காயங்களுக்கு மருந்திட்டு சுகப்படுத்து, குணப்படுத்து. • **Dress** *neatly but not gaudily.* • *The wound is deep; it has to be* **dressed** *carefully.* **dress-er**/dresə*/(n):ˈட்:ரெஸஅ* / one who dresses wounds and does the work of bandaging in a hospital, மருத்துவமனையில் காயங் களுக்குக் கட்டுப்போடும் உதவியாளர்.

drib-ble/ˈdribl/(v.t):ˈட்:ரிப்:ல் / **dribbled, dribbling**: to drip, கசியச் செய்; to let flow in drops, துளித் துளியாகச் சொட்டச் செய். • *The child is* **dribbling**; *clean it.*

to kick the ball forward little by little, கொஞ்சம் கொஞ்சமாகக் காலால் உதைத்துப் பந்தை முன்னேறச் செய். **dribble**(*n*). • *My pay is nothing for the family, when compared to the family budget, it is a* **dribble** *of revenue.*

drift/drift(*n*):ட்ரிஃப்ட் / a course, போக்கு; an impulse, வேகம், திடீர் உணர்ச்சி; something driven by current of air or wind, காற்றோட்டத்தால் இழுத்துச் செல்லப்படும் பொருள்; a slow movement, மந்தமான இயக்கம். • *I see a* **drift** *of dead leaves floating in the air.* **drift**(*v.t*): to be carried by a current of air, காற்றோட்டத்தால் இழுத்துச் செல்லப்படு; to wander, அலைந்து திரி; to go about aimlessly, நோக்கம் எதுவுமின்றிச் செயல்படு. • *The party* **drifted** *out to sea.*

drill/dril/(*n*):ட்ரில் / an instrument for making holes, துளையிடும் கருவி, துறப்பணம்; exercise, பயிற்சி. • *The policemen do rifle* **drill** *in the morning.* a row of plants, செடிகளின் வரிசை; a strong rough cloth, முரட்டுத் துணிவகை. **drill**(*v.t-v.i*): to make holes, துளையிடு; exercise, பயிற்சி அளி; to sow seeds in rows, வரிசையாக விதையிடு. • *The men are* **drilling** *in the field.*

drink/driɲk/(*n*):ட்ரிங்க் / any liquid to be drunk, குடிநீர் வகை; an intoxicating liquor, மது வகை. • *I always like a hot* **drink**. **drink**(*v.t*): to take in liquid (or) swallow liquid, பருகு, குடி. • *Please note, you should not* **drink** *and drive.* **drink-a-ble**/'driɲkəbl/(*adj*):'ட்ரிங்க்கஅப்ல் / good to drink, குடிக்கக்கூடிய.

drip/drip/(*v.t-v.i*):ட்ரிப் / allow to fall in drops, சொட்டவிடு, நனை. • *Water is* **dripping** *from the pump; it is leaky.* **drip**(*n*): a drop of liquid, நீர்மத் துளி; the act of dripping, துளிகளாக விழுதல். • *The patient was put on* **drips** *after he swooned.*

drive/draiv/(*v.t-v.i*):ட்ரய்வ் / **drove, driven, driving**: to compel, கட்டாயப்படுத்து; to urge, தூண்டு; to ride, ஓட்டு. • *We have to* **drive** *on; we cannot stop now.* • *The engines* **drive** *the ship: the driver controls it.* **drive**(*n*): carriage road, வண்டிப் பாதை; push, செயலூக்கம்; tendency, தூண்டுதல்; a hard stroke at cricket, golf, etc., வலிமையான வீச்சு; a pleasure trip, சுற்றுலா; a ride, ஊர்திப் பயணம். • *The department has launched a merciless* **drive** *to collect the taxes.* • *I like to have a* **drive** *along the beach.*

driv-el/'drivl/(*v.i*):'ட்ரிவஅல் / to run at mouth or nose like a child, உமிழ்நீர் வாய் ஒழுகச் செய்; to talk nonsense, பிதற்று. **drivel**(*n*): nonsense, உளறல். • *Please do not indulge in such* **drivel** *here.* **dri-vel-ler**/'drivlə*/(*n*):'ட்ரிவஅலஅ* / an idiot, முட்டாள்; a simpleton, அறிவு இல்லாதவன்.

dri-ver/'draivə*/(*n*):'ட்ரய்வஅ* / one who drives, ஓட்டுநர்; a wooden-headed golf club, குழிப்பந்தாட்டக் கைத்தடி.

driz-zle/'drizl/(*n*):'ட்ரிஸ்ல் / dense drops of fine rain, தூறல். **drizzle**(*v.i*): to rain lightly, தூறல் போடு. • *It is* **drizzling,** *not raining.*

droll/drəul/(*adj*):ட்ரஅஉல் / strange, வியப்பான; funny, வேடிக்கையான.

drom-e-da-ry/'drɔmədəri/(*n*):'ட்ராமிடஅரி ('ட்ரமஅ-) / an one-humped Arabian camel, அரேபிய ஒட்டகம்.

drone/drəun/(*n*):ட்ரஅஉன் / a male bee, ஆண் தேனீ; a low humming sound, தாழ்ந்த இசையொலி; a lazy fellow, சோம்பேறி.

droop/dru:p/(*v.i*):ட்ரூப் / to hang or bend downwards, தொங்கு, முன்னால் வளைந்து கொடு. • *Her shoulders* **drooped** *as she was dead tired.*

drop/drɔp/(*n*):ட்ராப் / a small spherical portion of liquid, துளி, சொட்டு; a trap, பொறி; a fall, வீழ்ச்சி. **drop**(*v.t-v.i*): **dropped, dropping**: to allow to fall in small amounts, சிறு துளிகளாக விழச் செய்; to fall suddenly, திடீரென விழு, to leave, ஓரிடத்தில் விடுதல். • *When she heard the news, she* **dropped** *down dead.*

drop-let-ter/drɔp'letə*/(*n*):'ட்ராப்லெட்டஅ* / a letter posted in a post office also to be delivered by the same office, local letter, உள்ளூர்க் கடிதம், ஓர் அஞ்சல் நிலையத்தில் போடப்பட்ட கடிதத்தை அதே நிலையம் பட்டுவாடா செய்வது.

drop-sy/'drɔpsi/(*n*):'ட்ராப்ஸி / collection of watery fluid in the body, உடலில் ஏற்படும் நீர்க்கோப்பு; excess swelling, மிகுந்த வீக்கம்.

dross/drɔs/(*n*):ட்ராஸ் / the scum thrown off from metals in melting, உலோகம்

D

உருக்கப்படும்பொழுது வெளிப்படும் கழிவு; waste matter, கழிவுப் பொருள்.

drought/draut/*(n)*:ட்ரஉட் / dryness, வறட்சி; want of rain, மழையின்மை; thirst, தாகம்; scarcity, பஞ்சம். • *Because of the* **drought,** *even drinking water has become scarce.*

drove/drəuv/*(n)*:ட்ரəஉவ் / a number of cattle being driven or moving together, மேய்ச்சல் மந்தை; broad chisel, அகன்ற உளி.

drov-er/'drəuvə*/*(n)*:'ட்ரəஉவə* / a cattle dealer, கால்நடை விற்பனையாளர்.

drown/draun/*(v.t-v.i)*:ட்ரஉன் / to suffer death by being immersed or suffocated under water, நீரில் மூழ்கி மூச்சுத் திணறி இறக்கச் செய்; to immerse மூழ்கச் செய். • *The child* **drowned** *in the pond.* make a sound inaudible by means of a louder sound, ஓர் ஒலியை அதிக ஒலியினால் கேட்காதபடி செய். • *The loud music* **drowned** *our conversation.*

drowse/drauz/*(v.t-v.i)*:ட்ரஉஸ்: / to doze, சிறு துயில் கொள்; to be sluggish, சோம்பி இரு. **drowse***(n)*: a half asleep state, **drow-sy**/'drauzi/*(adj)*:'ட்ரஉஸி:: sleepy, தூங்கி விழுகின்ற; sluggish, சோம்பல் கொண்டு இருக்கின்ற. • *My child suffering from epilepsy always feels* **drowsy. drowsiness***(n)*: laziness, சுறுசுறுப்பு இல்லாத மந்த நிலை. **drowsily***(adv)*.

drub/drʌb/*(v.t)*:ட்ரப்: / to beat in fight, சண்டையில் அடி; thrash, நையப்புடை. **drubbing**/drʌbiɲ/*(n)*:ட்ரப்:பி:ங் / sound beating or thrashing, நல்ல அடி கொடுத்தல், நையப்புடைத்தல். • *The robber had a severe* **drubbing**.

drudge/drʌdʒ/*(n)*:ட்ரஜ் / a slave, அடிமை; a hard-working servant, கடுமையாக உழைக்கும் வேலையாள். **drudge***(v.i)*: to work hard, கடினமாக உழை; to work unwillingly, மனமில்லாமல் வேலை செய்.

drudg-e-ry/'drʌdʒəri/*(n)*:'ட்ரஜəரி / overwork, அதிக வேலை; uninteresting work, சுவையற்ற வேலை. • *Life is no* **drudgery** *for me, it is exciting.*

drug/drʌg/*(n)*:ட்ரக்: / a simple chemical substance used in medicine, மருத்துவப் பொருள். **drug***(v.t)*: to administer medicine to patients, நோய் உள்ளவர்களை மருந்து கொடுத்துப் பேணு; to intoxicate or to poison, மருந்து கலந்து போதையூட்டு (அ) மருந்தில் நஞ்சு கலந்து கொடு. • *The patient was* **drugged** *to death.*

drug-get/'drʌgit/*(n)*:'ட்ரகி:ட் / a wool fabric, கம்பளித் துணி.

drug-gist/'drʌgist/*(n)*:'ட்ரகி:ஸ்ட் / a dealer in medicines, மருந்து விற்பனையாளர்.

Dru-id/'dru:id*(n)*:'ட்ருஉயிட்: / among the ancient Celts, a member of the priesthood, முன் காலத்து கெல்ட் இனத்தவரின் ஒரு வகுப்பினரில் ஒருவர்.

drum/drʌm/*(n)*:'ட்ரம் / a musical instrument, முரசு. • *I hear a steady beat of* **drum**. the inner part or tympanum of the ear, செவிப்பறை; a cylindrical barrel, பீப்பாய்.

drum*(v.t-v.i)*: to beat the drum, முரசு கொட்டு. • *The member* **drummed** *on the table with his fingers.*

drunk/drʌɲk/*(n)*:ட்ரங்க் / p.p of "drink", "drink" என்பதன் இறந்தகால வினைமுற்று. **drunk***(adj)*: being under the effect of liquor, extreme sensual pleasure, etc., குடி போதையிலுள்ள, மகிழ்ச்சியில் திளைத்துள்ள. **drunk-ard**/'drʌɲkəd/*(n)*:'ட்ரங்கəட்: / one who drinks too much of alcohol or wine, அதிகமாக மது அருந்துபவர், குடிகாரர்.

drunk-en/'drʌɲkən/*(adj)*:'ட்ரங்க்கəன் / intoxicated, குடி மயக்கத்திலுள்ள. • *Many ladies are also found in* **drunken** *state.* **drunkenness***(n)*: the state of being drunk, குடி மயக்கத்தில் இருத்தல். **drunkenly***(adv)*.

dry/drai/*(adj)*:ட்ரய் / without moisture, ஈரமில்லாத, உலர்ந்த. • *Tamilnadu has gone* **dry** *due to monsoon failure.* with no pleasure, மகிழ்ச்சியற்ற. **dry***(v.t)*: to take off or wipe out moisture, காய வை, உலர்த்து. **dry as dust***(adj)*: uninteresting (speech/incident), ஆர்வமில்லாத கூற்று, பேச்சு, செயல்; boring (person), சுவையில்லாமல் பேசும் நபர்.

dry-ad/'draiəd/*(n)*:'ட்ரயəட்: (-யæட்) / wood nymph, வன தேவதை.

dry-ice/'drai'ais/*(n)*:'ட்:ரய்'யய்ஸ் / solid carbon-dioxide, உறைந்த கரியமிலவாயு, உலர் பனிக்கட்டி. (-109°F)

du-al/'dju:əl/*(adj)*:'டுஅல் ('ட்யுஅல்) / made up of two, இரட்டைத் தன்மை உடைய; double, இரட்டையான. • *Some people enjoy* **dual** *citizenship.* **du-al-i-sm**/'dju:əlizəm/ *(n)*:'ட்:யூஅலிஸஅம் / consisting of two parts, the theory that there are only two irreducible principles, the mind and the body, இருமை; மனம், உடல் இரு வேறெனக் கொள்ளும் கோட்பாடு. **du-al-i-ty**/ dju:'æləti/*(n)*/ட்:யூ'ஆலிட்டி / doubleness, இரட்டைத் தன்மை.

dub/dʌb/*(v.t)*:டப்: / to confer title upon, பட்டம் சூட்டு; to smear with grease, பசை பூசு; to make a second sound track in another language, மற்றொரு மொழியில் ஒலிப்பதிவு செய். • *Some Tamil films are* **dubbed** *into Hindi.*

du-bi-ous/'dju:bjəs/*(adj)*:'ட்:யூபியஅஸ் / indistinct, தெளிவற்ற; doubtful, சந்தேகத்திற்கிடமான; undecided, தீர்மானிக்காத. • *The speeches of union leaders were* **dubious**.

du-bi-ta-ble/'dju:bitbl*(adj)*:'ட்:யூபிடப்ல் / that may be doubted; ஐயத்திற்குரிய.

du-cal/'dju:kl/*(adj)*:'ட்:யூக்கஅல் / pertaining to a duke, ஒரு கோமகனுக்குரிய.

duc-at/'dʌkət/*(n)*:'டக்கஅட் / an old gold coin used in Europe, ஐரோப்பிய நாட்டுப் பழம் பொற்காசு.

duch-ess/'dʌtʃis/*(n)*:'டச்சிஸ் / a Duke's wife or widow, ஒரு கோமகனின் மனைவி (அ) விதவை.

duch-y/'dʌtʃi/*(n)*:டச்சி / a territory ruled by a duke, ஒரு கோமகனின் ஆட்சியில் இருக்கும் நிலப்பகுதி.

duck/dʌk/*(n)*:டக் / a swimming bird, வாத்து; a rough strong cloth, கித்தான் துணி; nil score, கிரிக்கெட் ஆட்டத்தில் சூனிய மதிப்பு. **duck**(*v.t-v.i*): to dip in water, நீரில் மூழ்கு; to bend, தலை தாழ்த்து; to dive, நீரில் மூழ்கு; avoid, தவிர். • *The speaker didn't touch the main issue; he* **ducked** *all the real issues.* **ducks and drakes**: a kind of game, ஒருவகை நீர் விளையாட்டு, சிறிய தட்டு போன்ற ஒன்றை நீரில் தத்திச் செல்லும்படி எறியும் விளையாட்டு. **a lame duck**: a ship under repair, பழுதுபட்ட கப்பல்.

duct/dʌkt/*(n)*:டக்ட் / conduit or tube for carrying liquids, நுண்புழை நாளம், குழாய், நுண் குழாய். **ductless glands**: glands secreting directly into the blood steam, நாளமில்லாச் சுரப்பிகள். **duc-tile**/'dʌktail/ *(adj)*:'டக்ட்டய்ல் / malleable, தகடாக்கத்தக்க; flexible, அடித்து நீட்டத்தக்க; yielding, வளைந்து கொடுக்கக்கூடிய.

dud/dʌd/*(n)*:டட்: / a person who is a failure, தோல்வியைக் கண்டவன்; a project that has failed, தோல்வியடைந்த முயற்சி; an explosive that fails to act, செயல்படத் தவறும் வெடிமருந்து.

dude/dju:d/*(n)*:ட்:யூட்: / dandy, பகட்டுக் காரன்; fastidious person, வீண் ஆடம்பரம் உள்ளவன்.

dud-geon/'dʌdʒən/*(n)*:'டட்:ஜஅன் / resentment, சினம்; annoyance, சீற்றம்.

due/dju:/*(adj)*:ட்:யூ / owing, கொடுக்கப்பட வேண்டிய. **due**(*adj*): that ought to be given, கொடுக்க வேண்டிய; proper, தகுந்த. • *My thanks are* **due** *to you as you have helped me in time.* **due**(*adv*): proper, சரியாக; exactly, சரியாக, நேராக.

du-el/'dju:əl/*(n)*:'ட்:யுஅல் / a fight between two persons, இருவருக்கிடையே நிகழும் சண்டை. **duel**(*v.i*): **duelled, duelling**: to fight a duel, இருவர் மட்டும் நேருக்கு நேராகச் சண்டையிடுதல்.

du-et/dju:'et/*(n)*:ட்:யு'அட் / a piece of music to be sung by two singers, இருவர் பாடுவதற்குரிய பாடல்.

duf-fer/'dʌfə*/*(n)*:'டஃபஅ* / a stupid person, முட்டாள்; a dealer of sham articles, போலிச்சரக்கு விற்பனை செய்பவர்; a counterfeit coin, போலி நாணயம்.

dug/dʌg/*(v)*:டக்: / (*p.t & p.p*): of "dig", "dig" என்பதன் இறந்த கால வினைமுற்று. **dug**(*n*): udder, கால்நடைகளின் பால் சுரக்கும் பகுதி, மடி.

dug-out/'dʌgaut/*(n)*:'டக்:அஉட் / a boat made by hollowing tree trunk, மரக் கட்டையைக் குடைந்து செய்யப்படும் படகு.

duke/dju:k/*(n)*:ட்:யூக் / a noble, கோமகன்.

duke-dom/'dju:kdəm/*(n)*:'ட்:யூக்டஅம்: the territory of a duke, ஒரு பிரபுவின் நிலப்பகுதி.

dul-cet/'dʌlsit/*(adj)*:'டல்ஸிட் / sweet taste, சுவையான; pleasing to the ear, கேட்பதற்கு இன்பமான.

dul-ci-mer/'dʌlsimə*/*(n)*:'டல்ஸிமஅ / an old type of musical instrument like piano, பியானோ வகையைச் சார்ந்த பழமையான இசைக் கருவி.

dull/'dʌl/*(adj)*:'டல் / slow of understanding, மந்தமாக உள்ள; stupid, முட்டாள்தனமாக உள்ள; blunt, மழுங்கிய. **dull-ard**/'dʌləd/ *(n)*:'டல்லஅட் / a sluggish person, மந்த புத்தியுள்ளவன்; a stupid fellow, அறிவுக் கூர்மையில்லாதவன்.

dulse/dʌls/*(n)*:டல்ஸ் / an edible sea weed, உணவாகப் பயன்படும் கடற்பாசி வகை.

du-ly/'dju:li/*(adv)*:ட்யூலி / properly, முறையாக; at the right time, சரியான நேரத்தில், சரியாக.

dumb/dʌm/*(adj)*:டம் / not having the power of speech, பேச முடியாத. **dumb**(*v.t*): to silence, பேசாமலிருக்கச் செய்; to become or make dumb, ஊமையாகு, ஊமையாக்கு. **dumb-found-ed**/dʌm'faundid/*(adj)*:டம்'ஃபஉன்டிட்: / confused, குழப்பமடைந்த; struck with great surprise, திகைப்பால் வியப்படைந்த.

dummy/'dʌmi/*(n)*:டமி / a person not fit for a particular job at the required time, ஒரு சந்தர்ப்பத்திற்குத் தேவைப்படாத நபர், வெறுமையாக நிறுத்தப்பட்டவர்; figurehead, பெயரளவிற்கு உள்ளவன்.

dump/dʌmp/*(n)*:டம்ப் / a heap, ஒரு குவியல். **dump**(*v.t-v.i*): to throw down, எறி; deposit, திணித்து வை, குப்பையாகக் கொட்டி வை; to sell at a low price, மலிவு விலையில் விற்பனை செய்; to heap up, குவித்து வை. **dump-ish**/'dʌmpiʃ/*(adj)*: 'டம்ப்பிஷ் / dull, சுறுசுறுப்பு இல்லாத மந்தத் தன்மையுள்ள.

dump-lings/'dʌmpliɲz/*(n)*:'டம்ப்லிங்ஸ்: / mass of thick paste boiled or baked, வேக வைக்கப்பட்ட பிசைந்த மாவு.

dumps/dʌmps/*(n)*:டம்ப்ஸ் / depression, மனச்சோர்வு.

dump-y/'dʌmpi/*(adj)*:டம்ப்பி / short and thick, தடித்துக் குறுகிய; stout, பருத்த.

dun/dʌn/*(adj)*:டன் / greyish brown colour, dark, பழுப்பு நிறமான, இருண்ட. **dun**(*n*): a pressing creditor, கொடுத்த கடனைக் கெடுபிடியாக வசூலிப்பவர்.

dunce/dʌns/*(n)*:டன்ஸ் / a slow learner, மெதுவாகக் கற்றுக் கொள்ளும் தன்மை யுள்ளவர்; dullard, முட்டாள்.

dune/dju:n/*(n)*:ட்யூன் / a hill of loose sand, கடற்கரை மணற்குன்று.

dung/dʌɲ/*(n)*:டங் / excreta of animals, சாணம்; manure, எரு. **dung-hill**/'dʌɲhil/ *(n)*: 'டங்ஹில்: a heap of dung in a farmyard, சாணிக் குவியல், எரு மேடு.

dun-ga-ree/ˌdʌɲgə'ri:/*(n)*:ˌடங்கஅ'ரீ / a coarse calico, முரட்டுத் துணிவகை.

dun-geon/'dʌndʒən/*(n)*:'டஞ்ஜஅன் / a close dark prison, இருள் சிறை; a dark underground cell, இருண்ட நிலவறை. an airless dark room with little light, இருட்டறை.

dupe/dju:p/*(n)*:ட்யூப் / one who is easily deceived, எளிதில் ஏமாறுபவன். **dupe**(*v.t*): deceive, ஏமாற்று.

du-pli-cate/'dju:plikeit/*(n)*:'ட்யூப்லிக்கெய்ட் / copy, படி; counterpart, ஒத்த பகுதி; replica, மறு பதிப்பு. **duplicate**(*adj*): two fold, இரட்டையான, இருமடங்குள்ள. **du-plic-i-ty**/dju:'plisəti/*(n)*:ட்யூ'ப்லிஸிட்டி / deceitfulness, வஞ்சனை; double dealing, ஏமாற்றுதல்.

du-ra-bil-i-ty/ˌdjuərə'biləti/*(n)*: ˌட்யுஅரஅ'பி:லிட்டி / the quality or performance that is capable of endurance for a long period, நீண்ட நாள் இருக்கும் தன்மை, குணம், உழைக்கும் திறன். **du-ra-ble**/'djuərəbl/*(adj)*: 'ட்யுஅரஅப்:ல் / long lasting, நீடித்து உழைக்கும் தன்மையுடைய.

du-ra-tion/djuə'reiʃn/*(n)*:ட்யுஅ'ரெய்ஷஅன் / the length of time a thing lasts, ஒரு பொருள் பயன்படும் காலவரை; period, கால அளவு.

dur-bar/'dɜ:ba:*/*(n)*:'டஅ:பா:* / a royal audience, அரசவை.

du-ress/djuə'res/*(n)*:ட்யுஅ'ரஅஸ் / forcible restraint, வலுக்கட்டாயம்; imprisonment, சிறைப்படுத்தல், தடைக்காவல்; illegal compulsion, சட்டத்திற்கு முரணாக வற்புறுத்தல்.

dur-ing/ˈdjuəriŋ/*(prep)*:ˈட்யுəரிங் / throughout, நடைபெறும் காலத்தில், தொடர்ந்து; in the time of, அக்காலத்தில்.

dur-ra/dʌræ/*(n)*:டːரæ / a kind of corn, தினை.

dusk/dʌsk/*(n)*:டːஸ்க் / twilight, அந்தி ஒளி.

dust/dʌst/*(n)*:டːஸ்ட் / fine particles of earth or sand, தூசு; anything in the form of powder, மாவு, பொடி. **dust***(v.t-v.i)*: to remove dust, தூசு அகற்று. **duster**/dʌstə*/*(n)*:ˈடːஸ்ட்டə* / one who dusts, துடைப்பவர்; that which dusts, துடைக்கும் கருவி.

Dutch/dʌtʃ/*(adj)*:டːச் / belonging to Holland, ஹாலந்து நாட்டுக்குரிய.

du-ti-a-ble/ˈdju:tjəbl/*(adj)*:ˈட்யூட்டியəப்ːல் / on which duties, taxes can be levied, சுங்கவரி விதிக்கத்தக்கதான.

du-ty/ˈdju:ti/*(n)*:ˈட்யூட்டி / what one is bound to do, கடமை; service, பணி; tax, வரி; moral or legal obligation, நீதிக்கு (அ) சட்டத்திற்குக் கட்டுப்படுதல். • *The* **duty** *has to be paid in time.* • *It is my* **duty** *to finish the contract.*

du-ti-ful/ˈdju:tiful/*(adj)*:ˈட்யூட்டிஃபுல் / service minded, கடமை உணர்வுடைய.

dux/dʌks/*(n)*:டːக்ஸ் / a leader, தலைவர்; an outstanding student in a school or class, பள்ளியில் (அ) வகுப்பில் தலை சிறந்த மாணாக்கர்.

dwarf/dwɔ:f/*(n)*:ˌட்உஆஃப் / a puny human being, குள்ளமான மனிதர்; plant or animal below the ordinary height, குட்டையான விலங்கு (அ) தாவரம்.

dwell/dwel/*(v.i)*:ட்உஎல் / **dwelt, dwelling**: to live in, குடியிரு; to pause, கருத்தூன்று, தயக்கம் காட்டு; to fix attention to, ஊன்றிக் கவனி; to write or speak at length, நீடித்துப் பேசு (அ) எழுது. • *The dean* **dwelt** *at length on the problem of inflation.* **dweller**/ˈdwelə*/*(n)*:ˈட்உஎல்லə*: one who inhabits or lives, வசிப்பவர். **dwel-ling**/dweliŋ/*(n)*: ˈட்உஎல்லிங்: living place, வசிப்பிடம்.

dwin-dle/ˈdwindl/*(v.i)*:ˈட்உயின்ட்ːல் / to become smaller, படிப்படியாகத் தேய்ந்து போ; grow feeble, வலிமை குன்று. • *My earnings are* **dwindling** *day by day.*

dy-ad/ˈdaiæd/*(n)*:ˈடːயæட் / a combination of two, இரட்டை.

dye/dai/*(v.t)*:டːய் / **dyed, dyeing**: to colour, நிறம் கொடு; to tinge, சாயம் தோய். • *She* **dyed** *her dress.* **dye***(n)*: colour, சாயம்; a liquid used to change or give colour to something, சாயம் தோய்த்தல். **dyeing**/daiiŋ/*(n)*:டːய்யிங்: the work of giving (or) changing the colour, சாயம் தோய்த்தல்.

dy-ing/ˈdaiiŋ/*(adj)*:டːயிங் / about to die, இறந்து கொண்டிருக்கிற; coming to an end, முடிவை நெருங்கிக்கொண்டிருக்கிற. **dying**: present participle of "die", "die" என்பதன் நிகழ்கால வினைமுற்று.

dy-na-mic/daiˈnæmik/*(adj)*:டːய்ˈனæமிக் / active, சுறுசுறுப்பான; powerful, வலிமை மிக்க; mechanical, எந்திரத்தனமான.

dy-na-mite/ˈdainəmait/*(n)*:ˈடːய்னəமய்ட் / a powerful explosive, வெடிமருந்து; that which is shocking, surprising, எது அதிர்ச்சி தருகிறதோ, ஆச்சரியப்படத் தக்கதோ அது. • *The film `New Star' was really a* **dynamite**.

dy-na-mo/ˈdainəməu/*(n)*:ˈடːய்னəமəஉ / a device for producing current or electricity, மின்னாக்கி.

dyn-a-sty/ˈdinəsti/*(n)*:ˈடிːனəஸ்ட்டி (டːய்-) / a line of rulers of the same family, அரச மரபு.

dys-en-te-ry/ˈdisntri/*(n)*:ˈடிːஸəன்ட்ரி / a disease of the bowels causing pain and mucus, bloody evacuations, வயிற்றுக் கடுப்பு, சீதபேதி.

dys-pep-si-a/disˈpepsiə/*(n)*:டிːஸ்ˈப்பெப்ஸியə / indigestion, செரிமானமின்மை.

dys-pep-tic/disˈpeptik/*(adj)*:டிːஸ்ˈப்பெப்ட்டிக் / of chronic indigestion, எளிதில் செரிக்க அல்லாத. **dyspeptic***(n)*: one who suffers from dyspepsia, செரிமானம் ஆகாது துன்பப்படும் ஒருவர்.

dys-u-ria/disˈjuəriə/*(n)*:டிːஸ்ˈயுəரியə / a kind of disease, difficult urination, சிறுநீர் வியாதி, சிறுநீர் அடைப்பு.

D

E-e/i:/*(n)*:ஈ / the second vowel and fifth letter of the English alphabet, ஆங்கில நெடுங்கணக்கின் இரண்டாவது உயிரெழுத்து, ஐந்தாவது எழுத்து

each/i:tʃ/*(adj, pro)*:ஈச் / every one of a number, ஒவ்வொரு; two or more taken separately, தனித்தனியாக, ஒவ்வொன்றாக. • *She cut the apple and gave to **each** of her friends.* to each person or thing, ஒவ்வொருவருக்கு (அ) ஒவ்வொன்றிற்கு. • *I get Rs. 100 for additional work and also an allowance of Rs. 25 for **each** day.*

ea-ger/'i:gə*/*(adj)*:'ஈக:அ* / keenly desirous to do or get, மிகுந்த ஆவலுள்ள. • *I am **eager** to hear new tales of adventure.* full of enthusiasm, ஆர்வம் நிறைந்துள்ள. **eager-ness**/'i:gənis/'ஈக:னிஸ் / strong desire, பேராவல். **eagerly***(adv)*: anxiously, ஆவலுடன். • *I look forward **eagerly** to meet my friend.*

ea-gle/'i:gl/ *(n)*:'ஈக:ல் / a large bird of prey noted for keen vision, கழுகு.  **ea-glet**/'i:glit/*(n)*: 'ஈக:லிட் / the young of an eagle, கழுகுக்குஞ்சு.

ea-gre/'eigə*/*(n)*: 'ஈக:அ* / rise of tidal wave in the river, ஆற்றில் ஏற்படும் வெள்ளப் பெருக்கு, ஆற்றின் சுழற்சி அலை.

ear/iə*/*(n)*:இயஅ / the organ of hearing, காது; a husk of corn, தானியக் கதிர். **all ears**: eager to hear, கேட்பதில் ஆவல். • *I am **all ears**, please tell me.*

earl/3:l/*(n)*:அ:ல் / an English nobleman, ஆங்கிலப் பிரபு. **earldom***(n)*: possessions, land, etc., of an English nobleman, ஓர் ஆங்கிலப் பிரபுவின் ஆட்சிப் பகுதி.

ear-li-est/'3:liist/*(n)*:'அ:லியிஸ்ட் / earlier than all, on or after, வெகு சீக்கிரத்தில், குறிப்பிட்ட காலத்தில் (அ) காலகட்டத்திற்குப் பிறகு. **at the earliest**: not before, குறித்த காலத்திற்கு முன் இல்லாமல். • *The letter will reach him on Friday **at the earliest**.* **ear-ly**/'3:li/*(adj & adv)*: 'அ:லி / before the usual or fixed time, வழக்கமான (அ) குறித்த நேரத்திற்கு முன்; happening in the near future, மிக விரைவில் நிகழக்கூடிய. • *She was **early** for the office today.* • *I got up **early**.*

ear-mark/'iəma:k/*(v.t)*:'இயஅமா:க் / to set apart for a specific purpose, ஒரு குறிப்பிட்ட காரியத்திற்கு ஒதுக்கி வை. • *These funds are **earmarked** for flood relief.*

earn/3:n/*(v.t-v.i)*:அ:ன் / to get money etc. as wages, ஊதியம் பெறு; to acquire, பெறு. • *I **earn** money by writing.* • *His success in business **earned** him fame and fortune.*

ear-nest/'3:nist/*(adj)*:'அ:னிஸ்ட் / sincere, உண்மையான, நேர்மையான; eager, ஆர்வமுள்ள; determined and serious, உறுதியும், உண்மையும் உள்ள. • *I made an **earnest** attempt to do the work.* **earnest***(n)*: money paid in advance to confirm the contract, அச்சாரம், முன் பணம். **in earnest**: seriously, மிக உண்மையாகவும், ஆர்வமாகவும். • *I began the work **in earnest**.* **earnestly***(adv)*, **earnestness***(n)*.

earn-ings/'3:niŋz/*(n)*:'அ:னிங்ஸ்: / money earned by working, வேலை செய்து ஈட்டிய பணம்.

ear-shot/'iəʃot/*(n)*:'இயஅஷாட் / hearing distance, காது கேட்கும் தூரம், கூப்பிடு தூரம்.

earth/3:θ/*(n)*:அ:த் / the world, உலகம்; ground, நிலம்; soil, மண்; the planet we live in, பூமி; end of a wireless set connected with the ground, மின்னோட்ட நிலத்தொடர்பு. **earth***(v.t)*: cover with earth, மண்ணால் மூடு; to connect wireless set with the ground, மின்னோட்ட கம்பியில்லாத் தொகுதியை நிலத்தில் படும்படி செய்.

earth-en/ˈ3:θn/*(adj)*:ˈə:தஒன் / made of earth or baked clay, மண்ணால் செய்யப்பட்ட (அ) சுட்ட களிமண்ணால் செய்யப்பட்ட. **earth-en-ware**/ˈ3:θnweə*/ *(n)*:ˈə:தஒன்உɛə* / utensils made of baked clay, சுட்ட களிமண்ணால் செய்யப்பட்ட பாத்திரங்கள்.

earth-ly/ˈ3:θli/*(adj)*:ˈə:த்லி / belonging to the terrestrial, நிலத்துக்குரிய, மண்ணுக்குரிய; material, உலகத் தொடர்பான பொருள்கள். • *I have lost all my* **earthly** *possessions.*

earth-quake/ˈ3:θkweik/*(n)*:ˈə:த்க்உஎய்க் / a tremor caused to the earth, பூகம்பம். • *The* **earthquake** *is the result of some disturbance inside the earth.*

ear-wig/ˈiəwig/*(n)*:ˈஇயஒஉயிக்: / an insect, செவிப்பூரான்.

ear-witness/ˌiəˈwitnis/*(n)*:ˈஇயəˈஉயிட்னிஸ் / one who testifies from his own hearing, காதால் கேட்ட சாட்சி.

ease/i:z/*(n)*:ஈஸ்: / relief from work, pain or trouble, வேலை, வலி, துன்பம் இவற்றிலிருந்து நிவாரணம்; effortlessness, முயற்சி தேவையின்மை. • *The member won the election with* **ease**. • *The* **ease** *with which the murder was committed shocked the police,* **ease**(*v.i*): to relieve from work, pain or trouble, வலியைப் போக்கு. lesson, குறை. • *The medicine* **eased** *her throat pain.*

ea-sel/ˈi:zl/*(n)*:ˈஈஸ்:ல் / wooden stand to support picture, blackboard, etc., ஓவியம், கரும்பலகை முதலியவற்றைத் தாங்கும் சட்டம்.

eas-ily/i:zli/*(adv)*:ஈஸ்:லி / in an easy manner எளிதாக. • *You can* **easily** *finish the work if you are determined.*

east/i:st/*(n)*:ஈஸ்ட் / one of the four directions, கிழக்கு, நான்கு திசைகளில் ஒன்று; the direction where the sun rises, சூரியன் உதிக்கும் திசை. • *I look to the* **east** *for worship.* **east**(*adv*): towards the east, கிழக்கு நோக்கி. • *The house faces* **east**. **east**(*adj*): in the east, கிழக்கிலுள்ள. • *The* **east** *part of the town is crowded.*

Eas-ter/ˈi:stə*/*(n)*:ˈஈஸ்டஒ* / a Christian festival, இயேசுநாதர் உயிர்த்தெழுந்த நாள்.

eas-y/ˈi:zi/*(adj)*:ˈஈஸி: / comfortable, வசதியான; not difficult or hard, எளிமையான; கடினமில்லாத; not seriously, மேலோட்டமாக. • **Easy** *money gives me pain.* • *Take it* **easy**. **easy**(*adv*).

eat/i:t/*(v.i)*:ஈட் / to chew or bite and swallow food, உண், தின். • *I do not like to* **eat** *out tonight.* **to eat one's words**: to admit one's wrong sayings, தவறாகப் பேசிவிட்டால் தவற்றை ஒப்புக்கொண்டு மன்னிப்புக் கேள். • *He was made* **to eat his words**. **eatable**(*adj*): the thing that can be taken as food, உண்ணக்கூடிய; in fit condition to eat, உண்ணும் வகையான. • *Things sold outside are not* **eatable**. **eating**/i:tiŋ*(n)*:ஈட்டிங் / the act of taking something to the mouth and swallowing; உண்ணுதல். • **Eating** *is an art; one must do it gracefully.*

eaves/i:vz/*(n, pl)*:ஈவ்ஸ்: / overhanging edges of the roof, இறவாரக் கூரை. **eaves-drop**(*v.i*); overhear secrets, ஒட்டுக்கேள். • *Sometimes,* **eaves-dropping** *helps to detect crime.* **eavesdropper**(*n*).

ebb/eb/*(v.i)*:எப்: / to decline, தாழ்வுறு; to decay, சிதைவுறு; to flow away from shore, கரையினின்று வடிந்து செல்; to flow back, பின் நோக்கிப் பாய். • *My courage* **ebbs** *away when I have no money.* **ebb**(*n*): the flowing out of the sea, வடியும் அலை.

eb-o-ny/ˈebəni/*(n)*:எபஒனி / a kind of hard black-wood, கருங்காலி மரம்.

e-bul-lient/iˈbʌljənt*(adj)*:இˈப:ல்ஜஒன்ட் / having great enthusiasm; உணர்ச்சி மிக்க; பெரும் உவகை கொண்டிருக்கிற.

ec-cen-tric/ikˈsentrik/*(adj)*:இக்ˈஸென்ட்ரிக் / not having the same centre, ஒரே மையமற்ற, பல மையங்களைக் கொண்ட; odd, விசித்திரமான. • *My* **eccentric** *behaviour often irritates my wife.* **eccentric**(*n*): an eccentric person, விசித்திர குணமுள்ள நபர். • *I am considered a bit of an* **eccentric**.

ec-cle-si-as-tic/iˌkli:ziˈæstik/*(n)*: இக்லீஸி:ˈயæஸ்ட்டிக் / a priest, மதகுரு. **ecclesiastically**(*adv*): connected with Christian church, தேவாலயத் தொடர்பான. **ecclesiastically**(*adj*).

ech-e-lon/ˈeʃəlɔn/*(n, sing)*:ˈஎஷிலஒன் / **echelons**(*n, pl*): a level within a company or organization, ஒரு நிறுவனத்தின் உள்மட்டம்.

ech-o/ˈekəu/*(n)*:ˈஎக்கஒஉ / repetition of a sound by reflection, எதிரொலி. • *Do not shout here, you will get* **echo**. • *In all his writings, a kind of philosophical* **echo** *can be perceived.* **echo**(*v.t*), **echoed,**

E

echoing: to come back as an echo, எதிரொலி போலத் திரும்பி வா. • *He simply* **echoed** *the words of his wife.*

ec-lair/ei'kleə*/*(n)*:'எய்க்லயஒ* / a kind of cake with cream, coated with an icing; குளிர்ச்சியான ஒரு வகை உண்ணும் பொருள்.

e-clat/'eikla:/*(n)*:'எய்க்லா (எக்லா) / general applause, மகிழ்ச்சி ஆரவாரம்; renown, புகழ்.

e-clec-tic/e'klektik/*(adj)*:எக்'லெக்ட்டிக் (ஈக்-) / selecting the best, நல்லதைத் தேர்வு செய்கிற. • *Her style of singing is very* **eclectic, eclectically***(adv)*, **eclecticism** *(n)*.

e-clipse/i'klips/*(n)*:இ'க்லிப்ஸ் / temporary loss of light of the sun or moon, சூரிய

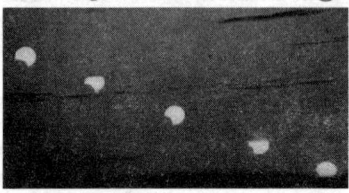

கிரகணம், சந்திர கிரகணம்; obscurity, தெளிவற்ற நிலை. **eclipse***(v.t)*: to cause an eclipse of, கிரகணம் ஏற்படச் செய்; to do or be much better than, மற்றொன்றைவிட மிக நன்றாக இரு, மிக நன்றாகச் செய். • *Her work of painting* **eclipsed** *that of her brother.* obscure, மங்கும்படி செய். • *His fame has been* **eclipsed** *by his corrupt behaviour.*

e-clip-tic/i'kliptik/*(n)*:இ'க்லிப்ட்டிக் / the apparent orbit of the sun, சூரியனின் சுற்றுப் பாதை.

ec-logue/'eklɔg/*(n)*:'எக்லொக்: / a short poem of country life, நாட்டுப்புறப் பாடல்.

e-col-o-gy/i:'kɔlədʒi/*(n)*:இ'க்காலஜி / a study of relations between animals, plants, people and their environments, சுற்றுப்புறவியல்.

e-con-o-met-rics/*(n)*:ஈக்கஒ'னமெட்ரிக்ஸ் / the use of mathematical techniques in demonstrating economic theories; பொருளியல் கொள்கைகளைத் தெளிவாக்க கணித வழிமுறைகளைக் கையாளல். • **Econometrics** *is indispensable to the study of economics.*

ec-o-nom-ic/ˌi:kə'nɔmik/*(adj)*: ˌஈக்கஒ'னாமிக் / of economics, பொருளாதாரம் பற்றிய. • *The country is in good* **economic** *state. opp*: uneconomic. **ec-o-nom-i-cal**/ˌi:kə'nɔmikl/*(adj)*: ˌஈக்கஒ'னாமிக்கஒல் / not wasteful, அதிகம் செலவழிக்காத; not spending much, வீணாக்காத, சிக்கனமான. • *The Railway Board says the rail line is no longer* **economical**. **economically***(adv)*: not wastefully, வீணாக்காத நிலையில். **ec-o-nom-ics**/ˌi:kə'nɔmiks/*(n)*: ˌஈக்கஒ'னாமிக்ஸ் / the science of production, distribution and use of wealth etc., பொருளாதாரம். • *My son studied* **economics** *in the college.* • *The* **economics** *of the plan requires careful attention.* **ec-on-o-mize**/i'kɔnəmaiz/ *(v.i)*:இ'க்கானஒமய்ஸ்: / [also **economise**]: to spend sparingly, சிக்கனமாகச் செலவு செய். • *We have to* **economize** *on water during summer.* **economy***(n)*: frugality, சிக்கனம்; the careful use of anything, கவனமாகவும், சிக்கனமாகவும் பயன்படுத்தும் முறை. • *Buying cheap things is a false* **economy**, *but buying costly things is the sign of good* **economy**. **eco-sys-tem***(n)*:இகௌசிஸ்டம் / system of interaction of organism with their surroundings, உயிர்ப் பொருள்கள் சூழ்நிலைக்குத் தக்கவாறு செயல்படும் முறை.

ec-sta-sy/'ekstəsi/*(n)*:'எக்ஸ்ட்டஒஸி / great joy, பெருமகிழ்ச்சி; mad delight, மகிழ்ச்சி வெறி; a strong feeling of happiness, மனநிறைவு. • *A look of* **ecstasy** *spread over her face when he looked at her.* • *Some people are drowned in religious* **ecstasy** *when they pray.*

ec-stat-ic/ik'stætik/*(adj)*:இ'க்ஸ்டஊடிக் / of ecstasy; skin disease, மெய்மறந்த நிலையிலுள்ள. **ecstatically***(adv)*. • *Only holy men attain* **ecstatic** *happiness.*

ec-u-men-i-cal/ˌi:kju:'menikl*(adj)*: ˌஈக்யூ'மெனிகல் / universal; pertaining to the entire Christian church, எல்லாவற்றையும் உட்படுத்திய, கிறித்தவ உலக முழுமைக்குரிய. • *The* **Ecumenical** *Council was held last October.*

ec-ze-ma/'eksimə/*(n)*:'எக்ஸிமஒ / a skin disease, தோல் நோய் (சொறி சிரங்கு).

e-da-cius/i'deiʃəs/*(adj)*:இ'டெ:ய்ஷஒஸ் (எ'டெ-) / eating very greedily, பேராசையுடன் சாப்பிடுகின்ற.

ed-dy/'edi/*(n)*:'எடி: / a whirlpool, நீர்ச்சுழி; a strong circular current of water, நீர்ச்சுழி, நீரோட்டம்; strong movement of air in circular direction, சுழல்காற்று. • *The boat was caught in an* **eddy**. **eddy***(v.i)*: to move round and round, சுற்றிச் சுற்றிச் சுழல். • *The swirling mist* **eddied** *round me for sometime.*

E-den/'i:dn/*(n)*:'ஈட்:ன் / heaven, விண்ணுலகம்; paradise, சொர்க்கலோகம், பெருமகிழ்ச்சியூட்டும் நிலை; the garden where Adam and Eve were supposed to have lived, ஆதாமும் ஏவாளும் வசித்ததாகக் கருதப்படும் பூந்தோட்டம்.

e-den-tate/i:ədnteit/*(n)*:ஈட:ஒன்ட்டெய்ட் / an animal without having incisor and canine teeth, வெட்டுப் பற்களும், கோரைப் பற்களும் இல்லாத பிராணி.

edge/edʒ/*(n)*:எட்:ஜ் / the border, ஓரம், விளிம்பு; the cutting side of an instrument, ஒரு கருவியின் வெட்டும் பாகம். **on edge**: nervous, பயத்தில். • *I am sitting on* **edge** *now, as I am broke.* **edge***(v.t)*: to sharpen, மிகக் கூர்மையாகச் செய்; to provide or furnish border, ஓரம் (அ) பட்டை (அ) கரை உண்டாக்கு. • *I wear a shirt* **edged** *red.* to move or go forward inch by inch, மிக மெதுவாக ஊர்ந்து, முன்னேறு. • *As he had managed the company inefficiently, he was* **edged** *out.* • *The army is* **edging** *its way into the enemy's camp.*

ed-i-ble/'edibl/*(adj)*:'எடி:ப்:ல் / eatable, உண்ணும் வகையான, சாப்பிடத்தக்க. • *Some berries are not* **edible**.

e-dict/'i:dikt/*(n)*:'ஈடி:க்ட் / an order, உத்தரவு; a command, கட்டளை. **edict***(n)*: an official public order, அதிகார பூர்வமான ஆணை.

ed-i-fice/'edifis/*(n)*:'எடி:ஃபிஸ் / a grand building, பெரிய கம்பீரமான மாளிகை.

ed-i-fy/'edifai/*(v.t)*:'எடி:ஃபய் / to shower divine grace, தெய்வீக ஆசியைக் கொடு/ பெறு; to bless, ஆசி பெறச் செய்; to benefit spiritually, தெய்வ அருள் பெறு; to sublimate the mind, உள்ள உணர்வுகள் பண்படச் செய். • *It is an* **edifying** *discourse.*

edit/'edit/*(v.t)*:'எடி:ட் / to arrange in an orderly manner, ஒழுங்குபடுத்து, செம்மையாகச் செய்; to set right for publication, பதிப்பிக்க ஏற்றவாறு, ஒழுங்கு செய். • *He is* **editing** *my dictionary.* • *I* **edited** *'Personality Discovery'.* **e-di-tion**/ediʃn/*(n)*:எடிஷன் / the number of copies (books) printed at one time, ஒரே சமயத்தில் வெளியிடப்படும் புத்தகப் பிரதிகள், பதிப்பு. • *I have some old* **editions** *of Sanskrit plays.* • *Paperback* **editions** *of famous novels are in display in this book stall.* **ed-i-tor**/'editə*/*(n)*: 'எடி:ட்டə* / a person who edits, பதிப்பிக்கும் ஆசிரியர்; one who sets the matter for publishing, தொகுத்து வெளியிடுவதற்குத் தகுதி உடையதாக்கும் ஆசிரியர், தொகுப்பாளர். • *Do you know the* **editor** *of the journal 'FRONTLINE'?* **ed-i-to-ri-al**/ˌedi'tɔ:riəl/*(n)*: ˌஎடி'ட்டோ:ரியəல் / a leading article, முக்கிய கட்டுரை; the editor's article on current affairs in a newspaper, செய்தித்தாளில் தற்போதைய நிலை பற்றிய பதிப்பாசிரியரின் கட்டுரை. • *I read the* **editorials** *of "The Hindu" daily.* **editorial***(adj)*: of or done by an editor, பதிப்பாசிரியருடைய (அ) அவரால் செய்யப்பட்டுள்ள. • *A book needs a lot of* **editorial** *review.*

ed-u-cate/'edʒukeit/*(v.t)*:'எஜுக்கெய்ட் (ஜ:ு) / to provide school/college course, பள்ளி (அ) கல்லூரிக் கல்வி கொடு; to train, பழக்கு, பழக்கப்படுத்து, பயிற்சி அளி; to bring up, நல்ல முறையில் வளர்/வளரச் செய். • *I was born in Tamil Nadu but was* **educated** *in the States.* **ed-u-cat-ed**/'edʒukeitid/*(adj)*:'எஜுக்கெய்ட்டிட்: / having had an education, நன்கு பயின்ற, படித்த. • *He is an Oxford* **educated** *scholar.* **ed-u-ca-tion**/ˌedʒu'keiʃn/*(n)*: ˌஎஜுக்'கெய்ஷəன் / a course of instruction, கல்வி; a course of training, பயிற்சி முறை; the art of bringing up, வளர்க்கும் கலை; The amount spent on **education** is not an expenditure but an investment. • *if* **education** *is experience, the experience gathered on the streets is a better* **education**. **ed-u-ca-tion-ist**/ˌedʒu'keiʃnist/*(n)*:ˌஎஜுக்'கெய்ஷəனிஸ்ட் / person who has specialised the art and methods of education, கல்வித்துறையில் திறமை மிக்கவர். • *Arnold was a great* **educationist**.

e-duce/i:'dju:s/*(v.i)*:ஈ'ட்யூஸ் / to bring out, வெளிக்கொணர்; to make inference, ஊகம் செய், அனுமானி.

eek/i:k/*(interj)*:ஈக் / an expression to express exclamation, ஆச்சரியத்தை வெளிப்படுத்தப் பயன்படுவது.

E

eel/i:l/*(n)*:ஈல் / a kind of snake-like fish, விலாங்கு மீன்.

ee-rie/ˈiəri/*(adj)*: ˈஇயரி / [also **eery**]: fearful of strange things, புதுமையானவற்றைக் கண்டு அச்சப்படுகின்ற. • *I feel* **eerie** *to sleep in my garden.*

ef-fa-ble/ifəbəl/*(adj)*:இˈஃபஅப்:ல் / that which can be expressed, வெளியிடும் தன்மையுள்ள, வெளிப்படுத்தக்கூடிய.

ef-face/iˈfeis/*(v.t)*:இˈஃபெய்ஸ் (எˈஃப்-) / to erase, அழித்து விடு. • *Do not* **efface** *the letter on the sign board.* to rub out, சுரண்டி எடு; to make it disappear, மறையும்படி செய்; to forget, மறந்து விடு. • *I could never* **efface** *the memory of my dead wife.*

ef-fect/iˈfekt/*(n)*:இˈஃபெக்ட் / the final result, ஏற்படும் பலன்; impression one gets about others/or certain things, மற்றவர்களைப் பற்றிய (அ) பிற பொருள்களின் மீது ஏற்படும் பாதிப்பு. • *The* **effect** *of having no friends is that I attend to my work without wasting time.* **effect***(v.t)*: to cause, to produce, காரணமாயிரு, உண்டாக்கு. • *He is trying to* **effect** *a reconciliation.* **ef-fec-tive**/iˈfektiv/*(adj)*:இˈஃபெக்ட்டிவ் / getting or producing favourable results, நல்ல பலன் பெறக்கூடிய/ஏற்படுத்தக்கூடிய. • *The medicine, given now, has been very* **effective**. **ef-fects**/iˈfekts/*(n, pl)*: இˈஃபெக்ட்ஸ் / property, சொத்து, உடைமைகள். • *The personal* **effects** *of the officer on transfer could be transported to his new place of posting at the cost of the government.*

ef-fem-i-nate/iˈfemineit/*(adj)*: இˈஃபெமினெய்ட் (எˈஃப்-) / feminine, பெண் தன்மையுள்ள; womanish, நாணமுள்ள, மகளிர் பண்புள்ள; not manly, வீரம் இல்லாத, ஆண்மை இல்லாத. **effeminately** *(adv)*, **effeminacy***(n)*.

ef-fer-vesce/ˌefəˈves/*(v.t)*:ˌஎஃபஅˈவஅஸ் / to produce, to give out bubbles, குமிழிடு, கொதி, குமிழிட்டுப் பொங்கு; to froth up, நுரையிடு. **ef-fer-ves-cent**/ˌefəˈvesnt/*(adj)*:ˌஎஃபஅˈவஅஸஅன்ட் / [of a liquid] effervescing, நுரைக்கின்ற; full of life, வீரியம் உள்ள. **effervescence***(n)*, **effervescently***(adv)*.

ef-fete/iˈfi:t/*(adj)*:எˈஃபீட் (இˈ-) / not useful, உபயோகமற்ற; weak, பலவீனமான.

ef-fi-ca-cy/ˈefikəsi/*(n)*:ˈஎஃபிக்கஅஸி / ability to produce wanted result / effect, வேண்டியதைப் பெறும் தகுதி/திறமை.

ef-fi-ca-cious/efiˈkeiʃəs/*(adj)*: ˌஎஃபிக்ˈகெய்ஷஅஸ் / producing the desired effect, விரும்பிய பலனை உண்டாக்கக்கூடிய. • *The medicine is* **efficacious**. **efficaciously***(adv)*.

ef-fi-cient/iˈfiʃənt/*(adj)*:இˈஃபிஷஅன்ட் / able, தகுதியுள்ள; capable, திறமையுள்ள; skillful, செய்திறன் உள்ள, செயல் நுட்பம் உள்ள. • *She is an* **efficient** *secretary.* *opp*: inefficient.

ef-fi-gy/ˈefidʒi/*(n)*:ˈஎஃபிஜி / the portrait or model of a person, ஒருவரின் படம் (அ) மாதிரி உருவம்; image, உருவம். • *The striking workers burnt an* **effigy** *of the director of the company.*

ef-flux/ˈeflʌks/*(n)*:ˈஎஃப்லக்ஸ் / that which flows out, வெளியேறுவது, புற ஒழுக்கு; lapse of time, கடந்து செல்லும் காலம், காலம் கடந்து மறைதல்.

effort/ˈefət*(n)*:ˈஎஃபஅட் / an attempt, முயற்சி; an exertion, தீவிர முயற்சி. • *I am making every* **effort** *to get things done.* • *I took a lot of* **effort** *to pay the dues.* **effortless***(adj)*: without effort, முயற்சி இல்லாத, எளிதாக. • *She dances with such* **effortless** *grace.* **effortlessly***(adv)*.

ef-fron-te-ry/iˈfrʌntəri/*(n)*:இˈஃப்ரன்ட்டஅரி (எˈஃப்-) / insolent behaviour, துடுக்குத் தன்மையுள்ள நடத்தை, அகந்தை; a shameless action, வெட்கம் இல்லாத தன்மை/செயல். • *He had crashed my car. Now he has the* **effrontery** *to try to borrow my motor cycle.*

ef-ful-gence/iˈfʌldʒəns/*(n)*:எˈஃபல்ஜஅன்ஸ் (இˈ-) / a flood of light, ஒளி வெள்ளம்; glory, மிகுந்த பிரகாசம். **ef-ful-gent**/iˈfʌldʒənt/ *(adj)*:எˈஃபல்ஜஅன்ட் / shining brightly, ஒளிமயமான.

ef-fu-sion/iˈfju:ʒn/*(n)*:இˈஃப்யூஜ:அன் (எˈஃப்) / the act of pouring out one's feelings, வெளிப்படுத்துதல்.

ef-fuse/iˈfju:z/*(v.t)*:எˈஃப்யூஸ்: (இˈஃப்-) / to give out, வெளிப்படுத்து; to pour, ஊற்று. **ef-fu-sive**/iˈfju:siv/*(adj)*: இˈஃப்யூஸிவ் (எˈஃப்) / pertaining to effusion, மிகையாக வெளிப்படுத்தக்கூடிய. • *She thanked me; but her* **effusive** *welcome made me uncomfortable.* **effusively** *(adv)*.

e-gal-i-tar-i-an/i,gæli'teəriən/*(adj)*: இ,க:ஃலி'ட்டேஅரியஅன் / having or showing the belief that all people are equal and must have equal rights, எல்லோருக்கும் சம உரிமை உண்டென்ற எண்ணமும், எல்லோரும் சமம் என்ற கருத்தும் கொண்ட.

egg/eg/*(n)*:எக்: / an oval-shaped object with life-giving substance, which on coming out of the female becomes a young one, முட்டை. **egg**(*v.t*): to act with an urge, தூண்டுதலினால் செயல்படு. • *The leaders* **egged** *the workers on to go on strike.*

eg-lan-tine/'egləntain/*(n)*: 'எக்:லஅன்ட்டய்ன் / a kind of plant (brier), ஒரு வகை முட்செடி.

e-go/'egəu/*(n, sing)*:'எக:அஉ ('ஈ-) / **egos**(*n, pl*): one's opinion of oneself, தற்பெருமை, சுய மதிப்பீடு; self-respect, சுய மரியாதை; self esteem, self-consciousness, தன் நினைவு தெளிதல். • *She has an enormous* **ego** *(she is of the opinion that she is fine and good).* **e-go-is-m**/'egəuizəm/*(n)*: 'எக:அஉயிஸ:அம் / selfishness, தன்னலம் பேணுதல். **eg-o-tism**/'egəutizəm/*(n)*: 'எக:அஉட்டிஸ:அம் / self-praise, தற்பெருமை; self-adoration, தற்பெருமை பேசுதல். **egotist**(*n*), **egotistic**(*adj*), **egotistical** (*adj*), **egotisically**(*adv*), **egoist**(*n*), **egoistic**(*adj*), **egoistically**(*adv*). *opp*: altruism.

e-gre-gious/i'gri:dʒəs/*(adj)*:இ'க்:ரீஜ:அஸ் / giving shock, அதிர்ச்சி தருகின்ற; being notorious, கெட்ட பெயர் ஏற்படுத்துகின்ற. • *It is an* **egregious** *mistake to address the President as 'dear'.* **egregiously** *(adv).*

e-gress/'i:gres/*(n)*:'ஈக்:ரெஸ் / the exit, the way out, வெளியேறும் வழி.

e-gret/'i:grit/ *(n)*:'ஈக்ரெட் ('எக்:-) / a fairly long-legged water bird with white feathers, ஒரு நீர்ப் பறவை.

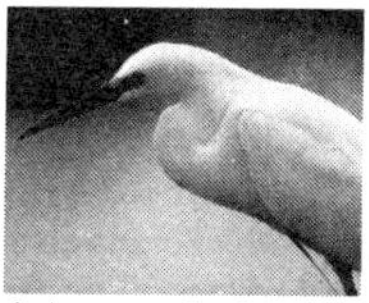

ei-der/'aidə*/*(n)*:'அய்டஅ* / a sea-duck, கடல் வாத்து.

eight/eit/*(n)*:எய்ட் / the number 8, எண் எட்டு. **eigh-teen**/,ei'ti:n/*(n)*:'எய்'ட்டீன் / the number 18, எண் பதினெட்டு. **eigh-ty**/'eiti/*(n)*:'எய்ட்டி / the number 80, எண் எண்பது.

ei-ther/'aiðə*/*(pro)*:'அய்தஅ* ('ஈதஅ*) / one or the other of two, ஏதாவது ஒன்று, இரண்டில் ஒன்று. • *Take* **either** *of the bundles.* **either**(*adj*): one or the other of two, இரண்டில் ஒன்று. • *He lived in Delhi and Mumbai, but doesn't like* **either** *of the cities.* **either**(*conj*): used to begin a list of two or more possibilities separated by or, இது (அ) அது என்று பயன்படுவது. • *We* **either** *fight* **or** *surrender.* • *Take* **either** *this book* **or** *that.* **either**(*adv*): also, கூட. • *She hasn't read this book and her sister hasn't* **either**.

e-jac-u-late/i'dʒækjuleit/*(v.t)*: இ'ஜஃக்யுலெய்ட் / to emit, வெளிப்படுத்து, உமிழ்; to bring out, வெளியேற்று, வெளிக்கொணர்; to utter, வெளியிடு; to propel, திடீரென்று தள்ளு. • *'Come out', he* **ejaculated**.

e-jac-u-la-tion/i,dʒækju'leiʃn/*(n)*: இ,ஜஃக்யு'லெய்ஷஅன் / sudden utterance; act of ejaculating, திடீரெனச் சொல்லுதல் (அ) ஒலியுண்டாக்குதல்; திடீரென்று வெளிப்படுத்துதல். • *His sudden entry caused an* **ejaculation** *of surprise to others.*

e-ject/i'dʒekt/*(v.t)*:இ'ஜக்ட் / force someone to leave a place; send out something with mechanical force; வெளியே துரத்து; ஒருவரைப் பலவந்தமாக வெளியே தள்ளு. • *He* **ejected** *an empty cartridge from the gun.*

eke/i:k/*(v.t)*:ஈக் / to make addition to, கூடுதல் செய்; to give completion to, முழுமையாக்கு; to make bigger, பெரிதாக்கு. **to eke out a living**: to make money to live on. வாழ்வதற்குப் பொருள் ஈட்டு. • *I do all kind of jobs* **to eke out my living**. **eke**(*adj*): besides, மேலும்; in addition to, கூட.

ek-ka/ekə/*(n)*:எக்கஅ / a small horse-carriage, சிறிய குதிரை வண்டி.

e-lab-o-rate/i'læbəreit/*(v.i)*: இ'லஃப:அரெய்ட் / to offer explanation completely, முழு விளக்கம் கொடு; to give details fully, to work out fully, எல்லா நுணுக்கங்களையும் கூறு, முழுவதும் செயல்படுத்து. • *The rules have to be* **elaborated** *for submission in the court.* • *The lawyer did* **elaborate** *the law for explaining the situation.* **elaborate**(*adj*): detailed, சிறு விஷயங்களும் விடுபடாத, விரிவாக உள்ள; fully, முழுவதுமுள்ள;

carefully worked out, மிகக் கவனமாகச் செயல்படுத்தப்பட்டுள்ள. • *The department has made* **elaborate** *arrangements for the exhibition.* **elaboration**(*n*).

e-lapse/i'læps/(*v.i*):இ'லஃப்ஸ் / to allow to pass away, செல்லுபடியாகாதவாறு செய்து விடு, கழித்துக்கட்டு. • *Ten years have* **elapsed** *since she died.*

e-las-tic/i'læstik/(*adj*):இ'லஃஸ்ட்டிக் / capable of regaining original size or shape once the strain is removed, மீள் திறனுடைய, நெகிழ்ச்சித்தன்மையுள்ள; not fixed, மாறுபடக்கூடிய; adaptable, இணக்கமான. • *Kapil Dev wears an* **elastic** *band on his head.* **elastic**(*n*): a spring with elastic quality, மீள் தன்மையுள்ள சுருள். • *The tour programme I have drawn for the month is rather* **elastic**. • *Get me a piece of* **elastic** *to tie the file with.*

e-lat-ed/i'leitid/(*adj*):இ'லெய்ட்டிட் / in high spirits, எழுச்சியுடைய; proud and joyful, அகந்தையும், மகிழ்வும் உள்ள. • *The crowd felt* **elated** *when the speaker made a fine speech.* **e-late**/i'leit/(*v.t*): இ'லெய்ட் / to be stimulated, ஊக்கம் கொள்; to become proud, இறுமாப்பு அடையச் செய், கர்வம் கொள். **elation**(*n*): exultation, மகிழ்ச்சி ஆரவாரம். • *The crowd cheered and cheered and could not resist their* **elation**.

el-bow/'elbəu/(*n*):'எல்பஉ / the joint between forearm and upper arm, முழங்கை. **at one's elbow**: closeby to help, உதவ அருகில் இருப்பது. **elbow**(*v.t*): to push with the elbows, முழங்கை கொண்டு தள்ளு. • *I* **elbowed** *my way through the heavy crowd.* **elbow-room**: enough space, போதுமான இடம்.

el-der/'eldə*/(*adj*):'எல்டஅ* / older, மூத்த, வயது முதிர்ந்த. • *Ram is the* **elder** *brother of Lakshman.* **elder**(*n*): one who is older, வயது அதிகம் உள்ளவர். • *Give respect to your* **elders**. a kind of tree, ஒருவகை மரம். **el-der-ly**/'eldəli/(*adv*):'எல்டஅலி: old aged, வயது அதிகமான. • *I am rather* **elderly** *now but I work hard.*

e-lect/i'lekt/(*v.t*):இ'லெக்ட் / to select by the exercise of free vote, வாக்குரிமை மூலம் தேர்ந்தெடு; to choose by voting, வாக்குரிமை அளித்துத் தேர்ந்தெடு; to decide, தீர்மானம் செய். • *The Parliament* **elected** *its leader.* • *A.P.J. Abdul Kalam was* **elected** *as President of India.* **elect**(*adj*). **e-lec-tion**/i'lekʃn/(*n*): இ'லெக்ஷஅன் / the act of electing, தேர்ந்தெடுத்தல்; choosing by vote, தேர்ந்தெடுத்தல். • *The* **election** *results presented a fractured verdict by the electorate.* • *The assembly* **election** *is due next month.* **e-lec-to-rate**/i'lektərət/(*n*):இ'லெக்ட்டஅரிட் / a body of electors, தேர்ந்தெடுப்போர் தொகுதி; a body of voters, வாக்காளர் தொகுதி. • *The* **electorate** *to elect the President of India consists of the Parliament members and all the State Assembly members.* **elective** (*adj*), **elector**(*n*), **electoral**(*adj*).

e-lec-tri-ci-ty/ˌilek'trisəti/(*n*): இலெக்'ட்ரிஸிட்டி / energy produced by natural or mechanical means, மின்சாரம்; a feeling of great excitement, தீவிர உணர்ச்சி. **e-lec-tric**/i'lektrik/(*adj*): இ'லெக்ட்ரிக் (அலெ-) / worked by electricity, மின்சாரத்தினால் இயக்கப்படுகின்ற; very exciting அதிக உணர்ச்சியை எழுப்பக் கூடிய. • *The Prime Minister's speech had an* **electric** *effect on the crowd.* **electrical**(*adj*).

e-lec-tri-fy/i'lektrifai/(*v.t*):இ'லெக்ட்ரிஃபய் / to change (something) to a system using electric power, அமைப்பை மின்மய மாக்குதல். • *The national railway lines are being* **electrified**.

e-lec-tro-cute/i'lektrəkju:t/(*v*): இ'லெக்ட்ரஅக்யூட் / to kill with the help of electric current, மின்சாரத்தைச் செலுத்திக் கொன்று விடு. **electrocution** (*n*).

e-lec-trol-y-sis/ˌilek'trɔləsis/(*n*): இலெக்'ட்ராலிஸிஸ் / a process of separating the chemical parts of a liquid by the use of electricity, மின்னாற் பகுத்தல்.

e-lec-tron/i'lektrɔn/(*n*):இ'லெக்ட்ரான் (எலெ-) / an electrically charged particle being an integral part of an atom, அணுவோடு பிணைந்த மின்சுமை கொண்ட பகுதி. • *An* **electron** *is a very small piece of matter.* **el-ec-tron-ic**/ˌilek'trɔnik/(*adj*): இலெக்'ட்ரானிக் / related to electrons, மின்னணுத் தொடர்பான.

e-lec-tron-ic/ˌilek'trɔnik meil/(*n*): இலெக்'ட்ரானிக் மெயில் / E-mail, இ-மெயில்.

e-lec-tron-ics/ˌilek'trɔniks/(*n*): இலெக்'ட்ரானிக்ஸ் / the study or making of apparatus that works electronically,

மின்னணுவியல். • *He works in* **electronics**.

e-lec-tu-ary/i'lektjuəri/*(n)*:இ'லெக்ச்யுஅரி / medicinal powder mixed with honey, தேனுடன் கலந்த மருந்து; syrup, இனிப்பான மருந்துக் கரைசல்.

el-e-gance/'eligəns/*(n)*:'எலிக:அன்ஸ் / dignified quality, நல்ல பண்புள்ள குணம்; beautiful appearance, அழகிய தோற்றம்; neatness and smartness, மிடுக்கும், நேர்த்தியும் உள்ள தன்மை. **elegant***(adj)*: graceful and beautiful, நேர்த்தியும் அழகும் உள்ள. • *He is an* **elegant** *young man.* **elegantly***(adv)*.

el-e-gy/'elidʒi/*(n)*:'எலிஜி / a funeral song, ஒப்பாரிப் பாட்டு, இரங்கற்பாட்டு; a sad and sorrowful song, வருத்தம், துக்கம் தோய்ந்த பாட்டு.

el-e-ment/'elimənt/*(n)*:'எலிமஅன்ட் / a necessary part, அவசியமான பகுதி; an essential component, முக்கிய பகுதி. • *Mercury is an* **element**. the simplest part of a substance, தனிமம்; the fundamental part, அடிப்படைக் கூறு; a part of a whole, முழுப்பொருளின் ஒரு பகுதி. • *There is an* **element** *of risk in any job.* **el-e-men-ta-ry**/ˌeli'mentəri/*(adj)*: ˌஎலி'மென்ட்டஅரி / fundamental, அடிப் படையாகவுள்ள; primary, தொடக்கத்தி லுள்ள; introductory, அறிமுகமான, ஆரம்பமான. • *The book deals with* **elementary** *grammar.* elementary principles, அடிப்படைக் கொள்கைகள்.

el-e-ments/'eliments/*(n)*:'எலிமஅன்ட்ஸ் / the weather, especially bad weather, மோசமான காலநிலை. • *We will brave the* **elements** *and go swimming in the sea.*

el-e-phant/'elifənt/*(n)*: 'எலிஃபஅன்ட் / a quadruped with a large proboscis and tusks, யானை.

el-e-phan-tine/ˌeli'fæntain/*(adj)*: ˌஎலி'-ஃபஜன்ட்டய்ன் / heavy and awkwardly moving like an elephant, யானை போன்ற அருவருப்பான தோற்றம். • *The landlord with his fat belly walked slowly with* **elephantine** *steps.* **el-e-phan-ti-a-sis**/ˌelifən'taiəsis/*(n)*: ˌஎலிஃபஅன்ட்'டயஅஸிஸ் / a kind of skin disease, யானைக்கால் நோய்.

el-e-vate/'eliveit/*(v.t)*:'எலிவெய்ட் / to lift up, உயரச் செய், தூக்கு, உயர்த்து; to make better or more happy, உயர்நிலை பெறு (அ) அதிக மன நிறைவு கொள்; to be more improved in life, வாழ்வில் உயர் நிலையில் இரு, மேன்மை பெறும்படி செய். • *She was* **elevated** *to the rank of a cabinet minister.* **el-e-va-tion**/ˌeli'veiʃn/*(n)*: ˌஎலி'வெய்ஷஅன் / the act of elevating, உயர்த்தும் செயல்; the action of rising up, எழச்செய்யும் செயல். • *His* **elevation** *to the position of cabinet secretary was announced.* an upward inclination, மேல் நோக்கிய சாய்வு; a plan or drawing as seen from a side, ஒரு வரைபடம் (அ) படம் இவற்றின் பக்கத் தோற்றம். • *The drawing shows the front* **elevation** *of the building.*

el-e-va-tor/'eliveitə*/*(n)*: 'எலிவெய்ட்டஅ* / a lift, உயர்த்தி. • *I took the* **elevator** *to the tenth floor.* the movable part in the tail of an aircraft, விமானத்தில் உள்ள உயர்த்தி.

e-lev-en/i'levn/*(n)*:இ'லெவ்ன் / the number 11, பதினொன்று. • *The college football* **eleven** *is playing today.* **e-lev-enth**/ i'levnθ/*(adj)*:இ'லெவஅன்த் / ordinal number of 11, பதினொன்றாவது. **eleventh** *(determiner, noun, pronouns, adv)*. **eleventh hour***(n)*: the very last moment, கடைசி நேரம், நெருக்கடியான நேரம். • *It is impossible to change plans at the* **eleventh hour**.

elf/elf/*(n, sing)*:எல்ஃப் / **elves***(n, pl)*: a supernatural being, an angel, தேவதை: mischievous creature, குறும்பு செய்யும் தேவப் பிராணி; a dwarf, குள்ளன்.

e-li-cit/i'lisit/*(v.t)*:எ'லிஸிட் (இ'லி) / to get the information, செய்தியைப் பெறு; to bring out the details, தகவல்களை வெளிக் கொணர். • *The Chief Minister's appeal for funds did not* **elicit** *much of a response.* **elicitation***(n)*.

el-i-gible/'elidʒəbl/*(adj)*:'எலிஜிப்:ல் / having the necessary qualifications, வேண்டிய தகுதியுள்ள. • *He is an* **eligible** *bachelor waiting for marriage.* desirable,

விருப்பமான; suitable, ஏற்றதான. • *She is* **eligible** *for maternity leave.* **eligibility** *(n).* • *The* **eligibility** *list has been published for medical colleges.*

e-lim-i-nate/i'limineit/*(v.t)*:இ'லிமினெய்ட் (எ'லி-) / to get rid of, ஒதுக்கி வை, தள்ளி வை, விலக்கு. • *It is not possible to* **eliminate** *corruption in public life.* to remove, அகற்று. **elimination***(n)*: the process of eliminating, ஒதுக்கி வைத்தல். • *The process of* **elimination** *helps to find out the truth.*

e-li-sion/i'liʒn/*(n)*:இ'லிஜ:ஒன் / the suppression of sound or syllable in pronouncing, ஒலிப்பில் உயிரொலி (அ) அசை மறைதல், வளைந்து கொடுத்தல்.

e-lite/ei'li:t/*(n)*:எய்'லீட் / the best and the noblest among people, மனிதர்களில் மிகச் சிறந்தவர்கள். • *The navy is controlled by a small* **elite** *of officers.* the choicest part of anything, மிகச் சிறந்ததாகக் கருதப்படும் ஒன்று. • *The educated* **elite** *prefer to go abroad and settle in the States.* **e-lit-is-m**/ei'li:tizəm/*(n)*: எ,லிட்'டிஸ்:ம் / the practice of or belief in rule by an elite, படித்த, பணம் படைத்தவர்கள்தான் ஆள வேண்டுமென்ற கொள்கை. **elitist***(n)*.

e-lix-ir/i'liksə*/*(n)*: இ'லிக்ஸஒ* / a drink that gives immortality to any human being, காயகல்பம்; a drink that people in olden days thought, would prolong human life, அமுதம். • *There is no* **elixir** *for all diseases.* any refreshing drink, புத்துணர்ச்சியூட்டும் பானம்.

elk/elk/*(n, sing)*:எல்க் / **elks***(n, pl)*: a large animal belonging to deer family, மான் குடும்பத்தைச் சேர்ந்த பெரிய பிராணி.

ell/el/*(n)*:எல் / a unit measure of length, நீளத்தின் மூல அளவை.

el-lipse/i'lips/*(n)*:இ'லிப்ஸ் / a geometric figure of regular oval shape, நீள்வட்டம். **el-lip-sis**/i'lipsis/*(n, sing)*/இ'லிப்ஸிஸ் / **ellipsises***(n, pl)*: (grammar) the omission from a sentence of a word or words that would complete or clarify the construction, ஒரு வாக்கியத்தில் அமைப்பைப் பூர்த்தி செய்ய உதவும் வார்த்தை (அ) வார்த்தைகள்.

elm/elm/*(n)*:எல்ம் / a kind of tree, ஒருவகை மரம்.

el-o-cu-tion/,elə'kju:ʃn/*(n)*:,எலஒ'க்யூஷஒன் / the art of speaking, பேச்சுக் கலை; the style and manner of oration, சொற்பொழிவு ஆற்றலின் பாங்கும், வகையும்; public speaking, பொது மேடைப் பேச்சு, சொற்பொழிவு. • *There is an* **elocution** *competition in the school.*

e-lon-gate/'i:lɔŋgeit/*(v.t)*:'இலாங்கெ:ய்ட் / to make it long, அதை நீளமாகச் செய்; to prolong, நேரத்தை (அ) நீட்சியை அதிகப்படுத்து; to lengthen, நீட்டு, நீட்டி வை. • *The face in the picture is not realistic; it is somewhat* **elongated**. **elongation** *(n).*

e-lope/i'ləup/*(v.t)*:இ'லஒஉப் / to run away with a lover from one's house, காதலருடன் ஓடிப்போ; abscond, தலைமறைவாகு. • *She* **eloped** *with her lover.* **eloper***(n)*.

el-o-quence/'eləkwəns/*(n)*:'எலஒஉக்உஒன்ஸ் / fluency in speaking, சரளமான பேச்சு, சொல் வன்மை; the art of using language fluently, **el-o-quent**/'eləkwənt/*(adj)*: 'எலஒஉக்உஒன்ட் / having or exercising the power of fluent, forceful and appropriate speech, நல்ல பேச்சுத் திறன் உள்ள. • *He is an* **eloquent** *speaker.*

else/els/*(adj & adv)*:எல்ஸ் / in addition to, மேலும், தவிர, மேலும் அதிகமாக; instead of, மாற்றாக. • *He is wearing someone* **else's** *shirt.* **or else**: otherwise, if not, மற்றொரு வழியில், இல்லை என்றால். • *You must pay Rupees one lakh* **or else** *you have to lose your house.*

else-where/,els'weə*/*(adv)*:'எல்ஸ்'உஎஒ* / in some other place, வேறு ஓர் இடத்தினில். • *I decide to move* **elsewhere**.

ELT/i:elti:/ஈஎல்ட்டீ / English Language Teaching, (British English), ஆங்கில மொழிப் போதனை.

e-lu-ci-date/i'lu:sideit/*(v.t-v.i)*: இ'லூஸிடெ:ய்ட் ('ல்யூ-) / to give clear explanation, தெளிவான விளக்கம் கொடு; to throw light on, சிக்கலான விஷயங்களுக்கு விளக்கம் கொடு/தீர்வு காண். • *I do not understand the rule, will you please* **elucidate?** • *The speaker made a few* **elucidatory** *comments at the end.* **elucidation***(n)*, **elucidatory** *(adj).*

e-lude/i'lu:d/*(v.t)*:இ'லூட் (-'ல்யூ-) / to escape without notice, பிறர் கவனம் தவிர்த்துத்

தப்பிச் செல்; to avoid tactfully, தந்திரமாகத் தவிர். • *The deer succeeded in* **eluding** *the hunters by running very fast.* **e-lu-sion**/i'lu:ʒn/*(n)*:இ'லூஜ:ஒன் (ல்யூ) / the way of escaping, தப்பித்துச் செல்லுதல்; the art of avoiding, தவிர்க்கும் வழிமுறை. **el-u-sive**/i'lu:siv/*(adj)*:இ'லூஸிவ் ('ல்யூ) / very difficult to hold, catch, find or remember, பிடியில் அகப்படாத, பிடிக்க முடியாத, காண முடியாத, நினைவில் இருத்த முடியாத. • *Whenever I try to get my friend on the phone, he seems to be* **elusive**.

elver/'elvə*/*(n)*:'எல்வஒ* / the young of an eel, விலாங்கு மீன் குஞ்சு.

e-lys-i-um/i'liziəm/*(n)*:இ'லிஸி:யஒம் / paradise, the happiest place, மகிழ்ச்சி நிறைந்த வானுலகம், சொர்க்கம்.

e-ma-ci-ate/i'meiʃieit/*(n)*:இ'மெய்ஸியெய்ட் / to cause to become lean, மிகவும் மெலியச் செய்; to make waste, வீணாக்கு. **emaciat-ed**/i'meiʃieitid/*(adj)*: இ'மெய்ஸியெய்ட்டிட் / very thin because of hunger, பசியால் மெலிந்த. • *In free India, we can see many* **emaciated** *children.*

em-a-nate/'eməneit/*(n)*:'எமஒனெய்ட் (ஈமஒ-) / to originate, ஆரம்பம் செய்; to begin, தொடங்கு: to proceed from, துவங்கு; issue from, ஒன்றிலிருந்து விடுவி, துவங்கு. • *Some people go on* **emanating** *rumours.* • *Strange gases* **emanate** *from volcanoes.*

e-man-ci-pate/i'mænsipeit/*(v.t)*: இ'மஆன்ஸிப்பெய்ட் / **emancipated, emancipating**: to make free socially, politically and legally, சமுதாய, அரசியல் ரீதியாகவும், சட்டப்படியாகவும் விடுதலை செய். **emancipated***(adj)*: freed from slavery. அடிமைத்தளையிலிருந்து விடுபட்ட. • *She is living the life of an* **emancipated** *woman.* **emancipation** *(n)*.

e-mas-cu-late/i'mæskjuleit/*(v.t)*: இ'மஆஸ்க்யுலெய்ட் ('மாஸ்) / to weaken, பலவீனப்படுத்து.

em-balm/im'ba:m/*(v)*:இம்'பஃாம் (எம்-) / to preserve dead body from decay by application of ointments, சடலத்தை கெட்டுப்போகாமல் பாதுகாப்பாக வை; to endue with balmy perfume, நறுமணமூட்டி, மணக்கும்படி செய்.

em-bank-ment/im'bæŋkmənt/*(n)*: இம்'பஃஆங்க்மஒன்ட் (எம்-) / a raised mound to keep water back, வரப்பு, அணை.

em-bar-go/em'ba:gəu/*(n)*:எம்'பாக:ஒஉ / prohibition, தடை; stopping, நிறுத்துதல். • *According to the latest order, all imports are now under an* **embargo, embargo** *(v.t),* **embargoed, embargoing**: to put an embargo on, தடை ஏற்படுத்து.

em-bark/im'ba:k/*(n)*:எம்'பஃாக் (இம்'-) / to go on board, கப்பலில் பயணம் செய்; to load the ship, கப்பலில் சரக்குகளையும், சுமைகளையும் ஏற்று. • *The ship* **embarked** *passengers and cotton at an Indian port.* to undertake, ஒரு திட்டத்தைச் செயல்படுத்த ஒப்புக்கொள்; to start on anything, புதுச்செயலில் இறங்கு. • *The government is about to* **embark** *on a major programme of rural electrification.* • *Age is not an impediment to* **embark** *on a new venture.*

em-bar-rass/im'bærəs/*(v)*:எம்'பஃஆரஒஸ் (இம்') / to be or become perplexed, தொல்லை கொடு, சிக்கலாக்கு, பீதி கொள்ளும்படி செய்; to be in a dilemma, இரண்டும் கெட்டான் நிலையில் தவித்திரு, இக்கட்டான நிலையில் இரு. • *Owing to my current financial* **embarrassment,** *I am not in a position to pay the bill.* to be in awkward position, சங்கடமான நிலையில் இரு. • *A series of departmental failures has* **embarrassed** *the government.*

em-bar-rass-ing/im'bærəsiŋ/*(adj)*: எம்'பஃஆரஒஸிங் / being perplexed, சிக்கலாக்கிக் கொண்டுள்ள; getting complicated, குழப்பமூட்டும்படியான. • *It is rather* **embarrassing** *to ask for a loan.* **embarrassingly***(adv)*, **embarrassment***(n)*.

em-bas-sy/'embəsi/*(n)*:'எம்பஃஒஸி / office or residence of an ambassador in a foreign country, அரசுத் தூதுவர் அலுவலகம், செயலகம், வசிக்குமிடம். • *The Indian* **Embassy** *is in Moscow and not in Petersburg.*

em-bat-tle/im'bætl/*(v)*:இம்'பஃஆட்ல் (எம்-) / furnish with battlement, படை அரண் அமை. **em-bat-tled**/im'bætld/ *(adj)*:இம்'பஃஆட்ல்ட்: / surrounded by enemies, எதிரிகளால் சூழப்பட்ட. • *The* **embattled** *army surrendered at the end.*

em-bed/im'bed/*(v.t)*:இம்'பெஃட்: / **embedded, embedding**: to fix firmly in a surrounding mass, சுற்றமைவோடு நன்றாகப் பொருத்து. • *The arrow*

embedded *itself in the body of the bird.* • *He is trying to* **embed** *stones in cement.*

em-bel-lish/im'beliʃ/(*v*):இம்'பெ:லிஷ் / to make beautiful things, அழகிய பொருள்களைச் செய்; to cause to adorn, அலங்காரப்படுத்து.

em-ber/'embə*/(*n*):'எம்ப:ə* / a burning piece of wood, கொள்ளிக் கட்டை; burning coal, எரியும், எரிந்து கொண்டிருக்கும் நிலக்கரி; cinder, நீறுபூத்த நெருப்பு.

em-bez-zle/im'bezl/(*v.t-v.i*):இம்'பெ:ஸ்:ல் (எம்-) / to misappropriate, பிறர் பணத்தைக் கையாடல் செய்; to steal, திருடு; to defalcate, தகாத வழியில் பிறர் சொத்தைப் பயன்படுத்து. • *The manager* **embezzled** *Rs. 10,000/- from the bank where he worked.* **embezzlement**(*n*), **embezzler**(*n*).

em-bit-ter/im'bitə*/(*v.t*):இம்'பி:ட்டə* (எம்') / to irritate, எரிச்சல் ஊட்டு; to make bitter, சூழ்நிலையைக் கசப்பாகச் செய்; to create unpleasant situation, வெறுப்பு ஏற்படுத்து, சந்தர்ப்பச் சூழ்நிலையை மகிழ்ச்சியற்றதாகச் செய். • *I am* **embittered** *by many failures in life.*

em-bla-zon/im'bleizn/(*v.t*):இம்'ப்:லெய்ஸ:ən / to decorate a shield or flag with colours, கேடயம் (அ) கொடியை வண்ணமிட்டு அழகுபடுத்து.

em-blem/'embləm/(*n*):'எம்ப்:லəம் / symbol, அடையாளச் சின்னம்; identity sign, அடையாளக் குறிப்பு. • *The national* **emblem** *of each country has its own significance.* **em-ble-mat-ic**/ ˌembləˈmætik/(*adj*):ˌஎம்ப்:லி'மஉட்டிக் (லə') / acting as an emblem, அடையாளச் சின்னமாக செயல்பட்டுக்கொண்டிருக்கின்ற. • *The royal flag is an* **emblematic** *power of an emperor.* **emblematically** (*adv*).

em-bod-y/im'bɔdi/(*v.t*):இம்'ப:ஒடி: (எம்') / to cause, to include, to form into a body, உருவம் கொடு, உள்ளடக்கு; to give shape to, வடிவம் கொடு. • *The Indian Constitution* **embodies** *the principles of freedom and equality.* **em-bod-i-ment**/im'bɔdimənt/(*n*):எம்'ப:ஒடி:மəன்ட் (இம்) / that which embodies, உடலோடு தோன்றியது. • *Human life is the* **embodiment** *of struggle.*

em-bold-en/im'bəuldən/(*v.t*): இம்'ப:əஉல்ட:ən / to encourage, உற்சாகமூட்டு; to become bold, தைரியமாகச் செயல்படச் செய், தூண்டு. • *Many officials are* **emboldened** *by the fact that the ministers are corrupt.* • *The woman smiled, and this* **emboldened** *the stranger to speak to her.*

em-boss/im'bɔs/(*v.t-v.i*):எம்'ப:ஒஸ் / to cause to carve figures that stand from flat surface, புடைத்து நிற்கும் உருவங்களைச் செதுக்கு, புடைப்புருவமாகச் செதுக்கு. • *The name and address of the company are* **embossed** *on the envelope.* **em-bos-ser**/im'bɔsə*/(*n*):எம்'ப:ஒஸə* / one who or that which embosses, புடைக்கும் உருவம் அல்லது எழுத்துக்களைச் செதுக்குபவர் (அ) செதுக்கும் கருவி.

em-bou-chure/'a:mbu:ʃuə*(*n*): 'எம்ப:உஷə* / that part of a valley which opens into a plain, ஆற்றுவாய்; சமவெளி நோக்கித் திறந்திருக்கும் கணவாய்ப் பகுதி.

em-bow-el/im'bauəl/(*v.t*):இம்'ப:உəல் / **embowelled, embowelling**: to remove the bowels from the body, குடலை வெளியில் எடு.

em-brace/im'breis/(*v.t*):எம்'ப்:ரெய்ஸ் / to put one's arms around (on someone) in affection, அன்பு வெளிப்படக் கட்டித் தழுவு. • *The man* **embraced** *the child kindly.* to become a believer in, நம்புவதற்குத் தயாராக இரு. • *She* **embraced** *Christianity when she married John.* **embrace**(*n*): the act of embracing, தழுவிக்கொள்ளல்.

em-broi-der/im'brɔidə*/(*v.t-v.i*): இம்'ப்:ராய்ட:ə* / to ornament cloth etc. with needle work, துணிகளில் பூ வேலைப்பாடு செய், அழகுறச் செய். • *The saree is* **embroidered** *in silk thread.* to improve a story or an account of events, **em-broi-der-y**/ im'brɔidəri/(*n*): இம்'ப்:ராய்ட:ரி / (something) made by embroidering, அழகுறச் செய்தல், அலங்கரித்தல்.

em-broil/im'brɔil/(*v.t*):எம்'ப்:ராய்ல் / to bring into a state of confusion, குழப்பத்தை ஏற்படுத்து, ஏற்படும்படி செய்; to cause disorder, அமைதி, ஒழுங்கு

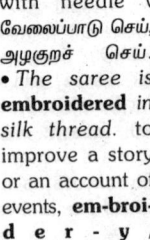

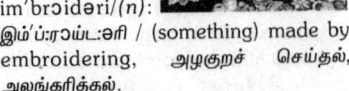

குலையும்படி செய்; to join in an argument or quarrel, விவாதத்தில் (அ) சண்டை சச்சரவுகளில் கலந்து கொள். • *When the two daughters were quarrelling, their brother refused to get* ***embroiled*** *in the argument.*

em-bry-o/ˈembriəu/*(n)*:ˈஎம்ப்:ரயஉ / the offspring of an animal in its early stage, கரு. **em-bry-on-ic**/ˌembriˈɔnik/*(adj)*: ˌஎம்ப்:ரிˈயானிக் / in an undeveloped state of growth, வளர்ச்சியுறாத கரு.

em-bus/ˈembəs*(v.t)*:ˈஎம்பஸ் / to board a bus, பேருந்து வண்டியில் ஏறு. • *She* ***embussed*** *at 10.30 for Chennai.*

e-mend/iˈmend/*(v)*:இˈமெண்ட்: / to remove mistakes, பிழை நீக்கு; to cause to improve, சீர் செய்; to set right, சரிப்படுத்து.

em-e-rald/ˈemərəld/*(n)*:ˈஎமரல்ட்: (எம்-) / a precious green stone, மரகதம், பச்சைக்

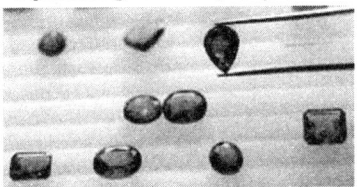

கல். • *He always wears a ring set with* ***emeralds***.

e-merge/iˈmɜ:dʒ/*(v.i)*:இˈமə:ஜ் / to come into view, தெரியும்படி வெளிப்படு. • *The sun* ***emerged*** *beautifully from behind the hills.* to rise out of something, மேலெழு, பார்க்கும்படியாக வெளிப்படு; to come to knowledge as a result of inquiry, விசாரணை மூலம் வெளிப்படுத்து. • *The officer has* ***emerged*** *from this incident with the mystery cleared.*

e-mer-gen-cy/iˈmɜ:dʒənsi/*(n)*: இˈமə:ஜன்ஸி / an unexpected event, எதிர்பாராத நிகழ்ச்சி; a sudden mishappening, திடீரென்று ஏற்படும் நிகழ்ச்சி; a very urgent necessity, நெருக்கடி நிலைமை. • *The President proclaimed a 'State of* ***emergency****' when the law and order position worsened.*

e-mer-gent/i:ˈmɜ:dʒənt/*(adj)*:இˈமə:ஜண்ட் / coming out of the early stages of political development, அரசியல் முதிர்ச்சி பெறாத.

e-mer-i-tus/iˈmeritəs/*(adj)*:இˈமெரிட்டஸ் / honourably retired, கௌரவமாக ஓய்வு பெறுகின்ற; no longer holding office but keeping title, பதவியில் இல்லாத ஆனால் பதவிப் பெயர் கொண்டுள்ள.

em-e-ry/ˈeməri/*(n)*:ˈஎமரி / a coarse corundum, குருந்தக் கல், சரளைக்கல்.

e-met-ic/iˈmetik/*(adj)*:இˈமெட்டிக் / causing vomiting, வாந்தி ஏற்படுத்துகிற. • *An* ***emetic*** *is given at once when someone takes poison.*

em-i-grant/ˈemigrənt/*(n)*:ˈஎமிக்:ரன்ட் / one leaving his own country to live abroad, தன் சொந்த நாட்டை விட்டுப் பிரிந்து வெளிநாட்டுக்குக் குடிபெயர்ந்து செல்பவர். **em-i-grate**/ˈemigreit/ *(v.i)*:ˈஎமிக்:ரெய்ட் / to leave one's country in order to settle in another country, வெளிநாட்டில் குடியேறு. • *Many young men and women* ***emigrate*** *to the States to make money.* **emigre***(n)*: someone leaving one's own country, சொந்த நாட்டை விட்டு வெளிநாட்டுக்குச் செல்லும் ஒருவன்.

em-i-nence/ˈeminəns/*(n)*:ˈஎமினன்ஸ் / an important or a remarkable position or status, முக்கியமான (அ) சிறப்பான பதவி (அ) அந்தஸ்து, படிநிலை. • *He achieved* ***eminence*** *as a poet.* a hill, மேடு. **em-i-nent**/ˈeminənt/*(adj)*:ˈஎமினன்ட் / distinguished, புகழ் பெற்ற; famous and admired, பெரும் பெயர் பெற்ற, செல்வாக்கு பெற்ற. • *Even the most* ***eminent*** *man has his own downfall.*

e-mir/eˈmiə*/*(n)*:எˈமியə* (இˈமி-) / a Muslim prince, இஸ்லாமிய இளவரசர்.

em-is-sa-ry/ˈemisəri/*(n)*:ˈஎமிஸரி / a spy, ஒற்றர்; a person sent on a special mission, a royal messenger, முக்கியமான தூதுவராக அனுப்பப்படுபவர், அரசுத் தூதுவர்.

e-mis-sion/iˈmiʃn/*(n)*:இˈமிஷன் (ஈமி-) / the act of emitting, வெளித்தள்ளல். • *The sun's* ***emission*** *of rays, is filtered by ozone zone.* **e-mit**/imit/*(v.t)*: **emitted, emitting**: to force out, வெளித் தள்ளு; to emit, வெளிக்கொணர். • *The sun* ***emits*** *ultraviolet rays.* to send out, வெளியே அனுப்பு; to utter a cry, குரல் எழுப்பு. • *The elephant is* ***emitting*** *its trumpet call.*

em-met/ˈemit/*(n)*:ˈஎமிட் / ant, ஒருவகை எறும்பு.

e-mol-li-ent/iˈmɔliənt/*(n, adj)*: இˈமாலியன்ட் (எˈமோ-) / a skin smoothing balm, தோலை மிருதுவாக்கும் தன்மையுள்ள மருந்து. • *We have powerful* ***emollient*** *against burns.* • *Use always* ***emollient*** *words to comfort others.*

E

e-mol-u-ment/i'mɔljumənt/*(n)*: இ'மால்யுமன்ட் (எமா) / salary, ஊதியம்; profit, ஆதாயம், இலாபம். • **Emoluments** *of the public servants are always on the increase year by year.*

e-mo-tion/i'məuʃn/*(n)*:இ'மஉஷன் / any feeling that agitates the mind, மனத்தை உறுத்தும் உணர்ச்சி, மனக்கிளர்ச்சி. • *He always appeals to the* **emotion**, *not to the reason.* **emotive***(adj)*: causing strong feeling, மிக அதிகமாக உணர்ச்சிவசப்படக்கூடிய. **emotionalism** *(n)*, **emotional***(adj)*.

E

em-pan-el/im'pænl/*(v.i)*:இம்'ப்பஆன்ல் / to enter on panel, பட்டியலில் சேர்; to get enrolled, பெயரைப் பதிவு செய்து கொள்.

em-pa-thy/'empəθi/*(n)*:'எம்ப்பதி / the quality to imagine oneself in the position of another person, identifying oneself with another man's feelings, ஒருவன், மற்றொருவனின் உணர்ச்சிகளை அப்படியே உணர்ந்து, ஒன்றி ஈடுபடுதல். • **Empathy** *is more enduring than sensual, romantic love.* • *She, being an aristocrat, has very little* **empathy** *with the poor who have elected her to the parliament.*

em-per-or/'empərə*/*(n)*:'எம்ப்பரர* / the ruler of an empire, the supreme head of an empire, பேரரசர். *Fem*: empress.

em-pha-sis/'emfəsis/*(n)*:'எம்ஃபஸிஸ் / the stress laid on certain words or syllables, சொல் அழுத்தம், அசையழுத்தம்; prominence given to a thing, ஒன்றுக்கு முக்கியத்துவம் கொடுத்தல்; importance assigned to a thing, முதன்மை, ஏற்றம் கொடுத்தல். • *Our education lays* **emphasis** *on learning useless things.* • *The Finance Minister's speech gave* **emphasis** *to planning.*

em-pha-size/'emfəsaiz/*(v)*:'எம்ஃபஸைஸ்: / to lay stress on, அழுத்தம் கொடுத்துச் சொல்; to give importance to, முக்கியத்துவம் கொடு, வற்புறுத்து. • *The managing director* **emphasized** *that the company was in dire need of more funds.*

em-phat-ic/im'fætik/*(adj)*:இம்'ஃபஆட்டிக் (எம்'-) / done with emphasis, முக்கியத்துடன் செய்யப்பட்டுள்ள. • *The bank turned down his request with an* **emphatic** *no.* forceful, வலிமை கொண்ட, முழு மூச்சுடன். **emphatically***(adv)*.

em-pire/'empaiə*/*(n)*:'எம்ப்பயஅ* / the country over which an emperor rules, பேரரசு. • *The British* **Empire** *once covered the entire world.* a group of countries ruled by a powerful king, சாம்ராஜ்யம்; a large trading organisation owned by one or group of persons, வர்த்தக நிறுவனம் ஒருவர் (அ) பலரின் கட்டுப்பாட்டில் இருத்தல். • *Many Indians have built huge industrial* **empires**.

em-pir-ic/im'pirik/*(n)*:எம்'ப்பிரிக் / an unqualified doctor, முறையான பயிற்சி இல்லாத மருத்துவர்; a quack, தகுதி இல்லாத மருத்துவர்.

em-pir-i-cal/im'pirikl/*(adj)*:எம்'ப்பிரிக்கல் / derived from practical experience, மிக்க செயல் அனுபவமுள்ள.

emplane/em'plein*(v.i)*:எம்'ப்லெய்ன் / to get into a plane, விமானத்தில் ஏறுதலைச் செய்.

em-ploy/im'plɔi/*(v.t)*:எம்'ப்லாய் / to give work to, வேலைக்கு அமர்த்துதலைச் செய்; to keep fully engaged, முழுவதும் வேலையில் இரு; to be occupied, வேலை செய்துகொண்டிரு; to make use of, பயன்படுத்து. • *The firm* **employs** *more than thousand employees.* • *The police* **employed** *force to quell the riot.* **employ***(n)*: the state of being employed, வேலையில் இருத்தல். • *The manager has ten workers in his* **employ**. **employable** *(adj)*: suitable for employment, வேலைக்கு ஏற்றதாக. **em-ploy-ee**/,emplɔi'i:/*(n)*/எம்'ப்லாயீ / one who works for payment or wages, ஊதியம் பெற வேண்டி வேலை செய்பவர். • *A government* **employee** *has greater security financially.* **em-ploy-er**/im'plɔiə*/எம்'ப்லாயஅ* / a person or a group or a firm that employs, வேலை கொடுக்கும் ஒருவர், ஒரு நிறுவனம். • *The government is the biggest* **employer** *in our country.* **em-ploy-ment**/im'plɔimənt/*(n)*:எம்'ப்லாய்மன்ட் / profession, தொழில்; business, வேலை; the state of being employed, வேலை வாய்ப்பு தரும் நிலை. • *Men should not seek* **employment**; *they must take the initiative to* **employ** *people.* **employment exchange**: job centre, வேலை வாய்ப்பு தேடித்தரும் அலுவலகம்.

em-po-ri-um/em'pɔ:riəm/*(n, sing)*: எம்'ப்பா:ரியம் / **emporiums, emporia***(n, pl)*: a business centre, வாணிகத்தலம்; a shopping complex, அங்காடி; a market, சந்தை.

em-pow-er/im'pauə*/*(v.t)*:*எம்'ப்பஉ*ə* / to give power to, அதிகாரம் கொடு; to give certain rights, சில உரிமைகளைக் கொடு. • *Income tax officials are* **empowered** *to search private premises.*

em-press/'empris/*(n)*:'*எம்ப்ரிஸ்* / female ruler of an empire, பேரரசி; an emperor's wife, பேரரசரின் மனைவி.

emp-ty/'empti/*(v.t-v.i)*:'*எம்ப்ட்டி* / to make empty, *காலி செய்*; to become empty, வெற்றிடமாக்கு. • *The river Ganges* **empties** *(discharges herself) into the Bay of Bengal.* • *The robbers made him* **empty** *his purse.* **empty***(adj)*: having nothing, ஒன்றுமில்லாத; with no load, வெறுமையான; meaningless, பொருளற்ற; unreal, உண்மையில்லாத. • *My purse is always* **empty**. • *The city roads do not become* **empty** *of traffic even at midnight.* **empty***(n, sing)*, **empties** *(n, pl)*: a vessel or container with no contents, *காலியான பாத்திரம் (அ)* கொள்கலம். • *The salesman took all the* **empties** *(empty bottles) back.*

e-mu/'i:mju:/*(n)*:'*இம்யு:* / a bird, the Australian ostrich, ஒருவகை ஆஸ்திரேலிய நெருப்புக் கோழி.

em-u-late/'emjuleit/ *(v.t)*:'*எம்யுலெய்ட்* / to strive to be equal, சரிசமமாக இருக்க பெரு முயற்சி எடு; to follow the footsteps (of some outstanding personality) with enthusiasm, to strive to be better than, மிகவும் ஆர்வத்துடன் பெரும் தலைவர்களின் காலடிச்சுவடுகளைப் பின்பற்றி நட. • *I do not* **emulate** *anyone, I strike my own path.* **emulation***(n)*.

e-mul-sion/i'mʌlʃn/*(v.t)*:*இ'மல்ஷ*ə*ன்* / to paint with emulsion paint, வழுவழுப்பான வெண்மை நிறம் உள்ள பூச்சு கொண்டு பூசு. **emulsion***(n)*: milk-like liquid, பால்மம்; a creamy mixture of liquids, வழுவழுப்பான கலப்புத் திரவம்; the substance on the photographic film to make it sensitive, நிழற்படத்தைச் செறிவுப் படுத்த உதவும் திரவம்.

en-a-ble/i'neibl/*(v)*:*இ'னெய்ப்:ல் (எ'-)* / to make capable, இயலும்படி செய்; to become able, செயல்திறன் பெறு; to make able, ஆற்றல் அளி; to make possible, இயலும்படி செய். • *He* **enables** *you to understand the meaning of words.* **en-a-bling**/i'neibliŋ/*(adj)*:*இ'னெய்ப்:லிங்* / giving special powers or making possible, அதிக அதிகாரம் மூலம் செயல்பட (அ) முடியும் என்ற நிலையை ஏற்படுத்த. • *To effect amendments to the constitution, an* **enabling** *legislation is necessary.*

en-act/i'nækt/*(v.t)*:*இ'னæக்ட்* / to act the part of, மேடையில் நடி; to pass as a law, சட்டமாக இயற்று; to perform, நடத்தி வை; to ordain, சட்டம் இயற்று. • *The parliament had* **enacted** *a new tax law.* **en-act-ment**/i'næktmənt/*(n)*:*இ'னæக்ட்ம*ə*ன்ட்* / a law, ஒரு சட்டம், விதிகளின் தொகுதி. • *A single provision of law is called an* **enactment**.

e-nam-el/i'næml/*(n)*:*இ'னæமல்* / glass-like semi-transparent substance, கண்ணாடி போன்ற ஒரு பொருள்; a smooth glassy substance, surface, மெருகுப் பூச்சு; the coating of the tooth, பற்களின்மேல் பளபளப்பு அளிக்கும் பூச்சு. **enamel***(v.t)*, **enamelled, enamelling**: to coat with enamel or with various other colours, மெருகு கொடு (அ) வண்ணங்கொண்டு பளபளப்பாகச் செய்; to make smooth, வழவழப்பாக இருக்கும்படி செய். • *The painter has been asked to* **enamel** *the doors.*

en-am-our/i'næmə*/*(v.t)*:*இ'னæம*ə** / to be delighted, மகிழ்ச்சியில் இரு; to inspire with love, joy, etc., காதலைத் தூண்டு. • *He became* **enamoured** *with a poor woman.*

en-camp/in'kæmp/*(v.i)*:*இன்'கæம்ப்* / to form a camp, முகாமிடு; to take up positions for lodging or resting, தங்குவதற்கு (அ) ஓய்வு கொள்வதற்கு, இடம் ஏற்படுத்து. • *The scouts* **encamped** *in the village for the night.*

en-case/in'keis/*(v.i)*:*இன்'கெய்ஸ்* / **encased, encasing**: to put into a case, உறையில் வை/ போடு. • *The picture was* **encased** *in glass for preserving it.*

en-cash/in'kæʃ/*(v.t)*:*இன்'கæஷ்* / to change into cash, பணமாக மாற்று. • *The bill was* **encashed** in the bank.

en-chain/in'tʃein/*(v.t)*:*இன்'ச்செய்ன்* / to bind with a chain, சங்கிலி கொண்டு பிணை, கட்டிப் போடு; to enslave, அடிமைப்படுத்து, சிறைப்படுத்து. • *Many people get* **enchained** *by tradition and custom.*

en-chant/in'tʃa:nt/*(v.t)*:இன்'ச்சான்ட் (என்'-) / to bewitch, மந்திர சக்தி கொண்டு மயக்கு; to please, மகிழ்ச்சி கொள், மனநிறைவு கொள். • *Fairy tales simply* **enchant** *children*, to get great delight, பெரு வியப்படை. • *The moon, the sun and everything in this world not only* **enchant** *me but also inspire me.* **en-chant-ment**/ in'tʃa:ntmənt/*(n)*:இன்'ச்சான்ட்மəன்ட் (என்'-) / a magic spell, மயக்கமான மனநிலை; that which enchants, மனத்தை மயக்கும் ஒன்று; wonder, ஆச்சரியம், மனோவசியம். • *We were filled with* **enchantment** *when we saw the sun rising from sea at Kanniyakumari.* magic effect, மந்திரம் ஏற்படுத்தும் மாய சக்தி, வசியம். • *The sight of bodies in a war theatre is no* **enchantment** *for anyone.* **enchantress** *(n)*: a woman magician, பெண் மந்திரவாதி.

en-cir-cle/in'sɜ:kl/*(v.t)*:இன்'ஸə:க்ல் (என்'-) / to surround, சுற்றி வளைத்துக்கொள்; to enclose in a circle, ஒரு சட்டத்தில் வளைத்துச் சூழ்ந்துகொள். • *The terrorists had* **encircled** *the airport and threatened to blow it up.* • *I am always* **encircled** *by friends.*

en-clave/'enkleiv/*(n)*:'என்க்லெய்வ் / a country, land or any province fully surrounded by foreign states, அயல் நாட்டினால் சூழப்பட்டிருக்கும் நிலப்பகுதி.

en-close/in'kləuz/*(v.t)*:இன்'க்லəஉஸ்: / to be surrounded, சூழ்ந்திருக்கும்படி செய், to contain, சுற்றி அடைத்திரு; to shut in, உள்ளடக்கியிரு. • *I always like to receive a letter* **enclosed** *with a cheque from my customer.* • *The house is* **enclosed** *by a compound wall.* **en-clos-ure**/ in'kləuʒə*/*(n)*:இன்'க்லəஉஜ:ə* / an enclosed space, அடைக்கப்பட்ட பகுதி; a letter within, உள்ளடக்கக் கடிதம் (அ) இணைப்புக் கடிதம் an envelope, காகித உறை. • *In every theatre, there is a special* **enclosure** *for V.I.Ps.* • *Many politicians erect* **enclosures** *in public lands and claim them as their own.*

en-code/en'kəud/*(v.t)*:என்'க்கəஉட்: / to put into a code, குறிப்பில் எழுது, குறிப்பு மொழியில் வடிவமை.

en-co-mi-um/en'kəumjəm/*(n, sing)*: இன்'க்கəஉமியəம் / **encomiums, encomia***(n, pl)*: high praise, உயர்வு நவிற்சி; commendation, போற்றுதல். • *An* **encomium** *by the Prime Minister greeted the returning cricket team.*

en-com-pass/in'kʌmpəs/*(v.t)*: இன்'க்கம்ப்பəஸ் / to include, உள்ளடக்கு. • *The syllabus* **encompasses** *the whole of Tamil Literature from Sangam Period.* to contain, உள் வைத்திரு; to surround completely, முற்றிலும் சூழ்ந்திரு.

en-core/ɔŋ'kɔ:*/*(v.t)*:ஆங்க்'கா:* ('காə*) / to call for a repetition, மீண்டும் வேண்டுமெனக் குரல் கொடு; to repeat, மீண்டும் செய், திரும்பவும் செயல்படு. **encore***(n)*: the demand for repetition of a song, ஒரு பாடலை மீண்டும் கேட்க விருப்பம் என எழுப்பும் கோரிக்கை; the song that is so rendered, அப்படிப் பாடப்படும் பாடல்.

en-coun-ter/in'kauntə*/*(v.t)*: என்க்'கஉன்ட்டə* (இன்') / to confront, நேருக்கு நேர் எதிர்த்து நில்; to meet unexpectedly, எதிர்பாராமல் எதிர்கொள். • *I* **encountered** *a lot of problems in dealing with my creditors.* • *The terrorist* **encountered** *a friendly militant on the plane.*

en-cour-age/in'kʌridʒ/*(v.t)*:இன்'க்கரிஜ் (என்') / to give courage to, பிரச்சினையை எதிர்நோக்க நம்பிக்கை கொடு; to inspire with confidence, ஊக்கம் கொடு; to induce, தூண்டுதல் செய். • *The government* **encourages** *private enterprise.* • *It is better to* **encourage** *young men to start their own business than to seek employment.* • *My wife was a source of* **encouragement** *to me when I was in wilderness.* **encouraged, encouraging** *(adj)*, **encouragement** *(n)*.

en-croach/in'krəutʃ/*(v.i)*:இன்'க்ரəஉச் / to invade the rights of others, பிறர் உரிமைகளில் தலையிடு, உரிமையின்றிப் பறிமுதல் செய். • *I am always careful not to* **encroach** *on the rights of my children.* to intrude on another's property, பிறர் சொத்துக்களை, வரம்பு மீறிக் கைப்பற்று. • *My land has been* **encroached** *upon by the municipal authorities.*

en-crust/in'krʌst/*(v.t)*:இன்'க்ரஸ்ட் / to cover with a crust, மேல் ஓடு போட்டு மூடு. **en-crust-ed**/in'krʌstid/*(adj)*:இன்'க்ரஸ்ட்டிட்: /

completely and fully covered with some sort of substance, சிலவகை பொருள் களினால் முழுவதும் மூடப்பட்டு இருக்கின்ற. • *Ladies like to wear ornaments* **encrusted** *with gold.*

en-cum-brance/in'kʌmbrəns/*(n)*: இன்'க்கம்ப்:ரஅன்ஸ் / a burden, சுமை. • *Heavy luggage is an* **encumbrance** *during travel.* a legal claim on any property, சட்டப்படியான உரிமை; mortgage, அடகு. **en-cum-ber**/in'kʌmbə*/*(v.i)*: என்'க்கம்ப:அ* / to make action or movement difficult for, செயலையும், இயக்கத்தையும் தடைப்படுத்து.

en-cy-clo-pae-di-a/in,saikləu'pi:djə/*(n)*: என்,ஸய்க்லஅஉ'ப்பீடி:யஅ / a work giving detailed account, in some order of whole field of human knowledge, கலைக் களஞ்சியம்.

end/end/*(n)*:என்ட்: / the extreme point, கடைசிப்புள்ளி; the last part, முடிவுப் பகுதி; the final stage, இறுதி நிலை; object, purpose, aim, நோக்கம், எண்ணம், உள்ளெண்ணம். • *Where is the* **end**? *The journey seems to have no* **end**. death, இறுதி மறைவு, இறத்தல். • *I shall stop at nothing to achieve my* **ends**. **end***(v.t)*: to finish, முடிவுக்குக் கொண்டு வா. • *I do not like to* **end** *my life without achieving my* **ends**. • *The game* **ended** *in a draw.* **endless***(adj)*: without end, முடிவற்ற. • *Life is an* **endless** *game.* • *I do not like dramas with happy* **endings**. **endlessly** *(adv).*

en-dan-ger/in'deindʒə*/*(v.t)*: இன்'டெ:ய்ஞ்ஜஅ* (என்') / to place in danger, ஆபத்தில் கொண்டு விடு; to expose to danger, ஆபத்துக்கு இலக்காகு. • *Hard work, very hard work, doesn't* **endanger** *ones' health; on the other hand it improves it.*

en-dear/in'diə*/*(v.t)*:என்'டி:யஅ* / to become dear, அன்புக்கு ஆளாகு; to render dear, அன்பாயிருக்கும்படி செய், அன்பாய் இரு. • *Her sweet manners* **endeared** *her to every one.* **en-dear-ing**/in'diəriŋ/ *(adj)*: என்'டியஅரிங் / causing feelings of love and goodwill, அன்பும், நல்லெண்ணமும் காட்டுகின்ற. • *She always puts on an* **endearing** *smile.* **endearing***(adv).*

en-dear-ment/in'diəmənt/*(n)*: இன்'டி:யஅமஅன்ட் / an expression of love, அன்பு காட்டுதல். • *The man was whispering* **endearments** *to his lady-love.*

en-deav-our/in'devə*/*(v.i)*:இன்'டெ:வஅ* / to strive, முழு முயற்சி எடு, விடாமல் செய்; to make all efforts with all strength for accomplishment of one's aim, தனது நோக்கம் நிறைவேற முழு பலத்துடன் எல்லா முயற்சிகளையும் செய்; to strive to achieve something, குறிக்கோள் ஒன்றை அடைந்திட முழு முயற்சி செய்; to exert full strength for accomplishing something, நோக்கம் நிறைவேற எல்லாச் சக்திகளையும் கொண்டு செயலாற்று. • *I will* **endeavour** *to clear the arrears in a week's time.* **endeavour***(n)*: an attempt, ஒரு முயற்சி; a struggle, போராட்டம். • *I could not get the job in spite of my best* **endeavours**.

en-dem-ic/en'demik/*(adj)*:என்'டெ:மிக் / found regularly in a place, (particularly of a disease), ஓர் இடத்தில் மட்டும் நோய் பரவியுள்ள.

en-dog-a-my/en'dɔgəmi*(n)*:என்'டா:க:அமி / marriage within the tribe or social unit, குலப்பிரிவிற்கு உட்பட்டவர்களுக்கு இடையே மாத்திரம் நடக்கும் திருமணப் பழக்கம். **endogamous***(adj)*, **endogamic***(adj)*.

en-dorse/in'dɔ:s/*(v.t)*:இன்டா:ஸ்: / to approve, ஏற்பு; to sanction, கொடுக்க உத்தரவிடு; to vouch for, உண்மையென உறுதி கூறு; to write on the back of the bill as a check, சரி பார்த்ததற்கான ஒப்பம் இடு. • *I do not* **endorse** *your views.* **en-dorse-ment**/in'dɔ:smənt/*(n)*: என்டா:ஸ்:மஅன்ட் / written expression of approval or something written, அனுமதிப் பத்திரம் (அ) எழுதப்பட்ட ஒன்று. • *No* **endorsement** *will help.*

en-dow/in'dau/*(v.t)*:இன்'ட:உ (என்'-) / to settle by deed or will for a permanent source of income, ஆவணம் மூலம், நிரந்தர வருவாய் வரும்படி ஏற்பாடு செய்; to enrich, வளப்படுத்து; possess naturally, இயற்கையாகப் பெற்றிரு • *Some women are* **endowed** *with both beauty and brains.* **endowment***(n)*: the act of endowing, நிரந்தர வருவாய் ஏற்படுத்துதல். • *The university conducts many* **endowment** *lectures.*

en-due/in'dju:/*(v.i)*:இன்'ட்:யூ / to clothe with, ஆடையணி; to fill with, நிரம்பியிரு. • *During freedom struggle many Indian leaders were* **endued** *with a great spirit*

E

of public service. • *Harischandra* **endued** *the character of an ordinary worker.*

en-dur-ance/in′djuərəns/*(n)*: இன்′ட்:யுஅரஅன்ஸ் / the power to endure, சகித்துக்கொள்ளும் திறன்; fortitude, strength to withstand, எதையும் எதிர்த்து நிற்கும் மனோதிடம். • *Any race can be won with a lot of* **endurance**. • **Endurance** *often fortifies to withstand any difficulty in life.* **en-dure**/in′djuə*/*(v.t)*:இன்ட்:யுஅ* / to be firm and patient, உறுதியும், பொறுமையும் கொள்; to sustain, எதையும் தாங்கிக்கொள். • *I can't* **endure** *the sight of animals being slaughtered.* • *Nehru's fame will* **endure** *forever.* **en-dur-ing**/ in′djuəriŋ/*(adv)*:இன்ட்:யுஅரிங் / lasting, நீடிக்கும் தன்மையுள்ள; permanent, நிரந்தரமான. • *Hers is* **enduring** *fame.*

en-e-ma/′enimə*/*(n)*:′எனிமஅ (இ′னீமஅ) / a liquid solution injected into intestine through rectum, குதத்தின் வழியாக நீர்க்கரைசல் ஏற்றுதல்.

en-e-my/′enəmi/*(n, sing)*:′எனிமி (எனஅமி) / **enemies** *(n, pl)*: a foe, விரோதி; an opponent, the armed forces of a country at war, போரில் இறங்கியிருக்கும் எதிரிப்படை.

en-er-get-ic/,enə′dʒetik/*(adj)*: ,எனஅ′ஜெட்டிக் / full of action, செயலாற்றல் உடைய; active and busy, ஆற்றலும் சுறுசுறுப்பும் உடைய. • *I feel* **energetic** *at 65.* **energetically** *(adv).* • *Never before did I work so* **energetically** *as I do now.* **en-er-gy**/′enədʒi/*(n)*:′எனஅஜி / vigour, செயல்படும் ஆற்றல்; force, வலிமை. • *I am full of* **energy** *at 65.* **energize***(v.t)*: to give energy to, ஆற்றல் கொடு, உயிரூட்டு.

en-er-vate/′enɜ:veit/*(v.t)*:′எனஅ:வெய்ட் / to weaken, வலுவிழக்கச் செய்; to become spiritless, உணர்வு இல்லாமல் செய் (அ) இரு. • *She doesn't feel* **enervated** *at all by hard work.*

en-face/en′feis/*(v.t)*:என்′ஃபெய்ஸ் / to write or print in the face of, முகப்பில் எழுது (அ) அச்சிடு. **enfacement***(n)*.

en-fee-ble/in′fi:bl/*(v.t)*:இன்′ஃபீ:அல் / to render feeble, வலுவிழக்கும்படி செய்; to make weak, பலவீனப்படுத்து. • *The state was* **enfeebled** *by a violent civil war.*

en-fold/in′fəuld/*(v.t)*:இன்′ஃபஅஉல்ட் / [also **in-fold**]: to wrap up, மடி; to enclose in one's arms, கைகளில் அன்புடன் ஏந்து. • *With great care the woman* **enfolded** *her young child in her arms.*

en-force/in′fɔ:s/*(v.t)*:இன்′ஃபொ:ஸ் / to give strength to, வலுக்கொடு; to impress on mind, மனதில் பதியும்படி செய்; to execute, நிறைவேற்று; to put into force, நடைமுறைக்குக் கொண்டு வா. • *The Government make laws and the police* **enforce** *those laws.*

en-fran-chise/in′fræntʃaiz/*(v.t)*: இன்′ஃப்ரஜஞ்ச்சய்ஸ்: / to give political rights to, அரசியல் உரிமைகள் அளி; to grant the right of voting, வாக்குரிமை கொடு; to set free from slavery, அடிமைத் தளையிலிருந்து விடுதலை அளி. • *The women in India were* **enfranchised** *when the constitution came into force.*

en-gage/in′geidʒ/*(v.t)*:இன்′கெ:ய்ஜ் (என்′) / to bind by contract or promise, வாக்கு (அ) ஒப்பந்தம் மூலம் கட்டுப்படுத்து; to undertake, செய்ய உடன்படு; to bring into conflict, சச்சரவிடத் தொடர்பு ஏற்படுத்து; occupy, குடியிரு. • *I have* **engaged** *a house for our stay in the town.* • *Government officials are not allowed to* **engage** *themselves in any business.* **en-gage-ment**/in′geidʒmənt/*(n)*: இங்′கெ:ய்ஜ்மஅன்ட் / an arrangement, an agreement, முன்னேற்பாடு, ஒப்பந்தம். • *The day is full of* **engagements**.

en-gag-ed/in′geidʒd/*(adj)*:என்′கெ:ய்ஜ்ட்: / having agreed to marry, திருமணம் செய்ய உடன்பட்ட. • *John and Mary are* **engaged** *to get married.*

en-gen-der/in′dʒendə*/*(v.i)*:என்′ஜென்ட:அ* (இன்) / to beget, உண்டாக்கு; to sow the seeds, விதைகளை விதை; to bring about, உண்டாக்கு.

en-gine/′endʒin/*(n)*:′என்ஜின் (எஞ்) / a mechanical contrivance, இயந்திரச் சாதனம்; a machine, பொறி. • *The car* **engine** *gives trouble.*

en-gin-eer/,endʒi′niə*/*(n)*:,எஞ்ஜி′னியஅ* / an expert in designing, constructing, etc., பொறியாளர். **engineering***(n)*: the profession of an engineer, பொறியியல்.

en-grain/in′grein/*(v.t)*:இங்′க்:ரெய்ன் (என்-) / [also **ingrain**]: to get fixed firmly in the mind, ஆழ்ந்து பதியச் செய்: to dye a colour, சாயம் தோய்.

en-grave/in'greiv/*(v.t)*:என்'க்:ரெய்வ் **(இன்', இங்')** / to carve, செதுக்கு: to inscribe, உருவாக்கு. • *The great principles of the Hindu religion are* **engraved** *on stones in the temples.*

en-gross/in'grəus/*(v.t)*:இங்'க்:ரஉஸ் / to be absorbed, ஆழ்ந்த சிந்தனையிலிரு. • *I often get* **engrossed** *in my work that I forget to eat.* to monopolize, முழு உரிமையாக்கிக்கொள்; to absorb, உறிஞ்சு; to write in large letters, பெரிய எழுத்துக்களில் எழுது.

en-gulf/in'gʌlf/*(v.t)*:இன்'க:ல்ஃப் / to swallow up, விழுங்கி விடு. • *The fish simply has* **engulfed** *many small fishes,* to encompass wholly, முழுவதும் சூழ்ந்து கொள்.

en-hance/in'ha:ns/*(v.t)*:என்'ஹஆன்ஸ் / to add to the effect, பலன் அளவு அதிகப் படும்படி செய்; to intensify, தீவிரப்படுத்து; to increase in value or worth, மதிப்பை உயர்த்து (அ) அதிகப்படுத்து. • *Poverty, when put up with dignity, often* **enchances** *one's respect.* • *The leaders' meeting will* **enhance** *the prospect of ending the strike.* **enhancement***(n)*.

e-nig-ma/i'nigmə/*(n)*:இ'னிக்:மஅ (எ'-) / a difficult or an obscure question, புரிந்து கொள்ள முடியாத (அ) கடினமான கேள்வி; a puzzling person, புரிந்துகொள்ள முடியாத மனிதர்; a riddle, புதிர். • *He suddenly disappeared from the house. It was all a bit of an* **enigma**. **enigmatic***(adj)*, **enigmatically***(adv)*.

en-join/in'dʒɔin/*(v.t)*:இன்'ஜாய்ன் (என்') / to impose, அதிகாரத்தை வலியுறுத்து; to direct with command, கட்டளையிடு. • *The President* **enjoined** *on the soldiers to fight for the country.*

en-joy/in'dʒɔi/*(v.t)*:என்'ஜாய் (இன்') / to take pleasure in, மகிழ்ச்சி கொள். • *There is everything in life to* **enjoy**. to have the use of, பயன்படுத்திக்கொள்; to experience, அனுபவி. • *He* **enjoyed** *very poor health during his childhood.* • *Did you* **enjoy** *yourself at the party?*

en-large/in'la:dʒ/*(v.t-v.i)*:இன்'லாஜ் / to make or become large, பெரிதாக்கு, பெரிதாகு; to expand, விரிவாக்கு. • *I suffer from* **enlarged** *liver.* to release, விடுவி; to give freedom to, சுதந்திரம் கொடு. • *The prisoner was* **enlarged** *on the orders of the court.*

en-light-en/in'laitn/*(v.t)*:என்'லய்ட்ன் / to make clear, தெளிவுபடுத்து; to throw light on, ஒளியைச் செலுத்து; to explain, விளக்கிக் கூறு. • *The theory has to be further* **enlightened**. **en-light-ened**/ in'laitnd/*(adj)*:என்'லய்ட்ன்ட்: / showing clear thinking and deep understanding, தெளிந்த சிந்தனையும் புரிந்து கொள்ளும் ஆற்றலும் உள்ள. • *It was an* **enlightened** *judgement.* • *The judge is capable of* **enlightened** *rulings.*

en-list/in'list/*(v.t)*:இன்'லிஸ்ட் / to enter on a list, பட்டியலில் சேர்; to engage in military service, இராணுவத்தில் சேர்ந்துகொள்; to enroll, பெயரைப் பதிவு செய். • *When she was 20, she was* **enlisted**, *in the programme to eradicate illiteracy,* **enlistment***(n)*.

en-liv-en/in'laivn/*(v.t)*:இன்'லய்வஅன் / to give life to, உயிர் கொடு; to animate, உயிர்ப்பி; to cheer, மகிழ்ச்சி ஊட்டு; to brighten, பிரகாசப்படுத்து. • *The atmosphere in the office was* **enlivened** *when the manager entered.*

en-masse/a:m'mæs/*(adj)*:ஓன்'மஆஸ் (ஆங்) / in a mass, in a group, திரளான, ஒட்டுமொத்தமாக • *All the officers of the bank went on leave* **enmasse**.

en-mesh/in'meʃ/*(v.t)*:என்'மெஷ் (இன்') / to entangle, சிக்க வை. • *The clerk was* **enmeshed** *when he began to tell lies.* to trap, பொறியில் பிடி.

en-mi-ty/'enməti/*(n)*:'என்மிட்டி / hostile disposition, பகைமை நிலை.

en-no-ble/i'nəubl/*(v)*:இ'னஅஉப்:ல் / to cause to make noble, மேம்பாடு அடையச் செய்; to elevate, உயர்த்து, உயரும்படி உதவு. • *All my sufferings have* **ennobled** *my life.*

en-nui/a:'nwi:/*(n)*:ஆ'ன்உயீ (ɔ:'ன்) / mental weariness, மனச் சோர்வடைதல்.

e-nor-mi-ty/i'nɔ:məti/*(n)*:இ'னɔ:மிட்டி / an act of great wickedness, பெருங்குற்றம், மனிதத்தன்மையற்ற மிருக குணம். • *A criminal never realizes the* **enormity** *of his crime.* immense size, பேரளவு.

e-nor-mous/i'nɔ:məs/*(adj)*:இ'னɔ:மஅஸ் / numerous, எண்ணிலடங்காத; very large, மிகவும் அதிகமான. **enormously***(adv)* • *The people who are* **enormously** *rich control the government.*

e-nough/i'nʌf/*(adj)*:இ'னஃப் (எ') / just sufficient, போதுமான. • *I have never* *enjoyed* **enough** *money in my control so far.* **enough** *(adv)*: to the necessary degree, ஏற்ற அளவிற்கு. • *I didn't go fast* **enough** *to be in time for the meeting.*

e-now/i'nau/*(adj)*:இ'னஉ / enough, போதுமான.

en-quire/in'kwaiə*/*(v.t-v.i)*: இன்'க்உஅயஅ* **(என்-)** / to ask to find out, தெரிந்து கொள்வதற்குக் கேள்; to seek information, தகவல் தேடிக் கண்டுபிடி. **enquiry***(n)*.

en-rage/in'reidʒ/*(v.t)*:இன்'ரெய்ஜ் / to irritate, எரிச்சல் ஏற்படும்படி செய்; to cause anger, கோபப்படுத்து. • *His behaviour will* **enrage** *everyone.*

en-rap-ture/in'ræptʃə*/*(v.t)*:இன்'ரஆப்ச்சஅ* **(என்-)** / to cause to please greatly, அதிக மகிழ்ச்சி ஏற்படும்படி செய். • *Her beauty, more than her voice,* **enraptured** *the audience.*

en-rich/in'ritʃ/*(v.t)*:இன்'ரிச் **(என்-)** / to cause to become rich, வளம் ஏற்படும்படி செய். • *We require* **enriched** *uranium for some nuclear plants.* to make rich, சொத்து ஏற்படுத்து; to increase wealth, வளம் பெருக்கு. **enrichment***(n)*.

en-roll/in'rəul/*(v.t-v.i)*:இன்'ரஅஉல் / [also **enrol**]: to take on record a name, பெயரைப் பதிவு செய்; to register as a member, உறுப்பினராகச் சேர்த்துக்கொள். • *He decided to* **enroll** *himself in the medical course.*

en-root/in'ru:t/*(v)*:இன்'ரூட் / to fix with the root, வேருடன் பதி.

en-route/a:n'ru:t/*(adj)*:ɔ:ன்'ரூட் **(ஆன்-)** / on the way, வழியில் உள்ள. • *We were* **en route** *from Chennai to Delhi.*

en-sconce/in'skɔns/*(v.t)*:இன்'ஸ்க்கான்ஸ் / to make safe, பாதுகாப்புக் கொடு; to secure, பத்திரப்படுத்து; to shelter, தங்க வை. • *She* **ensconced** *herself in her bed without seeing anyone.*

en-sem-ble/a:n'sa:mbl/*(n)*:ஆன்'ஸாம்ப்:ல் **(ɔன்'ஸɔம்ப்:ல்)** / the parts of a thing viewed as a whole, முழுமையான தோற்றம், மொத்தமாக மதிப்பீடு செய்தல். • *Your dress makes an attractive* **ensemble**.

en-shrine/in'ʃrain/*(v.t)*:இன்'ஷ்ரய்ன் / to enclose in or as in a shrine, புனித இடத்தில் வை. • *The fundamental right to carry on one's profession is* **enshrined** *in the Constitution of India.*

en-sign/'ensain/*(n)*:என்'ஸய்ன் / the sign or flag by which a nation or regiment is identified, ஒரு நாட்டின் சின்னம், ஒரு படையின் கொடி.

en-slave/in'sleiv/*(v.t)*:என்'ஸ்லெய்வ் / to make slave of, அடிமைப்படுத்து; to overpower, அடக்கு. • *The poor people are* **enslaved** *by money lenders.* **enslavement***(n)*.

en-snare/in'sneə*/*(v.t)*:இன்'ஸ்னɛə / to entangle, சிக்க வை; to catch in a trap, கண்ணியில் பிடி. • *The robber* **ensnared** *the rich man into giving him all the money he had.*

en-sue/in'sju:/*(v)*:இன்'ஸ்யூ, **(ஸூ)** / to follow, பின் தொடர்ந்து செல்; to be next in position, அடுத்த நிலையிலிரு; to result, விளைவு ஏற்படுத்து. **en-su-ing**/in'sju:iŋ/*(adj)*/ இன்'ஸ்யூயிங் / coming next, அடுத்து வருகின்ற.

en-sure/in'ʃɔ:*/*(v.t)*:இன்'ஷுஅ* **(ஷɔə*)** / to be sure, உறுதிப்படுத்து; to make sure, உறுதி செய்து கொள்; to assure, வாக்குறுதி அளி. • *I want a medicine that will* **ensure** *me a good night's sleep.*

en-tab-la-ture/en'tæblətʃə*/*(n)*: என்'ட்டஆப்:லஅச்சஅ* / an architectural wall, பண்டைக்கால வேலைப்பாடுகள் உள்ள தூண் அமைப்பு.

en-tail/in'teil/*(v.t)*:என்'ட்டெய்ல் / to make settlement of one's property depriving the heir the right to sell, மரபுச் சொத்து உரிமையைக் கட்டுப்படுத்து. • *The landed property is* **entailed** *on the eldest son.* to bring or to get as result, பலன் உண்டாக்கு, விளைவை ஏற்படுத்து; to make something necessary, தேவை ஏற்படுத்து.

en-tan-gle/in'tæŋgl/*(v.t)*:இன்'ட்டஆங்க்:ல் / to cause to ensnare, கண்ணியில் சிக்கும்படி செய்; to complicate, சிக்கலாகும்படி செய். • *He got himself* **entangled** *in some smuggler's business.* opp: disentangle.

en-ter/'entə*/*(v.t-v.i)*:என்ட்டஅ* / to get into, உள்ளே செல். • *When the judge* **enters,** *everyone stands up.* to join, ஒன்று சேர்; to take note of, குறித்துக்கொள்; to register, பதிவு செய்; to make official, அதிகார வகைப்படுத்து; record in accounts book, கணக்குப் பேரேட்டில் பதிவு செய். • **Enter** *the day's expense in the account book.* to bind oneself, ஒருவரைக் கட்டுப்படுத்து.

• *I don't like to* **enter** *into an agreement with the government.*

en-ter-ic/en'terik/*(adj)*:என்'ட்டரிக் / pertaining to intestine, குடல் தொடர்பான.

en-ter-prise/'entəpraiz/*(n)*:'என்ட்டஉப்ரய்ஸ்: / a business pursuit, வாணிக முயற்சி; an attempt, ஒரு முயற்சி. • *Private* **enterprise** *does strengthen the economy of the country but there is also exploitation of the public.* **en-ter-pris-ing**/'entəpraiziŋ/ *(adj)*:'என்ட்டஉப்ரய்ஸிங் / pursuing, முயற்சி செய்கின்ற; daring, துணிச்சலுடைய. • *This is an* **enterprising** *venture.*

en-ter-tain/,entə'tein/*(v.t)*:,என்ட்டஉ'ட்டெய்ன் / to amuse, பொழுதுபோக்கிற்கு ஏற்பாடு செய். • *I do not like to* **entertain** *my guests in idle gossip.* to give a pleasant party, விருந்து கொடுத்து மகிழ்ச்சி அடை; to give pleasure to, எல்லோருக்கும் இன்பம் அளி; to cause to think about, சிந்தனை செய்து கொள். • *The government is* **entertaining** *the idea of denationalising some industries.* **en-ter-tain-er**/ ,entə'teinə*/*(n)*:,என்ட்டஉ'ட்டெய்னஉ* / one who entertain professionally, வித்தை செய்பவர், வேடிக்கை செய்து மகிழ்வூட்டுபவர். **en-ter-tain-ment**/ ,entə'teinmənt/*(n)*:,என்ட்டஉ'ட்டெய்ன்மஉண்ட் / amusement, கேளிக்கை; pastime, பொழுதுபோக்கு, கேளிக்கை. • *Places of public* **entertainment** *have to be kept clean.* • *Some films are good* **entertainment**.

en-thral/in'θrɔ:l/*(v)*:இந்'த்ரஂஒ:ல் / to charm, வசியம் செய்; to enchant, கவர்ந்திழு; to cause to enslave, மதுரமான குரலால் (அ) வசியத்தால் அடிமைப்படுத்து. • *The audience was/were simply* **enthralled** *by the melodious music.*

en-throne/in'θrəun/*(v.t)*:எந்த்ரஉஉன் / to place on the throne, அரியணையில் அமர்த்து. *opp*: dethrone.

en-thu-si-as-m/in'θju:ziæzəm/*(n)*: இந்'த்தூஸிஃயஃஸ்:உம் (என்த்யூ-) / a feeling of pleasant sensation, புத்துணர்ச்சி; inspiration, ஊக்கமுள்ள எழுச்சி; ardour, ஆர்வம். • *Many westerners do like Indians with all their* **enthusiasm**. **enthusiastic**(*adj*), **enthusiastically** (*adv*).

en-tice/in'tais/*(v.t)*:இன்'ட்டய்ஸ் (என்') / to allure, ஏமாற்றி மயங்கச் செய்து சிக்க வை; to cause to tempt, ஆர்வம் எழச்செய்து ஏமாற்று. • *The beautiful sunshine* **enticed** *me to come out into the open.* **enticement**(*n*), **enticingly**(*adv*).

en-tire/in'taiə*/*(adj)*:இன்'ட்டயஉ* / total, எல்லாம் உள்ள; whole, முழுமையான. • *The* **entire** *house is to be let out.* complete, நிறைவான. **entirely**(*adv*) • *I do not agree with you* **entirely**. **en-tir-e-ty**/ in'taiərəti/*(n)*: இன்'ட்டயஉரஉட்டி (யஉரஉட்டி) / wholeness, முழுமை. • *The furniture in its* **entirety** *is to be auctioned.*

en-ti-tle/in'taitl/*(v)*:என்'ட்டய்ட்ல் / to give title to, பெயர் உரிமை அளி; to name, பெயரிடு; to bestow a right, உரிமையை முழு மனத்துடன் அளி. • *I am not* **entitled** *to favours: they are reserved for the chosen few.*

en-ti-ty/'entəti/*(n)*:'என்ட்டிட்டி / a state of actuality, செயலுண்மை நிலை; the condition of existence, இருக்கும் தற்போதைய நிலை. • *Bangladesh has become a political* **entity**.

en-tomb/in'tu:m/*(v.t)*:இன்'ட்டூம் / to place in a tomb, கல்லறையில் புதை.

en-to-mol-o-gy/,entəu'mɔlədʒi/*(n)*: ,என்ட்டஉஉமஂஒலஉஜி / scientific study of insects, பூச்சியியல்.

en-tour-age/,ɔntu'ra:ʒ/*(n)*:,ஂஒன்ட்டு'ராஜ் (ஆட்டு-) / the staff, the attendants who accompany, assist and serve a person of rank, say, The President, ஒரு பெரிய மனிதரின் பணியாளர்கள்.

en-tracte/'ɔntrækt/*(n)*:ஂஒன்'ட்ரஃக்ட் (ஆன்-) / the music played in between the acts of a play, இடைவேளைப் பாடல்.

en-trails/'entreilz/*(n, sing & pl)*: 'என்ட்ரெய்ல்ஸ்: / the intestine, குடல்.

en-train/in'trein/*(v.t-v.i)*:இன்'ட்ரெய்ன் / to get into a train, இரயிலில் ஏறு. • *The passengers* **entrained** *before the start of the train.*

en-trance/in'tra:ns/*(v.t)*:இன்'ட்ரான்ஸ் / to be filled with great joy, அதிக மகிழ்ச்சியுடன் இரு. • *The girls were* **entranced** *to see the circus.* **entrance**(*n*): the passage for entering, நுழை வாயில்; the act of coming in, உள்ளே வருதல். • *He made a majestic* **entrance** *to the dais.* a beginning, தொடக்கம்; an admission, நுழைவு, சேருதல். • *The men were denied* **entrance** *to the all-ladies show.*

en-trap/in'træp/(v.t):என்'ட்ரஃப் / **entrapped, entrapping**: to beguile, ஏமாற்றுதல் செய். • *He was* **entrapped** *by the tempting smile of the woman and lost his purse.* to ensnare, பொறியில் சிக்க வை.

en-treat/in'tri:t/(v.t):இன்'ட்ரீட் / to request earnestly, கெஞ்சு, வேண்டிக்கேள். • *The accused* **entreated** *the magistrate to let him go on bail.* **entreatingly**(adv). **en-trea-ty**/in'tri:ti/(n):இன்'ட்ரீட்டி / an appeal, முறையிடுதல்; a requisition, வேண்டுகோள்.

en-tree/'ɔntrei/(n):'ɔன்ட்ரெய் (-ரீ) / an entrance, நுழைவு; an admission, நுழைவு கோருதல்; a dish served at dinner, துணை உணவு.

en-trench/in'trentʃ/(v.t):இன்'ட்ரெஞ்ச் / to defend, பாதுகாப்பு ஏற்படுத்திக்கொள்; to fortify with a trench, அகழி தோண்டி, பாதுகாப்பு அரண் கட்டு; to encroach, வலியச்சென்று பிறர் இடத்தைக் கைப்பற்று. • *You cannot change his views. He is* **entrenched** *in his own opinion.* **entrenched**(adj).

en-trust, intrust/in'trʌst/(v.t):இன்'ட்ரஸ்ட் / to put into the care of, பாதுகாப்பாக இருப்பதற்கு ஒப்படை; to confide, நம்பிக் கொடுத்து பாதுகாப்பாக இருக்கச் செய். • *The government has* **entrusted** *the security of the nation with the armed forces.*

en-tre-pre-neur/ˌɔntrəprə'nɜ:*/(n): ˌɔன்ட்ரə'ப்ரəன்யə* / one who starts and manages a business, தொழிலை ஆரம்பித்து நிர்வகிப்பவர். • *An* **enterpreneur** *is always clever and businesslike.*

en-try/'entri/(n):'என்ட்ரி / the act of coming in, உள்ளே நுழைதல்; a passage, வாயில் வழி; a record made in books, புத்தகத்தில் பதிவு செய்தல். • *Do not make daily* **entries** *in the register.*

en-twine/in'twain/(v.t):இன்'ட்உஅய்ன் / to interface, திரித்து முறுக்கேற்று; to twist round, சுற்றிக் கட்டு. • *The couple walked along with their fingers* **entwined**.

e-nu-mer-ate/i'nju:məreit/(v): இ'ன்யூமəரெய்ட் / to count the number of, எண்ணு, கணக்கிடு; to name in detail serially, ஒவ்வொருவராக (அ) ஒவ்வொன்றாக வரிசையாகக் கணக்கிடு. • *The Finance Minister* **enumerated** *various reasons for the tax rise.* **e-nu-me-ra-tor**/ i'nju:məreitə*/(n): இ'ன்யூமəரெய்ட்டə* / one who counts or gathers details, கணக்கிடுபவர், புள்ளி விவரம் சேகரிப்பவர். **enumeration**(n).

e-nun-ci-ate/i'nʌnsieit/(v):இ'னன்ஸியெய்ட் (-ஷியெ-) / to clarify, தெளிவுபடுத்து; to utter clearly, நன்றாகப் பேசு; to pronounce distinctly, குறைவில்லாமல், தெள்ளத் தெளிவாகக் கூறு; to express a theory etc. in clear terms, கொள்கையைத் தெளிவாகக் கூறு. • *The atomic theory was* **enunciated** *by Dalton.* **enunciation** (n).

en-vel-op/in'veləp/(v.t):இன்'வலəப் (என்) / **enveloped, enveloping**: wrap up cover completely, உறையிலிடு, முழுவதுமாக மூடு; to conceal, மறை. • *The fire soon* **enveloped** *the hut.* **envelopment**(n). **en-ve-lope**/ 'envələup/(n):'ɔன்வலəஉப் ('என்) / a flat paper container for a letter, உறை.

en-ve-nom/in'venəm/(v.t):என்'வெனəம் / to poison, விஷமாக்கு; to embitter, உறவுமுறையைச் சீர்கேடாக்கு.

en-vi-a-ble/'enviəbl/(adj):'என்வியəப்:ல் / able to cause jealousy, பொறாமை விளைவிக்கக்கூடிய; worth having, விரும்பத்தக்க.

en-vi-ous/'enviəs/(adj):'என்வியəஸ் / jealous, பொறாமையுள்ள. • *I am* **envious** *of people who are in high positions.*

en-vi-ron-ment/in'vaiərənmənt/(n): இன்'வயəரəன்மəன்ட் / surroundings, சுற்றுச் சூழல்; circumstances, சூழ்நிலை. • *Day by day, the* **environment** *gets polluted with poison.* **environment**(n). **en-vi-rons**/in'vaiərənz/(n): என்'வயəரəன்ஸ்: / the area surrounding a town, நகர் சூழ் பகுதி.

en-vis-age/in'vizidʒ/(n):இன்'விஸி:ஜ் (என்-) / to imagine, to foresee intuitively, எண்ணிப்பார். • *I do not* **envisage** *any difficulty in getting sanction for the project.* to face with confidence, நம்பிக்கையுடன் எதிர்நோக்கு.

en-voy/'envɔi/(n):'என்வɔய் / an ambassador, அரசுத் தூதுவர்; a messenger, தகவலாளர்.

en-vy/'envi/(v.t):'என்வி / to feel jealous of, பொறாமைப்படு. • *I* **envy** *people who have become powerful politicians.* **envy**(n): jealousy, பொறாமை.

ep-au-let/'epəulet/(*n*): [also **epaulette**]: 'எப்பஉலெட் / a shoulder strap, தோள்பட்டை நாடா.

e-phem-e-ral/i'femərəl/(*adj*):இ'ஃபெமரல் / shortlived, *சில நாட்கள் மட்டும் வாழக்கூடிய*; impermanent, *நிலையில்லாத*. • *His success in the business was only* **ephemeral**.

ep-ic/'epik/(*n*):'எப்பிக் / a long poem with a grand theme, பெருங்காப்பியம். • *The Ramayana is an* **epic**.

ep-i-cure/'epi,kjuə*/(*n*):'எப்பிக்யுஅ* / a person fond of dainty meal, *சாப்பாட்டுப் பிரியர்*. **ep-i-cu-re-an**/,epikjuə'ri:ən/(*adj*):,எப்பிக்யுஅ'ரியஅன் / a person who likes sensual pleasures, ஐம்புலன்கள் இன்பத்தில் ஈடுபாடு உள்ளவர்.

ep-i-dem-ic/,epi'demik/(*n*):,எப்பி'டெ:மிக் / an infectious disease, தொற்று நோய்.

ep-i-der-mis/,epi'dɜ:mis/(*n*):,எப்பி'டஅ:மிஸ் / the covering of the skin, மேல் தோல்.

ep-i-gram/'epigræm/(*n*):'எப்பிக்:ரஆம் / maxim, பொருள் செறிவுள்ள சொற்றொடர், திட்ப உரை.

ep-i-lep-sy/'epilepsi/(*n*):'எப்பிலெப்ஸி / an illness causing convulsions, வலிப்பு நோய்.

ep-i-logue/'epilɔg/(*n*):'எப்பிலாக்: / the final or concluding part of a play, பின்னுரை, முடிவுரை.

e-piph-a-ny/i'pifəni/(*n*):இப்'பிஃபஅனி / a church feast, இயேசு தோன்றிய விழா.

e-pis-co-pa-cy/i'piskəpəsi/(*n*): இ'ப்பிஸ்க்கஅப்பஅஸி / government of bishops, குருமார்கள் ஆட்சி. **e-pis-co-pal**/i'piskəpl/(*adj*):எ'ப்பிஸ்க்கஅப்பஅல் / ruled by bishops, குருமார்கள் ஆட்சிக்குட்பட்ட.

e-pi-sode/'episəud/(*n*):'எப்பிஸஅஉட்: / interesting experience, மனதுக்கிசைவான அனுபவம்; an odd unconnected event, ஒரு கிளைக் கதை; one part of a story etc., கதை முதலியவற்றில் ஒரு பகுதி.

e-pis-tle/i'pisl/(*n*):இ'ப்பிஸ்ல் / a letter, ஒரு கடிதம்.

ep-i-taph/'epita:f/(*n*):'எப்பிட்டாஃப் / inscription on a tomb stone, கல்லறை வாசகம்.

e-pi-thet/'epiθet/(*n*):'எப்பித்தெட் (-திட்) / nomenclature, பட்டப் பெயர்; an adjective, அடைமொழி.

e-pit-o-me/i'pitəmi/(*n*):இ'ப்பிட்டஅமி (எ'ப்பி) / conciseness, சுருக்கம்; compendium, செறிவடக்கம். **e-pit-o-mize**/i'pitəmaiz/(*v*):இ'ப்பிட்டஅமய்ஸ்: / to summarize, பொழிப்புரை கூறு; to be typical of, குறிப்பிடு. • *The price rise* **epitomises** *what is wrong with our economy.*

e-poch/'i:pɔk/(*n*):'ஈப்பாக் ('எப்) / a period noted for remarkable events, பொற்காலம்; an era, கால வரையறை.

e-pode/'epəud/(*n*):'எப்பஅஉட்: / ballad, உணர்ச்சிப் பாடல்.

eq-ua-ble/'ekwəbl/(*adj*):'எக்உஅப்:ல் / steady, மாறாத நிலையுள்ள; regular, ஒழுங்கான; not at all changing, மாற்றமில்லாத.

e-qual/'i:kwəl/(*adj*):ஈக்உஅல் / same in number, size, quality, etc., சமமான; like, ஒத்த தன்மையுள்ள. • **Equal** *pay for equal work is the order of the day.* **equal**(*n*): one of the same rank, சம மதிப்புள்ள ஒன்று; something of the same value, அதே மதிப்புடைய ஒன்று. • *I am no* **equal** *to you.* **equal**: (not in progressive forms) to be the same, அதே போல் இரு.

e-qual-i-ty/i'kwɔləti/(*n*):ஈக்உாலிட்டி / similarity, ஒப்புமை, சமநிலை; uniformity, சீரான நிலை. **equalize**(*v.t*): to make equal, சமமாகச் செய். • *The State Government is taking steps to* **equalize** *the tax burden.* • *India* **equalized** *a few minutes before the end of the match.*

eq-ua-nim-i-ty/,ekwə'niməti/(*n*): ,எக்உஅ'னிமிட்டி (,ஈக்-) / calmness of temper, உள்ளத்தின் அமைதியான நிலை.

e-quate/i'kweit/(*v.t*):இ'க்உஎய்ட் (ஈக்-) / to make equal, சமன்படுத்து. • *Passing examinations cannot be* **equated** *with being clever and intelligent.*

e-qua-tion/i'kweiʒn/(*n*):இ'க்உஎய்ஜ:அன் (-ஷஅன்) / a statement that quantities are equal, இரு பொருள் குறிகள் சமம், இரு தொகைகள் சமம் என்பது.

e-qua-tor/i'kweitə*/(*n*):இ'க்உஎய்ட்டஅ* / an imaginary circle round the earth in between the poles, நிலநடுக்கோடு.

e-quer-ry/'ekwəri/(*n*):'எக்உஅரி (இ'க்-) / a bodyguard, மெய்க்காப்பாளர்.

e-ques-tri-an/i'kwestriən/(*adj*): இ'க்உஎஸ்ட்ரியஅன் / pertaining to horse or horse-riding, குதிரையைச் சார்ந்த, குதிரை ஏற்றம் தொடர்பான.

e-qui-dis-tant/,i:kwi'distənt/(*adj*): 'ஈக்உயிடி:ஸ்ட்டஅன்ட் / separated by equal distance, சம தூரத்திலுள்ள.

E

e-qui-lat-e-ral/ˌi:kwiˈlætərəl/*(adj)*: 'ஈக்உயி'லஏட்டஅரஅல் / having all sides equal, சம பக்கமுள்ள.

e-qui-lib-ri-um/ˌi:kwiˈlibriəm/*(n)*: ˌஈக்உயி'லிப்:ரியஅம் / a balanced state, சமநிலை.

eq-uine/ˈekwain/*(adj)*:'எக்உஅய்ன் ('ஈக்-) / pertaining to a horse, குதிரையைச் சார்ந்த; horselike, குதிரையைப் போன்ற.

e-qui-nox/ˈi:kwinɔks/*(n)*:'ஈக்உயினாக்ஸ் ('எக்-) / a time in each year when day and night are of equal period, இரவும் பகலும் சமமான நாள். (மார்ச் 20, செப்டம்பர் 22)

e-quip/iˈkwip/*(v.t)*:இ'க்உயிப் / to prepare, தயார் செய்; to dress, ஆடையுடுத்து, அழகுபடுத்து. • *Men and women have to* **equip** *themselves to live in this world.* • *I am well* **equipped** *to face any situation.*

e-quip-ment/iˈkwipmənt/*(n)*: இ'க்உயிப்மஅன்ட் / mechanical apparatus, கருவி, எந்திரத் து ணைக் கருவிகள். • *Bomb making* **equipment** *is available readily.* requisite, தேவையான சாமான்கள். • *Education is one of the* **equipments** *required.*

eq-ui-ta-ble/ˈekwitəbl/*(adj)*: 'எக்உயிட்டஅட்டஅப்:ல் / acting justly, நேர்மையாகச் செயல்படுகின்ற; not partial, நடுநிலையிலுள்ள. • *An* **equitable** *distribution of wealth is needed for a sound economy.* **equitable***(adv)*.

eq-ui-ta-tion/ˌekwiˈteiʃn/*(n)*: ˌஎக்உயிட்'டெய்ஷஅன் / the art of horse-riding, குதிரையேற்றக் கலை.

eq-ui-ty/ˈekwəti/*(n)*:'எக்உயிட்டி / justice, நேர்மை; the quality of being equal, சமத்துவ உணர்வு. **equity***(n, sing)*, **eq-ui-ties**/ˈekwətiz/*(n, pl)*:எக்உயிட்டீஃஸ்: / an ordinary share, பங்கு, பங்குச் சந்தை. • *The* **equities** *market is rather dull today.*

e-quiv-a-lent/iˈkwivələnt/*(adj)*: இ'க்உயிவஅலஅன்ட் / equal in value, meaning, etc., சம மதிப்புள்ள. • *He changed his dollars for an* **equivalent** *amount in rupees.* **equivalent***(n)*: a thing equal in value, meaning, weight or force, மதிப்பு, பொருள், எடை (அ) சக்தி, இவற்றில் சமமான ஒன்று.

e-quiv-o-cal/iˈkwivəkl/*(adj)*: இ'க்உயிவஅக்கஅல் / ambiguous, பொருள் தெளிவு இல்லாத; giving a double meaning, இரு பொருள் தரக்கூடிய. *opp*: unequivocal.

e-ra/ˈiərə/*(n)*:'இயஅரஅ (இஅ-) / a period beginning from an important point in history, கால வரையறை, வரலாற்றுப் பிரிவு.

e-rad-i-cate/iˈrædikeit/*(v.t)*:இ'ரஏடிக்கெய்ட் / to destroy completely, முழுவதும் அழித்து விடு; to get rid of, தொலைத்து விடு. **eradication***(n)*.

e-rase/iˈreiz/*(v.t)*:இ'ரெய்ஸ்: / to rub out, அழித்து விடு; to remove, அகற்று. • *Fearful memories cannot be easily* **erased** *from the mind.* **e-ra-ser**/iˈreizə*/*(n)*: இ'ரெய்ஸஅ* / rubber, அழிக்கும் கருவி; what has been rubbed out, அழிக்கப்பட்டது எதுவோ அது.

ere/eə*/*(prep)*:ɛə* (எஅ*) / before, முன்பு. • *I shall go* **ere** *evening.*

e-rect/iˈrekt/*(adj)*:இ'ரெக்ட் / vertical, செங்குத்தான. **erect***(v.t)*: to raise, நிமிர்த்து; to build, கட்டு. • *The party* **erected** *a monument for its leader.* **erection***(n)*.

er-mine/ˈɜ:min/*(n)*:'ɘ:மின் / a small animal with white fur, காட்டு வெள்ளைக் கீரி.

er-ode/iˈrəud/*(v.t)*:இ'ரஅஉட்: / to eat into, அரித்துத் தின்று விடு; to wear away gradually, சிறிது சிறிதாகக் கரைத்து விடு. • *The sea coast has been* **eroded** *by the lashing waves.*

e-ro-sion/iˈrəuʒn/*(n)*:இ'ரஅஉஜ:அன் (எ'ரஅஉ-) / the process of eroding, அரிக்கும் செயல்; the process of destroying, அழிக்கும் செயல். • *Public confidence in the government has undergone slow* **erosion**. **erosive***(adj)*.

err/ɜ:*/*(v.i)*:ɘ:* / to commit mistake, பிழை செய். • *To* **err** *is human.* to deviate from the path of righteousness, நேர்வழி அல்லாது தவறான வழியில் செல். • *Sometimes, we have to* **err**.

er-rand/ˈerənd/*(n)*:'எரஅன்ட்: / a journey undertaken carrying a message, பயணம், தூதுச் செய்தி.

er-rant/ˈerənt/*(adj)*:'எரஅன்ட் / wandering about, அலைந்து திரிகின்ற; going after adventures, தீரச் செயல்களைத் தேடி அலைகின்ற.

er-ra-tum/e'ra:təm/*(n, sing)*:எ'ராட்டəம் **(இ'ரா-, -ரெய்)** / **errata***(n, pl)*: mistake in writing, எழுத்துப் பிழை; misprint, அச்சுப் பிழை.

er-ro-ne-ous/i'rəunjəs/*(adj)*: இ'ரəஉனியəஸ் **(எ'-)** / not correct, முற்றிலும் தவறான. • *We have many* **erroneous** *beliefs.* **erroneously** *(adv).*

er-ror/'erə*/*(n)*:'எரə* / mistake, தவறு. • *We commit so many* **errors** *when we live.*

er-u-dite/'eru:dait/*(adj)*:'எருடைட் **(எர்யு-)** / well-learned, கற்றறிந்த; scholarly, புலமையுள்ள. **er-u-di-tion**/ˌeru:'diʃn/ *(n)*:ˌஎரு'டிஷəன் / vast, deep learning, ஆழ்ந்த படிப்பு; fine, powerful knowledge, அறிவும், புலமையும். • *His speech has displayed great* **erudition**. **eruditely***(adv).*

e-rupt/i'rʌpt/*(v.i)*:இ'ரப்ட் / to explode, வெடிப்புறு; to burst out, வெடித்துக் கிளம்பு. • *Communal violence* **erupts** *very often in India.* to become covered with unhealthy spots all of a sudden, உடல் நலத்துக்கு ஒவ்வாத புள்ளிகளாக வெளிக்கிளம்பு. • *Some unhealthy pimples* **erupted** *on her face.*

es-ca-la-tor/'eskəleitə*/*(n)*:'எஸ்க்கəலெய்ட்டə* / a lift, உயர்த்தி; a moving staircase, இயங்கும் படிக்கட்டு. **escalate***(v.i-v.t)*: to make or become very serious, நிலைமையைத் தீவிரமாகச் செய், தீவிரமாக்கு. • *Prices are* **escalating** *leading to inflation.* • *The war has* **escalated** *due to the bombing of cities.*

es-cape/is'keip/*(v.i)*:இஸ்'க்கெய்ப் **(எஸ்'-)** / to get free, தப்பி ஓடிப்போ. • *The prisoners* **escaped** *from the jail by scaling the walls.* • *Some people take to drinking to* **escape** *from reality.* **escape***(n)*: the act of escaping, தப்பித்துக் கொள்ளுதல். • *There is no* **escape** *now. We have to face it.* **es-cap-is-m**/is'keipizəm/ *(n)*:இஸ்'க்கெய்ப்பிஸ்:ம் / some kind of activity that provides escape from reality, வாழ்வின் கடின உண்மைகளை மறைக்க உதவும் சில செயல்கள். • *Drinking is a kind of* **escapism**.

e-scarp-ment/is'ka:pmənt/*(n)*: எஸ்'க்காப்மəன்ட் / the slope of a hill, மலைச்சரிவு.

es-cheat/is'tʃi:t/*(n)*:இஸ்'ச்சீட் **(எஸ்'-)** / forfeiture, பறிமுதல். **escheat***(v.t)*: to confiscate, பறிமுதல் செய்.

es-chew/is'tʃu:/*(v.t)*:இஸ்'ச்சூ **(எஸ்'-)** / to avoid, தவிர்; to shun, ஒதுக்கு. • *We must* **eschew** *violence.*

es-cort/'eskɔ:t/*(n)*:'எஸ்க்கɔ:ட் / a bodyguard on a journey, மெய்க்காப்பாளர். • *Policemen serve as* **escorts** *to the Chief Minister.* **escort***(v.t)*: to go with some one as escort, மெய்க்காப்பாளனாகச் செல். • *The minister was* **escorted** *by the director when he visited the corporation.*

es-cri-toire/ˌeskri:'twa:*/*(n)*:ˌஎஸ்க்ரி'ட்உஆ / a desk, சாய்வு மேசை.

e-scutch-eon/is'kʌtʃən/*(n)*: இஸ்'க்கச்சəன் / a shield, கேடயம்.

Es-ki-mo/'eskiməu/ *(n)*:'எஸ்க்கிமəஉ / a race inhabiting North America, வட அமெரிக்காவில் வாழும் மக்களில் ஓர் இனம்.

es-pal-i-er/is'pæljə*/ *(n)*:எஸ்'ப்பæலியə* / lattice work on which fruit trees are grown, பழங்கள் கொடுக்கும் மரங்கள் வளர உதவும் மரச்சட்டம்.

es-pe-cial/is'peʃl/*(adj)*:இஸ்'ப்பெஷəல் / specific, குறிப்பிடத்தக்க; peculiar, தனிப்பட்ட. **especially***(adv)*: to a great degree, பெரிய அளவில்; above all, எல்லாவற்றிற்கும் மேலாக. • *The present was* **especially** *for my daughter.*

es-pi-o-nage/'espiəna:dʒ/*(n)*: எஸ்'ப்பயனிஜ் / spy work, ஒற்றறிதல். • *Many top ranking government officials have been convicted for* **espionage**.

es-prit/e'spri:/*(n)*:'எஸ்ப்ரீ / shrewdness, அறிவுத் துடிப்பு.

es-pla-nade/ˌesplə'neid/*(n)*: ˌஎஸ்ப்லə'னெய்ட் / plain along a sea port, அகல் வெளி.

es-pouse/is'pauz/*(v.t)*:இஸ்'ப்பஉஸ: **(எஸ்'-)** / to marry, திருமணம் செய்; to support, ஆதரவு கொடு. • *This party* **espouses** *socialism.* **espousal***(n)*: support, ஆதரவு; the idea of giving support to a particular doctrine, ஒரு கொள்கைக்கு ஆதரவு கொடுத்தல்.

es-py/is'pai/*(v.t)*:இஸ்'ப்பய் **(எஸ்-)** / to catch sight of, உற்றுப் பார்.

es-quire/is'kwaiə*/(*n*):எஸ்'க்உஅயஉ* / a title of respect written after a name, "உயர்திரு" என்பது போன்ற ஒரு மதிப்புச் சொல்; a shield bearer, கேடயம் ஏந்துபவர்.

es-say/'esei/(*n*):'எஸெய் / composition, கட்டுரை; an attempt, முயற்சி. **essay**(*v.t*): to make attempt, முயற்சிசெய்; to examine, ஆய்வு நடத்து. • *If the weather improves we plan to* **essay** *the ascent of the mountain.*

es-sence/'esns/(*n*):'எஸ்ன்ஸ் / extract, சாறு: Bottled **essence** of apple is a healthy tonic. the real or inner nature of a thing, உண்மைத் தன்மை.

es-sen-tial/i'senʃl/(*adj*):இ'ஸென்ஷஅல் / basic requisite, அடிப்படைத் தேவையான; most important, மிக முக்கியமான. • *Despite the national strike,* **essential** *services will be maintained.* **essential**(*n*): something necessary, மிக முக்கியமான ஒன்று. • *Food, water and air are the* **essentials** *for living.* • *The* **essentials** *of Tamil grammar are taught in secondary schools.*

es-tab-lish/is'tæbliʃ/(*v.t*):இஸ்'ட்டஎப்:லிஷ் / to settle or fix, நிறுவு (அ) நிலைநிறுத்து; to demonstrate, நிலைநாட்டு. • *The woman could not* **establish** *herself as an outstanding leader of the party.* • *The* **established** *religion of Pakistan is Islam.* **es-tab-lish-ment**/is'tæbliʃmənt/(*n*): இஸ்'ட்டஎப்:லிஷ்மஅன்ட் / fixture, நிறுவுதல்; demonstration, நிலைநாட்டல்; an organised body of men maintained for a purpose, ஒரு நிறுவனம். • *We cannot be fighting with an* **establishment**; *it is a waste.* • *I have no* **establishment** *of my own to run an office.*

es-tate/is'teit/(*n*):இஸ்'ட்டெய்ட் (எஸ்-) / a landed property, பண்ணை; the whole of a person's property, ஒருவரின் மொத்தச் சொத்து.

es-teem/is'ti:m/(*n*):எஸ்'ட்டீம் / high regard, மதிப்பு. **esteem**(*v.t*): to think highly of, உயர்வாகக் கருது. • *The saint was very much* **esteemed** *by all.* to judge, மதிப்பிடு.

es-thet-ic/i:s'θetik/(*n*):எஸ்த்'தஎட்டிக் / aesthetic, அழகுணர்ச்சி சார்ந்த. **esthetical**(*adj*), **esthetically**(*adv*).

es-thet-i-cism/i:s'θetizism/(*n*): ஈஸ்த்தஎட்டிஸிஸ:ம் / artistic beauty and taste being considered more fundamental than the ethical, கலை அழகும், கலை உணர்வும், ஒழுக்க நெறிகளையும் விட மிக அடிப்படையானவை என எண்ணப்படுவது.

es-ti-mate/'estimeit/(*v.t*):'எஸ்ட்டிமெய்ட் / to judge, மதிப்பிடு; to measure, அளவிடு, கணக்கிடு. • *The firm has* **estimated** *the cost of the new building to be constructed.* **es-ti-mate**/'estimət/(*n*): 'எஸ்ட்டிமெட் / reputation, மதிப்பு, புகழ், ஆற்றல் அளவிடல்; judgement, அளவீடு, மதிப்பிடல்; valuation, கணிப்பு. • *The* **estimate** *of the cost of the new bridge has been submitted.* **estimation** (*n*): the act of valuation, மதிப்பீடு செய்தல்; opinion, கருத்து; respect, மதிப்பும் மரியாதையும்.

es-top-pel/is'tɔpl/(*n*):இஸ்'ட்டாப்பஅல் / a legal bar, சட்டத்தடை.

es-trange/is'treindʒ/(*v.t-v.i*):இஸ்'ட்ரெய்ஞ்ஜ் / **estranged, estranging**: to make unfriendly, நட்பைக் கெடு; to alienate, பகைமையாக்கு; to seclude, தனியாகப் பிரி. • *Their quarrel* **estranged** *the two lovers.*

es-tu-a-ry/'estjuəri/(*n*):'எஸ்ச்சுஅரி / an arm of the sea, கழிமுகம்.

e-su-ri-ence/i'sjuəriəns/(*n*):இ'ஸ்யுஅரியஅன்ஸ் / hunger, பசி.

etch/etʃ/(*v.t*):எச் / to engrave drawings on metals by using corrosives, பொருளைப் பயன்படுத்தி உலோகத்தில் சித்திரத்தைச் செதுக்கு; impress deeply, அழுத்தமாகப் பதி. • *The tragic accident in my life is* **etched** *forever in my memory.* **etch**(*n*): engraving, சித்திரம் செதுக்குதல்.

e-ter-nal/i'tɜ:nl/(*adj*):இ'ட்டஅ:ன்ல் / unending, முடிவில்லாத. One's life is not eternal; perpetual, நிலையான; everlasting, மாறுதல் இல்லாமல் எப்பொழுதும் நிலைத்திருக்கின்ற. **eternity**(*n*).

e-ther/'i:θə*/(*n*):'ஈதஅ* / the upper region of space, ஆகாய வெளி; the empty space, வெற்று வெளி; a liquid used by scientists, ஒருவகை நீர்மம். **ethereal**(*adj*).

eth-ic/'eθik/(*n*):'எத்திக் / a system of moral behaviour, ஒருவகை நீதிக் கோட்பாடு. • *The* **ethic** *is to be followed as far as possible.* **ethics**(*n*): morality, நீதிநெறி; conscience, மனசாட்சி; the science of morals, நீதியியல், ஒழுக்க இயல். • *It is not the study of* **ethics** *that makes a man moral, it is the character.* **eth-i-cal**/'eθikl/

(adj):'எத்திக்கஒல் / moral, ஒழுக்கம் தொடர்பான; righteous, நியாயமான.

eth-nic/'eθnik/(adj):'எத்னிக் / (of a social group) having a common national or cultural tradition, பொதுவான தேசீய (அ) கலாச்சாரப் பண்பாடுடைய. • *The* **ethnic** *music is more meaningful than our classical.*

eth-nol-o-gy/eθ'nɔlədʒi/(n):எத்'னாலஜி / the study of mankind, மானுடவியல். • **Ethnology** *is the scientific study of the different races of human beings.* **ethnological**(adj), **ethnologically** (adv), **ethnologist**(n).

et-i-quette/'etiket/(n):'எட்டிக்கெட் (,எட்டி'க்கெட்) / manners, பண்பாடு; correct behaviour, நன்னடத்தை. • *The rules of* **etiquette** *are rarely observed by young men and women.*

et-y-mol-o-gy/,eti'mɔlədʒi/(n): ,எட்டி'மாலஜி / the science of the origin and derivation of words, சொற்பிறப்பியல். **etymological** (adj), **etymologically** (adv), **etymologist**(n).

eu-ca-lyp-tus/,ju:kə'liptəs/(n): ,யூக்கஒ'லிப்ட்டஒஸ் / the gum tree yielding an oil, நீலகிரித் தைல மரம்.

eu-lo-gize/'ju:lədʒaiz/(v.t):'யூலஒஜய்ஸ்: / [also **eulogise**]: to admire, புகழ்ந்து கூறு; to esteem, உயர்வாக மதி. • *It is not my policy to* **eulogize** *people for my selfish interests.* **eulogist**(n). **eu-lo-gy**/'ju:lədʒi/ (n):'யூலஒஜி / encomium, புகழுரை; high praise, பெரும் புகழ்ச்சி.

eu-phe-mis-m/'ju:fəmizəm/(n): 'யூஃபிமிஸ:ஒம் / making use of pleasant words for expressing an unpleasant idea, கசப்பான உண்மையை நாசுக்காகக் கூறும் முறை. eg. slept in Jesus = death, சிவபதம் = மரணம்.

eu-pho-ny/'ju:fəni/(n):'யூஃபஒனி / harmony, இனிமையான ஓசை.

eu-rhyth-mics/ju:'riðmiks/(n):யூ'ரித்:மிக்ஸ் / the art of symmetrical movement of the body, உடலியக்க ஒத்திசைவு.

e-vac-u-ate/i'vækjueit/(v.t):இ'வஆக்யுயெய்ட் / to leave, வெளியேறு; to empty out, காலி செய், வெளியேற்று. • *During war, many families were* **evacuated** *from the city.*

e-vade/i'veid/(v.t):இ'வெய்ட்: / to avoid, தவிர்; to escape, தப்பிச் செல். • *I do not* **evade** *my creditors, I face them.* • *Never* **evade** *an issue: try to tackle it.*

e-val-u-ate/i'væljueit/(v.t):இ'வஆல்யுயெய்ட் / to appraise, மதிப்பீடு செய்; to set a value on, தொகை மதிப்பீடு; to estimate, கணக்கிடு. • *Very often, people* **evaluate** *success with capacity to earn money.* **evaluation**(n).

ev-a-nes-cent/,i:və'nesnt/(adj): ,இவஒ'னெஸஒன்ட் (,ஈவஒ) / disappearing, மறையக்கூடிய; not lasting, அழியக்கூடிய. **evanescence**(n).

e-van-gel-i-cal/,i:væn'dʒelikl/(adj): ,ஈவஆஞ்'ஜஒலிக்கஒல் / of certain protestant Christian churches which believe in the Bible and faith and not in ceremonies, சடங்குகளில் நம்பிக்கை இல்லாது வேதநூலில் நம்பிக்கை கொண்ட பிராட்டஸ்டண்ட் மதம். **evangelize**(v.t-v.i): to teach as an evengelist, கிறித்தவ மத போதனை செய். **evangelist**(n).

e-vap-o-rate/i'væpəreit/(v.t-v.i): இ'வஆப்பஒரெய்ட் / to vaporize, ஆவியாக்கு. • *It is summer, water does not stagnate on the streets, it* **evaporates** *soon.* • *My faith that I can solve the problem, has* **evaporated**. **evaporation**(n).

e-va-sive/i'veisiv/(adj):இ'வெய்ஸிவ் / trying to evade, தட்டிக் கழிக்க முயற்சிக்கின்ற; not straightforward, நேரடியான பதில் இல்லாத. • *Very often, my children give an* **evasive** *answer.* **e-va-sion**/i'veiʒn/(n): இ'வெய்ஜ:ஒன் / the act of evading, தட்டிக் கழித்தல்.

Eve/i:v/(n):ஈவ் / the first woman created by God, ஆதிப்பெண், ஏவாள். **eve**/i:v/(n): ஈவ் / evening, மாலை நேரம்; the day preceding any great event, ஒரு விழாவிற்கு முன் தினம்.

even/'i:vn/(adj):'ஈவஒன் / able to be divided by 2 without a remainder, இரட்டைப் படையான; smooth, சீரான; impartial, நடுநிலையான.

eve-ning/'i:vniŋ/(n):'ஈவ்னிங் / decline of the day, மாலை நேரம்.

e-vent/i'vent/(n):இ'வென்ட் / happening, நிகழ்ச்சி; an affair, செயல், செய்திச் சுடர்.

e-ven-tu-al/i'ventʃuəl/(adj):இ'வென்ச்சுஒல் (வெஞ்) / final happening as a result, முடிவான, முடிவாக விளையக்கூடிய. • *The new programme is aimed at the* **eventual** *eradication of the disease.* **e-ven-tu-al-i-ty**/i,ventʃu'æləti/(n): இ,வெஞ்ச்சு'ஆலிட்டி / a possible happening, நேரக்கூடிய ஒரு நிகழ்ச்சி. • *One must be* *prepared for any* **eventuality** *in life, as life is a struggle for survival.*

ev-er/'evə*/(*adv*):'எவə* / always, எப்பொழுதும். **evergreen**(*n*): a plant remaining green always, வாழ்நாள் முழுவதும் பசுமையாகவே இருக்கும் தாவரம்; newness, புதுமை.

ev-er-last-ing/ˌevə'la:stiŋ/(*adj*): ˌஎவə'லாஸ்ட்டிங் / eternal, எக்காலத்திலும் நிலையான; never ending, முடிவு இல்லாத.

ev-ery/'evri/(*adj*):'எவ்ரி / each one of a group, ஒரு தொகுப்பிலுள்ள ஒவ்வொன்றும்; all taken individually or separately, ஒவ்வொன்றாக (அ) தனித்தனியாக எடுத்துக்கொள்ளப்பட்ட. • **Every** *man is important.* • *You should report for duty* **every** *day.* all possible, முழுமையாக முடியக்கூடிய. • *There is* **every** *chance that I will succeed in this venture.* **every-where**/'evriweə*/(*adv*):'எவ்ரிஉεə* / in every place, எவ்விடத்திலும்; at every place, ஒவ்வோர் இடத்திலும்; to every place, எல்லா இடங்களுக்கும். • **Everywhere** *I find beauty and discover new things.*

ev-erybody/'evribɔdi/(*pro.*):'எவ்ரிபːɔடி: / every person, ஒவ்வொரு நபரும்.

e-vict/i'vikt/(*v.t*):இ'விக்ட் / to expel, துரத்து; to displace, அப்புறப்படுத்து; to force to leave a house or land by law, சட்டப்படி ஒருவரை அவர் வீட்டிலிருந்து (அ) நிலத்தினின்று வெளியேற்று. • *The tenant hasn't paid the rent; so he is* **evicted** *from the house.* **eviction**(*n*).

ev-i-dence/'evidəns/(*n*):'எவிடːəன்ஸ் / testimony, அடையாளம். • *There is some* **evidence** *that her husband is guilty.* witness, சாட்சியம், சான்று. • *There is a lot of* **evidence** *to prove that the ozone zone is dissipating.* the answers given in a court of law, நீதிமன்றத்தில் கொடுக்கப்படும் பதில்கள். **evident**/'evidənt/(*adj*): 'எவிடːəன்ட் / clear, தெளிவான; easily understood, எளிதில் புரியும்படியான. • *It is* **evident** *that he is in distress.* **evidently** (*adv*).

e-vil/'i:vl/(*n*):ஈவ்ல் / harm, தீங்கு, கேடு; wickedness, கொடுமை; sin, பாவம். • **Evil** *tongue is dangerous.*

e-vince/i'vins/(*v.t*):இ'வின்ஸ் / to show, காட்டு, தெளிவாக்கு. • *The Chief Minister* **evinced** *a lot of interest in the science exhibition.* to prove, நிரூபி.

e-voke/i'vəuk/(*v.t*):இ'வəஉக் / to call upon, அழைப்பு விடு; to bring out, வெளிக் கொணர்; to excite, தூண்டு. • *The music recital* **evoked** *no interest in the audience,* **evocation**(*n*).

ev-o-lu-tion/ˌi:və'lu:ʃn/(*n*):ˌஈவə'லூஷəன் (-ல்யூ-) / development by stages, பரிணாம வளர்ச்சி. • *The* **evolution** *of man is also his history.* **evolutionary**(*adj*).

e-volve/i'vɔlv/(*v.t-v.i*):இ'வɔல்வ் / to develop, வளர்ச்சி அடை. • *Every language is* **evolving** *as the civilization progresses.* to unfold, வெளிப்படுத்து; to work out, பிரச்சினையைத் தீர்த்து வை. • *The scientist has* **evolved** *a new appliance to save fuel in cars.*

ewe/ju:/(*n*):யூ / female of the sheep, பெண் ஆடு.

ew-er/'ju:ə*/(*n*):'யூə* / a jug, ஜாடி.

ex-a-cer-bate/ig'zæsəbeit/(*v.t*): எக்ஸ்'ஸஸəபெ:ய்ட் / to aggravate, எரிச்சலூட்டு: to make worse, மிக மோசமாகும்படி செய். • *The medicine, applied to the wound, had* **exacerbated** *her pain.* **exacerbation**(*n*).

ex-act/ig'zækt/(*adj*):இக்:'ஸːஜக்ட் (எக்:) / accurate, மிகச்சரியான. • *Accounting has to be done very carefully, we want* **exact** *figures.* similar, ஒத்திருக்கக்கூடிய. **exact** (*v.t*): to demand, வலிந்து பெறு; to compel, கட்டாயப்படுத்திப் பெறு. • *The terrorist has* **exacted** *a heavy price from the government.* **exacting**(*adj*): very severe, மிகக் கடினமான, making great demands, அவசரத் தேவையை ஏற்படுத்துகின்ற. • *This work is very difficult and at the same time* **exacting**. **exactly**(*adv*): accurately, மிக நுட்பமாக. • **Exactly,** *that is what he said.*

ex-ag-ge-rate/ig'zædʒəreit/(*v.t-v.i*)/ இக்:'ஸːஜஜəரெய்ட் (எக்:) / to overestimate, மிகைப்படுத்து; to increase, பெரிதாக்கு. • *It was a minor accident; but he is* **exaggerating** *very much.*

ex-alt/ig'zɔ:lt/(*v.t*):இக்:'ஸːɔ:ல்ட் (எக்:) / to elevate, உயரச்செய், உயர்த்து; to boast, புகழ்ந்து கூறு, புகழ்ந்துரை. **exaltation** (*n*): very strong feeling of happiness, ஆழ்ந்த மகிழ்ச்சி உணர்வு. **ex-alt-ed**/ ig'zɔ:ltid/(*adj*):இக்:'ஸːɔ:ல்ட்டிட்: / very dignified, மிக மேலான; great, உயர்ந்த. • *Though he had become the minister, he didn't feel* **exalted**.

ex-am-i-na-tion/igˌzæmi'neiʃn/*(n)*: இக்:ˌஸ:ஃமினெய்ஷஅன் / testing the ability, knowledge and intelligence, திறனறித்தேர்வு; The Board conducted the final year **examination** / inspection, தணிக்கை செய்தல். • *The evidence in the murder case is still under* **examination** *of the police.* test, தேர்வு. • *Everyone must undergo medical* **examination** *annually.* **ex-am-ine**/ig'zæmin/*(v.t)*: இக்:'ஸ:ஃமின் (எக்:') / to inspect, சோதனை செய், கண்காணி. • *The first step is to* **examine** *the patient carefully.* to review, விசாரணை செய், மீள்பார்வைக்கு உட்படுத்து; to put to a test, தேர்வுக்கு உட்படுத்து. • *The board* **examined** *the candidates for appointment.* **examinee***(n)*: one who is examined, தேர்வு (அ) விசாரணைக்கு உட்படுபவர். **examiner***(n)*: one who examines, தேர்வாளர்.

ex-am-ple/ig'za:mpl/*(n)*:எக்:'ஸ:ஃம்ப்ல் (இக்:') / pattern, மாதிரி அமைப்பு; instance, சான்றாக எடுத்துக்கொள்ளல்; illustration, எடுத்துக்காட்டு. • *She follwed her brother's* **example** *to set up this factory.*

ex-as-pe-rate/ig'zæspəreit/*(v.t)*: எக்:'ஸ:ாஸ்ப்பஅரெய்ட் (இக்:ஸஃஸ்-) / to aggravate annoyance, எரிச்சலூட்டு; to worsen the ill feeling, மேலும் மோசமாக்கு. • *Every delay in getting the job done* **exasperates** *me.* **exasperatedly***(adv)*, **exasperatingly***(adv)*, **exasperation***(n)*.

ex-ca-vate/'ekskəveit/*(v.t-v.i)*: 'எக்ஸ்க்கஅவெய்ட் / to dig, தோண்டு. • *The ancient city was* **excavated** *and many relics had been found.* to scoop out, குடைந்தெடு. **excavator***(n)*: a person who excavates, தோண்டி எடுப்பவர். **excavation***(n)*.

ex-ceed/ik'si:d/*(v.t)*:இக்'ஸீட் (எக்'-) / to go beyond, to go beyond the limits, எல்லையைக் கடந்து நில். • *The amount has far* **exceeded** *the budget any limit.* to surpass, மிகவும் நல்ல முறையில் மற்றவர்களைப் பின்தங்கச் செய்து முன்னேறு, வரம்பு மீறு. • *The police will charge you for* **exceeding** *the speed limit.*

ex-cel/ik'sel/*(v.t-v.i)*:இக்'செல் (எக்-) / to be better than, மேம்பட்டிரு; to be more eminent, சிறப்புற்றிரு. • *I have never* **excelled** *in any game during school days.* • *What a marvellous game you have played: you have* **excelled** *yourself.* **excellence***(n)*. **ex-cel-lent**/'eksələnt/ *(adj)*:'எக்ஸஅலஅன்ட் / good, நல்ல முறையிலான; perfect, சிறந்த முறையிலான. • *Your performance in the examination was* **excellent**. • *You have* **excellent** *ideas about the universe.* **ex-cel-si-or**/ ek'selsiɔ:*/*(adj)*: எக்'ஸெல்ஸியɔ:* (யஅ*) / (eminent, மிக உயர்ந்த. **excellently** *(adv)*.

ex-cept/ik'sept/*(prep)*:இக்'ஸெப்ட் (எக்') / not including, நீங்கலாக, தவிர்த்து; but not, (அது) இல்லாமல். • *You can take any pen* **except** *this.* • *I know nothing about him* **except** *that he was my driver.* **except***(v.t)*: to exclude, தவிர்த்து விடு, நீக்கு; to set apart, விலக்கி வை. • *The company is* **excepted** *from payment of sales tax.* • *You all stand charged before the court, I can* **except** *no one.* **ex-cept-ing**/ik'septiŋ/*(pre)*:இக்'ஸெப்ட்டிங் / except, தவிர. • *I can answer all questions* **excepting** *the one about my wife.* **ex-cep-tion**/ik'sepʃn/*(n)*:இக்'ஸெப்ஷஅன் / exclusion, விலக்குதல்; something left out, விலக்கப்பட்டவை; deviation from the operation of the rule, விதிவிலக்கு. **take exception to**: to get offended, கோபம் கொள், அவமானப்படுத்திவிட்டதாக நினை. • *I* **take exception to** *what you say, your statement hurts me.* **ex-cep-tion-al**/ik'sepʃənl/*(adj)*:எக்'ஸெப்ஷஅன்ல் / unusual, வழக்கமற்ற; objectionable, மறுக்கத்தக்க.

ex-cerpt/'eksɜ:pt/*(n)*:எக்'ஸஅ:ப்ட் / extract, தேர்ந்தெடுக்கப்பட்ட தொகுதி; quotation, மேற்கோள்.

ex-cess/ik'ses/*(n)*:இக்'ஸெஸ் / surplus, மிகுதி. • *There is an* **excess** *of violence in the film.* **excess***(adj)*: extra, அதிகமாக உள்ள. • *The* **excess** *baggage is allowed on extra payment.* **excessive***(adj)*.

ex-change/iks'tʃeindʒ/*(n)*: இக்ஸ்'ச்செய்ஞ்ஜ் / mutual change, பரிமாற்றம்; barter, பண்டமாற்று. **exchange***(v.t)*: to give and receive in return, கொடுத்து வாங்கு, மாற்றிக்கொள்.

ex-cheq-uer/iks'tʃekə*/*(n)*/ இக்ஸ்'ச்செக்கஅ* / treasury, கருவூலம்.

ex-cise/'eksaiz/*(n)*:'எக்ஸய்ஸ்: / duty on certain articles made in a country, உள்நாட்டுப் பொருள் வரி, தீர்வை.

E

excise(*v.t*): to remove by cutting, வெட்டி நீக்கு. • *The big tumour on his nose was* **excised**.

ex-cite/ik'sait/(*v.t*):எக்'ஸய்ட் (**இக்'**) / to stimulate, தூண்டு, கிளர்ச்சியூட்டு. • *The news that the Prime Minister was shot dead* **excited** *the people.* • *Do not get* **excited**. **ex-cit-ing**/ik'saitiŋ/(*adj*): இக்'ஸய்ட்டிங் / thrilling, தூண்டுகின்ற, கிளர்ச்சியூட்டக்கூடிய. • *The match was witnessed* **excitedly**. **exciting**(*adv*). *opp*: unexcitingly.

ex-claim/ik'skleim/(*v.t-v.i*):எக்ஸ்'க்லெய்ம் / to cry in surprise, ஆச்சரியத்தில் கூவு; to shout out, கத்து. • *The child* **exclaimed** *in delight when it saw the film.*

ex-cla-ma-tory/ek'sklæmətəri(*adj*): எக்'ஸ்க்லஆமஒட்டஒரி / in the nature of an exclamation, வியப்பைக் காட்டுகிற.

ex-clude/iks'klu:d/(*v.t*):இக்ஸ்'க்லூட்: / to leave out, ஒதுக்கு, தவிர். • *Some speakers were* **excluded** *from the council meeting.* **ex-clud-ing**/iks'klu:diŋ/(*pre*): இக்ஸ்'க்லூடி:ங் / not including, சேர்க்கப்படாத. **ex-clu-sive**/iks'klu:siv/ (*adj*):இக்ஸ்'க்லூஸிவ் / omitting, ஒதுக்கித் தள்ளவேண்டிய; special, தனிப்பட்ட. • *It is one of Delhi's most* **exclusive** *hotels for foreigners.* **exclusion**(*n*): the act of excluding, ஒதுக்கித் தள்ளல். **exclusively**(*adv*). *opp*: include.

ex-co-gi-tate/eks'kɔdʒiteit/(*v*): எக்ஸ்'காஜிட்டெய்ட் / to ponder, சிந்தனை செய்; to imagine, கற்பனையில் ஈடுபடு.

ex-com-mu-ni-cate/ˌekskə'mju:nikeit/ (*v.t*): ˌஎக்ஸ்க்கஒ'ம்யூனிக்கெய்ட் / to exclude from communion, சமுதாயத்தினின்று விலக்கி வை.

ex-cres-cence/iks'kresns/(*n*): இக்ஸ்'க்ரெஸஒன்ஸ் / something unwanted which grows outwards, இயற்கைக்குப் புறம்பான தசை வளர்ச்சி

ex-cre-ta/iks'kri:tə/(*n*):இக்ஸ்'க்ரீட்டஒ / waste matter expelled from the body, உடலிலிருந்து வெறியேறும் கழிவு.

ex-crete/iks'kri:t/(*v.t*):எக்ஸ்'க்ரீட் / **excreted, excreting**: to discharge, வெளித்தள்ளு; to secrete, கழிவுப் பொருளை வெளித்தள்ளு. **excretion**(*n*).

ex-cru-ci-at-ing/iks'kru:ʃieitiŋ/(*adj*): இக்ஸ்'க்ரூஷியெய்ட்டிங் / causing unbearable pain, தாங்க முடியாத வலியை உண்டுபண்ணக்கூடிய.

ex-cul-pate/'ekskʌlpeit/(*v.t*): 'எக்ஸ்'க்கல்ப்பெய்ட் / to forgive, குற்றமற்றவனாகச் செய்; exonerate, நிரபராதி என அறிவி. **exculpation**(*n*).

ex-cur-sion/iks'kɜ:ʃn/(*n*):இக்ஸ்'கஒ:ஷஒன் / a tour, சுற்றுலா. • *The tourism department arranges* **excursion** *round the city.*

ex-cu-sa-ble/iks'kju:zəbl/(*adj*): இக்ஸ்'க்யூஸ:ஒப்:ல் / fit to be excused, மன்னிக்கத்தக்க. **ex-cuse**/iks'kju:z/(*v.t*): இக்ஸ்'க்யூஸ்: / to forgive, மன்னித்துவிடு; to plead, எடுத்துச் சொல்; to give reasons for wrong done, தவறான செய்கைக்குக் காரணம் சொல். • *You cannot* **excuse** *me as you are narrow-minded.* **excuse**(*n*): reason given for wrong behaviour, தவறான செய்கைக்கு மன்னிப்புக் கோருதல். • *To ask for* **excuse**, *is the mark of a gentleman.* **excusably**(*adv*), *opp*: inexcusable.

ex-e-cute/'eksikju:t/(*v.t*):'எக்ஸிக்யூட் / to do effectively, பலன் ஏற்படும் வகையில் செயல்படு; to perform, செயலாற்று; to put to death by law, மரண தண்டனையை நிறைவேற்று. • *Many murderers have been* **executed**, *yet murders go on merrily.* **ex-e-cution**/ˌeksi'kju:ʃn/(*n*): ˌஎக்ஸி'க்யூஷஒன் / legal killing as a punishment, மரண தண்டனை; the carrying out, நிறைவேற்றுதல், செய்தல். **execution**(*n*): completion of an execution order, அரசு (அ) நீதிமன்றத்தின் செயல்படவேண்டிய உத்தரவை நிறை வேற்றுதல். • *It is indecent to carry out* **executions** *in public.* • *The plan was never put to* **execution**. **ex-e-cu-tion-er**/ˌeksi'kju:ʃnə*/(*n*):ˌஎக்ஸி'க்யூ-ஷஒனஒ* / one who carries out the death sentence, மரண தண்டனையை நிறைவேற்றுபவர்.

ex-ec-u-tive/ig'zekjutiv/(*adj*):இக்:'ஸெ:க்யுட்டிவ் / administrative, நிர்வாகம் சார்ந்த. **executive**(*n*): a person or group of persons having administrative authority, நிர்வாகி (அ) நிர்வாகக் குழு.

ex-ec-u-tor/ig'zekjutə*/(*n*): இக்:'ஸெ:க்யுட்டஒ* / one who sees to the carrying out of an order, a plan, etc., கட்டளை, திட்டம் முதலியவற்றைச் செயல்படுத்துபவர்.

ex-em-pla-ry/ig'zempləri/(*adj*): இக்:ஸெ:ம்ப்லஒரி / worthy to be followed, மாதிரியாகக் கொள்ளத்தக்க; acting as an example, பின்பற்றத்தக்க, உதாரணமாக

உள்ள. • *The freedom fighter's conduct was* **exemplary**. **ex-em-pli-fy**/ ig'zemplifai/*(v.t)*:இக்:'ஸெ:ம்ப்லிஃபய் / **exemplified, exemplifying**: to illustrate by examples, எடுத்துக்காட்டுடன் விளக்கு. • *Her speech* **exemplifies** *that she can dare anyone in the field of music.*

ex-empt/ig'zempt/*(v.t)*:இக்:'ஸெ:ம்ப்ட் (எக்:) / to free, to condone, தவிர்த்து உத்தரவிடு. • *Men, above the age of 40 are* **exempted** *from military service.* **exempt***(adj)*: freed, விடுவிக்கப்பட்ட; freed from a duty or payment, கடமை, கடன் முதலியவற்றிலிருந்து விடுவிக்கப் பட்ட. • *The small-scale industries are* **exempt** *from payment of certain taxes.*

exe-quy/'eksikwi/*(n, sing)*:'எக்ஸிக்உயி / **exequies***(n, pl)*: cremation, இறுதிக் கடன்.

ex-er-cise/'eksəsaiz/*(n)*:'எக்ஸஸய்ஸ்: / training for body or mind, உடற்பயிற்சி (அ) மனதுக்கு ஏற்ற பயிற்சி. • *I do* **exercise** *daily to keep my body fit.* assignment, பயிற்சி, கொடுக்கப்பட்ட வேலை. **exercise***(v.t-v.i)*: to exert, பயிற்சி கொடு, கடின வேலையைச் செய்யப்பழகு; to train by use, பயன்படுத்துவதன் மூலம் பயிற்சி கொடு, பழக்கு; to discharge one's duty, கடமையைச் செய். • *The magistrate* **exercised** *his powers of discretion and pardoned the accused.*

ex-ert/ig'zɜ:t/*(v.t)*:எக்:'ஸஒ:ட் (இக்:) / to make an effort, முயற்சியில் ஈடுபடு; to bring forth, ஏற்படுத்து. • *You are to* **exert** *yourself to get through the examination.* • *Do not* **exert** *too much; your health will get affected.* **ex-er-tion**/ig'zɜ:ʃn/*(n)*: இக்:'ஸஒ:ஷஒன் / the act of exerting, முழுமையாக ஈடுபடுதல், கடினமாக முயற்சி செய்தல். • **Exertion** *is to make more effort in the concerned direction.*

ex-hale/eks'heil/*(v.t-v.i)*:எக்ஸ்'ஹெய்ல் / to give off breath, மூச்சு விடு; to breathe out, வெளியேற்று. • *The magician swallowed smoke and did not* **exhale** *it.* • *I was asked to* **exhale** *slowly.*

ex-haust/ig'zɔ:st/*(v.t)*:இக்:'ஸ:ஒஸ்ட் (எக்:) / to weaken, பலவீனப்படுத்து; to drain, முழுவதும் செலவழி; to use completely, எல்லாவற்றையும் பயன்படுத்து. • *I have* **exhausted** *all the resources at my command.* **ex-haus-tive**/ig'zɔ:stiv/*(adj)*: இக்:'ஸாஒஸ்ட்டிவ் / full, முழுவதும்; total, எல்லாம்; complete, நிறைவான. • *The police made* **exhaustive** *inquiries to get the truth of the murder.* **exhaust***(n)*: an outlet, வெளியேற்றும் குழாய்.

ex-hi-bit/ig'zibit/*(v.t-v.i)*:எக்:'ஸி:பி:ட் (இக்:) / to display, காட்சியில் வை. • *The museum has many* **exhibits** *of ancient weapons.* to give a sign of show about feeling, quality, etc., உணர்வு, தரம் இவற்றின் அடையாளமாகக் காட்சி தருவது. • *The* **exhibit** *'B' is the bloodstained kerchief.* **ex-hi-bi-tion**/ˌeksi'biʃn/*(n)*: ˌஎக்ஸி'பி:ஷஒன் / display of certain things, பொருட்காட்சி, கண்காட்சி; the art of exhibiting, கண்காட்சிக் கலை. **make an exhibition of oneself**: behave ridiculously or foolishly, பிறர் நகைக்கும்படியாக (அ) முட்டாள்தனமாக நடந்துகொள். • *He made a shameful* **exhibition** *of his bad temper in the office.*

ex-hil-a-rate/ig'ziləreit/*(v.t)*: இக்:'ஸி:லஒரெய்ட் (இக்:) / to be fine, நேர்த்தியாக உணர்; to feel happy, சந்தோஷப்படு. • *I was* **exhilarated** *by my ride in the plane.* to cheer up, மகிழ்வுறு. **exhilaratingly** *(adv),* **exhilaration***(n).*

ex-hort/ig'zɔ:t/*(v.t)*:எக்:'ஸஓ:ட் (இக்:) / to cheer up, உற்சாகப்படுத்து; to preach, உணரும்படி செய்; to induce, செய்யும்படி தூண்டு. • *The minister* **exhorted** *the people to stand united to face the enemy.* **exhortation***(n).*

ex-hume/eks'hju:m/*(v.t)*:எக்ஸ்'ஹ்யூம் / to dig a dead body out of a grave, புதைத்த பிணத்தை வெளியில் எடு. **ex-hum-a-tion**/ˌekshju:'meiʃn/*(n)*:ˌஎக்ஸ்ஹ்யூ'-மெய்ஷஒன் / the act of exhuming, புதை குழியிலிருந்து பிணத்தை எடுப்பது. • *The District Magistrate issued an* **exhumation** *order.*

ex-i-gence/'eksidʒəns/*(n)*:'எக்ஸிஜஒன்ஸ் / [also **exigency**]: a demand, ஓர் அவசரத் தேவை; an urgency, ஒரு நெருக்கடி நிலை. • *The* **exigency** *of the situation compelled me to borrow heavily.* **exigent***(adj).*

ex-ig-u-ous/eg'zigjuəs/*(adj)*: எக்:'ஸி:க்யுஒஸ் (எக்ஸி) / a little, சிறிய; too small in amount, மிகச் சிறியதாக உள்ள; not enough, போதாமல் உள்ள. **exiguously***(adv),* **exiguous-ness***(n).*

E

E

ex-ile/'eksail/*(v.t)*:'எக்:ஸ:ய்ல் (-க்ஸய்-) / to drive out one from one's country, நாடு கடத்து. • *Emperor Napoleon was* **exiled** *to St. Helena.* • *The great freedom fighter Tilak was* **exiled** *to Burma.* **exile**(*n*): a person who was sent out of his own country or native town, நாடு கடத்தப்பட்டவர் (அ) இருப்பிடத்திலிருந்து வெளியேற்றப்பட்டவர். • *Many freedom fighters lived in* **exile** *in Pondicherry during the British regime.*

ex-ist/ig'zist/*(v.i)*:இக்:'ஸி:ஸ்ட் (எக்:) / to be, இரு. • *The Moghul empire* **existed** *for many years.* to continue to live, உயிர் வாழ்; have being, உயிருடன் இரு; to live with difficulty, கடினமான வாழ்க்கை நடத்து. • *I do not just* **exist,** *I live for a purpose in life.* **ex-ist-ence**/ig'zistəns/*(n)*: இக்:'ஸி:ஸ்ட்டஉன்ஸ் / the state of existing, வாழ்தல், உயிருடன் இருத்தல். **existent** *(adj)*, **existing**(*adj*).

ex-it/'eksit/*(n)*:'எக்:ஸிட் ('எக்ஸிட்) / a way out, வெளியேறும் வழி. • *There are twelve* **exits** *from the cinema house.* departure, புறப்படுதல். **exit**(*v.i*): to go out, வெளியே செல்; go to off-stage, நாடக மேடையை விட்டு வெளியே செல்.

ex-o-dus/'eksədəs/*n)*:'எக்ஸஉட:உஸ் / a going out of many people, மக்கள் கூட்டமாக வெளியேறுதல். • *At the weekend, there is an* **exodus** *of city people to the villages to have fresh air.*

ex-of-fi-ci-o/ˌeksə'fiʃiəu/*(adj)*: ˌஎக்ஸஉ'ஃபிஷியஉஉ (ஸɔ') / by virtue of one's office, அலுவல் காரணமாக ஏற்பட்ட.

ex-on-e-rate/ig'zɔnəreit/*(v.t)*: இக்:'ஸ:ɔனஉரெய்ட் / to free one from blame or charge or responsibility, பொறுப்பு (அ) கடமையினின்று விடுவி, குற்றத்தைச் செய்யவில்லையென விடுதலை செய். • *The magistrate has* **exonerated** *me though the police had charged me with misappropriaton.* **exoneration**(*n*).

ex-or-bi-tant/ig'zɔ:bitənt/*(adj)*: இக்:'ஸ:ɔ:பி:ட்டஉன்ட் / very high, மிக அதிகமான; enormous, மிகுதியான. • *The hotels in India charge* **exorbitant** *prices even for ordinary dishes.*

ex-or-cise/'eksɔ:saiz/'எக்:ஸ:ɔ:ஸய்ஸ்: ('எக்ஸɔ:-) / [also **exorcize**]: to drive away evil spirit, தீய சக்திகளை மந்திரம் சொல்லி விரட்டு; enchant, மயக்கி, தீய சக்தியை விரட்டு. • *My wife called in a priest to* **exorcise** *the house.* **ex-or-cist**/'eksɔ:sist/*(n)*:'எக்ஸɔ:ஸிஸ்ட் / a person who drives away evil spirits, தீய சக்திகளை மந்திரம் சொல்லி விரட்டுபவர்

ex-ot-ic/ig'zɔtik/*(adj)*:இக்:'ஸ:ɔட்டிக் (எக்ஸɔ-) / coming from another country, வெளிநாட்டைச் சார்ந்த; strange and excitingly different, புதியதாகவும், மிகவும் கவர்ச்சிகரமானதாகவும் உள்ள. • *Her dress is rather* **exotic**. **exotically**(*adv*).

ex-pand/iks'pænd/*(v)*:இக்ஸ்'ப்பஆன்ட்: (எக்ஸ்') / to spread out, பரவச் செய்; to elaborate, விரிவுபடுத்து. • *The council has* **expanded** *its activity and has introduced many social welfare programmes.*

ex-panse/iks'pæns/*(n)*:எக்ஸ்'ப்பஆன்ஸ் (இக்ஸ்) / a wide place, space, பரந்த வெளி. • *The unending* **expanse** *of the desert has its own strange beauty.*

ex-pa-ti-ate/eks'peiʃieit/*(v)*: எக்ஸ்'ப்பெய்ஷியெய்ட் / to write or speak explaining all details, விளக்கமாக, தெளிவாக எழுது, பேசு.

ex-pat-ri-ate/iks'pætriət/*(n)*: எக்ஸ்'ப்பெய்ட்ரியெய்ட் (இக்ஸ்) / a person living outside his/her own country, தனது சொந்த நாட்டிற்கு வெளியே வாழும் ஒருவர். SriLankan **expatriates** are living in India.

ex-pect/iks'pekt/*(v.t)*:இக்ஸ்'ப்பெக்ட் (எக்ஸ்-) / to anticipate, எதிர்பார்த்து இரு; to wait for (someone or something), ஏதோ ஒன்றுக்குக் காத்திரு, ஒருவரை எதிர்பார்த்திரு. • *You are* **expected** *to be in the office at 4 pm.* to think that something is true, ஏதோ ஒன்று உண்மையென்று நினை. • *I* **expect** *no miracle to happen.* **ex-pec-tan-cy**/iks'pektənsi/*(n)*:இக்ஸ்'ப்பெக்ட்டஉன்ஸி / hope, நம்பிக்கை. **ex-pec-tant**/iks'pektənt/*(n)*:இக்ஸ்'ப்பெக்ட்டஉன்ட் / one who expects, எதிர்பார்ப்பவர்; waiting hopefully, நம்பிக்கையுடன் காத்திருப்பவர்; expecting a child, மகப்பேறுக்காகக் காத்திருப்பவர். • *There is a clinic nearby for* **expectant** *mothers.* **expectation**(*n*).

ex-pec-to-rate/iks'pektəreit/*(v.t)*: எக்ஸ்'ப்பெக்ட்டஉரெய்ட் (இக்ஸ்-) / to discharge as phlegm; சளியை வெளியேற்று, to eject, வெளியேற்று; to spit, துப்பு. **expectorated, expectorating**.

ex-pe-di-ent/iks′pi:djənt/*(adj)*: இக்ஸ்′ப்பீடி:யஒன்ட் / likely to be useful for a purpose, பயனுள்ள; likely to be advantageous, *சாதகமான*. • *It is* **expedient** *that you should come here immediately.*

ex-pe-dite/′ekspidait/*(v.t)*:′எக்ஸ்ப்பிடா:ய்ட் / **expedited, expediting**: to accelerate, விரைவாகச் செல்லும்படி செய்; to make to move speedily, வேகப்படுத்து. • *The supply of sugar was* **expedited** *to meet the demand of the consumers.* • *'Please,* **expedite** *the reply', said the manager.*

ex-pe-di-tion/ˌekspi′diʃn/*(n)*: ˌஎக்ஸ்ப்பி′டி:ஷஒன் / an army on its march, தயார் நிலையில் விரையும் போர்ப்படை; an adventurous journey, *வீரமும், தீரமும் நிறைந்த பயணம்*. • *A large* **expedition** *of scientists left for the Antarctic ocean for research work.*

ex-pe-di-tious/ˌekspi′diʃəs/*(adj)*: ˌஎக்ஸ்ப்பி′டி:ஷஒஸ் / very speedy, அதிக விரைவான; quick, வேகமான. • *The office gave an* **expeditious** *answer to the minister's query.*

ex-pel/iks′pel/*(v.t)*:இக்ஸ்′ப்பெல் / **expelled, expelling**: to banish, நாடு கடத்து; to send out, வெளியேற்று. • *It is necessary to* **expel** *all the phlegm from the lungs.*

ex-pen-di-ture/iks′penditʃə*/*(n)*: இக்ஸ்′ப்பென்டிச்சஒ* **(எக்ஸ்)** / money that is spent, செலவழித்த பணம், செலவுத் தொகை. • *Sometimes greater* **expenditure,** *is the sign of economy.* • *Luxury items have become the most essential* **expenditure** *in the family budget.*

ex-pense/iks′pens/*(n)*:எக்ஸ்′ப்பென்ஸ் / the act of spending, செலவழித்தல்; price, விலை. • *At very great* **expense,** *I got the house back.* • *Owning a car is no luxury; it is an essential* **expense** *for an executive.* **ex-pen-sive**/ik′spensiv/*(adj)*: எக்ஸ்′ப்பென்ஸிவ் / very costly, மிகவும் விலையுயர்ந்த. • *Living has become* **expensive** *but life is very cheap.* **expensively***(adv)*.

ex-pe-ri-ence/iks′piəriəns/*(n)*: இக்ஸ்′ப்பியஒரியஒன்ஸ் / practical knowledge, அனுபவ அறிவு; wisdom gained by practice, அறிவுக் கூர்மை. • *Knowledge can be gained only by* **experience**. • *I had bitter* **experience** *of Indian Courts.* **experience***(v.t)*: to feel, to suffer or profit or learn by experience, அனுபவம் மூலம் உணர், கற்றுக்கொள். • *You have to* **experience** *life to know all its dimensions.* **ex-pe-ri-enced**/iks′piəriənst/*(adj)*:எக்ஸ்′ப்பியஒரியஒன்ஸ்ட் / having experience, அனுபவம் உள்ள. • *S.P. Balasubramaniam is a very* **experienced** *singer.*

ex-per-i-ment/iks′periment/*(n)*: இக்ஸ்′ப்பெரிமென்ட் / practical test, சோதனை, ஆராய்ச்சி; a trial, தேர்வு. • *Gandhiji's* **experiments** *with life are very interesting.* • *Gandhiji* **experimented** *with his life rather courageously.* **experiment***(v.i)*: to test to discover, தெரிந்துகொள்ள சோதனை செய்.

ex-pert/′eksp3:t/*(adj)*:′எக்ஸ்ப்பஒ:ட் / highly skilled, தனித்திறமை வாய்ந்த; having special knowledge, சிறந்த அறிவுடைய. • *Kannan is an* **expert** *driver.* **expert***(n)*: a specialist, வல்லுநர். • *An* **expert** *continuously learns by experience.*

ex-pi-ate/′ekspieit/*(v.t)*:′எக்ஸ்ப்பியெய்ட் / **expiated, expiating**: to make up for a mistake done, செய்த தவறுக்குப் பரிகாரம் செய். • *I had done many mistakes in my long life; I now* **expiate** *for all those sins.*

ex-pire/iks′paiə*/*(v.i)*:இக்ஸ்′ப்பயஒ* / to breathe out, வெளிமூச்சு விடு; to bring to an end, முடிவுக்குக் கொண்டு வா; to come to an end, முடிவடை; to die, உயிர் விடு. • *The time limit for payment of the bill* **expired** *yesterday.* **expiry***(n)*: death, இறப்பு; termination, முடிவு; ending of a period, முடிவுக் காலம். • *What is the* **expiry** *date of your driving licence?*

ex-plain/iks′plein/*(v.t-v.i)*:இக்ஸ்′ப்லெய்ன் / to clear up, தெளிவுபடுத்து; to give reasons for, காரணம் சொல்லி விவரி. • *He tried to* **explain** *the nuclear theory.* • *He likes to* **explain** *himself for the mistake committed.* **ex-pla-na-tion**/ˌeksplə′neiʃn/*(n)*:ˌஎக்ஸ்′ப்லஒ′னெய்ஷஒன் / the act of clearing up, விவரித்தல், தெளிவாக்குதல்; reason, காரணம் காட்டுதல். • *I have no* **explanation** *for the mistake done; I deserve to be punished.*

ex-ple-tive/iks′pli:tiv/*(n)*:எக்ஸ்′ப்லீட்டிவ் / a swear word, கோப வார்த்தை, eg. damn, ஒழிந்து போ.

E

ex-pli-ca-ble/iks'plikə bl/*(adj)*: 'எக்ஸ்ப்லிக்கப்:ல் / able to be explained, தெளிவாக்கக்கூடிய. • *His behaviour is* **explicable** *if you consider his position and status.* opp: inexplicable.

ex-pli-cit/iks'plisit/*(adj)*:இக்ஸ்'ப்லிஸிட் / very plain, வெளிப்படையான; distinct, மிகத் தெளிவான. • *It is* **explicit** *that the government has lost its majority.*

ex-plode/iks'pləud/*(v.t-v.i)*:இக்ஸ்'ப்லஉட்: / to burst, வெடிக்கும்படி செய். • *The bomb was* **exploded** *by remote control.* to prove something is wrong, தவறென்று நிரூபணம் செய். • *He punctuated his speech with humour and wit, and everytime the audience* **exploded** *with laughter.*

ex-ploit/'eksplɔit/*(n)*:'எக்ஸ்ப்லாய்ட் / an act of adventure, வீரச்செயல்; a feat, அருஞ்செயல். • *The man is noted for many* **exploits**; *in broad day light, he robbed a bank.* **exploit**(*v.t*): to use something for self, சுயநலத்திற்குப் பயன்படுத்து. • *I live by* **exploiting** *my children.* • *Do not* **exploit** *the poor by enchanting vulgar advertisements.* **ex-ploit-a-tion**/ ˌeksplɔi'teiʃn/*(n)*:ˌஎக்ஸ்ப்லாய்ட்'டெய்ஷன் / putting other man's property for selfish use, ஏமாற்றிச் சுரண்டுதல். **exploiter**(*n*).

ex-plo-ra-to-ry/eks'plɔrətəri/*(adj)*: எக்ஸ்'ப்லாரட்டரி / pertaining to exploration, அறிந்துகொள்ளும் தன்மை. • *The talks were in* **exploratory** *stage.* preliminary, ஆதாரம் பற்றித் தெரிந்து கொள்ளக்கூடிய.

ex-plore/iks'plɔ:*/*(v.t)*:இக்ஸ்'ப்லா* / to investigate, ஆராய்ந்து காண்; to examine carefully, கவனமாகக் கண்டறி, ஆராய்ந்து பார். • *Before going to war, we must* **explore** *all possibilities for peace.* to undertake a journey for the sake of discovery, ஆய்வுக்குப் பயணம் மேற்கொள். • *It is sheer delight to* **explore** *a jungle.* **exploraton**(*n*).

ex-plo-sion/iks'pləuʒn/*(n)*: இக்ஸ்'ப்லஉஜ:ன் / a violent burst with loud noise, வெடித்தல். • *When the gas was lighted, there was a loud* **explosion**. • *The students burst into an* **explosion** *of laughter.* **ex-plo-sive**/iks'pləusiv/ *(adj)*:இக்ஸ்'ப்லஉஸிவ் / that which explodes, வெடிக்கக்கூடிய, வெடிமருந்து தொடர்பான; that which can cause strong feeling, உணர்வு புண்படத்தக்க. • *The woman is noted for her* **explosive** *temper.* • *His words proved* **explosive** *and the meeting ended in chaos.* **explosive**(*n*): an explosive substance, வெடிமருந்து.

ex-po-nent/iks'pəunənt/*(n)*: எக்ஸ்'ப்பஉனன்ட் / an index of a number, எண் அடுக்கின் குறி. • *In* 6^3, *the number 3 is the* **exponent**. a person who represents something or someone, பிரதிநிதி; one who is skilled or who shows skill, திறமை உள்ளவர் (அ) திறமையைக் காட்டுபவர்; an interpreter, விளக்கம் சொல்பவர். • *He is a leading* **exponent** *of communism.* **ex-po-nen-tial**/ ˌekspəu'nenʃl/*(adj)*:ˌஎக்ஸ்ப்பஉ'னென்ஷல் / pertaining to an exponent, அடுக்குக் குறி தொடர்பான.

ex-port/'ekspɔ:t/*(v.t-v.i)*:'எக்ஸ்ப்பா:ட் / to send goods to foreign country, ஏற்றுமதி செய். • *It is now known to the world market that India can* **export** *good electronic and computer equipments.* **export**(*n*): things that are sent out, வெளியே அனுப்பும் பொருள்கள்; the act of exporting, ஏற்றுமதி செய்தல். • *India's* **exports** *are on the increase now.* opp: import. **exportable**(*adj*), **exporter**(*n*).

ex-pose/iks'pəuz/*(v.t)*:இக்ஸ்'ப்பஉஸ்: / to bring out, வெளிக்கொணர்; to disclose, இரகசியத்தை வெளியே சொல்; பாதுகாப்பின்றி விடு. • *The Prime Minister is* **exposed** *to many dangers.* • *Do not* **expose** *me to the police who are in search of me.* **ex-po-sure**/iks'pəuʒə*/ *(n)*:இக்ஸ்'ப்பஉஜ:ə* / the act of exposing, வெளிப்படுத்துதல், திறந்து வைத்தல். • *It is* **exposure** *to radioactive elements that killed her.*

ex-pound/iks'paund/*(v.t)*:இக்ஸ்'ப்பஉன்ட்: / to explain well, நன்கு விவரி; to make very clear, தெளிவுபடுத்து, விளக்கமாகக் கூறு. • *He* **expounded** *the theory of relativity in a lucid lecture.*

ex-press/iks'pres/*(v.t)*:இக்ஸ்'ப்ரெஸ் / to inform, தெரிவி; to speak out, நன்றாகப் பேசு; to declare, உறுதியாகச் சொல். • *He* **expressed** *his feelings angrily.* • *She wanted to* **express** *her anger in public.* **ex-pres-sion**/iks'preʃn/*(n)*:

இக்ஸ்'ப்ரெஷஒன் / the act of expressing, சொல்லுதல், வெளிப்படுத்துதல்; an aspect of one's personality, ஒருவரின் நோக்கு. • *Her* **expression** *was lucid and clear.* • *His* **expression** *was cold and bitter.* **express**(*n*): a fast service, வேகமான போக்குவரத்து. • *It is an* **express** *delivery.* **express**(*adj*). **expressly**(*adv*): very plainly, தெள்ளத் தெளிவாக; with a definite aim, ஒரு குறிப்பிட்ட நோக்கத்துடன்.

ex-pro-pri-ate/eks'prəuprieit/(*v.t*): எக்ஸ்'ப்ரஒஉப்ரியெய்ட் / to take away one's property, ஒருவர் சொத்தைப் பறிமுதல் செய். **expropriation**(*n*), **expropriator** (*n*).

ex-pul-sion/iks'pʌlʃn/(*n*):இக்ஸ்'ப்பல்ஷஒன் / the act of driving out, வெளியே துரத்துதல்; ejection, வெளித் தள்ளுதல்.

ex-punge/iks'pʌndʒ/(*v.t*):எக்ஸ்'ப்பஞ்ஜ் / to efface, அழித்து விடு; to remove, நீக்கு. • *The speaker has* **expunged** *the remarks of the member.* **ex-pur-gate**/ 'ekspəgeit/(*v.t*):'எக்ஸ்பஒ:கெய்ட் / to remove the unnecessary parts, வேண்டாத பகுதிகளை நீக்கு, அகற்று. • *I want to read the original book, not the* **expurgated** *one.*

ex-qui-site/'eks'kwizit/(*adj*):'எக்ஸ்'க்உயிஸிட் / very fine, நேர்த்தியான. • *It is an* **exquisite** *piece of ornament.* excellent, நல்ல, சிறந்த; very keen, நுண்ணறிவுள்ள.

ex-tant/eks'tænt/(*adj*):எக்ஸ்'ட்டஆன்ட் / still existing in practice, வழக்கத்தில் உள்ள.

ex-tem-po-re/eks'tempəri/(*adj*): எக்ஸ்'ட்டெம்ப்பஒரி / instantly, உடன் செயல்படுகின்ற தன்மை உள்ள; without preparation, தயாரிப்பு இல்லாத; off-hand, திடீரென. **extempore**(*adv*): with no time to think and prepare, சற்றும் முன்னேற்பாடு இல்லாமல். I can speak **extempore** on any subject.

ex-tend/iks'tend/(*v.i*):இக்ஸ்'ட்டென்ட்: / to spread out, பரப்பு; to prolong, நீடிக்கச் செய். • *The judge has* **extended** *the police custody for the prisoner.* to lengthen, நீட்டு. • *Do not* **extend** *the time limit for payment.*

ex-ten-sion/iks'tenʃn/(*n*): இக்ஸ்'ட்டென்ஷஒன் / expansion, விரிவுபடுத்துதல்; lengthening, நீட்டுதல்; prolongation, நீடித்தல். • *I asked for* **extension** *of time to do the job.* space, வெளிப்பகுதி. **ex-ten-sive**/iks'tensiv/ (*adj*):இக்ஸ்'ட்டென்ஸிவ் / spacious, நல்ல விரிவான இடமுள்ள; comprehensive, எல்லாவற்றையும் கொண்ட. • *Floods always cause* **extensive** *damage.* **ex-tent**/iks'tent/ (*n*):இக்ஸ்'ட்டென்ட் / area, பரப்பு; the limit to which anything can be extended, விரிவாக்கத்தக்க எல்லை.

ex-ten-u-ate/iks'tenjueit/(*v.t*): எக்ஸ்'ட்டென்யுயெய்ட் / to lessen the seriousness by finding excuses, விளக்கம் கூறி சூழ்நிலையின் விபரீதத்தைக் குறைவு படுத்து; to decrease, குறைத்துக் காட்டு; to make to seem less, சிறிதளவாகச் செய். • *Under* **extenuating** *circumstances, he misappropriated the amount.*

ex-te-ri-or/iks'tiəriə*/(*adj*):எக்ஸ்'ட்டியஒரியஒ* / external, வெளிப்பக்கத்திலுள்ள; outer, புறப்பகுதியான. **exterior**(*n*): outer space, வெளிப்பரப்பு; the external appearance, வெளித்தோற்றம்.

ex-ter-mi-nate/iks'tɜ:mineit/(*v.t*): இக்ஸ்'ட்டஒ:மினெய்ட் / to destroy completely, முழுவதும் அழி. • *All the birds had been* **exterminated** *by the villagers.* to root out totally, வேருடன் அழி.

ex-ter-nal/iks'tɜ:nl/(*adj*):எக்ஸ்'ட்டஒ:ன்ல் / outer, வெளியேயுள்ள, வெளிப்புறத்திலுள்ள. The **external** walls of the building require painting every year. external affairs ministry, வெளி விவகாரத்துறை.

ex-tinct/iks'tiŋkt/(*adj*):இக்ஸ்'ட்டிங்க்ட் / dead, இறந்த; no longer active, செயலிழந்த; lifeless, உயிரற்ற.

ex-tin-guish/iks'tiŋgwiʃ/(*v.t*): இக்ஸ்'ட்டிங்க்:உயிஷ் / to put out a fire, light, etc., தீயை அணை, விளக்கை அணை. **ex-tin-guish-er**/ iks'tiŋgwiʃə*/(*n*): இக்ஸ்'ட்டிங்க்:உயிஷஒ* / an apparatus for putting out fire, தீ அணைக்கும் கருவி; a destroyer, அழிக்கும் கருவி.

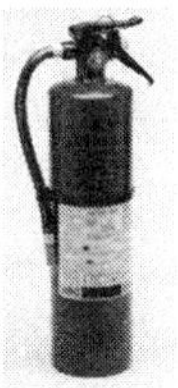

ex-tir-pate/'ekstəpeit/(*v*):எக்ஸ்டஒ:ப்பெய்ட் / to root out, வேருடன் அழி; to destroy fully, முழுவதும் அழித்து விடு.

ex-tol/iks'təul/(*v.t*):இக்ஸ்'ட்டஒஉல் / to exalt, புகழ்ச்சி செய்; to praise, பாராட்டு. • *He made a fine speech* **extolling** *the virtues of prayer.*

E

ex-tort/ik'stɔ:t/(*v*):இக்ஸ்'ட்டா:ட் / to obtain by force or threats, பலவந்தமாக (அ) பயமுறுத்தி அடைதல்; extraction, பறித்தல். • *The robber* **extorted** *all the money from the landlord.*

ex-tra/'ekstrə/(*adj*):'எக்ஸ்ட்ரə / additional, அதிகமுள்ள; unusual, வழக்கத்திற்கு மாறான.

ex-tract/eks'trækt/(*v.t*):எக்ஸ்'ட்ரக்ட் / to draw out, பிழிந்தெடு; to take the essence of, சாறு பிழிந்தெடு. **extract**(*n*): essence drawn from a mass, சாறு; summary of substance, சுருக்கம்; quotation, மேற்கோள்.

ex-tra-dite/'ekstrədait/(*v.t*):'எக்ஸ்ட்ரəடைட் / to surrender the accused, குற்றவாளியைத் தாயகத்திடம் ஒப்படை **extradition**(*n*).

ex-tra-ne-ous/iks'treinjəs/(*adj*): இக்ஸ்'ட்ரெய்னியəஸ் / not connected, தொடர்பு இல்லாத.

ex-tra-or-di-na-ry/iks'trɔ:dnri/(*adj*): இக்ஸ்'ட்ரா:டினəரி / unusual, வழக்க மில்லாத; special, சிறந்த தன்மையுடைய, தனிப்பட்ட: remarkable, குறிப்பிடத்தக்க. • *It was an* **extraordinary** *meeting of the council.*

ex-trav-a-gance/iks'trævəgəns/(*n*): இக்ஸ்'ட்ரவெக:əன்ஸ் / lavishness, ஆடம்பர வாழ்க்கை, வரம்புக்கு மீறிய தன்மை, வீண் செலவு. • *The Maharaja's* **extravagance** *is well known.* **ex-trav-a-gant**/iks'trævəgənt/(*adj*): இக்ஸ்'ட்ரவிக:əன்ட் / wasteful, வீண் செலவுள்ள; spending beyond limit, அளவுக்கு மீறி செலவு செய்யக்கூடிய. • *She is an* **extravagant** *lady.* not wise, புத்தியில்லாத.

ex-tre-me/iks'tri:m/(*adj*):இக்ஸ்'ட்ரீம் / outermost, வெளிப்பகுதியான; serious, கடின நிலையுள்ள; highest, மிக உயர்ந்த; very great, மிகப் பெரியதான; not modest, அடக்கமில்லாத; not moderate, நடுநிலையில்லாத, அளவு கடந்த. • *His ideas are always* **extreme**. **extreme**(*n*): the limit, எல்லை அளவு; the end, இறுதி, நுனி, முடிவு, முனை. • *Do not drive me to the* **extreme**; *I will pounce on you.* the most distant point, தொலைதூரப் பகுதி.

ex-trem-ist/iks'tri:mist/(*n*):இக்ஸ்'ட்ரீமிஸ்ட் / an enthusiast, ஊக்கமும், உள்ளக் கிளர்ச்சியும் உள்ளவர்; a fanatic, வெறியர்.

ex-trem-i-ty/iks'tremətі/(*n*):இக்ஸ்'ட்ரெமிட்டி / the extreme point, நுனி; the final point, முடிவு; the end, இறுதி.

ex-tri-cate/'ekstrikeit/(*v.t*):'எக்ஸ்ட்ரிக்கெய்ட் / to liberate, விடுதலை செய், விடுதலை பெறு; to disentangle, சிக்கலிலிருந்து விடுபடு, சிக்கலைத் தவிர்; to get free, தொல்லையிலிருந்து விடுபடு. • *I would like to* **extricate** *myself from the troubles of life.*

ex-trin-sic/eks'trinsik/(*adj*):எக்ஸ்'ட்ரின்ஸிக் / coming from or existing outside, வெளியிலிருந்து வருகிற, புறமேயுள்ள

ex-tro-vert/'ekstrəuvɜ:t/(*n*)/'எக்ஸ்ட்ரəஉவ:ட் / one who is lively and likes company, நட்பை விரும்பும் ஒருவர்; outgoing, வெளியுலக ஈடுபாட்டாளர்.

ex-trude/iks'tru:d/(*v*):எக்ஸ்'ட்ரூட்: / to push out (something) by pressure, அழுத்தத்தின் மூலம் வெளித் தள்ளு. **extrusion**(*n*).

ex-u-ber-ant/'igzju:bərənt/(*adj*): 'இக்:ஸ்யூப:ərəன்ட் / overflowing with happiness, இன்பம் அதிகமான, பொங்கி வழிகிற

ex-ude/ig'zju:d/(*v.t-v.i*):இக்:'ஸ்யூட்: / to cause to spread, பரப்பு. • *The man* **exudes** *confidence in his personality.*

exudation/,eksju:'deiʃn(*n*): எக்:ஸ்யூ'டெய்ஷəன் / excretion of sweat, வியர்வை.

ex-ult/ig'zʌlt/(*v.i*):இக்:'ஸ:ல்ட் / to rejoice, மகிழ்ச்சி பெறு; to boast, பெருமிதம் கொள். • *The member* **exulted** *at his success in the polls.* **ex-ul-ta-tion**/,egzʌl'teiʃn/(*n*): ,இக்:ஸல்ட்'டெய்ஷəன் / rejoicing, இன்பப் பூரிப்பு. • *The winner gave a cry of* **exultation**.

ex-u-vi-al/ig'zju:vjəl/(*n*):இக்:'ஸ்யூவியəல் / animals' cast skin, விலங்குகளின் உரித்த தோல்.

eye/ai/(*n*):அய் / the organ of sight, கண். **eye-ball**/'aibɔ:l/(*n*):அய்ப:ஓல் / globe of the eye, கண் விழி. **eye-brow**/'aibrau/(*n*):அய்ப்:ரஉ / the hairy ridge above the eye, புருவம். **eye-lash**/'ailæʃ/(*n*):அய்லஷ் / the hair at the edge of the eyelid, புருவ முடி. **eye-less**/'ailis/(*adj*):அய்லிஸ் / blind, பார்வை இல்லாத. **eye-let**/'ailit/(*n*):அய்லிட் / a small opening, சிறு துளை. **eye-lid**/'ailid/(*n*):அய்லிட்: / the movable lid of the eye, கண் இமை. **eye-sore**/'aisɔ:*/(*n*):'அய்ஸா:* / ugly object, object unpleasing to look at, பார்க்கப் பிடிக்காத, பார்வையை உறுத்துகின்ற. **eyesight**(*n*) / the power of seeing, the ability to see; கண்ணின் பார்க்கும் சக்தி; **eyewash**(*n*) / insincere talk, deed, உண்மையற்ற பேச்சு, செயல்.

F-f/ef/, F's, f's: (a letter): the sixth letter of the English alphabet, *(ஓர் எழுத்து)*, ஆங்கில நெடுங்கணக்கின் ஆறாவது எழுத்து.

F/ef/*(abbr)*/:எஃப் / of Fahrenheit, fellow, federation, இது ஃபாரன்ஹைட், ஃபெல்லோ, ஃபெடரேஷன்; உஷ்ண அளவு, உறுப்பினர், சங்கத்தினர் ஆகிய ஆங்கிலச் சொற்களின் சுருக்கம்.

Fa-bi-an/ˈfeibjən/*(adj)*:ஃபெய்பிːயஅன் / of a British socialist group, பிரிட்டிஷ் சோஷலிசக் கூட்டத்தைச் சார்ந்த; the Fabian Society, ஃபேபியன் சொஸைட்டி.

fa-ble/ˈfeibl/*(n, sing)*:ஃபெய்ப்ːல் / **fables**(*n, pl*): a moral story, கட்டுக்கதை, நீதிக்கதை. • *A* **fable** *is a story about great people who never actually lived.* **fabled**/feibəld/*(adj)*:ஃபெய்பிஅல்ட்: / famous in fables, நீதிக்கதைகளில் புகழ்பெற்ற.

fab-ric/ˈfæbrik/*(n, sing)*:ஃபஅப்ːரிக் / **fabrics** *(n, pl)*: a cloth made by weaving, நெய்யப்பட்ட துணி; a structure, அமைப்பு, கட்டடம். • *The entire* **fabric** *of the modern society is undergoing rapid changes.*

fab-ri-cate/ˈfæbrikeit/*(v.t)*:ஃபஅப்ːரிக்கெய்ட் / to invent (something) to cheat, ஏமாற்று வதற்குப் பொய்யாக அமை; to make to deceive, ஏமாற்றுவதற்குத் திட்டமிடு. • *Politicians are adept in* **fabricating** *false stories.* **fabrication***(n)*.

fab-u-lous/ˈfæbjuləs/*(adj)*:ˈஃபஅப்ːயுலஅஸ் / not believable, நம்பமுடியாத. • *Kings possess* **fabulous** *wealth.* pleasant, மனங்கவர்ந்த, அழகான; told about in fable, நீதிக்கதைகளில் சொல்லப்பட்டுள்ள. **fab-u-lous-ly**/ˈfæbjuləsli/*(adv)*: ˈஃபஅப்ːயுலஅஸ்லி / extremely, மிக அதிகமாக. • *She is* **fabulously** *rich.*

fa-çade/fəˈsa:d/*(n, sing)*:ஃபஅˈஸாட்: / **façades** *(n, pl)*: the front of a grand building, ஒரு கம்பீரமான கட்டடத்தின் முகப்பு; a false appearance, ஒரு பொய்மையான தோற்றம். • *He put up a* **façade** *of honesty, but he was a criminal.*

face/feis/*(n)*:ஃபெய்ஸ் / the front part of the head, முகம். **to put on a brave face**: accept difficulty esp. cheerfully or with courage, துணிச்சலுடன், முகம் சுளிக்காமல் இரு; a look or expression in face, தோற்றம், பொலிவு. • *He* **put on a brave face** *and came forward to accept the challenge.* **to lose one's face**: to lose one's respect, சுயமரியாதையை இழ. • *As he failed in the examination, he did not want* **to lose face** *with his friends and as such he simply left the town.* **face**(*v.t*): to be able to deal with, சமாளிக்கக்கூடிய நிலையிலிரு; to need consideration, பரிசீலிக்க வேண்டிய அவசியத்திலிரு; to be acted upon, செயல்படவேண்டிய நிலையிலிரு. • *You have to* **face** *problems at every stage.* to have the face towards, திசையை நோக்கி, திசையில். • *My house* **faces** *south.* **face-less**/feislis/*(adj)*:ˈஃபெய்ஸ்ˌலிஸ் / with no character or human feelings, நேரான நடத்தை (அ) மனித உணர்ச்சிகள் இல்லாத. • *Religious fanatics are not only* **faceless** *in dealing with the commoners but also cruel.* **face-lift**/ˈfeislift/*(n)*:ˈஃபெய்ஸ்ˌலிஃப்ட் / plastic surgery on the face to make it look younger by tightening the skin, முகத் தோலில் இறுக்கம் கொடுத்து, சுருக்கம் குறைக்கப்பட்டு, இளமைப்பொலிவு ஏற்படுத்துதல்; a procedure to improve the appearance of a thing, ஒரு பொருளின் தோற்றத்தைச் செம்மையாக்கும் முறை. • *The house needs* **a face-lift**; *give a white washing.* **face-sav-ing**/feisˌseiviŋ/*(adj)*:ˈஃபெய்ஸ்ˌஸெய்விங் / serving or helping to save one's self-respect and dignity, ஒருவரின் சுயமரியாதையையும், கவுரவத்தையும் காப்பாற்றிக்கொள்ள. • *In the dispute between the two parties a* **face-saving** *solution has been found out.*

fac-et/fæsit/*(n)*:ˈஃபஅஸிட் / one of the many flat or plain sides of a cut jewel or precious stone, தீட்டப்பட்ட வைரக்கல்லின் ஒரு முகம் **fa-ce-tious**/fəˈsi:ʃəs/*(adj)*:ஃபஅˈஸிஷஅஸ் / not serious in joking,

வேடிக்கையான; amusing, நகைக்கக்கூடிய. **facetiously** *(adv)*, **facetiousness***(n)*.

face-to-face/feis-to-feis*(n)*: ஃபெய்ஸ்'ட்டுஃபெய்ஸ் / direct and straight, நேருக்கு நேர். • *It was a* **face-to-face** *meeting between the two rivals.*

face value/feis'vælju/*(n)*:ஃபெய்ஸ்'வஆல்யு / the value that is shown on the front of something, ஒரு பொருளின் மேல் போடப்பட்டிருக்கும் விலை (அ) மதிப்பு. • *The coin has a* **face value** *of one rupee but its worth is many thousand rupees.*

fa-cial/'feiʃl/*(adj)*:'ஃபெய்ஷல் / of the face, முகத்தைப் பற்றிய. • *He bears a sharp* **facial** *resemblance to his father.* **facial***(adj)*: a kind of beauty treatment for the face-skin, முகத்தை அழகு படுத்துவது பற்றிய, முகத்திற்கு அழகு சிகிச்சை பற்றிய. **facially***(adv)*.

fa-cile/'fæsail/*(adj)*:'ஃபஆஸய்ல் / very easy, மிக எளிதான; easily done, எளிதில் செய்யக் கூடிய; affable and agreeable, இன்முகமான, இணக்கமுள்ள. • *He had a* **facile** *success in the contest.* **facilely***(adv)*.

fa-cil-i-tate/fə'siliteit/*(v.t)*:ஃபə'ஸிலிட்டெய்ட் / to make easy or easier, எளிதாக்கு; help, உதவு; stimulate, ஊக்குவித்தலைச் செய். **facilities***(n)*: things such as buildings, shops or services, etc., கட்டடங்கள், கடைகள், பணிகள் போன்றவை. • *The complex enjoys good transport* **facilities**. **fa-cil-i-ty**/fə'siləti/*(n)*: ஃபə'ஸிலிட்டி / opportunity, வாய்ப்பு; dexterity, திறமை; an advantage, நற்பயன். • *He, being a businessman, enjoys an overdraft* **facility** *in the bank.*

fa-cing/'feisiɲ/*(n)*:'ஃபெய்ஸிங் / a covering in front, மேல்போர்வை, வீட்டின் முகப்பு. **facings***(n)*: coverings of a different colour applied on the shirt collar, cuffs, etc., சட்டைக் காது, கை முகப்பு முதலியவற்றில் பொருத்தக்கூடிய வண்ணங்கள், அமைப்புகள்.

fac-sim-i-le/fæk'simili/*(n)*:ஃபஆக்'ஸிமிலி / an exact copy of a piece of writing, picture, etc., படி, பிரதி. • *The* **facsimile** *signature is not valid in documents.*

fact/fækt/*(n)*:ஃபஆக்ட் / a thing that has happened or is happening, முடிந்த ஒன்று (அ) முடிந்துகொண்டிருக்கும் ஒன்று; a truth, a reality, உண்மை, மெய்மை. • *It is a* **fact** *that India is a Federation* • *As a matter of* **fact** *I did not do it yesterday.* **fact-finding**/'fækt, faindiɲ/*(adj)*: 'ஃபஆக்ட்,ஃபய்ண்டிங் / having the aim to find the truth of a certain situation, ஒரு செயல் (அ) சம்பவத்தின் உண்மையைக் காண முயலும். • *A* **fact-finding** *team of central officials visited the flood-hit areas of Assam to assess the damage.*

fac-tion/'fækʃn/*(n)*:'ஃபஆக்ஷən் / a group or a part within a larger organization, ஒரு கட்சியினுள், சிறுபான்மையினர் கூடி எழுப்பும் கலகக்குரல், கலகம் செய்யும் சிறு கூட்டம்; a clique, தன்னலக் கும்பல். • *There are many* **factions** *in the national party.*

factious/'fækʃəs/*(adj)*:'ஃபஆக்ஷəஸ் / going to faction; inclined to clamour against public measures or men; relating to faction; தன்னலக் கட்சி ஆதரிக்கின்ற; கட்சியிலிருந்து விலகி (அ) இருந்து கொண்டே மற்றவர்களை எதிர்க்கின்ற; பொதுப்பணிகள் (அ) பொது வாழ்க்கையில் ஈடுபட்டவர்களை எதிர்த்துக் கூச்சல் போடுகின்ற; பிளவைச் சார்ந்த.

fac-ti-tious/fæk'tiʃəs/*(adj)*:'ஃபஆக்ட்டி-ஷəஸ் / discordant, முரணான; artificial, செயற்கையான. • *A* **factitious** *laughter by some, irritated the speaker.*

fac-tor/'fæktə*/*(n)*:'ஃபஆக்ட்டə* / an element that contributes to bring out a result, முடிவை உண்டாக்கும் காரணி. • *The Prime Minister's remark is an important* **factor** *in turning the tide against the opposition.* [maths] one of numbers, which multiplied together give a desired result, காரணி, எண் கூறு; an agent, செயலாளர். **fac-tor-ize**/'fæktəraiz/*(v.t)*:'ஃபஆக்ட்டəரய்ஸ்: / to resolve into factors, எண் கூறுகளாக வகு. **factorization***(n)*.

factorage/'fæktəridʒ*(n)*:ஃபஆக்டəரெஜ் / commission paid to a factory agent, தொழிற்சாலை செயலாளருக்கு அளிக்கப்படும் உழைப்பு ஊதியம்.

factorial/fæk'tɔ:riəl*(n)*:ஃபஆக்'டɔரியəல் / The product of all consecutive numbers in descending order up to one from a given number (eg. 4×3×2×1=24), ஒரெண்ணிலிருந்து இறங்குமுகமாக ஒன்று வரையிலுள்ள எல்லா எண்களையும் பெருக்கிக் கிடைக்கும் தொகை.

factorize/ˈfæktəraiz/*(v)*:ˈஃபக்ட்டரைய்ஸ்: / Resolve into factors, காரணிகளாகப் பிரி.

fac-to-ry/ˈfæktəri/*(n)*:ˈஃபக்ட்டரி / a place or building where goods are manufactured, தொழிற்சாலை. • *He is employed in a tractor* **factory**. • *He is a* **factory** *worker.*

fac-to-tum/fækˈtəutəm/*(n)*: ஃபக்ட்டௌட்டம் / one who looks after all kinds of work for an employer, பலதிறப் பணியாளர்.

facts of life/ˈfæktsɔ:flaif/*(n, pl)*: ˈஃபக்ட்ஸ்ஓஃப்ˈலய்ஃப் / the details of sex and childbirth, இனம், பால் பற்றிய தகவல்களும், குழந்தை பிறப்பின் உண்மைகளும். • *Every son and daughter has to be told about the* **facts of life**. **fac-tu-al**/ˈfæktʃuəl/*(adj)*: ஃபக்ச்சுவல் / based on fact only, உண்மை நிகழ்ச்சி பற்றிய. • *The police gave a* **factual** *account of the accident to the court.*

fac-ul-ty/ˈfæklti/*(n)*:ˈஃபக்கல்ட்டி / a natural power of the mind or body, உள்ளம் (அ) உடல் திறன்; an ability or skill, செய்திறன், செயல் நுட்பம். • *Though he is old, he puts his* **faculties** *to full use.* the teachers and professional workers of a university, பல்கலைக் கழக ஆசிரியர், பணியாட்கள் குழாம்; a department of learning in a university, பல்கலைக் கழகப் புலம்.

fad/fæd/*(n, sing)*:ˈஃபட்: / **fads**/fædz/*(n, pl)*:ˈஃபட்ஸ்: / a pet whim, வெறி; a fancy or a notion, பற்று, பித்து, பொருளற்ற ஆசை. • *The* **fad** *of wearing T-shirts swept the campus.* **faddish***(adj)*, **faddishly***(adv)*.

faddist/ˈfædist/*(n)*:ˈஃபடிஸ்ட் / one who has one's own whims, விருப்பு வெறுப்பு களுக்கு இடம் கொடுப்பவர்; பித்துப் பிடித்தவர்.

fade/feid/*(v.t)*:ஃபெய்ட்: / to lose brightness, freshness, colour, strength, etc., சக்தி, பொலிவு, நிறம், புதுமை முதலியவற்றை இழந்து மங்கு; to die or disappear, இறந்து விடு, மறைந்து போ, வாடு. • *Very soon youth* **fades** *away.*

fae-ces/ˈfi:si:z/*(n)*/ˈஃபீஸீஸ்: / solid waste matter passed from the bowels, மலம்; excrement, கழிவு. **faecal***(adj)*:

fae-ry/ˈfeəri/*(n)*:ˈஃபஎரி (ˈஃபɛəரி) / [also **fae-rie**]: fairy land, மாய உலகு; the power of fairies, மாய உலக தேவதைகளின் சக்தி.

fag/fæg/*(n)*:ஃபக்: / a cigarette, ஒரு சிகரெட்; a homosexual, ஓரினக் கவர்ச்சியுள்ளவர்; an unpleasant, tiring piece of work, ஈடுபாடில்லாத, களைப்பை ஏற்படுத்தும் வேலை; a new student compelled to do some work for the seniors, மூத்த மாணவர்களுக்கு வேலை செய்யவேண்டிய புதிய மாணவர். **fag***(v.i)*: fatigue, தளர்வுறு; to do overwork, சோர்வுமிகும்படி வேலை செய்; to strain, களைத்துப் போ. **fag-end**/ˌfægˈend/*(n)*: ஃபக்:என்ட் / the very end or last part of something, ஒரு பொருளின் கடைசி நிலை, அடிமுனை. • *At the* **fag-end** *of the film festival, the fans lost excitement.* **fagged**/fægd/*(adj)*: ஃபக்:ட்:: [also **fagged out**]: very very tired, மிகவும் களைத்த.

fag-got/ˈfægət/*(n)*:ˈஃபக:ஒட் / [also **fagot**]: a bundle of sticks, விறகுக் கட்டு; a ball of meat pieces mixed with bread, that is cooked, சமையல் செய்யப்பட்ட இறைச்சித் துண்டுகளும், ரொட்டித் துண்டுகளும்.

fah-ren-heit/ˈfærənhait/*(n)*: ˈஃபரன்ஹய்ட் / a temperature scale in which 32° represents the ice-point and 212° the steam point, தூய்மையான நீரின் உறை நிலை 32°, ஆவியாகும் வெப்பநிலை 212°, வெப்பத்தின் அலகு. • **Fahrenheit** *scale was devised by a German Physicist.*

fai-ence/faiˈa:ns/*(n)*:ˈஃபயான்ஸ் / glazed earthenware or pottery with fine designs, வண்ணமிகு வேலைப்பாடுகளுடன் கூடிய மண், பீங்கான் பாத்திரங்கள்.

fail/feil/*(v.t-v.i)*:ˈஃபெய்ல் / to neglect what is required to be successful, வெற்றி அடைய வேண்டியதைச் செய்யத் தவறு; to be not successful in some tests, examinations, ventures, etc., சில தேர்வுகள், முயற்சி முதலியவற்றில் தோல்வி அடை; to be not able to, திறமையில்லாமலிரு; to disappoint at a critical time, நெருக்கடி வேளையில் மோசம் செய். • *The bank* **failed** *to help me at the critical time.* • *The air-plane's engine* **failed** *and didn't start.* • *Never* **fail** *to help your friends.* **fail***(n)*: not a successful result, வெற்றியடையாத முடிவு. **without fail**: with absolute certainty, நிச்சயமாக. • *I will come at 4 p.m.* **without fail**. **fail-ing**/feiliŋ/*(n)*: ˈஃபெய்லிங் / fault, குறைபாடு. • *The car engine has some* **failing**; *it doesn't pickup*

F

speed. **failing**(*prep*): if not, இல்லா விட்டால். • *You may find my secretary in her office* **failing** *that, try in the committee room.* **fail-safe**/feilseif(*adj*): 'ஃபெய்ல், ஸெய்ஃப் / pertaining to a mechanism built into a system for ensuring safety, மின்னணு போன்ற அமைப்புகளில் ஏற்படுத்தப்பட்டிருக்கும் பாதுகாப்புக் கருவி தொடர்பாக.

fail-ure/'feiljə*/(*n*):'ஃபெய்ல்யூ* / no success, தோல்வி, வெற்றியில்லாத நிலை. • *As a writer, I am a tragic* **failure**. a person, attempt or thing that fails, தோல்வி அடைந்த ஒருவர் (அ) முயற்சி (அ) பொருள்; breakdown, நொடிப்பு. • *A success is a bundle of* **failures**.

fain/fein/(*adv*):ஃபெய்ன் / rather, விருப்பத் துடன்; with no alternative, வேறு வகை யில்லாத, வேறு மாற்றம் இல்லாத. • *She was* **fain** *to agree with her husband's proposal.*

faint/feint/(*adj*)/ஃபெய்ன்ட் / very weak and on the point of losing consciousness, not clear, distinct, etc., இளைத்து உணர் விழக்கும் நிலையிலுள்ள, தெளிவாக இல்லாத, தனிப்பட்ட. • *He threw a* **faint** *smile at her.* **faint**(*v.t*): to lose consciousness suddenly, எதிர்பாராமல் மயக்கமடை, உணர்விழ. • *She* **fainted** *suddenly while walking.* **faint**(*n*): the act of fainting, மூர்ச்சை அடைதல், மயக்கமடைதல். • *She fell into a* **faint** *when a cobra attacked her.* **faintly**(*adv*). **faint-hearted**(*adj*): without courage, சற்றும் துணிச்சல் இல்லாத. **faint-heartedly**(*adv*), **faint-heartedness** (*n*).

fair/feə*/(*adj*)/ஃபெஅ* (ஃபெஎ*) / free from injustice or self interest etc., மிக்க நியாயமுள்ள, தன்னலமற்ற; quite good, நேர்த்தியான. • *It was a* **fair** *deal.* light and attractive, அதிகக் கறுப்பில்லாத, கவர்ச்சியான, வெளிர் நிறமான. • *She looks* **fair** *and young.* **fair**(*adv*): in an impartial manner, ஒருதலைச் சார்பற்ற. • *She always plays* **fair**. **fair**(*n*): market, சந்தை; exhibition, பொருட்காட்சி; sale, விற்பனை. **fair copy**(*n*): clean copy, உண்மைப் படிவம். **fairdeal**/feə*di:l/(*n*)/ஃபெஅ*டீல் / fair treatment, square deal, நல்ல செயல், நேர்மையான வணிகம், **fair-din-kum**/(*adj*): honest, உண்மையான. **fair-game**/'feəgeim/(*n*):'ஃபெஎகெய்ம் / a person or thing that it is considered reasonable to chase, mock or criticize, பரிகசிக்க, குற்றம்கூற ஏதுவான மனிதர் (அ) பொருள். **fair-ground**(*n*): an open place where fairs, races, etc., are held, சந்தை, கேளிக்கைகள் நடக்கும் இடம். **fairing**(*n*): a structure on the exterior of an engine, ஒரு இயந்திரத்தின் புற அமைப்பு. **fair-ly**/feəli/(*adv*):'ஃபெஎலி / not unjustly, நியாயமான. • *The government does not treat its citizens* **fairly**. to some degree, ஓர் அளவுக்கு. • *It is a claim, made* **fairly**. **fair-minded**(*adj*): just, நியாய உணர்வுள்ள. • *The managing director is a* **fair-minded** *person.* **fair-sex**(*n*): women in general, பொதுவாகப் பெண்கள். **fair-way**/'feəwei/(*n*)/'ஃபெஎஉவே / an unobstructed passage, way or area, தடைகள் ஏதும் இல்லாத வழி, நிலப்பரப்பு முதலியவை. **fair-weather**(*adj*): for fair-weather only, நல்ல நிலைமையில் மட்டும்; failing in time of trouble, துன்பம் வரும்பொழுது விலகும் மனப்பான்மை. • **Fair-weather** *friends are not reliable.*

fai-ry/'feəri/(*n*):'ஃபெஎரி / a small imaginary figure with magical powers and usually shaped like a human being, தேவதை. **fairy-god-mother**(*n*): one who saves and helps someone in trouble, துன்பத்தில் துணை நிற்பவர்.

fai-ry-land/'feərilænd/(*n*): 'ஃபெஎரிலஎன்ட் / a land where fairies live, தேவதைகள் வாழும் இடம். **fairy-light**(*n*): a small coloured light, வண்ண விளக்குகள். **fai-ry-tale**/'feəriteil/(*adj*): 'ஃபெஎரிட்டெய்ல் / of a fairy tale, கட்டுக்கதைகள் பற்றிய; fairly wonderful, ஆச்சரியமான. **fairy-tale**(*n*): a short story about fairies, தேவதைக் கதைகள். • *My grandmother used to tell me hundreds of* **fairy tales**.

fait-ac-com-pli/ˌfeitə'kɔmpli:/(*n*): ஃபெய்ட்'அக்காம்ப்லி / an accomplished fact, நடந்து முடிந்த செயல்; that which has already taken place, மாற்ற முடியாத ஒன்று, நிறைவேற்றப்பட்ட ஒன்று.

faith/feiθ/(*n*)/ஃபெய்த் / firm belief, அசைக்க முடியாத நம்பிக்கை; promise, loyalty,

உறுதிமொழி, பற்றுறுதி; trust in God, கடவுள் நம்பிக்கை. • *I have more* **faith** *in humanity.* **faithful**/'feiθful/*(adj)*/ ஃபெய்த்ஃபுல் / true, loyal, உண்மையான, உறுதியுள்ள. • *It is rather difficult to get a* **faithful** *servant.* **faithful***(n)*: a body of loyal members of any group or party, மிக்க உண்மையுடன் செயலாற்றும் கட்சி (அ) கூட்ட உறுப்பினர்கள். • *The party has many* **faithfuls** *on the roll.* **faith-ful-ly**/'feiθfuli/*(adv)*:ஃபெய்த்ஃபுலி / with faith, உண்மை உறுதியுடன். • *I serve* **faithfully**. exactly, சற்றும் மாறாமல் அப்படியே. • *I copied the extract very* **faithfully**. **faith-less**/'feiθlis/*(adj)*:ஃபெய்த்லிஸ் / with no faith, நம்பிக்கையில்லாத. **faithlessly** *(adv)*, **faithlessness***(n)*. **faith-healing** *(n)*: healing effected through faith in God, தெய்வ நம்பிக்கை மூலம் நோய்களைக் குணப்படுத்த முயற்சித்தல். **faith-healer** *(n)*: one who claims divine power to heal the sick by prayer, வழிபாடு மூலம் நோயைக் குணப்படுத்த முடியும் என்று செயல்படும் ஒருவர்.

fake/feik/*v.t)*:ஃபெய்க் / to prepare something and to make it to appear more valuable, போலிப் பொருள் தயார் செய்; to copy something to deceive, மோசடி செய். • *She* **faked** *her husband's signature and got payment.* to pretend, ஏமாற்று. • *The story was* **faked** *to make it more exciting.* **fake***(adj)*: made with an intention to deceive, ஏமாற்றும் எண்ணமுள்ள. • *She greeted him with a* **fake** *laugh.* **fake***(n)*: one who pretends to be true, மோசடி செய்பவர்; a worthless copy of something, intended to deceive, போலி, ஏமாற்றக் கூடிய பொருள்.

fa-kir/'fei,kiə*/*(n)*:'ஃபெய்க்கியஉ* / a Muslim or Hindu religious ascetic, ஒரு முஸ்லிம் (அ) இந்து துறவி.

falchion/'fɔ:ltfən*(n)*: 'ஃபஂ:ல்க்கஉன் / A short, broad, curved sword; scimitar, குட்டையான, அகலமான வளைவுடைய வாள், குத்துவாள்.

fal-con/'fɔ:lkən/*(n)*: 'ஃபஂ:ல்க்கஉன் / a bird of prey, வல்லூறு, இராசாளி. **falconer***(n)*: one who trains falcons, வல்லூறுகளைப் பழக்குபவன். **fal-con-ry**/'fɔ:lkənri/*(n)*: 'ஃபஂ:ல்க்கஉன்ரி / the sport of hunting falcons, வல்லூறுகளை வேட்டையாடுதல்; hawking, கூவி விற்பனை செய்தல்.

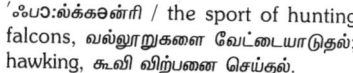

fall/fɔ:l/*(v.t)*:ஃபஂ:ல் / to go down freely, இறங்கு; to come down suddenly (by accident), விபத்து முதலியவற்றால் திடீரென விழு; to lose one's position, தன்னிலையினின்று இறங்கு; lose esteem, மதிப்பை இழ. • *If you are afraid of* **falling**, *you can never rise at all.* to become lower, அளவு, தகுதி முதலியவற்றில் குறைந்து விடு; happen, நேரிடு; occur, நேரிடு; decline, வீழ்ச்சியுறு. • *The water level* **fell** *by four feet.* • *It* **falls** *on a Friday.* • *The members were discussing but soon their voices* **fell** *to a whisper.* • *The town* **fell** *to the invaders.* **fall***(n)*: a rush of water, நீர்வீழ்ச்சி; slope, சரிவு; autumn, இலையுதிர் காலம்; dropping down, விழுதல்; decline, இறக்கம். • *The* **fall** *of the town occurred in 1945.*

fal-la-cious/fə'leiʃəs/*(adj)*:ஃபஉ'லெய்ஷஉஸ் / based on false reasoning, தவறான காரணங்கள் கொண்டு வாதிடுதல். • *His is a* **fallacious** *argument.* **fallaciously** *(adv)*.

fal-la-cy/'fæləsi/*(n)*:ஃபஃலஉஸி / a false idea or belief, தவறான கருத்து (அ) நம்பிக்கை; misleading argument, பிழையான வாதம்.

fal-len/'fɔ:lən/ஃபஂ:லஉன் / past participle of "fall", "fall" என்பதின் இறந்த கால முடிவெச்சம். **fallen***(n)*: the dead soldiers in the battle, போரில் உயிர் துறந்த வீரர்கள். **fallen***(adj)*: degraded, நேர்மையில்லாத; immoral, நடத்தை சரியில்லாத.

fall-guy/fɔ:lgai/*(n)*:ஃபஂ:ல்கஃய் / an easy victim, சுலபமாக வலையில் விழக் கூடியவன்; a scapegoat, one who is easily cheated, பிறர் பிழைக்குத் தண்டனை ஏற்றுக்கொள்பவன், பலியாடு, ஏமாற்றப் படுபவன்.

fal-li-ble/'fæləbl/*(adj)*:'ஃபஃலிப்:ல் / liable to make mistakes, தவறு செய்யக்கூடிய. **fal-li-bility**/,fælə'biləti*(n)*: 'ஃபஃலிபி:லிட்டி / quality or state of being liable to mistakes, தவறு செய்யக்கூடிய குணம் (அ) நிலை. *opp*: infallible.

falling-star/fɔ:liŋsta:**(n)*: 'ஃபஂ:லிங், ஸ்ட்டா* / an incandescent meteor, எரி நட்சத்திரம்.

fal-lo-pian tube/fə'ləupiəntju:b/*(n)*: 'ஃபஃலஉஉப்பியஉன்ட்யூப்: / either of a pair

F

of slender tubes in a female through which ova passes from the ovary to the uterus, கருவகத்தினின்று, கருப்பைக்கு உயிர் அணுக்களை எடுத்துச் செல்லும் மிருதுவான குழல்களில் ஒன்று.

fall-out/'fɔ:laut/(*n*):'ஃபாஃல்உட் / the setting of the radioactive dust on ground as a result of nuclear explosion, கதிர்வீச்சுத் தூசுகள், அணுகுண்டு வெடித்தலுக்குப் பிறகு தரையில் படிதல்.

fal-low/'fæləu/(*adj*):'ஃபஃலஉ / (of land) ploughed but not cultivated, உழுது ஆனால் பயிரிடப்படாத; unproductive, விளைவற்ற. • *The farmer doesn't leave any land* **fallow**. **fallow-deer**(*n*): a yellowish brown deer smaller than the stag, மஞ்சள் நிறச் சிறிய மான் வகை.

falls/fɔ:lz/(*pl*): ஃபாஃல்ஸ்: / a place where a river suddenly drops over a steep, நீர்வீழ்ச்சி.

false/fɔ:ls/(*adj*): ஃபாஃல்ஸ் / not real, உண்மையில்லாத; artificial, செயற்கையான. • *The actor was wearing a* **false** *nose.* incorrect, பிழையான. • *His speech has made a* **false** *impression on the members.* **false**(*adv*): faithlessly, பொய் சொல்லி ஏமாற்றுகிற. • *The man always speaks* **false** *about his boss.* **false-alarm**: a false report of fire to a fire station, பொய்யான அபாய அறிவிப்பு; a warning that is not true, பொய்யான எச்சரிக்கை. **false bottom**(*n*): a partition above the actual bottom of a box, trunk, etc., which in fact hides a secret space, பெட்டியும், அது போன்ற அமைப்புகளிலும், உண்மையான அடிப்பகுதிக்கு மேல் பொய்யான தகடு அமைத்து ஓர் இரகசிய அறை ஏற்படுத்துதல். **false-hood**/'fɔ:lshud/(*n*):'ஃபாஃல்ஸ்ஹுட் / lie, பொய்; dishonesty, நேர்மையில்லாமை. **fal-si-fy**/'fɔ:lsifai/(*v.t*):'ஃபாஃல்ஸிஃபய் / to deceive, ஏமாற்று; to make (something especially a written matter) false, எழுத்தில் இருப்பதை மாற்றி ஏமாற்று. • *It is suspected that the bank cashier has* **falsified** *the accounts.* **falsification**(*n*). **fals-i-ty**/'fɔ:lsəti/(*n, sing*):'ஃபாஃல்ஸிட்டி / **falsities**(*n, pl*): the quality of being false, ஏமாற்றும் தன்மை.

fal-ter/'fɔ:ltə*/(*v.i*):'ஃபாஃல்ட்டஅ* / to waver in action, செயலில் தடுமாற்றம் கொள். • *My courage didn't* **falter** *at the hour of crisis.* to move unsteadily, தள்ளாடி நட. • *The old woman did not* **falter** *when she walked up the stairs.* to speak in a weak and broken manner, திக்கிப் பேசு. • *She* **faltered** *out a few words by way of apology.*

fame/feim/(*n*):ஃபெய்ம் / the state of being well-known, புகழ். • *I wanted to get* **fame** *with my first novel.* • *The literary* **fame** *of Nehru is worldwide.* **fam-ed**/feimd/(*adj*):ஃபெய்ம்ட்: / well-known, famous, எல்லோருக்கும் தெரிந்த, புகழ் பெற்ற. • *The Marina beach of Chennai is* **famed** *for its beautiful sights.* **fam-il-i-ar**/fə'miljə*/(*adj*):ஃபஅ'மிலியஅ* / well-known, மிகவும் தெரிந்த. • *Ramayana is a* **familiar** *epic to all Indians.* thoroughly conversant, நன்கு ஆராய்ந்து தெளிந்த. • *I am not* **familiar** *with income tax laws.* too friendly மிகப்பழக்கமான; informal, முறைப்படியில்லாத. • *She always writes in* **familiar** *style.* **famil-i-ar-i-ty**/fə,mili'ærəti/(*n*):ஃபஅ,மிலி'ஆரிட்டி / thorough knowledge of a thing, subject, etc., ஒரு பொருளைப் பற்றிய ஆழ்ந்த அறிவு. • *Her* **familiarity** *with the local people was really admirable.* freedom of behaviour, சுதந்திரமான நடத்தை. **fami-li-ar-ize**/fə'miljəraiz/(*v.t*): ஃபஅ'மில்யஅரய்ஸ்: / to make (a person) well acquainted or well informed about, ஒருவரை நன்கு பழக்கம் ஏற்படுத்திக் கொள். • *One should* **familiarize** *oneself with the service rules before one starts his service.* **fa-mil-i-ar-ly**/fə'miljəli/(*adv*):ஃபஅ'மிலியஅலி / friendly manner, நட்பான முறையில். • *Mahatma Gandhi was* **familiarly** *known as Bapuji.*

fam-i-ly/'fæməli/(*n, sing*):'ஃபஃமிலி (மஅ) / **fami-lies**(*n, pl*): parents and their children, குடும்பம். • *My* **family** *members are fair and tall.* all those people descended from a common person, மரபு வழி, பரம்பரை; a group of related animals, plants, languages, etc., மிருக இனம், தாவர இனம், மொழி இனம் முதலியவை. • *Tamil belongs to the Dravidian* **family** *of languages.* • *The tiger belongs to the cat* **family**. **family-tree**(*n*): a plan showing the relationship of the members of a family, மரபுவழிக் குறிப்பேடு, வரைபடம்.

fam-ine/'fæmin/*(n)*:'ஃபஃமின் / general scarcity of food, பொதுவாக உணவு இல்லாத நிலைமை, பஞ்சம். • *Many people die without food when* **famine** *ravages a place.*

fam-ish-ed/'fæmiʃt/*(adj)*:'ஃபஃமிஷ்ட் / very hungry, மிகப் பசியுடன் உள்ள. • *Many children in India look* **famished**.

fa-mous/'feiməs/*(adj)*:'ஃபெய்மஸ் / very well-known, பலரறிந்த. • *Jawaharlal Nehru was a* **famous** *writer.* (old usage) first rate, முதன்மையான; excellent, மிக உன்னதமான. • *Adolf Hitler was a* **famous** *conqueror.* **famously***(adv)*.

fan/fæn/*(n)*:ஃபஃன் / an instrument for producing a current of air, மின்விசிறி, காற்றோட்டச் சாதனம்; winnowing appliance, தானியம் தூற்றும் இயந்திரம். **fan***(v.t)*:**fanned, fanning**: to move the air with or as with a fan, காற்றோட்டம் செய்து கொள், விசிறு. • *I always* **fan** *myself with a pad.* to become more active, மிகவும் சுறுசுறுப்பாகச் செயல்படச் செய். • *The police* **fanned** *out in all directions to find the burglar.* to spread out like a fan, சுழலும் விசிறி போல் பரவு. • *The incident* **fanned** *the communal riots.* **fan***(n)*: an enthusiastic devotee or a follower, ஒன்றின் மேல் அதிக அளவு ஆசை வைப்பவன், அபிமானி. • *Many cine stars have their own circle of* **fans**.

fa-nat-ic/fə'nætik/*(adj)*:ஃபஅ'னஃட்டிக் / overzealous, வெறித்தனம் கொண்ட; extravagant, கொள்கைப் பிடிவாதமுடைய. **fanatic***(n)*: one who is unreasonably enthusiastic, over-religious convictions or political belief, மதவெறியர், அரசியல் தீவிரவாதி. **fa-nat-i-cis-m**/fə'nætisizəm/*(n)*:ஃபஅ'னஃட்டிஸிஸ:அம் / the behaviour, character or ideas of a fanatic, ஒரு வெறியரின் நடத்தை, குணம் முதலியவை. **fanatical***(adj)*, **fanatically***(adv)*, **fanaticalness***(n)*.

fan-ci-er/'fænsiə*/*(n)*:'ஃபஃன்ஸியஅ* / a person having interest in something, ஒரு விதத்தில் (அ) ஒன்றில் அதிக ஆசை கொண்டுள்ளவர், தீவிரப்பற்று உள்ளவர்.

fan-ci-ful/'fænsiful/*(adj)*:'ஃபஃன்ஸிஃபுல் / capricious or whimsical in appearance, சலன புத்தியுள்ள, மனம் போன போக்குள்ள, ஒரு மாதிரியான தோற்றமுடைய; imaginary, கற்பனையான. • *He has some* **fanciful** *idea of crossing the flooded river on foot.* decorative and strange, அழகான, புதுமையான. **fancifully***(adv)*.

fan-cy/'fænsi/*(n, sing)*: 'ஃபஃன்ஸி / **fancies** *(n, pl)*: imagination or inclination, கற்பனை, ஒருவித சபலம். • *He had wonderful* **fancy** *of becoming a millionaire.* liking rather unreasonably, அர்த்தமற்ற ஆசை, விருப்பம்; an idea not based on fact or reason, உண்மைக்கு ஒவ்வாத, காரணம் காட்ட முடியாத எண்ணம், கருத்து முதலியவை. • *It was his* **fancy** *to fly to Mumbai to have tea once a week.* **fancy***(v.t)*: to form a conception of, ஒரு நினைவு கொள்; to take a liking, ஆசை கொள், ஆசைப்படு. • *I cannot* **fancy** *living alone in the air for one day.* **fancy***(adj)*: of exceptional appeal, தனியான, நல்ல கவர்ச்சியுடைய; made to please the taste or fancy, விரும்பும்படியாகத் தயாரிக்கப் பட்ட, கவர்ச்சிகரமாகத் தயாரிக்கப்பட்ட. • *There are many shops selling* **fancy** *goods.*

fan-fare/'fænfeə*/*(n)*:'ஃபஃன்ஃபஎஅ* / loud blowing of trumpets, horns, bugles, etc., எக்காள முழக்கம், சங்கீதக் கருவிகளின் முழக்கம்; publicity and advertisement, விளம்பரத்திற்கும், எல்லோருக்கும் தெரிவ தற்காகவும் செய்யப்படுவது. The marriage function of certain rich people is a **fanfare** event.

fang/fæŋ/*(n)*:ஃபஃங்க்: / canine tooth of a wild beast, கோரைப்பல்; the poison tooth, நச்சுப்பல்.

fan-gle/fæŋgl/*(n)*:ஃபஃங்க்:ல் / fashion, நாகரிகம்; style, பாணி.

fan-light/'fænlait*(n)*:'ஃபஃன்லய்ட் / a window over a door and forming part of the door opening. கதவுக்கு மேலிருக்கும் நுழை வாயிலின் ஒருபாகமாக அமையும் ஜன்னல்.

fan-tas-ize/'fæntəsaiz/*(v.i)*: ஃபஃன்ட்'டஅஸய்ஸ்: / to form strange ideas mentally, மனத்தில் வியப்பூட்டும் கருத்துக்கள், எண்ணங்கள் ஏற்படச் செய். • *He was always* **fantasizing** *about winning a bumper prize.*

fan-tas-tic/fæn'tæstik/*(adj)*: ஃபஃன்ட்'டஃஸ்ட்டிக் / wonderful, ஆச்சரியமான; unrelated to reality, உண்மைக்குப் புறம்பான; odd, strange,

சற்று வித்தியாசமான. • *In India, we can see* **fantastic** *sights; in the midst of huts, you can see a palatial building.* not controlled by reason, அறிவுக்கு ஒவ்வாத.

fan-ta-sy/'fæntəsi/*(n)*:ஃபஎன்ட்டஸி / imagination extravagant and unrestrained, வளமான, சற்றும் கட்டுப் பாடில்லாத கற்பனை. • *The* **fantasy** *of a man travelling from one planet to the another may become real in future.*

far/fa:*/*(adv)*:ஃபா* / at or to a great distance, வெகு தூரத்தில். • *It looks beautiful as* **far** *as I can see.* to a great distance in time, அதிக நேரம் வரை. • *I always work* **far** *into the night.* • *"Have you met your new teacher?" Not so* **far**. **far***(adj)*: being at a great distance, வெகு தூரத்தில் இருக்கின்ற. **farthest**: greatly different from, மிகவும் வேறுபட்டு. • *The* **far** *frontiers of the British Empire have collapsed.* **far-away***(adj)*: distant, வெகு தூரத்திலுள்ள.

farce/fa:s/*(n)*:ஃபாஸ் / a light humorous play, விகட நாடகம்; a foolish show, கோமாளிக் கூத்து. • *The selection board is making a* **farce** *of the interview as the person has already been decided by the minister.*

fare/feə*/*(n)*:ஃபεə* / the expense of conveyance, பயணச் செலவு; the passenger who pays, பயணி; food, உணவு. • *This restaurant has fixed standard* **fare**. **fare***(v.i)*: to get on, வாழ்; to experience good or bad treatment, நல்லவை, தீயவற்றை அனுபவி; to perform, நிகழ்த்து, செய். • *He* **fared** *well in his examination.* to eat, to dine, உண்.

Far-east/fa:i:st*(n)*:'ஃபாரீஸ்ட் / the countries in Asia, east of India, இந்தியாவிற்குக் கிழக்கிலுள்ள சீனா, ஜப்பான் முதலிய ஆசியக் கண்ட நாடுகள்.

fare-well/ˌfeə'wel/*(interj)*:'ஃபεəவெல் / good bye, சென்று வா, வழி அனுப்புதல்; happy goodbye, பிரியாவிடை.

far-fetched/ˌfa:'fetʃt/*(adj)*:'ஃபா'ஃபெச்ட் / not at all probable, நடக்கக்கூடியதல்லாத (அ) நிகழக்கூடியதல்லாத; not connected to the topic, தொடர்பில்லாத, சம்பந்த மில்லாத.

far-flung/ˌfa:'flʌɲ/*(adj)*:'ஃபா'ஃப்லங் / extending over a long distance, அதிக தூரம் பரவியுள்ள.

far-gone/'fa:gəun/*(adj)*:'ஃபாக:əஉன் / remote, அதிக தூரமுள்ள; nearing the end of usefulness, பயனில்லாத நிலை அடைந்த. • *Your sleeve is too* **fargone** *to be stitched.*

far-i-na-ceous/ˌfæri'neiʃəs/*(adj)*: ˌஃபஎரி'னெய்ஷəஸ் / starchy, மாவுச் சத்துள்ள. • *Bread and potatoes are* **farinaceous** *foods.*

farm/fa:m/*(n)*:ஃபாம் / a portion of land under cultivation, விளைநிலம்; a country house with lands for ploughing, பண்ணை வீடு, பண்ணை. • *Many people are working on the* **farm**. **farm***(v.t-v.i)*: to cultivate land, பயிர்த்தொழில் செய்; to look after a farm, பண்ணையை நிர்வகி; to arrange to look after work, தன் வேலையைப் பிறர் செய்ய ஏற்பாடு செய். • *The family alone* **farms** *fifty acres of wet land.* • *Where there is more land to be cultivated, it is* **farmed** *out to others.* **farm-er**/fa:mə*/*(n)*:'ஃபாமə* / one who owns or manages a farm, ஒரு பண்ணை யின் உரிமையாளர் (அ) ஒரு பண்ணையை நிர்வாகம் செய்பவர். **farm-house**/'fa:mhaus/*(n)*:'ஃபாம்ஹஉஸ்: / the main house in a farm, பண்ணை வீடு. **farming**/fa:miɲ/*(n)*:'ஃபாமிங் / cultivating lands, பயிர்த்தொழில் செய்தல், விவசாயம். **farm-yard**/'fa:mja:d/*(n)*:'ஃபாம்யாட்: / a yard or open space surrounded by farm buildings, கழனி, முற்றம், பண்ணை வெளி.

far-reaching/fa:ri:tʃiɲ/*(adj)*:'ஃபா'ரீச்சிங் / having a wide range of influence, மிக அதிக பலன் (அ) விளைவு ஏற்படுத்தக் கூடிய.

far-ri-er/'færiə*/*(n)*:'ஃபஎரிஅə* / a blacksmith, one who shoes horses, குதிரைக்கு லாடம் கட்டுபவர்; a veterinary doctor, கால்நடை மருத்துவர்.

far-row/'færəu/*(v.i)*:'ஃபஎரəஉ / to produce a litter of pigs, ஒரீற்றுப் பன்றிக் குட்டிகள் ஈன். **farrow***(n)*: a litter of pigs, ஒரீற்றுப் பன்றிக் குட்டிகள்.

far-sight-ed/ˌfa:'saitid/*(adj)*:'ஃபா'ஸய்ட்டிட்: / [also **farseeing**]: தூரப்பார்வையுள்ள; capable of seeing the future effects of present actions, இன்றைய செயல்களின் எதிர்காலப் பலன்களைக் கண்டறியக்கூடிய; wise, அறிவுக்கூர்மையுள்ள.

fart/fa:t/*(v.i)*:ஃபாட் / (taboo, நாகரிகமற்ற வார்த்தை); to send out air from bowels,

குடலினின்று காற்றை வெளியேற்று. **fart**(*n*): (taboo) குடலினின்று வாயு வெளியேறுதல்.

far-ther/'fa:ðə*/(*adj*):'ஃபாத:ə* / moreover, மேலும் உள்ள; in addition to, இன்னும். • *I cannot walk any* **farther**. more remote, அதிக தூரமான. • *On the* **farther** *side of the river, you see the farm house.* additional, அதிகப்படியான. **farthest**(*adj & adv*): most far, வெகு தூரத்திலுள்ள. • *She can swim the* **farthest**.

farthermore/'fa:ðəmɔ:*(*adv*):'ஃபாதəமொ:* / moreover, besides, மேலும் கூட, அதிக தூரத்தில்.

fas-ci-nate/'fæsineit/(*v.t*):ஃபஜஸினெய்ட் / to attract, கவர்ச்சியூட்டு. • *The young get* **fascinated** *by all kinds of advertisements.* to enchant, மந்திரத்தால் மயங்க வை. **fascinating**(*adj*): charming, வசீகரம் செய்யக்கூடிய; enchanting, மயக்கம் ஏற்படுத்தக்கூடிய, மயங்கக்கூடிய. • *She found the jewels quite* **fascinating**. **fas-ci-na-tion**/ˌfæsi'neiʃn/(*n*): ˌஃபஜஸி'னெய்ஷən / attraction, கவர்ச்சி; enchanting, மந்திரத்தால் மயங்குதல்; spell, மந்திரம். • *Books are always a* **fascination** *for me.* **fascinator**(*n*): one who attracts, கவர்ச்சி செய்பவர், வசீகரிப்பவர்.

fas-cis-m/'fæʃizəm/(*n*):'ஃபஜஷிஸ:əம் / a government by a dictator, having all powers, எல்லா அதிகாரங்களையும் கொண்ட சர்வாதிகார அரசு, சர்வாதிகாரம். • *Mussolini was an ardent devotee of* **fascism**. **fas-cist**/'fæʃist/(*n*):'ஃபஜஷிஸ்ட் / a member of the fascist movement, எதேச்சாதிகார அரசு இயக்கத்தின் ஒரு உறுப்பினர். • *Even an elected minister becomes a* **fascist** *when dealing with the public.*

fash-ion/'fæʃn/(*n*):'ஃபஜஷən / style, நவநாகரிக நடையுடை பாவனைகள்; custom, பழக்க வழக்கம். • **Fashions** *change and man becomes a slave to* **fashions**. a way of doing a thing, செயல் முறை. **fashion**(*v.t*): to give a shape or form to, உருவாக்கு, சமை. • *In villages, people cut some branches and leaves and* **fashion** *their cottage.* **fash-ion-a-ble**/'fæʃnəbl/(*adj*):'ஃபஜஷənəப்:ல் / stylish, நாகரிகமான. • *It is* **fashionable** *nowadays to own all kinds of gadgets.* **fashionably**(*adv*).

fast/fa:st/(*adj*):ஃபாஸ்ட் / rapid, விரைவான. • *It is a* **fast** *train to Delhi.* fixed, நிலையான; firm, உறுதியான. • *The colours are* **fast**; *they do not go while washing.* **fast**(*adv*): firmly, உறுதியாக; quickly, விரைவாக. • *The population grows* **fast** *in India.* **fast**(*v.i*): to eat no food, to abstain from food, பட்டினியாக இரு, உணவை விலக்கு. • *Many rich people pretend to* **fast** *during festivals.* **fast**(*n*): an act of fasting, உண்ணாமல் இருத்தல். • *Politicians undertake* **fast** *to draw the attention of the public.* **fas-ten**/'fa:sn/(*v.t-v.i*):'ஃபாஸ்ன் / to make firm, உறுதியாகச் செய்; to affix, ஒட்டு; to join, இணை; to bind, கட்டு. • *The passengers are requested to* **fasten** *their seat belts.* **fas-ten-er**/'fa:snə*/(*n*):'ஃபாஸ்னə* / something that fastens things together, உறுதியாகப் பிடித்திருக்க உதவும் ஒன்று; a workman who fastens things together, ஒன்றுசேர்க்கும் தொழிலாளி.

fas-tid-i-ous/fəs'tidiəs/(*adj*): ஃபəஸ்'ட்டிடி:யəஸ் / dainty, நுட்பமான; difficult to please, எளிதில் மனநிறைவு அடையாத.

fast-ness/'fa:stnis/(*n*):ஃபாஸ்ட்னிஸ் / stronghold, பாதுகாப்பான இடம்; the state of being firm, உறுதியாக இருக்கும் நிலை. • *The* **fastness** *of democratic institutions is evident now.*

fat/fæt/(*adj*):ஃபஜட் / fleshy, கொழுத்த; plumpy, சதைப்பற்றுள்ள. • *The* **fat** *lady doesn't fast at all.* a fat lot: nothing, கொழுத்த தன்மையைத் தவிர வேறெதுவும் இல்லை; fatwitted, stupid, அறிவற்ற; fertile, வளமான. • *It is a* **fat** *soil and so it is fertile.* **fat**(*n*): an oily substance under the skin, கொழுப்புப் பொருள்; grease, கொழுப்பு. • **Fats** *are not soluble in water.* **The fat is in the fire**: action causing trouble has started, செயல் ஆரம்பமாகி விட்டது. **fat** (*v.t-v.i*): to make fat, கொழுக்கும்படி செய்; to grow fat, கொழுத்து வளர்; to fatten, பெரிய உடலுடன் இருக்கக் கொழுப்பேற்று.

fa-tal/'feitl/(*adj*):'ஃபெய்ட்ல் / deadly, கொல்லும் தன்மையுள்ள; causing death, மரணத்தை ஏற்படுத்துகின்ற. **fatally**(*adv*). **fa-tal-is-m**/'feitəlizəm/(*n*): 'ஃபெய்ட்டəலிஸ:əம் / submission to fate, எல்லாம் விதியின் செயல் என்று எண்ணுதல். **fatalist**(*n*), **fatalistic** (*adj*),

F

fatalistically(*adv*). **fa-tal-i-ty**/ fə'tæləti/(*n*):ஃபெடலிட்டி / an accident causing death, இறப்பை ஏற்படுத்தும் விபத்து; calamity, பேரிழப்பு.

fat-cat/fætkæt(*n*):'ஃபாட்'காட் / a wealthy person from whom political parties extract money, அரசியல் கட்சிகளுக்குப் பண உதவி செய்யும் பெரும் பணக்காரன்.

fate/feit/(*n*):ஃபெய்ட் / that which happens to one, எது நடக்கின்றதோ அது; destiny, விதி; that which is determined previously by divine power, இறையருளால் தீர்மானிக்கப்பட்டது. • *Do not bow to* **fate**: *you can overcome* **fate** *by patience and hard work.* **fat-ed**/feitid/(*adj*):'ஃபெய்ட்டிட் / subject to fate, விதியின்படி நடக்கின்ற: caused by fate, விதிப்படி நிகழ்கின்ற. • *It was* **fated** *that we should get married today.* opp: ill-fated. **fate-ful**/'feitful/ (*adj*):'ஃபெய்ட்ஃபுல் / involving very important consequences, மிக முக்கிய மான விளைவுகளை உள்ளடக்கிய. • *It was a* **fateful** *day when the fire erupted in a school at Kumbakonam killing more than 90 school children.* • *The* **fateful** *decision to go to war was taken in the cabinet meeting.*

fa-ther/'fa:ðə*/'ஃபாத:ə* / a male parent, ஆண்பெற்றோர், தந்தை; பிராணி (அ) மனிதனின் ஆண் பெற்றோர்; an inventor, ஓர் அரிய கண்டுபிடிப்பு செய்தவர்; an originator, ஆரம்பம் செய்தவர். • *Johnson is the* **father** *of English dictionary.* • *Gandhiji is the* **father** *of the Indian Nation.* **father**(*v.t*): to beget, பிறப்பு ஏற்படுத்து; to originate, துவக்கம் செய்; to be the author of, படைப்பாளனாக இரு. **father** (*n*): the supreme being, God, மிக உயர்ந்தவர், கடவுள்; the creator, படைப்பவர்; a title of respect for a priest, மதகுருவின் கவுரவப்பட்டம். **father-hood**/'fa:ðəhud/ (*n*):'ஃபாத:əஹுட் / the condition or state of being a father, தந்தையாகச் செயலாற்றும் தன்மை. **father-in-law**/(*n, sing*), **fathers-in-law**/(*n, pl*): the father of a person's wife or husband, மாமனார். **father-land**/'fa:ðəlænd/(*n*): 'ஃபாத:əலஅண்ட் / one's native country, தந்தை நாடு. **fa-ther-ly**/'fa:ðəli/(*adj*): 'ஃபாத:əலி / pertaining to or like a father, தந்தைக்குரிய (அ) தந்தையைப் போல.

fath-om/'fæðəm/(*n*):'ஃபஅத:əம்: a measure of depth of 6 feet, ஆறு அடி ஆழ அளவு. **fathom**(*v.t*): to find the depth of, ஆழம் காண்; investigate, ஆழ்ந்தளி. **fath-om-less**/'fæðəmlis/(*adj*):'ஃபஅத:əம்லிஸ் / bottomless, அடிப்பகுதியில்லாத; too deep, மிக ஆழமான; too deep to be understood, புரிந்துகொள்ள முடியாத, புதிரான; not able to understand, புரிந்துகொள்ள முடியாத. • *The murder of Indira Gandhi was a* **fathomless** *mystery.*

fa-tigue/fə'ti:g/(*n*):ஃபə'ட்டீக்: / weariness, களைப்பு; exhaustion, தளர்வு; breaking a metal by hammering, அடித்து அடித்து உலோகக் கட்டையை உடைத்தல்; metal fatigue, உலோகத்தகட்டை நலிவுறச் செய்தல். **fatigue**(*v.t*): to become weary, சோர்வுறு; to make tired, களைப்படையச் செய்; to weaken a metal by continuous hammering, ஓர் உலோகக் கட்டையை அடித்து அடித்து பலவீனப்படுத்து.

fat-ten/'fætn/(*v.t*):ஃபஅட்ன் / to make fat, கொழுக்கும்படி செய்; to grow fat, கொழுத்து வளர். • *Natural manures* **fatten** *the soil.* • **Fatten** *the pigs before getting them to the market.* **fat-ty**/'fæti/ (*adj*):'ஃபஅட்டி / containing lot of fat, கொழுப்பு அதிகமுள்ள. • **Fatty** *foods are not easily digested.* **fattiness**(*n*).

fat-u-ous/'fætjuəs/(*adj*):'ஃபஅச்சுəஸ் / stupid, அறிவில்லாத; silly without knowing the same, பேதைமை புத்தியுள்ள. • *The officer made a very* **fatuous** *remark in the council meeting.* **fatuously**(*adv*), **fatuousness**(*n*), **fatuity**(*n*).

fau-cet/'fɔ:sit/(*n*):'ஃபாஸிட் / a tap, குழாய், வடிகுழாய்.

fault/fɔ:lt/(*n*):ஃபோ:ல்ட் / error, பிழை. • *Do not find* **fault** *with your management.* flaw, குறைபாடு; failure, நொடிப்பு; bad or weak point, பலவீனமான பகுதி; blemish, குற்றம், களங்கம். • *Though no* **fault** *of my own, I lost the contract.* imperfection, குறை. **fault**(*v.t*): to find a mistake, தவறு காண்; blame, குற்றங்கூறு. • *It is not possible for the publisher to* **fault** *my performance.* censure, தண்டனை கொடு. **fault-less**/'fɔ:ltlis/(*adj*):'ஃபோ:ல்ட்லிஸ் / without fault, குறையில்லாத; perfect, நிறைவான; innocent, களங்கமில்லாத. **fault-y**/'fɔ:lti/(*adj*):'ஃபோ:ல்ட்டி / having faults, குறையுள்ள; defective, தவறுள்ள. • *The* **faulty** *connection is the cause of its not working.*

faun/fɔ:n/*(adj)*:ஃபாːன் / an ancient Roman God, பழங்காலத்து ரோமானியக் கடவுள்.

fau-na/'fɔ:nə/*(n, sing)*:'ஃபாːனə / [also **faune**], **faunas***(n, pl)*: the animal life of a region or country, ஒரு நாட்டின் மிருக வகை. Flora and **fauna** is the attraction of the Nilgiris mountains.

faux pas/ˌfəu'pa:/*(n)*:'ஃபəஉ'ப்பா / a mistake in etiquette, நடத்தையில் ஒரு தவறு.

fa-vour/'feivə*/*(n)*:'ஃபெய்வə* / goodwill, நல்லெண்ணம்; kindness, பரிவு; help, உதவி; partiality, சலுகை. • *The judge has acted without fear or* **favour**. active approval, முழுச் சம்மதம். • *Ministers always shower* **favours** *on their favourites.* the act of getting undue advantages, அருகதையில்லாமல் சலுகைகள் அதிகம் பெறல். **favour***(v.t)*: to support or believe in, ஆதரவு கொடு, நம்பிக்கை தெரிவி. • *Our government policies always* **favour** *the rich.* to oblige, கடமைப்பட்டிரு. **fa-vou-ra-ble**/'feivərəbl/*(adj)*:'ஃபெய்வərəப்:ல் / advantageous, அனுகூலமான; showing agreement, சம்மதம் தெரிவித்துக்கொண்ட. • *The Chief Minister has created a very* **favourable** *impression.* **fa-voured**/'feivəd/*(adj)*: 'ஃபெய்வəட் / getting unduly very generous treatment, அருகதையில்லா விட்டாலும் மிகவும் நல்ல முறையில் நடத்தப் படுகிற அளவுக்கு அதிகமான அனுகூல முள்ள. • *The cinema star is* **favoured** *by all producers.*

fa-vou-rite/'feivərit/*(n)*:'ஃபெய்வəரிட் / a person or thing that is liked very much or given undue favour, மிகப்பிரியமானவர், ஆசைப்பட்ட பொருள். • *His* **favourite** *is black horse in the race course.* **favourite***(adj)*: beloved, மிகவும் நேசிக்கப் படும்; pleasing, மனதுக்கு இனிமையான; liked most, அதிகமாக விரும்பும்படியான. **fa-vou-ri-tis-m**/'feivəritizəm/*(n)*: 'ஃபெய்வəரிட்டிஸːəம் / partiality, ஒரு தலைப்பட்சம், ஒரு சார்பு; the practice of favouring, சலுகை தரும் செயல். • **Favouritism** *is rampant in government circles.*

fawn/fɔ:n/*(n)*:ஃபாːன் / a young deer less than one year old with light yellowish brown, ஒரு வயதுக்குக் கீழுள்ள, ஒருவகை மஞ்சள் மான்குட்டி. **fawn***(adj)*: yellowish brown colour, மஞ்சள் கலந்த பழுப்பு நிறமுள்ள. **fawn***(v.t)*: to seek attention by servile behaviour, அடிமையுணர்வு காட்டி சலுகை பெற முயற்சி செய்; to cringe, கொஞ்சு; flatter, பசப்பு மொழி பேசு, முகத்துதி செய். • *The members of the assembly* **fawned** *the minister.*

fax/fæks/*(v.t)*:ஃபæக்ஸ் / to send copies of printed matter using a system, அச்சிட்ட செய்திகள் முதலியனவற்றை, மின்னணுச் சாதனம் மூலம் அனுப்பு.

fay/fei/*(n)*:ஃபெய் / fairy, தேவதை.

faze/feiz/*(v.t)*:ஃபெய்ஸ்: / to surprise in order to prevent speech or action, செயலற்றுப் போகும்படி திடீரென்று ஆச்சரியப்படுத்து; perturb, மன அமைதி இழ. • *The manager went on abusing the typist, but his insults didn't* **faze** *her.*

feal-ty/'fi:əlti/*(n)*:'ஃபீயəல்ட்டி / respect, மதிப்பு; loyalty, உண்மைப்பற்று; faithfulness, உண்மையாக இருத்தல்; fidelity, தலைவனிடத்தில், உரிமையாளரிடத்தில் உண்மையாக இருத்தல். • *In return for the huge amount paid to him, he promised* **fealty** *to his master.*

fear/fiə*/*(n)*:ஃபியə* / cowardice, அச்சம்; the feeling of being afraid, பய உணர்ச்சி. • *The cancer disease is a common* **fear**. • *I dare not go there for* **fear***(v.i)*: to be afraid of, பயம் கொள்; hesitate, தயக்கம் கொள். • *I do not* **fear** *my old age in life.* **fearful**/'fiəful/*(adj)*:'ஃபியəஃபுல் / full of fear, பயமுள்ள; causing fear, பய உணர்ச்சி ஏற்படுத்திக்கொண்டுள்ள. • *It is a* **fearful** *waste of time to sit before a TV and watch only entertainments.* **fearfully** *(adv)*, **fearfulness***(n)*, **fearless***(adj)*: without fear, பயமில்லாத; bold, brave, துணிச்சலுள்ள, வீரமுள்ள. • *C. Rajagopalachari was noted for* **fearless** *expression of opinions on politics during his days.* • Be **fearless:** *that is the sum and substance of Bhagavad Gita.* **fearlessly***(adv)*, **fearlessness***(n)*. **fea-si-ble**/'fi:zəbl/*(adj)*:'ஃபீஸிːப்:ல் / possible and reasonable, முடியும் என்ற உணர்வுள்ள; practicable, செய்யக்கூடிய, எளிதாகவுள்ள; capable of being done, செய்து முடிப்பதற்குத் திறமையுள்ள. • *Is it* **feasible** *to have no national borders?* • *The plan, to bring all nations under* *one government, is not* **feasible**. **feasibility**/ˌfiːzəˈbiləti(*n*): ˈஃபீஸிபிலிடீ / quality of being able to be done, practicability, செய்யக்கூடியது, சாத்தியமான செயல்.

feast/fiːst/(*n*):ஃபீஸ்ட் / banquet, விருந்து; enjoyable occasion, விழா. • *Deepavali is an important* **feast** *for the Hindus.* that which pleases the senses, புலன்களுக்குச் சுவையூட்டுவது. **feast**(*v.i*): to eat plentifully and drink well, நிறைய உண், நன்றாகக் குடி, விருந்து உண்; to provide a feast, விருந்து கொடு; to regale, புலன்களுக்கு மகிழ்ச்சியூட்டு. • *He* **feasted** *his eyes on the beautiful sight of the Himalayas.*

feat/fiːt/(*n*):ஃபீட் / a very difficult deed, ஒரு கடினமான செயல். • *The bridge is a remarkable* **feat**.

feath-er/ˈfeðə*/(*n*):ˈஃபெதஃ / the outer portion of birds, இறகு. • *We use pillows stuffed with* **feathers**. **feather in one's cap**: an achievement to one's credit, ஒருவரைப் பெருமைப்படுத்தும் செயல். • *The degree is a* **feather** *in your cap.* **feather**(*v.t*): to provide with feathers as an arrow, அம்பைப்போன்ற இறகுகள் கொண்டு அழகுபடுத்து. **feather one's nest**: enrich oneself, எப்படியேனும் பொருள் தேடு. • *Try to* **feather** *your nest when the going is good.*

fea-ture/ˈfiːtʃə*/(*n*):ˈஃபீச்சஃ* / prominent part, முக்கிய பகுதி; noticeable part of the face, முகச் சாயல்; a special article in a newspaper, செய்திப் பத்திரிகையில் வரும் தனியான கட்டுரை. • *Religious doubts have become a* **feature** *of the modern civilization.* **feature**(*v.t*): to be a feature of, முக்கிய பாகமாக இரு; to advertise, விளம்பரம் செய். • *This film* **features** *Devi.* • *Atomic energy* **features** *this age.*

Feb-ru-a-ry/ˈfebruəri/(*n*):ˈஃபெப்ருஅரி / the second month of the English year, ஆங்கில வருடத்தில் இரண்டாவது மாதம்.

feces/fiːsiːz/(*n, pl*):ˈஃபீஸீஸ் / [also **faeces**]: excrement, மலம்; sediment, வண்டல். **fecel, faecel**(*adj*).

feckless/ˈfeklis/(*adj*):ˈஃபெக்லிஸ் / worthless, பயனற்ற. • *His behaviour was rather* **feckless**. **fecklessly**(*adv*), **fecklessness**(*n*).

fec-und/ˈfiːkənd/(*adj*):ˈஃபீக்கஃன்ட் / very productive, பலனுள்ள, வளமான.. **fecundity**(*n*).

fed/fed(*v*):ஃபெட் / (*p.t & p.p*) of "feed", "feed" என்பதன் இறந்த கால முற்றெச்ச வடிவம்.

fed-e-ral/ˈfedərəl/(*adj*):ˈஃபெடஃரல் / united by treaty, goodwill or bargain of or being a federation, ஒப்பந்தத்தின் மூலம் ஒன்று சேர்ந்த, அரசியல் இணைப்பு ஏற்படுத்தும் கூட்டாட்சி முறை பற்றிய. • *A* **federal** *republic consists of a number of states united by a common aim.* **fed-e-rate**/ˈfedəreit/(*v.t*):ˈஃபெடஃரெய்ட் / to get cooperation from all units, ஒத்துழை; to unite, ஒன்றாகு; to join, ஒன்று சேர்; to form a federation, இணைப்பை உருவாக்கு. **fed-e-ra-tion**/ˌfedəˈreiʃn/(*n*): ˌஃபெடஃரெய்ஷஃன் / the act of federating or uniting in a league, ஐக்கியக்கூட்டில் சேர்தல், இணைத்தல்.

fed-up/ˌfedˈʌp/(*adj*):ˈஃபெடப் / unhappy, மகிழ்ச்சி இல்லாத; tired, களைத்த. • *I am* **fed up** *with my job.*

fee/fiː/(*n*):ஃபீ / payment for the work done or to get certain service, கூலி, கட்டணம். • *The doctor's* **fee** *had been paid.* **fee**(*v.t*): to pay a fee to, கட்டணம் கொடு. **feeless**(*adj*).

fee-ble/ˈfiːbl/(*adj*):ˈஃபீப்ல் / weak, பலவீனமான; lacking strength, பலம் இழந்த; infirm, தளர்ந்த; lacking force, வலுவிழந்த. • *The wife made a* **feeble** *suggestion to her husband that he should give up drinking.* not well planned, or thoughtout, திட்டமிடாத, நல்ல சிந்தனையுடன் செயல்படாத. **fee-ble-mind-ed**/ˌfiːblˈmaindid/(*adj*):ˌஃபீப்ல்ˈமய்ன்டிட் / not intelligent, புத்திக்கூர்மையில்லாத. **feebly** (*adv*), **feebleness**(*n*), **feeblemindedness**(*n*).

feed/fiːd/(*v.t*):ஃபீட் / to supply food, உணவு அளி; to take food, உணவு எடுத்துக் கொள். • *The cows are* **feeding** *in the shed.* to eat, உண்; to provide with, கொடுத்து ஏற்பாடு செய். • *Do not* **feed** *the spy with the information.* gratify, உணர்விற்கு இணங்கு. • *He is* **feeding** *his mind with thoughts of revenge.* **feed**(*n*): a meal, உணவு; food for farm animals, பண்ணையிலுள்ள பிராணிகளுக்குரிய உணவு. • *She bought a bag of cattle* **feed**. process of taking food in, உணவு எடுத்துக் கொள்ளல்; amount of food, உணவின் அளவு. • *How many* **feeds** *a day does* *your child get?* process of giving food, உணவு அளித்தல்; pasture, புல்தரை, மேயும் புல்வெளி.

feed-back/'fi:dbæk/(*n*):'ஃபீட்:ப:ஆக் / remarks to an action passed on to the person concerned, ஒரு செயலைப் பற்றிய குறிப்புகளைக் குறிப்பிட்ட நபருக்கு அனுப்புதல். • *The biscuit company expects* **feedback** *from its sales managers.*

feed-er/'fi:də*/(*n*):ஃபீட:ə* / a person who feeds, உணவு கொடுப்பவர்; that which feeds, எது கொடுக்கின்றதோ அது; supplying unit, வழங்கும் பிரிவு.

feel/fi:l/(*v.t*):ஃபீல் / to touch, தொட்டு உணர்; to be affected, உணர்வு தாக்கப்படும்படி செய். • *"How do you* **feel**?", *"I* **feel** *fine".* to experience, அனுபவித்து உணர். • *He suddenly* **felt** *her hands in his.* to be conscious, தெளிவாக இரு. • *I instinctively* **felt** *that there was some danger in going there.* **feel**(*n*): a sensation of something felt, உணர்வு. **get the feel of**: to get used to, பழக்கப்பட்ட. • *You will soon* **get the feel of** *living alone with the dog.* **feeling**/fi:liŋ/(*n*):ஃபீலிங் / sensibility, மெல்லிய உணர்வு. • *She felt a* **feeling** *of warmth when he approached her.* a consciousness, அறியும் தன்மை. • *I have a* **feeling** *that we are shadowed.* **feeling**(*adj*): emotional, மனக்கிளர்ச்சி யுடைய; showing powerful feelings, அழுத்தமான உணர்வுகளை வெளிப் படுத்தக்கூடிய. • *The mother gave a* **feeling** *look at the sick child.* **feeler**/'fi:lə*/(*n*):ஃபீலə* / one that feels, உணர்ந்து, தெரிந்து கொள்பவர்; a proposal put out to bring out the opinion of others, பிறர் உள்ளம் அறிய ஒரு கருத்து வெளியிடல், the limb of thread - like parts of insect's, etc., on the front of an insect head which feels by touch, உணர்வு உறுப்பு. **feelingly**(*adv*). **to put out feelers**: to make suggestion to get the opinion of others, பிறர் கருத்துக்களைப் பெற ஆலோசனை கூறுதல்.

feign/fein/(*v*):ஃபெய்ன் / to forge, போலி ஆவணம் தயார் செய், மோசடி செய்; to put on false air or to pretend, இல்லாததை இருப்பது போல் நடி. • *She* **feigned** *illness when the manager called her.* **feigned** (*adj*): pretended, பாசாங்கு செய்த; counterfeit, போலியான. • *Hers is a* **feigned** *enthusiasm.*

feint/feint/(*n*):ஃபெய்ன்ட் / pretence, பாசாங்கு செய்தல்; a false attack to mislead the enemy, விரோதியைத் திசை திருப்ப செய்யப்படும் பொய்த் தாக்குதல்; deception, ஏமாற்றுதல். **feint**(*v.i*): to make a feint, பொய்யாகத் திசைதிருப்பி உண்மையில் வேறு தந்திரங்களைப் பயன் படுத்து. • *The boxer* **feinted** *with his right, and then withdrew it suddenly.*

fe-li-ci-tate/fə'lisiteit/(*v*):ஃபி'லிஸிட்டெய்ட் / to congratulate, வாழ்த்துத்தெரிவி; offer greetings, வாழ்த்துக் கூறு. • *The President* **felicitated** *the teachers on the Teachers' Day.* to be happy at one's achievement, ஒருவரின் சாதனை பற்றி மகிழ்ச்சி கொள். **fe-li-ci-ta-tion**/fə,lisi'teiʃn/(*n, sing*): ஃபி,லிஸிட்'டெய்ஷன் / **felicitations**(*n, pl*): good wishes, நல்வாழ்த்து. **fe-li-ci-tous**/fə'lisitəs/(*adj*):ஃபி'லிஸிட்டəஸ் / full of joy, மகிழ்ச்சி பொங்குகிற; happy, நிறைவான இன்பம் உள்ள; (of) a remark well chosen, நன்கு தேர்ந்தெடுக்கப்பட்ட குறிப்பு (அ) வார்த்தை கொண்ட. **felicity**(*n*): the quality of being felicitous, இனிமை பாராட்டுதல். **felicitously**(*adv*), **felicitousness**(*n*).

feline/'fi:lain/(*adj*):'ஃபீலய்ன் / belonging to the cat family, பூனை இனத்தைச் சார்ந்த; stealthy, திருட்டுக் குணம் உள்ள. • *Lions and tigers belong to the* **feline** *family.* • *There is a* **feline** *grace in her way of doing things.*

fell/fel/(*v.t*):ஃபெல் / to cause to fall, கீழே விழச் செய்; to cut down a tree, மரத்தை வெட்டித் தள்ளு; to knock down, கீழே தள்ளு. • *"Do not* **fell** *the trees" - is the slogan of the day.* **fell**(*n*): a barren hill, செடி, கொடிகள் இல்லாத குன்று; the skin of an animal, பிராணியின் தோல். **fell**(*adj*): wicked, குரூரமான; dangerous, அபாயமான; terrible, பயம் நிறைந்த. • *He suffers from a* **fell** *disease.* **at one fell swoop**: suddenly, திடீரென. • *She lost all her property* **at one fell swoop**. **fell**: past tense of "fall", "fall" என்பதன் இறந்த கால வடிவம்.

fel-la-ti-o/fə'leiʃiəu/(*n*):ஃபə'லெய்ஷியəஉ / oral stimulation of the male organ, ஆண்பால் உறுப்பு, வாய் கொண்டு உணர்வு படுத்துதல்.

F

fel-ler/felə*/*(n)*:'ஃபெலெ* / a fellow, ஒரு நபர்.

fel-low/'feləu/*(n)*:'ஃபெலஉ / a companion, தோழர். • *He is a* **fellow** *of the Presidency College.* one of a pair, இணையில் ஒன்று; member of a learned society, உயர் கல்விக் கழக உறுப்பினர். • *Ramanujam was a* **fellow** *of the Royal Society.* one who makes research for a particular period receiving stipend, ஒரு குறிப்பிட்ட காலத்திற்கு உதவித்தொகை பெற்று ஆராய்ச்சி செய்பவர். • *The medical officer conferred with his* **fellows**. a sympathiser, கருணை உள்ளம் கொண்டவர், அனுதாபி. **fellow***(adj)*: belonging to the same class, ஒரே வகுப்பைச் சேர்ந்த. • *He addressed them as* '**fellow** *students*'. **fellow-feeling***(n)*: sympathy for someone in similar circumstances, ஒரே அனுபவம் உள்ளவருக்கு இடையே பரவி நிற்கும் பாச உணர்வு. • *I have a lot of* **fellow-feeling** *for her as she is also a foreigner like me.* **fel-low-ship**/'feləuʃip/*(n)*:'ஃபெலஉஷிப் / a group or society of people with a shared interest, ஒரு குறிக்கோளும், செயல் முறையும் உள்ள கழகம்.

fel-on/'felən/*(n)*:'ஃபெலன் / a sinner, குற்றம் செய்தவர்; finger inflammation, நகச்சுற்று; a criminal who was charged with felony, கொடுங்குற்றம் செய்த குற்றவாளி.

fel-o-ny/'feləni/*(n)*:'ஃபெலனி / a very serious crime, பெருங்குற்றம். **felonies***(n, pl)*, **felonious***(adj)*, **feloniously***(adv)*.

felt/felt/*(v)*:ஃபெல்ட் / *(p.t & p.p)*: of "feel", "feel" என்பதன் இறந்த கால வினைமுற்று. **felt***(n)*: a woollen fabric, ஒருவகைக் கம்பளித் துணி. • *She always wears a* **felt** *hat.* **felt***(adj)*: pertaining to 'felt', கம்பளித் துணி பற்றிய.

fe-male/'fi:meil/*(n)*:'ஃபீமெய்ல் / a human being or animal of the sex that bears young ones, பெண், பெண்ணினம். • **Females** *are to be appointed as primary school teachers.* a suitable hole, சரியான துளை. • *A* **female** *plug is required to set right the device.* **female***(adj)*: of the female sex, பெண்ணைப் பற்றிய. • **Female** *birds are more sensitive.* **fem-i-nine**/'feminin/*(adj)*:'ஃபெமினின் / pertaining to the female sex, பெண்ணினத்தைச் சார்ந்த; having the qualities of female, பெண் இயல்புகள் கொண்டுள்ள. • **Feminine** *delicacy is contrasted with masculine rudeness.*

fe-mur/'fi:mə*/*(n, sing)*:'ஃபீமெ* / **femurs, femora***(n, pl)*: long bone in the upper part of the leg, காலில் உள்ள மேல் எலும்பு.

fen/fen/*(n, sing)*:ஃபென் / **fens***(n, pl)*: marshy land, சதுப்பு நிலம்; a bog, சகதி.

fence/fens/*(v.t)*:ஃபென்ஸ் / to fight with a long thin sword as a sport, விளையாட்டுச் சண்டையிடு, நீண்ட கத்திகொண்டு விளையாட்டுச் சண்டையிடு; to enclose with fence, வேலியிடு. **fence***(n)*: a protecting barrier, பாதுகாப்புத் தடை; railing, வேலி. **sit on the fence**: to be not committed, neutral, எந்தப் பக்கமும் பங்கு கொள்ளாமல். • *The policy of non-alignment is not* **sitting on the fence**.

fen-cing/fensiŋ/*(n)*:'ஃபென்ஸிங் / the sport of fighting with a thin sword, ஒரு மெல்லிய கத்திகொண்டு விளையாட்டுச் சண்டையிடுதல்; materials for making fences, வேலியிட உதவும் பொருள்கள். • *The meeting place has been barricaded with wire* **fencing**.

fend/fend/*(v.t)*:ஃபென்ட் / to push away, தள்ளிவிடு; to ward off, தடுத்து நிறுத்து. **to fend for oneself**: to provide for oneself, தனக்கு வேண்டிய வசதி செய்து கொள்; to look after oneself, தன்னைக் கவனித்துக் கொள். • *I am compelled* **to fend for myself** *as I am a widower.* **fen-der**/'fendə*/*(n)*: 'ஃபென்டெ* / one who wards off something, தடுத்து நிறுத்துபவர்; that which wards off something, தடுத்து நிறுத்தும் அமைப்பு; a guard over a wheel of car, ஒரு வண்டிச் சக்கரத்தின் மீது பொருத்தியுள்ள பாதுகாப்புத் தடை; a device in front of a car or engine, a bumper, மோதலைத் தாங்கிக் கொள்வதற்கு, ஒரு வண்டியின் முன் உள்ள அமைப்பு.

fenestration/ˌfeni'streiʃn/*(n)*: ˌஃபெனி'ஸ்ட்ரெய்ஷன் / the arrangement of windows in a building, கட்டடங்களின் சன்னல்களின் அமைப்பு.

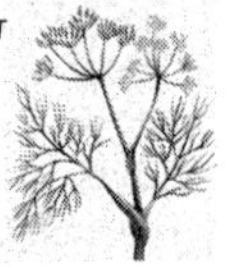

fen-nel/'fenl/*(n)*:'ஃபென்ல் / a plant with yellow flowers, மஞ்சள் பூக்கள் கொண்ட ஒரு செடி.

fe-ra-cious/fəreiʃəs/*(adj)*:,ஃபெ'ரெய்ஷஸ் / fruitful, பலன் கொடுக்கக்கூடிய தன்மையுள்ள.

fe-ral/'fiərəl/*(adj)*:'ஃபியரல் / wild, காட்டில் இருக்கின்ற; not domesticated, வீட்டுப் பழக்கமில்லாத.

fer-ment/'fɜ:ment/*(n)*:'ஃபஅ:மென்ட் / effervescence, புளித்து நுரைத்தல்; excitement, கிளர்ச்சி; unrest, குழப்பம். • *The whole nation is in a state of* **ferment** *now as the central leadership is weak.* **ferment***(v.t-v.i)*: to effervesce, புளித்து நுரைக்கச் செய். • *The liquid has begun to* **ferment**. to agitate, கலக்கு, கலகம் செய்; to excite, கிளர்ச்சி செய். • *The union leader has* **fermented** *trouble by inciting the workers to go on strike.* **fermentation***(n)*: the act or process of fermenting, புளித்துப் பொங்குதல். • **Fermentation** *is a change brought about by a ferment, as yeast enzymes, which convert grape sugar into ethyl alcohol.*

fern/fɜ:n/*(n)*:ஃபஅ:ன் / a kind of plant, பெரணிச் செடி, பெரணியென்னும் தாவர வகை. **ferny***(adj)*.

fe-ro-cious/fə'rəuʃəs/*(adj)*:ஃபெ'ரஉஷஸ் / brutal, கொடிய; violent, குரூரமான. **fe-ro-c-ity**/fə'rɔsəti/*(n)*:'ஃபஅ'ராஸிட்டி (ஃபி, ஃபெ) / brutality, கொடுமை; savage fierceness, மிருகத்தனமான கொடூரம். **ferociously** *(adv)*, **ferociousness***(n)*.

fer-ret/'ferit/*(v.i)*:'ஃபெரிட் / to hunt with ferret, சிறு பிராணியை வைத்து வேட்டையாடு; to search about by pushing, தேடி அலை. • *The manager had been* **ferreting** *the missing bill.* **ferret***(n)*: a small animal like weasel, கீரி வகை விலங்கு; someone who behaves like a ferret, அந்தப் பிராணியைப் போல் செயல்படும் ஒருவர்.

fer-rous/'ferəs/*(adj)*:'ஃபெரஸ் / containing iron, இரும்பு உள்ள. • **Ferrous** *sulphates contain iron, sulphur and oxygen.*

ferrule/'feru:l*(n)*:'ஃபெரூல் / a metal ring or cap put around the end of a post or tool handle, for strength or protection; a short tube put over a pipe joint for a tight fitting, ஒரு கம்பத்தின் முனையில் பாதுகாப்பாகவும் வலிமையாகவும் இருக்க பொருத்தப்படும் மூடி; இரண்டு குழாய்களை இணைப்பதற்கு உபயோகப்படுத்தும் வட்டவடிவமுள்ள சுருள். a flat piece of wood used for punishing children, சிறுவர், சிறுமிகளைத் தண்டிக்கப் பயன்படுத்தும் கோல், பிரம்பு.

fer-ry/'feri/*(n)*:'ஃபெரி / a boat, படகு; a crossing point for boats, படகுகள் சந்தித்து விலகுமிடம், கடக்குமிடம், படகுத் துறை; boat service, படகுப் போக்குவரத்து, படகு ஓட்டுதல். • *Here is no bridge, one has to cross the river by a* **ferry** *only.* **ferry***(v.t)*: to transport by means of boats, தோணியைக் கொண்டு போக்குவரத்துச் செய்; to carry on a ferry, படகில் எடுத்துச் செல். • *"O' boat man,* **ferry** *me across the river", said she.* • *The boatman didn't refuse to* **ferry** *her across the river.*

fer-tile/'fɜ:tail/*(adj)*:'ஃபஅ:ட்டய்ல் / fruitful, பலன் ஏற்படுத்தக்கூடிய, கருத்தரிக்கக் கூடிய. • *Are these eggs* **fertile** *or not?* abundant, மிக அதிகமான; productive, விளைவு ஏற்படுத்தக்கூடிய; inventive, புதியனவற்றைக் கண்டுபிடிக்கக்கூடிய திறனுள்ள; full of new ideas, suggestions, etc., புது கருத்துக்களும், எண்ணங்களும் கொண்டு, கற்பனை வளமுள்ள. • *His is a* **fertile** *and inventive mind.* **fer-til-i-ty**/fə'tiləti/*(n)*:ஃபஅ'ட்டிலிட்டி / fruitfulness, செழுமை; the ability to produce off-spring, கருத்தரிக்கும் உடல் வளம். • **Fertility** *in woman can be increased by medical treatment.* richness, வளமை. • *The* **fertility** *of rabbit is rather large.* **fer-ti-lize**/'fɜ:təlaiz/*(v.t)*:'ஃபஅ:ட்டிலய்ஸ்: / to make productive, செழிப்பாகச் செய்; enrich, வளம்படச் செய்; to pollinate, மகரந்தச் சேர்க்கை ஏற்படுத்து; to render the female germ cell capable of development by union with the male cell, விந்தணுவின் ஐக்கியத்தால் கருவாக வளரச் செய். **fertilization***(n)*.

fer-ti-liz-er/'fɜ:təlaizə*/*(n)*:'ஃபஅ:ட்டிலய்ஸ:அ* / manure, எரு, உரம். • *Animal manure is better than artificial* **fertilizers**.

fer-vent/'fɜ:vənt/*(adj)*/'ஃபஅ:வஅன்ட் / very keen, ஆர்வமுள்ள; showing deep sincere feelings, ஆழ்ந்த உணர்ச்சிகளை வெளிக்காட்டுகின்ற. • *His* **fervent** *appeal moved the magistrate.* earnest, அதிக அக்கறையுள்ள; warm, அன்புள்ள. • *The*

F

accused **fervently** *told the court that he was innocent.* **fervently***(adv).*

fer-vour/'fɜːvə*/*(n)*:'ஃபஅ:வஅ* / keenness, ஆர்வம். • *Generally Indians have religious* **fervour**.

festal/'festl*(n)*:'ஃபெஸ்டல் / belonging to a feast, joyous, mirthful; விருந்திற்குரிய, விருந்தைச் சார்ந்த, மகிழ்ச்சியான, இன்பமான.

fes-ti-val/'festəvl/*(n)*:'ஃபெஸ்ட்டிவஅல் (-டஅ-) / religious or secular celebration, பண்டிகை விழா. • *We have music* **festivals** *every year.* **fes-tive**/'festiv/ *(adj)*:'ஃபெஸ்ட்டிவ் / full of joy, மகிழ்ச்சிகரமான. • *It was a* **festive** *occasion when Jawaharlal Nehru visited the city.* suitable for festival, பண்டிகை தொடர்பான; pertaining to feast, விருந்து பற்றிய. • *The* **festive** *board is a table spread with a feast.* **fes-tiv-i-ty**/fes'tivəti/ *(n, sing)*:ஃபெஸ்ட்'டிவிட்டி / **festivities***(n, pl)*: joyfulness, பெரு மகிழ்ச்சி; festival, திருவிழா. • *The Christmas* **festivities** *are organised on a grand scale.*

fes-toon/fes'tuːn/*(n)*:ஃபெஸ்ட்டூன் / a long wreath, a garland of flowers, etc., hanging between two points, தோரணம்; a looped decoration, அலங்கார வளைவு. **festoon** *(v.t)*: to decorate or adorn with festoons, தோரணம் கொண்டு அலங்கரி. • *They* **festooned** *the hall with flowers and leaves.*

fetch/fetʃ/*(v.t)*:ஃபெச் / to go and bring, போய்க் கொண்டு வா. • *Some women walk up a hill to* **fetch** *a pail of water.* to go and get, சென்று பெற்றுக்கொள்; to obtain as price, விலை பெறச் செய். **fetching** *(adj)*: charming, அழகிய.

fete/feit/*(n)*:ஃபெய்ட் / a grand celebration, பெரு விழா; a religious feast or festival, சமய விருந்து (அ) விழா. **fete***(v.t)*: to honour by feasting, விருந்து கொடுத்துக் கௌரவி.

fet-id/'fetid/*(adj)*:'ஃபெட்டிட்: (ஃபீ-) / [also **foetid**]: having a bad smell, கெட்ட நாற்றம் உள்ள.

fet-ish/'fetiʃ/*(n)*:'ஃபீட்டிஷ் / an object of worship of savages, தொழுது போற்றப்படும் பொருள், அதிக நாகரிகம் இல்லாத மக்கள் தொழும் பொருள்; something to which one pays unreasonable respect, அறிவுக்கு ஒவ்வாத வகையில், ஒரு பொருளுக்கு மதிப்பு கொடுத்தல். • *Some people make a* **fetish** *of high grades in the examinations.* **fet-ish-is-m**/'fetiʃizəm/*(n)*:ஃபீட்டிஷிஸ:அம் / a belief in fetishes, நாகரிகத்துக்கு ஒவ்வாத கடவுள் வழிபாட்டில் உள்ள நம்பிக்கை; blind devotion, அறிவுக்கு ஒவ்வாத பக்தி.

fet-ter/'fetə*/*(n, sing)*:'ஃபெட்டஅ* / **fetters***(n, pl)*: a chain used to restrain a prisoner's feet, கால் விலங்கு. **fetter***(v.t)*: to tie or to prevent from moving with fetters, கால்களைச் சங்கிலியால் பிணை, கால் விலங்கிடு; restrain, தடைப்படுத்து. • *She was* **fettered** *by heavy office work.*

fet-us/fiːtəs/*(n)*:'ஃபீட்டஅஸ் / [also **foetus**]: the young of an animal in the womb or

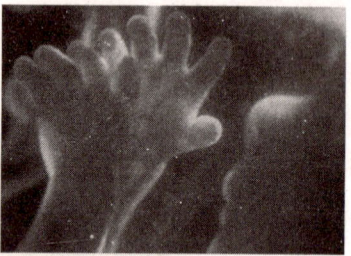

egg, கருப்பையிலுள்ள வளர்ச்சியடைந்த கரு, முட்டையில் வளர்ச்சியடைந்த கரு.

feud/fjuːd/*(n)*:ஃப்யூட் / a long-standing private quarrel between families, tribes, etc., வெகு நாளைய குடும்பப் பகை, இனச் சண்டை முதலியன. **feud***/(v.i)*: to engage in a feud, குடும்பச் சண்டையில் ஈடுபடு. **feudal***(adj)*: concerning the holding of a land in the Middle Ages in Europe, இடைக்காலத்தில் ஐரோப்பாவில் வழக்கில் இருந்த பிரபுத்துவ முறை சார்ந்த. **feudalism***(n)*.

fe-ver/'fiːvə*/*(n)*:'ஃபீவஅ* / illness causing high body temperature, காய்ச்சல்; a feeling of excitement, கொந்தளிக்கும் உணர்வு. **feverish***(adj)*: having fever, காய்ச்சல் உள்ள. **fevered***(adj)*: hot (as if) when suffering from fever, காய்ச்சலும் வெப்பமும் உள்ள; excited, உணர்ச்சி வசப்பட்ட. **feverishly***(adv)*.

few/fjuː/*(adj)*:ஃப்யூ / a small number, கொஞ்சம்; not many, சில. • *She bought a* **few** *more books.* • **Few** *artists live comfortably.* • **Few** *of my friends are rich.*

fez/fez*(n)*:ஃபெஸ்: / A close fitting red cap worn in Turkey, Egypt, etc., துருக்கி,

எகிப்து போன்ற நாடுகளில் அணியப்படும் நெருக்கமான சிவப்பு குல்லா.

fi-an-ce/fi'a:nsei/*(n)*:ஃபி'யான்ஸெய் / a man to whom a woman is engaged to marry, நிச்சயிக்கப்பட்ட மணமகன். **fi-an-cee**/fi'a:nsei/*(n)*:ஃபி'யான்ஸெய் / a woman whom one is going to marry, நிச்சயிக்கப்பட்ட மணமகள்.

fi-as-co/fi'æskəu/*(n, sing)*:ஃபி'யஃஸ்க்கஉ / **fiascos, fiascoes***(n, pl)*: a total failure, படுதோல்வி; complete failure of a proposed plan, திட்டம் படுதோல்வி அடைதல். • *The programme ended in a* **fiasco**.

fi-at/'faiæt/*(n)*:'ஃபயஃட் ('ஃபியஅட்) / an authoritative decree, அதிகாரபூர்வ ஆணை. • *Papal* **fiats** *are well-known.* • *The emperor ruled by* **fiat**.

fib/fib/*(n)*:ஃபிப்: / falsehood, பொய்; an innocent lie, களங்கமற்ற பொய். **fib***(v)*, **fibbed, fibbing**: to tell lies, பொய் கூறு. **fibber***(n)*.

fi-bre/'faibə*/*(n)*:'ஃபய்ப:அ* / a fine thread, a thread-like substance, நார் வகைப் பொருள்; structure or character of something, ஒரு பொருளின் அமைப்பு (அ) குணம். • *Plastic* **fibres** *have come to use now.* • *She lacks moral* **fibre**. a mass of thread used for making cloth, rope, etc., துணி, கயிறு முதலியவை தயார் செய்யப் பயன்படும் நூல் கோவை. **fi-brous**/'faibrəs/*(adj)*:ஃபய்ப்:ரஅஸ் / consisting of fibres, நார் உடைய. • *The* **fibrous** *matter of coconut is used for coir making.*

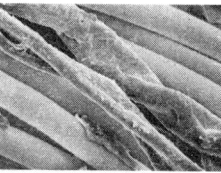

fi-bro-si-tis/ˌfaibrəu'saitis/*(n)*: ˌஃபய்ப்:ரஉ'ஸய்ட்டிஸ் / a painful rheumatic swelling of the muscles, தசைகளில் ஏற்படும் வீக்கமும் வலியும் கொண்ட வாத நோய்.

fib-u-la/'fibjulə/*(n, sing)*:'ஃபிப்:யுலஅ / **fibulae** *(n, pl)*:[also **fibulas**]: the thinner outer bone of the lower leg, கீழ்க்காலில் உள்ள வெளிப்புற எலும்பு.

fick-le/'fikl/*(adj)*:ஃபிக்ல் / changing often, நிலையில்லாத, அடிக்கடி மாறும் இயல்புடைய. • *My husband is a* **fickle-minded** *man.* irresolute, திடபுத்தியில்லாத; not loyal, உண்மையில்லாத. **fickleness***(n)*.

fic-tion/'fikʃn/*(n)*:'ஃபிக்ஷஅன் / a novel, நவீனம். • *A* **fiction** *is an invention of the mind.* stories about imaginary people and incidents, செயற்கையாகப் புனையப்பட்ட கதை; an imaginary or invented novel, கட்டுக்கதை; falsehood, பொய். • *Very often* **fiction** *looks like truth and truth like* **fiction**. **fic-ti-tious**/fik'tiʃəs*(adj)*: ஃபிக்ட்'டிஷஅஸ் / imaginary, கற்பனையான; false, போலியான; not real, உண்மையில்லாத, அருவமான. **fictitiously** *(adv)*. **fic-tion-al-ize** 'fikʃənə'laiz/*(v.t)*: 'ஃபிக்ஷஅனஅ'லய்ஸ்: / **fictionalised, fictionalising**: to make into fiction, கற்பனைக் கதை எழுது, உண்டாக்கு.

fid-dle/'fidl/*(n)*:ஃபிட்:ல் / a stringed musical instrument, தந்தி இசைக் கருவி; violin, வயலின். **on the fiddle**: doing dishonest things, நியாயமற்ற செயல்கள் புரிதல். **as fit as a fiddle**: very healthy, நல்ல உடல் வளத்துடன் இருத்தல். • *He is as* **fit as a fiddle.** **to play second fiddle**: to take a subordinate role, 'சரி சரி' என்று ஆமோதி. • *Some people do not like* **playing second fiddle** *to their boss.* **fiddle***(v.i)*: to play with the fiddle, பிடில் வாசி; to idle away time, வீணாகப் பொழுதுபோக்கு. • *The musician was followed on the* **fiddle** *by Rajan.* • *The clerk was seen* **fiddling** *with his cuffs.* • *I do not like to* **fiddle** *my time away.* **fiddle***(interj)*: nonsense, பொருளற்ற பேச்சு. **fid-dling**/'fidliŋ/*(adj)*:'ஃபிட்:லிங்: silly, petty, மட்டரகமான; not important, முக்கியமில்லாத. • *Even a* **fiddling** *sum of money is very important sometimes.* **fiddly***(adj)*: requiring delicate use of fingers, நுண்நயமுடைய முறையில் விரல்களின் உபயோகம் கொண்டுள்ள, விரல்கள் நயமுடன் செயல்பட்டு.

fi-del-i-ty/fi'deləti/*(n)*:ஃபி'டெ:லிட்டி (ஃபய்-) / faithfulness, உண்மையாக இருத்தல்; loyalty, நம்பிக்கையுடன் நடந்துகொள்ளல்; exactness, துல்லியமாக ஒத்திருத்தல். • *The President's speech was transcribed with accuracy and fine* **fidelity**.

fid-get/'fidʒit/*(v.t)*:'ஃபிஜிட் / to move restlessly, அமைதியின்றி அலைந்திரு. • *The thief* **fidgeted** *through the forest for days together.* **fid-get-y**/'fidʒiti/*(adj)*:'ஃபிஜிட்டி /

restless, அமைதியில்லாத; uneasy, சஞ்சலம் கொண்ட.

fi-du-cial/fi'dju:ʃjəl/*(adj)*:ஃபி'ட்:யூஷஅல் / accepted as basis of reference, சான்றாதாரமாகக் கொண்டுள்ள. • *Many have* **fiducial** *dependence upon God.* **fi-du-ci-ary**/fi' dju:ʃjəri/*(adj)*: ஃபி'ட்:யூஸ்யஅரி / believable, நம்பக்கூடிய; concerning the relation between a fiduciary and the Principal, பொறுப்பாளர், முதல்வர் இருவருக்குமிடையேயுள்ள உறவு பற்றிய. **fiduciary***(n)*: trustee, பொறுப்பாளர்; a person to whom property or power is entrusted, பொறுப்பை (அ) நிர்வாகத்தை ஒப்படைப்பதற்குச் சட்டப்படி நியமிக்கப்படும் ஒருவர். • *Some lawyers are entrusted with* **fiduciary** *duty.*

fie/fai/*(interj)*:ஃபய் / an expression made out of disgust, வெறுப்புணர்ச்சியால் வெளிப்படும் 'சீ' என்ற சொல். • **Fie** *upon you.*

field/fi:ld/*(v.t)*:ஃபீல்ட்: / (in baseball, cricket) to catch or pick up the ball in play, பந்தைப் பிடித்து (அ) பொறுக்கி விளையாடு; to produce or have, பங்கு கொள். • *The college* **fields** *three tennis teams.* to reply in a clever manner, மதி நுட்பத்துடன் பதில் கூறு. **field***(n)*: land, வயல்; open space, திறந்தவெளி; place of action, செயற்கூடம்; a branch of knowledge, அறிவுத் தொகுதிகளில் ஒன்று. • *He was a famous lawyer noted for his knowledge in the* **field** *of criminal law.* **to have a field day**: to get joy, மகிழ்ச்சி கொள். • *The hawkers* **had a field day** *on account of local temple festival.* an area of force, விசை செயல்படும் வெளி, பரப்பு. • *His* **field** *of action in politics is wider.*

field glass/'fi:ldgla:s*(n)*:'ஃபீல்ட்:க்:ளாஸ் / A kind of binoculars, telescope, வெளியே எடுத்துச் செல்லத்தக்க தொலைநோக்கு கருவி.

fiend/fi:nd/*(n)*:ஃபீன்ட்: / demon, பேய்; an evil spirit, தீய தேவதை; a rogue, நடத்தை கெட்டவன். **fiend-ish**/'fi:ndiʃ/*(adj)*: 'ஃபீன்டிஷ்: malevolent, துன்பம் கொடுக்கக் கூடிய. • *The plan was of* **fiendish** *complexity.* devilish, அசுரத்தனமான; wicked, இன்னல் தரக்கூடிய; **fiendishness***(n)*, **fiendishly***(adv)*.

fierce/fiəs/*(adj)*:ஃபியஅஸ் / violent, துன்பம் தரக்கூடிய; wild looking, பார்வைக்குப் பயங்கரமான; cruel, கொடூரமான; very eager, மிக்க ஆர்வமுள்ள. • *The competition for bank jobs is rather* **fierce**. **fiercely, fierceness***(n)*.

fi-er-y/'faiəri/*(adj)*:'ஃபயஅரி / fire-like, கனல் கக்கும்; excitable, எரிச்சல் ஊட்டக்கூடிய. • *His speech was* **fiery** *and his approach to the problems was violent.*

fi-es-ta/fi'estə/*(n)*:ஃபி'யெஸ்ட்டஅ / a religious holiday, ஒரு திருவிழா விடுமுறை.

fife/faif/*(n)*/ஃபய்ஃப் / a small musical pipe, சிறிய இசைக்குழல்.

fif-teen/ˌfif'ti:n/*(n)*:'ஃபிஃப்ட்டீன் / number 15, எண் 15. **fifteenth**/*(adj)*:ஃபிஃப்டீன்த் / the order of rank of 15 number, பதினைந்தாவது.

fifth/fifθ/*(pron, adv & adj)*:ஃபிஃப்த் / 5th, ஐந்தாவது. **fifth-column***(n)*: people who secretly help the enemy country, ஐந்தாம் படையினர், துரோகிகள், நாட்டைக் காட்டிக்கொடுப்பவர்கள்.

fifty-fifty/ˌfifti'fifti*(adj & adv)*:'ஃபிஃப்ட்டி-'ஃபிஃப்ட்டி / of equal ratio, சரிசமமான; equally, சம விகிதத்திலுள்ள.

fif-ty/'fifti/*(n)*:'ஃபிஃப்ட்டி / number 50, எண் 50.

fig/fig/*(n)*:ஃபிக்: / a tree bearing pear shaped fruits, அத்திமரம்; many seeded pulpy fruit, அத்திப்பழம்; unimportant matter, பயனற்ற பொருள். • *Her friendship is not worth a* **fig**. **fig**: written abbreviation for figurative, figure, figure, figurative என்பதன் சுருக்கம்.

fight/fait/*(v.i-v.t)*:ஃபய்ட் / to struggle against, எதிர்த்துப் போர் செய்; to go to war with, சண்டைக்குப் போ. • *I will* **fight** *out the case.* **to fight shy of**: to avoid getting into trouble, இக்கட்டில் மாட்டிக் கொள்ளாமல் இரு. **fight***(n)*: struggle, போராட்டம்; quarrel, சண்டை; the act of fighting, சண்டையிடும் செயல். **fighting spirit**: eagerness to fight, சண்டையிடு வதில் உள்ள ஆர்வம். **fight-er**/'faitə*/*(n)*: 'ஃபய்ட்டஅ* / a professional soldier, வீரன், போர் வீரன்; a small military aircraft, சிறிய போர் விமானம். **fighting chance***(n)*: a possibility of success

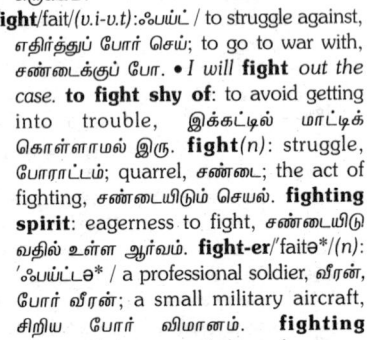

FIG 415 FIL

following a fight, போராட்டத்திற்குப் பின் வெற்றி வாய்ப்பு அறிகுறி.

fig-ment/'figmənt/*(n)*:'ஃபிக்:மன்ட் / fancy, கற்பனை; imaginary or invented story, கட்டுக்கதை; an untrue thing that is believed, உண்மையில்லாத ஒன்று நம்பக் கூடியதாக இருப்பது. • *That is not true. It may be a* **figment** *of his imagination.*

fig-u-ra-tive/'figərətiv/*(adj)*:'ஃபிக்யுரஏட்டிவ் / metaphorical, மறைபொருளுள்ள, உள்ளர்த்தமுள்ள. • *His words are sweet and* **figurative**.

fig-ure/'figə*/*(n)*:'ஃபிக:ஏ* / number, எண்; shape, உருவம். • *He exercises regularly to improve his* **figure**. form, படிவம்; diagram, படம்; picture, சித்திரம்; a leading personality, நல்ல மதிப்புள்ளவர். • *He is a leading* **figure** *in the town.* **figure***(v.i)*: to compute or calculate, கணக்கிடு; to appear in a very important way, முக்கியமானவராகத் திகழ். • *His name* **figured** *prominently in the discussion.* **figure-head**/'figəhed/*(n)*:'ஃபிக:ஏ'ஹெட் / inactive leader, செயல்படாத தலைவர்; ornamental carved image fixed to the front end of a ship or boat, கப்பல் (அ) படகின் முன் கோடியில் வைக்கப்பட்டிருக்கும் பொம்மை. • *The president is a* **figure head**; *only his secretary transacts all business in his name.* **figure of speech***(n)*: figurative use of words, உருவக அணி, சொல்லணி.

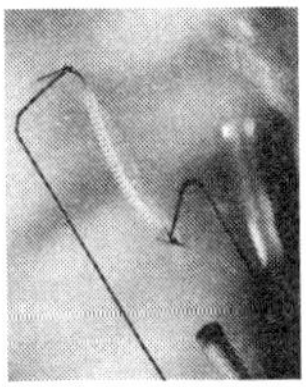

fil-a-ment/'filəmənt/*(n)*:'ஃபிலஏமன்ட் / thread-like object such as thin wire in an electric bulb, மின்னிழை.

filch/filtʃ/*(v.t)*:ஃபில்ச் / to steal a very small thing, சிறிய பொருளைத் திருடு, அபகரித்துக்கொள்.

filariasis/filəri'æsis/*(n)*:ஃபிலஏரி'யஃஸிஸ் / a fever caused by filaria, யானைக்கால் நோய்.

fil-a-ture/'filətʃə*/*(n)*:'ஃபிலஏச்சஏ* / the process of forming threads, நூல் தயாரிக்கும் முறை; the reeling of silk from cocoons, பட்டுப் புழுக் கூட்டினின்று, பட்டு நூலை இழையாகச் சேகரித்தல்.

file/fail/*(n)*:ஃபய்ல் / a folder or other device for keeping papers etc., கோப்பு. • *All the confidential reports are kept in a* **file**. a row, வரிசை; an instrument for smoothing, அரம். **file***(v.t)*: to put in a file, கோப்பில் இணை; to march in a file, அணியாக/வரிசையாகச் செல். • *The parade* **filed** *majestically.* to smooth or rub with a file, அரத்தால் ராவு; to make application, மனு போடு. • *She is to* **file** *for the job.*

fi-li-al/'filjəl/*(adj)*:'ஃபில்யஏல் / pertaining to son or daughter, மகன் (அ) மகள் சார்ந்த. • **Filial** *respect and bond is slowly disappearing as social tradition.* **filially***(adv)*, **filialness***(n)*.

F

fil-ings/'failiŋz/*(n)*:'ஃபய்லிங்க்:ஸ் / very small bits, சிறு துண்டுகள்; iron filings, இரும்புத் துகள்கள்.

fill/fil/*(v.t)*:ஃபில் / to make full, நிரப்பு. • *Water* **filled** *the lake.* to meet the demands of, தேவைகளைப் பூர்த்தி செய். • *This geometry book* **fills** *a great need.* to have a vacancy occupied, காலி இடத்தை நிரப்பு. • *The post has to be* **filled** *up.* **fill***(n)*: fullness, நிறைவு. • *She ate her* **fill**. a complete supply, முழுவதையும் நிறைவு செய்தல்; enough to satisfy the wants, தேவையைப் பூர்த்தி செய்தல். • *I had my* **fill** *of it.* **filler***(n)*: one who fills, நிரப்புபவர்; that which fills, நிரப்புவது.

fil-lip/'filip/*(n)*:'ஃபிலிப் / stimulus, ஊக்கம்; propulsion, எடுத்து எறிதல்; jerk of the finger forced from the thumb, சொடுக்கு, விரல் நொடிப்பு. • *Praise is an excellent* **fillip** *for an ambitious man.* • *The new contract for the bridge reconstruction gave the company a new* **fillip**. **fillip***(v.t)*: to induce, ஊக்கப்படுத்து; to stimulate, தீவிரம் அடையச் செய்; to spin, விரலால் சுண்டி எறி. • *I was weary and felt hopeless; a new hope for future success* **filliped** *me.*

fil-ly/'fili/*(n)*:'ஃபிலி / a young mare, பெண் குதிரைக் குட்டி.

film/film/*(n)*/ஃபில்ம் / a thin celluloid roll in which photographs are taken, படச்சுருள். • *The killing of Rajiv Gandhi had been recorded on* **film**. a thin membrane, சவ்வு; a layer, படலம். • *A* **film** *of dust covered the food exposed to air.* **film***(v.i)*: to cover with a film, சவ்வினால் மூடு; to take photos, படம் பிடி. • *The swimming pool scene was* **filmed** *beautifully at the* *beginning.* to be the subject of a cinema picture, ஒரு திரைப்படத்தின் கருத்தாக அமை. **film-prem-i-ere**/film 'premieə/ *(n)*:ஃபில்ம் ப்ரெமியஎர / the first performance of a new cinema film, ஒரு புதிய திரைப்படத்தின் முதல் அரங்கக் காட்சி.

fil-ter/'filtə*/*(n)*:'ஃபில்ட்டஎ* / a strainer, வடிகட்டி; a coloured glass that controls or reduces the quantity of light into a camera or telescope, ஒளிப்படக் கருவி, தொலைநோக்கி இவற்றில் ஒளியளவைச் சீராக்கவோ (அ) குறைக்கவோ பயன்படும் வண்ணக் கண்ணாடி. **filter**(*v.t*): percolate, வடிகட்டு. • *Drinking water is to be* **filtered** *before use.* to act as a filter for, வடிகட்டியாகப் பயன்படு; make way gradually, படிப்படியாக முன்னேறு. • *The militants managed to* **filter** *into the crowd waiting for the Prime Minister.* **filter**(*adj*): sent through a filter, வடிக்கப்பட்ட. • **Filter** *cigarettes are as injurious as plain cigarettes.*

filth/filθ/*(n)*:ஃபில்த் / nasty matter, வெறுக்கத்தக்க பொருள்; impurity, அசுத்தமான பொருள்; dirt, அழுக்கு. • *Many poor people live in* **filth** *and dirt.* something not pleasant, not moral, not just, நியாயமில்லாத, மகிழ்ச்சியில்லாத, அநீதியான ஒன்று. • *People read* **filth** *with great pleasure.* **filth-y**/'filθi/ *(adj)*:'ஃபில்த்தி / not clear, தெளிவில்லாத; impure, தூய்மையில்லாத. • *The city roads are* **filthy**. dirty, அழுக்கான; very rude and immoral, அநாகரிகமான, கெட்ட நடத்தையுள்ள. • *Men and women throng to see* **filthy** *cinema pictures.* **filthy lucre**(*n*): money got by shameful means, வெட்கப்படத்தக்க வகையில் ஈட்டப்பட்ட பணம். **filthily**(*adv*), **filthiness**(*n*).

filt-ra-tion/fil'treiʃn/*(n)*:ஃபில்ட்'ரெய்ஷஎன் / percolation, வடிகட்டுதல். **fil-trate**/'filtreit/ *(v.i-v.t)*:'ஃபில்ட்ரெய்ட் / **filtrated, filtrating**: to filter, வடிகட்டு. **filtrate**(*n*): the liquid that has been filtered, வடிகட்டிய திரவம்.

fin/fin/*(n)*:ஃபின் / the wing like organ of the fish by which it balances or swims, மீன் துடுப்பு; a shape like this on a car, aircraft, bomb, etc., கார், விமானம், குண்டு முதலியவற்றில் பொருத்தப்பட்டிருக்கும் துடுப்புப் போன்ற பாகம்.

fi-nal/'fainl/*(adj)*:'ஃபய்னஎல் / conclusive, முடிவான; resolved, உறுதியான. • *I want your* **final** *offer.* last, கடைசியான; coming at the end, இறுதியில் வரும். • *The voting is in its* **final** *stages.* **final**(*n, sing*), **finals**(*n, pl*): the last and decisive game, முடிவை நிச்சயிக்கும் கடைசி ஆட்டம்; the last comprehensive examination, கடைசித் தேர்வு. **fi-na-le**/fi'na:li/*(n)*:ஃபி'னாலி / the last part in a concert, மங்கள இசை, நிகழ்ச்சி முடிவு; termination, முடிதல். **finalist**(*n*): one of the competitors who reaches the final, மற்றவர்களைத் தோற்கடித்த பிறகு இறுதித் தேர்வுக்கு வரும் போட்டியாளர். **fi-nal-i-ty**/fai'næləti/ *(n)*:ஃபய்'னஎலிட்டி / conclusiveness, இறுதி நிலை. • *He said with a tone of* **finality** *"come with me".* end, completeness, **fi-nal-ize**/'fainəlaiz/ *(v.t)*:'ஃபய்னஎலய்ஸ்: / [also **finalise**]: to put into final form, இறுதி வடிவம் கொடு. • *The agreement is to be* **finalised** *today.* **fi-nal-ly**/'fainəli/*(adv)*:'ஃபய்னஎலி / lastly, at last, முடிவாக. • **Finally,** *the speaker proposed a vote of thanks.* **finalize**(*v.i*): to complete an agreement, ஒரு ஒப்பந்தத்தை முடித்து வை. **finalization** (*n*).

fi-nance/fai'næns/*(n)*:ஃபய்'னஎன்ஸ் (ஃபி-) / cash, பணம். • *We must get more* **finance** *to set right the business.* the management of money, பண நிர்வாகம் செய்தல்; money, ரொக்கம்; revenue, வருவாய். • *The Minister for* **Finance** *has proposed new taxes.* **finance**(*v.t*): to give money for, பணம் கொடு. • *There are individual parties to* **finance** *large scale industries.* to provide finance for (capital, advance, etc.), முதலீட்டுத்தொகை, முன்பணம் முதலியவற்றுக்கு வசதி செய்து கொடு. • *The bank has* **financed** *the sick unit to revive the unit.* **fi-nan-cial**/fai'nænʃl/ *(adj)*:ஃபி'னஎன்ஷஎல் / pertaining to money or finance, நிதித் தொடர்பான. • *The* **financial** *operations of the government are controlled by the Reserve Bank.* **financially**(*adv*). • *Though I have authored many books, I am not* **financially** *successful.* **fin-an-ci-er**/ fai'nænsiə*/*(n)*:ஃபய்'னஎன்ஸியஎ* / one who looks after financial matters, நிதித் தொடர்பான அலுவல்களைக் கவனிப்பவர்;

someone who lends large sums of money, அதிகமாகக் கடன் கொடுத்து வட்டி வாங்குபவர்.

finch/fintʃ/*(n)*: ஃபிஞ்ச் / a kind of small singing bird, ஒருவகைப் பாடும் பறவை.

find/faind/*(v.t)*:ஃபய்ன்ட்: / **found, finding**: to discover, கண்டுபிடி. • *The book was* **found** *in the library.* to meet with, எதிர்கொள். • *Columbus was able to* **find** *America after a long voyage.* to reach (a thing), ஒரு குறிக்கோளை எட்டிப் பிடி. • *"To seek, to* **find** *and not to yield" is the motto of a man of action.* • *The culprit was finally* **found** *out.* **find***(v.t)*: to decide an issue after judicial enquiry, நீதி விசாரணைக்குப் பிறகு ஒரு பிரச்சினையைத் தீர்மானம் செய். **finder***(n)*: one who finds, கண்டுபிடிப்பவர்; that which finds, கண்டு பிடிக்கும் அமைப்பு; thing found, கண்டு பிடிக்கப்பட்ட பொருள்; the act of finding, காணும், கண்டுபிடிக்கும் செயல்; a gratifying discovery, மனநிறைவு அளிக்கும் கண்டுபிடிப்பு. • *At last, we came to this hotel, a great* **find**. **find-ing**/faindiŋ/*(n, sing)*:'ஃபய்ன்டிங் / **findings,** *(n, pl)*: judgement of a court, தீர்ப்பு; conclusion, முடிவு; discovery, கண்டுபிடிப்பு. • *The* **findings** *of the audit committee are very critical.*

fine/fain/*(v.i-v.t)*:ஃபய்ன் / **fined, fining**: to punish by a fine, அபராதம் விதி; to impose a fine on, தண்டனையாகப் பணம் வசூல் செய். • *He was* **fined** *Rs. 100/- for breaking the speed limit.* **fine**/fain/ *(adj)*:ஃபய்ன் / beautiful, நேர்த்தியான; sharp, துல்லியமான. • *There is a sharp and* **fine** *dividing line between reality and appearance* made up of small parts, சிறு சிறு துணுக்குகளாக்கப்பட்ட. • *Truth is coarse but falsehood looks* **fine**. • **Fine** *art represents paintings, drawings, music, etc.* **fine***(n)*: cash paid as a penalty, அபராதம். • *The driver paid a* **fine** *of rupees hundred for rash driving.* minute particle, நுண்பொருள். **finely***(adv)*: very well, மிக நன்றாக; in very small bits, சிறு சிறு துண்டுகளாக. • *Cut up the onions very* **fine**. very well, மிக நன்றாக. • *I cook* **fine**.

fi-ne-ry/'fainəri/*(n, sing)*: 'ஃபய்னரி / **fineries***(n, pl)*: fine dress, நேர்த்தியான ஆடை அலங்காரம்; ornament, அணிமணி, ஆபரணம்; a kind of machinery for refining, சுத்திகரிக்கும் ஆலை; a kind of hearth used to refine iron, உலைக்களம். **finery***(n)*: (metal working) a hearth for converting cast iron into wrought iron, வார்ப்பு இரும்பு சுத்தம் செய்யப்படும் உலை.

finesse/fi'nes*(n)*:ஃபி'னிஸ் / artful management, artifice, stratagem, requiring diplomative handling in a difficult situation, தந்திரம், யுக்தி.

fin-ger/'fiŋgə*/*(n)*:'ஃபிங்க:ə* / one of the five branching parts of the hand, விரல். **raise a finger**: to make any effort to help, உதவி செய்ய முற்படு. • *He didn't* **raise his finger** *when his own brother was in trouble.* **to burn one's finger**: to suffer injury by acting rashly, அவசரமாகச் செயல்பட்டு, அவமானப்படு (அ) நஷ்டப்படு. • *You will* **burn your fingers** *if you do the business.* **finger-post***(n)*: a sign post with an arm, கை காட்டி. **fingerprint***(n)*: the impression of a finger, விரல் அடையாளம். **finger-tip***(n)*: the end of a finger, விரல் நுனி. **to have something at one's finger tips**: to have the answer ready, பதிலைத் தயார் நிலையில் வைத்திரு. • *He has all the answers at his* **fingertips**.

finical/'finikl*(adj)*:'ஃபினிகல் / unduly particular in trifles, சிறு, சிறு முக்கியமில்லாத விஷயங்களில் அதிகக் கவனம் செலுத்துகிற.

finish/'finiʃ/*(v.i-v.t)*:'ஃபினிஷ் / to complete, முடித்துக்காட்டு; to achieve, செய்து காட்டு, நிறைவு செய், சாதனை புரி. • *The work is not yet* **finished**. **fin-ished**/'finiʃt/ *(adj)*:'ஃபினிஷ்ட் / completed, முடிக்கப்பட்ட; highly accomplished, மிக நிறைவான. • *She is a* **finished** *violinist.* **finish***(n)*: an end, நிறைவு. • *I will fight to the* **finish** *in this case,* the symmetry, ஒழுங்கமைப்பு; the finish, வேலைப்பாடு. • *The woodwork on the door has a fine* **finish**.

fi-nite/'fainait/*(adj)*:'ஃபய்னய்ட் / having a limit or end, எல்லையுடைய, முடிவுள்ள. • *Man's existence is* **finite**. finite (verbs) showing a particular tense and subject,

முற்றுப்பெறும் வினைச்சொற்கள், வினைமுற்று, குறிப்பிட்ட காலவரை உள்ளவை.

fi-ord/fjɔ:d/*(n)*:ஃபியாː:ட்: / a long narrow part of the sea projecting inland among hills, கடற்சுழி.

fir/fɜ:*/*(n)*:ஃபə:* / a cone-bearing tree

related to the pine, ஊசியிலை மரவகை.

fire/'faiə*/*(n)*:'ஃபயə* / light and flame given off by something burning, *தீ;* heat, வெப்பம். **on fire**: burning, பற்றி எரிந்து கொண்டு. **under fire**: under military attack, இராணுவத்தால் தாக்கப்பட்டு. **set fire to**: to ignite, எரிய விடு. **fire-arms***(n)*: gun, rifle, etc., வெடிக்கும் (அ) சுடும் கருவிகள். **fire-brand***(n)*: a piece of burning stick, கொள்ளிக்கட்டை; a person with a spirit of adventure, வீரதீரமுள்ள மனிதர்; a thing that kindles strife, கலகத்தைத் தூண்டும் ஒன்று. **fire-brigade***(n)*: a body of trained persons for putting out fires, தீயணைப்புப் படை. **fire-engine***(n)*: a machine used for putting out fire, தீயணைப்பான். **fire-extinguisher***(n)*: a metal container with water or chemicals inside for putting out fire, தீயணைப்பான். **fire-fly**: a winged glowing insect, மின்மினிப் பூச்சி; **fire-place***(n)*: furnace, அடுப்பு; hearth, உலை. **fire-proof***(adj)*: incombustible, தீப்பிடிக்காத. **fire-side***(n)*: a place near the fire place, அடுப்படி. **fire-wood***(n)*: wood used for burning, விறகு. **fire-work***(n)*: combustible or explosive things used for a display, பட்டாசு; pyrotechnic exhibition, வாண வேடிக்கை.

fire/'faiə*/*(v)*:'ஃபயə* / to shoot a gun, துப்பாக்கியினால் சுடு.

fire-alarm/'faiərə,la:m/'ஃபயəரə,லாம் / an instrument used to convey that something has caught fire, நெருப்புப் பற்றியதை அறிவிக்கும் தானியங்கிக் கருவி.

fire-brick/'faiəbrik/*(n)*:'ஃபயəப்ːரிக் / brick that can withstand high heat, அதிக வெப்பத்தைத் தாங்கக்கூடிய செங்கல்.

fire-escape/'faiəri,skeip*(n)*:'ஃபயəரி,ஸ்கெய்ப் / a machine to enable people to escape from buildings on fire, எரியும் கட்டடங்களிலிருந்து மக்கள் தப்பிச் செல்ல உதவும் கருவி.

fire-trap/'faiətræp*(n)*:'ஃபயəட்ரஆப் / a building without any passage or means for escape, when it is on fire, தீப்பிடிக்கும் போது தப்பியோட வழியற்ற கட்டடம்.

firm/fɜ:m/*(n)*:ஃபə:ம் / an institution, தொழில் நிறுவனம்; partnership, தொழிற்கூட்டு. • *The* **firm** *dealing in wheels is flourishing now.* **firm***(adj)*: not changing or likely to change, மாறாத (அ) மாறும் நிலையிலில்லாத; determined in purpose, குறிக்கோளில் உறுதியுடன் உள்ள. • *The leader is* **firm** *in undertaking a fast.* **firm***(v.i-v.t)*: to make or become firm, உறுதிப்படுத்து (அ) உறுதியுடன் இரு. • *The budget will help to* **firm** *up the prices.*

fir-man/fɜ:'ma:n/*(n)*:ஃபə:'மான் / a decree of an oriental king, அரசரின் ஆணை.

first/fɜ:st/*(adv)*:ஃபə:ஸ்ட் / before anything else, எதற்கும் முன்னால்; in the first place, முதல் இடத்தில். • *Giri arrived* **first**. at the beginning, முதலில். • **First** *of all, I say that the weather will be fine tomorrow.* **first***(pro)*: the beginning, தொடக்கம். • *"Do not say I know it from the* **first***", he declared.* the top place, முதன்மையானது. • *"We are the* **first** *to come", he said.* **first-aid***(n)*: help rendered to an injured person before the doctor's arrival, முதலுதவி. **first-class***(adj)*: top ranking, முதல் இடத்திலுள்ள; the best quality, மிகச் சிறந்த தரமுள்ள. **first-hand**/,fɜ:st'hænd/*(adj)*: 'ஃபə:ஸ்ட்'ஹஆண்ட்: / reliable, நம்பக்கூடிய. • *The* **first-hand** *information is reliable.* direct, நேரிடையான. • *The information was* **first-hand** *as it was given by an eye witness.* **first-ling**/'fɜ:stliŋ/*(n)*: 'ஃபə:ஸ்ட்லிங் / the first issue of any animal, முதல் குஞ்சு (அ) குட்டி; the first offspring, முதல் குழந்தை. **firstly** *(adv)*: in the first place, முதல் இடத்தில். **first-rate**/,fɜ:st'reit/*(adj)*:'ஃபəஸ்ட்'ரெய்ட் / excellent, மிக நேர்த்தியான; of highest quality, மிக உயர்ந்த. • *This is* **first** *rate tea.*

fis-cal/'fiskl/*(adj)*:'ஃபிஸ்க்கəல் / financial, நிதித் தொடர்பான. • *The government's*

fiscal *policy came under strong criticism in the hands of opposition parliament members.*

fish/fiʃ/*(n, sing)*:ஃபிஷ் / **fish***(n, pl)*: a common vertebrate living in water, மீன். **like a fish out of water**: uncomfortable in new situation or surroundings, சூழ்நிலைக்கு ஒவ்வாத. **fish***(v.i)*: try to catch fish, மீன் பிடி; to search, தேடு. **to fish in troubled waters**: try to take advantage out of other people's misery, பிறர் துன்பத்தைப் பயன்படுத்திக்கொண்டு, சுயநலம் கருதிச் செயல்படு. **fishy***(adj)*: pertaining to the fish, மீன் தொடர்பான; suspect, சந்தேகத்துக்குரிய. • *What he says is* **fishy**. **fish-monger**/fiʃmʌngə*/*(n)*: ஃபிஷ்மாங்கə* / one who deals in fish, மீன் வியாபாரம் செய்பவர். **fishily***(adv)*, **fishiness***(n)*.

fis-sile/'fisail/*(adj)*:'ஃபிஸய்ல் / able to split by atomic fission, அணுவைச் சிதைப்பதால் பிரிக்கக்கூடிய.

fis-sion/'fiʃn/*(n)*:'ஃபிஷன் / splitting the nucleus of an atom into parts, அணுச்சிதைவு. **fissionable***(adj)*.

fis-si-pa-rous/fi'sipərəs/*(adj)*: ஃபி'ஸிப்பரəஸ் / propagated by bursting or disintegrating, வெடித்துப் பகுதிகளாகப் பிரிந்து பெருகுகின்ற. **fissiparously***(adv)*, **fissiparousness***(n)*.

fis-sure/'fiʃə*/*(n)*:'ஃபிஷə* / a crack, ஒரு பிளவு; a split, உடைப்பு; a natural division or groove in an organ as in the brain, மூளையில் இருப்பது போல் இயற்கை அமைப்பில் இருக்கும் வெடிப்பு, பிளவு.

fist/fist/*(n)*:ஃபிஸ்ட் / a tightly closed hand, கை முஷ்டி.

fisticuffs/'fistikʌfs*(n)*:'ஃபிஸ்டிகஃப்ஸ் / a blow with the fist, conon boxing, குத்துச் சண்டையில் நடப்பதுபோல் கை முட்டியால் குத்துதல்; குத்துச் சண்டை.

fistula/'fistjulə*(n)*:'ஃபிஸ்ட்டுலə / a deep narrow sinuous ulcer, shepherds' pipe, காயம் அல்லது நோயினால் தசையின் ஊடேயும், சருமத்தின் மேலும் ஏற்படும் புண்புரை; ஆட்டிடையனின் குழல்.

fit/fit/*(v.t-v.i)*:ஃபிட் / **fitted, fitting**: to be the correct or right shape, சரியான அமைப்பிலிரு; to be suitable, பொருந்தியிரு. • *This cap doesn't* **fit** *me.* • *Her personality and demeanour* **fit** *the job admirably.* **fit***(adj)*: suitable, பொருத்தமான; proper, சரியான; in good condition, நல்ல நிலையிலிருக்கின்ற. **to be fit as a fiddle**: to be in good health, உடல் ஆரோக்கியத்துடன் இருத்தல். • *He is as* **fit as a fiddle**. **fit***(n)*: a sudden, acute attack of a slight illness or violent feeling, திடீரெனத் தாக்கும் உடல்நலக் குறைவு, வலிப்பு, மனக்கிளர்ச்சி; convulsion, இழுப்பு. **fit-ness**/fitnis/*(n)*:ஃபிட்னிஸ் / suitability, பொருத்தம்; particular way in which something fits, பொருந்தும் முறை. • *Exercises improve one's* **fitness**.

fitting/fitiŋ/*(adj & n, sing)*:ஃபிட்டிங் / **fittings**/*(n, pl)*: right, தகுதியான. • *It is* **fitting** *that Gandhiji is remembered to this day.* suitable, பொருத்தமானவை; instruments, துணைக் கருவிகள்.

fitful/'fitful*(adj)*:'ஃபிட்ஃபுல் / spasmodic varied by sudden impulses, விட்டு விட்டு இயங்குகிற; திடீர் உணர்வுகளால் உந்தப்பட்ட.

five/faiv/*(n)*:ஃபய்வ் / number 5, எண் 5. **five-fold**/*(adj)*: five times, ஐந்து மடங்கு உள்ள.

fix/fiks/*(v.t)*:ஃபிக்ஸ் / **fixed, fixing**: to fasten, நிலையாக்கு; decide, தீர்மானி. • *The price has not yet been* **fixed**. to make firm, உறுதியாகச் செய்; to assign some duties, கடமையை ஒதுக்கிக்கொடு; determine, நிச்சயம் செய்; to fix up, முடிவு செய். • *Will a Supreme Court judge be* **fixed** *to conduct the enquiry?* **fix***(n)*:predicament, இக்கட்டான நிலை; dilemma, எது செய்வது என்று விழிக்கும் நிலை. • *Very often I am in a* **fix** *financially.* some dishonest arrangement, நியாயமற்ற ஏற்பாடு. **fix-i-ty**/'fiksəti/*(n)*:'ஃபிக்ஸிட்டி / the state of being fixed, நிலையாய் இருக்கும் தன்மை; stability, நிலையாய் இருத்தல்; firmness, உறுதித் தன்மை. **fixed**/fikst/*(adj)*:ஃபிக்ஸ்ட் / set, நன்கு அமையப்பெற்ற, fastened, உறுதியாகக் கட்டப்பட்ட. **fixedly**/*(adv)*.

fixation/fik'seiʃn*(n)*:ஃபிக்'ஸெய்ஷன் / act of fixing, stage in which a body resists evaporation, நிலை நாட்டுதல், ஆவியாகப் போகும் நிலையைத் தடுத்தல்.

fix-ture/'fikstʃə*/*(n)*:'ஃபிக்ஸ்ச்சə* / that which is fixed, ஓரிடத்தில் பொருத்தப்பட்ட பொருள்; stability, நிலைப்புத் தன்மை; something attached to a house or apartment, வீடு (அ) அடுக்ககங்களில்

உள்ள இணைப்புப் பொருள்கள். • *The sink and other kitchen* **fixtures** *have been duly attended to.* sports programme with date and place, விளையாட்டு நிகழ்ச்சி நிரல்.

fiz-zle/'fizl/(*v.i*):'ஃபிஸ்:ல் / **fizzled, fizzling**: to make a hissing noise, 'உஸ்' என்ற ஓசை எழுப்பு; to fail miserably after a good start, நல்ல துவக்கத்திற்குப் பின் பரிதாபமாகத் தோல்வியடை. • *The dance programme* **fizzled** *out to be an empty show.*

F

flab-ber-gast/'flæbəga:st/(*v.t*): ஃப்லஃபஃகாஸ்ட் / to overcome with surprise and wonder (thinking at low level), திகைக்கச் செய், திடீரென ஆச்சரியப் படச் செய். • *I was* **flabbergasted** *when he told me that I had won the first prize of one lakh rupees.*

flab-by/'flæbi/(*adj*):'ஃப்லஃபி: / soft, மிருதுவாக உள்ள; hanging loosely, தளர்ந்து தொங்கிக்கொண்டிருக்கும், தொளதொளவென்ற; lacking firmness, உறுதியில்லாத. • *She became rather* **flabby** *after she stopped her exercises.* **flabbily**(*adv*), **flabbiness**(*n*).

flac-cid/'flæksid/(*adj*):'ஃப்லஃக்ஸிட்: / soft and weak, மென்மையானதும், பலவீனமானதுமான; flexible, நெகிழும் தன்மையுடைய; not firm, உறுதியில்லாத. **flaccidly**(*adv*), **flaccidity**(*n*).

flag/flæg/(*n*):ஃப்லஃக்: / a banner, கொடி. a mark, அடையாளம்; a water plant, ஒருவகை நீர்ச்செடி; ensign, சின்னம்; weakness, பலவீனம், சோர்வு; flat stone, தட்டைக் கல். **to keep the flag flying**: continue the fight without giving up, விட்டுக்கொடாமல் எதிர்த்து நில். • *He exhorted the soldiers to keep the* **flag** *flying.* **flag**(*v.t*): **flagged, flagging**: to become weak, களைப்புற்று இரு, சோர்வடை. • *His teacher revived his* **flagging** *interest in his studies.* **to strike the flag**: to submit, பின்வாங்கு, தோல்வியை ஏற்றுக்கொள். • *My financial interests are not good, yet I will not* **strike the flag**. to signal or warn, குறிப்புக் கொடு, எச்சரிக்கை கொடு.

flag-staff/flægsta:f/(*n*):ஃப்லஃக்:ஸ்டாஃப் / a pole from which a flag is flown, கொடிக்கம்பம்.

flag-gy/'flægi/(*adj*):ஃப்லஃகி: / flexible, தளர்ச்சியுடைய.

fla-gel-late/'flædʒəleit/(*v.t*): 'ஃப்லஃஜெலெய்ட் / to whip, சாட்டையால் அடி. **flagellation**(*n*).

flagon/'flægən(*n*):ஃப்லஃக:ஒன் / a vessel with a narrow mouth, குறுகிய வாயுடைய பாத்திரம்.

fla-grant/'fleigrənt/(*adj*):'ஃப்லெய்க்:ரஒன்ட் / outrageously evident, மிக வெளிப்படையான; noticeable, மிகத் தெரியும்படியான; notorious, மிகக் கெட்ட பெயரெடுத்த. • *Very often, government servants in the collection of taxes resort to* **flagrant** *violation of rules.* • *He is a* **flagrant** *liar.*

flail/fleil(*n*):ஃப்லெய்ல் / a wooden tool for thrashing grain, கதிரடிக்கும் கோல். **flail**(*v.t*): to strike with flail, கதிரடி.

flair/fleə*/(*n*):ஃப்லஏ* / a natural aptitude, இயல்பான செயலார்வம், ஆவல், மனச்சார்பு; bent, இயல்பாக ஏற்படும் விருப்பம். • *She has a* **flair** *for Carnatic music.*

flack/flæk/(*n*):ஃப்லஃக் / [also **flak**]: anti-aircraft fire, விமான எதிர்ப்புப் பீரங்கிகள் சுடுதல்; the firing from guns that shoot enemy aircraft from the ground, எதிரி விமானங்களைத் தரையிலிருந்து சுடுதல்.

flake/fleik/(*n*):ஃப்லெய்க் / a small, flat, thin piece, சீவல் போன்ற தனித் துண்டு. **flake**(*v.i*): to fall in flakes as snow, பனித்துளி போன்று சிறு துகள்களாக விழு. **flaky**(*adj*): of or like flakes, சீவல், துகள், துகள் போன்ற.

flam-boy-ant/flæm'bɔiənt/(*adj*): ஃப்லஃம்'ப:ஓயஒன்ட் / bold and confident, துணிச்சலும், நம்பிக்கையும் உள்ள; showy and noticeable, பளிச்சென்று கண்ணைக் கவரக்கூடிய. • *The Chief Minister always speaks in a* **flamboyant** *manner.* • *He is always seen in a* **flamboyant** *red shirt.* **flamboyantly, flamboyance**(*n*).

flame/fleim/(*n*):ஃப்லெய்ம் / the tongue of fire, தீப்பிழம்பு, தீச்சுடர். • *The whole hutment went into* **flames**. strong passion, மிகுந்த உணர்ச்சி. **flame**(*v.i*): to burn with a flame or flames, கொழுந்து விட்டு எரி. **flaming**/fleimiŋ/(*adj*):ஃப்லெய்மிங் / intense, தீவிரமான. • *She had a* **flaming** *row with her husband,* **flammable**(*adj*).

flank/flæŋk/(*n*):ஃப்லஃங்க் / the side of a body, விலாப்பக்கம்; the side of anything, ஏதாவதொன்றின் பக்கம். • *The enemy is always on the* **flank**. **flank**(*v*): to be on the side of, பக்கவாட்டில் அமைந்திடு. • *The* *highway is* **flanked** *with trees on both sides.*

fla-min-go/flə'miŋgəu/ *(n, sing)*: ஃப்லெ'மிங்கஃஉ / **flamingos, flamingoes** *(n, pl)*: a long necked waterbird, நீர் நாரை.

flange/flændʒ/ *(n)*:ஃப்லஃஞ்ஜ் (ன்ஜ்) / the flat edge that stands out from the main surface of an object, ஒரு பொருளின் அமைப்பில் பொருத்துவதற்குப் பயன்படும் நீண்டு இருக்கும் பகுதி.

flan-nel/'flænl/*(n)*:'ஃப்லஃன்ல் / soft woollen cloth, மென்மையான கம்பளித் துணி. **flannel***(adj)*: made of flannel, கம்பளியாலாகிய.

flap/flæp/*(n)*:ஃப்லஃப் / anything hanging broad and loose, தொங்கும் பொருள், அகன்று விரிந்து தொங்கக்கூடியது; the sound made because of such movements, தொங்கும் பகுதி அசையும்பொழுது எழும் ஒலி. • *Stick down the* **flap** *of the envelope and post it immediately.* **flap***(v)*, **flapped, flapping**: to hang down loosely, தொங்கு. • *A loose window* **flapped** *outside the house.* to strike with wings, சிறகடி; to fly, சிறகடித்துப் பற. • *The large bird* **flapped** *across the lake.* **flap-door***(n)*: a door placed horizontally, கிடையாகச் செயல்படும் கதவு. **flap-jack***(n)*: a pan cake, ஒருவகை உணவுப் பண்டம்.

flare/fleə*/*(n)*:ஃப்லεə* / a sudden bright light, திடீர் ஒளி வெள்ளம். • *There was a sudden* **flare** *as the hut caught fire.* excitement, உணர்ச்சி வெள்ளம்; flash, திடீர் ஒளிவீச்சு. **flare***(v.i)*: to burst into bright flames, ஒளி விட்டு எரி. • *The fire* **flared** *up in the slums.* to get excited, உணர்ச்சிக் கொந்தளிப்பில் இரு, உணர்ச்சி வசப்படு. • *Her feelings and emotions* **flared** *when her conduct was suspected.* **flare-up**: to become suddenly enraged, திடீரெனக் கோபப்படு, திடீரென உணர்ச்சி வசப்படு. • *Communal conflicts have* **flared up** *again in the capital.* • *His wife* **flares up** *easily.*

flash/flæʃ/*(n)*:ஃப்லஃஷ் / a sudden burst of light, fire, etc., a sudden thinking, an idea, coming to mind suddenly, விரைவான சிந்தனை/எண்ணம்; a very brief time, மிகக் குறுகிய நேரத்தில். • *A* **flash** *of lightning brightened up the sky.* • *At that critical juncture, a sudden* **flash** *of inspiration came to him and he crossed the river in no time.* **flash***(v.i)*: to shine out suddenly, திடீரென்று ஒளிர் விடு; display suddenly, திடீரென வெளிப்படுத்து. • *The auditor couldn't help* **flashing** *out such a grave financial loss to the government.* • *He* **flashed** *a stealthy smile at her.* **flashy***(adj)*: sudden, brief, திடீரென, சுருக்கமான.

flask/fla:sk/*(n)*:ஃப்லாஸ்க் / a narrow necked jar, குடுவை.

flat/flæt/*(adj)*:ஃப்லஃட் / level, சமமான. • *The surface is not* **flat**. horizontal, கிடையான; positive, சீரான; dull, உயிரோட்டம் இல்லாத. • *Everything seems* **flat** *after a festival is over.* fixed, நிலையான; not variable, மாறாத. • *They charge a* **flat** *rate for the trip.* **flat***(n)*: any level stretch, சமதளமான பகுதி; one of the storeys of house, அடுக்கு மாடிக் கட்டடத்திலுள்ள ஓர் அடுக்கு. • *His house has been divided into* **flats**. **flat***(adv)*: in a flat position, கிடையான நிலையில்; positively, absolutely, நிச்சயமாக, திடமாக, ஐயத்திற்கு இடமில்லாமல். • *She refused to come and his attempts fell* **flat**. **flat***(v.i-v.t)*: to make flat, சமப்படுத்து; to become flat, சமமாயிரு. **flat-ly**/flætli/*(adv)*:'ஃப்லஃட்லி / even, சமதளமாக; plainly, தெளிவாக; positively, நிச்சயமாக. • *He refused* **flatly**. **flat-ten**/'flætn/*(v.t)*:'ஃப்லஃட்டən் / to make flat, மட்டமாகச் செய்; to depress, அழுத்தம் கொடு; knock down, மோதித் தள்ளு. • *The dog was* **flattened** *by a passing truck.* **to flatten out**: to fly into a horizontal position, கிடையான நிலையில் பறந்து செல்.

flat-ter/'flætə*/*(v.t)*:'ஃப்லஃட்டə* / to adulate, பொய்யாகப் புகழ்ச்சி செய்; to praise too much to gain some advantage, ஏதோ ஒரு இலாபத்தைக் கருதி, புகழ்ந்து கூறு. • *The white dress she wore, simply* **flattered** *her.* • *Do not* **flatter** *me too much.* **flatterer***(n)*: eulogist, பொய்யாகப் புகழ்ச்சி செய்பவன். **flat-ter-y**/'flætəri/*(n)*: 'ஃப்லஃட்டəரி / an undue praise, பொய்ப் புகழ்ச்சி.

flat-u-lent/'flætjulənt/*(adj)*:'ஃப்லஃட்யுலஅண்ட் / windy, காற்றோட்டமான; troubled with gas in the stomach or intestine, வாயுப் பொருமலுள்ள. **flatulence***(n)*.

flaunt/flɔ:nt/*(v.t)*:ஃப்லா:ண்ட் / to display, பெருமையுடன் வெளிக்காட்டிக்கொள்; to move about with pride, அகந்தையுடன் நடந்து கொள். • *It is not decent to* **flaunt** *one's wealth.* • *A judge is not expected to* **flaunt** *his authority in public.*

fla-vour/'fleivə*/*(n)*:'ஃப்லெய்வஅ* / good taste, smell, நல்சுவை, நறுமணம்; a peculiar or particular quality, சிறப்பான (அ) குறிப்பிட்ட தரம். • *Some magazines have political* **flavour** *in their approach to news.* **flavour***(v.t)*: to give a taste or smell to, சுவையூட்டு, மணம் கொடு. • *Some medicines are* **flavoured** *with sugar.* **flavouring***(n)*: something added to food to improve its taste, சுவையூட்டும் வாசனைப் பொருள்.

flaw/flɔ:/*(n)*:ஃப்லா: / imperfection, குறைபாடு. • *The arrangement has some* **flaw**. an error, பிழை; crack, பிளவு; a short wind, காற்று வீசுதல். **flaw***(v.t)*: to make a flaw in, மாசுபடுத்து, குறை காண். • *Her black saree* **flawed** *her appearance.* **flaw-less**/'flɔ:lis/*(adj)*:'ஃப்லா:லிஸ் / without any fault or defect, பிழையில்லாத, குறையில்லாத. • *He argued in a* **flawless** *manner.*

flax/flæks/*(n)*:ஃப்லஃக்ஸ் / a fibrous plant,

சணல் செடி; its fibre, சணல்.

flax-en/flæksən/*(adj)*:'ஃப்லஃக்ஸஅன் / pale yellow, வெளிறிய மஞ்சள் நிறமான.

flay/flei/*(v.t)*:ஃப்லெய் / to punish, தண்டனை கொடு; to strip off the skin, தோலை உரித்து எடு; to attack severely in writing or in speaking, எழுத்தாலோ (அ) பேச்சாலோ தாக்கு. • *The newspaper* **flayed** *the minister for failing to control the riots.*

flea/fli:/*(n)*:ஃப்லீ / a wingless blood-sucking insect, தெள்ளுப் பூச்சி, உண்ணி. **fleabite***(n)*: the bite of a flea, பூச்சிக்கடி.

fleck/flek/*(n)*:ஃப்லெக் / a small mark or spot, ஒரு சிறு குறி (அ) புள்ளி. **fleck***(v.t)*: to mark or cover with flecks, புள்ளியிடு, புள்ளிகளால் மறைத்துவிடு.

fledg-ling/fledʒliŋ/*(n)*:'ஃப்லெஜிங் / a young bird just able to fly, பறக்க முயற்சி செய்யும் பறவைக் குஞ்சு. **fledged***(adj)*: having feathers and able to fly, இறக்கை கொண்டு பறக்கவல்ல.

flee/fli:/*(v.i-v.t)*:ஃப்லீ / **fled, fleeing**: to escape, தப்பித்துச் செல்; to avoid, தவிர்த்து விடு. • *When the murder took place, the crowd began to* **flee**. • *The people* **fled** *the city because of the riots.*

fleece/fli:s/*(n)*:ஃப்லீஸ் / sheep's wool, கம்பளி, ஆட்டின் ரோமம். **fleece***(v.t)*: to swindle, ஏமாற்று. • *Money lenders simply* **fleece** *their customers.* to remove the fleece of the sheep, ஆட்டின் தோலுரி.

fleer/fliə*(v.i)*:ஃப்லீஅ* / to grin in mocking way or jeer, to deride, பரிகாசமாகச் சிரி, கேலியாகப் பேசு; a leer mockery expressed by words or looks, பரிகாசம், சொற்களால் (அ) பார்வைமூலம் செய்யும் கேலி.

fleet/fli:t/*(n)*:ஃப்லீட் / a number of ships, கப்பல் தொகுதி; a group of vehicles of the same kind, ஒரே விதமான வாகனங்களின் தொகுதி. • *He owns a* **fleet** *of cars.* **fleet***(adj)*: swift, வேகமான. • *He was a* **fleet-footed** *runner.* • *It is a* **fleet** *horse.*

fleeting/fli:tiŋ/*(adj)*:ஃப்லீட்டிங் / not durable, transist, momentary, swift, நிலையற்ற, எளிதில் மறைகின்ற, சிலகாலம் வாழ்கின்ற, கண நேரமே இருக்கும்.

flesh/fleʃ/*(n)*:ஃப்லெஷ் / muscular tissue of animal body, சதை; the soft eatable part of fruit, பழத்தின் சதைப்பகுதி. • *The* **flesh** *of the mango fruit is very tasty.* **flesh-y**/'fleʃi/*(adj)*:'ஃப்லெஷி / having flesh, சதைப்பற்றுள்ள. **fleshly***(adj)*: sexual, physical, பால் உணர்ச்சியுள்ள, உடல் தொடர்பான. **flesh and blood***(n)*: relatives, உறவினர்கள்; family, குடும்பம்.

flex/fleks/*(n)*:ஃப்லெக்ஸ் / pliable wire for electric connections, நெகிழும்

தன்மையுடைய மின்கம்பி. **flex**(*v.t*): to bend a part of body, உடலை வளை. • *The wrestler* **flexed** *his arms to show off his muscles.* **flex-i-bi-li-ty**/ˌfleksəˈbiləti/(*n*):ˌஃப்லெக்ஸி'பி:லிட்டி / pliability, நெகிழ்வு. **flex-i-ble**/ˈfleksəbl/(*adj*): 'ஃப்லெக்ஸிப்:ல் / that can be bent easily, நெகிழத்தக்க; malleable, எளிதில் வளையத்தக்க; variable, மாறக்கூடிய. • *The programme is* **flexible**. **flexibly**(*adv*), *opp*: inflexible.

flib-ber-ti-gib-bet/ˌflibətiˈdʒibit/(*n*): ஃப்லிப:ஒட்டி'ஜிபிட் / a chattering light headed person, usually a woman, வம்பளக்கும் பெண்மணி.

flick/flik/(*n*):ஃப்லிக் / a sharp blow given with a whip, சுருக்கெனக் கொடுக்கப்படும் சவுக்கடி; jerk, திடீரென ஏற்படும் அசைவு, உதறல். **flick**(*v.i-v.t*): to strike lightly with a whip, சவுக்கால் சுருக்கென அடி; to move with a jerk, உதறிக்கொண்டு நகர். **flick-er**/ˈflikə*/(*n*):'ஃப்லிக்கə* / an unsteady flame of light, மினுமினுக்கும் ஒளி, அதிர்ந்து எரிதல்; a brief appearance, சிறிது நேரமே இருக்கும் தோற்றம். **flicker**(*v.i-v.t*): to burn unsteadily, அதிர்ந்து எரி; to cause to flicker, அதிர்ந்து எரியவிடு.

flight/flait/(*n*):ஃப்லய்ட் / flying, பறத்தல்; a flock of birds, பறவைக் கூட்டம். • *The birds in* **flight** *is a sight to see.* • *There is a direct* **flight** *to Delhi.* **flighty**(*adj*): unsteady, சீரான நடத்தையில்லாத. **flight**(*n*): the act of running away, ஓடிப்போதல்; escape, தப்பித்துச் செல்லல்.

flim-sy/ˈflimzi/(*adj*):'ஃப்லிம்ஸி: / thin, மெல்லிய. • *She felt awkward in her* **flimsy** *dress.* easily destroyed, எளிதில் அழியக் கூடிய; weak, பலவீனமான, உறுதியில்லாத; unconvincing, சமாதானம் எடுபடாத. • *He behaved clumsily and argued on* **flimsy** *grounds.*

flinch/flintʃ/(*v.t*):ஃப்லிஞ்ச் / to move back in fear or pain, பயந்து, மன வேதனையுடன் விலகு; to avoid, தயங்கியபடி பின்வாங்கு. • *She didn't* **flinch** *when the gunman threatened her,* **flinchingly**(*adv*): in fear, பயத்தில்.

fling/fliŋ/(*n*):ஃப்லிங் / a short period of enjoying oneself without self-control, கட்டுப்பாடு இல்லாத ஒருவர் இன்பங்களில் சிறிது காலம் ஈடுபடுதல். **fling**(*v.t*), **flung, flinging**: to scatter, சிதறும்படி செய்; to propel, முன்னோக்கித் தள்ளு. • *She* **flung** *herself out of the cabin in great anger.* to begin and do something with great energy, ஒரு செயலை ஆரம்பித்து, நல்ல ஆர்வத்துடன் செயல்படுத்து. • *The speaker* **flung** *his answer at the student, who questioned him.* • *The engineer* **flung** *himself into the work of controlling the flood water immediately.*

flint/flint/(*n*):ஃப்லிண்ட் / a kind of hard stone giving out sparks when struck, சிக்கிமுக்கிக் கல், தீக்கல். **flint-lock**(*n*): a firearm, ஒருவகைத் துப்பாக்கி. **flinty**(*adj*): hard, கடினமான.

flip/flip/(*v*):ஃப்லிப் / **flipped, flipping**: to move suddenly or jerkily, திடீரென நகர்; to jerk away with the finger, விரல் களினால் விட்டெறி. • *She* **flipped** *when she heard about the accident.* **flip**(*n*): a smart tap or strike, சொடுக்குதல் (அ) சற்று வேகமாகத் தட்டுதல்.

flip-pant/ˈflipənt/(*adj*):'ஃப்லிப்பஒன்ட் / talkative, வாயாடித்தனமான; not serious, பொறுப்பற்ற. • *The members of the parliament were shocked to hear the* **flippant** *remark made by the opposition leader.* **flippantly**(*adv*), **flippancy**(*n*).

flipper/ˈflipə*(*n*):'ஃப்லிப்பə* / flat limb of a seal, கடல் நாய், சீல் பிராணியின் கை போன்ற குட்டை உறுப்பு.

flirt/flɜ:t/(*n*):ஃப்லஒ:ட் / a jerk, திடீரெனக் குலுங்குதல்; a person who pretends to love, ஆசைப்படுவது போல் நடித்து ஏமாற்றுபவர். • *People say that I am an accomplished* **flirt,** *but it is not true.* **flirt**(*v.i*): to pretend to love, காதலிப்பது போல் பாசாங்கு செய். • *My husband* **flirts** *with every woman he meets.* to be thrown with a jerk, குலுக்கலுடன் தூக்கி எறியப்படு; to trifle or toy as with an idea, ஒரு எண்ணம் (அ) கருத்துடன் செயல்படுவது போல் இரு. • *I have been* **flirting** *with the idea of writing a novel.* **flirtation**(*n*): short/not serious/love affair, பொழுது போக்குக் காதல்.

flit/flit/(*v.t*):ஃப்லிட் / to flutter, சிறகடி; to move quickly, விரைந்து செல், போ. • *Butterflies* **flit** *around beautifully from flower to flower.* **flit**(*n*): a light swift movement, சிறிது வேகமான இயக்கம்.

F

float/fləut/*(v.t)*:ஃப்லஉட் / to buoy up, மிதந்து செல், மிதக்கும்படி செய். • *The soap piece* **floated** *down the stream.* to swim, நீந்து; to give currency to, புழக்கத்திற்குக் கொண்டு வந்து செயலாற்று; be buoyant, மிதக்கும்படியாக இரு; hover, வட்டமிட்டுச் செல். • *The dream of being a great warrior* **floated** *before his eyes.* **float***(n)*: that which floats, தெப்பம், மிதக்கக்கூடியது, மிதவை; a cork attached to a fishing line or a net, மீன் தூண்டில் (அ) வலையில் கட்டப்பட்டிருக்கும் மிதவை. **floating***(adj)*: buoyant, மிதக்கக்கூடிய; not settled, நிரந்தரமில்லாத.

floatsam/fləutsəm*(n)*:ஃப்லஉட்ஸம் / the floating wreckage of a ship and its cargo, கடலில் மிதக்கும் கப்பலும் அதன் சரக்கும்; floatsam and jetsam, கடலில் மிதக்கும் (அ) கரைசேர்ந்த உடைந்த கப்பல் (அ) அதன் சரக்கு.

flock/flɔk/*(n)*:ஃப்லாக் / herd, மந்தை; assemblage, மக்கள் கூட்டம். • *A* **flock** *of tourists visit Kanchipuram every day.* **flock***(v.t)*: to gather, திரள். • *People are* **flocking** *to the cinema theatre every day.* **flock***(n)*: tuft of hair or wool, மயிர் (அ) கம்பளிக் குஞ்சம்; shreds of cotton or wool used for stuffing pillows, etc., தலையணை முதலியவற்றிற்கு அடைக்கப்படும் பஞ்சு, கம்பளி.

floe/fləu/*(n)*:ஃப்லஉ / a mass of floating ice, மிதக்கும் பனிக்கட்டி; floating mass of ice (in a sea), கடலில் (அ) பெரிய ஏரிகளில் மிதந்து வரும் பெரும் பனிக்கட்டி.

flog/flɔg/*(v.t)*:ஃப்லாக்: / **flogged, flogging**: to punish by beating, அடி (அ) சவுக்கால் அடி; to sell aggressively, நல்ல முயற்சி கொண்டு விற்பனை செய். • *He makes a living by,* **flogging** *religious books.* **flogging***(n)*: punishment by beating, அடித்துத் தண்டனை கொடுத்தல். **to flog a dead horse**: to waste time over a dispute, சச்சரவில் நேரத்தை வீணாக்கு.

flood/flʌd/*(n)*:ஃப்லட்: / superfluity, மிக அதிகம், மிகைமை. • *The minister had to meet with a* **flood** *of complaints from the workers.* very great mass of water, வெள்ளம். • *The water rose to the* **flood** *level.* **flood***(v.i)*: to flow freely, பெருக் கெடுத்தோடும்படி செய், வழிந்தோடு; to fill, நிரப்பு. • *Do not* **flood** *the tub.* • *Many men and women* **flooded** *from Europe to eastern countries in the 19th century.* **floodgate***(n, sing)*, **floodgates***(n, pl)*: a gate designed to regulate the flow of water, கலிங்கல், மதகு, வெள்ளத்தைக் கட்டுப்படுத்த ஏற்படுத்தப்பட்டிருக்கும் அமைப்பு. **floodlight**/'flʌdlait*(n)*: 'ஃப்லட்:லய்ட் / a system of lighting in which shadows are avoided, நிழல் விழாதபடி பல திசைகளிலிருந்து வீசப்பட்ட பேரொளிப் பெருக்கு. **flood mark**/flʌdma:k*(n)*: ஃப்லட்:மார்க் / the line to which the tide rises, அலை எழுச்சி (அ) வெள்ளம் உயர்ந்து எட்டிய அடையாளம்.

floor/flɔ:*:/*(n)*:ஃப்லா:* / surface or ground, நிலம், தளம். **flooring***(n)*: the floor, தளம், தரை; things required to lay the floor, தளமிடுவதற்குத் தேவையான பொருட்கள்.

flop/flɔp/*(v.i)*:ஃப்லாப் / to move or fall down, suddenly especially with noise, ஓசையுடன் நகர் (அ) விழு, திடீரென ஓசையுடன் கீழே விழு (அ) நகர். • *The child* **flopped** *down on the couch.* to fail, to be not successful, தோல்வியுறு, வெற்றி கிட்டாமல் இரு. • *The drama* **flopped** *dismally.* **flop***(n)*: the noise of flopping, விழும் ஒலி; failure, தோல்வி.

flo-ra/'flɔ:rə/*(n)*:'ஃப்லா:ரə / the plants of a region, ஒரு நிலப்பகுதிக்குரிய செடி வகைகள்; the goddess of flowers, மலர்களின் தெய்வம்.

flo-ral/'flɔ:rəl/*(adj)*:'ஃப்ɔ:ரəல் / pertaining to or made up of flowers, மலர்களைச் சார்ந்த (அ) மலர்களாலான; floral decoration, மலர் அலங்காரம்.

florescence/flɔ:'resnt*(n)*:ஃப்ɔ:'ரெஸəன்ட் / a flowering season when plants bloom their flowers, மலர்ச்சி, முகை நெகிழ்ந்து மலராகும் நிலை.

floriculture/'flɔ:rikʌltʃə**(n)*:'ஃப்ɔ:ரி-கல்சə* / the culture of flowers or flower plants, மலர்ச்செடி வளர்ப்பு.

florid/'flɔrid*(adj)*:'ஃப்ɔ:ரிட்: / bright in colour, thrushed with red, lightly decorated, embellished with flowers; மலர் நிறைந்த, ஒளிவண்ணம் வாய்ந்த, செந்நிறம் படைத்த (அ) செக்கச்சிவந்த, அழகாக சிறந்த முறையில் அலங்கரிக்கப்பட்ட, இலக்கியத்துறையில் அணிவள மிக்க.

flor-in/'flɔrin/*(n)*:'ஃப்லாரின் / a British coin worth 2 shillings, 2 ஷில்லிங் மதிப்புடைய இங்கிலாந்து நாணயம்.

flor-ist/ˈflɔrist/*(n)*:ˈஃப்லாரிஸ்ட் / a seller or cultivator of flowers, பூ வியாபாரி, பூக்களைப் பயிரிடுபவன்.

floss/flɔs*(n)*:ஃப்லாஸ் / a downy or silky substance in plants, fine untwisted silk used in embroidery, செடிகளிலுள்ள மெத்தென்றிருக்கும் பொருள், பூத்தையலில் உபயோகப்படுத்தும் மிருதுவான பட்டுநூல்.

flo-til-la/fləuˈtilə/*(n)*:ஃப்லஉˈட்டிலஅ / a small fleet of warships, சிறு கப்பற்படை.

floun-der/ˈflaundə*/*(n)*: ˈஃப்லா:ன்ட:அ* / a kind of small flat fish used as food, உணவாகப் பயன்படும் ஒருவகைத் தட்டை மீன். **flounder***(n)*: an act of floundering, நிதானம் தவறுதல், தடுமாற்றம். **flounder***(v.i)*: to move about with great difficulty, மிகத் தடுமாற்றத்துடன் நகரு, தட்டுத் தடுமாறி நகரு; to struggle, தடுமாறிப் போராடு; to blunder, தவறு செய்.

flour/ˈflauə*/*(n)*:ˈஃப்லஉஅ* / fine soft powder, மாவு. **flour***(v.t)*: to grind into fine powder, மாவாக அரை; to cover with flour, உணவுப்பொருளை மாவு கொண்டு மூடு, மாவைத் தூவு.

flourescence/ˈflauə*esens*(n)*: ஃப்லூரெஸன்ஸ் / the brightness caused by certain rays, சிலவகைக் கிரணங்களால் எழுப்பப்படும் ஒளி.

flour-ish/ˈflʌriʃ/*(v.i)*:ˈஃப்லரிஷ் / to prosper, செழிப்பும் வளமும் பெறு; to wave something as a display or threat, கையில் ஏதோ ஒன்றை வைத்து ஆட்டி ஆட்டி மிரட்டு. • *The black market people are all* **flourishing** *in this country.* **flourish***(n)*: rich growth, நல்ல வளர்ச்சி; waving of something, ஏதோ ஒன்றைக் கொண்டு ஆட்டுதல், சுழற்றுதல்; a decoration, அலங்காரம்; a decorative writing, அலங்காரமான எழுத்து; a florid verbal expression, அலங்காரச் சொற்கள். • *He inaugurated the meeting with a* **flourish**.

flout/flaut/*(v.t)*:ஃப்லஉட் / to mock, கேலி செய்; to treat without respect, மரியாதை இல்லாமல் நடத்து; to condemn, இகழ்ந்து கூறு. • *It is not decent to* **flout** *the rules of propriety.*

flow/fləu/*(v.i)*:ஃப்லஅஉ / to move like liquid, பாய்ந்து ஓடு, ஒழுகு. • *The river* **flowed** *smoothly.* • *They spoke in a* **flowing** *language.* **flow***(n)*: a stream, ஓடை; motion, இயக்கம்; plenty, அதிகமான பெருக்கம். • *At peak hours, the* **flow** *of traffic is very heavy and slow.* • *The oil* **flow** *of the well was steady.*

flow-er/ˈflauə*/*(n)*:ஃப்லஉஅ* / the reproductive organ of a plant, தாவர இனப்பெருக்க உறுப்பு; blossom, பூ வளர்ச்சிப் பருவம்; the best of anything, ஒரு பொருளின் மிகச் சிறந்த பகுதி. • *The* **flower** *of the nation's youth is withering because of poverty and unemployment.* **flower***(v.i)*: to produce flower, மலர்களை உண்டாக்கு, மலரச் செய்; to be fully developed, முழு வளர்ச்சி அடைந்திரு. • *Ramanujam's genius* **flowered** *in his very early age.* **flow-er-y**/ˈflauəri/*(adj)*: ˈஃப்லஉஅரி / decorated with flowers, மலர்களால் அலங்கரிக்கப்பட்ட; full of highly ornate language, மொழி வளமுள்ள. • *Creative ideas* **flower** *under any circumstance.*

fluc-tu-ate/ˈflʌktʃueit/*(v.i)*:ˈஃப்லக்ச்சுஎய்ட் / to oscillate, இங்குமங்கும் அலை, ஊசலாடு, அலைவுறு; to waver, நிலை தடுமாறு. • *His fortune* **fluctuated** *with the rise and fall of the party in power.* • *The price of vegetable oil* **fluctuates** *according to the season.* **fluc-tu-a-tion**/ˌflʌktʃuˈeiʃn/*(n)*: ˌஃப்லக்ச்சுˈஎய்ஷஅன் / oscillation, அலைவு; unsteadiness, ஏற்ற இறக்கம்; variation, மாறுபாடு.

flue/flu:/*(n)*:ஃப்லூ / air pipe, புகைப்போக்கி; short form of the word "influenza", a kind of fever, "influenza" என்பதன் சுருக்கம், ஒருவகைக் காய்ச்சல்.

flu-en-cy/ˈflu:ənsi/*(n)*:ˈஃப்லுஅன்ஸி / ready utterance, நல்ல சொல்/பேச்சு வளம்; smooth easy flow in speech, சொல்வளம். **flu-ent**/ˈflu:ənt/*(adj)*:ˈஃப்லுஅன்ட் / flowing, வழிந்து ஓடுகின்ற, நல்ல ஓட்டமுள்ள; speaking well and easily, நன்கு பேச்சுத்திறமையுள்ள. • *His language is always* **fluent** *and flowery.*

flu-id/ˈflu:id/*(n)*:ˈஃப்லுயிட்: / something which flows, பாய்மம்; a liquid, திரவம். • *The patient is fed on* **fluids** *only.* **fluid***(adj)*: flowing, மேல் வழிகின்ற; unstable, நிலையற்ற; having the quality of flowing, வழிந்து ஓடக்கூடிய. • *The discussions are only in* **fluid** *stage.*

fluke/flu:k/*(n)*:ஃப்லூக் / a piece of accidental good stroke, எதிர்பாராத நற்பலன்; fortune, வெற்றி.

flummery/'flʌməri*(n)*:'ஃப்லமெரி / a sort of jelly made of flour and milk, flattery, nonsense, மாவு, பால் முதலியவற்றைக் கொண்டு செய்யப்படும் இணைப்பு உணவு வகை, வீண் (பொய்யான) புகழ்ச்சி பிதற்றல்.

flun-ky/flʌŋki/*(n)*:ஃப்லங்க்கி / [also **flunkey**]: a servile follower, அடிமை போல் பின்பற்றுபவர், கூலி வேலை செய்து, பிழைப்பவர். • *The landlord is always surrounded by* **flunkeys**.

flurry/'flʌri*(n)*:'ஃப்லரி / hurry, a gust of wind, light things carried by the wind, பரபரப்பு, கிளர்ச்சி, திடீர்ப்புயல், காற்றினால் தூக்கிச் செல்லப்படும் இலேசான பொருள்கள். **flurry**(*v.t*): alarm, குழப்பு, அச்சுறுத்து.

flush/flʌʃ/*(v.t)*: ஃப்லஷ் / to rush out, மிக வேகமாக வெளியேறு, பாய்ந்து செல்; to cleanse by flow of water, நீர் பாய்ச்சி சுத்தப்படுத்து. • *They* **flushed** *the wall with water before white-washing it.* to become red in the face, முகம் சிவப்பாகு; to fly, பற; to make (one) leave a hiding place, மறைவிடத்தை விட்டு வெளியேற்று. • *The police tried to* **flush** *out the criminals from the safe house.* **flush**(*n*): rush of water, நீர்ப்பெருக்கு. • *To clean the pipe, give it a good* **flush** *out.* plentifulness, ஏராளம்; cleansing by flushing, நீர்பாய்ச்சிச் சுத்தப்படுத்துதல்; rush of blood to the face, முகம் சிவத்தல்; glow, ஒளிர்வு; a group of birds let out to fly, திடீரெனப் பறவைகளைப் பறக்க விடுதல். • *The first* **flush** *of youth is full of thrill and excitement.* **flush**(*adj*): even or level, சமமான (அ) ஒரே சீரான, சம மட்டமான. **flush**(*adv*): fully, முழுமையாக.

fluster/'flʌstə*/*(v.t)*:'ஃப்லஸ்ட்டə* / to agitate, confuse; to make hot with drink or intoxicate, பரபரப்படையச்செய், கிளர்ச்சி யூட்டு, குழப்பு, குடிபோதை கொள். **fluster** *(n)*: confusion, agitation, குழப்பம், பரபரப்பு.

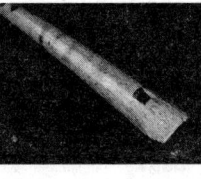

flute/flu:t/ *(n)*:ஃப்லூட் / a musical wind instrument, புல்லாங்குழல். **flute**(*v.t*): to produce flute-like sounds, புல்லாங்குழலிசை எழுப்பு; to form long thin inward curves, மெல்லிய உள்வளையங்கள் உண்டாக்கு. **flutist**(*n*): a player on the flute, புல்லாங்குழல் வாசிப்பவர்.

flut-ter/'flʌtə*/*(n)*:'ஃப்லட்டə* / rapid irregular movement of wings, அங்குமிங்கும் படபடவென அசைதல்; a tremulous excitement, உணர்ச்சி வசப்பட்டு நடுங்குதல். • *The President's visit to the school put the children in a* **flutter**. vibration, அதிர்வு, துடித்தல். **flutter**(*v.i-v.t*): to move the wings rapidly, சிறகடித்துப் பற. • *The child's eyelids* **fluttered** *as she awoke.* • *The national flag majestically* **fluttered** *in the wind.* beat irregularly, படபடக்கச் செய். • *The girl's heart* **fluttered** *with excitement as she received the prize.*

flux/flʌks/*(v.i-v.t)*: ஃப்லக்ஸ் / to flow out, பெருக்கெடுத்து ஓடு. **flux**(*n*): flow, ஓட்டம்; lack of certainty, நிச்சயமின்மை.

fly/flai/*(n)*:ஃப்லய் / a small two-winged insect, ஈ; side of the flag left loose, கொடியின் பறக்கும் பக்கம்; a hackney carriage, வாடகை வண்டி. **fly**(*v.i*), **flew, flown, flying**: to move or to be moved in the air with the help of wings, பற; to travel in an aeroplane, விமானத்தில் பற. • *The man was able to* **fly** *alone across the Atlantic.* **fly-ash**/flaiæʃ*(n)*:ஃப்லய்ஆஷ் / very fine powder remaining after coal has been burnt, நிலக்கரி எரிந்தபின் கிடைக்கும் மிக மென்மையான சாம்பல். **flying-fox**(*n*): a kind of fruit-eating bat, பழம் தின்னி வௌவால். **fly-leaf**(*n*): a blank page at the end or beginning of a book, புத்தகத்தின் முதல் (அ) இறுதியில் உள்ள வெற்றுத் தாள். **fly-paper**/flai'peipə*(n)*:ஃப்லய்'பெய்ப்ப* / paper used for destroying flies, ஈக்களை ஒழிக்கப் பயன்படும் காகிதம். **fly-wheel**(*n*): a heavy wheel attached to a machine to regulate its speed, வேகத்தைச் சீரமைக்க ஓர் இயந்திரத்துடன் இணைக்கப்பட்டிருக்கும் சக்கரம்.

foal/fəul/ (*n*):ஃபஉல் / young one of a horse or an ass, குதிரை (அ) கழுதைக் குட்டி. **foal**(*v.i*): to give birth to a foal, குதிரைக் குட்டி ஈனு.

foam/fəum/(*n*):ஃபஉம் / froth, bubbles on the surface of liquids formed by agitation or fermentation, நீர்மங்களைக் கலக்கும் பொழுது (அ) அவை புளிக்கும்பொழுது மேற்பரப்பில் தோன்றும் குமிழிகள். • *There is lot of* **foam** *on the glass of soda.* **foam**(*v.i*): to produce foam, நுரைத்துத்தள்ளு. **foam at the mouth**: be very angry, அதிக கோபத்துடன் இரு. • *The man, who fell down, was* **foaming at his mouth**. • *The director was* **foaming** *with anger.* **foamy**(*adj*).

F.O.B: Free On Board / fri:ˌɔ:n'bɔ:d/ ஃப்ரீˌஓன்'ப:ஓ:ட்: / without charge for delivery to ship, railway wagon; கட்டணமின்றிச் சரக்கு வியாபாரி கப்பலில் பயணம் செய்வது. சரக்கு ஏற்றுமதியில், சரக்கு அனுப்ப, கப்பலுக்கான சரக்குச் செலவு உட்பட.

fo-cus/'fəukəs/(*n, sin*):'ஃபஉக்கஸ் / **focuses** (*n, pl*): [also **foci**]: point where light rays or sound waves converge, குவியம்; concentration, ஒரே கவனம். • *The minister always wants to be the* **focus** *of attention.* **focus**(*v.i*): coverage, குவியும்படி செய்; concentrate, கவனம் செலுத்து. • *I am* **focussing** *all my thinking to solve my financial problem.* • *The scientist* **focussed** *his microscope on the spot of liquid.* • *The man* **focussed** *his attention on the aircraft.*

fo-cal/'fəukl/(*adj*):'ஃபஉக்கல் / pertaining to the focus, முக்கிய குவியத்தைப் பற்றிய. **focal point**(*n*): central point, மையம். **focal length**(*n*): the distance between the optic centre and the focus, குவியத்தூரம்.

fod-der/'fɔdə*/(*n*):'ஃபாடஅ* / dried cattle food, வைக்கோல், ஆடு, மாடுகளின் தீவனம்.

foe/fəu/(*n*):ஃபஉ / enemy, எதிரி; an opponent in a game or contest, ஒரு விளையாட்டு (அ) போட்டியில், எதிராக விளையாடுபவர் (அ) போட்டியிடுபவர்.

foe-tus/'fi:təs/(*n*):'ஃபீட்டஸ் / [also **fetus**]: a young human or other creature in the mother's womb long before birth, கரு.

fog/fɔg/(*n*):ஃபாக்: / vapour suspended in air, மூடுபனி; a kind of grass, பின் அறுவடைப் புல். • *The traveller got lost in the early morning* **fog**. a state of mental confusion, மனக் குழப்பம். • *The aircraft could not take-off due to* **fog** *on the runway.* hazy effect on a developed negative, புகைப்படத்தின் தட்டில் ஏற்படும் மங்கலான படலம். **fog**(*v.i-v.t*): **fogged, fogging**: to cover in a fog, பனியால் மூடு. • *The water vapour has* **fogged** *the glass pane.* • *The lawyer's argument* **fogged** *the real issues,* **fog-gy**/'fɔgi/(*adj*):ஃபாகி: / **foggier, foggiest**: not clear, தெளிவில்லாத. **foggily**(*adv*), **fogginess** (*n*).

foh/fɔ:/(*inter*):ஃபா: / expression of exclamation or disgust, வியப்புக்குறி (அ) வெறுப்புக்குறி.

foi-ble/'fɔibl/(*n*):'ஃபாய்ப்:ல் / weak point, குறை; weakness of character, பண்பு இல்லாமை, குணமின்மை. • *Every man has his own* **foible.** *opp*: strength.

foil/fɔil/(*n*):'ஃபாய்ல் / a thin sheet of metal, மிக மெல்லிய உலோகத் தகடு. • *Food packets are sold, neatly packed in aluminium* **foil**. the track of hunted animals, வேட்டையாடப்பட்ட விலங்கின் தடம்; blunt edged sword, கூர் மழுங்கிய வாள். **foil**(*v.t*): to baffle, தடு; to repulse, துரத்து, விரட்டு. • *The police* **foiled** *the attempts of the prisoner to escape.* to prevent the success of, வெற்றியைத் தடுத்து நிறுத்து. • *The ruling party members* **foiled** *the attempts of the opposition to move a no-confidence motion.*

foist/fɔist/(*v.t*):ஃபாய்ஸ்ட் / to insert in, உள்ளே புகுத்து; to pass off as genuine, உண்மை போலப் பரப்பு; thrust in, புகுத்து. • *The company* **foisted** *all the damaged goods on the co-operative society.* thrust on, வலுக்கட்டாயமாக விற்பனை செய். • *It is not decent to* **foist** *inferior merchandise on a customer.*

fold/fəuld/(*n*):ஃபஉல்ட்: / plait, மடிப்பு; pen, ஆட்டுப் பட்டி; congregation, சமயத்தவர்கள் கூட்டம். • *Do not wrap the bread in* **folds** *of cloth.* • *The binder cut the paper along* *the* **fold**. **fold***(v.i-v.t)*: to wrap up, மடி; to embrace, தழுவு; to form into layers, மடிப்பாக்கு. • *Does the chair* **fold? fold one's arms**: keep one's arms across the chest side by side, மார்பின் மீது குறுக்காக ஒன்றாக இருக்கும்படி கைகளை வைத்துக் கொள். • *He* **folded** *his arms on his chest, before he jumped into the river.* **folder***(n)*: a folded piece of thick paper or cardboard for keeping papers, தாள்களை வைத்துக்கொள்ளப் பயன்படும் மடிக்கப்பட்ட பகுதி.

F

fo-li-age/'fəuliidʒ/*(n)*:'ஃபஒஉலியிஜ் / leaves or leafage, இலைகள், இலைக்கொத்து. • *Many trees drop their* **foliage** *during winter.*

fo-li-ate/'fəuliət/*(adj)*:'ஃபஒஉலியெய்ட் / covered with leaves, இலைகளால் மூடப்பட்ட. **foliate***(v.t)*: to put forth leaves, தளிர் விடு.

fo-li-o/'fəuliəu/*(n, sing)*:'ஃபஒஉலியஒஉ / **folios***(n, pl)*: the two opposite pages of ledger, கணக்கு ஏட்டில் எதிரெதிர் பக்கங்கள்; sheet of paper folded once, ஒருமுறை மடித்த தாள். • *The printed book has a* **folio** *missing.* a leaf of a manuscript book numbered only on the front side, ஒரு முகப்பில் மட்டும், பக்கமிடப்பட்ட புத்தகம், கையேடு. • *He owns a Pura Nanuru first* **folio**.

folk/fəuk/*(n)*:ஃபஒஉக் / [usually **folks**]: people, மக்கள்; nation, நாடு; race, இனம். • *Do not think they are just simple country* **folk**: *they are good: not vile like town people.* • *The country* **folk** *are the real bearers of civilization of the land.* **folk***(adj)*: originating among common people, பாமர மக்களுக்கிடையே தோன்றும். **folk dance**: group dance characteristic of a part of a country, நாட்டுப்புற நடனம். **folklore**: traditional belief, பாமர மக்களின் பரம்பரைக் கதைகள், நாடோடிக் கதைகள், நாட்டுப்புற இலக்கியம். **folk song**: the song of the folks, நாடோடிப் பாடல்கள்.

fol-low/'fɔləu/*(v.i-v.t)*:'ஃபாலஒஉ / to go or come after, பின்பற்று. • *The dinner* **follows** *the speech.* to aim at, இலக்கைக் குறி வை; to accompany, உடன்செல்; happen after some event, ஒரு நிகழ்ச்சிக்குப் பிறகு தொடர். • *After the murder of the Prime Minister, total chaos* **followed**. to obey, கீழ்ப்படி. • *Women* **follow** *the fashions blindly.* to go after in order to catch, பிடிப்பதற்குப் பின்தொடர். • *I am being* **followed** *by the police.* **follower***(n)*: one or that which follows, சீடர், பின்பற்றிச் செயல்படுவோர், பின்பற்றி வருவது. **fol-low-ing**/'fɔləuiɲ/*(n)*: 'ஃபாலஒஉயிங் / a body of followers, பின்பற்றிச் செயல்படும் குழு, சீடர்கள் குழாம். • *The Sunday television shows have a large* **following**. • *Every Cine-star has his own* **following**. **following***(adj)*: that follows or comes after, பின் தொடர்கின்ற (அ) பிறகு வருகின்ற; next, பின் குறிப்பிடப்படுவன. • *It rained on the day we arrived, but the* **following** *day was sunny.* **following***(prep) after,* பிறகு. • **Following** *the incident, there was some discussion.* **follow-up***(n)*: the act of following up, பின்தொடர்ந்து செய்யப்படுவது, விளைவு. **follow-up***(adj)*: following an earlier action, முன் நிகழ்ந்த செயலைத் தொடர்ந்து செயல்படுவது.

fol-ly/'fɔli/*(n, sing)*:ஃபாலி / **follies***(n, pl)*: unwise conduct, அறிவு இல்லாத நடத்தை; stupidity, அறிவு இல்லாமை. • *Life seems to be a bundle of* **follies**. • *It is* **folly** *to reduce expenditure on health programme.*

fo-ment/fəu'ment/*(v)*:ஃபஒஉ'மெண்ட் / to instigate, தூண்டி விடு. • *The rebels are* **fomenting** *trouble against the government.* to bathe with warm water or medicated solution, ஒத்தடம் கொடு. **fo-men-ta-tion**/ˌfəumen'teiʃn/*(n)*: ˌஃபஒஉமென்ட்'டெய்ஷஒன் / instigation, தூண்டுதல்; the act of putting hot wet cloth to lessen the pain, ஒத்தடம் கொடுத்தல்.

fond/fɔnd/*(adj)*:ஃபாண்ட் / very affectionate, மிக்க அன்புடைய; loving, பாசப் பிணைப்புள்ள. • *He is* **fond** *of birds and animals.* • *I nourish* **fond** *hopes of becoming a great writer.* **fon-dle**/'fɔndl/ *(v.t)*:ஃபாண்ட்ல் / **fondled, fondling**: to caress, பரிவுடன் தடவிக் கொடு; to dandle, சீராட்டு, பாராட்டு. **fondness***(n)*: tenderness, அன்பு. • *Some people take great pleasure in* **fondling** *cats and dogs.* **fond-ly**/fɔndli/*(adv)*:'ஃபாண்ட்லி / in loving way, மிக்க அன்புடன். **fondling** *(n)*: one that is treated with love and care, சீராட்டப்படுவது, சீராட்டப்படுபவர்.

food/fu:d/*(n)*:ஃபூட் / edibles, உணவு; nourishment, ஊட்டம். • *The breakfast* **food** *is light.* • *Milk is a wholesome* **food**. **foodstuff**/'fu:dstʌf/*(n)*: 'ஃபூட்ஸ்ட்டஃப்: the constituents of food, உணவிலடங்கியுள்ள சத்துப்பொருள்.

fool/fu:l/*(n)*:ஃபூல் / a stupid person, முட்டாள்; jester, கோமாளி. • *I am no* **fool** *to obey you.* • *Do not make me a* **fool** *by asking to do this.* **fool***(v.t-v.i)*: to deceive, ஏமாற்று; to act as a fool, முட்டாள் போல் நடி. • *He has* **fooled** *a lot of people into believing that he is an I.A.S.Officer.* • *They* **fooled** *away the entire day by playing cards.* **fool-har-dy**/'fu:lˌha:di/ *(adj)*:'ஃபூல்ˌஹாடி / foolishly bold, அசட்டுத் துணிச்சலுடைய; taking unwanted risks and delighting in the same, அசட்டுத் துணிச்சலுடன் செயல்படுகிற. • *You were very* **foolhardy** *to run after the moving car.*

fool-ish/'fu:liʃ/*(adj)*:'ஃபூலிஷ் / not wise, அறிவற்ற; silly, அற்பத்தனமான; not rational, பகுத்தறிவு இல்லாத. • *The trouble started because of his* **foolish** *remark.* • *I often feel* **foolish** *when I do not have money.*

fools-cap/'fu:lzkæp/*(n)*:'ஃபூல்ஸ்க்கஸப் / a size of paper, முழு நீளத்தாள்; a kind of cap worn by jesters, கோமாளியின் தொப்பி.

foot/fut/*(n, sing)*/ஃபுட் / **feet***(n, pl)*: the ending of leg beginning at ankles, பாதம்; the lower part of anything, அடிப்பகுதி; the infantry, காலாட்படை. • *The men marched along the* **foot** *of the hill.* a length equivalent to twelve inches, ஓர் அடி அளவு; a metrical unit, செய்யுள் அடி. **on foot**: walking, நடந்துகொண்டு. • *I have been* **on** *my* **feet** *all day.* • *They camped at the* **foot** *of the hills.* **foot***(v.t)*: to walk, நட. **foot***(v.t)*: to set foot on, கால் வை. **football**/'futbɔ:l*(n)*:'ஃபுட்பால் / an inflated healthy ball to be driven by the foot, a game played with round ball, கால்பந்து, கால்பந்து விளையாட்டு. **foot-board**/'futbɔ:d/*(n)*:'ஃபுட்பாட் / a board leading into and out of carriage, வண்டியில் ஏறவும், இறங்கவும் உள்ள அமைப்பு. **foot-boy***(n)*: an attendant, பணியாள். **footbridge***(n)*: a narrow bridge for pedestrians, நடைப்பாலம். **foot-fall**/'futfɔ:l*(n)*:'ஃபுட் ஃபால் / footstep, a stumble, காலடி, தடுக்கி விழுதல். **foothold***(n)*: a firm support for placing the foot, காலடிப் பிடிப்பு. **footing***(n)*: a hold for placing the feet, கால் வைப்பதற்கான இடம்; foothold, காலடிப்பிடிப்பு, அடித்தளம்; a beginning, துவக்கம்; a secure position, பாதுகாப்பு நிலை; relative status, வேறொன்றின் தொடர்புடன். **footlight**/'futlait*(n)*: 'ஃபுட்லய்ட் / a row of lights in a theatre in front of the stage, நாடகமேடையில் அமைக்கப்பட்டுள்ள மறைவரிசை விளக்குகள். **footman**/'futmən*(n)*:'ஃபுட்-மஒன் / a manual servant, a servant in uniform, பணியாள், சீருடையணிந்த வேலையாள். **footmark**/'futma:k*(n)*: 'ஃபுட்மாக் / footmark in the ground, கால் அடிச்சுவடு. **footnote***(n)*: a note at the bottom of a page, அடிக்குறிப்பு. **footpath***(n)*: way, பாதை; a track for pedestrians, நடைபாதை. **footprint***(n)*: the impression left by the foot, காலடித்தடம்; the way one has gone, அடிச்சுவடு. **footsore**/'futsɔ:**(n)*: 'ஃபுட்சா:* / having the foot sore by much walking, அதிக நடையினால் புண்பட்ட காலையுடைய. **footstep***(n)*: one step of the foot, காலடி; the sound of a person's walking, காலடியோசை. **footwear***(n)*: shoes, sandals, etc., worn on the foot, காலணி.

fop/fɔp/*(n)*:ஃபாப் / a dandy, பகட்டுக்காரன்; a vain man, concerned too much about his clothes and manners, ஆடம்பரப் பிரியன்.

for/fɔ:*/*(prep)*:ஃபா:* / to one's benefit, ஒருவருடைய நன்மைக்காக; in the interest of, நன்மைக்காக; regarding, தொடர்பாக; for the sake of, அதற்காக. • *I have a special prize* **for** *you.* • *The man has no ear* **for** *music.* • **For** *a young girl, to go alone is not fair.* **for***(conj)*: because, ஆக; and the reason is that, அந்தக் காரணம் காட்டி. • *I do not borrow* **for** *my prestige will go down.*

for-age/'fɔridʒ/*(n)*:'ஃபாரிஜ் / food for horses and cattle, குதிரை, கால்நடைகளின் தீனி; searching for provisions, தீவனம் தேடுதல். **forage***(v.i)*: to seek, கண்டுபிடி; to search about, தேடு.

for-ay/'fɔrei/*(n)*:'ஃபாரெய் / robbery, கொள்ளை; sudden attack for plunder, கொள்ளையிடுவதற்காகத் தாக்குதல். **foray***(v.i)*: to make a raid, சூறையாடு; to plunder, கொள்ளையிடு, தாக்கு.

for-bade/fəˈbæd/*(v)*:ஃபஎ'பேட் / past tense of "forbid", "forbid" என்பதன் இறந்த கால வடிவம்.

for-bear/ˈfɔ:beə*/*(v.i)*:ஃபோ:'பே* / **forbore, forborne**: to abstain, விலகிவிடு; to avoid, தவிர்த்து விடு; to hold back from, பின்வாங்கு. • *He could not* **forbear** *from weeping on hearing the news.* **forbearance**/fɔ:ˈbeərəns*(n)*: ஃபோ:'பேரன்ஸ் / patience, not doing, abstaining from, பொறுமை, செய்யாமலிருத்தல், தேவை மறுத்தல்.

forbid/fəˈbid/*(v.t)*:ஃபஎ'பிட் / prohibit, தடை செய். • *The medical advice is to* **forbid** *the use of lipstick.* **for-bid-den**/fəˈbidn/*(adj)*:ஃபஎ:'பிட்ன் / prohibited, தடைவிதிக்கப்பட்ட. • *The* **forbidden** *city looks deserted.* • *Smoking is* **forbidden** *in public places.* **forbidden***(v)*: past participle of "forbid", "forbid" என்பதன் இறந்த கால வினைமுற்று. **for-bid-ding**/fəˈbidiŋ/*(adj)*:ஃபஎ:'பிடிங் / unfriendly, நட்பு இல்லாத. • *I am slow in making friends as my manners are* **forbidding**.

force/fɔ:s/*(n)*:ஃபோ:ஸ் / power, வலிமை; validity, நடப்பு நிலை; strength, ஆற்றல். • *The law of internal security act is in* **force**. • *He used all his* **force** *to break the log.* armed men in action, போரில், ஈடுபட்டுள்ள வீரர்கள். • *The armed* **forces** *are in action to combat terrorism.* **force***(v.t)*: to compel, கட்டாயப்படுத்து. • *He* **forced** *the servant to commit the offence.* to make one's way by force, வலுக்கட்டாயமாக, தன் வழியை ஏற்படுத்திக் கொள். **force-ful**/ˈfɔ:sful/*(adj)*: 'ஃபோ:ஸ்ஃபுல் / powerful, பலம் உள்ள; full of force, வலிமையுள்ள. **force-meat***(n)*: chopped meat, வெட்டப்பட்ட இறைச்சி. **forcefully***(adv)*.

for-ceps/ˈfɔ:seps/*(n)*:'ஃபோ:செப்ஸ் / **forceps, forcipes***(pl)*: a pair of pincers, குறடு; a medical instrument with two long thin blades, அறுவை சிகிச்சையில் பயன்படும் சாமணம்.

for-ci-ble/ˈfɔ:səbl/*(adj)*:'ஃபோ:ஸிப்:ல் / powerful, வலிமையுடைய; done by force, கட்டாயப்படுத்தப்பட்ட, செய்யக்கூடிய; compulsory, வலுக்கட்டாயமான. • *The police made a* **forcible** *entry into the house.*

ford/fɔ:d/*(n)*:ஃபோ:ட் / shallow place where river, etc., may be crossed, ஆற்றில் கடந்து செல்லக்கூடிய ஆழமில்லாத பகுதி. **ford***(v.t)*: to cross (a river, stream, etc.,) by a ford, ஆற்றைக் கடந்து செல். **fordable***(adj)*: capable of being forded or crossed, கடக்கக்கூடிய.

fordo/fɔ:dɔ/*(v.t)*:ஃபோ:ɔ:ɔ / to destroy, to undo, to ruin, to exhaust, அழி, செய்ததைக் கெடு, சீரழி, களைப்புறச் செய்.

fore/fɔ:*/*(n)*:ஃபோ:* / front part, முன் பக்கம். • *Her seat is in the* **fore** *part of the cabin.* **to the fore**: to a leading position, முன்னணியில். • *She soon came* **to the fore** *as a politician after finishing her studies.* **fore***(adj)*: situated in front, முன்னால் உள்ள. *opp*: aft. **fore***(adv)*: before, முன்னால். **fore-arm**/ˈfɔ:ra:m/*(n)*:'ஃபோ:ராம்: the part of the arm between the wrist and elbow, முன் கை. **fore-bode**/fɔ:ˈbəud/*(v)*:ஃபோ:'பஎஉட் / **foreboded, foreboding**: to predict, முன்னறிவிப்புக் கொடு; to indicate beforehand, முன்பாக அறிவிப்புக் கொடு, முன்கூட்டியே சொல். • *I see dark clouds that* **forebode** *a storm.* **foreboding***(n)*: a sign of coming evil, தீய அறிகுறி; prediction, வரும் வினையைச் சொல்லும் அறிகுறி. • *I had a strange* **foreboding** *that some evil would occur.* **fore-cast**/ˈfɔ:ka:st/*(v.t)*:'ஃபோ:க்காஸ்ட் / **forecasted, forecasting**: to guess a coming event, உய்த்துணர்; to foresee, வரப்போவதை முன்னறிவி. • *The manager was able to confidently* **forecast** *a change in the sales pattern and he was right.* • *We have scientific set-up to* **forecast** *the weather.* **forecast***(n)*: prediction of a coming event, முன்னறிவிப்பு; insight, உய்த்துணர்வு; a conjecture, எதிர்பார்ப்பு. • *The* **forecast** *given by the newspaper about the share prices proved to be correct.* **foreclose**/fɔ:ˈkləuz*(n)*: ஃபோ:'க்லஎஉஸ் / Bring a mortgage to a close in which the payments are overdue, ஒரு பத்திரத்தின் குறிப்பிட்ட நிபந்தனைகளை நிறைவேற்றுவதில் தாமதம் ஏற்படும்போது விரைந்து நடவடிக்கை மூலம் ஒரு முடிவுக்குக் கொண்டு வருதல். **fore-father***(n)*: ancestor, மூதாதையர். **fore-finger***(n)*: index finger, ஆள்காட்டி விரல். **fore-fend**/ˈfɔ:rfend*(v.t)*:

'ஃபɔ:ஃபென்ட் / to avert, to ward off, தவிர், விலக்கு, வேறு பக்கமாகத் திருப்பு. **fore-front**/'fɔ:frʌnt/*(n)*: ஃபɔ:ஃப்ரன்ட் / foremost part, முன் பகுதி; an important position, முன்னணி. • *Kumaran was in the* **fore-front** *of the freedom struggle.* **fore-go**/fɔ:'gəu/*(v.t-v.i)*:ஃபɔ:'கːəஉ / **forewent, foregone, foregoing**: to give up, விட்டு விடு; to abstain from, பழக்கத்தை நிறுத்து. **foregone***(adj)*: past, கடந்த; guessed in advance, உய்த்துணர்ந்த. **fore-judge**/fɔ:'dʒʌdʒ*(v.t)*: ஃபɔ:'ஜட்ஜ் / to judge before hearing the facts and proofs, உண்மைகளையும் சான்றுகளையும் அறிவதற்கு முன்பே தீர்ப்பளி, ஆய்வுக்கு முன்பே முடிவு செய். **fore-head**/'fɔrid/*(n)*:'ஃபɔரிட் / the front part of the face above the eye-brows, நெற்றி. **fore-land**/'fɔ:lənd*(n)*:'ஃபɔர்லəண்ட் / cape, முனை, நிலக்கொடி. **foreman**/'fɔ:mən*(n)*: 'ஃபɔ:மəன் / the chief man, chief workman overseering others, head of the army, முக்கியமானவர், மற்ற தொழிலாளிகளின் வேலையை மேற்பார்வையிடுபவர், விசாரணைக் குழுவின் தலைவர். **foremast**/*(adj)*: the forward mast in any vessel, கப்பலின் சிறிய முன் பாய்மரம். **fore-leg***(n)*: the front leg of an animal, விலங்குகளின் முன்னங்கால். **forelock** *(n)*: the lock of hair on the forehead, முன்னுச்சி மயிர். **foremost***(adj)*: superior, தலைசிறந்த; beginning, முதன்மையான. • *She was the* **foremost** *leader in the anti-dowry movement.* **forenoon***(n)*: part of the day before noon, முற்பகல்.

for-eign/'fɔrən/*(adj)*:'ஃபɔ:ரின் (-ரəன்) / belonging to another country, வேறு நாட்டைச் சார்ந்த; not connected, தொடர்பு இல்லாத; alien, அந்நிய. • *The minister for* **foreign** *affairs is dealing with the situation.*

fo-ren-sic/fə'rensik/*(adj)*:ஃபɔ'ரென்ஸிக் (ஃபə') / pertaining to the courts of law, வழக்குமன்றத் தொடர்புடைய; judicial, சட்டம் சார்ந்த. • **Forensic** *science is relied upon by the police for investigation.*

fore-run/fɔ:'rʌn/*(v.i)*:ஃபɔ:'ரன் / to run before or come before, to announce the coming of, முன்னால் ஓடு அல்லது வா, வருவதை முன்னால் தெரிவி. **fore-runner**/fɔ:'rʌnə*/*(n)*:ஃபɔ:'ரன்னə* / one who is sent in advance to tell of other's arrival, முன் சென்று மற்றவர் வருகையை அறிவிப்பவர்; an omen, முன் அறிகுறி. • *Mrs. Sarojini Naidu was a* **forerunner** *of the modern women's movement.*

fore-see/fɔ:'si:/*(v.t)*:ஃபɔ:'ஸீ / **foresaw, foreseen, foreseeing**: to know before, ஊகி; to see before hand, முன்பே எதிர்பார்; to expect, எதிர்பார். • *It is impossible to* **foresee** *what will happen in the future to mankind.* • *I* **foresaw** *that my petition would be rejected by the court.* **foreseeable***(adj)*: that can be foreseen, எதிர்பார்க்கக்கூடியது. • *I cannot undertake major repair of the house in the* **foreseeable** *future.* **fore-shad-ow**/fɔ:'ʃædəu/*(v.t)*:ஃபɔ:'ஷæட:əஉ / to be indicative of, முன்னறிவி; prefigure, வருமுன் சித்திரித்துக் காண். **fore-shore***(n)*: part of the shore between high and low watermarks, கடற்கரை, கரை. **fore-sight***(n)*: anticipation, முன்னோக்கு; premonition, முன்னறிவு.

for-est/'fɔrist/*(n)*:'ஃபɔரிஸ்ட் / a large woods, காடு; chase, வேட்டைக்களம். **forest***(v.t)*: to make into forest, காடாக்கு; to convert into forest, காடாக மாற்று. **forestry**/*(n)*: act of cultivating forests, காடு வளர்த்தல்.

fore-stall/fɔ:'stɔ:l/*(v.t)*:ஃபɔ:'ஸ்ட்டால் / to buy up the whole stock of goods before they reach the market so as to sell them at higher prices, அதிக விலை ஆதாயத்திற்காக மொத்த சரக்குகளையும் வாங்கி விடு; to expect, முன்யோசனையுடன் செயல்படு; to act in advance of, முன் நடவடிக்கை எடு; anticipate, எதிர்பார்த்துச் செயல்படு. • *I wanted to receive my son at the station but he* **forestalled** *me by arriving on an earlier express train and coming to the house.*

fore-taft/fɔ:tæft/*(n)*:ஃபɔ:ட்æப்ட் / from bow to stem, கப்பல் முழுவதும், கப்பலின் முன்பாகத்திலிருந்து பின்பாகம் வரையில், முதலிலிருந்து கடைசி வரை.

fore-taste/fɔ:'teist/*(n)*:ஃபɔ:ட்'டெய்ஸ்ட் / partial enjoyment or suffering in advance, முன்னுணர்வு, முன்னனுபவம்; an early experience, வரப்போவதைக் குறித்த முன்னனுபவம். **fore-taste***(v.t)*: to have some advance experience, முன்னனுபவம் பெறு.

fore-tell/fɔ:ˈtel/*(v.t)*:ஃபொ:ˈட்டெல் / predict, முன்னறிவி; to tell beforehand, வருவது உரை. • *No one can* **foretell** *the future of the world.*

fore-thought/ˈfɔ:θɔ:t/*(n)*:ˈஃபொ:த்தொ:ட் / thought or planning for the future, முன் யோசனை, எதிர்காலத் திட்டமிடுதல். • *If I had the* **fore-thought** *at every stage in my life to save for the future, I would not have been suffering now.*

for-ev-er/fəˈrevə*/*(adv)*:ஃபəˈரெவə* / always, என்றைக்கும்; at all times, எக்காலத்தும். • *Her nature is to complain* **forever.** • *'I love you* **forever** *and ever', she said to him.*

fore-warn/fɔ:ˈwɔ:n/*(v.t)*:ஃபொˈஉஆன் / to warn in advance, முன் எச்சரிக்கை செய். • *We were* **forewarned** *about the collapse of the bank.* to advise, அறிவுரை கூறு.

fore-word/ˈfɔ:wɜ:d/*(n)*:ˈஃபொஉə:ட் / introductory remarks to a book, முன்னுரை.

for-feit/ˈfɔ:fit/*(v.t)*:ˈஃபொஃபிட் / to lose a right by an offence, தவறு செய்வதன் காரணமாக உரிமையை இழ. • *His property was* **forfeited** *as he had failed to pay the debt.* **forfeit***(n)*: that which is lost by an offence, பறிமுதலானது; penalty, அபராதம். • *All goods may be* **forfeit** *to the State in time of war.* **forfeit***(adj)*: lost by forfeiture, பறிமுதலால் இழக்கப்பெற்ற. • *The possessions of a smuggler were* **forfeited** *by the government.*

forge/fɔ:dʒ/*(n)*:ஃபொ:ஜ் / the workshop of a blacksmith, கொல்லன் பட்டறை; furnace for melting metals, உலை. **forge***(v.t)*: to heat and to hammer, காய்ச்சி அடித்து உருவாக்கு; to imitate something in order to deceive, போலியாக அமை. • *He got the money from the bank by* **forging** *his sister's signature on a cheque.* to fabricate by false imitation, பொய்யாக ஆவணங்களைத் தயார் செய்; to take efforts to create, முயற்சியால் உருவாக்கு (அ) ஏற்படுத்து. • *He failed in the business last year. But he is* **forging** *ahead now in his new venture.* **forge***(v.i)*: to go ahead, முன்னேறு. • *The union government have taken all efforts to* **forge** *unity in the country.*

for-ge-ry/ˈfɔ:dʒəri/*(n)*:ˈஃபொ:ஜəரி / imitating or altering any writing for fraud, போலி ஆவணம் தயாரித்தல், பொய்க் கையெழுத்திடல். • *There are many bank-frauds as some staff members indulge in all kinds of* **forgery** *to defraud the public money.*

for-get/fəˈget/*(v.t-v.i)*:ஃபəˈகெ:ட் / **forgot, forgotten or forgot, forgetting**: to fail to have in the memory, மறந்து விடு. • *Do not* **forget** *to close the door.* • **Forget** *and forgive is a policy, the great observe in life.* **for-get-ful**/fəˈgetful/*(adj)*: ஃபəˈகெ:ட்ஃபுல் / out of mind, நினைவில் வைத்திருக்க முடியாத; apt to forget, மறந்து விடுகின்ற. **forgetfully***(adv)*, **forgetfulness***(n)*.

for-give/fəˈgiv/*(v.t-v.i)*:ஃபəˈகி:வ் / **forgave, forgiven, forgiving**: to pardon, மன்னித்து விடு. • *It is always good to* **forgive** *and forget.* **forgiveness***(n)*: the act of forgiving, மன்னிக்கும் செயல்.

for-get me not*(n)*: a small bright blue flower, சிறிய கருநீலநிறமுடைய பூ.

for-go/fɔ:ˈgəu/*(v.t)*:ஃபொ:க:əஉ / to renounce, கைவிடு, விட்டு விடு; to do or go without, இல்லாமலிரு. • *You should not* **forgo** *the opportunity of meeting your brother.*

fork/fɔ:k/*(n)*:ஃபொ:க் / an instrument with two or more points, முள் கரண்டி. • *She picked up her knife and* **fork***.* farm tool, கவடு, கொத்துக் கரண்டி. **fork***(v.t)*: to divide into branches, கிளைகளாகப் பிரி; to bifurcate, இரண்டாகப் பிரி. • *Turn right where the road* **forks.** **to fork out/over/up**: pay not willingly, மனமில்லாமல் கொடு. • *The company had* **to fork out** *rupees two thousand as telephone bill.*

for-lorn/fəˈlɔ:n/*(adj)*:ஃபəலொ:ன் / abandoned, கைவிடப்பட்ட; helpless, திக்கற்ற. **forlorn hope**: vain hope, நம்பிக்கையில்லாத முயற்சி; a venture that is not likely to succeed, வெற்றி நிச்சயமில்லாத முயற்சி.

form/fɔ:m/*(n)*:ஃபொ:ம் / shape, உருவம். • *Please, put your request in the* **form** *of a letter.* manner, முறை; structure, அமைப்பு; formality, முறைப்படி; state,

நிலை; a bench without a back, நீள் இருக்கை; a class in a school, பள்ளியில் ஒரு வகுப்பு; a nest of hare, முயல் வளை; a paper with blank spaces to be filled in, நிரப்புப் படிவம். • *Please, give me the* **form,** *I want to apply for a loan.* **form**(*v.t-v.i*): to bring into existence step by step, படிப்படியாக இயல்புக்குக் கொண்டு வா; to shape, உருவாக்கு; to make, செய். • *The workers* **formed** *a chain to pass the bricks to the site.*

for-mal/'fɔ:ml/(*adj*):ஃபோ:மல் / in accordance with rules, customs and conventions, விதிமுறைக்கேற்ப, ஒழுங்கு முறைக்கேற்ப, மரபிற்கிணங்க. • *A* **formal** *offer has been made to him to accept the job.* • *She had no* **formal** *training in photography.* **for-mal-i-ty**/fɔ:'mæləti/(*n*):ஃபோ:மஊலிட்டி / ceremony, சடங்கு; strict attention to rules, customs and conventions, விதி முறை, ஒழுங்கு முறை, மரபு முறை. • *The* **formalities** *observed in the courts cause innumerable difficulties to the public.* • *The government officials observe* **formality** *only to apply the rules and regulations.*

for-mat/'fɔ:mæt/(*n*)/ஃபோ:மஊட் / shape and size of a book, நூலின் வடிவமைப்பு.

for-ma-tion/fɔ:'meiʃn/(*n*):ஃபோ:மெய்ஷன் / production, உருவாக்குதல்; arrangement, அமைத்தல். • *Young age is the stage in which character* **formation** *has to be effected.* the act of forming, அமைக்கும் முறை. • *The army planes were flying in* **formation**. **for-ma-tive**/'fɔ:mətiv/(*adj*):ஃபோ:மடிவ் / giving form or shape, உருவம் (அ) அமைப்பு ஏற்படுத்துகிற. • *Parents have the* **formative** *effect on the character of their children.*

for-mer/'fɔ:mə*/(*adj*):ஃபோ:ம:* / of an earlier period, முற்காலத்திய, முதலில் குறிப்பிடப்பட்டுள்ள. • *The* **former** *collector is responsible for the tax collection.* • *The* **former** *resolution has been defeated.* **for-mer-ly**/'fɔ:məli/(*adv*):ஃபோ:மலி / of an earlier period, முன் காலத்தில், முன்பு. • *The city was* **formerly** *ruled by the Moghuls.* **former**(*adj*): being the first mentioned of the two, இரண்டில் முதலில் சொல்லப்பட்ட.

form-less/'fɔ:mlis/(*adj*):ஃபோ:ம்லிஸ் / lacking a definite form, உருவம் இல்லாத. • *God is* **formless**. **formlessly**(*adv*), **formlessness**(*n*).

for-mi-da-ble/fɔ:'midəbl/(*adj*): ஃபோ:மிடஅப்:ல் / causing fear, பயம் உண்டாக்குகின்ற; terrible, பயங்கரமான. • *I am facing* **formidable** *tasks in my business.* difficult to tackle, சமாளிக்க முடியாத. • *The problem faced by the government is rather* **formidable**.

for-mu-la/'fɔ:mjulə/(*n*):'ஃபோ:முலஅ (ம்யுலஅ) / **formulae**(*n, pl*): [also **formulas**]: a set of rules, விதிகளின் தொகுதி. • *There seems to be no* **formula** *to be practised in life.* a rule expressed by signs or numbers, வாய்ப்பாடு, விதிகளின் எண், வடிவமைப்பு; set of directions for medical preparation, மருந்து கலக்கும் விதிமுறை. • *The chemical* **formula** *for sulphuric acid is* H_2SO_4. **for-mu-late**/'fɔ:mjuleit/(*v.t*):'ஃபோ:ம்யுலெய்ட் / **formulated, formulating**: to express clearly, தெள்ளத் தெளிவாகக் கூறு. • *The government is finding it difficult to* **formulate** *its foreign policy.* to express as a formula, விதியாக மாற்றிக் கூறு. • *The scientist has* **formulated** *his theory on the basis of nuclear fission.*

for-ni-cate/'fɔ:nikeit/(*v.t*):ஃபோ:னிக்கெய்ட் / **fornicated, fornicating**: have sexual intercourse while unmarried, மணமாகாத ஆண், பெண்ணின் விருப்பமுடன் உடலுறவு கொள். **for-ni-ca-tion**/ˌfɔ:ni'keiʃn/(*n*): ஃபோ:னிக்கெய்ஷன் / sexual intercourse between two unmarried persons, மணமாகாத ஆண், பெண்ணின் விருப்பமுடன் நிகழும் உடலுறவு.

for-sake/fə'seik/(*v*):ஃபஅ'ஸெய்க் / **forsook, forsaken**: to abandon, புறக்கணி. • *She has* **forsaken** *all her worldly possessions to become a religious saint.* to desert, கைவிடு; to leave, விட்டுவிடு. • *The husband was advised to* **forsake** *his wicked ways by his wife.* **forsaken**(*adj*): abandoned, புறக்கணிக்கப்பட்ட; deserted, கைவிடப்பட்ட.

for-sooth/fə'su:θ/(*adv*):ஃபஅசூத் / in truth, உண்மையாக; certainly, நிச்சயமாக.

forth-com-ing/ˌfɔ:θ'kʌmiŋ/(*adj*): ஃபோ:த்'கமிங்: going to happen, நிகழ இருக்கிற; approaching, வரவிருக்கிற.

• *There are meetings about the* **forthcoming** *elections.*

forth-with/ˌfɔ:θ'wiθ/*(adv)*:'ஃபɔ:த்'உயித் / at once, உடனே; without losing time, காலம் தாழ்த்தாமல். • *You have to come* **forthwith** *to do the work.*

for-ti-fy/'fɔ:tifai/*(v.t)*:'ஃபɔ:ட்டிஃபய் / **fortified, fortifying**: to strengthen, பலப்படுத்து; to build forts, அரண் ஏற்படுத்து. • *The Carnatic coast is being* **fortified** *by the army against the terrorists.*

for-swear/fɔ:'sweə*/*(v.t)*:ஃபɔ:'ஸ்உஏə / **forswore, forsworn**: to deny upon oath, ஆணையிட்டு மறு; to give up doing, கைவிடு. **for-sworn**/fɔ:'swɔ:n/*(adj)*: ஃபɔ:'ஸ்உɔ:ன்: perjured, உண்மைக்குப் புறம்பான.

fort/'fɔ:t/*(n)*:ஃபɔ:ட் / a place built for military defence, கோட்டை, அரண்.

forte/'fɔ:ti/*(n, adj & adv)*:'ஃபɔ:ட்டி / played loudly, மிக உரக்கப் பாடப்படுவது. **forte** *(n)*: a strong point, as of a person, ஒருவரின் உறுதியான, தனித்திறன்.

forth/fɔ:θ/*(adv)*:ஃபɔ:த் / forward, முன்னே; out of doors, வெளிப்புறமாக. • *You have to come* **forth,** *to work out the problem.* • *Go* **forth** *to the desert to explore.*

for-ti-fi-ca-tion/ˌfɔ:tifi'keiʃn / *(n)* ஃபɔ:ட்டிஃபிக்கெய்ஷəன்: the act or science of fortifying, அரண் அமைக்கும் செயல், அரண் அமைக்கும் இயல்.

for-ti-tude/'fɔ:titju:d/*(n)*:ஃபɔ:ட்டிட்யூட்: / courage in meeting pain, danger or difficulty, endurance, மனத்திண்மை உள்ள, வலிமை தாங்கும் திறன். • *Never once did my daughter's* **fortitude** *sag during that awful fever.*

fort-night/'fɔ:tnait/*(n)*:ஃபɔ:ட்னய்ட் / a period of two weeks, இரு வார காலம். **fortnightly***(n)*: a periodical issued every two weeks, இரு வாரத்திற்கு ஒரு முறை வரும் இதழ். **fortnightly***(n, adv & adj)*: once a fortnight, இரு வாரத்திற்கு ஒரு முறை.

for-tress/'fɔ:tris/*(n)*:ஃபɔ:ட்ரəஸ் / a fortified place, கோட்டை; a fort, அரண். • *The* **fortress** *was occupied by the enemy.*

for-tu-i-tous/fɔ:'tju:itəs/*(adj)*: ஃபɔ:ட்யுயிட்டəஸ் / happening by chance, எதிர்பாராமல் நிகழ்கின்ற. • *There were some* **fortuitous** *circumstances in his life that helped him.*

for-tu-nate/'fɔ:tʃnət/*(adj)*:'ஃபɔ:ச்சəனிட் (ச்னிட்) / prosperous, செல்வச் செழிப்புடைய; lucky, நற்பயனுள்ள. • *He is* **fortunate** *enough to have a faithful wife.* opportune, நல்வாய்ப்புள்ள. • *Some people are blessed with* **fortunate** *circumstances in life.* **fortune**/'fɔ:tʃu:n/*(n)*:'ஃபɔ:ச்யூன் (சən) / chance, தற்செயல். • *One must try to make one's* **fortune**. prosperity, செழுமை, வாய்ப்பு. • *To be a man of fortune is no* **blessing**. luck, நற்பயன். • *All through my changing* **fortunes,** *I never lost my courage.* great wealth, பெருஞ்செல்வம். • **Fortune** *makes life merrier.* **fortunately***(adv)*.

for-ty/'fɔ:ti/*(n)*:'ஃபɔ:ட்டி / the number '40', '40' எனும் எண்.

for-um/'fɔ:rəm/*(n)*/'ஃபɔ:ரəம் / **fora***(pl)*, [also **forums**]: any place for public discussion, பொது விவாத மன்றம்; law court, நீதிமன்றம். • *The letters to the Editor's column in a newspaper is a* **forum** *for the expression of public opinion.* • *We are having a* **forum** *today at 4 p.m. to discuss ways and means of improving financial resources of the council.*

for-ward/'fɔ:wəd/*(adv)*:'ஃபɔ:உəட்: / [also **forwards**]: onward, முன்னேறி; in advance, முன்னோக்கி. • *I look* **forward** *for the day when I will clear all my debts to become a free man.* • *Soldiers! go* **forward** *and take up positions to attack.* **forward***(adj)*: directed towards, முன்னோக்கிய; moving ahead, முன்னேறுகின்ற. • *The army has taken* **forward** *positions.* • *The people do not have a liking for the* **forward** *movement.* too confident, மிக்க நம்பிக்கையுள்ள. • *He is rather* **forward** *and ventures in new business boldly.* **forward***(v.t)*: to send forward, மேலே அனுப்பு; transmit, அனுப்பு. • *Your letter has been* **forwarded** *to the Commissioner for necessary action.* • *Education certainly helps one to* **forward** *one's career.* **forward***(n)*: one of the attacking players, முன்னணியில் இருக்கும் விளையாட்டு வீரர். **forward-looking***(adj)*: planning for the future, எதிர்காலம் பற்றித் திட்டமிட்டு; progressive, முன்னேற்றப்பாதையிலுள்ள. **forwardly**(*adv*): in a forward manner, முன்னேற்றப்பாதையில். **forwardness**(*n*): the state of being forward, முன்னேற வேண்டும் என்ற தன்மை.

fos-sil/'fɔsl/(*n*):'ஃபாஸில் (ஸ்ல்) / any remains or trace of animal or plant of a former biological age as skeleton, footprint, etc., புதைந்து கிடக்கும் பழங்காலத்து மிருகம் (அ) தாவரம் இவற்றின் மிஞ்சிய பகுதிகள் (அ) கல்லினுட் படிந்த படிமம். **fossil**(*adj*): in the condition of a fossil, பழங்காலத்துப் படிமத்திலுள்ள.

fos-sil-ize/'fɔsilaiz/(*v.t*): 'ஃபாஸிலய்ஸ்: / **fossilized, fossilizing**: to become a fossil, பழங்காலத்துப் படிவமாயிரு. **fossilization**(*n*).

fos-ter/'fɔstə*/(*v.t*):ஃபாஸ்ட்டə* / to care for, ஆதரவு காட்டு; to patronise, அன்புடன் வளர்; to bring up, வளர்.

fos-ter child/ a child raised by a woman not its mother.

fought/fɔ:t/(*v*):ஃபா:ட் / (*p.t & p.p*) of "fight", "fight" என்பதன் இறந்த கால வினைமுற்று.

foul/faul/(*n*):ஃபஉல் / (in sports) an act that is against the rules, விளையாட்டுப் பந்தயங்களில் முறை தவறிய செயல். **foul**(*v.t-v.i*): to become foul, தவறுக்கு ஆளாகு; to become dirty, தவறானது. **foul-mouthed**(*adj*): using abusive language, தவறான மொழியில் பேசி, எழுதுகின்ற. **foul**(*adj*): corrupt, நேர்மையற்ற. • *Elections are won not by fair means, but by* **foul** *ones.* offensive, குற்றமுள்ள; ugly, அசிங்கமான; vicious, மிக்க தீய நடத்தையுள்ள. • *The air is* **foul**.

found/faund/(*v*):ஃபஉன்ட்: / (*p.t & p.p*) of "find", "find" என்பதன் இறந்த கால வினைமுற்று. **found**(*v.t*), **founded, founding**: to lay foundation, அடிக்கல் இடு; to establish, நிறுவு, ஏற்படுத்து; to construct, கட்டு; to melt and mould, வார்ப்படம் செய்; to provide help to start an institution like school, hospital, etc., பள்ளி, மருத்துவமனை போன்ற ஒரு நிறுவனம் துவக்க உதவி செய். • *The institution was* **founded** *in 1981.* • *Krishna Deva Raya* **founded** *a great city called Vijayanagaram on the banks of the river Godavari.* **foun-da-tion**/faun'deiʃn/(*n*):ஃபஉன்'டெய்ஷən / the base of a building, கடைக்கால்; endowed institution, நிதி உதவியுடன் இயங்கும் நிறுவனம்; the act of founding an institution, city, organization, etc., ஒரு நிறுவனம், நகரம், இயக்கம் முதலியவற்றை நிறுவுதல்; underlying principle, அடிப்படைக் கொள்கை. • *Students should have solid, moral* **foundation** *in their early age.*

found-er/'faundə*/(*n*):'ஃபஉன்ட:ə* / one who lays foundation, நிறுவனர்; originator, ஆரம்பித்து வைப்பவர். • *The* **founder's** *day of every organization is celebrated with gratitude.* a worker in a foundry, வார்ப்பட வேலை செய்பவர். **founder**(*v.i*): (of a ship, boat, etc.) to fill with water and sink, (கப்பல் படகு தொடர்பாக) நீர் நிரப்பி, மூழ்கும்படி செய்; fail, தோல்வி அடை; collapse, நாசம் செய்.

foun-dry/'faundri/(*n*):'ஃபஉன்ட்:ரி / workshop for casting metals, வார்ப்படச் சாலை. • *We have an iron* **foundry** *in the town.*

found-ling/'faundliŋ/(*n*):'ஃபஉன்ட்:லிங் / abandoned child, பெற்றோரால் கைவிடப் பட்ட குழந்தை; an orphan, அநாதை.

foun-tain/'fauntin/(*n*): 'ஃபஉன்ட்டின் / a spring of water, நீரூற்று. • *We have beautiful water* **fountains** *maintained by the Corporation.* source or origin, பிறப்பிடம்.

fountain-head(*n*): chief source of anything, ஏதாவது ஒன்றின் ஆரம்பம். • *He is the* **fountain-head** *of current political information.* the source of a stream, நீர் ஊற்று.

four/fɔ:*/(*n*):ஃபா:* / the number 4, எண் நான்கு. **fourteen**(*n*): the number 14, எண் பதினான்கு. **fourth**(*adj*), **fourthly** (*adv*).

fowl/faul/*(n)*:ஃபஉல் / domestic cock or hen, கோழி. **fowler**/foulə*/*(n)*:ஃபஉலஅ* / hunter of wild birds, பறவை வேட்டைக்காரன்.

fox/fɔks/*(n)*: ஃபாக்ஸ் / a cunning animal of the dog family, நரி.

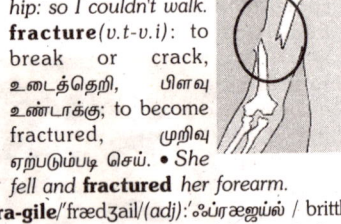

fox hound : a hound used for hunting foxes, நரி வேட்டையில் பயன்படுத்தும் வேட்டை நாய்.

fox trot: a kind of dance originating from America, அமெரிக்காவில் நடைபெறும் ஒருவகை நாட்டியம்.

fra-cas/'fræka:/*(n)*:'ஃப்ராஃக்கா / **fracases** *(pl)*: brawl, சச்சரவு; uproar, கூக்குரல்; a noisy quarrel, அமளி. • *The union meeting ended in a* **fracas**.

frac-tion/'frækʃn/*(n)*:'ஃப்ராஃக்ஷன் / a fragment or part, கூறு. • *The speeding lorry missed the dog by a* **fraction** *of a centimetre.* a portion or section, பகுதி; a number that is not a whole number, பின்னம்; a small amount, சிறு தொகை. • *The entire government contract is enjoyed by a* **fraction** *of the businessmen.* **fractional***(adj)*: very small in amount, சிறு தொகை.

frac-ture/'fræktʃə*/*(n)*:'ஃப்ராஃக்ச்சஅ* / a break, முறிவு; the breaking of a bone, cartilage, etc., எலும்பு முறிவு; crack, பிளவு. • *I had a* **fracture** *of the hip: so I couldn't walk.* **fracture***(v.t-v.i)*: to break or crack, உடைத்தெறி, பிளவு உண்டாக்கு; to become fractured, முறிவு ஏற்படும்படி செய். • *She fell and* **fractured** *her forearm.*

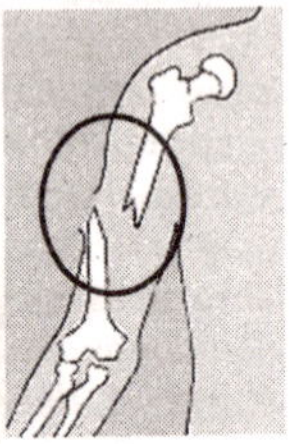

fra-gile/'frædʒail/*(adj)*:'ஃப்ராஜைல் / brittle, எளிதில் உடையக்கூடிய; delicate, மென்மையான. • *The relationship between the two sisters is rather* **fragile**. • *He just gave a* **fragile** *excuse for not doing the work.* **fra-gil-i-ty**/frə'dʒiləti/*(n)*: 'ஃப்ரஜிலிட்டி / weakness, தளர்ச்சி; brittleness, உடையும் தன்மை; defect, குறை.

frag-ment/'frægmənt/*(n)*:'ஃப்ராக்மன்ட் / a part, ஒரு பகுதி; a bit, துண்டு. • *She dropped the picture and it broke into small* **fragments**. a part broken off, முறிந்த துண்டு. **fragment***(v.t-v.i)*: to break into fragments, துகள்களாகச் சிதறுதல். **fragmentation***(n)*.

fra-grance/'freigrəns/*(n)*:'ஃப்ரெய்க்ரன்ஸ் / aroma, நறுமணம். • *The* **fragrance** *of flowers is pleasant.* **fra-grant**/'freigrənt*(adj)*:'ஃப்ரெய்க்ரன்ட்: aromatic, நறுமணமுடைய; sweet smelling, நல்ல வாசனையுள்ள; delightful, மகிழ்ச்சியான. • *Nehru used to wear on his coat a full-bloomed* **fragrant** *rose.*

frail/freil/*(adj)*:ஃப்ரெய்ல் / weak, நலிந்த. • *He is now eighty and his body has become* **frail**. brittle, எளிதில் உடைகிற; easily tempted, சபல புத்தியுள்ள; having delicate health, நல்ல உடல்வளமில்லாத. • *His body is* **frail** *but mind is strong.* **frailty**//*(n)*: quality or state of being frail, liable to be deceived or reduced foible, வலுவற்ற தன்மை (அ) நிலை, ஏமாற்றப்படக்கூடிய தன்மை, குறை.

frame/freim*(v.t)*:ஃப்ரெய்ம் / to form, உருவமை. • *The members are having discussion to* **frame** *a new Constitution for the Society.* to plan, திட்டமிடு; to construct, வடிவம் உண்டாக்கு; to support, தாங்கு; to put a frame, சட்டம் அமை. **frame***(n)*: supporting structure, அமைப்பு; skeleton, கூடு.

frame work/freimwɔ:k/*(n)*:ஃப்ரெய்ம்ɔ:க் / a structure for support of a frame, சட்டம், ஒரு பொருளைத் தாங்குவதற்குப் பயன்படும் அமைப்பு.

franc/fræɲk/*(n)*:ஃப்ராங்க் / standard unit of currency in France, Belgium and Switzerland, பிரான்சு, பெல்ஜியம், ஸ்விட்சர்லாந்து நாடுகளின் அடிப்படை நாணயம்.

fran-chise/'fræntʃaiz/*(n)*:ஃப்ராஞ்ச்சய்ஸ்: / the right to vote at elections, வாக்குரிமை. • *In England, women were given the* **franchise** *only at the end of the First World War.* special right to sell certain goods in some places, சில இடங்களில் விற்பனை உரிமை கொடுத்தல். **franchise***(v.t)*: to grant franchise, வாக்குரிமை கொடு.

frangile/frændʒail/*(n)*:ஃப்ராஞ்ஜய்ல் / that may be broken, brittle, fragile, எளிதில் உடையக்கூடிய, வலுவற்ற.

frank/fræŋk/*(adj)*:ஃப்ரஆங்க் / open, மனம் திறந்த; outspoken, வெளிப்படையாகப் பேசுகிற; plain, துல்லியமான, வெளிப் படையான. • *Many persons who are* **frank,** *also think deeply.* **frankly** *(adv)*: speaking honestly and plainly, உண்மையாகவும், இயல்பாகவும் பேசிக் கொண்டிருக்கின்ற. **frankness***(n)*.

frankincense/ˈfræŋkinˌsens/*(n)*: ஃப்ரஆங்க்கின்சஅன்ஸ் / a gum (resin) giving out a sweet smell and used as a perfume, நறுமணமளிக்கும் ஒருவகைப் பசை வாசனைப்பொருளாகப் பயன்படுத்தப் படுகிறது, சாம்பிராணி, குங்கிலியம்.

fran-tic/ˈfræntik/*(adj)*:ˈஃப்ரஆன்ட்டிக் / violent, கொடூரமான; excited, வெறியூட்டக் கூடிய; anxious, மிக்க கவலை கொண்டு. • *The woman was* **frantic** *when she saw her drunken husband.* **frantically***(adv)*.

fra-ter-nal/frəˈtɜ:nl/*(adj)*:ஃப்ரஅˈட்டஅ:ன்ல் / brotherly, உடன்பிறப்புக்குரிய; friendly, நட்புத்தன்மையுடைய. • *Every citizen is expected to have* **fraternal** *feelings towards other citizens.* **fra-ter-ni-ty**/frəˈtɜ:nəti/*(n)*:ஃப்ரஅˈட்டஅ:னிட்டி / brotherhood, உடன்பிறப்புத்தன்மை, assemblage, சங்கம்; any group having common purpose, ஒரே நோக்கமுள்ள குழாம். • *The freedom struggle has* '**fraternity**' *as its motto.* **fraternally***(adv)*. **fra-ter-nize**/ˈfrætənaiz/*(v.t-v.i)*: ˈஃப்ரஆட்டஅ:னய்ஸ்: / to behave in a friendly way, நட்புடன் பழகு. • *Teachers are expected to* **fraternize** *with their students.* to be friendly with the members of an enemy nation, விரோதி நாட்டு மக்களுடனும் நட்பாயிரு.

frat-ri-cide/ˈfrætrisaid/*(n)*:ˈஃப்ரஆட்ரிஸய்ட்: / one who murders one's own brother or sister, உடன்பிறப்பைக் கொலை செய்பவன்.

fraud/frɔ:d/*(n)*:ஃப்ரஓ:ட்: / deception, ஏமாற்றுதல். • **Fraud** *has become common in all walks of life.* dishonest dealing, வஞ்சனை, மோசடி.

fraud-u-lent/ˈfrɔ:djulənt/*(adj)*: ˈஃபரஓ:ட்:யுலஅன்ட் / deceitful, ஏய்க்கும் இயல்புடைய; dishonest, வஞ்சகமான, மோசடிக்குரிய. • *Many people resort to* **fraudulent** *means to evade taxes.*

fraught/frɔ:t/*(adj)*:ஃப்ரஓ:ட் / laden, சுமை ஏற்றப்பட்ட; full of anxiety, கவலை நிறைந்த. • *There is no need to look so* **fraught**. involving, உட்பட்ட.

fray/frei/*(n)*:ஃப்ரெய் / fight, சச்சரவு; brawl, சண்டை. • *He rushed into the* **fray** *unarmed.* **fray***(v.t)*: to rub, தேய்ந்து போ; *to have loose threads coming out,* ஆடை சிதைந்து போகச்செய்.

freak/fri:k/*(n)*:ஃப்ரீக் / an absurd notion, இயல்புக்கு மாறான கருத்து; animal or plant abnormal in shape or form, மனம் போன போக்கு, இயற்கைக்கு மாறான, அமைப்பு. • *Be like a Roman while you are in Rome; otherwise you will be called a* **freak**. **freak***(adj)*: not usual and expected, வழக்கத்திற்கு மாறான; எதிர்பாராத. • *A* **freak** *storm in April is welcome.* **freak***(v.t-v.i)*: *to become excited,* உணர்ச்சி வசப்படு. **freakish***(adj)*.

free/fri:/*(adj)*:ஃப்ரீ / detached, சற்றும் தொடர்பில்லாத; unobstructed, தடை யில்லாத; liberal, கட்டுப்பாடற்ற; exempt, தவிர்த்து இருக்கிற; without cost, விலையில்லாத; able to act as one wants, தன் எண்ணம் போல் செயல்படக்கூடிய. • *I am* **free** *to choose my own job.* **free***(adv)*: without obstruction, தடையில்லாமல் உள்ள; without payment, கட்டணமின்றி. • *The man was set* **free** *as the police could not make out any case against him.* **free***(v.t)*: to release, விடுதலை செய். • *I want to* **free** *myself from the clutches of government service.* to make free, சுயேச்சையாகச் செயல்படச் செய்.

freely/fri:li*(adv)*:ஃப்ரீலி / in a free manner, liberally, சுதந்திரமாக, சாதாரணமாக.

free-born/ˈfriˌbɔ:n/*(n)*:ˈஃப்ரீˌபஓ:ன் / Born free, inheriting liberty, சுதந்திரமாகப் பிறந்த, அடிமையாகப் பிறக்காத.

free-boot-er/ˈfri:ˌbu:tə*/*(n)*:ˈஃப்ரீˌபூ:ட்டஅ* / a pirate, கடற்கொள்ளைக்காரன்; a person who goes about plundering, கொள்ளை யடிக்கும் ஒருவர்.

free-dom/ˈfri:dəm/*(n)*:ˈஃப்ரீடஅம் / the state of being free, சுதந்திரமாக இருக்கும் நிலை; to determine one's course of action according to his will and desire, தன் விருப்பம், எண்ணம் முதலியவற்றின்படி செயல்படும் திறமை/உரிமை. • *Young people have begun to claim* **freedom** *of action.*

free-hand/ˈfri:hænd*(adj)*:ˈஃப்ரீஹஆன்ட் / (of drawing) drawn by hand without the help of any instrument, கருவியின் உதவியின்றிக் கையினால் வரையப்பட்ட. **free-handed**: open-handed, liberal, தாராளமான, உதவும் மனமுடைய.

free-lance/'fri:la:ns/*(n, adj)*:'ஃப்ரீ'லான்ஸ் / (of) a writer or a worker especially a newspaper writer earning money without being in regular employment of the paper, தற்காலிக (அ) பகுதி நேரப் பத்திரிகை எழுத்தாளர். • *Her ambition is to become a* **freelance** *writer.*

free-spoken/ˌfri:'spəukən*(n)*: ˌஃப்ரீ'ஸ்பஉக்கன் / accustomed to speak without reserve, தங்கு தடையின்றி ஒளிவு மறைவு இல்லாமல் பேசும் குணமுடைய.

free-trade/ˌfri:'treid*(n)*: ˌஃப்ரீ'ட்ரெய்ட் / commerce free from customs on foreign commodities, அயல்நாட்டுப் பொருள் களுக்குச் சுங்கவரி செலுத்தாமல் நடத்தப்படும் வாணிகம்.

free-will/ˌfri:'wil/ˌஃப்ரீ'உயில் / performing one's own action without restraint, வெளித்தடைகளின்றித் தன்னிஷ்டப்படி செயல்படுதல், மனப்போக்கு.

freeze/fri:z/*(v.t)*:ஃப்ரீஸ்: / **froze, frozen**: to become ice, பனிக்கட்டியாகு, கெட்டிப் படுத்து; to feel very cold, குளிரால் ஒடுங்கு; to cover with ice, பனிக்கட்டியால் மூடு. • *The winter has* **frozen** *the drinking water in the tub.* to lose warmth of feeling, நல்லெண்ணமும், நட்பும் இழ; to stop suddenly, திடீரென நில். **freeze**(*n*): the act of freezing, உறைதல்; the period of cold, icy weather, கடுங்குளிர் காலம்; control of prices, wages, etc. by the state, விலை, ஊதியம் முதலியவற்றைக் கட்டுப்படுத்துதல். • *The government is expected to put a* **freeze** *on wage rise.*

freezing point/'fri:ziŋpɔint*(n)*:ஃப்ரீஸிங் பாய்ண்ட் / the temperature at which H_2O or any other liquid, freezes, உறைநிலை.

freight/freit/*(n)*:ஃப்ரெய்ட் / carriage of goods from place to place, சரக்கு வண்டி; goods carried, சரக்கு; charge for carrying the load, சரக்குக் கூலி. • *Send goods by air* **freight**.

french/frentʃ*(adv)*:ஃப்ரெஞ்ச் / relating to France or its people, France, தேசம் (அ) அதன் மக்களைச் சார்ந்த. the language spoken by the people of France, பிரெஞ்சு மொழி.

frenetic/frə'netik( ): frenzied, frantic, வெறி எழுச்சி கொண்ட, மனக்கோளாறுடைய.

fren-zy/'frenzi/*(n, sing)*:ஃப்ரென்ஸி: / **frenzies** *(n, pl)*: insanity, மூளைக் கோளாறு; rage, அதிக கோபம். • *She is subject to these* **frenzies** *many times a day.* **frenzy***(v.t)*: to drive to frenzy, ஆவேசப்படு. **frenzied***(adj)*: full of excitement, ஆவேசமுள்ள. • *Every day the house was full of* **frenzied** *activity.*

fre-quent/'fri:kwənt/*(adj)*:ஃப்ரீக்உஎன்ட் / happening often, அடிக்கடி ஏற்படுகிற; regular, ஒழுங்காக அமைந்துள்ள. **fre-quency**/'fri:kwənsi/*(n)*/ஃப்ரீக்உஎன்ஸி **frequencies**(*pl*): state of being frequent, அடிக்கடி நிகழும் நிலை. **frequent***(v.t)*: to visit often, அடிக்கடி பார்த்து வா; to go often, அடிக்கடி சென்று வா. • *She makes* **frequent** *visits to the city.* to visit a place of entertainment often, கேளிக்கை இடத்திற்கு அடிக்கடி செல். • *He used to* **frequent** *the art palace.*

fresco/'freskəu*(n)*:'ஃப்ரெஸ்க்கஉ / a method of painting on walls of which the plaster is not dry, சுண்ணாம்புப் பூச்சு உலர்வதற்கு முன்பே சுவர்களில் சித்திரம் வரைதல், சுவரோவியம்.

fresh/freʃ/*(adj)*:ஃப்ரெஷ் / healthy, வளமாக உள்ள. • *To be* **fresh** *always is a sign of good health.* good, நன்னிலையிலுள்ள; quite new, முற்றிலும் புதிய; not forgotten, நினைவில் எப்பொழுதும் உள்ள; pure, cool, சுத்தமான, குளுமையான. • *Open the window; let me get* **fresh** *air.* **freshly***(adv)*.

fresh-et/'freʃit/*(n)*:ஃப்ரெஷிட் / flood, புது வெள்ளம்; a small river, ஒரு சிறு நீரோடை.

fret/fret/*(n)*:ஃப்ரெட் / a carved work, செதுக்கிய வேலைப்பாடு; grievance, கவலை; irritation, எரிச்சல்; an irritated state of mind, மிகவும் கவலை கொண்ட மனம். **fret***(v.i)*: to adorn wood with patterns made by carving, மரத்தில் செதுக்கு வேலை செய்து அழகுபடுத்து; to grieve, கவலைப்படு. • **Fretting** *never helps to solve any problem.* to irritate, எரிச்சலூட்டு; to feel worry, கவலைப்படு.

fretwork/fretwɜ:k/*(n)*: ஃப்ரெட்உஅ:க் / ornamental work consisting of a combination of frets, சித்திர வேலைப்பாடுகளின் தொகுதிகளாலான அலங்காரம் (அறுப்பு வேலை).

fri-ar/'fraiə*/*(n)*:ஃப்ரயஅ* / a clergyman, துறவி; monk, துறவி. **friary***(n)*: a convent, துறவிகள் இருப்பிடம்.

fric-tion/'frikʃn/*(n)*:'ஃப்ரிக்ஷஂன் / obstacle, தடை; the rubbing of one thing against another, உராய்வு; bad feeling, unfriendliness, முரண்பாடு, நட்பின்மை.

Fri-day/'fraidi/*(n)*:'ஃப்ரய்டி: (டெ:ய்) / a day of the week, வெள்ளிக்கிழமை.

fridge/fridʒ/*(n)*:ஃப்ரிஜ் / refrigerator, குளிர் பதனப்பெட்டி.

fried/fraid/*(v)*:ஃப்ரய்ட்: / *(p.t & p.p) of* "fry", "fry" என்பதன் இறந்த கால வினைமுற்று.

friend/frend/*(n)*:ஃப்ரென்ட்: / a well-wisher, நலம் விழைவோன்; a companion, தோழன், **to make friends**: to form friendship, நட்பு கொள். **friendly***(adj)*: helpful, உதவக்கூடிய; acting as a friend, நண்பனாக விளங்குகின்ற. • *She is* **friendly** *with her neighbour.* **friend-liness***(n), opp:* unfriendly. **friend-ship**/'frendʃip/*(n)*:ஃப்ரென்ட்:ஷிப் / relationship existing between friends, நட்பு; intimacy, மிக நெருக்கமான தொடர்பு; friendly feeling, நட்புணர்ச்சி.

frig-ate/'frigət/*(n)*:ஃப்ரிகிட் (க:ஂட்) / a swift sailing warship, விரைவுப் போர்க்கப்பல்.

fright/frait/*(n)*:ஃப்ரய்ட் / sudden fear, திடீர் பயம். • *She was shaking with* **fright** *as the storm rolled in the sky.* alarm, அச்சம்; ugly person, நல்ல தோற்ற மில்லாதவன். **fright-en**/'fraitn/*(v.t)*: 'ஃப்ரய்ட்ன் / to make one afraid, பயமுறுத்து. • *Do not* **frighten** *me.* scare, மிரட்டு, பயப்படச் செய். **frightened***(adj)*: full of fear, பயம் நிறைந்த. • *I woke up suddenly* **frightened** *by a dream.*

fright-ful/'fraitful/*(adj)*:'ஃப்ரய்ட்ஃபுல் / dreadful, பயங்கரமான. • *Some days back, a* **frightful** *explosion rocked the airport.*

fri-gid/'fridʒid/*(adj)*:ஃப்ரிஜிட்: / cold, குளிர்ந்த; reluctant, விருப்பமில்லாத; indifferent, உற்சாகமில்லாத. • *She threw a* **frigid** *welcome to her husband.* **fri-gidity**/*(n)*: coldness, coldness of affection, dullness, உறை குளிர், அன்பு காட்டாத, உணர்ச்சியற்ற.

frill/fril*(n)*:ஃப்ரில் / an ornamental border of woven materials, கொசுவம்.

frisk/frisk/*(v.i)*:ஃப்ரிஸ்க் / to move sportively, துள்ளி விளையாடு; to be brisk, சுறுசுறுப்பாக இரு; to search a person for concealed weapons, மறைத்து வைத்திருக்கும் ஆயுதத்தைக் கண்டு பிடிக்கச் சோதனை செய். • *The visitors were* **frisked** *before their meeting with the President.*

frit-ter/'fritə*/*(v.t)*: ஃப்ரிட்டஂ* / to diminish into small pieces, துண்டு துண்டாக்கு; to waste away, வீணாக்கு. • *Do not* **fritter** *away your hard-earned money in gambling.* **fritter***(n)*: *a small cake,* அடை.

friv-o-lous/'frivələs/*(adj)*:'ஃப்ரிவஂலஂஸ் / unimportant, முக்கியமற்ற; silly, அற்பமான. • *In court, we cannot give* **frivolous** *answers.* fond of playing, விளையாட்டுத்தன்மையுள்ள. **frivolity** *(n)*.

frizzle/'frizl/*(v.i)*:ஃப்ரி'ஸ்:ல் / to fry with sputtering noise, 'சுரீர்' ஓசையுடன் பொரி; to make crisp by frying, பொரித்து முறுகலாக்கு. • *She* **frizzles** *potato chips.*

fro/frəu/*(adj)*:ஃப்ரஂஉ / backward, மீண்டும், திரும்பி; from, அங்கிருந்த. **to and fro**: alternating from one place to another, சென்று திரும்பு.

frock/frɔk/*(n)*:ஃப்ராக் / gown, உடுப்பு, சட்டை.

frog/frɔg/*(n)*:ஃப்ராக்: / an amphibious animal, தவளை.

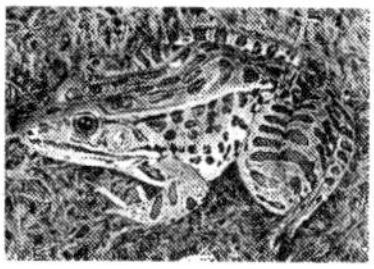

frol-ic/'frɔlik/*(adj)*: ஃப்ராலிக் / gay, உல்லாசமான; sportive, விளையாட்டுத் தனமான; merry, மகிழ்ச்சியுடைய. **frolic** *(n)*: amusement, கேளிக்கை; a merry making, மகிழ்ச்சியூட்டும் விளையாட்டு. **frolic***(v.i)*: to play about happily, மகிழ்ச்சியுடன் விளையாடு. **frolicsome** *(adj)*: cheerful, மகிழ்ச்சியுடைய.

from/frəm/*(prep)*:ஃப்ரஂம் / away, அப்பால். • *The town is two miles* **from** *the shore,* out of, இருந்து; since, முதலாக; starting at, காரணமாக. • **From** *the evidence, it can be concluded that the accused is innocent.*

front/frʌnt/(n)/ஃப்ரன்ட் / forepart, முன் பகுதி. • *Be seated in the* **front**. beginning, தொடக்கம்; area of military operations, போர் முனை. • *The second* **front** *helped to win the war.* **front***(adj)*: *pertaining to the front,* முகப்புத் தொடர்பாக. • *The address has to be written on the* **front** *cover.* **front***(v.t-v.i)*:

F

to have the front towards, முகப்பை முன்னே வை, முகப்பு முன்னே இருக்கும்படி செய். • *The building* **fronts** *on to the seashore.* • *Our college* **fronts** *the river Kaveri.* to serve as a cover, உண்மையை மறைக்கப் பயன்படுத்து. **frontage**/ /*(n)*: the front part of a building, quay, etc., முகப்புத்தளம், ஒரு கட்டடம் (அ) துறைமுகத்தின் முகப்பு. **frontal**/'frʌntl/ *(adj)*: ஃப்ரன்ட்ல் / being at the front, முன்னிலையில்; of the front, முகப்பினுடைய; to the front, முகப்பிலுள்ள. • *He made a* **frontal** *attack on her.*

fron-tier/'frʌn,tiə*/*(n)*:ஃப்ரன்ட்டியə* / border of a country, எல்லைப்பகுதி.

frost/frɔst/*(n)*:ஃப்ராஸ்ட் / frozen dew, உறைபனி. **frost**(*v.i*): to become covered with frost, உறைபனியால் மூடப்பட்டிரு. • *The windows were* **frosted** *up.* **frost-bitten**(*adj*): suffering from exposure to excessive cold, கடுங்குளிரால் விறைத்துப் போன.

froth/frɔθ/*(n)*:ஃப்ராːத் / collection of small bubbles on liquids, குமிழிகளின் தொகுதி; foam, நுரை; worthless talk, ideas and activities, உபயோகமற்ற பேச்சு, எண்ணங்கள், செயல்கள் **froth**(*v.t*): to make or produce froth, நுரை உண்டாக்கு. **frothy**(*adj*).

frown/fraun/*(n)*:ஃப்ரஉன் / wrinkling the brows to express displeasure, புருவச் சுழிப்பு. **frown**(*v.i*): to wrinkle the brows, புருவத்தைச் சுழி; to disapprove, விருப்பமில்லாமையைக் காட்டு. • *The director* **frowned** *with displeasure as he read the annual report.*

fruc-ti-fy/'frʌktifai/*(v)*:'ஃப்ரக்ட்டிஃபய் / **fructified, fructifying**: to yield fruit, கனி கொடுக்கும்படி செய்; to prosper, வளம் கொழி; to make fruitful, பலன் அளிக்கச் செய். • *We have to tend the soil carefully, then it will* **fructify**. **fructification**/*(n)*: act of becoming fruitful, the bearing of fruit, arrangement of the organs of reproduction in plants, பலனளிக்கும் செயல், காய்கனி விளைவு, கொடியினங்களின் இனப்பெருக்க உறுப்புக்களின் தொகுதி (அ) அமைப்பு.

frugacious/'fru:gæʃəs/*(adj)*:ஃப்ரூகːஷəஸ் / flying or fleeting away, volatile, soon shed or dropped, நிலையற்ற, விரைந்தோடுகிற, எளிதில் மறைத்துக்கொள்ளுதற்கரிய.

fru-gal/'fru:gl/*(adj)*:ஃப்ரூகːəல் / economical, சிக்கனமான; temperate, மிதமான. • *The* **patient** *takes only a* **frugal** *meal.*

fruit/fru:t/*(n)*:ஃப்ரூட் / ripe eatable product of a plant, பழம்; the seed containing part of any plant, விதையைப் பெற்றிருக்கும் பாகம். **fruit**(*v.i*): to bear or cause to bear fruit, பழம் பயிரிடு, பழம் பயிராகும்படி செய்.

fruit-ful/'fru:tful*(adj)*:'ஃப்ரூட்ஃபுல் / successful, வெற்றிமுகமான. • *The discussion was very* **fruitful**. productive, பலனளிக்கும்; fertile, செழிப்பான. **fruitfully**(*adv*).

fru-i-tion/fru:'iʃn/*(n)*:ஃப்ரு'யிஷəன் / ripeness, முற்றிப் பலன் தருதல்; pleasure, இன்ப உணர்வு; fulfilment, நிறைவேறுதல். • *After overcoming a lot of difficulties, he finally carried out his plan to* **fruition**.

fruit-less/'fru:tlis/*(adj)*:'ஃப்ரூட்லிஸ் / useless, பலனற்ற. • *It was a* **fruitless** *search for the missing plane.*

frus-trate/frʌ'streit/(*v.t*)/ஃப்ரஸ்ட்ரெய்ட் / to disappoint, ஏமாற்றமடையும்படி செய். • *I never become* **frustrated** *whatever may be the magnitude of the failures.* to defeat, தோல்வியடையும்படி செய்; to prevent, தடைப்படுத்து. • *The patient's indifference* **frustrated** *the efforts of the nurse to bring comfort to him.* **frustration**(*n*): total disappointment, பெரும் ஏமாற்றம்.

fry/frai/*(n, sing)*:ஃப்ராய் / **fries**(*n, pl*): young one of a fish, மீன் குஞ்சு; small thing, சிற்றினத் திரள். **fry**(*v*): to cook with fat, வறு, எண்ணெயில் பொரி. **out of the frying pan into the fire**: from bad to worse, ஒரு துன்பத்திலிருந்து பெரும் துன்பத்திற்கு மாற்றமடைதல்.

fud-dle/'fʌdl/(*v.t-v.i*):ஃபட்:ல் / **fuddled, fuddling**: to become stupid by excessive drinking, குடித்துப் போதையிலிரு; to make stupid by drinking, குடித்து மதியிழந்து இருக்கச் செய். • *Do not drink too much, it will* **fuddle** *your brain.* to get confused, குழப்பம் கொள். **in a fuddle**: not able to think clearly, தெளிவான சிந்தனையற்ற; confused, குழப்பமான.

fudge/fʌdʒ/*(n)*:ஃப்யூஜ் (ஃபஜ்) / no sense, அறியாமை; vanity, humbug, வெறும் பேச்சு; a kind of candy made of sugar, milk, etc., பாலாடைத் திரட்டு. **fudge**(*v.t-v.i*):**fudged, fudging**: to cook up, பொய்க்கணக்கு தயார் செய்; to fake,

போலியாகச் செய். • *The book is useless: the author has only* **fudged** *old ideas in new form.* **fudge**(*v.t*): to avoid coming to grips with the subject matter, issues, குறிப்பு, முக்கியத் தலைப்பு, பிரச்சினை இவற்றை முழுமூச்சுடன் அணுகாமலிரு.

fuel/fjuəl/(*n*):ஃப்யுஅல் / wood, petroleum, விறகு, எரிபொருள்; coal, கரி. • *We have shortage of* **fuel** *because of Gulf War.* **to add fuel to the fire**: make the situation worse, நிலைமையை மேலும் மோசமாகச் செய். **fuel**(*v.t-v.i*):**fuelled, fuelling**: to feed (the fire) with fuel, தீயை எரிபொருளிட்டு எரியச் செய்; to irritate further, மேலும் கிளறி விடு, குழப்பம் அதிகரிக்க உதவி செய். • *The lorry is* **fuelled**; *it is ready for the journey.*

fu-gi-tive/'fju:dʒətiv/(*n*):'ஃப்யுஜிட்டிவ் / a person who runs away from responsibility or who deserts the post of duty, பொறுப்பு (அ) கடமையிலிருந்து ஓடுபவர்; one who has taken refuge, அகதி. • *He is a* **fugitive** *from Sri Lanka.* **fugitive**(*adj*): fleeing, தப்பி ஓடுகின்ற; transient, நிலையற்ற. • *My thoughts about the war are only* **fugitive**: *I have not yet formulated them.* **fugitively**(*adv*), **fugitiveness**(*n*).

ful-crum/'fulkrəm/(*n*):**fulcra**(*pl*): 'ஃபல்க்ரஅம் / the centre-point about which a lever turns and works, நெம்புகோல் வகையைச் சார்ந்த ஆதாரப் புள்ளி; any proper support, ஆதார அமைப்பு.

ful-fil/ful'fil/(*v.t*):**fulfilled, fulfilling**: ஃபுல்ஃபில் / to carry out to fruition, பூர்த்தி செய்; to perform to satisfaction, நிறைவேற்று. • *Any contractor has to* **fulfil** *the conditions of the contract.* • *I find any work quite rewarding and* **fulfilling**. **ful-fil-ment**/ful'filmənt/(*n*): ஃபுல்ஃபில்மஅன்ட் / the act of fulfilling, நிறைவேற்றுதல். • *I have many targets in life. I live for the* **fulfilment** *of them.* • *He gets a great sense of* **fulfilment** *by treating leprosy patients.*

full/ful/(*adj*):ஃபுல் / complete, நிறைந்த, முழுமையான. • *The vessel is* **full** *to the brim.* • *The girls are* **full** *of excitement as they go round the zoo.* **full**(*n*): the highest level/point/degree, அதிகபட்ச அளவு, புள்ளி, தரம். **in full**: completely, முழுமையாக. • *All debts have to be paid* **in full**. **to the full**: to the highest level, to the greatest degree, அதிகபட்ச அளவு, உயர்ந்த தரம். **full**(*adv*): quite, முற்றிலும்; very, மிக்க; straight, நேரிடையாக. • *The man struck the deal with* **full** *benefit.* **fully**/fuli/(*adv*):ஃபுலி: completely, முழுவதுமாக. • *The hospital requires a* **fully** *trained nurse.* altogether, மொத்தமாக.

full-blown/ˌful'bləun(*adj*):ஃபுல்'ப்:லஅஉன் / fully grown, முழு வளர்ச்சி அடைந்த; in full blossom, நல்ல வளமையும், செழுமையும் கொண்ட. • *My idea took shape to a* **full-blown** *theory.*

full-fledged/ˌful'fledʒd/(*adj*):ஃபுல்'ஃப்லெஜ்ட் / developed fully of, முழுவதும் வளர்ச்சியுற்ற; having all the necessary parts, வேண்டிய எல்லாப் பாகங்களையும் கொண்ட. • *She is a* **full-fledged** *dancer.* **fullness**(*n*): the state of being full, முற்றிலும் நிறைவு பெற்ற. **the fullness of time**: the appropriate or destined time, சரியான (அ) முன் தீர்மானிக்கப்பட்ட நேரம். • *Events will happen* **in the fullness of time**.

ful-mi-nate/'fʌlmineit/(*v.i*):ஃபல்மினெய்ட் / to make threats, பயம், அச்சம் ஏற்படுத்து; to denounce, மோசம் என்று தள்ளி விடு, எச்சரிக்கை கொடு. • *The saint* **fulminated** *against drinking and adultery.* **fulmination**(*n*).

ful-some/'fulsəm/(*adj*):ஃபுல்ஸம் / overflowing, மிக அதிகமான. • *Her expressions of admiration were* **fulsome** *as she really enjoyed the music.* excessive and disgusting, அதிகமாகவும், வெறுப்பும் உண்டாக்குகிற.

fum-ble/'fʌmbl/(*v.t-v.i*):'ஃபம்ப்:ல்: to wander about, இங்கும் அங்கும் அலை; to grope about, தடுமாறு; to do in a clumsy way, தாறுமாறாகச் செய்.

fume/fju:m/(*n*):ஃப்யூம் / smoke, புகை vapour, ஆவி, excitement, உணர்ச்சி வசப்படுதல்; state of being angry, கோபம் ஏற்படும் நிலை. **fume**(*v.t-v.i*): to be excited, உணர்ச்சி வசப்படு; to be very angry, கோபமாயிரு. • *She always* **fumes** *at her servants.* to cause to smoke, புகை ஏற்படுத்து. • *The pipe is leaky; it* **fumes** *menacingly.*

fun/fʌn/(*n*):ஃபன் / amusement, கேளிக்கை; joke, கேலி; enjoyment, மகிழ்ச்சி ஆரவாரம்.

func-tion/'fʌŋkʃn/*(n)*:ஃபங்க்ஷன் / work, வேலைசெய்தல்; duty, கடமையாற்றுதல்; ceremony, சடங்குகள் செய்தல். • *The* **function** *in honour of the minister was a grand success.* **functional***(adj).* **functionary**/'fʌŋkʃnəri*(n)*:ஃபங்க்ஷனரி / one who holds an office or trust, பதவி, தொழில் (அ) பொறுப்பை வகிப்பவர்.

fund/fʌnd/*(n)*:ஃபண்ட்: / an amount (money) set apart for a specific purpose, நிதி; capital, மூலதனம், நிதிவளம். • *The government has set apart a* **fund** *for flood relief.* **fund***(v.t)*: to deposit, வைப்பு நிதியாக வை; to invest, ஒரு முயற்சியில் பணம் முதலீடு செய். • *The hospital is being* **funded** *by a charity trust.*

fun-da-ment-al/ˌfʌndə'mentl/(*adj*): ˌஃபன்டə'மென்ட்ல் / very important, மிக மிக முக்கியமான; basic, ஆதாரமான, அடிப்படையான. • *There is a* **fundamental** *difference between socialism and communism.* **fundamental**(*n*): a very essential thing, மிக முக்கியமானது. • *I am just learning the* **fundamentals** *of cooking.* **fundamentally***(adv)*: in every way that is important, ஒவ்வொரு விதத்திலும் முக்கியமான. • *The approach of the scientist to the problem is* **fundamentally** *correct.* **fundamentalist** /*(n)*: one who believes in the literal interpretation of the infallibility of religious principles, மதக் கோட்பாடுகளை உள்ளது உள்ளபடியே மாறாதவையாகக் கருதி, நம்பிக்கை கொண்டு பின்பற்றுவர்.

fu-ne-ral/'fju:nərəl/*(n)*:'ஃப்யூனரəல் / certain ceremonial functions in connection with the disposal of the dead, ஈமச் சடங்குகள். **funeral**(*adj*).

fun-gus/'fʌŋgəs/(*n*, *sing*):'ஃபங்கஃəஸ் / **fun-guses**(*n*, *pl*): [also **fungi**]: mushroom, காளான், நாய்க்குடை.

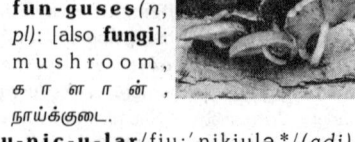

fu-nic-u-lar/fju:'nikjulə*/*(adj)*: ஃப்யூ'னிக்யுலə*: with rope, கயிறு கொண்ட; having cord, கம்பியால் ஆன; working on the strength of rope, கயிற்றின் உதவி கொண்டு இயங்குகிற. **funicular railway**: a railway on a mountain side operated by cable, மின்கம்பியால் இயக்கப்படும் இரயில் வண்டி.

funk/fʌŋk/(*n*):ஃபங்க் / a coward, பயம் கொண்டவன், வீரமில்லாதவன்; a fellow with no self-confidence, தன்னம்பிக்கை இல்லாத ஒருவன். **funky***(adj).*

fun-nel/'fʌnl/(*n*):ஃபனəல் / an outlet or passage for air, smoke, liquid, etc., வெளியேற்றும் அமைப்பு, புகைபோக்கி போன்றது; a conical tube, புனல்.

fun-ny/'fʌni/*(adj)*:'ஃபனி / strange, புதுமையான; amusing, கேளிக்கை நிறைந்த, கேலியான; exciting, உணர்ச்சி வெள்ளம் பொங்கும். **funnily***(adv).*

fur/fɜ:*/(*n*):ஃபə:* / fine hair of certain animals, பிராணிகளின் மிருதுவான உரோமம். **fur**(*v.t-v.i*): to put on fur, பிராணிகளின் உரோமத்தாலான; to line with fur, பிராணிகளின் மயிர் கொண்டு அழகுபடுத்து; to cover with fur, பிராணி மயிர் கொண்டு மறை.

fur-bish/'fɜ:biʃ/*(v.t)*:'ஃபə:பி:ஷ் / to rub, தேய்; to polish, தூய்மைப்படுத்தி பளபளப்பாக்கு. • *I am just* **furbishing** *my command on the language.*

fur-i-ous/'fjuəriəs/(*adj*):'ஃப்யூəரியəஸ் / very angry, மிகவும் கோபம் கொண்டு; violent, மிருகத்தனமான. • *She was absolutely* **furious** *at his behaviour.* **furiously** *(adv).*

furl/fɜ:l/*(v.t-v.i)*:ஃபə:ல் / to roll up, சுருட்டி மடி; to fold, மடிப்பு உண்டாக்கு; to gather into a compact roll, நல்ல கட்டுக் கோப்பாகச் சேர். *opp*: unfurl.

fur-long/'fɜ:lɔŋ/*(n)*:'ஃபə:லɔ:ங் / a measure of length having 220 yards (1/8th mile), 220 கெஜம் கொண்டது ஒரு பர்லாங், ஒரு மைலில் எட்டில் ஒரு பாகம்.

fur-lough/'fɜ:ləu/*(n)*:'ஃபə:லəஉ / leave of absence, விடுப்பு. **furlough***(v.t)*: to grant leave, விடுப்புக் கொடு.

fur-nace/'fɜ:nis/*(n)*:'ஃபə:னிஸ் / a close strong fire place, உறுதியான மூடப்பட்ட அடுப்பு, an oven, உலை, hearth, சூளை அடுப்பு.

fur-nish/'fɜ:niʃ/*(v.t)*:'ஃபə:னிஷ் / to equip with, நிறைவு செய், நிரப்பு, வேண்டியவற்றைக்

கொண்டு நிரப்பு. *The holiday* **furnished** *me enough time to finish the work.* to supply, கொடு; to beautify and fill with furniture, நிரப்பி அழகுபடுத்து; **furnisher**(*n*): the person who furnishes, தேவையான கருவிகளைக் கொண்டு அழகுபடுத்துபவர்.

fur-ni-ture/ˈfɜ:nitʃə*/(*n, sing & pl*): ˈஃபɘ:னிச்சɘ* / household articles, வீட்டுக்கு வேண்டிய சாமான்கள்; articles required for office, அலுவலகத்திற்கு வேண்டிய சாமான்கள்.

fu-rore/fjuəˈrɔ:ri/(*n*):ˈஃப்யுˈரɔ:ரி / an exhibition of enthusiasm, ஆரவாரம்; excitement, பரபரப்பான உணர்ச்சி வெள்ளம்.

fur-ri-er/ˈfʌriə*/(*n*):ˈஃபரியɘ*/ the person who deals in fur, உரோம உடைகளைத் தயாரித்து விற்பனை செய்பவர்.

fur-row/ˈfʌrəu/(*n*):ˈஃபரɘஉ / a narrow trench made by plough, உழவு சால், பள்ளம்.

further/ˈfɜ:ðə*/(*adj*):ஃபɘ:த:ɘ* / to a great extent, to a more distance, additional, மேலும் அதிக தூரமான, கூடுதலான. • *There will be a* **further** *performance of the drama today.* **further**(*adv*): moreover, மேலும். • *Let us not discuss it* **further. further**(*v.t*): to promote, மேல் உயர்வு செய்; to help, உதவு. • *His success in the examination will* **further** *his chance of getting a job.* **furthermore** (*adv*): moreover, மேன்மைப்படுத்து. **furthest**(*adj*): most distant, அதிக தூரத்திலுள்ள; farthest கடைசியிலுள்ள, **furtherance**(*n*).

fur-tive/ˈfɜ:tiv/(*adj*):ஃபɘ:ட்டிவ் / secret, இரகசியமான; stealthy, திருட்டுத்தனமான. **furtively**(*adv*), **furtiveness**(*n*).

fu-ry/ˈfjuəri/(*n*):ஃப்யுɘரி / anger, madness, கோபம், வெறி.

fuse/fju:z/(*v.t-v.i*):ஃப்யூஸ்: / to melt by heat, உருகு; to join by melting, உருக்கி இணை. **fuse**(*n*): a short piece of wire, சிறு கம்பி; a wire made of tin and lead placed in an electric circuit, உருகக்கூடிய கம்பி; contrivance for blowing up an explosive, வெடி மருந்து பற்றவைக்க ஏற்படுத்தப்படும் திரி.

fu-se-lage/ˈfju:zəla:ʒ/(*n*)/ஃப்யூஸி:லாஜ்: (லிஜ்:) / the central body of aeroplane for accommodating passengers and luggage, விமானத்தின் உடல் பகுதி, பயணிகள் இருக்கை, சரக்கு வைக்கும் பகுதி.

fu-si-ble/ˈfju:zəbl/(*adv*): ஃப்யூஸி:ப்:ல் / capable of being fused or melted, உருக்கத்தக்க, உருக்கக்கூடிய.

fu-sil-lade/ˌfju:zəˈleid/(*n*):ஃப்யூஸிːˈலெய்ட்: / discharge of a number of firearms at the same time, ஒரே சமயத்தில் இடைவிடாது தொடர்ந்து வெடித்தல்; total destruction caused by simultaneous firing, ஒரே சமயத்தில் தொடர்ச்சியான வெடிகளால் ஏற்படுத்தப்படும் அழிவு.

fu-sion/ˈfju:ʒn/(*n*):ஃப்யூஜ:ɘன் / melting, உருக்குதல்; combination, கூட்டுக்கலவை; liquefaction, உருக்கிய பிழம்பு.

fuss/fʌs/(*n*):ஃபஸ் / show of annoyance, impatience, எரிச்சல் அடைதல் (அ) பொறுமையின்மை; bustle, பரபரப்புடன் செயலில் ஈடுபடுதல்; tumult, குழப்பம்.

fustigate:/ˈfʌstigeit/(*v.t.*):ஃபஸ்ட்டிகெய்ட் / the cudgel, குண்டாந்தடியால் அடி.

fu-tile/ˈfju:tail/(*n*):ஃப்யூட்டய்ல் / useless, பயனற்ற. **futilely**(*adv*).

futility/fju:ˈtiləti(*n*):ஃப்யுட்டிலிட்டி / quality of being futile, worthlessness, unimportance, பயனின்மை, வீண், சிறப்பற்றது, முக்கியத்துவமற்றது.

fu-til-i-tar-i-an/fjutilitæriən/(*n*) / ஃப்யுட்டிலிட்டɛɘரியɘன் / one who believes in the emptiness of life, வாழ்க்கை என்பது வெறுமை என்பதில் நம்பிக்கை உடையவர்.

fu-ture/ˈfju:tʃə*/(*adj*):ஃப்யூச்சɘ* / of time to come, வருங்காலம் பற்றிய; awaiting, எதிர்நோக்கும்; forthcoming, வரப்போகும்.

fu-tu-ri-ty/fju:ˈtjuərəti/(*n*):ஃப்யூச்ˈசுɘரிட்டி / the future, எதிர்காலம்; the time to come, வருங்காலம்.

fuzz/fʌz/(*n*):ஃபஸ்: / loose volatile matter, எளிதில் ஆவியாகும் பொருள்.

fuzz-y/ˈfʌzi/(*adj*):ஃபஸி: / of something not clearly visible, தெளிவில்லாத, மங்கலான. • *The picture has not come well; it is rather* **fuzzy**.

F

G-g:/di/ஜி / (a letter) the seventh letter of the English alphabet, ஆங்கில நெடுங்கணக்கின் ஏழாவது எழுத்து. **G, g**: *abbr*. gravity, 'gravity' என்பதன் சுருக்கம். **g**: *abbr*. general intelligence, 'general intelligence' என்பதன் சுருக்கம்.

gab/gæb/*(n)*:க:ஃப்: / chatter, வீண் பேச்சு; idle talk, வம்புப் பேச்சு. **gab***(v.i)*: to talk idly, வீண்பேச்சில் பொழுதைக் கழி. **gift of the gab**:கிஃப்ட் ஆஃப் தி க:ஃப்: / the ability to speak profusely, சொல்வன்மை; to talk continuosuly, பொருளின்றி ஓயாமல் பேசிக்கொண்டிரு.

gab-ar-dine/ˌgæbəˈdiːn/*(n)*:ˈக:ஃப:ஃடீன் / a kind of garment, உறுதியான துணி.

gab-ble/ˈgæbl/*(v.i-v.t)*:ˈக:ஃப்:ல் / to speak unintelligibly, தெளிவில்லாமல் பேசு; to prattle, பிதற்று. • *What are you* **gabbling** *about? I am not able to understand.* **gabble***(n)*: fast and confused talk, உளறல்.

gable/ˈgeibl*(n)*:ˈகெ:ய்ப்:ல் / a triangular wall under a roof, ஒரு கூரையின் அடியில் அமைந்துள்ள முக்கோணச் சுவர்.

ga-by/ˈgeibi*(n)*:ˈகெ:ய்பி / a fool, ஒரு முட்டாள்.

gad/gæd/*(v.i)*:க:ஃட்: / **gadded, gadding**: to go about with no purpose, ஒரு வேலையும் இல்லாமல் அலைந்து திரி. • *I always spend some days* **gadding** *about before writing a book.* **gad-about**/ˈgædəbaut/*(n)*:ˈக:ஃட:ஃபஉட் / a person interested in wandering about, வீணாகச் சுற்றித் திரிபவர்.

gad-fly/ˈgædflai/*(n, sing)*:ˈக:ஃட்:ஃப்லய் / **gadflies***(n, pl)*: a parasite fly, உண்ணி.

gad-get/ˈgædʒit/*(n)*:ˈக:ஃஜிட் / a small fitting or tool in a machinery, சிறு பொறியமைப்பு; கருவி.

gadi/ˈgædi/*(n)*:ˈக:ஃடி: / throne, சிம்மாசனம், அரியணை.

gaf-fer/ˈgæfə*/*(n)*:ˈக:ஃஃபஃ: / an old man, முதியவர்; foreman, பணியாளர்களின் மேலாளர்.

gag/gæg/*(n)*:க:ஃக்: / a thing that is put in a person's mouth for preventing speech or outcry, வாயடைப்பு, வாய்ப்பூட்டு. **gag***(v.t)*: to make one speechless by thrusting something into one's mouth, பேசாமலிருக்க வாயடைப்புச் செய். • *The kidnappers bounded the official and* **gagged** *him.*

gage/geidʒ/கெய்ஜ் / a pledge, a security, பணயம், பந்தயம், to pledge, to challenge, அடகு வை, பணயம் வை.

gag-gle/ˈgægl/*(v.i)*:க:ஃக்:ல் / **gaggled, gaggling**: to cry like a goose, வாத்து கத்துவது போலக் கத்து.

gai-e-ty/ˈgeiəti/*(n, sing)*:ˈகெ:யஃட்டி / **gaieties** *(n, pl)*: merriment, மகிழ்ச்சி. • *The* **gaieties** *of the new year season look splendid.* amusement, களிப்புறச் செய்தல்.

gai-ly/ˈgeili/*(adv)*:ˈகெ:ய்லி / in a gay manner, மகிழ்வோடு; cheerfully, உவகையோடு. • *They went on dancing* **gaily**.

gain/gein/*(n)*:கெ:ய்ன் / earnings, பொருள் ஈட்டுதல். • *The ill-gotten* **gains** *do not last long.* profit, ஆதாயம்; acquisition, பேறு. **gain***(v.t)*: to earn, செல்வம் ஈட்டு; to reach, உழைப்பின் மூலம் பெறு. • *He* **gained** *the prize in the contest.* to have an increase in, அதிகம் பெறு.

gain-ly/ˈgeinli/*(adj)*:ˈகெ:ய்ன்லி / beautiful, அழகாகவுள்ள; attractive, கவர்ச்சியாக உள்ள. **gainful***(adj)*: profitable, நல்ல ஆதாயத்தைத் தரக்கூடிய. • *She had a* **gainful** *employment.*

gain-say/ˌgeinˈsei/*(v.t)*:கெ:ய்ன்ˈஸெய் / to make denials, முரண்பாடு கொள், முரண்படு; to contradict, மறுப்புக்கொடு; to negate, எதிர்ப்புத் தெரிவி. • *There is no* **gainsaying** *about the ability of the tennis player.*

gait/geit/*(n)*:கெ:ய்ட் / the style or manner of walking, ஒருவர் நடக்கும் விதம், பாணி.

gaiter/ˈgeitə*/:கெ:ய்ட்டஃ* / socks, a covering of cloth for the leg fitting below the knee inside the shoe, காலுறை.

ga-la/ˈgaːlə/*(n)*:கா:லஃ / a day of rejoicing and merry-making, கொண்டாட்ட நாள்; a day of festival, திருவிழா நாள். • *The birthday party of the minister is always a* **gala** *occasion.*

gal-ax-y/'gæləksi/*(n)*:க:ஃலஒக்ஸி / milky way, சப்தரிஷி மண்டலம்; a large band of stars, நட்சத்திர மண்டலம்; any large assembly of great people, famous stars, beautiful persons, etc., அறிவாளிகள், சினிமா நட்சத்திரங்கள், அழகானவர்கள் முதலியவர்களின் கூட்டம். • *A* **galaxy** *of film stars attended the Republic Day function.*

gale/geil/*(n, sing)*:'கெ:ய்ல் / **gales***(n, pl)*: a wild wind, கடுங்காற்று. • *There is a forecast of terrible* **gale** *tonight.*

gall/gɔ:l/*(n)*:க:ஓல் / bile, பித்த நீர்ப்பை; bitterness, கசப்புத் தன்மை; a resin dripping from trees, மரப்பிசின். **gall**/*(v.t)*: to make sore by rubbing, தேய்த்துப் புண் உண்டாக்கு; to vex, எரிச்சலூட்டு.

gal-lant/'gælənt/*(adj)*:'க:ஃலஒன்ட் / showy, ஆடம்பரமாக உள்ள; brave, தீரமுள்ள; attentive to ladies, பெண்களிடம் அதிக ஈடுபாடு கொண்டுள்ள. • *He was a* **gallant** *soldier.* **gallantly***(adv)*: in a stately manner, கம்பீரமாக. • *He bowed* **gallantly** *to the Prime Minister.* with courage, வீரமுள்ள. **gal-lan-try**/ 'gæləntri*(n)*: 'க:ஃலஒன்ட்ரி /show of courage, வீரம் காட்டுதல்; attention to ladies, பெண்களிடம் பரிவு காட்டுதல். • *The man had been awarded a medal for* **gallantry** *by the President.* immoral sex relations, முறையற்ற காமக் களியாட்டம்.

gal-le-on/ 'gæliən/*(n)*: 'க:ஃலியஒன் / a very large warship, மிகப் பெரிய போர்க்கப்பல்.

gal-le-ry/ 'gæləri/*(n, sing)*:'க:ஃலஒரி / **galleries***(n, pl)*: a long passage, நீண்ட, குறுகிய பாதை; raised floor of seats in a public place, theatre, stadium, etc., உயரமான அரங்கம். **play to the gallery**: to make attempts to appeal to the popular taste, சாதாரண மக்களின் ரசனைக்கு ஏற்றபடி நடந்து கொள்.

gal-ley/'gæli/*(n)*:'க:ஃலி / a rectangular tray used by compositors, அச்சுக்கோப்பதற்குப் பயன்படும் நீண்ட சதுர அமைப்பு; a low flat, single-decked ship, ஒரு-தளம் உள்ள, குட்டையான கப்பல்.

gall-nut/'gɔ:lnʌt/*(n)*:'க:ஓல்னட் / a plant product, கடுக்காய்.

galley-slave/'gælisleiv/:'க:ஃலிஸ்லெய்வ் / A person condemned to work as slave on a galley, கப்பலில் அடிமையாக வேலை செய்பவன்.

gal-lon/'gælən/*(n)*:'க:ஃலஒன் / a measure of capacity (volume), முகத்தலளவை, 4½ லிட்டர் கொண்ட கொள்ளளவை.

gal-lop/'gæləp/*(n)*:'க:ஃலஒப் / the movement of a horse at its fastest speed, குதிரையின் நாலுகால் பாய்ச்சல். **gallop***(n)*: to run in full leaps, குதித்து ஓடு. • *She* **galloped** *off to meet her friends.* to run very fast, especially a horse, மிக வேகமாக, குறிப்பாக, குதிரைபோல் ஓடு. • *The horse* **galloped** *down the road.*

gal-lows/'gæləuz/*(n)*:'க:ஃலஒஉஸ்: / a wooden frame for hanging criminals, தூக்கு மரம், தூக்கு மேடை. • *There is more civilized way of punishing a criminal than sending him to* **gallows**.

gal-lup poll/'gæləp pɔl/*(n)*:'க:ஃலஒப்பாஓல் / a system for eliciting public opinion on subjects of common public utility, பொதுக்கருத்து அறிய, சிறு வினாக்கள் மூலம் கருத்தறியும் முறை.

ga-lore/gə'lɔ:*/*(adv)*:க:ஒ'லாஓ:* *('லாஓ*)* / in abundance, மிக அதிகமாக; in plentiful amounts or numbers, அதிகப்படியான. **galore***(n)*: abundance, மிக அதிகம்.

ga-losh/gə'lɔʃ/*(n, sing)*:க:ஒ'லாஓஷ் / **galoshes***(n, pl)*: overshoe made of rubber, மேல் காலணி, இரப்பர் காலணி.

gal-va-nis-m/'gælvənizəm/*(n)*: 'க:ஃல்வஒனிஸ:ஒம் / (technical) electricity especially as produced by chemical action, வேதி மாற்றத்தால் உற்பத்தி செய்யப்படும் மின்சாரம்; the therapeutic application of electricity to the body, உடலுக்கு மின்சாரம் மூலம் அளிக்கப்படும் சிகிச்சை. **gal-va-nize**/'gælvənaiz/*(v.t)*: 'க:ஃல்வஒனய்ஸ: / to pass electric current, மின்சாரம் செலுத்து; to coat metals by means of electricity, மின்முலாம் பூசு; to shock someone into sudden action, திடீரென ஒருவரை அதிர்ச்சியுறச் செய். • *The election results* **galvanized** *the ruling party members into hectic activity.* to stimulate muscles with alternating current, மாறுதிசை மின்னோட்டம் கொண்டு தசைகளை ஊக்கப்படுத்து.

gam-ble/'gæmbl/*(v.t-v.i)*:'க:ஃம்ப்:ல் / **gambled, gambling**: to play a game of chance and bet, சூதாட்டத்தில் பணயம், பந்தயம் வைத்து ஆடு. • *He* **gambled** *all his hard-earned money in one hour.* to do something risky, அபாயமான செயல் ஒன்றைச் செய். • *By driving fast, he is* **gambling** *with the lives of the passengers.* **gamble***(n)*: a risky matter or act, அபாயமான செயல், செய்தி; a hazardous uncertainty, நிச்சயமற்ற அபாயம். **gambler***(n)*.

gam-bol/'gæmbəl/*(v.t-v.i)*:'க:ஃம்ப:ல் / **gamboled, gamboling**: to skip about as in dancing, நடனமாடுவது போல் துள்ளிக் குதி, துள்ளி விளையாடு; frolic, துள்ளு. **gambol***(n)*: frolic, துள்ளி விளையாடும் ஆட்டம்.

game/geim/*(n)*:கெ:ய்ம் / play, sport of any kind, விளையாட்டுப்போட்டி; the animal that is hunted, வேட்டையாடப்படும் விலங்கு. **play the game**: to act honourably, பெருந்தன்மையாகச் செயல்படு. • **Play the game** *is a fine motto.* **game***(adj)*: brave, வீரமுள்ள; determined, உறுதியாக உள்ள. **game***(v.i)*: to gamble, சூதாடு. **game-cock**/'geimkɔk/*(n)*:'கெ:ய்ம்காக் / a male chicken trained specially to fight others, சண்டைக்கோழி. **gamesome***(adj)*: sportive, விளையாட்டுத்தன்மையுள்ள. **game-ster**/'geimstə*(n)*:'கெ:ய்ம்ஸ்ட்ட* / a gambler, சூதாட்டத்தில் ஈடுபடுபவர். **gamekeeper**/'geim'ki:pə*(n)*: 'கெ:ய்ம்'கீப்ப* / one who has the care of game in an estate, பறவைகளும், விலங்குகளும் வேட்டையாடப்படாமலிருக்க, கவனித்துக்கொள்ள அமர்த்தப்பட்ட பணியாளர்.

gam-in/'gæmin/*(n)*:'க:ஃமின் / a street urchin, தெருவில் அலைந்து திரியும் சிறுவன்.

gam-ma/'gæmə/*(n)*:'க:ஃம / the third letter of the Greek alphabet (Γ, γ), கிரேக்க அகர வரிசையில் மூன்றாம் எழுத்து (Γ, γ), third grade, மூன்றாம் தரம்.

gamma ray/'gæmə'reiz*(n, sing)*:'க:ஃம' ரெய்ஸ்: / **gamma rays***(n, pl)*: a beam of light of short wave length which goes through solid objects, திடப்பொருள் வழியாக ஊடுருவிச் செல்லும் குறுகிய அலை நீளமுள்ள ஒளிக்கற்றை; (in physics) a high-frequency, penetrating radiation emitted from the nucleus of a radioactive atom, and lowering the energy level of the nucleus, கதிரியக்க அணுக்கருவிலிருந்து உயர் அதிர்வுள்ள ஊடுருவும் கதிரியக்க அலைகள், இவை அணுக்கருவின் உச்ச நிலையைக் குறைக்கச் செய்கின்றன.

gam-mer/'gæmə*/*(n)*:'க:ஃம* / an old woman, வயதான மூதாட்டி.

gam-mon/'gæmən*(n)*:'க:ஃமன் / the pig meat preserved by salt or smoke, உப்பிட்டு அல்லது சுடுவதன் மூலம் பாதுகாக்கப்படும் இறைச்சி.

gammit/'gæmit*(n)*:'க:ஃமிட் / The whole range of compass, a scale on which notes in music are written, ஏழுசக்கரப் பெட்டகம், ஏழிசைத் தொகுதி, 'சரிகமபதநி.'

gan-der/'gændə*/*(n)*:'க:ஃண்ட:* / male goose, ஆண் வாத்து; fool, அறிவில்லாதவன்.

gang/gæŋ/*(n)*:க:ஃங் / a group of men having some common aim (often not good), ஒரு கும்பல். • *The* **gang** *was planning to loot the shop.* the company of people working for a common purpose, பொது நன்மைக்கு உழைக்கும் ஒரு குழு. **gang***(v.i)*: to work together as members of a gang, கும்பலாகச் செயலாற்று.

Gangetic*(adj)*: pertaining to ganges, கங்கை ஆற்றைச் சார்ந்த.

ganglion/'gæŋgliən/*(n)*:'க:ஃங்லியன் / an enlargement in the course of veins நரம்புக்கணு.

gangster/'gæŋstə*(n)*:க:ஃங்ஸ்ட்ட* / a person, armed for some evil action, ஆயுதம் ஏந்தி சமுதாயத்திற்குத் தீங்கு செய்பவன், குண்டர்; racketeer, திட்டமிட்டு, பயமுறுத்திப் பணம் பறிப்பவர்.

gan-grene/'gæŋgri:n/*(n)*:க:ஃங்க்:ரீன் / the decay of the flesh or part of the body, உடலை அரித்து விடும் புண்.

gang-way/'gæŋwei/*(n)*:க:ஃங்உஎய் / a movable passage, இடைவெளி; a narrow pathway, குறுகிய நடைபாதை.

gaol/dʒeil/*(n)*:ஜெய்ல் / prison, சிறைச்சாலை.

gaoler/dʒeilə*/*(n)*:ஜெய்ல* / **jailor, jailer**: person incharge of a prison, சிறை அதிகாரி.

gap/gæp/*(n)*/க:ஃப் / not connected, தொடர்ந்து இணைப்பு இல்லாமை, இடைவெளி; an opening, திறப்பு.

• *There are wide* ***gaps*** *in my knowledge of criminal law.*

gape/geip/*(n)*:கெ:ய்ப் / open-mouthed condition, வாய் திறந்திருக்கும் நிலை. **gape**/*(v.i)*, **gaped, gaping**: to open the mouth widely, வாயை அகலத் திற. • *Large holes* ***gape*** *up here and there on the roads and they are a risk to the motorists.*

gar-age/'gæra:dʒ/*(n)*:'க:ஹராஜ்: / a shed for vehicles, வண்டிகள் நிறுத்துமிடம்.

garb/ga:b/*(v.i)*:கா:ப்: / dress, உடுப்பு; a distinguishing dress, தனிப்பட்ட ஆடை.

gar-bage/'ga:bidʒ/*(n)*:கா:பி:ஜ் / waste, குப்பை, கழிவுப்பொருள்; filth, கூளம்; Segregation of organic and inorganic wastes is a must before dropping them into **garbage** bins.

gar-ble/'ga:bl/*(v.t)*:கா:ப்:ல் / to interpret not properly, சரியாக இல்லாமல் திரித்துக் கூறு; to falsify, பொய்யாகக் கூறு. • *The witness gave a* ***garbled*** *account of the incident.*

gar-den/'ga:dn/*(n)*:க:ட்:ன் / a place where plants, flowers, fruits, vegetables, etc., are grown, தோட்டம். • *He is out in the* ***garden,*** *watering the plants.* **garden**(*v.i*): to work in a garden, தோட்ட வேலை செய். • *I like* ***gardening*** *as it is refreshing and exciting.* **garden-er**/'ga:dnə*(*n*):க:ட்:ணə* / a person who tends/takes care of a garden, தோட்டக்காரர். **gardening**(*n*): the art and technique of maintaining a garden, தோட்டக்கலை.

gar-gan-tu-an/ga:'gæntjuən/*(adj)*: கா'க:ஹஞ்ச்சுஅன் / very very big, மிகப் பெரியதாக உள்ள; gigantic, பிரம்மாண்டமாக உள்ள. • ***Gargantuan*** *buildings are common sight nowadays.*

gar-gle/'ga:gl/*(v.t)*:'கா:க்:ல் / to wash the throat with water or some liquid making bubbling sound, தொண்டையில் நீர் ஊற்றிக் கொப்பளித்துக் கழுவு. **gargle**(*n*): the act of gargling, வாய் கொப்பளித்தல். • *After meal, have a good* ***gargle***. a liquid with which one gargles, வாய் கொப்பளிக்கும் திரவம்.

gar-ish/'geəriʃ/*(adj)*:'க:ɛəரிஷ் / very much decorated, மிகவும் பகட்டாக அலங்கரிக்கப் பட்டுள்ள. • *She always wears a* ***garish*** *jacket.* **garishly**(*adv*), **garishness**(*n*).

gar-land/'ga:lənd/*(n)*:'கா:லəண்ட்: / wreath of flowers, leaves, etc., பூமாலை. **gar-land**(*v.t*): to crown with a garland, மாலையிடு; to deck with garland, மாலையிட்டு அழகுபடுத்து.

gar-lic/'ga:lik/*(n)*:'கா:லிக் / a plant of the onion kind with strong smell and pungent taste, வெள்ளைப் பூண்டு, உள்ளிப் பூண்டு. **gar-lic-y**/'ga:liki*(adj)*:'கா:லிக்கி / tasting or smelling of garlic, பூண்டு வாசனை (அ) சுவையுடன் கூடிய.

gar-ment/'ga:mənt/*(n)*:'கா:மəன்ட் / article of dress, ஆடை, துணிமணி. **garment**(*v.t*): to clothe or cover, ஆடையணி (அ) மூடு.

gar-ner/'ga:nə*/*(n)*:'கா:ன:ə* / a storehouse for corn, தானியக்களஞ்சியம். **garner**(*v.t*): to collect, சேகரி.

gar-net/'ga:nit/*(n)*:'கா:னிட் / a precious stone, செந்நிற மாணிக்கக் கல்.

gar-nish/'ga:niʃ/*(v.t)*:'கா:னிஷ் / to adorn, அழகுபடுத்து; to decorate, அலங்காரம் செய். **garnish**(*n*): adornment, அழகு படுத்துதல்.

gar-nish-ee/ˌga:ni'ʃi:/*(v.t)*:ˌகா:னி'ஷீ / to attach money etc, கடன் பெற்றவரின் சொத்துக்களை முடக்கு. **garnishee**(*n*): a person whose property has been placed under legal restraint, கடன்காரரின் சொத்து சட்டப்படி முடக்கப்படுதல்.

gar-ret/'gærət/*(n)*:'க:ஹரəட் (ரீட்) / a room on the top floor, மேல் மாடி அறை. • *Living in a* ***garret*** *has its own advantages.*

gar-ri-son/'gærisn/*(n)*:'க:ஹரிஸ்:ன் / a body of armed men for protecting or guarding a fortress, கோட்டைப் பாதுகாப்புப் படை. **garrison**(*v.t*): to guard a place, ஓர் இடத்தைப் படைகொண்டு காப்பாற்று, பாதுகாப்பு செய். • *The* ***garrison*** *was called out to quell the riots.*

garrot/'gærət/*(n)*:'க:ஹரəட் / to nab a person by seizing him and compressing his wind pipe till he becomes helpless, capital punishment by strangulation adapted by the Spaniards, an instrument used for capital punishment for strangulation. ஸ்பெயின் தேசத்தில் குரல் வளையை நெறித்து, குற்றவாளிகளுக்கு மரண தண்டனை அளிக்கும் முறை, வழிப்போக்கர்களைக் குரல்வளை நெரித்து வழிப்பறி செய்தல், குரல்வளை நெரிப்பு முறையில் பயன்படுத்தும் ஒரு கருவி.

gar-ru-lous/'gærələs/*(adj)*:'கஃஎருலஎஸ் / talking too much about trivial things, அற்பமான பொருளைப் பற்றிப் பேசிக் கொண்டிருக்கின்ற. • *I was* **garrulous** *then, never thinking of my maker.* **garrulous***(adj)*: loquacious, talkative, வம்பளக்கும் இயல்புடைய, வாயாடித் தனமுடைய.

garrulity/gæ'ru:ləti*(n)*: 'கஃஎருலிட்டி / practice of habit of talking too much, talkativeness, அளவுக்கு மீறிப் பேசும் பழக்கம், வம்பளக்கும் இயல்பு.

G

garter/'ga:tə*/*(n)*:'கா:ட்டஎ* / a band to hold up a stocking, the badge of the highest honour of knighthood in Great Britain, காலுறையைக் கட்டும் இழைக்கக்கை, ஆங்கில அரசின் உயர் தனிச் சிறப்புப் பட்டச் சின்னம்.

gas/gæs/*(n)*:கஃஎஸ் / any aeriform or completely elastic fluid, வாயு, ஆவி. • *Very often, the police use tear-***gas** *to control the rioting mob.* petrol, பெட்ரோல்; unimportant talk, அவசியமில்லாத பேச்சு; *Don't believe a u ord he says - it's all* **gas**! **gas-e-ous**/'gæ jəs/*(adj)*:'கஃஎஸியஎஸ் / like gas, வாயு போன்ற.

gasification*(n)*: The process of converting to gas, வாயுவாக மாற்றும் முறை (அ) செயல்.

gas-fitter*(n)*: one who fits up the pipes, brackets, etc., for gas-lighting, வாயு மூலம் ஒளி பெறத் தேவையான குழல்கள் போன்ற கருவிகளை அமைப்பவர்.

gasket/'gæskit*(n)*:'கஃஎஸ்கிட் / a cord on the yard of a ship to the sail to it, material used for backing joints etc. சுருட்டப்பட்ட கப்பல் பாய்மரத் துணியைக் குறுக்குச் சட்டத்துடன் இணைத்துக் கட்டுவதற்கான சிறு கயிறு, குக்கர் கேஸ்கட்.

gash/gæʃ/*(n)*:கஃஎஷ் / a deep long cut or wound, ஆழமான, நீண்ட வெட்டுக்காயம் (அ) புண். **gash***(v.t)*: to make a long deep cut in, பலத்த வெட்டுக்காயத்தை உண்டாக்கு.

gasholder*(n)*: a large vessel for storing ordinary coal gas. சாதாரண நிலக்கரி வாயுவைச் சேகரித்து வைக்க உதவும் பெரிய பாத்திரம்.

gasp/ga:sp/*(v.i)*/கா:ஸ்ப் / to breathe with great difficulty, திணறித் திணறி மூச்சு விடு. • *She came out of the swimming pool* **gasping** *for breath.* **gasping***(adj)*: very thirsty, அதிக தாகமுள்ள.

gas-tric/'gæstrik/*(adj)*/'கஃஎஸ்ட்ரிக் / pertaining to stomach, இரைப்பை தொடர்பாக உள்ள. • *The* **gastric** *juices are acids which dissolve food in the stomach.*

gastrology*(n)*: the science of cooking, study of the functions and diseases of the stomach, சமையற்கலை, பாகவியல், இரைப்பையின் இயக்கம் பற்றிய படிப்பு.

gate/geit/*(n)*:கெ:ய்ட் / opening in a wall made for entrance or exit, வாயில், வாயிற் கதவு. **gate-keeper***(n)*: watchman at the gate, வாயிற்காப்போன். **gate-money***(n)*: entrance fee, நுழைவுக் கட்டணம். **gate-way**/'geitwei*(n)*'கெ:ய்ட்உஎய் / an opening as a means of going out or in, வழி.

gath-er/'gæðə*/*(v)*:'கஃஎத:ஏ* / to collect, ஒன்று சேர். • *I have* **gathered** *all the news about the murder.* to acquire, பெறு; to conclude, திரண்ட கருத்தினைக்கொண்டு முடிவு காண்; to understand from something said or done, சொல்வதைத் தெரிந்துகொள் (அ) செய்வதைப் புரிந்து கொள்.

gath-er-ing/'gæðəriŋ/*(n)*:'கஃஎத:ஏரிங் / the act of collecting, ஒன்று சேர்த்தல்; meeting, கூட்டம். • *We had a small social* **gathering**. *swelling,* அதிகப்படுத்துதல், வீக்கம்.

gau-dy/'gɔ:di/*(adj)*:'கஃ:டி / showy, பகட்டாக உள்ள; flaunting, ஆடம்பரமாக உள்ள.

gauge/geidʒ/*(v.t)*:கெ:ய்ஜ் / **gauged, gauging**: to measure, அளவீடு செய். • *He* **gauged** *the height of the temple tower with the help of an instrument.* to guess, மதிப்பிட்டுக் காண்; form a judgement of temperament, மனப்போக்கைப் புரிந்து கொண்டு தீர்மானி. • *Could you* **gauge** *her feelings when she was scolded by you?* **gauge***(n)*: an instrument for measuring, அளவி; the distance between the two parallel lines of railway, இரயில் தண்டவாளங்களுக்கு இடையேயுள்ள தூரம்.

gaunt-let/'gɔ:ntlit/*(n)*:'கஃ:ன்ட்லிட் / an iron glove, உலோகக் (இரும்பு) கையுறை; a way of punishing, ஒரு வகையான தண்டனை அளிக்கும் முறை. **to run the gauntlet**: to suffer or experience blame, attack, etc., பழிச்சொல், தாக்குதல் இவற்றை அனுபவி. **to throw down the gauntlet**: to call for fight, சண்டைக்குக் கூப்பிடு. **to pick up the gauntlet:** to accept the challenge, சவாலை ஒப்புக்கொள்.

gauze/gɔ:z/*(n)*:கா:ஸ்: / a thin tansparent cloth, மெல்லிய வலை போன்ற துணி.

gawk/gɔ:k/*(n)*:கா:க் / an awkward foolish person, முட்டாள். **gaw-ky**/'gɔ:ki/*(adj)*:/ கா:க்கி / awkward, விகாரமாக உள்ள; foolish, முட்டாள்தனமான.

gay/gei/*(adj)*:கெ:ய் / cheerful, மகிழ்ச்சி பொங்குகின்ற; bright coloured, வண்ண ஒளி நிரம்பிய. • *She always appears in* **gay** *colours.* homosexual; of or for homosexual people, ஓரினச்சேர்க்கை மனிதர்கள் பற்றிய. *I didn't know he/she was* **gay**.

gaze/geiz/*(v.i)*:கெ:ய்ஸ்: / to look fixedly, கூர்ந்து பார். • *He sat* **gazing** *at the statue.* **gaze***(n)*: a fixed look, உற்று நோக்குதல். • *She was not willing to meet his* **gaze**.

ga-zette/gə'zet/*(n)*:க:ə'ஸெட் / a news bulletin published by the government, அரசாங்கப் பத்திரிகை. **gazette***(v.i)*: to publish, to announce or list in an official government journal, அதிகாரபூர்வமாக வெளியிடு, அறிவிப்பு செய், பட்டியல் படுத்து, ஒரு வெளியீடாகச் செய். **ga-zet-teer**/ ˌgæzə'tiə*/*(n)*:ˌக:ஃஸி:'ட்டியə* / a dictionary of geographical, historical and other information, நிலவியல் அகராதி.

gear/giə*/*(v.t)*:கி:யə* / to provide or connect with gearing, பற்சக்கரத்தால் செயல்படச் செய், பற்சக்கர இணைப்பு ஏற்படும்படி செய்; to adapt to

a particular situation, ஒரு சூழ்நிலைக்கு ஏற்ப நடந்துகொள். • *The officials were* **geared** *up to meet the critical situation.* **gear***(n)*: combination of wheels, levers, etc., பற்சக்கரம்; harness, சேணம். **out of gear**: not working well, நன்கு செயல்படாது இருத்தல். • *The textile mill has been* **out of gear** *because of labour dispute.*

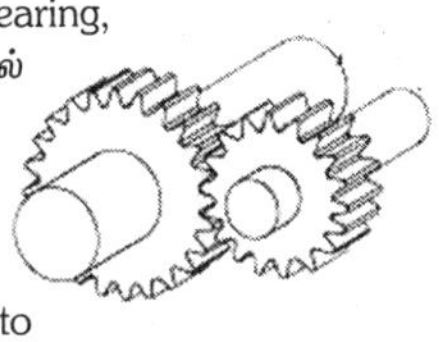

gem/dʒem/*(n)*:ஜெம் / a precious stone, இரத்தினக் கல்; an object of beauty, அழகான பொருள்; a man of worth, உயர்ந்த மனிதர். • *The late Prime Minister, Indira Gandhi was considered to be an absolute* **gem** *by the historians.*

Gem-i-ni/'dʒeminai/*(n)*:'ஜெமினி (னய்) / the third sign of the Zodiac, மிதுன ராசி; duality, இரட்டை; a person born between May 23 and June 21, மே 23 முதல் ஜூன் 21 வரையிலான நாட்களுக்கிடையே பிறந்தவர்.

gen-der/'dʒendə*/*(n)*:'ஜென்ட:ə* / grammatical classification denoting the sex, சொல்லின் பால் வகை. • *The number of* **genders** *in different languages varies from two to more than twenty.*

gene/dʒi:n/*(n)*:ஜீன் / the hereditary factor, transmitted to the offspring from the parents and it has its own effect on the personality development, பரம்பரைக் குணம் உருவாவதற்குக் காரணமாயிருக்கும் உயிர்மம்.

ge-ne-al-o-gy/ˌdʒi:ni'ælədʒi/*(n)*: ˌஜீனி'யஃலəஜி / history showing family descent, மரபுவழிப் பட்டியல். • **Genealogy** *is the study of family ancestries.* **genealogical***(adj)*, **genealogically** *(adv)*, **genealogist***(n)*.

gen-er-al/'dʒenərəl/*(adj)*:'ஜெனəரəல் / common, பொதுவாக உள்ள. • *There is a* **general** *feeling that God is the protector.* ordinary, சாதாரணமாக உள்ள; not limited in range, எல்லை வகுக்கப்படாமல் உள்ள, not detailed, நுட்பமான தகவல் இல்லாத, முக்கியமானவை மட்டும் உள்ள. • *One should have sound knowledge of* **general** *science.* having extended command or superior rank, ஆளுமை, பதவி, அதிகாரம் முதலியவை உள்ள. **gen-e-ral-i-ty**/ˌdʒenə'ræləti/*(n)*: ˌஜெனə'ரஃலிட்டி: an indefinite, unspecific statement, பொதுவான கருத்துரை; generalist, பொது அறிவுத் திறமையுள்ள. A district collector is a **generalist** but an engineer is a specialist.

gen-e-ral-ize/'dʒenərəlaiz/*(v.t)*: 'ஜெனəரəலய்ஸ்: / **genearlized, generalizing**: to deduce, பொதுப்படைக் கருத்துக்களைக்கொண்டு அறுதியிடு; to make a common inference, பொதுவாக உய்த்துணர்ந்து காண். • *It is not fair to* **generalize** *that all ministers have come to power by unfair means.* to give a general rather than a specific character, பொதுவான கருத்தை உருவாக்கு. **gen-er-al-ly**/'dʒenərəli/*(adv)*: 'ஜெனəரəலி / not specially, பொதுவாக, தனியான முறையில் இல்லாமல்; commonly, சாதாரணமாக. • *She* **generally** *goes to*

G

Simla for holidays. **generalization**/ ˌdʒenərəlai'zeiʃn*(n)*:ˌஜெனரஅலய்'-ஸெய்ஷஅன்: a general statement, idea or principle, பொதுவான அறிக்கை, கருத்து (அ) கொள்கை.

gen-e-rate/'dʒenəreit/*(v.t)*:'ஜெனஅரெய்ட் / **generated, generating**: to produce, உண்டாக்கு. • *I want to* **generate** *five million rupees worth of business immediately.* to bring into life, உயிர் உள்ளதாக்கு; to produce heat or electricity, வெப்பம் (அ) மின்சாரம் உண்டாக்கு. **generation***(n)* ஜெனரெய்ஷன்: the act of generating, உண்டாக்கும் செயல்; production, பிறப்பித்தல், உருவாக்குதல்; people of the same age or period, தலைமுறை. • *Children born in the post-war* **generation** *seem to be more intelligent.* **generation-gap***(n)*: the difference in ideas, feelings and interests between older and younger generation, பழைய தலைமுறைக்கும், புதிய தலை முறைக்கும் உள்ள கருத்து, பழக்க வழக்க வேற்றுமைகள், தலைமுறை இடைவெளி.

gen-e-ros-i-ty/ˌdʒenə'rɔsəti/*(n)*: ˌஜெனஅ'ராஸிட்டி / liberal attitude, பரந்த மனப்பான்மை, தாராள குணம்; benevolence, பெருந்தன்மை; unselfishness, பிறர் நலம் பேணும் தன்மை, தன்னலமின்மை. **gen-e-rous**/'dʒenərəs/*(adj)*:'ஜெனஅரஅஸ் / பரந்த மனப்பான்மையுள்ள; benevolent, பெருந்தன்மையான; unselfish, சுயநல மில்லாத; free from meanness or smallness of mind, குறுகிய புத்தியில்லாத.

gen-e-ra-tive/'dʒenəreitiv/*(adj)*: 'ஜெனஅரஅட்டிவ் / having the power to generate, உற்பத்தி செய்யும் திறமையுள்ள.

gen-e-ra-tor/'dʒenəreitə*/*(n)*: 'ஜெனஅரெய்ட்டஅ* / a machine that converts one form of energy to another esp. electricity, மின் உற்பத்தி செய்யும் இயந்திரம்.

gen-e-sis/'dʒenəsis/*(n)*:'ஜெனிஸிஸ் / origin, பிறப்பு, தோற்றம்; beginning, துவக்கம். • *It is not possible to explain the* **genesis** *of the universe.* the first book of the Bible, பைபிளின் முதல் அதிகாரம்.

ge-net-ics/dʒi'netiks/*(n, pl)*:ஜி'னெட்டிக்ஸ் (ஜெ) / the science dealing with heredity, மரபியல். **genetic***(adj)*: pertaining to genetics, மரபியல் பற்றிய.

ge-ni-al/'dʒi:njəl/*(adj)*:'ஜீனியஅல் / cordial, நல்ல பண்பும், கருணையும் உள்ள; cheerful and good tempered, மகிழ்ச்சியும் நல்மனமும் உள்ள.

gen-i-tal/'dʒenitl/*(adj)*:'ஜெனிட்ல் / of the external sex organs, புறப் பாலுறுப்புகள் பற்றிய.

gen-i-tive/'dʒenitiv/*(n)*:'ஜெனிட்டிவ் / possessive case, உடைமைப் பொருள் தரும் ஆறாம் வேற்றுமை.

ge-ni-us/'dʒi:njəs/*(n)*:'ஜீனியஅஸ் / great intellectual, மிக அறிவாற்றல் படைத்தவர்; proficient person, சிறப்புத்தகுதி, ஆற்றல் பெற்றவர். • *Adolf Hitler was the* **genius** *behind the World War II.* spirit, ஆவி, அருவம்.

gen-teel/dʒen'ti:l/*(adj)*:ஜென்ட்'டீல் / fashionable, நவநாகரிகமுள்ள. • *The young girl always speaks in a* **genteel** *voice.* elegant, நேர்த்தியாக உள்ள; polite, நல்ல பண்புள்ள; showing polite manners, செயற்கையாக மரியாதை காண்பிக்கும் தன்மையுள்ள; suitable to upper class, மேற்குடியினருக்குப் பொருத்தமான. • *Have you heard of* **genteel** *poverty?*

gen-til-i-ty/'dʒenti:ləti/*(n)*:ஜென்'ட்டிலிட்டி / politeness, நல்ல பண்புள்ள தன்மை; nobility of birth, பிறப்பின் மேன்மை, நற்குடிப் பிறப்பு; gentry, மேன்மக்கள்.

gen-tle/'dʒentl/*(adj)*:'ஜென்ட்ல் / of good birth, நற்குடிப் பிறப்பு உள்ள; courteous, பண்பும், நன்மதிப்பும் உள்ள; mild, இதமாக உள்ள. • *A* **gentle** *cool breeze is always refreshing.* soft, மிருதுவாக உள்ள. • *Her touch was* **gentle** *and soft.* • *Be* **gentle** *when you attend on a patient.* **gently** *(adv)*, **gentleness***(n)*. **gentlefolk***(n)*: people belonging to noble family, உயர்குடி மக்கள், மேன்மக்கள். **gen-tle-man**/ 'dʒentlmən/*(n)*:'ஜென்ட்ல்மஅன் / man of gentle birth, மேற்குடியில் பிறந்தவர்; a man of fine manners, நற்குணம் உள்ளவர். • *To be a perfect* **gentleman** *requires a lot of training.* a man who doesn't work for a living, வாழ்வதற்கு வேலை செய்ய வேண்டும் என்ற அவசியம் இல்லாதவர். **gen-tle-man-ly**/'dʒentlmənli/*(adj)*: 'ஜென்ட்ல்மஅன்லி / behaving like a gentleman, ஒரு பண்பாளன் போல் நடந்து கொள்ளுகின்ற; typical of a gentleman, ஒரு பண்பாளன் மட்டுமே நடந்து கொள்வது

போன்ற. **gentle-sex**(*n*): the female sex, women, பெண் இனம், பெண் இனங்கள். **gently**(*adv*): tenderly, அன்புடன், மிருதுவாக.

gen-try/ˈdʒentri/(*n*):ˈஜென்ட்ரி / people of noble/high birth, மேன்மக்கள்; people in good position, உயர் பதவியில் இருக்கும் மக்கள். • *The landed* **gentry** *during the British rule have become the ruling class now in Free India.*

gents/dʒents/(*n*):ஜென்ட்ஸ் / men, ஆண்கள் (in Britain) men's toilet room, ஆடவர் கழிவறை.

gen-u-flect/ˈdʒenju:flekt/(*v.i*): ˈஜென்யுஃப்லெக்ட் / to bend the knee (as if in worship), வணங்குவது போல் மண்டியிடு; to express a servile attitude, அடிமைக் குணத்தைத் தெரியப்படுத்து.

gen-u-ine/ˈdʒenjuin/(*adj*):ஜென்யுயின் / true, உண்மையான. • *Very often government officials do not express* **genuine** *sympathy for the people in distress.* real, கலப்பில்லாத; free from pretension, பாசாங்கு இல்லாத, உண்மையான.

genus/ˈdʒi:nəs/(*n*):ஜீனஸ் / class of animals or plants within the family, பிறப்பு வகை, இனம்; class, பிரிவு.

ge-o-cen-tric/ˌdʒi:əuˈsentrik/(*adj*): ˌஜிஉˈஸென்ட்ரிக் / viewed or measured from the centre of the earth, பூமியின் மையத்தினின்று அளவிடப்படும் (அ) பார்க்கக்கூடிய.

ge-og-ra-phy/dʒiˈɔgrəfi/(*n*):ஜிˈயாக்ரஃபி / the science dealing with the earth's surface, physical features, climate, population, etc., புவியியல். **geographer** (*n*), **geographical**(*n*), **geographically** (*adv*).

ge-ol-o-gy/dʒiˈɔlədʒi/(*n*):ஜிˈயாலஜி / the branch of science that deals with the structure of the earth, மண்ணியல். **geological**(*adj*), **geologically**(*adv*), **geologist**(*n*).

ge-om-e-try/dʒiˈɔmətri/(*n*):ஜிˈயாமிட்ரி / the science that deals with the study of lines, angles, figures, etc., வடிவியல். **geometrician**(*n*): a specialist in geometry, வடிவியல் நிபுணர். **geometric**(*adj*), **geometrical**(*adj*), **geometrically**(*adv*).

geo-sta-tion-a-ry/dʒiˈəusteiʃnəri/ (*adj*):ஜிஉˈஸ்டெய்ஷனரி /[also **geosynchronous**]: of a spacecraft remaining at the same position above the earth, விண்வெளிக்கோள் புவியின் மேல் ஒரே இடத்தில் இருப்பது பற்றிய.

germ/dʒɜ:m/(*n*):ஜ:ம் / microbe, நோய்க் கிருமி; minute form of living being, நுண்ணுயிர்; something that may develop into a larger unit, பெரிதாக/அதிகமாக வளரும் ஒன்று. • *His theory about the financial enterprise is the* **germ** *of an idea.*

ger-mane/dʒɜ:ˈmein/(*adj*):ˈஜ:மெய்ன் / intimately related, நெருங்கிய உறவுள்ள; suitable, தகுதியான; relevant, பொருத்தமான. • *The minister's speech is* **germane** *to the discussion.*

ger-mi-cide/ˈdʒɜ:misaid/(*n*):ˈஜ:மிஸய்ட் / a germ killer, பூச்சிக்கொல்லி; antiseptic, a thing that kills germs, கிருமி நாசினி. **germicidal**(*adj*).

ger-mi-nate/ˈdʒɜ:mineit/(*v.i*):ˈஜ:மினெய்ட் / begin to grow, வளரத் துவங்கு; sprout, முளைவிடு. • *Seeds* **germinate** *in sunlight and moisture.* **germination**(*n*): offshoot, தளிர் விடுதல்; sprouting, முளைத்தல்.

ger-on-tol-o-gy/ˌdʒerɔnˈtɔlədʒi/(*n*): ˌஜெரான்ˈடாலஜி / the scientific study of old age, முதுமையைப்பற்றி ஆராய்ச்சி.

ger-ry-man-der/ˈdʒerimændə*/(*v.i-v.t*): ˈஜெரிமஅன்டஅ* / to divide the constituencies for election purposes so as to benefit one party, ஒரு கட்சிக்கு அனுகூலமாக இருக்கும்படி, தேர்தல் தொகுதிகளைப் பிரித்து அமை.

ger-und/ˈdʒerənd/(*n*):ஜெரன்ட் / verbal noun, வினைப் பெயர்ச் சொல்; form of verb ending in 'ing', தொழிற் பெயர்.

ges-ta-tion/dʒesˈteiʃn/(*n*): ஜெஸ்ட்ˈடெய்ஷன் / the state of pregnancy, கருத்தரித்த நிலை. **gestation period** : the time during which gestation takes place, கருத்தரித்த முழு வளர்ச்சிப் பருவம்; the stage of development of an idea or plan, ஒரு திட்டத்தின் வளர்ச்சி, அத்திட்டம் செயலாக்கப்பட்டு முடிக்கப்படும் காலம்.

ges-tic-u-late/dʒesˈtikjuleit/(*v.i*): ஜெஸ்ட்ˈடிக்யுலெய்ட் / to make signs, குறி, சைகை காட்டு. **gesticulation**(*n*).

ges-ture/ˈdʒestʃə*/(*n*): ˈஜெஸ்ச்சஅ* / movement of the parts of the body to express something, சைகை; a hint, குறிப்பு. • *Ancient people used* **gestures** *very much to convey their ideas.* **gesture**(*v.t-v.i*): to make or use a gesture or gestures, சைகை (அ) சைகைகளைப் பயன்படுத்து; to express by gesture, சைகை மூலம் செய்தி கொடு. • *The husband made an angry* **gesture** *to his wife.*

get/get/(*v*):கெ:ட் / **got, getting**: to acquire, பெறு; to become, ஆகு. • *Do not* **get** *angry.* to go or to move, செல், நகர், போய்ச் சேர். • *I* **get** *on with all difficulty in life.* to receive or experience, பெறு, அனுபவமடை; to catch, பிடி.

gey-ser/'gaizə*('gi:zə*)/(*n*):க:ய்ஸ:ə ('கீ:ஸ:ə)/ a hot water spring, வெந்நீர் ஊற்று; an apparatus for heating water, சுடுநீர்க் கொதிகலம்.

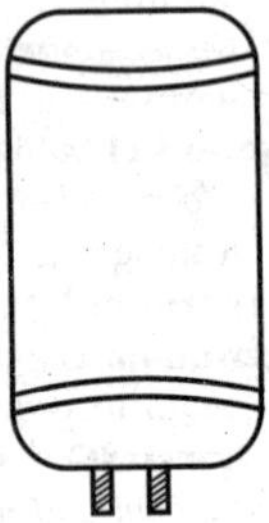

ghast-ly/'ga:stli/(*adj*): க:ாஸ்ட்லி / frightful, மிகப் பயங்கரமாக உள்ள. • *I have committed* **ghastly** *mistakes in life.* like a ghost, பேய் போன்ற.

ghat/ga:t/(*n*):க:ɔ:ட் / a range of mountains, மலைத்தொடர்; mountain pass, கணவாய்; a place in a river for bathing குளிக்கும் படித்துறை.

ghee/gi:/(*n*):கீ: / a kind of oily substance obtained from butter, நெய்.

ghost/gəust/(*n*):க:əஉஸ்ட் / the spirit of a dead person, ஆவி.

gi-ant/'dʒaiənt/(*n*):'ஜயəன்ட் / a person of extraordinary strength, அரக்கன், பெரிய உருவம் படைத்தவன், மிகுதியான திறமை உள்ளவன்.

gib-ber/'dʒibə*/(*v.i*):'ஜிப:ə* / to speak rapidly and not clearly, தெளிவில்லாமல் வேகமாகப் பேசு, உளறு. **gibber**(*n*): a talk not clear or spoken fast, வேகமான தெளிவில்லாத பேச்சு, உளறல்.

gib-bous/'gibəs/(*adj*)/ஜிப:əஸ் / (the moon) being more than half full, பிறைச்சந்திர வடிவத்தைவிட சற்று அதிகமான.

gibe/dʒaib/(*v.t*):ஜய்ப்: / to jeer, இகழ்ச்சி செய்; to mock with no kindness, இரக்கம் இன்றிக் கேலி செய். **gibe**(*n*): a taunting or sarcastic remark, ஏச்சும் கிண்டலும் (அ) கேலியும் குத்தலும் நிறைந்த பேச்சு.

gid-di-ness/'gidinis/(*n*):'கி:டி:னிஸ் / a whirling sensation in the head, தலை சுற்றுதல், மயக்கம்.

gid-dy/'gidi(*adj*):'கி:டி: / feeling not steady, நிலைகொள்ளாத உணர்வு கொண்டுள்ள; having a reeling sensation in the head, தலை சுற்றுகிற உணர்வுள்ள.

gift/gift/(*n*):கி:ஃப்ட் / a present, பரிசு; talent, திறமை, மதி நுட்பம்; a natural ability to do something, இயல்பாக உள்ள செய்யும் திறமை, இயற்கையான செய்திறன். **gifted**(*adj*): having special mental powers, தனித்திறமையுள்ள. **gifted** person, இயற்கையிலேயே தனித்திறம் கொண்ட மனிதன்.

gig/gig/(*n*):கி:க்: / a light two-wheeled carriage, சிறிய இரு சக்கர வண்டி. **gig**(*n*): (informal) a performance by a musician or a group of musicians, பாட்டுக் கச்சேரி.

gi-gan-tic/dʒai'gæntik/(*adj*):'ஜய்க:ஃன்ட்டிக் / very very big, மிகமிகப் பெரியதாக உள்ள; huge, அளவில் பெரியதாக உள்ள. • *My losses are* **gigantic** *but I am confident of setting things right.*

gig-gle/'gigl/(*v.t*):'கி:க்:ல் / to laugh quietly in a silly manner, கேலியாகச் சிரி. **giggle** (*n*): an act of giggling, கேலிச் சிரிப்பு.

gild/gild/(*v.t*):கி:ல்ட்: / to coat with gold, தங்க முலாம் பூசு; to adorn, அழகுபடுத்து. • *The beautiful morning sun* **gilds** *the snowy mountains.*

gig-o-lo/'ʒigələu/(*n, sing*):'ஜிக:əலəஉ / **gigolos**(*n, pl*): a man, employed by woman for sexual satisfaction, ஒரு பெண் தன் இச்சையைப் பூர்த்தி செய்ய வேலைக்கு வைத்துக்கொள்ளும் ஒருவன்.

gill/gil(*n*): கி:ல் / one fourth of a pint, ஆழாக்கு போன்ற முகத்தலளவை; the breathing organ in fish and other water breathing animals, செவுள்கள், நீர்வாழ் பிராணிகளின் மூச்சு உறுப்பு; the flesh under the chin and ears of a person, மனிதனின் தாடைத் தசை, காதுக்குக் கீழ் உள்ள தசை.

gilt/gilt/(*n*):கி:ல்ட் / gold covering, பொன் முலாம் பூச்சு; the past participle of "gild", "gild" என்பதன் இறந்த கால முடிவெச்ச வடிவம்.

gim-let/'gimlit/(*n*):கி:ம்லிட் / a small tool for making holes in wood to put screws,

துளை போடும் கருவி. **gimlet-eye***(n)* / a sharp, piercing glance, கூர்மையான ஊடுருவிப் பார்க்கும் கண்கள். • *Her eyes are like* ***gimlets****.*

gin/dʒin/ *(n)*:ஜின் / a drink, சாராய வகை சார்ந்த ஒரு பானம்; a trap, கண்ணி; a machine for removing seeds from cotton, பருத்தியிலிருந்து விதை அகற்றும் கருவி. **gin***(v.t)*: to entrap, கண்ணியில் சிக்க வை; to remove seeds from cotton, பருத்தியிலிருந்து விதைகளை நீக்கு.

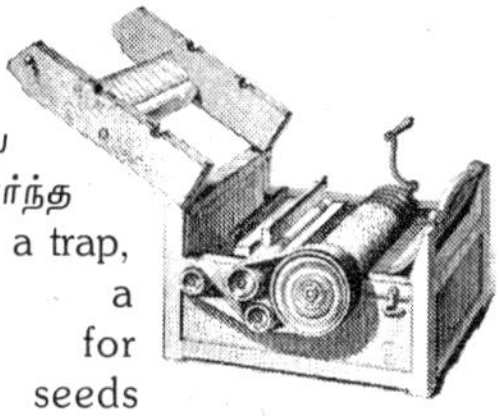

gin-ger/ˈdʒindʒə*/*(n)*: ஜிஞ்ஜ* / a hot spicy root, இஞ்சி. **ginger***(v.t)*: to stir up, தூண்டு; to become more effective, active and dynamic, தீவிரமாகச் செயல்படு. • *We require a dynamic leader to* ***ginger*** *up the lazy government departments.* **gin-ger-ly**/ˈdʒindʒəli/ *(adj)*:ஜின்ஜலி / careful, முன்னெச்சரிக்கையுடைய; cautious and wary, அதிக எச்சரிக்கையுடன் உள்ள. • *A thief is always* ***gingerly*** *in his movments.* **gingerliness***(n)*.

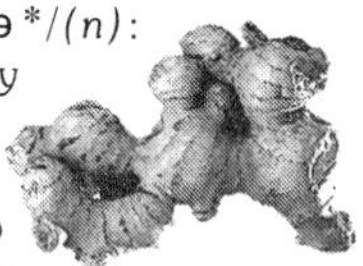

gin-gi-li/dʒindʒili/*(n)*:ˈஜிஞ்ஜிலி / seed that yields a kind of sweet oil, எள்.

gip-sy/ˈdʒipsi/*(n)*:ˈஜிப்ஸி / fortune teller, குறி சொல்பவர்; a member of a wandering tribe, நாடோடி.

gi-raffe/dʒiˈra:f/ *(n)*:ஜிˈராஃப் / an African animal with long neck and legs, ஒட்டைச்சிவிங்கி.

gird/gɜ:d/*(v.t)*:க:ə:ட்: / **girded, girt, girding**: to bind, கட்டு; to surround, சூழ்ந்துகொள்; to enclose, சுற்றிக்கட்டு; to strengthen, வலிவு கொடு, அதிக ஆற்றல் கொள். **gird one's loins**: to get ready for action, செயல்படத் தயாராயிரு. • *The Chief Minister* ***girded his loins*** *for the struggle ahead.*

gir-der/ˈgɜ:də*/*(n)*:க:ə:டə* / a supporting beam, உத்தரம்.

gir-dle/ˈgɜ:dl/*(n)*:க:ə:ட்:ல் / a belt worn by women round the waist, அரைக் கச்சை.

girl/gɜ:l/*(n)*:க:ə:ல் / a female child, சிறுமி; a young unmarried woman, மணமாகாத இளம் பெண்.

girt/gɜ:t/*(n)*:க:ə:ட் / [also **girth**]: saddle band, சேணப்பட்டை; measurement round the middle, சுற்றளவு.

gist/dʒist/*(n)*:ஜிஸ்ட் / the main point or summary of matter, முக்கிய கருத்து, சுருக்கம்.

give/giv/*(v.t)*:கிவ் / **gave, given**: to bestow, கொடு, அளி. • ***Giving*** *is better than receiving.* to grant, அனுமதி; to deliver, சேர்த்து விடு; to allow to have, பெற்றுக்கொள்ள அனுமதி. • *Do not* ***give*** me trouble.

gla-cial/ˈgleisjəl/*(adj)*:ˈக்:லெய்ஸ்யəல் / of ice or glaciers, பனி (அ) பனிக்கட்டி பற்றிய; very cold, மிகவும் குளிர்ந்த. **glac-i-er**/ˈglæsjə*/ *(n)*:ˈக்:லெய்ஸə* / a slow moving mass of ice and snow, பனிக்கட்டி ஆறு.

glad/glæd/*(adj)*:க்:லæட்: / cheerful, பொங்கும் மகிழ்ச்சியுடன் உள்ள. • *The minister was* ***glad*** *to see the reception arrangements.* pleasing, மனதிற்கு இசைந்த; polite, very willing, பண்பும், இசைவும் உள்ள.

glad-den/ˈglædn/*(v.t)*:ˈக்:லæட்:ன் / to make happy, மகிழ்ச்சி ஏற்படுத்து. • *The girl recovered from her recent illness: it* ***gladdened*** *her heart.*

glade/gleid/*(n)*:க்:லெய்ட்: / an open space between forest trees, காட்டு மரங்களுக்கிடையேயான, காட்டுவழிப் பாதை.

glad-i-a-tor/ˈglædieitə*/*(n)*:

ˈக்:லæடி:யெய்ட்டə* / a man fighter in a circus group, காட்சி அரங்கில் சண்டையிடும் வீரன், அரங்க மல்லன்.

gla-mour/ˈglæmə*/*(n)*:ˈக்:லæமə* / charm, வசீகரிக்கும் தன்மை; attraction, கவரும் அழகு; strong personal attraction, உடல்

வளம் மிக்க பலமான தனிக் கவர்ச்சி. • **Glamour** *girls have strong personal attraction.* **glamorous***(adj)*.

glance/gla:ns/*(n)*:*க்லான்ஸ்* / a sudden look, கண்ணோட்டம். **at a glance**: with one look, ஒரே பார்வையில். • *Even* **at a glance,** *he was able to judge her character.* **glance***(v.i)*, **glanced, glancing**: to take a glance or a quick look at, கண்ணோட்டமிடு. • *The manager* **glanced** *down the list of names to find out his choice.* to dart and fly, திடீர் கண்ணோட்டத்துடன் பற. **glancing**/ gla:nsiɲ/*(adj)*:*'க்லான்ஸிங்* / of a hit or blow which flies off at a tangent, பட்டும் படாமலும் இருக்கும் அடியைப்பற்றிய.

gland/glænd/*(n)*:*க்லஃண்ட்* / an organ of the body making secretions, சுரப்பி. **glandless***(adj)*, **glandlike***(adj)*.

glare/gleə*/*(n)*:*க்லεə** / very strong light, கண்ணைக் கூசும் ஒளி; an angry look or stare, கோபப் பார்வை, உற்றுப் பார்த்தல். **glare***(v.i)*: to shine with dazzling light, கண் கூசும் வகையில் ஒளி வீசு; to look in an angry way, கோபமாகப் பார். • *They stood* **glaring** *at each other.* **glar-ing**/ gleəriɲ/*(adj)*:*க்லεəரிங்* / dazzling, கண்கள் கூசுகின்ற; shining, ஒளிரும் தன்மை உடைய; clearly seen or visible, நன்கு தெரிகின்ற, நன்கு புலப்படுகின்ற. • *The annual report is full of* **glaring** *errors.* **glaringly***(adv)*: obviously evident, நன்கு தெரியும் வகையில் உள்ள. • *The errors in the essay are* **glaringly** *evident.*

glass/gla:s/*(n)*:*க்லாஸ்* / hard brittle transparent substance, கண்ணாடி; anything made of glass, கண்ணாடியால் செய்யப்பட்ட எதுவும். **glass-y**/'gla:si/ *(adj)*:*க்லாஸி* / like glass, கண்ணாடி போன்ற; dull, உணர்ச்சியில்லாத; lustrous, பளபளப்பான; smooth, வழவழப்பான.

glaze/gleiz/*(v.t)*:*க்லெய்ஸ்* / to fit with glass, கண்ணாடியால் பொருத்து; to have fixed look, உற்று நோக்கு. • *Her eyes* **glazed** *over and she sat silently.* to give glassy surface to, மெருகிடு, பளபளப்பாகச் செய். • *He is working to* **glaze** *the window.* • *It is a* **glazed** *window.* **glaze***(n)*: glazzy surface, கண்ணாடி போன்ற பளபளப்பான பரப்பு. **gla-zi-er**/'gleizjə*/*(n)*:*'க்லெய்ஸியə** / one who fixes glass, கண்ணாடி பொருத்துபவர். **glazing***(n)*: the glazier's job, கண்ணாடி பொருத்தும் வேலை; glass used to be fitted into a window, சன்னலில் பொருத்துவதற்கு ஏற்ற கண்ணாடி.

gleam/gli:m/*(n)*:*க்லீம்* / a beam of light, ஒளிச் சுடர், ஒளிக்கற்றை; brightness, ஒளி தரும் தன்மை; trace, சிறிதளவு. • *When I was facing a lot of difficulty, there was also a* **gleam** *of hope.* **gleam***(v.t)*: to emit light, ஒளியை உமிழ், ஒளி வீசு, to shine, ஒளிரும்படி செய், ஒளிர், (of a quality) be indicated, குறிப்பிட்டுக்காட்டும் தன்மை பெறு. • *In spite of the difficulty he was experiencing, confidence* **gleamed** *in his eyes.* **gleamingly***(adv)*, **gleamless***(adj)*.

glean/gli:n/*(v.t)*:*க்லீன்* / to gather remnants, மீதியைச் சேர்; to collect carefully, கவனமாகச் சேகரி, பொறுக்கு; to learn, கற்றுக்கொள்; to discover, கண்டுபிடி; to find out, தேடிக் காண். • *The rebels were able to* **glean** *all the information required to murder the leader.* **gleanings***(n)*: small amounts of information, சிறு சிறு செய்திகள்.

glebe/gli:b/*(n)*:*க்லீப்* / a field, வயல்; land belonging to a clergyman, மதகுருவிற்குச் சொந்தமான இடம்.

glee/gli:/*(n)*:*க்லீ* / a group song, பலர் சேர்ந்து பாடுதல்; joy, மகிழ்ச்சி; a feeling of joyful satisfaction, நிறைவு, மகிழ்ச்சியான உணர்வு. • *The little lambs jumped in* **glee** *in the beautiful morning sunlight.* **gleeful***(adj)*, **gleefully***(adv)*.

glen/glen/*(n)*:*க்லென்* / a narrow valley, குறுகிய பள்ளத்தாக்கு.

glib/glib/*(adj)*:*க்லிப்* / smooth, மிருதுவாக உள்ள; very fluent in speech but insincere, நல்ல வாக்கு வன்மையுடன் பேசக்கூடிய ஆனால், உண்மை இல்லாத. • *His* **glib** *tongue is always capable of covering his insincere heart.* **glibly***(adv)*, **glibness**.

glide/glaid/*(v)*:*க்லய்ட்* / to pass by smooth continuous movement, சறுக்குதல் செய். • **Gliding** *is a fine sport.* to fly without

an engine, பொறியில்லா வானூர்தியில் பற. • *The plane* **glided** *across the sky.* **glider** *(n)*: an aeroplane without an engine, எந்திரம் இல்லாத இலேசான விமானம். **glide***(n)*: a gliding movement, சறுக்குதல், பறத்தல்.

glim-mer/'glimə*/*(v.t)*:க்லிமə* / to give out a faint unsteady light, மினுங்கு, மங்கலாக விட்டுவிட்டு ஒளிர் விடு. • *A thin light* **glimmered** *in the cave.* **glimmer***(n)*: a faint light, மங்கல் ஒளி.

glimpse/glimps/*(n)*:க்லிம்ப்ஸ் / a view taken at a glance, ஒரு நொடியில் ஏற்படும் பார்வை, சிந்தனை சற்றும் இல்லாமல் எடுக்கும் தீர்வு. • *She had a* **glimpse** *of the thief when he ran away after attacking her.* **glimpse***(v.t)*, **glimpsed, glimpsing**: to see partly, ஓரளவு பார்; to have an incomplete view, அரைகுறையாகப் பார். • *The player missed the ball as he only* **glimpsed** *it.*

glint/glint/*(n)*:க்லின்ட் / flash of light, ஒளி மின்னுதல். **glint***(v.i)*: to give out small flashes of light, சிறு சுடரில் ஒளிர்.

glis-ten/'glisn/*(v.i)*:க்லிஸ்ன் / to glitter, மின்னுதல் ஏற்படுத்து. • *The sparkling bubbles of water* **glistened**.

glit-ter/'glitə*/*(v.i)*:க்லிட்டə* / to sparkle, மின்னச் செய், பளபளப்பாக ஒளிர் விடு. • *The waves of the lake* **glittered** *in the sunlight.* **glitter***(n)*: gleam, மின்னுதல்.

gloat/gləut/*(v.i)*:க்லəஉட் / to look at with jealousy and ironical smile, பொறாமை கொண்டு கொக்கரி; to have wicked joy over other people's sufferings, பிறர் துன்பத்தைக் கண்டு மகிழ்வு கொள். • *The same misfortune may befall on anyone; so one should not* **gloat** *over other people's misfortune.* • *Your friend has failed in the examinations. Do not* **gloat** *over it.* **gloat***(n)*.

globe/gləub/*(n)*:க்லəஉப்: / a sphere, கோளம்; a round body with world drawn on it, நிலக்கோளம்.

glo-bal/'gləubl/*(adj)*:'க்லəஉப:əல் / of or concerning the whole world, இவ்வுலகு பற்றிய, உலகினுடைய.

globalism/'gləublizm/*(n)*:'க்லəஉப:əலிஸ்:ம் / the quality of having concern about the whole world, இவ்வுலகு பற்றிய சிந்தனை. **globalist***(n)*.

glob-ule/'glɔbju:l/*(n)*:'க்லாப்யூல் / a minute round particle, நுண்ணிய கோளம்; spherule, சிறுகோளம்.

gloom/glu:m/*(n)*:க்லூம் / darkness, இருட்டு; sadness, மனவருத்தம். • *Any failure fills us with* **gloom** *as was seen in the hall when the news of the defeat was announced.* **gloom***(adj)*: almost dark, being dejected, மிகவும் இருட்டாக உள்ள, சோர்வும் மனத்தளர்ச்சியும் உள்ள.

glo-ri-fy/'glɔ:rifai/*(v.t)*:'க்லோ:ரிஃபய் / **glorified, glorifying**: to praise highly, அதிகமாகப் புகழ்ச்சி செய். • *Usually, films* **glorify** *war, violence and sex.* to beautify, அழகு செய்; to admire, பாராட்டு, வியப்புக் கொள், பெருமதிப்புக் கொள். • *The name of Gandhiji is* **glorified** *for his cult of truth and non-violence.* • *Every government can feel* **glorified** *by bringing new schemes.* **glo-ri-ous**/'glɔ:riəs/*(adj)*:'க்லோ:ரியəஸ் / with glory, புகழுடன் உள்ள; full of fame, புகழ்மிக்க, மதிப்பு மிக்க; honourable, மதிப்பிற்குரிய. • *It was a* **glorious** *day, when India got its Independence.* **glory**/'glɔ:ri/*(n)*:'க்லோ:ரி / honour, பெருமதிப்பு; fame, respect and popular adoration, புகழ், மதிப்பு, மக்கள் கொடுக்கும் பாராட்டு. • *Life in all its* **glory** *can be felt only in service and sufference.* • *It is reflected* **glory** *when you feel gratified in other people's achievement.* **glory**/*(v.t)*: to feel proud, பெருமை கொள்ளும்படி நடந்துகொள்; to boast about, கர்வம் கொள், தற்பெருமைப்படு. • *The mother* **gloried** *in the success of her children.*

gloss/glɔs/*(n)*:க்லாஸ் / lustre, மேல் பளபளப்பு; fineness, அழகு; falsehood, போலித்தனம்; interpretation, தெளிவு, விளக்கம் கொடுத்தல். **gloss***(v.t)*: to give a false interpretation of, பொய்யான விளக்கம் கொடு. • *The Chairman tried to* **gloss** *over the mistakes pointed out by the auditor but shareholders wanted an explanation.* **gloss-y**/'glɔsi/*(adj)*:'க்லாஸி / smooth, மிக வழவழப்பாக உள்ள; with shine, பளபளப்புள்ள. • *She has* **glossy** *white skin.*

glos-sa-ry/'glɔsəri/*(n)*:'க்லாஸəரி / a short dictionary of obsolete or technical terms with their special meaning, சொல் தொகுதி, அரும்பொருள் விளக்கம் கொண்ட அகராதி.

glove/glʌv/*(n)*:க்லவ் / covering for the hand, கையுறை.

glow/gləu/*(n)*:க்லəஉ / emitting light and heat without flame, கனல். • *The* **glow** *in his eyes was rather splendid.* **glow***(v.i)*: to shine with great heat, கனல் வீச்சு. • *The tiger's eyes* **glowed** *in the dark cave.* **glow-worm**/'gləuw3:m*(n)*:க்லəஉəம் / a kind of beetle which shows tiny light at night, மின்மினிப் பூச்சி.

G

glue/glu:/*(n)*:க்லூ / an adhesive substance, ஒருவகைப் பசை. **glue***(v.t)*: to join or stick with glue, பசை கொண்டு ஒட்டு (அ) சேர். • *The clerk was asked to* **glue** *the papers together.*

glut/gl∧t/*(v.t)*:க்லட் / **glutted, glutting**: to overload with food, மிக அதிகமாக உண்; to supply too much, மிக அதிகமாக தேவைக்கு மேல் கொடு. • *There were shops,* **glutted** *with fruits.* • *It is not desirable to* **glut** *one's appetite.* **glut***(n)*: too much of something, தேவைக்கு மிக அதிகமானது; larger supply than is necessary, தேவைக்கதிகமாக விநியோகம். • *There is a* **glut** *of luxury goods in the market.*

glut-ton/'gl∧tn/*(n)*:'க்லட்ன் / a person who eats excessively, பெருந்தீனி உண்ணுபவர்; a kind of weasel, கீரியின விலங்கு; a great lover of reading books, புத்தகம் படிப்பதில் அதிக ஆர்வம் உள்ளவர்; a person with very great desire or capactiy for something, மிகுந்த விருப்பமோ (அ) திறமையோ உள்ளவர். • *He is a* **glutton** *for work.* **glut-ton-ous**/'gl∧tnəs/*(adj)*: 'க்லட்டனஸ் / tending to eat excessively, அதிக உணவு உட்கொள்ளக்கூடிய. **gluttony** *(n)*: a very great avaricious love for food, பெருந்தீனி கொள்வதில் அதிக ஆசை.

gly-ce-mi-a/glaisəmiə/*(n)*:க்லய்ஸமியஅ / (medicine) the presence of glucose in the blood, இரத்தத்தில் சர்க்கரை இருத்தல்.

gly-ce-rine/'glisəri:n/*(n)*:,க்லிஸஅ'ரீன் / [also **glycerin**]: a sweet colourless liquid made from fats, used in making soap, medicine, etc., சோப்பு, மருந்துகள் தயாரிக்கப் பயன்படும் வேதிப்பொருள்.

gnarl-ed/na:ld/*(adj)*:நால்ட்: / twisted, முறுக்கேறிய; full of knots, கணுக்கள் அதிகம் உள்ள. **gnare**: a knot, மரக்கணு.

gnash/næʃ/*(v.i-v.t)*:நæஷ் / to grind the teeth, பற்களை நறநறவென்று கடி. • **Gnashing** *his teeth in anger, the master ordered his servant to go out.*

gnat/næt/*(n)*:நæட் / a small bloodsucking fly, இரத்தம் உறிஞ்சும் கொசு; a minute thing, மிகச் சிறு பொருள்; a nuisance, தொல்லை. aerial combat aircraft, வான்போரில் கலந்துகொள்ள தகுந்த முறையில் அமைக்கப்பட்ட விமானம். **gnatlike***(adj)*.

gnaw/nɔ:/*(v.i)*:நɔ: / **gnawed, grawing**: to keep biting, கடித்துத் துண்டாக்கு; to wear something away, அழித்து விடு. • *Rats* **gnawed** *off the lid of the box.* torture with pain, வலியினால் துன்பப்படு. • *The problem never* **gnawed** *at me.*

gnesis/nais*(n)*:நெய்ஸ் / a hard kind of rock, தீப்பாறை, கடினப்பாறை.

go/gəu/*(v.i)*:கஅஉ / **went, gone**: to proceed, போய்ச்சேர். • *Try to* **go** *fast.* to depart, இங்கிருந்து நகர். • **Go** *on, do not sag.* to try, முயற்சி செய்; to become, நடைபெறும்படி செய்; to act as specified, குறிப்பிட்டபடி செய். • *I do not know how this work* **goes** *on.* • *The story* **goes** *that the minister was killed by his own wife.*

goad/gəud/*(n)*:கஅஉட் / a stick with a sharp pointed needle at one end for driving cattle, தார்க்குச்சி, தூண்டுகோல், தாற்றுக் கோல்; motive, தூண்டும் உள்ளக்கிளர்ச்சி, செய்யவேண்டும் என்ற வெறி. • *I know my duty, I need no* **goading** *to do it.* **goad***(v.t)*: to induce, தூண்டு; to prick or drive with, குத்தி (அ) ஓடும்படி செய்; to drive with a goad, உந்து நகர். to try, துண்டுகோல் கொண்டு ஓட்டு. • *He was* **goaded** *to commit the crime.*

goal/gəul/*(n)*:கஅஉல் / an aim, இலக்கு. • *My* **goal** *is to get the Nobel Prize.* an objective, நோக்கம், the score in a game, போட்டியில் மதிப்பெண்; the winning post of a race, பந்தயத்தின் முடிவெல்லை. **goal keeper***(n)*: a player stationed to protect the goal, வெற்றி இலக்குக் காப்பாளர்.

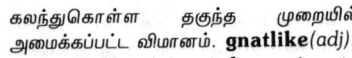

goat/gəut/*(n)*:கஅஉட் / a domestic animal of the sheep family, வெள்ளாடு. **a scapegoat**: victim, பலியாடு, ஒருவர் செய்த குற்றத்திற்கு மற்றவர் தண்டனை அடைதல்.

gob-ble/'gɔbl/*(v.t)*:'கɔப்:ல் / **gobbled, gobbling**: to eat hurriedly and noisily, அவசரமாகவும், சப்தம் செய்தும் சாப்பிடு; to produce a sound in the throat like a turkey cock, வான்கோழி போன்று குரல் எழுப்பு. **gobble** *(v.i)*: to make the sound of male turkey, ஆண் வான்கோழி போல் கத்து. **gobbler** *(n)*: male turkey, ஆண் வான்கோழி.

gob-let/'gɔblit/*(v.t)*:'க:ஒப்:லிட் / a handless drinking glass, கைப்பிடியில்லாத கோப்பை.

go-between/' gə ubi' twi:n*(n)*: 'க:ஒஉபி:,ட்உயீன் / a person who acts as an agent between persons or groups, தூதுவர் போல் வேலை செய்பவர்.

gob-lin/' gɔblin/*(n)*:' க:ஒப்:லின் / a mischievous spirit, தொந்தரவு கொடுக்கும் ஆவி, பேய்; demon, அரக்கன்.

go-by/'gəubi/*(n)*:'க:ஒஉபி: / (informal) an intentional passing by, வேண்டுமென்றே தவிர்ப்பது (அ) அலட்சியப்படுத்தித் தவிர்த்தல்.

go-cart/'gəuka:t/*(n)*:'க:ஒஉக்காட் / a wheeled framework for helping infants to walk, நடை வண்டி.

God/gɔd/*(n)*:க:ஒ:ட்: / deity, the Almighty, கடவுள், படைப்பாளர், நிறைந்த வல்லமையுடையவர். • *Every religion has its own* **God**. *That which cannot be defined is* **God**. **Goddess***(fem)*. **God (alone) knows it**: it is not possible to say, எதுவும் புரியவில்லை, சொல்லும் நிலையில் இல்லை. **godfather***(n)*: the person who sponsors baptism, ஞானத் தந்தை. **Godforsaken** *(adj)*: useless, பயனற்ற; deserted, wretched, மோசமான, கைவிடப்பட்ட. **godless***(adj)*: wicked, கொடூரமான; not having faith in God, கடவுள் நம்பிக்கையற்ற. **godliness***(n)*: god is seen everywhere and in all things of His creation, எங்கும் பரவி நிற்கும் இறையுணர்வு. • *I see* **godliness** *everywhere.* **godly***(adj)*: showing respect to God, கடவுள் நம்பிக்கையுள்ள.

godown/'gəudaun/*(n)*:'க:ஒஉட:உன் / a storehouse, கிடங்கு, பண்டகசாலை.

godsend/'gɔdsend/*(n)*:'க:ஒட்:ஸென்ட்: / a good fortune that comes when one is in dire need, மிக நெருக்கடியில் இருக்கும் பொழுது கிடைக்கும் நற்பயன்.

god-speed/,gɔd'spi:d/*(n)*:'க:ஒட்:'ஸ்ப்பீட்: / sincere wish for success or good fortune, வெற்றி (அ) நன்மை பெற வாழ்த்துதல்.

go-get-ter/gəugətə*/*(n)*:'க:ஒஉகெட்டஅ* / a go ahead person, தன்முனைப்பு உடையவன்; a person who is forceful and determined and is poised for success, மனத்திண்மையுடன் செயல்படும் வெற்றி முகப்பில் உள்ள செயல் வீரன்.

gog-gle/'gɔgl/*(v.i)*:க:ஒக்:ல் / **goggled, goggling**: to roll about eyes, கண்களைச் சுழற்றி, உருட்டி விழி; to stare with wide open eyes, கண் இமைக்காமல் உற்றுப்பார். • *The woman* **goggled** *in wonder at the circus lady.* **goggles***(n)*: a kind of spectacles, ஒருவகை மூக்குக் கண்ணாடி. • *He sells motor cycle* **goggles** *which are in great demand.*

go-ing/'gəuiɲ/*(adj)*:க:ஒஉயிங் / existing, இருக்கின்ற, நடைபெற்றுக்கொண்டிருக்கின்ற; progressing, முன்னேற்றம் உடைய. **going concern**: thriving business, செழிப்பான வாணிகம். • *The shop being a* **going concern,** *is sold for a good price.*

gold/gəuld*(n)*:க:ஒஉல்ட்: / a precious metal, பொன்; a thing of highest quality, மிக உயர்ந்த ஒன்று. **golden***(adj)*: very favourable, மிகவும் சாதகமான; made of gold, பொன்னால் செய்யப்பட்ட. **goldsmith**/ 'gəuldsmiθ/*(n)*:க:ஒஉல்ட்:ஸ்மித் / a worker engaged in making gold ornaments, பொற்கொல்லர்.

golf/gɔlf*(n)*:க:ஒல்ஃப் / a game played with clubs and hard ball, குழிப் பந்தாட்டம்.

go-nad/' gə unæd*(n)*: க:ஒஉனஆட்: / a sex gland producing cells from which young ones may be formed, an ovary or testis, பால் அணுக்களை உற்பத்தி செய்யும் சுரப்பி.

gong/gɔɲ/*(n)*:க:ஒங் / a rimmed metal disc that gives a booming sound, when stuck, கையால் அல்லது குச்சியினால் அடித்ததும் பேரொலி எழுப்புகின்ற விளிம்புள்ள ஒரு உலோகத் தட்டு.

good/gud/*(adj)*:கு:ட்: / advantageous, நன்மை பயக்கக்கூடிய; beneficial, சாதகமான; virtuous, நல்ல தன்மையுள்ள; right, சரியான. • *I always go walking which is* **good** *for my healh.* **make good**: effect a purpose, நினைத்த செயலை முடி. • *The prisoners, after murdering the jailer,* **made good** *their escape.* **good***(n)*: advantage, நன்மை; moral behaviour, நீதிக்குட்பட்ட நடத்தை.

good-bye/,gud'bai/*(interj)*:கு:ட்:பய் / greeting word used when parting, விடைபெறும் சொல்.

good-ly/gudli/*(adj)*:கு:ட்:லி / good-looking, இனிமையான, அழகான.

goods/gudz/*(n)*:கு:ட்:ஸ் / article of trade, வியாபாரப் பொருள். • *Consumer* **goods**

are available in plenty. movable possessions, எடுத்துச்செல்லக்கூடிய உடைமைகள், அசையும் பொருள்கள்; an amiable person, பிரியமானவர்.

good-will/ˌgud'wil(*n*):குட்:உயில்/ benevolence, நல்ல எண்ணம்; friendship, நட்புறவு; the good feelings of the customers, வாடிக்கையாளரின் நன்மதிப்பு, வாடிக்கையாளரின் நல்லெண்ணம்.

goof/'gu:f/(*n*)/கூஃப் / a stupid person, முட்டாள்.

goose/gu:s/(*n, sing*): கூ:ஸ் / **geese**(*n, pl*): a female water fowl, பெண் வாத்து.

goose-ber-ry/'guzbəri/(*n*): 'கூ:ஸ்:பெ:ரி / a thorny shrub, ஒருவகை முட்செடி; its eatable berry, சாப்பிடக்கூடிய அதன் பழம். **goose-step**(*n*): balancing drill taught to soldiers, இராணுவப் படையினருக்கு அளிக்கப்படும் ஒருவகை நடைப்பயிற்சி.

gore/gɔ:*/(*n*):க:ɔ:* / thick clotted blood, உறைந்த இரத்தம்; triangular shaped piece of cloth, முக்கோண வடிவத் துணி. **gore**(*v.t*): to attack with a pointed weapon or horn, கூரான ஆயுதத்தால் தாக்கு. • *The butcher was* **gored** *to death by the bull.*

gorge/gɔ:dʒ/(*n*):க:ɔ:ஜ் / a narrow passage usually with stream between hills, மலையருவி ஓடும் குறுகிய வழி; the throat, தொண்டை; gluttony, பெருந்தீனி, பேராவலுடன் விழுங்குதல். **gorge**(*v.t*): to eat or stuff with food in a greedy way, பேராவலுடன் பெருந்தீனி உண்.

gorg-eous/'gɔ:dʒəs/(*n*):'க:ɔ:ஜஸ் / splendid, பகட்டான; ornamented, அலங்காரமான.

go-ril-la/gə'rilə/(*n*): கə'ரிலə / the man-like ape, மனிதக் குரங்கு; a rough man, முரடன்.

gor-mand-ize/'gɔ:məndaiz/(*v.i*): 'க:ɔ:மəன்டா:ய்ஸ்: / **gormandized**, **gormandizing**: to eat voraciously, அதிக ஓசையுடன் அவசரப்பட்டுச் சாப்பிடு; to eat for pleasure, பசிக்கு அல்ல, ருசிக்கு உண்.

gor-y/'gɔ:ri/(*adj*):'க:ɔ:ரி / covered with blood, உறைந்த இரத்தத்தால் மூடப்பட்டுள்ள; bloody, இரத்தம் தோய்ந்துள்ள.

gos-ling/'gɔzliŋ/(*n*):'க:ɔஸ்:லிங் / the young one of a goose, வாத்துக்குஞ்சு.

gos-pel/'gɔspl/(*n*):'க:ɔஸ்ப்பəல் / the teaching of Lord Christ, His life story, good news, etc., இயேசுநாதரின் போதனைகள், அவர் வரலாறு, நற்செய்தி முதலியன; something that is completely believed, உண்மையென நம்பக்கூடியது.

gos-sip/'gɔsip/(*n*):க:ɔஸிப் / idle talk, வீண் பேச்சு; chattering, அரட்டை அடித்தல்; chatterer, அரட்டை அடித்துப் பொழுது போக்குபவர். **gossipper**(*n*). He is fond of idle **gossip**.

gourd/guəd/(*n*):கு:əட்: / a large fleshy fruit, சுரைக்காய்; dried and used as a drinking cup, சுரைக் குடுக்கை.

gour-mand/'guəmənd/(*n*):கு:əமəன்ட்: / a man who is fond of good eating, சாப்பிடுவதில் ஆசையுள்ளவர்.

gour-met/'guəmei/(*n*):'கு:əமெய் (குர்மε) / a connoisseur in the delicacies of the table, உணவு, மது முதலியவற்றின் சுவை, தரம் முதலியவற்றை அறிந்து சொல்லக்கூடியவர்.

gout/gaut/(*n*):க:உட் / a disease causing painful swelling of the joints, கீல் வாதம்.

gov-ern/'gʌvn/(*v.t-v.i*):'க:வəன் / to control by authority, அதிகாரம் கொண்டு அடக்கி ஆள். • *It is the council of ministers headed by the Prime Minister that* **governs** *the country, not the President.* to rule, ஆட்சி செய்; (grammar) to cause another word to be in the state or form, வார்த்தைகளை வடிவமைத்துச் செயல்படுத்து. **government** (*n*) the act of governing, ஆட்சி செய்தல்; the form of governing, ஆட்சி முறை. **gov-er-nor**/'gʌvənə*/(*n*): 'க:வəனə* / a ruler, ஆளுநர்; a regulator that controls the speed of working, கட்டுப்படுத்தும் கருவி. **gov-er-ness**/'gʌvnis (*n*):'க:வəனிஸ் / a woman who is employed to take charge of a child's up-bringing, education, etc., குழந்தையைப் பராமரித்து, கல்வி போதிக்கும் பெண்மணி.

gown/gaun/(*n*):'க:உன் / a long loose robe, மேலங்கி; a woman's upper garment, பெண்களின் மேலாடை.

grab/græb/(*v.t*):க்:ரæப்: / **grabbed**, **grabbing**: to snatch, கைப்பற்று, திடீரெனப் பிடுங்கிக்கொள். • *He* **grabbed**

him by the shirt. to take illegal possession of, சட்ட விரோதமாகச் சொத்துக்களை எடுத்துக்கொள். **grab**(n): capture, கைப்பற்றுதல், பிடித்தல். • The chain snatcher made a **grab** at the woman's gold chain.

grace/greis/(v.t):க்:ரெய்ஸ் / to give honour or favour to, வருகை தந்து கௌரவி, வருகை தந்து பெருமைப்படுத்து. • The President **graced** the occasion with his presence. • Many portraits **graced** the chamber of the lawyer. **grace**(n): elegance, பண்புடைமை; polished behaviour, பண்பும், நேர்மையும் உள்ள நடத்தை; forgiving characteristic, மறந்து மன்னிக்கும் குணம்; mercy, தயை; piety, இறைத்தன்மையுடன் உள்ள மாட்சி. • She was a minister; yet she had the **grace** to admit the fault publicly. prayer before or after meal, உணவுக்கு முன் (அ) பின் செய்யப்படும் வழிபாடு. **graceful**(adj): elegant, அழகான, நேர்த்தியான, பண்புள்ள. • Her movements were **graceful** and her speech was splendid. **gracefully**(adv), **gracefulness**(n). **graceless**(adj): without grace, கருணை இல்லாத. **gracious**/ˈgreiʃəs/(adj): ˈக்:ரெய்ஷஸ் / merciful, இரக்கமுள்ள, கருணையுள்ள; polite, பண்புள்ள; pleasing, மனதிற்கு இனிமையான; forgiving, பெருந்தன்மையான, மன்னிக்கும் பண்புள்ள. • The woman was rich and arrogant; yet she was **gracious** enough to smile at him.

grade/greid/(n):க்:ரெய்ட்: / quality, தன்மை, தரம்; rank, தரவரிசை. • I do not think you will get the **grade** in the examination. class, வகுப்பு. • The girl is in the third **grade**. slope, சரிவு. **grade**(v.t): to separate into levels of rank or quality, தரம் பிரி. • There are machines to **grade** goods now.

gra-di-ent/ˈgreidjənt/(n):ˈக்:ரெய்டி:யன்ட் / a slope, சரிவு; obliquity, சாய்மை, சாய் வளைவு.

grad-u-al/ˈgrædʒuəl/(adj):ˈக்:ரஜூஅல் / taking place by degrees, படிப்படியாக உள்ள. • She was ill, now **gradual** improvement is seen in her health. not rapid, வேகமில்லாத; not sudden திடீரென்று இல்லாத.

grad-u-ate/ˈgrædʒuət/(n):ˈக்:ரஜூஅட் (யிட்) / a person who had received an academic degree of a university, பல்கலைக்கழகப் பட்டதாரி. • She **graduated** from college this year. a graduated measuring glass, அளவுக் குறிகளையுடைய கண்ணாடிக் கலம். **graduate**(v.t-v.i): to take a degree, பட்டம் பெறு; to mark out in degrees or portions, அளவுகளைக் குறி. • The ruler is **graduated** in both inches and centimeters. **graduated**(adj): divided and marked, பிரித்து அளவிடப்பட்டுள்ள.

graffiti/grəˈfiːti/(n):க்:ராஃபீட்டி / drawings or writing on a wall, etc. in a public place, பொது இடங்களில் சுவற்றில் படங்கள் வரைதல், எழுதுதல், they are usually rude, humourous or political, அவை கடுமையான, நகைச்சுவையான (அ) கட்சி சார்புள்ளதாக இருக்கும். The wall was covered with **graffiti**.

graft/grɑːft/(v.t):க்:ராஃப்ட் / to fix a shoot of one plant on another, கிளை ஒட்டு; to join the skin from one part of the body to another part, உடலில் ஒரு பகுதியிலிருந்து தோலை எடுத்து இன்னொரு பகுதியில் இணை. • A piece of skin was **grafted** from his knee into his injured cheek. • The latter part of the essay has been **grafted** in a clumsy way. **graft**(n): the practice of gaining advantage, financial or otherwise, by dishonest means, especially through the abuse of one's position and power, பதவியைப் பயன்படுத்தி தன் சொந்த நலனை மேம்படுத்திக்கொள்ளல். **graft**(n): scion in stocks, ஒட்ட வைத்த கிளை; a hollow dug out, வெட்டிய பள்ளம்.

grain/grein/(n):க்:ரெய்ன் / corn, தானியம்; seed, விதை; minute particle, நுண்மணி; a measure of weight, எடை அளவு; the run of the marking lines in wood, leather, etc., மரம், தோல் போன்றவற்றிலுள்ள நார் வரியமைப்பு.

gram/græm/(n):க்:ரஆம் / a kind of cereal grain, கொள்ளு; a unit of weight, நிறுத்தலளவையின் அலகு.

gram-mar/ˈgræmə*/(n):ˈக்:ரஆமinvolving* / the study which deals with inflexions or other means of showing relation between words as used in speech and writing, இலக்கணம். • Her **grammar** knowledge is poor but her pronunciation is fine.

gram-mar-i-an/grəˈmeəriən/(n):

க்:ரə'மεəரியəன் / a person who has good knowledge of grammar, இலக்கணத் தேர்ச்சி உள்ளவர். **grammatical**(*adj*), **grammatically**(*adv*).

gram-o-phone/'græməfəun/ (*n*): 'க்:ரæமəஃபəஉன் / an instrument reproducing speech, music, etc., from a record, பதிவிசைக் கருவி.

gra-na-ry/'grænəri/ (*adj*):'க்:ரæனəரி / a storehouse for grains, தானியக்களஞ்சியம், பண்டகசாலை. • *Thanjavur district is called the* **granary** *of South India.*

grand/grænd/(*adj*):க்:ரænட்: / important, மிக முக்கியமான. • *Deepavali is a* **grand** *festival.* beautiful, அழகான; glorious, சிறப்பான; great, மிகப்பெரியதான. • *The king's court is always* **grand**.

grand-child/'grænt∫aild(*n*):'க்:ரæன்(ட்:) ச்,சய்ல்ட்: / son's or daughter's child, பேரக்குழந்தை.

grand-daughter/'græn,dɔ:tə*(*n*): 'க்:ரæன்,டɔட்டə* / daughter of one's son or daughter, பேத்தி.

grandee/græn'di:(*n*):க்:ரæன்'டீ: / (Spanish or Portuguese) a man of high rank, போர்த்துகீசியப் பெருமகன்.

gran-deur/'grændʒə*(*n*)க்:ரæன்ஜ:ə* (ட்:யə*) / splendour, பகட்டு; beauty, அழகு. • *The* **grandeur** *of epic poetry is beyond description.* repute, மதிப்பு, புகழ். • *South Indian temples are noteworthy for their* **grandeur** *in architectural designs.*

grand-father/'grænd,fa:ðə*(*n*):'க்:ரæன்ட்: ,ஃபாத:ə*: father of one's father or mother, தாத்தா.

grand-sire/'græn,saiə*(*n*):'க்:ரæன்,ஸயə* / ancestor, மூதாதையர்; an old man, வயதானவர். **grand-son**(*n*): son of one's son or daughter, பேரன்.

gran-ite/'grænit/(*n*):'க்:ரæனிட் / granular crystalline rock, கருங்கல்.

gran-i-vo-rous/'grænivərəs/(*adj*): 'க்:ரæனி,வəரəஸ் / grain eating, தானியம் உண்ணுகின்ற.

gran-ny/'græni/(*n*):'க்:ரæனி / grandmother, பாட்டி; an old woman, கிழவி.

grant/gra:nt/(*v.t*):க்:ரான்ட் / to bestow, ஆசீர்வதித்துக் கொடு; to give, கொடு. • *Permission to go abroad has been* **granted** *to the criminal.* to allow, இணக்கம் தெரிவி; to condescend, அருள் செய்; to consent, அனுமதி கொடு; to agree to fulfil, நிறைவேற்ற ஒப்புக்கொள். • *'I* **grant** *that point', said the judge.* to admit the truth, உண்மையை ஒப்புக்கொள். **grant**(*n*): that which is granted, அனுமதிக்கப் படுவது, கொடுக்கப்படுவது; a sum of money given by the government for some purpose, ஒரு குறிப்பிட்ட நோக்கத்திற்குக் கொடுக்கப்படும் அரசு உதவி. • *The University Grants Commission allows scholarship* **grant** *to many students.*

grape/greip/(*n*):க்:ரெய்ப் / edible fruit of the wine, திராட்சை.

graph/gra:f/(*n*):க்:ராஃப் / symbolic diagram drawn showing the mathematical or chemical relations, வரைபடம். **graphic**(*adj*): descriptive, விரிவானதும், விளக்கமானதுமான; intelligible, நன்கு புரிந்துகொள்ளக் கூடிய; of symbolic diagram, வரை படங்களுடைய.

graph-ite/'græfait/(*n*):'க்:ரæஃபய்ட் / black

carbon, கருமையான காரீயம்.

grap-nel/'græpnl/(*n*):'க்:ரæப்னəல் / an iron clawed instrument thrown to seize objects, பல கொக்கிகளை உடைய பிடிக்கருவி; a small anchor with several claws or arms, பல வளைந்த கொக்கிகளையுடைய சிறு நங்கூரம்.

grap-ple/'græpl/(*n*):'க்:ரæப்ல் / to catch, கெட்டியாகப் பற்றிக்கொள்; to seize, கைப்பற்று; to work hard to accomplish something difficult, கடினமான வேலையொன்றைச் செய். • *The Finance Minister has come to* **grapple** *effectively with the problem of black money.* **grapple**(*n*): an instrument for holding ships, கப்பல்களைப் பிடித்து நிறுத்தும் கருவி; grip, கவ்வி; fight, பிரச்சினையைத் தீர்க்க சரியாக எதிர்த்து நிற்றல்.

grasp/gra:sp/*(v.t)*:க்ராஸ்ப் / to seize, பற்றிப் பிடித்துக்கொள்; to comprehend, புரிந்து கொண்டு செயல்படு. • *The judge has not* **grasped** *the points in full.* to understand, புரிந்துகொள்; be eager to take, எடுத்துக் கொள்வதற்கு ஆர்வம் கொள். **grasp**/*(n)*: a firm hold, நல்ல பிடிப்பு; the act of grasping, புரிந்துகொள்ளும் செயல். • *The student has a firm* **grasp** *of the subject matter.* • *Always think and act: success is within your* **grasp**. **grasping***(adj)*: greedy, avaricious, பேராசையுள்ள.

grass/gra:s*(n)*:க்ராஸ் / common herbage eaten by cows etc., புல்.

grasshopper/ˈgra:sˌhɔpə**(n)*: ˈக்ராஸ்ˌஹாப்பə* / an insect that moves by jumping, வெட்டுக்கிளி.

grate/greit/*(n)*: க்ரெய்ட் / metal framework for holding fuel in a fire place, இரும்பாலான அடுப்புச் சட்டம். **grate***(v.t)*: to rub with noisy friction, பெருத்த ஓசையுடன் சுரண்டு (அ) தேய்; to make a sharp, unpleasant sound, எரிச்சல் ஊட்டக்கூடிய ஓசையை எழுப்பு.

grate-ful/ˈgreitful/*(adj)*:க்ரெய்ட்ஃபுல் / thankful, நன்றியுடைய. • *To be* **grateful** *requires a sense of duty and love.* • *She felt* **grateful** *to the doctor for his timely help.*

grat-i-fy/ˈgrætifai/*(v.t)*:க்ரஅட்டிஃபய் / to remunerate, வெகுமதி கொடுத்துக் கைம்மாறு செய்; to please, மனநிறைவு அளி, பிறரை மகிழ்வுபடுத்து. • *She was* **gratified** *when she saw all her friends in the party.* to satisfy, பிறர் மனநிறைவு அடையுமாறு செயல்படு. **gratification***(n)*.

grat-i-fy-ing/ˈgrætifaiiŋ/*(adj)*: க்ரஅட்டிஃபயிங் / giving satisfaction and pleasure, மன நிறைவும், மகிழ்ச்சியும் கொடுக்கக்கூடிய.

grat-ing/ˈgreitiŋ/*(adj)*:ˈக்ரஅட்டிங் (ரெய்) / harsh, உராய்கின்ற; sharp, hard and unpleasant, கொடுமையும், மனநிறைவும் இல்லாத.

grat-is/ˈgreitis/*(adv)*:ˈக்ரஅட்டிஸ் / free of charge, இலவசமாக; for nothing, விலை கொடுக்காமல்.

grat-i-tude/ˈgrætitju:d/*(n)*:ˈக்ரஅட்டிட்யூட் / thankfulness, கடமை; feeling of being obliged, கடமையுணர்வு. • *She showed her deep sense of* **gratitude** *to her friend for helping her.* a debt of gratitude, நன்றிக்கடன். **gratuitous***(adj)*, **gratuitously***(adv)*.

gra-tu-i-ty/grəˈtju:əti/*(n)*:க்ரəட்யுயிட்டி / a money gift in return for the service rendered, பணிக்கொடை.

gra-va-men/grəˈveimen/*(n)*:க்ரəˈவெய்மென்: grievance, மனக்குறை; essence of complaints, குற்றச்சாட்டுகளின் சாரம்.

grave/greiv/*(n)*:க்ரெய்வ் / burial place for the corpse, சவக்குழி, கல்லறை, புதைகுழி. **grave***(adj)*: serious, ஆழ்ந்த மனமுள்ள; important, மிக முக்கியமான. • *The rebels pose a* **grave** *threat to peace.*

grav-el/ˈgrævl/*(n)*:ˈக்ரஅவəல் / sand and small stones mixed, சரளைக் கல்.

gra-ver/greivə*/*(n)*:ˈக்ரெய்வə* / an engraving tool, செதுக்கு உளி.

grave-yard/greivja:d/*(n)*:ˈக்ரெய்வயாட் / burial ground, மயானம், சுடுகாடு, இடுகாடு.

grav-i-tate/ˈgræviteit/*(v.i)*:ˈக்ரஅவிட்டெய்ட் / **gravitated, gravitating**: to move under the influence of gravitational force, புவிஈர்ப்பு விசையின் ஆற்றலினால் நகர்.

grav-i-ta-tion/ˌgræviˈteiʃn/*(n)*: ˌக்ரஅவிˈடெய்ஷன் / force of attraction, புவியின் ஈர்ப்பு விசை; relating to gravitation, புவிஈர்ப்பு விசைத் தொடர்பான. • *The* **gravitational** *field is different from magnetic field.* **gravitational***(adj)*.

grav-i-ty/ˈgrævəti/*(n)*:ˈக்ரஅவிட்டி / force of attraction of the earth on bodies, புவி ஈர்ப்பு விசை; weight, எடை, கனம்; seriousness, முக்கியத்துவம்; importance, சிறப்புத்தன்மையும், அதிமுக்கியமும். • *The government hasn't realised the* **gravity** *of the situation.*

gray/grei/*(adj)*:க்ரெய் / [also **grey**]: having black and white colours mixed, சாம்பல் நிறமுள்ள.

graze/greiz/*(v.t-v.i)*:க்ரெய்ஸ்: / **grazed, grazing**: to feed on grass, புல் மேயவிடு. • *The cows are* **grazing** *in the field.* to touch lightly while passing, உராய்ந்து செல். • *The bullet just* **grazed** *his head.*

grease/gri:s/*(v.t)*:க்ரீஸ் / to lubricate, எண்ணெய் பூசு; to smear, மசகிடு. • *The axle has to be* **greased**. **grease***(n)*: thick animal fat, கொழுப்பு; oily matter of any liquid, எண்ணெய்ப் பசை, மசகு.

great/greit/*(adj)*:க்:ரெய்ட் / much, அதிகம் உள்ளது. big, பெரிய; important, முக்கியமான; glorious, மேன்மையும் புகழும் உள்ள; magnanimous, பெருந்தன்மையான. • **Great** *men think alike.*

greed/gri:d/*(n)*:க்:ரீட்: / great and selfish desire for anything, பேராசை. • **Greed** *is the root cause of all progress.* **greedy***(adj)*: desirous, அதிக ஆசையுள்ள. • *I am a* **greedy** *man.* பெருந்தீனி உண்ணக்கூடிய. **greedily** *(adv)*, **greediness***(n)*.

green/gri:n/*(adj)*:க்:ரீன் / grass coloured, பசுமையான, பச்சை நிறமுள்ள; unripe, பழுக்காத; inexperienced, அனுபவம் இல்லாத; unskilled, திறன், நுட்பம் இல்லாத; new, புதிய.

green-grocer/gri:n'grə usə*/*(n)*: 'க்:ரீன்,க்:ரஉஸ* / a dealer in fresh vegetables, காய்கறி விற்பனையாளர்.

green-house/'gri:nhaus/*(n)*:'க்:ரீன்,ஹஉஸ் / a house of glass for growing plants, செடிகள் வளர்க்கப் பயன்படும் கண்ணாடி வீடு.

green-room/'gri:nrum/*(n)*:'க்:ரீன்,ரூம் / a room for the actors in a drama when off the stage, ஒப்பனை அறை, ஓய்வு அறை.

green-wood/'gri:nwud*(n)*:'க்:ரீன்,உட் / woodlands, கோடைக் காலத்திலும் பசுமையுடன் விளங்கும் சிறு காடு, பசுஞ்சோலை.

greet/gri:t/*(v.t)*:க்:ரீட் / to send kind wishes to, வாழ்த்து அனுப்பு; to welcome warmly, வரவேற்புக் கூறு; to salute with welcome words, முகமனுரை. • *The speech was* **greeted** *with derisive smile,* to hail, வாழ்த்துக் கூறு. • *Every morning, the birds* **greet** *me with their sweet song.* **greetings***(n)*: words of joy, வரவேற்பு வார்த்தைகள், மகிழ்ச்சி வார்த்தைகள்; welcome, வரவேற்பு; a salutation, முகமன், வணக்கம்.

gre-gar-i-ous/gri'geəriəs/*(adj)*: க்:ரி'க:ஏரியஸ் (க்:ரெ) / living in flocks or herds, கூட்டமாக உள்ள, மந்தையாக வாழ்கின்ற; social, சமூதாயத்தில் வாழும், சமுதாய உணர்ச்சியுள்ள, கூட்டாக வாழ்கின்ற. **gregariously***(adv)*, **gregariousness** *(n)*.

gre-nade/grə'neid/*(n)*:க்:ரெ'னெய்ட்: (க்:ரி) / a small explosive thrown by hand or shot from rifle barrel, எறிகுண்டு, வெடிகுண்டு.

grey/grei/*(adj)*:க்:ரெய் / of the colour like black mixed with white, வெண்மையும், கருமையும் கலந்த சாம்பல் நிறம். **grey-beard***(n)*: an old man, வயதானவர்; a jug for spirit, மது ஜாடி; a kind of plant, ஒருவகைப் பாசிச் செடி. **grey-hound***(n)*: a hunting dog, வேட்டை நாய்.

grid/grid/*(n)*:க்:ரிட்: / a network for distributing electricity, மின்நிலைய இணைப்பு வரைச் சட்டம்; a grating of bars, கனல் தாங்கும் இரும்புச் சட்டம்.

grief/gri:f/*(n)*:க்:ரீஃப் / a feeling of dejection, மனத்தளர்ச்சி, சோர்வு; a sense of sorrow, துக்க உணர்வு.

griev-ance/'gri:vns/*(n)*:க்:ரீவஒன்ஸ் / ground for complaint, மனக்குறைக்குத் தகுந்த காரணம். • *Many people have their own* **grievance** *against the functioning of the government.* • *Do not nurse* **grievance** *against anyone.* **grieve**/gri:v/ *(v.i)*:க்:ரீவ் / to feel deep sorrow, ஆழ்ந்த துயரம் கொள். • *She is* **grieving** *for the poor and the helpless.* to get vexed, மிகுந்த வெறுப்புக்கொள்.

griev-ous/'gri:vəs/*(adj)*:க்:ரீவஒஸ் / injurious, தீங்கான; painful, துன்பம் ஏற்படக்கூடிய. • *His* **grievous** *wound is due to an accident.* exciting grief, துயரம் கொள்ளக்கூடிய. • *Some really* **grievous** *mistakes become no mistakes at all after sometime.* **grievously***(adv)*, **grievousness***(n)*.

grill/gril/*(v.t-v.i)*:க்:ரில் / to cook something over direct heat, நேரிடையாக நெருப்பில் வாட்டு; to question severely, continuously and seriously, கேள்வி கேட்டு, வாட்டி எடு, காவல் துறை கையாளும் முறையில் கேள்வி கேள். • *The police* **grilled** *the accused to get the information.*

grim/grim/*(adj)*:க்:ரிம் / frightful, அச்சம் ஊட்டக்கூடிய. • *The situation became* **grim** *as the rioters entered the town.* stern, மிகக் கடுமையான; determined to face any fearful situation, எந்த பயங்கர நிலையையும் எதிர்க்கும் மனத்திண்மையுள்ள.

gri-mace/gri'meis/*(n)*:க்:ரிமெய்ஸ் / distortion of face in fun or pain, ஏளனத்திலோ (அ) வருத்தத்திலோ ஏற்படும் முகச் சுளிப்பு. **grimace***(v.t)*: to express a feeling by distortion of face, முகச் சுளிப்பு மூலம் உணர்ச்சியை வெளியிடு.

grime/graim/(*n*):க்ரய்ம் / soot, கரி; dirt, அழுக்கு. **grimy**(*adj*): covered with dark coloured dirt, கருப்பு அழுக்கினால் மூடியிருக்கின்ற. **griminess**(*n*).

grin/grin/(*v.t*):க்ரின் / **grinned, grinning**: to smile meaningless, பொருளின்றிச் சிரி; to make a ridiculous smile, கேலியாகச் சிரி; to smile foolishly showing the teeth, பற்களைக் காட்டி அசட்டுத்தனமாகச் சிரி. • *The little girl* **grinned** *her approval of the doll.* **grin**(*n*): a foolish smile showing one's teeth, பல் இளித்தல். • *She stood there with a* **grin** *on her face.*

grind/graind/(*v.t*):க்ரய்ன்ட்: / **ground, grinding**: to sharpen, கூராகச் செய்; to crush into powder, பொடியாகச் செய், தூளாக்கு; to oppress, அடக்கி ஆள்; to torment, சித்திரவதை செய். • *Laws* **grind** *the poor and the rich rule the laws.*

grind-er/'graində*/(*n*):க்ரய்ன்டா:ə* / a person or machine that grinds, அரைக்கும் ஆள், கருவி, எந்திரம். **grindstone**(*n*): a revolving stone, அரவைக் கல்; instrument for grinding or sharpening, சாணைக்கல்.

grip/grip/(*v.t*):க்ரிப் / **gripped, gripping**: to hold firmly with the hand, கைகளைக் கொண்டு இறுகப் பிடி; to have complete control over one's mental power or emotions or feelings, மனத்திறனை, மனக்கிளர்ச்சியை (அ) உள்ள உணர்ச்சியை அடக்கி, கட்டுப்பாட்டுடன் செயல்படு; deeply produce an effect, ஆழமான விளைவை ஏற்படுத்து. • *The cinema scenes* **gripped** *the imagination of the children.* **grip**(*n*): the act of gripping, பிடித்திருக்கும் செயல்; seizing and holding fast, பிடித்து, இறுக்கமாக வைத்திருத்தல். • *The thief had a firm* **grip** *on the jewel box of the tourist.*

gripe/graip/(*v.i*):க்ரய்ப் / to hold firmly, இறுகப் பிடி; to produce pain in the stomach, வயிற்றை நோகச் செய்.

gris-ly/'grisli/(*adj*):க்ரிஸ்:லி / dreadful, கொடிய தன்மையுள்ள; capable of causing terror, மிகுந்த அச்சம் விளைவிக்கக்கூடிய. • *There are many* **grisly** *stories in our children's books.*

grist/grist/(*n*): க்ரிஸ்ட் / grain to be ground, அரைக்கவேண்டிய மாவு. **grist to the mail**: something used to one's advantage, ஒருவரின் நன்மைக்கு (அ) இலாபத்திற்காகப் பயன்படுத்தப்படும் பொருள்.

grit/grit/(*n*):க்ரிட் / sand, மணல்; gravel, சரளைக் கல்; firmness of character, உறுதியான குணம், மன உறுதி.

griz-zle/'grizl/(*v.i*):'க்ரிஸ்:ல் / to cry quietly, அமைதியாக அழு. **grizzly bear**: a large fierce bear living in North America, வட அமெரிக்காவில் வாழும் அச்சமூட்டும் பெரும் கரடி.

groan/grəun/(*v.i*):க்ரəஉன் / to make a painful deep sound, முனகு. • *She was always* **groaning** *about her pitiable plight in life.* **groan**(*n*): a deep low sound of suffering, worry, etc., புலம்பல்.

groat/grəut/(*n*):க்ரəஉட் / an old English coin of value of four pence, நான்கு பென்ஸ் மதிப்புள்ள பழைய ஆங்கில நாணயம்.

gro-cer/'grəusə*/(*n*):'க்ரəஉஸə* / a dealer in miscellaneous domestic stores, மளிகை வியாபாரி.

gro-cer-ies/'grəusəriz/(*n, pl*): 'க்ரəஉஸரிஸ்: / articles sold by grocers, மளிகைச் சாமான்கள். **grocery**(*n*): the business of a grocer, மளிகை வியாபாரம்.

groin/grɔin/(*n*):க்ராɔய்ன் / part of the body between belly and thigh, அடிவயிறு தொடையோடு சேரும் பகுதி; a curve formed by interjection of two vaults, இரு வில் வளைவுகள் ஒன்றோடு ஒன்று சேருமிடத்தில் ஏற்படும் வளைவு.

groom/gru:m/(*n*):க்ரூம் / a horse-keeper, குதிரைக்காரர்; a waiter, பணியாளர்; a man being married, மணமகன்.

groove/gru:v/(*n*):க்ரூவ் / a long hollow channel, நீண்ட குறுகிய சால்; a furrow, பள்ளம்; a habit, நடைமுறைப் பழக்க வழக்கம்.

grope/grəup/(*v.i*):க்ரəஉப் / to search by feeling, touching, etc., துழாவு; to search mentally, மனத்தளவில் தேடு. • *Saints* **grope** *about what is real in life.*

gross/grəus/(*adj*):க்ரəஉஸ் / whole, மொத்தமாக உள்ள; great, பெரிய; impure, சுத்தமில்லாத; vulgar, நாகரிகம் சிறிதும் இல்லாத. **gross**(*n*): the whole twelve dozen, மொத்தம் 12 டஜன்கள்.

grot-to/'grɔtəu/(*n*):'க்ராɔட்டəஉ / artificial ornamented cave, செயற்கையாக ஏற்படுத்தப்பட்ட குகை.

G

gro-tes-que/grəu'tesk/(adj):க்ரஉஸ்ட்டெஸ்க் / deformed, உருவம் சிதைக்கப்பட்டுள்ள; not decent, கேலியாக உள்ள; ridiculous, விகாரமான.

ground/graund/(v.t-v.i):க்ரஉன்ட் / to strike against the bottom of the sea, river, etc., கடல், ஆறு முதலியவற்றில் தரை தட்டு, நிலத்தில் இறக்கு; to educate in first principles, அடிப்படைகளைக் கற்பி. **ground**(p.t & p.p): of "grind", "grind" என்ற வினையின் இறந்தகாலம், இறந்த கால வினைமுற்று. **ground**(n): arena, அரங்கம்; land, நிலம்; support, ஆதாரம். • To gain **ground**, the stranger is arguing his own case. cause, காரணம்; base, அடிப்படை; motive, மனத்தூண்டுதல், செயல்பட வேண்டும் என்ற வேட்கை; the extent of a subject dealt with, எடுத்துக் கொள்ளப்பட்ட பொருளின் வரையறை. • It is difficult to cover so much **ground** in a short talk like this. **ground**(v.t-v.i): to lay or set on the ground, தரையில் அமை; fix firmly, உறுதியாக நிறுத்து. **grounds**(n, pl): reason, காரணம்; a land surrounding a large building, பெரிய கட்டடத்தைச் சுற்றியுள்ள நிலம்; small bits of solid matter that sink to the bottom of a liquid, especially coffee, கசடு.

ground-floor/, graund'flɔ:*/(n): க்ரஉன்ட்,ஃப்ல�* / floor of a house in level with the exterior ground or street level, வீட்டின் அடித்தளம்.

ground-less/graundlis/(adj):க்ரஉன்ட்லிஸ் / without base, அடிப்படையற்ற, காரண மில்லாத.

ground-nut/'graundnʌt/(adj):க்ரஉன்ட்னட் / an edible nut which grows under the ground, நிலக்கடலை.

ground-work/'graundwɜ:k(n): 'க்ரஉன்ட்உஅக் / basis, அடிப்படை; support, ஆதாரம், foundation, அடிப்படை அமைப்பு, அஸ்திவாரம்.

group/gru:p(v.t):க்ரூப் / to classify, பிரி, தொகுத்து வை; to form a group, தொகுப்பு அமை. • The men and women can be grouped according to their tasks. **group**(n): assemblage of persons, collection of things, கூட்டம், வகுப்பு, தொகுதி, பிரிவு. • There are **groups** within a group.

grove/grəuv(n):க்ரஉவ் / small wood, தோட்டம்; a group of trees, தோப்பு.

grov-el/'grɔvl(v.t):'க்ரஓவ்ல் / **grovelled, grovelling**: to cringe, ஊர்ந்து செல்; to move slowly, மெதுவாக நகர். • A dog **grovels** towards its master. to behave meanly low, இழிவாக நடந்துகொள். • A servant has to **grovel** and dance to the tune of his boss.

grow/grəu/(v.i):க்ரஒஉ / to increase, அதிகப்படுத்து, to expand, பெருக்கு; to cultivate, பயிர் செய். • I try to **grow** vegetables in my garden, but other plants, not wanted, grow luxuriantly. • Money doesn't **grow** on trees, it grows rich in black market.

grow-er/grəuə*/(n):க்ரஒஉஅ* / one who produces by cultivation, விவசாயி, பயிர் வளர்ப்பவர். • There are many **growers** of flowers in and around cities. **growing**(adj).

growl/graul/(v.i):க்ரஉல் / to murmur angrily, கோபத்தால் தூண்டப்பட்ட முணுமுணு. • The wife answered her husband's question with a **growl** of anger. to complain, குற்றம் சுமத்து; to utter snarling sound like a dog, நாய் போல் உறுமு. • Some higher officials always **growl** at their assistants.

growth/grəuθ/(n):க்ரஒஉத் / the process of growing, வளர்ச்சி; the increase in size, வளர்த்தி. • The **growth** of some fruit trees take many years before they yield fruits.

grub/grʌb/(v.i):க்ரப்: / **grubbed, grubbing**: to dig, தோண்டு; to make someone eat, உண்ணும்படி செய்; to rake up, கிளறு, கிண்டு. • He found what he wanted by **grubbing** around in the library. **grub**(n): larva or worm state of an insect, பூச்சியின் புழு வடிவம்; food, உணவு.

grudge/grʌdʒ/(v.t):க்ரஜ் / to hate, வெறு; be envious, பொறமை கொண்டிரு; be unwilling to give, கொடுப்பதற்கு இணங்காமலிரு. • I do not **grudge** paying any amount for the education and medical care of my children. **grudge**(n): a feeling of ill will, மனத் தாங்கல். • Many men have **grudge** against other men of different religions for no reason. **grudgeless**(adj), **grudger**(n). **grudging**(adj): unwilling or showing unwillingness, விருப்பமில்லாமல் (அ) வெறுப்புக்காட்டும். **grudgingly**(adv):

gru-el/gruəl/(n):க்ருஅல் / a liquid food made from meal boiled in water or milk,

தானியக்கஞ்சி, கூழ். **gruel**(*v*): to punish, தண்டனை கொடு. **gru-ell-ing**/'gruəliŋ/(*n*):க்:ருஅலிங் / punishment, தண்டனை. **gruelling** (*adj*): exhausting, மிகவும் ஓய்ந்த தன்மையுடைய; very tiring, களைப்பான. • *It is a **gruelling** experience to wait on others.*

grue-some/'gru:səm/(*adj*):க்:ரூஸஅம் / fearful, பயமுள்ள; disgusting, வெறுப்பூட்டக் கூடிய, கொடூரமான. • *There are **gruesome** reports about the torture of prisoners.*

gruff/grʌf/(*adj*):க்:ரஃப் / rough in manner, முரட்டுத்தனமாக நடந்துகொள்ளும், கடுகடுப்பான. **gruffy**(*adv*), **gruffness** (*n*).

grum-ble/'grʌmbl/(*v.i*):க்:ரம்ப்:ல் / **grumbled, grumbling**: to murmur with discontent, மனநிறைவில்லாது முனகு; to complain, குறைப்பட்டு முணுமுணு. • *The servant **grumbled** about his low salary.* **grumble**(*n*): a complaint or expression of discontent, குறைகள் பற்றி முறையீடு, மனநிறைவு இல்லாமையைத் தெரிவித்தல்.

grumous/gruməs(*adj*):க்:ரூமஅஸ் / dense, அடர்ந்த; pulpy, பருமனான; frozen, உறைந்த நிலையிலுள்ள. **grumousness**.

grunt/grʌnt/(*v.i*):க்:ரன்ட் / to cry like a pig, பன்றி போல் உறுமு; to express discontent, மனநிறைவில்லாமல் குறை கூறு; to grumble as in discontent, முனகு, குறைபட்டுக் கொள். **grunt**(*n*): the cry of a pig, பன்றியின் உறுமல்.

guar-an-tee/ˌgærən'ti:/(*n*):ˌக:ஊரஅன்'ட்டீ / surety, பிணை. • *Money is no **guarantee** for happiness.* security, உத்தரவாதம்; promise, வாக்குறுதி; a person who gives a guarantee or giving a security, உத்தரவாதம் கொடுப்பவர். **guarantee** (*v.t*): to give a guarantee, உத்தரவாதம் கொடு. • *The manufacturers have **guaranteed** their television for three years.* **guarantor**(*n*).

guard/ga:d/(*v.t*):கா:ட் / to defend, காப்பாற்று; to keep watch, காவல் செய். • *The President is **guarded** by the security men.* to protect, பாதுகாப்பு ஏற்படுத்து. • *One must **guard** one's nation zealously.* to keep under control, கட்டுப்பாட்டில் வைத்துக்கொள். *We have to **guard** our possessions against temptations.* **guard**(*n*): one who guards, பாதுகாத்து நிற்பவர், காவலர். • *There are security men on **guard** at the gate of the Chief Minister's residence.* that which guards, பாதுகாக்கும் அமைப்புப் பொருள், காவல் காப்பது; a position of defence (in cricket, etc.), மட்டைப் பந்தாட்டத்தில் ஒருவகைக் காப்பு நிலை. **guarded**/ga:did/(*adj*):கா:டிட் / careful, மிகக் கவனமான. • *The officer always gives a **guarded** reply.*

guard-i-an/'ga:djən/(*n*):'கா:டியஅன் / the protector, பாதுகாவலர்; one who takes care of an infant, குழந்தையைப் பாதுகாப்பவர், வளர்ப்பவர்; one who takes care of property, சொத்து (அ) உடைமைகளின் பொறுப்பாளர். • *Some newspapers pretend to be the **guardian** of the nation's morals.* **guardianship** (*n*): the position and responsibilities of a guardian especially towards a ward, பாதுகாவலரின் பொறுப்பும், பதவியும், முக்கியமாக நோயாளிகளைப் பராமரிக்கும் பொறுப்பு.

gua-va/'gwa:və/(*n*): 'க்உஆவஅ / a tropical tree with bean shaped fruits, கொய்யாமரம், கொய்யாப்பழம்.

gubernatorial / gubənətɔriəl(*adj*): குப:அ:னஅட்டɔ:ரியஅல் / of a governor, ஆளுநருக்குரிய. • *In India, the **gubernatorial** posts are filled up mostly with politicians.*

gud-dle/gʌdl/(*n*):க:ட்:ல் / to catch fish with the hand, கைகளைக்கொண்டு மீன்பிடி.

gue-ril-la/gə'rilə/(*n*):க:அரிலஅ / an irregular war waged by small bodies acting independently, சிறு சிறு கும்பல் அரசுக்கு எதிராகத் தொடுக்கும் போர், கொரில்லாச் சண்டை; a member of such a body, குழுச்சண்டை செய்யும் உறுப்பினர், கொரில்லாச் சண்டையில் ஈடுபட்டிருப்பவர். • *In India, the rebels are indulging in **guerilla** war and kidnapping.*

guess/ges/(*v.t*):கெ:ஸ் / to suppose, ஊகம் செய், உய்த்துணர். •*You are not expected to **guess** the answers in the examination.* to form hypothesis as to, ஓர் ஊகத்தை உருவாக்கு. • *I **guess** that I am capable of reaching the airport in time.* **guess**(*n*): supposition, ஊகித்தல், உய்த்துணர்வு; hypothesis, ஊகம். • *It is anybody's **guess***

G H

31

when prices will fall. • *Your* **guess** *cannot be my opinion.*

guest/gest/*(n)*:கெ:ஸ்ட் / a person you invite to stay in your home, உங்களுடைய வீட்டில் தங்க நீங்கள் அழைத்துள்ள நபர், விருந்தாளி.

guid-ance/gaidns/*(n)*:'க:ய்ட:ன்ஸ் / advice, அறிவுரை; lead, வழிகாட்டுதல். • *The business consultants offer practical* **guidance** *to persons starting their own business.* **guide**/gaid/*(n)*:க:ய்ட் / a person who helps in finding the way to new places and interesting things in these places, வழிகாட்டி; a book that gives instructions to find the routes, time, etc., பயணக் குறிப்பேடு. • *The opinion polls cannot be said to be a reliable* **guide** *to foretell the voting pattern.* • *She was a friend, philosopher and* **guide** *to her people.* • *The man was willing to* **guide** *us through the town.* **guide***(v.t)*: to lead, வழிகாட்டு; to help find out, தெரிந்து கொள்வதற்கு உதவு. • *One can* **guide** *oneself with a town map.*

guild/gild/*(n)*:கி:ல்ட்: / [also **glid**]: an association of persons joined together for special purpose, சங்கம், கழகம்; corporation, நிறுவனம், ஆட்சிக்குழு. **guild-hall***(n)*: the hall of assembly for a guild or corporation, சங்கக் கட்டடம், ஆட்சிக்குழுக் கட்டடம்.

guile/gail/*(n)*:க:ய்ல் / treachery, வஞ்சகம்; deceit, ஏமாற்றுதல். • *The bank cashier was persuaded to make payment for the bill by* **guile**. **guile-less**/'gaillis*(adj)*: 'க:ய்ல்லிஸ் / free from guile, வஞ்சகம் இல்லாத; sincere, உண்மையான.

guil-lo-tine/ˌgilə'ti:n/*(n)*: ˌகி:லெட்'டீன் / a machine for beheading, தலை வெட்டும் இயந்திரம்; a machine for cutting paper or straw, காகிதம் (அ) வைக்கோல் வெட்டும் எந்திரம். **guillotine** *(v.t)*: to limit arguments in parliament, மக்கள் அவையில் விவாதத்தை முடிவுக்குக் கொண்டுவா. • *In the parliament, the speaker* **guillotined** *the discussion on the bill.* to behead by the guillotine, தலை வெட்டும் கருவி கொண்டு கொலை செய்.

guilt/gilt/*(n)*:கி:ல்ட் / crime, குற்றம்; wilful breaking of rules, பிழை, சட்டத்தை மீறுவது, மீறிய நிலை. • *The accused was acquitted as the police failed to prove his* **guilt**. **guilty***(adj)*: having broken a law, சட்டத்தை மீறிய. **guiltness***(adj)*: free from guilt, குற்றமில்லாத.

guin-ea/'gini/*(n)*:'கி:னி / gold coin (England) worth 21 shilling, 21 ஷில்லிங் மதிப்புள்ள ஆங்கிலப் பொன் நாணயம்; part of the west coast of Africa, ஆப்பிரிக்காவின் மேற்குக் கடற்கரைப் பகுதி. **guinea-corn**/'giniko:n/*(n)*: 'கி:னிக்கோ:ன் / Indian millet, சோளம்; **guinea-fowl**/'ginifaul/*(n)*:'கி:னிஃபஉல் /An European bird having white spotted feathers, வெள்ளைப் புள்ளி இறகுகள் கொண்ட ஐரோப்பியக் கோழி. **guinea-pig**: a small rodent, having short ears and no tail often used for scientific experiments, அறிவியல் பரிசோதனைக்குப் பயன்படும் பெருச்சாளி.

Guinness Book of World Records/ gi'nes buk ɔ:f wɜ:ld 'rekɔ:dz/*(n)*: கி'னெஸ் புக் ஒ:ஃப் உ:ல்ட் 'ரெக்கோ:ட்ஸ் / a book in which highest achievements, activities, monuments etc. (anything abnormal) in the world over is recorded, உலகில் முக்கியமான நினைவுச் சின்னங்கள், அதி தீவிர சாதனைகள், முதன்மை நிகழ்வுகள் ஆகியவற்றைப் பதிவு செய்யும் உலகக் குறிப்பேடு.

guise/gaiz/*(n)*:க:ய்ஸ்: / external appearance, வெளித்தோற்றம்; manner, பாங்கு, பாசாங்கு செய்தல்.

gui-tar/gi'ta:*/*(n)*: கி:'ட்டா / a kind of stringed musical instrument, ஒருவகை நரம்பிசைக் கருவி.

gulf/gʌlf/*(n)*:க:ல்ஃப் / a large inlet of the sea, வளைகுடா.

gull/gʌl/*(n)*:க:ல் / a web-footed sea bird, ஒருவகைக் கடல் பறவை; a dupe, ஏமாளி.

gul-let/'gʌlit/*(n)*:'க:லிட் / the food passage from throat to the stomach, உணவுக் குழல்.

gul-li-ble/'gʌləbl/*(n)*;'க:லிப்:ல் / easily deceived, எளிதில் ஏமாறக்கூடிய. • *She is so* **gullible** *that she buys anything brought by the vendors.*

gul-ly/'gʌli/*(n)*:கலி / [also **gulley**]: a small water channel, *சிறிய நீரோடை*; a drain, *சாக்கடை*.

gulp/gʌlp/*(n)*:கல்ப் / swallowing mouthfuls of food, *வாய் நிறைய உணவு போட்டு விழுங்குதல்*. **gulp**(*v.i*): to swallow greedily, பெரும்பசியுடன், பெரிய உருண்டையாக விழுங்கு; to suppress as if by swallowing, ஏதோ மனதுக்கு ஒவ்வாத செய்தியை மென்று விழுங்கு. • *The housewife* **gulped** *when she heard the news that her husband was seriously hit by a lorry.*

gum/gʌm/*(n)*:கம் / firm flesh into which teeth are fixed in the jaws, *ஈறு*; a sticky semi-liquid obtained from the trees, கோந்து. **gum**(*v.t*), **gummed, gumming**: to stick in position with gum, கோந்து தடவி ஒட்டு.

gun/gʌn/*(n)*:கன் / a tubular arm firing bullets or shells, துப்பாக்கி. **gun**(*v.i*): to shoot with a gun, துப்பாக்கி கொண்டு சுடு.

gun-ner/'gʌnə*/*(n)*:கனஅ* / one who works a gun or cannon, துப்பாக்கி கொண்டு செயல்படுபவர். **gunnery**(*n*): the science of firing, *பீரங்கி சுடும் கலை*.

gun-boat/'gʌnbəut/*(n)*:'கன்,பஅஉட் / a boat carrying cannons, *பீரங்கிகளை ஏற்றிச்செல்லும் படகு*. **gun-metal**(*n*): an alloy of copper and tin or zinc, செம்புடன் வெள்ளீயம் (அ) துத்தநாகம் கலந்த கலப்பு உலோகம்.

gun-ny/'gʌni/*(n)*:கனி / coarse sack woven from jute, கோணி, சாக்கு.

gun-pow-der/'gʌn,paudə*/*(n)*: 'கன்,ப்பஉடஅ* / an explosive powder, வெடிமருந்து, துப்பாக்கி மருந்து.

gur-gle/'gɜ:gl/*(v.i)*:'கஅ:க்ல் / to make a gurgling sound, கலகலவென்று ஓசையெழுப்பு. • *The boy* **gurgled** *with joy*. **gurgle**(*n*): the sound of gurgling, 'கலகல' எனும் ஓசை.

gush/gʌʃ/*(v.i)*:கஷ் / to flow out copiously, பாய்ந்து வெளிப்படு. • *Blood* **gushed** *out from the deep cut in the knee.* **gush**(*n*): strong flow, பீறிட்டு ஒழுகுதல். • *The* **gush** *of water from the fountain was heavy.*

gust/gʌst(*n*):கஸ்ட் / a sudden blast of wind, கடுங்காற்று; taste, சுவையுணர்வு. **gust**(*v.i*): to flow in gusts, கடுங்காற்று வீசு.

gus-to/'gʌstəu(*n*):கஸ்ட்டஅஉ / hearty enjoyment as in eating, drinking, etc., உண்ணுவதிலும் குடிப்பதிலும் உள்ள இன்பம்.

gut/gʌt(*n*):கட் / the alimentary canal, குடல்; cord for violin strings, நரம்பு, நாண். **gut** (*v.t-v.i*): **gutted, gutting**: to destroy the inner fittings, உள்ளிருக்கும் பொருள்களை அழி.

gut-ter/'gʌtə*(*n*):கட்டஅ* / a water channel, நீர்த்தாரை, சாக்கடை; groove, துளை.

guts/gʌts(*n*):கட்ஸ் / strength, உறுதி. *To be a man of action requires a lot of* **guts**. stamina, மனவுறுதியும், செய்திறனும்; courage, வீரம். • *The government had made terrible mistakes, but no one had the* **guts** *to expose them.* endurance, எதையும் தாங்கும் தன்மை; the bowels or entrails, குடல், குடலின் உட்பகுதி; the inner working portion of something especially machinery, ஓர் இயந்திரத்தில் இயங்கும் உட்பகுதி.

guy/gai(*n*):கய் / a man, ஓர் ஆள்.

gym-na-si-um/dʒim'neizjəm(*n*): ஜிம்'னெய்ஸி:யஅம் / a place for athletic exercises, உடற்பயிற்சிக்கூடம். **gym-nast**/'dʒimnæst/*(n)*:'ஜிம்னஆஸ்ட் / a person who is skilled in doing certain exercises, உடற்பயிற்சி வல்லுநர். **gym-nas-tics**/dʒim'næstiks/*(n)*:ஜிம்னஆஸ்ட்டிக்ஸ் / athletic or physical exercises, உடற்பயிற்சிகள், உடற்பயிற்சித் துறை.

gy-nae-col-o-gy/,gainə'kɔlədʒi(*n*): ,கய்னி'க்காலஅஜி / the branch of medicine dealing with the physiological functions and diseases of women especially of the reproductive organs, பெண்களின், முக்கியமாக பாலுறுப்புகள் பற்றிய உடலியல். **gynaecologist**(*n*), **gynaecological** (*adj*).

gyp-sum/'dʒipsəm(*n*):'ஜிப்ஸஅம் / sulphate of lime, கனிக்கல்; a very common mineral hydrated calcium sulphate, கால்சியம் சல்ஃபேட், சாதாரணமாகக் கிடைக்கும் கனிப்பொருள்.

gyp-sy/'dʒipsi(*n*):'ஜிப்ஸி / [also **gipsy**]: a wandering race, நாடோடி இனம்.

gy-rate/,dʒaiə'reit(*v.i*):,ஜயஅ'ரெய்ட் / to move in a circle or spiral or around a fixed point, வட்டமாக (அ) ஒரு மையத்தைக் கொண்டு சுற்று. **gyration**(*n*).

gyro-compass/'dʒaiərəu,kʌmpəs (*n*): ,ஜயஅரஅஉ'க்கம்ப்பஅஸ் / gyroscope arranged to serve as a compass, திசைகாட்டியாகச் செயல்புரியும் சுழல் வேகமானி.

gyves/dʒaivz(*n*):ஜய்வ்ஸ்: / fetters, விலங்கு; chains, சங்கிலி; shackles, தளை.

G

H,h/eitʃ/:எய்ச் / H's or Hs, h's hs: the eighth letter of the English alphabet, a consonant, ஆங்கில நெடுங்கணக்கின் எட்டாவது எழுத்து; மெய்யெழுத்து; symbol for Hydrogen, ஹைட்ரஜன் என்ற தனிமத்தின் குறி, H.

ha/ha:/*(interj)*:ஹா / an expression of surprise and feeling of joy, doubt, etc., ஆ!, ஆச்சரியம், மகிழ்ச்சி, ஐயம் போன்ற உணர்ச்சிகளை வெளிப்படுத்தும் சொல்.

ha-be-as-cor-pus/ˌheibjəsˈkɔ:pəs/*(n)*: 'ஹெய்பியஸ்'க்காப்பஸ் / legal protection against unlimited imprisonment, a writ requiring a person to be brought before a court, நியாயமின்றி, அடைபடுவதைத் தடுக்கக்கோரி கொடுக்கப்பட்ட மனுவின் படி, அந்நபர் நீதிமன்றத்தின்முன் கொண்டு வர இடப்படும் ஆணை.

hab-er-dash-er/ˈhæbədæʃə*/*(n)*: 'ஹ்ஹபடஅ:டஷஅ* / a merchant of drapery, small wares, etc., துணி, நாடா முதலியவற்றை விற்பனை செய்பவர். **haberdashery***(n)*.

ha-bil-i-ments/həˈbiliməntz/*(n, pl)*: ஹ'பி:லிமஅன்ட்ஸ் / dress, attire, etc., உடை; dress suited for certain occasions, சில சந்தர்ப்பங்களுக்கும், சூழ்நிலைக்கும் ஏற்ற உடை.

hab-it/ˈhæbit/*(n, sing)*:'ஹஅபி:ட் / **habits***(n, pl)*: usual behaviour, பழக்கம். • *Some people have the* **habit** *of biting their nails.* usual practice, வழக்கமான செய்முறைகள்; custom, பழக்க வழக்கங்கள்; manner, முறை. • *Some people are not in the* **habit** *of lending money.*

hab-i-tat/ˈhæbitæt/*(n)*:'ஹஅபி:ட்டஅட் / a natural place or region, இயற்கை வளம் உள்ள இடம் (அ) பகுதி. • *It is exciting to see elephants in their natural* **habitat**.

hab-i-ta-ble/ˈhæbitə bl/*(adj)*: 'ஹஅபி:ட்டஅப்:ல் / fit for living, குடியிருக்கத்தக்க. • *The old house is no longer* **habitable.** *opp*: uninhabitable. **hab-i-ta-tion**/ˌhæbiˈteiʃn/*(n)*: ˌஹஅபி:ட்'டெய்ஷஅன் / a dwelling place, வசிக்குமிடம், இருப்பிடம்; act of inhabiting, குடியிருத்தல். • *Slums are not fit for human* **habitation**. **inhabiting**: the act of inhabitation, குடியிருத்தல்.

ha-bit-u-al/həˈbitʃuəl/*(adj)*:ஹஅ'பி:ச்சுஅல் / customary, வழக்கமாக உள்ள. • *She always takes her* **habitual** *place at the table.* **ha-bi-tuate**/həˈbitʃueit/*(v.t)*: ஹஅ'பிச்சுஎய்ட் / **habituated, habituating**: to accustom, பழக்கம் செய்துகொள்; to cultivate as habit, வழக்கப்படுத்திக்கொள். • *Wealth* **habituates** *anyone to luxury.* **hab-i-tude**/hæbitju:d/*(n)*:'ஹஅபி:ட்யுஅட்: habit, வழக்கம்; custom, இயல்பும், பழக்கமும். • *It is always good to develop a healthy mental* **habitude**. **habituation** *(n)*, **habitually***(adv)*.

hack/hæk/*(v.t-v.i)*:ஹஅக் / cut (one's way) through, வழி ஏற்படுத்திக்கொண்டு செல்; to cut clumsily, தாறுமாறாக வெட்டு. • *I* **hacked** *my way through the busy road.* • *The inspector of police was* **hacked** *to death by the violent crowd.* **hack***(n)*: a horse kept for hire, சவாரிக்குதிரை; an unimportant politician, முக்கியத்துவம் இல்லாத அரசியல்வாதி. **hack***(v.t-v.i)*: to ride a horse at an ordinary speed, சாதாரண வேகத்தில் குதிரைச் சவாரி செய்.

hack-ney/ˈhækni/*(n)*:'ஹஅக்னி / a horse for hire, வாடகைக் குதிரை; a drudge, கூலி ஆள். **hackney carriage**: a carriage drawn by horse for hire, வாடகைக் குதிரை வண்டி. **hackney***(v.t)*: to make common, பொதுவாக இருக்கச் செய். **hackney***(adj)*: much used, அதிகம் பயன்படுத்தப்பட்டுள்ள.

hack-saw/ˈhæksɔ:/*(n)*: 'ஹஅக்ஸஓ: / a tool for cutting metals, ரம்பம்.

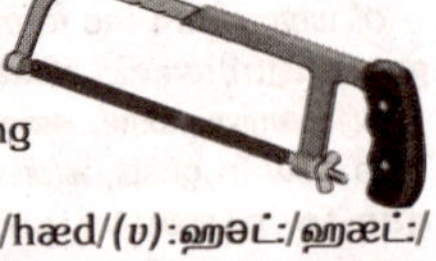

had/həd/strong:/hæd/*(v)*:ஹஅட்:/ஹஅட்:/ past tense of "have", "have" என்பதின்

இறந்த காலம். **hadn't**: abbv. for "had not", "had not" என்பதன் சுருக்கம். • *If* **I hadn't** *seen it myself, I'd have never told you.*

Had-es/'heidi:z/(n):'ஹெய்டீஸ் / hell, நரகம்; nether world, பாதாள உலகம்; the lower world, பூமிக்கு அடியிலுள்ள உலகம்.

hae-mat-emi-sis/hi:mətəimisis/(n): ஹீமஉட்டஉ'மிஸிஸ் / the act of vomitting blood, இரத்த வாந்தி எடுத்தல்.

hae-mo-glo-bin/ˌhi:məu'gləubin/(n): ˌஹீமஉ'க்லஉபின் / the reddish part of the red corpuscles, இரத்தச் சிவப்பு அணுக்களுக்கு நிறமளிக்கும் பொருள்.

haem-or-rhage/'hemərid ʒ/(n): 'ஹெமஉரிஜ் / a flow of blood especially a long or large and unexpected one, இரத்தப்போக்கு, எதிர்பாராத இரத்தப்போக்கு.

haft/ha:ft/(n):ஹாஃப்ட் / the handle of an axe or the handle of a long handled weapon, நீண்ட கத்தி (அ) கோடரியின் கைப்பிடி.

hag/hæg/(n):ஹக் / an ugly old woman, வெறுக்கத்தக்க தோற்றமுள்ள பெண்/ வயதான பெண்மணி; a witch, சூனியக்காரி.

hag-gard/'hægəd/(adj):ஹகஉட் / lean and wild looking, ஒல்லியான, விகாரமான தோற்றம் கொண்ட. • *She looks awful with her* **haggardly** *face.* having ugly, tired looks, களைப்புடன் கூடிய விகாரமான முகம் கொண்ட. wild looking, அச்சமூட்டும் தோற்றத்துடன் கூடிய.

hag-gle/'hægl/(v.i):ஹக்ல் / **haggled, haggling**: to bargain, பேரம் பேசு. • *The woman spent a lot of time* **haggling** *over the price of vegetables.* • *It is not the custom to* **haggle** *in departmental stores.*

hail/heil/(n):ஹெய்ல் / greeting, வாழ்த்து; a shower of frozen drops, ஆலங்கட்டி மழை; a shower of anything, கொட்டுவது எதுவாயினும்; rapid succession, வேகமான தொடர் வரிசை. • *A* **hail** *of questions from press persons greeted the Prime Minister.* **hail**/(v.t-v.i): to greet, வாழ்த்து சொல்; to call, குரலெழுப்பிக் கூப்பிடு. • *The mob* **hailed** *the cine star.* • *His girl friend* **hailed** *him from the other side of the street.* **hail-stone**/'heilstəun(n): 'ஹெய்ல்ஸ்'ட்டஉன் / a lump of ice of frozen rain, ஆலங்கட்டி. **hailstorm**(n): a storm accompanied with hail, புயல் காற்றுடன் கூடிய ஆலங்கட்டி மழை.

hair/heə*/(n):ஹஎ* / animal filament growing on the head and skin, முடி, மயிர், உரோமம். **hair-breadth**/'heəbretθ (n): 'ஹஎப்ரெத் / very small distance like the breadth of hair, மயிரிழை. **hair-dress-er**/'heəˌdresə*/(n):'ஹஎ'ட்ரெஸஉ* / one who cuts and dresses the hair, சிகையலங்காரம் செய்பவர். **hair-line**/'heəlain/(n):'ஹஎˌலய்ன் / a very thin line, ஒரு மெல்லிய கோடு. **hair-raising**/'heəˌreiziŋ(adj):ˌஹஎ'ரெய்ஸிங் / thrilling, அச்சமூட்டக்கூடிய, வியப்பூட்டக்கூடிய. **hair-spring**/'heəspriŋ/(n):ˌஹஎ'ஸ்ப்ரிங் / a fine spring used for regulating the movement of the balance wheel of a watch, ஒரு கடிகாரத்தின் இயக்கத்தைச் சமன் செய்யும் மெல்லிய கம்பிச் சுருள். **hair-y**/'heəri/(adj):'ஹஎரி / full of hair, மயிரடர்ந்துள்ள. **hairness**(n).

Hajj/həedʒ/(n):ஹஎஜ் / a Muslim pilgrimage to Mecca, ஒரு முகம்மதியர் மெக்காவிற்குச் செல்லும் புனித யாத்திரை. **Haj-ji**/hædi(n):ஹாஜி / a Muslim who had made a hajj, ஹஜ் யாத்திரை செய்தவர்.

hakeem/həki:m/(n):'ஹஉக்கீம் / [also **hakim**]: specialist in indigenous medicine, நாட்டு மருத்துவம் செய்வதில் வல்லுநர்; a philosopher, தத்துவஞானி.

hale/heil/(adj):ஹெய்ல் / strong, நல்ல உடல் பலத்துடன் கூடிய; healthy, உடல்வளமுடைய, உடல்நலமுள்ள. • *He was a* **hale** *and hearty man.*

hal-cy-on-days/'hælsiəndeiz/(n, pl): 'ஹஸல்ஸியஉன்'டெய்ஸ் / a time of peace and happiness, அமைதியும் இன்பமும் நிலவும் காலம்.

half/ha:f/(n, sing):ஹாஃப் / **halves**(n, pl): one of two equal parts, பாதி, இரு சமமானவற்றில் ஒன்று. • **Half** *of the road accidents are caused by negligent driving.* • *She cut the cake into two and took one* **half** *for herself.* **half**(adj): being ½ in amount, பாதி அளவிலான. **half** (adv): partly, முழுமையில்லாமலுள்ள.

hall/hɔ:l/(n)/ஹா:ல் / a large room at the entrance, கூடம்; a large public room, பொதுவான அறை. • *The performance is held in the concert* **hall**. • *Do not hang your coat up in the* **hall**.

hall-mark/'hɔ:lma:k/(n):'ஹா:ல்மாக் / a distinctive sign, தனியான அடையாளம்,

H

அடையாளக் குறி, சின்னம்; stamp of purity, முத்திரை, சுத்தமானது என்று குறிக்கும் முத்திரை. • *Good speech is the* **hallmark** *of leadership.* **hall-mark**(*v.t*): to make such a mark, முத்திரையைக் குறிக்க அடையாளமிடு.

hal-lo/hə'ləu/(*v.i*):ஹ'லஉ (ஹ-) / to call out, கூப்பிடு. **hallo**(*n*): a cry to attract attention, கவனத்தை ஈர்க்கக் கூவப்படும் விளிச்சொல்.

hal-low/'hæləu/(*v.t*):ஹாலஉ / to sanctify, புனிதமாக்கு, புனிதப்படுத்து; to make holy, தூய்மையாக்கு. **hallow**(*n*): a pious person, துறவி, பரிசுத்தமானவன்.

hal-lu-ci-na-tion/hə,lu:si'neiʃn/(*n*): ஹ,லூஸி'னெய்ஷன் / a kind of delusion or confusion, மனத்தில் ஏற்படும் பயம், மருட்சி. • *Some people suffer from* **halucination** *because of illness of mind.*

ha-lo/'heiləu/(*n, sing*):ஹெய்லஉ / **haloes**(*n, pl*), [also **halos**]:ஹெய்லௌ: a luminous circle, ஒளி வட்டம், இறைபுகழ்.

halt/hɔ:lt/(*v.i*):ஹாஃல்ட் / to stop, நிறுத்து; to bring to stop, நிறுத்தச் செய். **halt**/(*n*): the stoppage, நிறுத்துதல், தங்கும் இடம்; the lame, முடம்.

hal-ter/'hɔ:ltə*/(*n*):'ஹாஃல்ட்ட* / the head rope for horse, கடிவாளம்; rope for hanging offenders, தூக்குக்கயிறு; an upper garment of women, பெண்களின் ஒருவகை மேலாடை.

halve/ha:v/(*v.t*):ஹாவ் / to divide into two equal parts, பாதியாகச் செய், இரு சம கூறாக்கு; to reduce by half, பாதியாகக் குறை.

ham/hæm/(*n*):ஹம் / (meat from) the upper part of a pig's leg, பன்றியின் பதனிடப்பட்ட தொடை இறைச்சி.

ham-let/'hæmlit/(*n*):'ஹம்லிட் / a small village, சிறு கிராமம்.

ham-mer/'hæmə*/(*n*): ஹம* / mallet, சுத்தியல்; one of the bones in the ear, காதிலுள்ள சிற்றெலும்பு. **hammer**(*v.t-v.i*): to beat or drive with a hammer, சுத்தி கொண்டு அடி, ஆணியைப் பொருத்து; to keep working at something, வேலை செய்துகொண்டிரு. **hammer out:** working out the details of a plan, agreement, etc., திட்டம் (அ) உடன்படிக்கையின் விவரங்களைத் திட்டமிடுதல். • *The parties are trying to* **hammer out** *an agreement.*

ham-mock/'hæmək/(*n*):'ஹமக் / a swinging bed, ஊஞ்சல் படுக்கை.

ham-per/'hæmpə*/(*v.t*):'ஹம்ப* / to obstruct, தடை ஏற்படுத்து. • *The search for the missing plane was* **hampered** *by bad weather.* to fetter, விலங்கு போட்டுத் தடை செய். • *Tight dress* **hampers** *easy movements.* **hamper**(*n*): a large covered basket, மூடிய பெரிய கூடை.

hand/hænd/(*n*)/ஹண்ட் / part of the arm below the wrist, கை; worker, வேலை செய்பவர். **hand**(*v.t*): to give to, கொடு. • *Will you* **hand** *the pen back after your work is over?* • *I have* **handed** *over charge lock, stock and barrel.* **hand bill**/'hændbil/(*n*):ஹண்ட்:பி:ல் / a small printed notice, துண்டுப்பிரசுரம். **hand-book**/'hændbuk/(*n*):'ஹண்ட்:பு:க் / a reference book, கையேடு. **hand-cuff**/'hændkʌf(*n*):'ஹண்(ட்)க்கஃப் / fetter for the wrist, கை விலங்கு.

hand-ful/hændful(*n*)/'ஹண்(ட்)ஃபுல் / small quantity that can be held in the hand, கைப்பிடியளவு; small measure, சிறிய அளவு.

hand-gre-nade/'hændgrə,neid/(*n*): 'ஹண்க்:ரி,னெய்ட் / a bomb that is thrown by the hand, கையினால் எறியப்படும் வெடிகுண்டு.

han-di-cap/hændikæp/(*n*):'ஹண்டிக்கப் / disadvantage, முட்டுக்கட்டை, தடை; a weakness, பலவீனம். **handicap**/(*v.t*): suffer from a physical or mental disability, உடல் (அ) மன வளர்ச்சியற்றிரு.

han-di-work/'hændiwɜ:k/(*n*)/'ஹண்டி:உ:க் / work done by the hand, கைவேலை.

han-dle/'hændl/(*n*):'ஹண்ட்:ல் / that part of a thing by which it is held by the hand, கைப்பிடி. **han-dle**/(*v.t*): to do, to feel, to touch, to work with hands, to hold of, கையினால் செய், உணர், தொடு, வேலை செய்திடு; to deal with, கையினால் செயல்படு; to buy, to sell or deal with, வாங்குதல், விற்பனை போன்றவற்றில் செயல்படு. • *The shop does not* **handle** *that sort of business.* to obey controlling movements in a stated way,

ஏற்பாட்டின்படி, கட்டுப்பாட்டு இயக்கத்தை நிர்வகித்துக் கீழ்ப்படி. • *It was a rather delicate situation; the manager* **handled** *it amicably.* • *This machine* **handles all** *our accounts.*

hand-loom/ˈhændlu:m/*(n)*:ˈஹஜன்ட்:லூம் / a weaving machine worked and controlled by hand, கைத்தறி.

hand-made/ˌhændˈmeid/*(adj)*: ˈஹஜன்ட்:மெய்ட்: / made by hand, not machine, எந்திரத் தயாரிப்பு அல்லாமல் கையினால் செய்யப்படுகின்ற.

hand-maid/ˈhændmeid/*(n)*: ˈஹஜன்ட்:மெய்ட்: / a female servant, வேலைக்காரி; a midwife, செவிலி; something which is necessarily subservient, ஏதோ ஒன்று மற்றொன்றுக்கு கீழ்ப்படிந்து இருப்பது.

hand-out/ˈhændaut/*(n)*:ˈஹஜன்ட:உட் / something given free such as food, clothes, etc., இலவசமாகக் கொடுக்கப் படும் உணவு, உடை முதலியன.

hand-pick-ed/hændpikt/*(adj)*: ˈஹஜன்ப்பிக்ட் / especially of people or person chosen or selected with great care, மிகுந்த கவனத்துடன் தேர்ந்தெடுக்கப்பட்ட மனிதர்கள் (அ) மக்கள்.

hand-post/hændpəust/*(n)*:ˈஹஜன்ப்பஒஉஸ்ட் / guide post, கைகாட்டித் தூண்.

hands-off/ˈhænsɔf*(adj)*:ˈஹஜன்ஸɔ:ஃப் (ஸ:ɔ:) / characterized by non-intervention, எதிலும் தலையிடாக் கொள்கையைக் கடைபிடிப்பது.

hand-some/ˈhænsəm/*(adj)*:ˈஹஜன்ஸம் / good looking, நேர்த்தியான; attractive, கவர்ச்சியான.

hand-to-mouth/*(adj)*:ˈஹஜன்ட்டு, மஉத் / offering or providing the barest minimum livelihood, அன்றாட வாழ்க்கைக்குப் போதும்-போதாததுமாக உள்ள.

hand-writ-ing/ˈhændˌraitiɲ/*(n)*: ˈஹஜன்ட்:ˌரய்ட்டிங் / written by hand, not printed, கையால் எழுதப்பட்டது, அச்சிடப்பட்டது அல்ல.

hand-y/ˈhændi/*(adj)*:ˈஹஜன்டி: / near, அருகே. • *I always keep a pen* **handy**. useful, உபயோகமான; convenient, ஏற்ப, சௌகரியமான, எளிதான. • *The aspirins are* **handy**. very easy to be handled, எளிதில் கையாளத்தக்க; clever in using with hands, கையினால் செய்யும் திறன் கொண்ட.

hand-y-man/ˈhændimæn/*(n)*: ˈஹஜன்டி:மஜன் / a person who does various small jobs well in house, office, apartment, building, etc., வீடு, அலுவலகம், அறை, கட்டடம் முதலியவற்றில் சிறிய வேலையைச் சிறப்பாகச் செய்பவர்.

hang/hæɲ/*(v.t)*:ஹஜங் / **hung, hung**: to suspend, தொங்கவிடு. • **Hang** *your shirt up on the hook.* • *She saw her saree that* **hung** *down from the hook. (p.p & p.t)* of "hanged", "hanged" என்பதின் இறந்த காலம், இறந்த கால வினைமுற்று. • *Satwant was* **hanged** *to death.*

han-gar/ˈhæɲə*/*(n)*:ˈஹஜங்க:ə* / shed or big building for housing aeroplanes, airstrips, etc., வானூர்திகள் தங்குமிடம், பழுதுபார்க்குமிடம்.

hang-er/ˈhæɲə*/*(n)*:ˈஹஜங்க:ə* / a frame with hook and cross piece in which coats, shirts are hung up, ஆடைகளைத் தொங்கவிடும் அமைப்பு. **hanger-on**/*(n)*: a dependent, பிறர் உதவியை நாடியிருப்பவர். • *The studio party arrived with all their* **hangers on**.

hang-man/ˈhæɲmən/*(n, pl)*:ˈஹஜங்மəன் / an executioner, தூக்கிலிடும் அலுவலர், பணியாளர்.

hang-ing/hæɲiɲ/*(n)*:ˈஹஜங்கி:ங் / the punishment in which death is caused by hanging a person from a rope round his neck, தூக்கிலிடுதல்.

hank/hæɲk/*(n)*:ஹஜங்க் / yarn of fixed length, நூல் சிட்டம், நூல் கழி. • *A* **hank** *of cotton yarn measures 840 yards.* (768.096 metres).

han-ker/ˈhæɲkə*/*(v.i)*:ˈஹஜங்க்கə* / to have a very strong wish for, மிகவும் ஆசை கொள். • *I am lonely but it doesn't mean I* **hanker** *after friends.*

hank-y-pank-y/ˈhæɲkiˈpæɲki/*(n)*: ˈஹஜங்க்கிˈபஜங்க்கி / jugglery, புரட்டு; unethical behaviour, நாகரிகம் இல்லாத நடவடிக்கை. • *There was a bit of* **hankypanky** *at the office party.*

han-som/ˈhænsəm/*(n)*:ˈஹஜன்ஸəம் / [also **hansomcab**]: a two-wheeled vehicle, இரு சக்கர வண்டி.

hap/hæp/*(n)*/ஹஜப் / chance, வாய்ப்பு, தற்செயல்; occurrence, நிகழ்ச்சி. **hap**(*v.i*): to happen, நிகழ்; to take place, நேரிடு.

hap-haz-ard/ˌhæpˈhæzəd/*(adj)*: ˈஹஜப்ˈஹஜஸ:əட்: / happening in an unplanned, disorderly manner, தாறுமாறாக, திட்டமிடாது செயல்படுகின்ற. • *The towns in India are not developing properly, they grow in a* **haphazard** *way.* **haphazard***(n)*: mere chance, தற்செயல். **haphazardly***(adv)*.

hap-less/'hæplis/*(adj)*:'ஹஜப்லிஸ் / unlucky, நற்பயன் சிறிதும் இல்லாத; hopeless, நம்பிக்கையில்லாத; full of misery, துன்பம் நிறைந்த. • *He has become a* **hapless** *lover.*

hap-ly/'hæpli/*(adv)*:'ஹஜப்லி / perhaps, ஒருவேளை.

hap-pen/'hæpən/*(v.i)*/'ஹஜப்பஒன் / to take place, நேரிடும்படி செய், நிகழ்; to come to pass by chance, எதிர்பாராதவிதமாக நிகழ். • *I* **happened** *to see him on my way to the office.* to be the result of some action, ஒரு செயலின் முடிவாகு. • *Some interesting things* **happen** *every day.* **happening** *(n)*: an event, ஒரு செயல்.

hap-py/'hæpi/*(adj)*:'ஹஜப்பி / **happier, happiest**: glad, மகிழ்ச்சியான; felicitous, மனநிறைவுக்குகந்ததாக உள்ள; causing pleasure and contentment, மனநிறைவும் மகிழ்ச்சியும் கொடுக்கவல்ல. • **happily** *(adv)*, **happiness***(n)*. • *Contentment always brings* **happiness**. • *Joy is temporary but* **happiness** *is permanent.*

ha-rangue/hə'ræŋ/*(n)*:ஹஒ'ரஜங் / a pompous speech full of blame and persuasion, இகழ்ச்சியும், குறைகூறலும், நிறைந்த ஆடம்பரமான சொற்பொழிவு. • *The headmaster delivered his usual* **harangue**. **harangue***(v.t.)*: to try to persuade with a hard hitting speech, மிகக் கடுமையான சொற்களால் தாக்குதல் செய். • *The powerful men in the town* **harangued** *the poor about their lazy life.*

har-a-ki-ri/,hærə'kiri/*(n)*:'ஹஜரஒ'க்கிரி / Japanese method of killing oneself in ceremonious manner, ஜப்பானிய முறையில் தற்கொலை செய்துகொள்ளல்.

har-ass/'hærəs/*(v.t)*:'ஹஜரஒஸ் / to vex, விரக்தி அடையச் செய்; to torment, துன்பம் கொடு; to cause problems for annoying, தொந்தரவு கொடுக்கும் பொருட்டு, பிரச்சினையை எழுப்பு.

har-bin-ger/'ha:bindʒə*/*(n)*:'ஹாபி:ஞ்ஜஒ* / precursor, முன்னோடி; a messenger, தூது செல்பவர், தூதுவர். • *Just as frost is a* **harbinger** *of winter, daffodils are a* **harbinger** *of spring.*

har-bour/'ha:bə*/*(n)*:'ஹாபு:ஒ* / a port or sheltered place for ships, துறைமுகம், கப்பல்துறை. **harbour***(v.t-v.i)*: to stay in a harbour, துறைமுகத்தில் தங்கு; to give room, இடம் கொடு. • *Do not* **harbour** *revenge against your enemy.*

hard/ha:d/*(adj)*:ஹாட்: / strong, உறுதியான; solid, கெட்டியான; severe, கடுமை நிறைந்துள்ள; difficult to do or to understand, செய்வதற்கு (அ) புரிந்து கொள்வதற்குக் கடினமாக உள்ள. • *She is a* **hard** *worker: For her, poetry is* **hard** *to understand.*

hard-cover/ha:d'kʌvə*/*(adj)*:'ஹாட்:க்கவஒ* / [also **hard-bound**]: having a firm, strong cover, கெட்டியான உறையுள்ள.

hard-currency/ha:d'kʌrənsi*(n)*: 'ஹாட்,கரஒன்ஸி / money from particular countries that can be exchanged freely, சில குறிப்பிட்ட நாடுகளினின்று மிகச் சுலபமாக மாற்றக்கூடிய பணம்.

hard-earned/ha:dɜ:nd*(adj)*:'ஹாட:'ஒ:ன்ட்: / earned by hard and sincere work or performance, நேர்மையுடனும், கடின உழைப்பாலும் ஈட்டிய. • *One doesn't waste one's* **hard earned** *money.*

hard-en/'ha:dn/*(v.t-v.i)*:'ஹாட்:ன் / to make hard, கெட்டியாக்கு, to make or become unkind, இரக்கமற்றதாகச் செய் (அ) இரக்கம் இல்லாமலிரு. • *The rigours of poverty did not* **harden** *his attitude to others.*

hard-heart-ed/,ha:d'ha:tid*(adj)*:'ஹாட்: 'ஹாட்டிட் / having no kind or sympathetic feeling, சிறிதும் இரக்கமில்லாத, மனித உணர்ச்சியில்லாத; unfeeling, உணர்வு இல்லாத. **hard-heartedly***(adv)*. *opp*: soft hearted.

hard-ly/'ha:dli/*(adv)*:'ஹாட்:லி / almost not, அநேகமாக இல்லையென; only just, போதும் போதாமலும்; not really, உண்மையில்லாமல், இசைவில்லாமல். • *She* **hardly** *works.* not at all, இல்லையெனும்படி; not reasonably, ஒப்புக்கொள்ள இயலாதபடி; scarcely, போதாமல். • *This is* **hardly** *the time to buy new dress.*

hard-ship/'ha:dʃip/*(n)*:'ஹாட்ஷிப் / severity in life, வாழ்க்கைத் துன்பம்; adversity, வறுமை நிலை, தாளமுடியாத துன்ப நிலை.

hard-ware/'ha:dweə*/*(n)*:'ஹாட்:உஎஒ* (ɛə) / iron wares, இரும்பு முதலிய சாமான்கள்.

har-dy/'ha:di/*(adj)*:'ஹாடி: / strong, திடமாக உள்ள; resolute, மனத்திட்பமுள்ள.

hare/heə*/*(n)*:ஹεə* / a timid animal, முயல்.

har-em/'ha:ri:m/*(n)*:'ஹεəரəம் / women's apartment, மகளிர் தனியறை; a separated place in a Muslim house where only women live, முகம்மதியர் வீடுகளில் பெண்கள் மட்டும் வசிக்கும் தனியறை.

hark/ha:k/*(v.i)*:ஹாக் / to hear, உற்றுக்கேள்; to listen to, கவனி. • *Do you know he is speaking rather seriously;* **hark** *at him.*

har-lot/'ha:lət/*(n)*:'ஹாலəட் / a prostitute, விலை மகள்.

har-lem/'ha:ləm/*(n)*:'ஹாலəம் / Negro habitation of New York city, நியூயார்க் நகரத்தின் நீக்ரோக்கள் வாழும் பகுதி.

harm/ha:m/*(n)*:ஹாம் / injury, புண், காயம்; damage, நாசம்; wrong, தவறு. **come to harm**: to be hurt, துன்பத்திலிரு. • *Though he met with an accident, he didn't* **come to any harm. harm***(v.t)*: to cause harm to, தீங்கு இழை; to hurt a person, ஒருவரைச் சொல்லாலோ (அ) செயலாலோ உள்ளம் வேதனைப்படச் செய்; to give trouble to, தொந்தரவு கொடு. • *Do not* **harm** *birds.* • *Not paying the dues in time, does* **harm** *one's reputation.* **harm-ful**/'ha:mful/*(adj)*:'ஹாம்ஃபுல் / causing harm, கேடு விளைவிக்கக்கூடிய. • *Drinking is* **harmful** *to health.* **harm-less**/'ha:mlis/*(adj)*:'ஹாம்லிஸ் / unlikely to cause harm, தீங்கு ஏற்படும் வாய்ப்பு இல்லாத; unable to cause harm, கேடு விளைவிக்கும் திறனில்லாத. • *Some people think that drinking is* **harmless**. **harmlessly***(adv)*, **harmlessness***(n)*.

har-mo-ni-um/ha:'məunjəm/*(n)*: ஹா'மəஉனியəம் / a musical instrument working by pumping air, காற்றழுத்த இயக்கம் கொண்டு இசைக்கப்படும் ஓர் இசைக்கருவி.

har-mo-nize/'ha:mənaiz/*(v.t)*:'ஹாமəனய்ஸ்: / to bring into harmony, accord or agreement, இசைவு, ஏற்பு, மன ஒற்றுமை இவற்றை ஏற்படுத்து. • *Some politicians do not* **harmonize** *their views with the existing situations.* **har-mo-ni-ous**/ ha:'məunjəs/*(adj)*:ஹா'மəஉனியəஸ் / agreeable musical (sounds), இன்னிசையுடைய; agreeable, இணக்கமுள்ள; pleasant, இனிமையும் மகிழ்ச்சியும் உள்ள. • *It is rather difficult to maintain* **harmonious** *relationship with one's neighbours.*

har-mo-ny/'ha:məni/*(n)*:'ஹாமəனி / notes of music combined together agreeably, இசை, ஒத்திசைவு. • *Religion has become a dividing factor. Many communities do not live in* **harmony**. complete agreement, முழுமையான மன ஒற்றுமை, மனப்பொருத்தம்; any pleasant effect arising out of some combined effect, எந்த கூட்டு விளைவினின்றும் ஏற்படும் இனிமையான பயன். • *It calls for extreme sense of goodness to live in* **harmony** *with others.* **harmoniously***(adv)*, **harmoniousness***(n)*.

har-ness/'ha:nis/*(n)*: 'ஹானிஸ் / an apparatus for controlling a horse, குதிரைச் சேணம். **in harness**: in one's own usual way of work, ஒருவரின் வேலை நியதியில். **harness***(v.t)*: to put a harness on, குதிரை கட்டுவதற்குச் சேணம் அமை. • *He is trying to* **harness** *the horse to the cart.* to use natural resources to produce useful power, இயற்கை வளங்களைக் கொண்டு பயன்தரும் திறனை உண்டாக்கு. • *There is an experiment to* **harness** *the solar energy to generate electricity.*

harp/ha:p/*(n)*/ஹாப் / a stringed musical instrument, யாழ் போன்ற இசைக் கருவி. **harp***(v.i)*: to repeat in idle way, திரும்பத் திரும்பக் கூறு; to be weary, சோர்வு உண்டாகும்படி (அ) அலுப்பு ஏற்படும்படி பேசு. • *She was always* **harping** *on how wonderful her house was.* **harper, harpist***(n)*: one who plays on the harp, ஹார்ப் இசைக் கருவியைப் பயன் படுத்தும் கலைஞன்.

har-poon/ha:'pu:n/*(n)*:ஹாப்'பூன் / a dart used to catch whales, திமிங்கலத்தைப் பிடிக்கப் பயன்படும் ஒருவகை ஈட்டி. **har-poon**/ha:'pu:n*(v.t)*:ஹாப்'பூன் / to strike, catch or kill with harpoon, ஈட்டியைக் கொண்டு குத்து, பிடி, கொல்லு.

har-py/'ha:pi/*(v.t)*:'ஹாப்பி / an evil creature, தீங்கு விளைவிக்கும் உயிர் வாழ்வன; an evil doer, தீங்கு செய்பவன்.

har-row/'hærəu/*(n)*:'ஹஜ்ரஉ / a toothed instrument for levelling the land and for breaking it, நிலத்தைச் சமன் செய்யும் பொறி, பரம்புச் சட்டம். **harrow***(v.t)*: to break the soil and level with harrow, பரம்படி. **harrowing***(adj)*: causing great suffering, மிகுந்த துன்பம் உண்டாக்குகின்ற. **har-row-ed**/'hærəud/*(adj)*/:'ஹஜ்ரஉட்: / feeling a sense of suffering, துன்ப உணர்ச்சி கொண்டுள்ள.

harsh/ha:ʃ*(n)*:ஹாஷ் / cruel, கொடூரமான. • *He is noted for his* **harsh** *manners.* severe, கடுகடுப்பான; unpleasant to the ear, கேட்கக் கொடூரமான. • *Sometimes,* **harsh** *voice is necessary to maintain discipline in an office.*

hart/ha:t/*(n)*:ஹாட் / stag, மான் (சிவப்பு இன மான், ஐந்து வயதிற்கு மேற்பட்டது).

har-tal/'ha:ta:l/*(n)*:'ஹாட்டால் / (in India) closure of shops and stopping of work as a form of protest or sorrow, கடையடைப்பு, வேலை நிறுத்தம், இந்தியாவில் எதிர்ப்பு (அ) வருத்தம் தெரிவிக்கும் முறை.

har-vest/'ha:vist/*(n)*:'ஹாவிஸ்ட் / [also **harvesting**]: the work of cutting and gathering of crops, அறுவடை. **harvest** *(v.t-v.i)*: to gather crops.

has/hæs/*(v)*:ஹஜ்ஸ் / the singular form of "have", "have" என்பதன் ஒருமைப்படிவம்; a third person singular present tense indicative of "have", "have" என்ற வினைச் சொல்லின் நிகழ்கால, மூன்றாம் நிலை ஒருமைப் படிவம்.

hash/hæʃ/*(n)*: ஹஜ்ஷ் / a meal containing meat cut up in small pieces, வெட்டிய இறைச்சித்துண்டுகள் கொண்ட உணவு; something done badly, மோசமாகச் செய்யப்பட்ட. **hash**/*(v.t)*: to spoil, மோசமாகச் செய், வீணாக்கு.

hash-ish/'hæʃi:ʃ/*(n)*:'ஹஜ்ஷீஷ் / ganja, கஞ்சா; bhang, 'பங்கி'; marijuana, போதைப் பொருள்.

hasp/ha:sp/*(n)*:ஹஜ்ஸ்ப் / a clasp, கொக்கி; a lock, பூட்டு; a hook of metal for fastening the door, தாழ்ப்பாள்.

has-sock/'hæsək/*(n)*:'ஹஜ்ஸஒக் / a mat used for kneeling on, முழங்காலிட்டு நிற்க உதவும் துண்டு; a small cushion for kneeling on in church, கோவிலில் மண்டியிட உதவும் மெத்தை; a foot cushion, மிதியடி.

haste/heist/*(n)*:ஹெய்ஸ்ட் / speed, வேகம்; quickness, விரைவு; too much speed, resulting in bad or unwanted results, வேண்டாத முடிவை ஏற்படுத்தக்கூடிய அதிகப்படியான வேகம். • **Haste** *makes waste.* • *She made* **haste** *to see that the work was done early.* • *She packed her box in* **haste**. **has-ten**/'heisn/*(v.t-v.i)*: 'ஹெய்ஸ்ன் / • *The economic crisis* **hastened** *the downfall of the government.* • *He* **hastened** *to the office.* **has-ty**/'heisti/*(adj)*:'ஹெய்ஸ்ட்டி quick, விரைவான; thoughtless, முன்யோசனை-யில்லாத; too quick in acting or deciding, செயலிலும், தீர்மானம் செய்வதிலும் மிக விரைவான.

hat/hæt/*(n)*:ஹஜ்ட் / a head covering, தொப்பி.

hatch/hætʃ/*(n)*:ஹஜ்ச் / a covering for the hole, துளை மூடி; sluice, மதகு; the young ones coming out of the eggs at a time, ஒரே நேரத்தில் முட்டைகளினின்று பொரிக்கப்படும் குஞ்சுகள்; an opening in a wall, floor, etc., சுவர், தரை முதலியவற்றில் உள்ள திறப்பு. • *He went through the* **hatch** *to the upper deck to have a look at the sea.* **hatch***(v.t-v.i)*: to produce young ones from eggs, குஞ்சு பொரிக்கச் செய்; to plot, சதி செய். • *Fine chicks have been* **hatched** *out.* • *The rebels* **hatched** *a plot to kill the minister.*

hatch-et/'hætʃit/*(n)*:'ஹஜ்ச்சிட் / a small axe, கைக் கோடரி.

hatch-way/'hætʃwei/*(n)*:'ஹஜ்ச்உஎய் / an opening in a ship's deck, கப்பல் தளத்தின் நுழைவாயில்.

hate/heit/*(v.t)*:ஹெய்ட் / to dislike, வெறுத்தல்; to have a strong dislike, மிகுந்த வெறுப்புக் கொள். • *To* **hate** *is not to love.* • *I* **hate** *to be idle.* **hate***(n)*: extreme dislike, வெறுப்பு.

hate-ful/'heitful/*(adj)*:'ஹெய்ட்ஃபுல் / unpleasant, மகிழ்வில்லாத; very bad, மிக மோசமான.

ha-tred/'heitrid/*(n)*:'ஹெய்ட்ரிட் / aversion, வெறுப்பு; extreme dislike, மிகுந்த விரோத மனப்பான்மை. • *Religious men should have no* **hatred** *towards other religions.* • *Our managing director has a* **hatred** *for bad workmanship.*

hat-ter/'hætə*/*(n)*:'ஹஜ்ட்டஅ* / a maker or seller of hats, தொப்பிகள் செய்பவர் (அ) விற்பவர்.

hat-trick/'hætrik/*(n)*:'ஹைட்ரிக் / three successive victories, அடுத்தடுத்து மூன்று முறை வரும் வெற்றிகள்; (in cricket) the knocking off by one bowler of three wickets in three successive balls, 'கிரிக்கெட்' விளையாட்டில் தொடர்ந்து மூன்று விக்கெட்டுகளை வீழ்த்துதல்; (in football) when the same player has made three goals in one game, கால்பந்தாட்டத்தில், ஒரு விளையாட்டு வீரர் மூன்று கோல்கள் போடுவது. • *She made a wonderful* **hat-trick**.

haugh-ty/'hɔ:ti/*(adj)*:'ஹாːட்டி / proud, கர்வமுள்ள; arrogant, இரக்கமற்ற. • *She is a* **haughty** *young lady.* **haughtily** *(adv)*, **haughtiness***(n)*.

haul/hɔ:l/*(n)*:ஹாːல் / pull, இழு; traction, இழுத்தல்; the act of hauling, இழுக்கும் செய்கை; the amount of fish caught, ஒரு முறை பிடிக்கப்பட்ட மீன்களின் அளவு, எண்ணிக்கை. • *The men had a big* **haul** *of fish.* **haul***(v.t-v.i)*: to drag, வலித்து இழு; bring for reprimand or trial, கண்டனம் தெரிவிப்பதற்காகவோ (அ) விசாரணைக்கோ முன்னிலைப்படுத்து. • *They were* **hauled** *up before the judge for contempt of court.* **to haul someone over the coals**: **to reprimand,** குற்றம் காண், கண்டனம் தெரிவி.

haunch/hɔ:ntʃ/*(n)*:ஹாːஞ்ச் / part of the body between the ribs and the thighs, இடுப்புப் பகுதி.

haunt/hɔ:nt/*(v.t)*:ஹாːன்ட் / to visit frequently, அடிக்கடி பார்வையிடு, அடிக்கடி சென்று வா; to reappear continually as a spirit or ghost, ஆவி (அ) பேய் போல் ஓர் இடத்தைத் திரும்பத் திரும்ப சுற்றிவா. **haunt-ed**/hɔ:ntid/*(adj)*:ஹாːன்ட்டிட் / frequently visited by ghosts, பேய் நடமாட்டமுடைய. • *Whenever he speaks, it seems he suffers from some* **haunted** *imagination.* **haunt***(n)*: a place which a person visits frequently, ஒருவன் அடிக்கடி சென்று பார்க்கும் இடம், நடமாடும் இடம், பதுங்கும் இடம். **haunt-ing**/hɔ:ntiŋ/*(adj)*: ஹாːன்ட்டிங் / remaining in the consciousness, not easily forgotten, எப்பொழுதும் நினைவில் இருந்து கொண்டிருக்கிற, மறக்க முடியாத. • *I always get the* **haunting** *memories of my dead wife.*

haut-boy/'əubɔi*(n)*:'ஹஉபːாய் ('ஹ) / a musical reed instrument, ஒருவகை ஊதுகுழல்.

have/hæv*(v.t)*:ஹைவ் / **had, having**: the plural form of "has", "has" என்பதன் பன்மை வடிவம்; to own, உரிமையாகப் பெறு; to accept, ஏற்றுக்கொள்; to experience, அனுபவம் கொள்; [*has*: 3rd person singular present tense verb, *have*: in 1st and 2nd persons and also in 3rd person plural verb]. • *She wanted to marry him, but he wouldn't* **have** *her.* • *The director* **had** *a heart-attack last month.* • *I* **have** *had little to do with such a kind of business.* • *At first, he decided to* **have** *the course.*

ha-ven/'heivn/*(n)*:'ஹெய்வ்ன் / harbour, துறைமுகம்; asylum, புகலிடம். • *A library has been a* **haven** *for me at times of distress.*

have-nots/'hævnɔts/*(n, pl)*:'ஹைவ்னாட்ஸ் / the poor people in a country or society, ஒரு நாடு (அ) சமுதாயத்தில் உள்ள ஏழை எளிய மக்கள்; *opp.* haves.

hav-er-sack/'hævəsæk/*(n)*/'ஹைவஸைக் / a soldier's provision bag, படை வீரனின் உணவு மற்றும் தேவையான பொருட்கள் கொண்ட பை.

haves/hævz/*(n, pl)*:'ஹைவ்ஸ் / the rich people, பணக்காரர்கள்.

hav-il-dar/'hævildə*/*(n)*:'ஹைவில்தாːர் / a sergeant of the army, படைத்துறை அலுவலர்.

havoc/'hævək/*(n)*/'ஹைவக் / general waste, சேதம்; destruction, அழிவு; wide spread damage, மிகப்பரந்த அளவில் ஏற்பட்டுள்ள சேதம். • *The cyclone played* **havoc** *with the country.* • *The earthquake wreaked* **havoc** *on the town and the people.*

hawk/hɔ:k/*(n)*/ஹாːக் / a bird of prey, வேட்டைப் பறவை வகை, பருந்து, வல்லூறு; a greedy person, பேராசைக்காரன்; a person who believes in the use of force to solve problems, போர்தான் பிரச்சினைகளைத்

தீர்க்க முடியும் என்று நம்புபவர். **hawk**(*v.t*): to go about with goods for sale, பொருள்களைக் கூவி விற்பனை செய்; to force out phlegm and clear the throat, தொண்டையைக் கனைத்துச் சளியை வெளிப்படுத்து, இருமு.

hawk-er/hɔ:kə*/(*n*):'ஹாக்கə* / one who goes about with goods for sale, பொருட்களைக் கூவி விற்பனை செய்பவர்.

hawk-eyed/'hɔ:kaid/(*adj*):'ஹா:க்கய்ட்: / having very good eye sight, நல்ல கூரிய கண்பார்வையுள்ள. • *We have* **hawk-eyed** *auditors who never miss any lapse.*

haw-thorn/'hɔ:θɔ:n/(*n*):'ஹா:த்தா:ன் / a hedge shrub, ஒரு வகை முட்செடி; a shrub very much cultivated for hedges and for ornament, அழகுக்காகவும், வேலிக்காகவும் வளர்க்கப்படும் ஒரு வகை முட்செடி.

hay/hei/(*n*):ஹெய் / dried grass, வைக்கோல்.

hay-stack/'heistæk/(*n*):'ஹெய்ஸ்ட்டæக் / heaped up hay, வைக்கோல் போர்.

haz-ard/'hæzəd/(*n*):'ஹæஸ:əட்: / danger, அபாயம், இடையூறு; chance, தற்செயல். • *Smoking is a health* **hazard**. • *My job is full of* **hazards**. **hazard**(*v.t*): to offer with the possibility of facing criticism, failure, etc., ஆபத்தானதும், தோல்வி ஏற்படும் என்றாலும் எதிர்க்க ஒரு வாய்ப்பை ஏற்படுத்திக் கொடு, ஆபத்திற்கு உள்ளாகு, உள்ளாக்கு.

haz-ard-ous/'hæzədəs/(*adj*)/'ஹæஸ:əட:əஸ் / dangerous, ஆபத்தான; adventurous, துணிச்சலுள்ள. • *There is no job in life that is not* **hazardous**. Children are not to be employed in **hazardous** jobs. **hazardously** (*adv*).

haze/heiz/(*n*):ஹெய்ஸ்: / mist, மூடுபனி; obscurity, தெளிவில்லாமலிருத்தல்; dimness, மங்கல் தன்மை. **haze**(*v.i*): to become hazy, பனி மூட்டம் கொள். • *Do you see the sky,* **hazing** *over us?* **haze**(*v.t*), **hazed, hazing**: to become hazy, தெளிவின்மையை ஏற்படுத்து; to play tricks on young students before their admission to a club, இளம் மாணவர்களை வேடிக்கையாகத் தொல்லை செய் (அ) துன்புறுத்து.

ha-zel/'heizl/(*n*):'ஹெய்ஸ:ல் / shrub bearing brown nuts, பழுப்பு நிறக் கொட்டைகள் காய்க்கும் சிறு செடிகள் கொண்ட புதர்; greenish brown, பச்சை நிறம் கலந்த பழுப்பு.

haz-y/'heizi/(*adj*):ஹெய்ஸி: / **hazier, haziest**: misty, பனி மூட்டம் கொண்டுள்ள; obscure, தெளிவில்லாத; dim, மங்கலான. • *The weather is* **hazy**. • *His* **hazy** *thinking will not solve the problem.*

he/hi:/(*pron*):ஹீ / third person, படர்க்கை, மூன்றாம் நிலை; masculine singular, ஆண்பால் ஒருமை வடிவம், அவன்; the male person or animal already mentioned, முன்னமேயே குறிப்பிடப்பட்ட ஆண் நபர் (அ) ஆண் மிருகம். • *Where is Ram?* **He** *has gone to the ground.*

head/hed/(*n*):ஹெட்: / the uppermost part of a human body and an animal body, தலை. • *He hung his* **head** *in shame before his wife.* the principal leader, முக்கிய தலைவர்; an ability of the stated kind, சொல்லப்பட்ட திறமை. **to make head or tail**: not at all understood, ஒன்றும் புரியாமல் இரு. • *It is always better to keep a cool* **head** *in an emergency.* **head**(*v.t*): to lead, தலைமை தாங்கி நடத்து; to be the head or chief, தலைவனாகப் பணியாற்று. • *The sales manager is* **heading** *a team of fifty representatives.* to go in a certain direction, ஒரு குறிப்பிட்ட திசையில் செல். • *The letter was* **headed** *'urgent'.*

head-ache/'hedeik/(*n*):'ஹெடெ:ய்க் / pain in the head, தலைவலி.

head-er/'hedə*/(*n*):'ஹெட:ə* / a dive with the head first, தலை குப்புறப் பாய்தல்.

head-ing/'hediŋ/(*n*):'ஹெடி:ங் / title, தலைப்பு; top line, தலையங்கம். He turned the ball into the goal by **heading**.

head-land/'hedlənd/(*n*):'ஹெட்:லəன்ட் / a cape, நிலமுனை.

head-long/'hedlɔŋ/(*adv & adj*):'ஹெட்:லாங் / swiftly, விரைவாக; thoughtlessly, சற்றும் சிந்தித்துப்பாராத, கண்மூடித்தனமாக; with head first, தலை கீழாக உள்ள. • *It is dangerous to plunge* **headlong** *into the water.*

head-man/ˌhed'mæn/(*n*):'ஹெட்:'மæன் / chief, தலைவன்; village head-man, கிராம அதிகாரி.

head-master/ˌhed'ma:stə*/(*n*): 'ஹெட்:'மாஸ்ட்டə* / the principal teacher in charge of a school, தலைமை ஆசிரியர்.

head-quar-ters/ˌhed'kwɔ:təz/(*n*):'ஹெட்:'க்உொ:ட்டəஸ்: / the main office of an organization, தலைமை அலுவலகம்.

heads-man/'hedzmən/*(n)*:'ஹெட்:ஸ்:மஅன் / a public executioner, தலையை வெட்டும் தண்டனையை நிறைவேற்றும் அலுவலர்.

head-strong/'hedstrɔŋ/*(adj)*:'ஹெட்:ஸ்ட்ராங் / stubborn, பிடிவாதமான; self-willed, தன்னம்பிக்கையும், முனைப்புமுள்ள.

head-way/'hedwei/*(n)*:'ஹெட்:உஎய் / going forward, முன்னேற்றப் பாதையில்; progress, முன்னேற்றம். **head-wind**/'hedwind/*(n)*: 'ஹெட்:உயின்ட்: / the wind that blows directly on one's face; the wind that blows against the direction of the ship, எதிர் காற்று.

head-y/'hedi/*(adj)*:ஹெடி: / giddy, மயக்கம் தரக்கூடிய; having a feeling of excitement, கிளர்ச்சி ஊட்டக்கூடிய.

heal/hi:l/*(v.t)*:ஹீல் / to cure, குணப்படுத்து; to be healthy again, மீண்டும் நல்ல உடல் வளத்துடன் இரு. • *The cut will soon* **heal**: *do not apply any medicine.* • *Nature has its own* **healing** *power.* • *There is no medicine to* **heal** *the soul.*

health/helθ/*(n)*:ஹெல்த் / maintaining the body in good, working condition, உடலைப்பேணிக் காத்தல், ஆரோக்கியம்; free from illness, உடல் நலம். • *To be in good* **health** *is a bliss.* vigour, vitality, உயிரோட்டம், உயிர்ச் சக்தி. • *The* **health** *of the Indian economy has never been good.* **healthy***(adj)*: of good health, உடல் நலமுடைய. • *A* **healthy** *mind in healthy body is a maxim. opp*: unhealthy.

heap/hi:p/*(n)*:ஹீப் / a pile, குவியல்; mass, திரள்; a lot, ஒரு திரட்டு. • *You can always see a* **heap** *of rubbish on the main road.* **heap***(v.t)*: to pile up, குவி. • *The trend is to* **heap** *up riches.* **heap***(v.t)*: to become heaped, குவியலாகு. • *Some dirty things have been* **heaped** *up on the road.*

hear/hiə*/*(v.t-v.i)*:ஹியஅ* / to perceive by the ear, கேள்; to listen, கவனி, to be told, சொல்லப்பட்டிரு. • *I* **hear** *that there is going to be some performance today.* **hearing***(n)*: an act of listening, கேட்டல்; the trial of a case before a judge, நீதிமன்றத்தில் விசாரணை.

hear-ken/'ha:kən/*(v)*:'ஹாக்கஅன் / to listen intensely, கவனமாகக் கேள்.

hear-say/'hiəsei/*(n)*:'ஹியஅஸெய் / common rumour, வதந்தி, உண்மையாகவும், உண்மையில்லாதனவாகவும் இருக்கும் செய்தி.

hearse/hɜ:s/*(n)*:ஹஅ:ஸ் / a carriage for the dead, பாடை, சவ வண்டி.

heart/ha:t/*(n)*: ஹாட் / the organ that maintains and keeps up the circulation of blood, இதயம்; affection, அன்பு, பாசம், கனிவு; determination or strength of purpose, மன உறுதியும், செயல் நோக்கமும் கொண்ட உள்ளம்.

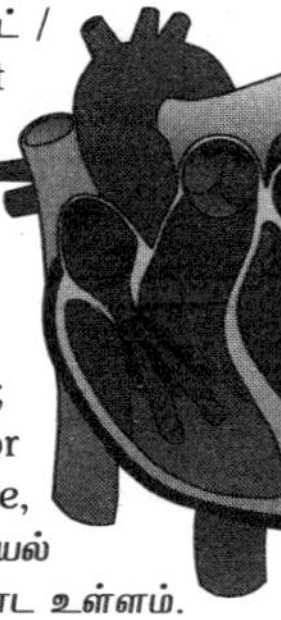

• *He has no* **heart** *in his job.* **heart and soul**: much affected and grieving, மனப்பாதிப்பிற்கு உள்ளாகு. **to take to heart:** to think seriously, நன்கு ஆலோசனை செய். **heart-broke-n**/ 'ha:tˌbrəukən/*(adj)*:ˌஹாட்'ப்:ரஅஉக்கஅன் / suffering from deep sorrow, துயரத்தினால் மனம் நொந்துள்ள. • *Some people become very much* **heart-broken** *when their pet animals die.* **heart-burning**/ 'ha:tbɜ:niŋ/*(n)*: ஹாட்'ப:அ:னிங் / discontent, மன நிறைவு இல்லாமை; ill-will, கெட்ட எண்ணம் கொண்டு இருக்கும் நிலை. **heart-en**/'ha:tn/*(v.t)*:ஹாட்ன் / to stimulate, செயல்வேகம் ஊட்டு, தூண்டுதல் செய்; to inspire, உணர்வைத் தூண்டு, ஊக்கம் கொள்ளச் செய். • *It is* **heartening** *to note that the government was able to pull on though it had no majority.* **heartful***(adj)*: full of kindness, அன்பு நிறைந்த; full of vigour, உயிரோட்டமுள்ள. **hearteningly***(adv)*.

hearth/ha:θ/*(n)*:ஹாத் / fire place, அடுப்பு.

heartily/'ha:tili*(adv)*:'ஹாட்டிலி / with goodwill, நல்ல எண்ணம் கொண்டுள்ள; with strength, நல்ல ஆரோக்கியத்துடன், முழு வலிவுடன் உள்ள; thoroughly, மிக நன்றாக.

heart-less/'ha:tlis/*(adj)*:'ஹாட்லிஸ் / without goodwill, நல்லெண்ணம் இல்லாத; merciless, இரக்கமின்றியுள்ள.

heart-rend-ing/'ha:tˌrendiŋ/*(adj)*: 'ஹாட்ˌரென்டி:ங் / heart breaking, நெஞ்சைப் பிளக்கக்கூடிய.

heart-y/'ha:ti/*(adj)*:'ஹாட்டி / cheerful, உள்ளம் மகிழ்ச்சி கொண்டுள்ள; warm, கனிவுடன் உள்ள; generous, பரந்த மனப்பான்மையுள்ள.

heat/hi:t/*(n)*:ஹீட் / a part of race for the selection of athletes, விளையாட்டு வீரர்களைத் தேர்ந்தெடுக்கும் போட்டி. *He was knocked out in the qualifying* **heats**. a state of sexual excitement happening regularly to certain female animals, சில பெண் மிருகங்களின் பால் புணர்ச்சி வேட்கைக் காலம்; warmth, வெப்பம், சுடும் சக்தி; a state of great activity, செயல் வேகம் உள்ள நிலை. **heat***(v.t-v.i)*: to make or become hot or warm, வெப்பம் உண்டாக்கு, சூடுபடுத்து. **heated***(adj)*: with strong angry feelings, பெருங்கோபங் கொண்ட.

heath/hi:θ/*(n)*:ஹீத் / barren land, தரிசு நிலம்.

hea-then/'hi:ðn/*(n)*:'ஹீத:ஃன் / irreligious person, மதம், கடவுள் நம்பிக்கை இல்லாதவர்; a pagan, மத நம்பிக்கை இல்லாதவர்.

heath-er/'heðə*/*(n)*:'ஹெத:ə* / a wild shrub, ஒரு வகைக் காட்டுச் செடி.

heave/hi:v/*(v.t-v.i)*:ஹீவ் / **heaved, hove, heaving**: to raise, உயர்த்து; to swell, பெரிதாகச் செய், வீங்கு; to throw, எறி. • *The ship* **heaved** *and rolled in the high seas.* to emit audibly with effort, பெருமூச்சு விடு. • *I* **heaved** *a sigh of relief when I reached home safely.* **heave***(n)*: rise and fall, ஏற்ற இறக்கம்; swelling, வீக்கம்; a throw, எறிதல்.

heav-en/'hevn/*(n)*:'ஹெவ்ன் / a place for the saints, சுவர்க்கம்; paradise, வானுலகம்; the sky, ஆகாயம், வானம்; god, தெய்வம், கடவுள். • *For* **heaven's** *sake, do not drink.* an imaginary place where the blessed are supposed to live, புண்ணியம் செய்து, தவம் செய்து தூய்மை அடைந்தவர்கள், இறப்புக்குப் பிறகு செல்வதாகச் சொல்லப்படும் இடம். • **Heaven** *and hell are only in one's imagination.* **heaven-born***(adj)*: of divine origin, இறைத்தன்மையுடைய. **heavenly***(adj)*: divine, இறைத் தன்மையுடைய; celestial, வான வெளியை / மேலுலகத்தைப் பற்றிய.

heav-y/'hevi/*(adj)*:'ஹெவி / full of weight, எடையுள்ள, நல்ல பளுவான.

heck-le/'hekl/*(v.t-v.i)*:ஹெக்ல் / to comb, சிக்கெடுத்து வாரிவிடு; to ask awkward questions in a public meeting, பொதுக் கூட்டத்தில், அநாகரிகமாகக் கேள்வி கேட்டு, குழப்பம் செய். **heckler***(n)*.

hec-tare/'hekteə*/*(n)*:'ஹெக்ட்டεə (-டா) / a unit for measuring area, பரப்பளவின் அடிப்படை அலகு (10,000 சதுர மீட்டர்).

hec-tic/'hektik/*(adj)*:'ஹெக்ட்டிக் / feverish, காய்ச்சல் உள்ள; flushed in the face, முகம் சிவந்துள்ள; full of excitement, கிளர்ச்சியுள்ள; full of activity in a hurried way, செயல் வேகம் உள்ள. • *I had a* **hectic** *day in my office today.* **hectically***(adv)*.

hec-tor/'hektə*/*(v.t-v.i)*:'ஹெக்ட்டə* / to bully, கொடுமை செய், காரணமின்றித் தொந்தரவு கொடு.

hedge/hedʒ/*(n)*:ஹெஜ் / a bushy thicket, புதர்க்காடு; a fence, எல்லை வேலி. **hedge** *(v.t)*, **hedged, hedging**: to sorround with a hedge, புதர் வேலி அமை. **hedge-bill**/hedʒbil*(n)*:'ஹெஜ்'பி:ல் / a tool for dressing hedges, வேலியைச் சீரமைக்கும் கொடுவாள்.

hedge-hog/'hedʒhɔg *(n)*:'ஹெஜ்'ஹாக்: / a small spine covered animal, which rolls itself into a ball for defence, முள்ளெலி.

heed/hi:d/*(n)*:ஹீட் / caution, எச்சரிக்கை. **heed***(v.t)*: to notice, கவனி; to consider seriously, நன்றாகக் கவனித்து ஆலோசி. • *The driver didn't* **heed** *the warning signal.* **heed-ful**/'hi:dful/*(adj)*:'ஹீட்:ஃபுல் / cautious, எச்சரிக்கையுள்ள, முன் கவனம் உடைய. **heedless**/'hi:dlis*(adj)*:'ஹீட்:லிஸ் / inattentive, சற்றும் கவனமில்லாத; neglectful, அலட்சியம் கொண்டு அக்கறை இல்லாத. • **Heedless** *of our advice, she drove rashly and met with an accident.*

heel/hi:l/*(n)*:ஹீல் / the back part of the foot, குதிகால். **to take to heels**: to run away immediately, உடனே ஓடு. **heel***(v.t)*: to follow at the heels of chase, பின் தொடர். **heel***(v.i)*: to cause to lean, சாய்ந்திரு.

hef-ty/'hefti/*(adj)*:ஹெஃப்ட்டி / big and strong, நல்ல வலுவுள்ள, திடமுள்ள.

heif-er/'hefə*/*(n)*:ஹெய்ஃபə: / a young cow, இளம் பசு.

height/hait/*(n)*:ஹய்ட் / distance upwards, மேல் உயரும் தூரம்; a high place, உயர்ந்த இடம்; utmost degree, உயர்ந்த அளவு, கடைசி வரை, எட்டிய மட்டும்; the most extreme part, உச்ச கட்ட நிலை. • *It is the*

height *of stupidity to enter politics for a man like him.* • *In her dreams, she reached the* **heights**. **height-en**/'haitn/*(v.t-v.i)*: ஹய்ட்டன் / to raise, உயரும்படி செய்; to exaggerate, மிகைப்படுத்து; to improve, சீரமை, மேம்படுத்து. • *The romantic colours* **heightened** *the value of his painting.*

hei-nous/'heinəs/*(adj)*:ஹெய்னஸ் / atrocious, மிகக் கொடிய. The thief committed a **heinous** crime by killing an old woman.

heir/eə*/*(n)*:எஅ* / one who inherits, மரபு வழி உரிமையாளர், வாரிசுதாரர்; possessor, உரிமையுள்ளவர். **heir-apparent**/*(n)*: a legally acknowledged heir, சட்டப்படியான வாரிசுதாரர்.

held/held/*(v)*:ஹெல்ட் / *(p.t & p.p) of* "hold", "hold" என்பதன் இறந்த காலம், இறந்தகால முற்றெச்ச வடிவம்.

hel-i-cop-ter/'helikɔptə*/*(n)*: 'ஹெலிக்காப்ட்டஅ* / an aircraft that can go straight up and down, செங்குத்தாக மேலெழும்பிப் பறக்கவல்ல ஒருவகை வானூர்தி.

he-li-o-graph/'hi:liəugra:f/*(n)*:,ஹீலியஅஉக்:ராஃப் / signalling apparatus reflecting sunlight in flashes from movable mirror, சூரியக் கதிர்கள் மூலம் ஒரு குறியீட்டை தெரிவிக்கும் சைகைமானி.

he-li-o-trope/'heljətrəup/*(n)*: 'ஹெலியஅட்ரஅஉப் (ஹீ) / a kind of plant with sweet smelling flowers, நறுமணம் கமழும் மலர்கள் பூக்கும் ஒருவகைச் செடி.

hell/hel/*(n)*:ஹெல் / a place of torment, சித்திரவதை செய்யப்படும் இடம்; the dwelling place of evil spirits, கெட்ட தேவதைகள் இருப்பிடம்; the place for punishment for the wicked after death, நரகம். • *The accident site was a sheer* **hell**. **hell-ish**/'heliʃ/*(adj)*: 'ஹெலிஷ் / very bad, மிக மோசமான; very unpleasant, சற்றும் மகிழ்வு இல்லாத, கொடூரமான.

helm/helm/*(n)*:ஹெல்ம் / the steering instrument of the ship, சுக்கான்.

hel-met/'helmit/*(n)*:'ஹெல்மிட் / armour covering for the head, தலைக் கவசம்.

helms-man/'helmzmən/*(n)*: 'ஹெல்ம்ஸ்:மஅன் / one who steers the ship, மாலுமி.

help/help/*(v.t-v.i)*:ஹெல்ப் / to assist, உதவு; to encourage, உற்சாகமூட்டு; to avoid, to control, தவிர், கட்டுப்பாட்டுடன் இரு. • *The rich rarely come forward to* **help** *the poor:* • *She can't* **help** *her rather coarse voice.* **help***(n)*: assistance, உதவி; the person who helps, உதவியாளர். **helpful***(adj)*: useful, பயன்படத்தக்க; giving help, உதவி செய்யக்கூடிய.

hel-ter-skel-ter/,heltə'skeltə*/*(adv & adj)*: 'ஹெல்ட்டஅ'ஸ்க்கெல்ட்டஅ* / in total confusion, குழப்பமாக சற்றும் ஒழுங்கில்லாமல். • *The policemen ran* **helter-skelter** *when the bomb exploded.*

helve/helv/*(n)*:ஹெல்வ் / the handle of an axe, கோடரிக் காம்பு.

hem/hem/*(n)*:ஹெம் / the stitched border of a garment, துணியின் தைக்கப்பட்ட விளிம்பு. **hem***(v.t)*: **hemmed, hemming**: to surround tightly for preventing movement, நகராது இருக்கும்படி இறுக்கமாகச் சூழ்ந்துகொள். • *The militants were* **hemmed** *in by the army men.*

hem-i-sphere/'hemi,sfiə*/*(n)*: 'ஹெமிஸ்ஃபியஅ* / a half-sphere, பாதி உருண்டை; a half globe, அரைக்கோளம்.

hem-lock/'hemlɔk/*(n)*:'ஹெம்லாக் / a poisonous plant, ஒருவகை நச்சுச் செடி.

hemp/hemp/*(n)*:'ஹெம்ப் / fibres of a plant, used for making ropes etc., சணல் நார்.

hen/hen/*(n)*:ஹென் / female fowl, பெட்டைக் கோழி.

hence/hens/*(adv)*:ஹென்ஸ் / from this place or time, இங்கிருந்து, இப்போதிருந்து; therefore, ஆகையால்; for this reason, இதன் காரணமாக. • *The goods are of the best quality:* **hence** *they are costly.* **hence-forth**/,hens'fɔ:θ/*(adv)*: 'ஹென்ஸ்'ஃபாஃத் / [also **hence-forward**]: from now on, இப்பொழுது முதல்; in future, இனிமேல்.

hench-man/'hentʃmən/*(n)*:'ஹெஞ்ச்மஅன் / a servant, வேலையாள்.

hen-pecked/'henpekt/*(adj)*:'ஹென்ப்பெக்ட் / domineered over by one's wife, மனைவிக்கு அடங்கி நடக்கும். • *A* **henpecked** *husband need not be a fool.*

hen-roost/'henru:st/*(n)*:'ஹென்ரூஸ்ட் / a place where fowls roost at night, கோழிக் கூண்டு.

hep-ta-gon/'heptəgən/*(n)*:'ஹெப்ட்டகஃன் / seven-sided plane figure, ஏழுபக்க வடிவம்

her/h3:*/*(pron)*:ஹஃ* / object form of 'she', அவளை.

her-ald/'herəld/*(n)*:'ஹெரல்ட் / precursor, முன்னறிவிப்பவர், முன்னோடி. **herald**(*v.t*): to predict, முன்கூட்டிச் சொல், அறிவி; to be a sign of something coming or about to happen, வரப்போவதை முன்கூட்டி அறிவி.

herb/h3:b/*(n)*:ஹஃப் / a plant whose roots, stems or leaves are used as food, உணவாகப் பயன்படும் செடி, மூலிகை. **herb-age**/h3:bidʒ/*(n)*:ஹஃபிஜ் / grass and other field plants, pasture, புல் பூண்டு நிறைந்த நிலம்.

herb-i-fer-ous/h3:'bifərəs/*(adj)*: ஹஃபிஃபரஸ் / full of herbs, புல் பூண்டு நிறைந்துள்ள.

her-bi-vore/h3:'bivə*/*(n)*:ஹஃபிவஃ* / a herbivorous animal, தழையுண்ணும் பிராணி. **herbivorous**(*adj*): herb-feeding, தழையுண்ணும் தன்மையுள்ள. • *Lambs are **herbivorous** but tigers are not.*

Her-cu-le-an/ˌh3:kju'li:ən/*(adj)*: ˌஹஃக்யு'லியன் (ல்யஃ) / extremely difficult, மிகக் கடினமான, செயற்கரிய; very strong, மிகவும் வலிமையுள்ள. • *Managing a vast business is a **herculean** task.* • *It required **herculean** effort to construct a track for Mass Rapid Transit System (M.R.T.S.) at Chennai.*

herd/h3:d/*(n)*:ஹஃட் / a flock of animals, மந்தை; one who tends cattle or sheep, ஆடு, மாடு மேய்ப்பவர். **herd**(*v.t*): to look after or drive animals in a herd, மந்தையில் உள்ள கால்நடைகளைக் கவனி (அ) ஓட்டு; to come together in a large group, கூட்டத்தில் ஒன்றாக வருதல். • *The people were **herded** together for hearing the minister's speech.* **herds-man**/'h3:dzmən/*(n)*:ஹஃட்ஸ்மன் / one who looks after a herd, மந்தையைப் பார்த்துக் கொள்பவர், மேய்ப்பவர்.

here/hiə*/*(adv)*:ஹியஃ* / in, இந்த இடத்தில்; at, இங்கே; to this place, இந்த இடத்துக்கு. • *They are **here**, you are there but you can also come **here**.* • ***Here** is your pay cheque.* **hereabout**(*adv*): near or about, இந்த இடத்திற்குப் பக்கத்தில். **hereafter**(*adv*): in the future, வருங்காலத்தில். **hereafter**(*n*): the future, வருங்காலம். **hereby**(*adv*): as a result, இதன் விளைவாக.

he-red-i-ta-ry/hi'reditəri/*(adj)*: ஹி'ரெடிட்டரி / descending by inheritance, மரபு வழி வருகிற. • *Some titles are **hereditary**.* • *'Bharat Ratna' is not a **hereditary** title.* **he-red-i-ty**/hi'redəti/*(n)*:ஹிரெடிட்டி / the transmission of ancestral qualities, diseases, etc., மரபு வழியாகத் தொடரும் பண்புகள், மரபு வழி வரும் நோய். • ***Heredity** is the transmission of genetic characters from the parents to the offspring.*

here-in/ˌhiər'in/*(adv)*:'ஹியஃரின் / in this, இதில். **here-inafter**(*adv*): afterwards, இதன் பின்னால்; below, கீழே.

her-e-sy/'herəsi/*(n)*:'ஹெரஸி / a belief or opinion not generally accepted, முரணான சமயக் கருத்து, முரண்பட்ட கோட்பாடு.

her-e-tic/'herətik/*(n)*:'ஹெரட்டிக் / holder of an unorthodox opinion, வழக்கில் உள்ள நம்பிக்கைக்கு மாறான கருத்தைக் கொண்டு செயல்படுபவர்.

here-to/ˌhiə'tu:/*(adv)*:'ஹியஃ'ட்டு / to this, இவ்வகையில்.

here-with/ˌhiə'wið/*(adv)*:'ஹியஃ'உயித் / with this இதனுடன்.

her-i-tage/'heritidʒ/*(n)*:'ஹெரிட்டிஜ் / an inheritance, மரபுரிமை.

her-maph-ro-dite/h3:'mæfrədait/*(n)*: ஹஃ'மஃஃப்ரடைட் / human being or other animals having the combined characteristics of both sexes, பேடி, இருபால் அமைப்புகளையும் கொண்ட மனிதன் (அ) பிராணி.

her-mit/'h3:mit/*(n)*:'ஹஃமிட் / one who lives in solitude for the purpose of devotion, துறவி. **her-mit-age**/hermitid/*(n)*: the dwelling place of a hermit, துறவியின் இருப்பிடம்.

hern/h3:n/*(n)*:ஹஃன் / [also **heron**]: a long legged, water fowl, ஒருவகை நாரை.

he-ro/'hiərəu/*(n)*:'ஹியரஉ / a man of distinguished bravery or noble qualities, பெருந்தகை; the chief man in poem, பாட்டுடைத் தலைவன்; a play or a story, நாடகத் தலைவன், கதை நாயகன். • *No husband is **hero** to his wife.* • *He saved a drowning girl; he became a **hero** in her eyes.* • *Sometimes, the villain of a story is adored as a **hero**.* **he-ro-ic**/hi'rəuik/ *(adj)*:ஹி'ரஉயிக் / like a hero, ஒரு வீரன்

போன்ற; daring, துணிச்சலுள்ள; brave, மிகுந்த தைரியமுள்ள. • *Our puranas are full of **heroic** stories.* • *My **heroic** ambitions were shattered to pieces.* **her-o-is-m**/'herəeuizəm/*(n)*'ஹெரஉயிஸம் / bravery, வீரம்; the attributes of a hero, ஒரு வீரனின் இயல்புகள். • *His venture of entering into the burning building was a real **heroism**.*

herr/heə*/*(n)*:ஹ* / a German word, meaning 'Mr.', 'திரு' என்று பொருள்படும் ஜெர்மானிய வார்த்தை.

her-ring/'heriŋ/*(n)*:ஹெரிங் / sea fish much used for food, உணவுப் பொருளாகப் பயன்படும் கடல் மீன்.

her-self/hɜ:'self/strong:/hɜ:'self/*(pron)*: ஹ:'செல்ஃப் / reflexive and emphatic form of 'she', அவளே, அவளுக்கே, அவளையே.

hes-i-tate/'heziteit/*(v.i)*:'ஹெஸி:ட்டெய்ட் / **hesitated, hesitating**: to be undecided about, தயக்கம் கொள்; to be doubtful about something, சந்தேகம் கொண்டு முடிவெடுக்க முடியாமல் தடுமாற்றம் கொள். • *Having taken up the job, do not **hesitate**.* • *He who **hesitates** is lost.*

hes-pe-rus/'hespərəs/*(n)*:'ஹெஸ்ப்பரஸ் / Venus, வெள்ளி; the evening star, மாலைக்கால நட்சத்திரம்.

hes-si-an/'hesiən/*(n)*:'ஹெஸியன் / coarse cloth of hemp, கெட்டியான சணல் துணி; a high boot, குதிகால் உயர்ந்த செருப்பு.

hest/hest/*(n)*:ஹெஸ்ட் / a command, கட்டளை.

het-e-ro-dox/'hetərəudɔks/*(adj)*: 'ஹெட்டரஉட:ாக்ஸ் / not orthodox, வழக்கத்திலுள்ள நம்பிக்கைகளுக்கு மாறான.

het-e-ro-ge-ne-ous/ˌhetərəu'dʒi:njəs/ *(adj)*:'ஹெட்டரஉ'ஜீனியஸ் / of another kind, பல்வகையாக உள்ள, முற்றிலும் வேறுபட்டுள்ள; unlike, வேறு தன்மையுள்ள. *opp*: homogeneous.

hew/hju:/*(v.t-v.i)*:ஹ்யூ / to cut vigorously, வெட்டு; shape by cutting, செதுக்கு. • *The man was able to **hew** down a huge tree in three hours.* **hewer***(n)*: one who hews, வெட்டுபவர். **hewn***(v)*: past participle of "hew", "hew" என்பதன் இறந்த கால வினைமுற்று.

hex-a-gon/'heksəgən/*(n)*:'ஹெக்ஸக:ன் / six-sided plane figure, அறுகோண வடிவம்.

hey-day/'heidei/*(n)*:ஹெய்டெ:ய் / the time of greatest prosperity or strength, வளமை நிறைந்த காலம் (அ) பலமும், செல்வமும், செல்வாக்கும் உள்ள காலம்; full bloom, பருவகாலம். • *During her **heydays**, she was paid one lakh rupees for acting in pictures.*

hi-a-t-us/hai'eitəs/*(n)*:ஹய்யெய்ட்டஸ் / a gap in between, இடைவெளி; an opening, பிளவு. • *Modern scholars try to fill up the **hiatus** in some ancient manuscripts.*

hi-ber-nate/'haibəneit/*(v.t)*:'ஹய்ப:னெய்ட் / **hibernated, hibernating**: to pass the winter in sleep, குளிர் காலத்தில் தூங்கும் நிலை போல் செயலாற்றாமல் இரு. **hibernation***(n)*.

hic-cough/hikʌp/*(n)*:'ஹிக்கப் / [also **hiccup**]: a short gasp caused by laughing, eating or drinking, விக்கல்.

hick-o-ry/'hikəri/*(n)*:ஹிக்கரி / a kind of nut bearing tree, கொட்டை பருப்புகள் தரும் ஒருவகை மரம்.

hid/hid/*(v)*:ஹிட்: / past tense of "hide", "hide" என்பதன் இறந்தகால வடிவம். **hidden***(v)*: past participle of "hide", "hide" என்பதன் இறந்தகால வினை வடிவம்.

hide/haid/*(v.t)*:ஹய்ட்: / to conceal, மறைத்து வை. • *It is not possible to **hide** a murder.* to thrash, நன்றாக அடி, நையப்புடை. **hide***(n)*: thick skin of beast, பிராணியின் தோல்; an old land measure, பழங்காலத்து நில அளவை.

hid-e-ous/'hidiəs/*(adj)*:'ஹய்டி:யஸ் / ugly, அருவருப்பான; frightful, அச்சமூட்டுகிற. **hideously***(adv)*, **hideousness***(n)*.

hide-out/haidaut:'ஹய்ட:உட் / a hiding place, மறைவிடம்.

hiding/haidiŋ/*(n)*:'ஹய்டி:ங் / concealment, மறைத்து வைத்தல்; thrashing, கசையடி. thick skin of animals, விலங்கின் தடித்த தோல்.

hie/hai/*(v.t-v.i)*:ஹய் / **hied, hying or hieing**: to go quickly, வேகமாகச் செல். • *I will **hie** myself to the office.*

hi-er-arch/'haiəra:k/*(n)*:'ஹயரா:க் / chief priest, தலைமைக் குரு. **hi-er-ar-chy**/ 'haiəra:ki/*(n)*:'ஹயராக்கி / a body of church rulers in order of rank, குருக்களின் படிநிலைக் குழுமம்.

hi-e-ro-glyph/'haiərəuglif/*(n)*: 'ஹயரஉக்:லிஃப் / ancient writings in which pictures and symbols were used,

சித்திரமும், அடையாளமும் கொண்ட பண்டைக் காலத்து எழுத்து முறை.

hig-gle/'higl/*(v.i)*:ஹிக்:ல் / to chaffer, பேரம் பேசு, விட்டுக் கொடுக்காமல் பேசு. **higgledy-piggledy**/ˌhigldi'pigldi/*(adj & adv)*:'ஹிக்:ல்டி:'ப்பிக:ஓல்டி: / in great disorder, பெருங்குழப்பத்தில், குளறுபடியான.

higgledy-piggledy/*(n)*: confused situation, குழப்பமான நிலை.

high/hai/*(adj & adv)*:ஹய் / lofty, உயரமான; eminent, புகழ் பெற்ற, மேன்மை உடைய; far up, மிக உயரத்திலுள்ள; intensified, greater than usual, தீவிரமாக்கப்பட்டுள்ள, அசாதாரணமாக உள்ள, மிக அதிகமாக உள்ள. • *She is in very* **high** *spirits today.* **high-born**/'haibɔ:n/*(adj)*:'ஹய்ப:ஓ:ன் / born of a noble family, மேற்குடியில் பிறந்த. • *Even in democracy,* **highborn** *people wield enormous power.* **high-bred**/'haibrəd/*(adj)*:'ஹய்ப்:ரெட்: / brought up in a noble way, செல்வச் செழிப்பில் வளர்க்கப்பட்ட. **high-flown**/'haifləun/*(adj)*:'ஹய்ஃப்லஓஉன் / high sounding but not often very, meaningful, பொருளில்லாத வெறும் வார்த்தைகள் நிறைந்துள்ள, பகட்டான பேச்சு மட்டும் உள்ள; proud, கர்வமுள்ள. **high-hand-ed**/ˌhai'hændid/*(adj)*:'ஹய்'ஹஐண்டி:ட்: / insolent, ஆணவமும், துடுக்கும் உள்ள; overbearing, பிறர் மீது ஆதிக்கம் செலுத்தும் மனப்பான்மையுள்ள; proud, கர்வம் உள்ள. **high-land**/'hailənd/*(n)*:'ஹய்லஓன்ட்: / a hilly region, மேட்டுநிலப் பகுதி. **high-mind-ed**/ˌhai'maindid/*(adj)*:'ஹய்'மய்ன்டி:ட்: / having high principles and moral character, உயர்ந்த பண்பும், நியதியும், கொள்கையும், பெருந்தன்மையுமுள்ள. **high-priest**/ˌhai'pri:st/*(n)*:'ஹய்'ப்ரீஸ்ட் / chief priest, உயர் தலைமைக்குரு. **high-way**/'haiwei/*(n)*:'ஹய்உஎய் / a public road, நெடுஞ்சாலை; **highway-man***(n)*: a robber who stops people on the public road, வழிப்பறிக் கொள்ளைக்காரன்.

hi-jack/'haidʒæk/*(v.t)*:'ஹய்ஜஐக் / to steal something especially illicit liquor, contraband goods, etc., from smugglers, கள்ளக்கடத்தல்காரர்களிடமிருந்து சாராயம், கடத்தல் பொருள்கள் முதலியவற்றைத் திருடு; to force an aeroplane to alter its course by threats and intimidation, ஒரு விமானத்தை மிரட்டி அதனை திசை திருப்பும்படி செய். **hijacker***(n)*.

hike/haik/*(n)*:ஹய்க் / a journey on foot, பாதயாத்திரை, நடைப்பயணம்; price increase, விலை உயர்வு. • *Price* **hike** *is not relished by the general public.* **hike***(v.i)*: to go for a long walk, கால்நடையாகச் செல்; to increase prices suddenly and steeply, திடீரென்று மிக அதிகமாக விலையை உயர்த்து. • *Merchants* **hike** *the prices of essential goods off and on.*

hi-lar-i-ous/hi'leəriəs/*(n)*:ஹிலஏஓரியஓஸ் / cheerful, மகிழ்ச்சி நிறைந்த; merry, களிப்புள்ள. • *The drama is a* **hilarious** *comedy.* **hi-lar-i-ty**/hi'lærəti/*(n)*: ஹிலஐரிஓடி / the state of merriness, மகிழ்ச்சித் தன்மை, களிப்பு நிலை; cheerfulness, மகிழ்ச்சி; merriment, களிப்பு. **hilariously***(adv)*, **hilariousness***(n)*.

hill/hil/*(n)*:ஹில் / a high land of lesser altitude than a mountain, குன்று. **hill-ock**/'hilək/*(n)*: ஹிலஓக் / a small hill, சிறு குன்று.

hilt/hilt/*(n)*:ஹில்ட் / a sword handle, கத்தியின் கைப்பிடி. **hilt**/hilt/*(v)*: to fix a handle, பிடியைப் பொருத்து.

him/him/*(pron)*/ஹிம் / objective case of 'he', அவனை. **himself***(pron)*: emphatic and reflexive form of him, அவனையே, அவனே, அவனுக்காக. • *He* **himself** *did it.*

hind/haind/*(n)*:ஹய்ன்ட்: / female deer, பெண்மான்; peasant, குடியானவன். **hind***(adj)*: situated in the back, பின்பக்கமாக உள்ள.

hin-der/'haində*/*(v.t)*:ஹின்ட:ஓ* / to prohibit, தடைசெய்; to cause delay, செயலில் தாமதம் உண்டாக்கு. • *The black-market is* **hindering** *the health of the nation's economy.* **hin-drance**/'hindrəns/*(n)*:ஹின்ட்ரஓன்ஸ் obstruction, தடை, இடையூறு. • *This delay is going to cause some* **hindrance** *to my plans.* • *Sometimes, money is also a* **hindrance**.

Hindu/ˌhin'du:/*(n)*:ஹின்டு / follower of Hinduism, இந்து மதத்தினர். **Hin-du-ism**/'hindu:izəm/*(n)*: ஹின்டுயிஸ:ஓம் / a religion, இந்து மதம். **Hindustani***(n)*: a north Indian language, உருது மிகுந்த மொழி.

hinge/hindʒ/*(n)*:ஹிஞ்ஜ் / a movable joint on which a door turns, கீல் அச்சு; that on which something depends, ஆதாரம்.

hinge(*v.t-v.i*): to turn, கீல் பொருத்து, சுழலு; to depend on, ஆதாரமாகக் கொள்; to fix on hinges, கீல் அச்சில் பொருத்து. • *This door is* **hinged** *on the left, so it opens on the right.* to depend or turn on as if on a hinge, ஒரு கீல் அச்சை ஆதாரமாகக் கொள் (அ) சுழல் (அ) ஒரு கீல் அச்சில் இருப்பது போல் ஆதாரம் கொள். • *Every thing* **hinges** *on the decision of the Prime Minister.*

hint/hint/(*v.t-v.i*):ஹின்ட் / to suggest indirectly, குறிப்பாகத் தெரிவி; intimate, குறிப்பால் உணர்த்து. • *The manager* **hinted** *that the work was not satisfactory.* **hint**(*n*): a suggestion, குறிப்பு; insinuation, குறைகளைக் குறிப்பாகத் தெரிவித்தல்; useful advice, பயனுள்ள அறிவுரை. • *He failed to take the* **hint** *of his master that he should leave early.*

hin-ter-land/ˈhintəlænd/(*n*): ˈஹின்ட்டலஃஹண்ட் / the region lying inland from the coast, கரையோரப் பகுதியை அடுத்த உள்நாடு.

hip/hip/(*n*)/ஹிப் / the part of the body above the thigh, இடுப்பு; fruit of the wild rose, காட்டு ரோசாவின் காய்; cheer of satisfaction, நிறைவளிக்கும் மகிழ்ச்சி; a sense of approval, ஆமோதித்தலின் அறிகுறி. • *He stood there with his hands on his* **hips**. **hip**(*adj*): extending to the hips, இடுப்புவரை நீண்டுள்ள; hip-length, இடுப்பு நீளம் உள்ள; interested in the latest fashion, அண்மைக்காலத்து நவநாகரிகங்களில் ஆர்வம் கொண்ட. • *She is* **hip** *to carnatic music.*

hip-po-drome/ˈhipədrəum/(*n*): ˈஹிப்பஉட்:ரஉம் / arena, பந்தய அரங்கம்; a circus, மனிதர்கள், மிருகங்கள் வித்தைகள் காட்டும் அரங்கம்.

hip-po-pot-a-mus/ˌhipəˈpɔtəməs/(*n*): ˌஹிப்பəˈப்பாட்டəமஸ் / a large skinned

quadruped living in water, நீர் யானை.

hire/ˈhaiə*/(*v.t*):ஹயə* / to engage help for payment, வாடகைக்கு அமர்த்து. • *It is not difficult to* **hire** *a car even in a small town.* to engage the services of, for wages, கூலிக்கு அமர்த்து, கூலி கொடுத்து வேலை பெறு. **hire-ling**/ˈhaiəliŋ/(*n*):ஹயəலிங் / a servant, கூலியாள்.

hir-sute/ˈhɜːsjuːt/(*adj*)/:ஹə:ஸ்யூட் / hairy, மயிர் அடர்ந்துள்ள.

his/hiz/(*pron*): ஹிஸ்: / belonging to him, அவனுடையது.

hiss/his/(*v.i*):ஹிஸ் / to make sound like that of 's', 'ஸ்' என்ற ஒலி எழுப்பு, பாம்பின் ஒலி.

his-to-ri-an/hiˈstɔːriən/(*n*):ஹிஸ்ˈட்டோ:ரியəன் / one who writes history, வரலாற்று ஆசிரியர். **historic**/hiˈstɔrik/(*adj*): ஹிஸ்ˈட்டாரிக் / historically important, வரலாற்று முக்கியத்துவம் வாய்ந்துள்ள. • *Independence Day is a* **historic** *occasion.* **his-to-ry**/ˈhistəri/(*n*): ˈஹிஸ்ட்டəரி / a record of events arranged chronologically, வரலாறு.

his-tri-on-ic/ˌhistriˈɔnik/(*adj*): ˌஹிஸ்ட்ரிˈஒனிக் / theatrical, நடிப்பு பற்றிய; pertaining to an actor, நடிகருக்குரிய.

hit/hit/(*n*):ஹிட் / a blow, அடி; a collision, மோதல்; any successful performance, எந்த ஒரு வெற்றி நடைபோடும் செயலும், காட்சியும், நடனமும், கச்சேரியும். • *His musical performance was a* **hit. hit**(*v.t*): **hit, hitting**: to strike, அடி. • *He* **hit** *me on the face.* to make discovery, தற்செயலாகக் கண்டுபிடி; to arrive at, முடிவுக்கு வா. • *The prices of grains are expected to* **hit** *a new low this week.* give prominence to news, செய்திக்கு முக்கியத்துவம் அளி. • *The assassination of Rajiv* **hit** *the front pages of the newspapers.*

hitch/hitʃ/(*v.t*):ஹிச் / to catch by a hook, கொக்கி வைத்துப் பிடி; to pull with a quick movement, ஒரு வெட்டு வெட்டி இழு. • *He* **hitched** *the cow's rope over the pole.* **to hitch up**: to harness an animal to a vehicle, ஏர் பூட்டு, வண்டியில் பூட்டு. • *The cartman* **hitched** *up his horse.* **hitch**(*n*): an obstacle, தடை; a kind of knot, ஒருவகைச் சுருக்கு, முடிச்சு; a sudden movement, திடீரென நகர்தல்; an unexpected delay, halt, obstruction, etc., எதிர்பாராத தாமதம், நிறுத்தம், தடை முதலியவை. • *She gave her sock a* **hitch** *up when she felt it slipping down.* • *The Prime Minister's visit to the city went off without any* **hitch**.

hith-er/ˈhiðə*/(*adv*)/ˈஹித:ə* / here, இங்கே; in this place, இந்த இடத்தில்.

hith-er-to/hiðətu/*(adv)*:ஹிதஃஅட்டு / up to now, இதுவரை.

hive/haiv/*(n)*:ஹய்வ் / dwelling place of the bees, தேன் கூடு.

hoar/hɔ:*/*(adj)*:ஹா:* / white, வெண்மையான, aged, வயது முதிர்ந்த.

hoard/hɔ:d/*(v.t-v.i)*:ஹா:ட்: / accumulate, திரட்டு; to stock, சேகரி, சேர்த்து வை; to stock secretly, illegally, சட்ட விரோதமாகப் பதுக்கு. • *Some merchants are adept in* **hoarding** *the essential goods and controlling their sale.* **hoard***(n)*: a hidden store, பதுக்கல் பொருள், கருவூலம்; stock, கையிருப்பு. • *There is a vast* **hoard** *of gold and silver with every royal family.* **hoard-ing**/'hɔ:diŋ/*(n)*:'ஹா:டிங் / a fence of boards very often covered with advertisements, விளம்பரங்கள் அமைக்க பயன்படும் சாரம். • *Indian cities are full of* **hoarding** *with indecent cinema posters.*

hoar-frost/ˌhɔ:'frɔst/*(n)*:'ஹா:'ஃப்ராஸ்ட் / a white frost, உறை வெண்பனி. **hoar-hound**/hɔ:haund/*(n)*:'ஹா:'ஹஉண்ட் / a herb used in medicine, ஒருவகை மூலிகைச் செடி.

hoarse/hɔ:s/*(adj)*:'ஹாஅஸ்/**hoarser, hoarsest**: having a rough harsh voice, கரகரப்பான, கம்மிய குரலுடைய. • *The* **hoarse** *voice of the teacher spoils the entire lesson.*

hoar-y/'hɔ:ri/*(adj)*:'ஹாரி / white with age, நரைமுடியுள்ள; very old, பழங்காலத்திய, வயது முதிர்ந்துள்ள. • *I am not* **hoary** *with age.*

hoax/həuks/*(n)*:ஹஅஉக்ஸ் / deception, வேடிக்கையாக, விளையாட்டுத்தனமாக ஏமாற்றுதல். • *The telephone caller cautioned that there was a bomb in the Delhi Express: but it turned out to be a* **hoax**. **hoax***(v.t)*: to deceive for fun, கேலி செய்து ஏமாற்று; to deceive by hoax, ஏமாற்றி விளையாடு.

hob/hɔb/*(n)*:ஹாப்: / a shelf fixed at the side of the fire place, அடுப்பின் அருகில் அமைக்கப்பட்டுள்ள கணப்புத் தட்டம்.

hob-ble/'hɔbl/*(v.i)*:'ஹாப்:ல் / **hobbled, hobbling**: to walk timidly, to walk lamely, நொண்டி நட; to tie the legs of a horse for preventing its movement, குதிரைக்கால் கட்டுப் போடு. • *When I hurt my foot, I* **hobble**: *but when I hurt my heart, my mind* **hobbles**.

hob-by/'hɔbi/*(n)*:ஹாபி: / favourite pastime, விருப்பமான பொழுதுபோக்கு, விரும்பி ஏற்கும் தொழில். • *My* **hobby** *is to brood over my failure and to plan for the future.*

hob-by-horse/'hɔbihɔ:s/*(n)*: 'ஹாபி:'ஹா:ஸ் / a wooden horse on a merry-go-round, குடை ராட்டினத்தில் உள்ள மரக் குதிரை, விளையாட்டு மரக்குதிரை; figure of a horse fastened to a dancer, பொய்க்கால் குதிரை.

hob-gob-lin/'hɔbgɔblin/*(n)*:'ஹாப்'காப்லின் / demon, பூதம்; mischievous spirit, தீய ஆவி.

hob-nail/'hɔbneil/*(n)*:'ஹாப்:'னெய்ல் / heavy headed nail for horse shoe and boot holes, செருப்புகளில் அடிக்கப்படும் தடித்த தலையுடைய ஆணி.

hob-nob/'hɔbnɔb/*(v.i)*:'ஹாப்:னாப்: / **hobnobbed, hobnobing**: to associate on very friendly terms (with some people), கூடிப்பழகு, சுமுகமாகப் பழகு, பேசிப்பழகு. • *She often* **hobnobs** *with the family of the minister.* **hobnob***(n)*: a friendly talk, நேசமாகப் பேசிக் கொண்டிருத்தல்; drinking together, கூடிக் குடித்தல்.

Hob-son's choice/'hɔbsonstʃɔis/*(n)*: 'ஹாப்:ஸன்ஸ்ச்சாய்ஸ் / the choice of taking that which is offered or nothing, கொடுக்கப்படுவது (அ) இல்லை என்ற இரண்டுக்குள் ஒன்றைத் தேர்ந்தெடுத்தல்.

hock/hɔk/*(n)*:ஹாக் / the German white wine, ஜெர்மனி நாட்டு மது; the middle joint of an animal's hind leg, ஒரு விலங்கின் பின்னங்கால், முழங்கால் மூட்டு.

hock-ey/'hɔki/*(n)*:'ஹாக்கி / a game played by two teams of eleven players with curved sticks and a ball, வளைகோல் பந்தாட்டம்.

ho-cus-po-cus/ˌhəukəs'pəukəs/*(n)*: 'ஹஉக்கஸ்'பஉக்கஸ் / jugglery, செப்பிடு வித்தை; cheating, ஏமாற்று.

hod/hɔd/*(n)*:ஹாட்: / a garden tool for weeding and loosening the soil, மண் வெட்டி, களைக்கொத்தி.

hoe/həu/*(n)*:ஹஉ / a long-handled garden tool, மண் வெட்டி, களைக்கோடு. **hoe** *(v.t-v.i)*: to use a hoe on, மண் வெட்டியைப் பயன்படுத்து, களை எடு.

hog/hɔg/*(n)*:ஹாக் / a castrated male pig, விதையடிக்கப்பட்ட பன்றி; one who eats too much, பெருந்தீனி உண்பவன்; a pig (a fat one) for eating, உண்ணுவதற்கேற்ற கொழுத்த பன்றி; **hogs head***(n)*: a large cask for wine, பீப்பாய்; **hog***(v)* to take more than one's fair share, தனக்கு ஒதுக்கப்பட்டதைவிட அதிகம் எடுத்துக் கொள். Don't **hog** the fire.

hoist/hɔist/*(v.t)*:ஹாய்ஸ்ட் / to lift, உயர்த்து, மேலே ஏற்று. • *A black flag is* **hoisted** *as a mark of protest.* **hoist***(n)*: a kind of elevator, பளுதூக்கி.

hold/həuld/*(v.t)*:ஹ*ஹ*உல்ட் / **held, holding**: to contain, கொண்டிரு, வைத்திரு; to possess, உரிமை கொள்; to stop, நிறுத்து; to set aside, தள்ளி வை; reserve, தங்க வை. • *She* **held** *them spell bound with her music.* **hold***(v.i)*: to remain fast, to adhere, to cling, பிடிவாதமாயிரு, விட்டுக் கொடுக்காமலிரு, பிடித்துத் தொங்கு. • *Will this thread* **hold** *the nail?* **hold good**: apply, பொருந்தும்படி. • *The rule doesn't* **hold good** *in this case.* **hold***(n)*: cavity in ship where cargo is stored, கப்பலில் சரக்குகள் வைக்கும் அடிப்பகுதி; grip, பிடிப்பு; grasp, பற்று.

hold-all/'həuldɔ:l*(n)*:'ஹஉல்டா:ல் / a portable case for holding bed, clothes, etc., துணி, படுக்கை முதலியவற்றை வைக்கப் பயன்படும் பெரிய பை. **holding**/həuldiŋ/*(n)*:ஹஉல்ட்டிங் / the amount held (as in land or shares in a company); tenure of a land, குத்தகை நிலம், கால அளவு; property held, சொத்து; often holding property - especially, stocks, bonds and real estate, சொத்து, அரசுப் பத்திரங்கள், ஒப்பந்தச் சீட்டு, பத்திரம், நிலம் முதலியவை.

hold-up/'həuldʌp/*(v.t)*:'ஹஉல்டப் / to sustain, உயிரோட்டம் நிற்காமல் காத்திரு; to arrest progress of, முன்னேற்றத்தைத் தடை செய்; to plunder on highway, வழிப்பறிக் கொள்ளை செய். **hold-up***(n)*: stoppage of traffic, போக்குவரத்தை நிறுத்துதல். • *There was a* **hold-up** *in the busy main road.* an attack or robbery, தாக்குதல் (அ) கொள்ளையிடுதல்.

hole/həul/*(n)*:ஹஉல் / an opening or hollow place in something solid, துளை, குழி.

hol-i-day/'hɔlədei/*(n)*:'ஹாலிடே:ய் / a restful day, விடுமுறை நாள்; a day of religious feast, மத சம்பந்தமான விடுமுறை, விருந்து நாள்; holiday, புனித தினம். **holiday** *(adj)*: festive, joyous, விழாக்கோலம் பூண்டுள்ள, மகிழ்ச்சியூட்டும்படியுள்ள.

hol-i-ness/'həulinis/*(n)*:'ஹஉலினிஸ் / sacredness, புனிதத்தன்மை; a title used of a religious head, சமயத் தலைவர்களைக் குறிப்பிட பயன்படுத்தப்படும் மரியாதைச் சொல்.

ho-lis-tic/'həulistik/*(adj)*:'ஹஉலிஸ்ட்டிக் / based on the principle that a whole body or thing or being is greater than just a collection of parts added together, ஓர் உடல் (அ) பொருள் (அ) உயிர் ஒன்றாகச் சேர்க்கப்பட்ட பாகங்களை விடப் பெரியது என்ற கொள்கையைக் கொண்டுள்ள. **holistically***(adv)*.

hol-low/'hɔləu/*(adj)*:'ஹாலஉ / with an empty space inside, உட்குழியுள்ள; false, உண்மையல்லாத, போலியான; unsubstantial, வெறுமையான, திடப்பொருளில்லாத. • *The sphere looks solid: but it is really* **hollow**. without significance, பெருமை இல்லாத. • *His glory is simply* **hollow**. **hollow***(n)*: concavity, உட்குழிவு; hole, பள்ளம். **hollow***(adv)*: in hollow manner, வெறுமையில். **hollow***(v.t)*: to make a hole in, துளை செய். • *The men were trying to* **hollow** *out the wood.* **hollow***(adv)*, **hollowness***(n)*.

hol-ly/'hɔli/*(n)*:'ஹாலி / an evergreen shrub, இலையுதிர்க்காத பசுமை மாறா ஒருவகைப் புதர்ச் செடி. **holly-hock***(n)*: a tall garden plant with large flowers, உயர் தோட்டச் செடி, பெரிய பூக்கள் கொண்டது.

holm-oak/ˌhəum'əuk/*(n)*:'ஹால்மஉக் / an evergreen oak, இலையுதிர்க்காத ஆலமர வகை.

holo-caust/'hɔləkɔ:st/*(n)*:'ஹாலக்கா:ஸ்ட் / a large scale destruction by fire, தீயினால் ஏற்படும் பெரும் அழிவு.

holo-gram/'hɔləgræm/*(n)*:'ஹாலக்ரஅம் / a, picture that looks very real, produced by lasers, குறுகிய ஒளிக்கதிர்களால் உண்டாக்கப்பட்ட உண்மையான தோற்றமுள்ள உருவம்.

hol-ster/'həulstə*/*(n)*:'ஹஉல்ஸ்ட்ட* / leather case for a pistol, துப்பாக்கி வைக்கும் தோலுறை.

holt/həult/*(n)*:ஹஉல்ட் / wooded hill, புதர்க்காடு.

ho-ly/'həuli/*(adj)*:'ஹஉலி / sacred, புனிதத் தன்மையுள்ள; devoted to religion, மதக்கோட்பாடுகளில் நம்பிக்கையும் கொள்கைப்பற்றும் உள்ள.

hom-age/'hɔmidʒ/*(n)*:'ஹாமிஜ் / the respect outwardly shown, மரியாதை செலுத்துதல்; tribute paid, அஞ்சலி செலுத்துதல்.

home/həum/*(n)*:ஹஉம் / one's usual dwelling place, இருப்பிடம், இல்லம், வீடு; native land, தாய்நாடு, பிறந்த நாடு. **home***(adj)*: relating to one's dwelling place, சொந்த வீட்டுக்குரிய, வீடு பற்றிய; pertaining to one's native land, தாய்நாட்டுக்குரிய, தாய்நாடு பற்றிய. **home***(adv)*: towards home, வீட்டிற்கு; towards one's native land, தாய் நாட்டுக்கு. **home-ly**/'həumli/*(adj)*:ஹஉம்லி / very simple, மிக எளிமையான; making one feel at home, வீட்டில் இருப்பது போன்ற உணர்வுள்ள. • *I always relish a* **homely** *meal of rice and curd.*

home-made/ˌhəum'meid/*(adj)*: ஹஉம்மெய்ட்: / made at home, வீட்டில் செய்யப்பட்டுள்ள, சொந்த நாட்டில் தயாரிக்கப்பட்ட.

home-sick/'həumsik/*(adj)*:ஹஉம்ஸிக் / depressed as a result of separation from home, வீட்டுக்குத் திரும்ப வேண்டும் என்ற ஏக்கமுள்ள, தாய்நாட்டுக்குப் போக வேண்டு மென்ற உள்ளுணர்வுள்ள.

home-spun/'həumspʌn/*(adj)*: ஹஉம்ஸ்ப்பன் / woven at home, வீட்டில் நெய்யப்பட்ட; simple and ordinary, மிக எளிமையான.

homeward/'həumwəd*(adv)*:ஹஉம்உஅ:ட் / towards home, வீடு நோக்கி, தாயகம் நோக்கி.

hom-i-cide/'hɔmisaid/*(n)*:ஹாமிஸய்ட் / the killing of a human being, ஒரு மனிதனைக் கொலை செய்தல்; a murderer, கொலையாளி.

hom-i-ly/'hɔmili/*(n)*:ஹாமிலி / a simple sermon, மதச் சொற்பொழிவு.

ho-mo-ge-ne-ous/ˌhɔməu'dʒi:njəs/ *(adj)*:ˌஹாமஉ'ஜீன்யஸ் / of the same kind or nature, ஒரே தன்மையுடைய, இயல்புள்ள. **homogeneously***(adv)*, **homogeneity***(n)*. *opp*:heterogeneous.

hom-o-nyms/'hɔməunimz/*(n, pl)*: 'ஹாமஉனிம்ஸ்: / words having the same spelling but with a different meaning, பொருள் வேறுபட்டு, ஒலி வடிவம் ஒத்த சொல், பல பொருள் கொண்ட ஒரு சொல். (eg. pale-pail; can-able; can-container)

hone/həun/*(n)*:ஹஉன் / stone used for sharpening, சாணைக் கல்.

hon-est/'ɔnist/*(adj)*:ɔனிஸ்ட் / sincere, நேர்மையான; faithful, உண்மையான; truthful, நெறி தவறாத. • *To be* **honest** *requires a lot of will power.* **hon-es-ty**/ 'ɔnisti/*(n)*:ɔனிஸ்ட்டி / sincerity, நேர்மை. • **Honesty** *is the best policy.* **honestly** *(adv)*. *opp*: dishonest,

hon-ey/'hʌni/*(n)*:'ஹனி / a kind of sweet thick fluid collected by bees from flowers, தேன். **hon-ey-bee**/'hʌnibi:/*(n)*:'ஹனி பீ: / a bee that makes honey, தேனீ. **hon-ey-comb**/'hʌnikəum/*(n)*:'ஹனிக்கஉம் / bees' network of wax cells for honey and eggs, தேன் அடை. **hon-ey-moon**/ 'hʌnimu:n/*(n)*:'ஹனிமூன் / a holiday spent by the newly married couple, தேன் நிலவு. **honey-suck-le**/'hʌniˌsʌkl/*(n)*:'ஹனிˌஸக்ல் / a climbing plant with sweet smelling flowers, நல்ல மணம் உள்ள கொடி வகை.

honk/hɔŋk/*(n)*:ஹாங்க் / wild goose's cry, காட்டு வாத்தின் கத்தல்; the noise of the motor horn, மோட்டார் வண்டியின் ஊதுகுழல் எழுப்பும் ஒலி.

hon-o-rar-i-um/ˌɔnə'reəriəm/*(n)*: ˌɔனஅ'ரஎரியம் / offered (but not claimed) for services, மதிப்பூதியம்.

hon-or-ar-y/'ɔnərəri/*(adj)*:'ɔனரரி / acting without payment, ஊதியம் இல்லாமல் பணி செய்கிற; given as an honour, மதிப்பு காரணமாக வழங்கப் படுகிற. **hon-or-if-ic**/ˌɔnə'rifik/*(adj)*: ɔனஅ'ரிஃபிக்: conferring honour, மதிப்பும், கௌரவமும் அளிக்கின்ற.

hon-our/'ɔnə*/*(n)*:'ɔனஅ* / respect, மரியாதை; glory, புகழ்; a title, நற்பெயர், பட்டம். **honours***(n, pl)*: mark of respect, மரியாதை கொடுக்கும் வகை. • *The soldier was buried with all military* **honours**. • *He graduated with first class* **honours**. **honour***(v.t)*: to show respect to, மரியாதை செலுத்து; to pay money when due, கொடுக்கப்படவேண்டிய தொகையை உரிய காலத்தில் கொடு. • *Very often, governments do not* **honour** *right persons.* • *All credit cards issued by a bank are* **honoured** *in the market.* **hon-our-a-ble**/'ɔnərəbl/*(adj)*:'ɔனரப்:ல் / worthy of honour, மதிப்புக்குரிய, பெருமைக்குரிய. • *People who make money by any means become* **honourable** *by overnight.*

hood/hud/*(n)*:ஹுட் / a cap, தொப்பி.

hood-wink/'hudwiŋk/*(v.t)*:ஹுட்உயிங்க் / to mislead, தவறாக வழிகாட்டு; to conceal, மறைத்து வை; to deceive, ஏமாற்று.

hoof/hu:f/*(n)*:ஹூஃப் / horny part on the feet of certain animals, குளம்பு.

hook/huk/*(n)*:ஹுக் / carved or bent piece of metal for catching or hanging any thing, கொக்கி. • *Keeping the phone off the* **hook** *is to avoid the phone calls.* • *We've had him on the* **hook** *for two weeks now.* **hook***(v)*: to catch or hang with hook, கொக்கி போட்டுப் பிடி, கொக்கியில் மாட்டு. • *The radio stations are* **hooked** *up by satellites for pickup of any required station.*

hook-ah/'hukə/*(n)*:'ஹுக்கா (கə) / [also **hooks**]: a tobacco pipe, புகைபிடி குழாய். **hooked**/hukt/*(adj)*:ஹுக்ட் / shaped like a hook, கொக்கியைப் போல் உருவம் அமைந்த.

hook-worm/hukwɜ:m/*(n)*:'ஹுக்உə:ம் / a blood sucking worm, கொக்கிப் புழு.

hoo-li-gan/'hu:ligən/*(n)*:'ஹூலிகஃən் / ruffian, முரடன்; rowdy, போக்கிரி. • **Hooligans** *often create trouble for the administration.* **hoo-li-gan-is-m**/'hu:ligənizəm/*(n)*:'ஹூலிகஃəனிஸ்ஃம் / rowdyism, போக்கிரித்தனம்; brutality, முரட்டுத்தனம். • *Our politicians have specialised in* **hooliganism**.

hoop/hu:p/*(n)*:ஹூப் / a metal or wooden circular band, வளையம்; circular metal ring used in circus, சர்க்கஸில் பயன்படும் உலோக வளையம். **to go through the hoop**: to go through a difficult test, கடினத் தேர்வை மேற்கொண்டு மீளு.

hoopla/'hu:pla:/*(n)*:'ஹூப்லா / a kind of game, ஒரு வகை விளையாட்டு.

hooping-cough/'hu:piŋkɔf/*(n)*:'ஹூப்பிங் 'க்காஃப் / [also **whooping-cough**]: a contagious disease of children with dreadful cough, கக்குவான் இருமல்.

hoo-poe/'hu:pu:/*(n)*:'ஹூப்பூ / a bird with large erectile crest, நிமிர்ந்த கொண்டை யுடன் உள்ள பறவை.

hoot/hu:t/*(v.t)*:ஹூட் / to cry like an owl, ஆந்தை போல் அலறு; to shout in disapproval and derision, வெறுப்பும், வேண்டாம் என்று குரல் கொடுத்தும், ஆர்ப்பாட்டம் செய். • *The crowd* **hooted** *the minister off the stage when he began to speak.* **hoot***(n)*: the cry of an owl, ஆந்தையின் குரல்; merriment, நகைச்சுவை. • *The drama was an utter* **hoot**.

hop/hɔp/*(n)*:ஹாப் / a tall climbing plant, நீண்டு உயர்ந்து படரும் கொடிவகை; a jump, துள்ளல்; an act of hopping, தத்திக் குதித்தல்; a flight in an aeroplane, விமானத்தில் பயணம் செய்யும் தூரம். • *It is only a short* **hop** *from London to Paris.* **hop***(v.i)*, **hopped, hopping**: to jump with one foot, நொண்டி நட; to cross by leaping, துள்ளி நட. • *The bird* **hopped** *from one branch to another.*

hope/həup/*(n)*:ஹəஉப் / expectation, எதிர்பார்ப்பு; confidence, நம்பிக்கை; a person or thing that seems likely to bring some sort of success, நம்பிக்கை வைத்திருக்கும் நபர் (அ) பொருள். **hope***(v.t-v.i)*: **hoped, hoping**: to expect something good to happen, நன்மை நடக்கும் என்று எதிர்பார். • *I* **hope** *for an early success in the business.* **to hope for the best**: to believe that the things will go on well, நல்லதே நடக்கும் என்ற நம்பிக்கை. **hopeless***(adj)*: with no hope, நம்பிக்கை இல்லாத. **hopeful***(adj)*, **hopefulness***(n)*, **hopefully***(adv)*.

horde/hɔ:d/*(n)*: ஹாஃட் / wandering tribe, நாடோடி இனம்; a gang, ஒரு கும்பல். • **Hordes** *of children are seen in theatre.*

ho-ri-zon/hə'raizn/*(n)*:ஹəரய்ஸ்ஃன் / the line at which earth or sea and sky appear to meet, தொடுவானம், அடிவானம்; the limit that a person can see or understand, காணும் எல்லை, அறிந்துகொள்ளும் எல்லை; the limit or range of perception, knowledge or the like, உணர்வு, கண்டுபிடிப்பு, அறிவு போன்றவைகளின் எல்லை. • *Her* **horizons** *were not only narrow but also limited.* • *For the adventurous, the* **horizons** *always recede.*

hor-i-zon-tal/ˌhɔri'zɔntl/*(adj)*: ˌஹாரிஸாஃன்ட்ல் / parallel to the horizon, கிடையாக உள்ள; flat, படுக்கையாக உள்ள. • *A* **horizontal** *line is at right angle to the vertical.* **horizontally***(adv)*.

horn/hɔ:n/*(n)*:ஹாஃன் / the pointed outgrowth on the head of certain animals, சில பிராணிகளின் கொம்பு; a kind of wind instrument, உதடுகள் அசைவினால் காற்றை உள்ளே ஊதி ஓசை

எழுப்பும் ஒரு வகை இசைக் கருவி; an instrument to give warning sound, வண்டிகளில் எச்சரிக்கையைக் கொடுக்கும் ஊதுகுழல்.

hor-net/ ′hɔ:nit/ *(n)*:′ஹாːனிட் / a kind of wasp having the power to sting cruelly, குளவி.

horn-pipe/′hɔ:npaip/*(n)*:′ஹாːன்ப்பய்ப் / a kind of wind instrument, உதடுகள் அசைவினால் காற்றை உள்ளே செலுத்துவதால் ஓசை உண்டாகும் குழல் வடிவ இசைக் கருவி; a lively, joyful dance, ஒரு வகை ஆடல்.

hor-o-scope/′hɔrəskəup/*(n)*: ′ஹாரஸ்க்கஉப் / a written or spoken description of one's character, life and future based on the positions of the stars and planets at the time of one's birth, ஒருவரின் ஜாதகம், பிறப்புக் கணிதம். **horoscopic***(adj)*.

hor-ri-ble/′hɔrəbl/*(adj)*:′ஹாரப்:ல் **(ரிப்:)** / very frightening, பயங்கரமாக உள்ள; fearful, மிகுந்த அச்சம் தரக்கூடிய. • *Many people live in* **horrible** *conditions.* **horribly** *(adv)*, **horribleness***(n)*.

hor-rid/′hɔrid/*(adj)*:ஹாரிட்: / very unpleasant, மிகவும் மகிழ்ச்சி இல்லாத; nasty, அசுத்தமாக.

hor-ri-fy/′hɔrifai/*(v.t)*:′ஹாரிஃபய் / **horrified, horrifying**: to frighten, பயம் உண்டாக்கு, அச்சம் ஏற்படுத்து. • *We were* **horrified** *to know that our former Prime Minister had been murdered.* **horrifyingly***(adv)*, **horrific***(adj)*. **horror**/′hɔrə*/*(n)*:′ஹாரə* / very great fear, பேரச்சம். • *We have witnessed, killing, looting and other* **horrors** *of war.*

horse/hɔ:s/*(n)*/ஹாːஸ் / a solid-hoofed animal, குதிரை. **horsemanship** *(n)*: the art of riding a horse, குதிரை சவாரி செய்யும் கலை. **horse-play***(n)*: a rough-noisy play, fun, கூச்சலுடன்கூடிய விளையாட்டு. **horse-shoe***(n)*: curved metal shoe for horses, குதிரை லாடம்.

hor-ti-cul-ture/′hɔ:tikʌltʃə*/*(n)*: ′ஹாːட்டிக்கல்ச்சə* / the art of cultivating gardens, தோட்டக் கலை.

ho-san-na/həu′zænə/*(n)*:ஹஉ′ஸːஜன / a loud shout of praise to God, இறை வாழ்த்து.

hose/həuz/*(n)*:ஹஉஸ்: / stockings, காலுறை; a flexible tube for carrying water, வளைந்து கொடுக்கக்கூடிய நீர்க்குழாய். **hose***(v.t)*: to water with a hose, குழாயின் மூலம் நீர் ஊற்று.

ho-sier/′həuziə/*(n)*′ஹஉஸிːயə* / a dealer in hose and other knitted under garments, காலுறை மற்றும் பின்னப்பட்ட உள்ளாடைகள் முதலியவற்றை விற்பனை செய்பவர். **ho-sier-y**/′həuziəri/*(n)*:′ஹஉஸிːயரி / knitted undergarments, hose, etc., பின்னப்பட்ட உள்ளாடைகள், காலுறைகள் முதலியன.

hos-pice/′hɔspis/*(n)*:′ஹாஸ்ப்பிஸ் / a rest house for travellers, வழிப்போக்கர் விடுதி.

hos-pi-ta-ble/hɔ′spitəbl/*(adj)*: ஹாஸ்′ப்பிட்டப்:ல் / giving friendly and generous reception to others in one's own home, விருந்தோம்பும் நற்குணம் உள்ள; favourably receptive, வரவேற்கும் பண்புடைய. • *Indian families are always* **hospitable**.

hos-pi-tal/′hɔspitl/*(n)*:′ஹாஸ்ப்பிட்ல் / a place for the treatment of the sick or wounded, மருத்துவமனை.

hos-pi-tal-i-ty/ˌhɔspi′tæləti/*(n)*: ′ஹாஸ்ப்பிட்′டஜலிட்டி / a friendly welcome and entertainment of people known and unknown, விருந்தோம்பும் நற்பண்பு.

host/həust/*(n)*:ஹஉஸ்ட் / one who entertains guests, விருந்து அளித்து உபசரிப்பவர்; a hotel keeper, விடுதி வைத்து நடத்துபவர்; crowd, a large number, கூட்டம், அதிக எண், பெருந்தொகுதி; an army, ஒரு படை; the holy bread used in the Lord's Supper, ஆராதனையில் இறைவனுக்கு அர்ப்பணிக்கப் படும் அப்பம்.

hos-tage/′hɔstidʒ/*(n)*: ′ஹாஸ்ட்டிஜ் / a person kept in custody as a pledge, பிணையாக நிறுத்தப்படுபவர், பிணை.

hos-tel/′hɔstl/*(n)*/′ஹாஸ்ட்டல் / an inn, விடுதி; a building where boarding and lodging are provided, உணவு வசதியுள்ள தங்கும் விடுதி.

host-ess/′həustis/*(n)*/′ஹஉஸ்ட்டிஸ் / a lady who entertains guests, விருந்தோம்பும் பணி செய்யும் பெண்; the mistress of an inn, ஒரு விடுதியின் தலைவி.

hos-tile/'hɔstail/*(adj)*:ஹாஸ்ட்டய்ல் / adverse, பகையாக உள்ள, எதிர்த்தரப்பில் உள்ள; unfriendly, நட்பு இல்லாத. **hos-til-i-ty**/hɔ'stiləti/*(n)*:ஹாஸ்ட்டிலிட்டி / enmity, பகைமை.

hostler/'ɔslə*/*(n)*:'ஒஸ்லஒ*/ [also **ostler**]: stable man at inn, குதிரை லாய மேற்பார்வையாளர்.

hot/hɔt/*(adj)*:ஹாட் / warm, வெப்பமுள்ள; angry, கோபமுள்ள. **hot***(adv)*: eagerly, மிக்க ஆர்வம் கொண்டுள்ள; hotly, அதிக வெப்பமுள்ள; angrily, கோபங்கொண்ட. **hot-bet***(n)*: a place or condition which favours the rapid growth or spread of something, especially, something bad, நன்மையில்லாத வளர்ச்சியை விரைவு படுத்தும் இடம் (அ) சூழ்நிலை; a garden bed heated by fermenting manure to quicken the growth process, தாவர வளர்ச்சியை விரைவுபடுத்த உரம் போட்டுச் சத்து ஊட்டப்படும் தோட்டக்கால்.

hotchpotch/'hɔtʃpɔtʃ/*(n)*:ஹாச்ப்பாச் / a number of things mixed up without any reasonable order or arrangement, ஓர் ஒழுங்கு இல்லாமல் செய்யப்படும் பல பொருள்களின் கலவை, கதம்பம்.

ho-tel/həu'tel/*(n)*:ஹஉட்டல் / a place where meals and rooms are provided on payment, உணவகம், தங்குமிடம்.

hot-head-ed/,hɔt'hedid/*(adj)*:'ஹாட் 'ஹெடிட்: (,ஹெ-) / acting with no forethought or plan, கண்மூடித்தனமாக உள்ள, சற்றும் சிந்தனை இல்லாமல் செயல்படுகின்ற.

hot-house/'hɔthaus/*(n)*:'ஹாட்ஹஉஸ் / a house kept warm for growing tender plants, இளஞ்செடிகளை வளர்ப்பதற்கான செயற்கை வெப்பம் ஏற்படுத்தப்பட்டிருக்கும் பண்ணை.

hough/hɔk/*(n)*:ஹாக் / [also **hock**]: the joint on the hind leg of the quadruped, விலங்குகளின் பின்னங்காலில் உள்ள இணைப்பு.

hound/haund/*(n)*:ஹஉன்ட்: / a hunting dog, வேட்டை நாய்; a man with no position in life, மட்டரக மனிதன். **hound***(v.t)*: to chase or hunt with the hound, வேட்டை நாயின் உதவி கொண்டு வேட்டையாடு. • *The manager will not stop* ***hounding*** *me till I finish my work.* • *The minister was* ***hounded*** *out of public life because of corruption charges.*

hour/'auə*/*(n)*:அஉஅ: / a period of 60 minutes, ஒரு மணி நேரம். **hour-glass***(n)*: a set-up of sand glass for the measurement of time, மணல் கடிகாரம்.

house/haus/*(n, sing)*:ஹஉஸ் / **houses**/hauziz/*(n, pl)*: a dwelling place, வீடு, இல்லம். **house***(adj)*: used by people working in company, ஒரு நிறுவனத்தில் வேலை செய்பவர்கள் பயன்படுத்துகின்ற. • *We have a* ***house*** *magazine.* **house***(v.t)*: to provide a house for, வீடமைத்துக் கொடு, தங்குவதற்கு வசதி செய்து கொடு. • *We should not* ***house*** *criminals in our house.*

house-breaker/'haus,breikə*(n)*: ஹஉஸ்ப்:ரெய்க்கஒ* / a thief who enters another's house by day, பகல் திருடன்; a workman employed to pull down old buildings, பழைய வீடுகளை இடிக்கும் தொழிலில் ஈடுபடுபவர்.

house-hold/'haushəuld*(n)*:ஹஉஸ்ஹஒஉல்ட் / all the people living in one house, ஒரு குடும்பத்தினர். **house-hold***(adj)*: concerned with the management of the house, குடும்ப நிர்வாகம் பற்றிய; **house-hold** articles, வீட்டு உபயோகப் பொருட்கள்.

house-wife/'hauswaif*(n)*:ஹஉஸ்உஅய்ஃப் / the mistress of a family, குடும்பத்தலைவி; a pocket case for keeping the sewing articles, தையல் பொருட்கள் வைக்கும் உறை.

house-ing/hausiɲ*(n)*:'ஹஉஸிங் / the act of providing dwelling places, வசிப்பதற்கேற்ற இடங்களை அளித்தல்; a covering for the horse for protection or ornament, குதிரையின் பாதுகாப்பிற்கு (அ) அழகுக்கு அதன் மேல் போடப்படும் துணி.

hov-el/'hɔvl/*(n)*:'ஹாவல் (ஹ-} / a small dirty house, சிறு குடிசை.

hov-er/'hɔvə*/*(v.i)*:ஹவஒ* (ஹா) / to move to and fro near something, திரிந்து கொண்டிரு; to remain in air, வானில் பறந்து திரி.

how/hau/*(adv)*:ஹஉ / in what degree, எவ்வளவில், எத்தரத்தில்; in what condition, எந்த நிலையில்.

how-dah/'haudə/*(n)*:ஹஉடஅ / the seat on an elephant's, back, அம்பாரி.

how-ev-er/hau'evə*/*(adv)*:ஹஉஎவஒ* / in whatever manner, எவ்வழியிலாவது; to whatever extent, எந்த அளவினதாயினும்.

• *The company has suffered some loss:* **however,** *it is not serious.* **however** *(conj)*: in spite of that, எப்படியாயினும்; but, yet, ஆயினும், இருந்தாலும்.

how-it-zer/'hauitsə*/*(n)*:'ஹஉயிட்ஸ*ə** / a kind of short gun, சிறு துப்பாக்கி.

howl/haul/*(v.i)*:ஹஉல் / to make a long loud cry, ஊளையிடு.

how-so-ev-er/ˌhausəu'evə*/*(adv)*: ஹஉஸஉ'எவə* / however, எவ்விதத்திலும்; although, இருந்தாலும்; in whatever degree, எந்த அளவிலேனும்.

hub/hʌb/*(n)*:ஹப் / the central part of the wheel, ஒரு சக்கரத்தின் குடம்; centre, மையம்.

H

hub-bub/'hʌbʌb/*(n)*:ஹப:ப் / uproar, கூச்சல் குழப்பம்; talk in a confused manner, தாறுமாறான பேச்சு.

huck-le-ber-ry/'hʌklbəri/*(n)*:'ஹக்ல்பெ:ரி / a dark blue fruit, கருநீலமுள்ள ஒருவகைப் பழம்.

huck-ster/'hʌkstə*/*(n)*:'ஹக்ஸ்ட்டə* / a hawker, கூவி விற்கும் சிறு வியாபாரி.

hud-dle/'hʌdl/*(v.t-v.i)*:'ஹட்ல் / to heap up in a hurry, அவசரத்தில் ஏனோ தானோ என்று குவி; to pack together, சேர்த்துத் திணி. • *Do not* **huddle** *the wet clothes into a bag.* **huddle***(n)*: confusion, குழப்பம்; disordered state, கலவரமான நிலை. • *After initial* **huddle,** *members in the council occupied their seats.*

hue/hju:/*(n)*:ஹ்யூ / colour, வண்ணம். • *If you paint the picture with a shade of blue colour, it will give a fine* **hue**. **hue and cry**: a noisy expression of anger, பெரிய கூச்சல்.

huff/hʌf/*(n)*:ஹஃப் / a fit of ill temper, கோப நிலை, கடுகடுப்பான நிலை.

hug/hʌg/*(v.t)*:ஹக் / to embrace, அன்புடன் கட்டியணை; to show love, அன்பு காட்டு. • *Politicians* **hug** *each other in public to show their love artificially.* **hug***(n)*: an embrace, அணைப்பு, இறுகத் தழுவுதல். • *The mother gave her child a* **hug** *when she went out.*

huge/hju:dʒ/*(adj)*:ஹ்யூஜ் / large in size or degree, மிகப்பெரியதாக உள்ள. • *The government is spending* **huge** *amount on defence.* **hugely***(adv)*, **hugeness***(n)*.

hulk/hʌlk/*(n)*:ஹல்க் / an old ship unfit for use, உபயோகமில்லாத பழைய கப்பல்; a fat clumsy person, மிகப் பருமனான மனிதர்.

hulls/hʌlz/*(n)*:ஹல்ஸ் / the body of the ship, ஒரு கப்பலின் உடற்பகுதி; the outer covering of fruits, grains, etc., பழம், தானியங்களின் மேல் தோல், உமி. **hull***(v.t)*: to remove the outer covering, மேல் தோலை நீக்கு. • *Here, they sell* **hulled** *peas.* • *The Food Corporation of India buys paddy and* **hulls** *it before distribution.* **huller***(n)*: a machine for removing husks from grains, தானியங்களிலிருந்து உமி நீக்கும் எந்திரம்.

hul-lo/hə'ləu/*(interj)*:'ஹəலəஉ (ஹ') / a word to call someone's attention, ஒருவர் கவனத்தை ஈர்க்க உதவும் குறிப்புச் சொல்.

hum/hʌm/*(v.t-v.i)*:ஹம் / **hummed, humming**: to make a buzzing sound, முனகு; to sing with closed lips, வாய்க்குள் பாடு. • *She is in the habit of* **humming** *a song whenever she is alone.* to be active, மிகவும் சுறுசுறுப்பாகச் செயல்படு.

human/'hju:mən/*(adj & adv)*:'ஹ்யூமəன் / pertaining to man, மனிதத் தன்மையுள்ள, மனிதனுக்கு உரிய. • *Nuclear weapons are sure to Jeopardize* **human** *race.*

hu-mane/hju:'mein/*(adj)*:'ஹ்யூ'மெய்ன் / having human feelings, benevolent, மனிதப் பண்புள்ள, இரக்கம் உள்ள. • *All human beings are not* **humane**.

hu-man-ist/'hju:mənist/*(n)*:'ஹ்யூமəனிஸ்ட் / a student of human nature, மானுடவியல் ஆராய்ச்சியாளர்.

hu-man-i-tar-i-an/hju:ˌmæni'teəriən/ *(adj)*:ஹ்யூˌமஃனிட்'டேəரியəன் / gentle, kind and sympathetic, கருணையும், அன்பும், இரக்கமும் உள்ள. **humanitarian***(n)*: a lover of human beings, மனித நலனில் பற்றுடையவர்.

hu-man-i-ty/hju:'mænəti/*(n)*:ஹ்யூ'மஃனிட்டி / benevolence, பெருந்தன்மை, கருணைத் தன்மை; human race, மனித இனம்; in pl: literary subjects of study, இலக்கியம், வரலாறு போன்ற கலைகள் பற்றிய படிப்பு, பயிற்சி முதலியவை. **humanly***(adv)*: within the power of man, மனித சக்திக்கு உட்பட்டு. • *It is* **humanly** *impossible to do certain things.*

hum-ble/'hʌmbl/*(adj)*:'ஹம்ப்:ல் / meek, பணிவான குணம் உள்ள; modest, பண்பும் பணிவும் உள்ள; low in rank, வாழ்க்கையில் தாழ்நிலையிலுள்ள. • *Great people are always* **humble**. • *To be* **humble** *is not to be obedient.* **humble***(v.t)*: to make humble, தாழ்வுபடுத்து. • *Government machinery always tries to* **humble** *the intelligent people.* **humble-bee***(n)*: bumble-bee, கோத்தும்பி.

hum-bug/'hʌmbʌg/*(n)*:ஹம்ப:க்: / deception, ஏமாற்றுதல்; an insincere expression of shock, disapproval, etc., உள்ளொன்று வைத்துப் புறமொன்று பேசுதல்; a deceitful person, ஏமாற்றுபவன்.

hum-drum/'hʌmdrʌm/*(adj)*:ஹம்ட்:ரம் / very dull, மந்தமான, சலிப்புத்தன்மை உடைய.

hu-mid/'hju:mid/*(adj)*:'ஹ்யூமிட்: / moist, ஈரப்பதம் உள்ள. **hu-mid-i-ty**/hju:'midəti/*(n)*:ஹ்யூ'மிடி:ட்டி / dampness, ஈரப்பதம்.

hu-mil-i-ate/hju:'milieit/*(v.t)*: ஹ்யூ'மிலியெய்ட்(யு) / to cause to feel ashamed or to lose the self-respect of others, அவமானப்படுத்து, தன்மானத்தை இழக்கும்படி செய். • *The teacher should never be* **humiliated**. **humiliation***(n)*: something which hurts one's self-respect, தன்மானம் இழத்தல், அடக்கமான பண்பு. **hu-mil-i-ty**/hju:'miləti/*(n)*:ஹ்யூ'மிலிட்டி(யு) / humble condition, தாழ்ந்த நிலை; meekness, அடக்கமான பண்பு.

hum-ming-bird/'hʌmiŋbɜ:d/*(n)*: ஹமிங் ப:ə:ட்: / a beautiful tropical bird whose wings make a humming sound, பறக்கும் பொழுது ஓசை எழுப்பும் ஓர் அழகிய பறவை.

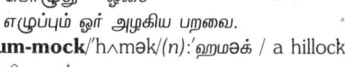

hum-mock/'hʌmək/*(n)*:'ஹமəக் / a hillock, சிறு குன்று.

hu-mor-ist/'hju:mərist/*(n)*:'ஹ்யூமəரிஸ்ட் / a person who is skillful in the use of humour as in writing, acting, etc., எழுத்திலும், நடிப்பிலும் நகைச்சுவை ததும்பச்செய்யும் திறன் உடையவர். **hu-mor-ous**/'hju:mərəs/*(adj)*:'ஹ்யூமəரəஸ் / full of humour, நகைச்சுவைத் தன்மை உள்ள. • *The discussions were full of* **humorous** *anecdotes.* **hu-mour**/'hju:mə*/*(n)*/'ஹ்யூமə* / that which is funny and makes people laugh, நகைச்சுவையூட்டும் எதுவும். • *You can never find a manager in good* **humour**. the quality of causing amusement, வேடிக்கை விளையாட்டு ஏற்படுத்தும் தன்மை; any of four liquids which were thought to be present in the body in different degrees and these liquids were said to influence one's character, மனநிலையையும், குணத்தையும் பாதிக்க வல்ல உடலிலுள்ள நீர்க்கூறு. **hu-mour***(v.t)*: to gratify, மனநிறைவு அளி, இணங்கச் செய்; to please, மகிழச் செய்.

hump/hʌmp/*(n)*:ஹம்ப் / [also **hunch**]: a lump on the animal's back, திமில். **hump-back***(n)*, [also **hunch-back**]: one with a hump on one's back, கூனுடையவன், கூன் முதுகு, கூனன்.

hu-mus/'hju:məs/*(n)*:'ஹ்யூமəஸ் / the decay of vegetables in the soil making it rich, இலை, தழை இவற்றால் மக்கிய மண்.

hun-dred/'hʌndrəd/*(n, adj)*:'ஹன்ட்:ரəட்:(ரிட்:) / the number 100, எண் 100 (நூறு). **hundred-fold***(adv)*: hundred times as much, நூறு மடங்காக உள்ள. **hundredth** *(adj)*: relating to hundred, நூறாவதாக உள்ள. **hundred-weight***(n)*: a weight of 112 pounds, 112 பவுண்டு எடை.

hung/hʌɲ/*(v)*:ஹங் / *(p.t & p.p)*: of "hang", "hang" என்பதன் இறந்த காலம், இறந்த கால வினைமுற்று.

hun-ger/'hʌɲgə*/*(n)*:'ஹங்க:ə* / uneasy sensation caused by want of food, பசி; any strong desire, அதிகமான விருப்பம். **hunger***(v.i)*: to feel hungry, பசித்திரு. **hun-gry**/hʌŋgri/*(adj)*:ஹங்க்ரி: feeling hunger, பசி உணர்ச்சியுள்ள; eager, ஆவலுள்ள.

hunt/hʌnt/*(v.t-v.i)*:ஹன்ட் / to pursue wild animals, வேட்டையாடு, தெரிந்துகொள்ள, கண்டறிய முயற்சி செய். **hunt***(n)*: the act of hunting, வேட்டையாடும் செயல்; a search, especially, one that is long and difficult, மிகவும் நீண்டதும், கடினமானது மான தேடும் முயற்சி. **hunter***(n)*: one who hunts, வேடன்.

hur-dle/'hɜ:dl/*(n)*:'ஹə:ட்:ல் / portable frame used as temporary fencing, தட்டி கட்டி மறைத்தல்; obstacle, தடை.

hur-dy-gur-dy/'hɜ:di, gɜ:di/*(n)*: 'ஹə:டி:, க:ə:டி: / a musical instrument played by turning handle, கைப்பிடியைச் சுற்றி இயக்கும் ஒருவகை இசைக் கருவி.

hurl/hɜ:l/*(v.i)*:ஹə:ல் / to whirl or throw violently, சுழற்றி எறி, வீசி எறி. • *She* **hurled** *the stick at the child.*

hur-ly-bur-ly/'hɜ:li,bɜ:li/*(n)*:'ஹɘ:லி,ப:ɘ:லி / a state of confusion, குழப்பம்; commotion, கொந்தளிப்பு.

hur-rah/hu'ra:/*(interj)*:ஹு'ரா / a shout of joy, triumph, etc., மகிழ்ச்சி ஆரவாரம், வெற்றி எக்காளம்.

hur-ri-cane/'hʌrikən/*(n)*:'ஹரிக்கெய்ன் / violent wind, கடுங்காற்று; storm, புயல் காற்று.

hur-ri-cane-lamp/,hʌrikən'læmp/ *(n)*:,ஹரிக்கெய்ன்'லஊம்ப் / a lamp whose flame is protected, சுவாலை பாதுகாக்கப்பட்ட அரிக்கன் விளக்கு.

hur-ried/'hʌrid/*(adj)*:ஹரிட்: / urgent, மிக அவசரமான; haste, அவசரமான. • *She wore a* **hurried** *look.* **hurriedly***(adv)*. • *She came home* **hurriedly**.

hur-ry/'hʌri/*(v.t-v.i)*:ஹரி / to hasten, அவசரப்படுத்து. • *You need not* **hurry**: *there is time yet.* **hurry up**: to act or move more quickly, அதிவேகமாகச் செயல்படு (அ) நகரு. **hurry***(n)*: swiftness, அதி விரைவு; a state of swift action, பரபரப்பாக வேலையில் ஈடுபட்டிருத்தல்; eagerness, மிக ஆர்வத்துடன் இருத்தல்.

hurt/hɜ:t/*(v.i)*/ஹɘ:ட் / to cause moral or physical pain, உள்ளம் (அ) உடலைப் புண்படுத்து. • *She wouldn't* **hurt** *even a fly.* **hurt***(n)*: harm, தொந்தரவு; damage especially to feelings, உணர்ச்சியைப் புண்படுத்தல்; injury to body, உடலைக் காயப்படுத்தல். **hurtful***(adj)*: painful, புண்படுத்தக்கூடிய; unkind, ஈவு இரக்கமற்ற தன்மையுள்ள.

hur-tle/'hɜ:tl/*(v.t)*:'ஹɘ:ட்ல் / to move with a clattering sound, தடதடவென்ற ஒலியுடன் ஓடு.

husband/'hʌzbənd/*(n)*:'ஹஸ்:ப:ɘன்ட்: / a man to whom a woman is married, கணவன். • *Ram was said to be an ideal* **husband**. **husband***(v.t)*: to save carefully, சிக்கனமாக இரு, கவனமாகச் சேமித்து வை; to make best use of, மிக்க நல்ல முறையில் பயன்படுத்து. • *The government have taken all steps to* **husband** *the natural resources.*

husband-man/'hʌzbəndmən*(n)*: 'ஹஸ்:ப:ɘன்ட:மɘன் / a farmer, விவசாயி. **hus-bandry**/'hʌzbəndri/*(n)*: 'ஹஸ்:ப:ɘன்ட்:ரி / farming, வேளாண்மை.

hush/hʌʃ/*(n)*:ஹஷ் / silence, பேசாது அமைதியுடன் இருத்தல். **hush***(v.t-v.i)*: to make quiet, அமைதிப்படுத்து; to keep secret, இரகசியமாக வைத்திரு. • *The officer wanted to* **hush** *up the corruption charges against him.*

husk/hʌsk/*(n)*:ஹஸ்க் / the outer covering of grain, உமி. **husk***(v.t)*: to remove husk, from the grain, உமியைப் போக்கு, நீக்கு. **husky***(adj)*: full of husks, உமி நிறைந்த; hoarse, கரகரப்பான; dry, உலர்ந்த.

hus-sar/hu'za:*/*(n)*:ஹு'ஸா / a light armed cavalry, எளிய ஆயுதம் தாங்கிய குதிரைப்படை வீரன்.

hus-sy/'hʌsi/*(n)*:'ஹஸி / an ill-mannered woman, நடத்தை சரியில்லாத பெண்.

hus-tings/'hʌstiŋz/*(n, pl)*:'ஹஸ்ட்டிங்ஸ்: / proceedings like making speeches, attempting to win votes and other things that go on before an election, தேர்தல் நடவடிக்கைகள். • *All ministers are out on the* **hustings** *for election campaign.*

hus-tle/'hʌsl/*(v.t-v.i)*:'ஹஸ்ல் / to push roughly, நெருக்கித் தள்ளு. • *The conductor* **hustled** *the passengers into the bus.*

hut/hʌt/*(n)*:ஹட் / a small thatched house, குடிசை. **hutment***(n)*: a group of huts, குடிசைகள்.

hutch/hʌtʃ*(n)*:ஹச் / hut, குடிசை; a low wagon used in mining, சுரங்கங்களில் பயன்படுத்தப்படும் தாழ்வான வண்டி.

huz-za/hu'za:/*(interj)*:ஹு'ஸா (ஹ') / a shout of joy, மகிழ்ச்சி ஆரவாரம்; triumph etc., வெற்றிக் களிப்பு.

hy-a-cinth/'haiəsinθ/*(n)*:'ஹயɘஸிந்த் / a sweet smelling bulbous plant, ஒருவகைப் பூங்கோரை; a precious stone, புது மரகதக் கல்.

hy-ae-na/hai'i:nə/ *(n)*:'ஹய்யீனɘ / a wild animal like wolf, கழுதைப் புலி.

hy-brid/'haibrid/*(n)*:'ஹய்ப்:ரிட்: / an offspring of two different species, கலப்பினம். **hybrid***(adj)*: possessing the qualities of hybrid, கலப்பினத் தன்மையுடைய.

hy-dra/'haidrə/*(n)*:'ஹய்ட்:ரɘ / a water serpent whose many heads grow again when cut off, வெட்ட வெட்ட வளரும் பல தலைகளுள்ள பாம்பு.

hy-drant/'haidrənt/*(n)*:'ஹய்ட்:ரஅன்ட் / a water pipe nozzle to which a main pipe can be attached, பெரிய குழாயில் இணைக்கக்கூடிய, பொருத்தமான வாயினை உடைய நீர்க்குழாய்.

hy-drau-lic/hai'drɔ:lik/*(adj)*:'ஹய்ட்:ராலிக் / carrying water through pipes, நீரைக் கொண்டு செல்கிற.

hy-dro-gen/'haidrədʒən/*(n)*:'ஹய்ட்:ரஅஜஅன் / an element, ஒரு தனிமம், ஹைட்ரஜன்.

hy-dro-pho-bia/ˌhaidrəu'fəubjə/*(n)*: ˌஹய்ட்ரஅஉ'ஃபஅஉபி:யஅ / aversion to water due to rabies, வெறிநாய்க்கடியால் உண்டாகும் நீர் வெறுப்பு நோய்.

hy-giene/'haidʒi:n/*(n)*:'ஹய்ஜீன் / the study of health, உடல்நலவியல்.

hymn/him/*(n)*:ஹிம் / song of praise to God, பாசுரம், துதிப்பாடல்.

hyperbola/hai'pɜ:bələ/*(n)*: ஹய்'ப்பஅப:அலஅ / a curve whose equation is $\frac{x^2}{a^2}-\frac{y^2}{b^2}=1, \frac{x^2}{a^2}-\frac{y^2}{b^2}=1$ என்ற சமன்பாட்டைக்கொண்ட வளைகரம்.

hy-per-bole/hai'pɜ:bəli/*(adj)*: ஹய்'ப்பஅ:ப:அலி: an exaggeration, மிகையாக உரைத்தல், உயர்வு நவிற்சி அணி.

hy-per-cri-ti-cal/ˌhaipə'kritikl/*(adj)*: 'ஹய்ப்பஅ'க்ரிட்டிக்கஅல் / fastidious, நுட்பமாகக் கண்டு, குற்றம் காணும் இயல்புள்ள; not having the mind to recognise good points, நல்ல இயல்புகளை ஏற்றுக்கொள்ளும் தன்மையில்லாத; fault finding, குற்றம் காணும் இயல்புள்ள.

hy-phen/'haifn/*(n)*:'ஹய்ஃபஅன் / a short stroke (-) for joining words, வார்த்தை களை இணைக்கும் குறி.

hy-phen-ate/'haifəneit/*(v)*:'ஹய்ஃபஅனெய்ட் / to combine with a hyphen, இணைப்புக் குறியால் ஒன்று சேர்.

hyp-no-sis/hip'nəusis/*(n)*:ஹிப்'னஅஉஸிஸ் / a sleep like state when the mind can be controlled, வசியக் கலை.

hyp-no-tic/hip'nɔtik/*(n)*:ஹிப்'னாட்டிக் / a sedative, தூங்கவைக்கும் மருந்து. **hypnotism***(n)*: artificial sleep-like state, அறிதுயில்.

hy-po-chon-dri-a/ˌhaipəu'kɔndriə/*(n)*: ˌஹய்ப்பஅஉக்'கான்ட்:ரியஅ / a state of extreme worry about one's health, உடல் ஆரோக்கியத்தைப்பற்றிக் கவலைப்படும் உச்ச நிலை.

hy-poc-ri-sy/hi'pɔkrəsi/*(n)*:ஹி'ப்பாக்ரிஸி / pretence, பாசாங்கு செய்தல்; extreme insincerity, மிக மோசமான நம்பிக்கைத் துரோகம். **hyp-o-crite**/'hipəkrit*(n)*: 'ஹிப்பஅக்ரிட் / a pretender, பாசாங்கு செய்து ஏமாற்றுபவன்; a deceiver, ஏமாற்றுபவன்.

hy-po-dermic/ˌhaipəu'dɜ:mik/*(adj)*: ˌஹய்ப்பஅஉ'ட:அமிக் / injected beneath the skin, தோலின் அடியில் உட்செலுத்தப் படுகின்ற. **hypodermic-needle***(n)*: (syringe) an injection needle to inject below the skin, தோலின் அடியில் மருந்துடன் உட்செலுத்தப்படும் ஊசி.

hy-pot-e-nuse/ hai'pɔtənju:z/*(n)*: ஹய்'ப்பாட்டின்யூஸ் / the largest side of a right angled triangle, ஒரு செங்கோண முக்கோணத்தின் நீளமான பக்கம், கர்ணம் (c).

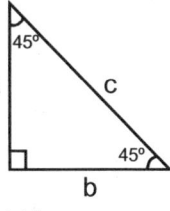

hy-poth-e-sis/hai'pɔθisis/*(n)*: ஹய்'ப்பாத்திஸிஸ் (தஅ) / a possible explanation, விளக்கம்.

hy-poth-e-cate/hai'pɔθikeit/*(v.t)*: ஹய்'ப்பாத்திக்கெய்ட் / **hypothecated, hypothecating**: to pledge, அடகு வை, பணயம் வை.

hy-po-thet-i-cal/ˌhaipəu'θetikl/*(adj)*: ˌஹய்பஅஉத்'தெட்டிக்கஅல் /supposed, கருதப்பட்ட.

hys-sop/'hisəp/*(n)*:'ஹிஸஅப் / a sweet smelling herb, நறுமணம் வீசும், புதர்ச் செடிவகை, சுள்ளி வகை.

hys-te-ri-a/hi'stiəriə/*(n)*:ஹிஸ்'ட்டியஅரியஅ / the functional disturbance of the nervous system, நரம்புத் தளர்ச்சி நோய். **hys-ter-ical**/hi'sterikl/*(adj)*:ஹிஸ்ட்டெரிக்கஅல் / in a state of hysteria, wild and uncontrollable, நரம்புத் தளர்ச்சி நோயுள்ள, கட்டுப்படுத்த இயலாத. **hysterics**/ hi'steriks/*(n)*:ஹிஸ்ட்டெரிக்ஸ் / the attack of hysteria, இழுப்பு நோயால் பாதிப்பு.

I,i/ai/:அய் / the ninth letter of the English alphabet, ஆங்கில நெடுங்கணக்கில் ஒன்பதாவது எழுத்து, உயிரெழுத்து; the Roman Numeral representing the number 'one', 'ஒன்று' என்ற எண்ணைக் குறிக்கும் உரோமானிய எண். **I**(*pron*): subjective case of first person, நான்; used as the subject of a sentence, ஒரு வாக்கியத்தின் எழுவாயாகப் பயன்படுகிறது. • *I do it.* **I** *am early.* • *My wife and* **I** *are happy to be here.*

I-amb/'aiæmb/(*n*):'அய஌ம்ப்: / a measure of poetry, கவிதை வரியில் குறில்நெடிலான ஈரசைச் சீர்.

I-bex/'aibeks (*n*): 'அய்பெ:க்ஸ் / a mountain goat with large curved horns, a wild goat of the Alps and Pyrenees, மலை ஆடு, ஆல்ப்ஸ், பிரன்னீஸ் மலைகளில் வாழும் முரட்டு ஆடு.

ib-id/'aibid/(*adv*): 'அய்பி:ட்: / in the same book, chapter, page, etc., அதே புத்தகம், தொகுதி, பக்கம் முதலியவை.

i-bis/'aibis/(*n*):'அய்பி:ஸ் / a wading bird with a long curved beak living in warm wet places, ஒருவகை நாரைப் பறவை, நீண்டு வளைந்த மூக்குடையது, மித வெப்ப, தட்ப நிலைகளில் வாழக்கூடியது.

ICBM/(*n*): Inter-Continental Ballistic Missile, a missile that has range of very long distance, கண்டம் விட்டுக் கண்டம் செல்லும் ஏவுகணை.

ice/ais/(*n*):அய்ஸ் / frozen water made solid by cold, பனிக்கட்டி. **to keep something on ice**: to take no urgent action, அவசர நடவடிக்கை எடுக்காமல் இரு. **to cut no ice**: to have no importance, முக்கியமாகக் கவனிக்கப்படாமல் இரு. **ice**(*v.t*): to cool with ice, பனிக்கட்டியால் குளிர வை; to freeze, உறையச் செய். **ice-cream**(*n*): a cool sweet mixture of ice and milk, இனிப்பு சேர்க்கப்பட்டு பனிக்கட்டியும், பாலும் இணைந்த கலவை.

ice-berg/'aisbɜ:g/(*n*):'அய்ஸ்ப:ə:க்: / large mass of ice floating in the sea, கடலில் மிதக்கும் பெரிய பனிக்கட்டி, பனிப்பாறை. • *The naval boat struck on an* **iceberg** *and began to sink.* a person with no emotions, உணர்ச்சி சிறிதும் இல்லாத ஒருவர்.

ice-neu-mon/ik'nju:mən/(*n*):இக்'நியூமəன் (ன்யூ) / a weasel-like carnivore, noted for eating eggs of crocodile, பாம்பு (அ) முதலை முதலியவற்றின் முட்டைகளைத் தின்று வாழும் கீரி போன்ற ஒரு ஊன் உண்ணி.

ice-neu-mon-fly/ik'nju:mənflai/(*n*): இக்'ன்யூமəன்'ஃப்லய் / an insect that lays eggs in the larva of another insect, மற்றொரு பூச்சியின் புழு பருவ நிலையில் உள்ள கரு வடிவில் முட்டை ஈனும் ஒரு பூச்சி.

i-ci-cle/'aisikl/(*n*):'அய்ஸிக்ல் / piece of ice hanging, தொங்கும் நிலையில் தண்ணீர் வடிக்கும் கூரிய பனிக்கட்டிகள், தொங்கும் பனி; pieces of ice particles formed by the freezing of dripping water, தண்ணீர் விழும்பொழுது உறைந்து இறுகும் பனிக்குச்சிகள்.

i-con/'aikɔn/(*n*):'அய்க்கəன் / the picture, figure of a holy person, புனித உருவம், தெய்வச்சிலை; an image or other representation, படிவம், சிலை (அ) மற்ற உருவம்.

i-con-o-clast/ai'kɔnəuklæst/(*n*): அய்'க்கானəஉக்ல஌ஸ்ட் / a person who has no faith in old traditions and attacks religious beliefs and customs, பழைய நம்பிக்கைகளைச் சிறிதும் ஏற்றுக் கொள்ளாதவர், மத நம்பிக்கை இல்லாதவர், கடுமையாக அதைத் தாக்குபவர். **iconoclastic**(*adj*).

i-cy/'aisi/(*adj*):'அய்ஸி / extremely cold, மிகக் குளிர்ந்த. • *My feet are* **icy**. covered with ice, பனி மூடிய; unfriendly, நட்பில்லாத. • *She gave her husband an* **icy** *look.*

i-dea/ai'diə/(*n*):அய்'டி:யə / a plan, ஒரு திட்டம்; a thought, ஒரு நினைவு, சிந்தனை.

• **Ideas** *move the world.* a mental picture, a conception, உட்கருத்து, உருவகம்; an understanding, ஏற்றுக்கொண்டு புரிந்து கொள்ளும் நிலை. • *His* **ideas** *on raising children and family planning are rather strange.*

i-deal/aı'dıəl/*(n)*:அய்'டி:யஅல் / perfect and high principle, உயரிய முழுமையான கருத்து, குறிக்கோள். • *India has set high democratic* **ideals**. a perfect example, நல்ல எடுத்துக்காட்டு, மிகச் சிறந்த உதாரணம். • *Sita was an* **ideal** *woman to be followed.* **ideal***(adj)*: perfect in all ways and manners, சீரிய, மிகச் சிறந்த, உன்னதமான. • *I want to lead an* **ideal** *life.*

i-deal-is-m/aı'diəlizəm/*(n)*:அய்'டி:யஅலிஸ்:ம் (ட்:யஅ) / pursuit of noble principles, ideals, etc., மிக உயர்வான கொள்கைகளைக் கடைப்பிடித்தல், செயலாக்கம் செய்ய முனைதல்; to live according to one's cherished ideals or beliefs, ஒருவர் தன் கொள்கைப்படி வாழ்ந்து காட்டுதல். • **Idealism** *cannot be defined and even the idealist doesn't know what* **idealism** *is.*

i-deal-ist/aı'diəlist/*(n)*:'அய்ட்:யஅலிஸ்ட் / one who cherishes or pursues high ideals, உயர்ந்த கொள்கைகளைக் கடைப்பிடிப்பவர், சிறந்த சிந்தனையாளர்; a visionary, கனவுலகில் வாழ்பவர்; a person with no practical principles, நடைமுறைக்கு ஒவ்வாத கருத்துக்களைக் கொண்டவர். **idealistic***(adj)*, **idealistically***(adv)*.

i-deal-ly/aı'diəli/*(n)*:அய்'டி:யஅலி / in an ideal manner, உயர் வழியில், சிறந்த சிந்தனைப் பூர்வமாக.

i-den-ti-cal/aı'dentikl/*(adj)*: அய்'டெ:ன்ட்டிக்கஅல் / exactly the same, அதேபோலுள்ள; agreeing in all respects, எல்லா வகையிலும் ஒத்திருக்கின்ற. • *The two sisters are* **identical** *in all respects physically and mentally.* • *Similar triangles are not* **identical** *triangles.* **identically***(adv)*.

i-den-ti-fi-ca-tion/aı,dentifi'keiʃn/*(n)*: அய்,டெ:ன்ட்டிஃபி'க்கெய்ஷஅன் / the act of identifying, அடையாளம் காணல்; something that identifies one, அடையாளம் காணப் பயன்படுவது. • *In the* **identification** *parade, the criminal is identified in the midst of several other persons.* **i-den-ti-fy**/aı'dentifai/*(v.t)*: அய்'டெ:ன்ட்டிஃபய் / **identified, identifying**: to recognise, அடையாளம் காண். • *The person who died in the accident has been* **identified** *as Mr. Ram.* to discover, கண்டுபிடி; to show the identity of, அடையாளம் காட்டி நிரூபி; to associate in all respects, ஒருவருடன் (அ) ஒரு கொள்கையுடன் முழுவதும் ஒப்புக்கொண்டு செயல்படு. • *I do not* **identify** *myself with any religion.*

i-den-ti-ty/aı'dentəti/*(n)*/அய்'டெ:ன்ட்டிட்டி / the state of being identical, முழுவதும் ஒத்திருக்கும் தன்மை; the condition of being oneself or itself and not another, ஒன்றுடன் ஒன்று முழுவதும் இயைந்திருத்தல்.

i-de-ol-o-gy/,aidi'ɔlədʒi/*(n)*:,அய்டி'யாலஅஜி / a set of ideas pertaining to politics, society, economics and other like subjects, அரசியல், சமூகம், பொருளாதாரம் போன்றவை பற்றிய கருத்துக்கோவை, கருத்தியல், கருத்துப்பாங்கு. • *Marxist* **ideology** *is totally different from the free market* **ideology**. **ideological***(adj)*, **ideologically***(adv)*.

id-i-o-cy/'idiəsi/*(n)*:'இடியஅஸி / the state of being an idiot, மடமை; utterly senseless behaviour, முழுவதுமான அறிவு இல்லாத செயல்.

id-i-om/'idiəm/*(n)*:'இடியஅம் / an expression, having its own meaning in usage different from its usual structural meaning, மரபுத் தொடர், மொழி மரபு. **to turn the table**: an idiom to cause a reversal of the situation, நிலைமையை முற்றிலும் நேர் எதிராக மாற்று.

id-i-o-mat-ic/,idiə'mætik/*(adj)*: ,இடியஅ'மஅட்டிக் / containing an idiom, மரபுத் தொடர் பற்றிய. • *To turn the table is an* **idiomatic** *expression.* **idiomatically** *(adv)*.

id-i-o-syn-cra-sy/,idiə'siŋkrəsi/*(n, sing)*: ,இடியஅ'ஸிங்க்ரஅஸி (இடியஅஉ) / **idiosyncrasies***(n, pl)*: a characteristic, habit, mannerism or the like that is peculiar to an individual, தனிப் பண்பு, இயல்பு, விசித்திரமான செயல். • *Keeping pet animals in large numbers is his* **idiosyncrasy**. **idiosyncratic***(adj)*.

id-i-ot/'idiət/*(n)*:'இடியஅட் / a foolish person, அறிவிலி. • *I am an* **idiot** *according to my teacher.* **idiotic***(adj)*, **idiotically** *(adv)*.

I

i-dle/ˈaidl/*(adj)*:ˈஅய்ட்:ல் / **idler, idlest**: not working or inactive, வேலை செய்யாத, சுறுசுறுப்பற்ற; having no particular purpose, குறிப்பிட்ட நோக்கமில்லாத; useless, பயனற்ற. • *He always remains* **idle** *but expects good fortune.* • *Poor people are not always busy: they are often* **idle**. **idle***(v.i-v.t)*: **idled, idling**: to pass time in idleness, சோம்பேறியாகப் பொழுது போக்கு. **to idle a way**: to waste time, நேரத்தை வீணாக்கு. **idleness***(n)*, **Idler***(n)*, **idly***(adv)*.

i-dol/ˈaidl/*(n)*:அய்ட்:ல் / an image or other deity to which religious worship is addressed, இறை உருவச்சிலை; someone who is admired, இறைத்தன்மை வாய்ந்தவர்.

I

i-dol-a-ter/aiˈdɔlətə*/*(n)*:அய்ˈடாலəட்டə* / one who worships idols, சிலை வழிபாடு செய்பவர்; a devotee, பக்தர். **i-dol-a-try**/aiˈdɔlətri/*(n)*/அய்ˈடாலəட்ரி / the practice of worshipping idols, உருவ வழிபாடு; excessive or blind admiration, அதிகமான, கண்மூடித்தனமாகப் பாராட்டுதல், வழிபடுதல்.

i-dol-ize/ˈaidəlaiz/*(n)*:ˈஅய்ட:əலய்ஸ்: / to regard with blind admiration, மிக்க அன்பு கொண்டு போற்று; to treat as an idol, இறைவனாக வழிபடு. • *When people* **idolize** *trees and animals it shows their wisdom in understanding nature.*

id-yll/ˈidil/*(n)*:ˈஇடி:ல் (ˈஅய்-) / [also **idyl**]: a simple happy period of life, மகிழ்ச்சியான காலகட்டம்; a poem about country life, நாட்டைப் பற்றிய பாடல். • *T.S. Eliot did not write* **idylls**.

if/if/*(conj)*:இஃப் / on condition that, அப்படியானால். • *We will go out* **if** *the weather improves.* in case that, ஆயின், ஆயினும். • *Dance* **if** *you want to.* • *She will go* **if** *he comes.* even though, இருந்தாலும்; granting, அப்படியே வைத்துக் கொண்டு. • *Even* **if** *I go to bed late, I can get up early in the morning.* **if***(n)*: a supposition, இல்லாததை இருப்பதாக நினைத்துக்கொள்ளல். • *My future is full of* **ifs**. a condition, ஒரு நிபந்தனை. • *The* **ifs** *in your agreement, weaken its worth.* **ifs and buts**: the reasons given for faults or delays, தவறு செய்தமைக்கும், தாமதத் திற்கும் கொடுக்கப்படும் காரணங்கள், சமாதானங்கள். • *I cannot accept your* **ifs and buts,** *I want payment now.*

ig-loo/ˈiglu:/*(n)*:ˈஇக்:லூ / an Eskimo house being dome-shaped and usually built of blocks of hard snow, பனிக்கட்டியாலாகிய எஸ்கிமோ வீடு.

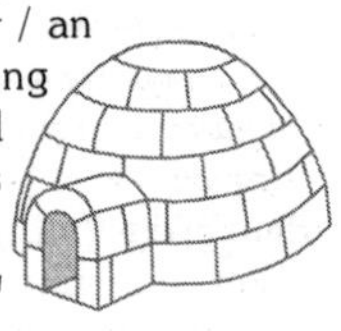

ig-ne-ous/ˈigniəs/*(adj)*:ˈஇக்:னியəஸ் / (of rocks) formed from lava, எரிமலையினால் உருவாக்கப்பட்டுள்ள.

ig-nite/igˈnait/*(v.t-v.i)*:இக்:ˈனைட் (னய்) / **ignited, igniting**: to set on fire, நெருப்பு வை; to kindle, நெருப்புப் பற்ற வை. **ig-ni-tion**/igˈniʃn/*(n)*:இக்:ˈனிஷəன் / the act of igniting, தீப்பற்றுதல்.

ig-no-ble/igˈnəubl/*(adj)*:இக்:ˈனəஉப்:ல் / of low character, aims, etc., மட்டமான எண்ணமும், நடத்தையும் உள்ள; mean, இழிவாக உள்ள; base, மேன்மையற்ற. **ignobly***(adv)*.

ig-no-min-i-ous/ˌignəuˈminiəs/*(adj)*: ˌஇக்:னəஉˈமினியəஸ் / deserving strong disapproval, மிகவும் ஏற்க இயலாத; disgraceful, மானக்கேடான.

ig-no-mi-ny/ˈignəmini/*(adj)*:ˈஇக்:னəமினி / a state of shame or dishonour, வெட்கம், மானக்கேடு.

ig-no-ra-mus/ˌignəˈreiməs/*(n, sing)*: ˌஇக்னəˈரெய்மəஸ் / **ignoramuses***(n, pl)*: an ignorant person, அறியாதவன், பேதை, அறிவிலி.

ig-no-rance/ˈignərəns/*(n)*:ˈஇக்:னəரəன்ஸ் / lack of knowledge, essential information, etc., அறியாமை, தெரிந்துகொள்ள வேண்டியதை அறியாதிருத்தல்; lack of something one ought to know, அவசியம் அறிய வேண்டியதை அறியாது இருத்தல். • **Ignorance** *of law is no excuse.* **ig-no-rant**/ˈignərənt/*(adj)*: ˈஇக்:னəரəன்ட் / not knowing something that one ought to know, இன்றியமையாத வற்றைத் தெரிந்துகொள்ளாத; not aware, அறியாத. • *No one is* **ignorant** *about computers nowadays.*

ig-nore/igˈnɔ:*/*(v.t)*: இக்:ˈனɔ:* (ɔə*) / **ignored, ignoring**: to take no notice of, புறக்கணி; to refuse to recognise, கவனம் கொள்ளாமல் இரு. • *Many people* **ignore** *small things in life, not knowing they are very important.*

i-gua-na/i'gwa:nə/*(n, sing)*:இ'க்:உஆனə /

iguanas, iguana *(n, pl)*: a large lizard, உடும்பு.

ihram/ihrəm*(n)*:இஹ்ரəம் / the dress worn by Muslim pilgrims to Mecca, மெக்கா செல்லும் முகம்மதியர்கள் அணியும் வெள்ளை நிற ஆடை.

i-kon/'aikɔn/*(n)*:'அய்க்கɔன் (கəன்) / an icon, சிலை.

ilk/ilk/*(n)*:இல்க் / same kind, same type, அதே வகை, அதே இனம்.

ill/il/*(adj)*:இல் / sick, not lucky, நோயுள்ள, நல்வாய்ப்பு இல்லாத. • *I suddenly fell* **ill**. *She was taken* **ill**. **ill***(adv)*: in an ill-manner, மோசமாக, இழிவான நிலையில்; badly, கெடுதலாக. **ill***(n)*: harm, கெடுதல்; a problem, ஒரு சிக்கல்.

I'll/ail/:அய்ல் / short for 'I will' or 'I shall.' I'll என்பது 'I will' (அ) 'I shall' என்பதன் சுருக்கம்.

ill-advised/ˌiləd'vaizd*(adj)*:'இல்ஃஅட்:-'வய்ஸ்:ட்: / not advised properly, நல்ல முறையில் அறிவுரை வழங்காத. • *She was* **ill-advised** *in buying the shares.*

ill-at-ease/ˌilət'ease*(adj)*:'இல்ஃஅட்'டீஸ் / uneasy, மன நிம்மதி இல்லாத; uncomfortable, வசதியற்ற.

illa-tion/'ileiʃən/*(n)*:'இலெய்ஷəன் / the act of inferring, ஊகம் செய்தல்; inference, ஒரு முடிவுக்கு வருதல்.

ill-bred/'il'bred/*(adj)*:'இல்'ப்:ரெட்: / badly brought up, நன்கு வளர்க்கப்படாத; mean, இழிந்த; impolite, நாகரிகம் சற்றுமில்லாத, பண்பற்ற. • *We have a number of* **ill-bred** *children.* **il-le-gal**/i'li:gl/*(adj)*:'இ'லீக:əல் / against the law, சட்டத்திற்குப் புறம்பான. • **Illegal** *activities continue to flourish thereby destroying the moral fabric.* • *It is* **illegal** *to drive a car without licence.* **illegally***(adv)*. **il-le-gal-i-ty**/ˌili:'gæləti/*(n)*:'இலீ'க:ஃஅலிட்டி / an illegal act, சட்ட விரோதமான செயல்; the state of being illegal, சட்ட விரோதமான நிலை.

il-le-gi-ble/i'ledʒəbl/*(adj)*:இ'லெஜிப்:ல் / not legible, தெளிவற்ற; difficult to read, படிப்பதற்குக் கடினமான.

il-le-git-i-mate/ˌili'dʒitimət/*(adj)*:ˌஇலி'ஜிட்டிமிட் / not legitimate, சட்டத்திற்குப் புறம்பான; born of unmarried parents, முறைதவறிப் பிறந்த. **illegitimately**, **illegitimacy***(n)*.

ill-fat-ed/'il'feitid/*(adj)*:'இல்'ஃபெய்ட்டிட் / not lucky, நற்பயன் இல்லாத; destined to a fateful end, விதியின் விபரீதத்திற்கு உள்ளாகும்படியான. • *The* **ill-fated** *plane crashed with all its passengers.*

ill-gott-en/'il'gɔtn/*(adj)*:'இல்'க:ɔட்ன் / got by evil or improper means, தீய வழிகளில் ஈட்டியுள்ள, சட்ட விரோதமாகச் சம்பாதித்த. • *Many politicians enjoy* **ill-gotten** *wealth legally.*

il-lib-e-ral/i'libərəl/*(adj)*:இ'லிப:əரəல் / narrow-minded, குறுகிய மனப்பான்மை-யுள்ள; miserly, கருமித்தனமான. **illiberally** *(adv)*, **illiberality***(n)*.

il-li-cit/i'lisit/*(adj)*/இ'லிஸிட் / not permitted, சமூகத்திற்கு ஒவ்வாத, சமூக நியதி ஏற்காத; unlawful, சட்ட விரோதமான. • **Illicit** *love often leads to undesirable consequences.* **illicitly***(adv)*. *Consumption of* **illicit** *liquor causes sometimes death.*

il-lit-e-rate/i'litərət/*(n)*:இ'லிட்டəரிட் / a person who can neither read nor write, எழுதப்படிக்கத் தெரியாதவர். **illiterate** *(adj)*: unable to read and write, எழுதப் படிக்கத் தெரியாத; showing lack of culture, நாகரிகமில்லாத, பண்பாடற்ற. **illiterately** *(adv)*, **illiteracy***(n)*.

ill-man-ner-ed/'il'mænəd/*(adj)*:'இல்'மஃஅனəட் / impolite, நற்பண்பில்லாத.

ill-na-tured/'il'neitʃəd/*(adj)*:'இல்'னெய்ச்சəட் / having an unpleasant disposition, இனிமை இல்லாத.

ill-luck/'il'luk/*(n)*:'இல்'லக் / bad luck, நற்பயன் இல்லாதிருத்தல்.

ill-ness/'ilnis/*(n)*:'இல்னிஸ் / disease, நோய், பிணி; not a healthy state of body or mind, உடல் நலமின்மை, மனநிலை சரியில்லாமை.

il-lo-gi-cal/i'lɔdʒikl/*(adj)*:இ'லɔஜிக்கəல் / not logical, அறிவுக்கு ஒவ்வாத; not sensible and reasonable, பகுத்தறிவுக்குப் பொருந்தாத.

ill-treat/'il'tri:t/*(v.t)*:'இல்'ட்ரீட் / to be unkind and cruel, கொடுமைப்படுத்துபவராக இரு. **ill-treatment***(n)*.

il-lu-mi-nate/i'lu:mineit/*(v.t)*/ இ'லூமினெய்ட் (இல்யூ) / to light up, ஒளிரச் செய். • *She burst into a smile that suddenly* **illuminated** *her face.* to throw light on a topic or subject matter,

கருத்து (அ) சிந்தனையைத் தெளிவாக்கு; to make clear, புரிய வை; to decorate with light, ஒளியால் அலங்காரம் செய். **il-lu-mi-nat-ing**/i'lu:mineitiŋ/*(adj)*: இ'லூமினெய்ட்டிங் / that which helps to make clear, தெளிவாகக் கூறப்படுகின்ற. • *His lecture on Atomic Physics was* **illuminating**. **il-lu-mi-na-tion**/ iˌlu:mi'neiʃn/*(n)*:இ,லூமி'னெய்ஷஅன் / the act of illuminating, ஒளிரச் செய்தல்; the strength of light, ஒளியின் ஆற்றல் விகிதம்; decoration of lights, ஒளி அலங்காரம்; usually illustrations, gala celebration with lights and decoration, விழாவில் ஒளி அலங்காரம். • *The Ram-Lila* **illuminations** *are famous.* **illuminative** *(adj).*

il-lu-sion/i'lu:ʒn/*(n)*:இ'ல்யூஜ:அன் / a false idea about one's capacity, ஒருவர் திறமையைப்பற்றிய தவறான எண்ணம்; that which deceives or misleads, ஏமாற்றம், தவறான எண்ணம், மாயை. • *The mirrors and lenses produce an* **illusion** *of many images.* • *I am under no* **illusion** *that wealth alone suffices.* **il-lu-sion-ist**/i'lu:ʒənist/*(n)*:இல்யூஜ:அனிஸ்ட் / a conjuror, செப்பிடு வித்தைக்காரர்; an entertainer who plays tricks with the help of lights, ஒளியின் உதவியுடன் வித்தை செய்பவர். **il-lu-so-ry**/i'lu:səri/*(adj)*: இல்யூஸஅரி / unreal, மாயையான; deceptive, ஏமாற்றும் தன்மையுள்ள. • *Study of religious books helps to clear* **illusory** *factors in life.*

il-lus-trate/iləstreit/*(v.t)*:'இலஸ்ட்ரெய்ட் / to explain with pictures, diagrams, examples, etc., படங்கள், எடுத்துக் காட்டுகள் மூலம் விவரி; to make clear by expositions and examples, சான்றுகள், எடுத்துக்காட்டுகள் மூலம் விவரி. • *He* **illustrated** *his statement with example.*

il-lus-tra-tion/ˌilə'streiʃn/*(n)*: ,இலஸ்'ட்ரெய்ஷஅன் / that which illustrates, விளக்கம் தருவது; pictures, diagrams, etc., in a book, ஒரு புத்தகத்தில் உள்ள பட விளக்கங்கள். • *The book is full of* **illustrations**. **by way of illustrations**: for example, உதாரண மாக. **illustrated***(adj)*: containing illustrations, தெளிவான படங்களும், எடுத்துக்காட்டுகளும் அடங்கியுள்ள. • *We have many* **illustrated** *magazines in the bookshop.*

il-lus-tra-tive/'iləstrətiv/*(adj)*: 'இலஸ்ட்ரஅட்டிவ் / serving to illustrate, எடுத்துக்காட்டாக உள்ள, தெளிவு படுத்துகிற, உதாரணமாகப் பயன்படுகிற. **il-lus-tra-tor**/'iləstreitə*/*(n)*: 'இலஸ்ட்ரெய்ட்டஅ* / one who draws pictures, diagrams especially for a book, ஒரு நூலுக்கு விளக்கம் தரும் வண்ணமாக வரைபடங்கள் வரையும் கலைஞர்.

il-lus-tri-ous/i'lʌstriəs/*(adj)*:இ'லஸ்ட்ரியஅஸ் / widely known for some achievement, ஒரு சாதனை மூலம் புகழ் பெற்ற; glorious as deeds, work, etc., புகழ்மிக்க செயல், எழுத்து, நிர்வாகம் முதலியவை உள்ள.

ill-will/'il'wil/*(n)*:'இல்'உயில் / very strong dislike, பகை. • *I bear no* **ill-will** *to any one.*

I'm/aim/அய்ம் / short form of 'I am', I'am என்பது 'I am' என்பதன் சுருக்கம். • **I'm** *a very short tempered person.* • **I'm** *going to my office.*

im-age/'imidʒ/*(n)*:'இமிஜ் / a picture formed in the mind, மனத்தோற்றம், மனதில் ஏற்படும் உருவம்; an idea, a conception, எண்ணம், ஒரு கருத்து. • *Man is said to be the* **image** *of God.* a picture formed by a mirror or lens, ஆடி (அ) கண்ணாடியில் உண்டாகும் பிம்பங்கள், உருவங்கள்; likeness, ஒத்த வடிவம்; form, உருவம். • *Everyone has his own social* **image**.

im-ag-e-ry/'imidʒəri/*(n)*:'இமிஜஅரி / figurative descriptions or illustrations, மனதில் ஏற்படுத்தப்படும் விளக்க உருவங்கள்; images used in literature, இலக்கியத் தோற்றங்கள்.

i-ma-gi-na-ble/i'mædʒinəbl/*(adj)*: இ'மஜினஅப்:ல் / that can be imagined, உருவகம் செய்யக்கூடிய, கற்பனையான. • *The vastness of the universe is not at all* **imaginable**.

i-ma-gi-na-ry/i'mædʒinəri/*(adj)*: இ'மஜினஅரி / existing only in the imagination, கற்பனையில் மட்டும் தோன்றக்கூடிய; not real, உண்மையில்லாத. • *Most people suffer from* **imaginary** *illness.* • *A complex number may contain both the real part and the* **imaginary** *part.*

i-ma-gi-na-tion/iˌmædʒi'neiʃn/*(n)*: இ,மஜி'னெய்ஷஅன் / the ability to imagine, கற்பனை செய்யும் திறன்; the mind, நினைவாற்றல்; ability to meet any situation, எந்தச் சோதனையையும் எதிர்நோக்கும் திறமை. • *Indira Gandhi was a leader of* **imagination** *and she solved many problems with that talent.* resourcefulness, மனவளம். • *It requires* **imagination** *to write and speak.*

i-ma-gi-na-tive/i'mædʒinətiv/*(adj)*: இ'மஜினஒட்டிவ் / concerned with imagination, கற்பனை வளமுள்ள. • *If anything, a writer must be* **imaginative**.

i-ma-gine/i'mædʒin/*(v.t)*:இ'மஜின் / to form a picture or an idea in the mind, உருவம் (அ) கருத்தினை எண்ணிப் பார்; to conjecture, கற்பனை செய்; to guess, யூகம் செய். • *Can you* **imagine** *the vastness of this world?* • *I cannot* **imagine** *what you mean.*

im-am/i'ma:m/*(n)*:இ'மாம் / the head priest of a mosque, மசூதியின் தலைமைக் குரு; the title for a Muslim religious leader, முஸ்லிம் மதத் தலைவரின் பட்டப் பெயர்.

im-bal-ance/ˌim'bæləns/*(n)*:இம்'ப:லஒன்ஸ் / the state of lacking balance, சமநிலை இல்லாமை. • *There is population* **imbalance** *in some parts of the world, where there are more men than women.* lack of proper relationship, உறவுமுறை சரியில்லாமை; lack of mental balance, சீர்தூக்கிப்பார்க்கும் மனோநிலை இல்லாமை. • *When exports are less than imports, trade* **imbalance** *occurs.*

im-be-cile/'imbisi:l/*(n)*:'இம்பெ:ஸீல் (பி:) / a fool or stupid person, அறிவிலி, முட்டாள்; one lacking the mental ability to develop beyond a mental age of 7 or 8 years, ஏழு (அ) எட்டு வயதில் ஏற்பட்ட மனத்திறனும் அதற்கு மேல் மனநிலை வளராத தன்மையும் கொண்ட நபர். **imbecility***(n)*.

im-bibe/im'baib/*(v.i-v.t)*:இம்ப:ய்ப்: / **imbibed, imbibing**: to drink, குடி, அருந்து; to take or receive into the mind, எடுத்துக்கொள், மனத்தில் வாங்கிக்கொள். • *One can* **imbibe** *the spirit of sacrifice from the nature.* • *She* **imbibed** *knowledge at her father's table.*

im-bri-cate/'imbrikeit/*(adj)*: 'இம்ப்:ரிக்கெய்ட் / overlapping in sequence as tiles on a roof, கூரையின் மேல் அடுக்கப்பட்ட (அ) ஒன்றின் மேல் ஒன்று பதிந்த ஓடுகள்போலுள்ள. **imbricate***(v.t-v.i)*: to overlap as tiles, ஒன்றின் மேல் ஒன்றாகப் படியும்படி அடுக்கு.

im-bro-gli-o/im'brəuliəu/*(n)*: இம்'ப்:ரஒஉலியஒஉ / an intricate and complicated state of affairs, குழப்பம், சிக்கலான நிலை; a misunderstanding, கருத்து வேற்றுமை; a confusing situation in a play, ஒரு நாடகத்தில் ஏற்படும் குழப்பம்.

im-bue/im'bju:/*(v.t)*:இம்'ப்:யூ / **imbued, imbuing**: to fill with feelings, opinions, etc., உணர்ச்சி, கருத்து முதலியவற்றால் ஊக்கம் கொள். • *A minister should be* **imbued** *with a sense of service to the people.*

im-i-tate/'imiteit/*(v.t)*:இமிட்டெய்ட் / to follow or try to follow in action or manner, செயல், நடை, பாவனை முதலியவற்றைப் பின்பற்று (அ) பின்பற்ற முயற்சி செய்; to make a copy, ஒன்றைப்போல் செய்; to take as an example or model, முன் மாதிரியாகக் கொள். • *To* **imitate** *is the first step to create.*

im-i-ta-tion/ˌimi'teiʃn/*(n)*:ˌஇமிட்'டெய்ஷஒன் / the act of imitating, ஒன்றைப்போலச் செய்தல்; a copy of the real thing, உண்மையான ஒன்றைப் படிவம் எடுத்தல், போலிப்பொருள். • *A child learns by* **imitation**. **imitative** *(adj)*.

im-mac-u-late/i'mækjulət/*(adj)*: இ'மக்யுலிட் / spotlessly clean, மிகச் சுத்தமான; pure without fault, மாசற்ற, தூய. • *Mr. Jinnah was noted for his* **immaculate** *dress.* **immaculately** *(adv)*.

im-ma-nent/'imənənt/*(adj)*:'இமஒனஒன்ட் / inherent, இயல்பாக உள்ள. • *There is nothing more* **immanent** *in human nature than hope.*

im-ma-te-ri-al/ˌimə'tiəriəl/*(adj)*: 'இமஒ'ட்டிஒரிஒல் / unimportant, முக்கிய-மில்லாத; not having material form, with no substance, பொருளில்லாத, உருவ மில்லாத. • *It is* **immaterial** *whether one is rich or poor; suffering is common.* • *Human body has two parts, the physical part is material, the metaphysical part is* **immaterial**.

im-ma-ture/ˌimə'tjuə*/*(adj)*:ˌஇமஒ'ச்சுஒ* / not mature, முதிராத; not developed, பருவம் அடையாத, முழு வளர்ச்சி பெறாத. • *His* **immature** *talk was not relished by his father.*

im-mea-su-ra-ble/i'meʒərəbl/*(adj)*: இ'மெஜ:ஒரஒப்:ல் ('இ') / not capable of being measured, அளவிட முடியாத. • *My debts have done* **immeasurable** *harm to my honour.* **immeasurably***(adv).*

im-me-di-a-cy/iˈmiːdjəsi/*(n)*:இ'மீடியஸி / the state of being immediate, மிக அவசர நிலை; the nearest, content of the mind, மிகவும் அண்மையில், எந்த கலக்கமும் இல்லாமல் ஏற்படும் மனநிறைவு. • *The* **immediacy** *of the danger is, the problem of pollution affecting the human race.* • *International problems assume the nature of* **immediacy** *because of quick communications.* **im-me-di-ate**/iˈmiːdjət/*(adj)*:இ'மீட்யட் / occurring without delay, உடனே நிகழக்கூடிய; nearest in time, காலம் தாழ்த்தாத; next, அடுத்த. • *The* **immediate** *future worries me always.* **immediately***(adv)*: without delay, தாமதம் இல்லாமல்; at once, உடனே. • *Stop the noise* **immediately**. **immediately***(conj)*: as soon as, எவ்வளவு சீக்கிரம் முடியுமோ அவ்வளவு சீக்கிரமாக; the moment that, உடன்.

im-me-mo-ri-al/ˌimiˈmɔːriəl/*(adj)*: ,இமி'மோ:ரியல் / beyond the reach of memory, நினைவுக்கு எட்டாத; very old, தொன்றுதொட்ட. • *From time* **immemorial** *people worship nature.*

im-mense/iˈmens/*(adj)*:இ'மென்ஸ் / very great, மிகப் பெரிய. **im-mense-ly**/iˈmensli/*(adj)*:இ'மென்ஸ்லி / very much, மிக அதிகமான; to a very great degree, பெரிய அளவில். **im-men-si-ty**/iˈmensəti/*(n)*:இ'மென்ஸிட்டி / largeness, பரந்த தன்மை. • *The* **immensity** *of the universe is rather beyond comprehension.*

im-merse/iˈmɜːs/*(v.t)*:இ'மெ:ஸ் / **immersed, immersing**: to plunge deeply into a liquid, நீர்மத்தில் அமிழ்த்து. • *Do not* **immerse** *it in water.* to involve deeply, தீவிரமாக ஈடுபடு. • *I always* **immerse** *myself in my work so as to forget my worries.* **im-mer-sion**/iˈmɜːʃn/*(n)*:இ'மெ:ஷன் / the act of immersing, மூழ்குதல்; baptism in which the whole body of the person is put under water, திருமுழுக்கு.

im-mi-grant/ˈimigrənt/*(n)*:'இமிக்ரன்ட் / someone coming to a country from abroad to make one's home in that country, ஒரு நாட்டில் குடியேறுபவர். **im-mi-grate**/ˈimigreit/*(v.t)*:'இமிக்ரெய்ட் / **immigrated, immigrating**: to come to a country to make one's life and home there, ஒரு நாட்டிற்கு வந்து நிலையாகக் குடியேறு. **im-mi-gra-tion**/ˌimiˈgreiʃn/*(n)*:,இமி'க்ரெய்ஷன் / the act of immigrating, பிற, அயல் நாட்டில் வந்து குடியேறுதல். • *The process of getting* **immigration** *clearance is an ordeal.*

im-mi-nent/ˈiminənt/*(adj)*:'இமினன்ட் / likely to take place any time, எந்த நேரத்திலும் நிகழக்கூடிய. • *The war is* **imminent** *in West Asia.* **imminence***(n)*, **imminently***(adv)*.

im-mo-bile/iˈməubail/*(adj)*:இ'மஉபய்ல் (பீ:ல்) / not mobile, இயக்கமில்லாத; not able to move, நகர முடியாத. • *My broken hand has become* **immobile**. **immobility** *(n)*. **im-mo-bi-lize**/iˈməubilaiz/*(v.t)*: இ'மஉபிலய்ஸ் / **immobilized, immobilizing**: to be immovable, நகரமுடியாதபடி செய், நகர்த்த முடியாதபடி செய்; to withdraw from circulation, செலாவணியினின்று, திரும்பப் பெறு, நீக்குதல் செய். **immobilization***(n)*.

im-mod-e-rate/iˈmɔdərət/*(adj)*: இ'மாடரிட் ('இ) / not moderate, மித மிஞ்சிய; exceeding reasonable limits, அளவுக்கு மீறிய, மட்டற்ற; excessive, மிக அதிகமான. • **Immoderate** *eating is a sign of ill-health.* **immoderately***(adv)*, **immoderacy***(n)*.

im-mod-est/iˈmɔdist/*(adj)*:'இ'மாடிஸ்ட் (இ) / not modest, அடக்கமில்லாத; indecent, நாகரிகமில்லாத. • **Immodest** *conduct is the order of the day.* **immodestly***(adv)*, **immodesty***(n)*.

im-mo-late/ˈiməuleit/*(v.t)*:'இமஉலெய்ட் / **immolated, immolating**: to kill oneself for religious or political reasons by burning, மதம் (அ) அரசியல் காரணத்திற்காக, ஒருவன் தனக்குத்தானே தீ வைத்துக் கொள்ளல், பலியிடு; to kill in sacrifice, பலியாகக் கொல். **immolation***(n)*.

im-mor-al/iˈmɔrəl/*(adj)*:இ'மாரல் / not moral, not good, not right, ஒழுக்கம் இல்லாத, நியாயமில்லாத, நியதி இல்லாத; not following the accepted standards of sexual behaviour, பாலுறவு முறைமைகளைப் பின்பற்றாத குணமுள்ள, ஒழுக்கம் கெட்ட தன்மையுள்ள. • *An* **immoral** *life is always an unhealthy life.* **immorality** *(n)*: immoral behaviour, ஒழுக்கமின்மை, கற்பில்லாமை. **immorally***(adv)*.

I

im-mor-tal/i'mɔ:tl/*(adj)*/இ'மாːட்ல் **('இ')** / living forever, நிலையான, அழியாத; that will continue, தொடரக்கூடிய; of enduring fame, அழியாப் புகழ்பெற்ற. • *Kalidasa's* **immortal** *plays are world famous.* **immortal***(n)*: an immortal being, நிலைத்திருப்பவர்; an author of lasting fame, நிலையான புகழுடைய படைப்பாளர், கலைஞர் முதலியோர். • *Kalidasa is one of the* **immortals**. **im-mor-tal-i-ty**/ ˌimɔ:'tæləti/*(n)*:ˌஇமாː'ட்டஃலிட்டி / the state of being immortal, அழியாத்தன்மை; unending life, முடிவிலா உயிர்த்தன்மை; enduring fame, அழியாப் புகழ். **im-mor-tal-ize**/i'mɔ:təlaiz/*(v.t)*:இ'மாːட்டலைஸ் / **immortalized, immortalizing**: to make immortal, அழியாத்தன்மையை உண்டாக்கு; perpetuate, நிலையானதாகச் செய். • *Sadaiyappa Vallal was* **immortalized** *in Kamba Ramayana.* **immortalization***(n)*.

im-mo-va-ble/i'mu:vəbl/*(adj)*:இ'மூவஅப்ஃல் **('இ')** / not moving, நகராத, நிலையான, இடம் பெயராத; incapable of being moved, நகர இயலாத அசையாத; land or house properties, நிலம் (அ) வீடு முதலிய அசையா சொத்துக்கள். • *Her* **immovable** *property is worth ten lakhs.* impossible to change, மாற்ற முடியாத. **immovably** *(adv)*.

im-mune/i'mju:n/*(adj)*:இ'ம்யூன் / having the ability to protect from (any disease), எதிர்ப்புச்சக்தியும், நோயினின்று பாதுகாப்புத்தன்மையுமுள்ள; exempt, தவிர்க்கப்பட்டு. • *No human being is* **immune** *to the vagaries of life.* • *Some politicians have become* **immune** *to all the charges of corruption against them.* **im-mu-nize**/'imju:naiz/*(v.t)*:'இம்யூனைஸ் / [also **immunise], immunized, immunizing**: to make immune, நோய்களினின்று தற்காப்புக்கொள்; to neutralize, நோயின் தீவிரத்தை நீக்கி நோயை அகற்று. **immunization***(n)*, **immunity***(n)*.

im-mure/i'mjuə*/*(v.t)*:இ'ம்யுஅ* / **immured, immuring**: to imprison, சிறையிலடை; to confine, அடைத்து வை.

im-mu-ta-ble/i'mju:təbl/*(adj)*:இ'ம்யூட்டஅப்ல் / unchangeable, மாறுதல் இல்லாத, மாற்ற முடியாத. • *We must not go against the* **immutable** *laws of nature.* **immutably** *(adv)*, **immutability***(n)*.

imp/imp/*(n)*:இம்ப் / a little devil, குட்டிச் சாத்தான்; a mischievous child, குறும்புக்காரக் குழந்தை.

im-pact/'ɪmpækt/*(n)*:'இம்பஃக்ட் / the striking of body against another, மோதல்; a powerful influence caused by an idea, event, etc., கருத்து, செயல், முதலியவை ஏற்படுத்தும் மன விளைவு. • *No religion has had any* **impact** *on me.* **impact***(v.t)*: to have an impact on, விளைவு ஏற்படுத்து, விளைவு ஏற்படச்செய். **impact***(v.t)*: to pack in, கட்டு. **impacted***(adj)*: growing under another tooth, ஒரு பல்லுக்குக் கீழே முளைக்கக்கூடிய; tightly packed, நெருக்கமாகக் கட்டப்பட்ட.

im-pair/im'peə*/*(v.t)*:இம்'பெஅ* / to weaken, பலவீனப்படுத்து; to damage, பழுதாக்கு. • *My illness hasn't* **impaired** *my ambition to take part in the contest.* **impairment***(n)*.

im-pale/im'peil/*(v.t)*:இம்'ப்பெய்ல் / **impaled, impaling**: to pierce with a sharpened stake or the like, குத்திக் கிழி. **impalement***(n)*.

im-pal-pa-ble/im'pælpəbl/*(adj)*: இம்'ப்பஃல்ப்பஅப்ல் / not palpable, புலன்களால் அறியப்படாத; not understood, புரிந்துகொள்ள முடியாத.

im-pan-el/im'pænl/*(v.t)*:இம்'ப்பஃனஅல் / **impanelled, impanelling**: to empanel, பட்டியலில் சேர்.

im-part/im'pa:t/*(v.t)*:இம்'ப்பாட் / to give or pass, கொடு, சொல்லிக் கொடு; to make known, அறிவி; to communicate, தெரிவி. • *The messenger has no fresh news to* **impart**.

im-par-tial/im'pa:ʃl/*(adj)*:இம்'ப்பாஷஅல் / fair, நடுநிலைமையிலுள்ள; not partial or biased, ஒரு சார்பற்ற. • *It is said even some higher officials are not* **impartial**. **impartially***(adv)*, **impartiality***(n)*.

im-pass-a-ble/im'pa:səbl/*(adj)*/ இம்'ப்பாஸஅப்ல் / impossible to pass through, கடக்க முடியாத.

im-passe/æm'pa:s/*(n, sing)*:ஃம்'ப்பாஸ் / **impasses***(n, pl)*: a position from which there is no escape, தப்ப முடியாத நிலை, தடை. • *The negotiations have reached an* **impasse***: there is still hope of agreement.*

I

im-pas-sion-ed/im'pæʃnd/*(adj)*: இம்'ப்பஃஷஎன்ட்: / filled with passion, உணர்ச்சிமிக்க. • *The woman made an* **impassioned** *plea to the judge to release her husband.*

im-pas-sive/im'pæsiv/*(adj)*:இம்'ப்பஃஸிவ் / having no feelings, உணர்ச்சியற்ற. • *The judge sentenced him to death: but the accused remained* **impassive**.

im-pa-tience/im'peiʃns/*(n)*: இம்'ப்பெய்ஷஎன்ஸ் / lack of patience, சற்றும் பொறுமையில்லாது இருத்தல்; great eagerness, அதிக ஆர்வம்.

im-pa-tient/im'peiʃnt/*(adj)*:இம்'ப்பெய்ஷஎன்ட் / showing impatience, சிறிதும் பொறுமை இல்லாத; very eager, மிக ஆர்வமுள்ள.

im-peach/im'pi:tʃ/*(v.t)*:இம்'ப்பீச் / to accuse a high public official of gross misconduct, பெரும்பதவியில் இருப்பவரை அகற்றும் பொருட்டுக் குற்றம் சுமத்து. • *Warren Hastings was* **impeached for** *his gross misconduct.* **impeachment***(n)*, **impeachable***(adj)*.

im-pec-ca-ble/im'pekəbl/*(adj)*: இம்'ப்பெக்கஎப்:ல் / faultless, மாசற்ற; not liable to sin, குற்றமற்ற. • **Impeccable** *character is unknown to our politicians.* **impeccably***(adv)*.

im-pe-cu-ni-ous/ˌimpi'kju:njəs/*(adj)*: ˌஇம்ப்பி'க்யூனியஎஸ் / having no money, பணமில்லாத; penniless, சல்லிக் காசு இல்லாத. **impecuniously***(adv)* • *It is an art to live* **impecuniously**. **impecuniousness***(n)*.

im-pede/im'pi:d/*(v.t)*:இம்'ப்பீட் / **impeded, impeding**: to retard, வேகத்தைக் குறை; to get into the way of, முட்டுக்கட்டையிடு. • *The rescue operations in the earthquake area have been* **impeded** *for want of funds.*

im-ped-i-ment/im'pedimənt/*(n)*/ இம்'ப்பெடிமஎன்ட் / hindrance, இடையூறு; obstacle, தடை. • *The main* **impediment** *to development plans is finance.* a speech disorder, பேசுவதில் ஏற்படும் இடையூறு.

im-pel/im'pel/*(v.t)*:இம்'ப்பெல் / **impelled, impelling**: to induce, தூண்டு. • *My poverty* **impels** *me to work hard.* to urge, வேகம் கொடு; to push, உந்து; to press on, முன்னேறு.

impending/im'pendiŋ/*(adj)*:இம்'ப்பென்டிங் / about to happen, நடைபெற இருக்கிற; imminent, உடனடியாக நிகழக்கூடிய. • *The urgent task is to finish the* **impending** *examinations.*

im-pen-e-tra-ble/im'penitrəbl/*(adj)*: இம்'ப்பெனிட்ரஎப்:ல் / not penetrable, impossible to go into or through, ஊடுருவ முடியாத; very difficult to understand, புரிந்துகொள்வதற்குக் கடினமான. • *Life is an* **impenetrable** *mystery.*

im-pen-i-tent/im'penitənt/*(adj)*: 'இம்'ப்பெனிட்டஎன்ட் / not penitent, not feeling sorry, தன் தவறை உணர்ந்து வருந்தாத.

im-per-a-tive/im'perətiv/*(adj)*: இம்'ப்பெரஎட்டிவ் / urgent, மிக அவசரமான; which must be done, உடன் செய்யப்பட வேண்டிய; commanding, கட்டளையிடும் மனப்பான்மையுள்ள. **imperative***(n)*: a verb form expressing command, கட்டளையிடும் வினைச்சொல் வடிவம்; a fact that compels attention, உடன் கவனிக்கப் படவேண்டிய உண்மை. • *It is* **imperative** *that I should work hard to clear my huge debts.*

im-per-cep-ti-ble/ˌimpə'septəbl/*(adj)*: ˌஇம்ப்பஎ'ஸெப்ட்டிப்:ல் / not perceptible, very slight, gradual or subtle, கண்ணுக்குப் புலப்படாத, நுண்ணிய. **imperceptibly** *(adv)*.

im-per-fect/im'pɜ:fikt/*(adj)*:இம்'ப்பஃபிக்ட் / not perfect, முழுமையில்லாத; lacking completeness, நிறைவு இல்லாத; being the form of a verb showing incomplete action, முடிவடையாத செயலைக் குறிக்கும் வினைச்சொல், சொற்றொடர் பற்றிய. **imperfectly***(adv)*, **imperfection***(n)*.

im-pe-ri-al/im'piəriəl/*(adv)*: இம்'ப்பியஎரியஎல் / of an empire or an emperor, பேரரசுக்குரிய, பேரரசருக்குரிய.

im-pe-ri-al-is-m/im'piəriəlizəm/*(n)*: இம்'ப்பியஎரியஎலிஸ:எம் / the policy of extending a country's empire and influence, பேரரசுக் கொள்கை.

im-per-il/im'perəl/*(v.t)*:இம்'ப்பெரில் / **imperilled, imperilling**: to put in peril, ஆபத்துக்குள்ளாக்கு; endanger, ஆபத்து ஏற்படுத்து. • *The corrupt officials* **imperil** *the development works of the country.*

im-pe-ri-ous/im'piəriəs/*(adj)*: இம்'ப்பியஎரியஎஸ் / commanding, அதிகாரத் தோரணையுள்ள; overbearing,

I

ஆணவமும், கர்வமும் உள்ள. • *Her* **imperious** *manners add to her beauty.* **imperiously**(*adv*), **imperiousness**(*n*).

im-per-ish-a-ble/im'periʃəbl/(*adj*): இம்'ப்பெரிஷஉப்:ல் / not perishable, அழிவில்லாத, அழுகாத, வீணாகாத; enduring, நிலைத்திருக்கக்கூடிய. • *Happy memories are* **imperishable**.

im-per-ma-nent/impɜ:mənənt/(*adj*): இம்'ப்பஉ:மஉனஉன்ட் / not permanent, நிலையில்லாத; transitory, தற்காலிகமான.

im-per-me-a-ble/im'pɜ:mjəbl/(*adj*): இம்'ப்பஉ:மியஉப்:ல் / not permeable, ஊடுருவ முடியாத; not allowing passage through, உட்புகமுடியாத.

im-per-mis-si-ble/im'pɜ:misəbl/(*adj*): இம்'ப்பஉ:மிஸஉப்:ல் / not permissible, ஏற்றுக்கொள்ள இயலாத; not allowable, அனுமதி இல்லாத.

im-per-son-al/im'pɜ:snl/(*adj*): இம்'ப்பஉ:ஸ்னஉல் / not personal, ஒருவரையும் குறிக்காத; without personal reference, எந்த ஒருவரையும் குறிப்பிடாத; having only third person singular form, மூன்றாம் நிலை ஒருமைப் படிவம் உள்ள; not showing personal feelings, தனிப்பட்ட உணர்ச்சி எதையும் காண்பிக்காமல் உள்ள. • *Government carries on its work in the most* **impersonal** *way.*

im-per-so-nate/im'pɜ:səneit/(*v.t*): இம்'ப்பஉ:ஸஉனெய்ட் / **impersonated, impersonating**: to pretend to be another person, ஆள் மாறாட்டம் செய். • *She was prosecuted for* **impersonating** *a manager.* **impersonation**(*n*), **impersonator**(*n*).

im-per-ti-nent/im'pɜ:tinənt/(*adj*)/ இம்'ப்பஉ:ட்டினஉன்ட் / rude, பண்பில்லாத; not respectful to elders, பெரியவர்களிடம் மரியாதையில்லாத; uncivil, முறையான நடத்தை இல்லாத. **impertinently**(*adv*), **impertinence**(*n*).

im-per-tur-ba-ble/ˌimpə'tɜ:bəbl/(*adj*)/ ˌஇம்ப்பஉ'ட்டஉ:ப:உப்:ல் / not easily perturbed, கோபப்படாத, அமைதியான; remaining calm and steady in spite of difficulties, இக்கட்டான சூழ்நிலையிலும் அமைதி காத்திருக்கும்.

im-per-vi-ous/im'pɜ:vjəs/(*adj*): இம்ˌப்பஉ:வ்யஉஸ் / not allowing anything to pass through, ஊடுருவிச் செல்ல முடியாத; not easily influenced, தன் முடிவினின்று மாறாத, கடின உள்ளம் உடைய. • *He remained* **impervious** *to all her entreaties.*

im-pe-ti-go/ˌimpi'taigəu/(*n*)/ ˌஇம்ப்பி'ட்டய்க:உஉ (பெ) / a contagious skin disease, தோல் சார்ந்த தொற்று நோய்.

im-pet-u-ous/im'petʃuəs/(*adj*): இம்'ப்பெட்யுஉஸ் / tending to take quick action but not carefully, சிந்திக்காமல் செயலாற்றுகிற. • *He paid heavily for his* **impetuous** *decision.* **impetuously** (*adv*), **impetuosity**(*n*), **impetuousness**(*n*).

im-pe-tus/'impitəs/(*n*):'இம்ப்பிட்டஉஸ் / moving force, இயக்கும் சக்தி; momentum, உந்தம்; that which encourages action, செயலைத் தூண்டும் திறன். • *I need no* **impetus** *for doing my creative work.*

im-pi-e-ty/im'paiəti/(*n*):இம்'ப்பயஉட்டி / lack of respect for religion, God, etc., மதம், கடவுள் முதலியவற்றில் நம்பிக்கை இல்லாமை; want of faith in God, இறை நம்பிக்கை இல்லாதிருத்தல்.

im-pinge/im'pindʒ/(*v.t-v.i*):இம்'ப்பிஞ்ஜ் / **impinged, impinging**: to strike, மோது; to have an effect on, பாதிப்பு ஏற்படும்படி செய், பாதிப்பு ஏற்படுத்து. • *The bright sunlight* **impinges** *on one's eyes*; to make an impression, மனத்தில் ஒரு பாதிப்பு ஏற்படும்படி செய்; intrude, உட்புகு. • *Modern life has come to* **impinge** *upon one's privacy.*

im-pi-ous/'impiəs/(*adj*):இம்'ப்பியஉஸ் / not pious, புனிதத்தன்மையற்ற; lacking reverence for God, religion, etc., கடவுள், மதம் முதலியவற்றிற்கு மதிப்புக் கொடுக்காத. **impiously**(*adv*), **impiousness**(*n*).

imp-ish/'impiʃ/(*adj*):இம்'ப்பிஷ் / like an imp, குட்டிச்சாத்தான் போன்ற; mischievous, குறும்புத்தனம் நிறைந்த. **impishly**(*adv*), **impishness**(*n*).

im-plac-a-ble/im'plækəbl/(*adj*): இம்'ப்லஃக்கஉப்:ல் / not placable, மன்னிக்கும் (அ) பொறுத்துக்கொள்ளும் தன்மை இல்லாத; that cannot be appeased, எளிதில் அமைதிப்படுத்த முடியாத, மன்னிக்கும் தன்மை இல்லாத.

im-plant/'impla:nt/(*v.t*):'இம்ப்லான்ட் / to instil, மனதில் பதியும்படி செய். • *It is better to* **implant** *a sense of humanism in the minds of children*; to plant in something,

நடு, ஊன்றும்படி செய். • *Radio-active substance is* **implanted** *surgically in tissue for the treatment of cancer.*

im-plau-si-ble/ˈimplɔ:zəbl/*(adj)*: ˈஇம்ப்லாஃஸி:ப்:ல் / seeming, to be unreasonable, தகுந்த காரணமில்லாதது போல் தோன்றக்கூடிய; not having the appearance of truth, உண்மையின் தோற்றம் சற்றும் இல்லாத.

im-ple-ment/ˈimplimənt/*(v.t)*: ˈஇம்ப்லிமென்ட் (மஎன்ட்) / a tool or instrument, வேலை செய்ய உதவும் கருவி (அ) ஆயுதம். • *Agricultural* **implements** *have been modernised.* **implement***(v.t)*: to carry out, to put into effect, நடைமுறைக்குக் கொண்டு வா; to fulfill, நிறைவேற்று. • *The Constitutional Directives have not yet been* **implemented**. *Once in office, our ministers conveniently forget to* **implement** *their election promises.*

im-pli-cate/ˈimplikeit/*(v.t)*:ˈஇம்ப்லிக்கெய்ட் / **implicated, implicating**: to show that someone is also involved or concerned in a matter - *esp.* a crime, ஒருவரைத் தொடர்புபடுத்து, சிக்க வை, குற்றத்தில் மாட்டி வை; affect as a result, பாதிப்பு ஏற்படுத்து. • *The failure of kidney* **implicates** *all other parts in the body.* **im-pli-ca-tion**/ˌimpliˈkeiʃn/ ˌஇம்ப்லிக்ˈகெய்ஷஎன் / the act of implying, தொடர்பு ஏற்படுத்துதல்; something implied or suggested or to be inferred, பொதிந்து இருக்கும் பொருளைக் குறிப்பிட்டுக் காட்டுதல், சொல்லல், ஊகம். • *He said very little, but very much by* **implication** *to his wife.* • *The wider* **implications** *of choosing a site for a dam near a mountain are yet to be assessed.*

im-pli-cit/imˈplisit/*(adj)*:இம்ˈப்லிஸிட் / implied rather than clearly stated, சொல்லாமல் ஊகத்திற்கு விடப்பட்டுள்ள; understood, தொக்கி நிற்கின்ற பொருளுள்ள; unquestioning and absolute, முழுமனத்துடன் கீழ்ப்படியும் தன்மையுள்ள. • *It is a pity that an honest wife has* **implicit** *faith in her dishonest husband.* **implicitly***(adv)*.

im-plode/imˈpləud/*(v.i)*:இம்ˈப்லஎஉட் / to burst inward, உள்நோக்கி வெடி, உள்ளே வெடி. *opp*: explode.

im-plore/imˈplɔ:*/*(v.t)*:இம்ˈப்லா:* / to make a request in a begging manner, கெஞ்சி வேண்டு, மன்றாடிக் கேள். • *Even to get our lawful demands fulfilled, we have to* **implore** *the arrogant officials.*

im-ply/imˈplai/*(v.t)*:இம்ˈப்லய் / **implied, implying**: to suggest, குறிப்பிடு; to express, to show or to mean indirectly, குறிப்பாகச் சொல், குறிப்பாகக் காண்பி, குறிப்பாகப் பொருள்படும்படி சொல். • *His words* **imply** *lack of faith in us.* to signify, குறிப்பாகத் தெரிவி; to hint, குறிப்பிடு. • *Duties* **imply** *responsibilities also.*

im-po-lite/ˌimpəˈlait/*(adj)*:இம்பஎˈலய்ட் / not polite, மரியாதையில்லாத; uncivil, நாகரிகமற்ற. • *To show our displeasure, we behave* **impolitely**. **impolitely** *(adv)*, **impoliteness***(n)*.

im-pol-i-tic/imˈpɔlətik/*(adj)*:இம்ˈப்பாலிட்டிக் / injudicious, நியாயமில்லாத; unwise, நுண்ணறிவில்லாத, விவேகமற்ற, பொருத்தமில்லாத.

im-pon-de-ra-ble/imˈpɔndərəbl/*(adj)*: இம்ˈப்பான்டஃஎரஎப்:ல் / not ponderable கணிக்க முடியாத; that cannot be precisely determined, நுட்பமான விளைவுகளை அறிய முடியாத. **imponderable***(n)*: something whose effects cannot be accurately determined, துல்லியமாகக் கணக்கிட முடியாத ஒன்று.

im-port/ˈimpɔ:t/*(v.t)*:இம்ˈப்பாஃட் / to bring in goods from foreign country, சாமான்களை இறக்குமதி செய். • *We* **import** *oil from other countries.* convey some meaning, பொருள் பொதிந்த வார்த்தைகள், சொற்றொடர்கள் முதலியவற்றை அறிவி; signify, குறிப்பிடு. • *Prayer* **imports** *faith and confidence.* **import***(n)*: that which is imported from abroad, இறக்குமதி செய்யப்படுவது. • *The volume of* **imports** *has decreased last year.* meaning, implication, பொருள் பொதிந்து இருப்பது, ஊகிக்கப்படுவது; importance, முக்கியத்துவம். • *The president's speech is formal and carries no special* **import** *for the public.*

im-por-tance/imˈpɔ:tns/*(n)*: இம்ˈப்பாஃட்டஎன்ஸ் / the state of being important, முக்கியமாக இருக்கும் தன்மை; personal or social consequence, தனியொருவரின் சிறப்பு, முக்கியத்துவம். • *It is of utmost* **importance** *that taxes be raised to meet the deficit.* • *A rich man always thinks that he is a man of*

importance. **im-por-tant**/im'pɔ:tnt/ *(adj)*:இம்'ப்பɔ:ட்டəன்ட் / of much significance, மிகுந்த முக்கியத்துவம் வாய்ந்த. • *What is* **important**?, *It depends on circumstances.* (in men and matter) having influence or power, அதிகாரமும், செல்வாக்கும் உள்ள மனிதர்கள். • *An* **important** *person has some aim in life.* **importantly**(*adv*). *opp*: unimportant.

im-por-ta-tion/ˌimpɔ:'teiʃn/*(adj)*: ˌஇம்பɔ:ட்'டெய்ஷən / the act of importing, இறக்குமதி செய்தல்; an article imported, இறக்குமதிப்பொருள்.

im-por-tu-nate/im'pɔ:tjunət/*(adj)*: இம்'ப்பɔ:ச்சுனிட் / always making demands for things, பொருள் கேட்டு நச்சரிக்கும் தன்மையுள்ள. • *We have to deal with* **importunate** *people carefully.* **im-por-tu-ne**/im'pɔ:tju:n/*(v.t)*: இம்'ப்பɔ:ச்யூன் / **importuned, importuning**: to make repeated request for assistance, அடிக்கடி உதவி கேட்டு நச்சரி.

im-pose/im'pəuz/*(v.t)*:இம்'ப்பəஉஸ்: / **imposed, imposing**: to lay on, சுமத்து. • *The government never fail to* **impose** *new taxes.* to force the acceptance of, ஏற்றுக்கொள்ளும்படி செய்; to inflict as a penalty, தண்டனையைச் சுமத்து. • *The magistrate* **imposed** *a fine of Rs.1000/- for rash driving.* **impose**(*v.i*): to make an impression on the mind, ஒரு கருத்தை ஏற்படும்படி செய், ஒரு கருத்தை உண்டாக்கு. • *The manager gets work done by fair means. He never* **imposes** *his authority.* **to impose on, to impose upon**: intrude, குறுக்கிடு; to take unfair advantage of, ஏமாற்று; to lay out the pages in order for printing, அச்சிடுவதற்குப் பக்கவாரியாகத் தயார்செய். **imposition** (*n*): the act of imposing, விதித்தல்; that which is imposed, சுமை. **im-pos-ing**/ im'pəuziŋ/*(adj)*:இம்'ப்பəஉஸி:ங் / very impressive, மனதில் பதியத்தக்க; grand in appearance, கம்பீரமாக உள்ள. • *You can see the* **imposing** *view of the Sun rising across the lake from the hotel window.* **imposingly**(*adv*).

im-pos-si-ble/im'pɔsəbl/*(adj)*: இம்ப்'பɔஸிப்:ல் / not possible, முடியாத. • *Certain things in life are certainly* **impossible**. unable to be done, செய்ய முடியாத; unable to be, இருக்க முடியாத. • *It is rather* **impossible** *for me to bend my knees before the rich and the arrogant.* **impossibly**(*adv*), **impossibility**(*n*).

im-pos-tor/im'pɔstə*/(*n*):இம்'ப்பɔஸ்ட்டə* / a person who deceives by pretending to be someone else, ஆள் மாறாட்டம் செய்து ஏமாற்றுபவர். **im-pos-ture**/im'pɔstʃə*/ (*n*):இம்'ப்பɔஸ்ச்சə* / the action or practice of an impostor, வஞ்சகன் ஒருவனின் செயல்.

im-po-tent/'impətənt/*(adj)*: 'இம்ப்பəட்டென்ட் / not potent, வீரியம் இல்லாத, ஆற்றல் இல்லாத. • *The government seems to be* **impotent** *in dealing with the terrorists.* (of a male) lacking in sexual power, ஆண்மையற்ற. **impotently**(*adv*), **impotence**(*n*). • **Impotence** *blurs mental vision.*

im-pound/im'paund/(*v.t*):இம்'ப்பஉன்ட் / to seize by legal authority, சட்டப்படி கைப்பற்று; to shut up animals in a pound, விலங்குகளைப் பட்டியில் அடை; to confine within limits, எல்லைக்குள் கட்டுப்படுத்து • *The surplus water was* **impounded** *in the reservoir.*

im-pov-e-rish/im'pɔvəriʃ/*(v.t)*: இம்'ப்பɔவəரிஷ் / to make poor, ஏழ்மையாக்கு; to make poor in quality, strength, productiveness, etc., தரம், சக்தி, உண்டாக்கும் தன்மை முதலியவற்றைப் பலவீனப்படுத்து, பாழாக்கு. • *Corrupt politicians and officers in high positions are* **impoverishing** *this country.* • *Artificial manures have* **impoverished** *our fertile soil.*

im-prac-ti-ca-ble/im'præktikəbl/*(adj)*: இம்'ப்ரஜக்ட்டிக்கəப்:ல் / not practicable, செய்யமுடியாத, நடைமுறைக்கு ஒவ்வாத; not able to be done, செயல் முறைக்கு ஒவ்வாத. • *The idea is* **impracticable**. **impracticably**(*adv*), **impracticability**(*n*). **im-prac-ti-cal**/im'præktikl/*(adj)*: இம்'ப்ரஜக்ட்டிக்கəல் / not practical, செய்வது இயலாத; not intelligent in dealing with practical matters, நடைமுறைச் செயல்பாடுகளில் அறிவுக்கூர்மை இல்லாத. • *Whatever I speak, others say it is* **impractical**. **impractically** (*adv*), **impracticality**(*n*).

im-pre-ca-tion/ˌimpri'keiʃn/*(n)*: ˌஇம்ப்ரிக்'கெய்ஷən / a curse, சாபம்.

im-preg-na-ble/im′pregnəbl/*(adj)*: இம்′ப்ரெக்:னஒப்:ல் / strong enough to resist or withstand any onslaught, எந்தக் கடும் தாக்குதலையும் எதிர்க்கும் சக்தியுள்ள. • *No fort is* **impregnable**. **impregnably** *(adv)*, **impregnability***(n)*.

im-preg-nate/′impregneit/*(v.t)*: இம்′ப்ரெக்:னெய்ட் / **impregnated, impregnating**: to make pregnant, கருத்தரிக்கச் செய்; to change a substance with something infused, ஒரு பொருளை மற்றொரு பொருளினால் ஊடுருவும்படி செய். Cool drinks are **impregnated** with preservatives to increase the duration of their life; to fertilize, மகரந்தச் சேர்க்கையின் மூலம் கருத்தரித்தல் ஏற்படும்படி செய்.

im-pre-sa-ri-o/ˌimpri′sa:riəu/*(n)*: ˌஇம்ப்ரெ′ஸாரியஒஉ (-ப்ரி-) / one who arranges for performances in theatres, concert halls, etc., கச்சேரி, கேளிக்கை, இசைவிழா நடத்துவதற்கேற்ற அரங்குகள் முதலியவற்றிற்கு ஏற்பாடு செய்பவர், அவற்றை நிர்வாகம் செய்பவர்.

im-press/im′pres/*(v.t)*:இம்′ப்ரெஸ் / **impressed, impressing**: to affect strongly in mind, மனத்தில் பதியச் செய். • *I am very much* **impressed** *with your work.* to fill with a sense of admiration, உள்ளத்தில் மதிப்பு, பாராட்டு உணர்ச்சி ஏற்படும்படி செய்; to press into something with some other matter, ஒரு பொருளில் வேறு பொருளைக்கொண்டு அழுத்து. • *He* **impressed** *the seal on the melted wax.* **impress***(n)*: stamp, imprint, முத்திரை, அடையாளக் குறி. **im-pres-sion**/im′preʃn/*(n)*:இம்′ப்ரெஷஒன் / an image or effect that is produced in the mind, மனத்தில் ஏற்படும் எண்ணப் பதிவு, உருவகம் முதலியவை. • *The speech made a good* **impression** *on the audience.* a vague or indistinct feeling, belief, remembrance, etc., தெளிவில்லாத உணர்வு, நம்பிக்கை, நினைவு முதலியவை. • *I had an* **impression** *of my dream yesterday.* copies of something, book, etc., made at one printing, ஒரே அச்சில் பதிக்கப்பட்ட பிரதிகள். • *This is the third* **impression** *of my book 'Death is Delightful'.* **im-pres-sio-na-ble** im′preʃnəbl/*(adj)*:இம்′ப்ரெஷஒனஒப்:ல் / easily impressed, பாதிப்பு ஏற்படக்கூடிய; easily influenced, எண்ணத்தில் மாறுதல் ஏற்படுத்தக்கூடிய; susceptible, எளிதில் பாதிக்கக்கூடிய. • *Adolescent period is an* **impression-able** *age.* **impressionably***(adv)*, **impressionability***(n)*. **im-pres-sive**/im′presiv/*(adj)*:இம்′ப்ரெஸிவ் / having the ability or capacity to impress the mind, மனதில் ஆழமாகப் பதியக்கூடிய. • *It is a great temple with an* **impressive** *tower.* making a strong impression, உள்ளக் கிளர்ச்சி தருகின்ற. **impressively***(adv)*, **impressiveness***(n)*.

im-print/′imprint/*(n)*:′இம்ப்ரிண்ட் / a mark left on something, அடையாளம், குறி, முத்திரை. • *Every day leaves an indelible* **imprint** *on my mind.* **imprint***(v.t)*: to print or press as a mark, to stamp, அடையாள முத்திரையிடு. • *Every detail of my past turbulent life has been* **imprinted** *on my mind.*

im-pris-on/im′prizn/*(v.t)*:இம்′ப்ரிஸ்:ன் / to put in prison, சிறையிலடை; to hold in custody, காவலில் வை. • *Every ruler either* **imprisons** *his enemy or murders him.* **imprisonment***(n)*: confining in a prison, சிறைக்காவலில் வைத்தல். • *Life itself is a kind of* **imprisonment**.

im-prob-a-ble/im′prɔbəbl/*(adj)*: இம்′ப்ராப:ஒப்:ல் / not probable, இயல்பு இல்லாத, நம்பமுடியாத; not likely to happen, நிகழ்வதற்கு வாய்ப்பில்லாத; unlikely to be true, உண்மையாக இருக்கமுடியாத. • *The news is not* **improbable**. **improbably***(adv)*, **improbability***(n)*.

im-promp-tu/im′prɔmptju:/*(adj)*: இம்′ப்ராம்ப்ட்யூ / made or done with no previous preparation, முன்னேற்பாடின்றிச் செய்யப்பட்டுள்ள, செய்யப்படுகின்ற. • *The minister is capable of giving* **impromptu** *address any time.*

im-prop-er/im′prɔpə*/*(adj)*:இம்′ப்ராப்பஒ* / not proper, சரியில்லாத. • *To make* **improper** *remarks is not proper.* erroneous, தவறான; not in accordance with rules, decency, etc., முறையில்லாத, நாகரிகமில்லாத. • *Her dress seems to be rather* **improper** *for the occasion.* **im-pro-pri-e-ty**/ˌimprə′praiəti/*(n)*: ˌஇம்ப்ரஒ′ப்ரயஒட்டி / the quality or state of being improper, மரியாதையில்லாமை; an improper act, தகாத செயல்.

im-prove/imˈpruːv/(v.t):இம்ˊப்ரூவ் / **improved, improving**: to make better, நன்கு செம்மையாகச் செய்; to increase the value of, மதிப்பை இன்னும் அதிகப்படுத்து; to make good use of, நன்கு பயன்படுத்து. • *Taking Vitamin tablets doesn't* **improve** *one's health; fresh vegetables are better.* • *Luxuries will never* **improve** *standard of living.* **im-prove-ment**/imˈpruːvmənt/ (n):இம்ˊப்ரூவ்மəன்ட் / the act of improving, சீர்திருத்தும் செயல்; the state of being improved, செம்மையாக்கப்பட்டிருக்கும் நிலை; something or somebody that represents an advanced state over another in the sphere of action, முன்னதை (அ) முன்னவரை விட மேம்பாடு காண்பிக்கும் நிலை. • *There seems to be no* **improvement** *in the life of common people.*

im-prov-i-dent/imˈprɔvidənt/(adj): இம்ˊப்ராவிடென்ட் / not provident, not caring for the future, எதிர்காலத்தைப் பற்றிக் கவலைகொள்ளாத; wasteful, சிக்கனம் சிறிதும் இல்லாத.

im-pro-vise/ˈimprəvaiz/(v.t-v.i): ˊஇம்ப்ரə வய்ஸ்: / **improvised, improvising**: to provide for without expecting, முன்னெச்சரிக்கை (அ) தயாரிப்பின்றிச் செயல்படு, ஏற்பாடு செய்; to compose, to utter or execute with no notice, முன்னறிவிப்பு எதுவுமின்றி, கவிதை புனை, பேசு, செயல்படு. • *The Chairman called him to speak all of a sudden: he* **improvised** *his speech and it was applauded.* **improvised**(adj): made or said with no previous preparation, முன்னோற்பாடின்றிச் செய்யும் (அ) பேசும். **improvisation**(n).

im-pru-dent/imˈpruːdənt/(adj): இம்ˊப்ரூடə:ன்ட் / not prudent, கவனம், அறிவுக்கூர்மையில்லாத; not wise, மதி நுட்பம் இல்லாத; thoughtless, சிந்தனைத் தெளிவு இல்லாத. **imprudently**(adv), **imprudence**(n).

im-pu-dent/ˈimpjudənt/(adj): ˊஇம்ப்யூடə:ன்ட் / rude and disrespectful, கர்வமும், அவமரியாதை செய்யும் குணமும் உள்ள. • *After spilling the milk, the boy ran away giving me an* **impudent** *look.* impertinent, துடுக்கான. **impudently** (adv), **impudence**(n).

im-pugn/imˈpjuːn/(v.t):இம்ப்யூன் / call in question, கேள்விக்குறி எழுப்பு; challenge as false, தவறு என்று சவால் விடு; The Government withdrew the **impugned** order.

im-pulse/ˈimpʌls/(n):ˊஇம்பல்ஸ் / a sudden feeling to do something, திடீரெனச் செயல்பட வேண்டும் என்னும் வேகம்; urge, திடீரென்று செயல்படுவதற்காக ஏற்படும் வேகம். • *The main* **impulse** *that urges a capitalist is running the business profitably.* • *She began to dance with her sister on an* **impulse**. **impulsion** (n): the act of impelling, செயல்படத்தூண்டும் வேக உணர்ச்சி. **impulsive** (adj): showing a tendency to act suddenly, திடீரெனச் செயல்படும்படியான.

im-pu-ni-ty/imˈpjuːnəti/(n):இம்ப்யூனிட்டி / exemption from punishment, injury or loss, தண்டனை, தீங்கு, இழப்பு இவற்றிலிருந்து விலக்களித்தல். • *Some high officials enjoy* **impunity**. without punishment, தண்டனை இல்லாமல் இருத்தல்.

im-pure/imˈpjuə*/(adj):இம்ˊப்யுə* / not pure, தூய்மையற்ற; morally bad, ஒழுக்கம் கெட்ட. • *Very often, my mind is filled with very* **impure** *thoughts.* **impurity**(n, sing), **impurities**(n, pl): the state of being impure, அசுத்தமாக இருக்கும் தன்மை; an impure thing, அசுத்தமானது; that which makes impure, அசுத்தப் படுத்தும் ஒன்று.

im-pute/imˈpjuːt/(v.t):இம்ˊப்யூட் / **imputed, imputing**: to blame for, குற்றஞ்சாட்டு; to ascribe, சுமத்து, தவறு என்று குற்றஞ்சுமத்து. **im-pu-ta-tion**/ˌimpjuːˈteiʃn/(n):ˌஇம்ப்யூட்ˊடெய்ஷəன் / the act of imputing, குற்றம் காணல்; accusation, குற்றம் சாட்டுதல்.

in/in/(prep):இன் / used to indicate inclusion within space, a place or limits, இல், இடம், காலம், திசை இவற்றைக் ·காட்டுகின்ற வேற்றுமை உருபு. • *I saw you walking* **in** *the park.* • *This is a work to be done* **in** *ten minutes.* not outside, வெளியில் இல்லை. • *They live* **in** *Madras. She is* **in** *politics.* with regard to, அதைப்பற்றி. • *He is good* **in** *sports.* **in**(adv): inside, உள்ளே; not out, வெளியில் இல்லாமல். *I went* **in.** • *The road curves* **in** *at the end.* • *The man is* **in** *for some trouble.* **in**(adj): directed inwards, உள் திசையில்;

situated within, உட்பொருத்தப்பட்ட, உள் இருக்கின்ற; inner, மிக உட்புறமாக. • *We need some service minded* **in-***house doctors. The* **in-***patient ward is closed for visitors at 9.00 p.m.*

in-a-bil-i-ty/ˌinəˈbiləti/*(n)*:ˌஇனஃ'பி:லிட்டி / lack of ability, இயலாமை. • *The accused pleaded his* **inability** *to pay the dues.* lack of power, skill, capacity or means, செய்திறன், மதிநுட்பம், சக்தி ஆகியவை இல்லாமை.

in-ac-ces-si-ble/ˌinækˈsesəbl/*(adj)*: ˌஇனஃக்'ஸெஸிப்:ல் / not accessible, அடைய முடியாத; inapproachable, நெருங்கமுடியாத. • *Our rulers remain* **inaccessible** *to the common man,* **inaccessibly***(adv),* **inaccessibility** *(n).*

in-ac-cu-rate/inˈækjurət/*(adj)*: இன்'ஃக்யுரிட் / not accurate, நுட்பமில்லாத; not correct, சரியில்லாத. **inaccurately** *(adv),* **inaccuracy***(n).*

in-ac-tion/inˈækʃn/*(n)*:இன்'ஃக்ஷஒன் ('இ) / lack of action, no activity, செயலின்மை, செயல்வேகம் இல்லாமை. • **Inaction** *does not mean idleness.* **inactive***(adj)*: not active, சுறுசுறுப்பு இல்லாத; passive, மந்தமான.

in-ade-quate/inˈædikwət/*(adj)*: இன்'ஃடிக்உயிட் / not adequate, வேண்டிய அளவில்லாத; insufficient, போதுமானதாக இல்லாத. • **Inadequate** *living space is the root cause of diseases.* **inadequately** *(adv),* **inadequacy***(n).*

in-ad-mis-si-ble/ˌinədˈmisəbl/*(adj)*: ˌஇனஒட்:'மிஸிப்:ல் / not admissible, அனுமதிக்க முடியாத; not allowed, ஏற்க முடியாத. • *The court has overruled the evidence as* **inadmissible**. **inadmissibly***(adv),* **inadmissibility***(n).*

in-ad-ver-tent/ˌinədˈvɜːtənt/*(adj)*: ˌஇனஒட்:'வஒ:ட்டஒன்ட் / not attentive, போதிய கவனமில்லாத; unintentional, உள் நோக்கம் எதுவுமற்ற. **inadvertently***(adv).* • *Sometimes we make mistakes* **inadvertently**. **inadvertence** *(n).*

in-a-li-e-na-ble/inˈeiljənəbl/*(adj)*: இன்'எய்லியஒனஒப்:ல் (ல்யஒ) / not alienable, விட்டுக்கொடுக்க இயலாத; that which cannot be taken away, பறிக்கமுடியாத, பராதீனப்படுத்தமுடியாத. • **Inalienable** *rights of a person cannot be taken away by the state.*

in-ane/iˈnein/*(adj)*:இனெய்ன் / meaningless, பொருளில்லாத; silly, அற்பமான. **inanely** *(adv).*

in-an-i-mate/inˈænimət/*(adj)*: இன்'ஃனிமிட் ('இன்'): not animate, உயிரோட்டமில்லாத; lifeless, உயிரில்லாத. • *According to scriptures, God resides in both animate and* **inanimate** *objects.*

in-ap-pli-ca-ble/inˈæplikəbl/*(adj)*: 'இன்'ஃப்லிக்கஒப்:ல் / not applicable, ஒவ்வாத; not directly related, நேரிடையான தொடர்பில்லாத. • *The rules are* **inapplicable** *to the case on hand.* **inapplicably** *(adv),* **inapplicability** *(n).*

in-ap-pro-pri-ate/ˌinəˈprəupriət/*(adj)*: ˌஇனஒ'ப்ரஒஉப்ரியிட் / not appropriate, பொருத்தமில்லாத; not proper, not suitable, சரியில்லாத, ஏற்பு இல்லாத. • *Some members have raised* **inappropriate** *questions in the general meeting.* **inappropriately** *(adv),* **inappropriateness***(n).*

in-apt/inˈæpt/*(adj)*:இன்'ஃப்ட் / not apt, not fitting, பொருத்தமற்ற. **inaptitude***(n).*

in-ar-tic-ulate/ˌinaːˈtikjulət/*(adj)*: ˌஇனாட்'டிக்யுலிட் / not articulate, தெளிவாகப் பேசயியலாத; not clearly expressed, சொல்வன்மையில்லாத. **inarticulately***(adv),* **inarticulateness***(n).*

in-as-much/ˌinəzˈmʌtʃ/*(adv)*:இனஒஸ்:'மச் / because of that, அதன் காரணமாக; since, அதனால். • *The man is let of,* **in as much** *as he is not found guilty.*

in-at-ten-tion/ˌinəˈtenʃn/*(n)*: ˌஇனஒ'ட்டென்ஷஒன் / lack of attention, கவனக்குறைவு. **inattentive** *(adj),* **inattentively***(adv).*

in-au-di-ble/inˈɔːdəbl/*(adj)*:இன்'ɔ:டிப்ல் / incapable of being heard, கேட்க முடியாத. **inaudibly***(adv),* **inaudibility***(n).*

in-au-gu-rate/iˈnɔːgjureit/*(v.t)*: இ'னɔ:க்யுரெய்ட் / **inaugurated, inaugurating**: to commence formally or conventionally, முறையாகத் துவக்க விழா நடத்து (அ) எல்லாச் சடங்குகளையும் செய்து தொடங்கு. • *The introduction of free-meal scheme in Tamil Nadu schools* **inaugurated** *a period of better health for children.* **inaugural***(adj).*

in-aus-pi-cious/ˌinɔːsˈpiʃəs/*(adj)*: ˌஇனɔ:ஸ்ப்'பிஷஒஸ் / not auspicious, மங்கலமற்ற/நற்சகுனமில்லாத; boding ill, நல்வாய்ப்பில்லாத.

in-born/ˌinˈbɔːn/*(adj)*:'இன்'பːஒːன் / innate, இயல்பான; present from the time of birth, உடன் பிறந்த. • *Fish has an* **inborn** *trait to swim.* • *The* **inborn** *nature of speaking is a special gift to man only.*

in-bred/ˌinˈbred/*(adj)*:'இன்'ப்ːரெட் / native, இயல்பான; bred within, உடன் பிறந்த.

in-cal-cu-la-ble/inˈkælkjuləbl/*(adj)*: இன்'கஜல்க்யுலஒப்ːல் (இங்) / that cannot be calculated or measured, கணக்கிட முடியாத, அளவிடமுடியாத; incapable of being forecast, அனுமானித்துச் சொல்ல முடியாத. • *The policy of the government has done* **incalculable** *damage to our education system.*

in-can-des-cent/ˌinkænˈdesnt/*(adj)*: 'இன்க்கஜன்'டːஒஸஒன்ட் / glowing with heat, வெப்பத்துடன் (அ) வெப்பத்தால் ஒளிர்கின்ற. **incandescently***(adv)*, **incandescence***(n)*.

in-can-ta-tion/ˌinkænˈteiʃn/*(n)*: ˌஇன்க்கஜன்'ட்டெய்ஷஒன் (இங்) / words spelt out in magic, மந்திர உச்சரிப்பு.

in-ca-pa-ble/inˈkeipəbl/*(adj)*: இன்'க்கெய்ப்பஒப்ːல் / not having the ability to do, செய்யத் தகுதியில்லாத. • *Some people are* **incapable** *of positive thinking.* **incapably***(adv)*, **incapability** *(n)*.

in-ca-pa-ci-tate/ˌinkəˈpæsiteit/*(v.t)*: ˌஇங்கஒ'ப்பஜஸிட்டெய்ட் / **incapacitated, incapacitating**: to make incapable or unfit, செயலற்றதாகச் செய், இயலாதவாறு செய். • *You cannot* **incapacitate** *a man of action.* **incapacity***(n)*: lack of ability to do (something), செயலாற்றும் திறமை இல்லாமை. • **Incapacity** *to do hard work will slow down progress.*

in-car-ce-rate/inˈkaːsəreit/*(v.t)*: இன்'காஸஒரெய்ட் / to have a person shut up as if in a prison, சிறைப்படுத்துவது போல் ஒருவனை அடைத்து வை. **in-car-ce-ra-tion**/inˌkaːsəˈreiʃn/*(n)*: இங்ˌக்காஸஒ'ரெய்ஷஒன் / the act of shutting a person in prison, சிறைப்படுத்துதல்.

in-car-nate/inˈkaːneit/*(adj)*:இங்'க்கானிட் / in the form of body, உடல் உருவிலுள்ள; having a human form, மனித உருவத்தில் உள்ள. **incarnate***(v.t)*: to put an idea effectively in physical form, கருத்துக்கு உருக்கொடுத்து தெளிவாகக் கூறு. **in-car-na-tion**/ˌinkaːˈneiʃn/*(n)*: ˌஇன்க்கா'னெய்ஷஒன் / the state of being incarnate, கடவுள் அவதாரம் எடுத்தல்; concrete form, திட உருவம்; a person or a thing of perfection, கடவுள் அவதாரம், முழுமையான குற்றமற்ற ஒன்று.

in-cen-di-a-ris-m/inˈsendjərizəm/*(n)*: இன்'ஸென்ட்ːயஒரிஸ்ːஒம் / the crime of setting fire to (things), பொருள்களுக்குத் தீ வைக்கும் குற்றம். **incendiary***(adj)*: causing fires, தீப்பற்றக்கூடிய. • **Incendiary** *bombs have come to be used by anyone nowadays.* தீ வைப்பவர்.

in-cense/inˈsens/*(n)*:இன்'ஸென்ஸ் / a substance that gives off sweet smell when burns, எரியும்போது நறுமணம் தரும் பொருள், ஊதுபத்தி போன்றவை. **incense***(v.t)*: to make someone angry, கோபமூட்டு; to infuriate, சீறியெழும்படி செய். • *The crowd was* **incensed** *by the brutal behaviour of the police.*

in-cen-tive/inˈsentiv/*(n, sing)*:இன்'ஸென்ட்டிவ் / **incentives***(n, pl)*: that which encourages one to do more or to be more active, தூண்டும் ஒன்று, ஊக்கம் கொடுப்பது. • *Life-force is a fine* **incentive** *to do hard work.*

in-cep-tion/inˈsepʃn/*(n)*:இன்'ஸெப்ஷஒன் / the beginning, துவக்கம்; initial period, தொடக்கம்.

in-ces-sant/inˈsesnt/*(adj)*:இன்'ஸெஸன்ட் / continuous, நிகழ்ந்துகொண்டிருக்கின்ற; never stopping, நிற்காமல் நிகழக்கூடிய; with no pause, இடைவிடாத. • *The* **incessant** *rain has damaged many lakes.* **incessantly***(adv)*.

in-cest/ˈinsest/*(n)*:'இன்ஸெஸ்ட் / a forbidden sex relationship, நெருங்கிய உறவினரிடையே முறைகேடான பால் உறவு, between brother and sister, உடன் பிறந்தோரிடையே. **incestuous***(adj)*.

inch/intʃ/*(n)*:இஞ்ச் / a unit for measuring length, நீளத்தின் அளவு, அடிப்படை அலகு; one twelfth of a foot, ஓர் அடியின் பன்னிரண்டில் ஒரு பகுதி. **inch by inch**: by small stages, படிப்படியாக. **every inch**: completely, முழுவதும். **not budge an inch**: not yield, சற்றும் விட்டுக் கொடுக்காத. **inch***(v.i)*: to move very slowly and with difficulty, தடைகளினிடையே, மெதுவாக ஊர்ந்து செல், மிகக் கடினமாக, மெதுவாக நகர்ந்து செல். • *The army is* **inching** *its way in the enemy terrain.*

I

in-ci-dence/ˈinsidəns/*(n)*:ˈஇன்ஸிட:ஒன்ஸ் / falling on, விழுதல்; occurrence, நிகழ்தல்.

in-ci-dent/ˈinsidənt/*(n, sing)*:ˈஇன்ஸிட:ஒன்ட் / **incidents***(n, pl)*: an event, நிகழ்ச்சி; an unusual happening, ஓர் அசாதாரணமான நிகழ்ச்சி. • *The programme was completed with no* **incident**. **incident***(adj)*: liable to happen, நேரிடக்கூடிய; being a part of one's duty, ஒருவர் கடமையின் ஒரு பாகமாக உள்ள. • *It is* **incident** *on all governments to maintain law and order.*

in-ci-den-tal/ˌinsiˈdentl/*(adj)*:ˌஇன்ஸி ˈடெ:ன்ட்ல் / happening or existing with something more important, நிகழும் (அ) இருக்கும் முக்கிய பகுதியுடன் இணைந்துள்ள; liable to take place, ஏற்படக்கூடிய; casual, தற்செயலான. • **Incidental** *expenses have been paid.* **incidentals***(n)*: expenses occurred, ஏற்படும் சிறு செலவுகள். • *During a journey, we must have some money to pay for the* **incidentals**. **incidentally** *(adv).*

in-cin-e-rate/inˈsinə reit/*(v.t)*: இன்ˈஸினஒரெய்ட் / cremate, சவத்திற்கு எரியூட்டு; to burn things not wanted, வேண்டாத பொருள்களை எரித்து விடு. **incineration***(n).*

in-cip-i-ent/inˈsipiənt*(adj)*:இன்ˈஸிப்யஒன்ட் / at an early stage, தொடக்க நிலையில் உள்ள. **incipiently***(adv)*, **incipience** *(n)*, **incipiency***(n).*

in-cise/inˈsaiz/*(v.t)*:இன்ˈஸய்ஸ் / to make a cut, வெட்டு. **in-ci-sion**/insiʃən*(n)*: a cut, வெட்டுதல். **incisive***(adj).*

in-ci-sor/inˈsaizə*/*(v.t)*:இன்ˈஸய்ஸ:ஒ:* / cutting tooth in man, மனிதனின் வெட்டும் பல்.

in-cite/inˈsait/*(v.t)*:இன்ˈஸய்ட் / to instigate, தூண்டி விடு, உணர்ச்சிகளைக் கிளறு; to encourage, எழுப்பு, ஊக்கம் கொடு, செயலாற்றும்படி செய். • *We* **incited** *the people to rise up against growing corruption,* **incitement***(n)*. Religious fanatics **incite** violence.

in-ci-vil-i-ty/ˌinsiˈviləti/*(n)*:ˌஇன்ஸிˈவிலிட்டி / impoliteness, மரியாதையின்மை; a rude act, முரட்டுச் செயல்.

in-clem-ent/inˈklemə nt/*(adj)*: இன்ˈக்லெமஒன்ட் / bad, மோசமான; cold, மிகக் குளிர்ந்த; stormy, புயல் ஏற்படக் கூடிய. • **Inclement** *weather is hardly conducive for working.* **inclemency***(n).*

in-cli-na-tion/ˌinkliˈneiʃn/*(n)*: ˌஇன்க்லிˈனெய்ஷஒன் / a liking or preference, விருப்பம் (அ) முன்னுரிமை. • *In sports, his* **inclination** *is cricket.* slope, சரிவு, சாய்வு; a tendency, மனப்போக்கு. • *The plane has a very small* **inclination**.

incline/inˈklain/*(v.t)*:இன்ˈக்லய்ன் / **inclined, inclining**: to cause to move down, கீழ்நோக்கி நகரும்படி செய்; to lean, bend, சாய், வளை; to have a mental tendency, preference, etc., ஒரு மனநிலையை ஏற்படுத்திக்கொள், ஒன்று (அ) மற்றதை ஆர்வமாகக்கொள். • *I am* **inclined** *to rest now.* **incline***(n)*: a steep slope, சரிவு, சாய்வு. • *The car has to drive down a steep* **incline**. **in-clined**/ inˈklaind*(adj)*:இன்ˈக்லய்ன்ட் / having or feeling a wish to, விருப்பமுள்ள, ஆசை உணர்வுள்ள; likely, ஏற்படக்கூடிய. • *I am* **inclined** *to extend my stay here.*

in-clude/inˈklu:d/*(v.t)*:இன்ˈக்லூட் / **included, including**: to contain, அடக்கு, உட்படுத்து; to put in, உள்ளே வை. • *Your name has been* **included** *in the list.* **in-clud-ed**/inˈklu:did/*(adj)*:இன்ˈக் லூடிட் / enclosed, உள்ளடக்கிய; comprised, சார்ந்த. **inclusion***(n)*, **inclusive***(adj).*

in-cog-ni-to/ˌinkɔgˈni:təu/*(adj)*: இன்ˈக்காக்:னிட்டஒஉ / passing under some other form, name, etc., மாறு உருவத்தில், வேறு பெயரில் செயல்படுகின்ற. **incognito** *(adv)*: with the real identity concealed, உண்மையான அடையாளம் மறைக்கப்பட்டு, எவருக்கும் தெரியாத. **incognito***(n)*: a person in incognito, மாறுவேடத்தில் இருக்கும் ஒருவர். • *There are spies moving about* **incognito**.

in-co-her-ent/ˌinkəuˈhiərənt/*(adj)*: ˈஇன்க்கஒஉˈஹியரஒன்ட் / with no logical connection, முரண்பட்ட, தொடர்பில்லாத; disjointed, ஒவ்வாத. • *The Minister's speech was* **incoherent** *to the main topic.* **incoherent***(adv)*, **incoherence***(n).*

in-com-bus-ti-ble/ˌinkəmˈbʌstəbl/*(adj)*: ˌஇன்க்கஒம்ˈப:ஸ்ட்டிப்:ல் / not combustible, incapable of burning, தீப்பற்றாத.

in-come/ˈiŋkʌm/*(n)*:ˈஇன்க்கம் / money that is received periodically as pay, salary, rent, profit, etc., வருமானம், சம்பளம், வருவாய் முதலியவை.

in-com-ing/'in,kʌmiɲ/*(adj)*:'இன்,க்கமிங் / coming in, arriving, உள்ளே வருகிற; succeeding to, அடுத்து வருகிற; accruing, சேர்ந்து கூடுதலாக வருகின்ற வருமானம் பற்றிய. • *The* **incoming** *radio signals are rather weak.*

in-com-mo-di-ous/,inkə'məudjəs/*(adj)*: ,இன்க்கஒ'மஒஉடி:யஒஸ் / not convenient, வசதியில்லாத; not large enough, அதிக இடமில்லாத.

in-com-pa-ra-ble/in'kɔmpərəbl/*(adj)*: இன்'க்காம்ப்பஒரஒப்:ல் / not comparable, matchless, without equal, ஈடு இணையில்லாத. • *Rani Padmini's beauty was* **incomparable**. **incomparably** *(adv)*, **incomparability***(n)*.

in-com-pat-i-ble/,inkəm'pætəbl/*(adj)*/ ,இன்க்கஒம்ப்'பஉட்டிப்:ல் **(டஒ)** / not compatible, ஒவ்வாத, முரண்பாடுள்ள; that cannot coexist, இணைந்து **(அ)** சேர்ந்து வாழ முடியாத. • *People of different faiths can live together. They are not* **incompatible**. • *The picture is an eyesore as it has* **incompatible** *colours.* **incompatibly***(adv)*, **incompatibility** *(n)*.

in-com-pe-tent/in'kɔmpitənt/*(adj)*: இன்'க்காம்ப்பிட்டஒண்ட் / not competent, சற்றும் தகுதியில்லாத; not qualified, திறமைக்குறைவான; completely lacking in skill, முழுவதும் திறமையற்ற. • *I am* **incompetent** *to finish the work within the time frame.* **incompetence***(n)*, **incompetently***(adv)*.

in-com-plete/,inkəm'pli:t/*(adj)*: ,இன்க்கஒம்'ப்லீட் / not complete, not finished, முற்றுப்பெறாத. • **incompletely** *(adv)*, **incompleteness***(n)*.

in-com-pre-hen-si-ble/ in,kɔmpri'hensəbl/*(adj)*:இன்'க்காம்ப்ரி-'ஹென்ஸஒப்:ல் / difficult to understand, புரிந்துகொள்வதற்குக் கடினமான. • *The policy of the government in dealing with poverty is rather* **incomprehensible**. **in-compre-hensibly***(adv)*, **incompre-hensibility***(n)*. **incomprehension***(n)*.

in-con-cei-va-ble/,inkən'si:vəbl/*(adj)*: ,இன்க்கஒன்'ஸீவஒப்:ல் / not conceivable, மனத்தில் உருவகப்படுத்தமுடியாத; unthinkable, நினைத்துப் பார்க்கமுடியாத. • *The fact that the earth is rotating, is rather* **inconceivable**. **inconceivably** *(adv)*, **inconceivability***(n)*.

in-con-clu-sive/,inkən'klu:siv/*(adj)*: ,இன்க்கஒன்'க்லூஸிவ் / not conclusive, முடிவு பெறாத; indefinite, தெளிவற்ற. • *The arguments before the court are* **inconclusive**. **inconclusively***(adv)*, **inconclusiveness***(n)*.

in-con-gru-ous/in'kɔɲgruəs/*(adj)*: இன்'க்காங்க்:ருஒஸ் / out of place, சற்றும் பொருத்தமற்ற; unbecoming and unsuitable, பொருத்தமில்லாத, ஏற்கும்படியில்லாத. **incongruity***(n)*, **incongruously***(adv)*.

in-con-se-quent/in'kɔnsikwənt/*(adj)*: இன்'கஒன்ஸிக்உஒண்ட் **(இங்)** / not properly related to, சற்றும் முறையான தொடர்பில்லாத; unimportant, முக்கியமற்ற. • *Your argument is absolutely* **inconsequent**. **in-con-se-quen-tial**/,inkɔnsi'kwenʃl/ *(adj)*:,இன்கஒன்ஸிக்'உஎன்ஷல் / of no consequence, பலனற்ற; not at all important, சற்றும் முக்கியத்துவமில்லாத. **inconsequentially***(adv)*, **inconsequentiality***(n)*.

in-con-sid-e-ra-ble/,inkən'sidərəbl/ *(adj)*:,இன்க்கஒன்'ஸிட:ஒரஒப்:ல் / not worth considering, அதிக முக்கியத்துவம் இல்லாத; rather small, சிறிதளவேயான. • *My earnings are not* **inconsiderable**. **in-con-sid-er-ate**/,inkən'sidərət/*(adj)*: ,இன்க்கன்'ஸிட:ஒரிட் / acting without consideration, பிறர் கருத்துக்கள், நலன்கள் இவைகளை மதித்து, ஏற்று நடந்து கொள்ளாத; thoughtless, முன்யோசனையற்ற. **inconsiderately***(adv)*, **inconsiderateness***(n)*.

in-con-sis-tent/,inkən'sistənt/*(adj)*: ,இன்க்கஒன்'ஸிஸ்ட்டஒண்ட் / not in agreement with each other, ஒன்றோடொன்று மாறுபாடான; contradictory, முன்னுக்குப் பின் முரணான. • *The government is* **inconsistent** *in its policy of dealing with the militants.* **inconsistently***(adv)*, **inconsistency***(n)*.

in-con-so-la-ble/,inkən'səuləbl/*(adj)*: ,இங்க்கஒன்'ஸஒஉலஒப்:ல் / too sad to be consoled, தேற்ற முடியாத அளவுக்கு வருத்தமுடைய. **inconsolably***(adv)*.

in-con-spic-u-ous/,inkən'spikjuəs/ *(adj)*:,இங்க்கஒன்'ஸ்ப்பிக்யுஒஸ் / not conspicuous, இருக்குமிடம் தெரியாத; not prominent, கவனத்தை ஈர்க்காத. **inconspicuously** *(adv)*, **inconspicuousness***(n)*.

in-con-stant/in'kɔnstənt/*(adj)*/ இன்'க்கான்ஸ்ட்டஎன்ட் / not constant, மாறக்கூடிய; not faithful in feeling and thinking, உணர்விலும், நினைவிலும் உண்மையில்லாத. • *One must be constant in one's love and not* **inconstant**. **inconstancy***(n)*, **inconstantly***(adv)*.

in-con-tes-ta-ble/ˌinkən'testəbl/*(adj)*: ˌஇன்க்கஎன்ட்'டெஸ்ட்டஎப்:ல் / not contestable, மறுப்புக்கு இடமில்லாத, கேள்விக்கு இடமில்லாத; very clear and true, தெளிவாகவும், உண்மையாகவும் உள்ள. • *The point raised by the accused is* **incontestable**. **incontestably** *(adv)*, **incontestability***(n)*.

in-con-ti-nent/in'kɔntinənt/*(adj)*: இன்'க்கான்ட்டினஎன்ட் / not able to control natural discharges, இயற்கைக் கழிவுகள் உடலிலிருந்து வெளியேறுவதைக் கட்டுப்படுத்த முடியாத; not able to control sex urge, பாலுணர்வு வேகத்தைக் கட்டுப் படுத்த முடியாத.

in-con-tro-ver-ti-ble/ˌinkɔntrə'vɜ:təbl/ *(adj)*:'இன்க்கான்ரஎ'வஎ:ட்டிப்:ல் / that cannot be disproved, மறுக்க முடியாத. **incontrovertibly***(adv)*.

in-con-ve-ni-ence/ˌinkən'vi:njəns/*(n)*/ ˌஇன்க்கஎன்'வீன்யஎன்ஸ் / the state of being inconvenient, வசதியில்லாத நிலை; an inconvenient situation or thing, வசதி இல்லாத சூழ்நிலை (அ) பொருள் (அ) ஏதாவது ஒன்று. **inconvenience***(v.t)*: to cause or to put to inconvenience, வசதி யின்மையை ஏற்படுத்து, வேண்டுமென்றே வசதியைக் குறை. • *She* **inconveniences** *everyone by her constant shouting.*

in-con-ve-ni-ent/ˌinkən'vi:njənt/*(adj)*: ˌஇன்க்கஎன்-வீனியஎன்ட் / not convenient, வசதியில்லாத; causing difficulty, தொல்லை ஏற்படுத்திக்கொண்டுள்ள. • *Life is* **inconvenient** *at every stage.* **inconveniently***(adv)*.

in-con-vert-i-ble/ˌinkən'vɜ:təbl/*(adj)*: ˌஇன்க்கஎன்'வஎ:ட்டஎப்:ல் / that cannot be changed, மாற்றமுடியாத.

in-cor-po-rate/in'kɔ:pərət/*(v.t)*: இன்'க்கா:ப்பஎரெய்ட் / **incorporated, incorporating**: to form into a group or corporation, ஒரு கூட்டு நிறுவனமாக, ஒரு கழகமாக இணை; to combine or to unite into one body, include, பல கிளைகளை ஒன்றாகச் சேர், ஒன்றாகச் சேர். • *The essay* **incorporates** *all my ideas about humanism.* **incorporation***(n)*.

in-cor-rect/ˌinkə'rekt/*(adj)*:ˌஇன்க்கஎ'ரெக்ட் / not correct, சரியில்லாத. **incorrectly** *(adv)*, **in-correctness***(n)*.

in-cor-ri-gi-ble/in'kɔridʒəbl/*(adj)*: இன்'க்காரிஜிப்:ல் / not corrigible, திருத்த முடியாத; willful, பிடிவாதமுள்ள. • **Incorrigible** *children have patience and tenacity of purpose. They are not bad.* **incorrigibly***(adv)*, **incorrigibility** *(n)*.

in-cor-rup-ti-ble/ˌinkə'rʌptəbl/*(adj)*: ˌஇங்கஎ'ரப்ட்டிப்:ல் / not corruptible, இலஞ்சம், ஊழலுக்கு இடம் கொடாத; too honest to be bribed, கைக்கூலிக்கு இடம் கொடாத, உண்மையான குணமுள்ள, நேர்மையுள்ள. • *Some politicians are not* **incorruptible**. • *Human nature is not* **incorruptible**. *Adam himself ate the forbidden fruit.* **incorruptibly***(adv)*, **incorruptibility***(n)*.

in-crease/'inkri:s/*(v.t-v.i)*:'இன்க்ரீஸ் / **increased, increasing**: to make greater or larger in any respect, மிக அதிகமாக்கு, பெரியதாகச் செய், எல்லா வகையிலும் அதிகமாகச் செய், பெருக்கு; to become more numerous, எண்ணிக்கையில் அதிகமாக்கு; to grow more, வளரச் செய். • *The price of vegetables has* **increased** *by almost 500%.* **increase***(n)*: act or process of increasing, அதிகமாக்கும், பெருக்கும் செயல்முறை. **on the increase**: increasing, வளர்ந்துகொண்டு, பெருகிக் கொண்டு. • *As opulence* **increases,** *so does the crime.* **increasingly***(adv)*: more and more, மேலும் மேலும் பெருகிக் கொண்டு. opp: decrease.

in-cred-i-ble/in'kredəbl/*(adj)*: இன்'க்ரெடிப்:ல் / not credible, நம்ப முடியாத; very difficult to believe, நம்புவதற்கு மிகக் கடினமான. • *The plot of the novel is* **incredible**. **incredibly** *(adv)*, **incredibility***(n)*.

in-cred-u-lous/in'kredjuləs/*(adj)*: இன்'க்ரெட்:யுலஎஸ் / not credulous, எளிதில் நம்பமுடியாத; sceptical, சந்தேகம் நிறைந்த.

• *She always throws an* **incredulous** *smile at me.*

in-cre-ment/'inkrimənt/*(n)*:'இன்க்ரிமென்ட் / an addition or increase in money or value, மதிப்பு (அ) பணத்தில் உயர்வு (அ) பெருக்கம். • *Government servants eagerly wait for their annual* **in-crements** *in their salary.* **incremental***(adv)*, **incrementally***(adv)*.

in-crim-i-nate/in'krimineit/*(v.t)*: இன்'க்ரிமினெய்ட் / **incriminated, incriminating**: to charge with a crime, குற்றம் சுமத்து; to make an accusation, குற்றம் சாட்டுதலில் ஈடுபடு. • *His testimony* **incriminated** *his office manager.* **incrimination***(n)*.

in-cu-bate/'inkjubeit/*(v.t-v.i)*: 'இன்க்யுபெ:ய்ட் / to sit on eggs for hatching, அடைகாக்க முட்டையின் மேல் உட்கார், குஞ்சு பொரி; to develop, to form, வளரச் செய், உருவாக்கு, வடிவம் கொடு. • *A plan to make money is* **incubating** *in her mind slowly.* **incubation***(n)*: brooding, அடைகாத்தல்; the time a disease takes to develop, நோய்க் கிருமியின் முதிர்ச்சிபெறும் கால அளவு.

in-cu-ba-tor/'inkjubeitə*/*(n)*: 'இன்க்யுபெ:ய்ட்டə* / a machine in which eggs are hatched artificially, செயற்கையாக, முட்டைகளை அடைகாத்துக் குஞ்சு பொரிக்கும் சாதனம்; a box-like apparatus in which premature babies are kept at a suitable temperature, சரியான வெப்ப நிலையில், குறைப்பிரசவக் குழந்தைகளை வைத்துப் பேணும் பெட்டி போன்ற சாதனம்.

in-cu-bus/'iŋkjubəs/*(n)*:'இன்க்யுப:əஸ் / a nightmare, தூக்கத்தில் அமுக்கும் ஒரு வகைப் பேய்; a male devil supposed to have sex with women in their sleep, தூங்கும் பெண்களுடன், உடலுறவு கொள்வதாகச் சொல்லப்படும் ஆண் பேய்.

in-cul-cate/'inkʌlkeit/*(v.t)*:'இன்க்கல்க்கெய்ட் / **inculcated, inculcating**: to fix in the mind of, மனத்தில் பதிய வை; to impress by repeated statements, திரும்பத் திரும்பச் சொல்லிப் புகட்டு. • *The spirit to strive has to be* **inculcated** *in young minds.* **inculcation***(n)*.

in-cul-pate/'inkʌlpeit/*(v.t)*:'இன்க்கல்ப்பெய்ட் / to accuse, குற்றஞ்சாட்டு; to involve in a charge, குற்றம் சுமத்துவதில் ஈடுபடு.

in-cum-bent/in'kʌmbənt/*(n)*: இன்'க்கம்ப:əன்ட் / a person holding an office, பதவியில் இருப்பவர். • *An* **incumbent** *is the holder of an official position.* **incumbent***(adj)*: having the duty or responsibility, கடமையுள்ள, பொறுப்புள்ள. • *It is a duty* **incumbent** *on me to give medical care to my children.*

in-cur/in'kɜ:*/:இன்'க்கə* / **incurrred, incurring**: to bring upon oneself, தானாகவே தருவித்துக்கொள்; to run into or fall into, வேண்டுமென்றே உள்ளாகு, தெரிந்தும் மோசமான சூழ்நிலையில் செயல்படு. • *I have* **incurred** *the wrath of the arrogant rich.*

in-cur-a-ble/in'kjuərəbl/*(adj)*: இன்'க்யுஅரəப்:ல் / not curable, குணப்படுத்த முடியாத. **incurably***(adv)*, **incurability***(n)*.

in-cu-ri-ous/in'kjuəriəs/*(adj)*: இன்'க்யுஅரியəஸ் / not curious, இயல்பான ஆர்வமில்லாத.

in-cur-sion/in'kɜ:ʃn/*(n)*:இன்'க்கə:ஷən / a raid, திடீர்ப் படையெடுப்பு, தாக்குதல்; hostile entrance into a place, ஓரிடத்தில் அத்துமீறி நுழைதல். • *The rich and powerful can escape from the* **incursions** *of the tax officials.*

in-debt-ed/in'detid/*(adj)*:இன்'டெ:ட்டிட்: / being in debt, கடன்பட்டுள்ள; under an obligation, கடமைப்பட்டுள்ள. • *Trees in the woods are* **indebted** *to none: yet they are felled mercilessly.* **indebtedness** *(n)*.

in-de-cent/in'di:snt/*(adj)*:இன்'டீ:ஸ்ன்ட் / not morally proper, நீதிக்கும், ஒழுக்கத் திற்கும் புறம்பான; not reasonable, நியாயமற்ற. • *What is* **indecent**? *It cannot be defined precisely.* **indecently***(adv)*, **indecency***(n)*.

in-de-ci-pher-a-ble/,indi'saifərəbl/*(adj)*: ,இன்டி:'ஸய்ஃபəரəப்:ல்/ whose meaning cannot be deciphered or understood, பொருள் புரிந்துகொள்ள முடியாத.

I

in-de-ci-sion/ˌindiˈsiʒn/*(n)*:ˌஇன்டி:ˈஸிஜ:ஒன் / [also **indecisiveness**]: inability to decide, தயக்கம், தீர்மானம் செய்ய இயலாமை. **in-de-ci-sive**/ˌindiˈsaisiv/ *(adj)*:ˌஇன்டி:ˈஸய்ஸிவ் / not decisive, not conclusive, தீர்மானிக்க முடியாத.

in-dec-o-rous/inˈdekərəs/*(adj)*: இன்ˈடெ:க்கஒரஒஸ் / not decorous, கண்ணியமில்லாத; showing indecent manners, முறைகேடான.

in-deed/inˈdi:d/*(adv)*/இன்ˈடீ:ட் / in fact, உண்மையில்; in truth, உறுதியாக; showing surprise, ஆச்சரியக்குறிப்பாக "அப்படியா !" (expressing disbelief).

in-de-fat-i-ga-ble/ˌindiˈfætigəbl/*(adj)*: ˌஇன்டி:ˈஃபஆட்டிக:ஒப்:ல் / untired, சற்றும் களைப்பில்லாத, சலித்துக்கொள்ளாத. **indefatigably**(*adv*).

in-de-fen-si-ble/ˌindiˈfensəbl/*(adj)*: ˌஇன்டி:ˈஃபென்ஸிப்:ல் / not justifiable, நியாயமில்லாத; too bad to be defended, சமாதானம் எதுவும் சொல்ல முடியாத, தற்காப்பு செய்துகொள்ள முடியாத.

in-de-fi-na-ble/ˌindiˈfainəbl/*(adj)*: ˌஇன்டி:ˈஃபய்னஒப்:ல் / not definable, வரையறுத்துக் கூறமுடியாத; impossible to describe, விளக்கம் கூறமுடியாத. **indefinably**(*adv*).

in-def-i-nite/inˈdefinət/*(adj)*: இன்ˈடெ:ஃபினிட் / not definite, உறுதியில்லாத; not clear, தெளிவில்லாத. **indefinitely**(*adv*).

in-del-i-ble/inˈdeləbl/*(adj)*:இன்ˈடெ:லிப்:ல் / incapable of being rubbed out, அழித்துத் துடைத்துவிட முடியாத. **indelibly**(*adv*).

in-del-i-cate/inˈdelikət/*(adj)*:இன்ˈடெ:லிக்கிட் / not delicate, உணர்ச்சிநயம் இல்லாத; immodest, பணிவற்ற.

in-dem-ni-fy/inˈdemnifai/*(v.t)*, **indemnified, indemnifying**/ இன்ˈடெ:ம்னிஃபய் / to promise to pay in case of loss, damage, etc., நட்டஈடு செய்ய உறுதி கொடு. **in-dem-ni-ty**/inˈdemnəti/ *(n)*:இன்ˈடெ:ம்னிட்டி / security or protection against loss - especially, in the form of a 'promissory note', நட்டம் ஏற்பட்டால் ஈடு செய்வதாக எழுத்து மூலம் உறுதி கூறும் சட்டப்படியான உத்தரவாதம்.

in-dent/ˈindent/*(n)*:இன்ˈடெ:ன்ட் / an official order for the supply of goods, சரக்குத் தேவைக்கான அலுவலக உத்தரவு; a depression in a coast line, கடற்கரைப் பள்ளம். **indent**(*v.t*): to make tooth-like notches in, பற்கள் போன்ற வெட்டுக் குறிகளை உண்டாக்கு; to dent, பள்ளம் ஏற்படுத்து; to place an order for (some goods), தேவையைக் குறிப்பிட்டு எழுது; to leave some space from the margin in writing or printing, எழுதும்பொழுது ஓரத்தில் இடம் விடு; to start a line of writing further into the page to mark the line of beginning, முதலில், எழுதத் துவங்கும் பொழுது முதல் வரியைத் துவக்க வரி என்று குறிப்பிட பக்கத்தின் உள்ளிருந்து ஆரம்பி.

in-den-ture/inˈdentʃə*/*(n)*:இன்ˈடெ:ஞ்ச்சஒ* / a contract by which a person is bound to a master to serve him, வேலை கற்றுக் கொள்ளும் ஒருவர், தன் முதலாளியுடன் சட்டபூர்வமாக ஏற்படுத்திக்கொள்ளும் ஒப்பந்தம். **indenture**(*v.t*), **indentured, indenturing**: to bind by indenture as an apprentice, வேலை கற்றுக்கொள்ளும் ஒருவர் சட்டபூர்வமாக ஒப்பந்தம் ஏற்படுத்திக் கொள்வது.

in-de-pen-dence/ˌindiˈpendəns/*(n)*: ˌஇன்டி:ˈப்பென்ட:ஒன்ஸ் / the quality or state of being independent, சுதந்திரமாக, சுயேச்சையாகச் செயல்படும் நிலை; freedom from subjugation, அடிமைத்தனத்திலிருந்து விடுதலை. **independency**(*n*). **in-de-pen-dent**/ˌindiˈpendənt/*(adj)*: ˌஇன்டி:ˈப்பென்ட:ஒன்ட் / not subject to another, பிறருக்கு அடிமைப்படாத; self-governing, தன்னாட்சி செலுத்தக்கூடிய. **independent**(*n*): a person not belonging to any political party, எந்த அரசியல் கட்சியையும் சேராதவர்.

in-depth/ˈindepθ/*(adj)*:ˈஇன்டெ:ப்த் / thorough and detailed, ஆழ்ந்து, நன்றாக, நுட்பமாக ஆராய்வது பற்றிய. • *An* **in-depth** *study of the plan is necessary before implementing the same.*

in-de-scri-ba-ble/ˌindiˈskraibəbl/*(adj)*: ˌஇன்டி:ஸ்ˈக்ரய்ப:ஒப்:ல் / not describable, விவரிக்க முடியாத; not able to be defined, வரையறுக்க இயலாத. **indescribably** (*adv*).

in-de-struc-ti-ble/ˌindiˈstrʌktəbl/*(adj)*: ˌஇன்டி:ஸ்ˈட்ரக்டஒப்ல் / too strong to be destroyed, அழிக்க முடியாதபடி வலுவுள்ள; not destructible, அழிக்க முடியாத.

in-de-ter-mi-na-ble/ˌindiˈtɜ:minəbl/ *(adj)*:ˌஇன்டி:ˈட்டஒ:மினஒப்:ல்/not determinable, உறுதிப்படுத்த முடியாத; that cannot be decided, தீர்மானிக்க முடியாத. **indeterminably**(*adv*).

in-de-ter-mi-nate/ˌindiˈtɜ:minət/(*adj*): ˌஇன்டி:ˈட்டஉ:மினிட் / not determinate, உறுதியான நிலையில்லாத; vague, தெளிவற்ற. **indeterminacy**(*n*).

in-dex/ˈindeks/ˈஇன்டெ:க்ஸ் / **indexes**(*n, pl*): contents of a book listed in alphabetical order at the end of a book, ஒரு புத்தகத்தின் பொருள், அட்டவணை; a pointer, குறிகாட்டி; the system of numbers by which prices, costs, etc., are compared to a former level fixed at 100, விலைவாசி குறியீட்டு எண்; a number indicating power of a base number, அடுக்குக் குறி; a forefinger, ஆள்காட்டி விரல். **index**(*v.i-v.t*): to prepare an index, அட்டவணை (அ) அகராதி தயார் செய். **index finger**(*n*): forefinger, ஆள்காட்டி விரல்.

In-di-an/ˈindjən/(*adj*):ˈஇன்ட்:யஉன் (டி:யஉ) / belonging to India, இந்தியாவுக்குரிய, இந்தியா தொடர்பான. **Indian**(*n*): a native of India, இந்திய நாட்டவர்.

India-rubber/ˌindjəˈrʌbə*/(*n*): ˈஇன்ட்:யஉˈரபஉ* / rubber used for making toys or rubbing out pencil marks, விளையாட்டுப்பொருள்கள் செய்யவும், எழுத்துக்களை அழிக்கவும் உதவும் ரப்பர்.

in-di-cate/ˈindikeit/(*v.t*):ˈஇன்டி:க்கெய்ட் / **indicated, indicating**: to imply, குறிப்பால் தெரிவி; to point out, சுட்டிக் காட்டு; make known, தெளிவுபடுத்து. • *She* **indicated** *her disagreement to the proposal.* **indication**(*n*), **indicative** (*adj*). **Indicator**(*n*): one who indicates, சுட்டிக்காட்டுபவர்; that which indicates, குறிப்பிட்டுக்காட்டும் அமைப்பு.

in-dict/inˈdait/(*v.t*):இன்ˈட:ய்ட் / to charge with an offence legally, சட்டப்படி குற்றஞ்சாட்டு; to accuse one of a crime in a court of law, நீதிமன்றத்தில், சட்டம் மீறப்பட்டமைக்குக் கடுங் குற்றஞ்சாட்டு. • *The magistrate* **indicted** *her for murder and she was not enlarged on bail.* **in-dict-a-ble**/inˈdaitə bl/(*adj*): இன்ˈட:ய்ட்டஉப்:ல் / liable to be charged with an offence, குற்றஞ்சாட்டுவதற்கு ஏதுவான. **in-dict-ment**/inˈdaitmənt/(*n*):இன்ˈட:ய்ட்மஉன்ட் / act of indicting, குற்றஞ்சாட்டுதல்.

in-dif-fer-ent/inˈdifrənt/(*adj*): இன்ˈடி:ஃபஉரஉன்ட் / not caring, அக்கறையற்ற; not very good, சிறந்தது இல்லை எனக் கருதும்படியான. • *She was in* **indifferent** *health for sometime.* **indifferently** (*adv*), **indifference**(*n*). • *She treats her husband with utter* **indifference**.

in-di-ge-nous/inˈdidʒinəs/(*adj*): இன்ˈடி:ஜி:னஉஸ் / originating in a particular region or country, ஒரு நாட்டில் (அ) ஒரு நிலப்பகுதியில் பிறந்த, உற்பத்தியாகும்; belonging to a country, ஒரு நாட்டுக்குரிய. • *There are some plants* **indigenous** *to each country.* **indigenously**(*adv*).

in-di-gent/ˈindidʒənt/(*adj*):ˈஇன்டி:ஜ:உன்ட் / needy, பற்றாக்குறையுடைய; lacking food, money, etc., உணவு, பணம் முதலியவை இல்லாத. **indigence**(*n*).

in-di-ges-tion/ˌindiˈdʒestʃən/(*n*): ˌஇன்டி:ˈஜெ:ஸ்ச்சஉன் / difficulty in digesting food, உணவு செரிமானமின்மை. **indigestible**(*adj*), **indigestibly**(*adv*), **indigestibility**(*n*).

in-dig-nant/inˈdignənt/(*adj*): இன்ˈடி:க்:னஉன்ட் / feeling strong displeasure, வெறுப்புடைய; angry, சினமுடைய. **indignation**(*n*): feelings of anger and surprise, கோபமும், ஆச்சரியமும் உள்ள உணர்வுகள். **indignantly**(*adv*).

in-dig-ni-ty/inˈdignəti/(*n*):இன்ˈடி:க்:னிட்டி / dignity that is injured, insult, அவமதிப்பு, அவமானம்.

in-di-go/ˈindigəu/(*n*):ˈஇன்டி:க:உஉ / a blue dye obtained from various plants, அவுரிச் சாயம் (அ) நீலச் சாயம்.

in-di-rect/ˌindiˈrekt/(*adj*):ˌஇன்டி:ˈரெக்ட் / not direct, நேரிடையாக இல்லாத; not straight, மறைமுகமான. • *My way of dealing is never* **indirect**. implied, பொருள் பொதிந்த. • *Sometimes,* **indirect** *speech is more effective.* **indirectly**(*adv*), **indirectness**(*n*).

in-dis-cer-ni-ble/ˌindiˈsɜ:nəbl/(*adj*): ˌஇன்டி:ˈஸஉ:னஉப்:ல் / not discernible, உணர்வதற்குக் கடினமான; very difficult to see, பார்க்க முடியாத.

in-dis-ci-pline/inˈdisiplin/(*n*): இன்ˈடி:ஸிப்லின் / a state of disorder, ஒழுங்கின்மை; lack of discipline, கட்டுப்பாடு இல்லாத நிலைமை. • *Student* **indiscipline** *is on the increase.*

I

in-dis-creet/ˌindisˈkri:t/*(adj)*:ˌஇன்டி:ஸ்'க்ரீட் / not discreet, அக்கறையற்ற; thoughtless, முன்யோசனை இல்லாத. **indiscreetly** *(adv)*. **in-dis-cre-tion**/ˌindisˈkreʃn/*(n)*: ˌஇன்டி:ஸ்'க்ரெஷஒன் / the quality of being indiscreet, முன்யோசனையின்மை; thoughtlessness, விவேகமில்லாமை.

in-dis-crim-i-nate/ˌindisˈkriminət/*(adj)*: ˌஇன்டி:ஸ்'க்ரிமினிட் / not discriminating, பகுத்து அறியாத; choosing without sense, சீர்தூக்கிப்பார்க்காத. **indiscriminately**(*adv*).

in-dis-pen-sa-ble/ˌindisˈpensəbl/*(adj)*: ˌஇன்டி:ஸ்'ப்பென்ஸஒப்:ல் / not dispensable, இன்றியமையாத; absolutely necessary, மிகவும் அவசியமான. **in-dispensably** *(adv)*, **indispensability** *(n)*.

in-dis-posed/ˌindisˈpəuzd/*(adj)*: ˌஇன்டி:ஸ்'ப்பஒஉஸ்:ட்: / not well, உடல் நலமில்லாத; not very willing, மனமில்லாத. • *The minister is* **indisposed**; *so all his engagements are cancelled.* **in-dis-po-si-tion**/ˌindispəˈziʃn/*(n)*: ˌஇன்டி:ஸ்ப்பஒ'ஸி:ஷஒன் / slight illness, உடல் நலமின்மை; unwillingness, விருப்பமின்மை.

in-dis-pu-ta-ble/ˌindisˈpju:təbl/*(adj)*: 'இன்டி:ஸ்'ப்யூட்டஒப்:ல் / not disputable, மறுக்க முடியாத; beyond doubt, சற்றும் சந்தேகத்திற்கு இடமில்லாத.

in-dis-tinct/ˌindisˈtiŋkt/*(adj)*: ˌஇன்டி:ஸ்ட்'டிங்க்ட் / not distinct, தெளிவில்லாத; not perceptible to the eye, ear or mind, பார்ப்பதற்கோ, கேட்பதற்கோ (அ) புரிந்துகொள்வதற்கோ இயலாத, தெளிவில்லாத. **indistinctly**(*adv*), **indistinctness**(*n*).

in-dis-tin-guish-a-ble/ˌindisˈtiŋgwiʃəbl/ *(adj)*:ˌஇன்டி:ஸ்'ட்டிங்உயிஷஒப்:ல் / not distinguishable, பிரித்து அறியமுடியாத. • *This is not a silk saree: but it is* **indistinguishable** *from real silk.* **indistinguishably**(*adv*).

in-di-vid-u-al/ˌindiˈvidʒuəl/*(n)*: ˌஇன்டி'விஜுஒல் / a single person or thing separately from the class or group, தனி மனிதர், ஒரு பிரிவு (அ) ஒரு கூட்டத்தினின்று வேறுபட்ட (அ) அதன் வகையினின்று வேறுபட்ட தனியான ஒரு பொருள். • *She is a bad-tempered* **individual**. **individual** *(adj)*: single, தனியான; particular, குறிப்பிடத்தக்க. • *Hotels do not cater to the* **individual** *tastes.* **individually** *(adv)*. **in-di-vid-u-al-i-ty**/ˈindiˌvidʒuˈæləti/*(n)*: ˌஇன்டி:ˌவிஜு'ஆலிட்டி / distinct personal character, தனித்து நிற்கும் தன்மை, ஆளுமை. • *Cats maintain their own* **individuality** *but not dogs.* **individualism**(*n*), **individualist**(*n*).

in-di-vis-i-ble/ˌindiˈvizəbl/*(adj)*/ ˌஇன்டி'விஸ:ஒப்:ல் / which cannot be divided or separated into parts, வகுக்க (அ) பிரிக்க முடியாத.

in-doc-tri-nate/inˈdɔktrineit/*(v.t)*: இன்'டாக்ட்ரினெய்ட் / to instruct or inculcate, கற்பி, மனத்தில் பதியும்படி அறிவுறுத்து; to accept and practise certain ideas without questioning them, சற்றும் யோசிக்காமல் சில கருத்துக்களை ஏற்றுக் கொள்ளும்படி செய்.

in-do-lent/ˈindələnt/*(adj)*:'இன்டஒலஒன்ட் / not liking action, செய்ய விருப்பமில்லாமல் செய்யும்; lazy, சுறுசுறுப்பு இல்லாத. **indolently**(*adv*), **indolence**(*n*).

in-dom-i-ta-ble/inˈdɔmitəbl/*(adj)*: இன்'டாமிட்டஒப்:ல் / too strong to be subdued, பணியவைக்க முடியாத, உறுதியான உள்ளமுள்ள; unyielding, விட்டுக்கொடுக்காத. • *Have an* **indomitable** *spirit when you face adversity.* **indomitably**(*adv*).

in-door/ˈindɔ:*/*(adj)*:'இன்டா:* (ɔə) / happening in a house or building rather than outside, வீடு (அ) கட்டடத்திற்குள்ளே நிகழக்கூடிய. **indoors**(*adv*): within a house, inside a building, வீட்டிற்குள், ஒரு கட்டடத்திற்குள்.

in-du-bi-ta-ble/inˈdju:bitəbl/*(adj)*: இன்'ட்யூபி:ட்டஒப்:ல் / not to be doubted, ஐயத்திற்கு இடமில்லாத. **indubitably** *(adv)*.

in-duce/inˈdju:s/*(v.t)*:இன்'ட்யூஸ் / **induced, inducing**: to lead by persuasion, to motivate, தூண்டுதல் செய்; to bring on, செயலைத் தூண்டு. • *I cannot* **induce** *her to get married.* **in-duce-ment**/inˈdju:smənt/*(n)*:இன்'ட்யூஸ்மஒன்ட் / that which induces or motivates, தூண்டுகை; an incentive, ஊக்கம் கொடுக்கும் எதுவும்.

in-duct/inˈdʌkt/*(v.t)*:இன்'டக்ட் / to install in an office with all ceremonies, எல்லாச் சடங்குகளுடன் பதவியில் அமர்த்து; to initiate, பதவியேற்பு விழா நடத்து.

in-duc-tion/in'dʌkʃn/*(n)*:இன்'டக்ஷஒன் / the production of electricity by inducing one object by another object having electric or magnetic power charge, மின்னோட்டத் தூண்டல் மூலம் மின்சக்தி உண்டாக்குதல்; a process of reasoning to derive general rules from known facts, தெரிந்த விவரங்கள், உண்மைகளினின்று பொது விதியைக் காணல்; an inference, முடிவு காணல் (அ) அனுமானம்; introduction into a new profession, process, etc., புதிய அலுவல் முறைகளைக் கற்பித்து நுழைவு பெறச் செய்தல்; an induction course, பயிற்சித் தொடர்; a ceremony to install a person in an official position, ஒரு பதவியில், ஒருவரை அமர்த்தும் விழா. **inductive**(*adj*).

in-dulge/in'dʌldʒ/*(v.t)*:இன்'டல்ஜ் / **indulged, indulging**: to yield to, பணிந்து கொடு; to satisfy, இச்சைகளைப் பூர்த்தி செய்; to allow oneself to follow one's will, தன் ஆசைகளுக்கு இடங்கொடுத்து அனுபவி. • *He always* **indulges** *himself with day-dreaming to forget his failures.*

in-dul-gence/in'dʌldʒəns/*(n)*: இன்'டல்ஜஒன்ஸ் / the act of indulging, சிற்றின்பத்திற்கு இடங்கொடுத்து அனுப வித்தல்; granting of favours, சலுகை காட்டுதல்; remission of punishment for a sin after the sinner has repented, மனம் வருந்தி, திருந்தி, மன்னிப்புக்கோருபவர் களுக்குப் பாவமன்னிப்பு அளித்து, தண்டனை நீக்கம் தருதல். **in-dul-gent**/in'dʌldʒənt/ *(adj)*:இன்'டல்ஜஒன்ட் / satisfying the wishes of others, இணக்கமுடன் உதவி செய்கின்ற, பிறர் வேண்டுகோள்களை நிறைவேற்றுகின்ற; very kind, அன்புள்ள. **indulgently**(*adv*).

in-dus-tri-al/in'dʌstriəl/*(adj)*: இன்'டஸ்ட்ரியஒல் / relating to industry, தொழில் தொடர்பான; having highly developed industries, மிக அதிக இயந்திர வளமும், தொழில்களுமுள்ள. **industrially** (*adv*).

in-dus-tri-al-is-m/in'dʌstriəlizəm/*(n)*: இன்'டஸ்ட்ரியஒலிஸஒம் / the system by which a society becomes prosperous through industry, தொழில் வளம் மூலம் ஒரு சமூகம் பொருளாதார மேம்பாடு அடைதல்.

in-dus-tri-al-ize/in'dʌstriəlaiz/*(v.i-v.t)*: இன்'டஸ்ட்ரியஒலய்ஸ்: / **industrialized, industrializing**: to introduce industry on a very large scale into an area, ஒரு பகுதியில், மிக அதிக அளவில் இயந்திரமயமாக்கு; to start and take to industries, தொழில் மயமாக்கு. **in-dus-tri-ous**/in'dʌstriəs/*(adj)*: இன்'டஸ்ட்ரியஒஸ் / diligent, hard working, சுறுசுறுப்பான, கடினமான வேலை செய்கிற. **industriously**(*adv*), **industriousness**(*n*).

in-dus-try/'indəstri/*(n)*:'இன்டஸ்ட்ரி / the production of goods mechanically in factories, இயந்திரம் மூலமாக, பொருள்களை உற்பத்தி செய்தல்; continual hard work, கடுமை யான உழைப்பு; systematic work or labour, ஒழுங்கான வேலையும், தொழில் துறையும்.

i-ne-bri-ate/i'ni:briət/*(v.t)*:இ'னீப்ரியெய்ட் / to make drunk, குடிக்கும்படி செய். **inebriate**(*adj*): intoxicated, போதை யேறிய. **inebriate**(*n*): a habitual drunkard, குடிகாரர். **inebriation**(*n*).

in-ed-i-ble/in'edibl/*(adj)*:இ'னெடிப்ல் (ன்'எ) / not suitable for eating, உண்ணத் தகாத.

in-ef-fa-ble/in'efəbl/*(adj)*:இன்'எஃபஒப்ல் / indescribable, சொற்களால் விவரிக்க முடியாத. **ineffably**(*adv*), **ineffability**(*n*).

in-ef-fec-tive/,ini'fektiv/*(adj)*: ,இனி'ஃபெக்டிவ் / not producing the desired result or effect, வேண்டிய பலன் ஏற்படுத்த முடியாத.

in-ef-fi-cient/,ini'fiʃnt/*(adj)*: ,இனி'ஃபிஷஒன்ட் / not efficient, திறமையில்லாத; wanting in ability, திறன் குறைவான. **inefficiently**(*adv*), **inefficiency**(*n*).

in-el-e-gant/in'eligənt/*(adj)*:இன்'எலிகஒன்ட் / not elegant, அழகில்லாத. **inelegantly** (*adv*). **inelegance**(*adv*).

in-el-i-gi-ble/in'elidʒəbl/*(adj)*: இன்'எலிஜஒப்ல் / not eligible, தகுதியில்லாத; not suitable or qualified, பொருத்தமற்ற (அ) தகுதியற்ற.

in-ept/i'nept/*(adj)*/இ'னெப்ட் / not effective, பலனளிக்காத; not suitable, பொருத்தமற்ற. • *He made an* **inept** *attempt to solve the problem.* **ineptly**(*adv*), **ineptness**(*n*).

in-e-qual-i-ty/,ini'kwɔləti/*(n)*: ,இனீ'க்உஓலிட்டி / lack of equality, சமமின்மை, ஏற்றத்தாழ்வு. • *In spite of economic growth,* **inequalities** *still exist among people.*

in-eq-ui-ta-ble/in'ekwitəbl/*(adj)*: இன்'எக்உயிட்டஒப்ல் / not equitable,

I

நியாயமற்ற; not just and fair, அநீதியான, முறைகேடான. **inequitably**(*adv*). • *Wealth gets distributed* **inequitably.**

in-eq-ui-ty/in'ekwəti/(*n*)/இன்'எக்உயிட்டி / lack of equity, அநீதி, injustice, நியாயமின்மை.

in-ert/i'nɜ:t/(*adj*):இ'னஃட் / with no strength to move or to act, அசைவதற்குத் திறனற்ற, செயலற்ற; dull, மந்தமான; not able to act chemically with other substances, வேதி வினைகளில் ஈடுபடாத. • *We have* **inert** *gases.* **inertly**(*adv*), **inertness**(*n*).

in-er-tia/i'nɜ:ʃə/(*n*):இ'னஃஷ்யஃ / inert state or condition, மந்த நிலை, நிலைமம். • *The* **inertia** *of our democratic set up makes sure that the rich becomes rich.* inactivity, இயங்காமை.

in-es-ca-pa-ble/ˌini'skeipəbl/(*adj*): ˌஇனிஸ்'க்கெய்ப்பஃப்:ல் / impossible to avoid, முற்றிலும் தவிர்க்க முடியாத; that cannot be escaped from, தப்பி ஓட முடியாத, தப்ப முடியாத.

in-es-ti-ma-ble/in'estiməbl/(*adj*): இன்'எஸ்ட்டிமஃப்:ல் / too great to be estimated, அளவிட முடியாதபடி பெரிய; excellent, மிக நேர்த்தியான.

in-evi-table/in'evitəbl/(*adj*): இன்'எவிட்டஃப்:ல் / sure to happen, நிச்சயம் நிகழக்கூடிய; unavoidable, தவிர்க்க முடியாத. • *Death is* **inevitable**. **inevitably**(*adv*), **inevitability**(*n*).

in-ex-act/ˌinig'zækt/(*adj*):ˌஇனிக்:'ஸ:ஆக்ட் / not accurate, நுட்பமில்லாத. **inexactitude** (*n*), **inexactly**(*n*).

in-ex-cu-sa-ble/ˌinik'skju:zəbl/(*adj*): ˌஇனிக்:ஸ்'க்யூஸ:ஃப்:ல் / not excusable, மன்னிக்கமுடியாத. • *Coming late is* **inexcusable**. **inexcusably**(*adv*).

in-ex-haus-ti-ble/ˌinig'zɔ:stəbl/(*adj*): ˌஇனிக்:'ஸ:ஓ:ஸ்ட்டஃப்:ல் / not exhaustible, எப்பொழுதும் வற்றாத; unfailing, எப்பொழுதும் இருக்கக்கூடிய. • *Life is a source of* **inexhaustible** *energy.*

in-ex-o-ra-ble/in'eksərəbl/(*adj*): இன்'எக்ஸஃரஃப்:ல் / unyielding, பிடிவாதமான; merciless, ஈவு இரக்கமற்ற. **inexorably**(*adv*), **inexorability**(*n*).

in-ex-pe-di-ent/ˌiniks'pi:djənt/(*adj*): ˌஇனிக்ஸ்'ப்பீடி:யஃண்ட் / not expedient, சற்றும் உதவியில்லாத; not advisable, ஒவ்வாத, ஏற்கத்தகாத. **inexpediency**(*n*), **inexpedience**(*n*).

in-ex-pen-sive/ˌiniks'pensiv/(*adj*): ˌஇனிக்ஸ்'ப்பென்ஸிவ் / not expensive, விலை அதிகமில்லாத. **inexpensively** (*adv*), **inexpensiveness**(*n*).

in-ex-pe-ri-ence/ˌiniks'piəriəns/(*n*): ˌஇனிக்ஸ்'ப்பியஃரியஃன்ஸ் / lack of experience, அனுபவமின்மை. **in-ex-pe-ri-enced**/ˌiniks'piəriənst/(*adj*): ˌஇனிஸ்'ப்பியஃரியஃன்ஸ்ட்: / lack of knowledge gained from experience, அனுபவ அறிவில்லாத.

in-ex-plic-a-ble/ˌiniks'plikəbl/(*adj*): இன்'எக்ஸ்ப்லிக்கஃப்:ல் / not explicable, தெளிவாகக் கூற இயலாத; incapable of being explained, விவரிக்க முடியாத. **inexplicably**(*adv*), **inexplicability**(*n*).

in-ex-pres-si-ble/ˌiniks'presəbl/(*adj*): ˌஇனிக்ஸ்'ப்ரெஸஃப்:ல் / not expressible, வார்த்தைகளில் விவரிக்க முடியாத. • *We very often experience* **inexpressible** *joy or sorrow.* **inexpressibly**(*adv*), **inexpressibility**(*n*).

in-ex-tin-guish-a-ble/ˌiniks'tiŋgwiʃəbl/ (*adj*):ˌஇனிக்ஸ்'ட்டிங்க்உயிஷஃப்:ல் / not extinguishable, அணைக்க முடியாத, தடுத்து நிறுத்த முடியாத; which (of fire, feelings, etc.) can neither be destroyed nor put out, அணைக்கவும், அழிக்கவும் முடியாத.

in-ex-tri-ca-ble/in'ekstrikəbl/(*adj*): இன்'எக்ஸ்ட்ரிக்கஃப்:ல் / impossible to extricate from, விடுவித்துக்கொள்ள இயலாத, தப்ப முடியாத; that cannot be solved, தீர்க்க முடியாத.

in-fal-li-ble/in'fæləbl/(*adj*):இன்'ஃபஆலஃப்:ல் / not fallible, உறுதியான, நிச்சயமான; not at all making mistakes, முழுவதும் தவறு இல்லாத. • *God is the* **infallible** *protector of the universe.* **infallibly**(*adv*), **infallibility**(*n*).

in-fa-mous/'infəməs/(*adj*):'இன்ஃபஃமஃஸ் / having very bad reputation, பெரிதும் அவமதிப்புள்ள. **infamy**(*n*): an infamous act, பழிக்கப்படும் செயல்.

in-fan-cy/'infənsi/(*n*):'இன்ஃபஃன்ஸி / early childhood, குழந்தைப் பருவம்; the beginning or early period, தொடக்கம், ஆரம்பக்காலம். **in-fant**/'infənt/(*n*)/ 'இன்ஃபஃண்ட் / a very young child, சின்னஞ்சிறு குழந்தை. **in-fan-ti-cide**/ in'fæntisaid/(*n*):இன்'ஃபஆன்ட்டிஸய்ட்: /

the act of killing an infant, குழந்தையைக் கொல்லும் செயல்; a person who kills a child, குழந்தையைக் கொல்லுபவர். **Infanticide** of female children is an inexcusable offence. **in-fan-tile**/ 'infəntail/*(adj)*: 'இன்ஃபஅன்ட்டய்ல் / childish, குழந்தைத்தனமான; pertaining to infants or infancy, குழந்தைகள் பற்றிய (அ) குழந்தைப் பருவம் பற்றிய. • **Infantile** *diseases are common in India.*

in-fan-try/'infəntri/*(n)*:'இன்ஃபஅன்ட்ரி / soldiers who fight on foot, தரைப்படை வீரர்கள்.

in-fat-u-at-ed/in'fætjueitid/*(adj)*: இன்'ஃபஃச்சுஎய்ட்டிட் / filled with blind love, கண்மூடித்தனமான ஆசையுள்ள. **in-fatu-ation**/in,fætju'eiʃn/*(n)*: இன்,ஃபஃச்சு'எய்ஷஅன் / foolish, all absorbing passion, முட்டாள்தனமான, கண்மூடித்தனமான உணர்ச்சி.

in-fect/in'fekt/*(v.t)*:இன்'ஃபெக்ட் / to affect with disease, நோய்வாய்ப்படு; to pollute, அசுத்தப்படுத்து.

in-fec-tion/in'fekʃn/*(n)*:இன்'ஃபெக்ஷஅன் / the state of being infected, தொற்றுநோய் பரவும் நிலை; a disease spread by infecting, தொற்றுதலினால் ஏற்படும் நோய். **in-fec-tious**/in'fekʃəs/*(adj)*: இன்'ஃபெக்ஷஅஸ் / contagious, தொற்றக்கூடிய.

in-fer/in'f3:*/*(v.t)*:இன்'ஃபஅ* / **inferred, inferring** / to come to a conclusion by reasoning, அனுமானித்துத் தீர்மானம் செய்; to judge and find out from evidence and facts, சாட்சியங்கள், உண்மை இவற்றைக்கொண்டு நியாயமான முடிவு செய். • *It can be* **inferred** *from the facts that the accused is not guilty.* **in-fer-ence**/'infərəns/*(n)*:'இன்ஃபஅரஅன்ஸ் / the act of inferring, அனுமானித்தல்; the process of deriving some conclusion, தீர்மானிக்கும் முறையால் பெறப்படும் முடிவு. **inferential**(*adj*).

in-fe-ri-or/in'fiəriə*/*(adj)*: இன்'ஃபியஅரியஅ* / lower in place or position, தாழ்ந்த நிலையிலுள்ள. **inferior**(*n*): a person of lower rank, கீழ்ப்பதவியில் இருப்பவர். **in-fe-ri-or-i-ty com-plex**/in,fiəri'ɔrəti 'kɔmpleks/: இன்,ஃபியஅரி'யரிட்டி 'கஅம்ப்லெக்ஸ் / intense feeling or inferiority, தாழ்வு மனப்பான்மை; a lack of self-confidence, தன்னம்பிக்கை இல்லாமை; a feeling of inadequate knowledge, resources, etc., போதிய அறிவும், செய்திறனும் இல்லை எனும் மனப்பான்மை. *opp*: superiority complex. **inferiority**(*n*): a state or condition of inferior position or feeling, கீழ் நிலை, தாழ்வு உணர்வு.

in-fer-nal/in'f3:nl/*(adj)*:இன்'ஃபஅ:ன்ல் / hellish, நரகம் போன்ற; very very unpleasant, மிகவும் துன்பமயமான; terrible, கோரமான.

in-fer-no/in'f3:nəu/*(n)*:இன்'ஃபஅ:னஅஉ / a place full of heat and terrible flames, மிகுந்த வெப்பமும், பயங்கரத் தீப்பிழம்பு களும் நிறைந்த இடம்; hell, நரகம்.

in-fest/in'fest/*(v.t)*:இன்'ஃபெஸ்ட் / (something not wanted and harmful) to be present in a place in very large numbers, ஏதாவது ஒரு இடத்தில் மொய்த்துக்கொண்டிரு; swarm, கூட்டமாக நிரம்பி இரு. • *The town is* **infested** *with a large number of flies.*

in-fi-del/'infidəl/*(n)*:'இன்ஃபிட:அல் / a person who has no faith in his religion, மதத்தில் நம்பிக்கை இல்லாதவர். **in-fi-del-i-ty**/,infi'deləti/*(n)*:,இன்ஃபி'டெ:லிட்டி / an act of faithlessness, நம்பிக்கைத் துரோகம் செய்தல்; unfaithfulness on the part of husband or wife towards the other, திருமணம் செய்து கொண்டவர் செய்யும் துரோகம்.

in-fil-trate/'infiltreit/*(v.t)*:'இன்ஃபில்ட்ரெய்ட் / to filter through, வடிகட்டு; to become part of something else, பிறபொருளுடன் ஊடுருவு; to get into an organisation secretly and slowly, ஓர் இயக்கத்தில் மெதுவாக, இரகசியமாக உட்புகு. • *Militants have* **infiltrated** *even into the police department.*

in-fi-nite/'infinət/*(adj)*:'இன்ஃபினிட் / without limit, எல்லை இல்லாத; immeasurable, அளவிட முடியாத. • *Life is full of* **infinite** *energy.* **Infinite**(*n*): God, the Almighty, எல்லாம் வல்ல இறைவன். **infinitely**(*adv*).

in-fin-i-tes-i-mal/,infini'tesiml/*(adj)*: ,இன்ஃபினி'ட்டெஸிமஅல் / very, very small, மிக மிகச் சிறிய / மிக மிக நுணுக்கமான **infinitesimally** (*adv*).

in-fin-i-tive/in'finətiv/*(n)*:இன்'ஃபினிட்டிவ் / the incomplete verb, வினையெச்சம். • *I like* **to go** *now.* "**to go**" *is the* **infinitive** *of* 'go'.

in-fin-i-ty/in'finəti/*(n)*:இன்'ஃபினிட்டி / a number that cannot be calculated being very large, மிகப்பெரிய, எண்ண முடியாத ஓர் எண்; unlimited space, எல்லையற்ற வெளி.

in-firm/in'fɜ:m/*(adj)*:இன்'ஃபஃம் / weak in body or mind, உடல் (அ) மனவலிமை இல்லாத, உடல் தளர்ந்த.

in-fir-ma-ry/in'fɜ:məri/*(n)*:இன்'ஃபஃமரி / a hospital, மருத்துவமனை, மருத்துவம் செய்யும் இடம்.

in-fir-mi-ty/in'fɜ:məti/*(n)*:இன்'ஃபஃமிட்டி / body weakness, உடல் தளர்ச்சி; mental illness, மனநிலை சரியில்லாமை.

in-flame/in'fleim/*(v.i)*:இன்'ஃப்லெய்ம் / to burn, தீயிடு; to stir up, கோபம் ஏற்படும்படி செய். **in-flam-ma-to-ry**/in'flæmətəri/*(adj)*:இன்'ஃப்லஊமட்டரி / causing fire, தீப்பற்றக்கூடிய. The **inflammatory** speeches by heads of certain religions in India lead to communal riots at times. **in-flam-ma-ble**/in'flæməbl/*(adj)*: இன்'ஃப்லஊமப்ல் / rousing excitement, கொந்தளிப்பு உண்டுபண்ணக்கூடிய; easily combustible, எளிதில் தீப்பிடிக்கத்தக்க; easily excited, எளிதில் கோபம் கொள்ளக் கூடிய. Petroleum products transported through lorries is highly **inflammable**. **in-flam-ma-tion**/ˌinflə'meiʃn/*(n)*: ,இன்ஃப்லஃமெய்ஷஅன் / setting on fire, தீயிடுதல்; a place in the body with swelling and pain, உடலில் வலி, வீக்கம் உள்ள இடம்.

in-fla-tion/in'fleiʃn/*(n)*/இன்'ஃப்லெய்ஷஅன் / the act or process of blowing up, காற்று நிரப்புதல், காற்று அடித்தல்; great supply of money, பண வீக்கம். **in-flate**/in'fleit/*(v.t)*: இன்'ஃப்லெய்ட் / to fill with air or gas, காற்று (அ) வாயுவினால் நிரப்பு, வீங்கச் செய்; to raise the value very high, பொருளின் மதிப்பை அளவுக்கு மீறி உயர்த்து.

in-flect/in'flekt/*(v.i-v.t)*:இன்'ஃப்லெக்ட் / **inflected, inflecting**: to change a word form according to its meaning or use, ஒரு வார்த்தையின் அமைப்பை, அதன் பொருள், பயன் இவற்றிற்கேற்ப மாற்றி அமை; to change the form of a word for indicating its relationship to other words, ஒரு சொல்லின் அமைப்பை, பிற வார்த்தைகளின் தொடர்புக்கு ஏற்ப மாற்றி அமை.

in-flict/in'flikt/*(v.i)*:இன்'ஃப்லிக்ட் / to give pain to, துன்பம் கொடு; to lay on, சுமையேற்றி வை.

in-flu-ence/'influəns/*(n)*:'இன்ஃப்லுஅன்ஸ் / power exercised over man or things, மனிதர்கள் (அ) பொருள்கள் மேல் செலுத்தப் படும் செல்வாக்கு. **influence**(*v.t*): to be affected by one's power, ஆதிக்கம் செலுத்து, ஆதிக்கச் செயலுக்கு உட்படு.

in-flu-en-za/ˌinflu'enzə/*(n)*: ,இன்ஃப்லு'யென்ஸஅ (-'என்-) / a kind of infectious disease, ஒருவகைக் காய்ச்சல்.

in-flux/'inflʌks/*(n)*:'இன்ஃப்லக்ஸ் / that which is flowing in, உள் நோக்கிய ஒழுக்கு. There was heavy **influx** of refugees into Tamilnadu during a civil-war in Sri Lanka.

in-form/in'fɔ:m/*(v.t)*:இன்'ஃபாஃம் / to communicate, தகவல் தெரிவி; to mention, சொல், கூறு.

in-for-mal/in'fɔ:ml/*(adj)*:இன்'ஃபாஃமல் / with no formality, முறைகள் தேவையற்ற.

in-for-mant/in'fɔ:mənt/*(n)*: இன்'ஃபாஃமஅன்ட் / a person who gives information, செய்தி கொண்டு வருபவர், செய்தி தருபவர்.

in-for-ma-tion/ˌinfə'meiʃn/*(v.t)*: ,இன்ஃபஅ'மெய்ஷஅன் / knowledge, செய்தி, தகவல்; communication, சொல்லி அனுப்புதல், தகவல் தெரிவித்தல்.

in-for-ma-tive/in'fɔ:mətiv/*(adj)*: இன்'ஃபாஃமட்டிவ் / full of information, தகவல் தருகின்ற, செய்தி நிறைந்த.

in-fre-quent/in'fri:kwənt/*(adj)*: இன்'ஃப்ரீக்உஅன்ட் / not common, அடிக்கடி நிகழாத; rare, அரிய.

in-fringe/in'frindʒ/*(v.i)*:இன்'ஃப்ரிஞ்ஜ் / to break through, மீறி நட.

in-fu-ri-ate/in'fjuərieit/*(n)*: இன்'ஃப்யுஅரியெய்ட் / to fill with anger, கோபமுண்டாக்கு; to enrage, எரிச்சலூட்டு.

in-fuse/in'fju:z/*(v.i-v.t)*:இன்'ஃப்யூஸ்: / to inspire, ஊக்கமூட்டு, புதுவேகம் ஏற்படும்படி செய்; to pour in, ஊற்று; to instil, உட்செலுத்து. He **infused** confidence in me. **in-fu-sion**/in'fju:ʒn/*(n)*: இன்'ஃப்யூஜஃஅன் / the act of infusing, உட்செலுத்தும் செயல்; the act of mixing, கலவை சேர்த்தல்.

in-gath-er-ing/'inˌgæðəriŋ/*(n)*: 'இன்,கஃஊதஃஅரிங் / gathering in, ஒருங்கு திரட்டிச் சேர்த்தல்; harvest, அறுவடை.

in-ge-ni-ous/in'dʒi:njəs/*(adj)*: இன்'ஜீனியஅஸ் / very shrewd, அறிவும், மதிநுட்பமும் உள்ள; capable, திறமையுள்ள.

in-ge-nu-i-ty/ˌindʒiˈnju:əti/*(n)*: ˌஇன்ஜி'ன்யுயிட்டி (இஞ்ஜ-) / shrewdness, மதிநுட்பம்; capability, திறன்.

in-gen-u-ous/inˈdʒenjuəs/*(adj)*: இன்'ஜென்யுஅஸ் / straightforward, வெளிப்படையான; innocent, கள்ளம், கபடு இல்லாத.

in-glo-ri-ous/inˈglɔ:riəs/*(adj)*: இன்'க்லோ:ரியஅஸ் (இங்'-) / very shameful, மிகக் கேவலமான; obscene, இழிவான.

in-got/ˈiŋgət/*(n)*:'இங்கஅட் (க:ஓ) / a lump of metal having regular shape, உலோகப் பாளம்.

in-grain-ed/ˌinˈgreind/*(adj)*:'இன்'க்ரெய்ன்ட் / deeply rooted, ஆழப்பதிந்த.

in-gra-ti-ate/inˈgreiʃieit/*(v.t)*: இன்'க்ரெய்ஷியெய்ட் / to bring oneself into favour with other to gain some advantage, ஏதோ பலன் ஒன்றை எதிர் பார்த்து, ஒருவருடைய நல்லெண்ணத்தைப் பெற முயற்சி செய்.

in-grat-i-tude/inˈgrætitju:d/*(n)*: இன்'க:ரஅட்டிட்யூட் / ungratefulness, நன்றி கெட்ட தன்மை; thanklessness, செய்நன்றி மறத்தல்.

in-gre-di-ent/inˈgri:djənt/*(n)*: இன்'க்ரீட்:யஅன்ட் (டி:யஅ): an element that is part of a mixture, பகுதிப் பொருள்; the component of a mixture, கலவைக் கூறு.

in-gress/ˈingres/*(n)*:'இங்க்ரெஸ் / entry, நுழைவாயில்; the act of entering, உட்புகும் செயல். *opp:* egress.

in-hab-it/inˈhæbit/*(v.i)*:இன்'ஹஅபிட் / to dwell in, வசி, தங்கி வாழ்; to occupy, இருப்பிடமாக்கிக்கொள்.

in-hab-i-tant/inˈhæbitənt/*(n)*: இன்'ஹஅபிட்டஅன்ட் / a person living in a place, குடியிருப்பவர், ஓரிடத்தில் வசிப்பவர்.

in-hale/inˈheil/*(v.t)*:இன்'ஹெய்ல் / to draw in, to breathe in, இழு, மூச்சை உள்ளுக்கு இழு; to take in air, உட்சுவாசி. *opp*: exhale.

in-her-ent/inˈhiərənt/*(adj)*: இன்'ஹியஅரஅன்ட் / intrinsic, உள்ளேயுள்ள; inborn, உடன் பிறந்த, இயல்பான. **inherently***(adv)*.

in-her-it/inˈherit/*(v.t)*:இன்'ஹெரிட் / to acquire or to receive property as a matter of right, மரபு வழிப்படி சொத்துக்களைப் பெறு; to succeed as heir, வாரிசாகப் பெறு, வாரிசாக அமை. **in-her-i-tance**/ inˈheritəns/*(v.t)*:இன்'ஹெரிட்டஅன்ஸ் / that which is inherited, பரம்பரைச் சொத்து; the process of inheriting, மரபு வழியாகப் பெறுதல்.

inhibit/inˈhibit*(v.t)*:இன்'ஹிபிட் / to prevent, தடை செய்; to hold back, உணர்ச்சிகளைக் கட்டுப்படுத்தும்படி செய்; to forbid, விலக்கு. **in-hi-bi-tion**/ˌinhiˈbiʃn/*(n)*: இன்'ஹிபி:ஷஅன் / the feeling of being inhibited, உரிமைகளைப் பறிகொடுத்து விட்டு நிற்கும் அவல நிலை.

in-hos-pi-ta-ble/ˌinhɔsˈpitəbl/*(adj)*: இன்'ஹாஸ்ப்பிட்டஅப்:ல் / not showing hospitability, விருந்தோம்பும் பண்பு இல்லாத.

in-hu-man/inˈhju:mən/*(adj)*:இன்'ஹ்யூமஅன் / brutal, மிருகத்தன்மையுள்ள; cruel, கொடிய, மனிதத்தன்மை இல்லாத. Terrorist activities are **inhuman**. **inhumanly** *(adv)*.

in-hu-mane/ˌinhju:ˈmein*(adj)*: ˌஇன்ஹ்யூ'மெய்ன் / not showing human sympathy, ஈவு இரக்கம் இல்லாத.

in-hu-man-i-ty/ˌinhju:ˈmænəti/*(n)*: ˌஇன்ஹ்யூ'மஅனிட்டி / the quality of being inhuman, மனிதத்தன்மையற்ற குணம்.

in-hu-ma-tion/ˌinhju:ˈmeiʃn*(n)*:ˌஇன்ஹ்யூ' மெய்ஷஅன் / the act of inhuming, பிணத்தைப் புதைத்தல்; burial, பிணத்தைப் புதைக்கும்படி செய்தல். **in-hume**/ inˈhju:m/*(v.t)*:இன்'ஹ்யூம் / **inhumed, inhuming**: to bury, புதை; to inter, பிணத்தைப் புதை.

in-i-mi-cal/iˈnimikl/*(adj)*:இ'னிமிக்கஅல் / not friendly, நட்புத்தன்மை இல்லாத; hostile, பகை உணர்ச்சியுள்ள.

in-iq-ui-ty/iˈnikwəti/*(n)*:இ'னிக்உயிட்டி / an act of injustice or wanton wickedness, கொடுஞ்செயல், அநீதி. **in-iq-ui-tous**/ iˈnikwitəs/*(adj)*:இ'னிக்உயிட்டஅஸ் / very wicked and unjust, மிகக் கொடுமையான, அநீதியான.

i-ni-tial/iˈniʃl/*(adj)*:இ'னிஷஅல் / the first, முதல்; the beginning, துவக்கம். **initial***(n)*: the first letters of the words of a person's name, ஒருவருடைய பெயரின் முதல் எழுத்து; (the first capital letter of the name). **initially***(adv)*.

i-ni-ti-ate/iˈniʃiət/*(v.t)*:இ'னிஷியெய்ட் / to begin, துவக்கி வை; to originate, தோன்றும்படி செய்; to introduce, முதலில் அறிமுகம் செய்து, ஆரம்பித்து வை. **i-ni-tia-tive**/iˈniʃiətiv/*(n)*:இ'னிஷஅட்டிவ் /

the ability to take decision on one's own, தானாகவே, முடிவெடுத்துச் செயல்படும் திறமை; the quality of enterprising spirit, துணிச்சலாகச் செயலாற்றும் திறமை, தன்மை; the first move, துவக்கத்தின் முதல் படி. **initiation**(*n*), **initiator**(*n*).

in-ject/in'dʒekt/(*v.t*):இன்'ஜெக்ட் / to force into, உட்செலுத்து; to put into with special needle, தனியான ஊசி கொண்டு மருந்தை உட்செலுத்து. **injection**(*n*).

in-ju-di-cious/ˌindʒu:'diʃəs/(*adj*): ˌஇஞ்ஜு'டி:ஷஸ் / not wise, அறிவீனமான; not judicious, நியாயமற்ற.

in-junc-tion/in'dʒʌɲkʃn/(*n*): இஞ்'ஜங்க்ஷன் / an authoritative order, அதிகாரம் உள்ள ஆணை; order prohibiting action, செயல்படத் தடுக்கும் உத்தரவு.

in-jure/'indʒə*/(*v.t*):'இஞ்ஜ* / **injured, injuring**: to worry, தீங்கு செய்; to hurt, துன்பம் விளைவி; to damage, அழி, இழப்பு ஏற்படுத்து. **in-ju-ri-ous**/in'dʒuəriəs/(*adj*):'இஞ்ஜுரியஸ் / wrongful, தீங்கு விளைவிக்கக் கூடிய; harmful, புண்படுத்தக் கூடிய. **in-ju-ry**/ indʒəri/(*n*):'இஞ்ஜரி / hurt, தீங்கு; damage, இழப்பு.

in-jus-tice/in'dʒʌstis/(*n*):இஞ்'ஜஸ்ட்டிஸ் / unfairness, நியாயமின்மை.

ink/iɲk/(*n*):இங்க் / a writing fluid, எழுத உதவும் மை. **ink**(*v.t*): to write with ink, மையினால் எழுது; to smear ink, மை பூசு; to mark with ink, மையினால் குறிப்பிடு.

ink-ling/'iɲkliɲ/(*n*):'இங்க்லிங் / a vague thinking, an unclear idea, தெளிவற்ற எண்ணம், சிந்தனை.

in-land/in'lænd/(*n*):'இன்லஆன்ட் (லஅன்ட்) / remote from the sea, கடல் பகுதியினின்று தூரப்பகுதி; interior of the country, ஒரு நாட்டின் உட்பகுதி.

in-let/'inlet/(*n*):'இன்லெட் (லிட்) / a small arm of the sea, சிறிய கடற்கழி; way to the inside, உட்செல்லும் வழி.

in-mate/'inmeit/(*n*):'இன்மெய்ட் / a person who lives with others in a place, பிறருடன் ஒரு இடத்தில் வசிப்பவர்.

in-me-mo-ri-am/'inmemɔ:rium/(*adj*): இன்'மெமாரியம் / in memory of, நினைவில் இருத்துவதற்கு, நினைவில் கொள்ள.

inn/in/(*n*):இன் / a public house for lodging and boarding of travellers, சத்திரம், பயணிகள் விடுதி.

in-nate/ˌi'neit/(*adj*):'இ'னெய்ட் / inborn, உடன் பிறந்த; natural, இயல்பான.

in-ner/'inə*/(*adj*):'இன* / interior, உள்ளே; on the inside, உட்பக்கத்தில் உள்ள.

in-nings/'iniɲz/(*n, sing & pl*):'இனிங்ஸ் / the play of one batsman during his turn, the period of time of batting in cricket or baseball, கிரிக்கெட் ஆட்டக்காரர் (அ) மட்டைப் பந்தாட்டக்காரர் ஒரு முறை ஆடிய ஆட்டம்; a time when one is active in public life, பொது வாழ்க்கையில் ஒருவரின் மிகச் சிறந்த காலம். • *India scored 275 in their first* **innings**. • *He had his good* **innings** *in his 40's.*

in-no-cent/'inəsnt(*adj*):'இனஸன்ட் / not guilty of any crime, குற்றம் எதுவும் செய்யாத; sinless, தீங்கு விளைவிக்கும் எண்ணம் இல்லாத; harmless, தீங்கற்ற, களங்கமற்ற. **innocence**(*n*).

in-noc-u-ous/i'nɔkjuəs(*adj*): 'இ'னாக்யுஅஸ் (உஸ்) / not having any harmful intention, தீங்கு விளைவிக்கும் எண்ணம் இல்லாத; harmless, தீங்கற்ற.

in-no-vate/'inəuveit(*v.t*):'இனஉவெய்ட் / to make new changes, புதிய மாறுதல் உண்டாக்கு; to introduce new ways, ideas, inventions, etc., புதிய உத்திகள், எண்ணங்கள், கருத்துக்கள், முதலிய வற்றைப் புகுத்து. **innovation**(*n*), **Innovation** is a result of creative thinking. **innovative**(*adj*).

in-nu-en-do/ˌinju:'endəu(*n, sing*): ˌஇன்யு'என்ட:உ / **innuendos**(*n, pl*) [also **innuendos**]: an unpleasant remark, மனத்தை உறுத்தும் குறிப்பு; disapproval in an indirect way, மறை முகமான எதிர்ப்புச் சொல்; an oblique hint, சொல்லாமல் சொல்லித் தாக்குதல்.

in-nu-me-ra-ble/i'nju:mərəbl/(*adj*): இˌன்யூமரப்:ல் / countless, எண்ணில் அடங்காத.

i-noc-u-late/i'nɔkjuleit/(*v.t*): இ'னாக்யுலெய்ட் / to introduce a weak form of a disease into a human body or someone for protection against the disease, நோய் தாக்காமல் இருக்கும்படி, அந்த நோயின் பலவீனமான அமைப்பு ஒன்றை உடலில் புகுத்து, தடுப்பு ஊசி போடு. **inoculation** (*n*).

in-of-fen-sive/'inə'fensiv/(*adj*): ˌஇன'ஃபென்ஸிவ் / not offensive, மனத்தைப் புண்படுத்தாத.

in-op-e-ra-tive/inˈɔpərətiv/*(adj)*: இன்ˈஒப்பரட்டிவ் / not workable and not eflective, இயங்குவதற்குத் தகுதியற்ற, பலனற்ற.

in-op-por-tune/inˈɔpətju:n/*(adj)*: இன்ˈஒப்பச்யூன் / unsuitable, சரியில்லாத; happening at an inconvenient time, தகாத சமயத்தில் நிகழக்கூடிய.

in-or-di-nate/inˈɔ:dnət/*(adj)*:இ'ன்ஓ:டி:னிட் (ஓ:ட்) / beyond acceptable limits, அளவுக்கு மீறிய; excessive, மிகையான, மிக அதிகமான. **Inordinate** delay may result in enormous loss.

in-or-gan-ic/inɔ:ˈgænik/*(adj)*: ˌஇனஓ:ˈக:ஆனிக் / not organic, உயிரில்லாப் பொருள் பற்றிய; not of living material, உயிர்த்தன்மையில்லாத.

in-quest/ˈinkwest/*(n)*:ˈஇன்க்உஎஸ்ட் (இங்-) / an official inquiry into the cause of sudden death or suspected murder, திடீர் மரணம் (அ) சந்தேகத்திற்கு இடமான கொலை பற்றிய அதிகாரபூர்வமான விசாரணை.

in-quire/inˈkwaiə*/*(v.t)*:இங்ˈக்உஅயஅ* / to search, விவரம் தேடு; to seek or find out, விசாரணை செய்து கண்டுபிடி. **to inquire after**: to ask about one's health or welfare, ஒருவர் நலம் கேட்டுத் தெரிந்துகொள். **in-quir-y**/inˈkwaiəri/*(n)*:இன்ˈக்உஅயஅரி / investigation, விசாரணை. **in-quir-ing**/ inˈkwaiəriŋ/*(adj)*:இங்ˈக்உஅயஅரிங் / making inquiry to find out the truth or facts, உண்மையைக் கண்டுபிடிக்கும் நோக்கில் விசாரிக்கின்ற.

in-qui-si-tion/ˌinkwiˈziʃn/*(n)*: ˌஇங்க்உயிˈஸி:ஷஅன் / thorough inquiry or investigation, முழுமையான விசாரணை.

in-quis-i-tive/inˈkwizətiv/*(adj)*: இன்ˈக்உயிஸி:ட்டிவ் / trying to find out, தெரிந்துகொள்ள முயலுகின்ற; very curious to know, அறிய ஆவலுள்ள. **inquisitively**(*adv*), **inquisitiveness** (*n*).

in-road/ˈinrəud/*(n, sing)*:ˈஇன்ரஅஉட் / **inroad**(*n, pl*): an attack into new area of an enemy, விரோதியின் பகுதிக்குச் சென்று ஆக்கிரமி; an effort to get a breakthrough, கடினமான ஒன்றைக் கண்டு, ஆராய்ந்து செயல்பட்டு, கடுமையைக் குறைத்தல்.

in-sane/inˈsein/*(adj)*:இன்ˈஸெய்ன் / mentally not normal, மனம் இயல்பாக இல்லாத. **insanely**(*adv*).

in-san-i-ta-ry/inˈsænitəri/*(adj)*: ˈஇன்ˈஸஆனிட்டஅரி / not hygienic, ஆரோக்கியமான சூழ்நிலை இல்லாத; injurious to health, உடல் நலத்திற்கு ஊறு விளைவிக்கக்கூடிய.

in-san-i-ty/inˈsænəti/*(n)*:இன்ˈஸஆனிட்டி / mental sickness, மனநோய்.

in-sa-tia-ble/inˈseiʃəbl/*(adj)*: இன்ˈஸெய்ஷியஅப்:ல் / that cannot be satisfied, மனநிறைவு அளிக்க முடியாத, பேராசையுடைய.

in-scribe/inˈskraib/*(v.t)*:இன்ˈஸ்க்ரய்ப்: / to write down, எழுது; to engrave, பொறி. **in-scrip-tion**/inˈskripʃn/*(n)*: இன்ˈஸ்க்ரிப்ஷஅன் / writing engraved on stones, monuments, coins, etc., எழுத்து பொறிப்பு, கல்வெட்டு.

in-scru-ta-ble/inˈskru:təbl/*(adj)*/ இன்ˈஸ்க்ரூட்டஅப்:ல் / quite unintelligible, புரியாத, தெளிவற்ற, அறிவுக்கு எட்டாத. **inscrutability**(*n*), **inscrutably**(*adv*).

in-sect/ˈinsekt/*(n)*:ˈஇன்ஸெக்ட் / a small invertebrate animal, பூச்சியினம். **in-sec-ti-cide**/inˈsektisaid/*(n)*:இன்ˈஸெக்ட்டிஸய்ட் / chemical substance prepared to kill insects, பூச்சிக்கொல்லி மருந்து. **insectivorous**(*adj*): eating insects as food, பூச்சியை உணவாக உட்கொள்ளுகின்ற.

in-se-cure/ˌinsiˈkjuə*/*(adj)*:ˌஇன்ஸிˈக்யுஅ* / not secure, not safe; பாதுகாப்பு உணர்ச்சியில்லாத.

in-sen-si-ble/inˈsensəbl/*(adj)*: இன்ˈஸென்ஸஅப்:ல் / unconscious, உணர்வு இல்லாத; imperceptible, ஐம்புலன் களுக்குப் புலப்படாத. **insensibly**(*adv*), **insensibility**(*n*).

in-sen-si-tive/inˈsensətiv/*(adj)*: இன்ˈஸென்ஸிட்டிவ் / not listening, கவனத்தில் ஏற்றுக்கொள்ளாத; not feeling the effect, உணர்வு பாதிப்பு இல்லாத; not sympathetic to others, பிறரிடம் கருணையில்லாத.

in-sert/ˈinsɜ:t/*(v.t)*:இன்ˈஸஅ:ட் / to put in, இடையே செருகு; interpose, உட்புகுத்து. **insert**(*n*): something inserted, இடைச் செருகல். **insertion**(*n*).

in-side/ˌinˈsaid/*(n)*:ˈஇன்ˈஸய்ட் / the inner part, உட்பாகம்; interior, உட்புறம்; the part within, உள்ளே இருக்கும் பகுதி. **inside** (*adj*): facing the inside, உள்நோக்கியுள்ள; at the inside, உட்பக்கத்தில். **inside**(*adv*): to the inside, உட்பக்கத்திற்கு; in the inside,

உட்பக்கத்தில். **inside**(*prep*): on the inside of, உட்பகுதியில்; within, உள்ளே; to the inside of, உள்பகுதிக்குள்.

in-sid-i-ous/in'sidiəs/(*adj*):இன்'ஸிடி:யஸ் / secretly very harmful, மறைமுகமாகத் தொந்தரவு கொடுக்கக்கூடிய. **insidiously** (*adv*), **insidiousness**(*n*).

in-sight/'insait/(*n*):'இன்ஸய்ட் / detailed knowledge, நுட்பமான அறிவு; intuition, உள்நோக்குதல்.

in-sig-ni-a/in'signiə/(*n*):இன்'ஸிக்:னியஅ / badges or objects representing the power of an official, அதிகார வர்க்கத்தின் விருது, பட்டம் இவற்றின் சின்னம், சிறப்புச் சின்னம், விருது.

in-sig-ni-fi-cant/ˌinsig'nifikənt/(*adj*): ˌஇன்ஸிக்:'னிஃபிக்கஅன்ட் / not important, அற்பமான; not significant, முக்கியத்துவம் இல்லாத.

in-sin-cere/ˌinsin'siə*/(*adj*):ˌஇன்ஸின்'ஸியஅ / not sincere, நேர்மையற்ற, உண்மை யில்லாத.

in-sin-u-ate/in'sinjueit/(*v.t*):இன்'ஸின்யு-யெய்ட் (எய்) / to say or express something indirectly and harshly, மறைமுகமாகச் சாடு; creep in, உட்புகு. **insinuation**(*n*).

in-sip-id/in'sipid/(*adj*):இன்'ஸிப்பிட்: / not tasteful, சுவையில்லாத; uninteresting, உள்ளம் கவரப்படாத, கிளர்ச்சி இல்லாத.

in-sist/in'sist/(*v.i-v.t*):இன்'ஸிஸ்ட் / to assert firmly, உறுதியாக வற்புறுத்து; to demand forcefully, கட்டாயமாகக் கேள், கட்டாயப் படுத்து. **insistence**(*n*), **insistent**(*adj*).

in-so-lence/'insələns/(*n*):'இன்ஸஅலஅன்ஸ் / rudeness, கர்வம்; disrespectfulness, அவமதிப்பு. **insolent** (*adj*).

in-sol-u-ble/in'sɔljubl/(*adj*): இன்'ஸாஅல்யுப்:ல் / to which no solution or answer is possible, தீர்க்க முடியாத, விடை காண முடியாத; not capable of being dissolved, கரைக்க இயலாத.

in-sol-ven-cy/in'sɔlvənsi/(*n*): இன்'ஸாஅல்வஅன்ஸி / bankruptcy, பணமில்லாமை. **insolvent**(*adj*): not having money or means to pay one's debts, ஒருவரின் கடனைத் தீர்க்க வகையற்ற நிலையிலுள்ள.

in-som-ni-a/in'sɔmniə/(*n*):இன்'ஸாம்னியஅ / inability to sleep habitually, வழக்கமாக தூங்கமுடியாமல் இருக்கும் நிலை.

in-so-much/ˌinsəu'mʌtʃ/(*adv*): ˌஇன்ஸஅஉ'மச் / to such an extent, அந்த அளவிற்கு.

in-spect/in'spekt/(*v.t*):இன்'ஸ்ப்பெக்ட் / to look into carefully, கவனமாகச் சோதனை செய், கண்காணி; to examine closely, officially and in detail, நுட்பமாக, அதிகாரபூர்வமாக, முழுவதுமாகப் பார்வையிடு. **inspector**(*n*), **inspection**(*n*).

in-spi-ra-tion/ˌinspə'reiʃn/(*n*): ˌஇன்ஸ்ப்பி'ரெய்ஷஅன் / the state of being inspired, உள்ளுணர்வு உந்தப்படும் நிலை; that which urges a person to have fine creative imagination, ஒருவரின் கற்பனை வளத்தை வேகம் பெறச்செய்யும் சக்தி. **in-spire**/in'spaiə*/(*v.t*):இன்'ஸ்ப்பயஅ* / to get encouraged from within to do something, ஒன்றைச் செய்ய ஊக்கம் கொள்; to be filled with a feeling to perform something great because of one's behaviour or example, ஒருவரின் நடத்தை, எடுத்துக்காட்டு முதலியவற்றைக்கொண்டு சிறப்பாகச் செயல்பட வழி வகுத்துக்கொள்; to be infused with spirit, வேகம் கொள்.

in-stall/in'stɔ:l/(*v.t*):இன்'ஸ்ட்டாஅல் / to set up, நிறுவு; to establish, ஒரு நிறுவனத்தை ஏற்படுத்து; to place in a position, ஓர் அமைப்பில் வை, ஒரு பதவியில் அமர்த்து. **installation**(*n*).

in-stal-ment/in'stɔ:lmənt/(*n*): இன்'ஸ்ட்டாஅ:ல்மஅன்ட் / a single portion of a book or a part of play or part of television show appearing at regular intervals, ஒரு குறிப்பிட்ட கால அளவில், தவணையில், வெளியிடப்படும் ஒரு நூலின் பகுதி, நாடக பாகம், தொலைக்காட்சியில் காட்டப்படும் பகுதிகள்; one of the stipulated payments at regular intervals, தவணையில் செலுத்தப்படும் தொகை.

in-stance/'instəns/(*n*):'இன்ஸ்ட்டஅன்ஸ் / a fact, ஒரு செய்தி, an event, நிகழ்ச்சி; a general idea, பொதுக் கருத்து; example, case, etc., எடுத்துக்காட்டு, செய்வினை; (for example), எடுத்துக்காட்டாக. • *You can never rely on Government notifications; for* ***instance,*** *the notification made earlier was cancelled yesterday.*

in-stant/'instənt/(*n*):இன்ஸ்ட்டஅன்ட் / moment, கணநேரம். **instant**(*adj*): immediate, உடனடியாக; of the current month, நடப்பு மாதத்தினுடைய. • ***Instant*** *coffee has become popular now.* **instantly**(*adv*). **in-stan-ta-ne-ous**/ ˌinstən'teinjəs/(*adj*):ˌஇன்ஸ்ட்டஅன்ட்'-

டெய்ன்யஒஸ் / happening at an instant, உடனே நேரிடக்கூடிய. **instantaneous** *(adv)*, **instantaneously***(n)*.

in-stead/in'sted/*(adv)*:இன்'ஸ்ட்டெட்: / in the place of that, ஒன்றுக்குப் பதிலாக. **instead of**: in the place of, ஒருவரிடத்தில்.

in-sti-gate/'instigeit/*(v.t)*:'இன்ஸ்ட்டிகெ:ய்ட் / to cause to start some action, ஒரு செயல் துவங்கும்படி செய்; to excite action by forceful speech, ஆவேசமாகப் பேசி செயலைத் தூண்டி விடு. **instigation***(n)*, **instigator***(n)*.

in-stil/in'stil/*(v.t-v.i)*:இன்'ஸ்ட்டில் / [also **instill**], **instilled, instilling**: to impress on someone's mind, and put some ideas, feelings, etc., gradually and firmly, கருத்துக்களையும், உணர்ச்சி களையும் சிறிது சிறிதாகவும், உறுதியாகவும் புகட்டு, அறிவுறுத்து; infuse, அறிவுறுத்து. **instillation***(n)*. Nehru's Autobiography **instils** confidence in the reader's mind.

in-stinct/'instiŋkt/*(n)*:'இன்ஸ்ட்டிங்ட் / natural ability or tendency to act without thinking or preparation, உள்ளுணர்வு, திடீர்த் தூண்டுதல், இயல்பு, ஊக்கம். **ins-tinc-tive**/in'stiŋktiv/*(adj)*: இன்ஸ்ட்டிங்க்டிவ் / being the result of instinct, உள்ளுணர்வால் ஏற்படக்கூடிய. **instinctively***(adv)*.

in-sti-tute/'institju:t/*(n)*:'இன்ஸ்ட்டிட்யூட் / a society, ஒரு கழகம்; a large organization, ஒரு நிறுவனம். **institute***(v.t)*: to organise for the first time, முதல் முறையாக நிறுவு; to set up, ஏற்படுத்து.

in-sti-tu-tion/ˌinsti'tju:ʃn/*(n)*: ˌஇன்ஸ்ட்டி'ட்யூஷஒன் / a long standing social custom or habit etc., நீண்ட காலமாக இருந்துவரும் பழக்க வழக்கங்கள்; a society, கழகம்; an organization, நிறுவனம், an establishment, ஓர் அமைப்பு.

in-struct/in'strʌkt/*(v.t)*:இன்'ஸ்ட்ரக்ட் / to teach, கற்றுக்கொடு, சொல்லிக்கொடு; to direct or issue orders, இப்படிச் செய்ய வேண்டும் என்று உத்தரவிடு (அ) வழிகாட்டு; to inform or advise a lawyer, வழக்குரைஞரிடம் வழக்கு பற்றித் தெரிவி. **instructive***(adj)*, **instructively***(adv)*, **instruction***(n)*, **instructor***(n)*.

in-stru-ment/'instrumənt/*(n)*: 'இன்ஸ்ட்ருமஒன்ட் / a tool, கருவி; an implement, சிறு இயந்திரக் கருவி; the person responsible, பொறுப்பான அலுவலர்; document, பதிவேடுகள். **instrumentation***(n)*. **in-stru-men-tal**/ˌinstru'mentl/*(adj)*:ˌஇன்ஸ்ட்ரு'மென்ட்ஒல் / of the instrument, கருவிகள் பற்றிய. • *We have* **instrumental** *music also.* being an instrument of (case of), காரணமாக (அ) கருவியாக இருப்பது பற்றிய. • *The police is* **instrumental** *in maintaining law and order.* **instrumentalist***(n)*.

in-sub-or-di-nate/ˌinsə'bɔ:dnət/*(adj)*: ˌஇன்ஸஒ'ப:ோ:டி:னிட் / intentionally not obedient, வேண்டுமென்றே கீழ்ப்படியாத; not showing willingness to take orders, உத்தரவிற்கிணங்காத. **insubordination***(n)*, **insubordinately***(adv)*.

in-sub-stan-tial/ˌinsəb'stænʃl/*(adj)*: ˌஇன்ஸஒப்:'ஸ்ட்டஆன்ஷஒல் / lacking reality or substance or material nature, உண்மை இல்லாத (அ) பொருள் இல்லாத (அ) பொருள் இயல்பில்லாத; weak, பலவீனமான.

in-suf-fi-cient/ˌinsə'fiʃnt/*(adj)*: ˌஇன்ஸஒ'ஃபிஷஒன்ட் / not enough, பற்றாக்குறையாக உள்ள. **insufficiency** *(n)*, **insufficiently***(adv)*.

in-sult/'insʌlt/*(n)*:'இன்ஸல்ட் / a rude, offensive remark, அவமதிப்பான சொல், குறிப்பு. **insult***(v.t)*: to be offensive or to treat with disrespect, அவமதிப்புடன் நடத்து, குரூரமாக நடந்துகொள். **insultingly***(adv)*.

in-sur-ance/in'ʃɔ:rəns/*(n)*:இன்'ஷ:ோரஒன்ஸ் / a financial security against loss of life, property, etc., உயிர்ச்சேதம், சொத்து இழப்பு முதலியவற்றிற்கு ஈடுகட்ட ஏற்படுத்தப் பட்டுள்ள காப்பீடு.

in-sure/in'ʃɔ:*/*(v.t)*:இன்'ஷ:ோஒ* / to protect against possible loss by insurance, ஏற்படக் கூடிய இழப்பிற்கு ஈட்டுத்தொகை பெற ஒப்பந்தம் செய்துகொள்; to guard by insurance against loss of money, life, goods, etc., உயிர், செல்வம் போன்றவை இழப்புக்கு முன்காப்பீடு செய்துகொள்.

in-sur-gen-cy/in'sɜ:dʒənsi/*(n)*:இன்'ஸஒ:-ஜஒன்ஸி / a state of rebellion, கிளர்ச்சி. **insurgent***(adj)*: rebellious, கிளர்ச்சி செய்கிற. **insurgent***(n)*: an official armyman fighting against his own government as rebel, தன் நாட்டிற்கு எதிராகக் கலகம் செய்யும் ஒரு படை வீரர்.

in-tact/in'tækt/*(adj)*:இன்'ட்டஆக்ட் / whole, முழுமையான; entire, அப்படியே சிறிதும் சேதப்படாத.

I

in-tan-gi-ble/in'tændʒəbl/*(adj)*: இன்'ட்டஞ்ஜஅப்:ல் / that cannot be perceived by senses, ஐம்புலன்களால் அறிய முடியாத.

in-te-ger/'intidʒə*/*(n)*:'இன்ட்டிஜஅ* / a whole number, முழு எண். **in-te-gral**/ 'intigrəl/*(adj)*:'இன்ட்டிக்:ரஅல் / whole, முழுமையான; complete, முழுவதும் நிறைந்த.

in-te-grate/'intigreit*(v.t-v.i)*:'இன்ட்டிக்:ரெய்ட் / to unify, இணைந்து முழுமையாக்கு; to complete, பூர்த்தி செய்; to consolidate, ஒன்றாக இணை. *opp.* disintegrate.

in-teg-ri-ty/in'tegrəti/*(n)*:இன்'ட்டெக்:ரிட்டி / strong character, உறுதி வாய்ந்த குணம்; honesty, நேர்மை.

in-tel-lect/'intilekt/*(n)*:'இன்ட்டிலெக்ட் / the ability to reason and to think intelligently, to understand, அறிந்துகொள்ளும் திறன். **in-tel-lec-tual**/ˌinti'lektjuəl/*(adj)*: ˌஇன்ட்டி'லெக்ச்சுஅல் / having intellect, அறிவுத்திறன் உள்ள. **intellectual***(n)*: a person who puts his intellect to practical use, அறிவுத்திறனை நடைமுறைக்குப் பயன் படுத்துபவர், அறிஞர்.

in-tel-li-gence/in'telidʒəns/*(n)*: இன்'ட்டெலிஜஅன்ஸ் / ability to seek, to find, to learn and to reason, பகுத்தறிந்து செயல்படும் அறிவுக்கூர்மை. **in-tel-li-gent**/in'telidʒənt/*(adj)*:இன்'ட்டெலிஜஅன்ட் / having intelligence, அறிவுக் கூர்மையுள்ள; wise, நுண்ணறிவுள்ள. **in-tel-li-gent-sia**/inˌteli'dʒentsiə/*(n)*: இன்ˌட்டெலி'ஜென்ட்ஸியஅ / educated, intelligent people who keep the society moving, சமுதாயத்திற்குத் தொண்டு செய்யும் அறிஞர்கள்.

in-tel-li-gi-ble/in'telidʒəbl/*(adj)*: இன்'ட்டெலிஜஅப்:ல் / which can be understood, புரிந்துகொள்ளக்கூடிய. *opp*: unintelligible.

in-tem-per-ate/in'tempərət/*(adj)*: இன்'ட்டெம்ப்அரிட் / wanting in moderation, அளவுக்கு அதிகமான; excessive drinking, அதிகக் குடிப்பழக்கம் உள்ள, showing a lack of control over oneself; தன்னைத் தானே கட்டுப்படுத்த முடியாத; Your **intemperate** desires, habits and outbursts hinder your progress.

in-tend/in'tend/*(v.t)*:இன்'ட்டென்ட் / to work out a plan in mind, உள்ளத்தில் செயல் திட்டம் தீட்டு; to propose a plan to be implemented, செயல்படுத்தத் திட்டமிடு.

in-tense/in'tens/*(adj)*:இன்'ட்டென்ஸ் / strong in feelings, தீவிர உணர்வுகளுள்ள; having strong opinions, ideas, etc., தீவிரமான கருத்துக்களும், எண்ணங்களும் உள்ள. **intensive***(adj)*: deep in attention, ஆழ்ந்த கவனமுள்ள. **intensify** *(v.t-v.i)*: to become or make more intense, கடுமையாக்கு, தீவிரமாகும்படி செய். **intensification***(n)*.

in-tent/in'tent/*(n)*:இன்'ட்டென்ட் / purpose, செயல் நோக்கம்; intention, உட்கருத்து; having some intention to do something bad, தீய செயலைச் செய்யும் நோக்கத்துடன் (அ) குறிக்கோளுடன் இருத்தல். **to all intents**: virtually, எல்லா விதத்திலும், வழியிலும். • *The rebels are* **to all intents** *aiming to overthrow the government.* **in-ten-tion**/in'tenʃn/*(n)*:இன்'ட்டென்ஷஅன் / one's plan to do, செயல் திட்டம், நோக்கம்; idea, உட்கருத்து. **intentional***(adj)*, **intentionally***(adv)*.

in-ter/in'tɜ:*/*(v.t)*:இன்'ட்டஅ* / **interred, interring**: to bury a dead person, இறந்தவரைப் புதை, அடக்கம் செய்; (prefix) between, among, இடையே.

interact/'intərækt*(v.i)*:'இன்ட்டஅரஆக்ட் / to work close together to have an effect, பலன் ஏற்பட இணைந்து செயல்படு.

in-ter-a-li-a/'intəræliə/*(adv)*: 'இன்ட்டஅ'ரஆலியஅ / among other things, மற்ற பொருள்களுக்கிடையில்.

in-ter-breed/ˌintə'bri:d/*(v.t-v.i)*: 'இன்ட்டஅ'ப்:ரீட்: / **interbred, interbreeding**: to produce young ones from different breeds, groups, etc., கலப்பின விருத்தி செய்.

in-ter-ca-late/in'tɜ:kəleit/*(v.t)*: இன்'ட்டஅ:க்கஅலெய்ட் / **intercalated, intercalating**: to interpolate, இடையே செருகு; to insert, இடையில் புகுத்து.

in-ter-cede/ˌintə'si:d/*(v.i)*:ˌஇன்ட்டஅ'ஸீட்: / to speak in favour of someone for helping or saving, to plead, பரிந்து பேசு; mediate, நடுவராகப் பணியாற்று.

in-ter-cept/'intəsept/*(v.t)*:'இன்ட்டஅஸெப்ட் / to stop on the way, வழியில் நிறுத்து; to hinder, தொந்தரவு கொடு.

in-ter-change/ˌintə'tʃeindʒ/*(v.t-v.i)*: ˌஇன்ட்டஅ'ச்செய்ஞ்ஜ் / to put one in the place of the other, பரிமாற்றம் செய்; to exchange, இடமாற்றம் செய்.

in-ter-com/ˈintəkɔm/*(n)*:ˈஇன்ட்டஅக்காம் / an arrangement for intercommunication, உள் தொலைபேசி.

in-ter-course/ˈintəkɔ:s/*(n)*:ˈஇன்ட்டஅக்காஃஸ் / an exchange of feelings, opinions, etc., among people to know each other, மக்களின் சமுதாய உறவு முறை, உரையாடல், கருத்துப்பரிமாற்றம் முதலியவை; commerce trade relationship, வணிக உறவு முறை; making love, பாலுறவு.

in-terest/ˈintrəst/*(n)*:ˈஇன்ட்ரிஸ்ட் (டஅ) / a certain advantage derived, ஒரு குறிப்பிட்ட நன்மை; benefit, பயன்; curiosity, ஆர்வம்; extra sum paid for the loan of money, வட்டி. **interest***(v.t)*: to cause to have a feeling of desire or interest in, ஆர்வம் ஏற்படுத்து; to attract the attention of, கவனத்தை ஈர்க்கும்படி செய். **interested** *(adj)*: having interest, ஆர்வம் கொண்ட; having or showing personal interest, தனிப்பட்ட முறையில் ஆர்வம் கொண்ட. **in-terest-ing**/ˈintrəstiɲ/*(adj)*: ˈஇன்ட்டஅரிஸ்ட்டிங் / that keeps or takes one's interest in something, ஆவலைத் தூண்டுகிற, ஆர்வம் உண்டாக்குகிற.

inter-fere/ˌintəˈfiə*/*(v.i)*:ˌஇன்ட்டஅˈஃபியஅ* / to take interest in a matter that doesn't concern one, தொடர்பில்லாத ஒன்றில், வீணாகத் தலையிடு; hinder, தடை ஏற்படுத்து. **interference***(n)*.

in-ter-im/ˈintərim/*(n)*:ˈஇன்ட்டஅரிம் / the time between, இடைக்காலம். **interim** *(adj)*: happening in the meantime, இடையில் ஏற்படுகின்ற.

in-te-ri-or/inˈtiəriə*/*(adj)*:இன்ˈட்டியஅரியஅ* / inside, உள்ளே; inner, உள்ளடங்கிய. **interior***(n)*: the inside part, உட்பாகம்; inner region, உள்நாடு.

in-ter-ject/ˌintəˈdʒekt/*(v.t-v.i)*: ˌஇன்ட்டஅˈஜெக்ட் / to make a remark in the middle, இடைமறித்துப் பேசு; interrupt, குறுக்கிட்டுப்பேசு. **in-ter-ject-tion**/ˌintəˈdʒekʃn/*(n)*:ˌஇன்ட்டஅˈஜெக்ஷஅன் / exclamation, வியப்பிடைச் சொல்.

in-ter-link/ˌintəˈliɲk/*(v.t)*:ˌஇன்ட்டஅˈலிங்க் / to join together one thing with something else, ஒன்றுசேர்த்து இணைப்பு ஏற்படுத்து.

in-ter-lock/ˌintəˈlɔk/*(v.t-v.i)*:ˌஇன்ட்டஅˈலாக் / to lock with each other in a certain order, முறையாக ஒன்றுடன் ஒன்று இணைப்பு ஏற்படுத்து. **interlock***(n)*: connection, பிணைப்பு.

in-ter-loc-u-tor/ˌintəˈlɔkjutə*/*(n)*: ˌஇன்ட்டஅˈலாக்யுட்டஅ* / one who takes part in a dialogue, உரையாடலில் பங்கு கொள்பவர்.

in-ter-lop-er/ˈintələupə*/*(n)*:ˈஇன்ட்டஅலஅஉப்பஅ* / a person who enters a place illegally, சட்ட விரோதமாக ஓரிடத்தில் நுழைபவர்.

in-ter-lude/ˈintəlu:d/*(n)*:ˈஇன்ட்டஅலூட் / an interval between the acts of a drama, நாடகத்தில் இடைவேளை; a short entertainment between the acts of a drama, இடைவேளை இசை போன்ற பொழுதுபோக்கு நிகழ்ச்சி.

in-ter-mar-riage/ˌintəˈmæridʒ/*(n)*: ˈஇன்ட்டஅˈமஆரிஜ் / marriage between persons of different castes, tribes, etc., கலப்புத் திருமணம்.

in-ter-me-di-a-ry/ˌintəˈmi:djəri/*(n)*: ˌஇன்ட்டஅˈமீட்:யஅரி / a person who acts between two people or parties, a mediator, நல்லெண்ணத் தூதுவர், நடுவராகப் பணியாற்றுபவர்.

in-ter-ment/inˈtɜ:mənt/*(n)*:இன்ˈட்டஅமஅன்ட் / burial, பிணத்தைப் புதைத்தல்.

in-ter-mi-na-ble/inˈtɜ:minəbl/*(adj)*: இன்ˈட்டஅ:மினஅப்:ல் / endless, ஓயாத; never ending, முடிவில்லாத.

in-ter-min-gle/ˌintəˈmiɲgl/*(v.i)*: ˌஇன்ட்டஅˈமிங்க்:ல் / to mix together, கலந்து கூடிப் பழகு; to mix with something else, சேர்த்துக் கலக்கு.

in-ter-mit-tent/ˌintəˈmitənt/*(adj)*: ˌஇன்ட்டஅˈமிட்டஅன்ட் / happening at intervals, இடைவெளி விட்டு நிகழ்கின்ற; not continuous, தொடர்ச்சி இல்லாத.

in-ter-mix/ˌintəˈmiks/*(v.t-v.i)*: ˌஇன்ட்டஅˈமிக்ஃப் / to mix together, கலக்கு.

in-tern/inˈtɜ:n/*(v.t)*:இன்ˈட்டஅ:ன் / to limit the freedom and restrain the movement of someone (for political reasons), அரசியல் காரணங்களுக்காக ஒருவரின் நடமாட்டத்தைக் கட்டுப்படுத்து. **intern***(n)*: a person undergoing practical training after finishing his professional course, மருத்துவர், ஆசிரியர் போன்றவர்களின் தொழில் அனுபவ காலத்தில், பயிற்சி பெறும் ஒருவர். **internship***(n)*.

in-ter-nal/inˈtɜ:nl/*(adj)*:இன்ˈட்டஅ:ன்ல் / inside, உட்புறமான; pertaining to the inner part, உட்புறமான.

in-ter-na-tion-al/ˌintəˈnæʃənl/*(adj)*: ˈஇன்ட்டəˈனஜஷனəல் / concerning the relation among nations, அனைத்து நாடுகளின் இடையே உள்ள உறவுகள் பற்றிய. **international***(n)*: an international event like a sports match, ஒரு விளையாட்டுப் போட்டி போன்ற பன்னாட்டு நிகழ்ச்சி; someone who is a member of a team in an international match, ஒரு பன்னாட்டு விளையாட்டுப் போட்டியில் பங்கு கொள்பவர். **internationally***(adv)*.

in-ter-ne-cine/ˌintəˈni:sain/*(adj)*: ˌஇன்ட்டəˈனிஸய்ன் / fighting between members of the same group, nativity, etc., ஒரே இனம், நாடு முதலியவற்றைச் சார்ந்தவர்கள் ஒருவருக்கொருவர் சண்டையிடும்படியான.

in-ter-pol/intз:pəul/*(n)*:இன்ட்டəப்பəஉல் / International Police Organization, பன்னாட்டுக் காவல் துறை நிறுவனம்.

in-ter-po-late/inˈtз:pəuleit/*(v.t)*: இன்ˈட்டə:ப்பəஉலெய்ட் / to make insertions (words), வார்த்தைகளை இடைச்செருகல் செய். **interpolation***(n)*.

in-ter-pose/ˌintəˈpəuz/*(v.t)*: ˌஇன்ட்டəˈப்பəஉஸ்: / to put between two other things, இடையில் வை; to introduce something in the middle of a conversation, argument, etc., உரையாடல், வாக்குவாதம் முதலியவற்றினிடையே தலையிட்டுப் பேசு.

in-ter-pret/inˈtз:prit/*(v.t)*:இன்ˈட்டə:ப்ரிட் / to explain, விவரித்துக் கூறு; to understand, தெரிந்துகொள்; to translate, மொழி பெயர்த்துச் சொல். **interpreter***(n)*: a person who interprets, மொழி பெயர்ப்பாளர். **interpretation***(n)*.

in-ter-ro-gate/inˈterəugeit/*(v.t)*: இன்ˈட்டரəஉகெய்ட் / to question with a purpose, நோக்கத்துடன் வினா எழுப்பு; to elicit information by threatening and using force, மிரட்டி, பலவந்தமாகத் தகவல்களை வெளிக்கொணர். **interrogative***(adj)*, **interrogation***(n)*.

in-ter-rupt/ˌintəˈrʌpt/*(v.t-v.i)*:ˌஇன்ட்டəˈரப்ட் / to disturb one while talking or working, பேசும்பொழுது (அ) வேலையில் ஈடுபட்டிருக்கும்பொழுது குறுக்கிடு. **interruption***(n)*.

in-ter-sect/ˌintəˈsekt/*(v.t-v.i)*: ˌஇன்ட்டəˈஸெக்ட் / to divide by crossing, குறுக்காகப் பிரி; to cut each other, குறுக்கே வெட்டு. **in-ter-sec-tion**/ˌintəˈsekʃn/*(n)*:ˌஇன்ட்டəˈஸெக்ஷன் / the act of intersecting, குறுக்கே வெட்டுதல்.

in-ter-twine/ˌintəˈtwain/*(v.t-v.i)*: ˌஇன்ட்டəˈட்உஅய்ன் / to twist together, ஒன்றுடன் ஒன்று முறுக்கிப் பின்னு.

in-ter-val/ˈintəvl/*(n)*:ˈஇன்ட்டəவəல் / time in between, இடைவேளை; space in between, இடைவெளி.

in-ter-vene/ˌintəˈvi:n/*(v.i)*/ˌஇன்ட்டəˈவீன் / to interrupt (to bring about good result), நல்ல முடிவு ஏற்படக் குறுக்கிடு; to prevent a happening, நிகழ்வதைத் தடு.

in-ter-view/ˈintəvju:/*(n)*:ˈஇன்ட்டəவ்யூ / an occasion when people meet face to face to find the suitability of some person(s) for some job, trade, business, etc., நேர்முகத் தேர்வு, பேட்டி, சந்திப்பு. **interview***(v.t)*: to have an interview, பேட்டி கொடு, பேட்டி காண், ஒரு குறிப்பிட்ட நோக்கம் கொண்டு, சந்திப்பு ஏற்படுத்திக் கொள்.

in-ter-weave/ˌintəˈwi:v/*(v.t)*:ˌஇன்ட்டəˈஉயீவ் / **interwove, interwoven**: to weave together, சேர்த்து நெய்; to weave with something else, வேறு ஒன்றுடன் சேர்த்து நெய்.

in-tes-tate/inˈtesteit/*(adj)*:இன்ˈட்டெஸ்ட்டெய்ட் / without leaving a 'will' before death, இறுதி ஆவணம் ஏற்படுத்தாத. • *The rich widow died* **intestate**.

in-tes-tine/inˈtestin/*(n)*:இன்ˈட்டெஸ்டின் / [also **intestines**]: the bowels, the inside part of the body between the stomach and the anus, குடல்.

in-ti-ma-cy/ˈintiməsi/*(n, sing)*: ˈஇன்ட்டிமəஸி / **intimacies***(n, pl)*: the state of being intimate, நெருங்கிய உறவுள்ள நிலை; close relationship, நெருங்கிய தொடர்பு; the act of sex, உடல் உறவு. **in-ti-mate**/ˈintimeit/*(adj)*: ˈஇன்ட்டிமெய்ட் / close, மிக நெருக்கமான; familiar, நன்கு பழக்கமுள்ள; private, அந்தரங்கமான. **intimate***(n)*: a close friend, மிக நெருங்கிய நண்பன். **intimation***(n)*: announcement, தகவல்; notification, அறிவிப்பு. **intimately** *(adv)*.

in-tim-i-date/inˈtimideit/*(n)*: இன்ˌட்டிமிˈடெய்ட் / to frighten, அச்சுறுத்து; to force one to obey orders, பணிய வைப்பதற்கு ஒருவரை மிரட்டு. **intimidation** *(n)*.

in-to/ˈintu*(prep)*:இன்ட்டு / towards inside, உள்நோக்கி; against (as to hit), நேர் எதிராக மோதிக்கொள்ளும் நிலையில்.

in-tol-e-ra-ble/inˈtɔlərəbl/*(adj)*: இன்ˈட்டாலரப்:ல் / not tolerable, unbearable, பொறுக்கமுடியாத, தாங்க முடியாத. **in-tol-e-rant**/inˈtɔlərənt/*(adj)*: இன்ˈட்டாலரன்ட் / not tolerant, பொறுமை இல்லாத; not willing to accept the view of others, பிறர் கருத்துக்களுக்கு, மதிப்புக்கொடுக்கும் சகிப்புத்தன்மை இல்லாத. **intolerantly***(adv)*, **intolerancy***(n)*.

in-tone/inˈtəun/*(v.t)*:இன்ˈட்டஉன் / to chant, இசையுடன் ஓது.

in-tox-i-cate/inˈtɔksikeit/*(v.t)*: இன்ˈட்டாக்ஸிக்கெய்ட் / to make drunk, குடிக்கச் செய்; to become drunk; குடித்திரு. **intoxicant***(n)*: that which intoxicates, மது, போதையூட்டும் பொருள். **intoxicant** *(adj)*, **intoxication***(n)*.

in-tra-mu-ral/ˌintrəˈmjuərəl/*(adj)*: ˈஇன்ட்ரˈம்யுஅரல் / within a place or organization, ஓரிடத்திலுள்ள, ஒரு நிறுவனத்திலுள்ள. *opp*: extramural.

in-tran-si-gent/inˈtrænsidʒənt/*(adj)*: இன்ˈட்ரஆன்ஸிஜன்ட் / not yielding to other people's ideas, opinions, etc., தன் கருத்துக்களை விட்டுக்கொடுக்காத, பிறர் கருத்துக்களை ஏற்றுக்கொள்ளாத.

in-tran-si-tive/inˈtrænsətiv/*(adj)*: இன்ˈட்ரான்ஸிட்டிவ் / (of verbs) having a subject but no object, செயப்படுபொருள் குன்றிய தன்மையுள்ள.

in-tri-ca-cy/ˈintrikəsi/*(n)*:ˈஇன்ட்ரிக்கஸி / the state of being intricate, சிக்கலான தன்மை. **in-tri-cate**/ˈintrikət/*(adj)*: ˈஇன்ட்ரிக்கிட் / having too many details to understand, புரிந்துகொள்வதற்குக் கடினமான; complicated, சிக்கலான.

in-trigue/inˈtri:g/*(v.t)*:இன்ˈட்ரீக்: / to make secret and strange plans, சதித் திட்டம் வகு; to plot for doing something evil, கெட்ட எண்ணத்துடன் செயல்படு. **intriguing** *(adj)*: exciting because of some strangeness, புதுமையாக இருப்பதால் கிளர்ச்சியூட்டக்கூடிய. **intrigue***(n)*.

in-trin-sic/inˈtrinsik/*(adj)*:இன்ˈட்ரின்ஸிக் / natural, இயல்பான; inherent, உள்ளார்ந்த. **intrinsically***(adv)*.

in-tro-duce/ˌintrəˈdju:s/*(v.t)*:ˌஇன்ட்ரˈட்யூஸ் / to bring into use or practice, உபயோகம் (அ) செயல்பாட்டிற்குக் கொண்டு வா; to make known to each other for first time or formally, முதன் முறையாக (அ) முறைப்படி சந்திக்கும்பொழுது அறிமுகம் செய். **in-tro-duc-tion**/ˌintrəˈdʌkʃn/*(n)*: ˌஇன்ட்ரˈடக்ஷன் / the act of introducing, அறிமுகம்; an explanation at the beginning of a book, ஒரு நூலின் முகவுரை; that which is brought originally to one part of the country from other part, புதியதாக ஒன்றைப் புகுத்துதல். • *Coffee is an* **introduction** *to this part of the country.* **in-tro-duc-to-ry**/ˌintrəˈdʌktəri/*(adj)*:ˌஇன்ட்ரˈட:க்ட்டரி / happening at the beginning, துவக்கத்தில் நிகழக்கூடிய, முகவுரையான.

in-tro-spec-tion/ˌintrəuˈspekʃn/*(n)*: ˌஇன்ட்ரஉˈஸ்ப்பெக்ஷன் / the process of looking into one's own conduct, feelings, thoughts, etc., உள்முக நோக்குதல், தன்னையே சோதனை செய்துகொள்ளுதல். **introspective***(adj)*: pertaining to thinking deeply about oneself, தன்னைப்பற்றி நன்கு சிந்திப்பது தொடர்பான. **introspectively***(adv)*.

in-trude/inˈtru:d/*(v.i)*:இன்ˈட்ரூட்: / to enter a place without permission, அனுமதி இல்லாமல் உள்ளே நுழை. **in-trud-er**/inˈtru:də*/*(n)*:இன்ˈட்ரூட:அ* / anyone who enters a place with evil intention, கெட்ட எண்ணத்துடன் ஓரிடத்தில் நுழைபவர். **intrusion***(n)*, **intrusive***(adj)*.

in-tu-i-tion/ˌintju:ˈiʃn/*(n)*:ˌஇன்ட்யூˈய்ஷன் / a kind of sixth sense that helps to have deep insight, உள்ளுணர்வு. **intuitiveness** *(n)*, **intuitive***(adj)*, **intuitively***(adv)*.

in-un-date/ˈinʌndeit/*(v.t)*:ˈஇனன்டெ:ய்ட் / to flood over, வெள்ளப்பெருக்கெடுக்கச் செய்; to overflow with floods, வெள்ளப் பெருக்கால் மூழ்கச் செய். **inundation***(n)*.

in-ure/iˈnjuə*/*(v.t)*:இˈன்யுஅ* / [also **enure**]: to make accustomed or to get used, பழக்கமாக்கிக்கொள்.

in-vade/inˈveid/*(v.t-v.i)*:இன்ˈவெய்ட்: / to attack, தாக்குதலைச் செய்; to enter by force and occupy, ஆக்கிரமிப்புச் செய்; to spoil, பாழாக்கு. **invader***(n)*.

in-val-id/ˈinvəlid/*(adj)*:இன்ˈவலிட்: / not valid, செல்லாத; null and void, மதிப்பும், பொருளும் இல்லாத; weak in health, உடல் நலிவுற்ற. **invalid***(n)*: a person suffering from continuous illness, தொடர்ந்து நோயால் பாதிக்கப்பட்டு மெலிந்தவர்.

in-val-i-date/in'vælideit/*(v.t)*: இன்வஆலிடெய்ட் / to declare as null and void, சட்டப்படி செல்லாததாகச் செய். **invalidation***(n)*, **invalidity***(n)*.

in-val-ua-ble/in'væljuəbl/*(adj)*: இன்'வஆல்யுஅப்:ல் / very valuable, மிக மதிப்புடைய; extremely useful, மிகப் பயனுள்ள.

in-var-i-a-ble/in'veəriəbl/*(adj)*: இன்'வஎரியஅப்:ல் / not variable, மாற்றமில்லாத. **invariably***(adv)*, **invariability***(n)*.

in-va-sion/in'veiʒn/*(n)*:இன்'வெய்ஜ:ஃன் / an act of invading, படையெடுத்தல். The **invasion** by Pakistan in 1965 was successfully repelled by India.

in-vec-tive/in'vektiv/*(n)*:இன்'வெக்ட்டிவ் / forceful attacking often using abusive language, வசைமொழியுடன் தாக்குதல்.

in-veigh/in'vei/*(v.t)*:இன்'வெய் / to attack by using strong words, கடும் வார்த்தைகளைக்கொண்டு திட்டு.

in-vent/in'vent/*(v.t)*:இன்'வென்ட் / to find, to make, or to produce for the first time, முதன்முதலில் கண்டுபிடி, செய் (அ) உண்டாக்கு; to think out a new strategy, to devise a new set up, புதிய அமைப்பைக் கண்டுபிடி. **in-ven-tion**/in'venʃn/*(n)*: இன்'வென்ஷஅன் / a thing newly discovered or devised or found, புதிய கண்டுபிடிப்பு; the act of inventing, புதிய ஒன்றைக் கண்டுபிடித்தல். **in-ven-tive**/in'ventiv/*(adj)*:இன்'வென்ட்டிவ் / having the capacity, ability, mental power, etc., to invent, புதியவற்றைக் கண்டுபிடிக்கக் கூடிய மதிநுட்பமும் திறனும் உள்ள. **Invention** is not discovery. Graham Bell invented Telephone and Robert Peary discovered North Pole.

in-ven-tory/'invəntri/*(n)*:'இன்வென்ட்ரி / descriptive list of articles, சாமான்களின் பட்டியல்.

in-ver-se/ˌin'vɜ:s/*(adj)*:'இன்'வஅ:ஸ் / opposite in order, position, etc., எதிரிடையான வரிசை, நிலைமை; reversed, மாறுபாடான; on the contrary, தலைகீழான.

in-vert/'invɜ:t/*(v.t)*:'இன்வஅ:ட் / to turn upside down, தலைகீழாக்கு, கவிழ்.

in-ver-te-brate/in'vɜ:tibreit/*(n)*: இன்'வஅ:ட்டிப்:ரிட் / living creature that has no backbone, முதுகெலும்பில்லாத பிராணி. • *Insects have no backbones, so they are* **invertebrates**.

in-vest/in'vest/*(v.t-v.i)*:இன்'வெஸ்ட் / to deposit money, முதலீடு செய்; to put money for a particular use, ஒரு குறிப்பிட்ட நோக்கத்திற்காகப் பணத்தை இருப்பில் வை. **to invest in**: buy by paying, விலைகொடுத்து வாங்கு. **investment***(n)*.

in-ves-ti-gate/in'vestigeit/*(v.t-v.i)*: இன்'வெஸ்ட்டிகெ:ய்ட் / to inquire into, விசாரணை செய்; to find out or examine the reasons for a particular action, incident etc., ஒரு குறிப்பிட்ட நிகழ்ச்சி, செயல், விபரீதம், விபத்து முதலியவற்றிற் கான காரணங்களைக் கண்டுபிடி, ஆராய்ந்து செயல்படு. **investigation***(n)*, **investigative***(adj)*, **investigator***(n)*.

in-vid-i-ous/in'vidiəs/*(adj)*:இன்'விடியஅஸ் / making people offended and envious, எரிச்சலும், பொறாமையும் ஊட்டக்கூடிய. **invidiously***(adv)*, **invidiousness***(n)*.

in-vi-gi-late/in'vidʒileit/*(v.t-v.i)*: இன்'விஜிலெய்ட் / to supervise the candidates at an examination, தேர்வு எழுதுபவர்களை மேற்பார்வை செய். **invigilator***(n)*.

in-vig-o-rate/in'vigəreit/*(v.t)*: இன'விக:அரெய்ட் / to have a feeling of freshness and to get a spirit of action, உற்சாகத்துடன் செயல்பட முற்படு.

in-vin-ci-ble/in'vinsəbl/*(adj)*: இன்'வின்ஸிப்:ல் / unconquerable, வெற்றி காண முடியாத; too strong to be defeated, பிறரால் தோற்கடிக்க முடியாத அளவுக்குப் பலம் கொண்ட.

in-vi-o-la-ble/in'vaiələbl/*(adj)*: இன்'வயஅலஅப்:ல் / not to be broken, மீறக் கூடாத; which cannot be violated, மீற முடியாத. **in-vi-o-late**/in'vaiələt/*(adj)*: இன்'வயஅலிட் /not violated, மீறப்படாத.

in-vis-i-ble/in'vizəbl/*(adj)*:இன்'விஸ:அப்:ல் / not visible, பார்க்க முடியாத; that cannot be seen, கண்ணுக்குப் புலப்படாத; The air is **invisible**.

in-vite/in'vait/*(v.t)*:இன்'வய்ட் / to request to come or to attend (a function), வரும்படி அழை; to tempt, ஆசை காட்டு. **invitation***(n)*: the process of inviting to a social occasion, அழைப்பு. **inviting** *(adj)*: attractive, கவர்ச்சிகரமான; tempting, மனத்தைக் கவருகின்ற.

in-vo-ca-tion/ˌinvəu'keiʃn/*(n)*: ˌஇன்வஅஉக்'கெய்ஷஅன் / a prayer, பிரார்த்தனை; the act of invoking, இறைவனிடம் மன்றாடுதல்.

in-voice/'invɔis/*(n)*:'இன்வாய்ஸ் / a list of goods sold or supplied, அனுப்பப்பட்ட சரக்குகளின் பட்டியல். **invoice***(v.t)*: to prepare an Invoice, பொருள் பட்டியல் தயார் செய்.

in-voke/in'vəuk/*(v.t)*:இன்'வஉக் / request earnestly, கெஞ்சிக் கேள்; to bring into use for operation, செயலுக்குக் கொண்டு வா; to beg for mercy, இறைவனது கருணையை வேண்டு.

in-vol-un-ta-ry/in'vɔləntəri/*(adj)*: இன்'வாலஎன்டஎரி / done not consciously, மனப்பூர்வமில்லாமல் செய்த.

in-volve/in'vɔlv/*(v.t)*:இன்'வால்வ் / to make people take part (in some task), ஏதாவது ஒரு செயலில் மக்களைப் பங்கேற்கும்படி செய்; to become connected, தொடர்பு கொள். **involvement***(n)*. **involved** *(adj)*: closely connected, very much interested, மிக அக்கறை கொண்ட.

in-vul-ne-ra-ble/in'vʌlnərəbl/*(adj)*: இன்'வல்னஎரஎப்:ல் / impossible to be harmed by attack, தாக்குதல் செய்து தீங்கு விளைவிக்க முடியாத.

in-ward/'inwəd/*(adj)*:'இன்உஎட்: / [also **inwards**]: placed within, உள்நோக்கிய; coming into, உள்வரவு. **inwardly** *(adv)*: internally, உட்பக்கமாக.

i-o-dine/'aiəudi:n/*(n)*:'அயஎஉடி:ன் / an element (a simple substance) used in medicine and photography, ஒரு தனிமம், அயோடின், மருத்துவம், புகைப்படக் கலை முதலியவற்றில் பயன்படுவது.

i-on/'aiən/*(n)*:'அயஎன் (யா) / an atom that has been charged electrically, அயனி. **ionic***(adj)*.

i-o-ta/ai'əutə/*(n)*:அய்'எஉட்டஎ / a very small part, மிகச் சிறிய பகுதி.

IOU/ˌaiəu'ju:*(n)*:'அயஎஉ'யூ / I owe you, கடன் பத்திரம்; a record acknowledging debt, கடன் பெற்றுக்கொண்டதற்கான ஒப்பந்தம்.

i-ras-ci-ble/i'ræsəbl/*(adj)*:இ'ரஆஸிப்:ல் / tending to get angry easily, மிகச் சுலபத்தில் சினம் கொள்ளக்கூடிய. **irascibly***(adv)*, **irascibility***(n)*.

i-rate/ai'reit/*(adj)*:அய்'ரெய்ட் / very angry, மிகக்கோபமான. **ire**/'aiə*/*(n)*:'அயஎ* / anger, கோபம். **ireful***(adj)*.

i-ris/'aiəris/*(n)*:'அயஎரிஸ் / circular coloured part of the eyeball, கருவிழி.

irk/з:k/*(v.t)*:ɘ:க் / to annoy, எரிச்சலூட்டு. **irk-some**/'з:ksəm/*(adj)*:'ɘ:க்ஸஎம் / full of trouble, தொந்தரவுள்ள; annoying, எரிச்சல் மிகுந்த.

i-ron/'aiən/*(n)*:'அயஎன் / a simple substance, ஒரு தனிமம்; a very commonly used metal, மிக அதிகமாகப் பயன்படும் உலோகம். **iron***(v.t)*: to make smooth with iron, துணியை நேர்த்தியாக்கு. **to iron out differences**: to settle grievances, குறைகளை நிவர்த்தி செய்.

i-ron-ic/ai'rɔnik/*(adj)*:அய்'ரானிக் / full of irony, வஞ்சப்புகழ்ச்சி நிறைந்த. **irony**/'aiərəni/*(n)*:'அயஎரஎனி / use of words with different opposite meaning, usually to make fun of, வஞ்சப்புகழ்ச்சி. **ironically** *(adv)*.

ir-ra-di-ate/i'reidieit/*(v.t)*:இ'ரெய்டி:யெய்ட் / to make bright, ஒளிரச் செய்; to expose to radiation, கதிர் வீச்சுக்கு உட்படுத்து.

ir-ra-tion-al/i'ræʃənl/*(adj)*:இ'ரஆஷஎன்ல் / not rational, பகுத்தறிவிற்கு ஒவ்வாத; not done by using reason, பகுத்தறிந்து செய்யப் படாத. **irrationally***(adv)*, **irrationality** *(n)*.

ir-rec-on-ci-la-ble/i'rekənsailəbl/*(adj)*: இ'ரெக்கஎன்ஸய்லஎப்:ல் / that cannot be reconciled, சமாதானப்படுத்த முடியாத; that which cannot be settled agreeably, இசைந்து முடிவு செய்ய முடியாத.

ir-re-cov-e-ra-ble/ˌiri'kʌvərəbl/*(adj)*: ˌஇரிக்'கவஎரஎப்:ல் /which cannot be recovered, திருப்பி மீட்க முடியாத, மீண்டும் பெற இயலாத. **irrecoverably***(adv)*. Certain loans sanctioned by banks become **irrecoverable**.

ir-re-dee-ma-ble/ˌiri'di:məbl/*(adj)*: 'இரி'டீ:மஎப்:ல் / that cannot be got back or restored, திருப்பி வாங்க இயலாத, முந்தைய நிலைக்கு மீண்டும் மீட்க முடியாத; hopeless, பலனற்ற.

ir-re-du-ci-ble/ˌiri'dju:səbl/*(adj)*: 'இரி'ட்யூஸஎப்:ல் / not reducible, மேலும் குறைக்க முடியாத; which can be made neither simpler nor smaller, எளிதாக்கவும், குறைக்கவும் முடியாத. **irreducibly***(adv)*.

ir-re-fu-ta-ble/i'refjutəbl/*(adj)*: இ'ரெஃப்யூட்டஎப்:ல் / not refutable, சற்றும் மறுக்க முடியாத; that cannot be disproved, நிரூபிக்கக்கூடிய.

ir-reg-u-lar/i'regjulə*/*(adj)*:இ'ரெக்:யுலஎ* / not regular, ஒழுங்கற்ற; not even, சீரற்ற;

not equal, சமமில்லாத. **irregular**(*n*): not a regular soldier, பிற நாட்டினின்று, ஒரு குறிப்பிட்ட நோக்கத்திற்குக் கொண்டு வரப்பட்ட படை வீரர். **irregularly**(*adv*), **irregularity**(*n*).

ir-rel-e-vant/i'reləvənt/(*adj*):இ'ரெலிவஅன்ட் / not relevant, தொடர்பில்லாத; not to the point, தலைப்புக்குப் பொருத்தமில்லாத. **irrelevantly**(*adv*), **irrelevance**(*n*).

ir-re-li-gious/,iri'lidʒəs/(*adj*):,இரி'லிஜஅஸ் / not religious, மதப்பற்று இல்லாத; showing disregard for religious feeling, மத உணர்ச்சிகளுக்குச் சற்றும் மதிப்புக் கொடுக்காத.

ir-re-me-di-a-ble/,iri'mi:djəbl/(*adj*): ,இரி'மீடி:யஅப்:ல் / not admitting of any remedy, எந்தச் சீரமைப்பையும் ஏற்றுக் கொள்ளாத.

ir-re-mo-va-ble/,iri'mu:vəbl/(*adj*): ,இரி'மூவஅப்:ல் / not removable, விலக்க அல்லது எடுக்க முடியாத.

ir-rep-a-ra-ble/i'repərəbl/(*adj*): இ'ரெப்பஅரஅப்:ல் / not reparable, சீர்படுத்த முடியாத. beyond repair, சரிசெய்வதற்கு அப்பாற்பட்ட.

ir-re-pres-si-ble/,iri' presəbl/(*adj*): ,இரி'ப்ரெஸஅப்:ல் / not at all controllable, கட்டுப்படுத்த முடியாத.

ir-re-proa-cha-ble/,iri'prəutʃəbl/(*adj*): ,இரி'ப்ரஅஉச்சஅப்:ல் / free from any blame or fault, குற்றமில்லாத, குற்றம்சொல்ல முடியாத.

ir-re-sis-ti-ble/,iri'zistəbl/(*adj*): ,இரி'ஸி:ஸ்ட்டஅப்:ல் / not resistible, தடுக்க முடியாத; that cannot be opposed, எதிர்த்து நிற்க முடியாத.

ir-res-o-lute/i'rezəlu:t/(*adj*):இ'ரெஸ:அல்யூட் / not resolute, மன உறுதியில்லாத; hesitating, தயங்குகின்ற.

ir-re-spec-tive/,iri'spektiv/(*adj*): ,இரிஸ்'ப்பெக்ட்டிவ் / not taking into account, without respect or regard for something specified, மதிப்புக் கொடுக்காத, எதையும் பொருட்படுத்தாத.

ir-re-spon-si-ble/,iri'spɔnsəbl/(*adj*): ,இரிஸ்'ப்பான்ஸஅப்:ல் / having no sense of responsibility, பொறுப்புணர்ச்சியற்ற.

ir-re-trie-va-ble/,iri'tri:vəbl/(*adj*): ,இரி'ட்ரீவஅப்:ல் / that cannot be recovered or got back, மீட்க முடியாத, திரும்பிப் பெற முடியாத. **irretrievably**(*adv*).

ir-rev-e-rent/i'revərənt/(*adj*): இ'ரெவஅரஅன்ட் / showing no respect for things or persons to be respected, மரியாதை கொடுக்கவேண்டியவற்றிற்கு மரியாதை கொடுக்காத.

ir-rev-o-ca-ble/i'revəkəbl/(*adj*): இ'ரெவஅக்கஅப்:ல் / not to be revoked or changed, மாற்ற முடியாத; irreversible, திருப்ப முடியாத. **irrevocably**(*adv*).

ir-ri-gate/'irigeit/(*v.t*):'இரிகெ:ய்ட் / **irrigated, irrigating**: to supply water (to lands) by artificial means, நிலங்களுக்குச் செயற்கை முறையில் நீர் வழங்கு. **irrigable** (*adj*), **irrigation**(*n*).

ir-ri-ta-ble/'iritəbl/(*adj*):'இரிட்டஅப்:ல் / very easily annoyed or upset, எளிதில் கோப மூட்டக் கூடிய. **ir-ri-tant**/'iritənt/(*adj*): 'இரிட்டஅன்ட் /causing irritation, எரிச்சலை உண்டாக்கக்கூடிய. **ir-ri-tate**/'iriteit/(*v.t*): 'இரிட்டெய்ட் / to make angry, கோபப்படச் செய்; to annoy, எரிச்சலூட்டு. **irritation**(*n*).

ir-rup-tion/i'rʌpʃn/(*n*):இ'ரப்ஷஅன் / a sudden violent rush of somebody, ஒருவர் ஆவேசத்துடன் உட்புகுதல். There has always been **irruption** of modernism into literature.

is/iz (is)/:இஸ்: **(இஸ்)** / third person singular present tense of 'be', இருக்கிறது, இருக்கின்றா**(ள்)(ர்)**, என்பவற்றின் படர்க்கை ஒருமை நிகழ்காலம். 'be' என்ற வினைச்சொல்லின் திரிபு.

Is-lam/'izla:m/(*n*):'இஸ்:லாம் / religion followed by Muslims, முகம்மதிய மதம்.

is-land/'ailənd/(*n*):'அய்லஅன்ட்: / a piece of land surrounded by water, தீவு; (also) traffic island, போக்குவரத்து நெரிசலுக் கிடையில் தங்கும் இடம். **islander**(*n*): one who lives in an island, ஒரு தீவில் வசிப்பவர்.

isle/ail/(*n*):அய்ல் / an island, சிறு தீவு.

is-let/'ailit/(*n*):'அய்லிட் / a small island, மிகச் சிறிய தீவு.

is-m/'izəm/(*n*):'இஸ:அம் / one of the various kinds of doctrines, political or religious, அரசியல் (அ) மதம் சம்பந்தப்பட்ட ஒரு கொள்கை.

isn't/'iznt(*v.t*):'இஸ:ன்ட் / short form of "is not", "is not" என்பதன் சுருக்கம்.

iso-bar/'aisəuba:*/(*n*):'அய்ஸஅஉபா:* / a line on the map, joining places where the atmospheric pressure is the same, சம அழுத்தக் கோடு.

i-so-late/'aisəuleit/*(v.t)*:'அய்ஸஉலெய்ட் *(ஸஉ)* / to keep apart, தனிப்படுத்து; to separate from others, வேறாகப் பிரித்து வை. **isolated***(adj)*: not near to any others, பிறவற்றினின்று அருகே இல்லாத. **isolationism***(n)*, **isolation***(n)*.

i-sos-ce-les/ai'sɔsili:z/*(adj)*: அய்'ஸாஸிலீஸ்: / (of a triangle) having two sides equal, இரு சமபக்கமுள்ள.

iso-therm/'aisəuθɜ:m/*(n)*:'அய்ஸஉத்தஃம் / a line on the map joining places having the same temperature, சம வெப்ப நிலைக் கோடு.

is-sue/'iʃu:/*(n)*:'இஷூ / a subject under discussion, விவாதத்தில் உள்ள பிரச்சினை; books or papers published at one time, புத்தகம் *(அ)* பத்திரிகை வெளியீடு; the act of coming out, வெளியிடும் செயல்; children, offspring, குழந்தை; a flow, புறக் கசிவு. **issue***(v.t)*: to publish, வெளியிடு; to give out, கொடு, உத்தரவிடு. **issue forth**: to go or come out, புறப்படு, வெளியில் வா.

isth-mus/'isməs/*(n, sing)*:'இஸ்மஸ் / **isthumuses, isthmi***(n, pl)*: a narrow strip of land connecting two large bodies of land, நிலச்சந்தி.

it/it/*(pron)*:இட் / used as a subject or object, எழுவாய் *(அ)* செயப்படுபொருளாகப் பயன்படுவது; that thing, அது; that person, அவர். • **It** *is raining.*

i-tal-ics/i'tæliks/*(n)*:இ'ட்டஃலிக்ஸ் / the style of writing or printing with sloping letters, ஒருவகைச் சாய்வான எழுத்து, சாய்வு எழுத்தாக அச்சடித்தல். **i-tal-i-cize**/i'tælisaiz/*(v.t)*:இட்டஃலிஸய்ஸ்: / to print in italics, சாய்வு எழுத்துக்களில் அச்சடி.

itch/itʃ/*(v.i)*:இச் / to have a feeling or to cause to have a feeling of slight irritation on the skin, தினவுகொள், தினவெடு; to be itching for (to do something), ஏதோ ஒன்று செய்ய வேண்டுமென்று துடித்துக் கொண்டிரு. **itch***(n)*: a feeling of itching, அரிப்புணர்வு. **itchy***(adj)*, **itchiness***(n)*. **itchy feet**: a desire to travel, பயணம் செய்யவேண்டுமென்ற பேரார்வம்.

itching palm/itʃiɲpa:m/'இச்சிங்'ப்பாம் / a strong desire to earn money by hook or crook, எப்படியும் பொருள் ஈட்ட வேண்டு மென்ற பேரார்வம்.

it'd/itd/இட்'ட்: / short form of 'it would', or 'it had', 'it would' *(அ)* 'it had' என்பதன் சுருக்கம்.

i-tem/'aitəm/*(n)*:'அய்ட்டம் / a single thing in a list, பட்டியலில் உள்ள ஓர் உருப்படி, வகை, இனம்; a particular news, பத்திரிகைச் செய்திக் குறிப்பு.

i-tem-ize/'aitəmaiz/*(v.t)*:,அய்ட்டஅ'மய்ஸ்: / to set out all the details of each item in a list, ஒரு பட்டியலில் உள்ள ஒவ்வோர் உருப்படியின் முழு விவரத்தையும் கொடு.

i-tin-e-rant/i'tinərənt/*(adj)*:இ'ட்டினஅரஅன்ட் *(அய்)* / travelling habitually from place to place for some purpose, அலைந்து திரிகிற.

i-tin-e-ra-ry/ai'tinərəri/*(n)*: அய்'ட்டினஅரஅரி / a plan for a journey, பயணத்திட்டம்; a guide book of travel, பயண வழிகாட்டி; a guide book for travellers, பயணிகள் வழிகாட்டி நூல்.

its/its/*(possessive pron & adj)*:இட்ஸ் / belonging to it, அதனுடைய.

it-self/it'self/*(pron)*:இட்'ஸெல்ஃப் / without help from others, its own accord, உதவி இல்லாமல் தானாகவே, அதுவாகவே.

I've/aiv/:அய்வ் / short for 'I have', 'I have' என்பதன் சுருக்கம்.

i-vo-ry/'aivəri/*(n)*:'அய்வஅரி / the hard white substance that forms the trunk of an elephant, யானைத் தந்தம்; creamy white, நல்ல வெண்மை நிறம். **ivory-tower**/'aivəritəuə*/*(n)*:'அய்வஅரிட்டஉஅ* / a place where one can live avoiding practical difficulties of world life, உலக விவகாரம், வாழ்க்கைத் துன்பங்களிலிருந்து விலகி இருக்கக்கூடிய இடம்; an attitude of solitude, தனியாக இருக்கும் மனப்பான்மை.

i-vy/'aivi/*(n)*:'அய்வி / a climbing plant having three or five pointed shiny leaves and small yellowish flowers, பளபளப்பான மூன்று அல்லது ஐந்து கூர்நுனி கொண்ட இலைகளும், மஞ்சள் நிறப் பூவும் கொண்ட ஒருவகைக் கொடித் தாவரம்.

J/dʒei/:ஜெய் / the tenth letter of the English alphabet, ஆங்கில நெடுங்கணக்கில் பத்தாவது எழுத்து; a consonant, மெய்யெழுத்து

jab/dʒæb/*(v.t)*:ஜæப்: / **jabbed, jabbing**: to push, தள்ளு. • *She* **jabbed** *her fork into the bread.* to strike from short distance, அருகிலிருந்து அடி. **jab***(n)*: a sudden push, திடீரெனத் தள்ளுதல்.

jab-ber/'dʒæbə*/*(v.t)*:'ஜæப:ə* / to speak unclearly, தெளிவில்லாமல் பேசு; chatter, உளறு. • *She* **jabbered** *out an apology unwillingly.* **jabber***(n)*.

jack/dʒæk/*(n)*:ஜæக் / an apparatus for lifting heavy weights, பளுதூக்கி; an Indian tree, பலாமரம்; a playing card with a picture of King and Queen, சீட்டு ஆட்டத்தில் வரும் ஜாக்கி; the small white ball at which the players aim in the game of Bowls, 'பௌல்ஸ்' விளையாட்டில் குறியாக வைக்கப்படும் சிறிய வெண்மை நிறப் பந்து; a common name for a sailor, மாலுமி. **jack***(v.t)*: to lift using a jack, பளு தூக்கியைப் பயன்படுத்தித் தூக்கு; to give up, விட்டுவிடு; raise prices, விலையை உயர்த்து. • *The cost of white Maruthi car has been* **jacked** *up.* **jack of all trades***(n)*: (used also in capital letters), a man who can do many things, though not perfectly, எல்லா வேலைகளையும் செய்யக்கூடிய ஒருவர் என்றாலும் குறையில்லாமல் முழுமையாகத் திறம்படச், செய்வார் என்பதற்கில்லை.

jack-al/'dʒækɔ:l/*(n)*:'ஜæக்கɔ:ல் / an Asian and African wild animal of the dog family, நரி, குள்ளநரி வகை. **jackal***(n)*: a kind of wild dog of the genus *canis*, ஒருவகைக் காட்டு நாய்; one who does menial work for others, கூலி.

jackanapes/'dʒækəneips/*(n)*: 'ஜæக்கəநெய்ப்ஸ் / a monkey, an ape, an impertinent person, குரங்கு, வாலில்லாக் குரங்கு, முரட்டுத்தனமான (அ) துடுக்கானவன்.

jack-ass/'dʒækæs/*(n)*:'ஜæக்கæஸ் / a male ass, ஆண் கழுதை; a fool, முட்டாள்.

jack-boot/'dʒækbu:t/*(n)*:'ஜæக்ஃபூட் / a kind of large boot reaching up on the knee, முழங்காலுக்குமேல் வரும் புதை மிதியடி.

jack-daw/'dʒækdɔ:/*(n)*:'ஜæக்டɔ: / a kind of bird of crow family, ஒருவகைச் சிறிய காகம்.

jack-et/'dʒækit/*(n)*: 'ஜæக்கிட் / a short coat with sleeves, கைகளுள்ள மேலங்கி; an outer (paper) cover for a book, புத்தக அட்டை; an outer cover for machines, containers, etc., வெளியுறை.

jack-in-the-fox/'dʒækinðəfɔks/*(n)*: 'ஜæக்கின்தəபாக்ஸ் / a figure, a toy which jumps out of a box when the box is opened; பெட்டியைத் திறந்தவுடன் குதித்தெழும் பொம்மை.

jack-knife/'dʒæknaif/*(n)*:'ஜæக்னய்ஃப் / a small knife with a big handle, which can be kept in a bag; பையில் வைக்கக்கூடிய பெரிய கைப்பிடிக் கத்தி.

jack, pudding/ˌdʒæk'pudiɲ/*(n)*: ˌஜæக்'புஃட்டிங் / a baffoon, clown, கோமாளி, விதூஷகன்.

jade/dʒeid/*(n)*:ஜெய்ட்: / a dark green precious stone, விலை மதிப்புள்ள கரும்பச்சை நிறக் கல்; milky green colour, வெளிர்பச்சை நிறம்; a worn-out tired horse, களைத்த குதிரை; a rude, mean woman, இழிகுணமுள்ள பெண். **jaded***(adj)*: very tired, மிகவும் களைத்த; not interested, சற்றும் அக்கறையில்லாத.

jag/dʒæg/*(n)*:ஜæக்: / a short period when one is under the effect of drinking alcohol, குடிபோதையில் இருக்கும் நேரம்.

jag-ged/'dʒægid/*(adj)*:ஜæகிட்: / having an edge with rough, sharp points, கரடு முரடான, கூரிய முனைகளைக் கொண்ட. **jaggedly***(adv)*.

jag-ger-y/'dʒægəri/*(n)*:ஜ்ஜேக:ஏரி / a dark brownish sugar, வெல்லம்.

jag-uar/'dʒægjuə*/ *(n)*:'ஜ்ஜேக்:யுஏ* / a wild cat of America, ஒருவகைச் சிறுத்தைப் புலி.

jail/dʒeil/ *(n)*:ஜெய்ல் / [also **gaol**]: prison, சிறை. **jail***(v.t)*: to put in jail, சிறையிலடை.

Jain/dʒain/*(n)*/:ஜெய்ன் / a follower of the religion preached by Mahavira, ஜைன மதத்தினர்.

ja-lop-y/dʒə'lɔpi/*(n)*:'ஜ்ஜேலஏப்பி / an old motor car, பழைய மோட்டார் வண்டி.

jam/dʒæm/*(n)*:ஜ்ஜேம் / a sweet preparation of fruits preserved in sugar, பழக்கூழ், பழங்களுடன் சர்க்கரை கலந்து செய்யப்பட்ட ஒருவகைக் கூழ். **jam***(v.t)*: to pack tightly or crush, அடை (அ) நெருக்கு; to fill with a large number of people in a small space, பல மக்களைச் சிறிய இடம் (அ) வண்டி ஒன்றில் நெருக்கமாக அடை; to make many telephone calls at the same time, thus making the system not effective, ஒரே சமயத்தில் பல தொலைபேசி அழைப்பு களைச் சுழற்றி, ஒழுங்காகக் கேட்கப்படாமல் செய்; to broadcast in the same wavelength of some other system and thus make the broadcast not clearly audible, வேண்டு மென்று அதே அலை வரிசையில் குறுக்கீடு ஒலிபரப்பு செய்து, அந்த ஒலிபரப்பைக் கேட்க முடியாமல் செய்.

jam-bo-ree/ˌdʒæmbə'ri:/*(n)*:ˌஜ்ஜேம்ப:ஏரீ / a big merry-making party, கேளிக்கையும், கொண்டாட்டமும் கலந்த கூட்டம்; a large gathering of scouts or guides, சாரணச் சிறுவர் (அ) சிறுமிகளின் கூட்டம்.

jam-packed/'dʒæmpækt/*(adj)*: 'ஜ்ஜேம்ப்பஜேக்ட் / heavily crowded, மக்கள் நெருக்கமுள்ள.

jan-gle/'dʒæŋgl/*(v.t-v.i)*:'ஜ்ஜேங்க்:ல் / to make a sharp metallic sound, துல்லியமாக உலோக ஒலியெழுப்பு; to annoy by making discordant sound, கடும் ஒசையெழுப்பி எரிச்சலூட்டு; to get excited, கொந்தளிப்பு அடை. • *The angry housewife* **jangled** *the pots and pans.* to argue angrily, கோபம் கொண்டு விவாதம் செய். **jangle***(n)*: a harsh discordant sound, கடூரமான ஒலி.

jan-i-tor/'dʒænitə*/*(n)*:'ஜ்ஜேனிட்டஏ* / the main door guard, முக்கிய வாயில் காப்போன்.

Jan-u-a-ry/'dʒænjuəri/*(n)*:'ஜ்ஜேன்யுஏரி / the first month of the year containing 31 days, வருடத்தின் முதல் மாதம் 31 நாட்கள் கொண்டது.

Janus/'dʒeinəs/*(n)*:'ஜெய்னஏஸ் / Italian God, with two faces, one on the front and one on the back of the head, தலையின் முன்புறம் ஒருமுகமும் பின்புறம் ஒன்றுமாக இருமுகமுடைய இத்தாலியக் கடவுள்.

Jap/dʒæp/*(adj)*/*(n)*:ஜ்ஜேப் / Japanese, ஜப்பானியர்.

Jap-a-nese/ˌdʒæpə'ni:z/*(n)*:ˌஜ்ஜேப்பஏ'னீஸ் / a person belonging to Japan, ஜப்பான் நாட்டவர்; the language of Japan, ஜப்பான் நாட்டு மொழி.

jape/dʒeip/*(n)*:ஜெய்ப் / a trick made playfully, விளையாட்டுத்தனமாகச் செய்யப்படும் தந்திரம்.

jar/dʒa:*/*(n)*:ஜா* / a short necked, wide mouthed vessel, ஜாடி, பாத்திரம்; a shock, அதிர்ச்சி. **jar***(v.t-v.i)*: to sound discordantly, பொருத்தமில்லாத ஒலியெழுப்பு. • *This kind of instrumental music* **jars** *my ears.* to have an unpleasant effect on nerves, feelings, thinking, etc., மனம், உணர்ச்சி, நினைவு முதலியவற்றிற்கு அதிர்ச்சியுண்டாக்கு. • *The accident* **jarred** *every bone in her body.* to conflict, முரண்படு; to disagree, கருத்து வேறுபாடு கொள்.

jar-gon/'dʒa:gən/*(n)*:'ஜாக:ஏன் / the language, peculiar to a particular profession, business or a group, ஒரு குறிப்பிட்ட தொழில், வியாபாரம் (அ) கூட்டம் இவற்றிற்கு மட்டுமே புரியக்கூடிய மொழி, பிறருக்குப் புரியாத மொழி; a language that is not understood, புரியாத மொழி.

jas-mine/'dʒæsmin/*(n)*:'ஜ்ஜேஸ்மின் / a climbing plant with sweet-smelling white or yellow flowers, மல்லிகைச் செடி, கொடி.

jas-per/'dʒæspə*/*(n)*:'ஜ்ஜேஸ்ப்பஏ* / a kind of highly coloured variety of quartz often used for decorative carvings, அழகிய வேலைப்பாடுகளுக்குப் பயன்படும் ஒருவகைப் பச்சைக் கல், சூரியகாந்தம்.

jaun-dice/'dʒɔ:ndis/*(n)*:'ஜாஂ:ன்டி:ஸ் / a disease caused by the disorder of the liver, a condition in which the skin, the white part of the eyes, etc., become yellow, மஞ்சள் காமாலை. **jaun-diced**/'dʒɔ:ndist/ *(adj)*:'ஜாஂ:ன்டி:ஸ்ட் / affected by jaundice, மஞ்சள் காமாலையால் பாதிக்கப்பட்ட; exhibiting prejudices especially in judging men and matters because of some disappointments in dealing with people, விரோத மனப்பான்மை உடைய, பொறாமை காரணமாக, மக்களிடையே பழகும்பொழுது, தவறான மனப்பாங்குடன் நோக்குகின்ற. • *He always hates rich people as he is* **jaundiced** *by their affluence.*

jaunt/dʒɔ:nt/*(n)*:ஜாஂ:ன்ட் / a short journey for pleasure, உல்லாசப் பயணம்.

jaun-ty/'dʒɔ:nti/*(adj)*:'ஜாஂ:ன்ட்டி / feeling cheerful, மகிழ்ச்சியுடன் உள்ள; full of confidence, பெரு நம்பிக்கையுடன் உள்ள; pleased with life, வாழ்க்கை வளமுடன் இருப்பதாக எண்ணமுள்ள. • *The* **jaunty** *step of a man indicates his light heart.*

jav-e-lin/'dʒævlin/*(n)*:'ஜாவ்லின் **(வ)** / a light spear thrown in a competitive sport, விளையாட்டுப் போட்டிகளில் பயன்படும் இலேசான ஈட்டி.

jaw/dʒɔ:/*(n)*:ஜாஂ: / either of two bones forming the framework of the mouth, தாடை எலும்பு. • *A square* **jaw** *indicates strong and resolute mind.* **jaw***(v.t-v.i)*: to talk, பேசு; to gossip, வம்பு பேசு.

jay/dʒei/*(n)*:ஜெய் / a bright coloured bird of the crow family, காக்கை இனத்தைச் சார்ந்த ஒரு பறவை.

jay-walk/dʒeiwɔ:k/*(v.i)*:ஜெய்உஂக் / to cross a street carelessly at wrong points against traffic rules, சாலை விதிகளை மீறி விருப்பப்படி நட. **jaywalker***(n)*.

jazz/dʒæz/*(n)*:ஜாஸ்: / music with strong beat and free playing by American musicians, கறுப்பு அமெரிக்கர்கள் இசையுடன் பாடி, நாட்டியம் ஆடி, மகிழ்வுடன் இருத்தல், கறுப்பு அமெரிக்கர்களின் இசை நாட்டியம்.

jeal-ous/'dʒeləs/*(adj)*:'ஜெலஂஸ் / resentful of others' success, advantages, etc., பிறர் வெற்றி கண்டு பொறாமை கொள்ளுகின்ற; solicitous or vigilant in keeping something, தன் பொருளில் அக்கறையும், கவனமும் உள்ள; envious, பொறாமையுள்ள. • *To be* **jealous** *is a step forward towards success.* **jeal-ous-y**/'dʒeləsi/*(n)*:'ஜெலஂஸி / jealous feeling, பொறாமையுணர்ச்சி. **jealously***(adv)*.

jeans/dʒi:nz/*(n)*:ஜீன்ஸ்: / rough cotton trousers, பருத்தியால் ஆன முரட்டுக் கால்சட்டை.

jeep/dʒi:p/*(n)*:ஜீப் / a small car used for travelling over rough road, கரடு முரடான சாலைக்கு ஏற்ற சிறிய ஊர்தி.

jeer/dʒiə*/*(v.t-v.i)*:ஜியஂ* / to scoff or to shout disrespectfully, ஏளனம் செய், கேலி செய். • *Even when you can do better, don't* **jeer** *at others.* **jeer***(n)*: taunt, இகழ்ச்சி; mocking, கேலி.

Je-ho-vah/dʒi'həuvə/*(n)*:ஜி'ஹஂஉவஂ **(ஜெ')** / the name given to God, the Hebrew name, யூதர்களின் மொழியில் கடவுளின் பெயர்.

je-june/dʒi'dʒu:n/*(adj)*:ஜி'ஜூன் / dull, மந்தமாக உள்ள; uninteresting, ஆர்வ மில்லாத; childish, குழந்தைத்தனமான; lacking in nutritional value, சத்துக் குறைவான.

jel-ly/'dʒeli/*(n, sing)*:'ஜெலி / **jellies***(n, pl)*: the fruit juice boiled with sugar, பழச்சாற்றிலான பாகு, பழக்கூழ் பாகு.

jem-my/'dʒemi/*(n)*:'ஜெமி / an iron bar used by thieves to break open the locked door, சிறிய கடப்பாரை, கன்னக்கோல்.

jen-net/'dʒenit/*(n)*:'ஜெனிட் / a small Spanish horse, ஸ்பெயின் நாட்டுச் சிறு குதிரை.

jen-ny/'dʒeni/*(n, sing)*:'ஜெனி / **jennies** *(n,pl)*: the female of certain animals, பெண்ணின விலங்கு; a female bird, ஒரு பெண் பறவை; a machine for spinning thread, நூல் நூற்புக் கதிர் பொறி.

jeop-ar-di-ze/'dʒepədaiz/*(v.t)*: 'ஜெப்பஂடாய்ஸ்: / [also **jeopardise**], **jeopardized, jeopardizing**: to put in jeopardy, ஆபத்தில் சிக்க வை. • *He drives his car very fast, that will* **jeopardise** *his life any time.* **jeopardy***(n)*: danger, ஆபத்து.

jer-e-mi-ad/ˌdʒeri'maiəd/*(n)*:ˌஜெரி'மயஂட்: / a long lamentation, ஓயாத புலம்பல்; a mournful complaint, வருத்தம் தோய்ந்த மனக் குமுறல்.

jer-bo-a/dʒɜ:ˈbəuə/*(n)*:ஜə:ˈப:əஉə / a mouse-like rodent of North Africa and

Asia, வட ஆப்பிரிக்கா, ஆசியா ஆகிய கண்டங்களில் வாழும் எலி போன்ற விலங்கு.

jerk/dʒɜ:k/*(v.t)*:ஜə:க் / to pull suddenly, திடீரென இழு, வெட்டி இழு. • *He* **jerked** *his son by his shirt.* to move suddenly, திடீரென நகர். • *The car* **jerked** *as it ran down the steep road.* to throw suddenly, திடீரென உதறி எறி. **jerk***(n)*: a sudden start, திடீரெனக் கிளப்புதல்; a foolish person of no consequence, முட்டாள்; a sudden hoist, உதறல்.

jer-kin/ˈdʒɜ:kin/*(n)*:ˈஜə:க்கின் / a close fitting jacket, இறுக்கமான குறுஞ்சட்டை.

jer-sey/ˈdʒɜ:zi/*(n)*:ˈஜə:ஸி: / a close fitting knitted garment made of woollen fabric for the upper part of the body, கம்பளிச் சட்டை.

jest/dʒest/*(v.t)*:ஜெஸ்ட் / to speak in a playful way, விளையாட்டாகப் பேசு; to joke, கேலி செய்; to make fun of, வேடிக்கையாகப் பேசு. • *She always speaks half in* **jest** *and half in earnest.* • *Please, don't* **jest** *with her: it will provoke her. She made the remark by way of* **jest***: It is no offence.* **jestingly** *(adv)*, **jest***(n)*. **jes-ter**/dʒestə*/*(n)*: ˈஜெஸ்ட்டə* / a person who is given to jokes, pranks, etc., விகடன், விகடகவி; a professional fool kept by a ruler in olden times to amuse him, அரசாங்க விகடகவி.

jesuit/ˈdʒezjuit/*(n)*:ˈஜெஸ்:யுயிட் / A member of the Society of Jesus, founded by Ignatius Loyola in 1534; 1534-இல் இக்னேஷியஸ் லயோலா என்பவர் தொடங்கிய இயேசுநாதர் சங்கத்தைச் சேர்ந்தவர்.

Je-sus/ˈdʒi:zəs/*(n)*:ஜீஸ:əஸ் / Christ, the Founder of the Christian religion, இயேசு, கிறித்தவ மதத்தைத் தோற்றுவித்தவர். **Jesus***(int)*: a strong expression of surprise, anger, dismay, etc. ஆச்சரியம், கோபம், ஏமாற்றம் முதலியவற்றை வெளிப் படுத்தப் பயன்படும் ஆச்சரியக்குறிச் சொல்.

jet/dʒet/*(n)*:ஜெட் / an aircraft with a jet engine, ஜெட் என்ஜின் பொருத்தப்பட்ட விமானம். • *Travelling by a* **jet** *aircraft is a pleasure.* a fast narrow stream of liquid, gas, small particles, etc., forcefully coming out of nozzle orifice, etc., நீர், திரவம், வாயு, சிறு துகள்கள் முதலியவை, குழாயிலுள்ள மூக்கு சிறு துளை வழியாகப் பீறிட்டுப் பாய்தல்; a nozzle for emitting liquid, gas, etc., திரவம், வாயு முதலியவற்றை பீறிட்டுப் பாய்ச்சப் பயன்படும் மூக்குக் குழாய். **jet***(v.t)*: **jetted, jetting**: to spout, தாரையாகப் பீச்சு; to travel by jet plane, ஜெட் விமானம் மூலம் பயணம் செய். **jet***(n)*: a compact, hard, black material (a form of coal) used for making polished decorative materials, கருநிறக் கல், திட்டிக் கல், ஒருவகைக் கருப்புக் கல். **jet-black**/ˌdʒetˈblæk/*(adj)*: ˈஜெட்ˈப்:லæக் / very black, மிகக் கருப்பாக உள்ள. black as jet; பளபளப்பான கரு நிறமுடைய.

jet-sam/ˈdʒetsəm/*(n)*:ˈஜெட்ஸəம் / goods thrown from a ship to lighten it in an emergency, நெருக்கடி வேளையில், கப்பலின் பளுவைக் குறைக்க, எறியப்படும் சரக்கு.

jet-ti-son/ˈdʒetisn/*(v.t)*/ˈஜெட்டிஸ்ன் / to throw away goods from a vessel to lighten in an emergency, ஆபத்து வேளையில், கப்பலின் பளுவைக் குறைக்க சரக்குகளைக் கடலில் எறி; to throw off an obstacle or burden, தடை (அ) பளுவைத் தூக்கி எறி, தடையகற்று.

jet-ty/ˈdʒeti*(n)*:ˈஜெட்டி / a platform built projecting into the water, தோணித் துறை; a pier, துறைமுகத்தில் சரக்கு இறக்குமிடம்.

Jew/dʒu:/*(n)*:ஜூ / a person whose religion is Judaism, யூத மதத்தைச் சார்ந்தவர். a subject of the ancient kingdom of Israel, பண்டைக்காலத்து இஸ்ரேல் நாட்டுக் குடிமகன்; a Hebrew, யூதர். **Jewish***(adj)*.

jew-el/ˈdʒu:əl/*(n)*:ˈஜூəல் / a gem, இரத்தினக் கல்; a polished precious stone, விலையுயர்ந்த மணி, இரத்தினம்; an ornament, நகை; a person held in high esteem, உயர்ந்த மதிப்பில் உள்ள மனிதர். **jeweller***(n)*: a maker of jewels, நகை செய்பவர்; a person who sells jewels, நகை வியாபாரி. **jew-el-lery**/ˈdʒu:əlri/*(n)*: ˈஜூəல்ரி / ornaments like ring, necklace, etc., மோதிரம், அட்டிகை போன்ற அணி வகைகள்; a shop of jewels, நகைக்கடை. **jewelled**(*adj*): decorated with jewels, நகைகளால் அழகுபடுத்தப்பட்டுள்ள.

jew's-harp/ˌdʒu:z'ha:p/(*n*):'ஜூஸ்'ஹாப் / a small simple musical instrument containing a metal tongue which is plucked while the frame is held in teeth, 'மோர்ஸிங்' போன்ற இசைக்கருவிகள்.

jib/dʒib/(*n*):ஜிப்: / the projecting arm of a crane, பளு தூக்கியின் நீள் பகுதி. a small sail, கப்பலின் சிறு பாய். **jib**(*v.i*): to block at doing something, ஒரு வேலையைச் செய்யாமல் தடு; procrastinate, காலம் தாழ்த்து, ஒத்திப்போடு.

jif-fy/'dʒifi/(*n*):'ஜிஃபி / (informal) a very short time, பேச்சு வழக்கில் ஒரு நொடிப் பொழுது.

J

jig/dʒig/(*n*):ஜிக்: / a rapid merry dance, துடிப்பான, மகிழ்ச்சியான நாட்டியம். **jig**(*v.t-v.i*): **jigged, jigging**: to dance a jig, துடிப்பான நாட்டியம் ஆடு; to move up and down with quick movements, மேலும் கீழும் துடிப்புடன் நகரச் செய்.

jig-saw/'dʒigsɔ:/(*n*):'ஜிக்ஸா: / a small saw for cutting, சிறு கை வாள். **jig-saw puzzle**: a set of irregularly coloured pieces, which when fitted together form a picture, வெட்டப்பட்டு, தனித்தனியாக இருக்கும் வண்ணத்துண்டுகளை ஒன்றாக இணைத்து முழுமையான படத்தைப் பெறும் ஒரு விளையாட்டு.

ji-had/dʒi'ha:d/(*n*):'ஜிஹாட்: / a holy war undertaken as a religious duty by Muslims, தங்கள் மதத்தைக் காக்கும் பொருட்டு முகம்மதியர்கள் மேற்கொண்ட புனிதப் போர்.

jilt/dʒilt/(*v.t*):ஜில்ட் / to reject a lover after giving him hope and encouragement, காதலனை நம்பிக்கை மோசம் செய்து, அவனைக் கைவிடு. **jilt**(*n*): a woman who **jilts** a lover, காதலனைக் கைவிடும் பெண்.

jin-gle/'dʒiŋgl/(*v.i*):ஜிங்க்:ல் / **jingled, jingling**: to make tinkling sounds, உலோக ஒலியைப் போல் கணகணவென ஒலியெழுப்பு. **jingle**(*v.t*): to cause jingle, மணியோசை எழுப்பு. • *Her gold bangles* **jingled** *as she walked swiftly*. **jingle**(*n*): a tinkling sound, கணீரென்ற ஒலி.

jin-go-is-m/'dʒiŋgəuizəm/(*n*): 'ஜிங்கஉயிஸ்:ஒம் / a belief that one's country is better than other countries, தன் நாடு மற்ற நாடுகளை விட உயர்ந்தது என்ற எண்ணம்; fighting spirit, போர் வெறி. **jingoist**(*n*), **jingoistic**(*adj*).

jinriksha/ˌdʒin'rikʃə/(*n*):ˌஜின்'ரிக்ஷெ / a round two-wheeled carriage drawn by a man, ரிக்ஷா.

jit-ters/'dʒitez/(*n*):'ஜிட்டஸ்: / anxiety, கவலை; a sense of nervousness, அச்ச உணர்வு. • *The angry look in her eyes has thrown me in* **jitters**.

job/dʒɔb/(*n*):ஜாப்: / a piece of work, ஒரு வேலை. • *Have you done the* **job**? a hard work that has to be done, செய்யப்பட வேண்டிய கடினமான வேலை; an affair, duty, ஒரு விவகாரம், ஒரு கடமை; an operation (informal) (plastic surgery), செயற்கைத் தசைமாற்று முறை. **on the job**: at work, வேலையைச் செய்து கொண்டு. • *I am* **on the job** *now.* **Job**(*n*): the hero of the book of **Job**; he was patient in spite of many misfortunes. Job, என்பவர், பைபிள் நூலில் வரும் ஒரு செயல் வீரர், பொறுமைக்கும், எந்த துயரத்தையும் தாங்குவதற்கும் பெயர் பெற்றவர். • *Every man needs the patience of* **Job** *to live the life on the earth.*

job-ber/dʒɔbə*/(*n*):'ஜாப:ஒ:* / a wholesale merchant, மொத்த வியாபாரி; a piece worker, சில்லறை வேலை செய்பவர்.

jock-ey/'dʒɔki/(*n*):'ஜாக்கி / a person whose profession is to ride race horses, பந்தயக் குதிரைகள் ஓட்டுவதைத் தொழிலாகக் கொண்டவர். **jockey**(*v.t*): to ride a horse as a jockey, பந்தயக் குதிரை ஓட்டியாகச் செயல்படு; to manipulate with skill and persuasion, மதிநுட்பம் கொண்டு, எந்தச் சூழ்நிலையையும், தனக்குச் சாதகமாகப் பயன்படுத்திக்கொள். • *Mohan* **jockeyed** *himself into the office of the ministership.* **jockey for a position**: try to gain advantageous position by manipulation, ஒரு பதவியை அடைய தந்திரமாகச் செயல்படு.

joc-u-lar/'dʒɔkjulə*/(*adj*):'ஜாக்யுலஒ* / given to joking and jesting, விளையாட்டும், நகைச்சுவையும், வேடிக்கையும் கொண்ட. • *A* **jocular** *person need not be a foolish person.* **jocularly**(*adv*), **jocularity**(*n*).

joc-und/ˈdʒɔkənd/*(adj)*:ˈஜாக்கஎண்ட்: *(ஜஉ-)* / gay, cheerful, *உல்லாசம் நிறைந்த, மகிழ்ச்சி நிறைந்த.* • *The poet felt cheerful in the* **jocund** *company of daffodils.*

jog/dʒɔg/*(v.t)*:*ஜாக்:* / to move with a jerk, குலுங்கலுடன் நகர்ந்து செல்; to push slightly to draw the attention of, கவனத்தை ஈர்க்க ஒருவரை சற்றுத் தள்ளு; to walk slowly and steadily, மெதுவாகவும், உறுதியாகவும் நட. • *Many people go* **jogging** *in the beach early morning.* **jog***(n)*: a shake, ஓர் உதறல்; a slight push, ஒரு சிறு தள்ளல்; a nudge, மெதுவாகத் தன்பக்கம் இழுத்தல்.

jog-gle/ˈdʒɔgl/*(v.t-v.i)*:ஜாக்:ல் / to shake often, அடிக்கடி குலுக்கு. **joggle***(n)*.

jog-trot/ˈdʒɔgtrɔt/*(n)*:ˈஜாக்ட்ராட் / a slow long trot, a slow routine; குறைந்த வேகமுடைய சீரான நடை, (சிறு ஓட்டம்) ஒரே விதமான மெதுவாக நடக்கும் தினசரி வாழ்க்கை முறை.

join/dʒɔin/*(v.t)*:ஜாய்ன் / to bring together, ஒன்று சேர்; to unite, இணை; to become a member of, அங்கத்தினராகச் சேர்; to take part, பங்கு கொள்; to join battle, போர்ப் படையில் சேர்; to join hands, சேர்ந்து பிடித்துக்கொள், கூட்டுச் சேர். • *Many men and women* **joined** *hands to pull the temple car.* **join***(n)*: a place of joining, இணையுமிடம்; a line of joining, இணையும் கோடு. **join-er**/dʒɔinə*/*(n)*:ஜாய்னஅ* / one who makes wooden articles, மரச் சாமான்கள் செய்பவர்; a coordinator, இணை அமைப்பாளர்; carpenter, தச்சர்.

joint/dʒɔint/*(n)*:ஜாய்ன்ட் / connecting point of two bones, எலும்பு மூட்டு. • *The old man had an artificial hand* **joint** *fitted.* juncture, இணைப்பு; a large piece of meat, பெரிய மாமிசத் துண்டு; a place of entertainment, கேளிக்கை விடுதி. **joint***(adj)*: shared by two or more, இருவர் (அ) அதற்கு மேற்பட்டவர்கள் பங்கு கொண்டுள்ள. • *It is a* **joint** *stock company.* commonly held, பொதுவாகக் கூட்டு சேர்ந்துள்ள. **joint***(v.t)*: to unite by a joint, ஓர் இணைப்பினால் ஒன்று சேர்; to fit together, ஒன்றாக இணை. **jointly** *(adv)*: • *The crime has been done* **jointly** *by the couple.* **jointed***(adj)*: having joints, இணைப்புகள் உள்ள.

Joint Stock Company/ˈdʒɔintstɔk ˈkʌmpəni/*(n)*: ஜாய்ன்ட் ஸ்டாக் கம்பெனி / The capital of a company held jointly by two or more people by shares, இருவர் (அ) அதற்கு மேற்பட்டவர்கள் ஒரு நிறுவனத்தில் கூட்டாகக் கொண்டுள்ள பங்கு மூலதனம்.

joist/dʒɔist/*(n)*:ஜாய்ஸ்ட் / a parallel beam of timber, steel, etc., for supporting ceilings, floors, etc., உத்தரம், தராய், விட்டம்.

joke/dʒəuk/*(n)*:ஜஉக் / something said or done that is amusing or ridiculous, ஏளனமாகப் பேசுவது (அ) செய்வது; a trifling matter, அற்பமானது. • *It was no* **joke** *cooking food for a family.* something foolish, முட்டாள்தனமானது. **joke***(v.i)*: to speak in playful way, விளையாட்டாகப் பேசு; to speak without seriousness, வீணாகப் பேசு. • *Please do not* **joke** *with me, I mean business.* **jokingly***(adv)*. **jo-ker**/dʒəukə*/*(n)*: ஜஉக்கஅ* / one who jokes, கேலி செய்பவர்; an additional playing card used in some games as a card of no value or of highest value, சீட்டாட்டத்தில் ஜோக்கர்.

jollity/ˈdʒɔləti/*(adj)*:ˈஜாலிஅட்டி / quality of being cheerful, merriment, gaiety; சந்தோஷமாக இருத்தல், மகிழ்ச்சி, கொண்டாட்டம், delight, இன்பம்.

jotting/ˈdʒɔtiŋ/*(n)*:ˈஜாட்டிங் / a memorandum, குறிப்பு எடுத்து வைத்தல்.

jol-ly/ˈdʒɔli/*(adj)*:ஜாலி / happy, மகிழ்ச்சியாக உள்ள; pleasant, உல்லாசம் நிறைந்த; festive, கொண்டாட்டமான. **jolly***(adv)*: extremely, மிக அதிகமான; very, அதிகமான. **jolly***(v.t)*: to act agreeably to, ஒத்த உள்ளத்துடன் நடந்து கொள்; to persuade gently, மெதுவாக, உகந்த வழியில், இணங்கச் செய்.

jolt/dʒəult/*(v.t-v.i)*:ஜஉல்ட் / to shake up roughly and forcefully, குலுக்கு, தூக்கிப்போடு. • *The earthquake* **jolted** *us all.* to knock so as to dislodge, தள்ளுவதற்கு உதைத்து எறி. **jolt***(n)*: a sudden shake, திடீரென ஏற்படுத்தும் குலுக்கல்; an emotional shock, மன அதிர்ச்சி.

jon-quil/ˈdʒɔŋkwil/ *(n)*: ˈஜான்க்உயில் / a flowering plant having long leaves and fragrant flowers, நீண்ட

இலைகளையும், மணமுள்ள மலர்களையும் கொண்ட ஒருவகைப் பூச்செடி (தாழை வகை).

jos-tle/'dʒɔsl/(*v.t-v.i*):'ஜாஸ்ல் / **jostled, jostling**: to elbow roughly, முழங்கையினால் தள்ளு; to force by pushing, வேகமாகத் தள்ளு; to knock against, முட்டி மோது. • *The crowd* **jostled** *the players while getting autograph from them.* • *There are four families in the small house* **jostling** *each other.*

jot/dʒɔt/(*n*):ஜாட் / a very small particle, a small amount, a point, புள்ளி; the least part, மிகச் சிறிதளவு. • *There is not a* **jot** *of truth in what the Government says.* • *I care a* **jot** *for it.* **jot**(*v.t*), **jotted, jotting**: to write quickly, வேகமாக எழுது; to mark down quickly, வேகமாகக் குறிப்பிடு. • **jot** *down what I say.* note down, குறிப்பு எடு. • *She* **jotted** *down the news as it was broadcasted.* **jot-ter**/'dʒɔtə*/(*n*):'ஜாட்டə* / one who jots down, குறிப்பு எடுப்பவர்; a small notebook, குறிப்பேடு.

joule/dʒu:l/(*n*):ஜூல் / a measure of energy or work, சக்தி (அ) வேலையின் அடிப்படை அலகு.

jour-nal/'dʒɜ:nl/(*n*):'ஜə:ன்ல் / a daily record of events, நாள் குறிப்பேடு, நாள்தோறும் நிகழும் நிகழ்ச்சிகளைக் குறிப்பிடும் ஏடு; a newspaper, செய்திப் பத்திரிகை; a book containing daily transactions, வரவு செலவு ஏடு, புத்தகம், சிட்டா. **journalistic**(*adj*).

jour-nal-ism/'dʒɜ:nəlizəm/(*n*):'ஜə:னəலிஸ:əம் / the occupation or profession of writing, for newspapers, magazines, etc., செய்திப் பத்திரிகை, மற்ற வெளியீடுகளுக்கு எழுதும் தொழில். **jour-nal-ist**/'dʒɜ:nəlist/(*n*):'ஜə:னəலிஸ்ட் / the person whose occupation is journalism, பத்திரிகைத் தொழிலில் ஈடுபட்டுள்ளவர், பத்திரிகையாளர்.

jour-ney/'dʒɜ:ni/(*n*):'ஜə:னி / travel from one place to another, பயணம்; distance travelled, பயணம் செய்த தூரம். • *It is two day's* **journey** *by rail from Chennai to Delhi.* • *A desert* **journey** *may not be comfortable.* progress from one level to another level, வாழ்வில் முன்னேற்றம். • *You can make the life's* **journey** *a success.* **journey**(*v.i*), **journeyed, journeying**: to make a journey, பயணம் செய்.

journeyman/'dʒɜ:nimən/(*n*): 'ஜə:னிமəன் / a workman who has fully learned his trade; தன் தொழிலை முற்றிலும், முழுமையாகக் கற்றுக்கொண்ட தொழிலாளி.

joust/dʒaust/(*n*): ஜஉஸ்ட் / a single combat in which two armoured knights on

horseback fight each other, குதிரை மேல் உட்கார்ந்து, இரு போர் வீரர்கள் சண்டையிடுதல், போரிடும் போட்டி. **joust**(*v.i*): (in olden times), to fight on horseback with lances, a kind of sport, போட்டியில் குதிரை மேல் அமர்ந்து ஈட்டி கொண்டு போர் செய்.

Jove/dʒəuv/(*n*):ஜəஉவ் / God Jupiter, ஜுபிடர் தெய்வம், ரோமானியரின் பெருந் தெய்வம்; the planet Jupiter, குரு கிரகம், விண்மீன்; **By Jove**: an exclamation, முன் சொன்னதை ஆமோதிப்பது போன்ற ஆச்சரியத்தின் குறி. • **By Jove!** *she is right.*

jo-vi-al/'dʒəuvjəl/(*adj*):'ஜəஉவியəல் / friendly, நேச மனப்பான்மையுள்ள. **jo-vi-al-i-ty**/ˌdʒəuvi'æləti/(*n*): ˌஜəஉவிய'ஆலிட்டி / cheerful, மிக்க மகிழ்ச்சியுள்ள; *opp*: gloomy.

jowl/dʒaul/(*n*):ஜஉல் / a jaw, especially the lower part, தாடை; the cheek, கன்னம். **jowled**(*adj*). **jowl**(*n*): the fold of flesh hanging from the jaw, கீழ்த்தாடையில் தொங்கும் தசை; the meat of the cheek of a hog, ஆண் பன்றியின் தாடை மாமிசம்; the stomach of birds, பறவைகளின் இரைப்பை; dewlap, மிருகங்களின் கழுத்தில் தொங்கும் ஆடுசதை; the wattle of fowls, பறவைகளின் கழுத்தில் தொங்கும் சதை.

joy/dʒɔi/*(n)*:ஜாய் / a sense of great happiness, பெரு மகிழ்ச்சி. • *My family is a source of great* **joy** *for me.* a source of delight, இன்பத்தைப் பயப்பது எதுவோ அது; the display of glad feelings, களிப்பு உணர்ச்சியை வெளிப்படுத்துதல். • **Joy** *is artificial: but sorrow is natural.* **joy***(v.i)*: to feel joy, மகிழ்ச்சி உணர்வு கொள்; to be glad, களிப்புடன் இரு; to be happy (because of something) ஏதோ ஒன்றினால் மகிழ்வுடன் இரு. **joy-ful**/'dʒɔiful/ *(adj)*:'ஜாய்ஃபுல் / showing joy, இன்பம் நிறைந்த. **joy-ous**/dɔiəs/*(adj)*: full of joy, மகிழ்ச்சி நிறைந்த.

joy-stick/'dʒɔi stick/*(n)*:ஜாய்ஸ்டிக் / a lever in a box which is connected to a computer to move figures on a computer screen, especially in computer games, கணினி விளையாட்டுகளில் உருவங்களை நகர்த்த கணினியுடன் இணைக்கப்பட்டுள்ள கட்டுப்பாட்டுப் பெட்டியிலுள்ள கைப்பிடி.

ju-bi-lant/'dʒu:bilənt/*(adj)*:'ஜூபிலன்ட் / showing great joy, பெருமகிழ்ச்சி உடைய; exultant, எக்களிப்பு உள்ள. **ju-bi-la-tion**/ˌdʒu:bi'leiʃn/*(n)*:ˌஜூபி'லெய்ஷன் / great joy, பெருமகிழ்ச்சி. • *The Independence Day is a great* **jubilation** *for me.* **jubilantly** *(adv).*

ju-bi-lee/'dʒu:bili:/*(n)*:'ஜூபிலீ / the celebration of any anniversary day, ஆண்டு விழா, the date of some important event, முக்கிய நிகழ்ச்சியைக் குறிக்கும் நாள்.

Ju-da-is-m/'dʒu:deiizəm/*(n)*: 'ஜூடெயிஸம் / the religion of the Jews, யூத மதம், யூதர்களின் மதம். **judaic***(adj)*.

Ju-das/'dʒu:dəs/*(n)*:'ஜூடஸ் / Judas Iscariot, the disciple who betrayed Jesus, இயேசு கிறித்துவிற்குத் துரோகம் செய்தவர், இயேசு கிறித்துவைக் காட்டிக்கொடுத்தவர்; a traitor, துரோகி.

judge/dʒʌdʒ/*(n)*:ஜஜ் / a public officer who has the authority to hear complaints and to decide them, நீதிபதி, நடுவர். • *A* **judge** *must be honest.* a person who has the necessary experience to give valuable legal opinion, சட்டப்படி கருத்து தெரிவிக்கவும், நல்ல நியாயம் வழங்கவும், சிறந்த அனுபவமுள்ள. • *Students are the best* **judges** *of their teachers.* **judge***(v.t)*: to hear a complaint and decide, ஒரு வழக்கை விசாரித்து தீர்ப்புக் கொடு. • *He* **judged** *the event correctly.* pronounce judgement, தீர்ப்பு வழங்கு. • *The performance of an artist is best* **judged** *by the public.* to pass sentence on, தண்டனை கொடு. **judge-ment**/'dʒʌdʒmənt/*(n)*:'ஜஜ்மன்ட் / an official decision given by a judge or a court of law, நீதிபதியின் தீர்ப்பு, நீதிபதியின் கருத்து.

ju-di-ca-ture/'dʒu:dikətʃə*/*(n)*: 'ஜுடிக்கச்ச* / the office, administration of justice, authority of a judge, etc., நீதிமன்றம், நடுவர் குழு, நீதித்துறை ஆட்சி முதலியவை.

ju-di-cial/dʒu:'diʃl/*(adj)*:ஜு'டிஷல் / pertaining to the administration of justice, நியாயம் வழங்குவது பற்றிய, நீதித்துறை ஆட்சி பற்றிய. **ju-di-cia-ry**/dʒu:'diʃəri/ *(n)*:ஜு'டிஷியரி / the judicial branch of the government, நீதித்துறை. **ju-di-cious**/dʒu:'diʃəs/*(adj)*:ஜு'டிஷஸ் / having ability and sense of judgement to form objective opinions, wise decisions, etc., நல்ல திறனும், முடிவு எடுக்கக்கூடிய மதி நுட்பமும், நியாயமான கருத்தும் உள்ள. • *Rajaji was noted for his* **judicious** *decisions.* **judiciously***(adv)*.

ju-do/'dʒu:dəu/*(n)*:'ஜூடௌ / a method of self-defence without the use of weapons, often practised as sport, ஒருவகைத் தற்காப்புக் கலை, ஆயுதம் ஒன்றும் இல்லாமல் நல்ல விளையாட்டு விதிகளின்படி தன்னைக் காப்பாற்றிக்கொள்ளல்.

jug/dʒʌg/*(n)*:ஜக் / a deep vessel with hand, கூஜா. **jug***(v.i)*: **jugged, jugging**: to put into a jug, சாடியில் போடு, கொட்டு, வை. to cook in liquid in a closed vessel, சாடியில் வேக வை.

jug-ger-naut/'dʒʌgənɔ:t/*(n)*:'ஜகனாட் / a great force or object that overpowers and destroys everything it meets, தான் சந்திக்கும் எல்லாவற்றையும் அழித்துவிடும் வல்லமை உடைய பெருஞ் சக்தி (அ) பெரிய பொருள்; a heavy truck, பெரும் பளுவைச் சுமந்து செல்லும் வண்டி. also called **Jagannath**: an idol of Krishna at Puri in Orissa, India. [It is said when Lord Krishna's Idol was carried in a car and drawn, devotees used to throw themselves under the wheels of the car and thus sacrificed themselves.] ஒரிஸ்ஸா மாநிலத்திலுள்ள பூரி ஆலயத்திலுள்ள தெய்வத்தின் பெயர் ஜெகன்னாத். [இச்சிலை தேரில் பவனி வரும்பொழுது, பக்தர்கள் அந்த வண்டியின் தேர்ச்சக்கரத்தில் தம்மைத் தாமே அர்ப்பணித்துக்கொண்ட தாகச் சொல்லப்படுகிறது]

jug-gle/'dʒʌgl/*(v.t-v.i)*:'ஜக்:ல் / **juggled, juggling**: to keep many objects as balls, plates, etc., in the air by tossing, throwing and catching quickly, பந்து, தட்டு போன்றவற்றை மேலே எறிந்து, பிடித்து வித்தை செய்; to practise jugglery, கண்கட்டு வித்தை செய், செப்பிடு வித்தை செய்; to deceive, ஏமாற்று. • *The accountant indulged in* **juggling** *the accounts, so he was dismissed.* to practise trickery, தந்திரம் செய். **jug-gler**/'dʒʌglə*/*(n)*:'ஜக்:லஒ* / one who practises jugglery, செப்பிடு வித்தை செய்பவர்; one who deceives, ஏமாற்றுபவர். **jug-gler-y**/'dʒʌgləri/*(n, sing)*:'ஜக்:லஒரி / **juggleries** *(n, pl)*: the art or practice of a juggler especially by moving his hands skilfully, கைகளைக்கொண்டு திறமையாக வித்தை செய்யும் தொழில்; a trickery, தந்திரம்; a deception, ஏமாற்றுதல்.

jug-u-lar/'dʒʌgjulə*/*(adj)*:ஜக்:யுலஒ* / pertaining to the throat or neck, தொண்டை (அ) கழுத்து பற்றிய.

ju-gu-lar-vein/'dʒʌgjuləvein/*(n)*: ஜக்:யுலஒவெய்ன் / either of the two large tubes, one on the side of the neck (external and internal) that takes blood from the head to the heart, தலையிலிருந்து இரத்தத்தை இதயத்திற்கு எடுத்துச்செல்லும் கழுத்தின் பக்கவாட்டு இரத்தக்குழாய்கள் இரண்டில் ஒன்று.

juice/dʒu:s/*(n)*:ஜூஸ் / the fluid part of fruits, vegetables or meat, பழரசம், காய்கறி, மாமிசம் முதலியவற்றின் சாறு; sap, சாறு; essence or vitality, உயிர்ச்சத்து, உயிர்ச்சக்தி. • *At 65, he has all the* **juice** *of life.* petrol, fuel, etc., பெட்ரோல், எரிபொருள் முதலியவை. **juice***(v.t)*: to extract juice from, சாறு பிழிந்து எடு; to give or get more power, energy, excitement, fun, etc., புதுத் தெம்பு, சக்தி, வேகம், குதூகலம் முதலியவற்றைப் பெறு. • *The director* **juiced** *up the picture by adding beautiful love and fierce battle scenes.* **juicy***(adj)*: full of juice, சாறு நிறைந்த. • *The fruit is* **juicy**. very interesting, மிகச் சுவையுள்ள, மனம் கவரும் தன்மையுள்ள. • *The old lady always gives* **juicy** *bits of gossip about her neighbours.*

ju-jit-su/dʒu:'dʒitsu:/*(n)*:ஜூ'ஜிட்ஸூ / [also **jiujitsu**]: a type of wrestling from the Far East, in which one defends oneself without the use of weapons, ஒருவகைத் தற்காப்பு மற்போர் முறை.

ju-jube/'dʒu:dʒu:b/*(n)*:'ஜூஜூப்: / edible berry-like fruit, இலந்தைப் பழம்; a small jelly-like sweet, often with throat medicine added, அடிக்கடி தொண்டை மருந்துடன் கலக்கப்படும் இனிப்புக் கூழ்ப் பண்டம்.

juke-box/'dʒu:kbɔks/*(n)*:'ஜூக்ப:ஂக்ஸ் / a music machine playing the record of one's choice, விருப்பப்படி இயங்கும் இசைக் கருவி.

July/dʒu:'lai/*(n)*:ஜு'லய் / the seventh month of the year, ஜூலை, வருடத்தின் 7வது மாதம்.

jum-ble/'dʒʌmbl/*(v.t)*:'ஜம்ப்:ல் / **jumbled, jumbling**: to mix in disorder, தாறுமாறாகக் கலக்கு. • *The books remain* **jumbled** *on my table.* to throw together confusedly, ஒழுங்கில்லாமல் சேர்த்து எறி. **jumble***(n)*: a confused state of things, குழப்பம், பொருள்களின் குழப்பமான நிலைமை; a disorderly mixture of things, பொருள்களின் ஒழுங்கற்ற நிலை; confused state of thinking, குழப்பமான சிந்தனை.

jum-bo/'dʒʌmbəu/*(n, sing)*:'ஜம்ப:ஒஉ / **jumbos***(n, pl)*: a very large person, பெரிய உடல் படைத்தவர்; a big animal, பெரிய பிராணி; a big thing, பெரிய பொருள்; larger or bigger than others of the same kind, தன் இனத்தைச் சேர்ந்ததை விடப் பெரியதான. • *A* **jumbo** *sized Dosa is available in the Golden Beach.*

jum-bo-jet/'dʒʌmbəudʒet/*(n)*: 'ஜம்ப:ஒஉ'ஜெட் / a very big passenger aircraft, மிகப் பெரிய பயணி விமானம்.

jump/dʒʌmp/*(v.i)*:ஜம்ப் / to spring, குதி. • *The monkey* **jumped** *from one branch to another.* to move suddenly, திடீரென நகர். • *The minister* **jumped** *into the discussion straightaway.* to launch an action or programme, ஒரு செயல் திட்டத்தைத் துவக்கு; to rise suddenly to a great extent and by a large amount, திடீரென விலைவாசி உயர்வு ஏற்படச் செய். • *The price of foodgrains* **jumped** *up sharply in 1990.* **on the jump**: on the move, அலைந்துகொண்டு. **jump**(*n*): the act of jumping, குதித்தல். • *Her child always keeps her on the* **jump**. a leap, துள்ளல்; clear the obstacles, தடைகளை நீக்கு. • *The competitor cleared all the* **jumps**. **jumps**(*n. pl*): obstacles, தடைகள்.

jump-er/dʒʌmpə*/(*n*):'ஜம்ப்பə* / one who or that which jumps, தாண்டும் நபர், தாண்டும் ஒன்று; a garment for the upper part of the body, பொதுவாக மகளிர் அணியும் மேற்சட்டை; a drilling instrument, துளைபோடும் கருவி, நெட்டுளி.

jump-y/'dʒʌmpi/(*adj*):'ஜம்ப்பி / very nervous, அச்சம் நிறைந்த, பயந்த குணம் உள்ள; apprehensive, ஏதோ விபரீதம் நிகழப்போகின்றது என்ற பயம், நடுக்கம் உடைய.

junction/'dʒʌŋkʃn/(*n*):'ஜங்க்ஷən் / the act of joining, சேர்த்தல்; a place or point where things join or come together, கூடுமிடம், சந்திப்பு; an intersection of highways or roads, சாலைகள் சந்தித்துப் பிரியுமிடம். a place where railroad lines meet and diverse, இரயில் சந்திப்பு; a joint, மூட்டு; a meeting place, சந்திக்குமிடம். • *The five-road* **junction** *in the town is a busy locality.*

junc-ture/'dʒʌŋktʃə*/(*n*):'ஜங்க்ச்சə* / a particular point in time or in a course of events *esp.* made critical, காலச் சக்கரத்தில் ஓர் இக்கட்டான நிலை (அ) வாழ்க்கைத் தொடர் சம்பவங்கள் (அ) நிகழ்ச்சிகளில் ஓர் இக்கட்டான நிலை. • *At this critical* **juncture** *of discussions, we must be patient and careful.*

June/dʒu:n/(*n*):ஜூன் / the sixth month of the year, வருடத்தின் 6வது மாதம்.

jun-gle/'dʒʌŋgl/(*n*):'ஜங்க்:ல் / a wild land overgrown with dense vegetation, அடர்ந்த காடு.

ju-ni-or/'dʒu:njə*/(*n*):'ஜூனியə* / younger man of the two bearing the same name, ஒரே பெயரில் உள்ள இருவரில் இளையவர்; a subordinate, கீழ்நிலையில் உள்ளவர்; a student who is not in the final year of study, இறுதி வகுப்பிற்குக் கீழ் வகுப்பிலுள்ள மாணவர். **junior**(*adj*): (someone): younger, இளைய; lower, பிந்திய, கீழ்ப்பதவியில் உள்ள. A lawyer practising under a senior lawyer is a **junior** lawyer.

ju-ni-per/'dʒu:nipə*/(*n*):'ஜூனிப்பə* / a low evergreen bush with berries,

ஒருவகைப் பழத்துடன் கூடிய பசுமையான புதர்ச் செடி; its berries, அதன் பழம்.

junk/dʒʌŋk/(*n*):ஜங்க் / old, worthless, unwanted things like rope, paper, metal, rags, etc., உபயோகமற்ற, பழைய பேப்பர், கயிறு, உலோகம், கிழிசல் துணி முதலியவை. a junk shop, பழைய பொருள்கள் விற்பனைக் கடை. **junk**(*v.t*): to get rid of as worthless, உபயோகமற்றவை என்று தள்ளி வை.

junk-et/'dʒʌŋkit/(*n*):'ஜங்க்கிட் / a trip undertaken for pleasure by an official at the cost of government, அரசு செலவில், ஓர் அலுவலர், உல்லாசப் பயணம் மேற்கொள்ளுதல்; a sweetmeat made by mixing curd and cream, தயிரும், பாலாடையும் சேர்த்துச் செய்யப்படும் இனிப்பு; feast, விருந்து.

Juno/'dʒu:nəu/(*n*):'ஜூ:னəஉ / wife of Jupiter, வியாழனின் (குரு) மனைவி, ரோமானியரின் பெருந்தெய்வத்தின் (ஜூபிடரின்) மனைவி. a woman of stately appearance. கம்பீரமான தோற்றமுடைய மாது.

Junto/'dʒʌntəu/(*n*):'ஜன்ட்டəஉ / a select council deliberating in secret on any matter of govt., கட்சிக்குள்ளேயே அமைக்கப்பட்ட அரசாங்க விஷயங் களைப்பற்றி ஆராயும் உள் கட்சிக்குழு. தன்னலக்கும்பல்.

Ju-pi-ter/'dʒu:pitə*(*n*):'ஜூப்பிட்டə* / the largest planet, fifth in order from the Sun,

ஒரு பெரிய கிரகம், குரு, வியாழன்; also called Jove, the supreme deity of the Romans, உரோமானியர்களின் மிக உயர்ந்த தெய்வம்.

jur-is-dic-tion/ˌdʒuəris'dikʃn/*(n)*: ˌஜுஅரிஸ்'டிக்ஷஅன் / the right to exercise power of an administration for making decisions, அதிகார எல்லை, சட்டப்படி கொடுக்கப்பட்ட உரிமை; the legal authority, சட்டபூர்வமான அதிகாரம். • *The prisoner flatly refused to accept the **jurisdiction** of the court.*

ju-ris-pru-dence/ˌdʒuəris'pru:dəns/*(n)*: 'ஜுஅரிஸ்ˌப்ரூடஅன்ஸ் / the science of law, சட்ட இயல்; the study of law, சட்டப்படிப்பு, சட்டங்களைப் பற்றிய ஆராய்ச்சி.

ju-rist/'dʒuərist/*(n)*:'ஜுஅரிஸ்ட் / a person who possesses complete knowledge of law, சட்ட நிபுணர்; one learned in law, சட்ட வல்லுநர்.

J

ju-ror/'dʒuərə*/*(n)*:'ஜுஅரஅ* / [also **jury man, jury woman**]: a member of a jury, நீதிபதியின் விசாரணைக்கு உதவி செய்யும் ஒரு குழு.

ju-ry/'dʒuəri/*(n)*:'ஜுஅரி / a group of persons (not less than five) to give their opinions after hearing all the details of a case (the body will observe the case and advise the judge), நீதிமன்றத்தில் விசாரணையைக் கவனித்து தங்கள் கருத்துக்களை நீதிபதிக்குத் தெரிவிக்கும் ஒரு குழு.

jury-box/'dʒuəribɔks*(n)*:'ஜுஅரிபːஒக்ஸ் / the separate place where the jury sits in a court to observe the case, நீதிமன்றத்தில் விசாரணையைக் கவனிக்கும், நீதிக்குழு உட்காரும் இடம்.

just/dʒʌst/*(adv)*:ஜஸ்ட் / exactly, மிகச் சரியாக; only, ஒன்று மட்டும்; now only, இப்பொழுதுதான். • *I have been **just** coming there to see you.* hardly, almost not, அநேகமாக இல்லை. **just***(adj)*: very good and morally right, மிகவும் உண்மையாக உள்ள, நேர்மையாக உள்ள. • *He is a **just** man: there is no doubt about it.*

jus-tice/'dʒʌstis/*(n)*:'ஜஸ்ட்டிஸ் / the quality of being just, honest and fair, நேர்மையாகவும், நியாயமாகவும் இருக்கும் தன்மை, குணம்; the strength and power of law, சட்டத்தின் பலமும், சக்தியும். • *I want only **justice** to be done in the case.* • *Mercy like **Justice** is a divine quality and he who seasons **justice** with mercy is doubly blessed.* **jus-ti-fi-ca-tion**/ˌdʒʌstifi'ʃkeiʃn/*(n)*:ˌஜஸ்ட்டிஃபிக்'கெய்ஷஅன் / a valid reason for doing something, ஒன்றைச் செய்வதற்குத் தகுந்த காரணம். • *There is no **justification** for the government action in increasing the prices of petrol.* **jus-ti-fied**/'dʒʌstifaid/*(adj)*: 'ஜஸ்ட்டிஃபய்ட் / having valid reason, தகுந்த காரணமுள்ள. • *The opposition leader is not at all **justified** in his criticisms of the government.* **jus-ti-fy**/'dʒʌstifai/*(v.t)*:'ஜஸ்ட்டிஃபய் / to give a reasonable explanation for, சரியான காரணங்களுடன் விளக்கமளி. • *You cannot **justify** your action and you have wronged your wife.*

jut/dʒʌt/*(v.i)*:ஜட் / **jutted, jutting**: to thrust out, நீட்டிக்கொண்டிரு; to project, நீண்டிரு. • *The balcony of the house **juts** out over the garden.*

jute/dʒu:t/*(n)*:ஜூட் / substance of an Indian plant, from its coarse fibre, gunnies, ropes, etc., are made, சணல் நார், சணல் செடி.

ju-ve-nile/'dʒu:vənail/*(adj)*:'ஜூவினய்ல் (வஅ) / young, youthful, இளமையாக உள்ள; pertaining to the young, இளைஞருக்கு உரிய; of law for young people, இளைஞர்கள் செய்யும் குற்றம் பற்றிய சட்டங்கள் தொடர்பாக உள்ள; childish, பகுத்து அறிந்துபார்க்கும் தன்மையில்லாத. **juvenile***(n)*: a young person, இளைஞன். • *It is not easy to deal with **juvenile**.*

jux-ta-pose/ˌdʒʌkstə'pəuz/*(v.t)*/: 'ஜக்ஸ்ட்டஅப்பஅஉஸ் / to remain side by side, to place side by side, அருகருகே இரு, அடுத்தடுத்து வை, ஒன்றையொன்று பக்கத்தில் வை. • *Do not **juxtapose** the pictures; place them separately.* **jux-ta-po-si-tion**/ˌdʒʌkstəpə'ziʃn/*(n)*: ˌஜக்ஸ்ட்டஅப்பஅ'ஸிஷஅன் / the state of being side by side, அடுத்தடுத்து இருக்கும் நிலை.

K,k/kei/:(க்)கெய் / the 11th letter of the English alphabet, ஆங்கில நெடுங்கணக்கில் பதினோராவது எழுத்து, மெய்யெழுத்து.

kaa-ba/'ka:bə/*(n)*:'(க்)காப:ா / a small cubical building in the great Mosque at Mecca, containing a sacred black stone, மெக்காவில் உள்ள மிகப் புனிதமான மசூதியில் உள்ள சிறு கட்டடம், இதில் கருப்பான புனிதக் கல் இருக்கின்றது.

kai-ser/'kaizə*/*(n)*:'கய்ஸ:ə* / the title of the German Emperor, ஜெர்மானியப் பேரரசரின் பட்டப் பெயர்.

kail/'keil/*(n)*:'கெய்ல் / [also **kale**]: a cabbage-like plant, ஒருவகைக் கோசுக் கீரை.

ka-la-a-zar/ka'ləza*/*(n)*:க'லாஸ:ா / a chronic, usually fatal disease, கொடிய மலேரியா நோய்.

ka-lei-do-scope/kə'laidəskəup/*(n)*: கə'லய்ட:əஸ்க்கəஉப் / an optical instrument in which three mirrors are placed at 60° angle to each other with bits of glass, beads, etc., மூன்று சமதள ஆடிகள் 60° கோணத்தில் அமைக்கப்பட்டு, உள்ளே கண்ணாடித் துண்டுகளும், வளையல்களும் கொண்ட, ஒவ்வொரு முறை திருப்பும்போதும் பல வண்ணக் கோலங்களைத் தரக்கூடிய கருவி.

kan-ga-roo/,kæŋgə'ru:/*(n)*: ,கஜங்க:ə'ரூ / an Australian animal, having a small head, short fore-limbs, powerful hind legs used for leaping and a long thick tail for supporting and balancing. It carries its young ones in a pouch, சிறிய தலை, குட்டையான முன்கால்கள், தாவிச் செல்ல சக்தி வாய்ந்த பின்னங்கால்கள், ஆதரவான தடித்த வாலும், தன் குட்டிகளை மடியில் சுமந்து செல்லும் அமைப்பும் கொண்ட ஓர் ஆஸ்திரேலிய விலங்கு, கங்காரு.

ka-o-lin/'keiəlin/*(n)*:'கெயəலின் / a fine white clay used for making cups, plates, etc. It is also used in medicine, பீங்கான் பாத்திரம் செய்வதற்கும், மருத்துவத்திற்கும் பயன்படும் ஒருவகை வெள்ளைக் களிமண்.

ka-pok/'keipɔk/*(n)*:'கெய்ப்பாக் / a very fine light cotton, இலவம் பஞ்சு.

ka-ra-te/kə'ra:ti/*(n)*: கə'ராட்டி (கஜ'-) / a style of fighting for self-defence in which hands, legs, etc., are used without weapons, கராத்தே, தற்காப்பிற்காக ஆயுதம் இல்லாமல் கை, கால்களால் போர் புரியும் முறை.

kar-ma/'ka:mə/*(n)*:'காமə / action, fate, செயல், விதி; in Hinduism and Buddhism, action has reaction, i.e., inevitable results, good or bad, either in this life or in the next birth, வினைப்பயன், முன் வினைப் பயன் பற்றிய ஹிந்து, புத்த மதங்களின் கொள்கை, வினைப்பயனை இப்பிறவியில் (அ) அடுத்த பிறவியில் அனுபவிக்க வேண்டும்.

kau-ri/ka:'uri/*(n)*:'கஉரி / a tall, coniferous tree of New Zealand yielding timber and resin, நியூசிலாந்து நாட்டில் வளரும் நல்ல தேக்கும், பிசினும் தருகின்ற கூம்பு வடிவக் காய்களை உடைய உயரமான காட்டு மரம்.

kay-ak/'kaiæk/*(n)*:'கயஜக் / an Eskimo hunting craft with a skin cover, எஸ்கிமோ வேட்டையாடப் பயன்படுத்தும் தோலால் மூடிய படகு.

kedge/kedʒ/*(v.t)*:கெஜ் / **kedged, kedging**: to pull a vessel along by hauling, ஒரு கப்பலை, இழுத்து அதன் நிலையை மாற்று. **kedge**(*n*): a small anchor, ஒரு சிறிய நங்கூரம்.

keel/ki:l/*(n)*:கீல் / a bar, lengthwise and centrally built on which the frames of the ship rest, ஒரு கப்பலின் அடிப்பகுதியில் அமைந்த அடிக்கட்டை. **on an even keel**: steady, நிலையான. • *The Prime Minister* *was able to get the minority government* **on an even keel** *because of his statesmanship.* **keel***(v.t)*: to turn upside down (of a ship or boat) to bring wrong side uppermost, சீர்படுத்துவதற்கு கப்பலின் நிலையைத் தலைகீழாக மாற்று; to fall down, கீழே விழு. • *Many students* **keeled** *over from the heat during the march past.*

keen/ki:n/*(adj)*:கீன் / showing strong desire, அதிக ஆர்வம் கொண்டுள்ள; full of intense action, தீவிர செயல் வேகம் உள்ள; showing mental penetration and acumen, மதி நுட்பமும், அறிவுக்கூர்மையும் உள்ள. • *Her eyesight is* **keen** *and mind alert.* **keen***(n)*: a cry of grief for the dead, இறந்தவர்களுக்காக அழுகுரல் எழுப்புதல், ஒப்பாரி. **keen***(v.i)*: to wail for the dead, இறந்தவர்களுக்காகத் துக்கப்படு, அழு. **keenly***(adv)*, **keenness***(n)*.

keep/ki:p/*(v.t)*/கீப் / to continue to have, தொடர்ந்து உன் வசம் வைத்துக்கொள். • *Try to* **keep** *your promise.* to retain possession of, இருப்பதைத் தக்கவைத்துக் கொள்; to carry out, நிறைவேற்று; to manage, நிர்வாகம் செய்; to hold back, நிறுத்திவைத்துக்கொள். • *The policeman* **kept** *the prisoner in the lock-up.* **to keep on**: continue, தொடர்ந்து செயல்படு. **to keep to oneself**: to remain aloof, தனியாக இரு, பிறருடன் பழகாமல் இரு; to hold something as confidential, ஒன்றை இரகசியமாக வைத்துக்கொள். **to keep up**: to maintain the same position, நிலையைத் தக்கவைத்துக்கொள்; preserve, முயற்சி செய். **keep***(n)*: food and lodgings, உணவும் தங்குமிடமும். • *I do all kinds of work to earn my* **keep**. the central tower of castle, ஒரு கோட்டையின் அரண், ஒரு கோட்டையின் உள்ளமைப்பு.

keep-er/'ki:pə*/*(n)*:'கீப்பə* / a person who guards, காவல் காப்பவர்; a protector, பாதுகாவலர். • *He refused to be the* **keeper** *of the orphan child.* a person who owns a small business, சிறு வியாபாரி. • *He is a shop***keeper**.

keep-ing/'ki:piŋ/*(n)*:'கீப்பிங் / custody, காவல். **in keeping with**: logically associated, நியாயமான காரணத் தொடர்புள்ள, ஐயமில்லாமல். **out of keeping**: disharmony, ஒத்திராத. • *His conduct is really* **in keeping with** *his words.* • *His deeds are* **out of keeping** *with his words.* taking care of, பொறுப்பு ஏற்றுக்கொள்ளல்.

keep-sake/'ki:pseik/*(n)*:கீப்ஸெய்க் / something given to be kept as a token of friendship or affection, நினைவாகக் கொடுக்கப்படுவது, வைத்திருப்பது.

keg/keg/*(n)*:கெக் / a small cask or barrel, சிறு பீப்பாய்.

kelp/kelp/*(n)*:கெல்ப் / any large, brown seaweed, ஒருவகைக் கடல் பூண்டு.

kemp/kemp/*(n)*:கெம்ப் / a short, coarse, brittle fibre, மட்டரகக் கம்பளி.

ken/ken/*(v.t-v.i)*:கென் / **kenned, kent, kenning**/கென் / to know, தெரிந்து கொள்; to understand, புரிந்துகொள். **ken***(n)*: knowledge, அறிவு; mental perception, மதி நுட்பத்தால் உணர்தல். • *There are some ideas beyond my* **ken**.

ken-nel/'kenl/*(n, sing)*, **kennels***(n, pl)*/ 'கென்ல் / a house for dogs, நாய்ப்பட்டி. **kennel***(v.t)*, **kennelled, kennelling**: to put into a kennel, நாய்ப்பட்டியில் அடை; to keep into a kennel, நாய்ப்பட்டியில் வை; to take shelter in a kennel, நாய்ப்பட்டியில் குடியிரு. **kennels***(v)*: a place where dogs are kept, நாய் பாதுகாக்கப்படும் இடம்.

kept/kept/*(n)*:*(p.t & p.p)*:கெப்ட் / of "keep", "keep" என்பதன் இறந்த காலம், இறந்தகால வினைமுற்று.

kerb/kɜ:b/*(n)*:கə:ப் / a rim of joined stones or the like forming the edge of a side walk, நடைபாதை விளிம்பு.

kerb-crawler/'kɜ:b'krɔ:lə*/*(n)*:'கə:ப்'-க்ரɔ:லə* / a man who annoys a woman following her in a car, காரில் பின்சென்று பெண்ணைத் தொந்தரவு செய்பவன்.

ker-chief/'kɜ:tʃif/*(n)*:'கə:ச்சீஃப் / a cloth worn to cover the head, neck, etc., தலை, கழுத்து முதலியவற்றை மூடுவதற்குப் பயன்படும் சிறு துண்டு; a handkerchief, கைக்குட்டை.

ker-nel/'kɜ:nl/*(n)*:'கə:ன்ல் / usually the eatable part of nut, fruit, seed, etc., inside its hard cover, கொட்டை, பழம், விதை முதலியவற்றின் சாப்பிடக்கூடிய பகுதி; the body of a seed, விதையின் மையப்பகுதி, கொட்டை, பருப்பு; the important part of something, ஒன்றின் முக்கிய பாகம்; the main point, முக்கிய பகுதி; the nucleus, உட்கரு; the core, உருவாக்கும் மையம். • *Her leadership and vision are the very* **kernel** *of the party in power.*

K

ker-o-sene/'kerəsi:n/*(n)*:'கெரஸீன் / a mixture of liquid hydrocarbons obtained by distilling petroleum, மண்ணெண்ணெய்.

kes-trel/'kestrəl/*(n)*:'கெஸ்ட்ரல் / a small common falcon, ஒருவகைச் சிறு கழுகு.

ketch/ketʃ/*(n)*/:கெட்ச் (கெச்) / a small sailing vessel with two masts, இரு பாய்மரங்களைக் கொண்ட சிறு மரக்கலம்.

ketch-up/'ketʃəp/*(n)*:கெச்சப் / thick red liquid (sauce) made from tomatoes, mushrooms, vegetables, etc., தக்காளி, காளான், காய்கறிகள் முதலியவற்றைக் கொண்டு தயாரிக்கப்படும் கூட்டு.

ket-tle/'ketl/*(n)*:கெட்ல் / a container with a spout to boil liquids, to cook foods, etc., pot, தண்ணீர், திரவம் முதலியவற்றைக் கொதிக்க வைக்கவும், உணவு வேகவைக்கவும் பயன்படும் மூக்குள்ள பாத்திரம், கெண்டி.

key/ki:/*(n)*:கீ / an instrument made of metal for operating a lock, திறவுகோல், பூட்டைத் திறப்பதற்கும், மூடுவதற்கும் பயன்படும் ஒரு உலோகக் கருவி; that which helps to attain, to understand, to solve, etc., அடைவதற்கும், புரிந்துகொள்வதற்கும் பயன்படுவது; the key to success, வெற்றிக்கு வழி; the key to examination questions, தேர்வு வினாக்களுக்கு விடை; any of the parts or a movable piece or lever in musical instrument like the harmonium, piano, etc., and also in a writing or printing machine that are pressed down to make it work, ஆர்மோனியம், பியானோ போன்ற இசைக்கருவிகளில் உள்ள சுருதிக் கட்டை, எழுதும் (அ) அச்சடிக்கும் எந்திரங்களில் உள்ள இயக்கும் பகுதிகள்; underlying characteristic, மனநிலை (அ) தனிப்பட்ட எழுதும் பாணி. • *She always writes in a melancholic* **key**. **low key**: lacking intensity, மிகக்குறைவான வேகம் கொண்டு. *The police are playing the operations against the militants in* **low key**. **key***(adj)*: chief, முக்கியமான; major, பெரிய; essential, அடிப்படையான. **key***(v.t)*: to regulate to a particular state of activity, ஒரு செயலைச் செய்திறனுக்கு ஏற்ப ஒழுங்குபடுத்து. • *The speaker must* **key** *his speech as the occasion demands.* lock with, பூட்டு.

key-stone/'ki:stəun/*(n)*:கீஸ்ட்டஉன் / the middle stone of an arch, வளைவான ஒரிடத்தின் மையத்தில் உள்ள இணைக்கும் கல்.

kha-ki/'ka:ki/*(n)*:காக்கி / a yellowish brown colour, காக்கி நிறம்.

khan/ka:n/*(n)*:கான் / a title held by certain hereditary rulers, மரபு வழியாக வரும் ஆளுநர்களின் பட்டப்பெயர், மரபுப் பெயர்; an Asiatic chief, ஆசியாவில் உள்ள ஒரு குழுவின் தலைவன்; a title of respect among Mongol races, மங்கோலிய மரபில் வழங்கும் பட்டப் பெயர்.

khed-a/ki:da/*(n)*:கெடா / (in India) an enclosure specially prepared to ensnare wild animals especially elephants, யானைகள் போன்ற காட்டு விலங்குகளைச் சிக்கவைக்கப் பயன்படும் ஒருவகைப் பள்ளம்.

kick/kik/*(v.t)*/கிக் / to strike with the foot, காலால் உதை; to strike in recoiling, திருப்பித் தாக்கு. • *The gun* **kicked** *right on his chest.* to give up or stop (some habit, a harmful activity, etc.), நிறுத்தி வை, விட்டுவிடு. • *He is trying to* **kick** *his habit of smoking.* **kick***(n)*: an act of kicking, உதைத்தல். • *Do not* **kick** *the children.* a recoil as of a gun, துப்பாக்கியின் எதிர் விசை; a very strong feeling of excitement, pleasure, etc., மிக அதிகமாகக் கிளர்ந்தெழும், கொந்தளிக்கும் மகிழ்ச்சி உணர்வு, ஒருவகை போதை தரும் இன்ப உணர்ச்சி. • *He is accustomed to drinking and therefore does not get a* **kick**. **kick the bucket**: die, இற. • *The patient finally* **kicked the bucket**.

kick-back/kikbæk/*(n)*:கிக்ப:ஃக் / secret money paid to people in power to get some favours, இலஞ்சம்.

kid/kid/*(n)*:கிட் / a young goat, ஆட்டுக் குட்டி; leather made from the skin of a kid or goat used in making shoes, ஆட்டுக் குட்டி (அ) செருப்புத் தைக்க பயன்படும் ஆட்டின் தோல்; (informal) a child or young person, குழந்தை (அ) சிறுவர். **kid***(v.t-v.i)*, **kidded, kidding**: to bring forth kid, ஆட்டுக் குட்டி ஈனு; to jest with, கேலி செய்; to act deceptively, ஏமாற்று. • *She* **kidded** *her parents saying that she had secured first class in exams.*

kid-nap/'kidnæp/*(v.t)*:'கிட்னஃப் / to steal or take away someone against law usually by force, சட்ட விரோதமாக ஒருவரைத் தூக்கிச் செல்; to abduct a person by fraud or force, ஒருவரை பலாத்காரமாகக் கடத்திச் செல். **kidnapper***(n)*.

kid-ney/ˈkidni/*(n, sing)*: ˈகிட்னி / **kidneys** *(n, pl)*: either of a pair of bean-shaped glandular organs in the back part of lower body that excrete urine, சிறு நீரகம்; such an organ used as food, உணவாகப் பயன்படும் பிராணியின் சிறுநீரகம்.

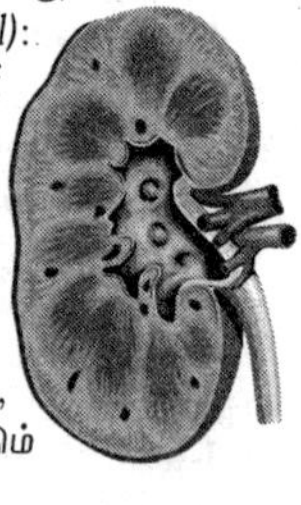

kill/kil/*(v.t-v.i)*:கில் / to put to death, கொல்; to put an end to, முடிவு கட்டு; to waste time, காலத்தை வீணாக்கு; to inflict death, சாகடி; to be killed, இறக்கும்படி செய். **kill***(n)*: the act of killing, கொலை செய்தல், கொல்லுதல்; the animal or bird killed, கொல்லப்பட்ட (அ) வேட்டையாடப்பட்ட மிருகம் (அ) பறவை. • *"The kill of the day for the hunter was the elusive puma."*

kiln/kiln/*(n)*/கில்ன் / a furnace for baking bricks, சூளை; a brick kiln, செங்கல் சூளை.

kilo-gram/ˈkiləugræm/*(n)*:ˈகிலஉக்ரஃம் / [also **kilogramme**]: a measure of weight equivalent to 1000 grams, 1000 கிராமுக்குச் சமமான ஓர் எடையளவை, அலகு; a unit of weight equal to 2.20 pounds, *2.20* பவுண்டு எடைக்குச் சமமான எடை.

kilo-hertz/ˈki:ləuhɜ:tz/*(n)*:ˈகிலஉ,ஹஃட்ஸ் / a unit of frequency, equal to 1000 cycles per second, ஒரு வினாடிக்கு *1000* அதிர்வுகள் கொண்ட அலகு.

kilo-li-tre/ˈkiləu,li:tə*/*(n)*:ˈகிலஉ,லீட்ட* / one thousand litres, *1000* லிட்டர்.

kilo-me-tre/ˈkiləu,mi:tə*/*(n)*:ˈகிலஉ,மீட்ட* / a unit of length equal to 1000 metres, ஆயிரம் மீட்டருக்குச் சமமான நீட்டல் அளவை, அளவு.

kilo-watt/ˈkiləuwɔt/*(n)*:ˈகிலஉவாட் / a unit of electric power equal to 1000 watts, 1000 வாட் மின்சக்தி அளவை கொண்ட ஒரு அளவு.

kilt/kilt/*(n)*:கில்ட் / a short shirt reaching from waist to knees, இடுப்பிலிருந்து முழங்கால் வரை தொங்கும் ஆடை.

ki-mo-no/kiˈməunəu/*(n)*: கிˈமஉனஉ / a long loose garment, fastened at the waist with a wide sash, நீண்ட தளர்ச்சியான உடை; characteristic of the Japanese dress, ஜப்பானிய அங்கி.

kin/kin/*(n)*:கின் / one's relatives taken together, ஒரு குடும்பமும் அதைச் சார்ந்த உறவினர்களும்; family relationship, குடும்ப உறவு முறை; something of the same or similar kind, ஒரே இனத்தைச் சார்ந்தவர்கள். • *Her next of* **kin** *had been told of the accident she had met with.* **kin***(adj)*: of the same family, ஒரே குடும்பத்தைச் சார்ந்த.

kind/kaind/*(n)*:கய்ன்ட் / a group or class or sort whose members have traits in common, ஒரே வகை (அ) வகுப்பு (அ) ஒரே பிரிவு. • *This cow is the same* **kind** *as yours.* nature or character, இயல்பு (அ) குணம். **a kind of**: not usual sort of, அசாதாரணமான. • *I had* **a kind of** *feeling that something tragic would take place.* **in kind**: something of the same kind or in the same way, அதே வகையைச் சார்ந்த ஒன்று (அ) அதே போல் இருக்கும் ஒன்று. • *You have cheated me: you will be paid* **in** *the same* **kind**. **kind***(adj)*: of benevolent nature, நல்ல பண்புள்ள, கருணையுள்ள. • *Nature is rather cruel, not* **kind**. considerate, helpful, அன்பான, உதவும் மனப்பான்மையுள்ள. • *We are advised to be* **kind** *to animals.*

kin-der-gar-ten/ˈkində,ga:tn/*(n)*: ˈகின்ட,கா:ட்ன் / a school for improving and developing the innate abilities of young children physically and mentally, usually for children between the ages of four and six, குழந்தைகளின் இயல்பான திறன்களை நல்ல முறையில் வளர்த்து, சிறப்பான முறையில் உடலும், உள்ளமும் வளமுறச்செய்யும் 4 முதல் 6 வயதுள்ள குழந்தைகளுக்கான பள்ளி.

kind-hearted/,kaindˈha:tid/*(adj)*:ˈகய்ன்ட் ,ஹாட்டிட்: (ˈஹா) / showing kindness, அன்பும் கருணையும் உள்ள. • **Kind-hearted** *persons are very rare in this world.*

kin-dle/ˈkindl/*(v.t-v.i)*:ˈகின்ட்ல் / to start (a fire) நெருப்புப் பற்ற வை; to animate, எண்ணங்களுக்கு உயிர் கொடு. • *The leader* **kindled** *their hopes of success in the election.* to spring up, செயலாற்றச் சிலிர்த்து எழு. • *I am afraid, the teacher has failed to* **kindle** *the interest of the students in social service.*

kin-dling/ˈkindliŋ/*(n)*:ˈகின்ட்:லிங் / materials for igniting readily, உடனடி யாகத் தீப்பிடிக்கச் செய்யும் பொருள்கள்.

kind-ly/ˈkaindli/*(adv)*:ˈகய்ன்ட்:லி / in a kind manner, அன்புடன்; with sympathy, இரக்க குணத்துடன். • *The department has not taken* **kindly** *to his attitude to the project.* **kindly***(adj)*: good-natured, நல்ல இயல்புள்ள; sympathetic, கருணை யுள்ள; friendly, நட்புத் தன்மை உள்ள. • **Kindly** *acknowledge the receipt of my letter.*

kind-ness/kaindnis/*(n)*:ˈகய்ன்(ட்)னிஸ் / the state or quality of being kind, அன்புடன் இருக்கும் நிலை, தன்மை. • **Kindness** *is the other side of total selfishness.*

kin-dred/ˈkindrid/*(n)*:ˈகின்ட்ரிட்: / one's relatives taken together, உறவினர்கள்; family relationship, குடும்பம் மூலமாக ஏற்படும் உறவு. **kindred***(adj)*: related, உறவினர்கள் மூலம் தொடர்புள்ள; having the same attitude, feeling, etc., ஒரே மாதிரியான குணமும், தன்மையும், உணர்ச்சியும், நோக்கமும் உள்ள. • *Sanskrit had been the origin of so many* **kindred** *languages.*

kine/kain/*(n)*:கய்ன் / (old use) cattle, ஆடு, மாடு போன்ற விலங்குகள்; (plural of cow) cows, பசுக்கள்.

king/kiŋ/*(n)*:கிங் / a male ruler, அரசன்; God, கடவுள்; king of kings, அரசர்களுக் கெல்லாம் அரசன்; person very important in his group, ஒரு குழுவின் முக்கியமான நபர்; an animal important in its class/ group, தன் இனத்தில் முக்கியமான பிராணி. • *The lion is said to be the* **king** *of beasts.* the chief piece in the game of chess, சதுரங்க ஆட்டத்தில் முக்கிய காய், ராஜா.

king-dom/ˈkiŋdəm/*(n)*:கிங்டம் / a state that is ruled by a king or queen, அரசன் (அ) அரசியின் ஆளுகைக்குட்பட்ட நாடு. • *The State of Nepal is a* **kingdom**. an area of influence (may be mental or physical), மனம் (அ) உடல் சார்ந்த ஆதிக்கம் செலுத்தும் பகுதி. • *The* **kingdom** *of one's thought is limitless.* the three main divisions of Nature, இயற்கையின் மூன்று பிரிவுகள்; the animal kingdom, விலங்குகள் பிரிவு; vegetable or plant kingdom, தாவரங்கள் பிரிவு; mineral kingdom, தாதுப்பொருள்கள் பிரிவு.

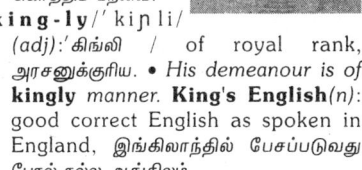

king-fish-er/ˈkiŋˌfiʃə*/*(n)*:ˈகிங்ˌஃபிஷ*ə** / a small brightly coloured bird feeding on fish, மீன் கொத்திப் பறவை.

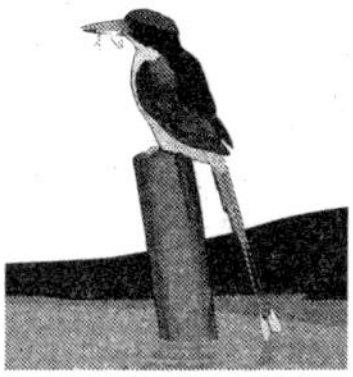

king-ly/ˈkiŋli/*(adj)*:ˈகிங்லி / of royal rank, அரசனுக்குரிய. • *His demeanour is of* **kingly** *manner.* **King's English***(n)*: good correct English as spoken in England, இங்கிலாந்தில் பேசப்படுவது போல் நல்ல ஆங்கிலம்.

kink/kiŋk/*(n)*:கிங்க் / an unwanted twist or knot in a string, rope, etc., கயிறு, கம்பி முதலியவற்றிலுள்ள தேவையில்லாத, முடிச்சு (அ) முறுக்கு (அ) வளைவு; an imperfection, குறைபாடு. • *A* **kink** *in the tube obstructs the free flow of the oil.*

kins-folk/ˈkinzfəuk/*(n, pl)*:ˈகின்ஸ்ஃபəஉக் / members of the same family, ஒரே குடும்பத்தைச் சேர்ந்தவர்கள்.

kin-ship/ˈkinʃip/*(n)*:ˈகின்ஷிப் / family relationship, உறவு முறை. **kinsman***(n, sing)*, **kinsmen***(n, pl)*: a relative, உறவினன்.

ki-osk/ˈkiːɔsk/*(n)*:ˈகியɔஸ்க் / a small hut, ஒரு சிறு குடிசை; a pavilion, கூடாரம்; a sale counter or stall for newspapers, milk, etc., ஒரு விற்பனை நிலையம், செய்தித்தாள், பத்திரிகை விற்பனை நிலையம், பால் விற்பனை நிலையம் முதலியவை.

kip-per/ˈkipə*/*(n)*:ˈகிப்பə* / a method of preserving fish by splitting, salting, drying and smoking, கெடாமல் பாதுகாக்கப்பட்ட மீன் உணவு; salted dry-fish, கருவாடு.

kir-tle/ˈkɜːtl/*(n)*:ˈகəːட்ல் / a woman's loose gown, பெண்கள் அணியும் தளர்வான மேலங்கி.

kis-met/ˈkismet/*(n)*:ˈகிஸ்மெட் (கிஸ்:மெட்) / fate, destiny, விதி, வரையறுக்கப்பட்ட வாழ்க்கைப் பாதை.

kiss/kis/*(v.t-v.i)*:கிஸ் / to touch with lips or press with lips slightly as a token of love, respect, greetings, etc., முத்தமிடு. • *She* **kissed** *her child.* to touch gently and lightly, இலேசாகத் தொடு. • *The south wind* **kissed** *my face.* to indicate something by kissing, முத்தமிடுதல் மூலம் ஒரு செய்தி, செய்கையை உணர்த்து. • *The mother* **kissed** *her daughter at the airport with a goodbye.* **kissable***(adj)*.

kit/kit/*(n)*:கிட் / a set of tools, supplies, instruction book, etc., for doing a specific job, ஒரு வேலையைச் செய்ய தேவையான கருவிகள் உள்ள பெட்டி, கருவித் தொகுதி; tools and instruments needed for doing one's job or trade, ஒருவன் தன் வேலை (அ) தொழிலைச் செய்ய தேவையான கருவிகள். • *The driver always carries a first aid* **kit**. **kit***(v.t)*, **kitted, kitting**: to supply with necessary clothes and other things, தேவையான ஆடை மற்றும் இதர பொருள்களைக் கொடு.

kit-chen/ˈkitʃin/*(n)*:கிச்சின் *(சə)* / a room or place where food is cooked, சமயலறை.

kite/kait/*(n)*:கய்ட் / a light paper or cloth covered frame to be flown in the air/ wind at the end of a long string, காகிதப் பட்டம், காற்றாடி; a large bird of prey like the falcon, பருந்து.

kith and kin/kiθ ən kin /*(n, pl)*:ˈகித்ən், கின் / people of one's own family, country, etc., சுற்றமும் சூழலும்.

kit-ten/ˈkitn/*(n)*:ˈகிட்ன் / a young cat, பூனைக் குட்டி.

kit-ti-wake/ˈkitiweik/*(n)*:ˈகிட்டிஉஎய்க் / a kind of gull, a sea bird, ஒருவகைக் கடற்பறவை.

ki-wi/ˈki:wi:/ *(n, sing)*:கிஉயி / **kiwis***(n, pl)*: any of several flightless birds found in New Zealand, நியூஸிலாந்து தீவில் காணப்படும் பறக்க முடியாத ஒருவகைப் பறவை.

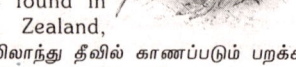

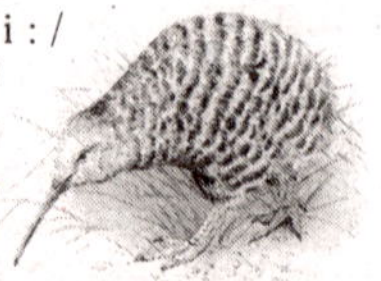

klep-to-ma-ni-a/ˌkleptəuˈmeinjə/*(n)*: ˌக்லெப்ட்டəஉˈமெய்னியə / an irresistible desire or impulse to steal, especially when one is not in want, தேவையில்லாமல் திருட வேண்டுமென்ற அடக்கமுடியாத ஓர் உள்ளுணர்ச்சி. **klep-to-ma-ni-ac**/ˌkleptəuˈmeiniæk/*(n)*: ˌக்லெப்ட்டə-உˈமெய்னியæக் / one who has the disease of kleptomania, அவசியம் (அ) தேவையில் லாமல் திருட வேண்டுமென்ற ஆசையுள்ளவர்.

knack/næk/*(n)*:நæக் (னæக்) / special skill or aptitude, நாட்டம். • *Indira Gandhi had the* **knack** *of doing the right thing at the proper time.*

knap-sack/ˈnæpsæk/*(n)*:ˈநæப்ஸæக் / a leather or canvas bag for carrying clothes and other supplies, சரக்கு, துணிமணிகள் முதலியவற்றை எடுத்துச்செல்ல உதவும் பை.

knave/neiv/*(n)*:நெய்வ் / a dishonest person, நாணயமில்லாதவன்; playing card, jack, விளையாட்டுச் சீட்டில் 'ஜாக்' என்ற சீட்டு. **knav-e-ry**/ˈneivəri/*(n)*:ˈநெய்வəரி / dishonest dealing and behaviour, நாணயமில்லாத நடத்தை, நடவடிக்கை. **knavish***(adj)*, **knavishly** *(adv)*.

knead/ni:d/*(v.t)*:நீட் / to make a uniform mixture by pressing, folding and stretching, சுடுவதற்கு ஏற்றவாறு மாவைப் பிசை; to massage the body, வலி நீங்க, உடலைப் பிடித்து விடு.

knee/ni:/*(n)*:நீ / the joint of the leg, where it bends, முழங்கால்; on one's bended knee, பணிவுடன் மண்டியிடுதல். • *O' God! give me the strength, never to bend my* **knees** *before the insolent might.* **knee***(v.t)*, **kneed, kneeing**: to strike with the knee, முழங்கால் கொண்டு இடி (அ) அடி; kneel in submission, பணிவுடன் மண்டியிட்டு வணங்கு. • *Some parents have the habit of* **kneeing** *their children to submission.*

kneel/ni:l/*(v.i)*:நீல் / to go down onto one's knees, மண்டியிடு; to rest on one's knees, முழங்காலிடு. • **Kneeling** *down for prayer not only gives peace of mind but also strengthens your nerves.* **knelt**: *(p.t & p.p)* of "kneel", "kneel" என்பதன் இறந்த காலம், இறந்த கால முடிவெச்சம்.

knew/nju:/:ந்யூ / past tense of "know", "know" என்பதன் இறந்த கால வடிவம்.

knick-er-bock-ers/ˈnikəbɔkəz/*(n)*: ˈநிக்கə*பɔக்கəஸ்: / short loose trousers worn up to the knees, அரைக்கால் சட்டை.

knick-ers/ˈnikəz/*(n)*:நிக்கə:ஸ்: / an undergarment worn by women, பெண்களின் உள்ளாடை.

knife/naif/*(n, sing)*:நய்ஃப் / **knives***(n, pl)*: a cutting instrument with a blade and handle, கத்தி. **under the knife**: undergoing an operation, அறுவை சிகிச்சையில் உள்ள. **knife***(v.i)*: to apply a knife to cut, வெட்டுவதற்குக் கத்தியைப் பயன்படுத்து; to stab, கத்தியால் குத்து. • *The patient who has been* **knifed** *by some unidentified person is still* **under the knife**.

knight/nait/*(n)*:நய்ட் / a mounted soldier usually of noble birth, உயர்குடிப் பிறந்த ஒரு குதிரை வீரன்; a man, who has gained the favour of the king or queen and has been given 'Sir' title, அரசன் (அ) அரசியின் நன்மதிப்பைப் பெற்று 'சர்'

என்னும் விருது பெற்றவர். **knight**(*v.t*): to create or to make (someone) a knight, 'Sir' என்ற பட்டமளித்து 'Knight' என்ற கவுரவம் கொடு. • *To my knowlege, no lady has been* **knighted** *so far.*

knit/nit/(*v.t*):நிட் / **knitted, knitting**: to weave by joining loops of yarn either with hand or by machine, இயந்திரம் (அ) கை கொண்டு பின்னு. • *My wife* **knits** *while she is travelling.* join together, இணை, முடை; to unite, ஒன்று சேர்; grow together as broken bones do, உடைந்த எலும்புகள் கூடுவது போல் வளர். **to knit one's brows**: to show displeasure, மகிழ்ச்சியின்மையைத் தெரிவி. • *She* **knitted her brows** *when her husband came home late.* **knit-ting**/nitiɲ/(*n*): 'நிட்டிங் / something that is being knitted, பின்னப்படுவது.

knob/nɔb/(*n*):நாப்: / a round projecting part, நீட்டிக்கொண்டிருக்கும் உருண்டையான பாகம்; a round-shaped handle, குமிழ் வடிவக் கைப்பிடி; knot, முடிச்சு.

knock/nɔk/(*v.i*):நாக் / to tap at the door, கதவைத் தட்டு. • **Knock** *the door and ask for Booma.* to strike with a hard blow, இடி, அடி, மோது. • *A speeding vehicle* **knocked** *down her husband.* to prove a thing worthless, ஒரு பொருள் உபயோகமற்றது என நிரூபி; (informal); to remove the support at the most unexpected moment, எதிர்பாராத சமயத்தில் உதவியை நிறுத்து. **knock**(*n*): a tap, தட்டுதல்; a sudden stroke, திடீரெனக் கொடுக்கும் அடி, மோதல்; a single sound made by an engine, ஓர் இயந்திரம் உண்டாக்கும் ஒலி.

knoll/nəul/(*n*):நஉல் / a hillock, குன்று.

knot/nɔt/(*n*):நாட் / an interlacing, twining, looping of a cord, rope, etc., முடிச்சு; a tie in wedlock, திருமண உறவு. • *The marriage* **knot** *has become meaningless in these days of divorce.* a group of people, held together by some bond, ஒரு குழு, ஒரு கும்பல், ஒரு கூட்டம்; a measure of the speed of ship, nautical mile (6,080 ft. = 1853 metres) per hour, கப்பலின் வேகம் ஒரு மணிக்கு 6,080 அடி (அ) 1853 மீட்டர்; a hard mass, புடைப்பு. **knot**(*v.t-v.i*), **knotted, knotting**: to join together with a knot, முடிச்சு போட்டு சேர்த்து வை; to become tied in a knot, ஒரு முடிச்சில் சிக்கிக்கொள்.

knot-ty/'nɔti/(*adj*):நாட்டி /containing knots, முடிச்சுகள் உள்ள; full of knots, முடிச்சுகள் நிறைந்த; difficult, கடினமான.

know/nəu/(*v.t-v.i*):நஉ / **knew, known, knowing**: to understand, அறிந்துகொள்; to perceive, புரிந்துகொள். • *I* **know** *the difficulty very well.* to be aware of, அறியும் நிலையிலிரு. • *I* **know** *it.*

knowl-edge/'nɔlidʒ/(*n*):'நாலிஜ் / general erudition, பொது அறிவு; learning, கற்றுக் கொள்வதால் ஏற்படும் புலமை. • *A* **knowledge** *of human nature is necessary to manage men.* **known**(*v*): past participle of "know", "know" என்பதன் இறந்த கால வினை.

knowl-edge-a-ble/'nɔlidʒəbl/(*adj*): 'நாலிஜஎப்:ல் / knowing a lot, அதிகம் தெரிந்து கொண்டுள்ள; having insight, ஊடுருவித் தெரிந்துகொள்ளும் தன்மையுள்ள; well-informed, அன்றாட நிலவரங்களை நன்கு தெரிந்துகொண்டுள்ள. • *I had the news from the* **knowledgeable** *quarters.* **knowled-geably**(*adv*).

knuck-le/'nʌkl/(*n*):நக்ல் / finger joint, விரல் மூட்டு; a piece of meat with the lowest joint of the leg, கால் கணுவுடன் கூடிய மாமிசத் துண்டு. **knuckle**(*v.i*): to begin working ferociously, மிக வலிமையுடன் வேலை செய்யத் துவங்கு. to knuckle under to yield, பணிந்து கொடு.

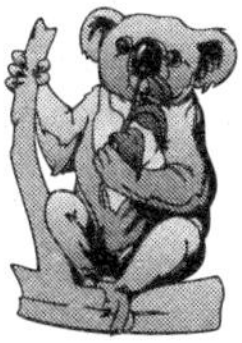

ko-a-la/kəu'a:lə/(*n*):கஉஆலஎ / [also **koalabear**]: an Australian tree climbing animal like a bear, ஆஸ்திரேலியாவில் உள்ள மரமேறும் கரடி.

ko-peck/'kəupek/(*n*):'கஉப்பெக் / 100th part of a Rouble, ருஷ்ய நாணயம், ரூபிளில் 100ல் ஒரு பங்கு, கோபெக்.

Ko-ran/kɔ'ra:n/(*n*):காரான் / [also **Quran**]குரான்: the holy book of the Muslims, முகம்மதியரின் திருமறை நூல்.

kraal/kra:l/(*n*):க்ரால் / a village of South African natives, ஒரு தென் ஆப்பிரிக்க கிராமம்; an enclosure for cattle and other domestic animals in South Africa, தென் ஆப்பிரிக்காவில் உள்ள ஒரு மாட்டுத் தொழுவம்.

ku-dos/'kju:dɔs/(*n*):க்யூட:ாஸ் / public praise, புகழ்; approval, போற்றுதல். • *She gained a lot of* **kudos** *by winning the first prize.*

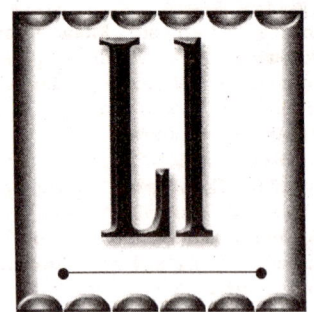

Ll

L,l/el/:எல் / the 12th letter of the English alphabet, ஆங்கில நெடுங்கணக்கின் பன்னிரண்டாவது எழுத்து; a consonant, மெய்யெழுத்து. **L:** the Roman Numeral (number) for 50, 50 என்பதன் குறி. **l:** (written *abbr.* for) lake (capital L for lake), "lake" என்பதன் சுருக்கம்; line, கோடு; litre, லிட்டர்.

la-bel/'leibl/*(n)*:'லெய்ப்:ல் / an indication card, fixed to anything describing its contents, nature, destination, etc., ஒரு கட்டின் விவரங்கள் அடங்கிய, ஒரு பொருளின் விவரம் அடங்கிய குறிப்புச் சீட்டு. • *The* **label** *on the parcel carries a caution - 'Glass, handle carefully'.* **label***(v.t)*, **labelled, labelling**: to fix a label on, சீட்டு ஒட்டு. • *The medicine is* **labelled** 'poison'. to describe as belonging to a class, group, etc., ஒரு குழு (அ) பிரிவு இவற்றைச் சார்ந்தது என வகைப்படுத்து. *You cannot* **label** *all politicians corrupt.*

la-bi-al/'leibjəl/*(n, adj)*:'லெய்ப்:யəல் (பி:யə) / pertaining to the lips, உதடுகள் சார்ந்துள்ள; any labial consonant, உதடுகளின் உதவி கொண்டு உச்சரிக்கப் படும் மெய்யெழுத்து; p, v, b, f, m, w or vowels (அ) உருளும் உயிரெழுத்து o, u.

la-bor-a-to-ry/lə'bɔrətəri/*(n)*: லə'ப:ɔரəட்டəரி / a place where scientific experiments are carried on, ஆய்வுக்கூடம். • *We have a new* **laboratory** *for testing soil.* • *Life itself is a wonderful* **laboratory** *where the experiment goes on forever.*

la-bo-ri-ous/lə'bɔ:riəs/*(adj)*:லə'ப:ɔ:ரியəஸ் / requiring much labour, அதிக உழைப்பு தேவையுள்ள. • *Doing creative work is no* **laborious** *task.* being done with difficulty, கடினமான உழைப்புடன் செய்யப் படும் தன்மையுள்ள. • *Breaking stones is a* **laborious** *piece of work.* **laboriously** *(adv)*, **laboriousness***(n)*.

la-bour/'leibə*/*(n)*:'லெய்ப:ə* / work of hard nature, கடினமான வேலை, உழைப்பு. • *Moving goods involves* **labour**. persons working for wages, கூலி வேலை செய்பவர்கள்; workers as a class, தொழிலாளர் குழுமம். • **Labour** *has emerged as a force in politics.* the pangs and act of giving birth, மகப்பேறு வலி. **labour***(v.i)*: to exert physically or mentally, அதிக உடலுழைப்புக் கொடு (அ) சிறப்பாகச் சிந்தித்துச் செயலாற்று; to strive towards a target or goal, ஒரு குறிக்கோள் நிறைவேற, எல்லா முயற்சிகளையும் எடு. • *The leaders of the Big three are* **labouring** *for lasting international peace.* to describe in detail, அதிக விளக்கம் கொடுத்து விவரி. • *Please, you need not* **labour** *the point.*

la-bour-er/'leibərə*/*(n)*:'லெய்ப:əரə* / a worker in manual labour, தொழிலாளி, உழைத்து வேலை செய்பவர்.

lab-y-rinth/ˌlæbə'rinθ/*(n)*:'லæபி:ரிந்த் / a network of winding passages in which it is difficult to find one's way, வழி காண முடியாத சிக்கலான பாதைகள் கொண்டது. • *We made our way through a* **labyrinth** *of narrow lanes.* any confusing and intricate state of things, சிக்கலான பிரச்சினை, மனதைக் குழப்பும் தீர்வுகாண முடியாத ஒன்று. • *The magistrate was able to find the truth through the* **labyrinth** *of confusing evidences.*

lac/læk/*(n)*: [also **lakh**]:லæக் / a resinous substance used in dyeing and for sealing, அரக்கு. **lac***(n)*: a sum of 1,00,000, இலட்சம்.

lace/leis/*(n)*:லெய்ஸ் / a net-like ornamental fabric, இழைப்பின்னலுள்ள ஆடை; a decorative cloth, அழகுறப் பின்னப்பட்ட சரிகைத் துணி; string for fastening, இழை வார். **lace***(v.t)*: to fasten with lace, கட்டு, இழை வார் கொண்டு இறுகக் கட்டு. • *You have to* **lace** *your shoes carefully.* to adorn with lace, சரிகை கொண்டு அழகுபடுத்து.

la-ce-rate/'læsəreit/*(v.t)*:'லஸஸெரெய்ட் / **lacerated, lacerating**/: to tear roughly, கிழித்துப் புண்படுத்து. • *Do not* **lacerate** *her skin in order to apply the medicine.* • *One's soul gets* **lacerated** *while motioning through life.* **lacerated***(adj)*, **laceration***(n)*.

lack/læk/*(v.t)*:லக் / to be without, இல்லாமலிரு; to be short of, போதுமான அளவு இல்லாமலிரு. • *He doesn't* **lack** *ability, but what he really* **lacks** *is self-confidence.* • *The poor* **lack** *all necessities of life in this world.* **lack***(n)*: something needed, தேவையான ஒன்று; deficiency, குறைபாடு. • *There is no* **lack** *of natural resources in this country.*

lack-a-dai-si-cal/ˌlækə'deizikl/*(adj)*: ˌலக்கஅ'டெய்ஸி:க்கஅல் / with no vigour, சுறுசுறுப்பு இல்லாத; without determination, மனத்திண்மையில்லாத. • *Our government pursue the welfare plans in the most* **lackadaisical** *manner.* **lackadaisically***(adv)*.

lack-ey/'læki/*(n)*:'லக்கி / a person who knows only to obey and take orders, உத்தரவு கேட்டு, கீழ்ப்படிந்து நடக்கும் ஒருவர்; a liveried man servant, சீருடை தரித்து சேவகம் செய்யும் ஆண் பணியாளர்.

la-con-ic/lə'kɔnik/*(adj)*:லஅ'க்கானிக் / using few words, ஒரு சில வார்த்தைகளில் விளங்கவைக்கக்கூடிய. • *A presiding officer always makes a* **laconic** *remark.* • *Let me see, she said* **laconically**. **laconically***(adv)*.

lac-quer/'lækə*/*(n)*:'லக்கஅ* / a varnish, used for forming a hard shiny substance on wood or metal, அரக்கு சாயம், ஒருவகை மேல் பூச்சு. **lacquer***(v.t)*: to cover with or coat with lacquer, மெருகெண்ணெய் பூசு.

la-crosse/lə'krɔs/*(n)*:லஅ'க்ராஸ் (லா') / a game, in which two 10 member teams attempt to send a small ball into each other's netted goal, ஒருவகைப் பந்தாட்டம், 10 உறுப்பினர்கள் கொண்ட இரு குழுக்கள், மற்றவர் வலையில் பந்து போட முயற்சிப்பர்.

lac-ta-tion/læk'teiʃn/*(n)*:லக்'ட்டெய்ஷஅன் / secretion or production of milk for babies by a mother, human or animal, மனித (அ) விலங்கினத் தாய் தன் குழந்தைக்கு பால் ஊட்டுதல்; the period of secretion, பால் கொடுக்கும் நேரம், கால அளவு.

lac-to-me-ter/læk'tɔmitə*/*(n)*: லக்'ட்டாமிட்டஅ* / an instrument for testing the purity of milk, பால் மானி.

lac-te-al/'læktiəl/*(adj)*:'லக்ட்டியஅல் (ட்யஅ) / milky, பால் போன்றுள்ள; pertaining to milk, பால் தொடர்பான.

la-cu-na/lə'kju:nə/*(n)*:லஅ'க்யூனஅ / a gap or missing part especially in a piece of writing, an argument, etc., இடைவெளி, விடுபட்டுப் போனது, முக்கியமாக எழுத்துக் கோவையில் விடுபட்டது, விவாதத்தில் விடுபட்டது முதலியவை.

lad/læd/*(n)*:லட்: / a boy, சிறுவன்; a youth, இளைஞன்; a rude young man, முரட்டுத் தன்மையுள்ள இளைஞன்.

lad-der/'lædə*/*(n)*:'லட:அ* / a portable frame with steps by which climbing up or down is done, ஏணி. **ladder***(v.t-v.i)*: to climb or mount by means of a ladder, ஏணிகொண்டு மேலேறு.

la-den/leidn/*(adj)*:'லெய்ட்ன் / loaded heavily, மிக அதிகமாகப் பளு ஏற்றப்பட்ட; burdened, பளு சுமத்தப்பட்ட.

lad-le/'leidl/*(n)*:'லெய்ட்:ல் / a large deep spoon, பெரிய கரண்டி, அகப்பை. **ladle***(v.t)*: to serve with ladle, கரண்டி கொண்டு பரிமாறு.

la-dy/'leidi/*(n)*:'லெய்டி: / a woman, ஒரு பெண்மணி; (a polite term, மரியாதையான குறிப்பு வார்த்தை); a woman of noble rank, உயர்குடியில் பிறந்த சீமாட்டி.

lag/læg/*(v.i)*:லக்: / fail to keep pace with, முன்னேற்றப்படியில் பின்தங்கு. • *A country that* **lags** *in maintaining law and order will soon disintegrate.* to move slowly, மெதுவாக நகர்; to fall behind, பின்தங்கு. • *Some children* **lag** *in developing mental skills.* **lag***(n)*: lapse of time, காலம் தாழ்த்தல். **lag***(v.t)*, **lagged, lagging**: to cover with some special material to prevent radiation of heat, வெப்பக் கதிர்வீசல் மூலம் வெப்ப இழப்பு ஏற்படாமல் இருக்க மேல்பக்கம் ஒருவிதப் பொருளால் மூடு; to insulate, வெப்பம் கடத்தாமல் இருக்க மேல்பக்கம் மூடு.

la-ger/'la:gə*/*(n)*:'லாஜஅ* / beer, (not strong), குறைவான காரமும், சக்தியும் கொண்ட பீர், மதுபானம்.

lag-gard/'lægəd/*(n)*:'லக:அட்: / a person slow in action, செயல்வேகம் இல்லாத ஒருவன்.

lag-ging/'lægiɲ/*(n)*:'லஃகிங் / the act of covering a boiler, oil-tank, etc. with heat insulating materials, கொதி கொப்பரை, எண்ணெய்க்கலன்கள் முதலியவற்றின் வெப்பம் சிதறாமல் இருக்க மேலே மூடப்படும் மூடி.

la-goon/lə'gu:n/*(n)*:லə'கூ:ன் / an area of shallow water, connected with the sea or river, காயல், கடற்கழி.

laid/leid/*(v)*:லெய்ட் / *(p.t & p.p)* of "lay", "lay" என்பதன் இறந்தகாலம், இறந்த கால வினைமுற்று.

lain/lein/*(v)*:லெய்ன் / past participle of "lie", "lie" என்பதன் இறந்தகால வினைமுற்று.

lair/leə*/*(n)*:லεə* / a den where a wild animal hides, rests, sleeps, etc., காட்டு மிருகம் பதுங்குமிடம். • *The lion retired to its* **lair**. • *A* **lair** *is a better place than an incommodious modern house to live in.*

la-i-ty/'leiəti/*(n)*:'லெயிட்டி / members of a religious group or some profession without any special training, எந்தவிதச் சிறப்புப் பயிற்சியும் இல்லாத மத உறுப்பினர்கள் (அ) அலுவலர்கள்; lay people, பாமரர்கள்.

lake/leik/*(n)*:லெய்க் / a large inland body of fresh or salt water, சுத்த (அ) உப்பு நீர் கொண்ட ஏரி. **lake***(n)*: a deep red (somewhat bluish) colouring paint, சற்று நீலம் கலந்த சிவப்பு வண்ணக் கலவை, நீலச் சிவப்பு வண்ணம்.

la-ma/'la:mə/*(n)*:'லாமə / a Buddhist priest of Tibet, Mongolia, etc., திபெத்து, மங்கோலியா போன்ற நாடுகளில் உள்ள புத்த மதகுரு.

lamb/læm/*(n)*:லஃம் / a young sheep, ஆட்டுக்குட்டி; the meat of a young sheep, ஆட்டுக்குட்டியின் மாமிசம்; (informal) a person not intelligent, மந்த புத்தியுள்ளவன். **lamb***(v.i)*: to give birth to lambs, ஆட்டுக் குட்டி ஈனு.

lam-bent/'læmbənt/*(adj)*:'லஃம்ப:ənட் / moving over a surface lightly without burning it, சேதம் விளைவிக்காமல் ஒரு தளத்தின்மேல் நகர்ந்துகொண்ட; radiant, ஒளிர்கின்ற; cleverly playful, புத்திசாலித் தனமாக விளையாடுகின்ற.

lame/leim/*(adj)*:லெய்ம் / physically disabled, உடல் ஊனமுள்ள; weak, பலவீனமான; unsatisfactory, மன நிறைவு அளிக்காத. • *Do not give* **lame** *excuse.* **lame***(v.t)*: to cause to become disabled, பழுதடையச் செய், ஊனமுறச் செய்.

lame-duck/leimdʌk/*(n)*:'லெய்ம்ட:க் / a transaction that has ended in heavy loss, பெருநட்டத்தில் முடிந்த ஒரு வியாபாரம்; a political official or body whose period in office will soon come to an end, தேர்ந்தெடுக்கப்பட்ட உயர்நிலை அரசியல் உறுப்பினர் (அ) அரசியல் நிறுவனம் தன் அதிகாரக் கெடு முடியும் தறுவாயில் இருத்தல்.

la-ment/lə'ment/*(v.t-v.i)*:லə'மென்ட் / to regret for, வருத்தப்படு, புலம்பு. • *The entire nation* **lamented** *the murder of its young, dynamic former Prime Minister.* to express sorrow, வருத்தம் தெரிவி. **lament***(n)*: an expression of sorrow, especially in the form of song, music, etc., வருத்தம், துக்கம் தெரிவிக்கும் ஒப்பாரிப் பாடல். **lam-en-ta-ble**/'læməntəbl/*(adj)*:'லஃமென்ட்டəப்:ல் / not at all satisfactory, மிகவும் மனநிறைவு இல்லாத. **lamentably***(adv)*, **lamentation***(n)*.

lam-i-na/'læminə/*(n, sing)*:'லஃமினə / **laminal***(n, pl)* [also **laminas**]: **lamination**/*(n)* a very thin plate made of any material, ஏதாவதொரு உலோகத்தால் (அ) பிளாஸ்டிக்கால் செய்யப்பட்ட மிக மெல்லிய தகடு/அட்டை.

lamp/læmp/*(n)*/லஃம்ப் / any light giving apparatus, containing oil, gas, electricity, etc., எண்ணெய், வாயு, மின்சாரம் இவற்றால் எரியும் விளக்கு.

lamp-black/'læmpblæk/*(n)*:'லஃம்ப்ப்:லஃக் / a fine black pigment collected from the soot of the smoke, produced by a burning lamp, எண்ணையால் எரியும் விளக்கின் புகை மூலம் கிடைக்கும் கரியிலிருந்து பெறப்படும் கறுப்புப் பொடி.

lam-poon/læm'pu:n/*(n)*:லஃம்'ப்பூன் / a sharp, virulent piece of writing, attacking a person, an institution, government, etc., ஒரு தனி மனிதர், ஒரு நிறுவனம், அரசாங்கம் முதலியவற்றைத் தாக்கி எழுதுதல். **lampoon***(v.t)*: to make an attack in a lampoon, வசைமாரி பொழி.

lam-prey/'læmpri/*(n)*:'லஃம்ப்ரி / a snake-like fish, விலாங்கு மீன்.

lance/la:ns/*(n)*:லான்ஸ் / a long spear-like weapon, ஈட்டி. **lance***(v.t)*: to cut open flesh to remove infected material, உடலில் இருந்து, கெட்ட சதை, இரத்தம் முதலியவற்றை அகற்ற அறுவை சிகிச்சை செய்.

lan-cet/'la:nsit/*(n)*:'லான்ஸிட் / a small, sharp-pointed and double-edged surgical instrument, இருபக்கமும் கூர்முனையுள்ள அறுவை சிகிச்சைக் கருவி.

land/lænd/*(n)*:லஃன்ட் / solid part of the earth's surface, நிலம்; a country, nation, நாடு, தேசம். **land***(v.i)*: to set on land, தரையிறங்கு; to bring to land, தரைக்குக் கொண்டு வா. • *The jet plane* **landed** *safely.* **land***(v.t)*: to come to land or shore, கரைசேர்; find oneself in certain situation, ஒரு குறிப்பிட்ட சூழ்நிலையில் சிக்கிக்கொள். • *During heavy rain, it is rather difficult to* **land** *passengers or goods from a ship.* • *The job* **landed** *me in trouble.* **landed***(adj)*: owning land, சொந்தமாக நிலமுள்ள. • *His* **landed** *property is worth many lakhs.*

lan-dau/'lændɔ:/*(n)*:'லஃன்டஃ: / a four-wheeled horse drawn carriage with top that may be opened or folded back, மடிப்பு முகப்புக் கொண்ட நான்கு சக்கரக் குதிரை வண்டி.

land-holder/'lænd,həuldə*/*(n)*: 'லஃன்ட்,ஹஉல்டஃ* / a person holding lands, நிலம் வைத்திருப்பவர்.

land-ing/'lændiŋ/*(n)*:'லஃன்டிங் / the act of arriving on land, or reaching land, தரையை அடைதல்; coming ashore, கரை சேர்தல்; a place for landing, தரை இறங்கும் இடம்; the platform between two flights of stairs, இரு பக்கமும் படிகளுள்ள மேடை.

land-la-dy/'læn,leidi/*(n)*:'லஃன்,லெய்டி / a woman owning lands, நிலம் சொந்தமாக வைத்திருக்கும் பெண்மணி; a woman who owns and runs an inn or lodging house, பயணிகள் விடுதி வைத்து நடத்தும் பெண்மணி; a woman who owns a house and gives the same for rent, வீட்டுச் சொந்தக்காரி, வீடு வாடகைக்குக் கொடுக்கும் பெண்மணி.

land-locked/'lændlɔkt/*(adj)*: 'லஃன்ட்லாக்ட் / enclosed or almost shut in by land, நிலத்தால் சூழப்பட்டுள்ள, முற்றிலும் நிலம் சூழ்ந்துள்ள. • *Bhutan is a* **land-locked** *country as it is enclosed by land on all sides.*

land-mark/'lændma:k/*(n)*:'லஃன்ட்மாக்ஃ / an important place, building, tree, etc., which serves as a guide, அடையாளம் காட்டும் முக்கிய அறிகுறி, ஓரிடம், கட்டடம், மரம் முதலியவை; a prominent mark, முக்கிய அடையாளம்; an important event in one's life, history, etc., ஒருவனின் வாழ்க்கை, வரலாறு முதலியவற்றில் ஏற்பட்ட முக்கிய நிகழ்ச்சி; boundary mark, எல்லைக் குறி.

land-scape/'lænskeip/*(n)*/'லஃன்ஸ்க்கெய்ப் / a wide view of land and country scenery, இயற்கைத் தோற்றம், நிலம், நீர், மரம் முதலியவை. **landscape***(v.t)*: to improve the landscape, நிலம் இயற்கை வனப்பை மேம்படுத்து, சீர் செய், அழகுபடுத்து.

land-slide/'lændslaid/*(n)*:'லஃன்ட்ஸ்லய்ட் / the downward falling of land mass, rock, etc., மண் சரிந்து விழுதல், நிலச்சரிவு; a victory in elections with unexpected margin of votes, ஒரு தேர்தலில் ஏற்படும் மிகப்பெரிய வெற்றி; any grand victory, மிகப்பெரிய வெற்றி. • *The Prime Minister was noted for his* **landslide** *victory in the election.*

lane/lein/*(n)*:லெய்ன் / a narrow way, குறுகலான சந்து; a narrow passage, குறுகலான பாதை; a marked space or path for a competitor (sports), விளையாட்டு அரங்கில் ஒதுக்கப்பட்ட குறிப்பிட்ட பாதை.

lan-guage/'læŋgwidʒ/*(n)*:'லஃங்உயிஜ் / mode of expression of human feelings, emotions, thoughts, etc., மொழி.

lan-guid/'læŋgwid/*(adj)*:'லஃங்உயிட் / lacking in vigour, பலம் குறைவாக உள்ள, உயிர்சக்தி குறைந்துள்ள; without showing zest in life, சோர்ந்த, மந்தமான. • *Many people attend office and do their job in a* **languid** *manner.* **languidly***(adv)*.

lan-guish/'læŋgwiʃ/*(v.i)*:'லஃங்உயிஷ் / to lose vigour, உயிரோட்டம் இல்லாமலிரு; to become weaker, மிகப் பலவீனப்படு. • *Many innocent persons* **languish** *in prisons while criminals go scot-free.* **languishing***(adj)*: becoming languid in any way, ஏதோ ஒருவகையில் பலவீனமாக இருப்பது பற்றிய.

lan-guor/'læŋgə*/*(n)*:'லஃங்க:ஃ* / tiredness of body or mind after doing some pleasant job, மனதிற்கிசைந்து பணியாற்றியபிறகு ஏற்படும் களைப்பு, உள்ளச் சோர்வு. • *I felt the* **languor** *of body only after finishing my job.* lack of spirit, உயிரோட்டம் இல்லாமை. **languorous***(adj)*, **languorously***(adv)*.

lank/læŋk/*(adj)*:லஃங்க் / (of hair) straight and not full of life, மெல்லியதாகவும், வளமில்லாததாகவும் உள்ள முடி பற்றிய; very long and lean (of plants), நீண்டும், மெல்லியதாகவும் உள்ள தாவரம் பற்றிய. • *Our villages are fast becoming deserts filled with* **lank** *and lifeless trees.* **lanky** *(adj),* **lankly***(adv),* **lankiness** *(n).*

lan-o-lin/'lænəulin/*(n)*: 'லஜனஉலின் / a fatty substance got from sheep's wool used in skin ointments, மென்மையான தோல் தொடர்பான பொருள்கள் தயாரிக்கப் பயன்படும் ஆட்டு ரோமத்தினின்று பெறப் படும் ஒருவகைக் கொழுப்புப் பொருள்.

lan-tern/'læntən/*(n)*:'லஜன்ட்டஅ:ன் / a transparent case for enclosing light and protecting the same from wind, rain, etc., விளக்கு, விளக்குக் கூடு, ஒளிக் கூண்டு.

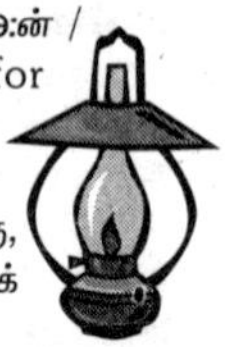

lan-yard/'lænjəd/*(n)*:'லஜன்யஅட்: (யாட்:) / a short piece of rope especially used in ships as a fastening or handle, முக்கியமாகக் கப்பல்களில் கட்டுவதற்கு (அ) கைப்பிடியாகப் பயன்படும் சிறு கயிறு.

L

lap/læp/*(n)*/லஜப் / the front part of the human body between the knees and the waist, மடி. • *The cat sat on the* **lap** *of the magician.* **in the lap of luxury**: extreme luxurious situations, மிக ஆடம்பரமான சூழ்நிலையில். • *Some people are fortunate to spend their days* **in the lap of luxury**. **lap***(v.t),* **lapped, lapping**: to fold over; மடித்தலைச் செய் to envelop, உள்ளே வைத்து மடி. **lap***(v.i)*: to wash or to move in small waves with a splashing sound, அலை மோது, சிறு அலைகளாக நகர்ந்து ஒலியெழுப்பி மோது; to take up or drink liquid with the tongue, நக்கு. **lap***(n)*: the act of lapping, மடித்தல்; the act of lapping liquid, நக்கிக் குடித்தல்; the sound of waves, அலை ஓசை; a single trip or course in racing or walking exercise, ஓட்டப்பந்தயம் (அ) நடைப்பயிற்சியில் ஒரு சுற்று.

lap-el/lə'pel/*(n)*:லஅ'ப்பெல் (லஜப்பெல்) / the part of garment folded in a flap, ஆடையின் மடிப்புப் பகுதி.

lap-i-da-ry/'læpidəri/*(adj)*:'லஜப்பிடஅரி / pertaining to the cutting of precious stones, மணிக்கற்கள், விலையுயர்ந்த கற்கள் செதுக்குவது தொடர்பாக உள்ள. **lapidary** *(n)*: a workman who cuts precious stones, விலையுயர்ந்த மணிக்கற்களை வெட்டிச் செதுக்குபவர்.

lapse/læps/*(n)*/லஜப்ஸ் / a slip, நழுவுதல்; an error, சிறு தவறு; a passage of time, காலப்போக்கு. **lapse***(v.i),* **lapsed, lapsing**: to fall from a previous high standard, நல்ல நிலையிலிருந்து, மட்டமான நிலைக்குச் சரிந்து விழு; to become void, வெறுமையாக்கு; to cease to be in force, காலாவதியாகு.

lap top/læp tɔp/*(n)*/லஜப்ட்டாப் / a small computer that you can carry round with you, கையில் எடுத்துச் செல்லக்கூடிய சிறிய கணினி.

lap-wing/'læpwiŋ/ *(n)*:'லஜப்உயிங் / a small bird with feathers on its head, ஒருவகை நீர்ப் பறவை, கொண்டை வால் குருவி.

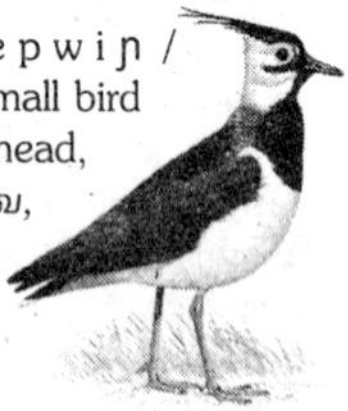

lar-ce-ny/'la:səni/ *(n)*:'லாஸஅனி / an act of stealing, திருடுதல், அற்பத் திருட்டு.

larch/la:tʃ/*(n)*:லாச் / any tree of the coniferous nature, ஒருவகை ஊசியிலை மரம்.

lard/la:d/*(n)*:லாட்: / pig fat mettled and made pure, பதப்படுத்தப்பட்ட பன்றிக் கொழுப்பு. **lard***(v.t)*: to apply lard, கொழுப்புச் சத்து தடவு, கொழுப்புச் சத்தைப் பயன்படுத்து; to use many words especially foreign to improve one's writing or speech, ஒருவர் பேச்சு (அ) எழுத்தை தகுந்த வார்த்தைகள் கொண்டு மேம்படுத்து.

lar-der/'la:də*/*(n)*:'லாடஅ* / a place where provisions are stored or kept, பொருள்கள் வைக்குமிடம், கிடங்கு.

large/la:dʒ/*(adj)*:லாஜ் / **larger, largest**: of more than usual size, சாதாரண அளவுக்கு அதிகமான; on a big or great scale, பெரிய அளவில் உள்ள. **at large**: not under control, கட்டுப்பாட்டில் இல்லாத. • *Many criminals are* **at large** *with the connivance of the officials and politicians.* **largeness***(n).* **largely***(adv)*: to a great extent, மிக அதிகப்படியாக. **large-hearted***(adj)*: generous, பெருந்தன்மை யுள்ள.

lar-gesse/la:'dʒes/*(n)*:லா'ஜஅஸ் / kindness and generosity towards the have-nots, இல்லாதவர்களுக்குப் பெருந்தன்மையாகக் கொடுத்தல்; liberality, தாராள மனப் பான்மை. • *A truly poor man is not in need of rich people's* **largesse***; his needs are limited and almost nil.*

lar-i-at/'læriət/*(n)*:'லஊரியஉட் / [also **lasso**]: a long, noosed rope used for catching horses, cattle etc., குதிரை, ஆடு, மாடு போன்றவற்றைப் பிடிப்பதற்கு பயன் படுத்தப்படும் வளையம் (அ) மூக்கு போன்ற பகுதி உள்ள நீண்ட கயிறு.

lark/la:k/*(n)*:லாக் / a small light brown singing bird, வானம்பாடி. **lark***(n)*: (informal), a frolic, குறும்பு; a fun, கேலி; **lark***(v.i)*: to play mischievously, விளையாட்டுத்தனமாகக் குறும்பு செய். • *The child went to sleep after* **larking** *for a long time.*

lar-va/'la:və/*(n)*:'லாவஉ / an insect in its early worm stage, the wingless feeding stage of an insect, முட்டையினின்று வெளிவரும் புழுப்பருவம், வளர்ச்சியின் ஆரம்ப நிலை. **larval***(adj)*.

lar-yn-gi-tis/ˌlærin'dʒaitis/*(n)*: ˌலஊரிஞ்'ஜய்ட்டிஸ் /inflammation of the larynx, குரல்வளை வீக்கம்.

lar-ynx/'læriŋks/*(n, sing)*:'லஊரிங்க்ஸ் / **larynxes***(n, pl)*: [also **larynges**]: the organ of voice in the throat enclosing the vocal chords, குரல்வளை.

las-car/'læskə*/*(n)*:'லஊஸ்க்கஉ* / an Indian sailor, கப்பலோட்டி.

las-civ-i-ous/lə'siviəs/*(adj)*:லஉ'ஸிவியஉஸ் / lustful, காமம் நிறைந்த. • *His* **lascivious** *look will spoil his personality.* arousing sexual appetite, பால் உணர்ச்சியைத் தூண்டவல்ல. **lasciviously***(adv)*, **lascivious-ness***(n)*.

la-ser/'leizə*/*(n)*:'லெய்ஸஉ* / an apparatus which produces narrow beam of light, குறுகிய ஒளிக்கற்றையை உற்பத்தி செய்யும் கருவி.

lash/læʃ/*(v.t)*:லஊஷ் / to hit hard or beat usually with a whip, சவுக்கால் அடி; to beat violently or forcefully upon, கொடூரமாக அடி (அ) மோது. • *The sea waves* **lash** *against the rock-temples at Mamallapuram.* to attack with harsh words, வார்த்தைகளால் சாடு; rush with force, விசையுடன் பாய்ந்து செல். • *The opposition leader* **lashed** *out at the government for its failure on all fronts.* **lash***(n)*: the piece of cord, கசை, சவுக்கு; a swift stroke, கசையடி; eyelash, கண் இமை.

lass/læs/*(n)*/லஊஸ் / a girl or young woman, ஒரு சிறுமி (அ) பெண்மணி.

las-si-tude/'læsitju:d/*(n)*/'லஊஸிட்யூட் / tiredness, களைப்பு; indolence, மந்த நிலை.

last/la:st/*(adv)*/லாஸ்ட் / after all others, எல்லாவற்றிற்கும் பிறகு. • *She came* **last** *for the meeting.* most recently, இப்பொழுது கடைசியாக. • *I* **last** *saw her in December 2003.* **last***(adj)*: taking place at the end, கடைசியில் நிகழ்கின்ற; occurring after all others, மற்றவைகளுக்குப் பிறகு நடைபெறுகின்ற. • *It is the* **last** *chance for you.* **last word**: a final statement, முடிவாகச் சொல்லப்படுவது. • *The* **last word** *had not yet been said in the matter.* **last***(n)*: one who is last, கடைசியாக இருப்பவர்; that which is last, கடைசியில் இருப்பது; the final, முடிவு; conclusion, இறுதி; the end, கடைசியானது, எல்லை. • *At* **last,** *I was able to win the case.* **last***(pron)*: the end, முடிவு; the person, thing or any other that is last, இறுதியான நபர், பொருள் (அ) வேறு ஏதாவது. **last***(v.i)*: to go on in time, காலகட்டத்தில் தொடர்ந்து செயலாற்று; to continue without getting exhausted, நல்ல, சீரான நிலையில் நீடித்திரு. • *The rain* **lasted** *unabated for several days.* to endure, சகிப்புடன் தாங்கிக்கொள். **last***(v.t)*: to survive till the end, கடைசி வரை செயல்படு; to continue in good condition, நல்ல நிலையில் தொடர்ந்திரு. **last***(n)*: the wooden mould of the shoe maker, செருப்பு தைக்க உதவும் மரத்தினால் ஆன வடிவமைப்பு.

last-ditch/la:stditʃ/*(adj)*:ˌலாஸ்ட்'டி:ச் / the final desperate attempt to avoid defeat, தோல்வி ஏற்படாமல் தவிர்க்க செய்யப்படும் கடைசி முயற்சி. • *A* **last-ditch** *attempt was made to avert the war.*

last-ing/la:stiŋ/*(adj)*:'லாஸ்ட்டிங் / unending, முடிவில்லாத; enduring, தாங்கி நிற்கக் கூடிய.

last straw/'la:stˌstrɔ:/*(n)*:'லாஸ்ட்ˌஸ்ட்ரா: / the last of series of difficulties when added, the total burden becomes unbearable, தாங்கமுடியாத ஒரு துயரமான சூழ்நிலையில், மேலும் ஒரு துன்பம் வந்து சேருதல், மீளமுடியாத நிலைக்குத் தள்ளப்பட வைக்கும் இறுதித் துன்பம். • *After losing my job, and having exhausted all my resources, the death of my wife really was the* **last straw**.

L

lat/læt/(abbr):'லæட் (டிட்யூட்) / latitude, நிலநடுக்கோடு; "latitude" என்பதன் சுருக்கம்.

latch/lætʃ/(n):லæச் / a device for fastening a door, gate, etc., தாழ்ப்பாள். **latch**(v.t-v.i): to close with a latch, தாழ்ப்பாள் இடு; to bolt, தாழிடு.

late/leit/(adj):லெய்ட் / **later, latest**: occurring after the usual time, வழக்கமான நேரத்திற்குப் பிறகு நிகழும். • She came home in the **late** evening. not in time, காலதாமதமாக; recently deceased, சமீப காலத்தில் இறந்த. **late**(adv): after the usual time, வழக்கமான நேரத்திற்குப் பிறகு. • The flowers bloom **late** in the night. until recently, சற்று நேரத்திற்கு முன். **of late**: recently, சற்று முன். • The days are getting colder **of late**. **late-ly**/'leitli/(adv): 'லெய்ட்லி / recently, சமீப காலத்தில்.

la-tent/'leitənt/(adj):'லெய்ட்டன்ட் / present but not visible or noticeable, உள்புதைந்து, வெளியே தெரியாத; not fully developed, முழுவதும் வெளிக்கொணரப்படாத. • The **latent** energy in an atom is enormous. • **Latent** heat is the heat absorbed or radiated during the change of state of a substance at constant temperature.

lat-er/leitə*/(adv):'லெய்ட்டெ* / at a later time, அடுத்த காலகட்டத்தில்; afterwards, பிறகு. • At first, he refused to lend the money; **later**, he yielded and agreed.

lat-e-ral/'lætərəl/(adj):'லæட்டெரல் / of the side, pertaining to the side, from the side towards the side, பக்கவாட்டிலுள்ள. **lateral thinking**: a method of solving a problem through illogical methods, தர்க்கத்திற்குப் பொருந்தாத வழியில் பிரச்சினையைத் தீர்க்கும் முறை. • The **lateral** view of the Himalayas is not only beautiful but also exciting. • Sometimes, **lateral thinking** helps to solve a problem.

lat-est/leitist/(adj):'லெய்ட்டிஸ்ட் / most recent, மிக சமீபத்தில் உள்ள. • The **latest** news is that the minister is alive. • The way of life is to copy the **latest** fashions.

la-tex/'leiteks/(n):'லெய்ட்டெக்ஸ் / a thick juice, milky in nature produced by certain plants like rubber tree, மரப்பால், ரப்பர் பால்.

lath/la:θ/(n):'லாத் / a thin piece of wood used in buildings to support plaster, tiles, etc. கட்டடங்களில் சுண்ணாம்பு, ஓடு முதலியவற்றை தாங்கும் மரச் சட்டம்.

lathe/leið/(n):லெய்த் / a turner's machine for shaping wood, metals, etc., கடைசல் பொறி.

la-ther/'la:ðə*/(n):'லாதெ* / foam or froth produced by soap, நுரை. **lather**(v.i): to form lather, நுரையுண்டாக்கு. **lather**(v.t): to apply lather to, நுரையைப் பயன்படுத்து.

Lat-in/'lætin/(n):'லæட்டின் / the language of the ancient Romans, ரோமானிய நாட்டின் லத்தீன் மொழி.

lat-i-tude/'lætitju:d/(n):'லæட்டிட்யூட்: / the angular distance north or south from the equator, நிலநடுக்கோட்டினின்று வடக்கு (அ) தெற்கே உள்ள தூரம். • The **latitude** of the place is 30° North. a region or place at a particular latitude, நிலநடுக் கோட்டினால் வரையறுக்கப்பட்ட ஒரு குறிப்பிட்ட இடம் (அ) பரப்பு; freedom of action, opinion, approach, etc., கருத்து, செயல், முனைப்பு முதலியவற்றில் சுதந்திர மான நிலை. • Children should be allowed a fair amount of **latitude** in their dealings with others. **latitudinal**(adj).

la-trine/lə'tri:n/(n):லெ'ட்ரீன் / a toilet, especially a trench in military camp, கழிப்பிடம், முக்கியமாக இராணுவ முகாமில் ஏற்படுத்தப்படும் மண்குழி.

lat-ter/'lætə*/(adj):'லæட்டெ* / being the second of the two, இரண்டினுள் இரண்டாவதாக இருப்பது. • The **latter** years of one's life is either fructuous or barren.

lat-ter-ly/'lætəli/(adv):'லæட்டெ:லி / of late, சற்று முன், இது வரை; more recently, சற்று முன்.

lat-tice/'lætis/(n):'லæட்டிஸ் / a frame of cross bars with open spaces in between used as fence, door, etc., குறுக்கு நெடுக்காகப் பின்னப்பட்ட தட்டி, கிராதி முதலியவை.

laud/lɔːd/(v.t):லா:ட்: / to praise, புகழ்ந்து பாடு. **lau-da-ble**/'lɔːdəbl/(adj): 'லா:டெப்:ல் / deserving praise, புகழுக்குரிய. **lau-da-to-ry**/'lɔːdətəri/ (adj):'லா:ட:�æட்டரி / expressing praise, புகழ்ச்சி செய்கின்ற; admiring, பாராட்டுகின்ற.

lau-da-num/'lɔːdənəm/(n):'லாட்:னெம் / a tincture of opium, அபினி.

laugh/la:f/*(v.i)*:லாஃப் / to express mirth, amusement, etc. spontaneously by making merry sounds, சிரி; to be gay, மகிழ்ச்சியுடனிரு. • *She* **laughed** *silently at the man.* **laugh***(v.t)*: to express by laughing, சிரிப்பதன் மூலம் வெளிப்படுத்து. **laugh off/away**: to make any difficulty look less or not serious by laughing, துன்பத்தை விளையாட்டாகச் சமாளி. • *He is financially broke; but he puts on a brave and* **laughs** *it* **off**. • *He always* **laughs** *away his trouble.* **to laugh at**: to make fun of, ஏளனம் செய். • *She was* **laughed at** *by all her friends for her funny dress.* **laugh***(n)*: the act of laughing, சிரித்தல். **have the last laugh on**: to prove successful finally after a seeming defeat, தோல்வி ஏற்படுமோ என்ற நிலையை மாற்றி வெற்றி காண். **laughable***(adj)*: funny, ஏளனம் செய்யத்தக்க. **laughing gas***(n)*: nitrous oxide, நைட்ரஸ் ஆக்ஸைடு எனும் வாயு.

laugh-ing-stock/'la:fiŋstɔk/*(n)*:'லாஃபிங் ஸ்ட்டாக் / an object of ridicule, ஏளனம் (அ) கேலி செய்யத்தக்க பொருள் (அ) இலக்கு.

launch/lɔ:ntʃ/*(v.t)*:லாஞ்ச் / to set a boat, a vessel, etc., that has been newly built into the water, புதியதாகக் கட்டப்பட்ட கப்பல், படகு (அ) வேறு ஏதாவது ஒன்றை நீரில் மிதக்கவிடு. • *The new satellite EDUSAT was* **launched** *by India.* to send a weapon, missile, etc., into the sky or space, ஆகாயம் (அ) விண்வெளியில் ஏவுகணை, விண்கோள் முதலியவற்றைச் செலுத்து. • *New missiles are* **launched** *every day by some countries or other.* to start on a course or to set going, ஒரு செயல்முறையைத் துவக்கு (அ) ஒரு செயல்முறையை மேலும் நல்ல முறையில் ஆக்கப்படுத்து. **launch***(n)*: an act of launching, துவக்கம் செய்தல்; boat, படகு; passenger boat, தோணி; the act of setting afloat, மிதக்க விடுதல்.

laun-der/'lɔ:ndə*/*(v.t)*:'லாஂன்ட:ə* / to wash clothes, ஆடைகளைச் சலவை செய். **launderer***(n)*: a washerman or woman, சலவைத் தொழிலாளி. **laun-dry**/'lɔ:ndri/*(n, sing)*:'லாஂன்ட்ரி / **laundries** *(n,pl)*:: articles of clothes to be washed, சலவை செய்யப்படவேண்டிய துணிகள்; a place of business where clothes, etc., are washed, சலவையகம்; clothes that have been washed, சலவை செய்யப்பட்ட துணிகள்.

laur-e-ate/'lɔ:rieit/*(n)*:'லாஂரியிட் / having special distinction in some field, ஒரு துறையில் நல்ல விருது, உயர்வு பெற்றவர். • *Mother Theresa was a Nobel* **laureate**.

laur-el/'lɔrəl/*(n)*:'லாஂரəல் / a small ever-green shrub, வாகைச் செடி. **laurels**: honour won for some achievement, வெற்றி வாகை. **to rest on one's laurels**: to be satisfied with one's own achievement, தன் சாதனை, புகழ் இவைகளைப்பற்றி மனநிறைவு கொள். • *One should not* **rest on one's laurels** *after some achievement.*

la-va/'la:və/*(n)*:'லாவə / the molten rock that issues from a volcano, எரிமலைக் குழம்பு.

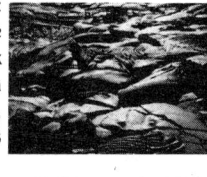

lav-a-to-ry/'lævətəri/*(n)*:'லæவəட்டəரி / a toilet, கழிப்பிடம், குளியலறை; any place where washing is done, சுத்தம் செய்து கொள்ளும் இடம்.

lav-en-der/'lævəndə*/*(n)*:'லæவின்ட:ə* / a plant with sweet-smelling flowers, ஒருவகை நறுமணமுள்ள மலர்ச்செடி; the dried flowers or other parts of this plant preserved among clothes, linen, etc., துணிகளுக்கிடையே வைத்துப் பாதுகாக்கப் படும் இலை (அ) வாசனைப் பொருள்கள்.

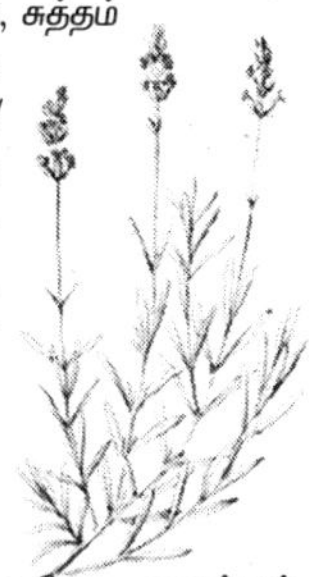

lav-ish/'læviʃ/*(adj)*:'லæவிஷ் / giving in great amounts, மிக அதிக அளவில் கொடுக்கின்ற. • **Lavish** *spending may not be a sign of luxury.* occurring in great quantities, அதிக அளவில் நிகழ்கின்ற (அ) இருக்கின்ற. **lavish***(v.t)*: to spend without limit, அதிகமாகச் செலவு செய், தாராளமாகச் செலவு செய்; bestow, அளி. • *Minister's* **lavish** *favours on their kith and kin.*

law/lɔ:/*(n)*:லா: / a set of rules, regulations, etc., supported by the authority of government to control society, சட்டம், விதி, ஒழுங்குமுறை; in science, certain orderly behaviour that is observed and proved, அறிவியலில் வகுக்கப்படும் விதிகள்.

law-a-biding/'lɔ:ə,baidiɲ/*(adj)*:'லா:ஏ,பய்டிங் / respecting the law, சட்டத்திற்குப் பணியும் தன்மையுள்ள.

law-break-er/'lɔ:,breikə*/*(n)*: 'லா:,ப்ரெய்க்கஏ* / a person who violates the law, சட்டத்திற்குக் கீழ்ப்படியாதவர்.

law-ful/'lɔ:ful/*(adj)*:'லா:ஃபுல் / allowed by law, சட்டம் அனுமதிக்கின்ற. **lawfully** *(adv)*, **lawfulness***(n)*.

law-less/'lɔ:lis/*(adj)*:'லா:லிஸ் / not controlled by law, சட்டத்திற்குக் கீழ்ப்படியாத. **lawlessly***(adv)*, **lawlessness***(n)*.

lawn/lɔ:n/*(n)*:லா:ன் / a stretch of land covered with grass cut neatly usually near a house or a park or an estate, வீட்டிற்கு அருகில் (அ) பூங்காவில் (அ) பண்ணையில் வளர்க்கப்படும் அழகுற வெட்டிச் சீர்படுத்தப் பட்ட பசும் புல்வெளி.

law-yer/'lɔ:jə*/*(n)*:'லா:யஏ* / a person whose business is to advise people on matters of law and conduct law suits, வழக்குரைஞர், சட்ட வல்லுநர்.

lax/læks/*(adj)*:லஆக்ஸ் / careless, கவனக் குறைவான; negligent, அலட்சியமான.

lax-a-tive/'læksətiv/*(n)*:'லஆக்ஸஏட்டிவ் / a medicine for loosening the bowels, மலமிளக்கி மருந்து.

lax-i-ty/'læksəti/*(n)*:'லஆக்ஸிட்டி / the state of being lax, கண்டிப்பு இல்லாத நிலைமை.

lay/lei/*(v)*:லெய் / past tense of "lie", "lie" என்பதன் இறந்த கால வடிவம். **lay***(v.t)*, **laid, laying**: to put in a horizontal position, சமநிலையில் கிடத்து, சமமாக வை. • *He asked her to* **lay** *the book on the desk.* to bury, புதை. • *They* **laid** *her to rest.* **lay***(v.i)*: to lay eggs, முட்டையிடு. **to lay down**: to give up, விட்டுவிடு. • *The enemy* **laid down** *his arms.* **lay***(n)*: the way in which a thing lies, ஒரு பொருள் கிடக்கும் நிலை; a short poem, ஒரு சிறு பாடல். **lay***(adj)*: of people who are not experts, தொழில் நுணுக்கம் தெரியாத மக்கள் பற்றிய; of people who are not trained in a particular profession, சாதாரண மக்கள் பற்றிய.

lay-er/'leiə*/*(n)*:'லஎஏ* / a thickness of some substance laid on or spread over a surface, அடுக்கு, பாளம்; one who or that which lays, வைப்பவர் (அ) இடுவது; a plant stem that is induced to root while still attached to living plant, பதியம்.

lay-ette/lei'et/*(n)*:'லெயஎட் / a complete set of clothes, toilet articles, etc., needed for a newborn baby, பிறந்த குழந்தைக்குத் தேவையான ஆடை, சோப்பு முதலிய பொருள்கள்.

lay-fig-ure/,lei'figə*/*(n)*:'லெய்,ஃபிக:ஏ* / model of the human figure, மனிதனின் மாதிரி உருவம், பொம்மை.

lay-man/'leimən/*(n)*:'லெய்மஏன் / one of the laity, சாதாரண மனிதன்.

lay-off/leiɔ:f/*(n)*:'லெய்ஓ:ஃப் / the act or period of keeping a worker or workers unemployed, தற்காலிகமாக, ஒரு தொழிலாளி (அ) தொழிலாளர்கள் வேலையில்லாத காலம்.

lay-out/'leiaut/*(n)*/'லெயஔட் / a laying or spreading out, தரைப்படம், ஒரு கட்டடத்தின் அமைப்பு பற்றிய வரைபடம்; a design, ஒரு கட்டட வரைபடம்.

lay-per-son/'lei,pɜ:sn/*(n)*:'லெய்ப்,பஏ:ஸ்ன் / a lay woman, பாமரப் பெண்மணி; a lay man, பாமர மனிதன்.

laz-ar/'læzə*/*(n)*:'லஆஸ:ஏ* / a person infected with a loathsome disease, தொழு நோயாளி.

laz-a-ret-to/,læzə'retəu/*(n)*: ,லஆஸ:ஏ'ரெட்டஏஉ / a hospital for those affected with diseases such as leprosy, தொழுநோயாளிகளுக்குச் சிகிச்சை அளிக்கும் மருத்துவமனை.

laze/leiz/*(v.i)*:லெய்ஸ்: / to idle away lazily, சோம்பேறித்தனமாகப் பொழுதைக் கழி. **laze***(n)*: a period of rest or laziness, ஓய்வு வேளை, வேலையில்லாமல் இருக்கும் நேரம்.

la-zy/'leizi/*(adj)*:'லெய்ஸி: / **lazier, laziest**: having dislike for work, வேலை செய்ய வெறுப்புள்ள; sluggish, மந்தமான. • *She spends time very* **lazily**. **lazily***(adv)*, **laziness***(n)*. • *The hours move* **lazily**.

lea/li:/*(n)*:லீ / a piece of grassland, சிறிய புல்வெளி.

leach/li:tʃ/*(n)*:லீச் / to separate a substance by soaking, கரைத்து, பிற பொருளை நீக்கு; to take away by soaking, ஊற வைத்துக் கறையை நீக்கு.

lead/li:d/*(v.t-v.i)*:லீட்: / to show the way to, வழிகாட்டு; to go in front to show the way, முன் சென்று வழிநடத்திச் செல்; to be in charge of a responsible job, முக்கிய வேலையைச் செய்ய பொறுப்பேற்றுக்கொள்; to be in top position or in the first place, தலைமையேற்றுச் செயல்படு, முதல் நிலையிலிருந்து பணியாற்று. **lead**(*n*): an example, எடுத்துக்காட்டு; the foremost place, முதன்மையான நிலை, இடம்; the distance, number of points, etc., by which one competitor is ahead of another, தூரம், புள்ளி இவற்றில் ஒருவர், மற்ற போட்டியாளரைவிட அதிகம் எடுத்திருத்தல், அதிக தூரம், அதிக புள்ளிக் குறியீடு முதலியவை. • *India had a* **lead** *of 5 points to 3 at lunch time.* a hint that serves as clue for some discovery, கண்டுபிடிப்புக்குப் பயன்படும் ஒரு குறிப்பு; a long rope or strap for leading animals, கயிறு. **lead**(*adj*): most important, மிக முக்கியமான. **lead**/led/(*n*): a soft grey metal, ஈயம்; graphite used in pencils, பென்சிலில் உள்ள கிராபைட்.

lead-en/'ledn/(*adj*):'லெட்:ன் / of a dull grey colour, சற்று வெளிறிய நிறமுள்ள; dull, spiritless, வேகமில்லாத, மந்தமான.

lead-er/'li:də*/(*n*):'லீட:ə* / one who leads, தலைமையேற்று நடத்துபவர். • *Never be a follower; be a* **leader**. that which leads, வழிகாட்டும் ஒன்று; the director of a course, music programme, etc., ஒரு நிகழ்ச்சி, இசை நிகழ்ச்சி முதலியவற்றை நடத்திச் செல்பவர்; important articles in a newspaper, செய்திப்பத்திரிகையில் உள்ள முக்கிய கருத்துரைகள், தலையங்கம் முதலியவை.

lead-er-ship/'li:dəʃip/(*n*):'லீட:əஷிப் / the status of being a leader, தலைவனாகச் செயலாற்றும் தகுதி மற்றும் திறன். • *Rajaji exhibited wonderful qualities of* **leadership**. ability or prowess to lead, தலைமை தாங்கிச் செயலாற்றும் திறன், தகுதி முதலியவை. • *Indira Gandhi displayed fine potential of* **leadership** *at every stage.* men who lead a party or manage an organization, தலைமையேற்று நடத்துபவர்கள் (அ) பொறுப்பு வகிப்பவர்கள். • *The* **leadership** *issue caused many wars in Indian history.*

lead-ing/li:diɲ/(*adj*):'லீடி:ங் / foremost, முன்னணியில் உள்ள; most important, மிக முக்கியமாக உள்ள. • *He is always noted for his* **leading** *role in his films.* directing and guiding, வழிநடத்திச் செல்லுகின்ற.

leaf/li:f/(*n, sing*):லீஃப் / **leaves**(*n, pl*): one of the organs, green in colour of a plant, இலை; a thin sheet of paper, ஏடு. **to turn over a new leaf**: to begin a new way of life, புதிய வாழ்க்கையைத் தொடங்கு.

leaf-let/'li:flit/(*n*):'லீஃப்லிட் / a small folded sheet of printed matter for free distribution, துண்டுப் பிரசுரம், விளம்பரத் திற்காகக் கொடுக்கப்படும் அச்சடித்த காகிதத் துண்டுகள்.

league/li:g/(*n*)/லீக்: / an association of individuals, countries or groups with common goals and interest, பொதுவான நோக்கம் கொண்டு பொது நலனுக்காகச் செயல்படும் தனி நபர்கள், நாடுகள் (அ) குழுக்கள் இவர்கள் இணைந்த ஒரு நிறுவனம். • *The* **League** *of Nations formed after the First World War had ceased to exist.* **in league**: conspiring, உடந்தையாகச் செயல்படுகின்ற. • *Very often, criminals and smugglers are* **in league** *with powerful politicians in their clandestine activities.* **league**(*n*): a distance of about 5 kilometres, சுமார் 5 கிலோமீட்டர் தூரம். **league**(*v.t-v.i*): to unite in a league, ஒரு குழுவில் இணைந்துகொள்.

leak/li:k/(*v.t-v.i*):லீக் / to let water, liquid, gas, etc., flow through a hole not intentionally, ஒழுகு; to ooze out, வெளியாகு; to make known news, facts, etc., that ought to be kept secret, இரகசியமாக வைத்திருக்கவேண்டிய செய்திகள், உண்மைகள், கருத்துக்கள் முதலியவற்றை அம்பலப்படுத்து. **leak**(*n*): a small unintended hole or crack through which something escapes, flows out or flows in, ஒழுகுதல். • *Any* **leak** *has to be set right immediately.* **leak-age**/li:kidʒ/(*n*):'லீக்கிஜ் / an act of leaking, ஒழுகுதல்; that which has leaked out or leaked in, ஒழுகி வெளியேறுதல் (அ) ஒழுகி உள்வருதல்; an intentional disclosure of secret information, வேண்டுமென்றே இரகசியச் செய்தியை அம்பலப்படுத்துதல். • *The examinations were cancelled due to the* **leakage** *of question papers in part.* **leaky**(*adj*).

L

lean/li:n/*(v.i)*:லீன் / to incline from a vertical position, ஒரு பக்கமாகச் செங்குத்து நிலையிலிருந்து சாய்ந்திரு. • *The tower* **leaned** *somewhat before renovation.* to rest on something for support, சார்ந்திரு; to incline or bend, சாய் (அ) வளை. **lean** *(adj)*: not fat, thin, மெலிந்த தன்மையுடைய.

leap/li:p/*(v.i)*:லீப் / to spring from one point to another, குதி, பாய்; to jump over, தாண்டு. *He* **leapt** *over a ditch.* **leap***(n)*: a spring, a jump, ஒரு பகுதி, ஒரு பாய்ச்சல்; a sudden increase in number, amount, quantity, etc. அளவில், எண்ணிக்கையில் ஏற்படும் திடீர் உயர்வு. **by leaps and bounds**: very rapidly, அதிக அளவில். • *The work is progressing* **by leaps and bounds**. **a leap in the dark**: an action of which the results are not predictable, முடிவு தெளிவில்லாமல் இருக்கும் நிலையில் செயல்படுவது.

leap-year/li:pjiə*/*(n)*:'லீப்யə* (யியə*) / a year, every fourth year, in which the number of days is 366 with the month February having 29 days instead of 28 days, லீப் வருடம் என்பது பிப்ரவரி மாதம் 29 நாட்கள் கொண்டது, 366 நாட்கள் கொண்ட வருடம்.

leapt/lept/*(v)*:லெப்ட் / *(p.t & p.p)*: of "leap", "leap" என்பதன் இறந்த காலம், இறந்த கால முடிவெச்ச வடிவம்.

learn/lɜ:n/*(v.t)*:லə:ன் / **learnt or learned, learning**: to become informed, தெரிந்து கொள். • *It is rather difficult to* **learn** *the truth.* to gain knowledge or skill through experience or by study, கற்றுக்கொள், அனுபவபூர்வமாகக் கற்றுக்கொள். • *Learning is not experiencing, but experiencing is* **learning**. to memorize, நினைவுபடுத்திக்கொள். **to learn one's lesson**: to know by bitter experience, மிகுந்த கசப்பான அனுபவத்தின் மூலம் கற்றுக்கொள். **learn-ed**/lɜ:nt/*(adj)*/ லə:ன்ட் / having much knowledge, அதிக அறிவுள்ள; scholarly, கற்றறிவுள்ள. • *A* **learned** *man need not be intelligent.* **learner***(n)*. **learning***(n)*: knowledge gained by study, கற்றுத் தேர்ந்த அறிவு. **learnt***(v)*: *(p.t & p.p)* of "learn", "learn" என்பதன் இறந்த காலம், இறந்த கால வினைமுற்று வடிவம்.

lease/li:s/*(n)*:லீஸ் / a contract for renting land, building etc., குத்தகை; the property leased, குத்தகைக்கு விடப்பட்ட சொத்து. • *Life is a* **lease** *granted by God and it should be worked profitably.* **a new lease of life**: an opportunity to live happily after some misfortune, சில துயரங்களுக்குப் பிறகு நல்வாழ்வு பெற ஏற்படும் புது வாய்ப்பு. • *My daughter had a* **new lease of life** *when she recovered from a serious illness.* **lease***(v.t)*: to take or hold by lease, குத்தகைக்கு எடு (அ) விடு; to grant a lease, குத்தகைக்கு விடு. • *He* **leased** *the farm for one year.*

lease-hold/'li:shəuld/*(adj & adv)*:'லீஸ் ஹəஉல்ட்: / owned for the lease periodically, குத்தகைக் காலத்திற்கு மட்டும் சொந்தமாக இருக்கக்கூடிய. **lease-holder***(n)*: a person who has taken out a property on lease, குத்தகை (அ) வாடகைக்கு ஏற்றுக்கொண்டிருப்பவர்.

leash/li:ʃ/*(n)*:லீஷ் / a leather strap for holding animals, நாய் முதலிய விலங்கினங்களைக் கட்ட உதவும் தலைக் கயிறு, வார்.

least/li:st/*(adv)*/லீஸ்ட் / (superlative degree of 'less') smallest in size, amount, etc., மிகச் சிறிய; less than anything else, மிகவும் குறைந்த. • *He is the* **least** *known person in the town.* **least***(adj)*: slightest, மிகக் குறைந்த. • *He spent the* **least** *amount of all.* **least***(n, pro)*, (determiner): something or number or amount that is least, மிகக் குறைந்த அளவு, எண், முதலியவை. • *It will cost at* **least** *Rs. 1000/-.* • *The* **least** *you can do, is to leave the place immediately.*

leath-er/'leðə*/*(n)*:'லெதə* / animal skin prepared for use by tanning process, பதனிடப்பட்ட தோல். **leathery***(adj)*: like leather, தோல் போன்ற.

leave/li:v/*(v.t)*:லீவ் / **left, leaving**: to go away from, சென்று விடு. • *He* **left** *the place immediately.* to cause to be in a person's charge or care, ஒருவரின் பொறுப்பில் விடு. **leave***(n)*: permission to be absent from duty, விடுப்பு; permission to do something, அனுமதி.

leav-en/'levn/*(n)*:'லீவəன் / substance especially yeast added to dough to produce fermentation, நொதி, புளிக்க வைக்கும் பொருள். **leaven***(v.t)*: to add leaven to (something), காடியைக் கல, புளிக்க வை. **lea-ven-ing**/'levniɲ/*(n)*/:

'லீவஅனிங் / an additional element that makes something different, புதிய நறுமணம் ஊட்டி, முற்றிலும் மாற்றக்கூடிய கூட்டுப்பொருள்.

leaves/li:vz/:லீவ்ஸ்: / pl. of "leaf", "leaf" என்பதன் பன்மை வடிவம். **leave taking**(*n*): saying farewell, விடைபெறும் சொற்றொடர்.

leav-ings/li:viŋz/(*n*):'லீவிங்ஸ்: / something that is left, மீதம், கழிவு.

lech-er-y/'letʃəri/(*n*):'லெச்சஅரி / excessive indulgence of sex desire, சிற்றின்பத்தில் அதிக ஈடுபாடு கொள்ளுதல்.

lec-tern/'lektən/(*n*):'லெக்ட்டஅ:ன் / a sloping table in a church to hold the Bible, reading or singing desk. கிறித்தவக் கோயிலில் வேத நூலை வைத்து படிப்பதற்கான சாய்வு மேசை.

lec-ture/'lektʃə*/(*n*):'லெக்ச்சஅ* / a discourse read or delivered before an audience, class, a group of scholars, etc., விரிவுரை, பேருரை, சொற்பொழிவு. • *The swamiji made his* **lecture** *very interesting with examples and illustrations.* a speech of warning or disapproval, கண்டன உரை, வசைமாரி பொழிதல். • *In India, people love more to give* **lectures** *than to listen to one.* **lecture**(*v.i*): to give a lecture, சொற்பொழிவு செய். **lecture**(*v.t*): to deliver a lecture to or before, ஒரு குழுவிற்கு முன் பேருரை ஆற்று. • *Do not* **lecture.** *I want money, not empty words.* **lec-tur-er**/'lektʃərə*/(*n*): லெக்ச்சஅரஅ* / a person who lectures, சொற்பொழிவாளர்.

led/led/(*v*):லெட்: / (*p.t & p.p*): of "lead", "lead" என்பதன் இறந்த காலம், இறந்த கால வினைமுற்று.

ledge/ledʒ/(*n*)/லெஜ் / a narrow flat shelf, அலமாரி; a reef, ridge or a line of rocks in the sea, கடலில் உள்ள கல், மணல் பரப்பு, விளிம்பு, பாறை வரிசை முதலியவை.

led-ger/'ledʒə*/(*n*):'லெஜஅ* / an account book of final entry, recording the money taken in and given out by a business, bank, etc., பெயரேடு, (அ) பேரேடு, பற்று-வரவுக் கணக்குப் புத்தகம், வரவு-செலவுக் கணக்குப் புத்தகம்.

lee/li:/(*n*):லீ / shelter from rough weather or wind, காற்று, கடுமையான கால நிலையினின்று பாதுகாப்பான பகுதி; the side that is protected, பாதுகாக்கப்பட்ட பாகம்; the side of a ship that is away from the wind, காற்று அடிக்கும் பகுதிக்கு மறுபுறம் உள்ள கப்பல் பகுதி.

leech/li:tʃ/(*n*):லீச் / a small worm-like creature living in water or wet places, which sucks the blood of animals by fixing itself on their skin, இரத்தம் உறிஞ்சும் அட்டை.

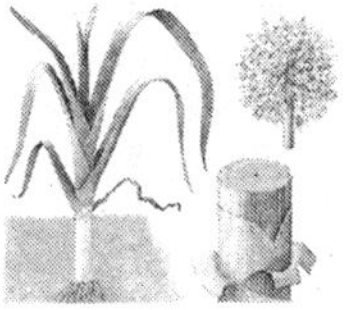

leek/li:k/(*n*):லீக் / vegetable of the onion family, ஒருவகைப் பூண்டு.

leer/liə*/(*n*):லியஅ* / a lascivious look expressing cruel thoughts of sex, காமம் நிறைந்த பார்வை. **leer**(*v.i*): to look with leer, கெட்ட எண்ணத்துடன் பார். • *Do not* **leer** *at those college girls; you will get into trouble.* **leeringly**(*adv*). **leery** (*adj*): watchful, மிகக் கவனமாக.

lees/li:z/(*n*)/லீஸ்: / sediment, கசடு.

lee-ward/'li:wəd/(*adj*):லீஉஅட்: / opposite or away from the wind, காற்றடிக்கும் திசைக்கு எதிர்ப்புறமான, காற்றுக்கு மறைவான. • *The ship steered a course to* **leeward**. *opp*: windward.

lee-way/'li:wei/(*n*):லீஉஎய் / the angle of the drift of the vessel to leeward from which it is heading, ஒரு கப்பல் தன் குறிப்பிட்ட திசையில் செல்லாமல் சற்று வேறு கோணத்தில் செல்லுதல்; a certain degree of freedom of action or thought, சற்று சுதந்திரமாகச் செயல்படும் உரிமை, சற்று சுயமாகச் சிந்தித்துச் செயல்படல்.

left/left/(*adj*):லெஃப்ட் / of the left, இடது பக்கமான; pertaining to the left, இடது பக்கம் பற்றிய; in the direction of the left, இடது பக்கத்தில் உள்ள; situated on the side opposite to the right, வலது பக்கத்திற்கு நேர் எதிரான பக்கத்தில் பொருத்தப்பட்டுள்ள. • *We move to the* **left** *side of the tank.* **left**(*adv*): towards the left, இடது பக்கமாக. **left**(*n*): the left side, இடது பக்கம்; a left-hand turn, இடது பக்கத் திருப்பம்; organised group of people or party advocating revolutionary changes in public administration, பொது வாழ்க்கையில் புரட்சிகரமான மாறுதலை ஏற்படுத்தும் நோக்கமுள்ள குழு (அ) கட்சி.

leg/leg/(*n*):லெக்: / the lower limb of man or animal from the hip to the ankle, கால். • *The boy cannot walk as he has hurt his* **leg**. the single part of a race or competition, ஓட்டப்பந்தயத்தின் ஒரு பகுதி; a section of a journey, பயணத்தின் ஒரு பகுதி. • *The last* **leg** *of the journey has*

become troublesome. **leg**(*v.t*): to move with leg, வேகமாக நடந்து தப்பித்துக்கொள், நகர்த்து.

leg-a-cy/'legəsi/(*n*):'லெக:əஸி / anything handed down from the past as from an ancestor, இறுதி விருப்ப ஆவணச் சொத்து, மரபுரிமைச் சொத்து. • *We can see the* **legacy** *of the ancient India even now in the country.*

leg-al/'li:gl/(*adj*):'லீக:əல் / permitted by law, சட்டம் அனுமதிக்கின்ற; deriving authority from law, சட்டப்படி செல்லுபடியாகின்ற. • *That which is* **legal** *may not be moral.* **legally**(*adv*), **legality**(*n*). **le-gal-ize**/'li:gəlaiz/(*v.t*):'லீக:əலய்ஸ்: / **legalized, legalizing**: to make legal, சட்டப்படுத்து; authorize, அதிகார முத்திரையைச் சட்டப்படி வழங்கு. . • *Can abortion be legalized?* **legalization**(*n*).

leg-ate/'legit/(*n*):'லெகெ:ய்ட் / a representative deputed by the Pope, போப்பாண்டவரின் சமயத் தூதுவர், பேராளர்.

L

leg-a-tee/ˌlegə'ti:/(*n*):ˌலெக:ə'ட்டீ / a person who has received a legacy or who is to receive a legacy, இறுதி ஆவணப்படி சொத்தைப் பெறுபவர்.

le-ga-tion/li'geiʃn/(*n*):லி'கெ:ய்ஷன் / a group of officials representing their Government in a foreign country, வெளிநாட்டில், ஓர் அரசாங்க தூதுக் குழுவாகச் செயல்படும் அமைப்பு.

le-gend/'ledʒənd/(*n*):'லெஜəன்ட்: / an old story of great events in ancient times, வீரம் நிறைந்துள்ள கதை, பழங்காலத்து உணர்ச்சி மிக்க காவியக் கதைகள். **legendary** (*adj*).

le-ger-de-main/ˌledʒədə'mein/(*n*):'லெஜəட:ə'மெய்ன் / quick use of hands skilfully in performing tricks, கைகளைக் கொண்டு வேகமாகவும், திறமையாகவும், தந்திர வேலைகளைச் செய்தல்.

le-gi-ble/'ledʒəbl/(*adj*):'லெஜிப்:ல் / capable of being read easily, எளிதில் படிக்கக்கூடிய. • *Disappointment was clearly* **legible** *on his face.* • *I do write a* **legible** *hand.* **legibly**(*adv*), **legibility**(*n*).

le-gion/'li:dʒən/(*n*):'லீஜəன் / a military unit, ஓர் இராணுவப்படைப் பிரிவு, ஓர் உரோமானியப் படை. • *In ancient Rome, a* **legion** *was an infantry numbering from 3000 to 6000 men.*

le-gis-late/'ledʒisleit/(*v.i*):'லெஜிஸ்லெய்ட் / to make law or laws, சட்டம் இயற்று; to exercise the functions of legislative body, சட்டம் இயற்றும் அமைப்பின் அலுவல்களைச் செயல்படுத்து. • *The parliament should never attempt to* **legislate** *on matters of religion.* **le-gis-la-tion**/ˌledʒis'leiʃn/(*n*):ˌலெஜிஸ்'லெய்ஷəன் / law, சட்டம்; a set of laws, சட்டங்களின் தொகுப்பு; the act of making laws, சட்டம் இயற்றுதல். **le-gis-la-tive**/'ledʒislətiv/(*adj*):'லெஜிஸ்லəட்டிவ் / having the legal powers to make laws, சட்டம் இயற்றும் அதிகாரமுள்ள. • *There is a* **legislative** *assembly for each State in India.* **le-gis-la-tor**/'ledʒisleitə*/(*n*):'லெஜிஸ்லெய்ட்டə* / one who makes laws, சட்டம் இயற்றுபவர்; a member of a legislative body, சட்டம் இயற்றும் அமைப்பில் ஓர் உறுப்பினர். **le-gis-la-ture**/'ledʒisleitʃə*/(*n*):'லெஜிஸ்லெய்ச்சə* / a body of elected members who have the powers to make and unmake laws, சட்டசபை, மக்களவை.

le-git-i-mate/li'dʒitimət/(*adj*):லி'ஜிட்டிமிட் / correct, சரியான; according to law, சட்டப்படியான; reasonable, நியாயமான. • *You should not give in; you must fight for your* **legitimate** *rights.* **le-git-i-mize**/li'dʒitimaiz/(*v.t*):லி'ஜிட்டிமய்ஸ்: / **legitimized, legitimizing**, [also **legitimise**]: to make legal, சட்டப்படி செல்லுபடியாகும்படி செய். **legitimately** (*adv*), **legitimacy** (*n*), *opp*: illegitimate.

lei-sure/'leʒə*/(*n*):'லெஜ:ə* / freedom to enjoy rest, அனுபவிக்க சுதந்திரம், ஓய்வு; free time, வேலையில்லாத நேரம். • *I have no* **leisure** *at all.* • *I also do not know what* **leisure** *is.* **at one's leisure**: at one's convenient time, ஒருவரின் வசதியான காலம். • *I can do my work at* **leisure**. **leisurely**(*adv*).

lem-ming/'lemiŋ/(*n*):'லெமிங் / a rat-like animal, எலி போன்ற கொறித்து உண்ணும் விலங்கு.

lem-on/'lemən/(*n*):'லெமəன் / a fruit with hard yellow skin and acidic juice, எலுமிச்சை; pale yellow colour, சற்று வெளிறிய மஞ்சள் நிறம்; a foolish person, முட்டாள்; failure, தோல்வி.

lend/lend/(*v.t-v.i*):லென்ட்: / **lent, lending**: to give something such as money to be returned later, கடன் கொடு; to make a loan, கடன் ஏற்படுத்து.

length/leɲθ/(*n*):லெங்த் / the linear measurement of something from one end to the other, நீளம். • *The* **length** *can be measured in feet or metres.* **at great length**: completely, முழுமையாக. • *The scientist explained the theory* **at great length**.

length-en/'leɲθən/(*v.t*):லெங்தஅன் / to make longer, நீட்டு; to become long, நீளு. **length-ways**/'leɲθweiz/(*adv*): 'லெங்த்உஎய்ஸ்: / [also **lengthwise**]: in the direction of the length, நீளவாக்கில். **lengthy**(*adj*): very long, மிக நீளமாக உள்ள.

le-ni-ent/'li:njənt/(*adj*):'லீனியஅன்ட் / not severe in dealing with others, கடுமையில்லாத; gentle, கருணையுள்ள. • *There are serious judges and also* **lenient** *judges.*

lens/lenz/(*n*):லென்ஸ்: / a transparent material curved on one or both sides, ஒரு பக்கம் (அ) இரு பக்கம் வளைதளப் பரப்புள்ள கண்ணாடி, ஆடி.

lent/lent/(*v*):லென்ட் / (*p.t & p.p*): of "lend", "lend" என்பதன் இறந்தகாலம், இறந்த கால வினைமுற்று. **Lent**(*n*): a period of forty days of fasting and penitence before Easter, ஈஸ்டர் பண்டிகைக்கு முன் 40 நாட்கள் விரத காலம், நோன்புக் காலம்.

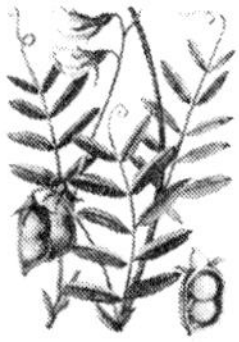

len-til/'lentil/(*n*):'லென்ட்டில் / a pulse bearing plant whose seeds are dried and used as food, உணவாகப் பயன்படும் அவரை இனச் செடி.

Leo/'li:əu/(*n*):'லியஅஉ / (Astrology), the fifth sign of the Zodiac, சிம்ம ராசி; a person born between July 23 and August 22, ஜூலை 23 முதல் ஆகஸ்ட் 22 தேதிக்குள் பிறந்தவர்; (Astronomy), the zodiacal constellation of lion between Virgo and Cancer, the bright Star Raghles is in this region, சிம்ம நட்சத்திரக் கூட்டம், 'ராகுலஸ்' எனும் ஒளிரும் நட்சத்திரம் இங்குதான் இருக்கிறது. **le-o-nine**/'li:əunain/(*adj*)/: 'லிஅஉனய்ன் / of or like a lion, ஒரு சிங்கம் போலுள்ள, ஒரு சிங்கத்தினுடைய.

leop-ard/'lepəd/(*n*):'லெப்பஅட்: / **leopardess**: (*fem*): a large, ferocious spotted wild animal of the cat family, சிறுத்தைப் புலி.

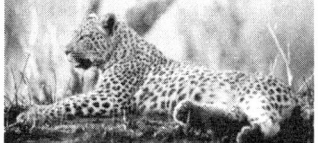

lep-er/'lepə*/(*n*):'லெப்பஅ* / a person who is affected with leprosy, தொழுநோயாளி. **lep-ro-sy**/'leprəsi/(*n*):'லெப்பரஅஸி / a mildly infectious longlasting disease which affects the skin, flesh, bone, etc., தொழுநோய்.

less/les/(*adv*):லெஸ் / not so much, மேலும் குறைவாக; to a smaller degree, மிகக் குறைந்த அளவில். • *The bus is* **less** *crowded now at this hour.* • *The girl, recovering from a serious illness, can't even walk much* **less** *run.* **less**(*adj*): not so large, அதிக; lower in importance, அதிக முக்கியத்துவம் இல்லாத. • *He now drives with* **less** *speed.* • *No* **less** *a person than the Prime Minister has deplored about all round inefficiency.* **less**(*pro*), (determiner): not so much, அவ்வளவு இல்லாமல். • *I do not take so much coffee, give me a little* **less**. **less**(*pre*): without, இல்லாமல்; minus, குறைவான. • *The period is one year* **less** *36 days.* • *The office is facing* **less** *problems now as there is no business.*

les-see/le'si:/(*n*):லெ'ஸீ / a leaseholder, குத்தகைக்கு எடுத்து அனுபவிப்பவர்.

less-en/'lesn/(*v.t-v.i*):'லெஸன் / to make less, குறைவு உண்டாக்கு; reduce, குறை. • *Never imagine for a moment that any defeat will* **lessen** *your chance of victory.*

less-er/lesə*/(*adj & adv*):லெஸஅ* / [not used with 'than'], not so great, அவ்வளவு அதிகமில்லாமல்; not so much as the other, மற்றதைப் போல் அவ்வளவு இல்லாமல். • *Borrowing is a* **lesser** *evil.*

les-son/'lesn/(*n*):'லெஸன் / a portion of study or a topic in book to be learnt, a subject to be taught, படிக்கவேண்டிய பாடம் (அ) கற்பிக்கவேண்டிய பாடம்; good sense or practical wisdom learnt by sheer experience, அனுபவம் கொடுக்கும் வாழ்க்கைப் பாடம். • *Though 65, I haven't yet* **learnt** *my lesson in life.*

les-sor/le'sɔ:*/(*n*)/லெ'ஸா:* / a person who grants a lease, வாடகை (அ) குத்தகைக்கு விடுபவர்.

lest/lest/(*conj*):லெஸ்ட் / in case, அப்படி நேர்ந்தால்; so that no, அப்படி ஆகாதபடி; for fear of that, ஏதோ ஏற்படும் என்ற பயத்தால். • *She asked her husband to be* *by her side* **lest** *someone should disturb her.* • *The minister was afraid* **lest** *the parliament member should be offended.*

let/let/*(v.t)*:லெட் / **let, letting**: to allow or permit, இணக்கம் தெரிவி, அனுமதி கொடு. • *Do not* **let** *the strangers to enter your house.* • **Let** *us not think about it.* to permit the use of a place, a building, a land, etc., in return for rent, வாடகைக்கு இடம், கட்டடம், நிலம் முதலியவற்றை விடு. • *The house is* **let** *out to a bank for rent.* to make a supposition for the sake of argument, வாதத்திற்காக, ஓர் ஊகம் கொள். • **Let** *the angle A be equal to the angle B.* used in the imperative as an auxiliary, ஓர் உதவி வார்த்தையாக, உத்தரவு, வேண்டுகோள் போன்றவற்றில் முக்கிய வினைச்சொற்களுடன் பயன்படுத்தப் படுகிறது. • **Let** *me do it.* **let**(*n*): a lease, ஒரு குத்தகை; (in tennis, badminton, etc.), a stroke that doesn't count, டென்னிஸ், பாட்மின்டன் முதலியவற்றில் எண்ணிக்கையில் சேராத அடி. **to let down**: disappoint, எதிர்பார்த்தபடி செய்யாமல் கைவிடு. • *He* **let down** *his own son by admitting him to an institution, not liked by him.* **let out**/*(v.t)*: to allow or make it possible, வெளியே செல்ல அனுமதி (அ) ஏதுவாகும்படி செய். • *The magistrate* **let out** *the accused with a warning.* to permit or admit of being rented or leased, வாடகைக்கு இடம், பொருள், கட்டடம் முதலியவற்றைக் கொடு, குத்தகைக்கு விடு; to make known, தெரியும்படி செய். • *The news that the former Prime Minister was murdered was* **let out** *this morning.*

le-thal/'li:θl/*(adj)*:'லீதஅல் / of death, இறப்பைப் பற்றிய; causing death, மரணம் காரணமான; pertaining to death, மரணம் சார்பான.

leth-ar-gy/'leθədʒi/*(n)*:'லெதஅஜி / the state of being drowsy, மந்தம்; sluggish in activity, செயலற்ற தன்மை. • *India has formidable natural resources but its people are noted for classic* **lethargy**. **lethargic**(*adj*), **lethargically**(*adv*).

let-ter/'letə*/*(n)*:'லெட்டஅ* / a communication in writing, கடிதம்; any of the signs in writing or printing, எழுதும் எழுத்து (அ) அச்செழுத்து. **to the letter**: with minute attention to all the written details of an agreement, law, etc., எழுத்து மூலம் ஏற்படும் ஒப்பந்தம், சட்டம் முதலியவற்றைப் பற்றிய குறிப்புகளின் முக்கிய பிரிவுகளை மிகவும் நுட்பமாகக் கவனித்துக்கொள்வது பற்றி. **man of letters**: learned man, அறிஞர்.

letter-bomb/'letəbɔm/*(n)*:'லெட்டஅபஃஓம் / a small bomb which is hidden in a letter cover to kill the addressee, கடிதத்தைப் பெற்றுக்கொள்பவரைக் கொல்லும் பொருட்டு, கடித உறையில் மூடி வைக்கப்பட்ட வெடிகுண்டு.

lettered/'letəd/*(adj)*:'லெட்டஅட் / learned, கற்றறிந்த.

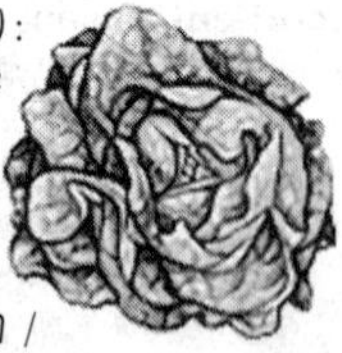

let-tuce/'letis/*(n)*: 'லெட்டிஸ் / an edible plant whose leaves are used raw for salad, ஒருவகைக் கீரை, பச்சடிக் கீரை.

lev-ee/'levi/*(n)*:'லெவி / an embankment for preventing floods in the river, ஆற்றின் கரை. **levee**(*n*): a reception to visitors by a royal dignitary, அரசவையில் கொடுக்கப்படும் வரவேற்பு, அரசவைக் குழு, பேரவைக் குழு.

lev-el/'levl/*(adj)*:'லெவஅல் / having a surface that is horizontal, கிடைமட்டமான; even, சமமாக உள்ள; uniform, சமச்சீராக உள்ள. • *A play-field has to be* **level**. steady and unvarying, அமைதியாக உள்ள, கொந்தளிக்கும் உள்ளமில்லாத. • *Hers is a calm,* **level** *voice.* • *I tried my* **level** *best (worked very hard) to set right the matter.* **level**(*n*): a line or surface parallel to the ground, தரைக்குக் கிடையான மட்டம் (அ) மேற்பரப்பு; an instrument for testing and finding the evenness of surface, கிடைமட்டக் கருவி. **level**(*v.t-v.i*): to make flat, சமப்படுத்து; to pull down to the ground, இடித்துச் சமப்படுத்து. • *The place is being* **levelled** *for the playground.* to aim at, குறி வைத்துத் தாக்கு. • *Serious charges of corruption are* **levelled** *against the minister.*

lev-el-cross-ing/ˌlevl'krɔsiŋ/*(n)*:'லெவஅல் 'க்ராஸிங் / a place where a road and a railwayline cross each other, ஒரு சாலையும், இரயில் பாதையும் கூடுமிடம்.

level-head-ed/ˌlevl'hedid/*(adj)*/ 'லெவ்ல்'ஹெடிட் / having common sense and sound judgement, நல்ல நியாயமான உணர்வும், பொதுவான பகுத்தறியும் தன்மையும் உள்ள.

L

le-ver/'li:və*/*(n)*:'லீவə* / a rigid bar used for lifting or moving heavy weights, நெம்புகோல். **lever***(v.t)*: to move with a lever, நெம்புகோல் வைத்து நகர்த்து; to apply a lever, நெம்புகோல் செலுத்து.

lev-e-ret/'levərit/*(n)*:'லெவərிட் / a young hare, முயல் குட்டி.

le-vi-a-than/li'vaiəθn/*(n)*:லி'வயəதən / a sea monster (Bible), பெரும் கடல் விலங்கு; something very big, மிகப் பெரிய ஒன்று, மிகப்பெரிய கப்பல்.

lev-i-tate/'leviteit/*(v.t-v.i)*:'லெவிட்டெய்ட் / **levitated, levitating**: to rise and float in the air as if by spiritual or magical power, ஆன்மிகத் தொடர்பான (அ) தந்திரவித்தை சக்தி மூலம் எழுந்து காற்றில் மித. **levitation***(n)*.

lev-i-ty/'levəti/*(n)*:'லெவிட்டி / not serious behaviour, பொறுப்பில்லாமல் நடந்து கொள்ளல்.

lev-y/'levi/*(n)*:'லெவி / demand and collection of tax etc., by official authority, அதிகாரபூர்வமாக வரி வசூலித்தல். **levy***(v.t)*: to make a levy, வரி வசூலித்தல்; to impose a levy, வரி விதித்தல்.

lewd/lju:d/*(adj)*:லூட் (ல்யூட்) / obscene, காம வார்த்தைகள் நிறைந்த; indecent, நாகரிகம் இல்லாத. • *The streets are full of* **lewd** *songs.* **lewdly***(adv)*, **lewdness***(n)*.

lex-i-cal/'leksikl/*(adj)*:'லெக்ஸிக்கəல் / of words, வார்த்தைகளுடைய; pertaining to words, வார்த்தைகள் பற்றிய.

lex-i-cog-ra-phy/ˌleksi'kɔgrəfi/*(n)*: ˌலெக்ஸி'க்கொ:க்ரəஃபி / the writing and compiling of dictionary, அகராதி எழுதுதல், அகராதி தொகுத்தல். **lexicographer***(n)*: one who writes or compiles a dictionary, அகராதி தொகுப்பாளர். **lexicon***(n)*: a dictionary, அகராதி.

li-a-bil-i-ty/ˌlaiə'biləti/*(n, sing)*: ˌலயə'பி:லிட்டி / **liabilities***(n,pl)*: the state of being liable, கடன் கொடுக்கவேண்டிய பொறுப்பு; disadvantages, அனுகூலமில்லாத நிலைமை. • *Sometimes, a car is a* **liability**.

li-a-ble/'laiəbl/*(adj)*:'லயəப்:ல் / likely, ஏற்படக்கூடிய; responsible for payment, பணம் கொடுக்கவேண்டிய பொறுப்புள்ள; answerable, பதில் சொல்லக்கூடிய. • *The son is also* **liable** *for his father's debts morally.*

li-ai-son/li'eizən/*(n)*:லி'யெய்ஸ:ən / a working association or connection maintained between the units of the organization. ஒரு நிறுவனத்தின் பல கிளைகளிடையே ஏற்படுத்தப்பட்டிருக்கும் வேலை செய்வதற்கான தொடர்பு இயக்கம்; sexual relationship between a man and woman, though not married to each other, திருமணப் பிணைப்பு இல்லாமல் ஓர் ஆணும் பெண்ணும் உறவு கொள்ளல். **liaison officer**: acting as a go-between for units of the same force, தொடர்பு ஏற்படுத்திக் கொடுக்கும் அலுவலர். • *Every State Government maintains a* **liaison officer** *in the capital to have contact with the Central Government.*

li-a-na/li'a:nə/*(n)*:'லியானə / a climbing plant or vine, படர் கொடி.

li-ar/'laiə*/*(n)*:'லயə* / a person who tells lies, வழக்கமாகப் பொய் பேசுபவர்.

li-ba-tion/lai'beiʃn/*(n)*:லய்'பெ:ய்ஷən / pouring out wine in honour to God, கடவுளுக்குக் காணிக்கையாக அளிக்கப் படும் மதுபானம்; a drink of wine, மதுபானம் அருந்துதல்.

li-bel/'laibl/*(n)*:'லய்ப:əல் / defamation especially by printed words or written statements, எழுதி (அ) அச்சடித்து வழங்குவதன் மூலம் ஒருவரின் புகழுக்கு அவதூறு கற்பித்தல், அவதூறு கற்பித்து வெளியிடல். • *The chief minister has sued the newspaper for* **libel**. **libel***(v.t)*: to publish or make a libel against, அவதூறு ஏற்படுத்தும்படியான வெளியீடுகளைச் செய்; defame, ஒருவரின் புகழுக்கு ஊறு விளைவி. • *A prominent newspaper had continuously* **libelled** *the late Prime Minister Rajiv Gandhi.* **li-bel-us**/'laibləs/ *(adj)*:'லய்ப:əலəஸ் / involving a libel, அவதூறுக்கு உட்பட்டுள்ள; containing a libel, அவதூறு உடைய.

lib-e-ral/'libərəl/*(adj)*:'லிப:ərəல் / having respect and regard for other people's opinion, religion, etc., சகிப்புத் தன்மையுள்ள, பிறர் கருத்துக்கள், மத உணர்வுகள் முதலியவற்றை மதித்து நடக்கும் தன்மையுள்ள; tolerant to changes in religion, politics, etc., மதம், அரசியல் போன்றவற்றில் ஏற்படும் மாற்றங்களை ஏற்றுக்கொள்ளும் மனப்பக்குவமுள்ள; encouraging the formation of individuality and self-expression, ஒருவரின் தனித்தன்மையை ஏற்படுத்திக் கொள்ளவும், தன் கருத்துக்களைச் சுதந்திரமாக

L

வெளியிடவும் ஆதரவளிக்கும் பண்புள்ள. • *The Constitution of India is* **liberal** *in its approach to the problems of minorities.* **liberal**(*n*): a person of liberal principles in matters of religion and politics, அரசியல், மதம் இவற்றில் விட்டுக் கொடுக்கும் மனப்பான்மையுள்ள. **lib-e-ral-ize**/'libərəlaiz/(*v.t*):'லிப:ரஒலய்ஸ்: / to make liberal, தளர்த்து; remove limitations, விதிகள் (அ) கட்டுப்பாடு களைத் தளர்த்து. **liberali-zation**(*n*).

lib-e-ral-i-ty/ˌlibə'rælәti/(*n*)/ˌலிப:ஒ'ராஎலிட்டி / the quality of being liberal, தாராள மனப் பான்மை; generosity, பெருந்தன்மை.

lib-e-rate/'libəreit/(*v.t*):'லிப:ஒரெய்ட் / **liberated, liberating**: to set free, விடுதலை செய்; release, விடுவி. **liberator**(*n*), **liberation**(*n*).

li-ber-ty/'libəti/(*n*):'லிப:ஒட்டி / freedom to do as one wishes, தன் வேலையைச் செய்ய தடங்கலின்றி இருத்தல். • *You are at* **liberty** *to choose your job.* freedom from external or government control, வெளியார் (அ) அரசின் தலையீடு இன்றிச் செயல்படல்.

li-bid-i-nous/li'bidinəs/(*adj*):லி'பி:டி:னஒஸ் / full of lust, காம உணர்ச்சி உடைய. **libidinously**(*adv*), **libidinousness**(*n*), **libido**(*n*).

Li-bra/'laibrə/(*n*):'லிப்:ரஒ / the seventh sign of the Zodiac represented by a pair of scales, இரு தராசுக்கோலால் குறிப்பிடப்படும் துலா ராசி; a person born between September 23 and October 22, செப்டம்பர் 23 முதல் அக்டோபர் 22-க்குள் பிறந்தவர்.

li-bra-ry/'laibrəri/(*n, sing*):'லய்ப்:ரஒரி / **libraries**(*n, pl*): a place where books are collected and maintained for public use, நூல் நிலையம். **li-bra-ri-an**/lai'breəriən/(*n*):லய்'ப்:ரஎஒரியஒன் / one who maintains a library, நூலகர்.

li-cence/'laisəns/(*n*)/'லய்ஸஒன்ஸ் / official permission given to do something such as business, profession, etc., இணக்க ஆணை, ஏதோ ஒரு வியாபாரம், தொழில், முதலியவற்றைச் செய்ய அதிகாரபூர்வ அனுமதி; excessive freedom or undue liberty, அளவுக்கு மீறிய சுதந்திரம், வரம்பு மீறிய, அத்து மீறிய செயல். • *The economic policy encourages industrialists to get* **licence** *from government without much difficulty.* • *Some people seem to have* **licence** *to carry on black marketing.* **license**(*v.t*): to grant official permission, அதிகாரபூர்வமாக அனுமதி வழங்கு. • *Many men and women are* **licensed** *to have firearms indiscriminately.* **licensed**(*adj*): free to act, சுதந்திரமாகச் செயல்படுகின்ற. • *Doctors are* **licensed** *murderers - said G.B. Shaw.* **li-cen-see**/ˌlaisən'si:/(*n*): 'லய்ஸஒன்ஸீ / one who is authorised to carry on a trade, மதுபோன்ற பொருள்களை அரசு அனுமதி பெற்று வணிகம் செய்பவர். **li-cen-ti-ate**/lai'senʃiət/(*n*): லய்'ஸென்ஷியஒட் / a person who has received a licence from an official organisation such as university to carry on a profession, பல்கலைக் கழகம் போன்ற அதிகாரபூர்வமான நிறுவனங்களிலிருந்து அனுமதி பெற்று, தொழில் நடத்துபவர், பல்கலைக்கழகப் பட்டதாரி.

li-cen-tious/lai'senʃəs/(*adj*):லய்'ஸென்ஷஒஸ் / going beyond the limits of decency, கட்டுப்பாடு இல்லாமல், அத்து மீறி நடந்து கொள்ளுகின்ற; behaving immorally, முறையற்ற ஆண், பெண் உறவு கொள்ளுகின்ற. **licentiously**(*adv*), **licentiousness**(*n*).

li-chen/'laikən/(*n*):'லய்க்கஒன் ('லிச்சின்) / a kind of greyish flowerless flat spreading plant, காளான் வகைப் பூண்டு.

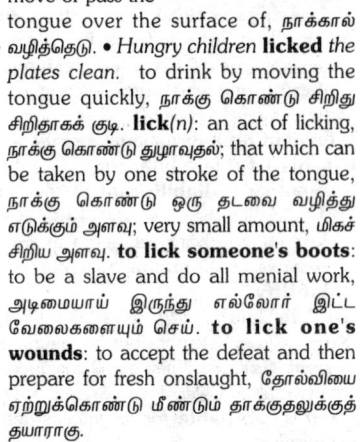

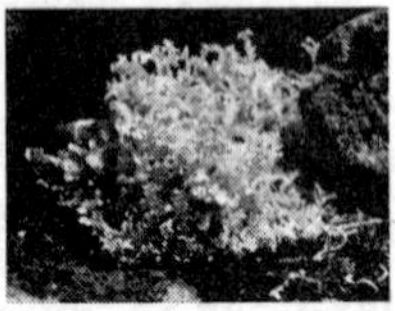

lick/lik/(*v.t*):லிக் / to move or pass the tongue over the surface of, நாக்கால் வழித்தெடு. • *Hungry children* **licked** *the plates clean.* to drink by moving the tongue quickly, நாக்கு கொண்டு சிறிது சிறிதாகக் குடி. **lick**(*n*): an act of licking, நாக்கு கொண்டு துழாவுதல்; that which can be taken by one stroke of the tongue, நாக்கு கொண்டு ஒரு தடவை வழித்து எடுக்கும் அளவு; very small amount, மிகச் சிறிய அளவு. **to lick someone's boots**: to be a slave and do all menial work, அடிமையாய் இருந்து எல்லோர் இட்ட வேலைகளையும் செய். **to lick one's wounds**: to accept the defeat and then prepare for fresh onslaught, தோல்வியை ஏற்றுக்கொண்டு மீண்டும் தாக்குதலுக்குத் தயாராகு.

lid/lid/(*n*):லிட்: / a movable cover for an opening, மூடி; an eyelid, கண்இமை.

lie/lai/*(v.i)*:லய் / **lay, lain, laying**: to be in a flat position as on bed or ground, தரை (அ) படுக்கையில் கிடப்பது போல் இரு. • *The pen* **lies** *on the desk.* to be kept in the same condition, அதே நிலையில் வைத்திரு. • *The business on hand will be taken up now: the other business will* **lie** *over till the next meeting.* **to take something lying down**: to suffer silently accepting the defeat, தோல்வியை ஏற்றுக்கொண்டு மௌனமாகத் துன்பத்தைத் தாங்கிக்கொள். • *I will not* **take this defeat lying down**; *I will give a stiff fight till I conquer.* **lie**(*n*): the position of something that lies on the ground, தரையில் கிடக்கும் ஒரு பொருளின் நிலை. **lie**(*v.t*), **lied, lying**: to say something that is not true, பொய் பேசு. • *Please, do not* **lie** *to get a favour.* • *She* **lied** *to get over the trouble.* to make misleading propositions, உண்மையில்லாத கூற்றுக் களை ஏற்படுத்து. • *Statistics can be made to* **lie** *to one's advantage.* **lie**(*n*): an untrue statement, பொய்யான கூற்று. **lie de-tec-tor**/laidi'tektə*/(*n*): லய்டி:ட்டெக்ட்டə* / an instrument to find out whether one is telling lies or not, ஒருவன் பொய் சொல்லுகின்றானா என்பதைக் கண்டறியும் கருவி.

lien/liən/(*n*):லியən் / legal right to have possession of something that belongs to others, பிறருக்குச் சொந்தமான ஒன்றை, சட்டப்படி தன்வசம் வைத்துக்கொள்ள ஒருவருக்குக் கொடுக்கப்படும் உரிமை. • *He is on foreign service yet he retains his* **lien** *on his parent organization.*

lieu/lju:/(*n*):ல்யூ / instead of, பதிலாக. • *In* **lieu** *of the extra payment for the overtime work done, he was given two days off.*

lieu-ten-ant/lef'tenənt/(*n*): 'லெஃப்ட்டənənட / an official of lower rank, கீழ்நிலையில் (அ) துணை நிலையில் உள்ள அலுவலர். • *There are many* **lieutenant** *governors in India.*

life/laif/(*n*):லய்ஃப் / the force that animates the living things, உயிர்; the force that makes things grow, develop new forms, etc., வளர்வதற்கும், உருவங்களை உரு வாக்குவதற்கும், ஏனைய பல இயக்கங் களுக்கும் உதவும் உயிர்ச்சக்தி. • *Plants have* **life**. the period that exists between birth and death, ஒன்றின் பிறப்பிற்கும், இறப்பிற்கும் உள்ள இடைக்காலம். • **Life** *is full of action.* • *Gandhiji has written his own* **life** *story; "My Experiments with Truth" is very interesting and exciting.*

life cy-cle/laif 'saikl/(*n*):லய்ஃப் ஸய்க்ல் / the development and growth as in insects, from egg form to winged form, முட்டையினின்று பூச்சியாக மாறும் வரை உள்ள வளர்ச்சிப் பருவம்.

life-less/'laiflis/(*adj*):லய்ஃப்லிஸ் / without life, உயிர் இல்லாத.

lif-er/laifə*/(*n*):லய்ஃபə* / a person who undergoes imprisonment for life, ஆயுள் கைதி.

lift/lift/(*v.t*)/லிஃப்ட் / to move from a lower position to the higher position, உயர்த்து. • *She* **lifted** *her hands gracefully to welcome her parents,* to raise, தூக்கு. • *Can you* **lift** *this weight?* to remove or rescind officially a curfew, ban, etc., ஊரடங்குச் சட்டம், தடை விதிப்பு முதலியவற்றை அதிகாரபூர்வமாக அகற்று. • *The curfew has been* **lifted** *up at 6 p.m.* to steal, திருடு. • *There are men who* **lift** *cattle after dusk.* **lift**(*n*): the act of lifting, உயர்த்துதல்; a mechanical arrangement for raising or lowering persons, goods, etc., உயர்த்தி. • *She took the* **lift** *to the 4th floor.* a ride in a vehicle, especially given to a person walking, தெருவில் நடந்துகொண்டிருக்கும் ஒருவருக்கு வண்டியில் சவாரி செய்ய அனுமதி அளித்து உதவி செய்தல்; a lifting or raising force, உயர்த்தும், (அ) ஏற்றம் ஏற்படச் செய்யும் சக்தி.

lig-a-ment/'ligəmənt/(*n*):'லிக:əமənட் / a tough fibrous tissue that joins the bones or holds some part of the body in place and position, எலும்புகளைப் பிணைத்து, சரியான நிலையில் வைத்திருக்கும் தசைநார்.

lig-a-ture/'ligətʃə*/(*n*):'லிக:əச்சுə* / a thread or cord used for binding a bandage, காயங்களைக் கட்ட உதவும் நார், துணி முதலியவை.

light/lait/(*n*):லய்ட் / that which makes sight possible, ஒளி; something that helps to see things, விளக்கு. **to come to light**: to be found out, தெளிவுபடுத்து, உண்மையை வெளிப்படுத்து. • *Some facts about the murder have* **come to light**. **in the light of**: considering,

பரிசீலனைக்கு பிரச்சினையை எடுத்துக் கொண்டு. • **In the light of** *the official clearance of the file, work is possible to be finished shortly.* **light***(adj)*: of little weight, குறைந்த எடையுள்ள; not heavy, இலேசான. • *The work is not heavy: it is very* **light**. of small amount, மிகக் குறைந்த அளவுடைய; not serious, முக்கியமில்லாத. • *The loss of his property is no* **light** *matter.* **light***(adv)*: with no heavy weight, அதிக பளு இல்லாமல். • *Travel* **light**. **light***(v.i)*, **lighted, lighting**: to get down from a vehicle or flight, தரையில் வந்திறங்கு, வண்டியிலிருந்து இறங்கு, விமானத்தினின்று இறங்கு. • *The bird* **lighted** *on the window and began surveying the room.* **light***(v.t)*, **lit, lighting**: to set burning, பற்ற விடு, எரிய விடு; to make very bright, வெளிச்சமாக்கு; to cause to brighten up or cheer up, மகிழ்ச்சியில் ஒளிர்விடு. • *A broad smile* **lit** *her face up when she saw her child.* **light-en**/'laitn/*(v.t-v.i)*:'லய்ட்ன் / to brighten, ஒளிரச் செய். • *The room began to* **lighten** *when the window was opened.* to make less heavy, பளுவைக் குறை; to reduce the force, வேகம் (அ) சக்தியை மட்டுப்படுத்து; to become less gloomy, கவலையைக் குறைவுபடுத்து. • *Her troubles have* **lightened** *somewhat.* **light-hearted***(adj)*: cheerful, மகிழ்ச்சியான; less serious, அதிக முக்கியத்துவம் கொடுக்காத. **light-heartedly***(adv)*: in a lighthearted way, மகிழ்ச்சியான வழியில். • *The manager received me rather* **light-heartedly**. **light-house***(n)*: a tower with a rotating light to warn the mariners, கலங்கரை விளக்கம்.

light-ly/laitli/*(adv)*:'லய்ட்லி / with little weight or force, அதிக முக்கியத்துவம் இல்லாத, அதிக எடை இல்லாத; not seriously, அதிகக் கவலை கொடுக்காத. • *I am accustomed to treat difficulties* **lightly**.

light-ning/'laitniŋ/*(n)*:'லய்ட்னிங் / a powerful flash of light in the atmosphere due to electric discharge in the clouds, மின்னல்.

lig-nite/'lignait/*(n)*:'லிக்:னய்ட் / a kind of coal, soft and brown, பழுப்பு நிலக்கரி.

light-weight/'laitweit/*(n)*:,லய்ட்'உஎய்ட் / a person or animal or thing of less than average weight, சராசரி எடைக்குக் குறைவான மனிதன், பிராணி, பொருள் முதலியவை; a boxer who weighs less than 135 pounds, 135 பவுண்டு (அ) அதற்குக் குறைவான எடையுள்ள குத்துச் சண்டை வீரர்.

like/laik/*(v.t)*:லய்க் / **liked, liking**: to have pleasant feelings, மகிழ்ச்சியான உணர்வு கொள். • *I* **like** *beautiful flowers.* to be joyful, மகிழ்ச்சியுடன் இரு; to be agreeable, ஏற்றுக்கொள்ளும் தன்மையுடன் இரு. • *How does he* **like** *this car?* **like***(adj)*: similar to, having the resemblance of, ஒத்திருக்கின்ற, ஒப்புமையுள்ள. **like***(prep)*: in the same manner, அதே போல்; with the same qualities, அதே குணங்களுள்ள. • *She was* **like** *a daughter to me.* • *I work* **like** *a giant.* **like***(adv)*: nearly, ஏறக்குறைய. • *She looks* **like** *a 15 year-old.* **like***(conj)*: in the same way as, அதே போல் இருப்பதில்; as if, அதே போல். • *It happened* **like** *I told you.* **like***(n)*: something that is similar to another, மற்றதைப் போல் இருக்கும் ஒன்று. • *I have not seen the* **like** *of him.*

like-li-hood/'laiklihud/*(n)*:'லய்க்லிஹுட் / the chance of something happening, நிகழக்கூடிய சாத்தியக் கூறு.

like-ly/'laikli/*(adj)*:'லய்க்லி / probable, நிகழக்கூடிய. **likely***(adj)*: suitable to yield good results, நற்பலன் ஏற்படக்கூடிய. • *It is* **likely** *to happen.* • *The minister is* **likely** *to arrive late for the meeting.* • *It is a* **likely** *suggestion.* **likely***(adv)*: probably, ஏறக்குறைய. • *She will very* **likely** *marry an actor.*

lik-en/'laikən/*(v.t)*:'லய்க்கஅன் / to compare to, ஒப்புநோக்குதல் செய்.

like-ness/'laiknis/*(n)*:'லய்க்னிஸ் / the state of being like, அதே போல் இருத்தல். • *A duck is not swan but it has some* **likeness**. • *Most children have the* **likeness** *of their parents.*

likes/laiks/*(n)*:லய்க்ஸ் / that which is liked, விரும்பப்படுவது. • *Many people have their own* **likes** *and dislikes.*

like-wise/'laikwaiz/*(adv)*:'லய்க்உஅய்ஸ்: / similarly, இதுபோலவே. • *A fox cut its tail: it asked its friends to do* **likewise**. in like manner, அப்படியே இருக்கும் தன்மையில்; moreover, மேலும்.

lik-ing/'laikiŋ/*(n)*:'லய்க்கிங் / a feeling of preferring something, ஏதோ ஒன்றின் மீது அதிகமாக ஆசைப்படுவது; taste, சுவை; fondness, ஈடுபாடு.

li-lac/'lailək/*(n)*: 'லய்லஒக் / a shrub with sweet smelling flowers white or purple, நறுமணம் கமழும் இளஞ்சிவப்பு (அ) வெள்ளை நிறமுள்ள பூக்களுடைய புதர். **lilac***(adj)*: pale purple, இளஞ்சிவப்பான.

lil-li-pu-tian/ˌlili'pju:ʃn/*(adj)*: ˌலிலி'ப்யூஷஒன் / very, very small, மிகக் குள்ளமான. **Lilliputian***(n)*: an inhabitant of 'Lilliput', 'லில்லிபுட்' என்ற கற்பனை நாட்டைச் சேர்ந்தவர்.

lilt/lilt/*(n)*:லில்ட் / rhythmic tune, சந்தம், எதுகை மோனையுடன் இசை.

li-ly/'lili/*(n)*:'லிலி / a bulbous plant with large, beautiful flowers, அல்லி, குவளை.

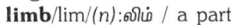

limb/lim/*(n)*:லிம் / a part of an animal or human body distinct from head or trunk as a leg, arm or wing, உடல், தலை, இவை தவிர கை, கால், இறகு போன்ற உறுப்புகள்; branch of a tree, மரக்கிளை.

lim-ber/'limbə*/*(v.i)*:'லிம்பஃஒ* / to make the muscles stretch and move easily by doing exercise, பயிற்சி செய்து தசைகளை நீட்டவும், மடக்கவும் செய். **limber***(adj)*: easily bent, எளிதில் வளையக்கூடிய. **limber***(n)*: detachable part of the gun carriage, பீரங்கி வண்டியின் கழற்றக்கூடிய பகுதி.

lime/laim/*(n)*:லய்ம் / [also **quick-lime**]: a white substance obtained by burning limestone, சுண்ணாம்பு. **lime***(n)*: a small juicy fruit with a sour taste, எலுமிச்சம் பழம்; a tree that bears lime fruit, எலுமிச்சை மரம். **lime***(n)*: a tree with yellow flowers, மஞ்சள் நிறப் பூக்கள் பூக்கும் மரம்.

lime-light/'laimlait/*(n)*:'லய்ம்லய்ட் / a position of prominence in public, பொது வாழ்வில் முக்கிய பதவி வகித்தல்; a bright white light produced by heating lime in a strong flame, சுண்ணாம்புக் கல்லை சக்தி வாய்ந்த சுடரில் காய்ச்சுவதால் ஏற்படும் மிகப் பிரகாசமான ஒளி.

lim-it/'limit/*(n)*:'லிமிட் / the farthest point, கடைசி எல்லை. • *I know my* ***limits*** *in raising loans.* a boundary, எல்லைக்கோடு; something that is too difficult to bear, சகிக்க முடியாத ஒன்று. • *There is a* ***limit*** *to one's patience.* **limit***(v.t)*: to confine within bounds, எல்லைக்குள் வரையறுத்துக் கொள். • *You have to* ***limit*** *your expenditure.* to restrict by limits, வரம்புக்கு உட்படுத்து. • *Please* ***limit*** *your essay to 100 words.*

limit-less/'limitlis/*(adv)*:'லிமிட்லிஸ் / without limit, எல்லை (அ) வரம்பு இல்லாமல்.

lim-i-ta-tion/ˌlimi'teiʃn/*(n)*: ˌலிமிட்'டெய்ஷன் / that which is the limiting point, எல்லை, வரையறை; that which limits, கட்டுப்படுத்தும் நிலை, கட்டுப்பாடு. **lim-it-ed**/'limitid/*(adj)*:'லிமிட்டிட்: / restricted, கட்டுப்படுத்தப்பட்ட; limited company having restricted liability for a company's debts, பொறுப்பு வரையறுக்கப் பட்ட வாணிக நிறுவனம். • *Ram and Chand business concern is known as Ram and Chand* ***Limited***.

limn/lim/*(v.t)*:லிம்(ன்) / to describe, விவரி; to paint or draw, வண்ணம் தீட்டு (அ) படம் வரை.

lim-ou-sine/liməzi:n/*(n)*:லிமூஸீன் / a large luxurious car, பெரிய சொகுசுக் கார், பெரிய, சுகமான ஆடம்பரமான, உந்து வண்டி.

limp/limp/*(v.i)*:லிம்ப் / to walk with laboured steps, தாங்கி நட; to make progress with great difficulty, மிகுந்த அல்லல் பட்டு முன்னேற்றம் காண். • *He* ***limped*** *to success in the recent elections.* • *The city was limping back to normality after recent riots.* **limp***(n)*: limping way of walking, தாங்கி நடத்தல், நொண்டி நடத்தல். **limp***(adj)*: lacking vitality or strength, சக்தி (அ) உயிரோட்டம் இல்லாத.

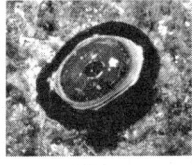

lim-pet/'limpit/*(n)*:'லிம்ப்பிட் / a small sea animal with shell sticking to rocks, பாறையில் ஒட்டி வாழும் நத்தை இனம்.

lim-pid/'limpid/*(adv)*:'லிம்ப்பிட்: / pellucid, (especially of water, liquid, etc.), தெளிவான திரவம், நீர் முதலியவை, கலங்கல் இல்லாத. • *We have limpid pools in the village.* **limpidly** *(adv)*, **limpidity***(n)*.

lim-y/'laimi/*(adj)*:'லய்மி / containing lime, சுண்ணாம்புச் சத்துள்ள.

linch-pin/'lintʃpin/*(n)*:லிஞ்ச்ப்பின் / a pin used for preventing a wheel from sliding off the axle bar, சக்கரத்தின் கடையாணி; an important part or person that keeps a unit or an organization together, ஓர் அமைப்பை இணைத்து நிறுத்தும் உறுப்பு, ஒரு நிறுவனத்தை ஒருங்கிணைத்துச் செயல்படுத்துபவர்.

lin-den/'lindən/*(n)*:'லின்ட:ஒன் / a lime tree, எலுமிச்சை மரம்.

line/lain/*(n)*/லய்ன் / a long mark drawn on a surface or found naturally, கோடு; a border, எல்லைக்கோடு; row, வரிசை; a number of people in a row, வரிசையி லிருக்கும் நபர்கள். **on the right lines**: on the right path, நியாயமான வழியில். **line***(v.i)*: to draw line, கோடு போடு; mark with lines, கோடுகளால் அடையாளம் செய். • *We want* **lined** *papers.* to take position, செயல்படுத்த ஆயத்தமாகு; to put some material inside something or to cover the inside of something with some material, ஒரு பொருளின் உட்புறத்தைத் தேவையான பொருளினால் ஒழுங்குபடுத்து. • *The purse has been* **lined** *with some soft material.*

lin-e-age/'liniidʒ/*(n)*:'லினியிஜ் / line of birth of the family members, lineal descent from an ancestor, மரபு வழி, குலம். • *Many people claim royal* **lineage** *in our country.*

lin-e-ar/'liniə*/*(adj)*:'லினியə* / of lines, கோடுகளுடைய; in lines, கோடுகளாலான; pertaining to length, கோடுகள் பற்றிய. • *You have to take* **linear** *measurements of the box.*

lin-en/'linin/*(n)*:'லினின் / cloth, fabric, etc., woven from flax yarns, நார்த்துணி, சணல் நார்த்துணி.

lin-er/'lainə*/*(n)*:'லய்னə* / a large steam ship or an air plane belonging to a company, ஒரு நிறுவனத்தைச் சேர்ந்த பெரிய பயணிகள் கப்பல் (அ) விமானம்; something that serves as a lining, உள்ளீடாகப் பயன்படும் பொருள்.

line-up/lainʌp/*(n)*:'லய்னப் / an arrangement of men in a line for performing some action, செயல்படுவதற்கு, மனிதர்களை வரிசைப்படுத்தல்.

ling/liŋ/*(n)*:லிங் / the heather, ஒரு வகைப் புதர்ச் செடி; a kind of sea-fish, ஒருவகைக் கடல் மீன்.

lin-ger/'liŋgə*/*(v.i)*/'லிங்க:ə* / to stay on or remain in a place for a longer time than it is usual, தயங்கி நில், நேரம் தாழ்த்திச் செல். • *The heroic deeds of the ancient kings* **linger** *on in my mind.*

lin-ge-rie/'læ:nʒəri:/*(n)*:'லæஞ்ஜəரீ / underwear worn by women, பெண்களின் உள்ளாடை.

lin-gua-fran-ca/,liŋgwə'fræŋkə/*(n)*: 'லிங்உə'ஃப்ரæங்க்கə / a common language serving as common medium among people speaking different languages, பன்மொழி, சமுதாயத்தின் இணைமொழி.

lin-gual/'liŋgwəl/*(adj)*:'லிங்உəல் / pertaining to the tongue, நாக்கு தொடர்பான; pertaining to the language, மொழியைப் பின்பற்றிய.

lin-guist/'liŋgwist/*(n)*/'லிங்உயிஸ்ட் / a person who is a specialist in many languages, பன்மொழிப்புலவர்; polyglot, மொழி இயல் வல்லுநர்; a specialist in many languages, மொழியியலார். **lin-guis-tic**/liŋ'gwistik/*(adj)*:லிங்'உயிஸ்ட்டிக் / of languages, மொழிகளுடைய; pertaining to linguistics, மொழியியல் பற்றிய. **linguistics** *(n)*: study of languages, மொழியியல்.

lin-i-ment/'linimənt/*(n)*:'லினிமəன்ட் / a liquid substance used as medicine for rubbing on the skin to cure rheumatic pain, வாதத்திற்கான தைலம்.

lin-ing/'lainiŋ/*(n)*:'லய்னிங் / the inside layer for protection, உள்வரிப் பாதுகாப்புப் பூச்சு, உள்ளுறை.

link/liŋk/*(n)*/லிங்க் / a ring for connection, தொடர்பு வளையம், கண்ணி; a loop in a long chain, கொக்கி, சங்கிலியின் ஓர் இணைப்பு; a measure of 8 inches (an approximate length), 8 அங்குல நீளம் கொண்ட ஓர் அடிப்படை அளவு; a torch of pitch and tow, வண்டியை இழுத்துச் செல்ல உதவும் இணைப்பு. **link***(v.t-v.i)*: to connect as by or with a link, இணை, ஒன்று சேர்த்து செயல்படச் செய். • *In the next programme, we will be* **linking** *up with the Delhi station for a national programme.* to make or get (something) attached, ஒட்ட வை; to join closely with a hook, கொக்கியால் பிணைத்துச் செயல்படச் செய். • *This road* **links** *all roads that lead to the town.*

linn/lin/*(n)*:லின் / a waterfall, நீர்வீழ்ச்சி; the pool of water just below a waterfall, அருவிப் பள்ளம்.

lin-net/'linit/*(n)*: லினிட் / a sweet singing bird, இனிமை யாகப் பாடும் குருவி.

li-no-le-um/li'nəuljəm/*(n)*: லி'னஉலியம் / a kind of thick water proof cloth, made from linseed oil, தண்ணீர் உட்புகாதவாறு மெழுகு பூசப்பட்ட துணி.

linotype/'lainəutaip/*(n)*:'லய்னஉடய்ப் / an automatic machine that casts types and composes for printing, தானாக இயங்கி, அச்சு எழுத்துக்களை வார்த்து, வார்த்தைகளைக் கோர்க்கும் பொறி.

lin-seed/'linsi:d/*(n)*:'லின்ஸீட் / seed of flax plant, ஆளி விதை.

lint/lint/*(n)*:லின்ட் / a soft cloth of linen (it is used for dressing wounds), காயங்களுக்குக் கட்டுவதற்குப் பயன்படு கின்ற மிருதுவான துணி.

lin-tel/'lintl/*(n)*:'லின்ட்ல் / a horizontal flat arrangement of timber or stone above a window or doorway, ஜன்னலின் (அல்லது) வாயிற்படியின் மேல்உத்தரம், வாயிற்படியின் நிலைக்கட்டை.

li-on/'laiən/*(n)*:'லயஅன் / a wild animal known for its majesty and strength, சிங்கம்; a prominent person, செயல் வீரன்; the fifth sign of the Zodiac, சிம்ம ராசி. **lion's share**: the largest share or the good part, பெரும்பகுதி. • *The eldest son always gets a* **lion's share** *of the family property.*

lion-hearted/'laiən,ha:tid/*(adj)*: 'லயஅன்,ஹாட்டிட் / exhibiting enormous courage and valour, மனவலிமையும், செய்திறனும் உள்ள.

li-on-ize/'laiənaiz/*(v.t)*:'லயஅனய்ஸ்: / to treat (a person) as very important as a celebrity, ஒருவரை சிங்கம் போல் இருக்கிறார் என்று போற்றிப் புகழ்பாடு. • *In India, every petty politician is being* **lionized**.

lip/lip/*(n)*:லிப் / the fleshy tip or edge of the mouth, உதடு; the external or outer part of anything, வெளி இதழ்; rim, விளிம்பு; brim, ஓரம். **lip***(v.t)*: to touch softly with lips, மிருதுவாக உதட்டால் தொடு; to speak in a low voice, மெல்லப் பேசு; to murmur, முணுமுணு.

lipsym-pa-thy/lip'simpəθi/*(n)*: 'லிப்'ஸிம்ப்பஅதி / to express sympathy with no real feeling, உதட்டளவு இரக்கம், உண்மைப் பாசம் இல்லாதிருத்தல்.

liq-ue-fy/'likwifai/*(v.t-v.i)*:'லிக்உயிஃபய் / to change into liquid, திரவ நிலையை உண்டாக்கு, திரவமாக மாற்று, நீர்மம் ஆக்கு; to become liquid, திரவமாகு.

liq-uid/'likwid/*(n)*:லிக்உயிட் / the middle state of thing (between solid and gas), திடப்பொருள், வாயு இவற்றின் இடைநிலை - திரவம், நீர்மம்; that which takes the shape of its container, கொள்கல உருவத்தை எடுத்துக்கொள்ளும் திரவப்பொருள். **liquid***(adj)*: like liquid, நீர்மம் போலுள்ள, திரவமாக உள்ள; crystal clear, துல்லியமாக உள்ள; not stable, நிலையில்லாத. **liquid assets**: easily convertible into cash, எளிதில் ரொக்கமாக மாற்றக்கூடிய.

liqui-date/'likwideit/*(v.t-v.i)*:'லிக்உயிடெய்ட் / to settle finally, முடிவான தீர்வு காண்; to wind up, மூடிவிடு, ஒரு நிறுவனத்தைக் கலைத்து விடு; to close down (a business concern), ஒரு நிறுவனம் (அ) வியாபாரத்தை மூடிவிடு. • *The company was* **liquidated**. to pay off all debts, எல்லாக் கடனையும் கொடுத்துத் தீர்த்து விடு; to get rid of, அழித்து விடு.

liq-uor/'likə*/*(n)*:'லிக்அ* / anything that is in the state of liquid, திரவ நிலையில் உள்ளது, நீர்மம்; alcoholic drink, மதுபானம்.

liq-uor-ice/'likəris/*(n)*: 'லிக்கஅரிஸ் / a plant with sweet root used in medicine, அதிமதுரச் செடி.

Lira/'liərə/*(n)*: 'லியஅரஅ / a coin in use in Italy, இத்தாலி நாட்டு நாணயம்.

lisp/lisp/*(v.t-v.i)*:லிஸ்ப் / to speak not perfectly, மழலை மொழியில், சின்னக் குழந்தை போல் பேசு; to articulate words

not clearly, தெளிவில்லாமல் பேசு. • *I* **lisped** *in numbers and numbers came to me.* **lisp**(*m*): speaking like a child, குழந்தை போல் பேசுதல்; soft sound made by leaves when they toss in the wind, காற்றில் இலைகளின் சலசலப்பு; noise made by running water, நீரோடையின் சலசலப்பு.

lis-som/'lisəm/(*adj*):'லிஸம் / [also **lissome**]/: flexible, எளிதில் வளைந்து கொடுக்கக்கூடிய; busy, சுறுசுறுப்பாக உள்ள.

list/list/(*n*)/லிஸ்ட் / a catalogue, பட்டியல். **list**(*v.t-v.i*): to prepare a catalogue, பட்டியல் தயார் செய். • *My children* **list** *all failures I have gone through.* **to enter the lists**: to take part in competition, போட்டியில் கலந்துகொள். **to enlist**, ஆள் சேர், பதிவு செய்துகொள்; to lean over to oneside, ஒரு பக்கம் சாய். • *Women also come forward* **to be enlisted** *in the army.*

lis-ten/'lisn/(*v.t*):'லிஸ்ன் / to hear attentively, கவனமாகக் கேள்; to give close attention, கவனி. • *No one cares to* **listen** *to my advice.* • **Listen** *to me carefully.* **listener**/'lisnə*/(*n*)/:லிஸ்னə* / one who listens, கவனிப்பவர்.

list-full/'listful/(*adj*):'லிஸ்ட்ஃபுல் / full of attention, மிகக் கவனமுள்ள.

list-less/'listlis/(*adj*):'லிஸ்ட்லிஸ் / without any attention, அக்கறையில்லாத; indifferent, அலட்சிய மனப்போக்குள்ள.

lists/lists/(*n, pl*):'லிஸ்ட்ஸ் / a place for competition, போட்டியிடும் தளம்.

lit-a-ny/'litəni/(*n*):'லிட்டனி / a form of or a set prayer, a series of prayers to God for use in churches, spoken by a priest, துதிப்பாடல் வரிசை.

lit-e-r-acy/'litərəsi/(*n*):'லிட்டəரəஸி / capacity to read and write, படிக்கவும், எழுதவும் உள்ள திறமை.

lit-e-ral/'litərəl/(*adj*):'லிட்டəரəல் / according to the meaning of the words, not according to the implied meaning, உட்பொருள் இல்லாது வார்த்தைக்கு வார்த்தை பொருள்கொள்ளும் தன்மை உடைய. • *We want idiomatic translation, not* **literal**. **literally**(*adv*).

lit-e-ra-ry/'litərəri/(*adj*)/:'லிட்டəரəரி / capable of reading and writing, எழுதவும், படிக்கவும் திறமையுள்ள.

lit-er-ate/'litərət/(*n*)/'லிட்டəரிட் / one who can read and write, எழுதப் படிக்கத் தெரிந்தவர்.

lit-e-ra-teur/'litərətə*/(*n*)/:'லிட்டəரəட்யə* / one who takes interest in reading and writing, படிப்பதிலும், எழுதுவதிலும் ஆர்வமுள்ளவர்; bookworm, புத்தகப் புழு.

lit-e-ra-ture/'litərətʃə*/(*n*):'லிட்டəரிச்சə* / immortal literary works in any language, இலக்கியம்; an exhaustive study of any subject, ஒரு குறிப்பிட்ட தலைப்புள்ள முழு இலக்கியம்.

lithe/laið/(*adj*):லய்த் / flexible, இணக்கமாக உள்ள, வளையக்கூடிய தன்மையுள்ள; capable of bending, வளைதல் தன்மையுள்ள.

lith-o-graph/'liθəugra:f/(*n*): 'லித்தəஉக்:ராஃப் / writings or inscription imprinted on stone, or metal, எழுத்துக்கள், வார்த்தைகள், வசனம் முதலியவை உலோகம் (அ) கல்லில் பொறிக்கப்பட்டு அச்சாகப் பயன்படுத்துதல், கல் அச்சு, உலோக அச்சு. **li-thog-ra-phy**/ li'θɔgrəfi/(*v.t-v.i*):லித்'தɔக்:ரəஃபி / to print by lithography, to print from inscriptions of stone or metal, கல்லில் (அ) உலோகத்தில் செதுக்கப்பட்ட அச்சிலிருந்து நகல்கள் எடு. **lithography**(*n*): a process of printing from a piece of metal or stone, கல் (அ) உலோகத்தில் செதுக்கப்பட்டவை களிலிருந்து அச்சிடும் முறை. **lithographic** (*adj*), **lithographically**(*adv*).

lit-i-gant/'litigənt/(*n*):'லிட்டிக:əன்ட் / a person involved in a court of law in non-criminal case, குற்றவியல் வழக்கு இல்லாது மற்ற வழக்குகளில் ஈடுபட்டிருப்பவர். **lit-i-gate**/'litigeit/(*v.i*):'லிட்டிகெ:ய்ட் / to take matters to a court of law for decision, வழக்கு தொடர், வழக்காடு. **lit-i-ga-tion**/ ˌliti'geiʃn/(*n*):ˌலிட்டி'கெ:ய்ஷəன் / process of lawsuit, வழக்கு முறைகள், சட்ட நடவடிக்கைகள். **litigious**(*adj*).

lit-mus/'litməs/(*n*)'லிட்மəஸ் / a substance to test acid or alkali, அமிலம் (அ) காரம் இவற்றைக் கண்டுபிடிக்க உதவும் பொருள்.

li-to-tes/'laitəuti:z/(*n*):'லய்ட்டəஉட்டீஸ்: / figurative way of expressing positive opinion in negative expressions, e.g. "not bad", "for good", making an under-statement, குறைத்து மதிப்பிட்டுச் சொல்லல்.

li-tre/'li:tə*/(*n*):'லீட்டə* / a metric measure of liquids, திரவங்களை அளக்கும் மெட்ரிக் முகத்தலளவை.

lit-ter/'litə*/(n):'லிட்டə* / a palanquin or a bed or a carriage to carry sick or rich people, நோயாளிகள் (அ) பணக்காரர்களைத் தூக்கிச்செல்வதற்குப் பயன்படும் பல்லக்கு (அ) படுக்கை போன்ற அமைப்பு; the young ones born to an animal at the same time, ஒரே ஈற்றில் பிறந்த குட்டிகள்; a heap of waste materials, குப்பைக் குவியல். **litter**(v.t): to cover with litter, குப்பை கூளங்களைப் போட்டு மூடு.

lit-tle/'litl/(adj):'லிட்ல் / **less, least**: small in size, quantity or degree, உருவத்தில், எண்ணிக்கையில் (அ) அளவில் மிகச் சிறியதாக உள்ள; short, குறுகிய தன்மையுடைய; very young, இளமையான; not at all important, முக்கியமில்லாத. • *I am a man of* **little** *importance in the world.* **little**(adv): to a very small degree, மிகச் சிறிய அளவுக்கு; not at all, இல்லவே இல்லாத.

lit-to-ral/'litərəl/(adj):'லிட்டəரəல் / near the sea coast, கடற்கரைப் பகுதியைச் சார்ந்த.

lit-ur-gy/'litədʒi/(n):'லிட்டəஜி / a form of worship prescribed in the Christian church, கிறித்தவக் கோயில்களில் பிரார்த்தனை செய்யும் முறை, வழிபாட்டு முறை, நற்கருணைச் சுவடி.

liv-a-ble/'livəbl/(adj):'லிவəப்:ல் / [also **liveable**]: suitable for living, வசிப்பதற்கேற்ற. • *Many people in India do not have* **liveable** *conditions.* endurable, பொறுக்கக்கூடிய.

live/liv/(v.i):லிவ் / to have life, உயிருடன் இரு; to exist, வசித்திரு. • *Some people* **live** *to eat and some others eat to* **live**. **to live with**: to accept trouble and turmoil and yet live. துயரங்களைச் சுமந்துகொண்டு வசித்திரு. **live**(adj): full of action, செயல் தீவிரமான; full of explosive power, வெடிக்கும் திறனுள்ள; carrying electric energy, மின்னோட்டமுள்ள. • *Many people come across* **live** *wires on the road.* (Radio or television programme) at the moment taking place, நிகழ்ந்து கொண்டிருக்கிற நேரத்தில்; being shown when it is actually happening, நிகழ்ந்து கொண்டிருக்கிற நேரத்தில் காண்பிக்கப் படுவதாக உள்ள. • *Very often, we have to endure some programmes when* **live** *telecast is made.*

live-li-hood/'laivlihud/(n):'லய்வ்லிஹுட் / means of one's living, ஒருவன் வசிப்பதற்கு வேண்டிய வழிகள், வாழ்க்கைத் தொழில்.

live-long/'livlɔŋ/(adj):'லிவ்லாங் ('லய்வ்) / full or whole (of the day or night) முழுமையாக உள்ள. • *I played games the* **livelong** *day.* • *Do not stay outside the* **livelong** *night.*

live-ly/'laivli/(adj):'லய்வ்லி / full of vigour, உயிரோட்டமுள்ள. • *It is a* **lively** *game.*

liv-en/'laivn/(v.t-v.i):'லய்வən / to become active, சுறுசுறுப்பாகச் செயல்படு. **liven up**: to become busy, சுறுசுறுப்பாக இரு, செயல் வேகம் பெற்றிரு.

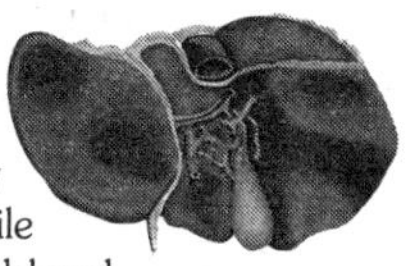

liv-er/'livə*/(n):'லிவə* / an organ of the body which secretes bile and purifies blood, கல்லீரல். **liver**(n): one who lives in a specified manner, ஒரு நியதிப்படி வாழ்பவர்.

liv-e-ry/'livəri/(n):'லிவəரி / uniform for attendants, பணியாட்களின் தொழில் சீருடை.

live-stock/'laivstɔk/(n):'லய்வ்ஸ்ட்டாக் / animals reared in a farm, பண்ணையில் வளர்க்கப்படும் கால்நடைகள்.

liv-id/'livid/(adj):'லிவிட் / very pale, மங்கலாகவுள்ள, மிகவும் வெளிறிய; lead coloured, சற்று வெளுத்த சாம்பல் நிறமாக உள்ள; moody, திடமனம் இல்லாத.

liv-ing/'liviŋ/(adj):'லிவிங் / alive at present, நிகழ்காலத்தில் உயிர் வாழ்ந்து கொண்டிருக்கிற; life-like, உயிரோவியம் போலுள்ள. • *The* **living** *conditions of poor people in India are appalling.* • *Some painters are noted for making* **living** *pictures.* **living**(n): means of living, வாழ்க்கை. • **Living** *is luxurious for the rich and for many it is a necessary evil.*

liz-ard/'lizəd/(n): 'லிஸəட் / a reptile, பல்லி.

lla-ma/'la:mə/(n, sing):'லாமə / **llamas** (n, pl): a beast of burden of the camel genus, ஒட்டகம் போன்ற பொதி சுமக்கும் விலங்கு.

lo/ləu/(inter):லəஉ / look, அதோ பார்.

loach/ləutʃ/*(n)*:லஒஉச் / a fresh water fish, ஒடை மீன்.

load/ləud/*(n)*:லஒஉட்: / a burden, சுமை. • *For some, life is a tiresome* **load**. that which can be carried by a vehicle or a similar structure, ஒரு வண்டியின் சுமை (அ) அதைப்போன்ற அமைப்பு ஏற்றுக்கொள்ளும் சுமை. **load***(v.t-v.i)*: to put cargo into a vehicle, சுமை ஏற்று; to put load on a vehicle, வண்டியில் சுமை ஏற்று; to put bullets into a gun, துப்பாக்கியில் குண்டு நிரப்பு; to put films into a camera, நிழற்படக் கருவியில் படச்சுருளைப் பொருத்து.

load-stone/ˈləudstəun/*(n)*:ˈலஒஉட்: ஸ்ட்டஒஉன் / [also **lodestone**]: a magnetic iron ore piece, காந்தக் கல்.

loaf/ləuf/*(n, sing)*:லஒஉஃப் / **loaves***(n, pl)*:லௌப் / a piece of bread, ரொட்டித் துண்டு. **loaf***(v.i)*: to idle away one's time, சோம்பித் திரி. **loafer***(n)*: a lazy person, வீணாகப் பொழுதுபோக்குபவர்.

loam/ləum/*(n)*:லஒஉம் / a kind of rich soil of clay, sand and decayed plant material, வளம் நிறைந்த மண்.

loan/ləun/*(n)*:லஒஉன் / that which is lent, especially money, பணம், கடன் கொடுக்கப் படுவது; the act of lending, கடன் கொடுத்தல். **loan***(v.t)*: to lend, கடன் கொடு.

loath/ləuθ/*(adj)*:லஒஉத் / not willing, சற்றும் விருப்பமில்லாத; reluctant, ஏற்பு இல்லாத.

loathe/ləuð/*(adj)*:லஒஉத்: / to regard with utter disgust, வெறுப்புடன் நோக்கு; to have great dislike, மிக அருவருப்புக்கொள். **loathing**: hatred, வெறுப்பு. **loathsome** *(adj)*: very very unpleasant, வெறுப்பு உண்டாக்கக்கூடிய, அருவருப்பான. **loathsomely***(adv)*, **loathsomeness***(n)*.

lob/lɔb/*(n)*:லாப்: / a ball bowled in a slow high curve, மேலே வளைத்து எறியப்பட்ட பந்து. **lob***(v.t)*, **lobbed, lobbing**: to send a ball high up in a curve, பந்தை மேலே வளைவாக வீசு. • *To* **lob** *a ball high over the opponent's head requires skill and practice.*

lob-by/ˈlɔbi/*(n)*:ˈலாபி: / a wide hall or passage, பெரிய அறை (அ) வழி அறை; corridor, இடைக்கழி, புறவாரம். **lobby***(v.t)*: to meet and talk to people to influence them, ஆதரவு நாடிப் பேசி வசப்படுத்து. • *It has become a fashion to* **lobby** *for the post of ministership by parliament members.*

lobe/ləub/*(n)*:லஒஉப்: / the round fleshy part of the lower external ear, காதின் கீழ்மடல்; the rounded part of an organ like brain and lungs, மூளை, நுரையீரல் போன்றவற்றின் சதைப்பற்றுள்ள உருண்டையான பாகம்.

lob-ster/ˈlɔbstə*/*(n)*: ˈலாப்:ஸ்ட்டஒ* / a crab-like shellfish that is used as food, உணவாகப் பயன்படும் கடல் நண்டு.

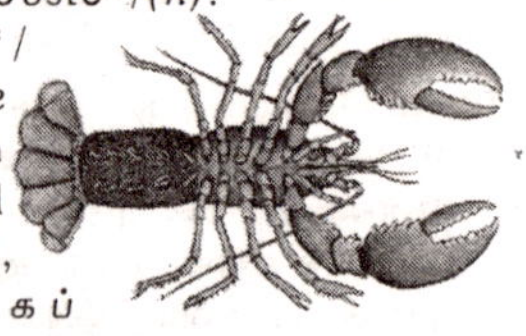

lo-cal/ˈləukl/*(adj)*:ˈலஒஉக்கஒல் / of a place where one lives in, ஒருவர் வசிக்கும் இடத்தினுடைய; pertaining to a particular place, குறிப்பிட்ட இடம் பற்றிய. • **Local** *news is more interesting.* limited or restricted to a certain part of the body, உடலின் ஒரு பாகத்தை மட்டும் பற்றிய. • **Local** *infection in human body has the tendency to spread to other parts.* **local***(n)*: someone residing in a particular area, உள்ளூர்க்காரர், ஓர் இடத்தில் வசிப்பவர்; a bus or train that covers short distance and stops at all stopping points, எல்லா இடங்களிலும் நிற்கும் குறைந்த தூரம் செல்லும் உள்ளூர் வண்டி. • *We have* **locals** *at frequent intervals.*

lo-cal-i-ty/ləuˈkæləti/*(n)*:லஒஉˈக்கஅலிட்டி / a particular place or area, ஒரு குறிப்பிட்ட இடம்; district, வட்டம், ஓர் எல்லைக்குட்பட்ட நிலம். • *I know this* **locality** *well.*

lo-cal-ize/ˈləukəlaiz/*(v.t)*:லஒஉக்கஒலய்ஸ்: / [also **localise**]/: to keep (news etc.) within a particular place, ஒரு குறிப்பிட்ட எல்லைக்குள் வைத்திரு; to restrict to some place, ஓர் எல்லைக்கு உட்படுத்து. • *The infection has been* **localized** *because of the prompt action taken by the health department.* **localization***(n)*, **locally** *(adv)*. • *He owns a shop* **locally**.

lo-cate/ləuˈkeit/*(v.t)*/லஒஉˈக்கெய்ட் / to mark the exact position of, சரியான இடத்தைக் குறி; to fix the place correctly, சரியான இடத்தை நிர்ணயம் செய். • *The hut is* **located** *near the lake.*

lo-ca-tion/ləu'keiʃn/*(n)*லஉ'க்கெய்ஷஎன் / a place specified, குறிப்பிட்ட இடம்; the act of locating, இடத்தைக் குறிக்கும் நடவடிக்கைகள். • *The* **location** *of offices far away from the town causes inconvenience to the public.*

loch/lɔk/*(n)*:லாக் / a lake, ஏரி; an arm of the sea, கடற்கழி; a part of the sea projecting into the land, குடா.

lock/lɔk/*(n)*:லாக் / an instrument for fastening doors, cabinets, etc., பூட்டு; an enclosed stretch of water of a canal, நகரும் அமைப்புகளுடன் கூடிய கால்வாய் அடைப்பு. **lock***(n)*: a tress of hair, மயிர்த் தொகுதி, மயிர்க்குஞ்சம். • *A* **lock** *of hair of a saint is preserved as a memento by his devotees.* **lock, stock and barrel**: completely, முழுவதும். **lock***(v.t-v.i)*: to fasten with a lock, பூட்டு; to become immovable or fixed, நகர முடியாத நிலையில் இரு. • *Not being able to get a taxi, I became* **locked** *up in the street for more than two hours.* **to lock-up***(v.t-v.i)*: to put safely, பத்திரமாகப் பூட்டி வை. **lock-up***(n)*: a small prison, சிறை விசாரணைக் கைதி இருக்குமிடம்.

lock-et/'lɔkit/*(n)*:'லாக்கிட் / an ornamental case of jewellery for the neck, தங்கம் (அ) வெள்ளியால் ஆன கழுத்தணி.

lo-co-mo-tion/ˌləukə'məuʃn/*(n)*: ˌலஉக்கஉ'மஉஷஎன் / capacity or ability to move, தானாகவே இயங்கும் சக்தியுள்ள நிலை. **lo-co-mo-tive**/ 'ləukəˌməutiv/*(n)*:'லஉக்கஉˌமஉட்டிவ் / a railway engine, இரயில் எஞ்சின்; any kind of moving mechanism, இயக்கப் பொறி, நகரக்கூடிய இயந்திர அமைப்பு.

lo-cum/'ləukəm/*(n)*:'லஉக்கஎம் / one who is in charge of another man's duties, தற்காலிகப் பொறுப்பாளர்.

lo-cus/'ləukəs/*(n, sing)*:'லஉக்கஎஸ் / **loci**/ ləusai/*(n, pl)*: a point of action, செயலிடம், புள்ளி, செயற்பகுதி. *locus-standi*, recognised position, அங்கீகரிக்கப் பட்ட நிலை, right to intervene, குறுக்கிடும் உரிமை.

lo-cust/'ləukəst/*(n)*/'லஉக்கஎஸ்ட் / an Asian and African insect with wings, its

main food being grains, வெட்டுக்கிளி.

lo-cu-tion/ləu'kju:ʃn/*(n)*:லஉ'க்யூஷஎன் (லாக்) / a manner or way of speaking, பேசும் வகை (அ) முறை.

lode/ləud/*(n)*:லஉட்: / a vein of deposit in the earth containing minerals and metals, தாதுப் படுகை.

lode-star/ləudsta:*/*(n)*:லஉட்:ஸ்ட்டாஎ / the pole star, துருவ நட்சத்திரம்; an example, a guide, வழிகாட்டி.

lodge/lɔdʒ/*(n)*:லாஜ் / a place for staying, தங்குமிடம்; a room for some person who has come over for some work, வேலை செய்வதற்கு வந்திருப்பவர் தங்குமிடம்; a little hut, குடில், சிறிய குடிசை. **lodge***(v.i)*: to stay for a short period, சிறிது காலம் தங்குமிடம்; to become fixed in a position, ஒரு நிலையில் தங்கிவிடு. • *During operation, the surgeon found a bullet* **lodged** *in his chest.* to make an official statement or complaint, அதிகாரப் பூர்வமான அறிக்கை விடு, புகார் செய். **to lodge a complaint**: deposit a complaint etc., with authorities, முறையீட்டைப் பதிவு செய். • *I have* **lodged a complaint** *with the police that my neighbour had fallen headlong into the well in a drunken state.* **lodging***(n)*: a room available for rent, வாடகைக்குக் கிடைக்கும் அறை. • *To find a comfortable and convenient* **lodging** *in a city is rather difficult.*

loft/lɔft/*(n)*/லாஃப்ட் / an upper floor or space or room in a building, பரண்; a space under a roof, அடுக்கிருக்கை; a room stable, கொட்டகையில் உள்ள சிறு அறை.

loft-y/'lɔfti/*(adj)*/'லாஃப்ட்டி / of high moral or noble expressions, மிகச் சிறந்த கோட்பாடுகளுடைய; high, beautiful, very fine, மிகச் சிறந்த, உயர்ந்த, உன்னதமான. • **Lofty** *ideals never help to live comfortably.*

log/lɔg/*(n)*:லாக்: / a thick piece of wood, மரக்கட்டை; an official written record of events, அதிகாரபூர்வமான நிகழ்ச்சி, அட்டவணை, குறிப்பு. **log***(v.t)*, **logged, logging**: to make a certain distance or speed *esp.* of a ship or plane, ஒரு குறிப்பிட்ட வேகத்தில் (அ) தூரம் பயணம் செய்; to write down events officially, நிகழ்ச்சிகளை அதிகாரபூர்வமாகக் குறிப்பிடு.

log-a-rith-m/'lɔgəriðəm/*(n)*'லாக:ərிதəம் / the power to which a number is raised to equal a particular number, மடக்கைக் கணிதம். **logarithmic***(adj)*, **logarithmically***(adv)*.

log-book/'lɔgbuk/*(n)*:'லாக்:'பு:க் / a book of daily events, நாள் குறிப்பேடு. • *There is a* **log book** *in every office.*

log-ger/lɔgə*/*(n)*:'லாக:ə* / a person who cuts down trees, மரம் வெட்டுபவர். **log-ger-heads**/'lɔgəhedz/*(n)*:'லாக:əஹெட்:ஸ் / **at loggerheads**: engaged in a quarrel or dispute, சண்டையில் ஈடுபடுதல்; holding opposite views, எப்பொழுதும் எதிரிடையான எண்ணம் கொள்ளல். • *The opposition parties are always* **at loggerheads** *with the government.*

log-ic/'lɔdʒik/*(n)*:'லாஜிக் / the study or science of reasoning, தர்க்கவியல்; a way of reasoning, விவாதிக்கும் முறை. • *I do not follow your* **logic** *in these arguments.* **logical***(adj)*, **logically***(adv)*.

lo-gi-cian/ləu'dʒiʃn/*(n)*:லəஉ'ஜிஷən் / a person who studies logic, தத்துவஞானி, தர்க்கவியல் நிபுணர்.

loin/lɔin/*(n)*:லாய்ன் / the part of the body near hip or below the ribs, இடுப்பு பாகம், அரை; meat from the lower part of an animal's neck, ஒரு பிராணியின் கழுத்துக்குக் கீழ்ப்புறம் உள்ள சதைப் பகுதி.

loin-cloth/'lɔinklɔθ/*(n)*:'லாய்ன்க்லாத் / a loose piece of cloth worn on the loins, அரையில் அணியும் துணி. கோமணம்.

loi-ter/'lɔitə*/*(v.i)*/'லாய்ட்டə* / to go about wasting time with no purpose, வேலையின்றி சோம்பித் திரி. • *The notice board warns not to* **loiter** *there.* while away time, வீண் பொழுதுபோக்கு.

loi-ter-er/'lɔitərə*/*(n)*:'லாய்ட்டərə* / one who loiters, சோம்பித் திரிபவர்.

loll/lɔl/*(v.i)*:லால் / to be standing and leaning lazily, சோம்பலுடன் நின்றும் சாய்ந்துகொண்டும் இரு. • *I do not like young persons* **lolling** *about wasting their precious time.*

lol-li-pop/'lɔlipɔp/*(n)*:'லாலிப்பாப் / a hard sweet made of boiled sugar, மிட்டாய்.

lol-lop/'lɔləp/*(v.t)*:'லாலəப் / to move ungracefully, அநாகரிகமாக நகர்ந்து செல்.

lone/ləun/*(adj)*:லəஉன் / remaining alone, தனித்திருக்கின்ற; with no companion, துணையில்லாத. • *Life is a* **lone** *affair.* **loneliness***(n)*: the state of being lonely, தனிமை. **lone-ly**/'ləunli/*(adv)*:'லəஉன்லி / not happy, with no companions, மனிதத் தொடர்பு இல்லாமல், மகிழ்ச்சியில்லாமல். • *A* **lonely** *life has no joy.* **lon-er**/ləunə*/*(n)*:லəஉனə* / a person who prefers to remain alone, தனியாக இருப்பவர், மக்கள் தொடர்பை விரும்பாதவர். **lonesome***(adj)*: lonely, தனியாக இருக்க விருப்பமுள்ள.

long/lɔɲ/*(adj)*:லாங் / measuring a large part, நீளமான அளவைக் கொண்டுள்ள. • *I can cover a* **long** *distance in a short time.* not short, நெடியதான; making a certain distance, குறிப்பிட்ட தூரத்தை உள்ளடக்குகின்ற; covering a certain time, குறிப்பிட்ட காலத்திற்குட்பட்ட. • *It is a* **long** *time since I saw you.* **long***(adv)*: for a long time, நீண்ட காலமாக. • *How* **long** *can I wait?* **long***(n)*, **before long**: after some time, குறுகிய காலத்தில். • **Before long,** *we hope to meet.* **long***(v.t)*: to desire strongly, மிகவும் விருப்பம் கொள்; to want to get something ardently, ஒரு பொருளுக்கு அதிக ஆசைப்படு. • *I* **long** *to see the Himalayas in my life time.*

lon-gev-i-ty/lɔn'dʒevəti/*(n)*:லாஞ்'ஜெவிட்டி / very long life, நீண்ட ஆயுள்.

long-ing/'lɔɲiɲ/*(n)*/லாங்கி:ங் / a very strong desire, மிக்க விருப்பம், வெறி, அதிக ஆசை. • *My* **longing** *to see historical places can be fulfilled.* **longing***(adj)*: showing a very strong wish, மிகுந்த ஆவல் உள்ள. **longingly***(adv)*.

lon-gi-tude/'lɔndʒitju:d/*(n)*:'லாஞ்ஜிட்யூட் / the angular position on the earth, east or west of a meridian, தீர்க்க ரேகை. **longitudinal***(adj)*.

look/luk/*(v.i)*:லுக் / **looked, looking**: to see carefully in some direction, ஒரு திசையில் உற்றுக் கவனி. • *The bird shot into the room, sat on the table and then* **looked** *around.* to seem by expressive mood, சிந்தனைச் சாயலை, பார்வையில் தெரிவி. • *She* **looks** *sad.* to think and express with eyes, சிந்தனையைக் கண்கள் மூலம் வெளிப்படுத்து. **look***(n)*: the act of seeing, பார்த்தல்; an appearance, தோற்றம். • *Her* **look** *is graceful.*

look-er/lukə*/*(n)*:லுக்கə* / [also **good-looker**:] a woman with attractive appearance, நல்ல தோற்றமுள்ள பெண்மணி.

look-out/'lukaut/*(n)*:லுக்கஉட் / the act of watching carefully, கவனமாகப் பார்த்தல்.

looks/luks/*(n,pl)*:லுக்ஸ் / a person's fine appearance, ஒருவரின் நளினமான தோற்றம். • *She was able to keep her* **looks** *even during her life of poverty.*

loom/lu:m/*(n)*:லூம் / a machine for weaving, நெசவுத் தறி. **loom***(v.i)*: to appear not clearly, தெளிவில்லாத தோற்றம் கொள்; to seem to look threateningly, மிரட்டும் வகையில் தோன்று. **to loom large**: to seem to cause strong feelings or worry, பயமுறுத்தும், கவலை கொள்ளும் வகையில் தோற்றம் கொள், தோற்றம் எடு. • *Fear of failure in the examination* **looms** *large in my mind.*

loop/lu:p/*(n)*:லூப் / a noose, வளையம்; a closed curve, கண்ணி. **loop***(v.t)*: to make a loop, சுருக்கு உண்டாக்கு; to form into a loop, சுருக்கு ஏற்படுத்து.

loop-hole/'lu:phəul/*(n)*:'லூப்ஹஉல் / a way of escaping, தப்பிச்செல்லும் வழி; a defect in a rule, சட்டத்தில் உள்ள குறைபாடு.

loose/lu:s/*(adj)*/லூஸ் / not firm, உறுதியற்ற; not closely joined, நெருக்கமாக இணைக்கப்படாத; not careful, கவனக் குறைவான; not responsible, சற்றும் பொறுப்பு இல்லாத. **loose***(v.t)*: to untie, அவிழ்; to make not tight, தளர்த்து; to set free, கட்டுப்பாட்டைத் தளர்த்து.

loose-end/lu:send/*(n)*:லூஸ்என்ட்: / a part left hanging, தொங்கும் பகுதி; that part which is not completed, பூர்த்தி செய்யப்படாத பகுதி.

loos-en/'lu:sn/*(v.t-v.i)*:'லூஸ்ன் / to make loose, தளர்த்து; to be less controlled, கட்டுப்பாடு தளர்த்திய நிலையில் இரு; to set free from bonds, தளர்த்தி சுதந்திரமாக விடு.

loot/lu:t/*(n)*:லூட் / plunder, கொள்ளை அடித்தல். **loot***(v.t-v.i)*: to plunder *esp.* in a war, கொள்ளையடி. • *During war, soldiers* **loot** *the deserted houses.*

lop/lɔp/*(v.t)*:லாப் / **lopped, lopping**: to cut off a tree, மரக்கிளையை வெட்டு; to allow to hang, தொங்க விடு. **lop***(n)*: small branches, சிறு கிளைகள்; twigs, குச்சிகள்; a kind of rabbit, ஒருவகை முயல்.

lope/ləup/*(v.i)*:லஉப் / to move with long, easy steps, சுலபமாகத் தளர் நடை போட்டு நடந்து செல்.

lop-sided/ˌlɔp'saidid/*(adj)*:லாப்ஸய்டிட்: / not balanced properly, சரியாகப் பொருத்தப்படாத; uneven, சரிசமம் இல்லாத. • *The report is* **lopsided**; *a proper report is urgently needed.*

loq-ua-cious/ləu'kweiʃəs/*(adj)*: லஉ'க்உஎய்ஷஸ் / talking always, எப்பொழுதும் பேசி, நச்சரிக்கும் தன்மை உடைய. **loq-ua-ci-ty**/ləu'kwæsəti/*(n)*: லஉ'க்உஆஸிட்டி / talkativeness, எப்பொழுதும் பேசிக்கொண்டிருக்கும் குணம். **loquaciously***(adv)*.

lord/lɔ:d/*(n)*:லா:ட்: / a person of noble rank, பிரபு, பெருமகன்; a title given by the monarch of England, இங்கிலாந்து மன்னர் அளிக்கும் 'பிரபு' எனும் பட்டம்; a very powerful man wielding high authority, அதிகாரம் உள்ள ஒருவர். **lord***(v)*: to exercise undue control over someone, பிறர்மேல் அதிகார தோரணையைக் காட்டு. • *Dear man, do not* **lord** *over me, you are my husband, not my master.* **lordly***(adj)*.

lore/lɔ:*/*(n)*/லா:* (லாஅ*) / unwritten literature or knowledge of ancient things, traditional literature, பழங்கதை, வாய்மொழியாக வந்த பழங்காலத்து இலக்கியம்.

lor-gnette/lɔ:'njet/*(n)*:லா:'ஞ்ஜெட் / a pair of eye glass, mounted on a handle, தொலைநோக்குக் கண்ணாடி.

lorn/lɔ:n/*(adj)*:லா:ன் / sorrowful and lonely, தனித்து, வருத்தமான நிலையிலுள்ள. • *We see many love***lorn** *heroines in stories.*

lor-ry/'lɔri/*(n)*/'லாரி / a four-wheeled motor vehicle to carry goods, சுமை உந்து, லாரி.

lose/lu:z/*(v.t)*:லூஸ்: / **lost, losing**: to have no possession of something because of carelessness, கவனம் இல்லாமையால் இழந்து விடு; to cause the loss of, சேதம் ஏற்படுத்து; to fail to find, கண்டு பிடிக்காமல் இரு. **los-er**/'lu:zə*/*(n)*: லூஸ:அ* / one who loses something, இழந்து நிற்பவர். **loss**/lɔs/*(n)*:லாஸ் / the act of losing, இழத்தல். **lost**/lɔst/*(adj)*: லாஸ்ட் / no longer to be found, இழந்த; having no influence, செல்வாக்கில்லாத.

lot/lɔt/*(n)*:லாட் / a very great quantity, பெரிய அளவு; a set, ஒரு குழு, தொகுப்பு. **lot***(n)*: a group or set of articles sold together, குவியல். • *This* **lot** *is not good: Let us see the next lot.*

L

lo-tion/ˈləuʃn/*(n)*:ˈலஊஷன் / a liquid containing medicine used for washing, மருந்து திரவம், கழிவு நீர்மம்.

lot-te-ry/ˈlɔtəri/*(n)*:ˈலாட்டரி / a game of chance where luck rather than intelligence plays or decides, சூதாட்டம், குலுக்குச் சீட்டு ஆட்டம், பரிசுக் குலுக்கல் முறையில் வெற்றியை நிர்ணயித்தல்.

lo-tus/ˈləutəs/*(n)*:ˈலஊட்டஸ் / water lily, தாமரை.

loud/laud/*(adj)*:ˈலஉட்: / of great sound or noise, உரத்த குரலுள்ள, ஒலியுள்ள. • **Loud** *speakers make a lot of noise.* **loudly***(adv)*, **loudness***(n)*.

loud-speaker/ˌlaudˈspi:kə*/*(n)*/:ˈலஉட்:ˈஸ்ப்பீக்கஃ* / sound amplifier, ஒலி பெருக்கி; an apparatus for making sounds louder, ஒலி பெருக்கப் பயன்படும் கருவி.

lounge/laundʒ/*(n)*:லஉஞ்ஜ் / a comfortable room for taking rest, ஓய்வு அறை; a small common room in a hotel or airport, விடுதிகளில்/விமான நிலையத்திலுள்ள ஓய்வு அறை. **lounge***(v.i)*: to lie on one's back in a comfortable manner, சாய்ந்து, சௌகரியமாகப் படுத்திரு. • *I see some people* **lounging** *near the bar.*

louse/lauz/*(n, sing)*:லஉஸ்: / **lice***(n, pl)*: a small wingless insect found on human beings and animals, பேன்.

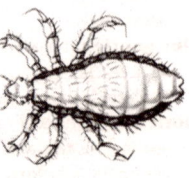

lous-y/ˈlauzi/*(adj)*:ˈலஉஸி: / very bad, மோசமாக உள்ள, கெட்டுப்போன; unpleasant, மகிழ்ச்சி இல்லாத.

lout/laut/*(n)*/:லஉட் / a mean fellow, அற்பமான குணம் உள்ளவன்.

lov-a-ble/ˈlʌvəbl/*(adj)*:ˈலவஃப்:ல் / [also **loveable**]: of loving nature, இசைவான தன்மையுள்ள.

love/lʌv/*(n)*:லவ் / a very strong feeling of affection, அன்பு, காதல்; regard, மதிப்பு; devotion, பக்தி; esteemed respect, மதிப்பும், அன்பும் உள்ள தன்மை. • **Love** *is a fine word which means everything good and godly,* **love***(v.t-v.i)*: to have great affection, அன்பு கொள். • *Do not* **love** *too much: it will retard your progress.* to be fond of, அன்புடன் இரு; to be delighted, மகிழ்ச்சி கொள். **loveless** *(adj)*: without love, அன்பு இல்லாத, காதல் இல்லாத.

love-ly/lʌvli/*(adj)*:ˈலவ்லி / enchanting, கவர்ச்சியான; beautiful, அழகான. • *The mountains and the wild animals look* **lovely**.

lov-er/lʌvə*/*(n)*:லவஃ* / one who loves or is loved, காதலிப்பவர், காதலிக்கப்படுபவர்; one who has love for something, ஏதோ ஒன்றில் ஈடுபாடு உள்ளவர். • *I am a* **lover** *of solitude.* • *I am a* **lover** *of beautiful songs.*

lov-ing/lʌviŋ/*(adj)*:லவிங் / full of love, நேசமுள்ள. • *A* **loving** *father is an asset.* **lovingly***(adv)*.

low/ləu/*(adj)*:லஊ / **lower, lowest**: of little height, குறைந்த உயரமுள்ள; small in figure, size, etc., குட்டையான உருவமுள்ள, குறைந்த அளவுள்ள; not honourable, மதிப்பு இல்லாத, இழிவான. • *Some of the rich people have* **low** *character.* **low***(adv)*: in a low manner, இழிவான தன்மையில். • *She always speaks* **low** *of men.* very near to the ground, தரைக்குச் சமீபமாக; not loudly, தாழ்வான குரலில். **low***(n)*: a point that is low, தாழ்ந்து இருக்கும் நிலை. **low***(v)*: to make the sound of an ox or cow, பசு (அ) நரி போல் ஒலி எழுப்பு.

low-er/ləuə*/*(adj)*:ˈலஊஃ* / being the bottom position, கீழ்ப்படியில் உள்ள; being the part of bottom, தாழ்ந்த பகுதியான. **lower***(v.t-v.i)*: to make lower or smaller, குறைவுபடுத்து; to let down or bring down in elevation, தாழ்த்து, உயரத்தைக் குறை. • *His honour* **lowered** *when he lost the job.* **lowly***(adv)*.

loy-al/ˈlɔiəl/*(adj)*:ˈலாயஃல் / very faithful, உண்மையுள்ள; having the spirit to help, உதவும் தன்மையுள்ள. **loyal-ist**/ˈlɔiəlist/*(n)*:ˈலாயஃலிஸ்ட் / one who is loyal to the party in power, அதிகாரத்திலிருக்கும் அரசுக்கு உண்மையாக இருப்பவர். **loy-al-ty**/ˈlɔiəlti/*(n)*:ˈலாயஃல்ட்டி / faithfulness, உண்மைப்பற்று; the quality of being loyal, நம்பிக்கையுடன் இருத்தல். **loyally***(adv)*, விசுவாசமாக.

loz-enge/ˈlɔzindʒ/*(n)*:ˈலாஸி:ஞ்ஜ் / a kind of sweetmeat having medicinal value, மருத்துவத்தன்மையுள்ள மிட்டாய்; a diamond-shaped figure, சாய் சதுர வடிவமுள்ள உருவம், பொருள்.

lu-bri-cant/'lu:brikənt/*(n)*:'லூப்ரிக்கஅன்ட் / oil or grease used for reducing friction, மசகு எண்ணெய், உயவுப் பொருள். **lu-bri-cate**/'lu:brikeit/*(v.t)*:'லூப்ரிக்கெய்ட் / apply lubricant to make the device work smoothly, மசகிடு, உயவிடு.

lu-bri-cious/'lu:briʃəs/*(adj)*:'லூப்ரிஷஅஸ் / showing great interest in sex affairs, பாலுணர்வு நடவடிக்கைகளில் அதிக ஈடுபாடுள்ள.

lu-cerne/lu:'sɜ:n/*(n)*:லூ'ஸஅ:ன் / a kind of fodder plant, தீவனச் செடி.

lu-cid/'lu:sid/*(adj)*:'லூஸிட்: (ல்யூ) / clearly expressed, தெளிவாகச் சொல்லப்பட்டுள்ள; able to understand, புரிந்துகொள்ளக் கூடிய. • *The speaker explained the problem in a* **lucid** *manner.* **lucidly** *(adv)*, **lucidness***(n)*, **lucidity***(n)*.

luck/lʌk/*(n)*:லக் / chance, வாய்ப்பு; good or bad happenings that are not expected, நல்லதும் கெட்டதும் கொண்ட எதிர்பாராத நிகழ்ச்சி; fate or fortune, விதி, நல்வாய்ப்பு. • *I have no faith in* **luck**. • **Luck** *plays an important part in one's life.* **lucky***(adj)*.

lu-cra-tive/'lu:krətiv/*(n)*:'ல்யூக்ரஅட்டிவ் / bringing or yielding plenty of money, அதிக பணமுள்ள; very profitable, மிகவும் இலாபகரமான.

lu-cre/'lu:kə*/*(n)*:'லூக்கஅ* / a big profit, நல்ல இலாபம்.

lu-di-crous/'lu:dikrəs/*(adj)*:'லூடி:க்ரஅஸ் / foolish and derisive, முட்டாள்தனமான, கேவலமான; ridiculous, ஏளனம் செய்யக் கூடிய. • *Very often, people behave in a* **ludicrous** *manner while nervous.*

luff/lʌf/*(v.i)*/:லஃப் / to bring the sailing ship towards the wind, காற்றின் திசையில் கப்பலைத் திருப்பு.

lug/lʌg/*(v.t)*:லக்: / **lugged, lugging**: to pull with very great difficulty, வலுவுடன் இழு.

lug-gage/'lʌgidʒ/*(n)*:லகி:ஜ் / the baggage of a tourist or traveller, பயண முடிச்சுகள்.

lu-gu-bri-ous/lu:'gu:briəs/*(adj)*: லூ'கூ:ப்:ரியஅஸ் / sorrowful and sad, துயரமும் வருத்தமும் உள்ள.

lug-warm/'lʌgwɜ:m/*(n)*:'லக்:உஅ:ம் / a small worm found in sea-shore, கடற்கரையில் காணப்படும் புழு.

luke-worm/ˌlu:k'wɔ:m/*(adj)*:'ல்யூக்உஓ:ம் / not very warm, அதிக சூடில்லாத; not eager to receive, ஆர்வமில்லாத, உற்சாகமில்லாமல் வரவேற்பு கொடுக்கின்ற.

lull/lʌl/*(v.t)*/லல் / to be less active, சுறுசுறுப்பு இல்லாமலிரு; to take rest, ஓய்வு எடுத்துக் கொள்; to deceive a person into confidence, ஒருவரை நம்பிக்கை கொள்ளச் செய்து ஏமாற்று. • *You cannot* **lull** *me to sleep with all comforts here.* **lull***(n)*: a period of less business or activity, மந்தமான வியாபாரம் (அ) வேலையில்லாத காலம்; an interval of calm, அமைதி வேளை.

lul-la-by/'lʌləbai/*(n)*:'லலஅபா:ய் / a sweet and melodious song that makes children sleep, தாலாட்டு, தாலாட்டுப் பாட்டு.

lum-ba-go/lʌm'beigəu/*(n)*:லம்'பெ:ய்கஅஉ / pain in the lower back, கீல் வாதம்.

lum-bar/'lʌmbə*/*(adj)*:'லம்ப:அ* / of the lower part of the back, இடுப்பு தொடர்பான.

lum-ber/'lʌmbə*/*(n)*:'லம்ப:அ* / timber, மரத்திண்மை; useless or unwanted articles, உபயோகமற்ற பொருள்கள். **lumber***(v.t)*: to cut trees into timber, மரங்களைத் துண்டு துண்டாக வெட்டு; to cause difficulty to someone by giving unnecessary work, பிறருக்கு வேண்டாத வேலையைக் கொடுத்துத் துன்புறுத்து.

lu-mi-na-ry/'lu:minəri/*(n)*: 'லூமினஅரி / that which gives light, ஒளிவீசும் பொருள்; a great personality, பெரிய செயல் வீரர். • *Jawaharlal Nehru was a* **luminary**. **lu-mi-nous**/'lu:minəs/*(adj)*: 'லூமினஅஸ் / capable of shining, சுடர் விடும் தன்மையான. • *We see many* **luminous** *objects in the sky.*

lump/lʌmp/*(n)*:லம்ப் / a small mass of something, கட்டி; a very hard swelling in some part of the body, உடலில் ஏற்படும் கட்டி, வீக்கம். **lump***(v.t-v.i)*: to make into a mass, கட்டியாக உருவாக்கு; to become mass, கட்டியாகு.

lu-na-cy/'lu:nəsi/*(n)*:'லூனஅஸி / a state of the mind being unsound, மூளைக் கோளாறு. • *It is sheer* **lunacy** *to preach peace in this selfish world.* **lunatic***(adj)*.

lunch/lʌntʃ/*(n)*:லஞ்ச் / [also **luncheon**]: a midday meal, பகல் உணவு.

lung/lʌŋ/*(n)*:லங் / either of the two breathing organs, நுரையீரல்.

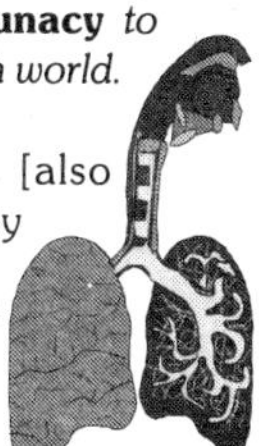

lunge/lʌndʒ/*(v.i)*:லஞ்ஜ் / to make a sudden unexpected push, திடீரெனத் தள்ளு; to push suddenly, திடீரெனப் பாய்ந்து தள்ளு.

lu-pin/ˈluːpin/*(n)*:ˈலூப்பின் / a kind of garden plant, தோட்டச் செடி வகை.

lurch/lɜːtʃ/*(v.i)*:லஅ:ச் / to move with irregular movements, தள்ளாடி நகர்; to stagger, தடுமாறு. **lurch***(n)*: difficulty, துன்பம், துயரம். • *Please, do not land me in the* **lurch**. a sudden roll of the ship, கப்பல் ஒருபக்கமாகச் சாய்தல்.

lure/luə*/*(n)*:ல்யுஅ* / the attractive power, கவர்ந்து இழுக்கும் தன்மை. • *The* **lure** *of gold spoils men and women's life,* **lure***(v.t)*: to attract, கவர்ந்து இழு; to attempt, கவர்ச்சி செய். • *People are* **lured** *to foreign countries by the promise of high earnings.*

lu-rid/ˈluərid/*(adj)*:ˈல்யுஅரிட் / fearfully and unnaturally colourful, பயங்கரமான வண்ணமுள்ள; terrible, கோரமான.

lurk/lɜːk/*(v.i)*:லஅ:க் / to lie in wait to do something not right, பதுங்கியிரு; to remain unseen, பார்க்க முடியாமல் மறைந்திரு. • *Why are you* **lurking** *here?*

lus-cious/ˈlʌʃəs/*(adj)*:ˈலஷஅஸ் / delicious, நற்சுவையுள்ள. • *People like to enjoy* **luscious** *food.*

lush/lʌʃ/*(adj)*:லஷ் / growing healthily, நல்ல ஆரோக்கியமாக வளர்கின்ற, செழிப்பான. • **Lush** *green meadows are beautiful to look at.* fresh, புதிய; juicy, வளமான, சத்துள்ள.

lust/lʌst/*(n)*:லஸ்ட் / very strong sexual desire, மிக்க அதிகமான பாலுணர்வுடன் இருத்தல், காமவெறியுடன் இருத்தல். • *He spends more time in* **lust**. **lustful***(adj)*.

lustre/ˈlʌstə*/*(n)*:லஸ்ட்டஅ* / [also **luster**]: the brightness of a fine polished surface, பளபளப்பு, கண்ணைப் பறிக்கும் ஒளியுடன் இருத்தல். **lustrous***(adj)*: shining, ஒளிரும் தன்மையுள்ள.

lust-y/ˈlʌsti/*(adj)*:லஸ்ட்டி / full of vigour, நல்ல சக்தியுள்ள. • **Lusty** *cheers greeted the minister.* **lustily***(adv)*.

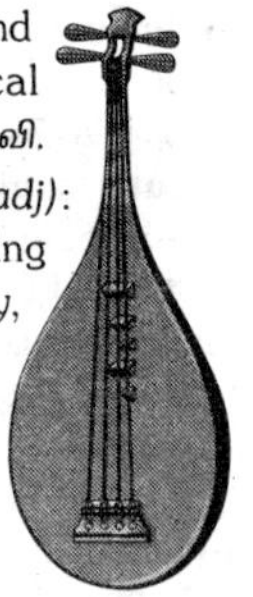

lute/luːt/*(n)*:லூட் (ல்யூட்) / a kind of stringed musical instrument, நரம்பிசைக் கருவி.

lux-u-ri-ant/lʌgˈʒuəriənt/*(adj)*: லக்:ˈஸ்:யுஅரியஅன்ட் / growing healthily and abundantly, கொழுத்து வளர்ந்துள்ள.

lux-u-ri-ate/lʌgˈʒuərieit/*(v.t)*:லக்:ˈஸ்:யுஅரியெய்ட் / to take great pleasure in, மிக்க இன்பம் கொள்.

lux-u-ri-ous/lʌgˈʒuəriəs/*(adj)*:லக்:ஸ்யுஅரியஅஸ் / full of luxury, ஆடம்பரமான. **luxuriously***(adv)*.

lux-u-ry/ˈlʌkʃəri/*(n)*:ˈலக்ஷஅரி / a state of very comfortable condition, சொகுசான நிலை. • *A life of* **luxury**, *I shun.*

lymph/limf/*(n)*:லிம்ஃப் / a colourless fluid contained in bodies, நிண நீர்.

lynch/lintʃ/*(v.t)*:லிஞ்ச் / to put to death by beating with no legal trial, விசாரணையின்றி அடித்துக் கொலை செய்.

lynx/liŋks/*(n)*:லிங்க்ஸ் / a strong wild animal of the cat family, காட்டுப் பிராணி, பூனை வகையைச் சார்ந்தது.

lyre/ˈlaiə*/*(n)*:ˈலயஅ* / an ancient Greek musical instrument, பழங்கால கிரேக்க இசைக்கருவி, யாழ்.

lyr-ic/ˈlirik/*(n)*:லிரிக் / a short **lyric** poem, தன் உணர்ச்சியை வெளிப்படுத்தும் பாட்டு. **lyric***(adj)*: expressing strong personal feelings in songs, தனது உணர்ச்சிகளை வெளிப்படுத்திப் பாடும் தன்மையுடைய. **lyrical***(adj)*, **lyricism***(n)*. **lyr-i-cist**/lirisist/*(n)*/:லிரிஸிஸ்ட் / one who composes lyrics, தன் உணர்ச்சியை வெளிப்படுத்திப் பாடல் இயற்றுபவர்.

Ly-sol/ˈlaisɔl/*(n)*/:ˈலய்ஸால் / an antiseptic liquid and a disinfectant, நச்சுக்கொல்லி மருந்து, தடுப்பு மருந்து.

M,m/em/*(n)*:எம் / the 13th letter of the English alphabet, ஆங்கில நெடுங்கணக்கின் 13வது எழுத்து; the Roman Numeral (number) for 1000, ரோமன் எண் கணக்கில் ஆயிரம் என்ற எண் குறிப்பு.

ma/ma:/*(n)*/*மா* / mother, அம்மா.

maam/mæm/*(n)*:மæம் / a short form for 'Madam', respectable address to women of noble families, மதிப்பிற்குரிய பெண்மணிகளை விளிக்கும் சொல்.

ma-ca-bre/mə'ka:brə/*(adj)*:மə'க்காப:ə* / horrible, ghastly, பயங்கரமாக உள்ள பேய்க்கதைகள் போன்ற அதிர்ச்சி தரவல்ல; pertaining to fearful side of death, இறப்பின் பயங்கரத்தன்மையைப் பற்றிய. • *The stories having* **macabre** *plot are really exciting.*

ma-cad-am/mə'kædəm/*(n)*:மə'க்கæட:əம் / broken stones often mixed with a substance (tar) used in making a smooth hard road, சாலை போட உதவும் சிறுசிறு கற்கள். **macadam***(adj)*: made of hardened layers of macadam, சிறு கற்கள் போட்டு கெட்டிப்படுத்தப்பட்டுள்ள. **mac-ad-am-ize**/mə'kædəmaiz/*(v.t)*: மə'க்கæட:əமய்ஸ்: / **macadamize, macadamizing**: to pave and make the road by laying broken stones, கப்பி, உடைக்கப்பட்ட கற்கள் போட்டு சாலையைச் சீர் செய்.

mac-a-ro-ni/ˌmækə'rəuni/*(n)*: ˌமæக்கə'ரəஉனி / a paste prepared from wheat flour, கோதுமை மாவில் செய்யப்படும் பொருள், சேமியா போன்றது.

mac-a-roon/ˌmækə'ru:n/*(n)*: ˌமæக்கə'ரூன் / a small cake made of egg whites, sugar, almond paste, flour, etc., சர்க்கரை, கோதுமை, வெள்ளைக் கரு முதலியவற்றைக்கொண்டு செய்யப்படும் உணவுப்பொருள்.

mace/meis/*(n)*:மெய்ஸ் / a club-like weapon of war, usually carried as a ceremonial staff by officials as a symbol of office, அதிகாரத்தின் சின்னம், கதை; outer cover of nutmeg used as spice, ஜாதிப் பத்திரி.

ma-cer-ate/'mæsəreit/*(v.t-v.i)*: 'மæஸəரெய்ட் / **macerated, macerating**: to soften or separate (a substance) into parts by soaking in water, ஊற வைத்து மிருதுவாக்கு, பிரித்துவிடு.

Mach-i-a-vel-li-an/ˌmækiə'veliən/*(adj)*: ˌமæக்கியə'வெலியəன் / of Machiavelli, மாக்கியவில்லியனுடைய (**இத்தாலிய ராஜதந்திரி**); being subtle or unscrupulous, தந்திரமும், சந்தர்ப்பவாதமும் கொண்ட.

mach-i-na-tion/ˌmæki'neiʃn/*(n)*: ˌமæக்கி'னெய்ஷən / crafty plan to deceive, சதி, ஏமாற்றுதல்.

ma-chine/mə'ʃi:n/*(n)*:மə'ஷீன் / a mechanical device that uses power to perform work, எந்திரம்.

ma-chin-e-ry/mə'ʃi:nəri/*(n)*:மə'ஷீனəரி / machines in general, பொதுவாக எந்திரங்கள்; the working parts of an engine or apparatus, ஓர் எந்திரம் (அ) கருவியின் வேலை செய்யும் பாகங்கள்; an arrangement or organization to get some job done, செயல்முறை (அ) நிறுவனம். • *The judicial* **machinery** *is very slow in taking decisions.*

mack-in-tosh/'mækintɔʃ/*(n)*: 'மæக்கின்ட்டɔஷ் / a coat made of waterproof cloth like rubber, இரப்பர் போன்ற நீர் உட்புகாத மேலாடை, மழைப்பாதுகாப்புச் சட்டை.

mac-ro-cos-m/'mækrəukɔzəm/*(n)*: 'மæக்ரəஉக்கɔஸ:əம் / the universe considered as a whole, இந்த அகிலம் முழுவதும்; the entire system on some complex or structure, ஓர் அமைப்பின் முழு வடிவம்.

mad/mæd/*(adj)*:மæட்: / not well in the mind, சிந்தனைத் தெளிவு இல்லாத; not clever, அறிவுத்தன்மை அற்ற; rough and indecent, முரட்டுத்தன்மையும், அநாகரிகமும் உள்ள. • *A mad man thinks that others alone are* **mad**. **madly**. **madness**/'mædnis/*(n)*/:'மæட்:னிஸ் / the state of being mad, சிந்தனைத் தெளிவற்ற நிலை; foolishness, அறிவில்லாமை.

• *In life, we move from one state of* **madness** *to another.*

mad-am/ˈmædəm/*(n)*:ˈமæடːəம் / a polite way of addressing a woman, a woman customer, பெண் வாடிக்கையாளரையும், பெண்மணிகளையும் குறிக்கும் மரியாதைச் சொல், ஒரு விளிச்சொல்.

mad-cap/ˈmædkæp/*(adj)*:ˈமæட்:க்கæப் / rough and senseless, அறிவில்லாத, முரட்டுத்தனமான. • *It is no* **madcap** *adventure to live without bank balance.*

mad-den/ˈmædn/*(v.t)*:ˈமæட்:ன் / to make angry, கோபமூட்டு; to drive to become mad, பைத்தியமாகும்படி வெறியூட்டு, பிரச்சினைகளை உருவாக்கி பைத்தியம் பிடிக்கும்படி செய். **mad-den-ing**/ˈmædniɲ/*(adj)*:மæட்:னிங் / driving to become angry or mad, கோபமூட்டும் படியான, பைத்தியமாகும்படியான. • *The government cause* **maddening** *delays to the rightful pleas of the common people.* **maddeningly** *(adv).*

made/meid/*(v)*:மெய்ட்: / *(p.t & p.p)* of "make", "make" என்பதன் இறந்தகாலம், இறந்த கால வினைமுற்று. **made***(adj)*: produced or prepared to suit to, ஏற்ப தயாரிக்கப்பட்டுள்ள, (அ) உருவாக்கப் பட்டுள்ள. • *One's blouse is* **made** *to match the dress.* • *Life is* **made** *up of simple factors.*

Mad-e-moi-selle/ˌmædəm(w)əˈzel/*(n)*:ˌமæடː்ம்உəஸːəல் / a word referring to an unmarried French woman, திருமண மாகாத பிரெஞ்சுப் பெண்மணிகளைக் குறிக்கும் வார்த்தை; Miss, செல்வி.

Ma-don-na/məˈdɔnə/*(n)*/மəˈடːɔனə / Virgin Mary, அன்னை மேரி.

mael-strom/ˈmeilstrɔm/*(n)*: ˈமெய்ல்ஸ்ட்ரəஉம் / a violent whirlpool, பயங்கரமான நீர்ச்சுழி.

maf-i-a/ˈmæfiə/*(n)*:ˈமæஃபியə / an organized group of criminals who run a parallel government, ஓர் அரசாங்கத்திற்கு இணையாகச் செயல்புரியும் எந்தக் குற்றமும் செய்யவல்ல ஒரு கும்பல்.

mag-a-zine/ˌmægəˈziːn/*(n)*:ˌமæகːəˈஸீ:ன் / a periodical publication, வார, மாதப் பத்திரிகை; a military storehouse, இராணுவத் தளவாடக் கிடங்கு; the part of a gun where bullets are placed, துப்பாக்கியில், குண்டுகள் பொருத்தப்படும் இடம்.

ma-gen-ta/məˈdʒentə/*(n)*:மəˈஜென்ட்டə / reddish, purple colour, வெளிர் சிவப்பு நிறம்.

mag-got/ˈmægət/*(n)*:ˈமæகːəட் / a small worm-like creature found in rotten fruit or meat, கெட்டுப்போன உணவுப் பொருள்களில் காணப்படும் புழு போன்ற உயிர் அணுக்கள்.

ma-gic/ˈmædʒik/*(n)*:ˈமæஜிக் / the art of making tricks, தந்திர வேலைகள் செய்யும் வித்தைக் கலை; witchcraft, மாயவித்தை. • *I do not believe in* **magic**. **magic***(adj)*: unbelievable, நம்பமுடியாத; wonderful, ஆச்சரியமான. • *As if by* **magic** *power, people are born and are dying.* **magical** *(adj),* **magically***(adv).* **ma-gi-cian**/məˈdʒiʃn/*(n)*/:மəˈஜிஷəன் / one who is skilled in magic, மாய வித்தை செய்பவர், தந்திரம் செய்து வேடிக்கை காட்டுபவர்.

magic lantern/ˌmædʒikˈlæntən/*(n)*: ˈமæஜிக்ˈலæன்ட்டəன் / a kind of simple projector, சாதாரண படவிளக்குக் கருவி.

magic wand/ˌmædʒikwɔnd/*(n)*:ˈமæஜிக் உæண்ட்: / a small stick used by a magician, மந்திரக்கோல்.

ma-gis-trate/ˈmædʒistreit/*(n)*: ˈமæஜிஸ்ட்ரெய்ட் / an administrator of law, நீதிபதி, நடுவர்; an administrator of justice in criminal cases, சட்டம், ஒழுங்கு மீறல்களை விசாரணை செய்து நீதி வழங்கும் நடுவர். **ma-gis-te-ri-al**/ˌmædʒiˈstiəriəl/ *(adj)*:ˌமæஜிஸ்ட்ˈடியəரியəல் / authoritative, அதிகாரமுள்ள; pertaining to a magistrate, நடுவர்க்குரிய. **ma-gis-tra-cy**/ˈmædʒistrəsi/ *(n)*:ˈமæஜிஸ்ட்ரəஸி / the office of a magistrate, நீதிமன்றம்.

mag-nan-i-mous/mægˈnænimәs/*(adj)*: மæக்:ˈனæனிமəஸ் / showing noble and generous qualities, பெருந்தன்மைக் குணம் நிறைந்துள்ள. • *Jawaharlal Nehru was noted for his* **magnanimous** *qualities.* **magnanimously***(adv),* **magnanimity***(n).*

mag-nate/ˈmægneit/*(n)*:ˈமæக்:னிட் / a wealthy and powerful person, செல்வாக்கும், பணமும் உள்ள மனிதர். • *Business* **magnates** *contribute much to the nation's economy.*

mag-ne-sia/mægˈniːzjə/*(n)*:மæக்:ˈனீஸி:யə / magnesium oxide, பேதி மருந்தாகவும், அமில எதிர்ப்பு மருந்தாகவும் பயன்படும் மக்னீஷியம் ஆக்ஸைடு. **mag-ne-sium**/ mægˈniːziəm/*(n)*:மæக்:ˈனீஸி:யəம் /

an element, ஒரு தனிமம்; a common silver white metal, வெண்மையான உலோகம், மக்னீசியம்.

mag-net/'mægnit/*(n)*:'மஃக்:னிட் / a piece of iron that has magnetic qualities, காந்தம்; lodestone, காந்தக்கல். **magnetic** *(adj)*: attractive like magnet, காந்தக்கல் போல் கவர்ந்திழுக்கக்கூடிய தன்மையுள்ள. • *Iron has* **magnetic** *qualities.* • *Gandhiji had a* **magnetic** *personality.* **magnetically***(adv).* **mag-net-ize**/'mægnitaiz/*(v.t)*:'மஃக்:னிட்டய்ஸ்: / **magnetized, magnetizing**: to make a magnet of, காந்தமாகச் செய். • *Iron can be* **magnetized**. to exert a powerful influence and attraction, வசீகரிக்கும் தன்மையுடன் செயல்படு. • *The man's sweet ringing voice simply* **magnetized** *the crowd.* **mag-net-is-m**/'mægnitizəm/*(n)*:'மஃக்:னிட்டிஸ:ம் / the properties of magnet, காந்தத்தின் குணங்கள்; the science dealing with magnets, காந்தவியல்; of enchanting quality, கவரும் தன்மை; power of attraction, வசீகர சக்தி.

mag-ne-to/mæg'ni:təu/*(n)*:மஃக்:'னீட்டஉ / a device to produce electric sparks to work or start an engine, தனி நிலைக் காந்த மின்னாக்கி.

mag-ni-fi-ca-tion/ˌmægnifi'keiʃn/*(n)*:ˌமஃக்:னிஃபி'க்கெய்ஷன் / the act of magnifying, பெரிதாக்குதல்; the power to magnify, பெரிதாக்கும் திறன். • *This microscope has a* **magnification** *of 4.*

mag-nif-i-cent/mæg'nifisnt/*(adj)*: மஃக்:'னிஃபிஸ்ன்ட் / grand, நேர்த்தியாக உள்ள; very fine, மிக அழகாக உள்ள; splendid and beautiful, மிகச் சிறந்ததும், அழகாகவும் இருக்கின்ற. • *Sunrise is always a* **magnificent** *sight.* **magnificently** *(adv),* **magnificence** *(n).*

mag-ni-fy/'mægnifai/*(v.t)*:மஃக்:னிஃபய் / **magnified, magnifying**: to make something appear larger than its actual size, உண்மை உருவத்தை விட அதிகமாகப் பெரிதாக்கு. **magnifying glass**: a lens that magnifies things when seen through it, பெரிதாக்கும் கண்ணாடி வில்லை.

mag-ni-tude/'mægnitju:d/*(n)*: 'மஃக்:னிட்யூட் / dimension, அளவு; great size or importance, பெரிய அளவு (அ) முக்கியத்துவம். • *I have not yet realised the* **magnitude** *of the disease, my wife is suffering from.* the brightness of stars as measured, அளவிடப்படும் விண்மீன்களின் ஒளித்திறன்.

mag-num/'mægnəm/*(n)*:'மஃக்:னம் / a measure of about 1.5 litres esp. wine, 1.5 லிட்டர் கொள்ளளவு மதுபானம்.

mag-pie/'mægpai/*(n)*:'மஃக்:ப்பய் / a kind of noisy bird, சப்தம் எழுப்பும் பறவை.

ma-hout/mə'haut/*(n)*:மə'ஹஉட் / the keeper or driver of an elephant, யானைப் பாகன்.

maid/meid/*(n)*:மெய்ட்: a girl, பெண்; an unmarried woman, மணமாகாத பெண்; female servant, பணிப்பெண்.

maid-en/'meidn/*(n)*:'மெய்ட்:ன் / an unmarried girl, மணமாகாத பெண்; a race horse which has not yet won, முதல் வெற்றி கிடைக்காத பந்தயக் குதிரை. **maiden over**: (in cricket) an over in which no runs are made, கிரிக்கெட்டில் ஓட்டம் ஒன்றும் எடுக்கப்படாத ஆறு பந்து வீச்சுகள். **maiden***(adj)*: happening for the first time, முதல் தடவையாக நிகழ்கிற. • *His* **maiden** *speech was very much appreciated.*

mail/meil/*(n)*:மெய்ல் / postal system, அஞ்சல் வழி அமைப்பு; a train, bus, boat, a person, etc., that carries the mail, அஞ்சல் கடிதங்கள், பார்சல் முதலியவற்றை எடுத்துச் செல்லும் வாகனங்கள் மற்றும் நபர். **mail***(v.t)*: to post a letter, parcel, etc., கடிதம், தபால் கட்டு முதலியவற்றை அஞ்சலில் சேர்த்து விடு. **mail***(n)*: a flexible armour, மடிந்து கொடுக்கும் கவசம்.

maim/meim/*(v.t)*/மெய்ம் / to cripple some part of the body permanently, உடலின் ஒரு பாகத்தை நிரந்தரமாக ஊனப்படுத்து. • *He was* **maimed** *for life as he lost his right leg in an accident.*

main/mein/*(adj)*:மெய்ன் / most important, மிக முக்கியமாக உள்ள; leading, முதன்மையாக உள்ள. • *The* **main** *question remains unanswered by the minister.* **main***(n),* [also **mains**]: a principal pipe or duct in a system that distributes water, gas, etc. the chief part, முக்கிய பாகம். **in the mains**: for the most part, எல்லாப் பகுதிக்கும்; mostly, அநேகமாக. **mainly**(*adv*): chiefly, முக்கியமாக. • *The problem is* **mainly** *man-made.*

main-land/'meinlənd/(*n*):மெய்ன்லஅன்ட்: / land as distinct from its islands, சார்ந்துள்ள தீவுகளைத் தவிர்த்த பெரும் நிலப்பகுதி. • *Ferry services operate between the Vivekananda Rock and the* **main-land**.

main-line/meinlain/(*v.t-v.i*):மெய்ன்லய்ன் / to inject a drug like heroin directly into the vein, உடலின் இரத்த நாளத்தில் ஊசி மூலம் போதை மருந்து செலுத்தப்படுதல். **mainline**(*n*): a through or chief railway line, முக்கிய இரயில் பாதை.

main-spring/'meinspriŋ/(*n*): 'மெய்ன்ஸ்ப்ரிங் / the principal spring in a mechanical device as in a watch, typewriter, etc. தட்டச்சு, கடிகாரம் போன்ற எந்திரங்களில் உள்ள முக்கிய கம்பிச் சுருள்; the chief impulse or main cause for action, செயல்பட வைக்கும் உள்ளத் துடிப்பு, இயல்பாக ஏற்படும் காரணம். • *My absolute faith in atheism is the* **mainspring** *of my fight against all religions.*

main-stay/'meinstei/(*n*):'மெய்ன்ஸ்ட்டெய் / main support, முக்கிய ஆதாரம்; a person who acts as the main support for something or organization, ஒன்றின் (அ) ஓர் அமைப்பின் முக்கிய நபர். • *Agriculture is the* **mainstay** *of the Punjab State.*

main-stream/'meinstri:m/(*n*): 'மெய்ன்ஸ்ட்ரீம் / widely accepted view of things, opinion, tendency, trend, etc., எல்லோராலும் ஏறக்குறைய ஏற்றுக் கொள்ளப்படும் கருத்து, மனப்போக்கு, சார்பு முதலியவை. • *The* **mainstream** *of the national budget is indirect taxes.* a principal river with tributaries, பல துணை நதிகள் கொண்ட முக்கிய ஆறு.

main-tain/mein'tein/(*v.t*):மெய்ன்'ட்டெய்ன் / to continue to preserve the same state or condition as before, நின்று, நிதானித்து அதே செயல்பாட்டைப் பேணு. • *When my creditors knock at my door, I always give first priority to* **maintain** *myself.* to keep in good working condition, நல்ல செயல் நிலையில் வைத்துப் பேணு. • *Unless I* **maintain** *and keep myself going, how can I repay the loan?* to support a proposition with statements, arguments, etc. ஓர் ஆய்வுக் கருத்தினை (அ) விவாதக் கருத்தினை, அறிக்கைகள், ஆதார, நிரூபணங்களுடன் ஆதரித்து நில்; to provide for the expenses, செலவுக்கு வழிவகை செய். **maintainable**(*adj*): which can be maintained, பேணக்கூடிய. • *The suit is not* **maintainable** *in the court.*

main-ten-ance/'meintənəns/(*n*): 'மெய்ன்ட்டஅனஅன்ஸ் / the act of maintaining, பேணிக் காப்பாற்றும் செயல். • *The divorced wife has been granted* **maintenance** *allowance.* livelihood, வாழ்வதற்குத் தேவையானவை. • *The* **maintenance** *of cordial relations between family members is absolutely necessary.* subsistence allowance, பிழைப்பூதியம்.

maize/meiz/(*n*):மெய்ஸ்: / a kind of yellow corn seeds, சோளம்.

ma-jes-tic/mə'dʒestik/(*adj*)/மஅ'ஜெஸ்ட்டிக் / grand, கம்பீரமான; stately, மாட்சிமையுள்ள; having majesty, மிகச் சிறந்த. • *Not only a* **majestic** *personality but also a fervour to do good to people is the root cause of Nehru's popularity.* • *The Himalayas stand tall and* **majestic** *on the north of India.* **ma-jes-ty**/'mædʒəsti/(*n, sing*):'மஜெஸ்ட்டி / **majesties**(*n,pl*): imposing quality, கம்பீரமான குணம்; grandeur, மேன்மையான குணம்; a form of referring to a King or Queen, அரசன் (அ) அரசியை விளிக்கும் மரியாதைச் சொல். • *His* **Majesty** *will preside over the function.* • *Truth and fearlessness give all the saintly* **majesty** *to any human being.* • *A servant addresses his king or queen as His* **Majesty** *or Her* **Majesty** *respectively.*

ma-jor/'meidʒə*/(*n*):மெய்ஜஅ* / a person who has attained legal age, வயது வந்தவர்; a commissioned military officer, இராணுவத்தில் உயர் பதவி வகிப்பவர்; a special subject at a university, பல்கலைக்கழகத்தில் உள்ள சிறப்புப் பாடம். • *She is a physics* **major** *in the university.* **major**(*adj*): greater in size, number, amount, importance, etc., when compared to others, ஒப்பிடும்பொழுது அளவு, எண்ணிக்கை, முக்கியத்துவம்

முதலியவற்றில் பெரிதான. • *Agriculture is the* **major** *occupation of the people in India.* of full legal age, வயது வந்த; based on a musical scale, இசைக் குரலில் உள்ள தொனி அளவு வீதம் பற்றிய.

ma-jor-i-ty/məˈdʒɔrəti/(*n*):மஜொரிட்டி / of greater number, the greater part, the difference between a greater number and a smaller number in a race, competition, an election, etc. போட்டி, பந்தயம், தேர்தல் முதலியவற்றில் வெற்றியை நிர்ணயிக்கும் வித்தியாசம்; the full legal age, சட்டப்படி உரிமையான வயது.

make/meik/(*v.t*):மெய்க் / **made, making**: to cause to exist, இருக்கும்படி செய். • *He* **made** *a fine table.* to form, உருவாக்கு; to produce, உண்டாக்கு. • *They had* **made** *him a minister.* to do, செயல்படு. **make**(*v.i*): to be as specified, சொல்லப் பட்டது (அ) வரையறுக்கப்பட்டது போல் இருக்கும்படி செய்; to force to do, செய்யும்படி கட்டாயப்படுத்து. • *The minister was* **made** *to wait.* **to make up one's mind**: to come to a determination, உறுதியான முடிவெடு. **to make up**: to form, உருவாக்கு, முழுமையாக உருவாக்கு. **make**(*n, sing*), **makes**(*n,pl*): things or type of products made by a concern or a maker, பொருள்கள் உற்பத்தி செய்யப் படுதல். • *For any article in the market a better* **make** *is available.* disposition or manner, மனநிலை (அ) பண்பு. **maker**(*n*): one who makes, செய்பவர், ஒரு பொருளை உருவாக்குபவர்.

make-be-lieve/ˈmeikbiˌli:v/(*n*): ˈமெய்க்பி:ˌலீவ் / pretence, உண்மையை ஏற்றுக்கொள்ளாது போலியான கற்பனை உலகில் உலாவுதல்.

make-shift/ˈmeikʃift/(*n, adj*):ˈமெய்க்ஷிஃப்ட் / a temporary arrangement to meet an urgent need, அவசரத் தேவைகளுக்குச் செய்யும் தற்காலிக ஏற்பாடு.

make-up/ˈmeikʌp/(*n*):ˈமெய்க்கப் / arrangement or lay out of matter to form a printed page, magazine, etc., அச்சிட்ட பக்கம், வெளியீடு முதலியவற்றை உருவாக்க செய்யப்படும் அமைப்பு, ஏற்பாடு; cosmetics, powder, paint, etc., used by actors, women, etc., to improve their appearance, ஒப்பனைப் பொருள்கள், அழகு சாதனங்கள், மாவு, வண்ணப் பூச்சு முதலியவை, நடிகர், நடிகை, பெண்கள் முதலியவர்கள் பயன்படுத்துவது; natural disposition, ஒருவரின் இயல்பு, குணம், மனப்போக்கு.

mak-ing/meikiŋ/(*n, sing*):மெய்க்கிங் / **makings** (*n,pl*): the act of one who makes, ஒருவரின் செயலாக்கம்; the act that which makes, ஒன்றின் செயலாக்கம்; make up, உருவாக்கம்; capacity, செய்திறன்; means of advancement, முன்னேற்றத்தின் செயல் வழிகள், வழிமுறைகள். • *She has all the* **makings** *of a great leader.*

mal-ad-min-i-stra-tion/ˈmælədˌminiˈstreiʃn/(*n*):ˈமஇலஅட்ˌமினிஸ்ˈட்ரெய்ஷஅன் / inefficient management, சீரற்ற நிர்வாகம், திறமையில்லாத பராமரிப்பு, முறையற்ற மேலாண்மை. • **Maladministration** *leads to the fall of governments.*

mal-a-droit/ˌmæləˈdrɔit/(*n*): ˈமஇலஅˈட்ராய்ட் / not clever, திறமையற்று இருத்தல்; awkward, குளறுபடி. • *The director handled the situation in a* **maladroit** *manner.* **maladroitness**(*n*).

mal-a-dy/ˈmælədi/(*n*):ˈமஇலஅடி: / any disorder or disease in the body, உடற்கோளாறு (அ) நோய்; that which is not right with a system, ஓர் அமைப்பின் சரிவர இயங்காத தன்மை.

mal-aise/mæˈleiz/(*n*):மஇˈலெய்ஸ்: / a feeling of discomfort though not sick, உடல் நலம் குன்றுதல்; a feeling of sickness, நோய் இருப்பது போன்ற உணர்வு; sickness, நோய். • *The worst social* **malaise** *of this country is corruption in high circles.*

mal-a-prop-is-m/ˈmæləprɔpizəm/(*n*): ˈமஇலஅப்ராப்பிஸஅம் / the using of a wrong word, தவறான வார்த்தையைப் பயன் படுத்தல். • *I don't know the geometry of the region. Here geometry is a* **malapropism**. *The correct word is 'geography.'*

ma-lar-i-a/məˈleəriə/(*n*):மஅˈலஎஅரியஅ / a kind of fever caused by mosquitoes, கொசுக்களால் உண்டாகும் ஒருவகைக் குளிர் காய்ச்சல், மலேரியா நோய்.

mal-con-tent/ˈmælkənˌtent/(*n*): ˈமஇல்க்கஅன்ˌட்டென்ட் / not satisfied with the state of affairs, இருக்கும் நிலைமையில் மனநிறைவு கொள்ளாத. **malcontent**(*n*): a person who gives trouble because of dissatisfaction, மனநிறைவற்ற காரணத்தால், தொந்தரவு கொடுப்பவர்.

M

male/meil/*(n)*/மெய்ல் / a human being or animal that impregnates, ஆண் மனித (அ) மிருக இனம், கருவை உண்டாக்கக்கூடிய மனித (அ) மிருக ஆண் இனம். **male***(adj)*: belonging to the sex that fertilizes the female, ஆண் இனத்தைச் சார்ந்த; of plants not producing fruits, விதைகள், பழங்கள் உற்பத்தி செய்யாத தாவரங்களினுடைய.

mal-e-dic-tion/ˌmæli'dikʃn/*(n)*: ˌமஹலி'டிக்ஷஅன் / a curse, வசைமாரி, சாபம்.

mal-e-fac-tor/'mælifæktə*/*(n)*: 'மஹலிஃபஹக்ட்டஅ* / an evil doer, தீங்கு விளைவிப்பவர்.

ma-lev-o-lent/mə'levələnt/*(adj)*: மஅ'லெவஅலஅன்ட் / having ill-feeling towards others, பிறருக்குத் தீங்கிழைக்கும் எண்ணமுள்ள. **malevolently***(adv)*, **malevolence***(n)*.

mal-feas-ance/mæl'fi:zns/*(n)*: மஹல்'ஃபீஸ:அன்ஸ் / an illegal act done by an official in government service, அரசுப் பணியில் இருப்பவரின் முறையற்ற செயல்.

mal-for-ma-tion/ˌmælfɔ:'meiʃn/*(n)*: 'மஹல்ஃபோ:'மெய்ஷஅன் / wrong or faulty formation, தவறான (அ) பொருத்தமில்லாத அமைப்பு (அ) ஏற்பாடு; badly formed part of the body, உடலின் ஊனமுள்ள உறுப்பு. **malformed***(adj)*.

mal-ice/'mælis/*(n)*:'மஹலிஸ் / a deep desire to hurt others, மற்றவருக்குத் தீங்கு விளைவிக்க ஏற்படும் எண்ணம். • *Some people nourish* **malice** *towards their enemies till they die.* **with malice towards none**: not causing injury to others, மற்றவர்களுக்குத் தீங்கு விளைவிக்கும் எண்ணமில்லாது இருத்தல். **ma-li-cious**/ mə'liʃəs/*(adj)*:மஅ'லிஷஅஸ் / full of malice, தீய எண்ணம் நிறைந்துள்ள. **maliciously** *(adv)*.

ma-lign/mə'lain/*(v.t)*:மஅ'லய்ன் / to say bad and cruel words about others, பிறரைப் பற்றி அவதூறாகப் பேசு; to write falsely about others, பிறரைப் பற்றி அவதூறாக எழுது.• *Some good authors are* **maligned** *by people with selfish intentions.* **malign** *(adj)*: injurious, கெட்ட எண்ணமுடைய. **malignly***(adv)*, **malignity** *(n)*.

ma-lig-nan-cy/mə'lignənsi/*(n)*: மஅ'லிக்:னஅன்ஸி / the condition of being malignant, கடுமையான வெறுப்புணர்ச்சி உள்ள நிலை; cancerous condition, புற்று நோய் நிலை. **malignant***(adj)*.

ma-lin-ger/mə'liŋgə*/*(v.i)*:மஅ'லிங்க:அ* / to pretend to be ill to avoid work, வேலையைத் தவிர்க்க நோய் உள்ளவன் போல் பாசாங்கு செய்.

mall/mɔ:l/*(n)*:மோ:ல் / a shopping place, விற்பனை நிலையம்; a public path lined with trees, மரங்கள் வரிசையாக உள்ள ஒரு பொதுவழி.

mal-lard/'mæla:d/*(n)*:'மஹலஅட்: / a male wild duck having a green head and breast which is red and brown, பச்சைத் தலையும், சிவப்பு கபில நிறமுள்ள மார்பும் கொண்ட ஒருவகைக் காட்டு ஆண் வாத்து.

mal-le-a-ble/'mæliəbl/*(adj)*:'மஹலியஅப்:ல் / capable of being beaten, pressed, rolled, etc., தகடாக நீட்டக்கூடிய, வளைக்கக்கூடிய. **malleability***(n)*.

mal-let/'mælit/*(n)*:'மஹலிட் / a small wooden hammer, சிறிய மரச்சுத்தி, கொட்டாப்புளி.

mal-low/'mæləu/*(n)*:மஹலஅஉ / a kind of wild plant with pink or purple flowers, ஊதா நிறப் பூக்களைக் கொண்ட ஒருவகைக் காட்டுச் செடி.

mal-nu-tri-tion/ˌmælnju:'triʃn/*(n)*:'மஹல் ன்யூ'ட்ரிஷஅன் / lack of proper and balanced nutrition, ஊட்டச்சத்துக் குறைபாடு. **malnutrious***(adj)*.

mal-o-dor-ous/mæl'əudərəs/*(adj)*: 'மஹலஅஉட:அரஅஸ் / having an offensive smell, கெட்ட வாடையுள்ள.

mal-prac-tice/ˌmæl'præktis/*(n)*: 'மஹல்'ப்ரஹக்டிஸ் / misconduct or negligence in one's duty, தொழில் துறையில், வேண்டுமென்று செய்யப்படும் அலட்சியம், தொழில் மோசடி.

malt/mɔ:lt/*(n)*:மோல்ட் / germinated barley (or other grain) used in making drinks like beer and whisky, முளைக்கட்டி, பீர், விஸ்கி இவற்றைத் தயாரிக்கப் பயன்படும் உலர்த்திய பார்லி போன்ற தானியங்களின் வகை. **malt***(v.t)*: to make into malt, தானிய வகைகளை முளைக்கட்டி உலர்த்து.

mal-treat/ˌmæl'tri:t/*(v.t)*:மஹல்'ட்ரீட் / to treat roughly and unkindly, மோசமாகவும், குரூரமாகவும் நடத்து. **maltreatment***(n)*.

mam-ma/mə'ma:/*(n)*:மஅ'மா / [also **momma**]: mother, அம்மா.

mam-mal/'mæml/*(n)*:'மæமல் / an animal, that is fed on its mother's milk when young, குட்டிபோட்டுப் பாலூட்டும் பிராணி; an animal that feeds its young with its own milk, பாலூட்டி.

Mam-mon/'mæmən/*(n)*:'மæமன் / an ancient God personifying wealth, riches, etc. God of wealth, செல்வத்துக்குரிய தெய்வம்.

mam-moth/'mæməθ/*(n)*:'மæமத் / a very large hairy elephant that lived on this earth when human beings, were in their early development stage, மனிதனின் ஆரம்பகால வளர்ச்சி, பரிணாமத்தின் முதல் கட்டத்தில் புவியில் உலாவிய உரோமம் அடர்ந்த மிகப்பெரிய காட்டு யானைகள். **mammoth** *(adj)*: very very big or large, gigantic, மிகப் பெரிய. • **Mammoth** *crowds used to attend Jawaharlal Nehru's public meetings.*

mam-my/'mæmi/*(n)*:'மæமி / mother, அம்மா.

man/mæn/*(n, sing)*:மæன் / **men***(n,pl)*: an adult male human being not boy or woman, வயது வந்த ஆண். • *To be a* **man** *requires individuality.* a person who is able to maintain himself, ஆளுமையுள்ள ஒரு நபர். • *He is a kind* **man**. • **Man** *wants bread and butter.* husband, கணவன். • **Man** *and wife must have mutual understanding in life.* **to a man**: in unity, ஒற்றுமையாக. • *The nation rose to a* **man** *to fight the enemy.* **man***(v.t)*, **manned, manning**: to provide with men for operations like service, defence, etc., சேவை, போர் முதலியவற்றிற்கு ஆள் திரட்டு. • *Spacecraft are being* **manned** *by men of courage and intelligence.* • **Unmanned** *rail gates are a source of danger to bus traffic.*

man-a-cle/'mænəkl/*(n)*:'மæனəக்ல் / [also **manacles**]: handcuff, கை விலங்கு. **manacle***(v.t)*, **manacled, manacling**: to handcuff, விலங்கிடு.

man-age/'mænidʒ/*(v.t)*:'மæனிஜ் / **managed, managing**]: to deal with men and matter effectively to get things done, நிர்வாகம் செய். • *She* **manages** *her husband's business when he is on tour.* to handle effectively, திறமையாகச் சமாளி; to direct and to govern with a purpose, ஒரு நோக்கம் நிறைவேற, திறமையுடன் நிர்வாகம் செய்; to get over a situation, சமாளி. • *She knows how to* **manage** *and deal with the creditors.* **man-age-a-ble**/'mænidʒəbl/*(adj)*:'மæனிஜəப்:ல் / possible to manage, சமாளிக்கக்கூடிய. • *The flood situation is* **manageable**. **manageability***(n)*. *opp:* unmanageable. **man-age-ment**/'mænidʒmənt/ *(n)*:'மæனிஜ்மəன்ட் / act of managing, நிர்வாகம் செய்தல்; executive ability, நிர்வாகத் திறன்; the persons concerned in the control of a business, company, etc., ஒரு தொழில், நிறுவனம் முதலியவற்றின் நிர்வாகிகள். • *The* **management** *has done well in dealing with the strike.*

man-ag-er/'mænidʒə*/*(n)*:'மæனிஜə* / person who manages a business, மேலாளர், செயலாட்சியாளர். **manageress** *(fem)*: a woman manager, பெண் மேலாளர். **managerial***(adj)*.

man-at-arms/mænət'a:mz/*(n)*: மæனəட்'ஆம்ஸ்: / an armed man or soldier, போர்வீரன், ஆயுதம் தாங்கிய வீரன்.

man-da-rin/'mændərin/*(n)*:'மæண்டːəரின் / an official of the government of China, சீன அரசின் உயர் அலுவலர்; a language in China, சீன நாட்டு மொழி. **mandarin orange**: a kind of orange, ஒருவகை ஆரஞ்சுப்பழம்.

man-date/'mændeit/*(n)*/'மæன்டெːய்ட் (-டிட்): the right given to do certain things in the order specified, ஒரு செயல் புரிய கொடுக்கப்படும் அதிகாரம், ஆணை; the power and authority given to manage or to govern, நிர்வாகம் செய்ய (அ) ஆட்சி புரிய கொடுக்கப்படும் அதிகாரம். • *The government does not have the* **mandate** *to sell the gold with the Reserve Bank.* **mandate***(v.t)*: to entrust a territory to be governed by an outside authority, ஒரு நிலப்பகுதியை நிர்வாகம் செய்ய அதிகாரம் கொடு; to issue a mandate, நிர்வாகம் செய்ய அதிகாரம் கொடு. **man-da-to-ry**/'mændətəri/*(adj)*:'மæண்டːəட்டəரி / authoritative, நிச்சயம் செய்யப்பட வேண்டிய; compulsory, கட்டாயமான.

• *It is* **mandatory** *to obey the orders of the court.*

man-do-lin/'mændəlin/*(n)*:,மஃண்டஃஅ'லீன் / a stringed musical instrument like the lute, யாழ் போன்ற ஒரு நரம்பிசைக் கருவி.

man-drake/'mændreik/*(n)*:'மஃண்ட்:ரெய்க் / a kind of poisonous plant from which drugs are prepared, to cause sleep when eaten, ஒருவகை விஷப் பூண்டு, உறக்கம் கொடுக்கும் மருந்து தயாரிக்கப் பயன்படும் விஷப் பூண்டுவகை.

man-drill/'mændril/*(n)*: 'மஃண்ட்:ரில் / a large fearful monkey, பயங்கரமான ஒருவகைப் பெரிய குரங்கு.

mane/mein/*(n)*:மெய்ன் / long flowing hair on the back of a horse's neck, lion, etc., பிடரி மயிர்.

man-eat-er/'mæn,i:tə*/*(n)*:'மஃ,னீட்டஅ* / an animal that eats human flesh, மனித இறைச்சியைத் தின்னும் மிருகம் (புலி, சுறா).

man-ful/'mænful/*(adj)*: 'மஃன்ஃபுல் / determined, உறுதி மிக்க; showing manly spirit, ஆண்மையும் வீரமும் உள்ள. • **Manful** *effort is needed to save a drowning child.* **manfully** *(adv)*.

man-ga-nese/'mæɲgəni:z/*(n)*/ ,மஃங்க:அனீஸ்: / a hard light-white metal, an element, மாங்கனீசு, ஒரு தனிமம், இலேசான, வெளிறிய நிறமுள்ள ஓர் உலோகம்.

mange/meindʒ/*(n)*:'மெய்ஞ்ஜ் / a kind of skin disease in hairly animals, மயிரடர்ந்த விலங்குகளுக்கு உண்டாகும் தோல் நோய்.

man-ger/'meindʒə*/*(n)*:'மெய்ஞ்ஜஅ* / a long open box to hold food for horses and cattle, கால்நடை, குதிரை முதலியவற்றின் தீனி வைக்கும் தொட்டி.

man-gle/'mæɲgl/*(n)*:'மஃங்க்:ல் / a machine for pressing cloth, linen, etc., துணிகளைப் பிழிந்து, பெட்டி போடும் ஒரு சுழல் பொறி. **mangle***(v.t)*: to press and smooth with a mangle, சுழற்பொறி கொண்டு பெட்டி போடு; to crush, to cut and slash, நசுக்கு, வெட்டிப் பிழிந்தெடு; to cut into pieces, துண்டு, துண்டாக வெட்டியெடு.

man-go/'mæɲgəu/*(n)*: 'மஃங்க:அஉ / fruit of the mango tree or the tree itself, மாமரம், மாம்பழம்.

man-grove/'mæɲgrəuv/ *(n)*:'மஃங்க்:ரஅஉவ் / tropical tree growing in muddy swamps, வெப்ப மண்டலத்தில் வளரும் சதுப்பு நில மரம்.

man-han-dle/'mæn,hændl/*(v.t)*: 'மஃன்,ஹஃண்ட்:ல் / to handle by using the force of human body, உடல் வலிமை கொண்டு கையாளு; to handle a person using physical force roughly, ஒருவரை, உடல்வலிமை கொண்டு மிரட்டு. • *It has become a fashion in the assemblies to* **manhandle** *each other.*

man-hole/'mænhəul/*(n)*:'மஃன்ஹஅஉல் / a hole through which a man can enter to do some work, மனிதன் இறங்கி வேலை செய்வதற்கான வழி, துளை.

man-hood/'mænhud/*(n)*:'மஃன்ஹுட்: / the state of being a man, மனிதப் பருவம், மனிதனின் நடுத்தர வயதுடைய நிலை.

ma-ni-a/'meinjə/*(n)*:'மெய்ன்யஅ / excessive enthusiasm for something, ஏதோ ஒன்றுக்கு வெறிபிடித்த ஆசை, பித்து; a kind of mental disorder, ஒருவகை மனக் கோளாறு. **ma-ni-ac**/'meiniæk/*(n)*: 'மெய்னியஃக் / madman, பைத்தியக்காரன். **man-ic**/mænik/*(adj)*:'மஃனிக் / affected by mania, மனக்கோளாறு உள்ள.

man-i-cure/'mæni,kjuə*/*(n)*:'மஃனிக்யுஅ* / professional treatment for the hands and fingernails including cleaning, cutting, etc, கை, விரல், நகம் முதலியவற்றின் ஒப்பனை.

man-i-fest/'mænifest/*(adj)*:'மஃனிஃபெஸ்ட் / easily understandable and readily seen, சுலபமாகப் புரிந்துகொள்ளவும், எளிதில் பார்க்கக்கூடியதுமான தன்மை உடைய; plain, வெளிப்படையாக உள்ள. • *A sense of success was* **manifest** *in her eyes.* **manifest***(v.t)*: to show plainly, தெளிவாகக் காட்டு. • *She* **manifested** *her agreement with a broad smile.* to prove, நிரூபி. • *The evidence* **manifests** *the innocence of the accused.* **manifest***(n)*: a list of goods carried on a ship or a list of goods transported by land, கப்பலில் ஏற்றிச்செல்லும் சரக்குகளின் பட்டியல் (அ) தரை வழியாக எடுத்துச்

செல்லும் சரக்குகளின் பட்டியல். **man-i-fes-ta-tion**/ˌmænifeˈsteiʃn/(*n*): ˌமஆனிஃபெஸ்ட்'டெய்ஷன் / the act of manifesting, தெளிவாகத் தெரியும் செயல், வெளிப்படையாகத் தெரியும் செயல். **manifestly**(*adv*).

man-i-fes-to/ˌmæniˈfestəu/(*n, sing*): ˌமஆனி'ஃபெஸ்ட்டஉ / **manifestos, manifestoes**(*n,pl*): a public declaration and programme of a party contesting an election, ஒரு கட்சியின் கொள்கை, திட்டங்கள் பற்றிய அறிவிப்பு; declaration of one's intentions and achievements, ஒருவரின் திட்டம், சாதனை முதலியவற்றின் அறிவிப்பு.

man-i-fold/ˈmænifəuld/(*adj*): 'மஆனிஃபஉல்ட்: / varied, பல்வகைப் பட்டுள்ள; of many kinds, பலவிதமாக உள்ள; of many in number, அதிக எண்ணிக்கையுள்ள. • *I face* **manifold** *problems in my life at this moment.* **manifold**(*n*): a device having many parts, பல பகுதிகள் கொண்ட அமைப்பு; a central pipe fitted with many lateral pipes to allow (something) to enter or to escape, பக்கவாட்டில் அமைந்த, பல குழாய் களுடன் இணைந்த ஒரு மத்தியக் குழாய். இது ஏதோ ஒன்றை உள்ளே வரவும் (அ) வெளியே அனுப்பவும் உதவுகிறது.

man-i-kin/ˈmænikin/(*n*):'மஆனிக்கின் / a short man, உருவத்தில் சிறிய மனிதன்; dwarf, குள்ளமான மனிதன்; a model of the human body for teaching purposes, உடற்கூறுகளை விளக்கப் பயன்படும் மாதிரி உருவ அமைப்பு.

Ma-ni-l-a/məˈnilə/(*n*):மஅ'னிலஅ / Manila paper, a kind of paper made from Manila hemp, மணிலாச் சணலிலிருந்து பெறப்படும் ஒருவகைக் காகிதம். **Manila hemp**: a plant material or fibre used in making ropes, கயிறு தயாரிக்க உதவும் ஒருவகைத் தாவரப் பொருள்.

ma-nip-u-late/məˈnipjuleit/(*v.t*):மஅ'னிப்யு லெய்ட் / **manipulated, manipulating**: to manage skilfully, திறமையாக நிர்வாகம் செய்; to manage some situation to serve one's own purpose often not lawfully, கிடைத்த சந்தர்ப்பத்தைத் தன் சுய நலனுக்குச் சட்டவிரோதமாகப் பயன்படுத்திக் கொள். • *Government very often* **manipulates** *public opinion by misleading it.* **manipulative**(*adj*): concerning manipulation, நிர்வாகம் செய்கின்ற. **manipulation**(*n*). • *In the godowns of some institutions, stocks are often* **manipulated** *and* **manipulation** *is a common feature now.*

man-kind/mænˈkaind/(*n*):மஆன்'க்கய்ன்ட் / human beings taken together, மனித இனம். • *The entire* **mankind** *is facing total extinction, as one after another nation is competing to possess nuclear weapons.*

man-ly/ˈmænli/(*adj*):'மஆன்லி / having the desirable qualities of man, மனிதப் பண்புகள் நிறைந்த; resolute and brave, மனத்திண்மையும், துணிச்சலும் உள்ள. • *He has* **manly** *nature.* **manliness**(*n*). **man-made**(*adj*): artificially produced, செயற்கையாகச் செய்யப்பட்ட, இயற்கை யல்லாத. • *Nuclear weapons are* **man-made**.

man-na/ˈmænə/(*n*):'மஆனஅ / the food provided by God for the Israelites in the desert in their critical hour, இஸ்ரேல் மக்களுக்குப் பாலைவனத்தில் நெருக்கடியான கட்டத்தில் இறைவனால் அளிக்கப்பட்ட உணவு. • *Any food is* **manna** *to a starving man.*

man-ne-quin/ˈmænikin/(*n*):'மஆனிக்கின் / [also **manikin**]: a woman model employed to wear new clothes and exhibit them to possible buyers, துணிக் கடையில் புது ஆடைகளை அணிந்து, வாடிக்கையாளர்களுக்குக் காட்சிப் பொருளாக உள்ள பெண் உருவம்; human figure used for exhibiting clothes to the customers, மனித உருவில் உள்ள துணிக்கடை விளம்பரப் பொம்மை.

man-ner/ˈmænə*/(*n*):'மஆனஅ* / the way of doing, செயல் முறையும் வழியும், வழிவகை; one's way of doing things, moving with others, behaving towards other people, etc., ஒருவரின் வழிவகையும், செயல் முறையும், பிறருடன் நடந்துகொள்ளும் முறையும், பொதுமக்களிடையே செயல்படும் விதம் முதலியவை, ஒருவரின் நடத்தையும், பண்பும். **mannered**(*adj*): having a particular way of behaving, குறிப்பிட்ட வழிமுறையும், பண்பும் உள்ள. • *Her behaviour is ill-***mannered** *and indecent.*

man-ner-is-m/ˈmænərizəm/(*n*): 'மஆனஅரிஸ்ம் (ஸஅம்) / peculiar and odd way of moving with others, speaking, etc.

M

பிறருடன் பழகுவதிலும், பேசுவதிலும் தனிப்பட்ட பாணியைக் கடைப்பிடித்தல்.

man-ners/'mænəz/*(n)*:'மஃனஃஸ்: (ஃஸ்:) / social habits and behaviour, பொதுவான பழக்க வழக்கங்களும், நடத்தையும். **mannerly** *(adj)*: having good manners, நல்ல பண்பும், நடத்தையும் உள்ள. **mannerless** *(adj)*: without good manners, நன்னடத்தை இல்லாத.

ma-noeu-vra-ble/mə'nu:vrəbl/*(adj)*: மஃ'னூவ்ரஃப்:ல் (வஃ) / easy to operate, செயல்பட (அ) செயல்படுத்துவதற்கு எளிதாக உள்ள. • *Though the vehicle is heavy, it is* **manoeuvrable**. **ma-noeu-vre**/ mə'nu:və*/*(n)*:மஃ'னூவஃ* / a large military movement, பெரிய இராணுவ நடவடிக்கை. • *Military* **manoeuvres** *are daily taking place to nab the militants.* a clever move to gain an advantage, ஏதோ ஓர் இலாபத்தை எதிர்பார்த்துச் செய்யப் படும் தந்திரம் நிறைந்த செயல்; skilful management of men and matters, திறமையான நிர்வாகம். • *There is a secret* **manoeuvre** *to bring a no-confidence motion against the Chief Minister.* **manoeuvre***(v.i)*: **manoeuvred, manoeuvring**: to make a clever move, தந்திர நடவடிக்கைகளில் இறங்கு, திறமை யாகச் செயல்படு. • *Adolf Hitler* **manoeuvred** *his troops to win lightning victories over his enemies.* to manipulate with skill, திறமையுடன் நிர்வாகம் செய். • *I am able to* **manoeuvre** *the jeep in the soft sandy road.*

man-of-letters/ˌmænəu'letə*/*(n)*: 'மஃனஃவ்'லெட்டஃ:ஸ் / a reputed writer, புகழ்பெற்ற எழுத்தாளர்.

man-of-straw/ˌmænəu'strɔ:/*(n)*: 'மஃனஃவ்'ஸ்ட்ரா: / a person who is not able to take proper decisions, சரியான முடிவு எடுக்கும் மனத்திண்மையும், அறிவுக் கூர்மையும் இல்லாதவர்.

man-of-war/ˌmænəu'wɔ:*/*(n, sing)*: 'மஃனஃவ்'உா:* / **men-of-war***(n,pl)*: a warship, போர்க்கப்பல்.

ma-nom-e-ter/mə'nɔmitə*/*(n)*:மஃ'னா மிட்டஃ* / an instrument for measuring the pressure of fluids, திரவம், வாயு முதலியவற்றின் அழுத்தத்தை அளக்க உதவும் கருவி.

man-or/'mænə*/*(n)*:'மஃனஃ* / feudal lordship, நிலப்பிரபுத்துவம்; landlord with his residence in his landed estate, பண்ணையார், பண்ணையும், பண்ணை வீடும்.

man-pow-er/'mænˌpauə*/*(n)*: 'மஃன்ˌப்பஉஃ* / power needed in terms of men, மனித சக்தி. • *Grand buildings were built in ancient days entirely by* **manpower**.

man-ser-vant/mæn'sɜ:vənt/*(n)*: மஃன்'ஸஃ:வஃன்ட் / male servant, ஆண் பணியாளர்.

man-sion/'mænʃn/*(n)*:'மஃன்ஷஃன் / a very large house belonging to a man of wealth, ஒரு மாளிகை. **mansions**: apartment house, a building having flats, பல அடுக்குக் கட்டடம்.

man-tel/'mæntl/*(n)*:'மஃன்ட்ல் / [also **mantel shelf, mantel piece**] a construction over a fire place, a part of it can be used as a shelf, சமையலறையில் உள்ள அலமாரி; fireplace shelf, சமையலறை அலமாரி.

man-tle/'mæntl/*(n)*:'மஃன்ட்ல் / a loose sleeveless, outer garment, தளர்ந்த மேலாடை; something that is used as a cover, மூடி. • *A* **mantle** *of snow slowly came down on the trees.* a chemically treated cloth cover over a gas flame to make it brilliant, வாயு விளக்குச் சுடரை ஒளிர்விடச் செய்யும் இரசாயனத் துணி உறை, விளக்கின் சுடர் வலை மூடி. **mantle***(v.t)*: to cover with a mantle, வலைகொண்டு மூடு; to spread like a mantle, ஒரு மூடி போல் பரவி நில். **mantle***(n)*: an official importance or influence of a person, ஒருவரின் பெருமையும், பதவியும், உயர்நிலையும். • *Indira Gandhi's* **mantle** *descended on Rajiv Gandhi when she died.*

man-to-man/'mæntu'mæn/*(adj)*: 'மஃன்ட்டு'மஃன் / direct and honest, நேரிடையான, சிறிதும் ஒளிவு மறைவு இல்லாத. • *She had a* **man-to-man** *talk about the family affairs with her daughter.*

man-u-al/'mænjuəl/*(adj)*:'மஃன்யுஃல் / pertaining to the hand, கையினாலான; done by the hand, கையினால் செய்யப்பட்டுள்ள. **manual***(n)*: a small book giving information or instructions, செய்தி (அ) செய்முறைகள் பற்றிக் குறிப்பிடும் சிறிய கையேடு (அ) புத்தகம்.

man-u-fac-ture/ˌmænju'fæktʃə*/*(v.t)*: ˌமஃன்யு'ஃபஃக்ச்சஃ* / **manufactured,**

manufacturing: to produce goods either by manual labour or by machinery on a large scale, பெரிய அளவில் மனித சக்தி (அ) இயந்திர சக்தி கொண்டு பொருள்களை உற்பத்தி செய். • *All the goods that are* **manufactured** *are not very essential to human beings.* to concoct or to invent (untrue account of incidents), பொய்யாக, உண்மைபோல், ஏதோ ஒன்றைப்பற்றிக் கூறு. • *The accused complained that the police is* **manufacturing** *evidence against him.* to act with no inspiration, சிந்தனையும், செயல்வேகமும் இல்லாமல் செயல்படு. • *Is it possible to* **manufacture** *poetry?* **manufacture***(n)*: the making of goods manually or mechanically on a large scale, பெரிய அளவில் பொருள் உற்பத்தி செய்தல். • *The* **manufacture** *of not only man-killing weapons but also unwanted luxury goods has reached the devastating peak in this modern age.* **manufacturer** *(n)*: a concern or company that manufactures goods, பொருள் உற்பத்தி செய்யும் நிறுவனம் (அ) தொழிற்சாலை. • *All the* **manufacturers** *go in for wild advertisements to sell their useless goods.*

ma-nure/mə'njuə*/*(n)*/மə'ன்யுə* / any natural or artificial product that fertilises the land, இயற்கை (அ) செயற்கை உரம், எரு. • *The* **manure** *that strengthens one's mind is one's positive thinking.* **manure***(v.t)*: to apply manure, எருவிடு, உரமிடு. • *Farmers must* **manure** *their lands to improve the yield of rice crops.*

man-u-script/'mænjuskript/*(n)*: 'மஜன்யஸ்க்ரிப்ட் / handwritten matter (copy), கையெழுத்துப்படி. • *Many valuable* **manuscripts** *were written on palm leaves.* **manuscript***(adj)*: written by hand, கையினால் எழுதப்படுகின்ற.

Manx-cat/ˌmæŋks'kæt/*(n)*: ˌமஜங்க்ஸ்'க்கஜட் / a kind of cat with no tail, வால் இல்லாத ஒருவகைப் பூனை.

man-y/'meni/*(adj)*:'மெனி / **more, most**: forming a very large number, மிகுந்த எண்ணிக்கையை உண்டாக்கிக் கொண்டுள்ள, ஏராளமாக உள்ள. • **Many** *a day, I went to bed with no food.* **many***(n)*: a great number, ஒரு பெரிய எண்ணிக்கை, பல, பலர். • **Many** *are the reasons for utter failure in my life. Yet, I haven't lost hope.*

many*(pron)*: many things or many persons, பல பொருள்கள் (அ) பலர். • **Many** *of the people totally disagree with the policies of the government.*

many-sided/ˌmeni'saidid/*(adj)*: மெனிஸய்டிட் / with many different sides and qualities, பல முகம் (அ) பல பகுதி (அ) பல பக்கங்களையும், தன்மைகளையும் கொண்டுள்ள. • *Life is a multi-purpose project with* **many-sided** *problems.*

Mao-is-m/'mauizəm/*(n)*:'மஉயிஸ:əம் / the principles and political philosophy of Mao-Tse-Tung, the first leader and architect of Modern Communist China, சோசலிசச் சீனாவை உருவாக்கிய முதல் தலைவர் மாஸேதுங்கின் கொள்கையும், அரசியல் சித்தாந்தமும்.

map/mæp/*(n)*:மஜப் / a drawing or a representative impression of the earth's surfaces, areas, features, etc., as if shown from above, நிலப்படம், தரைப்பட விளக்கம், வானிலிருந்து பார்ப்பது போன்ற புவியின் நிலப்பகுதி, கடல் அமைப்புகள், முதலிய வற்றைக் காட்டும் நிலப்படம். **off the map**: not in the map, நிலப்படத்தில் இல்லாத; gone out of existence, மறைந்துவிட்ட, இப்பொழுது இல்லாமல் போய்விட்ட; far, far away, வெகு தூரத்தில். **on the map**: bring to the public focus, பொது மக்களின் பார்வைக்குக் கொண்டுவரும்படிச் செய். **map***(v.t)*: to draw or make a map of, நிலப்படம் (அ) குறிப்புப் படம் வரை, உண்டாக்கு; to plan or chalk out a programme, செயல்படுவதற்குத் திட்டமிடு.

ma-ple/'meipl/*(n)*:மெய்ப்ல் / a shrub-like tree, that grows in the northern part of the world, mainly used as timber and also for ornamental purposes, உலகின் வட பகுதியில் வளரும் மரம், தேக்குக் கட்டையாகவும், அழகுப்பொருள்கள் செய்வதற்கும் பயன்படுகிறது; a kind of this tree is used to manufacture sugar, இந்த வகை மரத்தினின்று சர்க்கரையும் தயாரிக்கப் படுகிறது.

mar/ma:*/*(v.t)*:மாə* / **marred, marring**: to cause less damage, சிறிதளவு சேதப்படுத்து; to disfigure, பழுதாக்கு. • *The modern cement buildings* **mar** *the beauty of the countryside.*

mar-a-thon/'mærəθn/*(n)*:'மஜரəதəன் / a long, distance race covering about 26 miles, நீண்டதூர ஓட்டப்பந்தயம் (சுமார் 26

M

மைல்கள்). **marathon**(*adj*): requiring great effort, அதிக முயற்சி தேவைப் படுவதாக உள்ள. • *Life is no* **marathon** *job provided you have some interest and a target to be realised.*

ma-raud-ing/mə'rɔ:diɲ/(*adj*):மə'ரɔ:டிங் / raiding, destroying, plundering and burning, திடீரென்று தாக்கி, அழித்து, கொள்ளையடித்து, எரித்து நிர்மூலமாக்கி, சூறையடித்துக் கொண்டுள்ள. • *In the past, India had been the target of many* **marauding** *tribes of normals.* **marauder**(*n*): a person who plunders, கொள்ளையடிப்பவர்.

mar-ble/'ma:bl/(*n*)/'மாப்:ல் / a kind of limestone that takes a high polish, சலவைக்கல். **marbles**(*n*): sculptures, சலவைக்கல் சிற்பங்கள்.

march/ma:tʃ/(*v.i*):மாச் / to march with measured steps and in style, சீரான கால் வைப்புடன் நிமிர்ந்து, நேராக நடந்து செல், அணிவகுத்துச் செல். • *The army* **marched** *out towards the frontier.* to advance majestically, கம்பீரமாக, தன்னம்பிக்கையுடன் நடந்து செல், முன்னேறு; to go a long distance by marching, வெகுதூரம் நடந்து செல். **march**(*n*): the act of marching, அணிவகுத்துச் செல்லுதல், நேராக நிமிர்ந்து, வீரநடை போடுதல்; the distance covered during a particular period of time, ஒரு குறிப்பிட்ட கால அளவில் செல்லும் தூரம்; a piece of music with rhythm played to cover a marching, அணிவகுத்துச் செல்லுவதற்கேற்ப எழுப்பும் இசை. **March** (*n*): the third month of the year having 31 days, ஆங்கில வருடத்தில் உள்ள 3வது மாதம். **marches**(*n, pl*): border area, எல்லைப் பகுதி.

mar-chio-ness/'ma:ʃənis/(*n*):'மாஷəனிஸ் / a wife or widow of a Marquis, ஒரு பிரபுவின் மனைவி (அ) விதவைச் சீமாட்டி.

march-past/ma:tʃpa:st/(*n*):'மாச்ப்பாஸ்ட் / a parade or procession past a person or a place of significance, அணிவகுப்பு.

mare/meə*/(*n*):மεə* / a female horse, பெண் குதிரை.

mar-ga-rine/ˌma:dʒə'ri:n/(*n*):ˌமாஜə'ரீன் / a butter-like product made from vegetable fats, தாவரக் கொழுப்புகளிலிருந்து தயாரிக்கப் படும் வெண்ணெய் போன்ற பொருள்.

margin/'ma:dʒin/(*n*):'மாஜின் / border, வரம்பு, எல்லை; edge, ஓரம்; the blank edge near the border of a page, எழுதப்பட்ட காகிதம் (அ) எழுதும் காகிதம் (அ) அச்சடிக்கப் பட்ட காகிதம் ஆகியவற்றின் பக்க விலக்கு. • *Do not write in the* **margin**. a limiting point beyond which action is not allowed or possible, குறிப்பிட்ட எல்லைக்குப் பிறகு செயல்படக் கூடாது (அ) செயல்பட முடியாது என்று வரையறுக்கப்பட்ட பகுதி; the difference between two deciding factors, முடிவு செய்யும் எண் கூறுகளுக்கு இடையில் ஏற்படும் வேறுபாடு. • *I won by a definite* **margin** *of three points.* an amount allowed beyond the financial limit as commission to the agents, பண விவகாரங்களில் கொடுக்கப்படும் தரகு. **marginal**(*adj*): pertaining to a margin, பக்கவிலக்குத் தொடர்பாக உள்ள; of small importance, குறைந்த முக்கியத்துவம் உள்ள. • *The profit this year is* **marginal.** marked or written in the margin, பக்க விலக்கில் எழுதப்பட்டுள்ள. **marginally** (*adv*).

mar-gosa/'ma:gəusa/(*n*):'மாக:əஉஸ / the neem tree, வேம்பு, வேப்பமரம்.

mar-i-gold/'mærigəuld/ (*n*):'மæரிக:əஉல்ட் / a golden flowered plant, பொன்னிற மலர்கள் கொண்ட செடி, ஆரஞ்சு நிற சாமந்தி பூ.

ma-ri-na/mə'ri:nə/(*n*):மə'ரீனə / a boat basin, சிறு படகுகள் தங்குவதற்கான சிறு துறைமுகம்.

ma-rine/mə'ri:n/(*adj*):மə'ரீன் / of the sea, கடலினுடைய; pertaining to the sea, கடலைப் பற்றிய; serving on shipboard as soldiers, கப்பலில் போர் வீரர்களாகப் பணி புரிந்துகொண்டிருக்கின்ற. **marine**(*n*): a soldier serving on a ship, கப்பலில் பணி புரியும் போர் வீரன். **mar-i-ner**/'mærinə*/ (*n*):'மæரினə* / a sailor, கப்பலோட்டி.

mar-i-o-nette/ˌmæriə'net/(*n*): ˌமæரியə'னெட் / an activated puppet, பொம்மலாட்டத்தில் செயல்படும் பொம்மை.

mar-i-tal/'mæritl/(*adj*):'மæரிட்ல் / pertaining to marriage, திருமணத் தொடர்பாக உள்ள.

mar-i-time/'mæritaim/(*n*):'மæரிட்டய்ம் / connected with sea, கடல் தொடர்புள்ள. • *With all its long coast, India is yet to emerge as a* **maritime** *power.*

mark/ma:k/*(n)*:மாக் / a sign, குறி; a visible impression, தெரியும்படியான அடையாளம்; a badge, முத்திரை; a target, இலக்கு; a German coin, ஜெர்மானிய நாணயம்; distinction or importance, பெருமை, மதிப்பு (அ) முக்கியத்துவம். • *Life will be purposeless if one fails to make a* **mark** *in the world.* **mark***(v.t)*: to make a mark, தெரியும்படி செயல்படு, அடையாளம் உண்டாக்கு, கறைபடியச் செய்; to single out, குறிப்பிட்டுக் காட்டு; to observe with all attention, உற்றுக் கவனி. **to mark down**: to reduce the price, விலையைக் குறைத்துக் கூறு. **to mark off**: to separate, பிரித்தெடு. **mark-ed**/ma:kt/ *(adj)*:மாக்ட் / easily noticeable, எளிதில் தெரியும்படியாக உள்ள; distinct, சிறப்பான. • *There is a* **marked** *improvement in the law and order situation in Punjab now.*

mark-er/ma:kə*/*(n)*:'மாக்கə* / one who marks, அடையாளம் செய்பவர்; that which marks, அடையாளக் குறி; one who gives marks, விளையாட்டுப் பந்தயம் முதலியவற்றில் புள்ளிகளைக் கொடுப்பவர்.

mar-ket/'ma:kit/*(n)*:'மாக்கிட் / a place where buying and selling take place, சந்தை, அங்காடி; an area or place where there is demand for certain goods, அத்தியாவசியப் பொருட்களை விற்பனை செய்வதற்குச் சரியான இடம். **in the market for**: ready to purchase, வாங்குவதற்குத் தயாராக. • *Are you* **in the market for** *a second-hand car?* **market***(v.i)*: to buy or sell in a market, சந்தையில் வாங்கு, விற்பனை செய். **market***(v.t)*: to send to the market for disposal, விற்பனைக்கு சந்தைக்கு அனுப்பு. • *The producers are able to* **market** *anything and everything by aggressive advertisement.* **marketable** *(adj)*, **marketability***(n)*.

marks-man/'ma:ksmən/*(n)*:'மாக்ஸ்மəன் / one who shoots very well, குறிபார்த்துச் சரியாகச் சுடுபவர், சரியாக எய்பவன்.

mar-ma-lade/'ma:məleid/*(n)*:மாமəலெய்ட் / a kind of fruit jam prepared from oranges, grapes or lemon, ஆரஞ்சு, திராட்சை (அ) எலுமிச்சை முதலியவற்றைச் சேர்த்துச் செய்யப்படும் பழப்பாகு.

ma-roon/mə'ru:n/*(v.t)*:மəரூன் / to leave someone alone in a desolate place, தன்னந்தனியாக, கண்காணாத இடத்தில் விட்டுவிடு. • *Having lost all my money, I was* **marooned** *in the city for three days.* **maroon***(adj)*: brownish red colour, பழுத்த சிவப்பு நிறமுள்ள. **maroon***(n)*: a small rocket that explodes with loud noise, ஓசையுடன் வெடிக்கும் சிறு ஏவுகணை.

mar-quis/'ma:kwis/*(n)*:'மாக்உயிஸ் / [also **marquess**]: a noble man of high rank, பிரபு. **marchioness***(fem)*.

mar-riage/'mæridʒ/*(n)*:'மæரிஜ் / a social arrangement between a woman and a man to live together, திருமணம்; state of being married, திருமணத் தன்மை நிலை. **marriageable***(adj)*, **marriageability** *(n)*, **married***(adj)*.

mar-row/'mærəu/*(n)*/'மæரəஉ / a soft, fatty, tissue in the interior part of bone, எலும்பு மஜ்ஜை.

mar-ry/'mæri/*(v.t-.vi)*:'மæரி / to take a husband or wife as life-partner, வாழ்க்கைத் துணைவர் (அ) துணைவியை முறைப்படி ஏற்றுக்கொள், திருமணம் செய்து கொள்; to perform the marriage ceremony of two people as husband and wife, திருமணச் சடங்குகள் செய்து வை; to give in marriage, திருமணம் செய்து வை.

Mars/ma:z/*(n)*:மாஸ் / the planet fourth in order from the Sun and next to the earth, செவ்வாய்க் கிரகம்; the God of war of the Romans, ரோமானியர்களின் போர்த் தெய்வம்.

marsh/ma:ʃ/*(n)*:மாஷ் / [also **marshes**]: soft wet low land, சதுப்பு நிலம்.

mar-shal/'ma:ʃl/*(n)*:'மாஷəல் / an officer of the highest rank in an army, படைத் துறைத் தலைமை அலுவலர்; an officer-in-charge of making arrangements for important royal functions, அரசு அலுவல்களுக்கு ஏற்பாடு செய்யும் உயர் அரசு அலுவலர். **marshal***(v.i)*: **marshalled, mar-shalling**: to arrange effectively, சிறந்த முறையில் ஏற்பாடு செய்; to set out clearly, தெளிவாக ஏற்படுத்து. • *He* **marshalled** *all the facts and figures to establish his case.* to lead, தலைமை வகித்து நடத்திச் செல்.

marshalling yard/'ma:ʃliɲja:d*(n)*: மாஷəலிங்யாட் / a railway yard where goods trains are rearranged for a journey, பயணத்திற்கு, சரக்கு இரயில் வண்டிகளை முறைப்படி ஏற்பாடு செய்யும் இடம்.

M

mar-su-pi-al/ma:'su:pjəl/*(n)*:மா'ஸ்யூப்யஅல் / an Australian animal that carries its young in a pouch in its abdomen, (Kangaroo) தன் அடிவயிற்றுப் பையில் குட்டியைச் சுமந்து செல்லும் ஆஸ்திரேலிய விலங்கு, (கங்காரு).

mart/ma:t/*(n)*:மாட் / market place, சந்தை; trading centre, பொது விற்பனைக்கூடம்.

Mar-tel-lo-tow-er/ma:'teləutəuə*/*(n)*: மாட்டலஅஉட்டஉஅ* / a circular tower like fort in a sea coast with guns on its top, மேல் பகுதியில் துப்பாக்கி பொருத்தப்பட்டு கடற்கரையில் அமைந்துள்ள வட்ட வடிவக் கோட்டை.

mar-ten/'ma:tin/*(n)*:'மாட்டின் / a small fierce

flesh eating animal, ஒருவகைக் கீரி.

mar-tial/'ma:ʃl/*(adj)*:'மாஷஅல் / inclined to war, போரில் விருப்பமுள்ள; bold, துணிவுள்ள. • *A man of* **martial** *spirit will always seek political solutions by war.* • *In ancient days men were noted for* **martial** *spirit.* **martial law**: military law, இராணுவச் சட்டம். **martial art**: an art pertaining to the practices of a military man, போர் வீரனுக்குரிய கலைகள், பயிற்சிகள் முதலியன.

mar-tin/'ma:tin/*(n)*:'மாட்டின் / a kind of small bird belonging to swallow family, தூக்கணாங் குருவி வகையைச் சார்ந்த ஒரு சிறு பறவை.

mar-ti-net/ˌma:ti'net/*(n)*:ˌமாட்டி'னஅட் / a person who enforces strict obedience not often reasonably to rules and regulations, விதிமுறைகளுக்குக் கண்டிப்பாகக் கீழ்ப்படிய வேண்டும் என்று அசாதாரண வகையில் மிரட்டும் நபர், அலுவலர்.

mar-tyr/'ma:tə*/*(n)*:'மாட்டஅ* / one who suffers for his faith in religion, political philosophy, etc., கொள்கைக்காக எத் துன்பத்தையும் அனுபவிப்பவர்; one who dies for a cause, கொள்கைக்காக உயிர் துறப்பவர் - தியாகி. • *The freedom struggle had seen many* **martyrs**. • *To be a* **martyr** *requires not only courage but a spirit of sacrifice.* **martyr***(v.t)*: to put to death or to cause to suffer (someone) for some faith, ஒரு கொள்கை வீரனைக் கொன்று விடு (அ) அதிகத் துன்பத்திற்கு உள்ளாக்கு.

mar-tyr-dom/'ma:tədəm/*(n)*:'மாட்டஅடஅம் / the death or sufferings of a martyr, ஒரு தியாகியின் துன்பம் (அ) மரணம்.

mar-vel/'ma:vl/*(n)*:'மாவஅல் / an object of wonder and admiration, வியப்புக்கும், பாராட்டுக்கும் தகுதியுள்ளது; someone or something that causes wonder, ஆச்சரியம் விளைவிக்கக்கூடிய ஒருவர் (அ) ஒன்று. • *What* **marvels** *are there in a forest!* • *The new bridge on the river is a real* **marvel**. **marvel***(v.t)*, **marvelled, marvelling**: to wonder at, அதிசயம் காண், ஆச்சரியப்படு; to be filled with wonder, அதிசயத்தில் மூழ்கு.

mar-vel-lous/'ma:vələs/*(adj)*/'மாவஅலஅஸ் / superb, மிகச் சிறந்த தன்மையுள்ள; excellent, மிகச் சிறப்பான. • *The magic show was simply* **marvellous**. **marvellously***(adv)*.

Marx-is-m/'ma:ksizəm/*(n)*:'மாக்ஸிஸஅம் / the teaching of Karl Marx, the basis for modern communism, 'கார்ல் மார்க்ஸ்' போதனைகள், கொள்கைகள், நவீன கம்யூனிசத்தின் அடிப்படை.

mas-cot/'mæskət/*(n)*:'மஆஸ்க்கஅட் / a thing, an animal, a person, etc., supposed to bring good luck, நற்பேறு உண்டாக்கும் (அ) விளைவிக்கும் பொருள், மிருகம், மனிதர் முதலியவை; a symbol of good fortune, நற்பயன் ஏற்படக்கூடிய குறிப்பு.

mas-cu-line/'mæskjulin/*(adj)*: 'மஆஸ்க்யுலின் / having the qualities typical of a man, ஆண்தன்மையுள்ள, ஆணுக்குரிய. **masculinity***(n)*.

mash/mæʃ/*(v.t)*:மஆஷ் / to crush into mixed mass, மசியலாக்கு, கூழாகச் செய். **mash***(n)*: a mixture of grain with water; கூழ்; a mixture of boiled grain, etc., given to cattle, horses, etc., கால்நடை, குதிரை முதலியவற்றிற்குக் கொடுக்கப்படும் தானியக் கூழ்.

mask/ma:sk/*(n)*:மாஸ்க் / a covering or veil for the face, முகமூடி. **mask***(v.t)*: to cover with mask, முகமூடி கொண்டு மறைத்துக் கொள். **mask***(v.i)*: to put on a mask, முகமூடி அணிந்து கொள். **mask-ed**/ ma:skt/*(adj)*:மாஸ்க்ட் / wearing a mask, முகமூடி அணிந்துகொண்டுள்ள. **masked men**: persons wearing mask, முகமூடி அணிந்த மனிதர்கள்.

mas-o-chis-m/ˈmæsəukizəm/*(n)*: ˌமஸஸௌஉக்'கிஸஃம் / the desire to suffer for getting sexual pleasure, பால் இன்பம் காண வேண்டுமென்று துன்பம் மேற்கொள்ளல்.

ma-son/ˈmeisn/*(n)*:'மெய்ஸன் / a worker in building field using stones, bricks, etc. கொத்தனார்; one who dresses stones or bricks, கற்கள் (அ) செங்கற்கள் இவற்றைச் சீர்படுத்துபவர். **ma-son-ic**/məˈsɔnik/ *(adj)*:மə'ஸானிக் / pertaining to masonry, கொத்துவேலைக்குரிய. **ma-son-ry**/ ˈmeisnri/*(n)*:'மெய்ஸ்ன்ரி / the art of a mason, கொத்தனாரின் கைத்திறன்; the stone used in a building, ஒரு கட்டடத்தில் உபயோகப்படுத்தப்பட்ட கற்கள்.

masque/ma:sk/*(n)*:'மஸ்க் (மா) / a kind of theatrical play performed in 16th and 17th centuries, 16ஆம், 17ஆம் நூற்றாண்டுகளில் இங்கிலாந்தில் மேடையேறிய ஒருவகை நாடகம்.

mas-que-rade/ˌmæskəˈreid/*(n)*/ ˌமஸ்க்கə'ரெய்ட்: / a kind of dance or play where actors wear masks, முகமூடி அணிந்து ஆடும் நடனம் (அ) நாடகம்; a way of behaving or conducting to hide one's behaviour, ஒருவர் தன் செயலை, நடத்தையை மறைக்க பயன்படுத்தும் செயற்கையான நடத்தை. **masquerade** *(v.i)*: to pretend, பாசாங்கு செய்; to disguise oneself, மாறுவேடம் அணிந்து செயல்படு.

mass/mæs/*(n)*:மஸ் / a body of coherent matter or a lump or pile, நிறை (அ) கட்டி; a large number, ஒரு பெரிய எண்ணிக்கை. • *Her house is a* **mass** *of furniture.* the amount of matter in a body, பொருளின் நிறை. **mass***(v.t)*: to gather into a mass, ஒன்றாகச் சேர். **mass***(v.i)*: to form a mass, ஒன்றாக உருவாக்கு. • *Crowds* **massed** *along the road to cheer the Prime Minister.* **mass***(adj)*: of very great number, பெரிய எண்ணிக்கையுள்ள.

mas-sa-cre/ˈmæsəkə*/*(n)*/'மஸə க்கə* / large scale killing of innocent people, ஒன்றும் அறியா மக்களின் படுகொலை. • *Free India is witnessing every day the* **massacre** *of innocent people in all parts.* total defeat, பெருந்தோல்வி. • *The Blues received a* **massacre** *in the football match.*

mas-sage/ˈmæsa:ʒ/*(n)*:'மஸாஜ் / pressing, rubbing and slightly twisting of the body in order to take away the body pain, உடல் வலியை நீக்கும் வண்ணம் தசைகளைப் பிடித்து விடுதல். **massage** *(v.t)*: **massaged, massaging**: to give treatment to the body by massaging it, உடல் வலியை நீக்க தசைகளைப் பிடித்து விடு. **massage-parlour**/ˈmæsa:ʒˈpa:lə*/ *(n)*: 'மஸாஜ்'ப்பாலə* / a place where one gets the treatment of massage, தசைகளைச் சரிசெய்து உடல் வலியைப் போக்குமிடம்.

mass-es/ˈmæsiz/*(n)*:மஸிஸ்: / largest number of people in a society, மக்கள், சாதாரண மக்கள்.

mass-ive/ˈmæsiv/*(adj)*:'மஸிவ் / consisting of large mass, மிகப் பெரிய பளுவுள்ள; of greater size, மிகப் பெரிய அளவுள்ள. • *The government had not taken any* **massive** *effort to eradicate poverty in this country.* **massively***(adv)*, **massiveness***(n)*.

mast/ma:st/*(n)*:மாஸ்ட் / a structure rising above the hull and upper portions of a ship to hold sails, spares, etc., கப்பலின் பாய்மரம்.

mas-ter/ˈma:stə*/*(n)*:'மாஸ்ட்டə* / a person who has complete control of men, animals, matter, situation, etc., வல்லுநர், ஒரு நிபுணர்; a male teacher, ஆண் ஆசிரியர்; a man who commands a ship, கப்பல் தலைவன்; a man who is skilled in handicraft, கைத்தொழில் வல்லுநர்; an expert, தேர்ச்சியாளர்; original record from which copies can be made, நகல்கள் எடுக்கப் பயன்படும் மூலப் பதிவேடு. **master***(v.t)*: to learn thoroughly, நன்கு கற்றுக்கொள், தேர்ச்சி பெறு. • *It is rather difficult to* **master** *a classical language.* to conquer, ஒரு பிரச்சினையிலிருந்து விடுபடு, ஒரு சந்தர்ப்பத்தைப் பயன்படுத்தி வெற்றி காண்; to gain control of a situation, எந்த சூழ்நிலையையும் சமாளித்து கட்டுப்பாட்டிற்குக் கொண்டுவா. • *She tried very much to* **master** *her feelings of*

M

inferiority complex. **master**(*adj*): being master, மிகத் திறமையான. **masterful** (*adj*): showing mastery, ஆளும் திறனுள்ள. **master-key**/'ma:stəki:/(*n*): 'மாஸ்ட்டə'க்கீ / a key that will open a number of different locks, பல பூட்டுகளைத் திறக்கக்கூடிய சாவி (அ) திறவுகோல்.

mas-ter-ly/'ma:stəli/(*adj*):'மாஸ்ட்டəலி / very skilful, மிகத் திறனுள்ள; showing very great skill, மிகுந்த திறமை காட்டும்படியாக உள்ள. **masterliness**(*n*).

mas-ter-mind/'ma:stəmaind/(*n*): 'மாஸ்ட்டə'மய்ன்ட்: / an intelligent person for originating a new plan, ஒரு புதிய செயல் திட்டத்தை வகுக்கும் அறிவுக் கூர்மையுள்ளவர். • *The* **mastermind** *behind the bank robbery is still undetected.* **mastermind**(*v.t*): to plan and to direct a course of action, skilfully, திட்டமிட்டு, திறமையாகச் செயல்படுத்து, வழிநடத்து, நிர்வகி. • *A school girl was able to* **mastermind** *a plan to blast the school building.*

mas-ter-piece/'ma:stəpi:s/(*n*): 'மாஸ்ட்டəப்பீஸ் / the principal work or production of a person, ஒருவனின் மிக முக்கியமான படைப்பு (அ) தலைசிறந்த தயாரிப்பு. • *Can you tell me which is Shakespeare's* **masterpiece**?

mas-ter-y/'ma:stəri/(*n*):மாஸ்ட்டəரி / full sway over a given situation, இருக்கும் நிலைமையைச் சமாளிக்கவல்ல சக்தி; fine bearing, முற்றிலும் உணரும் தன்மை. • *To gain* **mastery** *over a language requires patience.* skill, திறமை; knowledge, நல்ல அறிவு. • *His* **mastery** *in his subject is really admirable.*

mas-ti-cate/'mæstikeit/(*v.t-v.i*):'மஃஸ்ட்டிக் கெய்ட் / to crush food completely with the teeth, நன்றாக உணவை மென்று கூழாக்கு. **mastication**(*n*).

mas-tiff/'mæstif/(*n*):'மஃஸ்ட்டிஃப் / a big, powerful dog used as watchdog, அச்சுறுத்தும் உருவம் கொண்ட காவல் நாய்.

mat/mæt/(*n*):மஃட் / piece of fabric made of woven rushes, hemp, etc., பாய்; a sack made of matting, கோணி. **mat**(*adj*): dull, without lusture, சற்றும் ஒளிர்வு இல்லாத.

mat-a-dor/'mætədɔ:*/(*n*):'மஃட்டəடோ:* / a bull-fighter who kills the bull in bull fight, எருதுச் சண்டையில் எருதைக் கொல்லுபவன்.

match/mætʃ/(*n*):மஃச் / a contest or game, பந்தயம், விளையாட்டு. • *The football* **match** *has been postponed.* a person said to be equal (to someone), பிறருடன் ஒப்பிடும்பொழுது, எல்லாவிதத்திலும் பொருத்தமானவர், ஒன்றைப் போல் பொருந்தும் மற்றொன்று; a person considered suitable as a bride or groom, மணமகனாகவோ (அ) மணமகளாகவோ பொருத்தமானவர். • *I am no* **match** *to him in status and money.* • *My daughter may not be a good* **match** *to your son.* **match**(*v.t*): to be equal to, சமமாய் இரு; to be suitable for, பொருத்தமாயிரு. • *The kabadi teams were well-***matched**. to compete with, போட்டியிடு. **match**(*n, sing*), **matches**/mætʃiz/(*n,pl*):'மஃச்சிஸ் / a short piece of wood with a top that burns when rubbed on a rough surface, தீக்குச்சி.

match-less/'mætʃlis/(*adj*):'மஃச்லிஸ் / having no equal, ஈடு இணையில்லாத.

match-lock/'mætʃlɔl/(*n*):'மஃச்லாக் / a gun fired by a match, ஒரு பழங்காலத்துத் துப்பாக்கி, தீக்குச்சியால் வெடிக்கப்படுவது.

mate/meit/(*n*):மெய்ட் / one of pair, ஜதையில் ஒன்று, சரியான பொருத்தமுள்ள ஒன்று, ஒருவர்; husband or wife, கணவன் (அ) மனைவி; fellow worker, தோழன், உடன் வேலை செய்யும் தோழன், சக தொழிலாளி; a ship's officer, ஒரு கப்பல் அலுவலர். **mate**(*v.t-v.i*): to join in pairs, இணை, சேர், மிருகங்களை இணைப்படுத்து.

ma-te-ri-al/mə'tiəriəl/(*adj*):மə,ட்டியəரியəல் / consisting of matter, பொருள் உள்ள; not spiritual, ஆன்மிகமில்லாத; earthly, இவ்வுலகத் தொடர்பான ஆசையுள்ள. • *There is enough* **material** *evidence to involve him in the robbery.* pertaining to body, உடல் தொடர்பான; important, முக்கியமான. **material**(*n*): a substance, பொருள். • *We have enough* **material** *for the work.* a substance or anything from which something can be made, மூலப் பொருள்; information, facts, ideas, data,

etc. to make out a report, to write a novel, etc., ஓர் அறிக்கை தயாரிப்பதற்கு, ஒரு நவீனம் எழுதுவதற்கு (அ) மற்ற தேவைக்குப் பயன்படும் செய்தி, கருத்து, புள்ளி விவரங்கள் முதலியவை. • *The police are gathering* **materials** *to make out a case against the official.*

ma-te-ri-al-is-m/mə'tiəriəlizəm/*(n)*: மə'ட்டியəரியəலிஸ:əம் / a great desire for possessing material things, உலகப்பற்று அதிகம் கொண்டு, பொருள்களைச் சேர்த்தல்; the faith that matter is the only part of the world and life, spirit has no part to play, பொருள் முதல்வாதம். **ma-te-ri-al-ist**/mə'tiəriəlist/*(n)*: மə'ட்டியəரியəலிஸ்ட் / one who is more concerned with material things of the world, பொருள் முதல்வாதக் கொள்கையுள்ளவர், ஆன்மிகத்தில் நம்பிக்கை இல்லாதவர்.

ma-te-ri-al-ize/mə'tiəriəlaiz/*(v.t-v.i)*: மə'ட்டியəரியəலய்ஸ்: / to give material or physical form to, உருவாக்கு, செயல்படுத்து; to cause to appear, to cause a plan, an idea, etc., to take shape, உருவாகு, ஏற்படும்படி செய், ஒரு திட்டத்தைச் செயல் படுத்திக் காண்பி. • *The plan to bridge the river didn't* **materialize**. **materialistic** *(adj)*, **materialistically***(adv)*, *opp*: spiritualism.

ma-ter-nal/mə'tɜːnl/*(adj)*/மə'ட்டə:ன்ல் / pertaining to mother, தாய்க்குரிய; related to someone through the mother's side, தாய் வழி உறவுள்ள. • *He is my* **maternal** *uncle.* **maternity***(n)*: the state of being a mother, தாய்மை நிலை. **maternity home**: a home which cares and looks after both the mother and the child, தாய் சேய் நல விடுதி. **maternity***(adj)*.

math-e-ma-ti-cian/ˌmæθəmə'tiʃn/*(n)*: ˌமæத்திமə'ட்டிஷən / one who specializes in mathematics, கணித மேதை, கணிதத்தில் நல்ல தேர்ச்சியுள்ளவர். **math-e-mat-ics**/ˌmæθə'mætiks/*(n)*: ˌமæத்தி'மæட்டிக்ஸ் / the study of numbers, their inter-relationship, application, etc. கணிதவியல். **mathematical***(adj)*.

mat-i-nee/'mætinei/*(n)*:'மæட்டினெய் / a performance, entertainment, etc., in the afternoon, பிற்பகல் காட்சி. **matinee idol***(n)*: an actor who is popular with women, பெண்களின் அபிமான நடிகர்.

mat-ri-cide/'mætrisaid/*(n)*:'மெய்ட்ரிஸய்ட்: / the murder of one's mother, தாயைக் கொலை செய்தல்; one who kills his own mother, தன் தாயைக் கொலை செய்பவன்.

ma-tric-u-late/mə'trikjuleit/*(v.i)*: மə'ட்ரிக்யுலெய்ட் / to become qualified to enter a university as a student, பல்கலைக்கழக நுழைவுத் தேர்வில் வெற்றி பெறு; to admit as a member of the university, பல்கலைக்கழக நுழைவுரிமை பெறு. **matriculation***(n)*.

mat-ri-mo-ny/'mætriməni/*(n)*: 'மæட்ரிமəனி / the state of being married, திருமண நிலை. **matrimonial***(adj)*.

ma-trix/'meitriks/*(n)*:'மெய்ட்ரிக்ஸ் / a mould for casting type faces, அச்சு வார்ப்பு உரு; the rectangular arrangement of numbers, figures, signs, etc., in mathematical calculation, கணிதத்தில் ஒருவகைப் பிரிவு, அணிகள்; the mineral rock in which precious stones are found, நவரத்தினங்கள் காணக்கிடைக்கும் தாதுப் பாறை.

ma-tron/'meitrən/*(n)*:'மெய்ட்ரən / lady superintendent, பெண் கண்காணிப்பாளர்.

mat-ter/'mætə*/*(n)*:'மæட்டə* / a kind of substance solid, liquid or gas, in any state, திட, திரவ, வாயு ஆகிய உருவத்தில் உள்ள பொருள்; a subject that is attended to, கவனிக்கப்படுகின்ற பொருள். **matter** *(v.i)*: to be of importance, முக்கியமாகு, முக்கியமாக இருக்கும்படி செய்.

matter-of-fact/ˌmætərəu'fækt/*(adj)*: 'மæட்டərəவ்'ஃபæக்ட் / pertaining to facts, reality, etc., not imaginary, உண்மையில் நிகழ்வதாக உள்ள, கற்பனையில்லாத.

mat-tock/'mætək/*(n)*:'மæட்டəக் / a kind of pickaxe, ஒருவகை மண்கொத்தி.

mat-tress/'mætris/*(n)*:'மæட்ரிஸ் / a cushion or bed filled with soft materials, படுக்கை, மெத்தை, இருக்கை.

ma-ture/mə'tjuə*/*(adj)*:மə'ச்சுə* (-ச்யுə*) / completely developed, முழுவதும் வளர்ச்சியடைந்துள்ள. • *She looks very* **mature** *for her age.* ripe, பழுத்த. **mature***(v.t-.vi)*: to become fully grown, முழுவளர்ச்சியடை. • *The author reveals in his novel a sense of* **mature** *thinking.* to become mature, பருவம் எய்து; to become ripe, முழுப் பருவமடை; to cause to become mature, பருவம் அடையும்படி

M

செய். **ma-tu-ri-ty**/məˈtjuərəti/*(n)*: மச்யுஎரிட்டி / the state of being mature, முழுவளர்ச்சி நிலை; ripeness, பருவ நிறைவு. • *Age mellows and gives* **maturity** *of thinking.*

maud-lin/ˈmɔːdlin/*(adj)*:ˈமாஃட்லின் / being sentimental, எளிதில் உணர்ச்சி வசப்படக் கூடிய; sad and tearful - especially, when drunk, குடிபோதையில் கண்ணீர் வடித்துக் கதறுகின்ற.

maul/mɔːl/*(v.t)*:மாஃல் / to hurt by treating roughly, முரட்டுத்தனமாக அடித்துக் காயப்படுத்து; to injure badly, மோசமாகக் காயப்படுத்து. • *My children simply* **maul** *me every time I serve them.* **maul(n)**: a big wooden hammer, பெரிய சம்மட்டி.

maund/ˈmɔːnd/*(n)*:மாஃன்ட்: / a measurement for weighing, நிறுத்தல் அளவு, மணங்கு.

mau-so-le-um/ˌmɔːsəˈliəm/*(n, sing)*: ˌமாஸஃலியம் (-லீ-) / **mausolea***(n,pl)*: a tomb constructed beautifully in ancient days, கல்லறை.

mauve/məuv/*(n)*:மஉவ் / pale purple colour, ஊதா நிறம். **mauve***(adj)*: having a pale purple colour, ஊதா நிறமுடைய.

mavis/ˈmeivis/*(n)*:ˈமெய்விஸ் / a kind of singing bird, thrush, இன்னிசையெழுப்பும் குருவி.

maw/mɔː/*(n)*:மாஃ / the stomach of an animal, விலங்கின் இரைப்பை.

mawk-ish/ˈmɔːkiʃ/*(adj)*:ˈமாஃக்கிஷ் / stupid and sentimental, அறிவில்லாமலும், எளிதில் உணர்ச்சி வசப்படக்கூடியதுமாக உள்ள.

max-im/ˈmæksim/*(n)*:ˈமæக்ஸிம் / a rule or principle, விதி, கொள்கை; a wise saying, முதுமொழி, பழமொழி.

max-i-mum/ˈmæksiməm/*(n, sing)*, **maxima***(n,pl)*:ˈமæக்ஸிமம் / the greatest number, quantity, size, volume, etc., பெருமம்; value, degree, etc., உச்சம், மிகவும் அதிகம், உயர்ந்த நிலை. **max-i-mize**/ˈmæksimaiz/*(v.t)*:ˈமæக்ஸிமய்ஸ் / [also **maximise**]: to reach the extreme point, இறுதி நிலையை எட்டு; to raise to the highest point, அதிக அளவிற்கு உயர்த்து; to make as great as possible, முடிந்த அளவு அதிகமாக்கு, பெருக்கு. • *The plan envisages to* **maximise** *production.*

May/mei/*(n)*:மெய் / the 5th month of the English year, ஆங்கில வருடத்தில் ஐந்தாவது மாதம், மே மாதம். **may** *(auxiliary verb)*: a word that expresses wish, விருப்பத்தைத் தெரிவிக்கும் சொல். • *I* **may** *require it.* a word expressing permission, அனுமதி வழங்கும் சொல். • *You* **may** *go.* a word expressing probability, 'நிகழலாம்', 'இயலும்' என்று குறிப்பிடும் சொல். • *He* **may** *come.* • *It* **may** *rain.* **may be***(adv)*: perhaps, ஒருவேளை; probably, ஏறக் குறைய. • *It* **may be** *possible.* • *Can you eat 20 idlies? It* **may be** *possible, given the time.*

mayor/meə*/*(n)*:மεə* / the chief or president of a local body, municipality or corporation, மாநகராட்சித் தலைவர். **mayoralty**: the period for which a mayor holds office, மாநகராட்சித் தலைவர் பதவி வகிக்கும் காலம்.

maze/meiz/*(n)*:மெய்ஸ் / a winding passage, சிக்கலான பாதை; a state of fear and bewilderment, திகைப்பும், ஆச்சரியமும் கலந்த நிலை. • *I was lost in the* **maze** *for some time.* **maze***(v.i)*: to be bewildered, திகைப்படைந்திரு; to get perplexed, கலக்கமான நிலையிலிரு.

me/miː/*(pron)*:மி / objective form of 'I', என்னை, எனக்கு; myself, நானே.

mead/miːd/*(n)*:மீட் / [also **meadow**]: a piece of grassland, புல்வெளி.

mea-gre/ˈmiːgə*/*(adj)*:மீகஃə* / of very small quantity, மிகக் குறைந்த அளவுள்ள. • *My allowances are* **meagre** *but my living is mighty.* scanty, அற்பமாக உள்ள; lean, ஒல்லியாக உள்ள.

meal/miːl/*(adj)*:மீல் / flour, மாவு. **meal***(n)*: food that is taken at a time, ஒரு வேளை உணவு; midday meal, மதிய உணவு; yield in one milking of a cow, பசு ஒரு முறை கறக்கும்பொழுது கொடுக்கும் பால்.

mean/miːn/*(n)*:மீன் / average, சராசரி; middle (of numbers), நடுநிலை, நடுநிலை எண். **mean***(v.t)*: **meant, meant**: to have the intention of, கருத்தில் கொள், எண்ணு; to denote, to signify, குறிப்பிடு, நோக்கம் கொள். • *I do not* **mean** *what you say.* **mean***(adj)*: low in character or conduct, இழிந்த குணமுள்ள (அ) நடத்தையுள்ள; base, கெட்ட குணமுடைய. • *All the rich are not mean; and all the poor are not honourable.* **Mean** *people can be anywhere among the rich or among the poor.*

mean-ing/mi:niŋ/*(n)*:மீனிங் / that which is conveyed, தெரியப்படுத்தும் பொருள், கருத்து; significance, குறிப்பிடும் கருத்து. • *Gita's words are full of* **meaning**. **meaningful**(*adj*): full of meaning, பொருளுள்ள, கருத்துள்ள. **meaningless** (*adj*): without meaning, பொருளில்லாத.

means/mi:nz/*(n)*:மீன்ஸ்: / resource, வருவாய்; a method or way, வழிவகை; money, wealth, etc., பணம், சொத்து முதலியவை.

meant/ment/*(v)*:மென்ட் / (*p.t & p.p*) of "mean", "mean" என்பதன் இறந்த காலம், இறந்த கால வினைமுற்று.

mean-time, mean-while/ˌmi:n'taim, ˌmi:n'wail/*(adv)*:மீன்'ட்டய்ம், 'மீன்உஅய்ல் / in the interval between two things happening, etc., இடைவேளையில், இடையில்.

mea-sles/'mi:zlz/*(n)*:'மீஸ:ல்ஸ் / a kind of pox, a contagious disease, தட்டம்மை.

meas-ure/'meʒə*/*(n)*:மெஜ:ə* / dimension of a thing, ஒரு பொருளின் பரிமாணம்; a unit, அளவு; an instrument to measure, அளவிட உதவும் அளவுகோல், அளவுக் கருவி; a poetic rhythm, கவிதை ஒலி அளவீடு. **measure**(*v.t-.v.i*): to find out the quantity or size of a thing, ஒரு பொருளின் பரிமாணத்தைக் காண்; to find the volume, area, etc., கன அளவு, பரப்பு முதலியவற்றைக் கண்டுபிடி; to form an opinion, கருத்து உருவாக்கு. • *There is no precise device to* **measure** *one's abilities.* **measurement**(*n*): the act of measuring, அளவிடுதல்.

meat/mi:t/*(n)*:மீட் / flesh of animals taken as food, உணவாகப் பயன்படும் இறைச்சி.

me-chan-ic/mi'kænik/*(n)*:மி'க்கஃனிக் / a person who is skilled in repairing machines, இயந்திர வல்லுநர். **mechanics**: the science of mechanical action and force, இயந்திர இயல்.

mech-a-nize/'mekənaiz/*(v.t)*: 'மெக்கəனய்ஸ்: / [also **mechanise**]: to cause to work on machinery, இயந்திரச் சக்தி கொண்டு செயல் படு; to put machine for large scale use, இயந்திரமயமாக்கு.

med-al/'medl/*(n)*:மெட்:ல் / a metallic piece containing inscription issued as an award, திறமைக்கான சான்றாகக் கொடுக்கப்படும் பதக்கம். **medalist**(*n*): [also **medallist**]: one who is awarded a medal, பதக்கம் பெறுபவர். • *She is a university gold* **medalist**.

med-dle/'medl/*(v.t)*:'மெட்:ல் / to interfere, தலையிடு; to make inroads into other people's affairs, பிறர் நடவடிக்கைகளில் அவசியமில்லாமல் தலையிடு. **meddler** (*n*): one who meddles, பிறர் விஷயங்களில் தலையிடுபவர். **meddle-some, meddling** (*adj*): interfering, பிறர் விஷயங்களில் தலையிடுகின்ற.

media/'mi:diə/*(v.t)*:'மீடி:யə / the newspapers, television and radio, செய்தித்தாள்கள், தொலைக்காட்சி மற்றும் வானொலி போன்ற சாதனங்கள்.

med-i-ae-val/ˌmedi'i:vl/*(adj)*:'மெடீ:வəல் / belonging to the middle ages, இடைக்காலத்தில் நடைபெற்ற.

me-di-an/'mi:djən/*(adj)*:'மீட்:யəன் / passing through the middle part of something, மையப்பகுதி வழியாகச் செல்லுகின்ற.

med-i-ate/'mi:dieit/*(v.t-.vi)*:'மீடியிட் (யəட்) / to offer to settle a dispute amicably, இணக்கமான முறையில் ஒரு பூசலைத் தீர்த்து வைக்க முற்படு. • *Very often, UNO* **mediates** *between nations.* **mediation** (*n*). **mediator**(*n*): one who mediates, பிரச்சினைகளைத் தீர்த்து வைக்க முற்படுபவர்.

medi-cine/'medsin/*(n)*:'மெட்:ஸின் / any substance used to cure diseases and its treatment, மருந்து; the study of science treating and curing diseases, மருத்துவ இயல்; that which cures or brings healing touch, தீர்த்து வைக்கும் (அ) குணப் படுத்தும் ஒன்று. **medicinal**(*adj*): having the qualities of medicine, மருத்துவ இயல்புள்ள. • *River waters have* **medicinal** *value.* **medicinally**(*adv*).

med-i-cate/'medikeit/*(v.t)*:'மெடி:க்கெய்ட் / **medicated, medicating**:'மெடி:க்கெய்ட் to prepare medicines by mixing, மருந்து தயார் செய், மருந்து கலக்கு.

me-di-ca-ment/mə'dikəmənt/*(n)*: மெ'டி:க்கəமəன்ட் / a medicine, மருந்து; a substance that is used to cure disease, நோயைக் குணப்படுத்தும் பொருள்.

med-i-co/'medikəu/*(n)*/மெடி:க்கəஉ / one who treats diseases, மருத்துவர்.

me-di-o-cre/ˌmi:di'əukə*/*(adj)*: ˌமீடி:'யəஉக்கə* / very ordinary, மிகச் சாதாரணமான; not up to the mark, தேர்ச்சி பெற முடியாத நிலையுள்ள.

med-i-tate/'mediteit/*(v.t-v.i)*:'மெடி:ட்டெய்ட் / to think deeply and calmly, ஆழ்ந்து சிந்தனை செய்; to concentrate, சிந்தனை

M

சிதறாமல் ஒருமுகப்படுத்து. • *I always* **meditate** *before deciding a question.*

med-i-ta-tion/ˌmediˈteiʃn/*(n)*:ˌமெடி:ˈட் டெய்ஷன் / deep, serious thinking, ஆழ்ந்த சிந்தனை செய்தல், தியானம் செய்தல். **meditative***(adj)*, **meditatively** *(adv)*.

me-di-um/ˈmi:djəm/*(n, sing)*:ˈமீட்:யஉம் / **mediums***(n, pl)*: [also **media**]: a means, சாதனம்; an agency, செயல்படும் ஊடகம்; average, சராசரி. **medium***(adj)*: moderate, நடுத்தரமான.

med-lar/ˈmedlə*/*(n)*:மெட்:லஉ* / a small tree that bears edible sour apple like fruits, ஆப்பிள் போன்ற பழம் கொடுக்கும் ஒருவகைச் சிறிய மரம்.

med-ley/ˈmedli/*(n)*:மெட்:லி / a confused mixture of things, குழப்பமான குவியல்; a miscellaneous collection, தாறுமாறான பொருள்களின் குவிப்பு.

meed/mi:d/*(n)*:மீட்: / reward, பரிசு.

meek/mi:k/*(adj)*:மீக் / mild and submissive, சாதுவானதும் அடக்கமானதுமான; gentle, மென்மையான. **meekly***(adv)*, **meekness** *(n)*.

M

meet/mi:t/*(v.t-v.i)*:மீட் / to come and face directly, எதிர்கொள்; to assemble and discuss, கூடிப்பேசு; to make suitable, பொருந்துமாறு செய்; to make the payment, செலவினங்களுக்கு வகை செய். • *I am prepared to* **meet** *the necessary expenditure.* **meet***(n)*: a gathering of people for a purpose, ஒரு குறிப்பிட்ட நோக்கத்திற்காகக் கூடும் கூட்டம். **a sports meet**: a meeting of the athletes, விளையாட்டு வீரர்கள் ஒன்று கூடுதல். **meet***(adj)*: right, சரியான; proper, பொருத்தமான. **meet-ing**/mi:tiŋ/*(n)*: மீட்டிங் / the act of assembling, கூடும் செயல்; coming together face to face for a purpose, சந்திப்பு, கூட்டம், எதிர்ப்படுதல்; the people in a meeting, ஒரு கூட்டத்தில் உள்ள மக்கள்.

meg-a-lith/ˈmegəliθ/*(n)*:ˈமெக:ஒலித் / a large stone put up in ancient days as a sign of importance, நினைவுச் சின்னமாகவும், வரலாற்று நிகழ்ச்சியைக் குறிப்பிடவும் உள்ள ஒரு பெரிய கல்.

meg-a-lo-ma-ni-a/ˌmegələuˈmeinjə/*(n)*/ ˈமெக:ஒலஒஉˈமெய்ன்யஒ / a belief that one is very powerful and important – a mental disorder. தான் மிகவும் வலிமையாகவும், முக்கியமாகவும் இருப்பதாகக் கருதிக் கொள்ளும் ஒருவகை மனநோய். **megalo-maniac***(n)*: one who holds such a belief, அப்படிக் கருதுபவர்.

meg-a-phone/ˈmegəfəun/*(n)*:

ˈமெக:ஒஃபஒஉன் / a horn that helps to make the sound louder, ஒலிபெருக்கி.

mel-an-chol-y/ˈmelənkəli/*(n)*: ˈமெலஒங்க்கஒலி / a sense of sadness that envelops one often without any reason, காரணமில்லாமல் ஏற்படும் மனவருத்தம், மனச்சோர்வு. • *A mood of* **melancholy** *is a forerunner for some drastic action.* **melancholy***(adj)*: [also **melancholic**]: sad, வருத்தமான.

mel-ee/ˈmelei/*(n)*:ˈமெலெய் / a crowd that is in disorder, ஒழுங்கீனமாக நடந்து கொள்ளும் கூட்டம்; a struggling crowd, சச்சரவு செய்யும் கும்பல்.

mel-li-flu-ous/meˈlifluəs/*(adj)*: மெˈலிஃப்லுஒஸ் / having sweet sound, இனிய ஒலியுடன் கூடிய.

mel-low/ˈmeləu/*(adj)*:மெலஒஉ / fully grown, முதிர்ச்சியடைந்துள்ள; soft and pleasant, மென்மையும், இனிமையும் உள்ள; wise and sagacious, மதிநுட்பமும், ஞானமும் உள்ள. • *As age advances, one's approach to people and problems becomes* **mellow**. **mellow***(v.t-v.i)*: to become mellow because of old age, வயது முதிர்ச்சியின் காரணமாக இனிமையும், ஞானமும் அடை. • *Her fierce temper has* **mellowed** *over the years.* **mellowly** *(adv)*, **mellowness***(n)*.

me-lo-di-ous/miˈləudjəs/*(adj)*: மிˈலஒஉட்:யஒஸ் (மெ–டி:யஒஸ்) / pleasant and sweet to listen to, கேட்பதற்கு இனிமையாகவும், இன்பமாகவும் உள்ள. • *She is known for* **melodious** *voice.* **melodiously***(adv)*, **melodiousness** *(n)*.

mel-o-dra-ma/ˈmeləuˌdra:mə/*(n)*: ˈமெலஒஉˌட்:ராமஒ / an exciting swift moving sensational drama, திகைப்பூட்டும், உணர்ச்சி மிகுந்த நாடகம். **melodramatic** *(adj)*, **melodra-matically***(adv)*.

mel-o-dy/'melədi/*(n)*:'மெலஅடி / a song, a tune, பாடல், இசை; music etc., இன்னிசை முதலியவை.

mel-on/'melən/*(n)*:'மெலஅன் / a large edible fruit of the gourd family, முலாம் பழம்.

melt/melt/*(v.t-v.i)*:மெல்ட் / **melted, melting**: to become liquid by the process of heating, உருக்கு, உருக்கும்படி செய்; to become gentle and kind, அன்புடனும், இனிமையுடனும் இருக்குமாறு மாற்றம் கொள். • *Even a tyrant's heart will* **melt** *when he sees a child crying for food.* **melting***(adj)*: kind and sweet, இனிமையும் அன்பும் உள்ள. **molten***(adj)*, **meltingly***(adv)*.

mem-ber/'membə/*(n)*:'மெம்பஅ* / one belonging to a group, club, organization, etc. a part, organ, limb, etc., ஒரு பகுதி, உறுப்பு, அங்கம் முதலியவை. **membership** *(n)*: the state of being a member, உறுப்பினராக இருக்கும் நிலை. • *Only college students are eligible for the* **membership** *of the fine arts club.*

mem-brane/'membrein/*(n)*:'மெம்ப்ரெய்ன் / a thin, soft skin covering parts of the body, சவ்வு. • *A kind of* **membrane** *vibrates in the ear and helps to hear.*

memento/mi'mentəu/*(n)*:மி'மென்ட்டஅஉ / something that kindles one's memory, நினைவுச் சின்னம் (அ) பொருள்.

mem-o/'meməu/*(n)*:'மெமஅஉ / a note reminding something especially in an office, அலுவலகக் குறிப்பு.

mem-oir/'memwa:*/*(n)*:'மெம்உஆ:* / a short note about some incident in one's life, ஒருவரது வாழ்க்கையில் ஏற்பட்ட நிகழ்ச்சிக் குறிப்பு; a short biography, சுருக்கமான வாழ்க்கை வரலாறு. **memoirs***(n)*: an account of important incidents in one's own life, ஒருவரது தனிப்பட்ட வாழ்க்கையில் ஏற்படும் முக்கிய நிகழ்ச்சிகள் பற்றிய குறிப்பு. • *A politician begins writing his* **memoirs**, *when he is not wanted by the people at large.*

mem-o-ra-ble/'memərəbl/*(adj)*: 'மெமஅரஅப்ல் / worthy to be remembered, நினைவில் இருக்கத்தக்க; very famous and important, அதிகப் புகழ்பெற்ற, முக்கியமான. • *15th August, 1947, is a* **memorable** *day in the history of India,* **memorably***(adv)*.

mem-o-ran-dum/,memə'rændəm/*(n, sing)*:,மெமஅ'ரஅன்டஅம் / **memorandums** *(n, pl)*: [also **memoranda**] a written statement, a record, எழுத்து மூலமான அறிக்கை, பதிவேடு, பதிவுக் குறிப்பு, முறையீடு.

me-mo-ri-al/mə'mɔ:riəl/*(n)*:மி'மோ:ரியஅல் / a monument, நினைவுச் சின்னம்; something, a stone construction, in memory of a person, event, etc., ஒருவர், ஒரு நிகழ்ச்சி முதலியவற்றை நினைவுகூரும் நினைவுச் சின்னம். • *Wars and war* **memorials** *alternate in the history of nations.*

mem-o-rize/'meməraiz/*(v.t)*:'மெமஅரய்ஸ் / to learn to remember, கற்று நினைவிலிருத்திக் கொள்; to get by heart, மனப்பாடம் செய்.

mem-o-ry/'meməri/*(n)*:'மெமஅரி / ability to remember, நினைவாற்றல்; that which is remembered, நினைவுகொள்ளப்படுவது. • *He set up a library in* **memory** *of his mother.* the part of a computer in which information is stored, கணிப்பொறியில் செய்திகள் சேகரித்து வைக்கும் பகுதி.

men/men/:மென் / pl. of "man", "man" என்பதன் பன்மை வடிவம்.

men-ace/'menəs/*(n)*:'மெனஅஸ் / a threat, மிரட்டல், அச்சுறுத்தல்; a dangerous trouble, அபாயகரமான தொந்தரவு. • *State controls are a* **menace** *to a businessman.* • *A thief is a* **menace** *to a civilised society.* **menace***(v.t)*: to threaten, அச்சுறுத்து.

me-na-ge-rie/mi'nædʒəri/*(n)*:மி'னஆஜஅரி / a collection of wild animals usually kept for show, மிருகக்காட்சி சாலை.

mend/mend/*(v.t)*:மென்ட் / to set right something broken and repair, உடைந்த ஒன்றை (அ) வேலை செய்யாமல் இருப்பதைச் சரி செய்; to correct or remove the defects, சரிசெய், குறைகளை அகற்று. **to mend one's ways**: to remove one's defects and improve one's behaviour, குறைகளைத் தவிர்த்து, நடத்தையை மேன்மையாக்கிக் கொள். **mend***(n)*: a place that has been repaired, பழுதுபார்க்கப்பட்ட இடம், பகுதி. **mender***(n)*.

men-da-cious/men'deiʃəs/*(adj)*: மென்'டெய்ஷஅஸ் / not faithful, நம்பிக்கை இல்லாத; untruthful, பொய்யான. **men-da-ci-ty**/men'dæsəti/*(n)*:மென்'டஆஸிஅடி / untruthfulness, பொய்மை; falsehood, பொய்யானவை. **mendaciously***(adv)*.

M

men-di-cant/ˈmendikənt/*(n)*: ˈமெண்டிக்கஒன்ட் / a person living as a beggar, பிச்சைக்காரன் போல் வாழ்க்கை நடத்தும் ஒருவர். **mendicant***(adj)*: living as a man in want, வசதியற்ற வாழ்க்கை நடத்துகின்ற.

me-ni-al/ˈmi:njəl/*(n)*:ˈமீனியஒல் / someone who does menial work, வீட்டு வேலை செய்பவர். **menial***(adj)*: doing household work, வீட்டு வேலை செய்யக்கூடிய. **menially***(adv)*.

men-in-gi-tis/ˌmeninˈdʒaitis/*(n)*: ˌமெனிஞ்ˈஜய்ட்டிஸ் / a serious illness that affects the brain and spinal cord, மூளையையும், தண்டுவடத்தையும் பாதிக்கும் கொடிய நோய்.

men-o-pause/ˈmenəupɔ:z/*(n)*: ˈமெனஒஉப்பாஸ்: / the time when a woman's periods (menses) stop, (usually in middle age), ஒரு பெண்மணியின் மாதவிடாய் நிறுத்தம் ஏற்படும் வயது, காலம். **menopausal***(adj)*.

men-ses/ˈmensi:z/*(n, sing & pl)*:ˈமென்ஸீஸ் / the periodic flow of blood and mucosal tissue from a woman's womb, மாதவிலக்கு, பெண்களின் மாதவிடாய்ப் பருவம். **menstrual**/ˈmenstruəl/*(adj)*: ˈமென்ஸ்ட்ருஒல் / concerning menses, மாதவிடாய் தொடர்பான.

men-su-ra-tion/ˌmensjuəˈreiʃn/*(n)*: ˌமென்ஸ்யுஒˈரெய்ஷஒன் / measuring of length, area, volume, etc. a branch of geometry, அளவையியல். **mensurable** *(adj)*: measurable, அளவிடக்கூடிய.

men-tal/ˈmentl/*(adj)*:மென்ட்ல் / of the mind, மனத்தைப் பற்றிய; pertaining to the mind, மனத்துக்குரிய. • **Mental** *disorders can be easily cured.* performed by the mind, மனதினால் செய்யக்கூடிய. **mental-age**: one's ability to use one's mind as compared to the usual age at which such ability is normally found, வயதுக்கேற்ற மன வளர்ச்சி.

men-tal-i-ty/menˈtæləti/*(n)*: மென்ˈட்டஆலிட்டி / the mental power, மனோசக்தி; a person's outlook and mental attitude, ஒருவரின் மனப்பான்மையும், மனோபாவமும். • *The* **mentality** *of many people is to make money quickly by hook or crook.*

men-thol/ˈmenθɔl/*(n)*:ˈமெந்த்தால் / a kind of white substance having some peculiar smell, முகரும் உப்பு, பச்சைக் கற்பூரம்.

men-tion/ˈmenʃn/*(n)*:ˈமென்ஷஒன் / to refer briefly, சுருக்கமாகக் குறிப்பிடு; to speak about, குறிப்பிட்டுப் பேசு. • *You never even* **mentioned** *that you had promotion as an officer.* **not to mention**: besides, மேலும் சொல்லாமலே தெரியும். **mention** *(n)*: a direct reference, நேர் குறிப்பு; a hint, ஒரு குறிப்பு. • *The minister made a* **mention** *of the plan to build a hospital in the village.*

men-tor/ˈmentɔ:*/*(n)*:ˈமென்ட்டா:* / a person who gives advice and also helps, நல்ல அறிவுரை கொடுத்து, உதவியும் செய்பவர்.

men-u/ˈmenju:/*(n)*:ˈமென்யூ / a list of dishes to be served or to be ordered, பரிமாறுவதற்குத் தயாராக இருக்கும் உணவு வகைகள் (அ) உணவுப் பட்டியல்.

mer-can-tile/ˈmɜ:kəntail/*(adj)*: ˈமஒ:க்கஒன்ட்டய்ல் / commercial, வாணிகத்துக்குரிய.

mer-ce-na-ry/ˈmɜ:sinəri/*(adj)*:ˈமஒ:ஸினஒரி / working for money only, பணத்திற்காக மட்டும் வேலை செய்கின்ற; always fond of money, பொருள் ஈட்டும் பேராசை கொண்ட. **mercenary***(n)*: a soldier who serves any country for payment, கூலிக்காக எந்த நாட்டிற்கும் தொண்டு புரியும் போர்வீரன்; a hireling, பணியாள்.

mer-cer/ˈmɜ:sə*/*(n)*:ˈமஒ:ஸஒ* / a dealer in textile goods, துணி வியாபாரி.

mer-chan-dise/ˈmɜ:tʃəndaiz/*(n)*: ˈமஒ:ச்சஒன்டய்ஸ் / goods, சரக்கு; things for sale, வாணிகம் செய்வதற்கான பொருள்கள்.

mer-chant/ˈmɜ:tʃənt/*(n)*/ˈமஒ:ச்சஒன்ட் / a trader, வியாபாரி, வணிகர். **merchant-man***(n)*: [also **merchant-ship**]: a ship carrying goods, சரக்கு ஏற்றிச் செல்லும் கப்பல்.

mer-ci-ful/ˈmɜ:siful/*(adj)*:ˈமஒ:ஸிஃபுல் / full of mercy, கருணையுள்ள. **mercifully** *(adv)*, **mercifulness***(n)*.

mer-ci-less/ˈmɜ:silis/*(adj)*:ˈமஒ:ஸிலிஸ் / without mercy, கருணையில்லாமல்.

mer-cu-ri-al/mɜ:ˈkjuəriəl/*(adj)*: ˈமஒ:க்யுஒரியஒல் / active, சுறுசுறுப்பான; lively, உயிரோட்டமுள்ள; often changing, அடிக்கடி மாறும் குணமுள்ள. • *Her behaviour is often* **mercurial**. **mercurially***(adv)*.

mer-cu-ry/ˈmɜ:kjuri/*(n)*:ˈமஒ:க்யுரி / a heavy, silver white liquid metal at ordinary

M

temperature, பாதரசம். **Mercury**(*n*): a planet nearest to the Sun, சூரியனுக்கு மிக அருகில் இருக்கும் கோள், புதன்.

mercy/'mɜ:si/(*n*):'மஅ:ஸி / kindness, கருணை; willingness to forget and forgive, மறந்து மன்னிக்கும் மனப்பான்மை. **to be at the mercy of**: to be with no power to resist, எதிர்த்துப் போராடுவதற்குத் திறனில்லாமல்.

mere/miə*/(*adj*):மியஅ* / being nothing more than, மேலும் சற்றும் அதிகமில்லாமல். • *She is still a* **mere** *child.* **mere**(*n*): a small lake, சிறிய ஏரி. **mere-ly**/miəli/ (*adv*):'மியஅலி / simply, பொருளில்லாத.

mer-e-tri-cious/ˌmeri'triʃəs/(*adj*): ˌமெரி'ட்ரிஷஅஸ் / superficially attractive but really deceptive, வெளிக்கவர்ச்சியும், உண்மையில் ஏமாற்றமும் உள்ள, போலியான. **meretriciously**(*adv*), **meretriciousness**(*n*).

merge/mɜ:dʒ/(*v.t*):மஅ:ஜ் / **merged, merging**: to unite gradually, படிப்படியாக இணைந்துவிடு; to cause to combine, ஒன்றுசேரும்படி செய். • *The rural bank* **merged** *with the national bank.* **merger**/'mɜ:dʒə*/(*n*):'மஅ:ஜஅ* / a lawful joining of two companies, corporations, etc., இரண்டு நிறுவனங்கள் இணைந்து ஒன்று சேர்தல்.

me-rid-i-an/mə'ridiən/(*n*):மஅ'ரீடி:யஅன் / a great circle of the earth passing through the poles and any given point on the earth's surface, longitude, தீர்க்கரேகை; a point of great success, வெற்றிச் சிகரம்; noon, நடுப்பகல்.

mer-it/'merit/(*n*):'மெரிட் / the quality of deserving praise, excellence, etc., தகுதி, தன்மதிப்பு; personal worth, ஒருவரின் திறமை, மதிப்பு; a very good quality, நற்பண்பு. • *Every proposal must be considered on its own* **merits**. **merit**(*v.t*): to be worthy of, தகுதியாக இரு; to deserve, தகுதி பெறு. • *This book does not* **merit** *a review.* **mer-i-to-ri-ous**/ˌmeri'tɔ:riəs/(*adj*):ˌமெரிட்'டாரியஅஸ் / praiseworthy, புகழுக்குத் தகுதியான; deserving merit, தகுதிக்குரிய.

mer-maid/'mɜ:meid/(*n*): 'மஅ:மெய்ட்: / an imaginary creature of sea having human body with lower part like that of a fish, மனித உடலும், மீனின் பின்பகுதியும் கொண்ட ஒரு கற்பனை உருவம், கடல் கன்னி. merman: (masculine).

mer-ri-ment/'merimənt/(*n*):'மெரிமஅன்ட் / gaiety, fun, laughter, கேளிக்கையும், கும்மாளமும். **merry**/meri/(*adj*):மெரி / cheerful, மகிழ்ச்சியான.

merry-go-round/'merigəuˌraund/(*n*): 'மெரிக:ஒஉˌரஉன்ட்: / a machine with a revolving umbrella having seats like model animals for children to ride on, குடை ராட்டினம்.

mesh/meʃ/(*n*):மெஷ் / one of the open spaces between the lines of a net, வலைக்கண்; network, வலை. • *It is one's misfortune to be caught in the* **meshes** *of law.* **mesh**(*v.i*): to be enmeshed, வலையில் சிக்கிக்கொள். **mesh**(*v.t*): to form the meshes as a net, வலைபோல் பின்னு.

mes-mer-is-m/'mezmərizəm/(*n*): 'மெஸ்:மஅரிஸ:அம் / hypnotism, தன் உணர்வை இழந்து, பிறர் ஆளுகைக்குள் கொண்டுவரக்கூடிய கலை; fascination, வசீகரத்தன்மை. **mes-mer-ize**/'mezməraiz/(*v.t*):'மெஸ்:மஅரய்ஸ்: / to hypnotize, வசீகரம் செய், தன் உணர்வை இழக்கச்செய்து, பேச்சும், நகரும் தன்மை இல்லாமலும் செய்.

mess/mes/(*n*):மெஸ் / untidiness, அசுத்தம்; a situation where confusion prevails, குழப்பமான நிலை; a place or room where food is served, உணவு விடுதி. **make a mess of**: to bungle, குழப்பம் உண்டாக்கு, அசுத்தம் செய். **mess**(*v.t*): to have meals in a mess, உணவு விடுதியில் உண். make disorderly things, குழப்பம் உண்டாக்கு; to get confused, சிந்தனைத் தெளிவு இல்லாமலிரு.

mes-sage/'mesidʒ/(*n*):'மெஸிஜ் / a piece of information passed on from one person to another, தூதுவர் மூலம் அனுப்பப்படும் செய்தி; oral or written communication, வாய் மூலம் (அ) எழுத்து மூலம் அனுப்பப் படும் செய்தி.

mess-en-ger/'mesindʒə*/(*n*):'மெஸிஞ்ஜஅ* / a person who carries or brings a message, தூதுவர், தகவல் எடுத்துச் செல்பவர்.

M

Mes-si-ah/mi'saiə/*(n)*:*மெ'ஸய்யஅ* / a great leader of divinity arriving to save the world, இறைத் தூதர்; Jesus Christ, இயேசு நாதர்.

met/met/*(v)*:*மெட்* / *(p.t & p.p)* of "meet", "meet" என்பதன் இறந்த காலம், இறந்த கால வினைமுற்று.

me-tab-o-lis-m/me'tæbəlizəm/*(n)*: மெ'ட்டஆப:அலிஸ:அம் / a chemical process by which living organism gains power and energy from food, வளர்சிதை மாற்றம்; chemical changes that take place in a living matter, உயிரினங்களில் ஏற்படும் இரசாயன மாற்றம். **me-tab-o-lize**/ me'tæbəlaiz/*(v.t)*:மெ'ட்டஆப:அலய்ஸ: / to make (food) easier by breaking and assimilate into the body by chemical activity, வளர்சிதை மாற்றம் ஏற்படச் செய்.

met-al/'metl/*(n)*/'மெட்ல் / a hard solid shiny mineral, உலோகம்; small stones for making roads, சரளைக் கற்கள். **metallic**(*adj*).

met-al-lur-gy/me'tælədʒi/*(n)*: மெ'ட்டஆலஅ:ஜி / scientific study of metals, உலோகவியல்.

met-a-mor-phose/ˌmetə'mɔ:fəuz/*(v.t)*: / ˌமெட்டஅ'மா:ஃபஅஉஸ: / **metamorphosed, metamorphosing**: to change the form into another, மற்றோர் உருவமாக மாற்று. **met-a-mor-pho-sis**/ˌmetə'mɔ:fəsis/*(n, sing)*:ˌமெட்டஅ'மா:ஃபஅஸிஸ் / **metamorphoses** *(n,pl)*: complete change of form, structure, etc. to another different form, முழுவதுமான அமைப்பு, உருவம் முதலிய மாற்றம்.

met-a-phor/'metəfə*/*(n)*:'மெட்டஅஃபஅ* / a figure of speech in which words are used to denote meaning different from literal, உருவகம்; an implied comparison, பொதிந்திருக்கும் ஒப்பீடு. • *I withdraw into my fort of prayer (whenever there is an attack on me).* **metaphorical**(*adj*), **metaphorically**(*adv*).

met-a-phys-ics/ˌmetə'fiziks/*(n)*: ˌமெட்டஅ'ஃபிஸிக்ஸ் / a study of the nature of reality, இயற்கைத்தத்துவ இயல். **metaphysical**(*adj*), **metaphysically**(*adv*).

me-tem-psy-cho-sis/ˌmetemsai'kəusis/ *(n)*:ˌமெட்டெம்ஸய்'க்கஅஉஸிஸ் / passing of the soul into another body, கூடு விட்டுக் கூடு பாய்தல்.

mete/mi:t/*(v.t)*:மீட் / **meted, meting**: to allot, ஒதுக்கீடு செய்; to distribute, பிரித்துக் கொடு; to administer, நிர்வாகம் செய். • Punishment was finally **meted** out to the criminal.

me-te-or/'mi:tiɔ:*/*(n)*:'மீட்யஅ* / a piece of matter floating in the space, which burns while passing through the atmosphere, எரி நட்சத்திரம். **me-te-or-ic**/ˌmi:ti'ɔrik/ *(adj)*:ˌமீட்டி'யாரிக் / like a meteor, எரி நட்சத்திரம் போன்ற; swift and brilliant, வேகமானதாகவும், ஒளிர்விடுவதாகவும் உள்ள. • *Some politicians enjoy* **meteoric** *rise and fall.* **meteorically** *(adv)*.

me-te-o-rol-o-gy/ˌmi:tjə'rɔlədʒi/*(n)*: ˌமீட்யஅ'ராலஅஜி / the science dealing with the atmosphere, weather conditions, etc., வானிலை இயல். **meteorological** *(adj)*, **meteorologist** *(n)*.

me-ter/'mi:tə*/*(n)*:'மீட்டஅ* / measuring instrument, அளக்கும் கருவி.

me-thinks/mi'θiŋks/*(v)*:மி'திங்க்ஸ் / **me-thought**: I think, நான் நினைக்கிறேன்.

meth-od/'meθəd/*(n)*:'மெதஅட் / a systematic way of doing things, சீரிய முறையில் செய்தல்; orderly way and arrangement, ஒழுங்குமுறை, திட்டம். **methodical**(*adj*), **methodically**(*adv*).

meth-yl-al-co-hol/'meθi'lælkəhɔl/ *(n)*:'மெதில்'ஆல்க்கஅஹால் / a colourless, water-soluble flammable volatile liquid CH_3OH obtained by the destructive distillation of wood, மரத்தைச் சுட்டு எரிப்பதன் மூலம் கிடைக்கும் சாராயம், மெதில் ஆல்கஹால்.

methylated spirits/'meθileitid'spirits/*(n)*: 'மெதிலெய்ட்டிட்:'ஸ்ப்பிரிட்ஸ் / alcohol for burning in lamps, heaters, etc. எரிசாராயம்.

me-tic-u-lous/mi'tikjuləs/*(adj)*: மி'ட்டிக்யுலஅஸ் / extremely careful with minute details, அதிக கவனம் செலுத்துகிற, சிறு செயலிலும் அதிக கவனம் செலுத்துகிற. • *Mr. Ram is known for his* **meticulous** *way of doing things.* **meticulously** *(adv)*, **meti- culousness**(*n*).

me-tre/'mi:tə*/*(n)*:'மீட்டஅ* / the fundamental unit of length in the metric system, மெட்ரிக் அமைப்பில் அடிப்படை நீள அலகு. **metre** *(n)*: [also **meter**]: poetic measure of arrangement of words in measured, regulated, rhythmic lines or verses,

கவிதைச் சீர், செய்யுள் சீர். **metric***(adj)*: pertaining to the system of measuring in metres, மீட்டர் அளவீடு முறை பற்றிய. **metrication***(n)*.

metrical/'metrikl/*(adj)*:'மெட்ரிக்கல் / composed in metre or verse, சீர் பிரித்து இயற்றப்பட்ட செய்யுள்நடையுள்ள.

met-ro/'metrəu/*(n)*:'மெட்ரஉ / an underground railway system, பாதாள இரயில் வழி அமைப்பு.

me-trop-o-lis/mi'trɔpəlis/*(n)*: மெட்'ரɔப்பலிஸ் / the main city of a country, ஒரு நாட்டின் தலைநகரம். **metropolitan***(adj)*.

met-tle/'metl/*(n)*:'மெட்ல் / the will power to carry on in spite of any difficulty, செய்து முடிப்பது என்னும் மன வலிமை; spirit, courage, உயிர்ச்சக்தி, வீரம். ● *In challenging a mighty empire, Gandhiji proved that he was a man of* **mettle**.

mew/mju:/*(n)*:ம்யூ / the sound a cat makes, பூனை எழுப்பும் ஒலி. **mew***(v.i)*: to make a cat-like sound, பூனைபோல் ஒலி எழுப்பு.

mi-aow/mi:'au/*(n)*:மி'யாஉ / the sound of a cat, பூனை கத்தும் ஒசை.

mi-as-ma/mi'æzmə/*(n)*:மி'யæஸ்:மə / a poisonous mist rising from the ground, பூமியிலிருந்து எழும்பும் நச்சுப் பனிப்புகை.

mi-ca/'maikə/*(n)*:'மய்க்கə / a transparent mineral substance that can be separated easily into thin layers, அபிரகம், மைகா, காக்கா பொன்.

mice/mais/*(n)*:மய்ஸ் / pl. of "mouse", "mouse" என்பதன் பன்மை.

mi-cro/'maikrəu/*(n)*:'மய்க்ரəஉ / (prefix) very small, மிகச் சிறிய.

mi-crobe/'maikrəub/*(n)*: 'மய்க்ரəஸ்க்கəஉப் / a very small living thing that causes disease, நோய் உண்டாக்கும் நுண்ணுயிரி.

mi-crom-e-ter/mai'krɔmitə*/*(n)*: மʼய்க்ரɔமிட்டə* / an instrument for measuring very small objects, நுண் அளவி.

mi-cro-phone/'maikrəfəun/*(n)*: 'மய்க்ரəஃபəஉன் / an electrical sound amplifier, மின்சார ஒலிபெருக்கி, ஒலி வாங்கி.

mi-cro-pro-cess-or/,maikrə'prəusesə*/ *(n)*: ,மய்க்ரə'ப்ரəஉஸெஸə* / a chip in a computer, கணினியிலுள்ள ஒரு சிறிய சிலிகான் துண்டு.

mi-cro-scope/'maikrəskəup/*(n)*: 'மய்க்ரəஸ்க்கəஉப் / an optical instrument

that makes minute things look large, நுண்ணோக்கி, சிறிய பொருள்களைப் பெரிதுபடுத்திக் காண்பிக்கும் கருவி.

microscopic/,maikrə'skɔpik/*(adj)*: ,மய்க்ரəஸ்'க்கɔப்பிக் / regarded in small terms, சிறிய அளவில் உள்ள.

mid/mid/*(prep)*:மிட்: / among, இடையே; in the middle of, நடுவில்.

mid-den/'midn/*(n)*:மிட்:ன் / a pile of rubbish matter, especially waste matter from animals, குப்பை, கால்நடைகளின் கழிவு.

mid-dle/'midl/*(adj)*:மிட்:ல் / equidistant from two or more points, மையமான, இடையே உள்ள. **middle***(n)*: the central point, மையப் புள்ளி; the central position, இடைநிலை.

mid-dle-man/'midlmæn/*(n)*:மிட்:ல்மəன் / a person or agent between a producer and consumer, இடைநிலை வணிகர், வியாபாரி; broker, தரகர்.

midg-et/'midʒit/*(n)*:'மிஜிட் / a very small person, குள்ளமாக இருப்பவர். **midget** *(adj)*: very small, மிகச் சிறியதாக உள்ள.

mid-night/'midnait/*(n)*:'மிட்:னய்ட் / the middle of the night, 12 o' clock at night, நள்ளிரவு 12 மணி.

midst/midst/*(n)*:மிட்:ஸ்ட் / middle, நடு; the middle point, மையப்புள்ளி. **in the midst of**: in the middle of, இடையே. ● *What else can you do* **in the midst of** *these circumstances?* **midst***(prep)*: in the midst, among, இடையில், இடையே.

mid-way/,mid'wei/*(adj & adv)*:'மிட்:'உஎய் / in a middle position, நடுநிலையான இடம்; halfway, பாதி வழி.

mid-wife/'midwaif/*(n, sing)*:'மிட்:உஅய்ஃப் / **midwives***(n, pl)*: a trained woman who assists in childbirth மகப்பேறு மருத்துவம் பார்க்கும் பெண்மணி.

mid-wif-e-ry/'midwifəri/*(n)*: 'மிட்:உஅய்ஃபəரி / the special skill of a midwife, மகப்பேறு மருத்துவம் பார்க்கும் பயிற்சியும், திறமையும்.

mien/mi:n/*(n)*:மீன் / a person's characteristic, ஒருவரின் தனிப்பட்ட தன்மையும், குணமும்; expression, appearance, ஒருவர் நடந்து கொள்ளும் முறை, தோற்றம். ● *When he became minister, immediately he gained a royal* **mien**.

might/mait/*(v)*:மய்ட் / past tense of "may", "may" என்பதன் இறந்த கால வடிவம்; some possibility, இயலும், கூடும் என்பதை

தெரிவிக்கும் துணிவு. • *He said that he* **might** *come.* shows some expression of 'hope', நம்பிக்கையை வெளிப்படுத்தும் சொல். • *He was hoping against hope, that he* **might** *yet get the prize.* **might**(*n*): ability to do, செயலாற்றும் திறமை. • *With all his* **might,** *he attacked his enemy.* **might-y**/'maiti/(*adj*):'மய்ட்டி / **mightier, mightiest**: very strong, வலிமையுடைய. • *The Himalayas look not only* **mighty** *but also beautiful.* **mightily**(*adv*).

mi-graine/'mi:grein/(*n*):'மீக்:ரெய்ன் / a severe headache very often on one side only, ஒற்றைத் தலைவலி.

mi-grant/'maigrənt/(*n*):'மய்க்:ரஅன்ட் / a person who migrates, இடம் பெயர்ந்து செல்பவர்; that which migrates, இடம் பெயர்ந்து செல்வது. **migrant**(*adj*).

mi-grate/mai'greit/(*v.i*):'மய்க்:ரெய்ட் / **migrated, migrating**: to move from one place to another, to change one's place of living, இடம் பெயர்ந்து, புதிய இடத்திற்குச் செல் இடம் பெயர், குடி பெயர்; to go from o ıe place to another according to the seasons of the year as certain birds, fish, animals, etc., சில பறவைகள், மீன்கள், பிராணிகள் போல், கால நிலைக்கு ஏற்ப ஓர் இடத்தினின்று வேறு இடத்திற்குப் பெயர்ந்து செல். • *Birds* **migrate** *to sunny places in the months of winter.* **mi-gra-tion**/mai'greiʃn/(*n*): மய்க்:'ரெய்ஷஅன் / the act of migrating, இடம் பெயர்ந்து செல்லுதல். **mi-gra-to-ry**/'maigrətəri/(*adj*):'மய்க்:ரெய்ட்டஅரி / with the habit of migrating, குடியேறும் பழக்கமுள்ள.

mike/maik/(*n*):மய்க் / (informal) microphone, 'mike' என்பது 'microphone' என்பதன் சுருக்கம்.

milch-cow/miltʃkau/(*n*):'மில்ச்'க்கஉ / a cow raised for milk not for its beef, இறைச்சிக்காக அல்ல, பால் வளத்திற்கு வளர்க்கப்படும் பசு.

mild/maild/(*adj*):மய்ல்ட்: / gentle and amiable, சாந்தமும், சுமுகமான பண்பும் உள்ள; not severe, கடுமையில்லாத. • *She had a* **mild** *attack of fever.* **mildly**(*adv*), **mildness**(*n*).

mil-dew/'mildju:/(*n*):'மில்ட்:யூ / a soft whitish growth of tiny fungus forming on plants, leather, food, etc., பூஞ்சணம், பூஞ்சைக் காளான்.

mile/mail/(*n*):மய்ல் / a unit of measuring distance, ஒரு மைல், ஒரு மைல் = 1.6 கி.மீ. **mile-age**/'mailidʒ/(*n*):'மய்லிஜ் / the total number of miles travelled over a period, ஒரு குறிப்பிட்ட காலத்தில் கடந்த தூரம் மைல்களில்; the amount paid for each mile, ஒவ்வொரு மைலுக்கும் கொடுக்கப் படும் கட்டணம்.

mile-stone/'mailstəun/(*n*):'மய்ல்ஸ்ட்டஅஉன் / a mile post, a stone, showing the distance in miles, மைல் கல்; an important event, ஒரு முக்கிய நிகழ்ச்சி. • *Graduation is a* **milestone** *in one's life.*

mi-lieu/'mi:ljɜ:/(*n*):'மில்யூ / one's local surroundings, ஒருவரின் சுற்றுச் சூழ்நிலை. • *A favourable* **milieu** *has to be created for good education of children.*

mil-i-tant/'militənt/(*adj*):'மிலிட்டஅன்ட் / engaged in fighting or war, போரிட்டுக் கொண்டிருக்கின்ற. **militant**(*n*): a person engaged in strife, போராளி.

mil-i-ta-ry/'militəri/(*n*):'மிலிட்டஅரி / army, soldiers, ஒரு நாட்டின் போர்ப்படை, போர் வீரர்கள். **military**(*adj*): pertaining to the army, போர்ப்படைக்குரிய, போர்ப்படை பற்றிய. **mil-i-ta-ris-m**/'militərizəm/(*n*): 'மிலிட்டஅரிஸ:அம் / faith in the use of armed forces to solve a country's problems, இராணுவத்தைக்கொண்டு ஒரு நாட்டின் பிரச்சினைகளைத் தீர்க்கலாம் என்ற நம்பிக்கை. **mil-i-ta-rize**/'militəraiz/(*v.t*):'மிலிட்டஅரய்ஸ்: / **militarized, militarizing**: to equip with armed forces, வேண்டிய படையுடன் ஆயத்தமாக இரு. **militaristic**(*adj*), **militaristically**(*adv*).

mil-i-tate/'militeit/(*v.t*):'மிலிட்டெய்ட் / **militated, militating**: to work against, எதிர்த்து நில்; to influence, பாதிப்பை ஏற்படுத்து. • *Every charge* **militated** *against him when he began to defend himself.*

mi-li-tia/mi'liʃə/(*n*):மி'லிஷஅ / a body of trained people kept in reserve for serving in times of war, போர்க்காலத்திற்கென பயிற்றுவிக்கப்பட்ட வீரர்கள் குழு.

milk/milk/(*n*):மில்க் / a white liquid secreted by the glands of female animals or women for feeding of their young, பால். **milker**: a cow that yields milk or a person who milks, பால் கொடுக்கும் பசு,

பால் கறக்கும் நபர். **milk**(*v.t*): to draw milk from, பால் கற; to yield milk as a cow, பசு போல் பால் கொடு; to extract money from someone by dishonest means, ஏமாற்றிப் பணம் பறி.

milky-way/'milkiwei/(*n*):மில்க்கிஉஎய் / the Galary to which the Sun and Solar System belong, பால்வழி மண்டலம், பல லட்சக்கணக்கான விண்மீன்கள் அடங்கிய ஒரு கூட்டம்.

milk-sop/'milksɔp/(*n*):மில்க்ஸாப் / an unmanly person, ஆண்மையற்ற நபர்.

mill/mil/(*n*):மில் / a large machine in a building for grinding, அரவை எந்திரம்; a factory, தொழிற்சாலை. **to go through the mill**: to pass through a life of hardship, difficulty, sufferings, etc., வாழ்க்கையின் சிரமங்கள், துன்பங்கள் முதலியவற்றை அனுபவி. **mill**(*v.t*): to grind (in a mill), அரை; to work (with mill), வேலை செய். **to mill about or to mill around**: to move about with no aim, வேலையில்லாமல் அலைந்து திரி.

mil-len-ni-um/mi'leniəm/(*n, sing*): மிலெனியஎம் / **millennia**(*n,pl*): [also **millenniums**]: a period of one thousand years, ஆயிரம் ஆண்டு காலம்; a period of prosperity and happiness expected in the future, எதிர்காலத்தில் வரப்போகும் ஒரு பொற்காலம்.

mil-let/'milit/(*n*):'மிலிட் / edible grain grown in the tropics, தினை, சாமை, சோளம்.

mil-lin-er/'milinə*/(*n*):'மிலினஎ* / one who makes or sells women's hats, பெண்களின் தொப்பியைச் செய்பவர் (அ) விற்பனை செய்யும் நபர்.

mil-lion/'miljən/(*n*):'மில்யஎன் / a cardinal number, thousand times one thousand, ten lakhs, பத்து லட்சம். **mil-lion-aire**/ ˌmiljə'neə*/(*n*):ˌமில்யஎ'னஎஎ* / **million-airess**(*fem*): one who has a million pounds or dollars or rupees, ஒரு மில்லியன் பவுண்டு (அ) டாலர் (அ) ரூபாய் உள்ளவர்; a very rich person, பெரும் பணக்காரர்.

mill-stone/'milstəun/(*n*):'மில்ஸ்ட்டஎஉன் / one of the two circular stones used for crushing grains, கல் எந்திரம் (அ) மாவு அரைக்கும் எந்திரம்; a useless person, உபயோகமில்லாத மனிதன். **millstone round one's neck**: a trouble one has to put up with, தாங்கிக்கொள்ளவேண்டிய துன்பம். • *Some of my children are a* **millstone round my neck**.

mime/maim/(*n*):மய்ம் / the practice of using actions only to communicate some news or message (without making use of language), மொழியைப் பயன்படுத்தாமல் சைகை மூலம் செய்தியை அனுப்பும் முறை, அபிநய நாடகம். **mime**(*v.t-v.i*): to communicate in mime, சைகை மூலம் செய்தியைத் தெரிவி, பேசாமல் சைகை மூலம் நாடகம் நடத்து.

mi-met-ic/mi'metik/(*adj*):மி'மஎட்டிக் / relating to the process of copying, imitating, etc., அப்படியே பிறரைப் போல் நடிக்கும் தன்மையுள்ள.

mim-ic/'mimik/(*n*):'மிமிக் / a person who acts, speaks and imitates like some others, பிறரைப்போல் குரல் கொடுத்து நடித்துப் பேசுதல், பாடுதல் முதலியவற்றைச் செய்பவர். **mimic**(*v.t*): to imitate or copy someone or something to excite fun and laughter, பிறரைப்போல் நடித்துப் பேசி மகிழ்ச்சியூட்டுவதற்கு விகடம் செய். • *An actor must be an expert in the act of* **mimicking** *also.* **mimicry**(*n*).

min-a-ret/'minəret/(*n*):'மினஎரெட் / a tall thin tower on the top of a mosque, மசூதி கோபுரம்.

mince/mins/(*v.t*):மின்ஸ் / to cut into small pieces, சிறு துண்டுகளாக நறுக்கு; to mince words, வார்த்தைகளில் புதிர் வைத்துப் பேசு. • *I do direct speaking: I never* **mince** *words.* **mince matters**: to use seemingly polite words, நன்றாகப் பேசுவது போல் பாசாங்கு செய். • *I do not* **mince matters**: *I am in trouble now.* **mince**(*n*): meat that has been sliced, நறுக்கப்பட்ட மாமிசத் துண்டு.

mind/maind/(*n*):'மய்ன்ட் / one's way of thinking, reasoning, feeling, etc., மனம் ஒன்றிய சிந்தனை, நினைவாற்றல்; the power or ability to reason, to think, to argue, etc., நினைத்தல், எண்ணுதல், சிந்தித்தல் முதலியவை; capacity to attend to things, கவனம், உன்னிப்பாகக் கவனித்துச் செயல்படும் திறன். • *I have no* **mind** *to speak to you.* **mind**(*v.t*): to be very attentive and careful, மிகக் கவனமாகவும், சிந்தனையுடனும் இரு; to show one's anxiety, ஒருவரின் கவலையை வெளிப் படுத்து. • *Do you* **mind** *if I smoke?* to be in charge of, பொறுப்பு ஏற்றுக்கொள்; to take care of, அக்கறை கொள், கவனித்துக்

கொள். • *My friend is **minding** my car while I am on holiday. • Do you **mind** coming with me? No, I don't **mind** coming with you.* **mind-ful**/'maindful/ *(adj)*:'மய்ன்ட்:ஃபுல் / full of attention, அதிகக் கவனமுள்ள. • *One must be **mindful** of one's duties and responsibilities.* **mindful**(*adv*), **mindfulness**(*n*).

mine/main/*(pron)*:மய்ன் / (possessive form of 'I'): that which belongs to me, 'I' என்பது 'என்னுடையது' என்ற பொருள் கொண்ட வார்த்தை. • *The car is **mine**.*

mine/main/*(n)*:மய்ன் / a deep pit or hole dug out in the earth for getting minerals, சுரங்கம்; an explosive, கண்ணிவெடி; an abundant supply, வற்றாத பெருக்கு உள்ள நிலை. • *A good dictionary gives a **mine** of information.* **mine**(*v.t-v.i*): to dig in the earth for taking out minerals, சுரங்கம் அமை, வெட்டு; to lay mines, வெடி வை, கண்ணி வை; to destroy by mines, வெடி வைத்து அழி. • *The militants lay **mines** in crowded places to kill innocent people.*

mine-sweeper/main'swi:pə*/*(n)*: 'மய்ன்'ஸ்உயீப்பஅ* / a ship that removes mines, கண்ணிகளை அகற்றும் கப்பல்.

min-e-ral/'minərəl/*(n)*:'மினஅரஅல் / solid inorganic substances found naturally in the earth such as limestones, coal, salt, etc., தாது, தாதுப்பொருள், கனிப்பொருள், உலோகத்தாது. **mineral**(*adj*): pertaining to the substances dug out from the earth or mines, தாதுப்பொருள்களைச் சார்ந்துள்ள, நிலத்திலிருந்து கிடைக்கும் கனிப் பொருள் களைச் சார்ந்துள்ள. **min-e-ral-o-gy**/ ˌminə'rælədʒi/*(n)*:ˌமினஅ'ரஆலஅஜி / the science of studying minerals, தாதுப் பொருள்களைப் பற்றிய ஆராய்ச்சி இயல். **mineralogist**(*n*).

Minerva/mi'nɜ:və/*(n)*:மி'னஃ:வஅ / the ancient Roman Goddess of Wisdom, ரோமானியக் கடவுள், அறிவுத் தேவதை.

min-gle/'miŋgl/*(v.t-v.i)*:'மிங்க்:ல் / **mingled, mingling**: to become mixed with some other things, பிறபொருள் களுடன் கல; to get associated with others, பிறருடன் கலந்து உறவாடு. • *Usually I do not like to get **mingled** with others.*

min-i/mini/*(n)*:மினி / that which is smaller of its kind, அதன் வகையில் மிகச் சிறியது.

min-i-a-ture/'minətʃə*/*(n)*:'மின்யஅச்சஅ* / a representation or image of something or person or picture reduced to a small size, நுணுக்கப் பதிப்பு, சிறிதளவாக, சுருக்கப் பட்ட ஒன்று, பொருள், ஒருவர், ஓவியம். **in miniature**: on a very very small scale, மிகமிகச் சிறிய அளவில். **miniature**(*adj*): very very small, மிகச் சிறியதான. **mini-bus**(*n*): a small bus, சிறிய பேருந்து. **minicab**(*n*): car used as taxi, சிறிய வாடகை வண்டி. **mini-computer**(*n*): a medium power computer, சிறிய கணிப்பொறி.

min-i-mize/'minimaiz/*(v.t)*:'மினிமய்ஸ் / [also **minimise**]: to lessen or reduce as much as possible, முடிந்த அளவு குறை, மிகச் சிறியதாகக் குறை. • *Do not **minimize** the loss; the damage done by police firing is very great.*

min-i-mum/'minimə m/*(n, sing)*: 'மினிமஅம் / **minimums**(*n, pl*): [also **minima**]: the least amount, சிறுமம்; lowest quantity, தாழ்மம். • *The **minimum** I can do is to quote the lowest price for you. • I do a **minimum** of ten problems a day in the exercise book.* **minimum wage**: the lowest wage as permitted by law, குறைந்த பட்ச ஊதியம். **minimum**(*adj*).

min-ing/'mainiŋ/*(n)*:'மய்னிங் / the process or excavation of getting minerals from the bowels of the earth, சுரங்கத் தொழில்.

min-i-on/'minjən/*(n)*:'மினியஅன் / an obedient servant having no self-respect, கீழ்ப்படிவான பணியாள். • *The minister has an official who is more a **minion** to him.*

min-is-ter/'ministə*/*(n)*:'மினிஸ்ட்டஅ* / a member of the cabinet or body of ministers appointed by the Head of a State to help him in the administration, அமைச்சர், மந்திரி. • *Each department has its own **minister**.* a religious head or priest in some branches of the Church, கிறித்தவ மதகுரு, பாதிரியார்; a person representing his government in a foreign country, அயல் நாட்டு அரசுப் பிரதிநிதி, அரசுத் தூதுவர். **minister**(*v.t*): to serve, தொண்டு செய்; to help, உதவி செய். • ***Ministering** to the sick and the needy is serving God Himself.* to perform one's duties, தன் கடமையைச் செய். **ministerial** (*adj*), **ministerially**(*adv*). **min-is-tra-tion**/ˌmini'streiʃn/*(n)*:ˌமினிஸ்'ட்ரெய்ஷஅன் / helping and serving the sick and the needy, பிணியாளர்களுக்கும், ஏழைகளுக்கும் உதவி செய்தல்.

min-is-try/'ministri/*(n)*/'மினிஸ்ட்ரி / the office and department of a minister, ஓர் அமைச்சரின் அலுவலகம்; the cabinet or body of ministers, அமைச்சரவை. • *The* **Ministry** *of Personnel administers the pay and allowances of the officials.*

mink/miŋk/*(n)*:மிங்க் / a small animal fierce

like a weasel, கீரியைப் போன்ற அச்சுறுத்தும் பிராணி; its valuable soft fur, அதன் மென்மையான மயிர்.

min-now/'minəu/*(n)*:மினஉ / a fresh water fish, ஆற்று மீன், ஓடை மீன். **minnows**: not important people, முக்கியமற்ற மக்கள். • *The police always harass the* **minnows** *and allow the big fishes to escape.*

mi-nor/'mainə*/*(n)*:'மய்னə* / lesser of the two, இரண்டில் குறைந்த; not important, முக்கியமல்லாத. • *Even* **minor** *errors while driving result in major accidents.* being the younger of the two, இருவரில் இளையவர். **minor***(n)*: a person below the legal age, சட்டப்படியான வயது வராதவர். *opp*: major.

mi-nor-i-ty/mai'nɔrəti/*(n)*:மய்'னொரிட்டி / the smaller number, மற்றதைவிடக் குறைந்த எண். • *The* **minority** *government will pull on for the term.* being a community, party, race, religious group, etc., of lesser number or strength, மத, இன, கட்சி முதலியவற்றில் சிறுபான்மையினர்; the state of being a minor, உரிய வயதுக்குக் குறைவான நிலை. **minority government**: the ruling party that has less number of members than the strength of the combined opposition in the parliament, மக்களவையில், ஆளும் கட்சி உறுப்பினர்களின் எண்ணிக்கை, மொத்த எதிர்க்கட்சி உறுப்பினர்களின் எண்ணிக்கையைவிடக் குறைவாக இருக்கும் பொழுது, இயங்கும் அரசு, சிறுபான்மை அரசு.

min-ster/'minstə*/*(n)*:'மின்ஸ்ட்டə* / any important Church, பெரிய மாதா கோயில்.

min-strel/'minstrəl/*(n)*:'மின்ஸ்ட்ரəல் / a wandering musical entertainer, நாடோடிப் பாடகன், பாணன்.

mint/mint/ *(n)*:மின்ட் / a plant whose leaves have fresh smell and taste, புதினாக் கீரை.

mint*(n)*: a place where money is made by the government, நாணய சாலை, நாணயம் அச்சிடும் இடம். **mint***(v.t)*: to make coins, நாணயம் உண்டாக்கு; to turn metals into coins, உலோக நாணயங்களை அச்சிடு.

mi-nus/'mainəs/*(prep)*:'மய்னəஸ் / less by the subtraction of, குறைவான. **minus** *(n)*: a minus quantity, குறைவான, கழிக்கப்படும் தொகை; the sign, கழித்தல் குறி. **minus** *(adj)*: not advantageous, நன்மையில்லாமல். • *To be poor is a* **minus** *factor in life.* of a number less than zero, சுழிக்குக் கீழேயுள்ள எண்.

min-ute/'minit/*(n)*:'மினிட் / a measure of time consisting of sixty seconds, நிமிடம். • *Every* **minute** *is very important for me.* any of the 60 equal parts into which a degree of angle is divided, கோண அளவில் பாகையின் அறுபதில் ஒரு கூறு; written summary, சுருக்க அறிக்கை; a note, குறிப்பு; memorandum, பதிவுக் குறிப்பு. **minutes**: the official record of the proceedings at a meeting, ஒரு கூட்டத்தில் விவாதிக்கப்படும் நிகழ்ச்சி களின் அதிகாரபூர்வமான அறிக்கை. • *It is a practice to read out the* **minutes** *of the previous meeting in every meeting.* **minute**: to note, குறித்துக்கொள், குறிப்பிடு; to enter in the minutes of a meeting, ஒரு கூட்டத்தின் நிகழ்ச்சிக் குறிப்புகளில் ஒரு குறிப்பு ஏற்படுத்து.

min-ute/mai'nju:t/*(adj)*:மய்'ன்யூட் / **minuter, minutest**: very small, மிகச் சிறிதான. • *There are* **minute** *differences between the Prime Minister and the Finance Minister in dealing with the financial problems.*

minx/miŋks/*(n)*:மிங்க்ஸ் / an impudent girl, நாகரிகம் இல்லாத பெண்.

mir-a-cle/'mirəkl/*(n)*:'மிரəக்ல் / a happening that cannot be explained reasonably, something wonderful, divine and not natural, இயற்கையை மீறிய ஒரு

M

நிகழ்ச்சி, ஓர் அற்புத நிகழ்ச்சி, இறையருள் நிகழ்ச்சி. • *He fell from a moving vehicle. It was a* **miracle** *that he escaped absolutely unhurt.* **miraculous***(adj)*, **mira-culously***(adv)*.

mi-rage/'mira:ʒ/*(n)*:'மிராஜ்: / an illusory appearance of water, trees, etc., in a desert owing to hot air conditions, கானல் நீர்.

mire/'maiə*/*(n)*/'மயə / deep mud, சேறு, சகதி. • *Sometimes, life looks like a* **mire**. **mire***(v.t)*: to get soiled with mire, சகதியால் அசிங்கப்படு. **in the mire**: to be involved in difficulties, துன்பங்களில் சிக்கிக்கொள்.

mir-ror/'mirə*/*(n)*:'மிரə* / a piece of glass that reflects images, உருவம் காட்டி, பிம்பங்களைப் பிரதிபலிக்கும் ஆடி; a true representation, உண்மையான உருவகம், மதிப்பீடு. • *No newspaper can claim to be the* **mirror** *of public opinion.*

mirth/mɜ:θ/*(n)*:மə:த் / rejoicing, happiness and laughter, மகிழ்ச்சி ஆரவாரம். **mirthful***(adj)*, **mirthfully***(adv)*, **mirthless***(adj)*, **mirthlessly***(adv)*.

mis-ad-ven-ture/ˌmisəd'ventʃə*/*(n)*: 'மிஸəட்:'வென்ச்சə / bad fortune, கெட்ட காலம்; mishap, எதிர்பாராத விபத்து, செயல்.

mis-al-li-ance/ˌmisə'laiəns/*(n)*: 'மிஸə'லயəன்ஸ் / improper alliance or partnership, ஒத்துவராத உறவுகள், உடன்படிக்கைகள்; not proper and suitable marriages, சரிப்பட்டு வராத, மன ஒப்புதல் இல்லாத திருமணங்கள்.

mis-an-thro-py/mi'sænθrəpi/*(n)*: மி'ஸ:ஆந்த்ரəப்பி / hatred of mankind, மனித இனத்தை வெறுத்தல். **misanthrope** *(n)*: hater of mankind, மனித இனத்தை வெறுப்பவர். **misanthropic***(adj)*.

mis-ap-pre-hend/'misˌæpri'hend/*(v.t)*: 'மிஸ்ˌஆப்ரி'ஹென்ட்: / to understand not properly, சரியாகப் புரிந்துகொள்ளாமல் இரு, தவறாகப் புரிந்துகொள். **misapprehension***(n)*: misunder-standing, தவறாகப் புரிந்துகொள்ளுதல்.

mis-ap-pro-pri-ate/ˌmisə'prəuprieit/*(v.t)*: 'மிஸə'ப்ரəஉப்ரியெய்ட் / to misuse the funds entrusted to one, நம்பிக்கையுடன் ஒப்படைத்த நிதியைத் தவறாகப் பயன் படுத்து. • *It is easy to* **misappropriate** *the funds earmarked for welfare schemes.* **misappropriation***(n)*.

mis-be-have/ˌmisbi'heiv/*(v.t-v.i)*: 'மிஸ்பி:' ஹெய்வ் / **misbehaved, misbehaving**: to behave badly, முறை தவறி நடந்து கொள். **misbehaviour***(n)*.

mis-cal-cu-late/ˌmis'kælkjuleit/*(v.t-v.i)*: 'மிஸ்'க்கஆல்க்யுலெய்ட் / **miscalculated, miscalculating**: to calculate wrongly, தவறாகக் கணக்கிடு. **miscalculation***(n)*.

mis-car-riage/ˌmis'kæridʒ/*(n)*: மிஸ்'க்கஆரிஜ் / abortion, கருச்சிதைவு; premature childbirth between the 3rd and 7th month, கருத்தரித்து மூன்று முதல் 7 மாதத்திற்குள் ஏற்படும் குழந்தை பிறப்பு, குறைப்பிரசவம். **miscarriage of justice**: failure to get justice especially from court, நீதி கிடைக்காத அவலநிலை. • *Legal arguments in a court of law may, sometimes lead to* **miscarriage of justice**. **mis-car-ry**/ˌmis'kæri/*(v.i)*: மிஸ்'க்கஆரி / to fail to get or to attain the desired result, குறிப்பிட்ட பலன் கிடைக்காமல் தவறவிடு; to have abortion, கருச்சிதைவு அடை; to give birth before the due time, பேறு காலத்திற்கு முன் குழந்தை பெறு.

mis-cel-la-ne-ous/ˌmisə'leinjəs/*(adj)*: ˌமிஸி'லெய்ன்யəஸ் / consisting of different kinds, பல்வகைப்பட்ட; various, பலவகையான.

mis-chance/ˌmis'tʃa:ns/*(n)*:மிஸ்'ச்சான்ஸ் / mishap, இடையூறு; misfortune, நற்பயன் இல்லாமை.

mis-chief/'mistʃif/*(n)*:'மிஸ்ச்சிஃப் / harm, தீங்கு; trouble, தொந்தரவு; playfulness, குறும்பு; conduct that causes some annoyance, மனவேதனை கொடுக்கக் கூடிய நடத்தை. • *It is rather difficult to keep children away from doing* **mischief**. **mis-chie-vous**/'mistʃivəs/ *(adj)*:'மிஸ்ச்சீவəஸ் / causing mischief, தீங்கிழைக்கும் தன்மையுள்ள. **mischievously***(adv)*, **mischievousness** *(n)*.

mis-con-ceive/'miskənseiv/*(v.t)*: 'மிஸ்க்கəன்ஸீவ் / to make plans not correctly, தவறாகத் திட்டமிடு; misunderstand, தவறாகப் புரிந்துகொள். **mis-con-cep-tion**/ˌmiskən'sepʃn/*(n)*: 'மிஸ்க்கəன்'ஸெப்ஷəன் / not right understanding, சரியாகப் புரிந்து கொள்ளாமை.

mis-con-duct/ˌmisˈkɔndʌkt/*(n)*: மிஸ்'க்காண்டக்ட் / improper behaviour, தவறான நடத்தை. **misconduct** *(v.t)*: to mismanage, தவறாக நிர்வாகம் செய்; to behave badly, தவறாக நடந்துகொள்.

mis-con-strue/ˌmiskənˈstru:/*(v.t)*: 'மிஸ்'க்கஅன்ஸ்ட்ரூ / to take not in the right way, சரியாகப் புரிந்துகொள்ளாதிரு, தவறாகப் புரிந்துகொள்; to get wrong meaning, தவறான பொருள் கொள். **mis-con-struc-tion**/ˌmiskənˈstrʌkʃn/ *(n)*:'மிஸ்க்கஅன்ஸ்'ட்ரக்ஷஅன் / mistaken interpretation, தவறாகப் புரிந்துகொள்ளல், தவறான பொருள்படும்படி எடுத்துக் கொள்ள இடங்கொடுத்தல்.

mis-count/ˌmisˈkaunt/*(v.t-v.i)*: 'மிஸ்'க்கஉன்ட் / to count wrongly, தவறாக எண்ணு.

mis-deed/ˌmisˈdi:d/*(n)*:'மிஸ்'டீ:ட் / an immoral or illegal deed, நீதிக்குப் புறம்பான (அ) சட்ட விரோதமான செயல்.

mis-de-mean-our/ˌmisdiˈmi:nə*/*(n)*: 'மிஸ்டி:'மீனஅ* / [also **misdemeanor**]: misbehaviour, தவறான நடத்தை; criminal offence of less serious nature, சிறு குற்றம்.

mis-di-rect/ˌmisdiˈrekt/*(v.t)*:'மிஸ்டி:'ரெக்ட் / to direct not properly, தவறாகச் சொல்லி வழிகாட்டு; to guide wrongly, தவறாக ஈடுபடச் செய்.

mi-ser/maizə*/*(n)*:'மய்ஸ:அ* / a person who hoards money without spending it even for his personal comfort, கருமி, கஞ்சன்.

mis-e-ra-ble/ˈmizərəbl/*(adj)*:'மிஸ:அரஅப்:ல் / wretched, கொடுமையான; very poor, ஏழ்மையான. • *Many people live in* **miserable** *conditions.* **mis-e-ry**/ˈmizəri / *(n)*:'மிஸ:அரி / great suffering, பெருந்துன்பம்; utter poverty, ஏழ்மை.

mis-fire/ˌmisˈfaiə*/*(v.t)*:'மிஸ்'ஃபயஅ* / to shoot wrongly, சுடும்போது குறி தவறவிடு. to fail to have a desired effect, எதிர்பார்த்த பலன் கைகூடாமல் இருத்தல். The joke **misfired** completely.

mis-fit/ˈmisfit/*(n)*:'மிஸ்ஃபிட் / a person not able to get on with others, பிறருடன் நல்ல முறையில் செயல்புரிய முடியாதவன்; a person who fails to suit to his position or office, தகுதியில்லாதவன்; that which doesn't fit, பொருந்தாதது.

mis-for-tune/misˈfɔ:tʃu:n/*(n)*: மிஸ்'ஃபா:ச்யூன் (சஅன்) / serious bad luck, நற்பயன் இல்லாமை, வாய்ப்பு இல்லாமை.

mis-giv-ing/misˈgiviŋ/*(n)*:மிஸ்'கி:விங் / a feeling of doubt, ஐயம், சந்தேக உணர்ச்சி; distrust, அவநம்பிக்கை.

mis-guide/ˌmisˈgaid/*(v.t)*:'மிஸ்க:ய்ட் / to guide wrongly, தவறான வழிகாட்டு; to direct not in the right direction, தவறான அறிவுரை கூறு. **mis-guid-ed**/ˌmisˈgaidid / *(adj)*:'மிஸ்'கய்டி:ட் / mistaken, சரியாகப் புரிந்துகொள்ளாத, தவறான வழியில் செல்லுகின்ற; mislead, தவறாக வழி நடத்திச் செல்கின்ற.

mis-han-dle/ˌmisˈhændl/*(v.t)*: 'மிஸ்'ஹஆண்ட்:ல் / to handle not skilfully, திறமையில்லாமல் கையாளு; mismanage, திறமை குறைவான நிர்வாகம் செய். • *You are advised not to* **mishandle** *my car.*

mis-hap/ˈmishæp/*(n)*'மிஸ்ஹஆப் / an accident, விபத்து; some plan that fails to take off, செயலாக்க முடியாத திட்டம், இடையில் செயல்பட முடியாத, முறிந்து போன செயல் திட்டம். • *The passage of life with no* **mishap** *is real adventure.*

mis-in-form/ˌmisinˈfɔ:m/*(v.t)*: 'மிஸின்'ஃபா:ம் / to inform incorrectly, தவறான செய்தியைக் கொடு. **misinformation**(n).

mis-in-ter-pret/ˌmisinˈtɜ:prit/*(v.t)*: 'மிஸின்'ட்டஅ:ப்ரிட் / to understand incorrectly, தவறாகப் புரிந்துகொள்; to explain wrongly, தவறான விளக்கம் கொடு.

mis-judge/ˌmisˈdʒʌdʒ/*(v.t-v.i)*:'மிஸ்'ஜட்ஜ் / **misjudged, misjudging**: to judge wrongly, தவறாகத் தீர்ப்புக் கொடு, தவறாகத் தீர்மானம் செய். **misjudgement**(n).

mis-lay/ˌmisˈlei/*(v.t)*:மிஸ்'லெய் / **mislaid, mislaying**: to put in a place forgotten afterwards, ஒன்றை, ஓர் இடத்தில் வைத்து விட்டு மறந்து விடு.

mis-lead/ˌmisˈli:d/*(v.t)*:மிஸ்'லீட் / **misled, misleading**: to lead wrongly, தவறாக நடத்திச் செல், தவறான வழிகாட்டு.

mis-man-age/ˌmisˈmænidʒ/*(v.t)*: 'மிஸ்'மஆனிஜ் / to manage not skilfully, திறமையில்லாமல் நிர்வாகம் செய்; to manage badly, மோசமான நிர்வாகம் செய்.

mis-no-mer/ˌmisˈnəumə*/*(n)*: 'மிஸ்'னஅஉமஅ* / a wrong name, தவறான பெயர்; unsuitable name, பொருத்தமில்லாத பெயர்.

M

mis-place/ˌmisˈpleis/*(v.t)*:'மிஸ்'ப்லெய்ஸ் / to put in a wrong place and forget, தவறான இடத்தில் வைத்து அந்த இடத்தை மறந்து விடு; to have faith in undeserving persons, தகுதியில்லாதவர்களிடம் நம்பிக்கை வை.

mis-rep-re-sent/ˈmisˌrepriˈzent/*(v.t)*: 'மிஸ்ˌரெப்ரி'ஸெ:ன்ட் / to represent not correctly, not properly, untruly, etc., தவறாக, சரியில்லாமல், பொய்யாக எடுத்துக் கூறு. • *Many foreigners, who come as tourists* **misrepresent** *our country to the world outside.*

miss/mis/*(v.t-v.i)*:மிஸ் / to fail to hit, குறி தவற விடு; to fail to meet, சந்திக்கத் தவறு; to fail to reach, அடையத் தவறு; to fail to get, பெறுவதற்கு வாய்ப்பை இழந்து விடு; to avoid something not pleasant, மகிழ்ச்சியற்றதைத் தவிர்த்து விடு; to escape from something that is dangerous, etc., விபத்தினின்று தப்பித்துக்கொள். • *I just* **missed** *being run over by a lorry.* **miss***(n)*: failure to hit, meet, obtain, etc., குறி தவறுதல், சந்திக்க முடியாமை, பெற முடியாமை, முதலியவை. **miss***(n, sing)*, **misses***(n, pl)*: the conventional title for unmarried women, கன்னிப் பெண்களின் பெயர்களுக்கு முன் குறிக்கப்படும் அடை மொழி.

mis-shap-en/ˌmisˈʃeipən/*(adj)*: 'மிஸ்'ஷெய்ப்பஅன் / badly shaped, சரியாக உருவாகாத; deformed, தவறாக அமைந்திருக்கும். • *The child was born with* **misshapen** *nose.*

mis-sile/ˈmisail/*(n)*:'மிஸய்ல் / a weapon thrown at, எறிகணை; a weapon, with an engine of its own aimed at a distant target, ஏவுகணை.

miss-ing/ˈmisiŋ/*(adj)*:'மிஸிங் / not found, காணப்படாத; wanting, தேவையான. • *The reporting of* **missing** *persons has become very common now.*

missing-link/ˈmisiŋliŋk/*(n)*:'மிஸிங்'லிங்க் / a fact or some point that is missing in an argument to complete it, ஒரு விவாதத்தில், அதை முழுமையாக்குவதற்கு ஒரு உண்மை (அ) ஒரு கருத்து இல்லாமல் இருப்பது.

mis-sion/ˈmiʃn/*(n)*:'மிஷஅன் / a group of persons or delegation sent to some place for certain purpose, தூதுக் குழு; certain aim in one's life, ஒருவரின் வாழ்க்கைக் குறிக்கோள். • *The* **mission** *in her life was to help the poor and the weak.*

mis-sion-a-ry/ˈmiʃnəri/*(n, sing)*:'மிஷ்னஅரி / **missionaries***(n, pl)*: [also **missioner**]: a person who is sent to a foreign country to spread religion, to help the people and to carry on hospital and educational work, சமயப் பரப்பாளர், மதம், கல்வி, மருத்துவ உதவிகளுக்காக பிற நாடுகளுக்கு அனுப்பப்படும் சேவையாளர், சேவைக் குழு.

mis-sive/ˈmisiv/*(n)*:'மிஸிவ் / a letter, கடிதம்; a written message, எழுத்து மூலமான செய்தி.

mis-spell/ˌmisˈspel/*(v.t)*:'மிஸ்'ஸ்ப்பெல் / **misspelled, misspelt**: to spell not correctly, சரியாக இல்லாமல் எழுது, உச்சரி, தவறாக எழுது, உச்சரி. **misspelling***(n)*.

mist/mist/*(n)*:'மிஸ்ட் / fog, மூடுபனி; cloudy air with drops of water covering the earth, பனிமூட்டம். **mist***(v.t-v.i)*: to be covered with mist, பனியால் மூடியிரு; to become misty, பனிமூட்டம் உருவாகு. **misty***(adj)*, **mistily***(adv)*, **mistiness** *(n)*.

mis-take/miˈsteik/*(v.t)*:மிஸ்'ட்டெய்க் / **mistook, mistaken, mistaking**: to understand wrongly, to misunderstand, தவறாகப் புரிந்துகொள்; to make error, தவறு செய். • *I* **mistook** *her for my sister.* • *Very often,* **mistaken** *identity causes confusion.* **mistake***(n)*: a misunderstanding, தவறாகப் புரிந்துகொள்ளல்; an error, தவறு. • *It is a serious* **mistake** *on his part to resign his job.*

mis-ter/ˈmistə*/*(n)*:'மிஸ்ட்டஅ* / conventional title used for a man, ஆண்களை அழைக்கும் சொல்; 'Mr.' *abbr.* of 'Mister', 'Mister' என்பதன் சுருக்கம்.

mis-tress/ˈmistris/*(n)*:'மிஸ்ட்ரிஸ் / a woman who is in authority, அதிகாரத்திலுள்ள பெண்மணி; the female head of a household, வீட்டுத் தலைவி; a woman teacher, ஆசிரியை. 'Mrs.' *abbr.* for 'Mistress', 'Mrs.' என்பது 'Mistress' என்பதன் சுருக்கம்.

mis-trust/ˌmisˈtrʌst/*(n)*:'மிஸ்ட்ரஸ்ட் / lack of trust, நம்பிக்கையில்லாமை; distrust, அவநம்பிக்கை. **mistrust***(v.t)*: to be not trustful, நம்பிக்கையில்லாமல் இரு; not to trust, அவநம்பிக்கைகொள்.

mis-un-der-stand/ˌmisʌndəˈstænd/*(v.t-v.i)*:'மிஸன்டஅ'ஸ்ட்டஆன்ட் / to understand not correctly, சரியில்லாத வகையில் பொருள் கொள். • *Any quarrel is due to*

misunderstanding *only*. **mis-un-der-stand-ing**/ˌmisʌndə'stændiɲ/*(n)*: 'மிஸன்டஒ'ஸ்ட்டஆன்டிங் / disagreement, மனவேற்றுமை; the act of not understanding correctly, சரியாகப் புரிந்து கொள்ளாமை. • **Misunderstanding** *is not so serious as quarrel.*

mis-use/ˌmis'ju:z/*(v.t)*:'மிஸ்'யூஸ்: / to use not properly, சரியில்லாத வகையில் பயன் படுத்து. **misuse***(n)*: improper use, தவறாகப் பயன்படுத்துதல்.

mite/mait/*(n)*மய்ட் / a very small contribution, சிறிய உதவித் தொகை, சிறிதளவு கொடுக்கப்படுவது; a very small amount, சிறு தொகை; a tiny object, மிகச் சிறிய பொருள்; very small insect like creature, சிறு பூச்சி.

mit-i-gate/'mitigeit/*(v.t)*:'மிட்டிகெ:ய்ட் / to lessen the intensity (of anger, pain, anguish, etc.), குறைவுபடுத்து, தணி, கோபம், வலி, துன்பம் முதலியவற்றின் தீவிரத்தைக் குறை; to make less severe, மட்டுப்படுத்து. • *The appellate courts always* **mitigate** *the punishments awarded in the lower court.* **mit-i-ga-tion**/ˌmiti'geiʃn/*(n)*:ˌமிட்டி'கெ:ய்ஷஒன் / mitigating circumstances, குற்றத்தைத் தணிக்கும் சூழ்நிலைகள்.

mix/miks/*(v.t-v.i)*:மிக்ஸ் / **mixed, mixing**: to put (substances, things, etc.) together into one combination or mass, கல, ஒன்று சேர், கூட்டு; blend, mingle, பொருள்களை ஒன்றுசேர்த்து ஐக்கியமாகும்படி செய். • *Some persons do not like to* **mix** *with anybody and everybody.* **mix***(n)*: the act of mixing, பொருள்களைக் கூட்டு சேர்த்தல்; a commercially prepared mixture, தொழில் ரீதியாகச் சேர்க்கப்பட்ட கலவை. **mix-ture**/'mikstʃə*/*(n)*:'மிக்ஸ்ச்சஒ* / a set of different substances blended together, கலவை; liquid medicine prepared with different ingredients, மருந்துக் கலவை.

mne-mon-ic/ni:'mɔnik/*(adj)*:நி'மானிக் / some rules or hint assisting to help the memory, நினைவில் கொள்ள உதவும் குறிப்பு; pertaining to memory, நினைவைப் பற்றிய. **mnemonically***(adv)*.

moan/məun/*(n)*:மஒஉன் / a low sound expressing mental or physical pain, முனகல், புலம்பல். **moan***(v.t)*: to make a low, soft sound expressing physical or mental agony, முனகு, புலம்பு. • *Why did you* **moan**? *Have you had a bad dream?*

moat/məut/*(n)*/மஒஉட் / a trench filled with water for defence purposes, அகழி.

mob/mɔb/*(n)*:மாப்: / a large noisy crowd of people, கும்பல். **mob***(v.t)*: to crowd around, கும்பலாகக் கூட்டம் சேர்; to gather in large numbers and attack, கும்பலாகக் கூடித் தாக்கு.

mo-bile/'məubail/*(adj)*:'மஒஉபா:ய்ல் / capable of moving, நகரக்கூடிய; permanently equipped (vehicle etc.,) moving from place to place, எல்லாச் சாதனங்களுடன் ஓரிடத்திலிருந்து மற்றோர் இடத்திற்கு இடம் பெயர்ந்து கொண்டிருக்கிற வண்டி. **mobile***(n)*: a piece of decorative work cards, papers, etc., and hung up with wires, so as to move in the current of air, தோரணம். **mobility***(n)*: the quality of being mobile, எளிதில் நகரக் கூடியது, இயங்கும் தன்மை, இயக்கம். **mo-bi-lize**/'məubilaiz/*(v.t)*: 'மஒஉபி:லய்ஸ்: / **mobilized, mobilizing**: to gather and collect into a condition ready for use, ஒன்று திரட்டிச் செயல்படுவதற்குத் தயாராகு. *I will* **mobilise** *all my resources to fight this evil.* to gather the armed forces ready for use, போருக்கு ஆயத்தமாகு. **mobilization** *(n)*.

moc-ca-sin/'mɔkəsin/*(n)*:'மாக்கஒஸின் / soft deer skin, மிருதுவான மான் தோல்; a shoe made from soft skin, மிருதுவான தோலில் செய்யப்பட்ட காலணி.

mock/mɔk/*(v.t)*:மாக் / to make fun of, கேலி செய்; to ridicule, ஏளனம் செய்; mimic with derision, விகடம் செய். **mock***(adj)*: not real, உண்மையல்லாத; being an imitation, போலியாக இருக்கின்ற. • *The students enacted a* **mock** *parliament.* **mock-e-ry**/'mɔkəri/*(n)*:மாக்கஒரி / ridicule, ஏளனம்; derision, வெறுப்புடன் நிந்திக்கப் படும் அவமதிப்பு.

mode/məud/*(n)*:மஒஉட்: / a way of behaving, செயல்வகை; a way of doing, செயல்பாணி; a system of arranging musical notes, இசைத்தொனிகளை வகைப்படுத்தும் முறை. **mode***(n)*: that which is fashionable, நாகரிகமானது.

mod-el/'mɔdl/*(n)*:'மாட்:ல் / a copy of something, மாதிரி; a design from which copies can be had, உருவப்படிவம்; a person who poses for sculptors, painters,

M

photographers, etc., சிலை செய்வதற்கும், வண்ணப்படம் தீட்டுவதற்கும், நிழற்படம் எடுப்பதற்கும் மாதிரியாக இருப்பவர். • *As a teacher he is a* **model** *to be emulated.* • *A* **model** *of the proposed capital city is exhibited in the office.* **model**(*v.t*): to form according to a model, ஒரு மாதிரியைப் போல உருவாக்கு; to shape according to a model, ஒரு மாதிரியைப் போல் உருவமை; to serve as a fashion mode, ஆடை அலங்காரப் பொருள்களை விற்பனை செய்ய விளம்பரமாதிரியாகச் செயல்படு.

mo-dem/'mɔudem/(*n*):'மɔஉடெ:ம் / a device that sends information from one computer to another one far away through a phone line, ஒரு கணினியிலிருந்து தூரத்திலுள்ள மற்றொன்றிற்கு தகவல்களை தொலைபேசி மூலம் அனுப்பும் ஒரு கருவி.

mod-e-rate/'mɔdəreit/(*adj*):'மɔட:əரெய்ட் / being or keeping within reasonable limits, நியாயமான எல்லையைத் தாண்டாத, மிதமான; of medium value or quantity, குறைவும் அதிகமும் இல்லாத, நடுத்தரமான மதிப்பு (அ) அளவுள்ள. • *Driving public vehicle at* **moderate** *speed is desirable.* not extreme, தீவிரக்கொள்கையல்லாத; not accepting extreme political opinion, ideas, etc., தீவிரமான அரசியல் கொள்கைகளை ஏற்றுக்கொள்ளாத. **moderate**(*v.t-v.i*): to make less violent, மிதமாக்கு, வன்முறையைக் குறை; to make less severe, கடுமையைக் குறைவுபடுத்து; mitigate, தணி. • *Workers never* **moderate** *their demands regarding their pay.* **moderate** (*n*): a person who has moderate opinion in politics, religion, etc., மிதவாதி. • *Sapru was a* **moderate**. **moderation** (*n*), **moderately**(*adv*). **mod-e-ra-tor**/'mɔdəreitə*/(*n*):'மɔடəரெய்ட்டə* / one who moderates, மிதமாகச் செயல்படுபவர், தீவிரமின்றிச் செயல்படுபவர், நடுவர்; an examiner who sees that marks are awarded in an examination in fair manner, நியாயமான முறையில் தேர்வு நடத்த உதவும் தேர்வு அலுவலர்.

mod-ern/'mɔdən/(*n*):மɔட:ə:ன் / of recent times, சமீப காலத்திய. • **Modern** *history is full of wars.* characteristic of present and recent times, நவீன காலத்திய, தற்காலத்திற்குரிய; in use now, இப்பொழுது உபயோகத்திலுள்ள. • *To learn a* **modern** *language is not difficult.* **modern**(*n*): a person of modern times, நிகழ்காலத்தவர்; a person who has modern views, நிகழ்காலக் கருத்துக்களைக் கொண்டவர். **modernism**(*n*). **mod-ern-ize**/'mɔdənaiz/(*v.t*):'மɔட:əனய்ஸ்: / to make fit for modern use, நிகழ்கால உபயோகத்திற்குத் தகுதியாக்கு; to adopt modern methods, views, etc., தற்காலத்து முறைகளையும், கருத்துக்களையும், மற்றவற்றையும் ஏற்று தகுந்தபடி செயல்படுத்து. • *Agriculture is being* **modernised** *in India by the use of tractors, bulldozers, etc.*

mod-est/'mɔdist/(*adj*):'மɔடி:ஸ்ட் / having or showing not very high estimate of one's merits, ability, importance, etc., தன் திறமை, முக்கியத்துவம் முதலியவை பற்றி மிக அதிக மதிப்பு வைத்திராமை; not extravagant, ஆடம்பரமில்லாத. • *Indian women are noted for their* **modest** *behaviour.*

mod-i-cum/'mɔdikəm/(*n*):'மɔடி:க்கəம் / moderate or small quantity, கொஞ்சம் (அ) சிறிதளவு.

mod-i-fy/'mɔdifai/(*v.t*):'மɔடி:ஃபய் / **modified, modifying**: to change only to some extent, சிறிதளவு திருத்தம் செய்; to describe or limit the meaning of word, ஒரு சொல்லின் பொருளை விவரி (அ) சுருக்கு. • *Adverbs* **modify** *verbs.* **modification**(*n*). **mod-i-fi-er**/'mɔdifaiə*/(*n*):'மɔடி:ஃபயə* / a word or a group of words that describes or limits the meaning of another word, phrase, etc., தழுவும் சொல், சொற்றொடர்.

mod-u-late/'mɔdjuleit/(*v.t*):'மɔட்:யுலெய்ட் / to regulate or adjust to the required measure, வேண்டிய அளவுக்கு ஒழுங்கு படுத்து (அ) சரிப்படுத்து; to tune to certain pitch or key, தொனியை ஓர் உச்சம் (அ) வகைக்குத் திருத்து. • *She* **modulates** *her voice suitably to make it melodious.* **modulation**(*n*).

mo-dule/'mɔdju:l/(*v.t*):'மɔட்:யூல் / a part of a space vehicle that can be used on its own without the rest of the vehicle, ஏற்றிச்செல்லக்கூடிய சாதனமில்லாமல் தானாகவே செயல்படும் செயற்கைக்கோளின் ஒரு பகுதி.

M

mo-dus-op-e-ran-di/'mɔdəsˌɔpə'rændi:/ *(n)*:'மஒடஸ்,ஓப்பஒ'ரஆன்டி: / mode of doing or working, செய்முறை, வேலை செய்யும் விதம்.

moist/mɔist/*(n)*:மஓய்ஸ்ட் / slightly wet, சற்று ஈரமான. **moist-en**/'mɔisn/*(v.t-v.i)*: 'மஓய்ஸ்ன் / to make or become moist, ஈரமாக்கு, ஈரமாகு. **mois-ture**/'mɔistʃə*/ *(n)*:'மஓய்ஸ்ச்சஒ* / dampness, ஈரம்.

mo-lar/'məulə*/*(n)*:'மஒஉலஒ* / any of the large teeth used for grinding, கடைவாய்ப் பல்.

mo-las-ses/məu'læsiz/*(n)*:மஒஉ'லஆஸிஸ்: / thick dark sweet syrup produced from sugar plants, வெல்லப்பாகு.

mole/məul/*(n)*/மஒஉல் / small dark spot on a person's skin, மறு, மச்சம்; a small, furry, animal that digs hole, அகழெலி; stonewall built in the sea as a breakwater, அலைதாங்கி, அணைக்கரை.

mol-e-cule/'mɔlikju:l/*(n)*:'மஓலிக்யூல் / the smallest physical unit of an element or compound, மூலக்கூறு. **molecular**(*adj*).

mole-hill/'məulhil/*(n)*:'மஒஉல்ஹில் / a small heap of earth thrown by a mole, அகழெலி வளை.

mo-lest/məu'lest/*(v.t)*:மஒஉ'லெஸ்ட் / to annoy, தொந்தரவு செய்; to attack, தாக்குதல் செய்; to make indecent sexual advances to a woman, பாலுணர்வு காரணமாக பெண்களிடம் அநாகரிகமாக நடந்து கொள். • *To* **molest** *a woman is a criminal offence.* **molestation**(*n*).

mol-ten/'məultən/*(adj)*:மஒ,உல்ட்டஒன் / melted, உருக்கிய, உருக்கி வார்க்கப்பட்ட.

mo-lyb-de-num/mə'libdənəm/*(n)*: மஒ'லிப்:டினஒம் / a silver white metal element, வெள்ளி போன்ற ஓர் உலோகம், மாலிப்டினம்.

mo-ment/'məumənt/*(n)*:'மஒஉமஒன்ட் / a very short space of time, மிகக் குறுகிய காலம். • *She is busy at the* **moment**. an instant, கணம்; importance, சிறப்பு, மதிப்பு, முக்கியத்துவம்; the time for action, செயல்படும் நேரம். • *Men and* **moment** *should agree.* **mo-men-ta-ry**/ 'məuməntəri/*(adj)*:'மஒஉமென்ட்டஒரி / lasting for a moment, கண நேரமே நிலைத் திருக்கின்ற. **momentarily**(*adv*).

mo-men-tous/məu'mentəs/*(adj)*: 'மஒஉமஒன்ட்டஒஸ் / of far reaching importance or consequence, மிக அதிக முக்கியத்துவம் (அ) பின் விளைவுகளை ஏற்படுத்துகின்ற. • *These are the* **momentous** *days in the history of the Soviet Union.*

mo-men-tum/məu'mentəm/*(n)*: மஒஉ'மென்ட்டஒம் / the force of movement, இயக்க விசை; impetus, செயல் வேகம். • *As the car rolled down the valley it gained* **momentum**. • *The struggle for freedom gathered* **momentum** *day by day under the leadership of Gandhi.*

mon-arch/'mɔnək/*(n)*:'மஓனஒக் / a ruler of a state having hereditary right, பரம்பரை உரிமையுள்ள ஆட்சியாளர். **mon-ar-chy**/ 'mɔnəki/*(n)*:'மஓனஒக்கி / rule by a king or queen, முடியாட்சி.

mon-as-tery/'mɔnəstəri/*(n)*:'மஓனஒஸ்ட்டஒரி / a place where monks live, துறவிகள் வசிக்குமிடம்.

Mon-day/'mʌndi/*(n)*:'மன்டெ:ய் (டி:) / the second day of the week, திங்கட்கிழமை.

mon-ey/'mʌni/*(n)*:'மனி / means of exchange or medium of exchange or token in the form of coins, currency notes, etc., பணம், நாணயம். • *I have no* **money,** *I am always broke.* wealth, செல்வம். • *He has lost all his* **money** *in the election.* • *Making* **money** *has become the sole business and occupation of man; in the process he has lost his identity.*

mon-ger/'mʌɲgə*/*(n)*:'மங்க:ஒ* / trader, வணிகர்.

Mon-gol/'mɔɲgəl/*(n)*:'மஓங்க:ஒல் (ஓல்) / a member of the pastoral community now living in Mongolia, மங்கோலிய நாட்டில் வசிக்கும் கிராமிய நாட்டு மக்களில் ஒருவர்.

mon-goose/'mɔɲgu:s/*(n)*: 'மஓங்கூ:ஸ் (மங்) / a small furry Indian animal that destroys venomous snakes, rats, etc., கீரி.

mon-grel/'mʌɲgrəl/*(n)*: 'மங்க்:ரஒல் / any plant or animal especially dog resulting from the crossing of different breeds, கலப்பின நாய், கலப்பினத்தாவரம் (அ) விலங்கு.

mon-i-tor/'mɔnitə*/*(n)*:'மஓனிட்டஒ* / a receiving apparatus used in control room of studio (Radio, T.V. transmission) for monitoring transmission, வானொலியிலும்,

M

தொலைக்காட்சியிலும், பதிவுக்கூடங்களில் ஒலி/ஒளி பரப்புவதை வகைப்படுத்தவும், தேர்வுபடுத்தவும் பயன்படும் கருவி; a screen in use with a computer, கணிப்பொறியில் உள்ள திரை; a person who receives news from Radio, T.V and reports their contents, செய்திகளை வானொலி, தொலைக்காட்சி முதலியவற்றிலிருந்து சேகரித்து அறிக்கை அளிப்பவர்; a pupil, chosen to help the teacher in various ways, மாணவர் தலைவர். **monitor**(*v.t*): to listen, to observe and to record over a certain period for some particular purpose, கேட்டு, கவனித்து, இடைமறித்து ஒரு குறிப்பிட்ட நோக்கத்திற்காகப் பதிவு செய். • *The rebels' activities are carefully* **monitored** *by the Police control room.*

monk/mʌɲk/(*n*):மங்க் / a member of a monastic community, சாது, துறவி.

mon-key/'mʌɲki/(*n*): 'மங்கி / a small tree climbing animal with a long tail resembling human being, குரங்கு.

monkey(*v.i*): to play foolishly, குறும்பு செய்து விளையாடு.

mon-o/'məunəu/(*comb*):'மௌனஊ / alone, single, தனியாக, ஒன்று.

mon-o-cle/'mɔnəkl/(*n*):'மானாக்ல் / an eyeglass for one eye only, ஒற்றை மூக்குக் கண்ணாடி.

mo-nog-a-my/mɔ'nɔgəmi/(*n*): மா'னாகஃமி / marriage with only one person at a time, ஒரு சமயத்தில் ஒருவரையே வாழ்க்கைத் துணைவராக ஏற்றுக்கொள்ளும் திருமண முறை.

mon-o-gram/'mɔnəgræm/(*n*): 'மானஅக்:ரஃம் / two or more letters combined into a single design, கூட்டெழுத்து.

mon-o-graph/'mɔnəgra:f/(*n*): 'மானஅக்:ராஃப் / a serious article or a short sketch on one particular subject written by an author, ஓர் எழுத்தாளரால் ஒரு குறிப்பிட்ட தலைப்பில், சிறு குறிப்பாக எழுதப்பட்டது.

mon-o-lith/'mɔnəuliθ/(*n*)/'மானஅஉலித் / a sculpture carved out of a single rock, ஒற்றைக் கல்லில் செதுக்கப்பட்ட சிற்பம், எழுத்துக்கள், நினைவுச் சின்னமாக நிறுத்தப்பட்ட பெரிய ஒற்றைக் கல். **monolithic**(*adj*).

mon-o-logue/'mɔnəlɔg/(*n*):'மானஅலாக்: / a prolonged talk or discourse by a single actor or actress, ஒரு நடிகர் (அ) நடிகை தானாகவே பேசும் பாணி, தனி மொழி.

mon-o-plane/'mɔnəuplein/(*n*): 'மானஅஉப்லெய்ன் / an aircraft with only one wing on each side, ஓரிணைச் சிறகு விமானம்.

mo-nop-o-lize/mə'nɔpəlaiz/(*v.t*): மஅ'னாப்பஅலய்ஸ்: / to have a monopoly of, முழு ஆதிக்கம் கொள்; to have complete control without sharing, எல்லாப்பங்குகளையும், அதிகாரத்தையும் தன்னிடமே வைத்துக்கொள். • *All her time is being* **monopolized** *by her family members.* • *The government entirely* **monopolize** *the railways.*

mo-nop-o-ly/mə'nɔpəli/(*n*):மஅ'னாப்பஅலி / exclusive control of a commodity or some service held by one single person or group, ஒரு வணிகப் பொருள் (அ) ஒரு பணி முதலியவற்றில் ஒருவர் (அ) ஒரு குழுவின் தனியுரிமை. • *The Post, Telegraph, Radio and Television are all government* **monopoly**.

mon-o-syl-la-ble/'mɔnə,siləbl/(*n*): 'மானஅ,ஸிலஅப்:ல் / a word with one syllable, ஓரசைச் சொல்.

mon-o-the-is-m/'mɔnəuθi:,izəm/(*n*): 'மானஅஉத்தீயிஸ:அம் / the doctrine that there is 'only one God', 'ஒருவனே தேவன்' என்ற கோட்பாடு கொள்ளல். **monotheist** (*n*), **monotheistic**(*adj*), **monotheistical** (*adj*), **mono-theistically**(*adv*).

mo-not-o-nous/mə'nɔtnəs/(*adj*): மஅ'னாட்டஅனஅஸ் / lacking in variety and uninteresting, சற்றும் உணர்ச்சியில்லாத, சலிப்பூட்டக்கூடிய, ஒரே மாதிரியான. **mo-not-o-ny**/mə'nɔtni/(*n*): மஅ'னாட்டஅனி / [also **monotonousness**]: lack of variety, ஒரே மாதிரியாக இருத்தல்; sameness, ஒரே மாதிரியான தன்மை.

Mon-sieur/mə'sjз:*/(*n*):மஅ'ஸ்யஅ* / title for a French speaking man, 'Mr.', 'திரு.' பிரெஞ்சு ஆண்மகனுக்கு உரிய அடைமொழி.

Mon-si-gnor/mɔn'si:njə*/(*n*): மான்'ஸின்யஅ* / a title conferred on a prelate, பிரெஞ்சு மதகுருவின் பட்டப் பெயர்.

mon-soon/,mɔn'su:n/(*n*):மான்'ஸூன் / the seasonal wind of the Indian Ocean and South Asia, பருவக் காற்று; the period of heavy rains which falls in India and Asian countries from April to October, மழைக்காலம்.

mon-ster/'mɔnstə*/*(n)*:'மான்ஸ்ட்டə* / a very large strange fabled animal, இராட்சதன், அரக்கன், மிகப்பெரிய விலங்கு.

mon-strous/'mɔnstrəs/*(adj)*:'மான்ஸ்ட்ரəஸ் / horrible, மிகக் கொடிய. • *I had a* **monstrous** *dream last night.* very large, மிகப்பெரிய; unnatural, இயற்கைக்கு மாறான. **monstrously***(adv)*, **monstrosity***(n)*.

month/mʌnθ/*(n)*/மந்த் / any of the 12 named divisions of the year, மாதம். **monthly***(adj)*: happening once a month, மாதமொருமுறை நிகழ்கின்ற; every month, ஒவ்வொரு மாதமும். **monthly***(n)*: a magazine appearing once a month, மாத இதழ், மாதப் பத்திரிகை.

mon-u-ment/'mɔnjumənt/*(n)*: 'மான்யுமəன்ட் / a building, a pillar, a structure, etc. built in memory of a person or event, நினைவுச் சின்னம். • *India Gate at Delhi is a* **monument** *erected in memory of soldiers killed in the war.* **mon-u-ment-al**/ˌmɔnju'mentl/*(adj)*: ˌமான்யு'மென்ட்ல் / serving as a monument, நினைவுச் சின்னமாக விளங்குகின்ற, நினைவுக்குரிய. **monumentally***(adv)*.

mood/mu:d/*(n)*:மூட்: / the state of mind at a particular time, மனப்போக்கு, மனநிலை. • *Man's* **mood** *mellows when he grows old.* prevailing feeling, அப்பொழுது உள்ள உணர்ச்சி. • *He is not angry now: but he is definitely not in receptive* **mood**. the inflection of a verb, வினைச்சொல்லின் உணர்வு, வினைச்சொல், பொருளுக்கு ஏற்ப எடுத்துக்கொள்ளும் வடிவம். **moody***(adj)*.

moon/mu:n/*(n)*:மூன் / the earth's natural satellite, சந்திரன், திங்கள்; a lunar month, ஒரு மாதம்.

moor/mɔ:*/*(n)*:மூə* / a wide open waste land overgrown with heath, புதர்க்காடு, தரிசு நிலம். **moor***(v.t-v.i)*: to fasten a ship, boat, etc., by means of ropes or by anchor, கப்பலை நங்கூரம் பாய்ச்சி நிறுத்து. **Moor***(n)*: one of a Mohammedan race, முகம்மதிய இனத்தவர்.

moor-ings/muəriŋz/*(n)*:'முəரிங்ஸ்: / a fixed object to which a boat, vessel, etc., is moored, கப்பல் (அ) படகை நிறுத்தி வைக்க உதவும் கருவி. • *Children with no parents or other relatives lose their emotional* **moorings**.

moose/mu:s/*(n)*:மூஸ் / a North-American deer-like animal, வட அமெரிக்க மான் போன்ற விலங்கு.

moot/mu:t/*(v.t)*:மூட் / to introduce or state any point, subject, project, etc. for discussion, ஒரு குறிப்பு, ஒரு தலைப்பு, ஒரு செயல் திட்டம் முதலியவற்றை விவாதத்திற்குக் கொண்டுவா. • *The subject of changing the governor was* **mooted** *in the cabinet meeting.* **moot point***(n)*, [usually singular, also **moot question**]: a point which has many sides and requires discussion, விவாதிக்கப்பட வேண்டிய பல்நோக்குள்ள ஒரு செய்தி. • *Will the government bring down the prices of essential commodities? It is a* **moot point**.

mop/mɔp/*(n)*:மாப் / a duster, துடைப்பான். **mop***(v.t)*: to clean with a mop, துடை, துடைப்பம் கொண்டு பெருக்கு, சுத்தம் செய். • *Clean or remove the dust with a* **mop**. • *The sugar that was spilt was* **mopped** *up by the lady.*

mope/məup/*(v.i)*:மəஉப் / to continue to be dull without being cheerful, மந்தமாக இருந்துகொண்டு, உற்சாகம் பெற முயற்சி செய்யாமல் இரு. **to mope about**: to move about and spend time idly, வேலையில்லாமல் சுற்று. **mopish***(adj)*: dull, மந்தமான.

mo-raine/mɔ'rein/*(n)*:மɔ'ரெய்ன் / rocks and gravels on the edge of glaciers, பனிப்படலப் பாறை.

mor-al/'mɔrəl/*(adj)*:'மɔரəல் / concerned with the right conduct, நெறியுள்ள நடத்தையும், குணமும் பற்றிய. • *What is* **moral** *or not moral is a moot question.* based on right attitude, சரியான மனப்பான்மையைப் பற்றிய, அறம் பற்றிய. **moral***(n)*: the moral teaching, நீதி போதனை; the lesson of a fable, நீதிக் கருத்து. • *The* **morals** *of good stories are conveniently forgotten.*

M

mo-rale/mɔ'ra:l/*(n)*:மɔ'ரால் / the mental condition of courage, determination, sense of confidence, etc., of a person, army troops, sports team, etc., பிரச்சினைகளைச் சமாளிக்கும் மனவுறுதி, எதையும் எதிர்நோக்கும் தீர உணர்ச்சி முதலியவை, ஒருவர், ஒரு படை, ஒரு தொகுதி, ஓர் அணி முதலியவற்றின் மனவுறுதி, வீர உணர்ச்சி, வெற்றி கொள்வோம் என்னும் மனப்பான்மை.

mor-al-i-ty/mə'ræləti/*(n)*:மə'ரæலிட்டி / virtuous behaviour, high conduct, நெறியுள்ள நடத்தை. **moralist***(n)*, **moralistic***(adj)*.

mo-rass/mə'ræs/*(n)*:மə'ரæஸ் / a marsh, சதுப்பு நிலம்.

mor-a-to-ri-um/ˌmɔrə'tɔ:riəm/*(n)*: ˌமɔரə'ட்டɔ:ரியəம் / legal period of delay for payment of dues, கொடுக்கப்படவேண்டிய பணத்திற்கு அதிகாரபூர்வமானதும், சட்டம் அனுமதிக்கக்கூடியதுமான காலக்கெடு.

mor-bid/'mɔ:bid/*(n)*:மɔ:பிட்: / gloomy, sensitive, unhealthy thinking of subjects regarding death, other world, etc., வளமில்லாத சிந்தனையும், இருளடர்ந்த மனநிலையும், தொடர்பில்லாத நினைவு களுடனும் இருத்தல். • *Johnson suffered from* **morbid** *melancholy.*

more/mɔ:*/*(adj)*:மɔ:* / existing in greater quantity, மிக அதிக அளவில் இருக்கின்ற; to a greater degree, மிக அதிகமான. • *The* **more** *difficult a problem is, the less easy is to solve it.* **more***(adv)*: to a greater extent, அதிக அளவிற்கு.

more-o-ver/mɔ:'rəuvə*/*(adv)*: மɔ:'ரəஉவə* / in addition, மேலும். • *The price of the car is reasonable,* **moreover** *it is good.*

mor-i-bund/'mɔribʌnd/*(adj)*:'மɔரிப:ன்ட்: / no longer effectively living, உயிர்ச்சக்தியுடன் இயங்காத நிலைமையுள்ள.

morn/mɔ:n/*(n)*:மɔ:ன் / morning, காலை. **morning***(n)*: the beginning or early part of the day, காலைப்பொழுது.

morning-star/ˌmɔ:niŋ'sta:*/*(n)*: 'மɔ:னிங்'ஸ்ட்டா* / Venus, சுக்கிரன்; any bright planet seen at dawn in the eastern sky, கீழ்வானில் தோன்றும் விடிவெள்ளி.

mo-roc-co/mə'rɔkəu/*(n)*:மə'ரɔக்கəஉ / fine soft leather made from goat skin, மிருதுவான வெள்ளாட்டுத் தோல்.

mo-rose/mə'rəus/*(n)*:மə'ரəஉஸ் / gloomy, sullen, and ill-humoured, வருத்தமும் கவலையும், சற்றும் இனிமை இல்லாத.

mor-pheme/'mɔ:fi:m/*(n)*:'மɔ:ஃபீம் / the smallest meaningful unit or part in a word 'go' has one morpheme and goes two morphemes, ஒரு சொல்லின் பொருளுள்ள சிறு பகுதி.

mor-phine/'mɔ:fi:n/*(adj)*:'மɔ:ஃபீன் / [also **morphia**]/: a drug prepared from opium, used to dull pain and to cause sleep, அபினிலிருந்து தயாரிக்கப்படும் ஒருவகை மருந்து, இது வலியை மறக்கவும், தூக்கம் ஏற்படுத்தவும் உதவும் மருந்து.

mor-row/'mɔrəu/*(n)*:'மɔரəஉ / the day following today, மறுநாள், நாளை.

Morse-code/mɔ:s'kəud/*(n)*:மɔ:ஸ்'க்கəஉட்: / மோர்ஸ் குறியீட்டு முறை; a code of signals used in signalling and telegraphy, தந்தி, சைகை முறை முதலியவற்றில் பயன்படும் மோர்ஸ் குறியீட்டு முறை.

mor-sel/'mɔ:sl/*(n)*:'மɔ:ஸəல் / a small portion of food, மிகக் குறைந்த உணவு, கவளம். • *To many in India, even a* **morsel** *of food is a luxury.*

mor-tal/'mɔ:tl/*(adj)*:'மɔ:ட்ல் / subject to death, இறக்கக்கூடிய; of human beings, மனிதர்கள் பற்றிய. **mortal***(n)*: a human being, மனிதன்; as compared to divine being, தெய்வச் செயலுக்கு ஒப்பாக.**mor-tal-i-ty**/mɔ:'tæləti/*(n)*:மɔ:'ட்டæலிட்டி / death rate in a district or community, இறப்பு விகிதம்; the condition of being mortal, இறக்கும் தன்மை.

mor-tar/'mɔ:tə*/*(n)*:'மɔ:ட்டə* / a mixture of lime or cement, sand and water for joining stones or bricks, சாந்துக் கலவை, காரை; a kind of firearm, ஒருவகைப் பீரங்கி; a hard bowl in which substances are ground or crushed, உரல்.

mort-gage/'mɔ:gidʒ/*(n)*:'மɔ:கிஜ் / a conveyance of property to a creditor as security, as for the repayment of money, அடமானம்; the deed by which, pledging is legally effected, அடமானப் பத்திரம்; the amount lent by way of mortgage, அடமானத்தின்பேரில் கொடுக்கப்பட்ட பணம், தொகை. **mortgage***(v.t)*: to convey or place (property, house, land, etc.) under a mortgage, அடகு வை, அடமானம் வை. • *I have* **mortgaged** *my house to get a loan.* **mort-gag-ee**/ˌmɔ:gi'dʒi:/*(n)*: ˌமɔ:கə'ஜீ / a person to whom property is mortgaged, அடமானம் பெறுபவர். **mortgagor**/ˌmɔ:gi'dʒɔ:*/*(n)*:ˌமா:க:ஜ'ஜா:* / a person who mortgages property, அடமானம் வைப்பவர்.

mor-ti-fy/'mɔ:tifai/*(v.t)*:'மா:ட்டிஃபய் / to hurt or to humiliate one's feelings and to cause shame to one's self-respect, ஒருவரின் உணர்வுகளைத் துன்புறுத்து, அவமானப்படுத்து. • *I feel utterly* **mortified** *when it is said that I am not considered for the job because of my age.* to restrain one's passions, desires, etc., by self-control and punishment, தன் ஆசைகளையும், உணர்ச்சிகளையும், சுய கட்டுப்பாட்டுடன் தண்டித்துக் கட்டுப்படுத்து. • **Mortifying** *the flesh is a way of living to discover the wonders of life.* **mortification***(n)*: the act of mortifying, ஒருவரைத் துன்புறுத்தல். • *I discovered to my* **mortification** *when I became old that one has to travel alone in life.*

mor-tise/'mɔ:tis/*(n)*:'மா:ட்டிஸ் / a hole made in a framework, wood or stone to receive the end of some other part, மற்றொன்றைப் பொருத்துவதற்கு ஏற்ற துளை.

mor-tu-a-ry/'mɔ:tʃuəri/*(n)*:'மா:ச்சுஅரி / a building where dead bodies are kept for sometime before disposal, பிணவறை. **mortuary***(adj)*: connected with death, இறப்புத் தொடர்புள்ள.

mo-sa-ic/məu'zeiik/*(n)*:'மஅஉஸெ:ய்க் / a picture or decoration made of small coloured pieces of inlaid stone, glass, etc., படம் (அ) அலங்கார அமைப்பு, துண்டுக் கற்கள், வண்ணக் கோலங்கள் அமைத்துப் பதிக்கப்பட்டது.

Mos-lem/'mɔzləm/*(n)*:'மாஸ்:லஅம் (லெம்) / Muslim, முகம்மதியர்.

mosque/mɔsk/*(n)*:மாஸ்க் / a place of worship for Muslims, பள்ளி வாசல், மசூதி.

mos-qui-to/ mə'ski:təu/*(n)*: மஅஸ்'க்கீட்டஅஉ / a small blood sucking, flying insect, கொசு.

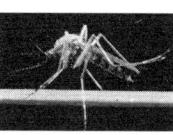

moss/mɔs/*(n)*:மாஸ் / a small flat wet spongy flowerless plant, பாசி. **mossy** *(adj)*.

most/məust/*(adv)*:மஅஉஸ்ட் / to the greatest degree, மிக அதிக அளவிற்கு; the superlative form of 'many' and 'much' மிக அதிகமாக; 'many', 'much', என்பதன் மிக அதிக அளவு வார்த்தையைப் பயன் படுத்துதல். **most***(n)*: the greatest quantity, amount or degree, மிக அதிக அளவு உள்ளது, மிக அதிகமானது; nearly all, ஏறக்குறைய எல்லாம். **mostly***(adv)*: mainly, முக்கியமாக.

mote/məut/*(n)*:மஅஉட் / a particle of dust, தூசு.

mo-tel/məu'tel/*(n)*:மஅஉ'ட்டெல் / a hotel for tourists, பயணிகள் தங்கும் விடுதி.

moth/mɔθ/*(n)*:மாத் / a kind of winged insect related to the butterfly but seen mostly at night, அந்துப் பூச்சி, விட்டில்.

moth-er/'mʌðə*/*(n)*:'மத:அ* / a female parent, தாய்; the cause and origin, காரணமும், துவக்கமும். **to learn at mother's knee**: to learn while one is very young, இளமையில் கல். **mother***(v.t)*: to be the mother of, தாயாக இரு; to care for, கவனித்துப் பேணு. **mother***(n)*: a title of the head of convent where a female is the head, ஒரு மடத்தின் தலைவி, ஒரு கன்னிமாடத் தலைவி. **mother-in-law***(n)*: the mother of one's husband or wife, மாமியார். **motherly***(adv)*: like a good mother, நல்ல தாய் போல், நல்ல தாயன்புடன். **mother-of-pearl***(n)*: the hard shining material which forms inside certain shells, முத்துச் சிப்பி. **mother-tongue***(n)*: one's native language, தாய் மொழி.

mo-tif/məu'ti:f/*(n)*:'மஅஉட்டிஃப் / a dominant idea or feature which forms a basis for some artistic pattern, ஒரு கலைப் படைப்புக்கு மூல ஆதாரம்.

mo-tion/'məuʃn/*(n)*:'மஅஉஷஅன் / the process of moving or changing, இயக்கம்; a suggestion formally introduced for discussion in a meeting, விவாதம் செய்ய வேண்டிய கருத்தைக் கூட்டத்தில் எடுத்துக் கொள்ள வேண்டுதல்; an act of evacuating the bowels, மலம் கழித்தல். **motion***(v.i)*: to signal by moving one's hand, கையசைத்துச் செய்தி அனுப்பு; to direct with one's hand, கையினால் செயல்பட வழிகாட்டு. • *He* **motioned** *to the assistant to come.*

mo-tion-less/'məuʃnlis/*(adj)*: 'மஅஉஷஅன்லிஸ் / without motion, இயக்கம் இல்லாத. • *I stood there* **motionless**.

M

mo-ti-vate/'məutiveit/*(v.t)*:'மஉட்டிவெய்ட் / **motivated, motivating**/: to provide with a motive, குறிக்கோளை உருவாக்கு. • *It is not easy to* **motivate** *old people with new ideas.* **motivation***(n)*: need or purpose, அவசியம், நோக்கம். • *There must be a strong* **motivation** *for committing a murder.*

mo-tive/'məutiv/*(n)*:'மஉட்டிவ் / a strong reason for action, செயல்பட ஓர் உயிர்த்துடிப்புள்ள காரணம். • *What is the* **motive** *of the woman who killed the leader of a great nation?*

mot-ley/'mɔtli/*(adj)*:'மாட்லி / having various colours, பல வண்ணங்கள் சேர்ந்துள்ள; exhibiting great diversity of elements, பல தன்மைகள், மாற்றங்கள் கொண்ட. • *It is a* **motley** *crowd that has come to receive the cine star.*

mo-tor/'məutə*/*(n)*:'மஉட்ட* / a machine that produces motion, உந்து வண்டி. **motor***(n)*: driven by an engine, எந்திரம் ஒன்றினால் செலுத்தப்படுதல். **motor***(v.t)*: to drive or transport by car, உந்து வண்டியினால் செலுத்து (அ) உந்து வண்டி மூலம் சுமை அனுப்பு.

M

mot-tled/'mɔtl/*(adj)*:மாட்ல்ட் / having spots of different colours, பல வண்ணப் புள்ளிகளைக் கொண்ட.

mot-to/'mɔtəu/*(n)*:'மாட்டஉ / a maxim adopted as an expression of one's guiding principle, முத்திரை மொழி; an aim to be followed, பின்பற்றவேண்டிய குறிக்கோள்.

mould/məuld/*(n)*:மஉல்ட் / woolly growth of fungus on moist surfaces, பூஞ்சைக் காளான்; soft fine loose earth, உதிர் மணல், புழுதி மண்; a cast, வார்ப்படம். **mould** *(v.t)*: to give shape to, உருவம் அளி; to cast, உருக்கி வார், வார்ப்படம் செய். **moulding***(n)*: processing or shaping, உருவாக்குதல். **mouldy***(adj)*.

moult/məult/*(v.t)*:'மஉல்ட் / a bird or animal to shed hair, skin or feathers, at the season when new covering grows, இறகு உரி, தோல் உரி, முடியுதிர்.

mound/maund/*(n)*:மஉண்ட் / the heap of earth or stone, மண்மேடு.

mount/maunt/*(n)*:மஉன்ட் / a mountain, மலை; something on which a thing is fixed, படச்சட்டம்; a piece of cardboard on which anything is pasted, படப்பின்னணி, அட்டை; a horse or any animal for person's riding, சவாரி செய்யப் பயன்படும் குதிரை. **mount***(v.t-v.i)*: to get on a horse, குதிரையேறு; to get on a vehicle, வண்டியிலேறு; to rise in level or increase in amount, உயரத்தை அதிகமாக்கு, அளவைப் பெரிதாக்கு; to prepare and preserve, தயாரித்துப் பாதுகாத்திரு.

moun-tain/'mauntin/*(n)*:'மஉன்ட்டின் / a very high hill, ஒரு பெரிய மலை.

moun-tain-eer/,maunti'niə*/*(n)*: ,மஉன்ட்டி'னியஅ* / a person who climbs mountains as a sport or profession, மலையேறுபவர், விளையாட்டு வீரர், மலையேறுதலைத் தொழிலாகக் கொண்டவர். **mountaineering***(n)*: the act of climbing mountains, மலையேறுதல்.

moun-te-bank/'mauntibæɲk/*(n)*/ 'மஉன்ட்டிப:ஊங்க் / a dishonest man, ஏமாற்றுபவன்; a quack, போலி மருத்துவர், மருத்துவத்துறையில் நிபுணத்துவம் இல்லாதவர்.

mourn/mɔ:n/*(v.t-v.i)*:மோ:ன் / to feel grief, to show grief, துயரம் கொள், துயரப்படு. • *The nation* **mourned** *the death of the great leader.* **mourn-er**/mɔ:nə*/*(n)*: a person who attends a funeral, துக்கத்தில் பங்கு கொள்பவர். **mour-ning**/mɔ:niɲ/ *(n)*:மோ:னிங் / grief, especially for the dead, துயருறுதல், இழவுக்குறி.

mouse/maus/*(n)*:மஉஸ் / a small furry animal of rodent family found in houses and storeyards, சுண்டெலி.

mous-er/'mauzə*/*(n)*:மஉஸஅ* / a cat that catches the mouse, எலி பிடிக்கும் பூனை.

mous-tache/məs'ta:ʃ/*(n)*:மஅஸ்'ட்டாஷ் *(முஸ்)* / [also **mustache**]: hair grown on the upper lip, மீசை.

mouth/mauθ/*(n)*:மஉத் / the opening through which an animal or man takes food, வாய்; an opening, an entrance, a way out, வழி. **mouth***(v.t)*: to utter in a sonorous manner, உரத்த ஒலியுடன் பேசு; to speak without understanding, புரிந்து கொள்ளாமல் பேசு.

mouth-piece/'mauθpi:s/*(n)*:மஉத்ப்பீஸ் / the part of an instrument placed at or between the lips, இசைக் கருவியின் வாயில் பொருந்தும் பகுதி; a means of expressing one's views, கருத்தை வெளியிடும் கருவி; one who speaks for other, பிறருக்காகப் புரிந்து பேசுபவர்; a newspaper that expresses the opinions of others, பிறர் கருத்தை வெளியிடும் செய்தித் தாள்.

mo-va-ble/'mu:vəbl/*(adj)*:'மூவஅப்:ல் / that can be moved, அசைக்கக்கூடிய; capable of being moved, அசையக்கூடிய. **movable***(n)*: personal property, அசையும் உடைமைகள்; that which is movable, நகரக்கூடிய பொருள்.

move/mu:v/*(v.t-v.i)*:மூவ் / to pass from one place or position to another, நகர், அசை; to step in a course of action to achieve an end, ஒரு நோக்கம் நிறைவேற செயல் முறைகளைத் துரிதப்படுத்து, உயிர்த் துடிப்புடன் நோக்கம் நிறைவேறச் செயல்படு; to propose formally, ஒரு கருத்து, தீர்மானம் முதலியவற்றைக் கூட்டத்தில் நிறைவேற்ற முன்மொழிந்து பேசு.

move-ment/mu:vmənt/*(n, sing)*:மூவ் மஅன்ட் / **movements***(n, pl)*: an act of moving, நகர்தல்; a particular manner of moving, நகரும் முறை, நகரும் விதம்; progressive development of ideas towards an end, ஒரு குறிப்பிட்ட முடிவிற்கான எண்ணங்களின் வளர்ச்சி; the complete or total actions or activities of a person or a group over a certain period, ஒரு குழு (அ) ஒருவரின் குறிப்பிட்ட கால அளவில் ஏற்பட்ட செயல்கள், வெற்றி, தோல்விகள்.

mov-ie/'mu:vi/*(n)*:'மூவீ / the cinema picture, திரைப்படம்.

mov-ing/mu:viŋ/*(adj)*:'மூவிங் / causing strong sympathetic feelings, especially pity, stirring the emotions, பரிவு உணர்ச்சியைத் தூண்டவல்ல, உணர்ச்சியைத் தூண்டுகின்ற; causing motion or action, நகரும், அசையும்.

mow/məu/*(v.t-v.i)*:மஅஉ / **mowed or mown**: to cut down grass, etc., புல் முதலியவற்றை வெட்டு; to harvest, வயலில் அறுவடை செய். **to mow down***(v.t)*: to kill in great numbers, எல்லோரையும் கொல்; to destroy all, எல்லோரையும் அழித்து விடு. **mower***(n)*: a machine for mowing, அறுவடை செய்யப் பயன்படும் ஓர் இயந்திரம், புல் அறுக்கப் பயன்படும் இயந்திரம்.

Mr/'mistə*/*(n)*:'மிஸ்ட்டஅ* / a title for a man, ஓர் ஆண்மகனுக்குரிய அடைமொழி.

Mrs/'misiz/*(n)*:'மிஸிஸ்: / a title for a married woman, திருமதி. **Ms**/miz/*(n)*:மிஸ்: / a title for a woman who does not wish to be called either 'Miss' or 'Mrs.', 'Miss' என்றும் 'Mrs.' என்றும் கூப்பிட விருப்பப்படாத பெண்ணின் பெயருக்கு முன்வரும் அடைமொழி 'Ms.'

much/mʌtʃ/*(adj)*:மச் / great in quantity or amount, மிகுதியான, பெரிய அளவிலான, அதிக அளவிலான. **much***(n)*: a very large amount, அதிக அளவில்; a great extent, மிக அதிகமான.

muck/mʌk/*(n)*:மக் / dirt or mud, அழுக்கு, சேறு; waste matter dropped from animals' bodies, பிராணிகளின் கழிவு. **muck***(v.t)*: to spread muck on, நிலத்திற்கு எருவிடு; to idle, சோம்பித் திரி; to waste time, பொழுதை வீணாக்கு.

mucus/'mju:kəs/*(n)*:'ம்யூக்கஅஸ் / the viscous fluid secreted by the mucous membrane, சளி.

mud/mʌd/*(n)*:மட்: / very wet earth, சேறு, சகதி. **muddy***(adj)*.

mud-dle/'mʌdl/*(n)*:'மட்:ல் / state of confusion and disorder, குழப்ப நிலை. **muddle***(v.t)*: to cause to become mentally confused, குழப்பம் அடையச் செய்; to make things in a disorderly manner, முறையற்ற வகையில் செயல்படு. • *I get* **muddled** *when there are many things to be done.* **muddler** *(n)*. **to muddle through**: to get things done somehow, எப்படியாவது செய்து முடி. • *In spite of my problems, I* **muddled through**. **muddleheaded***(adj)*: confused in one's thinking, தெளிவற்ற சிந்தனையுள்ள.

mu-ez-zin/mu:'ezin/*(n)*:மு'எஸி:ன் / a person who calls Muslims for prayer from minaret, பள்ளி வாசலில் தொழுகை நேர அழைப்பாளர்.

muff/mʌf/*(n)*:மஃப் / a warm covering for hands, கம்பளிக் கையுறை. **muff***(v.i)*: to fail to hold, பிடிக்கத் தவறு; bungle, பரிதாபமாகத் தவற விடு. • *I had a chance to win but I* **muffed** *it.*

muf-fin/'mʌfin/*(n)*:'மஃபின் / a kind of cake, ஒருவகை உணவு, அப்பம் போன்றது.

muf-fle/'mʌfl/*(v.t)*:'மஃப்ல் / to cover for protection from the weather, குளிரிலிருந்து பாதுகாப்பிற்காகப் போர்த்திக்

M

கொள்; reduce sound by covering, மூடி வைத்து, ஓசையை அடக்கு.

muf-fler/'mʌflə*/*(n)*:'மஃப்லə* / a scarf, கழுத்துக் குட்டைத் துணி.

muf-ti/'mʌfti/*(n)*:'மஃப்ட்டி / a Muslim priest, இஸ்லாமிய சமய அலுவலர். **mufti***(n)*: wearing ordinary clothes, அலுவல் உடை இல்லாமல் சாதாரண உடை அணிந்துகொண்டு.

mug/mʌg/*(n)*:மக்: / a drinking vessel, குவளை; a fool, அறிவிலி. **mug***(v.t)*, **mugged, mugging**: to rob a person using violence, தாக்குதல் செய்து ஒருவரிட மிருந்து திருடு; get by heart, மனப்பாடம் செய்.

muggy/'mʌgi/*(adj)*:'மகி: / warm rather not pleasant with heavy wet air, புழுக்கமாக உள்ள. **mugginess***(n)*.

mu-lat-to/mju:'lætəu/*(n, sing)*: ம்யு'லæட்டəஉ **mulatoes** *(n, pl)*: the offspring of mixed White & Black parentage, வெள்ளையர் இனமும் கறுப்பர் இனமும் கலந்த சந்ததி.

mul-ber-ry/'mʌlbəri/*(n)*:'மல்பəரி / tree on whose leaves silkworms feed, பட்டுப் புழுவிற்கு உணவாகப் பயன்படும் இலைகள் கொண்ட முசுக்கொட்டை மரம்.

mulch/mʌltʃ/*(n)*:மல்ச் / wet straw, leaves, etc., strewn over a nursery bed, இளம் நாற்றுகளுக்குப் பாதுகாப்பாகத் தூவப்படும் உலர்ந்த தாவரப் பொருள்கள்.

mulct/mʌlkt/*(n)*:மல்க்ட் / a fine, தண்டத் தொகை. **mulct***(v.t)*: to punish by imposing fine, அபராதம் விதி.

mule/mju:l/*(n)*:ம்யூல் / the offspring of a female horse and a male ass, கோவேறு கழுதை; a sort of spinning machine, நூல்நூற்புப் பொறி; a heelless slipper, குதிகால் பகுதி அதிகம் உயரமில்லாத காலணி.

mul-let/'mʌlit/*(n)*:'மலிட் / a small sea fish that can be eaten, சாப்பிடக்கூடிய கடல் மீன்.

mul-ti/mʌlti/*(prefix)*:மல்ட்டி / many, ஏறக் குறைய.

multi-coloured/ˌmʌlti'kʌlə:d/*(adj)*: ˌமல்ட்டிக்'கலə:ட்: / a various and different colours, பல்வகை வண்ணங்களுடைய.

mul-ti-far-i-ous/ˌmʌlti'feəriəs/*(adj)*: ˌமல்ட்டி'ஃபεəரியəஸ் / showing many different types, பல்வேறுபட்ட, பல்வகையான. • *Her activities are* **multifarious**. **multi-fariously***(adv)*, **multifariousness***(n)*.

mul-ti-form/'mʌltifɔ:m/*(adj)*: 'மல்ட்டிஃபɔ:ம் / having many different shapes, பல உருவமுடைய.

mul-ti-lat-er-al/ˌmʌlti'lætərəl/*(adj)*: 'மல்ட்டி'லæட்டəரəல் / having many sides, பல பக்கங்கள் உள்ள; many-sided, பல்வேறு தரமுடைய; concerning more than two parties or nations, இரு கட்சிகள் தொடர்பான, இரண்டுக்கு மேற்பட்ட கட்சிகள் தொடர்பான, இரண்டு (அ) அதற்கு மேற்பட்ட நாடுகள் தொடர்பான.

mul-ti-me-dia/ˌmʌlti'mi:diɔ/*(n)*: ˌமல்ட்டி'மீட்:யɔ / computer program using sound, pictures and words to give information, ஒலி, ஒளி, படங்கள் பேச்சுடன் தகவலைத் தெரிவிக்கும் கணினி நிகழ்ச்சி.

mul-ti-ple/'mʌltipl/*(n)*/'மல்ட்டிப்ல் / the product obtained by multiplying a number by another, பெருக்குத் தொகை. • *15 is the* **multiple** *of 5.* **multiple***(adj)*: manifold, பல்வகையான; having many different parts, types, etc., பல பாகங்களும், பல வகைகளும் உள்ள. **mul-ti-pli-ca-tion**/ˌmʌltipli'keiʃn/*(n)*: ˌமல்ட்டிப்பிக்'கெய்ஷன் / the act or process of multiplying, பெருக்குதல்; the state of being multiplied, பெருக்குதல்.

mul-ti-pli-ci-ty/ˌmʌlti'plisəti/*(n)*: ˌமல்ட்டி'ப்லிஸிட்டி / very great variety, பல்வகை; a large number, மிகப் பெரிய எண்.

mul-ti-ply/'mʌltiplai/*(v.t-v.i)*:'மல்ட்டிப்லய் / **multiplied, multiplying**: to make many, அதிகமாகும்படி செய், பன்மடங்காக்கு. • *5* **multiplied** *by 3 is 15.* to increase the number, quantity, etc., எண், அளவு முதலியவற்றை அதிகமாக்கு. • *Government's expenditure has* **multiplied** *many times over the years.*

to find the product by multiplication, பெருக்குத் தொகை கண்டுபிடி; to breed, இனவிருத்தி செய்.

mul-ti-ra-cial/‚mʌlti′reiʃl/*(adj)*: ‚மல்ட்டி′ரெய்ஷஃல் / concerning many races of people, பல்வகை மக்கள் இனத் தொடர்புள்ள.

mul-ti-sto-rey/‚mʌlti′stɔ:ri/*(adj)*: ′மல்ட்டிஸ்ட்டɔ:ரி / having several levels of floors (of a building), பல அடுக்குகளும், தளங்களும் கொண்ட ஒரு கட்டடத்தைப் பற்றிய.

mul-ti-tude/′mʌltitju:d/*(n)*:′மல்ட்டிட்யூட் / a very large number, மிகுந்த எண்ணிக்கை. **multitude**: a crowd or throng, ஒரு கூட்டம். • *The approval of the* **multitude** *in a public meeting is very easily done.* **mul-ti-tu-di-nous**/‚mʌlti′tju:dinəs/ *(adj)*:‚மல்ட்டி′ட்யூடி:னஅஸ் / very many, அதிக எண்ணிக்கையுள்ள. **multitudinously** *(adv)*, **multitudinousness**(*n*).

mum/mʌm/*(adj)*:மம் / silent, not saying a word, ஒரு வார்த்தையும் பேசாத. **mum***(v.i)*, **mummed**, **mumming**: say nothing, be silent, ஒன்றும் சொல்லாதே, வாய் திறவாதே. **mum is the word**: do not reveal the secret, இரகசியத்தை வெளியிடாதே. • *She is just* **mumming**; *there must be something for her to hide.*

mum-ble/′mʌmbl/*(v.t-.vi)*:′மம்ப்:ல் / to speak not distinctly, முணுமுணு, தெளிவின்றிப் பேசு. • *Many people do not pray; they simply* **mumble** *some demands to be obtained from God.* to chew or to bite slowly as with toothless gums, மெதுவாக மெல்லு, பல் இல்லாதது போல் கடி. • *Old people* **mumble** *their food.*

mum-my/′mʌmi/*(n)*:′மமி / mother, அம்மா. **mummy** *(n)*: dead body preserved from decay, Body of human being or animal embalmed for burial, especially in ancient Egypt; கெடாமல், பாதுகாக்கப்படும் சவம்.

mumps/mʌmps/*(n)*:′மம்ப்ஸ் / an infectious illness in which salivary glands swell, புட்டாளம்மை, பொன்னுக்கு வீங்கி.

munch/mʌntʃ/*(v.t)*:மஞ்ச் / to chew steadily, வாயைத் திறவாமல் நிதானமாக மெல்லு.

mun-dane/‚mʌn′dein/*(adj)*:′மன்டெ:ய்ன் / worldly, உலகத் தொடர்புள்ள, இம்மைக் குரிய; earthly, உலகவாழ்வு பற்றிய; ordinary, மிகச் சாதாரணமான; common, வழக்கமான, உலகப் பற்றுள்ள; unimaginative, உணர்ச்சியற்ற, உற்சாகம் இல்லாத. **mundanely**(*adv*).

mu-ni-ci-pal/mju:′nisipl/*(adj)*: ம்யூ′னிசிப்பஃல் / pertaining to the local government of a town or city, நகராட்சிக்குரிய, relating to municipality, நகருக்குரிய. • **Municipal** *elections are getting postponed every year in this country.* **mu-ni-ci-pal-i-ty**/ mju:‚nisi′pæləti/*(n)*/ம்யூ‚னிஸி′ப்பஜலிட்டி / city with local self-government, நகரம்; the group of people managing the local affairs of a town, நகராட்சியாளர் குழுமம்.

mu-nif-i-cent/mju:′nifisnt/*(adj)*/ ம்யூ′னிஃபிஸ்ன்ட் / very generous, வள்ளல் தன்மையுள்ள. • *I do not expect any* **munificent** *gift.* **munificently**(*adv*)

mu-ni-tions/mju:′niʃnz/*(n)*: ம்யூ′னிஷஃன்ஸ்: / weapons, ammunition, etc., used in war, போர்த் தளவாடங்கள்.

mur-der/′mɜ:də*/*(n)*:′மɜ:ட்:ஃ / unlawful killing of another human being, கொலை. **murder**(*v.t*): to kill unlawfully, கொலை செய். **murderous**(*adj*).

murk/′mɜ:k/*(n)*:மɜ:க் / darkness, இருள். **murky**(*adj*): dark, with no light, இருள் நிறைந்துள்ள, ஒளியில்லாத.

mur-mur/′mɜ:mə*/*(n)*:′மɜ:மɘ / any low continuous sound or indistinct voices, முணுமுணுப்பு. **murmur**(*v.i*): to make a low or indistinct sound, முணுமுணுவென்று பேசு.

mur-rain/′mʌrin/*(n)*:′மரின் / any of various diseases of cattle, மாட்டுத் தொற்று நோய்.

mus-cle/′mʌsl/*(n)*:′மஸ்ல் / a tissue composed of cells or fibres of animal body, தசை, தசை நார். • *We can develop our body* **muscles** *by healthy exercises.* strength, power, etc., பலம், திறன் முதலியவை. • **Muscle** *power plays an important part in politics.*

muse/mju:z/*(v.i)*:ம்யூஸ் / to meditate in silence, அமைதியாக ஆழ்ந்து சிந்தனை செய்; to gaze wonderingly, ஆச்சரியப்படு. • *Perkin sat* **musing** *over her future.*

Muse(*n*): an ancient Greek Goddess representing art or science, கலை, அறிவியல் முதலியவற்றின் கிரேக்கத் தெய்வம்.

mu-se-um/mju:'ziəm/(*n*):ம்யூ'ஸி:யəம் / a place or building where works of art, ancient works, scientific specimens, objects of permanent value, etc., are stored, exhibited and displayed, அருங்காட்சியகம்.

mush-room/'mʌʃrum/(*n*):'மஷ்ரூம் / any of the several edible fungus, சாப்பிடக்கூடிய காளான்.

mus-ic/'mju:zik/(*n*):'ம்யூஸி:க் / artistic combinations of sounds or tones, sweet and pleasing, இசை, பாட்டு. **musical** (*adj*): of or relating to music, இசைத் தொடர்பான. **musician**/mju:'ziʃn/(*n*):ம்யூ'ஸிஸன் / a person who is an expert in music, பாடகர்.

musk/mʌsk/(*n*)/மஸ்க் / a substance with strong perfume, secreted by the glands of musk deer, கஸ்தூரி.

mus-ket/'mʌskit/(*n*):'மஸ்க்கிட் / a hand-gun, கைத்துப்பாக்கி.

mus-lin/'mʌzlin/(*n*):'மஸ்:லின் / a light-weight cotton fabric, மெல்லிய பருத்தித் துணிவகை.

mus-sel/'mʌsl/(*n*):'மஸ்ல் / an edible shell fish, உணவாகக்கூடிய சிப்பி இன மீன்.

Mus-sul-man/'mʌslmən/(*n*, *sing*): 'மஸ்ல்மəன் / **mussulmans**(*n*, *pl*)/: a Muslim, இஸ்லாமிய மதத்தவர்.

must/mʌst/(*auxiliary verb*):மஸ்ட் / to be bound, கட்டாயமாகச் செய்; obliged to, கடமை உணர்ச்சியுடன் செயல்படு, கண்டிப்பாகக் கடன்பட்டிரு; to be forced to, கட்டாயத்தில் இரு. • *I* **must** *go and see him at once.* **must**(*n*): that which is absolutely necessary, மிக மிக அவசியமானது. • *Cigarette is not a* **must** *for me.* fresh wine, புத்தம் புதிய மது. **must**(*v.i*): to be obliged, கடமைப்பட்டிரு.

must-ard/'mʌstəd/(*n*):'மஸ்ட்டəட் / a yellow flowered plant, that yields pungent seeds used in cooking, கடுகு.

mus-ter/'mʌstə*/(*v.i*):'மஸ்ட்டə* / to gather, ஒன்று சேர்; to collect, ஒன்று திரட்டு. • *I* **mustered** *all my courage to face the ordeal.* **muster**(*n*): a gathering of soldiers, படை திரண்டிருத்தல்.

must-y/'mʌsti/(*adj*):'மஸ்ட்டி / with dirty smell, துர்நாற்றத்துடன்.

mute/mju:t/(*adj*):ம்யூட் / silent, அமைதியான; with no speech, பேச்சு இல்லாத.

mu-ta-tion/mju:'teiʃn/(*n*):ம்யு'ட்டெய்ஷəன் / the process of changing, மாற்றம் ஏற்படுத்தும் முறை.

mu-ti-late/'mju:tileit/(*v.t*):'ம்யூட்டிலெய்ட் / to damage a body seriously, உடலை மோசமாகச் சிதை; to cripple, முடமாக்கு. • *The kidnappers either kill or* **mutilate** *their victims.*

mu-ti-neer/ˌmju:ti'niə*/(*n*):ˌம்யூட்டி'னியə* / a person who takes part in a mutiny, கலகம் செய்பவர், கலகம் விளைவிப்பவர். **mu-ti-ny**/'mju:tini/(*n*):'ம்யூட்டினி / revolt by seamen or soldiers, கப்பல் வீரர்கள் (அ) போர் வீரர்கள் விளைவிக்கும் கலகம். • *The sepoy* **mutiny** *was called the First War of Independence.* **mutinous**(*adj*), **mutinously**(*adv*).

mut-ter/'mʌtə*/(*v.t-v.i*):'மட்டə* / to speak in a soft low voice (may be angrily or roughly), முணுமுணு. **mutter**(*n*), **mutterer**(*n*).

mut-ton/'mʌtn/(*n*):மட்ன் / the meat from a sheep, ஆட்டு இறைச்சி.

mu-tu-al/'mju:tʃuəl/(*adj*):'ம்யூச்சுəல் / having the same relation each toward the other or others, ஒருவருக்கொருவர் சமமான ஒரே மாதிரியான உணர்வுகளும் செயல்பாடும் உள்ள. • *They have* **mutual** *relationship in all dealings.* equally shared by each one, ஒவ்வொருவராலும் சமமாகப் பகிர்ந்துகொள்ளப்படுகின்ற; entertained by each one to the other, ஒன்றுக்கொன்று பரிமாற்றமாக உள்ள.

muz-zle/'mʌzl/(*n*):மஸ்:ல் / the front part of an animal's face, with the nose and mouth, பிராணியின் முகம்; a guard or covering fastened round an animal's mouth to prevent it from biting, வாய்ப்பூட்டு. **muzzle**(*v.t*): to put a muzzle on, to restrain the free expression of one's opinion, சுதந்திரமாகக் கருத்துக்கள் வெளியிடுவதைத் தடைப்படுத்து. • *The government knows how to* **muzzle** *the newspapers' free expression of news and opinions.* • *To deny advertisements is an* *indirect way of* **muzzling** *the freedom of the newspapers.*

my/mai/*(pro)*:மய் / possessive form of 'I', of me, என்னுடைய; belonging to me, எனக்குச் சொந்தமான. • *It is* **my** *book.*

myself/mai'self/*(pro)*:மய்'ஸெல்ஃப் / reflexive form of I, நானே, என்னையே, எனக்கே. • *I* **myself** *did it.*

my-col-o-gy/mai'kɔlədʒi/*(n)*:மய்'க்காலஜி / the study of fungi, பூஞ்சைகளைப் பற்றிய படிப்பு.

myna/'mainə/*(n)*:'மய்னஎ / [also **mynah**]: a large dark coloured bird found in Asia which can be trained to speak, மைனா.

my-o-p-ia/mai'əupjə/*(n)*:மய்'எஉப்யஎ / near-sightedness, கிட்டப்பார்வை.

myr-i-ad/'miriəd/*(adj)*:'மிரியஎட் / of an indefinitely great number, அளவிட முடியாத எண் பற்றிய. • *We see* **myriad** *men and women on the street every day.*

myrrh/mɜ:*/*(n)*:மஎ: / a kind of resin or gum used as perfume, incense and medicine, சாம்பிராணி, மட்டிப்பால்.

myr-tle/'mɜ:tl/*(n)*:'மஎ:ட்ல் / evergreen shrub with aromatic leaves and sweet smelling flowers, எப்பொழுதும் பசுமை பூத்திருக்கும் நறுமணச் செடி.

mys-te-ri-ous/mi'stiəriəs/*(adj)*: மிஸ்'ட்டியஎரியஎஸ் / full of mystery, புரியாத புதிராக உள்ள; of obscure nature, அறிந்து கொள்ள முடியாத, puzzling, தெரிந்து கொள்ள முடியாத. *Life is* **mysterious** *at every stage.* • *We are surrounded by* **mysterious** *objects, like the Sun, the Moon, the Stars and so on.* **mys-te-ry**/'mistəri/*(n)*:'மிஸ்ட்டஎரி / that which can neither be understood nor explained, புரிந்துகொள்ள முடியாததும், விளக்கம் காண முடியாததுமான, மறைபொருள். • *The murder of the President, even after 20 years, remains a* **mystery**. a kind of strange secret about this universe, பேரண்டத்தைப் பற்றிய புதிர். • *God is a* **mystery**.

mys-tic/'mistik/*(n)*:'மிஸ்ட்டிக் / a person who practises mysticism as aim of life, மறையியலை வாழ்வாகக் கொண்டவர். **mystical***(adj)*. **mys-ti-cis-m**/'mistisizəm/*(n)*:'மிஸ்ட்டிஸிஸஎம் / the doctrine of realism and divinity, மறையியல்; realization of God by meditation, prayer, self-denial, etc., இறைத்தன்மையை உணரச் செய்யும் தியானமும், பிரார்த்தனையும், விரதங்களும், மற்றவையும். • *With our saints,* **mysticism** *is a way of life.*

mys-ti-fy/'mistifai/*(v.t)*:'மிஸ்ட்டிஃபய் / to impose upon (a person) by playing upon him something mysterious, புரிந்துகொள்ள முடியாதவற்றை ஒருவர் மேல் செலுத்தி திகைக்கச் செய், மருட்சி அடையும்படி செய்; to fill with wonder, ஆச்சரியத்தில் மூழ்கு. • *Every stage of my life is* **mystifying**. bewilder, சிந்தனைக் கணைகளை வீசி திக்குமுக்காடச் செய். • *Every murder* **mystifies** *the police before they resolve it.*

mys-tique/mi'sti:k/*(n)*:மிஸ்'ட்டீக் / a special quality that makes a person look mysterious, mythical and different from others, ஒரு மனிதன் தவத்தாலும், பிரார்த்தனையாலும் அடையும் புனிதத் தன்மை.

myth/miθ/*(n)*:மித் / traditional or legendary story, பரம்பரையாக வரும் புராணக் கதை; stories explaining natural and historical events, இயற்கையின் வண்ணமிகு எழுச்சிகளை, வரலாற்றுச் சம்பவங்களை, நிகழ்ச்சிகளைச் சித்திரிக்கும் சுவைமிக்க கதைகள்; widely held but false notion, அதிகம் பரவியிருக்கும், ஆனால் தவறான எண்ணம். • *A government very often labours under the* **myth** *that it protects its people.* **mythical***(adj)*. **myth-o-lo-gi-cal**/ˌmiθə'lɔdʒikl/*(adj)*: ˌமித்தஎ'லாஜிக்கஎல் / related to myths or mythology, புராணத் தொடர்பான, புராண இலக்கியங்கள் பற்றிய. • *Hindu* **mythological** *stories are not only interesting but also exciting.* **myth-o-lo-gy**/mi'θɔlədʒi/*(n)*:மி'த்தாலஎஜி / a body of myths, புராண இலக்கியத் தொகுப்பு; myths in general and taken collectively, பொதுவாகப் புராணக் கதைகளும், அவற்றைச் சார்ந்த பிற கதைகளும்.

myx-o-ma-to-sis/ˌmiksəumə'təusis/*(n)*: ˌமிக்ஸஎஉமஎ'ட்டஎஉஸிஸ் / a contagious disease infecting rabbits terribly and killing them, முயல்களைத் தாக்கிக் கொல்லும் கொடிய தொற்று நோய்.

Nn

N, n/en/:என் / the 14th letter of the English alphabet, ஆங்கில நெடுங்கணக்கின் பதினான்காவது எழுத்து.

nab/næb/*(v.t)*:நæப்: / **nabbed, nabbing**: to catch or seize especially all of a sudden, திடீரென்று பிடி. • *The man was* **nabbed** *while he was trying to snatch the chain of a woman.*

nabob/ˈneibɔb/*(n)*:ˈநெய்பɔப்: / a ruler or governor of an Indian province during the Moghul rule, மொகலாய ஆட்சியில், ஒரு நிலப்பிரிவின் ஆளுநர்; a rich and powerful man, மொகலாய ஆட்சியில் பெரும் செல்வந்தர், செல்வாக்கு மிக்கவர், நவாப்.

na-dir/ˈneiˌdiə*/*(n)*:ˈநெய்டிːயə* / the lowest point, மட்டப்புள்ளி; the lowest level of hope or fortune in certain stage of life, வாழ்வில் நம்பிக்கையற்ற நேரங்களும், நல்வாய்ப்பற்ற நிலைகளும். • *With every thing lost, including my honour and self-respect, I never felt the* **nadir** *in my life.* opp: zenith.

nag/næg/*(v.t)*:நæக்: / **nagged, nagging**: to torment by continuously finding fault, ஓயாது குறை சொல்லிச் சித்ரவதை செய்; to find fault or complain in an irritating manner, குற்றம் கண்டுபிடித்து (அ) சுமத்தித் தொந்தரவு கொடு. • *Generally women do not* **nag** *their husbands.* • *He has been* **nagging** *his wife all the day for her failure to prepare the food in time.* to scold persistently, ஓயாது திட்டு.

nail/neil/*(n)*:நெய்ல் / a thin pointed piece of metal for fastening substances, ஆணி; horny scale consisting of modified epidermis growing on the upper side of the end of a finger or toe, நகம். **nail**(*v.t*): to fasten with a nail, ஆணி கொண்டு செலுத்து; to seize or catch, பிடி, இழுத்து நிறுத்து; to catch a person in some indecent act like stealing, lying, etc., திருடுதல், பொய் சொல்லுதல் போன்றவற்றைச் செய்யும்பொழுது கையும் களவுமாகப் பிடி. • *The police* **nailed** *the official when he was receiving the bribe.*

na-ive/naiˈi:v/*(adj)*/நெய்வ் / having simplicity of nature, இயற்கையின் இயல்பு கொண்ட; without experience, சற்றும் அனுபவமில்லாத; credulous, எளிதில், விசாரணையின்றி அப்படியே நம்புகின்ற. • *Some people are* **naive** *enough to believe anything and everything.* **naively**(*adv*). **na-i-ve-ty**/naiˈi:vti/*(n)*: நாˈயீவ்ட்டெய் / the quality of being naive, அறிவாற்றல் இல்லாத இயல்பு; artless simplicity, சூதுவாது தெரியாத எளிய இயல்பு.

na-ked/ˈneikid/*(adj)*:ˈநெய்க்கிட்: / without clothing or covering, ஆடையற்ற, மேல் போர்வை இல்லாத; plain and not hidden, மறைக்கப்படாத, தெளிவாகத் தெரிகின்ற; defenceless, தற்காப்பு இல்லாத; not protected, பாதுகாப்பு இல்லாத. • **Naked** *truth is hardly acceptable but falsehood is not so.*

name/neim/*(n)*:நெய்ம் / the word (or words) by which a person or place or thing is known or called, பெயர்; an appellation, title or epithet, துணைப்பெயர், பட்டப் பெயர், அடைமொழிப் பெயர்; the public estimate of one's character, personality, etc., reputation, புகழ், ஒருவனைப்பற்றி பொதுமக்களின் மதிப்பீடு. • *Everyone is particular in preserving his fair* **name**. **name**(*v.t*): to give a name to, பெயரிடு; to nominate or appoint, வாரிசாக நியமி, பதவி கொடு; mention, குறிப்பிடு. • *The President has* **named** *Jagjivan as the Chairman of Public Accounts Committee.* • *The parliament member has threatened to* **name** *the corrupt ministers publicly.* **nameless**(*adj*): unknown, யாருக்கும் தெரியாத; obscure, தெரியாமல் மறைந்திருக்கின்ற. **namely**(*adv*): that is to say, அதாவது.

name-sake/ˈneimseik/*(n)*:ˈநெய்ம்ஸெய்க் / a person named after another, ஒருவர் பெயரை மற்றொருவருக்கு இட்டு அழைத்தல்; a person having the same name as another, ஒரே பெயருடைய மற்றொருவர்.

nan-ny/ˈnæni/*(n)*:ˈநæனி / a child's nurse, maid, குழந்தையின் தாதி. **nan-ny-goat**/ nænigəut/*(n)*:நæனிகəஉட் / a female goat, பெண் ஆடு.

nap/næp/*(n)*:நæப் / a short sleep during the day especially after lunch, பகல் தூக்கம், சிறு துயில்; a soft, furry surface on some cloth, woolly surface, மென் பரப்பு, மிருதுவான பரப்பு. **nap**(*v.i*): to sleep for a short time, சிறு துயில் கொள். **to catch someone napping**: to get hold of a person when he is not doing his duty properly, கடமையில் தவறியவனைச் சுட்டிக் காட்டு.

na-palm/'neipa:m/*(n)*:'நெய்ப்பாம் / a jelly, made from petrol, used in fire bombs, வெடி குண்டுகளில் நெருப்புக் கோளங்களாகப் பயன்படும் பெட்ரோல் பொருள்.

nape/neip/*(n)*:நெய்ப் / the back of the neck, பிடரி, பின் கழுத்து.

na-per-y/'neipəri/*(n)*:'நெய்ப்பəரி / table linen, as table cloths, napkins, etc., மேசை விரிப்பு, கை, துடைக்கும் துணி முதலியவை.

naph-tha/'næfθə/*(n)*:'நæஃப்த்தə / a colourless, volatile petroleum distillate, கற்பூரத் தைலம்.

nap-kin/'næpkin/*(n)*:'நæப்க்கின் / a square piece of cloth or paper for use in wiping, வாய் துடைக்கும் துணி.

nar-cis-sus/na:'sisəs/*(n)*: நா'ஸிஸəஸ் / any early spring flower bulbous and white or yellow like daffodil, மஞ்சள் (அ) வெள்ளைக் குவளை மலர்.

nar-cot-ic/na:'kɔtik/*(n)*:நா'க்காட்டிக் / having the power to induce narcosis as a drug, தூக்கத்தை உண்டுபண்ணும், வலியைக் குறைக்கும் ஒருவகைப் போதை மருந்து. **narcosis**(*n*): a state of sleep or drowsiness, தூங்கும் நிலை, அரைத் தூக்க நிலை.

nar-rate/nə'reit/*(v.t)*:நə'ரெய்ட் / **narrated, narrating**: to give an account of, விவரம் கொடு; to tell (a story), சொல், கதை சொல். **nar-ra-tion**/nə'reiʃn/*(n)*:நə'ரெய்ஷən் / that which is narrated, விளக்கமாகக் கூறப்படுவது; the telling of a story, கதை சொல்லுதல்; description, விவரித்தல், விளக்கம். **nar-ra-tive**/'nærətiv/*(n)*:'நæரəட்டிவ் / a story of events, experiences, real or imaginary, நிகழ்ச்சிகள், அனுபவங்கள் முதலியவற்றைச் சுவைபடக் கூறுதல், கதை சொல்லுதல்.

nar-row/'nærəu/*(adj)*:நæரəஉ / of little breadth or width of view or sympathy, பரந்த மனப்பான்மையும், இரக்க குணமும் சற்றுமில்லாத; barely adequate or successful, தட்டுத் தடுமாறி வெற்றி பெறும் வாய்ப்புள்ள. • *The Indian team won by a* **narrow** *majority in tennis.* **narrow**(*v.t-v.i*): to make narrow, குறுகலாக்கு; to restrict, கட்டுப்படுத்து. **nar-row-ly**/'nærəuli/*(adv)*:'நæரəஉலி / only just, போதும் போதாமல்; **narrow-minded** *(adj)*. *opp*: broad-minded.

na-sal/'neizl/*(adj)*:'நெய்ஸ:əல் / pertaining to the nose, மூக்கு பற்றிய; (of speech) made through the nose, மூக்கால் பேசப்படுகின்ற. **nasal**(*n*): nasal speech sound (m or n), மூக்கால் பேசப்படும் ஒலி.

nas-cent/'næsnt/*(adj)*:'நæஸ்ன்ட் / beginning to exist or develop, பிறக்கும் (அ) புதிதாகத் தோன்றும் நிலையிலுள்ள. • *The* **nascent** *hydrogen is more powerful.* • *Even his* **nascent** *ability in Carnatic Music is admirable.*

nas-ty/'na:sti/*(adj)*:'நாஸ்ட்டி / disgustingly unclean, அருவருக்கத்தக்க, மிக அசுத்தமான; offensive to smell, துர்நாற்றமுள்ள; very ugly or unpleasant, அழகில்லாத, மனதிற்கு ஏற்பில்லாத. • *The house is filled with* **nasty** *furniture.*

na-tal/'neitl/*(adj)*:'நெய்ட்ல் / of one's birth, ஒருவரின் பிறப்பு பற்றிய; pertaining to birth, பிறப்பைப் பற்றிய. • **Prenatal** *as well as* **postnatal** *care is necessary in the case of child's birth.*

na-tion/'neiʃn/*(n)*:'நெய்ஷən் / a body of people, living in a particular territory and usually having their own, independent government, ஒரு நாடு, ஒரு நாட்டு மக்கள்; the territory or country itself, ஒரு தனி நிலப்பிரிவு, நாடு; a large group of people with same language and racial qualities, மொழி, இனம் இவற்றால் ஒன்றுபட்ட மக்கள். • *The whole* **nation** *rejoiced on the Republic Day.* **na-tion-al**/'næʃənl/*(adj)*:'நæஷənல் / pertaining to a nation, ஒரு நாட்டுக்குரிய; devoted to one's nation, ஒரு நாட்டிற்கு முற்றிலும் கடமைப்பட்டு, உண்மையாய் இருக்கின்ற. • **National** *newspapers provide news about all parts of the country.* • **National** *spirit* *abundantly exists in our country.* **nationally**(*adv*). **national**(*n*): a citizen or subject of a nation, ஒரு நாட்டுக் குடிமகன். **na-tion-al-is-m**/'næʃnəlizəm/ (*n*):'நæஷ்ஒனஒலிஸ:ஒம் / national spirit, நாட்டுப்பற்று; devotion to one's own country, தன் நாட்டிடம் காட்டும் பக்தி. **na-tion-al-ist**/'næʃnəlist/(*n, adj*): 'நæஷ்ஒனஒலிஸ்ட் / having faith in nationalism, நாட்டுப்பற்றுள்ள; a person having national spirit, நாட்டுப்பற்றுள்ள குடிமகன். **na-tion-al-i-ty**/ˌnæʃə'næləti/ (*n*):ˌநæஷ்ஒ'னæலிட்டி / membership of a nation by a person whether original or acquired, நாட்டு உரிமை, பிறப்பு (அ) வேறு வழியாகப் பெற்றது. **nationalistic**(*adj*), **nationalistically** (*adv*). **na-tion-al-ize**/'næʃnəlaiz/(*v.t*):'நæஷ்னஒலய்ஸ்: / **nationalized, nationalizing**: to bring under the control of a nation, நாட்டுடமையாக்கு; to bring under public sector, பொதுவுடைமையாக்கு.

na-tive/'neitiv/(*adj*):'நெய்ட்டிவ் / being the place of one's birth, ஒருவன் பிறந்த இடமாக இருக்கின்ற; belonging to a place of birth, பூர்வீகமான; not belonging to other place, பிற இடங்களுக்குச் சொந்தமில்லாத, தன் நாட்டுக்கே உரிய. • *People usually love foreign goods, not their own* **native** *products.* **native**(*n*): a person who was born in a place, ஓரிடத்தில் பிறந்தவர். • *I am a* **native** *of Tamilnadu.* original inhabitant of a place, பழங்குடி மக்கள்.

nat-ty/'næti/(*adj*):'நæட்டி / smart, மிடுக்கான; neat in appearance, நேர்த்தியான.

nat-u-ral/'nætʃrəl/(*adj*):'நæச்சுரஒல் / existing in nature, இயற்கையில் இருக்கின்ற; formed by nature, இயற்கையில் உண்டாகியிருக்கின்ற; usual, இயல்பான; not artificial, செயற்கையாக இல்லாத. • **Natural** *surroundings give a healthy and fresh life.*

nat-u-ral-is-m/'nætʃrəlizəm/(*n*): 'நæச்ரஒலிஸ:ஒம் / a technique of showing in art and literature of the world and people in their natural background, இயற்கையியல். **naturalist**(*n*): a student who is interested in nature and its study, இயற்கையிலும், அதன் செயலிலும் ஈடுபாடும், படிப்பார்வமும் உள்ள மாணவர். **naturalistic**(*adj*): of or like natural, இயற்கையைப் போன்ற. **naturalistically** (*adv*).

nat-u-ral-ize/'nætʃrəlaiz/(*v.t*):'நæச்ரஒலய்ஸ்: / **naturalized, naturalizing**: to confer the rights of citizenship on (someone), குடியுரிமை அளி; to bring into conformity with nature, இயற்கையுடன் ஒன்றிவிடு. **naturally**(*adj*): by nature, இயற்கைத்தன்மையுள்ள. **naturalization** (*n*). **na-ture**/'neitʃə*/(*n*):'நெய்ச்சஒ* / everything in the world that is not artificial, plants, animals, earth, rocks, weather, etc., இயற்கை; the peculiar, distinct and characteristic qualities of a person, ஒருவரின் இயல்பு, இயற்கையான ஆற்றல். • *By* **nature,** *he is kind and sympathetic.* **let nature take its own course**: to allow things or happenings to take their own course, குறுக்கீடு இன்றி நிகழ்ச்சிகளை அதன் வழியில் செல்ல விடு.

na-tu-ro-pa-thy/neitʃərɔ:pəθi/(*n*): 'நæச்ரஒஉப்பஒதி / treatment of diseases by natural methods, changing food, giving exercises, massage, etc., இயற்கை மருத்துவம், இயற்கை முறைகளைக் கொண்டு மருத்துவம் செய்தல். **na-tu-ro-path**/'neitʃərepæθ/(*n*):'நெய்ச்ரஒஉப்பஒத் / a person who practises naturopathy, இயற்கை முறைகளைக் கொண்டு மருத்துவம் செய்பவர். **naturopathic**(*adj*).

naught/nɔ:t/(*n*):நɔ:ட் / nothing, ஒன்றும் இல்லை, இன்மை.

naugh-ty/'nɔ:ti/(*adj*):'நɔ:ட்டி / disobedient, கீழ்ப்படியாத; mischievous (used especially about children), விஷமத்தனமான, குழந்தைகள் பற்றிய. • *Are* **naughty** *boys intelligent?* **naughtily**(*adv*), **naughtiness**(*n*).

nau-se-a/'nɔ:sjə/(*n*):'நɔ:ஸ்யஒ / sickness of stomach to vomit, குமட்டல், வாந்தி. **nau-se-ate**/'nɔ:sieit/(*v.t*):'நɔ:ஸியெய்ட் / **nauseated, nauseating**: to affect with nausea, குமட்டல், வாந்தியுடன் நோயுறு; to cause to feel extreme disgust, அருவருப்பும், வெறுப்பும் கொள். • *The patient was* **nauseated** *by a bad smell around him.* **nauseatingly**(*adv*), **nauseous**(*adj*).

nau-ti-cal/'nɔ:tikl/(*adj*):'நɔட்டிக்கஒல் / pertaining to seamen, ships, navigation etc., மாலுமிகள், கப்பல், கடற்பயணம் பற்றிய. **nautically**(*adv*).

na-val/ˈneivl/*(adj)*:ˈநெய்வஅல் / of warships, போர்க்கப்பல்களினுடைய; pertaining to warships, போர்க்கப்பல்கள் பற்றிய.

na-vel/ˈneivl/*(n)*:ˈநெய்வஅல் / the mark or depression in the middle of a person's stomach, தொப்புள், முக்கிய பாகம், உந்தி.

nav-i-ga-ble/ˈnævigəbl/*(adj)*:ˈநஅவிகஅப்ல் / deep and wide enough to afford passage or travel to ships, கப்பல் போக்குவரத்திற்கு ஏற்ற; (of ships, aircraft etc.,) capable of being steered or guided, கப்பல், விமானம் முதலியவை செயல்படுத்துவதற்கு ஏற்ற நிலைமையிலுள்ளதாக.

nav-i-gate/ˈnævigeit/*(v.t-v.i)*:ˈநஅவிகெ:ய்ட் / **navigated, navigating**/: to go by sea, air, etc., from one side to the other, கப்பல் (அ) விமானத்தில் பயணம் செய்; to steer clear, சரிவரச் செலுத்து. **nav-i-ga-tion**/ ˌnæviˈgeiʃn/*(n)*:ˌநஅவிˈகெ:ய்ஷஅன் / the act or practice of directing the course of a ship or aircraft, ஒரு கப்பல் (அ) விமானத்தை அதன் பாதையில் செயல்பட வைக்கும் செயல்பாடுகள். **nav-i-ga-tor**/ ˈnævigeitə*/*(n)*:ˈநஅவிகெ:ய்ட்டஅ* / a person who navigates, an officer who plans and directs the course of a ship or aircraft, ஒரு விமானம் (அ) கப்பலை, செயல்பட வைத்து, அதன் வழியில் செலுத்திச்செல்லும் அலுவலர்.

nav-vy/ˈnævi/*(n)*:ˈநெஅவி / a labourer engaged in digging and building, கட்டுமான வேலை, பள்ளம் தோண்டுதல் முதலியவற்றில் ஈடுபட்டிருக்கும் தொழிலாளி.

na-vy/ˈneivi/*(n)*:ˈநெய்வி / the entire body of warships maintained by a government or ruler, கப்பற் படை.

nay/nei/*(adv)*:நெய் / no, இல்லை; not only but also, இது மட்டுமல்ல, இன்னும் கூட. • *Nehru had many good,* **nay**, *noble qualities.* **nay***(n)*: a denial, மறுப்பு; a negative vote or voter, மறுப்பு வாக்கு (அ) மறுத்து வாக்களிப்பவர். *opp*: aye.

Na-zi/ˈna:tsi/*(n)*:ˈநாட்ஸி (நாஸி:) / an ardent follower of Adolf Hitler and member of his party, ஹிட்லரின் தீவிரத் தொண்டன், அவர் கட்சியின் உறுப்பினர். **Nazis***(n, pl)*.

neap-tide/ni:ptaid/*(n)*:நீப்ட்டய்ட் / a small rise and fall of the sea at the varying phase of the moon, நிலவின் சலனத்திற்கு ஏற்ப கடல் அலைகளில் ஏற்படும் ஏற்ற இறக்கம், சிறு வேலி ஏற்றம்.

near/niə*/*(adv)*/நியஅ* / close, அருகில்; to a point not far away, வெகு தூரத்தில் இல்லாமல். • *I live quite* **near**. close at hand, எட்டிப் பிடிக்கும் தூரத்தில். **near***(adj)*: being close by, வெகு அருகில் இருந்து கொண்டு; short and direct, நேரானதும், அருகாமையில் இருப்பதுமான. • *The* **near** *disaster was averted.* **near***(v.t-v.i)*: approach, நெருங்கு; to come closer, அருகில் வா. **near***(prep)*: at a short distance, மிக அருகில். • *Regions,* **near** *the equator, receive good rainfall.* **nearly**/niəli/*(adv)*:நியஅலி / almost, சற்றேறக்குறைய; closely, மிக நெருக்கமாக. • *There were* **nearly** *three hundred people in the theatre.* **nearness***(n)*.

near miss/ˈniəmis/*(n)*:ˈநியஅமிஸ் / a strike by an aerial bomb that is not a direct hit, இலக்கு தவறிய விமான வெடிகுண்டு; something that fails narrowly, குறைவான இடைவெளியில் குறி தவறும் முயற்சி.

neat/ni:t/*(adj)*:நீட் / in a pleasingly good order, மனதிற்குகந்த வகையில் துப்புரவான. • *She keeps her house* **neat** *and tidy.* simple but effective, சாதாரணமான, ஆனால் பலன் கொடுக்கக்கூடிய. **neatly** *(adv)*, **neatness***(n)*.

neb-u-la/ˈnebjulə/*(n)*:ˈநெப்:யுலஅ / a cloud-like mass of gas and dust in the space

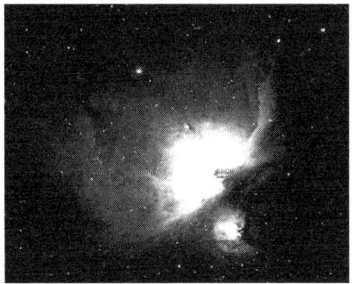

which is luminous sometimes and appears dark sometimes, பேரண்டத்தைச் சூழ்ந்திருக்கும் வாயுத்திரள்; luminous galaxy of stars, ஒளிர்விடும் நட்சத்திரக் கூட்டம். **nebular** *(adj)*. **neb-u-lous**/ ˈnebjuləs/*(adj)*/நெப்:யுலஅஸ் / hazy, indistinct and confused, தெளிவற்ற, குழப்பமான. • *Between pride and conceit, there is only a* **nebulous** *distinction.*

ne-ces-sa-ry/'nesəsəri/*(adj)*:'நெஸெஸரி / that must be done, அவசியம் செய்ய வேண்டி இருக்கின்ற; acting from compulsion, கட்டாயத்தின்பொருட்டு செயல்படுகின்ற. • *It is not* **necessary** *to wear luxurious dress. opp*: unnecessary. **necessarily** *(adv)*: as a necessary consequence, முடிவாக அவசியமாகின்ற; not avoidable, தவிர்க்கமுடியாமல். **ne-ces-si-tate**/ni'sesiteit/*(v.t)*: நி'ஸெஸிட்டெய்ட் (நெ) / **necessitated, necessitating**: to make necessary, அவசியமாகும்படி செய்; to make unavoidable, தவிர்க்க முடியாதபடி செய்; compel, கட்டாயப்படுத்து. • *Lack of money* **necessitates** *people to go in for borrowing.* **necessitous***(adj)*. **ne-ces-si-ty**/ni'sesəti/*(n)*:நி'ஸெஸிட்டி / something that is indispensable, முற்றிலும் தவிர்க்கமுடியாத ஒன்று; that which cannot be done without, ஒன்று இல்லாமல் செயல்பட முடியாத நிலை, இன்றியமையாதது. • **Necessity** *pulls me ahead and utter poverty pushes me behind.*

neck/nek/*(n)*:நெக் / the part of the body of an animal or man, that connects the head and trunk, கழுத்து; anything like the neck, கழுத்தமைப்பு போன்ற ஒன்று; the narrow part that projects, வெளியே நீண்ட குறுகலான பகுதி. **to break one's neck**: to make a great effort, பெரு முயற்சி செய். **neck***(v.i)*: caress, தடவிக்கொடு. **necklace** *(n)*: a piece of women's jewellery, பெண்களின் ஆபரணம், கழுத்தணி.

nec-ro-phil-i-a/'nekrəufilia/*(n)*: 'நெக்ரஉஃபிலியஅ / sexual interest in dead bodies, இறந்த சடலங்களின் மேல் பாலுணர்வு கொள்ளல்.

nec-tar/'nektə*/*(n)*:'நெக்ட்டஅ* (டா*) / sweet secretion collected by bees from flowers, தேன்; the drink of gods (according to the ancient Greek and Roman literature), ரோமானிய கிரேக்க இலக்கியம் கூறும் கடவுளரின் பானம், அமிர்தம்.

need/ni:d/*(n)*:நீட் / the condition in which something is required or wanted, தேவை; that which has to be done, செய்யப்பட வேண்டியது. • *I* **need** *not be rude with my staff.* situation or position of difficulty, want, etc., வறுமை. **need***(v.t)*: to have need of, தேவைப்படுகின்ற நிலையிலிரு; require, வேண்டுகோள் விடு, வேண்டு. • *I* **need** *money day in and day out.* to be under compulsion, அவசியமான தேவையில் இரு. **needful**/ni:dfəl/*(adj)*/: நீட்ஃபுல் required, தேவையான; to be necessary, அவசியமான. • *I have to do the* **needful** *to keep going.*

nee-dle/'ni:dl/*(n)*:'நீட்ல் / a long pointed pin with an eye for the thread, ஊசி.

need-less/'ni:dlis/*(adj)*:'நீட்லிஸ் / not needed, அவசியமில்லாத; not necessary, தேவையற்ற.

needs/ni:dz/*(adv)*:நீட்ஸ்: / necessarily, தேவை காரணமாக. **need-y**/ni:di/*(adj)*: னீடி: without food, உணவில்லாமல்.

neem/ni:m/*(n)*:நீம் / margosa, வேம்பு.

ne-far-i-ous/ni'feəriəs/*(n)*:நி'ஃபஎஅரியஅஸ் / very wicked, மிகக் கொடிய. • *People who commit* **nefarious** *crimes are on the increase.* not acceptable socially, சமுதாயத்தில் ஏற்றுக்கொள்ள முடியாத.

ne-gate/ni'geit/*(v.t)*:நெ'கெ:ய்ட் / to nullify, செல்லாததாகச் செய்; to invalidate, சட்டப்படி செல்லாது எனக் கூறு. • *Terrorist activities had* **negated** *the peaceful existence of ordinary citizens.*

ne-ga-tive/'negətiv/*(adj)*:'நெக:அட்டிவ் / expressing denial, மறுப்புத் தெரிவிக்கின்ற; refusing, doubting, saying, 'no' etc., மறுக்கின்ற, சந்தேகம் கொண்டு, 'இல்லை' எனக் கூறுகின்ற. **negative***(n)*: denial, மறுப்புரை; a negative statement, எதிர்மறை அறிக்கை; an image on a glass or film, நிழற்படத்தில் மறுநிலைத் தகடு. **negative***(v.t)*: **negatived, negativing**: to refuse assent, அனுமதி மறு; veto, தீர்மானத்தை நிறைவேற்றப்படும் நிலையிலும் தள்ளி விடு. • *The U.S.A. had* **negatived** *many resolutions in the Security Council.*

ne-glect/ni'glekt/*(v.t)*:நி'க்:லெக்ட் / to pay no attention to, கவனம் செலுத்தாதே; to fail to do because of indifference, அலட்சியம் செய்வதனால் தவறவிடு. • *Do not* **neglect** *to lock the room.* **neglect***(n)*: the state of being neglected, கவனமின்மை, புறக்கணிப்பு. • *The tank, though full of water, is in a state of* **neglect**. *It breeds mosquitoes.* **neglectful***(adj)*: careless, கவனக்குறைவாக. **neglectfully***(adv)*, **neglectfulness***(n)*.

neg-li-gent/ʹneglidʒənt/*(adj)*: ʹநெக்:லிஜஅண்ட் / not taking adequate care, போதுமான கவனமில்லாத; neglectful, அலட்சியமான. **negligence***(n)*: carelessness, lack of proper care or attention, அலட்சியம், கவனக்குறைவு, புறக்கணிப்பு.

neg-li-gi-ble/ʹneglidʒəbl/*(adj)*: ʹநெக்:லிஜிப்:ல் / not important, முக்கிய மில்லாத. • *The damage caused by the floods is rather* **negligible**. **negligibly** *(adv)*, **negligently***(adv)*.

ne-go-ti-a-ble/niʹgəuʃjəbl/*(adj)*: நிʹக:அஉஷியஅப்:ல் / that can be negotiated or made over, உரிமை மாற்றிக் கொடுக்கக் கூடிய; that can be exchanged for money, பணமாக மாற்றக்கூடிய; that can be discussed, கலந்து பேசக்கூடிய; pass over (roads/ rivers), கடக்கக்கூடிய (சாலையை/ஆற்றை).

ne-go-ti-ate/niʹgəuʃieit/*(v.i)*: நிʹக:அஉஷியெய்ட் / to settle through negotiation, கலந்து பேசி முடிவு செய்; to encash, பணமாக மாற்று; to seek a solution for a problem, ஒரு பிரச்சினைக்கு முடிவு காண்; to untie a tangle, ஒரு இக்கட்டான நிலைக்குத் தீர்வு காண்.

Ne-gress/ni:gris/*(n)*:ʹநீக்:ரிஸ் / a female Negro, நீக்ரோ இனப் பெண்.

Ne-gro/ni:grəu/*(n)*:ʹநீக்:ரஅஉ / one of the natives of Africa, ஆப்பிரிக்க நாட்டைச் சேர்ந்தவர்.

neigh/nei/*(v.i)*:நெய் / to make a cry like a horse, குதிரையைப்போல் கனை. • *The thief* **neighed** *on getting a thrash.*

neigh-bour/ʹneibə*/*(n)*:ʹநெய்ப:அ* / one who lives next or near, பக்கத்தில் இருப்பவர், வசிப்பவர். **neigh-bour-hood**/ʹneibəhud/*(n)*:ʹநெய்பஅஹுட்: / nearness, அக்கம் பக்கம்; proximity, அண்மை; intimate surroundings, சுற்றுப்புறம். **neigh-bour-ly**/ʹneibəli/*(adj)*:ʹநெய்ப:அலி / friendly, நட்புடைய; social, சமுகமான உறவுள்ள. • **Neighbourly** *relations must be maintained cordially.*

nei-ther/ʹnaiðə*/*(conj)*:ʹநய்த:அ* / and not, அதுவுமல்ல; nor yet, இதுவுமல்ல. **neither***(pro)*: not one of the two, இரண்டுமல்ல; not either, இரண்டில் ஒன்றுமல்ல. **neither***(adj)*: not either, இரண்டுமற்ற.

Ne-me-sis/ʹneməsis/*(n)*:ʹநெமிஸிஸ் / the great Goddess of retribution, பழிவாங்கும் தெய்வம்; the consequence of one's past sins and wrong doings, தீவினைப் பயன்; cause and effect, காரணமும், விளைவும்.

neph-ew/ʹnevju:/*(n)*:ʹநெவ்யூ / the son of one's brother or sister or of one's brother-in-law or sister-in-law, உடன் பிறப்பின் மகன், மருமகன்.

nep-o-tis-m/ʹnepətizəm/*(n)*: ʹநெப்பஅட்டிஸ:அம் / unlawful and undue favour shown to one's relatives, friends, party men, etc., உறவினருக்கும், மற்றவருக்கும் தனிச் சலுகை அளித்தல்.

Nep-tune/ʹneptju:n/*(n)*:ʹநெப்ச்யூன் (ட்யூ) / God of sea, கடல் தெய்வம்; eighth planet of the Solar System, சூரியமண்டலத்தின் எட்டாவது கோள்.

nerve/nɜ:v/*(n)*:நஅ:வ் / a fibrous thread-like organ of sensation, நரம்பு; command and determination, மன உறுதி; initiative, courage, self-confidence, etc., ஊக்கம், வீரம், தன்னம்பிக்கை முதலியன. **ner-vous**/ʹnɜ:vəs/*(adj)*:ʹநஅ:வஅஸ் / full of agitation, fright, etc., பயமும் மனத் தளர்ச்சியும் உள்ள; pertaining to the nerves, நரம்பு பற்றிய. **ner-vous-ness**/ ʹnɜ:vəsnis/*(n)*:ʹநஅ:வஅஸ்னிஸ் / the state of being afraid, அச்சம்; a sense of anxiety, கவலை நிறைந்த பயம். • **Nervousness** *is no mark of a hero.*

nest/nest/*(n)*:நெஸ்ட் / a place for birds to rest and lay eggs and to take care of their young ones, பறவைக் கூடு. **nest***(v.i)*: to build a nest and to live in there, கூடு கட்டி வாழ்.

nes-tle/ʹnesl/*(v)*:ʹநெஸ்ல் / to reside in a nest, ஒரு கூட்டில் வசி; to settle and live in a nest, ஒரு கூட்டில் வாழ்க்கை நடத்து; to lie close together and be comfortable, அருகருகே சுகமாகப் படுத்திரு; to live securely and comfortably, பாதுகாப் பாகவும், சுகமாகவும் வாழ். **nestling***(n)*: young bird, that is, newly hatched, not in a position to fly, சிறகு முளைக்காத பறவைக் குஞ்சு.

net/net/*(n)*:நெட் / a contrivance of meshed fabric, வலை. **net***(v.t)*: to catch in a net, வலை வீசிப் பிடி; to be caught in a net, வலையில் சிக்கிக்கொள்; to gain, பெறு. • *She is able to* **net** *a good prize in every competition.* **net***(adj)*: after deductions, கழிவு போக, நிகர. **net amount**: amount after deductions, கழிவு போக மீதித் தொகை. net profit, வருமானத்தில் செலவினங்கள், வரிகள் போக மீதியாகும் நிகரலாபம்.

N

neth-er/ˈneðə*/*(adj)*:ˈநெத:ə* / very low, கீழே அடியிலுள்ள.

Netherlands:/ˈneðələndz/:ˈநெத:əலəன்ட்:ஸ்: / the low country, தாழ்வான நிலப்பகுதி.

nether-most/ˈneðəməust/*(adj)*: ˌநெத:əˈமəஉஸ்ட் / lowest, மிகத் தாழ்வான, அடியில் உள்ள.

net-tle/ˈnetl/*(n)*:ˈநெட்ல் / a kind of plant full of stinging hairs, முள் செடி.

net-work/ˈnetwɜ:k/*(n)*:ˈநெட்உə:க் / any structure or work shaped or formed like a net, பின்னல் போன்ற வலையமைப்பு; a complex system, கூட்டமைப்பு. network system in computers, கணிப்பொறியில் வலையமைப்பு. • *There is a* **network** *of railways in this country.*

neu-rot-ic/ˌnjuəˈrɔtik/*(adj)*:ˌந்யுəˈராட்டிக் / affecting nervous system, நரம்பு அமைப்பை பாதிக்கின்ற. **neurotic***(n)*: one whose nerves have been affected, நரம்புத் தளர்ச்சி நோய் உடையவர்.

neu-ter/ˈnju:tə*/*(adj)*:ˈந்யூட்டə* / neither masculine nor feminine, அஃறிணைத் தன்மையுள்ள.

neu-tral/ˈnju:trəl/*(adj)*:ˈந்யூட்ரəல் / not partial, நடுநிலையான; not taking part on either side in the quarrel, ஒரு போர் (அ) சண்டையில் ஈடுபடாதிருக்கின்ற. **neutral***(n)*: a person who remains neutral, நடுவர்; a country not siding any party, நடு நிலை வகிக்கும் நாடு. **neu-tral-i-ty**/nju:ˈtræləti/*(n)*:ந்யூˈட்ரலிட்டி / the state of remaining neutral, நடுநிலை வகித்தல், கட்சி சேரா நிலை.

neu-tron/ˈnju:trɔn/*(n)*:ˈந்யூட்ரான் / a constituent of an element that carries no electricity, unlike proton, அணுவில், மின்சுமையற்ற ஒரு பகுதி.

nev-er/ˈnevə*/*(adv)*:ˈநெவə* / at no time, எப்பொழுதும் இல்லாத நிலை; not even, ஒரு காலத்திலும் இல்லாத.

nev-er-the-less/ˌnevəðəˈles/*(adv)*: ˌநெவəத:əˈலெஸ் / in spite of that, எனினும்; yet, ஆனாலும்.

new/nju:/*(adj)*:ந்யூ / recently prepared, இப்பொழுதுதான் தயாரிக்கப்பட்ட; fresh, புதிய; not seen before, முன் பார்த்திராத; not known before, அறிமுகமில்லாத.

news/nju:z/*(n, sing)*:ந்யூஸ்: / latest and new information, சமீபத்திய செய்தி. • **News** *about explosion in a theatre was flashed at once.* fresh events reported, புதிய நிகழ்ச்சிகள் பற்றிய செய்தி; newspaper, செய்தித் தாள்; news boy, செய்தித் தாள் விற்கும் பையன்.

newt/nju:t/*(n)*:ந்யூட் / a small animal with short legs and long tail that can live both on land and in water, நீரிலும் நிலத்திலும் வாழும் குட்டையான கால்களும், நீண்ட வாலும் உடைய ஒரு சிறிய விலங்கு.

nib/nib/*(n)*:நிப்: / the sharp point of a pen, பேனாவின் எழுதுமுனை.

nib-ble/ˈnibl/*(v.t)*:ˈநிப்:ல் / to bite lightly and slightly, கொறித்து உண், சிறிது சிறிதாகக் கடித்துச் சாப்பிடு. • *Cows sometimes* **nibble** *on the fields.*

nice/nais/*(adj)*:நய்ஸ் / fine and pleasing, நேர்த்தியான, உகந்த; agreeable, ஏற்றுக் கொள்ளக்கூடிய.

ni-ce-ty/ˈnaisəti/*(n)*:ˈநய்ஸிட்டி / minute accuracy, மிக மிக நுட்பமானதும், சரியானதும்.

niche/nitʃ/*(n)*:நிச் / a small hollow in the wall, மாடக் குழி, பிறை மாடம்.

nick/nik/*(n)*:நிக் / notch, கத்தரிப்பு; a police station, காவல் நிலையம். **in the nick of time**: in the right and exact moment, மிகச் சரியான சமயம்.

nick-el/ˈnikl/*(n)*:ˈநிக்ல் / a grayish white silver-like metal, ஓர் உலோகத் தனிமம், நிக்கல்.

nick-nacks/ˈniknæks/*(n)*:ˈநிக்னæக்ஸ் / trifles, சிறிய பொருள்கள்.

nick-name/ˈnikneim/*(n)*:ˈநிக்னெய்ம் / a name given for fun or in scorn, அடைப் பெயர், சாட்டுப் பெயர்.

nic-o-tine/ˈnikəti:n/*(n)*:ˈநிக்கəட்டீன் / a kind of poisonous substance in tobacco, புகையிலையிலுள்ள நச்சுப்பொருள், புகையிலையில் உள்ள நஞ்சு.

niece/ni:s/*(n)*:நீஸ் / daughter of one's brother or sister or of one's brother-in-law or sister-in-law, உடன் பிறப்பின் மகள்.

nig-gard/ˈnigəd/*(n)*:ˈநிக:əட்: / a mean fellow, கேவலமானவர்; a man of no consequence, சற்றும் மதிப்பு பெறாதவர், இல்லாதவர்.

Nig-ger/ˈnigə*/*(n)*:ˈநிகə* / a negro, நீக்ரோ.

nig-gling/ˈnigliŋ/*(adj)*:ˈநிக்:லிங் / of no account, முக்கியமில்லாத; silly, petty, அற்பத்தனமான, கேவலமான.

nigh/nai/*(adj)*:நய் / near, அருகிலுள்ள. **nigh***(adv)*: nearly, அருகே. **nigh***(prep)*: near to, அருகில்.

night/nait/*(n)*:நய்ட் / the period or time between the sunset and the sunrise, இரவு.

nigh-tin-gale/ 'naitiŋgeil/*(n)*: 'நய்ட்டிங்கெ:ய்ல் / a small sweet singing bird, வானம்பாடி.

night-mare/ 'naitmεə*/*(n)*:'நய்ட்மεə* / a dream, terrible and dreadful, பயங்கரக் கனவு.

nil/nil/*(n)*:நில் / nothing, ஒன்றுமில்லை.

nim-ble/'nimbl/*(adj)*:நிம்ப்:ல் / very active, மிகச் சுறுசுறுப்பான.

nin-com-poop/'ninkəmpu:p/*(n)*: நிங்க்கəம்ப்பூப் / a stupid fellow, முட்டாள், பேதை.

nine/nain/*(n)*:நய்ன் / number 9, எண் ஒன்பது, **9**.

nine-pins/'nainpinz/*(n)*:நய்ன்ப்பின்ஸ்: / a kind of game played with nine-pins and a ball, ஒருவகைப் பந்தாட்டம், ஒன்பது முனைகளை வைத்து ஆடப்படுவது.

nine-teen/ˌnain'ti:n/*(n)*:'நய்ன்'ட்டீன் / the number 19, பத்தொன்பது.

nine-ty/'nainti/*(n)*:'நய்ன்ட்டி / the number 90, எண் தொண்ணூறு, 90.

nin-ny/'nini/*(n)*:'நினி / a stupid fellow, முட்டாள்.

nip/nip/*(v.t)*:நிப் / to pinch, கிள்ளு, முளையிலேயே கிள்ளி எறி; to bite, கடி; to check the growth of, வளர்ச்சியைத் தடை செய். **nip in the bud**: to destroy activity etc., in the initial stage, ஆரம்பத்திலேயே தீய செயல் முதலியவற்றை அழித்து விடு. • *Every mischief has to be* ***nipped in the bud***.

nit/nit/*(n)*:நிட் / the egg of small living beings like insects, பேன் முட்டை, ஈரு.

ni-tre/'naitə*/*(n)*:'நய்ட்டə* / potassium nitrate, வெடியுப்பு.

ni-tro-gen/'naitrədʒən/*(n)*:'நய்ட்ரəஜəன் / an element that is a constituent of air, ஒரு தனிமம், நைட்ரஜன் வாயு.

no/nəu/*(adj)*:நəஉ / not at all any, எதுவும் இல்லாத. **no***(adv)*: by no account, அல்லது; not at all, இல்லை.

no-bil-i-ty/nəu'biləti/*(n)*:நəஉ'பி:லிட்டி / men and women of high birth, பிரபு குடும்பத்தைச் சேர்ந்தவர்கள், உயர்குடிப் பிறப்பு; men and women of rank and character, உயர் பதவி வகிக்கும் பெருந்தன்மை உடையவர்கள்.

no-ble/'nəubl/*(adj)*:'நəஉப்:ல் / high in social circles, பிரபுத்துவத்தன்மையுள்ள, சமுதாயத்தின் உயர்குடித்தன்மையுள்ள.

no-bod-y/'nəubədi/*(n)*:'நəஉப:əடி: / no one, ஒருவரும் இல்லாமல் இருப்பது, ஒருவரையும் குறிப்பிடாதது.

noc-tur-nal/nɔk'tɜ:nl/*(adj)*:நாக்'ட்டə:ன்ல் / pertaining to night, இரவில் உலாவும் தன்மையுள்ள, இரவைப் பற்றிய.

noc-u-ous/nɔkjuəs/*(adj)*:நாக்யுəஸ் / full of harm, துன்பம் நிறைந்த.

nod/nɔd/*(v.i)*:நாட்: / to move the head in such a way as to indicate or to give some message, தலையசைத்துச் செய்தி கொடு. • *She* ***nodded*** *smilingly at his suggestion*. **nod***(n)*: movement of head slightly (especially) as a sign of approval, 'ஆம்' எனச் சொல்லும் தலையசைப்பு.

nod-dle/'nɔdl/*(n)*:'நாட்:ல் / the head, தலை. **noddle***(v.i)*: to nod, தலையசை.

node/nəud/*(n)*:நəஉட்: / a kind of a knob on a root or branch, கணு; a knot, முடிச்சு.

noise/nɔiz/*(n)*:நாய்ஸ்: / a kind of irregular sound, இரைச்சல்; an uproar, கூச்சல். **noisy***(adj)*.

no-mad/'nəumæd/*(n)*:'நəஉமəட்: / a person who moves from place to place for a living, நாடோடி.

no-mad-ic/nəu'mædik/*(adj)*:நəஉ'மæடிக் / wandering and leading an unsettled life, அலைந்து திரியும் வாழ்க்கையை மேற்கொண்டுள்ள.

no-men-cla-ture/nəu'menklətʃə*/ *(n)*:நəஉ'மெங்க்லəச்சə* / names or the way or manner of naming, பெயர்கள், பெயர் சூட்டும் முறை.

nom-i-nal/'nɔminl/*(adj)*:'நாமின்ல் / in name only, பெயரளவிலான; not factual or real, உண்மையல்லாத, செயல்படாத.

nom-i-nate/'nɔmineit/*(v.t)*:'நாமினெய்ட் / to appoint someone for an office, ஒரு பதவிக்கு நியமனம் செய். • *The Prime Minister* ***nominates*** *his minister*. **nom-i-na-tion**/ˌnɔmi'neiʃn/*(n)*: ˌநாமி'னெய்ஷəன் / the act of nominating, பதவி அமர்விப்பு பற்றிய செயல்; the right to nomination, பதவி அமர்த்தும் உரிமை.

nom-i-na-tive/'nɔminətiv/*(n)*: 'நாமினəட்டிவ் / the first (subjective) case, முதல் (எழுவாய்) வேற்றுமை.

no-nage/ˈnəunidʒ/*(n)*:ˈநஉனிஜ் / the state of being a minor, இளமைப் பருவம், பதினெட்டு வயதிற்குட்பட்ட பருவம்.

no-na-ge-nar-i-an/ˌnəunədʒiˈneəriən/ *(n)*:ˌநஉனஜிˈனஏரியன் / a person who has reached the age of ninety, தொண்ணூறு வயதை எட்டியவர்.

nonce/nɔns/*(n)*:நான்ஸ் / the present occasion, தற்சமயம்.

non-cha-lant/ˈnɔnʃələnt/*(adj)*: ˈநான்ஷலன்ட் / cool, calm, indifferent, சற்றும் சஞ்சலப்படாத, அமைதியான.

non-co-op-e-ra-tion/nɔnkəuˌɔpəˈreiʃn/ *(n)*:நான்ˌகஉஆப்பˈரெய்ஷன் / where there is no cooperation and agreement, ஏற்பு இல்லாமை, ஒத்துழையாமை.

non-de-script/ˈnɔndiskript/*(adj)*: ˈநான்டி:ஸ்க்ரிப்ட் / not describable, விவரிக்க முடியாத; not classified easily, எளிதில் வகைப்படுத்த முடியாத; odd, ஒழுங்கற்ற, முரண்பட்ட.

none/nʌn/*(pron)*:நன் / not anyone, ஒருவருமில்லை.

non-en-ti-ty/nɔˈnentəti/*(n)*:நாˈனென்ட்டிட்டி / a person or thing of no importance, ஒன்றிற்கும் உதவாதவர்; that which is not existing, இல்லாத ஒன்று.

non-plus/ˌnɔnˈplʌs/*(v.t-v.i)*:ˈநான்ˈப்லஸ் / to get puzzled, குழப்பம் கொள்; to be perplexed, திகைப்பில் ஆழ்ந்திரு.

non-sense/ˈnɔnsəns/*(n)*:ˈநான்ஸன்ஸ் / no sense, பொருளற்றது; that which is absurd, பயனில்லாத ஒன்று; useless, meaningless and idle talk, உபயோக மில்லாத, அர்த்தமில்லாத, சோம்பேறிப் பேச்சு.

non-stop/ˌnɔnˈstɔp/*(adj)*:நான்ˈஸ்ட்டாப் / not stopping, நிற்காமல்; continuously carrying on, ஓயாமல் செயல்பட்டுக் கொண்டிருக்கின்ற; always running through, எப்பொழுதும் இடைவிடாமல் ஓடிக் கொண்டிருக்கின்ற. **non-stop***(adv)*: without stopping, நிற்காமல். **non-stop** *(n)*: a vehicle running through without stopping, நிற்காமல் ஓடிக்கொண்டிருக்கும் வண்டி. The heart is a **non-stop** machine till death occurs.

noo-dle/ˈnu:dl/*(n)*:ˈநூட்ல் / a stupid fellow, முட்டாள்; food made from flour, eggs, and water, மாவு-முட்டைக் கலவை வற்றல்.

nook/nuk/*(n)*:நுக் / a corner, ஒரு மூலை; a secluded place, தனியிடம், ஒதுங்கிச் சந்தடியின்றி இருக்கும் இடம்.

noon/nu:n/*(n)*:நூன் / midday, நண்பகல்; 12 o' clock in the day, 12 மணி உச்சி வேளை.

noose/nu:s/*(n)*:நூஸ் / a running knot, சுருக்கு. **noose***(v.t-v.i)*: to entrap, கண்ணி வைத்துப் பிடி; to capture in a noose, சுருக்கில் சிக்க வை. • *He failed to* **noose** *the bird in the net.*

nor/nɔ:*/*(conj)*:நோ:* / and not, அதுவுமல்ல.

norm/nɔ:m/*(n)*:நோ:ம் / a rule, ஒரு விதி; a regular feature, ஒரு வித ஒழுங்கமைப்பு; a pattern, மாதிரிப் படிவம்.

nor-mal/ˈnɔ:ml/*(adj)*:நோ:மல் / regular, ஒழுங்கான; usual, வழக்கமான; perpendicular position, செங்குத்தான; uniformly acceptable, ஒரே மாதிரியாக ஏற்றுக் கொள்ளக்கூடிய.

north/nɔ:θ/*(n)*:நோ:த் / the direction opposite to the south, வடக்கு. **north-er-ly**/ˈnɔ:ðəli/*(adj)*:ˈநோ:தலி / pertaining to the north, வடக்கு திசை பற்றிய. **northerly***(adv)*: towards the north, வடக்கு நோக்கி. **north-ern**/ˈnɔ:ðən/*(adj)*: ˈநோ:தன்/ lying in or near the north, வடக்கிலிருக்கும், வடக்கு திசைக்கு அருகிலுள்ள.

nose/nəuz/*(n)*:நஉஸ்: / the organ of sensing the smell and breathing, மூக்கு. **nose***(v.t-v.i)*: to smell, வாசனை அறி, மோப்பம் பிடி.

nose-gay/ˈnəuzgei/*(n)*:ˈநஉஸ்:கெ:ய் / a bunch of flowers, பூச்செண்டு.

nos-tril/ˈnɔstrəl/*(n)*:ˈநாஸ்ட்ரில் / nose passage, மூக்குத் துளை.

nos-trum/ˈnɔstrəm/*(n)*:ˈநாஸ்ட்ரம் / patent, தனி உடைமை; a medicine, மருந்து.

not/nɔt/*(adv)*:நாட் / a word that expresses denial, இல்லை, அல்ல.

no-ta-ble/ˈnəutəbl/*(adj)*:ˈநஉட்டப்:ல் / distinct and remarkable, குறிப்பிடத்தக்க, புகழ் மிக்க; distinguished, தனித்தன்மை வாய்ந்த.

no-ta-ry/ˈnəutəri/*(n)*:ˈநஉட்டரி / a legal officer who is authorised to testify, ஆவண எழுத்துப் பதிவாளர்.

no-ta-tion/nəuˈteiʃn/*(n)*:நஉட்ˈடெய்ஷன் / the process or act of noting by figures, signs, etc., குறியீடு முறை.

notch/nɔtʃ/*(n)*:நாச் / 'v' shaped cut, காடி வெட்டு; indentation, 'v' வடிவத்தில் வெட்டுதல்.

note/nəut/*(n)*:நஉட் / a sign, குறிப்பு; a writing to draw someone's attention, சீட்டு, கவன ஈர்ப்புக் குறிப்பு; a comment,

விளக்கவுரை; a currency paper, பணம்; a mark, குறி; a musical sound, இசைக் குறியீடு. **note**(*v.t-v.i*): to mark, குறியிடு; to attend to, கவனி. • *I have* **noted** *the contents of the letter.* **noted**(*adj*): famous, புகழ்பெற்ற. • *M.S. Subbulakshmi is a* **noted** *singer of carnatic music.*

noth-ing/'nʌθiŋ/(*n*):'நதிங் / not anything, ஒன்றுமில்லாத நிலை.

no-tice/'nəutis/(*n*):'நஉட்டிஸ் / a warning or command, எச்சரிக்கை, அறிவிப்பு; attention, கவனம் கொள்ளுதல்; information, செய்தி.

no-ti-fi-ca-tion/ˌnəutifi'keiʃn/(*n*): ˌநஉட்டிஃபி'க்கெய்ஷன் / notice served, giving notice to, அறிவிப்புக் கொடுத்தல், விளம்பரம் செய்தல்.

no-ti-fy/'nəutifai/(*v*):'நஉட்டிஃபய் / to make known, தெரியப்படுத்து, விளம்பரம் செய்.

no-tion/'nəuʃn/(*n*):'நஉஷன் / an idea, ஒரு கருத்து; a principle, ஒரு கொள்கை; an imaginary idea, கற்பனையான எண்ணம்.

no-to-ri-e-ty/ˌnəutə'raiəti/(*n*): ˌநஉட்ட'ரயட்டி / a bad name earned, கெட்ட பெயர் எடுத்தல்.

no-to-ri-ous/nəu'tɔ:riəs/(*adj*): நஉ'ட்டோ:ரியஸ் / known as a bad character, கெட்டவன் என்று பெயரெடுத்துள்ள; discreditable, கெட்ட பெயருள்ள.

not-with-stand-ing/ˌnɔtwiθ'stændiŋ/ (*prep*):ˌநாட்உயித்'ஸ்ட்டஆண்டி:ங் / in spite of, ஆனாலும். • **Notwithstanding** *his explanation, he was found guilty.* **notwithstanding**(*cont*): although, என்றாலும். **notwithstanding**(*adv*): in spite of every thing, இருந்தபோதிலும்கூட. • **Notwithstanding** *what he says, it is not correct.*

nou-ght/nɔ:t/(*n*):நோ:ட் / nothing, ஒன்றும் இல்லை; the figure -0- (zero), சூன்யம்.

noun/naun/(*n*):நஉன் / the word used to denote the name of a person, place or thing, பெயர்ச்சொல்.

nour-ish/'nʌriʃ/(*v.t-v.i*):'நரிஷ் / to give food to, சத்துணவு ஊட்டு; to cherish, நினைவில் வளமாகக் கொள்; to keep in mind, மனத்தில் இருத்திக்கொள்.

nour-ish-ment/'nʌriʃmənt/(*n*): 'நரிஷ்மன்ட் / sustaining and substantial food, ஊட்டச்சத்துள்ள உணவு.

nov-el/'nɔvl/(*adj*):'நாவல் / new, புதிய; strange, முன்பின் அறிந்திராத, புதுமையாயுள்ள; unusual, அசாதாரணமான. **novel**(*n*): Creative writing on a theme, புதினம்.

nov-el-ist/'nɔvəlist/(*n*):'நாவலிஸ்ட் / one who writes novels, புதினங்கள் எழுதுபவர், நாவலாசிரியர்.

nov-el-ty/'nɔvlti/(*n*):'நாவல்ட்டி / something strange, புதிராகத் தோன்றுவது; that which is new, புதுமையாக இருப்பது. • *There are many* **novelty** *shops in the city.*

No-vem-ber/nəu'vembə*/(*n*): நஉ'வெம்ப:* / the eleventh month of the English year, ஆங்கில ஆண்டின் பதினோராவது மாதம்.

nov-ice/'nɔvis/(*n*):நாவிஸ் / one who begins his profession, தொழிலில் துவக்க கட்டத்தில் உள்ளவர்; a learner, தொழில் கற்றுக்கொண்டிருப்பவர்.

now/nau/(*adv*):நஉ / at the present time, இப்பொழுது, இச்சமயம்.

now-a-days/nauə'deiz/(*adv*):ˌநஉஅ'டெ:ய்ஸ்: / at the present days, at the present time, இந்த நாட்களில், தற்சமயத்தில்.

no-where/'nəuweə*/(*adv*):'நஉஎஅ* / at no place, எங்குமில்லாமல்; not in any place, ஓரிடமுமின்றி.

nox-ious/'nɔkʃəs/(*adj*):'நாக்ஷஸ் / harmful, தீங்கு நிறைந்த; very bad, மிகவும் கெட்டதான; distasteful, அருவருக்கத்தக்க.

noz-zle/'nɔzl/(*adj*):'நாஸ்:ல் / mouth of an apparatus, ஒரு கருவியின் வாய் அமைப்பு, தூம்பு வாய், மூக்குக் குழாய்.

nu-cle-us/'nju:kliəs/(*n*):ந்யூக்லியஸ் / the core, உட்கரு; the central point, மையப்பகுதி.

nude/nju:d/(*adj*):ந்யூட்: / naked, நிர்வாணமான; with no dress, ஆடையில்லாத.

nudge/nʌdʒ/(*adj*):நஜ் / to push slightly to get the attention confidentially, இரகசியமாகச் சுண்டி, கவனத்தைத் தன் பக்கம் இழு. • *She* **nudged** *her husband to come aside.*

nu-ga-to-ry/'nju:gətəri/(*adj*):'ந்யூக:அட்டரி / worthless, பொருளற்ற, சிறிதும் மதிப்பு இல்லாத; invalid, செல்லுபடியாகாத. • *The court has found the law* **nugatory**.

nug-get/'nʌgit/(*n*):'நகிட் / a lump of ore, உலோகத் தாது, a small thing like an idea or a fact, சிறியதொரு கருத்து (அ) விஷயம்.

N

nui-sance/′nju:sns/*(n)*:′ந்யூஸ்ன்ஸ் / that which irritates, தொல்லை கொடுக்கும் ஒன்று; that which hinders or hurts, தடை ஏற்படுத்தும் ஒன்று, தொந்தரவு கொடுக்கும் ஒன்று.

null/nʌl/*(adj)*:நல் / of no effect, பலன் இல்லாத; having lost value, மதிப்பும் பொருளும் இல்லாத. • *The law was declared* **null** *and void by the Supreme Court.* **nul-li-fy**/′nʌlifai/*(v.t)*:′நலிஃபய் / to become or to make useless, பலனற்றதாகச் செய்; to make worthless, மதிப்பிழக்கச் செய். • *The court has* **nullified** *the arrest of the militant.*

numb/nʌm/*(adj)*:நம் / having no sensation at all, சற்றும் உணர்ச்சி இல்லாத. **numb***(v.t-v.i)*: to make feeling less and to lose sensation, மரத்துப்போகும்படி செய், உணர்விழக்கச் செய்.

num-ber/′nʌmbə*/*(n)*:′நம்பə* / a numeral, ஓர் எண்; sum total, கூட்டுத் தொகை; (in grammar) singular, ஒருமை; plural, பன்மை. **nu-mer-al**/′nju:mərəl *(adj)*:′ந்யூமரəல் / concerning a number, ஓர் எண்ணுக்குரிய. **numeral***(n)*: a symbol for a number, a system of numbering. *(e.g:* Arabic numerals), ஓர் எண்; a figure, ஓர் இலக்கம்.

N

nu-mer-ation/ˌnju:mə′reiʃn/*(n)*: ˌந்யூமə′ரெய்ஷəன் / process of counting, கணக்கிடும் முறை, எண்ணுதல்.

nu-me-ra-tor/′nju:məreitə*/*(n)*: ′ந்யூமəரெய்ட்டə* / a person who counts, எண்ணும் நபர், கணக்கிடுபவர்; the number above the line in a fraction.

3 ⟶ numerator

4 ⟶ denominator

ஒரு பின்னத்தின் மேல்கூறு.

nu-me-rous/′nju:mərəs/*(adj)*:ந்யூமərəஸ் / many, அதிக எண்ணிக்கையுள்ள, ஏராளமான; comprising many units, எண்ணற்ற கூறுகள் கொண்ட.

nu-mis-ma-tist/nju:′mizmətist/*(n)*: ந்யூ′மிஸ்மəட்டிஸ்ட் / a person who collects coins and studies them, நாணயங்களைச் சேர்த்து ஆராய்ச்சி செய்பவர்.

num-skull/′nʌmskʌl/*(n)*:′நம்ஸ்க்கல் / a foolish fellow, முட்டாள், அறிவிலி.

nun/nʌn/*(n)*நன் / a woman living in a convent, கன்னி மாடத்தில் வாழும் பெண் துறவி. **nun-ne-ry**/′nʌnəri/*(n)*:′நனəரி / a convent for nuns, கன்னிமாடம்.

nup-tial/′nʌpʃl/*(adj)*:′நப்ஷəல் / relating to marriage, திருமணம் பற்றிய.

nurse/nɜ:s/*(n)*:நə:ஸ் / a female assistant who takes care of children, patients, etc., செவிலி, தாதி.

nur-se-ry/′nɜ:səri/*(n)*:′நə:ஸəரி / a place for children where they are taken care of, குழந்தைகள் காப்பகம்; an area where plants and trees are grown either to be sold or to be planted in other places, செடிகள் பேணப்படும் பண்ணை, நாற்றங்கால்.

nurs-ling/′nɜ:sliŋ/*(n)*:′நə:ஸ்லிங் / a child taken care of by a nurse, செவிலியின் வளர்ப்பு (அ) பாதுகாப்பிலுள்ள ஒரு குழந்தை; a tender plant, நாற்று; a young animal, குட்டி.

nur-ture/′nɜ:tʃə*/*(n)*:′நə:ச்சə* / the process of bringing up, வளர்த்தல்; the act of training, பயிற்றுவித்தல்; nourishment, ஊட்டமளித்தல்.

nut/nʌt/*(n)*:நட் / the hard seed inside a fruit, கொட்டை, பருப்பு; a fruit having its seed inside it, கொட்டையுள்ள பழம்; a dandy, ஆடம்பரப் பிரியன்; a metal block, with a threaded hole through it for fitting a bolt, மரை, உலோகத்தினாலான (அ) மரத்தினாலான திருகு. **nutcrackers***(n)*: a device for breaking nuts, பாக்கு வெட்டி.

nut-meg/′nʌtmeg/ *(n)*:′நட்மெக் / aromatic nut, a spicy seed, ஜாதிக்காய்.

nu-tri-ment/′nju:trimənt/*(n)*:′ந்யூட்ரிமəண்ட் / a nourishing food, ஊட்டச்சத்து, சத்துள்ள உணவு. **nu-tri-tious**/nju:′triʃəs/ *(adj)*:′ந்யூட்ரிஷəஸ் / possessing nourishing qualities, சத்துள்ள, நல்ல சத்தான உணவு உள்ள.

nut-shell/′nʌtʃel/*(n)*:′நட்ஷெல் / the hard shell round a nut, ஒரு கொட்டையின் மேல் பகுதி. **in a nutshell**: in a few words, சுருக்கமாக. • *The teacher explained the theory* **in a nutshell**.

ny-lon/′nailɔn/*(n)*:′நய்லəன் (லான்) / a kind of artificial thread made from chemicals, செயற்கை இழை வகை.

nymph/nimf/*(n)*:நிம்ஃப் / Goddess of river, tree, etc., இயற்கையின் தெய்வம்.

Oo

O, o/əu/:əஉ / the 15th letter of the English alphabet, ஆங்கில நெடுங்கணக்கின் 15வது எழுத்து. **'O'**(*int*): cry of shock, surprise, fear, agony, etc., 'ஓ', 'ஆ', அதிர்ச்சி, வியப்பு, பயம், துன்பம், இவற்றை வெளிப்படுத்த எழுப்பும் குரல்.

oaf/əuf/(*n*):əஉஃப் / a child, deformed in body and mentally, not healthy, உடல் வளமும், மனோவளமும் இல்லாத குழந்தை.

oak/əuk/(*n*):əஉக் / a tree having very hard wood and large leaves, கடினமும், நீண்ட இலைகளும் உள்ள மரம், சிந்தூர மரம். **oak-en**/'əukən/(*adj*):'əஉக்கən / pertaining to oak, சிந்தூர மரம் தொடர்பான.

oa-kum/'əukəm/(*n*):'əஉக்கəம் / a heap of loose hemp, பழுங்கயிற்றுக் குவியல்.

oar/ɔ:*/(*n*)/ɔ:*(ɔə*) / an implement that helps to row boats, துடுப்பு.

o-a-sis/əu'eisis/(*n*):əஉ'எய்ஸிஸ் / a fertile place having water, tree shade, etc. in desert land, பாலைவனச் சோலை.

oats/əuts/(*n*):əஉட்ஸ் / a grass-like plant that produces grain used as food, உணவாகப் பயன்படும் தானியம், புல்லரிசி.

oath/əuθ/(*n*):əஉத் / a declaration made in the name of God, சத்தியப் பிரமாணம், உறுதிமொழி.

ob-du-ra-cy/'ɔbdjurəsi/(*n*):'ɔப்:ட்:யுரəஸி (ஜு) / the quality of sternness and stubbornness, கல்நெஞ்சம், கடின மனம். **ob-du-rate**/'ɔbdjurət/(*adj*):'ɔப்:ட்:யுəரிட் / stubborn, பிடிவாதமுள்ள; stern, கடின உள்ளம் படைத்த. • *Despite all her requests, her husband remained* **obdurate**. **obdurately**(*adv*).

o-be-di-ent/ə'bi:djənt/(*adj*):ə'பீ:ட்:யəன்ட் / willing to obey, கீழ்ப்படிய இசைவுள்ள. • *Servants have to be* **obedient**. **o-be-di-ence**/ə'bi:djəns/(*n*):ə'பீ:ட்:யəன்ஸ் / willingness to abide by, கீழ்ப்படிய விரும்புதல், கீழ்ப்படிதல்; yielding to authority, அதிகாரத்திற்கு அடங்கி நடத்தல். **obediently**(*adv*).

o-bei-sance/əu'beisəns/(*n*): əஉ'பெ:ய்ஸəன்ஸ் / show of respect and reverence by bending the head, வணக்கம் தெரிவித்தல்.

o-bese/əu'bi:s/(*adj*)/əஉ'பீ:ஸ் / very fat, மிகவும் கொழுத்து இருக்கின்ற. **obesity**(*n*).

o-bey/ə'bei/(*v.t-v.i*):ə'பெ:ய் / to do what is one told to do, சொற்படி கேட்டு நட. to take orders and act accordingly, உத்தரவை ஏற்று, அதன்படி செயல்படு. • *To* **obey** *is the first step to command. opp*: disobey.

o-bi-ter-dic-tum/'ɔbitədiktəm/(*n, sing*): 'ɔபிட்டə'டி:க்ட்டəம் / **obiterdicta**(*n, pl*): a remark that is not very important to the main argument, ஒரு குறிப்பு, முக்கிய விவாதத்திற்கு அவ்வளவாக அவசிய மில்லாதது.

o-bit-u-ary/ə'bitʃuəri/(*n*):ə'பி:ச்சுəரி / a notice in a newspaper about someone's death, செய்தித்தாளில் வெளியிடப்படும் ஒருவரின் இறப்பு பற்றிய அறிவிப்பு.

ob-ject/'ɔbdʒikt/(*n*):'ɔப்:ஜெக்ட் / a thing that can be seen, touched and felt, ஒரு பொருள்; aim, a definite purpose, ஒரு குறிக்கோள், ஒரு குறிப்பிட்ட நோக்கம்; word or phrase in a sentence or a noun or a pronoun towards which the action of a verb is directed, செயப்படுபொருள் (இலக்கணம்). **ob-ject**/əb'dʒekt/(*v.i*)/ əப்:'ஜெக்ட் / to state your opposition to something, எதிர்ப்புத் தெரிவி, மறுப்புக் கொடு; to argue against, விவாதத்தில் எதிர்வாதம் செய். • *The opposition party always* **objects** *to any government proposal.* **ob-jec-tion**/əb'dʒekʃn/(*n*):əப்:'ஜெக்ஷən் / the act of objecting, மறுப்புத் தெரிவித்தல்; an argument against some proposal, எதிர்வாதம். • *The Chairman raised a series of* **objections** *to the proposal.* **objectionable**(*adj*):

likely to be objected, ஏற்க இயலாத, மறுக்கக்கூடிய; offensive, அவமதிப்பான. • *Any offensive remark about religion is* **objectionable**.

ob-jec-tive/əb'dʒektiv/*(adj)*:əப்:'ஜெக்ட்டிவ் / existing outside, outside the mind, மனத்தின் தன்மைக்குப் புறம்பாக; real and practical, உண்மையானதும், நடைமுறைக்கு ஏற்கக்கூடியதாகவும் உள்ள; in the place of, ஒன்றிற்குப் பதிலாக; not influenced by selfish and personal feelings, opinions, etc. fair and just, தன் சொந்தக் கருத்துக் களுக்கும், உணர்ச்சிகளுக்கும் இடம் தராமல், நியாயமாகவும், நேர்மையாகவும் உள்ள. • *An* **objective** *approach to the problems of the public should be the motto of a public servant.* denoting the case of the object, செயப்படுபொருள் (இலக்கணம்) பற்றிய. **objective** *(n)*: aim, குறிக்கோள்; purpose, நோக்கம்; target, இலக்கு. • *Every man must have a long-term* **objective** *in life. The long-term* **objective** *of our five-year plans is to wipe out poverty.* **objectively***(adv)*, **objectivity***(n)*.

ob-la-tion/əu'bleiʃn/*(n)*:əஉப்:'லெய்ஷən் / a religious offering, பலி, காணிக்கை, படையல்.

ob-li-ga-tion/ˌɔbli'geiʃn/*(n)*: ˌɔப்:லி'கெ:ய்ஷən் / being under the compulsion of doing, கடமையாற்ற வேண்டுமென்ற கட்டாயம்; one's duty, கடமை; the binding responsibility of duty, கடமையாற்றுதல், பொறுப்பு, செயலாற்றுதல். • *A hermit is under no* **obligation** *to anyone.* **ob-lig-a-to-ry**/ə'bligətəri/ *(adj)*:ɔ'ப்:லிக:əட்டəரி / which has to be done or carried out by law, rule, etc., சட்டம், விதிகள் முதலியவற்றின்படி அவசியம் செய்யப்படவேண்டிய; compulsory, கட்டாயமாகச் செய்யப்படவேண்டிய (அ) கீழ்ப்படிய வேண்டியதாக உள்ள. • *It is* **obligatory** *on all to comply with traffic rules.*

o-blige/ə'blaidʒ/*(v.t-v.i)*:əப்:லய்ஜ் / to make (someone) do necessarily, அவசியமாகச் செய்யும்படி சூழ்நிலையை ஏற்படுத்து; to be able to do some favour, சலுகை காண்பி; be obliged, கடமைப்பட்டிரு. **obliging** *(adj)*: very eager and willing to help, உதவி செய்வதில் ஆர்வம் காட்டுகின்ற. **obligingly***(adv)*.

o-blique/ə'bli:k/*(adj)*:ə'ப்:லீக் / having sloping position, சாய் நிலையிலுள்ள; not direct, நேராக இல்லாத. • *Some images look* **oblique** *in mirrors.* angle more or less than 90°, செங்கோணத்திற்குக் குறைவான (அ) அதிகமான. • *The angle 60° is* **oblique**.

o-blit-er-ate/ə'blitəreit/*(v.t)*: ə'ப்:லிட்டəரெய்ட் / to erase all signs of, எல்லாக் குறிகள், அடையாளங்களை அகற்று; to destroy, அழித்து விடு; to cover fully, முழுவதும் மூடிவிடு. **obliteration** *(n)*: act of effacing, துடைத்து விடுதல்.

o-bliv-i-on/ə'bliviən/*(n)*:ə'ப்:லிவியən் / the state of being fully forgotten, எல்லாவற்றையும் மறந்திருக்கும் நிலையில் இருத்தல்; the state of being not aware of one's surrounding, சூழ்நிலையைச் சற்றும் உணராது மயக்க நிலை (அ) மறதி நிலையில் இருத்தல்; indifference, முக்கியத்துவம் இல்லாமை. • *The members of an elected body who are given no berth in the cabinet, are pushed to political* **oblivion**. **oblivious***(adj)*, **obliviously***(adv)*, **obliviousness***(n)*.

ob-long/'ɔblɔŋ/*(adj)*:'ɔப்:லɔங் / longer than broad, நீள் வட்டமான; rectangular, நீள் சதுரமான. **oblong***(n)*: an object of rectangle size, நீண்ட சதுரமான பொருள்; rectangle, நீண்ட சதுரம், செவ்வகம்.

ob-lo-quy/'ɔbləkwi/*(n)*: 'ɔப்:லəக்உயி / words of contempt, வெறுப்புத் ததும்பும் வார்த்தைகள்; abusive way of speaking, வசைமாரி பொழிந்து பேசுதல்.

ob-nox-ious/əb'nɔkʃəs/ *(adj)*:əப்:னɔக்ஷəஸ் / offensive, வெறுப்பூட்டும்படியான; objectionable, மறுப்பு கொடுக்கக் கூடிய, எதிர்ப்பாக.

o-boe/'əubəu/*(n)*:'əஉப:əஉ / a musical wind instrument like the clarinet, துளை இசைக் கருவி. →

ob-scene/əb'si:n/*(adj)*:əப்:'ஸீன் / not pure, தூய்மையற்ற; disgusting, அருவருக்கத்தக்க; offensive to normal behaviour, வெறுக்கத் தக்க நடத்தையுள்ள. • *Many* *people like reading* **obscene** *literature and seeing* **obscene** *films.* **obscenity** *(n)*: indecent conduct, அநாகரிகமான நடத்தை. **obscenely***(adv)*, **obsceneness** *(n)*.

ob-scu-ran-tis-m/ˌɔbskjuəˈræntizəm/*(n)*: ˌஒப்:ஸ்க்யுஒˈரஆன்ட்டிஸ:ஒம் / preventing of ideas and free flow of opinions wantonly, எண்ணங்களையும், கருத்துக்களையும் தடைசெய்து, பரிமாற்றம் இல்லாமல் செய். **ob-scu-ran-tist**/ɔbˈskjuərəntist/*(n)*:ஒப்:ˈஸ்க்யுஒரஒன்ட்டிஸ்ட் / a person who opposes enlightened thinking, தெளிவான சிந்தனையை ஏற்றுக்கொள்ளாதவர்.

ob-scure/əbˈskjuə*/*(adj)*:ஒப்:ˈஸ்க்யுஒ* / not clearly seen, தெளிவாகப் பார்க்க முடியாத; not famous, புகழ் இல்லாத, இருக்கும் இடம் தெரியாத; not distinctly understood, தெளிவாகப் புரிந்துகொள்ளமுடியாத. • *Most of his writings are* **obscure** *and he remains* **obscure** *as a writer.* **obscure** *(v.t)*: to make not clear, தெளிவற்றதாகச் செய்; to hide, மறைத்து வை. • *Many political speeches simply* **obscure** *the truth.* **ob-scu-ri-ty**/əbˈskjuərəti/*(n)*: ஒப்:ˈஸ்க்யுஒரிட்டி / the state of being obscure, தெளிவற்ற நிலை; something that is obscure, மறைந்து (அ) பொதிந்து கிடக்கும் ஒன்று. **obscurely***(adv)*.

ob-se-quies/ˈɔbsikwiz/*(n,pl)*:ˈஒப்:ஸீக்உயீஸ் / funeral services, ஈமச் சடங்குகள்; final services to a dead person, நீத்தார் கடன்.

ob-se-qui-ous/əbˈsi:kwiəs/*(adj)*: ஒப்:ˈஸீக்உயிஒஸ் / servile, அடிமைத் தன்மையும், கீழ்ப்படியும் குணமும் உள்ள; cringing, இச்சகமாக, பணியும் தன்மையுடைய. • *People of* **obsequious** *nature come up in life easily.* **obsequiously** *(adv)*, **obsequiousness***(n)*.

ob-ser-va-ble/əbˈzɜ:vəbl/*(adj)*: ஒப்:ˈஸ:ஒ:வஒப்:ல் / that may be looked at or seen, கூர்மையாகப் பார்க்கக்கூடிய, கவனமுடன் நோக்கத்தக்க. • *There is no* **observable** *improvement in the pathetic conditions of the poor, only the rich are getting richer.* **observable** *(adv)*. **ob-ser-vance**/əbˈzɜ:vns/*(n)*:ஒப்:ˈஸ:ஒ:வஒன்ஸ் / careful attention, மிகுந்த கவனம்; an act of worship or religious ceremony, வேண்டுதல், தொழுகை. • *The* **observance** *of religious rituals are very important for some people.* **observant***(adj)*: on the look out, தேடிக்கொண்டிருக்கின்ற; paying attention to religious customs, law, etc., மத மரபுகளையும், சட்ட திட்டங்களையும் கவனத்தில் வைத்துக்கொள்கின்ற.

ob-ser-va-tion/ˌɔbzəˈveiʃn/*(n)*: ˌஒப்:ஸ:ஒˈவெய்ஷஒன் / the act of watching or seeing carefully, மிகக் கவனமாகப் பார்த்தல் (அ) கூர்மையாகக் கவனித்தல்; a statement or written remark, குறிப்புரை, எழுதப்பட்ட குறிப்பு.

ob-ser-va-to-ry/əbˈzɜ:vətri/*(n)*: ஒப்:ˈஸ:ஒ:வஒட்ரி / a place where weather and other astronomical observations are made, வானிலை ஆய்வுக்கூடம், வானிலை ஆராய்ச்சி நிலையம்.

ob-serve/əbˈzɜ:v/*(v.t)*:ஒப்:ஸ:ஒ:வ் / to notice carefully, உற்றுக் கவனி; to act according to, ஏற்றுக்கொண்ட நியதிப்படி செயல்படு/ கோட்பாடுகளைப் பின்பற்று. • *I have* **observed** *all religious ceremonies.* to make a remark, குறிப்புக் கொடு; to make a remark indirectly, மறைமுகமாகக் குறிப்பிடு. • *The President* **observed** *that more funds should be given to the medical care of the poor.*

ob-sess/əbˈses/*(v.t)*:ஒப்:ˈஸெஸ் / to have the mind filled up (with one issue or problem), மனதைப் பிரச்சினைகளால் நிரப்பு; to haunt, உள்ளத்தை உலுக்கியெடு. • *We are* **obsessed** *by the thought of another bomb explosion in the city.* **obsession** *(n)*: an idea that haunts one's mind, மனதைச் சூழ்ந்துகொள்ளும் ஒரு கருத்து. **obsessional***(adj)*.

ob-so-lete/ˈɔbsəli:t/*(n)*:ˈஒப்:ஸஒலீட் / no longer in use, உபயோகத்தில் இல்லாதிருத்தல், பயன் இல்லாதிருத்தல்; totally out of date, நாட்பட்ட, வழக்கத்தில் இல்லாதிருத்தல். • **Obsolete** *expressions are gradually fading out in the modern languages.* **obsoletely***(adv)*, **obsoleteness***(n)*.

ob-sta-cle/ˈɔbstəkl/*(n)*:ˈஒப்:ஸ்ட்டஒக்ல் / that which hinders or obstructs, தடை; hindrance, இடையூறு. • **Obstacles** *are indeed stepping stones towards success.*

ob-stet-rics/ɔbˈstetriks/*(n)*: ஒப்:ˈஸ்ட்டெட்ரிக்ஸ் / the branch of medicine pertaining to childbirth, மகப்பேறு இயல். **obstetric***(adj)*, **obstetrical***(adj)*. **ob-stet-ri-cian**/

O

ˌɔbstəˈtriʃn/*(n)*:ˌஒப்:ஸ்டெ'ட்ரிஷஒன் / a doctor who has specialised in childbirth, மகப்பேறு மருத்துவத்தில் தனித்திறமை பெற்ற மருத்துவர்.

ob-sti-nate/ˈɔbstənət/*(adj)*:ˈஒப்:ஸ்ட்டினிட் / refusing to yield, மாற்றிக்கொள்ள (அ) ஏற்றுக்கொள்ள (அ) பணிய மறுக்கும் தன்மையுள்ள; difficult to deal with, பேசுவதற்கும், செயல்படச் செய்வதற்கும் கடினமான உள்ளமுடைய. **obstinately** *(adv)*, **obstinacy***(n)*.

ob-strep-e-rous/əbˈstrepərəs/*(adj)*: ஒப்:ˈஸ்ட்ரெப்பஒரஒஸ் / (of persons) unruly, சகித்துக்கொள்ள முடியாத; boisterous, கூச்சலும் கொந்தளிப்புமாக உள்ள. **obstreperously***(adv)*, **obstreperousness***(n)*.

ob-struct/əbˈstrʌkt/*(v.t)*:ஒப்:ˈஸ்ட்ரக்ட் / to stand in the way of, வழியில் குறுக்கிடு; to put difficulties in the way of progress, தடை ஏற்படுத்து, தடை செய்; to block a passage, தடு, தடை செய். • *There are many who* **obstruct** *your way of progress.* **ob-struc-tion**/əbˈstrʌkʃn/ *(n)*:ஒப்:ˈஸ்ட்ரக்ஷஒன் / that which obstructs, தடை செய்யும் பொருள், தடை செய்தல். • *The police removed the* **obstruction** *on the railway track.* **obstructionism***(n)*, **obstructionist***(n)*. **ob-struc-tive**/ əbˈstrʌktiv/*(adj)*:ஒப்:ˈஸ்ட்ரக்ட்டிவ் / wantonly obstructing, வேண்டுமென்றே தடை செய்கின்ற. **obstructively***(adv)*, **obstructiveness***(n)*.

ob-tain/əbˈtein/*(v.t)*:ஒப்:ˈட்டெய்ன் / to come into possession of, உரிமையாக்கிக்கொள்; to gain, பெறு. • *It is rather difficult to* **obtain** *information about smugglers.* **obtainable***(adj)*.

ob-trude/əbˈtru:d/*(v.t-v.i)*:ஒப்:ட்ரூட்: / **obtruded, obtruding**: to push in unduly, தேவையில்லாமல் தலையிடு; to push in unwantedly, வலிந்து செய். • *Never try to* **obtrude** *your opinions on others.*

ob-tuse/əbˈtju:s/*(adj)*:ஒப்:ட்யூஸ் / slow in thinking and understanding, புரிந்து கொள்வதிலும், சிந்தனையிலும் மந்த நிலையிலுள்ள; greater than a right angle, செங்கோணத்தை விட அதிகமாக உள்ள. **obtusely***(adv)*, **obtuseness***(n)*.

ob-verse/ˈɔbvɜ:s/*(n)*:ˈஒப்:வஒ:ஸ் / the head or face of a coin, ஒரு நாணயத்தின் முன்புறம் (அ) தலைப்பக்கம்; the front or top part of anything, ஒரு பொருளின் முன்புறம் (அ) தலைப்பக்கம். *opp*: reverse.

ob-vi-ate/ˈɔbvieit/*(v.t)*:ˈஒப்:வியெய்ட் / to make not necessary, அவசியம் இல்லாமல் ஒன்றைச் செய்; to remove the difficulty, தடையை அகற்றிச் செயல்படு. • *The use of one's own vehicle* **obviates** *the necessity of waiting for public carriages.*

ob-vi-ous/ˈɔbviəs/*(adj)*:ˈஒப்:வியஒஸ் / clearly seen, தெளிவாகப் பார்க்கக்கூடிய; easy to understand, எளிதில் புரிந்துகொள்ளக் கூடிய. • *It is* **obvious** *that law and order is challenged by militants.* **obviously** *(adv)*, **obviousness***(n)*.

oc-ca-sion/əˈkeiʒn/*(n)*:ஒ'க்கெய்ஜ:ஒன் / a happening, நிகழ்ச்சி; time of happening, நிகழும் நேரம்; an opportunity, தறுவாய். • *There was no* **occasion** *for the officer to go through the file.* a special function or event, ஒரு முக்கிய நிகழ்ச்சி. **occasion** *(v.t)*: to cause to take place, நிகழும்படி செய். • *The behaviour of the student* **occasioned** *the teacher to punish him.*

oc-ca-sion-al/əˈkeiʒənl/*(adj)*: ஒ'க்கெய்ஜ:ஒன்ல் / happening not regularly, தற்செயலாக நடைபெறுகின்ற; occurring now and then, அவ்வப்பொழுது நிகழ்கின்ற. • *The showers are only* **occasional** *in this season.* **occasionally***(adv)*: at times, அரிதாக.

Oc-ci-dent/ˈɔksidənt/*(n)*:ˈஒக்ஸிட:ஒன்ட் / the West, the continents of Europe and America, மேற்கு நாடுகள், ஐரோப்பா, அமெரிக்கா கண்டங்கள். **occidental***(adj)*. *opp*: Orient.

oc-cult/ɔˈkʌlt/*(adj)*:ஒ'க்கல்ட் / mysterious, புரிந்துகொள்ளமுடியாத; not able to understand with ordinary knowledge, பாமர அறிவு கொண்டு தெரிந்துகொள்ள முடியாத. • *We cannot ignore* **occult** *powers; some mysterious things do happen in life.*

oc-cu-pan-cy/ˈɔkjupənsi/*(n)*: ˈஒக்யுப்பஒன்ஸி / the state of occupying, வசித்தல்; the period of occupying, வசிக்கும் காலம்; possession, உரிமை.

oc-cu-pant/ˈɔkjupənt/*(n)*:ˈஒக்யுப்பஒன்ட் / one who occupies, ஒரு இடத்தில் வசிப்பவர், குடியிருப்பவர்; one who is in a place, ஓரிடத்தில் இருப்பவர். • *The van met with an accident, killing all its* **occupants**.

O

oc-cu-pa-tion/ˌɔkju'peiʃn/*(n)*: ˌɔக்யு'ப்பெய்ஷஒன் / job, வேலை; employment, தொழில். • *One must perform one's duty irrespective of* **occupation**. state of being occupied, வேலை செய்துகொண்டிருத்தல்; the state of occupying a territory, place or a country, ஒரு நிலப்பகுதியை, ஓரிடத்தை (அ) ஒரு நாட்டை இராணுவ ஆக்கிரமிப்பு செய்தல். • *I was born in Burma, during Japanese* **occupation**. **occupier***(n)*: one who occupies, நடைமுறை உரிமையாளர். **occupational***(adj)*.

oc-cu-py/'ɔkjupai/*(v.t)*:'ɔக்யுப்பய் / **occupied, occupying**: to be employed, வேலையாயிரு. • *I always* **occupy** *myself doing something.* to be engaged, செயல்பட்டிரு; to take control of as by military invasion, இராணுவப் படையெடுப்பின் மூலம் ஆக்கிரமித்துக்கொள். • *The Chinese have* **occupied** *some portion of India.*

oc-cur/ə'kɜ:*/*(v.i)*:ɔ'க்கஒ* / to take place, நிகழும்படி செய்; to happen, நிகழ். • *Many accidents do* **occur** *in the home also.* to be found, காணப்படு. • *The incident* **occurred** *in the street was nothing but a minor explosion.* to come to (one's) memory or mind, திடீரென்று மனதில் தோன்றச் செய், மனதில் எண்ணம் உருவாகு. • *It suddenly* **occurred** *to me that I was wrong.*

oc-cur-rence/ə'kʌrəns/*(n)*:ə'க்கரஒன்ஸ் / that which happens, ஏற்படும் நிகழ்ச்சி; an event, நேரிடுதல், சம்பவம்.

o-cean/'əuʃn/*(n)*:'ஒஉஷஒன் / the vast mass of water that covers the earth, பெருங்கடல்.

ocean-going/'əuʃngəuiŋ/*(adj)*: ஒஉஷஒன்கஒஉயிங் / fit enough to travel on the high seas, பெருங்கடலில் பயணம் செய்ய தகுதி வாய்ந்த கப்பல்.

o-cean-og-ra-phy/ˌəuʃə'nɔgrəfi/*(n)*: ˌஒஉஷஒ'னாɔக்:ரஒஃபி / the scientific study of the seas, கடலியல்.

o-chre/'əukə*/*(n)*:'ஒஉக்கஒ* / a clay, mostly of a pale yellow colour used as a colouring substance in paints, மஞ்சள் காவி மண்.

o'clock/ə'klɔk/*(adj)*:ə'க்லாɔக் / according to the clock, கடிகாரத்தின்படி; the exact hour stated by the clock, கடிகாரம் காட்டும் சரியான நேரம். • *It is 7* **o'clock** *in the morning when I use to take coffee.*

oc-ta-gon/'ɔktəgən/*(n)*:'ɔக்ட்டஒக:ஒன் / a plane figure with eight sides and eight angles, எண்கோணம் (சமதளம்). **octagonal** *(adj)*: having eight angles, எட்டு கோணங்கள் கொண்ட.

octant/'ɔktənt/*(n)*:'ɔக்ட்ஒண்ட் / the eighth part of a circle, ஒரு வட்டத்தின் எட்டு சமபகுதிகளில் ஒன்று; an instrument for measuring angles, கோணமானி.

oc-tave/'ɔktiv/*(n)*:'ɔக்ட்டெய்வ் / a group of eight, எட்டின் தொகுதி; an interval of eight degrees between musical notes, இரு இசைக் குறியீடுகளுக்கிடையே எட்டுப் பாகை இடைவெளி; a stanza of eight lines, எட்டு வரிகள் கொண்ட பாடல்.

Oc-to-ber/ɔk'təubə*/*(n)*:ɔக்ட்டஒஉப:ஒ* / the 10th month of the year, ஆங்கில ஆண்டின் பத்தாவது மாதம்.

oc-to-ge-nar-i-an/ˌɔktəudʒi'neəriən/*(n)*: ˌɔக்ட்டஒஉஜி'னஎஒரியஒன் / a person who is between 80 and 89 years old, 80 க்கும் 89 க்கும் இடைப்பட்ட வயதுள்ளவர்.

oc-to-pus/'ɔktəpəs/*(n, sing)*: 'ɔக்ட்டஒப்பஒஸ் / **octopi***(n, pl)*: [also **octopuses**]: a sea animal with eight suckered arms, எட்டுக் கைகளால் உறிஞ்சும் தன்மை கொண்ட கடல் விலங்கு; a person of vast influence or a very powerful organization, மிக அதிக செல்வாக்கு உள்ள நபர் (அ) நிறைந்த அதிகாரமும், அதிக கிளைகளும் கொண்ட ஒரு பெரிய நிறுவனம்.

oc-u-lar/'ɔkjulə*/*(adj)*:'ɔக்யுலஒ* / of the eyes, கண்களினுடைய.

odd/ɔd/*(adj)*:ɔட் / differing in nature from what is ordinary, இயல்புக்கு மாறான; strange, புரியாத, புதுமையான; not even, ஒற்றைப்படையான. • *13 is an* **odd** *number.* not regular, வழக்கத்திற்கு மாறான; separated from its set or pair, தன் தொகுதி (அ) இணைகளினின்று பிரிக்கப்பட்ட. **odd-i-ty**/ɔ:diti/*(n)*:அடிடி: something odd, தனியானது; peculiarity, விசித்திரமானது.

odds/ɔdz/*(n, pl)*:ɔட்:ஸ: / (used as a sing): the probability that something will occur or will not occur, ஏதோ ஒன்று நிகழும் (அ) நிகழாது என்னும் வாய்ப்பு.

at odds: in disagreement, வேற்றுமை மனப்பான்மை யுள்ள; a quarrel or dispute, சண்டை (அ) சச்சரவு; chances in one's favour or against, ஒருவருக்கு ஆதரவான (அ) எதிரான சூழ்நிலைகள். • *The* **odds** *are against me.*

ode/əud/*(n)*:ஔட் / a long poem addressed to a person or any object, ஒருவர் (அ) ஒரு பொருளைப் பற்றிய பாடல்; a poem set to music, இசையுடன் பாடப்படும் பாடல்.

o-di-ous/'əudjəs/*(adj)*:'ஔடி:யஸ் / hateful, வெறுக்கத்தக்க.

o-di-um/'əudjəm/*(n)*:'ஔடி:யம் / dislike, வெறுப்பு; hatred, பகை.

o-do-rous/'əudərəs/*(adj)*:'ஔட:ரஸ் / having a smell, மணமுள்ள. **o-dour**/'əudə*/*(n)*:'ஔட:ə* / smell, மணம்; an agreeable scent, நறுமணம். **in bad odour with**: not in good opinion, நன்மதிப்பைப் பெறாத. • *I am* **in bad odour with** *my house owner at the moment.*

of/ɔf/*(prep)*:ɔஃப் / belong to, உடைய. • *The leaves* **of** *the tree are fading.* prepared or made, தயாரிக்கப்பட்ட, உருவாக்கப்பட்ட; having or containing, உள்ள; containing from the set or group, இல், இன். • *The saree is* **of** *Mysore silk.* • *The younger* **of** *the two sisters is acting.* that is, இருந்து கொண்டு; in relation to, தொடர்புள்ள. • *The Prime Minister* **of** *India is appointed by the President.*

off/ɔ:f/*(adv)*/ɔ:ஃப் / away from, அப்பால். • *She got into the car and drove* **off**. at a particular distance, away in time, குறிப்பிட்ட தூரத்தில், குறிப்பிட்ட கால கட்டத்தில். • *The station is five miles* **off** *from here.* on the other side, மறு பக்கத்தில். **off***(prep)*: not on, மேல் இல்லாமல்; away from, தொலைவில் உள்ள. **off***(adj)*: farthest away, வெகு தூரமான; quiet, அமைதியான; less than usual business or activity, சுறுசுறுப்பான வியாபாரம் (அ) செயல்பாடு இல்லாமல் உள்ள. • *It is* **off***-season now in the summer resort.* offside, மறுபக்கம். **off***(n)*: the state of being off, வேலையில்லாமல் இருத்தல்; (cricket) offside, மறுபக்கம்.

of-fal/'ɔfl/*(n)*:'ɔஃபல் / the parts of a killed animal that are not used as food, கொல்லப்பட்ட மிருகத்தின், கழிக்கப்பட்ட உண்ணப் பயன்படாப் பகுதிகள்; waste, கழிவு.

of-fence/ə'fens/*(n)*:ə'ஃபென்ஸ் / breaking of a rule, சட்டத்தை மீறிய செயல். • *Driving while drunk, is an* **offence**. an act of wrong doing, தவறான செயல்; that which causes displeasure, துன்பத்தைக் கொடுப்பது. • *Do not cause any* **offence** *to elders.* **of-fend**/ə'fend/*(v.t)*:ə'ஃபெண்ட் / to cause offence to, சினம்கொள்ளச் செய்; to be offensive, தீங்கு செய்து துன்பம் உண்டாக்கு; to hurt one's feelings, ஒருவரின் உணர்ச்சிகளைப் புண்படுத்து. • *Even a minor criticism* **offends** *my son.*

of-fen-sive/ə'fensiv/*(adj)*:ə'ஃபென்ஸிவ் / causing offence, அருவருப்பு உண்டாக்கத் தக்க; for attacking, தாக்குதல் ஏற்படுத்தக்கூடிய. • *The police took* **offensive** *positions to attack the militants.* **offensive***(n)*: the position of attack, தாக்குதலுக்கு ஏற்ற நிலை. **offensively***(adv)*, **offensiveness** *(n)*. *opp*: defensive.

of-fer/'ɔfə*/*(v.t)*:'ɔஃபə* / to hold out, கொடு, அளிப்பதற்கு முன் வா; to agree, to express willingness, ஏற்றுக்கொள்ள அனுமதி கொடு, ஒப்புக்கொள். • *The company* **offered** *15% bonus which was not accepted.* to give either for acceptance or rejection, கொடு, ஏற்றுக் கொள்ள (அ) மறுக்க. • *He* **offered** *me a lot of presents.* to present something to God while worshipping, காணிக்கை; to be at hand, தயாராக இரு. **offer***(n)*: that which is offered, கொடை; amount offered as a price, கொடுக்கப்படும் விலை; statement about something, ஒன்றைப் பற்றிய அறிக்கை. **offering***(n)*: a gift, a sacrifice, காணிக்கை, படையல், பலி.

off-hand/,ɔf'hænd/*(adj)*:'ɔ:ஃப்'ஹேண்ட் / careless, disrespect, அக்கறை இல்லாமல், மரியாதையில்லாத. **off-hand***(adv)*: at once, உடன். • *The figures are not given* **off-hand**. **offhandedly***(adv)*, **offhandedness***(n)*.

of-fice/'ɔfis/*(n)*:'ɔஃபிஸ் / a place or building where administrative work is carried on, a place where business is transacted, அலுவலகம்; a government department, அரசுத்துறை அலுவலகம்; a position of responsibility, பொறுப்புள்ள பதவி. **officer***(n)*: one in charge of an office, அலுவலர்; a commander, ஆணையிடுபவர், இராணுவத்தில் உயர் அலுவலர்.

O

official(*adj*): belonging to an office, ஓர் அலுவலகத்திற்குரிய. **officially**(*adv*).
of-fi-ci-ate/ə'fiʃieit/(*v.t*):ə'ஃபிஷியெய்ட் / to discharge one's duty, கடமையாற்று; to do work in the place of the other, ஒருவருக்கு மாற்றாகக் கடமையாற்று, செயலாற்று.

of-fi-cious/ə'fiʃəs/(*adj*):ə'ஃபிஷஸ் / eager to meddle with the business of others, வலிந்து தலையிடுகின்ற. **officiously** (*adv*), **officiousness**(*n*).

off-ing/'ɔfiŋ/(*n*):ɔஃபிங் / a position or place seen at a distance from shore, கடற்கரையினின்று பார்வைக்கும், நோக்குதலுக்கும் உட்பட்ட தூரம். **in the offing**: likely to happen, நிகழக்கூடிய; coming soon, சீக்கிரம் ஏற்படக்கூடிய; at a distance but within approach, தொலைவில், ஆனால் எட்டிப்பிடிக்கலாம். • *Do not sag now; give the final fight, success is* **in the offing**.

off-load/,ɔf'ləud/(*v.t*):'ɔ:ஃப்லஉட்: / to get rid of, தள்ளிவிடு; to remove, அகற்று, வேண்டாதவற்றை அகற்று.

off-set/'ɔfset/(*v.t*):'ɔ:ஃப்ஸெட் / to make up for, சரிசெய். • *It is always a good financial policy to* **offset** *debits against credits.* to balance, ஈடுசெய். • *The profits* **offset** *the losses.* to compensate, குறையை ஈடு செய். **offset**(*n*): something that balances or makes up for something else, எதிர் ஈடு, சரிக்குச் சரி; something that juxtaposes, பக்கத்தில் இருத்தல்; offshoot branch, தளிர்.

off-shoot/'ɔfʃu:t/(*n*):'ɔ:ஃப்ஷூட் / branch, கிளை; consequence, விளைவு; (fig) an off-shoot of a large organisation, ஒரு பெரிய நிறுவனத்தின் கிளை. • *The company is the* **offshoot** *of the main organization.*

off-shore/'ɔfʃɔ:*/(*adv*):'ɔ:ஃப்ஷோ:* off or away from the shore, கரையினின்று விலகி தூரத்தில். **offshore**(*adj*): moving away from the shore, கரையினின்று விலகி இருக்கின்ற. • *An* **offshore** *wind swept the beach in the evening.*

off-spring/'ɔfspriŋ/(*n*):'ɔ:ஃப்ஸ்ப்ரிங் / that which springs from (something), வருவது; child, children, குழந்தை, குழந்தைகள்; children from a particular parent, (வழி மரபு) குழந்தை.

oft/ɔft/(*adv*):ɔ:ஃப்ட் / often, அடிக்கடி.

of-ten/ɔfən/(*adv*):ɔ:ஃபஒன் / many times, பலமுறை; frequently, அடிக்கடி. • *It is* **often** *said that intelligent people do not mingle with laity.*

o-gle/'əugl/(*v.t*):'əஉக்:ல் / to glance at, especially to attract, கவனம் ஈர்க்க கண்ணால் பார்; to throw a side glance, கடைக்கண்ணால் பார் • *The young man* **ogled** *at the girl in the street.*

o-gre/'əugə*/(*n*):'əஉக:ə* / a fabled giant in children's stories said to have eaten human beings, கதைகளில் வரும் மனிதரைக் கொன்று தின்னும் அரக்கன்.

oh/əu/(*int*):əஉ / expressing fear, surprise, etc., பயம், ஆச்சரியம் முதலியவற்றைக் குறிக்கும் சொல்; an exclamation, 'ஓ', 'ஆ', 'ஐயோ'.

ohm/əum/(*n*):əஉம் / a unit of resistance, equal to the resistance in a conductor in which one volt of potential difference produces a current of one amphere, மின்தடை அளவை, ஒரு கடத்தியில் ஒரு வோல்ட் மின்அழுத்தம் அதற்குச் சமமான ஒரு ஆம்பியர் மின்ஓட்டத்தை ஏற்படுத்தக் கூடிய, மின்தடை 'ஓம்' எனப்படும்.

oil/ɔil/(*n*):ɔய்ல் / a liquid grease, got from animals, plants, mineral substances, etc., எண்ணெய்; petroleum, தாது எண்ணெய், பெட்ரோலியம். • **Oil** *is struck in many parts of India now.* **oil**(*v.t*): to cover or rub with oil, to lubricate with oil, எண்ணெய் போடு. • *An engine has to be* **oiled** *for smooth working.* **oil-y**/ɔili/ (*adj*):'ɔய்லி / covered with oil, எண்ணெய் பூசப்பட்டுள்ள.

oint-ment/'ɔintmənt/(*n*):'ɔய்ன்ட்மஒன்ட் / an oily substance of medicinal value to be applied to the skin, மருந்துக் களிம்பு, பூசும் தைலம்.

o-kay/,əu'kei/(*adj & adv*):'əஉ'க்கெய் / all right, எல்லாம் சரி. **ok**(*n*): an approval, அனுமதி. • *It is quite* **ok**. **ok**(*v.t*), **okayed, oked, okaying**: **oking**: to approve, அனுமதி கொடு. • *Has the officer* **okayed** *the loan application for sanction?*

old/əuld/(*adj*):əஉல்ட்: / having lived for a long time, நீண்ட காலம் வசித்த; having existed for a long time, நீண்ட காலம் இருந்த; far in life, வாழ்க்கையின் கடைசிப் பகுதியிலுள்ள; worn out, வயதான; ancient, பழமையான. • **Old** *traditions are respected even now.*

O

o-le-ag-i-nous/ˌəuliˈædʒinəs/*(adj)*: ˌஅஉலி'யஃஜினஅஸ் / oily, fatty, எண்ணெய்ப் பசையுடைய.

ol-i-gar-chy/ˈɔliga:ki/*(n)*:ˈஒலிகஃாக்கி / government by few, சிறுபான்மையோர் ஆட்சி; a clique that captures and rules a state, ஒரு நாட்டைப் பிடித்து ஆட்சி செய்யும் சுயநலக்கும்பல்.

ol-ive/ˈɔliv/*(n)*:ˈஒலிவ் / an evergreen tree grown in Mediterranean countries noted for its valuable oil-bearing fruits, மத்தியதரைப் பகுதியில் வளரும் எண்ணெய் வித்துகள் நிறைந்த 'ஆலிவ்' மரம்.

olive branch/ˈɔlivbra:ntʃ/*(n)*: 'ஒலிவ்'ப்ஃராஞ்ச் / a symbol of Peace and Harmony, சமாதானத்தின் அறிகுறி. **to hold out the olive branch**: to ask for peace, சமாதானம், உடன்பாடு கேள்.

o-lym-pi-ad/əuˈlimpiæd/*(n)*: அஉ'லிம்ப்யஃட் / a particular occasion of the Modern Olympic Games, a period of four years reckoned from one celebration of the Olympic Games to the next, by which the Greeks computed time from 776 BC, நான்கு ஆண்டுகால இடைவெளி, கிரீஸில் கி.மு. 776 ல் நடைபெற்ற முதல் விளையாட்டுப் போட்டிகளிலிருந்து கணக்கிடும் கால அளவு.

O

o-lym-pi-an/əuˈlimpiən/*(n)*: அஉ'லிம்ப்பியஅன் / an olympian deity, ஒரு கிரேக்க தெய்வம். **olympian** *(adj)*: of the ancient Greek Gods, புராதன கிரேக்கக் கடவுள்கள் பற்றிய.

o-me-ga/ˈəumigə/*(n)*:ˈஅஉமிகஃஅ / the last letter of Greek alphabet (Ω, ω), கிரேக்க எழுத்துகளின் கடைசி எழுத்து (Ω, ω); the last, கடைசியில் உள்ளது; the end, முடிவு.

ome-lette/ˈɔmlit/*(n)*:ˈஒம்லிட் / a pancake of eggs beaten together and cooked in hot pan, முட்டைத் தோசை, ஆம்லெட்.

o-men/ˈəumen/*(n)*:ˈஅஉமென் / a sign that something good or bad is going to happen, சகுனம்.

om-i-nous/ˈɔminəs/*(adj)*:ˈஒமினஅஸ் / showing ill-omens, அபசகுனம் தென்படுகின்ற; suggestive of bad things, கெட்ட அறிகுறிகள் கொண்டுள்ள; ill-omened, தீய சகுனமான.

o-mis-sion/əˈmiʃn/*(n)*:அ'மிஷஅன் / that which is omitted, தவிர்த்தல்; a passing over, தள்ளி வைத்தல். • *Many people complain of* **omission** *of their names in the voters' list.*

o-mit/əˈmit/*(v.t)*:அஉ'மிட் / **omitted, omitting**: to leave out, விட்டு விடு; to miss, தவறவிடு; to have no use of, பயன்படுத்தாமல் விட்டுவிடு. • *Let me not* **omit** *important details in the report.*

om-ni/ˈɔmni/*(n, sing)*:ˈஒம்னி / a Latin word meaning 'all', 'எல்லாம்' என்பதைக் குறிக்கும் ஒரு லத்தீன் வார்த்தை.

om-ni-bus/ˈɔmnibəs/*(n, sing)*:ˈஒம்னிபஃஅஸ் / **omnibuses***(n, pl)*: a bus, பேருந்து; a volume of reprinted works of a single author, ஓர் எழுத்தாளரின் எல்லாப் படைப்புகளும் கொண்ட தொகுப்பு.

om-nip-o-tent/ɔmˈnipətənt/*(adj)*: ஒம்'னிப்பஅட்டஅன்ட் / all powerful, எல்லாம் வல்ல; capable of doing all things, எல்லாம் செய்யவல்ல. **omnipotence***(n)*.

om-ni-pres-ent/ˌɔmniˈpreznt/*(adj)*: 'ஒம்னி'ப்ரெஸஅன்ட் / present everywhere, எங்கும் நிறைந்துள்ள. **omnipresent***(n)*: God, எல்லாம் வல்ல இறைவன். **omni-presence***(n)*.

om-nis-ci-ent/ɔmˈnisiənt/*(adj)*: ஒம்'னிஸியஅன்ட் / knowing all things, எல்லாம் தெரிந்த. **omniscient***(n)*: God, கடவுள்.

om-niv-o-rous/ɔmˈnivərəs/*(adj)*: ஒம்'னிவஅரஅஸ் / eating every kind of food both animal and plant, taking everything, விலங்குகள் மற்றும் தாவரங்களை உண்பவை, கிடைத்ததை உண்பவை.

on/ɔn/*(prep)*:ஒன் / touching the surface of, தொட்டுக்கொண்டு. • *Put the book* **on** *the table.* so as to be attached, சேர்ந்து இணைந்து. • *The picture is mounted* **on** *the plank.* in connection with, தொடர்பு கொண்டு; at or near, இல், அருகில். • *She played a joke* **on** *her husband.* in the direction of, அந்தத் திசையில். **on***(adv)*: without stopping, தொடர்ந்து செயல்பட்டு; further on, மேலும் தொடர்ந்து; forward, முன்னே. • *He keeps* **on** *complaining about his father.* • *You go* **on**. **on***(adj)*: taking place, நிகழ்ந்துகொண்டு; occurring, இருந்துகொண்டு. • *There is a new film* **on** *the cinema.*

once/wʌns/*(adv)*:உஅன்ஸ் / at one time only, ஒருமுறை மட்டும். • *I have been told* **once** *not to come and disturb her.* at some time in the past, முன்னொரு தடவை, கடந்த காலத்தில், எப்பொழுதாவது; at any time, எந்நேரத்திலும். • *She comes to see* *me* **once** *in a while.* **once upon a time**: at sometime in the past, முன்னொரு காலத்தில். **once**(*n*): a single occasion, ஒரு பொழுது; one time only, ஒரு முறை மட்டும். • **Once** *is enough.* **once**(*conj*): as soon as, உடனே; from the moment that, அந்த நிமிடத்திலிருந்து. • **Once** *he arrives, the meeting will begin.*

once-o-ver/ˈwʌnsˌəuve*/(*n*): ˈஉஅன்ஸ,ஓஉவ* / a quicklook, திடீர்ப்பார்வை.

on-com-ing/ˈɔnˌkʌmiŋ/(*adj*):ˈஒன்,க்கமிங் / nearing, நெருங்குகின்ற; approaching, அடுத்து வருகின்ற. **on-coming**(*n*): the approach, வருகை; onset, தயார் நிலை. • *The* **oncoming** *summer will brighten our business prospects.*

one/wʌn/(*n*):உஅன் / the number 1, '1' என்ற எண்; unity, ஒருமை; a single person or thing, ஒருவர், ஒரு பொருள். • *I want* **one**. **one**(*adj*): single, ஒன்றாக; of the same, ஒரே வகையைச் சார்ந்த; unique, ஈடு இணையில்லாத. **one**(*pro*): some person, குறிப்பிடாத நபர்; any person, யாரோ ஒருவர். • *I require* **one** *of the books.*

o-ner-ous/ˈɔnərəs/(*adj*):ˈஒனரஸ் / difficult, கடினமான; burdensome, சுமையான, பொறுப்புள்ள; having responsibilities, பொறுப்புகள் நிறைந்த. • *Governing a country is an* **onerous** *task.*

one-self/wʌnˈself/(*pro*):உஅன்ˈஸெல்ஃப் / a person's self, ஒருவரின் தன்னிலை. • *I like to be* **myself** *always.* • *One must live for* **oneself**.

one-sided/ˌwʌnˈsaidid/(*adj*): உஅன்ˈஸய்டிட் / seeing only one side, ஒரு தலைச் சார்பான; unjust or unfair, நியாயமற்ற, நேர்மையற்ற.

one-up-man-ship/ˌwʌnˈʌpmənʃip/(*n*): உஅ்னப்மஅன்ஷிப் / the art of establishing superiority over others without resorting to any malpractice, திறமையினால், பிறரைக்காட்டிலும், நல்ல நிலைமையைப் பெறும் ஆற்றல்.

on-going/ˈɔnˌgəuiŋ/(*adj*):ஒன்,க:ஓஉயிங் / continuing without interruption, தடங்கல் இல்லாமல் தொடர்ந்து செயல்படுகின்ற. • *Government had started many* **ongoing** *projects in the public sector this year.*

on-ion/ˈʌnjən/(*n*):ˈஅன்யஅன் / a plant with strong smell producing an edible bulb, வெங்காயம்.

on-line/ˈʌnlain/(*adj*): ˈஒன்லய்ன் / (in data processing) operating as a part of the main computer, முக்கிய கணிப் பொறியுடன் ஒரு பகுதியாகச் செயல்பட்டுக் கொண்டுள்ள. **online**(*adv*).

on-looker/ˈɔnˌlukə*/(*n*):ˈஒன்,லுக்கஅ* / one who looks on without participating, பங்கு கொள்ளாமல் பார்த்துக்கொண் டிருப்பவர்.

on-ly/ˈəunli/(*adj*):ஓஉன்லி / being the single one, தனியான. • *He is the* **only** *male member in the office.* unique, ஈடு இணையற்ற; the best, உன்னதமான. **only**(*adv*): without others, பிறர் இல்லாமல்; exclusively, ஒருவருக்கே உரித்தான; no more than, அதிகமில்லாமல். **only**(*conj*): except that, தவிர; but, ஆனால். • *I would have come there,* **only** *you didn't invite me.*

on-rush/ˈɔnˌrʌʃ/(*n*):ˈஒன்ரஷ் / strong forward movement, முன்னோக்கிப் பாய்தல், திடீர்ப்பாய்ச்சல்.

on-set/ˈɔnset/(*n*):ˈஒன்ஸெட் / a beginning or start, ஒரு துவக்கம். • *The* **onset** *of winter may not do harm to our business.* an assault, தாக்குதல்.

on-shore/ˈɔnʃɔ:*/(*adv*):ˈஒன்ஷோ:* / in the direction of the shore, கடற்கரைப் பக்கத்தில்; towards the shore, கடற்கரையை நோக்கி. • *The south-west winds blow gracefully* **on shore**.

on-slaught/ˈɔnslɔ:t/(*n*):ˈஒன்ஸ்லோ:ட் / an onset, ஒரு தாக்குதல்; a furious attack, பயங்கரத் தாக்குதல். • *The union leaders made a fearful* **onslaught** *on the policies of the government.*

on-to/ˈɔntu/(*prep*):ˈஒன்ட்டு / to a position on, இடம் ஒன்றிற்கு. • *She jumped* **onto** *a moving bus.*

o-nus/ˈəunəs/(*n*):ˈஓஉனஅஸ் / a duty, கடமை; a responsibility, பொறுப்பு; a burden (mentally), மனச்சுமை. • *The* **onus** *of proving the guilt is on the prosecution.*

on-ward/ˈɔnwəd/(*adv*):ˈஒன்உஅ:ட் (அட்) / forward, as in space or time, மேலே செல்கின்ற, மேலும் முன்னே போகின்ற;

O

ahead, முன்னோக்கி நகர்கின்ற. • *The* **onward** *march of events in the political arena is rather dramatic.*

on-yx/'ɔniks/*(n)*:'ஒனிக்ஸ் / a precious stone with many coloured bands, பல வண்ண மணிவகை.

ooze/u:z/*(v.t)*:ஊஸ்: / to flow slowly, மெதுவாகக் கசி; to pass slowly as if through pores, சிறுசிறு துளைகள் வழியாகச் செல்வது போல் மெதுவாகச் செல்லும்படி செய். • *The man was badly wounded in the accident, blood* **oozed** *out of his wounds.* **ooze***(n)*: the act of oozing, மெதுவாகக் கசிதல்; mud or thick liquid, களிமண் (அ) திரவக் கசிவு.

o-pal/'əupl/*(n)*:'ஒஉப்பல் / a milky white precious stone with beautiful colours in it, பல நிறம் காட்டும் இரத்தினக் கல். **opalescent***(adj)*, **opalescence***(n)*.

o-paque/əu'peik/*(adj)*:ஒஉ'ப்பெய்க் / not allowing light to pass through, ஒளி ஊடுருவாத.

o-pen/'əupən/*(adj)*:'ஒஉப்பன் / not shut, திறந்திருக்கும்படியான. • *The door is* **open**. not enclosed, சூழப்படாத; prepared to serve the customers, வாடிக்கையாளர் களுக்குப் பணி செய்யத் தயார் நிலையில் உள்ள. **open***(v.t-v.i)*: to become open, திற, திறந்த நிலையிலிரு; to unfold, மடிப்பைப் பிரி; to begin a session or programme, ஒரு தொடர் நிலையைத் துவங்கு, நிகழ்ச்சி நிரலைத் தொடங்கு. • *The President* **opened** *the winter session of the Parliament.* **open***(n)*: open doors, வெளிப்படையான; open space, திறந்த வெளி. • *Life in the* **open** *is healthy and pleasant.*

o-pener/'əupnə*/*(n)*:'ஒஉப்பனஃ* / one who or that which opens, திறப்பவர், திறப்பான், திறக்கும் கருவி.

o-pen-heart-ed/,əupən'ha:tid/*(adj)*: 'ஒஉப்பன், ஹாட்டிட்: / frank, வெளிப்படையான; unreserved, கள்ளம் கபடமில்லாத; generous, kind, அன்புள்ள, தாராள மனப்பான்மையுள்ள.

o-pen-ing/'əupniŋ/*(n)*:'ஒஉப்பனிங் / a way in or way out, உள் வழி (அ) வெளி வழி; a hole, திறப்பு; open space, திறந்தவெளி; a chance, தக்க சமயம்; an opportunity, வாய்ப்பு. **opening***(adj)*: first, முதலான; beginning, துவக்கமான. • *The* **opening** *remarks of the President were formal and uninteresting.*

o-pen-ly/'əupənli/*(adv)*:'ஒஉப்பன்லி / not secretly, வெளிப்படையாக; in a frank manner, ஒளிவு மறைவின்றி.

op-e-ra/'ɔpərə/*(n)*:'ஒப்பரஃ / a play or drama mostly made up of singing with instrumental accompaniment, இசைக் கருவிகளுடன் கூடிய இசை நாடகம்.

op-e-rate/'ɔpəreit/*(v.t-v.i)*:'ஒப்பரெய்ட் / to do work, செயல்படு; to work, வேலை செய்; to use a machine, apparatus or the like, இயந்திரம், உபகரணம் (அ) இதுபோன்ற வற்றைப் பயன்படுத்திச் செயல்பட வை; to carry on business, தொழில் செய். • *The bank account has not been* **operated** *for a long time.* to produce result, பலன் பெறும்படி செய்; to perform a surgical act on the body to cure, அறுவை சிகிச்சை செய். • *The tumour has to be* **operated** *upon.* **op-e-ra-tion**/,ɔpə'reiʃn/*(n)*: ,ஒப்ப'ரெய்ஷன் / the process of working, செயல்பாடு; a work or thing to be done, செய்யப்படவேண்டிய வேலை; (in plural) military actions, ராணுவச் செயல்பாடுகள். • *Military* **operations** *are carried on under the cover of darkness.* surgical treatment, அறுவை சிகிச்சை; an act, செயல் இயக்கம்; a movement, இயக்கம். • *The rule is not in* **operation** *now.* **op-e-ra-tion-al**/,ɔpə'reiʃənl/*(adj)*: ,ஒப்ப'ரெய்ஷன்ல் / ready to be used, பயன்படத் தயார் நிலையிலுள்ள. • *The new vehicle has not become fully* **operational**.

op-e-ra-tive/'ɔpərətiv/*(adj)*:'ஒப்பரட்டிவ் / of laws, plans, etc. in operation, செயல்பாட்டிலுள்ள, நடைமுறையிலுள்ள; being in effect, பலன் கொடுத்துக் கொண் டிருக்கிற; effective, செல்லுபடியாகிற. • *Laws* **operative** *in the land have to be obeyed.* **operative***(n)*: a worker esp. a trained one, திறமையுள்ள தொழிலாளி. **operator***(n)*: a person who works a machine, telephone, lift etc., இயக்குபவர்.

op-e-ret-ta/,ɔpə'retə/*(n)*:,ஒப்ப'ரெட்டஃ / a short pleasant musical play, சிறிய இசை நாடகம்.

oph-thal-mi-a/ɔf'θælmiə/*(n)*: ஒஃப்'த்தஃல்மியஃ / a disease of the eye, causing inflammation, கண்நோய். **ophthalmic***(adj)*: concerning the eyes, கண்கள் பற்றிய. • *Mr. Ram is an* **ophthalmic** *surgeon.*

oph-thal-mol-o-gy/ˌɔfθæl'mɒlədʒi/(n): ˌஃப்த்தæல்'மɒலɵஜி / the study of the eyes and their diseases, கண் மருத்துவம். **opthalmologist**(n): an eye specialist, கண் மருத்துவர்.

o-pi-ate/'əupiət/(n):'ஓஉபியெய்ட் / a sleep producing drug, containing opium, அபின் உள்ள தூக்க மருந்து.

o-pine/əu'pain/(v.t):ஓஉ'ப்பய்ன் / **opined, opining**: to be of opinion, ஒரு கருத்துக் கொள்; to hold or express an opinion, கருது, ஒரு கருத்தை வெளியிடு. • *She opined that the proposal was not acceptable to her.*

o-pin-ion/ə'pinjən/(n):ə'ப்பின்யஒன் / a person's judgement based on his own assessment, not necessarily on facts, ஒருவரின் கருத்து. • *My opinion is that government should take steps to reduce the prices, a belief not necessarily a certainty,* ஓர் எண்ணம், நம்பிக்கை. • *I have no high opinion about the government's ability to control terrorism.*

o-pi-um/'əupjəm/(n):ஓஉப்யஒம் / a drug made from the juice of white poppy, அபின்.

op-po-nent/ə'pəunənt/(n):ə'ப்பஒனஒன்ட் / a person who takes the opposite side in a contest, game, competition, etc., எதிர்த்தரப்பில் போட்டியிடுபவர்; a person who opposes, எதிர்ப்பாளர். • *Her opponents did not stand a chance against her in the contest.*

op-por-tune/'ɔpətju:n/(adj):'ɔப்பஒச்யூன் / appropriate, பொருத்தமான; coming at the proper time, சரியான சமயத்தில் ஏற்படுகிற; timely, சரியான தருணத்தில் நிகழுகின்ற. • *It was an opportune moment, when she decided to leave her job.*

op-por-tun-is-m/'ɔpətju:nizəm/(n): 'ஒப்பஒச்யூனிஸ்ஒம் / use (or abuse) of opportunities or chances regardless of principles, சந்தர்ப்பத்திற்கு ஏற்ப மாறுதலும், வாய்ப்பைப் பயன்படுத்திக்கொள்ளுதலும். **opportunist**(n).

op-por-tu-ni-ty/ˌɔpə'tju:nəti/(n): ˌɔப்பஒ'ச்யூனிட்டி / an appropriate time, நல்ல-ஏற்ற சமயம், வாய்ப்பு; a favourable moment, தக்க வேளை; a very good chance, நல்ல சந்தர்ப்பம். • *It is a rare opportunity to meet old friends.*

op-pose/ə'pəuz/(v.t):ə'ப்பஒஉஸ்: / **opposed, opposing**: to act against, எதிராகச் செயல்படு; obstruct, தடை ஏற்படுத்து. • *The member opposed the introduction of the finance bill in the parliament.* • *Local people strongly oppose the house tax increase in the recent municipal budget.* **opposed**(adj): opposite, எதிரான; against, எதிர்ப்பான. • *The communists were opposed to certain budgetary proposals.*

op-po-site/'ɔpəzit/(adj):'ɔப்பஒˌஸி:ட் / lying face to face, நேருக்கு நேராக; different from, முற்றிலும் மாறான. **opposite**(n): that which is opposed, எதிர்த்தரப்பு; a person or thing that is opposite, எதிரான, எதிர்ப்பு. • *Anode is the opposite of cathode.* **opposite**(prep): across from, குறுக்கேயிருந்து; facing, நேராகப் பார்த்துக் கொண்டு. • *The girl sat opp.site to me in the bus.*

op-po-si-tion/ˌɔpə'ziʃn/(n):ˌɔப்பஒ'ஸி:ஷஒன் / the act or state of being opposed to, எதிர்ப்புத் தெரிவிக்கும் நிலை (அ) செயல்; a person or group of people opposing, எதிர்ப்புத் தெரிவிக்கும் குழு, எதிர்க்கட்சி; the political party opposed to the ruling party, ஆளுங்கட்சிக்கு எதிர்க்கட்சி.

op-press/ə'pres/(v.t):ə'ப்ரெஸ் / to lie heavily, upon the mind or the body, உள்ளத்தில் சுமை அழுத்து, உடலில் சுமை ஏற்று; to rule in a very hard way, கொடுங்கோல் ஆட்சி செய்; to treat harshly or unjustly, கொடுமைப்படுத்து. • *People feel oppressed even in a democratic country.* **op-pres-sive**/ə'presiv/(adj): ə'ப்ரெஸிவ் / cruel, unjust, கொடுமையான, நியாயமில்லாத. **op-pres-sion**/ə'preʃn/ (n):ə'ப்ரெஷஒன் / the condition of oppressing, கொடுமைப்படுத்துதல். **oppressively**(adv), **oppressive-ness**(n), **oppressor**(n).

op-pro-bri-um/ə'prəubriəm/(n): ə'ப்ரஒஉ:ரியஒம் / public disgrace, கெட்ட பெயர், இழிவு. **op-pro-bri-us**/ə'prəubriəs/ (adj):ə'ப்ரஒஉ:ரியஒஸ் / disgraceful, இழிவான; abusive, கெட்ட பெயர் உள்ள.

opt/ɔpt/(v.i):ɔப்ட் / to make a choice, தேர்ந்தெடுத்துச் செயல்படு. **to opt out**: choose to stay away, விலகிக்கொள். **opt for**: to choose, select, தேர்ந்தெடு. • *He opted for technical study.*

op-tic/'ɔptik/*(adj)*/:'ɔப்ட்டிக் / concerning the eyes, கண்கள் தொடர்பாக. **op-ti-cal**/ 'ɔptikl/*(adj)*:'ɔப்ட்டிக்கəல் / belonging to the eyes or to the sight, கண்கள் பற்றிய, பார்வை பற்றிய. • *We have* **optical** *instruments to measure accurately.* **optically***(adv)*. **op-ti-cian**/ɔp'tiʃn/*(n)*:ɔப்'ட்டிஷəன் / one skilled in optics, ஒளியியல் வல்லுநர்; a maker of optical instruments, கண் தொடர்பான கருவிகள் செய்பவர்; maker and seller of spectacles, கண்ணுக்கு கண்ணாடி செய்து விற்பவர். **op-tics**/ 'ɔptiks/*(n)*:'ɔப்ட்டிக்ஸ் / the scientific study of light, ஒளியியல்.

op-ti-mis-m/'ɔptimizəm/*(n)*:'ɔப்ட்டிமிஸ:əம் / a positive view of things, the belief that everything is for good, நன்னம்பிக்கைக் கோட்பாடு. *opp*: pessimism. **op-ti-mist**/ 'ɔptimist/*(n)*:'ɔப்ட்டிமிஸ்ட் / one who takes things in the positive way, நன்னம்பிக்கை உள்ளவர். **optimistic***(adj)*, **optimistically***(adv)*, *opp:* pessimist.

op-ti-mize/'ɔptimaiz/*(v.t)*:'ɔப்ட்டிமய்ஸ் / to be effective, to make effective, பயன்படும்படி செய்; to make the best of, நன்கு பயன்படும்படி செய்.

op-ti-mum/'ɔptiməm/*(n)*:'ɔப்ட்டிமəம் / [also **optimal**]: the best situation, மிக நல்ல வாய்ப்பு; most favourable, மிகவும் சாதகமான நிலை. • *Now,* **optimum** *conditions prevail for agricultural progress.*

op-tion/'ɔpʃn/*(n)*:'ɔப்ஷəன் / right or freedom to choose, தேர்ந்தெடுக்க உரிமை; choice, விருப்பம். • *Any debt has to be paid off: there is no other* **option**. the right (by initial payment) to buy or sell something in future, முன்பணம் செலுத்தி, வாங்க, விற்க பெறும் உரிமை.

op-tion-al/'ɔpʃənl/*(adj)*:'ɔப்ஷəன்ல் / left to one's choice, ஒருவரின் விருப்பத்திற்கு விடப்பட்டுள்ள; not compulsory, கட்டாயமில்லாத. • *There are* **optional** *subjects to be chosen by the students.* **optionally***(adv)*.

op-u-lence/'ɔpjuləns/*(n)*:'ɔப்யுலəன்ஸ் / abundance of wealth, பெருஞ்செல்வம். **opulent***(adj)*: wealthy, பெருஞ் செல்வமுள்ள; plentiful, ஏராளமான.

or/ɔ:*/*(conj)*:ɔ:* / used to connect words, phrases, clauses, etc. வார்த்தைகள், சொற்றொடர், துணைவாக்கியங்களை இணைக்கப் பயன்படுவது.

or-a-cle/'ɔrəkl/*(n)*:'ɔரəக்ல் / a person through whom a Greek God was thought to speak, கிரேக்கக் கடவுள், ஒருவர் மூலம் பேசுவதாகவும், குறிசொல்வதாகவும் வழக்கு, இறைவாக்கு மூலம், சான்றோர் வாக்கு; voice of an incorporeal being, அசரீரி; a person famed for wisdom, சான்றோர். **oracular** *(adj)*.

o-ral/'ɔ:rəl/*(adj)*:'ɔ:ரəல் / spoken, வாய்மொழியான; not written, எழுத்து மூலமல்லாத. • *He passed his* **oral** *test in the examination.*

o-ran/ɔ:'ra:n/*(n)*:ɔ:'ரான் / a man-like ape, ஒருவகை மனிதக் குரங்கு.

or-ange/'ɔrindʒ/*(n)*:'ɔரிஞ்ஜ் / a round reddish yellow bitter sweet fruit, ஆரஞ்சுப்

பழம்; a colour, ஆரஞ்சு நிறம். • *The* **orange** *glow in the sky is always beautiful.*

o-ra-tion/ɔ:'reiʃn/*(n)*:ɔ:'ரெய்ஷəன் / a formal address, சொற்பொழிவு; a discourse, விவாதம்; a manner of speaking, பேசும் விதம், பேசும் முறை. • *Mr. Sastri was noted for his fine* **oration**.

or-a-to-ri-o/,ɔrə'tɔ:riəu/*(n)*:,ɔரə'டɔரியəஉ / a kind of musical drama with religious theme, புராணம், மதம் தொடர்பான இசைச் சொற்பொழிவு.

or-a-to-ry/'ɔrətəri/*(n)*:'ɔரəட்டəரி / the art of making public speeches, சொற்பொழிவு செய்யும் கலை, சொல்லாண்மை; a small chapel, சிறு வழிபாட்டிடம்; a place for private worship, ஆலய வழிபாட்டிடம். **oratorical***(adj)*, **oratorically***(adv)*.

orb/ɔ:b/*(n)*:ɔ:ப் / a sphere, கோளம்; globe, உருண்டை வடிவமுள்ள பொருள்.

or-bit/'ɔ:bit/*(v.t-v.i)*:'ɔ:பிட் / to move in an orbit, கோளப்பாதையில் நகர். • *The earth* **orbits** *round the Sun once every 365.25 days.* **orbit***(n)*: a path of a planet round the Sun, சூரியனைச் சுற்றிச் செல்லும் கோளத்தின் சுற்றுப்பாதை; eye socket, கண்குழி; area or sphere of action, செயல் களம்.

or-chard/'ɔ:tʃəd/*(n)*:'ɔ:ச்சəட் / a field or garden of fruit trees, பழத்தோட்டம்.

or-ches-trate/'ɔ:kistreit/(*v.t*): 'ɔ:க்கிஸ்ட்ரெய்ட் / **orchestrated, orchestrating**]: to arrange for an orchestra performance, வாத்திய இசைக்குழுவுக்கு ஏற்பாடு செய். **or-ches-tra**/'ɔ:kistrə/(*n*):'ɔ:க்கிஸ்ட்ரə / a group of musicians who sit and play their instruments in a modern theatre, நவீன நாடக அரங்கில் இசைக்குழுவினர் அமர்ந்து இசைக்கும் இடம், இசைக்குழுவினர். • *She plays the veena in a symphony* **orchestra**. **orchestral**(*adj*).

or-chid/'ɔ:kid/(*n*): 'ɔ:க்கிட் / a kind of herb with flowers, ஒருவகை மலர்ச்செடி.

or-dain/ɔ:'dein/(*n*): ɔ:'டெ:ய்ன் / to put in order, ஆணையிட்டுச் சரிசெய்; to set apart, ஒதுக்கி வை; to appoint, பணியில் அமர்த்து; to make (someone) a priest, மதகுருவாக சடங்குகள் செய்து வை. • *He was* **ordained** *a priest in 1980.*

or-deal/ɔ:'di:l/(*n*):ɔ:'டியəல் (டீல்) / a severe trial, கடினமான சோதனை. • *Life is no* **ordeal** *when one faces it with a smile*, a difficult test, கடும் முயற்சி; a suffering, துன்பம் அதிகமான அனுபவம். • *Every* **ordeal** *becomes an excellent opportunity for me.*

or-der/'ɔ:də*/(*n*):'ɔ:ட:ə* / a command, a method or manner or a way of doing, regular arrangement or perfect position, கட்டளை, செயல்முறை, ஒழுங்கான ஏற்பாடு (அ) சரியான நிலை. • *The items are arranged in* **order**. rank, position, etc., an honour, a privilege, பதவி, நிலைமை, மதிப்பு, சிறப்புரிமை; brotherhood, சகோ தரத்துவம். **order**(*v.t*): to arrange, வரிசைப் படுத்து; to regulate, ஒழுங்குபடுத்து; to issue commands, கட்டளையிடு; to instruct to get things done, செயல்பட உத்தரவுகளை வழங்கு. • *The commander* **ordered** *an attack on the rebels.* **or-der-ly**/'ɔ:dəli/ (*adj*):'ɔ:ட:əலி / neatly arranged, சுத்தமாகவும், நேர்த்தியாகவும் அமைந்துள்ள. • *It is an* **orderly** *office.* **orderly**(*n*): a soldier who takes orders from his officer, ஓர் உயர் இராணுவ அலுவலரின் உத்தரவை நிறைவேற்றும் இராணுவ வீரர், படைத்துறை ஏவலர்; an attendant, ஏவலர்.

or-di-nance/'ɔ:dinəns/(*n*)/'ɔ:டி:னəன்ஸ் / an authoritative instruction or direction, சட்டம்; statute, அரசு உத்தரவு, விதி. • *The President is empowered to issue* **ordinance** *on the advice of the cabinet.*

or-di-nary/'ɔ:dnri/(*adj*):'ɔ:டி:னəரி / regular, வழக்கமான, சாதாரணமான; common, பொதுவான. • *The works of the author are rather* **ordinary**. • *Many people die at* **ordinary** *level.* **ordinarily**(*adv*).

ord-nance/'ɔ:dnəns/(*n*):'ɔ:ட்னəன்ஸ் / cannon or artillery, பீரங்கிகள், தளவாடங் கள்; military equipment, இராணுவத் தளவாடங்கள்.

or-dure/'ɔ:,djuə*/(*n*):'ɔ:,ட்யுə* / dirt, waste matter from the bowels, அசுத்தப் பொருள், மலம்.

ore/ɔ:*/(*n*):ɔ:* / mineral, தாதுப்பொருள். • *Iron* **ore** *and copper* **ore** *are commonly available.*

or-gan/'ɔ:gən/(*n*):'ɔ:க:əன் / an important and vital part of an animal or plant doing certain, definite function, உடல் உறுப்பு, தாவர உறுப்பு. • *Heart is a vital* **organ** *of human body.* a big wind instrument, காற்றிசைக் கருவி; a newspaper, செய்தித் தாள். • *Every government has its own* **organ** *to publish its news.*

or-gan-ic/ɔ:'gænik/(*adj*):ɔ:'க:ænik / of things, உயிரினங்கள் பற்றிய; of the organs of the body, உடல் உறுப்புகள் பற்றிய. **or-gan-is-m**/'ɔ:gənizəm/(*n*): 'ɔ:க:əனிஸ:əம் / an individual animal or plant, ஓர் உயிரினத்தைக் குறிப்பது, ஒரு தாவரத்தைக் குறிப்பது; organic structure, தாவர (அ) பிராணியின் உறுப்பு அமைப்பு. • *Many* **organisms** *live in our body.*

or-gan-i-za-tion/,ɔ:gənai'zeiʃn/(*n*): ,ɔ:க:əனய்'ஸெ:ய்ஷəன் / an institution, ஒரு நிர்வாக அமைப்பு, அலுவலகம், a system, அமைப்பு; a society, ஒரு கழகம். • *U.N.O. is a world* **organization**.

or-gan-ize/'ɔ:gənaiz/(*v.t*):'ɔ:க:əனய்ஸ் / **organized, organizing**: to arrange and to administer, ஒழுங்குபடுத்தி நிர்வாகம் செய்; to form different parts into one whole or system, ஒருங்கிணைத்து செயல் படச் செய்; to arrange and to regulate, ஒழுங்குபடச் செய். • *People* **organize** *many functions for dead man, they never care for dying people.* **organized**(*adj*): having effective and orderly

O

organization, நல்ல நிர்வாகத் திறனும் ஒருங்கிணைக்கும் தன்மையும் உள்ள.

or-gasm/'ɔ:gæzəm/*(n)*:'ɔ:க:ஐஸ:ஒம் / the height of sex pleasure, பால் உணர்வின் உச்ச கட்ட இன்பம். **orgasmic***(adj)*.

o-ri-el/'ɔ:riəl/*(n)*:'ɔ:ரியஒல் / window projecting from the wall, சுவரின் ஆதாரப் பலகணி.

O-ri-ent/'ɔ:riənt/*(n)*:'ɔ:ரியஒன்ட் / the east, கீழ்த்திசை. **O-ri-en-tal**/ˌɔ:ri'entl/*(adj)*: ˌɔ:ரியென்ட்ல் / eastern, கீழ்த்திசைக்குரிய. pertaining to the eastern countries, கீழ்த்திசை நாடுகள் பற்றிய.

o-ri-en-ta-tion/ˌɔ:rien'teiʃn/*(n)*: ˌɔ:ரியென்ட்'டெய்ஷஒன் / an introduction, அறிமுகம்; direction, புதிய அணுகுமுறை, இயக்குதல், புத்தொளிப் பயிற்சி.

or-i-fice/'ɔrifis/*(n)*:'ɔரிஃபிஸ் / a small opening, சிறு துளை.

or-i-gin/'ɔridʒin/*(n)*:'ɔரிஜின் / a beginning, துவக்கம்; a source, மூலம், ஆதாரம்; cause of some action, செயல்படக் காரணம். **o-rig-i-nal**/ə'ridʒənl/*(n)*:ə'ரிஜினஒல் / a primary form, அடிப்படையான வடிவம். **original***(adj)*: first, முதலாவதான; relating to the beginning, துவக்கம் தொடர்பான. • **Original** *documents are not available.* **o-rig-i-nal-i-ty**/əˌridʒə'næləti/*(n)*:əˌரிஜி'னஆலிட்டி / the state of being original, independent thinking, சுயமாக சிந்தனை செய்தல், சுயசிந்தனை.

or-i-son/'ɔrizən/*(n)*:'ɔரிஸ:ஒன் / a kind of prayer, உரையுடன் செய்யப்படும் வழிபாடு.

or-na-ment/'ɔ:nəmənt/*(n)*:'ɔ:னஒமஒன்ட் / things that help to beautify, நகை, அலங்காரப் பொருள்கள். **ornament***(v.t)*: to furnish with or add ornaments, ஆபரணங்களைப் பூட்டி அழகுபடுத்து. **ornamental***(adj)*.

or-ni-thol-o-gy/ˌɔ:ni'θɔlədʒi/*(n)*: ˌɔ:னி'த்தாலஒஜி / study of birds, பறவை இயல். **ornithological***(adj)*, **ornithologist***(n)*.

or-o-graph-i-cal/ˌɔrəu'græfikl/*(adj)*: ˌɔரஒஉ'க்:ரஆஃபிக்ல் / depicting the mountains of a place, land, country, etc., ஓரிடத்தில், நாட்டில் உள்ள மலைகளைக் குறிப்பிட்டுக் காட்டுகின்ற.

or-phan/'ɔ:fn/*(n)*:'ɔ:ஃபஒன் / a child having no parents, அனாதைக் குழந்தை. • *God is the sole protector of* **orphans**.

or-re-ry/'ɔrəri/*(n)*:'ɔரெரி / an apparatus that depicts the movements of the planets graphically, கோள்களின் மண்டல இயக்கங்களைக் காட்டும் கருவி.

or-tho-dox/'ɔ:θədɔks/*(adj)*:'ɔ:த்தட:ɔக்ஸ் / concerning the established, traditional beliefs, faiths, etc., பழமைக்கால பழக்க வழக்கங்களுக்குட்பட்ட மரபுகளைக் கடைப் பிடிக்கின்ற. • **Orthodox** *men do not accept modern ideas.*

or-thog-ra-phy/ɔ:'θɔgrəfi/*(n)*: ɔ:'த்தாக்:ரஒஃபி / grammar dealing with alphabet, spelling, etc., எழுத்து, இலக்க முறை இயல்.

or-tho-pae-dic/ˌɔ:θəu'pi:dik/*(adj)*: ˌɔ:த்தஒஉ'ப்பீடிக் / the branch of medicine (orthopaedics) that deals with setting the bones correctly, எலும்புகளைச் சரி செய்யும் மருத்துவ முறை.

os-cil-late/'ɔsileit/*(v.i)*:'ɔஸிலெய்ட் / to swing between two extremes, ஊசலாடு; to waver without taking any decision, முடிவெடுக்க முடியாத நிலையில் தயக்கம் காட்டு; to be in a dilemma not able to decide, தீர்மானம் செய்ய முடியாமல் இருதலைக் கொள்ளி போல் தடுமாற்றம் கொள். **os-cil-la-tion**/ ˌɔsi'leiʃn/*(n)*:ˌɔஸி'லெய்ஷஒன் / the action of oscillating, ஊசலாடுதல். **os-cil-la-tor**/ 'ɔsileitə*/*(n)*:'ɔஸிலெய்ட்டஒ* / a machine that gives out electrical oscillation, மின் அதிர்வுகளைத் தரும் கருவி; that which oscillates, ஊசலாடும் ஒன்று; a person who oscillates, ஊசலாடுபவர். • *The* **oscillation** *of pendulum is governed by certain laws.*

os-cu-la-tion/ˌɔskju'leiʃn/*(n)*: ˌɔஸ்க்யு'லெய்ஷஒன் / the act of kissing, முத்தமிடுதல்.

o-si-er/'əuziə*/*(n)*:ஒஉஸி:யஒ* / a kind of willow tree mainly used in basket work, கூடை முடையப் பயன்படும் ஒருவகைப் பிரம்பு மரம்.

os-mo-sis/ɔz'məusis/*(n)*:ɔஸ:'மஒஉஸிஸ் / passing of liquid from one side of the membrane to the other, சவ்வின் வழியே, ஒரு பகுதியிலிருந்து மறு பகுதிக்கு திரவம் ஊடுருவுதல், சவ்வூடு பரவல்.

os-prey/ˈɔspri/*(n, sing)*:ˈɔஸ்ப்ரி / **ospreys***(n,pl)*: a kind of large fish-eating bird, மீன்தின்று வாழும் பெரிய கழுகு; sea eagle, கடல் பருந்து.

ossify/ˈɔsifai/*(v.t-v.i)*:ˈɔஸிஃபய் / **ossified, ossifying**: to cause to become hard, கெட்டிப்படுத்தும்படி செய்; to turn into bones, எலும்பாக மாற்று; to become unchanging in one's ideas, habits, attitudes, etc., கருத்து, பழக்கம் முதலிய வற்றில் உறுதியாக, ஒரே நிலையில் இரு. • *False beliefs have* **ossified** *into social customs.* **ossification***(n)*.

os-ten-si-ble/ɔˈstensəbl/*(adj)*: ɔஸ்ˈட்டென்ஸிப்:ல் / visible, தெரியும் படியான; apparent, வெளிப்படையான; plausible, உண்மைபோல் தோன்றும்படியாக உள்ள. • *His* **ostensible** *reason for not attending the function is illness.* **ostensibly***(adv)*.

os-ten-ta-tion/ˌɔstenˈteiʃn/*(n)*: ˌɔஸ்ட்டென்ˈட்டெய்ஷən் / vulgar display or pretentious show, பகட்டைக் காண்பித்தல்; an exhibition of luxuries, ஆடம்பரம், வெளி வேடம். **os-ten-ta-tious**/ˌɔstenˈteiʃəs/*(adj)*:ˌɔஸ்ட்டென்ˈட்டெய்ஷəஸ் / vain, வெளி வேடமுள்ள; luxurious, ஆடம்பரமான; showy, பகட்டான. • *Some politicians live in* **ostentatious** *manner.*

os-tler/ˈɔslə*/*(n)*:ˈɔஸ்லə* / [also **hostler**]: stable man, குதிரை லாயக்காரர்.

os-te-o-path/ˈɔstiəpæθ/*(n)*: ˈɔஸ்ட்டிəப்பæத் / a person who practises osteopathy, எலும்பு, தசை முதலியவை தொடர்பான மருத்துவர். **os-te-o-path-y**/ˌɔstiˈɔpəθi/*(n)*:ˌɔஸ்ட்டிˈɔப்பəதி / system of pressing muscles and bones, எலும்பு, தசை இவற்றைச் சீர் செய்யும் மருத்துவ முறை.

os-tra-cize/ˈɔstrəsaiz/*(v.t)*:ˈɔஸ்ட்ரəஸய்ஸ் / to banish, தள்ளி வை; to exclude someone from social life, ஒதுக்கி வை, சமுதாய வாழ்க்கையினின்று தள்ளி வை. • *Rich men always* **ostracize** *the poor.* **ostracism** *(n)*.

os-trich/ˈɔstritʃ/*(n)*:ˈɔஸ்ட்ரிச் / a big swift-running bird, நெருப்புக் கோழி; the largest of the living birds, பறவைகளில் மிகப் பெரியது.

oth-er/ˈʌðə*/*(adj)*:ˈஅத:ə* / different, வேறான. • *I assure you my way is quite* **other**. not similar, ஒரே மாதிரி இல்லாத; opposite, நேர் எதிரான; not the same, அப்படியே இல்லாமல். **other***(pro)*: the second of the two, இரண்டில் மற்றொன்று. • *He held the wheel with his left hand and waved with the* **other**.

oth-er-wise/ˈʌðəwaiz/*(adv)*/ˌஅதəˈஉஅய்ஸ் / in a different way, வேறு வழியில். • *I will come there by car or* **otherwise**. not the same way, அதே வழி இல்லாமல். • *I could not attend the function as I was* **otherwise** *engaged.*

other-world/ˈʌðəwɜ:ld/*(adj)*:ˈஅதəˌஉə:ல்ட் / concerning the other world, இவ்வுலகு அல்லாமல், மற்றோர் உலகு பற்றிய, உலக இச்சையில்லாத நோக்குள்ள.

o-ti-ose/ˈəutiəus/*(adj)*:ˈəஉட்டியəஸ் / lazy, idle, சுறுசுறுப்பு இல்லாத; not required, தேவையில்லாத.

ot-ter/ˈɔtə*/*(n)*:ˈɔட்டə* / an aquatic fish-eating animal having beautiful fur, அழகிய உரோமம் கொண்ட மீனுண்ணி, நீர் நாய்.

Ot-to-man/ˈɔtəumən/*(n)*:ˈɔட்டəஉமən் / a Turk, a citizen of Turkey, துருக்கியர். **ottoman***(n)*: a comfortable cushioned seat, மிருதுவான பஞ்சு இருக்கை.

ought/ɔ:t/*(auxiliary verb)*:ɔ:ட் / to be obliged or bound to do one's duty, கடமைப்பட்டுச் செயல்படு, கடமையாற்று. used to express justice, moral right, probability, etc., நியாயம், நீதியான நடத்தை போன்றவை பற்றிச் சொல்லப்படுவது. • *You* **ought** *to be ashamed of your conduct.*

ounce/auns/*(n)*:அஉன்ஸ் / a measure, ஓர் அளவு; a unit of weight that equals to one sixteenth of pound, 1/16 பவுண்டு எடைக்குச் சமமான அளவு, அவுன்சு; a small amount, மிகச் சிறிதளவு.

our/'auə*/(*adj*):அஉə* / belonging to us, நமக்குச் சொந்தமான, நம்முடைய, எங்களுடைய. **ours**/'auəz/(*pro*):அஉəஸ்: / belonging to us, நம்முடையது, எங்களுடையது. **ourselves** (*pro, pl*)/: the emphatic and reflexive form of we, நாமே, நாங்களே. • *We* **ourselves** *intend to run the shop.* our usual state, நம்முடைய இயல்பு.

oust/aust/(*v.t*):அஉஸ்ட் / to remove, அகற்று; to expel, வெளியேற்று; to cause to take away the possession of, உரிமையை எடுத்துக்கொள், உரிமையைப் பறி. • *She was* **ousted** *from her job.*

out/aut/(*prep*):அஉட் / directed outwards, வெளிப்புறம் நோக்கி; beyond limits, எல்லைக்கு அப்பாலுள்ள. • *The ball was said to be* **out**. **out**(*v.i*): to go out, வெளியே செல்; to become public, வெளிப்படு. • *The truth will be* **out** *one day.* **out**(*adv*): not in a place, வெளியே, ஓரிடத்தில் இல்லாமல்; not at a place, ஓரிடத்திற்கு வெளியில். • *We go* **out** *for dinner.* away from, தொலைவில். • *She looked* **out** *through the window.*

out-and-out/,autnd'aut/(*adj*):அஉட்ண்ட:உட் / total, முழுக்க, முழுக்க; complete, முற்றிலும்.

out-bid/,aut'bid/(*v.t*):அஉட்'பி:ட் / **outbid, outbidding**: to cause to bid higher than others, ஏலத்தில், மற்றவரை விட அதிகமாக ஏலம் கேள். • *I badly wanted the car: but in the auction, I was* **outbid**.

out-break/'autbreik/(*n*)/'அஉட்ப்:ரெய்க் / a beginning, துவக்கம்; coming out suddenly, திடீரென்று வெளிவருதல்; bursting forth, உடன் வெடித்தல்; sudden appearance of violence, disease, etc., வன்முறை (அ) நோய் தோன்றல். • *There was an* **outbreak** *of communal violence.*

out-build-ing/'autbildiŋ/(*n*): 'அஉட்'பில்டி:ங் / an outhouse, புற மனை வீடு; a shed, தனிக் கொட்டகை.

out-burst/'autbɜ:st/(*n*):அஉட்ப:ə:ஸ்ட் / a sudden explosion, திடீர் வெடிப்பு; a bursting out, திடீர் எழுச்சி. • *Young girls always indulge in* **outbursts** *of laughter when they meet.*

out-cast/'autka:st/(*adj*):'அஉட்க்காஸ்ட் / expelled from the social circle, சமுதாயத்தினின்று வெளியேற்றப்பட்டுள்ள; a person expelled from the immediate social circle, தன் சமுதாயத்தினின்று விலக்கப்பட்டுள்ள; banished from the society, தள்ளி வைக்கப்பட்டுள்ள, உற்றார் உறவினர் உறவு துண்டிக்கப்பட்ட. **out-caste**(*n*): a person removed from caste as a form of punishment or driven away from society, தண்டனையாக சாதி நீக்கம் செய்யப்பட்டவர், சமூகத்தினால் விலக்கி வைக்கப்பட்டவர். • *Smugglers must be considered as* **outcastes** *from the society.*

out-come/'autkʌm/(*n*):'அஉட்க்கம் / that which comes out, பலன். • *The* **outcome** *of the cabinet meeting is anxiously awaited.* result, விளைவு, முடிவு; issue, பிரச்சினை.

out-cry/'autkrai/(*n*):'அஉட்க்ரய் / loud noise expressing distress, துயரக்குரல். • *There is a huge* **outcry** *from the workers as the mill has declared lockout.*

out-dis-tance/,aut'distəns/(*v.t*): ,அஉட்'டி:ஸ்ட்டəன்ஸ் / to go ahead, முன்னேறிச் செல்; to get far, மற்றவரை விட மிகவும் முந்திச் செல்; to go further (in a race), பந்தயத்தில் முன் செல்.

out-do/,aut'du:/(*v.t*):'அஉட்டு: / **outdid, outdone**: to win over, மற்றவரை விட முன் சென்று வெற்றி அடை; to outwit, செயலில் மேம்பட்டு நில்; to get things done more cleverly, திறமையாக சாதனை புரி. • *She* **outdid** *her husband in shuttle cock.* • *I do not like to be* **outdone** *by my rivals.*

out-doors/,aut'dɔ:z/(*n*):'அஉட்'ட:ɔ:ஸ்: / open air space distant from living place, வசிக்குமிடத்தினின்று வெளியிலுள்ள இடம். **outdoor**(*adj*): out in the open space, திறந்தவெளியிலுள்ள; out of the house, வீட்டுக்கு வெளியேயுள்ள; existing outside, வெளியிலிருக்கின்ற; done outside, வெளியில் செய்யப்பட்டுள்ள. **outdoor** (*adv*), [also **out of doors**]: outside, வெளியில்.

out-er/'autə*/(*adj*):'அஉட்ə* / farther away, வெளியே மிகவும் தள்ளி அமைந்திருக்கின்ற; far, far away from a point, ஓர் இடத்தினின்று விலகியுள்ள.

out-er-most/'autəməust/(*adj*): 'அஉட்டəமəஉஸ்ட் / farthest from a central point, ஒரிடத்தினின்று மிகவும் வெளியே யுள்ள; outside, வெளியேயுள்ள; very, very distant, மிகவும் தொலைவிலுள்ள. • *The* **outermost** *stars are also visible in the sky. opp*: innermost.

out-fall/'autʃɔ:l/*(n)*:'அஉட்ஃபா:ல் / outlet of river, ஓர் ஆற்றின் வடிகால்; a place where water flows out, வடிகால்.

out-fit/'autfit/*(n)*:'அஉட்ஃபிட் / full equipment, முழுவதும் உள்ள கருவிகள், தொகுதி; a set of clothes worn together, அணியும் ஆடைகள் முழுவதும். **out-fit***(v.t-v.i)*: **outfitted, outfitting**: to equip with an outfit, வேண்டிய ஆடைகளை அணி.

out-fit-ter/'autfitə*/*(n)*:'அஉட்ஃபிட்டə* / men'swear shop, ஆண்களின் உடைகள் விற்பனை நிலையம்.

out-flank/,aut'flæŋk/*(v.t)*:அஉட்'ஃப்லஜங்க் / to go round the enemy andattack from behind, எதிரிப்படையை அதன் பின்புறமிருந்து தாக்கு; to get the better of the other, பிறரை விட அதிகத் திறமையைப் பெறு. • *The defence lawyer* **outflanked** *the prosecutor.*

out-flow/'autfləu/*(n)*/:அஉட்ஃப்லəஉ / flowing out, வழிந்தோடுதல். • *When exports are not equal to imports, the* **outflow** *of currency begins.* • *Please measure the* **outflow** *of the oil per minute in the pipe.*

out-go-ing/'aut,gəuiŋ/*(n)*:'அஉட்,க:əஉயிங் / [also **outgoings**]: the process of going out, வெளிச் செல்லுதல்; expenditure, செலவு. **outgoing***(adj)*: going out, வெளியே செல்லுகின்ற.

out-grow/'autgrəu/*(v.t)*:'அஉட்க்:ரəஉ / to grow faster, வேகமாக வளர். • *It is the population that is* **outgrowing** *the resources available.* to cause to become taller, மிக உயரமாக வரும்படி செய்; to grow too old, அதிக வயது அடை. **outgrowth** *(n)*.

out-house/'authaus/*(n)*:'அஉட்ஹஉஸ் / a small house outside the main house, வெளியில் உள்ள சிறு வீடு.

out-ing/'autiŋ/*(n)*:'அஉட்டிங் / a luxury, pleasure, trip, உல்லாசப் பயணம்.

out-law/'autlɔ:/*(n)*:'அஉட்லா: / a person who has no respect for law, சட்டத்தை மதிக்காதவர்; a confirmed criminal, குற்றம் புரிவதையே தொழிலாகக் கொண்டவர். **outlaw***(v.t)*: to declare not lawful, சட்டப்படி செல்லுபடியாகாது என்று கூறு. • *Drinking is* **outlawed** *in the state.*

out-lay/'autlei/*(n)*:அஉட்'லெய் / expenditure for a purpose like foundation, establishment, etc., செலவிட்ட தொகை, ஒரு குறிப்பிட்ட நோக்கம் நிறைவேற செலவிடப்பட்ட தொகை. **outlay***(v.t)*: to expend as money, பணத்தைச் செலவு செய்.

out-let/'autlet/*(n)*:'அஉட்லிட் / a passage for letting out, sending out, வெளியேற்ற வழி.

out-line/'autlain/*(n)*:'அஉட்லய்ன் / line bordering the limits of an object, picture, etc., ஒரு பொருளின் வரி வடிவம்; the sketch of a plan, ஒரு திட்டத்தின் வரைவு, சுருக்கம்; the draft of a proposal, ஒரு திட்டத்தின் வரைச்சட்டம். **outline***(v.t)*, **outlined, outlining**: to sketch the main features of, முக்கிய பகுதிகளை வடிவமை; give a short description, சுருக்க உரை கூறு. • *In the introduction class, the professor* **outlined** *the course.*

out-live/,aut'liv/*(v.t)*:அஉட்'லிவ் / **outlived, outliving**: to continue to live, to live longer than a particular period, ஒரு குறிப்பிட்ட காலகட்டத்தைக் கடந்து வாழ்ந்திடு.

out-look/'autluk/*(n)*:'அஉட்லுக் / the process of viewing things generally from a place, பொதுவாக ஒரிடத்தினின்று பார்க்கப்படும் நோக்கு, விழிப்புடன் காவல் காக்கும் தன்மை; a place from which watch is done, காவல் காக்கும் இடம்; view got about a particular thing, ஒன்றைப் பற்றி ஏற்படும் மனப்பாங்கு; that which is probable or expected, நடக்கக்கூடிய வாய்ப்பு, எதிர்பார்த்தல். • *The* **outlook** *for fair economic growth is bright.*

out-lying/'aut,laiiŋ/*(adj)*:'அஉட்,லயிங் / distantly placed, சற்று வெளியிலுள்ள; lying out, வெளியிலிருக்கின்ற.

O

out-number/ˌautˈnʌmbə*/(*v.t*): அஉட்'நம்ப:ə* / to exceed in number, அதிக எண்ணிக்கையில் இரு; to be of greater number, மிக அதிக எண்ணிக்கையிலிரு. • *The opposition* **outnumbered** *the ruling party members in the debate.*

out-of-date/ˌautəvˈdeit/(*adj*):'அஉட்டəவ்' டெ:ய்ட் / not current, நடைமுறையில் இல்லாத; traditional, புராதனமான; old fashioned, பழைய நாகரிகமுள்ள.

out-of-the-way/ˌautəvðəˈwei/(*adj*): 'அஉட்டəவ்தə' உஎய் / not usual, வழக்கமில்லாத; not regular, ஒழுங்கு முறையில்லாத; distantly placed, தொலைவில் அமைந்துள்ள.

out-pa-tient/ˈautˌpeiʃnt/(*n*): 'அஉட்ˌப்பெய்ஷəண்ட் / not an in-patient, புறநோயாளி; a patient having treatment in a hospital without being admitted, புறநோயாளி.

out-post/ˈautpəust/(*n*):'அஉட்ப்பəஉஸ்ட் / a post or station or office outside the main station or office, எல்லைக் காவல், வெளிப்புற அலுவலகம்; a distant settlement, தூரத்திலுள்ள குடியிருப்பு, வெளிப்புற அலுவலகம்.

out-put/ˈautput/(*n*):'அஉட்ப்புட் / the amount produced, உற்பத்தி அளவு; the rate of production, உற்பத்தி விகித அளவு.

out-rage/ˈautreidʒ/(*n*):'அஉட்ரெய்ஜ் / violent anger, அவமதிப்பு, கொடுமை; severe, unbearable insult, பொறுக்க முடியாத அவமதிப்பு.

out-reach/ˈautri:tʃ/(*v.t*):'அஉட்ரீச் / to reach beyond, தொலைவில் சென்றடை; exceed, மேலும் செல், மேலே செல்.

out-rid-er/ˈautˌraidə*/(*n*):'அஉட்'ரய்ட:ə* / an attender or a security officer who rides in front of a carriage, வண்டிக்கு முன் செல்லும் பாதுகாப்பு அலுவலர்.

out-right/ˈautrait/(*n*):'அஉட்'ரய்ட் / direct and straight, நேரிடையான; total and complete, முழுமையும், முழுவதுமான. • *It is an* **outright** *sale.* **outright**(*adv*): immediately, உடனே; at once, இப்பொழுதே; wholly, முழுவதும்.

out-run/ˌautˈrʌn/(*v.t*):'அஉட்ரன் / to run faster than, ஓட்டத்தில் மிக அதிகமாக ஓடி, பிறரை மிஞ்சு; to go further, மேலும் செல்; to go beyond, தாண்டிச் செல். • *The meeting* **outran** *its scheduled time.*

out-set/ˈautset/(*n*):'அஉட்ஸெட் / beginning of a programme, venture, etc., ஒரு நிகழ்ச்சியின் துவக்கம்; commencing moment, தொடக்க நேரம். • *At the* **outset,** *I like to introduce my guests.*

out-shine/ˌautˈʃain/(*v.t*):அஉட்'ஷய்ன் / to shine out, மிக அதிகமாக ஒளி வீசு; to become more famous, அதிகப் புகழ் பெற்று ஒளி வீசு, புகழில் மேம்பட்டு இரு; to surpass in splendour, excellence, etc., அதிகமாகப் புகழ் பெறு, மேன்மை பெறு.

out-side/ˌautˈsaid/(*n*):'அஉட்'ஸய்ட் / the external part of a place, வெளிப்புறம்; the outer portion of a building, ஒரு கட்டடத்தின் வெளிப்பகுதி, பொதுவாக வெளிப்புறம். **out-side**(*adj*): not inside, வெளிப்புறத்திலுள்ள. **outside**(*prep*): at the outer place, வெளிப்புறத்தில். **out-side-er**/ˌautˈsaidə*/(*n*): 'அஉட்'ஸய்ட:ə* / one who does not take part, வெளியார்; one who remains outside, அயலார்; one who is not connected, தொடர்பற்றவர்.

out-size/ˈautsaiz/(*adj*):'அஉட்ஸய்ஸ் / a very big size, மிக அதிக அளவிலான; a large size more than necessary, தேவைக்கு அதிகமாக உள்ள.

out-skirts/ˈautskɜ:ts/(*n, pl*):'அஉட்ஸ்க்கə:ட்ஸ் / place bordering on a building or compound, எல்லைப்புறம், suburban area, புறநகர்ப் பகுதி.

out-spo-ken/ˌautˈspəukən/(*adj*): அஉட்'ஸ்ப்பəஉக்கəன் / practical and frank, வெளிப்படையாகவுள்ள; candid and open, ஒளிவு மறைவற்ற. • *I always prefer* **outspoken** *criticism from my critics.* **outspokenly**(*adv*), **outspokenness** (*n*).

out-stand-ing/ˌautˈstændiŋ/(*adj*): அஉட்'ஸ்ட்டஎண்டிங் / very famous, புகழ் மிக்க; very much distinguished, மிகவும் பெருமை மிக்க, தலைசிறந்த; unsettled (accounts) கணக்குத் தீர்க்கப்படாத; not yet paid, கொடுக்கப்பட வேண்டியதைக் கொடுக்காத.

O

out-stretch-ed/ˌautˈstretʃt/*(adj)*: அஉட்'ஸ்ட்ரெச்ட் / stretched out in full, வெளிப்புறம் நீண்டு இருக்கின்ற. • *Military personnel* **outstretch** *their hands while exercising.*

out-strip/ˌautˈstrip/*(v.t)*: அஉட்'ஸ்ட்ரிப் / **outstripped, outstripping**: to pass by, கடந்து செல்; to leave behind, விட்டுச் செல், பிறரை மிஞ்சிச் செயல்படு. • *The supply of luxury goods far* **outstrips** *the demand.*

out-vote/ˌautˈvəut/*(v.t)*: அஉட்'வஒஉட் / to defeat by a great margin in an election, தேர்தலில் எதிரியைத் தோல்வியுறச் செய்; to win by a margin of great number of votes in an election, எதிரியை அதிக வாக்குகள் பெற்று தோற்கடித்து, வெற்றி பெறு. • *A few of the budget proposals of the government were* **outvoted** *by the opposition.*

out-weigh/ˌautˈwei/*(v.t)*/அஉட்'உஎய் / to be more important than, மதிப்பில் மேம்பட்டு இரு, பிறரைவிட அதிக செல்வாக்கும் புகழும் பெறு. • *His debts far* **outweigh** *his assets.*

out-wit/ˌautˈwit/*(v.t)*: அஉட்'உயிட் / **outwitted, outwitting**: to defeat with more wit and intelligence, மிகுந்த அறிவுக் கூர்மை கொண்டு, தன் முயற்சியில் வெற்றி பெறு.

out-work/ˈautwɜ:k/*(n)*: அஉட்'உஒ:க் / work done outside the core of main business, முக்கிய தொழிலுள்ள இடத்திற்கு வெளியே செய்யப்படும் வேலைகள்; work done outside main military line of fortification, இராணுவப் பகுதிகளுக்கு வெளியில் செய்யப்படும் வேலைகள்.

out-worn/ˈautwɔ:n/*(adj)*: அஉட்'உ:ஒன் / no longer in use, பழமையான, நடைமுறையில் உபயோகத்தில் இல்லாத.

o-val/ˈəuvl/*(adj)*: 'ஒஉவல் / egg-shaped, முட்டை வடிவமாக உள்ள.

o-va-ry/ˈəuvəri/*(n)*: 'ஒஉவரி / the part of a female organ that produces eggs, கருப்பை, முட்டைகள் உற்பத்தி செய்யப்படும் இடம்; the part of a female plant producing seeds, விதைகள் உற்பத்தியாகும் கருவகம்.

ova-tion/əuˈveiʃn/*(n)*: ஒஉ'வெய்ஷஒன் / a voluntary public applause in a function, ஒரு நிகழ்ச்சியில் கை தட்டி ஆர்ப்பரித்தல். • *The parliament members gave the Prime Minister a cheerful* **ovation**.

ov-en/ˈʌvn/*(n)*: 'அவ்ன் / a fireplace where cooking, baking, etc, are done, அடுப்பு, உலை.

o-ver/ˈəuvə*/*(prep)*: 'ஒஉவஒ* / above, மேல். • *She put the pillow* **over** *his face.* higher, மேலே, அதிக உயரத்தில்; a cross, குறுக்கே; on the surface of, மேல் தளத்தில். **over**(*adv*): beyond a point or limit, ஒரு குறிப்பிட்ட அளவுக்கு மேல்; above, மேல். • *The roof that hangs* **over**, *requires repair.* throughout, முழுவதும்; at an end, முடிவில்; too much, மிக அதிகமாக. • *He works rather* **over** *zealously.*

o-ver-act/ˌəuvərˈækt/*(v.t-v.i)*: 'ஒஉவஒர்'ஆக்ட் / to act excessively, மிகையாக நடி, அதிகமாகச் செயல்படு. • *The man* **overacted** *his part in the drama.*

o-ver-all/ˈəuvərɔ:l/*(n)*: 'ஒஉவஒரஓ:ல் / a protective outer dress or coat, மேல் ஆடை. **overall**(*adv*): complete, முழுவதும்; total, மொத்தமான; including everything, ஒன்றும் விடாமல் முழுவதும். • *The* **overall** *picture of the economic front is bright.*

o-ver-awe/ˌəuvərˈɔ:/*(v.t)*: ˌஒஉவஒ'ஓ: / to be frightened, பயமுறுத்து; to subdue by force and terror, பயப்படுத்தி, அச்சுறுத்தி, பணியும்படி செய். • *The cabinet ministers were completely* **overawed** *by the attack of the opposition leader's speech.*

o-ver-bear-ing/ˌəuvəˈbeəriŋ/*(adj)*: ˌஒஉவஒ'பஃஎஒரிங் / very proud, மிக்க கர்வமுள்ள; pretending to be powerful, அதிக பலமுள்ளவனாக நடிக்கின்ற; haughty in manner, பிறவியிலிருந்தே அகந்தையுள்ள. • *His* **overbearing** *personality has completely outshadowed his associates in the meeting.* **overbearingly**(*adv*).

o-ver-board/ˈəuvəbɔ:d/*(adv)*/'ஒஉவஒபஓ:ட் / over the side of a ship, கப்பலின் மேல்பக்கத்தில், கப்பலுக்கு வெளியே. • *He has gone* **overboard** *with his new friend.*

o-ver-bur-den/ˌəuvəˈbɜ:dn/*(v.t)*: ˌஒஉவஒ'பஃஒ:ட்ன் / to overload, அதிக பளு ஏற்று; to carry too much work, அதிக வேலைப்பளுவைச் சுமந்து நில். • *Students are* **overburdened** *with too much home work.*

O

o-ver-cast/'əuvəka:st/*(v.i)*:'ஒஉவஒக்காஸ்ட் / to be clouded, மேக மூட்டம் இடு, மேகம் சூழ்ந்து இரு; to make gloomy, இருட்டாக்கு. **overcast***(n)*: the sky is full of clouds, மேகம் சூழ்ந்த வானம். **overcast***(adj)*: cloudy, மேகமூட்டமுள்ள.

o-ver-charge/ˌəuvə'tʃa:dʒ/*(v.i)*: 'ஒஉவஒ'ச்சாஜ் / to charge too much price, அதிக விலை கூறு. • *Do not* **overcharge** *the customers for the items.* to overload, மிக்க பளுவேற்று. • *She is highly emotional. She becomes* **overcharged** *with feeling sometimes.*

o-ver-come/ˌəuvə'kʌm/*(v.t)*:ˌஒஉவஒ'க்கம் / to conquer, வெற்றி கொள்; to get over, சமாளித்துச் செயல்படு.

o-ver-con-fi-dence/ˌəuvə'kɔnfidəns/*(n)*: 'ஒஉவஒ'க்கான்ஃபிட:ஒன்ஸ் / too much reliance, அளவுக்கு மீறிய தன்னம்பிக்கை.

o-ver-crowd/ˌəuvə'kraud/*(v.t)*: ˌஒஉவஒ'க்ரஉட்: / to fill a place with too many people, அளவுக்கு மீறிக் கூட்டம் சேர்; to crowd too much, அதிகக் கூட்டம் போடு. • *An* **overcrowded** *bus is not safe.*

o-ver-do/ˌəuvə'du:/*(v.t)*:ˌஒஉவஒ'டூ / **overdid, overdone, overdoing**: to do or perform too much, அதிகமாக அத்து மீறிச் செயல்படு, வரம்பு மீறிச் செய். • *The fight scenes in the film had been* **overdone**. **o-ver-done**/ˌəuvə'dʌn/ *(adj)*:ˌஒஉவஒ'ட:ன் / cooked too much, அதிகம் வெந்துள்ள.

o-ver-draft/'əuvədra:ft/*(n)*:'ஒஉவஒட்:ராஃப்ட் / amount drawn in excess of one's deposit in a bank, மிகை எடுப்பு, வங்கியில் ஒருவர் இருப்புத் தொகைக்கு மேல் பணம் எடுத்தல். • *Every month, I am paying off a large* **overdraft**.

o-ver-draw/ˌəuvə'drɔ:/*(v.t)*:'ஒஉவஒ'ட்:ரா: / **overdrew, overdrawn**: to draw money in excess of one's deposit, வங்கி இருப்புக்கு மேல் பணம் எடு. • *My account has been* **overdrawn** *by Rs. 1000/-.*

o-ver-due/ˌəuvə'dju:/*(adj)*:'ஒஉவஒ'ட்:யூ / left unpaid for a long time, தவணை கடந்துள்ள; too long awaited, அதிக காலம் காத்துக் கிடக்கின்ற. • *The payment is long* **overdue** *to the LIC.*

o-ver-flow/'əuvəfləu/*(v.i)*:'ஒஉவஒஃப்லஒஉ / **overflowed, overflown, overflowing**: to flow over, அதிகமாக வழிந்தோடு; to flood, வெள்ளப்பெருக்கெடு. • *The water from the tank* **overflowed**. **overflow** *(n)*: the act of overflowing, அளவு மிகுந்து வழிந்தோடுதல்; flowing over, அதிகமாக வழிந்து ஓடுதல், மிகையளவு.

o-ver-fly/ˌəuvə'flai/*(v.t)*:ˌஒஉவஒ'ஃப்லய் / **overflew, overflown**: to fly over, மேலே பறந்து செல்.

o-ver-grow/ˌəuvə'grəu/*(v.i)*:'ஒஉவஒ'க்:ரஒஉ / to grow beyond, அளவுக்கு மீறி அப்பாலும் வளர்; to grow greatly over, மிக அதிகமாக வளர்; to cover with, மூடு. **over-grown** *(adj)*: covered with herbage, புதரில் மூடிக்கிடக்கின்ற; having grown too far and too fast, வேகமாகவும், அதிகமாகவும் வளருகின்ற.

o-ver-hang/'əuvəhæŋ/*(v.t-v.i)*:'ஒஉவஒஹஎங் / **overhung, overhanging**: to jut over, தொங்கு; to project over, நீட்டிக்கொண்டு இரு. • *The tree branches* **overhung** *the road.*

o-ver-head/'əuvəhed/*(adj)*:'ஒஉவஒஹெட்: / situated above, மேலே அமைந்துள்ள; located above, மேலே அமைந்திருக்கின்ற. • *The helicopter flew* **overhead** *the temple towers.*

over-hear/ˌəuvə'hiə*/*(v.t)*:ˌஒஉவஒ'ஹியஒ* / **overheard, overhearing**: to hear what was not intended, ஒட்டுக் கேள்; to hear by chance, தற்செயலாக ஒட்டுக் கேள்; to hear by accident, வேண்டுமென்று இல்லாது, உற்றுக் கேள். • *I* **overheard** *some indecent jokes about me.*

o-ver-joyed/ˌəuvə'dʒɔid/*(adj)*: ˌஒஉவஒ'ஜாய்ட்: / filled with great joy, மிக்க மகிழ்ச்சி கொண்ட. • *I feel never* **overjoyed** *about my performance.*

o-ver-land/'əuvəlænd/*(adj)*: 'ஒஉவஒலஎண்ட்: / wholly by land, முற்றிலும் நில வழியாக. **overland** *(adv)*: by land only, நில வழி மட்டும்.

o-ver-lap/'əuvəlæp/*(v.i)*:'ஒஉவஒலஎப் / to lap over, மேல் கவிழ்ந்து நகர்; to have

O

cover partly, பாதியளவு மூடியிருக்கும்படி செய்; to have one part lying over another, ஒன்றின்மேல் ஒன்று இருக்கும்படி செய்; partly coincide, சிறிதளவு ஒத்திரு. • *There are subjects like science, mathematics, etc. that* **overlap** *each other.*

o-ver-lay/ˈəuvəlei/*(v.t)*:ˈஒஉவலெய் / **overlaid, overlaying**: to lay over, மேல் இருக்கும்படி செய்; to spread over, மேலே பரப்பு.

o-ver-load/ˈəuvələud/*(v.t)*:ˈஒஉவலஒஉட்: / **overloaded, overladen**: to load with too much of a burden, மிக அதிகமாக, அளவுக்கு மீறி பளுவேற்று. • *It is not safe to* **overload** *the electrical system with too many contrivances.*

o-ver-look/ˌəuvəˈluk/*(v.t)*:ˌஒஉவˈலுக் / to pass without notice, கவனிக்காமல் இரு. • *Do not* **overlook** *the little details.* to watch over, மேலிருந்து கவனி; to observe from a higher or superior position, உயர் நிலையிலிருந்து கவனி, நல்ல நிலைமையில் இருந்து பார்; to forgive, மன்னித்துவிடு; to find out and inspect, கண்காணி. • *The manager* **overlooked** *the mistake I have committed this time.*

o-ver-lord/ˈəuvəlɔ:d/*(n)*:ˈஒஉவலாட்: / supreme master, உயர் தலைவன்.

o-ver-much/ˌəuvəˈmʌtʃ/*(adj)*:ˈஒஉவˈமச் / too much, மிக அதிக அளவில். **overmuch** *(adv)*: to a great degree, மிக அதிகமான.

o-ver-night/ˌəuvəˈnait/*(adv & adj)*:ˈஒஉவˈ-னய்ட் / during the night, இரவு வேளையில். • *The man became rich* **overnight**. for the night, இரவில் இருக்கும்படியான; suddenly, விரைவாக உள்ள. • *The governor changed his mind* **overnight**.

o-ver-pow-er/ˌəuvəˈpauə*/*(v.t)*: ˌஒஉவˈப்பஉஅ* / to be too powerful, அதிக வலுவுடன் இரு; to subdue, அடக்கி ஆள்; to defeat by force, மிருகத்தனமான வெற்றிகொள். **overpowering***(adj)*, **overpoweringly***(adv)*.

o-ver-reach/ˈəuvəri:tʃ/*(v.t)*:ˈஒஉவரீச் / to reach farther, எல்லை மீறு; to go beyond, வரம்பு கடந்து செல்; to cheat by cunning methods, தந்திரமாக ஏமாற்று.

o-ver-ride/ˌəuvəˈraid/*(v.t)*:ˌஒஉவˈரய்ட்: / **overrode, overridden, overriding**: to disregard, புறக்கணி; to take not any notice of other people's claim, objections, etc., பிறருடைய உரிமைகளையும், எதிர்ப்புகளையும், முறையீடுகளையும் ஏற்றுக்கொள்ளாமல், தன்னிச்சையாகத் தீர்மானம் செய். • *The minister* **overrode** *the seniority of the official for promotion.* to ride over, மிதித்து அடக்கி ஆள்; to trample, ஆணவத்துடன் அடக்கி ஆள்.

o-ver-rule/ˌəuvəˈrú:l/*(v.t)*:ˌஒஉவˈரூல் / to set aside by exercising superior authority, உயர் அதிகாரியால் தள்ளுபடி செய், நிராகரி, ரத்து செய்; reject, புறக்கணி. • *The court* **overruled** *the objections of the defence counsel.*

o-ver-run/ˌəuvəˈrʌn/*(v.t)*:ˌஒஉவˈரன் / **overran, overrunning**: to outrun, படையெடுத்துக் கைப்பற்று; to spread over, பரவச்செய்; to continue (a programme) beyond the allotted time, கொடுக்கப்பட்ட நேரத்திற்கு மேல் அதிகம் எடுத்துக்கொள். • *The meeting* **overran** *the allotted time.*

o-ver-seas/ˌəuvəˈsi:z/*(adj)*:ˈஒஉவˈஸீஸ்: / foreign, அயல் நாட்டுத் தொடர்பாக. **overseas***(adv)*: beyond the seas, கடல் கடந்து. • *He was sent* **overseas** *for higher studies.*

o-ver-see/ˌəuvəˈsi:/*(v.t)*:ˈஒஉவˈஸீ / **oversaw, overseen**: to watch carefully, கவனமாகப் பார்; to inspect, கண்காணி; to supervise, மேற்பார்வை செய். • *The manager has to* **oversee** *the work of his assistants.*

o-ver-seer/ˈəuvəˌsiə*/*(n)*:ˈஒஉவஸியஅ* / an inspector, மேற்பார்வை அலுவலர்; superintendent, கண்காணிப்பாளர்.

o-ver-shad-ow/ˌəuvəˈʃædəu/*(v.t)*: ˌஒஉவˈஷஆட:ஒஉ / to cast a shadow over, நிழல் விழச் செய், இருளடையச் செய், சந்தேகம் கொள்ளச் செய்; to darken, இருளடையச் செய். • *The threat of nuclear war* **overshadows** *the mankind.* to make less important, முக்கியத்துவம்

O

கொடுக்காமல் விட்டு விடு. • *Indira Gandhi was* **overshadowed** *by her father for some years.*

o-ver-sight/'əuvəsait/*(n)*/' əஉவəஸய்ட் / failure to take notice of, கவனக்குறைவால் ஏற்பட்ட தவறு. • *The mistake was due to* **oversight**. disregard, காணத் தவறுதல்.

o-ver-shoot/ˌəuvə'ʃu:t/*(v.t-v.i)*:'əஉவə'ஷூட் / to shoot far beyond, இலக்கைக் கடந்து செல். • *The missile* **overshot** *the target in its aim.* miss, தவறவிடு; to pass over, கவனிக்காமல் தள்ளிவை; to exceed the limit, எல்லையைக் கடந்து செல்.

o-ver-state/ˌəuvə'steit/*(v.t)*:'əஉவə'ஸ்ட்டெய்ட் / **overstated, overstating**: to state a thing more than it really is or should be, மிகைப்படுத்திக் கூறு. • *One should not try to* **overstate** *one's position in a court.*

o-ver-stay/ˌəuvə'stei/*(v.t)*:'əஉவə'ஸ்ட்டெய் / to stay for a period beyond a limit, குறிப்பிட்ட காலம் கடந்து, அதிக காலம் தங்கு. • *Guests should not* **overstay** *in a friend's house. With a tourist visa, one cannot* **overstay** *in another country.*

o-ver-step/ˌəuvə'step/*(v.t)*:'əஉவə'ஸ்ட்டெப் / **overstepped, overstepping**: to step beyond, மீறிச் செல்; to go very far, எல்லை கடந்து, வரம்பு மீறிச் செயல்படு. • *Very often, Government officials* **overstep** *their authority.*

o-vert/'əuvɜ:t/*(adj)*:'əஉவə:ட் / open to public view, பார்க்கும்படியாக உள்ள; not hidden, மறைவில்லாத.

o-ver-take/ˌəuvə'teik/*(v.t-v.i)*:'əஉவə'ட்டெய்க் / to come up from behind, தொடர்ந்து சென்று முன் செல்; to go up and catch by, மேல் சென்று பிடி. • *Do not try to* **overtake** *in a narrow street.*

o-ver-throw/'əuvəθrəu/*(v.t)*:'əஉவəத்ரəஉ / to throw down, எறிந்து, கீழே விழச் செய்; to defeat, தோற்கச் செய்; to remove (one) from a position of power and honour, பதவி, அதிகாரத்தினின்று இறங்கச் செய். • *A government, that doesn't reflect public opinion deserves to be* **overthrown**.

overthrow*(n)*: defeat, தோல்வி; removal from power, position and honour, மதிப்பு, பதவியிலிருந்து இறங்குதல்.

o-ver-time/'əuvətaim/*(n, adv)*:'əஉவəட்டய்ம் / time taken for working after the duty hours, மிகை வேலை நேரம். • *I worked* **overtime** *yesterday.*

o-ver-ture/'əuvəˌtjuə*/*(n)*:'əஉவəச்சə* (சுə*) / introduction to a musical concert, இசை அரங்கத் தொடர்ச்சி; a proposal, முதல் நிலை வேண்டுகோள். • *The Pakistan Prime Minister made* **overtures** *to his Indian counterpart.*

o-ver-turn/'əuvətɜ:n/*(v.t-v.i)*:'əஉவəட்டə:ன் / to turn over, தலைகீழாகக் கவிழ். • *The boat* **overturned** *but the passengers escaped.* to throw down, தூக்கி எறி; to conquer, வெற்றி கொள்.

o-ver-ween-ing/ˌəuvə'wi:niŋ/*(adj)*: ˌəஉவəஉயீனிங் / thinking too much of oneself, தன் திறமையைப் பற்றி அதிகம் எண்ணிக்கொள்ளுகின்ற, தன் சக்தி பற்றி இறுமாப்புக்கொள்ளுகின்ற; arrogant, தற்பெருமையுள்ள. **overweeningly***(adv)*.

o-ver-whelm/ˌəuvə'welm/*(v.t)*: ˌəஉவə'உஎல்ம் / to crush down, மிதித்து நசுக்கு; to overpower, அடக்கி வெற்றி கொள்; overpower with emotion, உணர்ச்சியில் மூழ்கு. • *She was* **overwhelmed** *by grief when the accident took place.*

o-ver-work/'əuvəwɜ:k/*(v.t-v.i)*:'əஉவə'உə:க் / to work too much and hard, அதிகமாகவும், கடினமாகவும் உழை. • *I always like to* **overwork**. **overwork***(n)*: too much work, மிகக் கடினமான வேலை. • **Overwork** *is a way of my life.*

o-ver-wrought/ˌəuvə'rɔ:t/*(adj)*:'əஉவə'ராட் / over-anxious because of overwork, அதிக வேலையினால் மிகக் களைத்த (அ) சளைத்த.

o-vip-a-rous/əu'vipərəs/*(adj)*: əஉ'விப்பரəஸ் / producing young from eggs, முட்டையிடும் இயல்புள்ள. *opp:* viviparous.

O

o-void/'əuvɔid/*(adj)*:'ஒஉவாய்ட்: / egg-shaped, முட்டை வடிவமுள்ள.

o-vum/'əuvəm/*(n)*:'ஒஉவம் / an egg that develops inside the mother's body, தாய்க்

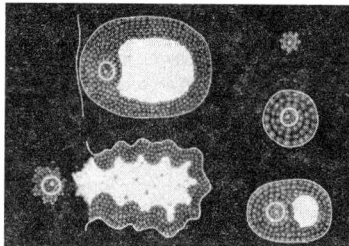

கருவில் வளரும் முட்டை.

owe/əu/*(v.t)*:ஒஉ / to be bound to pay, கட்டாயமாகக் கொடுக்கும் நிலையிலிரு; to be under obligation, கொடுக்கக் கடமைப் பட்டிரு. • *I* **owe** *the bank Rs. 10,000/- by way of interest alone.*

ow-ing to/'əuiɲtu/*(prep)*:'ஒஉயிங்ட்டு / because of, அதனால். • **Owing to** *bad weather, I could not go out.*

owl/aul/*(n)*:அஉல் / a night bird with large, penetrating eyes, said to be very wise, ஆந்தை.

own/əun/*(adj)*:ஒஉன் / belonging to oneself and to none else, பிறருக்குச் சொந்த மல்லாத தனக்கே சொந்தமான, தனக்கே உரிய; individualistic, தனித் தன்மையுள்ள. **own** *(v.t)*: to possess legally, சட்டப்படி சொந்தமாக்கிக் கொள், உடைமையாகப் பெறு. • *I* **own** *no property.* **owner***(n)*: one who owns, சொந்தக்காரர்.

ox/ɔks/*(n)*:ஒக்ஸ் / male of the cow, காளை.

o-xy-gen/'ɔksidʒən/*(n)*:'ஒக்ஸிஜஒன் / a colourless, odourless, tasteless gas essential to living beings, உயிர் வாழத் தேவையான பிராணவாயு. **o-xy-gen-ate**/ɔk'sidʒəneit/*(v.t)*:ஒக்'ஸிஜஒனெய்ட் / to give or add oxygen to, பிராணவாயு சேர், கொடு; to give life to, உயிரூட்டு. • *The human heart does wonderful work, by* **oxygenating** *blood through the arteries.*

o-yes, oyez/əu'jes/*(int)*:ஒஉ'யெஸ் / attention please, கவனியுங்கள்; word used before speaking, indicating silence or attention, அமைதியாக இருக்க வேண்டுகோள்.

oy-ster/'ɔistə*/*(n)*:ஒய்ஸ்ட்டஒ* / a double-valved shellfish used as food, உணவாகப் பயன்படும் சிப்பி மீன்; a flat shellfish eaten cooked or raw and capable of producing pearl, சமைத்தும், பச்சையாகவும் உணவாகும் சிப்பி மீன், முத்து உண்டாக்கும் மீன் வகை.

oz/auns/*(n)*:அஉன்ஸ் / *abbr.* for 'ounce', 'ounce' என்பதன் சுருக்கம்.

o-zone/'əuzəun/*(n)*/:'ஒஉஸ:ஒஉன் / a form of oxygen, O_3, 'ஓசோன்' என்னும் வாயு, பிராணவாயுவின் மறுவடிவம்.

P, p/pi:/*(n)*:ப்பி / the sixteenth letter of the English alphabet, ஆங்கில நெடுங் கணக்கின் 16வது எழுத்து; **mind one's p's and q's**: to be polite and careful in one's behaviour, நடத்தையில் கவனமாக வும், மரியாதையாகவும் இரு; to be wary, கவனமாக இரு.

pa/pa:/*(n)*:ப்பா / colloquial term for 'papa' meaning 'father', 'தந்தை', பேச்சு வழக்கில் தந்தையைக் குறிப்பிடும் சொல்.

pace/peis/*(n)*:ப்பெய்ஸ் / a step, one single step, walking with measured steps, ஒரு நடை, அளவிட்டு நடத்தல். **pace***(v)*: to walk with regular, measured steps, அளந்து நடைபோடு; to measure by steps, நடையால் அள; to set the speed of movement, இயக்கத்தின் அளவைக் குறி.

pa-chy-derm/'pækidʒ:m/ *(n)*:'ப்பஃக்கிடஃம் / a thick skinned animal like the elephant, hippopotamus, rhinoceros, யானை,நீர்யானை, காண்டாமிருகம் போன்ற தடித்த தோலுடைய மிருகங்கள்.

pac-i-fy/'pæsifai/*(v.t)*:'ப்பஃஸிஃபய் / to make peace, அமைதியேற்படுத்து; to be calm, to calm, அமைதியாக இரு, பதற்றப்படாமல் அமைதியை ஏற்படுத்து; to appease, சமாதானப்படுத்து, மனநிறைவளி. **pa-cif-ic**/pə'sifik/*(adj)*:ப்பஃ'ஸிஃபிக் / desiring peace, அமைதி விழைகிற; at peace, சமாதானத்தில் இருக்கின்ற. **pac-i-fi-cation**/,pæsifi'keiʃn/*(n)*:,ப்பஃஸிஃபிக் -'கெய்ஷஃன் / the act of pacifying, அமைதி ஏற்படுத்தும் செயல். **pac-i-fist**/'pæsifist/ *(n)*:'ப்பஃஸிஃபிஸ்ட் / [also **pacificist**]: one who strives for peace, அமைதி ஏற்பட வேண்டுமென்று முயற்சி செய்பவர்.

pac-i-fis-m/'pæsifizəm/ *(n)*:'ப்பஃஸிஃபிஸஃம் / the faith that war will not solve any problem and as only peace can solve human problems, war has to be avoided, அமைதிக் கோட்பாடு, போர் தவிர்க்கப்பட வேண்டும் என்ற கோட்பாடு.

pack/pæk/*(n)*:ப்பஃக் / that which is bounded, கட்டுப்பட்ட ஒன்று; a group of animals that travel together, மந்தை; persons joined to do something unlawful, சட்ட விரோதமான கும்பல்; a set of cards, விளையாடுவதற்குப் பயன்படும் சீட்டுக் கட்டு; the forward players in a game of football, கால் பந்தாட்டத்தில், முதன்மை ஆட்டக்காரர்கள். **pack***(v)*: to bind or fill together carefully, கவனமாகக் கட்டு, கவனமாக நிரப்பு; to fill with care, கவனமாகத் திணி. **pack-age**/'pækidʒ/ *(n)*:'ப்பஃக்கிஜ் / a parcel, ஒரு கட்டு; a bundle, ஒரு மூட்டை; a set of packed things, நன்றாக நிரப்பப்பட்ட தொகுதி.

pack-et/'pækit/*(n)*:'ப்பஃக்கிட் / a set of packed things, நன்றாக நிரப்பப்பட்ட கட்டு.

pact/pækt/*(n)*:ப்பஃக்ட் / a contract, ஓர் ஒப்பந்தம்; a negotiated settlement, தீர்வுகாண ஓர் ஏற்பாடு; a bargain, விட்டுக் கொடுத்து ஏற்படும் உடன்படிக்கை.

pad/pæd/*(n)*:ப்பஃட் / a thing, filled or stuffed with soft material like cotton, திண்டு, மெத்தை. **pad***(v)*: to fill or stuff with soft material, மிருதுவான பொருளால் அடை, திணி.

pad-dle/'pædl/*(v)*:'ப்பஃட்ல் / to row a boat with an oar, துடுப்புப் போட்டு படகு செலுத்து; to propel with an oar, கால் துடுப்பு போடு; to dabble in water with one's feet, நீரில் கால்போட்டு விளையாடு. **paddle***(n)*: an oar, that is short with broad rounded blades, சிறிய, அகலமான அலகு உள்ள துடுப்பு.

pad-dy/'pædi/*(n)*:'ப்பஃடி / rice with husk, நெல்.

pad-lock/'pædlɔk*(n)*:'ப்பஃட்லாக் / a lock that can be moved and operated upon, தாழ்ப்பாள்.

pae-an/'pi:ən/*(n)*:'ப்பீயஃன் / a song of joy at the hour of victory, வெற்றியின்போது இசைக்கும் மகிழ்ச்சிப் பாடல்.

pa-gan/'peigən/*(n)*:'ப்பெய்கஃன் / a person who has no faith in any of the chief religions, சமய நம்பிக்கை இல்லாதவர், கிறித்தவம் போன்ற சமயத்தைச் சாராத புறச் சமயத்தினர்.

page/peidʒ/*(n)*:'ப்பெய்ஜ் / one side of a leaf or paper, esp. of a book, நூலின் ஒரு பக்கம், தாளின் ஒரு பக்கம்; a boy servant, வேலை செய்யும் சிறுவன்.

pag-eant/'pædʒənt/*(n)*: 'ப்பஜஜன்ட் / colourful, splendid display of sights, அழகிய வண்ணக் கண்காட்சி.

pa-go-da/pə'gəudə/*(n)*: ப்பə'க:əஉட:ə / a holy, sacred tower, கோயில் கோபுரம்; a former Indian gold or silver coin having value of Rs. 3.50, இந்தியப் பழைய தங்க, வெள்ளி நாணயம்.

paid/peid/*(v)*:ப்பெய்ட் / *(p.t & p.p)*: of 'pay', 'pay' என்பதன் இறந்தகால வினைமுற்று.

pail/peil/*(n)*:ப்பெய்ல் / a kind of vessel, கொள்கலம்; a bucket, வாளி.

pain/pein/*(n)*:ப்பெய்ன் / suffering of body, உடல் துன்பம்; mental agony, மனவேதனை. **pain**(*v*): to cause pain to, துன்பம் கொடு; to cause suffering, வேதனை ஏற்படுத்து. **pains**(*n, pl*): pangs of childbirth, மகப்பேறு வலி.

pains-taking/'peinzˌteikiɲ/*(adj)*: 'ப்பெய்ன்ஸ்:ˌடெய்க்கிங் / taking trouble, கடுமையான முயற்சி செய்கின்ற; attending to with care and anxiety, உணர்வுடனும், கவனமுடனும் செய்து முடிக்கின்ற.

paint/peint/*(n)*:'ப்பெய்ன்ட் / that which is used to give colour, பூச்சுப் பொருள், வண்ணப் பொருள். **paint**(*v*): to cover with paint, வண்ணம் பூசு; to make use of colours, வண்ணங்களைப் பயன்படுத்து; to describe beautifully, அழகு மிளிர விவரி, சொல்லலங்காரம் செய்.

paint-ing/peintiɲ/*(n)*:ப்பெய்ன்ட்டிங் / a painter's work, வண்ணம் பூசுபவரின் வேலை; picture, ஓவியம்; that which is painted, வண்ணம் பூசப்பட்ட ஒன்று.

paint-er/peintə*/*(n)*:ப்பெய்ன்ட்டə* / a person who paints, வண்ணம் பூசுபவர். **painter**(*n*): a rope used to fasten a boat to a ship, கப்பலுடன், ஒரு படகை இணைக்க உதவும் கயிறு.

pair/peə*/*(n)*:ப்பɛə* / a set of two things of the same kind, இரட்டை; a husband and wife, கணவன்-மனைவி. **pair**(*v*): to group together in two, இணைப்படுத்து.

pal/pæl/*(n)*:ப்பஜல் / a dear friend, நெருங்கிய நண்பன்; a chum,. தோழன். **pal**(*v*): to make friends with, நட்புக் கொள்.

pal-ace/'pælis/*(n)*:'ப்பஜலிஸ் / the residence of a king, bishop, a noble, etc. அரண்மனை; a very beautiful house, அழகிய மாளிகை.

pal-ae-o-lith-ic/ˌpæliəu'liθik/*(adj)*: ˌப்பஜலியəஉ'லித்திக் / concerned with early Stone Age, கற்காலம் தொடர்பாக.

pal-ae-og-ra-phy/ˌpæli'ɔgrəfi/*(n)*: ˌப்பஜலிɔக்:ரəஃபி / ancient modes of writing, கல்வெட்டுக்களில் காணப்படும் பழங்கால எழுத்துமுறை.

pal-an-keen/ˌpælən'ki:n/*(n)*: ˌப்பஜலəங்'க்கீன் / [also **palanquin**]: a light closed carriage carried by men, பல்லக்கு.

pal-a-ta-ble/'pælətəbl/*(adj)*: 'ப்பஜலəட்டəப்:ல் / pleasing to the palate, வாய்க்கு ருசியான; agreeable to taste, மிக்க ருசியான.

pal-ate/'pælət/*(n)*:'ப்பஜலிட் / the roof of the mouth, மேலண்ணம்; taste, ருசி.

pa-la-tal/'pælətl/*(adj)*:ப்பஜலəட்ல் / concerning the palate, மேல் வாயைச் சார்ந்துள்ள, 'y' in 'yes' (jə) is uttered with the help of the palate, 'yes', என்ற வார்த்தையில் 'y' போன்ற எழுத்துக்கள், வாய் மேலண்ணம் கொண்டு உச்சரிக்கப் படுகின்றன.

pa-la-tial/pə'leiʃl/*(adj)*:ப்பə'லெய்ஷəல் / like a palace, அரண்மனை போன்றுள்ள; grand, அழகிய, கம்பீரமான.

pale/peil/*(adj)*:ப்பெய்ல் / faint in colour, மங்கலான நிறமுள்ள; almost white, வெளிறிய. **pale**(*v*): to become or make pale, மங்கிய நிறமாகு, மங்கிய நிறமாகச் செய். **pale**(*n*): limit, எல்லை; enclosed space, வேலியிடப்பட்டு, எல்லை வகுத்த இடம்; a fence, வேலி; a pointed piece of wood, stake, வேலி முள் கட்டை, வேலிக் கம்பி.

pale-tot/'pæltəu/*(n)*:'ப்பஜல்ட்டəஉ / a loose overcoat, சற்று தாராளமான மேல் அங்கி.

pal-ette/'pælət/*(n)*:'ப்பஜலிட் / a thin board on which an artist mixes his colours, வண்ணங்கள் கலக்க உதவும் உலோகத் தகடு.

pal-frey/'pɔ:lfri/*(n)*:'ப்பɔ:ல்ஃப்ரி / a riding horse, சவாரிக் குதிரை; a saddle horse, மட்டக் குதிரை.

pall/pɔ:l/*(n)*:ப்பாஃல் / a cloak or covering, தளர் மேலாடை, மேல் ஆடை மூடும் துணி; the cloth covered over a coffin, சவச் சீலை; a scarf given by the Pope to Arch Bishops, மதத் தலைவர்களுக்கு, போப்பாண்டவர் கொடுக்கும் கழுத்தணித் துண்டு. **pall**(*v*): to lose taste or spirit, உணர்வில்லாமலிரு, சுவை அற்றிரு; to become fed up with, சலிப்படை.

pall-bear-er/ˈpɔ:lˌbeərə*/*(n)*: ˈப்பாஃல்ˌபஃஏரஏ* / a person who bears or carries a coffin, சவப்பெட்டி சுமப்பவர்.

pal-let/ˈpælit/*(n)*:ˈப்பஃலிட் / a bed of straw, கோரைப் பாய். **pallet**(*n*): a kind of tool (made of wood) used by potters, மண்பானையைத் தட்டிச் செய்யப் பயன்படும் மரக்கட்டை; a valve, கபாடம்.

pal-li-asse/ˈpæliæs/*(n)*:ˈப்பஃலியஃஸ் / a mattress made of straw, வைக்கோல் கொண்டு செய்யப்படும் மிதியடி.

pal-li-ate/ˈpælieit/*(v)*:ˈப்பஃலியெய்ட் / to cover over a fault, தவற்றை மூடி மறை; to lessen the pain of, வலியைக் குறை; to lessen the effect of, துயர் குறை. **pal-li-a-tion**/ˌpæliˈeiʃn/*(n)*:ˌப்பஃலிˈயெய்ஷஏன் / softening, குறைத்தல்; excusing, சாக்குப்போக்கு சொல்லுதல். **pal-li-a-tive**/ˈpæliətiv/*(adj)*:ˈப்பஃலியஏட்டிவ் / lessening the pain of, வலியைக் குறைக்கும் தன்மை உள்ள. **palliative**(*n*): something that softens or soothes, தணியச் செய்வது, வலியைக் குறைப்பது.

pal-lid/ˈpælid/*(n)*:ப்பஃலிட் / pale, வெளிறிய.

pall-mall/ˌpælˈmæl/*(n)*:ˌப்பஃல்ˈமஃல் / a game that is played with a ball and mallet, ஒரு பந்து, மர சுத்தி கொண்டு விளையாடும் விளையாட்டு.

pal-lor/ˈpælə*/*(adj)*:ˈப்பஃலஏ* / paleness, வெளிர் நிறம், சோகை நோய்.

palm/pa:m/*(n)*:ப்பாம் / the inner part of the hand between wrist and fingers, உள்ளங்கை; a tropical tree with branchless trunk and with palm-shaped leaves, கிளையில்லாத, உள்ளங்கை வடிவ இலைகள் கொண்ட வெப்ப மண்டல மரங்கள்; a palm leaf as a sign of victory, வாகை, வெற்றிச் சின்னம். **palm**(*v*): to impose on, தன் அதிகாரத்தை வரம்பு மீறி செலுத்து; to get things done by not regular means, to cheat, ஏமாற்று.

palm-ist/ˈpa:mist/*(n)*:ˈப்பாமிஸ்ட் / one who reads the palm and gives his predictions, கைரேகை சோதிடர்.

palm-ist-ry/ˈpa:mistri/*(n)*:ˈப்பாமிஸ்ட்ரி / the art of reading the fortunes and future by the study of one's palm, கைரேகையியல்.

palm-y/ˈpa:mi/*(adj)*:ˈப்பாமி / full of palm trees, பனைமரங்கள் நிறைந்துள்ள; prosperous, flourishing, victorious, வளமுள்ள, செழிப்புள்ள, வெற்றிப்பூரிப்பில் திளைக்கின்ற.

pal-pa-ble/ˈpælpəbl/*(adj)*:ˈப்பஃல்ப்பஏப்ஃல் / that can be felt or perceived, தெளிவாக உணரக்கூடிய; that can be seen, புலப்படக் கூடிய; obvious, கண்கூடாகப் பார்க்கக் கூடிய. **palpably**(*adv*), **palpability**(*n*).

pal-pate/ˈpælpeit/*(v)*:ˈப்பஃல்ப்பெய்ட் / to diagnose by touching and sensing, தொடு உணர்ச்சி மூலம் நோய் அறிகுறி காண்.

pal-pi-tate/ˈpælpiteit/*(v)*:ˈப்பஃல்ப்பிட்டெய்ட் / to beat quickly (of the heart), வேகமாகத் துடி, (இதயத் துடிப்பு); throb, வேகமாகத் துடி. **palpitation**(*n*): fast and rapid beating of the heart, இதயம் வேகமாகத் துடித்தல்.

palsy/ˈpɔ:lzi/*(n)*:ˈப்பாஃல்ஸி: / paralysis, முடக்கு வாதம்; a disease that causes trembling of limbs, உடல் உறுப்புக்கள் நடுக்கமுறச் செய்யும் நோய்.

pal-try/ˈpɔ:ltri/*(adj)*:ˈப்பாஃல்ட்ரி / worthless, சற்றும் மதிப்பில்லாத; petty, அற்பமான; showing nasty behaviour, அநாகரிகமாக நடந்துகொள்ளுகின்ற.

pam-pas/ˈpæmpəs/*(n)*:ˈப்பஃம்ப்பஏஸ் / the large plains with no trees in parts of South America, தென் அமெரிக்காவில் காணப்படும் மரமில்லா நிலப்பகுதிகள், பாம்பாஸ் புல்வெளி.

pam-per/ˈpæmpə*/*(v.t)*:ˈப்பஃம்ப்பஏ* / to treat someone very kindly by feeding, இனிய உணவு கொடுத்து அன்புடன் கவனி; to make (one's) life happy and comfortable, ஒருவர் வாழ்க்கையை மகிழ்ச்சியுடனும், சுகமாகவும் இருக்கச் செய். • *Children have to be taken care of, not* **pampered**.

pam-phlet/ˈpæmflit/*(n)*:ˈப்பஃம்ஃப்லிட் / a small book dealing with matters of public interest, பொதுச் செயல்கள் பற்றி விவாதம் செய்யும் துண்டு வெளியீடு, சிறு நூல். • *Now, religious* **pamphlets** *are distributed freely to the public.*

pan/pæn/*(n)*:ˈப்பஃன் / a round metal container used for cooking, அகன்ற சட்டி. **pan**(*v.t*): **panned, panning**: to wash (soil or gravel), to separate gold, heavy metals, etc., மண், சரளைக் கற்கள் முதலிய வற்றைச் சுத்தம் செய்யவும், பொன், மற்றும் கனமான உலோகம் முதலியவற்றைப் பிரித்தெடுக்கவும் அலசி, அரித்துப் பிரி. **pan**(*v.i*): to move a film camera to photograph a moving person or object so as to keep in view, நகரும் நபர், பொருள் முதலியவற்றை நிழற்படம் எடுக்க ஒளிப்படக் கருவியை அங்கும் இங்கும், மேலும் கீழும் நகர்த்து. **pan**(*comb*): a word from Greek meaning 'all', 'எல்லாம்' என்று பொருள்படும் கிரேக்க வார்த்தை; (eg. Pan-American).

pan-a-ce-a/ˌpænəˈsiə/(*n*):ˌப்பஜனஅ'ஸியஅ / a medicine that is supposed to cure all diseases, சஞ்சீவி மருந்து; that which puts right every trouble, எல்லாத் தொந்தரவு களையும் நீக்குவது எதுவோ அது. • *Money is no* **panacea** *for man's troubles.*

pan-a-ma/ˈpænəma:/(*n*):ˌப்பஜனஅமா / a light weight hat, இலேசான தொப்பி.

pan-cake/ˈpæɲkeik/(*n*):'ப்பஜன்க்கெய்க் / a thin soft flat cake baked in a pan, தோசை.

pan-cre-as/ˈpæɲkriəs/(*n*):'ப்பஜங்க்ரியஅஸ் / an organ of human body (i.e) a gland inside the stomach, that produces insulin and pancreatic juice, கணையம்.

pan-da/ˈpændə/(*n*): 'ப்பஜன்டஅ / reddish brown bear-like animal chiefly found in the south eastern Himalayas, தென் கிழக்கு இமாலயப் பகுதிகளில் காணப்படும் கரடி போன்ற ஒரு வகை விலங்கு.

pan-dem-ic/pænˈdemik/(*n*): ப்பஜன்'டெ:மிக் / a disease that is widespread over a large area, பெரிய பரப்பு முழுவதும் பரவி இருக்கும் ஒருவகை நோய்.

pan-de-mo-ni-um/ˌpændiˈməunjəm/(*n*):ˌப்பஜன்டி'மஅஉன்யஅம் / a state of noisy disorder, குழப்பமான சூழ்நிலை. • *The day saw utter* **pandemonium** *in the State Assembly.*

pan-der/ˈpændə*/(*v.t*):'ப்பஜன்டஅ* / to cater to the base passions, கீழ்த்தர ஆசைகளுக்கு இடம் கொடு. • *Never try to* **pander** *to the tastes of vulgar persons.* • *There are some magazines that* **pander** *to the low tastes of readers.*

pan-dit/pændit/(*n*):'ப்பஜன்டி:ட் / [also **pundit**]: a title of respect for a learned man, பண்டிதர், அறிஞர்.

Pan-do-ra's box/ˈpændɔ:rəs bɔks/(*n*): 'ப்பஜன்டஓ:ரஅஸ் பஓக்ஸ் / the source of all unexpected troubles, எதிர்பாராத எல்லாத் துன்பங்களுக்கும் பிறப்பிடம்.

pane/pein/(*n*):ப்பெய்ன் / a single sheet of glass used in a frame or window, பலகணி (அ) சட்டத்தில் பொருத்தப்பட்ட (அ) பொருத்தும் கண்ணாடித் துண்டு.

pan-e-gyr-ic/ˌpæniˈdʒirik/(*n*): ˌப்பஜனி'ஜிரிக் / a piece of writing or speech praising someone, something, some event, etc. புகழுரை, எழுத்தில் வடிக்கப்பட்ட புகழாரம்.

pan-el/ˈpænl/(*n*):'ப்பஜன்ல் / a flat, four-sided piece of wood, மரச்சட்டம்; a board on which instruments are fixed, கருவிகள் பொருத்தப்பட்ட பலகை; a list of names kept ready for special purpose, ஒரு குறிப்பிட்ட நோக்கத்திற்காக வைக்கப்பட்டிருக்கும் பெயர்ப் பட்டியல். **panel**(*v.t*): to decorate or ornament with panels, சட்டம் கொண்டு அழகுபடுத்து.

pang/pæɲ/(*n*):ப்பஜங் / sharp and acute feeling of pain, மன வேதனை; a sudden, brief pain, physical or mental, உடல் (அ) மன வேதனை, திடீரென ஏற்படுதல். • *Many times, I felt the* **pangs** *of hunger.*

pan-ic/ˈpænik/(*n*):'ப்பஜனிக் / sudden fear or terror, திடீரென ஏற்படும் பேரச்சம்; sudden fright, பீதியும், திகிலுமுள்ள நிலை. **panic**(*v.t*): to feel panic, அச்ச உணர்வு கொள்; to become panicky, குழப்பம் அடை, பயம் கொள். • *The meeting ended in confusion and the members* **panicked** *as some began hurling chairs at each other.* **pan-ic-ky**/ˈpæniki/(*adj*): 'ப்பஜனிக்கி / feeling of sudden fear and anxiety, etc., பயமும், கவலையும் நிறைந்துள்ள. **pan-ic-strick-en**/ˈpænikˈstrikən/(*adj*): 'ப்பஜனிக்'ஸ்ட்ரிக்கஅன் / filled with fear, anxiety, etc., பெரும்பயமும், கவலையும் நிறைந்த. • *When the police fired, the* **panic-stricken** *mob ran helter-skelter.*

pan-ni-er/ˈpæniə*/(*n*):'ப்பஜனியஅ* / a basket, especially, one of a pair of baskets carried on its back by a horse, on a bicycle, etc., சுமை தாங்கிச் செல்லும் விலங்கு, சக்கர வண்டி முதலியவற்றில்

வைக்கப்படும் இரண்டு கூடைகளில் ஒன்று, சுமைக்கூடை; a load on a person's back, முதுகுமேல் ஏற்றப்படும் சுமை.

pan-o-ply/'pænəpli/*(n)*:'ப்பஃனஃப்லி / a complete suit of armour, கவச உடை, அரசு நிகழ்ச்சிகளில் அணியப்படும் கவச ஆடைகள்.

pan-o-ra-ma/ˌpænə'ra:mə/*(n)*: ˌப்பஃனஃ'ராமஃ / a complete and wide view of a vast stretch of land, ஒரு பெரும் பரப்பின் பரந்த காட்சி; a general view of a wide range of activities, பெரும் நடவடிக்கை, செயல்பாடு பற்றிய பொது நோக்கு. • *The book gives a* **panorama** *of life in India during British Rule.* **panoramic** *(adj)*, **panoramically** *(adv)*.

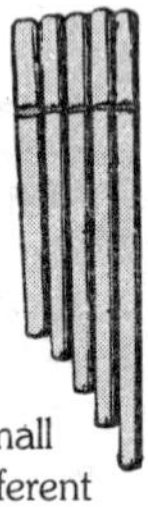

pan-pipes/'pænpaips/*(n)*: 'ப்பஃன்ப்பய்ப்ஸ் / a simple musical instrument made of pipes, குழல்களால் செய்யப்பட்ட இசைக் கருவி.

pan-sy/'pænzi/*(n)*/'ப்பஃன்ஸி: / a small garden plant with flowers of different colours, பல வண்ணப் பூக்கள் கொண்ட தோட்டச் செடி.

pant/pænt/*(v.i)*:ப்பஃன்ட் / to breathe hard and quickly, as after some exertion, சற்றுக் கடின வேலைக்குப் பிறகு பெருமூச்சு விடு. **pant out**: to speak or utter gaspingly, பெருமூச்சுடன் செய், பேசு. • *The soldier* **panted out** *the message to the emperor and died on the same spot.* **pant***(n)*: short, quick breath, பதைப்பில் விடும் பெருமூச்சு. **pant***(v.t)*: to yearn for, ஆவலுடன் விரும்பு; to have some strong desire, உறுதியாக ஆசைப்படு. • *He* **panted** *for an opportunity to live in a big house.*

pan-ta-loons/ˌpæntə'lu:nz/*(n,pl)*: ˌப்பஃன்ட்டஃ'லூன்ஸ்: / men's close fitting trousers, சற்றுப் பிடிப்பான ஆண் கால் சட்டை.

pan-tech-ni-con/pæn'teknikən/*(n)*: ப்பஃன்'ட்டெக்னிக்கஃன் / a big van used for removing furniture, தட்டு முட்டுச் சாமான்களை ஏற்றிச்செல்லும் வண்டி.

pan-the-is-m/'pænθi:izəm/*(n)*: 'ப்பஃந்த்தீயிஸ்:ஃம் / the doctrine that God is manifest in all things, men and matter, கடவுள் அகிலமெங்கும், அதன் உள்ளிட்ட பொருள்களிலும், உயிர் அணுக்களிலும் பரவி இருக்கிறார் என்ற கொள்கை. **pantheist** *(n)*, **pantheistic***(adj)*.

pan-the-on/'pænθiən/*(n)*:'ப்பஃந்த்தியஃன் / all the Gods of a society, or nation thought or considered together, எல்லாக் கடவுள்களையும் ஒன்றாகக் கருதும் மனப்பக்குவம்; a temple dedicated to all Gods, எல்லாக் கடவுள்களுக்கும் ஏற்படுத்தப்பட்டுள்ள ஒரு கோவில்; a public building containing tombs of famous persons, புகழ்பெற்றவர்களின் சவங்கள் புதைக்கப்பட்ட இடம், அவர்களின் நினைவுச் சின்னங்கள் கொண்டது.

pan-ther/'pænθə*/*(n)*:'ப்பஃந்த்தஃ* / a black leopard, கருப்பு நிறமுள்ள, சிறுத்தைப் புலி.

pan-to-mime/'pæntəmaim/*(n)*: ப்பஃன்ட்டஃமய்ம் / a play of entertainment in which the performers express themselves by action only, not by words, நடிகர்கள், பேசாமல் நடிப்பு மூலமே தங்கள் கருத்தை வெளியிடும் ஒருவகை நாடகம்.

pan-try/'pæntri/*(n)*:'ப்பஃன்ட்ரி / a small room where vessels and provisions are stored, பொருட் கிடங்கு.

pants/pænts/*(n)*:ப்பஃன்ட்ஸ் / men's under-garments, especially long trousers, முழுக்கால் சட்டை. **to wear the pants**: be a hero, ஒரு வீரனாக இரு; take a main part, முக்கிய பங்கேற்றுச் செயல்படு.

pap-a/pə'pa:/*(n)*:ப்பஃ'ப்பா / [also **pappa**]: father, அப்பா.

pa-pa-cy/'peipəsi/*(n)*:'ப்பெய்ப்பஃஸி / the power and office of the Pope, போப்பாண்டவரின் பதவியும், அவர்தம் இறை ஆதிக்கமும்.

pa-pal/'peipl/*(adj)*:'ப்பெய்ப்பஃல் / of the Pope, போப்பாண்டவருடைய; of the papacy, போப்பாண்டவர் பதவி பற்றிய.

pa-pa-ya/pə'paiə/*(n)*: ப்பஃ'ப்பயஃ / [also **paw-paw**]: a small fleshy fruit of a small tree, பப்பாளிப் பழம்; the tree itself, பப்பாளி மரம்.

pa-per/'peipə*/*(n)*: 'ப்பெய்ப்பஃ* / a substance made from rags, straw, etc., usually in sheets used for writing, printing, wrapping, etc., காகிதம், தாள்; a newspaper, செய்தித் தாள்; document, ஆவணம், கட்டுரை. **paper-back***(n)*:

a book bound with thick paper, தடித்த அட்டை போடப்பட்ட புத்தகம். **paper money**(*n*): currency notes, ரூபாய் நோட்டுகள். **not worth the paper**: completely worthless, முழுவதும் பயனற்ற. **paper**(*v.t*): to cover with wallpaper, சுவர் சித்திரக் காகிதம் கொண்டு அழகுபடுத்து; to fold, enclose or wrap in paper, காகிதம் கொண்டு மடி, சுற்று. **paper**(*adj*): existing on paper only, not practical, எண்ணத்தில் மட்டும் உள்ள, செயலாக்க முடியாத. **papers**(*n, pl*): sheets of paper with writing on them, எழுதப்பட்ட தாள்கள். **paper-weight**(*n*): an object placed on top of loose papers so as to keep them in position, தாள்கள் (கலையாமல் இருக்க அவற்றின்) மேல் வைக்கப்படும் கனமான பொருள்.

pa-py-rus/pəˈpaiərəs/(*n*):ப்பəˈப்பயரəஸ் / a water grass used in ancient times for making paper, பழங்காலத்தில், காகிதம் செய்யப் பயன்படுத்தப்பட்ட ஒருவகைப் புல்.

par/pa:*/(*n*):ப்பா* / a level of equality, சமநிலை. • *The two buildings are on* **par** *regarding their value.* average, standard condition, சாதாரண, சராசரியான நிலை; the original value written on a share of any business, பங்குகளின் மேல் குறிக்கப் படும் முதல் விலைக்குறிப்பு. **at par**: for the face value, அசல் விலைக்கு. **par**(*adj*): normal, சாதாரணமான; average, சராசரியான.

par-a/ˈpa:rə/(*prefix*):ப்ˈபாரə / beyond, அப்பால்; connected with, தொடர்பான.

par-a-ble/ˈpærəbl/(*n*):ப்ˈபæரəப்:ல் / a short simple story bringing out a moral, நீதியை விளக்கும் எளிய சிறு கதை.

pa-rab-o-la/pəˈræbələ/(*n*):ப்பəˈரæப:əலə / a line in the form of a curve similar to a line formed by a ball when it is thrown in the air and falls to the ground, ஒரு வளைவான கோடு, ஒரு பந்து மேலே எறியப்பட்டுக் கீழே விழும்பொழுது ஏற்படுத்துவது போன்ற வளைகோடு.

par-a-chute/ˈpærəʃu:t/(*n*):ˈப்பæரəஷூட் / a large circular piece of cloth made as an apparatus opening like a huge umbrella for dropping people or objects from aircraft slowly, வான் குடை, மிதவை. **par-a-chut-ist**/ˈpærəʃu:tist/(*n*): ˈப்பæரəஷூட்டிஸ்ட் / a person, who descends or drops from an aircraft, விமானத்திலிருந்து வான்குடை மூலம் இறங்குபவர் (அ) இறக்கப்படுபவர்.

pa-rade/pəˈreid/(*n*):ப்பəˈரெய்ட் / a public procession of military display, இராணுவ அணிவகுப்பு. • *The Republic Day* **parades** *are always full of splendour and awe.* **parade-ground**: a place where soldiers gather for inspection, etc., அணிவகுப்பு மைதானம். **parade**(*v.i*): to display, ஆடம்பரக் காட்சியை அணி வகுத்துக் காட்டு. • *One should not* **parade** *one's wealth in public.* to cause to gather soldiers together in a parade, ஓர் அணி வகுப்பில் படை வீரர்களை ஒன்றுபடுத்து.

par-a-dise/ˈpærədais/(*n*):ˈப்பæரəடாய்ஸ் / heaven, விண்ணுலகம்; a place, state or condition of perfect bliss, மிக்க மகிழ்ச்சி நிரம்பிய இடம், நிலை (அ) தன்மை, பேரின்ப நிலை.

par-a-dox/ˈpærədɔks/(*n*):ˈப்பæரəடாக்ஸ் / a statement or proposition containing seemingly two opposite things or views but in reality expressing a possible truth, முரணானது போல் தோன்றினாலும் ஓரளவு உண்மை பொதிந்த கூற்று. • *It is a* **paradox,** *with all its immense natural resources, India remains poor.* a statement containing contradictions, முரண்பட்ட கூற்றுகள் கொண்ட அறிக்கை (அ) தொகுப்பு. **paradoxical**(*adj*), **paradoxically**(*adv*).

par-af-fin/ˈpærəfin/(*n*):ˈப்பæரəஃபின் / a white substance obtained from crude petroleum, மெழுகு வகை.

par-a-gon/ˈpærəgən/(*n*):ˈப்பæரəகəன் / a person or a thing of excellence, உன்னதமான ஒருவர் (அ) ஒன்று; a perfect model, மிகச் சிறந்த மாதிரி. • *She behaves as if she were a* **paragon** *of virtue.*

par-a-graph/ˈpærəgra:f/(*n*): ˈப்பæரəக்ராஃப் / a distinct portion in a piece of writing containing an idea, பத்தி; a short report, ஒரு சிறு அறிக்கை.

par-al-lel/ˈpærəlel/(*adj*):ˈப்பæரəலெல் / (of two or more lines), extending in the same direction equidistant at all points not getting nearer or moving farther away, இணையொத்த, ஒருபோக்கான; corresponding similar, இசைந்த, ஒரே மாதிரியாக. **parallel**(*n*): anything parallel, ஒருபோக்குத் தன்மையுடன்; parallels of latitude, நிலநடுக்கோடு;

P

comparison, ஒப்புமை. • *These two incidents have some* **parallels** *with each other.* **parallel***(v.i)*, **paralleled, paralleling**: to be a match to, போட்டியில் சமமாக இரு, ஒத்திரு, இணையாக இரு. • *The railway line* **parallels** *the road.*

par-al-lel-o-gram/ˌpærəˈleləugræm/*(n)*: 'ப்பஊரஅ'லெலஅஉக்ரஊம் / a four-sided flat figure with its opposite sides parallel and equal, இணைகரம்.

par-a-lyse/ˈpærəlaiz/*(v.t)*:'ப்பஊரஅலய்ஸ்: / to cripple, முடக்கிவிடு; to cause or affect with paralysis, பாரிச வாயுவால் தாக்குறு. • *Because of old age, he was* **paralysed** *from his right shoulder down the hand.* to cause to become not effective, செயலற்றுப்போகும்படி செய். • *Life will get* **paralysed** *when one is not active.* **paralysis**/pəˈrælisis/*(n)*:ப்பஅ'ரஊலிஸிஸ் / loss of sensory control over body organs, a kind of disease, பக்கவாதம், பாரிசவாயு நோய்; a crippling or stoppage of activities, செயல் முடக்கம். • *When government servants resort to strike, there is total* **paralysis** *of administration.* lack of ability to think, சிந்தனைத் தெளிவின்மை.

par-a-lyt-ic/ˌpærəˈlitik/*(adj)*: ˌப்பஊரஅ'லிட்டிக் / suffering from paralysis, பக்கவாதத்தினால் அவதிப்பட்டுக் கொண்டுள்ள. **paralytic***(n)*: a person suffering from paralysis, பக்கவாத நோயினால் அவதிப்படும் ஒருவர். **paralytically***(adv)*.

pa-ram-e-ter/pəˈræmitə*/*(n)*: ப்பஅ'ரஊமிட்டஅ* / a set of limits within which something has to work or operate, ஒரு குறிப்பிட்ட எல்லைக்குள் செயல்பட வேண்டிய ஒன்று, எல்லைச் செயல் அலகு. • *It is rather difficult to live within* **parameters** *of one's resources.*

par-a-mil-i-ta-ry/pəˈræˈmilitəri/*(adj)*: ப்பஅ'ரஊமிலிட்டஅரி / helping regular military forces, இராணுவத்திற்கு உதவியாய் இருக்கக்கூடிய துணைப் படைகள்.

par-a-mount/ˈpærəmaunt/*(adj)*: 'ப்பஊரஅமஉன்ட் / more important than all others; மற்றதைவிட மிக முக்கியமான; supreme, மிக உன்னதமான. • *The interest of the common man must be of* **paramount** *importance to a welfare government.* **paramountcy***(n)*.

par-a-mour/ˈpærəˌmuə*/*(n)*:'ப்பஊரஅமுஅ* / a lover usually of a married person, ஆசை நாயகன், ஆசை நாயகி.

par-a-pet/ˈpærəpit/*(n)*:'ப்பஊரஅப்பிட் / a low, supporting wall along the edge, கைப்பிடிச் சுவர்.

par-a-pher-na-li-a/ˌpærəfəˈneiljə/*(n)*: ˌப்பஊரஅஃபஅ'னெய்ல்யஅ / personal belongings, உடைமைப் பொருள்கள்; articles needed for a particular activity, ஒரு வேலையைச் செய்து முடிக்கத் தேவையான பொருள்கள். • *The* **paraphernalia** *of getting a passport are cumbersome.*

par-a-phrase/ˈpærəfreiz/*(n)*: 'ப்பஊரஅஃப்ரெய்ஸ்: / re-expression for easier understanding, எளிதில் புரிந்து கொள்ளும் விரிவுரை. **paraphrase***(v.t)*: rewrite the passage in easier way for understanding, எளிய உரை எழுது; to express in simpler language, எளிய மொழியில் பொழிப்புரை கூறு.

par-a-site/ˈpærəsait/*(n)*:'ப்பஊரஅஸய்ட் / a plant or animal that lives on other plants, animals or on another to get its living, புல்லுருவி, ஒட்டுண்ணி; a useless person who lives on another's earnings, பிறரை அண்டி வாழ்பவன். **parasitic***(adj)*, **parasitical***(adj)*, **parasitically***(adv)*.

par-a-sol/ˈpærəsɔl/*(n)*:'ப்பஊரஅஸால் / a sunshade, நிழல் குடை; a woman's small umbrella, பெண்களின் குடை.

par-a-troop-er/ˈpærətru:pə*/*(n)*: 'ப்பஊரஅட்ரூப்பஅ* / a soldier trained to drop from an aircraft using a parachute, வான் குடையைப் பயன்படுத்தித் தரையில் இறங்கப் பயிற்சி பெற்ற வீரர்.

par-boil/ˈpa:bɔil/*(v.t)*:'ப்பாபஃஆய்ல் / to boil not fully, அரைகுறையாக வேக வை.

par-cel/ˈpa:sl/*(n)*:'ப்பாஸ்ல் / a package, சிப்பம்; a bundle, கட்டு. **parcel***(v.t)*: to make into a parcel, சிப்பமாகக் கட்டு; to bundle up, மூட்டையாகக் கட்டு; to divide into portions or parts, பகுதிகளாகப் பிரித்துக் கொடு.

par-ce-nary/ˈpa:sinəri/*(n)*:'ப்பாஸினஅரி / co-heirship, கூட்டுரிமை, கூட்டு வாரிசுரிமை.

par-ce-ner/ˈpa:snə*/*(n)*:'ப்பாஸ்னஅ* / a co-heir, கூட்டுரிமையில் சமபங்கு உள்ளவர்.

parch/pa:tʃ/*(v.i-v.t)*:'ப்பாச் / to make completely dry as a result of heat, வெப்பம் கொண்டு உலரச் செய். • *Working all day with nothing to drink* **parched** *his throat.*

P

par-ch-ment/'pa:tʃmənt/*(n)*:'ப்பாச்மஎன்ட் / a writing material made from the skin of a goat or sheep in ancient times, பண்டைய காலத்தில் எழுதுவதற்குப் பயன்பட்ட செம்மறியாடு, ஆடு முதலியவற்றின் தோல்.

par-don/'pa:dn/*(n)*:'ப்பாட்:ன் / forgiving a person by a court or ruler, அரசு (அ) நீதி மன்றம் அளிக்கும் மன்னிப்பு. • *Government can grant* **pardon** *even to criminals.* an act of forgiving, மன்னிப்பு அளிக்கும் செய்கை, பிழை பொறுத்தல். **I beg your pardon**: an apology, மன்னிப்பு கேட்டல். **pardon***(v.t)*: to leave off without punishing, பிழை பொறு, மன்னித்து தண்டனை வழங்காமல் விட்டுவிடு; to forgive or excuse, மன்னித்து விடு; to grant official pardon, அதிகாரபூர்வமாகத் தண்டனையிலிருந்து விடுவித்து, மன்னிப்புக் கொடு. • *He said* '**pardon** *me' and then begged for the king's forgiveness.* **pardonable***(adj)*: that can be forgiven, மன்னிக்கக்கூடிய. **pardonably***(adv)*.

pare/peə*/*(v.t)*:ப்பஎஅ* / to peel off, சீவு, உரி; to cut away (something) with a sharp knife, வெட்டுக் கத்தியால் துண்டு போடு; diminish step by step, சிறிது சிறிதாகக் குறை. • *Spending on luxury items has been* **pared** *to the bone by my father.*

par-e-gor-ic/,pærə'gɔrik/*(n)*: ,ப்பஆரஅ'க:ஓரிக் / a soothing medicine, வலி போக்கும் மருந்து.

par-ent/'peərənt/*(n)*:'ப்பஎஅரஅன்ட் / the father or mother of a person or animal, பெற்றோர். • **Parents** *should bring up their children in a proper way.* **pa-ren-tal**/pə'rentl/*(adj)*:ப்பஅ'ரென்ட்ல் / pertaining to the parents, தாய், தந்தை சார்ந்ததாயுள்ள. • **Parental** *care is vital for a child's progress.*

par-ent-age/'peərəntidʒ/*(n)*: 'ப்பஎஅரஅன்ட்டிஜ் / state, நிலை; rank, உயர்நிலை; the condition of being a parent, பெற்றோராக இருக்கும் தன்மை, பரம்பரை. **parent company**: a business company having many branches, நிர்வாகத் தலைமை அமைப்பு, பல கிளைகளைக் கொண்ட தலைமை நிறுவனம்.

pa-ren-the-sis/pə'renθisis/*(n)*: ப்பஅ'ரெந்த்திஸிஸ் / a word, phrase or clause inserted in a sentence for enlarging, explaining, or emphasising, தனி நிலைத் தொடர்; the mark or marks to show an insertion, அடைப்புக் குறி. •*The person* **(to whom I am speaking)** *is known to me.* **parenthetically***(adv)*: in relation to parenthesis, தனி நிலை தொடர்பாக. • *May I add a few remarks* **parenthetically** *about my personal life?* **parenthetic** *(adj)*, **parenthetical***(adj)*.

par-ent-hood/'peərənthud/*(n)*: 'ப்பஎஅரஅன்ட்ஹுட் / the state of being a parent, பெற்றோராக இருக்கும் நிலை.

par ex-cel-lence/,pa:r'eksəla:ns/*(adj)*: ப்பா'எக்ஸஅலான்ஸ் / with no equal, ஈடு இணையற்ற. • *Jawaharlal Nehru was a statesman* **par excellence**. the best of its kind, ஒரு வகையில் மிகச் சிறப்பான.

pa-ri-sh/'pæriʃ/*(n)*:'ப்பஆரிஷ் / a division, ஒரு நிலப்பகுதி; an area over which a church or a single priest has control or jurisdiction, ஒரு மாதா கோயில் (அ) மத குருவின் பங்குப் பணி செய்வதற்கான பகுதி. • *We have a* **parish** *church in this area.* a local division, உள்ளாட்சிப் பகுதி. **parishioner***(n)*: a person living in a parish, ஒரு மாதா கோயிலுக்கு உட்பட்ட பகுதியில் வசிப்பவர்.

par-i-ty/'pærəti/*(n)*:'ப்பஆரிட்டி / the state of being equal, சம நிலையில் இருத்தல். • *He is working hard to achieve* **parity** *with his neighbour in earning money.*

park/pa:k/*(n)*:ப்பாக் / a large enclosed piece of land with trees, flowers, plants, green grass, etc., in towns used by people for pleasure and rest, பூங்கா. **park***(v-i-v.t)*: to leave or put or place (a car or other vehicle) in a particular place for a time, வண்டி, மற்ற வாகனங்களைக் குறிப்பிட்ட ஓர் இடத்தில் நிறுத்து (அ) வைத்திரு. • *Do not* **park** *cars before the entrance.* to store up in a place, ஓரிடத்தில் இடர்படும்படி வைத்திரு (அ) நிறுத்து; deposit and leave, பொறுப்பில் விட்டுச் செல். • *My neighbour usually* **parks** *his children on me while he goes out to see a picture.*

pa-rka/pa:kə/*(n)*:ப்பாக்கஅ / a kind of coat, ஒரு வகை அணி, மேலாடை.

park-ing/pa:kiŋ/*(n)*:ப்'பாக்கிங் / the leaving of a car or vehicle in a particular place for a time, சிறிது நேரம் வண்டிகள் நிறுத்துமிடம். • *There is a lot of* **parking** *place before the central station.*

par-lance/'pa:ləns/*(n)*:'ப்பாலஅன்ஸ் / a way of speaking or using words in a particular manner, பேச்சு வழக்கு, மொழி மரபு, பேசும் முறை.

par-ley/'pa:li/*(n)*:'ப்பாலி / holding talks or discussing with opponents to arrive at solution, தீர்வுகாண நடத்தும் பேச்சு. • *It is better to* **parley** *with our enemy than to fight.*

par-lia-ment/'pa:ləmənt/*(n)*: 'ப்பாலஅமஅண்ட் / the supreme law-making body consisting of elected members, நாடாளுமன்றம். **par-lia-men-tar-i-an**/ ,pa:ləmən'teəriən/*(n)*:,ப்பாலஅமென்ட்'-டெயஅரியஅன் / one skilled in parliamentary practices or an experienced member of a parliament, நாடாளுமன்ற விவாதங்களில் திறமையுள்ளவர், அனுபவமுள்ள நாடாளுமன்ற உறுப்பினர்.

par-lour/'pa:lə*/*(n)*:'ப்பாலஅ* / a shop for selling something or giving some service, தனிமனிதனுக்கு உபயோகமான பொருள் விற்குமிடம் (அ) சேவை புரியும் இடம்; reception room, வரவேற்புக் கூடம்.

par-lous/'pa:ləs/*(adj)*:'ப்பாலஅஸ் / uncertain, நிச்சயமில்லாத. • *My financial position always remains* **parlous**. dangerous, அபாயம் நிறைந்துள்ள.

pa-ro-chi-al/pə'rəukjəl/*(adj)*: ப்பஅ'ரஅஉக்யஅல் / of narrow range, குறுகிய இடத்திற்குரிய; of a parish, வட்டம் தொடர்பான; having limited, narrow outlook, குறுகிய மனப்பான்மையுள்ள. • *Most of the politicians have only* **parochial** *outlook in dealing with national matters.* **parochially***(adv)*, **parochialism***(n)*.

par-o-dy/'pærədi/*(n)*:'ப்பஃரஅடி: / a witty imitation of some well-known serious writing to amuse, ஒரு நல்ல இலக்கியத்தை நகைச்சுவையுடன் சித்திரித்துக் காட்டுதல்; an unsuccessful literary piece, எடுபடாத ஓர் இலக்கியக் கொத்து; travesty, உண்மையைப் போல உருவகப்படுத்துதல். • *It is a* **parody** *of justice that innocent persons are punished for no fault.* **parody** *(v.t)*: to imitate not finely, ஓர் இலக்கியத்தை மோசமான நகைச்சுவையாகச் செய்.

pa-role/pə'rəul/*(n)*:ப்பஅ'ரஅஉல் / the letting out of a prisoner for certain period on his or her undertaking that he or she would behave well during the period, ஒரு கைதியைக் குறிப்பிட்ட காலத்திற்கு, நன்னடத்தை உறுதிமொழியின் மேல், வெளியே அனுப்புதல். • *She was released on* **parole** *to get married to her lover.* **parole***(v.t)*: to set free on parole, to release on parole, நன்னடத்தை உறுதி மொழியின் பேரில், கைதியை வெளியில் அனுப்பு.

par-ox-ys-m/'pærəksizəm/*(n)*: 'ப்பஃரஅக்ஸிஸஃஅம் / a sudden expression of feeling rather violently, உள்ளுணர்ச்சி, திடீரென வலிப்புடன் வெளிப்படுதல்.

par-ri-cide/'pærisaid/*(n)*:'ப்பஃரிஸய்ட்: / the act of killing one's mother or father or some relative, தாய், தந்தை (அ) உறவினரைக் கொல்லும் செயல்; one who kills one's father or mother, தாய், தந்தையரைக் கொல்லும் ஒரு நபர்.

par-rot/'pærət/*(n)*:'ப்பஃரஅட் / a tropical bird, கிளி. **parrot fashion**: like a parrot, கிளிப்பிள்ளை போல். **parrot***(v.i)*: to repeat mechanically someone's words, கிளிப் பிள்ளை போல் திருப்பிச் சொல்.

par-ry/'pæri/*(v.t)*:'ப்பஃரி / to turn aside, பாராமுகம் காட்டு; to avoid, விலகு (அ) விலக்கிச் சொல்; to ward off, தவிர். • *A minister is capable of* **parrying** *any inconvenient question.* **parry***(n)*: the act of parrying, தவிர்த்தல்.

parse/pa:z/*(v.t)*:ப்பாஸ: / **parsed, parsing**: to state the form of a word grammatically in a sentence, சொல்லிலக்கணம் கூறு.

Par-see/,pa:'si/*(n)*:ப்பா'ஸி / [also **Parsi**]: a member of the Persian religious group in India, பார்ஸிய மத இனத்தவர்.

par-si-mo-ni-ous/,pa:si'məunjəs/*(adj)*: ,ப்பாஸி'மஅஉனியஅஸ் / very careful in spending money, மிகச் சிக்கனமான; stingy, கருமித்தனமுள்ள. • *She is capable of giving only* **parsimonious** *gifts.* **parsimoniously** *(adv)*, **parsimoniousness***(n)*. **par-si-mo-ny**/ 'pa:simeni/*(n)*:'ப்பாஸிமனி / the quality of being parsimonious, not being generous, தாராள மனப்பான்மை இல்லாமை.

pars-nip/'pa:snip/ *(n)*:'ப்பாஸ்னிப் / a kind of vegetable root like the carrot, ஒரு வகைக் கிழங்குச் செடி; a garden plant, தோட்டப்பயிர்.

par-son/'pa:sn/*(n)*:'ப்பாஸ்ன் / a priest of the church, மதகுரு. **par-son-age**/'pa:snidʒ/ *(n)*:'ப்பாஸனிஜ் / the house of a parson, மதகுருவின் வீடு.

part/pa:t/*(n)*:ப்பாட் / something less than the whole, பகுதி. • *The first* **part** *of the book is interesting.* a share, பங்கு; one side in a quarrel, ஒரு சச்சரவில் ஒரு பக்கம், ஒரு சாரார். • *One should not take sides in a quarrel before knowing which* **part** *is correct.* a character in a play, ஒரு நாடகப் பாத்திரம். • *The* **part** *played by the king in the story is very exciting.* the music for each voice or instrument, குரல் (அ) இசைக் கருவிக்கு ஏற்ற இசைப் பிரிவு. **part***(v.t)*: to separate into parts, கூறுகளாகப் பிரி. **to part with**: to go away from, விட்டுவிடு, பிரிந்து செல்; to part company with, உறவை விட்டுச் செல். • *One day or other, we have* **to part with** *this world.* **part***(adv)*: partly, பகுதியாக. • *The engineering exams are* **part** *written,* **part** *practical.* **part***(adj)*: not full, முழுவதும் இல்லாத. • *I only made* **part** *payment towards the loan.*

par-take/pa:'teik/*(v.i)*:'ப்பாட்டெய்க் / **partook, partaken**: to take part in, பங்கு எடுத்துக்கொள்; to eat or drink that which is offered, கொடுக்கப்படுவதை உண்ணவோ, அருந்தவோ செய். • *Will you* **partake** *of some food?, No, I just had, thank you.*

par-tial/'pa:ʃl/*(adj)*:'பாஷல் / not complete, முழுவதும் இல்லாத; biased, ஒரு சார்பற்ற; being unfair, showing special favour, சலுகை காட்டுவதன் மூலம் நியாயமில்லாத தன்மையுள்ள. **partially***(adv)*. **par-ti-al-i-ty**/ˌpa:ʃi'æləti/*(n)*:ˌபாஷிய'ஹலிட்டி / showing special favour, சலுகை காட்டுதல். *opp*: impartiality.

par-tic-i-pant/pa:'tisipənt/*(n)*: ப்பா'ட்டிஸிப்பன்ட் / one who takes part, பங்கு கொள்பவர், பங்கெடுத்துக் கொள்பவர். • *All the* **participants** *in the competition were requested to come to the dais.* **par-tic-i-pate**/pa:'tisipeit/*(v.i)*: ப்பா'ட்டிஸிப்பெய்ட் / to take part in, பங்கு எடுத்துக்கொள், நிகழ்ச்சியில் கலந்து கொள். • *Some members* **participated** *in the budget discussion, other members were found absent from the house.* **participation***(n)*. • *Workers demand greater* **participation** *in the decision-making process.*

par-ti-cip-i-al/ˌpa:ti'sipiəl/*(adj)*: ˌப்பாட்டி'ஸிப்பியல் / making use of a participle, ஒரு வினை பயன்படுத்தப்படுதல் தொடர்பான. *eg.* **Singing** *woman.* singing - participial adjective. **participially** *(adv)*. **par-ti-ci-ple**/'pa:tisipl/ *(n)*:'ப்பாட்டிஸிப்ல் / a non-finite verb form of a verbal adjective, நிகழ்கால வினை. • *There are two* **participles,** *the past* **participle** *and the present* **participle**.

par-ti-cle/'pa:tikl/*(n)*:'ப்பாட்டிக்ல் / a very small piece of matter, சிறு துணுக்கு, துகள்; minute, fragment, a prefix or suffix, முற்சேர்க்கை (அ) பிற்சேர்க்கை. • *It is all a bundle of lies. There is no* **particle** *of truth in it.*

par-ti-cu-lar/pə'tikjulə*/*(adj)*: ப்ப'ட்டிக்யுல* / deserving special attention, தனிக்கவனம் செலுத்தக்கூடிய; noteworthy, குறிப்பிடத்தக்க. • *There is no news of* **particular** *importance about the day's parliamentary discussions.* **particularly** *(adv)*. **particular***(n)*: detail, விவரம்; item, குறிப்பு. **in particular**: especially, மிக முக்கியமாக. • *The policeman noticed the woman in the mob* **in particular. par-tic-u-lar-i-ty**/pəˌtikju'lærəti/*(n)*:ப்பˌட்டிக்யு'-லஹரிட்டி / minute attention to detail, விவரங்களுக்கு நுட்பமான கவனம் செலுத்துதல். **par-ti-cu-lar-ize**/pə'tikjuləraiz/*(v.t-v.i)*:ப்ப'ட்டிக்யுலரய்ஃஸ் / **particularized, particularizing**: point out the details one by one clearly and individually, தனித்தனியாக, நன்கு தெளிவாகக் குறிப்பிட்டுக் கூறு; to specify, சுட்டிக்காட்டு. **particularization***(n)*. **particularly***(adv)*: in a way quite differently, ஒரு வகையில் வேறுபட்டு; especially, முக்கியமாக. • *Look out for that dog* **particularly;** *it bites.* **par-tic-u-lars**/pə'tikjuləz/*(n)*:ப்ப'ட்டிக்யுலஸ் / full details and complete information, முழு விவரங்கள் கொண்ட செய்தித் தொகுப்பு. • *One should furnish all* **particulars** *about one's disease to the doctor.*

part-ing/'pa:tiŋ/*(n)*:'ப்பாட்டிங் / the action of parting, பிரியும் செயல். • *A* **parting** *speech is always sad.* taking leave, விடை பெறுதல்; the line on one's head where the hair is parted, வகிடு. **the parting of the ways**: having difference of opinion, கருத்து வேறுபாடு கொள்ளுதல். **the parting shot**: the final remark or point in an argument, ஒரு விவாதத்தில் இறுதிக் குறிப்பு. • **The parting shot,** *given by the lawyer was very effective.*

par-ti-san/ˌpa:ti'zæn/*(adj)*:ˌப்பாட்டி'ஸ:ஃஜன் / having strong attachment to one's party and showing unreasonable support, to one's party members, தன் கட்சியின்பால் அதிகப்பற்றுடைய, தன் கட்சிக்காரர்களுக்கு அதிக சலுகை காட்டுகின்ற. • *Some ministers are noted for their* **partisan** *attitude.* **partisan***(n)*: a member of secret fighting gang against its enemy, இரகசியமாக, விரோதியுடன் போராடும் குழுவின் உறுப்பினர்; a member of a party, ஒரு கட்சியின் உறுப்பினர்; partisanship, கட்சி மனப்பான்மை.

par-ti-tion/pa:'tiʃn/*(n)*:ப்பாட்டிஷஒன் / that which separates, பிரிக்கும் பகுதி; the act of dividing, பிரித்தல். **partition***(v.t)*: to divide into parts, பங்கிடு, பகிர்ந்து கொடு; to divide by making a wall, சுவர் எழுப்பிப் பிரி. • *The land was* **partitioned** *between the two brothers.* • *The British India was* **partitioned** *into India and Pakistan.*

part-ly/'pa:tli/*(adv)*:'ப்பாட்லி / in someway, ஓரளவு; to some extent, ஓரளவு வரையில்; part, அரைகுறையாக. • *The work is* **partly** *done.*

part-ner/'pa:tnə*/*(n)*:'ப்பாட்னஒ* / one who shares, பங்காளி. • *He has got a good* **partner** *in his business.* the owners of a business sharing the profits and losses, தொழிலில் பங்குதாரர். • *He is a* **partner** *in a business firm.* **partner***(v.t)*: to act as a partner, பங்குதாரராக இரு. • *Manu and Mohan have* **partnered** *up for the music programme.*

part-ner-ship/'pa:tnəʃip/*(n)*:'ப்பாட்னஒஷிப் / the state of being a partner, கூட்டாளியாக இருத்தல்; a business in which there are two or more than two partners, இரண்டு (அ) இரண்டுக்கு மேற்பட்ட கூட்டாளிகளைக் கொண்டு நடத்தப்படும் ஒரு தொழில்.

parts of speech/pa:tsɔfspi:tʃ/*(n)*:ˌப்பாட்ஸ ஒவ்'ஸ்ப்பீச் / classes into which words are divided according to their use in the sentence, வார்த்தைகளின் இலக்கண வகைப்படுத்தல்.

par-took/pa:'tuk/'ப்பா'ட்டுக் / past tense of "partake", "partake" என்பதன் இறந்த கால வடிவம்.

par-tridge/'pa:tridʒ/*(n, sing)*: 'ப்பாட்ரிஜ் / **partridges** *(n, pl)*: a bird of middle size and short neck, shot for sport and food, கவுதாரிப் பறவை.

part-time/'pa:ttaim/*(adv & adj)*:'ப்பாட்டய்ம் / working only a part of the regular working time, பகுதி நேர வேலை செய்துகொண்டுள்ள.

par-tu-ri-tion/ˌpa:tjuə'riʃn/*(n)*: ˌப்பாட்யுஒரிஷஒன் / the act of giving birth, குழந்தை பெறுதல்.

par-ty/'pa:ti/*(n)*:'ப்பாட்டி / a group of people invited often in a private home to enjoy themselves, விருந்துக்கு அழைக்கப் பட்டவர்கள். • *I was not present at the dinner* **party**. a group of people, to whom some specific work has been assigned, ஒரு குறிப்பிட்ட வேலைக்கு அமர்த்தப்பட்டவர்கள், வேலைக்கு ஒப்புக்கொண்ட குழு; a group of people, having the same political opinion or having some similar interest, கட்சி; a social gathering, விருந்து; persons involved in a law suit, வழக்கில் தொடர்பு கொண்டவர்கள். **party to**: be party to an agreement etc., உடன்படிக்கை முதலிய வற்றிற்கு உடந்தையாக இரு. • *I am not a* **party to** *the agreement.*

par-val-ue/'pa:vælju/*(n)*:'ப்பாவஃல்யூ / face value, குறிக்கப்பட்டிருக்கும் விலை.

pass/pa:s/*(v.i-v.t)*:ப்பாஸ் / to move onward, முன்செல், கடந்து செல்; to be successful (in a test or examination) தேர்ச்சி அடைந்திரு, தேர்ச்சி அடை; to accept especially money given illegally, ஏற்றுக்கொள்; to transmit, அனுப்பு; to come to an end, முடிவுக்குக் கொண்டு வா, முடிக்கும் நிலையிலிரு. **pass over**: to pass by, கடந்து செல்; ignore the claim of a person to higher rank, ஒருவரின் பதவி உயர்வு கோரிக்கையை நிராகரி. • *She was* **passed over** *for promotion in favour of a junior.* **pass***(n)*: success in a test, தேர்வில் வெற்றி; permission, அனுமதிச் சீட்டு; happening, நேரிடுதல்; a narrow way, கணவாய்; an act of moving past, முன்னேறிச் செல்லுதல்.

pass-a-ble/'pa:səbl/*(adj)*:ப்'பாஸஅப்:ல் / fit to be crossed, கடப்பதற்குத் தகுதியுள்ள, கடக்கக்கூடிய; permissible (for doing certain things), அனுமதிக்கக்கூடிய; good to be accepted, ஏற்றுக்கொள்ளக்கூடிய. **passably**(*adv*).

pass-age/'pæsidʒ/*(n)*:'ப்பஃஸிஜ் / way, வழி; path, பாதை; the action of getting across, கடந்து செல்லுதல்; the action of going or getting through, நுழைந்து செல்லுதல், சட்டமாகுதல். • *The finance bill had a smooth* **passage** *in the parliament.*

pass-book/'pa:sbuk/*(n)*:'ப்பாஸ்பு:க் / a book of money transactions between a bank and its customer, கைச்சாத்துப் புத்தகம், ஒரு வங்கி, அதன் வாடிக்கையாளர் இவர்களுக்கிடையே ஏற்படும் பணப்பற்று பற்றிய குறிப்புப் புத்தகம்.

pas-sen-ger/'pæsindʒə*/*(n)*: 'ப்பஃஸிஞ்ஜஅ* / a person travelling in a public or private vehicle, பயணி.

pass-er-by/,pa:sə'bai/*(n, sing)*:'ப்பாஸஅ:பய் / **passers-by**(*n, pl*): a person who goes past a place, ஓரிடத்தைக் கடந்து செல்பவர், வழிப்போக்கர்.

pass-ing/'pa:siŋ/*(n)*:'ப்பாஸிங் / the act of going by, கடந்து செல்லுதல்; disappearing, மறைதல்; death, இறப்பு. • *In his* **passing** *away, we have lost a very great leader.* **in passing**: to say something during a talk, பேசிக்கொண்டிருக்கும்பொழுது இடையே ஒன்றைச் சொல்லுதல். **passing**(*adj*): moving, நகர்ந்து செல்லுகின்ற; going by, கடந்து செல்லுகின்ற; not lasting, நிலைத்திராத தன்மையுள்ள.

pas-sion/'pæʃn/*(n)*:'ப்பஃஷஅன் / strong feelings of sex, hatred, anger, etc., தீவிர உணர்ச்சி; strong desire, அதிக ஆசை. • *I have a* **passion** *for accuracy.* love, காம இச்சை, காதல் வேட்கை. • *He has a burning* **passion** *for the girl he loves.* **pas-sion-ate**/'pæʃənət/*(adj)*: 'ப்பஃஷஅனிட் / full of passion, அடக்க முடியாத உணர்ச்சியுள்ள; showing strong feeling, உணர்ச்சி ததும்புகின்ற. • *The President made a* **passionate** *speech in defence of his government policies.* **passionless**(*adj*): expressing no passion, உணர்ச்சியற்ற தன்மையுள்ள. **passionlessly**(*adv*), **passionately** (*adv*).

pas-sive/'pæsiv/*(adj)*:'ப்பஃஸிவ் / yielding to, பணிந்து கொடுக்கின்ற; not resisting, எதிர்ப்பு தெரிவிக்காத; inert, செயல்படாத, மந்தமான; enduring, பொறுத்துக் கொள்ளுகின்ற. • *Gandhiji offered* **passive** *resistance against the British rule.*

passive voice/'pæsivɔis/:'ப்பஃஸிவொய்ஸ் / the passive form of a verb, செயப்பாட்டு வினை. • *The man* **was thrown** *out by the horse.* • *The horse* **threw** *out the man.* **was thrown** – verb, passive form. **threw** – verb, active form. **passive-smoking**(*n*): involuntary inhaling of smoke by non-smoker, பிறர் பிடிக்கும் புகையைச் சுவாசித்தல். • **Passive smoking** *is equally dangerous as smoking.*

pass-port/'pa:spɔ:t/*(n)*:'ப்பாஸ்ப்பொ:ட் / an official book (document) issued by a Government to a citizen permitting him to travel abroad, வெளிநாட்டுக் கடவுச் சீட்டு.

pass-word/'pa:swɜ:d/*(n)*:'ப்பாஸ்உஅ:ட் / a secret word or a group of words, used for admission into a building, party, etc., இரகசிய மொழி, அடையாளச் சொல், அனுமதி பெற உதவும் இரகசியச் சொல்; a secret code of words to operate a computer system, ஒரு கணிப்பொறியைச் செயல்படுத்தப் பயன்படும் இரகசியக் குறி மொழிச் சொற்கள்.

past/pa:st/*(adj)*:ப்பாஸ்ட் / gone by, சென்று போன, காலம் கடந்துள்ள. • *It was not a good time, but it is all* **past** *now.* **past**(*n*): the time gone by, சென்று போன காலம், கடந்த காலம். • *"The* **past,** *unsighted for and the future sure", should be one's motto.* **past**(*adv*): by, ஆல்; so as to pass by, தாண்டிப்போகும்படியான; beyond, அப்பால். • *The troops and other para military forces marched* **past**. • *Days moved* **past,** *without giving me any relief.* **past**: past tense of "pass", "pass" என்ற வினைச்சொல்லின் இறந்தகாலம். **past** (*prep*): beyond in time, கடந்த காலத்திற்கு அப்பால்; after, பிறகு. • *The time now is half* **past** *four.* • *The office is just* **past** *the station.* • *The man rushed* **past** *the women standing by.*

P

pas-ta/ˈpæstə/*(n)*:ˈப்பஃஸ்ட்டஅ / any of various flour and eggs food preparations, மாவு, முட்டை கொண்டு தயாரிக்கப்படும் உணவுப் பொருள்.

paste/peist/*(n)*:ˈப்பெய்ஸ்ட் / a soft, sticky mixture, பசை; an adhesive compound, பிசின். **paste***(v.t)*, **pasted, pasting**: to stick with paste, பசை கொண்டு ஒட்டு.

pas-tern/ˈpæstɜ:n/*(n)*:ˈப்பஃஸ்ட்டஅ:ன் / the upper part of the foot of a horse, cow, etc., above the hoof, மாடு, குதிரை முதலியவற்றின் குளம்பின் மேற்பகுதி.

pas-teur-ize/ˈpa:stʃəraiz/*(v.t)*: ˈப்பாஸ்ச்சஅரய்ஸ்: / **pasteurized, pasteurizing**: to heat a liquid in a certain way for destroying disease germs, நோய்க்கிருமிகளை அழிக்க, தகுந்த முறையில் திரவங்களைக் கொதிக்க வை. • *In cities,* **pasteurized** *milk is sold.* **pasteurization***(n)*.

pas-tille/ˈpæstəl/*(n)*:ˈப்பஃஸ்ட்டஅல் / a kind of hard sweet containing some medicine, சுவையும் இனிப்பும் கலந்த மருந்து, மாத்திரை.

pas-time/ˈpa:staim/*(n)*:ˈப்பாஸ்ட்டய்ம் / that which is done to make time pass pleasantly and agreeably, பொழுதுபோக்கு. • *My* **pastime** *is work and work only.*

past-ing/ˈpa:stiŋ/*(n)*:ˈப்பாஸ்ட்டிங் / a severe beating, கடுமையாக அடித்தல்; (in cricket) a defeat, ஒரு தோல்வி.

past-master/ˌpa:stˈma:stə*/*(n)*:ˈப்பாஸ்ட்ˈமாஸ்ட்டஅ* / an expert, திறமைசாலி. • *She is a* **pastmaster** *in the art of cheating others by good looks and nice words.*

pas-tor/ˈpa:stə*/*(n)*:ˈப்பாஸ்ட்டஅ* / head of a Church, கிறித்தவ மத குரு; a clergy man, கிறித்தவ சமயகுரு.

pas-tor-al/ˈpa:stərəl/*(adj)*:ˈப்பாஸ்ட்டஅரஅல் / pertaining to the members of a religious group, மதத் தலைவர்கள், மதக் குழுத் தொடர்பான; pertaining to simple peaceful country life, அமைதியான, கிராம வாழ்க்கை பற்றிய, நாட்டுப்புற வாழ்க்கை தொடர்பான. **pastoral letter**: a letter from pastor, மத குருவின் கடிதம்.

past-participle/ˈpa:stˈpa:tisipl/*(n)*: ˈப்பாஸ்ட்ˈபாட்டிஸிப்பஅல் / a form of the verb (in grammar) to show the passive or the perfect, செயப்பாட்டு வினை (அ) முற்று வினை இவற்றைக் குறிக்கும் வினைச் சொல் அமைப்பு. • *She* **has finished** *her work.*

past-perfect*(n)*: the form of a verb, indicating completed action before a particular time in the past, ஒரு குறிப்பிட்ட காலகட்டத்தில், முடிவுற்ற செயலைக் குறிக்கும் வினைச்சொல் வடிவம். • *She* **had finished** *the work.*

pas-try/ˈpeistri/*(n)*:ˈப்பெய்ஸ்ட்ரி / a mixture of flour, fat and milk or water, a small cake, தோசை, இட்லி போன்ற மாவுப் பண்டம்.

pas-tur-age/ˈpa:stjuridʒ/*(n)*:ˈப்பாஸ்ச்சஅரிஜ் / the right to use land for feeding one's cattle, horses, etc., கால்நடைகளை மேய்க்கும் உரிமை பெறுதல்; pasture land, மேய்ச்சல் நிலம்; grassland for feeding cattle on, ஆடு மாடுகள் மேயும் பசும்புல் நிலம். **pas-ture**/ˈpa:stʃə*/*(n)*:ˈப்பாஸ்ச்சஅ* / grazing ground, பசும்புல் மேய்ச்சல் நிலம்; cattle food like grass, பசும்புல். **pasture***(v.t)*: to feed (livestock) by putting them to graze on pasture, ஆடுமாடுகளை மேயவிடு; to drive cattle for grazing, மேய்வதற்கு ஓட்டிச் செல்.

pasty/ˈpeisti/*(adj)*:ˈப்பெய்ஸ்டி / of paste, மாவுப்பண்டம் போலுள்ள; like paste in appearance, எடுப்பான தோற்றமில்லாத.

pat/pæt/*(n)*:ப்பஃட் / a light, gentle stroke with the hand, showing kindness, செல்லமாகத் தட்டிக்கொடுத்தல். **a pat on the back**: an expression of satisfaction, மன நிறைவைத் தெரிவிக்கும் சொல். • *Workers want money not* **a pat on their back**. a small shaped mass of butter, வெண்ணெய்க் கட்டி. **pat***(v.i-v.t)*: to touch or strike gently to show one's friendliness or kindness, செல்லமாகத் தட்டிக்கொடு. • *He* **patted** *his son for his fine performance in the sports.* **pat***(adj)*: apt, சரியாக உள்ள. **pat***(adv)*: exactly, மிகச் சரியாக உள்ள.

patch/pætʃ/*(n)*:ப்பஃச் / a piece put or sewed on, ஒட்டுப் பகுதி; a plot, நிலத்துண்டம். **patch***(v.t)*: to mend by putting in a new piece, ஒட்டுப்போட்டு சரிசெய்; to settle disputes or disagreement, சமாதானம் செய். • *They* **patched** *up their quarrel with no ill will.* to repair in a hurry, அவசரத்தில் சரி செய். **patchy***(adj)*.

patch-work/pætʃwɜ:k/*(n)*:ˈப்பஃச்உஅ:க் / a needle work using pieces of cloth of various kinds, ஒட்டுப்போட்டு தைத்த துணி.

P

pat-e/peit/*(n)*:'ப்பெய்ட் / the top of the head, தலையுச்சி. **pate***(n)*: a paste-like food made of liver, meat, fish, etc., ஈரல், இறைச்சி, மீன் முதலியவை கொண்ட மாவு போன்ற உணவுப் பொருள்.

pa-tent/'peitənt/*(adj)*:'ப்பெய்ட்டஉன்ட் / easy, plain, எளிதாக உள்ள, மிகவும் தெளிவாக உள்ள. • *His conduct has become a* **patent** *breach of manners.* original, அசலாக உள்ள; protected from being copied or imitated, மாதிரியோ, போலியோ செய்யமுடியாதபடி தடுக்கப்பட்டுள்ள. **patent***(n)*: the official permission of grant of right to a person to make or sell a new invention, காப்புரிமைப் பட்டயம். • *The company enjoys a* **patent** *for cooling machine.* **patent***(v.t)*: to obtain a patent for, காப்புரிமைப் பட்டயம் பெறு. **pa-tent-ee**/ˌpeitən'ti:/*(n)*:'ப்பெய்ட்டஉன்ட்டீ / a person who has obtained a patent, காப்புரிமைப் பட்டயம் பெற்றவர். **letters patent**: an open document from government conferring patent rights, காப்புரிமைப் பத்திரம்.

pa-tent-ly/'peitəntli/*(adv)*:ப்பெய்ட்டஉன்ட்லி / very clearly and plainly, மிகத் தெளிவாக.

pa-ter/'peitə*/*(n)*:'ப்பெய்ட்டஉ* / father, தந்தை.

pa-ter-nal/pə'tɜ:nl/*(adj)*:ப்பஉ'ட்டஉ:ன்ல் / of a father, தந்தையினுடைய; like a father, தந்தையைப்போலுள்ள; characteristic of the father, தந்தையின் குணம், இயல்பு பற்றிய; through the father's side of the family, தந்தை வழி வந்துள்ள. • *My* **paternal** *grand father was a nice man.* **pa-ter-ni-ty**/pə'tɜ:nəti/*(n)*: ப்பஉ'ட்டஉ:னிட்டி / origin from the male parent, தந்தை வழி துவக்க நிலை; fatherhood, தந்தையாகும் நிலை.

path/pa:θ/*(n, sing)*:ப்பாத் / **paths***(n, pl)*: [also **pathway**]: beaten track, வழிப்பாதை. • *The* **path** *of a projectile is a parabola.* a foot way, நடைபாதை; a line along which something moves, ஒரு பொருள் இயங்கும் பாதை. • *The President doesn't allow his* **path** *to be crossed by any minister.* **pathless***(adj)*.

Pa-than/pə'ta:n/*(n)*:ப்பஉ'ட்டான் (தான்) / a group of people living in Afghanistan and the western part of Pakistan, ஆப்கானிஸ் தானிலும், பாகிஸ்தானின் மேற்குப் பகுதி யிலும் வசிக்கும் மக்கள், பட்டாணியர்.

pa-thet-ic/pə'θetik/*(adj)*:ப்பஉ'தெட்டிக் / causing a feeling of pity, இரக்க உணர்ச்சியூட்டக்கூடிய; full of pathos, முழுவதும் இரக்கத்தன்மையுள்ள; hopelessly useless, சற்றும் பலனில்லாத. • *It is really* **pathetic** *to see people cry for food.* **pathetically***(adv)*.

pa-thol-o-gy/pə'θɔlədʒi/*(n,sing)*: ப்பஉ'த்தாலஉஜி / **pathologies***(n, pl)*: the science or study of disease, its origin, nature and course, நோய்க் குறியியல், நோய்க் கூறு இயல். **pa-thol-o-gist**/pə'θɔlədʒist/*(n)*:ப்பஉ'த்தாலஉஜிஸ்ட் / a specialist in pathology, நோய்க் குறியியல் நிபுணர், நோய்க்கூறு மருத்துவர். **pathological***(adj)*.

pa-thos/'peiθɔs/*(n)*:'ப்பெய்தாஸ் / the quality or power of rousing pity or sorrow, இரக்கம் ஏற்படுத்தும் நிலை, தன்மை, சக்தி; pity, இரக்கம்.

pa-tience/'peiʃns/*(n)*:'ப்பெய்ஷஉன்ஸ் / the ability to endure trouble, pain, etc., தொந்தரவு, வலி முதலியவற்றைப் பொறுத்துக் கொள்ளும் திறன்; forbearance, பொறுமை. • *A teacher must have* **patience** *with a slow learner.*

pa-tient/'peiʃnt/*(adj)*:'ப்பெய்ஷஉன்ட் / showing patience, பொறுமைக் குணம் உள்ள. **patient***(n)*: person under medical treatment, நோயாளி. **patiently** *(adv)*.

pa-tri-arch/'peitria:k/*(n)*:'ப்பெய்ட்ரியாக் / the head of a family or tribe, குடும்பத் தலைவர் (அ) குலத் தலைவர்; respectable old man, மதிப்பிற்குரிய பெரியவர்; chief bishop, தலைமைப் பாதிரியார். **patriarchal***(adj)*, **patriarchy***(n)*.

pa-tri-cian/pə'triʃn/*(n)*:ப்பஉ'ட்ரிஷஉன் / a Roman noble, உரோமானியப் பிரபு. **patrician***(adj)*: noble, உயர் குலம் பற்றிய.

pat-ri-cide/'pætrisaid/*(n)*:'ப்பஆட்ரிஸய்ட் / the crime of killing one's father, தகப்பனைக் கொலை செய்யும் குற்றம்; one who murders one's father, தந்தையைக் கொலை செய்யும் குற்றவாளி.

pat-ri-mo-ny/'pætriməni/*(n)*: 'ப்பஆட்ரிமஉனி / property inherited from the paternal side, தந்தை வழி, மரபுவழிச் சொத்து. **patrimonial***(adj)*.

pat-ri-ot/'pætriət/*(n)*:'ப்பெய்ட்ரியஉட் / one who is devoted to one's country, நாட்டுப்பற்று உள்ளவர். **pat-ri-ot-is-m**/

P

'pætriətizəm/*(n)*:'ப்பஃட்ரியஅட்டிஸ்:அம் / one's love and loyalty for one's country, நாட்டுப்பற்றுடன் இருத்தல். **patriotic** *(adj)*.

pat-rol/pə'trəul/*(n)*:ப்பஅ'ட்ரஅஉல் / a person or group of persons going around to maintain law and order, ரோந்து, காவல் செய்ய, ஒருவர் (அ) ஒரு குழு, சுற்றி வருதல். • *The* **patrol** *has reported that the situation is under control.* **patrol***(v.t-v.i)*, **patrolled, patrolling**: to go on rounds for protecting the place where there is trouble, பாதுகாப்புக் கொடு, காவல் புரி.

pa-tron/'peitrən/*(n)*:'ப்பெய்ட்ரஅன் / one who helps and distributes favours, புரவலர், ஊக்குவிப்பவர். **patroness***(fem)*. **pat-ron-age**/'pætrənidʒ/*(n)*: 'ப்பஃட்ரஅனிஜ் / the support extended by a patron, ஒரு புரவலர் கொடுக்கும் ஆதரவும், ஊக்கமும்; absolute favouritism, the practice of showing undue favour, சலுகை வழங்கும் அதிகாரத்துடன் இருத்தல். **pat-ron-ize**/'pætrənaiz/*(v.t)*:'ப்பஃட்ரஅனய்ஸ்: / [also **patronise**], **patronized, patronizing**: to act as a patron towards, புரவலராகச் செயல்படு; to be a patron, ஊக்கம் கொடு, ஆதரவு அளி. • *I do not like to be* **patronized** *by anyone.*

pat-ro-nym-ic/ˌpætrə'nimik/*(adj)*: ˌப்பஃட்ரஅ'னிமிக் / a name derived from that of a father, grandfather, etc., தந்தை, பாட்டனார் வழிவந்த பெயர் பற்றிய.

pat-ten/'pætn/*(n)*:'ப்பஃட்ன் / a wooden shoe to raise the feet above wet or muddy ground, ஈரமான சகதி நிலத்தில் நடக்கப் பயன்படும் மரத்தினால் செய்யப்பட்ட காலணி, மரக்காலணி.

pat-ter/'pætə*/*(v.t)*:'ப்பஃட்டஅ* / to make a tapping sound, தடதடவென்று, ஒலி யெழுப்பு; to talk glibly, சளசளவென்று பேசு; to make successive tapping sounds, சட சடவென்று தட்டு, ஒலியெழுப்பு. **patter** *(n)*: a sound of something pattering, தடதட வென்ற ஒலி; jargon, சளசளவென்ற பேச்சு.

pat-tern/'pætən/*(n)*:'ப்பஃட்டஅன் / an original or model considered for imitation, முன்மாதிரியாகக் கொள்ளக் கூடிய படிவம்; design, அமைப்பு. • *The saree has a* **pattern** *of circles and semicircles.* a way in which something takes place, ஒன்று ஏற்படும் (அ) நிகழும் விதம். • *The rebels always have a set* **pattern** *of action.* • *The disease spreads in its usual* **pattern**. an ornamental design, அலங்கார அமைப்பு. **pattern***(v.t)*: to make or fashion after a pattern, ஒரு முன்மாதிரி கொண்டு ஏற்படுத்து (அ) செயல்படு; to shape according to a pattern, ஓர் அமைப்பு, ஆதாரம் வைத்து வடிவமை. • *Dressmakers* **pattern** *their products according to the latest fashion, style and manner.*

pat-ty/'pæti/*(n)*:'ப்பஃட்டி / a small pie, தோசை போன்ற மாவுப் பண்டம்.

pau-ci-ty/'pɔːsəti/*(n)*:'ப்பஓ:ஸிட்டி / scarcity, போதாமை; insufficiency, தட்டுப்பாடு, குறைவு. • *It is not the* **paucity** *of funds but the* **paucity** *of ideas that hurts the mankind.*

paunch/pɔːntʃ/*(n)*:ப்பஓ:ஞ்ச் / the belly or abdomen, அடிவயிறு; pot belly, பானை வயிறு. • *Her husband has developed a* **paunch** *as now he is a rich man.* **paunchy***(adj)*, **paunchiness***(n)*.

pau-per/'pɔːpə*/*(n)*:'ப்பஓ:ப்பஅ* / a very poor person, ஏழை.

pause/pɔːz/*(v.t)*:ப்பஓ:ஸ்: / a short stop during activity, speech, etc., இடை நிறுத்தம்; a mark(.) in musical note to continue longer, இசைக்குறிப்பில் நீடித்த இசைக்கான ஒரு குறி. **pause***(v.i)*: to make a pause, தாமதம் செய்; to stop or to wait, நிறுத்து, காத்திரு. • *She* **paused** *at the edge of the tank for a moment.*

pave/peiv/*(n)*:ப்பெய்வ் / to cover or to lay a path, floor, road, etc., with suitable stones or other materials, தளவரிசை இடு, தளம் போடு. **to pave the way**: to prepare for, தயார் செய். • *The Prime Minister* **paved the way for** *meeting the opposition leaders.*

pave-ment/'peivmənt/*(n)*:'ப்பெய்வ்மஅன்ட் / paved path at the side of a street, சாலை மருங்கில் உள்ள நடைபாதை.

pa-vil-ion/pə'viljən/*(n)*:ப்பஅ'வில்யஅன் / a light building beside a sports field, for accommodating commentators, players, V.I.P.s, spectators of sports, etc., விளையாட்டு வீரர்கள், தொகுப்புரையாளர்கள், மிக முக்கியமானவர்கள் மற்றும் பார்வை யாளர்கள் இருக்கும் இடம்; a large tent, பெரிய கூடாரம்.

paw/pɔː/*(n)*:ப்பஓ: / an animal's foot that has claws, மிருகங்களின் நகங்களுள்ள பாதம்; the foot of any animal, ஒரு

P

மிருகத்தின் பாதம். **paw**(*v.i*): to beat or scrape with paw, பாதம் கொண்டு கீறு, சுரண்டு; to touch or rub a surface with a paw to show anger, impatience, etc., கோபம், பொறுமையின்மை முதலியவற்றை பாதத்தினால் சுரண்டுவதன் மூலம் வெளிப்படுத்து; to feel or touch with the hands, கையினால் தொடு. • *As she was watching the film, her little son kept on* ***pawing*** *her.*

pawn/pɔ:n/(*v.t*):ப்பொ:ன் / to pledge, அடகு வை; to deposit as security for money borrowed, ஈடு வை, அடகு வை; to stake or risk, அபாயத்தை எதிர்நோக்கிச் செயல்படு, துணிச்சல்கொண்டு செயல்படு. **pawn**(*n*): a thing given as security, ஈடு, அடமானம்; a small piece of lower rank in chess, சதுரங்க விளையாட்டில் ஒரு காய். **pawn-bro-ker**/'pɔ:n,brəukə*/(*n*): 'ப்பொன்,ப்:ரஉக்க* / one who lends money on security of a thing, அடகு பிடிப்பவர். **pawn-shop**/'pɔ:nʃɔp/(*n*): 'ப்பொன்ஷாப் / a shop where pawn broking is conducted, அடகுக் கடை.

pay/pei/(*v.t-v.i*):ப்பெய் / to give money for services rendered, to give money for purchase made, ஊதியம் கொடு, வாங்கிய பொருளுக்குப் பணம் கொடு; to give money to settle account, பணம் கொடுத்து கணக்குத் தீர்; to pay attention to, கவனம் செலுத்து. • *The manager knows how to* ***pay*** *a compliment to his staff member.* **to pay through the nose**: pay much more than the fair price, மிக அதிக விலை கொடு. • *All medical bills I* ***pay through my nose***. **pay**(*n*): salary, ஊதியம்; wages, கூலி. • *His* ***pay*** *is lower than that of his sister.*

pay-a-ble/'peiəbl/(*adj*):'ப்பெயப்:ல் / due, requiring to be paid, செலுத்தப்பட வேண்டியுள்ள.

pay-ee/pei'i:/(*n*):ப்பெ'யீ / a person to whom money, especially a cheque, is or should be paid, பணம் கொடுக்கப்பட வேண்டியவர், பணம் பெறுவோர், காசோலைக்குப் பணம் பெறுவோர்.

pay-er/'peiə*/(*n*):'ப்பெய* / one who pays money, பணம் கொடுப்பவர்.

pay-mas-ter/'pei,ma:stə*/(*n*): 'ப்பெய்,மாஸ்ட்ட* / an official responsible for making payments to trips, workers, etc., ஊதியம் கொடுக்கும் அலுவலர்.

pay-ment/'peimənt/(*n*):'ப்பெய்மன்ட் / the act of paying, பணம் பட்டுவாடா செய்தல். • *A worker expects prompt* ***payment***. an amount paid, கொடுக்கப்பட்ட தொகை. **pay-packet**: an envelope containing a worker's wages, ஒரு தொழிலாளியின் ஊதியம் உள்ள உறை.

pay-roll/'peirəul/(*n*):'ப்பெய்ரஉல் / a list of employees who get wages, ஊதியம் பெறுவோர் பட்டியல்.

pea/pi:/(*n*):ப்பீ / a plant of the bean family, பட்டாணி, பட்டாணிச் செடி; a seed of this plant, பட்டாணி. • *The sisters look like two* ***peas*** *(exactly alike in appearance).*

peace/pi:s/(*n*):ப்பீஸ் / a condition in which there is neither war nor quarrel, போர் (அ) சண்டை இல்லாத நிலை; a state of mutual trust and harmony among people, அமைதி; freedom from strife, worry, etc., சண்டை சச்சரவுகளினின்று விலகி, அமைதியாய் இருத்தல். • *Man longs for* ***peace****, but it is nowhere to be found.* stillness, silence, etc., செயல்படாத நிலை, மௌனம் முதலியவை. **peace-a-ble**/'pi:səbl/(*adj*):'ப்பீஸப்:ல் / calm, அமைதியாக உள்ள; free from fighting, quarrel, disorder, etc., சண்டை சச்சரவு இல்லாத அமைதியான. **peace-ful**/'pi:sful/(*adj*): 'ப்பீஸ்ஃபுல் / quiet, சந்தடியில்லா; calm, அமைதியாக உள்ள.

peach/pi:tʃ/(*n*):ப்பீச் / a kind of large round sweet fruit, ஒருவகை பெரிய உருண்டையான இனிய பழம்; a tree that produces (peach) the fruit, இப் பழ மரம், பீச் மரம்; a person or thing that is admired, வியப்புக்குரிய ஒருவர் (அ) ஒரு பொருள்.

pea-cock/'pi:kɔk/(*n*):ப்பீக்காக் / a large bird (a male peafowl) with long beautiful feathers of fine colours and a crest on its head, ஆண் மயில்.

pea-hen/'pi:hen/(*n*):ப்பீஹென் / female peacock, பெண் மயில்.

peak/pi:k/(*n*):ப்பீக் / a pointed mountain top, மலையுச்சி, கொடுமுடி; sharp end, முனை; the highest point of a varying amount, rate, sales, etc., மாறும் பொருள் விகிதங்களின் மிக அதிக நிலை; the time of great success in one's life, ஒருவருடைய வாழ்க்கையில் மிகப் பெரிய வெற்றி அடையும்

P

நேரம். • *The* **peak** *of his career is yet to come in his life.* **peak**(*v.i*): to reach a peak or to project in a peak, உச்சியை அடை, உச்சியை ஏற்படுத்து. **peak**(*adj*): of the point of great action, energy, etc., செயல்பாட்டின் உச்ச நிலையிலுள்ள. **peak hour**: the time of intense traffic, போக்குவரத்து அதிகமாக இருக்கும் நேரம். • *The streets are full of moving vehicles at* **peak hours**. **peaked**(*adj*): having a peak, உச்சியுள்ள, கூர்முனையுள்ள.

peal/pi:l/(*n*):ப்பீல் / a loud, prolonged ringing of bells, நீண்டு ஒலிக்கும் மணியோசை; any loud continuous sound as of laughter, applause, thunder, etc., நீண்ட பெரும் சிரிப்பு, ஆரவாரம், இடியோசை முதலியன. • *The girls burst into* **peals** *of laughter as he slipped and fell flat.* **peal**(*v.t-v.i*): to ring or sound loudly, மணியோசை (அ) பேரொலி எழுப்பு. • *Try not to* **peal** *the bells of the tower; that will disturb the peace of the village.*

pea-nut/ˈpi:nʌt/(*n*):ˈப்பீனட் / groundnut, மணிலாக்கொட்டை; பட்டாணி, a nut which grows underground used as food, நிலக்கடலை.

peanuts (*slang*): any small thing, a very small amount of money, மிகவும் சொற்பமான தொகை; an insignificant person, பயனற்ற மனிதன்.

pear/peə*/(*n*):ப்பεə* / a kind of fleshy fruit, பேரிக்காய்.

pearl/pɜ:l/(*n*):ப்பə:ல் / a silvery gem from oyster and several other shellfish, முத்து; the finest example, உன்னதமான. **pearl-diver**: a person who dives for pearl-oysters, முத்துக் குளிப்பவர்.

peas-ant/ˈpeznt/(*n*):ˈப்பெஸ:ஔன்ட் / a small farmer, சிறு விவசாயி; a farm labourer, பண்ணை வேலை செய்பவர். **peasantry**(*n*): peasants collectively, விவசாயிகள் குழு.

peat/pi:t/(*n*):ப்பீட் / a highly organic soil partially decomposed or decayed vegetable matter, கரியாகப் பயன்படும் மக்கிய தாவரப் பொருள்கள், நிலக்கரி.

peb-ble/ˈpebl/(*n*):ˈப்பெப்:ல் / a small round smooth stone, கூழாங்கல். **not the pebble on the back**: a person easily replaceable, சுலபமாக மாறக்கூடிய ஒருவன். • *He is* **not the only pebble on the back** *to be considered, in a committee, everyone has to be satisfied.* **pebbly**(*adj*).

pe-can/piˈkæn/(*n*):ப்பிˈக்கஜன் / a nut having a sweet oily, edible kernel, ஒருவகை இனிய பருப்பு உள்ள கொட்டை.

pec-ca-dil-lo/ˌpekəˈdiləu/(*n,sing*): ˌப்பெக்கəˈடி:லஔ / **peccadilloes**(*n, pl*): [also **peccadillos**]: a small fault, சிறு தவறு.

pec-ca-ry/ˈpekəri/(*n*):ˈப்பெக்கəரி / a pig-like wild hairy animal found especially in

Central and South America, தென் அமெரிக்காவிலும், அதன் மத்தியப் பகுதியிலும் காணப்படும் பன்றி.

peck/pek/(*v.t-v.i*):ப்பெக் / to strike with the beak, அலகினால் கொத்து. • *All birds do not* **peck**, *only some* **peck** *when you go near.* **to peck at one's food**: to eat food in small bits with no interest, சுவையில்லாமல், விருப்பமின்றிச் சாப்பிடு; nibble, கொறி. **peck**(*n*): a stroke or mark made by pecking, அலகினால் கொத்துவதால் ஏற்படும் அடையாளம், அலகினால் கொத்துதல். **peck**(*n*): a measure of amount, a dry measure of 8 quarts 2 gallons, 8 குவார்ட்ஸ் 2 காலன் கொள்ளும் ஓர் அளவு, மரக்கால்.

peck-er/pekə*/(*n*):ˈப்பெக்கə* / American English for penis, ஆண்குறி.

pec-to-ral/ˈpektərəl/(*adj*):ˈப்பெக்ட்டəரəல் / of chest or breast, மார்பினுடைய.

pec-u-late/ˈpekjuleit/(*v.t-v.i*):ˈப்பெக்யுலெய்ட் / **peculated, peculating**: to steal or to take public money dishonestly, பொதுப் பணத்தைத் திருடு (அ) மோசடி செய்.

pe-cu-li-ar/piˈkju:ljə*/(*adj*):ப்பிˈக்யூலியə* / strange, புதிர்வாய்ந்ததாக; uncommon, தனிப்பட்ட, பொதுவாக இல்லாத. • *It is* **peculiar** *that in spite of effective steps, prices have not come down.* **peculiarly** (*adv*). **pe-cu-li-ar-i-ty**/piˌkju:liˈærəti/(*n*):ப்பிˌக்யூலிˈயஜரிட்டி / a habit or trait that is unusual, தனித்தன்மை, சிறப்பியல்பு.

pe-cu-ni-a-ry/pi'kju:njəri/*(adj)*: ப்பி'க்யூன்யஅரி / pertaining to money, பணம் சார்ந்துள்ள. • *A servant works only for* **pecuniary** *benefits.* • **Pecuniary** *difficulty is not uncommon among wage-earners.*

peda-gogue/'pedəgɔg/*(n)*:'ப்பெடஅகாக் / a teacher, ஆசிரியர்; a person who is formal, முறைகளையும், விதிகளையும் அதிகம் பின்பற்றும் ஒருவர். **ped-a-go-gy**/'pedəgɔdʒi/*(n)*:'ப்பெடஅகாஜி / the practice of teaching, கற்பிக்கும் கலை, கற்றுக்கொடுக்கும் முறை, போதனை முறை.

ped-al/'pedl/*(n)*:'ப்பெட்ல் / a lever worked by the foot, காலால் உந்தப்படும் இயக்கி, மிதி இயக்கி. **pedal***(v.t-v.i)*, **pedalled, pedalling**: to work the pedals, காலால் மிதித்து இயக்கு, ஓட்டு; to ride a bicycle, மிதிவண்டியைச் செலுத்து.

ped-ant/'pedənt/*(n)*:ப்பெடஅன்ட் / a person who attaches more importance to rules and regulations, விதிமுறைகளே முக்கியம் என்று எண்ணிச் செயல்படுபவர்; a person who makes excessive show of his learning, கல்விச் செருக்குடையவர். **ped-ant-ry**/'pedəntri/*(n)*:ப்பெடஅன்ட்ரி / the quality of being a pedant, கல்விச் செருக்குடன் இருத்தல். **pedantic***(adj)*, **pedantically***(adv)*.

ped-dle/'pedl/*(v.t)*:'ப்பெட்ல் / to carry goods, wares, etc. from place to place for selling, சுற்றித் திரிந்து விற்பனை செய், அங்காடி வியாபாரம் செய்.

ped-dler/'pedlə*/*(n)*:'ப்பெட்லஅ* / a wandering retail trader, அங்காடி வியாபாரி; a hawker, வீதிகளில் அலைந்து, பொருள்களை விற்பனை செய்பவர்; a person who peddles, அங்காடி விற்பனை செய்பவர்.

ped-es-tal/'pedistl/*(n)*/'ப்பெடிஸ்ட்ல் / the base or support for a column, statue, base, etc., தூண், சிலை, பூச்சாடி முதலியவற்றைத் தாங்கும் பீடம், தூணின் அடிப்பகுதி. **put on the pedestal**: treat one with regard as highly important, மிக முக்கியமானவர் என ஒருவரைக் கருதி மரியாதையாக நடத்து. • *The official was* **put on the pedestal** *for his closeness to higher-ups.*

pe-des-tri-an/pi'destriən/*(n)*: ப்பி'டெஸ்ட்ரியஅன் / one who goes on foot, கால்நடையாகச் செல்பவர். **pedestrian** *(adj)*: of pedestrian, கால்நடையாகச் செல்பவருடைய; for pedestrian, கால்நடையாகச் செல்பவர் பற்றிய.

pe-di-at-rics/ˌpi:di'ætriks/*(n)*: ˌப்பீடி'யஅட்ரிக்ஸ் / the science dealing with the medical and hygienic care of children, குழந்தைகள் நல இயல். **pediatrician**: a doctor who specializes in pediatrics, குழந்தைகள் நல மருத்துவர்.

ped-i-cure/'pediˌkjuə*/*(n)*:'ப்பெடி:க்யுஅ* / treatment of the feet, பாதங்கள் பற்றிய மருத்துவம். **pedicurist***(n)*.

ped-i-gree/'pedigri:/*(n)*:'ப்பெடி:க்ரீ / an ancestral line, மரபு வழி. • *We have a dog of uncommon* **pedigree**. • *A dog's* **pedigree** *is examined carefully before one buys it.*

peek/pi:k/*(v.i)*:ப்பீக் / to look or glance quickly, வேகமாகவும், தந்திரமாகவும் பார்; to peep, எட்டிப்பார். **peek***(n)*: a sly look or glance, கூர்ந்து பார்த்தல், எட்டிப் பார்த்தல்.

peel/pi:l/*(v.t)*:ப்பீல் / to strip off the skin or bark, பட்டை (அ) தோலை உரி. • *He* **peeled** *the skin off the orange fruit.* **peeler***(n)*: a person who strips or a thing which strips, உரிக்கும் கருவி, உரிப்பவர். **peel***(n)*: skin, தோல்; bark, அட்டை; a wooden shovel used by bakers, ரொட்டி சுடும் மரச் சட்டுவம்.

peep/pi:p/*(v.i)*:ப்பீப் / to have a sly look, எட்டிப்பார், இரகசியமாகப் பார், உற்றுப்பார்; to look through a narrow opening, இடுக்கு வழியாகப் பார். • *The girl is* **peeping** *through the curtains.* to come partially into view, பார்வைக்கு வா. • *The flowers have not begun to* **peep** *through the soil.* **peep***(n)*: a quick look or glance, எட்டிப் பார்த்தல்; a short, shrill little cry as of a young bird, 'கீச், கீச்' என்ற குஞ்சுப் பறவைகளின் குரல். **peep-hole**/'pi:phəul/*(n)*:'ப்பீப்ஹஅஉல் / a small hole in a door or wall through which one can peep, கதவு (அ) சுவற்றில் உள்ள எட்டிப்பார்க்க உதவும் துளை.

pee-pul/pi:pul/*(n)*:'ப்பீப்புல் / [also **pipal**]: a fig tree of India like the banyan tree, அரச மரம்.

peer/piə*/*(n)*/'ப்பியஅ* / a person of the same rank or status, பதவி (அ) உயர் நிலையில் சமமாக இருப்பவர்; a noble man, பெருமகன். **peeress***(female)*: a female peer, உயர்நிலையிலுள்ள பெண்மணி.

P

peer-age/'piəridʒ/*(n)*:'ப்பியரிஜ் / the rank of a peer, பிரபுத்துவம்; aristocracy, பணக்காரர்கள்.

peer-less/'piəlis/*(adj)*:'ப்பியலிஸ் / without an equal, இணையில்லாத. • *She is famous for her* **peerless** *beauty.* unrivalled, போட்டியில்லாத; much better, மிகவும் நேர்த்தியான.

peev-ish/'pi:viʃ/*(adj)*:'ப்பீவிஷ் / bad tempered, சிடு சிடுக்கும் குணமுள்ள. **peevishly***(adv)*, **peevishness***(n)*.

pee-wit/'pi:wit/*(n)*:ப்பீஉயிட் / a lapwing, ஒருவகை நீர்ப்பறவை.

peg/peg/*(n)*:ப்பெக்: / a wooden or metal fastening pin, முளை; a piece of wood or metal, thinner and sharp at one end, ஆப்பு; a small amount of strong alcoholic drink, சிறிதளவு மதுவகை. **peg***(v.t)*, **pegged, pegging**: to fix with a peg, முளையடித்துக் கட்டு; to fix or to keep the prices, wages, etc., at a certain reasonable level, விலை, ஊதியம் முதலியவற்றை ஒரு குறிப்பிட்ட அளவில் நிலைகொள்ளச் செய். **a square peg in a round hole**: a misfit, முரணான நிலை.

pel-i-can/'pelikən/*(n, sing)*:'ப்பெலிக்கன் / **pelicans***(n, pl)*: a large webfooted water bird, நீர்க்கோழி வகை.

pel-let/'pelit/*(n)*: 'ப்பெலிட் / a small, rounded body, சிறு உருண்டை; a shot, சிறு குண்டு.

pell-mell/ˌpel'mel/*(adv)*:'ப்பெல்மெல் / in disorderly haste, குழப்பமும் அவசரமும் உள்ள நிலையில், தாறுமாறாக. • *Children are running* **pell-mell** *in the play ground.*

pel-lu-cid/pe'lu:sid/*(adj)*:ப்பெ'ல்லூஸிட்: / very clear, மிகத் தெளிவான; transparent, ஒளி ஊடுருவக்கூடிய.

pelt/pelt/*(v.t)*:'ப்பெல்ட் / to attack with repeated blows, அடித்துத் தாக்கு. • *The speaker was* **pelted** *with rotten eggs.* to throw missiles, கற்கள் எறிந்து தாக்கு; to fall heavily, கனமாக எறி. **pelt***(n)*: the act of pelting, எறிதல்; the hide or skin of an animal, விலங்கின் பதனிடப்படாத தோல்.

pel-vis/'pelvis/*(n, sing)*:'ப்பெல்விஸ் / **pelves***(n, pl)*: [also **pelvises**]: the bowl shaped frame of bones at the base of the back-bone, இடுப்பு, அடிவயிற்றெலும்பு.

pen/pen/*(n)*:ப்பென் / an instrument for writing or drawing with ink, எழுதுகோல், பேனா. • *It is a ballpoint-***pen**. an enclosure for animals, கால்நடைப் பட்டி. **pen***(v.t)*: **penned, penning**: to write with pen, எழுது; to shut animals in a pen, பட்டியில் அடை.

pe-nal/'pi:nl/*(adj)*: 'ப்பீன்ல் / connected with legal punishment, சட்டபூர்வமான, தண்டனைக்குரிய. • *The Indian* **Penal** *Code had been drafted by the British Government.* punishable by law, சட்டப்படி தண்டனைக்குரிய; very very severe, மிகக் கடுமையான. **penally***(adv)*. **pe-nal-ize**/'pi:nəlaiz/*(v.t)*:'ப்பீனலய்ஸ்: / **penalized, penalizing**:/'pi:nəlaiziŋ/'ப்பீனலய்ஸிங் / to put someone under a disadvantage or handicap, ஒருவரை தண்டனைக் குரியவராகச் செய்; to punish, தண்டனை கொடு. • *In our country, the poor are* **penalized,** *whereas the rich cleverly escape the clutches of law.* **pen-al-ty**/'penlti/*(n)*:'ப்பென்ல்ட்டி / a punishment imposed for breaking a law, rule, etc., சட்ட விரோதச் செயலுக்குக் கொடுக்கப்படும் தண்டனை; suffering due to one's own action, தவறான செயலால் ஏற்படும் துன்பம்; (in sports) a disadvantage given to a player or team for breaking a rule, விதிக்குப் புறம்பாக செயல்படும் விளையாட்டு வீரர் (அ) ஒரு விளையாட்டுக் குழுவுக்கு கொடுக்கப்படும் தண்டனை.

pen-ance/'penəns/*(n)*:'ப்பெனன்ஸ் / self-imposed suffering for religious purpose, கழுவாய்; repentance, தவறுக்கு வருத்தம் தெரிவித்து தானே தண்டனை அனுபவித்தல்.

pence/pens/*(n)*:ப்பென்ஸ் / plural of penny, பென்னி என்பதன் பன்மை வடிவம்.

pen-chant/'pa:ɲa:ɲ/*(n)*:'ப்பெஞ்ச்சன்ட் / a strong taste or liking for something, ஏதோ ஒன்றின்மேல் ஏற்படும் தீவிர ஆசை.

pencil/'pensl/*(n)*:'ப்பென்ஸில் / an instrument with black lead or graphite to write with, எழுதுகோல், பென்சில். **pencil***(v.t)*, **pencilled, pencilling**: to use a pencil on, பென்சிலைப் பயன்படுத்து; to write or draw with a pencil, வரை

(அ) எழுது. • *Little children write with* **pencils**.

pen-dant/'pendənt/*(n)*:'ப்பெண்டஃஅண்ட் / a hanging piece of jewellery, பதக்கம், தொங்கட்டான். **pendant***(adj)*: hanging or supporting from above, தொங்கிக் கொண்டிருக்கின்ற, மேலிருந்து தொங்கிக் கொண்டிருக்கின்ற. • *There are many* **pendant** *lamps in the temple.*

pen-ding/'pendiŋ/*(adj)*:'ப்பெண்டிஃங் / not able to determine in time, முடிவு செய்யப்படாத; not determined, தீர்மானம் ஏற்படாத; awaiting decision or conclusion, ஒரு முடிவை எதிர்நோக்கியுள்ள. • *There are many* **pending** *cases in the court.*

pen-du-lum/'pendjuləm/*(n)*: 'ப்பெண்ட்ஃயுலஅம் / a weight that is swinging, ஊசல் குண்டு; something that is capable of changing regularly, காலநிலைக்கேற்ப ஒழுங்காக மாறும் ஒன்று. **swing of the pendulum**: a tendency of public opinion changing between extremes, இரு நிலைகளுக்கிடையே மாறுபடும் பொதுக் கருத்துத் தன்மை. • *The* **swing of the pendulum** *determines the winners in elections.*

pen-e-trate/'penitreit/*(v.t)*:'ப்பெனிட்ரெய்ட் / **penetrated, penetrating**: to pierce into, ஊடுருவி. • *Many terrorists have* **penetrated** *into the police service in some parts of the country.* to enter deeply into, ஆழமாக உட்செல்; to pass through, புகுந்து செல். • *The chemical poisons have* **penetrated** *through the atmosphere.* **pen-e-trat-ing**/'penitreitiŋ/*(adj)*: 'ப்பெனிட்ரெய்ட்டிங் / deeply piercing, ஆழமாகத் துளைக்கக்கூடிய; very keen, மிகவும் கூர்ந்த; sharp, கூர்மையாகக் கவனித்துக்கொண்டு. • *The officer has a* **penetrating** *mind.* **penetrative***(adj)*. **penetration**/,peni'treiʃn/*(n)*: ,ப்பெனி'ட்ரெய்ஷஅன் / the act of getting, or piercing into deeply, ஆழமாகப் பாயும் (அ) ஊடுருவும் தன்மையுள்ள செயல்; the ability to understand well, நன்றாகப் புரிந்துகொள்ளும் தன்மை; insight, பிறர் உள்மனத்தைப் புரிந்து கொள்ளும் ஆற்றல்.

pen-guin/'peŋgwin/*(n)*:'ப்பெங்க்:உயின் / a seabird that can swim but not fly, பறக்க முடியாத நீந்தும் கடற்பறவை.

pe-ni-cil-lin/,peni'silin/*(n)*: ,ப்பெனி'ஸிலின் / a kind of medicine, ஒருவகை மருந்து; a medicine obtained from fungi capable of destroying disease germs, நோய்க் கிருமிகளை அழித்துக் குணப்படுத்த ஒருவகைக் காளான்களிலிருந்து தயாரிக்கப்படும் மருந்து.

pe-nin-su-la/pə'ninsjulə/*(n)*: ப்பினின்ஸ¬லஅ / a projection of land surrounded by sea water, தீபகற்பம். **peninsular***(adj)*.

pe-nis/'pi:nis/*(n)*:'ப்பீனிஸ் / the male reproductive organ, ஆண்குறி.

pen-i-tence/'penitəns/*(n)*:'ப்பெனிட்டஅன்ஸ் / the act of repenting, கழுவாய்; expression of sorrow for the sins committed, செய்த பாவத்திற்கு வருத்தம் தெரிவித்தல். **penitent**/'penitənt/*(n)*:'ப்பெனிட்டஅன்ட் / a person who repents, தவறுக்கு வருத்தம் தெரிவிப்பவர்; repentant person, தவறுக்கு வருத்தம் தெரிவித்து மன்னிப்பு கேட்பவர். **penitent***(adj)*: repentant, மன்னிப்புக் கோரி, வருத்தம் தெரிவிக்கும் தன்மையுள்ள. **penitently***(adv)*.

pen-i-ten-tia-ry/,peni'tenʃəri/*(n)*: ,ப்பெனிட்'டென்ஷஅரி / a prison where inmates are treated for reforming them, சீர்திருத்தச் சிறைச்சாலை. **penitentiary** *(adj)*: punishable by imprisonment in a penitentiary, சீர்திருத்தச் சிறைச்சாலையில் திருத்தப்படக்கூடிய.

pen-knife/'pennaif/*(n)*:'ப்பென்னய்ஃப் / a pocket-knife, பேனாக்கத்தி. • *Just as* **penknife** *we have pen-torch also.*

pen-man-ship/'penmənʃip/*(n)*: 'ப்பென்மஅன்ஷிப் / the art of writing, சிறப்பான எழுத்தாற்றல்.

pen-name/'penneim/*(n)*:'ப்பென்னெய்ம் / pseudonym especially literary, இலக்கியத்தில் புனை பெயர்; an author's assumed name, ஓர் எழுத்தாளரின் புனைப் பெயர்.

pen-nant/'penənt/*(n)*:'ப்பெனஅன்ட் / a small long narrow flag, நீண்ட குறுகலான சிறு கொடி; a pointed narrow flag used for signalling, அடையாளம் காட்ட உதவும் கூர் முனையுள்ள சிறு குறுகலான கொடி.

pen-ny/'peni/*(n, sing)*:'ப்பெனி / **pennies** *(n, pl)*: [also **pence**]: a British coin having worth of one-twelfth of a Shilling, பிரிட்டிஷ் நாணயம்.

P

pe-nol-o-gy/piː'nɔlədʒi/*(n)*:,ப்பீ'னாலஜி / study of crimes, punishment of crimes, their prevention, etc., குற்றவியல்.

pen-sion/'penʃn/*(n)*:'ப்பென்ஷன் / payment of allowances for the services rendered in the past, செய்த பணிக்கான ஒய்வூதியம்; an allowance for the persons who have retired from the service, ஓய்வு ஊதியம். **pension**(*v.t)*: to grant pension to, ஓய்வு ஊதியம் கொடு. **pensionable** *(adj)*, **pensionary***(n)*, **pensioner***(n)*.

pen-sive/'pensiv/*(adj)*:'ப்பென்ஸிவ் / moody, கவலையான; thoughtful, ஆழ்ந்த சிந்தனையிலுள்ள; seriously thinking, ஆழ்ந்த சிந்தனை வயப்பட்ட. • *I often stare at the future in vacant and* ***pensive*** *mood.* **pensively***(adv)*, **pensiveness** *(n)*.

pent/pent/*(adj)*:ப்பென்ட் / confined very closely, நெருக்கமாக அடைத்து வைக்கப் பட்டுள்ள; suppressed, அடக்கி வைக்கப் பட்டுள்ள.

pen-ta-gon/'pentəgən/*(n)*:'ப்பென்டகன் / a five-sided plane figure, ஐந்து பக்கம் உள்ள தளம், ஐங்கோணம்.

pent-house/'penthaus/*(n)*:'ப்பென்ட்ஹஉஸ் / a sloping roof connecting the main building, சாய்ப்பு, முக்கிய கட்டடத்தை இணைக்கும் சாய்வுக் கூரை; shed, பந்தல், கொட்டில்.

pent-up/'pentʌp/*(adj)*:'ப்பென்ட்டப் / confined, கட்டுப்படுத்தப்பட்டுள்ள; restrained, அடக்கி வைக்கப்பட்டுள்ள. • *He gave vent to his* ***pent-up*** *feelings.*

pe-nul-ti-mate/pe'nʌltimət/*(n)*: ப்பினல்ட்டிமிட் / last but one, கடைசிக்கு முன், ஈற்றயல். • *The* ***penultimate*** *Saturday in a month is a holiday for the company.*

pe-num-bra/pi'nʌmbrə/*(n)*:ப்பி'னம்ப்:ர / light shadow surrounding the Moon at the time of an eclipse, கிரகணத்தின் போது சந்திரனைச் சுற்றியிருக்கும் வட்ட நிழல்.

pen-u-ry/'penjuri/*(n)*:'பென்யுரி / very poor position, வறுமை நிலை; extreme poverty, ஏழ்மை, வறிய நிலை. **penurious***(adj)*, **penuriously***(adv)*.

pe-on/'piən/*(n)*:ப்'பியன் / an attender, ஏவலாள்; orderly, பணியாள்.

pe-on-y/'piəni/*(n)*:ப்'பியனி / a kind of plant, ஒருவகைச் செடி; a plant of buttercup family having large globular, crimson flowers, அழகிய, பெரிய கோள வடிவ பூக்கள் கொண்ட ஒருவகைத் தோட்டச் செடி.

peo-ple/'piːpl/*(n)*:ப்பீப்ல் / inhabitants of a place, country, mainland, மக்கள். **people***(v.t)*: to inhabit, வசி, மக்கள் வசிக்கும்படி செய்; to populate, மக்கள் தொகை கொண்டு நிரப்பு; to live in, வசி. **peoples***(n, pl)*: races or nations, ஓரின மக்கள் (அ) ஒரு நாடு.

pep-per/'pepə*/*(n)*:'ப்பெப்ப* / a pungent aromatic condiment, மிளகு. **pepper***(v.t)*: to treat with pepper, மிளகுப் பொடி சேர்.

pep-tic/'peptik/*(adj)*:'ப்பெப்ட்டிக் / pertaining to digestion, செரிப்பதற்கு உதவுகின்ற. • *The gift of modern civilization to us is* ***peptic*** *ulcer.*

per/pɜː*/*(prep)*:ப்ப* / through, வழியாக; for each, ஒவ்வொருவருக்கும், ஒவ்வொன் றிற்கும்; by means of, அதன் காரணமாக, மூலமாக; according to, அதற்கேற்ப.

per-ad-ven-ture/pərəd'ventʃə*/*(adv)*: ப்ரட்:வெஞ்ச்ச* / by chance, சந்தர்ப்பவசமாக; perhaps, தற்செயலாக. **peradventure***(n)*: uncertainty, நிச்சயம் இல்லாத் தன்மை.

per-am-bu-late/pə'ræmbjuleit/*(v.t-v.i)*: ப்ப'ரஃம்ப்:யுலெய்ட் / **perambulated, perambulating**: to walk through, புகுந்து செல், அலைந்து திரி; to walk over, நடந்து செல். **perambulation***(n)*. **perambulator**/*(n)*: a pushcart, தள்ளுவண்டி.

per-ceive/pə'siːv/*(v.t)*:ப்ப'ஸீவ் / to understand, புரிந்து கொள்; to see closely, கூர்ந்து கவனி; to observe, உற்றுப்பார்; to feel, உணர். • *The manager* ***perceived*** *a subtle change in the manner of his secretary.*

per-cent/pə'sent/*(n)*:ப்ப'ஸெண்ட் / one part in hundred, நூற்றில் ஒன்று; one part for each hundred, நூற்றுக்கு ஒன்று. **per-cen-tage**/pə'sentidʒ/*(n)*:ப்ப'ஸெண்ட்டிஜ் / the rate per hundred, சதவீதம், நூறு விழுக்காடு.

per-cept/'pɜːsept/*(n)*:'ப்பஸெப்ட் / a picture mentally perceived, மனத்தோற்றம். **per-cep-ti-ble**/pə'septəbl/*(adj)*: ப்பஸெப்ட்டிப்:ல் / capable of seeing keenly, உற்று கவனிக்கக்கூடிய; able to see, புரிந்துகொள்ளக்கூடிய. • *There is no*

perceptible *change in the conduct of his father.* **perceptibly**(*adv*), **perceptibility**(*n*). **per-cep-tion**/ pə'sepʃn/(*n*):ப்பə'ஸெப்ஷəன் / ability to understand, புரிந்துகொள்ளும் திறன்; capacity to know, தெரிந்துகொள்ளக் கூடிய திறமை, அறிவு பூர்வமான உணர்வு. **perceptive**(*adj*), **perceptively** (*adv*).

perch/pɜ:tʃ/(*n*):ப்பə:ச் / a freshwater fish, நல்ல நீரில் வசிக்கும் மீன்; roosting stick, பறவைகள் உட்காருமிடம்; a measure of length, ஒரு நீட்டலளவு. **perch**(*v.t*): to alight, சற்று உட்கார்; to sit or roost on a perch, சிறு கிளையில் உட்கார், சிறு கிளையில் உட்கார்ந்து ஓய்வெடு; to place on a high position, உயர் இடத்தில் பொருத்து. • *The birds are* **perching** *on the top wires in the house.*

per-chance/pə'tʃa:ns/(*adv*):ப்பə'ச்சான்ஸ் / by chance, தற்செயலாய்; perhaps, ஒருவேளை; probably, தற்செயலாக.

per-co-late/'pɜ:kəleit/(*v.i*):'ப்பə:க்கəலெய்ட் / to filter through, கசிய வை, வடிகட்டு; to spread through, முற்றிலும் பரவு; to ooze, கசி. • *The water* **percolates** *slowly down through the shattered roof.* **percolation** (*n*). **per-co-la-tor**/'pɜ:kəleitə*/(*n*): 'ப்பə:க்கəலெய்ட்டə* / a pot in which coffee is percolated, காப்பி வடிகட்டி.

per-cus-sion/pə'kʌʃn/(*n*):ப்பə'க்கஷəன் / striking of one body against another, மோதுதல்; collision, நகரும் பொருள்கள் ஒன்றுடன் ஒன்று முட்டுதல்; the striking of musical instruments to produce some effect or sound, இசை எழுப்ப இசைக் கருவிகளை மீட்டுதல்.

per-di-tion/pə'diʃn/(*n*):ப்பə:'டிஷəன் / ruin, அழிவு; hell, நரகம்; damnation, மிகவும் அதிக வேதனை; total destruction, முழு நாசம்.

per-e-gri-nate/'perigrineit/(*v.i*): 'ப்பெரிக்:ரினெய்ட் / to wander with no purpose, நோக்கம் எதுவுமில்லாமல் அலைந்து திரி; to go from place to place, அலை; to journey or travel, பயணம் செய். **per-e-gri-na-tion**/ˌperigri'neiʃn/(*n*): ˌப்பெரிக்:ரி'னெய்ஷəன் / a tiresome journey, wandering in a foreign country, அயல் நாட்டில் அலைந்து திரிதல்.

pe-remp-to-ry/pə'remptəri/(*adj*): ப்பə'ரெம்ப்ட்டəரி / having decisive view, முடிவு தெரிவிக்கும் வகையிலுள்ள; commanding, உத்தரவிடும் மனப்போக்குள்ள; absolute, திட்டமாக உள்ள.

per-en-ni-al/pə'renjəl/(*adj*):ப்பə'ரென்யəல் / perpetual, நிலைத்துள்ள; lasting throughout the year, ஆண்டு முழுவதும் நிலைத்துள்ள. • *Life is a* **perennial** *source of problems.* flowing all through the year, வருடம் முழுவதும் நீர் பாயக்கூடிய. **perennially**(*adv*).

per-fect/'pɜ:fikt/(*adj*):'ப்பə:ஃபிக்ட் / complete, முழுமையான; with no fault, குறை ஒன்றுமில்லாத. • *To be* **perfect** *can only be an ambition.* exact, மிகச் சரியான. • *The preparation for the meeting is* **perfect**. **perfect**(*v.t*): to make perfect, முழுமையாக்கு; to complete, நிறைவுபடுத்து; to make thorough and flawless, குற்றமில்லாமல் செய். • *The government have* **perfected** *the art of borrowing from the International banks.* **per-fec-tion**/pə'fekʃn/(*n*): ப்பə'ஃபெக்ஷəன் / fullness, முழுமை; completion, நிறைவு; completeness, faultlessness, குறைபாடு இல்லாமை. • *Her musical performance was sheer* **perfection**.

per-fi-dy/'pɜ:fidi/(*n*):'ப்பə:ஃபிடி / treachery, வஞ்சகம்; disloyalty, நம்பிக்கைத் துரோகம்.

per-for-ate/'pɜ:fəreit/(*v.t*):'ப்பə:ஃபəரெய்ட் / to pierce through, துளையிட்டுச் செல்; to make holes in, துளையிடு. • *This machine* **perforates** *paper sheets.* **perforation** (*n*), **perforator**(*n*).

per-force/pə'fɔ:s/(*adv*):ப்பə'ஃபɔ:ஸ் / of sheer necessity, முற்றிலும் தேவை காரணமாக; because of want, தேவை மிகுதியால்; by force, கட்டாயமாக. • **Perforce**, *I have to go there.*

per-form/pə'fɔ:m/(*v.t*):ப்பə'ஃபɔ:ம் / to accomplish, நிறைவேற்று. • *The manager has* **performed** *his job perfectly.* to do perfectly, முழுமையாகச் செயல்படு; to execute, செயல்படுத்து; to act, நாடகத்தில் நடி. **per-form-ance**/pə'fɔ:məns/(*n*): ப்பə'ஃபɔ:மəன்ஸ் / an action, செயல்; a deed, செய்கை; a show or a drama or an entertainment, ஓர் அரங்கக் காட்சி. *Her dance* **performance** *was good.*

per-fume/'pɜ:fju:m/(*n*):ப்பə:'ஃப்யூம் / aroma, நறுமணம்; a sweet smelling substance, நறுமணப் பொருள். **perfume** (*v.t*): to make sweet smelling, நறுமணம்

P

கமழும்படி செய். **per-fum-er**/pə'fju:mə*/*(n)*: ப்பə'ஃப்யூமə* / one who manufactures perfumes, நறுமணப்பொருள் உற்பத்தி செய்பவர்; a seller of perfumes, நறுமணப் பொருள் விற்பனை செய்பவர். **per-fum-er-y**/pə'fju:məri/*(n)*:ப்பə'ஃப்யூமəரி / perfumes, நறுமணப்பொருள்; place where perfumes are manufactured, நறுமணப் பொருள்கள் உற்பத்தி செய்யுமிடம்.

per-func-to-ry/pə'fʌŋktəri/*(adj)*: ப்பə'ஃபங்க்ட்டəரி / with no care, கவன மில்லாமல் உள்ள; done with no interest, in routine manner, ஊக்கமில்லாமல் வழக்கமான முறையில்; superficial, அக்கறையில்லாமல் மேலோட்டமாக. **perfunctorily***(adv)*, **perfunctoriness** *(n)*.

per-go-la/'pɜ:gələ/*(n)*:'ப்பə:க:əலə / an arrangement of pillars or posts built to support climbing plants, கொழுகொம்பு.

per-haps/pə'hæps/*(n)*:ப்பə'ஹஜப்ஸ் / possibly, ஏற்படும் வாய்ப்பு; may be, ஒரு வேளை. • **Perhaps** *the director does not know it.*

per-i-card/ˌperika:d/*(n)*:ˌப்பெரிக்காட்: / a membrane of two layers enclosing the heart, இரு போர்வைகள் கொண்ட இதய உறை.

per-i-gee/'peridʒi:/*(n)*:'ப்பெரிஜீ / the point in the orbit of a planet that is nearest to the earth, ஒரு கோளின் சுற்றுவட்டப் பாதையில், பூமிக்கு மிக அருகில் உள்ள புள்ளி. *opp*: apogee.

per-i-he-li-on/ˌperi'hi:ljən/*(n)*: ˌப்பெரி'ஹீல்யəன் (லியəன்) / the point in the path of an object, nearest to the Sun, சூரியனுக்கு அருகில் உள்ள சுற்றுப் பாதையின் புள்ளி.

per-il/'perəl/*(n)*:'ப்பெரில் / danger, இடர்; total risk, முற்றிலும் அபாய நிலை, இன்னல்; possibility of getting destroyed, அழிவு ஏற்படும் வாய்ப்பு. • *There is no greater* **peril** *to mankind than nuclear weapons.*

pe-rim-e-ter/pə'rimitə*/*(n)*:ப்பெ'ரிமீட்டə* / the outside measuring line enclosing an area or figure, சுற்றளவு; the fortified line of a town, புற எல்லை; length of a bounding line, எல்லைக் கோட்டின் நீளம்.

pe-ri-od/'piəriəd/*(n)*:'ப்பியəரியəட்: / a definite portion of time, ஒரு குறிப்பிட்ட காலப்பகுதி, கால அளவு, பருவம், காலவரை, தவணை. • *I am motioning through the worst* **period** *in my life.* • *There are* **periods** *of dullness even in the life of a busy man.* **periods**: menses, மாதவிடாய்.

pe-ri-od-i-cal/ˌpiəri'ɔdikl/*(adj)*: ˌப்பியəரி'யாடிக்ல் / happening or taking place again and again at regular intervals, பருவந்தோறும் நிகழ்கின்ற, கால அளவுக்கு ஏற்ப நிகழ்கின்ற. **periodical***(n)*: a magazine, இலக்கிய இதழ்; journal, பத்திரிகை. **periodically***(adv)*.

per-i-pa-tet-ic/ˌperipə'tetik/*(adj)*: ˌப்பெரிப்பə'ட்டெட்டிக் / going from one place to another, ஓரிடத்திலிருந்து, வேறு இடத்திற்குச் செல்லுகின்ற; walking about, நடந்து செல்லுகிற. **peripatetically***(adv)*.

pe-riph-e-ry/pə'rifəri/*(n)*:ப்பə'ரிஃபəரி / the boundary line that encloses a round area, சுற்றளவு; circumference, புற எல்லை.

pe-riph-ra-sis/pə'rifrəsis/*(n)*: ப்பெ'ரிஃப்ரəஸிஸ் / a circuitous way of explaining, சுற்றி வளைத்து விவரித்தல்; a roundabout way of speaking, சுற்றி வளைத்துப் பேசுதல்.

per-i-scope/'periskəup/*(n)*: 'ப்பெரிஸ்க்கəஉப் / an optical instrument to observe what is going on the surface either from a trench or a submarine, மேற்பரப்புக் காட்சியைக் காணும் வகையில் அமைக்கப்பட்ட ஒளிர் கருவி, ஒரு குழியிலிருந்து (அ) நீர்மூழ்கிக் கப்பலிலிருந்து மேல்பரப்பு நடவடிக்கைகளைக் காணும் வகையில் இயங்கும் ஒளிர் கருவி. **periscopic***(adj)*, **periscopical***(adj)*.

per-ish/'periʃ/*(v.i)*:'ப்பெரிஷ் / to die, இறந்து விடு; to ruin, அழிந்து விடு. • *Many people have* **perished** *in the storm.* to be destroyed, நசிந்து போ. **per-ish-a-ble**/'periʃəbl/*(adj)*:'ப்பெரிஷəப்:ல் / decaying, அழுகுகின்ற. **perishing***(adj)*: causing destruction, அழித்தலை ஏற்படுத்திக் கொண்டுள்ள; feeling very cold, அதிக குளிர் உணர்ச்சி கொண்டுள்ள.

per-i-wig/'periwig/*(n)*'ப்பெரிஉயிக்: / a small wig, போலியான சிகையணி; (artificial hair covering the head), செயற்கை மயிர் கொண்டு தயாரிக்கப்படும் சிகையணி.

per-i-win-kle/'periˌwiŋkl/*(n)*: 'ப்பெரிˌஉயிங்க்ல் / a kind of small shellfish, ஒருவகை நத்தை; a creeper, ஊர்ந்து செல்லும் மீன் வகை.

per-jure/'p3:dʒə*/(v.t):'ப்பə:ஜə* / **perjured, perjuring**: to tell a lie or file a false statement in a court, பொய் கூறு, நடுவர் மன்றத்தில் பொய் கூறு; betray, துரோகம் செய். **per-j-ury**/'p3:dʒəri/ (n):'ப்பə:ஜəரி / the crime of giving false evidence, பொய் சாட்சி கூறுதல், பொய் சாட்சி கூறும் குற்றம்; violation of oath, வாக்குறுதி மீறுதல். **perjured**(adj): guilty of perjury, பொய்சாட்சி கூறுவதால் குற்றம் சாட்டப்படும் தன்மையுள்ள. **perjurious** (adj), **perjuriously**(adv), **perjuror**(n).

perk/p3:k/(n):ப்பə:க் / money, goods, etc. that one gets in addition to pay, ஊதியம் தவிர, வேலைக்குக் கொடுக்கப்படும் பிற சலுகைகள். **perk**(v.i): to act briskly, சுறு சுறுப்பாகச் செயல்படு. • *A cup of good coffee will* **perk** *me up now.* **perk up**: to become lively after depression, கலக்கம் ஏற்பட்ட பிறகு புது உற்சாகம் பெறு. • *He* **perked up** *when he got a prize in lottery.*

per-ma-nence/'p3:mənəns/(n): 'ப்பə:மனəன்ஸ் / the state of being permanent, நிலைத்த தன்மையுடன் இருத்தல். **per-ma-nent**/'p3:mənənt/ (adj):'ப்பə:மனəன்ட் / not changing, மாறாத; lasting, நிலையான. • *There is no* **permanent** *solution to man's ills.* **permanently**(adv). opp: temporary.

per-me-a-ble/'p3:mjəbl/(adj): 'ப்பə:ம்யəப்:ல் / capable of being permeated, ஊடுருவக்கூடிய. **per-me-ate**/ 'p3:mieit/(v.i):'ப்பə:மியெய்ட் / to pass into all parts of, ஊடுருவுதல் செய்; saturate, முழுவதும் நனையும்படி செய்; to pervade, உட்புகு. • *Rain water* **permeated** *through the roof into the room.* **permeation**(n).

per-mis-si-ble/pə'misəbl/(adj): ப்பə'மிஸəப்:ல் / that may be permitted, அனுமதிக்கக்கூடிய. **per-mis-sion**/ pə'miʃn/(n):ப்பə'மிஷəன் / leave, அனுமதி; the act of permitting, அனுமதி கொடுத்தல். **per-mis-sive**/pə'misiv/(adj):ப்பə'மிஸிவ் / allowing too much freedom, அதிக சுதந்திரம் அளிக்கின்ற. **per-mit**/pə'mit/ (v.t-v.i):'ப்பə:மிட் / **permitted, permitting**: to allow, இசைவு அளி, அனுமதி கொடு. • *The rules of the society do not* **permit** *drinking within the room.* to admit, அனுமதி; to give room to, இடம் கொடு. **permit**(n): a document of permission, அனுமதிச் சீட்டு; a licence, இசைவு; an order giving permission, அனுமதி வழங்கும் உத்தரவு. • *Interstate* **permits** *are issued for easy movement of goods from one State to another.* • **Permit** *from government is not necessary to start an industry now.*

per-mu-ta-ble/pə'mju:təbl/(adj): ப்பə:'ம்யூட்டəப்:ல் / capable of being changed, capable of being exchanged, மாற்றக்கூடிய, மாற்றம் செய்துகொள்ளக் கூடிய. **per-mu-ta-tion**/,p3:mju:'teiʃn/ (n):,ப்பə:ம்யூ'ட்டெய்ஷəன் / the arrangement of numbers, things, etc., in every possible way, உறுப்பு வரிசை மாற்றம்; different arrangements of a group of things, வரிசையான தொகுதி மாற்றங்கள், **per-mute**/pə'mju:t/(v.t):ப்பə':ம்யூட் / to arrange in a different order or sequence, வேறு அணி (அ) வரிசையில் வகுத்துப்பிரி.

per-ni-cious/pə'niʃəs/(adj):ப்பə:'னிஷəஸ் / very ruinous, அழிக்கக்கூடிய; very harmful, கேடு விளைவிக்கக்கூடிய. • *The day will not be far off when people will shun seeing* **pernicious** *films.* injurious, துன்பம் விளைவிக்கக்கூடிய.

per-o-rate/'perəreit/(v.t):'ப்பெரəரெய்ட் / to recapitulate when finishing the speech, பேச்சு முடிவில், கருத்துச் சுருக்கம் கூறு. **per-o-ra-tion**/,perə'reiʃn/(n): ,ப்பெரə'ரெய்ஷəன் / the final part of a speech, ஒரு சொற்பொழிவின் கடைசிப் பகுதி, முடிவுரை.

per-ox-ide/pə'rɔksaid/(n):ப்பə'ராக்ஸைட்: / a compound containing oxygen, பிராண வாயு கொண்ட கூட்டுப்பொருள்.

per-pend/pə'pend/(v.t):ப்பə'ப்பெண்ட்: / to consider with care and attention, கவனமுடன் ஆலோசனை செய்; to think over, சிந்தனை செய்; to weigh in mind, ஆழ்ந்து சிந்தனை செய்.

per-pen-dic-u-lar/,p3:pən'dikjulə*/ (n):,ப்பə:ப்பென்'டி:க்யுலə* / vertical line, செங்குத்துக் கோடு; vertical position, செங்குத்து நிலை. **perpendicular**(adj): vertical, செங்குத்தான.

per-pe-trate/'p3:pitreit/(v.t): 'ப்பə:ப்பிட்ரெய்ட் / **perpetrated, perpetrating**: to commit a crime etc., குற்றம் போன்ற தீய செயல்களை வேண்டுமென்றே.செய்; to do, செயல்படு. **perpetration**(n), **perpetrator**(n).

per-pet-u-al/pəˈpetʃuəl/*(adj)*:ப்பெ'ப்பெச்சுஅல் / everlasting, நிலைத்து இருக்கக்கூடிய; with no end, முடிவில்லாத; continuous and never ending, இடைவிடாது தொடரும் நிலையுள்ள. **perpetually***(adv)*. • *I have been* **perpetually** *complaining to higher officials for my ration card.* **per-pet-u-ate**/pəˈpetʃueit/*(v.t)*:ப்பெ'ப்பெச்சுயெய்ட் / to preserve from extinction, அழிவு ஏற்படுவதினின்று காப்பாற்று, பாதுகாப்பு செய், மறக்காமல் இருக்க நிலைப்படுத்து. • *Ancient kings* **perpetuated** *family rule for good administration.* **per-pe-tu-i-ty**/ˌp3:piˈtju:əti/*(n)*:ˌப்பெப்பி'ச்சுயிட்டி / that which lasts for ever, நிலையாக இருக்கும் பொருள்; permanence, அழியாத் தன்மையுடன் இருத்தல்.

per-plex/pəˈpleks/*(v.t)*:ப்பெ'ப்லெக்ஸ் / to confuse, குழப்பம் உண்டாக்கு. • *I am* **perplexed** *by your unusual behaviour.* to puzzle, சிக்கல் ஏற்படுத்து; to complicate, மேலும் சிக்கல் உண்டாகும்படி செய். **per-plex-i-ty**/pəˈpleksəti/*(n)*: ப்பெ'ப்லெக்ஸிட்டி / a sense of bewildering feeling, தடுமாற்றமுள்ள நிலை, மலைப்பு; confused mental position, குழப்பமான மனோநிலை.

per-qui-site/ˈp3:kwizit/*(n)*:'ப்பெ:க்உயிஸிட் / money and kinds given apart from wages, அதிக லாபம்; additional income, அதிக வருமானம். **perquisites** include the use of the company car.

per-se-cute/ˈp3:sikju:t/*(v.t)*:'ப்பெ:ஸிக்யூட் / **persecuted, persecuting**: to annoy and to treat unjustly, கொடுமைப்படுத்து. • *Poor are always* **persecuted** *and humiliated.* **per-se-cu-tion**/ˌp3:siˈkju:ʃn/ *(n)*:ˌப்பெ:ஸிக்'யூஷன் / cruel treatment, கொடுமையாக நடத்துதல்; continuous annoyance, இடைவிடாது துன்புறுத்துதல். • *Slaves faced* **persecution** *from their masters.* **persecutor***(n)*.

per-se-ver-ance/ˌp3:siˈviərəns/*(n)*: ˌப்பெ:ஸி'வியரன்ஸ் / persistent and constant effort in anything undertaken, தளரா ஊக்கமுள்ள முயற்சி, விடா முயற்சி. • *Sheer* **perseverance** *will certainly bring success in any effort.* **per-se-vere**/ˌp3:siˈviə*/*(v.i)*:ˌப்பெ:ஸி'வியெ* / to continue to do in spite of difficulties, தொடர்ந்து, விடாமல் செயல்படு; to devote oneself to do a work steadfastly, முழுமனத்துடனும், முயற்சியுடனும் தளராமல் முயற்சி செய். • *Freedom fighters* **persevered** *with their ambition for freedom.* **persevering** *(adj)*: making efforts without giving up, தொடர்ந்து விடாமல் செயல்பட்டுக்கொண்டுள்ள.

per-sist/pəˈsist/*(v.i)*:ப்பெ'ஸிஸ்ட் / to make efforts continuously, விடாமல் முயற்சி செய்; to continue without break, விடாமல் செயல்படு. **per-sist-ence**/pəˈsistəns/*(n)*: ப்பெ'ஸிஸ்ட்டன்ஸ் / working a course of action steadily, ஒரு செயல்பாட்டைத் தொடர்ந்து செய்தல். **per-sist-ent**/ pəˈsistənt/*(adj)*:ப்பெ'ஸிஸ்ட்டன்ட் / enduring, பொறுமையுடன் செயல்படக்கூடிய; stubborn, பிடிவாதமான; determined in doing, உறுதியாகச் செயல்பட்டுக் கொண்டுள்ள. • *There are many* **persistent** *young men now.*

per-son/ˈp3:sn/*(n)*:'ப்பெ:ஸ்ன் / an individual human being, தனி மனிதர்; one of the three classes of personal pronouns, இலக்கணத்தில் மூவகை மனித செயல்பாட்டு இடங்களில் ஒன்று; a famous notable person, புகழும் பெருமையும் உள்ள ஒருவர். **per-son-age**/ˈp3:snidʒ/*(n)*:'ப்பெ:ஸ்னிஜ் / person of high rank, உயர் நிலை மனிதர். **per-so-na-grata**/pəˌsəunəˈgra:tə/*(n)*: ப்பெ:ஸஉனக்:ராட்ட / an acceptable person especially a diplomat to the country to which he is deputed, எந்த நாட்டிற்கு அனுப்பப்படுகிறாரோ அந்த நாட்டினால் ஏற்றுக்கொள்ளக்கூடிய அரசுப் பிரதிநிதி. **per-son-al**/ˈp3:snl/*(adj)*: 'ப்பெ:ஸ்ன்ல் / pertaining to a person, தனிப்பட்ட மனிதனைப் பற்றிய, ஒருவரின் தனிப்பட்டவை பற்றிய; private, தனக்குரிய. **per-son-al-i-ty**/ˌp3:səˈnæləti/*(n)*: ˌப்பெ:ஸ்னஜ'லிட்டி / the total behaviour, nature, character, etc., of a particular person, ஒருவரின் ஆளுமை. **per-son-ate**/ ˈp3:səneit/*(v.t)*:'ப்பெ:ஸனெய்ட் / **personated, personating**: to pretend as to be another person, மற்றொருவர் போல் நடி, to play the role of another, ஆள் மாறாட்டம் செய்.

per-son-i-fy/pəˈsɔnifai/*(v.t)*: ப்பெ:'ஸானிஃபய் / to exemplify a proposition with human representation and explanation, ஒரு கூற்றை மனித உரு, செயல்கொண்டு விளக்கு; to be a perfect example of, நல்ல எடுத்துக்காட்டாக இரு. • *Rama* **personified** *all good qualities of human life.* **per-son-i-fi-ca-tion**/

pə ˌsɔnifiˈkeiʃn/(n):ப்பə:ˌ ஸ ானி-ஃபி'க்கெய்ஷஅன் / a figure of speech by which lifeless things are described as living beings, உயிரற்றவற்றை உயிருள்ளவையாக உருவகப்படுத்துதல். (eg. using "he" for the Sun, சூரியனை "அவன்" என்பது).

per-son-nel/ˌp3:səˈnel/(n):ˌப்பə:ஸə'னெல் / staff, பணியாளர் தொகுதி; persons employed in a public institution, ஓர் அலுவலகப் பணியாளர்கள், ஓர் பொது நிறுவனத்தில் வேலை செய்பவர்கள்.

per-spec-tive/pəˈspektiv/(n): ப்பə'ஸ்ப்பெக்ட்டிவ் / a scene, ஒரு காட்சி; a view, ஒரு தோற்றம்.

per-spi-ca-cious/ˌp3:spiˈkeiʃəs/(adj): ˌப்பə:ஸ்ப்பி'க்கெய்ஷஅஸ் / of definite understanding, தெளிவான ஆற்றல், அறிவுடைய; discerning, பகுத்து உரைக்கக் கூடிய. **per-spi-cu-i-ty**/ˌp3:spiˈkju:əti/(n):ˌப்பə:ஸ்ப்பி'க்யுயிட்டி / clearness, lucidity, நல்ல தெளிவு, தெளிவான நிலையுடன் இருத்தல். **per-spi-cu-ious**/pəˈspikjuəs/(adj):ப்பə'ஸ்ப்பிக்யுஸ் / clearly and lucidly expressed, தெளிவாகக் கூறப்படுகின்ற.

per-spi-ra-tion/ˌp3:spəˈreiʃn/(n): ˌப்பə:ஸ்ப்பə'ரெய்ஷஅன் / the act of sweating, வியர்த்தல். **per-spire**/pəˈspaiə*/(v.i):ப்பə'ஸ்ப்பயஅ* / to sweat, வியர்வை ஏற்படச் செய்.

per-suade/pəˈsweid/(v.t):ப்பə'ஸ்உஎய்ட்: / to induce someone to do something, ஏதோ ஒன்றைச் செய்ய ஒருவரைத் தூண்டு; to convince by argument, வாதம் செய்து, இணங்கச் செய்; to convince, அறிவுறுத்து. • *He* **persuaded** *his children to accept the punishment given by their teacher.* **per-sua-sion**/pəˈsweiʒn/(n): ப்பə'ஸ்உஎய்ஷஅன் / the act of persuading, இசையும்படி செய்தல். • *He used all his powers of* **persuasion** *to convince his wife.* belief, நம்பிக்கை; religion, மதம். **per-sua-sive**/pəˈsweisiv/(adj): ப்பə'ஸ்உஎய்ஸிவ் / having the talent and power to convince by argument, வாதம் செய்து அறிவுறுத்தும் திறனுள்ள. • *The lawyer is capable of* **persuasive** *arguments.* **persuasively**(adv), **persuasiveness**(n).

pert/p3:t/(adj):ப்பə:ட் / not pertinent, அடக்கமில்லாத; not humble in manners, பணிந்து போகாத; lively, துடிப்புள்ள.

per-tain/pəˈtein/(v.i):ப்பə:'ட்டெய்ன் / to be relevant to, ஏற்புடையதாக இரு; to belong to, உரியதாக இரு. • *The file doesn't* **pertain** *to my department.* to be related to, சார்ந்திரு. • *All enquiries* **pertaining** *to tourism will be attended to by the secretary.*

per-ti-na-cious/ˌp3:tiˈneiʃəs/(adj): ˌப்பə:ட்டி'னெய்ஷஅஸ் / persistent, விடா முயற்சியுள்ள; stubborn, பிடிவாதமுள்ள; determined, உறுதியான. **pertinaciously**(adv), **pertinaciousness**(n). **per-ti-nac-i-ty**/ˌp3:tiˈnæsəti/(n): ˌப்பə:ட்டி'னஜஸிட்டி / obstinacy, பிடிவாதத் தன்மையுடன் இருத்தல்; persistence, உறுதித்தன்மையுள்ள குணம்.

per-ti-nent/ˈp3:tinənt/(adj):'ப்பə:ட்டினஅன்ட் / relevant, பொருத்தமான, ஏற்புடைய; suitable to the occasion, சமயத்திற்கு ஏற்றதான. • *The argument is not* **pertinent** *to the case in hand.* **pertinently**(adv).

per-turb/pəˈt3:b/(v.t):ப்பə'ட்டə:ப்: / to be discontented, குழப்பநிலையிலிரு, மன நிறைவற்ற நிலையிலிரு; to be confused, மனக்கலக்கத்தில் இரு. • *I am not at all* **perturbed** *about the fall of the share prices.* **perturbation**(n).

pe-ruke/pəˈru:k/(n):ப்பə'ரூக் / a kind of wig, ஒருவகை சிகையணி.

pe-ruse/pəˈru:z/(v.t):ப்பə'ரூஸ்: / to study carefully, கவனமாகப் படி; to go through attentively, அக்கறையுடன் படி, கருத்துடன் படி. • *The principal* **perused** *the case sheet of the student before giving him admission.*

per-vade/pəˈveid/(v.t):ப்பə:'வெய்ட்: / to spread fully, எங்கும் பரவு; to permeate, ஊடுருவு. • *A spell of gloom* **pervaded** *the entire country when Rajiv Gandhi was assassinated.* **per-va-sive**/pəˈveisiv/(adj):ப்பə:'வெய்ஸிவ் / widespread, எங்கும் பரவியிருக்கின்ற; tending to pervade, எங்கும் பரவுகின்ற. **pervasively**(adv), **pervasiveness**(n).

per-verse/pəˈv3:s/(adj):ப்பə'வə:ஸ் / persistent in doing wrong thing, தவறான செயல் செய்வதில் பிடிவாதமுடைய; not good tempered, நல்ல மனப்பான்மை யில்லாத. • *He always makes* **perverse** *criticism.* **per-version**/pəˈv3:ʃn/(n):ப்பə'வə:ஷஅன் / a perverted form

P

which is not true, உண்மையில்லாத, முரண்பட்ட ஒன்று. • *Some journals are noted for* **perversion** *of truth.*

per-vert/pəˈvɜːt/*(v.t)*:ப்பəˈவəːட் / to turn away from the right course, சரியான வழியில்லாத முறையில் செயல்படு; to interpret wrongfully, தவறான விளக்கம் கொடு. • *The behaviour of elders tend to* **pervert** *the minds of young children.* **perverted***(adj)*: turn aside from its proper nature, வழிதவறியுள்ள. **pervert**/ˈpɜːvɜːt/*(n)*:ப்பəˈவəːட்டிட் / one who practises sexual perversion, பாலுறவில் இயற்கைப் பண்பு இல்லாதவர்.

per-vi-ous/ˈpɜːvjəs/*(adj)*:ˈப்பəːவ்யəஸ் / passable, புகுந்து செல்லக்கூடிய; penetrable, ஊடுருவக்கூடிய; accessible to good sense, நல்லெண்ணம் உள்ள.

pes-ky/ˈpeski/*(adj)*:ˈப்பெஸ்க்கி / not having peace of mind, மன நிம்மதியில்லாத; annoying, தொல்லை கொடுக்கின்ற.

pes-si-mis-m/ˈpesimizəm/*(n)*:ˈப்பெஸிமிஸ:əம் / a feeling of hopelessness, நம்பிக்கையில்லாத மன நிலை; tendency to look at the dark side of things always, சற்றும் நம்பிக்கையில்லா மனப்பான்மை, எப்பொழுதும் சோர்வும், தளர்ச்சியும் கொண்ட மனப்பாங்குடன் இருத்தல். *opp*: optimism.

pest/pest/*(n)*:ப்பெஸ்ட் / harmful creatures, தீங்கு விளைவிக்கும் பூச்சியினம். • *Rats are great* **pests** *to farmers.* an annoying person or thing, தொந்தரவு கொடுப்பவன், தொந்தரவு கொடுக்கும் பொருள். **pes-ter**/ˈpestə*/*(v.t)*:ˈப்பெஸ்ட்டə* / to vex, வெறுப்படையும்படி செய்; to annoy, தொந்தரவு ஏற்படுத்து; to give trouble to, துன்பம் கொடு. • *'Do not* **pester me** *for money', said the manager to his clerk.*

pes-ti-cide/ˈpestisaid/*(n)*:ˈப்பெஸ்ட்டிஸய்ட் / a chemical used for killing pests, கிருமி நாசினி.

pes-ti-lence/ˈpestiləns/*(n)*:ˈப்பெஸ்ட்டிலəன்ஸ் / a contagious disease, பிளேக், ஒரு தொற்று நோய்.

pes-tle/ˈpesl/*(n)*:ˈப்பெஸ்ல் / a heavy instrument of wood or metal for pounding in a mortar, குழவி, உலக்கை.

pet/pet/*(n)*:ப்பெட் / an animal brought up as a favourite, செல்லமாக வளர்க்கப்படும் பிராணி; an animal tamed and brought up kindly, பழக்கப்பட்டு, செல்லமாக வளர்க்கப்படும் பிராணி; a favourite, உகந்த. • *She is her mother's* **pet**. **pet***(v.t)*: to fondle or indulge, செல்லம் கொடு, கொஞ்சு; to touch gently or kindly, அன்புடன் தட்டிக் கொடு.

pet-al/ˈpetl/*(n)*:ˈப்பெட்ல் / one of the parts of the corolla of flower, அல்லி; the single blade of a flower, இதழ்.

pe-tard/peˈtaːd/*(n)*:ˈப்பெட்டாட் / a container having an explosive, வெடிகுண்டு.

pe-ti-tion/pəˈtiʃn/*(n)*:ப்பிˈட்டிஷəன் / a request, written or oral, வாய் மூலம் (அ) எழுத்து மூலம் தரும் வேண்டுகோள், விண்ணப்பம்.

pet-rel/ˈpetrəl/*(n)*:ˈப்பெட்ரəல் / a seabird having long wings, நீண்ட சிறகுகள் கொண்ட ஒரு கடற்பறவை; a white seabird, வெண்மையான கடற்பறவை.

pet-ri-fy/ˈpetrifai/*(v.t)*:ˈப்பெட்ரிஃபய் / to change into stone, கல்லாக மாறு; to become stiff with fear, பயம் கொண்டு உணர்விழந்து இரு. • *She was* **petrified** *as her husband threatened to leave her.*

pet-rol/ˈpetrəl/*(n)*:ˈப்பெட்ரəல் / refined petroleum used for producing power in engines, சுத்திகரிக்கப்பட்ட தாது எண்ணெய், எஞ்சின்களில் சக்தி உண்டாக்கப் பயன்படுகிறது. **pet-ro-le-um**/pəˈtrəuljəm/*(n)*:ப்பெˈட்ரəஉலியəம் / crude mineral oil, தாது எண்ணெய், பெட்ரோலியம்.

pet-ti-coat/ˈpetikəut/*(n)*:ˈப்பெட்டிக்கəஉட் / women's undergarment, பெண்கள் அணியும் உள்ளாடை, உள் அங்கி.

pet-tish/ˈpetiʃ/*(adj)*:ˈப்பெட்டிஷ் / impatiently angry, பொறுமையில்லாததும் சினம் கொண்டதுமான, அற்பத்தனமான. **pettishly** *(adv)*, **pettishness***(n)*.

petty/ˈpeti/*(adj)*:ˈப்பெட்டி / small, மிகச் சிறிய தான; not important, முக்கியமில்லாத; small in quantity, அதிக அளவு இல்லாத.

pet-u-lance/ˈpetjuləns/*(n)*:ˈப்பெட்யுலəன்ஸ் / the state of being petulant, சிடுசிடுத் தன்மையுடன் இருத்தல். **pet-u-lant**/ˈpetjulənt/*(adj)*:ˈப்பெட்யுலəண்ட் / irritable, எரிச்சலூட்டும்படியாக; bad tempered, எப்பொழுதும் சிடுசிடுக்கும் மனப்பான்மையுள்ள. • *She made a* **petulant** *toss of her head to her man.* **petulantly***(adv)*.

pew/pju:/*(n)*:ப்யூ / a bench with a back, சாய்வு இருக்கை; a special seat, தனியான இருக்கை.

phae-ton/ˈfeitn/*(n)*:ˈஃபெய்ட்ன் / a light, open carriage having four wheels, நான்கு சக்கரங்கள் கொண்ட திறப்பு வண்டி, சாரட்டு.

phag-o-cyte/ˈfægəusait/*(n)*: ˈஃபஜக:ஒஉஸய்ட் / a blood cell that protects the body and destroys foreign particles, bacteria and other germs, தீங்கு செய்யும் கிருமிகளை அழித்து, உடல் உறுப்புகளைப் பாதுகாக்கும் இரத்த நாளம்.

pha-lanx/ˈfælæɲks/*(n, sing)*: ˈஃபஜலஜங்க்ஸ் / **phalanges***(n, pl)*: [also **phalanxes**]: a set or group of people having same purpose, ஒரே செயல், கருத்து கொண்ட குழுவினர்; troops in close array, வியூகம்; a bone in a finger or toe, விரல் (அ) கட்டைவிரலில் உள்ள எலும்பு.

phal-lus/ˈfæləs/*(n, sing)*:ˈஃபஜலஒஸ் / **phalluses***(n, pl)*: [also **phalli**]: an image of the male sex organ used as a religious symbol and a sign of creative, productive power, உற்பத்தி சக்தியாக, சில மதத்தினரால் கருதப்படும் ஆண்பால் உறுப்பு; the penis, the clitoris, etc., ஆண்பால் உறுப்பு, பெண்பால் உறுப்பு முதலியவை.

phan-tas-m/ˈfæntæzəm/*(n)*: ˈஃபஜன்டஜஸ்:ஒம் / a fancied image, ஒரு கற்பனைக் காட்சி; a ghost, ஆவியுரு, மனத்தில் ஏற்படும் ஒருவகை மிரட்சி.

phan-tas-ma-go-ri-a/ˌfæntæzməˈgɔriə/*(n)*:ˌஃபஜன்ட்டஜஸ்:மஒˈக:ாரியஒ / a confused, shifting dream like changing scene of different things, real and imaginary, கனவு போல் காணப்படும் குழப்பமான கற்பனை, உண்மைக் காட்சிகள்.

phan-tom/ˈfæntəm/*(n)*:ˈஃபஜன்ட்டஒம் / mental illusion, ஆவி உருவ மாயை; ghost, ஆவியுரு.

phar-i-sa-ic/ˌfæriˈseiik/*(adj)*: ˌஃபஜரிˈஸெயிக் / making a show of one's religious activities, அதிக மதப்பற்று உள்ளது போல் காட்டிக்கொள்ளுகின்ற.

Phar-i-see/ˈfærisi:/*(n)*:ˈஃபஜரிஸீ / member of the ancient Jewish sect, யூத சமயத்தினர்.

phar-ma-ceu-ti-cal/ˌfa:məˈsju:tikl/*(adj)*: ˌஃபாமஒஸ்யூட்டிக்ல் / concerning the preparation and sale of drugs and medicines, மருந்து தயாரித்தல், விற்பனை பற்றிய. **phar-ma-cist**/ˈfa:məsist/*(n)*: ˈஃபாமஒஸிஸ்ட் / druggist, மருந்து தயாரித்துக் கொடுப்பவர்.

phar-ma-co-poe-ia/ˌfa:məkəˈpi:ə/*(n)*: ˌஃபாமஒக்கஒˈப்பீயஒ / an official book describing medicines, their preparation, administration, etc., மருந்துகளின் விவரம், தயாரிப்பு, பிற விவரங்கள் அடங்கிய அதிகாரபூர்வமான புத்தகம்.

phar-ma-cy/ˈfa:məsi/*(n)*:ˈஃபாமஒஸி / a chemist's shop, மருந்துக் கடை; the preparation and dispensing of medicines, மருந்தகம், மருந்து தயாரித்து விற்பனை செய்தல்.

pha-ros/ˈfeərɔs/*(n)*:ˈஃபஎஒராஸ் / a lighthouse, கலங்கரை விளக்கம்.

phar-ynx/ˈfæriɲks/*(n,sing)*:ˈஃபஎஒரிங்க்ஸ் / **pharynges***(n, pl)*: [also **pharynxes**]: the tube at the back of the mouth or cavity with its surrounding membrane and muscles which connects the mouth and nasal passage, மூக்கு, தொண்டையை இணைக்கும் குரல்வளைக் குழாய்; the cleft or the cavity on the part of the gullet, முன்தொண்டை.

phase/feiz/*(v.t)*:ஃபெய்ஸ்: / to schedule or order so as to be available when needed, வேண்டும்பொழுது செயல்படும் வண்ணம், முறைகளை வகைப்படுத்தி வரிசைப்படச் செய். • *The modernisation of industry was* **phased** *over a period of five years.* **phase***(n)*: one of the different appearances of the moon, சந்திரனின் மாறுபட்ட தோற்றங்களுள் ஒன்று; a stage, செயல்பாட்டில் ஒரு கட்டம்; a changed stage or development in one's life, etc. வாழ்வின் வளர்ச்சிக் கட்டம், மாறுபட்ட நிலை; an aspect of a programme, ஒரு திட்டத்தின் முகப்பு.

pha-ses/ˈfeisis/*(n)*:ˈஃபெய்ஸிஸ் / the crescent, முதல் பிறைநிலா; the New Moon, முதல் சந்திரக்கலை.

pheas-ant/ˈfeznt/*(n, sing)*:ˈஃபெஸ்:ன்ட் / **pheasants***(n, pl)*: a long tailed large, beautiful bird, நெடுவால் வண்ணக்கோழி.

phe-nol/ˈfi:nɔl/*(n)*:ˈஃபீனால் / a poisonous substance that is used for killing germs, ஒருவகைக் கிருமிநாசினி.

P

phe-nol-og-y/'fi:nɔlɔ:gi/*(n)*:'ஃபீனாலஜி / the science that studies the occurrence of natural phenomena, இயற்கையின் நிகழ்ச்சிகள் பற்றிய இயல்.

phe-nom-e-non/fə'nɔminən/*(n)*: ஃபி'னாமினன் / an unusual event, அசாதாரணமான நிகழ்ச்சி; an important event, குறிப்பிடத்தக்க நிகழ்ச்சி. • *Terrorism has become a* **phenomenon** *for any government to face.* a remarkable person, முக்கியமான நபர். **phenomenal** *(adj)*: very rare, அரிதான; remarkable, அதிசயிக்கத்தக்க. • *The rise and fall of Rajiv Gandhi was* **phenomenal**.

phew/fju:/*(int)*:ஃப்யூ / [also **whew**]: a word for expressing disapproval, வெறுப்புணர்ச்சியைத் தெரிவிக்கும் மொழி.

phi-al/'faiəl/*(n)*:'ஃபயல் / [also **vial**]: a small glass bottle for containing liquids, சிறிய மருந்துப் புட்டி.

phi-lan-der/fi'lændə*/*(v.i)*:ஃபி'லஆண்டர* / to make love with no faith, உண்மையாகக் காதல் செய்வது போல் பாவனை செய். **phi-lan-der-er**/fi'lændərə*/*(n)*: ஃபி'லஆண்டரர* / a person who is sexually not having good conduct, ஒழுக்கமற்றவர்.

phil-an-throp-ic/ˌfilən'θrɔpik/*(adj)*: ˌஃபிலந்'த்ராப்பிக் / having good, kind and merciful feelings towards fellow men, மனப்பக்குவமும் மனித இனத்தின் நல்வாழ்வில் நாட்டமும் உள்ள. **phil-an-thro-pist**/fi'lænθrəpist/*(n)*: ஃபி'லஆந்த்ரப்பிஸ்ட் / a person who has sympathy and affection for people, மனித இனத்திடம் நல்லெண்ணமும் அன்பும் வளர நாட்டம் உள்ளவர்; a person interested in the welfare of humanity at large, மனித இனத்தின் நன்மையைக் கருதும் எண்ணமும், செயலும் உள்ளவர். **phil-an-thro-py**/fi'lænθrəpi/*(n)*: ஃபி'லஆந்த்ரப்பி / love and sympathy for mankind, மனித இனத்தின் நல்வாழ்வு வளத்தில் நாட்டமும், பரிவும்.

phi-lat-e-list/fi'lætəlist/*(n)*: ஃபி'லஆட்டலிஸ்ட் / a person who collects postage stamps as hobby, அஞ்சல் தலைகள் சேகரிப்பவர். **phi-lat-e-ly**/fi'lætəli/*(n)*: ஃபி'லஆட்டலி / the art of stamp collecting, அஞ்சல் தலைகள் சேகரிக்கும் கலை. **philatelic***(adj)*.

phi-lip-pic/fi'lipik/*(n)*:ஃபி'லிப்பிக் / any speech denouncing others, பிறரை வசை பாடும் பாட்டு.

phil-is-tine/'filistain/*(n)*:'ஃபிலிஸ்ட்டய்ன் / a proud person who lacks in manners and remains uncultured, தற்பெருமை கொண்ட.

phi-lol-o-gy/fi'lɔlədʒi/*(n)*:ஃபி'லாலஜி / the science of language, மொழி இயல்; research in language, மொழி ஆராய்ச்சி. **philologist***(n)*: one who studies the history of language, its structure, etc., மொழி ஆராய்ச்சியாளர். **philological** *(adj)*, **philologically***(adv)*.

phi-los-o-pher/fi'lɔsəfə*/*(n)*: ஃபி'லாஸஃபர* / a person whose goal is to arrive at the ultimate truth in the creation/created world, தத்துவஞானி. • *To be a* **philosopher** *requires a lot of study and insight.* **philosophize***(v.t)*, [also **philosophise**]: to reason philosophically, வேதாந்தம் பேசு. **phi-los-o-phy**/fi'lɔsəfi/*(n)*:ஃபி'லாஸஃபி / the science that uncovers the mystery of truth, தத்துவ இயல். **phil-o-soph-i-cal**/ˌfilə'sɔfikl/*(adj)*:ˌஃபில'ஸாஃபிக்கல் / pertaining to philosophy, தத்துவம் பற்றிய; to be sensibly calm under trying circumstances, துன்பம் வரும்போது அமைதியாக இருக்கின்ற.

phil-tre/'filtə*/*(n)*:ஃபில்ட்டர* / [also **philter**]: a kind of drink that induces excitement, வசியம் செய்யவல்ல பானம்; love potion, வசிய மருந்து.

phle-bot-o-mise/fli'bɔtəmaiz/*(v.t)*: ஃபிலி'பாட்டமய்ஸ்: / [also **phleboto-mize**]: to bleed, இரத்தம் வரச் செய்; to cut a vein to allow blood out, இரத்த நாளத்தை வெட்டி இரத்தம் வரச் செய்.

phlegm/flem/*(n)*:ஃப்லெம் / viscous fluid secreted by mucous membrane, கோழை. **phlegmy***(adj)*, **phelgmatic***(adj)*.

phlox/flɔks/*(n)*:ஃப்லாக்ஸ் / a kind of garden plant, ஒருவகை தோட்டச் செடி.

pho-bi-a/'fəubjə/*(n)*:ஃபீபி:யா / fear, ஒருவகை பயம்; a strong, unnatural dislike, இனம் தெரியாத வெறுப்பு. **phobic***(adj)*.

phone/fəun/*(n)*:ஃபஉன் / telephone, a single vowel sound or a single consonant sound, தொலைபேசி, பேச்சு எழுப்பும் ஒலி. • *We can make a long distance* **phone**

P

from a village. **phone**(*v.t-v.i*): to use telephone for speaking, பேசுவதற்கு தொலைபேசியைப் பயன்படுத்து; to telephone, தொலைபேசியில் பேசு. • *She always tries to* **phone** *first before meeting anyone.*

phoe-nix/'fi:niks/(*n*):'ஃபீனிக்ஸ் / a fabled bird said to have lived for 600 years and was capable of coming back to life after burning itself, 600 ஆண்டுகள் வாழ்ந்து, தன்னையே எரித்துக்கொண்டு மீண்டும் உயிர் வாழும் தன்மையுள்ள புராணப் பறவை.

pho-net-ics/fəu'netiks/(*n*) / ஃபஉ'னெட்டிக்ஸ் / the study of speech, sounds, ஒலி இயல். **phonetic**(*adj*).

pho-ney/'fəuni/(*adj*):'ஃபஉனி / sham, உண்மையில்லாத; intended to deceive, ஏமாற்றும் தன்மையுள்ள. • *A* **phoney** *war is going on between the parties.* **phoniness**(*n*).

pho-no-graph/'fəunəgra:f/(*n*): 'ஃபஉனக்ராஃப் / an instrument that records and reproduces sounds, ஒலிப்பதிவு செய்து, மீண்டும் ஒலி எழுப்பும் கருவி, ஒலிப்பதிவுக் கருவி.

pho-nol-o-gy/fəu'nɔlədʒi/(*n*): ஃபஉ'னாலஜி / the study of speech, sounds of languages, மொழிகளின் பேச்சு, ஒலி பற்றிய இயல்.

phos-pho-rous/'fɔsfərəs/(*n*): 'ஃபாஸ்ஃபரஸ் / a non-metal that appears luminous in the dark, கந்தகம். **phos-phor-ic**/fɔs'fɔrik/(*adj*): ஃபாஸ்'ஃபாரிக் / of phosphorous, கந்தகம் பற்றிய.

phos-pho-res-cence/ˌfɔsfə'resns/(*n*): ˌஃபாஸ்ஃப'ரெஸ்ன்ஸ் / the giving out of light at very low temperature or with no heat, வெப்பம் இல்லாமல் ஒளி ஏற்படுதல்.

pho-to-graph/'fəutəgra:f/(*n*): 'ஃபஉட்டக்ராஃப் / a picture produced by a camera, நிழல்படம், புகைப்படம். • *The police always records an accident site with a* **photograph**. **photograph**(*v.t*): to take a picture with the help of light, ஒளி கொண்டு படம் எடு; to make a picture of something by using a camera, புகைப்படம் பதிவு செய். **pho-to-**/'fəutəu/(*n,sing*): 'ஃபஉட்டஉ / **photos**(*n, pl*): photograph, ஒளியின் மூலம் பதிவு செய்யப்பட்ட படம். • *She maintains a* **photo** *album.*

pho-to-co-py/'fəutəuˌkɔpi/(*n,sing*): 'ஃபஉட்டஉˌக்காப்பி / **photocopies**(*n, pl*): a photographic copy of a document, print or like, ஓர் ஆவணம், அச்சுப்பிரதி ஆகியவற்றின் ஒளிப்படப் பிரதி. **photocopy** (*v.t*): to make a photocopy of, ஒளிப்படப் பிரதி மாதிரிப் படிவம்.

pho-to-e-lec-tric/ˌfəutəui'lektrik/(*adj*): 'ஃபஉட்டஉˌயிலெக்ட்ரிக் / pertaining to the electric or other electric effects produced by light, ஒளி மூலம் ஏற்படும் மின் (அ) மின்னணுப் பதிவுகள் பற்றிய. **photoelectric cell**(*n*): a device that changes light into electricity, ஒளியை மின்சக்தியாக மாற்றும் கருவி.

pho-to-finish/'fəutəuˌfiniʃ/(*n*): 'ஃபஉட்டஉˌஃபினிஷ் / [sports] a finish of a race in which two or more contestants are so close to the finish line that a photograph of the same, has to be referred to or is necessary to decide who the winner is, போட்டிப் பந்தயத்தில், இறுதி வெற்றி பெறுபவர் யார் என்று முடிவு செய்ய முடியாத நிலையில் ஒளிப்பதிவு செய்த படத்தினால், இறுதி நிலையைத் தெளிவு படுத்தும் முறை; the photograph taken as basis for decision-making of the results of a close race at the finishing point by more than one combatant, பந்தயத்தின் இறுதி நிலையில் வெற்றி பெற்றவர் யாரென்று தீர்மானிக்க முடியாத நிலையில், நிழற்படம் மூலம் தீர்மானிக்கப்படல்.

pho-to-graph-er/fə'tɔgrəfə*/(*n*): ஃப'ட்டாக்ரஃப* / a person who uses a camera for taking pictures, ஒளிப்படம் எடுப்பவர்; one who takes pictures with a camera, புகைப்பட நிபுணர். **photography** (*n*), **photographic**(*adj*).

pho-to-lo-gy/ˌfəutə'lɔ:dʒi/(*n*): ˌஃபஉட்'டாலஜி / study of light, ஒளி இயல்.

pho-to-sen-si-tive/'fəutəuˌsensitiv/(*adj*): 'ஃபஉட்டஉˌஸென்ஸிட்டிவ் / changing under the action of light, ஒளிச் செயல் மூலம் மாறுதல் அடைகின்ற.

pho-to-syn-the-sis/ˈfəutəu,sinθsis/*(n)*: ˈஃபஊஉட்டஊஉ,ஸிந்த்தஊஸிஸ் / process in which the plants prepare food with the help of sunlight, ஒளிச்சேர்க்கை.

phrase/freiz/*(n)*:ஃப்ரெய்ஸ்: / a group of words making some sense, சொற்றொடர். • "**Making noise**" *is a* **phrase**. **phrase***(v.t)*: to express in a particular way, சொற்றொடராக்கிக் கூறு. • *Any important scientific term has to be* **phrased** *properly.* **phra-se-ol-o-gy**/ ,freiziˈɔlədʒi/*(n)*:,ஃப்ரெய்ஸி:ˈயாலஜி / words and their arrangement, சொற்களின் அமைப்பு.

phra-se-o-gram/,freiziˈɔ:græm/*(n)*: ,ஃப்ரெய்ஸிˈயஊஉக்:ரஊம் / an outline or combination of symbols to represent a phrase as in shorthand, ஒரு சொற்றொடரைக் குறிக்கும் சுருக்கெழுத்து வடிவம்.

phre-nol-o-gy/friˈnɔlədʒi/*(n)*: ஃப்ரீனாலஜி / the study of the human skull for finding one's character, capacity, etc., மனித மண்டை ஓடு கொண்டு ஒருவனின் குணத்தையும், திறமையையும் ஆராய்ச்சி செய்தல், மண்டை ஓடு ஆய்வியல்.

phren-sy/ˈfrinsi/*(n, sing)*:ˈஃப்ரென்ஸி / **phrensis***(n, pl)*: frenzy, மிகு சினம், கோபாவேசம், அடக்கமுடியாத உணர்ச்சி.

phthis-ic/ˈθaisik/*(adj)*:ˈத்தய்ஸிக் / of a wasting disease of the lungs, நுரையீரலைப் பாதிக்கும் நோய் பற்றிய. **phthi-sis**/ˈθaisis/ *(n)*:த்தய்ஸிஸ் / a kind of lung disease, எலும்புருக்கி நோய்.

phut/fʌt/*(n)*:ஃபட் / a dull noisy sound like bursting, அதிராத, ஆனால் வெடிபோன்ற ஒலி. **to go phut**: to fail completely, முழுவதும் பழுது படு.

phy-lum/filʌm/*(n)*:ஃபிலம் / a main division of the animal kingdom, பிராணிகளில் ஒரு முக்கிய பிரிவு, தாவரங்களில் ஒரு முக்கிய பிரிவு.

phy-sic/ˈfizik/*(n)*:ˈஃபிஸி:க் / the art of healing, நோயைக் குணப்படுத்தும் கலை; the medical profession, மருத்துவத் தொழில்; medicine, மருந்து. **physic***(v.t)*: **physicked, physicking**: to administer medicine, மருத்துவம் செய், மருந்து கொடு. **phys-ics**/ˈfiziks/*(n, pl)*:ˈஃபிஸி:க்ஸ் / the science that deals with matter and energy, இயற்பியல்.

phys-i-cal/ˈfizikl/*(adj)*:ˈஃபிஸி:க்கஊல் / pertaining to the body, உடல் தொடர்பான; about things that can be felt by senses, இயற்பியல் சார்ந்த; connected with things, material, பருப்பொருள் பற்றிய.

physical anthropology/ : ˈஃபிஸி:க்கஊல்ˈஆந்த்ரஊப்பாலஜி / a study relating to the structure and evolution of man, துவக்கம் முதல் இன்று வரையிலான மனித உடலியல் அமைப்பின் வளர்ச்சி.

physical chemistry: ˈஃபிஸி:க்கஊல்ˈ கெமிஸ்ட்ரி / the application of physics to the study of chemical behaviour, வேதியியல் பொருள்களின் இயற்பியல் அமைப்பு.

physical education:ˈஃபிஸி:க்கஊல்-ˈஎஜுக்கெய்ஷஊன் / study and training exercises to promote body fitness and strength, உடற்பயிற்சிக் கல்வி.

physical optics:ˈஃபிஸி:க்கஊல்ˈஆப்ட்டிக்ஸ் / the science that deals with light as wave motion, ஒளி அலை அதிர்வு இயல்.

phy-si-cian/fiˈziʃn/*(n)*:ஃபிˈஸி:ஷஊன் / a person who has specialised in medicine and treatment, மருத்துவர்.

phys-i-cist/ˈfizisist/*(n)*:ˈஃபிஸி:ஸிஸ்ட் / a student of physics, இயற்பியல் ஆராய்ச்சி யாளர்.

phys-i-co-chem-i-cal/,fizikeəuˈkemikl/ *(adj)*:ˈஃபிஸிக்கஊஉக்ˈகெமிக்கல் / pertaining to physical and chemical, இயற்பியல் மற்றும் வேதியியல் தொடர்பான.

phys-i-o/ˈfiziəu/*(n)*:ˈஃபிஸி:யஊஉ / physiotherapist, உடல் உறுப்புகளுக்கு பயிற்சி மூலம் நோய் நீக்கு இயல் நிபுணர்.

phys-i-o-ther-a-py/,fiziəuˈθerəpi/*(n)*: ,ஃபிஸி:யஊஉத்ˈதெரப்பி / treatment of disease etc., by physical method, உடல் நோயை நீக்குவதற்குச் செய்யும் இயற்கை முறை மருத்துவம். **physiotherapist***(n)*.

phys-i-og-no-my/,fiziˈɔnəmi/*(n)*: ,ஃபிஸி:ˈயானஊமி / the art of judging character from facial expressions of a person, ஒருவரின் முகத்தோற்றம் மூலம், அவர் குணம், மனத்திண்மை இவற்றை அறியும் இயல்.

phys-i-o-graph-y/,fiziˈɔgrəfi/*(n)*: ,ஃபிஸி:ˈயாக்:ரஊஃபி / description of lands, rivers, mountains, etc., நில இயற்கை நூல்; the science of physical geography, இயற்புவியியல். **physiographic***(adj)*, **physiographical** *(adj)*, **physiographer***(n)*.

phys-i-ol-o-gy/ˌfiˈziɔlədʒi/*(n,adj)*: ˌஃபிˈஸியாலஜி / study of living organisms and their functions, உடலியக்கம் மற்றும் உடற்கூறு இயல்.

phy-sique/fiˈzi:k/*(n)*: ஃபிˈஸீ:க் / body, its structure, etc., உடல், உடலமைப்பு முதலியவை; development of the body, உடற்கட்டு. • *A fine* **physique** *is a must to win over people.*

pi-an-o/piˈænəu/*(n)*:ˈப்பியஆனஉ / a large size musical instrument having many keys, ஆர்மோனியம் போன்ற அமைப்பு கொண்ட ஒருவகை இசைப் பெட்டி. • *To play the* **piano** *is a luxury for her.* **piano**(*adj*): soft, மிக மெல்லிய குரலிலான; subdued, தாழ்ந்த குரலிலான. **piano**(*adv*): softy, மிக மிருதுவான குரலில்.

pi-az-za/piˈætsə/*(n)*:ப்பிˈயஆட்ஸ / a square in a public place, பொதுச் சதுக்கம்; a veranda, தாழ்வாரம்.

pi-broch/ˈpi:brɔk/*(n)*:ˈப்பீ:ப்:ராக் / a kind of music, ஒத்து வாசித்தல் வகை சார்ந்த ஒருவகை இசை.

pic-a-resque/ˌpikəˈresk/*(adj)*: ˌப்பிக்கˈரெஸ்க் / pertaining to a prose fiction in which a roguish hero's adventures form the theme, சட்ட விரோதமாகச் செயல்கள் புரிந்த கதாநாயகனின் வீரம் செறியும் கதை பற்றிய.

pic-co-lo/ˈpikələu/*(n)*:ˈப்பிக்கலஉ / a kind of flute of small size, சிறுவகைப் புல்லாங்குழல்.

pick/pik/*(v.t)*:ப்பிக் / to choose, தேர்ந்தெடு; to select, பொறுக்கி எடு; to lift, தூக்கு; to pluck, பறி; to gather, சேர்; to remove some small pieces from (something else), சிறுபொருள்களைப் பொறுக்கி எடு. **to pick up**: to improve, தேர்ச்சி பெறு. **to pick holes**: to find fault, குற்றம் காண். • *It is easy* **to pick holes** *in her plan.* **to pick up one's health**: to recover from sickness, உடல் நலத் தேர்ச்சி. **pick**(*n*): a choice, தேர்ந்தெடுக்கப்படுவது; the best, மிகச் சிறந்தது; a sharp tool, கடப்பாரை போன்ற ஒரு கருவி; a pointed instrument, குத்தூசி.

pick-axe/ˈpikæks/*(n)*:ˈப்பிக்கஆக்ஸ் / a long-handled tool, கடப்பாரை, மண்கொத்தி.

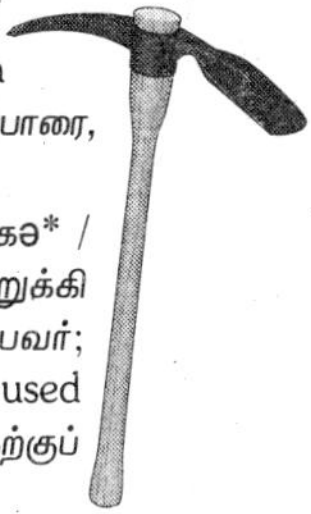

pick-er/ˈpikə*/*(n)*:ˈப்பிக்க* / one who picks, பொறுக்கி எடுக்கும் வேலை செய்பவர்; an instrument that is used to pick, பொறுக்குவதற்குப் பயன்படும் கருவி.

picked/pikt/*(adj)*:ப்பிக்ட் /chosen as very suitable, மிகவும் பொருத்தமாகத் தேர்ந்தெடுக்கப்பட்டுள்ள.

pick-et/ˈpikit/*(n)*:ப்பிக்கிட் / a stake with a pointed edge, கூர்முனைக் கொம்பு; a soldier on guard, காவல் புரியும் இராணுவ வீரர்; a person who obstructs work during a strike, வேலைநிறுத்தக் காலத்தில் மறியல் செய்பவர். • **Pickets** *are obstructing the entry of the minister into his office.* **picket**(*v.t-v.i*): to watch and guard, காவல் செய்; to enclose, அரண் போல் பாதுகாப்பு செய், அரண் அமை; to tie to a point or peg, முனையில் கட்டு; to obstruct, தடை செய், மறியல் செய்; to stand guard in order to prevent normal functioning of an institution, ஒரு நிறுவனம் வேலை செய்யாமல் தடை செய்ய, அதன்முன் மறியல் செய். • *The workers are* **picketing** *the factory.*

pick-le/ˈpikl/*(n)*:ˈப்பிக்ல் / a vegetable or fruit that is preserved in vinegar or salt solution, உப்பிட்டுப் பாதுகாக்கப்படும் ஊறுகாய். **pickle**(*v.t*): to preserve, in salt solution or in vinegar, ஊறுகாய் தயார் செய்.

pick-pock-et/ˈpikˌpɔkit/*(n)*:ˈப்பிக்ˌபாக்கிட் / a thief who removes something (money, purse, etc.) from someone's pocket stealthily, ஜேப்படித் திருடன்.

pick-up/ˈpikʌp/*(n)*:ˈப்பிக்கப் / an electrical device fitted to a gramaphone and connected to a loudspeaker, கிராமபோன் ஒலியை ஒலிபெருக்கியின் மூலம் பரப்புவதற்காக இணைக்கப்படும் மின்அமைப்பு.

pic-nic/ˈpiknik/*(n)*:ˈப்பிக்னிக் / a party or dinner in places outside the house, வெளியில் சென்று உல்லாசமாக விருந்து எடுத்துக்கொள்ளல்; outdoor party, மனைப்புற விருந்து.

pic-to-ri-al/pik'tɔ:riəl/*(adj)*: ப்பிக்'ட்டோ:ரியல் / pertaining to picture, சித்திரப் படங்கள் பற்றிய; full of pictures, படங்கள் நிறைந்துள்ள. **pictorial** *(n)*: a journal full of pictures, படங்கள் நிறைந்த பத்திரிகை.

pic-ture/'piktʃə*/*(n)*:'ப்பிக்ச்சஅ* / a painting, வண்ணப் படம், வண்ணச் சித்திரம்; a drawing of something, article, person, etc., வரையப்பட்ட சித்திரம்; a photo, ஒளிப்படம். **picture***(v.t)*: to paint, வண்ணச் சித்திரம் வரை; to imagine, கற்பனை செய்; to bring a thing before your eyes as if it is there really, ஒரு பொருள், உருவம், உண்மையாக இருப்பது போல், கண் எதிரில் கொண்டுவரச் செய், ஒரு பொருளை உருவகம் செய்.

pic-tur-esque/ˌpiktʃə'resk/*(adj)*: ˌப்பிக்ச்சஅ'ரெஸ்க் / pleasing to see, மனதிற்கினியதான; realistic, vivid and colourful, உண்மையாகவும், வண்ணப்படம் போல இருப்பதும், மகிழ்ச்சி கொடுக்கக் கூடியதுமாக உள்ள; visually charming and enchanting enough to be made into a picture, படம் ஆக்கும் அளவுக்கும், மனதுக்கு இசைவானதும், அழகாகவும் உள்ள. • *It is a* **picturesque** *fishing hamlet.*

pie/pai/*(n)*:ப்பய் / food cooked, baked and covered with paste, அப்பம், சினையப்பம். **pie***(v.t)*: to mix up (types), அச்செழுத்துக் களைக் கலந்து வை.

pie-bald/'paibɔ:ld/*(adj)*:'ப்பய்பா:ல்ட் / full of spots, spotted, பல வண்ணப் புள்ளிகளுடைய; possessing different qualities, மாறுபட்ட குணங்களுள்ள. **piebald***(n)*: a piebald animal esp. a horse, இரு வண்ணப் புள்ளிகள் உள்ள குதிரை.

piece/pi:s/*(n)*:ப்பீஸ் / a bit, ஒரு துண்டு; a part, ஒரு பகுதி. • *I have a* **piece** *of chocolate.* a roll of definite length, குறிப்பிட்ட நீளமுள்ளதான. **piece***(v.t)*: **pieced, piecing**: to join together as pieces or parts, துண்டுகளை இணைத்து ஒன்று சேர்.

piece goods/'pi:sgudz/*(n)*:'ப்பீஸ்குட்ஸ் / fabric having standardised lengths, வரையறுக்கப்பட்ட நீள, அகலமுள்ள துணிகள்.

piece-meal/'pi:smi:l/*(adv)*:'ப்பீஸ்மீல் / piece by piece, துண்டு துண்டாக; little by little, சிறிது சிறிதாக. • *She tore the letter* **piecemeal**.

piece-work/'pi:swɜ:k/*(n)*:'ப்பீஸ்உஅ:க் / work done and paid for by the piece, செய்த வேலை அளவுக்கும், அதற்கு ஏற்ற கூலியும் உள்ள ஏற்பாடு.

pie-crust/'paikrʌst/*(n)*:'ப்பய்க்ரஸ்ட் / the baked pastry on top of the pie, அப்பத்தின் மேல் உள்ள சுவை பொருள்.

pied/paid/*(adj)*:ப்பய்ட் / having varied colours, பல வண்ணங்களுள்ள; wearing pied clothing, பல நிறமுள்ள ஆடை அணிந்துள்ள.

pier/piə*/*(n)*:ப்பியஅ* / a mole, அலை தடுப்புச் சுவர்; a landing or resting place for ships, boats, etc., கப்பல், படகு முதலியவை தங்குமிடம் (அ) நிறுத்துமிடம்.

pierce/piəs/*(v.t-v.i)*:ப்பியஅஸ் / to thrust, ஊடுருவு; to stab, குத்து; to make hole into, துளைசெய்; to pass forcibly into, சக்தியைப் பயன்படுத்தி ஊடுருவு; to make way into, வேண்டிய வழியை உண்டாக்கி முன்னேறு. • *This road* **pierces** *through the mountains.*

pier-rot/'piərəu/*(n, sing)*:'ப்பியஅரஅஉ / **pierrots***(n, pl)*: a buffoon, கோமாளி; a person with white coloured face and loose garb making jokes in a circus, நகைச்சுவைக் கலைஞன்.

pi-e-ty/'paiəti/*(n)*:'ப்பயஅட்டி / devoted and sincere practice of one's religion, சமயப்பற்று, கடவுள் பற்று கொண்டு செயல்படுதல்; the quality of being pious, நன்னெறியும், தெய்வத்தன்மையும், பக்தியும் உள்ள. • *Filial* **piety** *is on its wane.*

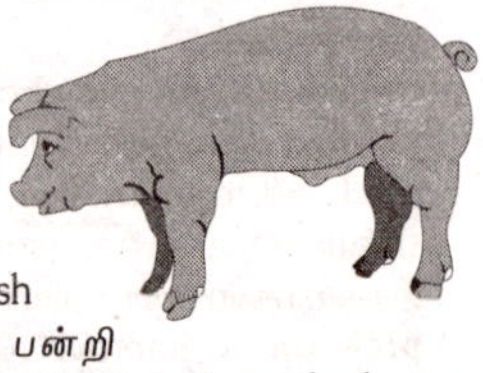

pig/pig/*(n)*:ப்பிக் / a hog, a swine, பன்றி; the flesh of swine, பன்றி இறைச்சி. **pig***(v.t-v.i)*: to bring forth pigs, பன்றிக் குட்டிகள் ஈன்; to live with no plan, ஒரு திட்டமும் இல்லாமல் வாழ்க்கை நடத்து.

pig-bed/pigbed/*(n)*:'ப்பிக்பெட் / a bed of sand on which pig-iron is cast, வார்ப்பு இரும்பு மற்றும் மறைப் படுகை.

pig-iron/'pigˌaiən/:'ப்பிக்ˌஅயஅன் / a bar of cast iron metal, இரும்பு உலோகப் பாளம்.

pi-geon/ˈpidʒin/*(n)*:ˈப்பிஜின் / a young dove, மாடப் புறா; a bird of dove family, புறாக்குடும்பத்தைச் சார்ந்த பறவை; a young attractive girl, அழகிய இளம்பெண்; a foolish person, முட்டாள்.

pigeon-hearted/ˈpidʒinha:td/*(adj)*: ˈப்பிஜின்ஹாட்டிட்: / full of fear, அச்சம் நிறைந்த; timid, meek, சற்றும் துணிவு இல்லாத.

pigeon-hole/ˈpidʒinhaəul/*(n)*: ˈப்பிஜின்ஹஉல் / one of a series of small compartments in desk, cabinet, etc., மேசை, அலமாரி போன்றவற்றிலுள்ள சிறு அறை. **pigeon-hole**(*v.t*): **pigeon-holed, pigeon-holing**: to lay aside for reference at some indefinite time later, பிறகு பார்க்கலாம் என தள்ளிப் போடு, எடுத்து வை.

pig-head-ed/ˌpigˈhedid/*(adj)*: ˌப்பிக்:ˈஹெடிட்: / foolish, அறிவு சற்றும் இல்லாத; stubborn, அசட்டுப் பிடிவாதமுள்ள. **pigheadedly**(*adv*), **pigheadedness** (*n*).

pig-ment/ˈpigmənt/*(n)*:ˈப்பிக்:மஎன்ட் / a kind of colouring substance, நிறமி; any substance in the tissues of animal or plant cells that colours them, பிராணி (அ) தாவரம் இவற்றின் செல்களில் உள்ள நிறமி.

pig-my/ˈpigmi/*(n)*:[also **pygmy**]:ˈப்பிக்:மி / one of the human races of dwarfs, சிறிய உருவமுடைய மனிதன்; a person of stunted growth, குள்ள உருவம் படைத்தவர்.

pig-sty/ˈpigstai/*(n)*:ˈப்பிக்:ஸ்ட்டய் / a pen for pigs, பன்றிப் பட்டி. **pig-tail**/ˈpigteil/*(n)*: ப்பிக்:ட்டெய்ல் / a braid of hair hanging from the back of the head, தலைமயிர், பின்னல்.

pike/paik/*(n)*:ப்பய்க் / a weapon with a long shaft having iron or steel head, வேல், ஈட்டி; a road with tollgate, சுங்கச் சாவடிக்குப் போகும் பாதை; a fish with a pointed head that lives in fresh water, நன்னீர் மீன்; a tollgate, சுங்கச் சாவடி. **pike**(*v.t*), **piked, piking**: to pierce with a spear, ஈட்டியால் குத்து; to pierce, wound or kill with or as with a pike, வேல் கொண்டு குத்து, காயப்படுத்து (அ) கொல்.

pi-las-ter/piˈlæstə*/*(n)*:ப்பிˈலஆஸ்ட்டஎ* / a rectangular feature that projects from a wall, சற்று வெளியில் தெரியும்படி சுவரில் பதிக்கப்பட்டிருக்கும் செவ்வக அமைப்பு.

pile/pail/*(n)*:ப்பய்ல் / a heap, குவிக்கப்பட்ட பொருள்; a pointed stick, கூர்முனைத் தடி; a big building, ஒரு பெரிய கட்டடம்; the rough or woolly surface of a cloth, துணியின் சொரசொரப்பான, கம்பளிப் பரப்பு. **pile**(*v.i*): to put in a pile, குவியலை ஏற்படுத்து; to erect or supply with supports, தாங்கல், காப்புச் சுவர் எழுப்பு. **pile**(*v.t*): to heap up or arrange in order, ஒழுங்குமுறையில் அடுக்கு.

piles/pailz/*(n)*:ப்பய்ல்ஸ் / a kind of disease with painful swelling around anus, மூலநோய்.

pile-up/pailʌp/*(n)*:ப்பய்லப் / an accumulation of chores, bills, etc., செய்ய வேண்டிய சிறு வேலைகளின் தேக்கம், கோப்புகள் குவியல்; an accident in which a large number of moving vehicles collide, அளவுக்கு அதிகமான வாகனங்கள் விரைந்து செல்வதால் ஏற்படும் மோதல்.

pil-fer/ˈpilfə*/*(v.t-v.i)*:ப்பில்ஃபஎ* / to steal in small quantities, சிறிது சிறிதாகத் திருடு. • *Someone* **pilferred** *street taps.* **pil-fer-age**/ˈpilfəridʒ/*(n)*:ˈப்பில்ஃபஎரிஜ் / petty theft, சிறு திருட்டு. **pil-fer-er**/ ˈpilfərə*/*(n)*:ப்பில்ஃபஎரஎ* / a thief, திருடன்; one who does small thefts, சிறு திருட்டுகளில் ஈடுபடுபவன்.

pil-grim/ˈpilgrim/*(n)*:ˈப்பில்க்:ரிம் / a person who travels from one place to another making journey to holy places, திருத்தலப் பயணம் செய்பவர். **pil-grim-age**/ ˈpilgrimidʒ/*(n)*:ˈப்பில்க்:ரிமிஜ் / a journey undertaken by a pilgrim, திருத்தலப் பயணம், திருத்தல யாத்திரை, பக்தர்களின் புனிதப் பயணம். • *Many Hindus make* **pilgrimage** *to Kasi and Rameswaram as a vow during their life time.*

pill/pil/*(n)*:ப்பில் / a medicine prepared in ball-like form, மருந்து, மாத்திரை; something unpleasant that has to be accepted, மனதுக்கு இசையாத ஒன்றை ஏற்றுக்கொள்ளவேண்டிய நிலை. • *Very often, we have to swallow the bitter* **pill** *of ingratitude.* a pill taken every day by a woman to prevent pregnancy, கருத்தடை

P

மாத்திரை உட்கொள்ளல். **to be on the pill**: to take a pill regularly, தவறாது மாத்திரை உட்கொள். • *I think she is* **on the pill**.

pil-lage/'pilidʒ/*(n)*:'ப்பிலிஜ் / plundering, robbing, etc., கொள்ளை அடித்தல், திருடுதல் முதலியவை; booty or spoil, கொள்ளையிடப்பட்ட பொருள். **pillage***(v.t)*, **pillaged, pillaging**: to plunder and rob, திருடிக் கொள்ளையடி; to rob with open violence, வன்முறை செய்து கொள்ளையடி. • *Very often the soldiers of an army roam and* **pillage** *the countryside during war.*

pil-lar/'pilə*/*(n)*:'ப்பிலə* / a post supporting a roof or ceiling, தூண்; an ornamental post depicting some historical truth, வரலாற்று உண்மைகளைத் தாங்கி நிற்கும், அலங்காரத் தூண். **from pillar to post**: aimlessly moving from place to place, குறிக்கோளின்றி அங்குமிங்கும் அலை. • *I am driven* **from pillar to post** *to get my pension by the government.*

pil-li-on/'piljən/*(n)*:'ப்பிலியən் / a seat for a passenger on a two wheeler, பின்னிருக்கை; extra seat in motor cycle, மோட்டார் வண்டியில் உள்ள அதிகப்படி இருக்கை. • *I do not like to be a* **pillion** *passenger in a moving vehicle.* • *The* **pillion** *rider was severely injured.*

pil-lo-ry/'piləri/*(n)*:'ப்பிலəரி / a wooden set up with holes for head and hands for punishing people who do unlawful deeds, சட்டவிரோதச் செயல் புரிபவர்களைத் தண்டிக்கப் பயன்படும் மரச்சட்ட அமைப்பு, தொழுமரம். **pillory***(v.t)*: to abuse publicly

and ridicule, கடும் வார்த்தைகளால் தாக்கு; to set in the pillory, அமைப்பில் பொருத்து.

pil-low/'piləu/*(n)*:'ப்பிலəஉ / soft cushion for resting one's head on, தலையணை. **pillow***(v.t-v.i)*: to rest on or as on a pillow, தலையணையில் சாய்ந்து ஓய்வு கொள்; to serve as a pillow, தலையணை போல் ஊன்றுகோல் கொடு.

pi-lot/'pailət/*(n)*:'ப்பய்லəட் / a person who guides, directs and steers a ship or aircraft, விமானம், கப்பல் ஓட்டுபவர், செலுத்துபவர். **pilot***(v.t)*: to guide, வழிகாட்டு; விமான ஓட்டுநராகச் செயல்படு; to direct, சரியாக இயக்கு; to conduct a scheme etc., திட்டம் முதலியவற்றை வழி நடத்து. • *The minister is capable of* **piloting** *any controversial bill successfully in the parliament.* **pilot***(adj)*: serving as an experimental measure, சோதனை முன்னோடியாக. **pi-lot-age**/'pailətidʒ/*(n)*:'ப்பய்லəட்டிஜ் / an act of piloting, வழிநடத்தும் செயல்; fee paid to a pilot for his service, வழி செலுத்தும், வழிகாட்டும் செயலுக்குக் கொடுக்கப்படும் கட்டணம்.

pim-per-nal/'pimpənel/*(n)*:'ப்பிம்ப்பəனəல் / a plant having small pink flowers, ஊதா வண்ண மலர்ச் செடிவகை.

pimp/pimp/*(n)*:ப்பிம்ப் / a procurer, விபச்சாரம் செய்வதற்கு உதவி செய்பவர்; a person who helps others in the practice of prostitution, விபச்சாரம் செய்வதில் பிறருக்கு உதவி செய்பவர்.

pim-ple/'pimpl/*(n)*:'ப்பிம்ப்ல் / a small skin inflammation on the face, முகப்பரு. • *The* **pimples** *on my face add to my ugliness.*

pin/pin/*(n)*:ப்பின் / a small piece of wood or metal with a sharp point for fastening things, குண்டூசி, பிணைப்பூசி. **don't care a pin**: do not at all worry, சற்றும் கவலை கொள்ளாதே. **pin***(v.t)*: **pinned, pinning**: to fasten with a pin, குண்டூசியினால் குத்திப் பிணை. **to pin down**: to bind one to a course of action or promise, ஒரு குறிப்பிட்ட செயல் திட்டம் (அ) வாக்குறுதிக்குக் கட்டுப்படுத்திக் கொள். • *She* **pinned** *her husband to stay away from the race course.*

pin-cers/'pinsəz/*(n)*:'ப்பின்ஸəஸ்: / a mechanical device or a tool for clasping or holding a thing, குறடு, இடுக்கி.

pin-a-fore/'pinəfɔ:*/*(n)*:'ப்பினəஃபɔ:* / a child's apron large enough to cover most of the dress, உள்ளாடை அழுக்கடையாமல்

இருக்க குழந்தைகளுக்கு அணிவிக்கப்படும் மேலாடை.

pince-nez/'pinsnei/*(n)*:'ப்பின்ஸ்னெய் / a pair of eye glasses having spring set-up to rest on the nose, மூக்குக் கண்ணாடி.

pincer movement/pinsəməuvmənt*(n)*: ப்'பின்ஸஒமூவ்மஒன்ட் / an attack by two sets of soldiers, enclosing from opposite directions to trap the enemy, இடுக்கித் தாக்குதல்.

pinch/pintʃ/*(v.i)*:'ப்பிஞ்ச் / to cause distress, தொந்தரவு கொடு; of a (shoe) constricting the flesh painfully, காலணி இறுக்கத்தினால் வலியை உணர். • *The wearer knows where the shoe* **pinches**. **pinch***(n)*: a squeeze between fingers, கிள்ளுதல்; a tiny bit, சிட்டிகை. **feel the pinch**: suffer the effects of wants esp., money, வறுமையால் துன்பப்படுதல். • *Till the age of 20, I didn't* **feel the pinch** *of hunger.* **pinch** *(v.t-v.i)*: to rip, கிள்ளு; to compress, இறுக்கு.

pinchbeck/'pintʃbek/*(n)*:ஃபிஞ்ச்பெ:க் / an alloy of copper and zinc looking like gold, தாமிரமும், துத்தநாகமும் கலந்த ஓர் உலோகக் கலவை, தங்கம் போல் இருக்கும் போலித் தங்கம். **pinchbeck***(adj)*: not real, sham, மிகப்போலியாக உள்ள.

pin-cushion/'pin,kuʃn/*(n)*:'ப்பின்,க்குஷஒன் / a small cushion into which pins are stuck for ready use, குண்டூசியைத் தாங்கி நிற்கும் குண்டூசி மெத்தை.

pine/pain/*(n)*:ப்பய்ன் / an evergreen tree, தேவதாரு மரம். **pine***(v.i)*, **pined**, **pining**: to yearn deeply, ஏக்கத்துடன் ஆவல் கொள்; to suffer with longing, தீராத ஆசையுடன் வாட்டம் கொள். • *He simply* **pined** *away for higher studies in States.*

pine-apple/'pain,æpl/ *(n)*:'ப்பய்ன,ஆப்ல் / somewhat large juicy tropical fruit, அன்னாசிப் பழம்.

pin-fold/pin fəu/*(n)*:'ப்பின்,ஃபஒஉ (ல்ட்:) / a pound for stray animals, கட்டுப்பாடு இல்லாமல் அலைந்து திரியும் மாடுகளை அடைக்கும் பட்டி.

pin-hole/'pinhəul/*(n)*:ப்பின்ஹஒஉல் / a small hole made by a pin, ஊசித் துவாரம்.

ping-pong/'piŋpɔŋ/*(n)*:'ப்பிங்ப்பாங் / table tennis, a game like tennis played on a table with a celluloid ball, மேசைப் பந்து விளையாட்டு, பிங்பாங் விளையாட்டு.

pin-ion/'pinjən/*(n)*:'ப்பினியஒன் / the feather of the wing of a bird, பறவையின் சிறகு; a wheel having teeth on its circumference, பல் சக்கரம். **pinion***(v)*: to cut off or bind it for preventing it from flying, பறக்க இயலாதபடி, ஒரு பறவையின் இறகுகளை வெட்டு (அ) கட்டிப்போடு.

pin-ite/'pineit/*(n)*:'ப்பினய்ட் / a mineral containing aluminium and potassium, அலுமினியமும், பொட்டாசியமும் கலந்த தாது.

pink/piŋk/*(n)*:'ப்பிங்க் / light red colour, இளஞ்சிவப்பு நிறம்; a garden flower, ஒருவகைத் தோட்டச் செடி, பூந்தோட்டச் செடி; the highest type or example of excellence, உயர்நிலை அமைப்பு; perfect example, ஓர் உன்னத எடுத்துக்காட்டு. **pink-eyed** *(adj)*: having narrow eyes, குறுகிய கண்களையுடைய. **pink***(v.t)*: to pierce with a rapier or stab, கத்தியால் குத்து; to punch cloth, leather, etc., with small holes, துணி (அ) தோல் ஓரங்களில் துளை செய்.

pin-money/'pin,mʌni/*(n)*:'ப்பின்,மனி / pocket allowance given to a woman, ஒரு பெண்ணுக்குக் கொடுக்கப்படும் கைச் செலவுப் பணம்; an allowance of money given by a husband to his wife for her personal expenditure, ஒரு கணவனால் மனைவியின் கைச்செலவுக்குக் கொடுக்கப் படும் பணம்.

pin-nace/'pinis/*(n)*:'ப்பினிஸ் / a small boat having oars and sails, துடுப்பும், பாய்மரமும் கொண்ட சிறு படகு; a small sailing ship, சிறு பாய்மரக் கப்பல்; a 17th century small ship, 17ஆம் நூற்றாண்டின் சிறு கப்பல்.

pin-na-cle/'pinəkl/*(n)*:'ப்பினஒக்ல் / ornamental roof having pointed top, கூர்மையான முனை உடைய வேயப்பட்ட கோபுரம்; zenith, உச்சி. • *When will I reach the* **pinnacle** *of success in my life?* **pinnacle***(v.t)*: to place on or as on a pinnacle, கோபுரம் அமை, கோபுரம் கட்டு.

pin-nate/'pineit/*(adj)*:'ப்பினெய்ட் / resembling a feather as in construction, இறகு போன்ற அமைப்புள்ள.

pin-prick/'pinprik/*(n)*:'ப்பின்ப்ரிக் / any minute puncture made by a pin or like instrument, ஊசித்துளை ஏற்படுத்துதல், ஊசி வடு; a kind of petty annoyance, சிறுசிறு தொல்லைகள்.

pint/paint/(n):ப்பய்ன்ட் / a unit measure i.e. 1/8 of a gallon, முகவை அளவு, ஒரு காலனில் எட்டில் ஒரு பங்கு.

pion-eer/,paiə'niə*/(n):,ப்யə'னியə* / an explorer who strikes a new path and a leader in his own way, புதிய பாதை வகுப்போர், முன்னோடி, புதிய படைப்பாளர்; one of those who surges forward breaking the barriers in any field, ஒரு துறையில், தடைகளைத் தகர்த்துப் புதிய பாதை அமைப்போர். • *A pioneer is yet to emerge in cancer research.* **pioneer**(v.t-v.i): to act as a pioneer, முன்னோடியாகச் செயல்படு; to be the first in any field of action, செயல்முறையில் முன்னணியிலிரு.

pi-ous/'paiəs/(adj):'ப்பயəஸ் / deeply religious, ஆழ்ந்த மதச் சார்பும், பக்தியும் உள்ள. • *He is famous for publishing* **pious** *books.* very much devoted to God, மிகுந்த கடவுள் பக்தி உடைய; dutiful, கடமை உணர்ச்சியுள்ள. **piously**(adv), **piousness** (n).

pip/pip/(n):ப்பிப் / a seed, ஒரு விதை; a tiny spot, புள்ளி அடையாளம்; one of the spots on dice, playing cards, etc., தாயக்கட்டை, சீட்டு விளையாட்டு முதலியவற்றிலுள்ள புள்ளி; a contagious disease of birds, பறவைகளுக்கு வரக்கூடிய (இடையே காணப்படும்) தொற்று நோய்.

pip-age/pipidʒ/(n):'ப்பிப்பிஜ் / the pipes used for conveying water, gas, etc., நீர், வாயு போன்றவற்றை அனுப்ப பயன்படும் குழாய்கள்.

pipe/paip/(n):ப்பய்ப் / a tube, ஒரு குழல்; a smoking device, புகை வெளியேறும் குழாய்; a musical wind instrument, குழல் அமைப்புள்ள காற்றிசைக் கருவி, நாதசுரம். **pipe**(v.t-v.i), **piped, piping**: to play on a pipe, குழல் கொண்டு இசை எழுப்பு, குழல் ஊத128; to convey by means of pipes, குழல் மூலம் அனுப்பு; to trim or finish with piping on an article of clothing, துணியின் ஓரத்தை உருட்டித் தை. **piper**/'paipə*/ (n):ப்பய்ப்பə* / one who plays a pipe, நாதசுரக் கலைஞர்.

pipit/'pipit/(n): 'ப்பிப்பிட் / a small bird, வானம்பாடி வகையைச் சார்ந்த பறவை.

pip-ette/pi'pet/(n):ப்பி'ப்பெட் / a small graduated tube for measuring and transferring liquids, திரவங்களை அளக்கவும் வேறு பாத்திரத்திற்கு மாற்றவும் உதவும் கருவி.

pip-ing/paipiɲ/(n):'ப்பய்ப்பிங் / pipes collectively, குழாய்களின் தொகுப்பு; a tube like band used for trimming along the edges of dress, ஆடைகளின் முனையில் தைக்கப்படும் குறுகிய நாடா.

pip-pin/'pipin/(n):'ப்பிப்பின் / a kind of apple, ஆப்பிள் வகையைச் சார்ந்த பழம்.

pip-kin/'pipkin/(n):'ப்பிப்க்கின் / a small earthen pot, ஒரு சிறிய மட்பாண்டம்.

pip-y/'pipi/(adj):'ப்பிப்பி / **pipier, pipiest**: pipelike, குழாய் போன்ற; shrill, கீச்சிடுகிற.

pi-quant/'pi:kənt/(adj):'ப்பீக்கəண்ட் / exciting, ஆவலைத் தூண்டக்கூடிய. • *He used to study* **piquant** *novels in his young age.* rousing the appetite, பசியைத் தூண்டவல்ல. • *The herb has* **piquant** *qualities.* **piquancy**(n), **piquantly** (adv).

pique/'pi:kei/(n):'ப்பீக்கெய் (பி) / feeling of irritation, உள்ளக் குடைச்சல். **pique**(v.t-v.i), **piqued, piquing**: to affect with sharp irritation, எரிச்சல் உணர்ச்சி கொள். • *Please, do not* **pique** *her by asking the question.*

pi-ra-cy/'paiərəsi/(n):'ப்பயəரəஸி / sea robbery, கடற்கொள்ளை; the unauthorized appropriation or use of a copyrighted work, பிறர் இலக்கியங்களை அனுமதி பெறாமல் பதிப்பித்தல், எழுதுதல்.

pi-rate/'paiərət/(n):'ப்பயəரிட் / a robber who commits crime by plundering the ships on high seas, கடற்கொள்ளைக்காரன்.

pis-ca-to-ri-al/, piskə'tɔ:riəl/(adj): ,ப்பிஸ்க்கə'ட்டɔ:ரியəல் / relating to fishing, மீன் பிடித்தல் தொடர்பான. **pis-ca-to-ry**/ 'piskətəri/(adj):'ப்பிஸ்க்கəட்டəரி / dependent upon fishing, மீன் பிடித்தலைச் சார்ந்த.

Pisces/'paisi:z/(n, pl):'ப்பிஸீஸ்: / the twelfth sign of Zodiac, மீன ராசி; animals of the fish kind, மீன் வகையைச் சார்ந்த உயிர் வாழ்வன.

pisciculture/' pisikʌltʃə*/(n): 'ப்பிஸிக்கல்ச்சə* / rearing of fish, மீன் வளர்ப்பு.

P

pish/piʃ/*(interj)*:ப்பிஷ் / an expression of contempt, வெறுப்பை உணர்த்தும் சொல்; a way of expressing one's impatience, பொறுமையின்மையை உணர்த்தும் சொல்.

piss/pis/*(v.i)*:ப்பிஸ் / to urinate, சிறுநீர் கழி. **piss**(*n*): urine, சிறுநீர்.

pis-til/'pistil/*(n)*:'ப்பிஸ்ட்டில் / the part of a flower having seed bearing potential, சூலகம். **pis-til-late**/'pistileit/*(adj)*: 'ப்பிஸ்ட்டிலெய்ட் / having a pistil or pistils, சூலகம் உள்ள (அ) சூலகங்கள் உள்ள.

pis-tol/'pistl/*(n)*:ப்பிஸ்டல் / handgun, கைத் துப்பாக்கி; a small gun that can be held in one hand, ஒரு கையில் வைத்திருக்கக் கூடிய துப்பாக்கி.

pis-ton/'pistən/*(n)*:'ப்பிஸ்ட்டன் / a strong circular plate fitted into the base of a cylinder in which it works up and down, உந்துத் தண்டு.

pit/pit/*(n)*:ப்பிட் / a hole dug in the ground, நிலத்தில் ஏற்படும் (அ) தோண்டப்படும் குழி, பள்ளம்; the seats in the ground floor of a theatre, காட்சி அரங்கத்தில், நிலத்தளத்தில் உள்ள இருக்கைகள். **pit of one's stomach**: hollow place just above the stomach and below the chest, where the feeling of fear is felt, மார்புக் குழி, அச்ச உணர்வு ஏற்படும் இடம். **pit**(*v.t*); to make holes in, பள்ளம் ஏற்படுத்து; to dig holes in, குழி தோண்டு; to bury, குழிதோண்டிப் புதை; to set in opposition or combat, சண்டையிடத் தயார் செய், தயாராகு. • *In the combat, he is* **pitted** *against one of superior strength.* to set animals in a pit for fighting, சண்டையிடுவதற்கு விலங்கு களைத் தயார் செய்.

pitch/pitʃ/*(n)*:ப்பிச் / a kind of thick material very much like black tar, நீலக் கீல்; the space between wickets in cricket, கிரிக்கெட்டில் பந்து எறிபவருக்கும், பந்து அடிப்பவருக்கும் இடையிலுள்ள தரைப் பகுதி; the highest or the lowest point of a musical note, இசைத்தொனியின் செறிவு (அ) உயர்வு வளமை; the way of bowling, பந்தெறியும் வகை. **pitch-dark**: very dark, மையிருட்டு. **to pitch upon, to pitch on**: to decide with no proper thinking, சற்றும் யோசிக்காமல் தீர்மானம் செய்; to plunge forward, திடீரென முன்னேறு; to fix a tent, கூடாரம் அமை. **pitch**(*v.t-v.i*): to fix or erect something in the ground, நிலத்தில் நிறுத்து, முளையை அடித்துக் கூடாரம் ஏற்படுத்து. • *The scouts* **pitched** *their camp by the river.* to throw, to allow a particular key (in music), சுருதி கூட்டு, சுருதி சேர். • *The song is not* **pitched** *too high for my voice.* to set in order, வரிசைப்படுத்து, ஒழுங்குபடுத்து. **pitch**(*n*): a relative point, position or degree, செயலில் ஒரு கட்டம்.

pitch-er/'pitʃə*/*(n)*:ப்பிச்சஅ* / a jug with handle, பிடியுள்ள ஒரு ஜாடி; (in baseball) a bowler, பந்து எறிபவர்; a sharp instrument used for digging, கடப்பாரை; a stone that is particularly used for flooring, தளம் போடப் பயன்படும் ஒருவகைக் கல்.

pitch-fork/'pitʃfɔ:k/*(n)*:ப்பிச்ஃபோ:க் / a long handled fork for manually lifting, தூக்குவதற்குப் பயன்படும் கவைக் கொம்பு. **pitchfork**(*v.t*): throw with a pitch-fork: கவைக் கொம்பால் தூக்கியெறி.

pit-e-ous/'pitiəs/*(adj)*:ப்பிட்டியஅஸ் / full of pity, இரக்கம் நிறைந்த. • *The* **piteous** *cry of starving men is there in every place of the world.* **piteously**(*adv*), **piteousness** (*n*).

pit-fall/'pitfɔ:l/*(n)*:ப்பிட்ஃபோ:ல் / a fall, வீழ்ச்சி; a trap, ஒரு பொறி, படுகுழி; difficulty, அபாயம். • *Politicians avoid political* **pitfalls** *cunningly.*

pith/piθ/*(n)*:ப்பித் / a spongy white substance found in the stem of trees, மரச்சோறு; energy, ஆற்றல். **pith**(*v.t*): to remove the pith from plants, மரச்சோற்றை செடிகளினின்று அகற்று; to slaughter by severing the spinal cord of an animal, ஒரு விலங்கின் முதுகெலும்பைத் துண்டித்துக் கொல்.

pit-i-able/'pitiəbl/*(adj)*:ப்பிட்டியஅப்:ல் / arousing pity, இரக்கம் ஏற்படும்படியாக உள்ள; full of pity, இரக்கம் நிறைந்துள்ள. **pitiably** (*adv*).

pit-i-ful/'pitiful/*(adj)*:ப்பிட்டிஃபுல் / exciting pity, இரக்கம் தூண்டக்கூடிய; miserable, மிக்க துயர் நிலையிலுள்ள.

pit-i-less/'pitilis/*(adj)*:ப்பிட்டிலிஸ் / merciless, இரக்கமில்லாத. **pitilessly** (*adv*).

pit-tance/'pitəns/*(n)*:ப்பிட்டஅன்ஸ் / totally inadequate amount, மிகவும் குறைவான

தொகை; very very small allowance, கருணைப்படி, இரக்கப்படி; dole, பிச்சை.

pi-tu-i-ta-ry/pi'tjuitəri/*(adj)*:ப்பிட்யூட்டரி / pertaining to or secreting phlegm, கோழையை உருவாக்குகின்ற தன்மையுள்ள.

pit-y/'piti/*(n)*:ப்பிட்டி / a feeling of sympathy for fellow beings who are in distress, இரக்க உணர்ச்சியுடன் இருத்தல். **pity**(*v.t*): to have pity for, to feel pity for, இரக்கம் காட்டு, இரக்க உணர்ச்சி கொள். • *It is better to be envied than to be* **pitied**.

piv-ot/'pivət/*(n)*:ப்பிவஅட் / the central pin round which something turns, சுழலச்சு; the centre on which something depends, தாங்கும் தன்மையுள்ள முனை; crucial or essential person, முக்கியமான மனிதர். • *The* **pivot** *of her life is her only son.* **piv-ot-al**/'pivətl/*(adj)*:ப்பிவஅட்டஅல் / of a pivot (a pivotal event), அச்சு பற்றிய; crucial, முக்கியமான. **pivot**(*v.t-v.i*): to turn on or as on a pivot, அச்சில் சுழல்; to turn round as on a pivot, அச்சில் இருப்பது போல் சுழல்.

pix/'piks/*(n)*:ப்பிக்ஸ் / of pictures, படங்கள் பற்றிய.

pix-y/'piksi/*(n)*:ப்பிக்ஸி / a fairy, ஒருவகை தேவதை.

place/pleis/*(n)*:ப்லெய்ஸ் / an open space in a town, village, ஒரு கிராமம் (அ) நகரம் இவற்றில் உள்ள திறந்தவெளி; a portion of space, வெளியின் ஒரு பகுதி, இடத்தின் ஒரு பகுதி; a dwelling or home, இருப்பிடம் (அ) வீடு. • *This is the* **place** *where the accident happened.* a seat or accommodation in theatre, train, at table, etc., அரங்கம், இரயில் வண்டி, விருந்து முதலியவற்றில் இருக்கை (அ) இடவசதி. • *Please reserve a* **place** *for me in the train.* position in the first three in a race, ஓர் பந்தயத்தில் முதல் மூன்றில் உள்ள ஓர் இடம். • *She got the first* **place** *in the race.* **place**(*v.t*): to put in any place, ஒரு இடத்தில் வை. • *Please,* **place** *the apparatus carefully on the table.* to induct, துவக்கம் செய், ஒரு ஆரம்பம் ஏற்படுத்து. **placed**(*adj*): having a place, நல்ல இடத்திலுள்ள, உயர் நிலையில் உள்ள; having a position, பதவியுள்ள. **placeless**(*adj*): without place, இடமில்லாமல். **in place of**: instead of, அதற்குப் பதிலாக. **out of place**: not appropriate, சற்றும் பொருத்தமில்லாமல். **in the first place**: mainly, முக்கியமாக. **to take the place**: to be substitute, ஒன்றுக்கு மாற்றாக இருக்கச் செய்.

pla-ce-bo/plə'si:bəu/*(n, sing)*:ப்லஅ'ஸீப:அஉ / **place-bos**(*n, pl*): a substance not containing medicine given to satisfy those patients who do not require any treatment, நோய் உள்ளதாக நினைப்பவரின் திருப்திக்காகத் தரப்படும் மருந்து கலவாத மாத்திரை போன்ற பொருள்.

pla-cen-ta/plə'sentə/*(n)*:ப்லஅ'ஸெண்ட்டஅ / the structure that connects and nourishes the unborn mammal to the womb of its mother, கருவை வளர்க்கும் உடல் அமைப்பு, நச்சுக்கொடி, **placental**(*adj*).

plac-er/pleisə*/*(n)*:'ப்லெய்ஸஅ* / a deposit from which gold or other minerals can be washed and separated, தங்கம் பிரித்தெடுக்கப்படும் பாறைகள் (அ) உறை மணல்கள்.

pla-cet/'pleiset/*(n)*:'ப்லெய்ஸெட் / a vote of consent in an assembly, ஒரு சபையின் அனுமதி ஆணை; papal bull, போப்பாண்டவர் ஆணை.

pla-cid/'plæsid/*(adj)*:'ப்லஆஸிட்: / calm, not easily excited, அமைதியான, எளிதில் உணர்ச்சிவயப்படாத. • *To have* **placid** *disposition is really a virtue for a man.* **placidity**(*n*), **placidness**(*n*), **placidly** (*adv*).

plac-i-tum/plæsitəm/*(n, sing)*: 'ப்லஆஸிட்டஅம் / **placita**(*n, pl*): a decree of a court or any lawful assembly, நீதிமன்ற ஆணை.

plack-et/'plækit/*(n)*:'ப்லஆக்கிட் / a breastplate in an armour, an opening in a skirt for a pocket, மார்புக் கவசம், சட்டைப்பைத் துளை.

plac-o-derm/'plækəu͵dəm/*(adj)*: 'ப்லஆக்கஅஉ͵ட:அ:ம் / covered with bony plate-like material as in some fossil fishes, கல்லினுள் படிந்த படிமம் போல் மூடப்பட்டு இருக்கின்ற. **placoderm**(*n*): a fish covered with bone plate, எலும்புப் படிவத்தினால் மூடப்பட்டுள்ள மீன்.

plague/pleig/*(n)*:ப்லெய்க்: / a deadly contagious disease, ஒருவகை கொடிய தொற்று நோய், கொள்ளை நோய்; nonsense, பொருளற்ற பேச்சு. **plague**(*v.t*): to give trouble to, தொந்தரவு கொடு. • *You are* **plaguing** *me with all your silly questions.* to worry, to annoy,

P

கவலைப்படு, கவலை உண்டாக்கு. • *I am* **plagued** *by my creditors all through the day.* **plaguy***(adj)*: annoying, கவலை உண்டாக்கக்கூடிய; weary and troublesome, தொந்தரவும், தொல்லையும் ஏற்படுத்தக் கூடிய. • *I have a* **plaguy** *pile of debts.* **plaguy***(adv)*: excessively, அளவுக்கு அதிகமாக. • *The place is* **plaguy** *hot.*

plaice/pleis/*(n)*:ப்லெய்ஸ் / edible flat fish, உண்ணக்கூடிய தட்டை மீன்.

plaid/plæd/*(n)*:ப்லஆட் / any fabric woven of differently coloured yarns having a pattern of squares, பல வண்ண நூல்கள் கொண்டு பின்னப்படும் சதுர அமைப்புகள் கொண்ட துணி.

plain/plein/*(n)*:ப்லெய்ன் / very clear, மிகத் தெளிவாக இருத்தல்; obvious, வெளிப் படையாகத் தெரியும் வண்ணம் இருத்தல்; simple and artless, எளிமையாக, கவர்ச்சி சிறிதும் இல்லாதிருத்தல்; without lines, கோடுகள் இல்லாதிருத்தல்; undoubted, சற்றும் ஐயம் இல்லாமலிருத்தல். • *It is* **plain** *foolishness to spend all money on wine.* **plain-speaking***(adj)*: outspoken, கள்ளமில்லாத, வெளிப்படையாகப் பேசும் தன்மையுள்ள. **plain-speaking***(n)*: the state of being frank, கள்ளமில்லாது பேசும் குணம்; the condition of being plain in speaking, ஒளிவு மறைவின்றிப் பேசும் தன்மை. **plain-spoken**: direct, honest often in a rough manner, நேர்மையாக, உண்மையாக, முரட்டுத்தனமாக; blunt, சற்றும் ஒளிவு-மறைவு இல்லாத.

plaint/pleint/*(n)*:ப்லெய்ன்ட் / lamentation, அழுகையும், புலம்பலும்; a complaint, குற்றச்சாட்டு, முறையீடு.

plain-tiff/'pleintif/*(n)*:'ப்லெய்ன்ட்டிஃப் / the person who complains, வழக்குத் தொடுப்பவர். *opp*: defendant.

plain-tive/'pleintiv/*(adj)*:'ப்லெய்ன்ட்டிவ் / full of sorrow, துயரம் நிறைந்துள்ள. • *It is a* **plaintive** *love song.* **plaintively***(adv)*, **plaintiveness***(n)*.

plait/plæt/*(v.t)*:ப்லஆட் / to fold, மடித்தலைச் செய்; to interlace, பின்னுதல் செய். • *Hers is a* **plaited** *hair.* **plait***(n)*: a length of hair, தலைப்பின்னல். • *Modern girls do not like to wear* **plaits**.

plan/plæn/*(n)*:ப்லஆன் / a programme, ஒரு செயல் திட்டம்; a drawing of a building, நிலப்படம் (அ) கட்டடத்தின் வரைபடம்; a diagram, ஒரு வரைபடம்; a way of doing, செயல்வழி; procedure, திட்டம், ஏற்பாடு; a sketch, குறிப்புப்படம்; a secret programme, ஓர் இரகசியத் திட்டம். • *The spies are after the secret* **plans** *of the government to nab the militant.* **plan***(v.t)*, **planned, planning**: to make a plan, திட்டம் வரை; to draw a scheme, ஏற்பாடு செய்; to scheme, ஒரு செயல் திட்டம் தீட்டு. • *I* **plan** *so many things to make money, but I do not succeed.*

planch/'pla:ntʃ/*(n)*:ப்லாஞ்ச் / a metal slab, ஓர் உலோக வில்லை; baked clay or stone, கல் வில்லை, சுட்ட களிமண்.

plane/plein/*(n)*:ப்லெய்ன் / *abbr.* aeroplane, ஆகாய விமானம்; a level surface, சமதளம், மட்டப் பரப்பு; a carpenter's tool for making surface smooth, இழைக்கும் கருவி, இழைப்புளி; a kind of tree with broad leaves, அகன்ற இலையுள்ள ஒரு மரவகை. **plane***(v)*: to smooth, இழைப்பாக்கு, மட்டம் செய்; to level, சமமாக்கு. **plane** *(adj)*: flat and level, மிகச் சமமாக உள்ள; smooth, நன்கு இழைக்கப்பட்டுள்ள.

plan-et/'plænit/*(n)*:'ப்லஆனிட் / a heavenly body going round the Sun, சூரியனைச் சுற்றும் ஒரு கோள். **planetary***(adj)*. **plan-e-tar-i-um**/ˌplæni'teəriəm/*(n)*: ˌப்லஆனி'ட்டஏரியம் / a demonstration model of the planetary system, கோள்களின் அமைப்பு விளக்க மாதிரி; a set up that gives a visual projection of the planetary system, கோள்களின் அமைப்பைப் படம் பிடித்துக் காட்டும் கருவி; the place where the device is put up, இக்கருவி இருக்கும் இடம்.

plank/plæŋk/*(n)*:ப்லஆங்க் / a flat piece of timber, மரப் பலகை; the work/programme of political party, ஓர் அரசியல் கட்சியின் செயல் திட்டம். **plank***(v.t)*: to provide with planks, பலகை போடு.

plant/pla:nt/*(n)*:ப்லான்ட் / a member of the vegetable kingdom, செடியினம், தாவரம்; fixtures, அமைப்பு; a heavy machinery, இயந்திர அமைப்பு, இயந்திரத் தொகுதி. **plant***(v.t)*: to fix to the ground, தரையில் ஊன்று. • *She has* **planted** *many trees in the garden.* to establish, நிலைநாட்டு; to start, துவக்கம் செய்; to fix firmly, நிலை நிறுத்து; conceal something, ஏதாவது ஒன்றை மறைத்து வை. • *The militants choose the passenger planes to* **plant** *bombs in order to kill the passengers.*

P

plan-tain/ˈplæntin/*(n)*:ˈப்லான்ட்டின் / a tropical tree bearing banana fruits, வாழை மரம்.

plan-ta-tion/plænˈteiʃn/*(n)*: ப்லஜன்ட்ˈடெய்ஷஅன் / land area where plants like coffee, tea, etc., are grown, காப்பி, தேயிலை போன்றவை பயிரிடப்படும் பண்ணை; a grove, தோப்பு; an establishment, colony, நிறுவனம், குடியிருப்புத் தொகுதி.

plant-er/pla:ntə*/*(n)*:ப்லான்ட்டஅ* /a person who cultivates soil, பயிரிடுவோர்.

plaque/pla:k/*(n)*:ப்லாக் (æ) / a metal tablet, பெயர்ப்பலகைத் தகடு, பெயர்ப்பலகைக் கல்.

plash/plæʃ/*(n)*:ப்லஜஷ் / a pool, குட்டை, சிறு நீர்த்தேக்கம்; the sound produced by a body when it falls in water or water on the body, தண்ணீரில் ஒரு பொருள் விழும் பொழுதோ (அ) பொருளின் மீது தண்ணீர் விழும்போதோ ஏற்படும் ஒலி. **plash***(v.t-v.i)*: to dabble in water, நீரில் அளை. **plashy***(adj)*: full of water, நீர் நிறைந்துள்ள; marshy, சகதியுள்ள.

plas-ma/ˈplæzmə/*(n)*:ˈப்லஜஸ்:மஅ / the colourless liquid part of blood having no corpuscles, சிவப்பு, வெள்ளை அணுக்கள் இல்லாத இரத்தத்தின் நிறமற்ற திரவப் பகுதி; green quartz, பச்சைக் கல்.

plas-ter/ˈpla:stə*/*(n)*:ˈப்லாஸ்ட்டஅ* / a sticking linen of medicinal substance used for healing wounds, காயங்களை ஆற்றக் கூடிய மருந்துத் துணி. • *We have sticking* **plaster** *to protect small wounds.* a mixture of lime, sand and water, சுண்ணாம்புச் சாந்து காரைப் பூச்சு, சிமெண்ட் கலவை. **plaster***(v.t)*: to cover with plaster, காரைப்பூச்சு; to apply the medicated linen to the affected part of the body, காயம் பட்ட உடல் பகுதிக்கு, மருந்திட்ட துணியைப் போடு; to cover with plaster, பூச்சு (அ) சாந்து கொண்டு மூடு. • *Walls can be* **plastered** *with wall pictures to make them beautiful.* **plaster of paris***(n)*: a fine white powder for making moulds and for keeping fractured limbs in position, வார்ப்புகள், வடிவங்கள் தயாரிக்கவும், எலும்பு முறிந்த உறுப்புகள் சரியான நிலையில் இருக்கவும், பயன்படும் வெள்ளைச் சாந்து.

plas-tic/ˈplæstik/*(adj)*:ˈப்லாஸ்ட்டிக் / pliable and soft, இணக்கமும், நெகிழும் தன்மையும் உள்ள. *Food items are conveniently packed in* **plastic** *bags now.* adaptable for shaping and moulding, வடிவம், உருவம் அமைக்க உதவும் வகையில் தகையக்கூடிய. **plastic***(n)*: a synthetic resinous substance, நெகிழும் தன்மை உடைய பொருள். **plastics***(n)*: a number of carbon compounds that yield readily for moulding and also set hard, 'கரியை' முக்கிய பகுதியாகக் கொண்ட கூட்டுப் பொருள்கள், வடிவமைத்த பின்பு, மிகக் கடினத்தன்மை அடையக்கூடிய ஒரு கரிமக் கூட்டுப்பொருள் (பிளாஸ்டிக்). • *Many things made of* **plastics** *have come to common use now.* • **Plastic** *money has come into circulation now.*

plate/pleit/*(n)*:ப்லெய்ட் / a thin, flat piece of metal, தட்டு; a flat dish, தாம்பாளம்; a piece of metal with engravings and pictures, எழுத்துக்களும், சித்திரங்களும் வரையப்பட்ட தகடு. **plate***(v.t)*: to cover with a thin coating of some metal, முலாம் பூசுதலைச் செய். • *The ring is gold* **plated**. to cover with steel plates for defence, பாதுகாப்புக்கு உலோகக் கவசம் போடு.

pla-teau/ˈplætəu/*(n, sing)*:ˈப்லஜட்டஅஉ / **plateaus***(n, pl)*: [also **plateaux**]: a table land, பீட பூமி.

plat-form/ˈplætfɔ:m/*(n)*:ˈப்லஜட்ஃபோ:ம் / a raised level or a raised framework for speakers or workmen, பேச்சாளர் பீடம், மேடை, வேலை செய்வதற்கு ஏற்ற மேடை; an elevated stage, உயர் அமைப்பு; the principal policy and programme of a political party, ஓர் அரசியல் கட்சியின் கொள்கை; the programme of a party, ஒரு கட்சியின் செயல் திட்டம்.

plat-i-num/ˈplætinəm/*(n)*:ˈப்லஜட்டினஅம் / a rare heavy metal (white in colour like silver) of high value, வெண்மையான, உயர் மதிப்புள்ள அரிய உலோகம். • *The ring is made of* **platinum**.

plat-i-tude/ˈplætitju:d/*(n)*:ˈப்லஜட்டிட்யூட் / a common-place remark, வெறும் பேச்சு; பொருள் இல்லாத வெறுமையான. • *His speech is full of* **platitudes**. **platitudinous***(adj)*.

pla-toon/pləˈtu:n/*(n)*:ப்லஅˈட்டூன் / a body of soldiers, போர்ப்படைப் பிரிவு; a small infantry, காலாட்படைப் பிரிவு.

plat-ter/ˈplætə*/*(n)*:ˈப்லஜட்டஅ* / a flat, large dish for serving food, உணவுத் தட்டு. **on a platter**: available without much effort to the recipient, உழைப்பு இல்லாமல் பெறும் ஊதியம்.

plat-y-pus/'plætipəs/*(n)*:'ப்லஃட்டிப்பஸ் / a small Australian egg-laying aquatic and burrowing mammal with a beak like a duck. வாத்து போன்று அலகுள்ள நீரின் அருகில் வளைகளில் வாழும் ஆஸ்திரேலியப் பாலூட்டி.

plau-dit/'plɔ:dit/*(n)*:'ப்லொ:டிட் / applause, கை கொட்டி ஆரவாரம் செய்தல்; an expression of approval by clapping hands, கைதட்டிச் சம்மதம் தெரிவித்தல்.

plau-si-ble/'plɔ:zəbl/*(adj)*:'ப்லொ:ஸ:ஒப்:ல் / probable, ஏற்படக்கூடிய; somewhat reasonable, நியாயமானதுபோல் தோன்றுகிற, பகுத்தறிவுக்கு ஏற்றது போல் தோன்றக் கூடிய. • *The director's statement was well received as it sounded* **plausible**. **plausibly***(adv)*, **plausibility***(n)*.

play/plei/*(n)*:ப்லெய் / a sport, விளையாட்டு; a game, கூட்டாக விளையாடுதல்; drama, நாடகம்; jest, களியாட்டம்; musical practice on an instrument, இசைக்கருவி கொண்டு இசை பயிலுதல்; working or striving to get a top place in any field, ஒரு துறையில் முன்னணி பெற முயலுதல். **play***(v.t)*: to pass time doing something pleasantly and excitingly, விளையாட்டில் ஈடுபடு; to join in a game, கூட்டு விளையாட்டில் சேர்; to do something with no care, சற்றும் கவலையில்லாமல் செயல்படு; to make music on an instrument, இசைக்கருவி கொண்டு நாதம் எழுப்பு; to act, நடி; to be continuously in action or to set in action, தொடர்ந்து செயலில் ஈடுபடு, செயலை ஒருமுகப்படுத்தித் துவக்கு. • *She* **played** *her part well.* **to play one against the other**: to cause enmity between each other, ஒருவரை மற்றொருவர் மீது விரோதம் கொள்ளச் செய். **to play a trick**: to manoeuvre, தந்திரம் செய். **to play oneself into other's hands**: act as a pawn, பிறர் கையில் சிக்கி அவர்கள் விருப்பம் போல் செயல்படு. **player** *(n)*: one who plays, விளையாடுபவர்; an actor, நாடக நடிகர்; gambler, சூதாடுபவர்.

playmate/'pleimeit/*(n)*:'ப்லெய்மெய்ட் / one who plays along with another, விளையாட்டில் உடன் விளையாடுபவர்.

playful/'pleiful/*(adj)*:'ப்லெய்ஃபுல் / full of fun, விளையாட்டு மகிழ்ச்சியுள்ள.

playhouse/pleihaus/*(n)*:'ப்லெய்ஹஉஸ் / a house in which plays are acted, நாடக மன்றம்.

play-off/'pleiɔ:f/*(n)*:'ப்லெய:ஃப் / an extra play for breaking a tie, வெற்றி பெற்றவர் யார் என்பதை நிர்ணயிக்க ஆடப்படும் அதிகப்படியான ஆட்டம்.

play-some/'pleisʌm/*(adj)*:'ப்லெய்ஸம் / full of play, விளையாட்டு நிறைந்துள்ள; joyful, மகிழ்ச்சி பொங்கும்படியான.

play-wright/'pleirait/*(n)*:'ப்லெய்ரய்ட் / a dramatist, (also playwriter) a writer of plays, நாடக ஆசிரியர்.

pla-za/'pla:zə/*(n)*:'ப்லாஸ:ə / a public square in a city, நகரச் சதுக்கம்.

plea/pli:/*(n)*:ப்லீ / that which is said in support of a cause, ஒன்றினை வாதம் கொண்டு ஆதரித்தல், கோரிக்கை; an effective answer to a charge, ஒரு குற்றச்சாட்டினை மறுத்துக் கொடுக்கப்படும் பதில்; a law suit, ஒரு வழக்கு, முறையீடு, வழிகாட்டல்; an excuse, சமாதானம், மன்னிப்புக் கோரிக்கை, ஆதாரமில்லாத வாதம்; a prayer full of feeling, முழு மனத்துடன் செய்யப்படும் வழிபாடு. **plead**/pli:d/*(v.t-v.i)*:ப்லீட் / **pleaded, pleading**: to speak in a court of law for or against, வழக்கு உரை; to try to persuade, ஒரு நிலையை ஆதரித்து, அதற்காகப் பரிந்து பிறரிடம் பேசு. **plead-er**/pli:də*/*(n)*: ப்லீட:ə* / an advocate, வழக்குரைஞர். **plead-ing**/'pli:diŋ/*(adj)*:ப்லீடிங் / supporting by arguments, ஒரு நிலையை ஆதரித்து வாதம் செய்கின்ற.

pleas-ant/'pleznt/*(adj)*:'ப்லெஸ்:ன்ட் / giving pleasure to, இனிமையாகச் செயல் படுகின்ற; agreeable, இசைந்ததாக உள்ள. *Life is full of* **pleasant** *surprises.*

please/pli:z/*(v.t-v.i)*:ப்லீஸ் / to give pleasure to, இனிமையாகச் செயல்படு; to consider properly, சரியான ஆலோசனை செய்; to satisfy, மனநிறைவளி; to think fit, தக்கதெனக் கருது. • *The judge is* **pleased** *to discharge the accused.* **pleasure***(n)*: the feeling of being pleased, இனிமையாக இருக்கும் தன்மை. **pleasantry***(n)*: a lively and merry word or act, இனிமையாக இருத்தல் (அ) பேசுதல். **pleasing***(adj)*, **pleasurable***(adj)*. **pleasure ground**: recreation ground, விளையாட்டுத் திடல்.

ple-be-ian/pli'bi:ən/*(adj)*:ப்லிபீ:யən் / of the common people, சாதாரண மக்கள் பற்றிய.

pleb-is-cite/'plebisit/*(n)*:'ப்லெபி:ஸிட் / a decision by the votes of the people who are qualified to vote, பொது மக்கள் வாக்கெடுப்புக் கணித்தல், குடிமக்களின் வாக்களிப்பினால் முடிவெடுக்கும் முறை.

pledge/pledʒ/*(n)*:ப்லெஜ் / a definite assurance or promise or security that something will take place, வாக்குறுதி. • *Members made a firm* **pledge** *to root out corruption in public life.* bail, பிணையம்; surety, அடகு, ஈடு. **pledge***(v.t)*: to make sure, உறுதிப்படுத்திக்கொள்; to pawn, அடகு வை; to give as security, பிணையமாக வை; to promise, வாக்குறுதி கொடு. • *The members* **pledged** *to support the Prime Minister.*

ple-na-ry/'pli:nəri/*(adj)*:'ப்லீனəரி / full, முழுவதுமான; complete, நிறைந்துள்ள; entire, முழுவதும், சற்றும் குறையாத. • *All members should attend the* **plenary** *session of the party.*

plen-i-po-ten-tia-ry/ˌplenipəu'tenʃəri/ *(adj)*:ˌப்லெனிப்əஉ'ட்டென்ஷəரி / powerful, அதிகாரமுள்ள; full of powers, முழு அதிகாரமுள்ள. **plenipotentiary** *(n)*: a person *esp.* a diplomat having full of official powers to transact business, செயல்பட முழு அதிகாரம் பெற்ற அரசுத் தூதுவர். • *A minister is a* **plenipotentiary** *who has all powers to do business with foreign countries.*

plen-ty/'plenti/*(n)*:'ப்லென்ட்டி / full of supply, நிறைவு, முழுமையான அளவு; abundance, மிக அதிகம். **plen-te-ous**/'plentjəs/*(adj)*: 'ப்லென்ட்டியəஸ் / having plenty, மிகவும் நிறைந்துள்ள. **plentiful***(adj)*, **plentifulness** *(n)*.

ple-num/'pli:nəm/*(n, sing)*:'ப்லீனəம் / **plena***(n, pl)*, [also **plenums**]: the whole of space or place regarded as being filled with matter, ஓர் இடம் முற்றிலும் நிறைந்து இருக்கும் நிலை, தன்மை: *opp*: vacuum.

ple-o-nas-m/'pliəunæzəm/*(n)*: 'ப்லீயəனஃஸ:əம் / use of more words than necessary to express an idea, ஒரு கருத்தை வெளியிடுவதற்கு, தேவைக்கு அதிகமான வார்த்தைகளைப் பயன் படுத்துதல். (eg. enclose herewith)

pleth-o-ra/'pleθərə/*(n)*:'ப்லெத்தəரə / overfullness, மிகைப்பாடு; the state of too much of anything, ஏராளம்; blood having more red corpuscles, மிக அதிகமாக செவ்வணுக்கள் நிறைந்த இரத்தம்.

pleu-ra/'pluərə/*(n)*:'ப்லுəரə / a thin membrane covering the lungs, நுரையீரல்களை மூடியிருக்கும் மெல்லிய சவ்வு.

pleu-ri-sy/'pluərəsi/*(n)*:'ப்லுəரிஸி / inflammation of the pleura, நுரையீரல் சவ்வழற்சி, நுரையீரலை மூடியிருக்கும் சவ்வில் நீர் நிறைவதால் ஏற்படும் நோய்.

pli-a-ble/'plaiəbl/*(adj)*:ப்லயəப்:ல் / that can be bent with ease, எளிதில் வளையும் இயல்புடைய; easily yielding, இணக்கமுள்ள.

pli-ers/'plaiəz/*(n)*:ப்லயəஸ் / pincers having long jaws, குறடு, சாமணம்.

plight/plait/*(n)*:ப்லய்ட் / a state of risk, அபாயம் நிறைந்த மோசமான நிலை; that which is pledged, அடகு வைத்த பொருள்; security, அடமானம். **plight***(v.t)*: to pledge, பணயம் வை; to bind oneself, கட்டுப்படுத்திக்கொள், ஏதோ ஒன்றினைச் செய்வதாக உறுதி கொள்; to engage or promise வாக்குறுதி கொடு, ஒப்பந்தம் செய்துகொள்.

plim-solls/'plimsəls/*(n, pl)*:'ப்லிம்ஸəல்ஸ் / rubber soled, cheap canvas shoes, அடிப்பகுதி ரப்பரால் அமைந்த புதை செருப்பு.

plinth/plinθ/*(n)*:ப்லிந்த் / the lowest part of the base of a column or pillar, தூணின் அடிப்பீடம்; the square base at the bottom of a wall, ஒரு கிணற்றின் அடிப்பக்கச் சதுரப் பரப்பு. **plinth area**: area of the lower slab, கீழ்ப் பரப்பு.

plod/plɔd/*(v.t-v.i)*:ப்லɔட் / **plodded, plodding**: to work hard with no rest, ஓய்வில்லாமல் செயல்படு; to study continuously without stopping, நிறுத்தாமல் படித்துக்கொண்டிரு; to walk on slowly and steadily, மெதுவாக, நிதானமாக நடந்து செல். **plod***(n)*: hard, unceasing work, இடைவிடாது செய்யப்படும் கடின வேலை. **plod-der**/plɔdə*/*(n)*:'ப்லɔட:ə* / one who works very hard, கடின உழைப்பாளி.

plot/plɔt/*(n)*:ப்லɔட் / a small piece of land or ground, மனையிடம்; a secret plan, ஒரு சதித் திட்டம்; a plan to betray, ஒரு சூழ்ச்சி

செய்ய ஏற்பாடு; the main story of a play or a novel, ஒரு நாடகம் (அ) புதினத்தின் முக்கிய கரு, முக்கிய கதை, கருப்பொருள். • *The* **plot** *of the story is somewhat complicated.* **plot***(v.t)*, **plotted, plotting**: to make a plan of, திட்டமிடு; to contrive, சதி செய். • *Many people are* **plotting** *against me.* to divide into plots, மனைகளாகப் பகுத்துப் பிரி.

plough/plau/*(n)*:ப்லஉ / an agricultural implement to turn up the soil, கலப்பை, ஏர். **plough***(v.t-v.i)*: to turn up soil with a plough, கலப்பை கொண்டு உழுதல் செய். **to plough the sand**: to waste time and energy, நேரம், சக்தி இவற்றை வீணாக்கு.

plough-share/'plauʃeə*/*(n)*:'ப்லஉஷஏə* / the part of a plough that makes furrows on the ground, உழுகின்ற ஏர்ப்பகுதி, ஏர்க்கொழு.

plov-er/'plʌvə*/*(n)*:'ப்லவə* /a common wading bird, குருவியினப் பறவை.

pluck/plʌk/*(v.t-v.i)*:ப்லக் / to pull out quickly, வேகமாகப் பிடுங்கு; to strip off, உரி, பறி, இழு; to gather, சேகரி; to pick, பொறுக்கி எடு. • **Pluck** *at the golden leaves, never waver.* **pluck***(n)*: the act of pulling out, பிடுங்கும் செயல்; a sense of great courage and self-confidence, மிக்க தைரியமும் தன்னம்பிக்கையும் கொண்டிருத்தல். **plucky***(adj)*: having fine spirit of action, நல்ல செய்திறனும், வேகமும் கொண்டுள்ள. **pluckiness***(n)*.

plug/plʌg/*(n)*:ப்லக்: / a piece of wood used to fill a gap or hole, அடைப்பு முளை; a wedge, ஆப்பு; a stopper, அடைப்பான்; a device to get electrical connection, மின்னிணைப்பு ஏற்படுத்த ஓர் அமைப்பு. **plug***(v.t-v.i)*: to stop with a plug, அடைப்புப் போடு; to apply a plug, அடைத்து வை. • *The hole in the barrel has to be* **plugged** *immediately.* **to plug in**: to connect to a supply of electricity with a plug, மின்னிணைப்புக் கொடு.

plum/plʌm/*(n)*:ப்லம் / a kind of fruit tree, ஒரு வகைப் பழ மரம்; it's fruit, அதன் பழம்; the best, the choicest, மிகச் சிறந்தது; the best of its kind, அதன் வகையில் மிகச் சிறந்த ஒன்று.

plum-age/'plu:midʒ/*(n)*:'ப்லூமிஜ் / the feathers of a bird, இறகு, தோகை.

plumb/plʌm/*(n)*:ப்லம் / / a weight of lead on a cord to test whether something (like wall) is perpendicular, சுவர் போன்றவை செங்குத்தாக இருக்கின்றதா என்பதைச் சோதிக்கப் பயன்படும் நூற்குண்டு; the weight attached to a cord, நூலில் தொங்கவிடப்படும் குண்டு; a test for finding the depth of water, நீரின் ஆழம் காணப் பயன்படும் சோதனை. **plumb** *(adj)*: vertical, செங்குத்தான. **plumb** *(adv)*: vertically, செங்குத்தாக, நேராக. **plumb***(v.t-v.i)*: to test with a plumb, நூற்குண்டினால் சோதித்துப் பார்; to measure the depth of sea, கடலின் ஆழம் காண்; to carry on the work of a plumber, குழாய்களைச் சீர் செய்; to examine very carefully in order to understand thoroughly, நன்கு புரிந்து கொள்ளும்படி தீவிரமாகப் பரிசீலனை செய்.

plum-ba-go/plʌm'beigəu/*(n)*: ப்லம்'பெ:ய்க:əஉ / black lead, காரீயம்; graphite, கிராஃபைட், ஒருவகைத் தாதுப் பொருள்; carbon, ஒருவகைக் கரி.

plumb-er/plʌmə*/*(n)*:'ப்லம்ப:ə* / a worker who attends to water-pipes etc., நீர்க்குழாய்களைச் சரி செய்பவர்; a worker in lead, காரீயம் கொண்டு தொழில் செய்பவர்.

plumb-line/'plʌmlain/*(n)*:'ப்லம்லய்ன் / the line on which a plumb is hung, தூக்கு நூல், குண்டு தொங்கும் நூல் வரிசைக் கோடு.

plume/plu:m/*(n)*:ப்லூம் / a feather as an ornament to beautify, அழகுபடுத்த ஆபரணமாகப் பயன்படும் இறகு. **plume** *(v.t)*: to adorn with plumes, இறகுகள் கொண்டு அழகுபடுத்து; to strip off feathers, இறகுகளை நீக்கு.

plum-met/'plʌmit/*(n)*:'ப்லமிட் / the pendulum weight, ஊசல் குண்டு; a weight for measuring depth of water etc., நீரின் ஆழம் காணப் பயன்படும் தூக்குக் குண்டு.

plump/plʌmp/*(adj)*:ப்லம்ப் / straight, நேரான; fleshy, சதைப்பற்றுள்ள; round, உருண்டையான; having no hesitation, தயக்கம் சற்றும் இல்லாத. **plump***(adv)*: bluntly, ஒளிவு மறைவு இல்லாத; fall down heavily, கீழே விழும்படியான. **plump***(v.t-*

v.i): to drop, விழு; to plunge, மூழ்கு; to fall suddenly, திடீரென்று விழும்படி செய்; to fall straight down, நேராகக் கீழே விழு. **plump**(*v.i*): to give all one's votes to a single person, ஒருவருக்கு மட்டும் தன் எல்லா வாக்குரிமைகளையும் அளி.

plun-der/'plʌndə*/(*n*):ப்லண்டːə* / seizing property by force, கொள்ளையடித்தல்; booty, கொள்ளையடிக்கப்பட்டவை; spoils of war, போரில் கொள்ளை அடிக்கப்பட்டவை. **plunder**(*v.t*): to rob, கொள்ளையடி; to pillage, சூறையாடு. • *The victorious army* **plundered** *the town.* • *Gangsters* **plundered** *the godown and took all goods with them.*

plunge/plʌndʒ/(*n*):ப்லஞ்ஜ் / an act of plunging, அமிழ்த்துதல்; dive, நீரில் பாய்தல். **plunge**(*v.t-v.i*): to dive, நீரில் பாய்; to dash forward, வேகமாக முன்னேறு; to cast or to fall into water suddenly, எறி (அ) திடீரென்று நீரில் விழு. • *He* **plunged** *into the tank.* **to plunge into something**: to begin suddenly or hastily, திடீரெனத் துவக்கு. **to take a plunge**: to take a decision after a long time of suspense, பல நாள் நிச்சயமின்மைக்குப் பிறகு நல்ல முடிவு எடு.

plu-ral/'pluərəl/(*adj*):'ப்லுஅரஅல் / more than one, ஒன்றுக்கு மேற்பட்ட; a form in grammar that refers to more than one, இலக்கணத்தில் ஒன்றுக்கு மேற்பட்டதைக் குறிக்கும் சொல், பன்மை.

plu-ral-ist/'pluərəlist/(*n*):'ப்லுஅரஅலிஸ்ட் / a person who holds or administers more than one office, பல பதவிகளை வகிக்கும் ஒருவர் (அ) பல அலுவலகங்களை ஒரே சமயத்தில் நிர்வகிப்பவர்.

plu-ral-i-ty/ˌpluə'rælәti/(*n*):ப்லுஅ'ரஆலிட்டி / the state or condition of being plural, பன்மையாயிருக்கக்கூடிய.

plus/plʌs/(*adj*):ப்லஸ் / with the addition of, அதிகமான, மிகுதியான, கூடுதலான; having the 'plus' sign (+) before, முன்னால் கூட்டல் குறியுள்ள; positive (in electrical), மின்சாரத்தில் நேர் தன்மையுள்ள. **plus** (*prep*): with the addition of, அதிகமான, கூடுதல் தன்மை. **plus**(*n*): the sign of 'addition', கூட்டல் குறி; excess quantity of number, அதிக அளவு (அ) அதிக எண்ணிக்கை.

Plu-to/'plu:təu/(*n*):'ப்லூட்டஅஉ / ninth planet orbiting round the Sun, 'புளூட்டோ' என்னும் கோள்.

plu-toc-ra-cy/plu:'tɔkrəsi/(*n*): ப்லூ'ட்டாக்ரஅஸி / a state whose rulers are the rich and the wealthy, முதலாளித்துவ ஆட்சி. **plutocrat** (*n*), **plutocratic**(*adj*).

plu-to-l-at-ry/'plu:tələtri/(*n*): 'ப்லூட்டஅலஅட்ரி / the state of worshipping wealth, பணத்தைக் கடவுளாக கொண்டாடும் நிலை.

plu-to-no-my/'plu:tɔnəmi/(*n*): 'ப்லூட்டானஅமி / the science of making wealth and its distribution, செல்வம் உண்டாக்குதலும், அதைப் பகிர்தலும் தொடர்பான இயல்.

plu-vi-al/'plu:vjəl/(*adj*):'ப்லூவ்யஅல் / of rain, rainy, மழை தொடர்பான, அதிக மழையாக உள்ள.

plu-vi-o-met-er/plu:viɔmitə*/(*n*): ப்லூவியாமிட்டஅ* / a rain-gauge, மழை அளக்கும் கருவி.

plu-to-ni-um/plu:'təuniəm/(*n*): ப்லூ'ட்டஅஉனியஅம் / an element used in atomic power, அணுசக்தியில் பயன்படும் ஒரு தனிமம்.

ply/plai/(*v.t*):ப்லய் / **plied, plying**: to make use of, பயன்படுத்து; to carry on, செயல்பட்டுக்கொண்டிரு; to work steadily at, நிதானமாக வேலை செய்; to go to and fro, இங்கும் அங்கும் செல். **ply**(*n*): a fold, ஒரு மடிப்பு; a plait, ஒரு பின்னல்; a bend, ஒரு வளைவு; a turn, ஒரு திருப்பம்.

ply-wood/'plaiwud/(*n*):'ப்லய்உட் / strong thin board set together tightly, ஒட்டுப்பலகை.

pneu-mat-ic/nju:'mætik/(*adj*):ந்யூ'மட்டிக் / by action of wind, or air, காற்று வேகம் (அ) காற்றினால் செயல்பட்டுக்கொண்டுள்ள; acting by means of air or wind, காற்று (அ) காற்று வேகம் முதலியவற்றால் செயல்பட்டுக்கொண்டுள்ள; working by air, காற்றினால் இயங்குகிற. **pneumatically**(*adv*), **pneumatics**(*n*): science dealing with mechanical properties of air and other fluids, காற்று இயல்.

pneu-mo-ni-a/nju:'məunjə/(*n*): ந்யூ'மஅஉன்யஅ / inflammation caused in the substance of one or both lungs, ஒன்று (அ) இரண்டு நுரையீரல்களின் உட்பொருள் பாதிக்கப்பட்டிருத்தல். • **Pneumonia** *affects one who goes out in the snow without proper protection.*

P

pneu-mo-co-ni-o-sis/ˌnju:məukəuniˈəusis/*(n)*: ந்யூˈமஒக்கஒஉன்யாஒஸிஸ் / a lung disease, ஒருவகை நுரையீரல் நோய்.

poach/pəutʃ/*(v.t-v.i)*:ப்பஒஉச் / to cook eggs without shell in boiling water, முட்டையை ஓடு நீக்கித் தண்ணீரில் வேக வை; to obtain some advantage by crooked methods, குறுக்கு வழியில் ஆதாயம் தேடு. **poach**(*v.t*): to encroach, சட்ட விரோதமாக நிலத்தை ஆக்கிரமி; to catch or shoot animals, birds, fish, etc. without permission on private lands, தனியார் நிலத்தில் உத்தரவின்றி வேட்டையாடு, விலங்குகளைக் கொல்; to use unfairly, நியாயமற்ற முறையில் பயன்படுத்து. • *Our programmes and business propositions are being* **poached** *by our rivals.*

pock/pɔk/*(n)*:ப்பாக் / eruption or spots on the skin, தோலில் ஏற்படும் கொப்புளம்.

pock-et/ˈpɔkit/*(n)*:ˈப்பாக்கிட் / a pouch, சட்டைப் பை; any inside arrangement in a garment, ஆடையில் உள்ள உட்பை; place or field of influence or power, அதிகாரம் (அ) ஆக்கிரமிப்புப் பகுதி (அ) இடம். **pocket**(*v.t*): to put into a pocket, பையில் போடு; to hide, திருட்டுத்தனமாக மறை. **to pocket the insult**: to bear patiently any harm or suffering especially caused by others, பிறரால் ஏற்படும் அவமானத்தையும், அவதூறுகளையும், பொறுமையாகத் தாங்கிக் கொள். • *Politicians are capable of* **pocketing the insults**. **pocket-money**(*n*): money allowed to someone for occasional expenses, கைச் செலவுக்காகக் கொடுக்கும் பணம்.

pod/pɔd/*(n)*:ப்பாட்: / seed case of leguminous plants, விதையுறை, விதைத்தோல், கோசம், உறை, கோது; cocoons of silkworms, பட்டுப் புழுவின் கூடு; shell, ஓடு; a herd of seals or whales, ஸீல் (அ) திமிங்கலக் கூட்டம். **pod**(*v.t*), **podded, podding**: to take beans, peas, etc. from their pod before cooking, சமைப்பதற்கு ஏற்றவாறு, விதைகளின் தோலை அகற்று.

podge/pɔdʒ/*(n)*:ப்பாஜ் / a short fat person, குண்டாகவும், குட்டையாகவும் உள்ள ஒருவர். **podg-y**/ˈpɔdʒi/*(adj)*:ˈப்பாஜி / fat and short, தடித்தும், குட்டையாகவும் உள்ள.

po-di-um/ˈpəudiəm/*(n)*:ˈப்பஒஉடிஃயஒம / a raised platform, உயர்மேடை; an arena in the middle of an amphitheatre, அரங்கத்தின் முக்கிய பகுதி.

poem/ˈpəuim/*(n)*:ˈப்பஒஉயஒம் / a metrical composition in prose or verse, செய்யுள், பாடல், கவிதை. • *A* **poem** *is both experience and imagination.* **po-et**/ˈpəuit/*(n)*:ˈப்பஒஉயிட் / a person having creative skills to write poems and verse, கவிஞர். • *A* **poet** *admires even minute things aesthetically.* **poetic**(*adj*), **poetical**(*adj*), **poetically**(*adv*). **po-et-ry**/ˈpəuitri/*(n)*:ˈப்பஒஉயிட்ரி / the art and work of a poet, செய்யுள், கவிதை, புலமை, ஒரு கவிஞனின் கலை, ஒரு கவிஞனின் புலமை.

poi-gnant/ˈpɔinjənt/*(adj)*:ˈப்பாய்னஒன்ட் / bitter and painful, மனம் வருந்துகின்ற. • *Do not always think of your* **poignant** *experiences.* pointed and sharp, நெஞ்சை வருடக்கூடிய; keen, உள்ளம் உருக்குகின்ற. **poignancy**(*n*), **poignantly**(*adv*).

point/pɔint/*(n)*:ப்பாய்ன்ட் / a small dot, ஒரு சிறு புள்ளி; the tapering end, முடியும், குறுகும் புள்ளி; a sharp end, கூர் நுனி; the essential matter of an argument, விவாதத்தின் முக்கிய விஷயம்; a special feature, சிறப்புக் குறிப்பு; the main feature, முக்கிய குறிப்பு; a place of meeting, கூடும் புள்ளி, சந்திப்பு. **to the point**: relevant, குறிப்பாக. **point**(*v.t*): to sharpen, கூராகச் செய்; to punctuate, புரியும்படி அடையாளக் குறிகள் இடு; to aim, குறிபார்; to draw/invite attention to, கவனத்தை இழு, மற்றவர் கவனத்தை ஈர்க்கும்படி செய். **to point out**: indicate, சுட்டிக்காட்டு. • *He is always in the habit of* **pointing out** *mistakes in other people's conduct.*

point-blank/ˌpɔintˈblæŋk/*(adj)*: ˌப்பாய்ன்ட்ˈப்:லஆங்க் / horizontal, கிடையாக, கிடை மட்டமாக உள்ள; at close range, மிக அருகில் குறியிடக்கூடிய, குறி வைத்துள்ள; with straight, direct aim, நேரடியாக. • *The former Prime Minister was shot at* **point-blank** *range.* **point-blank**(*adv*): directly, நேராக; near, அருகிலுள்ள; very plainly, மிக வெளிப் படையாக.

point-ed/ˈpɔintid/*(adj)*:ப்பாய்ன்ட்டிட்: / having a sharp point, கூரிய முனையுடன் கூடிய; outspoken, தெளிவாகச் சொல்லக்

P

கூடிய; direct, main, special, chief, etc., நேரிடையாக, முக்கியமாக, தனிச்சிறப்புடைய, தலையாய. • *She looked at her watch in a* **pointed** *manner;* • *I understood it was time to close my lecture.*

point-er/pɔintə*/(*n*):ப்பாய்ன்ட்டə* / that which points, குறி முள்; the hand of clock, கடிகார முள்; a dog trained to scent a game, வேட்டை நாய்.

point-ing/pɔintiŋ/(*n*):ப்பாய்ன்ட்டிங் / punctuation, புரிந்துகொள்வதற்கான நிறுத்தற் குறியிடல்; the act of filling up gaps between the stones in a wall, கற்களுக்கு இடையேயுள்ள இடைவெளியை நிரப்புதல்.

point-less/'pɔintlis/(*adj*):ப்பாய்ன்ட்லிஸ் / with no meaning, அர்த்தமில்லாத, பொருளில்லாத; with no point, கூர்முனை இல்லாத, பொருளற்ற.

points-man/'pɔintsmən/(*n*): ப்பாய்ன்ட்ஸ்மəன் / a person in charge of railway points, இரயில் பாதை இணைப்புகளைக் கண்காணிக்கும் ஊழியர்.

poise/pɔiz/(*n*):ப்பாய்ஸ்: / the state of balance, மனதின் சமநிலை. • *Reading the Gita helps to maintain mental* **poise**. that which causes to maintain balance of mind, மனப்பக்குவம் உண்டாக்கக்கூடியது எதுவோ அது; the state of mind that is not easily upset, மனம் சலனப்படாத நிலை. **poise**(*v.t-v.i*): to balance, சம நிலையில் நிறுத்து; to keep from falling, கீழே விழாமல் நிறுத்து.

poised/pɔizd/(*adj*):ப்பாய்ஸ்:ட் / self assured, தனது திறமையில் நம்பிக்கையுடைய. • *India is* **poised** *for achieving higher economic growth rate.* ready for action, செயலுக்குத் தயாராக உள்ள; in a state of uncertainty, நிச்சயமற்ற நிலையில் உள்ள. • *I am* **poised** *for doing research in parapsychology.*

poi-son/'pɔizn/(*n*):'ப்பாய்ஸ:əன் / that which, when eaten, drunk or breathed causes serious disease or death, நஞ்சு; that which pollutes, or injures mind, மனத்தை மாசு (அ) காயப்படுத்துவது. **poison**(*v.t*): to administer poison, நஞ்சு கொடு; to corrupt, சூழ்நிலையைப் பழுதுபடச் செய்; to destroy happiness of mind, உள்ளத்தின் மகிழ்ச்சியைப் பாழாக்கு, மனநிலையைப் பாதிக்கும்படி செய். • *Modern literature often* **poisons** *the young minds.*

poke/pəuk/(*n*):ப்பəஉக் / a bag or pouch, ஒரு பை (அ) சட்டைப் பை, கோணிப்பை. **poke**(*n*): a thrust, திணிப்பு; a push with something pointed, கூரான ஒன்றைக் கொண்டு தள்ளுதல்; the sharpened point of stick, ஒரு குச்சி போன்ற கருவியின் கூர் நுனி. **poke**(*v.t-v.i*): to thrust, திணி; to push, குத்து; produce a hole, துளை உண்டாக்கு. **poke one's nose into**: to meddle in other people's affair, சம்பந்தமில்லாமல் பிறர் விவகாரங்களில் தலையிடு. • *Do not* **poke your nose into** *other people's business.* to stir with a stick, குச்சியால் கிளறு.

po-ker/'pəukə*/(*n*):'ப்பəஉக்கə* / an iron rod for stirring a fire, தீயைக் கிளறப் பயன்படும் துடுப்பு.

po-lar/'pəulə*/(*adj*):'ப்பəஉலə* / pertaining to the poles, துருவப் பகுதிகளுக்குரிய; relating to the poles of the earth or magnet, பூமியின் துருவங்கள் தொடர்பான (அ) காந்தத் துருவங்கள் பற்றிய. **po-lar-i-ty**/pəu'lærəti/(*n*):ப்பəஉ'லæரிட்டி / the condition of having poles like a magnet, being magnetic in nature, இருமுனைக் காந்தம், காந்தத் தன்மை; having two diametrically opposite views, முற்றிலும் மாறுபட்ட இரு கருத்துக்கள் கொண்ட நிலை. **po-lar-ize**/'pəuləraiz/(*v.t-v.i*):'ப்பəஉலəரய்ஸ்: / to give polarity to, காந்த சக்தியைத் துருவங்களுக்கு ஏற்று; to give definite direction, and dimension to vibrations of light, etc., ஒலி அலைகளுக்கு நிச்சயமான திசையையும், தன்மையையும் ஏற்படுத்து; get magnetized, காந்த சக்தியைப் பெறு; to set at two groups of opposite views, மாறுபட்ட கருத்துக்களை உடைய இரு பிரிவுகளிடையே தற்காலிகமாக ஒற்றுமை ஏற்படுத்து. **polarization**(*n*).

pole/pəul/(*n*):ப்பəஉல் / a long slender piece of wood or metal, கழி, கம்பு; the central point around which something turns, சுழலச்சு; either of the ends of the earth's axis, a meeting point of several lines, one of two opposite points of a magnet in which magnetic power seems to be concentrated, காந்தக் கட்டையின் இரு எதிர்த் துருவங்களில் ஒன்றில் அடர்ந்து இருப்பதாகத் தோன்றும் காந்த சக்தி. **pole**(*n*): a long rod of wood, மரத்தினால் ஆன கொம்பு; the shaft of a two-horse

P

carriage, இரண்டு குதிரைகள் பூட்டிய வண்டியின் நுகக்கால்; a length of $5^1/_2$ yards, $5^1/_2$ கெஜ அளவு.

Pole/pəul/*(n)*:ப்பஉல் / a native of Poland, போலந்து நாட்டவர்.

pole-axe/'pəulæks/*(n)*:ப்பஉலக்ஸ் / an axe with long blade, நீண்ட, வெட்டும் கத்தி கொண்ட கோடரி.

pole-cat/'pəulkæt/*(n)*: 'ப்பஉல்'க்கஉட் / a small dark brown carnivorous animal like a weasel with unpleasant smell, மரநாய்.

po-lem-ic/pə'lemik/ *(adj)*:ப்பஒ'லெமிக் / [also **polemical**]: engaged in or fond of dispute, சர்ச்சையில் நாட்டமுள்ள; always controversial, எப்பொழுதும் விவாதம் செய்யும் மனப்பான்மை யுள்ள. **polemics** *(n)*: the art of controversy and dispute, சண்டை, சச்சரவு, விவாதம் போன்றவற்றை கலையாகக் கொள்ளும் தொழில்; the science or theology that deals with controversial doctrine, சர்ச்சைக்குரிய தத்துவங்களைப் பற்றிய இயல்.

pole star/'pəulsta:*/*(n)*:'ப்பஉல்ஸ்ட்டா* / a celestial star near the north pole, துருவ நட்சத்திரம், வட மீன்; a guide, ஒரு வழிகாட்டி.

po-lice/pə'li:s/*(n)*:'ப்பலீஸ் / civil force that is responsible for maintaining law and order, காவல் படை, காவல் துறை; men employed to maintain law and order, சட்டம், ஒழுங்கு முதலியவற்றை நிலை நாட்டும் பணியில் ஈடுபட்டிருக்கும் அரசுத் துறை ஊழியர்கள். **police***(v.t)*: to guard, காவல் புரி, காவல் செய்; to maintain law and order, ஒழுங்கு, அமைதியைப் பராமரி. • *Very often, army is called upon to* **police** *the riot-torn cities.*

pol-ic-y/'pɔləsi/*(n)*:'ப்பாலிஸி / the method of managing, நிர்வாக முறை; one's thinking and attitude towards certain things, ஒன்றைப்பற்றிய சிந்தனையும், மனப் போக்கும்; principle, கொள்கை; a plan of action, ஒரு செயல் திட்டம்; a contract of insurance, காப்பீட்டு ஒப்பந்தம்; a written agreement between an insurer and the insured, காப்பீடு அளிப்பவருக்கும் காப்பீடு கோருபவருக்கும் இடையே ஏற்படும் காப்பீடு ஒப்பந்தம்; a warrant, ஓர் அதிகாரப் பத்திரம், வாக்குறுதி.

pol-ish/'pɔliʃ/*(v.t-v.i)*:'ப்பாலிஷ் / to make smooth and glossy by rubbing and friction methods, வழவழப்பாகச் செய், மெருகிடு, பளபளப்பாகச் செய்; to make fine and elegant, நேர்த்தியாகவும், பார்ப்பதற்கு அழகாகவும் இருக்கும்படி செய். • *He* **polished** *his vessels after a long time.* **polish***(n)*: smooth glossy bright surface, பளபளப்பான, பிரகாசமான, மேற்பரப்பு; substances used for producing fine, glossy, smooth surface, மெருகு கொடுக்கும் பூச்சுகள், வண்ணப் பொருள்கள். **polish** *(n)*: fine manners, பண்பும், நயமும் உள்ள நடத்தை.

Polish/'pəuliʃ/*(n)*:'ப்பஉலிஷ் / the language of Poland, போலந்து நாட்டு மொழி. **Polish***(adj)*: relating to Poland or her people, போலந்து நாட்டுக்குரிய (அ) போலந்து மக்களைப் பற்றிய.

pol-ish-ed/'pɔliʃt/*(adj)*:'ப்பாலிஷ்ட் / done with great skill, experience and wisdom, நேர்த்தியாகச் செய்யப்பட்டுள்ள; polite and graceful, இனிமையும், பண்பும் கலந்த.

po-lite/pə'lait/*(adj)*:'ப்பலய்ட் / having refined manners, பண்பட்ட, நாகரிகமான குணங்களுள்ள; well-bred, நல்ல முறையில் பண்புடன் வளர்க்கப்பட்டுள்ள. **po-lite-ness**/pə'laitnis/*(n)*:'ப்பலய்ட்னிஸ் / fineness and gracefulness in manners, நல்ல இதமான குணமுள்ள நடத்தை; giving attention to others, பிறரிடம் மிகுந்த மரியாதையுடன் நடந்துகொள்ளும் தன்மை. **politely***(adv)*.

pol-i-tic/'pɔlətik/*(adj)*:'ப்பாலிட்டிக் / pertaining to the governance of a country, ஒரு நாட்டின் நிர்வாகம் பற்றிய; judicious, நல்ல தீர்மானமும், சிறந்த முடிவும் எடுக்கும் சிந்தனை ஆற்றல் உள்ள; sagacious, அறிவுடைய; artful, தந்திரமுடைய; cunning, சூழ்ச்சித்தன்மையுள்ள; fully prepared to gain the desired end, ஒரு குறிப்பிட்ட நோக்கத்தினை நிறைவேற்ற எல்லா முயற்சிகளையும் செய்யக்கூடிய தன்மை, தகுதி முதலியவற்றை உடைய. **po-lit-i-cal**/pə'litikl/*(adj)*:ப்ப'லிட்டிக்கஉல் / relating to a party or government, ஒரு கட்சித் தொடர்பான (அ) அரசுக்குத் தொடர்பான. **pol-i-ti-cian**/,pɔli'tiʃn/ *(n)*:,ப்பாலி'டிஷஉன் / a person who takes part in government, ஆட்சியில் பங்கு கொள்பவர்; a person who belongs to a political party, அரசியல்வாதி. **pol-i-tics**/

P

'pɔlətiks/*(n)*:'ப்பாலிட்டிக்ஸ் / the art of government, அரசியல்; the management of a political party, ஓர் அரசியல் கட்சியை நிர்வாகம் செய்தல்.

pol-i-ty/'pɔləti/*(n)*:ப்பாலிட்டி / the principles, the methods and the art of governing a country, நாட்டினை ஆட்சி செய்யும் முறையும், நிர்வாகத் திறனும்; the people governed, ஆட்சி செய்யப்படும் மக்கள்; the Constitution of a country, an institution, an organization, etc., ஒரு நாட்டின் அரசியல் அமைப்பு, ஓர் நிறுவனத்தின் அமைப்பு முதலியவை.

poll/pəul/*(n)*:ப்பஉல் / the name of a kind of bird like parrot, கிளி வகையைச் சார்ந்த ஒரு பறவையின் பெயர்; the head especially back part of it, தலையின் பின்புறம்; list of voters, வாக்காளர் பட்டியல்; the voting, வாக்களித்தல்; an election, ஒரு தேர்தல்; the place where election is held, வாக்குச்சாவடி; a beast having no horns, கொம்பில்லாத ஒரு மிருகம். **poll***(v.t-v.i)*: to crop the horns off (cattle), கால்நடைகளின் கொம்பைச் சீவு; to cut off tree branches, கிளைகளை வெட்டு; to give vote or to get vote, வாக்களி (அ) வாக்குகள் பெறு, வாக்கெடுப்பு நடத்து. **polled***(adj)*: with the top cut off, மேல்பகுதி வெட்டப்பட்டுள்ள; with the horn cropped off, கொம்பு சீவப்பட்டுள்ள.

pol-lack/'pɔlək/*(n)*:'ப்பாலக் / a kind of fish that is edible, உண்ணத்தக்க மீன்.

pol-lard/'pɔləd/*(n)*:'ப்பாலட் / an animal with no horns, கொம்பில்லாத மிருகம்; a tree with its top cut off, மேல் கிளைகள் வெட்டப்பட்ட மரம்.

pol-len/'pɔlən/*(n)*:'ப்பாலின் / the fine fertility powder discharged from the anthers of flowers, மகரந்தத் தூள், பூந்தாது.

pol-lin-ate/'pɔləneit/*(v.t)*:ப்பாலினெய்ட் / to cause the pollen to fall into the stigma, மகரந்தச் சேர்க்கை ஏற்படுத்து, சூல் முடி மேல், மகரந்தத் தூள் விழச் செய். • *Bees* **pollinate** *flowers.* **pollination***(n)*.

pol-lute/pə'lu:t/*(v.t)*:ப்ப'ல்யூட் (லூ) / to make dirty, அசுத்தப்படுத்து; to make filthy or foul, மாசுபடுத்து, தூய்மை கெடச் செய்; to defile, கறைப்படுத்து; to profane, புனிதத் தன்மையைக் கெடு; to violate, அத்து மீறு. **pol-lu-tion**/pə'lu:ʃn/*(n)*:ப்ப'ல்யூஷன் / the state of being impure, அசுத்தமாக இருக்கும் நிலை; that which pollutes or defiles, மாசுபடுத்தும் பொருள்; uncleanliness, impurity, அசுத்தம், மாசு.

po-lo/'pəuləu/*(n)*:ப்பஉலஉ / a game played on horseback resembling hockey,

குதிரை மேல் சவாரி செய்து ஆடும் வளைகோல் போன்ற பந்தாட்டம்.

pol-troon/pɔl'tru:n/*(n)*:ப்பால்'ட்ரூன் / a fellow with no spirit, உணர்ச்சி இல்லாத ஒருவன்; a coward, கோழை.

pol-y-an-dry/'pɔliændri/*(n)*: 'ப்பாலியஅன்ட்ரி / the custom of a woman having more than one husband at a time, ஒரே சமயத்தில் பல கணவர்களைக் கொண்டிருக்கும் பழக்கம்.

po-lyg-a-my/pə'ligəmi/*(n)*:ப்ப'லிகமி / the practice of having more than one wife at a time, ஒரே நேரத்தில் ஒரு ஆண் பல பெண்களை மணம் கொள்ளும் வழக்கம்.

pol-y-glot/'pɔliglɔt/*(adj)*:'ப்பாலிக்லாட் / writing or speaking several languages, பல மொழிகளில் எழுதவும், பேசவும் கூடிய தன்மையுள்ள. **polyglot***(n)*: a book written or a person speaking in several languages, ஒரே சமயத்தில் பல மொழிகளில் எழுதப்பட்ட நூல்.

pol-y-gon/'pɔligən/*(n)*:'ப்பாலிகன் / a plane figure having more than four angles and four sides, பல கோண உருவம்.

pol-y-hed-ron/ˌpɔli'hi:drən/*(n)*: 'ப்பாலி'ஹெட்ரன் / a solid body having many sides, பல பக்கங்களுள்ள ஒரு திடப் பொருள்.

pol-yp/'pɔlip/*(n)*: 'ப்பாலிப் / a sea animal having many tentacles around its mouth, வாயைச் சுற்றி பல உணர்வுக் கைகள் உடைய ஒரு கடல் பிராணி.

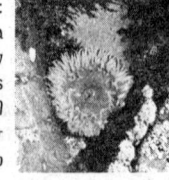

pol-y-pe-tal-ous/'pɔlipetələs/*(adj)*: 'ப்பாலிப்பெட்டலஸ் / having many petals, பல இதழ்கள் உடைய.

pol-y-pod/'pɔlipɔd/*(n)*:'ப்பாலிப்பாட் / an animal having many feet, பல பாதங்கள் உடைய ஒரு மிருகம்.

pol-y-po-dy/'pɔlipədi/*(n)*:'ப்பாலிப்ப஡ி / a kind of fern, ஒருவகைப் பெரணிச் செடி.

pol-y-pus/'pɔlipəs/*(n)*:'ப்பாலிப்பஸ் / a tumour in the nose, மூக்கில் ஏற்படும் கழலை, ஒரு வீக்கம்.

pol-y-syl-la-ble/'pɔli,siləbl/*(n)*: 'ப்பாலி,ஸிலப்:ல் / a word having many syllables, பல பகுதிகள் (அசை) கொண்ட வார்த்தை.

pol-y-tech-nic/,pɔli'teknik/*(adj)*: ,ப்பாலிட்'டெக்னிக் / relating to many arts and sciences, பல கலைகள், இயல்கள் தொடர்பான.

pol-y-the-is-m/'pɔliθi:izəm/ *(n)*:'ப்பாலித்தீயிஸ:ம் / the worship of more than one God, பல தெய்வங்களை வணங்கும் மரபு, பல தெய்வ வழிபாடு. **polytheist***(n)*, **polytheistic***(adj)*, **polytheistical***(adj)*.

po-made/pə'meid/*(n)*:ப்பமாட்: / [also **pomatum**]: a perfumed ointment for the hair, தலைமுடிக்கேற்ற நறுமணத் தைலம்.

pom-e-gran-ate/ 'pɔmi,grænit/*(n)*: ப்பாம்,க்:ரஃனிட் / a fruit, like an orange with many seeds, thick skin and soft pulp, மாதுளம் பழம்; the tree on which the fruit grows, மாதுள மரம்.

pom-i-cul-ture/pɔmikʌltʃə*/*(n)*: ப்பாமிக்கல்ச்சஃ* / fruit cultivation, orchard and rearing, etc., பழத்தோட்டத் தொழில்.

pom-i-fer-ous/pɔmifərəs/*(n)*: ப்பாமிஃபரஸ் / full of fruits, producing fruits, பழங்கள் நிறைந்த, பழங்களை உற்பத்தி செய்தல்.

pom-o-lo-gy/pɔmɔlədʒi/*(n)*:ப்பாமாலஜி / the art of rearing an orchard, பழத் தோட்டக் கலை.

pom-mel/'pʌml/*(n)*:ப்பம்ல் / a knob or ball, குமிழ்; the knob on the hilt of a sword, கைப்பிடியின் குமிழ்; the high part of a saddle, சேணத்தின் முனைப்பான முன்பக்கம்.

pomp/pɔmp/*(n)*:ப்பாம்ப் / great splendid show, பகட்டு ஆரவாரம், ஆடம்பரம். **pompous** *(adj)*, **pompously***(adv)*, **pomposity***(n)*, **pompousness***(n)*.

pond/pɔnd/*(n)*:ப்பான்ட் / a pool of water, குட்டை, குளம்.

pon-der/'pɔndə*/*(v.t-v.i)*:'ப்பான்ட:* / to think deeply, நன்கு யோசி; to weigh in the mind carefully, ஆழ்ந்து சிந்தனை செய். • *The magistrate* **pondered** *for some minutes and then declared that the accused was not guilty.* **pon-der-ous**/ 'pɔndərəs/*(adj)*:'ப்பான்ட:ரஸ் / heavy, சுமையான; that may be weighty, பளுவான; important, மிக முக்கியமான. **ponderousness***(n)*, **ponderosity***(n)*.

pon-i-ard/'pɔnjəd/*(n)*:'ப்பான்யட் / a small dagger, குத்து வாள். **poniard***(v.t)*: to stab with a dagger, கத்தியால் குத்து.

pon-tage/pɔnteidʒ/*(n)*:'ப்பான்ட்டிஜ் / a tax paid for the use of a bridge, ஆற்றுப் பாலத்தைப் பயன்படுத்த விதிக்கப்படும் வரி.

pon-tiff/'pɔntif/*(n)*:'ப்பான்ட்டிஃப் / a very high priest in ancient Rome, புராதன ரோமானிய நகரின் பெரும் பதவியில் இருக்கும் மத குரு; bishop, முதன்மைப் பதவியில் இருக்கும் சமய குரு; Pope, போப்பாண்டவர். **pon-tif-i-cal**/pɔn'tifikl/ *(adj)*: ப்பான்'ட்டிஃபிக்கல் / pertaining to a pontiff, மத குரு தொடர்பான. **pontifical***(n)*: the book of ceremonies, சமயச் சடங்கு பற்றிய விவரங்கள் அடங்கிய நூல். **pontific***(adj)*. **pon-tif-i-cate**/ pɔn'tifikeit/*(n)*: ,ப்பான்ட்டி'ஃபிக்கெயட் / the high dignity of a priest, ஒரு மத குருவின் உயர் நிலை; the term of office of a priest, ஒரு மத குருவின் பதவிக் காலம்.

pon-toon/pɔn'tu:n/*(n)*:ப்பான்'ட்டூன் / a boat with a flat bottom, அடிப்பக்கம் தட்டையான படகு; a bridge of boats, படகுகளாலான பாலம்; a boat that is used in loading and unloading ships, ஒரு கப்பலில் சுமை ஏற்றவும், இறக்கவும் பயன்படும் படகு. **a pontoon bridge**: a swinging bridge, ஒரு மிதவைப் பாலம்.

po-ny/'pəuni/*(n)*:'ப்பஉனி / a horse of small breed, மட்டக் குதிரை.

P

poo-dle/ˈpu:dl/(*n*):ˈப்பூட்:ல் / a pet dog with long soft curly hair, சடை நாய்.

pooh/phu:/(*int*):ப்பூ / an exclamation of contempt, 'பூ' என்று கேவலமாக இகழ்தல். **pooh-pooh**(*v.t*): to make fun of, ஏளனம் செய், கேலி செய்.

pool/pu:l/(*n*):ப்பூல் / a small pond, சிறு குட்டை; a stretch of still water, தேங்கும் தண்ணீர், மடு; a deep part in a stream, ஓர் ஓடையின் ஆழமான பகுதி; collection of produce from different sources for a definite purpose, பல வழிகளில் வரும் விளைபொருள்களை ஓரிடத்தில் குறிப்பிட்ட ஒரு நோக்கத்திற்காகச் சேகரித்தல்; a game in billiards, மேசைப் பந்தாட்டத்தில் ஒரு விளையாட்டு. **pool**(*v.t*): to put into a common fund, பொது நிதியில் ஒன்று சேர்; to contribute to a common fund, பொது நிதிக்கு வழங்கு; to collect together, ஒன்று சேர். • *The militants are* **pooling** *their resources to launch a major attack on the government.*

poop/pu:p/(*n*):ப்பூப் / the hinder part of a ship, ஒரு கப்பலின் பின்புறப் பகுதி; the deck over a ship, கப்பலின் மேல்தளம்.

poor/pɔ:*/(*adj*):ப்புə* / having few possessions or no property, உடைமைகள் இல்லாத, சொத்துக்கள் எதுவும் இல்லாத; needy, தேவையுள்ள, போதாத; wanting in everything, in spirit, beauty, value, etc., உணர்வு, வேகம், அழகு, மதிப்பு எதுவும் இல்லாத; with no pride, சுய மரியாதை, மதிப்பு, தன்னம்பிக்கை சற்றும் இல்லாத; deserving sympathy, பரிதாபமான, இரக்க உணர்ச்சியைத் தூண்டவல்ல. **the poor**: poor people, ஏழை மக்கள்.

poor house/ˈpɔ:haus/(*n*):ˈப்புəஹஉஸ் / the house where people with no means are lodged and supported, ஏழைகள் இல்லம்.

pop/pɔp/(*v.t-v.i*):ப்பாப் / **popped, popping**: to make a sharp, sudden sound, வெடிபோன்ற ஒலியெழுப்பு; to come out suddenly and unexpectedly, திடீரென வெளிப்பட்டுச் செயல்படு; to push out, வெளித் தள்ளு. **pop**(*n*): a small explosive sound, 'பட்' என்ற வெடியொலி.

pop-corn/ˈpɔpkɔ:n/(*n*):ˈப்பாப்க்கா:ன் / a kind of Indian corn that causes noise when roasted as it contains some oil, சோளப் பொரி.

pop music/ˈpɔpˈmju:zik/(*n*): ˈப்பாப்ˈம்யூஸிக் / a popular concert, மக்கள் விரும்பும் இசை.

Pope/pəup/(*n*):ப்பəஉப் / the head of the Roman Catholic Church, ரோமன் கத்தோலிக்கத் திருச்சபையின் தலைவர். **pop-ish**/ˈpəupiʃ/(*adj*):ப்பəஉப்பிஷ் / pertaining to Pope, போப் தலைமைத் தொடர்பான.

pop-gun/ˈpɔpgʌn/(*n*):ˈப்பாப்க:ன் / a small gun, விளையாட்டுத் துப்பாக்கி.

pop-in-jay(*n*):ˈப்பாப்பின்ஜெய் / a parrot, ஒரு கிளி; a kind of parrot-like woodpecker, ஒருவகை மரங்கொத்திப் பறவை; a target, சுட்டுப் பழகும் இலக்கு; a picture of a parrot as a mark, ஒரு பறவை போன்ற குறி; a fop, ஒரு வேடிக்கை.

pop-lar/ˈpɔplə*/(*n*):ˈப்பாப்லə* / a slender

tree having soft timber and trembling leaves, வெண்தேக்கு மரம்.

pop-lin/ˈpɔplin/(*n*):ˈப்பாப்லின் / a fabric made of fine cotton and worsted, பட்டு, மணிக்கம்பளி இழையினாலான மிருதுவான துணி.

pop-py/ˈpɔpi/(*n*):ˈப்பாப்பி / a kind of plant yielding milky sap with narcotic effect, தூக்கம் (அ) மந்த நிலையைத் தூண்டக்கூடிய சாறுடைய ஒருவகைச் செடி.

pop-u-lace/ˈpɔpjuləs/(*n*): ˈப்பாப்யுலəஸ் / the common people, பொது மக்கள்; the masses, சாமானிய மக்கள்.

popu-lar/ˈpɔpjulə*/(*adj*):ˈப்பாப்யுலə* / concerning the people, பொது மக்கள் பற்றிய; liked, understood and admired by the people, விரும்பி, தெரிந்து, மக்களால் போற்றப்படுதற்குரிய; common and cheap, சாமானியமான, மலிவான; well-known, புகழ் பெற்றுள்ள; familiar, நன்கு பிரபலமான.

popularly(*adv*). **pop-u-lar-i-ty**/ ˌpɔpjuˈlærəti/(*n*):ˌப்பப்யுˈலஹரிட்டி / the state of being liked by the people, மக்கள் ஏற்கவிரும்பும் தன்மை; the goodwill exhibited by people, பொதுமக்களிடையே செல்வாக்குடன் இருத்தல். **pop-u-lar-ize**/ ˈpɔpjuləraiz/(*v.t*):ˈப்பɔப்யுலəரய்ஸ்: / to make popular, புகழ் பெறும்படி செய்; to make well-known, எல்லோரும் அறியும்படி செய்; to make easily understood, எல்லோரும் புரிந்துகொள்ளும்படி செய். • *Carnatic music was* **popularized** *all over the world by great musicians like M.S. Subbulakshmi, Maharajapuram Santhanam and others.*

pop-u-late/ˈpɔpjuleit/(*v.t*):ˈப்பɔப்யுலெய்ட் / to people with, மக்கள் கொண்டு நிரப்பு, மக்கள் அதிகம் வசிக்கும்படி செய்; to inhabit, குடியேற்று. **pop-u-la-tion**/ ˌpɔpjuˈleiʃn/(*n*):ˌப்பɔப்யுˈலெய்ஷən் / the people of a town, country, etc., ஒரு நகரம், நாடு முதலியவற்றின் மக்கள் தொகை. **pop-u-lous**/ˈpɔpjuləs/(*adj*):ˈப்பɔப்யுலəஸ் / full of people, மக்கள் அதிகம் நிறைந்துள்ள; densely inhabitated, மக்கள் தொகை அடர்த்தியுள்ள, மக்கள் நெருக்கம் அதிகமுள்ள. **populousness**(*n*).

por-ce-lain/ˈpɔ:səlin/(*n*):ˈப்பɔ:ஸəலின் (லெய்ன்) / the finest kind of earthenware, அழகிய பீங்கான் பாண்டங்கள்; china-ware, சீன மட்பாண்டங்கள்.

porch/pɔ:tʃ/(*n*):ப்பɔ:ச் / a covered entrance to a building, தலைவாயில், ஒரு கட்டடத்தின் முன்பகுதி; a covered approach, முகப்பு மண்டபம்.

por-cu-pine/ ˈpɔ:kjupain/(*n*): ˈப்பɔ:க்யுப்பய்ன் / a big gnawing animal having long spines or quills all over its body, முள்ளம் பன்றி.

pore/pɔ:*/(*v.t-v.i*):ப்பɔ:* / to study closely, நன்கு, ஆழ்ந்து கவனித்துப் படி. • *I am spending many hours in the library* **poring** *over many books.* to look long and minutely at, நன்கு ஆழ்ந்து கவனி, கருத்துடன் கவனி; to ponder, சிந்தனை செய். **pore**(*n*): one of many invisible openings in the skin responsible for perspiration, தோலில் உள்ள வியர்வைத் துளைகள்; small space in between particles of a body, ஒரு பொருளின் இம்மிகளிடையே காணப்படும் இடைவெளி; a minute hole, நுண் துளை. **po-rous**/ ˈpɔ:rəs/(*adj*):ˈப்பɔ:ரəஸ் / full of pores, நுண் துளைகள் நிறைந்துள்ள. **porousness**(*n*), **porosity**(*n*).

pork/pɔ:k/(*n*):ப்பɔ:க் / the flesh of swine used as food, உண்ணத்தக்க பன்றி இறைச்சி.

por-nog-ra-phy/pɔ:ˈnɔgrəfi/(*n*): ப்பɔ:ˈனɔக்:ரəஃபி / sexual pictures and writings, பால் உணர்ச்சிப் படங்களும், அதன் தொடர்பான சொற்களும்.

por-phy-ry/ˈpɔ:firi/(*n*):ˈப்பɔஃபிரி / a kind of igneous, finely grained rock of a purple or white colour, அழகிய நுண் துகள்கள் உள்ள சிவப்பு (அ) வெள்ளை நிற நெருப்புப் பாறை.

por-poise/ˈpɔ:pəs/(*n*):ˈப்பɔஃப்பəஸ் / a small species of whale, திமிங்கல

வகையைச் சார்ந்த சிறு கடற் பிராணி.

por-ridge/ˈpɔridʒ/(*n*):ˈப்பɔரிஜ் / oat meal or barley meal slowly stirred in boiling water, கூழ், கஞ்சி, குழம்பு.

por-rin-ger/ˈpɔrindʒə*/(*n*):ˈப்பɔரிஞ்ஜə* / a small dish for eating porridge, சிறு வட்டில், தட்டு.

port/pɔ:t/(*n*):ப்பɔ:ட் / a place of call for ships, கப்பல் தங்குமிடம்; a harbour, துறைமுகம்; a gate, an entrance, நுழைவாயில்; an opening on the left side of a ship for entrance, ஒரு கப்பலின் இடது பக்க நுழைவாயில்; a passage for steam or other fluid, நீராவி மற்றும் இதர திரவங்கள் வெளியேற்ற உதவும் வெளி வழி; style of walking or style of acting, நடையின் சாயல் (அ) நடிப்பின் பாங்கு; the left side of a ship looking forward from stern to bow, ஒரு கப்பலின் பின்பக்கத்திலிருந்து, முன்பகுதியை நோக்கி யிருக்கும் இடது புறம்; a dark, red wine, ஓர் உயர் ரக மது. **port**(*v.t-v.i*): to change direction to the left, இடப்பக்கமாகத் திரும்பு; to turn left, இடப்புறம் திரும்பு; to carry arms close and diagonally to the body, ஆயுதங்களை மார்பில் அணைத்து எடுத்துச் செல். • *The soldier* **ported** *a rifle and posed for a photo.*

P

por-tal/'pɔ:tl/*(adj)*:'ப்பா:ட்ல் / a gate, வாசல்; an entrance, நுழைவாயில்.

port-a-ble/'pɔ:təbl/*(adj)*:'ப்பா:ட்டஅப்:ல் / that can be carried conveniently, எளிதில் எடுத்துச்செல்லக்கூடிய. **portability***(n)*.

port-cul-lis/ˌpɔ:t'kʌlis/*(n)*:ˌப்பா:ட்'கலிஸ் / the sliding heavy doorway of a fortress, ஒரு கோட்டையின் கனமான நகரும் கதவு.

por-tend/pɔ:'tend/*(v.i)*:ப்பா:'ட்டென்ட் / to foretell, முன்கூட்டியே சொல்; to indicate in advance, வரப்போவதை, முன்கூட்டியே மறைபொருளாக அறிவிப்பு செய்; to predict, வருமுன் கூறு, குறிசொல். • *These strange events* **portend** *something not good.* **portent***(n)*: a warning of coming bad things, an Omen, வரும் கேடு பற்றி, முன் எச்சரிக்கை; an indication of coming calamity, வரும் பெரும் கேடு பற்றிய முன் குறி, சகுனம்.

por-ter/'pɔ:tə*/*(n)*:'ப்பா:ட்டஅ* / one who is in-charge of a door or a gate, வாயிற் காப்போன்; one who carries luggage for hire, சுமை தூக்குபவர். **por-ter-age**/'pɔ:təridʒ/*(n)*:'ப்பா:ட்டஅரிஜ் / the work of a porter, ஒரு சுமைக் கூலியாளின் வேலை; the wages paid to a porter, சுமைகூலி ஆட்களுக்குக் கொடுக்கப்படும் கூலி.

port-fo-li-o/ˌpɔ:t'fəuljəu/*(n, sing)*: ப்பா:ட்'ஃபஅஉலியஅஉ / **portfolios***(n, pl)*: a portable case for carrying papers, காகிதங்களை வைத்துக்கொள்ள உதவும் உறை பை; the office of a minister of government, அமைச்சரின் பதவிப் பொறுப்பு.

port-hole/'pɔ:thəul/*(n)*:'ப்பா:ட்ஹஅஉல் / an opening, ஒரு திறப்பு.

port-i-co/'pɔ:tikəu/*(n, sing)*:'ப்பா:ட்டிக்கஅஉ / **porticoes***(n, pl)*: [also **porticos**]: a covered walk, மேல் கூரை வேயப்பட்ட நடைபாதை; a row of pillars with roof over at the entrance of a building, இரு வரிசையிலும், கூரையுடன் அமைந்திருக்கும் நுழைவாயில்; a porch with roof in front of a building, ஒரு வாயில் முகப்பு அமைப்பு; a covered hall that leads to the main building, முக்கிய கட்டடத்திற்கு முன் இருக்கும் கூடம்/அரங்கம்.

por-tiere/pɔ:t'iəriə/*(n)*:ப்பா:ட்'டியஅரஅ / curtain hung at a doorway, வாயில் திரை.

por-tion/'pɔ:ʃn/*(n)*:'ப்பா:ஷஅன் / a part, a share given to a person, ஒருவரின் பங்கு; the part of a property or an estate given to a heir, வாரிசுக்குக் கொடுக்கப்படும் சொத்தின் பங்கு; dowry, a wife's share, வரதட்சணை, மணப்பெண்ணுக்குக் கொடுக்கப்படும் சீர் வரிசை.

por-tion-er/'pɔ:ʃnə*/*(n)*:'ப்பா:ஷஅனஅ* / a person who shares, பங்குதாரர்.

por-tion-less/'pɔ:ʃnlis/*(adj)*: 'ப்பா:ஷஅன்லிஸ் / having no share in property, சொத்தில் பங்கு இல்லாத தன்மை.

port-ly/'pɔ:tli/*(adj)*:'ப்பா:ட்லி / stout, தடித்த, பருமனான; of a stately and noble appearance, பெருந்தன்மையும், கம்பீரமும் நிறைந்த தோற்றமுடைய.

port-man-teau/ˌpɔ:t'mæntəu/*(n)*: ப்பா:ட்'மஅன்ட்டஅஉ / a suitcase, தோலால் ஆன பணப்பெட்டி, தோல் பெட்டி. **portmanteau word***(n)*: a word coined by combining 2 different words: brunch (breakfast & lunch), இரு சொற்களின் இணைப்பால் உருவாகும் கூட்டுச்சொல்.

por-tray/pɔ:'trei/*(v.t)*:ப்பா:'ட்ரெய் / to draw or paint a picture vividly, தெளிவான படம் வரை (அ) மிகத் தெளிவாக வண்ணப் படம் தீட்டு; to describe in words clearly, வார்த்தைகள் கொண்டு தெளிவாக விவரி. • *In Indian history books, freedom fighters are* **portrayed** *as great men.*

por-trait/'pɔ:treit/*(n)*:'ப்பா:ட்ரெய்ட் / a drawing, a painting or photograph, of a person or animal, படம், ஓவியம் (அ) புகைப்படம், ஒரு நபர் (அ) விலங்கினுடையது, ஒரு நபர் (அ) ஒரு விலங்கின் படம், வண்ணச் சித்திரம், புகைப்படம். **portrayal***(n)*. **portraiture** *(n)*: the art of painting, ஓவியம், படம்; vivid description, தெளிவான விவரம்.

pose/pəuz/*(v.t-v.i)*:ப்பஅஉஸ்: / to stand steadily and strikingly for a photograph, நிழற்படம் எடுக்க தகுந்தவாறு நில்; to ask questions, கேள்விகள் கேள், கேள்விக்கணை தொடு; to pretend, நடி, பாசாங்கு செய்; to be the cause of, காரணமாயிரு. • *Pollution* **poses** *a threat to healthy living.* **pose***(n)*: an affected attitude, செயற்கையாக ஏற்படுத்திக் கொள்ளும் நிலை; an imposing posture, ஒரு கம்பீரமான உடல் நிலை, ஒரு கம்பீரமான தோற்றம்; the style and manner of one's sitting, standing, etc., ஒருவர் உட்காரும், நிற்கும் பாங்கு, நிலை முதலியவை.

pos-er/'pəuzə*/*(n)*:ப்பஅஉஸஅ* / a difficult question to be answered, பதில் அளிக்கக் கடினமாக இருக்கும் வினா; an intricate

problem to be solved, திகைப்படையச் செய்யும் பிரச்சினை, ஒரு புதிர்; one who poses, சவால் விடும் ஒருவர்; one who raises a problem, வினா தொடுப்பவர்; a pretender, நடிப்பவர்.

posh/pɔʃ/*(adj)*:ப்பஃஷ் / fine and luxurious, அழகிய, ஆடம்பரமான; very fashionable, நவநாகரிகம் நிறைந்துள்ள.

pos-it/'pɔzit/*(v.t)*:'ப்பஃஸிட் / to affirm, உறுதிப்படுத்து; to set, நிறுவனப்படுத்து.

po-si-tion/pə'ziʃn/*(n)*:ப்பஃ'ஸிஃஷன் / the state of being placed, இருக்கும் நிலை, வைத்திருக்கும் நிலை; situation, சந்தர்ப்ப சூழ்நிலை; the spot where a thing is, ஒரு பொருள் இருக்கும் இடம்; the spot where a thing is placed, ஒரு பொருள் வைக்கப்படும் இடம்; rank, status or job, பதவி, நிலை, தொழில்; the point to be argued, to be defended or reasoned out, விவாதம் செய்யப்படவேண்டிய பிரச்சினை, வாதம் செய்து, காக்கப்படவேண்டிய பிரச்சினை, நிலை முதலியவை, ஒரு விவாதத்தில் எடுத்துக்கொள்ளும் நிலை; state of affairs, விவகாரங்கள் இருக்கும் நிலை. **position** *(v.t)*: to place in a particular position, ஒரு குறிப்பிட்ட நிலையில் வை; to find the position of, ஒரு நிலையைக் காண்; to determine the position of, ஒரு நிலையைத் தீர்மானம் செய். • *He* **positioned** *himself just by the bush to remain unseen by the police.*

po-si-tive/'pɔzətiv/*(adj)*:'ப்பஃஸிஃட்டிவ் / vividly described, தெளிவான விவரிப்புடன் கூடிய, சொல்லில் தெளிவான பொருளுடன் கூடிய; with no doubt, ஐயம் சற்றும் இல்லாமல் உள்ள; admitting no double meaning, ஒரே தெளிவான கருத்துடன் உள்ள; opposite of negative, எதிர்மறையின் மாற்றான உடன்பாடு; overconfident and overbearing, நல்ல நம்பிக்கையும், உயர் நோக்கும் உள்ள; lawful, legal and acceptable, சட்டபூர்வமான, ஏற்றுக் கொள்ளக்கூடியதுமான; [photography] having the lights and shades as in the original, மூலப் பொருளில் உள்ளது போல நிழலும், ஒளியும் உள்ள புகைப்படம்; simple form giving direct meaning (a degree of an adjective), உரிச்சொல்லின் அடிப்படை உருவம், உண்மையும், நேரிடையான பொருளும் கொடுக்கக்கூடிய (இலக்கணம்), கூடுதல் செய்யக்கூடிய; of a number greater than zero, (கணிதம்), கூட்டக்கூடிய; positive pole, நேர்மின் துருவம். *opp: negative.* **positive** *(n)*: a direct statement, நேரிடையான வாக்குமூலம்; that is affirmed, நிச்சயமானது, உறுதியானது, சந்தேகத்திற்கு இடமற்றது; positive picture, உண்மை நகல், படம்; adjective, positive degree, உரிச்சொல், அடிப்படை வடிவம். **positiveness***(n)*: the state of being real, practical and seen, உண்மையான, அனுபவபூர்வமான, பார்க்கக்கூடிய நிலை.

pos-se/'pɔsi/*(n)*:'ப்பஃஸி / a company of armed men, படை வீரர்கள் அணி; a body of police, காவற் படையின் ஒரு பகுதி.

pos-sess/pə'zes/*(v.t)*:ப்பஃ'ஸெஃஸ் / to own, சொந்தமாகப் பெறு. • *I want to* **possess** *many things in the world.* to seize, உடைமையாகக் கைக்கொள்; to come under the influence of, (ஒருவரிடம்) காரணமில்லாமல் வயப்பட்டிரு; to haunt, பற்றிக்கொள், பயத்தினால் பீடிக்கப்பட்டிரு; to control as if by an evil spirit, தீய சக்தி ஒன்றினால் பீடிக்கப்பட்டவனாக இரு; to put in ownership, சொந்தமாக்கிக்கொள். **pos-ses-sion**/pə'zeʃn/*(n)*:ப்பஃ'ஸெஃஷன் / the state of being possessed, தனது, தன் சொந்தமானது என்னும் நிலை; things owned, உடைமைப் பொருள்; ownership, உடைமை. **pos-sess-ive**/pə'zesiv/ *(adj)*:ப்பஃ'ஸெஃஸிவ் / pertaining to possession, உடைமைக்குரிய; showing possession, உடைமையான. **possessive** *(n)*: [in grammar] possessive case, ஆறாம் வேற்றுமை. **possessor***(n)*: the person who possesses, உடைமையாளர்.

pos-set/'pɔsit/*(n)*:'ப்பஃஸிட் / hot milk with ale, wine, etc., மதுவுடன் கலக்கப்பட்ட சூடான பால்.

pos-si-ble/'pɔsəbl/*(adj)*:'ப்பஃஸிப்ஃல் / likely to be done, செய்யக்கூடிய; able to happen, நிகழக்கூடிய; not against the laws of justice, nature, etc., இயல்பிற்கும், நியாயத்திற்கும் முரண்பாடு இல்லாத வகையில் உள்ள.

post/pəust/*(n)*:ப்பஃஉஸ்ட் / an upright piece fixed in the ground (of wood, metal, etc.), கம்பம், தூண்; a piece of wood, மரக்கம்பம், மரத்துண்டு; the place of duty, வேலையிடம், பணியிடம்; the stopping place, நிற்குமிடம்; a messenger who carries letters, தபால் எடுத்து வரும் ஊழியர்; the system of collecting and delivering

P

letters, அஞ்சல் முறை; the letters, கடிதங்கள்; position, appointment, அலுவல் நிலை, பதவி; post office, post box, அஞ்சல் நிலையம், அஞ்சல் பெட்டி. **post**(*v.t-v.i*): to fix on a wall or a public place, விளம்பரங்களைச் சுவரில் ஒட்டு (அ) பொது இடத்தில் பார்க்கும்படி பொருத்து; to enter or record in ledger, பதிவேட்டில் குறி, கணக்கில் எழுதிக்கொண்டு வரவு வை; to inform, தெரிவி; to put into the post box, அஞ்சல் பெட்டியில் சேர்; to go or travel haste, வேகமாகப் பயணம் செய். **post**(*adv*): with high speed, உயர் வேகத்துடன் கூடிய, அவசரமான. **post**(*prep*): after, பிறகு; postdate, பின்தேதியிட்டு; behind, பின்; postpone, தள்ளிப்போடு. **post**(*n*): postmark, அஞ்சல் குறி; postmaster, அஞ்சல் அலுவலர்; post office, அஞ்சல் அலுவலகம்; postman, அஞ்சல் ஊழியர்.

post-age/'pəustidʒ/(*n*):'ப்பஉஸ்ட்டிஜ் / amount paid for carrying letters, அஞ்சல் கட்டணம்.

post-chaise/'pəustʃeiz/(*n*): 'ப்பஉஸ்ச்செய்ஸ்: / a carriage having four wheels, அஞ்சல் வண்டி. **post-date**: to put a coming date, பின்தேதி இடு. *opp*: antedate.

post-er/'pəustə*/(*n*):'ப்பஉஸ்ட்டஅ* / a placard displayed in a public place, விளம்பரச் சுவரொட்டி.

pos-te-ri-or/pɔ'stiəriə*/(*adj*): 'ப்பாஸ்ட்'டியஅரியஅ* / coming after, பின் வருகிற; later, பிற்காலத்தில்; situated behind, பின்பக்கத்தில் அமைந்துள்ள. **posterior**(*n*): the hind part, உடலின் பின்பக்கப்பகுதி. **pos-ter-i-ty**/pɔ'sterəti/(*n*):ப்பாஸ்'ட்டெரிட்டி / descendants, தலைமுறை; future generation, எதிர்காலத் தலைமுறை, சந்ததி.

pos-tern/'pɔstən/(*n*):'ப்பஉஸ்ட்டஅ:ன் / back door, பின் வாயில், புற வழி; a back door, பின்பக்கக் கதவு.

post-grad-u-ate/,pəust'grædʒuət/(*n*): 'ப்பஉஸ்ட்'க்:ரஜூயிட் / a student continuing his studies after graduation, முதுநிலைப் பட்டதாரி, முதுநிலைப் பட்டப் படிப்பு மாணவர்.

post-haste/,pəust'heist/(*adj*): 'ப்பஉஸ்ட்'ஹெய்ஸ்ட் / at great speed, மிக வேகமான.

post-war/'pəust'wɔ:*/(*adj*):'ப்பஉஸ்ட்'உஓ: / after war, போருக்குப் பின் உள்ள.

post-hu-mous/'pɔstjuməs/(*adj*): 'ப்பாஸ்ட்யுமஅஸ் / born after the father's death, தந்தையின் மறைவுக்குப் பின் பிறந்துள்ள; published after the author's death, ஆசிரியரது மறைவுக்குப் பின் வெளியிடப்பட்டுள்ள; taking place after the death, ஒரு மறைவுக்குப் பின் ஏற்படுகிற, நிகழ்கிற.

post-ing/'pəustiɲ/(*n*):'ப்பஉஸ்ட்டிங் / the process of making entries in the ledger, பேரேட்டில் பதிவு செய்யும் முறை; an entry, ஒரு செயல் கணக்கு விவரம் பதிவு செய்தல்; the act of putting a letter into a post box, அஞ்சல் பெட்டியில் கடிதம் சேர்த்தல்; filling up vacant post in offices, அலுவலகங்களில், பதவிக்கான காலி இடங்களை நிரப்புதல்.

pos-til/'pɔstil/(*n*):'ப்பாஸ்ட்டில் / a short note, ஒரு சிறு குறிப்பு.

pos-til-lion/pə'stiliən/(*n*):ப்பஅஸ்'ட்டில்யஅன் / a rider of one of the horses of a carriage, வண்டியில் பூட்டப்படும் குதிரைகளுள் ஒன்றில் சவாரி செய்பவர்.

post-me-rid-i-em/,pəustmə'ridiəm/(*adj*): 'ப்பஉஸ்ட்மஅ'ரீடி:யஅம் / after death, இறப்பிற்குப் பின் உள்ள; that is carried out after death, இறப்பிற்குப் பின் செய்யப்படுகிற. **postmortem**(*n*): examination of a dead body, சவப் பரிசோதனை.

post-pone/,pəust'pəun/(*v.t-v.i*): ,ப்பஉஸ்ட்'ப்பஉன் / to put off to another date, தள்ளி வை, கால தாமதம் செய்; to delay, காலம் தாழ்த்து. • *The meeting has been* **postponed** *as the president is not in the town.*

post-script/'pəusskript/(*n*): 'ப்பஉஸ்ஸ்க்ரிப்ட் / that which is added after finishing a letter 'ps', ஒரு கடிதத்தின் பிற்சேர்க்கை, பின் குறிப்பு.

pos-tu-late/'pɔstjuleit/(*v.t-v.i*): 'ப்பாஸ்ச்சுலிட் / to take for granted, முற்கோளாக எடுத்துக்கொள், ஏற்றுக் கொள்ளப்பட்டதாக எடுத்துக்கொள். **postulate**(*n*): supposition, ஒரு கோட்பாடு, ஒரு புனை கோள், ஒரு கொள்கை; a self-evident proposition (geometry), நிரூபணம், வடிவியலிலுள்ள ஒரு தேற்றம்.

pos-ture/'pɔstʃə*/(*n*):'ப்பாஸ்ச்சஅ* / a certain attitude of body, உடல் பாங்கு ஒரு நிலையில்; a definite mental attitude, மனநிலை தோரணை, ஒரு பிரச்சினையில்

P

எடுத்துக்கொள்ளும் நிலை, ஒரு கோணத்தில் நோக்கும் பார்வை.

po-sy/'pəuzi/*(n)*:'ப்பəஉஸி: / a verse line, ஒரு சிறு செய்யுள்; a motto, ஒரு குறிக்கோள்.

pot/pɔt/*(n)*:ப்பɔட் / a vessel made of earth, பானை. **pot***(v.i)*: to preserve, பாதுகாத்து வை; to put in a pot, பானையில் வை.

pot-a-ble/'pəutəbl/*(adj)*:'ப்பəஉட்டəப்:ல் / drinkable, குடிக்கத் தகுதியான.

pot-ash/'pɔtæʃ/*(n)*:'ப்பɔட்டæஷ் / an alkaline substance, ஒரு தாவரப் பொருள், வெடியுப்பு (பொட்டாஷ்).

po-tas-si-um/pə'tæsiəm/*(n)*: ப்பə'ட்டæஸ்யəம் / an element, ஒரு தனிமம், பொட்டாசியம்.

po-ta-tion/pəu'teiʃn/*(n)*:ப்பəஉட்'டெய்ஷəன் / an act of drinking, குடித்தல்; a drink, ஒரு பானம்.

po-ta-to/pə'teitəu/*(n)*:ப்பə'ட்டெய்ட்டəஉ / a plant producing edible tubers, உருளைக் கிழங்கு.

pot-bel-ly/'pɔt,beli/*(n)*:'ப்பɔட்,பெ:லி / a person having big belly, பானை வயிறு உள்ளவன்.

po-ten-ce/'pəutəns/*(n)*:'ப்பəஉட்டென்ஸ் / physical and mental power, உடல், உள்ளத் திறன், ஆற்றல், வீரியம். **po-tent**/'pəutənt/ *(adj)*:'ப்பəஉட்டென்ட் / very powerful, மிக்க ஆற்றல் உள்ள; capable of doing a lot of work, அதிக வீரியம் நிறைந்த, செயல் வேகமுள்ள.

po-ten-tial/pəu'tenʃl/*(adj)*: ப்பəஉ'ட்டென்ஷəல் / having capacity for doing or taking action, செய்திறனுள்ள; latent, உள்ளார்ந்த ஆற்றலுள்ள. **potential** *(n)*: a definite possibility, நிகழும் வாய்ப்புள்ள; one's hidden capacity, ability, power, etc., ஒருவரிடம் பொதிந்திருக்கும் திறன்; electrical force, மின்னழுத்த அளவு. **potentiality***(n)*.

poth-er/'pɔðə*/*(n)*:'ப்பɔத:ə* / choking smoke, மூச்சுத் திணற வைக்கும் புகை மூட்டம்; bustle, confusion, கூச்சல், குழப்பம்.

pot-house/'pɔthaus/*(n)*:'ப்பɔட்ஹஉஸ் / a shop selling toddy, மது விற்கும் கள்ளுக்கடை.

po-tion/'pəuʃn/*(n)*:'ப்பəஉஷəன் / a dose, ஒரு வேளை மருந்து.

pot-pour-ri/,pəu'puəri/*(n)*:ப்பəஉ'ப்புரி / a perfume mixture, ஒரு நறுமணக் கலவை.

pot-tage/'pɔtidʒ/*(n)*:ப்பɔ'ட்டிஜ் / soup, குழம்பு; stew, வடி சாறு.

pot-ter/'pɔtə*/*(n)*:'ப்பɔட்டə* / a person who makes earthenware, மட்பாண்டங்கள் செய்பவர், குயவர். **pot-ter-y**/'pɔtəri/ *(n)*:'ப்பɔட்டəரி / a potter's business, மட்பாண்டத் தொழில்; earthenware, மட்பாண்டங்கள்.

pouch/pautʃ/*(n)*:ப்பஉச் / a pocket, ஒரு சட்டைப் பை; a small bag, ஒரு சிறு பை. **pouch***(v.t-v.i)*: to put into a pouch, பையில் போடு. **pouched***(adj)*: having a pouch, பை அமைப்பு உள்ள.

poul-try/'pəultri/*(n)*:'ப்பəஉல்ட்ரி / fowls reared in farms for food, பண்ணை, உணவுக்காக வளர்க்கப்படும் பறவைகள். **poult**/pəult/*(n)*:'ப்பəஉல்ட் / a chicken or young bird, கோழிக் குஞ்சு, பறவைக் குஞ்சு. **poulterer***(n)*: a person who sells fowls, கோழி போன்ற பறவைகள், விற்பனை செய்பவர்.

poul-tice/'pəultis/*(n)*:'ப்பəஉல்ட்டிஸ் / meal, bran, etc., softened with boiling water and used as medicinal preparation to be applied to the inflammed part of the body, உடல் வீக்கங்களுக்குப் போடப்படும் மாவுக் கட்டு.

pounce/pauns/*(v.t-v.i)*:ப்பஉன்ஸ் / to attack suddenly and seize, திடீர்த் தாக்குதல் செய்து, கைப்பற்று; to seize with claws, கால், நகம் கொண்டு பிடித்துக் கைப்பற்று. • *The tiger* **pounced** *on the unsuspecting lamb.* **pounced***(adj)*: having claws, நகங்கள் கொண்ட. **pounce***(n)*: the claw of a bird of prey, வேட்டையாடுவதற்கு ஏற்ற பறவைகள் நகம்; a fine powder for making beautiful patterns, கோலமாவு; a powder for drying ink, மை உலரப் பயன்படும் பொடி. **pounce***(n)*: a jump, ஒரு பாய்ச்சல்.

pound/paund/*(n)*:ப்பஉன்ட்: / a weight of 12 ounces, 12 அவுன்சுகள் கொண்ட நிறுத்தல் அளவு; the money value of 20 shillings, 20 ஷில்லிங் மதிப்பு கொண்ட காசோலை. **pound***(n)*: a place of enclosure for strayed cattle, கால்நடைப் பட்டி. **pound***(v.t-v.i)*: to confine in a pinfold, பட்டியில் அடை; to crush to powder, அரை, அடித்துத் தூளாக்கு; to beat, அடித்து அரைத்துத் தூளாக்கு; to pulverise, to strike repeatedly, பல முறை அடி. • *The speaker* **pounded** *the table angrily.*

P

pour/pɔ:*/(*v.t-v.i*):ப்பொ* / to cause to flow, (நீர்) வழியும் படியும், ஓடும்படியும் செய்; to discharge copiously, பெருமளவு கொட்டும்படிச் செய். **pour cold water on one's plan**: to discourage a plan etc., ஒரு செயல் திட்டத்தைப் பாழாக்கு.

pout/paut/(*v.t-v.i*):ப்பஉட் / to protrude (one's) lips, உதட்டைப் பிதுக்கு; to appear not pleased, மனநிறைவின்மையைத் தெரிவி. **pout**(*n*): showing displeasure by the projection of lip, உதட்டைப் பிதுக்கி மனநிறைவின்மையைத் தெரிவித்தல்.

pov-er-ty/'pɔvəti/(*n*):'ப்பாவஉட்டி / the state of being poor, வறுமை; the state of being in want, தேவையினால் வாடுவது; want of good and essential qualities for good living, நல்வாழ்விற்குரிய மிக மிக, முக்கிய பண்புகள் இல்லாமை. **poverty-stricken** (*adj*): very very poor, ஏழ்மையில் வாடுகின்ற.

pow-der/'paudə*/(*n*):'ப்பஉடஅ* / fine dust, நுண்ணிய, மிருதுவான தூள்; fine particles, நுண் துகள்கள்; a mixture of explosion (charcoal + sulphur + saltpetre), வெடி மருந்துக் கலவை (கரி + கந்தகம் + வெடி யுப்புக் கலவை). **powder**(*v.t*): to grind, பொடியாக்கு; to pulverise, தூளாக்கு; to sprinkle with powder, பொடியைத் தூவு. **powder**(*adj*).

pow-er/'pauə*/(*n*):'ப்பஉஅ* / ability to do, செய்திறன்; means of doing, செய்வதற்கு ஏற்ற சாதனங்கள்; fine, practical, profitable moving force, மன உறுதி, செய்திறன், வேகம், அறிவுக் கூர்மை முதலியவை; mental ability, மனத் திறன்; physical capacity, உடல் வளம்; the right to rule, ஆளும் திறமை; intelligence to command, அதிகாரம் செலுத்தும் அறிவுக் கூர்மை; armed forces of a country, ஒரு நாட்டின் இராணுவப் படை; the product of a number multiplied by itself, எண்ணின் அடுக்குத் தொகை, ஓர் எண்ணின் பெருக்கடுக்கு. **pow-er-ful**/'pauəful/ (*adj*):'ப்பஉஅஃபுல் / full of energy, action, force, etc., செயல் வேகம் மிக்க, ஆற்றல் மிக்க, செல்வாக்கு உடைய. **pow-er-less**/ 'pauəlis/(*adj*):'ப்பஉஅலிஸ் / with no power or force, வலுவற்ற ஆற்றல் இல்லாத; unable, செய்திறன் இல்லாத; with no influence, அதிகாரம் இல்லாத.

pox/pɔks/(*n*):ப்பாக்ஸ் / a kind of skin disease, அம்மை நோய்; small pox, பெரியம்மை.

prac-tice/'præktis/(*n*):'ப்ரக்ட்டிஸ் / an action, repeated as often as possible to gain skill, பயிற்சி, பழக்கப்படுத்திக் கொள்ளுதல்; the exercise of a profession, தொழில் முறை; the real, actual performance, உண்மையான, நடைமுறைக்கு ஏற்ற செயல், செய்கை; a method of calculating, கணக்கீடு முறை; a rule in arithmetic, கணித விதி.

prac-tise/'præktis/(*v.t.-v.i*):'ப்ரக்ட்டிஸ் / to do again and again to gain skill, பழகு, பயிற்சி செய்; to make use of one's skill, powers, etc., திறன், அறிவு முதலியவற்றைக் கொண்டு தொழில் செய்; to learn by doing, செய்து, பயின்று கற்றுக்கொள்; to carry on a profession, ஒரு தொழில் செய். • *She has passed her law examination and she now* **practises** *as a lawyer.* **prac-ti-ca-ble**/'præktikəbl/(*adj*):'ப்ரக்ட்டிக்கஅப்:ல் / that can be easily done because of practice, பயிற்சியின் மூலம் எளிதில் செய்யக்கூடிய. **prac-ti-cal**/'præktikl/ (*adj*):'ப்ரக்ட்டிக்கல் / useful, பயனுள்ள; as a result of practice, பயிற்சியின் அனுபவமாக. **practically** (*adv*).

prac-ti-tion-er/præk'tiʃnə*/(*n*): ப்ரக்'ட்டிஷ்னஅ* / one who is engaged in a profession, தொழில் புரிபவர்; one who practises a profession, தொழில்முறைப் பணி புரிவோர்.

prag-ma-tis-m/'prægmətizəm/(*n*): 'ப்ரக்:மஅட்டிஸ:அம் / a philosophy, ஒரு தத்துவம்; effect is the criterion to judge the truth, பலன் மூலம் உண்மை அறியும் தத்துவம். **prag-mat-ic**/præg'mætik/ (*adj*):ப்ரக்:'மஎட்டிக் / very active, செய்திறன் உள்ள; relating to pragmatism, உண்மையை அறிய, செயல் முடிவின் பலன் அறிதல் என்னும் தத்துவம் தொடர்பான; meddlesome, குழப்புகின்ற, பிறர் விவ காரங்களில் தலையிடுகின்ற. **pragmatist** (*n*).one who treats things in a practical way, யதார்த்தவாதி.

prai-rie/'preəri/(*n*):'ப்ரஎஅரி / a large area of land full of grass but no trees, அகன்ற புல்வெளி.

praise/preiz/(*v.t*):ப்ரெய்ஸ்: / to speak highly of, புகழ்ந்து பேசு. • *Very often, men of merit are not* **praised** *by people;* to extol,

P

போற்று; to commend, நற்குணங்களைப் பாராட்டு. **praise**(*n*): commendation, புகழ்ந்து போற்றுதல்; an expression of admiration, பாராட்டுத் தெரிவித்தல், வாழ்த்து; worship of God in song, இறை பாடல், தோத்திரங்கள்.

praise-wor-thy/'preiz,wɜ:ði/(*adj*): ப்ரெய்ஸ்:உɘ:தி: / full of praise, புகழ் நிறைந்த; worthy of praise, புகழத்தக்க; commendable, பாராட்டத்தக்க.

prance/pra:ns/(*v.t*):ப்ரான்ஸ் / to spring, துள்ளி நட; to gambol, குதித்து நடைபோடு; to strut about, பெருமித நடைபோடு. • *Boys and girls are* **prancing** *about with delight over their success in examination.*

prank/præŋk/(*v.t-v.i*):ப்ரஜங்க் / to dress gaudily, ஆடம்பரமாக ஆடை அணிந்து கொள்; to adorn, அலங்கரித்துக்கொள். **prank**(*n*): a mischievous trick, குறும்பு; a fun, ஏளனச் செயல்; a sportive trick, சேட்டை.

prate/preit/(*v.t-v.i*):ப்ரெய்ட் / to talk with no meaning, உளறு, வீண் பேச்சு பேசு; to speak in idle manner, பிதற்று, சோம்பேறிப் பேச்சில் ஈடுபடு. **prate**(*n*): idle talk, வீண் பேச்சு; childish talk, மழலைப் பேச்சு.

prat-tle/'prætl/(*v.t-v.i*):'ப்ரஜட்ல் / to talk idly, வீண் பேச்சு பேசு; to talk like a child, குழந்தை போல் பேசு, பொருளில்லாமல் உளறு. • *Children always* **prattle** *about their toys.* **prattle**(*n*): idle talk, வீண் பேச்சு.

prav-i-ty/'prævəti/(*n*):'ப்ரஜவிட்டி / cruelty, கொடூரம்; wickedness, மோசம் செய்யும் மனப்பான்மை.

prawn/prɔ:n/(*n*): ப்ரɔ:ன் / a shellfish, இறால் மீன்.

pray/prei/(*v.t-v.i*):ப்ரெய் / to worship, வழிபாடு செய்; to ask earnestly, மனம் உருகிக் கேள்; to address God in all humility, பணிவுடனும், பக்தியுடனும் கடவுளை வேண்டிக் கொள். **pray-er**/'preiə*/(*n*):'ப்ரெயɘ* / a sincere and earnest request, உண்மையான, மனப் பூர்வமான வேண்டுகோள்; a devout appeal, பக்தியுடன் கூடிய வேண்டுதல்; a religious service, வழிபாடு. • *Sincere* **prayers** *will fetch God's grace.*

pre/pri/(*prefix*):ப்ரி / in advance, முன்; beforehand, முன்னமேயே.

preach/pri:tʃ/(*v.t-v.i*):ப்ரீச் / to give religious sermon, சமயச் சொற்பொழிவு செய்; to interpret religious truth interestingly, மத போதனைகளை, ஆர்வமுடன், உணர்வு பூர்வமாக, எழுச்சியுறப் பிரச்சாரம் செய்; to teach earnestly, ஆர்வமுடன் மத போதனை செய். • *To* **preach** *is rather easy; when it comes to practice, it is very difficult.* **preach-er**/pri:tʃə*/(*n*):'ப்ரீச்சɘ* / one who preaches, மத போதகர்.

pre-am-ble/pri:'æmbl/(*n*):ப்ரீ'யஜம்ப்:ல் / an official introduction to an act of parliament, நாடாளுமன்றச் சட்டத்திற்கு வரையப்படும் அறிமுகம்; an introduction to any writing or document, முகவுரை, முன்னுரை.

pre-ar-range/,pri:ə'reindʒ/(*v.t*): 'ப்ரியɘ'ரெய்ஞ்ஜ் / to arrange beforehand, முன்னேற்பாடு செய்.

preb-end/'prebənd/(*n*):'ப்ரெப:ɘன்ட்: / a payment given to a clergy man, திருச்சபை உறுப்பினருக்குக் கொடுக்கப்படும் மானியம்.

pre-car-i-ous/pri'keəriəs/(*adj*): ப்ரி'க்கεɘரியɘஸ் / not certain and secure, நிச்சயமும், உறுதியும் இல்லாத; dangerous, risky, depending not on one's self-will, ஆபத்தான, அபாயகரமான, தன்னம்பிக்கை சற்றும் இல்லாத. **precariously**(*adv*), **precariousness** (*n*).

pre-cau-tion/pri'kɔ:ʃn/(*n*):ப்ரி'க்கɔ:ஷɘன் / care beforehand, முன்னெச்சரிக்கை; forethought, முன்யோசனை. **pre-cautionary**(*adj*), **precautious**(*adj*).

pre-cede/,pri:'si:d/(*v.t-v.i*):ப்ரி'ஸீட்: / to go before in time, முன்கூட்டியே செல்; to happen before, முன்நிகழ்வுறு. • *He* **preceded** *his speech with prayer.* **pre-ce-dence**/'presidəns/(*n*): ப்ரி'ஸீட:ɘன்ஸ் / priority in time, place, rank, position, etc., இடம், காலம், பதவி முதலியவற்றில் முதன்மை. **pre-ce-dent**/ pri'si:dənt/(*adj*):ப்ரி'ஸீட:ɘன்ட் / going before in time, முன்பு நிகழ்ந்துள்ள; taking place before, முன்னேற்பட்டுள்ள. **precedent**(*n*): an action taken place in past, cited as a classic example, முன் மாதிரி, முன் நிகழ்ச்சி, உதாரணம். **pre-ced-ing**/,pri:'si:diŋ/(*adj*):ப்ரி'ஸீடி:ங் / going before, முந்தைய, முன்சென்றுள்ள; previous, முற்கூறப்பட்ட.

pre-centor/ˌpri:'sentə*/(*n*):ப்ரி'ஸென்ட்டஅ* / a conductor who leads and directs the singing of a church choir, ஒரு கிறித்துவக் கோயிலில் முதன்மையாய் இருந்து இசைக் குழுவை நடத்துபவர்.

pre-cept/'pri:sept/(*n*):'ப்ரீஸெப்ட் / a rule, ஒரு விதி; an order, ஒரு கட்டளை; a definite direction, உறுதியான செயல்முறை, அறிவுரை; a maxim, ஒரு முதுமொழி; a command given in writing, எழுத்தில் கொடுக்கப்படும் கட்டளை. **preceptor**: one who gives precepts or teaches, போதகர், ஆசான். **preceptress**(*fem*).

pre-cinct/'pri:siŋkt/(*n, sing*):'ப்ரீஸிங்க்ட் / **precincts**(*n, pl*): the outer limits around any place, வெளி எல்லை, எல்லைக்குட்பட்ட பகுதி; boundary, எல்லைக் கோடு; office precincts, அலுவலகமும், அலுவலகச் சுற்றுப் புறமும்.

pre-cious/'preʃəs/(*adj*):'ப்ரெஷஅஸ் / of very great value, மிக்க மதிப்பும், உயர்வும் உள்ள; very highly valued at, highly thought of, எண்ணத்தில், மதிப்பில் உயர்ந்துள்ள; difficult to understand, எளிதில் தெரிந்து கொள்ள முடியாத. **preciously**(*adv*), **preciousness**(*n*).

pre-ci-pice/'presipis/(*n*):'ப்ரெஸிப்பிஸ் / the steep, vertical face of a rock, hill, etc., ஒரு பாறை, மலைச்சரிவின் செங்குத்துப் பக்கம்; the perpendicular part of a rock, ஒரு பாறையின் செங்குத்துப் பக்கம்; a dangerous situation, ஆபத்தான சூழ்நிலை.

pre-cip-i-tate/pri'sipiteit/(*v.t*): ப்ரெ'ஸிப்பிட்டெய்ட் / **precipitated, precipitating**: to cause to make part of a liquid mixture settle to the bottom in solid form, கரைசலில், கரையாத திடப்பொருளை வீழ்ப்படிவமாக நிலைக்கச் செய்; to hasten, அவசரமாகச் செல்; to throw down with all violence, முரட்டுத்தனமாகத் தள்ளு; to urge on, அவசரப்படு; to condense, குளிர வை, உறைய வை. **precipitate**(*n*): the substance that settles down at the bottom of a solution, மண்டி, வீழ்ப்படிவு; the moisture condensed from vapour, நீராவியின் உறைபடிவு. **precipitate**(*adj*): hastily done, அவசரப்பட்டுச் செய்யப்படுகின்ற; thoughtless and senseless, சிந்தனையற்ற, பொருளற்ற. **precipitately** (*adv*). **pre-cip-i-tance**/pri'sipitəns/(*n*): ப்ரெ'ஸிப்பிட்டஅன்ஸ் / [also **precipitancy**]: headlong rashness, கண்மூடித்தனமான அவசரம்; thoughtlessness, சிந்தனையற்ற தன்மை. **pre-cip-i-tant**/pri'sipitənt/(*adj*): ப்ரெ'ஸிப்பிட்டஅன்ட் / falling violently, பயங்கரமாக விழுந்து கொண்டுள்ள. **precipitant**(*n*): a substance that can be used to form a precipitate, வீழ்ப்படிவை உண்டாக்கக்கூடிய பொருள். **pre-cipi-tous**/pri'sipitəs/(*adj*):ப்ரெஸிப்ப்பிட்டஅஸ் / steep, நிலைக்குத்தான. **precipitously** (*adv*).

pre-cis/'preisi:/(*n*):ப்ரெஸி / a summary, சுருக்க உரை, விளக்கச் சுருக்கம்; an abstract, பொழிப்பு.

pre-cise/pri'sais/(*adj*):ப்ரி'ஸய்ஸ் / clear in meaning, தெளிவாகச் சொல்லப்பட்டுள்ள, தெளிவான பொருளுள்ள; very accurate, மிக நுட்பமான, மிகச் சரியான. **pre-ci-sion**/pri'siʒn/(*n*):ப்ரி'ஸிஜ:அன் / [also **preciseness**]: definite accuracy, மிகத் துல்லியமாக. **precisely**(*adv*): exactly, மிகச் சரியாக.

pre-clude/pri'klu:d/(*v.t*):ப்ரி'க்லூட்: / to make not acceptable, ஏற்றுக்கொள்ள இயலாதவாறு செய். • *The agreement does not* **preclude** *any possible attack by the rebels.* to keep out, விலக்கி வை; to try to prevent from happening, நிகழாமல் இருக்க முயற்சி செய். **preclusive**(*adj*), **preclusion**(*n*).

pre-co-cious/pri'kəuʃəs/(*adj*): ப்ரி'க்கஅஉஷஅஸ் / very ripe before the normal time, இயல்பான பருவத்திற்கு முன் முற்றும் பருவம் ஏற்படுகின்ற; too wise for one's age, வயதுக்கு மீறிய அறிவு வளர்ச்சி உள்ள. **pre-co-cious-ness**/pri'kəuʃəsnis/(*n*):ப்ரி'க்கஅஉஷஅஸ்னிஸ் / [also **precocity**]: very early maturity, மிகுந்த இளம் பருவத்தில் முதிர்ச்சி அடைதல்.

pre-cog-ni-tion/pri'kɔ:gniʃn/(*n*): ப்ரீ'க்காக்:னிஷஅன் / the first investigation, examination of witnesses, சாட்சிகளின் முதல் விசாரணை.

pre-con-ceive/ˌpri:kən'si:v/(*v.t*): 'ப்ரீக்கஅன்'ஸீவ் / to judge beforehand, முன்னதாகவே தீர்மானம் செய்; to form an opinion with no proper grounds, ஆதாரம் இல்லாமல், ஒரு முடிவு செய்.

P

pre-con-cep-tion/ˌpri:kənˈsepʃn/*(n)*: 'ப்ரீக்கஒன்'ஸெப்ஷஒன் / an opinion formed with no adequate knowledge, சற்றும் ஆதாரமில்லாமல் ஏற்படுத்திக் கொள்ளும் கருத்து.

pre-con-cert/ˌpri:kənˈsɜ:t/*(v.t)*: 'ப்ரீக்கஒன்'ஸஒ:ட் / to arrange in advance, முன்கூட்டியே ஏற்பாடு செய்.

pre-cur-sor/ˌpri:ˈkɜ:sə*/*(n)*:ப்ரிக்'கஒ:ஸஒ* / that which goes before, முன் செல்லுதல்; forerunner, முன்னோடி.

pre-da-to-ry/ˈpredətəri/*(adj)*: 'ப்ரெடஒட்டஒரி / preying upon other living beings, மற்ற உயிரினங்களைக் கொன்று தின்னும் இயல்புடைய; plundering, கொள்ளையடிக்கின்ற.

pre-de-cease/ˌpri:diˈsi:s/*(v.t)*:'ப்ரீடி:'ஸீஸ் / to die before another or before a proper time, ஒருவருக்கு முன் மரணம் அடை. **predeceased***(adj)*.

pre-de-ces-sor/ˈpri:disesə*/*(n)*: 'ப்ரீடி:ஸெஸஒ* / a former holder of an office, முற்பதவியாளர், முன்பு பதவி வகித்தவர்; forefather, முன்னோர்.

pre-de-fine/ˌpri:ˈdefain/*(v.t)*:'ப்ரீ'டி:ஃபய்ன் / to define beforehand, முன்கூட்டியே தீர்மானம் செய். **predefinition***(n)*. **pre-des-tine**/ˌpri:ˈdestin/*(v.t)*:'ப்ரீ'டெ:ஸ்ட்டின் / [also **predestinate**]: to decree/to judge beforehand, முன்கூட்டியே தீர்மானம் செய்; to determine in advance, முன்னமேயே முடிவு எடுத்து விடு. **pre-de-ter-mine**/ˌpri:diˈtɜ:min/*(v.t)*:ப்ரீடி:'ட்டஒ:மின் / to come to a decision beforehand, முன்னமேயே ஒரு முடிவுக்கு வந்து விடு. **predetermination***(n)*: a decision taken beforehand, முன்கூட்டியே எடுக்கப்பட்ட தீர்மானம். **predeterminate***(adj)*.

pred-i-cate/ˈpredikət/*(v.t)*:'ப்ரெடி:க்கெய்ட் / to affirm, உறுதியாகச் செய்; to assert, தன் நிலையை நிச்சயம் செய்து அறிவிப்புக் கொடு. **predicate***(n)*: an affirmation, உறுதி கூறல்; (grammar) that which is said about the subject, பயனிலை; the verb in a sentence, ஒரு வாக்கியத்தில் உள்ள வினைச்சொல். **predication***(n)*, **predicative***(adj)*.

pre-dic-able/ˈpredikəbl/*(adj)*: 'ப்ரெடிக்கஒப்:ல் / that can be foreseen or predicted, எதிர்பார்க்கக்கூடிய, வரப்போவதை முன்கூட்டியே சொல்லக்கூடிய. **predicable** *(n)*: that which can be affirmed, உறுதி செய்யப்படக்கூடிய.

pre-dic-a-ment/priˈdikəmənt/*(n)*: ப்ரி'டி:க்கஒமஒன்ட் (ப்ரெ) / a trying situation, ஒரு சிக்கலான நிலை; an awkward position, இக்கட்டான நிலை; thing affirmed, பயனிலை கூறு.

pre-dic-tion/priˈdikʃn/*(n)*:ப்ரெ'டி:க்ஷஒன் (ப்ரி) / foretelling, முன்கூட்டியே சொல்லல்; prophecy, வரும் பொருளுரைத்தல். **predicative***(adj)*: affirming, உறுதிப் படுத்துகின்ற. **predictable***(adj)*: that can be foretold, முன்கூட்டியே சொல்லக்கூடிய.

pre-dict/priˈdikt/*(v.t)*:ப்ரி'டி:க்ட் / to foretell, எதிர்காலம் அறிந்து முன்கூட்டியே சொல். • *It is not that easy to* **predict** *the future.* **predictive***(adj)*. **pre-dict-or**/priˈdiktə*/*(adj)*:ப்ரி'டி:க்ட்டஒ* / one who foretells, எதிர்காலம் பற்றி முன்கூட்டியே சொல்லக்கூடியவர்.

pre-di-gest/priˈdidʒəst/*(v.t)*:ப்ரி'டி:ஜெஸ்ட் / to digest artificially before eating, முன் கூட்டியே, செயற்கையாகச் சீரணம் செய்; to have a fine clear thinking beforehand, முன்கூட்டியே, நல்ல, தெளிவான யோசனை கொள். **predigestion***(n)*.

pre-di-lec-tion/ˌpri:diˈlekʃn/*(n)*: ˌப்ரீடி:'லெக்ஷஒன் / a kind of liking having previous effect, bias, partiality, ஒரு தலைச் சார்பு; undue preference, அதிக சலுகை.

pre-dis-pose/ˌpri:diˈspəuz/*(v.t)*: 'ப்ரீடி:ஸ்'ப்பஒஉஸ் / to be prepared, தயார் நிலையில் இரு; to make fit for, தகுதி பெறச் செய்; to render amiable, இணக் கமாக இரு. **predisposition***(n)*: bias, ஒரு தலைச் சார்பு; undue favour towards, ஒரு பக்கம் அதிக சலுகை அளித்தல்.

pre-dom-i-nance/priˈdɔminəns/*(n)*: ப்ரி'டொமினஒன்ஸ் / sheer superiority, மேல் ஆதிக்கம், மேன்மை, செல்வாக்கு. **predominant***(adj)*: superior in power, position, etc., பதவி, அதிகாரம் முதலிய வற்றில் மிகுந்த செல்வாக்குள்ள; supreme, மிக உயர்ந்த. **pre-dom-i-nate**/priˈdɔmineit/*(v.i)*:ப்ரி'டொமினெய்ட் / to wield undue influence over, அதிக அதிகாரம் செலுத்து; to lord over, ஆணவம் உள்ள ஆதிக்கதாரராக இரு; to exercise upper hand, செல்வாக்குடன் இரு; to be superior to, மிக உயர்ந்தவனாக இரு; to be in greater force, அதிக எண்ணிக்கையில் செயல்படு.

P

pre-em-i-nent/ˌpri:ˈeminənt/*(adj)*: ப்ரீ'யெமினஒன்ட் / having superior talent, மிகச் சிறந்த திறமையுள்ள. **pre-em-i-nence**/ˌpri:ˈeminəns/*(n)*:ப்ரீ'யெமினஒன்ஸ் / superior excellence, மிகச் சிறந்த மேம்பாடுள்ள தன்மை; surpassing all others, பிறரைவிட மிக உன்னதப் பண்புடன் இருத்தல். **preeminently***(adv)*.

pre-empt/ˌpri:ˈempt/*(v.t)*:ப்ரீ'யெம்ப்ட் / to make ineffective by taking action in advance, முன் நடவடிக்கை எடுத்து பிறர் செயலை வலுவிழக்கச் செய். • *The rebels discovered that their plans to rob the bank had been* **preempted** *by the police.* to acquire in advance, முன்னதாகவே தன் உரிமையை நிலைப்படுத்து. **pre-emp-tive**/ˌpri:ˈemptiv/*(adj)*:ப்ரீ'யெம்ப்டிவ் / done before other people can act, பிறர் செயல்படு முன் செயல்படுகின்ற; preventing others from doing and acting before, பிறர் செயல்படுவதைத் தடுத்து நிறுத்தி, முன் நடவடிக்கை எடுக்கும் ஆற்றல் உள்ள. **pre-emp-tion**/ˌpri:ˈempʃn/*(n)*: ப்ரீ'யெம்ப்ஷஒன் / the right and privilege of buying before, முன் சலுகை கொண்டு வாங்கும் உரிமை.

preen/pri:n/*(v.t)*:ப்ரீன் / to comb the feathers with the beak, அலகு கொண்டு, சிறகுகளைச் சீர்செய்; to be fine, tidy and smart, துடிப்பாக இரு. **preen***(n)*: a brooch, ஆடையில் பதிக்கும் குத்தூசி.

pre-exist/ˌpri:igˈzist/*(v.i)*:'ப்ரீயிக்:'ஸி:ஸ்ட் / to exist before, முன்னமேயே இரு, முன் காலத்தில் வசித்திரு. **pre-existent***(adj)*, **pre-existence***(n)*.

pre-fab-ri-cate/ˌpri:ˈfæbrikeit/*(v.t)*: 'ப்ரீ'ஃபஆப்:ரிக்கெய்ட் / to manufacture component parts beforehand, முன்னமேயே வேண்டிய தளவாடங்களைத் தயார் செய்துகொள். **prefabrication***(n)*.

pre-face/ˈprefis/*(n)*:'ப்ரெஃபிஸ் / an introduction, முகவுரை; remarks made/ written at the beginning, அறிமுகம். **prefatory***(adj)*, **prefatorily***(adv)*.

pre-fect/ˈpri:fekt/*(n)*:'ப்ரீஃபெக்ட் / an officer having police powers, காவல் துறை அதிகாரம் உள்ள அரசு ஆணையர்; a governor of a province, ஒரு மாநில ஆளுநர்; a student leader, மாணவர் தலைவர். **prefecture***(n)*: the office of a prefect, ஓர் ஆளுநரின் அலுவலகம்.

pre-fer/priˈfɜ:*/*(v.t)*:ப்ரி'ஃபஅ:* / **preferred, preferring**: choose as better than, சிறந்தது என்று தேர்ந்து எடு;. to present, வழங்கு, கொடு. • *He* **preferred** *a complaint with the police about the misbehaviour of a minister.* **pre-fer-a-ble**/ˈprefərəbl/*(adj)*:'ப்ரெஃபஅரஅப்:ல் / more desirable, மிக விரும்புகின்ற; of better quality, மிகச் சிறந்தது என்று தேர்ந்தெடுக்கப்படுகின்ற. **pref-e-rence**/ˈprefərəns/*(n)*:'ப்ரெஃபஅரஒன்ஸ் / the condition or state of being preferred, அதிகம் விரும்பும் நிலை; the choice of one rather than another, முன்னுரிமை விருப்பத் தேர்வு. **preferably***(adv)*.

pref-e-ren-tial/ˌprefəˈrenʃl/*(adj)*: ˌப்ரெஃபஅ'ரென்ஷஅல் / treated with more favour, அதிக சலுகையுடன் கொண்டாடப் படுகின்ற. **preferentially** *(adv)*.

pre-ferred/priˈfɜ:d/*(adj)*:ப்ரி'ஃபஅ:ட் / having very special rights, சிறப்புரிமையுள்ள. **the preferred**: people getting more favours, அதிக சலுகை பெறுகின்ற மக்கள். • *Every minister has his own* **preferred** *men around him.*

pre-fig-ure/ˈpri:figə*/*(v.t)*:'ப்ரீஃபிக:அ* / to exhibit beforehand with figures, படங்கள், வடிவங்கள் கொண்டு சித்திரித்துக் காட்டு.

pre-fix/ˈpri:fiks/*(v.t)*:'ப்ரீஃபிக்ஸ் / to fix or place before, முற்சேர்க்கை சேர், முன் இணைப்புக் கொடு. **prefix***(n)*: something that is preferred, தேர்ந்தெடுக்கப்பட்ட ஒன்று.

preg-nant/ˈpregnənt/*(adj)*:'ப்ரெக்:னஒன்ட் / having a child developing in the uterus, கருத்தாங்கிய; carrying, கருத்தரித்துள்ள; full of promise, வேகமும், கருத்தும் நிறைந்த; significant, குறிப்பிடத்தக்க. **preg-nan-cy**/ˈpregnənsi/*(n)*: 'ப்ரெக்:னஒன்ஸி / the state of being pregnant, கருத்தரித்த நிலை; significant position, முக்கிய நிலை.

preg-na-ble/ˈpregnəbl/*(adj)*:'ப்ரெக்:னஅப்:ல் / that can be taken by attack, தாக்கிப் பிடிக்கின்ற. *opp*: impregnable.

pre-his-tor-ic/ˌpri:hiˈstɔrik/*(adj)*: 'ப்ரீஹிஸ்'ட்டாரிக் / pertaining to the period before the known history of man, மனித வரலாற்றுக்கு முற்பட்ட காலத்திய. **pre-history***(n)*.

pre-judge/ˌpri:ˈdʒʌdʒ/*(v.t)*:'ப்ரீ'ஜட்ஜ் / to conclude without studying the full details of a case, தீர விசாரணை செய்யாமல், தீர்மானம் செய்; to form an opinion without hearing beforehand, விசாரணை செய்யுமுன், தீர்மானம் செய், கருத்துக் கொள்.

prej-u-dice/'predʒudis/*(n)*:'ப்ரெஜுடிஸ் / an opinion formed with no enquiry or with no adequate knowledge about a case, incident, etc., தவறான கருத்து, தகுந்த விசாரணையின்றிக் கொள்ளும் கருத்து, ஒரு நிகழ்ச்சி, வழக்கு முதலிய வற்றைப்பற்றி முழு விவரம் தெரியாமல் முடிவு செய்தல்; injury, wrong or harm, அவதூறு, தவறு, கேடு. **prejudice***(v.t)*: to cause to produce prejudice, தவறான எண்ணம் உண்டாக்கு; to harm, தீங்கிழை. **prejudicial***(adj)*, **prejudicially***(adv)*.

prel-ate/'prelit/*(n)*:'ப்ரெலிட் (லெட்) / a clergyman of high rank, கிறித்தவ உயர் மதகுரு; a bishop, கிறித்தவ மதகுரு; an archbishop, முக்கிய மதகுரு.

pre-lim-i-na-ry/pri'liminəri/*(adj)*: ப்ரி'லிமினரி / preparatory to the main business, முக்கிய அலுவலுக்கு முன் செய்யப் படும் ஏற்பாடுகள் பற்றிய; introductory, அறிமுகம் தொடர்பான. **preliminary***(n)*: things done or settled before the chief business, தொடக்கம், ஆயத்தம்.

prel-ude/'prelju:d/*(n)*:'ப்ரெல்யூட் / an introduction to a more important one, அறிமுகம், முன் ஏற்பாடு; a short piece played before the main drama, அறிமுக சிறு நிகழ்ச்சி. **prelude***(v.t-v.i)*: to serve as a prelude, அறிமுகம் செய்; to begin with an introduction, முகமன் கூறித் துவக்கம் செய்.

pre-ma-ture/'premə,tjuə*/*(adj)*:,ப்ரீமə'ச்சுə (ப்ரெ) / too early, வெகு சீக்கிரத்தில்; taking place before time, பருவ காலத்திற்கு முன் முதிர்ச்சி அடையக்கூடிய.

pre-med-i-tate/,pri:'mediteit/*(v.t)*: ப்ரீ'மெடிட்டெய்ட் / to think out beforehand and plan carefully, முன் யோசனையுடன் கவனமாகத் திட்டமிடு.

prem-i-er/'premjə*/*(adj)*:'ப்ரெம்யə* / first, முதலில்; chief, முதன்மையான, தலைமையான; foremost, முக்கியமான, முன்னணியில் உள்ள. **premier***(n)*: the Prime Minister, பிரதம மந்திரி.

prem-i-ere/'premieə*/*(n)*:'ப்ரெமியεə* / a first public performance, முதன்முதலில் மேடையேறும் காட்சி, அரங்கேற்றம்.

prem-ise/pri'maiz/*(n)*:ப்ரி'மய்ஸ் / a statement proved before, முன்னமேயே நிரூபிக்கப்பட்ட கூற்று; basis for argument, ஆதாரம் உள்ள வாதம்.

prem-is-es/'premisiz/*(n, pl)*:'ப்ரெமிஸ்ஸிஸ் / a main building with its surroundings, yard, etc., முக்கிய கட்டடமும், அதன் சுற்றுப் புறமும், மனையிடம்.

pre-mi-um/'pri:mjəm/*(n)*:'ப்ரீம்யəம் (மியம்) / payment made for a contract, உடன்படிக்கைக்குக் கொடுக்கப்படும் பணம், குத்தகைப் பணம்; payment for insurance, காப்பீட்டுத் தவணைத் தொகை; bonus, ஊக்கத் தொகை; reward, பரிசுத் தொகை.

pre-mo-nish/'premɔ:niʃ/*(v.i)*:'ப்ரெமɔனிஷ் / to cause to warn beforehand, முன் எச்சரிக்கை கொடு. **pre-mo-ni-tion**/,premə'niʃn/*(n)*:,ப்ரீமə'னிஷən / a warning made beforehand, முன் எச்சரிக்கை; a feeling of some impending danger, வரவிருக்கும் அபாயம் பற்றிய முன்னுணர்வு. **premonitory***(adj)*.

pre-oc-cu-py/,pri:'ɔkjupai/*(v.i)*: ப்ரீ'ɔக்யுப்பய் / to be engrossed in some serious work or thought, நிகழ்காலத்தை மறந்து வேலை (அ) சிந்தனையில் ஈடுபட்டு இரு; to be immersed in thinking, சிந்தனையில் ஆழ்ந்திரு; to occupy in advance, முன்னமேயே பற்றிக்கொள். **preoccupation***(n)*.

pre-or-dain/,pri:ɔ:'dein/*(v.t)*:'ப்ரீɔ:'டெய்ன் / to have the decision beforehand, முன் கூட்டியே தீர்மானம் செய்துகொள்; to determine beforehand, முன்கூட்டியே தீர்மானம் செய்.

pre-pare/pri'peə*/*(v.t-v.i)*:ப்ரி'ப்பεə / to be ready for action, செயல்பட ஆயத்தமாகு; to provide for, வேண்டியதை ஏற்பாடு செய்; to be able to do, செயல்படத் தயாராகு. **prep-a-ra-tion**/,prepə'reiʃn/*(n)*: ,ப்ரெப்பə'ரெய்ஷən / the state of being ready, முன்னேற்பாட்டுடன் இருத்தல்; the substance prepared for some special use, சிறப்பாகப் பயன்படத் தயார் செய்யப்படும் பொருள். **pre-pa-ra-to-ry**/pri'pærətəri/ *(adj)*:ப்ரி'ப்பæரəட்டəரி / preparing for action, செயல்படத் தயார் நிலையிலுள்ள. **pre-pared-ness**/pri'peədnis/*(n)*: 'ப்ரிப்பεəட்னிஸ் / readiness for action, செயல்படத் தயார் நிலையில் இருத்தல்.

pre-pay/,pri:'pei/*(v.t)*:'ப்ரீ'ப்பெய் / **prepaid, prepaid**: to pay in advance, முன்பணம் செலுத்து. **prepayment***(n)*.

P

pre-pon-der-ate/pri'pɔndəreit/*(v.i)*: ப்ரி'ப்பான்ட:ரெய்ட் / to weigh more than, எடையில் அதிகமாயிரு; to be greater in number, power, influence, etc., எண்ணிக்கை, அதிகாரம், சக்தி, செல்வாக்கு முதலியவற்றில் அதிக ஆட்சி பெற்றிரு, முதன்மையாய் இரு. **pre-pon-der-ance**/ pri'pɔndərəns/*(n)*:ப்ரி'ப்பான்ட:ரஅன்ஸ் / superiority of weight, power, influence, etc., எடை, சக்தி, செல்வாக்கு முதலிய வற்றில் பெருமிதம்; superior number, எண்ணிக்கையில், மற்றவர்களைவிட மிக அதிகம். **preponderant***(adj)*.

prep-o-si-tion/ˌprepə'ziʃn/*(n)*: ˌப்ரெப்பஅ'ஸி:ஷஅன் / a word that is placed, before a noun or pronoun to function either adjectively or adverbially, வேற்றுமை உருபுகள் உண்டாக்க உதவும் வார்த்தை, முன் இடைச்சொல். **prepositional***(adj)*, **prepositionally** *(adv)*.

pre-pos-sess/ˌpri:pə'zes/*(v.t)*: ˌப்ரீப்பஅ'ஸெ:ஸ் / to possess beforehand, முன்கூட்டியே, மனத்தில் நிறைந்திரு; to be favourably inclined to, சலுகை அதிகம் காட்டும் தன்மையிலிரு. **prepossessing** *(adj)*.

pre-pos-ter-ous/pri'pɔstərəs/*(adj)*: ப்ரி'ப்பாஸ்டஅரஅஸ் / contrary to commonsense, பகுத்தறிவுக்குப் பொருந்தாத; absurd and foolish, முட்டாள்தனமான.

pre-req-ui-site/ˌpri:'rekwizit/*(n)*: 'ப்ரீ'ரெக்உயிஸி:ட் / that which is required as a previous condition, முன் தேவைப் பொருள், முன் நிபந்தனை. **prerequisite** *(adj)*: conditional, முன் நிபந்தனையுள்ள.

pre-rog-a-tive/pri'rɔgətiv/*(n)*: ப்ரி'ராக:அட்டிவ் / a privilege, சிறப்பு உரிமை; a special right, தனிப்பட்ட உரிமை.

pre-sage/'presidʒ/*(v.t)*:'ப்ரெஸிஜ் / to foretell, குறிசொல்; to warn, எச்சரிக்கை கொடு. **presage***(n)*: that which foretells a future event, முன்னறிவிப்பு, எச்சரிக்கை.

pre-sci-ence/'presiəns/*(n)*:'ப்ரெஷியஅன்ஸ் / feelings that one gets beforehand about things to happen, வருமுன் பெறும் அறிவு, முன்னறிவு. **pre-sci-ent**/'presiənt/*(adj)*: 'ப்ரெஷியஅன்ட் / knowing before, முன் அறியக்கூடிய; foreseeing, வருவதை அறியும் உணர்வுள்ள.

pre-scribe/pri'skraib/*(v.t-v.i)*:ப்ரிஸ்'க்ரய்ப்: / to set down as an order, உத்தரவு கொடு, ஆணையிடு; to advise certain use of medicine or treatment, மருத்துவ சிகிச்சைக்கு மருந்து குறித்துக் கொடு. • *We should accept the medicine* **prescribed** *by the doctor.* **pre-scrip-tion**/pri'skripʃn/ *(n)*:ப்ரிஸ்'க்ரிப்ஷஅன் / written direction of a physician, ஒரு மருத்துவரின் மருத்துவக் குறிப்பு.

pres-ent/'preznt/*(v.t-v.i)*:'ப்ரெஸ்:ண்ட் / to give a present, பரிசு அளி, கொடு; to introduce, அறிமுகம் செய்; to produce before, முன் நிறுத்து; to make appear, தோன்றும்படி செய்; to offer, கொடு; to make known to, தெரியும்படி செய்; to give appointment, பதவி கொடு. **present** *(adj)*: happening now, தற்பொழுது நிகழ்கின்ற; of this time, தற்பொழுதுள்ள; immediate, உடன்; ready witted, மிக அறிவுத்திறனுள்ள, சமயத்திற்கேற்ப, அறிவுக்கூர்மையுள்ள; now under consideration, தற்பொழுது ஆலோசனையிலிருக்கிற. **present***(n)*: a gift, ஒரு பரிசு; time now, நிகழ்காலம். **presently***(adv)*: without delay, தாமதம் இல்லாமல். **pres-ence**/'prezns/*(n)*: 'ப்ரெஸ்:ன்ஸ் / the state of being present, இப்பொழுது இருக்கும் தன்மை, இருக்கும் இடம்; place where one is present, ஒருவர் இருக்குமிடம், முன்னிலை; appearance, தோற்றம்.

presence-of-mind*(n)*: ability to decide correctly and instantly, உடனடியாகத் தீர்வு காணும் திறன்; capacity and wisdom to face a crisis calmly and decisively, நெருக்கடி வேளையில், செய்திறனுடனும், அறிவுக்கூர்மையுடனும் கூடிய மதிநுட்பத்துடன் இருத்தல்.

pre-sen-ta-ble/pri'zentəbl/*(adj)*: ப்ரி'ஸெ:ன்ட்டஅப்:ல் / of fine and decent appearance, கண்ணியமான, நல்ல தோற்ற முடைய; fit to be introduced, அறிமுகம் செய்யத் தகுந்த; fit to be presented, உகந்து அளிக்கத்தக்க. **pre-sen-ta-tion**/ ˌprezən'teiʃn/*(n)*:ˌப்ரெஸெ:ன்ட்'டெய்ஷஅன் / the act of presenting, அறிமுகப்படுத்துதல்; that which is presented, பரிசாக அளித்தல், அன்பளிப்பு.

pre-sen-ti-ment/pri'zentimənt/*(n)*: ப்ரி'ஸ:அன்ட்டிமஅன்ட் / a feeling that something not good is about to take place, வரவிருக்கும் கெட்ட நிகழ்ச்சியைப் பற்றிய முன் உணர்வு; foreboding, முன் கூட்டியே அறிதல்.

pre-serve/priˈzɜ:v/*(v.t)*:ப்ரிˈஸ:ə வ் / to keep safe, பாதுகாப்புடன் வை; to maintain in a good condition, நன்னிலையில் வைத்துக் காத்திடு; to save from decay, அழுகாமல் காப்பாற்று; to ward off danger from, அபாயத்தைத் தவிர்த்து நில். **preserve***(n)*: that which is preserved, பாதுகாக்கப்படும் பொருள்; a place where wild animals are preserved, வனவிலங்கு சரணாலயம். **preserves***(n)*: fruits preserved, பாதுகாக்கப்படும் பழ வகைகள். **pre-ser-va-tion**/ˌprezəˈveiʃn/*(n)*:ˌப்ரிஸ:əˈவெய்ஷən் / the state of being preserved, பொருள்களைப் பாதுகாக்கும் நிலை. **preservable** *(adj)*, **preserver***(n)*.

pre-ser-va-tive/priˈzɜ:vətiv/*(n)*: ப்ரிˈஸ:əவəட்டிவ் / that which preserves, பொருள்களைக் கெடாமல் பாதுகாக்கும் 'பொருள்'.

pre-side/priˈzaid/*(v.i)*:ப்ரிˈஸ:ய்ட்: / to be a chairperson, தலைமை தாங்கு; to be in a place of authority, அதிகாரப் பதவியில் இரு; to be the head of authority, தலைமை அதிகாரியாக இரு; to be the head of an administration, நிர்வாகப் பதவியில் இரு. **pres-i-dent**/ˈprezidənt/*(n)*: 'ப்ரெஸி:டெ:ன்ட் / the person who presides, தலைமைப் பதவி வகிப்பவர்; the leading member of an organization, ஒரு அமைப்பின் தலைவர்; the head of a republic, குடியாட்சித் தலைவர்.

pres-i-den-cy/ˈprezidənsi/*(n)*: 'ப்ரெஸி:டəன்ஸி / the office of a president, ஒரு தலைவரின் பதவிக் காலம். **presidential***(adj)*.

press/pres/*(v.t-v.i)*:ப்ரெஸ் / to lie on with weight, பளுவுடன் அழுத்து; to squeeze, நெருக்கு; to push with force, பலவந்தமாக முன்னேறு; to urge, வற்புறுத்து; to smooth the cloth, ஆடையைச் சலவை செய். **press***(n)*: a machine exerting pressure, அழுத்தும் இயந்திரம்; printing machine, அச்சு இயந்திரம்; press, அச்சுக்கூடம்; newspapers, செய்தி இதழ்கள்; a crowd of people, மக்கள் கூட்டம்; a very strong demand, ஒரு பலமான கோரிக்கை; a closet for dress, ஆடைகள் வைக்கும் தனிப்பகுதி.

press-a-gent/ˈpresˌeidʒənt/*(n)*: 'ப்ரெஸ்ˌஎய்ஜəன்ட் / an officer-in-charge of information and publicity of an organization, ஒரு நிறுவனத்தின் மக்கள் தொடர்பு, விளம்பர அலுவலர்.

press-ing/presiŋ/*(adj)*:'ப்ரெஸிங் / demanding immediate attention, மிக அவசர நடவடிக்கை தேவைப்படுகிற; very important, மிக அவசரமான.

press-gang/ˈpresgæŋ/*(n)*:'ப்ரெஸ்க:ஆங்க்: / a body of men formerly employed to carry off men by force and compulsion to press them into army or navy, மனிதர்களைக் கட்டாயப்படுத்தி அழைத்துப் போய் இராணுவம் (அ) கடற்படையில் சேர்க்கும் படைச் சேர்ப்புக்குழு.

pres-sure/ˈpreʃə*/*(n)*:'ப்ரெஷə* / the state of being pressed, அழுத்திக் கொண்டிருக்கும் நிலை; a force, அழுத்தும் சக்தி; an unpleasant force, மனத்திற்கு ஒவ்வாத சக்தி; a cause of distress, மனக் கலக்கம்; strong demand, அதிக தேவை.

pres-tige/preˈsti:ʒ/*(n)*:'ப்ரெஸ்ட்டீஜ் / influence, தன்மானம், செல்வாக்கு; a fine reputation, நன்மதிப்பு, புகழ்.

pre-sume/priˈzju:m/*(v.t-v.i)*:ப்ரிˈஸ்யூம் / to suppose, இருப்பதாக நினைத்துக்கொள்; to take for granted, இல்லாததை ஏற்றுக் கொள்வதாக வைத்துக்கொள்; **pre-sump-tion**/priˈzʌmpʃn/*(n)*: ப்ரிˈஸ:ம்ப்ஷən் / the act of presuming, நினைத்துக்கொள்ளும் செயல்; supposition, ஊகித்தல்; foolish, not realistic, self-assertion, ஆதாரம் இல்லாத துணிவு; probability, ஊகம். **presumable** *(adj)*, **presumably***(adv)*.

pre-sump-tu-ous/priˈzʌmptʃuəs/*(adj)*: ப்ரிˈஸ:ம்ப்ச்சுəஸ் / insolent, அகம்பாவம் உள்ள; acting with too much confidence, அதிகத் தன்னம்பிக்கையுடன் செயல்படுகின்ற. **presumptive***(adj)*, **presumptuously***(adv)*, **presumptuousness***(n)*.

pre-sup-pose/ˌpri:səˈpəuz/*(v.t)*: ˌப்ரீஸəˈப்əஉஸ்: / to suppose beforehand, முன்னதாக ஊகித்துக் கொள்; to take for granted இல்லாததை இருப்பதாக வாதத்திற்கு வைத்துக்கொள்.

pre-sup-po-si-tion/ˌpri:sʌpəˈziʃn/*(n)*: ˌப்ரீஸப்பəˈஸி:ஷən் / that which is presupposed, முன்னதாக ஊகித்துக் கொண்ட ஒன்று; that which is taken for granted, ஏற்றுக்கொண்டதாக நினைத்துக் கொள்ளல்.

pre-tend/priˈtend/*(v.t)*:ப்ரிˈட்டென்ட்: / to make it appear that something is true while it is not, இல்லாத ஒன்றை இருப்பதாக நினைத்து பாவனை செய்; to put forward

P

as real that which is false, பொய்யான ஒன்றை, உண்மையெனச் சொல்லி, முன்வை. • *He* **pretended** *to be a police officer but his trick was found out.* to make believe, நம்பச் செய். **pre-tence**/pri'tens/*(n)*:ப்ரி'ட்டென்ஸ் / something that is pretended, பாசாங்கு செய்யப்படும் ஒன்று, போலியாக இருக்கும் ஒன்று. **pre-tend-ed**/pri'tendid/*(adj)*:ப்ரி'ட்டென்டிட் / assumed, பொய்யான; feigned, போலியான. **pre-ten-tious**/pri'tenʃəs/*(adj)*: ப்ரி'ட்டென்ஷஸ் / making an outward show, வெளிப்பகட்டுக் காட்டுகின்ற; full of pretence, போலியாக நடிக்கின்ற; appearing to be what one is not, இல்லாததை இருப்பது போல் தோன்றும்படி செய்கின்ற. **pretentiously***(adv)*.

pre-ter-nat-u-ral/ˌpri:tə'nætʃrəl/*(adj)*: ˌப்ரீட்டஉ'னஷச்சுரஉல் / not at all natural, இயல்பில்லாத; abnormal, அசாதாரணமான.

pre-text/'pri:tekst/*(n)*:'ப்ரீட்டெக்ஸ்ட் / an excuse, தட்டிக்கழிக்கும் பொய்க் காரணம்; not a reason, கருத்துக்கு ஒவ்வாத காரணம்.

pret-ty/'priti/*(adj)*:'ப்ரிட்டி / pleasing, மனத்திற்குகந்த; attractive, அழகாக. **prettily***(adv)*.

pre-vail/pri'veil/*(v.i)*:ப்ரி'வெய்ல் / to overcome, வழிக்குக் கொண்டு வா; to insist on, வற்புறுத்து; to gain more influence on, பிறர் மேல் உன் செல்வாக்கைப் பயன்படுத்தி வெற்றியடை. **pre-vail-ing**/pri'veiliŋ /*(adj)*:ப்ரி'வெய்லிங் / exisiting now, இப்பொழுது நடைமுறையிலுள்ள. **prevailingly***(adv)*, **prevalence***(n)*.

prev-a-lent/'prevələnt/*(adj)*:'ப்ரெவஉலஉன்ட் / prevailing everywhere, existing everywhere, எங்கும் இருக்கிற; very common, மிகச் சாதாரணமான.

pre-var-i-cate/pri'værikeit/*(v.i)*: ப்ரி'வஊரிக்கெய்ட் / to talk with no definite sense, பட்டும் படாமலும் பேசு; to try to avoid speaking truth, உண்மை பேசாமல் மழுப்பு. **prevarication***(n)*, **prevariactor** *(n)*.

pre-vent/pri'vent/*(v.t)*:ப்ரி'வென்ட் / to obstruct, தடைசெய்; to keep away from, ஒதுங்கி நில். **pre-ven-tion**/pri'venʃn/*(n)*: ப்ரி'வென்ஷஉன் / the act of preventing, தடுத்து நிறுத்தும் செயல்; obstruction, தடை. **pre-ven-tive**/pri'ventiv/*(adj)*: ப்ரி'வென்ட்டிவ் / tending to prevent, தடுத்து நிறுத்துகின்ற. **preventive***(n)*: that which prevents, தடுத்து நிறுத்துவது. **preventively** *(adv)*.

pre-view/'pri:vju:/*(n)*:'ப்ரீ'வ்யூ / a previous view for inspection and rectification of defects, ஆய்விற்கும் குறைகளைச் சரி செய்வதற்கும் முன் பார்த்தல்; a showing of films etc., before screened for public, திரைப்படங்கள் முதலியவற்றை வெளியிடு வதற்கு முன் காட்டுதல்.

pre-vi-ous/'pri:vjəs/*(adj)*:'ப்ரீவ்யஉஸ் / happening before or earlier, முந்தைய, முன் செல்லுகின்ற. **previously***(adv)*.

pre-war/ˌpri:'wɔ:*/*(adj)*:'ப்ரீ'உ:ஓ:* / before the war, போருக்கு முன்னுள்ள.

prey/prei/*(n)*/ப்ரெய் / that which is taken by force, வலுக்கட்டாயமாக எடுத்துச் செல்லப்படுவது; spoil, கொள்ளை; an animal hunted or killed by another for food, இரை. **prey***(v.i)*: to seize for food, உணவுக்காகக் கைப்பற்று; to plunder, கொள்ளையடி.

price/prais/*(n)*:ப்ரய்ஸ் / the amount for which a thing can be bought or sold, வாங்கும் விலை, விற்கும் விலை; value, மதிப்பு; reward, பரிசு; sacrifice, தியாகம்; charge, worth, விலை, மதிப்பளவு. **price***(v.t)*: to fix the price of, மதிப்பிடு; to ask the price of, விலையைக் கேள்.

price-less/'praislis/*(adj)*:'ப்ரய்ஸ்லிஸ் / without price, விலை என்ன என்று சொல்ல முடியாத; very very valuable, மிகவும் விலை மதிப்பு உள்ள; beyond estimation, விலைமதிப்பிடற்கரிய.

prick/prik/*(v.t-v.i)*:ப்ரிக் / to make a mark by making a hole, துளையிடு, துளை செய்து குறிப்பிடு; to pierce with a sharp point, குத்திக் கிழி; to sting, கொட்டு. **prick***(n)*: that which pricks, முள்; a puncture, துளை; the act of pricking, குத்தும் செயல். **prick-le**/'prikl/*(n)*:'ப்ரிக்ல் / a thorn, முள்; the spine of a plant, செடி இலையின் கூர்முனை. **prickly***(adj)*: full of prickles, முட்கள் நிறைந்துள்ள.

prick-ly-heat/'prikli'hi:t/*(n)*:'ப்ரீக்லி'ஹீட் / summer rash of red pimples, வியர்க்குரு.

P

prick-ly-pear/'priklipeə*/(n): 'ப்ரிக்லி'ப்பεə*/ a tropical plant or cactus

with long thorns and pear-shaped fruit, சப்பாத்தி, நாகதாளி.

pride/praid/(n):ப்ரய்ட்: / a feeling of satisfaction of one's own worth, தன் தகுதி பற்றித் தானே பெருமை கொள்ளல்; unwillingness to do anything not decent, தகாததைச் செய்ய மறுக்கும் மனப்பண்பும், பக்குவமும் கொண்டு இருத்தல்; great pomp and show, வீண் ஆடம்பரமும், கர்வமும் கொண்டிருத்தல். **pride**(v): to think high of oneself, தன்னைப் பற்றி வீண் பெருமை கொள். • *He* **prided** *himself about his achievements.* **proud**(adj), **proudly** (adv).

priest/pri:st/(n):ப்ரீஸ்ட் / person who serves at the altar, மத குரு. **priest-ly**/'pri:stli/ (adj):'ப்ரீஸ்ட்லி / pertaining to a priest, மதகுரு பற்றிய. **priestess**(fem), **priesthood**(n).

prig/prig/(n):ப்ரிக்: / a narrow minded person, குறுகிய மனப்பான்மையுள்ள மனிதர்; one who is vain and proud, கர்வமும், ஆடம்பரமும் உள்ள மனிதன்.

prim/prim/(adj):ப்ரிம் / fine, neat, and precise, அழகிய, நேர்த்தியாக உள்ள, மிகச் சரியாக உள்ள. **prim**(v.t-v.i): to appear to be nice and formal, நல்ல தோற்றமும், மரபுப் பண்பும் பெற்றிருப்பதாகத் தோற்றம் கொள்.

pri-ma-don-na/,pri:mə'dɔnə/(n): 'ப்ரீமə'டானə / the main female singer in an opera, ஓர் இசை நாடகக் குழுவிலுள்ள தலைமைப் பாடகி.

pri-mal/'praiml/(adj):'ப்ரய்மəல் / original, மூலம், ஆதாரம் பற்றிய; main, முக்கியமான.

pri-ma-ry/'praiməri/(adj):'ப்ரய்மəரி / first in time, முதன்மையான; important, முக்கியமான. **primary**(n): that which is of main importance, முக்கியமானது, elementary, தொடக்கம். **primarily**(adv).

prima/'praimə/(adj):'ப்ரய்மə / first, முதன்மையான. **pri-ma-cy**/'praiməsi/ (n):'ப்ரய்மəஸி / first rank, முதன்மையிடம்; first position, முதலிடம்.

pri-ma-fa-cie/'praimə'feiʃi:/(adj & adv): 'ப்ரய்மə'ஃபெய்ஷீ / at first instance, பார்த்த மாத்திரத்தில்; at first sight, பார்த்த அளவில்.

pri-mate/'praimeit/(n):'ப்ரய்மெய்ட் / an archbishop, கிறித்தவத் தலைமைக் குரு. **primatical** (adj), **primateship**(n).

prime/praim/(adj):ப்ரய்ம் / main, முக்கியமாக; having no factors, காரண எண்கள் இல்லாத; original, முதலாக உள்ள, ஆரம்பமும், மூலமும் உள்ள; first, முதன்மையாக உள்ள: **prime**(n): the first, முதன்மை; the best, மிகச் சிறந்தது; fine and good health, நல்ல வளமான, ஆரோக்கியமான உடல் நிலை.

primemin-is-ter/prai'ministə*/(n): ப்ரய்'மினிஸ்ட்டə / the main minister in a government, பிரதம மந்திரி.

prime number/,praim'nʌmbə*/(n): ,ப்ரய்ம்'நம்ப:ə* / a number that cannot be factorised, பகா எண்.

prim-er/'praimə*/(n):'ப்ரய்மə* / elementary text book, அரிச்சுவடி, ஆரம்பப் பாடநூல். a low quality paint used as surface for paint, வண்ணம் அடிப்பதற்கு முன் தளப்பரப்பை மிருதுவாக்க அடிக்கப்படும் ஒருவகைத் திரவம்.

pri-me-val/prai'mi:vl/(adj):ப்ரய்'மீவəல் / belonging to the earliest ages, முதல் ஊழிக்கால கட்டத்தைப் பற்றிய, மிகப் பழங்காலத்திய.

prim-i-tive/'primitiv/(adj):'ப்ரிமிட்டிவ் / belonging to the very earliest period of time, வெகு காலத்திற்கு முற்பட்ட; not civilized, நாகரிகம் சற்றும் இல்லாத.

pri-mo-gen-i-tor/,praiməu'dʒenitə*/(n): ,ப்ரய்மəஉ'ஜெனிட்டə* / the first father, முதல் தந்தை; forefather, முன்னோர். **primogenital**(adj), **primogenitive** (adj).

pri-mo-gen-i-ture/,praiməu'dʒenitʃə*/ (n):,ப்ரய்மəஉ'ஜெனிச்சə* / the state of being the first born, முதல் பிறப்பு; the right of the eldest son to inherit, தலைமகனின் வாரிசு உரிமை.

pri-mor-di-al/prai'mɔ:djəl/(adj): ப்ரய்'மா:ட்:யəல் / first in order, பதவியில் முதன்மையாக உள்ள; existing from the very beginning, ஆதிகாலம் முதலுள்ள. **primordial**(n): a principle that is the first, முதல் கொள்கை.

prim-rose/'primrəuz/*(n)*:'ப்ரிம்ரஉஸ்: / a beautiful common spring flower, ஒரு வசந்த கால அழகிய மலர். **primrose***(adj)*: pale yellow, வெளிறிய மஞ்சள் நிறம் உள்ள.

prince/prins/*(n)*:ப்ரின்ஸ் / the son of a sovereign, அரச குமாரன்; a person of a noble family, பிரபு குலத்தில் பிறந்தவர்; the chief of a group, ஒரு குழுவின் தலைவர். **prince-ly**/'prinsli/*(adj)*:'ப்ரின்ஸ்லி / pertaining to a prince, இளவரசன் பற்றிய; like a prince, ஓர் இளவரசன் போல் உள்ள. **princess***(fem)*.

prin-ci-pal/'prinsəpl/*(adj)*:'ப்ரின்ஸிப்பல் / having the first place, முதல் இடம் வகிக்கும் தன்மையுள்ள; highest in style, manner, position, character, importance, etc., நடை, பாவனை, பண்பு, பதவி, இனம், மற்றும் எல்லாவற்றிலும் பெருமையான சிறப்பிடம் வகிக்கும் தன்மையுள்ள. **principal***(n)*: the chief person, தலைமை வகிப்பவர்; head of an institution, ஒரு நிறுவனத்தின் தலைவர்; one who gets things done through an agent, முகவர், பிரதிநிதி மூலம் தன் வேலையை முடித்துக் கொள்ளும் திறமையுள்ளவர்; amount of money, on which interest is paid, வட்டிக்குக் கொடுக்கப்படும் மூலதனம், அசல்; that which is important, முக்கியமானது.

prin-ci-pal-i-ty/,prinsi'pæləti/*(n)*: ,ப்ரின்ஸி'ப்பஃலிட்டி / the state under the rule of a prince, ஒரு சிற்றரசனின் ஆட்சிக்கு உட்பட்ட அரசு; supreme power and position, அதிக அதிகாரமும், பதவியும்.

prin-ci-ple/'prinsəpl/*(n)*:'ப்ரின்ஸிப்ல் / basic factor upon which facts and figures depend for proof, நிரூபணம் செய்ய அடிப்படையாக இருக்கும் காரணிகள்; basic rule, அடிப்படைக் கொள்கை; fundamental factor, கோட்பாடு. **prin-ci-pled**/'prinsəpld/*(adj)*:'ப்ரின்ஸிப்ல்ட்: / following certain principles, சில கொள்கைகளை உறுதியாகக் கடைப்பிடிக்கின்ற.

print/print/*(v.t)*:ப்ரின்ட் / to make mark by pressing, அச்சு அடித்தலைச் செய்; to use types to make impressions, அச்சுக்களைப் பதித்து, பயன்படுத்தி படிவங்களை உண்டாக்கு. **print***(n)*: letters etc., that a machine makes on paper, அச்சடித்தல்; mark made by pressure, அழுத்தி அடையாளமிடுதல். **on the foot-prints of time**: the impression left by time, காலம் என்னும் அடிச்சுவடுகளில். **in print**: available from the publisher, அச்சில். **out of print**: no longer available, விற்பனையாகி விட்டது. **print-er**/printə*/*(n)*:ப்ரின்ட்ட* / one who prints, அச்சடிப்பவர்.

pri-or/'praiə*/*(adj)*:'ப்ரய* / earlier in time, காலத்தால் முற்பட்டுள்ள; former, முன் இடத்தில் உள்ள; more important, மிக முக்கியமான. **prior***(n)*: the superior of a monastery, மடத்தின் தலைவர். **prioress** *(fem)*.

pri-or-i-ty/prai'ɔrəti/*(n)*:ப்ரய'ஒரிட்டி / claim for considering first, முதலில் உரிமை பெறுதல், முன்னுரிமை, சலுகை, உரிமைக்கு முந்துதல்.

pri-o-ry/'praiəri/*(n)*:'ப்ரயரி / an abbey, கிறித்தவ மடம்.

prisage/'priseidʒ/*(n)*:'ப்ரிஸெய்ஜ் / duty imposed on imported wine, இறக்குமதியாகும் மது மீது விதிக்கப்படும் சுங்க வரி.

pris-m/'prizəm/*(n)*:'ப்ரிஸ:ம் / a solid whose ends are similar and parallel planes, பட்டகம். **pris-mat-i-cal**/priz'mætikl/ *(adj)*:ப்ரிஸ்:'மஃட்டிக்கல் / like a prism, பட்டகம் போல் உள்ள. **prismatic***(adj)*.

pris-on/'prizn/*(n)*:'ப்ரிஸ்:ன் / a place where criminals are confined, காவற்கூடம்; a place where lawbreakers are kept, சிறை. **pris-on-er**/'priznə*/*(n)*:'ப்ரிஸ்:ன* / one who is kept in a prison, கைதி. **a prisoner of state**: a person confined for political reasons, அரசியல் கைதி.

pris-tine/'pristi:n/*(adj)*:'ப்ரிஸ்ட்டய்ன் / former, முன்னாளைய; of very early times, பண்டைக் காலத்திய; primitive, புராதனமான.

prith-ee/'priði/*(int)*:'ப்ரிதீ: / please, தயவு செய்து.

priv-a-cy/'privəsi/*(n)*:'ப்ரய்வஸி / seclusion, தனிமை; no company, யாருடனும் இல்லாமல் தனியாக இருப்பது; secrecy, அந்தரங்கம்; solitude, தனியாக ஒதுங்கி இருக்கும் நிலை. **pri-vate**/'praivit/ *(adj)*:'ப்ரய்விட் / secret, இரகசியமான; individual, தனிப்பட்ட, அந்தரங்கமாக உள்ள; not public, பொதுத் தொடர்பு இல்லாத, தனிமையாக உள்ள. **private***(n)*: a soldier of the lowest order, கடைநிலையிலுள்ள படை வீரர்; an ordinary soldier, சாதாரண போர்வீரன். **pri-va-**

teer/ˌpraivə'tiə*/*(n)*:ˌப்ரய்வə'ட்டியə* / an armed private vessel, permitted to attack enemy ships, விரோதிகளைத் தாக்கப் பயன்படும் தனியார் போர்க்கப்பல்.

pri-va-tion/prai'veiʃn/*(n)*:ப்ரய்'வெய்ஷəன் / a life of no comfort, வறுமை வாழ்க்கை; hardship, துயரமான நிலை.

priv-i-lege/'privilidʒ/*(n)*:ப்ரிவிலிஜ் / a special advantage, சிறப்புரிமை; a favour, ஒரு சலுகை, தனிச் சலுகை; advantage, ஆதாயம். **priv-i-leged**/'privilidʒd/*(adj)*: ப்ரிவிலிஜ்ட் / having special advantage, தனி ஆதாயம் பெற்றுள்ள.

priv-y/'privi/*(adj)*:ப்ரிவி / belonging to a person privately, தனிப்பட்ட முறையில் ஒருவருக்குச் சொந்தமாக உள்ள; secret, இரகசியமாக உள்ள. **privy***(n)*: a person having some special interest in a lawsuit, ஒரு வழக்கில், சிறப்பார்வம் உள்ள ஒருவர்; latrine, கழிப்பிடம்.

prize/praiz/*(n)*:ப்ரய்ஸ்: / that which is gained by contest, போட்டியில் பெறும் பரிசு; reward, வெகுமதி; a position or something worth striving for, முயற்சி செய்து பெறக்கூடிய பதவி, முதலியன; a windfall, எதிர்பாரா நல்வாய்ப்பு. **prize***(v.t)*: to fix a price on, ஒரு விலை நிர்ணயம் செய்; to consider as of very great value, மிக உயர்வாக மதித்துப் பாராட்டு.

pro/prəu/*(prefix)*:ப்ரəஉ / towards, முன்; in place of, ஒன்றுக்குப் பதிலாக.

pros and cons*(adj)*:ப்ரஉஸ்əன்கɔன்ஸ் / reasons for and against, ஆதரவாகவும், எதிராகவும் உள்ள காரணிகள்.

prob-a-ble/'prɔbəbl/*(adj)*:'ப்ரɔப:əப்:ல் / likely to be true, உண்மையாக இருக்கக் கூடிய; likley to happen, நிகழக்கூடிய. **prob-a-bil-i-ty**/ˌprɔbə'biləti/*(n)*: ˌப்ரɔப:ə'பி:லிட்டி / the state of being probable, நிகழக்கூடிய நிலைமை; likelihood, நேரிடக்கூடிய தன்மை. **probably***(adv)*: likely, in all likelihood, ஏறக்குறைய.

pro-bate/'prəubeit/*(n)*:'ப்ரəஉபெ:ய்ட் / proof of a will in a court of law, ஒரு உயில் உண்மையானது என்று நடுவர் மன்றத்தில் நிரூபித்தல். **probate***(adj)*: pertaining to a probate, உயில் தொடர்பான.

pro-ba-tion/prə'beiʃn/*(n)*:ப்ரə'பெ:ய்ஷəன் / the state of a person on trial, விசாரணைக் கைதியின் நிலை; the period of trial in a court of law, ஒரு கைதியின் விசாரணைக் காலம். **the period of probation**: a period of testing the abilities of a new employee, தகுதி ஆய்வுப் பருவம். **pro-ba-tion-a-ry**/prə'beiʃnəri/*(adj)*: ப்ரə'பெ:ய்ஷனəரி / on probation, தகுதி ஆய்வுப் பருவத்தில். **pro-ba-tion-er**/ prə'beiʃnə*/*(n)*:ப்ரə'பெ:ய்ஷனə* / a person on trial, நீதிமன்ற விசாரணையில் இருக்கும் ஒருவர்.

probe/prəub/*(v.t)*:ப்ரəஉப்: / to inquire into minutely, நுணுக்கமாக விசாரணை செய்; to examine thoroughly, ஆழ்ந்து பரிசீலனை செய்; to search completely, முழுமையாகத் தேடு. **probe***(n)*: a surgical instrument for examining a wound, காயத்தினைப் பரிசோதிக்க உதவும் அறுவை சிகிச்சைக் கருவி.

pro-bi-ty/'prəubəti/*(n)*:'ப்ரəஉபி:ட்டி / proved integrity, நாணயம்; honesty, நேர்மை.

prob-lem/'prɔbləm/*(n)*:'ப்ரɔப்:லəம் / a question to be solved, தீர்க்கப்படவேண்டிய வினா; that which is difficult to deal with, பிரச்சினை; a sum, ஒரு கணக்கு. **prob-lem-a-tic**/ˌprɔblə'mætik/*(adj)*: ˌப்ரɔப்:லி'மஃட்டிக் / doubtful, சந்தேகமான; disputable, சர்ச்சைக்குரிய. **problematical** *(adj)*, **problematically** *(adv)*.

pro-bos-cis/prəu'bɔsis/*(n)*:ப்ரəஉ'ப:ɔஸிஸ் / tube at the mouth of insects for sucking juice of flowers, புழு பூச்சிகளின் உறிஞ்சு குழல்; an elephant's trunk, துதிக்கை.

pro-ce-dure/prə'si:dʒə*/*(n)*:ப்ரə'ஸீஜə* / the way and manner of doing things, செயல் முறை, நடவடிக்கை; a step taken, எடுக்கப்படும் நடவடிக்கை.

pro-ceed/prə'si:d/*(v.t)*:ப்ரə'ஸீட்: / to continue doing, செய்வதைத் தொடர்ந்து செய்; to come forth, முற்பட்டு செய்.

pro-ceed-ing/prə'si:diŋ/*(n)*:ப்ரə'ஸீடி:ங் / an action, ஒரு செயல்; a behaviour, நடை முறையும், நடவடிக்கையும். **proceedings** *(n, pl)*: record of transactions, நடவடிக்கைக் குறிப்புகள்; legal action, வழக்குத் தொடர்பான சட்ட நடவடிக்கைகள்.

pro-ceeds/'prəusi:dz/*(n, pl)*:'ப்ரəஉஸீட்:ஸ்: / results, பலன்; profit, ஆதாயம்; money produced, வருமானம்.

pro-cess/'prəuses/*(n)*:'ப்ரəஉஸெஸ் / a plan of doing a thing, ஒரு செயல் திட்டம்; a procedure, ஒரு செயல் முறை; a course of legal action, சட்டபூர்வமான செயல்முறை.

P

process(*v.t*): to treat in the proper way, உரிய முறையில் செயல்படுத்து; to subject for processing, உரிய முறையில் பதனிடு; to preserve, பக்குவமாகப் பாதுகாப்புச் செய்; to proceed legally against, சட்டப்படி செயல்படுத்து, சட்டபூர்வமாக எதிர் நடவடிக்கை எடு.

pro-ces-sion/prəˈseʃn/(*n*):ப்ரəˈஸெஷəன் / a number of persons marching in an orderly manner, ஊர்வலம். **processional** (*adj*).

pro-claim/prəˈkleim/(*v.t*):ப்ரəக்லெய்ம் / to make an announcement publicly, அதிகாரபூர்வமாக வெளியிடு; to declare openly, பறைசாற்று. **pro-cla-ma-tion**/ ˌprɔkləˈmeiʃn/(*n*):ˌப்ராக்லəˈமெய்ஷəன் / that which is proclaimed, அதிகார பூர்வ அறிக்கை. Emergency is **proclaimed** during war with an enemy country.

proc-liv-i-ty/prəˈkliveti/(*n*):ப்ரəˈக்லிவிட்டி / a tendency, சார்பு; inclination, மனச்சார்பு; readiness to do, செய்வதற்குத் தயார் நிலை.

pro-cras-ti-nate/prəuˈkræstineit/(*v.t-v.i*): ப்ரəஉˈக்ரஅஸ்டினெய்ட் / to be always postponing, எப்பொழுதும் காலம் தாழ்த்து; to delay or put off doing, செய்வதை ஒத்திப் போடு. **pro-cras-ti-na-tion**/ prəuˌkræstiˈneiʃn/(*n*):ப்ரəஉˌக்ரஅஸ்டிˈ-னெய்ஷəன் / the habit of delaying, தள்ளிப்போடுதல், காலம் கடத்துதல்; postponing things, காலதாமதம் செய்தல்.

pro-cre-ate/ˈprəukrieit/(*v.t*):ˈப்ரəஉக்ரியெய்ட் / to give birth to, இன விருத்தி செய்; to beget, பெறு, விளைவி. **procreative**(*adj*), **procreator**(*n*), **procreation**(*n*).

proc-tor/ˈprɔktə*/(*n*):ˈப்ராக்டə* / a university official in-charge of discipline, ஒரு பல்கலைக்கழகத்தில், ஒழுங்கு கட்டுப் பாட்டு அலுவலர்; an official who manages the affairs of another person, ஒரு பிரதிநிதியாக நிர்வாகப் பணியாற்றுபவர்.

pro-cure/prəˈkjuə*/(*v.t-v.i*):ப்ரəˈக்யுə* / to get for oneself, பெறு, அடைவதற்கு முயற்சி செய்; to acquire, முயன்று பெறு; to bring about, நிகழச் செய். **pro-cur-a-ble**/ prəˈkjuərəbl/(*adj*):ப்ரəˈக்யுəரəப்:ல் / that can be procured, பெறக்கூடிய. **procurement**(*n*).

pro-cur-a-tor/ˈprɔkjuəreitə*/(*n*): ப்ரəˈக்யுəரெய்ட்டə* / an agent, முகவர்.

prod/prɔd/(*v.i*):ப்ராட்: / to poke with one's finger, விரலால் குத்து; to urge on, தூண்டு.

prod-i-gal/ˈprɔdigl/(*adj*):ˈப்ராடி:க:əல் / lavish, அதிகமாகச் செலவு செய்கிற; wasteful, வீண், ஆடம்பரச் செலவு செய்கிற. **prodigal**(*n*): a spendthrift, ஊதாரித் தனமாகச் செலவு செய்பவர்; a person who squanders his wealth, வீண் செலவு செய்பவர். **prodigality**(*n*), **prodigally** (*adv*).

pro-di-gious/prəˈdidʒəs/(*adj*):ப்ரəடி:ஜəஸ் / very great, மிகப் பெரிய; vast, அதிக அளவிலான; amazing, ஆச்சரியப்படுகின்ற.

prod-i-gy/ˈprɔdidʒi/(*n*):ˈப்ராடி:ஜி / a person of rare ability, ஆச்சரியப்படத்தக்க திறமை யுடையவர்; a person of immense talents, சிறந்த திறமை உடையவர்; uncommon phenomena, அசாதாரண நிகழ்ச்சி.

pro-duce/prəˈdju:s/(*v.t*):ப்ரəˈட்:யூஸ் / to bring forth, உண்டாக்கு; to give birth to, இன விருத்தி செய்; to manufacture, உற்பத்தி செய். **pro-duce**/ˈprɔdju:s/(*n*): ˈப்ராட்:யூஸ் / that which is produced, உண்டு பண்ணுதல்; yield, விளைவு, மகசூல். **pro-duc-er**/prəˈdju:sə*/(*n*):ப்ரəˈட்:யூஸə* / one who produces, தயாரிப்பாளர்; harvest, அறுவடை; yield, விளைவு.

pro-duct/ˈprɔdʌkt/(*n*):ˈப்ராட:க்ட் / what is produced, விளைபொருள்; result, பலன்; (mathematics), the amount got by multiplying, பெருக்குத் தொகை. **pro-duc-tion**/prəˈdʌkʃn/(*n*):ப்ரəˈட:க்ஷəன் / the act of producing, விளைவித்தல்; that which is produced, உற்பத்தி செய்யப்படும் பொருள். **productive**(*adj*): capable of producing, விளைவிக்கக்கூடிய; fertile and rich, விளைவுள்ள, செழுமையான.

pro-em/ˈprəuem/(*n*):ˈப்ரəஉஎம் / an introduction, ஓர் அறிமுகம்; preface, முன்னுரை.

pro-fane/prəˈfein/(*adj*):ப்ரəˈஃபெய்ன் / pertaining to things not holy, sacred, divine, etc., புனிதத் தன்மை, இறைத் தன்மை முதலியவை அல்லாத, wicked, கெட்ட எண்ணமுள்ள. **profane**(*v.t*): to put to bad, wrong use, புனிதத் தன்மையைக் கெடுக்கப் பயன்படுத்து; to misuse, வீணாக்கு; to treat not reverently, அவமரியாதைப்படுத்து. **pro-fa-na-tion**/ ˌprɔfəˈneiʃn/(*n*):ˌப்ராஃபəˈனெய்ஷəன் / unholy treatment, தெய்வ நிந்தனை. **profaneness**(*n*). **profanity**(*n*): the state of being profane, புனிதத் தன்மையற்ற நிலை.

P

profess/prə'fes/*(v.t-v.i)*:ப்ரə'ஃபெஸ் / to declare one's belief openly, to admit freely and publicly, to make a claim, நம்பிக்கையை வெளிப்படுத்து, பொதுவில், தங்குதடையின்றி ஒப்புக்கொள், உரிமை கொண்டாடு. **pro-fessed**/prə'fest/*(adj)*: ப்ரə'ஃபெஸ்ட் / openly acknowledged, வெளிப்படையாக ஏற்றுக்கொள்ளப்பட்ட எல்லோருக்கும் தெரிந்து ஏற்றுக்கொள்ளப் படுகின்ற. **pro-fess-ed-ly**/prə'fesidli/ *(adv)*:ப்ரə'ஃபெஸிட்:லி / openly, வெளிப்படையாக.

pro-fes-sion/prə'feʃn/*(n)*:ப்ரə'ஃபெஷən் / a work, தொழில்; an occupation, செய்யும் வேலை, அலுவல். **pro-fes-sion-a-l**/ prə'feʃənl/*(adj)*:ப்ரə'ஃபெஷənல் / relating to one's profession, ஒருவர் தொழில் தொடர்பாக.

pro-fes-sor/prə'fesə*/*(n)*:ப்ரə'ஃபெஸə* / a teacher of highest grade, பேராசிரியர்.

pro-fes-sor-ship/prə'fesəʃip/*(n)*: ப்ரə'ஃபெஸəஷிப் / the office of a professor, ஒரு பேராசிரியர் பதவி.

prof-fer/'prɔfə*/*(v.t)*:'ப்ராஃபə* / to propose, கோரிக்கை விடு; to offer to give, கொடுக்க முன் வா. **proffer***(n)*: a proposal, ஒரு கோரிக்கை; an offer, ஒரு யோசனை.

pro-fi-cient/prə'fiʃnt/*(adj)*:ப்ரə'ஃபிஷənட் / capable of doing what is required, தேவையானதைச் செய்து முடிக்கும் திறமையுள்ள; well-skilled, திறமை மிக்க. **pro-fi-cienc-y**/prə'fiʃnsi/*(n)*: ப்ரə'ஃபிஷənஸி / the state of being proficient or skilled, திறமைமிக்க நிலைமை, தொழில் தேர்ச்சியுள்ள தன்மை. **proficiently** *(adv)*.

pro-file/'prəufail/*(n)*:'ப்ரəஉஃபயல் / an outline, வடிவ உருவம்; the side view of a head or portrait, ஒரு தலை (அ) ஒரு சித்திரம் இவற்றின் பக்கவாட்டுத் தோற்றம்.

pro-fit/'prɔfit/*(n)*:'ப்ராஃபிட் / excess of selling price over cost price, இலாபம்; benefit, பலன். **profit***(v.t-v.i)*: to gain, இலாபம் பெறு; to benefit, நன்மை பெறு.

pro-fit-less/'prɔfitlis/*(adj)*:'ப்ராஃபிட்லிஸ் / not gainful, இலாபம் இல்லாத.

pro-fit-a-ble/'prɔfitəbl/*(adj)*: 'ப்ராஃபிட்டəப்:ல் / gainful, இலாபம் உள்ள. **pro-fit-eer**/ˌprɔfi'tiə*/*(n)*: ˌப்ராஃபி'ட்டிə* / one who makes excessive profits, அதிக இலாபம் ஈட்டுவோர்.

prof-li-gate/'prɔfligət/*(adj)*:'ப்ராஃப்லிகிட் / very wicked, தீயொழுக்கம் உள்ள. immoral, extravagant, ஒழுக்கம் கெட்ட, ஊதாரித்தனமான. **profligate***(n)*: an immoral fellow, தீயொழுக்கம் உள்ளவன்; a spendthrift, ஊதாரித்தனம் உள்ளவன், சீரில்லாதவன். **profligacy***(n)*.

pro-found/prə'faund/*(adj)*:ப்ரə'ஃபஉன்ட் / very deep, நன்கு உணர்ந்த; very learned, நன்கு கற்றறிந்த. **pro-fun-di-ty**/ prə'fʌndəti/*(n)*:ப்ரə'ஃபன்டிட்டி / depth of learning, ஆழ்ந்த அறிவு; deep feeling, ஆழமான உணர்வும், அறிவும். **profoundness***(n)*.

pro-fuse/prə'fju:s/*(adj)*:ப்ரə'ஃப்யூஸ் / pouring out plentifully, மிகுதியாகக் கொட்டிக் கொண்டுள்ள; lavish, மிகத் தாராளமாக. **profusely***(adv)*, **profusion** *(n)*, **profuseness***(n)*.

pro-gen-i-tor/prəu'dʒenitə*/*(n)*: ப்ரəஉ'ஜெனிட்டə* / an ancestor, மூதாதையர்; a forefather, முன்னோர்.

prog-e-ny/'prɔdʒəni/*(n)*:'ப்ராஜினி / children, குழந்தைகள்; descendants, மரபு வழியினர்; offspring, பின் மரபு. **pro-gen-i-ture**/prəu'dʒenitʃə*/*(n)*: ப்ரəஉ'ஜெனிச்சə* / the act of begetting, இனவிருத்தி செய்தல், ஈனுதல்; that which is born, குழந்தை.

prog-nos-tic/prɔg'nɔstik/*(n)*: ப்ராக்:'னாஸ்டிக் / that which foretells, வருவது உரைத்தல்; an indication of the future, வரக் கூடிய நன்மை தீமைகளை முன் அறிவித்தல். **prog-nos-ti-cate**/ prɔg'nɔstikeit/*(v.t)*:ப்ரəக்:'னாஸ்டிக்-கெய்ட் / to foretell, முன் அறிவி; to predict, வருவதை உரை; to warn, எதிர்கால அபாயம் பற்றி எச்சரிக்கை கொடு. **prognos-tication***(n)*.

pro-gramme/'prəugræm/*(n)*:'ப்ரəஉக்:ரæம் / [also **program**]: a business plan, செயல் திட்டம்; an arrangement for a performance, நிகழ்ச்சி நிரல்; scheme, திட்டம். **programme***(v.t)*: to plan, திட்டமிடு; to carry out strictly according to a programme, in a computer, கணிப்பொறி திட்டமிட்டபடி செயல்படு.

pro-gress/'prəugres/*(n)*:'ப்ரəஉக்:ரெஸ் / growing better, வளர்ச்சியடைதல்; moving towards the target, இலக்கை நோக்கிச் செல்லுதல். **pro-gress**/prəu'gres/*(v.i)*: ப்ரəஉ'க்:ரெஸ் / to improve and to develop,

முன்னேற்றம் காண், வளர்ச்சி காண். **pro-gres-sion**/prəu'greʃn/*(n)*: ப்ரஉ'க்:ரெஷஅன் / forward movement, முன்னேற்றம், முன்நோக்கிச் செல்லுதல்; a series of chords in music, இசைக் கருவியின் நரம்பு வரிசைகள்; a series wherein there is regular increase or decrease, சீரான உயர்வுடன் கூடிய ஏறு வரிசை (அ) இறங்கு வரிசை. (as in an arithmetic or geometric progression). **progressive***(adj)*: moving forward, முன்னேறிச் செல்லுகின்ற; improving, வளர்ச்சியடைந்துகொண்டுள்ள.

pro-hib-it/prə'hibit/*(v.t)*:ப்ர'ஹிபிட் / to stop something that is going on, நடைமுறையில் உள்ளதை நிறுத்து; to forbid by authority, தடை செய், விலக்கு. **pro-hi-bi-tion**/ˌprəui'biʃn/*(n)*: ˌப்ரஉயி'பி:ஷஅன் / the act of prohibiting, தடை செய்தல்; an order against the sale of alcohol, சட்டபூர்வமான மது விலக்கு; an interdiction, தடையுத்தரவு. **prohibitive** *(adj)*: very costly, அதிக விலையுள்ள; making impossible, செயலாற்றமுடியாத. **prohibitively***(adv)*.

pro-ject/prə'dʒekt/*(v.t-v.i)*:ப்ர'ஜெக்ட் / to throw forward, முன் விழும்படி வீசு; to plan, திட்டமிடு; to draw the shape or diagram of, உருவம் அமை, விளக்க வரைபடம் வரை; to lengthen, நீட்டு; to stand out before, முன்னணியில் நில்; to make fall on the screen, திரையில் விழும்படி செய்; to cause to extend forward, முன்புறம் செலுத்து. **pro-ject**/'prɔdʒekt/*(n)*: 'ப்ராஜெக்ட் / to plan to be carried, திட்டம்; a scheme to be worked out, செயல் முறை; a contrivance, ஓர் ஏற்பாடு.

pro-jec-tile/prəu'dʒektail/*(n)*: ப்ரஉ'ஜெக்ட்டய்ல் / a weapon to be thrown, எறியப்படும் ஆயுதம்; a missile, ஏவுகணை.

pro-jec-tion/prə'dʒekʃn/*(n)*: ப்ரஜெக்ஷஅன் / the act of throwing forward, முன்செல்லும்படி எறிதல்; something jutting out, துருத்திக்கொண்டு இருக்கும் ஒன்று.

pro-jec-tor/prə'dʒektə*/*(n)*:ப்ர'ஜெக்ட்டஅ* / a promoter, one who forms plans and schemes, an apparatus to project pictures on a screen, திட்ட இயக்குநர், வரைவு திட்டங்களை அமைப்பவர், திரைப்படக் கருவி.

pro-le-tar-i-an/ˌprəuli'teəriən/*(n)*: ˌப்ரஉலி'ட்டஎஅரியஅன் / a member of the labour class, பாட்டாளி; one among the masses, சாதாரண குடிமகன். **proletarian** *(adj)*: belonging to the labour class, தொழிலாளர்களுடைய. **pro-le-tar-i-at**/ˌprəuli'teəriət/*(n)*: ˌப்ரஉலிட்'டஎஅரியஅட் / the working class, பாட்டாளி இனம்.

pro-lif-ic/prəu'lifik/*(adj)*:ப்ரஉ'லிஃபிக் / fertile, வளமான; producing much fruit, பலன் தரக்கூடிய; productive, இன விருத்தி செய்யக்கூடிய.

pro-lix/'prəuliks/*(adj)*:'ப்ரஉலிக்ஸ் / tiresome, சலிப்பூட்டுகின்ற; too long, மிக நீளமான; verbose, சொற்கள் மிகுந்த. **pro-lix-i-ty**/prəu'liksəti/*(n)*:ப்ரஉ'லிக்ஸிட்டி / verbosity, மித மிஞ்சிய சொற்களின் தொகுதி; tediousness, சலிப்பு. **prolixly***(adv)*.

pro-logue/'prəulɔg/*(n)*:'ப்ரஉலாக்: / preface, முன்னுரை; an introduction to a speech, poem, a play, etc., ஒரு பேச்சு, பாடல், நாடகம் முதலியவற்றிற்கு அறிமுகம்.

pro-long/prəu'lɔŋ/*(v.t)*:ப்ரஉ'லாங்க்: / to make longer, நீட்டு, நீடிக்கச் செய்; to delay, தாமதம் செய்; to extend the period intentionally, கால அளவை வேண்டு மென்றே அதிகப்படுத்து, தள்ளிப்போடு. **pro-long-a-tion**/ˌprəulɔŋ'geiʃn/*(n)*:ˌப்ரஉலாங்'கெ:ய்ஷஅன் / that which is increased or added, அளவு அதிகப் படுத்துதல், அளவு மேலும் சேர்த்தல்.

prom-e-nade/ˌprɔmə'na:d/*(n)*: ˌப்ராமி'னாட்: / a walk for pleasure, amusement or exercise, உலாவுதல்; a place used for pleasure drive or walk, உல்லாசப் பயணம் செய்யும் சாலை, உல்லாச நடைக்கு ஏற்ற இடம். **promenade***(v.t-v.i)*: to walk for pleasure, உல்லாசமாக நட; to go on an excursion, உல்லாசப் பயணம் செல்.

prom-i-nent/'prɔminənt/*(adj)*: 'ப்ராமினஅன்ட் / eminent, புகழ்பெற்ற; important, மிக முக்கியமான; distinguished, மேன்மையுள்ள; easily and clearly noticeable, எளிதாகவும், தெளிவாகவும் பார்க்கக்கூடிய; standing out separately, தனிப்பட்டதான. **prom-i-nence**/'prɔminəns/*(n)*:'ப்ராமினஅன்ஸ் / eminence, உயர்வும், மேன்மையும்; something jutting out, மேற்படைப்பு; the state of being prominent, மேன்மையாக இருக்கும் தன்மை; distinction, புகழ், பெருமை.

pro-mis-cu-ous/prə'miskjuəs/*(adj)*: ப்ரə'மிஸ்க்யுəஸ் / mixed together, கலப்படமான; confused, குழப்பமான; indiscriminate, வரைமுறை இல்லாத. **promiscuousness***(n)*, **promiscuity***(n)*.

prom-ise/'prɔmis/*(v.t)*:'ப்ராமிஸ் / to pledge, உறுதி கூறு; to give one's word, வார்த்தையைக் காப்பாற்றுவதாகச் சொல்; assure, உறுதிப்படுத்து. **promise***(n)*: assurance, வாக்குறுதி; pledge, உறுதி மொழி; give hope to, நம்பிக்கை ஏற்படுத்து. **prom-is-so-ry**/'prɔmisəri/*(adj)*: 'ப்ராமிஸəரி / containing promise, உறுதிமொழி உள்ள; giving an assurance, வாக்குறுதி கொடுத்து காப்பாற்றுகின்ற.

prom-on-to-ry/'prɔməntri/*(n)*: 'ப்ராமəன்ட்டəரி / high rock or point of land projecting into the sea, கடல் முனை, கடலில் நீண்டிருக்கும் பாறை முனை; headland, நில முனை; a rounded projection, நிலக்கூம்பு.

pro-mote/prə'məut/*(v.t)*:ப்ரə'மəஉட் / to help to grow in a better way, சிறப்பான வளர்ச்சிக்கு உதவி செய்; to rise higher and better, மேலும் உயர வழி செய்; to stimulate, ஆக்கம் பெற அதிக ஊக்கமளி; to help to do more successfully, அதிக வெற்றியடைய உதவு. **pro-mo-tion**/prə'məuʃn/*(n)*: ப்ரə'மəஉஷəன் / advancement, மேம்பாடு; encouragement, முன்னேற்றத்திற்கான ஊக்கம்; elevation in rank or honour, பதவி உயர்வு, மதிப்பு முதலியவை.

prompt/prɔmpt/*(adj)*:ப்ராம்ப்ட் / acting without delay, தாமதமில்லாமல் செயல்படுகின்ற; punctual, நேரம் தவறாத; on time, உடனடியான; doing with no hesitation at the right time, சற்றும் தயக்கமில்லாமல் சரியான நேரத்தில் செயல்படுகின்ற. **prompt***(v.t)*: to move to action, செயல்படத் துவங்கு; to remind a speaker or an actor when he or she is at a loss, பேச்சாளர், நடிகர் மறந்துபோகும் நிலையில், அடியெடுத்துக் கொடுத்து நினைவூட்டு. **prompt-er**/prɔmptə*/*(n)*: 'ப்ராம்ப்ட்டə* / one who prompts, நாடக மேடையில், நடிகர் தன் வசனத்தை மறந்து நிற்கும் நிலையில் அடியெடுத்துக் கொடுப்பவர், நினைவூட்டுபவர். **promptness***(n)*: quickness in action, செயலில் விரைவு. **prompt***(adv)*, **promptitude***(n)*.

prom-ul-gate/'prɔmlgeit/*(v.t)*: 'ப்ராமəல்கெ:ய்ட் / to make known, அறியும்படி செய்; to proclaim, அறிவிப்புக் கொடு. **prom-ul-ga-tion**/ˌprɔml'geiʃn/*(n)*: ˌப்ராமəல்'கெ:ய்ஷəன் / act of making known, தெரிவிக்கும் செயல்; a declaration in public, பொது அறிவிப்பு.

prone/prəun/*(adj)*:ப்ரəஉன் / lying flat with the face downward, குப்புறப்படுத்திருக்கும் நிலையில் உள்ள; leaning forward, முன்பக்கம் சாய்ந்து கொண்டு; inclined to, விரும்புகின்ற நிலையில், மனச்சார்புள்ள; ஒரு நிலைக்கு உள்ளாகும்படி. *He is* ***prone*** *to severe colds in winter.*

prong/prɔŋ/*(n)*:ப்ராங் / a sharp-pointed instrument, கூர்முனையுள்ள ஆயுதம்; the point of a fork, கவையின் ஒரு பக்கக் கொம்பு. **pronged**/prɔŋd/*(adj)*:ப்ராங்ட் / having sharp points, கூர்முனையுள்ள.

pro-noun/'prəunaun/*(n)*:'ப்ரəஉனஉன் / a word used instead of a noun, பெயர்ப் பதிலி, மறுபெயர். **pronominal***(adj)*.

pro-nounce/prə'nauns/*(v.t.v.i)*: ப்ரə'னஉன்ஸ் / to speak clearly, distinctly and properly, உச்சரி; to declare, அறிவிப்பு செய்; to affirm, உறுதிப்படுத்து; to deliver (judgement etc.,) தீர்ப்புக் கொடு. **pro-nounced**/prə'naunst/*(adj)*: ப்ரə'னஉன்ஸ்ட் / emphatic, உறுதியான; marked, குறிப்பிடத் தகுந்த.

pronouncement/prə'naunsmənt/*(n)*: ப்ரə'னஉன்ஸ்மəன்ட் / an expression, ஒரு நோக்கு, ஒரு கருத்து வெளியிடல்; declaration, அறிவிப்பு.

pro-nun-ci-a-tion/prəˌnʌnsi'eiʃn/*(n)*/ ப்ரəˌனன்ஸி'யெய்ஷəன் / distinct way of speaking, தெளிவாக உச்சரித்துப் பேசுதல்; correct, clear utterance, சரியாக உச்சரித்துப் பேசுதல்.

proof/pru:f/*(n)*:ப்ரூஃப் / that which establishes a thing to be good or true, நிரூபணம், சான்று; the rough copy, பார்வைப் படி, திருத்தப் படி; sample photographic picture, மாதிரிப் புகைப்படம். **proof***(adj)*: used in testing, சோதனை (அ) நிரூபணம் செய்யப் பயன்படுகின்ற; capable of being firm, உறுதித்தன்மையுள்ள.

proof-reader/'pru:fˌri:də*/:'ப்ரூஃப்ˌரீடə* / one who goes through the first printout and makes the necessary corrections, பிழை திருத்துபவர்.

prop/prɔp/*(n)*:ப்ராப் / a support, ஆதாரம்; that on which something rests,

P

ஊன்றுகோல். **prop**(*v.t-v.i*): to support, ஆதாரம் கொடு, தாங்கி நில்; to help to maintain the position, நிலை நிறுத்த உதவு.

prop-a-gan-da/ˌprɔpəˈgændə/(*n*): ˌப்ராப்பəˈக:ஜ்ண்ட:ə / systematic efforts to spread ideas, opinions, etc., கருத்துப் பரப்புதல், பிரச்சாரம் செய்தல். **prop-a-gan-dist**/ˌprɔpəˈgændist/(*n*): ˌப்ராப்பəˈக:ஜ்ண்டி:ஸ்ட் / one who goes about doing propaganda, பிரச்சாரம் செய்பவர்.

prop-a-gate/ˈprɔpəgeit/(*v.t*): ˈப்ராப்பəகெ:ய்ட் / to reproduce, இனப் பெருக்கம் செய்; to spread everywhere, எங்கும் பரவச் செய்; to increase, அதிகமாகச் செய். **propagation**/ˌprɔpəˈgeiʃn/(*n*): ˌப்ராப்பəˈகெ:ய்ஷən / multiplication of plants and animals, தாவரப் பெருக்கம் செய்தல், பிராணிகள் இனவிருத்தி செய்தல்; spreading of one's thoughts, ideas, etc., spreading of culture abroad, ஒருவரின் கொள்கை, நாகரிகம், கலாச்சாரம் முதலியவற்றை எங்கும் பரப்புதல்.

pro-pel/prəˈpel/(*v.t-v.i*):ப்ரəˈப்பெல் / **propelled**, **propelling**: to drive forward, முன்னே செலுத்து; to press on by force, முன்செல்ல, சக்தியால் இயக்கி உந்து. **propulsion**(*n*). **pro-pel-ler**/prəˈpelə*/(*n*):ப்ரəˈப்பெலə* / a contrivance having blades that helps to drive a ship, plane, etc., கப்பல், விமானம் முதலியவற்றை இயக்க உதவும் உலோகக் கத்தி போன்ற இலைகளின் அமைப்புக் கொண்ட முன்தள்ளி.

pro-pen-si-ty/prəˈpensəti/(*n*): ப்ரəˈப்பென்ஸிட்டி / one's bent of mind, ஒருவரின் மனப்போக்கு; natural tendency, இயல்பு, மனப்போக்கு; inclination, மனச்சார்பு.

pro-per/ˈprɔpə*/(*adj*):ˈப்ராப்பə* / pertaining to one's own self, ஒருவரின் மனப்பான்மைக்கு ஏற்ற; suitable, சரியான; appropriate, இசைவான. **properly**(*adv*).

prop-er-ty/ˈprɔpəti/(*n,sing*):ˈப்ராப்பəட்டி / **properties**(*n, pl*): possessions, சொத்து; ownership, உடைமை; quality, இயல்பு; characteristics, இயல்புகள், குணங்கள்; chemical properties, வேதியியல் குணங்கள்; physical properties, இயற்பியல் குணங்கள்.

proph-et/ˈprɔfit/(*n*):ˈப்ராஃபிட் / one who speaks in the name of God and possesses powers of Godliness, மகான், தீர்க்கதரிசி; a foreteller, வருவதை அறிந்து முன் சொல்லுபவர். **prophetess**(*fem*).

proph-e-cy/ˈprɔfisi/(*n*):ˈப்ராஃபəஸி / foretelling, குறி சொல்லுதல்; prediction, வருவது உரைத்தல். **prophecy**(*v.t-v.i*): predict, வருவது அறிந்து கூறு; to interpret, இறை செயல்களுக்கு விளக்கம் கொடு. **prophetic**(*adj*), **prophetical** (*adj*), **prophetically**(*adv*).

pro-pin-qui-ty/prəˈpiŋkwəti/(*n*): ப்ரəˈப்பிங்க்உயிட்டி / nearness in place, time, relationship, etc., இடம், காலம், உறவு முதலியவற்றில் உள்ள நெருக்கம்; affinity, நெருங்கிய உறவு.

pro-pi-ti-ate/prəˈpiʃieit/(*v.t*): ப்ரəˈப்பிஷியெய்ட் / to appease, எப்படியாவது மனநிறைவளி, குறையில்லாமல் செய்; conciliate, அமைதிப்படுத்து; to win the favour of, சலுகை பெறு. **pro-pi-tious**/prəˈpiʃəs/(*adj*):ப்ரəˈப்பிஷəஸ் / auspicious, உகந்த; favourable, இசைவான. **propitiously**(*adv*).

pro-po-nent/prəˈpəunənt/(*n*): ப்ரəˈப்பəஉனəன்ட் / one who proposes, முன்மொழிபவர், ஒரு தீர்மானத்தைக் கொண்டுவந்து, ஆலோசனைக்கு எடுத்துக் கொள்ளும்படி சொல்லும் நபர்; one who propounds an original theory, மூலக் கொள்கையை முதன் முறையாக எடுத்துக் கூறும் அறிஞர். **proponent**(*adj*): proposing, தீர்மானத்தைக் கொண்டுவருகிற.

pro-por-tion/prəˈpɔːʃn/(*n*):ப்ரəˈப்பɔ:ஷən / the size, quantity or volume of one thing compared with that of another, ஒன்றின் பரிமாணங்களை, மற்றொன்றுடன் ஒப்பிடல்; ratio, விகிதம்; the physical relationship between two parts, இரு பாகங்களிடையே உள்ள விகிதாச்சாரம். **proportions**(*n, pl*): dimensions, அளவுகள். **proportion** (*v.t*): to make proportionate, விகிதாசாரப்படி செய்; to form and divide justly, நியாயமாக விகிதப்படுத்து; to adjust to proper share, சரியாகப் பங்கு விகிதம் ஏற்படுத்து. **pro-por-tion-ate** prəˈpɔːʃnət/(*adj*):ப்ரəˈப்பɔ:ஷ்னிட் / according to proportion, விகிதப்படியான. **proportionally**(*adv*), **proportional**(*adj*).

pro-pose/prəˈpəuz/*(v.t-v.i)*:ப்ரəʼப்பəஉஸ்: / to put forward a plan, ஒரு திட்டத்தை அறிவி; to introduce a resolution, ஒரு தீர்மானத்தை முன்மொழி; to suggest, குறிப்பாகச் சொல்; to offer to marry, திருமணம் செய்து கொள்ளும் எண்ணத்தைத் தெரிவி; to nominate, ஒரு பதவிக்கு ஒருவர் பெயரைக் குறிப்பிடு. **pro-pos-al**/ prəˈpəuzl/*(n)*:ப்ரəʼப்பəஉஸ:əல் / an offer, ஒரு விருப்பம் தெரிவித்தல்; a suggestion, ஒரு குறிப்புச் சொல், ஒரு திட்ட அறிவிப்பு; an offer of marriage, திருமணம் செய்து கொள்ள விருப்பம் தெரிவித்தல்.

prop-o-si-tion/ˌprɔpəˈziʃn/*(n)*: ˌப்ராப்பəʼஸி:ஷəன் / that which is proposed, முன்மொழிந்து எடுத்துக் கொள்ளப்படும் பிரச்சினை; a complete statement, முழுமையான கூற்று; some problem to be solved, தீர்க்கப்படவேண்டிய பிரச்சினை; something to be proved, நிரூபிக்கப்படவேண்டிய கணிதக் கூற்று.

pro-pound/prəˈpaund/*(v.t)*:ப்ரəʼப்பஉன்ட் / to propose, ஒரு கருத்தை எடுத்துக் கூறு; to put forward, ஒரு கருத்தை அவையின்முன் வை; to explain, விவரி.

pro-pri-e-tor/prəˈpraiətə*/*(n)*: ப்ரəʼப்ரயəட்டə* / one who has property of his own, உடைமையாளர்; the owner of a business, தொழிலுக்குச் சொந்தக்காரர்; a person of means, வழிவகைகளைக் காணும் திறன் உடையவர். **proprietress, proprietrix***(fem)*. **pro-pri-e-ta-ry**/ prəˈpraiətəri/*(adj)*:ப்ரəʼப்ரயəட்டəரி / pertaining to a proprietor, உரிமையாளர் தொடர்பான. **proprietary***(n)*: fixed assets like land, buildings, etc., நிலம், வீடு போன்ற அசையாச் சொத்துக்கள்.

pro-pri-e-ty/prəˈpraiəti/*(n)*:ப்ரəʼப்ரயəட்டி / reasonable ways, நியாயமான வழி முறைகள்; fitness, decency, etc., நேர்மை, மதிப்பு முதலியவை; right conduct, ஒழுங்கான நடத்தை; right of possession, சொத்து உரிமை.

pro-pul-sion/prəˈpʌlʃn/*(n)*:ப்ரəʼப்பல்ஷəன் / driving forward, உந்துகை, ஓட்டு சக்தி உள்ள நிலை. **pro-pul-sive**/prəˈpʌlsiv/ *(adj)*:ப்ரəʼப்பல்ஸிவ் / tending to propel, முன்செலுத்தும் சக்தியுள்ள.

pro-rogue/prəˈrəug/*(v.t-v.i)*:ப்ரəʼரəஉக்: / **prorogued, proroguing**: to postpone, தள்ளிவை; to adjourn, தற்காலிகமாக ஒத்திவை. **prorogation**/ˌprəurəˈgeiʃn/ *(n)*:ˌப்ரəஉரəʼகெ:ய்ஷəன் / adjournment, தள்ளிவைத்தல். The Lok Sabha was **prorogued** *sine-die*.

pro-sa-ic/prəuˈzeiik/*(adj)*:ப்ரəஉʼஸெ:ய்க் / like prose, வசனநடை போல்; not interesting, எழுச்சியில்லாத, மந்தமான; not imaginative, கற்பனை சிறிதுமில்லாத, புதுமை நயம் இல்லாத. **prosaically***(adv)*: **prosaicness***(n)*.

pros and cons*(n)*:ˌப்ரəஉஸəன்ʼக்கான்ஸ் / reasons for or against, சார்பு, எதிர் முதலியவை.

pro-sce-ni-um/prəuˈsi:njəm/*(n, sing)*: ப்ரəஉʼஸீன்யəம் / **proscenia***(n, pl)*: the part of the stage in front of the curtain, திரைக்குமுன் இருக்கும் நாடக மேடையின் பகுதி.

pros-cribe/prəuˈskraib/*(v.t)*:ப்ரəஉஸ்ʼக்ரய்ப்: / banish, கடத்து; to reject, தள்ளி வை, விலக்கு; to denounce, ஏற்கத்தக்கதல்ல என்று மறுப்புக் கொடு; to prohibit, தடையுத்தரவு பிறப்பி. **proscription***(n)*: the act of proscribing, மரண தண்டனையை விலக்குதல்; banishment, நாடு கடத்தல். **proscriptive***(adj)*.

prose/prəuz/*(n)*:ப்ரəஉஸ்: / a form of speaking or writing, சாதாரண உரைநடை; language not in verse, கவிதை (அ) பாடல் நடை இல்லாத மொழி. **prose***(v.t-v.i)*: to speak or write in dull manner, உற்சாகம் இல்லாமல் பேசு; to talk in the most spiritless way, சிறிதும் உணர்ச்சியில்லாமல் பேசு. **prosaically***(adv)*.

pros-e-cute/ˈprɔsikju:t/*(v.t-v.i)*: ʼப்ராஸிக்யூட் / to take legal action against, வழக்குத் தொடு; to bring before a court of law, நீதிமன்றத்தில் வழக்குத் தொடர்; to pursue to accomplish, நிறைவேற்றிட, செய்திட முயற்சி செய், விடாமுயற்சியில் ஈடுபடு, தொடர்ந்து மேற்கொள். **pros-e-cu-tion**/ˌprɔsiˈkju:ʃn/*(n)*:ˌப்ராஸிʼக்யூஷəன் / the act of prosecuting, குற்றம் சாட்டுதல்; the process of taking legal action, சட்டப்படி வழக்குத் தொடர்தல். **pros-e-cu-tor**/ ˈprɔsikju:tə*/*(n)*:ʼப்ராஸிக்யூட்டə* / the law officer who conducts a case against a prisoner, நடுவர் மன்றத்தில், குற்றம் சுமத்தி வழக்குத் தொடுக்கும் வழக்குரைஞர்; one who carries on an action, செயல்படுபவர். **prosecutrix***(fem)*.

pros-e-lyte/ˈprɔsəlait/*(n)*:ʼப்ராஸிலய்ட் / a convert, மதம் மாறியவர்; one who has

P

been converted to different opinion or religion, கொள்கை (அ) மதமாற்றம். **pros-e-lyt-ize**/ʹprɔsəlitaiz/(*v.t*): ʹப்ராஸிலிட்டய்ஸ்: / to convert into a different religion, மதமாற்றம் செய். **proselytism**(*n*), **proselytizer**(*n*).

pros-o-dy/ʹprɔsədi/(*n*):ʹப்ராஸஒடி: / the subject dealing with the principles of versification, யாப்பிலக்கணம்.

pros-pect/ʹprɔspekt/(*n*):ʹப்ராஸ்ப்பெக்ட் / a wide view, பரந்த காட்சி; that which is imagined or hoped for, நல்ல எதிர்பார்ப்பு, நல்ல கற்பனை வளத்துடன் நோக்குதல்; looking forward, வருங்கால நோக்கு; expectation, எதிர்காலத்தில், நல்ல வாய்ப்பு ஏற்படுதல். **prospect**(*v.t-v.i*): to look for, நன்கு ஆராய்ந்து பார், புது வாய்ப்புகளைத் தேடு; to explore, புது வழிகளைக் கண்டுபிடி, ஆராய்ந்து, புதுமைகளைக் காண். **pros-pec-tive**/prəʹspektiv/(*adj*): ப்ரஒஸ்ʹப்பெக்ட்டிவ் / looking to the future, நம்பிக்கையுடன் எதிர்காலத்தை நோக்குகின்ற; acting with imagination, புதுக் கற்பனை வளங்களைக் கொண்டு செயல்படுகின்ற. **pro-spec-tor**/prəʹspektə*/(*n*):ப்ரஒஸ்ʹப்பெக்ட்டஒ* / one who explores, புது வழிகளைக் கண்டுபிடிக்கும் தன்மையுள்ளவர்; one who searches for gold, wealth, etc., பொன், நிதி போன்றவற்றைத் தேடும் ஆராய்ச்சியாளர்.

pro-spec-tus/prəʹspektəs/(*n*): ப்ரஒஸ்ʹப்பெக்ட்டஒஸ் / an outline of an action, plan, ஒரு செயல்திட்டம்; a plan or a proposal of a project, செயல்பட வேண்டி வரையப்படும் திட்டம்; a booklet outlining the programme of an institution, ஒரு நிறுவனத்தின் தகவல் தொகுப்பு.

pros-per/ʹprɔspə*/(*v.t-v.i*):ʹப்ராஸ்ப்பஒ* / to be successful, செழிப்புடன் இரு; to be prosperous, வளமையுடன் இரு; to get what is wanted or hoped for, வேண்டியதை (அ) நாடியதை அடையும் வாய்ப்புப் பெறு. **prosperity**(*n*): the state of getting on well and fine, வளமுடன் வாழும் தன்மை; success in all walks of life, வாழ்க்கையின் எல்லாத் துறைகளிலும் நலம் பெறுதல்: **pros-per-ous**/ʹprɔspərəs/(*adj*): ʹப்ராஸ்ப்பஒரஒஸ் / doing well, நலமும், வளமும் உள்ள; thriving, செழிப்புடன் வாழுகின்ற.

pros-ti-tute/ʹprɔstitju:t/(*v.t*):ʹப்ராஸ்ட்டிட்யூட் / to yield to low, bad purposes, கீழ்த்தர வாழ்க்கையை நாடு; to put to unworthy use, பயனற்ற, நலமில்லாத வழியில் பயன்படுத்து; to make oneself a prostitute, விலைமாதாக ஆ(க்)கு. **prostitute**(*n*): an unchaste woman, விலைமாது; a harlot, பரத்தை. **pros-ti-tu-tion**/ˌprɔstiʹtju:ʃn/(*n*):ˌப்ராஸ்ட்டிʹட்யூஷஒன் / the act of prostituting, விபசாரம்.

pros-trate/ʹprɔstreit/(*v.t*):ʹப்ராஸ்ட்ரெய்ட் / to lie flat, தரையில் கிடையாக விழு; to fall on the ground in humility, கீழே விழுந்து வணங்கு; to overpower, எதிரியைக் கீழே தள்ளி, வெற்றி பெறு. **prostrate**(*adj*): lying flat with the face to the ground, தரையில் முகம் படும்படி கிடை நிலையிலுள்ள; with no defence, பாதுகாப்பு சிறிதுமில்லாத; exhausted, பலமிழந்துள்ள, சோர்வடைந்துள்ள. **pros-tra-tion**/prɔʹstreiʃn/(*n*): ப்ராஸ்ʹட்ரெய்ஷஒன் / a kneeling in prayer, மண்டியிட்டு வணங்குதல்; great loss of vitality, பலமிழந்த நிலை, சரணடையும் நிலை.

pros-y/ʹprəuzi/(*adj*):ʹப்ரஒஉஸி: / like prose, உரைநடை போன்ற; dull, monotonous, மந்தமான, உணர்ச்சியற்ற.

pro-tag-o-nist/prəuʹtægənist/(*n*): ப்ரஒஉட்ʹடஆகஒனிஸ்ட் / the main actor in a drama or story, ஒரு நாடகத்தின் கதாநாயகன், கதையின் முக்கிய பாத்திரம்; one who champions a cause or principle, ஒரு கொள்கை (அ) கருத்தை ஆதரித்துப் பாடுபடுபவர்; one who takes an important part, முக்கிய பங்கு வகிக்கும் ஒருவர்.

pro-tect/prəʹtekt/(*v.t*):ப்ரஒʹட்டெக்ட் / to keep off danger or harm, ஆபத்தினின்று காப்பாற்று; to shelter, பாதுகாப்புக் கொடு; to defend, தற்காப்பு செய். • *It is the duty of every man to* **protect** *the wildlife in his own interest.* to protect home trade of a country, ஒரு நாட்டின் உள்நாட்டு வாணிபத்திற்கு, தொழிலுக்கு பாதுகாப்புக் கொடு; to guard, காவல் செய். **pro-tec-tion**/prəʹtekʃn/(*n*):ப்ரஒʹட்டெக்ஷஒன் / the act of protecting, பாதுகாப்பு அளித்தல்; the state of being protected, பாதுகாப்பு கொடுக்கப்படும் நிலையில் இருத்தல்; protecting a country's trade by taxing foreign goods, அயல் நாட்டுப் பொருள்களுக்கு அதிகம் வரி விதித்து, உள்நாட்டுப் பொருள்களுக்கு பாதுகாப்பு அளித்தல்.

pro-tec-tion-ist/prə'tekʃənist/*(n)*: ப்ரə'ட்டெக்ஷəனிஸ்ட் / an official or a person who favours imposing heavy taxes on foreign goods, அயல்நாட்டுப் பண்டங்களின்மேல் அதிக வரிவிதிப்பை ஆதரிக்கும் ஒருவர், அலுவலர். **protectrix, protectress***(fem)*.

pro-tec-tive/prə'tektiv/*(adj)*: ப்ரə'ட்டெக்ட்டிவ் / giving protection, பாதுகாப்பு அளிக்கும் நிலையில் உள்ள. **protectively***(adv)*. **protector***(n)*: one who protects, பாதுகாப்புக் கொடுப்பவர்; one who governs, ஆளுநர்.

pro-tec-tor-ate/prə'tektərət/*(n)*: ப்ரə'ட்டெக்ட்டəரிட் / a government by a protector, ஓர் அரசு வேறு நாட்டைச் சேர்ந்த ஒருவரால் நிர்வகிக்கப்படுதல்.

prot-e-ge/'prɔtiʒei/*(n)*:'ப்ரəஉட்டெஜெ:ய் / one under the care of another, ஒருவர் ஆதரவில் இருப்பவர்.

pro-tein/'prəuti:n/*(n)*:'ப்ரəஉட்டீன் / a compound of hydrogen, nitrogen and sulphur, which is essential for health, உடல் வளர்ச்சிக்குத் தேவையான ஹைட்ரஜன், நைட்ரஜன், கந்தகம் முதலியவை கொண்ட, புரதச்சத்து நிறைந்த கூட்டுப்பொருள்.

pro-test/'prəutest/*(v.t-v.i)*:'ப்ரəஉட்டெஸ்ட் / to speak against, மறுப்புக் கூறு; to object, எதிர்ப்புத் தெரிவி. **protest***(n)*: a strongly worded statement expressing dissent, மறுப்புத் தெரிவிக்கும் கடுஞ்சொற்கள் உள்ள அறிக்கை; a declaration of disapproval, எதிர்ப்புத் தெரிவிக்கும் கூற்று. • *I never* **protest**, *but, always convince others by reasoning.* **protestant**/'prɔtistənt/*(n)*:'ப்ராட்டிஸ்ட்டəன்ட் / one who protests, எதிர்ப்புத் தெரிவிப்பவர்; one who opposes the authority of Roman church, ரோமானிய கிறித்தவ ஆதிக்கத்தினை எதிர்ப்பவர். பிராடெஸ்டென்ட் மதத்தைச் சார்ந்தவர். **protestantism***(n)*. **protestation**/ˌprɔte'steiʃn/*(n)*:ˌப்ரəஉட்டெஸ்'ட்டெய்ஷəன் / strong disagreement, கடும் எதிர்ப்புத் தெரிவித்தல்.

pro-to/'prəutɔ:/*(prefix)*:ப்ரəஉட்டோ / first, முதன்மையான; main, முக்கியமான.

pro-to-col/'prəutəkɔl/*(n)*:'ப்ரəஉட்டəக்கால் / the first copy of a document, deed, etc., ஓர் ஆவணத்தின் முதல் நகல்; a rough draft, முதல் குறிப்பாக எடுக்கும் அறிக்கை; a statement of political and diplomatic agreement, அரசு தூதுவர்களிடையே ஏற்படும் உடன்பாடு. Proper **protocol** is to be maintained when high dignitaries make official visits.

pro-ton/'prəutɔn/*(n)*:'ப்ரəஉட்டான் / the particle of an atom, carrying a positive charge of electricity, ஓர் அணுவில், நேர்மின் திறன் தாங்கி நிற்கும் இம்மி.

pro-to-plas-m/'prəutəuplæzəm/*(n)*:'ப்ரəஉட்டəஉப்லஃஸ:əம் / the simplest form of living matter, உயிர் வாழ்வனவற்றின் உயிர் அணு.

pro-to-type/'prəutəutaip/*(n)*:'ப்ரəஉட்டəஉட்டய்ப் / the model form, from which copies are taken, மூலப் படிவம், முதல் படிவம்; a pattern, மாதிரி. **prototypal***(adj)*, **prototypical***(adj)*.

pro-tract/prə'trækt/*(v.t)*:ப்ரə'ட்ரஃக்ட் / to lengthen in time, காலதாமதப்படுத்து; to prolong, காலங்கடத்து; to draw to scale, அளவுப்படி படம் வரை. **pro-trac-tion**/prə'trækʃn/*(n)*:ப்ரə'ட்ரஃக்ஷəன் / delay, காலதாமதம்.

pro-trac-tor/prə'træktə*/*(n)*: ப்ரə'ட்ரஃக்ட்டə* / an instrument for measuring angles, கோணமானி.

pro-trude/prə'tru:d/*(v.t-v.i)*:ப்ரə'ட்ரூட்: / to thrust forward, முன்னால் நீட்டு; to stickout, வெளியே பிதுங்கி நில்; to make to project, நீண்டிருக்கச் செய். **protrusion** *(n)*.

pro-tu-ber-ant/prə'tju:bərənt/*(adj)*: ப்ரə'ட்யூ:பəரəன்ட் / swelling out, வீக்கம்; bulging, புடைப்புள்ள. **pro-tu-ber-ance**/prə'tju:bərəns/*(n)*:ப்ரə'ட்யூ:பəரəன்ஸ் / tumour, கழலை.

proud/praud/*(adj)*:ப்ரஉட்: / having high regard of oneself, தன்னைப் பற்றிய பிகை உணர்வுள்ள; possessing due sense of one's capacity and self respect, தன் திறமை, தன்மானம் பற்றிப் பெருமைப்படக்கூடிய உணர்வுள்ள. **proudly***(adv)*.

prove/pru:v/*(v.t-v.i)*:ப்ரூவ் / to show that something is true, மெய்யென நிரூபி; to make a trial of, சோதனை செய்து பார்; to establish the fact, உண்மையென நிரூபி. **proven***(adj)*: proved to be true, உண்மையென நிரூபிக்கப்பட்ட; tried, நன்கு சோதிக்கப்பட்ட. **provable***(adj)*.

prov-en-der/'prɔvində*/*(n)*:'ப்ராவிண்ட:ə* / food for cattle, fodder, கால்நடைத் தீவனம்.

P

prov-erb/'prɔvɜ:b/(*n*):'ப்ராவɘ:ப்: / a maxim, முதுரை; a wise saying, பழமொழி. **pro-ver-bi-al**/prə'vɜ:bjəl/(*adj*): ப்ரə'வɜ:ப்யɘல் / pertaining to a proverb, பழமொழித் தொடர்பான; well-known, யாவரும் அறிந்துள்ள.

pro-vide/prə'vaid/(*v.t-v.i*):ப்ரə'வய்ட்: / to make preparation beforehand, முன் ஏற்பாடு செய்; to supply what is needed, தேவையானவற்றைக் கொடு. • *One has to* **provide** *for one's children.* to take steps for necessary action, செயல்படவேண்டிய முயற்சியை எடு; to arrange, ஏற்பாடு செய்து கொடு. **provided**(*conj*): on condition that, ... என்ற நிபந்தனைக்கு உட்பட்டு.

prov-i-dence/'prɔvidəns/(*n*): 'ப்ராவிட:ɘன்ஸ் / God, கடவுள்; divine power, இறை சக்தி; care for the future, வருமுன் காத்தல்; careful management, கவனமான நிர்வாகம்; economy, சிக்கனம். **prov-i-dent**/'prɔvidənt/(*adj*): 'ப்ராவிட:ɘன்ட் / taking care for the future, எதிர்காலத்தைப்பற்றிய கவனம் கொண்டுள்ள; careful, கவனமுள்ள; economical, சிக்கனமான. **providential** (*adj*): pertaining to divine power, இறை சக்தி தொடர்பான, கடவுள் அருள் உள்ள; fortunate, நற்பேறு உள்ள. **providentially**(*adv*).

prov-ince/'prɔvins/(*n*):'ப்ராவின்ஸ் / a main division of a state, மாநிலம், ஒரு நாட்டின் நிர்வாக எல்லைப் பிரிவு; duty entrusted to an official, ஓர் அரசு அலுவலருக்குக் கொடுக்கப்படும் கடமை; jurisdiction, செயல்துறை எல்லை. **pro-vin-cial**/prə'vinʃl/(*adj*):ப்ரɔ'வின்ஷɘல் / pertaining to a province, மாநிலத்திற்குரிய. **pro-vin-cial-is-m**/prə'vinʃəlizəm/(*n*): பரɘ'வின்ஷɘலிஸ:ɘம் / that which is peculiar to a province, ஒரு மாநிலத்திற்குரிய சிறப்பான தனிப் பண்பு; love of one's province, நாட்டுப்பற்று. **provincially** (*adv*).

prov-i-sion/prə'viʒn/(*n*):ப்ரɘ'விஜ:ɘன் / making preparations for the future, முன்னேற்பாடு செய்தல்; that which is got ready, முன்ஏற்பாடாகச் செய்து வைக்கப் பட்டவை; food, உணவு. **provisions**(*n, pl*): articles of food, பலசரக்கு; legal sanction, சட்ட அனுமதி. **provision**(*v.t*): to supply provision to, வேண்டிய பொருள்களைக் கொடு. **provisional** (*adj*): serving only for the limited time, தற்காலிகமான. **provisionally**(*adv*).

pro-vi-so/prə'vaizəu/(*n*):ப்ரɘ'வய்ஸ:ɘஉ / a conditional clause, நிபந்தனை.

prov-o-ca-tion/ˌprɔvə'keiʃn/(*n*): ˌப்ராவɘ'க்கெய்ஷɘன் / the act of provoking, கோபமூட்டுதல்; that which stirs anger, feelings, passion, etc., உணர்ச்சியை, கோபத்தைக் கிளறுதல்; insult, எரிச்சல் உண்டாக்குதல். **provocative**(*adj*).

pro-voke/prə'vəuk/(*v.t*):ப்ரɘ'வɘஉக் / to rouse to action, செயல்படத் தூண்டு. • *Do not* **provoke** *a cat. It will pounce on you.* to annoy, தொந்தரவு கொடு; to stir up passion and feelings, உணர்ச்சிகளைத் தூண்டு. **provoking**(*adj*), **provokingly** (*adv*).

prov-ost/'prɔvəst/(*n*):'ப்ராவɘஸ்ட் / the head of a college, கல்லூரித் தலைவர்; the head of a cathedral, திருச்சபைத் தலைவர்.

prow/prau/(*n*):ப்ரஉ / the fore-part of a ship, ஒரு கப்பலின் முன்பகுதி.

prow-ess/'prauis/(*n*):'ப்ரஉயிஸ் / great bravery, பெருவீரம்; valour, ஆற்றல்.

prowl/praul/(*v.t-v.i*):ப்ரஉல் / to wander about looking for prey, இரைக்காகத் தேடி அலை; to go about secretly, இரகசியமாகப் பதுங்கிச் செல்.

prox-i-mate/'prɔksimət/(*adj*):'ப்ராக்ஸிமிட் / close by, அண்மையிலுள்ள; immediately before or after, முன் (அ) பின் உள்ள; adjacent, பக்கத்திலுள்ள. **prox-im-i-ty**/ prɔk'siməti/(*n*):'ப்ராக்ஸிமிட்டி the state of being near or next, அண்மையில் (அ) அடுத்து இருக்கும் நிலை; nearness in time and place, கால, நேரத்தில் அருகாமையில் இருத்தல்.

prox-i-mo/'prɔksiməu/(*adv*):'ப்ராக்ஸிமɘஉ / (*abbr.* prox) in the coming month, வரும் மாதத்தில்.

prox-y/'prɔksi/(*n*):'ப்ராக்ஸி / one who acts for another, செயலுரிமை பெற்ற பிரதிநிதி.

prude/pru:d/(*n*):ப்ரூட்: / a person having over-sensitive modesty, தன் பேச்சு, நடத்தை முதலியவற்றில் செயற்கையான கவனமும், மதிப்பும் காட்டும் நபர்; a person who is too modest in behaviour, நல்லொழுக்கம் உள்ளவர் போல் பாசாங்கு செய்பவர்.

pru-dent/'pru:dnt/(*adj*):'ப்ரூட:ɘன்ட் / looking to the future, எதிர்காலம் பற்றிய சிந்தனையுள்ள; careful, மிக்க கவனமுள்ள;

wise, செயற்செம்மையுள்ள. **pru-dence**/ 'pru:dns/*(n)*:'ப்ரூட:ஒன்ஸ் / wisdom, செயலறிவு; forethought, முன்யோசனை. **prudently***(adv)*, **prudential***(adj)*, **prudentially***(adv)*.

prune/pru:n/*(n)*:ப்ரூன் / a dried plum, உலர் பழவகை. **prune***(v.t)*: to trim the trees and plants by cutting, மரம், செடி, கொடிகளில் வேண்டாத பாகங்களை வெட்டி அழகு செய்; to cut off the superfluous branches of plants, தழை வெட்டு, செடி, கொடிகளை நுனி வெட்டித் திருத்தம் செய். **prun-ing**/ pru:niŋ/*(n)*:ப்ரூனிங் / the act of trimming and cutting, கத்தரித்துச் சீர்படுத்துதல்.

pru-ri-ent/'pruəriənt/*(adj)*:ப்ருஒரியஒன்ட் / having itching lustful desires, காம வெறி உணர்ச்சியுள்ள. **prurience***(n)*, **pruriently** *(adv)*.

pry/prai/*(v.t)*:ப்ரய் / to look with all curiosity, துருவிப்பார். • *To* **pry** *into other people's affairs is not good.* to examine inquisitively, ஆவலுடன் சோதித்துப் பார். **prying***(adj)*, **pryingly***(adv)*.

p.s.: *abbr.* post script, post script என்பதன் சுருக்கம், பின்குறிப்பு; note added at the end of a letter, ஒரு கடிதத்தின் இறுதியில் சேர்க்கப்படும் குறிப்பு.

psalm/sa:m/*(n)*:ஸாம் / a sacred song, தோத்திரப் பாடல்; one of the hymns forming the book of psalms, கிறித்தவ தோத்திர நூலில் உள்ள ஒரு துதிப்பாடல். **psalm-ist**/sa:mist/*(n)*:'ஸாமிஸ்ட் / a person who composes psalms, துதிப் பாடல் இயற்றுபவர்.

Psal-ter/'sɔ:ltə*/*(n)*:'ஸ0:ல்ட்டஒ* / the Book of Psalms, வழிபாட்டுப் பாடல் தொகுப்பு.

pseu-do/'psju:dəu/*(prefix)*:'ப்ஸ்யூட:ஒஉ / purporting to be true but actually false, பொய்யான தோற்றம் ஏற்படுத்துதல்.

pseu-do-nym/'psju:dənim/*(n)*: 'ப்ஸ்யூட:ஒனிம் / false name, பொய்யான பெயர்; an assumed name, புனைப்பெயர். **pseu-don-y-mous**/psju:'dɔniməs/ *(adj)*:ப்ஸ்யூ'ட:ஒனிமஒஸ் / written under an assumed name, மறுபெயர், புனைப்பெயரில் எழுதப்பட்டுள்ள. **pseudonymity***(n)*.

pshaw/pʃɔ:/*(interj)*:ப்ஷ0: / an expression of contempt, 'சீ' என்னும் வெறுப்புச் சொல்.

psy-chi-a-trist/sai'kaiətrist/*(n)*: ஸய்'க்கயஒட்ரிஸ்ட் / the person who treats mental diseases, மன நோய்களுக்கு சிகிச்சை அளிக்கும் மருத்துவர்.

psy-chic/'saikik/*(adj)*:'ஸய்க்கிக் / [also **psychical**]: pertaining to soul or mind, உளவியல் சார்ந்த, ஆன்மிக, ஆவியுலகு சார்ந்த.

psy-choa-nal-y-sis/,saikəuə'næləsis/*(n)*: ,ஸய்க்கஒஉஒ'னஆலிஸிஸ் / the treatment of mental disorder, மனநோய்க்கான சிகிச்சை; investigations of the conditions that cause mental disorder, மன நோய்க்கான காரணங்களை ஆராய்ந்து அறிதல்.

psy-chol-o-gy/sai'kɔlədʒi/*(n)*: ஸய்'க்காலஒஜி / the science and study of the nature of the human mind, உளவியல். **psy-cho-log-i-cal**/,saikə'lɔdʒikl/*(adj)*: ,ஸய்க்கஒ'லாஜிக்கஒல் / pertaining to psychology, உளவியல் தொடர்பாக. **psychologist**/sai'kɔlədʒist/*(n)*: ஸய்'க்காலஒஜிஸ்ட் / a specialist in psychology, உளவியல் நிபுணர். **psychologically***(adv)*. **psy-cho-sis**/ sai'kəusis/*(n)*:ஸய்'க்கஒஉஸிஸ் / mental disease, மனநோய்.

pto-maine/'təumein/*(n)*:'ட்டஒஉமெய்ன் / poison found in decaying matter, ஊசிப்போன, கெட்டுப்போன பொருள்களில் உள்ள நச்சுப்பொருள்.

pu-ber-ty/'pju:bəti/*(n)*:'ப்யூப:ஒ:ட்டி / sexual maturity, பூப்பு, பருவமடைதல்.

pub-lic/'pʌblik/*(adj)*:'ப்பப்:லிக் / pertaining to the public, பொதுமக்களுக்குரிய; known to all, எல்லோரும் அறியும்படியான; open, எல்லோருக்கும் தெரியக்கூடிய. **public***(n)*: people in general, பொதுமக்கள்.

pub-li-can/'pʌblikən/*(n)*:'ப்பப்:லிக்கஒன் / owner of an inn, ஒரு விடுதியின் உரிமையாளர்.

pub-li-ca-tion/,pʌbli'keiʃn/*(n)*: ,ப்பப்:லி'க்கெய்ஷஒன் / the act of publishing, வெளியிடும் செயல்; bringing out books, newspapers, etc., புத்தகங்கள், செய்தித் தாள்கள் முதலியவற்றை வெளியிடுதல்; books, newspapers, etc., புத்தகம், செய்தித் தாள்கள் முதலியன.

pub-lic-house/,pʌblik'haus/*(n)*: 'ப்பப்:லிக்'ஹஉஸ் / an inn, பொது விடுதி; tavern, சத்திரம், மதுபானக் கடை முதலியவை.

pub-lic-i-ty/pʌb'lisəti/*(n)*:ப்பப்:'லிஸிட்டி / the state of being known to all, எல்லோரும் அறியும் நிலை; advertisement, பொது விளம்பரம்.

P

pub-lish/'pʌbliʃ/*(v.t)*:'ப்பப்:லிஷ் / to make public, எல்லோரும் அறியும்படி செய்; to bring out books, newspapers, magazines, etc., for sale, நூல்கள், செய்தித்தாள்கள், பத்திரிகைகள் முதலியவற்றை வெளியிட்டு விற்பனைக்குக் கொண்டு வா. • *Very good books are being* **published** *now.* **publisher***(n)*: one who publishes, வெளியீட்டாளர்.

puck-er/'pʌkə*/*(v.t-v.i)*:'ப்பக்கə* / to gather into small folds, சிறு மடிப்புகளாகச் சேர்; to wrinkle, சுருக்கு. **pucker***(n)*: fold, மடிப்பு; wrinkle, சுருக்கம்; a group of wrinkles, சுருக்கங்கள்.

pud-ding/'pudiɲ/*(n)*:'ப்புடிங் / a dish made of flour, sugar, eggs, etc., பிட்டு போன்ற உணவுப் பண்டம்.

pud-dle/'pʌdl/*(n)*:'ப்பட்:ல் / a small pool of dirty water, சகதி, குட்டை; a muddle, குழப்பம். **puddle***(v.t-v.i)*: to wallow in a puddle, குட்டையில் உழல்; to do in a shabby way, குழப்பமான நிலையில் செய், சீர் கெட்ட செயலைச் செய். **puddler***(n)*, **puddling***(n)*.

pu-e-rile/'pjuərail/*(adj)*:'ப்யுəரய்ல் / childish, சிறுபிள்ளைத்தனமான; trifling, அற்ப மான. **puerilely***(adv)*, **puerility** *(n)*.

puff/pʌf/*(v.t-v.i)*:ப்பஃப் / to blow out in short quick breath, மூச்சைச் சிறியதாக விடு; to send out jets of air or smoke, காற்று (அ) புகையைச் சிறியதாக விடு. **puff***(n)*: a short quick breath, சிறு மூச்சொலி; a small pad for applying powder to the skin, முகப்பவுடரை ஒத்திக்கொள்ளப் பயன்படும் மென்மையான சாதனம்; swelling, பருத்திருத்தல், வீக்கம். **puffy***(adj)*.

puf-fin/'pʌfin/*(n)*: 'ப்பஃபின் / a water bird, ஒரு வகை நீர்ப்பறவை.

pug/pʌg/*(n)*:ப்பக்: / a little dog, ஒருவகை நாய்.

pugh/pju:/*(interj)*:ப்யூ / an expression of contempt or disgust, ஒரு வெறுப்புச் சொல், 'சீ'.

pu-gi-lis-m/'pju:dʒilizəm/*(n)*: 'ப்யூஜிலிஸ:ம் / the art of fighting with fists, குத்துச் சண்டை கலை. **pu-gi-list**/'pju:dʒilist/*(n)*:'ப்யூஜிலிஸ்ட் / a boxer, குத்துச் சண்டை வீரர்.

pug-na-cious/pʌg'neiʃəs/*(adj)*: ப்பக்:'னெய்ஷəஸ் / quarrelsome, சச்சரவு செய்கின்ற. **pugnaciously***(adv)*, **pugnacity***(n)*.

puis-ne/'pju:ni/*(n)*:'ப்யூனி / a subordinate judge of a higher court, உயர் நீதிமன்றத்தின் நீதிபதி. **puisne***(adj)*: of a later date, பிற்பட்டுள்ள.

pu-is-sant/'pju:isnt/*(adj)*:'ப்யூயிஸ்ன்ட் / very strong, மிகுந்த பலமுள்ள. **puis-sance**/'pwi:sa:ns/*(n)*:'ப்யூயிஸான்ஸ் / strength, வீரமும், சக்தியும் உள்ள நிலை. **puissantly** *(adv)*.

puke/pju:k/*(v.i)*:ப்யூக் / to vomit, வாந்தியெடு.

pull/pul/*(v.t-v.i)*:ப்புல் / to draw with force, இழு; to row a boat, படகைச் செலுத்து. **pull***(n)*: the act of pulling, இழுத்தல்; an effort, ஒரு முயற்சி; an attempt, ஒரு தாக்குதல்.

pul-let/'pulit/*(n)*:'ப்புலிட் / a young hen, இளம் கோழி.

pul-ley/'puli/*(n)*:'ப்புலி / a wheel grooved, so as to receive a rope, கப்பி.

pul-mon-a-ry/'pʌlmənəri/*(adj)*: 'ப்பல்மəனəரி / belonging to or affecting the lungs, நுரையீரல் தொடர்பான.

pulp/pʌlp/*(n)*:ப்பல்ப் / the juicy part of a fruit, பழக் கூழ்; a soft wet mass, பசை. **pulpy***(adj)*.

pulp-wood/pʌlpwud/*(n)*:ப்பல்ப்உட்: / wood such as spruce, poplar, etc., பசை கொடுக்கும் மரங்கள்.

pul-pit/'pulpit/*(n)*:'ப்பல்ப்பிட் / a platform in a church from which sermon is delivered, கிறித்தவ ஆலயங்களில், மதகுரு நின்று சொற்பொழிவு செய்யும் மேடை.

pulse/pʌls/*(n)*:ப்பல்ஸ் / the beating of the heart as felt in the blood vessels, இதயத் துடிப்பு; any measured beat, துடிப்பு. **pulse***(v.i)*: to beat as the blood vessels, இரத்த நாளத்தின் துடிப்பு போலத் துடிப்பு ஏற்படுத்து. **pulsate***(v.t-v.i)*: to throb or beat, துடிதுடித்துக்கொண்டிரு; to be active, சுறுசுறுப்பாக இரு. **pul-sa-tion**/pʌl'seiʃn/*(n)*:ப்பல்'ஸெய்ஷəன் / the act of pulsating, துடித்தல்; a throb, துடிப்பு. **pulsatory***(adj)*: [also **pulsative**]: vibrating like a pulse, துடித்துக்கொண்டு இருக்கின்ற. **pulsatory** *(adj)*.

pulse/pʌls/*(n)*:ப்பல்ஸ் / grains or seeds of beans, peas, etc., பருப்பு வகைத் தானியம்.
pul-ver-ize/ˈpʌlvəraiz/*(v.t-v.i)*: ப்பல்வəரய்ஸ்: / [also **pulverise**]: to grind to power, பொடியாக்கு, மாவாக்கு.
pu-ma/ˈpju:mə/ *(n)*:ˈப்யூமə / a large American animal of the cat kind, அமெரிக்காவிலுள்ள பூனை வகையைச் சார்ந்த மலைவாழ் விலங்கு.

pum-ice/ˈpʌmis/*(n)*:ˈப்பமிஸ் / a light and spongy stone formed of lava, எரிமலைக் கல்.
pump/pʌmp/*(n)*:ப்பம்ப் / a mechanical device for raising water or for expelling air, குழாய்ப் பொறி; inflator, காற்றடிக்கும் சாதனம். **pump***(v.t)*: to draw out and cause to flow, இறை; to work a pump, குழாய்ப்பொறியைப் பயன்படுத்து; ask intelligent questions in order to get information, தகுந்த கேள்விகளை, அறிவுத் திறனுடன் கேட்டு, பதில் பெறு. **pump***(n)*: a thin soled shoe, ஒரு வகை மிதியடி.
pump-kin/ˈpʌmpkin/*(n)*: ˈப்பம்ப்க்கின் / a large yellow fruit, பறங்கிக்காய்.

pun/pʌn/*(n)*:ப்பன் / a play upon words having similar sounds but different meanings, சிலேடை; using a word to give different meanings, பல பொருள்படப் பேசுதல். **pun***(v.i)*: to play upon words humorously, சிலேடையாகப் பேசு.
punch/pʌntʃ/*(v.t)*:ப்பஞ்ச் / to pierce with an instrument, ஒரு கருவி கொண்டு துளையிடு; to hit with fists, குத்து. **punch***(n)*: a tool piercing holes, துளையிடும் கருவி; a drink, ஒருவகைப் பானம்; a blow with the fist, குத்து; vigour, செயல் வேகம்.
pun-cheon/ˈpʌntʃən/*(n)*:ˈப்பஞ்ச்சəன் / a tool for stamping or piercing holes, முத்திரை (அ) துளையிடும் கருவி; a cask, பீப்பாய்; a pillar, தூண்.
punc-til-i-o/pʌɲkˈtiliəu/*(n)*: ப்பங்க்ˈட்டிலியəஉ / attention paid to small things in duties, behaviour, etc., நல்ல நயமான நடத்தை. **punc-til-i-ous**/pʌɲkˈtiliəs/*(adj)*:ப்பங்க்ˈட்டிலியəஸ் / very nice, நயமான; careful about conduct, நன்னடத்தையில் மிக நாட்டமுள்ள. **punctiliously***(adv)*, **punctiliousness** *(n)*.
punc-tu-al/ˈpʌɲktʃuəl/*(adj)*:ˈப்பங்ச்சுəல் / keeping up time, நேரம் தவறாத. **punc-tu-al-i-ty**/ˌpʌɲktʃuˈæləti/*(n)*: ˌப்பங்ச்சுˈஆலிட்டி / the state or habit of being punctual, நேரம் தவறாமை. **punctually***(adv)*.
punc-tu-ate/ˈpʌɲktʃueit/*(v.t)*: ˈப்பங்ச்சுயெய்ட் / to divide written matter by marks or stops, நிறுத்தற் குறிகளிடு. **punc-tu-a-tion**/ˌpʌɲktʃuˈeiʃn/*(n)*: ˌப்பங்ச்சுˈஎய்ஷəன் / marking with full stops, commas, etc., நிறுத்தற் குறிகள், காற்புள்ளிகள் இடுதல்.
punc-ture/ˈpʌɲktʃə*/*(n)*:ˈப்பங்ச்சə* / a very small hole, துளை, பொத்தல், மிகச் சிறு துவாரம். **puncture***(v.t-v.i)*: to prick, குத்து; to pierce, துளையிடு.
pun-gent/ˈpʌndʒənt/*(adj)*:ˈப்பஞ்ஜəன்ட் / sharp to the taste and smell, காரமான; painful to the mind, மனத்தைப் புண்படுத்துகின்ற. **pungency***(n)*.
pu-nic/ˈpju:nik/*(adj)*:ˈப்யூனிக் / related to the city or people of Carthage, கார்த்தேஜ் என்ற நகரத்தைச் சார்ந்த (அ) அம்மக்களைச் சார்ந்த. **punic faith**: treachery, துரோகம்.
pun-ish/ˈpʌniʃ/*(v.t)*:ˈப்பனிஷ் / to inflict a penalty on, தண்டனை கொடு; to chastise, கொடூரமாகத் தொந்தரவு கொடு, தண்டித்து, அவமானப்படுத்து. **pun-ish-a-ble**/ˈpʌniʃəbl/*(adj)*:ˈப்பனிஷəப்:ல் / liable to be punished, தண்டனை கொடுக்கப்படக் கூடிய. **punishment**/ˈpʌniʃmənt/*(n)*: ˈப்பனிஷ்மəன்ட் / the act of punishing, தண்டித்தல்; the penalty imposed by a court, நீதிமன்றம் அளிக்கும் தண்டனை.
pu-ni-tive/ˈpju:nətiv/*(adj)*:ˈப்யூனிட்டிவ் / causing punishment, தண்டனை கொடுக்கக் காரணமாக உள்ள; pertaining to punishment, தண்டனைத் தொடர்பான.
punt/pʌnt/*(n)*:ப்பன்ட் / a flat-bottomed boat propelled with a pole, பரிசில்; bet, பந்தயம். **punt***(n)*: a kick given to a football while in descent, கீழே விழுமுன் கால்பந்தை உதைத்தல். **punt***(v.t-v.i)*: to propel a boat, பரிசிலைத் தள்ளு; to kick a ball before it reaches the ground,

தரைதட்டுமுன் பந்தை உதை; to gamble or bet, சூதாடு, பந்தயம் வை.

punt-er/pʌntə*/*(n)*:'ப்பன்ட்டə* / a regular gambler of horse-racing, வழக்கமாகக் குதிரைப் பந்தயத்தில் சூதாடுபவர்.

pu-ny/'pju:ni/*(adj)*:'ப்யூனி / of very small size, மிகச் சிறிய; petty, அற்பமான.

pup/pʌp/*(n)*:ப்பப் / a young dog, நாய்க்குட்டி; a young seal, கடல் நாய்க்குட்டி. **pup**(*v.t-v.i*): to give birth to pups, நாய்க்குட்டிகளை ஈனு.

pu-pa/'pju:pə/*(n, sing)*:'ப்யூப்பə / **pupae** *(n, pl)*: an insect in a sheath passing from the caterpillar to the butterfly stage, கூட்டுப்புழுப் பருவம்.

pu-pil/'pju:pl/*(n)*:ப்யூப்பில் / a student, மாணாக்கர்; a small opening in the iris of the eye, கண்மணி, கருவிழி.

pup-pet/'pʌpit/*(n)*:'ப்பப்பிட் / a small jointed doll worked by strings on a toy stage, பொம்மலாட்டத்தில் பயன்படும் பொம்மை; a person who is used as a tool, கைப் பாவையாகப் பயன்படுத்தப்படும் ஒரு நபர்.

pur-blind/'pɜ:blaind/*(n)*:'ப்பə:ப்:லய்ன்ட்: / nearly blind, ஏறக்குறைய குருடான; stupid, முட்டாள்தனமான.

pup-py/'pʌpi/*(n)*:'ப்பப்பி / a pup, நாய்க்குட்டி.

pur-chase/'pɜ:tʃəs/*(v.t)*:'ப்பə:ச்சəஸ் / to buy, வாங்கு; to get return for work, வேலை செய்ததற்கு மாற்று உதவி பெறு; to gain mechanical advantage, இயந்திர லாபம் பெறு. **purchase**(*n*): the act of buying, விலை கொடுத்து வாங்குதல்; something bought, விலைக்கு வாங்கியது; advantage in doing mechanical work, இயந்திர வேலையில் பெறும் பலன். **pur-chase-a-ble**/'pɜ:tʃəsəbl/*(adj)*:ப்பə:ச்சəஸəப்:ல் / that may be purchased, வாங்கக்கூடிய. **purchaser**(*n*): the person who purchases, வாங்குபவர்.

pure/pjuə*/*(adj)*:ப்யுə* / clean and clear, சுத்தமான, தூய்மையான; not mixed with other things, கலப்பற்ற; stainless, கறைபடாத. **pure-ly**/pjuəli/*(adv)*:'ப்யுəலி / in a pure manner, தூய்மையான முறையில்; merely, அது மட்டும்.

pur-ga-tion/pɜ:'geiʃn/*(n)*:ப்பə:'கெ:ய்ஷəன் / the act of purging, வெளியாகுதல்; discharge, கழிவு, பேதி.

pur-ga-tive/'pɜ:gətiv/*(adj)*:'ப்பə:கəட்டிவ் / a laxative, மலமிளக்கி.

purge/pɜ:dʒ/*(v.t)*:ப்பə:ஜ் / to make clean, சுத்தம் செய்; to clear guilt, குற்றம் களைந்து தூய்மையாக்கு; to evacuate the bowels, மலங்கழி.

pu-ri-fi-er/'pjuərifaiə*/*(n)*:'ப்யுəரிஃபயə*/ one who purifies, தூய்மைப்படுத்துபவர்; that which purifies, சுத்தம் செய்யும் பொருள். **purify**(*v.t*): to make pure, தூய்மைப் படுத்து; to make clean, சுத்தம் செய்; to become pure by observing religious rites, பிராயச் சித்தம் செய்து, பாவங்களைப் போக்கிக் கொள். **purification**(*n*), **purificatory**(*adj*), **purifying**(*adj*).

pu-ri-tan/'pjuəritən/*(n)*:'ப்யுəரிட்டəன் / one who observes religion very strictly, மதத்தை மிகக் கடுமையாக பின்பற்றுபவர்; one who believes in keeping religion, language pure, தூய்மை வாதி. **purity**(*n*): the state of being pure, தூய்மையாக இருக்கும் தன்மை; cleanliness, தூய்மையாக இருத்தல்.

purl/pɜ:l/*(v.t-v.i)*:ப்பə:ல் / to make a bubbling sound as a shallow stream flowing over small stones, சலசலவென்று, ஒலி எழுப்பு; to embroider the border, சித்திர வேலைப்பாடுகளினால், ஓரங்களை அலங்கரி. **purl**(*n*): the sound raised by a running stream, நீர் சலசலவென்று எழுப்பும் ஒலி; an embroidery handicraft, சித்திரத் தையல் வேலைப்பாடு; an inverted stitch in knitting, பின்னல் வேலையில் மறு தையல்.

pur-loin/pɜ:'lɔin/*(v.t-v.i)*:ப்பə:'லாய்ன் / to steal, திருடு; to carry off, எடுத்துக் கொண்டு ஓடிவிடு.

pur-ple/'pɜ:pl/*(n)*:'ப்பə:ப்ல் / a dark rich colour, a mixture of red and blue, ஊதா நிறம். **purple**(*adj*): blood red, இரத்தச் சிவப்பான. **purple**(*v.t-v.i*): to make purple, சிவக்கச் செய், ஊதா நிறமாக்கு.

pur-port/'pɜ:pət/*(n)*:'ப்பə:பəட் / meaning, பொருள்; intention, உட்கருத்து; **purport** *(v.t)*: to mean, பொருள் காண்; to seem, தோன்றும்படிச் செய்; to intend, எண்ணம் கொள்.

pur-pose/'pɜ:pəs/*(v.t)*:ப்பə:ப்பəஸ் / to have an intention of, செயல் நோக்கம் கொண்டிரு; to determine on a course of action, ஒரு செயல் திட்டத்தை நிறைவேற்ற தீர்மானம் கொள். to have an aim, ஒரு நோக்கம் கொண்டிரு. **purpose**(*n*): an

P

intention, உட்கருத்து; an aim, ஒரு செயல் நோக்கம்.

pur-pose-ly/'p3:pəsli/*(adv)*:'ப்பɘ:ப்பɘஸ்லி / with purpose, எண்ணத்துடன்; intentionally, வேண்டுமென்றே. **purposeful***(adj)*, **purposefully***(adv)*, **purposefulness***(n)*. **pur-po-sive**/'p3:pəsiv/ *(adj)*:'ப்பɘ:ப்பɘஸிவ் / wantonly done, வேண்டுமென்றே செய்யப்படுகின்ற.

purr/p3:*/*(v.t-v.i)*:ப்பɘ:* / **purred, purring**: to make a low soft sound, like a cat when it is pleased, மகிழ்ச்சியால், பூனையின் குரல் ஒலி போல் ஒலி எழுப்பு.

purse/p3:s/*(n)*:ப்பɘ:ஸ் / a small bag or pouch for keeping money, பணப்பை; money, பணம். **purse***(v.t-v.i)*: to put into a purse, பையில் போடு; to wrinkle, சுருக்கு; to draw up into folds, மடிப்புகளைச் சுருக்கம் செய்.

purser/'p3:sə*/*(n)*:'ப்பɘ:ஸɘ* / an officer in a ship who maintains the accounts, கணக்கு வைத்திருக்கும் கப்பல் அலுவலர்.

purs-lane/'p3:slin/*(n)*:'ப்பɘ:ஸ்லின் / a herb used in salads, பச்சைக் காய்கறிக் கூட்டுகளில் பயன்படும் ஒரு மூலிகை.

pur-su-ant/pə'sjuənt/*(adj)*:'ப்பɘ:ஸ௶ɘன்ட் (ஸ்யுɘ) / following, பின்தொடர்கிற; in accordance with, இணக்கமாக, ஏற்ப. **pursuance***(n)*.

pur-sue/pə'sju:/*(v.t-v.i)*:'ப்பɘ:ஸ்யூ / to follow in order to overtake, தொடர்ந்து சென்று பிடி; to chase, துரத்து; to seek, தேடு; to try to accomplish, சாதனை புரிய முயற்சி செய். **pursuer***(n)*: one who pursues, தொடர்ந்து செல்பவர்; plaintiff, வாதி.

pur-suit/pə'sju:t/*(n)*:'ப்பɘஸ்யூட் / the act of pursuing, பின்தொடர்தல்; work, வேலை; occupation, தொழில்; an effort putforth to accomplish something, ஒன்றினை நிறைவேற்றிடச்செய்ய பயன்படும் முயற்சி.

pu-ru-lent/'pjuərulənt/*(adj)*:'ப்யுɘருலɘன்ட் / forming inflammation, வீக்கம் உண்டாக்குகின்ற; suppurating, சீழ் பிடிக்கின்ற.

pur-vey/pə'vei/*(v.t)*:ப்பɘ:'வெய் / to prepare for, தயார் செய்; to buy provisions, உணவுப் பண்டங்களை வாங்கு. **purveyor***(n)*, **purveyance***(n)*.

pur-view/'p3:vju:/*(n)*:'ப்பɘ:வ்யூ / range of activity, செயல் எல்லை; limit of authority, அதிகார எல்லை; scope, நோக்கும், செயல்பாடும்.

pus/pʌs/*(n)*:ப்பஸ் / matter coming out of a sore, சீழ்.

push/puʃ/*(v.t-v.i)*:ப்புஷ் / to thrust, தள்ளு; to propel, சுழலச் செய், இயக்கு; to press, அழுத்து; to urge, தூண்டுதல் செய்; to increase, அதிகப்படுத்து. **push***(n)*: the act of pushing, தள்ளுதல்; urge to get things done, செயல் வேகம்; enterprise, துணிச்சலும் முயற்சியும், முனைப்பாற்றலும் கொண்டிருத்தல்.

pu-sil-lan-i-mous/ˌpju:si'læniməs/ *(adj)*:ˌப்யூஸி'லஜனிமɘஸ் / mean-minded, அற்பபுத்தியுள்ள, இழிந்த மனப்பான்மை யுள்ள; lacking spirit, செயல் வேகம் இல்லாத; with no courage, வீரம் இல்லாத, கோழை உள்ளம் படைத்த.

puss/pus/*(n)*:ப்பஸ் / a cat, ஒரு பூனை; a hare, ஒரு முயல்; a pet name for a child, குழந்தையின் செல்லப் பெயர்.

pus-tule/'pʌstju:l/*(n)*:'ப்பஸ்ட்யூல் / a small pimple, பரு.

put/put/*(v.t-v.i)*:ப்புட் / **put, putting**: to deposit, வங்கியில் போடு, பாதுகாப்பாக வை; to set in, அமர்த்து; to lay in a position, ஓர் இடத்தில் அமை; to place, வை. **put away**: lay aside for future use, தள்ளி வை. **put down**: suppress by force or authority, அடக்கி வை. **put out**: extinguish, அணைத்து விடு. **put through**: carry out the task, நிறைவேற்று. **put up with**: submit to, tolerate, பொறுத்துக்கொள்.

pu-tre-fy/'pju:trifai/*(v.t-v.i)*:'ப்யூட்ரிஃபய் / to decay, அழுகு; to become rotten, கெட்டுப்போகும்படி செய்; to become immoral, ஒழுக்கமில்லாமல் நடந்து கொள். **pu-tre-fac-tion**/ˌpju:tri'fækʃn/ *(n)*:ˌப்யூட்ரி'ஃபஜக்ஷɘன் / the process of becoming putrid, கெட்டுப்போன நிலை; rottenness, அழுகல். **pu-trid**/'pju:trid/ *(adj)*:'ப்யூட்ரிட் / rotten, அழுகிய; corrupt, கெட்டுப்போன.

putt/pʌt/*(v.i)*:ப்பட் / **putted, putting**: to strike the ball gently towards the hole, குழியை நோக்கிப் பந்தை அடி; to send a ball forward, பந்தை முன்னால் வீசு.

puttee/'pʌti/*(n)*:'ப்பட்டி / a golf club, 'கோல்ப்' ஆட்டத்தில் பந்தைத் தள்ளும் தடி. **puttee***(n)*: a strip of cloth worn round the leg from the ankle to the knee,

P

முழங்காலுக்கும், கணுக்காலுக்கும் இடையில் சுற்றிக் கட்டப்படும் குறுகலான துணி.

put-ty/'pʌti/*(n)*:ப்பட்டி / paste of white lime and oil, மெருகு சுண்ணம்.

puz-zle/'pʌzl/*(v.t-v.i)*:'ப்பஸ்:ல் / to confuse, குழப்பம் கொள். • *I never get* **puzzled** *even when I am faced with a crisis.* to perplex, குழம்பு; to put a difficult question, கடினமான கேள்வி கேள்; to be at a loss, திகைப்புக் கொள். **puzzle***(n)*: a difficult question, ஒரு கடினமான கேள்வி; perplexity, குழப்பம்; a riddle, புதிர்.

pyg-my/'pigmi/*(n)*:'ப்பிக்:மி / a very small person, குள்ளமான மனிதர்; a very small thing, சிறிய பொருள்; a person belonging to a race of short people, குள்ளர் இனத்தைச் சார்ந்த ஒருவர்.

py-ja-mas/pə'dʒa:məs/*(n)*:'ப்பஜாமஸ்: / sleeping suit of loose jacket and trousers, தளர்த்தியான கால் சட்டையும், அங்கியும்.

py-lon/'pailən/*(n)*:'ப்பய்லன் / a tower or pillar, எல்லைக் கோபுரம்; gateway to an Egyptian temple, எகிப்தியக் கோயிலின் நுழைவாயில், tower to carry high voltage current, உயர் அழுத்த மின்சாரத்தைப் பரப்பும் அமைப்பு.

py-or-rhoe-a/,paiə'riə/*(n)*:,ப்பயஅ'ரிய / disease of teeth in which pus is formed in the gums, ஈறுகளில் சீழ் வடியும் நோய்.

pyr-a-mid/'pirəmid/*(n)*:'ப்பிரமிட் / a solid body with its polygonal base and

triangular sides meeting in a point, கூர்நுனிக் கோபுரம், பிரமிட் அமைப்பு; one of the royal tombs in Egypt, எகிப்திய அரச கல்லறைகளில் ஒன்று. **pyramidal** *(adj)*.

pyre/'paiə*/*(n)*:'ப்பயஅ* / a heap of combustible material on which a deadbody is burnt, சிதை.

py-ri-tes/pai'raiti:z/*(n)*:ப்பய்'ரய்ட்டீஸ்: / a mineral compound of sulphur and iron, இரும்பு, கந்தகம் கொண்ட தாதுப்பொருள்.

py-ro-met-er/pai'rɔmitə*/*(n)*: ப்பய்'ரொமிட்டஅ*/ an instrument for measuring high temperatures, அதிக வெப்ப நிலையை அளக்க உதவும் கருவி.

py-ro-tech-nic/,pairəu'teknik/*(adj)*: ,ப்பய்ரஅஉ'ட்டெக்னிக் / pertaining to fireworks, வாணவேடிக்கைத் தொடர்பான. **pyrotechnical***(adj)*. **pyrotechnics***(n, pl)*: the art of making and displaying fireworks, வாண வேடிக்கைப் பொருள் களைச் செய்தலும் அவற்றை வைத்து வேடிக்கை காட்டுதலும். **py-ro-tech-nist**/'pairəuteknist/*(n)*: 'ப்பய்ரஅஉட்டெக்னிஸ்ட் / person who is skilled in fireworks, வாணவேடிக்கை செய்யும் நிபுணர்.

py-thon/'paiθn/*(n)*:'ப்பய்த்தன் / a very big

serpent that crushes its prey in its folds, மலைப்பாம்பு.

pyx/piks/*(n)*:பிக்ஸ் / the box to hold the bread offering at churches, கிறித்தவக் கோயில்களில் படையல் வைக்கும் பெட்டி; the box at the mint for depositing the tested sample coins, சோதிக்கப்பட்ட மாதிரி நாணயங்களை வைக்கும் பேழை. **pyx***(v.t)*: to test coins, நாணயங்களின் எடை, தரம் இவற்றைச் சோதனையிடு.

P

Q, q/kju:/:க்யூ / the 17th letter of the English alphabet, ஆங்கில நெடுங்கணக்கின் 17ஆவது எழுத்து.

Q-boat/kju:bɔ:t/*(n)*:க்யூ:பஉட் / a boat that is capable of appearing and diappearing mysteriously, நொடிப்பொழுதில் தோன்றி மறையும் படகு.

quack/kwæk/*(n)*:க்உஆக் / a doctor who has no professional knowledge, மருத்துவப் பயிற்சி முறையாகப் பெறாமல், மருத்துவம் செய்யும் போலி மருத்துவர். • *Government must be wary of* **quack** *doctors.* the cry of a duck, வாத்து எழுப்பும் ஒலி. **quack** *(v.t)*: to make the cry of a duck as 'quack', வாத்து கத்துவது போல் ஒலியெழுப்பு; to speak proudly, பெருமையாகப் பேசு.

quack-e-ry/kwækəri/*(n)*:'க்உஆக்கஅரி / a talk of pretension, போலிப் பேச்சு, எல்லாம் தெரிந்தது போல் பேசுதல்.

quad/kwɔd/*(n)*:க்உஓட்: / *abbr.* of 'quadrangle', 'quadrangle' என்ற வார்த்தையின் சுருக்கம்; a central place, court, மத்தியப் பகுதி, முற்றம்; a small metal block used for spacing in printing, அச்சுக்கோக்கும்பொழுது, இடைவெளி ஏற்படுத்த பயன்படும் உலோகக் கட்டை.

quad-ran-gle/'kwɔdræŋgl/*(n)*: 'க்உஓட்:ரஆங்க்:ல் / a plane figure having four sides, நாற்கோண வடிவமைப்பு; an open space in a school or college, பள்ளி, கல்லூரிகளில் உள்ள திறந்தவெளி அரங்கம்.

quad-rant/'kwɔdrənt/*(n)*:'க்உஓட்:ரஅன்ட் / fourth part of a circle, கால் வட்டம், ஒரு வட்டத்தின் நான்கில் ஒரு பங்கு; fourth part of a circumference, வட்டப் பரிதியின் நான்கில் ஒரு பங்கு; an instrument for measuring angles and altitudes, கோணமானி, கோணம், செங்குத்து உயரம் முதலியவற்றை அளக்கும் கருவி.

quad-ren-ni-al/ˌkwɔd'riniəl/*(adj)*: ˌக்உஓட்:'ரினியஅல் / taking place or happening every four years, நான்கு ஆண்டுகளுக்கு ஒருமுறை நிகழுகின்ற.

quad-ri-lat-er-al/ˌkwɔdri'lætərəl/*(n)*: ˌக்உஓட்:ரி'லஆட்டஅரஅல் / a plane figure having four sides, நான்கு பக்க வடிவம், நாற்கரம். **quadrilateral***(adj)*: having four sides, நான்கு பக்கங்களுள்ள.

qua-drille/kwə'dril/*(n)*:க்உஅ'ட்:ரில் / a card game played by four, நான்கு நபர்கள் சேர்ந்து ஆடும் சீட்டாட்டம்; a kind of dance, ஆட்டவகை.

quad-ril-li-on/kwɔ'driljən/*(n)*: க்உஓ'ட்:ரில்யஅன் / a number having 25 digits (i.e) one followed by 24 zeroes, 25 இலக்க எண், ஒன்றுக்குப்பின் 24 பூஜ்யங்கள்.

quad-ru-ped/'kwɔdruped/*(n)*:'க்உஓட்:ரூப்ட் / a four-footed animal, நாலு கால் விலங்கு.

quad-ru-ple/'kwɔdrupl/*(adj)*:'க்உஓட்:ரூப்ல் / having four sides, or sectors, நான்கு பகுதிகள் கொண்டுள்ள; made up of four, நான்கு மடங்குகள் உள்ள. **quadruple***(n)*: an amount four times of another number, நான்கு மடி எண். **quadruple** *(v.t)*: to make fourfold, நான்கு மடங்காகச் செய்; multiply by four, நாலால் பெருக்கு. **quadruply***(adv)*.

quad-ru-plet/'kwɔdruplit/*(n)*: 'க்உஓட்:ருப்லிட் / four babies born at the same time to a mother, ஒரே சமயத்தில் ஒரு தாய்க்குப் பிறக்கும் நான்கு குழந்தைகள்.

qua-dru-pli-cate/kwɔ'dru:plikət/*(adj)*: க்உஓ'ட்:ருப்லிக்கெய்ட் / fourfold, நான்கு மடங்குள்ள. **quadruplicate***(n)*: one of the four copies of the original, மூலத்தின் நான்கு பிரதிகளில் ஒன்று.

quaff/kwɔf/*(v.t-v.i)*:க்உஓஃப் / to drink or swallow in large gulps, ஒரே மூச்சில் விழுங்கு, குடி; to empty, காலி செய்.

quag/kwæg/*(n)*:க்உஆக்: / a marshy place, சதுப்பு நிலப் பகுதி. **quaggy***(adj)*.

quag-mire/'kwægmaiə*/*(n)*: 'க்உஆக்:மயஅ* / a swamp, சதுப்பு நிலம்; an awkward situation, அருவருப்பான சூழ்நிலை. • *I got myself entangled in the* **quagmire** *of local politics; I find it difficult now to come out of it.*

quail/kweil/(v.t-v.i):க்உஎய்ல் / to shrink with fear, பயத்தால் சிறுத்து நடுங்கு.  • The messenger quailed when he delivered the news to the king. to dread, பயம் கொள்; to make one to fear, பயப்படும்படி செய். **quail**(n): a kind of bird, கவுதாரிப் பறவை, காடை; the meat of a small bird, ஒரு பறவையின் இறைச்சி.

quaint/kweint/(adj): க்உஎய்ன்ட் / odd, விசித்திரமான; curious, புதுமையான; eccentric, வியப்பான, புரிந்துகொள்ள முடியாத நடத்தையுள்ள.

quake/kweik/(v.t):க்உஎய்க் / to tremble, பயத்தால் நடுங்கு; to tremble and shake with fear, பயத்தினால், நடுங்கிக் குலுங்கு. • I **quake** with fear whenever I see accidents. **quake**(n): a trembling, அதிர்ச்சி; earthquake, நில அதிர்ச்சி, பூகம்பம்.

qual-i-fi-ca-tion/ˌkwɔlifiˈkeiʃn/(n): க்உஆலிஃபிக்ˈகெய்ஷஎன் / suitability for a post, job, profession, etc., ஒரு வேலை, தொழில் முதலியவற்றிற்கு வேண்டிய தகுதிகள். • The **qualification** for the post of clerk is graduation. necessary training for an office, பயிற்சி, தகுதிப் பேறு; attribute, திறமையும் தகுதியும் உள்ள நிலை. **qualified**(adj): suitable, தகுதியுள்ள. • She is a **qualified** teacher. limited, வரையறைக்கு உட்பட்ட. **qual-i-fy**/ˈkwɔlifai/(v.t-v.i):க்உஆலிஃபை / to be able to do a job, ஒரு வேலையைச் செய்யத் தகுதி பெறு; to be well situated, நல்ல நிலையில் இரு; to become eligible for some post or job, ஒரு வேலை, தொழில் இவற்றிற்குத் தகுதி பெறு, தகுதியாக்கிக்கொள். • I want to **qualify** myself to become a teacher.

qual-ity/ˈkwɔləti/(n):க்உஆலிட்டி / a grade of good and fine value, நல்ல தரம்; a degree of excellence, உயர் தன்மை, குணம் உள்ள நிலை. • **Quality** control has become necessary for all products. merit, தகுதி; distinguishing trait, எடுத்துக் காட்டும் குணம், தன்மை. **qualitative** (adj): pertaining to a quality, இயல்பு பற்றிய, தன்மை, தகுதி பற்றிய.

qualm/kwa:m/(n):க்உஆம் / a feeling of doing injustice, நியாயமாகச் செயல்பட வில்லை என்னும் உணர்வு; a sense of uneasiness, மனசாட்சி உறுத்தல்; a feeling of guilt, குற்ற உணர்வு; conscience, மனசாட்சி.

quan-da-ry/ˈkwɔndəri/(n):க்உஆன்டஅரி / a confused state, குழப்பமான நிலை; a difficult situation, இக்கட்டான, சிக்கலான சூழ்நிலை; dilemma, எதையும் தீர்மானம் செய்யமுடியாத இக்கட்டான, நெருக்கடியான நிலை; a feeling of not knowing what to do, என்ன செய்வது என்று தெரியாத உணர்வு. • At present, my financial position is in a state of **quandary**.

quan-ti-ty/ˈkwɔntəti/(n): ˈக்உஆன்ட்டிட்டி / an amount, ஒரு தொகை; a number, ஓர் எண், ஓர் அளவு; measure, பரிமாணம். • I use to buy fruits in **quantities**. **quantitative** (adj): concerned with quantity, நிறை, அளவு, பரிமாணம் பற்றிய.

quan-tum/ˈkwɔntəm/(n,sing):ˈக்உஆன்ட்டஅம் / **quanta**(n, pl): share, பங்கு; a portion that is required, தேவையான பகுதி. • **Quantum** theory states that energy travels in quanta (amounts).

quar-an-tine/ˈkwɔrənti:n/(n): ˈக்உஆரஅன்ட்டீன் / a system under which persons are kept in seclusion to find out whether they have any kind of disease, தொற்று நோய்கள் வராமல் இருக்கவும் பரவுவதைத் தடுப்பதற்கும், ஒருவரைத் தனி இடத்தில் வைக்கும் காலம், நோய்த்தடுப்புக் காப்பு முகாம்.

quar-rel/ˈkwɔrəl/(n):க்உஆரஎல் / a dispute, சண்டை, வாக்குவாதம்; disagreement, சச்சரவு, கருத்து வேறுபாடு. **quarrel**(v.i): to disagree, சச்சரவு செய், விவாதம் செய்; to find fault with, குறைகாண். • His son **quarrelled** with him for not giving money. **quar-rel-some**/ˈkwɔrəlsəm/ (adj):ˈக்உஆரஎல்ஸஅம் / in the habit of finding fault, குறைகாணுகின்ற. • He has no peace of mind as his wife is always **quarrelsome**. having a sense of dispute, சண்டையிடும் தன்மையுள்ள. **quarrel-someness**(n). **quarrelsomely** (adv).

quar-ry/ˈkwɔri/(n):ˈக்உஆரி / a place in the ground from where stone is dug out, கல் வெட்டியெடுக்கப்படும் இடம்; an animal for hunt, வேட்டை விலங்கு; a place where stones are squared for building purposes,

Q

கட்டடவேலைக்குச் சதுரக் கற்கள் செய்யப் படும் இடம். **quarry**(*v.t*): to dig from a quarry, கல் வெட்டியெடு; to extract facts and figures laboriously, கடுமையான வேலை செய்து, செய்திகளையும், புள்ளி விவரங்களையும் திரட்டு. **quarry**(*n*): an animal or bird hunted, வேட்டையாடப்படும் விலங்கு (அ) பறவை; the person who is chased, விரட்டப்படும் மனிதன்.

quart/kwɔ:t/(*n*):க்உ:ட் / a unit for the measurement of liquids, நீர்ம அளவை அலகு.

quar-ter/'kwɔ:tə*/(*n*):'க்உ:ட்டə* / one fourth, கால் பாகம்; a section, ஒரு பிரிவு; a region, ஒரு நிலப்பகுதி. **quarters**(*n, pl*): a place where people stay in a building, குடியிருப்பு; mercy as shown to an enemy to spare his life, விரோதியின் உயிர் காக்கும் தன்மை, இரக்கம் காட்டுதல், விரோதிக்குக் காட்டும் கருணை. • *It was the practice of ancient kings to give* **quarter** *even to their enemies.* **quarter**(*v.t*): to divide into four equal parts, நான்கு சமப் பகுதிகளாக்கு; to give room to, இடம் கொடு.

quar-ter-age/'kwɔ:təridʒ/(*adj*): 'க்உ:ட்டərிஜ் / payment made or received once in three months, காலாண்டுக்கு ஒருமுறை கொடுக்கப்படும் தொகை. **quar-ter-deck**/'kwɔ:tədek/(*n*):க்உ:ட்டəடெக் / in the ship reserved for officers, கப்பலில் அலுவலருக்கென்று ஒதுக்கப்பட்ட இடம். **quar-ter-ly**/'kwɔ:təli/(*adj*):க்உ:ட்டəலி / happening once in three months, மூன்று மாதத்திற்கு ஒருமுறை நிகழுகின்ற. **quarterly**(*n*): a periodical published once in three months, மூன்று மாதத்திற்கு ஒருமுறை வெளியாகும் இதழ், பத்திரிகை.

quar-ter-mas-ter/'kwɔ:tə,ma:stə*/(*n*): 'க்உ:ட்டə,மாஸ்ட்டə* / officer-in-charge of stores etc., of a regiment, படைத்துறைச் சரக்கிடத்தின் பொறுப்பு அலுவலர்.

quar-ter-staff/'kwɔ:tə,stæf/(*n*): 'க்உ:ட்டə,ஸ்ட்டாஃப் / a stout pole, சிலம்பக் கழி.

quar-tet/kwɔ:'tet/(*n*):கஉ:'ட்டெட் / a set of four, நான்கு உள்ள தொகுப்பு; a verse of four lines, நாலடி வெண்பா.

quar-to/'kwɔ:təu/(*n*):'க்உ:ட்டəஉ / a folio sheet folded into four leaves, நான்காக மடித்த தாள். (12" × 9" அளவு)

quartz/kwɔ:ts/(*n*):'க்உ:ட்ஸ் / a kind of mineral that is made up of a hard crystal, படிகக்கல்.

quash/kwɔʃ/(*v.t*):க்உஷ் / to crush, நசுக்கு; to wipe out, முழுவதுமாக அழி, தள்ளு, அகற்றி வை; annul esp. by a legal procedure, தீர்ப்பை ரத்து செய். • *The supreme court had* **quashed** *the death sentence passed on Sunil by the lower court.*

quat-rain/'kwɔtrein/(*n*):'க்உட்ரெய்ன் / a stanza of four lines with alternate lines rhyming, மோனையுள்ள மாற்று வரிகள் கொண்ட நாலடி வெண்பா.

qua-ver/'kweivə*/(*v.i*):'க்உஎய்வə* / to tremble, நடுங்கு; to sing with a shake, நடுக்கத்துடன் பாடு; to vibrate, அதிர்; to say in a shaky voice, நடுங்கும் குரலில் பேசு. **qua-ver**(*n*): a shaking in the voice, குரலில் நடுக்கம் ஏற்படுதல். **quavery**(*adj*).

quay/ki:/(*n*):கீ / a landing place for loading and unloading ships, கப்பல் துறை மேடை.

quea-sy/'kwi:zi/(*adj*):'க்உயீஸி: / yielding easily to have sickness, எளிதில் நோய்வாய்ப்படக்கூடிய.

queen/kwi:n/(*n*):க்உயீன் / a lady who rules a kingdom, அரசி; wife of a king, ராணி. **queenly**(*adj*), **queenlike**(*adj*).

queer/kwiə*/(*adj*):க்உயியə* / odd, புரிந்துகொள்ள முடியாத; uncommon, அசாதாரணமான. • *It is quite* **queer** *that some people think life as eternal.* • *My friend is a* **queer** *character.* **queerly** (*adv*), **queerness**(*n*).

quell/kwel/(*v.t*):க்உஎல் / **quelled, quelled**: to suppress, அடக்கு. • *The police* **quelled** *the rebellion quickly.* to use force to drive away the rioters, வன்முறையைக் கையாண்டு, கலகங்களை ஒடுக்கு; to quiet, அமைதிப்படுத்து. • *Government should try to* **quell** *fear of the people from terrorists.*

quench/kwentʃ/(*v.t*):க்உஎஞ்ச் / to cool, குளிரும்படி செய்; to satisfy thirst, தாகத்தைத் தணி. • *Cold water is best suited to* **quench** *one's thirst.* to put an end, முடிவுக்குக் கொண்டு வா, நிறுத்து.

quern/kwɜ:n/(*n*):க்உə:ன் / a pounding stone, மாவு அரைக்கும் இயந்திரம்.

quer-u-lous/'kweruləs/(*adj*):'க்உஎருலəஸ் / always complaining, எப்பொழுதும் குறைபட்டுக்கொள்ளக்கூடிய; full of dissatisfaction, மனநிறைவு இல்லாத. • *People who are* **querulous** *in nature always complain: that is their habit.* **querulously**(*adv*), **querulousness**(*n*).

Q

que-ry/'kwiəri/*(n)*:'க்உயியரி / a question, கேள்வி; questioning, கேள்வி கேட்டு விசாரணை செய்தல். • *The magistrate did not raise any* **query** *when I was brought before him.* **query***(v.t)*: to ask a question, கேள்வி கேள்; to inquire, விசாரணை செய். • *The judge* **queried** *whether the law allowed such indiscriminate arrests by the police.*

quest/kwest/*(v.t-v.i)*:க்உஎஸ்ட் / to go out in search of something, தேடிச் செல்; to strive and to seek, முயற்சியுடன் நாடிச் செல். **quest***(n)*: urge to find out, தெரிந்து கொள்ளும் வேகம்; striving to know, அறிந்துகொள்ள வேண்டும் என்ற வெறி; pursuit, நாட்டம். • *Invaders roamed about in* **quest** *of gold in ancient India.*

ques-tion/'kwestʃən/*(n)*:'க்உஎஸ்ச்சஉன் / the sentence form to ask (questions), வினா வடிவம்; a sense of doubt, ஐயமுள்ள உணர்வு; a state of uncertainty, நிச்சயமற்ற தன்மை. • *It is a* **question** *of finding peace of mind.* a problem, ஒரு சிக்கல். **question***(v.t)*: to ask, கேள்வி கேள். • *Please, do not* **question** *about one's past life.* to raise doubts, ஐயமுள்ள பிரச்சினைகளை எழுப்பு; to find out by asking, கேள்வி கேட்டு உண்மையைக் கண்டுபிடி; to be in a state of doubt, சந்தேகம் கொள். **ques-tion-able**/'kwestʃənəbl/*(adj)*:'க்உஎஸ்ச்சஉனஉப்:ல் / doubtful and dubious, சந்தேகப்படும்படியுள்ள; open for questioning, கேள்விக்கு இடம் அளிக்கக்கூடிய; giving room to doubt one's conduct, ஒருவர் நடத்தையில் சந்தேகம் வரும் அளவுக்கு இடமளிக்கின்ற. • *People do not employ fair means to make money: they resort to* **questionable** *means.*

ques-tion-er/'kwestʃənə*/*(n)*: 'க்உஎஸ்ச்சஉனஉ* / one who questions, கேள்வி கேட்பவர்.

question-time/'kwestʃən,taim/*(n)*: 'க்உஎஸ்ச்சஉன்,ட்டய்ம் / the period of time in a parliament when ministers answer members' questions, சட்டசபை, பாராளுமன்றம் முதலியவற்றில் உறுப்பினர்கள் கேள்விக்கு அமைச்சர்கள் பதில் அளிக்கும் நேரம், கேள்வி நேரம்.

ques-tion-naire/,kwestʃə'neə*/*(n)*: ,க்உஎஸ்ச்சஉ'னஎஉ / a list of questions to get information, details, etc., about some project, case, etc. வினாப் பட்டியல், ஒரு திட்டம், செய்முறை, வழக்கு, ஆராய்ச்சி முதலியவற்றைப் பற்றி திட்டமாக அறிந்து கொள்ளக் கேட்கப்படும் வினாத் தொகுதி; a set of questions asked to enlist facts and details of a crime, ஒரு குற்றம் பற்றித் தகவல் அறியக் கேட்கப்படும் கேள்விகளின் தொகுதி.

queue/kju:/*(n)*:க்யூ / a line of persons waiting their turn, முறை வரிசை. • *There is a long* **queue** *outside the cinema house.* a plait of hair, பின்னல் சடை.

quib-ble/'kwibl/*(n)*:க்உயிப்:ல் / intelligent way of evading questions to be answered, சொற்புரட்டு, கேள்விகளுக்கு நேரடியாகப் பதில் கொடுக்காது, தட்டிக் கழிக்கும் திறன்.

quick/kwik/*(adv)*:க்உயிக் / swiftly, மிக வேகமாகவுள்ள; with no delay, தாமதமில்லாமல். **quic-ken**/'kwikən/*(v.t-v.i)*:க்உயிக்கஉன் / to activise, செயல்வேகம் கொடு. • *Catalytic agents* **quicken** *the chemical process.* to invigorate, துடிப்புடன் இயங்கச் செய்; to speed up, வேகப்படுத்து; to arouse, கிளர்ச்சியூட்டு. **quick***(adj)*: capable of speeding, விரைவாகச் செயல்பட்டுக்கொண்டுள்ள; moving rapidly, மிக வேகமாக நகர்ந்து கொண்டுள்ள; lively, full of vigour, உயிர்த்துடிப்புடைய, செயல்வேகமுள்ள, உயிர்வாழ்கின்ற, the quick and the dead, வாழ்கின்ற மற்றும் இறந்த. **quick***(n)*: a living creature, உயிர்மம். sensitive part of a human body, உடலிலுள்ள மிக எளிதில் உணரக்கூடிய தோலின் கீழுள்ள பகுதி; a line of shrubs, புதர்களின் வரிசை.

quick-lime/'kwiklaim/*(n)*:'க்உயிக்லய்ம் (உய்) / unslaked lime, சுண்ணாம்புக் கிளிஞ்சல்.

quick-ness/kwiknis/*(n)*:'க்உயிக்னிஸ் / speed, வேகம்.

quick-sand/'kwiksænd/*(n)*: 'க்உயிக்ஸஜன்ட் / loose wet sand, புதை மணல்.

quick-set/'kwikset/*(n)*:'க்உய்க்ஸெட் / a fence made up of plants, உயிர் வேலி, முட்செடி வேலி.

quick-sil-ver/'kwik,silvə*/*(n)*: 'க்உய்க்ஸில்வஉ* / mercury, பாதரசம்.

quick-wit-ted/,kwik'witid/*(adj)*: 'க்உய்க்,உயிட்டிட்: / intelligent, அறிவுக் கூர்மையுள்ள.

quid pro quo/ˌkwidprəu'kwəu/*(n)*: ˌக்உயிட்'ப்ரஉ,க்உஉ / something given or received in exchange for something else, பண்டமாற்று முறை.

qui-es-cent/kwai'esnt/*(adj)*: 'க்உஅயஸன்ட் / being at rest, ஓய்ந்து கிடக்கின்ற; lying motionless, நகராமல் அடங்கிக் கிடக்கின்ற.

qui-et/'kwaiət/*(adj)*:'க்உஅயஅட் / silent, அமைதியான. • *The city is now* ***quiet*** *after the eruption of communal violence.* motionless and still, அசையாமல் உள்ள; gentle, நல்ல தன்மையும், அடக்கமும் உள்ள. **quiet***(n)*: a state of no noise, ஒலி யில்லாத, ஒலி கேட்க இயலாத ஒரு நிலை; stillness, அமைதி, அசைவு இல்லாமை; the state of being calm, அமைதியாக இருக்கும் தன்மை. **quietness***(n)*, **quietly***(adv)*. **qui-et-en**/'kwaiətn/*(v.t-v.i)*: 'க்உஅயஅட்ன் / to be calm, அமைதிப் படுத்து, அமைதியாக இரு; to maintain calm atmosphere, அமைதியான சூழ்நிலையைப் பேணு. • *The mob was making noise when the police arrived; it* ***quietened*** *down.*

quill/kwil/*(n)*:க்உயில் / a feather, இறகு; a stiff spine, பன்றி முள்.

quill-driv-er/kwil'draivə*/*(n)*: க்உய்ல்'ட்:ரய்வஅ* / a petty clerk with no sense of judgement, சிந்தனை வளமில்லாத ஓர் எழுத்தர்; an author, கற்பனை வளம் இல்லாத ஒரு எழுத்தாளர்; a journalist, ஒரு பத்திரிகை நிருபர்.

quilt/kwilt/*(n)*:க்உயில்ட் / a soft bed, மிருதுவான பஞ்சு மெத்தை, மெத்தைப் படுக்கை.

quina/kwina:/*(n)*:க்உய்னா / the bark of the cinchona, கொயினா மருந்து தயாரிக்கப் பயன்படும் மரப்பட்டை.

quin-a-ry/'kwinəri/*(adj)*:'க்உயினஅரி / consisting of five, ஐந்துள்ள.

quince/kwins/*(n)*:க்உயின்ஸ் / a kind of fruit, ஒரு பழவகை.

quin-ine/kwi'ni:n/*(n)*:'க்உயினின் / a medicine, மருந்து; a cure for fever, காய்ச்சல் மருந்து; a bitter tasting alkaloid found in cinchona bark, சின்கோனாப் பட்டையினின்று பெறப்படும் கொயினா.

quin-quen-ni-um/kwiŋ'kweniəm/*(n,sing)*:க்உய்ங்'க்உஎனியஅம் / **quinquennia***(n,pl)*: a period of five years, ஐந்து ஆண்டு கால அளவு.

quin-quen-ni-al/kwiŋ'kweniəl/*(adj)*: க்உய்ங்'க்உஎனியஅல் / in force of or lasting for five years, ஐந்து ஆண்டுகாலம் நடப்பில் (அ) நீடித்திருக்கும் தன்மையுள்ள; happening once in five years, ஐந்து ஆண்டுகளுக்கு ஒருமுறை நிகழ்கின்ற.

quin-sy/'kwinzi/*(n)*:'க்உயின்ஸி: / inflammation of the throat, sore throat, எரிச்சலுள்ள குரல் வளை நோய்.

quint/kwint/*(n)*:க்உயின்ட் / a set of five, ஐந்து கொண்ட தொகுதி.

quin-tal/'kwintl/*(n)*:'க்உயின்ட்ல் / a weight of 100 kg, 100 கிலோகிராம் கொண்ட எடை.

quin-tes-sense/kwin'tesns/*(n)*: க்உயின்'ட்டெஸ்ன்ஸ் / an extract, வடிசாறு; an abstract, கருப்பொருள்; the most concentrated essence, கெட்டியான சாறு; the best and the most excellent part, மிகச் சிறந்த, உன்னதப் பகுதி. **quintessential** *(adj)*, **quintessentially***(adv)*.

quintet/kwin'tet/*(n)*:க்உயின்'ட்டெட் / a group of five singers, ஐந்து பாடகர் குழு; the music part of the group's programme, ஐந்து பாடகர் கொண்ட குழுவின் இசை.

quin-tu-ple/'kwintjupl/*(adj)*: 'க்உயின்ட்யூப்ல் / fivefold, ஐந்து மடங்கு உள்ள. **quin-tu-plet**/'kwintjuplit/*(n)*: 'க்உய்ன்ட்யூப்லிட் / a set of five, 'ஐந்து' உள்ள தொகுதி.

quip/kwip/*(n)*:க்உயிப் / a smart saying, ஒரு எடுப்பான பேச்சு. **quip***(v.i)*, **quipped, quipped**: to make a quip, எடுப்பாகவும், மிடுக்காகவும் பேசு.

quire/'kwaiə*/*(n)*:'க்உஅயஅ* / a set of 24 sheets of paper, 24 தாள்கள் கொண்ட அடுக்கு.

quirk/kw3:k/*(n)*:'க்உஅ:க் / a strange habit of a person, ஒருவரின் விசித்திரமான பழக்கம். • *One of his* ***quirks*** *is, he does not like to travel by car.* a trick played upon, ஓர் ஏமாற்றுத் தந்திரம்; a mischievous remark, சிலேடையான கேலிப் பேச்சு; a witty saying, குத்தலான பேச்சு. **quirkiness***(n)*, **quirky***(adj)*, **quirkily** *(adv)*.

quis-ling/'kwizliŋ/*(n)*:க்உயிஸ்:லிங் / a person who helps the enemies of his own country, தன் நாட்டுக்குத் துரோகம் செய்து, விரோதிக்குக் காட்டிக்கொடுப்பவர், தேசத் துரோகி.

quit/kwit/*(v.t-v.i)*:க்உயிட் / **quit** or **quitted, quitting**: to stop doing, செய்வதை

Q

நிறுத்து. • *I have* **quit** *my job as I do not like it.* to give a command asking someone to leave, வெளியேறும்படி உத்தரவு இடு; to remove forcibly, அகற்று. • *'***Quit** *India', Gandhiji proclaimed addressing the Britishers.*

quite/kwait/*(adv)*:க்உஅய்ட் / completely, முழுவதுமான; entirely, முற்றிலுமான. • *I am not yet* **quite** *ready to leave for Mumbai.* • *You are* **quite** *all right in this dress.*

quits/kwits/*(adj)*:க்உயிட்ஸ் / to be even after repaying the money owed, கடனை அடைத்த பிறகு ஏற்படும் சமநிலை.

quiv-er/'kwivə*/*(v.t-v.i)*:'க்உயிவə* / to shiver mildly, சற்று நடுக்கமுறு. • *When she sings devotional songs, her voice* **quivers**. to shake with fear, பயத்தினால் நடுங்கு.

qui-vive/ˌki:'vi:v/*(n)*:க்கீ'வீவ் / a challenge thrown to a stranger to find his identity, புதியவர் ஒருவரை அடையாளம் கண்டு கொள்ள போடப்படும் சவால். **quivive** *(adj)*: watchful, கவனமான.

quix-ot-ic/kwik'sɔtik/*(adj)*:க்உய்க்'ஸாட்டிக் / having certain aims not practicable, நடைமுறைக்கு ஒவ்வாத, உயர் நோக்கமுள்ள; romantically chivalrous, துணிவுடன் காதலை நோக்கியுள்ள. • **Quixotic** *notions of some do not help them in practical life.* **quixotically***(adv)*.

quiz/kwiz/*(n)*:க்உயிஸ: / a test, ஒரு சோதனை, ஒரு பயிற்சி; an examination, ஒரு தேர்வு; questioning and answering on certain topics or about general topics. வினாடி வினா. • *There was a* **quiz** *programme at the end of the class hour.* **quiz***(v.t)*: **quizzed, quizzing**: to ask questions especially very often, அடிக்கடி வினா எழுப்பு. • *Please, do not* **quiz** *me about my business deal.*

quoit/kɔit/*(n)*:க்உாய்ட் / a heavy ring thrown to encircle an iron peg in game, எறி தட்டு.

quon-dam/'kwɔndæm/*(adj)*:'க்உான்டஃம் / of former time, முன்னமேயே உள்ள. • *He is now my dear friend, not a* **quondam** *one.*

quo-rum/'kwɔ:rəm/*(n)*:'க்உா:ரəம் / the barest minimum number of persons required to be present for the conduct of a meeting, ஒரு கூட்டம் நடத்துவதற்கு வேண்டிய, மிகக் குறைந்த அளவு உறுப்பினர் எண்ணிக்கை. **quo-rate**/'kwɔ:reit/*(adj)*: 'க்உாரெய்ட் / having a quorum present (for the meeting), கூட்டத்திற்கு வேண்டிய குறைந்த அளவு உறுப்பினர்கள் எண்ணிக்கை யுள்ள.

quo-ta/'kwəutə/*(n)*:'க்உəஉட்டə / proportional share, உரிய பங்கு, பங்கு வீதம்.

quo-ta-ble/'kwəutəbl/*(adj)*:'க்உəஉட்டəப்:ல் / worthy of being quoted, மேற்கோள் கொடுப்பதற்குத் தகுதியுள்ள.

quo-ta-tion/kwəu'teiʃn/*(n)*: க்உəஉ'ட்டெய்ஷəன் / that which is quoted, மேற்கோள் காட்டுதல்; the mentioning of prices currently prevailing, நடப்பு விலை நிலவரம் பற்றி அறிக்கை, விலைப் புள்ளி விவரங்கள் அளித்தல். **quotability***(n)*.

quo-ta-tion-mark/kwəu'teiʃn'mæk/*(n)*: க்உəஉ'ட்டெய்ஷன்'மாக் / inverted comma either of a pair of marks (" ") or (' ') showing the beginning and end of words quoted, மேற்கோள் குறிகள் (" ") (அ) (' ').

quote/kwəut/*(v.t)*:க்உəஉட் / to repeat exactly what has been said or written by another, மேற்கோள் காட்டிப் பேசு; to say the price, விலை குறித்துக் கூறு, விலை மதிப்புகளைச் சொல். • *He* **quoted** *exorbitant prices for his goods.*

quoth/kwəuθ/*(v)*:க்உəஉத் / say (or) said, சொல், சொல்லப்பட்டது.

quo-tient/'kwəuʃnt/*(n)*:'க்உəஉஷəன்ட் / the number resulting from a division, ஈவு; the result got by division, வகுத்தலால் பெறப்படும் எண், ஈவு.

Qur-an/ku:ran/*(n)*:க்குரான் / the sacred book of Muslims, இஸ்லாம் திருமறை, குர்ஆன்.

R, r/a:*/:ஆ* / the 18th letter of the English alphabet, ஆங்கில நெடுங்கணக்கின் 18-வது எழுத்து.

rab-bi/'ræbai/*(n)*:'ரஸ்பய் / a Jewish priest, யூத மத குரு, யூத மத போதகர்.

rab-bit/'ræbit/*(n)*:'ரஸ்பிட் / a small burrowing animal of the hare family, முயல், குழி முயல்; the fur or meat of the animal, முயலின் உரோமம் (அ) இறைச்சி; one who is not fair and plays foul, நன்கு ஆடத் தெரியாதவன், கயவன். **rabbit***(v.t)*, **rabitted, rabbitting**: to speak with no purpose, பொருளில்லாமல் பேசு; to hunt for rabbits, முயல் வேட்டையாடு. • *He* **rabitted** *about his foreign trip to his friend.*

rab-ble/'ræbl/*(n)*:'ரஸப்ல் / a noisy crowd, கட்டுப்பாடு இல்லாமல் கூச்சலிடும் கூட்டம்; a mob, ஒரு கும்பல்; common people, மக்கள். **rabble-rousing***(adj)*: exciting people by fiery speeches to indulge in violence, சொல்வன்மை மூலம் மக்களை வன்முறைக்குத் தூண்டுகின்ற.

rab-id/'ræbid/*(adj)*:'ரஸபிட் / very furious, சினமும், முரட்டுத்தனமும் உள்ள; mad (of dogs), வெறிபிடித்த; affected with rabies, வெறிநாய் கடித்த நிலையிலுள்ள.

ra-bies/'reibi:z/*(n)*:'ரெய்பீ:ஸ் / [also **hydrophobia**]: disease causing madness in dogs, வெறிநாய் நோய்; disease caused by a mad dog's bite, வெறிநாய்க் கடி நோய்.

rac-coon/rə'ku:n/ *(n)*:ர'க்கூன் / [also **racoon**]: an animal found in North America, a kind of a bear having fur, வட அமெரிக்காவில் காணப்படும் கரடி இன விலங்கு.

race/reis/*(v.t-v.i)*:ரெய்ஸ் / to compete in a race, ஓட்டப் பந்தயத்தில் பங்கு கொள்; to go very fast, வேகமாகப் போ. **race***(n)*: living beings having common traits, characteristics, etc., இனம்; a speed contest, ஓட்டப் பந்தயம்.

ra-cial/'reiʃl/*(adj)*:'ரெய்ஷல் / pertaining to a race, இனத் தொடர்பான.

race-course/'reiskɔ:s/*(n)*:'ரெய்ஸ்க்கோ:ஸ் / a track, around which horses race, பந்தயக் குதிரை ஓடும் பாதை. **racially***(adv)*, **racialism***(n)*.

ra-cer/reisə*/*(n)*:ரெய்ஸ* / an animal bred and trained for racing, பந்தயக் குதிரை.

rac-i-sm/'reisizəm/*(n)*:'ரெய்ஸிஸ்:ம் / the belief that racial differences exist, இன உணர்ச்சி.

rack/ræk/*(n)*:ரஸக் / a shelf for keeping articles, books, etc., நிலை அடுக்கு, அலமாரி; a torture instrument, ஒரு சித்திரவதைக் கருவி; a holder for fodder, தீவனம் வைக்கும் தொட்டி; **on the rack**: suffering from acute pain or worry, மிகுந்த வலியின் காரணமாகத் துன்பப் படுதல், மிகக் கவலை கொள்ளல். **rack***(v.t-v.i)*: to keep things on the rack, பொருள்களை நிலை அடுக்கில் வை; to torture, சித்திரவதை செய்; to put a strain on, அதிக இன்னல், தொந்தரவு ஏற்படுத்து; **to rack one's brain**: to think seriously and deeply, ஆழ்ந்து சிந்தனை செய். • *When you are ill, do not* **rack your brain**.

rac-ket/'rækit/*(n)*:'ரஸக்கிட் / [also **racquet**]: a tennis bat, a badminton bat, etc., பந்தடி மட்டை; a dishonest way of extracting money, அநியாயமாக மிரட்டிப் பணம் பறித்தல்.

rack-e-teer/,rækə'tiə*/*(n)*:,ரஸக்கிட்'டியஅ* / a person who lives on fraudulent means, சட்ட விரோதமான வழிகளில் பணம் சம்பாதிப்பவர். **racketeering***(n)*.

rac-on-teur/,rækɔn'tз:*/*(n)*:,ரஸக்கான்'ட்ட* / a person who tells stories, கதை சொல்லுபவர்.

rac-y/'reisi/*(adj)*:'ரெய்ஸி / (of speech or writing), amusing, களிப்பூட்டும்படியான, மகிழ்ச்சியான; full of life, vigour, etc., உயிரும், தெம்பு உணர்வும் உள்ள. **racily***(adv)*, **raciness***(n)*.

ra-dar/'reida:*/(n):'ரெய்டா* / a method of finding the position of solid objects by receiving and measuring the speed of radio waves returning from them, திடப் பொருள் இருக்கும் தூரத்தையும், இடத்தையும் அறியும் முறை, மின் அதிர்வு அலைகள் அப்பொருளினின்று திருப்பப்படும்பொழுது அவைகளின் வேகத்தினின்று, தூரமும், பொருளின் இடமும் அறியும் முறை. • **Radar** *screens are used to locate the enemy planes.*

ra-di-al/'reidjəl/(adj):'ரெய்ட்:யஅல் / arranged like a wheel with bars, spokes, lines, etc., ஆரங்கள் போன்று அமைந்துள்ள. **radial** (n): a car tyre with cords, ஆரங்கள் அமைப்புக்கொண்ட கார் சக்கர டயர். **radially**(adv).

ra-di-ant/'reidjənt/(adj):ரெய்ட்:யஅன்ட் / giving out bright light rays, ஒளி வீசுகின்ற; giving out heat, வெப்பம் வெளியிடக்கூடிய; shining, ஒளிர்கின்ற. • *She became* **radiant** *with joy when she came to know her exam results.* **radiantly**(adv), **radiance**(n).

ra-di-ate/'reidieit/(v.t):ரெய்டி:யெய்ட் / to emit rays of light, to emit heat, வெப்பக் கதிர் வீசு; to emit from a central point, மையத்தினின்று பரவு, வெளியிடு. • *The Sun* **radiates** *not only light but also heat.* **ra-di-a-tion**/,reidi'eiʃn/(n): ,ரெய்டி:'யெய்ஷஅன் / emitting rays of light, ஒளிக்கதிர் வீச்சு. • *Sometimes, nuclear power plants give out harmful* **radiations**. emitting rays of heat, வெப்பக் கதிர் வீச்சு; something that is radiated, கதிர் வீசப்படுவது. • *Radio activity is a form of* **radiation**.

ra-di-a-tor/'reidieitə*/(n):'ரெய்டி:யெய்ட்டஅ* / a cooling apparatus in an engine, இயந்திரப் பொறியில் உள்ள குளிரூட்டி.

rad-i-cal/'rædikl/(adj):'ரஆடி:க்கஅல் / having extreme ideas, தீவிர எண்ணமுள்ள; asking for fundamental changes, அடிப்படை மாற்றம் வேண்டும் எனக் கோருகின்ற; favouring total change, முழு மாற்றம் தேவையென வேண்டுகிற. • *Young educated people have* **radical** *views on all matters of life.* **radical**(n): one who advocates total change, முழுமாற்றம் விரும்பும் தீவிரவாதி. **radicalism**(n).

rad-i-i/reidiai/(n):ரெய்டி:யய் / plural form of 'radius', 'radius' என்பதன் பன்மை வடிவம்.

ra-di-o/'reidiəu/(n):ரெய்டி:யஅஉ / wireless (apparatus) receiving set, வானொலி; the sending or receiving of sounds through the air by electrical waves, மின் அலைகள் மூலம் காற்றில் ஒலியை அனுப்புதல் (அ) பெறுதல்; a message received or sent by radio, வானொலி மூலம் செய்தி அனுப்புதல், சேகரித்தல். **radio**(v.t-v.i): to transmit by wireless, மின் அலைகள் மூலம் ஒலிபரப்பு.

radio-active/,reidiəu'æktiv/(adj): 'ரெய்டி:யஅஉ'ஆக்ட்டிவ் / emitting rays having certain properties, கதிர் இயக்கம் உள்ள. **ra-di-o-ac-tiv-i-ty**/,reidiəuæk'tivəti/ (n):ரெய்டி:யஅஉஆக்'ட்டிவிட்டி / the property that some elements have, of giving out force (energy) by breaking up their atoms, அணுக்கள் சிதறும் பொழுது, வெளியிடப்படும் கதிர் இயக்க சக்தி, சில தனிமங்கள், அணுக்கள் சிதறும்பொழுது, வெளியிடப்படும் கதிர் இயக்க சக்தி.

rad-ish/'rædiʃ/(adj):ரஆடி:ஷ் / a pungent root, முள்ளங்கி.

ra-di-um/'reidiəm/(n):'ரெய்ட்:யஅம் / a rare metal which is radioactive, கதிரியக்கம் உள்ள அரிய உலோகம்; a simple substance used in the treatment of certain diseases, especially cancer, புற்று நோய் போன்ற நோய்களுக்கு சிகிச்சை செய்யப் பயன்படும் ரேடியம் என்னும் தனிமம்.

ra-di-us/reidiəs/(n):ரெய்டியஅஸ் / the distance from the centre of a circle to its circumference, ஆரம்; extent, பரப்பு; range, எல்லை; a circular area measured from its central point, மையத்தினின்று அளக்கப்படும் வட்டப் பரப்பு.

raffish/'ræfiʃ/(adj):ரஆஃபிஷ் / not respectable, மதிப்பில்லாத.

raffle/'ræfl/(n):'ரஆஃப்ல் / lottery, குலுக்குச் சீட்டுத் திட்டம், பரிசுச் சீட்டுத் திட்டம். **raffle**(v.t): to offer as the prize in a raffle, பரிசுச் சீட்டு விற்பனைக்குக் கொடு.

raft/ra:ft/(n):ராஃப்ட் / logs of wood, plank, etc. joined together and used as boat, கட்டு மரம்; **life raft**: life boats for use to rescue persons in emergencies, மூழ்கும் கப்பலிலிருந்து தப்பிக்கப் பயன்படும் ரப்பர் படகுகள். **raft**(*v.t-v.i*): to travel on a raft, தெப்பம் மூலம் பயணம் செய்; to carry on a raft, தெப்பத்தில் பொருள் எடுத்துச் செல்.

raf-ter/'ra:ftə*/(*n*):'ராஃப்ட்டə* / a beam supporting the roof, உத்தரம், தராய்.

rag/ræg/(*n*):ரஆக்: / a rough trick with no harm, தீங்கு விளைவிக்காத வேடிக்கை, தந்திரம்; torn piece of cloth, கந்தல்; large, coarse slate used as roof material, கடினமான பலகை போன்ற கூரை, ஓடு. **rag**(*v.t*): to scold, இழிவாகப் பேசு; to tease, தொந்தரவு கொடு; to play jokes on, கேலியாகப் பேசி, அவமானப்படுத்து.

rage/reidʒ/(*n*):ரெய்ஜ் / fury, கடுஞ்சினம்; terrible anger, பெருஞ்சீற்றம். **rage**(*v.i*): to be angry, கடுங்கோபம் கொள்; to spread with all force, சீற்றத்துடன் பரவு. • *The disease* **raged** *through the countryside.*

rag-ged/'rægid/(*adj*):'ரஆகிட் / very badly torn, மிகக் கந்தலான; rough and irregular, முரட்டுத்தன்மையும், ஒழுங்கில்லாத நிலையும் உள்ள. • *He always wears a* **ragged** *shirt though he is rich.* with uneven surface, சமமான பரப்பு இல்லாத. **raggedly**(*adv*), **raggedness**(*n*), **ragtag**(*n*): the rabble of a society, சமுதாயத்தின் சாதாரண மக்கள்.

raid/reid/(*n*):ரெய்ட் / a sudden outburst, திடீர் எழுச்சி; a sudden attack, திடீர்த் தாக்குதல்; a surprise inspection by police or other department, காவல் துறை திடீர் சோதனை நடத்தல், அதிரடி நடவடிக்கை.

raid/reid/(*v.t*):ரெய்ட் / to attack suddenly, திடீர்த் தாக்குதல் செய்; to make surprise inspections, திடீரெனச் சோதனை செய். • *Police* **raided** *the shopping complex to find the smuggled goods.* **raider**(*n*).

rail/reil/(*n*):ரெய்ல் / iron bars used as fence, கிராதி, கம்பி வேலி; the railing of a stair, மாடிப்படியின் கைப்பிடி. • *Please keep your hands on the* **rail** *as you move on the bridge.* **rail**(*v.t*): to enclose with rails, கம்பி வேலி போடு. • *The owner had* **railed** *off his garden.* to send something by rail, இரயில் வழியாகப் பொருட்களை அனுப்பு; to scold by using abusive language, வசைமாரியாகப் பொழி. **rail-head**(*n*): the end of a rail track, இரயில் பாதை முடியும் இடம்.

rail-ing/'reiliŋ/(*n*):'ரெய்லிங் / a fence of rails, வேலியிடுதல்; scolding, திட்டுதல், வசைமாரி பொழிதல்.

rail-le-ry/'reiləri/(*n*):'ரெய்லəரி / laughing and teasing, சிரிப்பும், கேலியும்.

rails/reils/(*n*):ரெய்ல்ஸ் / the track used by trains, இருப்புப்பாதை.

rail-way/'reilwei/(*n, sing*):'ரெய்ல்உஎய் / **railways**(*n, pl*): a track for trains, இரயில் பாதை.

rai-ment/'reimənt/(*n*):'ரெய்மəன்ட் / clothing, dress, உடையும், உடுப்பும்.

rain/rein/(*n*):ரெய்ன் / condensed moisture drops falling from the clouds, மழை. **rain**(*v.i*): to fall as drops of water, மழைபோல் பொழி. • *It is* **raining**. **rains cats and dogs**: it rains heavily, மிக அதிகமாக மழை பொழிகிறது.

rain-bow/'reinbəu/(*n*):'ரெய்ன்ப:əஉ / an arch of seven colours seen opposite the Sun by reflection, வானவில்.

rain-coat/'reinkəut/(*n*):'ரெய்ன்க்கəஉட் / a light coat for protecting from rain, மழையினின்று பாதுகாத்துக்கொள்ள அணியப்படும் மேல்அங்கி.

rain-fall/'reinfɔ:l/(*n*):'ரெய்ன்ஃபொ:ல் / rain, மழை; a measure of rain that falls in certain time, பெய்யும் மழையளவு.

rain-gauge/'reingeidʒ/(*n*):'ரெய்ன்கெ:ய்ஜ் / an instrument for measuring rainfall, மழைமானி.

rain-y/'reini/(*adj*):'ரெய்னி / full of rain, மழை நிறைந்துள்ள; bearing, மழை பெய்யும் நிலையிலுள்ள.

raise/reiz/(*v.t*):ரெய்ஸ்: / to lift up, தூக்கு. • *The ceiling was* **raised** *by six centimetres.* to collect, வசூல் செய், சேகரி; to put forward a problem, question, etc. பிரச்சினையை முன்வை, கேள்வியை எழுப்பு; to cause to grow, வளரும்படி செய். • *The parliament member* **raised** *a question about rising prices.* **raised**(*adj*): elevated, உயர்த்தப்பட்டுள்ள.

rais-er/reizə*/(*n*):'ரெய்ஸ:ə* / a person who raises money or animals, பணம் ஈட்டுபவர், விலங்குகளை வளர்ப்பவர்.

rai-sin/'reizn/(*n*):'ரெய்ஸ:ன் / dried grape, உலர் திராட்சை.

rake/reik/(*n*):ரெய்க் / an implement for collecting hay etc., வைக்கோல் சேகரிக்கும் கருவி; a person who lives a life of dishonesty, நெறி தவறி வாழ்பவன். **rake**(*v.t-v.i*): to collect, சேகரி; to draw together, ஒன்று திரட்டு. • *The gardener* **raked** *up the dried leaves.* **to rake up**:

R

to remember and talk about old forgotten things, பழைய மறந்துபோன நிகழ்ச்சிகளை வேண்டுமென்றே கிளப்பு. • *Please do not* **rake up** *old issues now.*

ral-ly/'ræli/*(v.t-v.i)*:ரஂலி / to regroup, மீண்டும் ஒன்றுசேர்; to recollect, திரட்டு; reassemble, மீண்டும் ஒன்றுபடுத்து; to recover from an illness, மீண்டும் உடல் நலம் பெறு; to revive the depressed spirit, இழந்த உணர்ச்சியை மீண்டும் பெறு. • *He* **rallied** *after the initial failure in his business.* to help someone in difficulty, துன்பத்தில் ஒருவனுக்கு உதவி செய். **rally***(n)*: a gathering, ஒரு கூட்டம். • *Did you attend the scout* **rally**? recovery from illness, நோய்நீங்கி உடல் நலம் பெறுதல்; an act of rallying, ஒன்று சேருதல்.

ram/ræm/*(n)*:ரஂம் / a male sheep, ஆட்டுக்கிடா; the Ram: one of the signs of the Zodiac, மேஷ ராசி; a machine used for pulling down walls, சுவர் இடிக்கப் பயன்படும் இயந்திரம்; a water lifting machine, தண்ணீர் இறைக்கும் இயந்திரம். **ram***(v.t)*, **rammed, ramming**: to drive into something, ஒன்றினுள் திணி; to attack with force, தாக்குதல் செய்; to convince, அறிவுறுத்து.

RAM (also 'Random Access Memory')/ ræm/*(n)*:ரஂம் / a type of computer memory that holds information and programs, தகவல்களையும், செயல் திட்டங் களையும் கொண்டிருக்கும் கணினியின் ஒருவகை நினைவாற்றல்.

ram-ble/'ræmbl/*(v.i)*:'ரஂம்ப்:ல் / to walk gaily, உல்லாசமாக நட. • *The man* **rambled** *through the forests.* to speak irrelevantly, to speak in a roundabout way, தொடர்பில்லாமல் சுற்றி வளைத்துப் பேசு; to grow loosely, கட்டுப்பாடு இல்லாமல் செடிகள் வளர். • *Have you seen a* **rambling** *garden?* **ramble***(n)*: walking for pleasure, உலா வருதல்; wandering, அலைந்து திரிதல். **rambler***(n)*: a person who rambles, அலைந்து திரிபவன்; a rambler rose, ஒருவகை ரோஜா. **rambling** *(adj)*.

ram-i-fy/'ræmifai/*(v)*:'ரஂமிஃபய் / to subdivide into branches, பிரி, கிளை விடு; to spread out, எங்கும் பரவும்படி செய். **ram-i-fi-ca-tion**/ˌræmifi'keiʃn/*(n)*: ˌரஂமிஃபி'க்கெய்ஷன் / part of a network, பெரும் அமைப்பு ஒன்றின் ஒரு பிரிவு; one of the results that follow because of a decision, முடிவு ஒன்று எடுப்பதால் ஏற்படும் விளைவு. • *What is the* **ramification** *of the decision to go on strike?*

ramp/ræmp/*(v.t-v.i)*:ரஂம்ப் / to leap forward, பாய்ந்து முன்செல்; to rear on the hind legs, பின்கால்களினால் உந்தித் தாவு. **ramp***(n)*: a leap, குதித்தல்; a slope, சாய்தளம். He is pushing a wheel-chair up/down the **ramp**.

ram-page/ræm'peidʒ/*(v.i)*:ரஂம்'ப்பெய்ஜ் / to rush about with all fury, பெருஞ்சினத்துடன், வெளிச்செல்; to behave angrily, கோப மாகச் செயல்படு. **rampage***(n)*: an excited state of conduct, பதற்றமுள்ள நடத்தை.

ram-pant/'ræmpənt/*(adj)*:'ரஂம்ப்பெண்ட் / standing on hind legs, பின்னங்கால்களில் நிற்கின்ற; furious, கடுங்கோபமுள்ள; going unchecked, தங்கு தடையில்லாமல் செல்லக்கூடிய. • **Rampant** *lawlessness prevails in the town.* growing wildly, எங்கும் பரவி வளர்ந்துகொண்டுள்ள. **rampantly***(adv)*.

rampart/'ræmpa:t/*(n)*:'ரஂம்ப்பாட் / surrounding parapet wall of a fort, கோட்டையின் மதிற்சுவர்.

ram-shac-kle/'ræmˌʃækl/*(adj)*: 'ரஂம்ˌஷஂக்ல் / not made properly, சரியான கட்டுமானம் இல்லாத, நன்கு கட்டப்படாத; on the verge of collapsing, சரிந்து, விழுந்துவிடும் நிலையில் உள்ள. • *It is a* **ramshackle** *old house.*

ran/ræn/*(v)*:ரஂன் / p.t of "run", "run" என்பதன் இறந்தகால வினைமுற்று.

ranch/ra:ntʃ/*(n)*:ராஞ்ச் / a very large farm where sheep, cattle or horses are bred, பண்ணை, ஆடு, மாடு (அ) குதிரை இவை வளர்க்கப்படும் பண்ணை. **rancher***(n)*: a person who owns a ranch, பண்ணை உரிமையாளர்.

ran-cid/'rænsid/*(adj)*:'ரஂன்ஸிட்: smelling bad, கெட்ட நாற்றமுள்ள. **rancidly***(adv)*.

ran-cour/'ræŋkə*/*(n)*:'ரஂங்க்கெ* / a sense of bitterness, விரோத உணர்வுள்ள; deep feeling of ill-will, spite, etc., ஆழ்ந்த வெறுப்பும், பகைமையும் கொண்ட காழ்ப்புணர்ச்சி. • **Rancour** *is the root cause of all troubles in the world.* **rancorous***(adj)*, **rancorously***(adv)*.

rand/rænd/*(n)*:ரஂண்ட்: / the standard money unit of South Africa, தென் ஆப்பிரிக்காவின் நாணயம்.

ran-dom/'rændəm/*(adj)*:'ரஂண்டெம் / with no plan, aim, or pattern, திட்டம், குறி, அமைப்பு இல்லாமல். **random***(n)*: in a random way, திட்டம் ஏதும் இல்லாமல்

இருத்தல். **randomness**(n), **randomly** (adv).

rand-y/'rændi/(adj):'ரஜண்டி: / full of sexual desire, காமம் நிறைந்துள்ள.

ra-nee/'ra:ni:/(n):ரா'னி / [also **rani**]: wife of raja, ராணி.

range/reindʒ/(n):ரெய்ஞ்ஜ் / a row of mountains, வரிசையான மலைத்தொடர்; distance between limiting point, எல்லைகளுக்கு இடையேயுள்ள தூரம்; the distance a shot covers, ஒரு குண்டு பாயும் தொலைவு. **range**(v.t): to range between limits, இரு எல்லைகளுக்கு இடையே மாறுபட்டு இரு. • *The income of the assistant* **ranges** *from 40,000 to 60,000 rupees per annum.* to wander freely, அலைந்து திரி; to arrange, வரிசைப்படுத்து. • *The items for sale have been* **ranged** *neatly.* **ranger**(n): forest guard, வனத்துறை அலுவலர்.

ran-kle/'ræŋkl/(v.i):'ரஜங்க்ல் / to cause pain and irritation, மனத்தைப் புண்படுத்தி, தொந்தரவு கொடு. • *My defeat is going to* **rankle** *forever in life.*

rank/ræŋk/(n):ரஜங்க் / a level of relative value, ability, etc., ஒப்பிட்டு நோக்கும் மதிப்பு, திறன் முதலிய தகுதி, உயர்நிலை; a line, a row, வரிசை. **ranks**(pl): ordinary workers/soldiers, சாதாரண மக்கள், சிப்பாய்கள். **rank**(v.t-v.i): to divide into grades, தரம் வாரியாகப் பிரி; to arrange in regular order, வரிசைப்படுத்து. **rank**(adj): too thick and wide, மிக கனமான, அகலமான; unpleasant, வெறுக்கத்தக்க. **rankly**(adv), **rankness**(n). **rank and file**(n): ordinary men, சாதாரண மனிதர்கள்.

ran-sack/'rænsæk/(v.t):'ரஜன்ஸஜக் / to plunder, கொள்ளையடி.

ran-som/'rænsəm/(n):'ரஜன்ஸəம் / money paid to a person for freeing a captive, கடத்தப்பட்ட ஒருவனை மீட்க கொடுக்கப் படும் பிணையம்; amount paid for getting freedom, மீட்புப் பணம். • *One has to pay a huge* **ransom** *to militants to keep them away from the village.* **ransom**(v.t): to set someone free by paying a huge amount, பெருந் தொகையைப் பிணையப் பணமாகக் கொடுத்து ஒருவனை மீட்டு.

rant/rænt/(v.t):ரஜண்ட் / to speak arrogantly and boastingly, கர்வமாக, பகட்டாகப் பேசு; to talk in noisy manner, உரத்த குரலில், நாகரிகமில்லாமல் பேசு. • *The speaker* **ranted** *about his achievements in life at a public meeting.* **rant**(n).

rap/ræp/(n):ரஜப் / a sharp blow, 'சுரீர்' எனத் தட்டுதல்; **to take the rap**: to take the punishment for the crime not committed, செய்யாத குற்றத்திற்குத் தண்டனை ஏற்றுக் கொள். **rap**(v.t): to cause to give a blow, 'சுரீர்' என வலிக்கும்படி தட்டு; to speak strongly expressing disapproval, எதிர்ப்பைத் தெரிவிக்க வன்மையாகக் கண்டனம் தெரிவி. • *The magistrate* **rapped** *the public prosecutor for filing a false case.*

ra-pa-cious/rə'peiʃəs/(adj):ரə'ப்பெய்ஷəஸ் / greedy, பேராசையுள்ள; capable of forceful seizure, வலிய கைப்பற்றும் தன்மையுள்ள. **rapaciously**(adv), **rapaciousness**(n), **rapacity**(n).

rape/reip/(v.t):ரெய்ப் / to outrage one's modesty, கற்பழி, மானபங்கப்படுத்து; to carry a person against his will forcibly, ஒருவனின் விருப்பமின்றி அவனைக் கடத்திச் செல்; to have sex with a woman against her will, ஒரு பெண்ணின் ஒப்புதல் இல்லாமல் அவளுடன் உடலுறவு கொள். **rape**(n): carrying off violently, கடத்திச் செல்லுதல்; forcible violation of modesty and chastity, கற்பழித்தல்; an European plant with yellow flowers used as animal food, oil is also extracted from its seeds, ஐரோப்பியத் தாவர வகையைச் சேர்ந்த மஞ்சள் பூச்செடி, விலங்குகளுக்கு தீவனமாகவும், எண்ணெய் வித்தாகவும் பயன்படுகிறது.

rap-id/'ræpid/(adj):'ரஜப்பிட்: / speedy, வேகமாகச் செல்லுகின்ற; very quick, விரைவாகச் செல்லுகின்ற. • *Sometimes a patient in a critical state, makes* **rapid** *recovery quite unexpectedly.* **rapidly** (adv), **rapidness** (n).

ra-pi-er/'reipjə*/(n):'ரெய்ப்பியə* / a dagger, குத்துவாள்.

ra-pist/reipist/(n):'ரெய்ப்பிஸ்ட் / a man guilty of rape, கற்பழித்தல் குற்றம் செய்தவர்.

rap-port/ræ'pɔ:*/(n):ரஜ'ப்பɔ:* / close agreement and understanding, நல்லிணக்கமும், புரிந்துகொள்ளுதலும்.

rap-ine/'ræpain/(n):'ரஜப்பய்ன் / plundering, கொள்ளையடித்தல்.

rap-proche-ment/ræ'prɔʃma:ɲ/(n): ரஜ'ப்ரɔஷ்மான் (மா) / coming together again after enmity, விரோதிகள் மீண்டும் ஒன்று சேர்தல்.

R

rapt/ræpt/*(adj)*:ர�æப்ட் / absorbed fully, கருத்தூன்றிய. ● *My students always listen to me in* **rapt** *attention*. engrossed, மெய்மறக்கச் செய்கின்ற. **raptness**(n).

rap-ture/ˈræptʃə*/*(n, sing)*:ˈரæப்ச்சə* / **raptures**(n, pl): great pleasure, உவகையும், மகிழ்ச்சியும்; great delight, பெரும் களிப்பு; **go into rapture**: talk zealously, அதிக உற்சாகத்துடன் பேசு. ● *The speaker went into* **raptures** *on getting applause from the people*. **rapturous**(adj), **rapturously**(adv).

rare/reə*/*(adj)*:ரεə* / not common, அசாதாரணமான, அரிய; not dense, அடர்த்தி யில்லாத; unusually good, பெருமை மிக்க, மிகவும் சிறந்த; lightly cooked, முற்றிலும் சமைக்கப்படாத பாதி வேகவைக்கப்பட்ட. **rarely**(adv), **rareness**(n).

rare-earth/reə3:θ/*(n)*:ரεəரə:த் / a rare metal, அரிய உலோகம்.

rar-e-fied/ˈreərifaid/*(adj)*:ˈரεəரிஃபைட்: / very light, இலேசாகவுள்ள; thin, with less oxygen than usual, குறைவான பிராணவாயு நிலை உள்ள.

rar-i-ty/ˈreərəti/*(n)*:ˈரεəரிட்டி / the state of being rare, அரிதாக இருத்தல், அருமை யான. ● *People who cook their own food have become a* **rarity**.

ras-cal/ˈra:skəl/*(n)*:ˈராஸ்க்கல் / a rogue, தீயவன். **rascally**(adj).

rash/ræʃ/*(adj)*:ரæஷ் / very hasty, மிக்க அவசர புத்தியுள்ள; done with no care or caution, கவனமில்லாமல் செய்யப்படுகிற; done with no thinking, சிந்தனையில்லாமல் செய்யப்படுகிற. ● *It was rather* **rash** *of her to agree to lend her ear ring*. a reddish eruption on the face or skin, முகத்திலோ (அ) தோலிலோ ஏற்படும் சிவப்பு நிறக் கொப்புளங்கள். **rashly**(adv), **rashness**(n).

rasher/ˈræʃə*/*(n)*:ˈரæஷə* / a slice of bacon or ham, பன்றி இறைச்சித் துண்டு.

rasp/ra:sp/*(v.t)*:ராஸ்ப் / to rub with, தேய்; to file off, அறு; **rasp**(n): a kind of rough file, கரடுமுரடான அரம்.

rasp-ber-ry/ˈra:zbəri/*(n)*: ராஸ்:பெ:ரி / a kind of yellow or red colour berry, இலங்கை இனம் சார்ந்த ஒருவகைப் பழம்.

rat/ræt/*(v.t)*:ரæட் / **ratted, ratting**: to hunt rats, எலி வேட்டையாடு. ● *The cat was found* **ratting**. to be disloyal, to break a promise, வார்த்தை தவறு, துரோகம் செய். **rat**(n): a rodent of the mouse family, எலி; a worthless person, சோம்பேறி.

ratch-et/ˈrætʃit/*(n)*:ˈரæச்சிட் / a catch that acts on a toothed wheel, ஒருவழி இயங்கும் பல் சக்கரத் தடை; ratchet wheel, பல் சக்கரம்.

rate/reit/*(v.t-v.i)*:ரெய்ட் / to speak angrily, கோபமாகப் பேசு; censure, கடிந்துகொள்.

rate/reit/*(n)*:ரெய்ட் / value fixed, நிர்ணயிக்கப்பட்ட விலை; proportional amount, விகித அளவு. ● *The* **rates** *for water supply have gone up*. **rate**(v.t-v.i): to estimate or calculate, மதிப்பிடு, கணக்கிடு. ● *The corporation have* **rated** *her services highly*. to put a value on, விலையை நிர்ணயம் செய்; to settle the rank, வரிசை, பதவி, இடம் இவற்றை நிர்ணயம் செய்; to deserve, தகுதி பெறு, தகுதிக்குத் தயாராகு. ● *The news, as it is not important, did not* **rate** *a mention in the radio news bulletin*.

rate-payer/ˈreit,peiə*/*(n)*:ˈரெய்ட்,ப்பெயə* / one who pays rates, வரி செலுத்துபவர்.

ra-ther/ˈra:ðə*/*(adv)*:ˈராத:ə* / somewhat/ to some degree, ஓரளவுக்கு. ● *It is* **rather** *hot today*. more so, சொல்லப்போனால். ● *I am driving* **rather** *fast*. on the other hand, மாற்றாகச் சொன்னாலும்; more willingly, அதிக விருப்பத்துடன்; more exactly, மிகச் சரியாக; more truly, அதிக உண்மையாக. ● *The work will take years* **rather** *than months*.

rat-i-fy/ˈrætifai/*(v.t)*:ரæட்டிஃபய் / to affirm, உறுதிப்படுத்து; to make valid, செல்லுபடியாகும்படி செய். ● *The treaty between Nepal and India has been* **ratified** *by the respective parliaments*.

rat-ing/ˈreitiŋ/*(n)*:ரெய்ட்டிங் / fixing of grade, class, etc., விகித நிர்ணயம் செய்தல்; classifying one's rank, position, etc., ஒருவரின் உயர்நிலை, பதவி முதலியவற்றை வகைப்படுத்துதல்; tax, வரித் தொகை; fixing a tax, வரி விதித்தல்; a sailor in the British navy, ஆங்கிலக் கடற்படையிலுள்ள மாலுமி.

ra-ti-o/ˈreiʃiəu/*(n)*:ˈரெய்ஷியəஉ / relationship to one another, தொடர்பு விகிதம்; proportion, விகிதப் பங்கு;

a figure showing the number of times one quantity contains another, விகித எண். • *The* **ratio** *of 20 to 5 is 4:1.*

rat-ion/'ræʃn/*(n)*:'ரஷஷன் / a part, பகுதி; a portion, பங்கு, பங்குக் கூறு; a quantity of some measure, குறிப்பிட்ட அளவு; a limited quantity of food or anything allowed to each person, ஒருவருக்கு அனுமதிக்கப்பட்ட உணவு மற்றும் இதர பொருள்களின் பங்கீடு. **ration***(v.t)*: to limit to an allotment, விகிதாச்சாரமாகப் பங்கிடு; to divide proportionately, பங்கிட்டுக் கொடு. • *The petrol is being* **rationed** *in some of the countries.*

rat-ion-al/'ræʃənl/*(adj)*:'ரஷஷ்னஅல் / having robust common sense, சிறந்த பகுத்தறியும் திறனுடைய; judicious, விவேகமுள்ள; capable of clear thinking, சிந்தனைத் தெளிவு உள்ள. • **Rational** *thinking is the basis of all scientific discoveries.* **rationally***(adv)*, **rationality** *(n).*

ra-tion-ale/ˌræʃə'na:l/*(n)*:ˌரஷஷஅ'னால் / logical analysis of reasons and principles on which a system is based, பகுத்து அறிந்து ஓர் அமைப்பின் அடிப்படை காணல்.

ra-tion-al-ist/'ræʃnəlist/*(n)*: 'ரஷஷ்னஅலிஸ்ட் / a person who thinks, argues and accepts only rational ideas, reason being his basis of thinking, பகுத்தறிவுவாதி. **rationalism** *(n)*, **rationalistic** *(adj)*. **ra-tion-al-ize**/ 'ræʃnəlaiz/*(v.t)*:'ரஷஷ்னஅலய்ஸ்: / to explain in a rational way, பகுத்து அறிந்து வாதம் செய்; to make more modern and reasonable, மிகவும் நேர்த்தியாகவும், நல்ல முறையிலும் செய். **rationalization***(n)*.

ra-ttan/rə'tæn/*(n)*:ரஅ'ட்டஷன் / a tall climbing palm plant, பிரம்புப் பனை; articles made of palm plant, பிரம்பினால் செய்யப்படும் பொருள்கள்.

rat-tat/rə'tæt/*(n)*:ரஅ'ட்டஷட் / the sound of knocking on a door, கதவு தட்டும் ஒலி.

rat-tle/'rætl/*(n)*:'ரஷட்ல் / a clattering sound, கலகலவென்ற ஒலி; a toy that makes clattering noise, கிலுகிலுப்பை. **rattle***(v)*: to clatter, பொருளில்லாத ஒலி எழுப்பு; to speak speedily, வேகமாகப் பேசு; **to rattle through**: to do with all speed, வேகமாகச் செய்து முடி. • *She* **rattled through** *her music programme.*

rattlers

rattle-snake/ 'rætlsneik/*(n)*: 'ரஷட்ல்ஸ்னெய்க் / an American poisonous snake which makes a rattling noise with its tail, சங்கிலிக் கருப்பன், ஒருவகை அமெரிக்க விஷப்பாம்பு, வாலில் ஒலியெழுப்பக் கூடிய முள் வளையங்கள் கொண்டது.

rau-cous/'rɔ:kəs/*(adj)*:'ரா:க்கஅஸ் / (of voices), rough and not pleasant, முரட்டுக் குரலுடைய.

ra-vage/'rævidʒ/*(v.t-v.i)*:'ரஷவிஜ் / to destroy, பாழ்படுத்து; to spoil, கொள்ளைகொள். **ravages***(n, pl)*: damages, நாசம். **ravage** *(n)*: ruin, அழித்தல்; destruction, நாசம் செய்தல்; plunder, கொள்ளையடித்தல்.

rave/reiv/*(adj)*:ரெய்வ் / full of praise, அதிகப்படியான புகழ்ச்சியுடைய. **rave***(v.i)*: to talk madly, பிதற்றலாகப் பேசு; to speak in anger, கோபமாகப் பேசு; to talk wildly as if mad, பைத்தியம் பிடித்தவன் போல் உளறு. • *The man* **raved** *in his fever all night*, **to rave about**: to speak about admiringly, புகழ்ந்து பேசு.

ravel/'rævl/*(v)*:ரஷவஅல் / to get entangled, சிக்கல் ஏற்படுத்து; to be confused, குழப்பம் கொள்; to twist, மாற்றிப் பேசு. **ravel***(n)*: entanglement, சிக்கல்; confusion, குழப்பம்.

raven/'reivn/ *(n)*:'ரெய்வஅன் / a large shiny black bird, அண்டங்காக்கை.

rav-e-nous/'rævənəs/ *(adj)*:'ரஷவினஅஸ் / voracious, பெரிதும் தீனி உண்ணக்கூடிய; very hungry, மிகவும் பசியுள்ள. • *I always have a* **ravenous** *appetite.* **ravenously** *(adv).*

ra-vine/rə'vi:n/*(n)*:ரஅ'வீன் / a pass, கணவாய், பள்ளத்தாக்கு.

ra-vish/'ræviʃ/*(v.t)*:'ரஷவிஷ் / to violate modesty, கற்பினைச் சூறையாடு; to rape, கற்பழி; to be filled with joy, பெருமகிழ்ச்சி கொள். • *The beauty of the Himalayas is simply* **ravishing** *me.* **ravishment***(n).*

raw/rɔ:/*(adj)*:ரா: / not matured, பக்குவம் பெறாத; unripe, காய்ப் பருவத்தில் உள்ள; not skilful, திறமையில்லாத; cold and damp, ஈரக்கசிவு உள்ள; not civilized, பண்பில்லாத. **in the raw**: as in the state of origin, பிறந்த நிலையில்; without being civilized, சற்றும் நாகரிகமில்லாத. **rawness**(*n*), **rawly**(*adv*). **raw deal**(*n*): unfair treatment, நியாயமில்லாத முறையில் நடத்துதல். • *As an author, I always get a* **raw deal**.

ray/rei/(*n*):ரெய் / beam of light, ஒளிக் கதிர்; heat radiation, வெப்பக் கதிர் வீசல். **ray of hope**: a little faith, சிறிதளவு நம்பிக்கை. • *There is still a* **ray of hope** *to reconquer the lost areas.*

ray-on/'reiɔn/(*n*):'ரெயான் / a kind of artificial silk, செயற்கைப் பட்டு.

raze/reiz/(*v.t*):ரெய்ஸ்: / to level with the ground, தரைமட்டமாகச் செய்; to demolish, அழித்துவிடு. • *The bombing had simply* **razed** *the city to the ground.* to scratch out, சுரண்டியெடு.

ra-zor/'reizə*/(*n*):ரெய்ஸ:ə* / instrument for shaving, சவரக்கத்தி. • *Electric* **razor** *is used in shaving.* **razor sharp**: very fine and smart, நேர்த்தியும், மிடுக்கும் உள்ளது. **razor edge**(*n*): [also **razor's edge**]: a dangerous situation between two opposite positions, இக்கட்டான நிலை.

re/ri:/(*prefix*):ரீ / especially used in verbs, again (to rewrite the play), மீண்டும்; again in a better manner (to reform), மீண்டும் சிறந்த முறையில்; back to a former state (to be reunited), மீண்டும் பழைய நிலைக்கு. **'re**: *abbr:* shortened form of "are", "are" என்பதன் சுருக்கம். **re**(*prep*): concerning, இது பற்றிய.

reach/ri:tʃ/(*n*):ரீச் / extent, பரப்பு; the distance that one can touch, தொடக்கூடிய தூரம். • *The place is within my* **reach**. **reach**(*v.t-v.i*): to arrive at, வந்து சேர், சென்று அடை; to stretch one's hand, கை நீட்டு; to fetch, எட்டிப் பிடி, கொண்டுவா. • *You can* **reach** *it easily.*

re-act/ri'ækt/(*v*):ரிய'ஆக்ட் / to turn the action in an opposite direction, செயலை எதிர்த்திசையில் திருப்பு; to act on each other, ஒன்று மற்றொன்றின் பேரில் செயல்படும்படி செய். • *The patient* **reacted** *badly to the injection given.* **reaction**(*n*): response, எதிர்ச்செயல்; reciprocal action, எதிர்வினை. • *For every action, there is* **reaction**.

reactor/ri'æktə*/(*n*):ரி'யஆக்ட்டə* / a container for chemical reaction, வேதியியல் கருவி.

re-ac-tion-a-ry/ri'ækʃnəri/(*n*): ரி'யஆக்ஷனəரி / a person having no progressive ideas, முற்போக்கு எண்ணம் இல்லாமலிருக்கும் ஒருவர். • *There are many diehard* **reactionaries** *in our country.*

read/ri:d/(*v.t-v.i*):ரீட் / **read, reading**: to find the meaning and to understand the written thing, படி; to understand, புரிந்து கொள்; (of a recording instrument) show a numerical figure, எண்ணைக் காட்டு (அ) குறிப்பிடு. • *The meter* **reads** *60 kilometres speed.* **to read between the lines**: to find the hidden meanings, மறைந்துள்ள கருத்தைக் கண்டுபிடித்தல். • *It is difficult* **to read between the lines** *in ancient manuscripts.* **reader**(*n*): a book (a text), பாடப் புத்தகம்; a teacher who does research, உயர் நிலை ஆசிரியர், ஆராய்ச்சி செய்யும் ஆசிரியர்.

read-i-ly/'redili/(*adv*):'ரெடி:லி / quite willingly, முற்றிலும் இசைவாக, மனமுவந்து; with no difficulty, தடை எதுவுமில்லாமல்; immediate, உடன் தாமதமின்றி. **readiness**(*n*): the state of being ready, தயார் நிலை, ஆயத்த நிலை.

read-ing/'ri:diŋ/(*n*):'ரீடிங் / study of books, நூல்களைப் படித்தல்; literary knowledge, இலக்கிய அறிவு; one of the stages of a bill in parliament, மசோதா நகல், சட்டமன்ற வாசிப்பு நிலைகளில் ஒன்று; figure shown by graduated instrument, அளவீடு, எண்; interpretation, விளக்கம் கூறல்.

read-y/'redi/(*adj*):ரெடி / able to act quickly, வேகமாக, செயல்படக்கூடிய திறனுள்ள; eager, மிக்க ஆர்வமுள்ள; prepared, ஆயத்தமாகவுள்ள. • *The army was* **ready** *for the attack.* **ready**(*adv*): already, முன்னமேயே. • *The shirts are* **ready** *packed.*

re-al/riəl/(*adj*):'ரியəல் / true, உண்மையான; practical, not imaginary, செயல்முறைக்கு ஏற்ற, கற்பனையில்லாத. • *The* **real** *life story of any man is interesting.*

re-a-lise/'riəlaiz/(*v*):'ரியəலய்ஸ் / to make true, மெய்யாகச் செய்; to understand fully, முழுவதும் உணர்ந்து புரிந்துகொள்; to get money in a transaction, ஓர் ஒப்பந்த ஆவணத்தில் ஊதியம் பெறு; accomplish, நிறைவேற்று. **realistic**(*adj*), **realisation**(*n*).

R

rea-lis-m/'riəlizəm/*(n)*:'ரியலிஸ்:ம் / doing things in a practical way, நடைமுறைக்கு உகந்த.

reality/ri'æləti/*(n)*:ரியலிட்டி / existence, உண்மையாக மெய்யாக இருப்பது; that which is real, நடைமுறைக்கு ஏற்றது. • *Her dream of becoming the Chief Minister became a* **reality**. • *In* **reality**, *life is full of ambitions and achievements.*

realm/relm/*(n)*:ரெல்ம் / kingdom, region under the control of a ruler, ஆட்சிக்கு உட்பட்ட நிலப்பகுதி; land limits, வட்டாரம்; country, நாடு; domain, உட்பட்ட பகுதி. • *In the* **realms** *of imagination, anything is possible.*

ream/ri:m/*(n, sing)*:ரீம் / **reams***(n, pl)*: a measure of quantity of paper, காகித அளவு; 20 quires, 20 குயர்கள். **ream***(v.t)*: to make hole bigger, துளையைப் பெரிதாக்கச் செய்.

ream-er/'ri:mə*/*(n)*:ரீமə* / a tool for enlarging hole, துளையைப் பெரிதாக்கும் கருவி.

reap/ri:p/*(v.i)*:ரீப் / to harvest, அறுவடை செய்; to deserve and get a reward, பயன், தகுதியின் பயன் பெறு. • *We will* **reap** *the fruits of our own actions.* **reaper***(n)*: a person who harvests the crops, அறுவடை செய்பவர். • *I have read the poem 'The Solitary* **Reaper**'.

rear/riə*/*(n)*:ரியə* / the hind part, பின்பகுதி, அடிப்பகுதி; the back portion, முதுகுப்புறத்தின் அடிப்பாகம்; latrine, கழிப்பிடம். **rear***(v.t-v.i)*: to bring up, வளர்த்து உருவாக்கு; to raise, உயர்த்து. • *The threat of terrorism has* **reared** *again.* to lift the hind legs, பின்காலகளைத் தூக்கு; to stand up, எழுந்து நில்.

re-arm/ˌri:'a:m/*(v.t-v.i)*:'ரீ'ஆம் / to provide with arms again, மீண்டும் படை திரட்டு, போர்த் தளவாடம் பெறு.

rea-son/'ri:zn/*(n)*:'ரீஸ்:ன் / basic factors that cause something, காரணம், காரணங்கள்; motive, உள்நோக்கம்; evidence, சான்று. • *For* **reasons**, *best known to me, I cannot understand the decision of the Government in raising the price of sugar.* wisdom, அறிவுத் திறன்; fair and just view of things, நியாயமான நோக்கு. • *Men, in general, possess power of* **reason**. **reason***(v.t-v.i)*: to argue, விவாதம் செய்; to set forth convincing arguments, நம்புவதற்கேற்ற காரணங்கள் கூறு.

rea-son-a-ble/'ri:znəbl/*(adj)*:ரீஸ்:னəப்:ல் / acceptable to justice, reasons, etc., நியாயமான; sensible, ஏற்றுக்கொள்ளத் தக்க; judicious, பகுத்தறிவுக்கு ஏற்ற. **reasonably***(adv)*, **reasonableness***(n)*.

rea-son-ing/'ri:zniŋ/*(n)*:ரீஸ:əனிங் / the process of arguing logically, தருக்க முறையில் நியதியுடன் விவாதம் செய்தல்.

re-as-sure/ˌri:ə'ʃɔ:*/*(v.t)*:ரீə'ஷுə* / to get assured, உறுதி செய்து கொள்; to hope for the best, நல்லதை எதிர்நோக்கு; to assure again, மீண்டும் உறுதி செய்; to restore faith and confidence, நம்பிக்கையூட்டு.

reave/ri:v/*(v.t-v.i)*:ரீவ் / to take away by force, திருடு, கொள்ளையடி.

re-bate/'ri:beit/*(n)*:'ரீபெ:ய்ட் / deduction, reduction, கழிப்பு, குறைவு; discount, கழிவு, தள்ளுபடி. • *You can claim a* **rebate** *on your income tax as the turnover is below normal.*

re-bel/'rebl/*(n)*:'ரெப:əல் / one who rebels, கலகம் செய்பவர்; one who disobeys authority, ஆட்சியின் அதிகாரத்தை எதிர்த்துக் கிளர்ச்சி செய்பவர். **rebel***(v.i)*, **rebelled, rebelling**: to resist, எதிர்த்து நில்; to revolt, கிளர்ச்சி செய். • *Anyone will* **rebel** *against the atrocities of oppression.*

re-bel-lion/ri'beljən/*(n)*:ரி'பெ:ல்யəன் / resistance to law, கிளர்ச்சி; revolution, கலகம்; revolt, சட்டத்தை மீறுதல். **rebellious***(adj)*, **rebelliously***(adv)*, **rebelliousness***(n)*.

re-bind/ˌri:'baind/*(v.i)*:'ரீ'ப:ய்ன்ட்: / to put a new binding, புதிய கட்டு கொடு, புதியதாக அட்டை போடு.

re-birth/ˌri:'bɜ:θ/*(n)*:'ரீ'ப:əத் / renewal of life, புதுப்பிறவி.

re-bound/ri'baund/*(v.i)*:ரீ'ப:உன்ட்: / to react, எதிர்த்துச் செயல்படு; to spring back, திருப்பித் தாக்கு; to fly back after hitting something, ஒன்றைத் தொட்டு இடித்துவிட்டு மீண்டும் திரும்புதல். • *The ball* **rebounded** *after hitting the wall.* **rebound***(n)*: act of springing back, மீண்டும் திரும்பி எழுதல்; unhappy state of mind, மனத்துயரம்.

re-buff/ri'bʌf/*(n)*:ரி'ப:ஃப் / an unexpected check, எதிர்பாராத திடீர்த் தடை; an unexpected refusal, எதிர்பாராத திடீர்

R

மறுப்பு; blunt rejection, அவமரியாதையுடன் கூடிய மறுப்பு. • *My proposal met with a* **rebuff** *in the committee.* **rebuff**(*v.t*): give a rebuff to, மறுப்புக் கொடு. • *She* **rebuffed** *all my requests.*

re-buke/ri'bju:k/(*v.t*):ரி'ப்யூக் / to scold, கடிந்து பேசு; to speak seriously esp. officially, அலுவல் தொடர்பாகக் கடிந்து பேசு. • *Do not* **rebuke** *me; the fault is not mine,* said the assistant. **rebuke**(*n*): reprimand, கண்டனம் தெரிவித்தல்.

re-but/ri'bʌt/(*v.t*):ரி'பட் / **rebutted**, **rebutting**: to deny, மறுப்பு கொள். **rebuttal**(*n*). எதிர் உரை.

re-cal-ci-trant/ri'kælsitrənt/(*adj*): ரி'க்க�æல்ஸிட்ரண்ட் / not obedient, சற்றும் கீழ்ப்படியாத; very stubborn, பிடிவாத முள்ள. • *Some children are* **recalcitrant** *by nature.* **recalcitrance**(*n*).

re-call/ri'kɔ:l/(*v.t*):ரி'க்கஉ:ல் / to call back, மீண்டும் கூப்பிடு, மீண்டும் அழை; to recollect, நினைவுபடுத்திக்கொள்; to cancel, தள்ளி விடு, ரத்து செய்; to summon a person from his place of occupation, ஒருவரை அவர் பணி செய்யும் இடத்தி லிருந்து திருப்பி அழை. • *The Indian ambassador at Moscow was* **recalled** *for consultations.* **recall**(*n*): a call to come back, திருப்பி அழைத்தல்.

re-cant/ri'kænt/(*v.t-v.i*):ரி'க்கæன்ட் / to accept publicly that one has no faith in a religion, மத நம்பிக்கை இல்லை என்று ஒப்புக்கொள்.

re-ca-pit-u-late/,ri:kə'pitjuleit/(*v*): ,ரீக்கə'ப்பிச்சுலெய்ட் / to sum up, தொகுத்துக் கூறு. • *I* **recapitulated** *the arguments to the court.* to enumerate the main points, முக்கியமானவற்றைத் தொகுத்துக் கூறு.

re-cap-ture/,ri:'kæptʃə*/(*v.i*): 'ரீ'க்கæப்ச்சə* / to get the possession again, திரும்பப் பெறு; to recover what is lost, இழந்ததை மீண்டும் பெறு. • *The aim is to* **recapture** *what has been lost.*

re-cast/,ri:'ka:st/(*v.t*):ரீ'க்காஸ்ட் / to shape in a new way, புதிய முறையில் மாற்றியமை; to refashion, மீண்டும் உருவாக்கு. • *In the latest reshuffle, the cabinet ministers' portfolios have been* **recast**.

recd/ri'si:vd/(*v.t*):ரி'ஸீவ்ட் / abbr. for "received", "received" என்பதன் சுருக்கம்.

re-cede/ri'si:d/(*v.i*):ரி'ஸீட் / to move back, பின்வாங்கு; to withdraw from a position, முன்னேற முடியாமல், பின்வாங்கு; decline in force gradually, வேகத்தில் பின்வாங்கு. • *The flood waters* **receded** *in the rivers.* to slope backwards, பின்பக்கம் சாய்ந்திரு. • *The old man's chin is* **receding** *in an ugly manner.*

re-ceipt/ri'si:t/(*n*):ரி'ஸீட் / a recipe, குறிப்பு; an acknowledgement for payment received, பற்றுச் சீட்டு. • *We are in* **receipt** *of the documents.* **receipts**(*n, pl*): the money received in business, bank, etc., பண வரவு. **re-cei-va-ble**/ri'si:vəbl/(*adj*): ரி'ஸீவəப்: அல் / fit to be received, வரவுக்கு ஏற்பு.

re-ceive/ri'si:v/(*v.t*):ரி'ஸீவ் / to accept, ஏற்றுக்கொள்; to take what is offered, கொடுக்கப்படுவதை ஏற்றுக்கொள்; to admit mentally, மனத்தளவில் ஒப்புக் கொள். **on the receiving end**: suffering on account of one's evil deeds, ஒருவர் துன்புறுத்துவதால் ஏற்படும் துயரம். **re-ceiv-er**/ri'si:və*/(*n*):ரி'ஸீவə* / one who receives, பெற்றுக்கொள்பவர்; apparatus for transforming wireless waves into sound, மின்காந்த அலைகளை ஒலி அலைகளாக மாற்றும் கருவி; part of a telegraph, wireless apparatus, தந்தி; someone appointed by a court of law to take charge of some property under liquidation, காலாவதியான சொத்தைப் பராமரிக்க நீதிமன்றத்தால் நியமிக்கப் படுபவர். **re-ceived**/ri'si:vd/(*adj*):ரி'ஸீவ்ட் / accepted as standard generally, தரப்படுத்தப்பட்ட, பொதுவாகத் தரமானது என்று ஏற்றுக்கொள்ளக்கூடிய.

re-cent/'ri:snt/(*adj*):'ரீஸன்ட் / not long before, வெகு சமீப காலத்தில், நாட்படாத; fresh and new, புதிய; quite modern, தற்கால நாகரிகம் உள்ளதாக.

re-cent-ly/'ri:sntli/(*adv*):'ரீஸன்ட்லி / not long ago, சமீப காலத்திய. • *I lived in Chennai until quite* **recently**. **recentness**(*n*).

re-cep-ta-cle/ri'septəkl/(*n*):ரி'ஸெப்ட்டəக்ல் / that which is used to contain, கொள்கலம்; reservoir, சேமக்கலம்.

re-cep-tion/ri'sepʃn/(*n*):ரி'ஸெப்ஷன் / act of receiving, வரவேற்கும் செயல்; manner of receiving, வரவேற்கும் முறை; receiving wireless programmes, வானொலி

நிகழ்ச்சிகளைப் பெறுதல்; welcome, வரவேற்பு. • *The* **reception** *room is always crowded in all hotels.* entertainment, கேளிக்கை, பொழுதுபோக்கு. • *The minister is attending a wedding* **reception** *today.* **re-cep-tion-ist**/ ri'sepʃənist/(*n*):ரி'ஸெப்ஷனிஸ்ட் / a person who receives the visitors in a hotel, business establishments, etc., தங்கும் விடுதி, வாணிப நிறுவனம் முதலியவற்றில் பணிபுரியும் வரவேற்பாளர்.

re-cep-tive/ri'septive/(*adj*):ரி'ஸெப்ட்டிவ் / willing to consider new things and ideas, புதிய எண்ணங்களைக் கருத்தில் கொள்ளும் ஆர்வமுள்ள. **receptively**(*adv*), **receptiveness**(*n*).

re-cess/ri'ses/(*n*):ரி'ஸெஸ் / retiring, ஓய்வு எடுத்தல்; stoppage of work during certain time, சிறிது நேரம் வேலை செய்வதை நிறுத்தி ஓய்வு எடுத்தல்; vacation, விடுமுறை; an out of the way spot, தனி மறைவிடம்; a quiet spot, அமைதியான இடம். • *The Prime Minister has retired to the in most* **recess** *of his place to avoid visitors.* **re-ces-sion**/ri'seʃn/(*n*): ரி'ஸெஷன் / a period of dull trading and business dealings, மந்தமான வியாபார காலம். **recessive** (*adj*): receding, பின்வாங்கக்கூடிய.

re-charge/ritʃa:dʒ/(*v.t*):'ரீச்சாஜ் / to put a new charge of electricity, மீண்டும் மின்சக்தியைப் புகுத்து, ஏற்படுத்து.

re-cid-i-vist/ri'sidivist/(*n*):ரி'ஸிடிவிஸ்ட் / a hardened criminal, தண்டனை கொண்டு திருத்தமுடியாத குற்றவாளி.

re-ci-pe/'resipi/(*n*):'ரெஸிப்பி / a prescription, குறிப்பு; directions to prepare a dish, indicating the ingredients and procedure, சமையல் குறிப்பு. • *Here is a* **recipe** *for chocolate cake.*

re-cip-i-ent/ri'sipiənt/(*n*):ரி'ஸிப்பியஎன்ட் / a person who receives something, பெற்றுக்கொள்ளும் ஒருவர். • *He is a* **recipient** *of Padmashri.*

re-cip-ro-cal/ri'siprəkl/(*adj*): ரி'ஸிப்ரஅக்கஅல் / mutual, ஒருவருக்கொருவர் மன ஒற்றுமையுள்ள; interchangeable, பரிமாற்றம் செய்யக் கூடிய. • *There is a* **reciprocal** *trade agreement between Russia and India.* **re-cip-ro-cate**/ ri'siprəkeit/(*v.t-v.i*): ரி'ஸிப்ரஅக்கெய்ட் / to give and take, கொடுக்கல், வாங்கல், மாற்றிக்கொள்; to interchange, பரிமாற்றம் செய்; to move backwards and forwards, முன்னும் பின்னும் இயங்கச் செய். • *There are also* **reciprocating** *engines.* **reciprocation** (*n*). **re-ci-pro-ci-ty**/ ˌresi'prɔsəti/(*n*): ˌரெஸி'ப்ராஸிட்டி / the principle or practice of exchanging things, பொருள்களை மாற்றிக்கொள்ளும் முறை (அ) கொள்கை, நல்லெண்ணப் பரிமாற்றம்.

re-cit-al/ri'saitl/(*n*):ரி'ஸய்ட்ல் / that which is recited, ஒப்புவித்தல். • *She gave us a* **recital** *of her exciting experiences.* a musical, dramatic performance, இசை நிகழ்ச்சி, நாடக நிகழ்ச்சி. **recitation**(*n*). **re-cite**/ri'sait/(*v.t-v.i*):ரி'ஸய்ட் / to narrate, சொல், தொகுத்துக் கூறு; to mention particulars, எல்லாவற்றையும் குறிப்பிட்டுச் சொல்; to repeat from memory, நினைவில் வைத்துக்கொண்டு ஒப்புவி. • *The accused* **recited** *his complaints in the court.* **reciter**(*n*).

reck/rek/(*v.t*):ரெக் / to give thought to, சிந்தையில் வைத்துக்கொள்; to care for, கவனம் கொள். • *Little did she* **reck** *about what would happen to her.*

reck-less/'reklis/(*adj*):'ரெக்லிஸ் / careless, கவனக்குறைவாக; rash and hasty, அசட்டுத் துணிச்சலும், அவசர புத்தியும் கொண்டுள்ள. • *It was* **reckless** *of him to drive the car so fast.* **reckless**(*adv*), **recklessness**(*n*).

reck-on/'rekən/(*v*):'ரெக்கஅன் / to measure, அளவிட்டுக் கூறு; to calculate, to estimate, கணக்கிடு, மதிப்பிடு. • *His pay is* **reckoned** *from the 15th of this month.* to believe, நம்பிக்கை கொள். **reck-on-er**/'rekənə*/(*n*):'ரெக்கஅனஅ* / one who or that which reckons, கணக்கிடுபவர், கணக்கிடும் கருவி. **to reckon without**: to consider without taking into account of certain possible problems, வரும் பிரச்சினைகளைக் கணக்கில் கொள்ளாமல், ஆலோசனை செய். **reck-on-ing**/'rekəniŋ/ (*n*):'ரெக்கஅனிங் / a kind of rough calculation, குறிப்பாகக் கணக்கிடுதல்.

re-claim/ri'kleim/(*v.t*):ரி'க்லெய்ம் / to get back to a useful condition, பயனுள்ள நிலைக்கு மீண்டும் கொண்டுவா; to ask for the return (of something given), திருப்பித் தரும்படி கேள்; to reform and make useful

R

again, சீர்திருத்தம் செய், மீண்டும் பயனுள்ளதாகச் செய். • *She wants to* **reclaim** *the delinquent children and bring them back to normal life.*

re-cla-ma-tion/ˌrekləˈmeiʃn/*(n)*: ˌரெக்லஃமெய்ஷஃன் / recovery, திரும்பப் பெற்று செம்மைப்படுத்துதல்; reformation, சீர்திருத்தம் செய்தல். • *The government has a land* **reclamation** *programme.*

re-cline/riˈklain/*(v.i)*:ரிˈக்லய்ன் / to lie flat, படுத்திரு; to lean, சாய்ந்திரு; to have rest, ஓய்வு எடுத்துக்கொள். • *She was seen* **reclining** *lazily on the cushion.*

re-cluse/riˈklu:s/*(n)*:ரிˈக்லூஸ் / a person who lives alone without social contact, தனித்து ஒதுங்கி வாழ்பவர்.

re-cog-ni-tion/ˌrekəgˈniʃn/*(n)*: ˌரெக்கஃக்:ˈனிஷஃன் / the act of recognising, அங்கீகரிக்கும் செயல். • *The government has not given* **recognition** *to the college.* giving or bestowing certain rights, அங்கீகாரம், உரிமை வழங்கல்; reward for certain services, பணி புரிந்தமைக்கு பரிசளித்தல். **re-cog-nise**/ˈrekəgnaiz/*(v.t)*:ˈரெககஃக்:னய்ஸ்: / to remember, நினைவுபடுத்திக்கொள்; to acknowledge, ஒப்புதல் கொடு; to find the truth of, உண்மையைக் காண்; to see clearly, தெளிவாக உற்று நோக்கு. • *The workers have* **recognised** *that strike is futile.*

re-coil/ˈri:kɔil/*(v.i)*:ரிˈக்காய்ல் / to react, திரும்பச் செயல்படு; to spring back, மீண்டும் செயல்படு; to turn again, மீண்டும் திரும்பு. • *The girl* **recoiled** *at the sight of some unruly boys.* **recoil***(n)*: a sudden backward movement, திடீரென்று பின் நோக்கி நகர்தல். **to recoil on or upon**: to have some bad result or effect, தீயபயனை விளைவிக்கச் செய்.

rec-ol-lect/ˌrekəˈlekt/*(v.t)*:ˌரெக்கஃˈலெக்ட் / to remember, நினைவு கொள். • *I am not able to* **recollect** *your name.* **recollection***(n)*: remembrance, நினைவு கூர்தல்; memory, நினைவு ஆற்றல். • *To the best of my* **recollection**, *he discontinued his studies at the age of sixteen.*

rec-om-mend/ˌrekəˈmend/*(v.t)*: ˌரெக்கஃˈமெண்ட் / to speak in favour of, பரிந்து பேசு. • *The* **recommended** *person has not yet joined duty.* to advise, அறிவுரை வழங்கு. • *The manager has* **recommended** *certain new programmes.* to say in favour, பரிந்துரை, பாராட்டுரை வழங்கு. **rec-om-men-da-tion**/ˌrekəmenˈdeiʃn/*(n)*: ˌரெக்கஃமென்ˈடெ:ய்ஷஃன் / an approval, பரிந்து பேசுதல்; a report that is favourable, ஒன்றைப்பற்றி நன்கு எடுத்துக் கூறி, அதற்குப் பரிந்துரைத்தல். • *The inspector wrote a good* **recommendation**.

re-com-pense/ˈrekəmpens/*(v.t)*: ˌரெக்கஃம்பென்ஸ் / to make up for the loss, நட்டத்தை ஈடுசெய்.

rec-on-cile/ˈrekənsail/*(v.t)*:ˈரெக்கஃன்ஸய்ல் / to pacify, அமைதியாக இருக்கச் செய்; to be friendly after some ill-will, மன வேற்றுமையை மறந்து, மீண்டும் நட்புக் கொள். • *They had been enemies; but now they are completely* **reconciled**. **rec-on-cil-i-a-tion**/ˌrekənsiliˈeiʃn/*(n)*: ˌரெக்கஃன்ஸிலிˈயெய்ஷஃன் / [also **reconcilement**]: coming to friendly terms again, மீண்டும் நட்புறவு கொள்ளல். • *A spirit of* **reconciliation** *prevails now.*

re-con-dite/ˈrekəndait/*(adj)*:ரிˈக்காண்டா:ய்ட் / secret, மறைபொருளான, இரகசியமாக; not clearly known, தெளிவாகத் தெரியாமல், நன்கு புரிந்துகொள்ள இயலாமல். • *He can discuss any* **recondite** *subject.* **reconditeness***(n)*.

re-con-di-tion/ri:ˈkəndiʃn/*(v.t)*: ரீˈக்கஃன்டி:ஷஃன் / to repair, சீர் செய். • *A* **reconditioned** *car is cheaper.*

re-con-nais-sance/riˈkɔnisəns/*(n)*: ரிˈக்காஃனிஸஃன்ஸ் / a survey for military operations, இராணுவ இடங்கள், ஆக்ரமிப்புகளை வேவு பார்த்தல்; survey of certain areas for engineering or military purpose, இராணுவச் செயல்முறை, பொறியியல் வேலைகளுக்கு நிலத்தை அளவிடல் (அ) பார்வையிடுதல். • *The party made a* **reconnaissance** *in the area.*

re-con-noi-tre/ˌrekəˈnɔitə*/*(v.t-v.i)*: ˌரெக்கஃˈனாய்ட்டஃ* / to make a complete survey of a certain place, position, etc., நிச்சயமான ஓர் இடம், ஒரு நிலை பற்றி, முழுமையாய்ப் பார்வையிட்டு, சோதனை செய்; to spy, வேவு காண்; to cast the eye over, கண்ணோட்டம் விடு.

re-con-si-der/ˌri:kənˈsidə*/*(v.t-v.i)*: ˈரீக்கஃன்ˈஸிட:ஃ* / to make a re-examination, மீண்டும் பரிசீலனை செய்;

to consider again, மறு ஆலோசனை செய். • *He was asked to* **reconsider** *the proposal by his wife.* **reconsideration** *(n).*

re-cord/'rekɔ:d/*(v.t)*:'ரெக்கா:ட்: / to make entries, பதிவு செய், குறித்து வை; to register, பட்டியலில், பதிவேடுகளில் குறித்து வை; to put (something) in writing, குறிப்புகளை எழுதி வை. • *How the patient died has not been* **recorded**. **record***(n)*: a written statement of facts, figures, etc., குறிப்பு அறிக்கை. **record-player***(n)*.

re-cord-er/ri'kɔ:də*/*(n)*:ரி'க்கா:டஃ* / a simple musical instrument, இசைக் கருவி.

re-cord-ing/ri'kɔ:diŋ/*(n)*:ரி'க்கா:டிங் / the act of one who records, பதிவு செய்தல்; the act of that which records, பதிவு செய்தல்; the act of receiving and registering sound, ஒலியை ஏற்றுப் பதிவு செய்தல்.

re-count/ˌri:'kaunt/*(v.t)*:'ரீ'க்கஉன்ட் / to count again, மீண்டும் கணக்கிடு; to narrate again, மீண்டும் கூறு. • *The sailor* **recounted** *all his adventures.* **recount***(n)*.

re-coup/ri'ku:p/*(v.t)*:ரி'க்கூப் / to make up for the loss, நட்டத்தை ஈடு செய்; to pay for loss, நட்டத்தை ஈடுகட்டப் பணம் கொடு; to regroup for a fresh attack, புதிய தாக்குதலுக்கு, மீண்டும் ஒன்றுசேர். • *I have to* **recoup** *the loss by working hard.*

re-course/ri'kɔ:s/*(n)*:ரி'க்கா:ஸ் / going for protection, பாதுகாப்புத் தேடல்; seeking help or assistance, உதவி தேடல், நட்பு நாடல்; without resorting to any help, எந்த உதவியையும் நாடாமல். • *I have to do the work without* **recourse** *to further borrowing.*

re-cov-er/ri'kʌvə*/*(v.t)*:ரி'க்கவஃ* / to regain health, உடல் நலம் மீண்டும் பெறு. • *The man has* **recovered** *from a bad cold.* to get back the amount, article, land, etc., கொடுத்த பணம், பொருள், இழந்த நிலம் முதலியவை மீண்டும் கிடைக்கச் செய், மீட்டு, மீண்டும் சொந்தமாக்கிக்கொள். • *The police had* **recovered** *all the stolen property.* to cover again, மறுபடியும் மூடு. **re-cov-e-ry**/ri'kʌvəri/*(n)*:ரி'க்கவஃரி / health regained, மீண்டும் தேறிய உடல் நலம்; getting back what is lost, இழந்ததை மீண்டும் பெறு. • *The company hopes to make rapid* **recovery** *from its losses.*

reconquering and regaining, மீண்டும் புதுத்தெம்புடன் வெற்றி காணல்.

rec-re-ant/'rekriənt/*(n)*:'ரெக்ரியஃன்ட் / a coward, ஒரு கோழை; a mean-minded person, மன உறுதி இல்லாத, கீழ்த்தரமான நபர். **recreant***(adv)*: cowardly, கோழைத் தனமுள்ள.

re-cre-ate/'rekrieit/*(v.t)*:'ரெக்ரியெய்ட் / to create again, மீண்டும் உருவாக்கு; to entertain, பொழுதுபோக்குச் செயல்களைச் செய். **rec-re-a-tion**/ˌrekri'eiʃn/*(n)*: ˌரெக்ரி'யெய்ஷஃன் / refreshing, புத்துணர்வு கொள்ளல்; recourse to amusement, கேளிக்கை நாடுதல்; getting back energy, மீண்டும் புதுத் தெம்பு பெறுதல். **recreation ground**: a piece of land, playground set aside for games, விளையாட்டுத் திடல். **recreation room**: a place for entertainment, பொழுதுபோக்கு இடம்.

re-crim-i-nate/ri'krimineit/*(v.i)*: ரி'க்ரிமினெய்ட் / to accuse in return, எதிர்க் குற்றச்சாட்டு கொடு; retort, பதிலடி கொடு. **re-crim-i-na-tion**/riˌkrimi'neiʃn/*(n)*: ரிˌக்ரிமி'னெய்ஷஃன் / countercharge, எதிர்க் குற்றச்சாட்டு. • *The talks between India and Pakistan broke down in an atmosphere of* **recrimination**.

re-cru-des-cence/ˌri:kru:'desns/*(n)*: ˌரீக்ரூ'டெ:ஸ்ன்ஸ் / recurrence, மீண்டும் தோன்றுதல்; outbreak, மீண்டும் கிளர்ந்து எழுதல், புதுக்கிளர்ச்சி; an unpleasant reappearance, மகிழ்ச்சியில்லாத ஒன்று, மீண்டும் தோன்றுதல். • *The* **recrudescence** *of child-lifting has again become rampant.*

re-cruit/ri'kru:t/*(n)*:ரி'க்ரூட் / newly enlisted soldier, புதிதாகப் படையில் சேர்ந்த வீரர்; a person who joins an organization, ஒரு நிறுவனத்தில் சேரும் ஒருவர்; a newly admitted person, புதிதாகச் சேர்க்கப்பட்டவர். • *Ram is a* **recruit** *here.* **recruit***(v.i)*: to get a new member for employment, வேலையில் ஒருவரைச் சேர்த்துக்கொள்; to get recruits for the army, இராணுவத்திற்கு ஆட்களைத் தெரிவு செய். • *The process of* **recruiting** *for the army has begun.*

rec-tal/'rektəl/*(adj)*:'ரெக்டஃல் / of the rectum, மலக்குடல் தொடர்பான.

rec-tan-gle/'rekˌtæŋgl/*(n)*:'ரெக்ˌட்டஃங்க்:ல் / a four-sided plane figure, having four right angles and opposite sides equal, நீண்ட சதுரம். **rectangular***(adj)*.

R

rec-ti-fi-er/'rektifaiə*/*(n)*:'ரெக்ட்டிஃபயஅ* / one who rectifies, சீர்திருத்துபவர்; that which rectifies, மின்திருத்தி. **rec-ti-fy**/'rektifai/*(v.t)*:'ரெக்ட்டிஃபய் / to set right, சரிசெய்; to correct and improve, திருத்தியமை; to remove defects, குறைபாடுகளை நீக்கு. • *We have* **rectified** *alcohol in the store.* (electric) to change the current to flow in one way, மின்னோட்டத்தைச் சரி செய்ய, ஒரு திசையில் திருப்பு. **rectifiable***(adj)*, **rectification** *(n)*.

rec-ti-lin-e-ar/,rekti'liniə*/*(adj)*: ரெக்ட்டி'லின்யஅ* / forming in a straight line, நேர்கோடு உண்டாகும்படியான; made of straight lines, நேர்கோடுகள் உண்டாகும் படியான.

rec-ti-tude/'rektitju:d/*(n)*:'ரெக்ட்டிட்யூட்: / fine sense of honesty, நேர்மைப் பண்பு; righteousness, நேர்மை.

rec-tor/'rektə*/*(n)*:'ரெக்ட்டஅ* / head of an educational or religious institution, கல்வி (அ) மதநிறுவனத் தலைவர். **rec-to-ry**/'rektəri/*(n)*:ரெக்ட்டஅரி / the house of a rector, மதத் தலைவரின் இல்லம்.

rec-tum/'rektəm/*(n)*:'ரெக்ட்டஅம் / the lower part of the large intestine, மலக்குடல்.

re-cum-bent/ri'kʌmbənt/*(adj)*: ரி'க்கம்ப:அன்ட் / reclining, சாய்ந்திருக்கின்ற; lying down, படுத்திருக்கின்ற. • *Her dead body was found in a* **recumbent** *posture.*

re-cu-pe-rate/ri'ku:pəreit/*(v)*: ரி'க்யூப்பஅரெய்ட் / to refresh, புத்துணர்ச்சி பெறு; to regain health, மீண்டும் உடல் நலம் பெறு; to recover from illness, நோயிலிருந்து விடுபடு, நலம் பெறு; to recover loss, நட்டத்தை ஈடுசெய்; to be fresh, fine, vigorous, etc., again, மீண்டும் நல்லுணர்வு, நேர்த்தி, புத்துயிர் பெறு. • *To* **recuperate** *one's financial losses entails hard work.* **recuperation***(n)*, **recuperative***(adj)*.

re-cur/ri'kɜ:*/*(v.i)*:ரி'க்கஅ* / **recurred, recurring**: to come up again, மீண்டும் நிகழும்படி செய். • *Let not the mistake* **recur**. to bring up again, மீண்டும் நிகழும்படி செய்; bring to memory, நினைவுக்குக் கொண்டுவா; to happen at regular times, குறிப்பிட்ட கால அளவுகளில் நிகழச் செய். • *For saving, we have* **recurring** *deposit scheme.* **re-currence**/ri'kʌrəns/*(n)*:ரி'க்கரஅன்ஸ் / the act of recurring, மீண்டும் மீண்டும் நிகழ்தல். • *The frequent* **recurrence** *of accidents is due to bad roads.* **re-current**/ri'kʌrənt/*(adj)*:ரி'க்கரஅன்ட் / happening again and again, மீண்டும் மீண்டும் நிகழ்கிற.

re-cu-sant/'rekjuzənt/*(n)*:'ரெக்யூஸ:அன்ட் / a person who refuses to accept established authority, சட்ட திட்டங்களை ஏற்றுக் கொள்ள மறுப்பவர்.

re-cy-cle/,ri:'saikl/*(v.t)*:ரீ'ஸய்க்ல் / to treat a substance that has been used in its previous stage, வீண் செய்யப்பட்ட பொருள்களை மீண்டும் புதுமைப்படுத்து, பயன்படும்படி செய். • *The broken glass can be* **recycled**. • *Fresh things can be made by* **recycling** *waste materials.*

red/red/*(n)*:ரெட்: / a colour like blood, சிவப்பு நிறம்; crimson, scarlet, சிவப்பு வண்ணம். • *The* **reds** *and yellows of the evening sky look beautiful.* • *He is in* **red** *(in debt).* • *He got into* **red** *(into debts).* • *He has got out of the* **red** *(out of debt).* **redness***(n)*. **red***(n)*: a communist, கம்யூனிஸ்டு கட்சியைச் சேர்ந்தவர். **red***(adj)*: of the colour of red, சிவப்பு வண்ணமுடைய. **red rag***(n)*: something that excites one's rage, எரிச்சலூட்டும் ஒன்று. **red-handed**: to be caught while doing a wrong, தவறு செய்யும்பொழுது கையும் களவுமாகப் பிடிபடுதல். • *The thief was caught* **red-handed**. **red-letter day**: a day that is memorable, முக்கிய நாள். • *15th August 1947 is a* **red-letter day** *in the history of India.* **reddy***(adj)*, **reddish***(adj)*.

redan/ridæn/*(n)*:ரிடஃஅன் / a fieldwork of a fort with two faces forming an angle, இரு முகப்புக் கொண்ட கோண வடிவ காவல் அரண்.

red admiral/red'ædmərəl*(n)*: ரெட்:ஃஅட்:மிரஅல் / a kind of butterfly, ஒருவகை வண்ணத்துப் பூச்சி.

red alert/red ə'lɜ:t/*(n)*:ரெட்:அலஅ:ட் / a condition of readiness in keeping the police to deal with a situation full of danger, ஓர் அவசர நிலையைச் சமாளிக்க காவல் துறையைத் தயார் நிலையில் வைத்திருத்தல்.

red carpet/red'ka:pit/*(n)*:ரெட்:க்காப்பிட் / a special welcome, ஒரு நல்ல வரவேற்பு.

Red Cross/redkrɔ:s/*(n)*:ரெட்:க்ராஸ் / an international organization that looks after the sick and wounded at the time of war and other times, செஞ்சிலுவைச் சங்கம்.

red-den/ˈredn/(*v.t-v.i*):ரெட்:ன் / to turn red, சிவப்பாகு. • *The evening Sun* **reddened** *the sky.*

re-deem/riˈdi:m/(*v.t*):ரி'டீ:ம் / to get back by making payment, பணம் கொடுத்து மீட்பு செய்; to carry on what has been promised, சொன்ன சொல்லைக் காப்பாற்று; to save oneself or deliver from sin, பாவத்தினின்று காப்பாற்றிக்கொள். • *She* **redeemed** *her reputation by making a powerful argument before the judge.* to compensate, ஈடுசெய். • *The* **redeeming** *feature of Indian politics is its strong democracy.* **re-demp-tion**/riˈdempʃn/ (*n*):ரி'டெ:ம்ப்ஷஒன் / deliverance, பாவத்தினின்று விடுதலை; salvation, பாவச் செயலினின்று விடுபடல். **beyond redemption**: very bad situation that cannot be improved, மீட்க முடியாத சிக்கல், மீள முடியாத குழப்பம். **redeemable** (*adj*).

re-deem-er/riˈdi:mə*/(*n*):ரி'டீ:மஒ* / a person who redeems, பாவங்களிலிருந்து மீட்பவர்; Jesus Christ, இயேசு கிறித்து.

re-de-ploy/ˌri:diˈplɔi/(*v.t*):'ரீடி:'ப்லாய் / to rearrange in a more effective manner, நன்கு, பலன் தரத்தக்க வகையில் மறு ஏற்பாடு செய். • *The soldiers are* **redeployed** *to repulse the enemy forces.* **redeployment**(*n*).

re-di-rect/ˌri:diˈrekt/(*v.t*):'ரீடி'ரெக்ட் / to readdress and send, மறு முகவரி எழுதித் திருப்பு.

re-do/ˌri:ˈdu:/(*v.t*):'ரீடூ: / to do again, மீண்டும் செய்.

red-o-lent/ˈredələnt/(*adj*):'ரெட:ஒஉலஒன்ட் / fragrant, நறுமணமுடைய.

re-dou-ble/ˌri:ˈdʌbl/(*v.t*):ரீ'ட:ப்:ல் / to make fourfold, நான்கு மடங்காகச் செய்; make more intense, தீவிரமடையச் செய். • *If we* **redouble** *our efforts towards work, we will achieve better results.*

re-doubt/riˈdaut/(*n*):ரி'ட:உட் / a fortification, பாதுகாப்பு அரண். **re-doubt-a-ble**/riˈdautəbl(*adj*): ரி'ட:உட்டஒப்:ல் / formidable, வலிமையுள்ள; commanding respect and awe, அச்சமுள்ள, ஆணையிடக்கூடிய.

re-dound/riˈdaund/(*v.t*):ரி'ட:உன்ட் / to add to, அதிகப்படியாக்கு; to contribute, கொடுத்து உதவு. • *Service done to the poor always* **redounds** *to one's credit.*

re-dress/riˈdres/(*v.i*):ரி'ட்:ரெஸ் / to rectify, சீர்செய்; to compensate, ஈடுசெய்தல். **redress**(*n*): compensation, இழப்பீடு.

red-tape/ˌredˈteip/(*n*):'ரெட்:'ட்டெய்ப் / [also **red-tapism**]: silly, unwanted official rules that delay action, செயல்படுவதைத் தடுக்கும் பொருளில்லாத விதிமுறைகள், சிவப்பு நாடா.

re-duce/riˈdju:s/(*v.i*):ரி'ட்:யூஸ் / to lessen, குறைப்புச் செய். • *The price of oil has been* **reduced**. to weaken, வலிமையைக் குறை; to subdue, அடக்கு, தாழ்வுபடுத்து. • *The official's status was* **reduced** *to that of an ordinary clerk.* **re-duc-tion**/ riˈdʌkʃn/(*n*):ரி'ட:க்ஷஒன் / making smaller, குறைக்கச் செய்.

re-dun-dant/riˈdʌndənt/(*adj*): ரி'ட:ன்ட:ஒன்ட் / more than necessary, தேவைக்கு அதிகமான; using too many words, அதிக சொற்களைத் தேவையில்லாமல் பயன்படுத்துகின்ற. • **Redundant** *staff must be shifted to other departments.* **redundantly**(*adv*), **redundance**(*n*), **redundancy**(*n*).

reed/ri:d/(*n*):ரீட்: / a musical instrument, ஒருவகை இசைக்கருவி; a tall kind of grass with hollow stem, growing near or in water, நாணல்வகைச் செடி. **reed-y**/ri:di/ (*adj*):'ரீடி: / thin and high (of sound), மெல்லிய மற்றும் உரத்த குரலுள்ள.

reef/ri:f/(*n*):ரீஃப் / part of a sail that can be rolled or folded up, மடித்து, சுருட்டக்கூடிய பாய்மர மடிப்பு; ridge of rock, stone, etc., lying under the surface of water, நீர்ப்பரப்பின் அடியிலுள்ள பாறை முகப்பு, கல்போன்றவை. **reef**(*v.t*): to tie up or to reduce the extent of sail, கப்பற் பாயின் ஒரு பகுதியை சுருட்டிச் சிறிதாகச் செய். **reefy**(*adj*).

reek/ri:k/(*n*):ரீக் / smoke, புகை; a strong unpleasant smell, மனதிற்கு வெறுப்பு ஏற்படுத்தும் நெடியுள்ள புகை. **reek**(*v.i*): to smell strongly, நெடியுள்ள மணம் உண்டாக்கு.

reel/ri:l/(*n*):ரீல் / a frame turning on an axle for winding film or yarn or thread, நூல், படச்சுருள் முதலியவற்றைச் சுற்ற உதவும் சக்கரம், உருளை; a bobbin, சிட்டம். **reel**(*v.t*): to roll or wind, நூல் சுற்று; to stagger, தடுமாறி நட; to move unsteadily, தள்ளாடு.

R

re-e-lect/ˌri:iˈlekt/*(v.t)*:ரீ'யிலெக்ட் / to elect again, மீண்டும் தேர்ந்தெடு.

re-en-try/ri:ˈentri/*(n)*:ரீ'யென்ட்ரி / the act of entering again, மீண்டும் நுழைதல்.

ref*(n)*:ரெஃப் / abbr. for referee, reference இந்தச் சொற்களின் சுருக்கம்.

re-fec-to-ry/riˈfektəri/*(n)*:ரி'ஃபெக்ட்டரி / a dining hall, உணவுக்கூடம்.

re-fer/riˈfɜ:*/*(v.t)*:ரி'ஃபர* / **referred, referring**: to relate, தொடர்பு ஏற்படுத்து. • *The new law does not* **refer** *to the poor people's plight.* to cite authority, அதிகார வரம்பை மேற்கோள் காட்டு; to direct, குறிப்பிட்டுக் காட்டு. • *The advocate* **referred** *the matter to a law journal.* **referrable***(adj)*.

ref-er-ee/ˌrefəˈri:/*(n)*:ˌரெஃபர'ரீ / an umpire, ஆட்ட நடுவர்; an arbiter, நடுவர், விசாரித்து முடிவு எடுப்பவர். **referee***(v.t-v.i)*: to act as a referee (for a game), ஒரு பந்தயத்திற்கு, விளையாட்டிற்கு நடுவராகப் பணியாற்று.

re-fer-ence/ˈrefrəns/*(n)*:'ரெஃப்ரன்ஸ் / act of referring, தொடர்பு ஏற்படுத்தும் செயல்; submission of dispute for enquiry and settlement, பூசல், சண்டை முதலியவற்றை விசாரணைக்கு உட்படுத்தி, தீர்ப்பு கொடுக்கும்படி கோரல்; a passage that is quoted, மேற்கோள்; a mention, குறிப்பிட்டுச் சொல்லல்; a note that helps to find certain documents, சான்று, ஆதாரம், சில ஆவணங்களைக் கண்டு பிடிக்க உதவும் குறிப்பு. **with reference to**: in connection with, ஒன்றின் தொடர்பாக; about, ஒன்றைப்பற்றி.

ref-e-ren-dum/ˌrefəˈrendəm/*(n)*: ˌரெஃபர'ரென்டம் / referring a question to the public to be decided by vote, வாக்களிப்பு, ஒரு பிரச்சினையைப் பொது மக்கள் வாக்குரிமை மூலம் தீர்மானம் செய்தல், கருத்துக்கணிப்பு.

re-fill/ˌri:ˈfil/*(v.t)*:'ரீ'ஃபில் / to fill again, மீண்டும் நிரப்பு. **refill***(n)*: a quantity of ink, petrol, etc., to refill something, இங்க், பெட்ரோல் முதலியவற்றை மறுமுறை நிரப்பும் அளவு.

re-fine/riˈfain/*(v)*:ரி'ஃபய்ன் / to purify, தூய்மை செய். • *Petroleum has to be* **refined** *before it is used.* to make fine, நேர்த்தியாகச் செய், பண்புடையதாகச் செய். **re-fined**/riˈfaind/*(adj)*:ரி'ஃபய்ன்ட் / purified, தூய்மைப்படுத்தப்பட்டுள்ள; gentle, பண்புள்ள. • *It is better to develop a* **refined** *way of speaking.* **refinement***(n)*. **re-fin-e-ry**/riˈfainəri/*(n)*:ரி'ஃபய்னரி / an industrial unit where purification takes place, சுத்திகரிக்கப் படும் ஆலை.

re-fit/ˌri:ˈfit/*(v.t)*:'ரீ'ஃபிட் / to repair, செப்பனிடு; to fit again, மீண்டும் பொருத்து. • *The ferry was* **refitted** *as a ship and it joined the fleet.*

re-flect/riˈflekt/*(v.t)*:ரி'ஃப்லெக்ட் / to throw back from a surface, as rays of light or heat, பிரதிபலிக்கச் செய்; to give back an image, பிரதிபலிப்பால், பிம்பம் ஏற்படச் செய்; to think closely and brood over the past, ஆழ்ந்து சிந்தனை செய், கடந்த காலம் பற்றிச் சிந்தனை செய். • *Relative profits* **reflected** *relative efficiency of workers.* **re-flec-tive**/riˈflektiv/*(adj)*: ரி'ஃப்லெக்ட்டிவ் / thoughtful and moody, சிந்தனைச்செறிவுள்ள, கவலை தோய்ந்த மனமுடைய. **re-flec-tion**/riˈflekʃn/*(n)*: ரி'ஃப்லெக்ஷன் / light that is reflected, பிரதிபலித்த ஒளி; image produced, பிம்பம், உருநிழல்; thinking, சிந்தனை செய்தல். • *On* **reflection**, *I have realised that it was a mistake.* **re-flec-tor**/riˈflektə*/*(n)*:ரி'ஃப்லெக்ட்டர* / a surface that reflects light, ஒளி பிரதிபலிக்கும் தளம்.

re-flex/ˈri:fleks/*(n)*:'ரீஃப்லெக்ஸ் / an involuntary action, அனிச்சைச் செயல். • *Shivering in cold is a* **reflex** *action.*

re-flex-ive/riˈfleksiv/*(n, adj)*: ரி'ஃப்லெக்ஸிவ் / a word in a sentence that has its effect either on the person or on the thing that does the action, ஒரு பொருள் (அ) நபரின் மீது பிரதிபலிக்கும் செயல் தன்மை உள்ள வார்த்தை. • *I did* **myself**. (**did** *is a reflexive verb,* **myself**: *reflexive pronoun).*

re-form/riˈfɔ:m/*(v.t-v.i)*:ரி'ஃபோம் / to improve, செம்மை செய்; to effect change for the better, ஏற்றமுள்ளதாக மாற்றியமை. • *Education system should be* **reformed**. **reform***(n)*: a change for better, சீர்திருத்தம். • *Henry is totally* **reformed** *now as he has stopped smoking.* **re-form-er**/riˈfɔ:mə*/*(n)*:ரி'ஃபோமர* / a person who brings about reform, சீர்திருத்தங்களைச் செய்பவர். • *Raja Ram Mohun Roy was a social* **reformer** *of great fame.* **ref-or-ma-tion**/ˌrefəˈmeiʃn/

(n):, ரெஃபெ'மெய்ஷென் / a complete change for the better, ஒரு முழுமையான சீர்திருத்தம். • *A* **reformation** *in one's character is always possible.* an amendment to the existing order, ஒரு மாறுதல்; a great change in religion when the Protestants separated from the Roman Church, ரோமன் மதத்திலிருந்து பிரிந்து ப்ராட்டஸ்டெண்ட் மதம் தோன்றிய பொழுது ஏற்பட்ட மாறுதல். • *The* **Reformation** *is the great religious movement in Europe in the 18th century.*
re-for-ma-to-ry/ri'fɔ:mətəri/*(adj):* ரி'ஃபoɔ:மெட்டரி / intended to effect change, மாறுதல் விளைவிக்கக்கூடிய.
re-fract/ri'frækt/*(v.t):*ரி'ஃப்ர�æக்ட் / (of water, glass, etc) to cause to change direction of light, ஒளி ஊடுருவும்பொழுது, திசைமாற்றம் அடையச் செய்.
re-frac-to-ry/ri'fræktəri/*(adj):* ரி'ஃப்ரæக்ட்டரி / not willing to obey, கீழ்ப்படிய மறுக்கின்ற; difficult to melt, எளிதில் உருகாத; not yielding for treatment, ஒரு ஊடகத்தினின்று மறு ஊடகத்தில் செல்லும்பொழுது செயல் இணக்கம் இல்லாத.
re-frac-tion/ri'frækʃn/*(n):*ரி'ஃப்ரæக்ஷென் / change of direction of light when it passes through one medium to another, ஒளிக்கதிர் திசைமாற்றம் அடைதல். • **Refraction** *is a process of light when it changes its direction.*
re-frain/ri'frein/*(v.i)/*ரி'ஃப்ரெய்ன் / to avoid, தவிர்த்து, விலகியிரு. • *You are requested to* **refrain** *from smoking here.* to keep oneself back from doing something, செய்வதைத் தவிர்த்து விலகியிரு. • *It needs courage and conviction to* **refrain** *from smoking in the company of smokers.*
refrain*(n):* the burden of a song, the line or verse repeated at the end of each part of a song, பல்லவி.
re-fresh/ri'freʃ/*(v.t)/*ரி'ஃப்ரெஷ் / to be fresh again, புத்துணர்ச்சி பெறு, இளைப்பாறு; to be fine again, மீண்டும் புத்துணர்வு பெறு; to be mentally fresh, உள்ளம் உவகை பெறச் செய். • *She* **refreshed** *herself with a cup of milk.* **to refresh one's memory:** to revive the things which are kept in mind, மீண்டும் நினைவுகொள். **refreshing** *(adj):* producing a feeling of strength and freshness, புத்துணர்ச்சியூட்டக்கூடிய.

re-fresh-ments/ri'freʃmənts/*(n):* ரி'ஃப்ரெஷ்மஎன்ட்ஸ் / food, drink, etc., சிற்றுண்டி, பானம் முதலியவை. **refreshment** *(n):* the fine experience of being refreshed, புத்துணர்ச்சி பெறுதல். • *Work itself is a wonderful* **refreshment**.
re-fri-ge-rate/ri'fridʒəreit/*(v.t):* ரி'ஃப்ரிஜெரெய்ட் / to make cool or keep cold for preserving, பாதுகாப்பிற்குக் குளிர்ச்சியூட்டு. **re-fri-ge-ra-tor**/ ri'fridʒəreitə*/(n):*ரி'ஃப்ரிஜெரெய்ட்டெ* / a mechanical device to keep food articles cool, குளிர்பதனப் பெட்டி. **re-fri-ge-rant**/ ri'fridʒərənt/*(n):*ரி'ஃப்ரிஜெரென்ட் / a substance that is used to refrigerate, குளிர்ச்சியூட்டப் பயன்படும் பொருள் (அ) பொருண்மை.
re-fu-el/,ri:'fjuəl/*(v.i):*ரீ'ஃப்யுஎல் / to fill up again with fuel, எரிபொருள் கொண்டு நிரப்பு.
re-fuge/'refju:dʒ/*(n):*'ரெஃப்யூஜ் / asylum, புகலிடம்; a place of safety from danger, அபாயத்தினின்று காப்பாற்றிக்கொள்ளும் பாதுகாப்பு இடம். • *When confronted with danger, I seek* **refuge** *in God.* • *The terrorists always seek* **refuge** *in the enemy country.* **ref-u-gee**/,refju'dʒi:/*(n):* ,ரெஃப்யூ'ஜீ / one who flees in search of safety, அகதி.
re-ful-gent/ri'fʌldʒənt/*(adj):*ரி'ஃபெல்ஜென்ட் / very brilliant, மிகுந்த ஒளியுள்ள. **refulgence***(n),* **refulgently***(adv).*
re-fund/'ri:fʌnd/*(n):*'ரீஃபென்ட் / repayment, திருப்பித்தரும் தொகை. • *To get* **refund** *from government is very difficult.* **refund***(v.t):* to pay back money, பணத்தைத் திருப்பிக் கொடு; repay, திருப்பிக் கொடு. • *The court directed the government to* **refund** *the excess amount collected.*
re-fuse/ri'fju:s/*(v.t-v.i):*ரி'ஃப்யூஸ் / to be unwilling, இணக்கமில்லாமல்; to decline, மறு; say 'no', இல்லையெனச் சொல். • *She stoutly* **refused** *his offer.* **refuse***(n):* waste material, வீணாகும் பொருள்; rubbish, குப்பை. • *You can always see a heap of kitchen* **refuse** *thrown on the streets.* **refusal***(n).*
re-fute/ri'fju:t/*(v.t):*ரி'ஃப்யூட் / to prove to be wrong, தவறென நிரூபி; to disprove, நிரூபித்ததைத் 'தவறு' என எடுத்துக் காட்டு. • *The advocate* **refuted** *the allegation of the police in the court.* **refutation***(n).*

R

re-gain/ri'gein/*(v.t)*:ரி'கெ:ய்ன் / to recover, மீட்பு செய்; to get back, திரும்பப் பெறு. • *Can I* **regain** *my health?* to acquire again, இழந்ததை மீண்டும் பெறு. • *Anything can be* **regained** *except honour.* to reach a place again, மீண்டும் விட்ட இடத்திற்குத் திரும்பு, திரும்ப அடை. • *It is rather difficult now to* **regain** *the shore.*

re-gal/'ri:gl/*(adj)*:'ரீக:ஓல் / royal, அரசுத் தன்மையுடைய; kingly, அரசனாகின்ற. • *Petty politicians pretend to have* **regal** *manners.*

re-gale/ri'geil/*(v.t)*:ரி'கெ:ய்ல் / to entertain in a rich way, ஆடம்பரமாக விருந்தளி; to feel richly and to please, மனநிறைவு அளிக்கும்படி, சுவையான உணவு அளித்து விருந்தோம்பல் செய். • *She* **regaled** *us not only with sweets but also with sweeter stories.*

re-ga-li-a/ri'geiljə/*(n)*:ரி'கெ:ய்ல்யஓ / ceremonial clothes and decorations, அதிகாரம், உயர்நிலை இவற்றைக் குறிப் பிடும் ஆடைகளும் சின்னமும்.

re-gard/ri'ga:d/*(v.t)*:ரி'கா:ட் / to keep in sight, கவனத்தில் கொள், பார்வையில் வைத்திரு; to pay attention to, கவனம் செலுத்து; to care for, கருது; to take into account, ஆலோசனைக்கு எடுத்துக்கொள். • *If you do not* **regard** *my advice, you will get into trouble.* **regard***(n)*: looking at, நோக்குதல்; respect, மதிப்புக் கொடுத்தல்; consideration, ஆலோசனை செய்தல்; view, நோக்குதல். • *Everyone must have* **regard** *for rules and regulations.*

R

re-gard-ing/ri'ga:diŋ/*(prep)*:ரி'கா:டி:ங் / [also **as regards**]: concerning, குறித்து, தொடர்பாக. • **Regarding** *the spread of crimes, the recent survey says, their number has increased.*

re-gat-ta/ri'gætə/*(n)*:ரி'க:ஆட்டஓ / a boat race, ஒரு படகுப் போட்டி.

re-gen-cy/'ri:dʒənsi/*(v.t-v.i)*:'ரீஜஓன்ஸி / office of a regent, பொறுப்பு ஆட்சியாளரின் அலுவல்; a commission acting as the agent of a ruler, பொறுப்பாட்சிக் குழு.

re-gen-e-rate/ri'dʒenəreit/*(v.t-v.i)*: ரி'ஜெனஓரெய்ட் / to generate again, மீண்டும் உண்டாக்கு; to restore, பழைய நிலைக்குக் கொண்டுவா; to get purified, புனிதத் தன்மையைப் பெறு. **regeneration** *(n)*.

re-gent/'ri:dʒənt/*(n)*:'ரீஜஓன்ட் / a deputy who rules acting in the place of a king, பொறுப்பாட்சி செய்பவர். **regent***(adj)*.

regi-cide/'redʒisaid/*(n)*:'ரெஜிஸய்ட் / the murder of a king, அரசனைக் கொலை செய்தல்.

re-gime/rei'ʒi:m/*(n)*:ரெய்'ஜீ:ம் / mode of governing, ஆட்சி செய்யும் முறை; government, ஆட்சி.

re-gi-men/'redʒimen/*(n)*:'ரெஜிமென் / a regulated plan of food, exercise, etc., for improving one's health, உடல்நலம் கருதி திட்டமிட்ட உணவும், உடற்பயிற்சியும் மேற்கொள்ளல்.

re-gi-ment/'redʒiment/*(n)*:'ரெஜிமென்ட் / a large division of army, பெரும்படை; a body of soldiers under the command of a colonel, ஒரு படையின் அணி. **regiment** *(v.t)*: to control people with strict discipline and with no human touch, மிருகத்தனமாக மக்களை அடக்கி ஆளுதல். • *Children, generally, do not like being* **regimented**. • *Dictatorial governments try to* **regiment** *their people.* **regimental***(adj)*.

re-gion/'ri:dʒən/*(n)*:'ரீஜஓன் / the part of a country, வட்டாரம். • *The northern* **region** *of India is full of rivers.* an area, ஒரு பரப்பு. • *Nether* **regions** *have been mentioned in epics.* **regional***(adj)*.

re-gis-ter/'redʒistə*/*(n)*:'ரெஜிஸ்ட்டஓ* / a record, பதிவேடு; a list of documents, ஆவணங்களின் பட்டியல்; the range of human voice or musical instrument, குரல், இசைக்கருவிகள் எழுப்பும் ஒலி எல்லை. **register***(v.t)*: to make a record, பதிவேட்டில் குறிப்பிடு; to enroll, பட்டியல் ஏற்படுத்து; make a note in memory, நினைவு கொள். • *She told me her name, but in my mind it did not* **register**. to express, உறுதியிட்டுச் சொல்; to create documents, பதிவு செய்து ஆவணங்களை உண்டாக்கு. **re-gis-tra-tion**/,redʒi'streiʃn/ *(n)*:,ரெஜிஸ்'ட்ரெய்ஷஓன் / the act of registering, பதிப்பித்தல்.

re-gis-trar/,redʒi'stra:*/*(n)*:,ரெஜிஸ்'ட்ரா* / one who registers, one who maintains records, பதிவாளர்; one who is in charge of office administration of a university, ஒரு பல்கலைக்கழகத்தின் அலுவலக நிர்வாகி.

re-gis-try/'redʒistri/*(n)*:'ரெஜிஸ்ட்ரி / a place where records are kept, பதிவேடுகள் வைக்கப்பட்டிருக்கும் அலுவலகம்.

re-gress/'ri:gres/(n):ரி'க்:ரெஸ் / stepping back, பின்நோக்கிச் செல்லல்; power of returning, retrogression, பிற்போக்கு. **regress**(v.i): to go back to a worse position, பின்சென்று, வாழ்க்கையில் மோசமான நிலையை அடை. • *His career began to* **regress** *after his misbehaviour with the manager.* opp: progress. **re-gression**/ri'greʃn/(n):ரி'க்:ரெஷ்ன் / the act of regressing, பிற்போக்கு. • **Regression** *sets in old age.*

re-gret/ri'gret/(v.t):ரி'க்:ரெட் / **regretted, regretting**: to be sorry for, வருத்தம் தெரிவி; to remember with agony, துயரத்துடன் நினைவு கொள். • *There is more to* **regret** *in life than to rejoice.* **regret**(n): a feeling of sorrow, வருத்தப்படும் உணர்வு. • *Past is full of* **regrets,** *future is full of hopes.* **regretful**(adj): full of sorrow, துயரம் கொண்டுள்ள. **regretfully**(adv), **regretfulness**(n): **regrets**(n, pl): a note conveying refusal, மறுப்புக் கொடுக்கும் மரியாதையான செய்தி. **re-gret-ta-ble**/ri'gretə bl/(adj):ரி'க்:ரெட்ஃபுல் / to be regretted, வருத்தம் கொள்ளத்தக்க தன்மையுள்ள. • *It is* **regrettable** *that the government always resorts to borrowing from other countries.*

re-group/,ri:'gru:p/(v.t-v.i):ரி'க்:ரூப் / to group again, மீண்டும் அணிசேர்.

reg-u-lar/'regjulə*/(adj):'ரெக்:யுல�––* / in an orderly manner, ஒழுங்கான முறையில்; periodic, முறையான காலவரையறையில் உள்ள; normal and usual, முறையான மற்றும் வழக்கமான. • *It is not the* **regular** *feature of the programme.* **regular**(n): a permanent member, நிரந்தர உறுப்பினர்; a soldier of the permanent army, படையின் நிரந்தர உறுப்பினர். **reg-u-lar-i-ty**/,regju'lærəti/(n):,ரெக்:யு'லærரிட்டி / state of being regular, ஒழுங்கு முறை. **reg-u-lar-ize**/'regjuləraiz/(v.t):ரெக்:யுலரய்ஸ்: / to make regular, முறைப்படுத்து, ஒழுங்காகச் செயல்படுத்து; to set right, சரிப்படுத்து. **regularly**(adv).

re-gu-late/'regjuleit/(v.t):'ரெக்:யுலெய்ட் / to direct and to make regular, ஒழுங்காக நடத்து, செயல்படுத்து. • *A public servant always maintains a well* **regulated** *family.* to control according to rules, விதிமுறைகளின்படி கட்டுப்படுத்து, விதி முறைகளின்படி வழிநடத்து. • *The police* **regulates** *the traffic according to rules.* **reg-u-la-tion**/,regju'leiʃn/(n): ,ரெக்:யு'லெய்ஷன் / rule of law, விதி ஒழுங்கு முறை; law and order, சட்டமும், ஒழுங்கும். • *Rules and* **regulations** *are to be adhered to in common interest.* **reg-u-la-tor**/'regjuleitə*/(n): 'ரெக்:யுலெய்ட்டɚ* / a controlling instrument, கட்டுப்படுத்தும் சாதனம். **regulatory**(adj).

re-gur-gi-tate/ri'gʒ:dʒiteit/(v.t-v.i): ரி'க:ə:ஜ்ிட்டெய்ட் / to bring back the swallowed food to the mouth, உட்கொண்ட உணவை வெளிக்கொணர். **regurgitation** (n).

re-ha-bil-i-tate/,ri:ə'biliteit/(v.t): ,ரீஹəʼபி:லிட்டெய்ட் / to restore to former position, rank, etc., மீண்டும் முன்நிலையைப் பெறு, மீண்டும் இழந்த பதவியைப் பெறு; reinstate, மீண்டும் பழைய நிலைக்குக் கொண்டு வா. • *Refugees must be* **rehabilitated** *at the earliest.* **re-ha-bil-i-ta-tion**/'ri:ə,bili'teiʃn/(n): 'ரீஹə,பிலிʼட்டெய்ஷன் / restoration of privileges, position, etc., மீண்டும், பழைய நிலைக்கு வருதல். • *There are only a few* **rehabilitation** *centres for drug addicts in India.*

re-hears-al/ri'hɜ:sl/(n):ரி'ஹə:ஸல் / practice before performing in public, ஒத்திகை. • **Rehearsal** *parade is held in that stadium every year.* **re-hearse**/ri'hɜ:s/ (v.t-v.i):ரி'ஹஉ:ஸ் / to practise again and again, ஒத்திகை செய். • *I like to* **rehearse** *the play particularly my part.*

reign/rein/(v.i):ரெய்ன் / to rule, ஆட்சி செய்; to prevail on, தன் எண்ணத்தைப் பிறர் மேல் சுமத்து. • *Peace* **reigned** *in Kuwait after Iraq-Kuwait war.* • *In some parts of the country, anarchy* **reigns. reign**(n): rule, அரசாட்சி; the period of a ruler, அரசாள்பவரின் ஆட்சிக்காலம். **reigning** (adj): being the latest winner in any competition, மிகச் சமீபத்திய பந்தயத்தில் வெற்றி பெற்ற வீரராக இருக்கின்ற. • *She is the* **reigning** *Miss India.* **reign of terror**(n): a period of reign full of terror and killing, கொடுங்கோல் ஆட்சி.

re-im-burse/,ri:im'bɜ:s/(v.t):,ரீயிம்'ப:ə:ஸ் / to pay a person what is due to him, கொடுக்கப்படவேண்டியதைக் கொடு. • *The*

travelling expenses are fully **reimbursed**. to repay, திருப்பிக்கொடு.

rein/rein/*(n, sing)*:ரெய்ன் / **reins***(n, pl)*: a strap attached to the bridle of a horse, கடிவாளம். **to give rein to**: to allow full freedom to, எண்ணங்களை வெளியிட முழு சுதந்திரம் கொடு; a means of control, a position of control, கட்டுப்படுத்தும் வழி, நிலை. • *Nelson Mandela took over the* **reins** *of his country.* **rein***(v.t)*: to restrain with the help of reins, கடிவாளம் கொண்டு கட்டுப்படுத்து.

re-in-car-na-tion/ˌri:inka:ˈneiʃn/*(n)*: 'ரீயின்க்கா'னெய்ஷஒன் / rebirth, மறுபிறவி. **re-in-car-nate**/ri:ˈinka:neit/*(v.t)*: ரீ'யின்க்கானெய்ட் / to cause to take to rebirth, மறுபிறவி எடுக்கச் செய்.

rein-deer/ˈreinˌdiə*/*(n)*:'ரெய்ன்டியஒ* / a kind of deer, கலைமான்.

re-in-force/ˌri:inˈfɔ:s/*(v.t)*:ˌரீயின்'ஃபோ:ஸ் / to support and strengthen, பாதுகாப்பு கொடுக்க மேலும் உதவி கொடுத்துப் பலப்படுத்து; to strengthen with fresh troops, மேலும் படைகள் கொண்டு பலப்படுத்து. • *The frontier force is being* **reinforced**. **reinforcement***(n)*.

re-in-state/ˌri:inˈsteit/*(v.t)*:'ரீயின்'ஸ்ட்டெய்ட் / to put back in the former state or rank, மீண்டும் பழைய நிலைக்கு, பதவிக்குக் கொண்டு வா; to restore to a former place or rank, மீண்டும் பழைய பதவியில் அமர்த்து. • *The officer had been under suspension, subsequently he was* **reinstated**.

re-it-e-rate/ri:ˈitəreit/*(v.t)*:ரீ'யிட்டஒரெய்ட் / to repeat over and over again, திரும்பத் திரும்பச் செய், சொல். • *The minister* **reiterated** *that there was no proposal to increase taxation.*

re-ject/riˈdʒekt/*(v.t)*:ரி'ஜெக்ட் / to cast aside, தள்ளி வை; to refuse to accept, ஏற்றுக் கொள்ள மறுப்புக் கொடு. • *The teacher* **rejected** *the request of the student for leave.* **reject***(n)*: something that is rejected as not fit to be sold, விற்பனைக்குத் தகுதியில்லையெனத் தள்ளப்படுதல்.

re-jec-tion/riˈdʒekʃn/*(n)*:ரி'ஜெக்ஷஒன் / the act of rejecting or refusing, தள்ளுபடி செய்தல்.

re-joice/riˈdʒɔis/*(v.t-v.i)*:ரி'ஜாய்ஸ் / to be in great joy, பெருமகிழ்ச்சியில் இரு; to feel delighted, இனிய உணர்வு கொள். • *What is to be* **rejoiced**, *I do not know.* • *You* **rejoice** *only after some achievement.* **rejoicing***(n, sing)*:: **rejoicings***(n, pl)*: joy, மகிழ்ச்சி; delight, இனிய உணர்வு. • *There will be a lot of* **rejoicing** *on the birth of a child.*

re-join/riˈdʒɔin/*(v.t)*:ரி'ஜாய்ன் / to retort in reply, எரிச்சலுடன் பதில் கூறு; to reply with anger, கோபமாகப் பதில் கூறு. **rejoin***(v.t)*: to join again, மீண்டும் ஒன்றுசேர். • *You have to* **rejoin** *the two wires to keep the current flowing.* to say in answer to a reply, பதிலுக்கு, மறுமொழி கூறு.

re-join-der/riˈdʒɔində*/*(n)*:ரி'ஜாய்ண்டஒ* / an addition opposing or supporting to a reply, எதிர் உரை.

re-ju-ve-nate/riˈdʒu:vəneit/*(v.t)*: ரி'ஜுவினெய்ட் / to become young again, மீண்டும் இளமை பெறு; to make young again, மீண்டும் இளமையாக்கு. • *I think we were* **rejuvenated** *by hard work.* **rejuvenation***(n)*.

re-kin-dle/ˌri:ˈkindl*(v.t)*:'ரீ'க்கின்ட்ல் / to light a fire again, மீண்டும் சுடர்விடச் செய்.

re-lapse/riˈlæps/*(v.i)*:ரி'லஆப்ஸ் / to get back into a former state, பழைய நிலைக்குத் திரும்பு; to revert, பழைய நிலைக்கு வா. • *He did not report for duty as he* **relapsed** *into the old disease.* **relapsed***(n)*: reversion, பழைய நிலையை அடைதல்.

re-late/riˈleit/*(v.t)*:ரி'லெய்ட் / to give an account of, விவரம் கூறு; to narrate, கோவையாகக் கூறு. • *The speaker* **related** *his experiences of life interestingly.* to maintain, தொடர்பு ஏற்படுத்து. **relate to** : to have a connection with, தொடர்பு ஏற்படுத்து. **relatively***(adv)*. **related** *(adj)*: belonging to the same family, ஒரே குடும்பத்தைச் சார்ந்த; having some connection or relation, தொடர்பு, உறவு கொண்ட. • *The fall in the prices is directly* **related** *to the excess production of food grains.* **re-la-tion**/riˈleiʃn/*(n)*:ரி'லெய்ஷஒன் / that which is told, சொல்லப்பட்டது; connection by birth or marriage, உறவு; dealings, செயல் தொடர்பு. **with relation to**: with regard to, தொடர்பாக. **relations***(n, pl)*: the way of treating and getting on, நல்ல உறவுகள். • *My* **relations** *with my children are cordial.* **relationship***(n)*, **relative***(n)*.

rel-a-tiv-i-ty/ˌreləˈtivəti/*(n)*:ˌரெலə'ட்டிவிட்டி / the relationship between time, size and mass when they change with increased speed, காலம், உருவம், பொருண்மை வேகத்துடன் மாறும்பொழுது ஏற்படும் தொடர்பு.

re-lax/riˈlæks/*(v.t-v.i)*:ரி'லஆக்ஸ் / to weaken, நலிவுறும்படி செய்; to become less stiff, கண்டிப்பைத் தளர்த்து; to slacken, நெகிழ்த்து, வேகத்தைக் குறை. • *I have no time to* **relax**: *I always surge forward.* **re-lax-a-tion**/ˌriːlækˈseiʃn/*(n)*: ˌரீலஆக்'செய்ஷən / rest, ஓய்வு; slackening, தளர்த்தல்.

re-lay/ˈriːlei/*(n)*:'ரீ'லெய் / a fresh supply of men, materials, animals, etc., செயல் தொடர்பு நீடிக்க, புதிய மனிதர்கள், பொருள்கள், விலங்குகள், முதலியவற்றை ஈடுபடுத்தல்; a shift, மாற்றிவிடுதல்; transmission in successive stages, அஞ்சல் முறை. • *Today's* **relay** *includes the musical concert by Muralikrishnan & party.* **relay***(v.t)*, **relayed, relaying**: to transmit by relay, அஞ்சல் செய், மாற்றுமுறை மூலம் அனுப்பு, செயல்படு; to broadcast by wireless, a programme received from another station, மறு ஒலிபரப்பு செய். • *The broadcast was* **relayed** *by AIR, Chennai.* **relay***(v.t)*, **relaid, relaid**: to lay (a carpet) or (a cable), கம்பளம் விரி (அ) கம்பிகள் பொருத்து.

re-lease/riˈliːs/*(v.t)*:ரி'லீஸ் / to set free, விடுதலை கொடு. • *The government had* **released** *all prisoners from the prison.* to discharge, வெளியேற்றுதலைச் செய்; to allow to be exhibited publicly, வெளியிடப் படுவதற்கு அனுமதி. • *The new price list has been* **released** *just now.* **release***(n)*: liberation, விடுதலை செய்தல். • *The release of Nelson Mandela attracted a huge crowd.* discharge, வெளியேற்றம் செய்தல்; exhibiting for the first time, வெளியிடுதல்.

rel-e-gate/ˈreligeit/*(v.t)*:'ரெலிகெ:ய்ட் / to banish, துரத்தி விடு; to put aside, தள்ளி வை; to bring (something) lower, தாழ்த்து. **relegation***(n)*.

re-lent/riˈlent/*(v.i)*:ரிலென்ட் / to become tender, மனமிரங்கு; to feel pity, பரிதாபப்படு. • *Parents must* **relent** *to the requests of their children at times.* **re-lent-less**/riˈlentlis/*(adj)*:ரிலென்ட்லிஸ் / with all cruelty, கொடுமையுடன்.

rel-e-vance/ˈreləvəns/*(n)*:'ரெலிவəன்ஸ் / pertinence, பொருத்தம், இயைபு. **relevant** *(adv)*: applicable, பொருத்தமான; pertinent, ஏற்றதான, இயைபுள்ள; connected, தொடர்பான. • *One's status is not* **relevant** *to one's honesty.* **relevancy***(n)*, **relevantly** *(adv)*.

re-li-a-ble/riˈlaiəbl/*(adj)*:ரி'லயəப்:ல் / that may be relied on, நம்பக்கூடிய; dependable, நாணயமுள்ள, உண்மையுடன் செயல்பட்டு உதவக்கூடிய. • *The weather in this place is not* **reliable**. **reliant** *(adj)*: depending on, நம்பிக்கை வைக்கக் கூடிய.

re-li-ance/riˈlaiəns/*(n)*:ரி'லயəன்ஸ் / trustworthiness, நம்பத்தகுந்த குணம்; confidence, நம்பிக்கை.

re-lic/ˈrelik/*(n)*:'ரெலிக் / that which remains after decay, எச்சம், உயிர் பிரிந்த பின் இருப்பது; residue, மீதம்; remembrance, நினைவு கூர்தல்; a memorial, ஒரு நினைவுச் சின்னம். **relics***(n, pl)*: someone's dead body or remains, ஒருவரின் சடலம் (அ) மீதம்.

re-lict/ˈrelikt/*(n)*:'ரெலிக்ட் / a widow, ஒரு விதவை; that which is left behind, மீதம்; refuse, கழிவுப் பொருள்; a survivor, உயிருடன் இருப்பவர்.

re-lief/riˈliːf/*(n)*:ரி'லீஃப் / state of being freed, விடுவிக்கப்பட்ட நிலை; freedom from pain, வலியினின்று விடுதலை; lessening of pain, வலி குறைக்கப்படுதல்; freedom from fear, அச்சமற்ற நிலை; the state of being relieved from duty, வேலையினின்று விடுபட்டிருக்கும் நிலை; method of carving in which the design stands out from its surface, புடைப்பியல் பொறிப்பு முறை. **re-lief-map**/riˈliːfˈmæp/ *(n)*:ரி'லீஃப்'மஆப் / a map showing mountains and other high parts with different colours, பல்வேறு வண்ணங்களில் மலைகளையும் உயர் பகுதிகளையும் காட்டும் நிலப்படம். **relieve**/riˈliːv/*(v.t)*:ரிலீவ் / to lessen pain, நோயைத் தணி; to bring down anxiety, கவலையைக் குறை, துயர் துடை; to set someone free from duty, வேலை, பொறுப்பு இவற்றினின்று விடுவி. • *I like to be* **relieved** *immediately from my post.* **relieved***(adj)*: feeling a sense of relief, மனச்சுமை குறைந்துள்ள. **reliever***(n)*. **relieving***(adj)*.

re-li-gion/ri'lidʒən/*(n)*:ரி'லிஜஅன் / a mode of worship and faith in God, சமயம், மதம். • **Religions** *may differ; but their only aim is to realise God, the ultimate truth.*

religious/ri'lidʒəs/*(adj)*:ரி'லிஜஅஸ் / pertaining to religion, மதப்பற்றுள்ள, மதத் தொடர்பான; paying attention to duty, கடமை உணர்வுள்ள. **religiously***(adv)*: in a careful and thorough manner, மிக்க கவனமும், செம்மையும் உள்ள முறையில். **religiousness***(n)*.

re-lin-quish/ri'liŋkwiʃ/*(v.t)*:ரி'லிங்க்உயிஷ் / abandon, துறந்துவிடு; to give up, கைவிட்டுவிடு. • *Human nature such as it is, does not allow one to voluntarily* **relinquish** *power.*

relish/'reliʃ/*(v.t)*:'ரெலிஷ் / to like the taste of, சுவைத்து, ருசித்து, மகிழ்வுகொள். • *I always* **relish** *my food.* to be pleased, மனநிறைவு கொள்; to enjoy, அனுபவி. • *I do not* **relish** *the idea of being a servant: I like to be my own master.* **relish***(n)*: fine taste, நல்ல சுவை; enjoying food or other things, உணவை ருசித்து அனுபவித்தல், வேறு எதனையும் அனுபவித்தல்; liking for (something), விருப்பம். • *Eat it slowly; only then, you will enjoy the* **relish** *of it.*

re-live/ˌri:'liv/*(v.t)*:'ரீ'லிவ் / to have the experience again, மீண்டும், கடந்த கால அனுபவத்தை நினை.

re-load/ˌri:'ləud/*(v.t)*:'ரீ'லஅஉட் / to load (a gun) again, மீண்டும் துப்பாக்கியைச் சுடுநிலைக்குத் தயார் செய்.

re-lo-cate/riˌ:ləu'keit/*(v.t-v.i)*: ரீˌலஅஉக்'கெய்ட் / to move to a new place, புதிய இடத்திற்கு மாற்றம் செய்; to establish in a new place, புதிய இடத்தில் ஊன்றச் செய்.

re-luc-tance/ri'lʌktəns/*(n)*:ரி'லக்ட்டஅன்ஸ் / state of being reluctant, விருப்பமில்லாத நிலை. • *The minister agreed to the proposal with some* **reluctance**. repugnance, வெறுப்பு. **re-luc-tant**/ri'lʌktənt/*(adj)*:ரி'லக்ட்டஅன்ட் / unwilling, விருப்பம் இல்லாத. • *She gave a* **reluctant** *reply.* **reluctantly***(adv)*.

re-ly/ri'lai/*(v.t)*:ரி'லய் / to depend on, சார்ந்து இரு; to have trust, நம்பிக்கை கொள். **reliance***(n)*.

re-main/ri'mein/*(v.t)*:ரி'மெய்ன் / to be in the same place without moving forward, முன் செல்லாமல் அதே இடத்தில் இரு; to be left behind, பின்தங்கி இரு; to continue to exist, தொடர்ந்து இரு. • *Once you run into debts, you will forever* **remain** *in debts.* **re-main-der**/ri'meində*/*(n)*: ரி'மெய்ன்டஅ* / that which is left, மீதி இருப்பது. • *Twelve students in my class have got ranks and the* **remainder,** *distinction.* the sum left after subtraction, கழித்தலுக்குப் பிறகு மீதியிருக்கும் தொகை; residue, எஞ்சியுள்ளது. **remainder***(v.t)*: to sell cheaply to clear the stocks, சரக்கு முழுவதும் தீர, மலிவு விலையில் விற்பனை செய். **remains***(n)*: parts which are left, மீதம்; that which is left, மிச்சம் எஞ்சிய பகுதி; a corpse, பிணம்.

re-mand/ri'ma:nd/*(v.t)*:ரி'மான்ட் / to send back to custody, மறுபடியும் காவலில் வை. • *The magistrate had* **remanded** *the accused to custody.* to allow for further enquiry, மேலும் விசாரணை செய்ய அனுமதி கொடு. **remand***(n)*: custody, காவலில் வைத்தல். • *The man is on* **remand**: *he is waiting for trial.*

re-mark/ri'ma:k/*(v.t)*:ரி'மா:க் / to give comment, கருத்துக் கூறு, கருத்துரை வழங்கு. • *It is not nice for her to* **remark** *like that.* to take notice of, கவனம் கொள்; to make a note, குறிப்பு கொள். **remark** *(n)*: a short statement, குறிப்புரை; an expression, ஒரு சுருக்க உரை. **re-mar-ka-ble**/ri'ma:kəbl/*(adj)*:ரி'மாக்கஅப்:ல் / worthy to be taken note of, குறிப்பிடத் தக்க; eminent, புகழ் மிக்க; important, சிறப்புத்தன்மையுள்ள. **remarkably***(adv)*.

re-mar-ry/ˌri:'mæri/*(v.t-v.i)*:'ரீ'மஎரி / to marry again, மீண்டும் திருமணம் செய்து கொள்.

re-me-di-a-ble/ri'mi:djəbl/*(adj)*: ரி'மீ:யஅப்:ல் / that may be remedied, திருத்தக்கூடிய, சரி செய்யக்கூடிய; capable of being cured, குணமாக்கக்கூடிய. **remedial***(adj)*: providing a remedy, இழப்பீடு செய்யக்கூடிய; curable, குணப்படுத்தக்கூடிய. **rem-e-dy**/'remədi/*(n)*:ரெமிடி: / cure, தீர்வு, பரிகாரம், குணப்படுத்தக்கூடிய மருந்து; that which heals, குணப்படுத்தும் மருந்து; that which sets right, சரிசெய்யக் கூடியது. • *Contentment is the* **remedy** *for modern attractions.*

re-mem-ber/ri'membə*/(*v.t-v.i*): ரி'மெம்ப:ə* / to keep in mind or memory, நினைவுகொள்; to recollect, நினைவுபடுத்து, நினைவுபடுத்திக்கொள். • *I* **remember** *locking the cash box.* **re-mem-brance**/ ri'membrəns/(*n*):ரி'மெம்ப்:ரəன்ஸ் / that which is remembered, நினைவில் இருப்பது; a memorial, நினைவுச் சின்னம். **remembrances**(*n, pl*): compliments, நல்வாழ்த்துக்கள்.

re-mind/ri'maind/(*v.t*):ரிமய்ன்ட்: / to cause to remember, நினைவூட்டு. **re-mind-er**/ ri'maində*/(*n*):ரிமய்ன்ட:ə* / one who reminds, நினைவூட்டுபவர்; that which reminds, நினைவூட்டுவது.

rem-i-nisce/ˌremi'nis/(*v.i*)/ˌரெமி'னிஸ் / to talk or think about past events, experiences, etc., நினைவுகூர். **rem-i-nis-cence**/ˌremi'nisns/(*n*): ˌரெமி'னிஸ்ன்ஸ் / that which is remembered, நினைவு கூர்தல். • *The* **reminiscences** *of my life will not only be interesting but also exciting.* **reminiscent**(*adj*): like, reminding of, அதுபோலுள்ள.

re-miss/ri'mis/(*adj*):ரி'மிஸ் / negligent, கவனமில்லாமல், அசட்டையாக; careless about one's duty, கவனக்குறைவான முறையில் கடமையாற்றுகின்ற. • *It was* **remiss** *of me not to respond to your query.* **remissness**(*n*).

re-mis-sion/ri'miʃn/(*n*):ரி'மிஷən / granting release from a debt, claim, punishment, etc., கடன் நிவாரணம் அளித்தல், உரிமையை ரத்து செய்தல், தண்டனையை ரத்து செய்தல் முதலியவை; forgiveness, மன்னிப்பு அளித்தல்; lessening of a severity, கடுமையைக் குறைத்தல். • *Prisoners are granted* **remission** *on important occasions.*

re-mit/ri'mit/(*v.t*):'ரெமிட் / to send back, திருப்பி அனுப்பு. • *Please* **remit** *the amount immediately.* to give up, விட்டு விடு; to pardon, மன்னிப்பு கோரு; to send money to a distant place, வேறு இடத்திற்கு பணம் அனுப்பு; to free someone from some punishment or debt, தண்டனையை ரத்துசெய், கடன் நிவாரணம் கொடு. **re-mit-tance**/ri'mitəns/(*n*):ரி'மிட்டəன்ஸ் / act of remitting, அனுப்புதல்; that which is sent, அனுப்பப்படுவது; amount remitted, அனுப்பப்பட்ட, செலுத்திய தொகை. • *The goods will be forwarded only after receiving your* **remittance**.

rem-nant/'remnənt/(*n*):'ரெம்னəன்ட் / that which remains, மிச்சம்; remainder, மீதி. • *After the fair, the* **remnants** *are sold at throw-away prices.*

re-mod-el/ˌri:'mɔdl/(*v.t*):'ரீ'மɔட்:ல் / to change the shape, அமைப்பை மாற்றியமை.

rem-on-strate/'remənstreit/(*v.i*): ரெ'மəன்ஸ்ட்ரெய்ட் / to protest, மறுப்புக் கொடு.

re-mon-strance/ri'mɔnstrəns/(*n*): ரி'மɔன்ஸ்ட்ரəன்ஸ் / complaint, குறை கூறுதல்.

re-morse/ri'mɔ:s/(*n*):ரி'மɔ:ஸ் / pain caused by conscience because of wrong doing, கழிவிரக்கம், மன உறுத்தல்; regret, துயரம், வருத்தம். • *The husband felt* **remorse** *after he scolded his wife mercilessly.* **remorseful**(*adj*), **remorsefully**(*adv*).

re-morse-less/ri'mɔ:slis/(*adj*):ரி'மɔ:ஸ்லிஸ் / showing no remorse, குற்றம் உணர்ந்து வருந்தாத, பச்சாதாபப்படாத.

re-mote/ri'məut/(*adj*):ரி'மəஉட் / **remoter, remotest**/: far back in time or place, முந்திய காலத்திய, வெகு தூரத்தில். • *I live in a* **remote** *village among the hills.* not closely related, தூரத்து உறவுள்ள; slight, சிறிதளவான. • *There is not even the* **remotest** *chance for me to get the coveted prize.* **remoteness**(*n*), **remotely**(*adv*).

re-mount/'ri:maunt/(*v.t-v.i*):'ரீமஉன்ட் / to mount again, மீண்டும் மேலேறு, ஏற்று; to climb again, மீண்டும் ஏறு. • *The soldier* **remounted** *on his horse and rode away.* **remount**(*n*): a new horse, ஒரு புதுக் குதிரை.

re-mould/'ri:məuld/(*v.t*):'ரீ'மəஉல்ட்: / to retread, தேய்ந்த பகுதியைப் புதுப்பிக்கச் செய்.

re-mov-a-ble/ri'mu:vəbl/(*adj*):ரி'மூவəப்:ல் / capable of being displaced, பெயர்ச்சி செய்யக்கூடிய. • *Are the rods* **removable**? displaceable, எடுத்துவிடக் கூடிய; changing, மாறுதல் ஏற்படும்படியான. **re-mov-al**/ ri'mu:vl/(*n*):ரி'மூவəல் / change of place, இடமாற்றம்; displacement, இடப்பெயர்ச்சி; dismissal, நீக்கம். **re-move**/ri'mu:v/

R

(v.t):ரிமூவ் / to take away, அகற்று; to displace, இடம் மாற்று; to dismiss, நீக்கு, நீக்கம் செய். • *The minister was* **removed** *from his position.*

re-mu-ne-rate/ri'mju:nəreit/*(v.t)*: ரி'ம்யூனரெய்ட் (ரெ') / to reward, வெகுமதி கொடு; pay, ஊதியம் கொடு. **re-mu-ne-ra-tion**/ri,mju:nə'reiʃn/*(n)*: ரி,ம்யூன'ரெய்ஷன் / wages, ஊதியம்; payment, செய்த வேலைக்குப் பணம் கொடுத்தல்; reward, அன்பளிப்பு. **re-mu-ne-ra-tive**/ri'mju:nərətiv/*(adj)*: ரி'ம்யூனரடிவ் / well paid and profitable, மிக்க இலாபகரமான. **remuneratively** *(adv)*.

re-nais-sance/rə'neisəns/*(n)*: ரி'னெய்ஸன்ஸ் (ஸான்) / a new birth, மறுமலர்ச்சி; the revival of art, learning, etc., in the fifteenth century, 15வது நூற்றாண்டில் ஏற்பட்ட இலக்கிய மறுமலர்ச்சி.

re-nal/'ri:nl/*(adj)*:ரீ'னல் / of the kidneys, சிறுநீரகம் தொடர்பான.

re-nas-cent/ri'næsnt/*(adj)*:ரி'னஸென்ட் / born again, மீண்டும் புதுப்பிறவி எடுக்கக் கூடிய.

rend/rend/*(v.t)*:ரெண்ட் / **rent, rent**: to make pieces by force, துண்டு துண்டாகச் செய்; to tear, கிழித்து எறி. • *A woman in anger* **rends** *her hair violently.* • *A loud bomb-explosion* **rent** *the air.*

ren-der/'rendə*/*(v.t)*:'ரெண்டஅ* / to perform, செயல்படு; to serve, தொண்டாற்று; to set forth, வேகமாகச் செயலாற்ற முற்படு; to translate from one language to another, மொழிபெயர்த்துச் சொல்; to handover, ஒப்படை. **to render**: to perform, செயல்படுத்து, நிறைவேற்று. • *M.S. Subbulakshmi* **rendered** *the song beautifully.* **ren-der-ing**/'rendəriŋ/*(n)*: 'ரெண்டரிங் / a way of doing, செயலாற்றும் முறை; translation or interpretation, மொழிபெயர்ப்பு (அ) விளக்கவுரை. • *Maharajapuram Santhanam gave a splendid* **rendering** *of Kambodhi raga.*

ren-dez-vous/'rɔndivu:/*(n)*:'ரான்டிவூ / an appointed place of meeting esp. for ships or soldiers, குறிப்பாக, கப்பல்களும், படை வீரர்களும் சந்திக்க முன்னேற்பாடாகக் குறித்து ஏற்பாடு செய்யப்பட்ட கூடுமிடம், சந்திக்குமிடம்; a regular meeting place, வழக்கமாகச் சந்திக்குமிடம். • *The old man has a* **rendezvous** *with his friends in the park every evening.* **rendezvous** *(v.i)*: **rendezvoused, rendezvousing**: to meet at an appointed place, குறிப்பிட்ட இடத்தில் சந்தி, முன்திட்டப்படி கூடும் இடத்தில் வந்து கூடு; to muster, ஒன்றுகூடும்படி செய்.

ren-e-gade/'renigeid/*(n)*:'ரெனிகெய்ட் / a person not faithful to his party, தன் கட்சிக்கு உண்மையாக இல்லாதவர்; a person having no principles of his own, தனக்கென கொள்கை இல்லாதவர்; an apostate, கட்சி, சமயம் போன்றவற்றில் உறுதியாக இல்லாதவர்.

re-nege/ri'ni:g/*(v.i)*:ரி'னிக் / [also **renegue**]: to break a promise, உறுதி மொழியை நிறைவேற்றாமல் முறி.

re-new/ri'nju:/*(v.t)*:ரி'ன்யூ / to make new again, புதுப்பி; to continue in a new manner, way, புதுமுறை, புதிய வழியில் மீண்டும் செயல்படு. • *The policy has not been* **renewed** *so far.* **re-new-al**/ri'nju:əl/*(n)*:ரீ'ன்யூஅல் / the act of making new again, புதுப்பித்தல். • *The* **renewal** *of driving licence is a must.*

re-nounce/ri'nauns/*(v.t)*:ரி'னஉன்ஸ் / to give up, துறந்து விடு; to withdraw from, விலகி நில். • *Edward* **renounced** *all his claim to the crown.* **renunciation***(n)*.

ren-o-vate/'renəuveit/*(v.t)*:'ரெனஉவெய்ட் / to make new, புதுப்பி; to restore, பழைய நிலைக்குக் கொண்டு வா. • *Many old temples are being* **renovated** *now.* **renovation***(n)*.

re-nown/ri'naun/*(n)*:ரி'னஉன் / great name, பெருமையுள்ள பெயர்; fame, புகழ். **re-nowned**/ri'naund/*(adj)*:ரினஉன்ட் / well known to the public or famous for some skill, particular quality, etc., புகழ் உள்ள, தனித்திறமையில் புகழ் பெற்றுள்ள.

rent/rent/*(n)*:ரென்ட் / regular payment for the use of land or house or any other property, வாடகை; a forcible opening, விரிசல், கீறல், பிளவு; (in a cloth) a tear, கிழிசல்; want of agreement among members, உறுப்பினர்களிடையே மனவேற்றுமை. **rent***(v.t)*: to pay or receive rent, வாடகை கொடு (அ) வாடகை வாங்கு; to be let out for rent, வாடகைக்கு விடு. **rentable** *(adj)*: **rent-al**/'rentl*(n)*: 'ரென்ட்டல் / the revenue from a rented property, வாடகை. **rent***(v)*: *(p.t & p.p)* of rend, rend என்பதன் இறந்த காலம்.

R

rent-roll/'rentrəul/*(n)*:ˌரென்ட்'ரஉல் / list of persons paying rent, வாடகை கொடுப்பவர்கள் பட்டியல்.

rent-er/rentə*/*(n)*:ரென்ட்டஉ* / one who pays rent, வாடகை கொடுப்பவர்.

re-nun-ci-a-tion/riˌnʌnsi'eiʃn/*(n)*: ரிˌனன்ஸி'யெய்ஷஉன் / the act of renouncing, துறக்கும் செயல்.

re-or-gan-ise/ˌri:'ɔ:gənaiz/*(v.t-v.i)*: 'ரீ'ɔ:கஉனய்ஸ்: / to organize again, மீண்டும் அமை.

re-pair/ri'peə*/*(n)*:ரி'ப்பεஉ* / making right, சரி செய்தல்; to make (a thing) in good condition, ஒரு பொருளைச் சரி செய்தல், செப்பனிடுதல்; good condition, நல்ல நிலை. **reparable***(adv)*: that may be repaired, செப்பனிடக்கூடிய. **repair***(v.t)*: to make or work again, மீண்டும் செய், உண்டாக்கு; mend, சரிசெய். • *My car has to be* **repaired** *soon.*

rep-a-ra-tion/ˌrepə'reiʃn/*(n)*: ˌரெப்பஉ'ரெய்ஷஉன் / the act of making amends, ஈடு செய்யும், சரிசெய்யும் செயல்; compensation, ஈட்டுத் தொகை. **reparation***(n)*: money paid by a defeated nation, போர் நட்டத் தொகை. • *The World War had compelled Germany to pay huge* **reparations** *to the Allied Powers.* **reparable***(adj)*: that can be set right, சரி செய்யக்கூடிய.

rep-ar-tee/ˌrepa:'ti:/*(n)*:ˌரெப்பாட்டீ / a smart, witty reply, உடனுக்குடன் மறுமொழி அளித்தல்; a retort, திறமையாகப் பதிலளித்தல்.

repast/ri'pa:st/*(n)*:ரி'ப்பாஸ்ட் / a meal, சாப்பாடு; refreshment, சிற்றுண்டி.

re-pat-ri-ate/ri:'pætrieit/*(n)*: ரீ'ப்பஃட்ரியெய்ட் / a person who has been repatriated, அகதி. **repatriate***(v.t)*: to send back to one's own country, ஒருவரின் தாய்நாட்டுக்குத் திருப்பி அனுப்பு. **repatriation***(n)*.

re-pay/ri:'pei/*(v.t)*:ரீ'ப்பெய் / to refund, பணத்தைத் திருப்பிக் கொடு; to compensate, ஈடுசெய். • *The farmer has to* **repay** *his loan.* **re-pay-a-ble**/ri:'peiəbl/*(adj)*: ரி'ப்பெயஉப்:ல் / that can be paid back, திருப்பிக் கொடுக்கக்கூடிய; that must be paid back, திருப்பிக் கொடுக்கப்பட வேண்டிய. **repayment***(n)*.

re-peal/ri'pi:l/*(v.t)*:ரி'ப்பீல் / to revoke, தள்ளுபடி செய்; to put an official end to, அதிகாரபூர்வமாக ரத்து செய். **repeal***(n)*: act of repealing, தள்ளுபடி செய்தல்; abrogation, தண்டனையை ரத்து செய்தல்.

re-peat/ri'pi:t/*(v.t)*:ரி'ப்பீட் / to do again, மீண்டும் செய். • *The experiment has to be* **repeated** *in order to get the correct result.* to say again, மீண்டும் சொல்; to happen over, மறுமுறை நிகழச் செய்; to say from memory, நினைவிலிருந்து சொல், ஒப்பி. **repeat***(n)*: performance shown for the second time, மீண்டும் காட்சியை அரங்கேற்றுதல். **repeated***(adj)*: said or done again or again and again, மீண்டும் மீண்டும், செய்யப்பட்டுள்ள (அ) சொல்லப் பட்டுள்ள. **repeatedly***(adv)*: again and again, மீண்டும், மீண்டும். • *He seems to be very fond of the work; it occurs* **repeatedly** *in his writings, apt or inapt.* **repeater***(n)*: one who repeats, மீண்டும் செய்பவர், மீண்டும் சொல்பவர்; a kind of rifle, ஒருவகைத் துப்பாக்கி; the same figures that are repeated in a decimal, ஒரு தசம எண்ணில், திரும்பத்திரும்ப வரும் எண். **re-peat-ing**/ri'pi:tiŋ/*(n)*/:ரி'ப்பீட்டிங் / repeating gun, மீண்டும் மீண்டும் சுடக் கூடிய துப்பாக்கி; repeating clock or watch, வேண்டும்பொழுது செயல்படும் கடிகாரம்.

re-pel/ri'pel/*(v.t)*:ரி'ப்பெல் / **repelled, repelling**: to repulse, தள்ளு, அருகில் வரவிடாமல் துரத்து. • *Unlike poles attract, like poles* **repel**. to resist, அருகில் வரவிடாமல் செய்; to oppose, எதிர்த்து நில்; to show dislike, வெறுப்பைக் காட்டு.

re-pel-lent/ri'pelənt/*(adj)*:ரி'ப்பெலஉன்ட் / driving back, பின்தள்ளிக்கொண்டுள்ள; repulsive, வெறுக்கத்தக்க. **repellent***(n)*: a mosquito repellent, a substance that drives away mosquitoes, கொசுக்களை விரட்டும் பொருள்.

re-pent/ri'pent/*(v.t-v.i)*:ரி'ப்பென்ட் / to feel sorry for, வருத்தப்படு; to regret, துயர் கொள், மனவருத்தம் கொள்; to show regret for the mistake done, செய்த தவறுக்கு வருத்தப்படு; to express sorrow for one's conduct, (தன்) நடத்தைக்கு வருந்து. • *He* **repented** *for having abused his parents.* **repentance***(n)*: sorrow for sins committed, பாவமன்னிப்பு. • *Sincere* **repentance** *may absolve you of sins.* **repentant***(adj)*: showing grief for wrong doing, செய்த தவறுக்கு வருத்தப்படுகின்ற.

R

• *One can very easily be* **repentant** *with actually repenting.* **repentantly***(adv).*

re-per-cus-sion/ˌri:pə'kʌʃn/*(n)*: ˌரீப்பə'க்கஷəன் / after effect, வினைப் பயன். • *The assassination of Rajiv Gandhi had violent* **repercussions** *all over the country.* a frequent repetition of the same sound, ஓர் ஒலி மீண்டும் மீண்டும் ஒலித்தல்; reverberation, எதிர் அதிர்வு, ஒரு ஒலியின் எதிர் அதிர்வு. **repercussive***(adj).*

rep-er-toire/'repətwa:*/*(n)*:'ரெப்பəட்உ:* / a collection of plays, pieces of music, etc., that can be performed by a theatre company, ஒரு நாடகக் குழுவினால் நடைபெறும் நாடகங்கள், இசைக் கச்சேரி முதலியவை; a recurring technique used, ஒருவரால் வழக்கமாகக் கையாளப்படும் உத்தி. • *The clerk went through* **repertoire** *of excuses to his manager on his late arrival.*

rep-er-to-ry/'repətəri/*(n)*:'ரெப்பəட்டəரி / the practice of performing several plays by the same troupe, ஒரு நாடகக் குழு நடத்தும் பல நாடகங்கள்.

rep-e-ti-tion/ˌrepi'tiʃn/*(n)*:ˌரெப்பி'ட்டிஷəன் / the act of repeating, மீண்டும் செய்தல்.

re-pine/ri'pain/*(v)*:ரி'ப்பய்ன் (ரெ') / to worry about, ஒன்றைப்பற்றிக் கவலை கொள். • *Life is, after all, what we make, happy or hazardous. It is useless to* **repine** *against one's fate, in the absence of happiness.*

re-place/ri'pleis/*(v.t)*:ரீ'ப்லெய்ஸ் / to put back in the same place, பழைய இடத்திலேயே மீண்டும் திரும்ப வை; to take the place of, ஒன்றின் இடத்தை, வேறு ஒன்று கொண்டு நிரப்பு. • *The tyres have to be* **replaced**. to fill the place of, ஓர் இடத்தை நிரப்பு. **replacement***(n)*: the act of replacing, மீண்டும் நிரப்புதல்; that which replaces, மீண்டும் நிரப்பப்படும் பொருள்.

re-play/'ri:plei/*(v.t-v.i)*:'ரீப்லெய் / to play again, மறுபடியும் நாடகம், இசைத்தல் முதலியவற்றைச் செய். **replay***(n).*

re-plen-ish/ri'pleniʃ/*(v.t)*:ரி'ப்லெனிஷ் / to fill up again, மீண்டும் நிரப்பு; to supply again, மீண்டும் காலி இடத்தைப் பூர்த்தி செய், நிரப்பு, மீண்டும் அளந்து கொடுத்து முழுமை செய். • *The stock of provisions has to be* **replenished**. **replenishment***(n).*

re-plete/ri'pli:t/*(adj)*:ரி'ப்லீட் / full, நிறைந்துள்ள; completely filled up, முழுவதும் நிரம்பிய. • *This book is* **replete** *with maps, charts, etc.* **re-ple-tion**/ri'pli:ʃn/*(n)*:ரி'ப்லீஷəன் / the stage of being completely filled up, முழுமையாக நிறைவு பெற்ற நிலை.

re-pli-ca/'replikə/*(n)*:'ரெப்லிக்கə / an exact copy, நேர் பகர்ப்பு.

re-ply/ri'plai/*(v.t-v.i)*:ரி'ப்லய் / to give an answer, பதில் கொடு; respond, மறுமொழி அளி. **reply***(n)*: an answer, விடை; response, பதில்.

reply-paid/'riplai'peid/*(adj)*:'ரிப்லய்'ப்பெய்ட் / with the cost of the reply (answer) paid for telegram, postcard, etc., தந்தி, தபால் போன்றவற்றின், பதில் செலவும் கூட்டி, முன்னமேயே கொடுக்கக்கூடிய.

re-port/ri'pɔ:t/*(v.t-v.i)*:ரி'ப்பɔ:ட் / to say or write what has taken place, நடந்ததைச் சொல், எழுதிக்கொடு. • *The correspondent has* **reported** *about the accident.* to give an account of, நடந்ததைப்பற்றி அறிக்கை கொடு, செய்தி அளி. • *The parliamentary committee is expected to* **report** *about the scam in this month.* to gather information, news, etc., and write them down for a newspaper, ஒரு செய்தித்தாள், இதழுக்கு, தகவல், செய்தி முதலியவற்றைத் தயாரித்துக் கொடு. **report***(n)*: that which is reported, அறிக்கை; an account of something, ஒன்றைப்பற்றிய தகவல், அறிக்கை. • *Have you read the day's weather* **report**? rumour, வம்புப் பேச்சு; noise of an explosion, வெடியோசை. **re-por-ter**/ri'pɔ:tə*/*(n)*:ரி'ப்பɔ:ட்டə* / one who reports, செய்தி திரட்டுபவர், செய்தியாளர்.

re-pose/ri'pəuz/*(v.i)*:ரி'ப்பəஉஸ் / to take rest, ஓய்வு எடுத்துக்கொள்; to rely on, நம்பிக்கை வை; to have confidence, நம்பிக்கை கொள். • *People do not* **repose** *much confidence in the election promises of the politicians.* **repose***(n)*: the state of lying at rest, ஓய்வெடுக்கும் நிலை; mental peace, மன அமைதி; rest, ஓய்வு.

re-pos-i-to-ry/ri'pɔzitəri/*(n)*: ரி'ப்பாஸிட்டəரி (ரெ') / a place where goods are stored, பண்டகசாலை; a storehouse, களஞ்சியம். • *She is a* **repository** *of carnatic music.*

R

re-pre-hend/ˌrepri'hend/(*v.t*): ˌரெப்ரி'ஹென்ட் / to blame, குறைகாண்; to find fault with, குற்றம் கண்டுபிடி. **re-pre-hen-si-ble**/ˌrepri'hensəbl/(*adj*): ˌரெப்ரி'ஹென்ஸிப்:ல் / blameable, குறையுள்ள, குறைகாணத்தக்க.

rep-re-sent/ˌrepri'zent/(*v.t*):ˌரெப்ரி'ஸெ:ன்ட் / to picture in the mind, மனத்தில் உருவகம் செய்; to be in the place of, ஒருவரிடத்தில், பொறுப்பாளராக இரு; to be an agent for, பெயராளராக இரு; to give an account, விவரம் கொடு; to be a symbol of, அடையாளமாக இரு; to be an example of, முன்மாதிரியாக இரு. • *Men and women who* **represent** *the common people in the parliament forget their duty and begin exploiting the very same people.* **representation**(*n*). **representative** (*n*): an example, ஓர் எடுத்துக்காட்டு; a specimen, மாதிரி, உரு மாதிரி; a person who represents another, பெயராள், முகவர். **representative**(*adj*): serving as an agent, முகவர் (அ) பெயராளராகச் செயல்பட்டுக்கொண்டுள்ள; serving as a representative, பெயராளராக விளங்குகின்ற; serving as an example, அடையாளமாக, எடுத்துக்காட்டாக.

re-press/ri'pres/(*v.t*):ரி'ப்ரெஸ் / to suppress, அடக்கு, ஒடுக்கி வை; to put down, நசுக்கி வை, அடக்குமுறை கையாளு. **repressive** (*adj*): hard and cruel, கொடுமையான அடக்குமுறையுள்ள. **repression**(*n*): the act of repressing, அடக்கும் செயல்; suppression of feelings, உணர்ச்சிகளை அடக்குதல். • **Repression** *of feelings is not conducive either to mind or to body.*

re-prieve/ri'pri:v/(*v.t*):ரி'ப்ரீவ் / to give a reprieve to, தண்டனை நிறைவேற்றுவதைத் தாமதம் செய், நிறுத்து. **reprieve**(*n*): an official order for delaying or stopping the punishment of a prisoner, ஒரு கைதியின் தண்டனையை நிறைவேற்றுவதைத் தடை செய்தல், நிறுத்துதல்.

rep-ri-mand/'reprima:nd/(*v.t*): 'ரெப்ரிமான்ட்: / to rebuke, கடிந்துரை; to criticise by using harsh words, கடுமையான வார்த்தைகளைப் பயன்படுத்தி, குற்றம் காண். • *The accused was* **reprimanded** *by the court.* **reprimand** (*n*): a strong rebuke, கடிந்துரைத்தல்.

re-print/'ri:print/(*v.t-v.i*):'ரீ'ப்ரின்ட் / to print again, மறுபதிப்பு செய். • *Every book of mine sells out very soon and the same has to be* **reprinted**. **reprint**(*n*): the act of reprinting a book etc., புத்தகம் முதலியவற்றை மறுபதிப்பு செய்தல்.

re-pri-sal/ri'praizl/(*n*):ரி'ப்ரய்ஸ:ல் / retaliation, பழிக்குப்பழி வாங்குதல்; similar punishment given to an offender, தீங்கு இழைத்தவனுக்கு அதே மாதிரி தண்டனை அளித்தல். • *The terrorists struck in the capital as a* **reprisal** *for the death of their leader.*

re-proach/ri'prəutʃ/(*v.t*):ரி'ப்ரஉச் / to blame severely, கடுமையாகக் குற்றஞ் சாட்டு; to scold, கடிந்து சொல். • *The teacher* **reproached** *the student for not doing the work properly.* **reproach**(*n*): shame, அவமானம்; blame, குற்றம் கண்டு, கடிந்துரைத்தல். • *The landlord heaped* **reproaches** *on his men wantonly.*

rep-ro-bate/'reprəubeit/(*adj*): 'ரெப்ரஉபெய்ட் / wicked, depraved, கொடுமையான மனப்பான்மையுள்ள, கீழ்மையான குணமுள்ள. **reprobate**(*n*): a wicked person, கெட்ட எண்ணமும், மோசமான குணமும் உள்ளவன். **reprobate**(*v.t*): to disown, உரிமை இல்லையென மறுப்புத் தெரிவி, தள்ளி வை; to disapprove strongly, கண்டிப்பாக மறுப்புத் தெரிவி. **reprobation**(*n*).

re-pro-duce/ˌri:prə'dju:s/(*v.t-v.i*): ˌரீப்ர'ட்:யூஸ் / to produce again, மீண்டும் உற்பத்தி செய்; to make a copy of, உருப்படிவம் உண்டாக்கு; to repeat the same, மீண்டும் அதையே செய்; to bring forth offspring of their own species, இனப்பெருக்கம் செய். • **Lizards** *reproduce themselves by laying eggs.* **reproducible**(*adj*). **reproductory** (*adj*): tendency to reproduce, மீண்டும் உற்பத்தி செய்யக்கூடிய. **re-pro-duc-tion**/ˌri:prə'dʌkʃn/(*n*):ˌரீப்ர'ட:க்ஷன் / the act of producing young, இனவிருத்தி செய்தல். **reproductive**(*adj*).

re-proof/ri'pru:f/(*n*):ரி'ப்ரூ:ஃப் / a severe blaming, கடிந்துரைத்தல்; blaming, கண்டனம் தெரிவித்தல். **re-prove**/ri'pru:v/(*v.t*):ரி'ப்ரூவ் / to scold, கடிந்து கூறு; to find fault with, ஒருவனிடம் குற்றம் காண்; to blame strongly, கடிந்து குற்றம் காண். • *She* **reproved** *her son for not behaving*

R

decently in the class. • *The judge* **reproved** *the behaviour of the accused in the court.* **reprovingly**(*adj*).

rep-tile/ˈreptail/(*n*):ˈரெப்ட்டய்ல் / an animal that crawls, ஊர்வன; a low-minded person, கீழ்த்தர மனப்பான்மையுள்ள மனிதன். **reptile**(*adj*): creeping, ஊர்ந்து செல்லக்கூடிய; moving on the belly, உடலால் ஊர்ந்து செல்லக்கூடிய. **reptilian**(*adj*): like a reptile, ஊர்வன பற்றிய; unpleasant, மனமகிழ்ச்சி இல்லாத.

re-pub-lic/riˈpʌblik/(*n*):ரிˈப்பப்:லிக் / commonwealth, குடியரசு; a state governed by one, elected by the people, மக்களால் தேர்ந்தெடுக்கப்படும் ஒருவர் நடத்தும் ஆட்சி. **republican**(*adj*): pertaining to republic, குடியரசு தொடர்பான. **republicanism**(*n*): form of a republican government, குடியரசாட்சியின் வடிவம்.

re-pu-di-ate/riˈpju:dieit/(*v.t*):ரிˈப்யூடி:யெய்ட் (ரெ-) / to cast off, விட்டுவிடு; to disown, உரிமையை வேண்டாம் எனத் துறந்து விடு; to have nothing to do with, தொடர்பு இல்லை என மறுத்து விடு; to deny the truth of, உண்மையை மறுத்து விடு. • *The man* **repudiated** *the statement by him in the court.*

re-pug-nance/riˈpʌgnəns/(*n*): ரிˈப்பக்:னஒன்ஸ் / utter dislike, முழுவதும் வெறுப்புள்ள நிலை; aversion, வெறுப்பு. • *I have* **repugnance** *towards laziness.* **re-pug-nant**/riˈpʌgnənt/(*adj*): ரிˈப்பக்:னஒன்ட் / distasteful, வெறுப்பூட்டும் படியாக; contrary to, முழுவதும் முரண்பாடாக; disagreeing with, ஏற்றுக்கொள்ள முடியாத. • *I do not approve of the* **repugnant** *ways of living.*

re-pulse/riˈpʌls/(*v.t*):ரிˈப்பல்ஸ் / to drive back, பின் தள்ளு; to beat off, விரட்டிவிடு. • *The enemy's attack was* **repulsed**. to refuse in a rough way, முரட்டுத்தனமாக மறுத்துக் கூறு.

re-pul-sion/riˈpʌlʃn/(*n*):ரிˈப்பல்ஷஒன் / strong dislike, வெறுப்பு. **re-pul-sive**/riˈpʌlsiv/(*adj*):ரிˈபல்ஸிவ் / tending to repel, எதிர்த்துத் தள்ளக்கூடிய; capable of dislike, வெறுப்புத்தன்மையுள்ள.

rep-u-ta-ble/ˈrepjutəbl/(*adj*):ˈரெப்யுட்டஒப்:ல் / having fame and renown, புகழுள்ள; full of respect, மதிப்பும், மரியாதையும் உள்ள. **reputably**(*adv*). • *To live* **reputably** *is the aim of everyone, but only a few succeed.* **re-pu-ta-tion**/ˌrepjuˈteiʃn/(*n*):ˌரெப்யுட்ˈடெய்ஷஒன் / fame, புகழ்; distinction, தனிச்சிறப்பு. • *This restaurant has a good* **reputation**. • *Some try to acquire* **reputation** *with money.* **re-pute**/riˈpju:t/(*n*):ˈரெப்யூட் / good reputation, நல்ல சிறப்பு; men of repute, புகழ் பெற்றவர்கள்.

re-quest/riˈkwest/(*n*):ரிˈக்உஎஸ்ட் / that which is asked for, கேட்பது, கேட்டது; petition, விண்ணப்பம்; demand, கோரிக்கை. • *I never make a* **request** *for any help from anyone.* **request**(*v.t*): to ask for in a polite manner, முறையிடு; to entreat, வேண்டிக்கொள். • *Every invitation* **requests** *your presence at the meeting: but your presence is ignored very often.*

re-q-ui-em/ˈrekwiəm/(*n*):ˈரெக்உயஒம் (உயெம்) / a hymn or mass song for the dead, இரங்கற்பா, ஒப்பாரிப்பாடல்.

re-quire/riˈkwaiə*/(*v.t*):ரிˈக்உஅயஒ* / to demand, to ask as a right, உரிமையுடன் கேட்டுப் பெறு; to order, கட்டளையிடு; to ask for need, தேவைக்காகக் கேள். • *Why do you* **require** *so much money?* **re-quire-ment**/riˈkwaiəmənt/(*n*): ரிˈக்உஅயஒமஒன்ட் / that which is required, தேவைப்படுவது, கோரிக்கை.

req-ui-site/ˈrekwizit/(*n*):ˈரெக்உயிஸி:ட் / that which is required, தேவைப்படுவது. **requisite**(*adj*): necessary, தேவையான, indispensable, அவசியம் தேவையான, இல்லாமல் செயல்பட முடியாத.

req-ui-si-tion/ˌrekwiˈziʃn/(*n*): ˌரெக்உயிˈஸி:ஷஒன் / a written request, எழுத்து மூலம் கோரிக்கை; that which is demanded, தேவை மனு.

re-quit-al/riˈkwaitl/(*n*):ரிக்உஅய்ட்ல் / returning for whatever you get good or bad, நல்லது, கெட்டது எதுவானாலும் திருப்பிக் கொடுத்தல்; compensation, நட்ட ஈடு; retaliation, பழிவாங்குதல். **re-quite**/riˈkwait/(*v.t*):ரிˈக்உஅய்ட் / to repay, திருப்பிக் கொடு; recompense, ஈடுசெய்.

re-scind/riˈsind/(*v.t*):ரிˈஸின்ட்: / to repeal, ரத்து செய்; to make no longer in force, செல்லுபடியாகாதபடி செய்.

res-cue/ˈreskju:/(*v.t*):ˈரெஸ்க்யூ / to save from danger, அபாயத்தினின்று காப்பாற்று; to set at liberty, விடுதலை செய். • *The army* **rescued** *the marooned people within* *hours of disaster.* **rescue**(*n*): act of rescuing, மீட்பு செய்தல்; release, விடுதலை செய்தல்; an act of saving from danger, இடர் காப்பு உதவி.

re-search/ri'sɜ:tʃ/(*n*):ரி'ஸஅ:ச் / a careful search for finding facts and truth, ஆராய்ச்சி செய்தல்; investigation, ஆராய்தல், விசாரணை செய்தல். **research** (*v.i*): to do research, ஆராய்ச்சி செய். • *He has gone to California University to* **research** *on nuclear science.*

re-sem-blance/ri'zembləns/(*n*): ரி'ஸெ:ம்ப்:லஅன்ஸ் / similarity, ஒப்புமை; likeness in all ways, ஒரே மாதிரி எல்லா வகையிலும் இருத்தல், ஒத்திருத்தல். • *In a family, there may be strong* **resemblances,** *among children.* **re-sem-ble**/ri'zembl/(*v.t*):ரி'ஸெ:ம்ப்:அல் / to be similar, ஒத்திரு; to be like, ஒரே மாதிரி இரு.

re-sent/ri'zent/(*v.t*):ரி'ஸெ:ன்ட் / to be offended at, மனவருத்தம் கொள். • *I* **resent** *every time I seek loan from my friends.* to be angry at, கோபம் கொள். **re-sent-ment**/ri'zentmənt/(*n*): ரி'ஸெ:ன்ட்மஅன்ட் / the act of resenting, கடும் சினம் கொள்ளல், மனக்குமுறல் அடைதல். • *There is strong and growing* **resentment** *against terrorism.*

re-ser-va-tion/ˌrezə'veiʃn/(*n*): ˌரெஸ:அ'வெய்ஷஅன் / a feeling of doubt or uncertainty, ஐயமும், நிச்சயமற்ற உணர்வும் உள்ள உணர்ச்சி. • *The offer is accepted with no* **reservation**. an arrangement made in advance to have place in train, plane, hotel, etc., சினிமா, இரயில், விடுதி முதலியவற்றில் இட ஒதுக்கீடு செய்தல். **re-serve**/ri'zɜ:v/(*v.t*):ரி'ஸ:அ:வ் / to store for future use, வருங்காலத்திற்குச் சேமிப்பு செய்; to retain, செலவு செய்யாமல், வீணாக்காமல் இருப்பு வைத்திரு; to set aside, ஒதுக்கி வை. • *The seats are* **reserved** *for very important persons.* to make reservation, இட ஒதுக்கீடு செய். • *Have you* **reserved** *your seat for the air travel?* **reserve**(*n*): something saved for future, சேமிப்பு; something laid up for future, திடீர் பாதுகாப்புக்குச் சிலவற்றைப் பாதுகாத்து வைத்திருத்தல்; self-centred behaviour, அழுத்தமுள்ள குணம் வாய்ந்தவர்; troops kept ready to be used in need, தேவைக்குப் பயன்படும் பொருட்டு, தயார் நிலையில் இருக்கும் இராணுவப் படை; deliberate suppression of fact, உண்மையை வேண்டுமென்றே மறைத்து வைத்தல்.

re-served/ri'zɜ:vd/(*adj*):ரி'ஸ:அ:வ்ட் / of people who have a liking to be not social and do not like to share feelings, தன் எண்ணங்களைத் தன்னுடனே வைத்துக் கொண்டு பிறருடன் பழகாது இருத்தல். • *I am always* **reserved**; *I do not like company.*

res-er-voir/'rezəvwa:*/(*n*):ரெஸஅவ்உஅ:* / a lake adapted for storing water, நீர் சேகரித்து வைக்க உதவும் ஏரி; a storehouse of anything, சேமக்கலம்.

re-side/ri'zaid/(*v*):ரி'ஸ:ய்ட் / to live in a place, ஓரிடத்தில் குடியிரு; to have a home permanently, நிரந்தரமாக ஒரு வீட்டில் குடியிரு. **res-i-dent**/'rezidənt/(*adj*): 'ரெஸி:ட:அன்ட் / living in a place where one has to discharge one's duties, அலுவல் இருக்கும் இடத்தில் குடியிருக்கின்ற. **resident**(*n*): one who resides, குடியிருப்பவர், தங்குபவர்; a minister at a foreign country, அயல்நாட்டில் இருக்கும் ஒரு நாட்டின் தூதுவர். **res-i-dence**/'rezidəns/(*n*):'ரெஸி:ட:அன்ஸ் / the place where one resides, வசிக்குமிடம். *My* **residence** *is near the bus stand.* **res-i-den-tial**/ˌrezi'denʃl/(*adj*):ˌரெஸி:'டெ:ன்ஷஅல் / pertaining to residence, குடியிருப்பு தொடர்பான; occupied by houses, குடியிருப்புகள் நிறைந்துள்ள. • **Residential** *localities in the town are crowded.*

res-i-due/'rezidju:/(*n*):'ரெஸி:ட்:யூ / remainder, மிச்சம், மீதி; that which remains, மீதியிருக்கும் பகுதி. • *The* **residue** *in the test tube is iodine crystals.* **residual**(*adj*), **residuary**(*adj*).

re-sign/ri'zain/(*v*):ரி'ஸ:ய்ன் / to give up one's office or job or post, செய்யும் பணியைத் துறந்துவிடு, ராஜினாமா செய்; to yield or submit, விட்டுக்கொடு, பணிந்து விடு; to accept calmly, பொறுமையுடன் தாங்கிக் கொள். • *I am quite* **resigned** *to whatever fate ordains.* **res-ig-na-tion**/ˌrezig'neiʃn/(*n*):'ரெஸி:க்:னெய்ஷஅன் / the act of giving up one's office, position, post, etc., பணியைத் துறத்தல், வேலையை ராஜினாமா செய்தல்; the state of being submissive, அடக்கம், பொறுமையுடன் இருத்தல்.

R

re-signed/ri'zaind/*(adj)*:ரி'ஸ:ய்ன்ட்: / accepting fate and pain calmly, பொறுமையுடன் சகித்துக்கொள்ளக்கூடிய.

re-sil-i-ence/ri'ziliəns/*(n)*:ரி'ஸி:லியஅன்ஸ் / [also **resiliency**]: elasticity, மீட்சியியல், மீட்சித்தன்மை. **resilient***(adj)*: elastic, சுருங்கி விரியக்கூடிய. **resiliently***(adv)*.

resin/'rezin/*(n)*:'ரெஸி:ன் / an amorphous inflammable substance, குங்கிலியம்; a gum, பிசின். **resinous***(adj)*.

re-sist/ri'zist/*(v.t-v.i)*:ரி'ஸி:ஸ்ட் (ரெ') / to withstand, தாங்கிக்கொள்; to oppose, எதிர்த்து நில்; to obstruct, தடை ஏற்படுத்து. **re-sis-tance**/ri'zistəns/*(n)*: ரெ'ஸி:ஸ்ட்டஅன்ஸ் / the state of resisting, எதிர்த்து நிற்கும் நிலை; opposition, எதிர்ப்பு.

resolute/'rezəlu:t/*(adj)*:'ரெஸ:ஒல்யூட் / fixed in aim, குறிக்கோளில் உறுதியுள்ள; determined, தீர்மானமான; firm in purpose, கொள்கைப்பிடிப்புள்ள. • *Being a* **resolute** *monarch, Shivaji easily defeated his rivals.* **resoluteness***(n)*.

res-o-lu-tion/ˌrezə'lu:ʃn/*(n)*: ˌரெஸ:ஒ'ல்யூஷஒன் / an act of resolving or separating, தீர்த்தல் (அ) பிரித்தல், பகுப்பு; determination, தீர்மானம், கண்டிப்பான நிலை; that which is determined on, உறுதியாகத் தீர்மானிக்கும் நிலை, உறுதியாகத் தீர்மானிக்கப்படுவது. • *It is the* **resolution** *that wins a war.* an expression of opinion of a body or meeting, ஒரு நிறுவனம் (அ) கூட்டம் இவற்றில் நிறைவேற்றப்படும் தீர்மானம் (அ) எடுக்கப்படும் முடிவு. • *The council has passed the* **resolution** *by voice vote.* **re-sol-va-ble**/ri'zɔlvəbl/*(adj)*: ரி'ஸ:ஒல்வஒப்:ல் / that can be resolved or set right, தீர்க்கக்கூடிய. **re-solve**/ri'zɔlv/*(v.t)*:ரி'ஸ:ஒல்வ் / to decide, தீர்மானம் செய்; to separate into parts, பகுதிகளாகப் பிரித்தெடு; to make up one's mind, முடிவு எடு; to declare by vote, வாக்கெடுப்பு மூலம் தீர்மானம் செய்; to set right, சிக்கலைச் சீர் செய். **resolved***(adj)*.

res-o-nant/'rezənənt/*(adj)*:'ரெஸ்:னஒன்ட் / repeating sound, மீண்டும் மீண்டும் ஒலிக்கக்கூடிய; resounding, எதிரொலிக்கின்ற. **res-o-nate**/'rezəneit/*(v.i)*: 'ரெஸ:ஒனெய்ட் / to produce resonance, எதிரொலி ஏற்படச் செய். **res-o-nance**/'rezənəns/*(n)*:'ரெஸ்:னஒன்ஸ் / sound produced or increased in one object by the sound waves produced by the other, எதிரொலி ஏற்படுதல்.

re-sort/ri'zɔ:t/*(v.t)*:'ரி'ஸ:ஓ:ட் / to betake oneself to, முயற்சி மேற்கொள், நாடுதல் செய். • *Do not* **resort** *to underhand dealings.* to do frequently, அடிக்கடி செய்; to go for safety, பாதுகாப்புக்கு முயற்சி செய். **resort***(n)*: a place where people go for holidays frequently, மக்கள் ஓய்விற்காக அமைதி நாடிச் செல்லுமிடம்.

re-sound/ri'zaund/*(v.i)*:ரி'ஸ:உன்ட்: / to sound loudly, அதிக ஒலியுடன் முழங்கு; to reverberate, எதிரொலி செய், ஒலி முழக்கம் செய்; to echo, எதிரொலி ஏற்படுத்து; to be famous, புகழ்பெறு; to be clearly heard, தெளிவாகக் கேட்கும்படி செய். • *Her music* **resounded** *through the hall.* **re-sound-ing**/ri'zaundiŋ/*(adj)*:ரி'ஸ:உன்டி:ங் / loud and clear, தெளிவானதும், ஒலிக்கும்படியாகவுமுள்ள.

re-source/ri'sɔ:s/*(n)*:ரிஸஓ:ஸ் / a source of supply, தேவையை நிறைவு செய்யும் இடம்; means that are available, வளம் கொடுக்கும் வழிகள்; capacity, skill, etc., in meeting any situation, எந்த சந்தர்ப்பத்தையும் திறமையுடன் சமாளிக்கும் அறிவுக்கூர்மை; money or property, பணம் (அ) சொத்துக்கள்; any power or means, சக்தி (அ) ஆதாரம் காணும் வழிமுறைகள். **to leave someone to his own resources**: to depend on oneself with no help from others, பிறர் உதவியில்லாமல் செயல்படு. **resourceful** *(adj)*: full of resource, மனவலிமை, அறிவுத் திறன், வழிமுறைகளுள்ள; capable of acting fruitfully, செயல்திறனுள்ள. • *A man of* **resourceful** *imagination can be a good teacher.*

re-spect/ri'spekt/*(n)*:ரிஸ்'ப்பெக்ட் (ரஒஸ்) / honour, கௌரவம். • *We must give due* **respect** *to our elders.* esteem, மதிப்பு; regard, மானம், மரியாதை. **respect***(v.t)*: to have respect for, மதிப்பு கொடு; to favour, ஆதரவு கொடு, to take notice of, கவனம் கொள். • *I* **respect** *ancient beliefs.* **re-spects**/ri'spekts/*(n, pl)*:ரிஸ்'ப்பெக்ட்ஸ் / formal greetings or good wishes, நல் வாழ்த்துக்கள். **re-spec-ta-bil-i-ty**/riˌspektə'biləti/*(n)*:ரிஸ்ˌப்பெக்ட்டஒ'பி:லிட்டி / the state of being respectable, மதிப்புள்ள தன்மை. **re-spec-ta-ble**/ri'spektəbl/

(adj):ரிஸ்'ப்பெக்ட்டஃப்:ல் / worthy of respect, deserving honour, மதிப்புக்குகந்த. **re-spect-ful**/ri'spektful/*(adj)*: ரிஸ்'ப்பெக்ட்ஃபுல் / full of respect, courteous, பண்பும், மரியாதையும் உள்ள.

re-spect-ing/ri'spektiŋ/*(prep)*: ரிஸ்'ப்பெக்டிங் / regarding, குறிப்பிட்ட; in regard to, தொடர்புள்ள.

re-spec-tive/ri'spektiv/*(adj)*:ரிஸ்ப்பெக்ட்டிவ் / particular, குறிப்பிட்ட தன்மையுள்ள; of or for each one, ஒன்றினுடைய (அ) ஒன்றுக்காக. **re-spec-tive-ly**/ri'spektivli/*(adj)*:ரிஸ்ப்பெக்ட்டிவ்லி / in order, முறையான நிலையிலுள்ள; in turn, முறைப்படி. • *The ministers and parliament members get a pay rise of 100% and 50%* **respectively**.

res-pi-ra-tion/ˌrespə'reiʃn/*(n)*: ˌரெஸ்ப்பி'ரெய்ஷஅன் / breathing, உயிர்த்தல், மூச்சு விடுதல். • **Respiration** *becomes difficult at the top of mountains.* **res-pi-ra-tor**/'respəreitə*/*(n)*:'ரெஸ்ப்பிரெய்ட்டஅ* / an apparatus to help breathing, சுவாசித்தலை எளிதாக்கும் கருவி. **respiratory***(adj)*. **re-spire**/ri'spaiə*/*(v)*: ரிஸ்'ப்பயஅ* / to breathe, மூச்சு விடு.

res-pite/'respait/*(n)*:'ரெஸ்ப்பய்ட் / rest time, ஓய்வுக் காலம்; delay, கால தாமதம்; postponement, தள்ளிப்போடுதல்.

re-spond/ri'spɔnd/*(v.t-v.i)*:ரிஸ்'ப்பாண்ட் / to answer, பதில் கொடு; to act agreeably to (the given situation), ஏற்ற பதில் கொடு. • *The official* **responded** *to my request with a smile.*

re-splen-dent/ri'splendənt/*(adj)*: ரிஸ்'ப்லென்டஃஅன்ட் / shining, ஒளிரக்கூடிய; bright, சுடர் விடும். **resplendence** *(n)*.

respondent/ri'spɔndənt/*(n)*: ரிஸ்'ப்பான்டஃஅன்ட் / one who responds, மறுமொழி கூறுபவர்; a defendant, எதிர் வாதி. **re-sponse**/ri'spɔns/*(n)*: ரிஸ்'ப்பான்ஸ் / an answer, மறுமொழி; a reply to an objection or question, ஒரு கேள்வி, எதிர்ப்பு தெரிவிப்பதற்கு பதில் கொடுத்தல். • *Sometimes, stony silence is a very good* **response**.

re-spon-si-bil-i-ty/riˌspɔnsə'biləti/*(n)*: ரிஸ்ˌப்பான்ஸஅ'பிலிட்டி / accountability, பொறுப்புணர்ந்து செயல்படுதல்; a sense of duty, கடமையுணர்ச்சி; a trust, நம்பிக்கை. **re-spon-si-ble**/ri'spɔnsəbl/*(adj)*: ரிஸ்'ப்பான்ஸஅப்:ல் / having responsibility, பொறுப்புணர்வு உள்ள; having trust, நம்பிக்கையுள்ள; important and dutiful, முக்கியமான கடமையுணர்வு உள்ள. **re-spon-sive**/ri'spɔnsiv/*(adj)*: ரிஸ்'ப்பான்ஸிவ் / giving an answer, பதில் கொடுக்கக்கூடிய; having sympathy, இரக்கமுள்ள.

rest/rest/*(n)*:ரெஸ்ட் / freedom from work, வேலையிலிருந்து சிறிது ஓய்வு; sleep, உறக்கம்; cessation from work, வேலை நிறுத்தம்; that which is left over, மீதி; a support, ஆதாரம். **rest***(v.t)*: to sleep, ஓய்வு எடு; to be motionless, அசையாமல் இரு; to depend on, ஒருவரைச் சார்ந்திரு, ஆதாரமாக அமை; to halt, நிறுத்து, தங்கியிரு; to repose, ஓய்வு எடு.

res-tau-rant/'restərɔnt/*(n)*: 'ரெஸ்ட்டஅராஃன்ட் / a place where refreshments are served, சிற்றுண்டிச் சாலை.

res-tive/'restiv/*(adj)*:'ரெஸ்ட்டிவ் / restless, அமைதியில்லாத. **rest-less**/'restlis/*(adj)*: 'ரெஸ்ட்லிஸ் / without rest, ஓய்வில்லாமல்; uneasy, அமைதியில்லாத. • *I feel* **restless** *very often.*

re-store/ri'stɔ:*/*(n)*:ரிஸ்'ட்டா:* / to give in return, திருப்பிக் கொடு; to replace, மீண்டும் வைத்து விடு; to bring into effect, நடைமுறைக்குக் கொண்டு வா; to reinstate, பழைய நிலைக்கு வைக்கப்படுதல். **restoration***(n)*: act of restoring, மீண்டும் முந்தைய நிலைக்குக் கொண்டு வருதல்; regaining health, மீண்டும் உடல் நலம் பெறுதல்; that which is restored, மீண்டும் பழைய நிலையில் இருத்தல். **re-sto-ra-tive**/ri'stɔrətiv/*(adj)*:ரிஸ்'ட்டாரஅட்டிவ் / capable of restoring, மீண்டும் பழைய நிலைக்குக் கொண்டு வரக்கூடிய. **restorative***(n)*: a restoring medicine, மீண்டும் உடல் நலம் பெற உதவும் நல்ல மருந்து.

res-train/ri'strein/*(v.t)*:ரிஸ்'ட்ரெய்ன் / to hold back, தடுத்து நிறுத்து. • *To* **restrain** *one's speech is a fine quality.* to suppress, அடக்கு; to restrict, தடைசெய். • *I had to* **restrain** *myself from expressing what I feel about others.* **re-strained**/ri'streind/*(adj)*:ரிஸ்'ட்ரெய்ன்ட் / calm and controlled, அமைதியாக உள்ள. **restraint***(n)*: a restriction, தடை; self-control, சுயக்கட்டுப்பாடு; restricting liberty, அடக்கமாக இருத்தல், சுதந்திரமாகச் செயல்படுவது தடை செய்யப்படல். • *A dog has to be kept under* **restraint**.

R

re-strict/ri'strikt/*(v.t)*:ரிஸ்'ட்ரிக்ட் / to be within limits, எல்லைக்குள் இரு; to limit one's actions or movement, செயல், இயக்கம் இவற்றில் அடக்கம் காட்டு. • *The number of students has to be* **restricted** *for this course.* **restricted** *(adj)*: limited by law or under control, கட்டுப்பாட்டிலுள்ள, சட்டப்படி தடை செய்யப்பட்டுள்ள. **re-stric-tion**/ri'strikʃn/ *(n)*:ரிஸ்'ட்ரிக்ஷஒன் / that which limits, வரையறுக்கப்படுவது; restraint, கட்டுப்பாடு. • *There is no* **restriction** *for investment in mutual funds.* **res-tric-tive**/ri'striktiv/*(adj)*:ரிஸ்'ட்ரிக்ட்டிவ் / capable of restricting, தடை ஏற்படுத்தக் கூடிய; tending to restrict, எல்லை வகுக்கக் கூடிய; limiting, எல்லைக்குட்பட்ட. • *My life in this country is too* **restrictive**.

rest-room/'rest'ru:m/*(n)*:'ரெஸ்ட்'ரூம் / a public toilet, பொது ஓய்வு (கழிவு) அறை.

re-struc-ture/'re'strʌktʃə*/*(v.t)*: 'ரீ'ஸ்ட்ரக்ச்சஒ* / to arrange in a new way, புதிய முறையில் அமை.

re-sult/ri'zʌlt/*(n)*:ரி'ஸ:ல்ட் / the outcome, பலன்; decision, முடிவு; a consequence, செய்வினை, பின்விளைவு. **result***(v.i)*: to follow as a consequence, பின்விளைவு ஏற்படும்படி செய்; to be an outcome, முடிவாக அமை, செய்வினையின் விளைவாக ஏற்படும்படி செய். • *Rail accidents* **result** *in the death of many passengers.* **re-sul-tant**/ri'zʌltənt/*(adj)*:ரி'ஸ:ல்ட்டஒன்ட் / happening as an effect, முடிவில் ஏற்படும்படியாக; resulting, முடிவான.

re-sume/ri'zju:m/*(v.t-v.i)*:ரி'ஸ்யூம் / to begin again, மீண்டும் தொடங்கு; to do again, மீண்டும் செய்; to take up again, மீண்டும் எடுத்துக்கொள். • *You are requested to* **resume** *your seats.*

re-su-me/'rezju:mei/*(n)*:'ரெஸ்யூமெய் / a summing up, தொகுப்பு; short substance, முக்கிய பகுதிகளின் சுருக்கம்.

re-sump-tion/ri'zʌmpʃn/*(n)*:ரி'ஸ:ம்ப்ஷஒன் / act of resuming, மீண்டும் தொடங்குதல். • *There is* **resumption** *of terrorist activities after some recess.*

re-sur-face/ˌri:'sɜ:fis/*(v.t)*:'ரீ'ஸஒ:ஃபிஸ் / to put a new surface, புதிய மேல்தளம் அமை. come to the surface again, மீண்டும் மேல்மட்டத்திற்கு வருதல்.

re-sur-gent/ri'sɜ:dʒənt/*(adj)*:ரி'ஸஒ:ஜஒன்ட் / coming back to life especially from the dead, இறப்பினின்று மீண்டும் புத்துயிர் பெறுதல். **re-sur-gence**/ri'sɜ:dʒəns/*(adj)*: ரி'ஸஒ:ஜஒன்ஸ் / a rising from the dead, புத்துயிர் பெறுதல்.

res-ur-rec-tion/ˌrezə'rekʃn/*(n)*: ˌரெஸ:ஒ'ரெக்ஷஒன் / the act of coming back to life, மீண்டும் புத்துயிர் பெறுதல்; the process of rebirth, மீண்டும் புதுப்பிறவி எடுத்தல்; revival, புதிய வாழ்க்கை, மறுமலர்ச்சி. **Resurrection***(n)*: the return of Christ to life after his death, Easter, இயேசுநாதர் உயிர்த்தெழுந்ததைக் குறிக்க கொண்டாடப்படும் ஒரு விழா. **res-ur-rect**/ˌrezə'rekt/*(v.t)*:ˌரெஸ:ஒ'ரெக்ட் / to bring back to life, மீண்டும் உயிரூட்டு. • *It is folly to* **resurrect** *old quarrels.*

re-sus-ci-tate/ri'sʌsiteit/*(v.t)*:ரி'ஸஸிட்டெய்ட் / to bring back to life from death that seems certain, சாவினின்று மீட்டு, புத்துயிர் கொடு; to renew the life of, மீண்டும் உயிர்ப்பித்து எழு. **re-susci-ta-tion**/riˌsʌsi'teiʃn/*(n)*:ரிˌஸஸிட்'டெய்ஷஒன் / the act of resuscitating, புத்துயிர் பெறுதல். • *In spite of our attempts at* **resuscitation**, *the patient could not recover.*

re-tail/'ri:teil/*(v.t-v.i)*:'ரீட்டெய்ல் (ரீ') / to sell in small quantities, சில்லறை வியாபாரம் செய்; to tell what one has heard, கேட்டதைச் சொல். **retail***(n)*: the selling of goods in small quantities, சில்லறையாக விற்பனை செய்தல். **retailer***(n)*: a person who sells things by retail, சில்லறை வியாபாரி.

re-tain/ri'tein/*(v.t)*:ரி'ட்டெய்ன் / to have the hold of, பிடிப்பு வைத்திரு, ஒரு பொருளைத் தக்கவைத்துக்கொள்; to allow not to go from one's possession, தன் பிடியிலிருந்து எதையும் நழுவ விடாதே; to make sure of the possession of (by paying before hand), முன்பணம் கொடுத்து பொருளைச் சொந்தமாக்கிக்கொள். **retainer***(n)*: one kept in service, பணியாள்.

re-take/ˌri:'teik/*(v.t)*:'ரீ'ட்டெய்க் / **retook, retaken**: to take (or regain) possession of, மீண்டும் சொந்தமாக்கிக்கொள்.

re-tal-i-ate/ri'tælieit/*(v.t)*:ரி'ட்டஃலியெய்ட் / to deal with as one is dealt with, பழி தீர்த்துக்கொள்; to return evil for evil, பழிக்குப் பழி வாங்கு; to pay in the same coin, செய்ததையே பதிலுக்குச் செய். • *When you begin to* **retaliate**, *you become weak.* **retaliation***(n)*, **retaliative***(adj)*, **retaliatory***(adj)*.

R

re-tard/ri'ta:d/*(v.t)*:ரி'ட்டாட் / to cause to go slow, வேகம் குறை; to delay, தாமதப் படுத்து. **re-tard-a-tion**/ˌri:ta:'deiʃn/*(n)*: ˌரிட்டா'டெய்ஷஒன் / an action of keeping back, செயல்படுத்துவதில் தாமதம் ஏற்படுத்துதல்.

re-tell/ˌri:'tel/*(v.t)*:'ரீ'ட்டெல் / **retold, retelling**: to tell a story in a new way, புதிய முறையில் பழங்கதையைத் திருப்பிச் சொல்.

re-ten-tion/ri'tenʃn/*(n)*:ரிட்டென்ஷஒன் (ரஒ) / power of retention, நினைவில் வைத்திருக்கும் திறன்; place of confinement, பிடித்து வைத்திருக்கும் இடம். **retentive***(adj)*, **retentiveness***(n)*.

re-think/ri:'θiŋk/*(v.t-v.i)*:ரீ'திங்க் / **rethought, rethought**: to think again, மீண்டும் ஆலோசனை செய். **rethink***(n)*: the process of rethinking, மீண்டும் ஆலோசனை செய்தல்.

re-ti-cent/'retisənt/*(adj)*:'ரெட்டிஸஒன்ட் / keeping silence, not saying anything, மௌனமாக இருக்கின்ற, பேசாமல் இருக்கக் கூடிய; giving no news or information, செய்தி, தகவல் எதுவும் தராத. • *The minister was* **reticent** *about the reasons for his resignation.* **reticently***(adv)*, **reticence** *(n)*.

ret-i-na/'retinə/*(n)*:'ரெட்டினஒ / network of the optic nerves at the back of the eye, கண் திரை, ஒளிக்கதிரைச் செயல்படுத்தும் நரம்புத் திரள், விழித்திரை.

ret-i-nue/'retinju:/*(n)*:'ரெட்டின்யூ / the attendants on a person of a rank, பரிவாரம், பணியாளர்கள், மெய்க்காப்பாளர்.

re-tire/ri'taiə*/*(v.t-v.i)*:ரி'ட்டயஒ* / to withdraw, பின்வாங்கிச் செல்லல்; to give up one's job or profession and withdraw to a life of rest, பணியிலிருந்து ஓய்வு பெறு; to move back, பின்செல்; to retreat, தோல்வியைத் தவிர்க்க பின்வாங்கு. • *The thieves* **retired** *to the forest on seeing the police.* **retired***(adj)*: moving away from public view, தனிமையாக, பொது வாழ்விலிருந்து விலகி வாழுகின்ற; superannuated, ஓய்வு பெற்றுள்ள. **re-tire-ment**/ri'taiəmənt/*(n)*:ரி'ட்டயஒமஒன்ட் / giving up of public life, பொது வாழ்விலிருந்து விலகல்; a peaceful place of living, அமைதியான வசிக்குமிடம்; the act of retiring, வேலையிலிருந்து ஓய்வு பெறுதல்; the period after one has retired, ஓய்வு காலம். **retiral***(n)*: retirement from office, பணியிலிருந்து ஓய்வு பெறுதல். **retiring***(adj)*: not forward, முன்னேறும் மனப்பான்மையில்லாத; shy, கூச்ச மனப்பான்மையுள்ள.

re-tort/ri'tɔ:t/*(v.t)*:ரிட்டோ:ட் / to reply severely to an argument, ஒரு வாதத்திற்குக் கொடுக்கப்படும் பதில், சுடுசொல். • *People who* **retort** *never think at all.* to make a serious reply, எதிர் உரை. **retort***(n)*: a bottle made of thin glass, கண்ணாடி வாலை; a vessel used for distilling, காய்ச்சி வடித்தலுக்குப் பயன்படும் வாலை; a sharp and ready reply, சுடுசொல்; a quick and witty answer, சுருக்கென்ற உரை, எதிர் உரை.

re-touch/ˌri:'tʌtʃ/*(v.t)*:'ரீ'ட்டச் / to give a finishing touch to a picture, photo, etc., ஒரு படம், நிழற்படம் முதலியவற்றை முற்றுப் பெற அழகுபடுத்து.

re-trace/ri'treis/*(v.t)*:ரி'ட்ரெய்ஸ் / go back over one's steps, வந்த வழியே திரும்பிச் செல்; recall the course in one's memory, ஒவ்வொன்றாக மீண்டும் நினைத்துப் பார். • *The enemy was compelled to* **retrace** *his steps.*

re-tract/ri'trækt/*(v.i)*:ரி'ட்ரஆக்ட் / to draw back, பின்வாங்கு; to unsay what has been said or to go back on an agreement, சொன்ன சொல்லை மீறு, ஏற்றுக்கொண்ட உடன்படிக்கையை மறுத்துப்பேசு. **re-trac-tion**/ri'trækʃn/*(n)*:ரி'ட்ரஆக்ஷஒன் / [also **retractation**]: drawing back, பின் வாங்குதல்; an unsaying, வாக்குத்தவறி நடத்தல். **retractile***(adj)*: that can be retracted, சொற்புரட்டு உள்ள, சொன்ன சொல்லை மீறி நடக்கும் குணமுள்ள.

re-treat/ri'tri:t/*(n)*:ரி'ட்ரீட் / a drawing back, பின்வாங்குதல்; a place of rest, ஓய்வு எடுக்கும் இடம்; retirement before an enemy's attack, எதிரியின் தாக்குதலினின்று பின்வாங்குதல். **retreat***(v.i)*: to retrace one's action, தன் செயலை மீண்டும் செய்; to retire, பின்வாங்கு, ஒதுங்கு; to move backward, பின்செல். • *Never* **retreat** *from your chosen path.*

re-trench/ri'trentʃ/*(v.i)*:ரி'ட்ரெஞ்ச் / to make less short, குறைவாக்கு; to cut down, சுருக்கு; to spend less, குறைவாகச் செலவழி; introduce economies, பொருளாதாரச் சிக்கன நடவடிக்கைகளைப் புகுத்து. **re-trench-ment**/ri'trentʃmənt/*(n)*:

R

ரி'ட்ரெஞ்ச்மஅன்ட் / lessening, குறைவு படுத்துதல்; cutting off, அதிகமாக இருப்பதைக் குறைவுபடுத்துதல். • *Industries resort to* **retrenchment** *whenever they face crisis.*

re-tri-al/ˌri:'traiəl/*(n)*:'ரீ'ட்ரயஅல் / an act of trying a law case again, மீண்டும் ஒரு வழக்கை மறு விசாரணை செய்தல்.

ret-ri-bu-tion/ˌretri'bju:ʃn / *(n)*: ˌரெட்ரி'ப்யூஷஅன் / fitting punishment for the sin, குற்றத்திற்குத் தகுந்த தண்டனை; revenge, பழிக்குப்பழி; repaying, திருப்பிக் கொடுத்தல். • *The public are demanding swift and effective* **retribution** *for the heinous crime committed by the police.* **retributive***(adj)*.

re-trieve/ri'tri:v/*(v.t)*:ரி'ட்ரீவ் / to regain, திரும்பப்பெறு, மீண்டும் மீட்டுக்கொள். • *This computer is capable of* **retrieving** *stored information in no time.* to restore, முன்நிலைக்குக் கொண்டு வா; to repair, சீர்செய். **re-triev-er**/ri'tri:və*/*(n)*:ரி'ட்ரீவஅ* / a kind of hunting dog, ஒருவகை வேட்டை நாய்.

ret-ro-ac-tive/ˌretrəu'æktiv/*(adj)*: ˌரெட்ரஅஉ'ஆக்ட்டிவ் / [also **retrospective**]: having effect on the past as well as on the future, கடந்துபோன, வருங்காலத்திலும் பாதிக்கக்கூடிய.

ret-ro-grade/'retrəugreid/*(adj)*: 'ரெட்ரஅக்:ரெய்ட்: / going backward, பிற்போக்கான; becoming worse, நலிவு நிலைக்குத் தள்ளப்படுகிற. • *Selling of public sector companies to private parties is a* **retrograde** *step.* **retrograde***(v.i)*: to become worse, மேலும் நலிவடை; to go backward, பின்வாங்கு.

ret-ro-spect/'retrəuspekt/*(n)*: 'ரெட்ரஅஉ'ஸ்ப்பெக்ட் / a review of the past, கடந்த காலத்தைப் பற்றிய ஒரு கண்ணோட்டம்; looking back, திரும்பிப் பார்த்தல். **retrospect***(v.t-v.i)*: to make a review of the past, கடந்த காலத்தைப் பற்றி ஆய்வு செய்; to look back, திரும்பிப் பார்.

ret-ro-spec-tion/ˌretrəu'spekʃn/*(n)*: ˌரெட்ரஅஉ'ஸ்ப்பெக்ஷஅன் / the act of looking back, கடந்த காலத்தைப் பற்றிய ஓர் ஆய்வு. **ret-ro-spec-tive**/ˌretrəu'spektiv/*(adj)*: ˌரெட்ரஅஉ'ஸ்ப்பெக்ட்டிவ் / pertaining to the past, கடந்த காலத்தைப் பற்றிய; (law) applying to both past and future, கடந்த மற்றும் எதிர்காலங்களுக்கு பொருந்தக் கூடிய. • *The pay hike for government servants is* **retrospective**.

re-turn/ri'tɜ:n/*(v.i)*:ரி'ட்டஅ:ன் / to come back, திரும்பி வா; to turn, திரும்பு; to send back, திருப்பியனுப்பு; to report, மீண்டும் அறிக்கை கொடு; to pay back, திருப்பிக் கொடு. **return***(n)*: the act of coming, திரும்பும் செயல்; repayment, திருப்பிக் கொடுத்தல்; yield, பலன், பயன்; a reply, பதில்; a report, தகவல் அறிக்கை. **returnable***(adj)*.

re-u-ni-on/ˌri:'ju:njən/*(n)*:'ரீ'யூனியஅன் / a union after separation, பிரிந்தவர் கூடுதல்; a meeting of persons after sometime, சிறிது காலத்திற்குப் பின் மீண்டும் சந்தித்தல்.

re-u-nite/ˌri:ju:'nait/*(v.t-v.i)*:'ரீயுனய்ட் / to come together again, மீண்டும் சேர்.

re-use/ˌri:'ju:s/*(v.t)*:'ரீ'யூஸ் / to use again, மீண்டும் பயன்படுத்து; to recycle, புதுப்பித்துப் பயன்படுத்து.

re-val-ue/ˌri:'vælju/*(v.t)*:'ரீ'வஆல்யூ / to find the value again, மதிப்பை மீண்டும் கண்டுபிடி.

re-veal/ri'vi:l/*(v)*:ரி'வீல் / to disclose, வெளிப் படுத்து; to make known, தெரியும்படி செய்; to uncover, மூடியிருப்பதைத் திற. **revealing***(adj)*. **rev-e-la-tion**/ˌrevə'leiʃn/*(n)*:ˌரெவி'லெய்ஷஅன் / the act of revealing, வெளிப்படுத்தும் செயல்; that which is revealed, தெரியப்படுத்துதல்; **revelation** *(n)*: the last book of the New Testament, விவிலிய நூலின், புதிய ஏற்பாட்டின், கடைசிப் பகுதி.

re-veil-le/ri'væli/*(n)*:ரி'வஆலி / the sound of drum or bugle in the morning to awaken soldiers, போர் வீரர்களைத் துயிலெழுப்ப எழுப்பப்படும் குழல் ஓசை (அ) முரசு ஒலி.

rev-el/'revl/*(v.i)*:'ரெவஅல் / to get great enjoyment by feasting, drinking, etc., குடித்து, கும்மாளம் போடு; to make merry, விருந்துண்டு மகிழ்ச்சியுடன் இரு. **revel***(n)*: a feast with great joy and fun, விருந்தும், களியாட்டமும். **rev-el-ry**/'revlri/*(n)*: 'ரெவ்ல்ரி / noisy feasting, விருந்தும், கேளிக்கையும்.

re-venge/ri'vendʒ/*(v.t)*:ரிவெஞ்ஜ் / to take vengeance for the wrong done, பழிவாங்கு; to do harm in return for the injury done, செய்த தீங்கிற்கு, பதில் தீங்கு செய். • *Never try to* **revenge** *for any harm done to you.* **revenge***(n)*: vengeance,

பழிவாங்குதல். **re-venge-ful**/ri'vendʒful/ *(adj)*:ரி'வெஞ்ஜ்ஃபுல் / having a feeling of vengeance, பழிவாங்கும் தன்மை கொண்ட.

rev-e-nue/'revənju:/*(n)*:'ரெவின்யூ / the total current income, வருவாய்; income, வருமானம். **revenue***(adj)*: concerning the revenue collections, வருவாய் பற்றிய.

re-ver-be-rate/ri'vɜ:bəreit/*(v.i)*: ரி'வ:பரெய்ட் / to return the sound as echo, எதிரொலிக்கச் செய்; to echo, எதிரொலி; to be reflected, பிரதிபலிக்கச் செய். **reverberation***(n)*, **reverberatory** *(adj)*.

re-vere/ri'viə*/*(v.t)*:ரி'வியə* / to respect with love, honour, etc., வணங்கி பெருமதிப்புக் கொடு; to venerate, to worship, வழிபடு. **rev-e-rence**/'revərəns/ *(n)*:'ரெவரென்ஸ் / respect given, பெருமதிப்பு; fear with respect, அச்சம் கலந்த மரியாதை. **rev-e-rent**/'revərənt/ *(adj)*:ரெவரென்ட் / showing reverence, பெருமதிப்புக் கொடுக்கத்தக்க. **reverential** *(adj)*.

rev-e-rie/'revəri/*(n)*:'ரெவரி / day-dream, பகல் கனவு.

re-vers-al/ri'vɜ:sl/*(n)*:ரி'வ:ஸ்ல் / the act of reversing, திருப்புதல், தலைகீழ் ஆக்குதல். **re-verse**/ri'vɜ:s/*(v.t)*:ரி'வ:ஸ் / to turn the other way, மறுபக்கம் திருப்பு; to turn the upside down, தலைகீழாகத் திருப்பு; to turn the inside out, உட்பக்கம் வெளிவரும்படி திருப்பு. **reverse***(n)*: the opposite, எதிர்ப்பக்கம்; the contrary, எதிர்வாதம்; a total change of fortune esp. to the bad, திடீரென ஏற்படும் சரிவு. **reversal***(n)*, **reversible***(adj)*, **reversion***(n)*.

re-vert/ri'vɜ:t/*(v.t)*:ரி'வ:ட் / to return to a former state, பழைய நிலைக்குத் திரும்பு. • *He was* **reverted** *as a non-gazetted officer.* to turn, திரும்பு, திருப்பிப் போடு; to make a reference to something already said, முன் சொல்லப்பட்டவற்றை மீண்டும் சுட்டிக்காட்டு.

re-view/ri'vju:/*(n)*:ரி'வ்யூ / to examine again, மறு ஆய்வு செய்; to consider again, மீண்டும் பரிசீலனை செய்; to criticise, மதிப்பீடு செய். **review***(n)*: an expression of second view, மறு பரிசீலனையின் முடிவு; a careful examination, கவனமான ஆய்வு; an inspection of troops, அணிவகுப்பு மரியாதை ஏற்றல்; a critical account of books, magazines, etc., மதிப்புரை.

re-vile/ri'vail/*(v.t)*:ரி'வய்ல் / to speak abusively, அவதூறாகப் பேசு; to reproach, கடிந்து பேசு. **reviler***(n)*.

re-vise/ri'vaiz/*(v.t)*:ரி'வய்ஸ் / to look over for correction, திருத்துவதற்கு மீண்டும் மீண்டும் உற்றுப்பார்; to reconsider, மறு பரிசீலனை செய்; to amend, திருத்து, மாற்றங்கள் கொண்டுவா. **re-vi-sion**/ ri'viʒn/*(n)*:ரி'விஜ்ன் / the act of revising, மறு பரிசீலனை செய்தல்; reconsideration, மீள்பார்வை.

re-vi-val/ri'vaivl/*(n)*:ரி'வய்வல் / a recovery from being weak, புத்துணர்ச்சி பெறுதல்; bringing back to use, மீண்டும் செயலுக்குக் கொண்டு வருதல்; an increasing interest in religion, சமயப் புத்தெழுச்சி; an awakening, மறுமலர்ச்சி.

re-vive/ri'vaiv/*(v.t-v.i)*:ரி'வய்வ் / to bring back to normal life, புத்துயிர் கொடு, நல்ல நிலைக்கு மீண்டும் கொண்டு வா. • *Interest in Browning has* **revived** *recently.* to regain consciousness, மீண்டும் உணர்வு பெறு. • *She was drowned but she was* **revived** *to life.* to bring into use, செயல்முறைக்குக் கொண்டு வா.

rev-o-ca-ble/'revəkəbl/*(adj)*: 'ரெவக்கப்ல் / that may be revoked, மாற்றத்தக்க, தள்ளுபடி செய்யக்கூடிய. **re-voke**/ri'vəuk/*(v.i)*:ரி'வஉக் / to cancel, தள்ளுபடி செய்; to repeal, சட்டவிரோதமானது என்று ரத்து செய்; to renounce, கைவிட்டு விடு. **rev-o-ca-tion**/ˌrevə'keiʃn/*(n)*: ˌரெவ'க்கெய்ஷன் / repeal, ரத்து செய்தல்; nullification, செல்லாது என்று தீர்மானித்தல்.

re-volt/ri'vəult/*(n)*:ரி'வஉல்ட் / taking up of arms against lawful authority, கலகம் செய்தல்; revolution, புரட்சி. **revolt***(v.i)*: to turn against, எதிராகக் கிளர்ச்சி செய்; to rebel against the established authority, சட்ட ரீதியான அமைப்பிற்கு எதிராகக் கலகம் செய். **re-volt-ing**/ri'vəultiŋ/*(adj)*: ரி'வஉல்ட்ங் / causing trouble, தொந்தரவு கொடுக்கக்கூடிய; causing disgust, வெறுப்பு ஏற்படுத்தக்கூடிய.

rev-o-lu-tion/ˌrevə'lu:ʃn/*(n)*: ˌரெவ'லூஷன் (ல்யூ) / rotation, சுழலுதல்; motion round an axis, அச்சு ஒன்றை மையமாகக்கொண்டு சுழற்சி ஏற்படுத்துதல்; mutiny, கலகம்; rebellion, புரட்சி; a sudden change esp. of government, திடீர்ப் புரட்சி மூலம், அரசு கைப்பற்றப்படுதல்.

R

• **Revolution** *is the only weapon in the hands of ordinary citizens to bring down a despotic government.* **rev-o-lu-tion-a-ry**/ˌrevəˈlu:ʃnəri/(*adj*):ˌரெவஅ'ல்யூஷஅனஅரி / rotating, சுழலுகின்ற; causing total changes, முழுமையான மாற்றத்தை ஏற்படுத்துதல்; pertaining to revolution, புரட்சி தொடர்பான. • **Revolutionary** *changes are needed in all spheres of life today.* **rev-o-lu-tion-ize**/ˌrevəˈlu:ʃnaiz/(*v.t-v.i*):ˌரெவஅ'லூஷஅனய்ஸ்: / to change completely, முழுமையான மாற்றத்தை ஏற்படுத்து; to cause a change in the character of a government, அரசாங்கத்தை மாற்றியமை. • *The entire social set-up requires to be* **revolutionized** *radically.* to rebel, புரட்சி ஏற்படுத்து. **rev-o-lu-tion-ist**/ˌrevəˈlu:ʃnist/(*n*): ˌரெவஅ'லூஷ்னிஸ்ட் / one who rises in revolt, கலகம் செய்பவர்; one who brings about a revolution, புரட்சியாளர், மாற்றம் விளைவிப்பவர்.

re-volve/riˈvɔlv/(*v.i*):ரி'வால்வ் / to turn like a wheel, சக்கரம் போல் சுழலச் செய்; to roll, உருளும்படி செய்; to rotate, சுற்று; to turn, திருப்பு; to ponder, சிந்தனை செய். **re-volv-er**/riˈvɔlvə*/(*n*):ரி'வால்வஅ* / a revolving pistol, சுழல் துப்பாக்கி; that which revolves, சுழலுவது.

re-vul-sion/riˈvʌlʃn/(*n*):ரி'வல்ஷஅன் / a sudden and total change of feeling, உணர்ச்சி மாற்றம்; disgust, வெறுப்பு.

re-ward/riˈwɔ:d/(*n*):ரி'உ0:ட்: / that which is given for service or meritorious work, வேலைக்காகவோ (அ) சிறப்புப் பணிக்காகவோ கொடுக்கப்படும் பரிசு; gift, வெகுமதி. **reward**(*v.t*): to give some money, gift, etc., in token of one's service or recognition of one's merit, வெகுமதி அளி.

re-write/ˌri:ˈrait/(*v.t*):'ரீ'ரய்ட் / **rewrote, rewritten**: to write again, மீண்டும் எழுது; to write differently, மீண்டும் எழுதும்படி செய். **rewritten**(*adj*).

rhap-so-dy/ˈræpsədi/(*n*):'ரஆப்ஸஅடி: / a part of an epic poem that is recited at a time, ஒரு காப்பியத்தின் ஒரு பகுதி, பாடப்படுவது, நினைவில் கொண்டு இசைப்பது. **rhapsodist**(*n*).

rhet-o-ric/ˈretərik/(*n*):'ரெட்டஅரிக் / oratory, பேச்சுத் திறன்; power of speech, சொற்பொழிவு ஆற்றல்; the art of speaking, சொற்பொழிவுக் கலை, பேசும் திறமையும், அதை வளர்க்கும் பயிற்சியும். • *Many a politician indulges in empty* **rhetoric**.

rheum/ru:m/(*n*):ரூம் / a thin fluid secreted in the eyes, mouth or nose when one is affected with cold, சளி பிடித்திருக்கும் பொழுது, கண், வாய் (அ) மூக்கில் வழியும் திரவம்.

rheu-ma-tis-m/ˈru:mətizəm/(*n*): 'ரூமஅட்டிஸஅம் / painful inflammation in the joints and muscles, வாதநோய். **rheumatic**(*adj*): pertaining to rheumatism, வாதநோய் பற்றிய.

rhi-no-ce-ros/raiˈnɔsərəs/(*n*): ரய்'னாஸஅரஅஸ் / a big hoofed animal of Africa with one or two horns on the nose, காண்டாமிருகம்.

rhomb/rɔm/(*n*):ராம் (ராம்பஅஸ்) / [also **rhombus**]: a quadrilateral having its sides equal but not its angles, சாய் சதுரம்.

rhyme/raim/(*n*):ரய்ம் / words or sounds repeated at regular ends, ஒலி இயைபு; accents in words, வார்த்தைகளின் அசை, செய்யுள். (eg. say, day)

rhyth-m/ˈriðəm/(*n*):'ரிதஅம் / accents in verse, சந்தம், எதுகை; regular measure in motion, இயக்கத்தில் ஒழுங்கான அளவு; symmetry, சமச்சீர்மை.

rib/rib/(*n*):ரிப் / a thin vein of a leaf, இலை நரம்பு; one of the curved bones protecting the chest, விலா எலும்பு. **rib**(*v.t*): to form with ribs, விலா எலும்புகள் அமை; to form with grooves, சால் போன்று அமை.

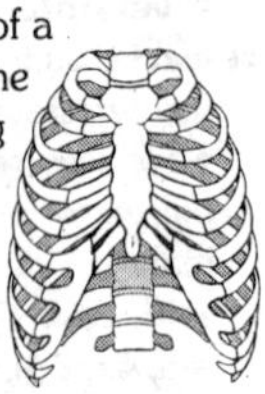

rib-ald/ˈribəld/(*n*):'ரிபஅல்ட் / user of a ribald language, கொச்சையாகப் பேசுபவர். **ribald**(*adj*): base, மட்டமான; vulgar, விகாரமான. **ribaldry**(*n*).

rib-bon/ˈribən/(*n*):'ரிபஅன் / [also **riband**, **ribband**]: a long, narrow strip of silk etc., நாடா.

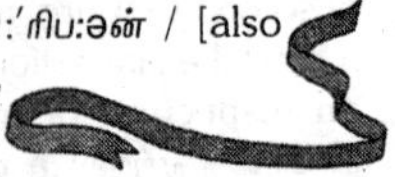

rice/rais/*(n)*:ரய்ஸ் / a grain grown in warm countries, அரிசி.

rich/ritʃ/*(adj)*:ரிச் / wealthy, செல்வமுள்ள; giving good returns, நற்பலன் கொடுக்கக் கூடிய; having great value, beauty, potential, etc., அதிக மதிப்பும், நேர்த்தியும், சக்தியுமுள்ள. **riches***(n, pl)*: wealth, செல்வம். **richness***(n)*: state of being rich, செல்வமுள்ள நிலை.

rick/rik/*(n)*:ரிக் / a stack of grain, hay or straw, தானியக் கதிர், வைக்கோல் போர் (அ) சோளத்தட்டை முதலியவை.

rick-ets/'rikits/*(n)*:'ரிக்கிட்ஸ் / a disease of children, causing curved bones, கணை, குழந்தைகளுக்கு ஏற்படும் நோய். **rickety** *(adj)*: ill with rickets, கணை, மந்தம் பீடிக்கப்பட்ட; feeble, பலவீனமான.

rick-shaw/'rikʃɔ:/*(n)*:'ரிக்ஷா: / a two-wheeled vehicle drawn by man, மனிதன் இழுக்கும் வண்டி.

ric-o-chet/'rikəʃet/*(v.i)*:'ரிக்கஷெட் / **ricocheted, ricocheting**: to rebound, எதிர்த்து திரும்பி வரும்படி செய்; to skip or jump after hitting a surface, தரையில் (அ) ஒரு பரப்பில் பட்டு திரும்பிப் பாய். **ricochet***(n)*: the rebound of a bullet etc., after hitting a surface, குண்டு போன்றவை பரப்பில் பட்டு மீண்டும் திரும்பிப் பாய்தல்.

rid/rid/*(v.t)*:ரிட்: / **rid, ridding**: to make free, விடுவி, விடுவித்துக்கொள்; to remove by force, வன்முறையால் நீக்கம் செய். **rid-dance**/'ridəns/*(n)*:ரிட:ஒன்ஸ் / act of ridding, நீக்குதல்.

rid-dle/'ridl/*(n)*:'ரிட்:ல் / a puzzle, புதிர்; something that can be guessed only, ஊகம், தெளிவில்லாத ஒன்று; a shallow sieve, சல்லடை. **riddle***(v.t)*: to make riddles, விடுகதை, புதிர் உண்டாக்கு; to solve the riddles, புதிரை விடுவி.

ride/raid/*(v)*:ரய்ட்: / **rode, ridden, riding**: to be carried along on horseback or in a vehicle, சவாரி செய், ஏறிச் செல்; to float on water, மிதந்திடு; to project, நீட்டிக் கொண்டிரு; to manage a horse, ஒரு குதிரையைச் சமாளி. **ride***(n)*: act of riding, சவாரி செய்தல்; a road for riding, ஒரு சாலை. **rid-er**/'raidə*/*(n)*:'ரய்ட:ə* / one who rides, சவாரி செய்பவர்; something that is added to statement, மேல்சேர்க்கை, ஓர் அறிக்கைக்குக் கீழே சேர்க்கப்படும் பிற்சேர்க்கை; a clause added to a bill or motion, ஒரு மசோதாவின் பிற்சேர்க்கை, நிபந்தனை; a problem given under a theorem, தேற்றத்தில் கொடுக்கப்பட்ட ஒரு கணக்கு. **rid-ing**/raidiɲ/*(n)*:'ரய்டி:ங் / travelling on horseback, குதிரைமேல் சவாரி செய்தல்; used for riding, சவாரி செய்யப் பயன்படுவது.

ridge/ridʒ/*(n)*:ரிஜ் / a raised line, உயர்த்தப்பட்ட மேடு (அ) உயர் தொடர் வரிசை; a long range of hill or mountain, சங்கிலி போன்ற மலைத்தொடர். **ridge***(v.t)*: to form a ridge, தொடர் மேடு உண்டாக்கு; to make into ridges, தொடர் மேடுகள் உண்டாகும்படி செய்.

rid-i-cule/'ridikju:l/*(n)*:'ரிடி:க்யூல் / the thing that is made fun of, கேலி செய்யப்படுவது; mockery, ஏளனம். **ridicule***(v.t)*: to make fun of, கேலி செய்; to laugh at, ஏளனம் செய். • *To* ***ridicule*** *people is not the way of a gentleman.* • *Gandhiji once said that he was impervious to* ***ridicule***. **ridiculous***(adj)*: absurd, அசட்டுத் தனமான; causing fun, கேலியாக, கேலிக்குக் காரணமான, நகைப்பிற்கு இடம் தரும்படியான; silly, கேவலமான.

rife/raif/*(adj)*:ரய்ஃப் / plentiful, மிக அதிகமான; common, often seen or met with, பொது வழக்காக உள்ள, அடிக்கடி ஏற்படுகின்ற.

riff-raff/'rifræf/*(n)*:'ரிஃப்ரஃஃப் / sweepings, குப்பை; a body of disreputable people, கீழ்த்தர மக்கள்.

ri-fle/'raifl/*(n)*:'ரய்ஃப்ல் / a gun with grooved bore, சுழல் துப்பாக்கி. **rifle***(v.t)*: to cut with spiral grooves, நீண்ட குறுகிய சால் ஏற்படுத்து; to carry away as booty, கொள்ளையடி; to strip, உரி.

rift/rift/*(n)*:ரிஃப்ட் / a fissure, பிளவு; a cleft, வெடிப்பு. **rift valley**: a valley with steep sides, செங்குத்தான பக்கங்கள் உள்ள பள்ளத்தாக்கு. **rift***(v.i)*: to split, பிரி, பிளவுபடுத்து; to burst open, வெடித்துத் திற, சிதறச் செய்.

rig/rig/*(v.t)*:ரிக்: / **rigged, rigging**: to dress, ஆடையணி, to fit up esp. a ship, கப்பலில் பாய்மரம் பொருத்தித் தயார் செய். **rig***(n)*: the special fit of the masts and sails of a ship, ஒரு கப்பலின் பாய்மர இணைப்புகள்; dress, ஆடை. **rig***(v.t)*: to manipulate, சூழ்ச்சி செய்து, செயலில் வெற்றி பெறு. • *If elections are* ***rigged*** *people will lose faith in democratic system.* to resort to dishonest methods for swindling, ஏமாற்றிப் பணம் ஈட்டு.

R

right/rait/*(n)*:ரய்ட் / that which is just, நியாயமானது; the way of doing dutifully, கடமை உணர்ந்து செயலாற்றும் வழி; a just claim, நியாயமான உரிமை; the right side of the body, உடலின் வலப்பக்கம். **right** *(adj)*: straight, நேரான, நேர்மையான; true, உண்மையுள்ள; suitable, தகுதியான; on the right side, வலப்பக்கமாக; consisting 90° angle, நேர்கோணம் அமைந்துள்ள. **right***(v.t)*: to set right or to bring back to correct position, சரி செய். **right, rightly***(adv)*: in a right manner, சரியான முறையில்; in a straight line, ஒரு நேர்கோட்டில்; now, இப்பொழுது; in the way of God, இறைவன் காட்டும் வழியில்; to a great measure, அதிக அளவில். **right-angle**: 90° angle, 90° கோணம். **right-eous**/'raitʃəs/*(adj)*:'ரய்ச்சஸ் / virtuous, நன்னடத்தையுள்ள; just, நியாயமான; dutiful and law-abiding, கடமையுணர்வும், அரசு சட்டங்களுக்குப் பயந்து செயலாற்றும் குணமுள்ள, சட்டத்தை மதிக்கின்ற. **righteousness***(n)*, **rightness***(n)*: the state of being right, நியாயமான நிலை.

ri-gid/'ridʒid/*(adj)*:'ரிஜிட்: / unbending, வளையாத; stiff, உறுதியான, விறைப்பான; disciplined, ஒழுங்கு முறையும், செயலாற்றும் தன்மையுமுள்ள. **ri-gid-i-ty**/ ri'dʒidəti/*(n)*:'ரிஜிடி:ட்டி / ability to resist change, வளைந்து கொடுக்காத திறன், மாற்றத்தை எதிர்த்து நிற்கும் உறுதி; rough and stiff manners, உறுதித்தன்மை வாய்ந்த குணம்.

rig-ma-role/'rigmərəul/*(n)*:'ரிக்:மரஉல் / a long rambling talk, வம்பளப்பு, சுற்றி வளைத்துப் பேசுதல்.

rig-or-ous/'rigərəs/*(adj)*:ரிக:ஏரஸ் / very strict, கடுமையான; severe, கண்டிப்பான. **rigour**/'rigə*/*(n)*:ரிக:ə* / stiffness, விறைப்பு; severity, கண்டிப்புத் தன்மை.

rill/ril/*(n)*:ரில் / a small stream, சிற்றாறு. **rill***(v.i)*: to flow in small streams, சிறு ஓடைகளாக வழிந்து ஓடு.

rim/rim/*(n)*:ரிம் / edge, ஓரம்; the circumference of a wheel, ஒரு வட்டத்தின் பரிதி, ஒரு சக்கரத்தின் ஓரம், விளிம்பு. **rim***(v.i)*: **rimmed, rimming**: to rim on, விளிம்பு, ஓரம் அமை.

rime/raim/*(n)*:ரய்ம் / rhyme, ஒலி இயைபு; thick hoary frost, வெண்பனி.

rind/raind/*(n)*:ரய்ண்ட் / the outer covering of a fruit, பழத்தோல்; the bark, மரப்பட்டை.

ring/riŋ/*(v.t-v.i)*:ரிங் / to sound as a bell, மணியோசைபோல் ஒலி எழுப்பு; to cause to sound, ஓசை எழுப்பும்படி செய், ஒலிக்கச் செய். **ring***(n)*: sound of a bell, மணியோசை; a loud sound, பேரோசை; a circular bend, வளையம்; a small ornament of metal worn on the finger, மோதிரம்; an enclosure for race or games, வளைவான பந்தய மைதானம், வளைவான விளையாட்டுத் திடல். **ring-dove**/'riŋdʌv/ *(n)*:ரிங்டவ் / a dove having a white mark round its neck, கழுத்தைச் சுற்றி வெண்வளைய நிறமுள்ள புறா. **ring-lead-er**/'riŋ,li:də*/*(n)*:ரிங்லீட:ə* / the leader of a dance group, நடனக் குழுவின் தலைவர்; a leader of a gang, ஒரு கூட்டத்தின் தலைவர். **ring-let**/riŋlit/*(n)*:ரிங்லிட் / a small ring, ஒரு சிறு மோதிரம்; a small curl of hair, சுருள் முடி.

ring-streaked/'riŋstri:kt/*(adj)*:ரிங்ஸ்ட்ரீக்ட் / having many lines round the body, உடலைச் சுற்றி வரிகளுள்ள.

ring-worm/riŋwɜ:m/*(n)*:ரிங்உɜ:ம் / a kind of skin disease causing circular patches, படர் தாமரை நோய்.

rink/riŋk/*(n)*:ரிங்க் / a space of ice cleared for skating, பனிச்சறுக்கு விளையாடும் களம்.

rinse/rins/*(v.t)*:ரின்ஸ் / to cleanse lightly with water, நீரால் கழுவு; to wash with pure water for the second time, சுத்தமான நீரினால் மீண்டும் கழுவு. **rinse***(n)*: an act of rinsing, நீரில் கழுவுதல்; a pale liquid for colouring the hair, உரோமத்தை நிறம் மாற்றப் பயன்படுத்தும் நீர்மம்.

ri-ot/'raiət/*(v.i)*:ரயஅட் / to cause disturbance violently, கலகம் செய்; to feast and behave violently, விருந்து உண்டு அநாகரிகமாக நடந்துகொள் (அ) அமளி ஏற்படுத்து. **riot***(n)*: disorderly conduct, கலகம்; noisy revelry with feast, விருந்தும், களி நடனமும், கூத்தும், கும்மாளமும். **riotous***(adj)*: full of tumult, கிளர்ச்சியும், உணர்ச்சியும் உள்ள; having a mind to riot, கலகம் விளைவிக்கக்கூடிய; disorderly, ஒழுங்கு உணர்வு இல்லாத; noisy, கூச்சலான.

rip/rip/*(v.t-v.i)*:ரிப் / **ripped, ripping**: to tear, to cut open, to undo stitching, sewing or knitting, தையலைப் பிரி. **rip***(n)*: a torn place, கிழிந்த பகுதி; a seam that has given away, இணைப்புத்தையல் பிரிந்த பகுதி.

ripe/raip/*(adj)*:ரய்ப் / fully grown, முதிர்ந்துள்ள; ready for use, பயன்படுத்தத் தக்க; perfect, முழுமையான, நிறைவான. **rip-en**/'raipən/*(v.t-v.i)*:ரய்ப்பஎன் / to become ripe, பழுத்த நிலை அடை, பழு, முதிர்வு பெறு; to bring to completeness or fullness, முழுமை பெறும்படி செய். **ripeness**(*n*): state of being complete, முழுமை, முதிர்வு நிலை; perfection, நிறைவு.

rip-ple/'ripl/*(n)*:ரிப்ல் / small waves, சிற்றலைகள்; little curling waves on the surface of running water, ஓடும் நீரில் ஏற்படும் சிற்றலைகள்; a comb for removing seeds from flax, சல்லடை, சணல் செடியிலிருந்து, விதைகளைப் பிரிக்கப் பயன்படும் சீப்பு. **ripple**(*v.t-v.i*): to see or show small waves, சிறு அலைகளைப் பார், காண்பி; to have sound like water running over rough surface, நீரோடையின் சலசலப்பு ஓசை ஏற்படும்படி செய்.

rise/raiz/*(v.i)*:ரய்ஸ்: / to get up, எழுந்திரு; to increase, அதிகப்படுத்து; to ascend, மேல் செல். • *The Sun* **rises** *in the east.* to rebel against, கலகம் செய். **to rise to the occasion**: to meet the challenge successfully, சவாலை வெற்றிகரமாகச் சமாளி. • *The minister* **rose to the occasion** *when he was confronted with a piquant situation.* **rise**(*n*): act of rising, எழுதல், ஏற்றம்; increase of pitch, தொனியின் செறிவு, உயர் வளமை.

risk/risk/*(n)*:ரிஸ்க் / chance of loss or harm or injury, நட்டம், தொந்தரவு (அ) உடல் காயம் ஏற்படக்கூடிய வாய்ப்பு; hazard, தற்செயலான இடையூறு. **risk**(*v.t*): to get exposed to danger, அபாயத்தை எதிர் கொள், இடருக்கு உட்படு; to venture, to take chance of, துணிந்து செயல்படு. • *Success comes to those who dare and* **risk** *and seldom goes to the timid.*

rite/rait/*(n)*:ரய்ட் / religious act, சமயச் சடங்குகள்; solemn ceremony, ஆசார நெறிமுறைகள்; a form of worship, வழிபாட்டு முறைகள்; a book containing forms of worship, வழிபாட்டு நெறிமுறைகள் கொண்ட நூல்.

rit-u-al/'ritʃuəl/*(adj)*:'ரிச்சுஅல் / pertaining to rites, சமயச் சடங்குகள் தொடர்பான. **rit-u-al-ism**/'ritʃuəlizəm/*(n)*: 'ரிச்சுஅலிஸ்:ம் / use of rituals, மதச் சடங்குகள் பயன்படுத்தப்படுதல். **rit-u-al-ist**/'ritʃuəlist/*(n)*:'ரிச்சுஅலிஸ்ட் / one interested in rituals, சமய நெறிமுறைகளில் ஈடுபாடு உள்ளவர்; one who uses ritual, நெறிமுறைகளைப் பயன்படுத்துபவர்.

ri-val/'raivl/*(n)*:'ரய்வஅல் / a person competing with another having the same aim, போட்டியாளர்; a competitor, போட்டியில் பங்கு கொள்பவர். • "*The Queen's* **Rival**" *is a poem by Sarojini Naidu.* **rival**(*adj*): seeking after the same kind of things and having the same purpose, ஒரே வகையான பொருட்களுக்கும் ஒரே நோக்கத்துடனும் போட்டியிடக்கூடிய. **rival**(*v.t*): **rivalled, rivalling**: to compete, போட்டியிடு. **ri-val-ry**/'raivlri/*(n)*:ரய்வஅல்ரி / the act of competing, போட்டியிடுதல்.

riv-en/'rivən/*(adj)*:'ரிவஅன் / split or torn rudely apart, பிளவுபட்டுள்ள. • *The whole town is* **riven** *by communal riots.*

riv-er/'rivə*/*(n)*:'ரிவஅ* / a large, natural running stream, ஆறு, நதி. **a river bank**: bank of a river, கரை, நதிக்கரை; a shore, கடற்கரை, ஆற்றங்கரை, ஏரிக்கரை முதலியன. **river-horse**: hippopotamus, நீர் யானை.

riv-et/'rivit/*(n)*:'ரிவிட் / a pin or bolt made of metal, inserted for joining metal plates etc., and then hammered flat at both ends, தரையாணி. **rivet**(*v.t*): **rivetted, rivetting**: to fix or fasten with a rivet, தரையாணியிறக்கு, ஒன்றுடன் ஒன்று பொருந்தும்படி செய்.

ri-vi-e-ra/,rivi'eərə/*(n)*:,ரிவி'ஏஅரஅ / a warm coast frequented by holiday makers, உல்லாசப் பயணிகளுக்குப் பயன்படும் மித வெப்பநிலையுடைய கடற்கரை.

riv-u-let/'rivjulit/*(n)*:'ரிவ்யுலிட் / a brook or a small stream, ஓடை (அ) சிற்றாறு.

roach/rəutʃ/*(n)*:ரஅஉச் / a fresh water fish of silver white colour, வெள்ளி மீன் வகை.

road/rəud/*(n)*:ரஅஉட் / a place for travelling on, பயணம் செய்யும் பாதை; a public path or way, பொது வழி; a way from one place to another, சாலை. **roads**(*n, pl*): a place for ships at anchor, நங்கூரம் பாய்ச்சி கப்பல்கள் நிற்குமிடம்.

road-book/'rəudbuk/*(n)*:'ரஅஉட்:புஃக் / a guide book for roads, சாலைகள் பற்றிய வழிகாட்டி.

road-ster/'rəudstə*/*(n)*:'ரஅஉட்:ஸ்ட்டஅ* / a horse always on the roads, சவாரிக்குப் பயன்படுத்தப்படும் குதிரை; a traveller of vast experience, மிக்க அனுபவமுள்ள பயணி; a strong bicycle etc., உறுதியான மிதிவண்டி.

R

roam/rəum/*(v.i)*:ரəஉம் / to move about with no purpose, நோக்கம் எதுவுமின்றி அலைந்து திரி; to wander about, சுற்றித் திரி. • *I do not like to* **roam** *on the streets.*

roan/rəun/*(adj)*:ரəஉன் / brown or dark (of a cow or horse), சிவப்பு கலந்த பழுப்பு நிறமுள்ள, பழுப்பு நிறமுள்ள, கறுப்பு நிறமுள்ள, பல வண்ணமும், கறுப்பும் கலந்த நிறமுள்ள. **roan***(n)*: a horse of roan colour, பல நிறமுள்ள குதிரை.

roar/rɔ:*/*(v.i)*:ரɔə* / to make a very loud continued noise, கர்ச்சனை செய்; to cry aloud, உரத்த குரலில் ஒலி செய், சிம்மக் குரல் எழுப்பு. • *Some politicians always* **roar** *with no message at all.* **roar***(n)*: a full loud cry, கர்ச்சனை; the sound of wind, waves, etc., காற்று, அலைகள் முதலிய வற்றின் ஒலி.

roast/rəust/*(v.t-v.i)*:ரəஉஸ்ட் / to cook in a fire or in an oven, சுடு, வறு; to dry up by heat, வெப்பத்தினால் சுட்டு எடு. **roast***(n)*: that which is roasted, வறுக்கப்பட்டது.

rob/rɔb/*(v.t)*:ரɔப்: / **robbed, robbing**: to steal, திருடு; to take unjustly, நீதியற்ற செயல்மூலம் பறித்துக்கொள்; to take away by force, வன்முறையைப் பயன்படுத்திக் கொள்ளையடி. **rob-ber**/rɔbə*/*(n)*:ரɔப:ə* / one who robs, thief, திருடன். **rob-bery**/ 'rɔbəri/*(n)*:ரɔப:əரி / theft, திருட்டு; plunder, கொள்ளையடித்தல்.

robe/rəub/*(v.t-v.i)*:ரəஉப்: / to put on a robe, தளர்த்தியான மேலாடை அணி. **robe***(n)*: a long loose outer gown, தளர்த்தியான மேலங்கி.

rob-in/'rɔbin/ *(n)*:ரɔபி:ன் / a small bird with a red breast, சிவந்த மார்பகம் கொண்ட சிறு பறவை.

ro-bot/'rəubɔt/ *(n)*:ரəஉப:əஉ (ப:ɔட்) / a man-like machine, இயந்திர மனிதன்; a man working like a machine without capacity for thinking, சிந்தனை செய்யாமல், செயல்படும் மனிதன்.

ro-bust/rəu'bʌst/*(adj)*: ரəஉ'ப:ஸ்ட் / showing great strength, மிகுந்த வலிமையுள்ள; healthy and strong, வலிமையும், உடல் வளமும் உள்ள.

roc/rɔk/*(n)*:ரɔக் / a huge bird spoken of in stories only, கதைகளில் கூறப்படும் 'பெரிய பறவை'.

ro-chet/'rɔtʃit/*(n)*:'ரɔச்சிட் / a bishop's garment, ஒரு பாதிரியின் ஆடை.

rock/rɔk/*(n)*:ரɔக் / a large mass of stone, பாறை; that which is firm like a rock, பாறை போன்றது; a defence or firm support, பாதுகாப்பு (அ) உறுதியான ஆதரவு; a distaff used in spinning, நூற்புக் கழி. **rock***(v.t-v.i)*: to move from side to side, பக்கவாட்டில் நகர்த்து; to move to and fro, குலுக்கு; to totter, தள்ளாடு; to swing in a cradle, தொட்டில் ஆடு.

rock-e-ry/'rɔkəri/*(n)*:ரɔக்கəரி / a small hill or mound between which plants grow, குன்றும் அதனிடையே வளரும் செடிகளும்.

rock-et/'rɔkit/*(n)*:ரɔக்கிட் / a projectile used for launching space vehicles, ஏவுகணை; a firework sent through the air, வாண வேடிக்கை.

rock-y/'rɔki/*(adj)*:ரɔக்கி / like a rock, ஒரு பாறையைப் போன்ற; full of rocks, பாறைகள் நிறைந்துள்ள.

rod/rɔd/*(n)*:ரɔட்: / a long thin stick, மெல்லிய நீண்ட கழி; a thin branch of a tree, மெல்லிய மரக்கிளை; a fishing line, மீன் தூண்டில்; a measure of five and half yards, $5^1/_2$ கெஜ நீள அளவு.

rode/rəud/*(v)*:ரəஉட்: / past tense of "ride", "ride" என்பதன் இறந்த காலம்.

ro-dent/'rəudənt/*(n)*: 'ரəஉட:əன்ட் / any gnawing animal as a mouse or rat, கொறித்து உண்ணும் விலங்கு, எலி (அ) சுண்டெலி போன்றது.

roe/rəu/*(n)*:ரəஉ / the eggs of a fish, மீன் முட்டைகள். **roe-buck**: a male roe-deer, சிறு வகை மான். **roe-deer**: female deer of small kind, சிறு பெண்மான்.

ro-ga-tion/rəu'geiʃn/*(n)*: ரəஉ'கெ:ய்ஷən / supplication, மனமுருகும் வழிபாடு. **Rogation days**: the three days before the Ascension Day, எழுச்சிக்கு முந்தைய மூன்று நாட்கள்.

rogue/rəug/*(n)*:ரəஉக்: / an idle, dishonest man, போக்கிரி; rascal, கயவன்; a name sometimes used affectionately, செல்லப் பெயர். **rogu-e-ry**/'rəugəri/*(n)*:ரəஉக:əரி / the act and practice of a rogue, ஒரு போக்கிரியின் செயலும், நடத்தையும்; dishonest way of doing, தீய செயல் வகையும், வழியும். **rogu-ish**/'rəugiʃ/*(adj)*: ரəஉகி:ஷ் / like a rogue, போக்கிரித் தனமாக.

rois-ter/ˈrɔistə*/*(v.i)*:ˈ ரொய்ஸ்ட்டஅ* / to make merry in a noisy way, கூச்சலிட்டுத் தைரியம் காட்டு. **rois-ter-er**/ˈrɔistərə*/ *(n)*: ரொய்ஸ்ட்டஅரஅ* / one who makes merry with much noise, கூச்சல் எழுப்பும் துணிவுள்ளவர்.

role/rəul/*(n)*:ரஅஉல் / part to be played in a drama, நாடகத்தில், ஒரு பாத்திரத்தின் பங்கு; part played in life, வாழ்க்கை நாடகத்தில் ஒருவரின் பகுதி.

roll/rəul/*(v.i)*:ரஅஉல் / to wind, சுருட்டு; to push forward by turning, திருப்பி முன்தள்ளு; to move from side to side, உருளு. **roll***(n)*: things, materials, etc., that are rolled up, சுருள்; a list of names, பெயர்ப்பட்டியல்; continuous up and down motion, மேலும் கீழும் நகர்தல். **roll-er**/ rəulə*/*(n)*: any cylindrical form, உருளை.

roll call/ˈrəulkɔ:l/*(n)*:ரஅஉல்க்கொல் / calling over a list of names, பெயர்ப் பட்டியலின்படி அழைத்தல்.

roll-ing/rəuliŋ/*(n)*:ரஅஉலிங் / the motion of a ship from side to side, கப்பல் பக்கவாட்டில் பிறழ்தல்; turning on the axis, அச்சில் சுழலுதல்.

rol-lick/ˈrɔlik/*(v.i)*:ரொலிக் / to move in a careless, funny way, அலட்சியமாகக் குதித்துச் செல்; to swagger, கர்வ நடை போடு.

Roman/ˈrəumən/*(adj)*:ரஅஉமஅன் / of Rome, ரோமுக்குரிய. **Roman***(n)*: a native or inhabitant of Rome, ரோம் நாட்டின் குடிமகன் (அ) ரோம் நாட்டில் வசிப்பவர்.

Ro-man-Cath-o-lic/ˈrəumənkæθəlik/ *(n)*:ரஅஉமஅன்கஆதஅலிக் / a member of the Church of Rome, ரோமானிய கத்தோலிக்க மதத்தவர்.

ro-mance/rəuˈmæns/*(n)*:ரஅஉ'மஆன்ஸ் / a tale of love, காதல் கதை; a tale of adventure, வீரச் செயல்கள் நிறைந்த கதை. **Romance***(adj)*: of languages that have their origin in Latin like the Italian, French, etc., லத்தீன் மொழியைத் தாய்மொழியாகக்கொண்ட மொழிகள் பற்றிய; a fiction, ஒரு நவீனம், கற்பனைக் கதை. **romance***(v.i)*: to write romantic tales, காதல், வீர சாகசங்களை எழுது; to tell imaginary tales, கற்பனைக் கதைகள் கூறு. **ro-man-tic**/rəuˈmæntik/*(adj)*: ரஅஉ'மஆன்ட்டிக் / relating to romance, காதல், வீரம், சாகசம், கற்பனை நிறைந்துள்ள; strange and varied, புதுமையானதும், பலதிறப்பட்டதுமான; (in literature) not rigid and formal, கட்டுப்பாடு இல்லாததும், சுதந்திரமானதும், மரபியல் இல்லாத இலக்கிய நடையுள்ள. **ro-man-ti-cis-m**/rəuˈmæntisizəm/*(n)*: ரஅஉ'மஆன்டிஸிஸஅம் / adherence to a romantic style in art, music, etc., புதுமை இலக்கியத்தில் நாட்டம், கற்பனை, இசை, வீர சாகசக் கதைகளில் ஆர்வம், முதலியவற்றைப் பின்பற்றுதல்.

Ro-ma-ny/ˈrɔməni/*(n)*:ˈரொமஅனி / a gipsy / their language, நாடோடி, நாடோடி மொழி.

Ro-mish/ˈrəumiʃ/*(adv)*:ˈரஅஉமிஷ் / belonging to the Romans, ரோமன் கத்தோலிக்க மத நிறுவனம் சார்ந்த.

romp/rɔmp/*(v.i)*:ரொம்ப் / to play noisily, கூச்சலிட்டு விளையாடு; to fish about, துள்ளி விளையாடு. **romp***(n)*: a noisy play, கூச்சல் விளையாட்டு; a frisky girl, கும்மாளம் போடும் பெண். **rompish***(adj)*.

ron-deau/ˈrɔndəu/*(n)*:ˈரொன்டஅஉ / a poem of ten or thirteen lines, பத்து (அ) பதின்மூன்று அடிகள் கொண்ட பாடல்.

Roent-gen-rays/ˈrɔntjənreiz/*(n)*: ˈரொன்ட்ஜஅன்ரெய்ஸ் / the same as x-rays, எக்ஸ்கதிர்கள் போல.

rood/ru:d/*(n)*:ரூட் / the figure of the cross, சிலுவை; quarter of an acre, ஓர் ஏக்கரில் நாலில் ஒரு பங்கு.

roof/ru:f/*(n)*:ரூஃப் / the top covering of building, coach, etc., கூரை. **roof***(v)*: to provide with a roof, கூரை வேய். **roof-ing**/ru:fiŋ/*(n)*:ரூஃபிங் / materials for a roof, கூரைக்கு வேண்டிய பொருள்கள்.

roof-less/ru:flis/*(adj)*:ˈரூஃப்லிஸ் / without roof, கூரையில்லாமலுள்ள.

roof-tree/ˈru:ftri:/*(n)*:ˈரூஃப்ட்ரீ / the ridge of a roof, கூரை மேடு.

rook/ruk/*(n)*:ருக் / a kind of crow, ஒரு வகைக் காகம்; the castle, சதுரங்க விளையாட்டில் ஒரு காய். **rook***(v.t)*: to cheat, ஏமாற்று. **rook-e-ry**/ˈrukəri/*(n)*: ˈருக்கஅரி / a place where rooks build their nests, காகங்கள் வசிக்குமிடம்.

room/ru:m/*(n)*:ரூம் / one of the divisions (inside) in a building, ஓர் அறை; empty space, இடம்; opportunity, வாய்ப்பு; freedom to venture or act, செயல்பட சுதந்திரம். **room-y**/ˈru:mi/*(adj)*:ரூமி / having much space, அதிக இடமுள்ள. **room-i-ness**/ˈru:minis/*(n)*:ˈரூமினிஸ் / much room, அதிக இடம்.

roost/ru:st/*(n)*:ரூஸ்ட் / a place where birds rest, பறவைகள் தங்குமிடம்; a number of birds resting together, பல பறவைகள் கூடி வாழும் இடம், தங்குமிடம். **roost***(v.i)*: to sleep on a pole or on a branch of a tree, மரக்கிளை (அ) ஒரு மரத் துண்டில் தூங்கு.

roost-er/ru:stə*/*(n)*: 'ரூஸ்ட்டə* / a domestic cock, வீட்டுச் சேவல்.

root/ru:t/*(n)*:ரூட் / the part of a plant which is embedded in the earth, வேர்; a root for food, கிழங்கு; a cause, ஒரு காரணம்; a word from which other words are derived, மூலச் சொல்; [in Mathematics], a number or quantity multiplied by itself to form another number, கணிதத்தில் சுய பெருக்கு எண் (புதிய எண் உண்டாக்கும் தன்மையது); the value of the unknown quantity in an equation, ஒரு சமன்பாட்டின் தீர்வு மதிப்பு. **root***(v.t-v.i)*: to take root, வேர் ஊன்று; to fix in the ground, நடு; to pull by the root, வேருடன் பிடுங்கு. **root-let**/ru:tlit/*(n)*: 'ரூட்லிட் / a small root, சிறு வேர்.

rope/rəup/*(n)*:ரəஉப் / a thick cord, கயிறு. **rope***(v.t)*: to fasten by a rope, கயிற்றால் கட்டு (அ) பிணை; to separate by a rope, கயிற்றால் பிரித்து விடு. **rope-danc-er**/ 'rəup,da:nsə*/*(n)*:'ரəஉப்,டா:ஃன்ஸə* / [also **ropewalker**]: dancer on rope, கழைக்கூத்தாடி. **rop-er**/'rəupə*/*(n)*: 'ரəஉப்பə* / one who makes ropes, கயிறு திரிப்பவர். **rope-lad-der**/'rəuplædə*/ *(n)*:'ரəஉப்லஃட:ə* / a ladder made of ropes, நூலேணி. **rope-walk**/'rəup,wɔ:k/ *(n)*:'ரəஉப்'உ:ɔக் / a long, narrow path of building where ropes are made, கயிறு தயாரிக்கப் பயன்படும் நீண்ட குறுகிய பாதை (அ) கட்டடம், கயிறு திரிக்கும் இடம்.

rop-y/'rəupi/*(adj)*:'ரəஉப்பி / stringy, நார் இழை போன்ற; tenacious, பிடிவாத குணமுள்ள. **ropiness***(n)*.

ror-qual/'rɔkəl/*(n)*:'ரɔக்கəல் / a large whale, செந்நிறம் கொண்ட பெரிய திமிங்கலம்.

ro-sa-ry/'rəuzəri/*(n)*:'ரəஉஸ:əரி / a rose garden, ரோசா பூந்தோட்டம்; a string of beads used in saying prayers, செப மாலை; a book of beautiful thoughts, நல்ல சிந்தனைகள் அடங்கிய ஒரு நூல்.

rose/rəuz/*(v)*:ரəஉஸ் / past tense of "rise", "rise" என்பதன் இறந்தகால வினைமுற்று. **rose***(n)*: a shrub with prickly stems and large fragrant flowers, ரோசாப்பூச் செடி; a sweet smelling flower, ரோசாப்பூ; pink, like the colour of rose, ரோசா வண்ண நிறம். **rose-bud***(n)*: a rose just beginning to open, ரோசா மொட்டு.

rose-ma-ry/'rəuzməri/*(n)*:'ரəஉஸ்:மəரி / an evergreen shrub, பசுமை மாறா நறுமணச் செடி.

ro-sette/rəu'zet/*(n)*:ரəஉ'ஸெ:ட் / a rose shaped ornament, ரோசாப்பூ வடிவில் அமைந்திருக்கும் அணிகலன்.

rose-wa-ter/'rəuz,wɔ:tə*/*(n)*: 'ரəஉஸ்:,உɔ:ட்டə* / a perfume distilled from rose leaves, பன்னீர்.

rose win-dow/'rəuz,windəu/*(n)*:'ரəஉஸ்:, உயின்ட:əஉ / a round window shaped like a rose, ரோசாப்பூ வடிவில் அமைந்திருக்கும் சன்னல்.

rose-wood/'rəuzwud/*(n)*:'ரəஉஸ்:உட்: / hard dark red wood, கருங்காலி மரம்.

ros-in/'rɔzin/*(n)*:'ரɔஸி:ன் / drugs of turpentine, குங்கிலியம்.

ros-ter/'rɔstə*/*(n)*:'ரəஉஸ்ட்டə* / list of people working and the nature of their work, ஊழியர்களின் பட்டியல் (அ) அவர்களுடைய தொழில் விவரம்.

rosy/'rəuzi/*(adj)*:'ரəஉஸி: / like a rose, ரோசா மலர் போலுள்ள; blushing, வெட்கப்படக் கூடிய; ruddy, செந்நிறமான.

ros-trum/'rɔstrəm/*(n, sing)*:'ரɔஸ்ட்ரəம் / **rostra***(n, pl)*: the platform in the Roman forum, ரோமானிய மக்கள் கூட்டத்தில் பேசுவதற்கான மேடை; any platform for speaking from, சொற்பொழிவு மேடை. **rostral***(adj)*.

rot/rɔt/*(v.t-v.i)*:ரɔட் / **rotted, rotting**: to decompose, அழிந்து விடு, அழுகு; to go bad, கேடுறு; to putrefy, நலிவடை; to cause to decay, சீர்கெட்டுப் போகும்படி செய். **rot***(n)*: a disease of sheep and cattle, கால் நடைகளைத் தாக்கும் ஒரு நோய். **rot-ten**/ 'rɔtn/*(adj)*:'ரɔட்ன் / decaying, அழுகிக் கொண்டுள்ள; not feeling healthy at heart, பலவீனமான இதயமுள்ள. **rottenness***(n)*.

ro-ta-ry/'rəutəri/*(adj)*:'ரəஉட்டəரி / revolving, சுழலுகின்ற. **ro-tate**/rəu'teit/ *(v.t-v.i)*:ரəஉ'ட்டெய்ட் / to revolve, சுழற்று; to turn round at centre, சுழலு; to have turns with others, பிறருடன் இணைந்து

சுழன்றுவரும் வாய்ப்பைப் பயன்படுத்திக் கொள். **ro-ta-tion**/rəu'teiʃn/*(n)*: ரஉ'ட்டெய்ஷன் / revolution, சுழற்சி; the act of turning round, சுற்றுதல்; a regular succession in an orderly manner, தொடர்ந்து ஒழுங்காக வருதல். **ro-ta-to-ry**/'rəutətəri/*(adj)*:ரஉ'ட்டெய்ட்டரி / turning like a wheel, சக்கரம் போல் சுழலக் கூடிய. The earth by rotating itself, also makes rotations around the Sun.

rote/rəut/*(n)*:ரஉட் / a repetition of words without understanding their meaning, பொருள் அறியாது மனப்பாடம் செய்தல்; repeating from memory, உருப்போட்டுச் சொல்லுதல்.

ro-tund/rəu'tʌnd/*(adj)*:ரஉ'ட்டன்ட் / of a round shape, உருண்டையாக உள்ள; plump, உருண்டு திரண்டுள்ள.

rou-ble/'ru:bl/*(n)*:'ரூப்:ல் / a Russian coin worth about 2 shillings, சுமார் இரு ஷில்லிங்குகள் மதிப்புள்ள ரஷ்ய நாணயம்.

rouge/ru:ʒ/*(n)*:ரூஜ் / red cream for cheeks and lips, கன்னத்திலும், இதழிலும் பூசப் பயன்படும் சிவப்புச் சாயம்.

rouge-et-noir/ru:ʒeinwa:*/*(n)*: ரூஜெ:ய்னா:* / a game of cards, ஒருவகைச் சீட்டு விளையாட்டு.

rough/rʌf/*(adj)*:ரஃப் / not smooth, வழ வழப்பு இல்லாத; uneven, சொரசொரப்பான; coarse, கரடு முரடான; harsh, கடுமையான, முரட்டுத்தனமான. **roughly***(adv)*.

rough-age/'rʌfidʒ/*(n)*:'ரஃபிஜ் / a kind of coarse-grained food, that helps to stimulate digestive process, சீரண சக்தியை அதிகப்படுத்த உதவும் கடின தானியவகை உணவு.

rough-cast/'rʌfka:st/*(v.i)*:'ரஃப்க்காஸ்ட் / to make a rough plastering, ஒரு வடிவமைப்பை உண்டாக்கு. **roughcast***(n)*: rough plastering, ஒரு வடிவமைப்பு.

rough-en/'rʌfən/*(v.t-v.i)*:'ரஃபன் / to make or become rough, கடினத் தன்மையை ஏற்படுத்து, சொரசொரப்பு ஏற்படுத்து.

rough-hew/,rʌf'hju:/*(v.i)*:'ரஃப்'ஹ்யூ / to give first a rough form to, முதல் வடிவமைப்புக் கொடு.

rough-shod/'rʌfʃɔd/*(adj)*:'ரஃப்ஷாட் / harsh, கடுமையும் முரட்டுத்தனமும் உள்ள; with shoes provided with special nails (for preventing horse from slipping), சறுக்காமல் இருக்க, லாடங்கள் பொறுத்தப் பட்டுள்ள.

rou-lette/ru:'let/*(n)*:ரூ'லெட் / a game of chance, in which a little ball moves on a rotating wheel, சுழலும் சக்கரத்தின் மேல் நகரும் பந்துள்ள ஒரு விளையாட்டு.

round/raund/*(adj)*:ரஉன்ட் / circular, வட்டமான; globular, spherical, கோள வடிவமுடைய; plump, உருண்டை வடிவமுள்ள. **round***(n)*: a circle, வளையம், வட்டம்; globe, உருண்டை, கோளம்; a series of actions, ஒழுங்கான முறையில் பணி செய்தல், கடமைச் சுற்று வரிசை முறை; a course of duty, தொடர்ச்சியாகக் கடமை ஆற்றுதல். **round***(adv)*: in a round manner, வட்ட வடிவமான. **round***(prep)*: around, சுற்றிலும்; about, சுமாராக. **round***(v.t)*: to make round, முறைப் படுத்து; to become round, வட்டமாகச் செய்; to sail round, கப்பலில் பயணம் செய். **roundly***(adv)*. **round-a-bout**/'raundəbaut/*(adj)*:ரஉன்ட:'əபஉட் / not doing in the direct way, நேரான வழியில் செயல்படாமல் உள்ள; not using the straight path, நேர்வழியைக் கடைப்பிடிக்காமல் உள்ள. **roundabout***(n)*: merry-go-round, குடை ராட்டினம்; circular space or enclosure at a road junction, தெருக்கள் சந்திப்பில் அமைந்துள்ள வட்ட அமைப்புகள்.

roup/raup/*(n)*:ரஉப் / a sale by auction, ஏலத்தில் விற்பனை செய்தல்; a disease in hens, கோழியின நோய். **roup***(v.t)*: to auction, ஏல விற்பனை செய்.

rouse/rauz/*(v.t)*:ரஉஸ் / to stir up, விழித்தெழச் செய்; to awake, துயிலெழு; to feel excited, உணர்ச்சி வசப்படு.

rout/raut/*(n)*:ரஉட் / a total defeat, பெருந்தோல்வி, முற்றிலுமான முறியடிப்பு; a noisy crowd, ஒரு கும்பல். **rout***(v.t)*: to defeat utterly, முறியடி, முற்றிலும் தோல்வியுறச் செய்; to break the ranks of, படைகளைச் சிதறியோடச் செய்; to bellow as a bull, எருது போல் உறுமு.

route/ru:t/*(n)*:ரூட் / the course to be followed, கடைப்பிடிக்கவேண்டிய முறை; road, சாலை, பாதை; the way to, வழி.

R

rou-tine/ru:'ti:n/*(n)*:ரு'ட்டீன் / a regular course, நடைமுறை, செயல்முறை; a course practised by habit, பழக்கம் உள்ள.

rove/rəuv/*(v.t-v.i)*:ரஒவ்வ் / roaming about, அலைந்து திரி; to pass through an eye in the needle, ஊசித்துளையில் செலுத்து. **rover***(n)*: a pirate, கொள்ளைக்காரன்; a wanderer, ஒரு நாடோடி; a twisting machine in a spinning set up, நூற்பு ஆலையில், முறுக்கும் இயந்திரம்; a senior scout boy, முதுநிலைச் சாரணச் சிறுவன்.

row/rəu/*(n)*:ரஒஉ / a line of objects, வரிசை; a noisy quarrel, தெருச் சண்டை. **row***(v.t-v.i)*: to propel by oars, துடுப்புகள் கொண்டு செலுத்து.

row-dy/'raudi/*(n)*:'ரஉடி / a rogue, முரடன்; rascal, போக்கிரி. **rowdy***(adj)*: noisy and disorderly, கூச்சலும் குழப்பமும் உள்ள. **rowdiness***(n)*, **rowdyism***(n)*.

row-er/rəuə*/*(n)*:'ரஒஉஒ* / one who rows, துடுப்பு போடுபவர்.

row-lock/'rəlɔk/*(n)*:'ரஒஉலாக் / an oar rest, துடுப்பு பிணைப்பகுதி.

roy-al/'rɔiəl/*(adj)*:'ரா:யஒல் / pertaining to a king, ஓர் அரசனுக்குரிய; majestic, கம்பீரமான, பெருமிதமுள்ள. **royal***(n)*: a large size of paper, பெரிய அளவு காகிதம்; a stag, ஒருவகை மான்; a small sail, ஒரு சிறு பாய்மரம். **roy-al-ist**/'rɔiəlist/*(n)*: 'ரா:யஒலிஸ்ட் / one who supports monarchy, அரசன் ஆட்சியை ஆதரிப்பவர். **roy-al-ty**/'rɔiəlti/*(n)*/'ராயஒல்ட்டி / royal persons, அரசுரிமை உள்ளவர்கள்; kingly position, அரசனுக்குரிய பதவி; amount of money paid to the owner of a copyright or patent, பங்கு வீத உரிமை.

rub/rʌb/*(v.t-v.i)*:ரப் / to move over with some force, தேய்; to clean by friction, துடை; to fret, கோபப்படு, எரிச்சல் படு. **rub***(n)*: that which rubs, தேய்க்கப் பயன்படும் பொருள்; the act of rubbing, உராய்தல், தேய்த்தல், உரைத்தல்; a joke that irritates, எரிச்சலூட்டும் நகைச்சுவை; a difficulty, ஓர் இடர்ப்பாடு. **rub-ber**/'rʌbə*/*(n)*:'ரப:ஒ* / a tough elastic substance, துடைக்கும் பொருள்; one who rubs, துடைப்பவர்; that which rubs, துடைப்பான்.

rub-bish/'rʌbiʃ/*(n)*:'ரபி:ஷ் / waste material, குப்பை; foolish talk, முட்டாள்தனமான பேச்சு.

rub-ble/'rʌbl/*(n)*:'ரப்:ல் / rough stone from the quarry, சிறு கற்கள், செங்கல், முதலியவை; irregular fragments of stone, கற்களின் துண்டுகள்.

Ru-bi-can/'ru:bikən/*(n)*:'ரூபி:க்கஒன் / a river in Italy, இத்தாலிய நாட்டு நதி.

ru-bi-cund/'ru:bikənd/*(adj)*:'ரூபி:க்கஒண்ட் / inclining to be red, சிவப்பாக மாறக்கூடிய; ruddy, சிவப்பான; rosy, ரோசாப்பூ நிறம் கொண்ட, சிவப்பு வண்ணமுள்ள.

ru-by/'ru:bi/*(n)*:ரூபி: / a precious stone of red colour, கெம்புக்கல், சிவப்புக்கல்; anything that is red, சிவப்பு வண்ணமுள்ள பொருள். **ruby***(adj)*.

ruche/ru:ʃ/*(n)*:ரூஷ் / fabric gathered as trimming, கத்தரித்து சேர்க்கும் துணி, a small rupture, சிறு பூசல்.

ruck-sack/'rʌksæk/*(n)*:'ருக்ஸஆக் / a bag carried on the back or slung from the shoulders, முதுகில் எடுத்துச்செல்லக்கூடிய (அ) தோள்பட்டையில் தொங்கவிடக்கூடிய பை.

rud-der/'rʌdə*/*(n)*:'ரட:ஒ* / the moveable part by which a ship or boat is steered, a helm, சுக்கான்.

rud-dy/'rʌdi/*(adj)*:ரடி: / of reddish colour, சிவப்பு நிறமான. **ruddiness***(n)*.

rude/ru:d/*(adj)*:ரூட்: / not having polished manners, பண்பாடு இல்லாத; with no taste or skill, தன்மையும், தகுதியும் இல்லாத; roughly made, நல்ல முறையில் செய்யப் படாத. **rudeness***(n)*.

ru-di-ment/'ru:dimənt/*(n)*:'ரூடி:மஒண்ட் / the first step, முதற்படி; the beginning, ஆரம்ப நிலை; fundamental principle, அடிப்படைக் கொள்கைகள்; undeveloped state, முதிரா நிலை. **ru-di-men-ta-ry**/,ru:di'mentəri/*(adj)*:,ரூடி:'மென்ட்டஒரி / [also **rudimental**]: elementary, அடிப்படையான; pertaining to rudiments, ஆதாரத்தன்மையுள்ள.

rue/ru:/*(n)*:ரூ / a kind of shrub having strong smell and bitter taste, ஒருவகை மூலிகைச் செடி. **rue***(v)*, **rued, ruing**: to be sorry for, வருத்தம் தெரிவி, வருத்தப்படு; to repent for, தவறுக்கு வருத்தம் தெரிவி. **rueful***(adj)*: mournful, துயரமுள்ள; sorrowful, வருத்தமுள்ள. **ruefulness***(n)*.

ruff/rʌf/*(n)*:ரஃப் / a plaited collar, பின்னப்பட்ட கழுத்துப்பட்டை; a ring of feathers round the neck of a bird, ஒரு பறவையின் கழுத்தைச் சுற்றியுள்ள மயிர்ச் சுருள்.

ruf-fi-an/'rʌfjən/*(n)*:'ரஃபியஅன் / a wicked fellow, a brutal fellow, துன்பம் கொடுப்பவன், போக்கிரி. **ruffianism***(n)*, **ruffianly***(adv)*.

ruf-fle/'rʌfl/*(v.t)*:'ரஃபில் / to make like a ruff, பின்னல் போல் செய், சுருக்கங்கள் உண்டாக்கு; to disturb, கலகம் செய்; to become disordered, அமைதி இழக்கச் செய். **ruffle***(n)*: a plaited collar, பின்னப்பட்ட கழுத்துப்பட்டை; a disturbance, ஒரு கொந்தளிப்பு.

rug/rʌg/*(n)*:ரக் / a floor mat, தரை விரிப்பு; a thick woolen cloth used as floor mat or covering, கம்பளம்.

rug-by/'rʌgbi/*(n)*:ரக்:பி: / a form of football, கால் பந்தாட்டத்தில் ஒருவகை.

rug-ged/'rʌgid/*(adj)*:'ரகி:ட்: / rough and even, முரட்டுத்தனமான, சமமில்லாத. **rugged-ness***(n)*.

ru-gose/ru:gəus/*(adj)*:ரூக:அஉஸ் / full of wrinkles, சுருக்கங்களுள்ள.

ru-in/'ruin/*(n)*:ருயின் / unfit and useless things, பயனற்ற பொருள்கள்; downfall, வீழ்ச்சி; destruction, அழிவு. **ruin***(v.i)*: to cause to destroy, அழிவு ஏற்படுத்து; to make unfit and useless, பயனற்றதாகச் செய்; to cause to decay, சீர்குலைவை விளைவி. **ru-in-ous**/'ruinəs/*(adj)*: 'ருயினஅஸ் / causing ruin, அழிவு உண்டாக்குகின்ற.

rule/ru:l/*(n)*:ரூல் / the act of governing, ஆட்சி செய்தல்; that which regulates, ஒழுங்கு படுத்துவது; an instrument for drawing lines, கோடுகள் போடுவதற்கு உதவும் தடி; a marked strip for measuring length, அளவுகோல்; regular course of action, ஒழுங்கான செயல்முறை. **rule***(v.t-v.i)*: **ruled, ruling**: to govern, ஆட்சி செய்; to have power over others, அதிகாரம் செலுத்து; to settle things legally, சட்டப்படி பிரச்சினைகளைத் தீர்மானம் செய்; to keep or to behave within certain limits, குறிப்பிட்ட அளவுகளுக்குள் (அ) எல்லைகளுக்குள் செயல்படும்படி செய்; to mark with lines for guidance, கோடுகள் போட்டு தெளிவுபடுத்து, வழிகாட்டு.

rum/rʌm/*(n)*:ரம் / a spirituous drink made from sugarcane, வெல்லச் சாராயம். **rum***(adj)*: odd, விசித்திரமான; queer, விந்தையான.

rum-ble/'rʌmbl/*(v.i)*:'ரம்ப்:ல் / to make a dull, heavy continuous sound, உறுமு. **rumble***(n)*: a low continuous sound, உறுமுதல்; making a low heavy sound, மெதுவாக ஒலி எழுப்புதல்; back seat in a carriage, வண்டியின் பின்னிருக்கை.

ru-mi-nate/'ru:mineit/*(v.i)*:'ரூமினெய்ட் / to chew the cud, அசை போடு; to think deeply, ஆழ்ந்து சிந்தனை செய். **ru-mi-nant**/'ru:minənt/*(adj)*:'ரூமினஅன்ட் / chewing the cud, அசைபோடக்கூடிய. **ruminant** *(n)*: an animal that chews the cud, அசைபோடும் விலங்கு. **ru-mi-na-tion**/ˌru:mi'neiʃn/*(n)*:ˌரூமி'னெய்ஷஅன் / chewing cud, அசை போடுதல்; deep thinking, ஆழ்ந்து சிந்தனை செய்தல்.

rum-mage/'rʌmidʒ/*(v.i)*:'ரமிஜ் / to search every corner, மூலை முடுக்குகளிலெல்லாம் தேடு; to look into carefully, கவனமாக உற்றுப் பார். **rummage***(n)*: a careful search in all nooks and corners, ஊடுருவி கவனமாகத் தேடுதல். The CBI **rummaged** the house of the minister.

rum-mer/'rʌmə*/*(n)*:'ரமஅ* / large drinking glass, குடிப்பதற்குப் பயன்படுத்தப்படும் கண்ணாடிக் குவளை.

rum-my/'rʌmi/*(n)*:'ரமி / a card game, சீட்டு விளையாட்டு. (adj) odd, விசித்திரமான.

ru-mour/'ru:mə*/*(n)*:ரூமஅ* / an idle talk with no basis, வதந்தி. **rumour***(v.t)*: to spread false news, வதந்தி பரப்பு.

rump/rʌmp/*(n)*:ரம்ப் / the lower part of the backbone of an animal, ஒரு விலங்கின் முதுகெலும்பின் பின்பகுதி; that which remains, மீதம்.

rum-ple/'rʌmpl/*(v.t)*:'ரம்ப்ல் / to make folds, மடிப்புகள் உண்டாக்கு; to make wrinkles, சுருக்கம் ஏற்படுத்து. **rumple***(n)*: a fold, ஒரு மடிப்பு; a wrinkle, சுருக்கம்.

run/rʌn/*(v.t)*:ரன் / **ran, run, running**: to move swiftly, ஓடு; to flow, வழிந்தோடு, வழிந்தோடச் செய்; to operate, இயக்கு; to give shape by melting, உருக்கு, உருவம் கொடு; to give out one's matter of worry, as a sore, கவலையை வெளிப்படுத்து.

run-a-way/'rʌnəwei/*(n)*:'ரனஅஉஎய் / one who runs away, ஓடுகாலி; fugitive, தப்பியோடியவன்.

run-nel/'rʌnl/*(n)*:'ரனஅல் / [also **runlet**]: a small stream, ஓடை.

run-ning/'rʌniŋ/*(adj)*:'ரனிங் / moving quickly, வேகமாக ஓடிக்கொண்டுள்ள.

R

running(*n*): action of runners in a race, ஓடுதல்; the discharge from a sore, புண்ணிலிருந்து வடியும் நீர்.

run-way/'runwei/(*n*):'ரன்உஎய் / a strip of ground, specially prepared for the use of an aircraft, விமானத் தளம்; a track alongwhich an aircraft takes off and lands, விமான ஓடுபாதை.

rune/ru:n/(*n*):ரூன் / one of the letters of the ancient Norse alphabet, பழைய 'நார்ஸ்' மொழியின் ஓர் எழுத்து.

rung/rʌɲ/(*v*):ரங் / past participle of "ring", "ring" என்பதன் இறந்த கால வினை. **rung**(*n*): a rail, கிராதி, கம்பி வேலி; a spoke, ஒரு சக்கரத்தின் ஆரை.

runlet/'rʌnlit/(*n*):'ரன்லிட் / a small barrel, ஒரு சிறு பீப்பாய்; a little stream, ஒரு ஓடை.

ru-pee/ru:'pi:/(*n*):'ருப்பீ / an Indian silver coin, ஓர் இந்திய வெள்ளி நாணயம்; Indian money unit, ரூபாய்.

rup-ture/'rʌptʃə*/(*n*):'ரப்ச்சə* / a bursting, வெடிப்பு; breaking, உடைப்பு; hernia, குடல்வாத நோய்; a quarrel, ஒரு சிறு பூசல். **rupture**(*v.t-v.i*): to break by force, உடைத்தெறி; to part by force, பிரித்து எடு; to burst, திடீரென வெடிக்கச் செய்.

ru-ral/'ruərəl/(*adj*):'ரூரəல் / belonging to the country, நாட்டுப்புறம் சார்ந்துள்ள; like the country, நாட்டுப்புறம் போன்றுள்ள; pastoral, நாட்டுப்புற வாழ்க்கையை ஒட்டியுள்ள.

ruse/ru:z/(*n*):ரூஸ்: / a means of deceiving, ஏமாற்றுவதற்கு வழி; an artifice, சூழ்ச்சி.

rush/rʌʃ/(*v.i*):ரஷ் / to move speedily and forcefully, வேகமாகவும், வலுவுடனும் நகர், பாய்ந்து செல்; to push hastily and indecently, வேகமாகவும், அவசரமாகவும், அநாகரிகமாகவும் முன்செல்; to attack suddenly, திடீரெனத் தாக்கு. **rush**(*n*): moving forward with speed and force, பாய்ந்து செல்லுதல்; a strong demand for, கிராக்கி, தேவை. **rush**(*n*): marshy reed-like plant, கோரைப்புல்; a trifle, சிறு விஷயம், அற்பமான விஷயம். **rush-y**/rʌʃi/(*adj*):'ரஷி / full of rushes, கோரைகள் அதிகம் உள்ள. **rush-bot-tomed**/rʌʃ'bɔtəmd/(*adj*):ரஷ்'பːɔட்டəம்ட்: / with a seat made of rushes, கோரைப் புல்லினாலான இருக்கை. **rush-light**/'rʌʃlait/(*n*):'ரஷ்லய்ட் / a taper made from the pith of the rush, மெழுகுத் திரி.

rusk/rʌsk/(*n*)/ரஸ்க் / a kind of cake baked in an oven, வறுத்த ரொட்டித் துண்டு.

rus-set/'rʌsit/(*adj*):'ரஸிட் / reddish brown, சிவப்பும் பழுப்பும் கலந்த.

Rus-sian/'rʌʃn/(*adj*):'ரஷəன் / pertaining to Russia, ருஷ்ய நாட்டுத் தொடர்பான. **Russian**(*n*): a native of Russia, ருஷ்ய நாட்டுத் தொடர்பான; the Russian language, ருஷ்ய மொழி.

rust/rʌst/(*n*):ரஸ்ட் / a reddish yellow coating formed on iron when exposed to moisture, துரு; iron oxide, இரும்பு ஆக்சைடு. **rust**(*v*): to become rusty, துரு ஏற்படும்படி செய்; to be useless, esp. by idleness, சோம்பலினால் செயலற்று இரு. **rust-y**/'rʌsti/(*adj*):'ரஸ்ட்டி / covered with rust, துருப்பிடித்துள்ள; unfit, உபயோகமற்ற.

rus-tic/'rʌstik/(*adj*):'ரஸ்ட்டிக் / pertaining to the country, நாட்டுப்புறத்திற்குரிய; not having polished manners, நற்பண்பு சற்றும் இல்லாத.

rus-ti-cate/'rʌstikeit/(*v.t*):'ரஸ்டிக்கெய்ட் / to send to the countryside, நாட்டுப்புறம் செல்லும்படி செய்; to expel, வெளியேற்று. **rusticity**(*n*): awkwardness of manners, அநாகரிக, அருவருப்பான நடத்தை; simple manners, கள்ளமில்லாத நடத்தை.

rus-tle/'rʌsl/(*v.t-v.i*):ரஸ்ல் / to make noise like leaves when shaken by wind, சரசரவென்று ஒலியெழுப்பு; to steal cattle, கால்நடைகளைத் திருடு.

rut/rʌt/(*n*):ரட் / a wheel track, வண்டித் தடம்; a channel, ஒரு வழி; a habit, ஒரு பழக்கம்; a strong desire, வெறி. **rut**(*v*): **rutted, rutting**: to make a rut, தடம் உண்டாக்கு.

ruth/ru:θ/(*n*):ரூத் / pity, இரக்கம்; compassion, கருணை; that which causes pity, இரக்கம் ஏற்படச் செய்வது.

ruthless/ru:θlis/(*adj*):'ரூத்லிஸ் / without pity, இரக்கமற்ற; merciless, கருணையில்லாத; hard-hearted, கடின மனப்பான்மையுள்ள.

rye/rai/(*n*):ரய் / a kind of grain, கம்பு போன்ற தானியம். **rye-grass**(*n*): a grain like grass grown as food for cattle, புல், மாட்டுத் தீவனமாகப் பயன்படும் ஒரு வகைப் புல்.

ryot/'raiət/(*n*):'ரயəட் / a farmer, ஒரு விவசாயி.

R

S, s/es/:எஸ் / The 19th letter of the English alphabet, ஆங்கில நெடுங்கணக்கின், பத்தொன்பதாவது எழுத்து. **'s**: short form of 'is': • *Mother's here.* • *What's that?* short form of 'has': • *Father's gone out.* • *It's got four legs.* **'s**: (form of the possessive case of singular nouns and of plural nouns that do not end in-'s'), S என்ற எழுத்தில் முடிவு பெறாத ஒருமை பன்மைச் சொற்கள். *(e.g) The cow's shed. The day's business. I had been to Mary's* (Mary's house).

sab-bath/'sæbəθ/*(n)*:'ஸæபəத் / a holy day, புனிதமான நாள்; a day of rest, ஓய்வு எடுக்கும் நாள். • *Sunday is the* **sabbath** *day for most of the Christians.*

sa-ber/'seibə*/*(n)*:'ஸெய்ப:ə:* / [also **sabre**]: a broad blade used as a sword, பட்டாக்கத்தி.

sa-ble/'seibl/*(n)*:'ஸெய்ப்:ல் / an animal of the weasel species, கீரி இன விலங்கு. **sable***(adj)*: of black or dark in colour, இருண்ட நிறமான.

sab-ot/'sæbəu/*(n)*:'ஸæப:əஉ / a wooden shoe, மரக் காலணி.

sab-o-tage/'sæbəta:ʒ/*(n)*:'ஸæப:əட்டாஜ் / wanton, deliberate destruction of property, machinery, etc., நாசவேலை; secret action to ruin a plan, ஒரு திட்டத்தைப் பாழ்படுத்தச் செய்யப்படும் இரகசியச் செயல். **sabotage***(v.t)*; to destroy by some secret plan, இரகசியத் திட்டத்தின் மூலம் நாசவேலை செய். • *The terrorists had* **sabotaged** *the railway line.*

sab-o-teur/ˌsæbə'tɜ:*/*(n)*:ˌஸæப:ə'ட்டə* / a person who practises sabotage, நாசவேலையைத் தொழிலாகக் கொள்பவர்.

sac/sæk/*(n)*:ஸæக் / a bag, பை; a pouch, பை போன்ற உடல் உறுப்பு.

sac-cha-rine/'sækərin/*(n)*:'ஸæக்கəரின் / a highly sweetened artificial substance, செயற்கைச் சர்க்கரை. **saccharine***(adj)*: very sweet but not pleasant, இனிப்பு அதிகமாக ஆனால் சுவையற்ற. • *She seems to be friendly but it is only a* **saccharine** *touch.*

sach-et/'sæʃei/*(n)*:'ஸæஷெய் / a small bag, சிறிய பை; a bag having perfume, நறுமணப் பொருள்கள் கொண்ட பை.

sack/sæk/*(n)*:ஸæக் / a coarse bag, சாக்குப் பை; a loose garment, தளர்த்தியான ஆடை; a Spanish wine, ஸ்பெயின் நாட்டு மதுவகை. **sack***(v.t)*: to dismiss, வேலை நீக்கம் செய்; to plunder, சூறையாடு, கொள்ளையடி; to attack, தாக்கு. • *The barbarians* **sacked** *Rome and destroyed it.*

sack-but/'sækbʌt/*(n)*:'ஸæக்பட் / a wind instrument, காற்றிசைக் கருவி.

sack-cloth/'sæk klɔθ/*(n)*:'ஸæக் லா:த் / a kind of rough cloth to make sacks, a sack made of coarse jute cloth, சணல் துணி.

sac-ra-ment/'sækrəmənt/*(n)*: 'ஸæக்ரəமəண்ட் / the Eucharist, சமயச் சடங்கு. • *Baptism is one of the Christian ceremonies of* **sacrament**.

sac-ra-men-tal/ˌsækrə'mentl/*(adj)*: ˌஸæக்ரə'மென்ட்ல் / related to a sacrament, புனிதத் தன்மை தொடர்பான. • *Marriage is a* **sacramental** *ceremony.*

sac-red/'seikrid/*(adj)*: 'ஸெய்க்ரிட் / holy, புனிதமான. • *That the cow is* **sacred** *is an idea that has to be accepted; no doubt can be raised about it.* religious in nature, மதத் தன்மையுள்ள. **sacredly***(adv)*, **sacredness***(n)*. *opp*: secular.

sac-ri-fice/'sækrifais/*(v.i)*:'ஸæக்ரிஃபய்ஸ் / to kill to make an offering to God, உயிர்ப்பலி கொடு; to yield up with loss, தியாகம் செய். • *It is the practise of every government to* **sacrifice** *the poor to make the rich happy.* **sacrifice***(n)*: an offering to God, உயிர்ப்பலிப் படையல்; something that is given up in order to benefit another person, தியாகம். • *Unless one makes* **sacrifices,** *one cannot come up in life.* **sacrificial**(*adj*), **sacrificially** (*adv*).

sac-ri-lege/'sækrilidʒ/(*n*):'ஸæக்ரிலிஜ் / violation of sacred things, புனிதத் தன்மையை அவமதித்தல், இறை நிந்தனை. • *To talk ill of other religions is a* **sacrilege**. misuse of holy things or places, புனிதப் பொருள்களையோ (அ) புனித இடங்களையோ தவறாகப் பயன் படுத்துதல். • *The destruction of the Babri Masjid is a sheer* **sacrilege**. **sacrilegious** (*adj*), **sacrilegiously** (*adv*).

sac-ris-tan/'sækristən/(*n*):'ஸæக்ரிஸ்ட்டən் / an official who is in charge of sacred things of the church, தேவாலயப் பொருள்களைப் பாதுகாக்கும் அலுவலர்.

sac-ro-sanct/'sækrəusæŋkt/(*adj*): 'ஸæக்ரəஉஸæங்க்ட் / very sacred, மிகப் புனிதமான; inviolable, மீற முடியாத.

sad/sæd/(*adj*):ஸæட் / sorrowful, துயரமான; unhappy, மகிழ்ச்சியில்லாத. **sad-den**/sædn/(*v.t*):சேட்ன்: to make sad, வருத்தம் கொள். **sadly**(*adv*). • *It is* **saddening** *to see, in this great land of ours, people committing murders to make easy money.*

sad-dle/'sædl/(*n*):'ஸæட்:ல் / a rider's seat, சேணம். **to put a saddle on the wrong horse**: to make a false accusation, வீண்பழி சுமத்து. **saddle**(*v.t*): to put a saddle on, சேணம் பூட்டு; to give an unpleasant work to a person, ஒருவன் மேல் சுமை ஏற்று. • *Why do you* **saddle** *her with the tiring cleaning work?* **sad-dler**/'sædlə*/(*n*):ஸæட்:லə* / a maker of saddles and other leather articles for horses, குதிரைச் சேணம் மற்றும் குதிரை தொடர்பான தோலினால் செய்யப்படும் பொருள்களை விற்பவர், தயாரிப்பவர், செய்பவர், வியாபாரி.

sadhu/sadhu/(*n*):ஸாது / a wandering holyman [especially a Hindu], இந்துமதத் துறவி.

sa-dis-m/'seidizəm/(*n*):'ஸெய்டி:ஸ:əம் / pleasure gained by being cruel to others, பிறருக்குக் கொடுமை இழைப்பதால் ஏற்படும் இன்பம். • *The minister has a bit of* **sadism** *in him; he loves to keep his men waiting outside.* gaining sexual pleasure by causing pain, வலியூட்டுவதன் மூலம் காம இன்பமடைதல். **sadist**(*n*), **sadistic**(*adj*), **sadistically**(*adv*).

sa-fa-ri/sə'fa:ri/(*n*):ஸə'ஃபாரி / a journey for the purpose of hunting, வேட்டையாடச் செல்லுதல்.

safe/seif/(*adj*):ஸெய்ஃப் / free from harm or danger, பாதுகாப்பாக; hurtless, தீங்கு இல்லாத; harmless, தொந்தரவு இல்லாத. **safety**(*n*). **safe**(*n*): a strong box used for keeping and protecting valuables, பாதுகாப்புப் பெட்டகம், இரும்புப் பெட்டகம். **safe-con-duct**/ˌseif'kɔndʌkt/(*n*): 'ஸெய்ஃப்'க்காண்டːக்ட் / official protection given to a person escorted through a country during war time, போர்க் காலத்தில், ஒருவர் நாட்டைக் கடப்பதற்குக் கொடுக்கப்படும் அரசுப் பாதுகாப்பு. **safe-ty**/'seifti/(*n*):'ஸெய்ஃப்ட்டி / state of being safe, பாதுகாப்பாக இருக்கும் நிலை.

safety valve/'seiftivælv/(*n*):'ஸெய்ஃப்ட்டி வæல்வ் / a valve which opens automatically and allows steam, gas, etc. to escape when the pressure exceeds a limit, அழுத்தம் அதிகமாகும்பொழுது தானே திறந்துகொண்டு, நீராவி மற்றும் வாயு வெளியேற உதவும் அமைப்பு (கவாடம்).

saf-fron/'sæfrən/(*n*):'ஸæஃப்ரən் / a crocus that yields yellow dye, குங்குமப்பூ.

sag/sæg/(*v.i-v.t*):ஸæக் / to bend, வளைந்து இரு, இருக்கச் செய்; to hang down unevenly, தொய்வுறு; to be not steady, நிலையில்லாமல் இரு. **sag**(*n*): bending downward, தொய்வு; a decline, குறைந்து இருக்கும் நிலை.

sa-ga/'sa:gə/(*n*):'ஸாக:ə / a long story about people or place or time in history, வரலாற்றில் காலம் (அ) இடம் (அ) மனிதர்கள் பற்றிய பெருங்கதை.

sa-ga-cious/sə'geiʃəs/(*adj*):ஸə'கெ:ய்ஷəஸ் / capable of instant perception, உடன், எளிதில் புரிந்துகொள்ளக்கூடிய; shrewd, அறிவுக்கூர்மையுடைய. **sagaciously** (*adv*). **sa-ga-ci-ty**/sə'gæsəti/(*n*): ஸə'க:æஸிட்டி / shrewdness, அறிவுக் கூர்மை; intelligence, நுட்பமான அறிவு.

sage/seidʒ/(*n*):ஸெய்ஜ் / a very wise man, அறிஞர்; a herb used for flavouring, பூண்டுவகைத் தாவரம். **sage**(*adj*): wise, மதி நுட்பமுள்ள; discreet, நுட்ப அறிவுள்ள, பகுத்தறிவுள்ள.

Sag-it-ta-ri-ous/ˌsædʒi'teəriəs/(*n*): ˌஸæஜி:'ட்டεəரியəஸ் / the ninth

S

constellation of the Zodiac, தனுர் என்னும் ஒன்பதாவது ராசி மண்டலம்; a person born between November 22nd and December 22nd, நவம்பர் 22ஆம் தேதிக்கும், டிசம்பர் 22ஆம் தேதிக்கும் இடையில் பிறந்தவர்.

sa-go/'seigəu/*(n)*:'ஸெய்க:ஊ / a starchy substance of very white hue used as food, சவ்வரிசி.

Sa-ha-ra/sə'ha:rə/*(n)*:ஸ'ஹாரஅ / the great desert of North Africa, வட ஆப்பிரிக்காவிலுள்ள சஹாரா பாலைவனம்.

sahib/'sa:hib/*(n)*:'ஸாஹிப்: / a polite form of addressing, மரியாதை விளிப்பு.

said/sed/*(v)*:ஸெட்: / *(p.t & p.p)* of "say", "say" என்பதன் இறந்தகாலம்.

sail/seil/*(n)*:ஸெய்ல் / a canvas sheet spread to make use of the wind force, கப்பல் பாய்மரம்; a sailing vessel, கப்பல்; a sea journey, கடற் பயணம்; an arm of a windmill, காற்றாடியின் இறகு. **sail***(v.i)*: to travel in a vessel, கப்பல் பயணம் செய்; float along, மிதந்து செல்; move proudly, பெருமையுடன் அசைந்து செல். • *The birds are* **sailing** *across the evening sky.* **sai-ling**/'seiliŋ/*(n)*:'ஸெய்லிங் / the skill of conducting and directing the course of a ship, கப்பலைச் செலுத்தும் திறன். **sai-lor**/'seilə*/*(n)*:'ஸெய்லஅ* / a seaman or mariner, கப்பல் செலுத்துநர்; a person whose profession is sailing, மாலுமி.

saint/seint/*(n)*:'ஸெய்ன்ட் / a pious person, துறவி, முனிவர். **saintly***(adv)*, **saintliness** *(n)*, **saintlike***(adj)*.

saith/sei:θ/*(v.t)*:ஸெய்த் / old or poetic form for "says", "says" என்பதன் பழைய (அ) கவிதை வடிவம்.

sake/seik/*(n)*:ஸெய்க் / cause, காரணம்; aim and purpose, நோக்கமும், குறியும்; account, ஒரு செயலின் பொருட்டு; regard, மதிப்பு. • *Art is not for art's* **sake**; *it is for the sake of man.* **for God's sake** (as an expression of annoyance), வெறுப்பு வெளிப்படும்பொழுது எழும் சொல். • **For God's sake,** *do not pester me like this.* **sake**/'sa:ki/*(n)*:'ஸாக்கி / [also **saki**]: a Japanese alcoholic drink, ஒருவகை ஜப்பானிய மதுபானம்.

sal/sæl/*(n)*:ஸæல் / [also **saul**]: an Indian tree of timber kind, தேக்கு வகை சார்ந்த 'சால்' மரம்.

sa-laam/sə'la:m/*(n)*:ஸஅ'லாம் / a form of salutation, முகமன் கூறுதல், மரியாதை செய்யும் வகை.

sa-la-ble/'seiləbl/*(adj)*:'ஸெய்லஅப்:ல் / [also **saleable**]: that can be sold, that can be marketed, விற்பனை செய்யக்கூடிய.

sa-la-cious/sə'leiʃəs/*(adj)*:ஸஅ'லெய்ஷஅஸ் / expressing sexual feelings in indecent way, காம உணர்ச்சியை நாகரிகமற்ற முறையில் வெளிப்படுத்துகின்ற. **salacious-ness***(n)*, **salaciously***(adv)*.

sal-ad/'sæləd/*(n)*:'ஸæலஅட்: / a dish consisting of raw, uncooked vegetables, பச்சடி, பச்சைக் காய்கறிக் கூட்டு. **salad days**: period of youth and inexperience, அனுபவம் இல்லாத இளமைப்பருவம்.

sal-a-man-der/'sælə,mændə*/*(n)*:'ஸæலஅ,மæன்ட:அ* / amphibian, உடும்பு;

a small animal like a lizard that lives both in water and on land, நீரிலும் நிலத்திலும் வாழும் ஒருவகைப் பல்லி இனம்.

sal-a-ried/'sælərid/*(adj)*:'ஸæலஅரீட் / having salary or receiving salary, மாத ஊதியம், சம்பளம் பெறுகின்ற. **sal-a-ry**/'sæləri/*(n)*:'ஸæலஅரி / wages, ஊதியம், சம்பளம், payment made periodically, ஒவ்வொரு காலகட்டத்திலும் ஒழுங்காகக் கொடுக்கப்படும் ஊதியம்.

sale/seil/*(n)*:ஸெய்ல் / the act of selling, விற்பனை செய்தல்; exchange of goods for money, தொகை கொடுத்துப் பொருள்களை வாங்குதல், வியாபாரம். **sale-a-ble**/'seiləbl/ *(adj)*:'ஸெய்லஅப்:ல் / see **salabe**. **sales-man**/'seilzmən/*(n)*:'ஸெய்ல்ஸ்:மஅன் / a male sales person, ஆண் விற்பனையாளர். **sales-man-ship**/'seilzmənʃip/ *(n)*:'ஸெய்ல்ஸ்மஅன்ஷிப் / fine skill in the art of selling, நல்ல விற்பனைத் திறன்.

sa-li-ent/'seiljənt/*(adj)*:'ஸெய்லியஅன்ட் / prominent, குறிப்பிடத்தக்க; main, முக்கியமான. **salient***(n)*: an angle pointing outwards especially in the wall of a fort, கோட்டைச் சுவரில் நீட்டிக்கொண்டு இருக்கும் கட்டை. Directive Principles of State Policy is one of the **salient** features. of the Constitution of India.

sa-line/ˈseilain/*(adj)*:ஸ**ə**ˈலய்ன் / salty, உப்பான, உப்புச் சுவையுள்ள. **saline***(n)*: salt water, உப்பு நீர். **salinity***(n)*.

sa-li-va/səˈlaivə/*(n)*:ஸəˈலய்வə / a digestive fluid secreted by the mouth glands, உமிழ் நீர்; spit or spittle, எச்சில். **sa-li-va-ry**/ˈsæliv**ə**ri/*(adj)*:ஸəˈலய்வəரி / of saliva or of the glands, உமிழ் நீர் பற்றிய, உமிழ் நீர் சுரப்பிகள் பற்றிய. **sa-li-vate**/səˈlaiveit/ *(v.i)*: ஸəˈலய்வெய்ட் / produce saliva in the mouth, எச்சில் ஊறச் செய்.

sal-low/ˈsæləu/*(n)*:ˈஸæலəஉ / a kind of shrub, புதர்ச்செடி வகை. **sallow***(adj)*: having pale yellow colour, வெளிர் மஞ்சள் நிறம் உடைய. **sallowness***(n)*: state of not being healthy, உடல் நலம் இல்லாத நிலை.

sal-ly/ˈsæli/*(v.i)*:ˈஸæலி / to move out suddenly, பாய்ந்து வெளிப்படு; to go for a walk, உலவச் செல். **sally***(n)*: a rush made suddenly, திடீர்ப்பாய்ச்சல்; a verbal attack, வார்த்தைகளால் தாக்குதல். **sally-forth, sally-out**: to come out to meet some kind of difficulty, சில துன்பங்களை எதிர்கொள்ள வெளியே புறப்படுதல். • *The cine star opened the door and* **sallied forth** *to meet the waiting crowd.*

sal-mon/ˈsæmən/*(n)*:ஸæமən / a large fish, வஞ்சிர மீன், பெரிய மீன். **salmon trout***(n)*: a large trout with pink flesh, ஒருவகை நன்னீர் மீன்.

sa-lon/ˈsælɔn/*(n)*:ˈஸæலான் / a room or establishment where hairdresser, beautician conduct their business, முடிதிருத்தும் (அ) அழகுபடுத்தும் நிலையம்.

sa-loon/səˈlu:n/*(n)*:ˈஸəலூன் / a large hall, கூடம்; a drinking bar, மதுபானக் கூடம்; a grandly furnished room, அலங்கரிக்கப் பட்ட அறை, கப்பல் பயணிகள் தங்குமிடம்.

salt/sɔ:lt/*(n)*:ஸா:ல்ட் / sodium chloride, சோடியம் குளோரைடு உப்பு; common salt, சாதாரண உப்பு. **to take something with a pinch of salt**: to have some doubt about a thing, ஒன்றைப் பற்றிய ஐயப்பாட்டுடன் இரு. • *The incident did happen; but you must* **take the story with a pinch of salt**. **salt***(v.t)*: to add salt to, உப்பிடு; to preserve with salt, ஊறுகாய் போடு. **salt***(adj)*: containing full of salt, உப்பு நிறைந்துள்ள.

salt-pan/ˈsɔ:lt,pæn/*(n)*:ˈஸா:ல்ட்,ப்பæன் / a salt lake that is dried up, உப்பளம். **salt-pe-tre**/ˈsɔ:lt,pi:tə*/*(n)*:ˈஸா:ல்ட்,பீட்டə* / potassium nitrate used in explosives, வெடியுப்பு. **salt pit***(n)*: a pit that yields salt, உப்புக் குழி.

sa-lu-bri-ous/səˈlu:briəs/*(adj)*: ஸəˈலூப்:ரியəஸ் / full of health and vigour, உடல்வளமுள்ள; respectable, மரியாதைக்கு உகந்த. **salubriousness***(n)*.

sal-u-ta-ry/ˈsæljutəri/*(adj)*:ˈஸæல்யூட்டəரி / healthy, உடல்வளமான; having fine effect, நல்ல பயன் விளைவிக்கக்கூடிய. • *The defeat in the election had a* **salutary** *effect on him: he has become sober.*

sal-u-ta-tion/ˌsælju:ˈteiʃn/*(n)*: ˌஸæல்யூˈட்டெய்ஷən / greetings, நல் வாழ்த்துக்கள்; expression of respect, மரியாதையை வெளிப்படுத்தல். **sa-lute**/ səˈlu:t/*(v.t)*:ஸəˈல்யூட் / to honour, வணக்கம் செலுத்து; to show respect, மரியாதை காட்டு. **salute***(n)*: an act of respect, மரியாதை செலுத்துதல், வணக்கம் காட்டுதல்; a military sign of salutation, ராணுவ முறைப்படி வணக்கம் செலுத்துதல்.

sal-vage/ˈsælvidʒ/*(n)*:ˈஸæல்விஜ் / that which is saved, அழிவிலிருந்து காப்பாற்றப் பட்டது; reward for saving or protecting, காப்பாற்றப்பட்டதற்கு (அ) பாதுகாக்கப் பட்டதற்குக் கொடுக்கப்படும் பரிசு; the act of saving, காப்பாற்றுதல். **salvage***(v.t)*: to save, காப்பாற்றுதலைச் செய்; to rescue, மீட்புச் செய். • *The firemen were not able to* **salvage** *anything when the entire book fair 1993 went on fire.*

sal-va-tion/sælˈveiʃn/*(n)*:ˈஸæல்வெய்ஷən / saving people from earthly sins, பாவங்களிலிருந்து மக்களை விடுவித்தல். • **Salvation** *Army is a Christian organisation and is best known for its service to the poor.*

salve/sælv/*(n)*:ஸæல்வ் / a kind of ointment, ஒருவகை பசை போன்ற பூச்சி மருந்து. **salve***(v.i-v.t)*: to heal, புண் ஆறும்படி செய்; to save from pain or destruction, பெரும் ஆபத்தினின்று காப்பாற்று. • *Confess your sins and it will surely* **salve** *your conscience.*

salv-er/ˈsælvə*/*(n)*:ˈஸæல்வə* / a small tray, சிறிய தட்டு.

sal-vo/ˈsælvəu/*(n)*:ˈஸæல்வəஉ / a royal salute, அரசு மரியாதை; a welcome with guns, இராணுவ அணிவகுப்பு மரியாதை. **salvo***(n)*: an exception, விலக்கு; a saving clause, தற்காப்பு நிபந்தனை.

S

same/seim/*(pron)*:ஸெய்ம் / the identical thing, person, etc., அஃதே போல ஒருவர் ஒரு பொருள் முதலியன. • *The* **same** *will be done for you.* **same***(adj)*: like, அதுவே போல; exact, அப்படியே இருப்பதாக உள்ள, ஒரே மாதிரியாக உள்ள. • *The* **same** *old story is repeated every day.* **same-ness**/'seimnis/*(n)*:'ஸெய்ம்னிஸ் / the state of being alike, மாறுபாடு இல்லாமை. **same***(adv)*: in the same way, அஃதே போன்ற நிலையில். • *I have my duty,* **same** *as anyone else.*

sa-mite/'sæmait/*(n)*:'ஸமய்ட் / a kind of embroidered heavy silk cloth, சரிகை வேலைப்பாடுள்ள, உயர்ரகப் பட்டாடை.

sam-ple/'sa:mpl/*(n)*:'ஸம்ப்ல் / a specimen, மாதிரி, எடுத்துக்காட்டு. **sample***(v.t)*: to test beforehand, மாதிரிச் சோதனை செய்; to know by practice, செய்து தெரிந்துகொள். • *I always* **sample** *the food I prepare before I serve it to others.* **sam-pler**/'sa:mplə*/*(n)*: 'ஸம்ப்லə* / one who samples, மாதிரியைக் காண்பித்து, தரம் உறுதி செய்து, விற்பனை செய்பவர்; a piece of embroidery to show one's ability, skill, etc., எடுத்துக்காட்டாக விளங்கும் விற்பனைக்கு உகந்த தரம், திறமைக்குச் சான்றாக உள்ள பின்னல் வேலை.

san-a-to-ri-um/ˌsænə'tɔ:riəm/*(n)*: ˌஸனəட்'டா:ரியəம் / an establishment for the medical treatment of people who are convalescing or have a chronic illness, நாட்பட்ட வியாதியினால் அவதிப்படும் (அ) நோயிலிருந்து மீண்டு வருகின்ற மக்களுக்கு மருத்துவ சிகிச்சையளிக்கும் நிறுவனம்; a health centre, சுகாதார மையம், இயற்கை வளம் சூழ்ந்த நிலையம்.

sanc-ti-fy/'sæɲktifai/*(v.t)*:'ஸங்க்ட்டிஃபய் / to make pure, holy, etc., புனிதமாகும்படி செய்; to purify religiously, மதச் சடங்குகள் செய்து தெய்வீகப்படுத்து.

sanc-tion/'sæɲkʃn/*(v.t)*:'ஸங்க்ஷəன் / to allow, அனுமதி; to ratify, இசைவு கொடு; to confirm, உறுதிப்படுத்து. **sanction***(n)*: approval, அனுமதி; ratification, இசைவாணை; confirmation, உறுதிப் படுத்துதல். • *Birth control by abortion may be a social or political urgency but it has no normal* **sanction**.

sanc-ti-ty/'sæɲktəti/*(n)*:ஸங்க்ட்டிட்டி / religious purity, மதத்தின் மூலம் பெறப்படும் புனிதத் தன்மை; holiness, தூய்மை.

sanc-tu-a-ry/'sæɲktʃuəri/*(n)*: ஸங்க்ச்சுəரி / a sacred place, ஒரு புனிதமான இடம்; a place that shelters weak persons, புகலிடம், சரணாலயம்; a place that offers protection, பாதுகாப்பு இடம். Vedanthangal Bird Sanctuary is an abode of siberian birds during winter.

sanc-tum/'sæɲktəm/*(n)*:ஸங்க்ட்டəம் / a holy place, புனித இடம்; a person's private place, ஒருவரின் தனியிடம்.

sand/sænd/*(n)*:ஸன்ட்: / fine particles of crushed rock or worn rocks, மணல்.

san-dal/'sændl/*(n)*:'ஸன்ட்:ல் / a loose slipper, செருப்பு.

san-dal-wood/'sændlwud/*(n)*: 'ஸன்ட்:ல்உட்: / a wood that is very fragrant, சந்தனக் கட்டை.

sand-bank/'sændbæɲk/*(n)*: 'ஸன்ட்: ப:ங்க் / a bank of sand, மணற் கரை; a bank of sand in a river or sea, மணல் திடல்.

sand-glass/'sændglæs/*(n)*: 'ஸன்ட்:க்:லஸ் / an instrument made of glass for measuring time with the smooth flow of fine sand, மணல் கடிகாரம்.

sand-pa-per/'sændˌpeipə*/*(n)*: 'ஸன்ட்ˌப்பெய்ப்பə* / a paper with sand covered on it for polishing, தேய்ப்புத் தாள், உப்புத் தாள்.

sand-wich/'sænwitʃ/*(n)*:'ஸன்ட்:உயிச் / two slices of bread with meat, butter, etc., in between, இடையே வைக்கப்பட்ட இறைச்சி, வெண்ணெய் கொண்ட இரு ரொட்டித் துண்டுகள். **sandwich***(v.i)*: to fit something between two objects, இடையே புகுத்து, இடைச் செருகுதலைச் செய். • *I have a tight schedule today; but I will try to* **sandwich** *that work before evening.*

sane/sein/*(adj)*:ஸெய்ன் / having sanity, மனம் நல்ல நிலையிலுள்ள; sensible, தெளிந்த அறிவுடைய.

sang/sæɲ/*(v)*:ஸங் / past tense of "sing", "sing" என்பதன் இறந்த கால வினை.

san-guine/'sæɲgwin/*(adj)*:'ஸங்க்உயின் / red, சிவப்பு நிறமுள்ள; very confident, நம்பிக்கையும், நிறைவும் கொண்ட; cheerful and delightful, மகிழ்வும், மலர்ச்சியும் உள்ள.

san-i-ta-ry/'sænitəri/*(adj)*:'ஸனிட்டəரி / hygienic, உடல் நலம் பேணும் சூழ்நிலை யுள்ள. **san-i-ta-tion**/ˌsæni'teiʃn/*(n)*: ˌஸனி'ட்டெய்ஷəன் / the science that deals with public health and private cleanliness, சுகாதாரம், உடல்நலம் பேணும் இயல்.

S

san-i-ty/'sænəti/*(n)*:'ஸ்ஸனிட்டி / saneness, தெளிந்த அறிவு; fine mental health, நல்ல மனவளம் உள்ள; sound mind, மேம்பட்ட அறிவு. • *Finally* **sanity** *prevailed and they ended the cold war.*

sank/sæŋk/*(v)*:ஸங்க் / past tense of "sink", "sink" என்பதன் இறந்த கால வடிவம்.

Sanskrit/'sænskrit/*(n)*:'ஸஸன்ஸ்க்ரிட் / an ancient classical language of India, பண்டைய இலக்கிய வளம் செறிந்த சமஸ்கிருத மொழி.

sap/sæp/*(v.t)*:ஸஸப் / to become weak, திறனற்றதாகு; to weaken, பலவீனப் படுத்து. • *The work is too much, it is* **sapping** *off his energy.* to destroy, அழித்தலைச் செய்; to drain sap, சாறு வடிக்கச் செய். **sap**(*n*): the juice of plants, மரப்பால், சாறு; that which is vital for life, உயிர்ச்சத்து; a trench, சுரங்கம்; a tunnel, அகழி.

sap-ling/'sæpliŋ/*(n)*:'ஸஸப்லிங் / a tender tree, இளம் மரக்கன்று, இளஞ்செடி.

sap-phire/'sæfaiə*/*(n)*:'ஸஸஃபயə* / a precious stone blue in colour, நீலக்கல்.

sar-cas-m/sa:kæzəm/*(n)*:'ஸாக்கஸஸ:əம் / a pungent remark, புண்படுத்தும் சொல், ஏளனம், பழிப்பு. **sar-cas-tic**/sa:'kæstik/*(adj)*:ஸா'க்கஸஸ்ட்டிக் / full of scorn, ஏளனம் நிறைந்த, கேலியான சொற்கள் உள்ள.

sar-coph-a-gus/sa:'kɔfəgəs/*(n)*: ஸா'க்காஃபəக:əஸ் / a coffin made of stone, கல்லால் செய்யப்பட்ட சவப்பெட்டி.

sar-dine/sa:'di:n/*(n)*:ஸா'டீ:ன் / a small fish, சிறு மீன்.

sar-do-nic/sa:'dɔnik/*(adj)*:ஸா'டானிக் / full of spite, வெறுப்பும், ஏளனமும் கலந்த; mocking, பரிகாசமான.

sar-sa-pa-ril-la/ˌsa:səpə'rilə/*(n)*: ˌஸாஸəப்பə'ரிலə / a tropical medicinal plant, நன்னாரி, நன்னாரி வேர்.

sash/sæʃ/*(n)*:ஸஷ் / a kind of band worn as an ornament, இடையணி (ஒட்டியாணம்).

Sa-tan/'seitən/*(n)*:'ஸெய்ட்டən / the devil, சாத்தான்; an evil spirit, தீய ஆவி.

satch-el/'sætʃəl/*(n)*:'ஸஸச்சəல் / a small handbag, சிறிய கைப்பை.

sat-el-lite/'sætəlait/*(n)*:'ஸஸட்டəலயட் / a heavenly body revolving round a planet, ஒரு கோளைச் சுற்றும் துணைக்கோள்; a person who follows another, பின் தொடர்ந்து தொந்தரவு செய்பவர். • *You can see him in this hotel any day at this hour with all his* **satellites,** *making merry.*

sa-ti-ate/'seiʃieit/*(v.t)*:'ஸெய்ஷியெய்ட் / to satisfy totally, முழு மனநிறைவு ஏற்படுத்து.

sat-in/'sætin/*(n)*:'ஸஸட்டின் / a thin bright silk, மெல்லிய பளபளப்பான துணி.

sat-ire/'sætaiə*/*(n)*:'ஸஸட்டயə* / a written or oral ridiculous remark, கேலியும், கிண்டலும் நிறைந்த பேச்சு (அ) எழுத்து. **satirical**(*adj*).

sat-is-fac-tion/ˌsætis'fækʃn/*(n)*: ˌஸஸட்டிஸ்'ஃபஸக்ஷən / a feeling of fullness, மனநிறைவு; a pleasant feeling of getting satisfied, இன்பத்தின் நிறைவு. **sat-is-fy**/'sætisfai/*(v.i)*:'ஸஸட்டிஸ்ஃபய் / to feel satisfied, மனநிறைவு பெறு; to supply till a feeling of fullness is got, மனநிறைவு ஏற்படுத்து.

sat-rap/'sætrəp/*(n)*:'ஸஸட்ரஸப் / a provincial governor, மாநில ஆளுநர்.

sat-u-rate/'sætʃəreit/*(v.i)*:'ஸஸச்சுரெய்ட் / to fill up to excess, மேலும் வழியும்படி முழுவதும் நிரப்பு; to soak fully, முழுவதும் மூழ்கும்படி செய்; to make something absorb, தெவிட்டச்செய், உறிஞ்சும் சக்தியைப் பெறும்படி செய். **saturation**(*n*).

Sat-ur-day/'sætədi/*(n)*:'ஸஸட்டəடெ:ய் / the seventh day of the week, சனிக்கிழமை.

Sat-urn/'sætən/*(n)*:'ஸஸட்டə:ன் / a planet, சனிக்கோள்.

sat-ur-nine/'sætənain/*(adj)*: 'ஸஸட்டəனய்ன் / dark and gloomy, மனச்சோர்வும், சலிப்பும் உள்ள; sad, வருத்தம் நிறைந்த; poisoned especially by lead, காரீயம் கொண்டு நஞ்சு ஏற்றப்பட்ட.

sat-yr/'sætə*/*(n)*:'ஸஸட்டə* / an angel of woods, வன தேவதை.

sauce/sɔ:s/*(n)*:ஸா:ஸ் / a kind of liquid food, குழம்பு, சாம்பார்; impudence, இறுமாப்பு.

sau-cer/'sɔ:sə*/*(n)*:'ஸா:ஸə* / a small plate, சிறு தட்டு.

sauc-y/'sɔ:si/*(adj)*:'ஸா:ஸி / full of mischief, குறும்பு நிறைந்த, துடுக்குத்தனமான; insolent, கர்வமான, இறுமாப்பான.

saun-ter/'sɔ:ntə*/*(v.i)*:'ஸா:ன்ட்டə* / to wander idly, அலைந்து திரி; to roam about, சுற்றி அலை. • *As the Sun went down, we would* **saunter** *along the creek, as if we had no care on earth.*

saus-age/'sɔsidʒ/*(n)*:'ஸாஸிஜ் / meat chopped and stuffed, கொத்திய இறைச்சி.

sav-age/'sævidʒ/*(adj)*:'ஸஸவிஜ் / not civilized, நாகரிகமில்லாத; wild, முரட்டுத்தனமான; brute, கொடிய.

sa-van-nah/sə'vænə/(n):ஸə'வஃனə / grassy plain, புல்வெளிப்பகுதி.

sav-ant/'sævənt/(n):'ஸஃவஎன்ட் / a man of learning, பண்டிதர், புலவர்.

save/seiv/(v.t):ஸெய்வ் / to rescue, காப்பாற்று; to come to help, உதவு; to be safe, பாதுகாப்பாக இரு; to keep something for future use, பிற்காலத்திற்கு வேண்டுமென்று சேமித்து வை; to avoid, தவிர்த்துவிடு. **save**(prep): except, தவிர. **savings**(n): money saved, சேமிக்கப்பட்ட பணம்.

sa-viour/'seivjə*/(n):'ஸெய்வியə* / one who saves, காப்பாற்றுபவர்; a person who cares for the good of humanity, மனித நலம் நாடுபவர்.

sa-vour/'seivə*/(n):'ஸெய்வə* / [also **savor**]: flavour, மணம்; taste, சுவை.

saw/sɔ:/(n):ஸɔ: / a cutting tool, ரம்பம்; an old saying of wisdom, பழமொழி. **saw**(v): past tense of "see", "see" என்பதன் இறந்தகால வினை.

saw-yer/'sɔ:jə*/(n):'ஸɔ:யə* / one who saws, மரம் அறுப்பவர்.

sax-i-frage/'sæksifridʒ/(n):'ஸஃக்ஸிஃப்ரிஜ் / a plant that grows on rocks, பாறைகளில் வளரும் செடி.

say/sei/(v.t):ஸெய் / to tell, சொல்; to utter, பேசு. **saying**(n): a proverb, பழமொழி.

scab/skæb/(n):ஸ்க்கஃப்: / a fungus disease that causes scales in potatoes, apples, etc., உருளை, ஆப்பிள் முதலிய காய்களைத் தாக்கும் ஒருவகை நோய்; a scoundrel, கருங்காலி.

scab-bard/'skæbəd/(n):'ஸ்க்கஃபஅட்: / a sheath that contains sword, வாள் உறை.

sca-bies/'skeibi:z/(n):'ஸ்க்கஃபீ:ஸ்: / a skin disease that causes itch, சொறி சிரங்கு.

scaf-fold/'skæfəuld/(n):'ஸ்க்கஃஃபəஉல்ட்: / a platform for hanging criminals, தூக்கு மேடை.

scaf-fold-ing/'skæfəldiŋ/(n): 'ஸ்க்கஃஃபəஉல்டிங் / a temporary structure of poles, tubes and planks with platform for the use of builders, painters, etc. சாரம்.

scald/skɔ:ld/(v.i):'ஸ்க்கɔ:ல்ட்: / to burn with hot liquid or steam, நீராவியால் சுடு, புண்ணாகச் செய். **scald**(n): a wound caused by hot liquid, steam, etc., ஆவி (அ) சூடான திரவத்தால் வெந்த புண்.

sca-lar/skeilə*/(adj):'ஸ்க்கெய்லə* / of a number without direction, குறிப்பிடாத எண்ணிக்கை.

scale/skeil/(n):'ஸ்க்கெய்ல் / a covering of fish, crocodile, etc., செதில்; a measure, ஓர் அளவு; a balance/a measuring instrument, தராசு, துலாத்தட்டு; a thin layer, மெல்லிய அடுக்கு. **scale**(v): to climb up, மேலேறு.

sca-lene/'skeili:n/(adj):'ஸ்க்கெய்லீன் / of or having three unequal sides, சமம் இல்லாத மூன்று பக்கங்கள் பற்றிய.

scal-lop/'skɔləp/(n):'ஸ்க்கɔலəப் / a shellfish like an oyster, நத்தை வகைப் பிராணி; a shallow dish, கிண்ணம் போன்ற பாத்திரம்.

scalp/skælp/(n):'ஸ்க்கஃல்ப் / outer portion of the skull, தலையின் மேல்பகுதி.

scal-pel/'skælpəl/(n):'ஸ்க்கஃல்பəல் / a knife used in surgery, அறுவை சிகிச்சைக் கத்தி.

scamp/skæmp/(n):'ஸ்க்கஃம்ப் / a rogue, தீயவன். **scamp**(v.i): to do a thing carelessly, கவனமில்லாமல் செய்; to do in a haphazard manner, அரைகுறை வேலை செய்.

scan/skæn/(v.t):ஸ்க்கஃன் / to count the beats of a poem, செய்யுள் அடியைச் சீர் பிரித்துப் பார்; to examine carefully, கவனமாகப் பரிசீலனை செய், நுண்ணாய்வு செய்; make scan of a patient's body or part of it, நோயாளியின் உடல் பகுதி (அ) உடலை நன்கு சோதனை செய். **scan**(n): an act of scanning, உடலை முழுவதும் பரிசோதனை செய்தல்.

scan-dal/'skændl/(n):'ஸ்க்கஃன்ட்ல் / disgrace, அவமானம், கேவலமான செயல். **scan-dal-ize**/'skændə laiz/(v.t): 'ஸ்க்கஃன்டə:லய்ஸ்: / to offend and disgrace moral behaviour, அவதூறு செய்து, உள்ளத்தை நோகச் செய். • *It is only to* ***scandalize*** *public figures that certain newspapers dig into their private life.* **scan-dal-ous**/'skændələs/(adj):'ஸ்க்கஃன்டə:லəஸ் / very bad, மிக மோசமான; disgraceful, அவதூறான.

scant/skænt/(adj):'ஸ்க்கஃன்ட் / [also **scanty**]: not sufficient, போதாது என்ற தன்மையுள்ள; deficient, மிகக் குறைவான. • *Nowadays people pay* ***scant*** *respect to their parents and elders.*

scape-goat/'skeip' gə ut/*(n)*: 'ஸ்க்கெய்ப்'க:ஔட் / one who suffers for the faults of others, பிறர் குற்றத்தை ஏற்று, துன்பப்படுபவர்.

scar/ska:*/*(n)*:ஸ்க்கா* / a mark, being the result of a healing wound, வடு, தழும்பு. • *Wounds heal, but* **scars** *remain.* a steep rock on mountains, செங்குத்துப்பாறை.

scarce/skeəs/*(adj)*:'ஸ்க்கεஅஸ் / not sufficient, போதுமானதாக இல்லாத; scanty, முற்றிலும் குறைவான. • *As the summer sets in, taps go dry and drinking water becomes* **scarce** *in the city.* **scarcely** *(adv)*: scantily, மிகக் குறைவானது. **scar-ci-ty**/skeəsəti/*(n)*:'ஸ்க்கεஅஸிட்டி / deficiency, குறைவாக இருக்கும் நிலை; that which is rare, இல்லாமை, அரிதாக இருக்கும் நிலை.

scare/skeə*/*(v.i)*:'ஸ்க்கεஅ* / to be frightened, பயத்தினால் அச்சம் கொள்; to strike with sudden fear and terror, பயத்தையும், திகிலையும் ஏற்படுத்து. • *Why do you want to punish the poor boy? Your angry looks are enough to* **scare** *him.*

scare-crow/'skeə krə u/*(n)*: 'ஸ்க்கεஅ'க்ரஔ / a figure of man, set up in field to scare away birds, சோளக் கொல்லைப் பொம்மை.

scarf/ska:f/*(n)*:ஸ்க்காஃப் / a loose neck garment, கழுத்தில் அணியும் சிறு துணி.

scar-i-fy/'skeərifai/*(v.t)*:'ஸ்க்கεஅரிஃபய் / to scratch the skin and cut it, தோலுரி.

scar-la-ti-na/,ska:lə'ti:nə/*(n)*: 'ஸ்க்காலஅட்டீனஅ / a kind of poisonous fever, ஒருவகை விஷக் காய்ச்சல்.

scar-let/'ska:lət/*(n)*:'ஸ்க்காலிட் / bright colour of red, similar to orange, கருஞ்சிவப்பு நிறம்.

scarp/ska:p/*(n)*:ஸ்க்காப் / inner wall, உட்பக்கச் சுவர்; a steep slope, செங்குத்தான சரிவு.

scathe/skeið/*(n)*:ஸ்க்கெய்த்: / a wound or injury, காயம், புண். **scathe***(v.i)*: to injure, புண்படுத்து. **scath-ing**/skeiðiŋ/*(adj)*: ஸ்க்கெய்தி:ங் / wounding, புண்படுத்தக் கூடிய. • *The opposition leader was very* **scathing** *in his remarks about the minister.*

scat-ter/'skætə*/*(v.t-v.i)*:ஸ்க்கæட்டஅ* / to throw out in disorderly manner, சிதறச் செய்; to sprinkle, தூவு, தெளி.

scav-en-ger/'skævindʒə*/*(n)*: 'ஸ்க்கæவிஞ்ஜஅ: / a person who cleans and carries away the waste, துப்புரவு செய்பவர்.

scene/si:n/*(n)*:ஸீன் / a part of dramatical action, ஒரு காட்சி; an incident, ஒரு நிகழ்ச்சி.

sce-ne-ry/'si:nəri/*(n)*:'ஸீனஅரி / a landscape, ஓர் இயற்கைக் காட்சி; a scene painted, வரையப்பட்டு, வண்ணம் தீட்டப்பட்ட காட்சி.

scent/sent/*(n)*:ஸெண்ட் / a sense of smell, மோப்பம் கொண்டு அறிதல்; finding with a sense of smell, மோப்பம் பிடித்தல். **scent** *(v.t)*: to know by smell, முகர்ந்து அறிதல்; to find out by smell the existence or presence of something, மோப்பம் பிடித்துக் காணல்.

scep-tic/'skeptik/*(n)*:'ஸ்க்கெப்ட்டிக் / a non-believer, எதிலும் நம்பிக்கை இல்லாதவர்; a person who is not convinced of something, ஐயம் கொள்பவர். **scep-ti-cal**/'skeptikl/*(adj)*:'ஸ்க்கெப்ட்டிக்கஅல் / doubting, ஐயத்திற்குரிய. • *People are* **sceptical** *about the fall of prices of essential commodities.* **scepticism***(n)*.

scep-tre/'septə*/*(n)*:'ஸெப்ட்டஅ* / a rod that is the sign of royal authority, செங்கோல்.

sched-ule/'ʃedju:l/*(n)*:'ஷெட்:யூல் / tabulation of details, statistics, etc., பட்டியல்; a programme of action and timetable, செயல் திட்ட அட்டவணை. **schedule***(v.t)*: to prepare a programme of action of time-table, செயல் திட்டத்தை நேரப்படி வகு.

scheme/ski:m/*(n)*:ஸ்க்கீம் / an arrangement, செயல் திட்டம்; a system, ஓர் அமைப்பு. • *Nature has its own* **scheme** *of things; it is too deep to fathom for simple folks like us.* **scheme***(v.i)*: to plan, திட்டம் வகு; to programme, செயல்முறை வகு.

schis-m/'sizəm/*(n)*:'ஸ்க்கிஸ:அம் ('ஸி) / separation or division of an organization on grounds of politics, religion, etc., மதம், அரசியல் முதலிய வேறுபாடுகளால் பிரிவு ஏற்படுதல்.

schist/ʃist/*(n)*:ஷிஸ்ட் / a type of rock, ஒருவகைப் பாறை.

schiz-o-phre-ni-a/ˌskitsəuˈfri:njə/*(n)*: ˌஸ்க்கிட்ஸஉ'ஃப்ரீன்யஉ / a mental disorder, மனநோய், முரண் மூளை நோய்.

schol-ar/ˈskɔlə*/*(n)*:'ஸ்க்காலஉ* / a student, மாணவர்; a very learned person, கற்றறிந்தவர். **schol-ar-ship**/ˈskɔləʃip/*(n)*:'ஸ்க்காலஉஷிப் / learning and good knowledge, அறிவும், புலமையும்; allowance given to a student, கல்வி உதவித் தொகை.

school/sku:l/*(n)*:ஸ்க்கூல் / a place where students gather to learn, கல்விக்கூடம்; a group of thinkers or scholars who think and act in the same manner, ஒரே கொள்கையைக் கொண்டு செயல்படும் குழு; a body of fish, மீன்திரள். **school-ing**/ˈsku:liŋ/*(n)*:'ஸ்க்கூலிங் / education, கல்வி. • *Innumerable people reached heights of glory without even a year of* ***schooling****.*

schoo-ner/ˈsku:nə*/*(n)*:ஸ்க்கூனஉ* / a ship having a twin-masted sail, இரு பாய்மரம் கொண்டு இயங்கும் கப்பல்.

sci-at-i-ca/saiˈætikə/*(n)*:ஸய'ஆட்டிக்கஉ / pain experienced in the hip and thigh nerves, கீல்வாயு, இடுப்புப் பிடிப்பு.

sci-ence/ˈsaiəns/*(n)*:'ஸயஉன்ஸ் / a systematic study of some subject, அறிவியல். **scien-ti-fic**/ˌsaiənˈtifik/*(adj)*:ˌஸயஉன்ட்'டிஃபிக் / pertaining to science, அறிவியல் பற்றிய; rational, exact, critical, etc., ஆய்ந்து, தெளிந்து காணுகின்ற. **scien-tist**/ˈsaiəntist/*(n)*: 'ஸயஉன்ட்டிஸ்ட் / a person engaged in scientific and research activities, அறிவியல் ஆராய்ச்சி செய்பவர், அறிவியலறிஞர்.

scim-i-tar/ˈsimitə*/*(n)*:'ஸிமிட்டஉ* / a short curved sword, கொடுவாள்.

scin-til-late/ˈsintileit/*(v)*:'ஸின்ட்டிலெய்ட் / shine, ஒளிர். • *In a clear moonless night, we can see constellations beyond constellations of* ***scintillating*** *stars.*

sci-on/ˈsaiən/*(n)*:'ஸயஉன் / an offshoot, தளிர்; a descendant, வழித்தோன்றல், பரம்பரைத் தோற்றம்; offspring, distant relation, வாரிசு, தூரத்து உறவு.

scis-sors/ˈsizəz/*(n)*:'ஸிஸ:உஸ்: / an instrument with two blades, கத்தரிக்கோல்.

scoff/skɔf/*(v.i)*:ஸ்க்காஃப் / to ridicule, ஏளனம் செய்; to mock at, கேலி செய், பரிகாசம் செய்.

scold/skəuld/*(v.t)*:ஸ்க்கஉஉல்ட் / to find fault with, குற்றம் கூறு; to use angry words and blame forcefully, வசைமாரிப் பொழி, திட்டு. **scolding***(n)*: rebuke, வசைமொழி பொழிதல்; vulgar and senseless criticism, கீழ்த்தரமாகக் குறை கூறுதல்.

sconce/skɔns/*(n)*:ஸ்க்கான்ஸ் / candlestick, மெழுகுவர்த்தித் திரி; a fort, கோட்டை; skull, மண்டையின் மேற்பகுதி. **scone***(n)*: a kind of delicious cake, ஒருவகை ருசியான அப்பம்.

scoop/sku:p/*(v.i)*:ஸ்க்கூப் / to take something with a ladle, கரண்டியால் எடு; to dig out, குடைந்தெடு. **scoop***(n)*: a ladle with a short handle, அகப்பைக் கரண்டி; a news that is exciting, ஒரு புதுமையான செய்தி.

scoot/sku:t/*(v.i)*:ஸ்க்கூட் / to move quickly and suddenly, திடீரென விரைவாகச் செல். • *The thief picked the pocket and* ***scooted*** *off.*

scope/skəup/*(n)*:ஸ்க்கஉஉப் / range, எல்லை. • *The proof of the theorem is beyond the* ***scope*** *of this book.*

scorch/skɔ:tʃ/*(v.t)*:ஸ்க்கா:ச் / to burn at the surface of something, மேல்பகுதியில் கொப்புளிக்கும்படி செய்; to dry up because of heat, சூட்டில் வாட்டு, வறுத்து எடு; to be affected with the sensation of burning, கொப்பளிப்பதால் பாதிக்கப்பட்டிரு. **scorch** *(v.i)*: to drive or ride a vehicle at high speed, மிகுந்த வேகத்தில் வண்டியை ஓட்டு (அ) சவாரி செய்.

score/skɔ:*/*(n)*:ஸ்க்காஉ* / a mark for counting, கணிப்பதற்கு உள்ள கோடு; a statement of account pertaining to games, test, examinations, etc., கணிப்பு; points gained in a play or game, ஆட்டக்கணிப்பு எண். **score***(v.i)*: to make a line or draw a line, கோடிடு, வரை ஏற்படுத்து; to gain points in a competition, game, etc., போட்டி, விளையாட்டு முதலிய வற்றில் வெற்றி பெறு.

scorn/skɔ:n/*(v.i)*:ஸ்க்கா:ன் / to show contempt for, வெறுப்புக் காண்பி. **scorn***(n)*: contempt, வெறுப்பு, வெறுப்புத் தெரிவித்தல்.

S

Scor-pi-o/ˈskɔ:piəu/*(n)*:ˈஸ்க்கா:ப்பியஉ / eighth sign of Zodiac, எட்டாவது ராசி மண்டலம், விருச்சிகராசி; a person born between 23rd October and 22nd November, அக்டோபர் 23-க்கும் நவம்பர் 22-க்கும் இடையில் பிறந்தவர்.

s c o r - p i - o n/ˈskɔ:pjən/*(n)*: ˈஸ்க்கா:ப்பியஉன் / a creeping lobster with a poisonous sting, தேள்.

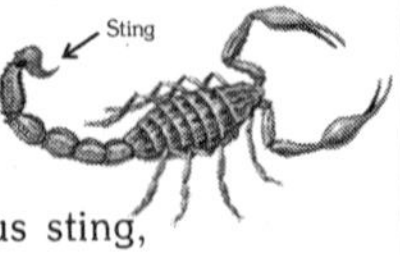

Scot/skɔt/*(n)*:ஸ்க்காட் / a native of Scotland, ஸ்காட்லாந்து நாட்டுக் குடிமகன்.

scotch/skɔtʃ/*(v.i)*:ஸ்க்காச் / to cause wound slightly, காயம் ஏற்படுத்து, ஸ்காட்லாந்திற் குரிய.

scot-free/ˌskɔtˈfri:/*(adj)*:ˈஸ்க்காட்ஃப்ரீ / unpunished, தண்டனை இல்லாத. • *He who can hoodwink the law can roam* **scot-free**, *notwithstanding the crimes he commits.*

scoun-drel/ˈskaundrəl/*(n)*:ˈஸ்க்கஉண்ட்ரல் / evil doer, தீமை செய்பவர், தீய குணம் உள்ளவர்; rascal, அயோக்கியன்.

scour/ˈskauə*/*(v.t)*:ˈஸ்க்கஉஅ* / to cleanse by rubbing, தேய்த்துச் சுத்தம் செய்; to brighten by rubbing, பளபளப்பாகச் செய்; to go in search of, தேடிப் போ.

scourge/skɜ:dʒ/*(n)*:ஸ்க்கஅ:ஜ் / a whip, சாட்டை; a fearful disease, ஒருவகைக் கொள்ளை நோய். **scourge***(v.i)*: to beat with a whip, சாட்டையால் அடி.

scout/skaut/*(n)*:ஸ்க்கஉட் / a person engaged in spying, ஒற்றர்; a scout boy, சாரணர். **scout***(v.t)*: to act as a scout, வேவு பார், துப்பறி; to reject with disdain, வெறுப்புடன் ஒதுக்கு.

scow/skau/*(n)*:ஸ்க்கஉ / a kind of flat bottomed boat, ஒருவகைத் தட்டைப் படகு.

scowl/skaul/*(v.i)*:ஸ்க்கஉல் / to look angry by making wrinkles on the brow, புருவத்தை நெரித்து, எரிச்சலைத் தெரிவி.

scrag-gy/skrægi/*(adj)*:ˈஸ்க்ரஆகி: / thin and bony, ஒல்லியானதும், இளைத்ததுமான.

scram-ble/ˈskræmbl/*(v.i)*:ˈஸ்க்ரஆம்ப்:ல் / to struggle to seize, பற்றிப்பிடிப்பதற்கு முயற்சி செய்; to clutch with all anxiety and eagerness, கவலையுடனும், ஆர்வத்துடனும் எட்டிப்பிடி; to climb with the help of hands and knees, முட்டி போட்டு ஏறு. **scramble** *(n)*: climbing with the help of hands and knees, முட்டியிட்டுப் பற்றி ஏறுதல்; keen struggle to get something, ஒன்றைப்பெற, கடுமையாகப் போட்டியிடுதல்.

scrap/skræp/*(n)*:ஸ்க்ரஆப் / a fragment usually unwanted of a picture or a paragraph or a portion cut out from a book or newspaper or cloth or wood or metal, ஒரு புத்தகம் (அ) செய்தித் தாளிலிருந்து (அ) துணியிலிருந்து (அ) மரம் மற்றும் உலோகத்திலிருந்து வெட்டப்பட்ட தேவையற்ற பகுதி; a small fight, ஒரு சிறிய மோதல். He had a **scrap** with his friend. He is always **scrapping** at office.

scrape/skreip/*(v)*:ஸ்க்ரெய்ப் / to clean by rubbing, துடைத்து, சுரண்டிச் சுத்தம் செய்; to polish by rubbing, சுரண்டி, பளபளப்பாக்கு; to gather with some difficulty, துயர்பட்டு ஒன்று திரட்டு. • *He scored the minimum and* **scrapped** *through the examination.*

scratch/skrætʃ/*(v.t-v.i)*:ஸ்க்ரஆச் / to rub with some pointed instrument, கீறு. • *Whenever my mind goes blank, I simply* **scratch** *my head.* to tear the surface, கிழி; to withdraw from a contest, competition, etc., போட்டியினின்று பின்வாங்கு. **scratch***(n)*: a mark made because of scratching, கீறல்; a slight wound, சிறு காயம்; very low state, மிகவும் தாழ்மையான நிலை, பந்தயம் தொடங்கும் கோடு. • *He started life from* **scratch**.

scrawl/skrɔ:l/*(v.t)*:ஸ்க்ரா:ல் / to scribble carelessly, கிறுக்கி எழுது; to write illegibly, புரியாத வழியில் எழுது. • *Some people when they are not sure of the spelling of a word, simply* **scrawl**, *as if they are in a hurry.* **scrawl***(n)*: an illegible writing, கிறுக்கி எழுதுதல்.

scraw-ny/ˈskrɔ:ni/*(adj)*:ˈஸ்க்ரா:னி / lean, மெல்லிதான, ஒல்லியான.

scream/skri:m/*(v.i-v.t)*:ஸ்க்ரீம் / to cry piercingly, அலறு; to shriek, கிரீச்சலுடன் கத்து. **scream***(n)*: a shriek, அலறல்.

scree/skri:/*(n)*:ஸ்க்ரீ / the stony, loose bottom part of a cliff, மலை அடிவாரம், அதன் கல் சரிவு.

screed/skri:d/*(n)*:ஸ்க்ரீட் / a speech or letter that is not interesting, சற்றும் எழுச்சி இல்லாத சொற்பொழிவு (அ) கடிதம்; a piece of wood for levelling, மட்டப் பலகை.

screen/skri:n/*(n)*:ஸ்க்ரீன் / that which shelters or hides, திரை, தட்டி. **screen***(v.t)*: to shelter, பாதுகாப்புக் கொடு; to conceal,

மூடி மறை; to project something on the screen, திரையில் விழும்படி செய்.

screw/skru:/*(n)*:ஸ்க்ரூ / a nail with grooves, a spiral nail, திருகாணி. **screw***(v.t)*: to connect or fasten with a screw, திருகாணி கொண்டு திருகு.

scrib-ble/'skribl/*(v.i)*:'ஸ்க்ரிப்:ல் / to write with no care and attention, கிறுக்கி எழுது.

scribe/skraib/*(n)*:ஸ்க்ரய்ப்: / a writer, எழுத்தாளர்.

scrim-mage/'skrimidʒ/*(n)*:'ஸ்க்ரிமிஜ் / a struggle with no aim or purpose, குழப்பம், கலகம், குறிக்கோள் இல்லாத சச்சரவு.

scrimp/skrimp/*(v.i)*:ஸ்க்ரிம்ப் / be very economical, மிகவும் சிக்கனமாக இரு; to give scantily, சிறிய அளவில் கொடு.

scrip/skrip/*(n)*:ஸ்க்ரிப் / a share certificate, பங்குப் பத்திரம்; a wallet, பணம் வைத்துக் கொள்ளும் பாதுகாப்புப் பை.

script/skript/*(n)*:ஸ்க்ரிப்ட் / handwritten matter, கையெழுத்துப் படிவம்; subject matter of a play or speech or cinema, நாடகம் (அ) சொற்பொழிவு (அ) திரைப்படம் இவற்றின் கருப்பொருள்.

scrip-ture/'skriptʃə*/*(n)*:'ஸ்க்ரிப்ச்சə* / sacred books like the Bible, the Ramayana, etc., விவிலியம், இராமாயணம் போன்ற புனித நூல்கள்.

scrof-u-la/'skrɔfjulə/*(n)*:'ஸ்க்ராஃப்யுலə / a kind of disease that causes swelling in glands, கண்டமாலை நோய்.

scroll/skrəul/*(n)*:ஸ்க்ரəஉல் / a roll of paper, காகிதச் சுருள்; a design full of ornamental beauties, அழகும், ஒப்பனையும் உள்ள அலங்காரம்.

scrub/skrʌb/*(v.t)*:ஸ்க்ரப்: / to rub for cleaning, தேய்த்துச் சுத்தம் செய்/துப்புரவு செய்; to rub for brightening, தேய்த்து, பளபளப்பாகும்படி செய். **scrub***(n)*: brushwood, புதர், குறுங்காடு; a short brush full of bristles, துப்புரவு செய்ய உதவும் சிறிய தூரிகை.

scruff/skrʌf/*(n)*:ஸ்க்ரஃப் / back part of the neck, பிடரி.

scrum/skrʌm/*(n)*:ஸ்க்ரம் / *abbr.* of scrimmage, "scrimmage" என்பதன் சுருக்கமான வடிவம்.

scru-ple/'skru:pl/*(n)*:'ஸ்க்ரூப்ல் / a conscientious way of thinking and deciding, மனச்சாட்சியின் உள்ளுணர்வு. • *He is a man with no* ***scruples****; he will do anything to grab what he wants.* a very small weight of 20 grains, **20** குன்றுமணி எடை அளவு; a small measure or quantity, சிறு அளவு/எடை. **scru-pu-lous**/'skru:pjuləs/*(adj)*:'ஸ்க்ரூப்யுலəஸ் / having conscientious approach to all problems, however small, தீச்செயல் செய்ய அஞ்சுகின்ற மனப்பான்மையுள்ள; faultless, having no blemish, குற்றமற்ற, நல்ல மனப்பான்மையுள்ள; never failing, எப்பொழுதும் ஒழுங்காக இருக்கக்கூடிய.

scru-ti-ny/'skru:tini/*(n)*:'ஸ்க்ரூட்டினி / detailed investigation, துல்லிய, நுண்ணிய ஆய்வு; close examination, நுட்பமான பரிசீலனை.

scud/skʌd/*(v.i)*:ஸ்க்கட்: / to sail fast, வேகமாக மிதந்து செல்; to run fast, விரைவாக ஓடு. **scud***(n)*: misty and moving clouds, மிதந்து செல்லும் மேகக் கூட்டம்.

scuf-fle/'skʌfl/*(n)*:'ஸ்க்கஃப்ல் / a struggle full of confusion, குழப்பமும், கூச்சலும் நிறைந்த சச்சரவு; a fight with hand to hand, கைகலப்பு. • *The match began with great expectations but ended in a big* ***scuffle****.* **scuffle***(v.i)*: to walk unsteadily dragging the feet, தரையில் தேய்த்து நட; to give a fight, சண்டையிடு.

scull/skʌl/*(n)*:ஸ்க்கல் / a short oar, சிறு துடுப்பு. **scull***(v.i)*: to float to move by making use of oars, துடுப்புப் போட்டு மிதந்து செல்.

scul-li-on/'skʌljən/*(n)*:'ஸ்க்கலியəன் / an under-servant of a cook, சமையல்காரரின் உதவியாள்.

sculp-tor/'skʌlptə*/*(n)*:'ஸ்க்கல்ப்ட்டə* / an artist who works on stones, wood, etc., by carving, சிற்பி.

sculp-ture/'skʌlptʃə*/*(n)*:'ஸ்க்கல்ப்ச்சə* / the art of making figures in stones, woods, solid substance, etc. கலைச் சிற்பம். **sculpture***(v.i)*: to make out or cut out or to carve art figures, சிற்ப வேலை செய்.

scum/skʌm/*(n)*:ஸ்க்கம் / impurities that rise to the surface of liquids and float, திரவங்கள் (நீர்மங்கள்) மேல் நுரைத்து எழும் அழுக்கு ஏடு; refuse, கழிவு; worthless people, உபயோகமற்ற மனிதர்கள். • *People who are like the ants that feed on the corpse are the* ***scum*** *of the society.*

scup-per/'skʌpə*/*(n)*:'ஸ்க்கப்பə* / a hole in a ship's side to let out water from the deck, கப்பல் மேல்தளத்தினின்று, தண்ணீர் வெளியேற்றப் பயன்படும் பக்கவாட்டுப் புழை.

scurf/sk3:f/*(n)*:ஸ்க்கஃப் / dry scale that is seen among the head hair, பொடுகு.

scur-ri-lous/'sk^rələs/*(adj)*:'ஸ்க்கரிலஸ் / using bad and violent words for abusing, கீழ்த்தரமான சொற்களைப் பயன்படுத்தக் கூடிய.

scur-ry/'sk^ri/*(v.i)*:'ஸ்க்கரி / to go fast, வேகமாகப் போ; to hurry, விரைந்து செல்.

Scurvy/'sk3:vi/*(n)*:'ஸ்க்கவி / a kind of skin disease caused by Vitamin C deficiency, வைட்டமின் C குறைவால் ஏற்படும் சொறி சிரங்கு.

scut/sk^t/*(n)*:ஸ்க்கட் / short tail of animals like hare, deer, etc., முயல், மான் முதலிய விலங்குகளின் சிறு வால்.

scut-tle/'sk^tl/*(n)*:'ஸ்க்கட்ல் / a metal box or wooden container for keeping coal, கரி வைப்பதற்கான பெட்டி; a hole with a cover, மூடியுள்ள துளை. **scuttle***(v.t)*: to run away in fear because of difficulty, துன்பத்தைத் தவிர்க்க தப்பியோடு; to fly in quick steps to avoid some danger, பயந்து பாய்ந்து செல்.

scythe/saið/*(n)*:ஸைத் / a cutting instrument to cut grass, புல் வெட்டப் பயன்படும் அரிவாள்.

sea/si:/*(n)*:ஸீ / a large stretch of salt water covering huge area, கடல். **sea-bound**/si:bau:nd/*(n)*: area adjoining sea, கடலோரம், கடற்கரை. **sea-breeze**/ˌsi:'bri:z/*(n)*:'ஸீ'ப்ரீஸ் / a breeze that comes from the sea, கடற்காற்று. **sea-farer**/'si:ˌfeərə*/*(n)*:'ஸீˌஃபெஅரஅ* / a sailor, மாலுமி; a traveller who does business crossing the seas, கப்பல் பயணி. **sea-faring**/'si:ˌfeəriŋ/*(adj)*:'ஸீˌஃபெஅரிங் / pertaining to sea travel, கப்பல் பயணம் பற்றிய. **sea-girt**/'si:g3:t/*(n)*:'ஸீகஃட் / surrounded by sea water, கடல் சூழ்ந்த. **sea-gull**/'si:g^l/*(n)*:'ஸீகல் / a sea bird having web-feet, கடற் பறவை.

seal/si:l/*(n)*:ஸீல் / a mammal that lives in water, கடல் நாய், நீர் நாய்; a stamp with engraving to ensure something when used, முத்திரை. **seal***(v.t)*: to make a mark with a seal, முத்திரையிடு; to make sure, உறுதி செய்; to settle finally, இறுதியாக்கு.

sea level/'si:levəl/*(n)*:'ஸீலெவல் / the level surface of the sea, கடல் மட்டம்.

seal-ing-wax/'si:liŋwæks/*(n)*:'ஸீலிங்உக்ஸ் / a resinous mixture used for sealing, அரக்கு.

seam/si:m/*(n)*:ஸீம் / a joining of two edges stitched together, தையல் இணைப்பு; a layer of coal etc. in between beds of other materials like sand, மண் படுகைகளுக்கு இடையேயுள்ள கனிமப் பாளம்.

sea-man/'si:mən/*(n)*:'ஸீமன் / a sailor on a ship, மாலுமி.

seamstress/'si:mstrəs/*(n)*:'ஸீம்ஸ்ட்ரஸ் / a woman whose work is sewing, தைக்கும் பெண்மணி.

se-ance/seiɔ:ns/*(n)*:'ஸெயான்ஸ் / a meeting held in public for exhibiting or finding out spiritual phenomena, ஆவிகளுடன் தொடர்பு கொள்ள நடைபெறும் பொதுக் கூட்டம்.

sea-port/'si:pɔ:t/*(n)*:'ஸீப்பாஃட் / a harbour town, துறைமுகப் பட்டினம்.

sear/siə*/*(v.i)*:ஸியஅ* / to scorch, சூடுபடுத்து, வாட்டு.

search/s3:tʃ/*(v.i-v.t)*:ஸஃச் / to find out, தேடு; to seek, முயன்று காண்; to look for, கண்டுபிடிக்க முற்படு. **search***(n)*: an earnest attempt to find out, முழு மனத்துடன் காணும் முயற்சி; seeking for something, ஒன்றைத் தேடும் செயல்; an investigation, தேர்வு, ஆய்வு, விசாரணை.

sea-shore/'si:ʃɔ:*/*(n)*:'ஸீஷாஅ* / land close to sea, கடற்கரை.

sea-side/'si:said/*(n)*:'ஸீஸய்ட் / land by the side of the sea, கடல் அருகில் உள்ள நிலப்பகுதி.

sea-son/'si:zn/*(n)*:'ஸீஸ்ன் / a period of time, பருவம்; a period of time during which a particular weather prevails, பருவகாலம். **season***(v.i)*: to make delicious, சுவையூட்டு; to preserve the taste and substance of, கெடாமல் பதப்படுத்து. **seasonal***(adj)*.

seat/si:t/*(n)*:ஸீட் / a thing used for sitting on, இருக்கை, ஆசனம். **seat***(v.i)*: to place on a seat, ஓரிடத்தில் வை; to cause to sit, உட்காரும்படி செய்.

sea-weed/'si:wi:d/*(n)*:'ஸீஉயீட் / any alga plant that grows in the sea, கடல் பாசி.

sea-wor-thy/'si:,wɜ:ði/*(adj)*:'ஸீ,உɘ:தி: / fit enough to be taken to the sea, கடல் கடக்கத் தகுந்த; being in a state of sailing on the seas, கடலில் மிதந்து செல்லக்கூடிய.

se-cede/si'si:d/*(v.i)*:ஸி'ஸீட்: / to withdraw legally and formally, முறைப்படியும், சட்டப்படியும் விலகிக்கொள். • *The Constitution of India does not allow any State to* ***secede***.

se-clude/si'klu:d/*(v.i)*:ஸி'க்லூட்: / to be away from, விலகியிரு; to keep oneself aloof, தனித்திரு. **se-clud-ed**/si'klu:did/*(adj)*:ஸி'க்லூடிட்: / lonely, தனிமையான. • *Man is a social being; he does not like to lead a* ***secluded*** *life.* **seclusion***(n)*.

second/'sekənd/*(adj)*:'ஸெக்கɘன்ட்: / next after first, இரண்டாவதாக; not superior, உயர் நிலை அல்லாத; of inferior quality, தாழ்நிலையில். **second***(v.t)*: to support, ஆதரவு கொடு; to strengthen an idea, வழிமொழி. **second***(n)*: one who gives support, ஆதரவு கொடுப்பவர், வழிமொழிபவர்; that which is next to the first, இரண்டாவது இருப்பது; the sixtieth part of a minute, வினாடி.

sec-ond-a-ry/'sekəndəri/*(adj)*: 'ஸெக்கɘன்ட:ɘரி / being second in position, இரண்டாம் நிலையிலுள்ள; being a subordinate, பணிந்து வேலை செய்கின்ற. • *'What of it' is the first thing to deal with; 'why of it' is* ***secondary****; 'we can come to it' later.*

second-hand/,sekənd'hænd/*(adj)*: 'ஸெக்கɘன்'ஹæன்ட் / got or bought after use, பயன்படுத்திய பிறகு பெறப்பட்ட (அ) வாங்கப்பட்ட.

se-cre-cy/'si:krəsi/*(n)*:'ஸீக்ரɘஸி / privacy, இரகசியம். **se-cret**/'si:krit/*(adj)*:'ஸீக்ரிட் / not making known some news to others, பிறருக்குத் தெரியாமல் வைத்துக்கொள்ளத் தக்க; private, தனிப்பட்ட, இரகசியமான; personal, தனக்கென்று உள்ள. **secret***(n)*; private matter, இரகசியம்; that which is personal, தனிமனிதத் தன்மை.

sec-re-tar-i-at/,sekrə'teəriət/*(n)*: ,ஸெக்ரɘ'ட்டεɘரிɘட் / a secretary's office, ஒரு செயலரின் அலுவலகம்; the head office of a government department, அரசுச் செயலகம்.

sec-re-ta-ry/'sekrətri/*(n)*:'ஸெக்ரɘட்ரி / an assistant who transacts business and does correspondence on behalf of his superior or executive officer, செயலர்; the chief officer of a government department, தலைமைச் செயலர்/அலுவலர்.

se-crete/si'kri:t/*(v.t)*:ஸி'க்ரீட் / to give juice, liquid, etc., சுறக்கும்படி செய்; to hide or conceal, மறைத்து வை, ஒளித்து விடு. **se-cre-tive**/'si:krətiv/*(adj)*:ஸிக்ரீட்டிவ் / keeping secretly, இரகசியமாக வைத்திருக்கின்ற.

sec-tion/'sekʃn/*(n)*:'ஸெக்ஷɘன் / a party separated from the main divison, தனியாகப் பிரிந்திருக்கும் குழு; that which remains cut off, தனித்து விடப்பட்ட பகுதி; a separate division, பிரிவு.

sec-tor/'sektə*/*(n)*:'ஸெக்ட்டɘ* / part of a circle, வட்டக்கோணப் பகுதி; a branch of an activity, an instrument for measuring, அளக்கும் கருவி.

sec-u-lar/'sekjulə*/*(adj)*:'ஸெக்யுலɘ* / connected to the affairs of this world, இவ்வுலகத் தொடர்பான; not religious, சமயச் சார்பு இல்லாத. • *Some countries declare that they are* ***secular*** *but in practice, they are biased towards one religion or other.* happening once in hundred years or many years, ஒரு நூற்றாண்டுக்கு ஒரு முறை நிகழ்கின்ற (அ) பல ஆண்டுகளுக்கு ஒரு முறை நிகழ்கின்ற. **sec-u-lar-is-m**/'sekjulərizəm/*(n)*: 'ஸெக்யுலɘரிஸ:ɘம் / a practice or system where religion does not play any part, மதச்சார்பின்மை. • ***Secularism*** *does not mean the negation of religions; it means real tolerance towards each religion.*

se-cure/si'kjuə*/*(adj)*:ஸி'க்யுɘ* / being safe against any attack, எந்தத் தாக்குதலையும் சமாளிக்கவல்ல, பாதுகாப்பான; reliable, நம்பத்தகுந்த. **secure***(v.i-.v.t)*: to be or make safe, பாதுகாப்பாக இரு, பாதுகாப்பு செய்; to hold fast, உறுதியாகச் செய். **se-cu-ri-ty**/si'kjuərəti/*(n)*:ஸி'க்யுɘரிட்டி / state of being secure, பாதுகாப்பான நிலை; that which is pledged, பிணையப் பொருள். • *When the freedom of the country is offered as* ***security****, life of the people invariably becomes insecure.*

se-dan/si'dæn/*(n)*:ஸி'டæன் / a chair-vehicle that is portable, தூக்கிச் செல்லக் கூடிய நாற்காலி, பல்லக்கு; a motor car that is closed, நாற்புறமும் மூடப்பட்ட வண்டி.

se-date/si'deit/*(adj)*:ஸி'டெய்ட் / not moving, சலனமில்லாத; calm, quiet and peaceful, முற்றிலும் அமைதியான. **sedative***(n)*:

S

a drug causing sleep, உறக்கத்தைத் தூண்டும் மருந்து.

sed-en-ta-ry/'sedntəri/*(adj)*:'ஸெட்:ன்ட்டரி / inactive, வேகமும், சுறுசுறுப்பும் இல்லாத; always sitting, எப்பொழுதும் உட்கார்ந் திருக்கின்ற.

sedge/sedʒ/*(n)*:ஸெஜ் / a grass of coarse kind, கோரைப்புல்.

sed-i-ment/'sedimənt/*(n)*:'ஸெடி:மəன்ட் / that which settles down at the bottom of the liquid, வண்டல், கசடு.

se-di-tion/si'diʃn/*(n)*:ஸி'டி:ஷəன் / disloyal speech or act against authority, ஆட்சிக்கு எதிராக கிளர்ந்து எழத் தூண்டுதல்; agitation against government, அரசுக்கு எதிர்ப்புத் தெரிவித்தல். **seditious***(adj)*.

se-duce/si'dju:s/*(v.i-v.t)*:ஸி'ட்:யூஸ் / to tempt, வசியம் செய்; to allure, வசப்படுத்து; to induce by sinful, sensual methods to lose one's chastity, பாவ முறைகளைப் பயன்படுத்திக் கற்பிழக்கத் தூண்டு. • *Satan* **seduced** *Adam and Eve into eating the forbidden fruit and thereby incur the wrath of God.*

sed-u-lous/'sedjuləs/*(n)*:'ஸெட்:யுலəஸ் / hard working and painstaking, கடின உழைப்பும், விடாமுயற்சியும் உள்ள.

see/si:/*(v.i-v.t)*:ஸீ / **saw, seen**: to find with the help of eyes, பார்; to understand, அறிந்துகொள்; to gain knowledge, தெரிந்து தெளிவு பெறு; to have experience of, அனுபவம் பெறு; to visit, சென்று பார். **see***(n)*: the range of district limit of a bishop's authority, ஒரு மதகுருவின் ஆட்சி எல்லை.

seed/si:d/*(n)*:ஸீட்: / grain or nut that reproduces a plant, வித்து, விதை; origin, மூலம்; source, ஆதாரம்; a beginning, ஒரு தொடக்கம். **seed-y**/'si:di/*(adj)*:'ஸீடி: / full of seeds, முற்றிலும் விதைகள் உள்ள; not feeling well, நலம் குறைந்த; dirty and shabby, அழுக்கும், அருவருப்புமான.

seek/si:k/*(v.i)*:ஸீக் / to look for something, ஊன்றிக் கவனி; to find, கண்டுபிடி; to search, தேடு; to try, முயற்சி செய்.

seem/si:m/*(v.i)*:ஸீம் / to appear to be, இருப்பதாகத் தோன்றச் செய். • *It* **seems** *like ages since we met.* • *He* **seems** *to be very happy, do you know why?* **seeming**/'si:miŋ/*(adj)*:'ஸீமிங் / having the appearance of, வெறும் தோற்றம் மட்டும்.

seem-ly/'si:mli/*(adj)*:'ஸீம்லி / proper, உகந்த, தகுந்த; fine, decorous, நேர்த்தியான, அழகு மிகுந்த.

seen/si:n/*(v)*:ஸீன் / past participle of "see", "see" என்பதன் இறந்தகால வினை.

seep/si:p/*(v)*:ஸீப் / to flow through small pores, சிறு துளைகள் வழியாகப் பாய். • *Water is* **seeping** *into the house through the roof.*

seer/'si:ə*/*(n)*:ஸியə* / a person who knows future, வருவது அறிந்து உரைக்கும் அறிஞர்; a prophet, ஞானி; Indian (varying) measure of weight (about one kilogram) or liquid measure (about one litre), எடையில் ஒரு கிலோவும், திரவப் பொருளில் ஒரு லிட்டரும் உள்ள ஓர் அளவு 'சேர்'.

see-saw/'si:sɔ:/*(n)*:ஸீஸோ: / a play among children using a plank that moves up and down as it is fixed in the middle, சிறுவர்களுக்கு ஏற்ற விளையாட்டு.

seethe/si:ð/*(v.i)*:ஸீத்: / to boil, கொதிக்க வை; to be stirred and agitated, குமுறிக் கொந்தளித்து இரு; to be disturbed, அமைதியிழந்து கவலைப்படு.

seg-ment/'segmənt/*(n)*:'ஸெக்:மəன்ட் / a section, ஒரு பகுதி; a part of a circle, ஒரு வட்டப் பகுதி. • *Draw a chord and divide the circle into two* **segments**. **segment** *(v)*: to divide into parts, பகுதிகளாகப் பிரி.

seg-re-gate/'segrigət/*(v.t)*:'ஸெக்:ரிகி:ட் / to separate with a purpose, பிரித்து வை; to exclude, தள்ளி வை; to set apart, தனியாக ஒதுக்கு. **seg-re-ga-tion**/ˌsegri'geiʃn/*(n)*: ˌஸெக்:ரி'கெ:ய்ஷəன் / the act of segregating, பிரித்து ஒதுக்கி வைத்தல். • *In co-education, there is no* **segregation** *of boys and girls.*

seis-mo-graph/'saizməgra:f/*(n)*: 'ஸய்ஸ்:மəக்:ராஃப் / an instrument for recording earthquake shocks, its intensity, etc. நிலநடுக்கத்தைப் பதிவு செய்யும் கருவி.

seis-mol-o-gy/saiz'mɔlədʒi/*(n)*: 'ஸய்ஸ்:மாலəஜி / scientific study of the movements of the earth's surface, நிலநடுக்கம் பற்றிய படிப்பு.

seine/sein/*(n)*:'ஸெய்ன் / a net for fishing, மீன் வலை.

seize/si:z/*(v.i-v.t)*:ஸீஸ்: / to attack and take by force, தாக்கிப் பிடி; to clutch, இறுகப்பற்று. **seiz-ure**/'si:ʒə*/*(n)*:'ஸீஜ:ə* / the act of seizing, கைப்பற்றிப் பிடித்தல். fit, வலிப்பு நோய்.

sel-dom/'seldəm/*(adv)*:'ஸெல்ட:əம் / very rarely, மிக அரிதான; not very often,

எப்போதாவது. • *In these days, they* **seldom** *meet each other, though once they were inseparable.*

se-lect/si'lekt/*(v.i-v.t)*:'ஸிலெக்ட் / to choose, தேர்ந்தெடு; to pick out, பொறுக்கியெடு. **select***(adj)*: chosen with care, கவனமுடன் தேர்ந்தெடுக்கப்பட்ட; purposely picked out, ஆலோசித்து பொறுக்கி எடுக்கப்பட்ட. **se-lec-tion**/si'lekʃn/*(n)*: ஸி'லெக்ஷən / the act of selecting, தேர்ந்தெடுத்தல்; the process of choosing, பொறுக்கி எடுத்தல்; that which is chosen, தேர்ந்தெடுக்கப்பெற்றது. • *The library has a fine* **selection** *of rare works of all classic writers.*

self/self/*(n, sing)*:ஸெல்ஃப் / **selves***(n, pl)*: a person's individuality, ஒருவரின் தனித்தன்மை.

self-acquired/selfə'kwaiə:d/*(adj)*: ஸெல்ஃபஅக்உஅயəட்: / acquired by oneself, தானாகவே பெற்ற, சுயமாக ஈட்டிய.

self-complacent/'selfkəm'pleisənt/*(adj)*: 'ஸெல்ஃப்க்கəம்'ப்லெய்ஸəன்ட் / being too much pleased with one's own state or status, தன்னைப்பற்றி திருப்தி கொள்ளும்.

self-conceit/selfkən's:t/*(n)*: ஸெல்ஃப்க்கəன்'ஸீட் / self-regard, தற்பெருமை; self-boast, கர்வம், இறுமாப்பு.

self-confidence/'selfkənfidəns/*(n)*: 'ஸெல்ஃப்க்கəன்ஃபிடəன்ஸ் / a fine sense of confidence in one's own capabilities, தன்னம்பிக்கை.

self-control/ˌselfkən'trəul/*(n)*: 'ஸெல்ஃப்க்'கəன்ட்ரəஉல் / self-restraint and self-discipline, தன்னடக்கமும், கட்டுப்பாடும்.

self-denial/ˌselfdi'naiəl/*(n)*: 'ஸெல்ஃப்டி'னயəல் / denial of comforts to oneself, தன்னலம் மறுத்துக்கொள்ளல்.

self-deception/ˌselfdi'sepʃn/*(n)*: 'ஸெல்ஃப்டி'ஸெப்ஷəன் / deceiving one's own self, தன்னையே ஏமாற்றிக்கொள்ளல்.

self-discipline*(n)*:'ஸெல்ஃப்'டிஸிப்லின் / disciplining and training of oneself, சுயக் கட்டுப்பாடு.

self-evident/ˌself'evidənt/*(adj)*: 'ஸெல்ஃப்'எவிடəன்ட் / requiring no evidence or proof, மிகத் தெளிவான, நிரூபணம் தேவையில்லாத, தெளிவாகத் தெரிவதான.

self-government/ˌself'gʌvnmənt/*(n)*: 'ஸெல்ஃப்'கவ்ன்மəன்ட் / a democratic form of rule, குடியரசு, சுய ஆட்சி, தன்னாட்சி.

self-help*(n)*:'ஸெல்ஃப்'ஹெல்ப் / utilising or making use of one's own powers to reach one's goal, சுய முயற்சியால் வாழ்க்கையின் குறிக்கோளைக் காணும் நிலை.

self-importance/ˌselfim'pɔ:təns/*(n)*: 'ஸெல்ஃபிம்'ப்ɔ:ட்டəன்ஸ் / importance attached to one's own person, personality, etc., தன்னுணர்வு, தன் தகுதி அறிதல்.

self-interest/ˌself'intrist/*(n)*: 'ஸெல்ஃப்'இன்ட்டəரəஸ்ட் / one's own interest and advantage, சுயநலம், தன்நோக்கம்.

self-ish/'selfiʃ/*(adj)*:'ஸெல்ஃபிஷ் / propelled by self-interest, எப்பொழுதும் தன்னலம் நாடும் எண்ணமுள்ள; caring for self only, சுயநலம் கருதி வாழுகின்ற.

self-ish-ness/'selfiʃnis/*(n)*:'ஸெல்ஃபிஷ்னிஸ் / feeling of being selfish, சுயநலம் உள்ள உணர்வு, தன்னலம் கருதும் மனப்பான்மை.

self-knowledge/*(n)*:'ஸெல்ஃப்'னɔலிஜ் / knowledge about oneself, தன்னைப்பற்றிய அறிவும், உணர்வும்.

self-less/'selflis/*(adj)*:'ஸெல்ஃப்லிஸ் / not having selfish feelings, சுயநல உணர்வு இல்லாத.

self-made/ˌself'meid/*(adj)*:'ஸெல்ஃப்'மெய்ட் / of a person who has come up in life by his own effort, சுய முயற்சியால், உயர்வு பெற்றவர் பற்றிய.

self-pity/ˌself'piti/*(n)*:'ஸெல்ஃப்'பிட்டி / the state of having pity for one's own self, தன் இரக்கம்.

self-praise/ˌself'preiz/*(n)*: 'ஸெல்ஃப்'ப்ரெய்ஸ்: / the state of praising one's own self, தன்னைப் புகழ்ந்து கொள்ளும் நிலை.

self-reliance/ˌselfri'laiəns/*(n)*: 'ஸெல்ஃப்ரி'லயəன்ஸ் / the state or quality of depending upon one's own personal capacity, judgement, etc., தன் திறமையைச் சார்ந்திருக்கும் தனிப் பண்பு.

self-respect/ˌselfri'spekt/*(n)*: 'ஸெல்ஃப்ரிஸ்'ப்பெக்ட் / the quality of having esteem and respect for one's own self, சுய மரியாதை, தன்மானம்.

self-sacrifice/ˌself'sækrifais/*(n)*: 'ஸெல்ஃப்'ஸæக்ரிஃபய்ஸ் / the act of giving

S

up one's own interests and wishes for the sake of others, தியாகப் பண்பும், செயலும்; the state of being useful to others, பிறருக்குச் சேவை செய்யும் தன்மை.

self-same/'selfseim/*(adj)*:'ஸெல்ஃப்ஸெய்ம் / the very same, அதே, அதுவேயான.

self-seeker/*(n)*:'ஸெல்ஃப்ஸீக்கə* / a person who seeks to make profit for himself, எப்பொழுதும் தன்னலம் நாடுபவர்.

self-sufficiency*(n)*: 'ஸெல்ஃப்ஸə'ஃபிஷəன்ஸி / the state of being in no need or want, தன்னிறைவு பெற்றிருக்கும் நிலை.

self-trust/'self'trʌst/*(n)*:'ஸெல்ஃப்'ட்ரஸ்ட் / the state of having full confidence in one's self, தன்னம்பிக்கையுள்ள நிலை.

self-will/ˌself'wil/*(n)*:'ஸெல்ஃப்'உயில் / wilfulness, தன் விருப்பப்படி செயலாற்றும் தன்மை; obstinate way of doing things, பிடிவாதமாக தன் எண்ணத்தை நிறைவேற்றிக் கொள்ளும் குணம்.

sell/sel/*(v.i-v,t)*:ஸெல் / to do business, வியாபாரம் செய்; to exchange some commodity for money, பணம் பெற்று, விற்பனை செய். **sell-er**/'selə*/*(n)*:ஸெலə* / one who sells, விற்பனை செய்பவர்.

selves/selvz/*(n)*:ஸெல்வ்ஸ் / plural of 'self', 'self' என்பதன் பன்மை வடிவம்.

se-man-tics/si'mæntiks/*(n)*: ஸி'மæன்ட்டிக்ஸ் / the study of the meaning of words, சொற்பொருள் படிப்பு.

sem-a-phore/'seməfɔ:*/*(n)*:'ஸெமəஃபɔ:* / a post having signalling arrangement, கைகாட்டி.

sem-blance/'sembləns/*(n)*:'ஸெம்ப்:லəன்ஸ் / similarity, ஒப்புமை; likeness, ஒத்த தன்மை; outward appearance, வெளித்தோற்றம்.

se-mes-ter/si'mestə*/*(n)*:ஸி'மெஸ்ட்டə* / half-year term in any educational system, கல்வி முறையில் அரையாண்டுக் காலம்.

sem-i-cir-cle/'semiˌsɜ:kl/*(n)*: 'ஸெமி,ஸɜ:க்ல் / half of a circle, அரை வட்டம்.

sem-i-co-lon/ˌsemi'kəulən/*(n)*: 'ஸெமி'க்கəஉலəன் / the (;) mark that shows a longer pause than comma, அரைப்புள்ளி (;).

sem-i-con-duct-or/ˌsemi'kəndʌktə*/*(n)*: 'ஸெமி'க்கəன்டʌக்ட்டə* / a substance that allows electricity to pass through with less resistance at high temperature, ஒருவகை மின்கடத்தி.

sem-i-nar/'semina:*/*(n)*:'ஸெமினா* / a class of advanced students meeting under a guide to study and discuss about a given topic, கருத்தரங்கு.

sem-i-na-ry/'seminəri/*(n)*:'ஸெமினəரி / an institute of education for priests, மதகுருக் களுக்கான கல்விப் பயிற்சி நிலையம்.

se-mit-ic/si'mitik/*(adj)*:'ஸெமிட்டிக் / related to a race of people including the Jews and the Arabs, அரேபிய, யூதர்கள் இனத்தைச் சார்ந்த.

sem-o-li-na/ˌsemə'li:nə/*(n)*:ˌஸெமə'லீனə / [also **semola**]: a kind of coarse flour, ரவை.

sen-a-ry/'si:nəri/*(adj)*:'ஸீனəரி / containing six, ஆறு அடங்கிய.

sen-ate/'senit/*(n)*:'ஸெனிட் / the upper house of the parliament, மேலவை; the governing body of a university, பல்கலைக்கழகத்தின் ஆட்சிக் குழு. **sen-a-tor**/'senətə*/*(n)*:'ஸெனிட்டə* / a member of a senate, மேலவை உறுப்பினர்.

send/send/*(v.t-v.i)*:ஸென்ட் / to cause to go, அனுப்பு; to have (something) moved, நகர்த்து; to transmit, செய்தி அனுப்பு; to despatch, விரைந்து அனுப்பு; to throw, எறி. **sender***(n)*.

se-nile/'si:nail/*(adj)*:'ஸினய்ல் / very old, வயது அதிகம் அடைந்த, மூப்படைந்த. **senility***(n)*.

sen-na/'senə/*(n)*:'ஸெனə / dried leaf of a plant, that is used as a laxative, மலமிளக்கியாகப் பயன்படும் நிலவாகை இலை.

se-ni-or/'si:njə*/*(n)*:ஸீனியə* / one who is older, பெரியவர்; one studying in a higher class, மேல்வகுப்பில் படிப்பவர்.

senor/se'njɔ:*/*(n)*:ஸென்யɔ:* / a Spanish word meaning "Mr.", "திரு" என்பதைக் குறிக்கும் ஸ்பானியச் சொல்.

se-no-ri-ta/senjɔ:ritə/*(n)*:ஸென்யɔரிட்டə / a Spanish word meaning "Mrs.", "திருமதி" என்பதைக் குறிக்கும் ஸ்பானியச் சொல்.

sen-sa-tion/sen'seiʃn/*(n)*: ஸென்'ஸெய்ஷəன் / feeling, உணர்வு; excitement, மனவெழுச்சி.

sense/sens/*(n)*:ஸென்ஸ் / feeling, உணர்ச்சி; intelligent way of understanding, பகுத்தறிவு. **senses***(n)*: natural powers like seeing, hearing, etc., பார்த்தல், கேட்டல் போன்ற இயற்கைத் திறன்; powers of thinking or reasoning, சிந்திக்கக்கூடிய, பகுத்தறியக்கூடிய. • *You are perhaps not in your* **senses** *now; think coolly and you will see the reason.*

sen-si-ble/'sensəbl/*(adj)*:'ஸென்ஸிப்:ல் / being wise, அறிவுக்கூர்மையான; capable of perception, புலனுணர்வு கொள்ளத்தக்க; able to appreciate, மதிப்பிட்டுப் பாராட்டத்தக்க. **sensibility***(n)*.

sen-si-tive/'sensitiv/*(adj)*:'ஸென்ஸிட்டிவ் / capable of being affected easily, மிக எளிதில் உணரத்தக்க; able to perceive minutely, மிக நுட்பமாக உணரத்தக்க. **sensitivity***(n)*.

sen-su-al/'sensjuəl/*(adj)*:'ஸென்ஸ்யுஅல் / pertaining to the pleasures of senses only, புலன்கள் தரும் இன்பம் பற்றிய; not intellectual, அறிவுபூர்வமாக இல்லாத. **sen-su-ous**/'sensjuəs/*(adj)*:'ஸென்யுஅஸ் / pertaining to the senses, புலன்கள் பற்றிய; affecting the senses, புலன்கள் பாதிக்கப்படக்கூடிய.

sent/sent/*(v)*:ஸென்ட் / *(p.t & p.p)* of "send", "send" என்பதன் இறந்த காலம்.

sent-ence/'sentəns/*(n)*:'ஸென்ட்டஅன்ஸ் / a group of words conveying complete sense, வாக்கியம்; judgement, தீர்ப்பு. **sentence** *(v.t-v.i)*: to give judgement, தீர்ப்புக் கூறு.

sen-ti-ment/'sentimənt/*(n)*: 'ஸென்ட்டிமஅன்ட் / feeling about some thought, மனநிலை; thought mingled with emotion, உணர்வு பூர்வமான சிந்தனை; thinking not rationally, ஆராயாத சிந்தனை. **sen-ti-ment-al**/ˌsenti'mentl/*(adj)*: ˌஸென்ட்டி'மென்ட்ல் / related to tender feelings of man, மென்மையான உணர்வு தொடர்பான; showing too much of such feelings, அக உணர்வுகளை அதிகமாகக் காட்டுகின்ற. • *His poetry has universal appeal, not merely to* **sentimental** *women who shed their tears as they read poem after poem.* **sentimentalism***(n)*.

sen-ti-nel/'sentinl/*(n)*:'ஸென்ட்டின்ல் / a military guard, படைக்காவலர்.

sen-try/'sentri/*(n)*:'ஸென்ட்ரி / a sentinel, படைக்காவலர்; a watchman, காவற்காரர்.

se-pal/'sepəl/*(n)*:'ஸெப்பஅல் / **sepals***(n, pl)*: division of the calyx, புல்லி, புற இதழ்.

sep-a-ra-ble/'sepərəbl/*(adj)*: 'ஸெப்பஅரஅப்:ல் / capable of being separated, பிரிக்கக்கூடிய நிலையில். **sep-ar-ate**/'sepəreit/*(v.t-v.i)*:'ஸெப்பஅரெய்ட் / to make divisions, பிரித்தலைச் செய்; to set apart, விலக்கிப் பிரி; to keep unconnected, தொடர்பில்லாமல் இருக்கச் செய். • *After years of living together, the couple has decided to* **separate**. **sep-ara-tion**/ˌsepə'reiʃn/*(n)*:ˌஸெப்பஅ'ரெய்ஷஅன் / the act of separating, பிரித்தல். • **Separation** *is sorrow and union is joy.*

se-pia/'si:pjə/*(n)*:'ஸீப்யஅ / brown colour, பழுப்பு நிறம்.

se-poy/'si:pɔi/*(n)*:'ஸீப்பாய் / an Indian Soldier, சிப்பாய், இந்தியப் போர் வீரர்.

sept/sept/*(n)*:ஸெப்ட் / a clan, ஒரு பிரிவு.

Sep-tem-ber/sep'tembə*/*(n)*: ஸெப்ட்'டெம்ப:அ* / ninth month of the English year, செப்டம்பர், ஆங்கில வருடத்தின் ஒன்பதாவது மாதம்.

sep-ten-ni-al/sep'tenjəl/*(adj)*: ஸெப்ட்'டென்யஅல் / happening every seven years, ஏழு ஆண்டுகளுக்கு ஒரு முறை நிகழ்கின்ற; lasting seven years, ஏழு ஆண்டு காலம் நீடிக்கின்ற.

sep-tic/'septik/*(adj)*:ஸெப்ட்டிக் / poisoned, நச்சுத்தன்மையுள்ள; making putrid and causing damage and decomposition, அழுகச் செய்கிற.

sep-tu-a-ge-nar-i-an/ˌseptjuədʒi'neəriən/*(n)*: ˌஸெப்ச்சுஅஜி'னஏரியஅன் / a person whose age is in between 69 and 80, **69**க்கும், **80**க்கும் இடைப்பட்ட வயதுடைய முதியவர்.

sep-ul-cher/'sepəlkə*/*(n)*:'ஸெப்பஅல்க்கஅ* / [also **sepulchre**]: a tomb, கல்லறை. **se-pul-chral**/si'pʌlkrəl/*(adj)*: 'ஸெப்பஅல்க்ரஅல் / of or like a grave, கல்லறை போன்ற. • *It is now in utter ruins, only* **sepulchral** *silence reigns.*

sepulture/'sepəltʃə*/*(n)*:'ஸெப்பஅல்ச்சஅ* / burying, putting in the grave, உயிரற்ற உடலைப் புதைத்து மூடுதல், புதை குழியில் இடுதல்.

se-quel/'si:kwəl/*(n)*:'ஸீக்உஅல் / consequence, பின் விளைவு.

se-quence/'si:kwəns/*(n)*:'ஸீக்உஅன்ஸ் / succession, தொடர் வரிசை.

se-ques-ter-ed/si'kwestəd/*(adj)*: ஸி'க்உஎஸ்ட்டஅட் / calm and quiet, மிக்க அமைதியான; in seclusion, தனித்து இருக்கின்ற.

se-quoi-a/si'kwɔiə/*(n)*:ஸி'க்உஆயஅ / a kind of tall tree, (redwood) ஒருவகை உயரமான மரம்.

se-ra-gli-o/se'ra:liəu/*(n)*:ஸெ'ராலியஅஉ / a woman's private apartment in a palace, அந்தப்புரம்.

S

ser-aph/ˈserəf/*(n, sing),* **seraphim***(n, pl)*:ˈஸெரஃப் / an angel of divine order, தேவதை.

sere/siə*/*(adj)*:ஸியə* / withered, வாடிய.

ser-e-nade/ˌserəˈneid/*(n)*:ˌஸெரிˈனெய்ட் / evening song of a lover to his lady love at her window, ஒரு காதலன் மாலை நேரங்களில் காதலியின் வீட்டின் சன்னல் அருகில் சென்று பாடுவது.

ser-ene/siˈri:n/*(adj)*:ஸிˈரீன் / fine, clear, calm and sober, ரம்மியமாகவும், அமைதியாகவும் உள்ள. full of tranquillity, அமைதி சூழ்ந்த. • *There is a* **serene** *atmosphere at the ashram.*

serf/s3:f/*(n)*:ஸə:ஃப் / a slave, அடிமை.

serge/s3:dʒ/*(n)*:ஸə:ஜ் / a kind of durable and strong fabric, ஒருவகைக் கம்பளித் துணி.

ser-geant/ˈsa:dʒənt/*(n)*:ˈஸாஜəன்ட் / a non-commissioned officer in the army, ஒரு படைத் தலைவர்.

serial/ˈsiəriəl/*(adj)*:ˈஸியəரியəல் / appearing periodically, தொடர்ந்து வரிசையாக இருக்கின்ற. **serial***(n)*: a story issued in instalments, தொடர்கதை.

ser-i-cul-ture/ˈserikʌltʃə*/*(n)*:ˈஸெரிக்கல்ச்சə* / breeding of silk-worms for making silk, பட்டுப்பூச்சி வளர்ப்பு முறை.

se-ries/ˈsiəri:z/*(n)*:ˈஸியəரீ:ஸ் / a large number of things arranged in order, வரிசை, தொடர்.

se-ri-ous/ˈsiəriəs/*(adj)*:ˈஸியəரியəஸ் / of grave manner, மிகவும் ஆழ்ந்து சிந்தனை செய்து செயலாற்றப்படவேண்டிய; very important, மிக முக்கியமான; critical or dangerous, மோசமான/அபாயமான: great or deep, ஆழமான, மிகப்பெரியதான.

ser-mon/ˈs3:mən/*(n)*:ˈஸə:மəன் / a discourse on religion or scriptures, சமயம் பற்றிய சொற்பொழிவு, புராணங்கள், இதிகாசங்கள் பற்றிய விரிவுரை.

ser-pent/ˈs3:pənt/*(n)*:ˈஸə:ப்பəன்ட் / a snake, பாம்பு.

ser-pen-tine/ˈs3:pəntain/*(adj)*:ˈஸə:ப்பəன்ட்டய்ன் / twisting and turning, வளைவுகளுள்ள. • *The path from here till you reach the top is* **serpentine**.

se-rum/ˈsiərəm/*(n)*:ˈஸியəரəம் / the fluid that remains after the blood has clotted, இரத்தம் கட்டிய பின் எஞ்சியிருக்கும் திரவம்.

ser-vant/ˈs3:vənt/*(n)*:ˈஸə:வəன்ட் / one who serves, பணி புரிகின்றவர்.

serve/s3:v/*(v.t-v.i)*:ஸə:வ் / to be of service to others, சேவை செய்; to work for wages, கூலிவேலை செய்; to obey and to carry out orders, பணி புரி; to wait at table, உணவு பரிமாறு; to be of use to others, பிறருக்குப் பயன்படும் வகையில் தொண்டு செய். • *He* **served** *ten years of imprisonment.*

ser-vice/ˈs3:vis/*(n)*:ˈஸə:விஸ் / doing dutifully, கடமையுணர்வுடன் செயல்படல்; worshipping at the altar, இறை வழிபாடு; the way of utilizing, பயன்படச் செய்தல்; the first hit in a tennis game, டென்னிஸ் விளையாட்டில் முதல் பந்து அடித்தல். **ser-vice-a-ble**/ˈs3:visəbl/*(adj)*:ˈஸə:விஸəப்:ல் / being of service, பயன்படும்படியான; useful, வேலைக்கு ஏற்றதாக.

ser-vi-ette/ˌs3:viˈet/*(n)*:ˌஸə:விˈயெட் / a table napkin, மேசைக் கைத்துணி.

ser-vile/ˈs3:vail/*(adj)*:ˈஸə:வய்ல் / of slavish mentality, அடிமை மனப்பான்மையுள்ள; very humble and submissive, மிகத் தாழ்மையான, அடக்கமான.

ser-vi-tude/ˈs3:vitju:d/*(n)*:ˈஸə:விட்யூட் / the condition of being a slave, ஓர் அடிமையின் மனப்பான்மை; the sense of slavery, அடிமைப் பண்பு.

ses-a-me/ˈsesəmi/*(n)*:ˈஸெஸəமி / a herbaceous plant, the seeds of which yield an edible oil, எள்.

ses-sion/ˈseʃn/*(n)*:ˈஸெஷəன் / a group of responsible persons, transacting important business, ஒரு முக்கிய கூட்டம்; the period of a meeting, கூட்டம் நடைபெறும் கால அளவு; a sitting, ஓர் அமர்வு, ஒரு முக்கிய ஆலோசனைக் கூட்டம்.

set/set/*(v.i-v.t)*:ஸெட் / to place, இடத்தில் வை; to establish, நிறுவுதல் செய், ஏற்படுத்து; to prepare, தயார் செய்; to put together, சேகரித்துப் பொருத்து; to solidify, கெட்டியாகச் செய், கெட்டிப்படுத்து; to go out of sight, பார்வையினின்று மறைந்து விடு; to sink and disappear, அமிழ்ந்து மறைந்து விடு. **set***(adj)*: firm, உறுதியான; arranged beforehand, முன்னேற்பாடு செய்யப்பட்ட; regulated for some action or business, செயலுக்குத் தயாராக வரையறுக்கப்பட்ட. **set***(n)*: a group, குழு; class, வகுப்பு; series, வரிசை.

set-back/ˈsetbæk/*(n)*:ˈஸெட்ப:ஆக் / a hindrance, ஒரு தடை; adverse situation, இன்னல்; reversal, பின்தங்கல்.

S

set-square/'setskweə*/(n):'ஸெட்ஸ்க்உஎə / an instrument having three corners, மூலைமட்ட அளவி.

set-tee/se'ti:/(n):ஸெ'ட்டீ / a kind of sofa, சாய்வு நாற்காலி போன்ற ஒருவகை இருக்கை.

set-ter/'setə*/(n):'ஸெட்டə* / a hunting dog, வேட்டை நாய்.

set-tle/'setl/(v.i-v.t):ஸெட்ல் / to take a decision, to set, to establish, to arrange, தீர்வு காண், ஏற்படுத்து, நிறுவு, சீர்படுத்து; to make payment for a bill, கணக்குத் தீர்; to give consent, அனுமதி கொடு; to finalise, முடிவு செய்; to sink gradually, to a lower state, படியிரு, கரைபொருளைப் படிப்படியாக அடியில் இறங்கச் செய்.

set-tle-ment/'setlmənt/(n):'ஸெட்ல்மəன்ட் / a colony, ஒரு குடியிருப்பு; colonization, ஒரு குடியேற்றம். • *The entire area is now bubbling with new* **settlements**. payment to finalise a transaction, ஓர் ஒப்பந்தம் முடிவுற கொடுக்கப்படும் கட்டணம்; taking a final decision in a matter/transaction, இறுதியாக்குதல், இறுதி முடிவு எடுத்தல்.

sev-en/'sevn/(adj):'ஸெவ்ன் / number 7, எண் 7.

sev-er/'sevə*/(adj):'ஸெவə* / to make a disconnection, துண்டாகச் செய்; to separate, பிரித்துவிடு; disjoin, இணைப்பை வெட்டிவிடு.

sev-e-ral/'sevrəl/(adj):'ஸெவ்ரəல் / many, பலவான; more than two, இரண்டுக்கு மேற்பட்ட. **severally**(adv): separately, வெவ்வேறாக; individually, தனித்தனியாக. • **Severally** *and jointly we undertake to fulfil all the conditions laid down in the agreement.*

se-vere/si'viə*/(adj):ஸி'வியə* / rough and harsh, கடுமையான; unkind, பாசமில்லாத; with no jewels, அணிகலன்கள் இல்லாத. **se-ver-i-ty**/si'verəti/(n):ஸி'வெரிட்டி / rigour, கடுமை; high-handedness, அகம்பாவச் செயல்.

sew/səu/(v.t):ஸəஉ / **sewed, sewing**: to stitch, தைத்தலைச் செய்.

sew-age/'su:idʒ/(n):'ஸ்யுயிஜ் / refuse or waste matters of the underground drainage system, பாதாள சாக்கடைக் கழிவுநீர்ப் பொருள்கள். **sew-er**/suə*/(n): 'ஸ்யூə* / an underground drainage system that carries off refuse waste matters, பாதாள சாக்கடை.

sex/seks/(n):ஸெக்ஸ் / the biological feature for distinguishing male and female, பாலினப் பாகுபாடு.

sex-a-ge-nar-i-an/ˌseksədʒi'neəriən/(n): ˌஸெக்ஸəஜி'னஎəரியəன் / a person between the age group of 59 and 70, 59-க்கும், 70-க்கும் இடைப்பட்ட வயதினர். **sex-a-ge-na-ry**/'seksədʒinəri/(adj): 'ஸெக்ஸ்əஜினəரி / pertaining to the age of 60, 60 வயதுக்கு உரிய.

sex-tant/'sekstənt/(n): 'ஸெக்ஸ்ட்டəன்ட் / an instrument for measuring angles, கோணமானி; the sixth part of a circle, வட்டத்தின் ஆறில் ஒரு பகுதி.

sex-ton/'sekstən/(n):'ஸெக்ஸ்ட்டəன் / a subordinate officer of a church, கிறித்தவக் கோயில் பணியாளர்.

shab-by/'ʃæbi/(adj):'ஷæபி: / dirty, அசிங்கமான; mean, கீழ்த்தரமான; disgraceful, கேவலமான; trifling, அற்பமான.

shack/ʃæk/(n):ஷæக் / a rough dwelling or cabin, குடிசை.

shackle/'ʃækl/(v.t):'ஷæக்ல் / to put on chains, விலங்கிடு; to hold in check, கட்டுப்படுத்து, தடைசெய். **shackles**(n, pl): handcuffs, விலங்கு; fetters, தளை, கால் விலங்கு.

shad/ʃæd/(n):ஷæட்: / a kind of fish, ஒருவகை மீன்.

shade/ʃeid/(n):ஷெய்ட்: / slight darkness, அரையிருள்; shadow, நிழல்; various degrees of colour, நிறவேற்றுமை; very small quantity, மிகச் சிறிய பகுதி; slight difference, சிறு வேறுபாடு. • *The poem has several* **shades** *of meaning.* ghost, அருவம், பேய். **shade**(v.t-v.i): to support, பாதுகாப்புக் கொடு; to give shelter to, காப்பாற்று; to make something dark, இருளாக்கு.

shad-ow/'ʃædəu/(n):ஷæட:əஉ / darkness caused by an object coming in the way of light, நிழல், உருவம்; intimate friend, உற்ற நண்பன். • *Who is it that follows me like a* **shadow**? • *In this* **shadow** *fight, there is neither the winner nor the loser.* a faithful attendant, உதவியாளர். **shadow**(v.i-v.t): • to darken, இருட்டாக்கு; to follow a person closely, வேவு பார், பின்பற்று.

sha-dy/'ʃeidi/(adj):'ஷெய்டி: / having a shade under the Sun, நிழல் உள்ள இடமாக; not honest, உண்மையல்லாத, நேர்மையற்ற; noted for disrepute, தகாத நடத்தைக்குப்

S

பெயர்போன. • *A man of your calibre should not indulge in such* ***shady*** *activities as these.*

shaft/ʃa:ft/*(n)*:ஷா:ஃப்ட் / a pole to which the head of an axe is fixed, தண்டு; an arrow, அம்பு; a bar that revolves, சுழல் தண்டு; the pole of a vehicle for attaching horse, நுகக்கால்; the passage way to mine, சுரங்கப்பாதை; the mid-part of a pillar, கம்பத்தின் நடுப்பகுதி.

shag-gy/ˈʃægi/*(adj)*:ˈஷæகி: / rough, சொர சொரப்பான; rugged, கரடு முரடான; full of hairs, அதிக மயிரடர்ந்த. • *Did you see my* ***shaggy*** *little dog, wagging its tail and barking at everything?*

sha-green/ʃæˈgri:n/*(n)*:ஷæˈக்ரீன் / untanned leather of animal skin, பதனிடப்படாத விலங்குத் தோல்.

shake/ʃeik/*(v.t-v.i)*:ஷெய்க் / **shook, shaken, shaking**: to agitate, கிளறு, குலுக்கு; to disturb, நிலைகுலையச் செய்; to shiver, நடுங்கு, நடுங்கச் செய். **shake***(n)*: trembling, நடுக்கம்; a shock, அதிர்ச்சி; agitation, குலுங்கச் செய்தல்; a kind of military hat, ஒருவகை ராணுவத் தொப்பி. **shaky***(adj)*.

shale/ʃeil/*(n)*:ஷெய்ல் / rock full of sheets, மாக்கல் பாறை.

shall/ʃæl/*(aux.v)*:ஷæல் / the verb is used to denote future tense, எதிர்காலத்தைக் குறிக்கும் துணை வினை.

shal-lop/ˈʃæləp/*(n)*:ˈஷæலəப் / a boat, பரிசல், ஓடம்.

shal-lot/ʃəˈlɔt/*(n)*:ˈஷəலாட் / a plant of onion kind, ஒருவகை வெங்காயச் செடி.

shal-low/ˈʃæləu/*(adj)*:ˈஷæலəஉ / deepless, ஆழமில்லாத.

sham/ʃæm/*(n)*:ஷæம் / pretence, பாசாங்குச் செய்கை; artificial behaviour, செயற்கை யான, போலிச் செய்கை. **sham***(v.t)*: to pretend, பாசாங்கு செய். • *My dear sir, don't* **sham** *ignorance.*

sham-ble/ˈʃæmbl/*(v.i)*:ˈஷæம்ப்:ல் / to walk or move or run in an awkward manner, தட்டுத் தடுமாறி நட, நகர், ஓடு.

sham-bles/ˈʃæmblz/*(n)*:ˈஷæம்ப்:ல்ஸ்: / a place for killing animals, விலங்குகளைக் கொல்லும் இடம், கசாப்புக் கடை; a scene of carnage, மனித உயிர்களைப் பலிவாங்கும் காட்சி. • *Men, women and children, all but the palsied few, are at the* ***shambles*** *to witness the scene.*

shame/ʃeim/*(n)*:ஷெய்ம் / dishonour, அவமானம்; a sense of humiliation, இழிவு; disgrace, மானக்கேடு. • **Shame** *on you, my lord, to utter lies like this.* **shame***(v.t-v.i)*: to bring disgrace, அவமானம் ஏற்படுத்து; to humiliate, இழிவு ஏற்படுத்து. **Shameful***(adj)*: dishonourable, மரியாதையல்லாத.

sham-my/ˈʃæmi/*(n)*:ˈஷæமி / chamois leather, ஒருவகை மான்தோல்.

sham-poo/ʃæmˈpu:/*(n)*:ˈஷæம்ப்பூ / washing the head-hair, தலை முடி கழுவுதல்; a kind of liquid for washing hair, தலைமுடி கழுவுவதற்குப் பயன்படும் ஒருவகை நீர்மம். **shampoo***(v.t-v.i)*: to wash the hair, தலை முடியை சுத்தம் செய்; to cleanse the hair, தலை முடியைத் தேய்த்துச் சுத்தம் செய்.

sham-rock/ˈʃæmrɔk/*(n)*:ˈஷæம்ராக் / a plant smelling like clover, ஒருவகை மணமுள்ள செடி.

Shangai/ˌʃæɲˈhai/*(n)*:ஷæங்ˈஹாய் / a city in China, சீனாவிலுள்ள ஒரு நகரம்.

shangai/ʃæɲg:ai/*(v.t-v.i)*:ஷæங்க:ாய் / to make a man unconscious and to kidnap him for serving in a ship, ஒருவனை மயக்கமுறச்செய்து, கப்பலில் வேலை செய்வதற்குக் கடத்திச் செல்.

shank/ʃæɲk/*(n)*:ஷæங்க் / the part of the leg between knee and ankle, முழங்கால் பகுதி; the stem of anything, தண்டு.

shan-ty/ˈʃænti/*(n)*:ஷæன்ட்டி / a humble dwelling, குடிசை.

shape/ʃeip/*(n)*:ஷெய்ப் / a form, வடிவம்; an outline, வரி வடிவம்; a figure, உருவம்; an appearance, தோற்றம். **shape***(v.t-v.i)*: to figure out, உருவமை; to make a form, வடிவமை; to form an outline, உருவாக்கு. • *Oh, where is the potter who* ***shapes*** *and reshapes these frail vessels?* **shape-ly**/ʃeipli/*(adj)*:ஷெய்ப்லி / regular in form, ஒழுங்கான வடிவம் அமைந்த; formed well, நன்கு, சீராக உருவான.

share/ʃeə*/*(n)*:ஷεə* / the part of a whole, பங்கு; something that is taken, எடுத்துக் கொண்டது, பாகம். **share***(v.i-v.t)*: to make divisions, பாகம் பிரி, பங்குபோடு; to take part in, பங்குகொள்; to participate, கலந்து கொள். • *Like brothers akin, you must*

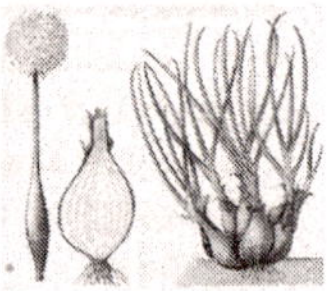

share *in the joys and sorrows of others.*

shark/ʃa:k/*(n)*:ஷாக் / a big sea-fish, சுறா மீன்.

sharp/ʃa:p/*(adj)*:ஷாப் / with a thin edge capable of cutting, மிகக் கூரான; very clear, மிகத் தெளிவான; vigorously, சுறுசுறுப்பான; intelligent, அறிவுத் திறன் உள்ள; acute, கூர்மையான. **sharpen***(v.t-v.i)*: to make sharp, கூராகச் செய். **sharpener***(n)*.

sharp-er/ʃa:pə*/*(n)*:ஷாப்பə* / a person who cheats, ஏமாற்றுபவர்.

shat-ter/'ʃætə*/*(v.t-v.i)*:ஷæட்டə* / to break violently, நொறுக்கி உடை; to be upset or to upset, கலக்கம் கொள், கெடுத்து விடு. • *All her hopes of reconciliation having been* **shattered,** *she sank down into her seat like a lump of wood, blankly gazing at the man.*

shave/ʃeiv/*(v.i-v.i)*:ஷெய்வ் / to remove or cut hair with a razor, சவரம் செய்; to move very near and pass without touching something, மிக அருகே சென்று, ஒன்றையும், தொடாமல் கடந்து செல். **shave***(n)*: removing or cutting hair with a razor, சவரம் செய்தல்; a narrow escape, மயிரிழையில் உயிர் தப்புதல்.

shawl/ʃɔ:l/*(n)*:ஷ ɔ:ல் / a scarf or a covering for the body made of wool or silk, சால்வை.

she/ʃi:/*(pron)*:ஷீ / the third person feminine nominative, singular pronoun, அவள்; a female, பெண்.

sheaf/ʃi:f/*(n)*:ஷீஃப் / a bundle of stalks of wheat, paddy, etc., கதிர்க் கட்டு, கொத்து.

shear/ʃiə*/*(v.i-v.t)*:ஷியə* / to cut with shears etc., கத்தரி; to reap corn, தானியம் அறுவடை செய்; to cut the wool from, உரோமத்தைக் கத்தரி. **shears**/ʃiəz/*(n)*: ஷியəஸ்: / large scissors, பெரிய கத்தரிக்கோல்.

sheath/ʃi:θ/*(n)*:ஷீத் / a tight or close fitting case, உறை. **sheathe**/ʃi:ð/*(v)*:ஷீத்: / to put into a cover, உறையினுள் வை.

shed/ʃed/*(n)*:ஷெட்: / a small one-storeyed building or shelter, கொட்டகை; an outhouse, வீட்டுக்கு வெளியில் இருக்கும் சிறிய கொட்டகை. **shed***(v.t-v.i)*: **shed, shedding**: to cast off, தோல் உரி; to throw off, உதறு; to let fall as tears or leaves, கண்ணீர் சிந்துவது போல, விழும்படி செய், இலையுதிர். • *Her eyes dried and there were no more tears for her to* **shed**.

sheen/ʃi:n/*(n)*:ஷீன் / brightness, பளபளப்பு.

sheep/ʃi:p/*(n)*:ஷீப் / a ruminant animal like the goat, செம்மறியாடு. **sheep-fold**/'ʃi:pʃəuld/*(n)*: ஷீப்ஃபəஉல்ட்: / an enclosure for sheep, ஆட்டுக் கொட்டில்.

sheer/ʃiə*/*(adj)*:ஷியə* / clean, சுத்தமான; pure, கலப்பில்லாத. • *"Why did you make such a silly mistake?", "It was out of* **sheer** *ignorance, madam"*. perpendicular, செங்குத்தான. **sheer***(v.i)*: to turn aside, விலகு, திருப்பு.

sheet/ʃi:t/*(n)*:ஷீட் / a flat thin piece of some material, தகடு; bed clothes for spreading, படுக்கை விரிப்பு; sail rope, பாய்மரக் கயிறு.

sheet-anchor/'ʃi:t,æŋkə*/*(n)*: ஷீட்டæங்கə* / the main anchor of a ship used during emergency, அவசர காலத்தில் பயன்படுத்தப்படும் முக்கிய நங்கூரம்; a support that can be safely depended upon, நல்ல, நம்பிக்கையான ஆதரவு. • *With his death, the only* **sheet-anchor** *she had in life is gone.*

shelf/ʃelf/*(n)*:ஷெல்ஃப் / a projection slab or board fixed on a wall for holding things, சுவர் அலமாரி.

shell/ʃel/*(n)*:ஷெல் / hard outer cover that encloses kernel of seed, fruit, etc., விதை, பழம் போன்றவற்றின் மேல் தோல்; paper or metal container for keeping explosives, வெடிபொருள் வைத்து, வெடிக்கப் பயன்படும் கூடு. **shell***(v.i-v.t)*: to remove a shell, மேலோடு நீங்கச் செய்; to fire shell at, குண்டு போடு, சுடு.

shel-lac/ʃə'læk/*(n)*:ஷəலæக் / a kind of resin, அரக்கு.

shellfish/'ʃelfiʃ/*(n)*:ஷெல்ஃபிஷ் / a mollusc, சிப்பி; any water animal with a shell-cover, நண்டு போன்ற நீர் வாழ் உயிரினங்கள்.

shel-ter/'ʃeltə*/*(n)*:ஷெல்ட்டə* / a place of safety, பாதுகாப்பிடம், தங்குமிடம். • *These numberless millions of our people have neither* **shelter** *to seek nor food to eat.*

S

shelve/ʃelv/*(v.i-v.t)*:*ஷெல்வ்* / to place something aside, *அலமாரியில் வை*; to set aside, *தள்ளி வை*; to abandon, *விட்டுவிடு*; to form a slope, *சரிவு உண்டாக்கு*; to slope slowly, *மெல்லச் சரி*.

shep-herd/ˈʃepəd/*(n)*:*ˈஷெப்பஃட்* / a person who takes care of sheep, *ஆடு காப்பாளர்/ மேய்ப்பவர்*.

sher-bet/ˈʃɜːbət/*(n)*:*ˈஷஃ:பஃட்* / a delicious fruit drink, *இனிய பானம், பழரசம்*.

sher-i-ff/ˈʃerif/*(n)*:*ˈஷெரிஃப்* / the chief person of a town, *நாட்டாண்மைக்காரர்*.

sher-ry/ˈʃeri/*(n)*:*ˈஷெரி* / a kind of white wine, *திராட்சை மதுபானம்*.

shib-bo-leth/ˈʃibəleθ/*(n)*:*ˈஷிப:ஃலெத்* / a long-standing doctrine of a party or sect, *ஒரு கட்சி (அ) குழுவினரின் நீண்ட காலக் கொள்கை*; a test word, *ஓர் அடையாளச் சொல்*.

shield/ʃiːld/*(n)*:*ஷீல்ட்:* / an armour held in hand for protecting the body, *கேடயம்*. **shield***(v.i-v.t)*: to support and defend, *பாதுகாப்புக் கொடு*; to protect from danger, *ஆபத்தினின்று காப்பாற்று*.

shift/ʃift/*(v.i-v.t)*:*ஷிஃப்ட்* / to change, *மாற்று*; to move from one position to another, *ஒரு நிலையினின்று மற்றொரு நிலைக்கு மாற்று*. **shift***(n)*: a change, *ஒரு மாற்றம்*.

shift-y/ˈʃifti/*(adj)*:*ˈஷிஃப்ட்டி* / full of deceit, *ஏமாற்று எண்ணம் உள்ள, தந்திரமாக*.

shil-ling/ˈʃiliŋ/*(n)*:*ˈஷிலிங்* / a British coin worth 12 pence, *12 பென்சுகள் மதிப்புள்ள ஆங்கில நாணயம்*.

shill-y-shall-y/ˈʃili,ʃæli/*(v.i)*:*ˈஷிலிˈஷஃலி* / to hesitate, *தயங்கு*; to vacillate, *நிலை கொள்ளாமல் தவி*; to be undecided, *முடிவெடுக்க முடியாமல் தடுமாற்றம் கொள்*. **shilly-shally***(n)*: the state of not being able to decide, *தீர்மானம் செய்ய முடியாத நிலை*; indetermination, *முடிவெடுக்க முடியாத தன்மை*; irresolution, *உறுதியில்லாத் தன்மை*.

shim-mer/ˈʃimə*/*(n)*:*ˈஷிமஃ** / wavering effect of soft light, *விளக்கின் மங்கலான ஒளி*. **shimmer***(v.i)*: to glow with faint light, *மங்கலாக, ஒளியில்லாமல் எரி*. • *In the soft candle light, the glasses* **shimmered** *in the dining hall.*

shin/ʃin/*(n)*:*ஷின்* / front part of the leg below knee, *முழங்கால்*.

shin-dy/ˈʃindi/*(n)*:*ˈஷின்டி:* / noisy disturbance, *குழப்பம்*.

shine/ʃain/*(v.i)*:*ஷய்ன்* / to glow brightly, *ஒளிர் விடு*; to be bright, *பிரகாசமாக சுடர் வீசு*; to give out light, *ஒளியைப் பரப்பு*. **shine***(n)*: brightness, *பளபளப்பு*; glow, *ஒளிர்தல்*.

shin-gle/ˈʃiŋgl/*(n)*:*ˈஷிங்க்:ல்* / a wooden slip of rectangular size used on roofs, *நீண்ட சதுர அமைப்புள்ள ஓடு*; a heap of tiles or pebbles, *ஓடுகள் (அ) கூழாங்கற்களின் குவியல்*.

shingles/ˈʃiŋglz/*(n)*:*ˈஷிங்க்:ல்ஸ்:* / a dreadful skin disease, around the middle of the body, *இடுப்பில் ஏற்படும் ஒருவித தோல் நோய்*.

shin-ty/ˈʃinti/*(n)*:*ˈஷின்ட்டி* / a kind of ball game, *ஒருவகைப் பந்தாட்டம்*.

shin-y/ˈʃaini/*(adj)*:*ˈஷய்னி* / brightly polished, *நன்கு பளபளப்பாக்கப்பட்ட, மெருகேற்றப்பட்ட*; bright, *ஒளிர்கிற*.

ship/ʃip/*(n)*:*ஷிப்* / a large sailing vessel, *கப்பல்*. **ship-ment**/ˈʃipmənt/*(n)*: *ˈஷிப்மஃன்ட்* / goods carried by a ship,

கப்பல் சரக்கு; goods to be carried by a ship, *கப்பலில் ஏற்றப்பட வேண்டிய சரக்கு*. **ship-ping**/ˈʃipiŋ/*(n)*:*ˈஷிப்பிங்* / business regarding ship, *கப்பல் பற்றியது*.

ship-shape/ˈʃipˈʃeip/*(n)*:*ˈஷிப்ˈஷெய்ப்* / very clean, *தூய்மை*; tidy, *மிடுக்கு*; in fine order, *நல்ல ஒழுங்கு முறை*.

ship-wreck/ˈʃiprek/*(n)*:*ˈஷிப்ரெக்* / total destruction of a ship, *கப்பல் கவிழ்ந்து நாசமடைதல்*.

shire/ˈʃaiə*/*(n)*:*ˈஷயஃ** / a county, a district, *மாநிலம், மாவட்டம்*.

shirk/ʃɜːk/*(v.t)*:*ஷஃ:க்* / to avoid wantonly, *வேண்டுமென்றே தட்டிக் கழி*; to be not willing to do one's duty, *கடமையைச் செய்யாமல் தட்டிக் கழி*. • *Don't* **shirk** *your responsibilities; better to carry them out with a smile on your lips, than with a frown on your face.*

shirt/ʃɜːt/*(n)*:*ஷஃ:ட்* / a garment worn on the upper part of the body, *சட்டை*.

shiv-er/ˈʃivə*/*(v.i)*:*ˈஷிவஃ:** / to tremble with fear or cold, *பயத்தினால் நடுங்கு (அ) குளிரால் நடுங்கு*. **shiver***(n)*: trembling,

நடுங்குதல்; to break, நொறுங்கு, உடைத்து விடு; to be broken into pieces, துண்டுகளாக உடை படு, நொறுங்கும்படி செய்.

shoal/ʃəul/*(n)*:ஷஉல் / a great number, ஒரு பெரும் எண்; a large number of fish, மீன் திரள்; a shallow pond, ஆழமற்ற மடு; a sand bank hidden under water, நீரில் அமிழ்ந்திருக்கும் மண் திட்டு.

shock/ʃɔk/*(n)*:ஷாக் / a sudden, unexpected collision, எதிர்பாராத, கடும் மோதல்; that which upsets one's feelings, உணர்ச்சிக் கொந்தளிப்பு, நிலைகுலைவு; the feeling caused by the flow of electricity through body, மின் அதிர்ச்சி; a bundle of straw, கதிர்த் தொகுப்பு; a heap of grain, தானியக் குவியல். **shock**(*v.t*): to tremble unsteadily, நடுங்கு; to be affected by outrage, கொடும் செயலால் பாதிக்கப்பட்டிரு; to be disturbed, நிலைகுலை; to shake with some forcible action, மோதலினால் நடுக்கம் கொள்.

shod/ʃɔd/*(adj)*:ஷாட்: / wearing shoes, காலணி அணிந்த.

shod-dy/ˈʃɔdi/*(adj)*:ˈஷாடி: / full of pretension, பாசாங்கு நிறைந்த; low, கீழ்த்தரமான. **shoddy**(*n*): a kind of rough cloth, மட்டரகத் துணி.

shoe/ʃu:/*(n)*:ஷூ / foot covering, புதை காலணி; metal rim fixed to the hoof of horses etc., இலாடம். **shoe**(*v.i*): to furnish with shoes, to put on shoes, தோல் காலணியை அணிந்து கொள்; to fix shoes to the hoofs of horses etc., இலாடம் பொருத்து.

shone/ʃɔn/*(v)*:ஷான் / (*p.t & p.p*) of "shine", "shine" என்பதன் இறந்த கால வடிவம்.

shook/ʃuk/*(v)*:ஷுக் / past tense of "shake", "shake" என்பதன் இறந்த கால வடிவம்.

shoot/ʃu:t/*(v.t-v.i)*:ஷூட் / to fire a gun, துப்பாக்கி கொண்டு சுடு; to sprout a bud, தளிர் விடு, தளிர் முளைக்கச் செய்; to produce or to make cinema films, திரைப்படம் எடு; to move all of a sudden, திடீரெனப் பாய்ந்து செல்; to throw out with all force, பலம் கொண்ட மட்டும் எறி, வேகமாய் எறி. **shoot**(*n*): a tender branch, குருத்து, தளிர்; a hunting expedition, வேட்டைக்குச் செல்லல்; a group of men, shooting for sport, பொழுதுபோக்காக வேட்டையாடச் செல்லும் குழு.

shoot-ing/ˈʃu:tiŋ/*(n)*:ˈஷூட்டிங் / firing with a gun, துப்பாக்கி கொண்டு சுடுதல்; throwing a ball or kicking a ball, பந்து எறிதல், பந்தை உதைத்துத் தள்ளுதல்; making cinema film, திரைப்படம் எடுத்தல். **shooting** *(adj)*: severe, கடுமையான.

shop/ʃɔp/*(n)*:ஷாப் / a place of business, வியாபாரம் செய்யும் இடம்; a place where things are sold, கடை; a place where manufacture is done, தொழிற்சாலை; place where work is done, பணிமனை. **shop-lift**/ˈʃɔpˌlift/*(v)*:ˈஷாப்லி:ஃப்ட் / to steal articles from a shop, கடையிலிருந்து பொருள்களைத் திருடு.

shore/ʃɔ:*/*(n)*:ஷா:* / the land near sea, river, lake, etc., கடற்கரை, ஆற்றங்கரை, ஏரிக்கரை முதலியவை; a beam that supports, உதை வரிகால். **shore**(*v.i-v.t*): to prop, ஆதாரமாகத் தாங்கு; to support with the help of beams, கப்பல் (அ) கட்டடத்தில் பயன்படும் உதை வரிகால் கொண்டு தாங்கு.

short/ʃɔ:t/*(adj)*:ஷா:ட் / of very small length, மிக நீளம் குறைந்த; of small height, மிகக் குறைந்த உயரமுள்ள; brief, சுருக்கமான; having less, குறைந்த அளவுள்ள. • *Promises are many, but the time is* ***short***. **shor-tly**/ˈʃɔ:tli/*(adv)*:ˈஷா:ட்லி / soon, சீக்கிரத் தில்; in a short time, தாமதமில்லாமல்; quickly, briefly, சுருக்கமாக.

short-age/ˈʃɔ:tidʒ/*(n)*:ˈஷா:ட்டிஜ் / that which is not enough, போதுமானதாக இல்லாத; deficiency, குறைபாடு.

short-com-ing/ˌʃɔ:tˈkʌmiŋ/*(n)*: ˈஷா:ட்கமிங் / state of failure, not being able to reach a level, குறை.

short-cut/ˈʃɔ:tkʌt/*(n)*:ˈஷா:ட்கட் / shorter way of doing a thing, குறுக்கு வழியில் செய்தல். There is no **short-cut** to make money.

short-en/ˈʃɔ:tn/*(v.i-v.t)*:ˈஷா:ட்ன் / to make short, குறைவுபடுத்து.

short-hand/ˈʃɔ:thænd/*(n)*:ˈஷா:ட்ஹஅன்ட் / a method of writing in symbols to keep pace with dictation or speaking, சுருக்கெழுத்து.

short-sight/ˌʃɔ:tˈsait/*(n)*:ˈஷா:ட்ˈஸய்ட் / inability to see things far, கிட்டப்பார்வை. **short-sighted**/ˌʃɔ:tˈsaitid/*(adj)*: ˈஷா:ட்ˈஸய்ட்டிட்: / unable to see things that are far away, கிட்டப்பார்வையுள்ள; wanting in foresight, குறுகிய நோக்கும், எதிர்காலச் சிந்தனையும் இல்லாத.

shot/ʃɔt/*(n)*:ஷாட் / a solid missile, வெடிகுண்டு; a marksman, குறிதவறாமல் சுடுபவன்; the act of shooting, சுடுதல்; the distance traversed by a projectile,

S

that which is fired as bullets or small pellets, துப்பாக்கி ரவைகள், சிறு குண்டுகள். **shot** *(v)*: *(p.t & p.p)* of "shoot", "shoot" என்பதன் இறந்தகாலம்.

should/ʃud/*(v)*:ஷுட் / past tense of "shall", "shall" என்பதன் இறந்த கால வடிவம்.

shoul-der/'ʃəuldə*/*(n)*:ஷஉல்டஅ* / the joint connecting the arm with the body, தோள். **shoulder***(v.t-v.i)*: to bear the burden, சுமையைத் தாங்கு; to push with the shoulder, தோளினால் மோது.

shout/ʃaut/*(n)*:ஷஉட் / noisy call, கூச்சல். **shout***(v.i)*; to call out loudly, கூச்சலிடு; to make loud noise, உரக்கக் கத்து.

shove/ʃʌv/*(v.i-v.t)*:ஷவ் / to push (something) away, தள்ளி விடு; to press with all force, முழு பலத்துடன் தள்ளு. **shove***(n)*: a forcible push, வலுவான தள்ளல்; pressing, நெருக்குதல்.

shov-el/'ʃʌvl/*(n)*:'ஷவ்ல் / a flat tool with a long or short handle, மண்வெட்டி. **shovel***(v.i-v.t)*: to remove or lift up with a shovel, மண்வெட்டியால் அகற்று.

show/ʃəu/*(v.i-v.t)*:ஷஉ / to be visible, காட்டு, காண்பி; to become visible, காண்பிக்கச் செய், பார்க்கும்படி இருக்கச் செய். • *You must keep the* **show** *going.* to indicate, குறிப்பிடு, சுட்டிக்காட்டு; to reveal, வெளிப்படுத்து; to point out, குறிப்பாகக் காண்பி. **show***(n)*: a display of things, பொருட்காட்சி; an exhibition, கண்காட்சி. • *Why all this unnecessary* **show** *when all is going to come to naught.*

show-er/'ʃəuə*/*(n)*:'ஷஉஅ* / rainfall, மழை பொழிதல்; a copious supply of water from above (tank, etc.), நீர்ப் பொழிவு.

shown/ʃəun/*(v)*:ஷஉன் / past participle of "show", "show" என்பதன் இறந்த கால வினை.

show-y/'ʃəui/*(adj)*:'ஷஉயி / fine and splendid, நேர்த்தியும், அழகும் மிகுந்துள்ள; full of luxury and display, பகட்டான, ஆடம்பரமான.

shrank/ʃræŋk/*(v)*:ஷ்ரஆங்க் / past tense of "shrink", "shrink" என்பதன் இறந்த கால வடிவம்.

sharp-nel/'ʃræpnl/*(n)*:'ஷ்ரஆப்ன்ல் / a shell containing bullets as well as powder, சிதறும் வெடிகுண்டு.

shred/ʃred/*(n)*:ஷ்ரெட் / a narrow strip torn off, கிழிந்த பகுதி/துண்டு; a fragment, சிறிய பகுதி, துகள்கள். • *There is not a* **shred** *of truth in what he says.*

shred*(v.i)*: to cut into shreds, to tear into pieces, சிறு துண்டுகளாக வெட்டு/கிழி.

shrew/ʃru:/*(n)*:ஷ்ரூ / a mouse-like insect-eating animal with long nose that lives underground, மூஞ்சூறு; a woman of bad temper, அடங்காப் பிடாரி.

shrewd/ʃru:d/*(adj)*:ஷ்ரூட் / having keen insight, புத்திக்கூர்மையுள்ள; very intelligent, அறிவுக்கூர்மையுள்ள. **shrewdly**/ʃru:dli/*(adj)*:ஷ்ரூட்லி / sagaciously, அறிவுக் கூர்மையுடன், she eyed him **shrewdly**.

shriek/ʃri:k/*(n)*:ஷ்ரீக் / a sharp, shrill outcry, நடுக்கக் குரல். **shriek***(v.i)*: to give a sharp cry of fear or scream, பயத்தில் அலறு; to cry in pain, வலியினால் முனகு.

shrimp/ʃrimp/*(n)*:ஷ்ரிம்ப் / a kind of shellfish, இறால் மீன்; a person of no

importance, சாதாரண மனிதன்; a short person, குள்ளன்.

shrine/ʃrain/*(n)*:ஷ்ரய்ன் / a holy and sacred place, புண்ணியத் தலம்; an altar, கோயில்; a tomb, சமாதி.

shrink/ʃriŋk/*(v.i)*:ஷ்ரிங்க் / to contract, சுருங்கச் செய்; to become small, சிறிதாகு; to go back, பின்வாங்கு; to withdraw, செயல்பட முடியாமல் இரு. **shrink-age**/'ʃriŋkidʒ/*(n)*:'ஷ்ரிங்க்கிஜ் / contraction, சுருக்கம்; the quantity lost by contraction, சுருங்கும் அளவு; depreciation, தேய்மானம்.

shrive/ʃraiv/*(v.i-v.t)*:ஷ்ரய்வ் / to hear the confession of a person, தவறை உணர்ந்து மன்னிப்புக் கோருவதைச் செவிமடுத்துக் கேள்; to administer absolution to, பாவ மன்னிப்பு அளி.

shriv-el/'ʃrivl/*(v.t-v.i)*:'ஷ்ரிவஅல் / to wither away, வதங்கு, வாடு, உலரு; to become wrinkled, சுருங்கு.

shroud/ʃraud/*(n)*:ஷ்ரஉட் / that which covers, போர்வை; a winding sheet for the dead, சவச் சீலை. **shrouds***(n, pl)*: the ropes of a ship to keep its masts steady, கப்பலின், பாய்மரக் கயிறுகள். **shroud***(v.i-v.t)*: to cover, மூடு; to hide, மறைத்து வை; to cover a dead body, பிணத்தை மூடு.

S

shrub/ʃrʌb/*(n)*:ஷ்ரப்: / a bush, புதர்.

shrug/ʃrʌg/*(n)*:ஷ்ரக்: / to draw up or raise one's shoulders to express surprise, doubt, etc., ஆச்சரியம், சந்தேகம் முதலியவற்றைக் குறிக்கும் வகையில் தோளைக் குலுக்கு.

shrunk/ʃrʌɲk/*(v)*:ஷ்ரங்க் / *(p.t & p.p)* of "shrink", "shrink" என்பதன் இறந்தகாலம்.

shrun-ken/'ʃrʌɲkən/*(adj)*:'ஷ்ரங்க்கஒன் / grown short, குறுகி வளர்ந்த; withered and dried up, உலர்ந்து வதங்கிய.

shud-der/'ʃʌdə*/*(v.i)*:'ஷட:ə* / to tremble with fear, பயத்தில் நடுங்கு; to shake with fear and disgust, வெறுப்பினால் நடுக்கம் கொள்.

shuf-fle/'ʃʌfl/*(v.i-v.t)*:ஷஃப்ல் / to change from side to side, பக்கம் சாய்; to mix together, ஒன்றாகக் கல; to walk by dragging the feet, காலைத் தேய்த்து நட; to avoid giving a direct answer, நேரிடையாகப் பதில் சொல்லாமல் மழுப்பு. **shuffle***(n)*: the act of shuffling, மாற்றுதல், கலத்தல் முதலிய செயல்கள்; an evasive reply, மழுப்பல்.

shun/ʃʌn/*(v.t)*:ஷன் / **shunned, shunning,** to be aloof, தனித்து நில், ஒதுங்கு; to avoid, தவிர். To **shun** violence is a graceful act.

shunt/ʃʌnt/*(v.i-v.t)*:ஷன்ட் / to turn a train etc., aside, தொடர் வண்டியைத் தடம் மாற்று; to divert, திருப்பு; to switch off, திசை திருப்பு.

shut/ʃʌt/*(v.i-v.t)*:ஷட் / to close, அடை; to seal, மூடு; to fold together, மடி.

shut-ter/'ʃʌtə*/*(n)*:'ஷட்டə* / one who shuts, மூடுபவர்; that which shuts, மூடுவது, மூடி; a movable cover for a window, நழுவு கதவு.

shut-tle/'ʃʌtl/*(n)*:ஷட்ல் / a thread holder by which a weaver shoots the thread from side to side of the web, தறி நாடா, தறி ஓடம்; a transport system operating between two points not far off, சிறு தூரப் போக்குவரத்து.

shy/ʃai/*(adj)*:ஷய் / bashful, நாணமுள்ள; timid, கூச்சமுள்ள; easily frightened, எளிதில் அச்சம் கொள்ளும்.

sib-i-lant/'sibilənt/*(adj)*:'ஸிபி:லஒன்ட் / making a hissing sound, "ஸ்" ஒலி எழுப்பிக்கொண்டு. **sibilant***(n)*: a letter like S, Z, etc. having hissing sound, S, Z போன்ற 'ஸ்' ஒலி எழுப்பும் எழுத்துக்கள்.

sib-yl/'sibəl/*(n)*:'ஸிபி:ல் / a prophetess, a woman fortune-teller, குறி சொல்லும் பெண்மணி.

sick/sik/*(adj)*:ஸிக் / ill with disease, நோயால் பீடிக்கப்பட்ட. • *He is on* **sick-leave**; *he will be coming only next month.* indisposed, நோய்வாய்ப்பட்ட; tired, களைப்புள்ள; full of pain and misery, துன்பம் நிறைந்த. • *Why do you come and pester me like this? I am thoroughly* **sick** *of your behaviour.* experiencing vomiting sensation, வாந்தியெடுக்கும் உணர்வு. • *She is feeling* **sick**; *Let her take rest.* **sicken**/'sikən/*(v.i)*:'ஸிக்கஒன் / to make sick, நோய் உண்டாக்கு; to become sick, நோய் வாய்ப்படு; to be disgusted, வெறுப்படை.

sick-le/'sikl/*(n)*:ஸிக்ல் / a farm tool with a curved blade for cutting grain, கருக்கரிவாள்.

sick-ly/'sikli/*(adv)*:'ஸிக்லி / not healthy, உடல் நலக் குறைவாக; diseased, நோயுற்ற. **sick-ness**/'siknis/*(n)*:'ஸிக்னிஸ் / bad health, உடல் நலமின்மை; illness, நோய்த் தன்மை.

side/said/*(n)*:ஸய்ட்: / the outer line, வெளிப்பக்கம்; the edge, முனை, ஓரம்; section, பிரிவு; party, கட்சி; the body between the hip and the shoulder, இடுப்புக்கும், தோள்பட்டைக்கும் இடையிலுள்ள உடல் பாகம், முதுகுப் பக்கம்; the slope of a hill, மலைச் சரிவு.

si-der-e-al/sai'diəriəl/*(adj)*: ஸய்'டி:யஒரியஒல் / relating to the stars, விண்மீன்களைச் சார்ந்த; (time) between two successive meridian transit of a star or the First Point of Aries, விண்மீன் ஒரு ரேகையிலிருந்து மற்றொரு ரேகைக்குச் செல்லும் நேரம். • *A* **sidereal** *day is nearly 4 seconds short of a mean solar day.*

side-track/'saidtræk/*(n)*:'ஸய்ட்:ட்ரஆக் / to bring an unimportant topic in the place of an important one, முக்கியமற்ற விவாதத் தலைப்பைக் கொண்டு வா. • *Why do you* **sidetrack** *the issue? That is not the point we are discussing.*

side-view/'saidvju:/*(n)*:'ஸய்ட்:வியூ / a view from one side, பக்கவாட்டுத் தோற்றம்.

side-ways/'saidweiz/*(adv)*:'ஸய்ட்:உவய்ஸ்: / towards the side, பக்கமாக.

siege/si:dʒ/*(n)*:ஸீஜ் / surrounding a fort for capturing it, ஒரு கோட்டையை முற்றுகை இடுதல், முற்றுகை.

si-en-na/si'enə/*(n)*:ஸி'யெனə / a kind of reddish brown earth used as a colouring matter, காவி மண்.

S

si-er-ra/si'erə/*(n)*:ஸி'யெரə / a ridge of jagged mountains, வரிசையாக இல்லாத மலைத்தொடர்.

si-es-ta/si'estə/*(n)*:ஸி'யெஸ்ட்டə / a short sleep or rest at noon or about midday, பகல் தூக்கம்.

sieve/siv/*(n)*:ஸிவ் / a vessel with a perforated bottom for separating fine particles from the coarse, சல்லடை.

sift/sift/*(v.i)*:ஸிஃப்ட் / to separate, as with the help of a sieve, அரித்து எடு, சல்லடை கொண்டு சலித்து விடு. • *A good writer combines both fact and fiction; it is not an easy task to* ***sift*** *out one from the other.* to look carefully, கவனமாகப் பார்.

sigh/sai/*(v.i)*:ஸய் / to breathe in deeply and audibly in agony, grief, pain, etc., பெருமூச்சு விடு; to draw in a long, deep breath, நீண்ட, ஆழ்ந்த மூச்சு விடு; to long for something, ஏதோ ஒன்றுக்குத் தீவிரமாக ஆசைப்படு. **sigh***(n)*: the act of sighing, பெருமூச்சு விடுதல்; a long, deep breath, நீண்ட, ஆழ்ந்த மூச்சு. • *He wrote his last test and left the hall with a* ***sigh*** *of relief.*

sight/sait/*(n)*:ஸய்ட் / the power to see, பார்க்கும் திறன்; the ability of seeing, பார்க்கும்படியான சக்தி, கண்பார்வை; that which is seen, பார்க்கப்படும் காட்சி. • *Emerging out of the silken clouds, the Moon came into* ***sight***. contrivance on a gun for taking proper aim, துப்பாக்கியில் குறி பார்க்கும் அமைப்பு. **sight***(v.i)*: to come to see, பார்வையில் படு; to see, பார். **sight-ly**/'saitli/*(adj)*:ஸய்ட்லி / pleasant to see, பார்வைக்கு உகந்த, பார்ப்பதற்கு அழகான.

S

sight-see-ing/'sait,si:iŋ/*(n)*:ஸய்ட்ஸீயிங் / the act of seeing sights by going from place to place, இயற்கை மற்றும் பிற காட்சிகளைக் கண்டுகளிக்கும் பொருட்டு பயணம் செல்பவர். • *The young tourists took their cameras and went on a* ***sightseeing*** *spree.*

sign/sain/*(n)*:ஸய்ன் / a mark that represents something or some meaning, அடையாளம், சின்னம், குறி; a movement that expresses a wish, idea, etc., விருப்பம் (அ) கருத்தைத் தெரிவிக்கும் ஓர் இயக்கம், சைகை; an event full of surprise, நினைவு கூரத்தக்க வியப்பு நிறைந்த ஒரு நிகழ்ச்சி; a miracle, ஓர் அதிசயம்; a mark that shows a definite relationship between quantities (Maths), கணிதக் குறி அடையாளம்; zodiac, ராசி.

sig-nal/'signl/*(v.i-v.t)*:'ஸிக்:னəல் / **signalled, signalling**:to make known by a definite sign, குறியீடு மூலம் தெரிவி; to indicate or to give a signal, சைகை மூலம் குறிப்பிடு. **signal***(n)*: a sign expressing some information, சைகை; a notice, அறிவிப்பு; a mark, அடையாளம். **signal** *(adj)*: taking note of, கவனம் கொள்ளத்தக்க; praiseworthy, புகழத் தகுந்த. • *Raja Ram Mohun Roy did* ***signal*** *service to the Hindu society.* **signalize***(v.t)*: to make famous, புகழ் பெறச் செய்; to give signal to, சைகை காட்டு.

sig-na-to-ry/'signətəri/*(n)*:'ஸிக்:னəட்டəரி / one who has signed, கையொப்பமிடுபவர். **sig-na-ture**/'signətʃə*/*(n)*:'ஸிக்:னிச்சə* / a person's name, written by his own hand as a sign of acknowledgement, கையொப்பம். **signature-tune**: a short tune relayed at the beginning of the day's programme as an individual mark of the radio station, வானொலியில் அன்றாட நிகழ்ச்சிகளுக்கு முன் ஒலிபரப்பப்படும் தனி இசை.

sign-board/'sainbɔ:d/*(n)*:'ஸய்ன்பɔ:ட் / a board on which some information is given, செய்திப் பலகை; display-board, அறிவிப்புப் பலகை.

sig-net/'signit/*(n)*:'ஸிக்:னிட் / a seal, முத்திரை; the seal of an office, அலுவலக முத்திரை. **signet***(adj)*: having a seal on, முத்திரை உள்ள. **signet***(v.i)*: to put a seal on, முத்திரையிடு.

sig-ni-fi-cance/sig'nifikəns/*(n)*: ஸிக்:னி'ஃபிக்கəன்ஸ் / an important meaning expressed, சிறப்புப் பொருள் அடங்கிய குறிப்பு; that which an expression means, உட்பொருள். **significant***(adj)*. **sig-ni-fi-ca-tion**/,signifi'keiʃn/*(n)*:,ஸிக்:னிஃபி'க்கெய்ஷəன் / the act of signifying, குறிப்பிடும் செயல்; meaning, கருத்து, பொருள். **sig-ni-fy**/'signifai/*(v.i-v.t)*:'ஸிக்:னிஃபய் / to make known by means of signs, words, etc., தெரிந்து கொள்ளும்படி சைகை, வார்த்தை மூலம் அறிவிப்புக் கொடு; to denote, குறிப்பிடு. • *It is not a parable to* ***signify*** *something; it is just an interesting story, that's all.*

Sikh/si:k/*(n)*:ஸீக் / one of a religious and military sects in India, சீக்கிய சமூகம்.

si-lence/'sailəns/*(n)*:'ஸய்லஅன்ஸ் / state of being silent, அமைதியாக இருத்தல், ஓசையின்மை; absence of noise, speech, sound, etc., ஒலியில்லாமை, அமைதி. **si-lent**/'sailənt/*(adj)*:'ஸய்லஅன்ட் / without any noise, ஓசையில்லாமல்; quiet, அமைதியான; not making any pronouncement, முக்கிய அலுவல்கள் பற்றி ஏதும் குறிப்பிடாமல். **si-lent-ly**/'sailəntli/*(adv)*:'ஸய்லஅன்ட்லி / without any noise or sound, எந்தவித ஒலியுமில்லாத. • *The ruins* ***silently*** *sing the glory of the empire that once flourished here in this part of the land.*

sil-hou-ette/ˌsilu:'et/*(n)*:ˌஸிலூஎட் / shadow-graph, நிழற்படம்; outline of a figure, வரி வடிவம்.

si-li-ca/'silikə/*(n)*:'ஸிலிக்கஅ / a substance composed from flint and sandstone, மணல் சத்து.

silk/silk/*(n)*:ஸில்க் / a fine, bright thread produced by silkworms, பட்டு; garment cloth and clothes made of silk, பட்டாடைகள். **silk-en**/silkən/*(n)*: 'ஸில்க்கஅன் / of silk, பட்டாடையாலான; soft like silk, மெல்லிய பட்டாடை போன்ற.

silkworm/'silkw3:m/*(n)*: ஸில்க்'உஅ:ம் / an insect from whose cocoon silk is produced, பட்டுப் புழு.

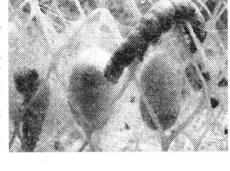

sill/sil/*(n)*:ஸில் / [also **cill**]: a horizontal wood (timber) piece across the bottom of a window, door, etc., படிக்கட்டை, அடித்தளக்கட்டு.

sil-ly/'sili/*(adj)*:'ஸிலி / not honourable, simple and foolish, அற்பபுத்தியுள்ள; not intelligent, அறிவுத்திறன் இல்லாத.

si-lo/'sailəu/*(n)*:'ஸய்லஅஉ / an airtight structure for keeping green food for animals, பசுந்தீவனம் வைக்கப்படும் காற்று புகாத அமைப்பு.

silt/silt/*(n)*:ஸில்ட் / sediment of earth deposited by flowing water, வண்டல் மண். **silt***(v.i)*: to choke with mud, மண் அடைப்பு ஏற்படுத்து, மண் அடைப்பு உண்டாக்கு.

Sil-ur-i-an/sai'luəriən/*(adj)*: ஸய்'லுஅரியஅன் / pertaining to the ancient people of England and Wales, இங்கிலாந்து, வேல்ஸ் முதலிய நாடுகளின் பழங்குடிகள் பற்றிய.

sil-van/'silvən/*(adj)*:[also **sylvan**]: 'ஸில்வஅன் / belonging to the woods, காடுகள், சோலைகள் முதலியவற்றைச் சார்ந்த.

sil-ver/'silvə*/*(n)*:'ஸில்வஅ* / a white metal element, வெண்மை உலோகம், வெள்ளி. **silver***(adj)*: made of silver, வெள்ளியினால் செய்யப்பட்ட; precious, அரிதான: • *Every cloud has a* ***silver*** *lining.* **Silver Jubilee**: function/ celebration in connection with 25 years of successful existence, வெள்ளி விழா.

silver-smith/'silvəsmiθ/*(n)*:'ஸில்வஅஸ்மித் / a craftsman in silver, வெள்ளி உலோகத் தொழில் செய்பவர்.

silver-tongued*(adj)*:'ஸில்வஅட்டங்ட்: / of musical voice, இனிய, இசைவான குரல் கொண்ட; eloquent, சொல்வன்மை உள்ள.

silviculture*(n)*:/'silvikʌltʃə*/ 'ஸில்விக்கல்ச்சஅ* / growing and tending of trees as branch of forestry (Social Forestry), சமுதாய காடு வளர்ப்பின் ஒரு பகுதியாக மரங்களை நட்டு வளர்த்தல்.

sim-i-an/'simiən/*(adj)*:'ஸிமியஅன் / like a monkey, குரங்கு போன்ற.

sim-i-lar/'similə*/*(adj)*:'ஸிமிலஅ* / nearly the same, ஒத்த; like, ஒன்றே போல. **simi-lar-i-ty**/ˌsimi'lærəti/*(n)*:ˌஸிமி'லஈரிட்டி / likeness, ஒன்றுபோல் இருக்கும் தன்மை; resemblance, ஒத்த தன்மை.

sim-i-le/'simili/*(n)*:'ஸிமிலி / a form of comparison in which a thing is spoken of as one like something else, ஒப்புமையணி, உவமை கொண்டு ஒப்பிடும் இலக்கியம்; a figure of speech, உவமையணி. • *Shakespeare often uses metaphor not* **simile**.

sim-mer/'simə*/*(v.i)*:'ஸிமஅ* / to boil gently, இலேசாகச் சூடுபடுத்து; to be in a suppressed state of anger or excitement, கோபம் (அ) கிளர்ச்சி அடக்கி வைக்கப்பட்ட நிலையில் இரு.

si-moom/si'mu:m/*(n)*:ஸி'மூம் / a hot dry wind over the deserts of Arabia, Syria, etc., அரேபியா, சிரியா முதலிய நாடுகளில் வீசும் பாலைவனக்காற்று.

sim-per/'simpə*/*(v.i)*:'ஸிம்பஅ* / to smile in a silly, artificial and foolish manner, அசட்டுச் சிரிப்பு சிரி. **simper***(n)*: a foolish smile, அசட்டுச் சிரிப்பு சிரி.

S

sim-ple/'simpl/*(adj)*:'ஸிம்ப்ல் / without any difficulty, கடினமில்லாத; clear, தெளிவான; easy to understand, எளிதில் விளங்குகின்ற; sincere, உண்மையான; plain, வெளிப்படை யாக விளங்குகின்ற; artless, எளிய; weak in mind, புத்திசாலித்தனமில்லாத. **simple-hearted, simple-minded** *(adj)*: free from false intentions, ஏமாற்றும் எண்ணம் இல்லாத; sincere and innocent, உண்மையும், களங்கமும் இல்லாத.

sim-ple-ton/'simpltən/*(n)*:'ஸிம்ப்ல்ட்டன் / a foolish person, முட்டாள்; an innocent person, அறிவுக்கூர்மையில்லாத மனிதன்.

sim-pli-ci-ty/sim'plisəti/*(n)*:ஸிம்'ப்லிஸிட்டி / the state of being far from cunning or intelligence, கள்ளம் கபடமற்ற குணம்; plainness, வெளிப்படையான தன்மை.

sim-pli-fy/'simplifai/*(v.i-v.t)*:'ஸிம்ப்லிஃபய் / to make simple, to make something to be easily understood, புரிந்து கொள்ளும்படி எளிதாக்கு. **sim-pli-fi-ca-tion**/ ˌsimplifi'keiʃn/*(n)*: ˌஸிம்ப்லிஃபி'க் கெய்ஷன் / the process of simplifying, எளிதாக்குதல்; the result of simplifying, எளிதாக்குதலின் பலன். **sim-ply**/'simpli/ *(adv)*:'ஸிம்ப்லி / in a simple manner, plainly, சாதாரணமான, வெளிப்படையான.

sim-u-la-crum/ˌsimju'leikrəm/*(n)*: ˌஸிம்யு'லெய்க்ரம் / an unreal image, மாயத் தோற்றம்; an unreal likeness, போலியான தோற்றம்.

sim-u-late/'simjuleit/*(v.i)*:'ஸிம்யுலெய்ட் / to pretend, பாசாங்கு செய்; to put on false appearance, போலியாக நடி. **sim-u-la-tion**/ˌsimju'leiʃn/*(n)*:ˌஸிம்யு'லெய்ஷன் / the act of simulating, பாசாங்கு செய்தல். **simulator***(n)*: a pretender, பாசாங்கு செய்பவர்.

sim-ul-ta-ne-ous/ˌsiməl'teinjəs/*(adj)*: ˌஸய்மல்ட்'டெய்ன்யஸ் / existing at the same time or happening at the same time, உடன் நிகழ்கின்ற, உடன் இருக்கின்ற. **simultaneousness***(n)*, **simultaneity** *(n)*.

sin/sin/*(v)*:ஸின் / **sinned, sinning**: to disobey the laws of God, இறை நியதிக்கு முரண்பட்ட செயல்; to do immoral thing, பாவம் செய். **sin***(n)*: any immoral doing, பாவம்; neglect of one's duty, கடமையினின்று தவறல். **sinful***(adj)*: not holy, புனிதமில்லாத; full of sin, பாவம் நிறைந்த. **sinfulness***(n)*. **sinless***(adj)*: without any sin, பாவமில்லாத. **sinner***(n)*: one who sins, பாவம் செய்பவர். • *Adam and Eve ate the forbidden fruit and became the first* **sinners**. **sin-of-fer-ing**/'sinɔ:fəriŋ/*(n)*:'ஸின்ஓஃபரிங் / repenting for one's sin by making offerings, கழுவாய் செய்தல்.

since/sins/*(adv)*:ஸின்ஸ் / from the time when, அப்போதிருந்து. • *She died years ago, and ever* **since**, *her husband has not married again.* until now, இதுவரை; before now, இதற்கு முன். **since***(prep)*: after, பிறகு; from the time of, முதற்கொண்டே. **since***(conj)*: because, ஆதலின், என்பதனால். • **Since** *he wants to take care of his children, he has not married again.* having seen that, அதை உணர்ந்ததால்/அதைத் தெரிந்துகொண்ட தனால்.

sin-cere/sin'siə*/*(adj)*:ஸின்'ஸியஏ* / straight forward, நேர்மையான; true, உண்மையான. **sin-cer-i-ty**/sin'serəti/ *(n)*:ஸின்'ஸரிட்டி / the quality of being sincere, நேர்மைப் பண்பு.

sine/sain/*(n)*:ஸய்ன் / the ratio of the side opposite to an angle and the hypotenuse of a right-angled triangle, செங்கோண முக்கோணத்தில் பக்கக்கோணத்திற்கும் எதிர் கோணத்திற்கும் உள்ள விகிதம்.

si-ne-cure/'sainiˌkjuə*/*(n)*:'ஸயனிக்யுஏ* / an office, with allowances, salary, etc. without any responsible work, வேலை, பொறுப்பு முதலியவை ஒன்றும் இல்லாத அலுவல்.

sin-ew/'sinju:/*(n)*:'ஸின்யூ / the fibrous band that joins a muscle to a bone, தசை நார்; that which gives strength, vigour, etc., ஆற்றலும், உறுதியும் கொடுப்பது. **sinews** *(n)*: muscles, தசைநார்த் தொகுதி; vigour and strength, வலிமையும், ஆதாரமும். **sin-ew-y**/'sinju:i/*(adj)*:'ஸின்யூயி / having strong sinews, வலிமையான தசைநார்கள்; full of vigour, மிகுந்த ஆற்றலுள்ள.

sing/siŋ/*(v.i-v.t)*:ஸிங் / **sang, sung, singing**: to make music with the voice, பாடு; to do praise in verse, துதி பாடு.

singe/sindʒ/*(v.i)*:ஸிஞ்ஜ் / **singed, singeing**: to burn slightly, கொஞ்சமாக எரி; to scorch, பொசுக்கு. **singe***(n)*: a slight burn, சுட்ட புண்.

single/'siŋgl/*(adj)*:'ஸிங்க்:ல் / one and one only, ஒன்று மட்டும்; unmarried, மணமாகாத; honest, உண்மையான; not folded, மடிப்பு இல்லாத. **single**(*v.i*): to pick out only, பொறுக்கியெடு; to choose, தேர்ந்தெடு. • *Why do you want to* **single** *him out to punish? All of them talked, didn't they?* **single-handed**(*adj*), **single-hearted**(*adj*), **single-minded** (*adj*): having only one purpose, ஒரே நோக்கம் கொண்ட; honest and sincere, உண்மையும், நேர்மையுமாக. **singly**(*adv*): one by one, ஒவ்வொன்றாக.

sing-song/'siŋsɔŋ/(*n*):'ஸிங்ஸாங் / unprepared vocal concert, முன்னேற்பாடு இல்லாத இசைக் கச்சேரி; a monotonous uninteresting voice, சலிப்பூட்டும் இசைக் குரல்.

sin-gu-lar/'siŋgjulə*/(*adj*):'ஸிங்க்:யுலə* / remaining alone, தனித்திருக்கின்ற; standing apart from others, தனித்து வேறாக இருக்கக்கூடிய; rare, அடிக்கடி காணப்படாத; extraordinary, தனிச் சிறப்புடைய; peculiar, புதுமையான. • *With a* **singular** *motive to come up in life, he worked hard for years and no wonder if he is what he is.* **singular**(*n*): the state of being singular, தனித்திருக்கும்; a number in grammar, இலக்கணத்தில் ஓர் எண், ஒருமை. **sing-u-lar-ity**/,siŋgju'lærəti/ (*n*):,ஸிங்க்:யு'லஊரிட்டி / uniqueness, சிறப்புத் தன்மை; that which is odd, தனித்திருக்கும் தன்மை.

sin-is-ter/'sinistə*/(*adj*):'ஸினிஸ்ட்டə* / full of evil, கொடுமை நிறைந்த; suspicious, ஐயமும், தீய எண்ணமும் உள்ள. • *He will simply bark; but he has no* **sinister** *motive.*

sink/siŋk/(*v.i*):ஸிங்க் / **sank, sunk, sinking**: to go down below the surface, மூழ்கு; to fall to the bottom, அடித்தளத்தில் விழு; to become weak, பலவீனப்படு; to leave off, துறந்துவிடு. **sink**(*n*): a basin or drain to carry off waste water, கழிவுத் தொட்டி, அங்கணம்.

sin-u-ous/'sinjuəs/(*adj*):'ஸின்யுəஸ் / winding, சுற்றுகளுள்ள; full of curves, வளைவுகள் நிறைந்த. • *Don't drive so fast; the road is quite* **sinuous**. **sinuously** (*adj*). **sin-u-os-i-ty**/,sinju'ɔsiti/(*n*): ,ஸின்யு'ɔஸிட்டி / a bend, ஒரு வளைவு; a fold, ஒரு மடிப்பு.

si-nus/'sainəs/(*n*):'ஸய்னəஸ் / a cavity in a bone, எலும்புக் குழி; an interval, ஓர் இடைவெளி.

sip/sip/(*v.i*):ஸிப் / **sipped, sipping**: to drink in very small quantities, உறிஞ்சு; to taste some drinks, பானங்களைச் சுவை. • *If you want to enjoy your coffee, you must* **sip**, *not gulp.*

si-phon/'saifn/(*n*): [also **syphon**]: 'ஸய்ஃபəன் / a tube bent for drawing liquid from a vessel, நீர் இறக்குக் குழாய்.

sir/sɜ:*/(*n*):ஸə: / a title of honour, மதிப்பு விளிச்சொல்; the prefix to the name of a knight, ஒரு கௌரவப் பட்டம்; an address of respect, மரியாதை விளிப்பு.

sire/'saiə*/(*n*):'ஸயə* / father, தந்தை; a title, ஒரு மரியாதை விளிப்பு; a title of honour, with which a king is addressed, ஓர் அரசனை விளிக்கும் மரியாதை வார்த்தை; the male parent of an animal, ஆண் விலங்கு.

si-ren/'saiərən/(*n*):'ஸயəரəன் / [also **syren**]: a woman of evil character, கெட்ட பெண்மணி; a sea-nymph, கடல் தேவதை; a sound of warning for a hostile attack, தாக்குதலுக்கு முன் கொடுக்கப்படும் எச்சரிக்கை ஒலி; an instrument producing a loud, shrill sound, சங்கு.

Sir-i-us/'siriəs/(*n*):'ஸிரியəஸ் / the dog star, the brightest of the stars that looks fixed, ஒரே இடத்தில் இருப்பதாகத் தோன்றும் ஒளிமிகுந்த விண்மீன்.

si-roc-co/si'rɔkəu/(*n*):ஸி'ராக்கəஉ / a hot wind from Africa, வணிகக் காற்று.

sir-rah/'sirə/(*n*):'ஸிரə / a contemptuous word for addressing, அவமதிப்பைக் குறிக்கும் மரியாதையற்ற சொல்.

sir-up/'sirʌp/(*n*):'ஸிரப் / [also **syrup**]: a sweet juice, வெல்லப்பாகு.

sis-kin/'siskin/(*n*):'ஸிஸ்க்கின் / a singing bird, பச்சை நிறமான ஒரு வகை பாடும் பறவை.

sis-sy/'sisi/(*n*):ஸிஸி / a girl, ஒரு பெண்; a man with no manliness, பேடி.

sis-ter/'sistə*/(*n*):ஸிஸ்ட்டə* / a female born of the same parents as oneself, உடன் பிறந்தவள்; a nurse in a hospital, செவிலி; a nun, கிறித்தவப் பெண் துறவி.

sis-ter-in-law/'sistərinlɔ:/(*n*): ஸிஸ்ட்டəரின்லா: / sister of one's husband or wife, கணவனது உடன் பிறந்த சகோதரி, மனைவியின் உடன் பிறந்த சகோதரி; brother's wife, உடன் பிறந்தவன் மனைவி.

S

sis-ter-ly/ˈsistəli/*(adj)*:ஸிஸ்ட்டலி / like a sister, உடன் பிறந்தாள் போன்ற.

sit/sit/*(v.t)*:ஸிட் / **sat, sitting**: to rest on the haunches, உட்கார்; to brood or to rest on eggs or to hatch, அடைகாத்திடு; to hold a conference or meeting, குழுக் கூட்டம் நடத்திடு. **sit-ting**/sitiŋ/*(n)*:ஸிட்டிங் / the act of taking one's seat, உட்காருதல்; the time of sitting, உட்காரும் நேரம்; a session, அவைக் கூட்டம்.

site/sait/*(n)*:ஸய்ட் / a location, புறவிடம்; a ground on which a building is to be constructed, மனையிடம்; the place of action, செயல் புரியும் இடம்.

sit-u-a-ted/ˈsitjueitid/*(adj)*:ˈஸிட்யுஎய்ட்டிட் / located or placed in position, இடத்தில் உள்ள, அமைக்கப்பட்ட. **sit-u-a-tion**/ˌsitjuˈeiʃn/*(n)*:ˌஸிட்யுˈஎய்ஷன் / a place where a person is or a thing stands, ஒருவர் இருக்கும் இடம் (அ) ஒரு பொருள் இருக்கும் நிலை; state of affairs, position, job, etc., செயல், பதவி, தொழில், முதலியன பற்றிய நிலை; circumstances, சந்தர்ப்ப சூழ்நிலைகள்.

six/siks/*(n)*:ஸிக்ஸ் / the number 6, ஆறு. **six-fold**/ˈsiksfəuld/*(adj)*: ˈஸிக்ஸ்ஃபஉல்ட் / six times, ஆறு மடங்கு.

six-pence/ˈsikspəns/*(n)*:ˈஸிக்ஸ்ப்பென்ஸ் / a silver coin worth six pennies, ஆறு பென்கள் மதிப்புள்ள வெள்ளி நாணயம்.

six-teen/ˌsiksˈti:n/*(n)*:ˈஸிக்ஸ்ட்டீன் / the number 16, பதினாறு.

six-ty/ˈsiksti/*(adj & n)*:ˈஸிக்ஸ்ட்டி / six times ten, அறுபது.

si-zar/ˈsaizə*/*(n)*:ˈஸய்ஸ:ə* / a university student receiving scholarship, உதவித் தொகை பெறும் மாணவர்.

size/saiz/*(n)*:[also **sizing**]:ஸய்ஸ் / bulk, பருமன்; the space taken up by an article, ஒரு பொருள் எடுத்துக் கொள்ளும் பரிமாணம்; thin glue to mix with colours, வண்ணக் கலவைக்கு ஏற்ற பிசின். **size**(*v.i*): to find the dimensions of, பரிமாணம் காண்; to classify according to size, வடிவத்திற்குத் தகுந்தவாறு தரம் பிரி.

skald/skɔld/*(n)*:[also **scald**]:ஸ்க்கா:ல்ட் / a wound caused by hot steam, கொப்புளம்.

skate/skeit/*(n)*:ஸ்க்கெய்ட் / a sole of wood or iron with a steel blade to be fastened to a boot for gliding on ice or hard smooth ground, பனிச்சறுக்கு, புதைமிதி; a large flat fish, பெரிய தட்டையான கடல் மீன். **skate**(*v.i*): to slide with skates, சறுக்கிச் செல்.

skein/skein/*(n)*:ஸ்க்கெய்ன் / a roll of the thread tied on a coil, நூல் கண்டு, நூல் சிட்டம்.

skel-e-ton/ˈskelitn/*(n)*:ˈஸ்க்கெலிட்ன் / the bones of an animal without skin or flesh, எலும்புக் கூடு; an outline, வரி வடிவம்; any framework, வெறும் அமைப்புச் சட்டம். • *Today being a holiday, the Railway Department will run only a* **skeleton** *service.* **skeleton in the cupboard**: a shameful secret, மானக்கேடான இரகசியம். • *Did not your grandfather amass wealth by plundering? It is time you brought the* **skeleton out of the cupboard**.

skep/skep/*(n)*:ஸ்க்கெப் / a basket made of wicker, பிரம்புக் கூடை; a straw beehive, வைக்கோல் தேன் கூடு.

skep-tic/ˈskeptik/*(n)*:ˈஸ்க்கெப்ட்டிக் / [also **sceptic**]: a person having no faith in any religion or God, கடவுள் நம்பிக்கை இல்லாதவர்; a doubter, எதையும் நம்பாதவர். **sceptic**(*adj*): having no faith in scriptures or God, தெய்வம், இதிகாசம் முதலியவற்றில் நம்பிக்கை இல்லாதவர்.

sketch/sketʃ/*(n)*:ˈஸ்க்கெச் / a first rough plan, மேலோட்டத் திட்டம்; an outline, மாதிரிப் படம்; a gist, சாரம். **sketch**(*v.i-v.t*): to make out a rough plan, ஒரு மாதிரித் திட்டம் வரை; to draw an outline, மாதிரிப் படம் வரை. **sketch-y**/ˈsketʃi/*(adj)*:ˈஸ்க்கெச்சி / like a sketch, ஒரு வரிவடிவம் போன்ற; carelessly done, கவனக்குறைவாக வரையப்பட்ட.

skew/skju:/*(adj)*:ஸ்க்யூ / not straight, நேராக இல்லாத; turned to one side, ஒரு புறம் சரிந்த. **skew**(*v.i*): to be crooked, வளைந்து இரு; to look slantingly, கண்களைச் சாய்த்துப் பார்.

ski/ski:/*(n)*:ஸ்க்கீ / a long, narrow wooden runner, fixed to the shoe, used for sliding over snow, பனிச்சறுக்குக் கட்டை. **ski**(*v.i*), **skied, skiing**: to move on using ski, பனிச்சறுக்கு விளையாட்டை விளையாடு.

skid/skid/*(n)*:ஸ்க்கிட் / a drag on a wheel, சக்கரத்திற்குக் கொடுக்கப்படும் தடை; a side slip, ஒரு பக்கமாகச் சறுக்குதல்.

skid(*v.i*): to put on a drag, சரிந்து வரும் சக்கரத்திற்குத் தடைபோடு; to slip sideways, பக்கவாட்டில் சறுக்கு. • *While you are driving fast, your car will* **skid** *if you apply sudden brakes.*

skiff/skif/(*n*):ஸ்க்கிஃப் / a small light boat, இலேசான சிறிய படகு.

skill/skil/(*n*):ஸ்க்கில் / ability to understand and to do, செய்திறன்; dexterity and expert knowledge, கைத்திறனும், உயர் நுணுக்க அறிவும். **skil-ful**/'skilful/(*adj*): 'ஸ்க்கில்ஃபுல் / dexterous, செய்திறனும், மதிநுட்பமும் உள்ள; full of skill, திறமையுள்ள. **skilled**/skild/(*adj*):ஸ்க்கில்ட் / well-trained and qualified, நன்கு பயிற்சியுள்ள.

skil-let/skilit/(*n*):ஸ்க்கிலிட் / a small pot with a long handle used for cooking, நீண்ட கைப்பிடியுடைய சமையல் பாத்திரம்.

skim/skim/(*v.t*):ஸ்க்கிம் / **skimmed, skimming**: to take off cream from the surface of a liquid, நீர்மத்தின் மேல் மிதக்கும் ஆடையை அகற்று; to move or fly lightly over a surface, ஒரு பரப்பின் மேல் பட்டும் படாமலும் நகர்ந்து செல்; to read carelessly, கவனம் இல்லாமல் படி.

skimmed milk/,skimd'milk/(*n*): 'ஸ்க்கிம்ட்'மில்க் / [also **skim-milk**: milk from which the cream has been removed, வெண்ணெய் எடுக்கப்பட்ட பால்.

skin/skin/(*n*):ஸ்க்கின் / the outer and natural covering of animal body or fruit, தோல்; the outer thick portion of vegetable, மேல் ஓடு. **skin**(*v.i*): to take off or remove the skin, தோல் உரி; to cover with a material like skin, தோல் போன்ற பொருளால் மூடு. **skin**(*v*): to remove the skin of, தோல் உரி. **save one's skin**: save oneself, தன்னைத்தானே காப்பாற்றிக்கொள். • *First,* **save your skin**, *then you can think of other things. Did not the great Shakespeare say, "Discretion is the better part of valour"?* **skin-deep**(*adj*): not deeper than the skin, ஆழமற்ற; not sincere, உண்மையில்லாத; superficial, மேலெழுந்தவாரியாக, உதட்டளவில். **skin-flint**/'skinflint/(*n*):'ஸ்க்கின்'ஃப்லின்ட் / a person with very mean conduct, அநாகரிக மனிதன். **skin-ner**/'skinə*/(*n*): 'ஸ்க்கினə* / one who skins, தோல் உரிப்பவர், தோல் போன்ற பொருளால் மூடித் தொழில் செய்பவர்; a person who deals in skins, தோல் வியாபாரம் செய்பவர்.

skin-ny/'skini/(*adj*):'ஸ்க்கினி / having only skin and no flesh, தோல் மட்டும் உள்ள; lean, மெலிந்த.

skip/skip/(*v.i*):ஸ்க்கிப் / **skipped, skipping**: to leap or jump lightly, இலேசாகக் குதித்துத் தாண்டு; to frisk joyfully as lamb, ஆட்டுக்குட்டிபோலத் துள்ளி விளையாடு; to leave out, விட்டு விடு. • *If you do not study regularly, you have got to* **skip** *off a lot of things on the eve of examination.* **skip**(*n*): a light leap, இலேசாகக் குதித்தல்; a light jump, இலேசாகத் தாண்டிக் குதித்தல்.

skip-per/'skipə*/(*n*):'ஸ்க்கிப்பə* / the master of merchant ship, வணிகக் கப்பலின் தலைவன்; captain of a team in a game, விளையாட்டில் ஓர் அணித் தலைவன்.

skirl/skɜ:l/(*n*):ஸ்க்கə:ல் / the sound of bagpipes, குழல் இணையின் தொனி; a shrill sound or a shriek, 'கிரீச்' என்ற ஒலி.

skir-mish/'skɜ:miʃ/(*n*):'ஸ்க்கəமிஷ் / petty fights between small parties, சிறு பூசல்கள். **skirmish**(*v.i*): to fight in small groups, அடிக்கடி சண்டை செய், வாக்குவாதம் செய்.

skirt/skɜ:t/(*n*):ஸ்க்கə:ட் / the lower part of women's garment, அரைப் பாவாடை; the outer edge, விளிம்பு. **skirt**(*v.i*): to go along the side of rather fastly, எல்லையோரமாக ஓடு; to be on the edge of, விளிம்பில் இரு. • **Skirting** *the town, the river flows serenely.* • *On the sight of the cat, the squirrel* **skirted** *off.*

skit/skit/(*n*):ஸ்க்கிட் / a humorous or sarcastic way of attacking either in words or by cartoons, கேலி செய்தல், படம் வரைந்து (அ) வார்த்தைகளால் தாக்குதல்.

skittish/'skitiʃ/(*adj*): 'ஸ்க்கிட்டிஷ் / easily excitable, எளிதில் உணர்ச்சிவசப்படக் கூடிய; timid, கூச்சமுள்ள; changing, மாறக் கூடிய. • *Stop your* **skittish** *quibble; be a bit serious.*

skulk/skʌlk/(*v.t*):'ஸ்க்கல்க் / to go about hiding, மறைந்திரு; to shirk, வேலையைத் தட்டிக் கழி; to avoid work, வேலையைத் தவிர்.

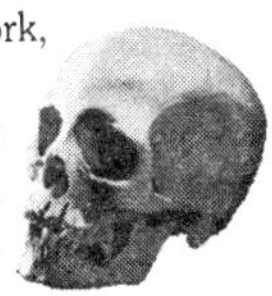

skull/skʌl/(*n*):ஸ்க்கல் / the bone of the head, மண்டை ஓடு; brain pan, கபாலம்.

skunk/skʌŋk/(*n*):ஸ்க்கங்க் / a bushy tailed animal as weasel, கீரியின விலங்கு;

a mean person, கீழ்த்தர மனப்பான்மை யுள்ளவர்.

sky/skai/*(n)*:ஸ்க்கய் / the curved covering which seems to be over this earth, வானம். • *For one who knows how to jump, the* **sky** *is the limit.* **sky***(v.t)*: **skied, skied**: to hit a ball high in the air, பந்தை உயர அடி; to hang (something or picture) on the wall, சுவரில் தொங்க விடு.

sky-blue/ˌskai'blu:/*(adj)*:'ஸ்க்கய்ப்:ளூ / blue like a clear cloudless sky, வான் நீல வண்ணம் போன்ற.

sky-lark/'skaila:k/*(n)*:'ஸ்க்கய்லாக் / a small singing bird that flies high up in the sky, வானம்பாடி. **skylark***(v)*: make fun of, கேலி செய்.

sky-light/'skailait/*(n)*:'ஸ்க்கய்லய்ட் / a window in the roof, கூரைச் சாளரம், மேற் சாளரம், ஒளி வருவதற்கான திறப்பு.

sky-line/'skailain/*(n)*:'ஸ்க்கய்லய்ன் / horizon, அடிவானம்; the line where the sky seems to come into contact with the earth, தொடுவானம்; the line of trees, mountains, buildings, etc., that are seen against the background of the sky, வானத் திரையில் தோற்றமளிக்கும் இயற்கைக் காட்சிகள்.

sky-scrap-er/'skaiˌskreipə*/*(n)*: ˌஸ்க்கய்'ஸ்க்ரெய்ப்பஅ* / a very tall modern building, உயர்ந்து, வானளாவ நிற்கும் கட்டடம்.

sky-ward/'skaiwəd/*(adj & adv)*: 'ஸ்க்கய்உஅட்: / toward the sky, ஆகாயத்தை நோக்கி; very very high, மிக உயரமாக.

slab/slæb/*(n)*:ஸ்லஃப்: / a plank, பலகை; a thick flat piece of any substance, பாளம்.

slack/slæk/*(adj)*:ஸ்லஃக் / loose, தளர்த்தியான; not right, சரியில்லாத; not busy, சுறுசுறுப்பில்லாத; careless in doing things, செய்வதில் கவனமில்லாத; inert, மந்தமான; inactive, செய்திறன் இல்லாத. • *With the advent of the rainy season, generally business becomes* **slack**. **slack***(n)*: an idler, ஒரு சோம்பேறி; a loose and smart dress, தளர்த்தியும், மிடுக்குமான சட்டை; dull business season, வியாபாரம் மந்தமாக உள்ள காலம். **slack***(v.i-v.t)*: to be less tight, தளர்ச்சியாக இருக்கச் செய்; to be relaxed, சற்று ஓய்வாக இரு; to be indifferent, கவனக் குறைவாக இரு. **slack-en**/'slækən/*(v.i-v.t)*:ஸ்லஃக்கஅன் / to make loose, தளர்ச்சி செய்; to be less active, செய்திறனில் தளர்ச்சி பெறு. **slack-er**/slækə*/*(n)*:ஸ்லஃக்கஅ* / one who shirks doing one's duty, கடமையைச் செய்யாமல் இருப்பவர். **slack-ness**/slæknis/*(n)*: ஸ்லஃக்னிஸ் / the state of being dull and inactive, மந்த நிலை.

slag/slæg/*(n)*:ஸ்லஃக்: / refuse from a furnace or iron smelting works, கசடு.

slain/slein/*(v)*:ஸ்லெய்ன் / past participle of "slay", "slay" என்பதன் இறந்த கால வினை.

slake/sleik/*(v.t)*:ஸ்லெய்க் / to quench, தணி; to convert quicklime into powder by adding water, சுண்ணாம்பு நீராக்கு.

slam/slæm/*(v.i-v.t)*:ஸ்லஃம் / to shut forcibly, மிகுந்த ஓசையுடன் மூடு; to throw violently, கீழே ஓங்கி எறி; to dash, மோது. **slam***(n)*: a violent noise, படீரென்ற ஒலி; (in bridge) gaining every trick or winning all but one, சீட்டாட்டத்தில் எல்லாச் சீட்டுகளையும் பிடித்தோ (அ) ஒரு சீட்டை வைத்துக் கொண்டோ வெற்றி பெறுதல்.

slan-der/'sla:ndə*/*(n)*:'ஸ்லஃன்ட:அ* / a false report for hurting a person's conduct, அவதூறு; defamation, பழிச் சொல். **slander***(v.t-v.i)*: to give a false report of one's conduct, அவதூறாகப் பேசு; to speak ill of, பழிச்சொல் கூறு. **slan-der-ous**/'sla:ndərəs/*(adj)*:'ஸ்லஃன்ட:அரஅஸ் / libellous, ஒருவரைப் பற்றி அவதூறு பேசி இழிவுபடுத்துகின்ற; defamatory, பொய்க் குற்றச்சாட்டுகள் கூறுகின்ற.

slang/slæŋ/*(n)*:ஸ்லஃங் / a kind of speech form not accepted by standard usage, கொச்சை மொழி; words or phrases used by sections of people among themselves, பேச்சு வழக்கில், ஒரு குறிப்பிட்ட வகுப்பினரிடையே இருந்துவரும் வார்த்தை களும், குறுமொழியும். **slang***(v.t)*: to abuse, இழிசொல் கூறு; to scold, வசைமொழி கூறு.

slant/sla:nt/*(adj)*:ஸ்லான்ட் / not perpendicular, செங்குத்தாக இல்லாத; oblique, சாய்வான. **slant***(n)*: slope, சரிவு. **slant***(v.t-v.i)*: to lie at an inclined angle, குறுங்கோணம் (அ) விரிகோண மட்டத்தில் சாய்ந்திரு; to lie obliquely, சரிவான நிலையிலிரு.

slap/slæp/*(v.i-v.t)*:ஸ்லஃப் / **slapped, slapping**: to give a blow with the hand, கையினால் அறை கொடு; to strike with the hand, கையினால் அடி. **slap***(n)*: a blow that is given with the flat hand, கையினால் கொடுக்கப்படும் அறை. **slap on one's**

face: rebuff, பகிரங்க அவமானம் (அ) மறுப்புத் தெரிவித்தல். • *I don't mind if you* **slap** *me on my cheek; but this is too much; you are* **slapping on my face**.

slap-dash/'slæpdæʃ/*(adv)*:'ஸ்லஜப்ட:ஜஷ் / in a careless manner, கவனக் குறைவாக; in a hurried manner, மிக அவசரமாக; all at once, உடனடியாக.

slash/slæʃ/*(v.t-v.i)*:ஸ்லஜஷ் / to cut carelessly, தாறுமாறாக வெட்டு, சீவு; to ornament by cutting slits, நீண்ட துவாரங்கள் செய்து அழகுபடுத்து; to whip, சாட்டையடி கொடு. • *The criminal was given twenty* **slashes** *on his back.* **slashing attack**: strong criticism, கடுமையாகக் குறை கூறுதல். • *The leader made a* **slashing attack** *on the minister.* **slash***(n)*: a long cut, நீண்ட வெட்டு, அதிகக் குறைப்பு.

slat/slæt/*(n)*:ஸ்லஜட் / a thin, narrow piece of wood, நீண்ட, மெல்லிய மரச்சிம்பு; a lath, மெல்லிய மரப்பட்டை.

slate/sleit/*(n)*:ஸ்லெய்ட் / a dark coloured stone easily broken into pieces, எளிதில் உடையக்கூடிய கல்; a piece of rock that is used for writing or roofing, கடப்பைக்கல், கற்பலகை. **slate***(v.t)*: to cover with slate, கடப்பைக்கல்லால் கூரை போடு. **sla-ty**/ 'sleiti/*(adj)*:'ஸ்லெய்ட்டி / pertaining to slate, கற்பலகை தொடர்பான.

slat-tern/'slætən/*(n)*:'ஸ்லஜட்டஅ:ன் / a dirty woman, நடத்தை சரியில்லாத பெண்; a careless woman, கவனமில்லாத பெண்மணி. **slatternly***(adj)*.

slaugh-ter/'slɔ:tə*/*(n)*:'ஸ்லா:ட்டஅ* / total destruction of life, உயிர்ப் படுகொலை; killing for food, உணவிற்காகக் கொல்லுதல். **slaughter***(v.t)*: to butcher for meat, to kill many at the same time, உணவிற்காக ஒரே சமயத்தில் பல கொலைகளைச் செய். **slaugh-ter-house**/'slɔ:təhaus/*(n)*: 'ஸ்லொ:ட்டஅ'ஹஉஸ்: / the place where animals are killed for food, இறைச்சிக் காகக் கொலை செய்யுமிடம்.

Slav/sla:v/*(n)*:'ஸ்லாவ் / A race of people belonging to Russia, Bulgaria, Poland, etc., ருஷ்யா, பல்கேரியா, போலந்து போன்ற நாடுகளில் வாழும் ஓரின மக்கள்.

slave/sleiv/*(n)*:'ஸ்லெய்வ் / one who is the legal property of another, அடிமை; one who is bound legally to obey his master, கொத்தடிமை, அடிமை; one who follows meekly without thinking, சுய சிந்தனை இல்லாமல், எதையும் ஏற்றுக்கொண்டு பின்பற்றுபவர். **slave***(v.i)*; to work as a slave, அடிமை போல் கடினமாக வேலை செய்.

slave-hold-er/,sleiv'həuldə*/*(n)*: 'ஸ்லெய்வ்'ஹஅஉல்டஅ* / one who owns slaves, அடிமைகளை வைத்திருப்பவர்.

slavedriv-er / 'sleiv,draivə*/*(n)*: 'ஸ்லெய்வ்'ட்ரய்வஅ* / one who takes care of slaves, அடிமைகளைக் கவனிப்பவர்; a hard task master, ஈவிரக்கமின்றி வேலை வாங்குபவர்.

slav-er/'sleivə*/*(n)*:'ஸ்லெய்வஅ* / a ship that carries slaves, அடிமைகளைச் சுமந்து செல்லும் கப்பல்; a person who deals in slaves, அடிமைகளை வைத்து வியாபாரம் செய்பவர்; spittle falling from the mouth, உமிழ்நீர் ஒழுகுதல். **slaver***(v.i-v.t)*; to let spittle fall from the mouth, எச்சில் விழச் செய்.

slav-e-ry/'sleivəri/*(n)*:'ஸ்லெய்வஅரி / the state of being a slave, அடிமையாய் இருக்கும் நிலை; the practice of holding slaves, அடிமைகளை வைத்திருப்பவர்.

slave-trade/'sleivtreid/*(n)*:'ஸ்லெய்வ்'ட்ரெய்ட் / the trade of selling and buying slaves, அடிமைகளை வைத்து வியாபாரம் செய்தல். • **Slave trade** *has vanished, but slaves remain.*

slav-ish/'sleiviʃ/*(adj)*:'ஸ்லெய்விஷ் / like a slave, ஓர் அடிமையைப் போன்ற; servile, அடிமைப் பண்பு உள்ள; base, அற்ப புத்தியுள்ள.

slay/slei/*(v.t)*: **slew, slain**:ஸ்லெய் / to kill, கொலை செய்; to put to death, உயிர் பிரியும்படி செய்.

sledge/sledʒ/:ஸ்லெஜ் / [also **sled, sleigh**]: a carriage with runner for riding over ice or snow, பனிச்சறுக்கு வண்டி. **sledge***(v.i)*: to drive in a sledge, சறுக்கு வண்டியில் செல். **sledge-hammer***(n)*: a heavy hammer, சம்மட்டி.

sleek/sli:k/*(adj)*:ஸ்லீக் / smooth, soft and glossy, மிருதுவாகவும், வழவழப்பாகவும், மென்மையாகவும் உள்ள.

sleep/sli:p/*(v.i-v.t)*:ஸ்லீப் / to rest with the body, வேலை செய்யாமல் ஓய்வு கொள், தூங்கு; to lie at rest, உறங்கு. **sleep***(n)*: the act of sleeping, the state of rest in sleep, உறக்கம்; slumber, sleep, தூக்கம். • **Sleep** *is the ape of death, said*

S

Shakespeare. **sleepless***(adj)*: unable to sleep, உறக்கமில்லாமல். **sleepiness***(n)*: the state of sleeping, உறங்குதல். **sleepy***(adj)*: drowsy, உறக்கமுள்ள.

sleep-er/ˈsli:pə*/*(n)*:ˈஸ்லீப்பə* / a beam that supports railway lines, இரயில் தண்டவாளங்களைத் தாங்கும் மர (அ) இரும்புத் துண்டுச் சட்டம்; a sleeping car, படுக்கை வசதி கொண்ட பயண வண்டி.

sleep-walker/ˈsli:pˌwɔ:kə*/*(n)*: ஸ்லீப்உɔக்கə* / one who walks in his sleep, a somnambulist, உறக்கத்தில் நடக்கும் நோய் உள்ளவர்.

sleet/sli:t/*(n)*:ஸ்லீட் / rain and snow or hail falling together, ஆலங்கட்டி மழை. **sleet***(v.i)*: to rain and snow together at the same time, ஆலங்கட்டி மழை பொழி.

sleeve/sli:v/*(n)*:ஸ்லீவ் / the part of a garment for the arm, சட்டையின் கைப்பகுதி. **sleeve-less**/sli:vlis/*(adj)*/: ஸ்லீவ்லிஸ் / having no sleeves, சட்டையின் கைப்பகுதி இல்லாத. **to have a thing up one's sleeve**: to keep something confidential, ஒன்றை வெளியிடாமல், இரகசியமாக வைத்திரு. **to roll up one's sleeves**: prepare to fight, தாக்குதலுக்குத் தயாராகு. **to laugh in one's sleeves**: be inwardly amused at other's failures, பிறர் தோல்வியைக் கண்டு உள்ளூர மகிழ்ச்சி பெறு, கேலிசெய்.

sleigh/slei/*(n)*:ஸ்லெய் / sledge, சறுக்கு வண்டி.

sleight/slait/*(n)*:ஸ்லய்ட் / a sly trick, ஏமாற்றுவதற்குச் செய்யப்படும் தந்திரம். **sleight of hand**: the quick action of the hand that cannot be easily seen, கையினால் வெகுவேகமாகச் செய்யப்படும் மாயாஜால தந்திர வேலைகள். • *None can become either a pick-pocket or a magician without the* ***sleight of hand***.

slen-der/ˈslendə*/*(adj)*:ஸ்லென்டə* / thin, ஒல்லியான; of very small amount, மிகச் சிறிய அளவுள்ள; easily broken, எளிதில் உடையக்கூடிய. • *His chances of winning in the election are very* ***slender***. **slenderness***(n)*.

slept/slept/*(v)*:ஸ்லெப்ட் / past participle of "sleep", "sleep" என்பதன் இறந்த கால வினை.

sleuth/slu:θ/*(n)*:ஸ்லூத் / a detective, துப்பறிபவர். **sleuth-hound**: a dog that is trained to track by scent, மோப்பம் பிடித்து, துப்பு துலக்கும் நாய்.

slew/slu:/*(v)*:ஸ்லூ / past tense of "slay", "slay" என்ற வினைச்சொல்லின் இறந்த கால வடிவம்.

slice/slais/*(n)*:ஸ்லய்ஸ் / a thin piece that is cut off, வெட்டப்பட்ட மெல்லிய துண்டு; tool to lift up and serve food, பரிமாறப் பயன்படும் கரண்டி. **slice***(v.t-v.i)*: to cut into thin pieces, சிறு துண்டுகளாகச் சீவு. • *I will* ***slice*** *you up and pickle in salt roared the man angrily.*

slick/slik/*(adj)*:ஸ்லிக் / very clever and dexterous, மதி நுட்பமும், கைத்திறனும் உடைய; smooth in speech but not always honest, உண்மையில்லாமல் நயமாகப் பேசக் கூடிய. **slick***(v.t)*: to make smooth, shiny, etc., வழவழப்பாகவும், பளபளப்பாகவும் செய்.

slid/slid/*(v)*:ஸ்லிட் / past participle of "slide", "slide" என்ற வினையின் இறந்த கால வினை. **slide**/slaid/*(v.t-v.i)*: ஸ்லய்ட் / **slid, sliding**: to move smoothly over, சறுக்கு; to skate, வழுக்கிச் செல்; to cause to slip, நழுவும்படி செய்; to glide, வழுக்கு. **slide** *n)*: a slippery path on ice, பனிக்கட்டி வழுக்கும் பாதை. **land-slide**: the mass of earth that falls down, நிலச் சரிவு. **sliding scale**: a scale that shows the varying taxes, wages, etc., according to the prevailing conditions, சூழ்நிலைக்கு ஏற்ப வரி, ஊதியம் முதலியவற்றின் மாறுதலைக் காட்டும் அளவுகோல்.

slight/slait/*(adj)*:ஸ்லய்ட் / having very small size, மிகக் குறைந்த அளவுள்ள; not severe, கடுமையில்லாத; of very small value, மிகச் சொற்ப மதிப்புள்ள. • *Whoever had committed the crime had done it ingeniously; there was not even the* ***slightest*** *clue to trace him out.* **slight***(v.t)*: to give no respect, மரியாதை கொடுக்காமல் இரு; to insult, அவமானப் படுத்து; to pass without taking notice of, வேண்டுமென்று கவனிக்காமல் செல். **slight***(n)*: contempt, வெறுத்து ஒதுக்குதல்; negligence, புறக்கணிப்பு; giving no due respect, மரியாதையில்லாமல் நடந்து கொள்ளல். **slightness***(n)*.

slim/slim/*(adj)*:ஸ்லிம் / slender, மெல்லிய; slight, மிகச்சிறிய; thin, ஒல்லியான. **slim***(v.t-v.i)*: to reduce weight, நிறை, பருமன் முதலியவற்றைக் குறை; to reduce size of body to become thin, உடல் பருமனைக் குறை. **slimly***(adv)*, **slimness** *(n)*.

slime/slaim/*(n)*:ஸ்லய்ம் / mire, சகதி; mucus, கோழை. **slim-y**/'slaimi/*(adj)*: ஸ்லய்மி / viscous, கொழகொழப்பான; full of slime, சகதி நிரம்பியுள்ள.

sling/sliŋ/*(n)*:ஸ்லிங் / a strip or band of material looped round an object, தொங்கும் கட்டு; strip of leather that is used to throw stones, objects, etc., கவண். **sling***(v.t-v.i)*: to throw from a sling, கவண் பயன்படுத்தி எறி; to hang so as to swing, ஊஞ்சலாடு.

slink/sliŋk/*(v.t-v.i)*:ஸ்லிங்க் / **slank, slunk, slinking**: to sneak and move away, பதுங்கிச் செல்; to creep away in shame and disgrace, அவமானத்தால் ஒடுங்கி ஒதுங்கிச் செல்.

slip/slip/*(v.t-v.i)*:ஸ்லிப் / **slipped, slipping**: to move by gliding, வழுக்கிச் செல்; to slide, சறுக்கி விழு. **slip***(n)*; the act of slipping, நழுவுதல். • *A minute ago he was here. I don't know how he gave me a* **slip** *and vanished.* the act of gliding, வழுக்குதல்; a false step, தவறி விழுதல்; mistakes done without knowing, தெரியாமல் செய்யப்படும் தவறு; a twig, சுள்ளி; a band, பட்டை.

slip-knot/'slipnɔt/*(n)*:'ஸ்லிப்னாட் / a knot that slips along a rope, cord, etc., சுருக்கு.

slip-per/'slipə*/*(n)*:'ஸ்லிப்பə* / a loose shoe, காலணி; a person who slips, வழுக்கும் (அ) நழுவும் நபர்.

slip-per-y/'slipəri/*(adj)*:'ஸ்லிப்பəரி / easily slipped upon, நழுவுகின்ற; not firm, உறுதியற்ற. • *The night is dark and the path is* **slippery**; *lead kindly light.* often changing one's opinion with no sense of resolution, உறுதியான நம்பிக்கையும், கொள்கையும் இல்லாத.

slip-shod/'slipʃɔd/*(adj)*:'ஸ்லிப்ஷாட்: / careless, கவனமில்லாத; slovenly, அக்கறையில்லாத; untidy, சீர்குலைவுள்ள.

slit/slit/*(v.i-v.t)*:ஸ்லிட் / to cut into long pieces or strips, நீண்ட துண்டுகள் (அ) பிளவுகள் வெட்டு; to make a long cut, குறுகிய பிளவு (அ) துண்டு உண்டாக்கு. **slit***(n)*: a long narrow cut, நீண்ட குறுகிய துளைக் கீறல்; a long narrow opening, நீண்ட குறுகிய பிளவு.

slith-er/'sliðə*/*(v.i)*:'ஸ்லித:ə* / to slide not steadily, வழுக்கித் தடுமாறிச் செல்; to move with a sliding motion, நழுவிச் செல். **slither***(n)*: a gliding movement, வழுக்கிச் செல்லுதல்; sliding or slipping, நழுவுதல் (அ) வழுக்கி வழுக்கி நகருதல்.

sliv-er/'slivə*/*(n)*:'ஸ்லிவə* / a piece of wood, சிராய்; a splinter, சிதறும் துண்டு.

slob-ber/'slɔbə*/*(v.i)*:'ஸ்லாப:ə* / to allow the spittle fall, உமிழ்நீர் விழச் செய்; to let saliva flow, உமிழ் நீர் பெருகும்படி செய்; to praise foolishly, முட்டாள்தனமாக ஒருவரைத் துதி செய்.

sloe/sləu/*(v.t)*:ஸ்லəஉ / the blackthorn or its fruit, கற்றாழை (அ) அதன் பழம்.

slog/slɔg/*(v.t)*:ஸ்லாக்: / to hit hard, பலம் கொண்டு ஓங்கி அடி; to work very hard and also steadily, கடினமாகவும், ஒரே சீராகவும் உழை.

slo-gan/'sləugən/*(n)*:ஸ்லəஉக:əன் / a significant cry with some meaning, முழக்கம்; war cry, போர்க் குரல்; a watchword with a catchy phrase or political importance, அரசியல் கட்சிகளின் முழக்கம். • *In this age of* **slogans**, *you can do wonders, if only you know how to coin and utter them.*

sloop/slu:p/*(n)*:ஸ்லூப் / one-masted ship, ஒற்றைப் பாய் மரம் உள்ள கப்பல்.

slop/slɔp/*(v.t-v.i)*:ஸ்லாப் / **slopped, slopping**: to spill liquid, திரவத்தைச் சிதறச் செய்; to cause to overflow, வழியச் செய்.

slop-py/'slɔpi/*(adj)*:ஸ்லாப்பி / muddy, சேறு கலந்த; careless, கவனக் குறைவான.

slope/sləup/*(n)*:ஸ்லəஉப் / slant, சாய்வு; a rising ground, உயர்ந்திருக்கும் நிலம்; a falling ground, சரிவாக இருக்கும் நிலம், சரிவு; an inclination, சாய்வு. **slope** *(v.i-v.t)*: to slant, சாய்வாக இரு, சாய்வு ஏற்படுத்து; to make an inclined surface, சரிவு ஏற்படுத்து.

slot/slɔt/*(n)*:ஸ்லாட் / a narrow groove, காடி; a long aperture, குறுகலான துளை; the track of a door, கதவு நகரும் பாதை; the track of hunt, வேட்டையின் பாதை. **slot***(v.t)*: to put or be put into a slot, காடியின் (அ) காடியில் அமையும்படி பொருத்து.

sloth/sləuθ/*(n)*:ஸ்லəஉத் / unwillingness to do, செயல்பட விருப்பமின்மை; laziness, சோம்பேறித் தனம்; a slow moving animal which lives in trees, மரநாயின விலங்கு, தேவாங்கு. **slothful***(adj)*, **slothfulness***(n)*.

slouch/slautʃ/*(n)*:ஸ்லஉச் / drooping of the head or shoulders with an awkward gait, தலையைத் தொங்கவிட்டு அழகில்லாமல் நடத்தல்; a clownish type of person, கோமாளி. **slouch hat**: a hat with a drooping brim, முகப்பில் நீண்டிருக்கும் குல்லாய். **slouch***(v.t-v.i)*: to droop the head, தலையைத் தொங்கவிடு, கூனிட்டுக் கொள். • *A minute ago he was vociferously talking about politics, now see, how he is — a* **slouching** *figure asleep in the chair!* to walk in an awkward manner, விகாரமாக நட.

slough/slʌf/*(n)*:ஸ்லஃப் / a boggy place of mire, சதுப்பு நிலம். • *If he is now in a* **slough** *of humility, well, it is only his own making.* cast off skin of a serpent etc., பாம்பு முதலிய பிராணிகளின் உரித்த தோல்; the dead part that an animal casts, விலங்கின் உரிக்கப்பட்ட (அ) உதிர்க்கப்பட்ட உறுப்பு. **slough***(v.t-v.i)*: to drop off, விழு, எறிந்து விடு; to cast off, எறிந்து விடு; to drop off like a slough, உதிர்ந்து விடு. **sloughy** *(adj)*.

slov-en/ˈslʌvn/*(n)*:ˈஸ்லவ்ன் / a person who is careless and dirty in dress, கவனமில்லாமலும், அசுத்தமாகவும் உடை உடுத்தும் நபர். **slovenly***(adj)*: untidy, அசுத்தமான; negligent, கவனமில்லாத. **slovenliness***(n)*.

slow/sləu/*(adj)*:ஸ்லஉ / taking lot of time, தாமதப்படுத்தும் தன்மையுள்ள; not active, சுறுசுறுப்பு இல்லாத; making not much progress, அதிக முன்னேற்றம் இல்லாத. **slowness***(n)*: state of being slow, மந்த நிலை.

sludge/slʌdʒ/*(n)*:ஸ்லஜ் / [also **slugh**]: mud, சேறு; sewage, கழிவு நீர்; half-melted snow, அரைகுறையாக உருகிய பனிக்கட்டி.

slug/slʌg/*(n)*:ஸ்லக் / a small kind of metal ball, used as bullet for a gun, துப்பாக்கி ரவை. **slug***(n)*: a slow-moving, slimy animal like a

snail, without a shell or with only a very small shell. மெதுவாக நகரக்கூடிய நத்தை இனத்தைச் சேர்ந்த ஓர் உயிரினம்.

slug-gard/ˈslʌgəd/*(n)*:ˈஸ்லகஃஅட் / a lazy person, சோம்பேறி.

slug-gish/ˈslʌgiʃ/*(adj)*:ஸ்லகிஷ் / slow and lazy, மந்த குணமுள்ள; not active, வேகம் இல்லாத. **sluggishly***(adv)*, **sluggishness***(n)*.

sluice/slu:s/*(n)*:ஸ்லூஸ் / a sliding gate for regulating the flowing water, மதகு; floodgate, மடை.

slum/slʌm/*(n)*:ஸ்லம் / an overcrowded dirty place where poor people live, குடிசைப் பகுதி.

slum-ber/ˈslʌmbə*/*(v.t-v.i)*:ஸ்லம்ப:ə* / to sleep lightly, சிறு துயில் கொள்; to be in a state of carelessness, சற்றும் கவனம் இல்லாத நிலையில் இரு. **slumber***(n)*: a light sleep, சிறு துயில். **slumberous***(adj)*.

slump/slʌmp/*(v.i)*:ஸ்லம்ப் / to fall in price or demand, விலை இறக்கம் உண்டாக்கு, தேவையைக் குறை; to fall or drop down in the amount of business, வியாபார மந்தம் (அ) வீழ்ச்சியடை; to sink suddenly, விலை இறக்கம் பெறு. • *In the off-season when there is no work in the fields, people usually* **slump** *into inactivity.* **slump***(n)*: a fall off, வீழ்ச்சி, நட்டம்; a sudden drop in prices, திடீரென்ற விலை இறக்கம்.

slung/slʌŋ/*(v)*:ஸ்லங் / *(p.t & p.p)*: of "sling", "sling" என்பதன் இறந்தகாலம், இறந்த கால வினை.

slur/slɜ:*/*(n)*:ஸ்லə: / a reproach, கடுஞ்சொல் கூறுதல்; blemish, களங்கம். • *It is a deliberate lie. Remember you are casting a* **slur** *on her character.* **slur***(v.t-v.i)*, **slurred, slurring**: to give a bad report of, அவதூறு பேசு; to insult, அவமானப்படுத்து, களங்கம் உண்டாக்கு.

slush/slʌʃ/*(n)*:ஸ்லஷ் / [also **sledge**]: mire, சேறு; soft mud, மண் குழம்பு; a mixture for greasing wheels, எந்திரங்களுக்குப் போடப்படும் கொழுப்புப் பூச்சு. **slushy** *(adj)*.

slut/slʌt/*(n)*:ஸ்லட் / an untidy, dirty woman, நடத்தை சரியில்லாத பெண்மணி. **sluttish** *(adj)*, **sluttishness***(n)*.

sly/slai/*(adj)*:ஸ்லய் / **slyer, slyest**: cunning, தந்திரமுள்ள; crafty, clever at doing things secretly, இரகசியமாகச் செயல்படும் தந்திரமுள்ள. • *It is indecent of you to make* **sly** *remarks about the people whom you should be respecting.*

smack/smæk/*(n)*:ஸ்மஊக் / a peculiar taste, ஒரு தனிப்பட்ட ருசி; the sound of the cracking whip, சவுக்கடி கொடுக்கும் ஒலி;

a small fishing boat, மீன் பிடிக்க உதவும் சிறு படகு; a hint, ஓர் அறிகுறி. **smack**(*v.t-v.i*): to have a taste of, சுவை (அ) ருசி காண்; to give a sharp stroke smartly, மிடுக்கான அடிகொடு; to slap with an open palm, கையினால் அறை. • *There is something in the air that* **smacks** *of foul play.*

small/smɔ:l/(*adj*):ஸ்மா:ல் / of little value, மிகச் சிறிய மதிப்புள்ள; little, அற்பமான, சிறியதாக உள்ள; mean, இழிவான.

small-arms/smɔ:la:mz/(*n*):ஸ்மா:லாம்ஸ்: / guns that can be carried easily by a person, ஒருவரால் எடுத்துச்செல்லக்கூடிய சிறு துப்பாக்கி.

small-beer/(*n*):ஸ்மா:ல்பி:யə* / a person of little importance, அற்ப மனிதன். • *He is a double-tongued, double-faced,* **small beer**; *why do you care for him?*

small-change(*n*):ஸ்மா:ல்ச்செய்ஞ்ஜ் / money in small coins, சிறு நாணயங்கள்.

small-minded(*adj*):ஸ்மா:ல்மய்ன்டிட்: / of not generous nature, குறுகிய மனப்பான்மை யுள்ள. • *He is* **small-minded** *in both word and deed.*

small-pox/'smɔ:lpɔks/(*n*):ஸ்மா:ல்ப்பாக்ஸ் / a contagious and infectious disease, showing blisters on the skin, பெரியம்மை.

smart/sma:t/(*adj*):ஸ்மாட் / trim, மிடுக்கான; clever, அறிவுக்கூர்மையுள்ள; fashionable in appearance, நாகரிகத் தோற்றமும், விழிப்புணர்ச்சியுமுள்ள. • *She looks very* **smart** *in her new dress.* vigorous, சுறுசுறுப்பான; active, செய்நேர்த்தியுள்ள. • *Don't act* **smart**; *remember the other man is also intelligent.* **smart**(*n*): sharp mental or physical pain, உள்ளம் (அ) உடல் வலி; grief, துயரம். • *I can't get over the* **smart** *of failure in life, however hard I may try.* **smart**(*v.t-v.i*): to feel pain, வலியை உணர்; to cause pain, வலியை உண்டுபண்ணு.

smash/smæʃ/(*v.t-v.i*):ஸ்மæஷ் / to break into pieces, to crush, நொறுக்கு; to shatter, சிதறச் செய். **smash**(*n*): a sudden crashing noise, திடீரென நொறுங்கும் ஓசை; a collision, மோதல்; a destruction, அழிவு; failure of business, வியாபாரத் தோல்வி. • *He was forced to sell his property after the* **smash**.

smat-ter-ing/'smætəriŋ/(*n*):ஸ்மæட்டəரிங் / a small amount or number, சிறிய அளவு (அ) எண்; very limited knowledge, அளவான அறிவு. • *He puts on airs though he has only a* **smattering** *knowledge.*

smear/smiə*/(*v.t-v.i*):ஸ்மியə* / to cover with some greasy substance, பூச்சு பூசு; to rub something, தேய். **smear**(*n*): a stain, கறை; a cover, பூச்சு.

smell/smel/(*v.t-v.i*):ஸ்மெல் / **smelt, smelling**: to feel by nose, முகர். • *This dog has no sense of* **smell**; *it cannot be of any use to catch the thief.* to give forth smell, odours, etc., வாசனை வெளியிடு. **smell a rat**: to guess that something is wrong, ஏதோ ஒரு சூது நடப்பதை அறிந்து கொள். **smell**(*n*): fragrance, நல்ல வாசனை; the sense by which odours, fragrance, etc., are perceived, வாசனை அறியும் உணர்வு.

smelt/smelt/(*n*):ஸ்மெல்ட் / a small silvery food fish of salmon family, ஒருவகைச் சிறிய மீன். **smelt**(*v.t*): to fuse or melt ore to extract metal, கனிப்பொருளை உருக்கி உலோகத்தைத் தனியாகப் பிரித்தெடு. **smelt**(*v*): (*p.t & p.p*) of "smell", "smell" என்பதன் இறந்தகாலம்.

smile/smail/(*v.t-v.i*):ஸ்மய்ல் / to show joy by the features of face, புன்னகை புரி, மெதுவாகச் சிரி; drive away one's anxiety etc., ஒருவரது கவலை முதலியவற்றைப் போக்கு. • *Learn to* **smile** *off your worries.* to be pleased, இனிமையான மனநிறைவு கொள்; to show some favour, கருணை (அ) சலுகை காட்டு; to express some sort of contempt, அவமதிப்புப் புன்னகை செய். **smile**(*n*): a soft, simple pleasing way of laughing, புன்சிரிப்பு; a look that expresses satisfaction and pleasure, மகிழ்வையும், மனநிறைவையும் தெரிவிக்கும் புன்னகை. • *She was all* **smiles** *when her son received the award.* a way of expressing one's contempt, அவமதிப்புப் புன்னகை. • *How can I put on an artificial* **smile** *when my heart is heavy.* **smilingly**(*adj*).

smirch/smɜ:tʃ/(*v.i*):ஸ்மə:ச் / to smear over, பூசு, களங்கம் உண்டாக்கு; to defame, அவதூறு பேசு. • *Every family will have a blacksheep to* **smirch**.

smirk/smɜ:k/(*v.t*):ஸ்மə:க் / to smile with some meaning, போலியாகச் சிரி; to smile deceitfully, கபடமாகச் சிரி. • *Why do you put on that* **smirk**? *Is there anything wrong here?* **smirk**(*n*): a smile with

S

some hidden meaning, உட்பொருளுள்ள சிரிப்பு; an affected smile, போலிச் சிரிப்பு.

smite/smait/*(v.t-v.i)*:ஸ்மய்ட் / **smote, smitten or smot**: to hit with all force, தாக்கு, அடி; to attack, தாக்குதல் செய். • *You may have arms to fight with your external enemies, but have you any, to* **smite** *your internal force?* to have an effect on all in a sudden, திடீரென்று, வசீகரம் கொள்.

smith/smiθ/*(n)*:ஸ்மித் / a worker in metals, கொல்லர்; an artisan working in metals, உலோக வேலைப்பாடு செய்பவர். **smith-y**/'smiði/*(n)*:'ஸ்மிதி / a smith's workshop, உலைக் களம், கொல்லன் பட்டறை.

smit-ten/'smitn/*(adj)*:ஸ்மிட்ன் / having been struck with a blow, கடுமையாகத் தாக்கப்பட்ட, தாக்குதலினால் துயரப்பட்ட.

smock/smɔk/*(n)*:ஸ்மாக் / a loose outer garment of woman, மகளிர் அணியும் மேலாடை.

smog/smɔg/*(n)*:ஸ்மாக்: / a noxious mixture of smoke and fog, பனி மூட்டம்.

smoke/sməuk/*(n)*:ஸ்மஉக் / vapour or gas from anything burning, புகை. **no smoke without fire**: rumours are not entirely baseless, ஆதாரமில்லாமல் எதுவும் தோன்றாது, நெருப்பில்லாமல் புகை ஏற்படாது. **smoke***(v.t-v.i)*: to give off vapour or gas, புகை வெளியிடு; to get exposed to smoke, புகையினால் சூழப்பட்டு இரு. • *It is sheer mockery to say* **'smoking** *is injurious to health' and yet sell cigarettes.* **smok-y**/'sməuki/*(adj)*: 'ஸ்மஉக்கி / giving out smoke, புகை வெளிவிடுகின்ற. **smoker or smoking-concert**: an evening entertainment where smoking is permitted, புகை பிடிக்க அனுமதிக்கப்படும் மாலை நேர பொழுது போக்கு நிகழ்ச்சி.

smolt/sməult/*(n)*:ஸ்மஉல்ட் / a young salmon, சிறிய 'சால்மன்' மீன்.

smooth/smu:ð/*(adj)*:ஸ்மூத்: / even or level, சமதளமான; polished, வழவழப்பான; easy, எளிதாக, மிருதுவான. **smooth***(v.t-v.i)*; to make level or even, சமதளமாகச் செய்; to make calm, மன அமைதியை உண்டு பண்ணு; to reduce hardship, துன்பங்களைக் குறை. **smoothness***(n)*, **smoothly***(adv)*.

smote/sməut/*(v)*:ஸ்மஉட் / past tense of "smite", "smite" என்பதன் இறந்த கால வடிவம்.

smoth-er/'smʌðə*/*(v.t-v.i)*:'ஸ்மத:அ* / to get killed for want of air, மூச்சு அடைத்து இறந்து விடு; to die by suffocation, மூச்சுத் திணறி இறந்துவிடு; to hide, மறை; to suppress, திணறு. **smother***(n)*; cloud of smoke, புகை; dense dust, அடர்த்தியான தூசி மூட்டம்.

smoul-der/'sməuldə*/*(v.i)*:'ஸ்மஉல்டஅ* / to burn with no flame, தீக்கொழுந்து இல்லாமல் எரி; to burn slowly, நிதானமாக எரி; to feel violently agitated, மனத்திற்குள் குமுறு.

smudge/smʌdʒ/*(v.t-v.i)*:ஸமஜ் / to blur writing, figures, drawings, etc., கறை ஏற்படுத்து; to stain with dirt, அழுக் கடையச் செய். **smudge***(n)*: a smear, பூச்சுக் கறை; dirty mark, அழுக்குக் குறி; a fire from outside making dense smoke, வெளியிலிருந்து வரும் அடர் புகை. • *I took the paper and tried to answer the questions. But at the end I found to my surprise, my answer script was full of* **smudges** *instead of answers.*

smug/smʌg/*(adj)*:ஸ்மக்: / showing too much of satisfaction with one's qualities etc., தன் குணங்களைப்பற்றி பெருமைப்பட்டுக் கொள்ளும்படியாக. • *He read the manuscript again and a* **smug** *smile escaped his lips.* **smug***(v.t)*: to import or export goods against law without paying duties, வரி கொடாமல் ஏற்றுமதி (அ) இறக்குமதி செய்; to take something secretly in or out of a country against law and without paying taxes, கள்ளக் கடத்தலில் ஈடுபடு. **smuggler***(n)*, **smuggling***(n)*.

smut/smʌt/*(n)*:ஸ்மட் / a dirty spot, அழுக்குக் கறை; a disease of corn, தானியப்பயிர் நோய்; soot, புகைக் கரி. **smut***(v.t-v.i)*: **smutted, smutting**: to stain, கறையுண்டாக்கு; to blacken with soot, dirt, etc., புகை, அழுக்கு முதலியவற்றால் கறுப்பாக்கு.

snack/snæk/*(n)*:ஸ்னஆக் / a light refreshment, சிற்றுண்டி.

snaf-fle/'snæfl/*(n)*:'ஸ்னஆஃப்ல் / a bridle without a curb, கடிவாளம்.

snag/snæg/*(n)*:ஸ்னஆக்: / a projecting branch, நீட்டிக்கொண்டிருக்கும் மரக்கிளை; the stump of a broken tree, ஒடிந்த மரத்தின் அடிக்கட்டை; an obstacle, முட்டுக்

S

கட்டை. • *The going was good for quite sometime, but then* **snags** *developed and the project had to be abandoned.* **snaggy**(*adj*): full of snags, முட்டுக் கட்டைகள் நிறைந்த. **snagged** (*adj*).

snail/sneil/(*n*):'ஸ்னெய்ல் / slow moving soft, slimy crawling animal with or without shell, நத்தை.

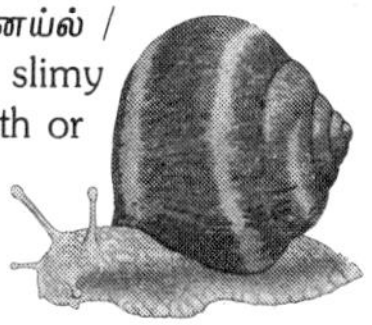

snake/sneik/(*n*): 'ஸ்னெய்க் / a long crawling reptile with no legs, பாம்பு. **snaky**(*adj*): winding, cunning, தந்திரமான.

snap/snæp/(*v.t-v.i*):ஸ்னாஃப் / **snapped, snapping**: to make a sudden break, திடீரென ஒடி. • *Finally the two countries closed their consulates and* **snapped** *their ties.* to snatch with teeth, பற்களால் கவ்வு/பிடுங்கு; to make creaking noise, 'கீரிச்' என்ற ஒலி எழுப்பு; to take a quick photograph of, விரைவாகப் புகைப்படம் எடு. **snap**(*n*): a sudden crack, சடக்கென்ற ஓசை; a bite, ஒரு கடி; to brooch fastening, உடை இணைப்பு ஊசியின் தொடர்பு; photo taken in an instant, உடனடி புகைப்படம்; the act of snapping, வாயினால் கவ்வுதல், படீரென ஒடித்தல். • *When the M.P. died in an accident,* **snap** *polls were to be held.*

snare/sneə*/(*n*):ஸ்னஃஏ* / a noose to trap animals and birds, கண்ணி. **snares**(*n, pl*): certain circumstances that lead a man into trouble, ஒருவனைச் சிக்க வைக்கும் சந்தர்ப்ப சூழ்நிலைகள். **snare** (*v.t*): to catch by snare, பொறி வைத்துப் பிடி; to get or bring into trouble, தொந்தரவில் சிக்கிக்கொள் (அ) இக்கட்டான நிலையை ஏற்படுத்திக்கொள்.

snarl/sna:l/(*n*):ஸ்னால் / an angry reply, சீற்றமான பதில்; a surly answer, உறுமலுடன் பதிலளித்தல். **snarl**(*v.t-v.i*); to growl like a dog, நாய் போல் உறுமு; to speak harshly, சீற்றத்துடன் பேசு.

snatch/snætʃ/(*v.t-v.i*):ஸ்னாச் / to seize with all haste and eagerness, ஆர்வத்துடன் பறித்துப் பிடுங்கு; to catch something and carry it away, பிடுங்கித் தூக்கிச் செல். **snatch**(*n*): fragment, ஒரு சிறு துண்டு; catching hold of something, பறித்தல்; a little piece of action, ஒரு சிறு செயல்.

sneak/sni:k/(*v.t-v.i*):ஸ்னீக் / to creep away secretly, இரகசியமாக ஊர்ந்து செல்; to go away without being seen, யாரும் பார்க்க முடியாதவாறு செல். • *It is ungentlemanly to* **sneak** *and eavesdrop.* **sneak**(*n*): a man who goes about unseen, பதுங்கிச் செல்பவர்; a mean fellow, அற்ப குணமுள்ளவர். **sneak-ing**/sni:kiŋ/(*adj*): ஸ்னீக்கிங் / base, இழிவான; doubtful, சந்தேகமான. • *Suddenly a* **sneaking** *feeling ran across my mind that all was not well.* **sneaky**(*adj*), **sneakiness**(*n*).

sneer/sniə*/(*v.t-v.i*):ஸ்னியஃ* / to show contempt by curling the nose, மூக்கை உயர்த்தி வெறுப்புத் தெரிவி; a word of contempt, வெறுப்பினை உதிர்க்கும் வார்த்தை; a look of scorn, இகழ்ச்சிப் பார்வை.

sneeze/sni:z/(*v.i*):ஸ்னீஸ் / to blow out air through nose and mouth involuntarily, தும்மு. **sneeze**(*n*): a sudden involuntary expulsion of air from nose and mouth, தும்மல்.

snide/snaid/(*adj*):ஸ்னய்ட் / spurious, உண்மையில்லாத போலித்தனமாக; not decent, சற்றும் நாகரிகமில்லாத.

sniff/snif/(*v.t-v.i*):ஸ்னிஃப் / to breathe in with some noise, உறிஞ்சு; to find out something with smell, மோப்பம் பிடி. **sniff**(*n*): the act of sniffing, மோப்பம் பிடித்தல், உறிஞ்சுதல். **sniffle**(*v.i*): to breathe hard, பலமாக மூச்சு விடு; to smell, மோப்பம் பிடி.

snig-ger/'snigə*/(*v.i*):ஸ்னிகஃ* / to laugh mischievously, ஏளனமாகச் சிரி; to giggle, கேலியாகச் சிரி.

snip/snip/(*v.i*):ஸ்னிப் / **snipped, snipping**: to cut off with scissors, கத்தரி; to clip, நறுக்கு. **snip**(*n*): a cut, ஒரு வெட்டு; a shred, ஒரு சிறு துண்டு.

snipe/snaip/(*n*):'ஸ்னய்ப் / a bird with a long bill found in marshy places, உள்ளான் குருவி. **snipe**(*v.i*): to go snipe shooting, உள்ளான் குருவியை வேட்டையாடச் சொல்; to shoot from one's hiding, மறைந்து சுடு.

sni-per/snaipə*/(*n*):'ஸ்னய்ப்பஃ* / a tailor, தையற்காரர். **sniper**(*n, pl*): scissors, கத்தரிக்கோல்.

S

sniv-el/'snivl/(*v.i*): **snivelled, snivelling**: 'ஸ்னிவ்ல் / run at the nose, மூக்கில் சளி ஒழுகு; to cry with sniffing like a child, குழந்தை போல் அழு. **snivel**(*n*): a running nose (mucus), மூக்கில் சளி ஒழுகுதல்; crying like a child, குழந்தை போல் அழுதல்.

snob/snɔb/(*n*):ஸ்னாப்: / a person who gives undue respect for power, wealth and feels superior to the poor, அதிகாரத்திற்கும், செல்வத்திற்கும் பெருமதிப்பு அளிப்பவர், செல்வந்தர்களிடம் தாழ்மையாகவும், ஏழைகளிடம் அதிகாரமாகவும் நடந்து கொள்பவர்; one who imitates gentility, பெரிய மனிதர் போல் நடிப்பவன்; a shoe maker for travellers, பயணிகளுக்கு செருப்புத் தைப்பவர். **snob-bish**/'snɔbiʃ/(*adj*):ஸ்னாபிஷ் / vain like a snob, போலித்தனமான பெரிய மனித குணம் உள்ள.

snood/snu:d/(*n*):ஸ்னூட்: / net for holding a woman's hair, கொண்டை ஊசி.

snooze/snu:z/(*v.i*):ஸ்னூஸ்: / to sleep lightly, சிறு துயில் கொண்டு ஓய்வு எடு. **snooze** (*n*): a light sleep, சிறு துயில்.

snore/snɔ:*/(*v.t-v.i*):ஸ்னாஒ* / to breathe noisily in sleep, குறட்டை விட்டுத் தூங்கு. **snore**(*n*): a noisy and harsh breathing in sleep, தூக்கத்தில் குறட்டை விடுதல்.

snort/snɔ:t/(*v.i*):ஸ்னாஃட் / to force air roughly through the nose, பலமாக மூச்சு விட்டு கோபத்தை வெளிப்படுத்து. **snort** (*n*): the act of snorting, மூச்சு விடுதலினால் கோபத்தை வெளிப்படுத்தல்.

snout/snaut/(*n*):ஸ்னஉட் / the long nose of an animal, நீள் மூக்கு, நீள அலகு வாய்; nozzle, தூம்பு வாய், மூக்கு.

snow/snəu/(*n*):ஸ்னஒஉ / frozen water falling in white soft fine flakes, உறைபனி. **snow**(*v.t-v.i*): to fall as snow, பனியைப் போல் விழு.

snow-ball/'snəubɔ:l/(*n*):ஸ்னஒஉபாஃல் / a mass of snow made into a hard ball, உறைபனிக்கட்டிப் பந்து; that which grows in size as it goes or moves on, நகர நகர பெரிதாகிக்கொண்டிருக்கும் ஒன்று. **snow ball**(*v.t-v.i*): to hit or to play with a snow ball, பனிப்பந்து கொண்டு அடி (அ) விளையாடு; to grow at a faster rate, மிக வேகமாக வளர்ச்சி அடை; (for a problem) to become bigger and bigger and more complicated, மிகப் பெரிதாகவும், அதிக சிக்கலாகவும் ஆகும் ஒரு பிரச்சினை. • *When the prices increase, the dearness allowance of the employees will increase and that in turn* **snow balls** *the prices of the essential commodities.*

snow-bird(*n*):ஸ்னஒஉபஃஃட் / the snow bunting, பனிப் பறவை வகை, வெள்ளைக் குருவி வகை.

snowdrop/'snəudrɔp/(*n*):ஸ்னஒஉட்ராப் / a small plant of white flowers appearing amid snow, பனிப் பகுதியில் வளரும் வெள்ளைப் பூ பூக்கும் சிறு செடி.

snowline/'snəulain/(*n*):ஸ்னஒஉலய்ன் / the line on a mountain above which snow remains solid without melting, மலையில் ஓர் எல்லைக்கோட்டிற்கு மேல், உருகாமல் இருக்கும் பனிப் பகுதி.

snow-plough/'snəuplau/(*n*):ஸ்னஒஉப்லஉ / machine for cleaning snow from roads etc., பாதைகளினின்று உறைபனியை அகற்றப் பயன்படும் ஒருவகை எந்திரம்.

snowshoe/'snəuʃu:/(*n*):ஸ்னஒஉஷூ / a flat shoe that keeps the foot from sinking in snow, சற்று அகலமான, பனியில் புதையாமல் இருக்கும், உறைபனிக் காலணி.

snow-y/'snəui/(*adj*):ஸ்னஒஉயி / covered with snow, full of snow, முற்றிலும் மூடுபனியால் சூழ்ந்துள்ள; spotless, மாசு இல்லாத; very pure, மிகச்சுத்தமாக உள்ள, தூய்மையான.

snub/snʌb/(*v.t*):ஸ்னப்: / **snubbed, snubbing**: to make a sharp remark, மட்டம் தட்டிப் பேசு; to show contempt while speaking, பேச்சில் வெறுப்புத் தெரிவி. **snub**(*n*): a sharp remark, மட்டம் தட்டுதல்; showing contempt, வெறுப்புத் தெரிவித்தல். • *When a child gives a wrong answer, do not* **snub** *it; that will retard its mental growth.* **snub-nose**(*n*): a short fat flat nose, தடித்த, குட்டையான மூக்கு.

snuff/snʌf/(*n*):ஸ்னஃப் / pulverized tobacco, மூக்குப் பொடி; the charred part of a burning wick, எரியும் திரியின் கருகிய பாகம். **snuff**(*v.t-v.i*): to inhale snuff, மூக்குப்பொடி உறிஞ்சு; to put out, எரிந்து கருகிய திரியை நீக்கு; to draw up into the nose, உறிஞ்சு.

snuf-fers/snʌfəz/(*n*):ஸ்னஃபஒஃஸ்: / an instrument used for extinguishing candles, மெழுகுவர்த்தியை அணைக்கப் பயன்படும் கருவி.

snuf-fle/'sn^fl/(*v.t-v.i*):ஸ்னஃப்ல் / to sniff, உறிஞ்சு; to speak through the nose or to breathe hard, மூக்கால் பேசு (அ) சிரமத்துடன் மூச்சு இழு.

snug/sn^g/(*adj*):ஸ்னக் / cosy, warm and comfortable, மிக வசதியான; of very good system, மிக நல்ல அமைப்பில் உள்ள. **snugly**(*adv*), **snugness**(*n*).

so/səu/(*adv*):ஸஉ / in that manner, இந்த வகையில்; in the same way, இதைப் போன்று; to that degree or extent, அந்த அளவு (அ) முடிந்த வரையில்; about that quantity or time, அவ்வளவாக (அ) அந்த நேரத்தில். • *It is* **so** *nice of you to pay a visit to us.* • *How are you today? Just* **so**. *It is* **so** *difficult that he cannot solve it.* • *Don't be* **so** *foolish, my dear Sir.* **so**(*conj*): in case that, அது நேர்ந்தால்; on such a condition, அந்த நிபந்தனையின் பேரில். **so**(*adj*): true, உண்மையான. • *He is running temperature;* **so** *he is on leave today.* • *As is the father,* **so** *is the son.*

soak/səuk/(*v.t-v.i*):ஸஉக் / to wet completely, முழுதும் நனைய வை; to steep in liquid, அமிழ்த்தி மூழ்கும்படி செய்.

soap/səup/(*n*):ஸஉப் / a mixture of oil or fat with soda or potash used in cleaning and washing, சலவைக் கட்டி. **soap**(*v.t*): to apply soap to, சுத்தம் செய், கழுவு. **soap-suds**(*n, pl*): soap bubbles, water mixed with soap, சோப்பு நுரை. **soap-y**/səupi/(*adj*):ஸஉப்பி / pertaining to soap, சோப்பு தொடர்பான.

soar/sɔ:*/(*v.i*):ஸாə* / to go up high in the air, காற்றில் உயரப் பற; to reach higher level (in life, thought, desire, aim, etc.) வாழ்க்கை, எண்ணம், ஆசை, குறிக்கோள் முதலியவற்றில் உயர்நிலை அடை. • *As he saw the messenger coming post-haste, his ambitions* **soared** *high again.* **soaringly**(*adv*).

sob/sɔb/(*v.t-v.i*):ஸாப் / **sobbed, sobbing**: to weep with gasps or harsh quick breath, விம்மி அழு; to weep with convulsion, தேம்பி அழு. • *"Why are you weeping child?" "I don't know how to go home",* **sobbed** *the child.* **sob**(*n*): sobbing with short quick sign, தேம்பி அழுதல்.

so-ber/'səubə*/(*adj*):'ஸஉப:ə* / not drunk, குடிமயக்கம் இல்லாத; temperate, மிதமான, உணர்ச்சி வசப்படாத; dark in colour, கறுப்பு வண்ணமுள்ள. **sober**(*v.i-v.t*): to be calm, அமைதியாய் இரு; to be serious, ஆழ்ந்த சிந்தனையிலிரு. **soberness** (*n*), **sobriety** (*n*).

so-bri-quit/'səubrikei/(*n*):'ஸஉப்:ரிக்கெய் / [also **sobriquet**]: nickname, புனை பெயர்.

so-called/,səu'kɔ:ld/(*adv*):'ஸஉ'க்கா:ல்ட் / not really deserved but commonly called so, பெயரளவில் மட்டும் அழைக்கப் படுகின்ற. • *The* **so-called** *religious-minded people have no tolerance for the faiths of others.*

so-cia-ble/'səuʃəbl/(*adj*):'ஸஉஷஅப்:ல் / friendly, நட்பும், கூடிப்பழகும் ஆர்வமும் உள்ள; amiable, இணக்கமான. **sociably** (*adv*), **sociability**(*n*), **sociableness** (*n*). **so-cial**/'səuʃl/(*adj*):'ஸஉஷஅல் / pertaining to society, சமுதாயத் தொடர்பான; fond of company and friendship, நட்புணர்வும், சமுதாயத்தில் பழகும் தன்மையுமுள்ள; mutually dependent, ஒருவரை ஒருவர் சார்ந்துள்ள. **social**(*n*): friendly meeting or party, விருந்து. **socially**(*adv*).

so-cial-i-sm/'səuʃəlizəm/(*n*): 'ஸஉஷஅலிஸ:əம் / a doctrine that advocates state ownership of all enterprises and the community should work for the public welfare, பொது வுடைமைக் கொள்கை. • *In this great society of ours, we fight on every flimsy reason, inspite of our professions of* **socialism**. **so-cial-ist**/'səuʃəlist/(*n*): 'ஸஉஷஅலிஸ்ட் / a person who has faith in the doctrine of socialism, பொதுவுடைமைக் கொள்கையில் நம்பிக்கையுள்ளவர். **socialistic**(*adj*).

so-ci-ety/sə'saiəti/(*n*):ஸə'ஸயəட்டி / a number of persons living together or united for a common purpose, சமுதாயம், கழகம், சங்கம்; the fashionable upper class people, மேன்மக்கள்.

so-ci-ol-o-gy/,səusi'ɔlədʒi/(*n*): ,ஸஉஸி'யாலஜி / social science, சமூக இயல்; the science that deals with nature, work, attitude, etc. of human society, சமூகத்தில் மனித வாழ்க்கை பற்றிய இயல்.

sock/sɔk/(*n*):ஸாக் / a short stocking, காலுறை.

sock-et/'sɔkit/(*n*):'ஸாக்கிட் / a hollow place for fixing something into, கூடு, கிண்ணம்;

S

the part that holds the candle, மெழுகுவர்த்தித் தாங்கி; the hollow in which an eye or tooth is set, கண் (அ) பற்குழி; the hollow in which a joint turns, கிண்ணமூட்டு.

sod/sɔd/*(n)*:ஸாட்: / ground full of grass, புல்தரை; a piece of turf, ஒரு சிறு புல் தரைப்பகுதி; something causing a lot of trouble, தொந்தரவு விளைவிக்கும் ஏதோ ஒன்று. **sod**(*v.t*): to cover with sod, சிறுபுற்களால் மூடு.

soda/'səudə/*(n)*:'ஸஉடஅ / oxide of sodium, சோடியம் கார்பனேட் (அ) கார்பனேட்; a kind of soda drink, with carbonic acid, கார்பானிக் அமிலம் சேர்ந்த நீர்ப் பானம்.

sod-den/'sɔdn/*(adj)*:'ஸாட்:ன் / soaked completely, முற்றிலும் நீர்மம்/திரவத்தில் தோய்ந்த.

sodomy/'sɔdʌmi/*(n)*:'ஸாடாமி / unnatural sexual acts between males, ஆடவரிடையே ஒருபாற் புணர்ச்சி, **sodomite**/'sɔdʌmait/*(n)*:'ஸாடாமய்ட்/ ஒருபாற் புணர்ச்சியில் ஈடுபடுபவர்.

sofa/'səufə/*(n)*:'ஸஉஃபஅ / long seat with back, நீண்ட சாய்வு இருக்கை.

soft/sɔft/*(adj)*:ஸாஃப்ட் / not hard, கடினத் தன்மையில்லாத; mild, மென்மையான; gentle, நற்பண்புள்ள; looking foolish, முட்டாள்தனமான. **softness**(*n*): state of being soft, மென்மைத்தன்மை. **sof-ten**/'sɔfn/*(v.t-v.i)*:'ஸாஃப்ன் / to make soft, மென்மையாக இருக்கச் செய்; to become soft, மென்மையாகு; to be calm, அமைதியாக இரு. **softy**(*adv*), **soft-hearted**(*adj*): kind, merciful, tender-hearted, அன்பான, கருணைமிக்க, மென்மையான இதயம் உள்ள, இரக்கத் தன்மையுள்ள.

S

sog-gy/'sɔgi/*(adj)*:'ஸாகி: / fully wet, முழுவதும் நனைந்த; heavy because of wetness, ஈரமும், கனமும் உள்ள. • *The rain has not made the tank full; but only left the roads* **soggy**.

soil/sɔil/*(v.t-v.i)*:ஸாய்ல் / to make dirty, அழுக்காக்கு, அசுத்தப்படுத்து; to disgrace, அவமானப்படுத்து.

soi-ree/'swa:rei/*(n)*:'ஸ்உஆரெய் / a social gathering, a tea party, தேநீர் விருந்து.

so-journ/'sɔdʒɜ:n/*(n)*:'ஸாஜஅ:ன் / a dwelling for sometime, தற்காலிகத் தங்குமிடம். **sojourn**(*v.i*): to stay for a time, சற்று நேரம் தங்கியிரு; to be a newcomer or a stranger, சிறிது காலமே தங்கியிருக்கும் வேற்று மனிதராக இரு. • *Simply because a tribe of people* **sojourns** *in a region belonging to another race, it cannot claim sovereignty.*

sol-ace/'sɔləs/*(v.i)*:'ஸாலஅஸ் / to comfort, தேற்று, ஆறுதல் கொடு; to cheer someone in sorrow, துன்பத்தில் இருப்பவரை ஆறுதல் பெறச் செய். **solace**(*n*): that which brings cheer, மகிழ்ச்சி அளிக்கக்கூடியது; that which relieves one's pain or grief, ஆறுதல் அளிக்கக்கூடியது.

solar/'səulə*/*(adj)*:'ஸஉலஅ* / pertaining to the Sun, சூரியன் தொடர்பான; affected by the Sun, சூரியனால் உண்டாக்கப்படுகின்ற.

sold/səuld/*(v)*:ஸஉல்ட்: / *(p.t & p.p)* of "sell", "sell" என்பதன் இறந்தகாலம் வினை.

sol-der/'sɔldə*/*(n)*:'ஸஉல்டஅ* / a melted metal used for fastening harder metals together, கடின உலோகங்களை ஒட்டவைக்கும் ஓர் உலோகக் கலவை, பற்றாசு. **solder**(*v.i*): to join pieces of metals by soldering, உலோகங்களை இணைக்கப் பற்றவை.

sol-dier/'səuldʒə*/*(n)*:'ஸஉல்ஜஅ* / one who serves in army, படை வீரர்; a man of courage, வீரம் உள்ளவன். **soldierly**/'səuldʒəli/*(adj)*:'ஸஉல்ஜஅலி / like a soldier, ஒரு வீரனைப்போன்ற. **sol-diery**/'səuldʒəri/*(n)*:'ஸஉல்ஜஅரி / a body of soldiers, படை வீரர் அணி.

sole/səul/*(n)*:ஸஉல் / bottom part of anything, அடிப்பகுதி; the underpart of the foot, boot, shoe, etc., கால், காலணி, முதலியவற்றின் அடிப்பக்கம்; the under part, அடிப்பகுதி. **sole**(*v.i*): to put sole on, அடிப்பகுதி பொருத்து; to furnish bottom, leather, etc., செருப்புக்கு அடித்தோல் பொருத்து. **sole**(*adj*): only, ஒன்று மட்டுமே; single, தனியான; being alone, தனிமையில் இருந்துகொண்டு. • *The* **sole** *purpose of his visit is to put an end to the year-long statement.*

so-le-cis-m/'sɔlisizəm/*(n)*:'ஸொலிஸிஸஅம் / an improper use of language, இலக்கண வழுவும், சொற்பிழையும்; impolite, indecent behaviour, நாகரிகமில்லாது நடந்து கொள்ளல்; an absurdity, பொருளற்றது.

sol-emn/'sɔləm/*(adj)*:'ஸாலஅம் / done with much religious ceremony, முறைப்படி மதச் சடங்குகளுடன் செய்வதான; grave and serious, ஆழ்ந்த மன ஈடுபாடுள்ள. • *On the* **solemn** *occasion of former Prime Minister Narasimha Rao's visit to Russia, the Russian President spoke highly of their friendship with India.* earnest, ஆர்வமுடன். • *They have made a* **solemn** *declaration that they are one and forever remain one as a nation.*

sol-em-nize/'sɔləmnaiz/*(v.t)*: 'ஸாலம்னய்ஸ்: / to do or to observe or to perform with all ceremonies, எல்லாச் சடங்குகளுடனும் செய், நடைமுறைப்படி செய்; to make holy, புனிதப்படுத்து; to observe all rituals, எல்லாச் சடங்குகளையும் கவனித்துச் செயல்படு.

sol-fa/ˌsɔl'fa:/*(n)*:ஸால்'ஃபா / the system that represents the notes of the musical scale, ச, ரி, க, ம, ப, த, நி போன்ற இசையளவு அமைப்பு.

so-li-cit/sɔ'lisit/*(v.t-v.i)*:ஸா'லிஸிட் / to request earnestly, வேண்டிக் கேட்டுக் கொள்; to beseech, பணிவுடன் கேள். • *The gentlemen went from door to door and earnestly* **solicited** *the support of the people in the ensuing election.* **solicitation***(n)*: the act of soliciting, பணிவுடன் கேட்டல்.

solicitor/sə'lisitə*/*(n)*:ஸə'லிஸிட்டə* / a person who pleads in a court of law, வழக்கறிஞர்.

so-lic-i-tous/sə'lisitəs/*(adj)*: ஸə'லிஸிட்டəஸ் / very much interested, அதிக அக்கறையுள்ள; concerned, கவலையுடன் செயல்படுகின்ற. **so-lic-i-tude**/sə'lisitju:d/*(n)*:ஸə'லிஸிட்யூட்: / anxiety, ஆவல்; the state of being solicitous, அதிக அக்கறை காட்டுதல்.

sol-id/'sɔlid/*(adj)*:ஸாலிட்: / not hollow, உள்ளீடு இல்லாத; firm and strong, பலமும், உறுதியுமுள்ள. • **Solid** *bridges of friendship were built between India and Russia.* compact, ஒருமித்த, ஒன்றும் தன்மையுள்ள; unanimous, ஒருமனதான; neither liquid nor gas, திண்மையுள்ள. **solid***(n)*: any substance having its parts firmly knit, திடப்பொருள், திண்மம்; that which has three dimensions i.e. length, breadth and thickness, முப்பரிமாணம் கொண்ட பொருள். **solidity***(n)*: density, அடர்த்தி, திடத்தன்மை.

sol-i-dar-i-ty/ˌsɔli'dærəti/*(n)*: ˌஸாலி'டærிəட்டி / a union of common interests, rights, duties, etc., ஒன்றுபட்ட அக்கறையும், உரிமை, கடமை முதலியவையும் கொண்ட கூட்டு ஒருமைப்பாட்டுக் குழு; community, சமுதாயம்; holding together with mutual dependence, பரஸ்பர உறவுடன் ஒன்றாகச் சேர்ந்து இயங்கும் சமுதாயக் குழு.

so-lid-i-fy/sə'lidifai/*(v.t-v.i)*:ஸə'லிடிஃபய் / to become solid, கெட்டியாகு; to make solid, கெட்டிப்படுத்து, திண்மப்படுத்து; to harden, கெட்டியாகு.

so-lil-o-quy/sə'liləkwi/*(n)*:ஸə'லிலəக்உயி / a speech made when one is alone, speaking to oneself, தனக்குத்தானே பேசிக்கொள்ளுதல், தனி மொழி. • *'To be or not to be is the question' said Hamlet in his famous* **soliloquy**. **so-lil-o-quize**/sə'liləkwaiz/*(v.t-v.i)*: ஸə'லிலəக்உஅய்ஸ்: / to speak or talk to oneself, தனக்குத்தானே பேசிக்கொள்.

sol-i-taire/ˌsɔli'teə*/*(n)*:ˌஸாலி'ட்டεə* / a single jewel, நகை; a diamond, ஒரு வைரக்கல்; a game played by one person, ஒருவர் மட்டும் ஆடும் ஆட்டம்.

sol-i-ta-ry/'sɔlitəri/*(adj)*:'ஸாலிட்டəரி / living alone, தனித்திருக்கும்படியாக; happening once only, ஒரு முறை மட்டும் நிகழும்படியான.

sol-i-tude/'sɔlitju:d/*(n)*:'ஸாலிட்யூட்: / loneliness, தனிமை; the state of being alone, தனித்திருக்கும் தன்மை.

sol-o/'səuləu/*(n, sing)*: **solos***(n, pl)*: 'ஸəஉலəஉ / a piece of music played or sung by one person, தனித்து ஒருவர் பாடும் இசை, தனி இசை. **soloist***(n)*: one who sings alone or plays alone, performer of a solo programme, தனித்துப் பாடுபவர் (அ) நடிப்பவர்/தனித்து இசை, நாடகம் செய்பவர்.

sol-stice/'sɔlstis/*(n)*:'ஸால்ஸ்ட்டிஸ் / the point of the Sun's course at which it is farthest north or south and it seems to stand still and seems to turn back, கடக (அ) மகர ரேகைக்கு நேராக சூரியன் ஒளிரும் காலம், சூரியன் தன் இயக்கத்தில் வடக்கு, தெற்கு திசைகளில் சென்று வெகு தூரத்தில் நின்று, பின் திரும்புவதாகத் தோன்றும் இயல்பு. • *Summer* **solstice** *falls on June 22 and winter* **solstice** *on December 22.* the longest or the shortest day of the year, ஓர் ஆண்டின் நீண்ட பகல் (அ) குறுகிய பகல்.

S

sol-u-ble/ˈsɔljubl/*(adj)*:ˈஸால்யுப்:ல் / that can be dissolved or that dissolves, கரையக் கூடிய, கரையும் தன்மையுள்ள; capable of being dissolved, நீர்மத்தில் கரைகின்ற; capable of being explained, நன்கு விளக்கத்தக்க; capable of being worked out, தீர்வு காணத்தக்க.

so-lu-tion/səˈlu:ʃn/*(n)*:ஸəˈல்யூஷən் / a liquid in which something is dissolved, கரைசல்; explanation, விளக்கம்; the working out of a sum, problem, etc., ஒரு பிரச்சினை, கணக்கு முதலியவற்றின் தீர்வு காணல், தீர்வு விளக்கம். • *The growing population of India is a problem that defies every* **solution**.

sol-u-bil-i-ty/ˌsɔljuˈbiliti/*(n)*: ˌஸால்யுˈபி:லிட்டி / relative capability of being dissolved, கரைதிறன்.

solve/sɔlv/*(v.t)*:ஸால்வ் / to find the answer, விடைகாண்; to make clear, விளக்கம் கொடு; to work out, தீர்வு காண். **solvable**(*adj*), **solvability**(*n*).

sol-vent/ˈsɔlvənt/*(adj)*:ˈஸால்வəன்ட் / capable of dissolving, கரைக்கும் திறனுள்ள. **solvent**(*n*): a substance that is able to dissolve another, கரைப்பான்; one who is able to pay his debts, கடன் தீர்க்கும் திறமையுள்ளவர். *opp*: insolvent. **sol-ven-cy**/ˈsɔlvənsi/*(n)*:ˈஸால்வəன்ஸி / one's ability to pay off one's debts, கடன் தீர்க்கும் சக்தி உள்ளவர்.

som-bre/ˈsɔmbə*/*(adj)*:ˈஸாம்ப:ə* / [also **somber**]: dark and gloomy, இருண்ட எண்ணமும், சோர்வும் உள்ள; depressing, நம்பிக்கையில்லாமல் வருத்தமாய் உள்ள. **sombreness**(*n*), **somberly**(*adv*).

some/sʌm/*(adj)*:ஸம் / of indeterminate quantity, number, etc., சிறிதளவான, குறிப்பிட்டுச் சொல்ல முடியாத அளவு, எண்ணிக்கையுள்ள. • *Oh,* **some** *good samaritan has come to my rescue.* **some**(*pron*): an undetermined quantity, number, etc., சிறிது அளவுள்ளது, எண்ணிக்கை குறிப்பிடாத. • **Some** *are sitting;* **some** *are standing, but all are enjoying.* **some**(*adv*): nearly, சுமாராக. • *The train is late,* **some** *thirty or forty minutes.*

some-body/ˈsʌmbədi/*(n)*:ˈஸம்ப:əடி: / a person not definitely known, யாரோ ஒருவர்.

some-how/ˈsʌmhau/*(adv)*:ˈஸம்ஹஉ / in some way or other, எப்படியாவது.

some-thing/ˈsʌmθiŋ/*(n)*:ˈஸம்த்திங் / a thing not definitely known, தீர்மானமாகத் தெரியாத ஒன்று.

some-time/ˈsʌmtaim/*(adv)*:ˈஸம்ட்டய்ம் / at one time or other, ஏதோ ஒரு நேரத்தில். **some-times**/ˈsʌmtaimz/*(adv)*: ˈஸம்ட்டய்ம்ஸ்: / now and then, எப்பொழுதாவது.

some-what/ˈsʌmwɔt/*(adv)*:ˈஸம்உəட் / to some degree, ஓரளவிற்கு. • *This book is* **somewhat** *good, but that is better.* **somewhat**(*n*): something, ஏதோ ஒன்று.

some-where/ˈsʌmweə*/*(adv)*:ˈஸம்உεə* / in one place or other, ஏதோ ஓர் இடத்தில். • **Somewhere** *to go and hide - far from this madding crowd - any quiet place will do.*

som-er-sault/ˈsʌməsɔ:lt/*(n)*:ˈஸமəஸா:ல்ட் / a leap in which a person turns heels overhead, குட்டிக்கரணம்.

som-nam-bu-late/sɔmˈnæmbjuleit/*(v.t-v.i)*:ஸாம்ˈனæம்ப்:யுலெய்ட் / to walk in sleep, தூக்கத்தில் நடந்து செல். **som-nam-bu-lis-m**/sɔmˈnæmbjulizəm/*(n)*: ஸாம்ˈனæம்ப்:யுலிஸ:əம் / sleep walking, தூக்கத்தில் நடத்தல். • *Did you read the Moon Stone? The theme is about* **somnambulism**. **somnambulist**/sɔmˈnæmbjulist/*(n)*:ஸாம்ˈனæம்ப்:யுலிஸ்ட் / one who walks in sleep, தூக்கத்தில் நடப்பவர்.

som-ni-fe-r-ous/sɔmˈnifərəs/*(adj)*: ஸாம்ˈனிஃபəரəஸ் / causing sleep, தூக்கம் ஏற்படுத்துகின்ற; narcotic, வலி குறைக்கவல்ல.

som-no-lence/ˈsɔmnələns/*(n)*: ˈஸாம்னəலəன்ஸ் / sleepiness, தூங்கும் தன்மை; drowsiness, மயக்க நிலை, மந்த நிலை.

son/sʌn/*(n)*:ஸன் / a male offspring, மகன்.

son-in-law/ˈsʌninlɔ:/*(n, sing)*:ˈஸனின்லா: / **sons-in-law**(*n, pl*): the husband of one's daughter, மருமகன்.

son-ship/ˈsʌnʃip/*(n)*:ˈஸன்ஷிப் / the state of being a son, மகனாக இருக்கும் நிலை.

song/sɔŋ/*(n)*:ஸாங் / a short piece of poetry set to music, பாடல், இசைப்பாட்டு. **song-ster**/ˈsɔŋstə*/*(n)*:ˈஸாங்ஸ்ட்டə* / a bird that sings, a person who sings, பாடும் பறவை, பாடகர். **songstress**(*fem*).

S

son-net/'sɔnit/*(n)*:'ஸானிட் / a poem in fourteen lines, பதினான்கு வரிகள் கொண்ட செய்யுள்.

so-nor-ous/'sɔnərəs/*(adj)*:ஸ'னா:ரஸ் / producing a clear, loud sound, நன்கு ஒலிக்கின்ற; deep in tone, முழங்கும் ஓசையுடைய. **sonorously***(adv)*, **sonorousness***(n)*.

soon/su:n/*(adv)*:ஸூன் / in a short time, குறுகிய கால அளவில்; at an early time, விரைவில்; sooner or later, வெகு விரைவில் நிகழக்கூடிய.

soot/su:t/*(n)*:ஸூட் / the loose black particles left by smoke, புகைக்கரி.

sooth/su:θ/*(adj)*:ஸூத் / true, உண்மையான; truth, மெய்ம்மையுள்ள.

soothsay/'su:θsei/*(v.i)*:'ஸூத்ஸெய் / to foretell, எதிர்காலம் பற்றி முன்கூட்டிச் சொல்; to prophesy, குறி சொல். **sooth-say-er**/'su:θˌseiə*/*(n)*:'ஸூத்ˌஸெயஅ* / one who foretells, குறி சொல்பவர்.

soothe/su:ð/*(v.t)*:ஸூத்: / to comfort with kind words, இனிய வார்த்தைகளைக் கொண்டு ஆறுதல் கூறு; to relieve, வலியைக் குறைக்கச் செய்; to mitigate, தணியச் செய்.

sop/sɔp/*(n)*:ஸாப் / a piece of some food, soaked in milk or soup, பால் (அ) குழம்பில் தோய்த்து/நனைத்து எடுக்கப்பட்ட உணவுப் பொருள்; that which is made wet, நனைக்கப்பட்ட பொருள்; something that is given to gain someone's favour, கையூட்டு. **sop***(v.t-v.i)*, **sopped, sopping**: to soak bread, etc., in a liquid, ரொட்டித்துண்டு போன்றவற்றை நனை; to take up liquid by absorption, நீர்மம், திரவத்தை உறிஞ்சி உலரச் செய்.

soph-is-m/'sɔfizəm/*(n)*:'ஸாஃபிஸஅம் / apparently reasonable but a misleading argument, பகுத்தறிவிற்கு ஒவ்வாத வாதம். **soph-ist**/'sɔfist/*(n)*:'ஸாஃபிஸ்ட் / a teacher of philosophy etc., தத்துவக்கலை போன்றவற்றின் ஆசிரியர்; one who reasons cleverly but not justly, நியாயமற்ற முறையில் புத்திசாலித்தனமாக வாதம் செய்பவர். • *Socrates was called a* **sophist**; *but like the* **sophists** *he did not take money and teach.*

so-phis-ti-cate/sə'fistikeit/*(v.t-v.i)*: ஸஅ'ஃபிஸ்ட்டிக்கெய்ட் / to make false arguments perverting the truth, உண்மையை மறைத்து, வீண்வாதம் செய். **soph-ist-ry**/'sɔfistri/*(n)*:'ஸாஃபிஸ்ட்ரி / the false but clever arguments of sophists, தத்துவக் கலை நிபுணர்களின் புத்திசாலித் தனமான ஆனால் பொய்யான வாதம்; not correct reasoning, சரியில்லாத வாதம். **sophistication***(n)*, **sophistic***(adj)*, **sophistical***(adj)*.

sop-o-ri-fer-ous/'sɔpə:rifərəs/*(adj)*: 'ஸாப்பஅரிஃபஅரஅஸ் / causing sleep, தூக்கம் உண்டாக்குகின்ற. **sop-o-rif-ic**/ˌsɔpə'rifik/*(n)*:ˌஸாப்பஅ'ரிஃபிக் / that which induces sleep, தூக்கத்தை உண்டாக்கவல்லது.

sop-py/'sɔpi/*(adj)*:'ஸாப்பி / full of emotional feelings, உணர்ச்சிமிக்க; foolish, அறிவுபூர்வமில்லாத.

so-pra-no/sə'pra:nəu/*(n)*:ஸஅ'ப்ரானஅஉ / the highest range of human voice like that of a boy or a female, ஒரு சிறுவன் (அ) பெண்மணியின் உச்சக்குரல்; the highest singing voice, உச்ச இசைக் குரல்.

sor-cer-er/'sɔ:sərə*/*(n)*:'ஸா:ஸஅரஅ* / one who practises sorcery, மந்திரவாதி, மந்திரம், சூனியம் போன்ற தொழில் நடத்துபவர். **sorceress***(fem)*. **sor-cer-y**/'sɔ:səri/*(n)*:'ஸா:ஸஅரி / witchcraft, சூனியம் செய்தல், மந்திரவாதியின் தொழில்.

sor-did/'sɔ:did/*(adj)*:'ஸா:டிட் / mean, dirty and filthy, தூய்மையற்ற, அசுத்தமான; low in mind or thinking, கீழ்த்தர அறிவும், எண்ணமும் உள்ள. • *Boswell says that Johnson suffered from* **sordid** *melancholy and constant irritability.* **sordidness***(n)*.

sore/sɔ:*/*(adj)*:ஸா: / causing pain, வலி ஏற்படுத்தவல்ல; painful, வலியுள்ள. **sorely***(adv)*, **soreness***(n)*.

sor-rel/'sɔrəl/*(adj)*:'ஸாரஅல் / reddish brown, செம்பழுப்பு நிறமுள்ள. **sorrel***(n)*: reddish brown colour, செம்பழுப்பு வண்ணம். **sorrel***(n)*: a plant with sour-tasting leaves, ஒருவகைக் காரச் செடி.

sor-row/'sɔrəu/*(n)*:'ஸாரஅஉ / the pain of mind, மனவருத்தம்; grief, துயரம்; mourning, துக்கம். **sorrow***(v.t)*: to be sad, கவலை கொள்; to be grieved, துயரம் கொள். • *"Is there anyone who is really free from* **sorrow**?" *asked the Lord.* **sorrow***(v.t)*: to feel the pain of heart and mind, மனவருத்தமும், சோர்வும் கொள்; to be sad, துயரமாய் இரு. **sorrowful***(adj)*: causing sorrow, துயர் விளைவிக்கக்கூடிய; painful, வலியுள்ள.

S

sor-ry/'sɔri/*(adj)*:ஸாரி / feeling pity for, வருத்தம் தெரிவிக்கும் உணர்வுள்ள; of little value, மிகச் சிறிய மதிப்புள்ள; pained at disappointment, ஏமாற்றத்தினால் துயர் கொண்டுள்ள. • *Who is responsible for this* **sorry** *state of affairs in the country?*

sort/sɔ:t/*(n)*:ஸா:ட் / a kind, of class or group, ஒருவகை வகுப்பு (அ) குழு; of persons or things having the same qualities, ஒரே குணங்களுள்ள நபர்கள் (அ) பொருள்கள். **sort***(v.t-v.i)*: to separate into same class or kind, இனவாரியாகப் பிரி, வகையாகப் பிரித்தெடு; to put in order, ஒழுங்கு படுத்து. **sort-er**/sɔ:tə*/*(n)*:ஸா:ட்டə* / one who sorts letters (as in a post office), கடிதங்களைப் பிரித்து வகைப்படுத்துபவர்.

sor-tie/'sɔ:ti:/*(n)*:ஸா:ட்டீ / a sudden attack made on the besiegers by the besieged, முற்றுகையிடப்பட்டவர்கள், முற்றுகை செய்தவர்களின் மீது திடீரெனத் தாக்குதல்.

SOS*(n)*: "SAVE OUR SOULS" - a code to signal urgent message for immediate help, "உடனடி உதவி தேவை" என்று குறிப்பிடும் அவசர செய்திக்குறிப்பு.

so-so/'səusəu/*(adj & adv)*:'ஸəஉஸəஉ / not formal, not very good, not satisfactory, மனநிறைவு அளிக்காமல், பெயரளவில் இருப்பது. • *My health is just* **so-so** *at present.*

sot/sɔt/*(n)*:ஸாட் / a foolish drunken fellow, குடிகாரர். **sot-tish**/'sɔtiʃ/*(adj)*:ஸாட்டிஷ் / foolish and careless because of drink, குடியினால் அக்கறை இல்லாமலுள்ள.

sot-to-vo-ce/ˌsɔtəu'vəutʃi/*(adj & adv)*: 'ஸாட்டəஉ'வəஉசி / in a soft voice, மெதுவான குரலில்; in an undertone so that other people may not hear, பிறர் கேட்காத தாழ்ந்த குரலில்.

sou/su:/*(n)*:ஸூ / a French copper coin, பிரான்சின் செப்பு நாணயம்.

sou-chong/ˌsu:'tʃɔɲ/*(n)*:'ஸூ'ஷாங் / delicious black tea, சீனாவில் வழக்கத்தில் உள்ள கறுப்புத் தேநீர்.

souf-fle/'su:flei/*(n)*:'ஸூஃப்லெய் / a kind of tasty pudding, சுவையான பொங்கப்பம்.

sough/sau/*(n)*:ஸஉ / a sighing sound, பெருமூச்சு விடும்பொழுது ஏற்படும் ஒலி; a murmuring sound, முணுமுணுக்கும் சப்தம்; whistling sound of the wind in trees, மரங்களினிடையே ஏற்படும் காற்றின் "உஸ்" என்ற ஒலி.

sought/sɔ:t/*(v)*:ஸா:ட் / *(p.t & p.p)* of "seek", "seek" என்பதன் இறந்தகாலம், இறந்தகால வினை.

soul/səul/*(n)*:ஸəஉல் / life force, உயிர் ஆற்றல், உயிர் நாடி; spirit, ஆன்மா; energy, உயிர் சக்தி, ஆற்றல்; the most important force that makes a system to work, ஓர் அமைப்பு செயல்பட உதவும் மிக முக்கியமான சக்தி; a human being, உயிர்வாழும் மனிதர். **soul-less**/'səullis/*(adj)*: 'ஸəஉல்லிஸ் / without spirit, உயிராற்றல் இல்லாமல், உயிர் வேகமில்லாத வாழ்க்கை கொண்ட. **soul stirring***(adj)*: that which has life force in it, உயிர் வேகமுள்ள. • *He made a* **soul-stirring** *speech.*

sound/saund/*(n)*:ஸஉண்ட்: / a form of energy that creates the sense of hearing, கேட்கும் அமைப்பை, உணர்வை உண்டாக்கும் ஆற்றல் வடிவம்; that which can be heard, கேட்கப்படுவது. **sound** *(v.t-v.i)*: to cause to strike the ear something to be heard, கேட்கப்படுவதற்கு, காதில்படும்படி செய்; to raise sound, ஒலியெழுப்பு; to test, சோதனை செய்; to measure the depth of water etc., நீர்நிலை போன்றவற்றின் ஆழம் காண்; to probe, விசாரணை செய்; to read or to find out one's thinking, ஒருவரின் உட்கருத்தைக் கண்டறி. **sound** *(adj)*: flawless, குறையொன்றும் இல்லாத; mentally and physically healthy, நல்ல உடலும், உள்ளமும் உள்ள; perfect, முழுமையான. **sounding**/'saundiɲ/*(n)*:'ஸஉண்டிங் / act of finding depth, ஆழம் காணல். **sound-line**/'saundlain/*(n)*:'ஸஉண்ட்லய்ன் / a line used in measuring the depth, ஆழம் காண உதவும் கருவி. **soundproof***(adj)*: impervious to sound, ஒலி ஊடுருவாத. **sound-track**/'saundtræk/*(n)*: 'ஸஉண்ட்ட்ரஆக் / recorded roll, ஒலிப்பதிவு செய்த சுருள்.

sound-wave/'saundweiv/*(n)*: 'ஸஉண்ட்உஎய்வ் / a wave of compression and rarefaction, ஒலி அலை.

soup/su:p/*(n)*:ஸூப் / a kind of liquid food consisting of meat or vegetables boiled in water, வடி, சாறு, குழம்பு.

sour/'sauə*/*(adj)*:ஸஉə* / of acidic taste, அமிலச்சுவையுடைய; having bitter taste, புளிப்புச்சுவையுள்ள; ill-tempered, சிடுசிடுப்பும், முன்கோப குணமும் உள்ள.

S

• *You are* **sour** *both in body and mind; it is because you are green with jealousy.* **sourness**(*n*), **sourly**(*adv*).

source/sɔ:s/(*n*):ஸொ:ஸ் / origin, தோற்றுவாய்; that from which anything begins, மூலம், உற்பத்தி இடம்; that which initiates, தோன்றச் செய்வது.

souse/saus/(*n*):ஸஉஸ் / pickle prepared with salt, உப்பு ஊறுகாய்; that which is there in the pickle, ஊறுகாயில் இருக்கும் மற்ற பொருள். **souse**(*v.t-v.i*): to steep or dip or plunge in water, நீரில் அமிழ்த்து/தேய்/பாய்ச்சு; to steep in vinegar, காடியில் ஊற வை; to prepare pickle with salt, உப்புடன் கலந்து ஊறுகாய் போடு; to fall suddenly, திடீரென விழு; to wet or become wet fully, முழுவதும் நனை (அ) நனையச் செய்.

south/sauθ/(*n*):ஸஉத் / the direction where the Sun is at midday in the northern hemisphere or the direction to the right of a person facing the rising Sun, தெற்கு. **south-east**(*adj*): half-way between south and east, தென்-கிழக்காக. **south-east**(*n*): the south-east point, தென் கிழக்கில் ஓர் இடம். **southerly**(*n*): in a southern position or direction, தென் திசையில். **south-easterly**(*adj*), **south-eastern**(*adj*), **southerly**(*adj*), **southern**(*adj*), **south-westerly**(*adj*). தென்மேற்கு திசையில் **south-most**(*adj*), [also **southern most**]: farthest to the south, தெற்கு திசையில். **south-paw**/'sauθpɔ:/(*n*): 'ஸஉத்ப்பொ: / a left-handed boxer, இடது கையால் செயல்படும் குத்துச் சண்டை வீரர்.

southernwood(*n*):'ஸத:ஃன்உட்: / shrubby aromatic plant, ஒருவகை நறுமணமுள்ள புதர்ச்செடி.

south-wester(*n*):ஸஉத்'உஎஸ்ட்டஃ* / a gale coming from the south-west, தென்மேற்கு திசையினின்று வீசும் புயல் காற்று.

sou-ve-nir/ˌsu:və'niə*/(*n*):'ஸூவஃனியஃ* / memento, நினைவுகொள்ள உதவும் ஒரு பொருள்.

sove-reign/'sɔvrin/(*n*):'ஸொவ்ரின் / a king, அரசன்; a queen, அரசி, இராணி; a gold coin worth 20 shillings, 20 ஷில்லிங் மதிப்புள்ள நாணயம். **sovereign**(*adj*): above all others, எல்லோருக்கும் உயர் நிலையில்; belonging to a king, அரசனுக்குரிய. **sovereignty**(*n*): the state of being sovereign, அரசு ஆதிக்க நிலை; supremacy, தலைமை ஆதிக்க நிலை.

So-vi-et/'səuviət/(*n*):'ஸஃஉவியஃட் / an elected district assembly for managing the affairs of the district (in Russia), ருஷ்யாவில் உள்ள மக்கள் நிர்வாகக் குழு. **soviet**(*adj*): of the USSR or its people, சோவியத் குடியரசு (அ) அதன் மக்கள் தொடர்பான.

sow/sau/(*n*):ஸஉ / the female pig, பெண் பன்றி; a mass of melted metal, உருகிய உலோகத் தொகுதி.

sow/səu/(*v.t-v.i*):ஸஃஉ / **sowed, sown**: to scatter the seeds in the fields, விதை, விதை நிலத்தில் தூவு; to plant by seed, செடி வளர விதையை ஊன்று. • *What you* **sow,** *you will reap.* **sown**/səun/(*v*):ஸஃஉன் / past participle of "sow", "sow" என்பதன் இறந்த கால வடிவெச்சம்; a kind of edible bean, ஒருவகை அவரை.

so-ya/'sɔiə/(*n*):'ஸொயஃ / a leguminous plant of S.E. Asia cultivated for edible oil, தென் கிழக்கு நாடுகளில் பயிரிடப்படும் உண்ணத் தக்க எண்ணெய் வித்து.

spa/spa:/(*n*):ஸ்ப்பா / a spring of mineral water found at Spa in Belgium, a health resort with many mineral springs, பெல்ஜியத்தில் 'ஸ்பா' என்னுமிடத்தில் காணப்படும் உடல் வளத்திற்கு ஏற்ற கனிம நீர் ஊற்றுக்கள்.

space/speis/(*n*):'ஸ்ப்பெய்ஸ் / room or place, நிரப்பிடம், வைக்கும் இடம்; distance of place or time, இடம் (அ) நேரம் இவற்றின் இடைவெளி; the endless region beyond the earth's atmosphere, விண்வெளிப் பரப்பு; the blank interval between words (in print), அச்சுக்கோர்ப்பில் சொற்களுக்கு இடையில் பொருத்தப்படும் இடைவெளி. **space**(*v.t-v.i*): to make spaces between things, இடைவெளி ஏற்படுத்து; to give space, காலியிடம் ஏற்படுத்து. **spa-cious**/'speiʃəs/(*adj*):'ஸ்ப்பெய்ஷஃஸ் / full of space, இடம் அதிகமுள்ள. **spaciously**(*adv*): **spaciousness**(*n*). **spa-cer**/'speisə*/: 'ஸ்ப்பெய்ஸஃ* / (in printing) a lead or a mechanical arrangement to make space, அச்சுக்கோர்ப்பில் காலி இடம் ஏற்படுத்த பயன்படும் ஈயக்கட்டை (அ) ஓர் இயந்திர அமைப்பு.

S

spade/speid/*(n)*:'ஸ்ப்பெய்ட் / an instrument for digging and cutting the ground, மண்வெட்டி; one of the four kinds of playing cards, சீட்டாட்டத்தில் 'இஸ்பேட்' என்னும் ஒரு வகை அட்டை. **call a spade a spade***(v.i)*: to be blunt and plain in speaking, உண்மையை உள்ளபடி வெளிப் படையாகக் கூறு. **spade***(v.i)*: dig and cut with a spade, மண்வெட்டியால் தோண்டு.

spadework/'speidwɜ:k/*(n)*: 'ஸ்ப்பெய்ட்:உ௯:க் / preliminary work involving hard labour to begin a major work, ஒரு பெரிய வேலையைத் துவக்கம் செய்ய, கடின உழைப்பின் மூலம் செய்யப் படும் தொடக்க வேலைகள்.

spa-ghet-ti/spə'geti/:ஸ்ப்பə'கெ:ட்டி / food prepared from flour mixed with water, மாவைத் தண்ணீரில் பிசைந்து செய்யப்படும் உணவுப்பொருள்.

spake/speik/*(v)*:'ஸ்ப்பெய்க் / past tense of "speak", பழைய ஆங்கில மொழி; "speak", என்பதன் இறந்தகால வினை.

span/spæn/*(n)*:'ஸ்ப்பஜன் / the length between the point of the outstretched thumb and the tip of the little forefinger of a man, ஒரு சாண், 9 அங்குலம் அளவு வீச்சு எல்லை; the distance between two successive piers of a bridge, an arch, ஒரு பாலத்தின் ஒரு கண் நீளம் (அ) ஒரு பாலத்தின் ஆதாரக் கம்பங்களின் இடைவெளி. **span***(v.t)*, **spanned, spanning**: to measure with the fingers fully stretched out, சாண் கொண்டு அள; to stretch or build a bridge across, நீட்டு (அ) பாலம் அமை; to bind with, கட்டு. **span***(v)*: past tense of "spin", "spin" என்பதன் இறந்த கால வினை. • *His interests* **spanned** *from politics to philosophy — things that related to life here and beyond.*

span-less/'spænlis/ *(adj)*:'ஸ்ப்பஜன்லிஸ் / that cannot be measured or spanned, அளவிட முடியாத.

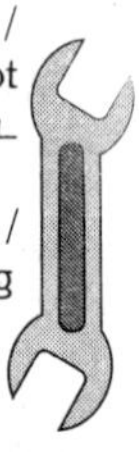

span-ner/'spænə*/*(n)*:'ஸ்ப்பஜனə* / an instrument used for tightening screw nuts, திருகுகளை முடுக்கப் பயன்படும் கருவி, புரிமுடுக்கி.

span-gle/'spæɲgl/*(v.t-v.i)*: 'ஸ்ப்பஜங்:ல் / to furnish with shining ornamental pieces, பளபளப்பான துணுக்குகளால் அலங்காரம் செய். **spangled***(adj)*: made up of shining pieces, பளபளப்பான துணுக்குகளாலான. **spangled***(n)*: a small piece of glittering metal piece, பளபளப்பான பொருள்; anything that glitters, மின்னும் பொருள் எதுவோ அது.

Span-iard/'spænjəd/*(n)*:'ஸ்ப்பஜன்யəட் / a native of Spain, ஸ்பெயின் நாட்டைச் சேர்ந்தவர். **Span-ish**/'spæniʃ/*(adj)*: 'ஸ்ப்பஜனிஷ் / relating to Spain or its people, ஸ்பெயின் நாட்டைப் பற்றிய (அ) ஸ்பெயின் மக்களைப் பற்றிய.

span-iel/'spænjəl/*(n)*:'ஸ்ப்பஜன்யəல் / a dog of Spanish breed used as a pet or in hunting, வேட்டைக்கு (அ) வீட்டில் வளர்ப்பதற்குப் பயன்படும் ஸ்பெயின் நாட்டு நாய்.

spank/spæɲk/*(v.t-v.i)*:ஸ்ப்பஜங்க் / to strike or slap with the open hand, கையினால் அடி (அ) தட்டு; to move, run, walk or sail quickly, வேகமாக நகர், ஓடு, நட, மிதந்து செல். **span-ker**/spæɲkə*/*(n)*: ஸ்ப்பஜங்க்கə* / one who spanks, கையினால் அடிப்பவர், வேகமாக நடப்பவர்; a fleet horse, வேகமாகச் செல்லும் குதிரை. **spank-ing**/spæɲkiɲ/*(adj)*: ஸ்ப்பஜங்க்கிங் / capable of quick movement, வேகமாகச் செல்லக்கூடிய; noteworthy, புகழ் வாய்ந்த; of good quality, நல்ல தரமுள்ள.

spar/spa:*/*(n)*:ஸ்ப்பா* / a beam, தாங்கும் மரச்சட்டம், உத்தரம்; a mast, yard, etc., of a ship, கப்பல் பாய்மரம், கப்பல் துறை, முதலியவை; a kind of shining mineral, பளபளக்கும் ஒருவகைக் கனிமப்பொருள்; **spar***(adj)*: like spar, ஒரு மரச்சட்டம் போலுள்ள. **spar***(v.t)*: **sparred, sparring**: to strike with spars, கூரிய மரக்கட்டை கொண்டு அடித்து நொறுக்கு; to fight with fists, கைமுஷ்டி கொண்டு சண்டையிடு, குத்துச்சண்டையிடு; to quarrel angrily in hot words, கடுஞ்சொற்களைப் பயன்படுத்தி வாக்குவாதம் செய்.

spare/speə*/*(adj)*:'ஸ்ப்பεə* / small in measure, quantity, etc., குறைந்த அளவான; thin, மெலிந்த; meagre, சொற்பமான; that can be given to over and above, கொடுக்கக்கூடிய அளவிற்கு அதிகமுள்ள. • *Have you got a* **spare** *pen?* **spare***(v.t-v.i)*: to be very economical, மிகச் சிக்கனமாக இரு; to be in a position to get on without something, தேவையானது

S

இல்லாமல் செயல்படு. • *Can you* **spare** *some money?* show mercy to (someone), இரக்கம் காட்டு. • *For mercy's sake* **spare** *him.* to save for the future, சேமிப்பு செய். **spar-ing**/'speəriŋ/*(adj)*:'ஸ்ப்பεəரிங் / frugal, சிக்கனமான; saving, சேமிப்பு செய்துகொண்டுள்ள; temperate, மிதமான உணர்வுள்ள. **sparingness***(n)*.

spark/spa:k/*(n)*:ஸ்ப்பாக் / a minute particle of fire, தீப்பொறி; anything (small) that sparkles, பளிச்சிடும், ஒளிர்விடும் ஒன்று; that which is the cause of life or action, உயிர் (அ) செயலுக்கு ஆதாரமாக உள்ளது எதுவோ அது; a gay, lively, young fellow, மகிழ்ச்சியும், சுறுசுறுப்பும் உள்ள ஆனால் பொறுப்பில்லாத ஒருவன். **spark***(v.i)*: to send out sparks, தீப்பொறி பறக்கச் செய்; to be the cause for some immediate flare up, திடீர் சச்சரவுக்குக் காரணமாயிரு; to be merry, பொறுப்பில்லாமல் மகிழ்வு கொள்.

spar-kle/'spa:kl/*(n)*:'ஸ்ப்பாக்ல் / a little spark, ஒரு சிறு தீப்பொறி; a bright thing or a glitter, ஒளிக்கதிர். **sparkle***(v.i)*: to give out spark, தீப்பொறி பறக்கச் செய்; to glitter, ஒளிர்; to send up very small bubbles (as in drinks), பானங்களில் ஏற்படுவது போன்ற சிறுசிறு நீர்க்குமிழ் வெளியிடச் செய்.

spar-row/'spærəu/*(n)*:'ஸ்ப்பஃரəஉ / a small, plain coloured, chirping bird, சிட்டுக் குருவி, ஊர்க்குருவி.

sparse/spa:s/*(adj)*:'ஸ்ப்பாஸ் / scanty, மிகக் குறைவாக. • *He took his* **sparse** *meal and set out.* rare, அரிதான; thinly scattered, இங்கும் அங்கும் சிதறிக் கிடக்கின்ற. **sparsely***(adv)*, **sparseness** *(n)*, **sparsity***(n)*.

Spar-tan/'spa:tən/*(n)*:'ஸ்ப்பாட்டəன் / a native of Sparta, ஸ்பார்ட்டா நாட்டவர்; a man of courage, வீரன். **Spartan***(adj)*: belonging to ancient Sparta, பண்டைய காலத்து ஸ்பார்ட்டன் நாட்டவருக்குரிய; capable of enduring, எதையும் தாங்கும் தன்மையுடைய; brave and undaunted, அதிகத் துணிச்சலுள்ள.

spas-m/'spæzəm/*(n)*:'ஸ்ப்பஃஸ:əம் / a sudden, violent, convulsive contraction of muscles, திடீர் வலிப்பு; a paroxysm, இழுப்பு; a sudden but brief spell of grief, திடீரென்று தோன்றும் ஆனால் மறைந்துவிடும் துயரம் தரும் நிகழ்ச்சி.

spas-mod-ic/spæz'mɔdik/*(adj)*: ஸ்ப்பஃஸ்:'மாடிக் / [also **spasmodical**]: concerning spasms, வலிப்பு உண்டாக்கத் தக்க; occurring by fits and starts, வலிப்பு நோயினால் நிகழக் கூடிய. **spasmodically***(adv)*.

spas-tic/'spæstik/*(adj)*:ஸ்ப்பஃஸ்ட்டிக் / [of a person] suffering from muscular spasms due to faulty nervous system, நரம்பு மண்டலக் கோளாறு ஏற்படுவதன் பலனாக, தசைச்சுருக்கமும், வலிப்பும் ஏற்படக்கூடிய.

spat/spæt/*(v)*:ஸ்ப்பஃட் / *(p.t & p.p)* of "spit", "spit" என்பதன் இறந்தகால வினை.

spate/speit/*(n)*:ஸ்ப்பெய்ட் / river flood, ஆற்றுப் பெருவெள்ளம். • *Many of the rivers in India which are the source of irrigation, will be in* **spate** *when heavy rains come and become the cause of sorrow and suffering.*

spats/spæts/*(n, pl)*:ஸ்ப்பஃட்ஸ் / short coverings for the ankles, கணுக்காலுறை.

spat-ter/'spætə*/*(v.t-v.i)*:'ஸ்ப்பஃட்டə* / to sprinkle, தெளி; to splash with spots of mud, சேற்றை வாரியடி; to speak ill of or to find fault with, குறைகூறு. **spat-ter-ing**/'spætəriŋ/*(adj)*:'ஸ்ப்பஃட்டəரிங் / speaking ill, fault finding, குற்றம் சாட்டிப் பேசும்படியாக, குறை காண்கின்ற. • *Don't indulge in* **spattering** *talk of people behind their back.*

spat-u-la/'spæʃjulə/*(n)*:'ஸ்ப்பஃச்யுலə / a kind of flat tool for mixing paints etc., வண்ணம் முதலியவற்றைக் கலக்கப் பயன்படும் ஒரு தட்டைக் கருவி.

spav-in/'spævin/*(n)*:ஸ்ப்பஃவின் / disease of the joints in horses, குதிரையின் கால்களில் ஏற்படும் மூட்டு நோய்.

spawn/spɔ:n/*(n)*:ஸ்ப்பா:ன் / eggs of fish, frogs, etc., மீன், தவளை, போன்றவற்றின் முட்டைகள்; offspring, இளம் குட்டி. **spawn***(v.t-v.i)*: to lay eggs as fish, frogs, etc., do, தவளை, மீன் முதலியவைபோல முட்டையிடு; to bring forth, ஈன்று வளரும்படி செய்.

speak/spi:k/*(v.t-v.i)*:ஸ்ப்பீக் / **spoke, spoken, speaking**: to utter words, பேசு; to convey one's ideas through words, கருத்தைத் தெரிவி; to make a speech, சொற்பொழிவு ஆற்று; to give evidence, சான்று கூறு, சாட்சியாய் அமை; to converse, உரையாடு.

speak-er/ˈspi:kə*/(*n*):ஸ்ப்பீக்கə* / the chairman of the lower house of parliament, மக்களவைத் தலைவர், அவைத் தலைவர். **speakership** (*n*).

spear/spiə*/(*n*):ˈஸ்ப்பியə* / a long shaft with pointed iron used in fighting, hunting, catching fish, etc., ஈட்டி. **spear**(*v.t-v.i*): to attack and kill with a spear, ஈட்டியால் தாக்கிக் கொல்லு. **spear-man**/ˈspiəmən/(*n*):ˈஸ்ப்பியəமən் / a person armed with the spear, ஈட்டி வீரன்.

spe-cial/ˈspeʃl/(*adj*):ˈஸ்ப்பெஷəல் / of a distinctive kind, தனிப்பட்ட; totally different from others, பிறரிடமிருந்து வேறுபட்டுள்ள; made for a particular purpose only, ஒரு குறிப்பிட்ட உபயோகத்திற்குச் செய்யப்பட்ட. • *A* **special** *reduction of 50% is offered during this festival season.* **special**(*n*): something made or done, செய்யப்பட்ட ஒன்று. • *The 9.30 p.m. Sunday* **special** *on T.V. has become very popular.* **specially**(*adv*): in a special way, தனிப்பட்ட விதத்தில். **spe-cial-ist**/ˈspeʃəlist/(*n*):ˈஸ்ப்பெஷəலிஸ்ட் / a person particularly skilled in some branches of knowledge, தொழில் நிபுணர், தொழில் நுட்ப அறிஞர். **spe-ci-al-i-ty**/ˌspeʃiˈæləti/(*n*): ˈஸ்ப்பெஷ்ஆலிட்டி / a distinct feature, சிறப்பு; the branch in which one is highly skilled, ஒருவர் சிறந்த தேர்ச்சி பெற்ற ஒரு துறை; a special manufacture, குறிப்பிட்ட உபயோகத்திற்குச் செய்யப்பட்டது. **spe-ci-al-ize**/ˈspeʃəlaiz/(*v*):ˈஸ்ப்பெஷəலய்ஸ்: / to attend particular subjects, குறிப்பிட்ட கலையில் கவனம் செலுத்து; make a special study of, திறமை பெறு, கலையில் சிறப்புப் பயிற்சி பெறு; to concentrate, முக்கிய கவனம் செலுத்து. **specialization**(*n*).

spe-cies/ˈspi:ʃi:z/(*n, pl*):ˈஸ்ப்பீஷீஸ்: / a number of things having the same nature and similar characteristics, ஒரே இனம்; a kind or class, ஒரு வகை.

spe-cif-ic/spəˈsifik/(*adj*):ஸ்ப்பிˈஸிஃபிக் / distinctly prepared with a special formula, குறிப்பிட்டபடி தயாரிக்கப்பட்ட; precise, நுட்பமும், திட்டமும் உள்ள; furnishing details, தெளிவான குறிப்புகள் கொடுக்கப் படுகின்ற. • *You cannot drug yourself as you please; there is a* **specific** *drug for every disease, which a qualified doctor alone can prescribe.* **specific**(*n*): a special remedy, நோய் தணிக்கும் சிறப்பு மருந்து. **specifically**(*adv*), **specificness** (*n*).

spe-ci-fi-ca-tion/ˌspesifiˈkeiʃn/(*n*): ˌஸ்ப்பெஸிஃபிˈக்கெய்ஷən் / the act of specifying, குறிப்பிட்டுச் சொல்லப்படும் செயல்; a document giving details, குறிப்புகள் கொண்ட பதிவேடு; a detailed plan, விரிவான திட்டம். • *Uncle Podger will ask someone to go and get a penny worth of nails and then after sometime, he will send someoneelse with their* **specification**. **spe-ci-fy**/ˈspesifai/(*v.t*): ˈஸ்ப்பெஸிஃபய் / to furnish details, தெளிவான குறிப்புகள் கொடு; to mention clearly and definitely, தெளிவாகவும், குறிப்பிட்டும் காட்டு; to point out, குறிப்பிடு.

spe-ci-men/ˈspesimən/(*n*):ˈஸ்ப்பெஸிமən் / the part (of a whole) which shows main characteristics or features of the body, மாதிரி. • *This is a rare* **specimen** *of the animals now almost extinct.* a sample, முழுப்பொருளின் தன்மையைக் காட்டும் ஒரு சிறு பகுதி; a pattern, ஓர் அமைப்பு.

spe-cious/ˈspi:ʃəs/(*adj*):ˈஸ்ப்பீஷəஸ் / seemingly good, தோற்றத்திற்கு நல்லதாகப் படுகின்ற; plausible, உண்மையெனத் தோன்றும், பகட்டான. **speciousness**(*n*).

speck/spek/(*n*):ஸ்ப்பெக் / stain, கறை. • *His dress is always immaculate; not even a* **speck** *can you find.* a small part, ஒரு புள்ளி; a rotten spot, வீணான பகுதி. **speck**(*v.t-v.i*): to mark with specks, புள்ளிகள் ஏற்படுத்து; to stain, கறைப் படுத்து. **speckless**(*adj*): spotless, புள்ளிகள் இல்லாத; flawless, குற்றம்குறை இல்லாத.

speckle/ˈspekl/(*n*):ˈஸ்ப்பெக்ல் / a small spot of a different colour, பல்வேறு வண்ணம் கொண்ட சிறு புள்ளி. **speckle**(*v.t-v.i*): to be spotted, வண்ணப் புள்ளிகள் இடப்பட்டிரு.

spec-ta-cle/ˈspektəkl/(*n*):ˈஸ்ப்பெக்ட்டəக்ல் / that which is seen, பார்க்கப்படுவது. • *What a sad* **spectacle** *she has made of herself!* a grand show, கண்கவர் காட்சி; something flawless, குறையொன்றும் இல்லாதிருத்தல்.

spectacles/ˈspektəkls/(*n*):ˈஸ்ப்பெக்ட்டəக்ல்ஸ் / a pair of eye glasses, மூக்குக்கண்ணாடி; a pair of lenses worn to improve the eye sight, கண்பார்வைக் கண்ணாடி. **spec-tac-u-lar**/spekˈtækjulə*/(*adj*): ஸ்ப்பெக்ட்ˈடæக்யுலə* / grand, மகத்தான;

S

full of show, கண்கவர் தன்மையுள்ள. • *It was really a* **spectacular** *performance.*

spec-ta-tor/spek' teitə*/(n): ஸ்ப்பெக்'ட்டெய்ட்டə* / one who looks on, பார்வையாளர்; a person who enjoys seeing some spectacle, காட்சியைக் கண்டுகளிப்பவர்.

spec-tral/'spektrəl/(adj):'ஸ்ப்பெக்ட்ரəல் / pertaining to ghost, ஆவி தொடர்பான; ghostly, ஆவி போன்று; concerning of the spectrum, நிறமாலை தொடர்பான. **spec-tre**/'spektə*/(n):ஸ்ப்பெக்ட்டə* / a ghost or something causing fear, அச்சத்தை ஏற்படுத்தும் ஒன்று. • *These people who are* **spectre** *thin, have not eaten anything for ages.* **spectrally**(adv).

spec-tros-cope/'spektrəskəup/(n): 'ஸ்ப்பெக்ட்ரəஸ்க்கəஉப் / an instrument that shows light in its different colours of which it is made of, instrument for examining colours, ஒளி வண்ணங்களை ஆராய்ந்திடும் ஒளிக்கருவி.

spec-trum/'spektrəm/(n):'ஸ்ப்பெக்ட்ரəம் / dispersion of light through a prism, நிறப்பிரிகையினால் ஏற்படும் நிறமாலை.

spec-u-late/'spekjuleit/(v.t): 'ஸ்ப்பெக்யுலெய்ட் / to think deeply about something, தீர ஆலோசனை செய்; to make an investment, முதலீடு செய்; to undertake a commercial venture, துணிகரமான, வியாபாரம் செய்; to take undue risk in business, வாணிபம் செய்வதில், துணிந்து நட்டத்தைப் பொருட்படுத்தாமல் செயல்படு.

spec-u-la-tion/ˌspekju'leiʃn/(n): ˌஸ்ப்பெக்யு'லெய்ஷəன் / the act of speculating, தீவிரமாகச் சிந்தனை செய்தல். • *It is mere* **speculation**, *there is not even an iota of truth in it.* the act of thinking deeply to get an insight into the intricate working of the market for making profit, வணிகச் சந்தையில் அதிக இலாபம் பெற சிந்தனை செய்தல். **spe-cu-la-tor**/'spekjuleitə*/(n): 'ஸ்ப்பெக்யுலெய்ட்டə* / a person who is capable of taking risks in business, வாணிபத்தில் துணிகரமாகச் செயல்படுபவர்; one who has business deals in stocks and shares, பங்குச் சந்தை வாணிபத்தில் ஈடுபடுபவர். **spec-u-lative**/'spekjulətiv/(adj):'ஸ்ப்பெக்யுலəட்டிவ் / related to speculation, துணிகர வியாபாரத்தில் ஈடுபட்டுள்ள. **speculatively**(adv).

sped/sped/(v):ஸ்ப்பெட்: / (p.t & p.p) of "speed", "speed" என்பதன் இறந்தகாலம்.

speech/spi:tʃ/(n):ஸ்ப்பீச் / the faculty of speaking, பேசுதல்; the powerful use of words to express one's thoughts, ideas, opinions, etc., சொற்பொழிவு; language, மொழி. • **Speech** *is silver; silence is golden.* **speech-less**/'spi:tʃlis/(adj): ஸ்ப்பீச்லிஸ் / dumb, பேசும் திறன் இல்லாமல், பேசாமல்; silent, மௌனமாக. **speechlessness**(n).

speed/spi:d/(n):ஸ்ப்பீட்: / the rate of motion or the amount of motion done in a given time, வேக விகிதம்; quickness of movement, நகர்தலில் வேகம் கூடுதல்; progress, முன்னேற்றம்; success, வெற்றி. **speed**(v.t-v.i): **sped, speeded, speeding**: to move very fast, வேகமாக நகர்; to cause to move fast, வேகமாக நகரச் செய்; to make haste, விரைவுபடுத்து; to become successful, வெற்றி அடைய வழிகாண்; to wish happiness and success, வெற்றி பெற வாழ்த்து. **speed-y**/spi:di/(adj):ஸ்ப்பீடி: / quick, வேகமாக. **speedily** (adv), **speediness**(n).

speed-om-e-ter/spi'dɔmitə*/(n): ஸ்ப்பீ'டɔமிட்டə* / an instrument for measuring the rate of speed of a moving vehicle, நகரும் வண்டியின் வேக விகிதத்தை அளக்கும் கருவி.

spell/spel/(n):ஸ்ப்பெல் / words having power of magic, மந்திரசக்தியுள்ள வார்த்தைகள், வசியப்படுத்தும் சக்தி; turn of work, வேலை முறை; a short period, a brief time, குறுகிய கால அளவு. **spell**(v.t): **spelt, spelling**: to tell the letters of a word, எழுத்துக் கூட்டி வார்த்தையைச் சொல்; to read slowly, மெதுவாகப் படி; to make out the result or consequence of a venture, ஒரு செயலின் முடிவை வரையறுத்துக் கூறு. • *These ominous signs seem to* **spell** *something catastrophic.* **spell-ing**/speliŋ/(n): ஸ்ப்பெலிங் / the act of saying, சொல்லுதல்; writing the letters of a word, ஒரு வார்த்தையின் எழுத்துக்களை எழுதுதல்.

spell-bound/'spelbaund/(adj): ஸ்ப்பெல்ப:உன்ட்: / fascinated, வசீகரம் அதிகமுள்ள, மந்திரசக்தியுள்ள. • *The speech was so exhilarating that the audience were* **spellbound** *and listened motionless.*

spelt/spelt/(n):ஸ்ப்பெல்ட் / a kind of wheat grain, ஒருவகை கோதுமைத் தானியம்.

S

spelt(*v*): (*p.t & p.p*) of "spell", "spell" என்பதன் இறந்தகால வினை.

spel-ter/'speltə*/(*n*):ஸ்ப்பெல்ட்டə* / zinc, துத்தநாகம்.

spen-cer/'spensə*/(*n*):ஸ்ப்பென்ஸə* / a short knitted overjacket, சிறு மேலங்கி.

spend/spend/(*v.t-v.i*):ஸ்ப்பென்ட்: / **spent, spending**: to pay out money for a purchase, பொருள் வாங்குவதற்குச் செலவு செய்; to use up, பயன்படுத்து; to exhaust, முற்றிலும் உபயோகப்படுத்து; to pass time, பொழுதைக் கழி; to lay out, திட்ட முதலீடு செய். **spend-thrift**/'spendθrift/(*n*): ஸ்ப்பென்ட்:த்ரிஃப்ட் / a person who spends money with no plan, ஊதாரித்தனமாக செலவு செய்பவர், வீண் செலவு செய்யும் நபர். **spent**/spent/(*adj*):ஸ்ப்பென்ட் / exhausted, தீர்ந்துபோன; wasted, வீணாகியுள்ள; consumed, பயன்படுத்தப்பட்ட.

sperm/spɜ:m/(*n, sing*):ஸ்ப்பə:ம் / [also **spermatozoa**]: **sperm or sperms**(*n, pl*):ஸ்பாம்: a cell produced by the sex organs of a male animal, கருவின் மூலப் பொருளாகிய ஆண் தாது; semen, ஆண் விந்து; animal seed, விலங்கின் கரு, வித்து. **spermatic**(*adj*).

sperm-oil/'spɜ:mɔil/(*n*):'ஸ்ப்பəமாய்ல் / fat (oil) got from the sperm whale, ஒருவகைத் திமிங்கலத்தினின்று பெறப்படும் கொழுப்புப் பொருள், எண்ணெய்.

sper-ma-cet-i/ˌspɜ:mə'seti/(*n*): ˌஸ்பə:மə'ஸெட்டி / fat (oily) substance got from sperm whale used in making candles etc., மெழுகுவர்த்தி முதலானவற்றைத் தயாரிக்க ஒருவகைத் திமிங்கலத்தினின்று பெறப்படும் கொழுப்புப் பொருள்.

sperm-whale/'spɜ:mweil/(*n*): 'ஸ்ப்பə:ம்உ௭ய்ல் / a kind of huge whale, ஒருவகைப் பெரிய திமிங்கலம்.

spew/spju:/(*v.t-v.i*):ஸ்ப்யூ / to vomit, வாந்தியெடு; to throw out in disgust, வெறுப்பினால் தூக்கியெறி.

sphag-num/'sfægnəm/(*n*):'ஸ்ஃபæக்:னəம் / a kind of moss used for packing plants and dressing wounds, செடிகளைக் கட்டு வதற்கும், காயங்களைக் கட்டுவதற்கும் பயன்படும் ஒருவகைப் பாசி.

sphere/sfiə*/(*n*):ஸ்ஃபியə* / a round body, every point of its surface being equidistant from the centre, கோளம்; a heavenly body, விண்கோள்; one's field of action, influence, jurisdiction, etc., ஒருவரின் செயல் எல்லை, அதிகார வரம்பு, ஆட்சி எல்லை முதலியவை. **spher-i-cal**/'sferikl/ (*adj*):ஸ்ஃபெரிக்ல் / [also **spheric**]: like a sphere, கோள வடிவமான. **sphericity**(*n*): a state of being spherical, கோள வடிவமாக இருத்தல். **spherically**(*adv*).

sphinx/sfiŋks/(*n*):ஸ்ஃபிங்க்ஸ் / a mythological monster with woman's head and the body of a lioness, பண்டைய கால நூல்களில் குறிப்பிடப் படும் சிங்க உடலும், பெண் தலையும் கொண்ட விலங்கு.

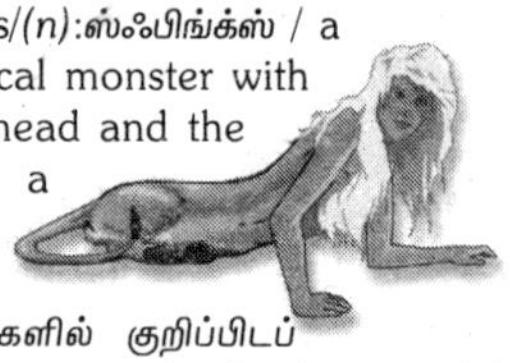

spice/spais/(*n*):ஸ்ப்பய்ஸ் / a vegetable product with a strong aromatic taste used to flavour3 food, உணவில் சேர்க்கப்படும் மிளகு, ஏலம், கிராம்பு போன்ற வாசனைப் பொருள்கள்; a trace, சிறிதளவு சேர்க்கப் படுவது. **spice**(*v.t*): to flavour with spice, வாசனையூட்டு, நறுமணம் கமழச் செய்; with spice, நறுமணமூட்டு. • *He talked for two hours* **spicing** *his speech with witty anecdotes*. **spicery**(*n*). **spic-y**/spaisi/ (*adj*):ஸ்ப்பய்ஸி / full of spice, வாசனை யுள்ள; fragrant, நறுமணம் கமழும்; smart, மிடுக்காக உள்ள. **spiciness**(*n*). **spi-cer**/ spaisə*/(*n*): ஸ்ப்பய்ஸə* / one who deals in spices, வாசனைப் பொருள்கள் விற்பவர்/ வியாபாரி.

spick and span(*n*):ஸ்ப்பிக்ə்ன்ஸ்ப்பæன் / neat, smart, new and fine, துடிப்பும், மிடுக்கும் புதியதாகவும், நேர்த்தியாகவும் உள்ள.

spi-der/'spaidə*/(*n*): ஸ்ப்பய்ட:ə* / an eight-legged insect that spins a web, for catching flies, எட்டுக்கால் பூச்சி, சிலந்தி.

spig-ot/'spigət/(*n*):ஸ்ப்பிக:əட் / a pin or plug used for stopping the hole of a cask, அடைக்கப் பயன்படும் ஆப்பு.

spike/spaik/(*n*):ஸ்ப்பய்க் / a big nail, பெரிய ஆணி; an ear of corn, தானியக் கதிர், கதிர் முளை; a small rod with pointed end, ஈட்டி. **spike**(*v.t*): to furnish with spikes, ஆணிகள் பொருந்தச் செய்; to pierce with a spike, ஈட்டியால் குத்து; to drive a nail,

ஆணியால் அடி. **spike-let**/'spaiklit/(*n*): 'ஸ்ப்பய்க்லிட் / a small spike, சிறு ஈட்டி போன்ற உலோக முள். **spiky**(*adj*): full of spikes, ஈட்டி முனைகள் நிறைந்த.

spike-nard/'spaikna:d/(*n*):'ஸ்ப்பய்க்னாட் / a sweet-smelling oil from the nard plant, வெட்டிவேர்ச் செடி, எலுமிச்சை இவற்றினின்று எடுக்கப்படும் வாசனைத்தைலம்.

spill/spil/(*n*):ஸ்ப்பில் / a thin piece of paper or wood used to light candles etc., மெழுகுவர்த்தி போன்றவற்றை ஏற்ற உதவும் காகிதச் சுருள் (அ) மரச்சிப்பாய். **spill**(*v.t-v.i*): to allow a liquid to run out over the edge, சிந்தச் செய், சிந்து; to waste, வீண் செய்.

spin/spin/(*v.t-v.i*):ஸ்ப்பின் / **spun, spinning**: to draw out and twist into threads, நூற்று இழையாகச் செய்; to turn round quickly and whirl, வேகமாகச் சுழலச் செய்; the act of spinning, நூல் நூற்றல். • *Don't* **spin** *and fabricate. Tell the truth and truth alone.*

spin-ach/'spinidʒ/(*n*): 'ஸ்ப்பய்னிஜ் / a common garden plant with juicy leaves used for food, பசலைக்கீரை.

spin-al/'spainl/(*adj*): 'ஸ்ப்பய்ன்ல் / pertaining to the backbone, முதுகெலும்புத் தொடர்பான. **spinal column**(*n*): backbone, முதுகெலும்பு.

spin-dle/'spindl/(*n*):ஸ்ப்பின்ட்:ல் / a rotating rod or shaft that twists the thread when spinning, நூற்புக் கதிர்.

spin-drift/'spindrift/(*n*): ஸ்ப்பின்ட்:ரிஃப்ட் / fine spray of water blown from the waves, கடல் அலைகளின் சாரல் ஏற்படுத்தும் நீர்த் திவலைகள்.

spine/spain/(*n*):'ஸ்ப்பய்ன் / the backbone, முதுகெலும்பு; a thorn, முள்; something that is sharp and pointed, கூர்முனையுடைய ஒன்று. **spinous, spiny**(*adj*). **spinate** (*adj*): having spine, முதுகெலும்புள்ள. the part of the cover of a book where the pages are joined together. The **spine** of a book is visible when it is in a row on a shelf. It shows the book's title. **spineless**(*adj*): without backbone, முதுகெலும்பு இல்லாத.

spinner/'spinə* /(*n*):'ஸ்ப்பினə* / a person who spins thread for cloth, நூல் நூற்பவர்; a person throwing it with a spinning action, கிரிக்கெட் ஆட்ட சுழல் பந்து வீரர்; a person who shapes things in lathe, கடைசல் இயந்திரத்தில் வடிவமைக்கும் பணி செய்பவர். • *Only this department is the real money* **spinner**; *other sections simply keep the show going.*

spin-ney/'spini/(*n*):'ஸ்ப்பினி / a small wood full of bushes, புதர்க் காடு.

spin-ster/'spinstə*/(*n*):'ஸ்ப்பின்ஸ்ட்டə* / an unmarried woman, மணமாகாத பெண்.

spire/'spaiə*/(*n*):'ஸ்ப்பயə* / a steeple, மேலே கூராகக் குவியும் கோபுரம்; grass, புல்; the twist in a coil, சுருளில் உள்ள ஒரு சுற்று.

spi-ral/'spaiərəl/(*adj*):'ஸ்ப்பயəரəல் / winding and advancing like the thread of a screw, திருகாணியின் திருகுச் சுருள் போன்ற, சுருண்டேறிய; progressive increase or decline in prices etc., விலை முதலியவை உயருகின்ற (அ) குறைகின்ற. • *The prices of foodstuffs have been* **spiralling** *up in spite of bumper harvests and green revolutions.* **spiral**(*n*): something that is shaped like a coil, சுருள் வடிவம் போன்று உள்ள பொருள்.

spir-it/'spirit/(*n*):ஸ்ப்பிரிட் / the life-force of a man, மனிதனின் ஆற்றல்; the conscious part of human being, மனிதனின் மனநிலை, ஆவி; the state of mind, ஆளுமை, மனநிலை; a ghost, பேய்; a fairy, தேவதை; active feeling and energy, செயல்படும் ஆற்றல்; true interest, உண்மை ஆர்வம்; alcohol, சாராயம்; a person who takes main interest, முக்கிய பங்கு ஏற்பவர். • *It is difficult to find people of his age with so much of* **spirit**. *He works round the clock at 85.* **spirit**(*v.t*): to carry off with no one's knowledge, யாருக்கும் தெரியாமல் கடத்திச் செல்; to kidnap, இரகசியமாகத் தூக்கிச் செல். **spir-it-ed**/'spiritid(*adj*):ஸ்ப்பிரிட்டிட் / vigorous and lively, உயிரோட்டமுள்ள; full of spirit, ஆற்றல் மிக்க.

spir-it-less/'spiritlis/(*adj*):ஸ்ப்ரிட்லிஸ் / dull and dejected, மந்தமான, மனவருத்தமுள்ள.

spirit-level/'spirit,levl/(*n*):ஸ்ப்பிரிட்லெவəல் / an instrument for testing a surface level, பரப்பு சமதளமாக இருக்கின்றதா என்பதைச் சோதிக்கப் பயன்படும் இரசமட்டக் கருவி.

spiri-tu-al/'spiritʃuəl/(*adj*):ஸ்ப்பிரிச்சுəல் / pertaining to the soul, ஆத்மா பற்றிய;

mentally pure, தூய்மையான மனம் உள்ள; holy and divine, புனிதமாக உள்ள; concerning soul, ஆன்மிகத் தொடர்பான. **spiritually**(*adv*). *opp*: material, temporal. **spir-i-tual-is-m**/'spiritʃuəlizəm/ (*n*):ஸ்ப்பிரிச்சுஅலிஸ்ம் / the belief that the dead may send messages to the living through mediums, இறந்தவர்களின் ஆவியுடன் தொடர்பு கொள்ள முடியும் என்ற நம்பிக்கை, ஆன்மிகக் கொள்கை **spir-i-tual-ist**/'spiritʃuəlist/(*n*): ஸ்ப்பிரிச்சுஅலிஸ்ட் / a person who believes in spiritualism, ஆன்மிகத்தில் நம்பிக்கையுள்ளவர். **spir-i-tu-a-li-ty**/ˌspiritʃu'æləti/ (*n*):ஸ்ப்பிரிச்சுஅலிட்டி / state of being spiritual, இறைத்தன்மை, ஆன்மிக உணர்வு. **spir-i-tual-ize**/spiritʃuəlaiz/ (*v.t*):ஸ்ப்பிரிச்சுஅலய்ஸ் / to make spiritual, புனிதமாக்கு, இறைத்தன்மையுடையதாக ஆக்கு; make pure and divine, இறைவனுக்கு உரியதாகப் பரிசுத்தப்படுத்து; to attribute spiritual meaning, ஆன்மிகக் கருத்தைக் கற்பி.

spir-i-tu-ous/'spiritʃuəs/(*adj*): ஸ்ப்பிரிச்சுஅஸ் / containing alcoholic spirits, சாராயம் அடங்கிய.

spit/spit/(*n*):ஸ்ப்பிட் / a pointed piece of iron used for roasting meat, மாமிசத்தைச் சுடப் பயன்படும் குத்துக் கம்பி; saliva thrown out of mouth, உமிழ் நீர்.

spit-toon/spi'tu:n/(*n*):ஸ்ப்பிட்டூன் / a vessel or receptacle for spitting into, எச்சில் தொட்டி.

spite/spait/(*n*):ஸ்ப்பய்ட் / ill-will, கெட்ட எண்ணம்; jealousy and hatred, பொறாமையும், வெறுப்பும்; unfriendliness, பகைமை, நட்புத் தன்மை இல்லாமை. **spite**(*v.t*): to annoy and give trouble to, வெறுப்பு உண்டாக்கித் துன்புறுத்து; to show ill-feeling, பகைமை பாராட்டு; to thwart, முன்னேற்றத்தைத் தடை செய். **spiteful-ness**(*n*), **spiteful**(*adj*), **spitefully**(*adv*).

spit-fire/'spitˌfaiə*/(*n*):ஸ்ப்பிட்ஃபயஅ* / a person of bad temper, முன்கோபம் உள்ளவர்.

splash/splæʃ/(*n*):ஸ்ப்லஆஷ் / liquid thrown about by dashing, சிதறியடிக்கும் நீர்மம். • *With a* **splash** *he dived into the water.* a dash of mud, water, etc., வாரியடிக்கப் பட்டது; a spot made by something splashed, வாரியடித்தலால் ஏற்பட்டிருக்கும் கறை. **splash**(*v.t*): to move in or hit with liquid, நீரில் மித; to fall or strike noisily, ஓசையுடன் விழு (அ) அடி. • *The news was* **splashed** *on the first page.*

splash-board/'splæʃbɔ:d/(*n*): ஸ்ப்லஆஷ்ப:ஓ:ட் / board fitted to a vehicle for protection against mud etc., சேறு போன்றவை தெறிக்காமல் தடுக்க, சக்கரத்தை மூடியுள்ள தகடு.

splat-ter/'splætə*/(*v.t-v.i*):ஸ்ப்லஆட்டஅ* / to splash with small drops of water, liquid, etc., நீர், திரவம் முதலியவற்றில் 'சளசள' வென்ற ஓசையை உண்டாக்கு.

splay/splei/(*v.t-v.i*):ஸ்ப்லெய் / to slope, சரிவு ஏற்படுத்து; to slant, சாய்வு உண்டாக்கு. **splay**(*adj*): spreading out not in the natural way, வெளியே செயற்கையாக நீட்டிக்கொண்டுள்ள. **splay-footed**/ spleifutid/(*adj*):ஸ்ப்லெய்ஃபுட்டிட் / having one's foot flatly spread out, வெளியே கால் நீட்டிக்கொண்டுள்ள.

spleen/spli:n/(*n*):ஸ்ப்லீன் / a soft vascular ductless gland near the stomach, மண்ணீரல்; bad temper, சினம்; very low spirit, சுறுசுறுப்பு இல்லாத மந்த நிலை.

splen-dent/splendənt/(*adj*):ஸ்ப்லென்டஅன்ட் / bright, பளபளப்பான; shining, ஒளியுள்ள; lustrous, ஒளிருகின்ற.

splen-did/'splendid/(*adj*):ஸ்ப்லென்டிட் / brilliant and grand, கம்பீரமும், நேர்த்தியும், ஒளிரும் தன்மையுமுள்ள; magnificent, மிகச் சிறந்ததான. • *It was a* **splendid** *show of statistical jugglery; the accountant showed profits while the firm was incurring loss.* very famous, பெரும் புகழுள்ள.

splen-dour/'splendə*/(*n*):ஸ்ப்லென்டஅ: / grandeur, மிகுந்த சிறப்புத்தன்மை; magnificent show, கண்கவர் காட்சி; glory and fame, புகழும், கீர்த்தியும். • *Nothing, not even the* **splendours** *of regal life, could put out the gloom in his heart.*

splice/splais/(*v.t-v.i*):ஸ்ப்லய்ஸ் / to join two ends of a rope by intertwining the strands, கயிற்றின் இழைகளை முறுக்கு, இணைத்துச் சேர்; to join pieces of ends, மரத் துண்டுகளின் நுனிகளை ஒன்றின் மேல் வைத்துக் கட்டிப் பிணை. **splice**(*n*): the joint made by splicing, மரத்துண்டுகள் (அ) கயிறுகளின் இணைப்பு.

splint/splint/(*n*):ஸ்ப்லின்ட் / a piece of wood that is split off, சிராய்; a thin piece of wood or metal used to bind a broken limb, முறிந்த எலும்பைச் சேர்க்க வைத்துக் கட்டப்படும் சிம்பு (அ) சிராய். **splin-ter**/ 'splintə*/*(n)*:ஸ்ப்லின்ட்டə* / a small piece split off, சிம்பு (அ) சிராய். **splinter***(v.t-v.i)*: to split into thin pieces, சிராய் (அ) சில்லாகப் பிள; to bind up, கட்டு.

split/split/*(v.t-v.i)*:ஸ்ப்லிட் / **splitted, splitting**: to cut and pull apart, பிள; to dash into pieces, உடைத்தெறி. **split***(n)*: a crack, பிளவு; division of a party, கட்சிப் பிளவு; the act of splitting, பிளத்தல்; any flat strip, தட்டையான துண்டு.

splut-ter/'splʌtə*/*(v.t-v.i)*:ஸ்ப்லட்டə* / to speak indistinctly, தெளிவில்லாமல் பேசு; to speak as if in confused manner, குழப்ப நிலையில் இருப்பது போல் பேசு. • *I travel all the way wasting a whole day to give an hour's lecture - but what do I do - I stand, I cough, I* **splutter**, *giggle and finally I sit, making a fool of myself.* **splutter***(n)*: a noise of confusion, குழப்பமான ஒலி.

spoil/spɔil/*(v.t-v.i)*:ஸ்ப்பாய்ல் / **spoilt, spoiling**: to make unfit or useless, தகுதியற்றதாக (அ) பயனற்றதாகச் செய்; to hurt and injure, தீங்கு இழை, கெடுதல் செய்; to take by force, முரட்டுத்தனமாக, பிடுங்கிக்கொள். • *Spare the rod and* **spoil** *the child is an old adage.* **spoilt***(adj)*: made useless, வீணாக்கப் பட்டுள்ள; spoiled, பயனில்லாமல் செய்யப் பட்டுள்ள. **spoil***(n)*: booty, கொள்ளைப் பொருள்; that which is looted, பலவந்தமாகக் கைப்பற்றிய பொருள்.

spoke/spəuk/*(n)*:ஸ்ப்பəஉக் / one of the bars of a wheel from the nave to the rim, ஆரை; சக்கரத்தின் ஆரைக்கால்; a step of a ladder, ஏணியின் படி. **spoke***(v)*: past tense of "speak", "speak" என்பதன் இறந்த கால வடிவம்.

spoke-shave/spəukʃeiv/*(n)*: ஸ்ப்பəஉக்ஷெய்வ் / a kind of tool with a blade in the middle for shaping wood, ஒருவகை இழைப்புளி. **spokes-man**/ 'spəuksmən/*(n)*:ஸ்ப்பəஉக்ஸ்மən / a person who is chosen to speak on behalf of some persons or a group, குழுவின் சார்பாக (அ) பிறர் சார்பாக, பிரதிநிதியாகப் பேசுபவர், பிரதிநிதி.

spo-li-a-tion/ˌspəuli'eiʃn/*(n)*: ˌஸ்ப்பə உலி' யெய்ஷən / plunder, கொள்ளை; misappropriation, பொதுப் பணத்தைச் சொந்த உபயோகத்திற்கு சட்ட விரோதமாகப் பயன்படுத்திக்கொள்ளல்.

spon-dee/'spɔndi:/*(n)*:'ஸ்ப்பான்டீ: / a measure of two long or stressed syllables in poetry, இரு நீண்ட அசைகள் கொண்ட செய்யுள் அடி. **spondaic***(adj)*.

sponge/spʌndʒ/*(n)*:'ஸ்ப்பஞ்ஜ் / a sea animal having a porous body, கடற் பஞ்சு பிராணி, கடற்பாசி; an absorbent, உறிஞ்சி எடுக்கும் பொருள்; a hangeron, அண்டிப் பிழைப்பவன்; dough, பிசைந்த ரொட்டி மாவு. **sponge***(v.t-v.i)*: to clean or wipe out with a sponge, துடைப்பான், உறிஞ்சு பொருள் கொண்டு சுத்தம் செய்; to make profit in a vulgar and mean way, இழிவாகத் தொழில் செய்து பொருள் ஈட்டு; to live at the expense of others, பிறரை அண்டிப் பிழை. **spongy***(adj)*: like a sponge, கடற்பஞ்சு போல் இருக்கின்ற; absorbent, உறிஞ்சக் கூடிய. **sponger**/spʌndʒə*/*(n)*: 'ஸ்ப்பஞ்ஜə* / a person who lives like a parasite, பிறரை அண்டிப் பிழைப்பவன்.

spon-sor/'spɔnsə*/*(n)*:'ஸ்ப்பான்ஸə* / a person who initiates a proposal, ஒரு கோரிக்கையை அவையின்முன் வைத்து விவாதத்தைத் தொடங்கி வைப்பவர்; a person who stands surety for another, பிறருக்கு உத்தரவாதம் கொடுப்பவர்; godfather/mother, வளர்ப்புத் தந்தை, ஞானத் தந்தை, வளர்ப்புத் தாய். **sponsor** *(v.t)*: to act as sponsor, முன் நின்று ஆதரவு கொடு; to initiate and introduce, விவாதத்தைத் துவக்கி வைத்து அறிமுகம் செய்; to support, ஆதரவு கொடு.

spon-ta-ne-ous/spɔn'teinjəs/*(adj)*: ஸ்ப்பான்'ட்டெய்ன்யəஸ் / happening naturally without outside influence or any plan, தானாகவே நிகழ்கின்ற (அ) திட்டமிடாமல் ஏற்படுகின்ற. • *His speech produced* **spontaneous** *cheers from the members.* **spon-ta-ne-i-ty**/ ˌspɔntə'neiəti/*(n)*:ˌஸ்ப்பான்ட்டə'னியிட்டி / the state of being spontaneous, தானாக நிகழும் நிலை. **spontaneously***(adv)*, **spontaneousness***(n)*.

spoof/spu:f/*(n)*:ஸ்ப்பூஃப் / a humorous untrue description, வேடிக்கையான ஏமாற்றும் வர்ணனை.

spook/spu:k/*(n)*:ஸ்ப்பூக் / ghost, ஆவி, அருவம்.

spool/spu:l/*(n)*:ஸ்ப்பூல் / a reel for threading, நாடா (அ) நூல் சுற்றுவதற்கு

S

உள்ள உருளை (அ) சிட்டம். **spool**(*v.t*): to wind upon the spool, உருளையில் சுற்று.

spoon/spu:n/(*n*):ஸ்ப்பூன் / a small, shallow cup-like kitchen utensil with a handle used in taking food, கரண்டி, அகப்பை; a spoonful, மிகச்சிறிதளவு. **spoon**(*v.t*): to use a spoon, கரண்டியைப் பயன்படுத்து; to pick up or move (use a spoon), எடுக்க, நகர்த்த, கரண்டியைப் பயன்படுத்து. **spoonbill**(*n*): a bird with long legs and spoon-like bill, நீண்ட கால்களும், கரண்டிகளைப் போன்ற அலகும் உடைய ஒரு பறவை. **spoonful**(*adj*): as much as a spoon can contain, கரண்டியளவு உள்ள. **spoon-feed**/'spu:nfi:d(*v.t*):'ஸ்ப்பூன்ஃபீட் / **spoonfed, spoonfeeding**: to feed with a spoon (as in the case of a baby), குழந்தைக்கு ஊட்டுவது போலக் கொஞ்சம் கொஞ்சமாகக் கொடு; to help in such a way as to thwart initiative and choke the spirit of venture, சுய சிந்தனை மழுங்கும்படியும், சுதந்திர உணர்வைத் தடைப்படுத்தும்படியும் அளவுக்கு அதிகமாக உதவி செய். **spoon-y**/'spu:ni/(*adj*): 'ஸ்ப்பூனி / silly and foolish, அசட்டுத் தனமான; very fond of, அதிக ஆசையுள்ள.

spoor/spɔ:*/(*n*):'ஸ்ப்புə* / marks made by the feet of animals, மிருகங்களின் அடிச்சுவடுகள்; trail of an animal, விலங்கு சென்ற தடம்.

spo-radic/spə'rædik/(*adj*):ஸ்ப்பə'ரæடி:க் / happening here and there, இங்குமங்கும் நிகழ்கின்ற; not widely occurring, பரவலாக நிகழாத; isolated, சிதறலாக நிகழ்கின்ற. • **Sporadic** *incidence of cholera has been reported.*

spore/spɔ:*/(*n*):ஸ்ப்பɔ:* / a very minute seed of non-flowering plants, பூத்து, விதை ஏற்படாத தாவரங்களின் இனவிருத்தி உயிரணு (விதை).

sport/spɔ:t/(*n*):ஸ்ப்பɔ:ட் / game, விளையாட்டு; making fun of, வேடிக்கை செய்தல்; an object of mirth, விளையாட்டுப் பொருள்; racing, hunting, fishing, etc., பந்தயம், வேட்டையாடுதல், மீன் பிடித்தல் முதலியன; amusement, கேளிக்கை. **sports**(*n, pl*): athletic games, விளையாட்டுகள், உடற்பயிற்சிப் பந்தயங்கள். **sport**(*v.t-v.i*): to take part in sports, games, etc., விளையாட்டுப் பந்தயங்களில் ஈடுபடு; to be amused, கேளிக்கைகளில் பங்கு கொண்டு மகிழ்வு கொள்; to dress gaudily, ஆடம்பரமான ஆடை அணி; to display, வெளிக்காட்டு. **spor-tive**/'spɔ:tiv/(*adj*):ஸ்ப்பɔ:ட்டிவ் / concerning sports, விளையாட்டுகள் தொடர்பான; full of mirth, கேளிக்கை நிறைந்த; playful; சிந்தனை இல்லாது விளையாட்டாக. • *Failure and success are like the two sides of a coin; success should not make you swollen headed; and failure broken hearted; be* **sportive** *always.* **sportful**(*adj*): merry and full of fun, உல்லாசமும், மகிழ்வும். **sportfully**(*adv*), **sportfulness**(*n*). **sport-ing**/spɔ:tiŋ/(*adj*):ஸ்ப்பɔ:ட்டிங் / very much devoted to sports, விளையாட்டுகளில் மிகுந்த ஈடுபாடு கொண்டுள்ள; a sporting offer, ஒரு நியாயமான, நேர்மையான செயல்திட்டத்தை அறிமுகப்படுத்துகின்ற. **sports-man**/'spɔ:tsmən/(*n*):ஸ்ப்பɔ:ட்ஸ்மən / one who takes part in sports, games, etc., விளையாட்டு, பந்தயங்கள் முதலியவற்றில் பங்கு கொள்பவர்; a person who is fond of sports, விளையாட்டு, வேட்டையாடுதல் முதலியவற்றில் ஆர்வமுள்ளவர்; one who takes life sportively, வாழ்க்கையின் பிரச்சினைகளைச் சமநோக்குடன் எடுத்துக் கொள்ளும் உணர்வுள்ள செயல் வீரர். **sportsmanlike**(*adj*). **sportmanship** (*n*): a spirit of honesty and fair play in sports and also in life, விளையாட்டுகளில் நேர்மையுடன் நடந்து கொள்ளல், வாழ்க்கை யையும் அதே பண்புடன் நோக்குதல்.

spot/spɔt/(*n*):ஸ்ப்பɔட் / a dot, ஒரு புள்ளி; a place, ஓர் இடம்; a blemish, களங்கம்; a stain, கறை; a small part noted in different colour, வேறு வண்ணத்தில் குறிப்பிடப்பட்டிருக்கும் ஒரு பகுதி. • *With its sylvan surroundings, it is a lovely* **spot** *frequented by the locals and the tourists alike.* **spot**(*v.t*), **spotted, spotting**: to point out, குறிப்பிட்டுக் காட்டு; to mark a spot, ஓர் இடத்தைக் குறியிடு; to stain, கறைப்படுத்து; to find a spot, ஓர் இடத்தைக் கண்டுபிடி; to cover with spots, புள்ளிகள் கொண்டு மறைத்து விடு.

spot-less/'spɔtlis/(*adj*):'ஸ்ப்பɔட்லிஸ் / having no spots, தூய்மையான, களங்க மில்லாத; without blemish, களங்கமற்ற; with no stain, கறையில்லாத. • *In this world of contradictions, no man is* **spotless**.

spotted/'spɔtid/*(adj)*:'ஸ்ப்பாட்டிட்: / [also **spotty**]: marked or covered with spots, புள்ளிகள் உள்ள.

spot-light/'spɔtlait/*(n)*:'ஸ்ப்பாட்லய்ட் / a lamp with a beam of light that can be focussed on any spot, திசை விளக்கு; publicity, விளம்பரம். • *Political* **spotlight** *this week is on the Prime Minister's tour of Russia.*

spouse/spauz/*(n)*:ஸ்ப்பஉஸ்: / husband or wife, கணவன் (அ) மனைவி. **spousal** *(adj)*.

spout/spaut/*(v.t-v.i)*:ஸ்ப்பஉட் / to flow out with force, வேகமாக வெளியே வா/வரச்செய்; to speak a lot, மிக அதிகமாகப் பேசு. **spout***(n)*: a nozzle, தூம்பு வாய்; the end of pipe, மூச்சுக்குழல்; a jet of water, நீர்த்தாரை, நீர்க்குழாய்.

sprain/sprein/*(v.i)*:ஸ்ப்ரெய்ன் / to twist or wrench the muscle, சுளுக்கு ஏற்படுத்து, ஏற்படுத்திக்கொள்; to cause a sprain in, சுளுக்கு ஏற்படக் காரணமாயிரு, சுளுக்கு உண்டாக்கு. **sprain***(n)*: injury caused by twisting the muscles, சுளுக்கு.

sprang/spræŋ/*(n)*:ஸ்ப்ரஃங் / past tense of "spring", "spring" என்பதன் இறந்த கால வடிவம்.

sprat/spræt/*(n)*:ஸ்ப்ரஃட் / a small edible fish, உணவாகப் பயன்படும் சிறு மீன்.

sprawl/sprɔ:l/*(v.t-v.i)*:ஸ்ப்ராஃல் / to lie or sit with the limbs spread out awkwardly, கை, கால்களை அநாகரிகமாகப் பரப்பிக்கொண்டு உட்கார் (அ) படுத்திரு. **sprawl***(n)*: a sprawling position of the body, அநாகரிகமாகப் படுத்திருக்கும் (அ) உட்கார்ந்திருக்கும் நிலை; an awkward spread of mass, கண்ட இடங்களில் பரவி யிருக்கும் பொருள்.

spray/sprei/*(n)*:ஸ்ப்ரெய் / fine drops of water scattering about, நீர்த்திவலைகளின் சிதறல்; a device for pouring fine showers, நீர்த்திவலைகளைப் பீச்சும் குழல்; a small branch with leaves, flowers, etc., இலைகள், பூக்கள் உள்ள பூங்கொம்பு. **spray***(v.t-v.i)*: sprinkle, தூவு; to force out (liquid) in tiny drops, தெளி.

spread/spred/*(v.t-v.i)*:ஸ்ப்ரெட் / to form or stretch out so as to cover a large area, பரவச் செய், அதிகப் பரப்பு ஏற்படும்படி செய்; to scatter, சிதறு; to open out, விரிந்து பரவு. • *The flowers are in bloom and their soft fragrance has* **spread** *around.* **spread***(n)*: the act of spreading, பரவுதல்; extending to a large area, அதிகப் பரப்பில் பரவும்படி செய்தல்; a large open extent, பெரிய திறந்த பரப்பு.

spree/spri:/*(n)*:ஸ்ப்ரீ / a period of irresponsible fun and merry-making, களிப்பூட்டும் பொழுதுபோக்குக் காலம். • *Well, they are now in a drinking* **spree**.

sprig/sprig/*(n)*:ஸ்ப்ரிக்: / a small shoot, சிறு கிளை. • *I sing thy praise, Oh, captain and offer you this* **sprig** *of lilacs.* a young man, இளைஞன்; a small nail, சிறு ஆணி.

spright-ly/'spraitli/*(adj)*:'ஸ்ப்ரய்ட்லி / full of vigour, சுறுசுறுப்பும் ஆற்றலும் உள்ள; lively, உயிரோட்டமுள்ள. • *One cannot but notice her* **sprightly** *demeanour, even if she is in the midst of an overwhelming crowd.*

spring/spriŋ/*(v.t-v.i)*:ஸ்ப்ரிங் / **sprang, sprung, springing**: to bounce, எழும்பு; to leap from the ground, குதி; to cause to appear suddenly, திடீரெனத் தோன்று; to shoot forth, பாய்ந்து செல்; to announce all of a sudden, திடீரென அறிவிப்புக் கொடு. • *The minister* **sprang** *a surprise with his declaration of bonus to all the government employees.* **spring***(n)*: a sudden movement, திடீரென நகர்தல்; a leap, ஒரு பாய்ச்சல்; a source, துவக்கம்; a stream of water coming out of the ground, நீர் ஊற்று; an elastic body to produce or to regulate force, மீள் சக்தி யுள்ள சுருள் வில்; the first season of the year, வசந்த காலம். • *The year is at the* **spring,** *the lark is on its wing, God is in His heaven and all is well with the world.*

spring balance/ˌspriŋ'bæləns/*(n)*: 'ஸ்ப்ரிங்பஃலன்ஸ் / a weighing machine, having an elastic spring for its working, வில் தராசு.

springe/sprindʒ/*(n)*:ஸ்ப்ரிஞ்ஜ் / a noose with a spring to snare animals, விலங்குகள், பறவைகள் முதலியவற்றைப் பிடிக்க பயன்படும் கண்ணி/பொறி.

spring-tide/'spriŋtaid/*(n)*:'ஸ்ப்ரிங்ட்டய்ட்: / tide that occurs at the time of the full or new Moon, பருவகாலப் பேரலை. *opp*: neap tide.

spring-y/'spriŋi/*(adj)*:'ஸ்ப்ரிங்கி: / pertaining to a spring, மீள்சக்தி உள்ள; light, இலேசான. **springiness***(n)*.

sprin-kle/'spriŋkl/*(v.t-v.i)*:'ஸ்ப்ரிங்க்ல் / to scatter in small drops, சிறு துளிகளைத் தூவு; to cover with small particles, சிறு

S

துகள்களைப் பரப்பு. **sprinkling**(*n*): a small group scattered here and there, சிறு தொகை (அ) எண்ணிக்கை அங்கொன்றும் இங்கொன்றுமாகச் சிதறிக்கிடப்பது.

sprint/sprint/(*v.t-v.i*):ஸ்ப்ரின்ட் / to run at the top speed to cover a very short distance, சிறிது தூரத்தைக் கடக்க மிக அதிக வேகத்தில் ஓடு. **sprint**(*n*): a short but very fast run, குறுகிய ஆனால் விரைவான ஓட்டம்.

sprite/sprait/(*n*):ஸ்ப்ரய்ட் / a spirit, ஆவி; an elf, குறும்பு தேவதை; a fairy, வனதேவதை.

sprout/spraut/(*n*):ஸ்ப்ரஉட் / a tender shoot of a plant, தளிர்; bud, முளை மொட்டு. **sprout**(*v.t-v.i*): to begin to grow, முளை விடு; to bud, குருத்து விடத் துவங்கு.

spruce/spru:s/(*adj*):ஸ்ப்ரூஸ் / neat and trim, மிடுக்கும், நேர்த்தியும் உள்ள; well dressed, நன்கு ஆடை அணிந்த. **spruce**(*v.t-v.i*): to dress finely well, நன்கு ஆடையுடுத்து. **spruce**(*n*): a kind of fir tree, ஒருவகை ஊசியிலை மரம். **spruceness**(*n*).

sprucebeer/'spru:sbiə*/(*n*):'ஸ்ப்ரூஸ்பிஃயஅ* / beer flavoured with sprouts of fir, ஒருவகை ஊசியிலைக் குருத்து சேர்க்கப்பட்டு மணக்கும் மதுபானம்.

sprung/sprʌŋ/(*v*):ஸ்ப்ரங் / past participle of "spring", "spring" என்பதன் இறந்தகால வினை.

spry/sprai/(*adj*):'ஸ்ப்ரய் / **spryer, spryest**: lively and vigorous, சுறுசுறுப்பான.

spud/spʌd/(*n*):ஸ்ப்பட்: / a small spade, களைவெட்டி. **spud**(*v*): to weed out, களை எடு.

spume/spju:m/(*n*):'ஸ்ப்யூம் / foam, நுரை உண்டாக்கு. **spumy**(*adj*): foamy, நுரை உள்ள. **spumous**(*adj*).

spun/spʌn/(*v*):ஸ்ப்பன் / (*p.t & p.p*) of "spin", "spin" என்பதன் இறந்தகாலம், இறந்தகால வினை.

spunk/spʌŋk/(*n*):ஸ்ப்பங்க் / vigour and spirit, ஆற்றலும் ஆர்வமும்; mettle, எழுச்சி, மன வலிமை. **spunky**(*adj*).

spur/spɜ:*/(*n*):ஸ்ப்பஅ* / a pricking needle instrument attached to the heel of the horseman, குதிமுள், குதிரைச் சவாரி செய்பவரின் காலணியின் அடிப்பகுதியில் உள்ள தாற்று முள்; a spike, தார்க்குச்சி; that which urges or induces one to act, செயல்படத் தூண்டச் செய்வது. **spur**(*v.t-v.i*): **spurred, spurring**: to make one act urgently, விரைவாக ஒருவரைச் செயல்படச் செய்; to goad with a spur, தூண்டிச் செயல்படச் செய், தார்க்கோல்; to urge, அவசரப்படுத்து. **spur-ring**/'spɜ:riŋ/(*adj*):'ஸ்ப்பஅரிங் / using spurs, தார்க்கோல் பயன்படுத்துகின்ற; riding very fastly, வேகமாகச் சவாரி செய்கின்ற. **on the spur of the moment**: on a moment of impulse, அந்த அவசர நேரத்தில். • *He changed his programme* **on the spur of the moment**.

spu-ri-ous/'spjuəriəs/(*adj*):'ஸ்ப்யுஅரியஅஸ் / not genuine, உண்மையல்லாத; not of the real kind, போலியான; sham, உண்மை போல் தோற்றமுள்ள, ஆனால் பொய்யான. • *We do not get anything genuine in these days, the food we eat; the medicines we take and the books we read - all are* **spurious**.

spurn/spɜ:n/(*v.t-v.i*):ஸ்ப்பஅ:ன் / to treat with contempt, அவமதிப்பாக நடத்து; to drive away with the foot, உதைத்துத் துரத்து. **spurn**(*n*): refusal, உதைத்தல்; contemptuous treatment, அலட்சியமாக நடத்துதல்.

spurt/spɜ:t/(*v.t-v.i*):ஸ்ப்பஅ:ட் / [also **spirt**]: to gush out in a sudden stream, பீய்ச்சும் தாரையுடன் வெளிப்படு, நீர் விரைவாகப் பாய்; to flow out in a jet, நீர்த்தாரை வழியாக வெளிப்பட்டுப் பாய். **spurt**(*n*): a sudden flow, திடீரென வெளிப்படும் நீர்த்தாரை; a gush, பீய்ச்சியடித்தல், வெளிப்படுதல்; a mighty but a short lived venture, சிறிது காலமே நீடிக்கும் ஒரு பெரிய முயற்சி; a sudden increase, திடீர் உயர்வு. • *There is a sudden* **spurt** *in the prices of the vegetables today.*

sput-nik/'sputnik/(*n*):'ஸ்ப்புட்னிக் / a spaceship, ஒரு விண்வெளிக் கப்பல்.

sput-ter/'spʌtə*/(*v*):'ஸ்ப்பட்டஅ* / to spill over drops of saliva while speaking, எச்சில் தெறிக்கப் பேசு; to speak indistinctly, தெளிவில்லாமல் பேசு. **sputter**(*n*): the act of throwing out saliva while speaking, பேசும்பொழுது எச்சில் வெளிப்படச் செய்தல்; confused way of speaking, குழப்பமாகப் பேசுதல்.

spy/spai/(*n*):ஸ்ப்பய் / a person, employed to get secret information about enemy's strength and weakness, ஒற்றன்; an informer, பிறரைப் பற்றிய செய்தியைச் சேகரித்துக் கொடுப்பவர்; one who watches secretly, வேவு பார்ப்பவர். **spy**(*v*): to act as a spy, ஒற்றனாகப் பணியாற்று.

S

squab-ble/'skwɔbl/*(v.t-v.i)*:'ஸ்க்உஃப்ல் / to quarrel over silly matter, *அற்ப காரணத்திற்குச் சண்டையிடு*; to dispute, வாதிடு; to wrangle, *சச்சரவு செய்*. **squabble***(n)*: a petty quarrel, பூசல்.

squad/skwɔd/*(v.t-v.i)*:ஸ்க்உஃட் / a number of men at drill or at work, பயிற்சி செய்யும் குழு; a party of soldiers on duty, பணியில் ஈடுபட்டிருக்கும் சிறு இராணுவப் பகுதி.

squad-ron/'skwɔdrən/*(n)*:'ஸ்க்உஃட்:ரன் / a body of horse soldiers (120-200), 120 முதல் 200 வரை கொண்ட குதிரைப்படை அணி; a fleet of warships, ஒரு கப்பற்படை; a formation of 12 fighter planes, 12 போர் விமானங்கள் கொண்ட போர் விமானப்படை; a part of a fleet under the command of a flag officer, ஒரு படைத்தலைவரின் கீழ் இயங்கும் ஓர் இராணுவப்பகுதி.

squal-id/'skwɔlid/*(adj)*:'ஸ்க்உஃலிட் / low and mean, *கீழ்த்தரமான*; foul and dirty, தூய்மையற்ற, அசுத்தமான. • *In this ancient land of ours, numberless people live in* **squalid** *conditions.*

squall/skwɔ:l/*(v.t-v.i)*:ஸ்க்உஃ:ல் / to scream like a child, குழந்தை போல் கத்து; to cry with pain, வலி தாங்காமல் கத்து. **squall***(n)*: a confusion, குழப்பம்; a gust of wind, rain, etc., திடீர்ப்புயல், திடீர்மழை முதலியவை; screaming, கத்துதல்.

squal-ly/skwɔ:li/*(adj)*:'ஸ்க்உஃ:லி / stormy, புயல் வீசுகின்ற. • *I tell you not to go out in this* **squally** *weather.* screaming, ஓசைக் குரல் எழுப்புகின்ற; disturbing, குழப்பமான.

squal-or/'skwɔlə*/*(n)*:'ஸ்க்உஃலə* / dirtiness, அசுத்தம்; filthiness, அழுக்கு.

squan-der/'skwɔndə*/*(v.t)*:'ஸ்க்உஃண்ட:ə* / to spend money with no plan, திட்டமில்லாமல் செலவு செய்; to waste, வீணாக்கு. • *He is* **squandering** *his money like water; there is none to restrain him.*

square/skweə*/*(adj)*:ஸ்க்உɛə* / of or relating to a square, சதுரமாக உள்ள; fitted well and right, நன்கு பொருந்தும்படியான; just and equal, நியாயமும், நேர்மையும் உள்ள; leaving no balance, மீதம் இல்லாமல் கணக்கு சரியாக உள்ள; settled, பொருத்தமான; full and complete, முழுமையான. **square***(n)*: a plane figure with all four sides equal and four angles equal (each being a right angle), சதுரம்; a four-sided space with houses on all sides, சதுக்கம், நாற்சந்தி; an instrument for drawing right angles, மூலை மட்டம்; the product of a number multiplied by itself, ஓர் எண்ணின் தன்பெருக்க வர்க்கம்; a body of soldiers in square, படைவீரர்களின் சதுர வடிவ அணி வகுப்பு. **square***(v.t-v.i)*: to make a square or to form a square, சதுர வடிவ மை; to set right, சரி செய்; to multiply a number by itself, ஓர் எண்ணை அதே எண்ணால் பெருக்கு, வர்க்கமாக்கு; to pay off, பணம் கொடுத்து கணக்குத்தீர்; to reconcile, சரி செய்; to square up, சிக்கலைச் சீர் செய்; to agree perfectly, நன்கு ஒத்துப்போ. • *It is better to* **square** *up the matter than to nurture your minds with hatred.* **squarely***(adv)*: in a square shape, சதுர வடிவமாக; justly, நேர்மையாக, நியாயமாக. **square root***(n)*: the root number when multiplied by itself give its square, (5 is the square root of 25), வர்க்கமூலம்.

squash/skwɔʃ/*(v.t-v.i)*:ஸ்க்உஃஷ் / to crush, நசுக்கு. • *If you fall flat on your nose, you will* **squash** *it.* to suppress, திணித்து அடை; to compel someone to become silent by giving a smart reply, திறமையாகப் பதில் அளித்து பிறரைப் பேசாது இருக்கச் செய்; to pack tightly, இறுக்கிக் கட்டு. **squash***(n)*: that which can be easily pressed, நசுக்கப்படக்கூடியது; a fruit, பழம்; fruit juice, பழ ரசம்; a sudden fall, திடீரென கீழே விழுதல்; a game played with a soft ball, பந்து விளையாட்டு.

squat/skwɔt/*(v.t-v.i)*:ஸ்க்உஃட் / **squatted, squatting**: to sit on one's heels, மண்டியிட்டு உட்கார்; to sit on the ground with legs crossed, சப்பணமிட்டு உட்கார்; to settle on land forcibly with no legal right, சட்ட விரோதமாக நிலத்தைக் கைக்கொள். **squat***(adj)*: short, thick and fat, குட்டையாகவும், பருமனாகவும் உள்ள. **squatter***(n)*: one who occupies land with no legal right, சட்டப்படி உரிமையில் லாமல் நிலத்தை ஆக்கிரமித்துக் கொள்ளல்.

squaw/skwɔ:/*(n)*:ஸ்க்உஃ: / a North American Indian woman, வட அமெரிக்காவில் வாழும் இந்தியப் பெண் (அ) வட அமெரிக்க இந்தியனின் மனைவி.

squawk/skwɔ:k/*(v.t)*:ஸ்க்உஃ:க் / to make harsh sound like that of a bird, உரத்த குரலில் பறவை போல் கத்து; to complain

S

in loud manner, உரத்த குரலில் புகார் செய். **squawk**(*n*): a loud indecent way of crying, அநாகரிகமாக வீறிட்டுக் கத்துதல்.

squeak/skwi:k/(*v.t-v.i*):ஸ்க்உயீக் / to make a shrill cry, 'கிரீச்' என்று ஒலி எழுப்பு; to move making noise, ஓசை செய்து நகர். • *Push or pull, the old door at once* **squeaks**. **squeak**(*n*): a shrill piercing cry, கீச்சென்ற, காதைத் துளைக்கும் ஒலி. **squeaky**(*adj*), **squeakily**(*adv*).

squeal/skwi:l/(*v.t-v.i*):ஸ்க்உயீல் / to utter a shrill, cry continuously, கீச்சென்ற ஒலியைத் தொடர்ந்து எழுப்பு. • *The donkeys are braying and the pigs are* **squealing**. **squeal**(*n*): a loud shrill cry, உரத்த, கீச்சென்ற சப்தம்.

squeam-ish/'skwi:miʃ/(*adj*):'ஸ்க்உயீமிஷ் / easily offended, எளிதில் உணர்ச்சி வயப்படக்கூடிய; very scrupulous, அளவுக்கு அதிகமாகக் கவனம் செலுத்துகின்ற. **squeamishly**(*adj*), **squeamishness** (*n*).

squeeze/skwi:z/(*v.t-v.i*):ஸ்க்உயீஸ்: / to press strongly, பலமாக அழுத்து; to crush, நசுக்கிப் பிழி; to make one's way with some difficulty, மிகுந்த முயற்சியுடன் கூட்டத்தை விலக்கிக் கடந்து செல். **squeeze**(*n*): the act of squeezing, நசுக்குதல்; the act of pressing powerfully, பலமாக அழுத்துதல். • *With pulls and cross pulls, life is a* **squeeze** *between desire and despair.*

squelch/skweltʃ/(*v.t-v.i*):ஸ்க்உஎல்ச் / to make a sound as of when stepped on mud, சேற்றில் நடக்கும்பொழுது ஏற்படும் ஒலியைப்போல் ஒலி எழுப்பு. **squelchy** (*adj*).

squib/skwib/(*n*):ஸ்க்உயிப்: / a small firework or rocket, வாணவெடி; a sarcastic talk, ஏளனப் பேச்சு; witty talk, கேலிப் பேச்சு.

squid/skwid/(*n*): ஸ்க்உயிட்: / a kind of cuttle fish, ஒருவகைச் சிப்பி மீன், 10 கைகளை உடையது.

squill/skwil/(*n*):ஸ்க்உயில் / a plant of the onion kind used in medicine, மருத்துவத்தில் பயன்படும் வெங்காய இனத்தைச் சேர்ந்த ஒருவகைச் செடி, ஆகாயத் தாமரை.

squint/skwint/(*adj*):ஸ்க்உயின்ட் / looking not straight, நேராகப் பார்க்க முடியாமல், ஓரக்கண்ணால் பார்க்கின்ற. **squint**(*v.t-v.i*): to have the eyes at different angles and to look sideways, ஓரக்கண்களால் சாய்வாகப் பார். **squint**(*n*): an insulting way of looking, அலட்சியப் பார்வை. **squint-eyed**/'skwintaid/(*adj*)/: ஸ்க்உயின்ட்டய்ட்: / having cross-eye, மாறுகண் உள்ள; looking obliquely, ஓரக்கண்ணால் பார்க்கின்ற.

squire/'skwaiə*/(*n*):ஸ்க்உஅயஅ* / a form of Esquire, மரியாதை அடைமொழி; an attendant, ஏவல் வேலை செய்பவர், பணியாள்; an escort, பாதுகாப்பாளர்; a noble man, பெருமகனார்; a landlord, நிலக்கிழார்.

squirm/skwɜ:m/(*v.t*):ஸ்க்உஅ:ம் / to writhe in pain, வலி தாங்காமல் துடி; to feel distressed, தாங்கொணாத் துயர் கொள்.

squirrel/'skwirəl/(*n*): ஸ்க்உயிரஅல் / a small rodent with a bushy tail inhabiting trees, அணில்.

squirt/skwɜ:t/(*v.t-v.i*): ஸ்க்உஅ:ட் / to force a liquid or fluid from a narrow pipe in a jet, நீர் பாயச் செய். • *The reed* **squirts** *with the air, whenever the wind blows.* **squirt**(*n*): syringe, பீச்சுக்குழல்; a jet of liquid or fluid, பீறிட்டு வெளிப்படும் திரவத் தாரை.

st(*abbr*): "saint", "street"; என்பனவற்றின் சுருக்கம்.

stab/stæb/(*v.t-v.i*):ஸ்ட்டஎப்: / **stabbed, stabbing**: to pierce with a pointed weapon, கூர்மையான ஆயுதத்தால் கிழித்து எறி, குத்து; to wound with a sword, கத்தியால் காயப்படுத்து; to kill by wounding with a sharp weapon, கத்தியால் குத்திக் கொல். **to stab in the back**: to attack slanderously, எதிர்பாராத சமயத்தில் துரோகம் செய். **stab**(*n*): a wound inflicted with a sword etc., குத்துக்காயம்.

sta-bil-ize/'steibəlaiz/(*v.t*):'ஸ்ட்டஎபிலய்ஸ்: / to make stable, உறுதிப்படுத்து; to set steady, நிலைப்படுத்து. • *He has* **stabilised** *his position before he thought of instituting an attack on his opponents.* **stabilization**(*n*).

sta-ble/'steibl/(*adj*):'ஸ்ட்டெய்ப்:ல் / standing firmly without moving, அசைக்க முடியாத,

உறுதியாக உள்ள; lasting, நிலைத்து இருக்கின்ற. • *Prices of essential commodities are not* **stable**; *every day, like the stocks, they fluctuate.* **stable**(*n*): a shelter for horses, cattle, etc., குதிரை லாயம், தொழுவம். **stable**(*v.t-v.i*); to keep or put (horse) in a stable, குதிரையை லாயத்தில் கட்டு (அ) வைத்திரு. **stable-ness**/'steiblnis/(*n*):'ஸ்ட்டெய்ப்:ல்னிஸ் / room for horses etc., இலாயத்தில் குதிரையைக் கட்டுவதற்கான இடம். **stability**(*n*): the state of being stable, உறுதித் தன்மை. • *At last, after two years of turmoil, we have* **stability** *now in the country.* **sta-bly**/'steibli/(*adv*): 'ஸ்ட்டெய்ப்:லி / in a steady manner, உறுதி நிலையில் இருக்கின்ற; firmly, ஒரு நிலையில். *opp*: unstable.

stack/stæk/(*n*):ஸ்ட்டீக் / a large pile of wood, hay or straw, மரக்கட்டைக் குவியல், தானியக் குவியல், வைக்கோல்போர். • *Can you find needles in a hay* **stack**? a tall chimney, உயரமான புகைக்கூண்டு. **stacks**(*n, pl*): a section of library where books are piled up, புத்தகசாலையில் உள்ள புத்தக அடுக்குகள். **stack**(*v.i*): to pile up, அடுக்கு; to heap up, குவி.

sta-di-um/'steidjəm/(*n*):'ஸ்ட்டெய்டிட்யம் / a sports ground, விளையாட்டு அரங்கம்; race course, பந்தயத்திடல்; an area with seats all round for conducting sports, games, etc., தடகளப் போட்டிகள் நடைபெறும் அரங்கம். • *Special buses are being plied from every part of the city to the Nehru* **Stadium**.

staff/stæ:f/(*n, sing*): (*n, pl*):ஸ்ட்டீஃப் / a pole, கழி, கம்பு; a walking stick, ஊன்றுகோல்; a body of office assistants, officials, etc., அலுவலர்கள், பணியாளர்கள் தொகுதி; a support, தாங்கி, ஆதாரம்; a symbolic sign of office, அதிகாரத்தைக் காட்டும் கோல்; a pole, graduated for measuring and surveying, அளவிடவும், ஆராய்ந்து பார்க்கவும் பயன்படும், அளவிடப்பட்ட கோல். **staff**(*v.t*): to provide with staff of assistants, officials, etc., அலுவலர்கள், பணியாளர்கள் முதலியவர்களை நியமனம் செய்.

stag/stæg/(*n*):ஸ்ட்டீக்: / the male red deer fully grown, கலைமான்; a person who buys shares that come to the market to sell them for profit, புது பங்குகள் சந்தைக்கு வரும்பொழுது, அதை வாங்கி, இலாபத்திற்கு விற்கும் பங்கு வியாபாரி.

stage/steidʒ/(*n*):ஸ்ட்டெய்ஜ்: / a public platform for actors, orators, etc., a theatre, பேச்சாளர்கள், நடிகர்கள் பயன் படுத்தும் அரங்கு, மேடை. • *The world is a* **stage** *and men and women are actors who play their part and depart.* (drama), a step or point in a process, முன்னேற்றப்பாதையில் ஒரு கட்டம்; a distance travelled between two halts, இரு நிறுத்தங்களிடையே உள்ள பயண தூரம்; a marked or noted period in one's life, ஒருவர் வாழ்வின் முக்கிய கட்டம். • *You cannot do anything at this* **stage**; *wait for sometime for things to settle.* **stage**(*v.t-v.i*): to put on stage, நடி, அரங்கேற்றம் செய். **stagecoach**(*n*): a coach having a regular route, குறிப்பிட்ட வழித்தடத்தில் செல்லும் வண்டி, a mail coach, அஞ்சல் வண்டி; a coach that carries passengers from one stage to another stage, பயணிகள் செல்லும் வண்டி. **stage fright**(*n*): a sense of diffidence when appearing before an audience, சபைக் கூச்சம். **stage-manage**(*v.t*): to manage a function successfully in spite of many hurdles, பல சிக்கல்களைச் சமாளித்து, ஒரு செயலைச் செவ்வனே செய்.

stage-man-ag-er/ˌsteidʒ'mænidʒə*/(*n*): 'ஸ்ட்டெய்ஜ்'மஃனிஜ* / a person who manages a stage function, நாடகத்தைத் திறமையுடன் நடத்தும் நிர்வாகி. **stage-player**(*n*): an actor who acts in stage dramas, நடிப்பவர், நாடகத்தில் பங்கு கொள்பவர்.

stag-ing/steidʒiɲ/(*n*):'ஸ்ட்டெய்ஜிங் / a temporary platform for workmen, தொழிலாளர் வேலை செய்யும் மேடை. **stage-struck**(*adj*): in love with the theatre and strongly desirous of acting, நாடகத்தில் நடிக்க அதிக விருப்பமுள்ள.

stag-ger/'stægə*/(*v.t-v.i*):ஸ்ட்டீக:ə* / to walk unsteadily, தள்ளாடி நட; to reel from side to side, தடுமாறு; to hesitate, தயங்கு; to be indecisive, முடிவெடுக்கமுடியாமல் தவி. **stagger**(*n*): an unsteady movement, தள்ளாடுதல்; a reeling from side to side, தடுமாறுதல்; arrange hours of work etc., so as not to coincide, வேலை நேரம் முதலியவற்றைச் சீராக்கு. • *Working hours have been* **staggered** *to reduce the traffic congestion.*

S

stag-nant/'stægnənt/*(adj)*:ஸ்ட்டஆக்:னஅன்ட் / standing still (water not flowing), தேங்கிக் கிடக்கின்ற; becoming impure as there is no flow, நீரோட்டம் இல்லாததால் அசுத்த மடைந்த; dull from want of action, செயல்பாடு இல்லாததால் மந்தநிலையிலுள்ள. • *We have never been a* **stagnant** *society though politically we are in the doledrums, at times.* **stag-nate**/stæg'neit/*(v.i)*:ஸ்ட்டஆக்:னெய்ட் / to cease to flow, ஓட்டமில்லாமல் இரு; to become dull, inactive and useless, மந்தமாகவும், செயலற்றும், பயனற்றுமிரு; to vegetate, சோம்பேறியாக வாழ்க்கை நடத்து. **stagnancy***(n)*: motionless, சலனமில்லாத மந்த நிலை; no action, வேலையின்மை, தேக்கம். **stagnation***(n)*.

staid/steid/*(adj)*:ஸ்ட்டெய்ட்: / quiet, calm and steady, அமைதியும், நிதானமும், ஒரு நிலைப்பாடுமுள்ள.

stain/stein/*(v.t-v.i)*:ஸ்ட்டெய்ன் / to make dirty, அழுக்குப்படுத்து; to soil, அசுத்தப் படுத்து, மாசுபடுத்து; to bring dishonour to, களங்கமாக்கு, அவமானப்படும்படி செயல்படு, அவமானம் ஏற்படச்செய். **stain***(n)*: a dirty spot mark, கறைப்பகுதி; dishonour, அவமானம்; disgrace, களங்கம். • *You may wash off the* **stains** *on your clothes, but not the* **stain** *on your reputation.* **stainless***(adj)*: without stain, கறையற்ற; pure, தூய்மையான, மாசற்ற. • *She is a woman of impeccable and* **stainless** *character.* without rust, துரு இல்லாத, துருப்பிடிக்காத.

stair/steə*/*(n)*:ஸ்ட்டஏஅ* / the number of steps one above the other, a set of steps, படி. **stair-case**/'steəkeis/*(n)*: ஸ்ட்டஏஅக்கெய்ஸ் / a flight of steps, படிக்கட்டு.

stake/steik/*(n)*:ஸ்ட்டெய்க் / a pointed piece of wood or rod, கூரான முனை, கழுமரம்; the post at which persons condemned to death are burnt, மரண தண்டனைக் கைதிகளை உயிருடன் எரிக்கப் பயன்பட்ட கம்பம்; that which is risked, துணிந்து செயல்படும் பிரச்சினை; bet or wager, பந்தயம். • *The* **stakes** *there, are many but can you think of profit without risk?* **stake***(v.t)*: to support with stakes that are driven into the ground, முனைகள் கொண்டு தாங்கச் செய்; to take risk, துணிந்து செயலில் இறங்கு.

stal-ac-tite/'stæləktait/*(n)*: ஸ்ட்டஆலஅக்ட்டய்ட் / a stalk of lime hanging from the roof of a limestone cave, சுண்ணாம்புக் குகையின் கூரையில் தொங்கும் கூர்முனைப் பாறை, சுண்ணாம்புப் பாறை.

stale/steil/*(adj)*:ஸ்ட்டெய்ல் / not at all fresh, புதுமையில்லாத; not interesting, அக்கறையில்லாத, சலிப்பு ஊட்டக்கூடிய. • *This paper publishes all* **stale** *news.* having no new ideas, புதுக்கருத்துக்கள் எதுவும் இல்லாமல். **stale***(v.t)*: to become stale, மந்தமாக இரு. **staleness***(n)*: the state of being stale, மந்த நிலை.

stale-mate/'steilmeit*(n)*:ஸ்ட்டெய்ல்மெய்ட் / [in chess] a position in which one of the players can only make a move of one piece, i.e. his king, but would have to move it into check, சதுரங்க ஆட்டத்தில், காய்களை நகர்த்த முடியாமலுள்ள ஓர் இக்கட்டான நிலை; a position in which neither side can win, எந்தப் பக்கமும் வெற்றி காணமுடியாத நிலை. • *There cannot be any progress now; the talks between the two countries have failed and there is an irreversible* **stalemate**. **stalemate***(v.t)*: to bring to a stalemate, இக்கட்டான நிலைக்குக் கொண்டு வா.

stalk/stɔ:k/*(n)*:ஸ்ட்டோ:க் / the stem of a plant, காம்பு; a supporting part of anything, ஆதாரம், தாங்கும் பகுதி. **stalk***(v.t)*: to walk with long, majestic steps, வீரநடை போடு; to approach or to chase stealthily, சந்தடியின்றி இரையைப் பின்தொடர்; to stride, கர்வத்துடன் நட.

stalls/stɔ:lz/*(n)*:ஸ்ட்டோ:ல்ஸ்: / a space or room for horses or cattle in a stable, குதிரை லாயத்திலுள்ள தனிக்கட்டடம்; a section of a shop, ஒரு விற்பனைப் பகுதி; an enclosed place where special sales take place, விற்பனைச் சாவடி; a booth, ஒரு தனி இடம். • *In the fire that spread in minutes, all the* **stalls** *were gutted before help could reach.* **stall***(v.t-v.i)*: to put in a stall, கடையில் விற்பனைக்கு வை; to keep in a stall, கொட்டகையில் கட்டு; to go out of control from loss of speed (esp. in the case of aeroplane), வேகம் இழந்து, கட்டுப்பாடின்றித் தடுமாறு (விமானம்); obstruct, தடு. • *The opposition staged a walk-out and* **stalled** *the proceedings in the Assembly.*

stal-li-on/'stæljən/(*n*):'ஸ்ட்டஆல்யஅன் / a male horse for breeding purposes (not castrated), பொலிக்குதிரை; a stud, கரு நீக்கப்படாத ஆண் குதிரை.

stal-wart/'stɔ:lwət/(*adj*):'ஸ்ட்டஓ:ல்உஅ:ட் / brave and strong, உறுதியும் துணிவும் உள்ள; unwavering, சலனமில்லாத; manly, ஆண்மையும், அஞ்சாநெஞ்சமும் உள்ள. **stalwart**(*n*): a man of courage and action, செயல் வீரர்.

sta-men/'steimən/(*n*):'ஸ்ட்டெய்மஅன் (மெ) / the pollen bearing male organ in a flower, மலரின் மகரந்தத்தூள் கொண்ட ஆணுறுப்புப் பகுதி.

stam-i-na/'stæminə/(*n*):'ஸ்ட்டஆமினஅ / strength, உடலுரம்; the power of endurance, தாங்கிக்கொள்ளும் திறன்; physical or mental strength to withstand any kind of hardship, மன உறுதி, உடல் வளம்.

stam-mer/'stæmə*/(*v.t-v.i*):ஸ்ட்டஆமஅ* / to speak haltingly, திக்கித்திக்கிப் பேசு; to falter while speaking, பேசும்பொழுது தடுமாறு. • *He* ***stammered*** *out something and left without answering my question.* **stammer**(*n*): the habit of stammering, திக்கிப் பேசும் வழக்கம். **stammerer**(*n*), **stammeringly**(*adv*).

stamp/stæmp/(*n*): ஸ்ட்டஆம்ப் / an adhesive label of printed matter showing the amount of postage, அஞ்சல் தலை; a mark, அடையாளம்; a design for making an impression, முத்திரை. • *There is a* ***stamp*** *of innocence writ large on his face.* a strong kick made with the foot on the ground, தரையை உதைத்தல்; a block with a name, முத்திரை பதித்த கட்டை; a device for stamping, முத்திரையிடும் கருவி. • *People say that the President of India is just like a rubber* ***stamp****; but it is not correct.* **stamp**(*v.t-v.i*): to strike the ground with the foot strongly, பலமாகத் தரையை உதை; to mark, அடையாளமிடு; to fix deeply to make an impression, முத்திரையிடு; to put a postage stamp on, அஞ்சல் தலை ஒட்டு; to crush to powder, இடித்துப் பொடி செய்.

stam-pede/stæm'pi:d/(*n*):ஸ்ட்டஆம்ப்பீட்: / a sudden rush of frightened cattle, அச்ச உணர்வினால் அலறிக்கொண்டு ஓடும் மிருகங்களின் குழப்ப நிலை; a sudden mad rush of people or mass movement, அச்சம் கொண்டு ஓடும் கூட்டம் (அ) மக்கள் இடம் பெயர்ந்து வேறு இடத்திற்கு ஓடுதல்; panic, குழப்பமும், கலவரமும். • *When the police resorted to firing, people ran helter skelter and in the resulting* ***stampede*** *many people were crushed to death.* **stampede**(*v.t-v.i*): to rush madly in panic, அச்ச உணர்வினால் நெருக்கித் தள்ளி ஓடு. • *Don't be* ***stampeded*** *into buying the flat; first, find out if the building had the sanction of the corporation.*

stance/stæns/(*n*):ஸ்ட்டஆன்ஸ் / the position taken by a player for hitting a ball in cricket, golf, etc., கிரிக்கெட், கோல்ஃப் விளையாட்டுகளில் விளையாடுபவர் பந்து அடிப்பதற்காக நிற்குமிடம்; posture a person assumes while standing, ஒருவர் நிற்கும் பாங்கும், தோரணையும்; the attitude taken up by a person or a party or a nation towards a problem, ஒரு பிரச்சினையை ஒருவர் (அ) ஒரு கட்சி (அ) ஒரு நாடு அணுகும் முறையும், எடுத்துக் கொள்ளும் நிலையும். • *You may think that he is a controversial writer, but it depends on the* ***stance*** *you take.*

stanch/sta:ntʃ/(*v.t-v.i*):ஸ்ட்டாஞ்ச் / [also **staunch**]: to stop the flow [of blood] from a wound, காயத்திலிருந்து வரும் இரத்தப்பெருக்கை நிறுத்து. **stanch**(*adj*): firm and strong, உறுதியான; steadfast, ஒரே குறிக்கோளுடன் செயல்படும் மனத்திண்மையுள்ள. • *He is a* ***stanch*** *advocate of socialism.* **stanchly**(*adv*), **stanchness** (*n*).

stan-chion/'sta:nʃn/(*n*):'ஸ்ட்டான்ஷஅன் / a supporting wooden or iron bar, மரம் (அ) இரும்புத்தூண், தாங்கி.

stand/stænd/(*v.t-v.i*):ஸ்ட்டஆன்ட் / **stood, standing**: to be in an upright position on the feet, நில்; to stop from moving, நகராமல் நில்; to be firm, உறுதியாக இரு; to be patient or to endure, பொறுமையாக இரு; to hold a certain course, ஒரு நிலையான வழித்தடத்தைப் பின்பற்று. **stand**(*n*): a support, ஒரு தாங்கி; a frame, ஓர் அமைப்பு; a place where vehicles are parked, வண்டிகள் நிறுத்துமிடம்; a platform for speakers/spectators,

S

பேச்சாளர்கள், பார்வையாளர்கள் இருக்கும் இடம், மேடை; a stall, ஒரு விற்பனைக்கூடம்; to adopt a position, ஒரு நிலையை மேற்கொள். • *They do not see eye-to-eye with us; they take a different* **stand** *on the issue.*

stan-dard/'stændəd/*(n)*:'ஸ்ட்டஆண்ட:ஒட் / a rule or measure, விதி, செயல்முறை; something that is set or fixed, நிர்ணயிக்கப்பட்ட விதிகள். • *Values have vanished;* **standards** *have fallen; the country is at cross roads; we need again a Gandhi to redeem us.* flag as a symbol, கொடிச் சின்னம்; a flag hoisted on a pole, கம்பத்தில் ஏற்றப்பட்ட கொடி; a fine, straight support, நேரிடையான, உண்மையான உதவி; quality or principle, தரம் (அ) கொள்கை. **standard***(adj)*: according to rules and regulations, விதிகள், விதி முறைகளின்படியுள்ள; according to procedure, செயல்முறைகளின்படியுள்ள. **stan-dard-ize**/'stændədaiz/*(v.t)*: 'ஸ்ட்டஆண்ட:ஒட:ய்ஸ: / to regularise at standard level, நியதிப்படி ஒழுங்குபடுத்து; to level up and do away the differences, வேற்றுமைகளை நீக்கிச் சமன்செய், ஒருமுகப் படுத்து. **stan-dard-iz-a-tion**/ˌstændədai'zeiʃn/*(n)*: ˌஸ்ட்டஆண்ட:ஒட:ய்'ஸெ:ய்ஷஒன் / removing the differences and standardizing, வேற்றுமைகளைக் களைந்து ஒருமுகப் படுத்துதல்.

stand by/'stændbai/*(n)*:'ஸ்ட்டஆண்ட்:ப:ய் / a person or thing kept ready for use, அவசரத் தேவைக்குத் தயாராக இருக்கும் ஒரு நபர் (அ) நம்பக்கூடிய ஒரு பொருள்; a reliable thing or person, பணிடரியக் காத்திருக்கும் நம்பிக்கையான நபர். **stand by***(v)*: be a bystander, be ready for action, உதவுபவராக இரு, செயலுக்குத் தயாராக இரு. • *I will be your* **stand by** *in this matter, come what may.*

stand-ing/'stændiŋ/*(adj)*:'ஸ்ட்டஆண்டி:ங் / lasting, நிலையான; erect, நிமிர்ந்துள்ள; definite, திட்டவட்டமான. • *The* **standing** *orders are that you cannot take more than 10 days casual leave at a time.* **standing***(n)*: position, நிலைமை; rank, உயர்நிலை.

stand-off-ish/ˌstænd'ɔfiʃ/*(adj)*: 'ஸ்ட்டஆண்ட்:'ɔ:ஃபிஷ் / not friendly, நேச உணர்வில்லாத; very formal, விதி முறைகள், மரபுகளை மட்டுமே மதிக்கின்ற.

stand-point/'stændpɔint/*(n)*: 'ஸ்ட்டஆண்ட்:ப்பɔய்ன்ட் (ம்ப்பɔ) / point of view, பார்வைப் பகுதி, பார்வைக் கோணம்; one's way of thinking, regarding or understanding a matter or problem, ஒரு பிரச்சினை (அ) கருத்து பற்றிய ஒருவரின் அணுகுமுறை, புரிந்துகொள்ளும் ஆற்றல் முதலியன. • *You seem to take a different* **standpoint**, *well, let us stick to our sails.*

stand-still/'stændstil/*(n)*: 'ஸ்ட்டஆண்ட்:ஸ்ட்டில் / stopping the work in progress, நிறுத்தம்; deadlock, வேலையைத் தொடர்ந்து செய்ய இயலாமை. • *We have* **standstill** *agreements in all matters.*

stank/stæŋk/*(v)*:ஸ்ட்டஆங்க் / past tense of "stink", "stink" என்பதன் இறந்த கால வினை வடிவம்.

stan-na-ry/'stænəri/*(n)*:'ஸ்ட்டஆனஒரி / a tin-mine, தகரச் (கனிச்) சுரங்கம்; tin ware, தகரப் பாத்திரங்கள்.

stan-za/'stænzə/*(n)*:'ஸ்ட்டஆன்ஸ:ஒ / a few lines of a poem forming a definite unit, செய்யுள் தொடரின் ஒரு பகுதி.

staple/'steipl/*(v.t)*:'ஸ்ட்டெய்ப்ல் / to fasten with staples, நாதாங்கி பொருத்து; to join or fasten, இணை (அ) பொருத்து. **staple***(n)*: a metal loop into which a pin or bolt fastens or for holding wire in position, நாதாங்கி; main part of usage, முக்கியமாகப் பயன்படுவது; the chief trade of a country or district, நாட்டின் முக்கிய வணிகம்; raw material, மூலப்பொருள்; the main food used in and needed for a house, the main product that is produced and marketed, உற்பத்தியாகும் முக்கிய பொருளும், அது சந்தையில் விற்கப்படுவதும், முக்கிய உற்பத்தி விற்பனைப் பொருள். **staple***(adj)*: important in the markets, சந்தையில் முக்கியமானதாக உள்ள; manufactured in large quantities, பெருமளவில் தயாரிக்கப்படுகின்ற. • *Rice is the* **staple** *food in South India.*

sta-pler/'steiplə*/*(n)*:'ஸ்ட்டெய்ப்லஒ* / a hand tool that staples papers, காகித இணைப்பான், காகிதங்களை இணைக்கும் கம்பியைப் பொருத்தும் கருவி.

star/sta:*/*(n)*:ஸ்ட்டா* / a self-luminous heavenly body, an ornament having the shape of a star, விண்மீன், நட்சத்திர வடிவு கொண்ட ஓர் ஆபரணம்; a printing mark like an asterisk, நட்சத்திரக்குறி; a famous skillful performer, திறம்படச் செய்வதில்

புகழ்பெற்றவர்; a planet or sign of Zodiac supposed to decide a person's fame or his chance of getting the same, ஒருவரின் நற்பயனை நிர்ணயம் செய்யும் ராசி நட்சத்திரம். • *You can see the 'milky way' stretching across the sky like a silver bow on any* **starlit** *night.* **star**(*v.t-v.i*): to be a main actor in a performance etc., முக்கிய நடிகரை நிகழ்ச்சியில் பங்கேற்கச் செய்; to perform as a principal actor, singer, etc., முக்கிய நடிகர், பாடகர், நிகழ்ச்சியாளர், முதலியவர்களாகச் செயல்படு, நிகழ்த்து. • *You know my friend is* **starring** *in the T.V. serial.* to mark with asterisk, நட்சத்திரக் குறியிடு.

star-board/'sta:bəd/(*n*):'ஸ்ட்டாபஉட் / the right side of a ship looking towards the forward side, முன்புறத்தை நோக்கியிருக்கும் விமான (அ) கப்பலின் வலப்புறம்.

starch/sta:tʃ/(*n*):ஸ்ட்டாச் / the carbohydrate constituent of food, உணவின் மாவுச்சத்து; gruel used to stiffen linen etc., சலவை செய்த ஆடைகளை விறைப்பாக்கும் மாவுப் பசை. **starch**(*v.t*): to treat clothes with starch, ஆடைகளுக்குக் கஞ்சி போடு. **starch-y**/sta:tʃi/(*adj*):'ஸ்ட்டாச்சி / like starch, கஞ்சிபோலுள்ள; formal and stiff in manner, விதிகளின்படி நடந்து கொள்ளும், சற்றும் மனிதாபிமானம் இல்லாத. **starchily**(*adv*).

stare/steə*/(*v.i*):ஸ்ட்டஉ* / to look fixed for a long time, அநாகரிகமாக முறைத்துப்பார்; to look right at one's face, ஒருவரை உற்றுப்பார். **stare**(*n*): a steady fixed look, உற்றுப் பார்த்தல், உறுத்தல் பார்வை.

star-fish/'sta:fiʃ/(*n*):'ஸ்ட்டாஃபிஷ் / a flat sea-animal with five arms looking like a star, விண்மீன் வடிவு கொண்ட ஐந்து கரக் கடல் விலங்கு.

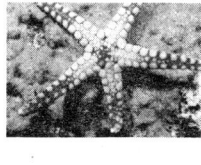

star-gazer/'sta:ˌgeizə*/(*n*):'ஸ்ட்டா,கெ:ய்ஸ:ə* / a person who practises astronomy, வானவியலார். • *When he heard that our Sun is slowly dying out, the* **stargazer** *is worried about our life here. But the fact is that it will take millions and millions of years for the Sun to die.* **star gazing**(*n*).

stark/sta:k/(*adj*):ஸ்ட்டாக் / hard, bare or severe, மனவுறுதியுள்ள, மிக்க வெளிப் படையாக. • *The* **stark** *reality is that many of us do not live like human beings; we simply exist.* complete, முழுமையாக; down right, தெள்ளத் தெளிவாக; naked, ஒளிவு மறைவு இல்லாத; without clothes, ஆடையில்லாத. **starkness**(*n*).

star-light/'sta:lait/(*n*):'ஸ்ட்டாலய்ட் / the light given by the stars, நட்சத்திர ஒளி, விண்மீன் ஒளி.

star-ling/'sta:liŋ/(*n*):ஸ்ட்டாலிங் / a common blackish green European bird, சாதாரணமாகக் காணப்படும் கரும்பச்சை நிற ஐரோப்பியப் பறவை; a familiar bird, நன்கு பழக்கப்பட்ட பறவை.

star-lit/sta:lit/(*adj*):ஸ்ட்டாலிட் / lighted by the stars, நட்சத்திர ஒளி வீசும்படியான, விண்மீன் ஒளி பெற்ற.

start/sta:t/(*v.t-v.i*):ஸ்ட்டாட் / to move all of a sudden, திடீரெனக் கிளம்பு; to begin, தொடங்கு; to move with surprise, suddenly, திடீரென அதிர்வு கொள்; to set out, பயணம் தொடங்கு; to set working, வேலையைத் துவக்கச் செய். • *You stop talking and* **start** *doing.* **start**(*n*): the beginning, துவக்கம்; an advantage, ஆதாயம். • *He gambled just for the fun of it and hit the Jackpot. That gave him a good* **start** *in life he never dreamt of.*

start-er/sta:tə*/(*n*):ஸ்ட்டாட்டə* / a person, horse, car, etc., at the starting point, பந்தயத்தில் பங்குகொள்ளும் ஒருவர், குதிரை, வண்டி முதலியவை; a person, who gives the signal for starting a race, சைகை செய்து பந்தயத்தைத் தொடங்கி வைப்பவர்; a mechanical device to start a machine, ஓர் இயந்திரத்தைத் துவக்க உதவும் அமைப்பு.

star-tle/'sta:tl/(*v.t*):'ஸ்ட்டாட்ல் / to cause to be surprised, திடுக்கிடச் செய்; to be frightened for a while, சில நிமிடங்கள் அதிர்ச்சியடை; to give a person a sudden unexpected surprise and fright, திடீரென, ஒருவரை திடுக்கிடச் செய். **startling**(*adj*), **startlingly**(*adv*).

starve/sta:v/(*v.t-v.i*):ஸ்ட்டாவ் / to suffer from hunger, பசியால் வருந்து; to die for want of food, பட்டினியால் இற. **star-va-tion**/sta:'veiʃn(*n*):ஸ்ட்டா'வெய்ஷன் / suffering from want of food, உணவின்றி வருந்துதல்; death from want of food, பட்டினியால் இறத்தல். • *A few* **starvation** *deaths were reported in the famine-stricken area.*

starvation wages: ˌஸ்ட்டாவெய்ஷன்' உஎய்ஜிஸ்: / meagre wages not enough to buy food, உணவு வாங்குவதற்குக்கூட பற்றாக்குறையாக உள்ள கூலி.

starve-ling/'sta:vliŋ/(*n*):'ஸ்ட்டாவ்லிங் / a person or animal that suffers from want of food, உணவின்றித் தவிக்கும் நபர் (அ) ஒரு விலங்கு.

state/steit/(*n*):ஸ்ட்டெய்ட் / rank, நிலை; position, status, பதவி, அதிகாரம். • *His* **state** *is kingly; thousands run at his bidding.* a splendid show, ஆடம்பரக் காட்சி; a territory where people live with their own laws and governing body, நாடு; government, அரசு; style of living, வாழ்க்கை இயல்பு, நிலை, தரம்; an anxious moment, கவலை தரும் நிலை. • *The student let himself get into a* **state** *before the interview.* **state**(*v.t*): to give a formal account of, அறிவிப்புக் கொடு; to assert, உறுதியாகக் கூறு; to mention definitely, வரையறுத்துக் கூறு.

state-craft/'steitkra:ft/(*n*): 'ஸ்ட்டெய்ட்க்ராஃப்ட் / the art of governing, ஆளும் திறன்; the skill of being a statesman, ஓர் அரசு நிர்வாகியாக இருக்க வேண்டிய அறிவுத்திறன், அரசியல் மதி நுட்பம்.

stated/'steitid/(*adj*):'ஸ்ட்டெய்ட்டிட்: / happening periodically, குறிப்பிட்ட காலத்தில்; fixed, நிர்ணயிக்கப்பட்டுள்ள.

state-li-ness/'steitlinis/(*n*): 'ஸ்ட்டெய்ட்லினிஸ் / dignified appearance, சிறந்த, கம்பீரத்தோற்றம். **state-ly**/'steitli/(*adj*):'ஸ்ட்டெய்ட்லி / of grand appearance, majestic, உயர்வான தோற்றமுடைய, பெருமையும், கம்பீரமும் உள்ள; ceremonious, மரபு வழி.

state-ment/'steitmənt/(*n*):'ஸ்ட்டெய்ட்மன்ட் / that which is stated, கூற்றறிக்கை; account, வரவு-செலவுப் பட்டியல், கணக்கு சரி செய்த அறிக்கை; report, summary, etc., வார்த்தைகள் மூலம் சொல்லப்படுவது, எழுதப்படுவது முதலியவை. **state of the art**(*adj*): making use of the most modern and quite recently developed ways, means, methods, materials, knowledge, etc., மிகப் புதுமையான முறைகள், வழி, பொருள்கள், அறிவு முதலியவற்றைப் பயன்படுத்தக்கூடிய திறன். **state-room** (*n*): a comfortable private cabin on board a ship, கப்பலில் உள்ள ஒரு வசதியான அறை.

states-man/'steitsmən/(*n*): 'ஸ்ட்டெய்ட்ஸ்மன் / a person, good at statecraft and skilled in the art of governing and at the same time fair minded, நிர்வாகத்திறனும், அரசியல் மதி நுட்பமும், நேர்மையும் கொண்ட அரசியல் தலைவர். • *Nehru was not only a great politician but also a good* **statesman**. **statesmanlike**(*adj*), **statesman-ship**(*n*).

stat-ic/'stætik/(*adj*):'ஸ்ட்டஎட்டிக் / [also **statical**]: neither moving nor changing nor developing, அசையாமல் (அ) மாறுதல் இல்லாமல் (அ) வளர்ச்சி எதுவுமில்லாமல் இருந்துகொண்டு, நல்ல மாற்றமில்லாமல் நிலையாக இருந்துகொண்டு; (of the electricity) not flowing, மின்சாரம் பாயாத. **static**(*n*): blocking of TV or radio signals by noise or electrical effects caused by air, வானொலி, தொலைக்காட்சி போன்ற வற்றின் இயக்கத்தைத் தடை செய்யும் மின் தடங்கல் மற்றும் ஒலி.

stat-ics/'stætiks/(*n*):'ஸ்ட்டஎட்டிக்ஸ் / science dealing with the static condition of objects or forces that keep the body at rest, பொருள்களின் சம நிலை இயல்.

sta-tion/'steiʃn/(*n*):'ஸ்ட்டெய்ஷன் / a place used for stopping, நிற்குமிடம்; halting place, தங்குமிடம். • *It is a watering* **station** *and the train will stop for half an hour.* a place where police troops, etc., are on duty, a place of office for the police, an office for working men, position, rank, காவல் நிலையம், அலுவலகம், பதவி; status, உயர்நிலை. **station**(*v.t*): to put (some official) into a particular place for military or other duty, ஒரு குறிப்பிட்ட இடத்தில் அலுவலர் (அ) இராணுவத்தினர் இவர்களைப் பணியில் அமர்த்து; to assign to a station for performing certain duty, ஒரு குறிப்பிட்ட கடமையை நிறைவேற்ற ஒரு நிலையத்திற்குப் பணிபுரிய நியமனம் செய்; to set in position, ஒரு நிலையில் இருக்க வை.

sta-tion-a-ry/ˈsteiʃnəri/*(adj)*: ˈஸ்ட்டெய்ஷனரி / standing still, at rest, நிலையாக இருக்கின்ற, ஓய்வு எடுக்கின்ற; not making any progress, முன்னேற்றம் எதுவும் இல்லாத.

sta-tion-er/ˈsteiʃnə*/*(n)*:ˈஸ்ட்டெய்ஷ்னஅ* / a person who sells materials like writing paper, pen, pencil and other things, எழுதுபொருள்கள் விற்பனையாளர். **stationery**(n): goods like papers, writing materials and other things, எழுது பொருள்கள்.

statist/ˈsteitist/*(n)*:ˈஸ்ட்டெய்ட்டிஸ்ட் / statistician, புள்ளிவிவர இயல் நிபுணர்.

stat-is-ti-cian/ˌstætiˈstiʃn/*(n)*: ˌஸ்ட்டஆட்டிஸ்ˈட்டிஷஅன் / a person who works with statistics, புள்ளி விவரப் பணியாளர். **statistics**(n): a branch of mathematics dealing with facts and figures collected, arranged and classified, புள்ளி விவர இயல். **statistical**(adj), **statistically** *(adv)*.

stat-u-a-ry/ˈstætʃuəri/*(adj)*:ˈஸ்ட்டஆச்சுஅரி / of or for statues, உருவச்சிலைகளுடைய (அ) தொடர்பான. **stat-ue**/ˈstætʃu:/ *(n)*:ஸ்ட்ஆச்யூ (சூ) / a true representation of a human or animal figure in stone, marble, metal, clay, etc., உருவச்சிலை. **stat-u-esque**/ˌstætʃuˈesk/*(adj)*: ˌஸ்ட்டஆச்சுˈயெஸ்க் / like a statue, ஒரு உருவச் சிலையைப் போலுள்ள; dignified, பெருமை மிக்க; grand, கம்பீரமாக.

stat-u-ette/ˌstætʃuət/*(n)*:ˌஸ்ட்டஆச்சுஅட் / a small statue for putting on a table or shelf, மேசை அலமாரியில் வைப்பதற்கான சிறிய உருவச் சிலை.

stat-ure/ˈstætʃə*/*(n)*:ˈஸ்ட்டஆச்சஅ* / the natural height of a human body, இயல்பான ஆளுயர அளவு; the degree of admiration a person acquires according to his worth, fame, etc., ஒருவரின் பெருமை, உயர்வு, புகழ். • *Physically he was frail, but mentally he was of a gigantic* **stature**.

status/ˈsteitəs/*(n)*:ˈஸ்ட்டெய்ட்டஅஸ் / one's legal, official positions, ஒருவரின் அதிகார பூர்வமான உயர்நிலை; one's social rank, ஒருவரின் சமுதாய உயர்நிலை. • *Did Ramanujam have any* **status** *before he shot into fame?* relative position, ஒப்பிட்டுப் பார்க்கும்பொழுது மதிப்பிடப் படும் உயர்நிலை.

sta-tus-quo/ˌsteitəsˈkwəu/*(n)*: ˈஸ்ட்டெய்ட்டஅஸ்ˈக்உஅஉ / the state of things as they are, அந்த சமயத்தில் பொருள்கள் இருக்கும் நிலை; the state of affairs as they exist, பொருள்கள் எப்படி உள்ளனவோ அவ்வாறே இருக்கும் தன்மை.

stat-ute/ˈstætʃu:t/*(n)*:ˈஸ்ட்டஆச்யூட் / a law passed by legislative body and formally recorded, சட்டமன்றத்தில் நிறைவேற்றப் படும் மசோதா. **stat-u-to-ry**/ˈstætʃutəri/ *(adj)*:ˈஸ்ட்டஆச்யுட்டஅரி / made by statute, சட்டரீதியான; required or controlled by law, சட்டத்தின் அமைப்புக்கு ஏற்ப, சட்டக் கட்டுப்பாட்டிற்கேற்ப. • *You cannot credit all that into your profit account; there is* **statutory** *control of incomes.*

stave/steiv/*(n, sing)*:ஸ்ட்டெய்வ் / **staves**(n, pl): a narrow strip used for making cask, பீப்பாய் செய்யப் பயன்படும் ஒருவகை மெல்லிய குறுகலான மரத்தண்டு; a staff, கோல்; the set of five lines on which musical notes are written, இசை அமைக்கப் பயன்படும் ஐந்து வரிகளின் தொகுப்பு. **stave**(v.t), **staved or stove**: to break, to crush out of form, உடை, உருக்குலையும்படி செய்; to be broken inward, உட்பக்கம் ஒடிந்து விடு; to keep away, ஒதுங்கி இரு.

stay/stei/*(v.i)*:ஸ்ட்டெய் / to be in a place, ஓர் இடத்தில் இரு. • **Stay** *out; don't meddle with my affairs.* to live, to reside, வசி; to stop in a place for a while, சிறிது காலம் ஓர் இடத்தில் தங்கு; to keep from falling, விழாமல் வைத்திரு; to delay, தாமதம் செய்; to postpone, தள்ளிப்போடு. **stay**(n): that which supports, தாங்கி, ஆதாரம். • *The main* **stay** *of the people here, is agriculture.* that which stays, இருப்பது; abode for a time, சிறிது காலம் தங்குமிடம்; a period of staying, சிறிது ஓய்வு எடுக்கும் காலம். • *We often forget that our* **stay** *here in this planet of ours is only for a shortwhile and make our life miserable instead of making it pleasant.* a rope for supporting a mast, பாய்மரத்தைத் தாங்கும் கயிறு. **stay**(n, pl): bodice, corset, மகளிரின் இறுக்கமான உள்ளாடை; stay order, நீதிமன்றத் தடை உத்தரவு. **stay at home**(n): a person who prefers to stay at home without having any kind of adventure, எந்த முயற்சியிலும் ஈடுபடாமல், வீட்டிலேயே தங்கும் குணம் உடையவர்.

S

STD(*n*): short form of Subscriber Trunk Dialling, Subscriber Trunk Dialling என்பதன் சுருக்கம்; an automatic connection for dialling, தானியங்கித் தொடர்புத் தொலைபேசி.

stead/sted/(*n*):ஸ்ட்டெட்: / in someone's place, பிறர் இடத்தில்; to stand in good stead, உதவு, ஆதாரமாய் இரு.

stead-fast/'stedfa:st/(*adj*):'ஸ்ட்டெட்ஃபஸ்ட் / very faithful, மிக உண்மையாக உள்ள; loyal, நம்பிக்கையாக உள்ள. **steadfastly**(*adv*), **steadfastness**(*n*).

stead-y/'stedi/(*adj*):'ஸ்ட்டெடி: / firm, உறுதியாக உள்ள; fixed in position, நிலையில் உள்ள. **steady**(*v.t-v.i*): to become steady, உறுதிப்படுத்து, நிலையாக இரு. **steady** (*adv*): having good and firm relationship, நல்ல உறுதியான உறவு கொண்டுள்ள.

steak/steik/(*n*):ஸ்ட்டீக் / a piece of meat or fish cut for cooking, சமைப்பதற்கு வெட்டப்பட்ட இறைச்சி (அ) மீன் துண்டு.

steal/sti:l/(*v.t-v.i*):ஸ்ட்டீல் / **stole, stolen**: to take away secretly something that belongs to another, திருடு; to slip away unseen by anyone, இரகசியமாகத் தப்பிச் செல்; to do secretly, மறைவாகச் செயல்படு. • *As the Sun peeps out of the clouds, light is* **stealing** *slowly through the window.* **stealing**(*n*). **stealth**/stelθ/(*n*):ஸ்ட்டெல்த் / doing or moving or working secretly, இரகசியமாகச் செய்தல், நகர்தல், வேலை செய்தல் முதலியவை. **stealthy**/stelθi/(*adj*): ஸ்ட்டெல்தி / quiet and secret, இரகசியமாகவும், மறைவாகவும் செய்கின்ற.

steam/sti:m/(*n*):ஸ்ட்டீம் / water in the form of gas produced by boiling, நீராவி; power produced by steam under pressure, நீராவியின் அழுத்தத்தினால் ஏற்படும் சக்தி; mist, பனி; train operated by steam engine, நீராவி இயந்திரத்தினால் இயக்கப்படும் புகைவண்டி. **Let off steam**: to relieve pent up feelings, அடக்கி வைத்து இருக்கும் உணர்ச்சிகளை வெளியிடு. **steam**(*v.i*): to give out steam, நீராவியை வெளியிடு; to be driven by steam, நீராவியால் இயக்கு; to make soft by passing over steam, நீராவி கொண்டு பதப்படுத்து; to expose to steam, நீராவியால் இயங்கு; to cook in steam, நீராவியில் உணவைச் சமை. **steam**(*adj*): powered or worked by steam, நீராவியால் இயக்கப்படுகின்ற. **steam engine**(*n*).

steam-er/sti:mə*/(*n*):'ஸ்ட்டீமə* / an engine used on roads, சாலைகளில் பயன்படுத்தப்படும் எந்திரம்.

steam vessel(*n*):'ஸ்ட்டீம்'வெஸəல் / a vessel for cooking, உணவு தயாரிக்கப் பயன்படும் அமைப்பு.

steel/sti:l/(*n*):ஸ்ட்டீல் / iron hardened and made strong with the addition of carbon, எஃகு; weapons made of steel, எஃகு ஆயுதங்கள். **steel**(*v.t*): to become determined, மனவுறுதி கொண்டிரு; to make hard, கடினமாக்கு.

steel-yard/'sti:lja:d/(*n*):ஸ்ட்டீல்யாட்: / a balance with a single pan and a scale beam along which a weight is moved, துலாக்கோல், எடை காணும் ஒரு சாதனம்.

steep/sti:p/(*adj*):ஸ்ட்டீப் / sloping or rising sharply, சரிவான, செங்குத்தான; very hard to climb, மேலே ஏறுவதற்குக் கடினமாக உள்ள. **steep**(*n*): a sharp incline, செங்குத்துப்பாறை. **steep**(*v.t-v.i*): to become steep, செங்குத்தாக அமைந்திரு. • *The mountain peaks are* **steeped** *in snow.*

stee-ple/'sti:pl/(*n*):'ஸ்ட்டீப்ல் / a church tower ending in a point or spire, மாதாகோயில் கோபுர உச்சி.

steeple-chase/'sti:pltʃeis/(*n*): 'ஸ்ட்டீப்ல்ச்'செய்ஸ் / (in former times) race over many hurdles like hedges, ditches, etc., with a steeple in view, தடைகளைத் தாண்டிச் செல்லும் பந்தயம்; a horse race, குதிரைப் பந்தயம்; a cross country race, ஒரு கிராமப்புறப் பந்தயம்.

steer/stiə*/(*v.t-v.i*):ஸ்ட்டியə* / to cause or to make (a vehicle or a boat) go in a particular direction, ஒரு குறிப்பிட்ட திசையில் செல்லும்படி செய்; to guide a vehicle, boat, ship, etc., வண்டி, படகு, கப்பல் முதலியவற்றைச் செலுத்து. **steer clear of**: avoid, விலக்கு. • *When you* **steer, clear of** *these hurdles and obstacles, life becomes an easy ride.* **steer**(*n*): a young ox, இளங் காளைமாடு. **steer-age**/stiəridʒ/(*n*):ஸ்ட்டியərிஜ் / (in former times) the part of a ship for people paying the lowest fare, முற்காலத்தில் கப்பலில் குறைந்த கட்டணப் பயணிகள் பகுதி. **steers-man**/stiəzmən/(*n*): ஸ்ட்டியəஸ்:மən / a person who steers, ஓட்டுநர், மாலுமி. **steering-wheel**/'stiəriŋwi:l/(*n*)/:ஸ்ட்டியərிங்உயீல் / a wheel for directing the course of a vehicle or ship, வண்டி (அ) கப்பலைச் செலுத்துவதற்குப் பயன்படும் சக்கரம் போன்ற அமைப்பு.

stel-lar/'stelə*/*(adj)*:ஸ்ட்டெலə* / of the stars, விண்மீன்கள் பற்றிய; pertaining to the stars, நட்சத்திரத் தொடர்பான; full of stars, நட்சத்திரங்கள் நிறைந்துள்ள.

stem/stem/*(n)*:ஸ்ட்டெம் / the trunk of a tree, அடிமரம்; the main stalk of a flower or fruit, தண்டுக் காம்பு; the family dynasty or race, மரபுவழி, பரம்பரை; the main part of a word to which different endings are added, பல்வேறு பின்னிணைப்பு உள்ள ஒரு சொல்லின் முக்கிய பகுதி; the front part (bow) of a ship or boat, கப்பல், படகு இவற்றின் முன்புறம் இணைக்கப்பட்டிருக்கும் இணைப்பு மரம். **stem**(*v.t-v.i*): **stemmed, stemming**: to stop the flow of blood, இரத்தப்பெருக்கைத் தடுத்து நிறுத்து; to go against the tide or stream, நீரோட்டம் (அ) அலை இவற்றை எதிர்த்துச் செல். **to stem from**: to have the origin of, துவக்கம் செய்வதாய் இரு, துவக்கம் செய். • *These multitudes! They never will change their beliefs that* **stem from** *ignorance.* to belong to the family of, to be the part of a dynasty, ஒரு குடும்பத்தைச் சார்ந்திரு, ஒரு பரம்பரையைச் சார்ந்திரு.

stench/stentʃ/*(n)*:ஸ்ட்டெஞ்ச் / a very strong foul smell, துர்நாற்றம், வாடை.

stencil/'stensl/*(n)*:'ஸ்ட்டென்ஸில் / a metal piece or wax sheet pierced with a pattern or writing through which ink or colour is supplied for tracing copies of such things, நகல் எடுக்க உதவும் தகடு (அ) மெல்லிய தாள். **stencil**(*v.t*), **stencilled, stencilling**: to cut the stencil, படிப்பெருக்கி கொண்டு படிவங்கள் வெட்டு/எடு; to make copies, படிவங்கள் செய்/எடு.

sten-o-graph-er/stə'nɔgrəfə*/*(n)*: ஸ்ட்டெ'னாக்:ரəஃபə* / one who takes dictation stenographically, சுருக்கெழுத்தர். **sten-o-gra-phy**/stə'nɔgrəfi/*(n)*: ஸ்ட்டெ'னாக்:ரəஃபி / shorthand writing, சுருக்கெழுத்து முறை.

sten-to-ri-an/sten'tɔ:riən/*(adj)*: ஸ்ட்டென்'ட்டோ:ரியəன் / very loud (of voice), உரத்த குரலுடைய.

step/step/*(n)*:ஸ்ட்டெப் / the distance covered by the foot while walking, காலடி தூரம்; a small space of one foot long, அடிச்சுவடு, காலடி நீளம்; footboard, படிக்கட்டு; a movement or action, செயல்பாடு, நடவடிக்கை. **step**(*v.t-v.i*), **stepped, stepping**: to move one foot past the other foot, அடியெடுத்து வை; to walk with slow steps, மெதுவாக நடை போடு; to bring the foot down, அதிரடியாக நட. **to step down**: to get out of one's job, வேலையை விட்டு விடு. **to step in**: to enter into an argument, விவாதத்தில் இறங்கு; to take action, நடவடிக்கை எடு.

step-ping-stone/'stepiŋstəun/*(n)*: 'ஸ்ட்டெப்பிங், ஸ்ட்டəஉன் / a stone for stepping on when crossing water or mud, படிக் கல்; ways and means of advancement, முன்னேற்றத்திற்கான வழி முறைகள்; a help for achieving one's aims, ஒருவர் தன் நோக்கத்தை நிறைவேற்று வதற்குப் பெறும் உதவி. **step-bro-ther**/'step,brʌðə*/*(n)*:'ஸ்ட்டெப், ப்:ரத:ə* / a male person whose father or mother has married one's mother or father, ஒருவரின் சிறிய தந்தை (அ) சிற்றன்னையின் மகன்/ஒன்றுவிட்ட உடன் பிறப்பு (அ) சகோதரன்.

step-child/'steptʃaild/*(n)*:'ஸ்ட்டெப்ச்சய்ல்ட் / the child of one's husband or wife by a former marriage, ஒரு கணவனுடைய (அ) மனைவியினுடைய மறுதாரக் குழந்தை.

step-lad-der/'step,lædə*/*(n)*: 'ஸ்ட்டெப்,லæட:ə* / a ladder with flat steps and two parts, அகலப்படிகளோடு கூடிய இரு புற ஏணி.

step parent(*n*):'ஸ்ட்டெப்'பεəரəன்ட் / the person to whom one's father or mother has been remarried, ஒருவரின் தாய் (அ) தந்தை மறுமணம் புரிந்து கொண்ட நபர்; one's stepmother, ஒருவரின் மாற்றாந்தாய்; one's stepfather, ஒருவரின் சிறிய தந்தை.

step-ney/'stepni/*(n)*:'ஸ்ட்டெப்னி / an extra-wheel kept in motor cars, மோட்டார் வண்டிகளில் வைக்கப்பட்டிருக்கும் மாற்றுச் சக்கரம்.

steppe/step/*(n)*:ஸ்ட்டெப் / a plain land with no trees, ருசியா, ஆசியா தென்கிழக்கு நாடுகளில் காணப்படும் புல்வெளி.

ster-e-o-scope/'steriəskəup/*(n)*: 'ஸ்ட்டியəரியəஸ்க்கəஉப் / an instrument with a magnifying glass for each eye for viewing the figures, three dimensional appearance, இரு ஆடிகள் கொண்ட ஓர் ஒளிக்கருவி, இரு பார்வையினால் பார்க்கப் படும் பொருளின் கனமும், முப்பரிமாணத் தோற்றமும் தெரியும் கருவி. **ster-e-o-**

S

scop-ic/ˌsteriəˈskɔpik/*(adj)*: ˌஸ்ட்டியஅரியஅஸ்'க்காப்பிக் / seen or seeing as if (the picture) with depth and distance, பொருளின் கனம், தூரம் முதலியவைகளும் தெரியும்படியாக உள்ள.

ster-e-o-type/ˈstiəriətaip/*(n)*: 'ஸ்ட்டியஅரியஅட்டய்ப் / a metal plate having an impression of an exact copy of type set up for printing, அச்சிடுவதற்கு எழுத்துக்கள் மேடாக வார்க்கப்பட்ட ஒரு தகடு. **stereotype***(v.t)*: to print with stereotype*(v.t)*: to print with stereotype plates, எழுத்துக்கள் பொறிக்கப்பட்டு, அச்சிடக்கூடிய தகடுகளைக் கொண்ட அச்சுப் பிரதிகள் எடு; to fix permanently, நிலையாக இருக்கும்படி பொருத்து; to be or to make unchangeable, மாற்றமில்லாமல் இரு, இருக்கச்செய்; to be monotonous, ஒரே மாதிரியாக இருக்கின்ற. **stereotyped** *(adj)*: not at all changing but monotonous, மாறாது, ஒரே மாதிரியாக இரு. • *They have printed the same thing here — a* ***stereotyped*** *copy of the matter from a foreign magazine.*

ster-ile/ˈsterail/*(adj)*:'ஸ்ட்டெரய்ல் / barren, மலடாக; not imaginative, with no new ideas, கற்பனை வளம் இல்லாத, புதுக் கருத்துக்கள் தோன்றாத. **ster-i-lize**/ˈsterəlaiz/*(v.t)*/:'ஸ்ட்டெரிலய்ஸ் / to make sterile, இன விருத்தியைத் தடு, இனப் பெருக்க ஆற்றலை அழித்து விடு; to destroy harmful germs, கிருமிகளை அழித்து விடு, நோய்த் துன்பங்களைக் கொன்றுவிடு. **sterility***(n)*.

ster-ling/ˈstɜ:liŋ/*(n)*:'ஸ்ட்டஅ:லிங் / the type of money used in Britain, ஆங்கில நாணயம். **sterling***(adj)*: loyal, உண்மையான; reliable, நம்பத்தகுந்த; brave and valuable, வீரமும், மதிப்பும் உள்ள.

stern/stɜ:n/*(adj)*:ஸ்ட்டஅ:ன் / showing firmness and rudeness, கடுமையான நோக்குடன்; exhibiting signs of disapproval, மனநிறைவில்லாது வெறுப்புக் காட்டுகின்ற. **stern***(n)*: the back part of a ship, கப்பலின் பின்பகுதி; hind part of an animal, ஒரு பிராணியின் வால் பகுதி.

ster-num/ˈstɜ:nəm/*(n, sing)*:'ஸ்ட்டஅ:னஅம் / **sterna***(n, pl)*: breast bone, மார்பெலும்பு.

ster-tor-ous/ˈstɜ:tərəs/*(adj)*:'ஸ்ட்டஅ:ட்டஅரஅஸ் / making noisy sound while breathing, மூச்சு விடும்பொழுது ஒருவிதமான குறட்டை ஒலி எழுப்பிக் கொண்டிருக்கின்ற. **stertorously***(adv)*, **stertorousness***(n)*.

stet/stet/*(int)*:ஸ்ட்டெட் / a note for directing a printer not to remove or change the writing which has been scored out, அச்சுப் படிவத்தில் திருத்தப்பட்ட பகுதிகளை 'நீக்க வேண்டாம், மாற்றமில்லை' என்பதற்கான குறிப்பு; let it remain, 'அப்படியே இருக் கட்டும்' என்பதற்கான குறிப்பு.

steth-o-scope/ˈsteθəskəup/*(n)*: 'ஸ்ட்டெதஅஸ்க்கஅஉப் / an instrument used by doctors for listening to the beating of the heart, இதயத்துடிப்பறிய உதவும் கருவி.

ste-ve-dore/ˈsti:vədɔ:*/*(n)*:'ஸ்ட்டீவஅட:ஓ:* / a person who loads or unloads a ship, கப்பலில் சரக்கை ஏற்றவும், இறக்கவும் பணிபுரியும் நபர்.

stew/stju:/*(n)*:ஸ்ட்யூ / dish of meat and vegetables cooked together, இறைச்சி மற்றும் காய்கறி கலந்த ஓர் உணவுப்பண்டம்; a confused state of mind, worried mind, கவலை சூழ்ந்த நிலை, மனக்குழப்பம். **stew***(v.t-v.i)*: to cook in hot water (not boiling), வேக வை, வதக்கு, சுண்டு. **to stew in one's (own) juice**: to suffer because of one's own actions, தன் செயலுக்குத் தானே துன்பப்படு. • *There is none to blame; I must* ***stew in my juice*** *for the mess I made.*

stewed/stju:d/*(adj)*:ஸ்ட்யூட் / of a drink like tea which has a bitter taste, கசக்கும் தன்மையுள்ள தேநீர் போன்ற ஒரு பானம் பற்றிய; drunk, குடிபோதையில் இருக்கின்ற.

stew-ard/stjuəd/*(n)*:ஸ்ட்யுஅட் / a person who attends on passengers on a ship, plane, train, etc., கப்பல், விமானம், இரயில் பயணிகளின் நலனைக் கவனிப்பவர்; a person who is in charge of another's property, பிறர் சொத்துக்களைக் கவனித்து நிர்வாகம் செய்பவர்; a main servant, தலைமைப் பணியாளர். **stew-ard-ship**/stjuədʃip/*(n)*:ஸ்ட்யுஅட:ஷிப் / the office of a steward, தலைமைப் பணியாளரின் அலுவலகம். • *Under his* ***stewardship,*** *the institution has progressed from strength to strength.*

stick/stik/*(n)*:ஸ்ட்டிக் / a small thin branch, தடி; walking stick, ஊன்றுகோல். **stick***(v.t)*: stab to pierce into, குத்து; to fasten or to get fastened, ஒட்டு, ஒட்டிக்கொள்; unable to move, நகராமல் இரு; to stab, குத்திக் கொல்; to stop,

நிறுத்து; to hesitate, தயங்கு; to follow steadfastly, உறுதியாகப் பின்பற்று. • *Don't waver;* **stick** *to what you believe is right.* **stick-er**/'stikə*/*(n)*:ஸ்ட்டிக்கə* / one who or that which sticks, ஒட்டும் பொருள், ஒட்டுபவர்.

stickle-back/'stiklbæk/*(n)*:ஸ்ட்டிக்ல்ப:ஐக் / a small river fish, முதுகில் முட்களுள்ள ஒருவகைத் திமில் மீன்.

stick-ler/'stiklə*/*(n)*:ஸ்ட்டிக்லə* / a person who insists that a particular quality, behaviour, etc., should be followed by others, தான் சொன்னதே சரியென்றும், அதையே பின்பற்ற வேண்டும் என்றும் வாதிப்பவர்; one who pays attention to unimportant and petty things, சிறு செயல்களில் கவனம் செலுத்துபவர்.

stick-y/'stiki/*(adj)*:ஸ்ட்டிக்கி / causing to stick, ஒட்டும்படியாக; viscous, பிசுபிசுப்பு உள்ள; unpleasant awkward, விகாரமான. **stickiness***(n)*.

stiff/stif/*(adj)*:ஸ்ட்டிஃப் / not easily bent, எளிதில் வளைக்க முடியாத; difficult to bend, வளைக்கக் கடினமான; unfriendly, நேசமில்லாத. **stiff whisky**: strong whisky, காரமான ஒருவகை மதுபானம். **stiff-en**/'stifn/*(v.t-v.i)*:ஸ்ட்டிஃப்ன் / to make stiff/ firm, உறுதிப்படுத்து; to become less friendly/amiable, நன்கு பழகுவதைக் குறைத்துக்கொள். **stiff-ly**/stifli/*(adv)*: ஸ்ட்டிஃப்லி / in a stiff manner, சற்று கர்வத்துடன், விறைப்பாக. **stiffness***(n)*. **stiff-necked**/stifnekt*(adj)*:ஸ்ட்டிஃப்நெக்ட் proud, கர்வமான; not willing to get on amiably, இணக்கமில்லாத. • *He is a* **stiff necked** *fellow. You will never be able to get on well with him.*

stl-fle/'staifl/*(v.t-v.i)*:ஸ்ட்டய்ஃப்ல் / to stop the breath, மூச்சு திணறச் செய், மூச்சுத் திணறு; to prevent something happening, நிகழப்போவதைத் தடுத்து விடு; to choke the process of developing, வளர்ச்சியைத் தடைப்படுத்து; suppress, அடக்கு (அ) தடு. • *It was the truth that was finally* **stifled**.

stig-ma/'stigmə/*(n, sing)*:ஸ்ட்டிக்:மə / **stigmas** *(n, pl)*, [also **stigmata**]: a feeling of disgrace and dishonour, அவமானம், மானக்கேடு உணர்வு; a stain on one's character, ஒருவர் நடத்தையில் ஏற்படும் மாசு; the top part of a pistil of a flower, சூல்முடி. **stig-ma-tize**/'stigmətaiz/ *(v.t)*, [also **stigmatise**]:ஸ்ட்டிக்:மəட்டய்ஸ்: / to express strong disapproval, கடுமையான மறுப்புத் தெரிவி. • *When he was rich, they praised him; when he became poor, they* **stigmatized** *him.*

stile/stail/*(n)*:ஸ்ட்டய்ல் / a step or steps to cross or to climb over a fence or wall, கடவேணி, இரு படிக்கட்டு உள்ள அமைப்பு.

sti-let-to/sti'letəu/*(n, sing)*:ஸ்ட்டி'லெட்டəஉ / **stilettos***(n, pl)*: a dagger with a thin, narrow blade used as a weapon, மிக மெல்லிய தகடு உள்ள குத்துக்கத்தி.

still/stil/*(n)*:ஸ்ட்டில் / an apparatus for distilling and making alcohol, சாராயம் காய்ச்சி வடிக்கப் பயன்படும் வாலை; motionless picture of the photograph of a scene from a film, நகரும் படத் தொகுப்பினின்று எடுக்கப்படும் அசையாப் படம். **still***(adj)*: at rest, அசைவற்ற; with wind not blowing, காற்று வீசாமல் உள்ள; calm and quiet, அமைதியான. • *Do you know what you mean by* **'still** *waters run deep?'* [of drink] not containing gas or vapour-like substance, வாயு (அ) ஆவியற்ற பானத்தைப் பற்றிய. **still***(adv)*: till now, இதுவரையில்; for all that, ஆயினும்; even so, எப்படி ஆயினும்; yet, இன்னும். • *47 years ago we won our freedom;* **still**, *we are not able to eradicate poverty.* **still***(v.t-v.i)*: to make still, அசையாமல் இருக்கச் செய், ஓரிடத்தில் தங்கச் செய்; to bring an end to (worries, anxieties, etc.), கவலை, துன்பம் முதலியவற்றிற்கு முற்றுப்புள்ளி வை. **still-y**/'stili/*(adj)*/: 'ஸ்ட்டிலி / quiet silent, அமைதியான.

still-born/'stilbɔ:n/*(adj)*:'ஸ்ட்டில்ப:ɔ:ன் / born dead, இறந்து பிறந்த.

stilt/stilt/*(n)*:'ஸ்ட்டில்ட் / a pair of poles with supporting pieces for the feet which allow the person and help him to walk high above the ground, போலியான கால்; a set of poles that support a building above the ground, பூமிக்குச் சற்று உயரத்தில் கட்டடங்களைத் தாங்குவதற்கு அமைக்கப் படும் தூண்களின் தொகுதி. **stilted***(adj)*: not natural, இயல்பாக இல்லாத; fully pretentious, போலித்தனமான.

stim-u-lant/'stimjulənt/*(n)*:'ஸ்ட்டிம்யுலəன்ட் / that which excites vigour, vitality, etc., especially a drug, உயிரோட்டம், கிளர்ச்சி, புத்துணர்ச்சி, ஊக்கமூட்டக்கூடிய முக்கிய மருந்து. • *When your body lacks vigour, you need* **stimulants** *to invigorate you.*

S

a thing that spurs a man to seek new horizons, further frontiers, etc., புதிய எல்லைகள் உணர்ந்து செயல்பட உதவும் தூண்டுகோல். **stim-u-late**/'stimjuleit/ *(v.t)*:ஸ்ட்டிம்யுலெய்ட் / to spur to seek new horizons, மன உணர்வு, அனுபவம் ஆகியவற்றின் எல்லைகளைத் தொடு; to excite to action, வேலை செய்யத் தூண்டு; to prick to do, செயல்படத் தூண்டு. **stimulation**(*n*). **stim-u-lat-ing**/ 'stimjuleitiŋ/*(adj)*:'ஸ்ட்டிம்யுலெய்ட்டிங் / that which causes or makes one to feel fine, vigorous, active, புதுக்கருத்துக்களைக் காணவும், புதுச் செயல் வேகம் பெறவும், புது முயற்சிகளைச் செய்யவும் தூண்டுகின்ற; pleasant, fine, wonderful, active, energetic, etc., அழகாக, ஆச்சரியமாக, சுறுசுறுப்பாக, ஆற்றல் மிகுந்துள்ள. • *The Swamiji gave a very* **stimulating** *message.* **stim-u-lus**/'stimjuləs/ *(n)*:'ஸ்ட்டிம்யுலஅஸ் / something that excites or initiates action, செயல்பட ஊக்கம் அளிப்பது; that which stimulates, தூண்டுவது, தூண்டச் செய்வது.

sting/stiŋ/*(v.t-v.i)*:ஸ்ட்டிங் / **stung, stinging**: [of an insect]: to prick with a sharp point full of poison, நஞ்சுள்ள கொடுக்கினால் கொட்டு; to give sharp pain to, தாங்க முடியாத வலியைக் கொடு; to extract money cruelly, பணத்தைப் பறி. **sting**(*n*): a sharp, poisonous organ used as a defensive weapon by some insects or some animals, கொடுக்கு; the pain caused by the bite of an insect, கொட்டுதலினால் ஏற்படும் வலி. **a sting in the tail**: an unexpected pain or difficulty at the end, முடிவில் எதிர்பாராத வலி (அ) துன்பம்.

sting-y/'stindʒi/*(adj)*:ஸ்ட்டிஞ்ஜி / very silly, அற்பமான; not willing to give up money, கருமித்தனமான; not generous, பெருந் தன்மை இல்லாத. **stinginess**(*n*).

stink/stiŋk/*(v.t-v.i)*:ஸ்ட்டிங்க் / **stank or stunk**: to give off a strong bad smell, முடைநாற்றம் வீசு; to be immoral and unpleasant in character, ஒழுங்கீன மாகவும், தீய குணமுள்ளவனாகவும் இரு. **stink**(*n*): a bad smell, முடைநாற்றம்; foul and offensive smell, வெறுப்பூட்டும் துர்நாற்றம்.

stint/stint/*(v.i)*:ஸ்ட்டின்ட் / to give a very small amount, மிகச் சிறிதளவே கொடு; to limit, சுருக்கு, செலவைக் குறை. **stint**(*n*): a limited amount, குறிப்பிட்ட தொகை அளவு; a fixed period for doing any work, வேலை அளவு நேரம்; a task, கடின வேலை.

sti-pend/'staipend/*(n)*:'ஸ்ட்டய்ப்பென்ட் / an allowance for service, உதவித் தொகை; a payment for meeting one's personal expense, சொந்த செலவுக்குக் கொடுக்கப் படும் உதவித் தொகை. **sti-pen-di-a-ry**/ stai'pendjəri/*(adj)*:ஸ்ட்டிப்பென்ட்யஅரி / receiving allowance, உதவித் தொகை பெற்றுக்கொண்டிருக்கின்ற.

stip-ple/'stipl/*(v.t)*:ஸ்ட்டிப்ல் / to draw, paint or engrave pictures by means of dots, or short strokes instead of lines, கோடுகள் இல்லாமல், புள்ளி (அ) சிறிய கீறல்கள் மூலம் படம் வரை, வண்ணம் தீட்டு, செதுக்கு. **stipple**(*n*): a picture or painting or engraving done by means of dots or strokes, புள்ளி (அ) கீறல் மூலம் வரையப் பட்ட படம் (அ) தீட்டப்பட்ட வண்ணம் (அ) செதுக்கப்பட்ட ஓவியம், சித்திரம்.

stip-u-late/'stipjuleit/*(v)*:'ஸ்ட்டிப்யுலெய்ட் / to set down as necessary condition, தேவையான நிபந்தனைகளை விதி. • *It was* **stipulated** *that interest should be paid every month, failing which penal interest shall be levied.* **stip-u-la-tion**/ ˌstipju'leiʃn/*(n)*:ˌஸ்ட்டிப்யு'லெய்ஷஅன் / a stating or statement of conditions, நிபந்தனை ஏற்படுதல், உடன்படிக்கை.

stir/stɜ:*/*(v.t)*:ஸ்ட்டஅ:* / **stirred, stirring**: to cause to put in motion, கலக்கு, அசைவு ஏற்படுத்து; to give a circular motion to ingredients with a spoon especially in cooking, கலக்கு; to excite to action, செயல்பட ஊக்கமூட்டு. **stir**(*n*): commotion, குழப்பம்; the act of stirring, கலக்குதல்; excitement, கிளர்ந்து எழுதல்.

stir-rup/'stirəp/*(n)*:'ஸ்ட்டிரஅப் / a metal footrest hung from a saddle, குதிரையின் சேணத்திலிருந்து தொங்கும் கால் வைப்பதற்கான வளையம்.

stirrup cup(*n*):'ஸ்ட்டிரஅப்கப் / a cupful of strong drink given to a person, setting out on a journey, பயணம் செய்யத் துவங்குமுன் ஒருவருக்குக் கொடுக்கப்படும் சத்துள்ள பானம்.

stirrup pump/'stirəppʌmp/*(n)*: 'ஸ்ட்டிரஅப்பம்ப் / a small hand-operated water air pump, கையினால் இயக்கப்படும் தண்ணீர்க் குழாய்.

stitch/stitʃ/*(n)*:ஸ்ட்டிச் / a single passage of threaded needle in sewing or knitting, தையல்; a pain in the side, விலா வலி. **stitch***(v.t-v.i)*: to sew up, தைத்துக் கொடு.

stoat/stəut/*(n)*: ஸ்ட்டஉட் / a small brown furry animal of weasel kind, கீரி வகைப் பிராணி.

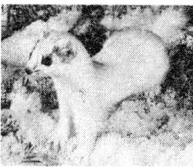

stock/stɔk/*(n)*: ஸ்ட்டாக் / that which is fixed, நிலை நிறுத்தப்பட்டது; the stem of a tree, அடிமரம்; a quantity of something kept for future use, எதிர்காலச் சேமிப்பு; goods for use or for sale, விற்பனைக்கு (அ) உபயோகத்திற்குரிய பொருள்; the cattle on a farm, பண்ணையில் உள்ள ஆடு மாடுகள்; share in bank, company, etc., வங்கியில் உள்ள அரசுக் கடன் பத்திரங்கள், நிறுவனப் பங்குகள்; a foolish person, அறிவில்லாதவன்; a flower of sweet scent, நறுமணமுள்ள மலர்; a wooden frame on which a ship is rested during construction or repairs, கப்பல் கட்டப்படும்பொழுதும் (அ) பழுது பார்க்கப்படும்பொழுதும் அதைத் தாங்குவதற்குப் பயன்படும் மரச்சட்டம். **stock***(adj)*: conventional, வழக்கமான. • *They have changed the pattern of the question papers. No* ***stock*** *question has appeared this time.* **stock***(v.t-v.i)*: to keep the supplies of, தேவையான பொருள்களைச் சேமித்து வை; to provide with supplies, தேவையானதைச் சேகரித்துக் கொடு; to supply, கொடு; to fill, நிரப்பு.

stock-ade/stɔ'keid/*(n)*:ஸ்ட்டா'க்கெய்ட் / a wall or fence erected with pieces of wood, மரக்கம்பு, கழிகள் நடப்பட்ட வேலி; a line of poles erected to form a fence, மரக்கம்பு வேலி.

stock-brok-er/'stɔk,brəukə*/*(n)*: 'ஸ்ட்டாக்,ப்:ரஉக்கஅ* / a person who buys or sells stocks and shares, பங்குத்தரகர்.

stock-ex-change/'stɔkiks,tʃeindʒ/*(n)*: 'ஸ்ட்டாக்கிக்ஸ்,ச்செய்ஞ்ஜ் / the place where stocks and shares are bought and sold, பங்குச்சந்தை.

stock-hold-er/'stɔk,həuldə*/*(n)*: 'ஸ்ட்டாக்,ஹஉல்ட:அ* / one who owns stocks in a company, bank, etc., வியாபாரப் பொருள்கள், கடன் பத்திரங்கள் முதலியவற்றை வைத்திருப்பவர்.

stock-i-net/,stɔki'net/*(n)*:,ஸ்ட்டாக்கி'னெட் / an elastic knit material used in knitting hand bags etc., கைப்பைகள் முதலியவற்றைத் தைப்பதற்குப் பயன்படும் மீட்சித் தன்மையுடைய பொருள்.

stock-ing/'stɔkiɲ/*(n)*:'ஸ்ட்டாக்கிங் / a closely knitted covering for the foot and leg, காலுறை.

stock-in-trade/,stɔkin'treid/*(n)*: 'ஸ்ட்டாக்கின்'ட்ரெய்ட் / merchandise or things used in carrying on a business, வியாபாரப் பொருள்கள். **stockist**/'stɔkist/*(n)*:'ஸ்ட்டாக்கிஸ்ட் / a person or firm that keeps a particular kind of goods for sale, சரக்குப் பொருட்களைச் சேர்த்து வைப்பவர்.

stock-job-ber/'stɔk,dʒɔbə*/*(n)*: 'ஸ்ட்டாக்,ஜாப:அ* / a person who deals or speculates in stocks, பங்கு வியாபாரத்தில் ஈடுபட்டிருப்பவர்.

stock-man/'stɔkmən/*(n)*:'ஸ்ட்டாக்மஅன் / a man employed to look after farm animals, பண்ணைகளில் கால்நடைகளைப் பராமரிப்பவர்.

stock-mar-ket/'stɔk,ma:kit/*(n)*: 'ஸ்ட்டாக்,மாக்கிட் / a place where stocks and shares are bought and sold, பங்கு மார்க்கெட் கடன்கள், பங்கு பத்திரங்கள் முதலியவை விற்கப்படும் இடம்.

stock-still/,stɔk'stil/*(adv)*:'ஸ்ட்டாக்'ஸ்ட்டில் / not moving at all, சற்றும் நகராமல். **stock-y**/'stɔki/*(adj)*:'ஸ்ட்டாக்கி / having heavy, strong and short limbs, நல்ல உடற்கட்டோடு கூடிய; sturdy, உறுதியான உடலமைப்புக் கொண்ட.

stodge/stɔdʒ/*(n)*:ஸ்ட்டாஜ் / heavy food that fills the stomach fully, சுவையில்லாத வயிறு நிறைந்த உணவு; uninteresting dull writing, எழுச்சி இல்லாத எழுத்துக்கள்.

stodg-y/'stɔdʒi/*(adj)*:'ஸ்ட்டாஜி / (of food) indigestible, heavy, etc., சுவையில்லாத, செரிக்க முடியாத உணவு பற்றிய; not interesting, மந்தமான; dull, unimaginative, சுவையில்லாத, கற்பனை வளம் இல்லாத. • *Why do you waste your time reading this type of* ***stodgy*** *stuff?* **stodginess***(n)*.

sto-ic/'stəuik/*(n)*:'ஸ்ட்டஉய்க் / a person who exhibits no feelings of hatred, worry, anger, etc., உணர்ச்சி வசப்படாத ஒருவர்; one who remains calm and composed whatever may happen, எது நடந்தாலும் அமைதியாகவும், சற்றும் சஞ்சலப்படாமலும்

S

இருக்கும் மனப்பான்மை உள்ளவர், யோகி. **sto-ic-al**/'stəuikl/*(adj)*:'ஸ்ட்டஉயிக்ல் / [also **stoic**]: remaining unaffected by pain or pleasure, இன்ப துன்பங்கள் பாதிக்காமல் இருக்கின்ற; absolutely unaffected by the strides of living, எந்தச் செயல்களினாலும் பாதிக்கப்படாமல் இருக்கும். • *Who can remain* **stoic** *in this dichotomic life of pain and pleasure?* **stoically***(n)*. **sto-i-cis-m**/'stəuisizəm/*(n)*:'ஸ்ட்டஉயிஸிஸ:ம் / the behaviour of a person who is patient, uncomplaining and enduring when he is suffering pitiably, துன்பத்தைச் சகித்துக்கொண்டு செயல்படும் தன்மை.

stoke/stəuk/*(v.t-v.i)*:ஸ்ட்டஉக் / to stir a fire, நெருப்பைக்கிளறி எரியச்செய்; to keep fire burning, எரியும்படி கவனித்துக்கொள்; to supply fuel, உலையில் (அ) அடுப்பில் எரிபொருள் இடு.

stok-er/stəukə*/*(n)*:ஸ்ட்டஉக்க* / a person who attends to a furnace, உலையில் இடுபவர் (அ) அடுப்பில் நெருப்புக்கு எரிபொருள் இட்டு கவனித்துக் கொள்பவர்.

stoke-hole/'stəukhəul/*(n)*: 'ஸ்ட்டஉக்'ஹஉல் / the mouth of a furnace, ஒரு உலையின் வாய்.

STOL*(abbr)*: Short Take-Off and Landing என்பதன் சுருக்கம், சற்று நேரம் மட்டும் உயர்ந்து சென்று திரும்பிவரும் விமானம் பற்றிய.

sto-le/stəul/*(v)*:ஸ்ட்டஉல் / past tense of "steal", "steal" என்பதன் இறந்த கால வடிவம்.

stole/stəul*(n)*:ஸ்ட்டஉல் / a loose garment reaching from the neck to the feet especially worn by women, பெண்கள் அணியும் நீண்ட ஆடை.

sto-len/'stəulən/*(v)*:'ஸ்ட்டஉலன் / past participle of "steal", "steal" என்பதன் இறந்த கால வினை.

stolid/'stɔlid/*(adj)*:'ஸ்ட்டாலிட் / exhibiting no exciting feeling when strong reaction might be expected, கொந்தளிக்கும் நேரத்திலும் உணர்ச்சி வசப்படாமல் இருக்கின்ற. **stolidly***(adv)*, **stolidness** *(n)*.

sto-lon/'stɔlən/*(n)*:'ஸ்ட்டாலன் / [also **stole**]: a branch that forms the root of a tree, வேர் விழுது, கிளை வேர்.

sto-ma/stəumə/*(n, sing)*:ஸ்ட்டஉம / **stomata***(n, pl)*: a hole in a leaf, இலைத் துளை.

stom-ach/'stʌmək/*(n)*:'ஸ்ட்டமக் / the front part of the body, a pouch-like organ where digestion is done, இரைப்பை; desire to eat, பசி. **stomach***(v.t)*: to eat willingly, உண வு உட்கொள்; to accept with no pleasure, விருப்பின்றி ஏற்றுக்கொள், மறுப்பு கொடுக்காமல் ஒப்புக்கொள்; to endure, சகித்துக்கொள். **stomach-ache***(n)*: a pain in the belly, வயிற்று வலி. **stomach-pump***(n)*: a syringe for forcing liquid out of the stomach, வயிற்றிலிருந்து திரவத்தை வெளியேற்ற உதவும் குழாய்.

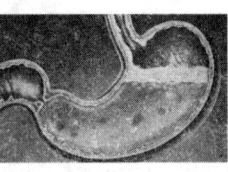

stone/stəun/*(n)*:ஸ்ட்டஉன் / a piece of hardened earthy matter or mineral matter, a rock used in constructing buildings, கடினமான தாதுப்பொருள்களின் சிறு பகுதி; a weight of fourteen pounds, கட்டடங்கள் கட்ட உதவும் கல் 14 பவுண்டு எடை கொண்டது; a kind of hard substance usually found in the bladder of a human body, மனித சிறுநீரகங்களில் காணப்படும் கற்கள்; the hard part of fruits having flesh, பழங்களின் தசைப்பகுதி; a gem, உயர்ரகக் கல்; hard hearted way of dealing with people, பிறரிடம் கடுமையாக நடந்துகொள்ளல்; at a short distance, கூப்பிடு தூரத்தில். • *Within a* **stone's** *distance from the river is my house.* **stone***(v.t)*; to throw stones, கல் எறி. • *The woman who was said to be a witch was* **stoned** *to death.* to take the stones out, கல்லை வெளியில் எடு, பழக்கொட்டையை எடு.

stone-deaf/ˌstəun'def/*(adj)*:'ஸ்ட்டஉன்' டெ:ஃப் / fully deaf, முற்றிலும் செவிடான. • *The old man is* **stone deaf** *and stone blind.*

stone-fruit/'stəunfru:t/*(n)*: 'ஸ்ட்டஉன்'ஃப்ரூட் / fruit containing stones or kernels, கொட்டைகள் உள்ள பழம்.

stone's throw*(n)*:'ஸ்ட்டஉன்ஸ்'த்ரஉ / [also **stone's cast**]: the distance to which a stone can be thrown, கல் எறியும் தூரம்.

stone-ware/'stəunweə*/(n): 'ஸ்ட்டஉன்உஒ* / earthen-ware, மட்பாண்டங்கள்.

ston-y/'stəuni/(adj):'ஸ்ட்டஉனி / like stone, கல் போன்ற; without sympathy, ஈவு இரக்கமற்ற.

stone-work/'stəunwɜ:k/(n): 'ஸ்ட்டஉன்உஅ:க் / a work done in stone, கல்லினால் செய்யப்படும் வேலை, கல்லால் கட்டப்பட்ட கட்டடம்.

stood/stud/(v):ஸ்ட்டுட் / (p.t & p.p.) of "stand", "stand" என்பதன் இறந்தகால வினை.

stooge/stu:dʒ/(n):ஸ்ட்டூஜ் / an actor who serves as a fool in a play, முட்டாள் போல் நாடகத்தில் நடிப்பவர்; a person who always carries out the orders of another person, பிறர் உத்தரவு ஏற்று எப்பொழுதும் வேலை செய்பவர், சுயசிந்தனையில்லாதவர்.

stool/stu:l/(n):ஸ்ட்டூல் / a single armless seat without a back, கால் மணை, உட்காரக் கூடிய, சாய்வு இல்லாத மணை; a piece of solid matter passed from the body as waste, மலம்

stoop/stu:p/(v.i):ஸ்ட்டூப் / to bend the upper part of the body forward and down, முன்பக்கம் உடலை வளை, கூன் போடு. **to stoop to**: to conduct oneself in an indecent manner, நாகரிகம் இல்லாமல் தரக்குறைவாக நடந்துகொள்; to degrade oneself, கூனிக்குறுகு. • *People without scruples will* **stoop** *down to any level to make easy money.* **stoop**(n): a habitual position with the shoulders bent forward, a slumping posture, குனிவு, முன்பக்கம் உடல் வளைந்து காணப்படல்.

stop/stɔp/(v.t-v.i):ஸ்ட்டாப் / to move no longer, to prevent, to come to end, to stay, to block, to punctuate, நகராமல் இரு, தடு, முடிவுக்குக் கொண்டு வா, நிறுத்து, தடையாக இரு, இசைக் குறிப்புகளை ஒழுங்குபடுத்து, நிறுத்தக் குறிகளைப் பயன்படுத்து. **stop**(n): an act of stopping, நிறுத்தும் செயல்; halting place, வண்டிகள் நிற்கும் இடம், தங்கும் இடம்; a means of regulating musical notes, இசைத் தொனிகளை ஒழுங்குபடுத்தும் அமைப்பு; punctuation mark, நிறுத்தல் குறி; a standstill, நிறுத்தம்.

stop-cock/'stɔpkɔk/(n):'ஸ்ட்டாப்க்காக் / [also **turn-cock**]: a valve that can be opened or closed to regulate the flow of water or liquid in a pipe, ஒரு குழாயின் அடைப்புத் திறப்புக் குமிழி, நீரோட்டத்தை ஒழுங்குபடுத்தும் அடைப்பான்.

stop-gap/'stɔpgæp/(n):'ஸ்ட்டாப்'க:ஆப் / an arrangement that fills a need for the time being, தற்காலிக ஏற்பாடு. • *Think that this is only a* **stop-gap** *arrangement; You must be on the look out for a decent position.*

stop-over/'stɔp,əuvə*/(n):'ஸ்ட்டாப்பஉவஉ* / a short stay during a journey, பயணத்தின்போது சிறிது இளைப்பாறல்.

stop-page/'stɔpidʒ/(n):'ஸ்ட்டாப்பிஜ் / state of being stopped, வேலை நிறுத்தம்; an obstacle, ஒரு தடை.

stop-per/'stɔpə*/(n):'ஸ்ட்டாப்பஉ* / [also **stopple**]: that which closes the mouth of a vessel, பாத்திரத்தின் மூடி.

stop press/'stɔppres/(n):'ஸ்ட்டாப்ப்ரெஸ் / news that is inserted in newspapers as late news, கடைசிச் செய்தி.

stop-watch/'stɔpwɔtʃ/(n):'ஸ்ட்டாப்உாச் / a watch that can be stopped at any stage or moment for timing any event, செயல், பந்தயம் முதலியவற்றின் நேரத்தைக் குறிப்பிட உதவும் நிறுத்து கடிகாரம்.

stor-age/'stɔ:ridʒ/(n):'ஸ்ட்டஉரிஜ் / the depositing of goods, articles, etc., in a place, சேமிப்புக் கிடங்கு; the place where things are stored, பண்டங்கள் சேர்த்து வைக்கும் இடம், பண்டகசாலை. **to put in cold storage:** keep things in abeyance, தள்ளி வை, ஒதுக்கி வை.

store/stɔ:*/(n):ஸ்ட்டா:* / a stock, பெருந் திரளான சரக்கு; a shed, கிடங்கு; a thing that is stored, சேமிப்புப் பொருள். **in store**: about to happen, நடக்க இருப்பது. **stores**(n): a place where commodities are sold, விற்பனைக்கூடம்; a place of business where all kinds of articles are sold, பலசரக்குக் கடை. **store**(v.t): to stock, சேமித்து வை; to lay up, வைத்திரு; to keep in a warehouse, கிடங்கில் பாதுகாப்பாக வை.

store-keep-er/'stɔ:,ki:pə*/(n): 'ஸ்ட்டா:க்கீப்பஉ* / a person in charge of a warehouse, கிடங்குப் பொறுப்பாளர்.

store-y/'stɔ:ri/(n):'ஸ்ட்டா:ரி / [also **story**]: a flat of a building, கட்டடத் தளம், மாடி; a set of rooms on a flat, அடுக்ககத்தில் உள்ள அறைகள்.

S

stork/stɔ:k/ *(n)*:ஸ்ட்டா:க் / a tall white wading bird with long legs, crane, நாரை, கொக்கு.

storm/stɔ:m/*(n)*:ஸ்ட்டா:ம் / a violent state of weather condition, புயல் சூழ்நிலை; violent movement of air usually with a heavy fall of rain or snow, புயல் காற்றுடன் மழையும் (அ) பனியும் சேர்ந்து விழுதல்; a burst of anger, கோபம் கிளர்ந்து எழுதல்; a sudden unexpected attack, எதிர்பாராத தாக்குதல். **storm**(*v.t-v.i*): to be very angry, கோபம் கொள்; to attack suddenly and violently, திடீரென பலமாகத் தாக்கிப் பிடி; to be excited with anger and rage, கடுங்கோபம் கொண்டு சீறு. • *The reporters* **stormed** *the minister with a volley of questions.* **storm-y**/'stɔ:mi/ *(adj)*:'ஸ்ட்டா:மி / violent and tempestuous, புயலும், பெருங்காற்றும் நிறைந்துள்ள; enraged, பெருங்கோபம் கொண்டுள்ள. **stormily**(*adv*), **storminess**(*n*).

sto-ry/'stɔ:ri/*(n)*:ஸ்ட்டா:ரி / a tale, கதை; a legend, கட்டுக்கதை; falsehood, கற்பனைக் கதை; an account of events real or false, உண்மை (அ) கற்பனை நிகழ்ச்சிகளின் தொகுப்பு; a narrative, விரிவுரை. • *Do you want me to believe your 'cock and bull'* **stories?**

stout/staut/*(adj)*:ஸ்ட்டஉட் / fat and heavy, தடித்த, கொழுத்துள்ள; very strong, மிகுந்த உறுதியாக உள்ள; determined, மன உறுதியுள்ள. **stout**(*n*): a strong dark beer, ஒரு வகை திடமான மதுபானம். **stoutly** (*adv*): strongly, உறுதியான. • *The Minister* **stoutly** *denied the allegations.*

stove/stəuv/*(n)*:ஸ்ட்டவ் / an apparatus for heating by burning fuel, சூட்டடுப்பு; a closed-in fireplace, சூடுபடுத்தப்பட்ட இடம். **stove**(*n*): (*p.t. & p. p.*) of "stave", "stave" என்ற வினையின் இறந்த காலம்.

stow/stəu/(*v.i*):ஸ்ட்டஉ / to fill by packing, திணித்து நிரப்பு; to store, சேகரித்து வை. **stow-age**/'stəuidʒ/*(n)*:'ஸ்ட்டஉயிஜ் / the act of stowing, அடுக்கி வைத்தல்; the space allowed for keeping goods etc., சரக்குகளை வைக்கும் இடம்.

stow-a-way/'stəuəwei/*(n)*:'ஸ்ட்டஉஅஉவய் / a person who hides himself in a ship or in a plane in order to get a free journey or escape, கப்பல் (அ) விமானம் இவற்றில் இலவசமாகப் பயணம் செய்யவோ (அ) தப்பிக்கவோ மறைந்திருப்பவர்.

strad-dle/'strædl/(*v.t-v.i*):'ஸ்ட்ரஅட்:ல் / to move with legs apart, காலைப் பரப்பி நட; to sit with one leg on each side, காலை நகர்த்தி வைத்து உட்கார்; to walk with wide paces, காலை அகலமாக வைத்து நட.

strafe/stra:f/(*v.t*):ஸ்ட்ராஃப் / to attack with heavy aerial bombing or with artillery, விமானத்திலிருந்து குண்டு வீசித் தாக்குதல் செய், பீரங்கியினால் தாக்குதல் செய்.

strag-gle/'strægl/(*v.i*):'ஸ்ட்ரஅக்:ல் / to grow in haphazard way or wildly, தாறுமாறாக வளர்; to stray away from the main group, முதன்மைக் குழுவினின்று, பிரிந்து வழி தவறிச் செல், அலைந்து திரி. **straggler**(*n*): one who lags behind others, சேர்ந்து செல்லமுடியாமல் தனித்து வருபவர்; a rambler, அலைந்து திரிபவர்; one who falls out of rank, குழுவினரோடு சேர்ந்து வரமுடியாமல் தனித்து விடப்பட்டவர். **straggly**(*adj*).

straight/streit/(*adj*):ஸ்ட்ரெய்ட் / level, upright, not bent, நேராக, மேல்நோக்கி வளைவு இல்லாத; true, honest and open, உண்மையும், நேர்மையும், ஒளிவு மறைவும் இல்லாத; simple and not polluted, எளிதான, கபடம் இல்லாத; regular and with no break, ஒழுங்கான, இடைப் பிரிவு இல்லாத; having direct, honest transaction without dues or deceit, கடன் இல்லாமல், உண்மையான வியாபாரம் செய்து கொண்டு. • *His dealings are always* **straight**; *be they political or financial.* **a straight whisky**: an alcoholic drink with no water added, கலப்படமில்லாத மதுபானம். **straight**(*adv*): clearly, வெளிப் படையாக; directly, நேராக; without making any delay, at once, தாமதம் செய்யாமல் உடனே. • *Go* **straight**; *the road will take you to the railway station.* **straight**(*n*): the state of being straight, நேராக இருக்கும் நிலை; a straight part or place especially on a race track, sports ground, etc., பந்தயம், விளையாட்டு மைதானம் முதலியவற்றிலுள்ள நேர்ப்பாதை.

straight-en/'streitn/(*v.t-v.i*):'ஸ்ட்ரெய்ட்ன் / make straight, remove the bend, நிமிர்த்து, நேராக்கு.

straight-for-ward/,streit'fɔ:wəd/(*adj*): ,ஸ்ட்ரெய்ட்'ஃபா:உஅட் / (of a person) honest, உண்மையான; open, வெளிப் படையான; frank, ஒளிவு, மறைவு இல்லாத; just, நியாயமான.

straight-way/'streitwei/*(adv)*: 'ஸ்ட்ரெய்ட்உஎய் / (old use) at once, உடனே.

strain/strein/*(v.t)*:ஸ்ட்ரெய்ன் / to draw very tightly, வலுவுடன் இழு; to load too much weight on, அதிக பளு ஏற்று; to work exerting too much, அதிக முயற்சி எடுத்துக் கொள், எல்லாச் சக்தியுடனும் வேலை செய்; to injure by twisting, முறுக்கிக் காயப் படுத்து; to press very much and very closely, மிக அதிகமாக நெருக்கு; to make uncomfortable, துன்புறுத்து, தொந்தரவு ஏற்படுத்து. • *Don't* **strain** *your eyes; you must not read at least for one month.* to filter through a sieve, சல்லடை கொண்டு வடிகட்டு, அரித்தெடு. **to strain at**: to try to the utmost, முழு பலத்துடன் முயற்சி செய்; to stretch tightly, முழு பலத்துடன் இழு (அ) பரப்பு. **strain**(*n*): a breed or type of plant or animal, தாவரம், பிராணிகளின் மரபு. • *This is a new* **strain** *of coconuts that will begin to yield in 3 years.* a musical tune, இசையின் நாதத்தொனி. • *She began to sing with a melancholy* **strain**. the state of being tightly pulled or stretched, இழுக்கும் நிலை, இழுத்துப் பரப்பும் நிலை; the state of mental anxiety, மனக்கவலை; inborn quality that is passed on from parents to their offspring, மரபுக் குணம்; overstretching of muscles, சுளுக்கு; filtering, வடிகட்டுதல்; the change of shape in body because of the action of external force, வெளிவிசையால் பொருள்களில் ஏற்படும் மாற்றம்; thrust force, விசை அழுத்தம். **strain-ed**/streind/*(adj)*: ஸ்ட்ரெய்ன்ட்: / not friendly, நட்புத்தன்மை இல்லாத; unnatural, செயற்கையான.

strain-er/streinə*/*(n)*:ஸ்ட்ரெய்னə* / a filter, வடிதட்டு; sieve, சல்லடை.

strait/streit/*(n)*:ஸ்ட்ரெய்ட் / a narrow channel or passage of water connecting two seas or two areas of water, ஜலசந்தி, இடைக்கழி. **strait**(*adj*): narrow, குறுகலான. **straitness**/streitnis/*(n)*: narrowness, குறுகலான தன்மை. **straitened**/streitnd/*(adj)*:ஸ்ட்ரெய்ட்ன்ட்: / very difficult especially for want of money, ஏழ்மையால் வாடுகின்ற.

strand/strænd/*(n)*:ஸ்ட்ரஆன்ட்: / one of the twists of a rope, கயிற்றின் முறுக்குகளில் ஒன்று. **strand**(*n*): a shore, river, lake, etc., ஆற்றங்கரை, ஏரிக்கரை முதலியவை; beach beside a sea, கடற்கரை. **stranded**(*adj*): in a very difficult or critical situation, இக்கட்டான நிலையிலுள்ள. • *When the ship sank, he was alive but* **stranded** *in a lonely island, while all the others were drowned.*

strange/streindʒ/*(adj)*:ஸ்ட்ரெய்ஞ்ஜ் / unusual, வழக்கமில்லாத; surprising, ஆச்சரியமான. • **Strange** *is the world and stranger are its ways.* not able to explain, புரிந்துகொள்ள முடியாத; new and difficult, புதுமையும், கடினமுமான; not experienced before, முன்பு அனுபவிக்காத. **strangely** *(adv)*, **strangeness**(*n*). **strang-er**/'streindʒə*/*(n)*:'ஸ்ட்ரெய்ஞ்ஜə* / a person not known, முன்பின் தெரிந்திராத மனிதர்; a person not familiar, பழக்கமில்லாதவர்.

stran-gle/'stræɲgl/*(v.t)*:ஸ்ட்ரஆங்க்:ல் / to kill by applying pressure to the throat, குரல் வளையை நெருக்கிக் கொல்; to choke, மூச்சுத் திணறச் செய்; to suppress, அழுத்து. • *The robbers* **strangled** *her to death before they robbed of her jewels.* **strangler**(*n*). **stranglehold**(*n*): a stronghold round the neck to prevent breathing, மூச்சு அடைக்கும்படி இறுக்கிப் பிடித்தல்.

stran-gu-late/'stræɲgjuleit/*(v.t-v.i)*: 'ஸ்ட்ரஆங்க்:யுலெய்ட் / to cause to press tightly for stopping the flow of blood, இரத்த ஓட்டத்தை, இறுக்கி நிறுத்து. **stran-gu-la-tion**/ˌstræɲgju'leiʃn/*(n)*: ˌஸ்ட்ரஆங்க்:யு'லெய்ஷən / the act of strangulating, இரத்த ஓட்டத்தை இறுக்கி நிறுத்தல், இரத்த ஓட்டத்தை நிறுத்தும்படி செய்தல்.

strap/stræp/*(n)*:ஸ்ட்ரஆப் / a long, narrow strip of leather or other flexible material, தோல் பட்டை, வார். **strap**(*v.t*), **strapped, strapping**: to fasten with a strap, வார்ப்பட்டையால் கட்டு; to hit with a strap, வார்ப்பட்டையால் அடி.

strap-hang-ing/'stræpˌhæɲiɲ/*(n)*: 'ஸ்ட்ரஆப்ஹஆங்கி:ங் / supporting oneself holding a strap while standing in a moving bus, train, etc., ஓடுகின்ற பேருந்து, புகைவண்டிகளில் பயணிகள் பிடித்துக் கொண்டு நின்று பயணம் செய்ய உதவும் தொங்கும் வார்ப்பட்டை.

S

strap-ping/'stræpiŋ/*(adj)*:'ஸ்ட்ரேப்பிங் / big and strong, பெரிதும், உறுதியானதுமான; well-made, நன்கு தயாரிக்கப்பட்டுள்ள.

stra-ta/'stra:tə/*(n)*:'ஸ்ட்ராட்டə / plural form of "stratum", "stratum" என்பதன் பன்மை வடிவம்.

strat-a-gem/'strætədʒəm/*(n)*: 'ஸ்ட்ரேட்டிஜəம் / a trick, தந்திரம்; a plan for deceiving, ஏமாற்றுவதற்கான திட்டம்.

stra-te-gic/strə'ti:dʒik/*(adj)*:ஸ்ட்ரə'ட்டீஜிக் / [also **strategical**]: being an important part of a plan esp. in war, போர்முறைத் திட்டத்தின் முக்கிய பகுதியாக உள்ள; of a tactical plan, திறமையான திட்டம் தொடர்பான; clever in manoeuvring, போர் முனைத் தந்திரங்களில் திறமையான. • *It is a very* **strategic** *place for defence operations.* **stra-te-gist**/'strætidʒist/*(n)*: 'ஸ்ட்ரேட்டிஜிஸ்ட் / a person skilled in planning military movements, போர் முனையில் இராணுவ இயக்கங்களைத் திட்டமிடுவதில் வல்லுநர். **strat-e-gy**/'strætidʒi/*(n)*:'ஸ்ட்ரேட்டிஜி / the art of military planning and movement of armies, போர்த் திட்டத்தை வகுப்பதும், படைகளின் இயக்கமும் பற்றிய கலை; a plan to get success in an activity, ஒரு செயலில் வெற்றிபெறும் பொருட்டு வகுக்கப்படும் திட்டம். • *Their* **strategy** *is to press the calling bell and when the door is opened, to enter into it.* leadership, தலைமை தாங்கி நடத்தும் திறன்; generalship, படைகளை அணிவகுத்துப் போர்புரியும் திறன்.

strath/stræθ/*(n)*:ஸ்ட்ரேத் / a wide valley through which a river flows (in Scotland), ஸ்காட்லாந்தின் ஆறு ஓடும் அகன்ற பள்ளத்தாக்கு.

strat-i-fy/'strætifai/*(v.t)*:'ஸ்ட்ரேட்டிஃபய் / to form in layers in separate levels, அடுக்கடுக்குகளாக உருவமை. **strat-i-fi-ca-tion**/ˌstrætifi'keiʃn/*(n)*: ˌஸ்ட்ரேட்டிஃபி'க்கெய்ஷən / arrangement in layers, அடுக்கு அமைப்பு.

strat-o-sphere/'strætəuˌsfiə*/*(n)*: 'ஸ்ட்ரேட்டəஉஸ்ஃபியə* / the layer of atmosphere lying more than fifty kilometre above the earth's surface, பூமியின் மேற்பரப்பில் ஐம்பது கிலோ மீட்டர்களுக்கு மேல் இருக்கும் அடுக்கு வளி மண்டலம்; in that layer, temperature remains constant, இந்த மண்டலத்தில் வெப்பநிலை ஒரே சீராக இருக்கும்.

stra-tum/'stra:təm/*(n, sing)*: **strata***(n, pl)*:'ஸ்ட்ராட்டəம் / a bed or layer as of earth, stone, coal, etc., கல், மண், நிலக்கரி முதலியவற்றில் உள்ள அடுக்கு, படுகை, படலம் முதலியவை; [of people] social status, சமூக நிலை.

straw/strɔ:/*(n)*:ஸ்ட்ரோ: / dry, cut stalks after the grain has been thrashed out, வைக்கோல் தாள்; a thin tube used for sucking liquid, உறிஞ்சு குழல்; a very small value, மிகக் குறைந்த அளவு. **A straw in the wind:** future developments, வரப்போவதைத் தெரிவிக்கும் அறிகுறி. **The last straw that breaks the camel's back**: slight addition that makes something unbearable, தாங்க முடியாமல் தவிக்கும்பொழுது, மேலும் சிறு துன்பத்தை ஏற்படுத்துதல். • *There is a limit for the suffering a man can endure, for the patience he can show; add a little more and that will be the* **last straw to break the camel's back**.

straw-ber-ry/'strɔ:bəri/*(n)*:'ஸ்ட்ரோ:ப:əரி / a small juicy red fruit, ஒருவகை சிவந்த சுவையுள்ள பழம்.

straw-board/'strɔ:bɔ:d/*(n)*:'ஸ்ட்ரோ:ப:ோ:ட் / coarse cardboard made of straw pulp, வைக்கோல் கூழிலிருந்து செய்யப்பட்ட அட்டை.

stray/strei/*(v.i)*:ஸ்ட்ரெய் / to wander away from a particular path, ஒரு குறிப்பிட்ட பாதையை விட்டு அலைந்து திரி; to deviate from the right path, ஒழுங்கான பாதையை விட்டு விலகிச் செல்; to do wrong things, தவறான செயல்களில் ஈடுபடு. **stray***(n)*: a lost animal or child that is wandering, வழி தவறிய குழந்தை (அ) விலங்கு அலைந்து திரிதல்; one who is separated from the family, group, etc., வழி தவறி தவிப்பவர், கூட்டத்தைவிட்டுப் பிரிந்து தனித்து விடப்பட்டவர். **stray***(adj)*: wandering, அலைந்து திரிகின்ற; lost, வழி தவறிச் செல்கின்ற, தப்பிச் செல்கிற. • *The streets were empty except for a few* **stray** *dogs.*

streak/stri:k/*(n)*:'ஸ்ட்ரீக் / a thin line or band different from its surroundings, ஒரு மெல்லிய கோடு (அ) கீறல்; a line different in colour or dimension, வண்ணம் (அ) அளவுகளினின்று மாறுபட்ட வரிக்கோடு.

• *There is a* **streak** *of vanity in his words and actions.* silver streak, நம்பிக்கையூட்டும் சிறு பகுதி. **streak of lightning**: a sudden flash of lightning, மின்னல் வரி; a short period of success or failure, குறுகிய கால வெற்றி (அ) தோல்வி; an element in a person's character, குணாங்கம். **streak**(*v.i*): to mark with streaks, பலநிறக் கோடுகளினால் அடையாளமிடு. to go fast, வேகமாகச் செல். **streak-y**/'stri:ki/(*adj*):'ஸ்ட்ரீக்கி / having many streaks, பல கோடுகள் கொண்ட.

stream/stri:m/(*v.i*):ஸ்ட்ரீம் / to flow fast and freely, ஆறாகப் பெருகு; to move in group or body, கூட்டமாக (அ) திரண்டு செல்; to move continuously, தொடர்ந்து சீராக நகர். **stream**(*n*): natural flow of water, நீரோட்டம்; flow of air or light, காற்றோட்டம் (அ) ஒளிப்பாய்ச்சல்; a small river, சிற்றாறு.

stream-er/stri:mə*/(*n*):'ஸ்ட்ரீமə* / a long piece of coloured paper used in decorations, அலங்காரத்திற்குப் பயன்படும், நீண்ட வண்ணக்காகிதக் கொடிகள்; a long/narrow flag, நீண்ட குறுகிய கொடி.

stream-line/'stri:mlain/(*v.i*):'ஸ்ட்ரீம்லய்ன் / to build or shape for functioning or working smoothly to move in water or through air, நீர் (அ) காற்றில் எளிதில் செல்லுவதற்கு ஏற்றவாறு, குறைந்த எதிர்ப்புச் சக்தியுடன் செயலாற்றும்படி வடிவமைப்புச் செய்; to work out more simple and effective methods to carry out a business, trade, etc., efficiently, வியாபாரம், தொழில் முதலியவற்றைத் திறம்பட நடத்த, எளிதான ஒழுங்கு முறைகள் வகு.

street/stri:t/(*n*):ஸ்ட்ரீட் / a road with houses on one or both sides, தெரு; a road, சாலை. **to be on the streets**: to be homeless, உறைவிடம் இல்லாமல் அலைந்து திரி; a man in the street, சாதாரணமான, உறைவிடம் இல்லாத மனிதன்.

strength/streɲθ/(*n*):ஸ்ட்ரெங்த் / the state or quality of being strong, ஆற்றல் தன்மை; force to resist, எதிர்க்கும் சக்தி; vigour to carry on, செயல்படுவதற்கான ஆற்றல், சக்தி; number of persons in group, class etc., ஒரு வகுப்பு, குழு முதலியவற்றிலுள்ள நபர்களின் எண்ணிக்கை; the intensity (of something e.g., the strength of a solution), திரவம், கரைசல் முதலியவற்றிலுள்ள கரையும் பொருளின் செறிவு. **strength-en**/'streɲθən/(*v.t-v.i*):'ஸ்ட்ரெங்த்தən / to make strong, வலுவூட்டு, ஆற்றல் கொடு; to become strong, ஆற்றல் பெறு, பலம் பெறு.

stren-u-ous/'strenjuəs/(*adj*):'ஸ்ட்ரென்யுəஸ் / putting all the strength, அதிக சக்தி எடுத்துக்கொண்டு; requiring great effort, அதிக முயற்சி தேவைப்படுகின்ற.

stress/stres/(*n*):ஸ்ட்ரெஸ் / pressure, worry, anxiety, etc., caused by the problems of life, வாழ்க்கையில் ஏற்படும் கவலை, மன அழுத்தம் முதலியன. • *The* **stress** *and strain of city life leaves a lasting mark on human behaviour.* a force of weight that tends to cause change in the size, shape, etc., of a body, இறுக்கு விசை, தகைவு; emphasis laid on the spoken word, வார்த்தை உச்சரிப்பின் அழுத்தம், உச்சரிப்பில் ஏற்படும் அசைவு. **stress**(*v.t*): to give pressure or force, அழுத்து; to emphasize certain part, சில குறிப்பிட்ட பகுதிக்கு முக்கியத்துவம் கொடு. • *The politician* **stressed** *the need of thrift.*

stretch/stretʃ/(*v.t-v.i*):ஸ்ட்ரெச் / to make wider or longer, பரப்பு, நீளமாக்கு; to spread, பெரிதாக்கு, பரப்பி வை, விரிவு படுத்து; to draw out, இழுத்து நீளமாக்கு, வெளிப்படுத்து. **stretch**(*n*): extension, பரப்பு; drawing out, நீட்டுதல்; effort, முயற்சி. • *By any* **stretch** *of imagination, your story does not seem to be plausible.* **stretch-er**/stretʃə*/(*n*):ஸ்ட்ரெச்சə* / a light folding bed or carrier for carrying the sick and wounded, நோயாளியை எடுத்துச்செல்ல உதவும் அமைப்பு.

strew/stru:/(*v.t*):ஸ்ட்ரூ / **strewed, strewn**: to spread not regularly, ஒழுங்கில்லாமல் பரப்பு; to scatter here and there, இங்கும் அங்கும் சிதறச் செய்.

strewn/stru:n/(*v*):ஸ்ட்ரூன் / past participle of "strew", "strew" என்பதன் இறந்தகால வினை.

strick-en/'strikən/(*v*):'ஸ்ட்ரிக்கən / past participle of "strike", "strike" என்பதன் இறந்தகால வினை. **stricken** (*adj*): showing the physical and mental effect of distress, illness, etc., நோயினால் பாதிக்கப்பட்ட.

strict/strikt/(*adj*):ஸ்ட்ரிக்ட் / severe, கண்டிப்பான; exact and precise, சரியான, நுட்பமான. **strictly**(*adv*).

stric-ture/'striktʃə*/(*n*):'ஸ்ட்ரிக்ச்சə* / an expression of censure, குற்றம் கண்டு கண்டித்தல்; critical remark, குற்றம்,

S

குறைகாணல். • *You are not competent to pass* **strictures** *against her.*

stride/straid/*(n)*:ஸ்ட்ரய்ட்: / a long step, நீண்ட (அ) அகலமான அடி வைப்பு; the space covered by one long step, அகலமான நடையினால் ஆக்கிரமிக்கும் இடம். • *It is a small step in technology, but a giant* **stride** *for India.* **stride***(v)*, **strode, stridden**: to walk with long steps, நீட்டி வைத்து நட; to pass over or cross with one long step, காலை அகலமாக வைத்து, தாண்டிச் செல் (அ) வேகமாகக் கடந்து செல்.

stri-dent/'straidnt/*(adj)*:'ஸ்ட்ரய்ட:ənட் / with a hard, loud, sharp, rough sound, உரத்த குரல் உடைய; with unpleasant and demanding voice, இனிமையில்லாத, மிரட்டும் குரலுடன் கூடிய. **stridently***(adv)*, **stridency***(n)*.

straif/strife/*(n)*:ஸ்ட்ரய்ஃப் / a discord, பூசல்; a quarrel, சண்டை; trouble.

strike/straik/*(v.t-v.i)*:ஸ்ட்ரய்க் / **struck, struck or stricken**: to hit forcibly, பலமாகத் தாக்கு. • **Strike, strike** *at the root of penury in my heart.* to begin to do, செய்யத் துவங்கு; to print, அச்சடி; to make a thing, ஒன்றை உண்டாகச் செய்; to make sound, ஒலி ஏற்படுத்து; to make a business bargain or an agreement, ஒரு வியாபாரம் செய், ஓர் ஒப்பந்தம் ஏற்படுத்து. • *Let us* **strike** *a deal now.* to create an impression, ஒரு நல்ல எண்ணம் ஏற்படுத்து; to cause to take root, வேறூன்றச் செய்; to find suddenly, திடீரெனக் காண். **strike***(n)*: stopping of work because of discord, பூசல் காரணமாக, வேலை நிறுத்தம் செய்தல், பணியை முடக்குதல்; an aerial attack, விமானத் தாக்குதல். **strik-er**/'straikə*/*(n)*:'ஸ்ட்ரய்க்கə* / a thing used for striking, அடிப்பான், அடிக்க உதவும் பொருள்; one who is on strike, வேலை நிறுத்தம் செய்பவர்.

strik-ing/'straikiŋ/*(adj)*:'ஸ்ட்ரய்க்கிங் / causing some surprise, கவரத்தக்க, ஆச்சரியப்படத்தக்க; capable of making an impression, கருத்தில் பதியும்படியாக உள்ள. • *There is* **striking** *resemblance between the two sisters.*

string/striŋ/*(n)*:ஸ்ட்ரிங் / a thin card, மெல்லிய கயிறு; a piece of wire on which things are arranged, மாலை கட்டும் நூல்; a number in a row, ஒரு வரிசையில் உள்ள எண், the cord of a bow, நாண்; the cord of a musical instrument, இசைக்கருவியின் நரம்பு. • *The* **strings** *are broken, no more can we hear this sound.* **string***(v.t-v.i)*: to provide with strings, நாண்கள் அமை; to put on a string, கோர்வையாகச் செய்; to put in a tune, சுருதி சேர், காட்டு. **stringed**/striŋd/*(adj)*/:ஸ்ட்ரிங்ட் / having strings, நாண்கள் உள்ள; produced by strings, நாண்களினால் உண்டாக்கப்பட்ட. **stringy**/ striŋi/*(adj)*:ஸ்ட்ரிங்கி: formed of small threads, சிறு நூலால் ஆன.

strin-gent/'strindʒənt/*(adj)*:'ஸ்ட்ரிஞ்ஜənட் / severe and rigid, (about rules, regulations, etc.), கடுமையான, கண்டிப்பான சட்டங்கள், விதிமுறைகள் பற்றிய; having firm control over the supply of money, நிதி வழங்குதலில் கடுமையான கட்டுப்பாடுகளுள்ள. **stringently***(adv)*, **stringency***(n)*.

strip/strip/*(v.t)*:ஸ்ட்ரிப் / **stripped, stripping**: to take off covering or dress, மேல் உறை (அ) ஆடையை நீக்கு; to undress partly or fully, ஆடையைப் பாதியாக எடு; to make one naked, நிர்வாணமாக்கு; to tear off, கிழித்து விடு. **strip naked**: deprive, பறித்துக்கொள். • *The robbers* **stripped** *him of his possessions.* **strip***(n)*:a long, narrow piece of something, கீற்று.

stripe/straip/*(n)*:ஸ்ட்ரய்ப் / a band of colour in the midst of different colours, பிற வண்ணங்களின் இடையில் காணப்படுவது, வண்ணப்பட்டை; அரசு அலுவலர்கள், இராணுவ அதிகாரிகளின் நிலையைக் குறிக்கும் சின்னம். **striped***(adj)*: having stripes of colour, வண்ணப்பட்டைகள் உள்ள.

strip-ling/'stripliŋ/*(n)*:ஸ்ட்ரிப்லிங் / a young man, இளைஞன்.

strive/straiv/*(v.t)*:ஸ்ட்ரய்வ் / **strove, striven**: to struggle, to be fully prepared to face any difficulty for realising an aim, ஒரு நோக்கம் நிறைவேற எந்தத் தடையையும் தகர்த்துப் போராடு; to be in the thick of the struggle, to compete and to attain the fixed goal, குறிப்பிட்ட நோக்கம் நிறைவேறவும், பிறரை வெல்லவும் கடுமையான முயற்சி செய். **striv-en**/'strivən/*(v)*: 'ஸ்ட்ரிவən / past participle of "strive", "strive" என்பதன் இறந்தகால வினை.

stroke/strəuk/*(v.t)*:ஸ்ட்ரəஉக் / to pass the hand gently over (someone) to show

S

one's pleasure, தடவிக் கொடு. **stroke**(*n*): a blow, பலத்த அடி; a shock administered, அதிர்ச்சி; something usually not good, கேடு; not looked for, எதிர்பாராமல் வருவது. • *It is just by a* **stroke** *of luck that he has passed the examination.* sound of a bell, மணியோசை; the movement of an oar or arm, a piston or a pump, துடுப்பு, கை, தண்டு, குழாய் இவற்றின் அசைவு; a mark made by a pen, pencil, brush, etc., எழுதுகோல் பொருள்கள், தூரிகை முதலியவற்றினால் போடப்படும் குறியீடு, குறிப்பு.

stroll/strəul/(*v.t-v.i*):ஸ்ட்ரஉல் / to walk slowly and leisurely, a pleasure walk, உலவுதல் செய், உலாவு; to wander on foot, நோக்கின்றி நடந்து செல். • *Come, let us* **stroll** *for a while in these lovely woods.* **stroll**(*n*): a quiet walk for pleasure, உலாவுதல்.

strong/strɔɲ/(*adj*):ஸ்ட்ராங் / having physical force, உடல் வலிமையுள்ள; having ability to overcome any difficulty, எந்தத் தடையையும் தாண்டிச்செல்லும் ஆற்றல் உள்ள; vigorous, மனஉறுதி உள்ள; powerful, சக்தியுள்ள; healthy, உடல் வளம் உள்ள; firm, திடமான.

strong-hold/'strɔɲ həuld/(*n*): 'ஸ்ட்ராங்ஹஉல்ட் / a place that is heavily fortified, அதிக பாதுகாப்புள்ள கோட்டை; a place where a particular activity is common, ஒரு குறிப்பிட்ட செயல் நடைபெறும் இடம்; areas or pocket of influence, செல்வாக்குள்ள இடம். • *It is a* **stronghold** *of terrorists.*

strong-mind-ed/ˌstrɔɲ'maindid/(*adj*): 'ஸ்ட்ராங்'மய்ன்டிட் / resolute, உறுதியான கொள்கையுள்ள; determined to carry out a project, எடுத்த காரியத்தை முடிக்கும் மனஉறுதி கொண்ட.

strop/strɔp/(*n*):ஸ்ட்ராப் / a sharp piece of leather on which a razor is sharpened, தீட்டும் வார்ப்பட்டை.

strove/strəuv/(*v*):ஸ்ட்ரஉவ் / past tense of "strive", "strive", என்பதன் இறந்த கால வடிவம்.

stro-phe/'strəufi/(*n*):'ஸ்ட்ரஉஃபி / a stanza or a group of lines in a poem or song, பாடலின் சீர்; the song of a Greek chorus, இசைக்குழுவின் பாட்டு. **stro-phe**/'strəufi/(*n*):'ஸ்ட்ரஉஃபி / கட்டட அமைப்பு; frame, அமைப்புச் சட்டம். **structure**(*v.t*): to form by joining the connected parts to make a whole, பிரிவுகளை ஒன்றுசேர்த்து வடிவமைப்புச் செய். **structural**(*adj*), **structurally**(*adv*).

strug-gle/'strʌgl/(*v.i*):'ஸ்ட்ரக்:ல் / to make great effort, பெருமுயற்சி செய்; to fight, போராடு; to make violent movements of body to give a fight, உடலை வருத்திப் போராடு. **struggle**(*n*): a hard fight, கடின போராட்டம்; a great effort, பெருமுயற்சி. • *In this* **struggle** *for existence, only the fittest will survive.*

strum/strʌm/(*v.t-v.i*):ஸ்ட்ரம் / **strummed, strumming**: to play carelessly on a musical instrument, இசைக்கருவியைத் தாறுமாறாக வாசி.

strum-pet/'strʌmpit/(*n*):ஸ்ட்ரம்ப்பிட் / a female prostitute, விலைமகள்.

strung/strʌɲ/(*v*):ஸ்ட்ரங் / (*p.t & p.p*) of "string", "string", என்பதன் இறந்தகாலம், இறந்தகால வினை.

strut/strʌt/(*v.i*):ஸ்ட்ரட் / to walk with great show and pride, மிடுக்கான நடைபோடு; to walk with pomp, கர்வத்துடன் நட. • *See, how she* **struts** *— like a peacock!* **strut**(*n*): a proud and artificial walk, கர்வமும், செயற்கைத்தன்மையும் உள்ள நடை.

strych-nine/'strikni:n/(*n*):'ஸ்ட்ரிக்னின் / a poison got from the seeds of nux vomica used as a medicine, எட்டிக்கொட்டையி னின்று கிடைக்கப்பெறும் நஞ்சு.

stub/stʌb/(*n*):ஸ்டப்: / the stump of a tree, cigarette, pencil, etc., மரம், சிகரெட், எழுதுபொருள் போன்றவற்றின் அடிக்கட்டை. • *No, not the pony tail, now a* **stub** *of hair at the back, that is the latest fashion.* the counterfoil of a cheque or ticket left in a book after the main part had been removed for use, காசோலை, சீட்டு முதலியவற்றின் கையிருப்பு நகல். **stub**(*v.t*), **stubbed, stubbing**: to hurt one's toe esp. by hitting against something, கால் கட்டை விரலை இடித்துக்கொள். **to stub out**: to stop burning esp. a cigarette, எரியும் சிகரெட்டை அணைத்து விடு; to clear by removing stumps, அடிக்கட்டைகளை அகற்றி, சுத்தம் செய்.

stub-ble/'stʌbl/(*n*):'ஸ்டப்:ல் / the ends of cut corn stalks left in the ground, அறுவடைக்குப் பின் கழனியில் இருக்கும் அடிதாள். **stubbly**(*adj*).

S

stub-born/'stʌbən/*(adj)*:'ஸ்ட்டப:ஒன் / obstinate and unreasonable, பிடிவாதமும், இணக்கமும் இல்லாத; having one's own way with determination, தன்னிச்சையாக, உறுதியான முடிவுடன் செயல்படும் குணமுள்ள; difficult to effect change, மாற்றுவதற்குக் கடினமான. **stubborn-ness***(n)*.

stub-by/stʌbi/*(adj)*:ஸ்ட்டபி: / thick and short, தடித்த, குட்டையான.

stuc-co/'stʌkəu/*(n)*:ஸ்ட்டக்கஒஉ / a plaster of crushed marble, lime, sand, etc., சுண்ணாம்பு, சலவைக்கல், மணல் முதலிய வற்றின் காரைச்சாந்து.

stuck/stʌk/*(v)*:ஸ்ட்டக் / (*p.t* & *p.p*) of "stick". "stick" என்பதன் இறந்தகாலம், இறந்தகால வினை.

stud/stʌd/*(n)*:ஸ்ட்டட்: / place where a set of mares and horses kept for the purpose of breeding or racing, இன வளர்ச்சிக்காக ஆண், பெண் குதிரைகளும் மற்றும் பந்தயக் குதிரைகளும் வைக்கப்பட்டுள்ள இடம்; a nail with a large and flat head, பெரிய தலையுள்ள ஆணி; an ornamental button, அலங்காரக் குமிழ், பொத்தான். **stud***(v.t)*: **studded, studding**: to set with gems, studs, etc., வைரக்கற்கள், அலங்காரக் குமிழ்கள் முதலியவற்றைப் பதிக்க வை; to cover with studs, அலங்காரக் குமிழ்கள் பதிக்கவை.

stu-dent/'stju:dnt/*(n)*:'ஸ்ட்யூட:ஒன்ட் / one who studies, மாணாக்கர்; a person who learns, கற்றுக்கொள்பவர்.

stu-died/'stʌdid/*(adj)*:'ஸ்ட்டடி:ட்: / considered and planned beforehand, முன்னமேயே ஆலோசிக்கப்பட்ட, திட்டமிடப் பட்டுள்ள; examined carefully and expressed afterwards (may not be true), பரிசீலிக்கப்பட்டுச் சொல்லப்பட்டுள்ள, வெளியிடப்பட்டுள்ள.

stud-y/'stʌdi/*(n)*:'ஸ்ட்டடி: / the act of studying, படித்தல், கற்றல், சிந்தித்தல்; complete enquiry and exmination of a subject, ஒரு பாடம் (அ) இயலை நன்கு கற்று அறிதல்; room used for studying, படிப்பதற்கான தனி அறை. **study***(v.t-v.i)*: to spend time in educating oneself, கற்றறிந்துகொள்வதில் காலம் கழி; to learn, படித்துத் தெரிந்து கொள்; to examine carefully to find truth, உண்மையை அறிய கவனமாக ஆராய்ந்து செயல்படு. **studied** *(adj)*: intentional, வேண்டுமென்ற. • *His was only a* ***studied*** *silence.*

stu-di-o/'stju:diəu/*(n)*:'ஸ்ட்யூடி:யஒஉ / the workshop of an artist, கலைநிலையம்; a place where cinema films are made, படப்பிடிப்பு நிலையம்; a room for broadcasting, ஒளி, ஒலிபரப்பும் அறை.

stu-di-ous/'stju:djəs/*(adj)*:'ஸ்ட்யூடி:யஒஸ் / deeply fond of studying, படிப்பதிலும், கற்பதிலும் ஆர்வமுள்ள; very careful and diligent, கவனமும் ஊக்கமும் உள்ள. • *He will definitely come up in life; he has very* ***studious*** *habits.* **studiously***(adv)*, **studiousness***(n)*.

stuff/stʌf/*(n)*:ஸ்ட்டஃப் / the raw material for making anything, மூலப்பொருள்கள்; thing that fills, நிரப்புப் பொருள்; useless thing, உபயோகமற்ற பொருள்; the innate quality of a man, ஒரு மனிதனின் மனத்திண்மை. • *We are made of such* ***stuff*** *as dreams are made on.* **stuff***(v.t)*: to fill with some matter, நிரப்பு; to eat too much, மிக அதிகமாகச் சாப்பிடு; to pack in full, திணி.

stuff-ing/'stʌfiŋ/*(n)*:'ஸ்ட்டஃபிங் / material used for filling up anything, திணிப்பதற்குள்ள பொருள், நிரப்பப்பயன்படும் பொருள்.

stuf-fy/'stʌfi/*(adj)*:'ஸ்ட்டஃபி / hot, புழுக்கமான; not airy, காற்றோட்டமில்லாத; formal, வழக்கமான; old-fashioned, பழங்கால வழக்கமுள்ள.

stul-ti-fy/'stʌltifai/*(v.i)*:'ஸ்ட்டல்ட்டிஃபய் / to make dull or meaningless, செயலற்றதாக்கு, பொருளற்றதாகச் செய்.

stum-ble/'stʌmbl/*(v.t-v.i)*:ஸ்ட்டம்ப்:ல் / to hit one's foot against something while walking and fall, கால் இடறி விழு; to take a false step, தவறி விழு, தவறாக கணக்கிட்டுச் செயல்படு; to commit mistakes while speaking or reading, பேசும்பொழுது, படிக்கும்பொழுது தவறு செய். **to stumble on**: to find or discover by chance or accident, தற்செயலாக (அ) சந்தர்ப்பவசமாகக் கண்டுபிடி. • *As he was exploring the lonely island, he* ***stumbled*** *on a hidden treasure.* **stumble***(n)*: the act of stumbling, இடறி விழுதல்; a wrong step that leads to mistake, தவறான போக்கினால் துன்பம் ஏற்படல்.

stumbling-block/'stʌmbliŋblɔk/*(n)*: 'ஸ்ட்டம்ப்:லிங்'ப்:லாக் / an obstacle to progress and development, வளர்ச்சிக்கும், முன்னேற்றத்திற்கும் தடையாக இருத்தல்;

something that retards action, progress, etc., செயல் வேகத்தையும், வளர்ச்சியையும், முன்னேற்றத்தையும் குறைவுபடுத்துதல். • *The* **stumbling block** *on the path of your success is your sloth.*

stump/stʌmp/*(n)*:ஸ்ட்டம்ப் / the lower part of a tree that is left after cutting, அடிமரம், மரத்தின் அடிக்கட்டை; one of the three sticks (cricket) forming a wicket, கிரிக்கெட் பந்தாட்ட மூன்று முளைகளில் ஒன்று; the short-end of a used pencil, cigar, etc., எழுதுபொருள், சிகரெட் போன்றவற்றின் பயன்படாத மீதித் துண்டு. **stump***(v.t-v.i)*: to walk heavily and stiffly, மிடுக்காக நட; to knock down a (cricket) batsman's wicket while he is not inside the crease, கிரிக்கெட் பந்து அடிப்பவர் உரிய இடத்தில் இல்லாதபொழுது, கிட்டி முளையை அடித்து பந்து அடிப்பவரை வெளியேற்று. cricket: **draw stumps**: take the stumps at the close of play, கிரிக்கெட் ஆட்டத்தை முடிவுறச் செய், நிறுத்து. **stumpy***(adj)*: short and thick, கட்டை, குட்டையான.

stun/stʌn/*(v.t)*:ஸ்ட்டன் / **stunned, stunning**: ஸ்டன்: to make unconscious by striking on the head, தலையில் அடித்து நினைவிழக்கச் செய்; to take by surprise, திடீரெனத் திகைப்படையச் செய்; to shock, அதிர்ச்சியடையச் செய். **stun-ner**/'stʌnə*/ *(n)*:ஸ்ட்டனə* / a very beautiful person or thing esp. a woman, அழகானவர், அழகான பொருள். **stun-ning**/stʌniŋ/ *(adj)*:ஸ்ட்டனிங் / very beautiful, மிக அழகிய; very surprising or shocking, மிக ஆச்சரியமான (அ) அதிர்ச்சி தரத்தக்க. • *The news was so* **stunning** *that she neither moved nor uttered a cry.*

stung/stʌŋ/*(v)*:ஸ்ட்டங் / *(p.t & p.p)* of "sting", "sting" என்பதன் இறந்தகாலம்.

stunt/stʌnt/*(v.t)*:ஸ்ட்டன்ட் / to prevent the growth of, வளர்ச்சியைத் தடைப்படுத்து. **stunt***(n)*: a very dangerous act of skill, ஆபத்தான விளையாட்டு; an action that attracts attention and has an advertising value, கவன ஈர்ப்பும், விளம்பரமும் கொண்ட செயல். **stunt-ed**/'stʌntid/*(adj)*: 'ஸ்ட்டன்ட்டிட் / without having healthy growth, வளர்ச்சியில்லாத; dwarfed, குறுகிய, வளராத. **stuntman, stunt-woman**: a person who plays the part of an actor when something dangerous had to be performed in a film, அபாயகரமான வேடத்தில் நடிகருக்கு மாற்றாக நடிப்பவர்.

stu-pe-fy/'stju:pifai/*(v.t)*:'ஸ்ட்யுப்பிஃபய் / to be surprised very much, பார்ப்பதற்கு வியப்பூட்டும்; to annoy, to amaze, திகைக்கச் செய்; to make (one) not to feel or think, சிந்திக்க முடியாதபடி திகைப்படையச் செய், உணர்வு இழக்கச் செய். • *It is really* **stupefying** *to see our dear representatives bidding forward to decent speeches and freely using their strong hands and fists in the Assemblies.* **stupefaction***(n)*.

stu-pen-dous/stju:'pendəs/*(adj)*: ஸ்ட்யு'ப்பென்டஃஸ் / very surprising, great, பெருமளவில் ஆச்சரியமூட்டும்; to be looked at in astonishment, பார்ப்பதற்கு வியப்பூட்டுகின்ற. • *In this* **stupendous** *task of nation building, you should think of what you can do for the nation and not what the nation can do for you.* **stupendously** *(adv)*.

stu-pid/'stju:pid/*(adj)*:'ஸ்ட்யுப்பிட் / silly, அற்பமான; foolish, முட்டாள்தனமான. **stu-pid-i-ty**/stju:'pidəti/*(n)*: ஸ்ட்யு'ப்பிடிட்டி / the quality of being stupid, முட்டாள்தனம்.

stu-por/'stju:pə*/*(n)*:'ஸ்ட்யூப்பə* / a state in which one loses consciousness, மன உணர்விழத்தல். • *The nation had never been in* **stupor**; *it had ever been busy experimenting in every field of human activity.*

stur-dy/'stɜ:di/*(adj)*:'ஸ்ட்டə:டி / strong and stout, வலிமையும், திண்மையும் உள்ள; determined, உறுதியான உள்ளம் படைத்த. • *The nation does not want weaklings; it wants strong and* **sturdy** *people both in body and mind.*

stur-geon/'stɜ:dʒən/*(n)*:'ஸ்ட்டə:ஜən / a

type of large fish, ஒருவகைப் பெரிய மீன்.

stut-ter/'stʌtə*/*(v.t-v.i)*:'ஸ்ட்டட்டə* / to speak with difficulty, திக்கிப் பேசு. **stutter***(n)*: the habit of stuttering, திக்கிப் பேசுதல்.

sty/stai/*(n)*:ஸ்ட்டய் / a place where pigs are kept, பன்றிக் கிடை; boil in the eye, கண்கட்டி.

S

sty-gi-an/ˈstidʒiən/*(adj)*:ˈஸ்ட்டிஜி:யஎன் / dark or unpleasant and gloomy, இருட்டும், துயரமும் கூடிய.

style/stail/*(n)*:ஸ்ட்டய்ல் / general manner of doing a thing, ஒரு செயலைச் செய்யும் முறை; a person's way of writing, speaking, etc., ஒருவரின் எழுத்து, பேச்சு முறை. • *On every sentence he writes, you can clearly see the stamp of his peculiar* ***style***. one's behaviour, fashion in dress, etc., ஒருவரின் நடத்தை, நாகரிக உடுப்பு முதலியவை; the part of the pistil between ovary and the stigma in a flower, சூல் தண்டு; a sharp pointed instrument for writing or engraving, எழுத்தாணி. **style**(*v.t*): to give the title to, பட்டப் பெயர் சூட்டு; to arrange in an orderly manner or to design, ஒழுங்கான அமைப்பு ஏற்படுத்து. **styl-ish**/ˈstailiʃ/*(adj)*: ˈஸ்ட்டய்லிஷ் / having style and fashion, நாகரிகமான; elegant, நேர்த்தியான. **stylishly**(*adv*), **stylishness** *(n)*.

sty-lo-graph/ˈstailəugra:f/*(n)*: ˈஸ்ட்டய்லஉக்:ராஃப் / a special fountain pen with a point for writing, முள்போன்ற எழுதுமுனை உள்ள எழுதுகோல், பேனா.

styl-ist/ˈstailist/*(n)*:ˈஸ்ட்டய்லிஸ்ட் / a person who has his way of arranging or developing his appearance, தன் நேர்த்தியை, அமைத்துக்கொள்ளும் வழி உடையவர்; a person who develops the appearance of others, பிறர் நேர்த்தியை உயர்த்தும் பாங்கு உடையவர்; a writer who has his own way of expression that is peculiar and characteristic, எழுத்தாளரின் தனித்திறன். **sty-lis-tic**/staiˈlistik/*(adj)*:ˈஸ்ட்டய்லிஸ்ட்டிக் / pertaining to one's style especially in writing, art, etc., ஒருவரின் நேர்த்தி, பாங்கு, எழுதும் முறை, கலையில் நேர்த்தி, பங்கு உள்ள. **stylistically**(*adv*). **styl-is-tics**/staiˈlistiks/*(n)*:ˈஸ்ட்டய்லிஸ்ட்டிக்ஸ் / the scientific study of style in writing, speech, language, etc., எழுத்து, பேச்சு, மொழி முதலியவற்றில் வரும் நேர்த்தியைப் பற்றிய கலை.

sty-lus/ˈstailəs/*(n)*:ˈஸ்ட்டய்லஎஸ் / a kind of pen with a pointed edge for sound recording, ஒலிப்பதிவு செய்யப் பயன்படும் ஒருவகை கூர்முனை எழுதுகோல், பேனா.

sty-mie/stimi/*(v.t)*:ஸ்ட்டிமி / to prevent from taking any action, செயல்படுவதைத் தடு. • *The project* ***stymied*** *for want of sufficient funds.*

styp-tic/ˈstiptik/*(n)*:ஸ்ட்டிப்ட்டிக் / a substance that stops bleeding, இரத்தக் கசிவைத் தடுக்கக்கூடிய மருந்து.

suave/swa:v/*(adj)*:ஸ்உ ஆவ் / polite and good mannered (often) pretending and artificial, நற்பண்பும், மரியாதையும் உள்ள.

sub/sʌb/*(pref)*:ஸப்: / under another, மற்றொன்றின் கீழ்.

sub-al-tern/ˈsʌbltən/*(n)*:ˈஸப்:ல்ட்டஎன் / an army officer lower in rank than a captain, ஒரு படைத் தலைவருக்குக் கீழ் உள்ள அலுவலர்.

sub-con-scious/ˌsʌbˈkɔnʃəs/*(adj)*: ˈஸப்:ˈக்கான்ஷஎஸ் / not fully known or understood by the conscious mind, உள்ளுணர்வு அறிந்திராத. **subconscious** *(n)*: [also **unconscious**]: the level of the mind beyond the conscious knowledge, ஆழ்மனத்தில் ஏற்படும் உணர்வு.

sub-con-ti-nent/ˈsʌbˈkɔntinənt/*(n)*: ˈஸப்:ˈக்கான்ட்டினஎன்ட் / a large mass of land, part of a continent, சிறு கண்டம்.

sub-con-tract/sʌbkɔntrækt/*(v.t)*: ஸப்:க்கான்ட்ரஃக்ட் / to take a part of work to be done from the chief contractor, முக்கிய குத்தகைதாரரிடமிருந்து, ஒரு பகுதியை, வேலையைச் செய்ய எடுத்துக் கொள்.

sub-cu-ta-ne-ous/ˌsʌbkju:ˈteinjəs/*(adj)*: ˈஸப்:க்யு'ட்டெய்னியஎஸ் / beneath the skin, தோலின் அடிப்பகுதியில்.

sub-di-vide/ˌsʌbdiˈvaid/*(v.t)*:ˈஸப்:டி:ˈவய்ட்: / divide again into parts, மீண்டும் பிரி. **subdivision**(*n*).

sub-dued/səbˈdju:d/*(adj)*:ஸஎப்:ட்:யூட்: / gentle, மெதுவான; less bright, சற்று ஒளி குறைவாக; quiet and mild not naturally, அமைதியாகவும், மிருதுவாகவும், செயற்கையாகவும் உள்ள. • *When she saw her husband coming again late and fully drunk she was overcome with anger, but at once she* ***subdued*** *it and smiled.*

sub-ed-i-tor/ˌsʌbˈeditə*/*(n)*:ˈஸப்:ˈஎடிட்டஎ* / one who assists the main editor, துணை ஆசிரியர்.

sub-hu-man/ˌsʌbˈhju:mən/*(adj)*: ˈஸப்:ˈஹ்யூமஎன் / (of behaviour) inferior to human, மனித இனத்தைவிடத் தாழ்ந்த நடத்தையுள்ள.

sub-ject/'sʌbdʒikt/*(n)*:'ஸப்:ஜிக்ட் / a thing that is dealt with or discussed or considered, பேசப்படும், விவாதிக்கப்படும் (அ) எழுதப்படும் பொருள்; branch of knowledge, பாடப்பொருள், அறிவியல், பொருளியல் முதலியவை; the doer or the agent indicated by the verb in a sentence, எழுவாய்; one under another's control, one who is governed, குடிமகன்; dependent, பிறரைச் சார்ந்திருப்பவர். **subject***(v.t)*: to bring under the control, கட்டுப்படுத்து; to prevent free expression, action, etc., சுதந்திரமாகப் பேசுவது, செயல்படுவது முதலியவற்றைக் கட்டுப் படுத்து. • *Under the White rule, the native blacks were* **subjected** *to social segregation.* **subject***(adj)*: tending (to have), இயல்பாக நோக்கிச் சரிந்து கொண்டு; likely to have, கிடைக்கப் பெறுகின்ற; liable to, பொறுப்பானதாக ஆக்கப்பட்ட; governed by, ஆட்சி செய்யப்பட்ட; dependent, சார்ந்திருக்கின்ற.

sub-jec-tion/səb'dʒekʃn/*(n)*: ஸəப்:'ஜெக்ஷən் / the act of subjecting, அடிமைப்படுத்தல். • *People will have to live in utter* **subjection** *under foreign rule.* **sub-jec-tive**/səb'dʒektiv/*(adj)*: ஸəப்:'ஜெக்ட்டிவ் / not being fair because of personal interest, தன்னலம் கருதி நியாயமில்லாமல் செயல்படுகின்ற; existing in the mind, மனதில் தோன்றுகின்ற; not real, imaginary, கற்பனையான; (in grammar) of the subject, எழுவாயாக வுள்ள. **subject-matter**: the matter for discussion, விவாதப்பொருள். **subjectively** *(adv)*, **subjectivity***(n)*.

sub-joint/ˌsʌb'dʒɔint/*(v.t)*:'ஸப்:'ஜாய்ன்ட் / to add at the end, பிற்சேர்க்கை செய், இணை.

sub-judice/ˌsʌb'dʒudisi/*(adj.)*: 'ஸப்:'ஜுடி:ஸி / still under consideration of the court, நீதிமன்றத்தில் நிலுவையிலுள்ள.

sub-ju-gate/'sʌbdʒugeit/*(adj)*: 'ஸப்:ஜுகெ:ய்ட் / to defeat and to capture, தோற்கடித்து, அடிமைப்படுத்து.

sub-junc-tive/səb'dʒʌɲktiv/*(n)*: ஸப்:'ஜங்க்ட்டிவ் / (grammar) a type of verb (mood) used to express doubt, wish, etc., ஐயப்பாடு, ஆசை, விருப்பம் முதலியவற்றைக் குறிக்கும் வினைவடிவம். • *If I* **were** *a king, my wife would be the queen. (here 'were' is* **subjunctive**).

sub-lease/ˌsʌb'li:s/*(n)*:ஸப்:'லீஸ் / letting out to another by the person who holds on lease, கீழ்க் குத்தகை. **sublease***(v.t-v.i)*: to sublet, கீழ்க் குத்தகைக்கு விடு.

sub-lieu-ten-ant/ˌsʌblef'tenənt/*(n)*: 'ஸப்:லெஃப்ட்'டெனəன்ட் / an officer in the navy or army below the rank of a lieutenant, உதவிப் படைத்தலைவருக்கு அடுத்தப்படியாக உள்ள இராணுவ அதிகாரி.

sub-li-mate/'sʌblimeit/*(v.t)*:'ஸப்:லிமெய்ட் / to replace one's natural primitive urges esp. sex urge with one's social activities, இயற்கை வேட்கைகளை, முக்கியமாக காம வேட்கையை, சமூகச் செயலாக மாற்றி, செயல்புரிந்து, உன்னத நிலையைப் பெறு; (chemistry) to change a solid substance to a gas by heating it and bring the gas to solid form by cooling to make pure, (வேதியியல்) ஒரு பொருளைச் சுத்திகரிக்க, வெப்பம் மூலம் திட நிலையிலிருந்து வாயு நிலைக்கு மாறும்படி செய், மீண்டும் அந்த வாயுவைக் குளிரச் செய்து திடநிலைக்குக் கொண்டு வரச் செய். **sublimate***(n)*: a solid state of a substance after it has been sublimated, பதங்கமாதல் முறையில் மீண்டும் திடமாக்கப்பட்ட பொருள்.

sub-lime/sə'blaim/*(adj)*:ஸə'ப்:லய்ம் / capable of causing deep feelings of wonder, joy, awe, etc., ஆச்சரியம், மகிழ்வு, ஒருவகைத் திகைப்பு போன்ற உணர்ச்சிகளைத் தூண்டக்கூடிய. • *What a* **sublime** *music! For full half an hour you are transported to a region where the mind stops thinking.* careless and unknowing, கவனக்குறைவாகவும், தெரியாமலும் உள்ள; high and lofty, உயர் பண்பும், கம்பீரமும் உள்ள. **sublimely** *(adv)*, **sublimeness***(n)*, **sublimity***(n)*.

sub-mar-ine/ˌsʌbmə'ri:n/*(adj)*:ˌஸப்:மə'ரீன் / under the sea, கடலுக்கு அடியிலுள்ள; in the sea, கடலில் உள்ள; **submarine***(n)*: a ship or boat capable of moving under the surface of the sea, நீர்மூழ்கிக் கப்பல்;

sub-merge/səb'mɜ:dʒ/*(v.t.-v.i)*: ஸəப்'மə:ஜ் / to be under the surface of the water, நீரில் மூழ்கியிரு; to put under water, நீரில் மூழ்கும்படி செய்; to hide, மறைத்து விடு, மறைந்துகொள். **submergence***(n)*. **sub-mer-si-ble**/ səb'mɜ:səbl/*(adj)*:ஸəப்:'மə:ஸəப்:ல் / capable of submerging, மூழ்கக்கூடிய.

S

sub-mis-sion/səb'mi∫n/*(n)*:ஸʙப்:'மிஷʙன் / the act of submitting, பணிதல். • *The lawyer made the* **submission** *that the lady was not a party to the crime.* **submissive** *(adj)*: obedient, கீழ்ப்படிகின்ற. **sub-mit**/səb'mit/*(v.t-v.i)*: ஸʙப்:'மிட் / **submitted, submitting**: to accept defeat, தோல்வியை ஏற்றுக்கொள்; to offer some suggestion for consideration, ஆலோசனைக்கு சில கருத்துக்களைக் கூறு/வை. to agree to obey, கீழ்ப்படிய ஒப்புக் கொள், பணிந்து விடு.

sub-nor-mal/,sʌb'nɔ:ml/*(adj)*: 'ஸப்:'னாː:மʙல் / less than average, சராசரிக்குக் குறைவாக இருக்கின்ற.

sub-or-di-nate/sə'bɔ:dnət/*(adj)*: ஸʙ'பாː:டி:னெய்ட் / of low rank, குறைந்த பதவியுள்ள; less important, குறைந்த முக்கியத்துவமுள்ள. **subordinate***(n)*: a person working in the lower rank, பதவியில் பணி புரிபவர், கீழ்நிலை அலுவலர். **subordinate***(v.t)*: to put in a lower rank, கீழ்ப்பதவியில் வை. **subordination***(n)*.

sub-orn/sʌ'bɔ:n/*(v.t)*:ஸ'பːாː:ன் / to induce someone to give false evidence, usually for payment, பணம் கொடுத்துப் பொய் சாட்சி கூறுவதற்குத் தூண்டு.

sub-poe-na/səb'pi:nə/*(n)*:ஸʙப்:'ப்பீனʙ / a written order summoning a person to appear in a court of law, ஒருவரை நீதிமன்றத்தில் முன்னிலைப்படுத்தும் உத்தரவு.

sub-scribe/səb'skraib/*(v.i)*:ஸʙப்:'ஸ்க்ரய்ப்: / to sign one's name in a document, ஒரு பத்திரத்தில் கையெழுத்திடு; to pay regularly for a purpose, ஒரு குறிப்பிட்ட நோக்கத்திற்காக, ஒழுங்காகப் பணம் கொடு; to agree to accept and pay for, சந்தாக் கட்டணம் செலுத்து; to be in agreement with an opinion etc., ஒரு கருத்து (அ) கொள்கையுடன் ஒத்திரு. *I do not* **subscribe** *to your theories of atheism.* **sub-scrib-er**/səb'skraibə*/*(n)*: ஸʙப்:'ஸ்க்ரய்ப:ʙ* / a person who subscribes, சந்தா, உறுப்பினர் கட்டணம் செலுத்துபவர். **sub-scrip-tion**/ səb'skrip∫n/*(n)*:ஸʙப்:'ஸ்க்ரிப்ஷʙன் / regular payment made, சந்தா தொகை, கட்டணம்; subscribing for some purpose, கையொப்பமிட்டு ஏற்றுக்கொள்ளுதல்.

sub-se-quent/'sʌbsikwənt/*(adj)*: 'ஸப்:ஸிக்உʙன்ட் / coming after, பின் தொடருகின்ற. • **Subsequent** *to the discussion we had, we are pleased to give you the pay you asked for.*

sub-ser-vi-ent/səb'sɜ:vjənt/*(adj)*: ஸʙப்:ஸʙ:வ்யʙன்ட் / always willing to take orders and serve, எப்பொழுதும் பணிந்து வேலை செய்யக்கூடிய; not of importance, புறக்கணிக்கத்தகுந்த; working as a subordinate, துணையாகப் பணிபுரியும் தன்மை உடைய. **subserviently***(adv)*, **subservience***(n)*.

sub-side/səb'said/*(v.i)*:ஸʙப்:'ஸய்ட்: / to become less, தணி, குறைவுபடுத்து; to sink slowly, மெதுவாகக் கீழே போகச் செய், குறைவாக இரு; (of violent storm etc.,) to come to normal, (புயல்) வேகம் குறை. **sub-si-dence**/səb'saidns/*(n)*: ஸʙப்:'ஸய்ட:ʙன்ஸ் / process of going down or sinking, கீழே போகும் நிலை (அ) குறைவாக இருக்கும் நிலை.

sub-si-dy/'sʌbsidi/*(n)*:'ஸப்:ஸிடி: / money given as aid, உதவித் தொகை; allowance, financial help, நிதி உதவி. **sub-si-di-ary**/ səb'sidjəri/*(adj)*:ஸʙப்:'ஸிட்:யʙரி / assisting the main part, துணையாக இருக்கும் படியான; aiding, உதவியாக உள்ள. **sub-si-dize**/'sʌbsidaiz/*(v.t)*:'ஸப்:ஸிடா:ய்ஸ்: / to give subsidy to (for someone or some purpose), ஒருவருக்கு (அ) ஒரு நோக்கம் நிறைவேற உதவித் தொகை கொடு; to pay part of the cost of something for keeping the cost at a level, ஒரு பொருளின் விலை குறிப்பிட்ட அளவில் இருக்க உதவித்தொகை கொடு.

sub-sist/səb'sist/*(v.i)*:ஸʙப்:'ஸிஸ்ட் / to be alive with small amount of money or food, மிக மிகச் சாதாரண நிலையில் வாழ். **sub-sis-tence**/səb'sistəns/*(n)*/ ஸʙப்:'ஸிஸ்ட்டʙன்ஸ் / the ability to live with insufficient money, வசதிக்குறைவிலும் வாழ்க்கை நடத்துதல்.

sub-soil/'sʌbsɔil/*(n)*:'ஸப்:ஸாய்ல் / the layer of earth immediately below the cultivated soil, அடிமண்.

sub-son-ic/'sʌbsɔ:nik/*(adj)*:'ஸப்:ஸானிக் / below the speed of sound, ஒலி வேகத்திற்குக் குறைவான.

sub-stance/'sʌbstəns/*(n)*:'ஸப்:ஸ்ட்டʙன்ஸ் / matter, பொருள்; material, பொருளின் வடிவம்; truth, உண்மை; the real

S

meaningful part without details, முக்கியமான பொருள் அடங்கிய பகுதி; wealth, சொத்து. **substandard**(*adj*): not up to the standard, தரமானதாக இல்லாத.

sub-stan-tial/səb'stænʃl/(*adj*): ஸப்:'ஸ்ட்டஅன்ஷல் / more than enough, அதிகமாக உள்ள, கணிசமாக உள்ள; firm and strong, உறுதியானதும் திடமானதுமான; important and meaningful, முக்கியமானதும் பொருள் பொதிந்ததுமான; wealthy, வளமும், செழிப்பும் உள்ள. **substantially**(*adv*).

sub-stan-ti-ate/səb'stænʃieit/(*v.t*): ஸப்:'ஸ்ட்டஅன்ஷியெய்ட் / to prove the truth of, உண்மையை நிரூபி; to confirm, உறுதிப்படுத்து; establish, நிலைநாட்டு. • *You must* **substantiate** *your theory with apt examples and quotations.*

sub-stan-tive/'sʌbstəntiv/(*adj*): 'ஸப்ஸ்ட்டன்ட்டிவ் / self-supportive, தன்னைத்தானே காப்பாற்றிக் கொள்ளுகின்ற ஆற்றலுடைய; having real existence, உயிர் வாழுவல்ல.

sub-sta-tion/sʌb'steiʃn/(*n*): ஸப்:'ஸ்ட்டெய்ஷன் / a place where electricity is passed on to other places, துணை மின்நிலையம்.

sub-sti-tute/'sʌbstitju:t/(*n*):'ஸப்:ஸ்ட்டிட்யூட் / a person or thing in another's position or place, மாற்றாக ஒரு பொருளை/ஒருவரை வை; an alternative, மாற்று. • *No* **substitute** *has been appointed; the post is still vacant.* **substitute**(*v.t*): to put someone or something in place of a person or thing, மாற்றாக ஒருவர் (அ) ஒன்றை வை; replace, மாற்று ஏற்படுத்து, வேறு பதவியில் அமர்த்து.

sub-stra-tum/ˌsʌb'stra:təm/(*n*): 'ஸப்:'ஸ்ட்ராட்டம் / the layer lying underneath the surface (of the earth), அடித்தள அடுக்கு; a basis, அடிப்படை. • *There is a* **substratum** *of truth in his proposition.*

sub-struc-ture/'sʌbˌstrʌktʃə*/(*n*): 'ஸப்:ˌஸ்ட்ரக்ச்சஅ* / the lower part of the building, அடித்தள அடுக்கு.

sub-ten-ant/ˌsʌb'tenənt/(*n*): 'ஸப்:'ட்டெனன்ட் / one who holds a lease from a tenant, கீழ்க் குத்தகைதாரர்.

sub-tend/səb'tend/(*v.t*):ஸப்:'ட்டென்ட் / to be opposite to, எதிர்த்திசையில் தாங்கி இரு; to have (something) to support in its opposite side, அதன் எதிர்த்திசையில் ஒன்றைத் தாங்கு. • *Angles* **subtended** *by equal chords in a circle are equal.*

sub-ter-fuge/'sʌbtəfju:dʒ/(*n*): 'ஸப்:ட்டஃப்யூஜ் / a trick to escape from a difficulty, இக்கட்டான நிலையைத் தவிர்க்கப் பயன்படுத்தப்படும் தந்திரம்.

sub-ter-ra-ne-an/ˌsʌbtə'reinjən/(*adj*): ˌஸப்:ட்ட'ரெய்னியன் / beneath the earth or ground, பூமிக்கு (அ) தரையின் கீழுள்ள. • *Saraswati is a* **subterranean** *river now.*

sub-tle/'sʌtl/(*adj*):'ஸட்ல் / crafty, தந்திரம் உள்ள; skilful, மதி நுட்பமும், திறமையும் உள்ள. **sub-tle-ty**/'sʌtlti/(*n*):'ஸட்ல்ட்டி / the quality of being subtle, மதி நுட்பம்; subtle idea, thought, etc., நுட்பமான எண்ணங்களும் செய்முறைகளும். • *I am not interested in the* **subtleties** *of your language.*

sub-tract/səb'trækt/(*v.t*):ஸப்:'ட்ரக்ட் / to take away one number or amount from another, கழி; deduct, குறைவு செய். **subtraction**(*n*).

sub-urb/'sʌbɜ:b/(*n*):'ஸப:அ:ப் / an outlying area of a town or a city, புறநகர்ப் பகுதி **suburbs**(*n, pl*). **suburban**(*n*): people living in the areas adjacent to the city, புறநகர்ப் பகுதியில் வசிப்பவர்.

sub-ven-tion/səb'venʃn/(*n*): ஸப்:'வென்ஷன் / gift of money for some purpose, நிதியுதவி.

sub-ver-sive/səb'vɜ:siv/(*adj*): ஸப்:'வ:ஸிவ் / trying to overthrow established institutions secretly, அரசு போன்ற சட்ட ரீதியான அமைப்புகளைக் கவிழ்க்க சதி செய்கின்ற. • *The militants are indulging in* **subversive** *activities.* **subversive**(*n*): a subversive person, நாச வேலையில் ஈடுபட்டுள்ளவன். **subversively**(*adv*), **subversiveness** (*n*). **sub-vert**/sʌb'vɜ:t/(*v.t*):ஸப்:'வ:ட் / to overthrow, அரசு முதலிய நிறுவனங்களைக் கவிழ்க்க சதி செய்; to corrupt, ஊழல் செய்; to supersede, ஒரு அரசை நிலை குலையச் செய். **subversion**(*n*).

suc-ceed/sək'si:d/(*v.i*):ஸக்'ஸீட் / to work towards getting things done favourably, நல்ல முறையில், வெற்றிகரமாகச் செயல் புரி; to gain high position, popularity, etc., நல்ல பதவி, செல்வாக்கு முதலியவற்றைப் பெறு; to follow after, பின்தொடர்; to get what one is aiming at, நோக்கம்

S

நிறைவேறச் செய்; to be the heir of, அரசுரிமை வாரிசாக இரு, மரபு வழியான ஆட்சி உரிமையைப் பெறு. **suc-ceed-ing**/sək'si:diŋ/*(adj)*:ஸஒக்'ஸீடிங் / following in order, தொடர்ந்து வருகிற; coming after, பின்பு வருகிற. **suc-ces-sion**/sək'seʃn/*(n)*:ஸஒக்'ஸெஷஒன் / the act of succeeding, மரபு வழி உரிமை பெறுவது; the act of coming after, பின் வருதல், ஒருவர் பதவியை விட்டு விலகியபின் அதைத் தொடர்ந்து ஏற்கும் உரிமை; the line of descendants, மரபு வழி உரிமை பெறுதல். **suc-ces-sive**/sək'sesiv/*(adj)*: ஸஒக்'ஸெஸிவ் / consecutive, தொடர்ந்து வருகின்ற; following in an orderly manner, ஒழுங்கான முறையில் பின்தொடர்கின்ற. **success**/sək'ses/*(n)*:ஸஒக்'ஸெஸ் / that which ends favourably, நற்பலனுடன் முடிவு அடைவது; the getting of what one desires or aims at, நினைத்தது (அ) நோக்கம் கிடைக்கப்பெறுவது; prosperity in life, வாழ்வில் வளமை. • *He who can look at both* **success** *and failure with equanimity is alone a great man.* **successful***(adj)*, **successfully***(adv)*.

suc-ces-sor/sək'sesə*/*(n)*:ஸஒக்'ஸெஸஒ* / one who follows in succession, மரபினர்; heir, வாரிசு, பின்தோன்றல்.

suc-cinct/sək'siŋkt/*(adj)*:ஸஒக்'ஸிங்க்ட் / clearly expressive in very few words, ஒரு சில வார்த்தைகளில் சுருக்கமாகச் சொல்லப்படுகின்ற. **succinctly***(adv)*, **succinctness***(n)*.

suc-cour/'sʌkə*/*(n)*:'ஸக்கஒ* / help that is given to someone in danger, ஆபத்தில் இருப்பவருக்கு உதவி செய்தல். **succour** *(v.t)*: to help someone in difficulty, ஆபத்தில் இருப்பவருக்கு உதவி செய்.

suc-cu-lent/'sʌkjulənt/*(adj)*:'ஸக்யுலஒன்ட் / juicy, சாறு நிரம்பிய; full of sap, மரப்பால் உள்ள. **succulence***(n)*, **succulently** *(adv)*.

suc-cumb/sə'kʌm/*(v.i)*:ஸஒ'க்கம் / to yield without opposing, எதிர்ப்பு இல்லாமல் சரண் அடை, பணிந்து கொடு; to die, இறந்து விடு.

such/sʌtʃ/*(n)*:ஸச் / of that kind, அவ்வகையான; so great, அவ்வளவு பெரிய. **such***(pron)*: the thing referred to, சுட்டிக் காட்டப்படும் பொருள்; the action referred to, சுட்டிக்காட்டப்படும் செயல்; such and such, அப்படிப்பட்ட. **such-like**/'sʌtʃlaik/ *(adj)*:'ஸச்லய்க் / similar, ஒன்றைப் போன்றுள்ள.

suck/sʌk/*(v.t-v.i)*:ஸக் / to draw into the mouth with the help of lips, tongue and muscles at the side of the mouth, உறிஞ்சு; to draw in milk from the breast, பாலை வாயால் உறிஞ்சிக் குடி. **suck***(n)*: an act of sucking, உறிஞ்சிக் குடித்தல்.

suck-er/sʌkə*/*(n)*:'ஸக்கஒ* / one who sucks, பாலூட்டும் பிராணி; that which sucks, உறிஞ்சும் உயிர் வாழ்வன; a piece of new plant that grows from the lower part of the stem, தாவரத் தண்டின் அடியிலிருந்து வளரும் குருத்துக்கள்; a flat piece of soft material that helps to suck, உறிஞ்சும், தட்டையான பொருள்; the piston of a suction pump, உறிஞ்சு குழலின் தண்டு.

suc-k-le/'sʌkl/*(v.t-v.i)*:ஸக்ல் / to feed a young animal or a baby with milk from the mother's breast, (விலங்கினம்) இளங் கன்றுக்கு (அ) குழந்தைக்குத் தாய்ப்பால் கொடு. **suck-ling**/'sʌkliŋ/*(n)*:'ஸக்லிங் / a young human being or animal that is still taking milk from the breast, தாய்ப்பால் குடிக்கும் குழந்தை (அ) இளங்கன்று.

suc-tion/'sʌkʃn/*(n)*:'ஸக்ஷஒன் / the act of sucking, உறிஞ்சும் செயல்; the drawing of fluid by removing air, காற்று வெளியேற்றப் படுவதால் ஏற்படும் அழுத்தக் குறைவினால் திரவத்தை இழுத்தல். **suction-pump***(n)*: a pump that works when the air inside is removed, உள்ளிருக்கும் காற்று வெளியேறிய பின் வேலை செய்யும் உறிஞ்சு குழல்.

sud-den/'sʌdn/*(adj)*:'ஸட்:ன் / happening quickly and unexpectedly, திடீரென நிகழ்கின்ற; rapid, விரைவான; done with haste, அவசரத்தில் செய்யப்படுகின்ற. **suddenly***(adv)*, **suddenness***(n)*.

sue/su:/*(v.t-v.i)*:ஸு / to take legal action to recover some money, பணம் திரும்பப் பெற வழக்குத் தொடர்; to make legal claim for some compensation because of loss, damage, etc., நட்ட ஈடு கோரு; to seek to win or woo, காதல் செய்யத் தூண்டு.

su-et/'suit/*(n)*:ஸுயிட் / hard fat taken from the kidneys and loins of cattle and sheep, விலங்கின் கொழுப்பு.

suf-fer/'sʌfə*/*(v.i)*/'ஸஃபஒ* / to experience pain, agony, etc., துன்பமும், வலியும் அனுபவி; to undergo misery, துயரம் கொள்; to become worse, மோசமாகு.

S

• *Our lot is to* **suffer** *the agonies of birth and death and no mortal can be free from the suffering.* **suf-fe-ra-ble**/'sʌfərəbl/*(adj)*:'ஸஃபரரப்:ல் / that can be endured, பொறுத்துக்கொள்ளக்கூடிய. **suf-fer-ance**/'sʌfərəns/*(n)*:'ஸஃபரரன்ஸ் / pain, agony and difficulty, துன்பங்கள். **sufferance on**: accepting an unpleasant necessity, அவசியமாக ஆனால் மனதிற்கு ஒவ்வாத ஒன்றை ஏற்றுக்கொள்ளல். **suf-fer-er**/'sʌfərə*/*(n)*:ஸஃபரர* / a person who suffers, துயரம் கொள்பவர். **suf-fer-ing**/'sʌfəriŋ/*(n)*:ஸஃபரிங் / hardship and difficulty, துன்பம், துயரம்.

suf-fice/sə'fais/*(v.i)*:ஸ'ஃபய்ஸ் / to be enough, போதுமானதாக இரு; to satisfy, மன நிறைவுடன் இரு; to provide the needful, தேவையானதைக் கொடு. **suffice it to say**: content with saying, இவ்வளவு சொல்வதே போதும் (என்னவென்றால்)

suf-fi-cient/sə'fiʃnt/*(adj)*:ஸ'ஃபிஷன்ட் / enough, போதுமானதாக; as much as is wanted, needed, தேவையானதாக. **sufficiently**(*adv*). **suf-fi-cien-cy**/sə'fiʃnsi/*(n)*:ஸ'ஃபிஷன்ஸி / the state of being sufficient, தேவையான அளவில் இருத்தல்; competency, தகுதி பெற்றிருத்தல்.

suf-fix/'sʌfiks/*(n)*:'ஸஃபிக்ஸ் / a letter or syllable added to the end of a word, வார்த்தையின் கடைசியில் சேர்க்கப்படும் எழுத்து (அ) சொற்றொடர்.

suf-fo-cate/'sʌfəkeit/*(v.t-v.i)*:'ஸஃபக்கெய்ட் / to become choked, மூச்சுத் திணற அடி; to choke by stopping the breath, மூச்சுத் திணறு. **suf-fo-ca-tion**/ˌsʌfə'keiʃn/*(n)*:ˌஸஃப'க்கெய்ஷன் / act of suffocating, மூச்சுத் திணற வைத்தல்; death by choking, மூச்சுத் திணறி இறத்தல்.

suf-fra-gan/'sʌfrəgən/*(adj)*/:'ஸஃப்ரகன் / of a bishop who is assisting another bishop of higher rank, ஒரு கிறித்தவ குரு மற்றொரு உயர்நிலைக் குருவிற்குத் தொண்டு செய்கின்ற.

suf-frage/'sʌfridʒ/*(n)*:ஸஃப்ரிஜ் / the right to vote in the elections, franchise வாக்குரிமை.

suf-fra-gette/ˌsʌfrə'dʒet/*(n)*:ˌஸஃப்ர'ஜெட் / a person who fights for the cause of women's right to vote, பெண்கள் வாக்குரிமை பெறுவதற்குப் போராடுபவர்.

suf-fuse/sə'fju:z/*(v.t)*:ஸ'ஃப்யூஸ்: / to cover through with a colour or liquid, ஒரு வண்ணம் (அ) திரவம் கொண்டு முழுவதும் மறை; to spread over with some liquid or colouring, மேலே படரு, திரவம் (அ) வண்ணம் கொண்டு பரப்பு, பரவு . • *When one is* **suffused** *with intense patriotism, no sacrifice is too great.*

suf-fu-sion/sə'fju:ʒn/*(n)*:ஸ'ஃப்யூஜ:ன் / the state of being suffused, பரவும் தன்மை.

sug-ar/'ʃugə*/*(n)*:ஷுக:ர* / a sweet substance obtained from the sugarcane, beet, maple, etc., கரும்பு, பீட்ரூட், மரவள்ளிக் கிழங்கு முதலியவற்றினின்று பெறப்படும் இனிக்கும் பொருள், சர்க்கரை. **sugar**(*v.t*): to add sugar to, சர்க்கரை சேர்; sweeten, இனிப்பு சேர். **sugar-coated pill**: outwardly sweet but really not tasty, மேலுக்கு இனிமையான ஆனால் உண்மையில் கசப்பான.

sugar-cane:ஷுக:ரக்கெய்ன் / a tall plant of the grass family from whose juice sugar is obtained, கரும்பு. **sugarbeet**: beetroot that yields sugar, பீட்ரூட் கிழங்கு.

sug-ar-y/ʃugəri/*(adj)*:ஷுக:ரி / full of sugar, சர்க்கரை உள்ள; like sugar, சர்க்கரை போலுள்ள; fond of sugar, இனிப்பில் அதிக விருப்பமுள்ள; too sweet, polite, etc., in a faithless manner, மிக அதிக அன்பு பாராட்டி, கேடு செய்யக்கூடிய.

sug-ar dad-dy/ʃugədædi/*(n)*:ஷுக:டடீடி: / an old man very generous to a young woman for sexual favour, உடலின்பம் தரும் இளம் பெண்ணிற்காக நிறைய செலவழிக்கும் பணக்கார வயோதிகர்.

sug-gest/sə'dʒest/*(v.t)*:ஸ'ஜெஸ்ட் / to make a proposal, ஒரு கோரிக்கையை முன் வை; to give an idea for consideration, ஒரு கருத்தை ஆலோசனைக்குக் கூறு; to hint at, குறிப்பிட்டுக் காட்டு; to indicate one's mind indirectly, மனத்தில் இருப்பதைக் கோடிட்டுக் காட்டு; to imply, குறிப்பாகத் தெரிவி. • *The writer* **suggests** *that nature goes on its work unmindful of human feelings.* **sug-ges-tion**/sə'dʒestʃən/*(n)*: ஸ'ஜெஸ்ச்சன் / that which is suggested, குறிப்பிட்டுக் காட்டப்படுவது; that which makes one think, ஒருவனைச் சிந்தனை செய்யத் தூண்டுவது எதுவோ அது; indirect way of inducing one's mind to accept a certain thing, ஒன்றை ஏற்றுக்கொள்ள ஒருவரின் மனதை மறைமுகமாகத்

S

தூண்டுவது. **sug-ges-tive**/sə′dʒestiv/ *(adj)*:ஸ௨′ஜெஸ்ட்டிவ் / showing thoughts of sex, பாலுணர்வு எண்ணத்தை வெளியிடுகின்ற; containing an idea or suggestion, ஒரு கருத்து (அ) ஆலோசனை அடங்கியுள்ள; that which makes the mind think in a particular way, எண்ணங்களை ஒரு திசையில் தூண்டக்கூடிய.

su-i-cide/′suisaid/*(n)*:ஸ்யுய்ஸய்ட்: (ஸுய்) / the act of killing oneself, தற்கொலை; one who kills oneself, தற்கொலை செய்து கொள்பவர். **suicidal***(adj)*.

suit/su:t/*(n)*:ஸ்யூட் / a set of clothes, clothing worn together, ஆடைத் தொகுப்பு; proceedings in a court of law, நீதிமன்றத்திலுள்ள வழக்கு; kind, class, வகை, இனம்; seeking marriage, திருமணம் செய்துகொள்ள கோரிக்கை; a set of cards (13 in number) belonging to the same type, ஒரே வகையைச் சார்ந்த சீட்டுக்கட்டு. **suit***(v.t)*: to fit, தகுதியுடையதாக்கு; to match, பொருத்தமாயிரு, பொருத்து; to please, மனநிறைவு அடையச் செய்; to be the right choice, நல்ல தேர்வுள்ளதாக இரு; to have the right manners, conduct, etc., சரியான குணமும், நடத்தையும் கொண்டிரு. **sui-ta-bil-i-ty**/ˌsu:tə′biliti/*(n)*: ˌஸ்யூட்டஅ′பி:லிட்டி / the state or fact or degree of being suitable, பொருந்துகின்ற தன்மை, பொருந்துகின்ற உண்மை, பொருந்தும் தரம், நிலை, அளவு. **suit-a-ble**/′su:təbl/*(adj)*:ஸூட்டஅப்:ல் / rightly fitted for a purpose, ஒரு நோக்கத்திற்குச் சரியாக, பொருத்தமாக உள்ள; to be agreeable, ஒப்புதல் அளிக்கும் தன்மையுள்ள. • *Have you read the book 'A* ***Suitable*** *Boy', a novel in verse?* **suitably***(adv)*, **suitableness***(n)*.

S

suitcase/′su:tkeis/*(n)*:ஸ்யூட்க்கெய்ஸ் / luggage case, சாமான் பெட்டி.

suite/swi:t/*(n)*:ஸ்உயீட் / persons who follow and help a very important person, முக்கிய பிரமுகர் பின்சென்று உதவி செய்வோர்; a set of furniture for an apartment, தங்கும் இடத்திற்கு வேண்டிய தட்டுமுட்டுச் சாமான்கள், set of rooms (bedroom, sitting-room and bathroom), அறைத் தொகுதி.

suit-or/su:tə*/*(n)*:ஸ்யூட்டஅ* / a person who wants to marry a woman and makes a proposal to her, காதலர், ஒரு பெண்ணைத் திருமணம் செய்யக் கோருபவர்; a person who sues, மனுதாரர், வழக்குத் தொடருபவர்.

sulk/sʌlk/*(v.i)*:ஸல்க் / to be silent because of some displeasure, ஏதோ மனத்துன்பம் காரணமாகப் பேசாமல் அமைதியாக இரு. **sulks***(n)*: the state of being angry or sulky, சினம் கொள்ளல். **sulkily***(adv)*, **sulky***(adj)*, **sulkiness***(n)*.

sul-len/′sʌlən/*(adj)*:′ஸலஅன் / silently feeling a sense of anger, மௌனமாக, கோபம் கொண்டுள்ள; feeling unpleasant, சற்றும் மகிழ்ச்சியில்லாத. • *The sky looks* **sullen** *with dark clouds.*

sul-ly/′sʌli/*(v.t)*:′ஸலி / to spoil the value of, மதிப்பை வீணாக்கு; to make dirty and muddy, அசுத்தம் செய். • *Tell one single lie and that will* **sully** *your reputation forever.*

sul-phur/′sʌlfə*/*(n)*:′ஸல்ஃபஅ* / an element that is found as yellow powder with a choking smell, கந்தகம். **sulphate***(n)*: a salt from sulphuric acid, கந்தக அமிலத்திலிருந்து பெறப்படும் உப்பு. **sul-phu-ric**/sʌl′fjuərik/*(adj)*: ஸல்ஃப்யுஅரிக் / [also **sulphurous**: containing sulphur, கந்தகம் அடங்கியுள்ள.

sul-tan/′sʌltən/*(n)*:ஸல்ட்டஅன் / a ruler in Muslim countries, இஸ்லாமிய நாடுகளில் உள்ள ஒரு அரசர். **sul-ta-na**/səl′ta:nə/*(n)*: ஸஅல்′ட:னஅ / feminine of sultan, ஒரு சுல்தானின் மனைவி, தாய் (அ) சகோதரி; a variety of raisin, விதையில்லாத ஒருவகை முந்திரிப் பழம்.

sul-try/′sʌltri/*(adj)*:ஸல்ட்ரி / hot for want of ventilation, காற்றோட்டமில்லாததால் ஏற்படும் புழுக்கமான; sensual, ஐம்புலன்களின் உணர்ச்சி அதிகமுள்ள.

sum/sʌm/*(n)*:ஸம் / many things added together, கூடுதல் தொகை, கூட்டல்; the total amount, மொத்தம்; the main points, முக்கிய கருத்துக்கள்; an amount of cash or money, ரொக்கம் (தொகை); a problem in arithmetic, கணக்கு. **sum***(v.t-v.i)*: **summed, summing**: to add up, to express very briefly, to assess, to consider and to come to a judgement of, சீர்தூக்கிப் பார்த்து ஒரு முடிவுக்கு வா. • *To* **sum** *up, it is your foolishness that is to blame.*

sum-ma-ry/′sʌməri/*(adj)*:ஸமஅரி / disposed in a very formal way, விதிமுறைக்கேற்ப முடிவெடுத்து வெளியேற்றும் தன்மை; done at once without going into details, மேலெழுந்த வாரியாகப் பரிசீலித்துச்

செய்து முடிக்கின்ற. **summary***(n)*: a short account, சுருக்கம். **sum-ma-ri-ly**/ 'sʌmərili/*(adv)*:ஸமஅரிலி / in very few words, ஒரு சில வார்த்தைகளில் சொல்லும்படி; abstract, சுருக்கமான அறிக்கை. • *His appeal was* **summarily** *rejected by the court.* **summarize***(v.t-v.i)*: to put in the form of summary, சுருக்கிக் கூறு; to present in brief terms omitting details, சுருங்கச் சொல்லி விளங்க வை.

sum-ma-tion/sʌ'meiʃn/*(n)*:ஸமெய்ஷஅன் / summing up, மொத்தம் காணல்.

sum-mer/'sʌmə*/*(n)*:ஸமஅ* / the hot season of the year between spring and autumn, கோடைக் காலம், வேனிற்காலம். • **Summer** *is the season of hot winds and cool showers.* **summer***(v.i)*: to spend the summer, கோடைக் காலத்தைக் கழி.

sum-mit/'sʌmit/*(n)*:ஸமிட் / the highest point, உயர் மட்டம்; the highest degree, மிக உயர்பாகை அளவு. • *She was at the* **summit** *of her glory when she succumbed to the bullets of her own bodyguard.* the top of a mountain, மலை உச்சி; the council or a meeting between heads of different governments, வெவ்வேறு நாட்டுத் தலைவர்களின் உயர் மட்ட சந்திப்பு.

sum-mon/'sʌmən/*(v.t)*:'ஸமஅன் / to pass an official order asking someone to come, அழைப்பாணை விடு; to request to come, வரும்படி உத்தரவு இடு; to call someone to appear before court, நீதிமன்றத்தில் முன்னிலைப்படுத்தச் செய். **to summon up**: to rise to action, செயல்பட புதுத் தெம்புடன் எழுந்திரு. • *He* **summoned up** *his strength and charged at his foe like an angry bull.* **summons***(n)*: a court notice to appear before it, நீதிமன்றத்தில் முன்னிலைப்படுத்த அனுப்பப்படும் ஆணை; to call to attend to, நீதிமன்ற ஆணை, கவனிப்பதற்காகக் கூப்பிடுதல். **summon** *(v.t)*: (used in passive only), to serve summons to, வரவேண்டுமென்று ஆணையிடு. • *The minister was* **summoned** *to appear in the court.*

sump/sʌmp/*(n)*:ஸம்ப் / a pit or tank of an engine at the bottom that holds the supply of oil or water, ஓர் இயந்திரத்தின் அடிப் பாகத்திலுள்ள நீர், எண்ணெய்த் தொட்டி.

sump-ter/'sʌmptə*/*(n)*:'ஸம்ப்ட்டஅ* / a horse or mule for carrying loads, பொதிக் குதிரை, கோவேறு கழுதை.

sump-tu-ous/'sʌmptʃuəs/*(adj)*: 'ஸம்ப்ச்சுஅஸ் / very costly, full and grand, மிக விலையுயர்ந்த, முழுமையும், சிறப்பும் மிகுந்துள்ள. • *When had he eaten such a* **sumptuous** *dinner? He didn't remember.* **sumptuously***(adv)*, **sumptuousness***(n)*.

sun/sʌn/*(n)*:ஸன் / the burning star in the sky around which the earth moves, சூரியன், கதிரவன், ஞாயிறு, ஆதவன்; sunlight, சூரிய ஒளி, வெப்பம்; any star round which planets move, கோள்கள் சுற்றி வரும் எந்த ஒரு விண்மீனும். **under the Sun**: இவ்வுலகில்; at all places in the world, உலகில் அனைத்து இடங்களிலும். • *He has no place of his own* **under the Sun**. **sunbeam***(n)*: ray of sunlight, சூரிய ஒளிக்கதிர். **sunburnt***(adj)*: very much darkened by the Sun rays, சூரிய ஒளியினால் கறுப்பாக்கப்பட்ட.

Sunday/'sʌndi/*(n)*:ஸன்டி / the first day of the week, வாரத்தின் முதல் நாள்; the Lord's day, இறை நாள்; the day on which the Sun is worshipped, சூரியனை வழிபடும் நாள்.

sun-der/'sʌndə*/*(v.t)*:ஸன்ட:அ* / to break into parts, பகுதிகளாக உடை, இணைப்பை அகற்று.

sun-dries/'sʌndriz/*(n, pl)*:ஸன்ட்:ரீஸ் / small things of various types, சில்லறைச் சாமான்கள். **sun-dry**/'sʌndri/*(adj)*: 'ஸன்ட்:ரீ / various (like books, people, etc.), பற்பல.

sun-dial/'sʌndaiəl/*(n)*:ஸன்ட:யஅல் / an apparatus once used for measuring time, நேரத்தைக்காட்ட பயன்படுத்தப்பட்ட கருவி.

sun-down/sʌndaun/*(n)*:ஸன்ட:உன் / sunset, சூரியன் மறையும் நேரம்.

sun-flower/'sʌnˌflauə*/*(n)*:'ஸன்ˌஃப்லஉஅ* / a garden plant with a fine big flower facing the Sun, சூரியகாந்திச் செடி, சூரிய காந்திப் பூ.

sung/sʌŋ/*(v)*:ஸங் / past participle of "sing", "sing" என்பதன் இறந்தகால வினை.

sunk/sʌŋk/*(v)*:ஸங்க் / *(p.t & p.p)*: of "sink", "sink" என்பதன் இறந்தகாலம். **sunk-en**/ 'sʌŋkən/*(adj)*: that has (been) sunk, மூழ்கி இருக்கும்; lying at the bottom, அடியில் கிடக்கும்.

S

sun-ny/'sʌni/*(adj)*:'ஸனி / having bright sunlight, சூரிய ஒளி அதிகமுள்ள; cheerful, மகிழ்ச்சியாக உள்ள; bright, ஒளிர்கின்ற.

sun-rise/'sʌnraiz/*(n)*:'ஸன்ரய்ஸ் / the rising of the Sun in the east, சூரிய உதயம்.

sun-set-ting/'sʌnsetiŋ/*(n)*:'ஸன்ஸெட்டிங் / the time at which the Sun sets, சூரியன் மறையும் நேரம்.

sun-shine/'sʌnʃain/*(n)*:'ஸன்ஷய்ன் / the light given out by the Sun, சூரிய ஒளி; joy, மகிழ்ச்சி. • *Can they ever see* **sun-shine** *in their lives?*

sun-spot/'sʌnspɔt/*(n)*:'ஸன்ஸ்ப்பாட் / a small dark area, seen on the Sun's surface, சூரியனிடத்தில் காணப்படும் வெப்பக் குறைவான பகுதி, கரும் புள்ளி.

sun-stroke/'sʌnstrəuk/*(n)*:'ஸன்ஸ்ட்ரஉக் / an acute collapse due to exposure to the Sun, கடும் வெய்யிலால் ஏற்படும் மயக்கம்.

sup/sʌp/*(v.t-v.i)*:ஸப் / **supped, supping**: to drink a little at a time esp. beer, etc., கொஞ்சம், கொஞ்சமாகக் குடி; to eat supper, இரவு உணவு எடுத்துக்கொள்.

su-per/'su:pə*/*(pre)*:ஸூப்பஅ* **(ஸ்யூ)** / more than, மேலும் அதிகமாக. **super***(adj)*: (old use) very, very good, மிக, மிக நல்ல; very wonderful, மிக ஆச்சரியமாக இருக்கின்ற.

su-per-a-bun-dant/ˌsu:pərə'bʌndənt/ *(adj)*:ˌஸ்யூப்பஅரஅ'பண்டஅன்ட் / more than enough, போதும் என்பதற்கு மேலாக உள்ள; more than what is needed, தேவையானதற்கு அதிகமாக உள்ள. • *When they came here they saw the nature's bounties —* **super-abundant** *reserves of animal and plant life — and without second thoughts, settled down here.* **superabundance***(n)*.

su-per-an-nu-at-ed/ˌsu:pə'rænjueitid/ *(adj)*:ˌஸூப்பஅ'ரஆன்யுயெய்ட் / too old to work, வேலை செய்யமுடியாத அளவுக்கு வயோதிகத்தன்மையுள்ள; old-fashioned, பழைமையான; give a pension to a worker when he is old or unable to work, வயது (அ) இயலாமை காரணமாக ஒய்வூதியத் துடன் விலகுதல்.

su-per-an-nu-a-tion/'su:pəˌrænju'eiʃn/ *(n)*:ˌஸ்யூப்பஅˌரஆன்யு'யெய்ஷஅன் / money paid as a pension, ஓய்வூதியம்.

su-perb/su:'pɜ:b/*(adj)*:ஸூப்'பஅ:ப் / excellent, very high quality, நல்ல, உயர்தரமான. **superbly***(adv)*.

su-per-charge/'su:pətʃa:dʒ/*(v.t)*: 'ஸூப்பஅச்சாஜ் / to increase the power of an engine, ஓர் இயந்திரத்தின் சக்தியை அதிகப்படுத்து; to fill with strong feelings, சூழ்நிலையை உணர்ச்சிகரமாக்கு. **su-per-charg-er**/'su:pətʃa:dʒə*/*(n)*: 'ஸ்யூப்பஅச்சாஜஅ* / an apparatus that increases the power of an engine, ஓர் இயந்திரத்தின் சக்தியை அதிகப்படுத்தும் ஓர் அமைப்பு.

su-per-cil-i-a-ry/ˌsu:pə'siliəri/*(adj)*: ˌஸ்யூப்பஅ'ஸிலியஅரி / above the eyebrows, கண் புருவத்திற்கு மேலுள்ள.

su-per-cil-i-ous/ˌsu:pə'siliəs/*(adj)*: ˌஸ்யூப்பஅ'ஸிலியஅஸ் / not having any regard for others, பிறருக்கு மதிப்புக் கொடுக்காத; haughty, இறுமாப்புடைய. **superciliously** *(adv)*, **superciliousness***(n)*.

su-per-con-duc-tiv-i-ty/ su:pə kɔ ə ndə ktiviti/*(adv)*: ஸூப்பஅக்கஅண்டஃக்ட்டிவிட்டி / the ability of certain metals for conducting electricity through them, மின்கடத்தும் திறன். **su-per-con-duct-or**/su:pəkəndʌktə*/*(n)*: ஸூப்பஅக்கஅண்டஃக்ட்டஅ* / a substance that has the superconductivity, மின்கடத்தும் திறனுள்ள பொருள், மின்கடத்தி.

su-per-e-go/'su:pəri:gəu/*(n, sing)*: 'ஸூப்பஅரீகஃஅஉ / **superegos***(n, pl)*: the conscience that rewards or punishes the self according to circumstances, உறுத்தும் மனச்சாட்சி.

su-per-fi-cial/ˌsu:pə'fiʃl/*(adj)*: ஸூப்பஅஃபிஷஅல் / on the surface, மேலோட்டமாக உள்ள; not complete, முழுமையில்லாத; not capable of serious thinking, சிந்தனை இல்லாத, சிந்திக்கும் திறனற்ற. • *These days life has become utmost* **superficial***; we don't take anything seriously.* **superficiality** *(n)*, **superficially***(adv)*.

su-per-flu-i-ty/ˌsu:pə'fluəti/*(n)*: ˌஸ்யூப்பஅ'ஃப்லுயிட்டி / surplus, தேவைக்கு மேல் இருத்தல்; larger amount than is required, தேவைக்கு மேற்பட்ட தொகை.

su-per-flu-ous/su:'pɜ:fluəs/*(adj)*: ஸ்யு'ப்பஅஃப்லுஅஸ் / more than required, தேவைக்கு அதிகமான. **superfluously***(adv)*, **superfluousness***(n)*.

su-per-hu-man/ˌsu:pə'hju:mən/*(adj)*: ˌஸூப்பஅ'ஹ்யூமஅன் / beyond the powers of man, மனித சக்திக்கு அப்பாற்பட்ட. • *No power on earth, not even the* **superhuman,** *can save him now.*

su-per-im-pose/ˌsu:pərim'pəuz/*(v.t)*: ஸூப்பரிம்'ப்பஉஸ்: / to lay upon something else, ஒன்றின்மேல் மற்றொன்று தெரியும்படி வை.

su-per-in-tend/ˌsu:pərin'tend/*(v.t)*: ˌஸூப்பரின்'ட்டென்ட்: / to have the charge of and to see that everything goes on well, மேலாண்மை செய்; to manage, நன்கு நிர்வாகம் செய். **su-per-in-ten-dent**/ˌsu:pərin'tendənt/*(n)*: ˌஸூப்பரின்'ட்டென்டஃன்ட் / one who is in charge of office, place, etc., கண்காணிப்பாளர்.

su-pe-ri-or/su'piəriə*/*(adj)*:ஸு'ப்யரியஃ* / of higher rank or position or class, மற்றவரைவிட பதவியில் (அ) வகுப்பில் உயர் நிலையில் உள்ள. • *Endowed with a* **superior** *ego, he passes derogatory remarks about others.* better than all others, மற்றவரை விட சிறப்பாகவுள்ள; thinking oneself better than others, பிறரைவிடத் தான் சிறந்தவர் என்று எண்ணம் கொண்டு; used as a title for religious heads, மதத் தலைவர்களுக்குக் கொடுக்கப்படும் பட்டமாகப் பயன்படுகின்ற. **superior***(n)*: a person of higher rank esp. in office, உயர் பதவியில் உள்ளவர். • *You must not talk ill of your* **superiors**. **su-pe-ri-ori-ty com-plex**/suˌpiəri'ɔrəti kɔ:mpleks/*(n)*: ஸுˌப்யரியொரிடி காம்ப்க்லஸ் / the state of mind that makes a person believe he is better than others, தான் மற்றவர்களை விட உயர்ந்தவன் என்ற மனப்பான்மை.

su-per-la-tive/su:'pɜ:lətiv/*(adj)*: ஸூ'ப்பலடிவ் / (grammar) expressing the highest degree of action, quality, quantity, etc., ஈடும் இணையும் இல்லாத, எல்லாவற்றையும் விட மிகச் சிறந்த நிலையைக் குறிப்பிடும் தன்மையுள்ள; best, மிக உயர்ந்த, எல்லாவற்றையும் விட தரம் மிக்க. • *They paid encomiums to him in the most* **superlative** *terms.* **superlative***(n)*: the superlative form of an adjective or adverb, உரிச்சொல் (அ) வினை தழுவுதல் இதன் உயர் பண்பின் வடிவம். **superlatively***(adv)*.

su-per-man/'su:pəmæn/*(n)*: 'ஸூப்பமஜன் / a person having very high qualities, மதி நுட்பம் உள்ளவர்.

su-per-nal/su:'pɜ:nl/*(adj)*:ஸ்யு'ப்பஂனல் / pertaining to heaven, மேலுலகம் பற்றிய; heavenly, இறைத்தன்மையுள்ள.

su-per-nat-u-ral/ˌsu:pɜ'nætʃrəl/*(adj)*: ˌஸூப்ப'னஜச்ரஂல் / beyond the powers of nature, இயற்கையைக் கடந்து நிற்கும் ஆற்றல்; divine, புனிதத்தன்மையுள்ள. **supernaturally***(adv)*.

su-per-nu-me-ra-ry/ˌsu:pə'nju:mərəri/*(adj)*:ˌஸ்யூப்ப'ன்யூமரஂரி / exceeding the number needed, தேவைக்கு மேற்பட்ட எண்ணிக்கையுள்ள.

super-power/su:pə'pauə*/*(n)*: ˌஸூப்ப'ப்பஉஃ* / a nation that possesses very great military power, வல்லரசு. • *Can India ever become a* **superpower**?

super-pose/ˌsu:pə'pəuz/*(v.t)*: 'ஸூப்ப'ப்பஉஸ்: / to lay a thing on or upon another, மற்றொன்றின் மீது வை. **super-position***(n)*: laying (a thing) upon another, ஒன்றின்மேல் மற்றொன்றை வைத்தல்.

su-per-scribe/ˌsu:pə'skraib/*(v.t-v.i)*: 'ஸூப்பஸ்க்ரய்ப்: / to write or inscribe on the top of or outside of, மேல் பகுதி, வெளிப்பகுதியில் எழுது; to write the name or address on the cover or outside of, முகவரியை மேல்உறையில் (அ) வெளிப்பக்கம் எழுது. **super-scrip-tion**/ˌsu:pə'skripʃn/*(n)*:ˌஸூப்ப'ஸ்க்ரிப்ஷஂன் / something written above or on the outside, உறையின்மேல் எழுதப்படுவது (அ) வெளியில் எழுதப்படுவது. • *Don't forget to write the* **superscription** *before you post the letter.*

su-per-sede/ˌsu:pə'si:d/*(v.t)*:ˌஸூப்ப'ஸீட்: / to take the place of another esp. for making better, செம்மைப்படுத்த ஒன்றை நீக்கிவிட்டு அதற்கு மாற்றாக வேறொன்றை அமை.

su-per-son-ic/ˌsu:pə'sɔnik/*(adj)*: 'ஸூப்ப'ஸானிக் / faster than the speed of sound, ஒலியின் வேகத்தை விட மிக அதிகமான.

su-per-star/'su:pə'stɔ:*/*(n)*:'ஸூப்ப'ஸ்ட்டா* / an extremely efficient and famous artist or performer esp. a songster or musician or a cinema actor, திறமையும் புகழும் கொண்ட கலைஞர், (முக்கியமாக) பாடகர், நடிகர் ஆகியோர்.

S

su-per-sti-tion/ˌsu:pəˈstiʃn/*(n)*: ˌஸூப்பஒ'ஸ்ட்டிஷஒன் / belief based on no reason, மூடநம்பிக்கை.

su-per-struc-ture/ˈsu:pəˌstrʌktʃə*/*(n)*: 'ஸ்யூப்பஒ,ஸ்ட்ரக்ச்சஒ* / any structure that is built above the basement, மேற் கட்டுமானம். • *Without proper foundation, you cannot think of erecting a* **superstructure**.

su-per-tax/ˈsu:pətæks/*(n)*: 'ஸ்யூப்பஒட்டஆக்ஸ் / additional income tax, கூடுதல் வருமான வரி.

su-per-vene/ˌsu:pəˈvi:n/*(v.i)*:ˌஸ்யூப்பஒ'வீன் / to happen unexpectedly as a change of form or interruption of, இடை விட்டு நிகழ் (அ) இடையூறாக நிகழ்.

su-per-vise/ˈsu:pəvaiz/*(v.t-v.i)*: ˌஸூப்பஒ'வய்ஸ்: / to look over and see that work is done properly, வேலை செவ்வனே நடைபெறக் கண்காணி; to superintend, பார்வையிடு. **supervision***(n)*, **supervisor** *(n)*.

su-pine/ˈsu:pain/*(adj)*:'ஸூப்பய்ன் / lying on the back, மல்லாந்துகொண்டு இருக்கும் நிலையிலுள்ள; lazy and ineffective, சோம்பலும், செய்யாமைக்குணமும் உள்ள.

sup-per/ˈsʌpə*/*(n)*:'ஸப்பஒ* / light meal taken in the evening or night, மாலை (அ) இரவு உணவு.

sup-plant/səˈpla:nt/*(v.t)*:'ஸஒப்லான்ட் / to take the place of (someone) often by unfair means, தந்திரமாக, ஒருவரின் இடத்தைப் பிடித்துக்கொள். • *Bedlam was thought to be an unpleasant word and so was* **supplanted** *by asylum.*

sup-ple/ˈsʌpl/*(adj)*:'ஸப்ல் / bending and moving gracefully, இனிமையாகத் துவளும் தன்மையுடைய. • *The cinema star does exercises every day in the early morning to be* **supple**.

sup-ple-ment/ˈsʌplimənt/*(n)*: 'ஸப்லிமஒன்ட் / that which completes, பிற்சேர்க்கை, பின்னால் சேர்க்கப்படுவது; something added at the end of a book, ஒரு புத்தகத்தில் கடைசியாக சேர்க்கப்படுவது. **supplement***(v.t)*: to supply as an addition, கூடுதலாகச் சேர்; to add to, அதிகப்படுத்து; to make up, குறைவைச் சரி செய் (அ) ஈடு செய். **supple-men-ta-ry**/sʌpliˈmentəri/*(adj)*: 'ஸப்லி'மென்ட்டஒரி / additional, கூடுதலான; (in Maths) of an angle together with another 120°, ஒரு கோணத்தைப் பற்றிய. • 120° *is* **supplementary** *to 60°.*

sup-pli-ant/ˈsʌpliənt/*(n, adj)*:'ஸப்லயஒன்ட் / (a person) begging, requesting and seeking earnestly, பிச்சை கேட்டுக் கொண்டு, அடிபணிந்து வேண்டிக்கொண்டு, மனப்பூர்வமாகத் தேடிக்கொண்டு. **sup-pli-cant**/ˈsʌplikənt/*(n)*:'ஸப்லிக்கஒன்ட் / a person begging for something from people in power, அதிகாரத்தில் இருப்பவரிடம் வேண்டுபவர்.

sup-ply/səˈplai/*(v)*:ஸஒ'ப்லய் / to provide (what is needed), வேண்டியதை அளி; to satisfy by giving what is wanted, தேவையைக் கொடுத்து மனநிறைவை அளி. **supply***(n)*: an amount given for use, தேவைக்கும், உபயோகத்திற்கும் வேண்டியதைக் கொடுத்தல்; the act of supplying, அளித்தல். • *When the* **supply** *increases, demand decreases.* **sup-pli-er**/səˈplaiə*/*(n, pl)*:ஸஒ'ப்லயஒ* / [also **suppliers**]: a firm or company that supplies goods, வேண்டிய பொருள்களைக் கொடுக்கும் ஒரு நிறுவனம் (அ) தொழிலகம். **supplies***(n)*: food and other needs of daily use, தேவையான உணவு மற்றும் வேண்டிய பொருள்கள்.

sup-port/səˈpɔ:t/*(v.t)*:ஸஒ'ப்பஓ:ட் / to bear the weight of, பாரம் தாங்கு; to give the necessaries of life as food, etc., உணவு முதலியவற்றைக் கொடுத்து ஆதரி. • *The old man was finally admitted in the Helpage as there was none to* **support** *him.* to hold up, தாங்கு. **support***(n)*: the person who supports, ஆதரிப்பவர்; the thing that supports, தாங்கும் சாதனம்; help and sympathy for a cause, ஆதரவும், உதவியும் கொடுத்தல். **sup-por-ta-ble**/səˈpɔ:təbl/*(adj)*:ஸஒ'ப்பஓ:ட்டஒப்:ல் / bearable, பொறுத்துக்கொள்ளக்கூடிய. **sup-port-er**/səˈpɔ:tə*/*(n)*:ஸஒ'ப்பஓ:ட்டஒ* / a person who extends his support to some principle, movement, party, etc., ஒரு கொள்கை, இயக்கம், கட்சி முதலியவற்றை ஆதரித்து நிற்பவர். **sup-por-tive**/səˈpɔ:tiv/*(adj)*:ஸஒ'ப்பஓ:ட்டிவ் / giving full support to someone who is in difficulty, ஆபத்திலிருப்பவருக்கு, ஆதரவு கொடுக்கக் கூடிய.

sup-pose/səˈpəuz/*(v.t)*:ஸஒ'ப்பஒஉஸ்: / to think real or true, உண்மையெனக் கொள்; to assume, புனைந்திருப்பதாகக் கொள்;

to take for granted, சந்தேகத்திற்கு உரியதை எடுத்துக்கொள். **suppose** *(conj)*, [also **supposing**]: what will take place if, அப்படியே எடுத்துக்கொண்டால் என்ன நடக்கும். • **Suppose** *the minister does not come for the function what shall we do?* **sup-po-si-tion**/ˌsʌpə'ziʃn/*(n)*: ˌஸப்பə'ஸிஷən் / the act of supposing, உண்மை என்று நினைத்துக்கொள்ளல். **sup-pos-ed-ly**/sə'pəuzidli/*(adv)*: ஸə'ப்பəஉஸிட்லி / as it seems, தோன்றுவது போல.

sup-press/sə'pres/*(v)*:ஸə'ப்ரெஸ் / to put down forcibly, அடக்குமுறையைக் கையாளு; to restrain, கட்டுக்குள் வைத்திரு; to maintain secrecy, இரகசியமாக வைத்திரு.

sup-pu-ra-tion/ˌsʌpjuə'reiʃn/*(v.i)*: ˌஸப்யு'ரெய்ஷən் / a gathering of pus, சீழ் பிடித்தல்.

su-pra/'su:prə/*(adv)*:ஸூப்ரə (ஸ்யூ) / above, மேலே; beyond, அப்பால்.

su-prem-a-cy/su'preməsi/*(n)*: ஸ்யு'ப்ரெமəஸி / the state of being supreme, தலைமை, மேலாண்மை. • *Inspite of the professions of co-existence, the struggle goes on among nations to attain* **supremacy** *and become the number one world power.* **su-preme**/su'pri:m/*(adj)*:ஸ்யுப்ரீம் / having the highest place in all spheres of action, உயர்நிலையில் உள்ள எல்லாச் செயல் வட்டங்களிலும் உயர் மட்டத்திலும் இருக்கும் படியாக, தலைமையான, முதன்மையான.

sur/sɜ:/*(pref)*:ஸə:* / over, மேல்.

sur-charge/sɜ:'tʃa:dʒ/*(n)*:ஸə:'ச்சாஜ் / a charge or a load too heavy, மிக அதிக பளு; excess amount paid as tax, duty, etc., குறிப்பிட்ட தொகைக்கு மேல் வரி, கட்டணம் செலுத்துதல். **surcharge***(v.t)*: to make an additional charge, over and above the rate, அளவிற்குக் கூடுதலாக வரி செலுத்து.

sur-cin-gle/sɜ:'siŋgl/*(n)*:ஸə:'ஸிங்க்ல் / a gird and other connected things of a horse, குதிரையின் இடைக்கட்டு முதலியவை.

surd/sɜ:d/*(n)*:ஸə:ட் / (maths) a quantity that is not in the form of a rational number; Ex: $\sqrt{2}$ or $\sqrt{3}$, ஒரு வரையறைக்கு உட்படாத எண்.

sure/ʃɔ:*/*(adj)*:ஷுə* / confident and feeling no doubt at all, சற்றும் ஐயமில்லாத, நம்பிக்கையுள்ள; firm, உறுதியான எண்ணமுள்ள; certain, நிச்சயமாக உள்ள. • *I am not* **sure** *whether he will be coming or not.* **sure***(adv)*: certainly, நிச்சயத் தன்மையான. • *That is the truth, as* **sure** *as I am alive.* **surely***(adv)*: in a certain way, நம்பிக்கையும், நிச்சயமும் உள்ள வழியில்.

sur-e-ty/'ʃɔ:rəti/*(n)*:'ஷுəரəட்டி / a state of being sure about something, நிச்சயம் நடக்கும் என்ற நம்பிக்கையில் செய்யப் படுவது; something or other pledged as guarantee, பிணை; a guarantor, a person who assures the good conduct of another, பிணை கொடுப்பவர்.

surf/sɜ:f/*(n)*:ஸə:ஃப் / the foam formed by the waves, அலைகள் உண்டாக்கும் நுரை. **surf***(v.i)*: to ride as a game of sport over waves, அலைகளில் மிதந்து விளையாடு.

surf-board/'sɜ:fbɔ:d/*(n)*:'ஸə:ஃப்ˌபɔ:ட் / a floating plank, அலைகளில் மிதந்து விளையாடப் பயன்படும் நீண்ட குறுகிய பலகை போன்ற அமைப்பு.

sur-face/'sɜ:fis/*(n)*:'ஸə:ஃபிஸ் / the outer part or side of an article, substance, liquid, etc., ஒரு பொருள், திரவம் போன்றவற்றின் வெளிப்பாகம், வெளிப்பரப்பு முதலியவை; top of a thing, ஒரு பொருளின் உச்சப்பகுதி; the outer level of a liquid, திரவத்தின் மேல்மட்டம். • *His poetry has deeper meaning; on the* **surface** *it means one thing; and as you reflect you get at something else.* **surface***(v.t-v.i)*: to give a surface to, மேற்பரப்பு அமை; to rise to the surface (of water), (நீரின்) மேல் மட்டத்திற்கு எழு; to cover with, மேல் தளம் போடு. • *Old enmity has* **surfaced** *again, between them.* **surface***(adj)*: pertaining to surface, பரப்பு பற்றிய; not important, மேலோட்டமாக; doing something over the outer surface, not inside, உட்பாகத்தில் இல்லாமல், மேல் மட்டத்தில் செய்து கொண்டு.

sur-feit/'sɜ:fit/*(n)*:'ஸə:ஃபிட் / excessive eating or drinking, more than the amount or quantity that is needed, தெவிட்டும்படி உண்ணுதல் (அ) அருந்துதல், தேவைக்கு அதிகமாக இருக்கும் தொகை (அ) பொருள். **surfeit***(v.t)*: to have too much of food,

S

things, etc., தெவிட்டும்படி உண், மிதமிஞ்சிய அளவுக்கு பொருள்களை வைத்திரு, பெறு.

surge/sɜ:dʒ/*(n)*:ஸ௦:ஜ் / a very big wave, ஒரு பெரும் அலை; a sudden move to rush forward like a wave, ஓர் அலை போல் திடீரென முன்னேறுதல். **surge***(v.i)*: to move suddenly, அலைகள் போல் மோது; a sudden feeling, உடனடியாக ஏற்படும் உணர்ச்சி. • *As she thought of his actions, anger* **surged** *within her.*

sur-geon/'sɜ:dʒən/*(n)*:'ஸ௦:ஜ௦ன் / a specialist who performs operations on the human body for treating and curing diseases, அறுவை சிகிச்சை மருத்துவர். **sur-ge-ry**/'sɜ:dʒəri/*(n)*:'ஸ௦:ஜ௦ரி / the science and performing of medical operations, அறுவை சிகிச்சை மருத்துவம். • *He has gone beyond redemption; the only recourse available is* **surgery**. **surgical***(adj)*.

sur-ly/'sɜ:li/*(adj)*:'ஸ௦:லி / not having good manners, நாகரிகமும், இணக்கமும் இல்லாத; rude and uncivilized, முரட்டுத்தனமும், அநாகரிகமும் உடைய.

sur-mise/sɜ:'maiz/*(v.t)*:ஸ௦:'மய்ஸ்: / to come to certain idea without proper basis, ஆதாரம் இல்லாமல் ஒரு கருத்துக் கொள்; to guess, அடிப்படைக் காரணங்கள் இல்லாமல் ஒரு கருத்துக் கொள். **surmise***(n)*:an idea formed with no basis at all, அடிப்படையில்லாத ஒரு கருத்து.

sur-mount/sɜ:'maunt/*(v.t)*:ஸ௦:'மஉன்ட் / to be able to overcome any difficulty, எத்தகைய தடைகளையும் சமாளிக்கும் திறமை படைத்திரு. • *Life cannot always be smooth sailing; when difficulties confront you, with patience and perseverance you must* **surmount** *them.* to be at the top, உயர் மட்டத்தில் இரு, உச்சியில் இரு. **surmountable***(adj)*.

sur-name/'sɜ:neim/*(n)*:'ஸ௦:னெய்ம் / the family name, குடும்பப் பெயர்.

sur-pass/sə'pa:s/*(v.t)*:ஸ௦'ப்பாஸ் / to go beyond all expectations, எதிர்பார்ப்பிற்கு மேல் அதிகமாக இரு, மேம்படு; to exceed, மதிப்பில் அதிகமாகு. • *There is none to compete with, nor to* **surpass** *her in beauty.* **surpassing***(adj)*: to a higher degree, அதிக மேம்பாடுள்ள.

sur-plice/'sɜ:plis/*(n)*:'ஸ௦:ப்லிஸ் / a white coloured garment worn by clergyman during religious ceremonies, மதச் சடங்கின்பொழுது, மத குருக்கள் அணியும் வெண்ணிற அங்கி.

sur-plus/'sɜ:pləs/*(n)*:'ஸ௦:ப்லஸ் / quantity over and above what is required, அதிகப்படி எஞ்சியது, அதிகமாக இருப்பது. • *We have bumper crops and* **surplus** *yields, but strangely prices never come down.*

sur-prise/sə'praiz/*(n)*:ஸ௦'ப்ரய்ஸ்: / something that is quite unexpected, எதிர்பாராத நிகழ்ச்சி; feeling caused by an unexpected event, வியப்பு. **surprise***(v.t)*: to cause shock or wonder suddenly, வியப்பில் ஆழ்; to be taken unexpectedly by an event, எதிர்பாராத நிகழ்ச்சியால் அதிர்ச்சி அடை. **sur-pris-ing**/sə'praiziŋ/*(adj)*:ஸ௦'ப்ரய்ஸி:ங் / causing astonishment, வியப்பில் ஆழ்த்துகின்ற. **sur-prised**/sə'praizd/*(adj)*:ஸ௦'ப்ரய்ஸ்:ட் / showing surprise, ஆச்சரியத்தில் மூழ்கியுள்ள.

sur-real-is-m/sə'riəlizəm/*(n)*: ஸ௦'ரியலிஸ:௦ம் / a way of depicting in art or literature, more in a dream-like fashion than in a realistic way, உலக வழக்குக்கு மாறாத கலை, இலக்கியம் ஆகியவற்றைக் கனவுக் காட்சிகளாகச் சித்திரித்தல். **surrealist***(n)*, **surrealism***(n)*.

sur-ren-der/sə'rendə*/*(v.t-v.i)*: ஸ௦'ரென்ட:௦* / to give up, சரண் அடை, பொருளை ஒப்படைத்து விடு; to yield, கீழ்ப்படிந்து நட. **surrender***(n)*: the act of giving up, சரண் அடைதல், ஒப்படைத்தல், விட்டுக்கொடுத்தல்.

sur-rep-ti-tious/ˌsʌrəp'tiʃəs/*(adj)*: ˌஸர௦ப்'ட்டிஷ௦ஸ் / done in secret and cunning manner, இரகசியமாக, வஞ்சனையாகச் செயல்பட்டுள்ள, செயல்படுகின்ற.

sur-ro-gate/'sʌrəgeit/*(n)*:'ஸர௦கெ:ய்ட் / a person selected to do the work of another, ஒருவர் வேலையைச் செய்யும் மற்றவர்; a substitute to carry out a certain kind of work, ஒரு குறிப்பிட்ட வேலையைச் செய்வதற்கு நியமிக்கப்படும் மாற்று நபர்; a surrogate mother, மற்றொருவருக்காகக் குழந்தையை மட்டும் பெறுபவர்.

sur-round/sə'raund/*(v.t)*:ஸ௦'ரஉன்ட்: / to be all round, to encircle, சுற்றி வளை; to take up position all round a place to prevent escape, தப்பி ஓடுவதைத் தவிர்க்க சுற்றி

வளைத்துக்கொள். • *I am always* **surrounded** *by my creditors, says my friend, with a smile.* **sur-round-ing**/ sə'raundiɲ/*(adj)*:ஸə'ரஉண்டி:ங் / near and around, அக்கம்பக்கத்தில். **surroundings***(n, pl)*: the things around, சுற்றிலுமுள்ள பொருள்கள்.

sur-tax/'s3:tæks/*(n)*:'ஸə:ட்டஆக்ஸ் / an additional levy, கூடுதல் கட்டணம், வரி.

sur-vey/'s3:vei/*(v.t)*:'ஸə:வெய் / to take a whole and general view of a place, surroundings, etc., ஓர் இடம், சூழல் முதலியவற்றைப் பொதுவாகப் பார்த்துவிட்டு அளவிடு; to look over, மேற்பார்வை செய்; to measure the land, நிலத்தை அளவிடு. **survey***(n)*: a view taken generally, பொதுப்பார்வை; general examination, பொதுவான பரிசீலனை; an act of measuring and valuing, அளவீடும், மதிப்பீடும்; a plan or a map of a unit of land, மனை, நில அளவை. **sur-vey-or**/ sə'veiə*/*(n)*:ஸə'வெயə* / a person who makes plans, maps, etc., of lands and buildings as a profession, அளவு ஆய்வாளர்.

sur-viv-al/sə'vaivl/*(n)*:ஸə'வய்வəல் / the process of living beyond the life-span of similar species, மற்ற உயிர் வாழ் இனங்களைவிட அதிக காலம் வாழ்தல்; one who has lived beyond, தொடர்ந்து உயிர் வாழ்பவர்; one that has remained beyond, எஞ்சி உள்ளது; remnant, மிச்சம். **survival kit***(n)*: a kit having essential food items for sustaining when left without any help, தனித்து விடப்பட்ட ஒருவருக்கு வேண்டிய உணவுப்பொருள்கள் கொண்ட பெட்டி. **survival of the fittest**: the process of natural action, சமாளிக்கும் திறன் உள்ளவை மட்டுமே நிலைத்து நிற்றல். **sur-vive**/sə'vaiv/*(v.i)*:ஸə'வய்வ் / to live longer than, (மற்றதைவிட) அதிக காலம் உயிர் வாழ்; to continue to live after similar species have disappeared, தன் இனம் போன்றவை மறைந்த பிறகும் வாழ்ந்திரு. • *When values vanish and materialism rules supreme, who will* **survive** *in this jungle world? Only the strongest.* **surviving***(adj)*: yet living, மற்றதைவிட அதிக காலம் உயிர் வாழ்கின்ற. **sur-vi-vor**/ sə'vaivə*/*(n)*:ஸə'வய்வə* / one who survives, உயிர் பிழைத்திருப்பவர்; one who outlives, மற்றவர் மறைந்த பின்னும் உயிர் வாழ்பவர். • *When the ship was wrecked, all the people on board of it were drowned, without a single* **survivor**.

sus-cep-ti-ble/sə'septəbl/*(adj)*: ஸə'ஸெப்ட்டிப்:ல் / [also **succeptive**]: easily affected, எளிதில் பாதிக்கக்கூடிய; tending to be sensitive, உணர்ச்சிவயப்படக் கூடிய. • *She is* **susceptible** *to spasms of anger.* **susceptibility***(n)*.

sus-pect/'sʌspekt/*(v.t)*:'ஸஸ்ப்பெக்ட் / to doubt the truth of a statement, சந்தேகம் கொள்; to believe to be at fault, தவறோ என ஐயம் கொள்; to mistrust, நம்பிக்கை கொள்ளாமல் இரு. **suspect***(n)*: a person who is suspected of having done some mistake, crime, etc., குற்றவாளி என்று சந்தேகிக்கப்படுபவர்.

sus-pend/sə'spend/*(v.t)*:ஸəஸ்'ப்பென்ட் / to hang from above, தொங்கும்படி செய்; to debar, தள்ளி வை; to remove from service for some period, பதவியிலிருந்து தற்காலிகமாக நீக்கி வை; stop for a while, சிறிது நேரம் நில், நிறுத்து. • *They resorted to a pen-down strike and* **suspended** *their work.*

sus-pender/sə'spendə*/*(n, sing)*: ஸəஸ்'ப்பெண்டஅə* / strap or attachment worn to hold up the trousers, socks, stockings, etc., கால்சட்டை, காலுறை முதலியவற்றின் முடிச்சு நாடாக்கள்.

sus-pense/sə'spens/*(n)*:ஸəஸ்'ப்பென்ஸ் / a state of anxious waiting expecting something good or bad to happen, எதிர்பார்க்கும் நிலை, ஆவலும் கவலையும் உள்ள தேக்க நிலை. • **Suspense** *is always unbearable especially when one is waiting for a momentous decision.*

sus-pen-sion/sə'spenʃn/*(n)*: ஸəஸ்'ப்பென்ஷən / the act of suspending, தொங்கவிடுதல்; temporary removal from service, தற்காலிக வேலை நீக்கம்; undissolved solid particles remaining in a liquid, திரவத்தில் கரையாத திடப் பொருளின் துகள்கள். **suspension bridge**: a bridge suspended from cables supported by structures at each end, தொங்கு பாலம்.

sus-pi-cion/sə'spiʃn/*(n)*:ஸəஸ்'ப்பிஷən / the act of suspecting, ஐயம் கொள்ளல்; a mistrust or misgiving, அவநம்பிக்கை (அ) நம்பமுடியாத இக்கட்டான நிலை, எது நடக்குமோ என்ற பயம்; above suspicion, சற்றும் சந்தேகத்திற்கு இடமின்றி.

S

• *Strangers are often looked at with* **suspicion**. **sus-pi-cious**/sə'spiʃəs/ *(adj)*:ஸஸ்'ப்பிஷஸ் / full of suspicion, அவநம்பிக்கையும், சந்தேகமும் நிறைந்த; giving room for suspicion, சந்தேகப்படக் கூடிய.

sus-tain/sə'stein/*(v.t)*:ஸஸ்'ட்டெய்ன் / to hold up the strength and spirits, தாக்குப்பிடி; to survive over a long period with no necessities of life, துன்பமும், துயரமும் தாங்கி, நிலைத்து நில்; to endure, பொறுமையுடன், துன்பங்களைச் சகித்துக் கொள். • *Life must somehow be* **sustained** *and at all costs the show must be maintained.* **sus-ten-ance**/'sʌstinəns/ *(n)*:'ஸஸ்ட்டினஸ் / that which sustains, உயிர் காப்பது; food, உணவு; nourishment, சத்துப்பொருள்.

sut-tee/'sʌti:/*(n)*:'ஸட்டி (டீ) / [also **sati**]: the ancient custom in the Hindu religion of a wife sacrificing her life on the funeral pyre of her husband, உடன்கட்டை ஏறுதல்.

su-ture/'su:tʃə*/*(n)*:'ஸூச்சஃ* / the sewing together of a wound, காயத்தின் விளிம்புகளை இணைத்துத் தையல் போடுதல். **suture***(v.t)*: to sew up, தையல் போடு.

su-ze-rain/'su:zərein/*(n)*:'ஸூஸ:ரெய்ன் / a state which has the control of another country's foreign affairs, ஒரு நாடு மற்றொரு நாட்டின் வெளி உறவுகளில் ஆதிக்கம் செலுத்தல். **su-ze-rain-ty**/'su:zəreinti/*(n)*:'ஸ்யூஸ:ரெய்ன்ட்டி / the state of being a suzerain, நிலச் சுவான்தாரின் ஆதிக்க நிலை, மேலாதிக்கம்.

svelte/svelt/*(adj)*:ஸ்வெல்ட் / slender, graceful and symmetrically shaped, மெல்லிய உடல்வாகும், நளின உடலமைப்பும் உள்ள.

swab/swɔb/*(n)*:ஸ்உாப்: / a mop for cleaning, துடைக்கும் கருவி; an absorbent pad, உறிஞ்சும் பொருளுள்ள அமைப்பு.

swad-dle/'swɔdl/*(v.t)*:'ஸ்உாட்:ல் / to wrap (a baby) in several layers of cloth, குழந்தையைச் சுற்றிக் கட்டு.

swag/swæg/*(n)*:ஸ்உஃக்: / goods plundered, கொள்ளையிடப்பட்ட பொருள்கள்.

swag-ger/'swægə*/*(v.i)*:'ஸ்உஃக:ஃ* / to walk with pride and haughtiness, செருக்குடன் நட; to behave like a big bully, பெரிய மனிதன் போல் நடந்துகொள். • *Before the elections they come with folded hands and beg for votes; after the election, they* **swagger** *along the streets.* **swagger***(n)*: an artificial, overconfident way of conduct, கர்வத்துடன் நடந்து கொள்ளுதல்; a haughty way of walking, செருக்குடன் நடத்தல்.

swain/swein/*(n)*:ஸ்உஎய்ன் / a young country youth, a lover or a suitor, கிராமத்தில் வசிக்கும் இளைஞன், காதலன்.

swal-low/'swɔləu/*(v.t)*:'ஸ்உாலஉ / to allow to pass down one's throat, விழுங்கு; to absorb, உட்கொள்; to accept all the insults and yet keep quiet, எல்லா இகழ்ச்சிகளையும், அவமதிப்புகளையும், அமைதியாக ஏற்றுக்கொள். to swallow one's words, கடும் சொல்லை அமைதியாக ஏற்றுக்கொள். • *He* **swallowed** *the insult and left the room of his boss.* **swallow***(n)*: the act of swallowing, விழுங்குதல்; a small migratory bird with long wings and double-pointed tail which comes to northern countries in summer, தூக்கணாங்குருவி. • *With the summer, come the* **swallows**.

swam/ wæm/*(v)*:ஸ்உஃம் / past tense of "swim", "swim" என்பதன் இறந்த கால வினை.

swami/'swa:mi/*(n)*:'ஸ்உஆமி / an image of Hindu God, இந்துக் கடவுளரின் உருவம்; a respectful form of address, அழைக்கப் பயன்படும் மரியாதைச் சொல்; a holy Hindu sanyasin, இந்து மதத் துறவி.

swamp/swɔmp/*(n)*:ஸ்உாம்ப் / a marshy ground, சதுப்பு நிலம். **swamp***(v.t)*: to be filled with water, மூழ்கடி, சகதியாக்கு; to have a lot of work or problems to do, பல வேலைகள் செய், பல பிரச்சினைகளைத் தீர்க்க முயற்சி செய், வேதனைப்படு. **swampy***(adj)*.

swan/swɔn/*(n)*: ஸ்உான் / a large water-bird of the duck family noted for its graceful swimming and long neck, அன்னப் பறவை.

swank/swæŋk/*(n)*:ஸ்உஃங்க் / a proud vain talk, செருக்கு நிறைந்த பயனற்ற பேச்சு. **swank***(v.i)*: to behave in a very proud and confident manner, மிடுக்குடனும், நம்பிக்கையுடனும் நடந்துகொள்.

swap/swɔp/*(v.t-v.i)*:ஸ்உாப் / [also **swop**], **swapped, swapping**: to exchange, பேரம் பேசி, மாற்றிக்கொள்; barter,

பண்டமாற்று செய்துகொள். • *Tom* **swapped** *the brush for playthings; before evening he got half a dozen marbles, a knife that does not cut anything, a key that opens no lock, etc. a real treasure indeed.*

sward/swɔ:d/*(n)*:ஸ்உ:ஒ:ட்: / green turf, புல் தரை.

swarm/swɔ:m/*(n)*:ஸ்உஒ:ம் / a large number of insects crowding, பூச்சிகள் மொய்த்துக் கொண்டிருத்தல்; bees leaving in search of new settlement, தேனீக்கள் கூட்டமாக நகர்ந்து புதிய கூடு நோக்கிச் செல்லுதல்; a large crowd, பெருங்கூட்டம். **swarm***(v.i)*: to be very numerous as bees, தேனீக்கள் போல் கூட்டாக இரு; to be crowded, பெருங் கூட்டமாகத் திரண்டிரு; to move in a crowd, கூட்டமாக இடம் பெயர்ந்து செல்; to climb up using hands and legs, தொற்றி ஏறு, பற்றிச் செல்.

swar-thy/'swɔ:ði/*(adj)*:'ஸ்உ:ஒ:தி: / dark in colour, கரிய நிறமுள்ள; dark skinned, கரிய தோலுள்ள.

swas-ti-ka/'swɔstikə/*(n)*:'ஸ்உஒஸ்ட்டிக்கə / ancient sign consisting of two crosses like the one used by Adolf Hitler for his party, அடால்ஃப் ஹிட்லரின் கட்சிச் சின்னம் போன்ற இரண்டு குறுக்குக் கோடுகள் கொண்ட பழைமைச் சின்னம்.

swat/swɔt/*(v.t)*:ஸ்உஒட் / to hit pointedly esp. to kill flies etc., முக்கியமாக ஈ போன்ற வற்றைக் கொல்வதற்குப் படீரென அடி.

swathe/sweið/*(v.t-v.i)*:ஸ்உஎய்த்: / to wrap lightly with bandages, கட்டுப்போடு. • *In this far flung village, surrounded by mountains* **swathed** *in snow, life in winter is dull and slow.* **swathe***(n)*: bandage, கட்டு.

sway/swei/*(v.t-v.i)*:ஸ்உஎய் / to cause to swing from side to side, ஊசலாடு, ஊசலாடச் செய்; to influence one's action, செல்வாக்கு பெறு, செல்வாக்கு கொண்டு ஒருவர் செயலைத் திசை திருப்பு; to govern, ஆட்சி செய். **sway***(n)*: a kind of swinging motion, ஊசலாடுதல்; governing with authority, அதிகார நிர்வாகம்.

swear/sweə*/*(v.i)*:ஸ்உஎə* / **swore, sworn, swearing**: to declare firmly, உறுதியாகக் கூறு, சூளுரை; to take an oath to do (something) or to take an oath to tell the truth, ஒன்றைச் செய்வதாக (அ) உண்மையைக் கூற உறுதி கொள். • *He took the oath and* **swore** *in the name of God to serve his constituency.* to use profane words, வசைபாடு, வன்மொழி பேசு.

sweat/swet/*(v.i)*:ஸ்உஎட் / to perspire, வியர்வையை வெளியேற்று; to give out moisture from the body through the skin, வியர்வையை வெளிப்படுத்து; to do hard work for low wages, குறைந்த ஊதியத்திற்கு வேலை செய்து துன்பப்படு. **to sweat blood**: to labour hard, மிகக் கடினமான வேலை செய். **sweat***(n)*: perspiration, வியர்த்தல்; moisture coming out from the body through the skin only, வியர்வை; toiling and moiling, சிரமமும், கடின வேலையும். **sweat-er**/'swetə*/*(n)*:'ஸ்உஎட்டə* / a woollen jersey, பிடிப்பான கம்பளிச் சட்டை.

sweep/'swi:p/*(v.t)*:'ஸ்உயீப் / **swept, sweeping**: to clean with a brush, துடைப்பான் கொண்டு சுத்தம் செய், பெருக்கு; to wipe, துடை; to rub, சுரண்டி எடு; to move very fast in a majestic manner, பெருமிதத்துடன் நட; to carry off suddenly and quickly, திடீரென வேகமாக எடுத்துச் செல்; to pass over and to look at keenly, வேகமாகச் செல்லும்பொழுது, உற்றுக் கவனி. **sweep***(n)*: the act of sweeping, பெருக்குதல், துடைத்தல், சுத்தம் செய்தல்; motion of the hand making a long winding movement, கை வீச்சு; area or space rapidly seen through or passed through, எட்டிப்பார்க்கும்படியான பரப்பு வீச்சு; one who sweeps, துடைப்பவர்; that which sweeps, துடைப்பது, துடைப்பான். **sweep-er**/'swi:pə*/*(n)*:'ஸ்உயீப்பə* / a person who sweeps, துப்புரவாளர். **sweeping***(adj)*: having many things in view when making remark, எல்லா வற்றையும் தழுவிய பொதுவான கருத்து; making a general assessment, பொதுவான மதிப்பீடு. • *He made a* **sweeping** *remark that the minister took the bribe.* **sweepings***(n)*: refuse, குப்பை; rubbish, குப்பை கூளம்.

sweep-stake/'swi:psteik/*(n)*: 'ஸ்உயீப்'ஸ்ட்டெய்க் / a form of betting (usually) on a horse race, ஒருவகைப் பந்தயம் கட்டுதல், குதிரைப் பந்தயத்தில் பந்தயம் கட்டுவதில் ஒருவகை.

S

sweet/swi:t/*(adj)*:ஸ்உயீட் / having the taste of sugar, இனிப்புச் சுவையுள்ள; pleasing sensually, ஐம்புலன்களுக்கும் இனிமை அளிக்கக்கூடிய; fine, gentle and pleasing in conduct, நல்ல இனிய, பழகும் தன்மையுள்ள; loving and beautiful, அன்பும், அழகும் உள்ள. **sweetly***(adv)*, **sweetness***(n)*. **sweet-bread**/'swi:tbred/*(n)*:'ஸ்உயீட்ப்:ரெட் / an organ (pancreatic gland) from a sheep or cow, used as delicious food, உணவாகப் பயன்படும் கன்றுக் குட்டி (அ) ஆட்டுக் குட்டியின் கணைய உறுப்பு. **sweet-en**/'swi:tn/*(v.t-v.i)*:ஸ்உயீட்ன் / to make sweet or become sweet, இனிப்பாக்கு, இனிப்பாகு. • *However bitter life may be, there will be something to* ***sweeten*** *it, now and then.* to become attractive, சூழ்நிலையை இனிமையாக்கு; to make sweet or pleasing in manners, இனிமையாக இருக்கும் குணமுள்ள. **sweet-heart**/'swi:ta:t/*(n)*: 'ஸ்உயீட்ஹாட் / a lover, காதலன் (அ) காதலி. **sweet-meat**/'swi:tmi:t/*(n)*:'ஸ்உயீட்மீட் / sweet or any food made of sugar, இனிப்பு (அ) இனிக்கும் உணவுப் பொருள். **sweet-po-ta-to**/'swi:t'pəteitəu/*(n)*: 'ஸ்உயீட்'ப்பஒட்டெய்ட்டஔ / a kind of edible root, சர்க்கரை வள்ளிக் கிழங்கு; the creeper producing such edible roots, சர்க்கரை வள்ளிச் செடி.

swell/swel/*(v.i)*:ஸ்உஎல் / **swelled, swollen, swelling**: to increase and become larger, பெரிதாகு; to rise into waves, அலைகளாகப் பெருகு; to bulge out, ஊதிப் பெரிதாகு. **swell***(n)*: an increase in sound, ஒலிப்பெருக்கம்; an increase in size, அளவு, பரிமாணம் அதிகமாதல்; round and full size, முழு வளைவு உள்ள வடிவம்; a wavy motion on the surface of water, நீர்ப்பரப்பின் மேல் ஏற்படும் அலை போன்ற அசைவு; the act of swelling, வீங்குதல். **swelling***(n)*: tumour, கட்டி; the swollen part of the body, வீங்கியுள்ள உடல் பகுதி.

swel-ter/'sweltə*/*(v.i)*:'ஸ்உஎல்ட்டஅ* / to suffer from heat, அதிக வெப்பத்தால் அவதியுறு; to be affected with heat, புழுக்கம் கொள். • *In these hot summer months, people* ***swelter*** *and long for ice and ice creams.*

S

swept/swept/*(v)*:'ஸ்உஎப்ட் / *(p.t & p.p)* of "sweep", "sweep" என்பதன் இறந்தகாலம்.

swerve/swɜ:v/*(v.t)*:'ஸ்உஅ:வ் / to turn suddenly from the path when moving, திடீரெனத் திசை திருப்பு; to divert the direction of motion, திசை திருப்பு; to move away from custom or habit, வழக்கத்திலிருந்து மாறு. • *He will never* ***swerve*** *a bit to tell a lie.* **swerve***(n)*: deviation from the course, குறிப்பிட்ட வழியிலிருந்து விலகுதல்.

swift/swift/*(adj)*:'ஸ்உயிஃப்ட் / capable of moving at very great speed, வெகு வேகமாக நகரக்கூடிய; quick in action, செயல்வேகமுள்ள. **swift***(n)*: a small fast flying brown bird very much like a swallow, வேகமாகப் பறக்கும் ஒருவகைப் பறவை. **swiftly***(adv)*.

swig/swig/*(v.t)*:ஸ்உயிக் / **swigged, swigging**: to drink in large mouthfuls quickly, வாய் நிறைய வேகமாகக் குடி.

swill/swil/*(v.t)*:ஸ்உயில் / to wash with large amount of water, கழுவு. **swill***(n)*: washing, கழுவுதல்; waste thrown out from kitchen, சமையல் அறையினின்று எறியப்பட்ட கழிவுப்பொருள்கள்.

swim/swim/*(v.t)*:ஸ்உயிம் / **swam, swum, swimming**: to keep floating at or below the surface of water, நீச்சலடி, நீந்து; to overflow, வழியச் செய், வழிந்தோடு; to feel dizzy, தலைச் சுற்றலினால் அவதிப்படு. **swim***(n)*: the act of swimming, நீந்துதல். **in the swim**: in the full know of current affairs, அன்றாட நடப்புச் செய்திகள் தெரிந்துகொண்டுள்ள. **swimmer***(n)*.

swin-dle/'swindl/*(v.t-v.i)*:'ஸ்உயின்ட்:ல் / to deceive, ஏமாற்று; to cheat, வஞ்சனை செய்; to commit fraud, மோசடி செய். **swindle***(n)*: fraud, மோசடி; a typical case of swindling, ஏமாற்றும் செய்கைக்கு ஓர் எடுத்துக்காட்டு. **swindler***(n)*.

swine/swain/*(n, pl)*:ஸ்உஅய்ன் / a pig or pigs, பன்றி (அ) பன்றிகள்; an unpleasant person, பன்றிக் குணம் உள்ளவர். • *How can a* ***swine*** *know the value of pearls?* **swine-herd**/swainhɜ:d/*(n)*: 'ஸ்உஅய்ன்ஹஅ:ட் / one who looks after pigs, பன்றி மேய்ப்பவர்.

swing/swiŋ/*(v.t-v.i)*:ஸ்உயிங் / **swang, swung, swinging**: to move to and fro,

ஊசலாடு; to move smoothly in a curve, ஊஞ்சல் போல் ஆடு; to make a move to act quickly, செயல்பட வேகம் கூட்டு. **swing**(*n*): to and fro movement, அங்கும் இங்கும் ஊசலாடுதல்; the distance covered by a swing, ஊஞ்சலின் வீச்சு; a seat suspended, ஊஞ்சல்.

swipe/swaip/(*n*):ஸ்உஅய்ப் / a hard hit, பலத்த அடி; a severe verbal attack, கடும் வார்த்தைகளினால் தாக்குதல். **swipe**(*v.t-v.i*): to hit hard with hand, கையினால் பலத்த அடி கொடு. to swing quickly, வேகமாக இழு. He swiped the credit card.

swirl/swɜ:l/(*v.t-v.i*):ஸ்உ ə:ல் / to cause to move in a circle and twist, சுழன்று வீசு; to turn round and round, சுழலச் செய். • *He* **swirled** *and* **swirled**, *but the pig tail remained where it was, and didn't come to his front, as he thought.* **swirl**(*n*): the act of swirling, சுழலுதல்; the act of whirling, சுழல் செய்கை.

swish/swiʃ/(*v*):ஸ்உயிஷ் / to make a soft sound in moving through the air, காற்று வழியாகச் சலனம் செய்து ஒலி ஏற்படுத்து. **swish**(*n*): the sound of a stroke in air, காற்றில் சலனம் ஏற்படுத்தும் ஒலி.

Swiss/swis/(*adj*):ஸ்உயிஸ் / pertaining to Switzerland or its people, சுவிட்சர்லாந்து நாட்டைச் சார்ந்த, அதன் மக்கள் பற்றிய.

switch/switʃ/(*n*):ஸ்உயிச் / a device for stopping or starting the flow of an electric current, மின்னோட்டத்தை நிறுத்தவும், இயங்கச் செய்யவும் ஏற்ற அமைப்பு, மின் குமிழ்; a flexible stick, இணக்கமான மரக்கம்பு; a total unexpected change, திடீரென ஏற்படும் முழுமாற்றம்; a small (moving) rail, நகரும் சிறு தண்டவாளப் பலகை; artificial hair, செயற்கைக் கூந்தல். **switch**(*v.t-v.i*) to beat with a twig, மிலாறு கொண்டு அடி; to change completely, முற்றிலும் மாறு; **to switch off**, மின் குமிழ் மூலம் மின்னோட்டத்தை நிறுத்து; **to switch on**, மின்னோட்டத்தைத் துவக்கு. **to switch over**: to change completely, முற்றிலும் மாறுபடு, முழுமாற்றம் செய்.

swiv-el/ˈswivl/(*n*):ˈஸ்உயிவ்ல் / a ring and pivot that can turn round and round, சுழல் மூட்டு.

swol-len/ˈswəulən/(*v*):ˈஸ்உ ə உலən / past participle of "swell", "swell" என்பதன் இறந்தகால வினை. **swollen**(*adj*): having a tumour, வீங்கிய. **swollen head**: conceit, தலைக்கனம் (அ) அகந்தை. • *He has become* **swollen headed** *and thinks that he is somebody now.*

swoon/swu:n/(*v*):ஸ்ஊன் / to faint, மயக்கம் கொள். **swoon**(*n*): a kind of fit, வலிப்பு; fainting, மயங்கி விழுதல்.

swoop/swu:p/(*v.t-v.i*):ஸ்ஊப் / to come down with a sweep, கீழ்நோக்கிப் பாய்ந்து இறங்கு; to make a sudden attack, திடீரெனப் பாய்ந்து தாக்கு. **swoop**(*n*): an act of swooping or moving suddenly, பாய்ந்து தாக்குதல்; a sudden attack, திடீர்த் தாக்குதல்.

swop/swɔp/(*n*):ஸ்உ ɔப் / [also **swap**]: act of exchanging, பண்ட மாற்றம்.

sword/sɔ:d/(*n*):ஸ்உ ɔ:ட் / a steel weapon with a sharp blade, வாள், கத்தி. **sword-bayonet**(*n*): a sword fixed on a bayonet, துப்பாக்கியில் பொருத்தப்பட்ட கத்தி.

swordfish/ˈsɔ:dfiʃ/(*n*):ˈஸɔ:ட்ஃபிஷ் / a large marine fish, ஒருவகை மீன்.

sword-play/(*n*):ˈஸɔ:ட்ப்லெய் / fencing, வாட்போர்க் கலை.

swords-man/ˈsɔ:dzmən/(*n*):ˈஸɔ:ட்ஸ்மən / a man skilled in the use of sword, வாட்போர் வீரன். **swordsmanship** (*n*): having a specified skill with a sword, வாட்போர்த் திறன்.

swore/swɔ:*/(*v*):ஸ்உ ɔ:* (ɔə*) / past tense of "swear", "swear" என்பதன் இறந்த கால வினை.

sworn/swɔ:n/(*v*):ஸ்உ ɔ:ன் / past participle of "swear", "swear" என்பதன் இறந்த கால வடிவெச்சம்.

swot/swɔt/(*v.t*):ஸ்உ ɔட் / to study seriously, நன்கு படி. **swot**(*n*): one who takes examinations seriously and studies very hard, அக்கறையோடு தேர்விற்குப் படிக்கும் மாணவர்.

swum/swʌm/(*v*):ஸ்உஅம் / past participle of "swim", "swim" என்பதன் இறந்த கால வடிவெச்சம்.

Syb-a-rite/ˈsibərait/(*n*):ˈஸிப:əரய்ட் / a native of Cyprus in ancient Italy, பண்டைய இத்தாலி நாட்டின் சைப்ரஸ் என்ற பகுதியில் வசிப்பவர்; a person who lives a life of pleasure and ease, நல்வாழ்வு வாழ்பவர்.

S

syc-a-more/'sikəmɔ:*/(*n*):'ஸிக்கமோ:* / a kind of fig tree, அத்தி மரம்.

syc-o-phant/'sikəfænt/(*n*):'ஸிக்கஃபண்ட் / a person who praises insincerely to gain personal profits, பிறரைப் புகழ்ந்து பேசி வாழ்பவர்.

syl-la-ble/'siləbl/(*n*):'ஸிலப்:ல் / that part of a word which sounds by itself, அசை; a unit of pronunciation in a word, ஒரு வார்த்தையில் உள்ள உச்சரிப்புப் பகுதி. • *Syllable has 3* **syllables**. **syl-lab-ic**/ 'siləbik/(*adj*):'ஸிலபி:க் / having or forming one or more syllables, ஒன்று (அ) அதற்கு மேற்பட்ட அசைகள் உண்டாகின்ற.

syl-la-bus/'siləbəs/(*n*):'ஸிலப:ஸ் / a programme of academic subjects to be studied and to be taught over a period of time, பாடத்திட்டம்; an academic programme to be carried out, கல்விச் செயல் திட்டம்.

syl-lo-gis-m/'silədʒizəm/(*n*):'ஸிலஜிஸ:ம் / a reasoning having two statements called major and minor premises leading to a conclusion, ஒருவகை வாதம், இரு தொகுப்புசெய்திகளைக் கொண்டு ஆராய்ந்து ஒரு முடிவிற்கு வருதல். *e.g.* All men should die (statement), Ram is a man (statement), So he will die (conclusion), உம்: எல்லா மனிதர்களும் சாக வேண்டும் (தொகுப்புச் செய்தி) ராமன் ஒரு மனிதன் (தொகுப்புச் செய்தி), ஆகவே ராமன் சாக வேண்டும் (முடிவு). **syllogistic**(*adj*).

sylph/silf/(*n*):ஸில்ஃப் / a fairy, தேவதை; a graceful woman, அழகான பெண்.

S

syl-van/'silvən/(*adj*):'ஸில்வன் / belonging to woods, காடு, சோலை முதலியவை பற்றிய; rural, கிராமியச் சூழ்நிலையுள்ள. • *The village is at the foot of the Eastern Ghats, in* **sylvan** *surroundings, calm and tranquil.*

sym-bol/'simbl/(*n*):'ஸிம்ப:ல் / a sign or mark representing something else, சின்னம், அடையாளம்; a letter, a figure or sign that expresses some definite scientific, mathematical ideas, statements, definitions, etc., அறிவியல், கணிதக் கருத்துக்கள், வரையறைகள் முதலியவற்றை வெளிப்படுத்தக்கூடிய ஓர் எழுத்து, சின்னம் (அ) குறியீடு. **symbolic**(*adv*), **symbolically**(*adv*), **symbolism**(*n*). **sym-bol-ize**/'simbəlaiz/(*v.t*):'ஸிம்ப:லைஸ் / to indicate by the method of symbols, குறியீடுகள் மூலம் அறிவி, எடுத்துக்காட்டு; to be a symbol, அடையாளமிடு. • *What does her angry outburst* **symbolize** *but her frustration?* **symbolization**(*n*).

sym-me-try/'simətri/(*n*):'ஸிமிட்ரி / total likeness in size, shape, etc., between opposite sides of an article, things, figure, etc., சமச்சீர்மை. **symmetrical**(*adj*), **symmetrically**(*adv*).

sym-pa-thy/'simpəθi/(*n*):'ஸிம்ப்பதி / a feeling of sensitivity, pity, etc., for the suffering of other people, இரக்கம், கருணை; agreeing and understanding, ஏற்றுக்கொள்ளுதலும், புரிந்துகொள்ளுதலும்; fellow feeling, மனிதாபிமானம். • *I have lots and lots of* **sympathy** *for you; but what can I do now?* **sym-pa-thize**/ 'simpəθaiz/(*v.i*):'ஸிம்ப்பதய்ஸ் / to show sympathy, கருணைகாட்டு; to feel for another, இரக்கம் கொள். **sym-pa-the-tic**/ˌsimpə'θetik/(*adj*):ஸிம்ப்ப'தெட்டிக் / feeling or showing sympathy, இரக்க குணமுள்ள; showing agreeable feelings, ஒத்துப்போகும் உணர்ச்சிகளைக் காட்டுகின்ற; pleasant, மனதிற்குகந்த; congenial, சுமுகமான. **sym-pa-thies**/'simpəθi:z/(*n, pl*):'ஸிம்ப்பதீஸ் / feelings of support, ஆதரவு தெரிவித்தல்; a message of comfort in grief, துயர் கேட்டு ஆறுதல் கூறுதல்.

sym-pho-ny/'simfəni/(*n*):'ஸிம்ஃபனி / an orchestral composition in harmonious manner, இசைக் கருவிகளின் ஒத்திசைவு; the agreeing of musical notes to each other, இசைத்தொனிகளை ஒருங்கிணைத்தல். **symphonic**(*adj*).

sym-po-si-um/sim'pəuzjəm/(*n*): ஸிம்'ப்பஉஸி:யம் / a meeting of scientists, experts, etc., for discussion and exchange of ideas, collection of essays, etc., அறிஞர்கள், விஞ்ஞானிகளிடையே, விவாதம், கருத்துக்கோவை.

symp-tom/'simptəm/(*n*):'ஸிம்ப்டம் / an indication, அறிகுறி; a sign of some disease, நோயின் அறிகுறிகள். **symptomatic** (*adj*), **symptomatically**(*adv*).

syn-a-gogue/'sinəgɔg/(*n*):'ஸினக:ஃக் / a Jewish temple, யூதர்களின் கோயில்.

syn-chro-nize/ˈsiɲkrənaiz/*(v.t-v.i)*: *ˈஸிங்க்ரனைய்ஸ்:* / to happen at the same time, ஒரே சமயத்தில் நிகழ், ஒத்து நிகழ்; to cause to happen simultaneously, ஒரே சமயத்தில் நிகழச் செய். **synchronization** *(n)*.

syn-co-pate/ˈsiɲ kə peit/*(v.t)*: *ˈஸிங்க்கப்பெய்ட்* / (music) to place accents on beats which are not normally accented, இசையில் அசை அழுத்தம் ஏற்படாத இடத்தைச் சீராக்க அசை அழுத்தம் ஏற்படச் செய்; (music) to join an unaccented note to the accented one that follows, (இசையில்) அசை அழுத்தம் இல்லாத ஒன்றை அசை அழுத்தம் உள்ள ஒன்றுடன் சேர்த்து சீர் செய்; to drop letters out of the middle of a word, ஒரு வார்த்தையில் இடையிலுள்ள எழுத்துக்களை ஒலி சீர்செய்ய, தள்ளிவிடு. *(e.g.)* *'haven't' for 'have not.'*

syn-co-pe/ˈsiɲkəpi/*(n)*:*ˈஸிங்க்கப்பி* / the loss of consciousness due to fall in blood pressure, இரத்த அழுத்தக் குறைவினால் ஏற்படும் உணர்வு கெடல் நோய்.

syn-di-cal-ism/ˈsindikəlizəm/*(n)*: *ˈஸின்டி:க்கலிஸ:ம்* / a political system which advocates that the workers employed in the industry should have control in it, தொழிலாளர்கள் வேலை செய்யும் நிறுவனத்தில், அவர்களே ஆதிக்கம் செலுத்த வேண்டும் என்ற அரசியலமைப்புக் கொள்கை.

syn-di-cate/ˈsindikeit/*(n)*:*ˈஸின்டி:க்கெய்ட் (கிட்)* / an assembly of persons who are interested in carrying on some undertaking, ஒரு கொள்கையைப் புரிந்து கொண்டு, செயல்பட ஒன்று சேர்ந்து இயங்கும் குழு; a council, ஆலோசனைக் குழு.

sy-n-ec-do-che/siˈnekdəki/*(n)*: *ஸிˈனெக்ட:க்கி* / a figure of speech by which a part represents the whole or the whole represents the part, ஆகு பெயர், சினையாகு பெயர்.

syn-od/ˈsinəd/*(n)*:*ˈஸினட்:* / a council of clergymen, மதகுருக்களின் ஆலோசனைக் குழு.

syn-o-nym/ˈsinənim/*(n)*:*ˈஸினனிம்* / a word having the same meaning as another word, ஒரு பொருள் கொள்ளும் பல சொற்கள். **sy-non-y-mous**/siˈnɔniməs/*(adj)*:*ஸிˈனானிமஸ்* / of the same meaning, அதே பொருளுடைய.

sy-nop-sis/siˈnɔpsis/*(n)*:*ஸிˈனாப்ஸிஸ்* / summary, சுருக்கம்; outline, பொழிப்பு.

syn-tax/ˈsintæks/*(n)*:*ˈஸின்ட்டæக்ஸ்* / the correct grammatical arrangement of words in a sentence, ஒரு வாக்கியத்தில் வார்த்தைகளின் அமைப்புத்தொடர் இயல்; rules governing words and phrases in a computer language, கணிப்பொறியியலில், வார்த்தைகள், தொடர் வார்த்தைகள் இவற்றை வகைப்படுத்தும் விதிகள்.

syn-the-sis/ˈsinθəsis/*(n)*:*ˈஸிந்த்தஸிஸ்* / the combining of various separate things, ideas, forms, etc., into a comprehensive whole, தொகுத்தல், கூட்டிணைத்தல்; putting together or making a whole out of parts, ஒன்று (அ) பாகங்களைக் கொண்டு முழுமையாகத் தொகுத்தல். **synthetic***(adj)*, **synthetical***(adj)*. **syn-the-size**-/ˈsinθəsaiz/*(v.t)*:*ˈஸிந்த்தஸய்ஸ்:* / to make up by combining different parts artificially, செயற்கையாக, சேர்க்கைப் பொருள் உண்டாக்கு. **syn-the-siz-er**/ˈsinθəsaizə*/*(n)*:*ˈஸிந்த்தஸய்ஸ:அ** / an electronic musical instrument, ஒரு மின்சார இசைப் பெட்டகம், மின்னணு இசைக் கருவி. *opp*: analysis.

syph-i-lis/ˈsifilis/*(n)*:*ˈஸிஃபிலிஸ்* / a kind of disease caused by sexual activity, ஒருவகைப் பால்வினை நோய். **syph-i-lit-ic**/ˌsifiˈlitik/*(n)*:*ˌஸிஃபிˈலிட்டிக்* / a person suffering from syphilis and its after effects, பால்வினை நோயினால் பாதிக்கப்பட்டவர்.

sy-ringe/ˈsirindʒ/*(n)*:*ˈஸிரிஞ்ஜ்* / a tube- shaped instrument used for drawing in (liquid, medicine, etc.) and pushing out (liquid, medicine, etc.), மருந்து உட்செலுத்தும் ஊசி. **syringe***(v.t)*: to clean with a syringe, குழல் மூலம் சுத்தம் செய்.

syr-up/ˈsirəp/*(n)*:*ˈஸிரப்* / sweet juice, இனிப்புப்பாகு; medicine in the form of sweet liquid, இனிப்புப்பாகு கொண்ட மருந்து. **syrup***(adj)*.

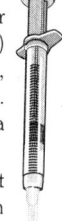

sys-tem/'sistəm/*(n)*:'ஸிஸ்ட்டம் / an arrangement of various related parts that works in an orderly manner, ஒழுங்கான முறையில் இயங்கும் ஓர் அமைப்பு; a plan of action that works methodically, ஒரு கூட்டமைப்பு, நியதிப் பணி செய்வது; a set of ideas, methods, etc., கொள்கைகள், வழிமுறைகள் முதலியவற்றின் தொகுப்பு; working of human body, மனித உடலின் இயக்கம்; parts of a computer system, கணிப்பொறி சரிவர வேலைசெய்ய தேவையான பாகங்கள்; the undefined laws of nature that govern human life, மனித வாழ்க்கையை நெறிப்படுத்தும் வரையறுக்கப்படாத சட்டங்கள். • *Frail as it is, the human body functions, like a machine; but nobody has yet understood the* **system** *completely.* **sys-te-matic**/ ˌsistə'mætik/*(adj)*:ˌஸிஸ்ட்ட'மஏட்டிக் / done in an orderly manner, ஒழுங்கு நியதியில் செயல்பட்டுக்கொண்டுள்ள; according to a regular plan, ஓர் ஒழுங்கான திட்டத்தின்படி. • *Steady and* **systematic** *work will invariably lead one to success.* **sys-te-ma-tize**/'sistimətaiz/ *(v.t)*:'ஸிஸ்ட்டமடைட்டய்ஸ்: / to arrange in a system or to reduce to a system, ஒழுங்கு ஏற்பட அமை, ஓர் அமைப்புக்குக் கொண்டு வரச்செய்; to regulate, ஒழுங்குபடுத்து; to set in order, முறைப்படுத்து. **systematically***(adv)*.

sys-te-mic/si'stemik/*(adj)*:ஸிஸ்'ட்டீமிக் / having a resultant effect on the whole of something esp. a living organism, ஒரு முழு அமைப்பில் ஏற்படும் பாதிப்பு, முக்கியமாக உயிர் வாழ்வனவற்றில் ஏற்படும் பாதிப்பு.

systems analyst/'sistəmsænəlist/*(n)*: 'ஸிஸ்ட்டம்ஸ்' ஏனலிஸ்ட் / a person who studies the business activities, industrial operations, etc., and uses computers for improving them, கணிப்பொறியைப் பயன்படுத்தி, வணிக ஆலோசனை வழங்கும் நிபுணர்.

sys-to-le/'sistəli/*(n)*:'ஸிஸ்ட்டலி / the regular contraction of the heart, இரத்த ஓட்டம் செயல்பட ஒழுங்காக இயங்கும் இதயச் சுருங்கும் தன்மை.

S

T, t/ti:/:ட்டி / T's, t's or Ts or ts; 20th letter of the English alphabet, ஆங்கில நெடுங் கணக்கின் இருபதாவது எழுத்து. Having the shape 'T'. 'T'- வடிவம் உள்ள அமைப்பு; 'T' - shirt etc. - 'T' - வடிவம் உள்ள மேல் சட்டை முதலியவை.

tab/tæb/*(n)*:ட்டேப்: / tag, நாடாவாகப் பயன்படும் சிறிய துணி; reckoning, கணக்கிடுதல், அளவிடுதல்.

tab-by/'tæbi/*(n)*:'ட்டேபி: / a female cat, பெண் பூனை.

tab-er-nac-le/'tæbənækl/*(n)*: 'ட்டேபː:ஒனஃக்ல் / a place of worship for the Jews, யூதர்களின் புனிதக் கோயில். **tabernacle** *(v.i)*: to dwell for a time, சிறிது காலம் வசி.

ta-ble/'teibl/*(n)*:'ட்டெய்ப்:ல் / a type of furniture with a flat top, மேசை; a list of facts, figures, etc., furnished in columns for precise study, அட்டவணை. **table***(v.t)*: to put forward for discussion, ஆலோசனைக்குக் கொண்டு வா. • *The member* **tabled** *a resolution to reduce defence expenditure.*

tab-leau/'tæbləu/*(n)*:'ட்டேப்:லஒஉ / a pictorial representation, ஓவியப் பட்டி, தொடர் ஓவியம், காட்சி.

ta-ble-land/'teibllænd/*(n)*: 'ட்டெய்ப்:ல்லஃன்ட்: / a stretch of land elevated and not levelled, மேட்டுச் சமவெளி.

tab-let/'tæblit/*(n)*:'ட்டேப்:லிட் / a pad for writing comfortably, எழுதுவதற்கு வசதியாக இருக்கும் பலகை; a thin, flat piece of metal, stone, wood, etc., with inscriptions, எழுத்துக்கள், செய்திகள் பொறிக்கப்பட்ட பலகை, தகடு, கல் முதலியவை; a small pill for medical purposes, மாத்திரை.

table-talk/'teibl,tɔ:k/*(n)*:'ட்டெய்ப்:ல்,ட்டஒ:க் / conversation, discussion, etc., during dinner time, உணவருந்தும்பொழுது, பேச்சு, விவாதம் முதலியவற்றில் ஈடுபடல்.

tab-loid/'tæblɔid/*(n)*:'ட்டேப்:லஒய்ட்: / half the size of newspaper with colour transparencies, வண்ணப்படங்களைக் கொண்ட அளவில் சிறிய செய்தித் தாள்.

ta-boo/tə'bu:/*(n)*:ட்டə'பூ: / something forbidden either by practice or by religion, தள்ளிவைப்பு, தடை செய்யப்பட்ட ஒன்று. • *I do not have any* **taboos**, *I will eat whatever you give and follow wherever you want.*

tab-u-late/'tæbjuleit/*(v.i)*:'ட்டேப்:யுலெய்ட் / to arrange facts, figures, etc., in the form of table, அட்டவணைப்படுத்து; to make the surface flat, சமன்பரப்பு செய், சமன்படுத்து.

ta-cit/'tæsit/*(adj)*:'ட்டேஸிட் / that is implied, குறிப்பால் உணர்த்தும்படியான; making known silently, மௌனமாக உணர்த்துதல்.

ta-ci-turn/'tæsitɜ:n/*(adj)*:'ட்டேஸிட்டə:ன் / of reserved manners, அதிக உரையாடல் இல்லாது; maintaining silence and having reserved habits, அதிகம் பேசாமல், அளவாகப் பேசிக்கொண்டிருக்கின்ற. **taciturnity***(n)*.

tack/tæk/*(n)*:'ட்டேக் / short nail with flat head, ஆணி; a fastener, பொருத்தி; long loose stitch for temporary fastening in needle work, ஒட்டுத் தையல்; ropes of fastening sails, கப்பலின் பாய் மூலை தளக் கயிறு. **tack***(v.i)*: to stitch in a rough way, ஒட்டுத் தையல் போடு; to fasten with tacks, கப்பலின் பாயை இழுத்துக் கட்டு.

tac-k-le/'tækl/*(v.i-v.t)*:'ட்டேக்ல் / to try to do, நல்ல முறையில் முயற்சி செய்; to undertake, செயலாக எடுத்துக்கொள்.

tack-lings/'tækliŋs/*(n)*:'ட்டேக்லிங்ஸ் / the ropes, sails, etc., on the mast of a ship, பாய்மரக் கப்பலின் கயிறுகள், பாய் முதலியவை.

tact/tækt/*(n)*:'ட்டேக்ட் / a sense of being alert, விழிப்புணர்ச்சி; a kind of skill and intelligence peculiar to one, ஒருவர்க்கே உரித்தான அறிவுக்கூர்மையும், செய் திறனும், சமயோசிதம். **tac-tic**/'tæktik/*(n)*: 'ட்டேக்ட்டிக் / (usually pl.) a plan, wise and intelligent for doing, செயல் நுட்பமும், செய்திறனும். • *You may win favours by praise; but it is a cheap* **tactic**. **tactical***(adj)*, **tactician***(n)*.

T

tact-less/'tæktlis/*(adj)*:'ட்டாக்ட்லிஸ் / without tact, செயல் நுட்ப நயம் இல்லாத.

tad-pole/'tædpəul/ *(n)*:'ட்டாட்ப்பஊல் / the young of a frog or toad, தலைப்பிரட்டை.

taf-fe-ta/'tæfitə/*(n)*:'ட்டாஃபிட்டஅ / a fine, thin, glossy silk, பட்டுத் துணி வகை.

taff-rail/'tæfreil/*(n)*:'ட்டாஃப்ரெய்ல் / the rail around a ship's stem, கம்பிச் சுற்று.

taf-fy/'tæfi/*(n)*:'ட்டாஃபி / a toffee, சர்க்கரை அப்பம்.

tag/tæg/*(v.t)*:'ட்டாக்: / to fasten, பொருத்து; to chase, to run after and try to touch or to touch, பின்தொடர்ந்து ஓடி, தொடுவதற்கு முயற்சி செய் (அ) தொடு. **tag**(*n*): fastening string, இணைக்கும் கயிறு; a piece of cardboard attached to something for indicating details, ஒரு பொருளின் விவரங்கள் அடங்கிய இணைப்புச் சீட்டு. **question tag**: a question appended at the end of a sentence for agreement, வாக்கியத்தின் முடிவில் இணைக்கப்பட்ட ஒரு கேள்வி.

tail/teil/*(n)*:'ட்டெய்ல் / an organ, long in size that grows at the back of animals, வால்; the back portion or end portion of anything, ஒன்றின் பின்பகுதி (அ) கடைப்பகுதி; the tail end of the riverbed, ஆற்றுப்படுகையின் கடைப்பகுதி.

tail-or/'teilə*/*(n)*:'ட்டெய்லஅ* / a person who makes dresses, தையற்காரர்; dressmaker, ஆடை தயாரிப்பவர். **tailor**(*v.t*): to work as a tailor, தையல் வேலை செய்; make or change according to needs, தேவைக்கு ஏற்ப மாற்று. • *We can* **tailor** *the policies to suit your needs.*

taint/teint/*(v.t-v.i)*:'ட்டெய்ன்ட் / to pollute, மாசுபடுத்து; to stain, கறையுண்டாக்கு. • *Some people try to* **taint** *Gandhi's name for political purposes.* to find fault with, குறை காண். **taint**(*n*): stain, கறை; trace, சிறிதளவு.

take/teik/*(v.i-v.t)*:'ட்டெய்க் / **took, taken, taking**: to have something on, ஒன்றை வைத்துக்கொள்; எடுத்துக்கொள்; to hold, பிடித்து வை; to accept, ஏற்றுக்கொள்; to pick, பொறுக்கியெடு; to carry, எடுத்துச் செல்; to receive, பெறு, வாங்கிக்கொள்; to use up, பயன்படுத்து; to remove, நீக்கு; to accompany, துணைசெய்; to go on, செயல்படு.

tak-ing/'teikiŋ/*(adj)*:'ட்டெய்க்கிங் / alluring, கவர்ச்சியான.

taken/'teikən/*(v)*:'ட்டெய்க்கஅன் / past participle of "take", "take" என்பதன் இறந்த கால வினை.

take-off/'teikɔf/*(n)*:'ட்டெய்க்ஓ:ஃப் / the beginning esp. of a plane rising up in its flight, விமானம் தளத்திலிருந்து மேலே எழும்புவதற்கான ஆயத்த நிலை.

tale/teil/*(n)*:'ட்டெய்ல் / a story, கதை; an unfavourable report about someone, கட்டுக் கதை; the number taken to account, எடுத்துக்கொண்ட எண்ணிக்கை. **tale-bear-er**/'teil,beərə*/*(n)*: 'ட்டெய்ல்ப:ɛஅரஅ* / a person who goes about carrying false report with interest, ஆர்வமாக எல்லோரிடத்தும் ஒருவரைப்பற்றி வம்பு பேசுதல்.

tal-ent/'tælənt/*(n)*:'ட்டாலஅன்ட் / intrinsic ability, இயல்புத்திறன், உட்பொதிந் திருக்கும் அறிவுத்திறன்; one's natural innate intelligence, ஒருவரின் இயற்கை மதிநுட்பம்; wisdom, அறிவுக்கூர்மை. **talented**(*adj*): having special, natural, mental ability, இயல்பாக அமையும் மதி நுட்பமுடைய.

tale-tel-ler/'teil,telə*/*(n)*:'ட்டெய்ல்ட்டெலஅ* / a person who tells false stories, nasty tales, etc., and spreads them with interest, ஆர்வமூட்டும் வகையில் கட்டுக்கதை சொல்பவர்.

tal-is-man/'tælizmən/*(n, sing)*: 'ட்டாலிஸ்மஅன் / **talismans** *(n, pl)*: an article of some material supposed to have magic power, தாயத்து.

talk/tɔ:k/*(v.i-v.t)*:'ட்டஓ:க் / to speak, பேசு; to express an idea, thought, etc., in spoken form, பேசுவதின் மூலம் கருத்துக்களை வெளியிடு. **talk**(*n*): a speech, பேச்சு; an oration, சொற்பொழிவு; rumour, வதந்தி.

talk-a-tive/'tɔ:kətiv/*(adj)*:'ட்டஓ:க்கஅட்டிவ் / having the habit of talking too much, அதிகம் பேசும் வழக்கமுள்ள, பொருளில்லாமல், எப்பொழுதும் பேசிக் கொண்டிருக்கின்ற. **talk-ie**/'tɔ:ki/*(n)*: 'ட்டஓ:க்கி / a cinema/film having sound track, பேசும் படம்.

tall/tɔ:l/*(adj)*:ட்டஓ:ல் / high, உயரமான; not true, உண்மையல்லாத; very much exaggerated, மிக கற்பனையான, மிகைப்படுத்தப்பட்டுள்ள. • *It is a* **tall** *claim.*

tal-low/'tæləu/*(n)*:'ட்டலஉ / the fat portion of animals like cows, sheep, etc., விலங்கின் கொழுப்பு பாகம்.

tal-ly/'tæli/*(v.t-v.i)*:'ட்டலி / to match, பொருந்தச் செய்; to make (something) agree (with another), சரிக்கட்டு; to keep counting the score, கணக்கிடு.

tally system(*n*):'ட்டலி'ஸிஸ்ட்டம் / a method of trading by instalment payment either monthly or weekly, மாதம் (அ) வாரத் தவணைமுறை வியாபாரம்.

tal-on/'tælən/*(n)*:'ட்டலன் / the claw of bird of prey, மாமிசம் உண்ணும் பறவைகளின் கால் நகம்.

tam-a-rind/'tæmərind/*(n)*:'ட்டமரிண்ட் / a tropical tree that bears a kind of acidic fruit, புளிய மரம்; its fruit, அதன் பழம்.

tam-a-risk/'tæmərisk/*(n)*:'ட்டமரிஸ்க் / an evergreen shrub, பசும்புதர்.

tam-bour/'tæm,buə*/*(n)*:'ட்டம்பு:அ* / a small drum, ஒருவகைத் தம்பட்டம்; a frame for doing embroidery work, பூ வேலை செய்யப் பயன்படும் சட்டம்.

tame/teim/*(adj)*:'ட்டெய்ம் / domesticated, பழக்கப்படுத்தப்பட்டுள்ள; humble and submissive, கீழ்ப்படிதலும் அடங்கிப்போகும் குணமும் உள்ள; obedient, எதிர்ப்பு தெரிவிக்கும் குணமற்ற. **tame**(*v*): to train and make (esp. an animal) gentle, விலங்கை அமைதியாக இருப்பதற்குப் பழக்கு. **tame-a-ble**/'teiməbl/*(adj)*:'ட்டெய்மப:ல் / that may be tamed, பழக்கப்படுத்தக்கூடிய. **tame-ness**/'teimnis/*(n)*:'ட்டெய்ம்னிஸ் / state of being tame, பழக்கப்படுத்தப்படும் தன்மை.

tam-per/'tæmpə*/*(v.i)*:'ட்டம்ப்ப* / to meddle with, குறுக்கிட்டு, கோளாறு செய்; to falsify, பொய்யாகச் செய்திடு; to unmake what is right, சரியாக இருப்பதைக் கலைத்திடு.

tan/tæn/*(n)*:ட்டன் / a light brown colour, மங்கிய பழுப்பு நிறம்; bark of the oak, ஓக் மரத்தின் பட்டை. **tan**(*v.t*), **tanned, tanning**: to make into leather, தோல் பதனிடல் செய்.

tan-dem/'tændəm/*(n)*:'ட்டண்ட:ம் / a cycle with 2 people or machines one in front of another, ஒரு மிதிவண்டியில் இருவர் (அ) இயந்திரங்கள் முன்னும் பின்னுமாக அமைந்துள்ள அமைப்பு; one behind another, ஒன்றன்பின் ஒன்றாக இருக்கும் நிலை.

tang/tæŋ/*(n)*:ட்டங் / a strong taste or smell, விருப்புச் சுவை; a distinctive quality, தனிச் சிறப்பியல்பு; a sharp sound, 'டக்' என்று ஏற்படும் ஒலி. **tang**(*v.i*): to produce a sharp sound, 'டக்' என்று ஒலியேற்படுத்து.

tan-gent/'tændʒənt/*(n)*:'ட்டஞ்ஜன்ட் / a straight line touching a curve at a point, தொடுகோடு. **tangential**(*adj*).

tan-ge-rine/ˌtændʒə'ri:n/*(n)*:ˌட்டஞ்ஜ'ரீன் / a fruit of orange kind, ஒருவகை கிச்சிலிப் பழம்.

tan-gi-ble/'tændʒəbl/*(adj)*:'ட்டஞ்ஜிப்:ல் / that can be touched, தொட்டு உணரத்தக்க; concrete, திடமான, உறுதியான. **tan-gi-ble-ness**/'tændʒəblnis/*(n)*:'ட்டஞ்ஜிப்:ல்னிஸ் / the state of being tangible, தெளிவாக உணரத்தக்க நிலைமை. **tangibility**(*n*).

tan-gle/'tæŋgl/*(n)*:'ட்டங்க்:ல் / a twisted knot, சிக்கலான முடிச்சு; a state of perplexity, சிக்கலான நிலைமை. **tangle**(*v.i-v.t*): to knit together in a confused mass, சிக்கலாகச் செய்.

tank/tæŋk/*(n)*:ட்டங்க் / a large container for holding liquid, குளம்; an armoured war machine for guns, பீரங்கி வண்டி.

tank-ard/'tæŋkəd/*(n)*:'ட்டங்க்கட் / a convenient one-handled drinking cup, கெண்டி.

tank-er/tæŋkə*/*(n)*:'ட்டங்க்க* / a ship built for carrying liquids, எண்ணெய்க் கப்பல்.

tan-ner/'tænə*/*(n)*:'ட்டன* / one who tans hides, தோல் பதனிடுபவர். **tan-ne-ry**/'tænəri/*(n)*:'ட்டனரி / a factory or a place for tanning leather, தோல் பதனிடும் தொழிலகம்.

tan-sy/ˈtænzi/ *(n)*:ˈட்டஜன்ஸி: / a herb used in medicines, ஆயிரத்தழைப் பூண்டு.

tan-ta-lise/ˈtæntəlaiz/*(v.t-v.i)*:ˌட்டஜன்ட்டலைய்ஸ்: / to tease by deception, ஏமாற்றிச் சித்ரவதை செய்; to deceive by offering delicious things and at the right moment withdrawing the same, ஆசைகாட்டி, ஏமாற்றிச் சித்ரவதை செய். • *Don't* **tantalise** *the dog with bones; it may bite you.*

tan-ta-mount/ˈtæntəmaunt/*(adj)*:ˈட்டஜன்ட்டமஉன்ட் / equivalent to, சரிசமமாக உள்ள; capable of being equal to, ஒப்பாக இருக்கும் திறனுள்ள. • *Do you believe their election promises? They are* **tantamount** *to a veiled denial.*

tan-trum/ˈtæntrəm/*(n)*:ˈட்டஜன்ட்ரம் / behaviour that irritates, எரிச்சலூட்டும் நடத்தை; conduct that angers one, சினமூட்டும் நடத்தை.

tap/tæp/*(v.t-v.i)*:ட்டஜப் / to strike lightly, லேசாகத் தட்டு; to make a hole to get liquid out, திரவத்தை வெளியேற்ற துளையிடு; to get new resources by intelligent action, மதி நுட்பத்தால் புதிய சக்திகளைத் திரட்டு. **tap***(n)*: a light knock, லேசாகத் தட்டுதல்; a device with a controlling valve to allow the flow of liquid, குழாய்.

tape/teip/*(n)*:ட்டெய்ப் / a narrow strip of material, நாடா.

ta-per/ˈteipə*/*(n)*:ˈட்டெய்ப்பஃ* / a long thin candle, மெழுகுத்திரி. **taper***(v.t-v.i)*: to make smaller towards one end, கூம்பாகச் செய். **ta-per-ing**/ˈteipəriŋ/*(adj)*: ˈட்டெய்ப்பரிங் / narrowing towards one end, ஒரு முனையில் குவியக்கூடிய.

tap-es-try/ˈtæpistri/*(n)*:ˈட்டஜப்பிஸ்ட்ரி / an ornamental fabric with figures and pictures woven on it, சித்திரத் திரைச்சீலை.

tape-worm/ˈteipwɜ:m/*(n)*:ˈட்டெய்ப்உஃம் / parasitic ribbon-like worm in the intestines, குடல் புழு, நாடாப்புழு.

tap-i-o-ca/ˌtæpiˈəukə/*(n)*: ˌட்டஜப்பிˈயஉக்க / a kind of tropical plant full of starchy food, *மரச்சீனி, மரவள்ளிச் செடி.*

ta-pir/ˈteipə*/*(n)*: ˈட்டெய்ப்பஃ* / a pig like animal, பன்றி வகை விலங்கு.

tap-root/ˈtæpru:t/ *(n)*:ˈட்டஜப்ரூட் / the main descending root of a plant, ஆணிவேர்.

tape-recorder/ˈtepriˈkɔ:də*/*(n)*: ˈடெப்ரிˈக்காஃடஃ* / instrument that can record and playback sound using tape, நாடாவில் ஒலியைப் பதிவுசெய்து, திரும்பவும் கேட்க உதவும் கருவி.

tar/ta:*/*(n)*:ட்டாஃ* / thick black sticky liquid, got by distillation of wood or coal used for surfacing road or for coating to preserve iron, timber, etc., கீல். **tar***(v.t-v.i)*: to cover with tar, கீல் பூசு.

tar-dy/ˈta:di/*(adj)*:ˈட்டாடி: / slow, சுறுசுறுப்பு சற்றும் இல்லாத; reluctant, மனத்திற்கு ஒவ்வாத; mentally dull, மந்த புத்தியுடைய.

tar-di-ness/ˈta:dinis/*(n)*:ட்டாடிஃனிஸ் / slowness, மந்த நிலை; unwillingness, செயலார்வமற்ற.

tare/teə*/*(n)*:ட்டஎஃ* / weed that grows in corn fields, களை.

tar-get/ˈta:git/*(n)*:ˈட்டாஜிட் (கிட்) / that which is shot at, இலக்கு; an aim, குறி. • *The government is always the* **target** *of attack for the opposition.*

tar-iff/ˈtærif/*(n)*:ˈட்டஜரிஃப் / duty, காப்பு வரி, சுங்க வரி; schedule of charges, கட்டணப் பட்டியல்.

tarn/ta:n/*(n)*:ட்டான் / a mountain lake, மலையில் உள்ள ஏரி.

tar-nish/ˈta:niʃ/*(v.t-v.i)*:ˈட்டானிஷ் / to destroy the brightness by exposure to moisture, air, etc., காற்று, ஈரப்பதம் முதலியவற்றால் நிறம் மங்கச் செய்; to make dull, செய்திறன் அற்றதாக்கு; to bring bad name, கெட்ட பெயர் உண்டாகச் செய். • *This scandal has* **tarnished** *the reputation of the minister.*

tar-pau-lin/ta:ˈpɔ:lin/*(n)*:ˈட்டாப்பாஃலின் / a sheet of waterproof canvas, coated with tar, கீல் பூச்சு உள்ள, நனையாத, கித்தான் துணி.

tar-ry/ˈta:ri/*(v.i)*:ˈட்டாரி / to delay, தாமதம் செய்; to wait, காத்திரு. • *Why not we* **tarry** *a little longer until the sundown here, on this lovely beach?* **tarry***(adj)*: like tar, கீல் போன்ற; covered with tar, தார் பூசப்பட்டுள்ள.

tart/ta:t/*(n)*:ட்டாட் / sour, புளிப்பு ருசி; having sharp taste, உறைப்பு ருசி; fruit or jelly baked in paste, பழப்பாகு. **tartish***(adj)*.

tar-tan/'ta:tən/*(n)*:'ட்டாட்டஅன் / a fabric having square patterns of different colours, வண்ணக் கட்டங்கள் கொண்ட துணி.

tar-tar/'ta:tə*/*(n)*:'ட்டாட்டஅ* / a native of Tartary in Asia, தார்தாரி நாட்டைச் சேர்ந்தவர்; a kind of yellowish incrustation forming on teeth, பற்காரை. **tartarous***(adj)*.

Tar-ta-rus/'ta:tərəs/*(n)*:'ட்டாட்டஅரஅஸ் / a place of punishment for the wicked, நரகம்.

task/ta:sk/*(n)*:'ட்டாஸ்க் / a piece of work, வேலை; that which has to be done, நிச்சயமாகச் செய்யப்படவேண்டிய வேலை. **task-master**: a person who imposes or extracts work, ஆணையிட்டு வேலை பணிப்பவர்/ வேலை வாங்குபவர்.

taste/teist/*(n)*:ட்டெய்ஸ்ட் / a feeling of sensation, one experiences when an edible thing is in the mouth, சுவை உணர்வு, ருசி; intellectual experiences one gets when reading classics, கலையுணர்வு, இலக்கிய நாட்டம். • *Certainly* ***tastes*** *differ; different people have different tastes.* **taste***(v.t-v.i)*: to feel the taste of, சுவை உணர்; to get the taste with the tongue, நாக்கின் மூலம் சுவை உணர். **tasty***(adj)*: full of taste, சுவையான; pleasing to the taste, ருசிப்பதற்கு இனிமையான.

tat-ter/'tætə*/*(n)*:'ட்டஆட்டஅ* / a piece of cloth torn and hanging, தொங்கிக் கொண்டிருக்கும் கிழிசல். **tatter***(v.i)*: to tear into rags, கிழிசலாக்கு. **tat-tered**/'tætəd/ *(adj)*:'ட்டஆட்டஅட் / ragged and torn, கிழிந்து கந்தலான.

tat-tle/'tætl/*(n)*:'ட்டஆட்ல் / useless talk gossipping about others, பிறரைப்பற்றி வம்பு பேசி நேரத்தை வீணாக்குதல். **tattle***(v.i)*: to talk with no sense, வீணாகப் பேசு; to gossip, வம்பு பேசு.

tat-too/tæ'tu:/*(v.t.)*:'ட்டஆட்டூ / to mark the skin with some figures, letters, etc., பச்சை குத்திக்கொள். **tattoo***(n)*: a figure, name, etc., tattooed on the skin, பச்சை குத்திக் கொள்ளப்பட்டவை.

taught/tɔ:t/*(v)*:'ட்டஓ:ட் / *(p.t & p.p)* of "teach", "teach" என்பதன் இறந்தகாலம்.

taunt/tɔ:nt/*(v.i)*:ட்டஓ:ன்ட் / to find fault often with no reason, காரணமின்றிக் குற்றம் காண்; to ridicule, கேலி செய். **taunt***(n)*: an offensive remark, மனத்தை உறுத்தும் வசனம்; words of contempt and reproach, நிந்தனை. • *If you have conscience, you will certainly hear its* ***taunts****.*

Tau-rus/'tɔ:rəs/*(n)*:ட்டஓ:ரஅஸ் / second house in the Zodiac, its symbol being a bull, ராசி மண்டலத்தில் இரண்டாவது, ரிடப ராசி.

taut/tɔ:t/*(adj)*:ட்டஓ:ட் / stretched tightly, இறுக்கமாக இழுத்துக் கட்டப்பட்ட; secure, பாதுகாப்பான.

tau-tol-o-gy/,tɔ:tə'lɔdʒi/*(n)*: ட்டஓ:'ட்டஓலஅஜி / a repetition of the same thing differently for no reason, கூறியதைத் திரும்பக் கூறல். • *A good writer always avoids* ***tautology****.*

tav-ern/'tævən/*(n)*:'ட்டஆவஅ:ன் / a public house, விடுதி; an inn, சத்திரம்.

taw/tɔ:/*(v.t)*:ட்டஓ: / to dress by beating, அடித்து, பதப்படுத்து; to dress skins into leather, தோல் பதனிடு. **taw***(n)*: a marble for playing, கோலிக்குண்டு. **taws***(n, pl)*, [also **tause**]: a leather strap, தோல் பட்டை.

taw-dry/'tɔ:dri/*(n)*:'ட்டஓ:ட்ரி / cheap and gaudy, மலிவும், பகட்டுமான.

taw-ny/'tɔ:ni/*(adj)*:'ட்டஓ:னி / yellowish brown, பழுப்பு கலந்த மஞ்சள் நிறமான.

tax/tæks/*(n)*:ட்டஆக்ஸ் / a levy to be paid to the government, வரி. **tax***(v.t-v.i)*: to impose a levy or tax, வரி விதி. **tax-a-ble**/'tæksəbl/*(adj)*:'ட்டஆக்ஸஅப்:ல் / that can be taxed, வரி விதிக்கத்தக்க. **tax-a-tion**/tæk'seiʃn/*(n)*:ட்டஆக்'ஸெய்ஷஅன் / the system by which finance is raised by government, வரி விதித்தல்.

taxi/'tæksi/*(n)*:'ட்டஆக்ஸி / a hired motor car, வாடகைக்குப் பயன்படுத்தும் மோட்டார் வண்டி.

tax-i-der-my/'tæksidɜ:mi/*(n)*: 'ட்டஆக்ஸிட:அ:மி / the art of preserving and stuffing animal skins for making them life-like, இறந்த விலங்குகளைப் பதப்படுத்துதல்.

tea/ti:*(n)*:ட்டீ / the dried leaves of a tea plant,

தேயிலை; a drink prepared from tea leaves, தேநீர்.

teach/ti:tʃ/*(v.t-v.i)*:ட்டீச் / to impart knowledge, skill, etc., கற்பி; to instruct, விளக்கம் கொடு.

teach-er/ˈti:tʃə*/ *(n)*:ட்டீச்சə* / a person who teaches, ஆசிரியர்.

teak/ti:k/*(n)*:ட்டீக் / a hard-wood tree found in tropical regions, தேக்கு மரம்.

teal/ti:l/*(n)*:ட்டீல் / a water fowl, நீர்ப் பறவை.

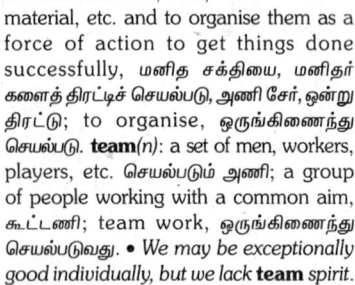

team/ti:m/*(v.t)*:ட்டீம் / to harness resources, men, material, etc. and to organise them as a force of action to get things done successfully, மனித சக்தியை, மனிதர் களைத் திரட்டிச் செயல்படு, அணி சேர், ஒன்று திரட்டு; to organise, ஒருங்கிணைந்து செயல்படு. **team***(n)*: a set of men, workers, players, etc. செயல்படும் அணி; a group of people working with a common aim, கூட்டணி; team work, ஒருங்கிணைந்து செயல்படுவது. • *We may be exceptionally good individually, but we lack* **team** *spirit.*

tear/teə*/*(v.t-v.i)*:ட்டεə* / to draw apart violently, பிளந்து படு; to pull apart, கிழி; a rough cut, கிழிசல். **tear**/tiə*/*(n)*:ட்டியə* / a drop of water that comes out of one's eyes, கண்ணீர். **tear-ful**/ˈtiəful/*(adj)*: ˈட்டியəஃபுல் / shedding tears, கண்ணீர் மல்குகின்ற.

tear-less/ˈtiəlis/*(adj)*:ˈட்டியəலிஸ் / not shedding tears, having no feelings, கண்ணீரற்ற, மரத்துப்போன நிலையுள்ள, உணர்ச்சியற்ற.

tease/ti:z/*(v.t-v.i)*:ட்டீஸ்: / to make fun of, கேலி செய்; to give trouble to, தொந்தரவு கொடு; to pester, எரிச்சலூட்டு.

tea-sel/ˈti:zl/*(n)*:ˈட்டீஸ்:ல் / a plant with large prickly leaves and flowers, முள்ளி.

teat/ti:t/*(n)*:ட்டீட் / that part of the mammals through which milk passes to its young, முலைக்காம்பு.

tech-ni-cal/ˈteknikl/*(adj)*:ˈட்டெக்னிக்கəல் / pertaining to particular branch of knowledge, art, industry, etc., தொழில் நுட்பம் தொடர்பான. **tech-ni-cal-i-ty**/ ˌtekniˈkæliti/*(n)*:ˌட்டெக்னிˈக்கஜலிட்டி / knowledge, skill, etc., peculiar to any trade, ஒரு தொழிலுக்கு ஏற்ற தனிப்பட்ட நுட்ப அறிவு. **technician***(n)*.

tech-nique/tekˈni:k/*(n)*:ட்டெக்ˈனீக் / mechanical skill, தொழில் நுணுக்கம்; method of execution, தொழில் நுட்பம்; working procedure, வேலை முறை.

tech-nol-o-gy/tekˈnɔlədʒi/*(n)*: ட்டெக்ˈனɔலəஜி / the knowledge of industrial arts, useful and practical, தொழில் நுட்பம். **tech-nol-o-gist**/ tekˈnɔlədʒist/*(n)*:ட்டெக்ˈனɔலəஜிஸ்ட் / a person specialising in industrial arts, தொழில் நுட்ப வல்லுநர். **technological**.

ted/ted/*(v.t)*:ட்டெட் / **tedded, tedding**: to spread the grass etc., to dry, புல் (அ) வைக்கோலை உலர வைப்பதற்கு வெயிலில் காயப்போடு.

te-di-ous/ˈti:djəs/*(adj)*:ˈட்டீட்:யəஸ் / tiresome, களைப்பூட்டும் வகையிலான; boring, சலிப்புத்தரும்படியான; dull, மந்தமான.

teem/ti:m/*(v.i)*:ட்டீம் / to be prolific, இனப் பெருக்கம் செய்; to be very plentiful, அதிகம் நிறைந்திரு; to come down heavily (rain), மழை பொழி; to empty, காலி செய்.

teens/ti:nz/*(n, pl)*:ட்டீன்ஸ்: / the years of one's age from 13 to 19, 13லிருந்து 19 வரையுள்ள வயது; teen age, இளம் பருவம்.

teeth/ti:θ/*(n)*:ட்டீத் / plural of "tooth", "tooth" என்பதன் பன்மை வடிவம். **teethe**/ ti:ð/*(n)*:ட்டீத்: / to grow teeth, பல் முளைக்கச் செய், பல் முளைத்தல் ஏற்படச் செய்.

tee-to-tal-ler/ti:ˈtəutlə*/*(n)*:ட்டீˈட்டəஉட்லə* / one who abstains from alcoholic drinks, மதுவகைகள் முதலியவற்றை உபயோகிக் காதவர்.

tee-to-tum/ˌti:təuˈtʌm/*(n)*:ˈட்டீட்டəஉˈட்டம் / a spinning top with letters on its side, பக்க வாட்டில் எழுத்துக்கள் கொண்ட பம்பரம்.

teg/teg/*(n)*:ட்டெக்: / a very young sheep, ஓர் ஆட்டுக் குட்டி.

teg-u-lar/ˈtegulə*/*(adj)*:ˈட்டெக்:யுலə* / like a tile, ஓடு போன்றுள்ள.

teg-u-ment/ˈtegjumənt/*(adj)*:ˈட்டெக்:யுமəன்ட் / the covering skin of a plant or an animal, செடி (அ) விலங்குகளின் மேல் தோல்.

te-le-cast/ˈtelika:st/*(n)*:ˈட்டெலிக்காஸ்ட் / television broadcast, தொலைக்காட்சி ஒளிபரப்புதல்.

tel-e-com-mu-ni-ca-tion/ ˈtelikəˌmju:niˈkeiʃn/*(n)*:ˈட்டெலிக்கəˌம்யுனி-

க்'கெய்ஷஒன் / a system of sending or receiving messages by wires or by radio signals, வானொலி, தந்தி, தொலைபேசி மூலம் தொலைச் செய்தி அனுப்பும் முறை.

te-le-gram/'teligræm/*(n)*:'ட்டெலிக்:ரஈம் / [also **telegramme**]: டெலிக்ரேம்: written message transmitted through wires by electrical means, தந்தி, தந்திச் செய்தி.

te-le-graph/'teligra:f/*(n)*:'ட்டெலிக்:ராஃப் / the system of transmitting messages by electrical impulses through wires, தந்தி முறை. **telegraph***(v.i)*: to send messages by electric signals, மின்சைகை மூலம் செய்தி அனுப்பு; send a message along the wires, மின் கம்பி மூலம் செய்தி அனுப்பு. **telegraphic***(adj)*.

tel-e-ol-o-gy/ˌteli'ɔlədʒi/*(n)*: 'ட்டெலியாலஜி / a belief that everything is as per a design to fulfil a purpose, ஒரு நோக்கம் நிறைவேற, அனைத்தும் முன்னேற் பாடுடையவையே என்ற கோட்பாடு.

te-lep-a-thy/ti'lepəθi/*(n)*:'ட்டெலிப்பஒதி / sending of messages through mind waves, புலன் தொடர்பின்றி உள்ளத்தில் உள்ள எண்ணங்களை அறிதல், அறியச்செய்தல்.

te-le-phone/'telifəun/*(n)*:'ட்டெலிஃபஒஉன் / an electrical device for transmitting speech or sound to a distant place, தொலைபேசி. **telephonic***(adj)*: sent by telephone, தொலைபேசி மூலம் செய்தி அனுப்பப்பட்ட.

te-le-pri-n-ter/'teliˌprintə*/*(n)*: 'ட்டெலிˌப்ரின்ட்டஒ* / an electronic machine for printing telegraph messages, தந்திமுறை தட்டச்சு.

te-le-scope/'teliskəup/*(n)*: 'ட்டெலிஸ்க்கஒஉப் / an optical instrument with two lenses for viewing distant objects, தொலைநோக்கி. **te-le-scop-ic**/ˌteli'skɔpik/*(adj)*:ˌட்டெலிஸ்க்'காப்பிக் / seen through a telescope, தொலைநோக்கி மூலம் பார்க்கக் கூடிய.

te-le-vi-sion/'teliˌviʒn/*(n)*: 'ட்டெலிˌவிஜ:ஒன் / a device for receiving pictures, sound, etc., from distant places by electrical waves, தொலைக் காட்சி.

tel-ex/'teleks/*(n)*:'ட்டெலெக்ஸ் / a system of conveying printed messages by a teleprinter, a message sent in this manner, தானாக தட்டச்சு மூலம் செய்தியை ஏற்கும் ஒரு கருவி, இதன்மூலம் செய்தி அனுப்புதல்.

tell/tel/*(v.i-v.t)*:ட்டெல் / to speak about something, பேசு; to let know, தெரிவி; to show, காண்பி; to command, கட்டளையிடு.

tell-ing/'teliŋ/*(adj)*:'ட்டெலிங் / having fine, immediate effect, உடன் நல்ல பயன் அளிக்கவல்ல. • *The shock given by the management has* **telling** *effect on the workers' union.*

tell-er/'telə*/*(n)*:'ட்டெலஒ* / one who tells, சொல்பவர், கூறுபவர்; one who counts, எண்ணுபவர், (வங்கி) விரைவுக் காசாளர்.

tell-tale/'telteil/*(adj)*:'ட்டெல்ட்டெய்ல் / capable of revealing secrets, இரகசியத்தை வெளியிடக்கூடிய; tending to leak out secrets, இரகசியங்களை வெளியிட முயல்கின்ற.

te-me-ri-ty/ti'merəti/*(n)*:ட்டி'மெரிட்டி / a sense of rashness, துடுக்குத்தன்மை; audacious behaviour, துணிச்சல்.

tem-per/'tempə*/*(n)*:'ட்டெம்ப்பஒ* / state of mind, மனநிலை; condition of a metal, ஓர் உலோகத்தின் பக்குவநிலை. **temper** *(v.i-v.t)*: to moderate, உணர்ச்சிகளைத் தணி; to make metal hard and elastic by heating and cooling, உலோகத்தைப் பதப்படுத்து. **tem-pe-ra-ment**/'tempərəmənt/*(n)*:'ட்டெம்பஒரஒமஒன்ட் / one's natural behaviour, ஒருவரின் இயல்பான குணம், மனப்போக்கு; one's characteristic conduct, ஒருவரின் இயல்பான நடத்தை. **temperamental** *(adj)*. **tem-pe-rance**/'tempərəns/*(n)*: 'ட்டெம்ப்பஒரஒன்ஸ் / moderation, மிதமான பண்பு; self-control, தன்னடக்கம்; total abstinence, அறவே விட்டொழித்தல். **tem-pe-rate**/'tempərət/*(adj)*:'ட்டெம்ப்பஒரிட் / moderate, மிதமான; of even and good tempered, நல்ல மனப்பான்மையும், மிதமான குணமும் உள்ள. **temperential** *(adj)*.

tem-pe-ra-ture/'temprətʃə*/*(n)*: 'ட்டெம்ப்ரிச்சஒ* / degree of heat and cold, தட்ப வெப்பநிலை.

tem-pest/'tempist/*(n)*:'ட்டெம்ப்பிஸ்ட் / rough winds and rain with storm, புயல் சூறாவளி. **tem-pes-tu-ous**/tem'pestjuəs / *(adj)*:ட்டெம்'பெஸ்ட்யுஉஒஸ் / very stormy, புயல் நிறைந்த; full of anger and passion, கோபமும், தாபமும் நிறைந்த.

tem-ple/'templ/(*n*):'ட்டெம்ப்ல் / a place of worship, வழிபாட்டு இடம், ஆலயம்; flat part on either side of the forehead, நெற்றிப் பொட்டு; a cross beam in a loom, தறியில் உள்ள குறுக்குக் கழி. **Temple**(*n*): the Inns of Court in London, லண்டனில் உள்ள நீதிமன்றமும், சட்டக்கல்லூரியும்.

tem-po/'tempəu/(*n*):'ட்டெம்ப்பஉ / speed of movement, இயங்கும் வேகம்; speed with which an action is done, செயல் வேகம்.

tem-po-ral/'tempərəl/(*adj*):'ட்டெம்ப்பரல் / pertaining to life in this world, உலக வாழ்வுக்குரிய; earthly, உலகியல் சார்ந்த; secular, பரந்த மனப்பான்மையும், எல்லோரும் ஓர் குலம் என்னும் மனப்பான்மையும் உள்ள. • *All these* **temporal** *pleasures, even the life itself, sometimes, look meaningless.*

tem-po-ra-ry/'tempərəri/(*adj*):'ட்டெம்ப்பரரி / lasting for a short time only, சிறிது காலமே வாழ்கின்ற; transient, தற்காலிகமான, நிலையற்ற; not permanent, நிலையில்லாத. **temporarily**(*adj*).

tem-po-rize/'tempəraiz/(*v.i*):'ட்டெம்பரய்ஸ் / to avoid making decisions, தீர்மானம் செய்ய வேண்டிய வற்றைத் தள்ளிப்போடு.

tempt/tempt/(*v.t-v.i*):ட்டெம்ப்ட் / to make someone do something (not decent), ஒன்றைச் செய்யத் தூண்டு; to attract, ஒன்றைச் செய்யக் கவர்ந்திழு. • *The villain can* **tempt** *the devil himself.* **temp-ta-tion**/temp'teiʃn/(*n*):ட்டெம்ப்ட்'டெய்ஷன் / that which makes one do something, தூண்டுவது, தூண்டுதல் செய்தல்; an allurement, கவர்ந்திழுப்பது.

tempt-ing/'temptiŋ/(*adj*):'ட்டெம்ப்ட்டிங் / pleasing, மனதுக்கு இனிய; enticing, கவர்ச்சியால் உந்தக்கூடிய.

ten/ten/(*n & adj*):ட்டென் / the number 10, பத்து என்ற எண்.

ten-a-ble/'tenəbl/(*adj*):'ட்டெனப்:ல் / capable of being defended, ஏற்றுக் கொள்ளக்கூடிய; that can be held, நிலைக்கக்கூடிய.

te-na-cious/ti'neiʃəs/(*adj*):ட்டி'னெய்ஷஸ் / holding fast, இறுகப் பற்றிக்கொள்ளக் கூடிய; obstinate, பிடிவாத குணமுள்ள. **tenacity**(*n*).

ten-an-cy/'tenənsi/(*n*):'ட்டெனன்ஸி / the state of occupancy, குடியிருப்பு உரிமை; land, building, etc. held by a tenant on agreement to pay the rent, வாடகைக் குடியிருப்பு, குத்தகை முதலியவை. **ten-ant**/'tenənt/(*n*):'ட்டெனன்ட் / an occupant, வாடகைக்குக் குடியிருப்பவர்; a person who holds possession of property, குத்தகைதாரர். **ten-ant-less**/'tenəntlis/(*adj*):'ட்டெனன்ட்லிஸ் / without a tenant, குத்தகைதாரர் இல்லாமல்.

tend/tend/(*v.i*):ட்டென்ட் / to look after, கவனித்துக்கொள், நன்கு கவனி; to hold a course, ஒரு குறிப்பிட்ட வழியைப் பின்பற்று. • *The archaeological findings* **tend** *to the conclusion of existence of a temple there.* to be inclined to move, ஒரு குறிக்கோளை நோக்கிச் செல்; to aim at, குறி வை; to move onwards, முன்னோக்கிச் செல்.

ten-den-cy/'tendənsi/(*n*):'ட்டெண்டன்ஸி / inclination, மனச்சார்பு, மனப்போக்கு; leaning, சார்பு, சாய்ந்திருத்தல். • *The* **tendency** *of many a politician is to get into power and amass wealth.*

ten-der/'tendə*/(*n*):'ட்டெண்ட* / one who takes care of, பாதுகாப்பவர், வளர்ப்பவர்; a fuel wagon in a locomotive, எரிபொருள் பெட்டி; statement of figures, price, cost, etc., at which a work can be undertaken or done by a contractor, ஒப்பந்தப் புள்ளி விவரம். **tender**(*adj*): soft, மிருதுவான, மென்மையான; sympathetic, இரக்க குணமுள்ள. **tender**(*v*): to give one's services, resignation, etc., பணியாற்ற விருப்பம் தெரிவி, பணியிலிருந்து விலக முற்படு. • *He* **tendered** *his resignation in a fit of anger.* to offer payment, etc., ஊதியம் முதலியவற்றைக் கொடு.

ten-don/'tendən/(*n*):ட்டெண்டன் / fibrous cord connecting muscle and bone, தசைநாண்.

ten-dril/'tendrəl/(*n*):'ட்டெண்ட்ரில் / a slender thread-like part in climbing plants, கொடிகளின் தளிர்.

ten-e-ment/'tenəmənt/(*n*):'ட்டெனிமன்ட் / a flat, குடியிருப்பு மனை; a rented portion, வாடகைக் குடியிருப்பு.

ten-et/'tenit/(*n*):'ட்டெனிட் / an opinion given with emphasis, சற்று ஆதாரமுள்ள கருத்து; a principle, கொள்கை. • *Have you* *forgotten the* **tenets** *of your great religion?*

ten-nis/'tenis/*(n)*:'ட்டெனிஸ் / a game in which players strike the ball with rackets over a net, வரிப் பந்தாட்டம். **tennis-court***(n)*: a marked area, where the game of tennis can be played, வரிப்பந்தாட்டக் களம்.

ten-on/'tenən/*(n)*:'ட்டெனஅன் / the end piece of wood fitted into a hole in another for joining the two, ஒரு மரத்துண்டின் முனை, மற்றொரு மரத்துண்டின் துளையில் பொருந்துமாறு செய்தல். **tenon***(v.i)*: to fit with tenon, இருமுனை மரத்துண்டுகளைப் பொருத்து.

ten-or/'tenə*/*(n & adj)*:'ட்டெனஅ* / masculine voice of highest musical pitch, ஆண் குரலிசையின் உச்சம்; a continuous way of doing, தொடர்ந்து செய்யும் முறை, one who sings in tenor, உச்சக் குரல் பாடகன்.

tense/tens/*(n)*:'ட்டென்ஸ் / the form of a verb indicating its time of action, ஒரு வினைச் சொல்லின் காலம். **tense***(adj)*: tightly stretched, மிக்க இறுக்கமான; emotionally excited, கொந்தளிக்கும் நிலையிலுள்ள. **ten-sion**/'tenʃn/*(n)*:ட்டென்ஷஅன் / the state of being tense, மன அலைவு; the act of stretching, நீட்டி இழுத்தல்; uneasiness, மனம் அமைதியின்றி அலைதல்; mental stress, உள்ளம் நொந்திருத்தல், உள இரக்கம்.

tent/tent/*(n)*:ட்டென்ட் / a shelter that can be moved from place to place, a portable shelter, கூடாரம்; a roll of spongy material for cleaning or dressing a wound, காயத்தைச் சுத்தம் செய்வதற்கும், சரி செய்வதற்கும் பயன்படும் ஒருவகை மிருதுப் பொருள். **tent***(v.i)*: to keep a wound open, காயத்தைக் கட்டாமல் வைத்திரு; to probe, விசாரணை செய்.

ten-ta-cles/'tentəklz/*(n, pl)*: 'ட்டென்ட்டஅக்ல்ஸ்: / the soft thread-like feelers of an insect, வளைவதற்கு ஏற்றவாறு அமைந்துள்ள உணர்வுகள் மூலம் கண்டறியும் தன்மையுள்ள விலங்குகளின் உடற்கூறு.

ten-ta-tive/'tentətiv/*(adj)*:'ட்டென்ட்டஅட்டிவ் / provisional, தற்காலிகமான; experimental, தேர்வு ஆராய்ச்சி தொடர்பான. **tentatively** *(adj)*.

ten-tar/'tentə*/*(n)*:ட்டென்ட்டஅ* / a means of stretching cloth by hooks for drying, துணிகளை உலர்த்துவதற்கு ஏதுவான இறுக்கிப் பிடிக்கும் கருவி.

tenth/tenθ/*(adj)*:ட்டென்த் / related to ten, எண் பத்து தொடர்பான, பத்தாவதான, பத்தில் ஒரு பாகம்.

ten-u-ous/'tenjuəs/*(adj)*:'ட்டென்யுஅஸ் / thin, மிக ஒல்லியான; delicate, நுண் நயமுள்ள; flimsy, ஆதாரமில்லாத; having light density, குறைந்த அடர்த்தியுள்ள.

ten-ure/'teˌnjuə*/*(n)*:'ட்டென்யுஅ* / condition for possessing or holding, உரிமை நிலை; the right of holding property, உடைமை உரிமை; the right of holding an office, பதவி உரிமை.

tep-id/'tepid/*(n)*:'ட்டெப்பிட் / slightly warm, வெதுவெதுப்பான.

ter-cen-te-na-ry/ˌtɜ:sen'ti:nəri/*(n)*: ˌட்டஅ:ஸென்ட்'டினஅரி / a three-hundredth anniversary, முந்நூறாவது ஆண்டு நிறைவு. **ter-cen-ten-ni-al**/ˌtɜ:sen'tenjəl/ *(adj)*:ˌட்டஅ:ஸென்'ட்டென்யஅல் / pertaining to a period of 300 years or to a 300th anniversary, முந்நூறு ஆண்டுகள் சார்ந்துள்ள.

term/tɜ:m/*(n)*:ட்டஅ:ம் / a set period of time, கால வரையறை; a word or expression, சொல்.

ter-ma-gant/'tɜ:məgənt/*(n)*:'ட்டஅ:மஅகஅன்ட் / a woman of turbulent nature, அதிகார தோரணையுள்ள பெண்மணி, சச்சரவில் விருப்பமுள்ளவர்.

ter-mi-nal/'tɜ:minl/*(adj)*:'ட்டஅ:மின்ல் / pertaining to the end, கடைசிக்கட்டத்திற்கு உரிய; fatal, மரணம் ஏற்படக்கூடிய, **terminal***(n)* end, முனை.

ter-mi-nate/'tɜ:mineit/*(v.t-v.i)*: 'ட்டஅ:மினெய்ட் / to limit, வரையறை ஏற்படுத்து; to (cause) bring to an end, முடிவு ஏற்படச் செய், முடிவு பெறு. **ter-mi-na-tion**/ˌtɜ:mi'neiʃn/*(n)*: ˌட்டஅ:மி'னெய்ஷஅன் / coming to an end, முடியும் தறுவாய்; the act of ending, முடிவு.

ter-mi-nus/'tɜ:minəs/*(n)*:'ட்டஅ:மினஅஸ் / the final point, இறுதி முனை; the end, முடியும் இடம்; farthermost stage, மிகத் தொலைவு.

ter-mi-nol-o-gy/ˌtɜ:mi'nɔlədʒi/*(n)*: ˌட்டஅ:மி'னாலஅஜி / the study of terms, கலைச்சொல், தொடர்சொல், இயல்; the use of terms, கலைச்சொற்களைப் பயன்படுத்து தல்; the terms used technically in science, art, etc., கலைச் சொற்கள்.

T

ter-mite/'tɜ:mait/*(n)*:'ட்டə:மய்ட் / an ant-like insect eating and destroying wood, *கரையான்.*

terms/'tɜ:mz/*(n)*:'ட்டə:ம்ஸ்: / conditions of an agreement or sale of an article, நிபந்தனை ஒப்பந்தம் (அ) விற்பனை.

ter-ra/'terə/*(n)*:'ட்டெரə / earth, நிலம்.

ter-race/'terəs/*(n)*:'ட்டெரəஸ் / a raised bank of land, மேல்தளம்; open space above the ground floor, கீழ்த்தளத்திற்கு மேலுள்ள வெற்றிடம்.

ter-ra-co-tta/ˌterə'kɔtə/*(n)*:'ட்டெரə'க்காட்டə / articles made of a kind of brownish red clay, கெட்டியான ஒருவகைக் களிமண்ணால் (சுடு மண்ணால்) செய்யப்படும் மங்கலான சிவப்பு நிறப் பொருள்கள்.

ter-rain/te'rein/*(n)*:'ட்டெரெய்ன் / stretch of land, நிலப்பகுதி.

ter-res-tri-al/tə'restriəl/*(adj)*: ட்டெ'ரெஸ்ட்ரியəல் / pertaining to land or earth, மண் தொடர்பான, மண்ணுக்குரிய; concerning earth, நிலத்தொடர்பான; pertaining to the world, உலகத் தொடர்பான.

ter-ri-ble/'terəbl/*(adj)*:'ட்டெரிப்:ல் / full of fear, அச்சம் நிறைந்துள்ள; terrifying, அச்சமும், தடுமாற்றமும் உள்ள. **terribly** *(adv).*

ter-ri-er/'teriə*/*(n)*:'ட்டெரியə* / a short-haired dog, குட்டையான உரோமம் உள்ள நாய்.

ter-rif-ic/tə'rifik/*(adj)*:'ட்டəரிஃபிக் / evoking fear, threat, etc., அச்சமும், மிரட்டலும் நிறைந்த, அச்சமூட்டுகின்ற. **ter-ri-fy**/'terifai/*(v.i)*:'ட்டெரிஃபய் / to frighten, அச்சம் உண்டாகும்படி செய்; to evoke terror, அச்சமூட்டும் தன்மை உள்ளதாய் இரு.

ter-ri-to-ry/'teritəri/*(n)*:'ட்டெரிட்டəரி / a large stretch of land, நிலப்பகுதி; the part of a country, ஒரு நாட்டின் ஆட்சிப் பகுதி. **territorial***(adj).*

ter-ror/'terə*/*(n)*:'ட்டெரə* / very great fear, பேரச்சம்; that which causes fear, அச்சமூட்டுவது; a person who causes fear, மிரட்டும் மனிதர். **ter-ro-rist**/'terərist/*(n)*: 'ட்டெரəரிஸ்ட் / a person who practises terrorism to achieve his aim, தன் குறிக்கோளை நிறைவேற்ற, கொடிய செயல்களிலும், புரட்சியிலும் ஈடுபடுபவர். **ter-ror-is-m**/'terərizəm/*(n)*: 'ட்டெரəரிஸ:əம் / state of living under terror, பயங்கரவாத நிலையில் வசிப்பது.

ter-ror-ize/'terəraiz/*(v.t-v.i)*:'ட்டெரəரய்ஸ்: / to cause terror, மிரட்டி அச்சுறுத்து; to be filled with fear, அச்சம் கொள்; to frighten, அச்சுறுத்து.

terse/tɜ:s/*(adj)*:ட்டə:ஸ் / well and briefly expressed, நன்கு சுருக்கமாக விளக்கும் வகையில் உள்ள. **tersely***(adj),* **terseness** *(n).*

ter-tian/'tɜ:ʃiən/*(adj)*:'ட்டə:ஷியəன் / recurring every third day, ஒவ்வொரு மூன்றாவது நாளிலும் வரும் காய்ச்சல் பற்றிய.

ter-tia-ry/'tɜ:ʃəri/*(adj)*:'ட்டə:ஷியəரி / third in rank, place or degree, மூன்றாவது நிலை, இடம், அளவு; of a historical period between 1,000,000 and 70,000,000 years ago, பத்து இலட்சத்திற்கும் 7 கோடிக்கும் இடையே உள்ள சரித்திர காலம்.

te-ry-lene/'terəli:n/*(n, adj)*:'ட்டெரிலீன் / (of) an artificially made cloth, செயற்கைத் துணியாலான.

tes-sel-la-ted/'tesəleitid/*(adj)*: 'ட்டெஸிலெய்ட்டிட்: / having a pattern made up of many small different coloured blocks, பல வண்ணக் கட்டங்களில் அமைக்கப்பெற்ற.

test/test/*(n)*:ட்டெஸ்ட் / a small trial, ஒரு சிறு சோதனை; a brief examination, ஒரு சிறு தேர்வு. **test***(v.t)*: to examine, பரிசோதி; to try out, சோதனை செய்.

tes-ta-ment/'testəmənt/*(n)*: 'ட்டெஸ்ட்டəமəன்ட் / a declaration, ஓர் அறிக்கை; a will, ஓர் இறுதி விருப்ப ஆவணம், உயில்.

test-a-ceous/te'steiʃəs/*(adj)*: 'ட்டெஸ்ட்டெய்ஷəஸ் / having a hard shell, தடித்த மேல்ஓடு உள்ள.

test-a-tor/te'steitə*/*(n)*:ட்டெஸ்ட்'டெய்ட்டə* / a person who leaves a will, இறுதி விருப்ப ஆவணம் எழுதி வைப்பவர்.

tes-ti-cle/'testikl/*(n)*:'ட்டெஸ்ட்டிக்ல் / sperm producing organs in a male, ஆண் விந்து, சுரப்பி.

tes-ti-fy/'testifai/*(v.t)*:'ட்டெஸ்ட்டிஃபய் / to give evidence, சாட்சியாக இரு; சாட்சி சொல், சான்று காட்டி உறுதிப்படுத்து; to affirm, உறுதிப்படுத்து; to make sure, நிச்சயமாக்கு.

tes-ti-mo-ny/'testiməni/*(n)*: 'ட்டெஸ்ட்டிமəனி / the statement of a witness in a court, நீதிமன்றத்தில் கொடுக்கப்படும் சாட்சியம்; the divine revelation, இறைவாக்கும், காட்சியும்.

T

tes-ti-mo-ni-al/ˌtestiˈməunjəl/*(n)*: ˌட்டஸ்ட்டி'மஉன்யஅல் / a certificate of qualifications, character, ability, etc., சான்றிதழ்.

test-y/ˈtesti/*(adj)*:ˈட்டெஸ்ட்டி / annoyed easily, எளிதில் உணர்ச்சிவயப்படக்கூடிய.

tet-a-nus/ˈtetənəs/*(n)*:ˈட்டெட்டஅனஅஸ் / a disease marked by violent stiffening and tightening of muscles, நரம்பு இசிவு நோய்.

tete-a-tete/ˌteita:ˈteit/*(n)*:ˈட்டெய்ட்டாட்டெய்ட் / a private conversation, அந்தரங்க உரையாடல்.

teth-er/ˈteðə*/*(n)*:ˈட்டெத:அ* / a rope for fastening an animal, தலைக் கயிறு. **tether***(v.t)*: to fasten with a tether, முளைக் கயிற்றால் கட்டு.

tet-ra/ˈtetrə/*(prefix)*:ˈட்டெட்ரஅ / four, நான்கு; having four parts, நான்கு பாகங்கள் கொண்ட.

tet-ra-hedron/ˌtetrəˈhedrən/*(n)*: ˈட்டெட்ரஅ'ஹெட்:ரஅன் / a solid figure having four faces with a triangular base, முக்கோண பீடத்தின் மீது அமைந்த கூம்பு உருவம்.

tet-rarch/ˈtetra:k/*(n)*:ˈட்டெட்ராக் / a ruler who has control of a fourth part of a Roman province, உரோமானிய நாட்டின் நான்கின் ஒரு பகுதியின் ஆட்சியாளர்.

tet-ter/ˈtetə*/*(n)*:ˈட்டெட்டஅ* / a disease of the skin, ஒருவகைத் தோல் நோய்.

text/tekst/*(n)*:ˈட்டெக்ஸ்ட் / the main part of a book, ஒரு நூலின் முக்கிய பகுதி; the original works of an author, ஒரு நூலாசிரியரின் மூலாதாரப் படைப்புகள்; a verse of the Bible, which forms the basis for preaching, விவிலிய நூலில் ஒரு வாசகத்தைப் பற்றிய புனித விளக்க உரை. **textual***(adj)*, **textually***(adv)*.

text-hand/ˈteksthænd/*(n)*: ˈட்டெக்ஸ்ட்ஹஅன்ட் / handwriting in large letters, பெரிய எழுத்து, கையெழுத்து.

text-book/ˈtekstbuk/*(n)*:ˈட்டெக்ஸ்ட்பு:க் / a book containing lessons on some subject, பாடநூல்.

tex-tile/ˈtekstail/*(adj)*:ˈட்டெக்ஸ்ட்டய்ல் / formed by weaving, woven, நெய்யப்பட்டுள்ள.

tex-ture/ˈtekstʃə*/*(n)*:ட்டெக்ஸ்ச்சஅ* / that which is woven, நெய்யப்பட்டவை; manner of weaving, நெய்யும் ரகம்; quality or the feel of the fabric, நெசவின் தரம் (அ) நயம்.

than/ðæn/*(adj)*:த:ஆன் / as compared with, ஒப்பிடும் முறையில் உள்ள; a word implying comparison, ஒப்பிடும் வார்த்தையின் உட்கருத்து கொண்டுள்ள.

thank/θæŋk/*(v.i)*:த்தஆங்க் / to give expression to one's kindness for having received some help, நன்றி கூறு; (usually in plural), **thanks**: acknowledgement of kindness, உதவிக்கு நன்றி கூறல். **thank-ful**/ˈθæŋkful/*(adj)*:த்தஆங்க்ஃபுல் / expressing thanks, நன்றி தெரிவிக்கும் வகையிலுள்ள. **thankfulness***(n)*: the state of expressing thanks, நன்றி தெரிவித்தல். **thank-less**/ˈθæŋklis/*(adj)*: த்தஆங்க்லிஸ் / with no thanks, நன்றி தெரிவிக்காத நிலையுள்ள. **thanks-giving**/ˈθæŋksˌgiviŋ/*(n)*: த்தஆங்க்ஸ்கி:விங் / an expression of thanks, நன்றி கூறல்; a public function giving expression to God's goodness, இறைவனைத் தொழுதல், இறைவணக்கம்.

that/ðæt/*(adj)*:த:ஆட் / pointing out a person or a thing, குறிப்பிட்டுக்காட்டக்கூடிய; the farther of the two, இரண்டில், தொலைவில் இருப்பது. • *I don't want* **that** *book.* **that***(pron)*: a person or thing, ஒருவர் (அ) ஒரு பொருள்; the former, முன்னால் இருப்பவர், முன் சொல்லப்பட்டது; more distant thing, தொலைவில் இருக்கும் பொருள். • *Yes, I want* **that**. **that***(conj)*: because, ஏனென்றால்; so that, அதனால்; introducing a noun clause, பெயர்ச்சொல் அறிமுகப்படுத்தல். • *Do you know* **that** *he has compiled this dictionary?.*

thatch/θætʃ/*(n)*:த்தஆச் / straw, reeds or rushes for roofing, கூரை வேயும் வைக்கோல், கீற்றுகள் முதலியவை. **thatch***(v.t)*: to cover roof with straw etc., கீற்று முதலியவற்றால் கூரை வேய். **thatched**/θætʃt/*(adj)*:த்தஆச்ட் / covered with thatch, கூரை வேய்ந்த.

thaum-a-turg-y/ˈθɔ:mətɜ:dʒi/*(n)*: ˈத்தஓ:மஅட்டஅ:ஜி / the art of performing miracles or magic, அற்புதம், மாயவித்தை முதலியவற்றைப் பற்றிய கலை; a person who performs miracles, magic, etc., அற்புதங்கள், மாயாஜாலம் முதலியவை நிகழச் செய்பவர். **thaumaturge***(n)*.

thaw/θɔ:/*(v.t-v.i)*:த்தஓ: / to melt, உருகு; to cause to melt, உருகச் செய்; to become sober, கனிவு ஆகு. **thaw***(n)*: the melting of ice or snow, பனிக்கட்டி (அ) பனி உருகுதல்.

T

the/ði:/*(def. art)*:தி: / a word that limits the meaning of nouns, பெயர்ச்சொற்களைக் கட்டுப்படுத்தும் வார்த்தை - குறிப்பிட்டு அளவாக்கும் வார்த்தை. • **The** *man is gentle and good.* **the***(adv)*: by that amount, அந்தத் தொகையால். *(e.g)* **the** *more,* **the** *better.*

the-at-re/θi'etə*/*(n)*:த்தி'யெட்டə* / a place where plays are enacted, நாடக மேடை; a place of action as delivering lectures, surgical operations, etc., செயல்படும் இடம், பேச்சு மேடை, சொற்பொழிவு அரங்கு, அறுவை சிகிச்சை அறை முதலியவை. **the-at-ri-cal**/θi'ætrikl/*(adj)*:த்தி'யஎட்ரிக்ல் / pertaining to a theatre, நாடக மேடை தொடர்பான; dramatic, நம்ப முடியாத; artificial, செயற்கையான. **theatricals***(n, pl)*: dramatic, நம்ப முடியாத; artificial, செயற்கையான. **theatricals***(n, pl)*: dramatic performances, நாடக அரங் கேற்றங்கள். **theatricalize***(v.t-v.i)*: to make worthy of dramatizing, நாடகமாக்க தயார் செய். **theatric***(n)*.

thee/ði:/*(pron)*:தீ: / objective of 'thou', உன்னை.

theft/θeft/*(n)*:த்தெஃப்ட் / the act of stealing, திருடுதல்.

the-ic/θi:ik/*(n)*:த்தீயிக் / a person addicted to tea, தேநீர் அதிகம் குடிக்கும் பழக்கம் உள்ளவர்.

their/ðeə*/*(adj, poss-pron)*:தஃɛə* / of them, அவர்களுடைய; belonging to them, அவற்றினுடைய. **theirs***(pron)*: possessive form of "they", அவர்களுடையது, அவற்றினுடையது.

the-is-m/'θi:izəm/*(n)*:'த்தீயிஸ:ə்ம் / faith in the existence of God, கடவுள் நம்பிக்கை உள்ளவர். **theist***(n)*, **theistic***(adj)*, **theistical***(adj)*.

them/ðem/*(pron)*:தெம் / objective of "they", அவர்களை, அவற்றை, அவர்களுக்கு, அவற்றிற்கு.

theme/θi:m/*(n)*:த்தீம் / a subject of discourse, கட்டுரைப் பொருள், விவாதம்; a topic for discussion, விவாதத்திற்கு எடுத்துக்கொள்ளப்படும் தலைப்பு. subject matter for clarification, விளக்கத்திற்கு ஏற்றுக்கொள்ளப்படும் தலைப்பு. • *The* **themes** *of his poetry are simple, mostly pastoral.*

them-selves/ðəm'selvz/*(pron)*:தெம்' ஸெல்வ்ஸ: / plural form of himself, herself, itself, reflexive form and emphatic form of "they", அவர்களையே, அவற்றையே.

then/ðen/*(adv)*:தெ:ன் / at that time, அப்பொழுது; next in place, அடுத்தாற் போல்; next in time, அப்பால், பிறகு. **then***(adj)*: belonging to that time, அக்காலத்திலுள்ள. **then***(n)*: that time, அவ்வேளை, அந்நேரம்.

thence/ðens/*(adv)*:தெ:ன்ஸ் / from that place, அந்த இடத்தினின்று; therefore, ஆதலின்; after that time, அந்நேரத்திற்குப் பிறகு.

thence-forth/ˌðens'fɔ:θ/*(adv)*:'தெ:ன்ஸ்' ஃபɔ:த் / [also **thence-forward**]: thereafter, அதற்குப்பிறகு, அதுமுதல்.

the-oc-ra-cy/θi'ɔkrəsi/*(n)*:த்தி'யɔக்ரəஸி / a government by God or by priests, மதகுருக்களின் ஆட்சி. **the-o-crat-ic**/θiə'krætik/*(adj)*:த்தியə'க்ரஎட்டிக் / pertaining to theocracy, மதக்கோட்பாடு கொண்ட அரசு.

the-od-o-lite/θi'ɔdəlait/*(n)*:த்தி'யɔட:əலய்ட் / an instrument for surveying and measuring horizontal and vertical angles, தளமட்டக்கோணக் கருவி.

the-o-gon-y/θiəgəni/*(n)*:த்தியəக:əனி / the birth and relationship of Gods, கடவுள் பரம்பரை.

the-ol-o-gy/θi'ɔlədʒi/*(n)*:த்தி'யɔலəஜி / the study and science of religion, மதம் பற்றிய படிப்பு; man's duty to God, இறைவனுக்கு மனிதனின் கடமை, பக்தி. **the-o-lo-gian**/θiə'ləudʒən/*(n)*:த்தியலəஉஜəன் / one learned in theology, மத அறிஞர், சமயப் புலமை பெற்றவர். **theological***(adv)*.

the-o-rem/'θiərəm/*(n)*:'த்தியəரəம் / a rule stated in symbol, தேற்றம்; a statement formulated, விதி வரையறுத்தல்.

the-o-ry/'θiəri/*(n)*:'த்தியəரி / a hypothesis, நிரூபணம் ஆகாத கொள்கை; a body of fundamental principles of science or art, கோட்பாடு; a plan or scheme not yet formulated, கருத்தியல் திட்டம், கருத்தளவில் உள்ளது. • *Einstein's* **theory** *of relativity is at the root of developing atom bombs.*

the-os-o-phy/θi'ɔsəfi/*(n)*:த்தி'யɔஸəஃபி / a system of philosophy, striving to seek Godhood directly, மெய்ப்பொருள் அறிவு. **the-os-o-phist**/θi'ɔsəfist/*(n)*: த்தி'யɔஸəஃபிஸ்ட் / a person having faith in 'theosophy', மெய்ப்பொருள் அறிவு பற்றிய நம்பிக்கை உள்ளவர்.

T

ther-a-peu-tics/ˌθerəˈpjuːtiks/*(n)*: ,த்தெரஅ'ப்யூட்டிக்ஸ் / a branch of medical treatment applying remedial measures for diseases, the science of healing, நோய் நீக்கியியல்.

ther-a-py/ˈθerəpi/*(n)*:'த்தெரஅப்பி / medical treatment, மருத்துவ சிகிச்சை. **therapist** *(n)*.

there/ðeə*/*(adv)*:த:ஏஅ* / in that place, அந்த இடத்தில், at that place, அங்கு; thither, அந்த இடத்திற்கு.

there-a-bout/ˈðeərəbaut/*(adv)*: 'த:ஏஅரஅப:உட் / [also **thereabouts**]: about that place, அந்த இடத்தின் அருகில்; near that place, அந்த இடத்தின் பக்கத்தில்; approximately, ஏறக்குறைய, கிட்டத்தட்ட. • *Meet me at 1 o'clock or* **thereabout**.

there-af-ter/ˌðeərˈaːftə*/*(adv)*:த:ஏஅ'ரா ஃப்ட்டஅ* / afterwards, அதன்பிறகு; accordingly, ஆகவே, அப்படியாக. • **Thereafter**, *we didn't see him any more.*

there-at/ˌðeərˈæt/*(adv)*:த:ஏஅர்'ஆட் / at that place, அந்த இடத்தில்; at that event, அந்நிகழ்ச்சியின் காரணமாக; at that time, அந்த சமயத்தில்; at that thing, அப்பொருள் பற்றி.

there-by/ˌðeəˈbai/*(adv)*:'த:ஏஅ'ப:ய் / nearby, அதன் அருகில்; by it or that, அதனால்; connected with, தொடர்பாக/தொடர்பின் காரணமாக; hence, அதனால். • *He hit the Jackpot in the race and* **thereby** *became very rich.*

there-fore/ˈðeəfɔː*/*(adv & conj)*: த:ஏஅ'ஃபோ:* / for that reason, அக்காரணம் கொண்டு; hence, ஆகையால்.

there-from/ˌðeəˈfrɔm/*(adv)*:த:ஏஅ'ஃப்ராம் / from that place, அங்கிருந்து.

there-in/ˌðeərˈin/*(adv)*:த:ஏஅ'ரின் / in that place, அங்கு; at that time, அப்பொழுது, அந்தக் காரணத்தின் பொருட்டு. • *When all the others are sound asleep, he is awake working and* **therein** *lies the secret of his success.*

there-on/ˌðeərˈɔn/*(adv)*:த:ஏஅர்'ஓன் / on that, அதன்மேல்.

there-to/ˌðeəˈtuː/*(adv)*:த:ஏஅ'ட்டு / to this, இதற்கு; to that, அதற்கு; in addition, அதற்கு மேலும்.

there-upon/ˌðeərəˈpɔn/*(adv)*: 'த:ஏஅரப்'பான் / in consequence of that, அதனால்; at that time, அந்தப்பொழுது, உடன்.

there-with/ˌðeəˈwið/*(adv)*:த:ஏஅ'உயித் / with this, இதனுடன்; with that, அதனுடன்.

ther-mal/ˈθɜːml/*(n, adj)*:த்'தஅ:மஅல் / pertaining to heat, வெப்பம் தொடர்பான, வெப்பம் பற்றிய. **therm**/θɜːm/*(adj)*:த்தஅ:ம் / a unit of heat in estimating the consumption, வெப்பம் பயன்படுத்தும் அளவை.

ther-mom-e-ter/θəˈmɔmitə*/*(n)*: த்தஅ'மாமிட்டஅ* / instrument for measuring temperature, வெப்பநிலைமானி. **thermometric***(adj)*, **thermometrical** *(adj)*.

ther-mo-dy-nam-ics/ˌθɜːməudaiˈnæmiks/ *(n)*:'த்தஅ:மஅஉடய்'னஆமிக்ஸ் / the science that treats of heat as a force, வெப்பவியல்.

the-sau-rus/θiˈsɔːrəs/*(n)*:த்தி'ஸோ:ரஅஸ் / a branch of lexicon that contains words, synonyms, antonyms, etc., சொற் களஞ்சியம்.

the-sis/ˈθiːsis/*(n)*:'த்தீஸிஸ் / a statement of study on some subject, ஆராய்ச்சிக் கட்டுரை; a research study of a subject, ஒரு பாடவியலைப் பற்றிய ஆய்வு.

these/ðiːz/*(pron & adj)*:தீ:ஸ்: / demonstrative plural of "this", இந்த, இவர்கள், இவை.

thews/θjuːz/*(n, pl)*:த்யூஸ்: / muscles, தசைகள்; sinews, தசைநார்.

they/ðei/*(pron)*:தெய் / plural form of 'he', 'she' or 'it', "he, 'she' or it" இவற்றின் பன்மை வடிவம், அவர்கள், அவை.

thick/θik/*(adj)*:த்திக் / not thin, தடித்து இருக்கும்படியான; crowded together, நெருக்கமான; heavy, கனமான, கெட்டியான. **thick-en**/ˈθikən/*(v.t-v.i)*: 'த்திக்கஅன் / to make thick, தடிப்பாகச் செய். **thick-et**/ˈθikit/*(n)*:'த்திக்கிட் / a thick growth, புதர்க்காடு; jungle, காடு. **thick-ness**/ˈθiknis/*(n)*:'த்திக்னிஸ் / the state of being thick, பருத்த தன்மை; density, அடர்த்தி; closeness, நெருக்கம். **thick-set**/ˌθikˈset/ *(adj)*:'த்திக்'ஸெட் / having a short stout body, பருத்துள்ள; closely planted, நெருக்கி நடப்பட்டுள்ள. **thick-skinned**/ ˌθikˈskind/*(adj)*:த்திக்'ஸ்க்கின்ட்: / having thick skin, தடித்த தோலுள்ள; not easily hurt by insults, reproach, etc., அவதூறு போன்றவற்றால் பாதிக்கப்படாத மனநிலையுள்ள; not sensitive, உணர்ச்சி வயப்படாத. • *We can't always be sensitive; sometimes we have got to be* **thick skinned**. **thick-skull**/ˌθikˈskʌl/*(n)*: த்திக்'ஸ்க்கல் / a foolish person, முட்டாள்.

T

thief/θi:f/*(n)*:த்தீஃப் / a person who steals, திருடன். **theft***(n)*: act of stealing, திருடுதல். **thieve**/θi:v/*(v.i)*:த்தீவ் / to steal, திருடு. **thiev-ish**/'θi:viʃ/*(adv)*:'த்தீவிஷ் / being a thief, திருடும் தன்மையுள்ள. **thievery***(n)*.

thigh/θai/*(n)*:த்தய் / the part of leg between the hip and knee, தொடைப்பகுதி.

thim-ble/'θimbl/*(n)*:'த்திம்ப்:ல் / a cap usually worn on the middle finger while sewing for protecting it, விரல் உறை.

thin/θin/*(adj)*:த்தின் / slim, ஒல்லியான; lean, வலிமையற்ற; not strong, பலமற்ற. **thin***(v.t-v.i)*: to grow thin, மெலிதாகு; to become thin, மெல்லியதாக இரு; to become thinner, மேலும் மேலும் மெல்லியதாகு.

thine/ðain/*(pron)*:த:ய்ன் / the possessive of "thou", உன்னுடைய.

thing/θiɲ/*(n)*:த்திங் / an object, ஒரு பொருள்; an idea, ஒரு கருத்து; an act, ஒரு செயல்; an action, செயல்படுதல்.

think/θiɲk/*(v.i-v.t)*:திங்க் / **thought, thinking**: to form an idea, கருத்து உண்டாக்கு; to exercise the mind to find some solution, தீர்வு காண சிந்தனை செய்; to believe, நம்பு; to get an idea, ஒரு கருத்துப் பெறு; to ponder over, ஆழ்ந்து சிந்தனை செய். **think-ing**/'θiɲkiɲ/*(n)*: 'திங்க்கிங் / thought, சிந்தனை; working the mind to get an idea, யோசனை செய்தல். • *It is* **thinking**, *not any nourishing food, that refreshes him.* **Thinking** *makes me always sleepy.*

third/θɜ:d/*(adj)*:த்தஃ:ட் / next to the second, மூன்றாவதாக.

thirst/θɜ:st/*(n)*:த்தɔ:ஸ்ட் / urgent physical desire for drink, தாகம்; a longing, ஓர் ஆசை; a craving, ஒரு வேட்கை. • *Who, but a saint, can conquer the* **thirst** *for wealth, wine and woman?*

thir-teen/ˌθɜ:'ti:n/*(n & adj)*:'த்தஃ:ட்டீன் / the number 13, எண் பதின்மூன்று; of the amount thirteen, பதின்மூன்று பற்றிய.

thir-ty/'θɜ:ti/*(n & adj)*:'த்தஃ:ட்டி / the number 30, எண் முப்பது; of the amount thirty, முப்பது பற்றிய.

this/ðis/*(adj)*:தி:ஸ் / used to point out something near in place or time, அருகில் உள்ள (அ) நிகழ்காலத்திலுள்ள. • *Do you know* **this** *chap?* **this***(pro)*: the thing pointed to, இது. • **This** *is the chap I told you about.*

this-tle/'θisl/*(n)*:'த்திஸ்ல் / a prickly plant, ஒருவகை முட்செடி, நெருஞ்சில், குருக்கத்தி.

thith-er/'ðiðə*/*(adv)*:'த்தித:ə: / to that place, point, etc., அந்த இடத்திற்கு என்பது போன்றவை.

thole/θəul/*(n)*:த்தəஉல் / a pin on a boat to keep the oar in its place, படகின் துடுப்பைப் பொருத்தப் பயன்படும் ஊசி, ஆதாரம்.

thong/θɔɲ/*(n)*:த்தɔங் / a narrow strip of leather, தோல், கசை.

tho-rax/'θɔ:ræks/*(n)*:'த்தɔ:ரæக்ஸ் / part of the body between the neck and the abdomen, மார்பு.

thorn/θɔ:n/*(n)*:த்தɔ:ன் / a prickle, முள். • *There is no rose without a* **thorn**. **thorny***(adj)*: full of thorns, முட்கள் நிறைந்த; very painful, மிகத் துன்பமான; vexatious, வேதனையுள்ள. **thorn-y**/'θɔ:ni/*(adv)*:'த்தɔனி / with thorns, முட்கள் உள்ள; difficult, கடினமான.

thorn-back*(n)*:'த்தɔ:ன்ப:æக் / a fish with thorns, முட்கள் உள்ள மீன்.

thor-ough/'θʌrəu/*(adj)*:'த்தரəஉ / complete, முழுமையான; detailed, சிறு செயல்களையும் நன்கு கவனிக்கும் திறமையுள்ள; done well, திறம்படச் செய்யப்பட்டுள்ள.

thor-ough-fare/'θʌrəfeə*/*(n)*: த்தரəஃபεə* / public way, பொதுவழி; passage, பாதை.

thor-ough-going/'θʌrəˌgəuiɲ/*(adj)*: 'த்தரəˌக:əஉயிங் / very well done, நன்கு செயல்பட்டுள்ள; very thorough, நிறைவாக இருக்கின்ற; accepting full responsibility, முழுப்பொறுப்பும் ஏற்றுக்கொண்ட.

thor-ough-ness/'θʌrənis/*(n)*:'த்தரəனிஸ் / completeness, முழுமை; perfectness, திறமை, சீராகச் செயல்படுதல்.

thorp/θɔ:p/*(n)*:த்தɔ:ப் / [also **thorpe**]: a hamlet, சிற்றூர்.

those/ðəuz/*(pron)*:த:əஉஸ்: / plural of "that", "that", என்பதின் பன்மை, 'அவை', 'அவர்கள்.'

thou/ðau/*(pron)*:த:உ / the second person nominative singular, நீ; (this and its other forms are now used only in poetry).

though/ðəu/*(conj)*:த:əஉ / however, இருந்தாலும்; even, இருப்பினும்; in spite of the fact that, அது உண்மையாக இருந்த போதிலும்.

thought/θɔ:t/(*v*):த்தɔ:ட் / (*p.t & p.p*): of "think", "think" என்பதன் இறந்தகாலம், இறந்த கால வினை. **thought** (*n*): the result of thinking, சிந்தனையின் பலன்; an idea, ஒரு கருத்து; a plan, திட்டம்; a design, உட்கருத்து வடிவம். • *"Even the meanest flowers can bring me* **thoughts** *too deep for tears."*

thought-ful/'θɔ:tful/(*adj*):தɔ:ட்ஃபுல் / serious and attentive, சிந்தனையும், கவனமும் உள்ள; full of ideas, கருத்துள்ள.

thought-less/'θɔ:tlis/(*adj*):தɔ:ட்லிஸ் / with no attention, கவனமில்லாமல்; careless, கவனக்குறைவான; not giving any thought, சற்றும் சிந்திக்காமல், முன் யோசனை இல்லாமல்.

thou-sand/'θauznd/(*n*):தஉஸ:ə்ன்ட் / ten hundreds, ஓர் ஆயிரம்.

thral-dom/'θrɔ:ldəm/(*n*):த்ரɔ:ல்ட:əம் / slavery, அடிமைத்தனம்; a kind of bondage, ஒருவகை சுதந்திரம் இல்லாத பிணைப்பு. **thrall**/θrɔ:l/(*n*):த்ரɔ:ல் / a slave, ஓர் அடிமை; slavery, அடிமைத்தனம்.

thrash/θræʃ/(*v.i-v.t*):த்ræஷ் / [also **thresh**]: to beat out and separate the grain from the straw or chaff, கதிரடி, போர் அடி; to beat violently, வன்மையாக அடி. **thrashing floor**(*n*), [also **threshing floor**]: floor on which grain is thrashed, தானியத்தைப் போரடிக்கும் களம்.

thread/θred/(*n*):த்ரெட் / a string made by the twisting strands of silk, cotton, etc., நூல்.

thread-bare/θredbeə*/(*adj*):த்ரெட்:ப:ɛə* / worn out, நைந்துபோன; very thin because of much use, உபயோகித்து பயனற்றுப் போன; no longer interesting or effective (as something has become useless), பயனில்லாமல் போன, அக்கறை கொள்ள முடியாத.

threat/θret/(*n*):த்ரெட் / an open expression to hurt, to harm, etc., தொந்தரவு கொடுக்கப்போவதாக பயமுறுத்தல்; an attempt to hurt, தொந்தரவு கொடுப்பதற்கு எடுத்துக்கொள்ளப்படும் முயற்சி. **threat-en**/'θretn/(*v.t-v.i*):'த்ரெட்ன் / to make a threat, பயமுறுத்து. **threat-en-ing**/'θretniŋ/(*adj*):த்ரெட்னிங் / using threats, மிரட்டக்கூடிய; something bad about to happen, துன்பம் வரும் அறிகுறியுள்ள.

three/θri:/(*n*):த்ரீ / the number 3, எண் மூன்று.

thresh/θreʃ/(*n*):த்ரெஷ் / a structure at the bottom of a doorway, வாயிற்படி. **thresh-old**/'θreʃhəuld/(*n*):'த்ரெஷəஉல்ட்: / the place or point at the beginning, துவக்கத்தில். • *We are now at the* **threshold** *of a new civilisation.*

threw/θru:/(*v*):த்ரூ / past tense of "throw", "throw" என்பதன் இறந்த கால வடிவம்.

thrice/θrais/(*adv*):த்ரய்ஸ் / three times, மூன்று மடங்காக உள்ள.

thrift/θrift/(*n*):த்ரிஃப்ட் / habit of saving, சிக்கனமாக இருக்கும் பழக்கம்; the habit of not spending too much, அதிகம் செலவு செய்யாமல் இருக்கும் பழக்கம். **thrift**(*adj*): avoiding waste, வீணடிக்காமல்; being thrift, சிக்கனமாக இருக்கின்ற.

thrill/θril/(*n*):த்ரில் / a feeling of excitement, வியப்படைய வைக்கும் உணர்ச்சி; that which is exciting, கொந்தளிக்கும் உணர்வில் இரு; to excite, வியப்புணர்வை ஏற்படுத்து.

thrive/θraiv/(*v.i*):த்ரய்வ் / to become prosperous, செல்வம் கொழிக்கச் செய்; to be successful, வெற்றியுடன் இரு, வளமாயிரு; to be rich, பெரும் பணம் சேர்; to multiply, பெருக்கு. **thriv-en**/'θrivn/(*v*):த்ரிவəன் / past participle of "thrive", "thrive" என்பதன் இறந்த கால வினை. **thriv-ing**/θraiviŋ/(*pres. part*):த்ரய்விங் / being prosperous, வளமிக்க; flourishing, செழிப்புள்ள.

throat/θrəut/(*n*):த்ரəஉட் / the front part of the neck, தொண்டை.

throb/θrɔb/(*v.i*):த்ரɔப்: / **throbbed, throbbing**: to pulsate rapidly, துடி; to beat rapidly in rhythmic motion, 'பட்', 'பட்' என்று அடித்துக்கொள். • *This is the season when the country will be* **throbbing** *with activity.*

throe/θrəu/(*n*):த்ரəஉ / acute pain, பொறுக்கமுடியாத வலி; agony, துயரம்.

throne/θrəun/(*n*):த்ரəஉன் / the seat of royal power, அரியாசனம்; the symbol of power, அதிகாரத்தின் சின்னம்.

throng/θrɔŋ/(*n*):த்ரɔங் / a crowd, கூட்டம். **throng**(*v.i*): to come in great numbers, கூட்டமாகச் சேர்.

thros-tle/'θrɔsl/(*n*):'த்ரɔஸ்ல் / a singing bird, பாடும் பறவை, குருவி வகை.

T

throt-tle/'θrɔtl/*(v.t-v.i)*:'த்ராட்ல் / to press the throat forcibly, குரல் வளையை நெரி. **throttle***(n)*: larynx, குரல் வளை; the valve of an engine regulating supply of gas, steam, etc., குறுவழி அடைப்பிதழ் வால்வு.

through/θru:/*(prep)*:த்ரூ / in or at a side, பக்கத்திற்குப் பக்கமாக; in or at an end, ஒரு கோடியிலிருந்து மறு கோடி வரை; during, இடையே, அதுபொழுது; by means of, காரணம் பற்றி. **through***(adv)*: from one end or side to the other, ஒரு பக்கத்திலிருந்து (அ) ஒரு கோடியினின்று மறுபுறம் வரை.

through-out/θru:'aut/*(prep)*:த்ரூ'அஉட் / through each and every part of, முழுவதும் ஒவ்வொரு பகுதியாக, எல்லாம்; from the beginning to the end, ஆரம்பம் முதல் கடைசி வரை. **throughout***(adv)*: everywhere, எங்கும்; in all respects, எல்லா வகையிலும்.

throve/θrəuv/*(v)*:த்ரəஉவ் / past tense of "thrive", "thrive" என்பதன் இறந்தகால வடிவம்.

throw/θrəu/*(v.t-v.i)*:த்ரəஉ / **threw, thrown**: to fling something, வீசு; to hurl, எறி. **throw***(n)*: the act of throwing, வீசுதல், எறிதல். **thrown**/θrəun/*(v)*: த்ரəஉன் / past participle of "throw", "throw" என்பதன் இறந்தகால வினை.

thrush/θrʌʃ/*(n)*:த்ரஷ் / a singing bird, பாடும் பறவை. a disease affecting the lips, throat and mouth; a disease in the feat of the horse, உதட்டிலும், வாயிலும், தொண்டையிலும் குழந்தைகளுக்கு உண்டாகும் நோய்; சள்ளை நோய்; குதிரைகளுக்குக் காலில் உண்டாகும் நோய்.

thrust/θrʌst/*(v.t-v.i)*:த்ரஸ்ட் / to push hard and move ahead, உந்தித் தள்ளி முன்செல்; to pierce, கிழித்து எறி, குத்து. **thrust***(n)*: a push made by a sharp instrument, இடித்தல்; an assault, தாக்குதல்.

thud/θʌd/*(n)*:த்தட் / a dull heavy sound, 'தொப்'பென்ற ஒலி.

thug/θʌg/*(n)*:த்தக் / a criminal, குற்றம் செய்பவர்; ruffian, போக்கிரி.

thumb/θʌm/*(n)*:த்தம் / the first, short, thick finger of the hand, கைப் பெருவிரல்; the most important finger of the hand, கட்டை விரல். **thumb***(v.i)*: to mark or touch with the thumb, கட்டைவிரலால் அடையாளமிடு (அ) தொடு; to raise the thumb indicating a request for a ride, பிறர் வாகனத்தில் செல்வதற்கு உதவி கேட்க சைகை செய்; to soil with the fingers, விரல்களால் அசுத்தமாக்கு.

thumb-screw/'θʌmskru:/*(n)*:'த்தம்'ஸ்க்ரூ / an instrument of tortune, சித்ரவதைக் கருவி.

thump/θʌmp/*(n)*:த்தம்ப் / heavy blow, பலத்த அடி; dull and heavy sound produced by an impact, மோதல். **thump***(v.i)*: to fist heavily, குத்து. **thump-ing**/'θʌmpiɲ/*(adj)*:'த்தம்ப்பிங் / very big, மிகப் பெரியதான. • *He returned to the Parliament with a* ***thumping*** *majority.*

thun-der/'θʌndə*/*(n)*:'த்தன்டːə:* / the loud cracking sound that follows the lightning, இடி. **thunder***(v.i)*: to cause thunder, இடி முழக்கம் செய்; to speak loudly, உரக்கப் பேசு. **thunderous***(adj)*. **thun-der-bolt**/'θʌndəbəult/*(n)*:'தன்டːə'பːəஉல்ட் / a shaft of lightning with a crash of thunder, இடியும் மின்னலும்; a shocking and unexpected event, எதிர்பாராத அதிர்ச்சி தரும் நிகழ்ச்சி. **thun-der-stroke**/'θʌndə'strəuk/*(n)*:'தன்டːə'ஸ்ட்ரəஉக் / a lightning followed by thunder, இடியும் மின்னலும்; an unexpected, sudden surprise, திகைப்படையச்செய்வது. **thunder-struck**/'θʌndəstrʌk/*(adj)*: 'தன்டːəஸ்ட்ரக் / struck by lightning, இடி மின்னலால் தாக்கப்பட்டுள்ள; surprised, திகைப்படையச்செய்துள்ள.

Thurs-day/'θɜ:zdi/*(n)*:'தəːஸ்டெːய் / the fifth day of the week, வாரத்தின் ஐந்தாவது நாள், வியாழக்கிழமை.

thus/ðʌs/*(adv)*:தːஸ் / in this manner, இந்த வகையில்; accordingly, அஃதேபோல்; to this degree, இவ்வாறு, இந்த அளவு வரை; to this extent, இது வரையில்.

thwack/θwæk/*(n)*:த்உஃக் / a heavy blow, பலத்த அடி, மோதல்.

thwart/θwɔ:t/*(v.t-v.i)*:த்உɔːட் / to cross, to interfere, குறுக்கீடு; to prevent, தடை செய்; to frustrate, இடையூறு செய்; to obstruct, தடுத்து விடு.

thy/ðai/*(pron)*:தːய் / possessive and reflective form of "thou", உன்னுடைய.

thy-roid/'θairɔid/*(n)*:'தய்ரɔய்ட் / a gland in the neck, கழுத்தில் உள்ள ஒரு நாளமில்லாச் சுரப்பி.

ti-a-ra/ti'a:rə/*(n)*:'ட்டியாரə / a head-dress set with jewels, மணிமுடி; crown worn by

Pope, போப்பாண்டவர் மணிமுடி; a head-dress, turban, ஒருவகைத் தலைப்பாகை.

tib-i-a/'tibiə/*(n)*:'ட்டிபிஃயஃ / the large bone below the knee, கீழ்க்கால் எலும்பு.

tic/tik/*(n)*:ட்டிக் / a severe form of facial paralysis, முகத்தில் ஏற்படும் பாரிச வாயு.

tick/tik/*(n)*:ட்டிக் / light-tapping sound, 'டிக்' என்னும் ஒலி; (✓) a mark indicating approval or correctness, (✓) சரி என்பதைக் காட்டும் அடையாளக்குறி.

tick-et/'tikit/*(n)*:'ட்டிக்கிட் / a card with official information giving the bearer the right for something, உரிமைச் சீட்டு, பயணச் சீட்டு முதலியவை; an authority card permitting to do something, அனுமதிச் சீட்டு.

tick-le/'tikl/*(v.t-v.i)*:ட்டிக்ல் / to touch lightly, மெதுவாகத் தொடு; to delight, மகிழ்ச்சி ஏற்படுத்து. **tickl-ish**/'tikliʃ/*(adj)*:'ட்டிக்லிஷ் / easily tickled, எளிதில் கூச்சம் அடையக் கூடிய; requiring careful handling, கவனமாகக் கையாளவேண்டிய. • *It is a very* **ticklish** *problem that the country faces in Kashmir.*

tide/taid/*(n)*:ட்டய்ட் / the rising and falling of sea-surface alternatively, கடல் மட்டத்தின் ஏற்ற இறக்கம்; season, பருவம்; a turning point, திருப்புமுனை. • *Time and* **tide** *wait for no man.*

tide-waiter/'taid,weitə*/*(n)*: 'ட்டய்ட்'உஎய்ட்டஃ* / a customs officer on duty to collect the dues from a ship, வரி வசூலிக்கும் அலுவலர், கப்பலில் வரும் சரக்குகளைக் கவனிப்பவர்.

tid-ings/'taidiŋz/*(n, pl)*:'ட்டய்டிங்ஸ் / news, செய்தி; information, தகவல்.

ti-dy/'taidi/*(adj)*:'ட்டய்டி / neat and smart, சுத்தமும் மிடுக்கும் உள்ள; in orderly manner, ஒழுங்கான முறையில். **tidy***(v.i)*: to put in good order, சீராக வை, சீரமை.

tie/tai/*(v.t-v.i)*:ட்டய் / to fasten, இணைத்துக் கட்டு; to bind, சேர்த்து ஒன்றாக்கு; to make a knot, முடிச்சுப் போடு. **tie***(n)*: a bond, ஒரு கட்டு; a fastening, இணைப்பு; equality of score in a competition, ஒரு போட்டியில் ஏற்படும் சமநிலை, வெற்றி, தோல்வி இல்லாத நிலை.

tier/tiə*/*(n)*:ட்டியஃ* / row or rank (of seats), அடுக்கு, வரிசை.

tiff/tif/*(n)*:ட்டிஃப் / a small quarrel, ஒரு சிறு பூசல்.

tif-fin/'tifin/*(n)*:'ட்டிஃபின் / light lunch, சிற்றுண்டி.

ti-ger/'taigə*/*(n)*:'ட்டய்கஃ* / a fierce carnivorous animal, புலி.

tight/tait/*(adj)*:ட்டய்ட் / closely packed, நெருக்கமாகக் கட்டப்பட்ட; compact, தொய்வில்லாமல் சீராக்கப்பட்ட; tied well, நன்கு இறுக்கமாக்கப்பட்ட. **tighten**/'taitn/*(v.i)*:'ட்டய்ட்ன் / to make tight or tighter, இறுக்கக் கட்டு, மிக இறுக்கமாக்கு. **tightness***(n)*.

tight-fist-ed/,tait'fistid/*(adj)*: 'ட்டய்ட்'ஃபிஸ்ட்டிட் / miserly, கருமித்தனமாக உள்ள; very stingy, செலவு செய்ய மனமில்லாத.

ti-gress/'taigris/*(n)*:ட்டய்க்ரிஸ் / female tiger, பெண் புலி.

tile/tail/*(n)*:ட்டய்ல் / thin flat brick used for covering roof, floors, etc., ஓடு.

till/til/*(conj)*:ட்டில் / the time that has passed or that is to pass, கடந்த காலம் வரை (அ) காலம் வரும் வரை, அதுவரையிலும். • *Please wait* **till** *the rain stops.* **till***(prep)*: the time of, வரையில். • *He may not come* **till** *evening.* **till***(v.t)*: to cultivate, பயிர் செய்; to prepare the land for cultivation, பண்படுத்து. **till***(n)*: a drawer or tray for keeping money, கல்லாப் பெட்டி. **with one's fingers in the till**: steal from the working place, வேலை செய்யும் இடத்திலேயே திருடு. • *He was caught* **with his fingers in the till**.

till-age/tilidʒ/*(n)*:'ட்டிலிஜ் / the act of tilling, உழுதல்; cultivation, பயிரிடுதல்.

till-er/tilə*/*(n)*:'ட்டிலஃ* / one who tills the soil, உழவர்; a mechanical device for turning a boat's rudder, சுக்கானைத் திருப்பும் கருவி.

tilt/tilt/*(v.t-v.i)*:ட்டில்ட் / to incline to one side, சரிவுறு; to lean, ஒரு புறம் சாய்; to tilt the balance, தன் பக்கம் திடீரென வெற்றி காண்; to change the situation, தற்கால சூழ்நிலையை மாற்று. **tilt***(n)*: sloping position, சாய்நிலை, சரிவு.

tilth/tilθ/*(n)*:ட்டில்த் / tilling of land, நிலம் உழுதல்; cultivated land, பயிர் செய்யப்பட்ட நிலம்.

tim-ber/'timbə*/*(n)*:'ட்டிம்பஃ* / hardwood suitable for building and carpentry, மரக்கட்டை; beam, உத்தரம்.

tim-bre/'timbə*/*(n)*:'ட்டிம்ப:ə* / quality, தன்மை; the state of the different levels of sound, ஒலியின் பல அளவீடுகள்.

tim-brel/'timbrəl/*(n)*:'ட்டிம்ப்:ரəல் / a kind of drum, சிறு முரசு, கஞ்சிரா.

time/taim/*(n)*:ட்டய்ம் / period measured, அளவிடப்படும் நேரம்; season, பருவம்; the continuous, unseen existence that pervades the past, the present and the future, கடந்த காலம், நிகழ்காலம், வருங்காலம் ஆகியவற்றை ஊடுருவக் கூடியது, காலம். • *The* **time** *for action has not come.* **time***(v.i)*: to do the right thing just at the moment, சரியான நேரத்தில், சரியாகச் செய்; to measure the time, நேரத்தை அள; choose the occasion, சரியான தருணத்தைத் தேர்ந்தெடு. • *Whatever she did, she* **timed** *them most brilliantly.* **time-honoured***(adj)*: held in respect because of old age traditions, பழங்காலந்தொட்டு மதிக்கப்பட்டுள்ள, நெடுங்காலமாகப் போற்றப்பட்டுள்ள. **time-keeper***(n)*: a person who keeps time, நேரப் பதிவாளர்; a clock, கடிகாரம். **time-ly**/'taimli/*(adj)*:'ட்டய்ம்லி / happening at the appropriate time, சரியான நேரத்தில் நிகழ்கின்ற. **time-piece**/'taimpi:s/*(n)*: 'ட்டயம்ப்பீஸ் / a device for measuring time, கடிகாரம். **time-ser-ver**/'taim,s3:və*/*(n)*: 'ட்டய்ம்,ஸə:வə* / a selfish person who changes his views and his services for his own purposes, சுயநலவாதி, கொள்கை இல்லாதவர். **time-table**/'taim,teibl/ *(n)*:'ட்டய்ம்ட்,டெய்ப்:ல் / a schedule of time indicating a programme of action, கால அட்டவணை.

tim-id/'timid/*(adj)*:'ட்டிமிட்: / not having sociable habits, நன்கு பழகும் இயல்பு இல்லாத; easily frightened, எளிதில் அச்சமடைகின்ற. **tim-id-i-ty**/ti'midəti/ *(n)*:ட்டி'மிடி:ட்டி / shyness, நாணம்; lack of boldness, துணிவு இல்லாமை.

tim-o-rous/'timərəs/*(adj)*:'ட்டிமəரəஸ் / timid, கோழைத்தனமான; having no spirit of courage, துணிவு இல்லாத.

tin/tin/*(n)*:ட்டின் / soft metal of silver white in colour, வெள்ளீயம். **tin***(v.t)*: to plate with tin, ஈயம் பூசு.

tinc-ture/'tiŋktʃə*/*(n)*:'ட்டிங்ச்சə* / a light colour, மங்கிய நிறம்; a medical solution, மருத்துவக் கலவை.

tin-der/'tində*/*(n)*:'ட்டின்ட:ə* / an inflammable substance for kindling fire from a spark, தீப்பொறியினால் தீமூட்ட பயன்படும் பொருள்.

tine/tain/*(n)*:ட்டய்ன் / a tooth of a fork or harrow, ஒரு கொத்துக்கரண்டியின் முள்.

tin-foil/,tin'fɔil/*(n)*:'ட்டின்'ஃபாய்ல் / thin tin sheet used for wrapping, உணவுப் பொருட்கள் கெடாமல் பாதுகாக்க பயன்படும் வெள்ளீய (அ) மெல்லிய தகரத் தகடு.

tinge/tindʒ/*(v.t-v.i)*:ட்டிஞ்ஜ் / to colour lightly, இலேசாக வண்ணம் தீட்டு; to give a trace to, நிறச் சாயல் ஏற்படுத்து. **tinge***(n)*: a small trace of colour, flavour, etc., added to something, ஒரு பொருளுக்குச் சிறிய அளவில் சேர்க்கப்படும் சாயம், வாசனை முதலியவை.

tin-gle/'tiŋgl/*(v.i)*:'ட்டிங்க்:ல் / to have a prickly feeling because of excitement, fear, etc., அச்சம், கிளர்ச்சி போன்றவற்றினால், உறுத்துவது போன்ற உணர்வு பெறு. **tingle***(n)*: a prickly feeling caused by excitement, fear, etc., சிலிர்ப்பு.

tin-ker/'tiŋkə*/*(n)*:'ட்டிங்க்கə* / a person who mends pots, pans, etc., உலோகப் பாத்திரங்களைப் பழுதுபார்ப்பவர், தகர வேலைக்காரர். **tinker***(v.t)*: to repair, பழுதுபார்.

tin-kle/'tinkl/*(v.i)*:'ட்டிங்க்ல் / to make a series of sounds like those of a bell, 'கண, கண'வென்ற மணியோசை போன்று ஒலியெழுப்பு. **tinkle***(n)*: the sound of a bell, மணியோசை.

tin-man/'tinmæn/*(n)*:'ட்டின்மஆன் / a tinsmith, தகரவேலை செய்பவர்.

tin-sel/'tinsl/*(n)*:'ட்டின்ஸəல் / anything showy but of little value, ஆடம்பரமான, மதிப்பற்ற ஒன்று.

tint/tint/*(n)*:ட்டின்ட் / a light tinge, இள நிறம்; a faint colour, மங்கலான நிறம்.

tin-ware/tinweə*/*(n)*:ட்டின்உɛə* / pots, pans, etc. made of tin or tinned iron, தகரச் சாமான்கள்.

tin-tin-nab-u-la-tion/'tinti,næbju'leiʃn/ *(n)*:'ட்டின்டி,னஆப்:யு'லெய்ஷəன் / the jingling sound of a bell, 'கலகல'வென்ற மணியோசை.

ti-ny/'taini/*(adj)*:'ட்டய்னி / very small, மிகச் சிறியதாக உள்ள.

tip/tip/*(v.i)*:ட்டிப் / to give a small gift of money, சிறு சன்மானம் கொடு; to upset,

தலைகீழாக மாற்று; to put a point on, ஒரு குறிப்பிட்ட கருத்தை முன் வை. **tip**(*n*): a light touch, இலேசாகத் தட்டுதல்; a hint, ஒரு குறிப்பு; an end, நுனி, முனை; small extra amount given for satisfactory service, அன்பளிப்புத் தொகை, சிறு தொகை.

tip-pet/'tipit/(*n*):'ட்டிப்பிட் / a covering for the neck, கழுத்துத் துண்டு, மேற்போர்வை.

tip-ple/'tipl/(*v.i*):'ட்டிப்ல் / to be fond of taking very strong drink, மிக அதிகமாக மதுவைக் குடி.

tip-sy/'tipsi/(*adj*):'ட்டிப்ஸி / not steady, தள்ளாடும் நிலையில்; partially intoxicated, குடி மயக்கத்தில்.

tip-toe/'tiptəu/(*v.i*):'ட்டிப்ட்'டஉ / to walk cautiously on the tip of the toes, கால் விரல் நுனியில் கவனமாக நட.

tip-top/ˌtip'tɔp/(*adj*):'ட்டிப்ட்டாப் / highest in quality, முதல் தரமான; fine and excellent, நேர்த்தியும் சிறப்பும் உள்ள.

ti-rade/tai'reid/(*n*):ட்டய்'ரெய்ட்: (ராட்:) / a long abusive and angry speech, கண்டனப் பேச்சு.

tire/'taiə*/(*v.i*):'ட்டயஅ* / to become weary, களைப்புறு. **tired**/taiəd/(*adj*): full of fatigue, சோர்வுற்ற. • *His old* **tired** *limbs need a long rest.* **tired**(*v*): (*p.t. & p.p*) of "tire", "tire" என்பதன் இறந்தகாலம், இறந்த கால வினை.

tire-some/'taiəsəm/(*adj*):'ட்டயஅஸம் / fatiguing, சோர்வுள்ள; weary, களைப்பு மேலிட்டுள்ள.

ti-ro/'taiərəu/(*n*):'ட்டயஅரஉ / see 'tyro.'

tis-sue/'tiʃu:/(*n*):'ட்டிஸ்யூ / organic matter that makes the various parts of the living organism, திசு; a fabric woven finely, நேர்த்தியாக நெய்யப்பட்ட துணி; an absorbent matter, ஒரு வகை உறிஞ்சும் பொருள்.

ti-tan-ic/tai'tænik/(*adj*):ட்டய்'ட்டஆனிக் / of very great size, strength, power, etc., மிகப் பெரிய வடிவமுடைய; full of importance, முக்கியத்துவம் உள்ள.

ti-ta-ni-um/tai'teiniəm/(*n*): ட்டய்'ட்டெய்ன்யஅம் / a light grey metal, மெல்லிய பழுப்பு நிற உலோகம்.

tit-bit/'titbit/(*n*):'ட்டிட்பிட் / an attractive item of news, மனதைக் கவரும் செய்தித் துணுக்கு; small items of food, தின்பண்டம்.

tithe/taið/(*n*):ட்டய்த்: / a tenth part, பத்தில் ஒன்று; any small part, மிகச் சிறிய அளவு.

tit-i-vate/'titiveit/(*v.i*):'ட்டிட்டிவெய்ட் / to become smart, மிடுக்கான தோற்றம் ஏற்படுத்து; to dress up, ஒப்பனை செய், செய்துகொள்.

ti-tle/'taitl/(*n*):'ட்டய்ட்ல் / a name, பெயர், தலைப்பு; a word used to show the rank, office, etc., of a person, பட்டம், பதவி, பெயர்; ownership or right, உரிமை, சொத்துரிமை. **ti-tled**/'taitld/(*adj*): 'ட்டய்ட்ல்ட் / having a title, பட்டப் பெயருள்ள, தலைப்புள்ள. **title-deed**/'taitldi:d/(*n*): 'ட்டய்ட்ல்டீ:ட் / the document proving a right to a property, உரிமைப் பத்திரம், உரிமை ஆவணம். **title-page**/'taitl'peidʒ/(*n*):'ட்டய்ட்ல்'ப்பெய்ஜ் / the front page of a book, புத்தகத்தின் தலைப்புப் பக்கம்.

tit-ter/'titə*/(*v.i*):'ட்டிட்டஅ* / to giggle, மனதிற்குள் சிரி; to have a suppressed glee, அடக்கமாகச் சிரி.

tit-tle-tat-tle/'titlˌtætl/(*n*):ˌட்டிட்ல்'ட்டஆட்ல் / gossip, வீண் வம்பு; chatter, வீண் பேச்சு; useless talk, பயனற்ற பேச்சு.

tit-u-lar/'titjulə*/(*n*):'ட்டிட்யுலஅ* / existing in the name alone, பெயரளவில் மட்டுமே இருக்கின்ற.

to/tu:/(*prep*):ட்டு / towards, ஒரு திசையில்; for, அதற்கு.

toad/təud/(*n*):ட்டஉட் / a kind of frog, தேரை.

toad-y/'təudi/(*n*):'ட்டஉடி / a person who praises others for his selfish interest, a flatterer, இச்சகம் பேசுபவர், முகத்துதி செய்பவர்.

toast/təust/(*v.t-v.i*):'ட்டஉஸ்ட் / to make the surface brown or break by heating, ரொட்டியை, அப்பத்தை முறுகலாக சிவக்க விடு; to roast, வாட்டு; to drink to the health in honour of a person or thing, ஒருவரை (அ) ஒரு பொருளைப் பெருமைப்படுத்தும் வகையில் அருந்து (அ) பருகு. **toast**(*n*): a piece of bread roasted, வாட்டிய ரொட்டித் துண்டு; words uttered before drinking to the health of someone, பிறர் உடல்நலன் கருதி பானம் பருகுமுன் உச்சரிக்கும் சொல்.

to-bac-co/tə'bækəu/(*n*):ட்டஅ'ப:ஆக்கஉ / a narcotic plant or its leaf, புகையிலை.

to-bog-gan/tə'bɔgən/(*n*):ட்டஅ'பாக:அன் / a long narrow sledge, சறுக்கு வண்டி. **toboggan**(*v*): to go by a sledge, சறுக்கு வண்டியில் செல்.

toc-sin/'tɔksin/(*n*):ட்டாக்ஸின் / an alarm bell, எச்சரிக்கை மணி.

to-day/tə'dei/(*n*):ட்டஅ'டெ:ய் (ட்டு') / the present day, இன்று. • **Today** *is a holiday*

T

on account of Janmashtami. **today**(*adv*): on the present day, இந்தக் காலத்தில். • *There is no more cold war* **today**; *but a new world order is yet to come.*

tod-dle/'tɔdl/(*v.i*):'ட்டாட்:ல் / to walk with short feeble steps as a child, தளர்நடை போடு, தத்தித் தத்தி நட. **tod-dler**/'tɔdlə*/(*n*):'ட்டாட்:லஂ* / a child just learning to walk, நடக்கப் பழகும் குழந்தை.

tod-dy/'tɔdi/(*n*):'ட்டாடி: / the fermented juice extracted from various plants and trees, கள்.

toe/təu/(*n*):ட்டஂஉ / the finger-like part at the end of foot, கால் விரல் நுனி. **toe**(*v.i*), **toed, toeing**: to touch with the toes, கால் கட்டை விரலால் தொடு.

tof-fee/'tɔfi/(*n*):'ட்டாஃபி / a sticky sweetmeat, ஒருவகை இனிப்புப் பண்டம்.

to-geth-er/tə'geðə*/(*adv*):ட்டஂ'கெ:த:ஂ* / in a group, ஒரு குழுவில் இணைந்து; with one another, ஒருமித்து, ஒருவருடன் ஒருவர், ஒன்றோடு ஒன்று; into one unit, ஒருமித்து இருக்கும். • *We live* **together** *and we die* **together**, *if need be.*

togs/tɔgz/(*n, pl*):ட்டாக்:ஸ: / clothes, ஆடைகள்.

toil/tɔil/(*v*):ட்டாய்ல் / to work hard, கடின வேலை செய். **toil**(*n*): a very hard work, கடும் உழைப்பு.

toi-let/'tɔilit/(*n*):'ட்டாய்லிட் / dressing room, ஒப்பனை அறை; bathroom, கழிப்பிடம்.

toils/tɔilz/(*n, pl*):ட்டாய்ல்ஸ: / net, வலை. • *There is, no doubt, easy money in smuggling. But one day, you are sure to be caught in the* **toils** *of law.*

toil-some/'tɔilsəm/(*adj*):'ட்டாய்ல்ஸஂம் / laborious, கடுமையான உழைப்புள்ள.

to-ken/'təukən/(*n*):'ட்டஂஉக்கஂன் / sign, குறியீடு; that which is marked or indicated, அடையாளக்குறி; a mark, எடுத்துக்காட்டு. • *A small* **token** *purse was presented to him at the time of his retirement after a long service.*

tola/təulə/(*n*):'ட்டஂஉலஂ / a unit of an Indian measure, இந்திய அளவீட்டின் அடிப்படை எடை அலகு.

told/təuld/(*v*):ட்டஂஉல்ட்: / (*p.t & p.p*) of "tell", "tell" என்பதன் இறந்தகாலம்.

tol-e-ra-ble/'tɔlərəbl/(*adj*):'ட்டாலஂரஂப்:ல் / that can be tolerated, பொறுத்துக் கொள்ளக்கூடிய; fairly good, சுமாரான. **tol-e-rance**/'tɔlərəns/(*adj*): 'ட்டாலஂரஂன்ஸ் / capacity to bear, தாங்கும் சக்தி; forbearance, சகிப்புத்தன்மை, பொறுமை. **tol-e-rant**/'tɔlərənt/(*adj*): 'ட்டாலஂரஂன்ட் / having tolerance, பொறுத்துக்கொள்ளும் குணமுள்ள. **tol-e-ra-tion**/,tɔlə'reiʃn/(*n*):,ட்டாலஂ'ரெய்ஷஂன் / the act of tolerating, சகித்துக்கொள்ளும் செயல்; forbearance, பொறுமை.

toll/təul/(*v.i*):ட்டஂல் / to ring (a church bell, etc), மணியடி. **toll**(*n*): a tax or charge to be paid for the use of a bridge, highway, etc., சுங்கம்; a charge for some service, தீர்வை. **toll-gate**/'təulgeit/(*n*)/'ட்டஂஉல்கெ:ய்ட் / a gate where toll is collected, சுங்கச் சாவடி.

to-ma-to/tə'ma:təu/(*n*): ட்டஂ'மாட்டஂஉ / a kind of red or yellowish edible fruit, தக்காளிப் பழம்; the plant bearing a kind of red or yellowish fruit, தக்காளிச் செடி.

tomb/tu:m/(*n*):ட்டூம் / a grave for the dead, கல்லறை; a burial monument, சமாதி.

tom-boy/'tɔmbɔi/(*n*):'ட்டாம்ப:ாய் / a girl who plays the games of a boy, ஆண் பிள்ளை போல் விளையாடும் பெண்.

tom-cat/'tɔmkæt/(*n*):'ட்டாம்'க்கஃட் / a male cat, ஆண் பூனை.

tome/təum/(*n*):ட்டஂஉம் / a large voluminous book, ஒரு பெரிய புத்தகம்.

tom-foll/'tɔm'fu:l/(*n*):'ட்டாம்'ஃபூல் / a foolish person, முட்டாள். **tomfoolery**(*n*).

to-mor-row/tə'mɔrəu/(*n*):ட்டு'மாரஂஉ (ட்டஂ') / the day after today, நாளை. • *Why worry about* **tomorrow**, *if today be sweet?* **tomorrow**(*adv*): on the day after today, நாளைக்கு. • *Who knows what happens* **tomorrow**?

tom-tit/'tɔmtit/(*n*):'ட்டாம்'ட்டிட் / a small bird, ஒரு சிறு பறவை.

tom-tom/'tɔmtɔm/(*n*):'ட்டாம்ட்டாம் / a kind of drum, தமுக்கு

ton/tʌn/(*n*):ட்டன் / a unit of weight, எடை அலகு; a very large quantity, பேரளவு.

tone/təun/(*n*):ட்டஂஉன் / a vocal sound, குரல்; musical note, இசைத்தொனி; one's way of conduct or character, ஒருவர் நடந்துகொள்ளும் விதம்; a style peculiar to one, ஒருவரின் தனிப்பாங்கு. • *If you behave like this in the office, well, that will spoil the* **tone** *of the institution.*

T

tone(*v.i*): to give vigour and energy, உயிர்ச்சத்து கொடு, வலுவூட்டு; to soften, செம்மையாக்கு.

tongs/tɔŋz/(*n*):ட்ங்ஸ் / a small device for seizing or lifting objects, இடுக்கி, குறடு.

tongue/tʌŋ/(*n*):ட்டங் / the movable muscular part in the mouth, capable of tasting, making sound, etc., நாக்கு.

tongue-tied/'tʌŋtaid/(*adj*):'ட்டங்ட்டய்ட்: / not having courage to speak, அடிமைப்பட்டுள்ள, சுதந்திரமாகப் பேசத் துணிவற்ற; not having freedom to speak, பேச்சு சுதந்திரம் இல்லாத.

ton-ic/'tɔnik/(*n*):'ட்டɔனிக் / a kind of medicine to give strength, வலுவூட்டும் மருந்து.

to-night/tə'nait/(*adv*):ட்ட'னய்ட் (ட்டு-) / on the present night, இன்று இரவில்; during the present night, இன்று இரவின் பொழுது. • **Tonight** *I am setting out on my journey, said the swallow.* **tonight**(*n*): this night, இன்று இரவு. • **Tonight** *should become memorable in our life.*

ton-nage/'tʌnidʒ/(*n*):'ட்டனிஜ் / a duty or tax on ships, கப்பலின் மீது விதிக்கப்படும் வரி; the weight in tons, 'டன்' அலகில் எடையளவு; the capacity of a ship in tonnes, ஒரு கப்பலின் சரக்குக் கொள்ளளவு.

ton-sil/'tɔnsl/(*n*):'ட்டɔன்ஸில் / one of a pair of tissues on the side of the throat at the back of the mouth, தொண்டைச் சதை.

ton-sure/'tɔnʃə*/(*n*):'ட்டɔன்ஷ* / the shaving of the top of the head, மழித்தல்.

too/tu:/(*adv*):ட்டூ / also, மேலும்; more than enough, அதிகப்படியாக; extremely, மிகவும். • *His poetry is too difficult for the common man to understand. Tarry a minute, I too will come. I can read and write too.*

took/tuk/(*v*):ட்டுக் / past tense of "take", "take" என்பதன் இறந்த கால வடிவெச்சம்.

tool/tu:l/(*n*):ட்டூல் / an implement, கருவி.

toot/tu:t/(*n*):ட்டூட் / a sound made by blowing, ஊது ஒலி; any sharp sound, கூக்குரல்.

tooth/tu:θ/(*n*):ட்டூத் / one of the hard bony set-up in the mouth, பல். **tooth-some**/'tu:θsəm/(*adj*):'ட்டூத்ஸம் / tasty, சுவையான.

top/tɔp/(*n*):ட்டɔப் / the highest point, உச்சப்புள்ளி; the highest part, உச்சப்பகுதி;

the upper side, மேல்பக்கம்; the head, உச்சி; a kind of round toy, பம்பரம்.

top(*v.i*): to rise above, மேலே ஏறு; to be the first in (something), எதிலும் முதன்மையாய் இரு, பெறு; to furnish with a top, மேல் மூடி போடு.

to-paz/'təupæz/(*n*):ட்டஉப்பஸ்: / a crystalline mineral used as a gem, புஷ்பராகம்.

top-er/'təupə*/(*n*):'ட்டஉப்ப* / one who enjoys too much of strong drink, அதிகமாக மதுபானம் அருந்துபவர்.

top-ic/'tɔpik/(*n*):'ட்டɔப்பிக் / the subject for writing, discussion, speaking, etc., தலைப்பு. **topical**(*adj*).

top-most/'tɔpməust/(*adj*):'ட்டɔப்மஉஸ்ட் / at the very top, மிக உயர்ந்த நிலையிலுள்ள, மிகச் சிறந்த.

to-pog-ra-phy/tə'pɔgrəfi/(*n*): ட்டə'ப்பɔக்ரஃபி / the science of showing or charting places, regions, rivers, etc., in maps, charts, etc., இடவிளக்க விவரம், தலவிவரம். **topographic**(*adj*), **topographical**(*adj*).

top-ple/'tɔpl/(*v.t*):ட்டɔப்ல் / to fall forward, தள்ளாடி முன் விழு; to cause to overturn, தலைகீழாக விழு.

top-sy-tur-vy/, tɔpsi'tɜ:vi/(*adj*): 'ட்டɔப்ஸி'ட்டɜ:வி / reversed, தலைகீழாக, முன்பின்னாக. • *Oh, what have I expected and what has taken place! Everything is* **topsy-turvy** *now!*

tor/tɔ:*/(*n*):ட்டɔ:* / a rocky hill, குன்று.

torch/tɔ:tʃ/(*n*):ட்டɔ:ச் / a light that can be carried from place to place, தீவட்டி; a device that can produce flash light, மின்கல விளக்கு.

torch-bear-er/'tɔ:tʃ'beərə*/(*n*): 'ட்டɔ:ச்'ப:எரə* / a person who is capable of providing leadership, வழிகாட்டி, தலைவர்; one who carries a torch, தீவட்டி பிடிப்பவர்.

torch-light/'tɔ:tʃlait/(*n*):'ட்டɔ:ச்லய்ட் / the light given by a torch, மின்கல விளக்கால் பெறப்படும் வெளிச்சம்..

tore/tɔ:*/(*v*):ட்டɔ:* / past tense of "tear", "tear" என்பதன் இறந்த கால வடிவெச்சம்.

tor-ment/'tɔ:ment/(*v.t-v.i*):'ட்டɔ:மன்ட் / to cause to suffer both physically and mentally, உள்ளத்தையும், உடலையும் வேதனைக்கு உட்படுத்து. **torment**(*n*): physical or mental suffering, உடல், மன வேதனை.

tor-na-do/tɔ:ˈneidəu/*(n)*:ட்டோ:'னெய்டஃஉ / whirlwind, சுழற்காற்று; hurricane, சூறாவளி.

tor-pe-do/ tɔ:ˈpi:dəu/*(n)*: ட்டோ:'ப்பிட:ஃஉ / a kind of fish that produces electric shock when touched, தொட்டால் மின் அதிர்ச்சி உண்டாக்கும் மீன்; an explosive used for destroying a ship, கப்பலைத் தகர்க்க உதவும் வெடிகுண்டு.

tor-pid/ˈtɔ:pid/*(adj)*:'ட்டோ:ப்பிட் / dormant, உணர்ச்சியற்ற; slow, dull and lethargic, மந்தபுத்தியுள்ள, சற்றும் சுறுசுறுப்பில்லாத.

tor-por/ˈtɔ:pə*/*(n)*:'ட்டோ:ப்ப* / dormancy, உணர்ச்சியற்ற தன்மை, மரத்துப்போகுதல்; lethargy, மந்தம்; dullness, சுறுசுறுப் பின்மை.

tor-rent/ˈtɔrənt/*(n)*:'ட்டொரஎன்ட் / a violent rush of water, வேகமாகப் பாயும் நீரோட்டம். **torrential***(adj)*.

tor-sion/ˈtɔ:ʃn/*(n)*:'ட்டோ:ஷஎன் / the act of twisting, முறுக்குதல்.

tor-so/ˈtɔ:səu/*(n)*:'ட்டோ:ஸஃஉ / the body with no head or limbs, முண்டம்.

tor-toise/ˈtɔ:təs/*(n)*:'ட்டோ:ட்டஎஸ் / an animal of the reptile kind having a soft-body with a hard protective shell, a kind of turtle, ஆமை.

tor-tu-ous/ˈtɔ:tʃuəs/*(adj)*:'ட்டோ:ச்சுஎஸ் / full of torture, தொந்தரவு அதிகமுள்ள; winding, சுற்றி வளைந்து செல்லும்; not straight or straight forward, நேராக இல்லாத, நேர்மையற்ற.

tor-ture/ˈtɔ:tʃə*/*(n)*:'ட்டோ:ச்சஎ* / painful and agonising experience, சித்ரவதை அனுபவம். **torture***(v.t)*: to cause to give severe mental agony or unbearable physical or mental pain to (someone), சித்ரவதை செய்; to subject (someone) to severe physical pain, தாங்கமுடியாத உடல் துன்பம் (அ) மனவேதனை கொடு.

toss/tɔs/*(v.t-v.i)*:ட்டொஸ் / to throw up in the air, சுண்டிப்போடு; to move restlessly, இங்குமங்கும் தடுமாறிச் செல். **toss***(n)*: an act of tossing movements, தடுமாறுதல்.

tot/tɔt/*(n)*:ட்டொட் / a tiny child, சிறு குழந்தை.

to-tal/ˈtəutl/*(adj)*:'ட்டஃஉட்ல் / entire, முழுவதுமுள்ள; full and complete, நிறைந்து இருக்கின்ற. **total***(n)*: the entire section, முழுப்பகுதி; the whole number, மொத்தம்; the numbers added up, கூடுதல். **totally***(adv)*, **totality***(n)*.

to-tem/ˈtəutəm/*(n)*:'ட்டஃஉட்டஎம் / an animal or plant which is the symbol of a tribe, மரபுச் சின்னம்.

tot-ter/ˈtɔtə*/*(v.i)*: 'ட்டொட்டஎ* / to walk unsteadily, தள்ளாடி நட.
- *The country is* **tottering** *under the pressure of inflation.*

tou-can/ˈtu:kən/*(n)*: 'ட்டூக்கஎன் / a kind of bird having a large bill, பெரிய அலகு கொண்ட ஒருவகை அமெரிக்கப் பறவை.

touch/tʌtʃ/*(v.t-v.i)*:ட்டச் / to feel by placing the fingers, தொட்டு உணர்; to be in contact physically, தொடர்பு கொள், தொடு; to have the hand on (something), கை வைத்து உணர். **touch***(n)*: the act of touching, தொட்டு உணர்தல், தொடுதல். **touch-i-ness**/ˈtʌtʃinis/*(n)*:'ட்டச்சினிஸ் / sensitiveness, உணர்ச்சி வயப்படுதல்; irritability, எரிச்சலூட்டுகின்ற. **touch-ing**/ˈtʌtʃiŋ/ *(adj)*:'ட்டச்சிங் / arousing tender feelings, உணர்ச்சியும், உருக்கமும் உள்ள. **touching** *(prep)*: concerning about, குறித்து, பற்றி.

touch me not/ˈtʌtʃmiˈnɔt/*(n)*:'ட்டச்மி'னொட் / a plant whose leaves are very sensitive to touch, தொட்டால் சுருங்கி.

touch-stone/ˈtʌtʃstəun/*(n)*:'ட்டச்ஸ்ட்டஃஉன் / a stone for testing the purity of gold or silver, உரைகல்; any test for finding out the genuineness, "உண்மை" என்று தெரிந்துகொள்ள உதவும் அளவை.

touch-y/ˈtʌtʃi/*(adj)*:'ட்டச்சி / oversensitive, கொந்தளிக்கும் மனப்பான்மையுள்ள; easily excited, எளிதில் உணர்ச்சிவயப்படக்கூடிய.

tough/tʌf/*(adj)*:ட்டஃப் / difficult, மிகக் கடினமான; rough, முரட்டுத்தனமான; stiff, சற்றும் வளைந்து கொடுக்காத.

tour/tuə*/*(n)*:ட்டுஎ* / a going round, சுற்றுப் பயணம்; a sightseeing journey, சுற்றுலா; travelling to carry out a programme, ஒரு குறிப்பிட்ட வேலையைச் செய்துமுடிக்க மேற்கொள்ளும் பயணம்.

tour-na-ment/ˈtɔ:nəmənt/*(n)*: 'ட்டுஎனஎமஎன்ட் ('ட்டோ:) / a series of contests in sports, games, etc., விளையாட்டுப் போட்டிகள். **tour-ney**/ ˈtuəni/*(v.t)*:'ட்டுஎனி / to take part in a

tournament, விளையாட்டுப் போட்டிகளில் பங்கு கொள்.

tour-ni-quet/'tuənikei/*(n)*:'ட்டுஉனிக்கெய் / a device for stopping the bleeding in the artery, இரத்தத் தடுப்புக் கருவி.

tout/taut/*(n)*:ட்டஉட் / a person who procures customers, வாடிக்கையாளர்களைத் தேடித் தருபவர்; a person who provides tips regarding horse-races, குதிரைப் பந்தயத்தைப் பற்றிய விவரங்கள், அதன் வெற்றி வாய்ப்புகளையும் கூறுபவர்.

tow/təu/*(v.t)*:ட்டஉ / to pull, இழுத்துக் கொண்டு செல்.

to-ward/'təuəd/*(prep)*:'ட்உஉட்: / in the direction of, அந்தத் திசையில். **toward** *(adv)*: nearby, பக்கத்தில்.

tow-el/'tauəl/*(n)*:'ட்டஉஅல் / a piece of cloth, துவாலை.

tow-er/'tauə*/*(n)*:'ட்டஉஅ* / the tall projecting part of a building, கோபுரம். temple-tower, கோவிலின் கோபுரம்.

tow-er-ing/'tauəriŋ/*(n)*:'ட்டஉஅரிங் / high and big, மிக உயரமும், பெரிதுமான; great and respectable, பெருமையும், மதிப்பும் உள்ள.

town/taun/*(n)*:ட்டஉன் / a place larger than a village with a lot of houses and with a large number of people, நகரம்; the business centre of a city, ஒரு பட்டணத்தின் முக்கிய வாணிபத் தலம். **town-folk**/'taunfəuk/*(n)*:ட்டஉன்ஃபஉக் / people of a town, நகரத்தில் வாழும் மக்கள். **towns-man**/'taunzmən/*(n)*:ட்டஉன்ஸ்:மஅன் / one who lives in a town, நகரவாசி.

tox-i-col-o-gy/ˌtɔksi'kɔlədʒi/*(n)*: ˌட்டாக்ஸி'க்காலஅஜி / the science of poisons, நஞ்சு இயல். **tox-in**/'tɔksin/ *(n)*:'ட்டாக்ஸின் / a poison, நஞ்சு. **toxic**/ 'tɔksik/*(adj)*:'ட்டாக்ஸிக் / poisonous, நச்சுத்தன்மை உடைய.

toy/tɔi/*(n)*:ட்டாய் / a plaything, விளையாட்டுப்பொருள்; a thing of no importance, முக்கியமானது அல்ல; a very small thing, அற்பமானது.

trace/treis/*(n)*:ட்ரெய்ஸ் / a mark, footprint, etc., left behind, சுவடு, தடம்; a very small quantity, மிகச் சிறிதளவு. **trace***(v.t-v.i)*: to draw an outline, வரைபடம் வரை; to copy by drawing over the lines of (something), பதிந்த ஏட்டினைக்கொண்டு பிரதிகள் எடு; to find out/to follow, தடயம் கொண்டு, கண்டுபிடி, அடிச்சுவட்டைப் பின்பற்று; to seek to detect, பின்தொடர்ந்து, உண்மை காண், துப்பறி. **trace-a-ble**/'treisəbl/*(n)*: 'ட்ரெய்ஸஅப்:ல் / that can be traced, நகல் எடுக்கப்படுகின்ற, கண்டுபிடிக்கக்கூடிய, வரையக்கூடிய, பின்தொடர்ந்து, காணும் வகையுள்ள.

traces/treisiz/*(n, pl)*:ட்ரெய்ஸிஸ்: / leather straps by which a cart is fastened to an animal or horse that is pulling it, வண்டியை இழுக்க, ஒரு மிருகம் (அ) குதிரையுடன் பிணைக்கப் பயன்படும் பக்கங்களில் உள்ள தோல் பட்டை.

tra-che-a/trə'ki:ə/*(n)*:ட்ரஅ'க்கிஅ / the wind pipe, மூச்சுக் குழல்; the air passage from throat to the lungs, தொண்டை வழியாக மூச்சுக்குழல், நுரையீரல் வரை மூச்சு செல்லும் குழல்.

track/træk/*(n)*:ட்ரஆக் / a definite mark or clue left by the passing of something, சுவடு; a path, பாதை. **track***(v.t-v.i)*: to trace, அடிச்சுவட்டைப் பின்பற்று; to follow, பின்தொடர்ந்து செல்; to detect, துப்பறி.

tract/trækt/*(n)*:ட்ரஆக்ட் / a big stretch of land, பெரிய நிலப்பரப்பு.

tract-a-ble/'træktəbl/*(adj)*:'ட்ரஆக்ட்டஅப்:ல் / malleable, தகடாக்கத்தக்க, உருவாக்கத் தக்க; easily taught and understood, எளிதில் பயிற்றுவிக்கவும், புரிந்து கொள்ளவும் கூடிய.

trac-tion/'trækʃn/*(n)*:'ட்ரஆக்ஷஅன் / the act of pulling, a type of power used for pulling, இழுப்பதற்கு உதவும் மின்சாரம்.

trac-tor/'træktə*/*(n)*:'ட்ரஆக்ட்டஅ* / a very heavy machine for pulling loads, driving

ploughs, etc., இழுவை எந்திரம்.

trade/treid/*(n)*:ட்ரெய்ட்: / commerce, வாணிபம்; business, வியாபாரம்; occupation, தொழில். **trade***(v.t-v.i)*: to buy and sell, வியாபாரம் செய். **trade wind***(n)*: a wind in the hot regions of the earth which blows constantly towards the equator, வெப்பப்பகுதியினின்று நிலநடுக் கோட்டை நோக்கி வீசும் காற்று, வியாபாரக் காற்று. **trad-er**/'treidə*/*(n)*:'ட்ரெய்ட:அ* / a person in trade, வியாபாரி; a merchant, வணிகர். **trades-man**/'treidzmən/*(n)*:

'ட்ரெய்ட்:ஸ்மஅன் / a shopkeeper, கடைக்காரர்; a mechanic, தொழில் நுட்பக் கலைஞர்.

tra-di-tion/trəˈdiʃn/*(n)*:ட்ரஅ'டி:ஷஅன் / convention, மரபு.

tra-duce/trəˈdju:s/*(v.t)*:ட்ரஅ'ட்:யூஸ் / to defame, அவதூறு பேசு; to turn against, எதிர்ப்பாகப் பேசு, மாற்றிச் சொல்.

traf-fic/ˈtræfik/*(n)*:'ட்ரஃபிக் / movement of people and vehicles, போக்குவரத்து; trade, வியாபாரம்; doing business, வாணிபம். **traffic***(v.t-v.i)*: to do business, வியாபாரம் செய்.

traf-fic lights/ˈtræfik laits/*(n)*:'ட்ரஃபிக் லய்ட்ஸ் / a set of coloured lights used for controlling and directing traffic, போக்குவரத்தை கட்டுப்படுத்தி வழி நடத்துவதற்கு உதவும் வண்ண விளக்குகள்.

tra-ge-dy/ˈtrædʒədi/*(n)*:'ட்ரஜிடி: / a drama having sad ending, துன்ப இயல் நாடகம்; a sad play, அவலக் காட்சி. **tra-gic**/ˈtrædʒik/*(adj)*:'ட்ரஜிக் / full of tragedy, துன்ப நிகழ்ச்சிகள் நிறைந்த; sad and painful, வருத்தமும், வேதனையும் உள்ள.

tra-gi-com-e-dy/ˌtrædʒiˈkɔmədi/*(n)*: 'ட்ரஜி'க்காமிடி: / a play or story with tragic events, but finally ending happily, துயர நிகழ்ச்சிகளுடன் மகிழ்ச்சியாக முடியும் ஒரு நாடகம் (அ) கதை.

trail/treil/*(v.i)*:ட்ரெய்ல் / to draw along, பின்னால் இழுத்துச் செல்; to hunt by following the tract or smell, தடம் (அ) மோப்பம் கண்டு வேட்டை வழிச்செல். **trail***(n)*: track, அடிச்சுவடு; that which closely follows something moving, நகர்கின்ற ஒன்றைப் பின்தொடர்தல். **trail-er**/ˈtreilə*/*(n)*:'ட்ரெய்லஅ* / something that is attached to the main moving body, பின்னால் சேர்க்கப்படுவது, பின்தங்கல்; a vehicle drawn by another, ஒரு வண்டியால் இழுத்துச் செல்லப்படும் மற்றொரு வண்டி; short extract from a cinema or T.V. film, சினிமா (அ) தொலைக்காட்சி நிகழ்ச்சியி லிருந்து மாதிரிப் படம்.

train/trein/*(n)*:ட்ரெய்ன் / a number of coaches attached and pulled by an engine, இரயில் வண்டி; a number of followers, பரிவாரம். **train***(v.t-v.i)*: to bring up, பழக்கு; to teach and instruct, பாடம் சொல்லிக் கொடு, கற்பி.

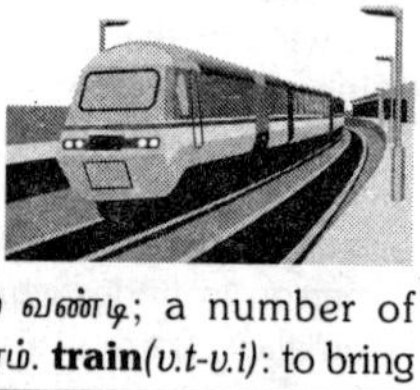

train-ing/treiniŋ/*(n)*:'ட்ரெய்னிங் / practical education, செய்முறைப் பயிற்சி.

trait/treit/*(n)*:ட்ரெய்ட் / a peculiar feature or characteristic, தனி இயல்பு; a distinct quality, சிறப்பியல்பு.

trai-tor/ˈtreitə*/*(n)*:'ட்ரெய்ட்டஅ* / a person who deceives and betrays, துரோகம் செய்பவர்; a person who resorts to treason or treachery, நாட்டுப்பற்று இல்லாமல் செயல்படும் துரோகி, சதிகாரர்.

tra-jec-to-ry/trəˈdʒektəri/*(n)*: 'ட்ரஜிக்ட்டஅரி / the curved path of a projectile, எறியப்பட்ட பொருள் ஏற்படுத்தும் வளைவான விசைப்பாதை.

tram/træm/*(n)*:ட்ரம் / [also **tram car**]: a car that moves on rails, டிராம் வண்டி.

tram-mel/ˈtræml/*(n)*:'ட்ரமஅல் / a kind of fishing net, மீன் பிடிக்கும் வலை; something that hinders freedom of action, சுதந்திரமாகச் செயல்படுவதற்கு ஏற்படும் தடை. **trammel***(v.t)*: to catch in a net, வலை வீசிப் பிடி; to give trouble to, தொந்தரவு கொடு.

tramp/træmp/*(v.t)*:ட்ரம்ப் / to step heavily on, காலை அழுத்திவைத்து நட; to travel over on foot, கால்நடைப் பயணம் மேற்கொள்; to tread under foot, காலால் மிதி. **tramp***(n)*: a long walk, நீண்ட தூர நடை; the sound of walking, நடக்கும் ஒலி; a person without home or work, வேலை (அ) வீடு இல்லாத ஒருவர்.

tram-ple/ˈtræmpl/*(v.t-v.i)*:'ட்ரம்ப்ல் / to tread heavily, காலை அழுத்திக்கொண்டு நட. • *You may stop and look at your neighbour's garden; but you are not at liberty to* **trample** *upon his flower beds.*

trance/tra:ns/*(n)*:ட்ரான்ஸ் / a state of deep sleep, not natural, மெய்மறந்த நிலை.

tran-quil/ˈtræɲkwil/*(adj)*:'ட்ரங்க்உயில் / calm and quiet, அமைதியும், சாந்தமும் உள்ள; remaining undisturbed in the midst of disturbances, கொந்தளிப்புகளுக் கிடையே அமைதியாக இருக்கக்கூடிய. **tran-quil-li-ty**/træɲˈkwiliti/*(n)*: ட்ரங்'க்உயிலிட்டி / quietness, அமைதியாக இருக்கும் நிலை; calmness, சற்றும் கலங்காதிருக்கும் மனப்பான்மை.

trans/træns/*(prefix)*:ட்ரன்ஸ் / across, குறுக்கே; beyond, அப்பால்.

trans-act/trænˈzækt/*(v.t-v.i)*: ட்ரன்'ஸ:ஃக்ட் / to conduct business, செயல்படு, வியாபாரத்தைக் கவனி; to carry on, நடைமுறைப்படுத்து.

trans-ac-tion/træn'zækʃn/*(n)*: ட்ரஜன்'ஸ:ஜக்ஷஒன் / doing business, பேரம் பேசுதல், வியாபாரத்தைக் கவனித்தல், வியாபாரம் செய்; a record, ஆவணம்; agreement, contract, etc., ஒப்பந்தம், குத்தகை முதலியவை ஏற்படுத்துதல்.

tran-scend/træn'send/*(v.t-v.i)*: ட்ரஜன்'ஸெண்ட்: / to exceed, ஏற்றம் கொண்டு இரு; to be superior, மேம்பட்ட நிலையில் இரு. **tran-scen-dent**/ træn'sendənt/*(adj)*:ட்ரஜன்'ஸெண்ட:ஒன்ட் / passing beyond, கடந்து செல்கின்ற; pre-eminent, மிக மேம்பாடுள்ள. **tran-scen-den-tal**/ˌtrænsen'dentl/*(adj)*: ட்ரஜன்ஸென்'டென்ட்ல் / surpassing, எல்லோரையும்விட உயர் நிலையில் உள்ள; beyond human experience, மனித அனுபவத்திற்கு அப்பாற்பட்ட.

tran-scribe/træns'kraib/*(v.t-v.i)*: ட்ரஜன்ஸ்'க்ரய்ப்: / to copy, பிரதி எடு, எடுத்தெழுது; to transliterate, வேறு மொழிக்கு நேர் மொழிபெயர்ப்பு செய். (உ-ம்) நாட்டியம் - natyam.

tran-script/'tra:nskript/*(n)*:'ட்ரான்ஸ்க்ரிப்ட் / a written script, கையெழுத்துப்பிரதி. **tran-scrip-tion**/tra:ns'kripʃn/*(n)*: ட்ரான்ஸ்'க்ரிப்ஷஒன் / a copy written down, படியெடுத்தல்.

trans-fer/'trænsfɜ:*/*(v.t-v.i)*:'ட்ரான்ஸ்ஃபஒ* / to carry from one place to another, ஓர் இடத்திலிருந்து வேறு இடத்திற்கு எடுத்துச் செல்; to change from one place to another, இடமாற்றம் செய். **transfer***(n)*: change of place, இடமாற்றம்; change of possession, உரிமை மாற்றம். **trans-fer-a-ble**/træns'fɜ:rəbl/*(adj)*: 'ட்ரான்ஸ்ஃபஒரஒப்:ல் / that may be transferred, மாற்றம் செய்யத்தக்க.

trans-fig-ure/træns'figə*/*(v.t-v.i)*: ட்ரஜன்ஸ்'ஃபிக:ஒ* / to change the figure of, தோற்றத்தில் மாற்றம் செய்.

trans-fix/tra:ns'fiks/*(v.t-v.i)*: ட்ரான்ஸ்'ஃபிக்ஸ் / to pierce through, ஊடுருவு; unable to move, அசையாமல் இருக்கச் செய்.

trans-form/træns'fɔ:m/*(v.t-v.i)*: ட்ரஜன்ஸ்'ஃபஓ:ம் / to change the form of, உருமாற்றம் செய். **trans-for-ma-tion**/ ˌtrænsfə'meiʃn/*(n)*:ˌட்ரான்ஸ்ஃபஒ'-மெய்ஷஒன் / change of form, உருமாற்றம்; change of substance, பொருள் மாற்றம்; change of nature, இயல்பு மாற்றம்.

trans-form-er/træns'fɔ:mə*/*(n)*: ட்ரஜன்ஸ்'ஃபஓ:மஒ* / an apparatus for transforming electric current from one voltage to another, மின்னோட்டத்தின் அழுத்தத்தை ஒரு நிலையினின்று மற்றொரு நிலைக்கு மாற்றும் மின்கருவி.

trans-fuse/træns'fju:z/*(v.t-v.i)*: ட்ரான்ஸ்'ஃப்யூஸ்: / pass through, ஊடுருவச் செய். **transfusible***(adj)*, **transfusion** *(n)*.

trans-gress/træns'gres/*(v.t-v.i)*: ட்ரான்ஸ்'க்:ரெஸ் / to go beyond the fixed limit, அத்து மீறு; to break the law, சட்டத்தை மீறு. • *If you* ***transgress*** *the limits of decency, you will be dubbed a boor.* **transgression***(n)*.

tran-ship/træn'ʃip/*(v.t-v.i)*:ட்ரஜன்'ஷிப் / [also **transship**]: to transfer from one ship, train, plane, etc., to another, ஒரு கப்பல், விமானம், புகைவண்டி போன்ற ஊர்திகளினின்று பொருளை மற்றொரு ஊர்திக்கு மாற்று.

tran-si-ent/'trænziənt/*(adj)*: 'ட்ரஜன்ஸிஅஒன்ட் / temporary, தற்காலிகமான; lasting for a while only, சிறிது காலமே நிலைத்திருக்கக்கூடிய; moving out of picture quickly, விரைவில் மறையக்கூடிய.

tran-sis-tor/tra:n'sistə*/ *(n)*:'ட்ரான்'ஸிஸ்ட்டஒ* / a small electronic instrument like radio etc., வானொலிப் பெட்டி போன்ற சிறிய மின்மப்பொறி.

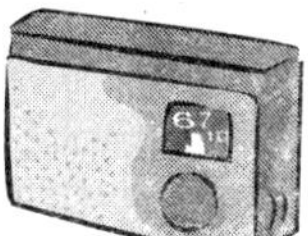

tran-sit/'trænsit/*(n)*:'ட்ரஜன்ஸிட் / a passing across, the act of conveying from one place to another, the moving of a planet in front of another heavenly body, ஒரு விண்கோள் மற்றொரு கோளுக்குமுன் இடம் பெயர்ந்து நகர்தல், இடம் பெயர்தல். **tran-si-tion**/tra:n'siʒn/*(n)*:ட்ரான்'ஸிஜ:ஒன் / a change from one thing to another, நிலைத்திரிபு, நிலை மாறுதல்; a change from one place to another, இடப்பெயர்ச்சி.

tran-si-tive/'trænsətiv/*(adj)*: 'ட்ரஜன்ஸிட்டிவ் / taking an object to complete the meaning, செயப்படுபொருள் குன்றாத.

tran-si-to-ry/'tra:nsitəri/*(adj)*: 'ட்ரான்ஸிட்டரி / remaining or staying only for a very short period, சிறிது நேரம் இருந்து விரைவில் மறையக்கூடிய; not permanent, நிலையில்லாத.

T

trans-late/træns'leit/*(v.t)*:ட்ரஜன்ஸ்'லெய்ட் / to write in different language from the original language without changing the meaning, மொழிபெயர்ப்பு செய். **trans-la-tion**/træns'leiʃn/*(n)*:ட்ரான்ஸ்:'லெய்ஷஒன் / a writing or speech translated to another language, மொழிபெயர்ப்பு; removal, இடமாற்றம்.

trans-lit-e-rate/trænz'litəreit/*(v.t)*: ட்ரஜன்ஸ்:'லிட்டஒரெய்ட் / to write the matter of one language in corresponding alphabetic characters of another, ஒரு மொழியின் சொற்களை இன்னொரு மொழியின் எழுத்துக்களால் எழுது.

trans-lu-cent/trænz'lu:snt/*(adj)*: ட்ரான்ஸ்:'லூஸ்ன்ட் / letting light to pass through not completely, ஒளி கசியக்கூடிய.

trans-mi-gra-tion/ˌtrænzmai'greiʃn/*(n)*: ˌட்ரஜன்ஸ்:மய்'க்:ரெய்ஷஒன் / the act of life-force moving out from one body to another, உயிர் ஓர் உடலினின்று வேறு உடலுக்குப் பாய்தல், கூடுவிட்டுக் கூடு பாய்தல்; moving from one place to another, இடம் பெயர்தல்.

trans-mis-sion/trænz'miʃn/*(n)*: ட்ரஜன்ஸ்:'மிஷஒன் / the act of sending or transmitting, அனுப்புதல்; broadcasting by wireless, ஒலிபரப்புதல். **trans-mit**/trænz'mit/*(v.t-v.i)*:ட்ரான்ஸ்:'மிட் / to communicate, செய்தி அனுப்பு; to send from one place to another, ஓர் இடத்தினின்று வேறு இடத்திற்கு அனுப்பு; to send out by means of radio waves, ஒலிபரப்பு.

trans-mu-ta-tion/ˌtrænzmju:'teiʃn/*(n)*: ˌட்ரஜன்ஸ்:ம்யூட்'டெய்ஷஒன் / change into another form, உருமாற்றம்; change into another, பொருள் மாற்றம்.

trans-par-ent/træns'pærənt/*(adj)*: ட்ரான்ஸ்'ப்பஏரஒண்ட் / allowing light to pass into another medium, ஒளி ஊடுருவக் கூடிய; easily found out or understood, எளிதில் பார்க்கக்கூடிய, எளிதில் புரிந்து கொள்ளக்கூடிய, ஒளிவுமறைவில்லாத. **trans-par-en-cy**/træns'pærənsi/*(n)*: ட்ரான்ஸ்'ப்பஏரஒன்ஸி / the state of being transparent, ஊடுருவி இருக்கும் நிலை; a photograph or film, ஒளிப்படம் (அ) புகைப்படம்.

tran-spire/træn'spaiə*/*(v.i)*: ட்ரஜன்ஸ்'ப்பயஒ* / to pass through the pores of the skin, தோல் துளைகள் மூலம் போகச் செய்; to emit or to breathe through the pores of the skin, தோல் வியர்வைத் துளைகள் வழியாக வெளிப்படுத்து (அ) மூச்சு விடு; to come to pass, வெளியிடச் செய், வெளிப்படுத்து.

trans-plant/træns'pla:nt/*(v.t-v.i)*: ட்ரஜன்ஸ்'ப்லாண்ட் / to remove and replant in another place, இடம் மாற்றி நடு, நாற்று நடு; to transfer from its original place/site to another part, ஓர் இடத்திலிருந்து பெயர்த்து வேறு இடத்தில் நடு. **trans-plan-ta-tion**/ˌtrænspla:n'teiʃn/*(n)*: ˌட்ரஜன்ஸ்ப்லான்ட்'டெய்ஷஒன் / the act of transplanting, நாற்று நடுதல்; to move to another place, இடம் மாற்றி அமைத்தல்.

trans-port/'tra:nspɔ:t/*(v.t-v.i)*: 'ட்ரான்ஸ்ப்பɔ:ட் / to carry from one place to another, கொண்டு செல், ஏற்றிச் செல், அனுப்பு; to banish, நாடு கடத்து; to fill with excitement, உணர்ச்சி வயப்படு. **trans-por-ta-tion**/ˌtra:nspɔ:'teiʃn/*(n)*: ˌட்ரான்ஸ்ப்பɔ:'ட்டெய்ஷஒன் / the act of moving or taking from one place to another, இடம் விட்டு இடம் மாற்றல், மாற்றி, ஏற்றி அனுப்புதல்; banishment, நாடு கடத்தல்.

trans-pose/træns'pəuz/*(v.t-v.i)*: ட்ரஜன்ஸ்'ப்பஒஉஸ்: / to put one in the place of another, நிலைமாற்று; to interchange, இடம் மாற்று. **transposal**(*n*), **transposition**(*n*).

trans-verse/'trænzvɜ:s/*(adj)*/ 'ட்ரான்ஸ்:வஒ:ஸ் / lying across, குறுக்காக உள்ள. **transversally**(*adv*).

trap/træp/*(n)*:ட்ரஜப் / an instrument or device for catching animals, பொறி. **trap**(*v.t-v.i*): to catch in a trap, பொறி வை; to be taken unawares, எதிர்பாராமல் மாட்டிக்கொள்.

tra-pe-zi-um/trə'pi:zjəm/*(n)*: ட்ரஒ'ப்பீஸ்:யஒம் / a four-sided plane figure with two parallel sides, சரிவகம்.

trap-pings/'træpiŋs/*(n, pl)*:'ட்ரஜப்பிங்ஸ் / an ornamental harness of horse, குதிரையின் அலங்காரச் சேணம்; costly gay clothes, பகட்டு ஆடைகள்.

trash/træʃ/*(n)*:ட்ரஜஷ் / useless and worthless matter, குப்பை, பயனற்றவை.

tra-vail/'træveil/*(n)*:'ட்ரஜவெய்ல் / labour in child-birth, பேறுகால வலி; very difficult labour and pain, கடும் உழைப்பு; mental and physical agony, உடல் வலி,

T

உள்ளத்தின் குமுறல். **travail**(*v.i*): to suffer the pains of childbirth, பேறுகால வலியினால் அவதிப்படு; to toil, கடின உழைப்பை மேற்கொள்.

tra-vel/'trævl/(*v.i*):'ட்ர�æவ்ல் / to make a journey, பயணம் செய். **travel**(*n*): a journey, பயணம். **tra-vel-ler**/'trævlə*/ (*n*):'ட்ரæவ்ல 9* / a person who travels, பயணம் செய்பவர்.

tra-verse/'trævəs/(*v.t-v.i*):'ட்ரæவ9:ஸ் / to go across, குறுக்கே செல்; to pass through, கடந்து செல்.

trav-el-ogue/'trævəlɒg/(*n*):'ட்ரæவலலாக் / a talk or book describing travel, பயணக் கையேடு (அ) பயண விளக்கம்.

tra-ves-ty/'trævəsti/(*n*):'ட்ரæவிஸ்டி / false ridiculous way of describing something, கேலியாக ஒன்றைப்பற்றிப் பேசுதல், வர்ணித்தல் முதலியவை. • *What the witness says is a* **travesty** *of truth.*

trawl/trɔ:l/(*v.t-v.i*):'ட்ரா:ல் / to fish by dragging a very large net, பெரிய வலையை வீசி மீன் பிடி. **trawl**(*n*): a large net with many hooks for fishing, மீன்பிடிக்கப் பயன்படும் பெரிய வலை. **traw-ler**/'trɔ:lə*/ (*n*):'ட்ரா:ல9* / a person or a thing that trawls, வலைஞன், மீன்பிடி வலை; a steamer which drags a trawl, பெரிய மீன்பிடிப் படகு.

tray/trei/(*n*):'ட்ரெய் / a utensil with a shallow bottom, தட்டு, தாம்பாளம்.

treach-e-rous/'tretʃərəs/(*adj*):'ட்ரெச்சஎரஸ் / having criminal character and cheating conduct, துரோக மனப்பான்மையுள்ள. **treach-e-ry**/'tretʃəri/(*n*):'ட்ரெச்சஎரி / trickery, ஏமாற்றுதல்; betrayal, துரோகம் செய்தல்.

trea-cle/'tri:kl/(*n*):'ட்ரீக்ல் / a thick syrup of sugar, வெல்லப்பாகு.

tread/tred/(*v.t*):'ட்ரெட்:/ **trod, trodden:** to set down one's foot, to crush with the foot, மிதி; to trample, நசுக்கு. **tread**(*n*): a step, காலடி; the manner or way of stepping, நடக்கும் பாங்கு; the part of a vehicle that touches the ground, ஒரு வண்டிச் சக்கரத்தின் நிலத்தில் பதியும் பகுதி.

trea-dle/'tredl/(*n*):'ட்ரெட்:ல் / a lever operated by foot, காலால் இயக்கும் நெம்புகோல். **treadle**(*v.i*): to operate with legs only, (eg. sewing machine, printing machine) கால்களால் மிதித்து இயக்கு.

trea-son/'tri:zn/(*n*):'ட்ரீஸ்:ன் / disloyalty, நம்பிக்கைத் துரோகம்; treacherous behaviour, ஏமாற்றியும் ஏய்த்தும் பிழைத்தல்; betrayal of one's own country, சொந்த நாட்டைக் காட்டிக்கொடுக்கும் துரோகம். • **Treason** *is a culpable crime.*

trea-sure/'treʒə*/(*n*):'ட்ரெஜ:9* / huge wealth, riches, etc. பெரும் நிதிக் குவியல்; riches accumulated, பெருஞ்செல்வம்; stock of any valuable thing, கருவூலம். **treasure**(*v.t-v.i*): to accumulate, சேர்த்து வை; to value very much, மதிப்புடையதாகக் கொள்; to give very much consideration, போற்று. **trea-sur-er**/'treʒərə*/(*n*): 'ட்ரெஜ:9ர9* / an officer in charge of a treasury, பொருளாளர்.

trea-sure-trove/'treʒətrəuv/(*n*): 'ட்ரெஜ:ஒட்ரஒஉவ் / a wealth of money, ornaments, gold coins, silver bars, etc., hidden deep in the earth, with no claim, புதையல்.

trea-su-ry/'treʒəri/(*n*):'ட்ரெஜ:9ரி / an office where public revenue is kept and money transactions take place, கருவூலம்.

treat/tri:t/(*v.t-v.i*):'ட்ரீட் / to deal with, கையாளு, நன்கு செயல்படு; to pay for, பணம் கொடுத்து உபசரி; to give food or drink to, விருந்து அளி; to attend to, நன்கு கவனி; to give medical attention to, சிகிச்சை அளி.

trea-tise/'tri:tiz/(*n*):'ட்ரீட்டிஸ்: / a writing about some subject, ஒரு தலைப்பைப் பற்றிய ஆராய்ச்சிக் கட்டுரை.

treat-ment/tri:tmənt/(*n*):'ட்ரீட்மன்ட் / the process of treating, கையாளுதல், செயல்படுதல் முதலியவை; the manner, method and style of giving medical aid, மருத்துவ உதவி வழங்கும் முறை, வழி; way of doing a thing, ஒன்றைக் கையாளும் முறை, நிர்வகிக்கும் வழி.

treat-y/'tri:ti/(*n*):'ட்ரீட்டி / a formal agreement between two or more states, ஒப்பந்தம், உடன்படிக்கை.

treb-le/'trebl/(*adj*):'ட்ரெப்:ல் / triple, மும்மடங்காக உள்ள. **treble**(*v.i-v.t*): to multiply by three, மூன்று மடங்காகச் செய்.

tree/tri:/(*n*):'ட்ரீ / a plant, மரம்.

trek/trek/(*v.i*):'ட்ரெக் / to make a long arduous journey, etc., கடினமான நீண்ட பயணம் மேற்கொள்; migrate, இடம் பெயர்ந்து குடியேறு. **trek**(*n*): long and difficult journey, பயணம்; migration, குடி பெயர்த்தல்.

trel-lis/'trelis/*(n)*:'ட்ரெலிஸ் / a cross-barred frame for supporting creepers or slender plants, கொடிப் பந்தல். **trellis***(v.i)*: to provide with trellis, கொடிப்பந்தல் அமை.

trem-ble/'trembl/*(v.i)*:'ட்ரெம்ப்:ல் / to be filled with fear and shake involuntarily, பயம் முதலியவற்றினால் நடுங்கு.

tre-men-dous/tri'mendəs/*(adj)*: ட்ரி'மென்ட:ஃஸ் / terrible, பயமும், மதிப்பும் உண்டாக்கத்தக்க; remarkable, குறிப்பிடத் தக்க.

trem-or/'tremə*/*(n)*:'ட்ரெமஃ* / a shaking, குலுங்குதல்; vibration, அதிர்தல்; shiver, நடுங்குதல்.

trem-u-lous/'tremjuləs/*(adj)*:'ட்ரெம்யுலஃஸ் / affected by trembling, நடுங்குகின்ற; timid and shy, கூச்சமும், நாணமும் உள்ள.

trench/trentʃ/*(n)*:ட்ரெஞ்ச் / a ditch, குழி. **trench***(v.i)*: to dig a ditch, குழி தோண்டு.

tren-ch-ant/'trentʃənt/*(adj)*:'ட்ரெஞ்ச்சஃன்ட் / sharp, கூர்முனையுள்ள; cutting very deeply, ஆழமாக வெட்டுகிற.

trend/trend/*(n)*:ட்ரென்ட்: / tendency, போக்கு, குறிப்பிடும் தன்மை. • *Today the* ***trend*** *in the country is narrow regionalism.*

trep-i-dation/ˌtrepi'deiʃn/*(n)*: ˌட்ரெப்பி'டெ:ய்ஷஃன் / involuntary trembling, நடுக்கம், தடுமாற்றம். • *I entered the examination hall and took the question paper with* ***trepidation***.

tres-pass/'trespəs/*(n)*:'ட்ரெஸ்ப்பஃஸ் / going beyond the limit, எல்லையைக் கடத்தல்; a wrong doing, தவறு செய்தல். trespass*(v.t-v.i)*: to go beyond limits, எல்லை தாண்டிச் செல்; to move into the land of someone without permission, அனுமதியின்றி, ஒருவர் நிலத்தில் அத்துமீறிச் செல்; to interfere into one's rights, ஒருவர் உரிமையில் தலையிடு. • *Decency does not permit you to* ***trespass*** *into others' private affairs.*

tress/tres/*(n)*:ட்ரெஸ் / lock of human hair, சுருட்டை மயிர்.

tres-tle/'tresl/*(n)*:'ட்ரெஸ்ல் / a strong framework that holds something up, தாங்கும் அமைப்பு.

tret/tret/*(n)*:ட்ரெட் / an allowance to the purchaser for wastage, சேதார ஈட்டுப்படி.

trews/tru:z/*(n, pl)*:ட்ரூஸ்: / trousers, கால் சட்டை.

tri-al/'traiəl/*(n)*:'ட்ரயஃல் / the act of testing, சோதனை செய்தல்; an experience, ஓர் அனுபவம் பெறுதல்; an attempt to do something, ஒன்றைச் செய்ய எடுத்துக் கொள்ளப்படும் முயற்சி.

tribe/traib/*(n)*:ட்ரய்ப்: / a definite group of people with some ethnic relationship, ஓரின மக்கள்.

trib-u-la-tion/ˌtribju'leiʃn/*(n)*: ˌட்ரிப்:யு'லெய்ஷஃன் / intense suffering, துயரமும், துன்பமும்; troublesome living, இடுக்கண் நிறைந்த வாழ்க்கை.

tri-bu-nal/trai'bju:nl/*(n)*:ட்ரய்'ப்:யூன்ல் / a court of justice, நீதிமன்றம்.

trib-une/'tribju:n/*(n)*:'ட்ரிப்யூன் / a magistrate, நீதிபதி; anyone who champions the cause of the people, மக்கள் பிரச்சினையை எடுத்துச்சொல்லும் தலைவர்; a raised platform, பொது மேடை.

trib-u-ta-ry/'tribjutəri/*(n)*:'ட்ரிப்யுட்டஃரி / a person who pays tribute, கப்பம் கட்டுபவர்; a stream flowing into river, பெரிய ஆற்றில் கலக்கும் கிளை ஆறு. **tributary***(adj)*: subsidiary, துணையாய் உள்ள; paying tribute, கப்பம் கட்டும் நிலையில் உள்ள.

trib-ute/'tribju:t/*(n)*:'ட்ரிப்யூட் / payment made by a defeated country to its conqueror, கப்பம்; offering, காணிக்கை; praising and acknowledging, புகழ்தல்.

trice/trais/*(n)*:ட்ரய்ஸ் / an instant, கணநேரம். **trice***(v.i)*: to pull, இழு.

trick/trik/*(n)*:ட்ரிக் / a device to deceive to get an advantage, ஏமாற்றிப் பிழைக்கும் தந்திரம். **trick***(v.t-v.i)*: to deceive, ஏமாற்று; to cheat, வஞ்சனை செய். **trick-e-ry**/'trikəri/*(n)*:'ட்ரிக்கஃரி / cheating, வஞ்சித்தல்; deception, ஏமாற்றுதல்.

tric-kle/'trikl/*(v.t-v.i)*:'ட்ரிக்ல் / to fall in drops, சொட்டு சொட்டாக விழு. **tric-kle**/'trikl/*(n)*: 'ட்ரிக்ல் / a thin stream, சிறு நீரோடை.

trick-ster/'trikstə*/*(n)*:'ட்ரிக்ஸ்ட்டஃ* / a person who plays tricks, ஏமாற்றுபவர்.

tri-col-our/'traiˌkʌlə*/*(n)*:'ட்ரய்ˌக்கலஃ* / a flag with three colours, மூவண்ணம்.

tri-cy-cle/'traisikl/*(n)*:'ட்ரய்ஸிக்ல் / a small three-wheeled cycle, மூன்று சக்கர வண்டி.

tri-dent/'traidnt/*(n)*:'ட்ரய்ட:ஃன்ட் / a three-pronged implement, மும்முனையுள்ள கருவி; a kind of weapon with three prongs, திரிசூலம்.

tried/traid/*(adj)*:ட்ரய்ட்: / tested, தேர்ச்சி பெற்ற. **tried**/*(v)*: past tense and past participle of "try", 'try' என்பதன் இறந்த கால வடிவம், முடிவெச்சம்.

T

tri-en-ni-al/trai'enjəl/*(adj)*:ட்ர'யென்யஅல் / happening every third year, மூன்று ஆண்டுகளுக்கு ஒருமுறை நிகழுகின்ற; lasting three years, மூன்று ஆண்டுகள் நீடிக்கின்ற.

tri-fle/'traifl/*(n)*:'ட்ரய்ஃப்ல் / a thing of no value, அற்பப் பொருள்; that which is unimportant, முக்கியத்துவம் இல்லாதது. **trifle***(v.i)*: to act in an irresponsible manner, பொறுப்பில்லாமல் நடந்துகொள்; to talk in a silly manner, மட்டரகமாகவும், விளையாட்டுத்தனமாகவும் பேசு. • *He is not a man to be* ***trifled*** *with.* **tri-fling**/'traifliŋ/*(adj)*:'ட்ரய்ஃப்லிங் / of very little value, மதிப்பில்லாத; of no importance, முக்கியத்துவமில்லாத.

trig-ger/'trigə*/*(n)*:'ட்ரிக:ə* / the finger piece of the gun-lock for relaxing the hammer, துப்பாக்கியின் விசைப்பகுதி. **trigger***(v.t)*: precipitate, துரிதப்படுத்து. • *The communal disharmony* ***triggered*** *off violence in certain parts.*

trig-o-nom-e-try/ˌtrigə'nɔmətri/*(n)*: ˌட்ரிக:ə'னாமிட்ரி / the branch of mathematics which deals with the relations between the sides and angles of triangles, முக்கோணவியல்.

trill/tril/*(v.t-v.i)*:ட்ரில் / to sing with a voice quivering and shaking, நடுங்கும் குரலுடன் பாடு.

trim/trim/*(adj)*:ட்ரிம் / neat, smart and fine, நேர்த்தியும், மிடுக்கும் உள்ள; regular and orderly, நேர்த்தியும் ஒழுங்கும் உள்ள. **trim***(n)*: the state of being prepared, தயார் நிலை. **trim***(v.t-v.i)*: to make neat by cutting and sizing, கத்தரித்து, உருவமைத்து ஒழுங்குபடுத்து; to decorate, அலங்காரம் செய்.

trin-i-ty/'trinəti/*(n)*:'ட்ரினிட்டி / any union of three parts in one, மும்மை, மூன்றின் தொகுதி; a group of three, மூவர். • *Brahma, Vishnu and Shiva are the* ***trinity*** *of the Hindu Gods.*

trin-ket/'triŋkit/*(n)*:'ட்ரிங்க்கிட் / any small ornament, சிறிய அணிமணி; a thing of very little value, மதிப்பு சற்றும் இல்லாத பொருள்.

tri-o/'tri:əu/*(n, pl)*:'ட்ரயஉ / three things united together, மூன்றின் சேர்க்கை. • *You can see the inseparable* ***trio****; wherever they go, they go together.*

trip/trip/*(n)*:ட்ரிப் / a short journey, சிறு பயணம்; excursion, சுற்றுலா; an error, தவறு.

trip-le/'tripl/*(adj)*:'ட்ரிப்ல் / consisting of three things, மூன்று பொருள்கள் ஒன்றாக இணைந்துள்ள; threefold, மூன்று பங்காக உள்ள. • *What you say is a* ***triple*** *lie in thought, word and deed.*

tri-pod/'traipɔd/*(n)*:'ட்ரய்ப்பாட்: / a three-legged furniture, முக்காலி.

Tri-pos/'traipɔs/*(n)*:'ட்ரய்ப்பாஸ் / an examination for Honours Degree in Cambridge University, கேம்பிரிட்ஜ் பல்கலைக் கழக சிறப்புப் பட்டத் தேர்வு.

tri-sect/trai'sekt/*(v)*:ட்ரய்'ஸெக்ட் / to divide into 3 parts, மூன்று பகுதிகளாகப் பிரி. **trisection***(n)*.

trite/trait/*(n)*:ட்ரய்ட் / common, சாதாரண மாக உள்ள; hackneyed, மிகவும் பழகிப் போன.

tri-umph/'traiəmf/*(n)*:'ட்ரயஅம்ஃப் / victory, வெற்றி; a successful matter, பெருமிதமான நிலை. **tri-um-ph-al**/trai'ʌmfl/*(adj)*: ட்ர'யஅம்ஃபஅல் / having victory, வெற்றி நிலையிலுள்ள. **tri-um-phant**/trai'ʌmfənt/*(adj)*:ட்ரய'அம்ஃபஅன்ட் / victorious, வெற்றி வாகை சூடக்கூடிய, வெற்றிமுகமான.

tri-um-vir-ate/trai'ʌmvirət/*(n)*: ட்ர'யஅம்விரிட் / a group of three strong men in office, ஒரு நோக்கத்துடன் செயல்படும் மூவர் குழு.

triv-et/'trivit/*(n)*:'ட்ரிவிட் / a stand with three legs used for holding things, தாங்கு முக்காலி.

triv-i-al/'triviəl/*(adj)*:'ட்ரிவ்யஅல் / very very small, மிகவும் அற்பமான; insignificant, கணக்கில் கொள்ளமுடியாத. **triviality***(n)*.

trod/trɔd/*(v)*:ட்ராட்: / past tense of "tread", "tread" என்பதன் இறந்த கால வடிவெச்சம். **trodden***(v)*: past participle of "tread", "tread" என்பதன் இறந்த கால வினை.

troll/trəul/*(n)*:ட்ரஅஉல் / to sing, பாடு; to fish by making use of a spinning hook, தூண்டில் கொண்டு மீன் பிடி. **troll***(n)*: a friendly angel, நட்புத் தேவதை.

trol-ley/'trɔli/*(n)*:'ட்ராலி / a small truck moving on rails, தண்டவாளத்தின் மீது நகரும் தள்ளுவண்டி; a movable table used for serving food, உணவுப் பண்டங்கள் வைத்துப் பரிமாறுவதற்கு ஏற்ற வகையிலுள்ள தள்ளு மேசை.

trom-bone/trɔm'bəun/*(n)*:ட்ராம்'ப:அஉன் / a wind instrument of music, காற்றிசைக் கருவி.

T

troop/tru:p/*(n)*:ட்ரூப் / a company of soldiers, படை; a group of people, மக்கள் குழு; a number of animals grouped together, விலங்குகளின் கூட்டம்.

tro-phy/'trəufi/*(n)*:'ட்ரஉஃபி / a memorial of having won something, வெற்றிச் சின்னம்; a prize, பரிசு.

trop-ic/'trɔpik/*(adj)*:'ட்ராப்பிக் / [also **tropical**]: pertaining to the tropics, வெப்பமண்டலத்துக்குரிய; having hot weather, வெப்பநிலை உள்ள. **tropics**/'trɔpiks/*(n)*:'ட்ராப்பிக்ஸ் / the torrid zones, வெப்ப மண்டலம்; countries in the tropical region, வெப்ப மண்டல நாடுகள்.

trot/trɔt/*(v.i)*:ட்ராட் / to move fast like a horse, குதிரை போல ஓடு; to run like a horse with high steps, குதிரை போல் தாவிச் செல். **trot***(n)*: medium pace of horse, குதிரையின் வேகநடை.

troth/trəuθ/*(n)*:ட்ரஉத் / faith, நம்பிக்கை; truthful conduct, உண்மையான நடத்தை; promise, உறுதிமொழி.

trou-ba-dour/'tru:bədɔ:*/(n):'ட்ரூபடோஅ* / a poet who goes from place to place, நாடோடிப் பாடகன்.

troub-le/'trʌbl/*(n)*:ட்ரப்:ல் / the state of being annoyed, தொல்லை தரும் நிலை; disturbed state of affairs, தொந்தரவும் வேதனையும் உள்ள நிலை. **trouble***(v.i-v.t)*: to annoy, தொல்லை கொடு; to disturb, தொந்தரவு செய்; to be worried, கவலை கொள்.

troub-le-some/'trʌblsəm/*(adj)*:ட்ரப்:ல்ஸம் / causing trouble, தொல்லை தருகின்ற; annoying and worrying, துன்பமும், வேதனையும் உள்ள; vexatious, எரிச்சல் ஊட்டும்படியான.

trough/trɔf/*(n)*:ட்ராஃப் / a long open receptacle for water or other liquid, tank, தொட்டி.

trounce/trauns/*(v.i-v.t)*:ட்ரஉன்ஸ் / to punish severely, கடுமையான தண்டனை கொடு.

troupe/tru:p/*(n)*:ட்ரூப் / a company of actors or artists or other performers, கலைக்குழு.

trou-sers/'trauzəz/*(n, pl)*:'ட்ரஉஸ:ஸ: / a man's garment extending from waist to the ankles, கால்சட்டை.

trous-seau/'tru:səu/*(n)*:'ட்ரூஸஉ / a set of dress and other articles for the bride, மணப்பெண்ணின் ஆடையணிகள்.

trout/traut/*(n)*:ட்ரஉட் / a kind of fish mostly found in the fresh waters, ஒருவகை நன்னீர் மீன்.

trow/trəu/*(v.t-v.i)*:ட்ரஉ / to think, சிந்தனை செய்; to suppose, யோசனை செய், கருத்து கொள்.

trow-el/'trauəl/*(n)*:'ட்ரஉஅல் / a flat-bladed implement, கொத்தனார் பயன்படுத்தும் கரணை, மண்வெட்டி.

troyweight/trɔiweit/*(n)*:ட்ராய்உஎய்ட் / a system of weight for gold, diamonds, etc., பொன், வைரம் போன்றவற்றின் எடை, அளவை முறை.

tru-ant/'tru:ənt/*(n)*:ட்ரூஅன்ட் / a person who absents himself without leave, அனுமதி இல்லாமல் விடுப்பில் இருப்பவர்.

truce/tru:s/*(n)*:ட்ரூஸ் / temporary stoppage of war, தற்காலிகப் போர் நிறுத்தம்.

truck/trʌk/*(n)*:ட்ரக் / an open wagon to carry heavy loads, commodities for sale, பளு வண்டி, வாணிகச் சரக்கு வண்டி. • *I don't want to have any* **truck** *with him (I don't want to have any relationship with him).*

truck-le/'trʌkl/*(v.t)*:ட்ரக்ல் / to accept meekly to the demands of another person, வேறு வழி இல்லாமல் அடிபணிந்து நில்.

truc-u-lent/'trʌkjulənt/*(adj)*:'ட்ரக்யுலஅன்ட் / very cruel, கொடிய; violent, முரட்டுத்தனமான.

trudge/trʌdʒ/*(n)*:ட்ரஜ் / a tiresome walk, களைப்புடன் கூடிய நடை. **trudge**/*(v.i)*: to walk laboriously, மிகுந்த களைப்புடன் நடந்து செல்.

true/tru:/*(adj)*:ட்ரூ / real, உண்மையாக; sincere, மனப்பூர்வமாக; right and straight, நேர்மையும், சீர்மையும் உள்ள.

tru-is-m/'tru:izəm/*(n)*:'ட்ரூயிஸ:அம் / truth that is evident, மிக எளிதில் புலப்படும் உண்மை.

trump/trʌmp/*(n)*:ட்ரம்ப் / a card having more value than others in a game of cards, சீட்டாட்டத்தின் துருப்புச் சீட்டு.

trum-pet/'trʌmpit/*(v.i)*:'ட்ரம்ப்பிட் / to declare by proclamation, பொது அறிவிப்பு கொடு. **to blow one's trumpet**: to praise oneself, தன்னைத்தானே புகழ்ந்து கொள்.

trump up/'trʌmpəp/*(v.t)*:'ட்ரம்ப்அப் / to concoct in order to deceive, ஏமாற்றுவதற்காகப் புனை.

trun-cate/'trʌŋkeit/*(v.t-v.i)*:'ட்ரங்க்கெய்ட் / to cut off, வெட்டி விடு; to remove the end, முனையை அகற்று. **truncated***(adj)*:

having the top-point cut off, தலைப்பாகம் அகற்றப்பட்ட, முழுமை இல்லாத.

trun-cheon/'trʌntʃən/*(n)*:'ட்ரஞ்ச்சஅன் / a short stick, குறுந்தடி; a club, கனத்த தடி.

trun-dle/'trʌndl/*(v.i)*:ட்ரன்ட்ல் / to roll along on small wheels, உருட்டி நகர்த்து.

trunk/trʌŋk/*(n)*:ட்ரங்க் / the main part of a tree, அடிமரம்; the body without legs, arms or head, முண்டம்; the snout of an elephant, தும்பிக்கை; a portable chest, பெட்டி.

trunk road*(n)*:'ட்ரங்க்'ரஅஉட் / main road, முக்கிய சாலை.

trun-nion/'trʌnjən/*(n)*:'ட்ரனியஅன் / one of the two cylindrical pivots by which a gun rests on the gun carriage, பீரங்கி வண்டியில் பீரங்கியைத் தாங்குவதற்கு உள்ள இரு நீள்உருளைகளில் ஒன்று.

truss/trʌs/*(n)*:ட்ரஸ் / a support framework for a roof, bridge, etc., உத்தரம்; a bundle of hay, வைக்கோல் சுமை; a bunch of flowers, பூங்கொத்து. **truss***(v.t-v.i)*: to tie, கட்டு; to bind, ஒன்று சேர்; to cause to support with truss, உத்தரத்தால் தாங்கு.

trust/trʌst/*(n)*:ட்ரஸ்ட் / deep sense of faith, முழு நம்பிக்கை; full belief and responsibility, முழுப்பொறுப்பு எடுத்துக் கொள்வதில் (அ) வகிப்பதில் உள்ள திட நம்பிக்கை. **trust***(v.i-v.t)*: to have faith in, முழு நம்பிக்கை வை; to give full responsibility, முழு பொறுப்புக் கொடு. **trust-ee**/ˌtrʌs'ti:/*(n)*:ட்ரஸ்ட்டீ / a person who enjoys confidence of others, பொறுப்பு வகிப்பவர், பொறுப்பாளர்; a person on whom people have trust, மக்கள் நம்பிக்கையைப் பெற்று, பொது நலத்துக்குச் செயல்படும் அறங்காவலர். **trust-worth-y**/'trʌstˌwɜ:ði/*(adj)*:ட்ரஸ்ட்உஅ:தி / worthy of trust, பெரும் நம்பிக்கைக்குரிய.

truth/tru:θ/*(n)*:ட்ரூத் / that which is real or true, உண்மை, மெய்ம்மை; the fact of a matter, ஒன்றின் உண்மை நிலை.

try/trai/*(v.t-v.i)*:ட்ரய் / to make an earnest attempt, மனப்பூர்வமாக முயற்சி செய்; to test, சோதனை செய். • *Failure should not deter you; it must be a fillip for you to* ***try*** *again*. **try***(n)*: a test, சோதனை; a trial, ஒரு முயற்சி, அனுபவம். **try-ing**/traiiŋ/*(adj)*:ட்ரயிங் / full of distress, துன்பம் நிறைந்த; having strain on, உள்ளமும் உடலும் நொந்துபோகும் நிலையை ஏற்படுத்துகின்ற.

tryst/trist/*(n)*:ட்ரிஸ்ட் / an appointment, ஒரு திட்டமிட்ட சந்திப்பு; an arranged meeting, ஏற்பாடு செய்யப்பட்ட ஒரு கூட்டம். • *Today we make a* ***tryst*** *with our destiny and decide to become a socialistic republic.*

tsar/za:*/*(n)*:(ட்)ஸ:ா* / [aslo **czar, tzar**]: Russian Emperor before 1917, முன்னாள் ருஷ்யப் பேரரசர்.

tset-se/'tsetsi/*(n)*:'(ட்)ஸெட்ஸி / a small blood-sucking fly, இரத்தம் உறிஞ்சும் ஒருவகை ஈ.

Tsu-na-mi/'tsu:nʌmi:/*(n)*:'(ட்)ஸூனமீ / Japanese word which means "harbour wave". 'Tsu' means 'harbour' and 'nami' stands for 'wave', துறைமுக அலை.

tub/tʌb/*(n)*:டப் / a broad open vessel, தொட்டி.

tu-ba/'tju:bə/*(n)*:'ட்யூப:அ / a large horn, having low tone, ஒருவகை எக்காளம்.

tube/tju:b/*(n)*:ட்யூப் / a pipe, குழாய்; a long cylindrical hollow body, குழல். **tubular***(adj)*.

tu-ber/'tju:bə*/*(n)*:'ட்யூப:அ / the thick part of the stem of a plant buried in the earth, கிழங்கு.

tu-ber-cu-lo-sis/tju:ˌbɜ:kju'ləusis/*(n)*: ட்யூப:அ:க்யு'லஅஉஸிஸ் / a very serious infectious disease usually known as T.B., காசநோய், எலும்புருக்கி நோய்.

tuck/tʌk/*(v.i)*:டக் / to gather up, ஒருங்கிணைத்து சேர்; to roll, மடக்கு, சுருட்டு. **tuck***(n)*: a fold horizontally made in a dress, மடிப்பு, உள்மடிப்பு, மடிப்புத் தையல்.

Tues-day/'tju:zdi/*(n)*:'ட்யூஸ்:டி / third day of the week, ஒரு வாரத்தின் மூன்றாவது நாள், செவ்வாய்க்கிழமை.

tuft/tʌft/*(n)*:'டஃப்ட் / a bunch of thread, குஞ்சம்; a bunch of hair, மயிர்க்கற்றை; a bunch of feathers, etc., இறகுத் தொகுதி. **tuft-ed**/tʌftid/*(n)*:'டஃப்ட்டிட் / having tufts, குஞ்சம் உடைய, குடுமியுள்ள.

tug/tʌg/*(v.t-v.i)*:டக் / to pull with great effort, முழு சக்தியுடன் இழு; to strain at, கடின முயற்சி செய். **tug***(n)*: a pull made with all force, முழு முயற்சியுடன் இழுத்தல்; a boat for pulling ships, கப்பலை இழுக்கப் பயன்படும் படகு.

tu-i-tion/tju:'iʃn/*(n)*:ட்யூ'ய்ஷஅன் / special teaching with personal attention, தனிப்பட்ட முறையில் கற்பித்தல்.

tu-lip/'tju:lip/*(n)*:'ட்யூலிப் / a flower with bright colours and a bulb at its bottom, மணிவடிவ மலர்.

tulle/tju:l/*(n)*:ட்யூல் / thin silk netlike material, மிருதுவான பட்டு வலை.

tum-ble/'tʌmbl/*(v)*:'டம்ப்:ல் / to fall suddenly, திடீரெனக் கீழே விழு; to come

T

down (in prices) விலையைக் குறை; to collapse, அழிந்து விடு.

tum-bler/'tʌmblə*/*(n)*:'ட்டம்ப்:லə* / a container used for drinking purposes, குவளை; an acrobat, கழைக் கூத்தாடி.

tum-brel/'tʌmbrəl/*(n)*: [also **tumbril**]: 'ட்டம்ப:ரəல் / a kind of cart, ஒருவகை வண்டி.

tu-mour/'tju:mə*/*(n)*:'ட்யூமə* / a swelling, கழலை.

tu-mult/'tju:mʌlt/*(n)*:'ட்யூமல்ட் / the noise made by the crowd, கூச்சலும், சந்தடியும், ஆரவாரமும். **tu-mul-tu-ous**/tju:'mʌltjuəs/ *(adj)*:ட்யு'மல்ட்யுəஸ் / disorderly, குழப்பமாக உள்ள; full of noise, கூச்சல் நிறைந்த.

tune/tju:n/*(n)*:ட்யூன் / symmetrical agreement of musical notes, இசை இயைவு; the music of a song, பாடலின் இசையும், தொனியும்; sensible make up of one's mental attitude, ஒருவரது மனப்பாங்கை செம்மைப்படுத்திக் கொள்ளுதல். **dance to one's tune**: do as demanded by one, ஒருவர் கட்டளைப்படி செய். • *Sometimes* **you have to dance to the tune** *of your boss if you want to remain in his good books.* **tune***(v.t)*: to put in tune, இசை மீட்டச் செய், சுருதி கூட்டு; to adjust the strings of a musical instrument, ஓர் இசைக்கருவியின் நரம்புகளை மீட்டு.

tu-nic/'tju:nik/*(n)*:'ட்யூனிக் / a loose garment, தளர்த்தியான சட்டை.

tun-nel/'tʌnl/*(n)*:'ட்டன்ல் / a subway or passage way cut through the earth, சுரங்கப் பாதை.

tun-ny/'tʌni/*(n)*:'ட்டனி / a large sea fish, ஒரு பெரிய கடல் மீன்.

tur-ban/'tɜ:bən/*(n)*:'ட்டə:ப:əன் / a kind of oriental head-dress, தலைப்பாகை. **turbaned***(adj)*.

tur-bid/'tɜ:bid/*(adj)*:'ட்டə:பிட்: / muddy, சேறாக உள்ள; thick, கலங்கலாக உள்ள.

tur-bine/'tɜ:bain/*(n)*:'ட்டə:ப:ய்ன் / a wheel that is worked by the action of a waterfall, steam, air, etc., தண்ணீர், நீராவி (அ) காற்றின் வேகத்தால் இயங்கும் சக்கரம்.

tur-bot/'tɜ:bət/*(n)*:'ட்டə:ப:əட் / large edible fish living in sea, உண்ணத்தக்க கடல் மீன்.

tur-bu-lent/'tɜ:bjulənt/*(adj)*: 'ட்டə:ப்:யுலəன்ட் / full of noise, கூச்சல் அதிகமுள்ள; with no rest, கொந்தளிக்கக் கூடிய; full of fury, முழுச் சீற்றம் உள்ள. **turbulence***(n)*.

tur-een/tə'ri:n/*(n)*:ட்டə'ரீன் / a large dish for holding foodstuff like soup, குழம்புச் சட்டி.

turf/tɜ:f/*(n)*:ட்டə:ஃப் / horse-race, குதிரைப் பந்தயம்; land full of short green grass, புல் தரை.

tur-ge-scent/tɜ:'dʒesnt/*(adj)*: ட்டə:'ஜெஸ்ன்ட் / swelling, வீக்கமுள்ள; high sounding, உரத்த குரலுள்ள.

tur-gid/'tɜ:dʒid/*(adj)*:'ட்டə:ஜிட்: / swollen, வீங்கிய. **turgidity***(n)*.

Turk/tɜ:k/*(n)*:ட்டə:க் / a native of Turkey, துருக்கி நாட்டவர். **turkey***(n)*: a large domesticated game bird, வான்கோழி.

tur-me-ric/'tɜ:mərik/*(n)*:'ட்டə:மəரிக் / a plant of ginger family, மஞ்சள் செடி.

tur-moil/'tɜ:mɔil/*(n)*:'ட்டə:மɔய்ல் / confused motion, திசையில்லாத இயக்கம்; disorderly situation, குழப்பம்; disturbance, கொந்தளிப்பு.

turn/tɜ:n/*(v.t-v.i)*:ட்டə:ன் / to whirl round, to change direction, to move to the other side or other way, to shape, சுழலு, திசை மாறு, மறுபக்கம் திரும்பு, உருவாகு. **turn***(n)*: a change of direction, திசை மாற்றம்; tendency to move away, வேறு திசையில் போகக்கூடிய; a chance, ஒரு வாய்ப்பு; a bend in road, rail track, etc., ஒரு வளைவு; an attack of sickness, திடீரென்று ஏற்படும் உடல்நலக் கேடு.

turn-coat/'tɜ:nkəut/*(n)*:'ட்டə:ன்க்கəஉட் / a person who takes sides for selfish reasons and has no character, கட்சி மாறி இருப்பவர், கொள்கையில்லாதவர்.

turn-ing/'tɜ:niŋ/*(n)*:'ட்டə:னிங் / the work of a turner, கடைசல் பிடிப்பவரின் பணி; a bend, வளைவு; an angle of a road, சாலை வளைவு. **turnings***(n)*: chips, தூள்; scrapings, கடைசல் தூள்.

tur-nip/'tɜ:nip/*(n)*:'ட்டə:னிப் / a kind of vegetable, கிழங்கு வகை, நூல்கோல்.

turn-pike/'tɜ:npaik/*(n)*:'ட்டə:ன்ப்பய்க் / a road on which toll is collected at tollgate, சுங்கச்சாவடி.

tur-pen-tine/'tɜ:pentain/*(n)*: 'ட்டə:ப்பென்ட்டய்ன் / a resinous oil obtained from coniferous trees like fir, pine, etc., மரத்திலிருந்து எடுக்கப்படும் எண்ணெய், கற்பூரத் தைலம்.

tur-pi-tude/'tɜ:pitju:d/*(n)*:'ட்டə:ப்பிட்யூட்: / inherent baseness and low character, இழிந்த குணமும், கீழ்த்தர நடத்தையும்;

T

wickedness and villainy, துரோக சிந்தனையும், கெடுக்கும் தன்மையும்.

tur-quoise/'tɜ:kwa:z/*(n)*:'ட்டɘ:க்உஆஸ்: / a precious stone having greenish blue colour, நீலக்கல், நீலநிற இரத்தினம்.

tur-ret/'tʌrit/*(n)*:'ட்டரிட் / a small tower, ஒரு சிறு கோபுரம்.

tur-tle/'tɜ:tl/*(n)*:'ட்டɘ:ட்ல் / an animal that lives mainly in water and has a hard shell into which its soft headed, legs and tail can be pulled, ஆமை.

tush/tʌʃ/*(interj)*:ட்டஷ் / an expression of negation, disapproval, etc., அனுமதி இல்லை என்பதையும், சம்மதம் இல்லை என்பதைத் தெரிவிக்கவும் குறிப்பிடப்படும் ஒலி, "தொந்தரவு செய்யாதே" என்று குறிப்பிடும் ஒலி.

tusk/tʌsk/*(n)*:ட்டஸ்க் / a long pointed tooth of elephant, walrus, etc., தந்தம். **tusk-er**/'tʌskə*/*(n)*:'ட்டஸ்க்கɘ* / an elephant with tusks developed and pointed, நீண்ட தந்தங்கள் கொண்ட யானை, கொம்பன் யானை.

tus-sle/'tʌsl/*(n)*:ட்டஸ்ல் / a quarrel, வாய்ச்சண்டை; a disorder, குழப்பம்; a struggle, சிறு போராட்டம். **tussle***(n)*: to get into quarrel, பூசல் எழுப்பு.

tut/tʌt/*(interj)*:ட்டட் / an expression showing disapproval or impatience, பொறுமையின்மையைக் குறிக்கும் சொல்.

tu-te-lage/'tju:tilidʒ/*(n)*:'ட்யூட்டிலிஜ் / the state of being a guardian, பாதுகாப்பாளராக இருக்கும் நிலை; period of apprenticeship, பயிற்சிப் பருவம்.

tu-tor/'tju:tə*/*(n)*:'ட்யூட்டɘ* / an instructor, பயிற்சி கொடுப்பவர்; a teacher, ஆசிரியர். **tutorial***(adj)*.

twad-dle/'twɔdl/*(v.i)*:'ட்உʊட்:ல் / to talk with no sense, பொருளில்லாமல் பேசு, உளறு. **twaddle***(n)*: a silly talk, பொருளில்லாத பேச்சு.

twain/twein/*(n)*:ட்உஎய்ன் / a couple, இரட்டையர், இணை.

twang/twæŋ/*(n)*:ட்உஆங் / a sharp vibrating sound as that of a bow string, harp, etc., நாண் ஏற்றிய வில், யாழ் போன்ற இசைக்கருவிகள் எழுப்பும் ஒலி; sound made when speaking through nose, மூக்கினால் பேசுவதால் ஏற்படும் ஒலி. **twang***(v.i)*: to cause to make a vibrant sound, வில் நாண் மூலம் ஒலி எழுப்பு; to speak through nose, மூக்கினால் பேசு.

tweak/twi:k/*(v.i)*:ட்உயீக் / to pull suddenly, திடீரென இழு, வெட்டு, வெட்டி இழு; to pinch, கிள்ளு.

tweed/twi:d/*(n)*:ட்உயீட்: / a fine variety of woollen cloth, நல்ல ரகக் கம்பளித் துணி.

tweet/twi:t/*(v)*:ட்உயீட் / to chirp, கூவு. **tweet***(n)*: a noise like a chirp or chirp, 'கீச்' என்ற ஒலி.

tweet-er/twi:tə*/*(n)*:'ட்உயீட்டɘ* / a loudspeaker producing high radio or other sounds, ஒலிபெருக்கி.

tweez-ers/'twi:zəz/*(n, pl)*:'ட்உயீஸ:ɘஸ்: / a small pincers for handling tiny objects, சாமணம்.

twelfth/twelfθ/*(adj)*:ட்உஎல்ஃப்த் / of or related to the number 12, பன்னிரண்டாவதாக உள்ள. **twelfth***(n)*: one of the twelve equal parts, பன்னிரண்டில் ஒரு பகுதி. **twelve***(n)*: the number 12, எண் பன்னிரண்டு.

twen-ty/'twenti/*(n)*:ட்உஎன்ட்டி / the number 20, எண் இருபது.

twice/twais/*(adv)*:ட்உஅய்ஸ் / two times, இரு மடங்கு.

twid-dle/'twidl/*(v.i)*:ட்உயிட்:ல் / to twirl lazily, வெறுங்கையைச் சுழற்றிக்கொண்டிரு, சேட்டை செய்.

twig/twig/*(n)*:ட்உயிக்: / the tender or small shoot of a tree, மிலாறு, சுள்ளி.

twi-light/'twailait/*(n)*:ட்உஅய்லய்ட் / the faint light appearing over the sky before sunrise and after sunset, விடியற்காலம், அந்தி நேரம், மங்கிய ஒளி.

twill/twil/*(n)*:ட்உயில் / a variety of strong cloth, உறுதியான துணி வகை.

twin/twin/*(adj)*:ட்உயின் / double, இரட்டையாக உள்ள; having the same and closely related parts, ஒரே மாதிரியான இரு பகுதிகள் கொண்டுள்ள. **twins**/twinz/*(n)*: ட்உயின்ஸ்: / the two born at the same birth, இரட்டையர்; the constellation Gemini, மிதுன ராசி.

twine/twain/*(v.i)*:ட்உஅய்ன் / to twist together, முறுக்கு; to encircle or wrap round, சுற்றி வளை (அ) சுற்றி மூடு. **twine***(n)*: a string of two or more strands twisted together, முறுக்கு ஏற்பட்ட நூல்.

twinge/twindʒ/*(n)*:ட்உயிஞ்ஜ் / pain experienced all of a sudden, திடீரெனத் தாக்கும் வலி.

T

twin-kle/'twiŋkl/*(v.i)*:ட்உயிங்க்ல் / to shine with very bright light, மின்னு; to throw sparkling light, விட்டு விட்டு, ஒளி விடு. **twinkle**(*n*): blinking of the eye, கண் இமைத்தல்; an instant, கணநேரம்.

twirl/twɜ:l/*(v.i)*:ட்உɘ:ல் / to spin or rotate, சுழற்று (அ) சுற்று; to whirl, முறுக்கு. **twirl**(*n*): a motion with a twist, சுழற்சியுடன் சுற்றுதல்.

twist/twist/*(v.t-v.i)*:ட்உயிஸ்ட் / to wind or twine into a thread or rope, முறுக்கிக் கயிறாக்கு; to give a new mischievous meaning, திரித்துப் புதிய கருத்தை வேண்டுமென்றே புகுத்து. • *You are unnecessarily* **twisting** *matters; that is not what I mean.* **twist**(*n*): that which is twisted, முறுக்கப்பட்டது; a sudden turn, திடீர்த் திருப்பம்.

twit/twit/*(v.i)*:ட்உயிட் / to reproach, வசைபாடு; to give trouble to, வேதனைப்படுத்து; to find fault playfully, விளையாட்டுத்தனமாகத் தவறு காண், தவற்றை பணிவாகச் சுட்டிக் காட்டு.

twitch/twitʃ/*(v.i)*:ட்உயிச் / to make a sudden pull, பட்டென்று எழு; to draw tightly, இறுக்கிக் கட்டு.

twit-ter/'twitə*/*(v.i)*:ட்உயிட்டɘ* / to emit a series of light tremulous sounds, கலகலப்பு, சலசலப்பு ஒலி எழுப்பு. • *At daybreak birds* **twitter**.

twixt/twikst/*(prep)*:ட்உயிக்ஸ்ட் / between, இடையே.

two/tu:/*(adj & n)*:ட்டு / the number 2, எண் இரண்டு.

ty-coon/tai'ku:n/*(n)*:ட்டய்க்கூன் / a rich businessman, செல்வம் நிறைந்த வணிகர்.

tym-pa-num/'timpənəm/*(n)*: 'ட்டிம்பɘனɘம் / the middle part of the ear, செவிப்பறை.

type/taip/*(n)*:'ட்டய்ப் / a letter cast or cut for printing, அச்சு; a mark or stamp, அறிகுறி (அ) முத்திரைக் கட்டை; a typical example of a group, class, etc., மாதிரிப் படிவம், எடுத்துக்காட்டாகப் பயன்படும் வடிவம்; a figure of something to be made or to come, வடிவமைப்பு. **type**(*v.t-v.i*): to be a model of, மாதிரியாக இரு.

type-write/'taiprait/*(v.t-v.i)*: 'ட்டய்ப்ரய்ட் / to imprint letters with a typewriter, தட்டச்சு செய். **type-writ-er**/'taipˌraitə*/*(n)*: ட்டய்ப்ரய்ட்டɘ* / a device for making imprints, தட்டச்சுப்பொறி.

ty-phoid/'taifɔid/ *(n)*:ட்டய்ஃபɔய்ட்: / a kind of contagious, enteric fever, ஒருவகை தொற்றிக்கொள்ளும் காய்ச்சல், குடற்காய்ச்சல்.

ty-phoon/tai'fu:n/*(n)*:ட்டய்ஃபூன் / a violent storm, சூறாவளிப் புயல்.

ty-phus/'taifəs/*(n)*:ட்டய்ஃபɘஸ் / a kind of severe contagious fever, கடுமையான நச்சுக் காய்ச்சல், சன்னிக் காய்ச்சல்.

typ-i-cal/'tipikl/*(adj)*:ட்டிப்பிக்ல் / serving as a type, எடுத்துக்காட்டாக அமைந்துள்ள; exhibiting a pattern, மாதிரியாகவுள்ள; symbolic, அடையாளமாகவுள்ள; characteristic, தனித்தன்மையுடன் அமைந்துள்ள.

typ-i-fy/'tipifai/*(v.t)*:ட்டிப்பிஃபய் / to be model of, மாதிரியாக அமை; to represent as a typical example, எல்லாம் அடங்கிய ஒரு பிரிவுக்கு குறிப்பிடத்தக்க எடுத்துக் காட்டாக. **typically**(*adv*).

ty-pist/'taipist/*(n)*:ட்டய்ப்பிஸ்ட் / a person who works on a typewriter, தட்டச்சர்.

ty-ran-ni-cal/ti'rænikl/*(adj)*: ட்டி'ரænிக்கɘல் / full of violent action, கொடூரம் நிறைந்துள்ள; despotic, எதேச்சாதிகாரம் செலுத்தும் மனப்பான்மையுள்ள. **tyr-an-ny**/'tirəni/*(n)*:'ட்டிரɘனி / despotic rule of tyrant, கொடுங்கோல் ஆட்சி. **ty-rant**/'taiərənt/*(n)*:'ட்டயɘரɘன்ட் / a despotic ruler, கொடுங்கோல் ஆட்சி புரிபவர்.

tyre/taiə*/*(n)*: [also **tire**]:'ட்டயɘ* / a band or loop that surrounds a rim of a wheel for smooth running, வண்டிச் சக்கரத்தின் கட்டு, "டயர்".

ty-ro/'taiərəu/*(n)*:'ட்டயɘரɘஉ / [also **tiro**]: a recruit, புதிய மாணவர், புதிதாகத் தொழில் கற்றுக்கொள்பவர்; a novice, கற்றுக்குட்டி; a beginner in learning any art, ஒரு கலையைப் புதிதாகக் கற்றுக்கொள்பவர்.

tzar/tza:*/*(n)*:(ட்)ஸா:* / see **tsar**.

tze-tze/tsetsi/*(n)*:(ட்)ஸெட்ஸி / [also **tsetse**]: a small fly that lives on sucking blood, இரத்தம் உறிஞ்சி வாழும் ஒருவகை ஈ.

T

U/ju/:யு / U's, u's or Us, us: u the 21st letter of the English alphabet, U-ஆங்கில நெடுங்கணக்கின் இருபத்தொன்றாவது எழுத்து.

u-biq-ui-ty/ju:'bikwəti/*(n)*:யுபி:'க்உயிட்டி / existing in all places at the same time (simultaneous existence), எங்கும் நிறைந் திருத்தல். **u-biq-ui-tous**/ju:'bikwitəs/ *(adj)*:யுபி:'க்உயிட்டஸ் / existing everywhere, எங்கும் பரவியிருக்கிற.

ud-der/'ʌdə*/*(n)*:'அட:ə* / the organ from which an animal's milk is drawn, விலங்கு களின் பால் மடி; a teat, முலைக்காம்பு.

UFO/ˌju:ef'əu/*(n)*:'யுəஃபəஉ / an Unidentified Flying Object, பறக்கும் தட்டு.

ug-ly/'ʌgli/*(adj)*:'அக்:லி / not pleasing to the eye, அழகில்லாத; likely to give uneasiness, தொந்தரவு கொடுக்கக்கூடிய. **ugliness** *(n)*.

ukase/ju:'keiz/*(n)*:யூ'க்கெய்ஸ்: / a royal edict, அரசு ஆணை.

ulcer/'ʌlsə*/*(n)*:'அல்ஸə* / a running or open sore, சீழ்ப் புண், கட்டப்படாத புண்; that which corrupts the society, சமுதாயக் கேடு. **ul-cer-ate**/'ʌlsəreit/*(v.i)*: 'அல்ஸəரெய்ட் / form into an ulcer, புண்ணாகு; to gather matter, சங்கதி சேர். **ulcerous***(adj)*, **ulceration***(n)*.

ul-teri-or/ʌl'tiəriə*/*(adj)*:அல்'ட்டியəரியə* / on the distant side, தொலைவிலுள்ள; beyond what is seen or apparent, தெளிவு இல்லாது மறைந்திருக்கின்ற.

ul-ti-mate/'ʌltimit/*(adj)*:'அல்ட்டிமிட் / last, கடைசியாக; farthest, off, முடிவு தூரத்தில் உள்ள. **ultimate***(n)*: the final thing, இறுதியில் அடையக்கூடிய ஒன்று; the highest point, உயரமான இலக்கு. **ultimately***(adv)*.

ul-ti-ma-tum/ˌʌlti'meitəm/*(n, sing)*: ˌஅல்ட்டி'மெய்ட்டəம் / **ultimatums, ultimata** *(n, pl)*: a final demand, இறுதிக் கோரிக்கை; a last offer, முடிவான வேண்டுகோள்.

ul-ti-mo/'ʌltiməu/*(adj)*:'அல்ட்டிமəஉ / of the previous month, கடந்த மாதம் பற்றிய.

ul-tra/'ʌltrə/*(pref)*:'அல்ட்ரə / beyond, அப்பால், எல்லை கடந்த; extremely, தீவிரமான.

ul-tra-ma-rine/ˌʌltrəmə'ri:n/*(adj)*: ˌஅல்ட்ரəமəரீன் / having a very bright blue colour, பிரகாசமான நீல வண்ணமுள்ள.

ul-tra-son-ic/ˌʌltrə'sɔnik/*(adj)*: 'அல்ட்ரəஸானிக் / beyond the range of human hearing, மனித செவி உணர்வுக்கு அப்பாற்பட்ட.

um-ber/'ʌmbə*/*(n)*:'அம்ப:ə* / brown colour, செங்காவி நிறம்.

um-bra/'ʌmbrə/*(n)*:'அம்ப்:ரə / the full shadow of the earth when the Moon is eclipsed, சந்திர கிரகணத்தின்போது ஏற்படும் பூமியின் அக நிழல்.

um-brage/'ʌmbridʒ/*(n)*:'அம்ப்:ரிஜ் / a feeling of injury, மனவருத்தம்; a shade, நிழல், சாயல், தஞ்சம்.

um-brel-la/ʌm'brelə/*(n)*:அம்'ப்:ரெலə / a collapsible frame with a cloth cover for protecting from rain or sunshine, குடை.

um-pire/'ʌmpaiə*/*(n)*:'அம்ப்பயə* / an arbitrator appointed to settle any dispute, நடுவர்; a person appointed or chosen to enforce the rules of the game and to settle any dispute regarding the game, ஆட்ட நடுவர்.

ump-teen/ˌʌmp'ti:n/*(n)*:'அம்ப்ட்டீன் / a large number, அதிக எண்ணிக்கை.

un-a-bashed/ˌʌnə'bæʃt/*(adj)*: 'அனəப:ஆஷ்ட் / not ashamed, வெட்கம் சிறிதுமில்லாத.

un-a-bat-ed/ˌʌnə'beitid/*(adj)*: 'அனə'பெ:ய்ட்டிட்: / without losing force, vigour, etc. சக்தியும், வலிமையும் குறையாத.

un-a-ble/ʌn'eibl/*(adj)*:'அ'னெய்ப்:ல் / not able, இயலாத; not having enough strength, சக்தியில்லாத, செயல்திறனற்ற.

un-a-bridged/ˌʌnə'bridʒd/*(adj)*: 'அனə'ப்:ரிஜ்ட்: / given in its complete form, முழுவதும் கொடுக்கப்பட்டிருக்கின்ற.

un-ac-cep-ta-ble/ˌʌnək'septəbl/*(adj)*: 'அனேக்'செப்ட்டேப்ல் / not acceptable, ஏற்றுக்கொள்ள இயலாத.

un-ac-quaint-ed/ˌʌnə'kweintid/*(adj)*: 'அனே'க்உஎய்ன்ட்டிட்: / not acquainted, சற்றும் அறிமுகமில்லாத.

un-ac-cus-tomed/ˌʌnə'kʌstəmd/*(adj)*: 'அனே'க்கஸ்ட்டேம்ட்: / not in the habit of, பழக்கத்திலில்லாத.

un-af-fect-ed/ˌʌnə'fektid/*(adj)*: 'அனே'ஃபெக்ட்டிட்: / not affected, பாதிக்கப் படாத; not having any change, மாற்றம் இல்லாத.

un-aid-ed/ˌʌn'eidid/*(adj)*:'அ'னெய்டிட்: / with no aid, உதவி இல்லாமல்.

un-al-ter-a-ble/ʌn'ɔ:ltərəbl/*(adj)*: 'அன'ɔ:ல்ட்டேரேப்:ல் / that cannot be altered, மாறுதல் செய்யமுடியாத.

un-an-i-mous/ju:'næniməs/*(adj)*: யு'னஆனிமஸ் / having the same opinion, ஒருமனதான எண்ணமுள்ள; having no difference of opinion, கருத்து வேறுபாடு இல்லாமல்.

un-answe-ra-ble/ˌʌn'a:nsərəbl/*(adj)*: அ'னான்ஸேரேப்:ல் / that cannot be answered, பதில் அளிக்கமுடியாத.

un-armed/ˌʌn'a:md/*(adj)*:'அன'ாம்ட்: / having no weapons, ஆயுதமில்லாத; not armed, போருக்கு ஆயத்தமில்லாத.

un-as-sum-ing/ˌʌnə'sju:miŋ/*(adj)*: 'அனே'ஸ்யூமிங் / modest, அதிக அடக்க குணமுள்ள.

un-at-tached/ˌʌnə'tætʃt/*(adj)*: 'அனே'ட்டஆச்ட் / not connected, not married, தொடர்பில்லாத, திருமணமாகாத.

un-au-thor-ized/ˌʌn'ɔ:θəraizd/*(adj)*: 'அன'ாɔ:தேரய்ஸ்:ட்: / not having any authority, முறையான, அதிகாரபூர்வமான அத்தாட்சி இல்லாத.

un-a-void-a-ble/ˌʌnə'vɔidəbl/*(adj)*: 'அனே'வɔய்ட:ேப்:ல் / that cannot be avoided, தவிர்க்கமுடியாத.

un-a-ware/ˌʌnə'weə*/*(adj)*:'அனே'உஎே* / not aware, தெரிந்திடாத, தகவலில்லாத.

un-awares/ˌʌnə'weəz/*(adv)*:'அனே'உஎேஸ்: / quite unexpectedly, சற்றும் எதிர்பாராத.

un-bal-anced/ˌʌn'bælənst/*(adj)*: 'அன்'ப:ஆலேன்ஸ்ட் / not sane, நிதானம் இல்லாத, மனநிலை சரியில்லாமலுள்ள.

un-be-com-ing/ˌʌnbi'kʌmiŋ/*(adj)*: 'அன்பி:'க்கமிங் / not becoming, தோற்றம் எடுப்பாக இல்லாத; not decent, நாகரிகமும், நற்பண்பும் இல்லாத.

un-be-liev-er/ˌʌnbi'li:və*/*(n)*: 'அன்பி:'லீவே* / a person who has no faith in others, பிறரை நம்பி செயல்படாதவர், நாத்திகர்.

un-bend/ˌʌn'bend/*(v.t-v.i)*:'அன்'பெ:ண்ட்: / to straighten, நேராகச் செய்; to remove the bend, வளைவு, கோணல் இவற்றைச் சரி செய்; to relax, மனச்சுமை இல்லாமலிரு. **un-bend-ing**/ˌʌn'bendiŋ/*(adj)*: 'அன்'பெ:ண்டி:ங் / unyielding, விட்டுக் கொடுக்கும் மனப்பான்மையில்லாத.

un-bleached/ˌʌn'bli:tʃt/*(adj)*:'அன்'ப்:லீச்ட் / not bleached, சலவை செய்யப்படாத, வெளுக்காத.

un-blem-ished/ˌʌn'blemiʃt/*(adj)*: அன்'ப்:லெமிஷ்ட் / pure, தூய்மையாக உள்ள; with no blemish, குறைவில்லாத.

un-blush-ing/ˌʌn'blʌʃiŋ/*(adj)*: அன்'ப்:லஷிங் / shameless, நாணம், வெட்கமில்லாத.

un-born/ˌʌn'bɔ:n/*(adj)*:'அன்'ப:ɔ:ன் / not yet born, இன்னும் பிறக்காமலுள்ள; of the time to come, வரப்போகும் காலம் பற்றிய.

un-bos-om/ˌʌn'buzəm/*(v.t)*:அன்'பு:ஸ:ேம் / to reveal one's secrets, feelings, etc., உள்ளத்தை வருத்தும் எண்ணங்களை வெளிப்படுத்து, மனச்சுமையை இறக்கு.

un-bound-ed/ˌʌn'baundid/*(adj)*: அன்'ப:உன்டி:ட்: / boundless, எல்லையற்ற, கட்டுக்கடங்காத; having no restrictions, கட்டுப்பாடு இல்லாத, சுதந்திரமான.

un-bri-dled/ˌʌn'braidld/*(adj)*: அன்'ப்:ரய்ட்:ல்ட் / having no check, கட்டுப்படுத்த முடியாத; not held in control, தடையில்லாத, மேற்பார்வையில்லாத.

un-bur-den/ˌʌn'bɜ:dn/*(v.t-v.i)*:அன்'ப:ே:ட்ன் / to get rid of some burden, சுமையை இறக்கு; to be relieved of mental agony, மனச்சுமையை இறக்கு.

un-called for/ˌʌn'kɔ:ldfɔ:*/*(adj)*: அன்'க்கɔ:ல்ட்:ஃபɔ: / not at all necessary, தேவையில்லாத; not desirable, ஏற்க முடியாத; not at all asked for, கேட்கப்படாத; not invited, அழைக்கப்படாத.

un-can-ny/ʌn'kæni/*(adj)*:அன்'க்கஆனி / mysterious, மனிதனால் புரிந்துகொள்ள முடியாத; strange, நம்பமுடியாத, விந்தையாக உள்ள. **uncannily***(adv)*: not naturally, not usually, இயல்புக்கு முரண்பட்ட, வழக்கத்திற்கு மாறாக.

un-cer-tain/ʌn'sɜ:tn/*(adj)*:அன்'ஸஅ:ட்ன் / not certain, *நிச்சயமில்லாத*; not sure, *உறுதியில்லாத*.

un-checked/ˌʌn'tʃekt/*(adj)*:அன்'ச்செக்ட் / not checked, கட்டுப்பாட்டிற்கு உட்படாத.

un-civ-i-lized/ˌʌn'sivilaizd/*(adj)*: அன்'ஸிவிலய்ஸ்:ட் / not civilized, நாகரிகம் இல்லாத.

un-cle/'ʌŋkl/*(n)*:'அங்க்ல் / brother of one's mother or father or husband of one's aunt, *மாமா, சித்தப்பா* (அ) அத்தையின் கணவர்.

un-clean/ˌʌn'kli:n/*(adj)*:அன்'க்லீன் / not clean, தூய்மையற்ற; full of dirty things, அசுத்தப் பொருள்கள் நிறைந்த.

un-co-il/ˌʌn'kɔil/*(v.i)*:அன்'க்காய்ல் / unwind, சுருளைப் பிரித்து எடு.

un-come-ly/ˌʌn'kʌmli/*(adj)*:அன்'க்கம்லி / indecent, நயமில்லாத; not having good appearance, எடுப்பான தோற்றமில்லாத.

un-com-fort-a-ble/ʌn'kʌmfətəbl/*(adj)*: அன்'க்கம்ஃபஅட்டஅப்:ல் / not comfortable, உடல் சுகமும், மன அமைதியும் இல்லாத.

un-com-pro-mis-ing/ʌn'kɔmprəmaiziŋ/ *(adj)*:அன்'க்காம்ப்ரஅமய்ஸி:ங் / not having the tendency to get on, இணக்கமில்லாத; not yielding, இடங்கொடாத; stubborn, முரட்டுப் பிடிவாதமுள்ள.

un-con-di-tion-al/ˌʌnkən'diʃənl/*(adj)*: 'அன்க்கஅன்'டி:ஷஅனஅல் / not having conditions at all, நிபந்தனை ஏதுமில்லாத.

un-conn-ect-ed/ˌʌnkə'nektid/*(adj)*: 'அன்க்கஅ'னெக்ட்டிட்: / not connected, தொடர்பு இல்லாத; distinct, தனித்துள்ள.

un-con-scio-na-ble/ʌn'kɔnʃnəbl/*(adj)*: அன்'க்கான்ஷ்னஅப்:ல் / not obeying the dictates of one's conscience, மனச்சாட்சிக்குக் கட்டுப்படாத; not reasonable, பகுத்தறிவுக்கு ஏற்பில்லாத. **un-con-scious**/ʌn'kɔnʃəs/ *(adj)*:அன்'க்கான்ஷஅஸ் / not conscious, தன்னுணர்வற்ற.

un-con-trol-la-ble/ˌʌnkən'trəuləbl/*(adj)*: ˌஅன்க்கஅன்'ட்ரஅஉலஅப்:ல் / not able to control, கட்டுக்கடங்காத; not governable, நிர்வகிக்க முடியாத.

un-cor-rect-ed/ˌʌnkə'rektid/*(adj)*: 'அன்க்கஅ'ரெக்ட்டிட்: / not corrected, திருத்தப்படாத; not done correctly, சரியாகச் செய்யப்படாத.

un-couth/ʌn'ku:θ/*(adj)*:அன்'க்கூத் / ugly, அழகில்லாத; rough, முரட்டுத்தனமான; awkward, அருவருப்பான.

un-cov-er/ʌn'kʌvə*/*(v.t-v.i)*:அன்'க்கவஅ* / to take the cover off, மூடி இருப்பதைத் திற, மறைந்திருப்பதை வெளிப்படுத்து; to make known, எல்லோருக்கும் தெரியச் செய்.

unc-tion/'ʌŋkʃn/*(n)*:'அங்க்ஷஅன் / the act of anointing, எண்ணெய் தேய்த்து முழுகுதல்; ointment, பூசு தைலம்; the mellowing quality in language leading to fervent devotion, பக்தி பரவசமூட்டும் மொழியின் இனிய நாதம்.

un-cul-ti-va-ted/ˌʌn'kʌltiveitid/*(adj)*: 'அன்'க்கல்ட்டிவெய்ட்டிட்: / not cultivated or tilled, பயிரிடப்படாத, பண்படுத்தப்படாத.

un-daunt-ed/ˌʌn'dɔ:ntid/*(adj)*: அன்'ட:ஒன்ட்டிட்: / fearless, எதற்கும் அஞ்சாத.

un-de-ca-gon/ʌn'dekəgən/*(n)*: அன்'டெ:க்கஅக:அன் / a plane figure of eleven sides, பதினொன்று பக்கங்கள் கொண்ட சமதள உருவம்.

un-de-ceive/ˌʌndi'si:v/*(v.i)*:'அன்டி:'ஸீவ் / to free from deception, தவறாகக் கொண்டிருக்கும் கருத்து, எண்ணம் முதலிய வற்றைத் தவிர்த்துவிடு.

un-de-cid-ed/ˌʌndi'saidid/*(adj)*: 'அன்டி:'ஸய்டி:ட் / not decided, தீர்மானம் செய்யாத, தீர்மானம் செய்ய இயலாத, இன்னும் தீர்மானம் செய்யமுடியாத.

un-de-fined/ˌʌndi'faind/*(adj)*: 'அன்டி'ஃபய்ன்ட்: / not defined, வரையறுக்கப்படாத; not explained, விவரிக்க இயலாத, விவரம் கொடுக்கப்படாத.

un-de-ni-a-ble/ˌʌndi'naiəbl/*(adj)*: ˌஅன்டி:'னயஅப்:ல் / that cannot be denied, மறுப்பதற்கு இயலாத.

un-der/'ʌndə*/*(prep)*:'அன்ட:அ* / beneath, கீழிருக்கும்; below, கீழேயுள்ள.

un-der-bid/ˌʌndə'bid/*(v.t-v.i)*:'அன்ட:அ'பி:ட் / to bid lower than, குறைந்த விலைக்குக் கேள்; to offer a lower price than, விலையைக் குறைத்துக் கேள்.

un-der-done/ˌʌndə'dʌn/*(adj)*: 'அன்ட:அ'ட:ன் / not fully done, முழுமையாகச் செய்யப்படாத.

un-der-es-ti-mate/ˌʌndər'estimət/*(v.t-v.i)*:'அன்ட:அ'ரெஸ்ட்டிமெய்ட் / to make or form a lower estimate of, மிகக் குறைத்து மதிப்பிடு.

un-der-go/ˌʌndə'gəu/*(v.t-v.i)*: ˌஅன்ட:அ'க:அஉ / **underwent, undergone**: to suffer, துன்பப்படு; to have the

U

experience of, அனுபவம் பெறு; to endure, பொறுமையுடன் சகித்துக்கொள்.

un-der-grad-u-ate/ˌʌndəˈgrædʒuət/*(n)*: ˌஅன்டːəˈக்ːரஜ்ஜுுயிட் / a university student studying for a bachelor's degree, இளங்கலை மாணவர்.

un-der-ground/ˌʌndəˈgraund/*(adj)*: ˌஅன்டːəˈக்ːரஉன்ட் / under the surface of the earth, நிலப்பகுதியின் அடியிலுள்ள. **underground***(n)*: the surface under the earth, நிலத்தடி. **underground***(adj)*: operating secretly against the established government, தலைமறைவாக இருந்து, அரசாங்கத்திற்கு எதிராகச் சதிசெய்கின்ற.

un-der-growth/ˈʌndəgrəuθ/*(n)*: ˈஅன்டːəக்ːரəஉத் / shrubs and low plants that grow under the trees, river banks, etc., புதர்க்காடு.

un-der-hand/ˌʌndəˈhænd/ *(adj)*:ˈஅன்டːəஹஜ்ன்ட் / done in a clandestine manner, மறைமுகமாக, வஞ்சக எண்ணத்துடன் செய்யப்படுகின்ற. **underhand***(adv)*: secretly, மறைமுகமாக.

un-der-lay/ˌʌndəˈlei/*(v.t-v.i)*:ˌஅன்டːəˈலெய் / to lay under for support, அடி தாங்கி இரு.

un-der-lie/ˌʌndəˈlai/*(v.t-v.i)*:ˌஅன்டːəˈலய் / to be at the bottom of or basis of, கீழே அமைந்திரு, அடிப்படையாய் இரு; to lie below or under, கீழ் இரு/கீழே அமைந்திரு.

un-der-line/ˌʌndəˈlain/*(v.t-v.i)*: ˌஅன்டːəˈலய்ன் / to put a line under for emphasis, முக்கியத்துவம் கொடுக்க கீழே கோடிட்டுக் காட்டு.

un-der-ling/ˈʌndəliŋ/*(n)*:ˈஅன்டːəலிங் / a servant, சேவகன்; a person in some inferior position, கீழ்நிலையில் உள்ளவர்.

un-der-ly-ing/ˌʌndəˈlaiiŋ/*(adj)*: ˌஅன்டːəˈலயிங் / lying under, கீழே அமைந்துள்ள, அடியில் அமைந்துள்ள; fundamental and important, அடிப்படையும், முக்கியமானதுமான.

un-der-men-tioned/ˌʌndəˈmenʃnd/*(adj)*: ˈஅன்டːəˈமென்ஷəன்ட் / mentioned **below**, கீழ்க் குறிப்பிடப்பட்டுள்ள.

un-der-mine/ˌʌndəˈmain/*(v.t)*: ˌஅன்டːəˈமய்ன் / to dig and to remove the foundation, அஸ்திவாரத்தைத் தகர்த்து எறி; to ruin by unfair and secret ways, இரகசியமாகவும், சதித்திட்டத்தின்படியும் அழித்துவிடு, பாழ் செய்.

un-der-neath/ˌʌndəˈniːθ/*(prep)*: ˌஅன்டːəˈனீத் / under, கீழே; beneath, அடியில்.

un-der-pay/ˈʌndəpei/*(v.t-v.i)*: ˈஅன்டːəˈப்பெய் / to pay less than enough, ஊதியம் குறைத்துக் கொடு, வேண்டியதற்குக் குறைவாகக் கொடு.

un-der-rate/ˌʌndəˈreit/*(v.t-v.i)*: ˌஅன்டːəˈரெய்ட் / to put a very low value or estimate, குறைவான மதிப்பீடு செய்.

un-der-sell/ˌʌndəˈsel/*(v.t-v.i)*: ˈஅன்டːəˈஸெல் / to sell at less than the price fixed, குறிப்பிட்ட விலைக்குக் குறைவாக விற்பனை செய்.

un-der-signed/ˌʌndəˈsaind/*(adj)*: ˈஅன்டːəஸய்ன்ட் / that has been signed below, அடியில் கையொப்பம் இடப்பட்டுள்ள.

un-der-stand/ˌʌndəˈstænd/*(v.t-v.i)*: ˌஅன்டːəˈஸ்ட்டஜ்ன்ட் / to find or know the meaning of, தெரிந்து கொள்; to comprehend, புரிந்து கொள். **un-der-stand-ing**/ˌʌndəˈstændiŋ/*(adj)*: ˌஅன்டːəˈஸ்ட்டஜ்ன்டிːங் / having the power to find the complete meaning, முழுவதும் அறிந்துகொள்ளும் திறனுள்ள. **understanding***(n)*: intelligence, அறியும் திறன்; wisdom, செய்திறன்; an agreement, உடன்பாடு; sympathy, இரக்கம்.

un-der-state/ˌʌndəˈsteit/*(v.t-v.i)*: ˈஅன்டːəˈஸ்ட்டெய்ட் / to state without giving full details or enough details, போதுமான விளக்க நுணுக்கங்களைக் கூறாமல் விட்டுவிடு.

un-der-stud-y/ˈʌndəˌstʌdi/*(n)*: ˈஅன்டːəˌஸ்ட்டடி / a person who studies a part for taking the place of the usual actor in his absence, ஒரு நடிகருக்கு மாற்றாக நடிக்க ஆயத்தம் செய்துகொள்பவர். **understudy***(v.i)*: to act as an understudy, மாற்று ஆளாகச் செயல்படத் தயார் செய்து கொள்.

un-der-take/ˌʌndəˈteik/*(v.t-v.i)*: ˌஅன்டːəˈட்டெய்க் / **undertook, undertaken**: to agree to do, செய்து முடிக்க ஒப்புக்கொள்; to guarantee, பொறுப்பு ஏற்றுக்கொள். **un-der-tak-ing**/ ˈʌndəˌteikiŋ/*(n)*:ˌஅன்டːəˈட்டெய்க்கிங் / a work to be done as agreed, உத்தரவாதத்துடன் பொறுப்பு ஏற்றுக் கொள்ளப்படும் பணி; a promise and responsibility, உத்தரவாதமும், பொறுப்பும். **un-der-tak-er**/ˈʌndəˌteikə*/

(*n*):'அன்டஃஅ,ட்டெய்க்கஅ* / a person who manages funerals, சவ அடக்கம் தொடர்பான நிர்வாகத்தைக் கவனிப்பவர்.

un-der-tone/'ʌndə tə un/(*n*): 'அன்டஃஅட்டஅஉன் / a tone of lower pitch, குரலின் தாழ்ந்த செறிவு; a whisper, கிசுகிசுப்பு; hidden or implied meaning, உட்கருத்து; light shade or colour, வெளிறிய நிறம்; low, soft tone, அடங்கிய, மிருதுவான குரல்.

un-der-val-ue/ˌʌndə'vælju:/(*v.t-v.i*): 'அன்டஃஅ'வஆல்யூ / to give a lower estimate, குறைவான மதிப்புக் கொடு; to value below the normal rate, உண்மை மதிப்பை விட குறைவான மதிப்பீடு செய்.

un-der-wear/'ʌndəweə*/(*n*):'அன்டஃஅஉஎஅ* / under clothing, உள்ளாடை.

un-der-wood/'ʌndəwud/(*n*):'அன்டஃஅஉட்: / very low trees in the forest area, புதர்க்காடு, மண்டிக் கிடக்கும் புதர்.

un-der-world/'ʌndə wɜ:ld/(*n*): அன்டஃஅஉஅஃல்ட் / the hell, நரகம்.

un-der-write/'ʌndərait/(*v.t-v.i*): 'அன்டஃஅரய்ட் / **underwrote, underwritten**: to write below, கீழே எழுது; agree to buy all the unsold shares of a company, ஒரு நிறுவனத்தின் விற்பனையாகாத பங்குகளை வாங்க ஒப்புக் கொள். **un-der-writer**/'ʌndəˌraitə*/(*n*): 'அன்டஃஅ,ரய்ட்டஅ* / an insurer, இழப்புக் காப்பீடு செய்பவர்; person or company giving such an undertaking, உறுதிமொழி கொடுக்கும் ஒரு நபர் (அ) நிறுவனம்.

un-de-served/ˌʌndi'zɜ:vd/(*adj*): 'அன்டிஃஸஃஅஃவ்ட்: / not deserved, தகுதி இல்லாத. **un-de-ser-ving**/ˌʌndi'zɜ:viŋ/ (*adj*):'அன்டிஃஸஃஅஃவிங் / totally unfit, முற்றிலும் தகுதியில்லாத.

un-de-si-ra-ble/ˌʌndi'zaiərəbl/(*adj*): 'அன்டிஃ'ஸஃயஅரஅப்ஃல் / not acceptable, விருப்பமில்லாத, ஏற்பதற்கு அருகதை இல்லாத.

un-di-gest-ed/ˌʌndi'dʒestid/(*adj*): 'அன்டிஃ'ஜெஸ்ட்டிட்: / not digested, செரிமானம் ஆகாத.

un-dis-guised/ˌʌndis'gaizd/(*adj*): 'அன்டிஃஸ்'கஃய்ஸ்ஃட்: / plain, வெளிப்படையான; very clear, நன்கு தெரியும்படியான; open, வெளிப்படையான.

un-dis-put-ed/ˌʌndi'spju:tid/(*adj*): 'அன்டிஃஸ்'ப்யூட்டிட்: / not at all disputed, கருத்து வேறுபாடு சற்றும் இல்லாத.

un-div-i-ded/ˌʌndi'vaidid/(*adj*): 'அன்டிஃ'வய்டிஃட்: / not divided, பிரிக்கப்படாத, பகுக்கப்படாத, பிளவுபடாத.

un-do/ˌʌn'du:/(*v.t-v.i*):'அன்'டூ: / to ruin, செய்ததை வீணாக்கு, பாழ் செய்; to unfasten, கட்டவிழ்.

un-doubt-ed-ly/ʌn'dautidli/(*adv*): அன்'டஃஉட்டிட்ஃலி / without doubt, சந்தேகத்திற்கு இடமில்லாத.

un-dress/ˌʌn'dres/(*v.i*):'அன்'ட்ஃரெஸ் / to take off the clothes, ஆடைகளை அகற்று.

un-du-ly/ˌʌn'dju:li/(*adj*):'அன்'டஃயூலி / improperly, முறைகேடான, அளவு மீறி.

un-earth/ˌʌn'ɜ:θ/(*v.t-v.i*):'அன'அஃத் / to bring out the concealment, வெளிப்படுத்து; to find out, கண்டுபிடி. **unearthly**(*adj*): not being materialistic, இவ்வுலகப் பற்று இல்லாத.

un-eas-y/ʌn'i:zi/(*adj*):அனீ'ஸி: / restless, அமைதி இல்லாத. **uneasiness**(*n*).

un-e-qual/ˌʌn'i:kwəl/(*adj*):அனீ'க்உஅல் / not balanced, சமநிலை இல்லாத.

un-e-quiv-o-cal/ˌʌni'kwivəkl/(*adj*): 'அனீ'க்உயிவஅக்கஅல் / not doubtful, ஐயம் இல்லாத; very clear, மிகத் தெளிவான. **unequivocally**(*adv*).

un-e-ven/ˌʌn'i:vn/(*adj*):'அ'னீவஅன் / not level, சமநிலை இல்லாத; not smooth, மேடு, பள்ளம் நிறைந்துள்ள; odd, இரட்டைப் படை எண் இல்லாத.

un-e-vent-ful/ˌʌni'ventful/(*adj*): 'அனி'வென்ட்ஃபுல் / with nothing to be taken note of, முக்கியமான நிகழ்ச்சி ஒன்றும் இல்லாத.

un-ex-am-pled/ˌʌnig'za:mpld/(*adj*): ,அனிக்:'ஸஃாம்ப்ல்ட்: / different, வேறு விதமாக; quite new, புதிதாக.

un-ex-cep-tio-na-ble/ˌʌnik'sepʃnəbl/ (*adj*):,அனிக்'ஸெப்ஷஅனஅப்ஃல் / perfect, முழுமையாக உள்ள; faultless, குறைபாடு இல்லாத.

un-ex-pect-ed/ˌʌnik'spektid/(*adj*): 'அனிக்ஸ்'ப்பெக்ட்டிட்: / not expected, எதிர்பாராத.

un-feel-ing/ʌn'fi:liŋ/(*adj*):அன்'ஃபீலிங் / having no feeling, மரத்துப்போன, உணர்ச்சி இல்லாத.

un-feign-ed/ʌn'feind/(*adj*): அன்'ஃபெய்ன்ட்: / not pretended, போலித்தனமில்லாத; real, உண்மையாக.

un-flag-ging/ʌn'flægiŋ/(*adj*): அன்'ஃப்லஆகிஃங் / not flagging,

U

சோர்வில்லாத; keeping up vigour and spirit, புதுத் தெம்பும், வேகமும் கொண்டுள்ள.

un-fledg-ed/ˌʌn'fledʒd/*(adj)*: அன்'ஃப்லெஜ்ட் / not yet furnished with feathers, not yet grown feathers, இறகு முளைக்காத.

un-flinch-ing/ʌn'flintʃiŋ/*(adj)*: அன்'ஃப்லிஞ்ச்சிங் / not shrinking, சுணக்கம், அஞ்சுதல் இல்லாத; resolute, உறுதி படைத்துள்ள.

un-fold/ˌʌn'fəuld/*(adj)*:அன்'ஃபஉல்ட் / to open the folds of, மடிப்பைப் பிரித்துக் கலை; to reveal, வெளிப்படுத்து.

un-for-get-tab-le/ˌʌnfə'getəbl/*(adj)*:'அன்ஃபஉ'கெட்டஅப்ல் / that cannot be forgotten, மறக்க முடியாத.

un-for-tu-nate/ʌn'fɔ:tʃnət/*(adj)*: அன்'ஃபாஃச்னிட் / not lucky, நற்பயன் இல்லாத, நற்பேறு படைக்காத.

un-fre-quent-ed/ˌʌnfri'kwentid/*(adj)*: அன்ஃப்ரி'க்உஎன்ட்டிட் / not frequently visited, அடிக்கடி பார்க்கப்படாத (அ) போகாத.

un-furl/ˌʌn'fɜ:l/*(v.t-v.i)*:அன்'ஃபஅ:ல் / to spread out, விரித்தலைச் செய், பரந்து இருக்கச் செய்.

un-gain-ly/ʌn'geinli/*(adj)*:அன்'கெய்ன்லி / uncouth, அருவருப்பாக உள்ள; ungraceful, நயம், மென்மை இல்லாத.

un-gir-dle/ˌʌn'gɜ:dl/*(v.i)*:'அன்'கஅ:ட்ல் / to remove the girdle, கட்டவிழ், அரைக் கச்சையை அகற்று. **un-girdled**/ˌʌn'gɜ:dled/*(adj)*:'அன்'கஅ:ட்ல்ட் / unbound, கட்டு இல்லாத; dressed rather loosely, தளர்ந்த ஆடை அணிந்துள்ள.

un-god-ly/ˌʌn'gɔdli/*(adj)*:அன்'காட்லி / without the fear of God, இறையுணர்வு இல்லாத.

ungrounded/ˌʌn'graundid/*(adj)*: அன்'க்ரஉண்டிட் / without a firm basis, அடிப்படை ஆதாரமில்லாத.

un-guard-ed/ˌʌn'ga:did/*(adj)*:அன்'காடிட் / careless, கவனக்குறைவாக உள்ள; not guarded, காக்கப்படாமல் உள்ள.

un-guent/'ʌŋgwənt/*(n)*:'அங்க்உஎன்ட் / ointment, களிம்பு, பூசுமருந்து.

un-hand/ˌʌn'hænd/*(v.t-v.i)*:அன்'ஹஐன்ட் / to take hands off, கையிலிருந்து போக விடு; to let go, விடுவி.

un-hand-y/ˌʌn'hændi/*(adj)*:அன்'ஹஐன்டி / awkward, விகாரமான; not handy, கைக்கடக்கமில்லாத.

un-hap-py/ʌn'hæpi/*(adj)*:அன்'ஹஐப்பி / not happy, மகிழ்ச்சியற்ற. **unhappily** *(adv)*, **unhappiness***(n)*.

un-heard-of/ˌʌn'hɜ:dɔv/*(adj)*: அன்'ஹஅ:டாஃப் / not heard before, முன்பு எப்பொழுதும் கேட்கப்பட்டிராத.

un-hinge/ˌʌn'hindʒ/*(v.t)*:அன்'ஹிஞ்ஜ் / to remove from the hinges, கீலிலிருந்து அகற்று; to make one mentally unbalanced or mad, மனநலம் கெடச் செய்.

un-horse/ˌʌn'hɔ:s/*(v.i)*:'அன்'ஹா:ஸ் / to throw from a horse-back, குதிரையிலிருந்து விழச்செய்.

u-ni/ju:ni/*(pref)*:யூனி / one, ஒன்று; single, தனிமை.

u-ni-corn/'ju:nikɔ:n/*(n)*: 'யூனிக்கா:ன் / a legendary horse like animal having one horn, புராணக் கதைகளில் வரும் ஒரு-கொம்புள்ள குதிரை போன்ற விலங்கு.

un-i-form/'ju:nifɔ:m/*(n)*:'யூனிஃபா:ம் / a kind of dress marking rank or service, பதவி, பணி முதலியவற்றைக் குறிக்கும் சீருடை. **uniform***(adj)*: having the same form or plan, ஒரே அமைப்பும், திட்டமும் உள்ள. **un-i-form-i-ty**/ˌju:ni'fɔ:məti/*(n)*:ˌயூனிஃபா:'மிட்டி / the state of being uniform, ஒரு மாற்றமும் இல்லாமல், ஒரே சீராக இருக்கும் நிலை. **uniformly***(adv)*: in uniform manner, ஒரே மாதிரி இருக்கின்ற.

u-ni-fy/'ju:nifai/*(v.t-v.i)*:'யூனிஃபய் / to make into one, ஒன்றாக அமை/செய்; to unite, ஒன்றாக இணை.

u-ni-lat-e-ral/ˌju:ni'lætərəl/*(adj)*: 'யூனி'லஐட்டஅரஅல் / pertaining to one side only, ஒரு பக்கச் சார்பாக.

un-im-pea-cha-ble/ˌʌnim'pi:tʃəbl/*(adj)*: 'அனிம்'ப்பீச்சஅப்ல் / faultless, குற்றம், குறை இல்லாத.

un-im-port-ant/ˌʌnim'pɔ:tənt/*(adj)*: 'அனிம்'ப்பா:ட்டஅன்ட் / not important, முக்கியமற்ற.

un-in-te-rest-ing/ˌʌn'intrəstiŋ/*(adj)*: 'அனி'ன்ட்ரிஸ்ட்டிங் / dull, மந்தமான; not interesting, பிடிப்பு இல்லாத, ஆர்வமில்லாத.

u-ni-on/'ju:njən/*(n)*:'யூனியஅன் / joining into one, ஒன்றாகக் கூட்டு சேர்தல்;

a combination of workmen, தொழிலாளர் சங்கம், ஒரு தொழிற் சங்கம்; a federation or joining of more than one State as a unit, நாடுகளின் கூட்டு.

u-nique/ju:ˈni:k/*(adj)*:யு'னீக் / having no equal, சமமாக இல்லாத; rare, அரிதான.

u-ni-son/ˈju:nizn/*(n)*:'யூனிஸ்:ன் / harmony, ஒத்திசைவு, இயைபு.

u-nit/ˈju:nit/*(n)*:'யூனிட் / a thing, ஒரு பொருள்; a person, ஒரு நபர்; the number 1, எண் 1; a quantity or an amount used as a standard measurement, அலகு. **unitary***(adj)*.

u-nite/ju:ˈnait/*(v.t-v.i)*:யு'னய்ட் / join together, கூட்டு சேர், ஒன்று சேர்; to come together, ஒருங்கிணை. **u-ni-ty**/ˈju:nəti/*(n)*:'யுனிட்டி / the state of being one, ஒருமை; harmony, இசைவு.

u-ni-valve/ˈju:nivælv/*(n)*:'யூனிவஃல்வ் / only one valve, ஒரு புறவிதழ் உள்ள கூடு; a mollusc with a single valve, ஒரு புறவிதழ் கொண்ட மெல்லுடலி.

u-ni-verse/ˈju:nivɜ:s/*(n)*:'யூனிவஃ:ஸ் / the entire creation, இறைவனின் எல்லாப் படைப்பும்.

u-ni-ver-sal/ˌju:niˈvɜ:sl/*(adj)*: ˌயூனி'வஃ:ஸல் / affecting all the parts, எங்கும் பரவியிருக்கின்ற; pervading everywhere, எங்கும் நிறைந்திருக்கின்ற. **u-ni-ver-sal-i-ty**/ˌju:nivɜ:ˈsæləti/*(n)*: ˌயூனிவஃ:'ஸஃலிட்டி / quality of being universal, எங்கும் பரவியிருக்கும் தன்மை.

u-ni-ver-si-ty/ˌju:niˈvɜ:səti/*(n)*: ˌயூனிவஃ:'ஸிட்டி / a higher level educational institution with authority to confer degrees, பல்கலைக்கழகம்.

un-learn/ˌʌnˈlɜ:n/*(v.t-v.i)*:'அன்'லஃ:ன் / to forget what one has learnt, கற்றதை மறந்து விடு. **un-learn-ed**/ˌʌnˈlɜ:nid/*(adj)*: அன்லஃ:ன்ட்: (னிட்:) / not educated (person), படிக்காத; not learnt (thing), பார்க்காத.

un-known/ˌʌnˈnəun/*(adj)*:'அன்'னஃஉன் / whose name is not known, பெயர் தெரிந்திராத. **unknown***(n)*: an unknown person, அறிமுகமில்லாத நபர்.

un-kempt/ˌʌnˈkempt/*(adj)*:'அன்'க்கெம்ட் / uncombed, தலை முடி சீர்செய்யப்படாத.

un-kind/ʌnˈkaind/*(adj)*:அன்'க்கய்ன்ட்: / not kind, அன்பில்லாத. **unkindness***(n)*.

un-less/ʌnˈles/*(conj)*:அன்'லெஸ் (ஃன்) / if not, இல்லாவிட்டால்; except, தவிர; suppose that is not, அது இல்லாதிருந்தால்.

un-let-ter-ed/ˌʌnˈletəd/*(adj)*: 'அன்'லெட்டஃட்: / not educated, படிப்பு இல்லாத.

un-like/ˌʌnˈlaik/*(prep)*:'அன்'லய்க் / different from, முற்றிலும் வேறுவிதமான வகையில். **unlike***(adj)*: different, வேறு விதமாக.

un-load/ˌʌnˈləud/*(v.t)*:'அன்'லஃஉட்: / to remove, சரக்குகளை இறக்கு.

un-lock/ˌʌnˈlɔk/*(v.t-v.i)*:'அன்'லாக் / to open, திற.

un-loose/ˌʌnˈlu:s/*(v.t-v.i)*:'அன்'லூஸ் / to loose, தளரச் செய்.

un-make/ˌʌnˈmeik/*(v.t-v.i)*:'அன்'மெய்க் / to undo the made, செய்யப்பட்டதை அழித்து விடு; to reduce to the form that was before, முன்பிருந்த நிலைக்குக் குறைத்துவிடு.

un-man/ˌʌnˈmæn/*(v.t-v.i)*:'அன்'மஃன் / to deprive of the qualities of a man, மனித இயல்புகளை அகற்றி விடு. **unmanly***(adj)*.

un-mar-ried/ˌʌnˈmærid/*(adj)*:'அன்'மஃரிட்: / not married, திருமணமாகாத.

un-mask/ˌʌnˈma:sk/*(v.t-v.i)*:'அன்'மாஸ்க் / show up, வெளிக்காட்டு.

un-matched/ˌʌnˈmætʃt/*(adj)*:'அன்'மஃச்ட் / with no equal, ஈடு, இணை இல்லாத.

un-mind-ful/ʌnˈmaindful/*(adj)*: அன்'மய்ன்ட்:ஃபுல் / careless, கவனக் குறைவான.

un-mis-ta-ka-ble/ˌʌnmiˈsteikəbl/*(adj)*: 'அன்மிஸ்ட்'டெய்க்கஃப்:ல் / not to be mistaken, மிகத் தெளிவாக.

un-mit-i-gat-ed/ʌnˈmitigeitid/ *(adj)*:அன்'மிட்டிகெ:ய்ட்டிட்: / full and complete, முழுமையாக.

un-moor/ʌnˈmɔ:*/*(v.t-v.i)*:அன்'முஃ* / to unfasten a ship, கட்டவிழ்த்து விடு, கப்பலின் நங்கூரத்தை அகற்று.

un-moved/ʌnˈmu:vd/*(adj)*:அன்'மூவ்ட்: / not moved, நகராத; unshaken, அசையாத, இரக்கமில்லாத.

un-muz-zle/ˌʌnˈmʌzl/*(v.t-v.i)*:'அன்'மஸ்:ல் / to allow to speak freely, சுதந்திரமாகப் பேச அனுமதி; to take off a muzzle, மௌனத்தை விலக்கிப் பேச அனுமதி.

un-nat-u-ral/ʌnˈnætʃrəl/*(adj)*: அன்'னஃச்ரஃல் / artificial, செயற்கையாக உள்ள; not agreeing with the laws of nature, இயற்கை விதிகளுக்கு மாறுபட்டுள்ள.

un-ne-ces-sa-ry/ʌnˈnesəsəri/*(adj)*: அன்'னெஸிஸஃரி / not useful, பயனற்ற; not necessary, தேவையில்லாத.

U

un-nerve/ˌʌn'nɜ:v/*(v.t)*:'அன்'னɘ:வ் / to deprive of vigour or courage, துணிவு, பலம், வீரம் முதலியவற்றை இழந்து விடு; to weaken, பலவீனப்படு.

un-os-ten-ta-tious/'ʌnˌɔsten'teiʃəs/*(adj)*: 'அன்ˌɔஸ்ட்டென்'ட்டெய்ஷɘஸ் / not showy, பகட்டில்லாத; not pretending, பாசாங்கு இல்லாத.

un-pack/ˌʌn'pæk/*(v.t-v.i)*:'அன்'ப்பæக் / to take out the contents after opening the packet, கட்டைப்பிரித்து, உள் இருப்பதை வெளியே எடு.

un-paid/ˌʌn'peid/*(adj)*:'அன்'ப்பெய்ட் / not paid for, கொடுக்கப்படாத.

un-pal-a-ta-ble/ʌn'pælətəbl/*(adj)*: அன்'ப்பæலɘட்டɘப்:ல் / not tasteful, சுவை சிறிதுமில்லாத.

un-par-al-leled/ʌn'pærəleld/ *(adj)*:அன்'ப்பæரɘலɘல்ட் / with no parallel, ஈடிணையில்லாத; unmatched, இணையில்லாத.

un-par-don-a-ble/ʌn'pa:dnəbl/*(adj)*: அன்'ப்பாட்:னɘப்:ல் / not pardonable, மன்னிக்க முடியாத.

un-plea-sant/ʌn'pleznt/*(adj)*: அன்'ப்லெஸ்:ன்ட் / not pleasant, மகிழ்ச்சியில்லாத.

un-pop-u-lar/ˌʌn'pɔpjulə*/*(adj)*: 'அன்'ப்பɔப்யுலɘ* / not popular, பாராட்டுப் பெறாத, பாராட்டுக் கிடைக்காத.

un-pre-ce-dent-ed/ʌn'presidəntid/ *(adj)*:அன்'ப்ரெஸிடெ:ன்ட்டிட்: (ட:ɘன்) / without a precedent, முன்பின் நிகழ்ந்திராத.

un-pre-med-i-tat-ed/ˌʌnpri:'mediteitid/ *(adj)*:'அன்ப்ரி'மெடி:ட்டெய்ட்டிட்: / done without any preplan, முன்யோசனை இன்றி செய்யப்பட்டுள்ள, திட்டமிட்டோ (அ) நன்கு யோசித்த பிறகோ செய்யப்படாத.

un-pre-par-ed/ˌʌnpri'peəd/*(adj)*: 'அன்ப்ரி'ப்பεɘட் / not prepared, தயார் நிலை இல்லாத.

un-prin-ci-pled/ʌn'prinsəpld/*(adj)*: அன்'ப்ரின்ஸிப்ல்ட் / without having any sense of principle or sense of responsibility or moral concept, கொள்கை, பொறுப்பு, நல்ல பண்பு, போன்றவை இல்லாத.

un-pro-duc-tive/ˌʌnprə'dʌktiv/*(adj)*: 'அன்ப்ரɘ'ட:க்ட்டிவ் / living with no purpose, குறிக்கோள் இல்லாமல் வாழ்கின்ற; producing no products or goods, பொருள் உண்டாக்கப்படாமலுள்ள; barren, தரிசாக உள்ள.

un-pro-tect-ed/ˌʌnprə'tektid/*(adj)*: 'அன்ப்ரɘ'ட்டெக்ட்டிட் / defenceless, பாதுகாப்பு இல்லாத; insecure, ஆதரவு இல்லாத.

un-pun-ish-ed/ˌʌn'pʌniʃt/*(adv)*: 'அன்'ப்பனிஷ்ட் / not given any punishment, தண்டனை கொடுக்கப் படாமலுள்ள.

un-ques-tio-na-ble/ʌn'kwestʃənəbl/ *(adj)*:அன்'க்உஎஸ்ச்சɘனɘப்:ல் / that cannot be questioned, ஐயம் திரிபற உள்ள, சற்றும் சந்தேகமில்லாத, கேள்விக்கு இடமில்லாத.

un-rav-el/ʌn'rævl/*(v.t-v.i)*:அன்'ரæவɘல் / to clear up a mystery or difficulty, ஒரு புதிர் (அ) பிரச்சினையைத் தெளிவாக்கு/தீர்; to disentangle, சிக்கல் அகற்று.

un-re-mit-ting/ˌʌnri'mitiŋ/*(adj)*: ˌஅன்ரெ'மிட்டிங் / unceasing, முடிவில்லாத, தொடர்ச்சியாக உள்ள; never stopping, இடையறாத. **unremittingly** *(adv)*.

un-re-quit-ed/ˌʌnri'kwaitid/*(adj)*: 'அன்ரி'க்உஅய்ட்டிட் / not rewarded, தக்க கைம்மாறு செய்யப்படாமலுள்ள; not returned, திருப்பித்தரப்படாமலுள்ள.

un-rest/ʌn'rest/*(n)*:அன்'ரெஸ்ட் / disturbed state, அமைதியின்மை.

un-ri-valled/ʌn'raivld/*(adj)*:அன்'ரய்வɘல்ட் / unequalled, நிகரில்லாத; that cannot be compared, ஒப்பற்ற.

un-ru-ly/ʌn'ru:li/*(adj)*:அன்'ரூலி / not easily controlled, அடக்க முடியாத; unmanageable, நிர்வாகம் செய்யமுடியாத.

un-sat-is-fac-to-ry/'ʌnˌsætis'fæktəri/ *(adj)*:'அன்ˌஸæட்டிஸ்'ஃபæக்ட்டɘரி / not satisfactory, மனநிறைவில்லாத.

un-sa-vour-y/ˌʌn'seivəri/*(adj)*: 'அன்'ஸெய்வɘரி / not tasteful, சுவையற்ற; not appealing, எடுப்பாக இல்லாத.

un-scru-pu-lous/ʌn'skru:pjuləs/ *(adj)*:அன்'ஸ்க்ரூப்யுலɘஸ் / not having any principles, கொள்கையும், நேர்மையுமற்ற.

un-seat/ˌʌn'si:t/*(v.t-v.i)*:'அன்'ஸீட் / to remove from seat, position, power, etc. பதவியினின்று அகற்று.

un-seed-ed/ʌn'si:did/*(adj)*:அன்'ஸீடி:ட் / not chosen or selected as a player according to rank, விளையாட்டில் தரவாரியாக ஆட்டக்காரரைத் தேர்ந்தெடுக்காத.

un-seem-ly/ʌn'si:mli/*(adj)*:அன்'ஸீம்லி / not appealing, நல்ல தோற்றம் இல்லாத;

not handsome, அழகில்லாத; improper, முறையற்ற.

un-seen/ˌʌn'si:n/*(adj)*:'அன்'ஸீன் / not seen, பார்க்க முடியாத; not visible, தோன்றாத.

un-set-tle/ˌʌn'setl/*(v.t-v.i)*:'அன்'ஸெட்ல் / to bring about dissatisfaction, மனக்கசப்பை வளர்; to disarrange, ஒழுங்கும் சீர்மையும் குலையச் செய்.

un-sheath/ˌʌn'ʃi:ð/*(v.i)*:'அன்'ஷீத்: / to take from the sheath, உறையிலிருந்து எடு.

un-ship/ˌʌn'ʃip/*(v.t-v.i)*:'அன்'ஷிப் / to take out of a ship, கப்பலிலிருந்து சுமை, சரக்கு முதலியவற்றை இறக்கு.

un-shod/ˌʌn'ʃɔd/*(adj)*:'அன்'ஷாட்: / without shoes, மிதியடி இல்லாமலுள்ள.

un-sight-ly/ʌn'saitli/*(adj)*:அன்'ஸய்ட்லி / not pleasing to the eye, கண்ணுக்கு இனிமையாக இல்லாத, அருவருப்பாக உள்ள.

un-so-cial/'ʌnˌsəuʃəl/*(adj)*:'அன்ˌஸஉஷல் / not suitable for social life, சமுதாய வாழ்க்கைக்கு ஏற்றதாக இல்லாத.

un-so-phis-ti-cat-ed/ˌʌnsə'fistikeitid/ *(adj)*:'அன்ஸ'ஃபிஸ்ட்டிக்கெய்ட்டிட்: / simple, எளிமையாக உள்ள; innocent, சூதுவாது இல்லாத.

un-spar-ing/ʌn'speəriŋ/*(adj)*: அன்'ஸ்ப்பɛஅரிங் / liberal, தாராள மனப் பான்மையுள்ள.

un-spea-ka-ble/ʌn'spi:kəbl/*(adj)*: அன்'ஸ்ப்பீக்கஅப்:ல் / that cannot be expressed in words, வார்த்தைகளால் விவரிக்க முடியாத.

un-steady/ˌʌn'stedi/*(adj)*:'அன்'ஸ்ட்டெடி: / shaky, தடுமாற்றம் உள்ள; not firm, உறுதி நிலை இல்லாத.

un-stud-ied/ˌʌn'stʌdid/*(adj)*: 'அன்'ஸ்ட்டடிட்: / natural, இயல்பான; not being the result of study or effort, கல்வி (அ) முயற்சியின் மூலம் பெறப்படாத.

un-sus-pect-ing/ˌʌnsə'spektiŋ/*(adj)*: 'அன்ஸஅஸ்ப்பெக்ட்டிங் / not having any suspicion, சந்தேகத்திற்கு இடமில்லாத.

un-thin-ka-ble/ʌn'θiŋkəbl/*(adj)*: அன்'திங்கஅப்:ல் / not to be thought of, நினைத்துப் பார்க்கமுடியாத.

un-tidy/ʌn'taidi/*(adj)*:அன்ட்'டய்டி: / showing lack of tidiness, தூய்மையும் நல்ல சூழ்நிலையும் இல்லாத.

un-tie/ˌʌn'tai/*(v.t-v.i)*:'அன்'ட்டய் / to unfasten, கட்டவிழ்; to loosen, தளர்த்து.

un-til/'ʌntil/*(prep)*:'அன்ட்டில் / up to a fixed time, ஒரு குறிப்பிட்ட காலம் வரை; up to a certain point, ஒரு எல்லை வரை; till, வரை.

un-time-ly/ʌn'taimli/ *(adj & adv)*: அன்'ட்டய்ம்லி / happening before the proper time, சரியான நேரத்திற்கு முன் நிகழ்ந்த; premature, உரிய காலத்திற்கு முன்.

un-tir-ing/ʌn'taiəriŋ/*(adj)*:அன்'ட்டயஅரிங் / not tiring, சோர்வு சிறிதும் இல்லாத, களைப்பறியாது உழைக்கின்ற.

un-to/'ʌntu/*(prep)*:'அன்ட்டு / to, இடத்திற்கு.

un-to-ward/ʌn'tuəd/*(adj)*:அன்'ட்டுஅட்: (ɔ:ட்) / inconvenient, இடர்ப்பாடுள்ள; awkward, முறையில்லாத.

un-train-ed/ˌʌn'treind/*(adj)*: 'அன்'ட்ரெய்ன்ட்: / not trained, பயிற்சி பெறாத.

un-truth/ˌʌn'tru:θ/*(n)*:அன்'ட்ரூத் / a false statement, பொய்யான கூற்று.

un-u-su-al/ʌn'ju:juəl/*(adj)*:அன்'யூஸு:அல் / not usual, வழக்கத்திற்கு மாறான; not ordinary, எளிமையாக இல்லாத.

un-veil/ˌʌn'veil/*(v.t-v.i)*:அன்'வெய்ல் / to take off a veil from, திரையை அகற்று; to uncover, மறைப்பைத் திற.

un-war-rant-ed/ˌʌn'wɔrəntid/*(adj)*: 'அன்'உɔரஅன்ட்டிட்: / unauthorised, அத்தாட்சியில்லாத, உரிமையில்லாத; not proper and regular, முறையும், ஒழுங்குமற்ற.

un-war-y/ʌn'weəri/*(adj)*:அன்'உɛஅரி / not cautious, விழிப்புணர்வு அற்ற; careless, கவனக்குறைவான.

un-well/ˌʌn'wel/*(adj)*:'அன்'உஎல் / not well, சற்று நலக்குறைவாக உள்ள.

un-wield-y/ʌn'wi:ldi/*(adj)*:அன்'உயீல்டி: / not easily handled, எளிதாகக் கையாள முடியாத.

un-will-ing/ˌʌn'wiliŋ/*(adj)*:அன்உயிலிங் / not willing, இசைவு இல்லாத.

un-wind/ˌʌn'waind/*(v.i)*:'அன்'உஅய்ன்ட்: / to wind off, சுருள் பிரி; to undo the coil, சுற்றைப் பிரித்து எடு.

un-wise/ˌʌn'waiz/*(adj)*:'அன்'உஅய்ஸ் / foolish, அறிவில்லாத.

un-wit-ting-ly/ʌn'witiŋli/*(adj)*: அன்'உயிட்டிங்லி / without knowing, அறிந்துகொள்ளாத; unintentionally, சிந்தனையில்லாத.

un-wont-ed/ʌn'wəuntid/*(adj)*: அன்'உஅஉன்ட்டிட்: / unusual, வழக்கத்திற்கு மாறான.

U

un-worth-y/ʌn'wɜ:ði/*(adj)*:அன்'உɜ:தி: / not deserving, தகுதியற்ற.

un-wrap/ˌʌn'ræp/*(v.t)*:'அன்'ரஆப் / to take off a wrapping from, மேலே சுற்றியிருக்கும் உறையை எடுத்துவிடு.

un-yoke/ˌʌn'jəuk/*(v.i)*:'அன்'யəஉக் / to loose from the yoke, நுகத்தடியினின்று விடுவி.

up/ʌp/*(adv)*:அப் / on high, உயரத்தில்; from a lower to a higher position, கீழிருந்து மேல்தளத்திற்கு; completely, முழுவதும். **up***(prep)*: in a higher place, உயரே. **up***(adj)*: tending upward, மேலே செல்லக் கூடிய. **up***(pref)*: added to verbs, வினைச் சொற்களுக்குரிய வினை உரிச்சொல். *e.g. upgrade, upland, etc.*

up-braid/ʌp'breid/*(v.t-v.i)*:அப்'ப்:ரெய்ட்: / to blame for, குறை காண்; to scold, நிந்தனை செய்.

up-bring-ing/'ʌpˌbriŋiŋ/*(n)*: 'அப்ˌப்:ரிங்கி:ங் / the care, training, love, etc., given to a child, குழந்தையைப் பேணுதல்.

up-date/ʌp'deit/*(v.t)*:அப்'டெ:ய்ட் / bring up-to-date, இன்றுவரை சரி செய்.

up-heav-al/ʌp'hi:vl/*(n)*:அப்'ஹீவəல் / a raising upward violently, திடீர் என பலவந்தமாக எழும்பச் செய்தல்; a sudden change in normal conditions, திடீர் எழுச்சி; a sudden change especially with confusion, குழப்பத்துடன் கூடிய திடீர் மாற்றம். • *There was a great* **upheaval** *in the refugee camp.*

up-held/ʌp'held/*(v)*:அப்'ஹெல்ட்: / past participle of "uphold", "uphold" என்பதன் இறந்த கால வினை.

up-hill/ˌʌp'hil/*(adj & adv)*:'அப்'ஹில் / leaning towards a hill, towards the top of a hill, மலை உச்சியை நோக்குகின்ற; requiring lot of effort, பெருமுயற்சி தேவைப்படுகின்ற.

up-hold/ʌp'həuld/*(v)*:அப்'ஹəஉல்ட்: / to hold up, நேராக வை; to defend, பாதுகாப்புக் கொடு; to support, தாங்கு.

up-hol-ster/ʌp'həulstə*/*(v.t)*: அப்'ஹəஉல்ஸ்ட்டə* / to supply curtains etc., for furniture, விரிப்பு, திரை முதலியவற்றை அமைத்துக் கொடு. **up-hol-ster-er**/ʌp'həulstərə*/*(n)*: அப்'ஹəஉல்ஸ்ட்டəரə* / a person who sells upholstery, திரை, விரிப்பு முதலியவை விற்பவர். **upholstery***(n)*: textile covering, carpets etc., திரை, விரிப்பு முதலியவை.

up-keep/'ʌpki:p/*(n)*:'அப்க்கீப் / maintenance, பேணுதல், ஆதரித்தல்.

up-land/'ʌplənd/*(n)*:'அப்லəன்ட்: / high land, மேட்டு நிலம்.

up-lift/'ʌplift/*(v.t)*:'அப்லி∘ஃப்ட் / to raise high, உயரத் தூக்கு, உயர்த்து; to encourage cheerful and fine spirits, மக்களின் உயர்பண்பைச் சிறப்படையச் செய்.

up-on/ə'pɔn/*(prep)*:ə'ப்பɔன் / on, மேல்; on the top of, மேல்மட்டத்தில்.

up-per/'ʌpə*/*(adj)*:'அப்பə* / higher, மேலே; top, உயரத்தில்.

up-ris-ing/ʌp'raiziŋ/*(n)*:அப்'ரய்ஸி:ங் / rebellion, புரட்சி; revolt, கிளர்ச்சி; mass disorder, மக்கள் கலகம்.

up-roar/'ʌprɔ:*/*(n)*:அப்ˌரɔ:* (ɔə*) / a noisy disturbance, கூச்சலும், அமளியும்.

up-root/ʌp'ru:t/*(v.t)*:அப்'ரூட் / to remove by the roots, வேரோடு பிடுங்கு; to remove people from their homeland, மக்களை அவர்கள் வசிக்கும் நாட்டிலிருந்து துரத்து.

upset/ʌp'set/*(v)*:அப்'ஸெட் / **upset, upsetting**: to turn over, தலைகீழாய்ப் புரட்டு; to cause to worry, கவலை அடையச் செய்.

up-shot/'ʌpʃɔt/*(n)*:'அப்ஷɔட் / result, விளைவு, பலன்.

up-side-down/ˌʌpsaid'daun/*(adj & adv)*: 'அப்ஸய்ட்:'ட:உன் / with the upperside underneath, தலைகீழான, தலைகீழாக; in confusion, குழப்பத்திலுள்ள.

up-stairs/ˌʌp'steəz/*(adv)*:'அப்'ஸ்ட்டεəஸ்: / to or on an upper storey, மாடிக்கு (அ) மாடியில்.

up-start/'ʌpsta:t/*(n)*:'அப்ஸ்ட்டாட் / a person who has suddenly risen to wealth, power, etc. புதுப்பணக்காரர், புதிதாக அதிகாரம் பெற்றவர்.

up-stream/ˌʌp'stri:m/*(adv)*:'அப்'ஸ்ட்ரீம் / against the current, நீரோட்டத்திற்கு எதிராக உள்ள.

up-to-date/'ʌptu'deit/*(adj)*:'அப்ட்டு'டெ:ய்ட் / in the latest style or fashion, modern, நவீனமான; having all the latest information, details, etc., சமீப காலம் வரையிலான செய்திகள், நுட்பங்கள் பற்றிய.

up-ward/'ʌpwəd/*(adj & adv)*:'அப்உəட்: / towards a higher place, மேலிடம் நோக்கி உள்ள. **upwards***(adv)*: in an upward direction, மேல்நோக்கிய.

u-ra-ni-um/ju'reiniəm/*(n)*:யு'ரெய்ன்யஅம் / a heavy white metal extracted from pitch-blende, யுரேனிய உலோகம்.

u-ra-nus/'juəreines/*(n)*:'யுஅரெய்னஸ் / the planet seventh in order from the Sun, சூரியனிலிருந்து ஏழாவதாக உள்ள கோள்.

ur-ban/'ɜ:bən/*(adj)*:'அ:ப:அன் / pertaining to city or town, நகரம், நகர் சார்ந்த பகுதி தொடர்பான. **ur-bane**/ɜ:'bein/*(adj)*: அ:'பெ:ய்ன் / having refined manners, நாகரிகமும் பண்பும் உள்ள.

ur-chin/'ɜ:tʃin/*(n)*:'அ:ச்சின் / a small boy of prankful nature, குறும்புகள் நிறைந்த சிறுவன்; a hedgehog, முள்ளெலி.

urge/ɜ:dʒ/*(v.t)*:அ:ஜ் / to force to do something, செயல்படத் தூண்டு; to push onward, மேல்நோக்கிச் செல். **urge**(*n*): a sincere feeling, உள்ளக் கிளர்ச்சி. • *I feel an **urge** to do fine things.*

ur-gen-cy/'ɜ:dʒənsi/*(n)*:'அ:ஜஅன்ஸி / the necessity of taking immediate and prompt action, உடன் சரியான நடவடிக்கை எடுக்கவேண்டிய அவசியம்; very great importance, மிக முக்கியத்துவம் வாய்ந்தது. **ur-gent**/'ɜ:dʒənt/*(adj)*:'அ:ஜஅன்ட் / requiring prompt action, உடன் நடவடிக்கை தேவைப்படுகின்ற; important, முக்கியமான.

ur-i-nal/'juərinl/*(n)*:'யுஅரின்ல் / a place for passing urine, கழிப்பிடம்.

u-rine/'juərin/*(n)*:'யுஅரின் / a pale-yellow fluid secreted in the kidneys and discharged by the bladder, சிறுநீர்.

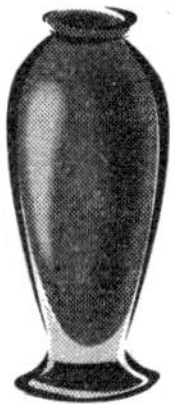

urn/ɜ:n/*(n)*:அ:ன் / a vessel of a rounded body, கெண்டி; a vase for holding the ashes of the dead, இறந்தவரின் சாம்பல் வைக்கும் உயரமான சாடி.

us/ʌs/*(pron)*:அஸ் / the objective case of "we", நம்மை, எங்களை, நமக்கு, எங்களுக்கு, நம்மையே, எங்களையே.

us-age/'ju:zidʒ/*(n)*:'யூஸி:ஜ் / manner of using, பயன்படுத்தும் முறை; old customs, பழைய வழக்கம். **use**/ju:z/*(n)*:யூஸ்: / to employ for a purpose, பயன்படுத்து; to act towards, ஒன்றை நிறைவேற்றச் செயல்படு; to accustom, பழக்கப்படுத்து; to be accustomed, பழக்கப்படு. **use**(*n*): a need, தேவை; a value, மதிப்பீடு; a way of being employed, பயன்படுத்தும் முறை; a habit, பழக்கம்; custom, மரபுவழி. **useful**(*adj*): of use, பயனுடைய.

useless/'ju:slis/*(adj)*:'யூஸ்லிஸ் / of no use, பயனற்ற.

us-er/'ju:zə*/*(n)*:'யூஸ:அ* / a person or thing that uses, பயன்படுத்துவோர், பயன்படுத்தப் படும் பொருள்.

ush-er/'ʌʃə*/*(v.t)*:'அஷஅ* / to bring especially by showing the way, வழியைக் காண்பி; to bring one to one's place, ஒருவருக்கு அவர் இடத்தைக் குறிப்பிட்டுக் காட்டு. **usher**(*n*): a person who introduces, அறிமுகம் செய்பவர்; a person who runs before a man of rank, முக்கிய பிரமுகருக்கு முன்னால் வழிகாட்டுபவர்; a person who shows people to their seats in a theatre, meeting hall, etc., விருந்தினர், பார்வையாளர் முதலியவர்களுக்கு, அவர்கள் இருக்கைகளைக் காட்டுபவர், வாயில் காப்பவர்.

u-su-al/'ju:ʒl/*(adj)*:'யூஜ:ல் / ordinary, வழக்கமான; accustomed, மரபு வழியிலான.

u-sur-er/'ju:ʒərə*/*(n)*:'யூஜ:அரஅ* / a person who lends money and extracts exorbitant interest for the same, தண்டல் வட்டிக்காரன்.

u-surp/ju:'zɜ:p/*(v.t)*:யு'ஸ:அ:ப் / to take possession of something without any right, உரிமையில்லாமல், கைப்பற்றி சுயநலனுக்குப் பயன்படுத்திக்கொள். **u-surp-er**/ju:'zɜ:pə*/*(n)*:யுஸ:அ:ப்பஅ* / a person who takes possession of some property without right, உரிமையின்றி பிறர் சொத்துக்களைக் கைப்பற்றி அனுபவிப்பவர்.

u-su-ry/'ju:ʒuri/*(n)*:'யூஜ:ரி / the act of lending money at exorbitant rate, தகாத வட்டிக்குக் கடன் கொடுத்து வாங்குதல்.

u-ten-sil/ju:'tensl/*(n)*:யு'ட்டென்ஸில் / a tool, கருவி; vessel used for domestic purposes, வீட்டுக்குப் பயன்படும் பாத்திரம்.

u-til-ise/'ju:təlaiz/*(v.t)*:'யூட்டிலய்ஸ்: / to put to use, பயன்படுத்து; to find a use for something, பயன்படும்படி செய். **u-til-i-ty**/ju:'tiliti/*(n)*:யு'ட்டிலிட்டி / the state of being useful, பயன்படும் தன்மை, பயன்படும் நிலை.

ut-most/'ʌtməust/*(adj)*:'அட்மஅஉஸ்ட் / at the farthest point, மிகத் தொலை தூரத்திலுள்ள; most distant, தூரமான; in the highest degree, மிகச் சிறந்த.

u-to-pi-a/ju:'təupjə/*(n)*:யூ'ட்டஅஉப்யஅ / an ideal place of perfection described by Sir Thomas Moore, சர் தாமஸ் மூர் ***(1516)***

என்பவரால் எழுதப்பட்ட நூலில் விவரிக்கப்பட்டிருக்கும் எல்லா வசதிகளும் கொண்ட கற்பனை இடம். **u-to-pi-an**/juː'təupjən/ *(adj)*:யூ'ட்டஉப்யஅன் / fanciful, கற்பனையான; unreal, உண்மையல்லாத; ideal, இலட்சியக்கருத்துள்ள.

ut-ter/'ʌtə*/*(v.t)*:'அட்டஅ* / to speak, பேசு; to make public, தெரியப்படுத்து. **utter***(adj)*: full or complete, முழுமையான. **ut-ter-ance**/'ʌtərəns/*(n)*:'அட்டஅரஅன்ஸ் / power or manner of speaking, பேச்சாற்றல் (அ) பேசும் முறை; something uttered, பேசப்பட்ட ஒன்று.

ut-ter-ly/'ʌtəli/*(adv)*:'அட்டஅலி / completely, முற்றிலும் முழுமையான. • *You are* **utterly** *wrong.*

ut-ter-most/'ʌtəməust/*(adj)*: 'அட்டஅமஅஉஸ்ட் / [also **utmost**]: the most that can be done, மிக அதிக அளவு செய்யக்கூடிய; farthest, மிகத் தொலைவில் உள்ள.

u-vu-la/'juːvjulə/*(n)*:'யூவ்யுலஅ / the fleshy lobe hanging from the back of the mouth, உள்நாக்கு.

ux-ori-cide/ʌk'sɔrisaid/*(n)*: அக்'ஸாரிஸய்ட் / killing of one's wife, மனைவியைக் கொலை செய்தல்.

ux-o-ri-ous/ʌk'sɔːriəs/*(adj)*:அக்'ஸாரியஅஸ் / very much fond of one's wife, அளவுக்கு அதிகமாக மனைவியிடம் அன்பு செலுத்துகின்ற.

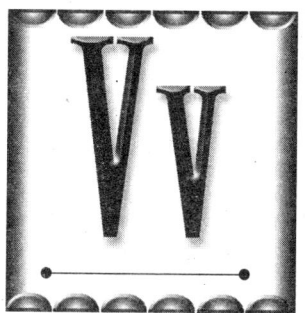

V, v/viː/:வீ / V's, v's or Vs, vs: the twenty-second letter of the English alphabet, ஆங்கில நெடுங்கணக்கின் இருபத்திரண்டாவது எழுத்து; the Roman numeral (number) for 5, உரோமானிய முறையில் 5 என்ற எண் குறிப்பு. *(abbr.)* Victory, வெற்றி.

va-can-cy/'veikənsi/*(n)*:'வெய்க்கஒன்ஸி / empty place, காலி இடம்; empty space, வெற்றிடம்; emptiness, வெறுமை; a post or office to be filled, காலி இடம், அலுவலரை நியமிக்கவேண்டிய காலி இடம். **va-cant**/'veikənt/*(adj)*/'வெய்க்கஒன்ட் / empty, வெறுமையான; unfilled, நிரப்பப்படாத; unoccupied, பூர்த்தி செய்யப்படாத.

va-cate/və'keit/*(v.t)*/வஒ'க்கெய்ட் / to leave empty, காலி செய்; to give up, விட்டொழி; to quit, இடத்தை விட்டு நகர். **va-ca-tion**/ və'keiʃn/*(n)*:வஒ'க்கெய்ஷஒன் / the act of vacating, காலி செய்தல்; freedom to be without work, வேலை செய்யாதிருக்கும் சுதந்திரம்/உரிமை; a holiday, விடுமுறை.

vac-ci-nate/'væksineit/*(v.t-v.i)*: 'வஃக்ஸினெய்ட் / to inoculate with cow pox virus as a preventive measure against small pox, அம்மைத் தடுப்பு ஊசி குத்து. **vaccination***(n)*. **vac-cine**/ 'væksiːn/*(n)*:'வஃக்ஸீன் / the virus of cow pox or of other diseases – given for immunity, அம்மைப்பால், நோய் தடுப்பு மருந்து.

vac-il-late/'væsəleit/*(v.i)*:'வஃஸிலெய்ட் / to sway from side to side, ஊசல் ஆடு; to waver mentally, தடுமாற்றம் கொள். • *You still seem to* **vacillate**: *stop wavering and make up your mind.* **vac-il-la-tion**/ ˌvæsə'leiʃn/*(n)*/:ˌவஃஸி'லெய்ஷஒன் / swaying from one side to another, ஊசலாடுதல்; wavering mind, மனத்தடுமாற்றம்.

va-cu-i-ty/væ'kjuːəti/*(n)*:வஃக்யுயிட்டி / emptiness of thinking, சிந்தனையில்லாமை; empty space, காலி இடம்; void, வெறுமை நிலை.

vac-u-um/'vækjuəm/*(n)*:'வஃக்உஒம் / a space with no matter, etc, வெற்றிடம்; the inside of a vessel from which air is removed, வெற்றுப் பேழை, வெற்றிட மாக்கப்பட்ட ஒரு மூடிய பாத்திரம்.

vacuum cleaner/ 'vækjuəm ˌkliːnə*/*(n)*: 'வஃக்யுஒம்ˌக்லீனஒ* / a machine for cleaning carpets, floors, etc., தரை, தரைவிரிப்புகளை சுத்தம் செய்யும் கருவி.

vacuum flask*(n)*:'வஃக்உஒம்'ஃப்லாஸ்க் / thermos flask, வெப்பம் தாங்கும் குடுவை.

vag-a-bond/'vægəbɔnd/*(n)*: 'வஃக:ஒப:ஒன்ட்: / a beggar, பிச்சை யெடுப்பவர்; a nomad, நாடோடி; a wanderer, அலைந்து திரிபவர். **vagabond** *(adj)*: wandering, அலைந்து திரிகின்ற; driven from place to place, இடம் பெயர்ந்து வாழுகின்ற.

va-ga-ry/'veigəri/*(n)*:'வெய்க:ஒரி / confused thinking, மனம்போனபோக்கில் சிந்தனை; a freak, இயற்கைக்கு மாறான அமைப்பு/ பிறவி. • *Life is not always smooth sailing: it has its own* **vagaries**.

va-grant/'veigrənt/*(adj)*:'வெய்க்:ரஒன்ட் / having no settled domicile, தங்கும் வசதியற்ற; wandering, அலைந்து திரிகின்ற. **vagrant***(n)*: a person who has no permanent residence, நாடோடி, நிலையான வசிப்பிடமில்லாத நபர். **vagrancy***(n)*.

vague/veig/*(adj)*:வெய்க்: / not definite, வரையறை அல்லாத; doubtful, ஐயத்திற்கு இடமான; having no clarity, தெளிவு இல்லாத. **vagueness***(n)*.

vain/vein/*(adj)*:வெய்ன் / of no use, பயனற்ற; worthless, மதிப்பற்ற; show off, ஆடம்பரமான.

vain-glo-ry/ˌvein'glɔːri/*(n)*:வெய்ன்'க்:லஒ:ரி / boastfulness, தற்பெருமை; pride and arrogance, இறுமாப்பும், கர்வமும். **vain-glo-ri-ous**/ˌvein'glɔːriəs/*(adj)*: வெய்ன்'க்:லஒ:ரியஒஸ் / conceited, இறுமாப்புள்ள.

vain-ly/'veinli/*(adv)*:'வெய்ன்லி / having no worth, தகுதியில்லாத; proudly, கர்வம் உள்ள.

vale/veil/*(n)*:வெய்ல் / a low ground between hills, பள்ளத்தாக்கு.

val-e-dic-to-ry/ˌvæli'diktəri/*(adj)*: ˌவஜலி'டிக்ட்டரி / final, முடிவான; of the nature of a farewell, பிரிவு விழாத் தொடர்பான. **valediction***(n)*: bidding farewell, பிரிந்து செல்லல், விடைபெறும் நிகழ்ச்சி.

val-en-tine/'vælən tain/*(n)*: 'வஜலஎன்ட்டய்ன் / a lover selected on St. Valentine's day, புனித வாலன்ட்டின் திருநாளன்று (பிப்ரவரி 14) தேர்ந்தெடுக்கப் படும் காதலன்.

va-le-ri-an/və'liəriən/*(n)*:வஎ'லியஎரியஎன் / a plant that has miraculous healing powers, சஞ்சீவி மருந்து.

val-et/'vælit/*(n)*:'வஜலிட் / a male servant, ஆண் வேலைக்காரர். **valet***(v.i)*: act as valet, வேலை செய், உதவியாளராகப் பணிபுரி.

val-e-tu-di-nar-i-an/ˌvælitju:di'neəriən/ *(adj)*:'வஜலிˌட்யூடி:'னஎஎரியஎன் / not healthy, உடல்நலக்குறைவான; infirm, நோய்வாய்ப்பட்ட; unduly taking care of one's health, தன் உடல் நலம் பற்றி அடிக்கடி கவலைப்பட்டுக்கொண்டு. **valetudinarian** *(n)*: a person not keeping good health, உடல் நலம் இல்லாதவர்.

val-i-ant/'væljənt/*(adj)*:'வஜலியஎன்ட் / heroic, வீரமுள்ள; having courage to face any danger, எந்தத் துன்பத்தையும் எதிர்க்கும் வல்லமையுள்ள. **valiantly** *(adv)*.

val-id/'vælid/*(adj)*:'வஜலிட் / true and legally correct, உண்மையும், சட்ட பூர்வமானதும்; convincingly accurate, ஏற்றுக்கொள்ளத் தக்கதாகவும், மிகச் சரியானதாகவும் உள்ள. **vali-d-i-ty**/ væ'liditi/*(n)*:வஜ'லிடி:ட்டி / state of being valid, தகுதியும், உண்மையும் உள்ள நிலை. • *The agreement has lost its* **validity**. **val-i-date**/'vælideit/*(v.t)*:'வஜலிடெ:ய்ட் / to make valid, சட்டப்படி செல்லத்தக்கதாகச் செய்; to legalize, சட்டப்படி முறைப்படுத்து.

va-lise/və'li:z/*(n)*:வஎ'லீஸ் / a travelling bag, பயணப் பை.

val-ley/'væli/*(n)*:'வஜலி / a vale, பள்ளத்தாக்கு.

val-our/'vælə*/*(n)*:'வஜலஎ* / courage, வீரம்; bravery, அஞ்சாமை. **valorous** *(adj)*.

val-ue/'vælju:/*(n)*:'வஜல்யூ / that which is useful, பயனுடையவை; worth marked, மதிப்பும், அதன் விலைக்குறிப்பும்; the correct meaning, சரியான பொருள்; the relative length of a musical note, இசையொலியின் ஒப்பீட்டு அளவின் நீளம். **value***(v.i)*: to mark the price of, விலை குறிப்பிடு; to appreciate, உயர்வாகக் கருது, மதிப்புக்கொள்; to think highly of, உயர் மதிப்புக்கொள். **val-u-a-ble**/'væljuəbl/ *(adj)*:'வஜல்யுஎப்:ல் / of great value, விலை மதிப்புள்ள; costly, விலை உயர்ந்த; of very great use, மிகுந்த பயனுள்ள. • *I always depend upon your* **valuable** *counsel.*

val-u-a-tion/ˌvælju'eiʃn/*(n)*: ˌவஜல்யு'யெய்ஷஎன் / worth estimated, மதிப்பீடு; the act of valuing, மதிப்பீடு செய்தல்; the value given, மதிப்பு, பெறுமானம். • *The general* **valuation** *of +2 answer scripts has not yet begun.*

valuator/ˌvælju'eitə*/*(n)*: ˌவஜல்யு'யெய்ட்டஎ* / an appraiser, மதிப்பீடு செய்பவர்.

valve/vælv/*(n)*:வஜல்வ் / a mechanical device to allow the passage of liquids, gas, etc., in one direction, ஓரதர், கபாடம்; a flap that opens only in one direction, மடிப்புக் கதவு. **valved***(adj)*: furnished with valves, கபாடம் பொருத்தப்பட்டுள்ள. **val-vu-lar**/'vælvjulə*/*(adj)*: 'வஜல்வ்யுலஎ* / acting as a valve, கபாடம் செயல்படும்/பட்டுள்ள.

vamp/væmp/*(n)*:வஜம்ப் / the upper part of a shoe, புதை செருப்பின் முன்பகுதி. **vamp***(v.t)*: to repair, செப்பனிடு; to patch, சரி செய், பழுது பார்; to extemporize, முன் தயாரிப்பு இல்லாமல் செயல்படு. **vamp***(n)*: a woman of enticing character, வசீகரிக்கும் பெண்மணி; to allure, வசீகரம் செய். **vamp-ire**/'væmpaiə*/*(n)*: 'வஜம்ப்பயஎ* / an evil spirit that is supposed to suck the blood of sleeping people, தூங்கும் மக்களின் இரத்தத்தை உறிஞ்சும் பேய், குருதி உறிஞ்சும் வௌவால் இனம்.

van/væn/*(n)*:வஜன் / the front, as of an army or a fleet, படை முன்னணி, தரைப்படை, கப்பல்படை முன்னணி; a winnowing device, புடைத்து எடுக்கும் கருவி; a fan for winnowing, முறம்; a wing, இறக்கை; a large covered wagon for carrying goods, மூடு வண்டி, சரக்கு வண்டி.

V

vandal/'vændl/*(n)*:'வஜண்ட:ஒல் / a person who wantonly destroys works of art etc., கலைச் செல்வங்களை வேண்டுமென்றே அழிப்பவன். **van-dal-is-m**/'vændəlizəm/ *(n)*:'வஜண்ட:ஒலிஸ:ம் / the spirit of a vandal, கலை இலக்கியங்களை அழித்தல்; the destruction of art treasure by vandals, people who indulge in vandalism, கலைச் செல்வங்களை வேண்டுமென்றே அழித்திடும் செயல்.

vane/vein/*(n)*:வெய்ன் / weather cock, காற்றுத் திசைகாட்டி; the flat part of a feather, ஓர் இறகின் தட்டைப்பகுதி.

van-guard/'vænga:d/*(n)*:'வஜங்கா:ட் / the advance guard in front of an army, முன் செல்லும் காவல் படை.

va-nill-a/və'nilə/*(n)*:வஒ'னிலஒ / a sweet scented plant, the essence of which is used for flavouring, வாசனையுள்ள ஒரு மரத்தின் விதையினின்று எடுக்கப்படும் நறுமணம் கமழும் வாசனைப்பொருள்.

van-ish/'væniʃ/*(v.i)*:'வஜனிஷ் / to go or pass out of sight, பார்வையினின்று அகன்று விடு; to disappear, மறைந்து விடு.

van-i-ty/'væniti/*(n)*:'வஜனிட்டி / worthlessness, பயனில்லாமை; boastfulness, தற்பெருமை; idle and empty show, வீண் பகட்டு.

van-quish/'væŋkwiʃ/*(v.t-v.i)*:'வஜங்க்உயிஷ் / to defeat by getting the better of, வெற்றி கொள்; to suppress, அடக்கி ஆள்; to overcome, முறியடி.

van-tage/'va:ntidʒ/*(n)*:'வான்ட்டிஜ் / short for 'advantage', 'advantage' என்பதன் சுருக்கம்; advantage, நல்வாய்ப்பு; opportunity, வாய்ப்பு.

va-pid/'væpid/*(adj)*:'வஜப்பிட் / spiritless, வீரியமில்லாத; tasteless and dull, மந்தமான. **vapidity***(n)*, **vapidness***(n)*.

va-por-ize/'veipəraiz/*(v.i)*:'வெய்ப்பஒரய்ஸ: / to turn into vapour, ஆவியாக மாற்று; to pass off in vapour, ஆவியாகு. **vaporization***(n)*: the act of becoming vapour, gaseous state, ஆவியாக்கும் செயல், ஆவியாதல்; full of vapour, ஆவி நிறைந்துள்ள. **va-pour**/'veipə*/*(n, sing)*: 'வெய்ப்பஒ* / the gas given off by a liquid, ஆவி; the gas given off when a solid is heated, ஆவி; substance in gaseous state, ஆவி; **vapours***(n, pl)*: a disease of the nerves, நரம்புத் தளர்ச்சி, திடீர் மயக்கம்.

va-por-ous/'veipərəs/*(adj)*: 'வெய்ப்பஒரஒஸ் / like vapour, ஆவி போல்; imaginary, கற்பனைவளமுள்ள. **vapoury** *(adj)*.

var-i-able/'veəriəbl/*(adj)*:'வεஒரியஒப்:ல் / likely to change, மாற்றம் விளைவிக்கக் கூடிய. **variable***(n)*: that which varies, மாறக்கூடியது; (Maths) a quantity, value of which may vary, மதிப்பு மாறக்கூடியது, மதிப்பு மாறும் தொகை/எண்.

var-i-ance/'veəriəns/*(n)*:'வεஒரி'யஒன்ஸ் / disagreement, கருத்து வேறுபாடு; variation, மாறுபாடு. **var-i-ant**/'veəriənt/ *(adj)*:'வεஒரி'யஒன்ட் / varying, மாறுபடக் கூடிய; not constant, மாறக்கூடிய. **variant***(n)*: a different form, மாறுபட்ட அமைப்பு. **var-i-a-tion**/ˌveəri'eiʃn/*(n)*: 'வεஒரி'யெய்ஷன் / a slight change, சிறு மாற்றம்; difference, கருத்து வேறுபாடு.

var-i-cose/'værikəus/*(adj)*:'வஜரிக்கஒஉஸ் / swollen, வீக்கமுள்ள; enlarged, பெருக்கம் அதிகமுள்ள.

var-ied/'veərid/*(adj)*/'வεஒரிட் / differing in form, உருமாற்றம் ஏற்படக்கூடிய; full of diversity, வேறு பல மாற்றங்களுள்ள. **varied***(v)*: past participle of "vary", "vary" என்பதன் இறந்த கால முற்றெச்ச வடிவம்.

var-ie-gate/'veərigeit/*(v.i)*:'வεஒரியஒகெ:ய்ட் / to mark or identify with different colours, பல வண்ணங்களைக்கொண்டு குறிப்பிடு, பல வண்ணங்களால் சித்திரி. **variegated** *(adj)*: having various colours, பல வண்ணங்களுள்ள.

va-ri-e-ty/və'raiəti/*(n)*:வஒ'ரயஒட்டி / different kinds, பல்வகை; subdivision or class of, துணைப் பகுதி (அ) பகுதி; a species, சார்பு இனம். • **Variety** *is the spice of life.*

var-i-ous/'veəriəs/*(adj)*:'வεஒரியஒஸ் / different, வேறுவிதமான; several, அனேக.

var-let/'va:lit/*(n)*:'வாலிட் / a servant, வேலையாள்; groom, பணியாளர்.

var-nish/'va:niʃ/*(n)*:'வானிஷ் / a resinous liquid for painting on a surface to give it a smooth glossy appearance, மெருகெண்ணெய். **varnish***(v.t)*: to cover with varnish, மெருகிடு.

var-si-ty/'va:səti/*(n)*:'வாஸிட்டி / a university, பல்கலைக்கழகம்.

var-y/'veəri/*(v.i)*:வεஒரி / to change in form or appearance, உருவம் (அ) தோற்றம்

V

இவற்றில் மாற்றம் ஏற்படுத்து; to become different, வேறாக இருக்கச் செய்; to disagree, கருத்து வேறுபாடு கொள்.

vas-cu-lar/ˈvæskjulə*/*(adj)*:ˈவஃஸ்க்யுலə* / pertaining to veins or vessels of an animal or plant, தாவரங்கள் (அ) விலங்குகளின் சாறு தாங்கும் குழல் (அ) (சாற்று) இரத்தக் குழல் தொடர்பான.

vase/va:z/*(n)*:வாஸ்: / an ornamental vessel for holding flowers, பூச்சாடி.

vas-e-line/ˈvæsəli:n/ *(n)*:ˈவஃஸலீன் / a greasy substance, being a product of petroleum, பூசு மருந்துகள் செய்ய பெட்ரோலியத்தினின்று பெறப்படும் ஒருவகைக் களிம்பு.

vas-sal/ˈvæsl/*(n)*:ˈவஃஸəல் / a person who holds land for a term under a lord, குத்தகைக்காரர்; one who is a slave being under the control of another, பணியாள். **vassalage***(n)*: state of being a vassal, குத்தகை ஏற்று நடத்தும் நிலை.

vast/va:st/*(adj)*:வாஸ்ட் / of very great size, number, amount, etc., பெரும் அளவு, எண்ணிக்கை, தொகை முதலியவை கொண்ட; enormous, மிகப் பெரிய. **vastness***(n)*.

vat/væt/*(n)*:வஃட் / a large tub for holding liquids, பெரிய தொட்டி.

Vat-i-can/ˈvætikən/*(n)*:ˈவஃட்டிக்கən / the

Vatican Palace, போப்பாண்டவர் அரண்மனை; the papal authority, போப்பாண்டவரின் ஆட்சி முறை.

vat-ic-in-ate/ˌvætisiˈneit/*(v.i)*: ˌவஃட்டிஸிˈனெய்ட் / to foretell, வருவது உரை; to predict, குறிசொல். **vaticination** *(n)*: prophesy, குறி சொல்லல்.

vau-de-ville/ˈvɔ:dəvil/*(n)*:ˈவɔஉட:əவில் / an entertainment with songs, dances, etc., இசை, கலை நிகழ்ச்சி.

vault/vɔ:lt/*(n)*:வɔ:ல்ட் / an arched roof, மாடம்; a room with an arched roof, வளைவான கூரை கொண்ட அறை; the sky, வானம்; a high leap, உயர் தாவுதல்; a storage place, பாதுகாப்பாகப் பொருள்களை வைக்கும் இடம். **vault***(v.i)*: to cover with an arched roof, வளைவுக் கூரை உள்ள மண்டபம் அமை; to leap over, உயரே தாவு; pole-vault, ஊன்றுகோல் கொண்டு உயரே தாவும் விளையாட்டு; **vaulted***(adj)*: in the form of an arch, வளைவுக் கூரை போன்றுள்ள.

vaunt/vɔ:nt/*(v.i)*:வɔ:ன்ட் / to boast, தற்பெருமை பேசு.

VC*(abbr)*: Vice-Chancellor, துணைவேந்தர்; Vice-Chancellor என்பதன் சுருக்கம்.

VD*(abbr)*: Venereal Disease, பால் வினை நோய்; Venereal Disease என்பதன் சுருக்கம்.

veal/vi:l/*(n)*:வீல் / the flesh of a calf used for food, கன்றிறைச்சி.

Veda/veidə/*(n)*:ˈவெய்ட:ə / the general name given to the ancient sacred books of the Hindus, வேத இதிகாசங்கள்.

ve-dette/viˈdet/*(n)*:விடெ:ட் / a mounted sentry placed in advance of the outpost of an army, படைக்குமுன் இருக்கும் காவல் வீரன்.

veer/viə*/*(v.t-v.i)*:வியə* / to turn round, திரும்பிச் செல்; to change the direction of, திசை மாறு.

vee-ry/ˈviəri/*(n)*:ˈவியəரி / a bird of the thrush family, ஒருவகை பாடும் பறவை.

veg-e-ta-ble/ˈvedʒtəbl/*(n)*:ˈவெஜிட்டəப்:ல் / a plant, especially that is grown for food, காய்கறி. **vegetable***(adj)*: pertaining to vegetables, காய்கறிகள் பற்றிய; derived from plants, தாவரங்களினின்று பெறப்படும்.

veg-e-tar-i-an/ˌvedʒiˈteəriən/*(n)*: ˌவெஜிˈட்டεəரியən / a person who is accustomed to eat only vegetables and fruits, காய்கறி மட்டும் உண்ணும் வழக்கத்தினர், சைவ உணவினர். **veg-e-tar-i-an-is-m**/ˌvedʒiˈteəriənizəm/*(n)*: ˌவெஜிட்ˈடεəரியəனிஸ்:ம் / the practice of eating vegetarian food, சைவ உணவு மட்டும் எடுத்துக்கொள்ளும் வழக்கம்.

veg-e-tate/ˈvedʒiteit/*(v.i)*:ˈவெஜிட்டெய்ட் / to grow plants, தாவரம் வளர்; to lead a dull, idle life, வேலையில்லாமல், சோம்பேறியாக இரு. **veg-e-ta-tion**/ˌvedʒiˈteiʃn/*(n)*: ˌவெஜிˈட்டெய்ஷən / the growth of plants, செடி கொடிகள் வளர்த்தல்; plants that grow, வளரும் செடி கொடிகள்.

veg-e-ta-tive/ˈvedʒitətiv/*(adj)*:ˈவெஜிட்டəட்டிவ் / causing plant growth, தாவர வளர்ச்சி உண்டுபண்ணக்கூடிய.

ve-he-ment/'vi:əmənt/*(n)*:'*வீஹிமன்ட்* **(வீமி)** / carried away by one's passion and feelings, *மன எழுச்சிக்கு உட்பட்டு இருக்கும்படியான*; passionate, *ஆவேச உணர்ச்சிமிக்க.* **ve-he-mence**/'vi:əməns/ *(n)*:'*வீயəமəன்ஸ்* / eagerness of mind, மனவெழுச்சி; enthusiasm, ஆர்வம். • *With* **vehemence** *the minister stated that he would see that village got all its amenities within six months.*

ve-hi-cle/'viəkl/*(n)*:'*வீயிக்ல்* / a conveyance for transport, *ஊர்தி, வண்டி*; any means of conveyance, *தொடர்புகொள்ள உதவும் சாதனம்.* **ve-hic-u-lar**/vi'hikjulə*/*(adj)*: *வி'ஹிக்யுலə** / carried by a vehicle, *வண்டியில் ஏற்றிச்செல்லக்கூடிய*; belonging to a vehicle, *வண்டியைப் பற்றிய.*

veil/veil/*(n)*:வெய்ல் / that which covers or screens, *திரை*; a thin piece of cloth covering the face, *முகத்திரை, முட்டாக்கு*; mask, *முகமூடி.* **veil***(v.t)*: to put on a veil, *முகத்திரை அணி, திரை போடு*; to conceal, *மூடி மறை.*

vein/vein/*(n)*:வெய்ன் / a vessel that carries blood to the heart, *சிரை, இதயத்திற்கு இரத்தம் எடுத்துச்செல்லும் இரத்தக்குழாய்*; a rib in a leaf, *இலை நரம்பு*; a streak of colour, *வண்ண வரி, வண்ணக்கோடு*; an attitude of mind, *மனோநிலை.* **veined** *(adj)*: marked with veins, *நரம்புகளுள்ள.*

ve-lar/'vi:lə*/*(adj)*:'*வீலə** / related to the soft palate, *உள்நாக்குத் தொடர்பான.* **velar***(n)*: speech sound produced like "k" and "g", *'க' ஒலி எழுப்பும் இடம்.*

veld (also **veldt**)/velt/*(n)*:வெல்ட் / an open treeless grassland of South Africa, *தென் ஆப்பிரிக்காவில் உள்ள மரங்களற்ற திறந்த புல்வெளி.*

vel-lum/'veləm/*(n)*:'*வீலəம்* / calf-skin prepared as writing material, *எழுதப் பயன்படும் தோல்பொருள்*; fine parchment, *மென்தோல் காகிதம்.*

ve-loc-i-pede/vi'lɔsipi:d/*(n)*:*வி'லாஸிப்பீட்* / a light carriage driven by the feet, *மிதிவண்டி*; a form of cycle, *சைக்கிள் போன்ற ஒருவகை மிதிவண்டி.*

ve-loc-i-ty/vi'lɔsiti/*(n)*:*வி'லாஸிட்டி* / speed, *வேகம், இயக்க வேகம்.*

vel-vet/'velvit/*(n)*:'*வெல்விட்* / silk cloth, a fine, thick glossy smooth pile on one side, *வழவழப்பான துணி.* **velveteen***(n)*: velvet made of cotton, *பருத்தியாலான வழவழப்பான துணி.* **velvetty***(adj)*.

ve-nal/'vi:nl/*(adj)*:'*வீன்ல்* / willing to do any thing for money, *பணத்திற்காக எதையும் செய்யக்கூடிய*; ready to sell principles for a reward, *கொள்கையில்லாமல், எதையும் வெகுமதிக்காகச் செய்யக்கூடிய.* **venality** *(n)*.

vend/vend/*(v.t)*:வென்ட் / to sell, *விற்பனை செய்*; to offer for sale, *விற்பனைக்குக் கொடு, விற்பனைக்கு வை.*

vend-or/'vendɔ:*/*(n)*:'*வென்டːə** / one who sells, *விற்பனை செய்பவர்.*

ven-det-ta/ven'detə/*(n)*:வென்டெ:ட்டə / personal and family revenge through generations, *பரம்பரையாக வரும் பழி வாங்கும் உணர்வு.*

ve-neer/və'niə*/*(v.t)*:*வி'னியə** / to glue (or fix) a thin slice of good quality wood on the surface of an inferior wood, *மேலொட்டுப் பலகைப் பதிப்பு செய்.* **veneer***(n)*: a thin piece of superior wood for fixing over an inferior wood surface, *மேலொட்டுப் பலகை.* **veneering***(n)*: material used as veneer, *மேலொட்டுப் பலகையாகப் பயன்படும் பொருள், பலகை பதிப்பித்தல்.*

ven-e-rate/'venəreit/*(v.i)*:'*வெனəரெய்ட்* / to give respect to, *மரியாதை கொடு*; to revere and look at with awe, *பக்தியுடன் வணங்கு.* **ven-e-ra-ble**/'venərəbl/*(adj)*: '*வெனəரəப்:ல்* / respectable as well as honourable, *மதிப்புடன் போற்றுதற்குரிய.* **ven-e-ra-tion**/ˌvenə'reiʃn/*(n)*: ˌ*வெனə'ரெய்ஷəன்* / a very strong feeling of respect and devotion, *பக்தியுடன் போற்றுதல், மதிப்புக் கொடுத்தல்.* • *These boys – they have the least* **veneration** *for the country's hoary past.* **veneral** *(adj)*.

ven-e-ry/'venəri/*(n)*:'*வெனəரி* / hunting, *வேட்டையாடுதல்.*

ve-ne-tian/vi'ni:ʃn/*(n)*:*வி'னீஷəன்* / a native of Venice, *வெனிஸ் நாட்டவர்.* pertaining to Venice, *வெனிஸ் நாட்டுக்குரிய*; **venetian***(adj)*: belonging to Venice, *வெனிஸ் நாட்டைப் பற்றிய.* **venetian blind***(n)*: window blind, *ஒருவகை சன்னல் தட்டி.*

ven-geance/'vendʒəns/*(n)*:'*வெஞ்ஜəன்ஸ்* / revenge, *பழி வாங்குதல்*; very heavy punishment for a wrong done, *சிறு குற்றத்திற்கு கொடிய தண்டனை வழங்குதல்.* **vengeful***(adj)*.

V

ve-ni-al/'vi:njəl/*(n)*:'வீன்யஅல் / pardonable, மன்னிக்கத்தக்க.

ven-i-son/'venizn/*(n)*:'வெனிஸ:அன் / the flesh of the deer used for eating, உண்ணத்தக்க மான் இறைச்சி.

ven-om/'venəm/*(n)*:'வெனஅம் / poison, விஷம்; the poison of serpents, பாம்பு நஞ்சு; spite, வெறுப்பு. **venomous***(adj)*.

vent/vent/*(n)*:வென்ட் / a small opening, புழை; anus, குதம்; a passage or an outlet, போக்கு வழி; the hole of a cannon, பீரங்கியின் குழல். **to give vent to one's feelings:** to express one's feelings freely, உணர்ச்சிகளை வெளிப்படுத்து. **vent** *(v.t.v.i)*: to make a hole, துளையிடு; to release one's feelings, உணர்ச்சிகளை வெளிப்படுத்து.

ven-ti-late/'ventileit/*(v.t-v.i)*: 'வென்ட்டிலெய்ட் / to let the fresh air in, காற்று வரச் செய்; to provide with a vent, வெளியேற்ற வழி ஏற்படுத்து; to discuss openly, எல்லோருக்கும் தெரியும்படி விவாதம் செய். **ven-ti-la-tion**/ˌventi'leiʃn/*(n)*: ˌவென்ட்டி'லெய்ஷஅன் / allowing fresh air inside and driving the foul air out, காற்றோட்டம் ஏற்படச் செய்தல்; open discussion, பொது விவாதம். **ven-ti-la-tor**/'ventileitə*/*(n)*:'வென்ட்டிலெய்ட்டஅ* / an appliance for ventilation, காற்றுப் புழை.

ven-tral/'ventrəl/*(adj)*:'வென்ட்ரஅல் / concerning the belly, வயிறு தொடர்பான; on the belly, வயிற்றின்மேல்.

ven-tri-cle/'ventrikl/*(n)*:வென்ட்ரிக்ல் / cavity esp. in the heart, இதயத்தின் கீழ் அறைகளுள் ஒன்று, வெண்ட்ரிக்கிள்.

ven-tril-o-quis-m/ven'triləkwizəm/*(n)*: வென்ˌட்ரிலஅக்உயிஸ:அம் / the lips of speaking practice in such a way that the voice would appear to come from some other source, பேசும் ஒலி வேறு எங்கிருந்தோ வருவது போன்று பேசும் கலை. **ven-tril-o-quist**/ven'triləkwist/*(n)*: வென்ˌட்ரிலஅக்உயிஸ்ட் / a person skilled in the art of ventriloquism, பேசும் ஒலி வேறு எங்கிருந்தோ வருவது போல் பேசும் கலையில் வல்லுநர்.

ven-ture/'ventʃə*/*(n)*:'வெஞ்ச்சஅ / an action undertaken with risk, துணிகரச் செயல்; thing risked or speculation, ஒரு செயலில் துணிந்து இறங்குதல் (அ) இலாபம், நட்டம் பாராமல் துணிந்து செயல்படுதல்; an uncertain chance, நிச்சயமில்லாத ஒரு முயற்சி. **venture***(v.t-v.i)*: to dare and act, துணிவுடன் செயல்படு; to face risk and danger, அபாயத்தை துணிவுடன் எதிர்நோக்கு. **ven-ture-some**/'ventʃəsəm/ *(adj)*:'வெஞ்ச்சஅஸஅம் / not at all afraid of any danger, பயமில்லாமல், துணிவுடன். **venturous***(adj)*.

ven-ue/'venju:/*(n)*:வென்யூ / a place of action, செயல்படுமிடம்; a meeting place, கூடுமிடம்; the place where a trial takes place, நீதி விசாரணை நடக்குமிடம்.

Venus/'vi:nəs/*(n)*:வீனஅஸ் / the Roman Goddess of love and beauty, ரோமானியக் காதல் தெய்வம், அழகுத் தெய்வம்; the planet second in order from the Sun, சூரியனைச் சுற்றும் இரண்டாவது கோள்.

ve-ra-cious/və'reiʃəs/*(adj)*:வஅ'ரெய்ஷஅஸ் / truthful, நேர்மையான; honest, உண்மையான. **ve-ra-city**/və'ræsiti/*(n)*: வஅ'ரஆஸிட்டி / honesty, உண்மை; truthfulness, நேர்மை. • *I don't doubt the* **veracity** *of your statement.*

ver-be-na/vɜ:'bi:nə/*(n)*:வஅ'பீ:னஅ / a kind of plants noted for their beauty and perfume, பல்வண்ணமும், நல்ல வாசனையும் உள்ள ஒருவகைச் செடி.

ve-ran-da/və'rændə/*(n)*:வஅ'ரஆண்ட:அ / a covered balcony in front of house, தாழ்வாரம்; portico, வாயில் முகப்பு.

verb/vɜ:b/*(n)*:வஅ:ப்: / part of speech that indicates action or existence, வினைச் சொல்.

ver-bal/'vɜ:bl/*(adj)*:'வஅ:ப்:ல் / literal, எழுதி இருப்பது போல் அப்படியே சொல்லுக்குச் சொல் நேரான; oral, வாய்மொழியான; derived from the verb, வினைப்படியான.

ver-ba-tim/vɜ:'beitim/*(adv)*:வஅ:'பெ:ட்டிம் / word by word, சொல்லுக்குச் சொல். • *His memory is so good that he can repeat anything* **verbatim** *if only he listens once.*

ver-bi-age/'vɜ:biidʒ/*(n)*:'வஅ:பியிஜ் / words used in excess for expressing an idea, ஒரு கருத்தை தெரிவிக்க தேவைக்கு அதிகமாக வார்த்தைகளை உபயோகித்தல். • *Some people are fond of empty* **verbiage**; *when one word suffices, they use ten words.*

ver-bose/vɜ:'bəus/*(n)*:வஅ:'ப:அஉஸ் / containing words in excess, மிக அதிக சொற்கள் கொண்ட. **verbosity***(n)*.

V

verd/vɜ:d/*(n)*:வஅ:ட் / fresh, green growth, பசுமையான வளர்ச்சி, பச்சைப் பயிர், பசும் புல்.

ver-dant/'vɜ:dənt/*(adj)*:'வஅ:டஅன்ட் / flourishing, செழிப்பான; green, பசுமையான; not experienced, அனுபவமில்லாத.

ver-dict/'vɜ:dikt/*(n)*:'வஅ:டிக்ட் / the decision of a jury, நீதிமன்றத் தீர்ப்பு; the decision, ஒரு முடிவு, தீர்மானம்; an expression of an opinion, கருத்து வெளிப்பாடு.

ver-di-gris/'vɜ:digris/*(n)*:'வஅ:டிக்ரிஸ் (ரீஸ்) / greenish rust on brass and copper, தாமிரக் களிம்பு.

verge/vɜ:dʒ/*(n)*:வஅ:ஜ் / border, ஓரம்; edge, விளிம்பு. • *When her husband refused to stop drinking, she stood helplessly silent; but with tears on the* **verge** *of eyes.* a rod of an office like sceptre, அதிகாரத்தைக் குறிக்கும் ஒரு தடி, கோல். **verge**(*v.t-v.i*): to border upon, ஓரத்தில் இரு; to incline, சாய்ந்திரு.

ver-i-fy/'verifai/*(v.t)*:வெரிஃபய் / to prove to be true by facts, figures, etc., சரி பார், கண்டு, ஆராய்ந்து அறி; examine to find out, தேர்ந்து அறிய பரிசீலனை செய். **ver-i-fi-ca-tion**/ˌverifi'keiʃn/*(n)*: ˌவெரிஃபிக்'கெய்ஷஅன் / act of verifying, சரிபார்த்தல்; state of being verified, சரிபார்க்கும் நிலை. **ver-i-fi-a-ble**/ 'verifaiəbl/*(adj)*:'வெரிஃபயஅப்:ல் / that may be proved, நிரூபிக்கப்பட வேண்டியதான. **verily**(*adv*): truly, உண்மையாக; certainly, நிச்சயமாக.

ver-i-si-mil-i-tude/ˌverisi'militju:d/*(n)*: வெரிஸி'மிலிட்யூட் / appearance of truth, உண்மை போன்ற தோற்றம்; that which is probable, நிகழக்கூடும் என்பது.

ver-i-ty/'veriti/*(n)*:'வெரிட்டி / quality of being true, உண்மையாக இருக்கும் தன்மை; fact, மெய்ம்மையானதும், நிச்சயமானதும். **ver-i-ta-ble**/'veritəbl/*(adj)*:'வெரிட்டஅப்:ல் / true, உண்மையான; actual, மெய்யாக ஏற்படுகின்ற. • *The music was really good - a* **veritable** *feast to the ears.*

ver-mi-cel-li/ˌvɜ:mi'seli/*(n)*:ˌவஅ:மி'ஸெலி / fine wheat flour made into small slender threads, சேமியா.

ver-mi-cide/'vɜ:misaid/*(n)*:'வஅ:மிஸய்ட் / a medicine used to kill worms, புழுக்களைக் கொல்லும் ஒருவகை மருந்து.

ver-mi-form/'vɜ:mifɔ:m/*(n)*:'வஅ:மிஃபாஂ:ம் / worm-like shape, புழு போன்ற.

ver-mil-i-on/və'miljən/*(n)*:வஅ'மில்யஅன் / mercuric sulphide which is bright and red, used as a colour or colouring matter, இரசச் செந்தூரம்; a beautiful, red colour, நல்ல, அழகான சிவப்பு நிறம்.

ver-min/'vɜ:min/*(n)*:'வஅ:மின் / small animals and insects that give trouble, தொல்லை தரும் பூச்சியும், பிராணிகளும். • *When she realised the volume of his deceit, he looked like a* **vermin** *to her.*

ver-nac-u-lar/və'nækjulə*/*(n)*: வஅ'னஆக்யுலஅ* / language of a place, வட்டார மொழி; native language, தாய்மொழி. **vernacular**(*adj*): native to a place, சொந்தநாட்டைச் சார்ந்த.

ver-nal/'vɜ:nl/*(n)*:'வஅ:ன்ல் / concerning the spring, வசந்தகாலம் பற்றிய; of the spring, இளவேனிற்காலத்திற்குரிய; youthful, இளமையான.

ver-ni-er/'vɜ:njə*/*(n)*:'வஅ:ன்யஅ* / a small scale moving along the edge of a main scale for making accurate measurements, ஒரு முக்கிய அளவுகோல் மீது நகரும் சிறிய அளவீடுகளை துல்லியமாக அளவிட உதவும் சிறிய அளவுகோல், வெர்னியர் அளவீட்டு முறை அமைப்பு.

ver-sa-tile/'vɜ:sətail/*(n)*:'வஅ:ஸஅட்டய்ல் / capable of dealing with many subjects, பல கலைகளில் திறமையுள்ள; many sided, எல்லாத் துறைகளிலும் ஈடுபாடுள்ள, பலவிதத் திறமையுள்ள; able to turn freely, எளிதில் திரும்பக்கூடிய. • *He is a* **versatile** *genius; he can write about anything under the Sun from Cookery books to Cosmology.* **ver-sa-til-i-ty**/ˌvɜ:sə'tiləti/*(n)*:ˌவஅ:ஸஅ'ட்டிலிட்டி / quality of being versatile, எல்லாக் கலைகளிலும் ஈடுபாடும், கற்றுணர்ந்துகொள்ளும் குணமும் உள்ள தன்மை.

verse/vɜ:s/*(n)*:வஅ:ஸ் / a line from a poem, ஒரு பாடலிலிருந்து ஒரு வரி; a number of lines making poem, எதுகை, மோனை களுடன் அமைக்கப்பட்ட பாடல்; a division of a chapter in the Bible, கிறித்தவ வேத நூலிலிருந்து ஒரு பகுதி.

versed/vɜ:st/*(adj)*:வஅ:ஸ்ட் / skilled in, நன்கு பயிற்சியுள்ள; learned, கற்றுணர்ந்த; familiar with, நன்கு தெரிந்து, தெளிந்த அறிவுள்ள.

ver-sion/'vɜ:ʃn/*(n)*:'வஅ:ஷஅன் / translation, மொழிபெயர்ப்பு; ideas, view-points, thoughts, etc., expressed in different

V

languages, கருத்து உரு, கருத்துக்களை வேறு மொழிகளில் தெளிவாகக் கூறல்; a description, விவரித்தல். • *I have an English* ***version*** *of the Bible with me. What is your* ***version*** *of the incident?*

ver-si-fy/'vɜ:sifai/*(v.t-v.i)*:'வஉ:ஸிஃபய் / to do in verse, செய்யுளாக்கு; to turn into verse, செய்யுளாக மாற்று. **ver-si-fi-cation**/ˌvɜ:sifi'keiʃn/*(n)*:ˌவஉ:ஸிஃபி'க்கெய்ஷஉன் / the art of making verse, பாடல் இயற்றுதல்.

verst/vɜ:st/*(n)*:வஉ:ஸ்ட் / a Russian measure of length of 3,500 feet, ருஷ்ய நீட்டல் அளவு, **3,500** அடி நீளம்.

ver-sus/'vɜ:səs/*(prep)*:'வஉ:ஸஉஸ் / against, எதிராக.

vertebra/'vɜ:tibrə/*(n)*:'வஉ:ட்டிப்:ரஉ / one of the small bones making up the backbone, a segment of the backbone, முதுகெலும்பு, முதுகுத் தண்டு. **vertebral***(n, pl)*. **ver-te-bral**/'vɜ:tibrəl/*(adj)*:'வஉ:ட்டிப்:ரஉல் / pertaining to the backbones, முதுகெலும்பு சார்ந்த. **ver-te-brate**/'vɜ:tibreit/*(n)*:'வஉ:ட்டிப்:ரெய்ட் / an animal with a backbone, முதுகெலும்புப் பிராணி.

ver-tex/'vɜ:teks/*(n)*:'வஉ:ட்டெக்ஸ் / the top, உச்சி; the highest point, முகடு; the corner point of a triangle, ஒரு முக்கோணத்தின் கோண முனை. **ver-ti-cal**/'vɜ:tikl/*(adj)*:'வஉ:ட்டிக்கஉல் / pertaining to the vertex, நேர், மேல்முகடு சார்ந்த; relating to the perpendicular, நிலைக்குத்தான. **vertical** *(n)*: a line from top to bottom, ஒரு செங்குத்துக்கோடு.

ver-ti-go/'vɜ:tigəu/*(n)*:'வஉ:ட்டிக:உஉ / dizziness or giddiness of the head, தலைச்சுற்றல்.

verve/vɜ:v/*(n)*:வஉ:வ் / vigour and enthusiasm, ஆர்வமும், உயிர்ச்சக்தியும்.

ve-ry/'veri/*(adj)*:'வெரி / full, முழுமையான; suitable, பொருத்தமான; actual, உண்மையான. **very**/veri/*(adv)*:வெரி: really, உண்மையான; in a high degree, மிகுதியாக உள்ள.

ves-per/'vespə*/*(n,sing)*:'வெஸ்ப்பஉ* / evening, மாலைப்பொழுது; the evening star, அந்தி வெள்ளி (சுக்கிரன்). **vespers** *(n, pl)*: the evening service or evening prayers, மாலைநேர வழிபாடு, பிரார்த்தனை.

ves-sel/'vesl/*(n)*:'வெஸ்ல் / an utensil for holding food, liquid, etc., கொள்கலம், பாத்திரம்; a ship or large boat, கப்பல் (அ) பெரிய படகு; artery or vein, இரத்தக்குழாய்.

vest/vest/*(n)*:வெஸ்ட் / an undergarment, உள்ளாடை; waistcoat, கையில்லாத அரைச் சட்டை. **vest***(v.t-v.i)*: to dress or clothe, ஆடை அணி; to confer powers upon, அதிகாரம் கொடு; to vest with powers, அதிகாரம் அளி.

Vest-a/'vestə/*(n)*:'வெஸ்ட்டஉ / Goddess of home, இல்லத் தேவதை; planet between Mars and Jupiter, செவ்வாய்க்கும் வியாழனுக்கும் இடையே சுழலும் கோள்; wax match, மெழுகுமுனைத் தீக்குச்சி.

vestal/'vestl/*(adj)*:'வெஸ்ட்ல் / pure, தூய்மையான; chaste, கற்புள்ள. **vestal** *(n)*: a chaste woman, கற்புள்ள பெண்.

vested/vestid/*(adj)*:வெஸ்ட்டிட்: / dressed, உடுப்பு அணிந்த; established, நிலையான; vested, சுயநலம், நிலையான உரிமை. • *My dear Sir, I just want to know, remember, I don't have* ***vested*** *interest in it.*

ves-ti-bule/'vestibju:l/*(n)*:'வெஸ்ட்டிப்:யூல் / a porch or a small entrance hall, முன்கூடம்; a doorway connecting two adjoining bogies of a train, இரண்டு இரயில் பெட்டிகளை இணைக்கும் இருமுனைக் கதவு.

ves-tige/'vestidʒ/*(n)*:'வெஸ்ட்டிஜ் / a trace, தடம், அடையாளம்; the point of a foot, அடிச்சுவடு.

vest-ment/'vestmənt/*(n)*:'வெஸ்ட்மஉன்ட் / an official dress, சீருடை; robes worn by the clergy, குருமார்கள் அணியும் ஆடை.

ves-try/'vestri/*(n)*:'வெஸ்ட்ரி / a dress room attached to a church, மாதாகோயிலில் உள்ள ஆடை அணியும் அறை; a place for prayer meeting, வழிபாட்டிடம்.

ves-ture/'vestʃə*/*(n)*:'வெஸ்ச்சஉ* / a covering dress, மேலாடை.

vetch/vetʃ/*(n)*:வெச் / plant of the pea family used as cattle food, கால்நடைத் தீவனமாகப் பயன்படும் பட்டாணி வகை.

vet-e-ran/'vetərən/*(n)*:'வெட்டஉரஉன் / a person who has seen much service, நல்ல தேர்ச்சியும், அனுபவமும் உள்ள அலுவலர்; an experienced soldier or sailor, முதிர்ந்த அனுபவம் உள்ள படைவீரர் (அ) மாலுமி. **veteran***(adj)*: very much experienced, நிறைந்த அனுபவமுள்ள.

vet-e-ri-na-ry/'vetərinəri/*(adj)*:'வெட்டஉரினஉரி / pertaining to the diseases of animals, கால்நடை மருத்துவம் பற்றிய.

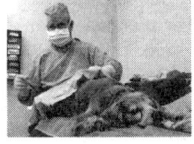

veterinarian *(n)*: a person who is skilled in the disease of animals, கால்நடை மருத்துவர்.

ve-to/'vi:təu/*(n)*:'வீட்டஉ / constitutional or legal right of refusing to give approval, மறுப்பு உரிமை, ஒரு தீர்மானத்தை நிறைவேற்றக்கூடாது என்று தடை செய்யும் உரிமை; the right of a permanent member of the UN Security Council to reject a resolution, ஐ. நா. பாதுகாப்புச் சபையின் நிரந்தர உறுப்பு நாட்டின் மறுப்புரிமை. **veto***(v.t)*: to forbid, அனுமதி மறு; to refuse to give assent to, ஏற்பதற்கு இல்லை என்று மறுப்புக் கூறு.

vex/veks/*(v.i)*:வெக்ஸ் / to give trouble to, தொந்தரவு கொடு; to irritate, எரிச்சலூட்டு; to annoy, மனவேதனை ஏற்படுத்து. **vex-a-tious**/vek'seiʃəs/*(adj)*:வெக்'ஸெய்ஷஸ் / causing irritation, எரிச்சலூட்டுகின்ற; troublesome, தொந்தரவு கொடுக்கக்கூடிய. **vex-a-tion**/vek'seiʃn/*(n)*: வெக்'ஸெய்ஷன் / state of being vexed, எரிச்சலூட்டும் நிலை. • *Life is not just experiencing pleasure after pleasure - there are* **vexations** *too.* **vexed***(adj)*: annoyed, மனவேதனை தரக்கூடிய; much discussed, சலிப்புத் தரும்வரை விவாதிக்கப் பட்ட.

via/'vaiə/*(prep)*:'வயஅ / travelling or passing through, ஊடாக; by means of, வழியாக.

vi-a-ble/'vaiəbl/*(n)*:'வயஅப்:ல் / able to be effective, பலனுள்ளதாக இருக்கக்கூடிய. • *Your plan is perfectly alright; but the thing is, it is not* **viable**. capable of existing or living, நிலைத்து (அ) உயிருடன் இருக்கக்கூடிய.

vi-a-duct/'vaiədʌkt/*(n)*:'வயஅடா:க்ட் / a bridge for carrying a road or railway, மேம்பாலம்.

vi-al/'vaiəl/*(n)*:'வயஅல் / a small bottle for holding medicine or some liquid, சிறு புட்டி, மருந்துக் குப்பி.

vi-and/'vaiənd/*(n)*:'வயஅன்ட் / an article of food, உணவுப் பண்டம்.

vi-at-i-cum/vai'ætikəm/*(n)*: வய்'ஆட்டிக்கஅம் / the holy communion given to a person about to die, மரணத் தறுவாயில் இருக்கும் ஒருவருக்குச் செய்யப்படும் இறுதி வழிபாடு; provisions for the way, வழிப்பயணத்திற்கு எடுத்துச் செல்லப்படும் உணவுப்பொருட்கள்.

vi-brate/vai'breit/*(v.t-v.i)*:வய்'ப்:ரெய்ட் / to move backwards and forwards, ஊசலாடு; to quiver, அதிர். **vi-bra-tion**/vai'breiʃn/*(n)*:வய்'ப்:ரெய்ஷஅன் / swift motion to and fro, ஊசலாடுதல்; a sound quivering and shaking, அதிர்தல். **vibratory***(adj)*.

vi-brant/'vaibrənt/*(adj)*:'வய்ப்:ரஅன்ட் / bright, strong and cheerful, மகிழ்வும், வீரியமும் உள்ள; exciting and forceful, எழுச்சியும், துடிப்பும் உள்ள. **vibrancy***(n)*.

vic-ar/'vikə*/*(n)*:'விக்கஅ* / a substitute, பதிலி; a clergyman, கிறித்தவ மதகுரு. **vicarage***(n)*: the house of a vicar, கிறித்தவ மதகுருவின் இல்லம். **vicarage***(adj)*: filling the place of another, பெயராளராக, பதிலியாக அமர்த்தப்படும்; acting for another person, வேறு ஒருவருக்குப் பதிலாக செயல்படும்; suffering for the fault of others, பிறர் தவறுக்காக அனுபவிக்கின்ற; indirect, நேரிடையாக இல்லாமல். **vicariously** *(adv)*, **vicariousness***(n)*.

vice/vais/*(n)*:வய்ஸ் / a mechanical device for gripping an object, இடுக்கி; a fault, தவறு; a defect, குற்றம்; an evil, தீயொழுக்கம்; an immoral conduct, கெட்ட ஒழுக்கம்/நடத்தை; wickedness, துரோக மனப்பான்மை. **vice***(prep)*: instead of, பதிலாக. **vice***(prefix)*: denoting one who acts for, பிறருக்கு பதிலாகப் பணி புரிகின்ற; denoting one who is second in rank to another, ஒரு பதவியில் இரண்டாம் இடத்தில் பணிபுரிந்திருக்கும்.

vice-ger-ent/ˌvais'dʒerənt/*(n)*: 'வய்ஸ்'ஜெரஅன்ட் / acting for a superior officer, பதிலி, பதிலாகச் செயல்படும் அலுவலர்.

vice-pres-i-dent/ˌvais'prezidənt/*(n)*: 'வய்ஸ்'ப்ரெஸி:டஅன்ட் / an officer ranking next to president, துணைத் தலைவர்.

vice-roy/'vaisrɔi/*(n)*:'வய்ஸ்ராய் / a royal deputy, அரசுப் பிரதிநிதி. **vice-roy-al**/'vaisrɔjəl/*(adj)*:'வய்ஸ்ராயஅல் / belonging to a viceroy, அரசுப் பிரதிநிதி பற்றிய. **viceroyalty***(n)* the office of a viceroy, அரசுப் பிரதிநிதி அலுவலகம், அரசுப் பிரதிநிதிப் பதவி.

vice-ver-sa/ˌvaisi'vɜ:sə/*(n)*:'வய்ஸி'வஅ:ஸஅ / the otherway round, மாறாக, நிலையெதிர் மாறாக; conversely, எதிராக; with the places changed, மறுதலையாக.

vi-cin-i-ty/vi'sinəti/*(n)*:வி'ஸினிட்டி / places near, பக்கத்தில்; neighbourhood, அருகாமை. **vi-ci-nage**/'visinidʒ/*(n)*:'விஸினிஜ் / neighbouring area, சுற்றுப்புறம்.

vi-cious/'viʃəs/*(adj)*:'விஷஒஸ் / mean, இழிவான, கேவலமான; spiteful, கேடும் துன்பமும் கொடுக்கின்ற; cruel, கொடிய.

vi-cis-si-tude/vi'sisitju:d/*(n)*:வி'ஸிஸிட்யூட்: / change, மாற்றம்; esp. from one circumstance to another, முக்கியமாக சூழ்நிலை மாற்றம்.

vic-tim/'viktim/*(n)*:'விக்ட்டிம் / an animal offered in sacrifice, பலி; a sufferer for some other's fault, பிறர் தவறுக்கு துன்பம் அனுபவிப்பவர்; a person who is ruined by another, மற்றொருவரால் துயருக்கு உள்ளாகுபவர். **vic-tim-ize**/'viktimaiz/*(v.t)*:'விக்ட்டிமய்ஸ்: / to make a victim of, பலியாகப் பயன்படுத்து; to cheat, ஏமாற்று.

vic-tor/'viktə*/*(n)*:'விக்டஒ* / a winner, வெற்றி பெற்றவர்; a conqueror, பெரும் வெற்றி கொண்டவர்; one who has gained in battle, போரில் பெரும் வெற்றி கொண்டவர். • *Death knows no discrimination - she takes both the* ***victor*** *and the vanquished alike to her bosom.*

vic-to-ri-ous/vik'tɔ:riəs/*(adj)*: விக்'ட்டோ:ரியஒஸ் / pertaining to victory, வெற்றி பற்றிய; successful, வெற்றிமுகமான. **vic-to-ry**/'viktəri/*(n)*:'விக்ட்டஒரி / success in any battle, போர் வெற்றி; triumph, வெற்றி.

vic-to-ria/vik'tɔ:riə/*(n)*:விக்'ட்டோரியஒ / four-wheeled carriage, நான்கு சக்கர வண்டி.

vict-ual/'vitl/*(n, pl)*:'விட்ல் / provisions, உணவுப் பொருள்கள்; food and drink, உணவு முதலியன. **victual***(v.t)*, **victualled, victualling**: to eat food, உணவு உட்கொள்; to obtain articles of food, உணவுப் பொருள்கள் பெறு. **vict-ual-ler**/'vitlə*/*(n)*:விட்லஒ* / a person who supplies food, உணவுப் பொருள்கள் விற்பனை செய்பவர்; a person who sells liquors, மது விற்பவர்.

vi-de/'videi/*(v.t-v.i)*:'விடெ:ய் / to see, பார்; to look at, காண்க; to refer to, குறிப்புப் பார்க்க.

vi-de-li-cet/vi'di:liset/*(n)*:வி'டீ:லிஸெட் / *(abbr.)* viz, namely, அதாவது.

vi-de-o cas-se-tte re-cord-er (VCR)/ vidiəukə'set ri'kɔ:də*/*(n)*:விடிஒஉகஒ'செட் ரி'க்கோ:டஒ* / *a machine for recording television programmes or playing videos,* தொலைக்காட்சி நிகழ்ச்சிகளையோ (அ) காந்த ஒலி நாடாவிலுள்ள தயாரிப்புகளையோ பதிவுசெய்யும் ஒரு கருவி

vie/vai/*(n)*:வய் / **vied, vying**: to strive to do better, சிறப்பாக மேம்படச் செயல்படு; to rival, போட்டியில் வெற்றிபெற முயற்சி செய்.

view/vju:/*(n)*:வ்யூ / a sight, காட்சி; prospect, எதிர்பார்ப்பு; the way of looking at things, நோக்கு, பார்வை; aim, நோக்கம்; intention, குறிக்கோள்.

view-er/vju:ə*/*(n)*:வ்யூஒ* one who views, காட்சியைப் பார்ப்பவர்.

view-less/'vju:lis/*(adj)*:வ்யூலிஸ் / without having any opinion, முடியாத.

vig-il/'vidʒil/*(n)*:'விஜில் / the state of wakefulness, விழிப்புடன் இருத்தல்; the state of being alert, எச்சரிக்கையுடன் இருத்தல், காவல். • *You must be on the constant* ***vigil*** *to guard your democracy.* **vig-i-lance**/'vidʒiləns/*(n)*:'விஜிலஒன்ஸ் / watchful, காவல் நிலை; caution, எச்சரிக்கை. **vig-i-lant**/'vidʒilənt/ *(adj)*:'விஜிலஒன்ட் / watchful, விழிப்புடன் இருக்கின்ற; alert, எச்சரிக்கையாக உள்ள; on guard or on the look out for danger, எப்பொழுது ஆபத்து வருமோ என்று தயார் நிலையில் உள்ள.

vi-gnette/vi'njet/*(n)*:வி'ஞ்ஜெட் / beautiful floral designs, round letters, etc., எழுத்து முதலானவற்றைச் சுற்றிச் செய்யப்படும் சித்திர வேலைப்பாடுகள்; character sketch, ஒருவரின் பண்பாட்டு விளக்கம்; a photograph or drawing with fine finish, நல்ல அழகிய வேலைப்பாடுடன் கூடிய படங்கள், சித்திரங்கள்.

vig-our/'vigə*/*(n)*:'விக:ஒ* / physical alertness, உடல் ஆற்றல்; mental vitality, மனோசக்தி; activity, செயல்வேகம்; life force, உயிர்த்துடிப்பு. **vig-or-ous**/'vigərəs/ *(adj)*:'விக:ஒரஒஸ் / energetic, ஆற்றலுள்ள; full of vitality, உயிர்த்துடிப்புள்ள.

viking/'vaikiŋ/*(n)*:'வய்க்கிங் / a sea-robber, கடல் கொள்ளைக்காரன்.

vile/vail/*(adj)*:வய்ல் / of little worth, மதிப்பில்லாத; low, இழிவான; wicked, கெட்ட எண்ணமுள்ள. **vileness***(n)*.

vil-i-fy/'vilifai/*(v.t-v.i)*:'விலிஃபய் / to abuse, நிந்தனை செய்; to find fault with, குற்றம் கூறு; to slander, இழிவுபடுத்து, தூற்று. **vilification***(n)*, **vilifier***(n)*.

vi-lla/'vilə/*(n)*:'விலஒ / a large house with a garden in the suburb of a town, ஒரு

நகரின் வெளிப்புறத்தில் அமைந்திருக்கும் ஒரு தோட்ட வீடு.

vil-lage/ˈvilidʒ/(*n*):ˈ*விலிஜ்* / a small community in a rural district smaller than a town, *கிராமம்.*

vil-lain/ˈvilən/(*n*):ˈ*விலஅன்* / a tenant, *குத்தகைக்காரர்*; a farm servant, *பண்ணை ஆள்*; a scoundrel, *தீயவர்.* **vil-lain-ous**/ˈvilənəs/(*adj*):ˈ*விலஅனஅஸ்* / wicked, *கொடூர குணமுள்ள.* **vil-lai-ny**/ˈviləni/(*n*):ˈ*விலஅனி* / the act of a villain, *தீய செயல்.*

vim/vim/(*n*):*விம்* / energy, *சக்தி*; vigour, *துடிப்பு.*

vin-ci-ble/ˈvinsibl/(*adj*):ˈ*வின்ஸிப்:ல்* / capable of being overcome, *வெற்றிகொள்ளக் கூடிய.*

vin-cu-lum/ˈviŋkjuləm/(*n*):ˈ*விங்க்யுலஅம்* / that which binds, *கட்டுப்படுத்துவது*; a line drawn over several terms in arithmetic or algebra for treating these terms as one unit, *ஒரே தொகுதியாகக் காட்டுவதற்கான கோட்டுக் குறியீடு.*

vin-di-cate/ˈvindikeit/(*v.t-v.i*):ˈ*வின்டி:க்கெய்ட்* / to prove to be right, *சரியென்று நிரூபி*; to prove to be just, *நியாயம் என்று நிரூபி*; to maintain, *நிலைநாட்டு.* **vin-di-ca-tion**/ˌvindiˈkeiʃn/(*n*):ˌ*வின்டி:ˈக்கெய்ஷஅன்* / the act of vindicating, *நிலை நிறுத்தல்.*

vin-dic-tive/vinˈdiktiv/(*n*):*வின்ˈடி:க்டிவ்* / revengeful, *பழிவாங்கும் மனோபாவம் உள்ள*; having malicious intention, *கெட்ட எண்ணம் உடைய.* **vindicator**(*n*), **vindictiveness**(*n*).

vine/vain/(*n*):*வய்ன்* / a climbing plant bearing grapes, *திராட்சைக் கொடி*; any creeping plant, *படர் கொடி.* **viny**(*adj*), **vineyard**(*n*): plantation of grape-vines, *திராட்சைத் தோட்டம்.*

vin-i-cul-ture/ˈvinikʌltʃə*/(*n*):ˈ*வினிக்கல்ச்சஅ** / the business or act of growing vineyards, *திராட்சை உற்பத்தி, தொழில் (அ) செயல்.*

vi-nous/ˈvainəs/(*adj*):ˈ*வய்னஅஸ்* / of the nature of wine, *சாராயம் போன்ற.*

vin-e-gar/ˈvinigə*/(*n*):ˈ*வினிக:அ** / an acid liquid used as relish or preservative, *புளிக்காடி.*

vin-tage/ˈvintidʒ/(*n*):ˈ*வின்ட்டிஜ்* / the amount of grapes gathered in a year, *ஓராண்டு திராட்சை மகசூல்*; the wine from one season's grapes, *ஒரு பருவத்தில் விளைந்த மொத்த திராட்சையிலிருந்து கிடைக்கப்பெறும் மது.* **vintage**(*adj*).

vint-ner/ˈvintnə*/(*n*):ˈ*வின்ட்னஅ** / a dealer in wine, *மதுபான வியாபாரி.*

viol/ˈvaiəl/(*n*):ˈ*வயஅல்* / musical instrument like a violin, *பிடில் போன்ற ஒருவகை நரம்பிசைக் கருவி.*

vi-o-la/ˈvaiəulə/(*n*):ˈ*வயஅஉலஅ* / a large violin, *பிடில் போன்ற ஒருவகை நரம்பிசைக் கருவி.* **vi-o-la**/ˈvaiələ/(*n*):ˈ*வயஅலஅ* / a kind of flower plant, *ஒருவகைப் பூச்செடி.*

vi-o-la-ble/ˈvaiələbl/(*adj*):*வயஅலஅப்:ல்* / that may be violated, *மீறத்தக்க.* **vi-o-late**/ˈvaiəleit/(*v.t*):ˈ*வயஅலெய்ட்* / to break the rules of laws, *சட்டத்தை மீறு*; to treat shamefully, *மானபங்கப்படுத்து.* **vi-o-la-tion**/ˌvaiəˈleiʃn/(*n*):ˌ*வயஅˈலெய்ஷஅன்* / act of violating, *எல்லை மீறல்*; breaking of law, *சட்டத்தை மீறல்.* **violator**(*n*).

vi-o-lent/ˈvaiələnt/(*adj*):ˈ*வயஅலஅன்ட்* / using great force, *பெரும் வன்முறை சக்தியை பயன்படுத்திக்கொண்டு*; excited with passion, *உணர்ச்சிவயப்பட்ட*; very severe, *கொடூரமான.*

vi-o-lence/ˈvaiələns/(*n*):ˈ*வயஅலஅன்ஸ்* / great force, *வன்முறைப் பிரயோகம்*; injury, *உடல் காயம்.* • *Now, in India* **violence** *has supplanted non-violence.*

vi-o-let/ˈvaiələt/(*n*):ˈ*வயஅலிட்* / a garden plant and its flower, *தோட்டச் செடியும், அதன் மலரும்*; a bluish, purple colour, *ஊதா நிறம்.* **violet**(*adj*).

vi-o-lin/ˌvaiəˈlin/(*n*):ˌ*வயஅˈலின்* / a musical instrument with four strings played with a bow, *ஒருவகை நரம்பிசைக் கருவி.*

violinist/ˌvaiəˈlinist/(*n*):ˈ*வயஅலினிஸ்ட்* / a person who plays on the violin, *பிடில் வாசிப்பவர்.*

V.I.P./VIP/(*abbr.*):*விஅய்ப்பி* / Very Important Person, Very Important Person *என்பதன் சுருக்கம், மிக முக்கியமான நபர்.*

vi-per/ˈvaipə*/(*n*):ˈ*வய்ப்பஅ** / a poisonous snake, *கட்டுவிரியன் பாம்பு*; a deceitful person, *ஏமாற்றுபவன்.* **vi-per-ous**/ˈvaipərəs/(*adj*):ˈ*வய்ப்பஅரஅஸ்* / like a viper, *விஷப்பாம்பு போல.*

vi-ra-go/viˈra:gəu/(*n*):*விˈராக:அஉ* / a turbulent woman, *பிடிவாதமுள்ள பெண்மணி.*

V

vi-re-o/'virəu/*(n)*: 'விரியஉ / a singing bird in North America, வட அமெரிக்காவில் உள்ள ஒருவகைப் பாடும் பறவை.

vir-gin/'vɜ:dʒin/*(n)*:'வஉ:ஜின் / an unmarried chaste woman, கன்னிப் பெண். **The Virgin**: Mary, mother of Jesus, ஏசுநாதரின் தாய். **virgin***(adj)*: modest, நாணமும், அடக்கமும் உள்ள; pure, தூய்மையான; fresh, புத்தம் புதிய.

vir-gin-al/'vɜ:dʒinl/*(adj)*:'வஉ:ஜின்ல் / belonging to a virgin, கன்னிப் பெண், கன்னித்தன்மை பற்றிய; pure, தூய்மையான; chaste, கற்புடைய. **vir-gin-i-ty**/'vɜ:dʒiniti/*(n)*:'வஉ:ஜினிட்டி / state of being a virgin, கன்னித்தன்மை; chastity, கற்புத்தன்மை.

Vir-go/'vɜ:gəu/*(n)*:'வஉ:கஉஉ / the Virgin in the Zodiac - the 6th sign, கன்னி ராசி, ஆகஸ்ட் 23க்கும் - செப்டம்பர் 22க்கும் இடையே பிறந்தவர்கள்.

vi-ri-di-ty/vi'ridəti/*(n)*:வி'ரிடிட்டி / greenness, பசுமை; the colour of grass, பசும்புல் நிறம்.

vir-ile/'virail/*(adj)*:'விரய்ல் / masculine, ஆண்மையுள்ள; strong and vigorous, உறுதியும், துடிப்பும் உள்ள. **vi-ril-i-ty**/vi'riləti/*(n)*:வி'ரிலிட்டி / manhood, ஆண்மைப் பண்பு; manliness, ஆண்மைத் திறன்.

vir-tue/'vɜ:tʃu:/*(n)*:'வஉ:ச்யூ / a love for fine arts, நுண் கலைகள் மீதுள்ள ஆர்வம்; rare works of art, அபூர்வக் கலைகள். **virtue** *(n)*: goodness or purity of life, வாழ்வின் தூய்மையும், நல்லொழுக்கமும்; power of doing, செய்திறனும், நற்பண்பும்; merit, நற்பேறு.

vir-tu-al/'vɜ:tʃuəl/*(adj)*:'வஉ:ச்சுஉல் / not actual, செயல் உருவம் இல்லாத; possible but not practical, நிகழக்கூடிய ஆனால் உண்மையில்லாத. **virtually** *(adv)*, **virtuality***(n)*.

vir-tu-o-so/,vɜ:tʃu'əuzəu/*(n)*:,வஉ:ச்'சுஉஸஉஉ / a skilled artist like a musician, painter, etc., கலை வல்லுநர், கலைஞர் முதலானோர். **virtuosi, virtuosos***(n, pl)*.

vir-tu-ous/'vɜ:tʃuəs/*(adj)*:'வஉ:ச்சுஉஸ் / pure in thought and deed, எண்ணத்திலும், செயலிலும் தூய்மையான; leading a spotless life, குற்றமில்லாது வாழ்பவன்.

vi-rus/'vaiərəs/*(n)*:'வயஉரஉஸ் / poison, நச்சு; sub-microscopic infective agent that causes disease, நோய் பரப்பும் நச்சுக் கிருமிகள்.

vir-u-lence/'virulәns/*(n)*:'விருலஉன்ஸ் / state of being virulent, நச்சுத்தன்மையுள்ள நிலை; cruel bitterness, கடும் மனத்தாங்கல்.

vir-u-lent/'virulәnt/*(adj)*:'விருலஉன்ட் / full of poison, நச்சுத்தன்மை நிறைந்துள்ள; dangerous for life, உயிருக்கு ஆபத்தான; severe, கடுமையான; full of spite, மனத்தாங்கல் நிறைந்துள்ள.

vi-sa/'vi:zә/*(adj)*:'வீஸ:ə / an endorsement made on a passport to show that it is found correct on examination, சரிபார்த்து, ஏற்றுக்கொண்டதற்கு அடையாள மாகப் பயண அனுமதிச் சீட்டின் மீது எழுதப்படும் சான்றுக் குறிப்பு, அயல் நாட்டின் நுழைவுரிமைச் சீட்டின் மீது பதிப்பிக்கப்படும் அனுமதி முத்திரை.

vis-age/'vizidʒ/*(n)*:'விஸி:ஜ் / the human face, முகம்; countenance or facial appearance, முகத்தோற்றம்.

vis-a-vis/,vi:za:'vi:/*(adv & prep)*:வீஸ:ாவீ / face to face, நேருக்கு நேர். **visavis***(n)*: one facing another, எதிர் எதிராக நிற்கும் இருவரில் ஒருவர்.

vis-ce-ra/'visәrә/*(n)*:'விஸஉரஉ / the inner parts of the body, உடல் உள்ளுறுப்புகள்.

vis-cid/'visid/*(n)*:'விஸிட்: / sticky, ஒட்டிக் கொள்கின்ற; semi-liquid, பாகுத் தன்மையுள்ள. **vis-cos-i-ty**/vi'skɔsәti/*(n)*:விஸ்'க்கஸிட்டி / resistance for smooth flow, பாகுத்தன்மை; the state of being sticky, ஒட்டிக்கொள்ளும் தன்மை.

vis-count/'vaikaunt/*(n)*:'வய்க்கஉன்ட் / a nobleman ranking next to an earl, 'பிரபு' என்ற சிறப்புப் பட்டம். **viscountess***(fem)*.

vis-cous/'viskәs/*(adj)*:'விஸ்க்கஉஸ் / sticky, ஒட்டிக்கொள்ளக்கூடிய; resistance for smooth flow, சீரான திரவ ஒட்டத்திற்குத் தடையுள்ள.

vise/'vi:zei/*(n)*:'வீஸெ:ய் / [American English for 'vice'], 'vice' என்பதன் அமெரிக்க ஆங்கில எழுத்து மாறுபாடு.

vis-i-ble/'vizәbl/*(n)*:'விஸி:ப்:ல் / that can be seen, பார்க்கக்கூடிய; plain, தெளிவான; in sight, பார்வையிலுள்ள; பார்ப்பதற்கு ஏற்றதாக. **visiblenss** *(n)*, **visibility***(n)*.

vi-sion/'viʒn/*(n)*:'விஜ:உன் / power to see, பார்க்கும் திறன்; that which is seen,

பார்க்கக்கூடியது; something seen while one is dreaming, கனவில் காண்பது; that which is not substantial or real, பொருண்மை அற்றது, உண்மையல்லாதது. **vi-sion-a-ry**/'viʒnəri/*(adj)*:'விஜ்:னஎரி: belonging to a vision, கனவு உலகில் உள்ளதான; given to dreaming, கனவு காணுகின்ற; imaginary, கற்பனைத் திறனுள்ள. **visionary***(n)*: one who sees visions, கற்பனையுலகில் சஞ்சரிப்பவர்; a dreamer with high ideals, உயர் குறிக்கோள் கொண்டு அதை நிறைவேற்றும் பொருட்டு செய்யமுடியாத திட்டங்களைத் தீட்டுபவர்.

vis-u-al/'viʒuəl/*(adj)*:'விஜ்:யுஅல் / pertaining to sight, பார்வைத் தொடர்பான. **visually** *(adv)*.

vis-u-al-ize/'viʒuəlaiz/*(v.t)*:'விஜ:யுஅலய்ஸ்: / to feel and imagine intensely to carry out a programme, மனதில் நினைத்துச் செயல் திட்டம் தீட்டு; to picturize, உள்ளத்தில் படம் பிடித்துக் காட்டு. **visualization***(n)*.

visit/'vizit/*(v.t-v.i)*:'விஸிட் / to go to see, சென்று பார்; to call upon, சந்திக்கச் செல்; to meet a person, ஒருவரைப் பார்க்கச் செல். **visit***(n)*: the act of visiting, சந்திக்கச் செல்லுதல்; to examine and inspect, பார்வையிடுதல்.

vis-i-tant/'vizitənt/*(adj)*:'விஸி:ட்டஅன்ட் / paying a visit, சென்று பார்க்கும் தன்மையுள்ள.

vis-i-ta-tion/ˌvizi'teiʃn/*(n)*: ˌவிஸி:'ட்டெய்ஷஅன் / a formal visit, சென்று காண்பது; an incident seen as a punishment from God, தெய்வக் குற்றமாகக் கருதுதல்.

vi-sor/'vaizə*/*(n)*:'வய்ஸஅ* / the front movable part of helmet, திறந்து மூடக்கூடிய தலைக்கவச முன்பகுதி; a mask, முகமூடி. **visored***(adj)*: wearing a visor, masked, தலைக்கவசம் அணிந்த (அ) முகமூடி அணிந்த.

vis-ta/'vistə/*(n)*:'விஸ்ட்டஅ / a view, காட்சி; a beautiful scene, அழகிய தோற்றம்.

vi-tal/'vaitl/*(adj)*:'வய்ட்ல் / very essential, மிகவும் இன்றியமையாத; pertaining to life, உயிர்நிலை பற்றிய. **vi-tal-i-ty**/'vaitæləti/*(n)*:'வய்ட்டஆலிட்டி / life force, உயிர்ச் சக்தி; capacity to endure, வாழ்க்கையை எதிர்கொள்ளும் திறன், மனத்திடம்; liveliness of spirit, உயிர்த் துடிப்பு. **vitalize***(v.t)*: to give life to, உயிரூட்டு.

vi-tals/'vaitlz/*(n)*:'வய்ட்ல்ஸ் / the essential organs of the body, உயிர்நிலை உறுப்புக்கள்.

vit-a-min/'vitəmin/*(n)*:'விட்டஅமின் / constituent of food that is essential to health, உயிர்ச்சத்து.

vi-ti-ate/'viʃieit/*(v.t)*:'விஷியெய்ட் / to make foul or bad, அசுத்தப்படுத்து, கெடுத்துவிடு; to lower the quality of, தரத்தைக் குறைத்து விடு; to pollute, மாசுபடுத்து.

vit-re-ous/'vitriəs/*(adj)*:'விட்ரியஅஸ் / like glass, கண்ணாடி போன்ற; pertaining to glass, கண்ணாடி பற்றிய. **vit-ri-fy**/'vitrifai/ *(v.t-v.i)*:'விட்ரிஃபய் / to make into glass, கண்ணாடியாகச் செய்; to change into glass, கண்ணாடியாக மாற்று.

vit-ri-ol/'vitriəl/*(n)*:'விட்ரியஅல் / sulphuric acid, கந்தக அமிலம்; copper sulphate, zinc sulphate, etc., தாமிர சல்பேட், துத்தநாக சல்பேட் முதலியவை.

vit-ri-ol-ic/ˌvitri'ɔlik/*(adj)*:ˌவிட்ரிய'ஆலிக் / very biting, கடுகடுப்பான; (of speech etc.), கடுப்பான பேச்சு பற்றிய.

vi-tu-pe-rate/vi'tju:pəreit/*(v.t)*: வி'ட்யூப்பஅரெய்ட் / to blame in abusive language, வசை மொழியில் குறை கூறு; to revile, அவதூறு பேசு. **vi-tu-pe-ra-tion**/ viˌtju:pə'reiʃn/*(n)*:விˌட்யூப்பஅ'ரெய்ஷஅன் / the act of finding fault, அவதூறு பேசுதல்; censure, கண்டித்தல். **vi-tu-pe-ra-tive**/ vi'tju:pərətiv/*(adj)*:வி'ட்யூப்பஅரஅட்டிவ் / finding fault in abusive language, நிந்தனை செய்து குறை கூறிக்கொண் டிருக்கின்ற.

viva/'vi:və/*(n)*:'வீவஅ / wishing long life, வாழ்த்தொலி. **vi-va-cious**/vi'veiʃəs/ *(adj)*:வி'வெய்ஷஅஸ் / full of life, vigour, action, etc., உயிரோட்டமுள்ள, சுறுசுறுப்பும், ஆர்வமுமுள்ள; lively, உயிர்த் துடிப்புள்ள. **vi-va-ci-ty**/vi'væsəti/*(n)*:வி'வஆஸிட்டி / animation, உயிரோட்டம்; liveliness, உயிர்த்துடிப்பு; briskness, delight and cheerfulness, மகிழ்வும், ஆரவாரமும்.

vi-va-vo-ce/ˌvaivə'vəusi/*(adj)*: 'வய்வஅ'வஅஉஸி / verbal, வாய்மொழியான; oral, சொல்லால். **viva voce***(n)*: an oral examination, வாய்மொழித் தேர்வு.

viv-id/'vivid/*(adj)*:'விவிட் / true to the life, உயிர்ப்பண்புடன் ஒன்றிய; lively, உயிர்ப்புள்ள; intense, ஆழ்ந்து இருக்கும் படியான; distinct, மிகத் தெளிவான.

V

viv-i-fy/'vivifai/*(v.i)*:விவிஃபய் / to give life to, உயிர்த்துடிப்பூட்டு; to animate, உயிரூட்டு.

vi-vip-a-rous/vi'vipərəs/*(adj)*: வி'விப்பரஸ் / bringing forth young life, இளமை வாழ்வு மீண்டும் கொணரும்.

viv-i-sec-tion/ˌvivi'sekʃn/*(n)*: ˌவிவி'ஸெக்ஷன் / dissection of living animals, ஆராய்ச்சிக்காக உயிர்ப்பிராணி களை வெட்டிப் பார்த்தல்.

vix-en/'viksn/*(n)*:'விக்ஸ்ன் / female fox, பெண் நரி; a woman of ill-temper, முன்கோபம் கொள்ளும் பெண்மணி.

viz/viz/*(adv)*:விஸ்: / it is, அது இருக்கிறது; they are, அவை இருக்கின்றன; that is to say, சொல்லப்போனால்.

vi-zi-er/vi'ziə*/*(n)*:வி'ஸியஅ / a minister of state in some Muslim countries, சில இஸ்லாமிய நாடுகளில் அமைச்சர்.

V.M.*(abbr.)*: Virgin Mary, Virgin Mary என்பதன் சுருக்கம், ஏசுநாதரின் தாய் மேரி.

vo-ca-ble/'vəukəbl/*(n)*:'வஅஉக்கஅப்:ல் / a word, ஒரு சொல்; a term, ஒரு சொற்றொடர்.

vo-cab-u-la-ry/vəu'kæbjuləri/*(n)*: வஅஉ'க்கஅப்:யுலஅரி / a list of words, சொற்கோவை; a list of words and their meanings arranged alphabetically, சொற்களின் தொகுதி, சொல்லடைவு.

vo-cal/'vəukl/*(adj)*:'வஅஉக்கஅல் / having to do with the voice, குரல் தொடர்பான; pertaining to speech, பேசுதல் தொடர்பான.

vo-ca-tion/vəu'keiʃn/*(n)*:வஅஉ'க்கெய்ஷஅன் / one's calling, ஒருவர் தொழில்; business, வியாபாரம்; employment, தொழில் அலுவல்; profession, வாழ்க்கைத் தொழில்.

vo-ca-tive/'vɔkətiv/*(adj)*:'வாக்கஅட்டிவ் / used in addressing a person, விளிக்கப் பயன்படும்; the vocative case, விளி வேற்றுமை.

vo-cif-er-ate/vəu'sifəreit/*(v.i)*: வஅஉ'ஸிஃபஅரெய்ட் / to say loudly, கூச்சல் போடு; to shout, உரக்கக் கத்து. **vociferation***(n)*.**vo-cif-er-ous**/ vəu'sifərəs/*(adj)*:வஅஉ'ஸிஃபஅரஅஸ் / making loud noise, பெருங்கூச்சல் போட்டுக்கொண்டு.

vogue/vəug/*(n)*:வஅஉக்: / fashion of the time, நடைமுறை வழக்கு.

voice/vɔis/*(n)*:வாய்ஸ் / sound made by the vocal organs, குரல், manner of speaking, பேசும் முறை; a vote, தேர்ந்தெடுப்பு; will, உறுதியான எண்ணம்; command, கட்டளை; the form given to a verb (in grammar) as it is active or passive, Active Voice, செய்வினை; Passive Voice, செயப்பாட்டு வினை.

void/vɔid/*(adj)*:வாய்ட்: / empty, காலியான; containing nothing, ஒன்றுமில்லாத; being without, வெறுமையான; having no love or link, அன்பு (அ) தொடர்பற்ற. **void***(n)*: an empty space, வெற்றிடம். **void***(v.t)*: to make empty, வெற்றிடமாக்கு; to evacuate, காலியாக்கு; to nullify, செல்லாததாக்கு. **voidable***(adj)*.

voile/vɔil/*(n)*:வாய்ல் / a very fine, thin, almost transparent dress material, மிக மெல்லிய துணி.

vol/vɔl/*(n)*:வால் / *abbr.* for "volume", "volume" என்பதன் சுருக்கம்.

vol-a-tile/'vɔlətail/*(adj)*:'வாலஅட்டய்ல் / of quickly changing nature, வெகு விரைவில் மாறும் இயல்புள்ள; evaporating, எளிதில் ஆவியாகின்ற; fickle minded, சலன புத்தியுள்ள. **volatility***(n)*. **vol-a-til-ize**/ vɔ:lətilaiz/*(v.t-v.i)*: to evaporate, ஆவியாக்கு, ஆவியாக மாறு.

vol-ca-no/vɔl'keinəu/*(n)*:வால்'க்கெய்னஅஉ / a mountain formed by the lava, ash, etc., a hill or mountain with a crater at the top through which melting rock, steam, gas, etc., escape with force, எரிமலை. **vol-can-ic**/vɔl'kænik/ *(adj)*: வால்'க்கஆனிக் / belonging to a volcano, எரிமலை சார்ந்த; caused by a volcano, எரிமலை ஏற்படுத்திய; violent, கொடூரமான.

vole/vəul/*(n)*:வஅஉல் / a short-tailed field mouse, பெரிய எலி வகையைச் சார்ந்த.

vo-li-tion/vəu'liʃn/*(n)*:வஅஉ'லிஷஅன் / free will, சுயேச்சையாகச் சிந்திக்கும் திறன்; power of determination, தீர்மானிக்கும் சக்தி.

vol-ley/'vɔli/*(n)*:'வாலி / a shower of stones or bullets, கல்மாரி பொழிதல் (அ) குண்டு பொழிதல்; hitting a ball in motion before it touches the ground, எறிந்த பந்து நிலத்தைத் தொடுமுன் அதை அடித்தல்; a burst of words, கடுமொழி. **volley***(v.i)*: (of guns) to be fired at the same time, ஒரே சமயத்தில் குண்டுமாரி பொழி; to hit (a ball) before it has touched the ground, தரையைத் தொடுமுன் பந்தை அடி; to make a volley against, சரமாரியாகப் பொழி; to fire a volley, விடாமல் சுடு.

volt/vəult/*(n)*:வəஉல்ட் / a turn, ஒரு திருப்பம்; a bound, ஓர் எல்லை; a sudden movement to avoid a thrust or to escape from, குத்துப்படுவதைத் தவிர்க்க திடீரென நகர்தல், தப்புவதற்கு எடுக்கப்படும் திடீர் இயக்கம். **volt***(n)*: the unit of Electromotive Force, மின் அழுத்த மூல அளவை. **volt-age**/ˈvəultidʒ/*(n)*: வəஉல்ட்டிஜ் / the measurement in volts of electric force, மின் அழுத்தத்தை மூல அளவிடுதல்.

vol-ta-ic/vɔlˈteiik/*(adj)*:வால்'ட்டெய்க் / pertaining to electric current, மின்னோட்டம் தொடர்பான.

volt-met-er/ˈvəultˌmi:tə*/*(n)*: 'வəஉல்ட்,மீட்டə* / an instrument for measuring voltage, மின் அழுத்தத்தை அளவிடும் கருவி.

vol-u-ble/ˈvɔljubl/*(adj)*:'வால்யுப்:ல் / having fine flow of words, சரளமாகப் பேசுகிற, சொல்லாக்கம் உடைய. **vol-u-bility**/ˌvɔljuˈbiliti/*(n)*:,வால்யு'பி:லிட்டி / fluency, பேச்சுத்திறன்; loquacity, மொழி ஆற்றல்.

vol-ume/ˈvɔlju:m/*(n)*:'வால்யூம் / a single book, ஒரு புத்தகம், நூல்; the loudness of sound, ஒலியின் குரல் அளவு; the amount, produced by work, activity, etc., வேலை, செயல் முதலியவை; any one of a set of books, நூல் தொகுதிப் பிரிவு; a book esp. a large one, ஒரு பெரிய புத்தகம்.

vo-lu-mi-nous/vəˈlu:minəs/*(adj)*: வə'ல்யூமினə / having many folds, பல மடிப்புகள் கொண்ட; of very great size, அதிக பருமனுள்ள; consisting of many books, பல நூல்கள் கொண்ட. **voluminously** *(n)*, **voluminousness** *(n)*.

vol-un-ta-ry/ˈvɔləntəri/*(adj)*: 'வாலəன்ட்டəரி / acting or one's own freewill, தன்னிச்சையாகச் செயல்படக் கூடிய; not forced by outside agency, தூண்டுதல் இல்லாமல் தன்னிச்சையாகச் செயல்படக்கூடிய; done on purpose, ஒரு குறிக்கோளுடன் செய்யப்படுகின்ற. **voluntarily***(adv)*. **voluntary***(n)*: a piece of music played in church, மாதா கோயில்களில் இசைக்கப்படும் இசை. **vol-un-teer**/ˌvɔlənˈtiə*/*(n)*:,வாலəன்'ட்டியə* / a person who undertakes some service on his own free will, தானாகவே வந்து செயல்படும் தொண்டர்; a person who undertakes military service, விருப்பப்பட்டு இராணுவ சேவை செய்பவர். **volunteer** *(v.t-v.i)*: to render service without expecting any reward, எந்த ஊதியமும் / வெகுமதியும் எதிர்பாராமல் தொண்டு செய்.

vo-lup-tu-ous/vəˈlʌptʃuəs/*(adj)*: வə'லப்ச்சுə / full of sensual pleasures, ஐம்புலன் இன்பத்தில் திளைக்கும்; exciting desire, கிளர்ந்தெழுகின்ற புலனுணர்வு உடைய. **vo-lup-tu-a-ry**/vəˈlʌptʃəri/*(n)*: வə'லப்ச்சுəரி / a voluptuous person, சிற்றின்பப் பிரியர்.

vom-it/ˈvɔmit/*(v.t-v.i)*:'வாமிட் / to throw up the food content of the stomach through the mouth, வாந்தியெடு. **vomit***(n)*: food or other matter that has been vomitted, வாந்தி.

vo-ra-cious/vəˈreiʃəs/*(adj)*:வə'ரெய்ஷə / ready to devour, விழுங்குவதற்குத் தயாராக; free in eating, சாப்பிடுவதில் பேராசையுள்ள, பெருந்தீனி தேடுகின்ற; always very hungry, பெரும் பசியுள்ள. **vo-ra-ci-ty**/vɔræsiti/*(n)*:வாரæஸிட்டி / greediness in eating, பெருந்தீனி உண்ணும் பேராசை.

vor-tex/ˈvɔ:teks/*(n)*:'வா:ட்டெக் / whirling motion of air or water, நீர்ச்சுழி, சுழல் காற்று.

vo-ta-ry/ˈvəutəri/*(n)*:'வəஉட்டəரி / a faithful and regular worshipper, பக்தன். **votaress** *(fem)*.

vote/vəut/*(n)*:வəஉட் / the expression of one's choice or wish or desire on certain matter, வாக்களிப்பு, தேர்ந்தெடுத்தல், வாக்குரிமை. **vote***(v.t-v.i)*: to give a vote, வாக்களி; to choose by vote, தேர்ந்தெடு; to give opinion to, கருத்துக்கூறு. **vote of confidence:** a vote showing the majority opinion, நம்பிக்கை வாக்கெடுப்பு. **vote of thanks**: expression of gratitude, நன்றி கூறு.

vot-er/vəutə*/*(n)*:'வəஉட்டə* / one who has a right to vote, வாக்காளர்.

vouch/vautʃ/*(v.t-v.i)*:வஉச் / to establish with proof, நிரூபணத்துடன் நிலைப்படுத்து; to bear witness to, உண்மையென சாட்சியம் கூறு; to attest, உறுதிப்படுத்து.

vouch-er/ˈvautʃə*/*(n)*:வஉச்சə* / one who vouches, சரியென்று சான்று கூறுபவர்; a written proof for payment being made,

V

ரொக்கச் சீட்டு, உறுதி சீட்டு; a receipt, ரொக்கப் பற்றுச் சீட்டு.

vouch-safe/vautʃ'seif/(*n*):வஉச்'ஸெய்ஃப் / to condescend, இணங்கச் செய்; to grant, அருள்கூர்ந்து கொடு.

vow/vau/(*n*):வஉ / a promise made, உறுதிமொழி; a solemn declaration, மனமார்ந்த உறுதிமொழி, சபதம். **vow**(*v.t-v.i*): to promise, உறுதிமொழி கொடு; to declare solemnly, வாக்குக் கொடு, சபதம் செய்.

vo-wel/'vauəl/(*n*):'வஉஅல் / the sound that comes out through the open throat, (e.g.) (a, e, i, o, u), உயிரெழுத்து.

vox pop-u-li/ˌvɔks'pɔpuli/(*n*):'வாக்ஸ்' ப்பாப்யுலி / public opinion, பொதுக் கருத்து.

voy-age/'vɔiidʒ/(*n*):'வாயிஜ் / a long journey over sea, நீண்ட கடற் பயணம். **voyage**(*v.t-v.i*): to go on a travel by sea, கடல் பயணம் மேற்கொள். **voyageur**(*n, sing*), **voyageurs** (*n, pl*): a man employed to transport supplies in Canada, கனடா நாட்டில் சரக்குகளை ஏற்றிச் செல்பவர்.

V.P.P.(*abbr.*): Value Payable Post, Value Payable Post என்பதன் சுருக்கம், தொகை செலுத்தப்படவேண்டிய அஞ்சல்.

Vs/vs/(*abbr.*):வஅ:ஸஅஸ் / Versus, Versus, என்பதன் சுருக்கம், எதிராக.

Vul-can/'vʌlkən/(*n*):'வல்க்கஅன் / the

Roman God of fire, ரோமானியரின் தீக் கடவுள்.

vul-can-ite/'vʌlkənait/(*v.t*):'வல்க்கஅனய்ட் / rubber hardened by heating with sulphur, கந்தகம் கொண்டு கெட்டியாக்கப்பட்ட ஒருவகை ரப்பர். **vul-can-ize**/'vʌlkənaiz/(*n*):'வல்க்கஅனய்ஸ்: / to harden rubber by heating with sulphur, ரப்பர் - கந்தகக் கலவையைச் சூடு செய்து, வலுவூட்டு.

vul-gar/'vʌlgə*/(*adj*):வல்க:அ* / not decent, நாகரிகமில்லாத; rough in manners, முரட்டுத்தனமும், இழிவும் உள்ள. **vul-gar-ize**/'vʌlgəraiz/(*v.t*):வல்க:அரய்ஸ்: / to make vulgar, அசுத்தப்படுத்து, இழிவுபடுத்து; to lower the standard of, தரத்தைக் கெடுத்து கீழ்த்தரமாக நடந்துகொள். **vulgari-zation**(*n*). **vulgarity**/vʌl'gærəti/(*n*):வல்க:ஆரிட்டி / the state of being vulgar, இழிவாக இருக்கும் நிலை. **vul-gar-i-sm**/'vʌlgərizəm/(*n*):வல்க:அரிஸ்:ம் / unrefined expression, கீழ்த்தரப் பேச்சு/எழுத்து.

Vul-gate/'vʌlgeit/(*n*):வல்கெ:ய்ட் / Latin version of the Bible, பைபிளின் லத்தீன் மொழிபெயர்ப்பு.

vul-ner-a-ble/vʌlnərəbl/(*n*):வல்னஅரஅப்:ல் / apt to get hurt, அடிபடக்கூடிய; liable to be wounded, காயம் ஏற்பட ஏதுவான; susceptible to danger, criticism, etc., அபாயம், குறைகாணல் முதலியவற்றிற்கு உள்ளாகக்கூடிய. **vulnerability**(*n*), **vulnerableness**(*n*).

vul-pine/'vʌlpain/(*adj*):வல்ப்பய்ன் / like a fox, நரி போன்ற; sly, தந்திரமுள்ள; crafty, வஞ்சக எண்ணமுடைய.

vul-ture/'vʌltʃə*/(*n*):வல்ச்சஅ* / a large bird of prey, கழுகு; a person who lives on the earnings of others, பிறர் வருமானத்தில் வாழ்க்கை நடத்தும் இழிகுணமுள்ள. *In this world, you find wolves and* **vultures** *roaming in the streets.*

vy-ing/'vaiiɲ/(*v*):வயிங் / competing, போட்டியிடும் செயல்/குணம் உள்ள.

V

W, w/'dʌblju:/:டப்ல்யூ / W's, w's or Ws, ws: the 23rd letter of the English alphabet, ஆங்கில நெடுங்கணக்கின் 23ஆவது எழுத்து.

W:*(abbr.)*: Western, Watt. Western, Watt, என்பவைகளின் சுருக்கம்; Western, மேற்கத்திய; a watt, மின்சக்தித் திறனை அளக்கும் ஓர் அளவை (அலகு).

wad/wɔd/*(n)*:உ௶ட்: / a small mass of loose matter pressed together, மென்மையான பொருள், தக்கை; a roll of paper, a ball of tow, etc., காகிதக் கற்றை, அடைப்புப் பொருள் முதலியவை; a large amount, பெருந்தொகை. • *He is carrying a* **wad** *of currency notes in his briefcase and a man of suspicious nature is shadowing him.* **wad***(v.t)*, **wadded, wadding**: to compress into a wad, இடையே மென்மையான பொருள் வைத்து அடை; to stuff with wad, தக்கை போடு. to plug with wad, தக்கை போட்டு அடை. **wadding***(n)*: stuff for wads, திணிக்கப் பயன்படும் மென்மையான பொருள்.

wad-dle/'wɔdl/*(v.t)*:'உ௶ட்ல் / to walk with short steps like a duck, வாத்து போல் மெதுவாக நட. **waddle***(n)*: a clumsy walk like a duck, வாத்து போல் நடத்தல். **waddler***(n)*: one who waddles, ஆடி, அசைந்து நடப்பவர்.

wade/weid/*(v.t-v.i)*:உஎய்ட்: / to walk through water etc., தண்ணீரில், சிரமப்பட்டு நடந்து செல்; to pass slowly because of some difficulty, சிரமப்பட்டு, மெதுவாக நகர்ந்து செல். • *Often difficulties come in series; we have got to learn to* **wade** *through them.* **wad-er**/'weidə*/*(n)*:'உஎய்டə* / a bird with long legs capable of walking through water, நீரில் நடந்துசெல்லக்கூடிய நீண்ட கால்கள் உடைய ஒரு பறவை; a person who wades, நடந்து கடப்பவர்.

wad-y/'wɔ:di/*(n)*:'உ௶டி: / [also **wadi**]: the dry bed of a stream, மழைக்காலம் தவிர மற்ற காலங்களில் வறண்டிருக்கும் ஆற்றுப் படுகை; a water course, நீர்பாய்ந்து செல்லும் ஆற்றுப்பாதை.

wa-fer/'weifə*/*(n)*:'உஎய்ஃபə:* / a thin piece of biscuit, மெல்லிய பிஸ்கட் துண்டு; a thin piece of paste, மெல்லிய பசைப் பகுதி. **wafer***(v.t)*: to seal with a wafer, பசைத்தூள் கொண்டு ஒட்டு. **wafery***(adj)*.

waft/wæft/*(v.t-v.i)*:உæஃப்ட் / to float lightly in water or air, நீரில் (அ) காற்றில் மித; to make a signal by hand or flag, esp. a distress signal from a ship, கை (அ) கொடி கொண்டு குறிப்பாகச் செய்தி தெரிவி, கப்பலிலிருந்து அபாய அறிவிப்புக் கொடு. **waft***(n)*: a puff of air, காற்று திடீரென வீசுதல்; a smooth sailing or floating, இலேசாக மிதத்தல் (அ) மிதந்து செல்லுதல். • *The air is heavy with the* **wafts** *of cuckoo's song.* a signal made by waving, கொடி (அ) கை அசைத்துச் செய்தி அனுப்புதல்.

wag/wæg/*(v.t-v.i)*:உæக்: / **wagged, wagging**: to move rapidly from side to side or up and down, பக்கவாட்டிலோ (அ) மேலும் கீழுமாகவோ அசை. **wag***(n)*: a wafting movement, முன்னும் பின்னும் அசைதல்; a person interested in jokes, tricks, etc., நகைச்சுவை, தந்திர வேலைகளில் நாட்டம் உள்ளவர்.

wage/weidʒ/*(n)*:உஎய்ஜ் / a pledge, பந்தயம், அடகு. **wages***(n, pl)*: payment for service, செய்த வேலைக்குக் கூலி. **wage***(v.t)*: to carry on, நடத்து. • *The government is determined to* **wage** *a war against poverty.* to run a risk, ஆபத்தை எதிர்நோக்கு. **wa-ger**/'weidʒə*/*(n)*:'உஎய்ஜə* / a bet, பந்தயம்; that which is waged, செய்யப்படுவது, நடத்தப்படுவது; something that is staked, பிணைப்பொருளாக வைக்கப்படுவது. **wager***(v.t)*: to make a bet, பந்தயம் கட்டு.

wag-gle/'wægl/*(v.t-v.i)*:'உæக்:ல் / to wag from side to side, முன்னும் பின்னும் அசை. • *He can* **waggle** *his ears rather funnily.*

wag-gon/'wægən/*(n)*:'உæக:ən / [also **wagon**]: four-wheeled vehicle for carrying goods, நான்கு சக்கர பளு வண்டி.

W

wag-tail/'wægteil/*(n)*:'உஆக்:ட்டெய்ல் / a small bird that wags its tail, ஒரு சிறு பறவை, வாலாட்டுக் குருவி.

waif/weif/*(n)*:உஎய்ஃப் / anything found without an owner, கேட்பாரற்ற பொருள்; a homeless person, வீடு, வாசல் இல்லாதவர்.

wail/weil/*(v.t-v.i)*:உஎய்ல் / to cry aloud in agony, அழுது புலம்பு; to grieve, துயரம் கொள். **wail***(n)*: loud crying and weeping, அழுது புலம்பல்.

wain/wein/*(n)*:உஎய்ன் / a wagon, பளு ஏற்றிச் செல்லும் வண்டி. **wain***(n)*: The Charle's Wain, The seven stars of the plough, சப்தரிஷி மண்டலம்.

wain-scot/'weinskət/*(n)*:'உஎய்ன் க்கஅட் / wooden panelling on the walls of rooms, சுவரில் மரப்பலகை அமைத்தல். **wainscot***(v.t)*: to line with board or panels, சுவரில் மரப்பலகை (அ) சட்டம் வைத்து மறை. **wainscoting***(n)*.

waist/weist/*(n)*:உஎய் ட் / the body between the ribs and the hip, இடுப்பு, இடை; the dress that forms part of the body from neck to the waist, அரைக்கை இடைச்சட்டை; the middle part of the ship, கப்பலின் மையப்பகுதி. **waist-coat**/'weis kəut/*(n)*:'உஎய் க்கஅஉட் / a short coat without sleeves worn under the coat, இடுப்பு வரை வரும் கையில்லாத அரைச் சட்டை. **waist-band**/weist bænd/*(n)*: [also **waist belt**]: a band worn round the waist, அரைஞாண், ஒட்டியாணம்.

wait/weit/*(v.t-v.i)*:உஎய்ட் / to stay expecting something to happen, காத்திரு, எதிர்பார்த்திரு; to attend on someone (to do some service), பரிமாறு, தொண்டு செய்யக் காத்திரு; to delay, தாமதம் செய். **wait***(n)*: the act of waiting, காத்திருத்தல்; lie in wait, பதுங்கி இருத்தல், பதுங்கித் தாக்குவதற்கு தக்க தருணம் பார்த்திருத்தல். **wai-ter**/'weitə*/*(n)*:'உஎய்ட்டஅ* / one who waits, காத்திருப்பவர்; an attendant in a restaurant, உணவு விடுதியில், உணவு பரிமாறும் பணியாளர். **waitress***(fem)*.

waiting list/wəitiŋ list/*(n)*:உஎய்ட்டிங் லிட் / a list of persons expecting appointments or admission into higher studies, வேலை நியமனம் (அ) மேற்படிப்பு படிக்க இடம் வேண்டி காத்திருப்பவர்களின் பெயர்ப் பட்டியல். **waiting room***(n)*: a room provided for people to wait in, தங்கும் அறை.

waive/weiv/*(v.t)*:உஎய்வ் / to give up right to, உரிமையை விட்டுக் கொடு; to forego one's claim, வேண்டும் என்பதை விலக்கிக் கொள்.

wake/weik/*(n)*:உஎய்க் / a watch, காவல், கண்விழித்துக் காத்திருத்தல்; the trail on the surface of water left by a sailing ship, தண்ணீரில் செல்லும்பொழுது கப்பல் ஏற்படுத்தும் தடம். **in the wake of**: immediately following, உடன் பின் தொடரும். **wake***(n)*: a watch kept over a deadbody, சவத்தைக் காத்திருத்தல். **wake**/weik/*(v.t-v.i)*:உஎய்க் / to rouse from sleep, தூக்கத்திலிருந்து எழுந்திரு; to be on the watch, காவல் காத்திரு; to sit up late without sleeping, தூக்கமில்லாமல் வெகு நேரம் விழித்திரு. **wake-ful**/'weikful/*(adj)*:உஎய்க்ஃபுல் / wide awake, விழித்திருக்கும் நிலையில் உள்ள. **wakefulness***(n)*. **wak-en**/'weikən/*(v.t-v.i)*:உஎய்க்கஅன் / to wake up, எழுந்திரு; to rouse, எழுப்பு; to stir to be active, செயல்படத் துள்ளியெழு. **wakening***(n)*. **wak-ing**/weikiŋ/*(adj)*:உஎய்க்கிங் / being awake, விழித்திருக்கின்ற.

wale/weil/*(n)*:உஎய்ல் / the state of being healthy, நலமுடன் இருத்தல்.

walk/wɔ:k/*(v.t-v.i)*:உஓ:க் / to move on foot, நடந்து செல், கால்நடையாகச் செல்; to conduct oneself, திறமையாக நடந்து கொள்; to walk over, வெற்றி கொள். **walk***(n)*: the act of walking, நடக்கும் செயல்; the distance covered by walk, ஒரு நடை; a way of living, வாழ்க்கை முறை; a path for walking, நடைபாதை.

wall/wɔ:l/*(n)*:உஓ:ல் / the protecting structure of a building, சுவர், மதில்; a partition, இரு இடங்களைப் பிரிக்கும் செங்குத்து அமைப்பு; the structure enclosing a room, house, town, etc. அறை, வீடு, நகர் முதலியவற்றைச் சூழ்ந்திருக்கும் சுவர், மதில் முதலியவை. **wall***(v.t)*: to provide with a wall, பாதுகாப்புச் சுவர் அமை.

wal-la-by/'wɔləbi/*(n)*:'உஓலஅபி: / a kind of small kangaroo, ஒருவகைச் சிறிய கங்காரு.

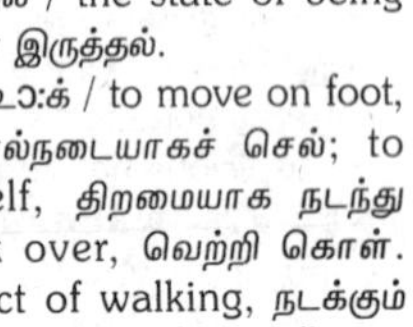

wal-let/'wɔlit/*(n)*:'உஓலிட் / a bag for carrying personal papers, things, etc., சிறு கைப்பை.

wall-eye/ˈwɔ:lai/*(n)*:ˈஉ:ɔ:லய் / an eye in which the iris is of a whitish colour because of disease, கண்ணின் கருவிழி வெண்மையாக மாறும் ஒரு நோய் (அ) நோயினால் மாறும் கண். **wall-eyed***(adj)*.

wall-flow-er/ˈwɔ:lˌflauə*/*(n)*: ˈஉ:ɔ:ல்ˌஃப்லஉə* / a garden plant of sweet-smelling flowers of varied colours, வாசனையுள்ள வண்ணமலர்ச் செடி.

wall-fruit/ˈwɔ:lfru:t/*(n)*:ˈஉ:ɔ:ல்ஃப்ரூட் / fruits grown on trees against a wall, சுவரில் படரும் செடிகளில் காய்க்கும் பழம்.

wal-lop/ˈwɔləp/*(v.t-v.i)*:ˈஉɔலəப் / to hit hard, பலமாக அடி; to thrash, புடைத்தெடு.

wall-pa-per/ˈwɔ:lˌpeipə*/*(n)*: ˈஉ:ɔ:ல்ˌப்பெய்ப்பə* / colourful papers used for covering walls, சுவர்க் காகிதம்.

wal-nut/ˈwɔ:lnʌt/*(n)*:ˈஉ:ɔ:ல்னட் / a large tree that bears valuable nuts and wood, வாதுமை மரவகை.

wal-rus/ˈwɔ:lrəs/*(n)*:ˈஉ:ɔ:ல்ரə / the sea-

horse, கடல் குதிரை.

waltz/wɔ:ls/*(n)*:ˈஉ:ɔ:ல் / a dance performed by a man and woman gliding round with a kind of whirling motion, ஆணும், பெண்ணும் ஆடும் சுழல் நடனம். **waltz***(v.t-v.i)*: to dance a waltz, சுழல் நடனம் ஆடு.

wam-pum/ˈwɔmpəm/*(n)*:ˈஉ:ɔ:ம்ப்பəம் / small beads made of shells used by Red Indians as money and also as ornaments, அமெரிக்க சிவப்பு இந்தியர்களால் நாணய மாகவும், ஆபரணமாகவும் பயன்படுத்தப் படும் ஒருவகைச் சோழி.

wan/wɔn/*(adj)*:உɔன் / having a pale and sick look, வெளிறிய, நலிந்த தோற்றம் உடைய; tired, களைத்துப்போகக்கூடிய; worn out, மிகவும் சோர்ந்து, வலுவில்லாமல் இருக்கின்ற.

wand/wɔnd/*(n)*:உɔன்ட்: / a staff carried as a symbol of authority, அதிகாரத்தைத் தெரியப்படுத்தும் கோல்; a magician's rod, மந்திரக்கோல்; a long thin rod, ஒரு மெல்லிய நீண்ட தண்டு.

wand-er/ˈwɔndə*/*(v.t-v.i)*:ˈஉɔன்ட:ə* / to move about with no specific purpose, ஒரு குறிக்கோள் இல்லாமல் அலைந்து திரி; to roam, இங்கும் அங்கும் அலை; to go astray, நேர் வழியை விட்டு விலகிச் செல்; to think unreasonably, காரணமும், தொடர்பும் இல்லாமல் யோசனை செய். **wand-er-er**/ˈwɔndərə*/*(n)*:ˈஉɔன்ட:əரə* / a person who moves about with no purpose, நோக்கம் எதுவும் இல்லாமல் வாழ்பவர். **wan-der-ings**/ˈwɔndəriɲz/*(n, pl)*: ˈஉɔன்ட:əரிங்: / aimless travel, roaming, etc., அலைந்து திரிதல். **wandering***(adj)*: aimlessly roaming, அலைந்து திரிகின்ற.

wane/wein/*(v.i)*:உஎய்ன் / to become less, குறைவுறு; to grow less in strength, வலிமையில் குறைவுபடு; to decrease step by step, தேய்ந்து படு. • *As the age advances, faculties* **wane**. **wane***(n)*: the act of growing less, குறைதல்; decline, தேய்தல்.

wan-gle/ˈwæɲgl/*(v.t)*:ˈஉ:ஆங்க்:ல் / to obtain by cheating, ஏமாற்றிப் பெறு; to wangle one's way into, ஏமாற்று வித்தை செய்து மாட்டிக்கொள்.

want/wɔnt/*(v.t-v.i)*:உɔன்ட் / to be in need, தேவையில் இரு, வேண்டும் என்ற நிலையில் இரு; to wish for, ஆசைப்படு, ஏங்கித் தவி; to fall short of, தேவைக்குக் குறைவாக இரு. **want***(n)*: the state of being in need, தேவை ஏற்படும் நிலை.

wanting/ˈwɔntiɲ/*(prep)*:உɔன்டிங் / without, இல்லாது.**wan-ting**/ˈwɔntiɲ/*(n)*: உɔன்டிங் / deficient, இல்லாமை. **wants**/ wɔnts/*(n)*:உɔன்ட் / needs, தேவைகள்.

wan-ton/ˈwɔntən/*(adj)*:உɔன்ட்டən / not trained, நல்ல பயிற்சி இல்லாத; rough and unruly, கட்டுப்பாடு இல்லாத; licentious, காமம் அதிகமுள்ள. **wantonly***(adv)*, **wantonness***(n)*.

wap-i-ti/ˈwɔpiti/*(n)*:ˈஉɔப்பிட்டி / a large North American deer, வட அமெரிக்காவில் வாழும் ஒருவகைப் பெரிய கலைமான்.

war/wɔ:*/*(n)*:உ:ɔ:* / the state of being in fight, போர் நிலை; any hostile activity, பகைமை உணர்வும், அதன் செயலும்; military operations, இராணுவ நடவடிக்கை. **war-ring**/ˈwɔ:riɲ/*(adj)*:ˈஉ:ɔ:ரிங் / fighting in a war, போரில் ஈடுபட்டுள்ள. • *The* **warring** *nations will be ruined.*

W

war-crime/'wɔ:kraim/*(n)*:'உɔ:க்ரய்ம் / a crime violating international laws, போரில் ஈடுபட்டிருப்பவர்கள் செய்யும் குற்றம். **war-cry**/'wɔ:krai/*(n)*:'உɔ:க்ரய் / a phrase or name shouted to rally troops, போர் மூளுவதற்கான எச்சரிக்கைப் போர்க்குரல் எழுப்புதல். **war-fare**/'wɔ:feə*/*(n)*: 'உɔ:ஃபεə* / the act of making war, போரில் ஈடுபட்டிருத்தல். **war-like**/'wɔ:laik/ *(adj)*:'உɔ:லய்க் / threatening war, போர் போன்றுள்ள, போர் வெறியுள்ள. **war path***(n)*: course of conflict, போர் வேண்டும் என்ற வெறி. **warrior***(n)*: a soldier engaged in a war, போரில் ஈடுபட்டுள்ள போர் வீரன். **war-ship**/ 'wɔ:ʃip/*(n)*:'உɔ:ஷிப் / ship used in a war, போர்க் கப்பல்.

war-ble/'wɔ:bl/*(n)*:உɔ:ப்:ல் / a thrilling sweet song, இனிய கீதம். **warble***(v.t-v.i)*: to sing sweetly, இனிமையாகப் பாடு; to sing like a bird, ஒரு பறவை போல் இசையெழுப்பு. **warbler***(n)*.

ward/wɔ:d/*(n)*:உɔ:ட்: / a large room in a hospital, மருத்துவமனையிலுள்ள ஒரு பெரிய பகுதி; a division of a city, நகரின் ஒரு பிரிவு; a child that is under the protection of someone, பிறர் பாதுகாப்பில் இருக்கும் குழந்தை. **ward***(v.t)*: to ward off, to prevent some danger, ஆபத்தைத் தவிர்த்து விடு; to keep away at a distance, சற்று தூரத்தில் விலகி நில். • *Try to* **ward** *off your unfounded fears.* to take care of, ஆதரித்து பாதுகாப்புக் கொடு. **war-den**/ 'wɔ:dn/*(n)*:'உɔ:ட்:ன் / a person who is in charge of a hostel, mess, etc., விடுதிக் காப்பாளர்; keeper, காவலர்; a title given to the head of colleges, கல்லூரித் தலைவருக்குக் கொடுக்கப்படும் ஒருவகைப் பட்டம். **war-der**/'wɔ:də*/*(n)*:'உɔ:ட:ə* / a jailor, சிறைச்சாலை அலுவலர்; a keeper, காவலர்.

war-drobe/'wɔ:drəub/*(n)*:'உɔட்:ரəஉப்: / a portable chest for robes, ஆடைகளை எடுத்துச்செல்லப் பயன்படும் பெட்டகம்; a tall cabinet for keeping or hanging clothes, ஆடைகளை வைக்கும் நிலையடுக்கு.

ward-room/'wɔ:dru:m/*(n)*:'உɔ:ட்:ரூம் / a room in a warship for commissioned officers, போர்க்கப்பலில் இராணுவ உயர் அலுவலர்கள் தங்கும் அறை.

ward-ship/'wɔ:dʃip/*(n)*:'உɔ:ட்:ஷிப் / guardianship, பாதுகாப்பு கொடுத்து வளர்த்தல்; the office of a ward, பாதுகாப்பகம்.

ware/weə*/*(n)*:உεə* / articles of a particular type, விற்பனைப் பொருள்கள். **wares**/weəz/*(n, pl)*:உεəஸ்: / small articles for sale, விற்பனைக்கு உள்ள சிறு பொருள்கள். **ware-house**/'weəhaus/*(n)*: 'உεəஹஉஸ்: / a storehouse for goods, பண்டகசாலை.

war-game/'wɔ:geim/*(n)*:'உɔ:கெ:ய்ம் / kriegspiel or similar exercise testing tactical knowledge, போர் விளையாட்டு.

war-horse/'wɔ:hɔ:s/*(n)*:'உɔ:ஹɔ:ஸ் / a horse used in war, போர்க் குதிரை.

war-i-ly/'weərili/*(adv)*:'உεəரிலி / cautiously, அதிக எச்சரிக்கையாக; carefully, மிகக் கவனமாக. **wariness***(n)*.

war-lock/'wɔ:lɔk/*(n)*:'உɔ:லɔக் / a magician, மந்திரவாதி.

warm/wɔ:m/*(adj)*:உɔ:ம் / moderately hot, சற்று சூடான; having love or affection, ஆதரவும், அன்பும் உள்ள; having mild degree of heat, சற்று வெதுவெதுப்பாக உள்ள. **warm***(v.t)*: to make warm, சற்று மிதமாகச் சூடு செய்; to become warm, மிதச் சூடாகச் செய்/மாற்று; to become excited, உணர்ச்சி வசப்படு. • **Warming** *up exercises are common in playfields,* **warm***(n)*: a warm place, மிதமான சூடு உள்ள இடம். **warm-bloo-ded**/ ˌwɔ:m'blʌdid/*(adj)*:'உɔ:ம்'ப்:லடி:ட்: / capable of maintaining a normal body temperature under any circumstances, எந்தச் சூழ்நிலையிலும் ஒரே சீரான வெப்ப நிலையைப் பேணுகின்ற. **warm-heart-ed**/ ˌwɔ:m'ha:tid/*(adj)*:'உɔ:ம்'ஹாட்டி: / having kind and loving heart, கருணையும், அன்பும் உள்ள.

war-mong-er/'wɔ:ˌmʌŋgə*/*(n)*: 'உɔ:ˌமங்க:ə* / a person who wants to solve problems by going to war, போர் வெறியன்.

warmth/wɔ:mθ/*(n)*:உɔ:ம்த் / the state or quality of being warm, வெதுவெதுப்பு உள்ள தன்மை; enthusiasm, ஆர்வம், அன்பு.

warn/wɔ:n/*(v.t-v.i)*:உɔ:ன் / to inform of coming danger, அபாய எச்சரிக்கை அறிவிப்புக் கொடு; to alert or notify in advance, முன்அறிவிப்புக் கொடு. **warn-ing**/'wɔ:niŋ/*(n)*:'உɔ:னிங் / giving advance information, முன் எச்சரிக்கை

W

கொடுத்தல்; that which warns, எச்சரிக்கை கொடுப்பது; admonition, கண்டித்தல்.

war-of-nerves(*n*):உ:ரஒவ்னஒ:வ்ஸ் / giving trouble to the enemies to bring down their morale, எதிரியின் நம்பிக்கையைச் சிதற அடிக்க எல்லாத் தொந்தரவுகளையும் கொடுத்தல்.

warp/wɔ:p/(*v.t-v.i*):உ:ப் / to twist out of shape, முறித்து, உருமாற்றம் செய்; to pull a ship by means of ropes, கப்பலைக் கயிறு கட்டி இழு; to turn away from a right path, நல்வழியை விட்டு விலகிச் செல். **warped mind**: a state of being agitated, கலவரம் அடைந்த உள்ளம். **warped**(*adj*). **warp**(*n*): a very strong rope, பலமான கயிறு; the long threads stretched lengthwise in a loom, பாவு நூல்; a towing rope, இழு கயிறு.

war-rant/'wɔrənt/(*n*):'உரஒன்ட் / that which authorizes, அதிகாரப்பத்திரம்; proof, giving the truth of some statement, வாக்குறுதி (அ) அறிக்கையின் உண்மை நிரூபணம்; a legal order to seize a person or his property, பற்றாணை; pledge, வாக்குறுதி.**warrant**(*v.t*): to authorize, அதிகாரம் கொடு; to give the power of right to, உரிமை/அதிகாரம் கொடு; to give the proof of, நிரூபணம் கொடு. **war-ranty**/'wɔrənti/(*n*):'உரஒன்ட்டி / a pledge or legal authority, சட்ட பூர்வமானது. உத்தரவாதம் உள்ளது; a written guarantee, எழுத்து மூலமான உறுதிமொழி.

war-ren/'wɔrən/(*n*):'உரஒன் / a place where rabbits burrow, முயல் வளை; a place where many people live together, மக்கள் நெருக்கமாக வசிக்குமிடம்.

wa-rri-or/'wɔriə*/(*n*):'உரியஒ* / a soldier engaged in a war, போரில் ஈடுபட்டுள்ள வீரர்.

wart/wɔ:t/(*n*):உ:ட் / a small, hard growth on the skin of the face, hand, etc., மறு, மச்சம்.

wart-y/wɔ:ti/(*adj*):உ:ட்டி / of a wart, மச்சம் தொடர்பான.

wart-hog/'wɔ:thɔg/(*n*):'உ:ட்ஹாக் / an African wild pig, ஆப்பிரிக்கக் காட்டுப் பன்றி.

war-y/'weəri/(*adj*):'உஉரி / cautious, எச்சரிக்கையாயுள்ள; watchful, காவல் காக்கும் தன்மையுள்ள. **warily**(*adv*), **wariness**(*adv*).

was/wɔz/(*v*):உஸ் / a form of 'be' and past tense of 'is' or 'am', 'be' என்பதன் தன்மை, படர்க்கை ஒருமை; is (அ) am, என்பதன் இறந்த கால வடிவம்.

wash/wɔʃ/(*v.t-v.i*):உஷ் / to clean with water, நீர் கொண்டு சுத்தம் செய்; to flow over, கழுவு; to remove earthy matter, மண் போன்ற பொருள்களை நீக்கு; to separate or remove completely, பிரித்தெடு (அ) நீக்கு; to coat with a colour, வண்ணப்பூச்சு கொடு. **To wash the dirty linen in the public**: be indiscreet about one's domestic quarrels, குறை கூறி அவதூறு பேசு. **wash**(*n*): washing, சுத்தம் செய்தல்; the rush of water, நீரோட்டம்; a liquid for the face, hair, etc., முகம், தலைமயிர் முதலியவற்றிற்கான வண்ணப் பூச்சு. **wash**(*adj*), [also **washable**]: that can be washed, சுத்தம் செய்யக்கூடிய. **washed out**(*adj*): becoming colourless because of too much washing, அதிகமாகச் சுத்தம் செய்வதால் நிறமின்றி இருக்கின்ற தன்மை; very much tired, மிகக் களைத்திருக்கின்ற. **washed up**(*adj*): (of a person) with no chance for success, வெற்றி வாய்ப்பு இல்லாத. **wash-er**/wɔʃə*/(*n*):உஷஒ* / a person who washes, சலவைத் தொழில் செய்பவர்; a machine for washing, சலவை செய்யும் எந்திரம்; a ring, made of metal or leather under the head of a screw, திருகு இணைப்பின் கீழ் இருக்கும் உலோகம் (அ) தோல் வளைய அமைப்பு. **washerman, woman**(*n*): launderer or laundress, சலவைத் தொழில் செய்யும் ஆண்/பெண். **wash-ing**/'wɔʃiŋ/(*n*): 'உஷிங் / the act of washing, சலவை செய்தல்; cloth or clothes that need washing, சலவை செய்யவேண்டிய துணி (அ) உடுத்தும் ஆடைகள்.

wash-out/'wɔʃaut/(*n*):'உஷஉட் / a complete failure, படுதோல்வி; breach caused by flood, வெள்ளத்தினால் ஏற்படும் உடைப்பு.

was-n't/'wɔznt/(*abbr.*):'உஸ்ன்ட் / for "was not", "was not" என்பதன் சுருக்கம்.

wasp/wɔsp/(*n*):உஸ்ப் / a winged insect with a sharp sting, குளவி. **waspish**(*adj*): bad tempered, முன்கோபமும், சிடுசிடுப்பும் உள்ள. **waspishly**(*adv*), **waspishness**(*n*).

W

wast-age/'weistidʒ/*(n)*:'உஎய் டிஜ் / loss by usage etc., பயன்படுத்துவதால் ஏற்படும் சேதாரம்; damage, வீணாக்குதல். **waste***(n)*: loss, வீணாகுதல்; damaged matter, வீண் செய்யப்பட்ட பொருள்; wanton loss, தேவையற்ற செலவு; unnecessary loss, தேவையற்ற இழப்பு; useless stretch of land or water, தரிசு நிலம்/பயனற்ற நீர்ப்பரப்பு. **waste***(v.t)*: to use too much, வீணாகப் பயன்படுத்து; to cause to lose one's wealth, health, etc., பணம், உடல் நலம் முதலியவற்றினை வீணாக்கு; to be extravagant, வீண்செலவு செய்பவனாக இரு. **waste***(adj)*: not wanted, தேவையில்லாத பொருள்கள்; not productive, பயனற்ற கழிவுப்பொருள்களாக வெளித்தள்ளப்பட்ட; superfluous, தேவைக்கு அதிகமான. **waste-ful**/'weistful/*(adj)*:'உஎய் ட்ஃபுல் / lavish, ஊதாரிச் செலவு செய்யும் குணமுள்ள; spending too much, மிக அதிகமாகச் செலவு செய்கின்ற. **wastefully***(adj)*, **wastefulness***(n)*. **waste-land**/'weistlænd/*(n)*:'உஎய் ட்லஆன்ட்: / unproductive land, தரிசு நிலம். **waste-pa-per**/ˌweist'peipə*/*(n)*:'உஎய் ட்ப்'பெய்ப்பə* / spoiled paper, வீண் செய்யப்பட்ட காகிதம். **waste-paper basket**: a receptacle for waste material, குப்பைத் தொட்டி. **waste-pro-duct**/ˌweist'prɔ:dʌkt/*(n)*:'உஎய் ட்'ப்ராடஃக்ட் / useless by-product, கழிவுப்பொருள். **wast-er**/weistə*/*(n)*:உஎய் ட்டə* / a person who wastes his wealth, health, etc., வீண் செய்பவர்.

watch/wɔtʃ/*(v.t-v.i)*:உாச் / to look carefully, கவனமாக உற்றுப் பார்; to pay attention to, நன்கு உன்னிப்பாகப் பார்த்துச் செய்; to guard, காவல் செய்; to watch for, to expect, எதிர் பார். **watch***(n)*: the act of watching, நன்கு கவனித்தல்; a small time piece, கைக் கடிகாரம்; a body of men engaged in guarding, காவல் படை. **watchdog***(n)*: a dog kept for watching, காவல் நாய்; a body of men engaged in watching the public property, காவலர். **watchman***(n)*: a person who watches public or private property, காவலர். **watch-word**/'wɔtʃwɜ:d/*(n)*: 'உாச்உəː:ட் / a word or phrase that indicates an action plan of a party, organisation, etc., கோட்பாட்டுச் சொல்/சொற்றொடர்; slogan, அடையாளச் சொல்; a password, குறிப்புச் சொல்.

wa-ter/'wɔ:tə*/*(n)*:'உɔ:ட்டə* / a colourless, tasteless transparent liquid composed of oxygen and hydrogen, நீர்; a mass of water like ocean, lake or river, கடல், ஏரி (அ) ஆறு. **water under the bridge**: past events accepted as past and irrevocable, கடந்த கால நிகழ்ச்சிகளை மாற்றமுடியாது, அவை கடந்த காலத்தவையே என ஒப்புக் கொள்ளுதல். **water***(v.t)*: to supply with water, தண்ணீர் பாய்ச்சு; to shed tears, கண்ணீர் விடு. **water-clock***(n)*: a mechanical device for measuring time by the steady flow of water, நீர்க் கடிகாரம். **water course***(n)*: a stream of water, நீரோடை; a canal, கால்வாய். **water-cure***(n)*: a method of treating disease by means of mineral waters, சுத்திகரிக்கப் பட்ட நீரினால் மருத்துவம் செய்தல். **waterfall***(n)*: a steep fall of water, அருவி, நீர்வீழ்ச்சி. **watering place***(n)*: a resort with mineral springs for drinking, bathing, etc., குடிநீர்த் துறை; a place where there is a stream, lake, etc., நீர்த்துறை, நீரூற்று. **water-level***(n)*: the surface of still water, சலனமற்று இருக்கும் நீர் மேற்பரப்பு, நீர்மட்டம்; a levelling instrument in which water is used, நீர்மட்டக் கருவி. **waterlogged***(adj)*: surrounded or filled with water, நீர் சூழ்ந்த (அ) நீர் நிறைந்துள்ள. **wat-er-mel-on**/wɔ:təmelən/*(n)*: உɔ:ட்டəமெலəன் / a large edible fruit, முலாம்பழம், தர்ப்பூசணி. **wat-er-mill**/wɔ:təmil/*(n)*:உɔ:ட்டəமில் / a mill worked by water, நீரால் இயக்கப்படும் இயந்திரம். **wat-er-proof**/'wɔ:təpru:f/*(adj)*: உɔ:ட்டəப்ரூஃப் / not allowing water to pass through, நீர் புகமுடியாத. **waterproof***(n)*: a material through which water cannot penetrate, நீர் ஊடுருவிச் செல்லமுடியாத பொருள். **waterproof***(v.t)*: to make waterproof, நீர் புக முடியாதபடி செய். **wa-ters**/'wɔ:təz/*(n, pl)*:உɔ:ட்டə: : / sea near a country, ஒரு நாட்டின் கடலோரம்; mineral waters, தாது உப்புக்கள் நிறைந்த சத்து நீர். **water-shed**/'wɔ:təʃed/*(n)*:உɔ:ட்டəஷெட்: / the high ground which separates the area drained by two different river systems, இரு ஆற்றுப் பகுதிகளைப் பிரிக்கும் மேட்டுப்பரப்பு. **wat-er-snake**/wɔ:təsneik/*(n)*:உɔ:ட்டə னெய்க் / the snake that lives in water, நீர்ப்பாம்பு. **wa-ter-tight**/

'wɔ:tətait/(*adj*):உ௦:ட்டஉட்டய்ட் / not leaky, ஒழுகாத; so tight as not to admit water in, நீர் இறுக்கமாக உள்ள. **wa-ter-way**/'wɔ:təwei/(*n*):உ௦:ட்டஉஉஎய் / a channel through which water runs, வாய்க்கால்; a stretch of water wide enough for ships to sail, கப்பல் முதலியவை செல்லக்கூடிய நீர் வழிப்பாதை. **wa-ter-works**/'wɔ:təwɜ:ks/(*n*):உ௦:ட்டஉஉ௦:க் / buildings, pipes and supplies of water forming a public water system, நீர் சேகரிப்பு மற்றும் வழங்கும் இடம். **wa-ter-y**/'wɔ:təri/(*adj*):உ௦:ட்டஉரி / full of water, நீர் நிறைந்த; very pale, வெளிறிய; under water, கீழே உள்ள நீர்.

watt/wɔt/(*n*):உ௦ட் / the practical unit for measuring electric power, மின்திறன்/மின்சக்தியை அளவிடப் பயன்படும் அடிப்படை மூல அளவு, மின்திறன் அலகு.

wat-tle/'wɔtl/(*n*):உ௦ட்ல் / a twig, சுள்ளி, மிலாறு; a hurdle made of twigs, வேலி; an Australian tree, வேலமர வகை.

wave/weiv/(*v.t-v.i*):உஎய்வ் / usually to send some greetings or message by moving one's hand up and down or to and fro, கையை ஆட்டி, செய்தி தெரிவி, சாதாரணமாக மகிழ்ச்சியைத் தெரிவி; to float, மிதந்து செல்; to cause to form regular curves, அலைகள் போன்று வடிவம் உண்டாக்கு. **wave**(*n*): a series of curve - like ridges, moving on the surface of water, in air, etc., அலை; vibrations, அதிர்வுகள்; the form in which light energy, sound, heat, etc., move, சக்தி அலைகள்; light waves, ஒளி அலைகள்; sound waves, ஒலி அலைகள்; heat waves, வெப்ப அலைகள். **wave-band**/'weivbænd/(*n*): உஎய்வ்பஃஸன்ட் / a set of sound waves, ஒலியலைகள் தொகுதி. **wave-length**/'weivleɲkθ/(*n*):உஎய்வ்லெங்த் / the distance between one wave and the next, அலை தூரம்.

wa-ver/'weivə*/(*v.i*):உஎய்வஉ* / to be uncertain or unsteady in decision making, தீர்மானம் செய்யமுடியாமல் தடுமாறு; to be unsteady in moving or walking, தள்ளாடு. **wavering**(*adj*), **waveringly**(*adv*).

wa-vy/'weivi/(*adj*):உஎய்வி / in the shape of waves, அலைகள் போன்றுள்ள.

wax/wæks/(*n*):உஃக் / fatty substance got from fats or oils or from beehives, மெழுகு, தேன் மெழுகு; secretion of some plants, அரக்கு; wax in the ears, காதுகளில் ஏற்படும் குறும்பி. **wax**(*v.t*): to put wax on for polishing, மெழுகு பூசு; to grow larger, பெரிதாகு, வளர். • *Like the Moon's phases, his fortunes are also* ***waxing*** *and waning.*

waxed-paper or wax paper(*n*): உஃக் ப்பெய்ப்பஉ* / paper waterproofed with wax, மெழுகு பூசப்பட்ட காகிதம். **wax-en**/wæksən/(*adj*): உஃக்ஸஉன் / made of wax, மெழுகினாலான. **wax-works**(*n*): models of human beings made in wax, மெழுகினால் செய்யப்பட்ட உருவங்கள். **wax-y**/'wæksi/(*adj*):உஃக்ஸி / like wax, மெழுகு போன்றுள்ள. **waxiness**(*n*).

way/wei/(*n*):உஎய் / road, path, etc., பாதை, சாலை முதலியவை; direction, திசை; manner of doing, செயல்முறை; style, behaviour, etc., நடத்தை, பாங்கு முதலியவை; space required for action, செயல்படுவதற்கு வேண்டிய இடம். **give way**: yield, இணங்கு, ஒப்புதல் கொடு. **to make way**: allow room for others to proceed, வழி கொடு. **way**(*adv*): far, தூரமான, வெகுகாலம் முன்; near, அருகில். • *The thing happened* ***way*** *back in 1910.* • *They live down the hill* ***way***. **way-far-er**/'wei,feərə*/(*n*):உஎய்ஃபஉஉரஉ* / a person who travels from one place to another place on foot, கால்நடைப் பயணம் செய்பவர். **wayfaring**(*adj*). **way-lay**/,wei'lei/(*v.t*):உஎய்லெய் / to wait in hiding in order to attack, பதுங்கியிருந்து தாக்கு. **way-side**/'weisaid/(*n*):உஎய்ஸய்ட் / the area close to the side of the road, சாலையோரம். **ways and means**(*n*): methods of getting things done, செயல்களை நிறைவேற்றும் வழிகள்.

way-ward/'weiwəd/(*adj*):உஎய்உஉட் / wilful, தன்னிச்சையாக உள்ள; disobedient, சீர்மையில்லாத, தவறு செய்யும் மனப்பான்மையுள்ள.

we/wi:/(*n*):உயீ / nominative plural of "I", "I" என்பதன் பன்மை வடிவம்.

weak/wi:k/(*adj*):உயீக் / not strong, பலம் இல்லாத; easily overcome, எளிதில் பணிய வைக்கக்கூடிய; not keeping good health, உடல்நலம் குன்றிய; not effective, ஏற்றுக் கொள்ளாத அளவுக்கு பலவீனமான; lacking vigour, உற்சாகமில்லாத.

W

weak-en/'wi:kən/(*v.t-v.i*):உயீக்கஅன் / to make weaker, பலவீனப்படுத்து; to become weaker, பலவீனமாகு; to be less determined, மனவுறுதி தளர்ந்த நிலையில் இரு. **weaker sex**(*n*): females, பெண்கள். **weak-kneed**/ˌwi:k'ni:d/(*adj*):உயீக்னீட்: / nervous and fearful, பயமுள்ள.

weak-ling/'wi:kliŋ/(*n*):உயீக்லிங் / a person physically weak, பலவீனமான மனிதன்; a person not resolute in mind, மனவுறுதி இல்லாதவன்.

weak-ness/wi:knis/(*n*):உயீக்னிஸ் / the state of being weak, physically or mentally, உடல்நலம் இல்லாமை (அ) மனவுறுதி இல்லாமை; fault in doing, செய்வதில் ஏற்படும் தவறு; strong desire for doing bad things, கெட்ட நடவடிக்கைகளில் ஈடுபட நாட்டம்.

weal/wi:l/(*n*):உயீல் / a raised mark on the skin because of hitting, அடிபட்டதனால் ஏற்படும் புடைத்த வடு.

weald/wi:ld/(*n*):உயீல்ட்: / a stretch of open country, சமவெளி.

wealth/welθ/(*n*):உஎல்த் / riches, material possessions, பெருஞ்செல்வம், வளமை, செழிப்பு. **wealth-y**/'welθi/(*adj*):உஎல்த்தி / having wealth, பெருஞ்செல்வமுள்ள; abundant, மிகவும் அதிகமுள்ள.

wean/wein/(*v.t*):உயீன் / to introduce (a baby/young animal) to such food other than the mother's milk, தாய்ப்பால் குடிக்கும் பழக்கத்திலிருந்து, வேறு உணவுப் பழக்கத்திற்கு படிப்படியாக மாற்று; to cause to give up some bad habit, ஒரு பழக்கத்தை விட்டுவிட முயற்சி செய்.

weap-on/'wepən/(*n*):உஎப்பஅன் / any instrument for attacking or defending, ஆயுதம், படைக்கலம்.

wear/weə*/(*v.t*):உஎஅ / **wore, worn**: to put on, அணிந்து கொள்; to be dressed in, ஆடை அணி; to become diminished, தேய்வு நிலையை அடை; to last long, நீண்ட காலம் உழை; to wear away, தேய்ந்துபடு. **wear**(*n*): act of wearing, ஆடை அணிதல்; the amount of damage, தேய்மானம்; loss in value, நட்டம்.

wear-ied/'wiərid/(*adj*):உயியஅரீட்: / tired, களைத்துப்போகக்கூடிய; exhausted, செயல்பட சக்தியில்லாத. **wear-i-ness**/'wiərinis/(*n*):உயியஅரினிஸ் / the state of being tired, சோர்வுற்ற நிலை. **wear-i-some**/'wiərisəm/(*adj*):உயியஅரிஸஅம் / tiresome, களைத்துள்ள. **wear-y**/'wiəri/(*adj*):உயியஅரி / worn out, நலிந்து போகக்கூடிய; causing tiredness, களைப்பு மேலிட்டுள்ள. **wear-y**(*v.t-v.i*): to make weary, களைப்பு ஏற்படச் செய்; to become weary, களைப்பு அடை.

wea-sel/'wi:zl/(*n*):'உயீஸ்:ல் / a small thin furry animal, that can kill other small animals, கீரி, இராஜ கீரி. **weasel** (*v.t*): to weasel out, to evade a responsibility by clever means, தந்திரமாக, தன் கடமையை/பொறுப்பைத் தட்டிக் கழி.

weath-er/'weðə*/(*n*):உஎத:அ* / atmospheric conditions regarding wind, moisture, temperature, etc., தட்பவெப்ப நிலை. **weather**(*v.t*): to pass safely through, வெற்றிகரமாகக் கடந்து செல்; to endure to atmospheric conditions the exposure changes, etc., காலநிலை, தட்பவெப்ப நிலைகளுக்கு தாக்குப் பிடி; to bear up against, தாங்கி, எதிர்த்து நில்; to sail to the windward of, காற்றடிக்கும் திசையில் திருப்பிச் செல். **weath-er-beat-en**/'weðəˌbi:tn/(*adj*):உஎத:அபீட்ன் / affected by the weather, தட்பவெப்பநிலை மாறுதல்களால், பாதிக்கப்பட்டுள்ள.

weath-er-cock/'weðə kɔk/(*n*): உஎத:அக்காக் / a thin metal shaped like a cock to show the direction of the wind, காற்று திசைகாட்டி.

weave/wi:v/(*v.t-v.i*):உயீவ் / **wove, woven:** to make threads into a piece of cloths, fabric, etc., நெசவு.

web/web/(*n*):உஎப்: / the network spun by spider etc., சிலந்தி வலை; skin or membrane between toes of aquatic birds, நீர்ப்பறவைகளின் கால் விரல்களினிடையே உள்ள இணைத்தோல் (அ) சவ்வு. **webbed**(*adj*): having the toes (of birds) joined by webs, விரலிடை இணைத்தோல் உள்ள, விரலிடை இணைச்சவ்வு உள்ள. **web-foot**/webfut/(*n*):உஎப்:ஃபுட் / a foot with toes joined by web, விரலிடைத்தோல்/சவ்வு உள்ள கால்.

web-site/websait/(*n*):உஎப்:ஸயிட் / a group of connected pages on the Internet containing information on a particular subject, கணினி வலையில் குறிப்பிட்ட ஒரு பொருள் பற்றிய தகவல்களுடன் இணைக்கப் பட்டுள்ள பக்கங்களின் தொகுப்பு.

W

wed/wed/*(v.t-v.i)*:உஎட் / to marry, மணம் செய்து கொள்; to unite in matrimony, நெருக்கமாக மணஉறவு கொள். **wed-ded**/ wedid/*(adj)*:உஎடிட் / *(p.t. & p.p)* of "wed", "wed" என்பதன் இறந்தகாலம், இறந்த கால வினை. **wed-ding**/wediŋ/*(n)*: உஎடிங் / marriage ceremony, திருமணம்.

wedge/wedʒ/*(n)*:உஎஜ் / a piece of wood or metal tapered or sharpened at one end, ஆப்பு **wedge***(v.t-v.i)*: to split by driving a wedge into, ஆப்பு இறக்கு. **to drive a wedge**: force apart, பிரித்துச் சூழ்ச்சி செய்.

wed-lock/ˈwedlɔk/*(n)*:உஎட்:லாக் / matrimonial bond, திருமணத்தில் இணைதல்.

Wed-nes-day/ˈwenzdi/*(n)*:உஎன்ஸ்:டி / the fourth day of the week, புதன்கிழமை.

wee/wi:/*(adj)*:உயீ / very small, மிகச் சிறிய.

weed/wi:d/*(n)*:உயீட் / any useless plant, களை. **weed***(v.t-v.i)*: to clear of weeds, களை பிடுங்கு; to weed out, விலக்கு.

week/wi:k/*(n)*:உயீக் / a period of seven days, வாரம். **week-day**/ˈwi:kdei/*(n)*: ˈஉயீக்டெய் / any day of the week except Sunday, ஞாயிறு தவிர வார நாள். **week-ly**/ˈwi:kli/*(adj)*:ˈஉயீக்லி / happening once a week or every week, வாரம் ஒரு முறை நிகழும்.

weep/wi:p/*(v.t-v.i)*:உயீப் / to shed tears, கண்ணீர் விடு; to feel sorry for, அழு.

wee-vil/ˈwi:vl/*(n)*:ˈஉயீவ்ல் / a small beetle with a hard shell, அந்துப் பூச்சி.

weft/weft/*(n)*:உஎஃப்ட் / threads interwoven with warp, ஊடுநூல்; that which is woven, நெய்யப்பட்டது.

weigh/wei/*(v.t-v.i)*:உஎய் / to find out the weight of, எடை காண், நிறு; to consider seriously and critically, சீர் தூக்கிச் சிந்தனை செய்து, முடிவு கூறு; to find the root of a problem, பிரச்சினையின் எல்லாக் கோணங்களையும் அலசிப் பார். • *He* **weighed** *the pros and cons thoroughly and then, and then alone, he ventured into it.* **weight**/weit/*(n)*:உஎய்ட் / the gravitational force exerted on a body, புவிஈர்ப்பு விசை, பளு, எடை; a heavy mass, பலமான பொருண்மை; metal pieces indicating the marks to weigh correctly, எடைக் கற்கள்; the significance of a problem, ஒரு பிரச்சினையின் முக்கியத்துவம். • *His indifference towards her before her death, is like a heavy* **weight** *on his conscience.*

weight-y/ˈweiti/*(adj)*:ˈஉஎய்ட்டி / full of weight, பளுவுள்ள; significant, முக்கியத்துவமுள்ள; convincing, அறிவுறுத்தும் தகவலுள்ள.

weir/wiə*/*(n)*:உயிஅ* / a dam across a stream, அணைக்கட்டு.

weird/wiəd/*(adj)*:உயிஅட் / not clear, தெளிவில்லாத; mysterious, புரிந்துகொள்ள முடியாத.

wel-come/ˈwelkəm/*(adj)*:ˈஉஎல்க்கஅம் / received with warmth, நல்வரவு கூறுகின்ற. **welcome***(n)*: reception with friendliness, goodwill, etc., நல்வரவேற்பு. **welcome** *(v.t-v.i)*: to accord an amiable reception, நல்வரவேற்பு அளி.

weld/weld/*(v.t-v.i)*:உஎல்ட் / to join the metal pieces by hammering and heating to a state of plastic condition, உலோகத் துண்டுகளைக் காய்ச்சி, உருக்கி, இணைத்து சேர், பற்ற வை. **weld***(n)*: the part joined in welding, பற்றவைக்கும் இணைப்பு.

wel-fare/ˈwelfeə*/*(n)*:உஎல்ஃபஎஅ* / the state of being well, healthy, etc., நலத்துடன் இருத்தல், நல்வாழ்வு; prosperous condition, வளமையுள்ள சூழ்நிலை.

wel-kin/ˈwelkin/*(n)*:உஎல்க்கின் / the sky, வானம்.

well/wel/*(n)*:உஎல் / a hole dug out in the ground for getting water, கிணறு; a hole drilled in the ground to get oil, gas, etc., எண்ணெய்க் கிணறு. **well**/wel/*(v.i)*:உஎல் / to pour out as from a well, சுர, ஊற்றெடு. **well***(adv)*: rightly, சரியாக; properly, முறையான, இசைவான. **well***(inter)*: expressing agreement, அப்படியே; expressing surprise, ஆச்சரியத்தை வெளிப்படுத்து; showing signs of goodwill, நல்லெண்ணத்தை வெளிப்படுத்திக் கொண்டு.

well-bal-anced/ˌwelˈbælənst/*(adj)*: உஎல்பஃஅலஅன்ஸ்ட் / just, நியாயமான; sane, பகுத்தறிவும், பண்பும் உள்ள; full of sense, விவேகமுள்ள. **well-be-ing**/ˌwelˈbi:iŋ/ *(n)*:உஎல்பீ:யிங் / welfare, நலன்.

well-bred/ˌwelˈbred/*(adj)*:உஎல்ப்ரெட் / showing good and fine breeding, முறையாக, நல்ல முறையில் வளர்க்கப் பட்டுள்ள; courteous, decent and considerate, பண்பும், நாகரிகமும், நல்லெண்ணமும் உள்ள. **well-con-nect-ed**/ˌwelkəˈnektid/ *(adj)*:உஎல்க்கஅனெக்ட்டிட் / having good connections with people of social,

W

intellectual and political status, பண்பும், கலையுணர்ச்சியும், அரசியல் செல்வாக்கும் உடைய நன்மக்கள் தொடர்புள்ள. **well-disposed**/ˌweldiˈspə uzd/*(adj)*: ˌஉஎல்டி:ˈ ப்பஒஉ :ட்: / having the inclination and good sense to be friendly, நல்ல உணர்வும், பண்பும், உதவி செய்ய வேண்டும் என்ற மனப்பான்மையும் உள்ள; properly and decently arranged, முறையாகவும், செம்மையாகவும் ஏற்படுத்தப் பட்டுள்ள.

well-in-ten-tioned/ˌwelinˈtenʃnd/ *(adj)*:ˌஉஎலின்ˈடென்ஷஒன்ட்: / having goodwill and a feeling to help others, நல்லெண்ணமும், உதவி செய்யும் மனப்பான்மையுமுள்ள. **well-known**/ ˌwelˈnəun/*(adj)*:உஎல்னஒஉன் / known to all, எல்லோராலும் அறியப்பட்டுள்ள, போற்றப் பட்ட; famous, புகழ் பெற்றுள்ள. **well-meant**/ˌwelˈment/*(adj)*:உஎல்மென்ட் / said or done only with good intention, நல்ல எண்ணத்துடன் செய்யப்பட்டுள்ள/ சொல்லப்பட்டுள்ள. **well-nigh**/ˈwelnai/ *(adv)*:உஎல்னய் / very nearly, கிட்டத்தட்ட; almost, ஏறக்குறைய. **well-off**/ˌwelˈɔf/ *(adj)*:உஎலɔ:ஃப் / prosperous, வளமை வாழ்வு உள்ள; in a favourable, amiable position, மிக நல்ல, செழுமை நிலையில் உள்ள. **well-spring**/wel spriŋ/*(n)*: உஎல் ப்ரிங் / a spring, ஊற்று, ஊற்றுக் கிணறு. **well-wish-er**/ˈwelˌwiʃə*/*(n)*: ˈஉஎல்உயிஷஒ* / one who has goodwill for others, நலம் விழைபவர்.

welt/welt/*(n)*:உஎல்ட் / the edge round a shoe, புதை மிதியடியின் விளிம்புப் பட்டை.

welt-er/ˈweltə*/*(n)*:ˈஉஎல்ட்டஒ* / a mixture not in orderly form, சேறு, சகதி; confused state of affairs, குழப்ப நிலை.

wench/wentʃ/*(n)*:உஎஞ்ச் / a girl, இளம்பெண்; a maidservant, வேலை செய்யும் பெண்மணி.

wend/wend/*(v.i)*:உஎன்ட் / to go, மேல்நட, செல்; to betake, எடுத்துக்கொள், மேற்கொள்.

went/went/*(v)*:உஎன்ட் / past tense of "go", "go" என்பதன் இறந்த கால வடிவெச்சம்.

wept/wept/*(v)*:உஎப்ட் / *(p.t & p.p)* of "weep", "weep" என்பதன் இறந்தகாலம்.

were/wɜ:*/*(v)*:உஒ:* / plural of "was", "was" என்பதன் பன்மைச் சொல்.

were-wolf/ˈwiəwulf/*(n)*:உயிஒஉல்ஃப் / [also **wer-wolf**]: human being turned into "wolf", கதைகளில் வரும் ஓநாயாக மாறும் மனிதன்.

west/west/*(n)*:உஎ ட் / the direction of the sunset, மேற்கு. **west-er-ly**/ˈwestəli/ *(adj)*:ˈஉஎ ட்டஒலி / towards west, மேற்குப் பக்கமாக உள்ள; in the direction of west, coming from the west, மேற்குத் திசையிலிருந்து. **west-ern**/ˈwestən/*(adj)*: ˈஉஎ ட்டஒன் / situated in the west or coming from the west, மேற்கிலுள்ள, மேற்கிலிருந்து வருகின்ற.

west-ern-er/ˈwestənə*/*(n)*:உஎ ட்டஒனஒ:* / a resident of the Western countries, மேல்நாட்டவர்.

west-wards/ˌwestwə dz/*(adv)*: உஎ ட்உஒ:ட்: : / [also **westwardly**]: towards the west, மேற்கு நோக்கி; in the direction of the west, மேற்கு திசையில்.

wet/wet/*(adj)*:உஎட் / full of moisture, ஈர முள்ள; soaked in water, நீரில் நனைக்கப் பட்டுள்ள; covered with liquid, திரவத்தில் அமிழ்ந்திருக்கின்ற.

wet-nurse/ˈwetnɜ:s/*(n)*:உஎட்னஒ: / a woman employed to give breast milk to a child, பாலூட்டும் தாதி.

whack/wæk/*(v.t)*:உஆக் / to hit with a heavy blow, பளாரென்று அடி; to strike with a noisy hit, படீரென்று அடி. **whack***(n)*.

whale/weil/*(v.t)*:உஎய்ல் / a large fish-like

marine mammal, திமிங்கலம்.

wharf/wɔ:f/*(n)*:(ஹ்) உɔ:ஃப் / a quay or a platform in a harbour where loading or unloading of ships takes place, கப்பல் துறை மேடை, தளம். **wharf-age**/ˈwɔ:fidʒ/ *(n)*:(ஹ்) ˈஉɔ:ஃபிஜ் / payment for the use of wharf, கப்பல் துறைக் கட்டணம்.

what/wɔt/*(pron)*:(ஹ்) உɔட் / who or which, that which, என்ன, எது, யாது. • **What** *are your plans after graduation?* • **What** *cannot be cured must be endured. Can't you understand* **what** *I say?* **what***(inter)*: expression of surprise, indicating disapproval, ஆச்சரியத்தை வெளிப் படுத்தவும் மறுப்பைத் தெரிவிக்கவும் பயன்படுத்தும் சொல். • **What** *a great fool you are!*

what-ev-er/wɔt'evə*/*(adj)*:(ஹ்) உ ஆட்டெவ* / no matter what, எதுவானாலும் சரி. **whatever***(pron)*: anything, ஏதாவது. **Whatever** *you do is right.*

what not/'wɔtnɔt/*(n)*:(ஹ்) உ ஆன்னாட் / other similar things, இது போன்ற, போல; a small shelf, சிறு நிலையடுக்கு. • *Ferdinand has to split wood, carry the logs to the cave and* **what not**.

what-so-ever/ˌhwɔtsəu'evə*/*(adj & pron)*: ஹ்உஆட்ஸஉஎவ* / whatever, ஏதாவது, எதுவானாலும்.

wheat/hwi:t/*(n)*:ஹ்உயீட் / cereal plant bearing edible seeds, கோதுமைப்பயிர்; grains, கோதுமை.

whee-dle/'hwi:dl/*(v.t-v.i)*:ஹ்உயீட்:ல் / to influence by sweet words and persuasion, புகழ்ந்து பேசி, காரியம் முடித்துக்கொள். **to wheedle out**: to get things done by flattery, புகழ்ந்து பேசிக் காரியம் சாதித்துக் கொள்.

wheel/hwi:l/*(n)*:ஹ்உயீல் / a circular frame capable of motion, சக்கரம்; a circular disc, வட்டத்தட்டு; a revolving structure, சுழல் அமைப்பு.

when-ever/hwen'evə*/*(adv & con)*: ஹ்உஎனெவ* / at whatever time, எப்பொழுதானாலும். • *Work in the fields will begin* **whenever** *the rains come.*

where/hweə*/*(adv)*:ஹ்உஏஅ* / in or what place, எங்கு, எந்த இடத்திற்கு; to what place, எவ்விடத்திற்கு; in what situation, எந்தச் சூழ்நிலையில்.

where-a-bout/'hweərəbaut/*(adv)*: ஹ்உஏஅரஅபஉட் / about which, எதைப்பற்றி; near what, எந்த இடத்தில் என்று சுமாராக. **where-abouts***(adv)*: near, அருகில்; at what place, எந்த இடத்தில்; where, எங்கே. **where-abouts***(n)*: information about a person or thing, ஒருவரை (அ) பொருளைப் பற்றிய தகவல். • *One fine morning he disappeared and since then, his* **whereabouts** *are not known.*

where-as/weər'æz/*(con)*:உஏஅர'ஆ : / in view of the fact that, அவ்வாறு இருப்பதால், but on the other hand, அப்படி இருப்பதால்; while, ஆகவே. • **Whereas** *the rule stipulates that the interest is to be paid on or before 10th of every month, there is a grace period of 3 days.*

wheel-bar-row/'hwi:lˌbærəu/*(n)*: 'ஹ்உயீல்ˌப:ஆரஉ / a small cart for moving light loads, தள்ளு சக்கர வண்டி.

wheel-wright/'wi:lrait/*(n)*:'உயீல்ரய்ட் / a workman engaged in making wheels, வண்டிச் சக்கரம் செய்யும் தொழிலாளி.

wheeze/hwi:z/*(v.i)*:ஹ்உயீ : / to breathe with some difficulty, மிகுந்த சிரமத்துடன் மூச்சுவிடு. **wheeze***(n)*: noise made while wheezing or breathing hard, சிரமத்துடன் மூச்சு விடுதல். **wheezy***(adj)*, **wheezily** *(adv)*.

whelk/welk/*(n)*:உஎல்க் / a small fish, நத்தை போன்ற பிராணி; a small pimple, முகப்பரு.

whelp/hwelp/*(n)*:ஹ்உஎல்ப் / a puppy, நாய்க்குட்டி; a cub, இளங்குட்டி; a naughty child, அடங்காத குழந்தை.

when/wen/*(adv & con)*:உஎன் / at what time, எப்பொழுது; on what occasion, எந்தச் சமயத்தில்; under what circumstances, எந்தச் சூழ்நிலையில். • **When** *are you going to come to our village?* • **When** *the summer comes, all the wells here will go dry.* **when***(pron)*: what time, எந்த நேரம். • *Since* **when** *have you stopped smoking?*

whence/hwens/*(adv)*:ஹ்உஎன் / from what place, எங்கிருந்து; from what source, எதிலிருந்து; for what causes, எதனால். • *The soul goes back to the place* **whence** *its comes.* **whence***(conj)*: from which place, எதிலிருந்து; hence or thence, ஆகவே. • *Do you know* **whence** *the soul goes after leaving the body?*

whence-by/wensbai/*(adv)*:உஎன் 'ப:ய் / by what, எதனால்; how, எப்படி.

where-by/hweə'bai/*(conj)*:ஹ்உஏஅ'ப:ய் / by which, எதனால்; by means of which, எப்படி.

where-fore/'weəfɔ:*/*(adv)*:'உஏஅஃபஆ:* / for what reason, எக்காரணத்தால்; why, ஏன், எதனால்.

where-in/weə'rin/*(adv)*:உஏஅ'ரின் / in what way, எவ்விதமாக; how, எப்படி. • **Wherein** *is the difficulty?* **wherein***(conj)*: in which, எவ்விடத்தில். • *It is every* **wherein** *you interfere.*

where-on/hweər'ɔn/*(adv)*:ஹ்உஏஅர'ஆன் / on what, எதன்மேல். **whereon***(conj)*: on which, அதன் மேல்.

where-to/weə'tu:/*(adv)*:உஏஅ'ட்டு / towards what place, direction or end, எதற்கு, எங்கு.

where-up-on/ˌweərə'pɔn/*(adv)*: ˌஉஏஅரஅ'ப்பஆன் / upon what, எதன் மேல்;

W

whereon, எந்த இடத்தின் மேல். **where-upon***(conj)*: upon which, அதன் மேல்; at which, அதன் மேல்.

wher-ever/hweə r' evə */*(adv)*: 'ஹ்உஎə'ரெவə* / where, எங்கே. • **Wherever** *do you get such funny ideas?* **wherever***(conj)*: in whatever place, எந்த இடத்திலும்; at whatever place, எந்த இடத்திலும்; to whatever place, எந்த இடத்திற்கும். • **Wherever** *you go, your conscience will follow you like a shadow.*

where-with/weə'wiθ/*(adv)*:உஎə'உயித் / with what, எதனால், எக்கருவியினால். **wherewith***(conj)*: with which, எதனால். **where-with-al**/' weəwiðɔ :l/*(n)*: ,உஎəஉயித்ால் / means, சாதனம். • *I want to buy a flat; but I don't find the* **wherewithal** *to pay for it.*

whet/hwet/*(v.t)*:ஹ்உஎட் / **whetted, whetting**: to sharpen by rubbing or grinding, சாணை பிடி; to stimulate, தூண்டுதல் செய்.

wheth-er/'hweðə*/*(conj)*:'ஹ்உஎத:ə* / either, எதுவானாலும். **Whether** *it rains or shines, the function will take place.* **Whether** *to go or not to go is the question.* **whether***(pron)*: which of the two, இரண்டில் ஒன்று, இருவரில் ஒருவர்.

whey/wei/*(n)*:உஎய் / the thin watery part of milk, திரிந்த பாலின்மேல் உள்ள தெளிந்த நீர்.

which/hwitʃ/*(pron)*:ஹ்உயிச் / what one of the persons, things, etc., இருவருள் எவர், இரண்டில் எது. **which***(adj)*: whatever, எந்த.

which-ever/witʃ'evə*/*(pron)*:உயிச்'செவə* / [also **whichsoever**]: anyone, no matter which, எந்த ஒன்றாயினும் அது.

while, whilst/hwail/*(n)*:ஹ்உஅய்ல் / a space of time, நேரம், பொழுது. **while, whilst***(adv)*: although, வேளையில். **while, whilst***(conj)*: during that time, அதே வேளையில்.

whi-lom/' wailəm/*(adv)*:' உஅய்லəம் / formerly, முன்பு. **whilom***(adj)*: former, முன்னொரு சமயத்தில் இருந்துள்ள.

whim/hwim/*(adv)*:ஹ்உயிம் / a sudden fanciful idea, சபலம், திடீரெனத் தோன்றும் அசட்டு எண்ணங்கள். **whim and fancy**: capricious notion, தான்தோன்றித்தனம்.

whim-per/' hwimpə */*(v.t-v.i)*: 'ஹ்உயிம்ப்பə* / to cry with a low voice, சிணுங்கு; to make low agonising sounds, தேம்பி அழு.

whim-si-cal/'wimzikl/*(adj)*:'உயிம்ஸி:க்கəல் / full of whims, மனத்தடுமாற்றமுள்ள; different in an odd way, விசித்திரமும், வேறுவிதமான போக்கும் உடைய. • *What a* **whimsical** *fellow you are! How do you think I get a Nobel Prize?*

whine/hwain/*(v.i)*:ஹ்உஅய்ன் / to make a high-pitched sound, ஊளையிடு, உரக்க அழு; to make request in childish way, சிணுங்கு. **whine***(n)*: a plaintive cry, துயரம் மேலிட்டு அழுதல்; a complaint made in a sorrowful tone, புலம்பிக் குறையைத் தெரிவித்தல். • *At dead of night, when the beggar was fast asleep the dog* **whined** *like a wounded animal.*

whin-ny/'waini/*(n)*:'உஅய்னி / the cry of a horse, குதிரையின் கனைப்பொலி.

whip/hwip/*(v.t)*:ஹ்உயிப் / to beat with a stick, lash with a handle, சாட்டையடி கொடு, கசையடி கொடு; to pull out, பிடுங்கி இழு; to pull away, வெட்டி இழு. **whip***(n)*: a lash with a handle, சாட்டை, கசை; a party member esp. a legislature party responsible for the discipline and attendance of the members of his party, கட்சிக் கொறடா.

whip-pet/'wipit/*(n)*:'உயிப்பிட் / a small grey hound, சிறு நாய்.

whir/wɜ:*/*(n)*:உə:* / a buzzing sound, விர்ரென்ற ஒலி.

whirl/wɜ:l/*(v.t-v.i)*:உə:ல் / to move rapidly in a circular manner, விரைவாகச் சுழலு. **whirl***(n)*: something whirling or being whirled, சுழற்சி. **whirl-pool**/'wɜ:lpu:l/*(n)*:'உə:ல்ப்பூல் / water that whirls round and round in swift circles, நீர்ச்சுழி. **whirl-wind**/'wɜ:lwind/*(n)*:'உə:ல்உயின்ட் / a current of air whirling upward, சுழற்காற்று, சூறாவளி.

whisk/hwisk/*(v.t)*:ஹ்உயிஸ்க் / to sweep with a small bunch of feathers, straw, etc., தூசு தட்டு; to brush, தூசு அகற்று. **whisk***(n)*: a quick light movement, திடீரென மின்னல் வேகத்தில் நகர்தல்; a small brush, தூரிகை.

whisk-er/'wiskə*/*(n)*:'ஹ்உயிஸ்க்கə* / a small beard, மீசை, தாடி.

whisp-er/'wispə*/*(v.t-v.i)*:'உயிஸ்ப்பə* / to speak in a low hissing voice, மெல்லிய குரலில் மெதுவாகப் பேசு; to speak secretly, இரகசியமாகப் பேசு.

W

whist/hwist/*(n)*:ஹ்உயிஸ்ட் / a card game, ஒருவகைச் சீட்டாட்டம்.

whis-tle/'wisl/*(v.i)*:'உயிஸ்ல் / to make a high shrill noise by driving the air through a small opening between lips, சீழ்க்கையடி. **whistle***(n)*: the sound raised by a whistle, ஊதல் ஒலி; a small wind instrument, ஊதும் கருவி.

whit/hwit/*(n)*:ஹ்உயிட் / the least bit, மிகச் சிறிய அளவு. • *Not a* **whit** *of common sense do I have.*

white/wait/*(n & adj)*:உஅய்ட் / the colour like that of snow, வெண்மை நிறம்.

white-wash/'hwaitwɔ:ʃ/*(n)*:'ஹ்உஅய்ட்உஓஷ் / a solution of lime for whitening walls etc., வெள்ளையடிக்க உதவும் சுண்ணாம்பு.

whith-er/wiðə*/*(adv)*:'உயித:ə* / to which (place), எங்கே; to what place, எந்த இடத்திற்கு. • **Whither** *he goes, thither I go.*

whit-low/'witləu/*(n)*:உயிட்லəஉ / small swollen tumour affecting the tip of the finger, நகச்சுற்று.

whit-tle/'witl/*(v.t)*:'உயிட்ல் / to chop off into bits, துண்டு துண்டாக வெட்டு; to reduce step by step, படிப்படியாகக் குறைவுபடுத்து.

whiz/hwiz/*(n)*:ஹ்உயிஸ்: / a variety of buzzing sound, 'ஹிஸ்' என்னும் ஒலி. **whiz***(v.i)*: to make a buzzing sound, 'ஹிஸ்' என்ற ஒலி எழுப்பு.

who/hu:/*(pron)*:ஹூ / what person, யார்; which people, எவர்.

who-ev-er/hu:'evə*/*(pron)*:ஹூ'எவə* / any person, யாராயினும்; no matter what person, யாரானாலும்.

whole/həul/*(adj)*:ஹəஉல் / complete, முழுமையான; full and entire, எல்லாம் அடங்கிய, நிறைந்துள்ள; everything in one piece, ஒன்று விடாமல் ஓரமைப்பில் உள்ள.

whole-sale/'həulseil/*(n)*:'ஹəஉல்ஸெய்ல் / sale of goods in bulk by manufacturer to retailer, மொத்த வாணிகம்; on a large scale; பெரிய அளவில். • *All this is a waste - a* **wholesale** *slaughter of everything!*

whole-some/'həulsəm/*(adj)*: 'ஹəஉல்ஸəம் / healthful, நலமுள்ள; tending to improve one's health, vigour, mental health, etc., உடல்நலம், ஆற்றல், மனதிடம் முதலியவற்றை உயர்த்தக்கூடிய.

whol-ly/'həulli/*(adv)*:'ஹəஉல்லி / totally, முற்றிலும்; fully, முழுவதும்.

whom/hu:m/*(pron)*:ஹூம் / objective case of "who", யாரை, எவரை.

whom-so-ever/,hu:msəu'evə*/*(pron)*: ,ஹூம்ஸəஉ'எவə* / objective case of whosoever, எவரையேனும், யாரையேனும்.

whoop/hu:p/*(n)*:ஹூப் / a loud shout, கூச்சல்; an indecent cry, அநாகரிகமாகக் கத்துதல். **whoop-ing-cough**/hu:piŋkɔ:f / *(n)*ஹூப்பி:ங்காஃப் / [also **hooping cough**]: an acute infectious disease usually affecting children only, கக்குவான், இருமல்.

whore/hɔ:*/*(n)*:ஹɔ:* / a prostitute, விபச்சாரி.

whose/hu:z/*(pron)*:ஹூஸ்: / possessive case of who or which, எவருடையது, எதனுடையது.

why/wai/*(adv)*:உஅய் / for what reason, ஏன், எதற்காக, எதனால்.

wick/wik/*(n)*:உயிக் / the soft cord in candle or oil lamp for giving out light, மெழுகுத் திரி, விளக்குத் திரி.

wicked/'wikid/*(adj)*:'உயிக்கிட் / bad, கெட்ட எண்ணமுள்ள; having evil thoughts, தீய சிந்தனையும், நடவடிக்கையும் கொண்ட.

wick-er/'wikə*/*(n)*:'உயிக்கə* / a thin flexible twig, மிலாறு, பிரம்பு. **wicker***(adj)*: made of twigs, பிரம்பால் செய்யப்பட்டுள்ள. **wicker-work***(n)*: basket work, பிரம்பு வேலை.

wick-et/'wikit/*(n)*:'உயிக்கிட் / a small gate, சிறு பக்கக் கதவு; a gate near a large one, திட்டி வாசல். **wicket***(n)*: three stumps with bails in position in the game of cricket, கிரிக்கெட் ஆட்டத்தில் பூமியின்மீது புதைக்கப்பட்டுள்ள குத்துக் கம்புகள்.

wide/waid/*(adj)*:உஅய்ட்: / broad, அகன்றுள்ள; stretching far, பரந்து விரிந்துள்ள. • *We can cross the river here; it is not* **wide***(adv)*: completely, முழுவதும்; distant, தொலைவு. **widely** *(adj)*. **wide-a-wake**/'waidəweik/*(adj)*:'உஅய்டəஉஎய்க் / fully awake, மிகுந்த விழிப்புடனுள்ள. • *All through the night, She was* **wideawake** *thinking of the incident.* **wid-en**/waidn/ *(v.t-v.i)*: to make wider, இன்னும் அகலமாக்கு.

wid-geon/'widʒən/*(n)*:'உயிஜən் / a kind of duck, குள்ளமான காட்டு வாத்து.

wid-ow/'widəu/*(n)*:'உயிட:əஉ / a woman who lives alone, mourning the death of her husband, கைம்பெண், விதவை.

W

wid-ow-er/'widəuə*/(n):'உயிடஃஉ* / a man who lives alone after the death of his wife, மனைவியை இழந்தவர்.

wid-th/witθ/(n):உயித் / wideness, அகலமாக இருக்கும் நிலை; breadth, அகலம்.

wield/wi:ld/(v.t):உயீல்ட் / to get things done skilfully, திறமையாகச் செயல்படு; to handle with all cleverness, திறமையுடன் நிர்வாகம் செய்; to exercise powerfully, அதிகாரம் செய். **wield-y**/'wi:ldi/(adj):'உயீல்டி: / capable of management, சமாளிக்கக் கூடிய.

wife/waif/(n):உஅய்ஃப் / a woman to whom a man is married, மனைவி.

wig/wig/(n):உயிக்: / a false covering of hair for the head, போலிச் சிகையணி.

wig-ging/'wigiɲ/(n):'உயிகிங் / the act of talking angrily to a wrongdoer, தவறு செய்தவனைக் கண்டித்தல்.

wight/wait/(n):உஅய்ட் / a person, ஒரு நபர் (old use).

wig-wam/'wigwæm/(n):'உயிக்:உஆம் / a North American Indian's hut, வட அமெரிக்க இந்தியனின் குடிசை.

wild/waild/(adj):உஅய்ல்ட்: / fierce, கொடுந்தன்மையுள்ள; angry, கோபமான; uncivilized, நாகரிகமற்ற; concerning forest, வனத்தொடர்பான. **wild animals**: wildlife, காட்டு விலங்குகள். **wild(n)**: uninhabited land, மக்கள் வசிக்க இயலாத நிலப்பரப்பு.

wil-der-ness/'wildənis/(adj):'உயில்டஃனி / a desert, பாலைவனம். waste uninhabited land, காடு போன்ற தோட்ட நிலப்பரப்பு. • *"A loaf of bread, a jug of wine, and thou singing beside me,* **wilderness** *is paradise."*

wild-fowl/'waildfaul/(n):'உஅய்ல்ட்ஃபஉல் / a game bird, வேட்டையாடக்கூடிய காட்டுப் பறவை.

wiles/wailz/(n):உஅய்ல் : / a trick, தந்திரம், ஏமாற்றுதல்.

wil-ful/'wilful/(adj):'உயில்ஃபுல் (உய்) / obstinate, பிடிவாதமுள்ள; having the mind to do things in one's own way, தன்னிச்சையாகச் செயல்படக்கூடிய. **will**/wil/(v.t):உயில் / to wish for, விருப்பம் தெரிவி; to command, உத்தரவு கொடு; to leave one's property for disposal after one's death, ஆவணம் மூலம் சொத்துரிமையளி; to determine, தீர்மானம் செய்; (3rd person singular) used for expressing the simple future tense, எதிர்கால வினையை உணர்த்தும் சொல். **will(n)**: one's strong desire, ஒருவரின் விருப்பம், ஆற்றல்மிக்க விருப்பம்; command, உத்தரவு, ஆணை; a document for the disposal of one's property after one's death, ஒருவரின் இறுதி விருப்ப ஆவணம், உயில். **will-ing**/'wiliɲ/(adj):உயிலிங் / agreeing, ஏற்றுக் கொள்ளும் நிலையுள்ள; voluntarily accepting, தானாகவே ஒப்புக் கொள்ளக்கூடிய. **wil-ling-ness**/'wiliɲnis/(adj):உயிலிங்னி / strong feeling for acceptance, ஏற்றுக் கொள்ளும் நிலை; readiness for action, செயல்படத் தயார் நிலை.

wil-o-the-wisp/ˌwiləðə'wisp/ (adj): 'உயிலஃதஃஉயி ப் / a flickering light seen sometimes at night over marshy lands, சதுப்பு நிலத்தில் ஏற்படும் ஒளிச்சிதறல்.

wil-low/'wiləu/(n):'உயிலஃஉ (உய்) / a tree having light branches, எளிதில் வளையும், லேசான கிளைகள் கொண்ட மரம், இம்மரத்தில் செய்யப்பட்ட கிரிக்கெட் மட்டை.

wil-ly-nil-ly/ˌwili'nili/(n):'உயிலி'னிலி / willingly or not willingly, விரும்பினாலும், விரும்பாவிட்டாலும். • *The moving hand must move,* **willy-nilly**.

wilt/wilt/(v.t-v.i):உய்ல்ட் / to lose vigour, strength, etc., வாடி வதங்கு; old use of 'will' in 2nd person singular, ஒருமையாகப் பயன்படுத்தப்பட்ட 'will' என்பதன் பழைய வடிவம்.

wil-y/'waili/(adj):'உஅய்லி / crafty, சூழ்ச்சியான; full of tricks, தந்திரங்கள் நிறைந்த.

win/win/(v.t-v.i):உயின் / to be successful or victorious, வெற்றி பெறு, பெரும் வெற்றி பெறு; to gain authority over others, பிறர் மேல் ஆதிக்கம் செலுத்து; to allure, மயக்கு; to bring to one's side, தன் பக்கம் இழுத்துக் கொள்; to win over, பிறரை வெற்றிகொள். **win(n)**: success, வெற்றி.

wince/wins/(v.i):உயின் / to move back suddenly, திடீரெனப் பின்வாங்கு; to flinch, பின்வாங்கு.

winch/wintʃ/(n):உயிஞ்ச் / a hoisting apparatus, மேலேற்றும் பொறி.

wind/wind/(n):உயின்ட்: / a current of air, காற்று. **wind(v.t)**: to expose to the wind, காற்று வாங்கும்படி செய்; to follow by some scent, மோப்பம் பிடித்துப் பின்பற்று; to cause to be breathless, மூச்சில்லாமல் செய்.

W

wind/waind/*(v.t)*:உஅய்ன்ட்: / **wound, winding**: to go round, சுற்றிப் போ; to move in spiral action, சுற்றி வளைந்து போ; to coil, சுருளாகச் சுற்று; to bring to a close, ஒரு முடிவுக்குக் கொண்டு வா.

wind-fall/'windfɔ:l/*(n)*:'உயின்ட்,ஃபோ:ல் / an unexpected gain, எதிர்பாராத இலாபம்.

wind-ing/'waindiɲ/ *(adj)*:'உஅய்ன்டிங் / curving, வளைந்துள்ள, வளைந்து செல்கின்ற; spiral, சுருளான. **wind-ing sheet**/'waindiɲʃi:t/*(n)*:'உஅய்ன்டிங்ஷீட் / a cloth used for wrapping a deadbody, சவச்சீலை.

wind-in-stru-ment/'wind,instrumənt/*(n)*:'உயின்ட்,இன் ட்ருமஅன்ட் / a musical instrument where air is vibrated, காற்றிசைக் கருவி.

wind-lass/'windləs/*(n)*:'உயின்ட்:லஅ / a weight-lifting machine, பாரம் தூக்கும் இயந்திரம்.

wind-mill/'winmil/*(n)*:'உயின்மில் / a mill driven by the force of the wind acting on large wooden sails, காற்று விசை ஆலை.

win-dow/'windəu/*(n)*:'உயின்ட:அஉ / an opening in the wall of a building to let in air, light, etc., பலகணி, சன்னல்.

win-dow-blind/'windəublaind/*(n)*:'உயின்ட:அஉப்:லய்ன்ட்: / curtain for a window, சன்னல் திரை.

window-sash/'windəusæʃ/*(n)*:'உன்ட:அஉஸஃஷ் / a frame in which glass is set, சன்னல் கண்ணாடிச் சட்டம்.

wind-pipe/'windpaip/*(n)*:'உயின்ட்:ப்பய்ப் / the trachea, மூச்சுக்குழல்.

windward/'windwəd/*(adj)*:'உயின்ட்:உஅட் / lying in the direction of the wind, காற்றடிக்கும் திசையிலுள்ள. **windward** *(adv)*: towards the wind, காற்றடிக்கும் திசை நோக்கி. **windward***(n)*: the direction of the wind, காற்றடிக்கும் திசை.

wind-y/'windi/*(adj)*:'உயின்டி: / having wind, காற்று வீசுகின்ற; blowy, காற்றோட்ட முள்ள.

wine/wain/*(n)*:உஅய்ன் / fermented drink made from grapes, திராட்சை மது. **wine-glass**/waingla:s/*(n)*: a small glass for serving wine, மதுக்கிண்ணம்.

wing/wiɲ/*(n)*:உயிங் / the flying limb of a bird, சிறகு. **winged***(adj)*: having wings, சிறகுகள் உள்ள.

wink/wiɲk/*(v.t-v.i)*:உயிங்க் / to open and close the eyelids again and again in quick succession, கண்சிமிட்டு; to communicate some message by winking, கண்சிமிட்டி, செய்தி தெரிவி. **wink***(n)*: the act of winking, கண்சிமிட்டுதல்.

win-ner/'winə*/*(n)*:'உயினஅ* / a person or animal that has won or likely to win, வெற்றி பெறுபவர் (அ) வெற்றியடையும் மிருகம்.

win-ning/'winiɲ/*(n)*:'உயினிங் / something won, வெற்றிபெற்ற பொருள் (அ) தொகை. **winning***(adj)*: attractive, கவர்ச்சியுள்ள; victorious, வெற்றி பெற்றுள்ள.

win-now/'winəu/*(v.t)*:'உயினஅஉ / to separate chaff or outer coverings from the grains by wind, தானியங்களைப் புடை, தூற்று.

win-some/'winsəm/*(adj)*:'உயின்ஸஅம் / attractive, கவர்ச்சியுள்ள; charming, அழகுள்ள. • *The secret of her success is not her beauty but her* ***winsome*** *manners.*

win-ter/'wintə*/*(n)*:'உயின்ட்டஅ* / the cold season of the year, குளிர்காலம். **win-try**/'wintri/*(adj)*:'உயின்ட்ரி / cold, குளிரான; pertaining to winter, குளிர்காலத்திற்குரிய.

wipe/waip/*(v.t)*:உஅய்ப் / to rub over with a soft material, தேய்; to remove dirt, etc., அசுத்தங்களை அகற்று; to clean, சுத்தம் செய்; to dry, துடைத்து உலர்த்து. **wipe***(n)*: the act of rubbing, துடைத்தல்; a serious critical remark, கண்டித்தல்.

wire/'waiə*/*(n)*:'உஅயஅ* / a strand, இழை; a thread of metal, உலோகக் கம்பி; a telegraphic message, தந்திச் செய்தி. **wire***(v.t)*: to put electric wires in, மின்கம்பி இடு; to send a message by telegraph, தந்தி கொடு. **wire-pul-ler**/'waiə,pulə*/*(n)*:'உஅயஅப்,புலஅ* / one who pulls the wires of a puppet, பொம்மலாட்டக்காரர்; one who uses his intelligence to gain his personal ends, சுயநலத்திற்குப் பிறரை ஆட்டி வைப்பவர்.

wire-less/'waiəlis/*(n)*:'உஅயஅலி / wireless telegraphy, a system of sending messages from one place to another by means of electric waves without using wires, கம்பியில்லாத் தந்தி; broadcasting, ஒலிபரப்பு. **wireless***(adj)*: without wire, கம்பி இல்லாத. **wir-y**/'waiəri/*(adj)*:'உஅயஅரி / like wire, கம்பியைப்போலுள்ள;

W

of wire, கம்பியினுடைய; lean, மெல்லியதாக உள்ள; flexible and strong, வளையும் தன்மையும், உறுதியுமுள்ள.

wis-dom/'wizdəm/*(n)*:'உயிஸ்:ட:ஒம் / the quality of being wise, செய்திறன் அறிவுடன் இருத்தல்; intelligence put to practical use, விவேகம்; rational and practical way of judging things, பகுத்தறிவு கொண்டு ஆராயும் தன்மை. **wise**/waiz/*(adj)*: உஅய்ஸ்: / discreet, அறிவுக்கூர்மையுள்ள; capable of judging things rationally and intelligently, விவேகமுள்ள. **wise-a-cre**/ 'waiz,eikə*/*(n)*:'உஅய்ஸ்:,எய்க்கஒ* / one who thinks that he is wise, தன்னை அறிவாளி என்று நினைத்துக்கொள்பவர்.

wish/wiʃ/*(v.t)*:உயிஷ் / to have liking or longing for, ஆசைப்படு; to make a request, வேண்டுகோள் விடு; want, தேவை என்று கேள்; to greet, வாழ்த்துக் கூறு. **wish***(n)*: a great desire to do something, செய்யவேண்டும் என்ற ஆசை; a kind and polite request, விருப்பம். **wish-ful**/'wiʃful/ *(adj)*:'உயிஷ்ஃபுல் / desirous, ஆசையும், விருப்பமும் உள்ள; longing for, வேட்கையுள்ள.

wisp/wisp/*(n)*:உயிஸ்ப் / a bundle of straw or hay, வைக்கோல் கட்டு.

wit/wit/*(n)*:உயிட் / power of intelligent understanding, அறிவுத்திறனுடன் புரிந்து கொள்ளும் தன்மை, புத்திசாலித்தனம்; intelligent, humorous way of expression, நகைச்சுவையும் அறிவும் உள்ள திறமை.

witch/witʃ/*(n)*:உயிச் // a woman who pretends to have power of magic, மந்திரக்காரி. **witch-craft**/ 'witʃkra:ft/*(n)*: 'உயிச்க்ராஃப்ட் / use of magical powers, மந்திரவாதக் கலை.

with/wið/*(prep)*:உயித்: / accompanying, உடன் சென்று; from, இருந்து, உடன்; against, எதிராக. **with-al**/wi'ðɔ:l/*(adv)*: 'உயித:ஓ:ல் / together, அதனுடன்கூட.

with-draw/wið'drɔ:/*(v.t)*:உயித்'ட்:ரோ: / **withdrew, withdrawn**: to draw back, பின்வாங்கு; to get back, பின்செல்; to remove, அகற்று. **with-draw-al**/ wið'drɔ:əl/*(n)*:உயித்'ட்:ரோஒல் / the act of withdrawing, பின்வாங்குதல், திரும்பப் பெறுதல்.

with-er/'wiðə*/*(v.t)*:'உயித:ஒ* / to dry up, உலரச் செய்; to become weak, தளரச் செய்.

with-hold/wið'həuld/*(v.t)*:உயித்'ஹஒஉல்ட்: / **withheld, withholding**: to hold back, தடுத்து நிறுத்து; to keep from giving, கொடுக்காமல் வைத்துக்கொள்.

with-in/wi'ðin/*(adv)*:உயி'தி:ன் / in the (house), வீட்டினுள்ளே; inside, உட்புறத்தில். **within***(prep)*: inside, உள்ளே.

with-out/wi'ðaut/*(adv)*:உயி'த:உட் / on the outside, வெளியில்; out of doors, வெளிப்புறத்தில். **without***(prep)*: outside, வெளிப்புறமாக, வெளியே; in the absence of, இல்லாமல்.

with-standing/wið'stændiɲ/*(v.t)*: **withstood, withstanding**: உயித்'ஸ்ட்டஆன்டி:ங் // to oppose successfully, எதிர்ப்பு தெரிவி; to give stiff resistance to, தடுத்து, எதிர்த்து நில்.

with-y/'wiði/*(n)*:'உயிதி: / tough flexible twig or branch, மிலாறு.

wit-ness/'witnis/*(n)*:'உயிட்னிஸ் / a person who bears testimony, சாட்சி கூறுபவர், சான்றாளர்.

wit-ti-cis-m/'witisizəm/*(n)*:'உயிட்டிஸிஸ:ஒம் / a witty remark, நகைச்சுவையும், சாதுர்யமும் உள்ள பேச்சு. **wit-ti-ness**/ 'witinis/*(n)*:'உயிட்டினிஸ் / the quality of being witty, திறமையாகப் பேசுதல். **wit-ting-ly**/'witiɲli/*(adv)*:'உயிட்டிங்லி / knowingly, தெரிந்து செயல்படும்படியான. **wit-ty**/'witi/*(adj)*:'உயிட்டி / clever, அறிவுடைய; amusing, வேடிக்கையுணர்வுள்ள; showing wit, அறிவுக் கூர்மையும், நகைச்சுவையும் உள்ள.

wives/waivz/*(n)*:உஅய்வ்ஸ்: / plural of "wife", "wife" என்பதன் பன்மைச் சொல்.

wiz-ard/'wizəd/*(n)*:'உயிஸ:ஒட் / a person who practises magic powers, மந்திரவாதி; a genius, அறிவாளி. **wizardly***(n)*.

wiz-ened/'wiznd/*(adj)*:'உயிஸ்:ன்ட் / smaller in size and dried up, உலர்ந்து சுருக்கங் கண்டுள்ள.

woad/wəud/*(n)*:உஒஉட் / a blue dye got from a plant, ஒருவகை மரத்திலிருந்து கிடைக்கும் நீலச்சாயம்.

wob-ble/'wɔbl/*(v.t-v.i)*:'உஓப்:ல் / to move unsteadily from side to side, தள்ளாடு. **wobble***(n)*.

woe/wəu/*(n)*:உஒஉ / great sorrow, கடும் துயரம்; trouble, தொல்லை. **woe-be-gone**/ 'wəubi,gɔn/*(adj)*:'உஒஉபி:,க:ஓன் / looking

sad, துயரம் கொண்டுள்ள; being miserable, பரிதாபமான. **woe-ful**/'wəuful/*(adj)*: 'உஃவுஃபுல் / sad, வருத்தமான; pitiful, இரங்கத்தக்க; pathetic, பரிதாபமாகப் பார்த்துக்கொண்டுள்ள.

woke/wəuk/*(v)*:உஃவுக் / past tense of "wake", "wake" என்பதன் இறந்த கால வடிவெச்சம்.

wold/wəuld/*(n)*:உஃவுல்ட்: / a wide open stretch of country, பரந்த மேட்டு நிலம்.

wolf/wulf/*(n)*:உல்ஃப் / a fearful carnivorous animal belonging to dog family, ஓநாய். **wolf-ish**/'wulfiʃ/*(adj)*:'உல்ஃபிஷ் / like a wolf, ஓநாய் போன்றுள்ள.

wol-fram/'wulfrəm/*(n)*:உல்ஃப்ரஃம் / tungsten, டங்ஸ்டன் உலோகம்.

wo-man/'wumən/*(n)*:'உமஃன் / an adult female person, பெண். **wo-man-ish**/'wuməniʃ/*(adj)*:'உமஃனிஷ் / having the characteristics of a woman, பெண்மைக் குணங்கள் கொண்டுள்ள, பெண்ணியல்பு உள்ள. **womanly***(adv)*, **womanhood** *(n)*.

womb/wu:m/*(n)*:ஊம் / uterus, கருப்பை.

wom-bat/'wɔmbæt/*(n)*:'உாம்பாஃட் / a kind of Australian animal of bear family, கரடி இனத்தைச் சேர்ந்த ஒருவகை ஆஸ்திரேலிய விலங்கு.

wo-m-en/'wimin/*(n, pl)*:உயிமின் / plural of "woman", "woman" என்பதன் பன்மைச் சொல்.

won/wɔn/*(v)*:*(p.t & p.p)*:உான் / of "win", "win" என்பதன் இறந்தகாலம், இறந்தகால வினை.

won-der/'wʌndə*/*(v.t)*:'உஅண்டஃ* / to be surprised, ஆச்சரியப்படு, அதிசயம் கொள்; to have a feeling of newness, excitement, awe, etc., புதுமை, கிளர்ச்சி, உணர்வு பெறு. **wonder***(n)*: the feeling of being excited, கிளர்ந்தெழும் வியப்பு உணர்ச்சி; a feeling of surprise and excitement, வியப்பும், புத்துணர்ச்சியும். **wondrous***(adj)*. **wonderful***(adv)*.

wont/wəunt/*(adj)*:உஃவுன்ட் / accustomed to, பழக்கப்பட்ட. practice that is usual and regular, பழக்கமும், பயிற்சியும். **won't** *(abbr)*: for "will not", "will not" என்பதன் சுருக்கம்.

wont-ed/wəuntid/*(adj)*:உஃவுன்ட்டிட்: / accustomed or habitual, பழக்கப்படுத்தப் பட்டுள்ள.

woo/wu:/*(v.t)*:ஊ / to try to get the love of a girl or boy, காதல் முயற்சியில் ஈடுபடு; to seek with a view to marry, மணம் புரிய தோழமை நாடு; try to get the goodwill, நல்லெண்ணம் பெற முயற்சி செய். • *Politicians always* **woo** *the voters.* **woo-er**/wu:ə*/*(n)*:ஊஃ* / one who wooes at the time of election, வேட்பாளர்.

wood/wud/*(n)*:உட்: / robust thick growth of trees, காடு; the rough and hard part of a tree, அடிமரம்.

wood-en/wudn/*(n)*:உட்ன் / made of wood, like wood, மரத்திலான, மரம் போன்ற. **wood-land**/'wudlənd/*(n)*:உட்லஃண்ட் / a land covered with trees, மரங்களடர்ந்த நிலப்பரப்பு. **wood-y**/'wudi/*(adj)*:உடி: / covered with wood, மரங்கள் அடர்ந்துள்ள; consisting of wood, மரங்களுள்ள.

woof/wu:f/*(n)*:ஊஃப் / the horizontal thread woven into and crossing the warp, ஊடிழை.

wool/wul/*(n)*:உல் / the soft, curly hair of a sheep, ஆட்டு உரோமம், கம்பளி. **wool-len**/'wulən/*(n, pl)*:உலஃன் / woollen articles, கம்பளித் துணிகள். **woollen** *(adj)*: made of wool, ஆட்டு உரோமத் தினாலான, கம்பளியாலான. **wool-ly**/'wuli/*(adj)*:உலி / covered with wool, கம்பளியினால் மூடிய; resembling wool, கம்பளி போன்றுள்ள; not clear, தெளிவற்ற. • *The ideas are still* **woolly**: *they are yet to take a solid shape.*

word/wɜ:d/*(n)*:உஃ:ட்: / a verbal or written symbol of a thought, an idea, action, etc., சொல்; a promise, வாக்குறுதி; a message, தகவல்; news, செய்தி; words, language, மொழி. **word***(v.t)*: to express in words, வார்த்தைகளில் வெளியிடு, சொல், எழுது. **word-ing**/'wɜ:diŋ/*(n)*:'உஃ:டிங் / choice and form of words, சொல் அமைப்பு, சொல் தேர்ந்தெடுப்பு; diction, பேச்சும், எழுத்தும், சொல்லமைப்பும்.

wore/wɔ:*/(*v*):உɔ:* / past tense of "wear", "wear" என்பதன் இறந்த கால வடிவெச்சம்.

work/wɜ:k/(*n*):உə:க் / using energy for doing something, ஒன்றினைச் செய்ய, ஆற்றலைப் பயன்படுத்துதல்; that at which one labours hard, ஒன்றைச் செய்ய கடினமாக உழைத்தல்; a literary piece, இலக்கியக் கட்டுரை, கவிதை முதலியவை; the result of some enterprise, ஒரு முயற்சியின் முடிவு; works of a factory, military, defences, etc., ஒரு தொழிலகம், இராணுவப் பாதுகாப்பு அமைப்பு முதலியவை. **work**(*v.i*): to put forth effort for doing something, ஒன்றினைச் செய்திட முயற்சி எடு; to carry on a business, வாணிபம் செய்; to keep going, செயல்படு; to solve (a problem), பிரச்சினையைத் தீர்; to labour, உழைத்துப் பணியாற்று; to operate, இயங்கும்படி செய். **work-a-ble**/'wɜ:kəbl/(*adj*):'உə:க்கəப்:ல் / that can be worked, வேலை செய்யத் தகுந்த; flexible, வேலை செய்வதற்குத் தக்கபடி உள்ள; capable of working, பணி செய்யக்கூடிய. **work-er**/wɜ:kə*/(*n*):'உə:க்கə* / a person who works, தொழிலாளி. **work-house**/'wɜ:khaus/(*n*):'உə:க்ஹஉ / a house for the poor, ஏழைகள் விடுதி; a place in a prison where petty criminals or offenders are made to work and earn, சிறைச்சாலைப் பணியகம். **work-ing**/'wɜ:kiŋ/(*adj*):'உə:க்கிங் / engaged in work, வேலையில் ஈடுபட்டுள்ள. **working day**(*n*): a day on which work is carried on, பணி நாள். **work-man-ship**/'wɜ:kmənʃip/(*n*):'உə:க்மəன்ஷிப் / the skill of a workman, பணித்திறன், தொழில் நுட்பம், வேலைத் திறமை. **work-shop**/'wɜ:kʃɔp/(*n*):'உə:க்ஷɔப் / a place where work is carried on, பட்டறை, பணிக்கூடம்; a seminar for research and intensive study, ஆராய்ச்சிக் கல்வி மையம். **work-shy**/'wɜ:kʃai/(*adj*):'உə:க்ஷய் / not liking work and trying to avoid it, வேலை செய்வதில் விருப்பமில்லாமல், அதைத் தட்டிக் கழிக்கும் சோம்பேறித்தனமுள்ள. **work-wo-man**/'wɜ:kwumən/(*n*):'உə:க்உமəன் / a woman who works, பெண் தொழிலாளி.

world/wɜ:ld/(*n*):உə:ல்ட்: / the entire creation, முழுப்படைப்பும், உயிர் வாழ்வும்; the earth and its people, புவியும், மக்களும்; the planet "earth", புவி; the life and the people involved in it, உலக வாழ்வும், அதில் உழலும் மக்களும்; the pain and pleasures of life, இன்பமும், துன்பமும்; one's surroundings, ஒருவரின் சூழல்; the society, the material part of the social life, சமூகம், அதன் பொருளும், செல்வமும், பிணைப்புகளும். **world-li-ness**/'wɜ:ldlinis/(*n*):'உə:ல்ட்:லினி / attachment to the life of world, உலகப்பற்று. **world-ly**/'wɜ:ldli/(*adj*):'உə:ல்ட்:லி / pertaining to the material world, இவ்வுலகம் சார்ந்த.

worm/wɜ:m/(*n*):உə:ம் / a small slender insect, புழு.

worm-wood/'wɜ:mwud/(*n*):'உə:ம்உட்: / a plant with bitter taste, கசப்புத் தாவரம்.

worn/wɔ:n/(*v*):உɔ:ன் / past participle of "wear", "wear" என்பதன் இறந்த கால வினை. **worn-out**/ˌwɔ:n'aut/(*adj*):'உɔ:ன'உட் / made worthless by wear or use, பழமையாகிப்போன, பயனில்லாத.

wor-ry/'wʌri/(*n*):'உஅரி / a feeling of anxiety, கவலை; a troubled mind, துயருறும் மனம்; an urge to do, செய்ய வேண்டுமென்ற ஆர்வம். **worry**(*v.t*): to be troubled, தொல்லையுறு; to be anxious, கவலையுறு.

worse/wɜ:s/(*adj*):உə: / comparative form of bad, harmful, தொல்லையுள்ள; very bad, மிகவும் மோசமாக உள்ள. **worse**(*adv*): comparative form of badly, very badly, மிகவும் மோசமாக.

wor-ship/'wɜ:ʃip/(*n*):'உə:ஷிப் / the sacred way of devotion to God, இறை வழிபாடு; a religious service, பூசை, பிரார்த்தனை; praising and admiring, போற்றுதலும், வணங்குதலும். **wor-ship-ful**/'wɜ:ʃipful/(*adj*):'உə:ஷிப்ஃபுல் / offering worship, வணங்கக்கூடிய; divine and respectful, இறைத்தன்மை நிறைந்துள்ள.

worst/wɜ:st/(*adj*):உə: ட் / superlative form of bad, very harmful, தொல்லையுள்ள; very, very bad, மிக, மிக, மோசமான. **worst**(*adv*): superlative form of badly, to a very bad level, மிக மோசமான நிலைக்கு. **worst**(*n*): that which is worst, மிக மோசமான நிலை; the greatest degree of evil, மிகக் கொடிய, கேவலமான நிலை.

wor-sted/'wustid/(*n*):'உə: ட்டிட்: / a strong woollen yarn, மணிக்கம்பளி இழை.

wort/wərt/(*n*):வəர்ட் / plant, herb, infusion of malt before it is fermented into beer, செடி, கொடி, பீர் என்ற மதுபானம் தயாரிக்க, புளிக்கவைப்பதற்குமுன் மாவு, பழம் போன்றவைகளைக் கலந்து நீண்ட நாட்கள் ஊற வைத்தல்.

W

worth/wɜ:θ/*(adj)*:உ௪:த் / equal in value to, ஈடுள்ள, மதிப்புள்ள, தகுதியுள்ள; deserving a certain amount of money, விலை மதிப்புள்ள. **worth***(n)*: value, மதிப்பு; price, விலை; importance, முக்கியத்துவம்; merit, தகுதி.

worth-less/ˈwɜ:θlis/*(adj)*:ˈஉ௪:த்லி / without worth, தகுதியில்லாத.

wor-thy/ˈwɜ:ði/*(adj)*:ˈஉ௪:தி: / deserving, ஏற்புள்ள, தகுதியுள்ள; valuable, மதிப்புள்ள; having worth, தகுதியுள்ள.

would/wud/*(v)*:உட்: / past tense of "will", "will" என்பதன் இறந்த கால வடிவெச்சம்.

would-be/ˈwudbi:/*(adj)*:உட்:பி: / wishing to be, விருப்பமுள்ள; intended to be, ஆக விரும்புகின்ற.

wound/wu:nd/*(n)*:ஊன்ட் (உ:) / an injury, புண், காயம்; a hurt done by stabbing, cutting, etc., குத்துக்காயம், வெட்டுக்காயம் முதலியவை. **wound***(v.t)*: to hurt by cutting etc. வெட்டுக்காயம் ஏற்படுத்து; to injure, உடலில் புண் உண்டாக்கு. **wound** *(v)*: *(p.t & p.p)* of "wind", "wind" என்பதன் இறந்தகாலம்.

wove/wəuv/*(v)*:உ௪உவ் / past tense of "weave", "weave" என்பதன் இறந்தகால வடிவெச்சம்.

woven/ˈwəuvən/*(v)*:ˈஉ௪உவன் / past participle of "weave", "weave" என்பதன் இறந்தகால வினை.

wrack/ræk/*(n)*:ரக்ஷ் / destruction, அழிவு; seaweed, கடற்பாசி.

wraith/reiθ/*(n)*:ரெய்த் / a ghost, ஆவியுரு.

wrangle/ˈræŋgl/*(v.i)*:ˈரஙக்:ல் / to quarrel, சச்சரவு ஏற்படுத்து; to cause a dispute, பூசலைக் கிளப்பு. **wrangle***(n)*: a noisy quarrel, ஒரு சச்சரவு; a dispute, பூசல்.

wrap/ræp/*(v.t)*:ரப் / **wrapped, wrapping**: to fold a covering around (something), உறைபோட்டு மூடு; to conceal, மறைத்து விடு; to wind, சுற்றிப் போர்த்து. **wrap***(n)*: something to put round the shoulders and neck, மேல் போர்வை. **wrap-per**/ˈræpə*/*(n)*: ˈரப்ப௪* / a person who wraps, பொருள்களைக் கட்டுபவர்; that which wraps, பொதி அட்டை/மூடுசீலை.

wrath/rɔ:θ/*(n)*:ரɔ:த் / fury, கடுஞ்சினம்; anger, கோபம்.

wreak/ri:k/*(v.t)*:ரீக் / to carry out violent attack, பழிவாங்க கடுமையாகத் தாக்கு; to be revengeful, பழிவாங்குபவனாக இரு.

wreath/ri:θ/*(n)*:ரீத்: / a garland in a ring shape, மலர் வளையம். **wreathe**/ri:ð/*(v.t)*: ரீத்: / to encircle, சுற்றி வளை; to form a ring around, வளையம் ஏற்படுத்து; to decorate or adorn with a wreath, மலர் வளையம் வை.

wreck/rek/*(n)*:ரெக் / the total breaking of a ship, கப்பல் உடைந்து கிடக்கும் நிலை; a ship completely broken up, முழுவதும் உடைந்த கப்பல்; the remnants of a destruction, அழிந்த இடிபாடுகள். **wreck***(v.t)*: to cause to destroy, அழிவு ஏற்படுத்து; to destroy, சேதப்படுத்து; to damage totally, முற்றிலும் நாசமாக்கு. **wreck-age**/ˈrekidʒ/*(n)*:ˈரெக்கிஜ் / ruins, அழிந்த நிலையில் உள்ளவை.

wren/ren/*(n)*:ரென் / a singing bird, இசைபாடும் பறவை.

wrench/rentʃ/*(v.t)*:ரெஞ்ச் / to pull with all force, பலமாக இழு; to twist violently, முறுக்கி இழு. **wrench***(n)*: a twist and pull suddenly, முறுக்கி இழுத்தல்; a pull made suddenly, திடீரென இழுத்தல்; a spanner, திருகு குறடு.

wrest/rest/*(v.t)*:ரெ ட் / to pull by twisting, முறுக்கி இழு; to take away by force, பலவந்தமாக எடுத்துக்கொள்; to give a different meaning to, வேறு பொருள் கொடுத்து மாறுபட்டதாக்கு. **wrest***(n)*: a twist, முறுக்கி இழுத்தல்; a wrench, பலவந்தமாகப் பிடுங்குதல்.

wres-tle/ˈresl/*(v.t)*:ரெ ல் / to fight by trying to overthrow one's opponent, மற்போரில் எதிரியைத் தரையில் வீழ்த்து; try to grapple one's opponent, மற்போரிடு. **wres-tler**/ ˈreslə*/*(n)*:ˈரெ ல௪* / one who wrestles, மற்போர் செய்பவர்.

wretch/retʃ/*(n)*:ரெச் / a miserable person, துன்பத்தில் உழலுபவன்; a person who is despised, ஒதுக்கப்பட்டு இருப்பவன், வெறுப்பு ஏற்படுத்தும் ஒருவர்.

wretch-ed/ˈretʃid/*(adj)*:ˈரெச்சிட் / miserable, துன்பம் நிறைந்த; inferior, இழிநிலையில் உள்ள; pitiable, பரிதாபமான.

wrig-gle/ˈrigl/*(v.i)*:ரிக்:ல் / to move in a twisting motion, நெளிந்து வளைந்து செல்; to move like a worm, புழுவைப் போல் நெளிந்து செல்.

wright/rait/*(n)*:ரய்ட் / an artisan, கைவினைஞன்; a workman, தொழிலாளி.

wring/riŋ/*(v.t)*:ரிங் / to twist violently, முறுக்கிப் பிழி; to cause great distress, பெருந்துன்பம் கொடு.

W

wrin-kle/'riŋkl/*(n)*:ரிங்க்ல் / a small ridge esp. of the skin, சுருக்கம்; a mark made by folding, மடிப்பு; a clever mischievous action, ஒரு தந்திரச் செயல். **wrinkle***(v.t)*: to contract into small ridges, சுருக்கம் உண்டாக்கு; to mark by folding or creases, மடிப்பு ஏற்படுத்து.

wrist/rist/*(n)*:ரிஸ்ட் / the joint between the hand and the palm, மணிக்கட்டு.

writ/rit/*(n)*:ரிட் / something that is written, எழுதப்படுவது; a written order, தடை செய்யும் நீதிமன்ற ஆணை, எழுத்தாணை.

write/rait/*(v.t-v.i)*:ரய்ட் / **wrote, written**: to express ideas, thoughts, etc., by forming letters, words, etc., with pen or pencil, எழுது; to copy on a piece of paper, காகிதத்தில் படிவம் எடு; to make a book etc., புத்தகம் உருவாக்கு. **writ-er**/'raitə*/*(n)*:ரய்ட்டə* / one who writes, எழுதுபவர்; an author, எழுத்தாளர்.

writhe/raið/*(v.i)*:ரய்த்: / to suffer in pain, வலியில் அவதியுறு; to be distorted with mental agony, மனஉறுதி இல்லாமல், உள்ளம் சிதறித் துன்பப்படு; to be distorted, எண்ணங்களைச் சிதற விடு.

writ-ing/'raitiŋ/*(n)*:ரய்ட்டிங் / something written, எழுதப்பட்டது, எழுத்து.

writ-ten/'ritn/*(v)*:ரிட்ன் / past participle of "write", "write" என்பதன் இறந்த கால வினை.

wrong/rɔŋ/*(adj)*:ரɔ:ங் / out of the correct way, சரியான வழியில் அல்ல; not according to right conduct, நேர்மையான நடத்தைக்கு ஒவ்வாத; not true, உண்மையல்லாத; not suitable, பொருத்தமில்லாத. **wrong***(n)* that which is not right, சரியில்லாதது; a behaviour that is not morally correct, நியாயப்படி சரியில்லாத நடத்தை. **wrong** *(adv)*, [also **wrongly**]: not correctly or rightly, சரியில்லாத, தவறாக. **wrongful** *(adj)*. **wrongfully***(adv)*. **wrong***(v.t)*: to cause to treat not justly, நியாயமில்லாத முறையில் நடந்துகொள்ளச் செய்.

wrote/rəut/*(v)*:ரəஉட் / past tense of "write", "write" என்பதன் இறந்த கால வடிவெச்சம்.

wrought/rɔ:t/*(adj)*:ரɔ:ட் / *(of metals)* beaten out or shapped by hammering, அடித்தோ (அ) சுத்தியால் தட்டியோ ஒரு உருவாக ஆக்க, made or fashioned in the specified way, குறிப்பிட்டபடி ஒரு பொருளைச் செய்ய, உருவாக்க (e.g.) wrought iron; formed, ஆக்கப்பட்டுள்ள.

wrung/rʌŋ/*(v)*:*(p.t. & p.p)*:ரங் / past participle of "wring", "wring", என்பதன் இறந்த கால வினையெச்சம்.

wry/rai/*(adj)*:ரய் / twisted, முறுக்கப்பட்ட; bent, வளைக்கப்பட்ட; turned to one side, ஒரு பக்கம் திரும்பியுள்ள; misdirected, நேர்மையை விட்டு விலகிய. **wryness**/rainis/*(n)*:ரய்னிஸ் / distortion, கோணல், வளைந்திருக்கும் நிலை.

wyvern/'waivən/*(n)*:'உஅய்வə:ன் / an imaginary animal with an appearance of two-legged, winged dragon, இரு கால்கள் மற்றும் இறக்கைகள் கொண்ட ஒரு கற்பனை மிருகம்.

X-x/eks/:எக்ஸ் / X's, x's or Xs, xs: the 24th letter of the English alphabet, ஆங்கில நெடுங்கணக்கின் 24ஆவது எழுத்து; the Roman numeral (number) for 10, உரோமானிய முறைப்படி 10 என்ற எண் குறிப்பு; a mark made on letter card etc., indicating kiss, கடிதத்தில் 'அன்பினை'க் காட்டும் குறியீடு. **x**(*n*): [Mathematics], a quantity that is not known until calculation is done, கணிதத்தில், தெரியாத ஒன்றினை 'x' என்று குறிப்பிட்டு, தீர்க்கப்படுதல்.

x-chro-mo-some/eks-'krəuməsəum/(*n*): எக்ஸ்-'க்ரəஉமəஸəஉம் / [Biology], a sex chromosome that carries female genes in human beings and in most mammals and that mostly occurs in pairs in females and single in males, x-பால் உயிர் மரபுகள், ஆணணுக்களை விடப் பெண்ணணுக்களில் அதிகம் இருக்கும் உயிரணு.

xenon/'zi:nɔn/(*n*):'ஸீனɔன் / a heavy colourless inert gaseous element that produces short flashes of light, ஒரு நிழற்படம் எடுப்பதில் சிறிது நேரம் ஒளியை ஏற்படுத்த உதவும் அரிய வாயு.

xen-o-pho-bi-a/ˌzenə'fəubjə/(*n*): ˌஸெ:னə'ஃபəஉபி:யə / a kind of fear, not at all reasonable, usually appearing in the form of dislike of strange people, new customs, etc., புதியவர்களைப் பார்க்கும் பொழுதும், பிறர் பழக்கவழக்கங்களை ஏற்றுக்கொள்ளும் அவசியம் ஏற்படும் பொழுதும் உண்டாகும் ஒருவித இனம் தெரியாத அச்ச உணர்வு.

xe-rox/'ziərɔks/(*n*):'ஸி:ərɔக்ஸ் / a photographic copy of something taken

on a special machine, மாதிரிப் படிவம். **xerox**(*v.t*): to take a xerox copy, மாதிரிப் படிவம் எடு.

XL/eksel/(*abbr.*):எக்ஸெல் / extra large (esp. clothes), அளவு கூடுதலான (குறிப்பாக துணி, ஆடை)

X-mas/'krisməs/(*n*):'க்ரிஸ்மəஸ் / Christmas, கிறித்துமஸ் திருநாள்.

X-rated/ˌeks'reitid/(*adj*):ˌஎக்ஸ்'ரெய்ட்டிட்: / of a film that people under 18 are not allowed to see, 18 வயதிற்குக் குறைவானவர்கள் பார்க்கத்தகாத திரைப்படம் என்று தரமிடப்பட்ட.

X-rays/ˌeks'reiz/(*n, pl*):'எக்ஸ்'ரெய்ஸ்: / a beam of light, invisible to the naked eye but capable of passing through many opaque substances, மின்னோட்டம் வெற்றிடம் வழியாகப் பாயும்பொழுது ஏற்படும் கதிர்கள், ஒளிபுகாத பொருள்கள் ஊடே பாய்கின்ற x-கதிர்கள்.

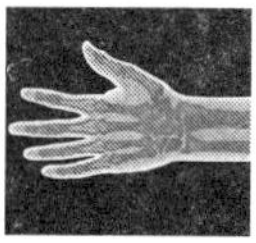

xy-lo-phone/'zailəfəun/(*n*):'ஸ:ய்லəஃபəஉன் / a musical instrument with a row of bars that give out sound when struck by a hammer, சிறு சுத்தி கொண்டு தட்டுவதால் பல வகையான இசை எழுப்பும் ஒரு கருவி.

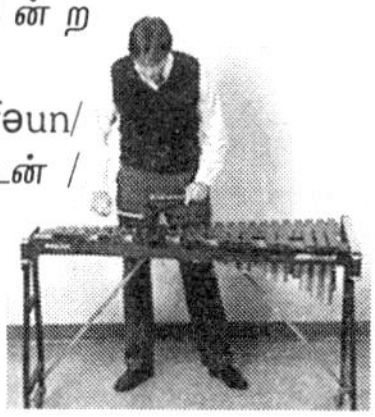

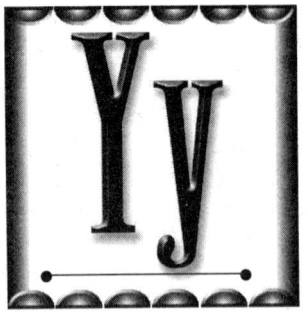

Y, y/wai/:உஅய் / Y's, y's or Ys, ys: the 25th letter of the English alphabet, ஆங்கில நெடுங்கணக்கின் 25ஆவது எழுத்து. **y:** the second unknown quantity in algebra, (Mathematics) இயற்கணிதத்தில் தெரியாதது என்று வைத்துக்கொள்ளப்படும் வரிசையில் இரண்டாவது மறைபொருள்.

yacht/jɔt/*(n)*:யாட் / a large, swift boat used for racing or pleasure trips, உல்லாசப்படகு, பந்தயப்படகு.

yak/jæk/*(n)*:யக் / a large long-haired, humped wild ox of Tibet used for carrying burden, திபெத் பகுதிகளில் காணப்படும் பொதி சுமக்கும் "யாக்" எனும் ஒருவகை எருது.

yam/jæm/*(n)*:யஃம் / a large edible root like potato, grown in tropical countries, கச்சைக் கிழங்கு.

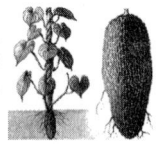

Yan-kee/'jæŋki/*(n)*: 'யஃங்க்கி / a native of the New England States in America, ஓர் அமெரிக்கக் குடிமகன்.

yard/ja:d/*(n)*:யாட் / a measure of length equal to 3 feet, *(3 அடி)* ஒரு கெஜம், கோல் அளவு; the enclosed ground near a house, முற்றம்; a beam supporting the mast of a sail, பாய்மரத்தைத் தாங்கும் கம்பம். **yard-arm**/'ja:da:m/*(n)*:யாடாம் / either end of the pole that supports a sail, பாய்மரத்தைத் தாங்கும் கம்பத்தின் ஒருமுனை.

yarn/ja:n/*(n)*:யான் / the fibre of cotton, flax, etc. spun into thread, நூல், சரடு; a long story, நெடுங்கதை.

yawl/jɔ:l/*(n)*:யோல் / a ship's small boat rowed with four or six oars, நான்கு (அ) ஆறு துடுப்புகள் கொண்டு செலுத்தப்படும் ஒரு சிறு படகு.

yawn/jɔ:n/*(n)*:யோன் / to open the mouth with no effort when one feels sleepy or very tired, கொட்டாவி விடு; to open the mouth wide, வாயை அகலத் திற. **yawn***(n)*: the act of yawning, கொட்டாவி விடுதல், வாயைப் பிளத்தல்.

ye/ji/*(pron)*:யி / subject, old form of plural "you", "you" என்பதன் பழமையான பன்மைச் சொல்; you, நீ, நீங்கள், சம்மதம் தெரிவிக்கும் வாக்கு.

yea/jei/*(n)*:யெய் / an affirmative answer or vote, yes, truly, ஆம், அப்படித்தான், உண்மைதான்.

year/jɜ:*/*(n)*:யஃ:* / the time which the earth takes to go round the Sun, twelve months or 365¼ days, ஒரு வருடம்.

year-ling/'jiəliŋ/*(n)*:'யஃலிங் / an animal of over one year age, but not yet two, ஓர் ஆண்டு நிறைந்து, இரண்டு ஆண்டு நிறையாத, ஒரு சிறிய உயிர்ப்பிராணி.

yearn/jɜ:n/*(v.i)*:யஃன் / to seek earnestly, மனப்பூர்வமாக, உள்ளுணர்வுடன், ஒன்றை நாடு; to long for eagerly, கர்வத்துடன் ஏங்கு. **yearn-ing**/'jɜ:niŋ/*(n)*:'யஃனிங் / earnest desire, மிகுந்த ஆசையும், ஆவலும். **yearning***(adj)*: eager, ஆவலுள்ள; full of longing, ஆசையுள்ள; pitiful, இரக்கமுள்ள.

yeast/ji:st/*(n)*:யீஸ்ட் / the vegetable growth which causes fermentation, நொதிப் பொருள்கள், காடி; froth, புளிப்பு நுரை.

yell/jel/*(n)*:யெல் / a loud outburst, கூக்குரல்; a loud startling cry, ஊளையிடுதல். **yell***(v.t-v.i)*: to shout, பயத்தில் அலறு; to shriek, ஊளையிடு.

yel-low/'jeləu/*(n)*:'யெலஉ / pure golden colour, மஞ்சள் வண்ணம். **yellow***(adj)*: of a fine bright colour like gold, பொன்னிற மஞ்சள் வண்ணமுள்ள.

yelp/jelp/*(v.t-v.i)*:யெல்ப் / to make a sharp cry like a dog, நாயைப் போல் ஊளையிடு. **yelp***(n)*: the sharp cry of a dog, நாய் ஊளையிடுதல்.

yeo-man/'jəumən/*(n)*:'யஉமன் / a farmer, விவசாயி; a small landowner, சிறுநிலச் சுவான்தார். **yeo-man-ry**/'jəumənri/*(n)*:'யஉமன்ரி / country landowners collectively spoken, கிராம நிலச்சுவான்தார்கள். **yeoman service**: useful help in need, பயனுள்ள உதவி.

yes/jes/*(adv)*:யெ / even so, அப்படியே; expressing agreement, 'ஆம்' என்பது.

yes-ter-day/'jestədi/*(n)*:'யெ ட்டடி: / the day before today, நேற்று.

yet/jet/*(conj)*:யெட் / up to now, இன்னும், இதுவரையிலும்; even now, இப்பொழுதும்; in addition, மேலும்.

yew/ju:/*(n)*:யூ / an evergreen tree, பசுமை மாறா ஊசியிலை மரவகை.

yield/ji:ld/*(v.t)*:யீல்ட்: / to produce, விளைச்சல் உண்டாக்கு; to grant, வழங்கு; to give up because of some external pressure, மிரட்டலுக்குப் பயந்து விட்டுவிடு; to submit, பணிந்து விடு. **yield***(n)*: produce, விளைவு; crop, தானியம். **yield-ing**/ji:ldiɲ/*(adj)*:யீல்டி:ங் / productive, விளைவு தரக்கூடிய; flexible, இணக்கமுள்ள, வளைந்து கொடுக்கக்கூடிய; submissive, கீழ்ப்படிதலுள்ள.

yo-del/'jəudl/*(v.t-v.i)*:'யஉட்:ல் / to sing a piece of music with a changing voice, குரலை உயர்த்தியும், தாழ்த்தியும் பாடலைப் பாடு. **yodel***(n)*: yodelling cry, உயர் குரலிலும், தாழ்ந்த குரலிலும் பாடுதல்.

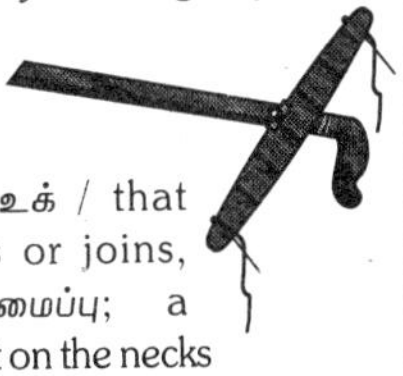

yoke/jəuk/*(n)*:யஉக் / that which connects or joins, இணைக்கும் அமைப்பு; a frame of wood put on the necks of oxen for drawing or pulling, நுகத்தடி; bondage, பிணைப்புகள்; service, சேவையும், தொண்டும் புரிவது; slavery etc., அடிமைத்தனம் முதலியவை. **yoke-fellow**/ˌjəuk'feləu/*(n)*: 'யஉக்'ஃபெலஉ / [also **yokemate**]: a comrade, ஒரு தோழர், கணவன்/மனைவி.

yo-kel/'jəukl/*(n)*:'யஉக்கல் / [also **yokemate**]: யோகெல்: a country fellow, கிராமத்தில் வசிப்பவர்.

yolk/jəuk/*(n)*:யஉக் / the yellow part of an egg, மஞ்சள் கரு.

yon-der/'jɔndə*/*(adv)*:'யான்ட:ə* / at that place, அங்கே; in this place, இங்கே; over there, அதோ.

yore/jɔ:*/*(adv)*:யா:* / long ago, வெகு காலத்திற்கு முன்பு; formerly, முன் காலத்தில்; in olden times, பண்டைய காலத்தில். **yore***(n)*: ancient times, பண்டைய காலம்.

you/ju:/*(pron)*:யூ / nominative and objective case, 2nd person, plural of "thou", நீங்கள், நீர், நீ, உங்களை, உம்மை, உன்னை. **your**/jɔ:*/*(pron)*:யா:* / of you, உன்னுடைய; belonging to you, உங்களுடைய; done by you, உங்களால் செய்யப்பட்ட. **yours**/jɔ:z/*(n)*:யா: : / that belonging to you, உன்னுடையது; those belonging to you, உங்களுடையது. **yourself**/jɔ:'self/*(pron)*:யா:'ஸெல்ஃப் / the reflexive form of you, நீர்தான்; singular number, நீயே, உன்னையே.

young/jʌɲ/*(adj)*:யங் / being in the early part of life, இளவயதாகவுள்ள; not experienced, அனுபவமில்லாத. **young***(n)*: young ones, குஞ்சு; the off-spring of an animal, இளங்கன்று. **young-ster**/'jʌɲstə*/*(n)*:'யங் ட்டə* / a child, சிறுவர்; a youthful person, இளைஞர்.

youth/ju:θ/*(n)*:யூத் / the state of being young, இளமைப்பருவம்; the quality of being adolescent, இளமையாக, அனுபவம் இல்லாதிருக்கும்; those coming up as adults, பெரியவர்களாக வளர்ந்து வருபவர்கள். **youth-ful**/'ju:θful/*(adj)*: 'யூத்ஃபுல் / belonging to youth, இளமைக்குரிய; in early life, இளம் பருவத்திலுள்ள.

yule/ju:l/*(n)*:யூல் / Christmas, இயேசுநாதர் பிறந்த நாள். **yuletide**/'ju:ltaid/*(n)*: 'யூல்ட்டய்ட்: / Christmas time, கிறித்தவ விழாக் காலம்.

Y

Z, z/zed/:இஸ:ஃட் / Z's, z's or Zs, zs: the 26th and last letter of the English alphabet, ஆங்கில நெடுங்கணக்கின் கடைசி (அ) 26ஆவது எழுத்து. **z:** the third unknown quantity in algebra, (Mathematics) இயற் கணிதத்தில் தெரியாதது எனக் கொள்ளப் படும் மூன்றாவது தொகையளவு.

za-ny/'zeini/*(n)*:'ஸெ:ய்னி / a clown, கோமாளி; a silly fellow, நாகரிகம் இல்லாதவன்.

za-re-ba/zə'ri:bə/*(n)*:ஸ:ə'ரீப:ə / an enclosure with thorny bushes all around for protection of a camp (in Sudan), சூடான் நாட்டிலுள்ள வேலிகளால் சூழப்பட்டு, பாதுகாக்கப்படும் ஒரு குடியிருப்பு.

zeal/zi:l/*(n)*:ஸீ:ல் / earnest desire, உண்மை ஆர்வம்; great enthusiasm, செயல்படத்தக்க ஆர்வம். **zea-lot**/'zelət/*(n)*:'ஸெ:லəட் / a fanatic, ஒரு வெறியன்; a man of enthusiasm, ஆர்வம், துடிப்பு முதலியவை உள்ளவர். **zea-lous**/'zeləs/*(adj)*:'ஸெ:லəஸ் / full of enthusiasm, அதிக ஆர்வமுள்ள.

ze-bra/'zebrə/*(n)*: 'ஸீ:ப்:ரə / an African wild animal of horse family with black or dark brown and white stripes, வரிக்குதிரை.

ze-bu/'zi:bu:/*(n)*:'ஸீ:ப்:யூ / an Indian ox with short horns and a large hump over the shoulders, திமில் காளை.

ze-na-na/ze'na:nə/*(n)*:ஸெ:'னானə (ஸி:') / the part of the house where women live, அந்தப்புரம்.

zen-ith/'zeniθ/*(n)*:'ஸெ:னித் ('ஸீ:) / the point in the sky right overhead, தலைக்கு நேர் மேலாக உள்ள வானத்தின் முகடு; the highest point, உச்சி.

zeph-yr/'zefə*/*(n)*:'ஸெ:ஃபə* / the west-wind, மேலைக்காற்று; a gentle breeze, இளவேனில் காற்று; a fine lightweight cloth, மெல்லிய, இலேசான ஆடை வகை.

zep-pe-lin/'zepəlin/*(n)*:'ஸெ:ப்பəலின் (ப்லி) / an airship used by the Germans in World War I, ஜெர்மானியப் போர் விமானம்.

zero/'ziərəu/*(n)*:'ஸி:əரəஉ / a cipher, சுழி; nothing, இல்லாமை; the starting point, அடிநிலை, ஆரம்பக்கட்டம்.

zest/zest/*(n)*:ஸெ:ஸ்ட் / relish, சுவையும், களிப்பும்; fine keen enjoyment, அருமையான, ஆர்வமிக்க மகிழ்ச்சி அனுபவம்.

zig-zag/'zigzæg/*(adv & adj)*:'ஸி:க்:ஸ:ஃக்: / with short, sharp turns in alternate directions, முன்னும், பின்னும் வளைந்து செல்லுகின்ற. **zig-zag***(v.i)*, **zigzagged, zigzagging**: to follow or move in a zig zag manner, வளைந்து, வளைந்து செல்.

zinc/ziŋk/*(n)*:ஸி:ங்க் / a bluish white-metal used for covering roofs, making batteries, etc., துத்தநாகம். **zinc-o-gra-phy**/ 'ziŋkəugra:fi/*(n)*:'ஸி:ங்க்கəஉக்:ரəஃபி / the art of engraving on zinc, துத்தநாகக் கலை வேலை.

zin-ga-ro/'ziŋgərəu/*(n)*:'ஸி:ங்க:əரəஉ / gipsy, நாடோடி.

zion/'zaiən/*(n)*,[also **sion**]:'ஸ:யəன் / a hill in Jerusalem, ஜெருசலத்திலுள்ள ஒரு குன்று; the Church of God, கடவுளின் கோயில்; the heaven, வானுலகம்.

zip/zip/*(n)*:ஸி:ப் / the sound made by a bullet, துப்பாக்கிக் குண்டு வெளிப்பட்டு விரையும்பொழுது ஏற்படும் ஒலி.

zip-fas-ten-er/'zip, fa:snə*/*(n)*: 'ஸி:ப்,ஃபாஸ்னə* / an interlocking system with joining teeth, திறந்து மூடும் பற்கள் கொண்ட பிணைக்கும் அமைப்பு.

zir-con/zir'kəun/*(n)*:ஸி:ர்'க்கəஉன் (ஸ:ə:') / a silicate of the element zirconium sometimes used as a gem, பல வண்ணங்கள் கொண்ட ஒருவகை விலை மதிப்புள்ள இரத்தினக் கல்.

zith-er/'ziðə*/*(n)*:'ஸி:த:ə* / a musical

instrument having 30 to 40 wires, 30லிருந்து 40 நரம்புகள் கொண்ட இசைக் கருவி.

zo-di-ac/'zəudiæk/*(n)*:'ஸ:əஉடி:யæக் / twelve groups of stars, mostly named after animals through which the Sun and the Moon appear to pass in a year, இராசி மண்டலம்; a diagram, representing the Zodiac and its signs, இராசிச் சக்கரம்.

zoll-ve-rein/'tsɔlfərain/*(n)*: 'ட்ஸɔல்ஃபəரய்ன் / a union of states in respect of customs, duty, etc., சுங்கவரி பற்றிய ஓர் உடன்பாட்டின்படி வாணிக முறையில் செயல்படும் நாடுகளின் கூட்டமைப்பு.

zone/zəun/*(n)*:ஸ:əஉன் / an area with some special features or a well-defined area, சிறப்புப் பகுதி, மண்டலம்; any of the five great divisions into which the surface of the earth is marked by imaginary lines, இப்புவியின் ஐந்து பிரிவுகளில் ஒன்று. **zoned**(*adj*).

zoo/zu:/*(n)*:ஸ:ஊ / a place where wild animals are kept in view for public, மிருகக்காட்சிசாலை.

zo-ol-ogy/zəu'ɔlədʒi/*(n)*:ஸ:əஉ'ɔலəஜி / the branch of science dealing with animal life, விலங்கியல்.

zo-ol-o-gic-al/ˌzəuə'lɔdʒikl/*(adj)*: ˌஸ:əஉə'லɔஜிக்கəல் / pertaining to zoo, விலங்குக் காட்சிசாலை பற்றிய. **zo-ol-o-gist**/zəu'ɔlədʒist/*(n)*:ஸ:əஉ'ɔலəஜிஸ்ட் / a scientist who specializes in the study of animal life, விலங்கியலார்.

zoom/zu:m/*(v.i)*:ஸ:ஊம் / to move quickly with a loud noise, மிகுந்த ஒலியுடன் வேகமாக நகர். **zoom**(*n*): the quick movement of a vehicle making loud noise, பெரும் ஒலியுடன் நகரும் வண்டி. **zoom-lens**/'zu:mlens/*(n)*:'ஸ:ஊம்லென்ஸ் / a photographic lens capable of adjustable movements, நிழற்பட ஆடி, படம் பிடிக்க வேண்டியபடி நகர்த்துவதற்கேற்ற அமைப்பு.

zo-o-phyte/'zəuəfait/*(n)*:'ஸ:əஉəஉஃபய்ட் / an animal, looking like a plant, as sponge, coral, etc., தாவர இனத்தைப் போல் காணப்படும் ஒரு விலங்கு. **zo-o-phytic**(*adj*), **zoophytical** (*adj*).

Zo-ro-ast-ri-an/ˌzɔrəu'æstriən/*(n)*: ˌஸ:ɔரəஉ'æஸ்ட்ரியəன் / a follower of Zoraster, 'ஸொராஸ்டர்' என்ற மதத் தலைவரைப் பின்பற்றுபவர். **Zo-ro-ast-ri-an-is-m**/ˌzɔrəuæs'triənizəm/*(n)*:ˌஸ:ɔரəஉæஸ்'ட்ரியəனிஸ:əம் / the religion of Zoraster, 'ஸொராஸ்டர்' என்பவர் நிறுவிய மதம், பார்சி மதம்.

zu-lu/'zu:lu:/*(n)*:ஸூ:லூ / a warlike tribe found in South Africa, போர்த்திறமும், போர் ஆவேசமும் உள்ள தென்னாப்பிரிக்காவைச் சார்ந்த 'பண்டு' எனப்படும் ஒரு இனம்.

zy-motic/zai'mɔtik/*(adj)*:ஸ:ய்மɔட்டிக் / pertaining to fermentation which results in epidemic and contagious diseases, நொதித்தலால் ஏற்படும் நோய்கள் பற்றிய.

To improve your

English & General Knowledge

Read the following SURA'S *Books*

- Speak Better English
- Effective Ways to Elegant English
- Idioms & Phrases
- Warm Up Your Vocabulary
- Book of Quotations
- Practical English Grammar
- School English Grammar
- English Words Often Confused
- Strengthen Your English
- Current English Grammar and Usage
- Colloquial English
- English Grammar Made Easy
- Advanced Spoken English
- Book of Proverbs and Axioms
- English for Competitive Examinations
- Empowerment Through Verbs & Idioms
- Synonyms & Antonyms
- One Word Synonyms & Antonyms
- Pronounce with Perfection
- Effective Letter Writing
- Elegant Essays & Effective Letter Writing

- Letters for All Occasions
- Art of Writing Business Letters
- Essays (Hindi)
- My First Book of Essays
- General Essays (College Level)
- General Essays (School Level)
- Big Book of Essays
- Primary Essays and Proverbs
- Latest General Knowledge
- Objective General Knowledge
- Concise General Knowledge
- Handy General Knowledge
- Sura's Year Book (English)
- Mega Objective General Knowledge-Vol.I
- Mega Objective General Knowledge-Vol.II
- Mega Objective General Knowledge-Vol.III
- Mega Objective General Knowledge-Vol.IV
- G.K. on India
- Mega G.K. Quiz
- Basic Facts of General Knowledge
- Higher Grade Objective General Knowledge

Appendix

English Words Often Confused

A

Abject : Object
Abject *(adj)*: Worthless; wretched; **Object** *(n)*: (1) A thing; (2) Aim; Purpose.

Abstract : Abstract
Abstract *(v)*: To separate and consider by itself; **Abstract** *(n)*: A summary or an abridgement

Accede : Exceed
Accede *(v)*: To agree or comply with; **Exceed** *(v)*: Go beyond a limit or go too far.

Accent : Ascent : Assent
Accent *(n)*: (1) Manner of speech (2) Stress or emphasis; **Ascent** *(n)*: Act of climbing up; **Assent** *(n)*: Approval; Consent (Generally it refers to a consent given by a dignitary)

Accept : Except
Accept *(v)*: (1) To receive (2) To believe in; **Except** *(prep)*: Learning out or exclude.

Accessary : Accessory
Note: These terms may be used as adjectives or nouns.
Accessary *(n)*: One participating in a crime; **Accessory** *(n)*: An addition/additional part.

Access: Excess
Access *(n)*: Way to or means of approach; **Excess** *(n)*: More than enough.

Accident : Incident
Accident *(n)*: A mishap, unfortunate or unexpected thing. **Incident** *(n)*: An event.

Accomplice : Accomplish
Note: Accomplice refers to a person and Accomplish to an action/deed
Accomplice *(n)*: A partner or associate in a crime; **Accomplish** *(v)*: To perform or fulfil perfectly.

Acetic : Ascetic
Note: Acetic refers to the nature of a thing, while Ascetic refers to a person.
Acetic *(adj)*: Sour; vinegary; **Ascetic** *(n)*: Hermit; recluse.

Action : Auction
Action *(n)*: (1) a deed or performance. (2) A series of events in a drama; **Auction** *(n)*: A public sale through bidding.

Adapt : Adept : Adopt
Adapt *(v)*: Adjust or fit (according to circumstances); **Adept** *(n)*: Expert; skilled person. **Adopt** *(v)*: (1) Follow or accept (an action), (2) to bring up as one's own.

Advice : Advise
Note: In advice, the 'c' is pronounced as 's'; in advise the 's' is pronounced almost like 'z'.
Advice *(n)*: Young people do not always like to listen to good advice; **Advise** *(v)*: Old people are said to be inclined to advise others.

Affect : Effect
Note: Generally *affect* refers to the cause of an action whereas *effect* to the result.
Affect *(v)*: To produce a change; or to act upon; **Effect**: (1) Result (of an action), (2) Impression created in the mind.

Affectation : Affection

Note: Both these words refer to the state of mind of a person or are connected with working of one's mind. But there is a distinct difference between them.

Affectation (n): Pretence or an artificial air put on by a person; act of assuming what is not real; **Affection** (n): Love; fondness (This is normally connected with a person.)

Aggregate : Aggravate

Note: Aggregate - used in noun connected with number. Aggravate - used as verb to indicate an action.

Aggregate (n): Total or sum of anything; **Aggravate** (v): Intensify; to make worse (This term is used to refer to things like sorrows, ailments, wounds etc.)

Ail : Hail

Ail (v): To be in pain or trouble; **Hail** (v & n): Used as a noun and also as a verb with different meanings; **Hail** (v): To greet or salute; **Hail** (n): Frozen drops of rain; showers.

Air : Ere : Err

Air (n): (1) A light breeze or what we breathe in (2) an affected manner; **Ere** (conj & adv): Before; **Err** (v): Make a mistake.

Allay : Alley : Ally

Allay (v): To lighten; to relieve (suffering, anger etc.); **Alley** (n): A small narrow street; **Ally** (n & v): Persons/countries joined by a common purpose; a friend.

Allude : Elude

Allude (v): To hint at; to refer indirectly to (This may be a reference to something or person not directly connected with the subject under discussion or consideration); **Elude** (v): To avoid; baffle; evade (a person/thing.)

Allusion : Illusion

Allusion (n): Reference (Verb: allude.); **Illusion** (n): Deceptive appearance; something that appears to be real.

Aloud : Allowed

Aloud (adv): Loudly, with a raised tone or voice; **Allowed** (v): Permitted.

Altar : Alter

Altar (n): Place of worship. **Alter** (v): Change; vary.

Alteration : Altercation

Note: Both refer to the actions of people. The former may be of benefit, pleasant or otherwise, but the second is unpleasant.

Alteration (n): Change; **Altercation** (v): A noisy, heated or angry quarrel.

Alternate : Alternative

Alternate (v): To take turns regularly; to use by turns; **Alternative** (n): Choice.

Amiable : Amicable

Amiable (adj): Lovable, likable, sweet; **Amicable** (adj): Friendly.

Angel : Angle

Angel (n): (1) A heavenly being; (2) A person of (extra ordinary) beauty or qualities; **Angle** (n): The inclination of two straight lines meeting at a point - a term used in geometry.

Angry : Hungry

Angry (adj): Affected with anger; **Hungry** (adj): Lacking food; having a feeling of need for food.

Anger : Hunger

Anger (n): A hot displeasure arising from opposition or injury; **Hunger** (n): A feeling arising from lack of food.

Annual : Annul

Annual (adj): Yearly, lasting a year; **Annul** (v): Cancel; to make void or of no effect.

Anonymous : Unanimous
Anonymous *(adj):* Without the name of the author or writer; nameless; **Unanimous** *(adj):* Of one mind, without opposition.

Antic : Antique
Antic *(n):* Buffoonery, odd or strange behaviour; **Antique** *(adj):* Ancient; belonging to the past.

Apposite : Opposite
Apposite *(adj):* Proper; **Opposite** *(adj):* (1) In a contrary direction. (2) Against.

Appraise : Apprise
Note: The noun forms of these are *appraiser* and *appriser.*
Appraise *(v):* To estimate, to find the value of (a thing); **Apprise** *(v):* Intimate; inform; make known to.

Aptitude : Attitude
Note: Aptitude is a quality not discernable; *Attitude* is perceivable.
Aptitude *(n):* Readiness, capacity; **Attitude** *(n):* Position, posture, state of mind or feeling.

Artist : Artiste
Artist *(n):* One who practices the fine arts especially painting; **Artiste** *(n):* A professional performer, especially a musician or an actor.

Assay : Essay
Assay *(v):* To try (to do a difficult thing); **Essay** *(n):* A literary composition

Attach : Attache
Attach *(v):* Join; combine together; **Attache** *(n):* An expert on a diplomatic staff.

Aught : Ought
Aught *(n):* Anything; any part of; **Ought** *(v):* Must be bound in duty or moral obligation.

Await : Wait
Note: Wait is used with the preposition for, but Await without it.
Await *(v):* To wait for; **Wait** *(n):* To remain.

B

Bail : Bale
Note: Bail as a verb has the meaning of removing water out of flooded area or from a place like a well.
Bail *(n):* A surety given for release; **Bale** *(n):* Bundle.

Ball : Bawl
Ball *(n):* (1) A round object, an article used in games. (2) A kind of dance; **Bawl** *(v):* To shout loudly; **Bawl** *(n):* A loud weeping.

Balm : Bomb
Note: Both these terms refer to objects. The difference is that the one *alleviates* whereas the other *destroys.*
Balm *(n):* A fragrant healing ointment; **Bomb** *(n):* An iron shell filled with explosive material.

Ban : Bane
Ban *(n):* Prohibition; **Ban** *(v):* Prohibit; **Bane** *(n):* Poison; that which causes harm or destruction or mischief.

Bard : Barred
Bard *(n):* A poet; a musician; **Barred** *(v):* Prevented; hindered or opposed.

Bare : Bear
Bare *(adj):* Uncovered; empty; unadorned; **Bear** *(n):* An animal; **Bear** *(v):* (1) Endure; (2) To behave oneself.

Beatify : Beautify
Beatify *(v):* To make a person happy or blessed; **Beautify** *(v):* To make beautiful or attractive.

Beach : Beech
Beach *(n):* Seashore; **Beech** *(n):* A kind of tree.

Beat : Beet
Note: It can be seen that the word *beat* may be used in different meanings in different parts of speech.
Beat *(v):* To strike, (2) to overcome or defeat; **Beat** *(n):* (1) A stroke, (2) A course often taken; **Beet** *(n):* A vegetable yielding sugar and used as food.

Bell : Belle
Bell *(n):* A hollow vessel which gives a ringing sound when struck; **Belle** *(n):* A pretty woman or girl.

Beneficial : Beneficent
Beneficial *(adj):* Useful (Used with things, values etc; **Beneficent** *(adj):* Kind; doing good.

Berry : Bury
Berry *(n):* A kind of fruit; **Bury** *(v):* To place underground.

Birth : Berth
Birth *(n):* Act of being born; **Berth** *(n):* Seat (in a train/plane etc.)

Blew : Blue
Blew *(v):* Past tense form of 'blow'; **Blue** *(n):* A colour.

Boar : Bore
Boar *(n):* A wild pig; **Bore** *(n):* (1) The hole made by piercing, (2) The diameter of a hole, (3) A thing or person who wearies or makes others bored; **Bore** *(v):* (1) Past tense of 'bear', (2) To make a hole, (3) To weary.

Boot : Bout
Note: When the preposition 'To' precedes the word (to boot) the meaning becomes in addition.
Boot *(n):* Covering for the foot; a footwear; **Bout** *(n):* (1) A period spent in some action. (2) Fit of drinking or fever.

Born : Borne
Born *(v):* To bring forth, to take birth (pp. of 'bear'); **Borne** *(v):* (1) Past participle of 'Bear', carried, (2) to tolerate.

Boy : Buoy
Boy *(n):* A male child; **Buoy** *(n):* A float; a floating mark to indicate shallow places.

Brake : Break
Brake *(n):* (1) Part of a vehicle used to stop it or retard its speed, (2) A place overgrown with bush; **Break** *(v):* Make into pieces.

Breach : Breech : Breeches
Breach *(n):* (1) A break or gap in a wall etc., (2) Breaking of a 'law', 'promise', 'contract' etc.; **Breech** *(n):* (1) Lower part of the body behind. (2) The hinder part of a gun; **Breeches** *(n):* Garment worn on the legs by men; trousers.

Bridal : Bridle
Bridal *(adj):* (1) Connected with or relating to-bride, (2) Marriage; **Bridle** *(n):* Part of harness controlling a horse.

Bundle : Bungle
Bundle *(n):* A pack (package) or things together; **Bungle** *(v):* Commit a serious mistake.

But : Butt
But *(conj):* Yet; **Butt** *(n):* The end of thing.

By : Bye : Buy

By *(Prep)*: Indicating agency, time etc.; **Bye** *(n)*: An extra run in cricket; **Buy** *(v)*: Purchase; get something in exchange for money.

C

Cache : Cash

Cache *(n)*: Treasure; **Cash** *(n)*: Money; **Cash** *(v)*: Exchange for money.

Calendar : Calender

Calendar *(n)*: A register of days, dates etc. of year; **Calender** *(n)*: A machine for smoothing and glazing cloth.

Canon : Cannon

Canon *(n)*: A law or rule - especially relating to matters of the church; **Cannon** *(n)*: A large gun.

Cancer : Canker : Canter

Cancer *(n)*: (1) A deadly disease, (2) A sign in the Zodiac; **Canker** *(n)*: (1) A disease of trees or horses. (2) Anything that gnaws or corrodes. **Canter** *(n)*: A moderate or slow gallop.

Canvas : Canvass

Canvas *(n)*: A coarse cloth used for sails, easy chairs or in painting; **Canvass** *(v)*: Solicit or ask for support.

Carat : Carrot

Carat *(n)*: A weight of 200 milligrams for weighing diamonds etc.; **Carrot** *(n)*: A Vegetable.

Career : Carrier

Career *(n)*: ('ca' here is pronounced short) progress through life especially advancement in profession; **Carrier** *(n)*: One or that which carries.

Cask : Casque

Cask *(n)*: A barrel; a vessel for containing liquor etc.; **Casque** *(n)*: A headpiece; helmet.

Cast : Caste : Cost

Cast *(n)*: (1) Something thrown, (2) The performers in a play or film; **Cast** *(v)*: To throw; **Caste** *(n)*: A class of society **Cost** *(n)*: Money paid for the purchase of a thing.

Casual : Causal

Casual *(adj)*: (1) Happening by chance. (2) Unforeseen; **Causal** *(adj)*: Relating to a cause, motive or purpose.

Cease : Seize : Siege

Cease *(v)*: (refers to an action) Stop; put an end to; **Seize** *(v)*: Take by force or according to law; **Siege** *(n)*: Attack on a fortified place to take possession.

Cede : Seed

Cede *(v)*: Surrender; yield; **Seed** *(n)*: (1) Part of a plant producing a similar plant. (2) Origin or cause.

Cell : Sell

Cell *(n)*: (1) Small room in a prison. (2) A unit within a larger organisation. (3) A small contrivance to hold power. (4) A body of people engaged in examining a particular subject. **Sell** *(v)*: To give away in exchange for money.

Cemetery : Symmetry

Cemetery *(n)*: A burial ground; **Symmetry** *(n)*: Uniformity.

Censer : Censor : Censure

Censer *(n)*: An object in which perfumes are burned; **Censor** *(n)*: Examiner of documents, letters, films, etc.; **Censor** *(v)*: Remove unwanted things; **Censure** *(n)*: Severe judgment/criticism, blame.

Census : Senses
Census *(n):* Enumeration of the inhabitants of a country; **Senses** *(n):* Qualities of perceptions like sight, smell, touch etc.

Cereal : Serial
Cereal *(n):* Kind of corn; **Serial** *(n):* A composition issued in a number of instalments.

Cession : Session
Cession *(n):* Act of giving up, surrender; **Session** *(n):* Term; period; a sitting of Assembly or Parliament or Court to transact business

Check : Cheque
Check *(v):* (1) To stop. (2) To compare with corresponding evidence. (3) Correct; **Check** *(n):* (1) Anything that stops. (2) Striped fabric. (3) In chess, the stage when the 'king' is in danger; **Cheque** *(n):* An order for money.

Childish : Childlike
Childish *(adj):* Trifling; silly; **Child-like** *(adj):* Simple; innocent.

Cite : Site : Sight
Cite *(v):* (1) To summon to a court. (2) To quote or refer; **Site** *(n):* A vacant place for construction; **Sight** *(n):* Act or power of seeing.

Clew : Clue
Clew *(n):* (1) A ball of thread. (2) The corner of the sail. (3) Clue or hint.; **Clue** *(n):* A hint.

Cliche : Click : Clique
Cliche *(n):* A hackneyed phrase; **Click** *(n):* A sharp noise or a succession of such noise; **Clique** *(n):* A party; a set.

Cloth : Clothe
Cloth *(n):* A woven material or fabric; **Clothe** *(v):* To put clothes on.

Coarse : Course
Coarse *(adj):* (1) Rude. (2) Rough (This may refer to things or people); **Course** *(n):* (1) A running passage or route. (2) Range of subjects taught. (3) Part of a 'meal'.

Collation : Collision : Collusion
Collation *(n):* Act of gathering, comparing and placing in order; **Collision** *(n):* (1) Act of dashing together. (2) Conflict; **Collusion** *(n):* Fraud by concert, conspiracy.

Collide : Collude
Collide *(v):* To dash against each other; **Collude** *(v):* Join.

Commander : Commando
Commander *(n):* (1) One who commands or orders; (2) An officer of the army or navy; **Commando** *(n):* A member of a body of troops trained for enterprises.

Command : Commend
Command *(v):* To order; to make others obey; to have under one's control; **Command** *(n):* Order; control. **Commend** *(v):* To praise.

Complement : Compliment
Complement *(v):* (1) That which completes. (2) Full quantity or number; **Compliment** *(n):* (1) Greeting. (2) A favourable expression of civility or regard.

Conceal : Congeal
Conceal *(v):* Hide; **Congeal** *(v):* To freeze.

Conduct (v) : Conduct (n)
Note: As a verb, the word has a shortened sound, 'con' being pronounced like 'con' in *conceal* and as a noun, 'con' is pronounced as in *concentrate*.
Conduct *(v):* To arrange or manage; **Conduct** *(n):* Behaviour.

Confidant : Confident
Confidant *(n):* A person in whom secrets may be entrusted; one who could be relied upon; **Confident** *(adj):* Sure; certain.

Confirm : Conform
Confirm (v): (1) To establish. (2) To make sure or certain; **Conform** (v): To follow strictly.

Confuse : Confute
Confuse (v): To mix without order; to confound; **Confute** (v): Prove to be false; refute.

Conjugal : Conjugate
Conjugal (adj): Relating to marriage; **Conjugate** (v): To inflect a verb through its various forms.

Conscious : Conscience : Conscientious
Conscious (adj): To be aware of, knowing one's own mind; **Conscience** (n): Internal judgment of what is right and wrong; **Conscientious** (adj): required by conscience, scrupulous.

Consent (n) : Consent (v)
Consent (n): Agreement, acceptance; **Consent** (v): Agree; to assent; to comply.

Conserve : Converse
Conserve (v): To preserve or keep in a sound state; **Converse** (v): To talk familiarly and well.

Contact (n) : Contact (v)
Contact (n): Connection; a close union; **Contact** (v): To get into touch with.

Contemptible : Contemptuous
Contemptible (adj): Mean; worthy of contempt; **Contemptuous** (adj): Scornful; showing contempt.

Contend : Content
Contend (v): To oppose; to dispute; **Content** (n): Capacity (When used in the plural 'contents' means things contained.) **Content** (v): To make (someone) happy or satisfied.

Contest (n) : Contest (v)
Contest (n): ('Con; pronounced as 'Kon') Competition; struggle for victory; **Contest** (v): ('Con' pronounced as 'Kun'.) (1) To fight, to oppose. (2) To compete.

Continual : Continuous
Continual (adj): Happening at intervals; **Continuous** (adj): Happening without break.

Control (n) : Control (v)
Control (n): (1) Power or authority. (2) Restraint; **Control** (v): (1) Restrain or check. (2) Regulate.

Convert (n) : Convert (v)
Note: Pronounce 'Kon' when noun & 'Kun' when verb.
Convert (n): One who has changed opinions, religion etc.; **Convert** (v): (1) Change from one state to another or from one's religion. (2) Change into currency. (3) Turn from a bad life to a good one.

Convict (n) : Convict (v)
Convict (n): (Pronounce as 'Kon') A person undergoing penal sentence; **Convict** (v): (Pronounce as 'Kun') Prove to be guilty or sentence to imprisonment.

Corps : Corpse
Corps (n): (Pronounce as 'Core') A division of army, etc; **Corpse** (n): Dead body.

Corporal : Corporeal
Corporal (adj): Belonging to the human body; **Corporal** (n): An officer in the army; **Corporeal** (adj): Having a material body.

Corroborate : Collaborate
Note: Noun forms: *Corroboration - Collaboration*
Corroborate (v): To confirm; to strengthen; **Collaborate** (v): Join together on a work like writing a book, starting an industry.

Council : Counsel (v) : Counsel (n)

Council *(n):* An assembly to transact public business; **Counsel** *(v):* Advise; **Counsel** *(n):* Lawyer.

Coup : Coupe

Coup *(n):* (Pronounce as 'Ku') Change of government in a wild or illegal manner ; **Coupe** *(n):* (Pronounced as 'Kupei') A closed carriage or a railway compartment for a few.

Cover : Cower

Cover *(v):* (1) To overspread. (2) to defend; **Cover** *(n):* (1) Anything spread over another. (2) Shelter. **Cower** *(v):* To shrink (with fear).

Creak : Creek

Creak *(n):* A grating sound; **Creak** *(v):* Make a grating sound; **Creek** *(n):* A small bay.

Credible : Creditable

Credible *(adj):* Worthy of credit; **Creditable** *(adj):* Esteemable; worthy of praise.

Crumble : Crumple

Crumble *(v):* To break into small fragments, to pulverize; **Crumple** *(v):* To press into wrinkles.

Current : Currant

Current *(n):* A flow of water or electricity; **Currant** *(n):* Dried grape.

Cymbal : Symbol

Cymbal *(n):* A musical instrument; **Symbol** *(v):* A mark; a sign.

D

Dam : Damn

Dam *(n):* Bank or earth etc. to hold back water; **Damn** *(v):* To send to hell; to curse.

Dandle : Dangle

Dandle *(v):* To fondle; To shake on the knee, as we do a child; **Dangle** *(v):* To hang loose.

Dear : Deer

Dear *(adj):* (1) Costly; valuable. (2) Beloved; esteemed highly; **Deer** *(n):* An animal of various species.

Decease : Disease

Decease *(n):* Death; **Disease** *(n):* Disorder; ailment

Deceased : Diseased

Deceased *(n):* The dead; **Diseased** *(adj):* Suffering; ill.

Decent : Dissent : Descent

Decent *(adj):* Respectable; modest; **Dissent** *(n):* Disagreement; **Dissent** *(v):* Disagree; **Descent** *(n):* Climbing down.

Declaim : Disclaim

Declaim *(v):* To make a formal speech; to speak in a loud and emotional manner; **Disclaim** *(v):* Deny all claim; to reject; to disown.

Decree : Degree

Decree *(n):* An order or law; **Degree** *(n):* (1) A rank; grade; step in relationship. (2) A unit in measuring an angle.

Decry : Descry

Decry *(n):* To depreciate; censure; **Descry** *(v):* To view from a distance.

Defer : Deference

Defer *(v):* To put off; postpone; **Deference** *(n):* Regard; respect; submission.

Defy : Deify

Defy *(v):* Oppose; challenge; **Deify** *(v):* To raise to the level of God, treat like God.

Delegate : Delicate

Delegate *(n):* Representative; deputy; **Delegate** *(v):* To commit to another's care; **Delicate** *(adj):* (1) Pleasing to the taste or senses (2) Easily affected. (3) Not strong.

Delicious : Delirious

Delicious *(adj):* (1) Sweet; tasty. (2) Delightful; **Delirious** *(adj):* Disordered in mind or intellect; insane.

Delude : Deluge

Delude *(v):* (1) To deceive. (2) Be satisfied with a false belief; **Deluge** *(n):* A flood.

Demand (n) : Demand (v)

Demand *(n):* Desire, want; **Demand** *(v):* Claim.

Dependant : Dependent

Dependant *(n):* One who depends or relies on another; **Dependent** *(adj):* Expecting support; relying solely on.

Deposit (n) : Deposit (v)

Deposit *(n):* A thing given as a security of money, documents entrusted to a bank; **Deposit** *(v):* To keep (in a bank).

Deprecate : Depreciate

Deprecate *(v):* (Connected with the action of people); To express disapproval; condemn; **Depreciate** *(v):* (refers to things) To lower the value of.

Desert : Dessert

Desert *(n):* A vast sandy plain; an uncultivated place; **Desert** *(v):* To abandon; to leave. **Dessert** *(n):* That which is served as the last course, at the end of a dinner.

Detect : Deduct

Detect *(v):* Discover; to find out; **Deduct** *(v):* To subtract, to take away something from another.

Determent : Detriment

Determent *(n):* That which deters; prevention; discouragement; **Detriment** *(n):* Damage; injury; harm.

Device : Devise

Note: Though pronounced alike, they belong to two different parts of speech like 'Advice' and 'Advise'.

Device *(n):* (1) A piece of machinery. (2) A scheme; **Devise** *(v):* Invent; plan.

Devote : Devout

Devote *(v):* (1) To set apart by vow; (2) To apply closely to; **Devout** *(adj):* (1) Pious. (2) Earnest.

Dew : Due

Dew *(n):* Moisture from the atmosphere condensed into drops; **Due** *(adj):* (1) Owing. (2) Suitable or proper.

Diary : Dairy

Diary *(n):* A register of daily events or transactions; **Dairy** *(n):* The place where milk products are produced and or sold.

Die : Dye

Die *(v):* (1) Cease to live. (2) Vanish; **Dye** *(n):* A colouring liquid or matter.

Defer : Differ

Defer *(v):* To postpone; put off; **Differ** *(v):* Disagree.

Deference : Difference

Deference *(n):* (1) Respect. (2) Regard (while *defer* means to postpone or yield); **Difference** *(n):* Variation; dissimilarity; disagreement.

Digest (n) : Digest (v)

Digest *(n):* A condensed compilation; **Digest** *(v):* (1) To dissolve in the stomach. (2) To bear with patience.

Disburse : Disperse

Disburse *(v):* To pay out money; **Disperse** *(v):* To scatter; to vanish.

Discard : Discord

Discard *(v):* To throw away; give; **Discord** *(n):* Disagreement; Dispute or quarrel.

Discus : Discuss

Discus *(n):* A round piece of metal thrown in play; **Discuss** *(v):* To debate or talk about, argue.

Diverse : Divorce

Diverse *(adj):* Different; various; **Divorce** *(n):* Legal separation between husband and wife.

Dose : Doze

Dose *(n):* Quantity of medicine given or taken at a time; **Doze** *(v):* To sleep lightly; **Doze** *(n):* A light sleep.

Draught : Drought

Note: (*Draughts* is a game played on Chessboard and with Carrom coins.)

Draught *(n):* (1) Mouthful; quantity drunk at once. (2) Fresh air; **Drought** *(n):* Lack of rain.

Drawl : Droll

Drawl *(v):* To speak with a prolonged utterance in a low tone; **Droll** *(adj):* Comic; strange.

Droop : Drop

Droop *(v):* To hang down loosely; languish; **Drop** *(v):* (1) To let fall. (2) To alter casually.

Dual : Duel

Dual *(adj):* Double; two-fold; **Duel** *(n):* A prearranged fight between two people.

E

Earn : Yearn

Earn *(v):* To gain or get (by hard work); **Yearn** *(v):* Long for eagerly.

Economic : Economical

Economic *(adj):* Connected with the subject Economics; **Economical** *(adj):* (1) Frugal. (2) Not spending much.

Eel : Heel

Eel *(n):* A slimy serpent-like fish; **Heel** *(n):* The hind part of the foot.

Efficient : Deficient

Efficient *(adj):* Capable; competent; **Deficient** *(adj):* Lacking; wanting.

Efficient : Effective

Efficient *(adj):* Capable; competent; **Effective** *(adj):* Having or producing an effect.

Egg (n) : Egg (v)

Egg *(n):* A roundish body produced by birds, to hatch young ones; **Egg** *(v):* Encourage.

Elder : Older

Note: *Elder* is used with humanbeings whereas *Older* can refer both to human and non-human.

Elder *(adj):* Senior; having lived longer than another; **Older** *(adj):* Senior.

Elect : Select

Note: The noun forms of these words (*Election, Selection*) may also be used with the same distinction.

Elect *(v):* Choose by lots or vote; **Select** : (1) *(v)* Choose at will (2) *(adj)* Exclusive.

Elicit : Illicit

Elicit *(v):* To draw out by reasoning, discussion etc; **Illicit** *(adj):* Illegal; against the law.

Eligible : Illegible

Eligible *(adj):* (1) Suitable; (2) Having the required qualifications; **Illegible** *(adj):* (handwriting) which cannot be easily read.

Emigrant : Immigrant

Emigrant *(n):* Person leaving a country; **Immigrant** *(n):* A person who comes into a country to live permanently.

Eminent : Imminent

Eminent *(adj):* Famous, great; **Imminent** *(adj):* Approaching, certain to happen soon.

Envelop : Envelope

Envelop *(v):* Surround; fold or cover round, so as to conceal; **Envelope** *(n):* A covering for a letter.

Equal : Equable : Equitable

Equal *(adj):* The same in extent, size, number, etc; **Equable** *(adj):* Uniform; **Equitable** *(adj):* Just, distributing equal justice.

Ere : Err

Ere *(prep):* Before; **Err** *(v):* To go wrong.

Eruption : Irruption

Eruption *(n):* A breaking out of boils, rashes, etc. in the skin; **Irruption** *(n):* A sudden invasion.

Escapade : Escape

Escapade *(n):* A run away adventure; a mad prank; **Escape** *(n):* The act of freeing oneself; getting out of control; **Escape** *(v):* To get free.

Etch : Itch

Etch *(v):* Engrave designs on copper and other metals; **Itch** *(n):* A sensation causing a desire to scratch.

Eve : Ewe

Eve *(n):* (1) Evening; (2) Evening before the day of an important festival; **Ewe** *(n):* Female sheep.

Exalt : Exult

Exalt *(v):* (1) To raise to a high power and dignity. (2) Praise; **Exult** *(v):* To rejoice exceedingly at the good.

Except : Expect

Except *(prep):* Not including; excluding; **Expect** *(v):* Anticipate; hope to get in future.

Exceptionable : Exceptional

Exceptionable *(adj):* Liable to be objected to; objectionable; **Exceptional** *(adj):* Rare; unusual.

Exhausting : Exhaustive

Exhausting *(adj):* Becoming or making easily tired; tiresome; **Exhaustive** *(adj):* Thorough.

Exhort : Extort

Exhort *(v):* To urge to a good action; to encourage; **Extort** *(v):* Take by force or threats.

Expand : Expend

Expand *(v):* To spread out; to enlarge; **Expend** *(v):* To spend.

Extant : Extent : Extinct

Extant *(adj):* Still existing; in vogue; **Extent** *(n):* Area; size; **Extinct** *(adj):* (1) Having died out. (2) Not in use or existence today.

F

Facilitate : Felicitate

Facilitate *(v):* To make easy or to lessen the labour or difficulty; **Felicitate** *(v):* To congratulate; to express joy for happiness at other's good fortune or success.

Facility : Felicity

Facility *(n):* Easiness of performance; Readiness of compliance; **Felicity** *(n):* Condition of happiness.

Failing : Failure

Failing *(n):* Weakness, fault in character of disposition; **Failure** *(n):* Defeat; want of success.

Fain : Feign

Fain *(adv):* Gladly; with pleasure; **Feign** *(v):* Pretend.

Faint : Feint

Faint *(n):* Unconsciousness; **Faint** (1) *(v):* Become unconscious; (2) *(adj):* Dim or indistinct; **Feint** *(n):* A pretence.

Fair : Fare

Fair *(n):* Market held at intervals or on occasions; **Fair** *(adj):* (1) Beautiful or pleasing to the eye. (2) White or light in complexion. (3) Favourable; just; **Fare** *(v):* To perform; get on; **Fare** *(n):* (1) Food. (2) Charge for journey.

Farmer : Former

Farmer *(n):* One who cultivates land; **Former** *(n):* The first of two (persons, places or things) mentioned.

Farther : Further

Note : *Farther* refers to distance and *further* refers to something additional to another.
Farther : At or to a greater distance; **Further** : (1) In addition to. (2) besides.

Feat : Feet

Feat *(n):* An exploit; exhibition of strength; **Feet** *(n):* Parts of the leg below the knee; Plural form of 'foot'.

Fist : Feast

Fist *(n):* The hand closed, The fingers of the hand doubled up into the palm; **Feast** *(n):* (1) That which affords delight. (2) A sumptuous meal - (like a dinner).

Few : A few : The few

Note: All these refer to numbers - There is much difference in the meanings of these three.
Few *(adj):* Almost none; **A Few** : Some; **The Few** : All that remained.

Fickle : Pickle

Fickle *(adj):* Of a changeable mind; capricious; **Pickle** *(n):* A solution of salt and water to preserve vegetables etc.

Final : Finale

Final *(adj):* Relating to the end, conclusive or decisive; **Finale** *(n):* The last part of a piece of music of a scene in a performance.

Flair : Flare

Flair *(n):* Talent; (special) inclination; **Flare** *(n):* A sudden burst of fire, commotion or anger; **Flare** *(v):* Get angry suddenly.

Flash : Flush

Flash *(n):* A sudden burst of light (and flame); News interrupting a set programme; **Flush** *(v):* (1) To become suddenly red in face. (2) To wash out by a copious supply of water.

Flaunting : Flouting

Flaunting : Moving about with pride; **Flouting** : Mocking or jeering, as if not caring for.

Fledge : Pledge

Fledge *(v):* Have feathers for flying; **Pledge** *(n):* (1) Personal property given as security. (2) A promise; **Pledge** *(v):* (1) To offer as security. (2) To give a promise.

Floor : Flour : Flower

Floor *(n):* Part of a building on which we walk; **Flour** *(n):* Finely ground substance from wheat or other grains; **Flower** *(n):* Part of a tree or plant.

Flu : Flue

Flu *(n):* A shortened form for 'influenza'; **Flue** *(n):* A passage for smoke or air; a pipe for conveying heat.

Foal : Foul : Fowl

Foal *(n):* Young one of horse or ass; **Foul** *(adj):* Filthy, dirty, unhealthy; **Foul** *(n):* A violation of a rule or law; **Fowl** *(n):* A domestic bird.

Foreword : Forward

Foreword *(n):* Preface; introduction; **Forward** *(adv):* Onwards; towards a place in front; **Forward** *(v):* To send onwards.

Fort : Forte

Fort *(n):* A well protected place, not easily open to attack; **Forte** *(adj):* Special or peculiar talent, the strong point of a person.

Funeral : Funereal

Funeral *(adj):* Burial of the dead and other rites; **Funereal** *(adj):* Sad and gloomy.

G

Gab : Gad : Gag

Note: Except the word 'gag', the other two are not much in use in either written or spoken English, but it would be good to understand the distinction in their meaning.

Gab (1) *(v):* To talk much; (2) *(n):* An idle talk; **Gad** *(v):* To go about or wander idly; **Gag** *(v):* To prevent someone talking; by thrusting something (usually a piece of cloth).

Gage : Gaze

Gage *(n):* A pledge; a security; **Gaze** *(v):* to stare; to look fixedly on; **Gaze** *(n):* A fixed look.

Gait : Gate

Gait *(n):* Manner of walking; **Gate** *(n):* Main entrance to a building.

Gamble : Gambol

Gamble *(v):* To play for money. (2) *(n):* Playing; **Gambol** *(v):* To jump or skip about in sport.

Gaol : Goal : Jail

Note: Though pronounced almost alike, they have different significance. Goal in pronounced differently, 'G' being pronounced like as 'G' in God and the other two as 'J'.

Gaol *(n):* Prison; **Goal** *(n):* (1) Aim; purpose. (2) A point scored in a game like football or hockey; **Jail** *(n):* Prison.

Garble : Gargle

Garble *(v):* To corrupt; to falsify; to pick out such parts as may serve some (evil) purpose; **Gargle** *(v):* To wash at the throat.

Garret : Garrote

Garret *(n):* A room immediately under the roof; **Garrote** *(v):* To rob a person by seizing him and throttling him; **Garrotte** *(n):* An instrument used for capital punishment.

Gentle : Genteel

Gentle *(adj):* (1) Having the manner of well-bred people. (2) Mild; not violent or wild; **Genteel** *(adj):* Attractive.

Ghastly : Ghostly

Ghastly *(adv):* Death like in looks, frightful; **Ghostly** *(adj):* Like a ghost or an apparition.

Ghat : Got

Ghat *(n):* (1) A mountain pass. (2) A landing or bathing place by a river; **Got** : Past tense of 'Get'.

Gild : Guild

Gild *(v):* (1) To overlay with gold. (2) To give a fair and agreeable appearance; **Guild** *(n):* A body of craftsmen, association for mutual aid and protection.

Gilt : Guilt

Gilt *(n):* Gold laid over the surface of a thing; **Gilt** *(adj):* Adorned brightly; overlaid with gold; **Guilt** *(n):* Sin; wickedness.

Gleam : Glean

Gleam *(n):* Brightness; a small stream of light; **Glean** *(v):* Pick up here and there, gather remnants.

Graceful : Gracious

Graceful *(adj):* Beautiful; dignified; **Gracious** *(adj):* Kind; inclined to pardon; elegant.

Grand : Grant

Grand *(adj):* Great; magnificent; **Grant** *(v):* To bestow; to convey any deed or writing; **Grant** *(n):* A gift; an allowance.

Grave (n) : Grave (adj)

Grave *(n):* A pit for the burial of the dead; a memorial; **Grave** *(adj):* Serious; thoughtful.

Grim : Grime

Grim *(adj):* Of a forbidding appearance; **Grime** *(n):* Foul matter; dust.

Ground (n) : Ground (v)

Ground *(n):* (1) Surface of the earth; soil; land. (2) basis; reason; **Ground** *(v):* (1) To bring to the ground. (2) Reduced to particles or powder. (Past tense of 'grind')

Grab : Grub

Grab *(n):* An instrument for clutching objects; **Grab** *(v):* Seize; **Grub** *(v):* To root out by digging.

H

Habitat : Habitation

Habitat *(n):* The natural abode of animals and birds; **Habitation** *(n):* Place or residence.

Hail : Hale

Hail *(n):* Frozen drops of rain; showers; **Hail** *(v):* To greet or salute; **Hale** *(adj):* Healthy; robust.

Hair : Heir

Hair *(n):* Part of the body; growth on the head; **Heir** *(n):* One who succeeds to or inherits property.

Hall : Haul

Hall *(n):* Large room; a large room at the entrance of the house; **Haul** *(v):* Drag; to pull or draw with force.

Halo : Hallow : Hollow

Halo *(n):* A bright ring round the Sun, Moon or the head of saints; **Hallow** *(v):* (1) To make holy. (2) To set apart for religious use; **Hollow** *(adj):* Containing an empty space.

Harass : Heiress

Harass *(v):* Vex; to fatigue with constant demand; **Heiress** *(n):* A woman who succeeds to a property.

Hapless : Hopeless

Hapless *(adj):* Unlucky; unhappy; **Hopeless** *(adj):* Without hope, giving no reason to expect success or good; incurable.

Hard : Hardly : Hardy

Hard : (1) Difficult to understand. (2) Firm or not easily penetrated. (3) Severe or unjust. (4) Not suitable for washing; **Hardly** *(adv):* Seldom; scarcely; rarely no sooner; **Hardy** *(adj):* Bold; full of assurance; capable of bearing exposure.

Harp (n) : Harp (v)

Harp *(n):* A stringed musical instrument; **Harp** *(v):* To repeat tediously.

Haven : Heaven

Haven *(n):* Harbour; shelter; **Heaven** : (1) The abode of God and Angels. (2) The sky.

Hear : Here
Hear *(v)*: Listen; **Here** *(adv)*: In this place; to this place.

Heard : Herd
Heard *(v)*: Past tense of 'Hear'; **Herd** *(n)*: A number of animals taken together.

Heroin : Heroine
Note: The mistake arises here because of the difference in spelling and the way in which they are incorrectly pronounced.
Heroin *(n)*: A narcotic drug derived from morphia; **Heroine** *(n)*: A woman playing a leading role in a play or film.

Hew : Hue
Hew *(v)*: Cut down; **Hue** *(n)*: Colour.

Historic : Historical
Historic *(adj)*: Memorable; **Historical** *(adj)*: Connected with or contained in the history.

Hoard : Horde
Hoard *(v)*: To collect; to store (without being willing to spend at once); **Horde** *(n)*: A gang, a group of unruly people.

Hole : Whole
Hole *(n)*: (1) A hollow place. (2) A mean dwelling place.; **Whole** *(adj)*: (1) Complete. (2) Sound in health; healthy.

Holi : Holy
Holi *(n)*: A festival; **Holy** *(adj)*: Free from sin; scared.

Homely : Homily
Homely *(adj)*: Of plain features feeling that one is in one's own house or country; **Homily** *(n)*: (1) a sermon. (2) a serious admonition

Honorary : Honourable
Honorary *(adj)*: Possessing a position or post without drawing any salary or reward; **Honourable** *(adj)*: Worthy of honour; moved by principles of honour.

Hop : Hope
Hop *(v)*: Jump about; **Hop** *(n)*: A leap or spring; **Hope** *(n)*: Expectation of something good.

Hunger : Anger
Hunger *(n)*: Craving for food; feeling arising from lack of food; **Anger** *(n)*: Act of losing one's temper.

Hungry : Angry
Note: These are adjectival forms of *hunger* and *anger*.
Hungry *(adj)*: Feeling uneasiness from lack of food; of having a great desire. **Angry** *(adj)*: Losing one's temper.

Human : Humane
Human *(adj)*: (1) Belonging to man or mankind. (2) Having the qualities of man; **Humane** *(adj)*: Compassionate; merciful.

Hyperbola : Hyperbole
Hyperbola *(n)*: A curve formed by a section of a cone when the cutting plane makes a greater angle with the base ; **Hyperbole** *(n)*: Exaggeration; act of exceeding or saying something more than the truth.

I

I : Eye
I *(pron.)*: Letter in the English alphabet standing for First person, singular pronoun; **Eye** *(n)*: Organ of sight in living beings.

Ice : Eyes

Note: 'C' in ice is pronounced with an 's' sound and 'es' in eyes like 'z' sound.

Ice *(n):* Water congealed; **Eyes** *(n):* Parts of the body; organs of sight.

Ideal : Idle : Idol

Ideal *(adj):* Perfect; **Ideal** *(n):* Goal of perfection; **Idle** *(adj):* Lazy, inactive; **Idol** *(n):* An image or symbol of a deity.

Illustrative : Illustrious

Illustrative *(adj):* (1) Having the quality of explaining clearly. (2) Containing illustrations (Drawings, pictures etc.); **Illustrious** *(adj):* Famous; celebrated.

Immanent : Imminent

Immanent *(adj):* Remaining in or within; inherent; **Imminent** *(adj):* Sure to happen soon.

Immoral : Immortal

Immoral *(adj):* Not moral; wicked; licentious; **Immortal** *(adj):* Imperishable; deathless.

Impenitent : Impertinent

Impenitent *(adj):* Unrepentant; hard hearted; **Impertinent** *(adj):* Arrogant or rude.

Imperial : Imperious

Imperial *(adj):* Pertaining to Empire or Emperor. (2) Of superior excellence; **Imperious** *(adj):* Domineering; haughty or insolent.

Impossible : Improbable

Impossible *(adj):* Incapable of being done; **Improbable** *(adj):* Unlikely; not likely to be done.

Imposter : Imposture

Note : Both the terms are applicable to acts of deceit. The first refers to a person. The second is an abstract noun referring to an action.

Imposter *(n):* One who imposes on others; a deceiver; **Imposture** *(n):* Fraud; deception.

Incense (n) : Incense (v)

Incense *(n):* Sweet smelling substance burned in religious rites.; **Incense** *(v):* To anger: to exasperate.

Incite : Insight

Incite *(v):* To instigate; to encourage to do a wrong thing; **Insight** *(n):* Thorough knowledge; Discernment.

Incomparable : Incompatible

Incomparable *(adj):* Matchless; admitting no comparison with others; **Incompatible** *(adj):* Incapable of being made to agree with.

Incredible : Incredulous

Incredible *(adj):* (1) Unbelievable. (2) Astonishing; **Incredulous** *(adj):* Refusing of to believe.

Indict : Indite

Indict *(v):* To charge with a crime of misbehaviour, accuse; **Indite** *(v):* Compose.

Industrial : Industrious

Industrial *(adj):* Connected with industry; **Industrious** *(adj):* Hard working.

Inequable : Inequitable

Inequable *(adj):* Not uniform; **Inequitable** *(adj):* Partial; not acting justly.

Ingenious : Ingenuous

Ingenious *(adj):* Clever; **Ingenuous** *(adj):* Open or frank; free from dissimulation.

Injudicial : Injudicious

Injudicial *(adj):* Not pertaining to courts of justice or law; **Injudicious** *(adj):* Not wise; acting without judgment.

Insoluble : Insolvable

Insoluble *(adj):* Incapable of being dissolved; **Insolvable** *:* Difficult to be solved.

Insuperable : Inseparable

Insuperable *(adj)*: Incapable of being overcome; very difficult to solve **Inseparable** *(adj)*: Incapable of being separated.

Invincible : Invisible

Invincible *(adj)*: Incapable of being defeated; **Invisible** *(adj)*: Incapable of being seen by the naked eye.

J

Jealous : Zealous

Jealous *(adj)*: Envious; **Zealous** *(adj)*: Enthusiastic

Jest : Zest

Jest *(n)*: Joke; a pleasantry; **Zest** *(n)*: Interest; added flavour.

Judicial : Judicious

Judicial *(adj)*: Pertaining to the court of justice or law; **Judicious** *(adj)*: Prudent; wise.

Junction : Juncture

Junction *(n)*: Place where roads, railways etc. meet; **Juncture** *(n)*: (1) Point of time; (2) Point made critical by circumstances.

Jurist : Juror

Jurist *(n)*: One learned in law; **Juror** *(n)*: Member of the jury.

K

Kerb : Curb

Kerb *(n)*: A pavement or raised platform; a stone bordering a raised path; **Curb** *(v)*: To control; check; **Curb** *(n)*: Control; check.

Kernel : Colonel

Kernel *(n)*: The edible substance in a nut (coconut etc.); **Colonel** *(n)*: (also pronounced as kernel) Chief Commander of a regiment of troops.

Key : Quay

Key *(n)*: (1) An instrument for opening or closing a lock. (2) A solution or an explanation; **Quay** *(n)*: (Pronounced 'kee/key') Pier; Landing platform at a port.

Knead : Need

Knead *(v)*: To work into a suitable consistency for bread etc; **Need** *(n)*: (1) Necessity. (2) Urgent want.

Knight : Night

Knight *(n)*: (1) A man of noble birth in the Middle Ages. (2) One having the title 'Sir' before his name; **Night** *(n)*: The dark part of the day from sunset to sunrise.

Knot : Not

Knot *(n)*: A complication of threads or cords; a tie; **Not** *(adv)*: A word expressing negative, refusal or denial.

Knotty : Naughty

Knotty *(adj)*: Complex; complicated or intricate; **Naughty** *(adj)*: Bad; mischievous.

L

Lac : Lack : Lakh

Lac *(n)*: (1) A substance produced by insects in trees; (2) Number 1,00,000; **Lack** *(v)*: To want; to be without; **Lakh** *(n)*: Number 1,00,000.

Last : Lost

Last *(adj)*: 'That' or 'who' comes after all the others; **Lost** *(v)*: (1) The past tense of 'Lose'; meaning 'ceased to possess'. (2) Not gained or won.

Later : Latter
Later *(adv):* Coming after the usual time; **Latter** *(n):* The second of two things or persons mentioned.

Lead (n) : Lead (v)
Note: When the word refers to a metal it is pronounced as "Led"
Lead *(n):* (1) A long rope for leading animals. (2) The chief part or act in a play (3) Being first in a race. (4) A metal; **Lead** *(v):* To guide or show the way.

Light (n) : Light (v) : Light (adj)
Light *(n):* (1) Absence of darkness. (2) Lamp; **Light** *(v):* To cause to burn; **Light** *(adj):* (1) Not heavy. (2) Not severe.

Lea : Lee
Lea *(n):* Meadow (This word is not much used in prose); **Lee** *(n):* The side protected from the wind.

Link : Links
Link *(n):* The single ring on a chain; **Link** *(v):* To connect; **Links** *(n):* The green level ground used for playing golf.

Little : A Little : The Little
Note: This distinction is lost sight of mainly because the distinction is subtle. These words refer to quantity.
Little *(adj):* Almost nothing; not; **A Little** *(adj):* Some; **The Little** *(adj):* All that remains.

Loath : Loathe
Loath *(adj):* Disliking; unwilling; **Loathe** *(v):* To hate; to be disgusted.

Loan : Lone
Loan *(n):* A sum of money just lent or lent for interest; **Lone** *(adj):* Solitary; Single.

Local : Locale
Local *(adj):* Pertaining to a particular place or confined to a spot; **Locale** *(n):* A locality; scene of an action.

Loch : Lock
Loch *(n):* A lake; A land-locked arm of the sea; **Lock** *(n):* An instrument for fastening doors etc.; **Lock** *(v):* To fasten something to confine or shut up.

Long (v) : Long (adj)
Long *(v):* Yearn for; desire eagerly; **Long** *(adj):* Drawn out in line or time.

Loom (n) : Loom (v)
Loom *(n):* Machine for weaving cloth; **Loom** *(v):* Appearing not clearly and so seeming large and alarming.

Loose : Lose
Loose *(adj):* (1) Not tight. (2) Unchaste; **Lose** *(v):* Cease to possess.

Loot : Lute
Loot *(v):* To plunder; **Loot** *(n):* Booty; the things taken by force after an attack; **Lute** *(n):* A musical instrument.

Lumber (n) : Lumber (v) : Lumber (adj) : Lumbar (adj)
Lumber *(n):* (1) Anything heavy and cumbersome. (2) Timber split for use; **Lumber** *(v):* Move in a clumsy, noisy way; **Lumber** *(adj):* Pertaining to heavy material; **Lumbar** *(adj):* Pertaining to or near the loins.

Lung : Lunge
Note: In the first word, the 'g' is pronounced as 'g' in good. In the second word 'g' is pronounced like 'j'.
Lung *(n):* Either of the two organs of respiration; **Lunge** *(v):* To make a thrust forward.

Luxuriant : Luxurious
Luxuriant *(adj):* Rich in growth, abundant; **Luxurious** *(adj):* Given to luxury; choice and costly.

Lymph : Limp

Lymph *(n):* (1) The colouring fluid coming out of the blood capillaries. (2) Vaccine; **Limp** *(v):* To walk lamely; **Limp** *(n):* A deformity, causing difficulty in walking.

M

Mace : Maze

Mace *(n):* (1) A staff with a heavy metal head-dash, an ensign of authority. (2) The dried covering of the seed of the nutmeg; **Maze** *(n):* A confusing network of paths and passages.

Machine : Machinery

Machine *(n):* (1) A contrivance serving production or change of motion etc. (2) A person acting as the tool of another; **Machinery** *(n):* Machines in general.

Magnate : Magnet

Magnate *(n):* A person of rank or wealth; **Magnet** *(n):* (1) A load stone that attracts iron. (2) A person or thing that attracts.

Main (n) : Main (adj) : Mien

Main *(n):* (1) The ocean. (2) The chief water or electric pipe in a street; **Main** *(adj):* Chief; **Mien** *(n):* (Pronounced like "Mean") The bearing of a person; The way in which a person behaves.

Manner : Manor

Manner *(n):* Method, the mode in which anything is made; **Manor** *(n):* The land belonging to a lord.

Marshal : Martial : Marital

Note: Care must be devoted to the spelling of the second and third words here. The 'i' and 't' in them change the meaning completely.

Marshal *(n):* (1) A military officer of a high rank. (2) One who regulates rank, order etc. in a place; **Martial** *(adj):* (Pronounced like 'marshal') Pertaining to war. **Marital** *(adj):* Pertaining to marriage.

Marry : Merry

Marry *(v):* To unite in wedlock; **Merry** *(adj):* Happy.

Mask : Masque : Mosque

Mask *(n):* A cover for the face; **Mask** *(v):* To wear cover for the face. **Masque** *(n):* (also spelt, Mask) A sort of play common in the 16th and 17th centuries.; **Mosques** *(v):* A Muslim place of worship.

Mass : Moss

Mass *(n):* (1) A body of matter. (2) an assemblage. (3) Service in a Church; **Moss** *(n):* A plant with small leaves - a green substance formed on moist surface.

Mean : Means

Mean *(adj):* (1) Base; low. (2) On an average; **Means** *(n):* (1) Methods by which results may be attained. (2) Money, wealth resources etc.

Meat : Meet (as v & n)

Meat *(n):* Food; flesh of animals as food; **Meet** *(v):* To come face to face or to be introduced to; **Meet** *(n):* A gathering of people with a common purpose.

Medal : Meddle

Medal *(n):* An object given as a prize or mark of honour; **Meddle** *(v):* To interfere.

Memorable : Memorial

Memorable *(adj):* Worthy to be remembered; **Memorial** *(n):* That which preserves the memory; **Memorial** (adj): In memory of.

Mendacity : Mendicity

Mendacity *(n):* Deceit; untruth; Tendency to lie; **Mendicity** *(n):* The state of being a beggar; the life or a beggar.

Metal : Mettle

Metal *(n):* (1) Substances like gold, silver etc. (2) Broken stone used for covering roads; **Mettle** *(n):* Courage; moral or physical spirit.

Meter : Metre

Meter *(n):* One who or that which measures; **Metre** *(n):* (1) Rhythmical arrangement of syllables into verse. (2) A measure equal to 39.37 inches.

Might : Mite

Might *(n):* Great power or ability to act; strength; **Mite** *(n):* A very small contribution or offering.

Minute (n) : Minute (adj)

Minute *(n):* (1) The sixtieth part of an hour. (2) Short sketch of an agreement, meeting etc.; **Minute** *(adj):* (Pronounced 'Mynute') very small.

Miner : Minor

Miner *:* One who works in a mine; **Minor** *(n):* (1) one less than 21 years of age. (2) Of little importance.

Misogamist : Misogynist

Misogamist *(n):* A hater of marriage; **Misogynist** *(n):* A woman hater.

Moat : Mote

Moat *(n):* A deep trench round a castle or fort; **Mote** *(n):* A small particle.

Moment : Movement

Moment *(n):* A minute portion of time; **Movement** *(n):* (1) Acts of moving, motion. (2) Change of position

Monetary : Monitory

Monetary *(adj):* Relating to money; consisting in money; **Monitory** *(adj):* Acting as admonition or warning.

Moral : Morale

Moral *(adj):* Ethical; virtuous; relating to morals. **Morale** *(n):* Mental condition as regards courage, hope etc.

N

Nap : Nape

Nap *(n):* A short sleep; **Nape** *(n):* The prominent part of the neck behind its back part.

Naught : Not

Naught *(n):* Nothing; **Not** *(adv):* Negative sense.

New : Knew

New *(adj):* Introduced for the first time, of recent growth; not old; **Knew** *(v):* (Past tense form of "Know") perceived; understood.

Niece : Knees

Niece *(n):* The daughter of one's brother or sister; **Knees** *(n):* Plural of Knee, the joint connecting the two principal parts of the leg.

Nave : Knave

Nave *(n):* The central block of a wheel; **Knave** *(n):* Rouge; a dishonest person., a petty rascal.

Net : Nett

Net *(n):* (1) A device with meshes to catch fish, birds etc. (2) The article dividing the two parts of a badminton or tennis court; **Nett** *(adj):* Being clear of all deductions (Also spelt 'Net'.)

None : Nun

None *(pron.):* Not one, Not any; **Nun** *(n):* A woman devoted to religion, living in a convent.

Nought : Nothing

Nought *(n):* Zero; **Nothing** *(n):* Not anything.

O

Oar : Ore

Oar *(n)*: A long piece of timber used to propel a boat; **Ore** *(n)*: A mineral substance from which metals are obtained.

Obedience : Obeisance

Obedience *(n)*: Act of being dutiful; **Obeisance** *(n)*: A bow of reverence of respect.

Object (n) : Object (v)

Object *(n)*: ('Ob' pronounced with a long sound). (1) That about which any quality of mind is employed. (2) End purpose. (3) The word, clause etc, governed by a transitive verb or a preposition; **Object** *(v)*: ('Ob' pronounced with a short sound).

Objuration : Objurgation

Objuration : The act of binding by oath; **Objurgation** *(n)*: Reproof.

Observation : Observance

Observation : (1) The act, power of habit of noticing with attention. (2) Information gained by observing a remark; **Observance** *(n)*: Rule of practice; performances of rites etc.

Odd : Odds

Odd *(adj)*: (1) Strange. (2) Not exactly divisible by two; **Odds** *(n)*: (1) Chances in favour of or against. (2) Bits and pieces.

Official : Officious

Official *(adj)*: Pertaining to an office or public duty; **Officious** *(adj)*: Troublesome in trying to serve; intermeddling.

Opportunity : Opportunism

Opportunity *(n)*: Chance; favourable time or position. **Opportunism** *(n)*: Taking advantage without a care for principles.

Optimism : Optimum

Optimism *(n)*: Hopefulness; Expecting good to happen **Optimum** *(adj)*: Best of most favourable.

Oral : Aural

Oral *(adj)*: (1) Not written. (2) By way of mouth; **Aural** *(adj)*: Pertaining to the sense of hearing.

Ordnance : Ordinance

Ordnance *(n)*: Cannons, guns, etc collectively or war materials; **Ordinance** *(n)*: Law, statute, decree, etc.

Over : Hover

Over *(adv, prep.)*: (1) Above. (2) Denoting motion. (3) Occasion of superiority; **Hover** *(v)*: To hang (fluttering) in the air.

Override : Overrule

Override *(v)*: To supersede; to set at nought **Overrule** *(v)*: To decide against, using one's authority.

Overseas : Oversee

Overseas *(n)*: Foreign; from beyond the sea; **Oversee** *(v)*: To superintend.

Owe : Woe

Owe *(v)*: To be indebted to; be obliged to pay; **Woe** *(n)*: Deep sorrow; grief.

P

Pail : Pale

Pail *(n)*: An open vessel; a bucket; **Pale** *(adj)*: Whitish; not bright, deficient in colour.

Pain : Pains : Pane

Pain *(n)*: Bodily/Physical suffering; **Pains** *(n)*: Effort; trouble; **Pane** *(n)*: A piece of glass inserted in a window, door etc.

Panacea : Panache

Panacea *(n)*: A remedy for all diseases; **Panache** *(n)*: Confident and showy manner.

Parish : Perish

Parish *(n)*: A division under the care of a priest; **Perish** *(v)*: (1) to die. (2) to wither and decay.

Pass : Pause

Pass *(n)*: (1) Success in an examination. (2) A permission to travel. (3) Kicking or sending a ball to a player in football or hockey. (4) A passage; **Pass** *(v)*: (1) To go by or past. (2) Give by handing; **Pause** *(v)*: To make a short stop; to deliberately hesitate; **Pause** *(n)*: (1) A temporary stoppage. (2) Stoppage caused by doubt.

Patient (n) : Patient (adj)

Patient *(n)*: A person undergoing treatment under a doctor; **Patient** *(adj)*: Enduring without complaint or murmuring.

Patrol : Petrol : Petrel

Patrol *(n)*: The guard/guards going round an area at night; **Patrol** *(v)*: To go round, to serve safety at night; **Petrol** *(n)*: Refined petroleum used as a fuel; **Petrel** *(n)*: (1) A web-footed bird seen far from the land. (2) A troublesome person.

Peas : Peace : Piece

Peas *(n)*: A flowering plant or its seeds; **Peace** *(n)*: (1) A state of quiet, calm. (2) freedom from war; **Piece** *(n)*: A portion or part of anything.

Peasant : Pheasant

Peasant *(n)*: A rustic; one whose work is rural labour; **Pheasant** *(n)*: A bird reared for sport and food.

Pedant : Pendant

Pedant *(n)*: One laying too great an emphasis on learning or a narrow-minded scholar; **Pendant** *(n)*: (1) Anything hanging down by way of an ornament. (2) A flag.

Persecution : Prosecution

Note: A similar distinction can be made with the verbal forms; *Persecute - Prosecute.*

Persecution *(n)*: Act or practice of harassing with unjust punishment; **Prosecution** *(n)*: (1) The carrying on of a suit of law. (2) Party instituting criminal proceedings.

Personal : Personnel

Personal *(adj)*: (1) Pertaining to a person. (2) Belonging to the face and figure; indicating a person. (3) Indicating the person in a grammatical sense; **Personnel** *(n)*: Group of persons employed in any occupation.

Personality : Personalty

Personality *(n)*: (1) Qualities that make up a person's character (2) One who is well-known in certain circles; **Personalty** *(n)*: Personal property.

Perspicacious : Perspicuous

Perspicacious *(adj)*: Quick to judge and understand; **Perspicuous** *(adj)*: Expressed clearly.

Phantasy : Phantom

Phantasy *(n)*: Fancy; a fanciful production; **Phantom** *(n)*: An apparition; a fanciful vision.

Phase : Face

Phase *(n)*: (1) One of the various aspects of a question. (2) A particular stage of the Moon or a Planet in relation to illumination; **Face** *(n)*: The front portion of the head.

Phonography : Pornography

Phonography *(n)*: Receiving and reproducing sounds by characters; **Pornography** *(n)*: Literature in which obscene material and prostitutes figure.

Physic : Physique
Physic *(n):* (1) The science of medicine or the art of healing. (2) a medicine; **Physique** *(n):* A person's physical structure or constitution.

Pick : Pique
Pick *(n):* (1) To select. (2) To strike at with a pointed thing; **Pique** *(n):* (1) Irritation; anger. (2) Offence taken; **Pique** *(v):* To cause irritation or hurt the pride of.

Pier : Pyre
Pier *(n):* A landing place for boats and ships; **Pyre** *(n):* A heap of combustibles for burning a dead body; a burial pile.

Pitiable : Pitiful
Pitiable *(adj):* Deserving pity; miserable; **Pitiful** *(adj):* Full of pity; to be pitied.

Plain : Plane
Plain *(n):* A piece of level ground; **Plain** *(adj):* (1) Without elevation, level, (2) Simple; **Plane** *(n):* (1) A smooth or level surface. (2) Aeroplane.

Plaintiff : Plaintive
Plaintiff *(n):* A person commencing a (legal) suit; **Plaintive** *(adj):* Expressive of sorrow or grief.

Populace : Populous : Popular
Populace *(n):* The common people; mob; **Populous** *(adj):* Full of inhabitants; **Popular** *(adj):* Liked by people generally.

Pore : Pour
Pore *(n):* A minute opening in the skin; **Pour** *(v):* To throw in profusion.

Practicable : Practical
Practicable *(adj):* Capable of being put into effect; **Practical** *(adj):* (1) Pertaining to practice, use or action. (2) Skilled in actual work.

Practice (n) : Practise (v)
Practice *(n):* Doing a thing repeatedly for skill; **Practise** *(v):* To do a thing again and again to obtain skill.

Precede : Proceed : Proceeds
Precede *(v):* To go before in time, rank or importance; **Proceed** *(v):* (1) To go forward. (2) to continue; **Proceeds** *(n):* Money brought in by some piece of business, performance etc.

Precedent : President
Precedent *(n):* Earlier happening, decision taken as an example or rule for what happens now; **President** *(n):* (1) One who presides. (2) The head of a state.

Precarious : Precautious : Precocious
Precarious *(adj):* Dangerous or risky; unsafe; **Precautious** *(adj):* Caution to prevent evil or to secure goods. **Precocious** *(adj):* Ripe before the proper time; acting like an adult though not grown up.

Precis : Precise
Precis *(n):* A concise or abridged statement; **Precise** *(adj):* Accurate; exactly defined.

Prediction: Predilection
Prediction *(n):* Act of foretelling coming events; **Predilection** *(n):* Preference; prepossession of mind in favour of a person or thing.

Prescribe : Proscribe
Prescribe *(v):* To lay down authoritatively; **Proscribe** *(v):* Ban; prohibit.

Premier : Premiere
Premier *(n):* Prime Minister; **Premiere** *(n):* The first performance of a play or film.

Premise : Premises
Premise *(n):* A proposition laid down as a base for argument; **Premises** *(n):* Parts of a building or house with other buildings.

Preview : Purview

Preview *(n):* What is seen or viewed before; **Purview** *(n):* The body or scope of a statute; limit.

Present : Presently

Present *(adj):* (1) Being at hand; in view or at a place. (2) Now existing; **Presently** *(adv):* At once; immediately; speedily.

Price : Prize

Price *(n):* The value or cost of a thing; **Prize** *(n):* (1) That which is seized. (2) That which is considered a valuable acquisition. (3) A reward.

Principal : Principle

Principal *(adj):* (1) Chief; main, most important. (2) Pertaining to capital; **Principal** *(n):* (1) Capital. (2) The Head of an institution. **Principle** : (1) A general truth. (2) A rule of action. (3) Uprightness.

Prodigy : Progeny

Prodigy *(n):* A person or thing with extra-ordinary qualities; **Progeny** *(n):* Children; offspring.

Production : Productivity

Production *(n):* (1) Act or process of producing. (2) Product. (3) Literary composition; **Productivity** *(n):* Power to produce or power of producing.

Profit : Prophet

Profit *(n):* (1) Gain. (2) Advantage; **Prophet** *(n):* One who foretells future events.

Prophecy : Prophesy

Prophecy *(n):* (1) A foretelling; (2) Prediction; **Prophesy** *(v):* To foretell; predict

Propitiate : Propitious

Propitiate *(v):* To make favourable; to appease; **Propitious** *(adj):* (1) inclined to be merciful. (2) Lucky.

Prospects : Prospectus

Prospects *(n):* Something expected or hoped for; **Prospectus** *(n):* Printed announcement giving important features.

Pray : Prey

Pray *(v):* offer worship; **Prey** *(n):* victim.

Q

Quack : Quack

Quack *(n):* The cry of a duck; **Quack** *(n):* A pretender to skill or knowledge.

Quarry : Query

Quarry *(n):* (1) A place where stones are cut out from the earth. (2) Any animal pursued for prey; **Query** *(n):* A question.

Quarter : Quarters

Quarter *(n):* (1) The fourth part of a thing. (2) Mercy to a beaten enemy; **Quarters** *(n):* Lodging furnished.

Quiet : Quite

Quiet *(adj):* Calm; peace; **Quite** *(adv):* Completely.

Quire : Quire

Quire *(n):* (Relating to inanimate objects) Twenty four sheets of paper; **Quire** *(n):* (Relating to persons) chorus; choir.

R

Race (n) : Race (v)

Race *(n):* (1) A group of people from a common stock. (2) A running competition; **Race** *(v):* To cause to contest in speed.

Racket : Racquet
Racket *(n):* A confused din; clamour; **Racquet** *(n):* Bat used in Tennis (Also spelt 'Rocket')
Radiant : Radial
Radiant *(adj):* bright; shining; **Radial** *(adj):* Relating to radius.
Rail (n) : Rail (v)
Rail *(n):* One of the two iron bars forming a track for locomotives; **Rail** *(v):* Use abusive language.
Rain : Rein : Reign
Rain *(n):* The moisture falling to the earth in drops; **Rain** *(v):* To cause to fall heavily. **Rein** *(n):* The strap of a bridle, controlling a horse; **Reign** *(n):* Rule; The time of the supremacy of a ruler.
Raise : Rise
Note: Generally, *Raise* is used as a transitive verb and *Rise* as an intransitive verb.
Raise *(v):* (1) To lift upward. (2) to cause to rise; **Rise** *(v):* To pass to a higher position.
Rapture : Rupture
Rapture *(n):* Extreme joy or pleasure, enthusiasm; **Rupture** *(n):* (1) Act of breaking or bursting. (2) open hostility
Rare : Rear
Rare *(adj):* Not frequent; uncommon; **Rear** *(n):* The part behind; **Rear** *(v):* To breed or to bring up.
Rational : Rationale
Rational *(adj):* (1) Agreeing with reason. (2) endowed with reason; **Rationale** *(n):* A logical statement of principles; basic reason.
Read : Reed
Read *(v):* (1) To go through something written or printed. (2) To explain; **Reed** *(n):* A tall broad-leafed grass growing in marshy area.
Reform : Re-form
Reform *(n):* (1) A beneficial change. (2) A change in the regulation of parliamentary representation; **Re-form** *(v):* To form again.
Refuge : Refuse
Refuge *(n):* Protection from danger or distress; **Refuse** *(v):* To reject; to decline; **Refuse** *(n):* Waste matter.
Regal : Regale
Regal *(adj):* Kingly; royal; **Regale** *(v):* To refresh.
Register : Registrar
Register *(n):* An official record; A book for special entry of facts; **Register** *(v):* (1) To ensure a letter etc. (2) To record. (3) To enter one's name; **Registrar** *(n):* Official keeping a public record.
Remainder : Reminder
Remainder *(n):* That which remains, residue; **Reminder** *(n):* That or who reminds.
Remembrance : Reminiscence
Remembrance *(n):* (1) The keeping of a thing in mind. (2) what is remembered; **Reminiscence** *(n):* Account of past; Accounts within one's knowledge.
Renaissance : Renascence
Renaissance *(n):* Revival; Revival of letters and arts in the 15th and 16th centuries; **Renascence** *(n):* Rebirth.
Repeal : Repel
Repeal *(n):* Cancellation; abrogation; **Repeal** *(v):* To revoke; **Repel** *(v):* To drive back; to resist successfully.
Restive : Restless
Restive *(adj):* Impatient under restraint or opposition; refusing to move forward; **Restless** *(adj):* Without rest; uneasy; anxious.

Reveal : Revel

Reveal *(v):* To divulge; to make known; **Revel** *(n):* A feast with noisy entertainment; **Revel** *(v):* To take delight, to make merry.

Reverence : Reverend

Reverence *(n):* Awe combined with respect; veneration; **Reverend** *(adj):* Worthy of respect; pertaining to the clergy.

Righteous : Rightful

Righteous *(adj):* Upright; honest; just; **Rightful** *(adj):* having a right; legally just.

Rigor : Rigour

Rigor *(n):* A sudden coldness accompanied by shivering; **Rigour** *(n):* Strictness; severity.

Ring : Wring

Ring *(n):* (1) Anything in the form of a circle. (2) A circle of gold etc. worn on the fingers. (3) A group of persons. (4) Sound of a bell; **Wring** *(n):* To twist forcefully or painfully.

Riot : Ryot

Riot *(n):* An uproar; tumult; **Ryot** *(n):* A cultivator; farmer.

Road : Rode

Road *(n):* Highway; A means of approach; **Rode** *(v):* Past-tense of 'Ride' - (were) carried on horseback, vehicle etc.

Right : Rite

Right : (1) Suitable; proper; correct. (2) Not left; **Rite** *(n):* A formal act of religion.

Role : Roll

Role *(n):* (1) Part as an actor in a play or film. (2) Part played in anything; **Roll** *(n):* (1) Thing wound up like a cylinder. (2) List of names; (3) Act of rolling. (4) a prolonged deep sound.

Root : Route : Rout

Root *(n):* (1) The lower part of a tree or plant fixed to the earth. (2) Form from which words are derived. (3) Origin; **Route** : A course or way; path; **Rout** *(n):* An utter defeat; **Rout** *(v):* To defeat.

Rove : Row

Rove *(v):* To move about aimlessly; to ramble; **Row** *(n):* A series in a line. **Row** *(v):* To propel a boat with oars.

Runaway : Runway

Run-away *(n):* (1) One who flies from danger or restraint. (2) A deserter; **Runway** : A hard road constructed in an aerodrome.

S

Safe (n) : Safe (adj)

Safe *(n):* A strong box for keeping valuables; **Safe** *(adj):* Free from danger; secure.

Sail : Sale

Sail *(n):* (1) A piece of cloth to catch the wind and so move a ship. (2) The revolving arms of a windmill; **Sail** *(v):* Begin a voyage/go on a voyage; **Sale** *(n):* the act of selling; exchange of goods for money.

Sanguine : Sanguinary

Sanguine *(adj):* Cheerful; confident or full of hope; optimistic; **Sanguinary** *(adj):* With much of bloodshed and loss of life.

Satan : Saturn

Satan *(n):* The Devil; prince of Darkness; The chief of the Fallen Angels; **Saturn** *(n):* An ancient Roman deity; a planet (the second biggest).

Satire : Satyr

Satire *(n):* A mode of writing, ridiculing, vice or folly or an idea, custom etc; **Satyr** *(n):* (1) A sylvan deity of the Greeks and Romans half man and half goat. (2) A man with uncontrolled sex desire or a lustful man.

Scald : Scold
Scald *(v)*: (1) Burn with hot liquid or stream; (2) Clean dishes with boiling water or steam; **Scold** *(n)*: One who blames (especially, a woman); **Scold** *(v)*: To blame.

Sceptic : Septic
Sceptic *(n)*: A habitual doubter, Atheist; **Septic** *(adj)*: A substance causing putrefaction.

Score (n) : Score (v)
Score *(n)*: (1) Number of points made in some games. (2) The number twenty. (3) Debt; **Score** *(v)*: To get for oneself points in games.

Sculptor : Sculpture
Sculptor *(n)*: One who makes figures in stone; **Sculpture** *(n)*: Art of carving in wood, stone or metal.

Seal (n) : Seal (v)
Seal *(n)*: (1) A kind of fish-eating sea animal. (2) Piece of wax, lead etc. used to take impression. (3) Mark of assurance; **Seal** *(v)*: To mark with a seal, as a token of the closure of an action or transaction.

Seam : Seem
Seam *(n)*: The joining of the two edges of cloth, ball etc.; **Seam** *(v)*: To unite by a seam; **Seem** *(v)*: Appear to be; to look as if or feel as if.

Sear : Seer
Sear *(v)*: To cauterise; to wither; **Seer** *(n)*: One who sees into the future; prophet.

Secession : Session
Secession *(n)*: Act of withdrawal; **Session** *(n)*: A sitting of a court, assembly, parliament etc. for a period without break.

Sensible : Sensitive
Sensible *(adj)*: Having or showing good sense; easily affected; **Sensitive** *(adj)*: (1) Capable of receiving impressions. (2) Having the feelings easily hurt.

Sever : Severe
Sever *(v)*: To separate by violence; **Severe** *(adj)*: Serious; harsh.

Sew : Sow : Sue
Sew *(v)*: To unite or make one with needle and thread; **Sow** *(v)*: To scatter seed over; **Sue** *(v)*: To proceed legally in a court of justice.

Shadow (n) : Shadow (v)
Shadow *(n)*: (1) The image of an article thrown by the interception of light. (2) Inseparable companion; **Shadow** *(v)*: Keep a secret watch over a person or follow a person closely and watch his movement.

Sheath : Sheathe
Sheath *(n)*: Case for a sword, a scabbard; **Sheathe** *(v)*: To put in a sheath. To protect by a covering.

Shingle : Shingles
Shingle *(n)*: A thin piece of wood used in covering roofs; loose gravel and pebbles; **Shingles** *(n)*: Eruptive disease spreading over the body, round the waist.

Shoulder : Solder : Soldier
Shoulder *(n)*: The part at which the arm is connected with the body; **Solder** *(v)*: To unite metals by a fused metallic substance; **Soldier** *(n)*: A man in military service.

Simulation : Stimulation
Simulation *(n)*: (1) Act of counterfeiting. (2) pretence; **Stimulation** *(n)*: (1) Incitement. (2) Use of a stimulant.

Sinecure : Cynosure
Sinecure *(n)*: An office carrying high salary but not having much work or duty; **Cynosure** *(n)*: The centre of attention.

Sing : Singe

Sing *(v):* (G pronounced as in 'king') To utter sounds with (musical) modulations of voice; **Singe** *(v):* ('ge' here pronounced like 'j') Burn off the tips and ends; blacken the surface by burning.

Soar : Sore

Soar *(v):* To fly high; **Sore** *(adj):* (1) painful. (2) depressing.

Social : Sociable

Social *(adj):* Pertaining to society; **Sociable** *(adj):* Fond of companionship, inclined to mix in society.

Sole : Soul

Sole *(adj):* Single, alone; **Soul** *(n):* Non-material part of man.

Sometime : Sometimes

Sometime *(adv):* Once, formerly; **Sometimes** *(adv):* Occasionally, now and then.

Spacious : Specious

Spacious *(adj):* Roomy; widely extended; **Specious** *(adj):* Seeming right or true but not really so; appearing well at the first view.

Spectacle : Spectacles

Spectacle *(n):* A show for exhibition; sight; **Spectacles** *(n):* Glasses given to people with defective eye sight.

Spiritual : Spirituous

Spiritual *(adj):* Pertaining to spirit; not material; **Spirituous** : Full of drink, intoxicated.

Spilt : Split

Note: The place of 'i' and 'l' here should be noted.

Spilt *(v):* Allowed to fall, poured over (ppl. of spill); **Split** *(v):* Broken (split - split - split)

Stationary : Stationery

Stationary *(adj):* Not moving; fixed; **Stationery** *(n):* Writing material.

Statute : Statue

Statute *(n):* A law made by the legislature of a state, a fundamental or permanent rule of law; **Statue** *(n):* The figure of a humanbeing in stone.

Stature : Status

Stature *(n):* The height of anyone standing; **Status** *(n):* Social position or rank.

Stile : Style

Stile : (1) A step or steps to help persons in crossing a fence or wall; (2) An opening through which a person can pass; **Style** *(n):* (1) manner of writing with regard to language. (2) A characteristic mode in the fine arts or games.

Straight : Strait

Straight *(adj):* (1) Direct. (2) Upright; **Strait** *(n):* (1) A narrow passage; a narrow stretch of water; (2) A position of hardship or difficulty.

Suit : Suite : Soot

Suit *(n):* (1) Act of suing. (2) A request. (3) A set of things like dress; **Suite** *(n):* A set of rooms. **Soot** *(n):* A black substance formed from burning mater like wood or coal.

T

Tail : Tale

Tail *(n):* (1) The projecting end of an animal behind. (2) The reverse of a coin. (3) The hinder part or near the end of a procession. (4) The end of the batting order in cricket. (5) The person following another stealthily; **Tail** *(v):* Follow one closely and watch one's movements; **Tale** *(n):* A story.

Taint (n) : Taint (v)

Taint *(n):* (1) Stain. (2) A blemish on character; **Taint** *(v):* To cast a stain upon.

Tamper : Temper

Tamper *(v):* Meddle with; **Temper** : (1) Condition of mind. (2) The state or metal as to its hardness.

Tap (n) : Tap (v)

Tap *(n):* (1) A plug to stop a hole in a cask or pipe line. (2) A gentle blow, a pat; **Tap** *(v):* (1) To draw a liquid from. (2) To pat gently. (3) To use resources.

Taught : Taut

Taught *(v):* Past tense form of "Teach"; meaning instructed, informed; **Taut** *(adj):* Tightly stretched; not slack.

Tea : Tee

Tea *(n):* A drink; **Tee** *(n):* A point of aim or starting point in certain games like golf.

Team : Teem

Team *(n):* (1) Horse or other animals harnessed to a plough. (2) A side in a game or match etc.; **Teem** *(v):* To be prolific; be exceedingly abundant.

Tear (n) : Tear (v)

Tear *(n):* (1) A drop of water appearing in the eye. (2) A hole or such a disorder in a cloth; **Tear** *(v):* To pull to pieces; to turn to rags.

Tender (n) : Tender (v) : Tender (adj)

Tender *(n):* (1) A person who attends on or watches over. (2) An offer of money or services. (3) A small ship attending a large one to offer supplies; **Tender** *(v):* (1) To offer; give. (2) Offer to carry out a work or supply a thing; **Tender** *(adj):* (1) Delicate; soft. (2) Young, loving.

Tenor : Tenure

Tenor *(n):* (1) A prevailing course or direction. (2) Purpose. (3) The highest of the adult male voice; **Tenure** *(n):* Period of holding office.

Tense (n) : Tense (adj)

Tense *(n):* Inflection of a verb to indicate time; **Tense** *(adj):* Stretched to rigidity.

Testimonial : Testimony

Testimonial *(n):* (1) A certificate of qualification. (2) A gift in token of appreciation or esteem; **Testimony** *(n):* Evidence; affirmation.

Theatrical : Theatricals

Theatrical *(adj):* (1) Pertaining to the theatre. (2) Artificial in speech, behaviour, manner etc.; **Theatricals** *(n):* Dramatic performances.

Throe : Throw

Throe *(n):* Extreme pain; anguish in child birth; **Throw** *(v):* To fling or cast.

Throne : Thrown

Throne *(n):* Ceremonial seat or chair of a king; **Thrown** *(v):* Past participle of 'Throw'.

Tight : Tights

Tight *(adj):* (1) Well knit, not loose. (2) Difficult; **Tights** *(n):* A tight fitting dress or covering.

Timber : Timbre

Timber *(n):* Wood suitable for building purposes; **Timbre** *(n):* The characteristic quality of sound produced by a voice or instrument.

Tinkle : Twinkle

Tinkle *(n):* A sharp ringing sound; **Twinkle** *(v):* To shine with a quivering light.

Tire : Tyre

Tire *(n):* To fatigue; to wear; **Tyre** *(n):* A ring round the circumference of a wheel.

Toil : Toll

Toil *(v):* To work hard; **Toil** *(n):* Hard work; **Toll** *(n):* (1) A tax on travellers or vehicles passing along a public road. (2) The stroke of a bell.

Transient : Transitory

Transient *(adj):* Temporary; fleeting; **Transitory** *(adj):* Passing away quickly.

Travel : Travail

Travel *(n):* Act of going from one place to another at a distance; journey; **Travel** *(v):* To journey; **Travail** *(v):* (1) To toil. (2) To suffer the pangs of child birth.

Trial : Trail

Trial *(n):* (1) Act of trying. (2) Examination by a test. (3) Judicial examination; **Trail** *(v):* (1) To attack. (2) *(n):* A track path followed by a hunter or the police.

Trifle (n) : Trifle (v)

Trifle *(n):* Something of no value or importance; **Trifle** *(v):* To take lightly; talk or act frivolously.

Troop : Troupe

Troop *(n):* (1) A collection of people or animals. (2) A body of soldiers; **Troop** *(v):* To march in a body; **Troupe** *(n):* A company of performers like actors, acrobats etc.

U

Ulterior : Ultimate : Ultimatum

Ulterior *(adj):* Secret; **Ultimate** *(adj):* Final, arrived at as a final result; **Ultimatum** *(n):* Last offer; final offer, if rejected, may result in unpleasant or undesirable or adverse effects.

Unable : Enable

Unable *(adj):* Not able; not equal to some task; **Enable** *(v):* (1) To make possible. (2) To give power or authority to.

Unavailed : Unavailing

Unavailed *(adj):* Not made use of or benefited; **Unavailing** *(adj):* Ineffective.

Unbound : Unbounded

Unbound *(v):* (1) Not bound. (2) Not under obligation; **Unbounded** *(adj):* Limitless; unrestrained.

Unchangeable : Unchanging

Unchangeable *(adj):* Not capable of being changed; **Unchanging** *(adj):* Not allowing any change; constant.

Uncivil : Uncivilised

Uncivil *(adj):* (1) Impolite. (2) Ill-mannered; **Uncivilised** *(adj):* Not civilized; like a barbarian.

Untouchable : Untouched

Untouchable *(adj):* Not fit to be touched; **Untouchable** *(n):* One not fit to be touched; **Untouched** *(adj):* Not affected; uninjured.

Unequal : Unequalled : Unequivocal

Unequal *(adj):* Not equal; not of the same size or capacity; **Unequalled** *(adj):* Unmatched; **Unequivocal** *(adj):* Clear; not doubtful.

Urban : Urbane

Urban *(adj):* Pertaining to the city or town; **Urbane** *(adj):* Courteous; polished in manners.

Utter (v) : Utter (adj)

Utter *(v):* To speak; to give expression to; **Utter** *(adj):* Complete.

V

Vacation : Vocation

Vacation *(n):* (1) Act of vacating or leaving unoccupied. (2) Act of annulling. (3) Holidays; **Vocation** *(n):* Employment; profession.

Vain : Vein
Vain *(adj)*: (1) Without any real value; worthless. (2) Proud; **Vein** *(n)*: A blood vessel which returns impure blood to the heart and lungs.

Valuable : Voluble
Valuable *(adj)*: Of great value; precious; **Voluble** *(adj)*: Glib in speech.

Variety : Verity
Variety *(n)*: State or quality of being of diverse kinds; **Verity** *(n)*: Truth; reality.

Vale : Veil
Vale *(n)*: Valley; **Veil** *(n)*: A covering of the face.

Veal : Weal
Veal *(n)*: The flesh of a calf; **Weal** *(n)*: Prosperity; happiness.

Vent : Went
Vent *(v)*: Give expression to, exhibit; **Went** *(v)*: Past tense form of "Go".

Veracity : Voracity
Veracity *(n)*: (1) Truthfulness. (2) That which is true; **Voracity** *(n)*: Greediness of appetite.

Verbal : Verbose
Verbal *(adj)*: (1) Pertaining to words; spoken. (2) Derived from a verb; **Verbose** *(adj)*: Containing more words than necessary; wordy.

Vest : West
Vest *(n)*: Undergarments for the upper part of the body; **West** *(n)*: (1) One of the four directions. (2) People of the Western countries.

Vice : Wise
Vice *(n)*: Moral Blemish; **Vice** *(Prep)*: In the place of; **Wise** *(adj)*: Having sound judgment and intelligence.

Vile : Wile
Vile *(adj)*: Morally worthless; depraved; **Wile** *(n)*: Deception; cunning.

Vote : Oat
Vote *(n)*: Power of expressing opinion or choice; **Vote** *(v)*: To utilise one's power of choice. **Oat** *(n)*: A cereal valuable for its grain.

W

Wail : Veil
Wail *(v)*: To lament; to weep; **Veil** *(n)*: A covering for the face.

Waist : Waste
Waist *(n)*: A part of the body; **Waste** *(v)*: Spend unnecessarily and uselessly.

Waive : Wave
Waive *(v)*: To relinquish; to forego; **Wave** *(n)*: The disturbance in water caused by the atmosphere or upward and downward movement of water in seas, rivers etc.; **Wave** *(v)*: (1) To flutter. (2) to beckon or move the hands.

Walk (n) : Walk (v)
Walk *(n)*: (1) A short outing on foot. (2) Gait. (3) Path or avenue. (4) Way of living; **Walk** *(v)*: Progress by advancing each foot alternately.

Wallet : Valet
Wallet *(n)*: A bag or knapsack; **Valet** *(n)*: A servant (especially in a rich man's house).

Wander : Wonder
Wander *(v)*: (1) To roam about, here and there. (2) To be delirious. (3) To speak irrelevantly; **Wonder** *(n)*: (1) Something very strange. (2) A prodigy. (3) Surprise; **Wonder** *(v)*: Feel surprised.

Want (n) : Want (v)

Want *(n):* (1) Need. (2) Scarcity; **Want** *(v):* (1) To desire. (2) To be deficient in.

Watch (n) : Watch (v)

Watch *(n):* (1) A machine to indicate time. (2) The time when a person is on guard or duty. (3) Vigilance; **Watch** *(v):* To give heed. (2) To look with close attention. (3) To act as a guard etc.

Watt : What

Watt *(n):* A unit of power; **What** *(pron):* An interrogative pronoun.

Wax (n) : Wax (v)

Wax *(n):* (1) A sticky substance formed in the ear. (2) Fat oil used in making candles; **Wax** *(v):* To increase; to grow.

Way : Weigh

Way *(n):* (1) Path; passage. (2) Device or method. (3) Direction; **Weigh** *(v):* (1) Take the weight of; find out the heaviness of. (2) To consider.

Weak : Week

Weak *(adj):* Not strong; **Week** *(n):* A period of seven days.

Weather : Whether

Weather *(n):* The atmospheric condition on any particular day; **Whether** *(conj):* (1) meaning 'if'. (2) Or - which of the two alternatives.

Weed (n) : Weed (v)

Weed *(n):* A useless or troublesome plant in a garden; **Weed** *(v):* (1) To free from weeds. (2) To be free from anything needless.

Weight : Wait

Weight *(n):* Heaviness of a thing; **Wait** *(v):* (1) To stay in expectation. (2) To serve at table; **Wait** *(n):* Period of wait.

Wet : Whet

Wet *(adj):* Covered or soaked with water; **Wet** *(v):* To soak in water; **Whet** *(v):* (1) To sharpen. (2) To excite.

Wholly : Holi : Holy

Wholly *(adv):* Completely; **Holi** *(n):* the spring festival in eastern, western and northern India; **Holy** *(adj):* sacred, devoted to religion.

Wind (n) : Wind (v)

Note: ('Wind' followed by the preposition 'up' (wind up) will mean bring to an end; close)

Wind *(n):* (1) Current of air. (2) Breath or power of respiration; **Wind** *(v):* (Pronounced 'Wynd') To twist, to coil.

Wrap : Rap

Wrap *(v):* To fold or roll; to cover by something; **Rap** *(n):* A quick smart blow; A knock at the door.

Wreath : Wreathe

Wreath *(n):* Garland; or a thing twisted or curled; **Wreathe** *(v):* To twist or dress in a garland; to encircle.

Y

Year : Ear

Year *(n):* A period of 365 days or 12 months; **Ear** *(n):* (1) Part of the body. (2) Ears of corn.

Yoke : Yolk

Yoke *(n):* Gear connecting draught animals by passing across their necks; **Yoke** *(v):* connect together; **Yolk** *(n):* The yellow part of an egg.

Warm Up Your Vocabulary

Abandonment	-	Entire desertion
Abasement	-	A state of being brought low
Abatement	-	Decrease, reduction
Abbreviate	-	To shorten
Abbreviation	-	Contraction, shortening
Abdicate	-	Formally to give up power
Abdication	-	Act of resigning a trust
Abduction	-	Act of carrying away
Aberration	-	Mental derangement
Ability	-	Condition of being able to do a thing
Abjection	-	Manners of spirit or condition
Abjuration	-	Recantation, swearing to give up
Ablative	-	Instrument or cause.
Ablative	-	Verbal form of expressing desire
Ablution	-	Cleansing
Abnegate	-	Tolerate, give up
Abolishable	-	That may be destroyed
Abolition	-	Act of abolishing
Abominable	-	Detestable
Abrogation	-	Repealing
Absentation	-	Act of holding back
Absolution	-	Forgiveness
Absorption	-	The act of absorbing
Abstraction	-	Absent-mindedness
Abundance	-	Availability in plenty
Acceptation	-	Agreeing
Acclamation	-	A short applause
Acclivous	-	Rising with a slope
Accommodation	-	Adaptation, obligation
Accomplishment	-	An acquirement that adds grace
Accordance	-	Agreement
Accoustic	-	Science of sound and sense of hearing
Accretion	-	Increase, growth
Accumulation	-	Collection
Accurate	-	Correct
Accusation	-	Charge of crime
Acephalous	-	Without a head
Achievement	-	Successful with effort and skill
Acidulous	-	Slightly sour
Acquaintance	-	Getting into contact
Acquirable	-	That may be gained
Acquisitive	-	Acquiring
Acrimonious	-	Bitter
Acrostic	-	Word puzzle.
Actionable	-	Liable to an action at law
Activate	-	Make active
Actuate	-	Cause to act
Acumenation	-	A sharp point

Adequate	-	Sufficient
Adjudicate	-	Pass decision up on a claim
Admiration	-	Feeling of pleasure
Adorable	-	Divine, worthy of worship
Adulate	-	Praise, flatter
Adulation	-	Respect to win a favour
Advantageous	-	Useful
Adventitious	-	Not essentially inherent, coming by chance
Adventurous	-	Enterprising
Adversity	-	Misfortune
Advocate	-	Vocal support
Aerate	-	Expose to the chemical action of air
Affectionate	-	Attitude of love, goodwill
Affinity	-	Affection, attraction
Affirmation	-	Solemn declaration
Affliction	-	State of being troubled
Affranchise	-	Free from servitude
Agate	-	Very hard precious stone
Agglomeration	-	Act of joining / heaping
Agglutinative	-	That combine simple words into compounds without change of form or loss of meaning.
Aggrandizement	-	Act of exalting exaggeration
Aggregate	-	The whole
Aggrievance	-	Injury, wrong
Agitate	-	To disturb
Agitation	-	Disturbance
Agnostic	-	Person who believes that nothing can be known about God or of anything except material things
Agravation	-	Making worse
Agreement	-	Bargain
Ailment	-	Indisposition
Alienation	-	Differing in nature or character
Alignment	-	Line established
Alleviate	-	Lessen
Allocation	-	Allowance
Alternate	-	Occurring by turns
Alternation	-	Reciprocal succession, continuing by turns
Altruism	-	Devotion to others
Amazement	-	Confusion
Ambiguity	-	Having more than one meaning
Ambiguous	-	Doubtful meaning or nature
Ambition	-	An eagerness to attain honour
Amble	-	Move along without hurrying
Ameliorate	-	To become better
Amenable	-	Willing to be guided
Ammunition	-	Military stores of explosives
Amorous	-	Having a propensity for love
Amorphous	-	Having no definite shape or form
Amphetamine	-	Drug used medically for slimming, etc
Ample	-	Large sized, plenty
Amputate	-	To cut off

Analogous	-	That may be compared
Anginapectoris	-	Heart disease marked by sharp pain in the chest
Animate	-	To inspire, to give life
Animate	-	Living
Animism	-	Belief that all objects have souls
Animosity	-	Strong dislike
Annihilate	-	Destroy completely
Annihilation	-	Causing destruction
Annual	-	Happening every year
Anomolous	-	Irregular
Anonymous	-	Without a name
Antiquity	-	Old times
Apartment	-	Single room in a house
Apposition	-	Group of words added to another as an explanation
Approbation	-	Approval
Arbitration	-	Settlement of a dispute by an accepted judge
Argument	-	Saying against a thing; discussion
Arteriosclerosis	-	Chronic disease with the hardening of the arteries, hindering blood circulation.
Articulate	-	To connect by a joint
Articulate	-	Speech in which the separation of sounds and words are clear
Ascension	-	Departure of Jesus from earth; fortieth day after the resurrection
Asperity	-	Roughness
Aspiration	-	Desire
Assimilate	-	To digest, to absorb
Associate	-	To join with a friend
Associate	-	Joined in function or dignity
Assumption	-	Supposition
Asthma	-	Chronic chest disease marked by difficulty in breathing
Astrophysics	-	Science of the chemical and physical conditions of the stars
Atabrine	-	Bitter tasting, anti-malarial drug
Aubergine	-	Fruit of the egg plant used as vegetab
Barbarous	-	Uncivilised
Benediction	-	Blessing
Benzadrine	-	Brand of amphetamine
Berate	-	Scold sharply
Bespatter	-	Spatter all over
Beverage	-	Refreshing liquid suitable for consumption
Bilingual	-	Speaking of two languages
Bilious	-	Peevish
Bitter	-	Having unpleasant taste
Bizonal	-	Relating two zones
Blare	-	Loud sound or noise
Blazer	-	Loose-fitting jacket
Bloater	-	Salted and smoked herring
Blockage	-	State of being blocked
Blubber	-	Weep noisily
Blunder	-	Wrong
Bluster	-	Be rough or violent
Boater	-	Hard straw hat
Boggle	-	Hesitate

Boisterous	-	Rough, violent
Bondage	-	Slavery
Border	-	Near the edge
Bother	-	Trouble
Boulder	-	Large piece of rock
Bounder	-	Cheerful and noisy ill-bred person
Bounteous	-	Generous
Bowler	-	Hard rounded black hat
Bowser	-	Truck fitted with tank of aviation spirit
Breakage	-	State of being broken
Breaker	-	Act of breaking
Broker	-	Person who buys and sells for commission
Buckler	-	Small round shield
Buffer	-	Foolish man
Bugler	-	Player of a wind instrument
Calamity	-	Any great misfortune
Calculate	-	To count
Callisthenics	-	Exercises designed to develop strong and graceful bodies
Capitulate	-	To surrender
Carnage	-	Slaughter
Carriage	-	Act of carrying goods
Casement	-	Window frame
Catalysis	-	Inflammation of the mucous membrane of the colone
Catharsis	-	Emptying of bowels
Caucasian	-	Member of the Indo-Europen race of people
Caustic	-	Biting; sarcastic
Chassis	-	Framework
Cholera	-	Infectious and often fatal disease, with vomiting and continual emptying of the bowels
Circulate	-	Go round continuously
Cirrhosis	-	Chronic disease of the liver
Claustrophobia	-	Morbid fear of confined places
Construction	-	To build
Convulsive	-	Violently disturbing
Costive	-	Constipated
Crudity	-	Quality of being crude
Culture	-	Advanced development of the human powers, civilization
Cumulative	-	Increasing in amount by one addition after another
Cybernetics	-	Science of communication and control in machines and animals
Cyrillic	-	Alphabet used for Slavonic languages
Dalliance	-	Trifling behaviour
Damage	-	Harm
Damnable	-	Hateful, punishable
Dandle	-	Move up and down in the arms
Dangle	-	Hang or swing loosely
Dapper	-	Neat and smart in appearance
Dazzle	-	Brilliance
Debacle	-	Confused rush or stampede, sudden colapse
Debate	-	Discussion at a public meeting
Debilitate	-	Make weak
Debility	-	Weakness of health

Decapitate	-	Behead
Decentralize	-	Distribute powers from Central to regional bodies
Deception	-	Deceiving
Deciduous	-	Losing their leaves regularly
Decipher	-	Find the meaning
Decision	-	Judging
Declamation	-	Formal speech in fine language
Declaration	-	Deliberate announcement
Declination	-	Deviation of the needle of a compass
Declivity	-	Downward slope
Dedicate	-	Devote
Defiance	-	Open disobedience
Deflation	-	Misappropriation of money
Deformity	-	Being deformed
Degenerate	-	Having lost qualities of
Degradation	-	Destruction or pillage in property, respect
Deism	-	Belief in the existence of a divine being without accepting the religious dogma
Delegate	-	Entrust
Deleterious	-	Harmful, destructive
Delicate	-	Soft
Delineate	-	Show by drawing, portray
Delphic	-	Ambiguous
Deposition	-	Deposing from office
Depricate	-	Become less in value
Deprication	-	Lessening of value or estimation
Dereliction	-	Neglect
Derivation	-	Origin, descent
Derogation	-	Lessening of authority
Desire	-	Strong longing
Desirous	-	Feeling desire
Desolate	-	Neglected state
Desperate	-	Ready to do anything regardless of danger
Deteriorate	-	Worsen
Determination	-	Firm belief
Deviation	-	Take a turn
Diacritic	-	Marks used in writing and painting to indicate different sounds of a letter
Diaphanous	-	Material for veils, dresses
Diarrhoea	-	Too frequent and too watery emptying of the bowls
Diminution	-	Unusually or remarkably small
Diminutive	-	Unusually or remarkably small
Disfranchise	-	Deprive of rights
Dissatisfaction	-	State of being discontented
Dissipation	-	Being dissipated / dispersed
Division	-	Being divided
Dominate	-	Having control
Doodle	-	Scribble absent-mindedly
Dropsy	-	Disease in which watery fluid collects in some part of the body
Dysentery	-	Painful disease of the bowels, with discharge of mucus and blood
Dyspepsia	-	Indigestion

Effectuate	-	Accomplish
Effeminate	-	Womanish
Efficacious	-	Producing the desired result
Effrontery	-	Impudence; shameless boldness
Egoism	-	Systematic selfishness
Egotism	-	Self-conceit
Ejaculate	-	Say suddenly and briefly
Elaborate	-	Describe in detail
Elate	-	Stimulate
Electrolysis	-	Separation of a substance into its chemical parts by electric current
Elephantiasis	-	Enlargement of Tissues
Elephantine	-	Heavy, clumsy
Elevate	-	Raise
Eliminate	-	Remove
Elocution	-	Art of addressing / speaking in Public
Enfranchise	-	Give political rights to
Entire	-	Unbounded, complete
Enunciate	-	Express clearly
Epilepsy	-	Nervous disease causing a person to fall unconscious
Equalitarianism	-	Equality
Equanimity	-	Calmness of mind
Equanimity	-	Calmness of mind or temper
Ergonomics	-	Study of environment, conditions and efficiency of workers
Expatiate	-	Write or speak in detail
Expatriate	-	Leave one's own country
Expectorate	-	Spit
Explanation	-	In detail
Expression	-	Utterance
Fascinate	-	Charm or attract greatly
Fistula	-	Long pipe-like ulcer with a narrow mouth
Fizzle	-	Sputter feebly, make a hissing noise
Foliage	-	All the leaves of a tree
Formulate	-	Express clearly and exactly
Fragile	-	Exhausted state, weak
Franchise	-	Give full rights of citizenship
Fraternize	-	Become friendly
Galactic	-	Galaxy
Geophysics	-	Study of the earth's magnetism, meteorology etc.
Geriatrics	-	Medical care of old people
Gesture	-	Movement of the head or hand to illustrate an idea
Glower	-	Look in a threatening way
Glycerine	-	Thick, sweet, colourless liquid made from fats and oils
Gradation	-	Development
Greeymander	-	Falsify so as to give false impression
Hagiology	-	Literature of the lives and legends of saints
Haulage	-	Transport
Hectic	-	Feverish
Hepatitis	-	Inflammation of the liver
Histrionic	-	Insincere
Hortative	-	Giving a sincere warning
Hubris	-	Arrogant pride or feeling of security

Humanism	-	Devotion to human interests
Humiliate	-	Put to shame
Hydroponics	-	Art of growing plants without soil, but in water
Hyperbole	-	Exaggerate statements
Hypercritical	-	Very critical
Ignominious	-	Contemptible
Immaterial	-	Unimportant
Immemorial	-	Going back beyond the reach of memory
Immoral	-	Contrary to moral; wicked and evil
Immortal	-	Living for ever
Imperative	-	Essential, needing immediate action
Imperious	-	Commanding
Implement	-	Undertake
Improvise	-	Compose while playing
Incantation	-	Words in magic
Inclination	-	Bending
Indignation	-	Anger caused by injustice
Infatuation	-	Inspire with wild or foolish passion
Inflammation	-	Swollen condition
Infraction	-	Breaking of a rule
Inquisition	-	Thorough search
Internecine	-	Causing destruction to both sides
Interrogate	-	Put questions formally
Intimate	-	Familiar
Intonation	-	Rise or fall of voice
Intuition	-	Understanding without conscious reasoning
Invasion	-	Being invaded
Invocation	-	Request earnestly
Jangle	-	Give out a harsh metallic noise
Jealous	-	Showing unhappiness towards others
Jigger	-	A measure of drink
Jitter	-	Exreme nervousness
Joiner	-	Skilled workman who makes inside wood work of buildings
Junction	-	Joining
Juniper	-	Evergreen shrub with berries from which oil is obtained
Kipper	-	Salted herring
Laconic	-	Expressed in few words
Lament	-	Express great sorrow
Laminate	-	Roll into thin parts
Laryngitis	-	Inflammation of the larynx.
Lesemajesty	-	Presumptuous conduct on the part of inferiors
Liberate	-	Set free
Limitation	-	Condition of being limited
Litter	-	Discarded wrappings
Locomotion	-	Ability to move
Locution	-	Style of speech
Longevity	-	Long life
Loquacious	-	Talkative
Lucubration	-	Meditation
Ludicrous	-	Ridiculous
Lumber	-	Roughly prepared wood

Luxuriance	-	Abundant growth
Luxuriate	-	Take great delight in
Luxurious	-	Very comfortable
Machination	-	Evil plot or scheme
Macrobiotic	-	Prolonging life
Madrigal	-	Short love poem
Magisterial	-	Showing authority
Magnanimous	-	Showing generosity
Magnate	-	Person who has power through wealth
Magnetize	-	Give magnetic properties to
Maintenance	-	Support
Malapropism	-	Misuse of words
Malfeasance	-	Wrong doing or an instance of official misconduct
Malformation	-	Badly formed
Malicious	-	Feeling caused by malice
Malignity	-	Deep rooted ill-will
Manipulate	-	To operate, handle
Mannerism	-	Peculiar behaviour
Mansion	-	Large building
Manual	-	Trained with hands
Margarine	-	Food substance used like butter made from animal or vegetable fats
Marginal	-	Not profitable
Marshal	-	Arrange in proper order
Mastoiditis	-	A process of speeding up a chemical change, the agent remaining unchanged.
Mastoiditis	-	Inflammation of the bone at the back of the ear
Material	-	That of which something can be made
Materialism	-	Belief, reliance upon worldly nature or conditions
Mayonnaise	-	Thick dressing of eggs
Mechanical	-	Produced by machines
Meddle	-	Mislead, interfere
Meditation	-	Meditating, Deep thought
Megalithic	-	Made of magalith
Megalomania	-	Form of madness
Menial	-	Suitable to do household work
Mensuration	-	Mathematical rules for finding length
Mercurial	-	Caused by containing mercury
Meritocracy	-	Persons of high intellectual ability
Meticulous	-	Showing great attention
Metrical	-	Composed of metre (song)
Mezzanine	-	Between ground floor and first floor often in the form of a balcony
Microelectronics	-	Design, construction and use of devices with extremely small components
Migraine	-	Frequently recurring headache
Mileage	-	Distance travelled
Militate	-	Have force
Misusage	-	Wrong use
Mobilize	-	Collect together for service
Modal	-	Relating to mode or manner
Modulate	-	Change of tone
Monomania	-	Madness

Monotheism	-	Belief that there is one God
Monotonous	-	Unchanging
Monstrous	-	Of great size
Montage	-	Selection, cutting and arrangement of photographic film to make a consecutive whole
Morale	-	State of discipline and spirit
Moralize	-	Deal with moral questions
Mortise	-	Cut in a piece of wood to receive the end of another
Muddle	-	Disorder, confused state
Mulligatawny	-	Thick, highly seasoned soup
Mullion	-	Upright stone division between parts of a window
Multifarious	-	Various
Multiple	-	Having many parts or elements
Muster	-	Gathering of persons
Myelitis	-	Inflammation of the spinal cord
Myopia	-	Short-sightedness
Myxomatosis	-	Infectious fatal disease of rabbits.
Narration	-	Act of narrating or telling
Nationality	-	Being a member of a nation or country
Naturalize	-	Give citizenship
Navigable	-	Rivers, seas that can be navigated
Necropolis	-	Cemetery
Nemesis	-	Just punishment
Neuritis	-	Inflammation of the nerve or nerves
Neurosis	-	Functional derangement caused by disorders of the nervous system
Nibble	-	Take tiny bits
Nicety	-	Accuracy
Niggle	-	Giving attention to unimportant things
Nihilistic	-	Disbelief in traditional values
Nilotic	-	Nile region
Normative	-	Setting a standard
Numismatics	-	Study of coins, coinage and metals
Obsidian	-	Dark volcanic rock
Octogenarian	-	Of an age from eighty to eighty-nine
Odious	-	Hateful, repulsive
Oleomargarine	-	Fatty substance
Ontology	-	Department of metaphysics; the essence of things
Ordure	-	Excrement
Orgiastic	-	Frenzied
Orthopaedic	-	Curing of deformities and diseases of bones
Osmosis	-	Balancing of concentrations in plants
Pacific	-	Peaceful
Padre	-	Chaplain
Paleolithic	-	Period of stone age
Paleontology	-	Study of fossils
Panchromatic	-	Equally sensitive to all colours
Pandemic	-	Disease prevalent over the whole of a country or continent
Panegyric	-	Piece of writing
Panoptic	-	Giving a complete view
Paralysis	-	Loss of feeling or power to move any or every part of the body
Paraplegia	-	Paralysis of lower part of the body including both legs

Parchment	-	Writing material from the skin of a sheep or goat
Paregoric	-	Soothing medicine
Parenthesis	-	Sentence within another sentence
Parity	-	Smallness of number or quality
Parsimony	-	Excessive carefulness
Pasture	-	Grassland for cattle
Pathology	-	Science of diseases
Patronymic	-	derived from that of a father or ancestor
Pavilion	-	Building on a sports ground for the use of players
Peculate	-	Embezzle
Pedestal	-	Base of a column
Pedicure	-	Treatment of corn
Pediment	-	Greecian Architecture
Peerage	-	Whole body of peers
Pejorative	-	Depreciatory
Penology	-	Study of the problems of legal punishment and prison management
Penurious	-	Stingy
Perceptive	-	Having connected with perception
Peremptory	-	Insisting upon obedience
Perilous	-	Hard to deal with
Peripatetic	-	Wandering
Periphrasis	-	Circumlocution
Peritonitis	-	Inflammation of the membrane lining of the walls of the abdomen
Pernickety	-	Worrying about trifles
Personate	-	Pretend to be someone else
Perspective	-	View, prospect
Perspicuous	-	Expressing clearly
Pertinacious	-	Not easily giving up, stubborn
Perversion	-	Abnormal, unnatural
Pervious	-	All owing passage to
Pester	-	Annoy
Pestiferous	-	Morally dangerous
Petrology	-	Study of rocks
Pharmacology	-	Science of Pharmacy
Phlebitis	-	Inflammation of a vein
Phlegmatic	-	Having the quality of phlegm
Phonics	-	Use of elementary phonetics in the teaching of reading
Phonology	-	Scientific study of the organization of speech sounds
Phrenetic	-	Much agitated
Phrenology	-	Judging of a person's character from examination of the shape of his skull
Phthisis	-	Tuberculosis of the lungs
Phychosis	-	Abnormal or diseased mental state
Pictorial	-	Represent in pictures
Pillage	-	Plunder
Pirate	-	Sea-robber
Pisaller	-	Course of action taken because there seems no other possibility
Piscatorial	-	Addicted to fishing
Pleurisy	-	Inflammation of the membrane of thorax and lungs
Plosive	-	(Phonetics) with a complete closing, of the air passage followed by an audible release of the air compressed behind the closure.

Plutative	-	Commonly reputed to be
Pollinate	-	Make fertile with pollination
Polyphonic	-	Of many distinct musical voices
Porphyry	-	Hard red kind of rock with red and white crystals bedded in it.
Porrader	-	Move forward
Portal	-	Doorway
Portcullis	-	Iron grating
Possession	-	Ownership
Postulate	-	Demand, put forward
Potentate	-	Monarch
Pother	-	Trouble, noise
Pragmatic	-	Conceited
Prefabricate	-	Manufacture the parts of (ship building)
Prerogative	-	Special right
Propagate	-	Increase the number by natural process
Psephology	-	Scientific study of election trends
Psittacosis	-	Parrot fever
Psychedelic	-	Mind-expanding
Pyorrhoea	-	Inflammation of the gums
Pyrotechnics	-	Brilliant display of fireworks
Quarantine	-	Separation from others until it is known that there is no danger of spreading disease.
Quinsy	-	Inflammation of the throat
Quotidian	-	Recurring everyday
Rapine	-	Plundering
Rebarbative	-	Repellent
Recitation	-	Prose or poetry learning by heart
Recognition	-	Being recognised
Recollection	-	Act or power of remembering
Recreation	-	Amusement
Recrimination	-	Countercharge
Rectification	-	To correct
Rectineal	-	Forming a straight line
Recuperative	-	Relating to recuperation
Reduction	-	Reducing
Reflection	-	Deep thought
Refreshment	-	Being refreshed
Regiment	-	A large division of the army
Reincarnate	-	Born again
Reiterate	-	Say or do again several times
Reiteration	-	Act of instance of repetition
Relocation	-	Moving to a new place
Reparation	-	Act of compensating for loss or damage
Repatriate	-	Send or bring back to his own country
Reprobate	-	Express strong disapproval of
Resolution	-	Fixity
Responsibility	-	Being responsible
Restoration	-	Being restored in health and strength
Retribution	-	Deserved punishment
Retroactive	-	Applying to the past loans, payment etc.
Retrospective	-	Looking back on past events

Revelation	-	Disclosing secret or hidden feelings
Reverberate	-	Send back repeatedly / echo
Revile	-	Swear with abusive language
Riddle	-	Puzzle, question
Ridiculous	-	Deserving to be laughed at
Righteous	-	Morally right, Just
Rile	-	Annoy
Sabotage	-	Wilful damaging of machinery etc.
Sagacious	-	Of good judgement
Sardonic	-	Scornful
Saturnine	-	Gloomy
Scarbutic	-	Affected with scurvy
Sciatic	-	Of the hip
Sciatica	-	Neuralgia of the sciatic nerve
Sclerosis	-	Diseased condition in which soft tissue hardens
Scrofula	-	Turberculosis disease in which there are swellings of the lymphatic glands
Secure	-	Outside the sphere of worry
Seismic	-	Earthquakes
Semantic	-	Relating to meaning in language
Semblance	-	Likeness, appearance
Sententious	-	Saying or writing in short and wittty manner
Sepsis	-	Putrefaction
Septicemia	-	Blood-poisoning
Septuagenarian	-	Person seventy to seventy-nine years old
Sequester	-	Keep away or apart from other people
Serpentine	-	Twisting and curving
Sesquipedalian	-	Having many syllables
Sewer	-	Underground channel
Shackle	-	Iron rings joined for fastening a prisoner's wrists
Shamble	-	Walk unsteadily
Shatter	-	Break suddenly and violently
Shingle	-	Small flat or oblong piece of wood used on roofs
Shiver	-	Tremble
Shuttle	-	Cigar-shaped instrument with two point ends
Skull-druggery	-	Trickery
Smuggle	-	Get secretly
Snigger	-	Half-suppressed laugh
Snuffle	-	Sniffing
Snuggle	-	Lie so as to be warm, lie close
Sophistry	-	Use of false reasoning intended to deceive
Soporific	-	Producing sleep
Spangle	-	Tiny disc of shining metal or ornament
Sparkle	-	Flash of light, glitter
Spasmodic	-	Caused by spasms
Spastic	-	Suffering from cerebral palsy.
Spatter	-	Splash
Specious	-	Seeming right or true
Spelaeology	-	Explanation and scientific study of cares
Splenetic	-	Ill-tempered; peevish
Splutter	-	Speak quickly and in a confused way

Sporadic	-	Occurring occasionally
Spurious	-	False, not genuine
Steerage	-	Part of ship where passengers travel with low fares
Stentorian	-	Loud and strong
Stereophonic	-	Giving the effect of naturally distributed sound
Stertorous	-	A loud snoring sound
Stipulate	-	State as a necessary condition
Stoic	-	Self-control
Storage	-	The Storing of goods
Stripple	-	Print with dots and strokes
Struggle	-	Try hard
Strychnine	-	Strong poison
Stumble	-	Strike the foot against, blunder
Stupendous	-	Tremendous
Stygian	-	Hades, dark, gloomy
Styptic	-	Checking the flow of blood
Subsonic	-	Less than that of sound
Suffocate	-	Have difficulty in breathing
Suffrage	-	Vote
Suitable	-	Of right purpose, proper
Supine	-	Inactive, lying flat on the back, face upwards
Supple	-	Easily bent, elastic
Surrogate	-	Deputy
Swaddle	-	Bind, wrap up tightly
Swagger	-	Walk or behave in a self important manner
Syndic	-	Member of a committee
Syphlitic	-	Pertaining to syphilis
Tangerine	-	Small, sweet-scented, loose-skinned orange
Tapis	-	Under consideration
Tautology	-	Needless repetition
Telemetry	-	Automatic transmission and measurement of data from a distance by radio
Teleology	-	Theory, teaching, belief
Tenacious	-	Holding tightly
Tentative	-	Made or done as a trial to see the effect
Tenuous	-	Slender
Terminate	-	Put an end to
Terminology	-	Proper use of terms
Tertian	-	Fever marked by paroxysms which occur every other day
Theocracy	-	System of Government in which the laws of the State are believed to be the laws of God
Thermionic	-	Branch of Physics that deals with the emission of electrons at high temperatures.
Thither	-	To that place
Thrombosis	-	Coagulation of blood in a blood vessel or in heart
Timorous	-	Timid
Tinkle	-	Make a succession of sounds
Titter	-	Half-suppressed little laugh
Tonnage	-	Internal cubic capacity of a ship
Tontine	-	Annuity shared by subscribers to a loan
Totalitarian	-	Of a system in which only one political party and no loyalties are permitted

Toxaemia	-	Blood-poisoning
Transalpine	-	Person living beyond the Alps
Transmogrify	-	Cause to change in appearance or character
Tremulous	-	Trembling
Trephine	-	Surgical saw
Tutelage	-	Guardianship
Twaddle	-	Foolish talk
Twitter	-	Chrip
Ultimate	-	Last, farthest
Umbrage	-	Treating without proper respect
Utilitarian	-	Characterized by usefulness rather than by beauty, truth, goodness
Vacillate	-	Waver
Valentine	-	Anonymous
Valetudinarian	-	Of poor health
Validate	-	Give legal life
Valuable	-	Of great value
Vantage	-	Advantage
Variable	-	Changeable
Vasectomy	-	An operation to make a man sterile
Venerate	-	Regard with deep respect
Verbiage	-	Unneccessary words for the expression of an idea
Verdigris	-	Green substance formed on copper, brass and bronze surfaces
Veritable	-	Real
Vicious	-	Full of vice
Village	-	Place smaller than a town
Vintage	-	Grape harvesting
Violate	-	Act contrary of
Virology	-	The study of viruses and virus diseases
Visage	-	Face
Vision	-	Sight, dream
Vitiate	-	Lower the quality of
Vitreous	-	Brittle
Volatile	-	Changing into gas or vapour
Voluptuous	-	Arousing, given to sensuous pleasures
Voracious	-	Greedy
Votive	-	Consecreated in connection with the fulfilment of a vow
Vulnerable	-	Liable to be damaged
Vulpine	-	Crafty
Waddle	-	Walk with slow steps and a sideways roll
Waffle	-	Small cake made of butter baked in a special griddle
Wage	-	Payments
Wangle	-	To use improper influence
Warble	-	Sing especially with a gentle thrilling note
Wattle	-	Structure of sticks worn over under thick upright sticks
Waver	-	Move unsteadily
Welter	-	General confusion
Wheedle	-	Influence by flattery
Whimper	-	Utter weak frightened or complaining sounds
Whisper	-	Speak softly
Whither	-	To whatever place
Wicker	-	Twigs or canes woven together for basket
Wither	-	Dry, fade
Wonder	-	Surprise

Antonyms

A

aback	×	unaffected
abandon	×	support
abase	×	esteem
abate	×	intensify
abbreviate	×	expand
abdicate	×	claim
abduct	×	release
aberrant	×	normal
abet	×	rebuke
abhor	×	love
abide	×	break
abolish	×	build
accidental	×	planned
acclaim	×	criticize
accolade	×	blame
accommodate	×	deny
accompany	×	part
accomplish	×	fail
accord	×	reject
accountable	×	questionable
accredit	×	disbelieve
accrue	×	decrease
accumulate	×	scatter
accurate	×	erroneous
accursed	×	blessed
accuse	×	appreciate
accustomed	×	unused
achieve	×	fail
acknowledge	×	deny
acquainted	×	strange
acquire	×	lose
acquit	×	accuse
actuality	×	fantasy
acute	×	less
adamant	×	flexible
adaptable	×	rigid
addictive	×	mutable
adequate	×	scarce
adherent	×	diffusible
adjourn	×	proceed
adjudge	×	disregard
admirable	×	abominable
admissible	×	prohibitive
admix	×	diffuse
admonish	×	compromise
adopt	×	avoid
adorable	×	hateful

adorn	×	strip
adroit	×	unskillful
adulation	×	accusation
adulterate	×	purify
advance	×	postpone
advent	×	departure
adventurous	×	easy
affectation	×	sincerity
affectionate	×	aversive
affinity	×	remoteness
affliction	×	relief
affluent	×	poor
afforestation	×	deforestation
affront	×	acclaim
afraid	×	brave
agape	×	infatuation
aged	×	youthful
ageless	×	transient
aggravate	×	lessen
aggressive	×	moderate
agile	×	sluggish
agony	×	joy
airy	×	substantial
alacrity	×	dissatisfaction
alien	×	familiar
alight	×	mount
align	×	jumble
allege	×	deny
alleviate	×	aggravate
allot	×	withhold
allow	×	prohibit
almighty	×	impotent
alone	×	together
aloof	×	concerned
alterable	×	constant
altruism	×	selfishness
amateur	×	professional
ambiguous	×	clear
ambitious	×	aimless
amenable	×	violable
amend	×	worsen
amiable	×	repulsive
amicable	×	inimical
amiss	×	orderly
amplify	×	simplify
ancestor	×	progeny
ancient	×	modern
angelic	×	devilish
anguish	×	joy

animated	×	lifeless
annul	×	validate
anterior	×	later
anticipatable	×	unexpected
antipathy	×	sympathy
antiquated	×	new
anxious	×	hopeful
apathy	×	concerned
aplomb	×	unbalanced
apocryphal	×	authentic
appalling	×	pleasing
apparent	×	hidden
applaud	×	criticize
applicable	×	useless
appreciate	×	depreciate
apprehensive	×	easiness
approbate	×	reject
approval	×	rejection
apt	×	unlikely
arbitrary	×	reasonable
archaic	×	modern
arduous	×	easy
aristocratic	×	common
arouse	×	calm
arrest	×	release
arrival	×	departure
arrogant	×	humble
artful	×	simple
artificial	×	natural
artistic	×	simple
ascend	×	descend
askance	×	approval
assemble	×	break
assent	×	dissent
assertive	×	negative
assiduous	×	diligent
assimilation	×	dissimilation
associate	×	dissociate
assorted	×	same
assuming	×	genuine
astute	×	foolish
asunder	×	collectively
atone	×	err
attain	×	lose
audacious	×	cowardly
auspicious	×	ominous
authentic	×	false
autocracy	×	democracy
autonomous	×	dependent
available	×	scarce
avaricious	×	contented
avenge	×	forgive
average	×	excellent
aversion	×	like
avoid	×	accept
awake	×	asleepy
aware	×	ignorant

B

baleful	×	harmless
balmy	×	unpleasant
banish	×	refuge
bankrupt	×	solvent
barbarous	×	civilized
barren	×	productive
bawdy	×	decent
beamy	×	dull
bear	×	surrender
beautiful	×	ugly
befitting	×	improper
beggarly	×	rich
beggary	×	richness
bellicose	×	peaceable
belligerent	×	peaceable
beneficent	×	unkind
beneficial	×	unfavourable
benevolent	×	malevolent
benign	×	malign
benison	×	curse
berserk	×	calm
bestial	×	civilized
biased	×	balanced
blame	×	appreciate
blasphemous	×	reverent
blatant	×	unintentional
bleak	×	encouraging
bleary	×	distinct
blemish	×	perfection
bless	×	curse
blithe	×	cheerless
blockish	×	smart
blunt	×	sharp
blurry	×	clear
boisterous	×	calm
boorish	×	kind
boring	×	interesting
bouncy	×	monotonous
bound	×	free
bounteous	×	scarce
brave	×	cowardly
bravery	×	cowardice
brazen	×	prudence
breach	×	adherence

break	×	join
breath-taking	×	breathless
brevity	×	elaborateness
brief	×	lengthy
bright	×	dim
brilliant	×	dull
brisk	×	sluggish
brittle	×	hard
broad	×	narrow
brutal	×	relenting
bulky	×	wieldy
bullish	×	diffidence
buoyant	×	dull
burdensome	×	light
busy	×	lazy
buy	×	sell
bygone	×	future

C

cacophonous	×	pleasant
cadaverous	×	brilliant
calamity	×	fortune
callous	×	softened
calorific	×	cool
calumniate	×	praise
camouflage	×	reveal
cancel	×	validate
candid	×	partial
canny	×	careless
canorous	×	cacophonous
capacious	×	congested
capricious	×	constant
careless	×	thoughtful
carnal	×	heavenly
castigate	×	reward
casual	×	formal
catchy	×	unattractive
catholic	×	narrow
celebrated	×	unknown
celerity	×	slowness
celestial	×	earthly
centrifugal	×	centripetal
ceremonious	×	informal
certain	×	failing (doubtful)
changeable	×	constant
charitable	×	miserly
charming	×	repulsive
chaste	×	immodest
chastise	×	console
cheap	×	expensive
cheerful	×	gloomy
chief	×	subordinate
childish	×	mature
childlike	×	artful
chilly	×	friendly
chummy	×	unfriendly
churlish	×	tractable
circuitous	×	simple
circumstantial	×	accidental
civility	×	discourtesy
claim	×	deny
clamorous	×	supportive
clandestine	×	open
classical	×	modern
cleave	×	join
clever	×	foolish
close	×	open
cloudy	×	bright
coarse	×	smooth
cogent	×	repulsive
cognizance	×	ignorance
coherent	×	illogical
coincidental	×	different
cold-blooded	×	emotional
collapse	×	build
collateral	×	linear
colossal	×	small
combative	×	peaceable
combine	×	separate
comely	×	repulsive
comfortable	×	restless
comic	×	tragic
command	×	request
commence	×	stop
commercial	×	domestic
commit	×	omit
commodious	×	congestive
common	×	special
commonplace	×	remarkable
commotion	×	order
commutable	×	rigid
compact	×	loose
competent	×	unskillful
complacency	×	discontent
complain	×	appreciate
complete	×	partial
complex	×	simple
complicate	×	simple
compliment	×	insult
composed	×	agitated
comprehensible	×	unintelligible
compress	×	loosen
comprise	×	exclude
compromise	×	antagonize

compulsory	×	favourably
comrade	×	stranger
concede	×	refuse
conceited	×	just
concentrate	×	divert
concentric	×	eccentric
concern	×	easiness
concise	×	elaborate
conclude	×	begin
concordant	×	discordant
concrete	×	groundless
concurrent	×	divergent
condemn	×	encourage
condense	×	expand
condolence	×	callousness
condone	×	punish
confess	×	hide
confide	×	distrust
confidence	×	diffidence
confirm	×	disprove
conflict	×	peace
conform	×	vary
confound	×	clarify
confrontational	×	friendly
congratulate	×	accuse
congruent	×	different
conjecture	×	fact
conscientious	×	mindless
conscious	×	unaware
consent	×	dissent
conservative	×	liberal
consider	×	disregard
consistent	×	disagreeable
conspicuous	×	hidden
constant	×	variable
constrain	×	loosen
consume	×	save
consummate	×	incomplete
contain	×	exclude
contemporary	×	different
contemptible	×	loveable
contented	×	desirous
contentious	×	peace-making
contingent	×	definite
continual	×	intermittent
continue	×	interrupt
contract	×	expand
contradict	×	agree
contrary	×	same
contrastable	×	comparable
contumacious	×	adhering
convenient	×	comfortless
convey	×	suppress
convoke	×	disperse
cool	×	hot
copious	×	scarce
cordial	×	insincere
corresponding	×	inconsistent
corrosive	×	benevolent
costly	×	cheap
couple	×	single
covert	×	overt
cowardly	×	courageous
crafty	×	foolish
crank	×	cheerless
crazy	×	sane
create	×	destroy
creative	×	unimaginative
credible	×	unreliable
credulity	×	disbelief
crescent	×	descent
crestfallen	×	spirited
criticize	×	appreciate
crooked	×	honest
crotchety	×	flexible (plausible)
crucial	×	light
crude	×	refined
cruel	×	kind
crumble	×	integrate
crumple	×	build
cry	×	laugh
cryptic	×	understandable
culpable	×	blameless
cunning	×	innocent
curious	×	unaffected
curse	×	bless
cursory	×	thorough
curtail	×	elongate
cynical	×	admirable

D

daffy	×	sane
daily	×	occasional
damage	×	restore
damn	×	praise
damp	×	encouragement
dangerous	×	protective
dare	×	surrender
dark	×	bright
darkle	×	brighten
dastardly	×	sublime
dateless	×	temporal
dauntless	×	cowardly
dead	×	alive

deaden	×	quicken
deadly	×	protective
death	×	birth
debatable	×	unquestionable
debauchery	×	morality
debilitate	×	strengthen
debit	×	credit
decay	×	composition
deceit	×	trueness
decency	×	nastiness
decent	×	immodest
decide	×	prolong
declamatory	×	natural
declare	×	hide
decline	×	rise
decode	×	encode
decorous	×	improper
decrease	×	increase
decrement	×	increment
dedicate	×	hold
deduct	×	add
deep	×	shallow
defame	×	praise
defeat	×	victory
defend	×	offend
deferment	×	advancement
deficiency	×	adequacy
defile	×	consecrate
definite	×	uncertain
deflate	×	inflate
deformity	×	perfectness
deft	×	unskilled
defuse	×	charge
degenerate	×	qualify
degrade	×	upgrade
deify	×	dishonour
deity	×	humanity
dejected	×	joyful
delay	×	hurry
delectable	×	tasteless
deleterious	×	harmless
deliberate	×	careless
delicate	×	rigid
delight	×	pain
deliver	×	receive
demise	×	birth
demolish	×	build
denial	×	acceptance
denigrate	×	esteem
dense	×	thin
deny	×	accept
depart	×	arrive
deplete	×	invigorate
deposit	×	withdraw
depreciate	×	appreciate
depress	×	encourage
derelict	×	careful
descend	×	ascend
desecrate	×	consecrate
desist	×	resume
desolate	×	inhabited
desorb	×	absorb
despair	×	hopefulness
desperate	×	hopeful
despicable	×	pleasing
destroy	×	build (create)
desultory	×	meticulous
detach	×	attach
deteriorate	×	enhance
detestable	×	loveable
detrimental	×	harmless
devious	×	direct
devoid	×	full
devoted	×	unattached
devout	×	impious
dexterous	×	unskillful
diabolic	×	good
dictatorship	×	democracy
die	×	live
difference	×	same
difficult	×	easy
diffidence	×	confidence
diligent	×	effortless
dilution	×	concentration
diminutive	×	large
dirtiness	×	neatness
disable	×	capacitate
disappoint	×	encourage
discard	×	accept
discern	×	ignore
discomfit	×	comfort
discourage	×	encourage
discover	×	conceal
disgrace	×	honour
dismal	×	hopeful
dismantle	×	restore
dismay	×	confidence
dismiss	×	appoint
dispel	×	add
disperse	×	assemble
display	×	hide
disprove	×	validate
disputable	×	agreeable
disquietude	×	calmness

dissipated	×	careful
dissolve	×	integrate
dissuade	×	persuade
distinct	×	obscure
distinguished	×	common
distort	×	form
distribute	×	collect
diverge	×	focus
diverse	×	same
diversify	×	unify
divide	×	join
divine	×	human
dogged	×	yielding
doleful	×	happy
domestic	×	wild
dominant	×	submissive
double	×	single
doubt	×	certainty
downfall	×	rise
downstairs	×	upstairs
dramatic	×	prosaic
drawee	×	depositor
dreadful	×	pleasant
drowsy	×	active
dry	×	wet
dual	×	single
dubious	×	certain
duplicate	×	original
dwindle	×	enlarge
dynamic	×	static

E

early	×	late
earnest	×	insincere
earthborn	×	heavenly
earth-bound	×	imaginative
earthly	×	divine
ease	×	tension
easy	×	difficult
eccentric	×	conventional
economical	×	extravagant
ecstasy	×	pain
effectual	×	inadequate
efficient	×	effortless
effusive	×	restrained
egregious	×	pleasant
elaborate	×	short
elated	×	depressed
elect	×	reject
elegant	×	ordinary
elevated	×	inferior
eloquent	×	graceless

elucidate	×	confuse
emancipate	×	enslave
emasculate	×	invigorate
embarrass	×	alleviate
embellish	×	understate
embrace	×	withdraw
emigrate	×	immigrate
eminent	×	worthless
emotional	×	callous
empathy	×	antipathy
empirical	×	imaginary
empty	×	full
enchanting	×	repulsive
enclose	×	unfold
encode	×	decode
encourage	×	discourage
endurable	×	unbearable
enemy	×	friend
energetic	×	dull
enfeeble	×	strengthen
enhance	×	decrease
enigmatic	×	simple
enmity	×	friendliness
enormous	×	small
enrich	×	impoverish
entice	×	repel
entrain	×	detrain
entrance	×	exit
entreat	×	order
entrust	×	distrust
enunciate	×	conceal
enviable	×	undesirable
envious	×	tolerant
equable	×	inconstant
equanimity	×	imbalance
equilibrium	×	instability
equitable	×	partial
equivocal	×	doubtless
eradicate	×	multiply
erase	×	add
erudite	×	unlearned
escape	×	confine
eschew	×	accept
essential	×	unnecessary
establish	×	demolish
esteem	×	disrespect
estimate	×	miscalculate
estrange	×	familiarize
eternal	×	temporal
eternity	×	temporality
ethereal	×	tangible
evacuate	×	fill

eventful	×	trivial
evident	×	baseless
evince	×	hide
exactly	×	erroneously
exaggerate	×	understate
exalted	×	ignoble
excellence	×	superiority
excessive	×	insufficient
exclusion	×	inclusion
excruciating	×	happy
excuse	×	punish
exempted	×	included
exhale	×	inhale
exhaustible	×	replete
exhilarating	×	cheerless
exiguous	×	surplus
existent	×	lifeless
exonerative	×	responsible
exorbitant	×	moderate
expand	×	contract
expatriate	×	absorb
expel	×	admit
expendable	×	economical
expire	×	renew
explicit	×	obscure
extempore	×	preparative
extend	×	reduce
exterior	×	interior
external	×	internal
extinct	×	existing
extol	×	curse
extravagant	×	restrained
extreme	×	moderate
extricate	×	entangle
extrinsic	×	inherent
extrovert	×	introvert
exultant	×	complaining

F

fabricate	×	break
fabulous	×	unsuccessful
factious	×	united
factitious	×	authentic
factual	×	unreal
fade	×	shine
fail	×	succeed
fair	×	unjust
fallacious	×	realistic
fallible	×	perfect
familiar	×	strange
famous	×	unknown
fantastic	×	real
far-sighted	×	foolish
fascinating	×	repulsive
fast	×	slow
fasten	×	loosen
fastidious	×	susceptible
fatal	×	protective
fathomless	×	deep
faulty	×	perfect
favourable	×	discouraging
feckless	×	vital
fecund	×	fruitless
feeble	×	strong
felicity	×	unpleasantness
feminine	×	masculine
ferocious	×	timid
fertile	×	barren
fervent	×	emotionless
fiasco	×	success
fickle	×	stable
fidelity	×	disloyalty
fiendish	×	good
find	×	lose
firm	×	inconstant
first	×	last
fishy	×	emotional
fission	×	fusion
flagrant	×	pleasant
flambuoyant	×	dull
flatulence	×	simplicity
flaunty	×	simple
flourish	×	deteriorate
flowery	×	simple
fluctuant	×	stable
fluent	×	stuttering
fondle	×	strike
foolish	×	prudent
forbearance	×	repulsiveness
forgetful	×	mindful
fortitude	×	cowardice
fortuitous	×	unfortunate
fraudulent	×	honest
fragrance	×	stench
fragrant	×	stinking
frail	×	substantial
frangible	×	durable
frank	×	insincere
frantic	×	poised
freakish	×	normal
freedom	×	bondage
freeze	×	liquidate
frenzy	×	composure
frequent	×	occasional

fresh	×	old
friable	×	utilize
friendly	×	inimical
frighten	×	enlighten
frigid	×	inclined
frivolous	×	significant
frolic	×	seriousness
frown	×	approve
frustrate	×	encourage
fulgurate	×	dull
futile	×	fruitful
futility	×	usefulness

G

gain	×	loss
gainsay	×	accept
gallant	×	cowardly
gather	×	scatter
gaze	×	wink
general	×	specific
generalize	×	particularize
generosity	×	stinginess
gentle	×	rude
genteel	×	rude
genuine	×	spurious
ghastly	×	pleasant
gibberish	×	utterance
gingerly	×	carelessly
girlish	×	boyish
give	×	take
glacial	×	friendly
glad	×	sorrowful
global	×	regional
gloomy	×	happy
glorify	×	blaspheme
glorious	×	blasphemous
godly	×	satanic
goodness	×	badness
good-tempered	×	bad-tempered
gracious	×	cruel
gradual	×	drastic
grand	×	simple
grateful	×	thankless
gratitude	×	unthankfulness
gregarious	×	shy
grief	×	happiness
groovy	×	dissatisfied
grotty	×	prosperous
gruesome	×	unpleasant
guest	×	host
guilty	×	innocent
gullible	×	shrewd

H

haggard	×	controlled
hallow	×	dishonour
handsome	×	ugly
happy	×	sad
harass	×	please
hard	×	easy
hard	×	soft
hardly	×	surely
haughty	×	humble
hazardous	×	safe
healthy	×	weak
heavenly	×	earthly
hefty	×	weightless
hellish	×	heavenly
herbivorous	×	carnivorous
hereditary	×	contemporary
heroic	×	cowardly
hesitant	×	bold
hide	×	seek
hideous	×	loveable
hilarity	×	cheerlessness
hinder	×	open
historical	×	modern
honesty	×	insincerity
horrid	×	pleasant
humble	×	proud
hypocritical	×	sincere

I

ideal	×	imperfect
identical	×	different
idle	×	active
ignoble	×	honourable
ignorant	×	literate
illegitimate	×	legal
illustrious	×	unknown
imagination	×	reality
imbecile	×	clever
imitative	×	original
immaculate	×	messy
immediately	×	slowly
immigrate	×	emigrate
immune	×	responsive
immutable	×	changeable
impetuous	×	thoughtful
implicit	×	questionable
implore	×	command
improve	×	deteriorate
imprudent	×	wise
impudent	×	modest

inadequate	×	sufficient
inaugural	×	valedictory
inception	×	ending
incessant	×	interruptive
incline	×	decline
include	×	exclude
increase	×	decrease
incredible	×	believable
indeed	×	doubtfully
indelible	×	temporary
indifferent	×	concerned
indispensable	×	avoidable
inept	×	appropriate
inferior	×	superior
infidelity	×	loyalty
ingenious	×	imitative
ingenuous	×	cunning
iniquity	×	sinlessness
innocent	×	guilty
innocuous	×	harmful
insidious	×	harmless
insolent	×	modest
intact	×	impaired
intelligent	×	dull
intense	×	slight
interior	×	exterior
internal	×	external
intricate	×	simple
introvert	×	extrovert
inward	×	outward
irksome	x	pleasing

J

jeer	×	praise
jocund	×	cheerless
junior	×	senior
just	×	unrighteous
juvenile	×	developed

K

keen	×	blunt
kind	×	cruel
knowledgeable	×	unwise

L

laborious	×	lazy
lackadaisical	×	lively
laconic	×	elaborate
lament	×	rejoice
languish	×	invigorate
languor	×	listless
large	×	small
last	×	first
late	×	early
later	×	earlier
latter	×	former
laudable	×	despicable
laugh	×	weep
lavish	×	stingy
lazy	×	active
lean	×	fat
learned	×	uneducated
legible	×	unreadable
legitimate	×	unlawful
leisurely	×	hurriedly
lengthy	×	short
lenient	×	strict
lethal	×	protective
lethargy	×	alertness
liable	×	unlikely
liberal	×	conservative
likeness	×	difference
literal	×	symbolic
lively	×	dull
loathsome	×	loveable
logical	×	unreasonable
lonely	×	together
loquacious	×	silent
love	×	hatred
lovely	×	ugly
lowly	×	proud
lucrative	×	unprofitable
lukewarm	×	enthusiastic
lumpish	×	clever
lunatic	×	sane
luxurious	×	comfortless

M

macrocosm	×	microcosm
maculate	×	pure
magnificent	×	simple
magnify	×	reduce
maiden	×	experienced
majority	×	minority
male	×	female
malevolent	×	benevolent
malign	×	benign
malignant	×	benignant
malleable	×	rigid
mandatory	×	unconditional
maniacal	×	sane
manifest	×	conceal
massive	×	small

maternity	×	paternity
maximum	×	minimum
meagre	×	sufficient
mediocre	×	excellent
melancholic	×	happy
meliorate	×	deteriorate
mellifluous	×	bitter
mellow	×	immature
melodious	×	cacophonous
merciful	×	cruel
methodical	×	disorderly
meticulous	×	careless
mighty	×	powerless
migratory	×	homely
mild	×	severe
mimetic	×	original
minimize	×	maximize
mirth	×	sadness
miscellaneous	×	single
mischance	×	luck
mischievous	×	quiet
miserly	×	lavish
mitigate	×	aggravate
mix	×	separate
mobile	×	stable
moderate	×	extreme
modern	×	ancient
momentary	×	lasting
momentous	×	trivial
monotonous	×	sundry
monstrous	×	normal
moonstruck	×	insensitive
morbid	×	healthy
mordacious	×	praiseworthy
mordant	×	pleasing
mulish	×	adjustable
munificent	×	stingy
mutable	×	constant
mutiny	×	compromise
mutual	×	different
myriad	×	single
mysterious	×	understandable
mystify	×	unravel
mythological	×	realistic

N

nag	x	praise
naive	×	unlearned
nasty	×	tidy
native	×	foreign
natural	×	artificial
naughty	×	obedient
negative	×	positive
neglectful	×	heedful
nephew	×	niece
nigh	×	far
nihility	×	existence
nimble	×	sluggish
noble	×	mean
notorious	×	hidden
noxious	×	healthy
nullify	×	validate
nutritious	×	unhealthy

O

obeisance	×	forgetting
object	×	accept
objurgate	×	praise
obligatory	×	unconditional
obliging	×	selfish
obliterate	×	indelible
oblivious	×	conscious
obnoxious	×	agreeable
obscene	×	modest
obscure	×	distinct
observe	×	violate
obsolete	×	current
obstinate	×	flexible
obtain	×	lose
obtest	×	support
obtund	×	quicken
obvious	×	unclear
occasionally	×	frequently
occlude	×	open
occult	×	revealing
occupy	×	dispossess
odd	×	customary
odious	×	pleasing
offend	×	defend
official	×	personal
offish	×	sociable
ominous	×	cordial
omit	×	commit
onerous	×	free
opaque	×	penetrable
opponent	×	friend
optimism	×	pessimism
opulent	×	scarce
ordinary	×	exceptional
ornate	×	plain
ostensible	×	hidden
outer	×	inner
out-going	×	in-coming
outlandish	×	familiar

outrageous	×	graceful
outward	×	inward
ovation	×	criticism
overcome	×	yield

P

pacify	×	agitate
pain	×	joy
pale	×	bright
pallid	×	radiant
palpable	×	intangible
panegyric	×	criticism
parallel	×	linear
partial	×	unbiased
particular	×	general
passable	×	insensitive
paternal	×	maternal
pathetic	×	fortunate
patience	×	intolerance
paucity	×	adequateness
peaceable	×	troublesome
peachy	×	ugly
peccable	×	perfect
peerless	×	equal
peevish	×	contented
pellucid	×	complex
penitent	×	indifferent
pensive	×	thoughtless
penurious	×	sufficient
perceptible	×	obscure
periodic	×	stipulated
perish	×	restore
permanent	×	temporary
pernicious	×	harmless
perpetual	×	timely
perplexity	×	clarity
perseverance	×	effortlessness
persuade	×	dissuade
perverse	×	incorruptible
pervious	×	biased
pessimism	×	optimism
petrify	×	quicken
physical	×	spiritual
picturesque	×	dull
piggish	×	convincible
pig-headed	×	yielding
pious	×	irreligious
piquant	×	cold
piteous	×	apathetic
pitiable	×	indifferent
placid	×	turbulent
plain	×	unclear

plaintive	×	happy
plausible	×	invalid
playful	×	serious
pleasant	×	uncomely
pleasurable	×	painful
plenty	×	scarcity
plumy	×	hateful
plural	×	singular
poetic	×	prosaic
poignant	×	callous
polite	×	discourteous
ponderable	×	depreciable
ponderous	×	fluent
poor	×	rich
popular	×	hidden
populous	×	sparse
portable	×	stable
positive	×	negative
possess	×	disown
possible	×	doubtful
posterior	×	anterior
posterity	×	ancestors
postnatal	×	prenatal
postpone	×	advance
poverty-stricken	×	prosperous
practical	×	theoretical
pragmatic	×	imaginary
praise	×	curse
prankish	×	decent
prattle	×	utter
precarious	×	constant
precautious	×	careless
precedent	×	antecedent
preceptive	×	unprincipled
preciosity	×	carelessness
precious	×	worthless
precipitant	×	expectant
precise	×	faulty
preclude	×	conclude
precursor	×	successor
predecessor	×	successor
preferable	×	disdainful
prejudicial	×	just
preliminary	×	final
prenatal	×	postnatal
preponderant	×	submissive
preposterous	×	skeptical
presence	×	absence
presently	×	later
preserve	×	spoil
presumptuous	×	suspicious
pretentious	×	sincere

pretty	×	ugly
prevent	×	allow
previous	×	later
pride	×	humility
primitive	×	modern
private	×	public
probable	×	doubtful
procure	×	give
prodigal	×	economical
prodigious	×	simple-minded
productive	×	destructive
profane	×	sacred
professional	×	amateurish
proficiency	×	incompetence
profound	×	shallow
progressive	×	deteriorating
prohibitive	×	permissive
prolific	×	fruitless
prominent	×	inexperienced
promiscuous	×	discriminative
promote	×	demote
prompt	×	belated
prosperity	×	adversity
protest	×	support
proud	×	humble
prove	×	nullify
provident	×	extravagant
providential	×	unlucky
proximity	×	remoteness
prudent	×	foolish
public	×	private
pugnacious	×	peaceable
punctual	×	late
pungent	×	pleasant
puny	×	strong
purify	×	defile
purity	×	defilement
pushy	×	calm
putrefy	×	purify
puzzle	×	unravel

Q

quarrelsome	×	peaceable
queer	×	normal
quench	×	provoke
querulous	×	contented
questionable	×	certain
quicken	×	deaden
quick-witted	×	blunt
quiet	×	noisy
quizzical	×	soluble

R

racy	×	dull
radiant	×	dim
radical	×	moderate
raffish	×	seemly
ragged	×	perfect
rakish	×	unkempt
rambunctious	×	orderly
ramify	×	unify
rampageous	×	calm
rampant	×	restrained
rancid	×	pleasant
rancor	×	good-will
random	×	specific
rapacious	×	generous
rapid	×	slow
rare	×	common
raring	×	dull
rational	×	unreasonable
raucous	×	quiet
ravenous	×	satisfactory
real	×	false
rebarbative	×	pleasing
rebellious	×	peaceable
rebuke	×	praise
receive	×	offer
receptive	×	productive
reciprocal	×	one-sided
reckless	×	careful
reconcile	×	dispute
recondite	x	open
recreant	×	loyal
rectify	×	err
rectitude	×	unrighteousness
recumbent	×	active
recuperate	×	lose
recurrent	×	occasional
redeem	×	enslave
redress	×	infirmity
redundant	×	natural
refined	×	coarse
refulgent	×	dim
refuse	×	accept
refute	×	testify
rejuvenation	×	deterioration
releasable	×	arresting
relentless	×	yielding
relevant	×	irrelevant
reliance	×	diffidence

reliable	×	undependable
relieve	×	tighten
religious	×	atheistic
relinquish	×	conquer
reluctant	×	willing
rely	×	betray
remarkable	×	common
remember	×	forget
remiss	×	dutiful
remonstrance	×	approval
remorse	×	callousness
remote	×	near
remove	×	add
renitent	×	submissive
renounce	×	possess
renowned	×	unknown
repair	×	damage
repel	×	attract
replenish	×	destroy
repose	×	unrest
reprehensible	×	praiseworthy
reprimand	×	praise
reproach	×	praise
repugnant	×	likeable
repulsive	×	attractive
resemblance	×	dissimilarity
respectable	×	dishonourable
resplendent	×	dim
responsible	×	unaccountable
rest	×	tiredness
restricted	×	unlimited
retaliate	×	forgive
retiring	×	sociable
retribution	×	award
retrieve	×	spoil
retrocede	×	proceed
retrospective	×	forgetful
revenge	×	forgiveness
revere	×	disrespect
revolting	×	likeable
ridicule	×	appreciate
rigid	×	flexible
rigorous	×	moderate
rise	×	fall
robust	×	weak
romantic	×	practical
rough	×	smooth
royal	×	common
ruin	×	construction
ruinous	×	constructive
rural	×	urban
rustic	×	sophisticated

S

sacred	×	sacrilegious
sad	×	happy
safe	×	dangerous
sagacious	×	foolish
saintly	×	disrespectful
salient	×	ordinary
same	×	different
sanctify	×	profane
sarcastic	×	appreciable
sardonic	×	praiseworthy
satanic	×	godly
satiety	×	dissatisfaction
satirical	×	admirable
save	×	kill
scandalize	×	respect
scant	×	adequate
scanty	×	sufficient
scarce	×	sufficient
scarcity	×	surplus
scatter	×	gather
scold	×	praise
screwy	×	simple
scrofulous	×	pure
scrupulous	×	ill-mannered
scruple	×	hidden
seasonable	×	untimely
secluded	×	united
secret	×	open
secular	×	religious
secure	×	dangerous
sedate	×	restless
seemly	×	disgusting
seldom	×	frequently
self-same	×	different
senile	×	juvenile
sensible	×	mindless
sensitive	×	callous
separate	×	unite
sequacious	×	disorderly
serious	×	trivial
serpentine	×	good
servitude	×	freedom
severe	×	light
shadowy	×	clear
shaky	×	steady
shallow	×	deep
shame-faced	×	graceful
sharp	×	blunt
short	×	long
shrewd	×	dull

shy	×	sociable
sickly	×	healthful
significant	×	trivial
silent	×	noisy
simple	×	difficult
sincere	×	false
single	×	many
singular	×	plural
sinister	×	good
sink	×	float
sinuous	×	straight
sisterly	×	brotherly
sizzle	×	cool
skeptical	×	believable
skim	×	scan
skin deep	×	meticulous
slack	×	alert
slashing	×	appreciable
slatternly	×	comely
slavish	×	authoritative
sleek	×	coarse
slender	×	stout
slightly	×	seriously
slim	×	stout
slinky	×	open
sloppy	×	seemly
slow	×	swift
sluggish	×	active
slumberous	×	watchful
sly	×	innocent
small	×	large
smart	×	blunt
smooth	×	rough
smug	×	discontented
snappish	×	pleasing
snappy	×	dull
snobbish	×	sincere
snug	×	uncomfortable
sober	×	frivolous
sobriety	×	frivolity
sociable	×	reserved
soften	×	harden
software	×	hardware
soggy	×	spirited
solicitous	×	unconcerned
solitary	×	together
somber	×	happy
somnolent	×	wakeful
songfull	×	tuneless
sovereign	×	commonplace
spasmodic	×	regular
specific	×	general
specious	×	real
speculative	×	thoughtless
speedy	×	slow
spell-bound	×	repulsive
spend	×	save
spineless	×	courageous
spirited	×	dull
spiritual	×	mundane
spleenful	×	pleasing
splendid	×	common
splendid	×	ordinary
splurge	×	save
spontaneous	×	constrained
sporadic	×	widespread
spotless	×	peccable
springy	×	rigid
spurious	×	authentic
squeamish	×	stubborn
stabile	×	mobile
stable	×	inconstant
stagnant	×	flowing
stalactite	×	stalagmite
stark	×	moderate
static	×	dynamic
stationery	×	fixed
steadfast	×	changing
steady	×	wavering
stealth	×	overtness
stereotyped	×	individualised
sterile	×	fertile
stiff-necked	×	yielding
stingy	×	extravagant
stoic	×	passive
stout-hearted	×	timid
straightforward	×	dishonest
strange	×	familiar
strengthen	×	weaken
strenuous	×	sluggish
stretch	×	restrain
strident	×	soft
stringent	×	free
strong	×	weak
stubborn	×	flexible
studious	×	slack
stupendous	×	ordinary
stupid	×	intelligent
sturdy	×	weak
suave	×	conflictive
subdue	×	surrender
subjective	×	objective
subjugate	×	free
sublime	×	mean

submissive	×	surmountable
subsidiary	×	primary
substantial	×	imaginary
succeed	×	fail
succumb	×	persevere
sufferable	×	intolerable
sufficient	×	scarce
suitable	×	unfit
sulky	×	pleasant
sullen	×	pleasant
sultry	×	pleasant
sumptuous	×	simple
sunder	×	assemble
superannuated	×	effective
superb	×	ordinary
supercilious	×	agreeable
superficial	×	substantial
superfine	×	coarse
superfluous	×	limited
superior	×	inferior
supple	×	rigid
support	×	abandon
supposititious	×	authentic
supreme	×	mean
sure	×	doubtful
surplus	×	scarcity
surrealistic	×	real
surrender	×	overcome
surreptitious	×	honest
survive	×	die
susceptible	×	rigid
suspicious	×	trustful
sweet	×	bitter
swift	×	slow
sycophantic	×	sincere
sylvan	×	urban
symbolic	×	literal
symmetrical	×	different
sympathy	×	antipathy
synonym	×	antonym
systematic	×	disorderly

T

tacky	×	neat
tactful	×	foolish
take	×	give
talkative	×	silent
tangible	×	unreal
tardy	×	punctual
tarnish	×	brighten
teach	×	learn
tear	×	stitch
tease	×	praise
temerity	×	cowardice
tempestuous	×	calm
temporal	×	eternal
temporary	×	permanent
tempting	×	unyielding
tenacious	×	inconstant
tenebrous	×	happy
tentative	×	definite
tenuous	×	substantial
tepid	×	hot
terminate	×	begin
terrible	×	pleasant
then	×	now
theoretical	×	practical
there	×	here
thin	×	thick
threaten	×	pacify
throw	×	catch
tidy	×	dirty
tired	×	energetic
toilsome	×	easy
tolerable	×	painful
tough	×	simple
tragic	×	comic
transient	×	eternal
transmit	×	receive
treacherous	×	trustworthy
tremendous	×	small
tremulous	×	steady
trite	×	extraordinary
triumphant	×	failing
trivial	×	important
true	×	false
truth	×	falsehood
turbulent	×	calm
tyrannical	×	kind

U

uglify	×	beautify
unanimous	×	dissentious
unctuous	×	sincere
undaunted	×	disheartened
undertake	×	reject
undue	×	just
unduly	×	moderately
unfeigned	×	spurious
uniform	×	variable

unique	×	common
unity	×	diversity
universal	×	regional
unruly	×	governable
upbraid	×	appreciate
upgrade	×	degrade
uphold	×	abandon
uppish	×	praiseworthy
upright	×	dishonourable
upward	×	downward
urban	×	rural
urbane	×	coarse
urgent	×	ordinary
usual	×	rare

V

vacant	×	full
vacate	×	occupy
vacuum	×	fullness
vague	×	clear
valiant	×	cowardly
valid	×	useless
vanish	×	appear
vapid	×	lively
variable	×	constant
various	×	same
vast	×	small
venerable	×	despicable
venerate	×	despise
vengeance	×	forgiveness
venial	×	punishable
venturesome	×	cowardly
verbose	×	simple
verdant	×	sophisticated
verily	×	doubtfully
veracity	×	falseness
versatile	×	incapable
vertical	×	horizontal
viable	×	unlikely
vicarious	×	selfish
vicinity	×	remoteness
vicissitudinous	×	constant
victory	×	defeat
vigilant	×	sleepy
vigorous	×	sluggish
vindictive	×	forgivable
violable	×	adherent
virtuous	×	vicious
virulent	×	loveable
visible	×	hidden
visionary	×	real

vital	×	insignificant
vivacious	×	sluggish
vociferous	×	calm
voguish	×	conventional
voluminous	×	little
voluntary	×	compulsive
voluptuous	×	repulsive
voracious	×	adequate
vulgar	×	decent
vulnerable	×	unyielding
vulpine	×	innocent

W

waggish	×	serious
wakeful	×	sleepy
wander	×	settle
waning	×	waxing
warm	×	cold
wasteful	×	economical
weak	×	strong
wealthy	×	poor
weary	×	energetic
weird	×	mundane
well-bred	×	indecent
whimsical	×	reasonable
wholesome	×	unhealthy
wicked	×	good
wild	×	tamable
wily	×	innocent
win	×	lose
wise	×	foolish
withdraw	×	proceed
withhold	×	grant
within	×	without
wonderful	×	ugly
worst	×	best
wretched	×	pleasant
wrongful	×	just

Y

yare	×	slack
yield	×	resist
yonder	×	near
young	×	old
youthful	×	old
yummy	×	tasteless

Z

zealous	×	uninterested
zestful	×	serious

Idioms

- **Above board** *without deceit or concealment; Honest, Honourable.*
  If all politicians were **above board,** the world would be a better place to live in.
- **Achilles 'heel** *A person's weak or vulnerable point.*
  NOTE: Achilles was a hero in the Trojan war. His heel was his weakest point. He was killed by an arrow shot thought his heel.
  Flattery was the **Achilles heel** that brought about his downfall.
- **Add fuel to flames (fire)** *Make feelings, passions stronger; intensify an emotion already strong.*
  The remarks of the mother about the boy **added fuel to flames,** when the father was angry.
- **Add insult to injury** *Cause greater harm by one's actions or words.*
  The driver was fined heavily because he **added insult to injury,** not only by knocking down the child but also by driving away without stopping.
- **All and sundry** *Everyone; both important and unimportant.*
  He invited **all and sundry** for the function, but could not manage it all.
- **Alpha and Omega** *The beginning and the end*
  Discipline is the **alpha and omega** of this institution.
- **An acid test** *A test that gives conclusive proof of one's value or worth.*
  This test match is the **acid test** for him, for, his future depends upon it.
- **Apple of Discord** *Cause of quarrel or dispute*
  The rich man's property was the **apple of discord** among his sons.
- **An eyewash** *Something said or done to deceive (This is said to be more colloquial than grammatical)*
  He realised that the interview he had attended was a mere **eye-wash.**
- **At a low ebb** *on the decline*
  At present, the performance of the Indian cricket team is **at a low ebb.**
- **At a snail's pace** *Very slowly; with not much speed*
  His progress at school was **at a snail's pace.**
- **At a stone's throw** *At a short distance*
  His house is **at a stone's throw** from the college.
- **At a stretch** *continuously; without a break*
  He said that he could walk five miles **at a stretch**
- **At arm's length** *Avoid being familiar with; keep away from*
  Unscrupulous people should be kept **at arm's length.**
- **At loggerheads** *Disagreeing or disrupting*
  He is constantly **at loggerheads** with his wife, or with someone or other.
- **At one's beck and call** *Always waiting to obey one's orders*
  He was dismissed because he refused to be **at the beck and call** of his master.
- **At sixes and sevens** *In complete disorder*
  The things in his room were always **at sixes and sevens.**
- **At the eleventh hour** *At the last or final moment*
  He prepared for the examination **at the eleventh hour.**
- **Baby talk** *Incoherent talk (as spoken by or to a baby)*
  None understood him and considered whatever he said was **baby talk.**

- **Backbite** *Slander the reputaton of one who is absent*
  People who **backbite** will never win respect from anyone.
- **Backbone** *Chief support*
  People like him are the **backbones** of the country
- **Backfire** *produce an unexpected or undesired effect or result*
  The plot hatched by the two against their neighbour **backfired** on them and resulted in their arrest.
- **Backhanded compliment** *One that is ambiguous; Insincere excuse*
  He was paid a **backhanded compliment** only but he was too simple to understand it.
- **Bag and baggage** *with all one's belongings*
  When he misbehaved in the foreign country, he was ordered to leave the country **bag and baggage.**
- **Baker's dozen** *Thirteen*
  Some people have a superstitious fear about a **baker's dozen.**
- **Ball in one's court** *The next move to be made by one*
  After stating its view on the problem, the management declared that the ball was **in the Union's court.**
- **Be in the bad books of** *Out of favour with*
  He was **in the bad books of** his employer and so did not get any promotion.
- **Be in the good books of** *In the favour of*
  He was always **in the good books of** his professor.
- **Beast of burden** *(Literally) animal that carries a load on its back; (fig) one who has to shoulder much responsibility or take much trouble.*
  Even at the age of twenty he had to take on the role of a **beast of burden** in the family.
- **Bed fellow** *Comparison; ally*
  Politics make strange **bed fellows.**
- **Bed of roses** *A comfortable place or position*
  Life is not a **bed of roses.**
- **Beg the question** *Assume the truth of the matter that is in question*
  His speech was eloquent, but no one was convinced because many of his points were just **begging the question.**
- **Benefit of doubt** *Decide in one's favour for want of sufficient proof or evidence*
  The umpire gave the **benefit of doubt** to the batsman in the close L.B.W. decision.
- **Between the devil and the deep sea** *In a dilemma; having to choose between two difficult things*
  When his wife and his mother quarrelled with each other, he felt himself between **the devil and the deep sea** unable to support one or the other.
- **Between Scylla and Charybdis** *Between two great dangers*
  The besieged army found itself **between the Scylla** of starvation if shut up in the fort and **Charybdis** of utter annihilation if it ventured out.
  NOTE : Found in Greek mythology, that Scylla is a six-headed monster living on a dangerous rock opposite a whirlpool known as Charybdis, in the Straits of Messine, Italy.
- **Big bug** *An important person*
  The villagers were nervous about meeting the man from the city, for he was **a big bug.**

- **Big shot** *An important person*
  He was too **big a shot** to notice his poor relatives.
- **Bird's-eye view** *A general view (from above; from a higher level)*
  The Prime Minister had a **bird's-eye view** of the flooded area.
- **Birds of a feather** *People of the same sort; people with similar qualities.*
  The room in the hostel is occupied by four who are **birds of a (same) feather.**
- **Bite the dust** *Fall to the dust, be killed*
  He boasted that he was invincible but soon had **to bite the dust** at the hands of a new-comer.
- **Bite one's lips** *Control oneself; conceal one's anger or annoyance*
  When he was insulted in public, he just **bit his lip** and kept calm, unwilling to create a scene.
- **Bitter pill** *something unpleasant*
  Accepting that he was beaten was a **bitter pill** for him to swallow.
- **Bitter sweet** *Sweet but with a taste of something unpleasant too.*
  She spoke harshly to him at first but later relented and allowed him to take her hand in love. It was to him a **bitter sweet** experience.
- **Black sheep** *Person with a bad reputation ; Good-for-nothing person*
  Every society has some **black sheep** ; He is the only **black sheep** in a family of well educated members.
- **Blessing in disguise** *Something that seemed unfortunate but was seen later to be fortunate*
  His missing the plane was **a blessing in disguise** (to him) for it crashed down and caught fire a few minutes after the take-off.
- **Blood and iron** *Relentless use of force*
  Through **blood and iron**, they made the enemy surrender.
- **Bloodsucker** *One who tries to get as much money as possible from another or others.*
  He proved himself to be not an obedient son but an evil **bloodsucker.**
- **Blow hot and cold** *(i) Be by turns favourable and unfavourable (ii) Be by turns enthusiastic and listless*
  He cannot be trusted to do anything useful for he has the habit of **blowing hot and cold.**
- **Blow one's own trumpet** *Boast; indulge in self-praise*
  He was a good man, but his one weakness was that he never missed a chance **to blow his own trumpet.**
- **Blow things out of all proportion** *Exaggerated or distorted view of things.*
  People who believe in rumours **blow things out of (all) proportions.**
- **Blue blood** *High birth or descent*
  The **blue blood** in him made him remain magnanimous even in poverty and adversity.
- **Bolt from the blue** *Something quite unexpected*
  The sudden arrival of his father was a **bolt from the blue** to the boy in the hostel.
- **Bone of contention** *Subject or cause of dispute*
  Kashmir is no longer a **bone of contention** between India and Pakistan.
- **Bookworm** *One who is very fond of books*
  One should not be a mere **bookworm** but must be interested in other things also.
- **Born with a silver spoon in one's month** *Destined to have good wealth*
  Very few are **born with a silver spoon in** their **mouth**, among the middle class people.

- **Brain drain** *Movement of trained technical and scientific personnel from one country to another.*
  Brain drain has cost our country the services of many scientists.
- **Brainstorm** *Mental upset with uncontrolled feelings or emotions*
  The brainstorm that he suffered from made him unable to share the joys and sorrows of the other members of the family.
- **Brain-teaser** *Difficult problem ; puzzle*
  Brain-teasers give much food for thought.
- **Brains trust** *A group of reputed experts*
  The success of that industry was due to the **brains trust** employed by it.
- **Brainwashing** *A process of forcing a person to reject old beliefs and accept new ones by means of intense mental pressure*
  The police tried to **brainwash** the witness to change his original statement so as to implicate the poor man in the case.
- **Bread and butter note** *Thankful note (for hospitality) (Note of Thanks)*
  He sent his host a **bread and butter note.**
- **Break new or (fresh) ground** *Start a thing for the first time*
  The Board **broke new ground** by including many youngsters in the team.
- **Break the ice** *Get people on friendly terms; overcome reserve; Take first steps in a delicate matter*
  When there was a sudden lull in the conversation, the host took upon himself the work of **breaking the ice.**
- **Break through** *(a) Pierce; penetrate (b) Major achievement* (a) The crowd tried to **break through** the cordon set up by the police (b) The **breakthrough** in the project came after a year's hard labour ; The bowlers could not achieve a **breakthrough**
- **Breathe one's last** *Die; pass away*
  When he **breathed his last** at the ripe age of eighty, he left behind many to mourn for him.
- **Broad-minded** *Having a generous, liberal and tolerant mind*
  He was such a **broad-minded** person that he was prepared to listen to the views of those with whom he did not agree.
- **Broken-hearted** *Struck with or filled with grief*
  He was quite **broken-hearted** when he was disappointed in love.
- **Build castles in the air** *Daydream; Imagine something without valid reasons*
  He was so busy **building castles in the air** that he forgot the realities of life.
- **Bull in a china shop** *Person who is rough and clumsy where care and skill are needed*
  With a **bull in a china shop** around, one cannot expect peace and calm in any place.
- **Burn a hole in one's pocket** *Eager to spend money*
  He received a cheque for Rs. 5000/- and it began to **burn a hole in his pocket.**
- **Burn the candle at both ends** *Overtax one's energy*
  In his ambition to get the first rank, he **burnt the candles at both ends** and lost his health.
- **Burn the midnight oil** *Work till late in the night*
  He was rewarded at last after **burning the midnight oil** for a number of years in the laboratory.
- **Burning question** *Hotly debated question*
  The outcome of the elections is the **burning question** of the day.

- **Bury the hatchet** *Stop quarrelling or fighting and be friendly*
  The two brothers realised the folly of trusting the neighbours and decided to **bury the hatchet.**

- **By and large** *On the whole; Taking everything into consideration*
  It was **by and large** a matter of adjustment between two parties in the interests of peace.

- **By fits and starts** *In short periods; Not regularly from time to time*
  He could not complete the task in time, for, he worked only **by fits and starts.**

- **By the skin of one's teeth** *Very narrowly*
  The lorry dashed by and he just escaped **by the skin of his teeth.**

- **Call a spade a spade** *Speak plainly, frankly*
  When one is asked to give one's views on a subject, one should **call a spade a spade.**

- **Call off** *To end; cancel*
  The match was **called off** owing to incessant rain.

- **Call on** *Visit*
  On festival days people put on new clothes and **call on their** friends and relatives.

- **Call out** *summon*
  The army was **called out** to quell the mutiny.

- **Call upon** *(a) Appeal (b) Invite*
  (a) He **called upon** the members to help him to make the function a success.
  (b) I **call upon** our chief guest to address the gathering.

- **Carry coal to Newcastle** *Carry a thing to a place where it is already plentiful*
  Giving information to one's father about one is like carrying coal to Newcastle.

- **Cat's paw** *A person used as a tool by another*
  The servant realised too late that he had been used as a **cat's paw** by his master who was engaged in smuggling activities.

- **Catch one's eye** *Look at a person to draw his attention when he looks in one's direction*
  Many members of the Assembly tried to **catch the Speaker's eye** of at the same time.

- **Chequered career** *Full of ups and downs of fortune*
  The man who died at the age of 80 had a **chequered career** throughout which he was always honest.

- **Chew the cud** *Contemplate at leisure*
  The old man, left alone in his corner, spent his leisure **chewing the cud.**

- **Chicken-feed** *Relatively of small value*
  The thousands of rupees he spent for his birthday was just **a chicken-feed** for him.

- **Chicken-hearted** *Lacking in courage*
  The girl did not like to be left alone in the house with her brother because he was **a chicken-hearted** person.

- **Chip of the old block** *One very like one's father*
  Sanjay Manjrekar has proved himself to be **a chip of the old block.**

- **Cleaning the Aegean stables** *Achieving the impossible.*
  Note : *This is one of the tasks given to and performed by the Greek hero Hercules.*
  Ending nepotism, favouritism, corruption and other social evils is like **cleaning the Aegean stables.**

- **Cloak-and-dagger** *Concerning espionage, intrigue etc.*
  Their **cloak-and-dagger** policy did not pay dividends.

- **Close shave** *Narrow escape*
  He had a **close shave** when the lorry passed within a few inches of him, almost brushing him.
- **Cock-and-bull story** *Unbelievable story; a foolish story that one should not believe*
  Asked why he had come late, the student told the lecturer a **cock-and-bull story.**
- **Cock of the walk** *Person who dominates others.*
  Through he was only a clerk in the Taluk Office, he behaved like a **cock of the walk** during the election period.
- **Cog in the machine** *An unimportant person in a large enterprise*
  One looking at his dress and behaviour, will not be able to guess that he was only a **cog in the machine** (in that office).
- **Cold-blooded** *Without feeling*
  When he did not shed even a drop of tears on hearing the news of his brother's death, people said that he was a **cold-blooded** creature.
- **Come a cropper** *(collo) Have a fall; meet with failure*
  All his expectations for the future cannot be fulfilled because he has **come a cropper** in the (selection) examination.
- **Come out with flying colours** *Put in a creditable performance; perform brilliantly*
  He **came out with flying colours** in the competition.
- **Common knowledge** *Something known to everyone.*
  It is **common knowledge** that corruption is rampant in many parts of the world.
- **Con man** *Trickster; one who swindles by playing upon the confidence of others*
  We must beware of **con men** who are increasing in number day by day.
- **Conjure up** *Appear as if from nothing or as a picture in the mind*
  When old and friendless, he **conjured up** visions of his former life when he was surrounded by friends.
- **Connive at** *Take no notice of what is wrong; approve a wrong done by; join with another to do wrong*
  The warder too **connived at** the escape of the prisoners from the prison.
- **Creditworthy (creditworthiness)** *Accepted as sale for credit*
  Everyone in the town was ready to give him a loan or credit because they know he was **creditworthy** (Also - knew his creditworthiness).
- **Crocodile tears** *Insincere sorrow*
  At the funeral of his rival in politics he appeared to be sorrow- stricken but everyone knew he was only shedding **crocodile tears.**
- **Cross one's t's and dot one's i's** *Be careful and exact*
  Whenever he wrote anything — an ordinary letter or a novel — the author never forgot to **cross his t's and dot his i's.**
- **Cry over spilt milk** *Feel sorry for or unhappy about a thing that is over and for which there is no remedy*
  After he failed, it took him a long time to understand that there is no use **crying over spilt milk.**
- **Cut corners** *(a) Simplify procedure; ignore regulations to get work done quickly (b) Take a short cut*
  (a) The Board of Directors decided to **cut corners** in their activities so that unnecessary delays in execution might be avoided.
  (b) The driver **cut corners** to reach the destination earlier.
- **Cut no ice with** *Have little or no effect or influence on*
  His excuses **cut no ice** with his employer who insisted on his suspension.

- **Cut the Gordian knot** *Solve a problem by force or by disregarding the conditions*
  They solved the water problem through **cutting the Gordian knot** by cutting a canal from the nearby river.
- **A Darby and Joan club** *Club for old people*
  The rich man decided to spend his riches to set up a **Darby and Joan club**.
- **Dark side of things** *Pessimistic; hopeless, sad, cheerless*
  He never ceased to look on the **dark side of things;** such was his nature.
- **Third degree** *Severe and long examination*
  The police subjected the accused to **third degree** methods to get a confession.
- **Die like a dog or die a dog's death** *Die in shame or misery*
  He never cared for anyone and lost all friends, when he led fast life, and the result was he **died like a dog** (he had a dog's death).
- **Die with one's boots on** or **die in one's boots** *Not in bed; die while still working etc.*
  Note : *This has the same meaning as Die in harness - see before.*
  The soldier **died with his boots on** and was given an honourable burial.
- **Different as chalk and cheese** *Essentially unlike*
  The two brothers were as **different as chalk and cheese** both in appearance and behaviour.
- **Dog in the manger policy** *(Person) Preventing others from enjoying what is useless to him or what he cannot enjoy*
  It is his **dog in the manger policy** that makes him hated by others.
- **Double-dealing** *Deceitful*
  Double-dealing has become a practice common to some politicians as it is to businessmen.
- **Down-to-earth** *Concerned with realities; practical*
  His **down-to-earth** policies got him great success.
- **Dressed like a dog's dinner** *To the height of fashion*
  Anyone who sees him would never believe that while young he always **dressed like a dog's dinner**.
- **Dust a person's jacket** *Beat one*
  The bully of the village did not expect that there would be one who could **dust his jacket**.
- **Early bird gets or catches the worm** *Person who arrives early will succeed*
  When there is a good job around, the **early bird gets (catches) the worm**.
- **Earn one's bread** *Earn enough to live on*
  Many middle class people find it difficult to **earn their bread** comfortably.
- **Easier said than done** *Easier to say something than to do*
  Much that boastful say is **easier said than done**.
- **Eat the humble pie** *Offer an abject apology; Humiliate oneself*
  He tried to use his power and influence to get the adjacent lands but he had to **eat the humble pie**.
- **Eat out of one's hand** *Tame enough to obey implicitly*
  The tiger was trained **to eat out of its** trainer's **hands**.
  He was rebuked and even punished because he refused **to eat out of his employer's hand**.
- **Egg on** *Urge forward; encourage*
  The crowd egged on their countrymen to an excellent performance.

- **Eke out one's living (livelihood)** *Have enough for one's needs*
  He worked even after office hours to **eke out his living.**
- **Elephantine memory** *Extremely reliable (memory)*
  He has an **elephantine memory** for figures.
- **End in smoke** *Come to nothing; have no success*
  All his schemes **ended in smoke.**
- **Ends justify the means** *The methods adopted may be unfair if the aims (ends) are good*
  He was so honest and above board that he never acceped that the **ends justify the means.**
- **Evil genius** *One having an ill effect or influences for ill on another*
  His insincere friend was the evil genius who brought about his downfall.
- **Eyesore** *Ugly sight*
  In the middle of the beautiful scenery, the building stood as an **eyesore.**
- **Eyewash** *Something done to deceive; mere pretension*
  Many young people feel that modern bank examinations and interviews in general are mere **eyewash.**
- **Face the music** *Show no fear at the time of trial, danger or difficulties*
  One who tries to do something audacious or brave or even impudent must be ready to **face the music.**
- **Fair-weather friends** *Insincere friends; persons who cease to be friends when one is in trouble*
  Fair-weather friends are common in the life of politicians.
- **Fair and foul** *Good and bad fortune; "(through) everything"*
  His father told him that if he worked sincerely, he would stand by him through **fair and foul.**
- **Fall a prey to** *Become a victim*
  Weaker animals **fall a prey to** stronger ones.
  The young man **fell a prey to** the charms of the pretty girl.
- **Fall on evil days** *Suffer misfortunes*
  Our country has **fallen on evil days** and evil tongues.
- **Fall on deaf ears** *Refuse to listen or help*
  All his advice to his children **fell on deaf ears.**
- **Fall in love with** *Become filled with love*
  He created a number of problems in the house because he **fell in love with** a girl of another caste and wanted to marry her.
- **Fan the flame** *Increase the excitement or emotion*
  His father was already angry; it **fanned the flame,** when he asked for some money.
- **Far-reaching** *Having a wide application; likely to have many consequences*
  The Directors debated for long and finally decided upon certain **far-reaching** proposals.
- **Father-figure** *Older person much respected*
  Though he was illiterate, the villagers considered him as the **father- figure** because he believed in working for the common good.
- **Feather one's nest** *Make things comfortable for oneself; enrich oneself*
  Posing as a public spirited person, he succeeded to a large extent in feathering his own nest.
- **Field-day** *Great or special occasion*
  The students had a **field-day** on the College Day.
- **Firebrand** *Person who stirs up social or political strife*
  Looking at his frail figure, no one can guess he was once a **fire -brand** in his college days.

- **Fish in troubled waters** *Try to win advantage for oneself from a disturbed state of affairs*
  When there was a train accident, instead of sympathising with the wounded, some tried **to fish in troubled waters**.

- **Fish out of water** *Uncomfortable position; be in unaccustomed surroundings*
  At the party he knew none and so felt like a **fish out of water**.

- **Flesh and blood** *Human nature*
  His behaviour was more than **flesh and blood** could bear.
  Corruption is taken as an aspect of **flesh and blood** in modern times.

- **Flog a dead horse** *Waste one's efforts*
  People go on talking about solving the unemployment problem within short time, but such a claim is only **flogging a dead horse**.

- **Fool's paradise** *Happiness felt without any thought and that is unlikely to last*
  He had lived so long in a **fool's paradise** that the reality puzzled and even shocked him.

- **Foul play** *(a) (In sports) contrary to rules*
  (b) A wicked plan or deed, like murder
  (a) He was warned for **foulplay** by the referee.
  (b) **Foul play** was suspected in the sudden death of the rich, old man.

- **From bad to worse** *undergo an adverse change*
  Inflationary tendencies are going **from bad to worse**.

- **From hand to mouth** *Precariously; spend money as soon as it is received*
  Because of the spiralling costs even some middle class families have to live **from hand to mouth**.

- **From the bottom of one's heart** *Genuinely, deeply*
  That he was kind to the poor **from the bottom of his heart** was evident from his actions and not from his words.

- **Full of beans** *Lively in high spirits or vigour*
  Youth is ever **full of beans** but sometimes they tend to cross the limit.

- **Further one's interests** *Help forward; promote*
  The Government has decided to **further the interests** of the backward classes.

- **Gamesmanship** *Art of winning games by disturbing or upsetting the self-possession of the opponents*
  Even some leading players who have real ability stoop to **gamesmanship** when things go against them.

- **Get a girl into trouble** *Make her pregnant*
  The unprincipled man was forced to marry the girl when he had **got her into trouble** and tried to desert her.

- **Ghost of a chance** *(Even) A small chance*
  He does not have the **ghost of a chance** but he insists on contesting the elections.

- **Gift of the gab** *Be good at speaking*
  People who have the **gift of the gab** make good salesmen.

- **Gild the lily** *Spoil the beauty of something by garish embellishment*
  The hall in his house was already well furnished and decorated, but he spent much and so **gilded the lily**.

- **Give a cold shoulder to** *Snub one; show distaste for one's company*
  He did not know why his friend had suddenly begun to **give a cold shoulder** to him.

- **Give credence to** *Believe what is said*
  People will **give credence to** only statements made by men competent to speak on a subject.
- **Give one a blank cheque** *Give one full power to do as one thinks best*
  He offered me the post of principal and **gave** me a **blank cheque** in all administrative work.
- **Go at something hammer and tongs** *Argue with great energy and noise*
  Even over ordinary things, when he talked to people he would **go at them hammer and tongs**.
- **Go astray** *Go off the right path; go into wrongdoing*
  It broke his heart to see his beloved son **go astray**.
- **Go berserk** *Be uncontrollably wild*
  He **went** absolutely **berserk** with anger.
- **Go scot-free** *Be free from or escape without penalty or punishment*
  None can hope to **go scot-free** after committing a crime with impunity.
- **Go to the dogs** *Be ruined*
  He was reminded that if he did not mend himself soon he would **go to the dogs**.
- **Go through fire and water** *Suffer much to reach a goal*
  He was ready to **go through fire and water** to prove his innocence.
- **Good-for-nothing** *Worthless*
  He was a **good-for-nothing** person wasting his time.
- **Haggle with one about** (or **over**) *Argue; dispute regarding prices of things*
  He will always **haggle with others about** everything, be it bargaining with merchants or disputing the statements of others.
- **Hair-splitting** *Make or pretend to see differences of meaning, distinctions etc. so small as to be unimportant*
  The meeting of the committee was dispersed after achieving nothing but engaging itself in **hair-splitting** arguments over trifles.
- **Hair's breadth escape** *Narrow escape*
  He had **a hair's breadth escape** today when a lorry just brushed his clothes as soon as he stepped on to the road.
- **Half-baked** *Dull-witted; crude and inexperienced*
  When he lost Rs. 500/- he was asked to deposit in the bank, his father angrily said that he was a **half-baked** idiot who could not do anything well.
- **Hall mark** *(Sign of) Real excellence*
  Fighting against odds is the **hallmark** of a man of character.
- **Hammer and tongs** *Argue with great energy and noise*
  Even over ordinary things, when he talked to people he would go at them **hammer and tongs**.
- **Hand and glove with** *Be in close relations with*
  In some cases, smugglers and the officials are **hand and glove with** each other.
- **Hand-to-mouth** *Precariously*
  Many families in India live **a hand-to-mouth** existence.
- **Hard and fast rule** *That cannot be altered to fit special cases*
  There is no **hard and fast rule** in matters like observing discipline.
- **Hard nut to crack** *(a) Difficult problem (b) Person difficult to deal with or influence*
  (a) He found the problem in Calculus a **hard nut to crack**.
  (b) The boy refused to go to the Chairman for a recommendation because he was known to be a **hard nut to crack** and would not help anyone.

- **Hard of hearing** *Rather deaf*
  "Speak louder. He is **hard of hearing**."

- **Hard-pressed for** *Be under pressure; Strained*
  He was **hard-pressed for** time and so had to hurriedly go through his work.

- **Have all eggs in one basket** *Risk everything one has in a single venture*
  He advised his son to deposit his money in different banks. It would be unwise **to have all eggs in one basket**.

- **Have an axe to grind** *Have private interests to serve*
  When some people volunteer to collect funds for a cause, it is likely to be said that they have **an axe to grind**.

- **Have one's heart in one's boots** *Feel deeply discouraged; feel hopeless*
  The youngman who could not get a job even six years after he completed his education could not help **having his heart in his boots**.

- **Have too many irons in the fire** *Follow too many ventures at the same time*
  He attributed his failure to his **having too many irons in the fire**.

- **Haves and the have-nots** *The rich and the poor*
  In modern society there is a constant (economic) struggle between the **haves and the have-nots**.

- **Haul down one's flag (colours)** *Surrender*
  The besieged army **hauled down its flag (colours)** unable to bear the blockade.

- **Heart and soul** *Completely; with utter dedication*
  He devoted himself **heart and soul** to his duty.

- **Henpecked** *Man ruled by his wife*
  He could not hide from many that he was a **henpecked** husband.

- **Herculean task** *Difficult task*
  He performed the **Herculean task** of converting barren land into fertile land.

- **Heyday** *Time of greatest prosperity*
  In the **heyday** of youth, one should try to amass as much knowledge as possible.

- **Hide one's light under a bushel** *Be modest about one's ability or qualities*
  He wrote a number of fine poems and stories none of which he tried to send for publication, but his friends did not allow him **to hide his light under a bushel**.

- **High and dry** *Abandoned; isolated; out of the current of events*
  When the batsman went forward to drive the ball the spin left him **high and dry** yards down the pitch, to be easily stumped.
  When he antagonised his relatives, he was left **high and dry** by everyone.

- **High-water mark** *Highest point of (achievement)*
  A win at Wimbledon or a century at Lord's is considered as the **high-water mark** of excellence.

- **Hindsight** *Perception of an event after its occurrence*
  Planning is said to be organised foresight combined with corrective **hindsight**.

- **Hit a man when he is down** or **Hit a man below the belt** *Act contrary to rules; take an unfair advantage over*
  The farmer lost heavily in the floods and the man who gave him a loan tried to **hit him when he was down,** trying to seize his land.
  He was too good a man to **hit his opponent below the belt**.

- **Hit the headlines** *Be mentioned prominently in the newspapers*
  The news of the suicide of the actress **hit the headlines** in all the newspapers.

- **Hit the nail on the head** *Guess right; say something or do something exactly right*
  The teenaged daughter **hit the nail on the head** when she said that the family economy could improve if her father stopped smoking incessantly.
- **Hobnob with one** *Have friendly talk with one*
  In his younger days he used to **honob with** famous film stars.
- **Hobson's choice** *No choice because there is only one way*
  When he wasted his wealth gained after the partition of the property, he had only the **Hobson's choice** of seeking pardon from his father.
- **Hoist with one's own petard** *Caught or injured by what one intended as a snare for others*
  He laid a trap to implicate his rival in a case of corruption but found himself **hoisted with his own petard**.
- **Hold one's cards close to one's chest** *Be secretive*
  He sold his house for nearly Rs. 40,000/- but **kept his cards close to his chest** as to how he invested it.
- **Stir up a hornet's nest** or **Bring a hornet's nest round one's ears** *Cause an outburst of angry feeling; Stir up enemies.*
  An unfortunate remark made by a member **stirred up a hornet's nest** in the Club.
- **Hush up** *Prevent a thing from becoming public knowledge*
  It's a common thing in the politics of most countries **to hush up** scandals involving people in high places.
- **Hush money** *Money paid to silence a person; money paid to buy silence*
  Hush money was paid to the murdered woman's husband to suppress the involvement of some powerful people in the crime.
- **Hustle and bustle** *Quick and energetic activity*
  The railway station was the scene of great **hustle and bustle**.
- **Icy welcome** *Welcome or reception without warmth or friendliness*
  He was surprised and even slightly shocked at the **icy welcome** he received in his own sister's house.
- **Idle away** *Spend the time without doing anything*
  We should not **idle away** our time.
- **Ill-fated** *Destined to misfortune*
  He was one of the passengers on the **ill-fated** plane.
- **Ill-gotten gains** *Money or any form of wealth got by evil or unlawful activities*
  When he lost much of his wealth none pitied him because it was mostly **ill-gotten gains**.
- **In a nutshell** *Briefly; in a condensed form*
  The central idea of the speech of the Prime Minister was given **in a nutshell** in the Tamil version.
- **In a quandary** *In a state of doubt or perplexity*
  The job in Delhi offered a handsome salary but his father did not want him to go so far, so he was **in a quandary** as to whether he should forego the offer or oppose his father.
- **In bad faith** *With the intension of deceiving*
  The ungrateful man acted **in bad faith** by his own benefactor.
- **In good faith** *Honestly; sincerely*
  When one acts **in good faith** one will always be respected.
- **In black and white** *In writing*
  All agreements and contracts should be put down **in black and white** even if the partners are good friends.

- **In camera** *In private; in the Judge's chamber*
  The trial of the dangerous political leader was held **in camera** in the interests of security.

- **In cold blood** *Deliberately, without emotion*
  Many world personages have been assassinated **in cold blood.**

- **In course of time** *Finally; ultimately; at length; when time has passed*
  Parents need not be much worried by the weakness of their children. Children may change for the better **in course of time,** with experience.

- **In dead earnest** *Very serious; determined; not joking*
  I am **in dead earnest** when I say that for every run you score above 50, I will pay you Rs. 20/-.

- **In full swing** *With maximum vigour and effort; in active operation*
  The officials assured the Minister that all the arrangements for the function were going on **in full swing.**

- **In high spirits** *State of being happy, cheerful or hopeful*
  The boy was **in high spirits** when he left home to write his examination.

- **In the good (bad) books of** *Have (not have) the favour or the approval of*
  He got himself **into the good books of** his oficer by his hard and sincere work. His habit of coming late to office got him **into the bad books** of his employer.

- **In the course of Nature (or) In the ordinary course of events** *Normally; as part of a normal or ordinary sequence of things*
  In the course of nature (or **ordinary course of events**) his remarks would not have invited adverse comments, but in this crisis, he was much criticised.

- **In the limelight** *Receiving great publicity*
  The young batsman still not out of his teens was **in the limelight** with his brilliant performance.

- **In the melting pot** *Yet to be solved; requiring a solution*
  The Sri Lanka problem and Punjab problem are still **in the melting pot.**

- **In the small hours** *In the early hours of the morning*
  Burglars generally breach into houses **in the small hours.**

- **In the throes of** *In sharp pain*
  Even some middle class people in urban areas are **in the throes** of the struggle against poverty.

- **In the twinkling of an eye** *In an instant; within a few moments*
  He boasted that he could finish any worth **in a (the) twinkling of an eye.**

- **Ins and outs** *Full details; all about a thing*
  He knows the **ins and outs** of the stock market and so is able to make steady money.

- **Jack in office** *A fussy official; Self-important official who fusses about small defects.*
  They obeyed the manager's orders but did not respect him because he was a **jack in office.**

- **Jack of all trades** *One who turns one's hand at anything; one who tries to follow many occupations*
  He did not succeed in life in spite of his cleverness only because he was a **jack of all trades.**

- **Jailbird** *A habitual criminal who had often gone to prison*
  He had no chance to reform because he was a known **jailbird.**

- **Jaws of death** *Great danger*
  It was fortunate that he got out of **the jaws of death** after a severe attack of typhoid.

- **Jog one's memory** *To make one remember or recall*
  He tried hard to **jog his memory** when he looked at the problem in the question paper.
- **Jump the gun** *Start too soon (at a race)*
  Because he **jumped the gun** too often he was disqualified from the 100m race.
- **Kangaroo court** *Court set up by workers, prisoners etc. to try blacklegs among them.*
  Kangaroo courts do not have legal sanction.
- **Keep a stiff upper lip** *Show no emotion, sign of fear, anxiety etc.*
  He had such a self-control that he **kept a stiff upper lip** even as he stood near his father's corpse.
- **Keep an open house** *Be ready to entertain guests, welcome others kindly*
  The good man of the village **kept an open house** though he was not rich.
- **Keep at arm's length** *Not have contact / intimacy with*
  Always **keep at arm's length** undesirable people.
- **Keep body and soul together** *Remain alive*
  Many in our country can hardly **keep body and soul together**.
- **Keep one at a distance** *Refuse to or not to let one to become too familiar or friendly*
  He wished to **keep** his poor relatives **at a distance,** though he helped them occasionally.
- **Keep one's cards close to one's chest** *Be secretive*
  She had the habit of **keeping her cards close to her chest** and let others know them only at the last moment.
- **Keep one's fingers crossed** *Hope for the best; hope that nothing will upset one's plans*
  He **kept his fingers crossed** as he waited for the result of his examination.
- **Keep one's head above water** *Out of debt*
  One has to be economical and wise to **keep one's head** out of water.
- **Keep one's temper** *Keep one's mind in calm and pleasant position; not very angry or impatient*
  It is not always easy for an ordinary individual **to keep his temper** when provoked.
- **Keynote of** *Prevailing tone or idea*
  The **keynote** of the Prime Minister's address was the need to reduce Governmental expenditure.
- **Kick the bucket** *Pass away*
  He **kicked the bucket** at the age of eighty.
- **Kick one's heels** *Be idle*
  He had **to kick his heels** for nearly an hour when he went to that firm for an interview.
- **Kill two birds with one stone** *Gain two ends (objects) in one attempt*
  He married a beautiful girl who was also the only daughter of a very wealthy man. So he was able **to kill two birds with one stone**.
- **Kiss the Book** *On taking an oath, kiss the Bible*
  He seemed to be an athiest for he refused **to kiss the Book** on being called to the witness box.
- **Kick the dust (ground)** *(a) Give abject submission to a victor (b) Be killed*
  (a) Many Hindu rulers **kicked the dust** because they were troubled by internal rivalry.
  (b) After a valiant fight, Abhimanyu had to **kiss the dust (ground)**.

- **Knock the bottom out of an argument** *Make the argument worthless*
  The opposition leader's speech **knocked the bottom out of the arguments** of the Minister.
- **(not) Know one from Adam** *No idea who he is*
  A man greeted me and enquired about me. He seemed to know much about me, but I do **not know him from Adam**.
- **Knuckle under** *Submit; yield*
  Unable to bear the torture, he **knuckled under** to the demands of the kidnappers.
- **Labour a point** *Treat at great length*
  The subject is very simple and it is not necessary **to labour the point**.
- **Labour of love** *Hard work done for love of one and not for money or oneself*
  The rich lawyer with a rich practice performed a **labour of love** when he defended some very poor, helpless people accused of serious crimes.
- **Lag behind** *Not keep up with; go too slow*
  Because of an injured ankle he could not walk fast and lagged behind.
- **Lame duck** *Disabled person, ship, business or commercial organisation*
  The Managing Director announced that he was quitting because he did not want to be an executive in a **lame duck**. He is a **lame duck** and you need not be afraid of him.
- **Lame excuse** *Unconvincing or unsatisfactory reason, excuse or argument*
  The Manager was not ready to accept his **lame excuse** for his absence.
- **Last laugh** *Final word or verdict*
  The batsman hit three successive sixers off the spinner, but the latter had **the last laugh** bowling him with the fourth ball.
- **Last legs (be on one's)** *Near one's death or end*
  Till he was on his **last legs** he continued to serve the poor in his neighbourhood.
- **Lay down one's life** *Sacrifice one's life*
  Many great men **laid down their lives** for the freedom of their country.
- **Lay down Office** *Resign a position of authority*
  The Chief Minister **laid down his office** owning responsibility for the defeat in the election.
- **Lay one to rest** *Bury one*
  He was **laid to rest** in the village churchyard.
- **Lay siege to** *Surround and blockade*
  Aurangazeb **laid siege to** the fort occupied by the army of Sivaji.
- **Lead a woman to the altar** *Marry*
  With much difficulty John successfully got the consent of Mary's father and **led her to the altar**.
- **Lead one a dog's life** *Make one's life wretched*
  The man **led his wife a dog's life** through his drunken habits.
- **Lead one up the garden path** *Mislead one*
  He **led his** rival **up the garden path,** pretending to help him.
- **Leaps and bounds** *Very rapidly*
  In spite of the great setback in the War, Japan has developed her economy and technology **by leaps and bounds**.
- **Leap in the dark** *A wild guess; an attempt to do a thing the result of which cannot be foreseen*
  (i) He had a lot of money but did not know how to invest it. So he took a **leap in the dark** and opened a textile shop and it succeeded.
  (ii) His answer was right but it was the result of a **leap in the dark**.

- **Leave no stone unturned** *Try every possible means (to do something)*
  They **left no stone unturned** to find their missing son.
- **Leave one in the cold** *Ignore; neglect*
  He was **left in the cold** by his ungrateful sons.
- **Left-handed compliment** *One that is ambiguous; an insincere compliment*
  Though he did an excellent job, he was paid only a **left-handed compliment**.
- **Let the cat out of the bag** *Let out a secret*
  His seven-year-old sister **let the cat out of the bag** when she told her father innocently that his progress report had been received. He had tried to keep it secret.
- **Let the grass grow under one's feet** *Waste time in doing something*
  When he was asked to write a novel, he started to do it at once for he was one who would **not let the grass grow under his feet**.
- **Lick one's boots** *Cringe before one; be servile*
  He got all his promotions by agreeing to **lick his boss's boots**.
  The Minister lost his place because he refused to **lick the boots** of his political boss.
- **Lick the dust** *Fail to the ground wounded or killed*
  The proud challenger had **to lick the dust** when his challenge was accepted by a young newcomer.
- **Lie heavy on something** *Cause discomfort, trouble etc*
  The food he took this morning **lies heavy on** his stomach. The mischievous prank he played against his teacher **lay on his conscience** so much that he apologised to him.
- **Lie in the bed one has made** *Take the consequences of one's acts; suffer for one's misdeeds*
  When you do wrong it is not enough if you express regret, you have to **lie in the bed you have made**.
- **Lie with somebody** *Be somebody's duty or responsibility*
  Both the Central Government and the Akali Dal say that the solution to the Punjab problem **lies with the other**.
- **Light of one's countenance** *Favour; approval·*
  Some people rise to high positions by **the light of countenance** of men in power and authority.
- **Lightning strike** *Sudden stoppage of work without previous warning*
  The **lightning strike** by the transport workers caused much inconvenience to the public. ·
- **Like a bat out of hell** *Very quickly*
  As soon as he saw the Principal, the students ran into their rooms **like a bat out of hell**.
- **Like a red rag to a bull** *Something that rouses the anger or passions of a person*
  His antipathy to flattery was **like a red rag to a bull**.
- **Like hot cakes** *Very fast*
  Books by this publisher sell **like hot cakes**.
- **Lion-hearted** *Brave; courageous*
  Even a **lion-hearted man** would be dismayed if he has to witness such an incident.
- **Lion's share** *A larger share; major share*
  A lion's share in a business transaction sometimes goes to the middle men.
- **Live on (by) one's wits** *Earn by ingenious or irregular methods, not always honest*
  People who **live on (by) their wits** are generally found to be happy only for a short time.

- **Live wire** *Lively and energetic person*
  Everyone admitted that the youngest of the brothers was the **live wire** in the family.
- **Lock, stock and barrel** *Completely; the whole of the thing*
  The batsman was surprised by the spin and was bowled **lock, stock and barrel.**
  The ancestral house was auctioned **lock, stock and barrel** with all the antique furniture.
- **Lock the stable after the horse has bolted (has been stolen)** *Take precautions when it is too late*
  Putting up iron grills and doors after a dacoity is to **lock the stables after the horse has been stolen.**
- **Look a gift horse in the mouth** *Accept something ungratefully especially examining it for any possible faults*
  By nature he was one who always **looked a gift horse in the mouth.**
- **Look for a needle in the haystack** *Do something that promises no easy result*
  Trying to fnd the work of a minor poet in big anthologies is **looking for a needle in a haystack.**
- **Loose tongue (Have a loose tongue)** *Habit of talking too freely*
  Having a **loose tongue** will get one into trouble more often than not.
- **Lose one's temper** *Become angry*
  The lecturer's outburst surprised everyone for he seldom **lost his temper.**
- **(No) Love lost between** *(Not) on friendly terms*
  Thought they were brothers there was **no love lost between** them.
- **Maiden name** *Family name before marriage*
  Her **maiden name** was Rajani Rao.
- **Maiden speech** *First speech in Parliament or Assembly*
  The **maiden speech** of the youngest M.P. was much applauded by everyone.
- **Make a beeline for** *Go towards a place by a short way*
  Some students **make a beeline for** the last bench as soon as they enter the classroom.
- **Make a cat's paw of** *Make one a tool of another*
  The leading figure in the city got his position by **making a cat's paw of** those who came to him for help.
- **Make a clean sweep of** *get rid of (completely) what is unwanted*
  He **made a clean sweep of** the old furniture when he moved into a new house.
  He **made a clean sweep of** the events in the tournament (won completely).
- **Make inroads upon** *Anything that encroaches*
  Sometimes, T.V. Programmes **make inroads upon** one's leisure.
- **Make a mess of** *Put into disorder or confusion*
  George's mother would not permit him to clean the house on Sundays, for he always **makes a mess of** things.
- **Make a mockery of** *Appear ridiculous; reduced to a state of almost contempt*
  After scoring six goals before half time, they **made a mockery of** the opposing defence by passing the ball from one to another without attempting to score.
- **Make amends for** *Give compensation; compensate*
  The slip fielder missed a simple catch, but soon **made amends for** it by taking a brilliant, almost impossible catch.
  He **made amends for** the injury he had done to his servant by leaving to him a big share of his property.
- **Make both ends meet** *Live within means; adjust between income and expenditure*
  In modern times even many middle class people find it difficult **to make both ends met.**

- **Make bricks without straw** *Attempt a difficult and fruitless task*
  After suffering a heavy loss he realised continuing his business further was equal to **making bricks without straw**.
- **Make hay while the sun shines** *A proverb meaning "Making the best use of an opportunity got"*
  One who is able to **make hay while the sun shines** is a wise person.
- **Make much ado about (something)** *Make much fuss about*
  When the child fell down and cried out in fear, its mother **made much ado** and brought in many of the neighbours.
- **Make no bones about** *Not hesitating to do something; do something without scruples*
  The Chief Minister **made no bones about** dismissing the dissenting Minister.
- **Make no odds** *Will not make any difference*
  It **made no odds** that he made a century; because others failed.
- **Make one's blood boil** or **Make one's hackles rise** *Make one furious; make one very angry*
  When we read in the newspapers that innocent women and children are shot in cold blood, it **makes our blood boil** (or) **makes our hackles rise**.
- **Make rapid strides** *Progress or succeed; very quickly; develop to a great extent*
  Japan has **made rapid strides** in almost every walk of life, since the War.
- **Makeshift** *Something used for a time until something better is obtained or is obtainable*
  Don't be disappointed or disarranged by the look of this place. It is only a **makeshift**.
- **Make up one's mind** *Decide; determine*
  Before commencing anything, we must **make up our mind** about the way to approach the work.
- **Man in the street** *Common man; man looked upon as representing the interests of the common people*
  The man in the street of modern times knows more about politics than the person a decade ago.
- **Man of iron** *A hard, unyielding and (often) merciless (type of) man; a man of strong will and determination*
  A man of iron generally turns out to be a dictator.
- **Man of letters** *Writer and scholar*
  He had the makings of **a man of letters** but could not shine for lack of encouragement.
- **Master stroke** *brilliant action or move*
  The new technique in the stage arrangement was a master stroke.
- **Matter of fact** *A reality, though one may not know it or may be surprised.*
  It was a **matter of fact** that, he won a crore in the lottery, though he did not wish to reveal it.
- **Melting pot** *Undergo a revolution*
  Even in such a civilised world as ours, some nations are in the **melting pot**.
- **Mend one's ways** *Improve one's manners, behaviour etc.*
  Note : *"It is never too late to mend"* – *A proverb implying that one's behaviour or defect can be mended at any time, has the same meaning.*
  There is always time **to mend one's ways**.
- **Midsummer madness** *The height of madness*
  Don't take him seriously. It is a case of **midsummer madness** with him.

- **Mind one's P's and Q's** *Be careful about what one says or writes*
  While we talk or write we should always **mind our P's and Q's,** for there are ever people to find fault.

- **Miss the bus** *Lose an opportunity; not take advantage of a situation*
  His professor recommended his name for an appointment as lecturer, but he **missed the bus** when he went to the college a day late.

- **Mockery of** *Bad or contemptible example of*
  His appointment was the result of a **mockery of** an interview. Many trials are said to be **mockery of** justice.

- **Month of Sundays** *A very long time*
  How is it I have not seen you for a **month of Sundays?**

- **Moral courage** *Strength to face danger, contempt, ridicule etc. rather than do wrong*
  It was the **moral courage** of Gandhiji that won for India her freedom from British rule.

- **Mortify the flesh** *Discipline bodily passions; overcome bodily desires;* Very few people have the strong will to **mortify the flesh.**

- **Muddle through** *Complete an undertaking in spite of difficulties and obstacles of one's own making*
  The firm **muddled through** the whole of last year and now is able to be stable.

- **Naked truth** *Not disguised, softened, or ornamented*
  He appeared to be in deep thought when he looked at the question paper, but the **naked truth** was that he did not know the answer to any question.

- **Neck and neck** *Side by side; with no advantage over the other*
  The two horses (runners) were **neck and neck** till a few feet of the winning post.

- **Neck and crop** *Completely; with no way to defend*
  The batsman missed the spin and was bowled **neck and crop.**

- **News-mongers** *People who gossip*
  People may listen to **news-mongers** but will not respect them.

- **Nick of time** *(In the nick of time) only just in time; at the critical or opportune time*

- **Nine days' wonder** *Something that attracts attention for a few days and is then forgotten*
  Even the assassination of a world leader often turns out to be only a nine days, wonder.

- **Nineteen to the dozen** *(Talk) continually*
  The child attracted all because she talked **nineteen to the dozen.**

- **Nine times out of ten OR Ninety-nine times out of a hundred** *Very often; almost often*
  Nine times out of ten his actions would be clumsy.
  Ninety-nine times out of a hundred they would be away from home and may not be contacted.

- **Nip in the bud** *Stop development (of bad habits) even in the earlier stages*
  Defects of character must be **nipped in the bud.**

- **Nodding acquaintance** *A little or some knowledge or information about one, from experience*
  I have only a **nodding acquaintance** with the people next door.
  His stay for a year in Germany gave him a **nodding acquaintance** with the language of that country.

- **No love lost between** *Not on friendly terms*
  Though they were brothers there was **no love lost between** them.

- **Now and then** or **Now and again** *Occasionally; from time to time*
  After the advent of the T.V., we go to the films **now and then** (or **now and again**).
- **Null and void** *Invalid*
  The judgement of the lower court was declared **null and void** by the High Court.
- **(Be) Nuts about** *Be in love with; infatuated with*
  He was **nuts about** the pretty young woman but she jilted him.
- **Odds and ends** *Sundry things; small things*
  In addition to big articles, **odds and ends** were also disposed of in the auction.
- **Oily tongue** *Fawning; too smooth of speech*
  People who have an **oily tongue** make good sales representatives.
- **On a shoestring budget** *With the barest means*
  She wished to buy a T.V. set, a VCR and such goods, though the family had to be run **on a shoestring budget**.
- **On and on** *Continuously; without break*
  He batted **on and on** for five hours but scored only fifty runs.
  The storm blew **on and on** and caused much havoc.
- **On one's last legs** *Nearing death; when one is very old*
  He determined to go on working till he was **on his last legs**.
- **On no account** or **Not on any account** *In no case; not for any reason*
  We have many important items on the agenda; so **on no account** should you be absent for today's meeting.
- **On second thoughts** *Opinion or resolution reached after reconsideration*
  On second thoughts they decided to go to Delhi and not to Bombay.
  It was decided **on second thoughts** to sell the house instead of mortgaging it.
- **On tenterhooks** *In a state of anxious suspense; in agony*
  At the closing stage of the match the spectators were **on tenterhooks** because in the last over the fielding side had to take one wicket and the batting side had to score four runs, to win.
- **On the horns of a dilemma** *In a fix; uncertain as to choose one way or the other; choice between two difficult things*
  They were **on the horns of a dilemma** when they had to decide whether to allow him to go to the States for study or to stay behind to look after old and sick parents.
- **Once and for all** *Now and for the last (or only) time*
  He determined to stop drinking **once and for all** and later acted up to his determination.
- **Once bitten twice shy** *Cheated once, one is likely to be more careful*
  No one was surprised that he never more caused a nervous breakdown in his wife, because it was a case of **once bitten, twice shy** with him.
- **Once in a blue moon** *Very rarely*
  He came to the college in a suit **once in a blue moon**.
- **One after the other** or **One after another** *In succession; not together*
  The passengers were requested to enter **one after the other (another)**.
- **Open cheque** *An uncrossed cheque which can be encashed at a bank counter*
  When giving or getting **an open cheque** one must be careful, for any one can easily cash it.

- **Open-hearted** *Sincere*
  He was **open-hearted,** but often this made others misunderstand his words and actions.

- **Open mind** *Readiness to consider something*
  When two parties begin a negotiation with an **open mind,** solution to a problem will be easier to achieve.

- **Open-mouthed** *(a) Showing greed (for food, drink etc) (b) Showing surprise or stupidity*
  (a) He approached the dining table with **open-mouthed** expectations.
  (b) The rustic coming to the city for the first time looked **open-mouthed** at the illuminations and decorations.

- **Open question** *With no decisions or answer*
  It was still an **open question** whether the employee or the management had erred.

- **Open secret** *Something known to all; something supposed to be a secret but which is known to all*
  It was **an open secret** who would be chosen for captaincy.

- **Opt out of** *Choose to take no part in, not participate in*
  He **opted out** of the captaincy in view of the adverse criticism he had to suffer from.

- **Order of the day** *(a) Things to be done (b) Common affair*
  The Manager gave details to his men about the **order of the day**.
  Strikes are the **order of the day** in modern industrial nations.

- **Oscillate between** *change or waver between extremes of opinions*
  For a long time he **oscillated between** going to the States for further studies or settle down here with a good job.

- **Out of the frying pan into the fire** *From bad to worse*
  Instead of being punished severely for his misbehaviour he was only sent out of the class but when he was coming out he was caught by the principal. He felt that he had jumped **out of the frying pan into the fire**.

- **Out of the pocket** *Suffer a loss*
  He is **out of the pocket** by Rs. 20,000/- in this transaction.

- **Out of the question** *Impossible*
  He told his father frankly that it was **out of the question** to obey him in the matter of demanding a dowry of Rs. 75,000/-.

- **Overreach oneself** *Fail in one's object, damage one's own interests, by being over-ambitious*
  In attempting to get quick profits, the business man **overreached himself** through unwise planning and lost heavily.

- **Pack one off** or **Send one packing** *Send one away unceremoniously*
  The tour committee **packed one player off** home because of his misbehaviour.

- **Pain in the neck** *(An idiom not used in normal writing) Irritating person*
  Trouble in life soured his nature to an extent that he became **a pain in the neck** in every group.

- **Palmy days** *Periods of prosperity*
  The **palmy days** that one expected to enjoy on attaining Independence still continue to be (hopeful) dreams.

- **Paper over the cracks** *Cover up, conceal faults etc.*
  The man **papered over the cracks** in the building before he announced that it was for sale.

- **Paper the house** *Issue free tickets for a theatre*
  When the manager found that the film would not have a successful run, he began to **paper the house** to give an impression of success.
- **On a par with** *Equal with*
  In spite of the availability of better training facilities, modern teams (in India) are **not on a par with** the teams of the past.
- **Par value** *Nominal or face value of a share*
  The **par value** of the shares he purchased has remained the same over the past five years.
- **Part company with** *(a) Leave and go in a different direction (b) End relationship (c) Disagree*
  (a) The two passengers travelled two hundred miles together and then at an intermediate junction **parted company with each other**.
  (b) When differences arose at the time of the division of property, they **parted company with each other**.
  (c) On the question of sharing of seats, the two leaders **parted company with each other**.
- **Pass away** *Die*
  He **passed away** at the ripe age of eighty, surrounded by his sons, daughters, grandchildren and great grandchildren.
- **Pay lip service** *Make promises or express regrets etc. which are not sincerely felt*
  Paying lip service to others is a common feature in the political field.
- **Pay off old scores** *Get even with one for past offences; have one's revenge*
  He kept on saying that he had **to pay off old scores** to the police department.
- **Pay one back in his own coin** *Have one's revenge*
  People who are the victims of others who are rich or powerful may not fight back at once, but want to **pay them back in their own coin** at an appropriate moment.
- **Pell-mell** *In a confused state or condition*
  When he got the telegram he left everything **pell-mell** and started off to see his mother.
- **Penny wise and pound foolish** *Careful in small matters and not careful (wasteful) in large matters*
  Much of his trouble was the result of his being **penny wise and pound foolish**.
- **Pick a quarrel** *Start a quarrel with one intentionally*
  The bully was itching to **pick a quarrel** with someone, but was disappointed and even irritated that everyone avoided him.
- **Pick holes in an argument** *Find weak points in an argument*
  Though he argued eloquently, the opposition was able to **pick holes in his argument**.
- **Pick one's pocket** *Steal something from one's pocket*
  In big towns and cities many gangs are ever present in crowded buses **to pick the pockets** of unwary passengers.
- **Pigheaded** *Stubborn*
  He was so **pigheaded** that even his parents realised the hopelessness of advising him.
- **Pig it or Pig together** *Live together in dirty conditions*
  It is a sorry sight to witness some people in certain slums **pigging it (pig together)**.
- **Pigs might fly** *Anything may happen*
  Many of us are so confident about the future that we do not realise that **pigs might fly** and shatter our dreams.

- **Pins and needles** *(Be in) an excited state*
  He was on **pins and needles** as he awaited the result of the interview.

- **Pin-drop silence** *Absolute silence*
  There was **pin-drop silence** in the packed stadium as the spectators saw all the best batsmen go back to the pavilion one by one.

- **Pink of health** *Very healthy*
  By regular exercises he kept himself in the **pink of health**.

- **Play ducks and drakes with** *Squander; waste*
  He **played ducks and drakes** with the large sum of money he inherited.
  Some people **play ducks and drakes** not only with money but also with their time.

- **Play second fiddle** *Play a less important part than another*
  Some of the veterans are forced by circumstances to **play second fiddle** to the younger generation, especially in politics.

- **Play the fool** *Act foolishly*
  He used to **play the fool** on the stage, but was deemed intelligent in life.

- **Plough a lonely furrow** *Work without help or support*
  He **ploughed a lonely furrow** and still was able to compete with many others who worked together and were more powerful.

- **Plough the sand** *Do useless work*
  When he spent most of the time painting pictures and desired to take to art, his father angrily said that he was a wastrel who **ploughed the sand**.

- **Poke one's nose into** *Interfere with*
  If one **pokes one's nose into** the affairs of others one would get into trouble.

- **Poison one's mind** *Injure morally*
  The greedy uncle **poisoned the youngman's mind** against his stepmother who had all along been kind to him.

- **Ponder over** *Think deeply about; consider*
  He **pondered over** the merits and demerits of taking up that particular job before accepting it.

- **Pool together** *Collect together*
  In a joint family the earnings of all the members are **pooled together** and placed in the hands of the head of the family.

- **Pot calling the kettle black** *The accuser having the same fault as the accused*
  When the two partners in crime quarrelled with each other, it became a case of the **pot calling the kettle black** and both were caught in the police net.

- **Pound away at** *Strike heavily and repeatedly*
  He **pounded away at** the typewriter to finish the thesis in time. The boxer **pounded away at** his helpless opponent.

- **Pound of flesh** *Repayment of what was borrowed*
  The money lender insisted on having his **pound of flesh** and did not care how the other suffered.

- **Pour cold water upon** *Discourage a person; reduce his real enthusiasm*
  He tried writing short stories and also succeeded to a certain extent, but his father **poured cold water upon** him and asked him to concentrate upon his studies.

- **Pour oil on troubled waters** *Try to calm a disturbance or quarrel with soothing words*
  When a communal clash resulted in the death of hundreds of people in the village, the leaders of all parties rushed to the spot to **pour oil on troubled waters**.

- **Practise what one prescribes** *Make a habit of doing what one advises others to do*
  In life there is always a big difference between **what one prescribes and what one practises.**

- **Presence of mind** *Ability to act or decide quickly when this is needed*
  He displayed great **presence of mind** in rushing on to the street and pulling away the child from oncoming lorry.

- **Press into service** *Make use of because of urgent need*
  Even lorries and private buses were **pressed into service** to keep the transport running when the Government Transport workers went on strike.

- **Pretty kettle of fish** *State of confusion*
  He found himself in a **pretty kettle of fish** when he was caught in the traffic jam and could not come home in time.

- **Printer's devils** *Errors in printing: mistakes found in the printed page*
  Sometimes, **printer's devils** became the cause of much amusement to readers [Example: "I **smuggled** throughout my life" FOR "I **struggled**.....")].

- **Proclivity towards something (to do something)** *Tendency or inclination to do something*
  She has developed a **proclivity towards** pursuing higher studies and so does not think of marriage.

- **Prod at** *Urge*
  The Senior students were **prodding at** the Juniors to perform all kinds of funny or awkward actions.

- **Proof of the pudding is in the eating** *The real test is practical, not theoretical*
  When he asked the technician whether the T.V. would work well, now that he had repaired it, the latter said that the **proof of the pudding is in the eating.**

- **Pros and cons** *The arguments for and against; the advantages and disadvantages; the merits and demerits.*
  Before beginning any work, we must analyse the **pros and cons** of the action.

- **Pull no punches** *Show no kindness; say things bluntly*
  When he finds any defects in others, he **pulls no punches** and this makes him unpopular.

- **Pull one's leg** *Make fun of one, while appearing to praise*
  They told him that his teachers did not really understand his worth. He did not realise that they were **pulling his leg.**

- **Pull the wool over one's eyes** *Deceive or trick a person*
  In almost every place today there are people waiting for opportunities **to pull the wool over others' eyes.**

- **Pull the wires** *Use secret or indirect influence to gain one's ends*
  If you want a seat in the Medical College or Engineering College, meet the man living in the opposite house. He can **pull the wires** and get you what you want.

- **Put a gag in one's mouth** *Deprive one of free speech; prevent one from speaking frankly*
  The promise he made to his mother **put a gag in his mouth** when his lady-love asked him to explain in a particular manner.

- **Put a spoke in one's wheel** *Hinder one; prevent one from carrying out one's plan*
  The attempt of the dissatisfied workers to **put a spoke in the wheel** of the firm's progress did not succeed.

- **Put an end to one's life** *Commit suicide*
  Frustration often makes a person **put an end to his life.**

ut down *Suppress; control*

The disturbance was **put down** by the police.

- **Put heads together** *Discuss; consult*

  The members of the Committee **put their heads together** and drew up a sound scheme to improve the water supply.

- **Put off** *Postpone*

  The meeting was **put off** to a later date.

- **Put on** *a) Wear b) Make something burn*

  a) He **put on** his new shirt.

  b) **Put on** the lights.

- **Put out** *Extinguish*

  The firemen fought for two hours to **put out** the fire.

- **Put across** *Communicate something to one successfully*

  The Government of India has been trying to **put across** the messages to the LTTE.

- **Put up a good show** *Perform well*

  The children of the School **put up a good show** on the occasion of the School Anniversay.

- **Put up a poor show** *Perform badly*

  In recent times, it has almost become a routine for Indian teams in all faculties **to put up a bad show**.

- **Quail (at) before** *Feel or show fear*

  The students **quailed at** the very thought of having to go **before** the Principal.

  Even a good student **quailed before** the Principal.

- **Queer fish** *Strange person*

  Because of his eccentric behaviour and strange actions he got the reputation of being a **queer fish.**

- **Queer one's pitch** *Ruin one's prospects of getting success; upset one's plans*

  He had plans for building a house of his own and had saved for it, but the unexpected illness of his wife **queered the pitch.**

- **Quest for** *Go about in search of*

  Many are **in quest for** money and wealth.

- **Rain or shine** *(a) Whether the weather is wet or shiny (literal) (b) Joys or sorrows; happiness or unhappiness (Fig)*

  (a) Whether **rain or shine** they never miss their evening walk.

  (b) He was never excited, whether it was **rain or shine**.

- **Raise one's voice** *Speak in a higher tone or speak more loudly; protest*

  The villagers who had been patient for a long time **raised their voice** against the tyranny of the landlord.

- **Rake in** *Earn much money*

  He had the proverbial beginner's luck because he **raked in** several thousands when he went to the races to see the fun but was forced to buy a ticket.

- **Rank and file** *Men of the lower ranks in the army*

  (i) The officers and the **rank and file** lived in harmony, not minding the difference in their status.

  (ii) The leader of the party had the support and loyalty of the **rank and file** but some of the top men stood aloof.

- **Read between the lines** *Look for or discover meanings that are not actually expressed*

  When others did not see anything out of the ordinary in the letter, he was able to **read between the lines** and explain things to them.

- **Read for** *Study for; prepare for*
  He is **reading for** M.B.A.
- **Read the writing on the wall** *See the ominous warning in time*
  Even half way through the match everyone was able **to read the writing on the wall,** that the team would lose.
- **Red carpet welcome/reception** *Give a hearty or rousing welcome or reception*
  Victorious teams returning home or important visitors are usually given a **red carpet welcome**.
- **(Draw a) Red herring** *Introduce irrelevant matter to distract attention from the subject being discussed or under investigation*
  There were a number of clear fingerprints and marks that could identify a certain person, but the police investigating the murder suspect that they were there to **draw a red herring**.
- **Red-letter day** *Important day; memorable day, because of some joyful occurrence*
  15th August is a **red-letter day** in the history of our country.
- **Red tape** *Excessive use of formalities in public business; too much attention to rules and regulations; avoidable delay in official matters*
  One of the most inconvenient things in public life is **red tape**.
  Because of **red tape** many pensioners are not able to get their pensions sanctioned in time.
- **Retrograde step or policy** *Likely to cause worse conditions; deteriorating*
  The Managing Director liked the new, young office manager because the latter was not afraid to tell him that a particular policy envisaged was a **retrograde one**.
- **Ride roughshod over** *Treat one harshly or contempuously*
  His father's money-power made the boy **ride roughshod over** others in the school.
- **Rise from the ranks** *Rise from a lower position to a higher one*
  He **rose from the rank** of a Revenue Inspector to the rank of Collector.
- **Rise to the occasion** *Show that one is equal to what needs to be done; have the ability to act properly when a situation arises*
  In the earlier part of the tour he did not score well, but he **rose to the occasion** in the Tests with a century and near-centuries.
- **Rob Paul to pay Peter** *Take from one to give to another*
  Robin Hood is a legendary figure who **robbed Paul to pay Peter**.
- **Rock the boat** *Do something that upsets the smooth progress of an undertaking*
  Sri Lanka **rocked the boat** of India after the latter's series of successes after the Prudential Cup.
- **Rolling stone** *One who constantly changes one's occupation*
  Since he was a **rolling stone** he could not get a steady income.
- **Root cause** *The fundamental cause*
  According to the Buddha the **root cause** of all human misery is Desire.
- **Round the clock** *Throughout day and night, kept up continuously all the 24 hours*
  They worked **round the clock** to give the finishing touches to the stadium before the test match.
- **Rub shoulders with** *Meet and mix with people; have interaction with*
  In a rigid caste system, the members of one caste are not allowed to **rub shoulders with** others in another caste.
- **Run risks** or **Run the risk of** *Put oneself in a position where there is a risk or danger*
  If one is not prepared **to run risks,** one cannot hope to succeed in business.
  He was ready to **run the risk of** losing even his life to save the people affected by the flood.

- P.. ¬ckcloth and ashes *(a) Regret for wrong-doing; (b) Mourning*
  (a) If you think that I will put on **sackcloth and ashes** for my actions, you are thoroughly mistaken.
  (b) His love for his wife was such that he was in **sackcloth and ashes** for nearly two years and never took part in any festivity.

- **Saddle someone with** *Put a heavy responsibility upon*
  If workers are **saddled with** too many responsibilities in their participation in the administration, it may affect their efficiency and normal duties.

- **Sail close to (near) the wind** *Nearly, but not quite, break a law or offend against a moral principle*
  He was involved in dubious activities but was very careful to see that he **sailed close to the wind**.
  Though not very wayward, he **sailed close to the wind.**

- **Sail in the same boat** *Be together in a similar position (of difficulty, danger etc.)*
  He went to his friend to get a loan but he too was **sailing in the same boat** — short of money.

- **Sail under false colours** *Be a hypocrite or impostor*
  The man was having a large practice, patients crowding to his clinic. But it was discovered late that he was **sailing under false colours.** He had no medical degree.

- **Salad days** *Period of inexperienced youth*
  One's actions in one's **salad days** cannot be easily understood by others.

- **Salt of the earth** *Finest citizens; people with very high qualities*
  People who have mercy in their hearts can be considered the **salt of the earth** more than patriots can be.

- **Save one's bacon** *(colloq) Escape death, injury*
  He had great difficulty to **save his bacon** when he was blackmailed and was at the point of being kidnapped.

- **Save one's skin** *Avoid the risk of loss, usually by cowardice*
  Temporarily he was able to **save his skin** by borrowing from a friend, though he knew he would not be able to repay.

- **Savour of** *Suggest the presence of*
  Such an attitude and such actions from you **savour of** arrogance and impudence.

- **Scapegoat** *A person blamed or punished for mistake(s) or wrongdoing of others*
  The Master smuggler was always able to escape the police net because he had many people to be used as **scapegoats**.

- **School of thought** *People professing or adopting similar principles or of one way of thinking*
  He belonged to the **school of thought** which does not believe in the existence of God.

- **Scratch my back, I will scratch yours** *(If you) help me, I shall help you in return*
  When he approached his friend for monetary help, the latter said that it should be a case of **scratch my back, I'll scratch yours** meaning that he expected a favour in return for his help.

- **Scratch one's head** *Show signs of being perplexed*
  When the officer showed the clerk the draft of the letter before him and asked him what was the meaning, the latter just **scratched his head** and did not reply.

- **Scratch the surface** *Deal with a subject without being thorough, without getting deep into it*
  He had a doctorate degree but he did not turn out to be a good lecturer because he only **scratched the surface** while he taught the students.

- **(Between) Scylle and Charibdys** *Between two dangers*
  He got involved with the smugglers and when he realised his position he was terrified. He was between **Scylla and Charibdys** put to death by smugglers or arrested and imprisoned by the authorities.

- **Seamy side of life** *The less attractive aspects of life*
  If the Government and political parties pay more attention to the **seamy side of life** like poverty, crime etc., instead of political squabbles and fights for power, life would be more worth living.

- **See everything through rose-coloured spectacles** *Take a cheerful, optimistic view of things*
  One who **sees life through rose-coloured spectacles** will make oneself and others happy.

- **See the back of one** *See one for the last time; get rid of one*
  The whole family was happy to **see the back of** the guest who overstayed.

- **Send one packing about his business** *Send away one unceremoniously; send one away not wishing to have anything to do with one*
  The undesirable elements among the striking labourers were **sent packing about their business**.

- **Sense of humour, beauty etc.,** *Appreciation or understanding the value of*
  One who has a **sense of humour** (or beauty) can give happiness to himself and to others.

- **Serve two masters** *Be divided in one's loyalties or between two opposite principles*
  One cannot **serve two masters**. If one does, it may cause misery to many.

- **Serve one's needs (or purposes)** *Meet one's requirements*
  This piece of land will **serve our needs** to house both the factory and office.

- **Servile to public opinion** *Giving excessive attention to public opinion*
  Our Government cannot be accused of being **servile to public opinion**.

- **Set a price on one's head** *Offer a specific reward to anyone who kills a person noted*
  The Government **set a price** of Rs. 50,000/- **on the head** of the extremist.

- **Set a thief to catch a thief (A proverb)** *Get a thief to catch another (as he would be the most likely to succeed)*
  When a noted criminal escaped from prison, the police tried in vain to **set a thief to catch the thief**.

- **Set an example (a good example)** *Offer a (good) standard for others to follow; act in a way to be a model to others*
  Elders, especially elder statesmen, should **set a (good) example** to the younger generation, to forget parochial considerations.

- **Set one's house in order** *Order one's own affairs, one's own life (before criticising others)*
  He suffered because he condemned others before setting **his own house in order**.

- **Set (put) one's shoulders to the wheel** *Work energetically at a task*
  The boy **set his shoulder to the wheel** and assisted his father to expand his industry.

- **Set people at loggerheads (at variance)** *Cause people to argue and dispute; cause differences*
  Some men **set people at loggerheads** (at variance) with one another.

- **Set the Thames on fire** *Do something remarkable*
  Everyone knows he can **set the Thames on fire.**

- **Seventh heaven** *Extreme happiness*
  He was in the **seventh heaven** of bliss when he heard that he had become a father.
- **Shed light on** *Make clear to the mind*
  When I read the poem a second time it **shed more light** than in the first reading.
- **Sheet-anchor** *Something or someone on whom a person depends for security, as a rescue when others have failed*
  In the West Indies, Manjrekar played the **sheet-anchor** role in most of the matches.
- **Shepherd's plaid** *Small black and white check pattern in cloth*
  The **shepherd's plaid** in garments has been the fashion in recent times.
- **Shoulder to shoulder** *Side by side; united*
  In spite of the diversity of races, religion, language etc., all Indians are ever ready to stand **shoulder to shoulder** against a common enemy.
- **Show a clean pair of heels** *Run away*
  When the under-trial prisoner was being taken to the court, he played a trick on his escort and **showed a clean pair of heels**.
- **Show one's true colours** *Show what one really is*
  He **showed himself in his true colours** when he refused to help his own father.
- **Show the white feather** *Show fear, act in a cowardly manner*
  He talked bravely to his mother how he would tackle a burglar, but one day, when a burglar actually entered his house he **showed the white feather** by drawing the blankets tightly over his face and refusing to go out.
- **Sicken to see or sicken at something** *Feel sick to see*
  Many elder statesmen **sicken at seeing** so much of calousness, corruption and nepotism in the country liberated at the cost of the blood of thousands of real patriots.
- **Signs and countersigns** *Secret sentences etc. by which friends can be distinguished from enemies*
  Signs and countersigns are part and parcel of life in a military camp.
- **Silence gives consent (proverb)** *If nothing is said in answer to a proposal or suggestion we may suppose it is agreed to*
  He asked his father for permission to go on the excursion arranged by the college and taking his father's **silence as (giving) consent** told all his friends of it.
- **Sing one's praises** *Praise one with great enthusiasm*
  When he began to **sing his new steno's praises** he did not notice the initial confusion, and the growing indignation building up on his wife's face.
- **Sit-down strike** *Strike by workers (or others) who refuse to go to the factory etc. until their demands are conceded*
  Some prisoners commenced a **sit-down strike** even when their term was over, and demanded better food for all prisoners.
- **Sitting duck** *An easy target or victim*
  Pickpockets can easily locate **sitting ducks** even in a crowded bus.
- **Sixes and sevens** *In complete disorder*
  His room is always at **sixes and sevens**.
- **Six of the one and half a dozen of the latter** *Not much difference between one and the other*
  You may contest the election on the ticket of this party or the other because it is only a case of **six of the one and half a dozen of the other**.
- **Sixth sense** *Power to be aware of things independent of the five senses; power to think and reason*
  Man is distinguished from other creations of God by the possession of the **sixth sense**.

- **Skeleton in the cupboard (The family skeleton)** *Something of which the family is ashamed and which it tries to keep secret*
  The grandfather of the boy for whom an alliance was being arranged, had married a Muslim. This **skeleton in the cupboard** came out and talks for alliance broke down.
  It is said that there is a **skeleton in every cupboard**

- **Skeleton staff** *Staff reduced to the minimum number needed*
  The transport strike made it necessary to run the office with a **skeleton staff**.

- **Sleep round the clock** or **Sleep the clock round** *Sleep for twelve hours continuously*
  He used to say that there is nothing that gives him more pleasure than **sleeping round the clock** or **sleeping the clock round.**

- **Sleeping partner** *A partner in a business not taking an active part*
  The partnership broke up because the **sleeping partner** wanted a large share of the profit.

- **Snug and cosy** *Warm and comfortable*
  (i) They sat **snug and cosy** by the fireside, narrating and listening to stories.
  (ii) He found the blanket purchased in Kashmir **snug and cosy.**

- **Soft-pedal** *Make (something) less definite and confident*
  When the people protested against the latest tax policy, the Government made a statement that sought to **soft-pedal** the whole issue.

- **Sound mind in a sound body** *Physically and mentally healthy*
  A **sound mind in a sound body** should be the ideal to be aimed at by everyone.

- **Sour grapes** *Saying that something is of little or no value when one cannot get it*
  It is a case of **sour grapes** when, people who fail to complete their education in college say that a degree has no value.

- **Spare the rod and spoil the child (A proverb)** *Not punishing a child in time or when necessary will spoil the child's life.*
  When he told his wife that she should be more strict with the children, she replied that she had no faith in the principle, **spare the rod and spoil the child,** but that she believed in the principle of love and kindness.

- **Sow one's wild oats** *Lead a life of pleasure and gaiety while young, before settling down seriously*
  His sufferings sobered him and he wished he had not **sown his wild oats.**

- **Sow the dragon's teeth** *Cause destruction in the future*
  The nuclear arms race has to be prevented because it can **sow the dragon's teeth** the world over.

- **Spearhead** *Individual or group chosen to lead an attack*
  Six strong, sturdy and intelligent young men were selected to **spearhead** the attack on the enemy bunk.
  The youngest batsman **spearheaded** the offensive against the world class spinner.

- **Spick and span** *Right, clean and tidy; in perfect order*
  She always kept her room, clothing and everything **spick and span.**

- **Spill the beans** *Give away information, especially something not expected to be known*
  Unable to bear the torture by the police, the small fry in the smuggling gang **spilled the beans.**

- **Splinter group/party** *Group of persons who have broken off from their party*
  Almost every party in India is a **splinter group** of the Indian National Congress which fought the British.

- **Split one's sides with laughter** *Laugh heartily; laugh with movements of the sides*
He narrated the events with so much humour and gusto that everyone **split their sides with laughter.**

- **Split mind or personality** *Have or exhibit two different attitudes or natures at different times*
The head of the family could not be understood for he seemed to have a **split personality.**

- **Spoilsport** *People who do things that interfere with the enjoyment of others*
He was not welcome in any company because he had the reputation of being a **spoilsport.**

- **Spoonfeed** *Give one excessive help or teaching*
Modern education involves more **spoonfeeding** than it does developing an enquiring mind.

- **Square peg in a round hole** *Person unsuited to the position he fills*
He was a Science graduate but got a job in an engineering firm and soon found himself to be a **square peg in a round hole.**

- **Square meal** *One that is satisfactory because of the plenty of good food available in it*
Even many middle class families find it difficult to get a **square meal** a day.

- **Stand one's ground** *Maintain one's position; not give way in an argument etc.*
The Prosecutor's arguments were strong against the accused but the defence lawyer **stood his ground** and gradually rebutted every one of the other's points.

- **Steer clear of** *Avoid; keep away from*
Instead of merely admonishing or condemning erring youth, elders could teach them to identify pitfalls of life and how to **steer clear of them.**

- **Step down** *Resign; give up one's place or position to another*
The Chief Minister offered to **step down** if the others thought that he was incompetent or that the younger man would be better.

- **Step into one's shoes** *Take the place of another*
He started his son as a clerk in his own office so that by the time he retired the boy could **step into his shoes** easily.

- **Stepping-stone** *A means of attaining or achieving something*
There is no short cut to success. Hard and sincere work is the only **stepping-stone** to success.

- **Stick to one's guns** *Maintain one's position against attack or argument*
Mr. S. Sathyamoorthy is said to have had the capacity to **stick to his guns** whatever may be the number of Englishmen who attacked the principles India stood for.

- **Stocks and stones** *Lifeless things*
A retired teacher is able to endure his retirement more philosophically than an official in a company or government because he deals with young people unlike the others who deal with **stocks and stones** like files and ledgers.

- **Stone-blind (cold, dead etc.)** *Completely blind*
He felt as helpless as a child for he was **stone-blind.** The boy was so **stone-cold** that none had any hope of his survival.

- **Stone's throw** *Very close, near*
His house was within a **stone's throw** from the college.

- **Stoop to something** *Lower oneself morally*
Great souls never **stoop to underhand** means or unfair acts even when they cannot be discovered.
He would **stoop to anything** to get what he desired.

- **Storm in a tea cup** *Much excitement about a trivial matter*
There was much movement in the next house. His wife said it was only a **storm in a tea cup;** their son had come from Japan to stay for a week.

- **Straw in the wind** *A small hint indicating which way a thing would develop*
The General's statement was a **straw in the wind** and it was quickly understood by his men who took quick steps to go ahead with the plan.

- **Stress and strain** *Pressure; condition causing hardship, disquiet etc.*
Modern times are such that much **stress and strain** is put on almost everyone — children to old people.

- **Strike a balance between** *Make an (agreeable) adjustment between*
To **strike a balance between** licence and repression is not such an easy task as may appear on the surface.

- **Strike one's flag** *Lower the flag as a signal for surrender*
The besieged army **struck its flag** unable to endure the sufferings caused by the blockade.

- **Stubborn as a mule** *Extremely stubborn or obstinate*
Sometimes, even children can be **as stubborn as a mule.**

- **Survival of the fittest** *Existence of those more fitted to or adapted to their surroundings*
Now Man's life also has sunk down to the acceptance of the law of the Jungle, of the **survival of the fittest.**

- **Swarm with** *Be crowded with*
The Marina was **swarming with** people though it was not a Sunday.

- **Sweat out a cold** *Get rid of cold by sweating*
He said that one could **sweat out a cold** and no medicine is required.

- **Tacit agreement (consent)** *Unspoken; understood without being put into words*
There was a **tacit agreement** between husband and wife that each would help the other in whatever way they could.

- **Tailore-made** *Appropriate; well-suited*
Both the captains agreed that the pitch appeared to be **tailor-made** for batsmen who could play their shots.

- **Take a back seat** *Behave as if one were unimportant; humble oneself*
He worked hard during the function but preferred to **take a back seat** unlike some others who wished to seem important.

- **Take a cue** *Take a hint or cue from the statement or behaviour of others*
Young people could **take a cue** from the life of the early freedom fighters.

- **Take a leaf out of one's book** *Take one as a model*
If young players **take a leaf out of experienced players' books** they would be able to shine better.

- **Take away one's breath** *Surprise one very much*
When he said calmly that I should bribe the DSP to get out of the danger, he **took my breath away.**

- **Take one by surprise** or **take one unawares** *Approach or discover somebody doing something when one is aware of the presence of others; unaware that our action has been seen*
The rebels planned carefully to attack the government trains at night but they were **taken by surprise (taken unawares)** when they were attacked earlier.
He was **taken unawares (or taken by surprise)** when he was seen trying to tear off a few pages of the book in the library.

- **Take the bull by the horns** *Face adversity bravely with courage*
  A person's real character can be estimated by observing how well or ill he is able to **take the bull by the horns.**

- **Take the law into one's hands** *Use force to redress a wrong*
  In the communal clash, each side began to **take the law into its hands** for there was no desire to go to a court of law.

- **Take the wind out of one's sails** *Cleverly anticipate an opponent's actions or agreements and make them useless or have no value*
  Before the opposition could bring forward a vote of no-confidence, the Government **took the wind out of their sails** by seeking a confidence vote.

- **Take umbrage at** *Feel that one has been treated unfairly or without respect*
  When he was not introduced to the VIP he **took umbrage at** the action and left the party.

- **Tall story** *An unbelievable story or a narration difficult to believe*
  The manager rejected the leave application of the clerk, saying that the reason was a **tall story**; he had stated that his grand-mother had died even in his previous application.

- **Tangle with someone** *Get involved in a fight or quarrel with*
  He was just a passer-by but he was arrested along with many others as having been **tangled with the arson and looting.**

- **Tarred with the same brush** *Having the same faith*
  The evidence of the witness was not accepted as true because it was found that he and the accused were **tarred with the same brush.**

- **Teething trouble** *Troubles or difficulties that may arise in the earlier stages of an enterprise; initial obstacles*
  It took the industry nearly two years to get over its **teething troubles.**

- **Tell one's beads** *Say one's prayer (by counting beads)*
  He always used to **tell his beads** irrespective of the surroundings.

- **Tete-a-tete** *Private meeting between two persons*
  The eastern end of the park was the scene of the **tete-a-tete** of the lovers.
  He had a **tete-a-tete** dinner with the President.

- **There and back** *To a place and back*
  He was asked not to go to the post office in the hot sun but he went, saying that it would take him only a few minutes to go **there and back.**

- **Thousand to one chance** *Remote chance*
  People who buy lottery tickets regularly do not realise that they have only a **thousand to one chance** of winning a prize.

- **Through the length and breadth of** *Over the whole area*
  The army and the police together organised a man-hunt for the killers **through the length and breadth of** the country.

- **Through thick and thin** *Under all conditions or circumstances; in joys and sorrows*
  One who stands by another **through thick and thin** is a good friend.

- **Throw cold water upon** *Discourage*
  When he showed a taste for art, his father **threw cold water upon** his efforts.

- **Throw down the gauntlet** *Challenge*
  Newspapers one day publish news of how one politician **throws down the gauntlet** and another takes it, and then no more is heard of it.

- **Touchstone** *Criterion, something used as a test or standard*
  The trial match was destined to be the **touchstone** of his eligibility for the tour.

- **Trial and error** *Method of solving a problem by making tests until error is eliminated*
  For years he worked upon a new idea and by **trial and error** succeeded in making a remarkable invention.

- **Turn a deaf ear to** *Refuse to listen or pay attention to*
  (i) The management **turned a deaf ear to** the demands of the workers.
  (ii) The rich landlord **turned a deaf ear to** the appeal for mercy put forward by the poor, old tenants.

- **Turn the tables (on)** *Reverse the position*
  Trailing by nearly 200 runs on the first innings, the team was able to **turn the tables** on the opponents by winning the match.

- **Turn turtle** *Turn upside down; get upset*
  In the accident, both the car and the van **turned turtle**.

- **Twinkling of an eye** *In an instant*
  She was so efficient that she seemed to finish every work **in the twinkling of an eye**.

- **Under a cloud** *Under suspicion; out of favour*
  The cashier is **under a cloud** because a few thousand rupees are not accounted for.

- **Underdog** *Poor and helpless person(s) getting the worst of an encounter; persons considered inferior in quality or merit*
  In any major tournament, it is the **underdog** that gets much of public support.

- **Under duress** *Under great pressure*
  He was forced to part with his property **under duress**.

- **Under lock and key** *Safely locked up*
  All his securities are **under lock and key**.

- **Under the (very) nose of** *Very near; directly opposite*
  The book I wanted was **under my very nose** but somehow I missed it.

- **Under the sun** *On Earth; in the whole of the universe.*
  Everything **under the sun** is bound by a divine law.

- **Under the thumb of** *Under the control of*
  He was a disciplinarian, and his wife and children were kept **under his thumb**.

- **Ups and downs** *Alterations of good and bad fortunes; joys and sorrows*
  Ups and downs are integral parts of life and should be viewed with equanimity.

- **Utopian scheme** *An ideal but impracticable plan; attractive and desirable but not practicable*
  The Ganga-Cauvery Project is considered by many to be a **Utopian scheme**.

- **Vanish into thin air** *Disappear suddenly or quickly*
  The unexpected death of his father made all his plans for going abroad **vanish into thin air**.

- **Veer round** *Come round; come to agree*
  When it was suggested that they could invest the money in a flat instead of in a fixed deposit account they opposed the idea, but later they **veered round** to our suggestion.

- **Velvet gloves** *Soft speech*
  Note: "An Iron hand in a velvet glove" is the complete statement, meaning, "Ruthlessness concealed by good manners, soft speech."
  People who wear a **velvet glove** cannot always be trusted.

- **Vested interest** *Rights which are by law securely in the possession of a person*
  Sometimes, some vested interests perpetuate a (labour) problem instead of solving it.

- **Vexed question** *Question without an easy solution; difficult problem which causes much discussion*
  The most **vexed question** today in our country is the means to tackle the terrorist menace.

- **Vice versa** *Terms or conditions which are reversed*
  Every formal meeting like a college day is marked by the Principal flattering the chief guest and **vice versa**.

- **Vie with** *Compete with*
  On the field (as in Olympics) men and women of different nations **vie with** one another in bitter struggle, but off the field, exhibit a rare camaraderie.

- **Vilify a person** *Speak scandals about*
  People **vilify others** more openly in politics than in other fields of activity.

- **Visit the sins of fathers upon their children** *The mistakes committed by the older generation bring suffering to their children*
  The fact that the **parents' sins are visited upon their children** is not often realised.

- **Void of** *Without; lacking (something)*
  People **void of** sound manners make bad company.

- **Wait for a deadman's shoe** *Wait for a man to die in order to step into his position.*
  When his father died, he did not seem to be unduly unhappy, for, people said, he had been **waiting for the dead man's shoes**.

- **Wait for the cat to jump** or **Wait to see which way the cat jumps** *Refuse to give advice or make decisions until one sees what other people are saying and doing; waver*
  During election times one may find many who **wait for the cat to jump (wait to see which way the cat jumps)**.

- **Wait on one hand and foot** *Attend to one's every need*
  The advertisement on behalf of an invalid called for one to **wait on him hand and foot**.

- **Wash one's dirty linen in public** *Discuss private affairs (especially unsavoury ones) in public*
  Generally, the street tap or the public transport is taken as the place suitable for people to **wash their dirty linen in public**.

- **Wash one's hands off** *Disown responsibility for; have nothing to do with*
  The unhappy and displeased father said to his son that he would **wash his hands off him** since he acted against his desires.

- **Watchdog** *(a) A dog kept to protect a house or other property (b) Person who looks after another's safety*
  (a) He had two Alsatians as **watchdogs** in his house.
  (b) He served in the family for more than twenty years both as a servant and as a **watchdog** for the young, including his present master.

- **Wax and wane** *Increase and decrease*
  In the first few years his business **waxed and waned** and now it is stable.
  The fortunes of the two teams **waxed and waned** through both the innings.

- **Ways and means** *Methods of doing or achieving something*
  He thought for a long time on the **ways and means** of helping his parents without, at the same time, giving up some of the comforts his wife and children enjoyed.

- **Wear and tear** *Damage; loss in value from normal use*
  Every machine experiences the process of **wear and tear**.
- **Weather a storm** *Pass successfully through a difficulty*
  The match was drawn because the last wicket pair was able to **weather the storm**.
- **Wet blanket** *One who spoils the cheerfulness of a party; a spoil-sport*
  He was not welcome in any party for he had the reputation of being a **wet blanket**.
- **Wet one's whistle** *Have a drink*
  He walked through a number of streets but could find nothing to **wet his whistle**.
- **Wheels within wheels** *Complicated motives and influences indirect and secret agencies, all interacting*
  The companies form a group, all managed by different members of the same family, all **wheels within wheels**.
- **While away** *Pass the time in a leisurely way*
  To **while away** the time, they switched on the set, though they knew the programme would not be interesting.
- **Whims and fancies** *Changes of sudden desires, ideas etc.*
  He acted according to his **whims and fancies** and none could control him.
- **Whisk away** *Take away quickly and suddenly*
  Sensing trouble at the meeting, the police took the leader into custody in his house and **whisked him away**.
- **White elephant** *Person or plan or scheme involving wasteful expenditure*
  The Veeranam Project was considered a **white elephant** and given up.
- **White-collar (job)** *Non-manual labour*
  One of the causes of unemployment is that all educated people wish to get **white-collar jobs**.
- **White lie** *A lie considered to be harmless*
  Though he was strictly brought up to adhere to truth, he uttered a **white lie** to save a man from his pursuers.
- **White scourge** *Tuberculosis*
  People are no longer scared of the **white scourge**.
- **Whole bag of tricks** *Everything needed for a purpose*
  The commander had to use a **whole bag of tricks** to outwit the enemy.
- **Wild about something** *Have a wild desire for; be madly enthusiastic about*
  (i) Some girls are **wild about** famous, handsome, young cricketers.
  (ii) They were **wild about** filling up the show case with rare art pieces.
- **Wildcat strike** *Unofficial and irresponsible strike by workers*
  Neither the Government nor the management .was prepared to recognise the **wildcat strike** by he mill workers.
- **Wild-goose chase** *Foolish, useless enterprise*
  Trying to find an elixir to avoid death is a **wild-goose chase**.
- **Will-power** *Control exercised over oneself*
  It was by sheer **will-power** and not physical strength that she was able to do all the household work.
- **Will-o'-the-wisp** *Something or sombody that one pursues unsuccessfully because it or he is difficult to grasp or reach*
  The wealth that he wanted to make proved to be a **will-o'-the-wisp** because the more he earned the more expenditure he had to incur.

- **Win laurels** *Gain reputation*
  He **won laurels** both in cricket and tennis.
- **Windfall** *Unexpected piece of good fortune, especially in getting money*
  He was surprised when he heard from his lawyer that a **windfall** awaited him through the will of an aunt who had migrated to Singapore a long time ago.
- **Window-dressing** *Art of making an impressive display of one's work, abilities, etc.*
  Window-dressing is as much a display of one's work as of (the arrangement) goods.
- **Winsome smile** *Attractive smile*
  The one thing that everyone noticed in him with admiration was his **winsome smile**.
- **Wistful look** *Sad and longing look*
  She cast a **wistful look** at her photo taken in her youth and wished that she were once again as young and beautiful.
- **Woebegone look** *Dismal, gloomy look*
  I am surprised at his **woebegone looks,** for only yesterday, he appeared to be the most cheerful of men.
- **Wolf in sheep's clothing** *Pretender; person who appears to be friendly but is really an enemy*
  One can find in life many who are **wolves in sheep's clothing**.
- **Wool-gathering** *Absent-minded*
  Wool-gathering is a common failing of students in a class.
- **Work-to-rule** *The exaggerated attention to rules and regulations to slow down function*
  When some of their demands were not conceded, the employees adopted a **work-to-rule** procedure.
- **Writing on the wall** *Warning about something that is certain to take place; a clear indication*
  That the new business started by him would be a sure failure is a **writing on the wall** because he had started it without much experience.
- **Yardstick** *Standard of comparison*
  The selectors judge different players with different **yardsticks**.
- **Yellow-bellied** *Coward*
  The whole family was a group of **yellow-bellied** people.
- **Yellow press** *Newspapers which present news in a sensational way*
  All journalistic etiquette is thrown to the winds by some members of the **yellow press**.
- **Yeoman service** *Long and efficient service, help in time of need*
  Yeoman service is done by our armed forces both during the war period and in peace time.
- **Yield up the ghost** *Die*
  He was ninety; he was bed-ridden for so many years that it appeared he was reluctant to **yield up the ghost**.
- **Zeal for** *Enthusiasm for*
  He exhibited a **zeal for** the collection of rare art pieces.
- **Zenith of** *Highest point of one's fame, fortunes, etc.*
  He was at the **zenith of** his performance even before he was twenty.
- **Zero-hour** *Time at which all operations are to begin*
  The **zero-hour** is an important aspect of Parliamentary procedure.

Weird Words

aberration / [ˌæbəˈreiʃn] *n: a wandering from the usual way; deviation from moral rectitude* / He told a lie to the House. It was an **aberration** which cost him his career. Public mores were stricter then.

acolyte / [ˈækəulait] *n: an attendant, an assistant* / He was at once a pathetic and threatening figure, swaggering down the street with his moronic **acolytes** in tow, like a tower-block emperor.

adamantine / [ˌædəˈmæntain] *adj: impenetrable, like a diamond* / He stared into his enemy's eyes. They were hard, and he could find no expression in their **adamantine** depths.

ad hoc / [ˌædˈhɔk] *Latin: for a special purpose* / There was argument as to whether employees should be required to clock in: an **ad hoc** committee was set up to consider the question.

adumbrate [ˈædʌmbreit] *v.t: to give a faint shadow or resemblance of* / A sudden expression in the girl's eyes and the set of her mouth **adumbrated** the bewitching face she would have as a woman.

aficionado / [əˌfisjəˈna:dəu] *n: an ardent devotee* / He once met Hemingway, and under his influence became an **aficionado** of the bullfight, but latterly has transferred his enthusiasm to football.

agitprop / [ˌædʒitprɔp] *n: agitation and propaganda* / The latest demonstration of **agitprop** in London was a well-organized march to Downing Street over cuts in Health Service spending.

agnomen [ægˈnəumen] / *n: an additional name given to a person in allusion to some achievement* / Field Marshal Montgomery of Alamein earned his **agnomen** in the Second World War.

ait / [eit] *n: a small island (also spelt 'eyot')* / The University Boat Race crews row past Chiswick Eyot: further upstream is another small island, Brentford **Ait**.

akimbo / [əˈkimbəu] *adv: with hand on hip and elbow bent outwards* / The schoolmistress faced her class with a determined expression on her face, and her arms **akimbo**.

aleatory / [ˈeiliətəri] *adj: depending on an unpredictable contingent event* / There was an **aleatory** condition to his buying the house: his horse had to win the Derby first.

alfresco / [ælˈfreskəu] *adj or adv: open-air, out of doors* / They dined **alfresco** by the light of the Moon and the lanterns in the restaurant garden.

alumnus / [əˈlʌmnəs] *n: a former student of a school, college or university* / As an **alumnus** of Eton, he found at his first Cabinet meeting older versions of faces he'd known 40 years before.

amanuensis / [əˌmænjuˈensis] *n: a person employed to write what another dictates* / Much of the music of the partly paralysed Delius was transcribed for him by his devoted **amanuensis** Eric Fenby.

ambrosial / [æmˈbrəuzjəl] *adj: exceptionally pleasing to taste or smell* / They surrendered to an **ambrosial** mixture of foods, reclining on cushions to eat like gods at a divine feast.

amorphous / [əˈmɔ:fəs] *adj: lacking definite form* / It was an **amorphous** lump of stone, but the sculptor chose it as if he could see a shape trying to emerge.

analeptic / [ˈænəˈleptik] *adj: giving strength after disease* / The fever had passed, and he had recovered enough to complain about the taste of the **analeptic** gruel they gave him.

antediluvian / [ˌæntidiˈlu:vjən] *adj: antiquated, primitive* / Although strictly meaning 'before the flood', **antediluvian** is used facetiously; for example: to describe pre-war wireless sets or even kipper ties.

anthropomorphic / [ˌænθrəpəuˈmɔ:fik] *adj: ascribing human attributes to beings not human* / The **anthropomorphic** creations of Brer Rabbit and Peter Rabbit paved the way for the success of the characters of 'Watership Down'.

apostate / [əˈpɔsteit] *n: one who forsakes his church, cause, etc.* / Winston Churchill was an **apostate** who made deserting a political party respectable: Dr. Owen appears intent on making this sort of respectability a career.

apotheosis / [ə,pɔθi'əusis] *n: exaltation to the rank of a God* / After his fifth victory at Wimbledon, the **apotheosis** of Bjorn Borg begun by teenage girls was completed by the tabloid press.

arcane / [a:'kein] *adj: mysterious, secret, obscure* / Poor writing can make even the most familiar things seem **arcane** by bringing obscurity to straightforward ideas.

argentine / ['a:dʒəntain] *adj: pertaining to or resembling, silver* / From the bridge the angler could see flashes of light as the dark-backed fish flipped and showed their **argentine** flanks to the Sun.

asinine / ['æsinain] *adj: stupid, obstinate* / He would not concede his error and his **asinine** defence of his argument held up the committee's work.

avuncular / [ə'vʌŋkjulə*] *adj: pertaining to or like an uncle* / His **avuncular** demeanour inspired confidence and made him a favourite choice of the directors of TV commercials.

axiomatic / [,æksiəu'mætik] *adj: universally accepted* / That a man in possession of a fortune should be in need of a wife was held to be **axiomatic** by Jane Austen.

bacchanal / ['bækənl] *n: an occasion of drunken revelry* / When Argentina won the World Cup final in Buenos Aires, the deprived citizens enjoyed a **bacchanal** which lasted until the end of the following day.

bagatelle / [,bægə'tel] *n: something of little value; a trifle* / As the take-over bid developed, and the financial power of the opposition became clear, he knew his offer was but a **bagatelle** in comparison.

bailiwick / ['beiliwik] *n: a person's area of skill, work* / In the **bailiwick** of her own office, her word was law, like that of a sheriff in a Wild West town.

balderdash / ['bɔ:ldədæʃ] *n: ill-informed or senseless talk; nonsense* / When asked questions to which she had not prepared answers, she began to utter the most obvious **balderdash.**

baldric / ['bɔ:ldrik] *n: a belt worn from shoulder to hip* / As he swaggered in, he thought he cut an impressive figure, with his richly ornamented **baldric** supporting his sword, but he seemed slightly ridiculous.

baroque / [bə'rɔk] *adj: extravagantly ornamented* / The wedding cake was **baroque** - a riot of multi-coloured icing sugar fired apparently by a demented confectioner.

bathos / ['beiθɔs] *n: a descent from the elevated to the common place* / The film sank into **bathos** when it tried to illustrate genuine suffering with images of a child's broken doll.

behemoth / [bi'hi:mɔθ] *n: a huge, powerful man or beast* / The cave resounded with a terrible roar and the explorers knew that some **behemoth** within was getting angry.

beleaguer / [bi'li:gə*] *v.t: to surround* / Having awarded the penalty, the referee found himself **beleaguered** by players protesting that it was an attacker's hand that touched the ball.

belie / [bi'lai] *v.t: to show to be false* / The defendant gave evidence in a steady voice, but his trembling and a trace of perspiration on his forehead **belied** his calm words.

bellicose / ['belikəus] *adj: warlike; pugnacious* / Under the influence of drink, his **bellicose** nature rose to the surface, and he offered to fight 'the best man in the house'.

bifurcate / ['baifəkeit] *v.t or v.i: to divide or fork into two branches* / Ahead the road **bifurcated**, the right-hand fork leading to the lighthouse, the left-hand down the mountain to the sea.

blandishment / ['blændiʃmənt] *n: flattering action or speech* / All evening at the party he was plied with **blandishments**, but nothing could persuade him to sing.

bluestocking / ['blu:,stɔkiŋ] *n: a literary or intellectual woman, often lacking femininity* / She was professor of English and a poet, but was no **bluestocking** and was worshipped by all the men on campus.

bombast / ['bɔmbæst] *n: high-sounding, often insincere words* / It was outrageous **bombast**, but was what the conference wanted, and the clapping continued for a calculated minute longer than the previous year.

boondocks / [bu:ndɔks] *n: an uninhabited, overgrown area* / 'The new office is in the **boondocks**', he said, as if they were moving to the centre of an overgrown swamp or a dense forest.

bowdlerize / ['baudləraiz] *v.t: to expurgate prudishly* / The publishers even **bowdlerized** fairy tales, not allowing the 'Sleeping Beauty' to be awoken with a kiss, but with a nudge.

braggadocio / [ˌbrægə'dəutʃiəu] *n: empty boasting; brag* / In his early days Cassius Clay was full of **braggadocio**, but it was mostly to sell tickets and he matured during a long career.

cabbalistic / [ˌkæbə'listik] *adj: mystic; occult* / They must have belonged to some sort of **cabbalistic** sect; each had one trouser leg rolled up and they shook hands in a secret manner.

cacography / [kæ'kɔgrəfi] *n: bad handwriting or incorrect spelling* / Many associate **cacography** with doctors' prescriptions; a surprising number of professional people spell badly and scrawl illegibly.

calumny / ['kæləmni] *n: slander* / It was a false statement designed to injure the plaintiff's reputation - 'a vicious **calumny**' said the judge - and it cost the defendant dear.

cantankerous / [kæn'tæɲkərəs] *adj: ill-natured; quarrelsome* / There is room for all sorts on the radio, even **cantankerous** phone-in hosts, since there are callers who apparently like to be contradicted and insulted.

carouse / [kə'rauz] *v.i: to take part in a noisy or drunken feast* / There was venison, there was dancing, above all there was drink, and they **caroused** till morning like medieval kings.

catholic / ['kæθəlik] *adj: having sympathies with all* / It had been a difficult but enjoyable task, and he had tried to be as **catholic** as possible in his examples, hoping to be of service again.

chiasmus / [ki'æzmus] *n: the reversal of order of two grammatical elements in a pair of parallel phrases* / Magnus Magnusson could have made a **chiasmus** famous if only he had said: 'I've started, so finish I will.'

chimera / [kai'miərə] *n: a vain or idle fancy* / He saw himself with cars and servants living in a mansion, but it was a **chimera** - next week the bank fired him.

cicerone / [ˌtʃitʃə'rəuni] *n: a guide who explains the antiquities, etc. of a place* / Visitors to Venice used to see the sights in groups led by **cicerones** who knew all about the churches and their contents.

cicisbeo / [ˌtʃitʃiz'beiəu] *n (Italian): a professed lover of a married woman* / In the great days of Parisian society, a **cicisbeo** might be admired and tolerated even by the husband, who might in turn be one himself!

circumlocution / [ˌsɜːkəmlə'kjuːʃn] *n: a roundabout way of speaking* / The speech was such an exercise in **circumlocution** - too many words and none to the point - that he was obviously concealing something.

cisatlantic / ['sisʌt'læntik] *adj: on this (the speaker's) side of the Atlantic* / The **cisatlantic** reaction to US statistics (of crime, drug use, wealth) is usually a mixture of horror and incomprehension.

cognoscente / [ˌkɔnjəu'ʃenti] *n: (plural cognoscenti) a person with superior appreciation; a connoisseur* / The exhibition was moderately successful, but a **cognoscente** would have been appalled at some of the paintings.

commination / [ˌkɔmi'neiʃn] *n: a threat of punishment or vengeance* / With every apple he took from the rectory orchard, his sense of **commination** increased - he thought God and the vicar might exact retribution.

contiguous / [kən'tigjuəs] *adj: touching; in close proximity* / He was told the old wives' tale that men with **contiguous** eyebrows were born to be hanged, and it worried him greatly as a boy.

coruscate / ['kɔrəskeit] *v.i: to emit vivid flashes of light* / He was famous for buying his wife diamonds - the one he was being shown **coruscated** under the lamp and he had to buy it.

costermonger / ['kɔstə*ˌmʌɲgə*] *n: a hawker of fruit, vegetables, fish, etc.* / His cry was unintelligible, but no matter, women came from the houses to the **costermonger's** cart for his shrimps and winkles.

credulous / ['kredjuləs] *adj: too ready to believe (not to be confused with credible – believable)* / Those **credulous** people who believe general election promises frequently regret their foolishness later.

crux / [krʌks] *n: a vital, basic, or decisive point* / She was an asset to any committee, because in the general waffle, she always found the **crux** of a question.

curmudgeonly / [kɜːˈmʌdʒənli] *adj: churlish, miserly* / Trapped by the collector, he took a flag and in **curmudgeonly** fashion dropped a small coin into the tin.

debacle / [deiˈbaːkl] *n: a general break-up or rout* / It was a complete **debacle**. The police arrived, the students advanced *en masse*, and the police boarded their bus and departed.

defenestration / [defenəstrʌʃn] *n: the act of throwing out of a window* / It is said that **defenestration** of rubbish into streets from upper storeys led to men courteously taking the outside of the pavement when walking with ladies.

deign / [dein] *v.i: to condescend* / The miners' strike split families so much that men on strike would not **deign** to speak to sons or brothers who worked.

deipnosophist / [daipˈnɔsəfist] *n: a master of the art of dining, especially of conversation at table* / The champion **deipnosophist** oi all time might be Oscar Wilde, who delighted Victorian dining tables with his wit and charm.

déjà vu / [dəʃʌwu] *n: the sense of having previously experienced something* / As she said it, he had this strong feeling of **déjà vu**, as if she had said exactly these words in the same situation before.

deleterious / [ˌdeliˈtiəriəs] *adj: injurious to health* / Some plants and berries, although inviting in appearance, are **deleterious**, and if taken, cause severe poisoning.

denizen / [ˈdenizn] *n: an inhabitant, particularly an alien admitted to residence* / The new **denizens** of Australia came from all over the world, contributing various cultures to a vigorous population.

deprecate / [ˈdeprikeit] *v.t: to express earnest disapproval of* / The police **deprecated** the suggestion that 'guardian angels' should patrol underground trains to combat violence; they feared they might be a provocation.

de rigueur / [dəriˈgɜː*] *adj (French): strictly required, as by etiquette or usage* / In some restaurants it is **de rigueur** to wear a tie, whereas in others, as the song says, anything goes.

desideratum / [diˌzidəˈraːtəm] *n: something wanted or needed* / The new chairman of selectors seemed to think that the main **desideratum** for success at cricket was a more positive attitude of mind.

desuetude / [diˈsjuːitjuːd] *n: the state of being no longer used or practised* / As the women's liberation movement has gathered pace, so the practice of men offering women seats in public transport has almost fallen into **desuetude**.

diffuse / [diˈfjuːs] *v.t: to scatter widely or thinly* / The chimney belched out smoke, which quickly became **diffused** in the air, so that in an hour molecules of it were miles away.

dilatory / [ˈdilətəri] *adj: inclined to delay; slow, tardy* / The local club was so **dilatory** with building improvements to the stadium that the opening game was postponed because rubble blocked the exits.

dilettante / [ˌdiliˈtænti] *n: one who pursues an art or science desultorily; a dabbler* / His piano playing was that of a **dilettante**, occasional expressive passages being mixed with others showing a lack of technical mastery.

discrete / [disˈkriːt] *adj: separate; distinct (not to be confused with 'discreet' - prudent)* / The Mafia boss was extremely generous and affectionate towards his children: his private and public personas being **discrete** halves of a complex man.

distrait / [diˈstrei] *adj: abstracted in thought; absent-minded* / She pushed back hair from her forehead and stood there **distrait**, wondering why she had entered the room, and what she sought.

distraught / [diˈstrɔːt] *adj: distracted; deeply agitated* / Occasionally, at dinner with Dr Diver, she thought of the reason she had come to the clinic and became distraught with fear and anxiety.

doggo / [ˈdɔgəu] *adv: out of sight; concealed* / Anthony, bruised and battered, lay **doggo**, awaiting an opportunity to take his revenge on his unsuspecting tormentors.

dolorous / [ˈdɔlərəs] *adj: full of, expressing or causing pain or sorrow* / As the **dolorous** organ music filled the tiny church, so the mourners once more felt the sadness and grief of their loss.

dudgeon / ['dʌdʒən] *n: a feeling of offence or resentment* / It was a cutting remark and he left the table in high **dudgeon**, never to return to the house.

dyspeptic / [dis'peptik] *adj: subject to, or suffering from, indigestion* / The **dyspeptic** Gilbert Harding ameliorated his suffering by advertising the indigestion tablets he claimed gave him relief.

eclat / ['eikla:] *n: ostentation or elaborate display* / Suddenly all eyes turned to the door, where the admiral and his wife were advancing with **eclat**, bemedalled and feathered respectively.

eclectic / [e'klektik] *adj: made up of what is selected from diverse sources* / Her record collection was pretty **eclectic**: some Vivaldi and a Callas opera or two rubbed sleeves with Miles Davis, Hawkwind and Dolly Parton.

efficacious / [efi'keiʃəs] *adj: effective as a means, measure, remedy, etc.* / He rubbed her tiny hand to warm it into life, but the gesture did not prove **efficacious**; it remained frozen.

egregious / [i'gri:dʒəs] *adj: remarkably flagrant* / Perhaps he was mad: it was an **egregious** lie, and no sane person could believe it.

egress / ['i:gres] *n: the act or means of going out* / The door was locked and the window was barred. She realised with horror there was no **egress** from that dreadful room!

eke (out) / [i:k] *v.t: to supply what is lacking to; supplement* / By wrapping newspaper under his clothing for warmth and begging meals from the Salvation Army he **eked out** a hard existence.

élan / [ei'la:ɲ] *n (French): dash; impetuous ardour* / The wheels of an MG scorched the gravel, and a man leapt with **elan** over the still closed door and dashed up the steps towards her.

emanate / ['eməneit] *v.i: to flow out, as from a source* / She needed company and entered a cafe from which **emanated** the sounds of a concertina and cheerful, high-spirited voices.

embonpoint / [ˌɔmbɔm'pwa:ɲ] *n (French): exaggerated plumpness; stoutness* / The hostess hove into view, ail necklaced and braceleted **embonpoint**, her full skirt billowing like a sail behind.

empirical / [im'pirikl] *adj: derived from or guided by experience* / After years in his trade, he expected his **empirical** views to be heeded, but there were always new theorists to ignore him.

encomium / [en'kəumjəm] *n: a formal expression of praise; a eulogy* / The departing schoolgirls went up one by one to receive from the headmistress an **encomium** and a copy of Shakespeare.

endemic / [en'demik] *adj: peculiar to a particular people or locality* / Whether cats which disappear gradually are **endemic** to Cheshire, Lewis Carroll did not say - perhaps they're **endemic** to Wonderland.

ennui / [a:'nwi:] *n (French): weariness arising from boredom* / The year 1989 was the bicentenary of the French revolution, provoking articles in the English press to inspire **ennui** till the year 2000.

epergne / [i'pɜ:n] *n: a centrepiece for a dinner table, often elaborate* / Miss Hunter-Dunn sat opposite, but the floral **epergne** was so huge that he had to lean at 45 degrees to talk to her.

epicure / ['epiˌkjuə*] *n: one who cultivates a refined taste in food, art, etc.* / He was said to be an **epicure**, which meant hostesses went out of their way to please, and he could be patronisingly gracious in thanks.

eponym / ['epəunim] *n: a person, real or imaginary, from whom something takes its name* / James Barrie invented the name Wendy for Peter Pan's friend. Wendy then became an **eponym** for a child's playhouse - a Wendy house.

equivocal / [i'kwivəkl] *adj: of uncertain significance; not determined* / 'We must protect our freedom to know', he said. 'That is why we need a Secret Service'. It seemed an **equivocal** statement.

erudite / ['eru:dait] *adj: learned or scholarly* / The television series combined superb photography with an **erudite** commentary, and was informative and entertaining.

escutcheon / [is'kʌtʃən] *n: the shield-shaped surface for armorial bearings* /

Since an **escutcheon** depicts a family's honour, the metaphorical blot on it implies a stain on the reputation.

euphemism / ['ju:fəmizəm] *n: the substitution of a mild expression for a harsh one* / 'You are tired and emotional', she said, this expression being a **euphemism** for 'drunk'. 'Toddle off', was the reply.

euphony / ['ju:fəni] *n: agreeableness of sound, especially of speech* / **Euphony** was once a requirement of radio announcers, but nowadays it is thought the unintelligent are best addressed by the unintelligible.

euphuism / ['ju:fju:izəm] *n: any style of high-flown language* / After 50 letters of job application had failed, he wrote one as an exercise in **euphuism**: its flowery language won him a post as assistant gardener.

eureka / [juə'r:kə] *interjection: an exclamation of triumph at a discovery* / Archimedes is said to have begun it; now conjurors everywhere copy him as they cry '**eureka**!'on discovering rabbits in hats.

evanescent / [ˌi:və'nesnt] *adj: vanishing; passing away* / Alice grinned at the **evanescent** cat, whose own grin was the last thing to fade away.

expiate / ['ekspieit] *v.t: to atone for; make amends for* / It was undoubtedly an unfortunate remark in the circumstances but he **expiated** his insensitivity with a handsome public apology.

extempore / [ek'stempəri] *adv: on the spur of the moment* / He was so happy he danced **extempore** in the rain, under the gaze of an unimpressed, drenched traffic cop.

extramural / [ˌekstrə'mjuərəl] *adj: outside the walls of* / The headmaster encouraged **extramural** activities; he wanted his boys to become men of the world as well as men of learning.

faction / ['fækʃn] *n: a play, book, etc. that is a mixture of fact and fiction* / In more leisurely days, a novel disguising fact as fiction was a *roman à clef*; nowadays it is **faction** and criticized as propaganda.

factitious / [fæk'tiʃəs] *adj: artificial; not spontaneous or natural* / Even over the radio waves the audience laughter sounded **factitious**; one could imagine a prompter holding up a card which read 'laugh'.

factotum / [fæk'təutəm] *n: one employed to do all kinds of work for another* / He was at all the society functions, his **factotum** never far away and ready to do anything his master decreed.

fanfaronade / [ˌfænfærə'na:d] *n: bragging; bravado; bluster* / For all his fine **fanfaronade** he was basically a bully and the square-jawed hero took him down a peg.

farouche / [fə'ru:ʃ] *adj (French): shy* / It was difficult to make contact with her; she would drop her eyes and move away at his approach, like a **farouche** deer surprised in the park.

farrago / [fə'ra:gəu] *n: a confused mixture; a hotchpotch* / Innuendo followed innuendo, public insinuations were made and finally he had to acknowledge them and denounce them as based on a **farrago** of lies.

fealty / ['fi:əlti] *n: fidelity to a lord* / Falstaff had sworn **fealty** to Henry IV, but was not going to risk getting killed in battle for him.

febrile / ['fi:brail] *adj: pertaining to fever; feverish* / Perspiration stood out on her **febrile** brow, her hands were clammy, and she shivered constantly.

fecundity / [fi'kʌndəti] *n: the capacity to produce young in great numbers* / The **fecundity** of rabbits is well-known, but there are fish and insects which make Brer Rabbit look a slowcoach.

feral / ['fiərəl] *adj: wild, particularly of domestic animals reverting to the wild* / The fouling of London's buildings by **feral** pigeons has inspired ingenious but unsuccessful attempts at solving the problem.

filibuster / ['filibʌstə*] *n: a long speech designed to use up time and prevent a law being passed* / It was a private member's bill, and the government deputed a supporter to use the session on a **filibuster**, so that there would not be a division.

fin-de-siècle / [faindəsya:kl] *adj (French): of or pertaining to the end of the century* / A wave of **fin-de-siècle** morality swept England, and Oscar Wilde was one of its principal victims.

flibbertigibbet / [ˌflibəti'dʒibit] *n: a chattering person, usually a woman* / There was no need to listen - she was a **flibbertigibbet**, chattering away like a monkey, with no expectation of reply.

flimflam / ['filmflæm] *n: a piece of nonsense* / In summer, he made a living from diners at beach cafes with a song, a trick or any old **flimflam** which would raise a coin.

foible / ['fɔibl] *n: a weak point or whimsy* / When walking he never put his foot on the cracks between paving stones, a **foible** with a psychological significance of which he was unaware.

fractious / ['frækʃəs] *adj: cross, fretful or peevish* / The new father was depressed at the clinic: **fractious** babies everywhere were crying and screaming and generally making life miserable.

friable / ['fraiəbl] *adj: easily crumbled* / They were called rock cakes, but were so **friable** that unless picked up gingerly they would become a handful of crumbs.

fricative / ['frikətiv] *adj: (of consonants) characterized by a noise of air forced through an opening* / The consonants *f*, and *s* are **fricative:** to pronounce them one expels air through the lips or teeth.

frowst / [fraust] *n: a hot stuffy atmosphere* / It was ill-advised to have the midsummer reception in such a place: a **frowst** built up which opening the door could not dispel.

galatea / [ˌgælə'tiə] *n: a strong, striped cotton fabric, used especially for sailor suits* / Standing there in his **galatea** suit, hair brushed, the boy looked as if he might have stepped out of a Victorian postcard.

gamine / [geimin] *n: a mischievous boylike girl or woman* / The moustached little tramp met the barefoot, bedraggled **gamine** and shared his hut with her (they married in 'real' life, too).

Gargantuan / [ga:'gæntjuən] *adj: gigantic, enormous* / Frank Bruno's appetite is **Gargantuan** - he needs to eat huge quantities of meat a day to maintain his physique.

gastropod / ['gæstrəpɔd] *n: any of the class of molluscs consisting of snails and slugs* / The thrush broke the **gastropod's** shell for a free meal; the Parisian had it broken for him and paid substantially for escargot.

gaucherie / ['gəuʃəri:] *n: awkwardness; tactlessness* / A scholarship won him a place at an exclusive school, where he could not disguise his **gaucherie** from his classmates.

germane / [dʒɜ:'mein] *adj: closely related; pertinent* / The politician made several clever remarks, but none was **germane** to the point being discussed.

gerrymander / ['dʒerimændə*] *v.t: to manipulate unfairly, especially with regard to political boundaries* / The Act redrew the boundaries of the town's parliamentary constituencies: neat **gerrymandering** which ensured the government two more seats.

gesso / ['dʒesəu] *n: any plaster-like material used to prepare a surface.for painting* / The owner wanted a mural, so the finest **gesso** was used to prepare the surface of the wall, and a local painter commissioned.

gimcrack / ['dʒimkræk] *adj: showy but useless* / All the **gimcrack** jewellery and cheap perfume he could shower upon her failed to win her affection or even attention.

glaucous / ['glɔ:kəs] *adj: light bluish green or greenish blue* / The nest contained two beautiful **glaucous** eggs of a bird of some unknown, exotic species.

gnomic / ['nəumik] *adj: like, or containing, aphorisms (or gnomes)* / His writing had a **gnomic** quality, studded with terse sentences, each of which seemed to convey a general truth about life.

gregarious / [gri'geəriəs] *adj: fond of company; sociable* / The more famous he became, the less **gregarious** were his instincts - the more invitations he received, the fewer he accepted.

grimalkin / [gri'mælkin] *n: an old cat; an ill-tempered old woman* / On the window sill sat a **grimalkin**, surveying the scene like an old woman anxious to disapprove of all she saw.

halcyon / [ˌhælsiən] *adj: calm, tranquil or peaceful* / **Halcyon** days are calm, like those around the winter solstice when the *halcyon* or kingfisher, was once believed to brood.

harum-scarum / [ˌheərəm'skeərəm] *adj: reckless, rash* / There'll be tears before bedtime', said the nanny, as her charges' **harum-scarum** behaviour seemed designed to wreck the house.

heinous / *['heinəs] adj: hateful, odious* / It was a nasty crime, mace more **heinous** by his attempt at attributing the guilt to somebody else.

hermetic / *[hɜ:'metik] adj: made airtight by fusion or sealing* / The **hermetic** sealing of food containers is a modern aid in keeping food fresh and uncontaminated.

hiatus / *[hai'eitəs] n: an interruption; a break* / There came a day when the dog leapt off the boat and disappeared, and there was a **hiatus** in the journey while they looked for him.

highfalutin / *[ˌhaifə'lu:tin] adj: pompous; pretentious* / 'He spells Art with a capital F', said Eric Gill, deflating the ultra-earnest and **highfalutin** tone of the discussion.

hirsute / *['hɜ:sju:t] adj: hairy* / Drinking the potion he became Mr. Hyde, a man so **hirsute** that the backs of his fingers and toes were covered in hair.

hobbledehoy / *[ˌhɔbldi'hɔi] n: an adolescent, or clumsy, boy* / Although well past his youth, he behaved like a **hobbledehoy**, knocking into furniture with his awkward movements.

hobson-jobson / *['hɔbsn'dʒəubsn] n: the assimilation of foreign words to the sound of words in the mother tongue* / The French card game of *vingt-et-un* underwent a process of **hobson-jobson** to emerge in English as 'van john', later corrupted to 'pontoon'.

hocus-pocus / *[ˌhəukəs'pəukəs] n: trickery or deception* / **Hocus-pocus** was pseudo-Latin jargon used by jugglers as they performed tricks - now it is applied to any conjuring trick.

hoi polloi / *[ˌhɔipə'lɔi] n: the common people; the masses (Note: not 'the'* ***hoi polloi****)* / The elite in learning or aristocratic in breeding, seldom pay attention to the views of **hoi polloi**.

horripilation / *['hɔripilæʃn] n: a bristling of the hair from cold, fear, etc; gooseflesh* / As the creature approached, he could feel **horripilation** all over his body and hear the pounding of his heart.

horse-trading / *['hɔ:sˌtreidiŋ] n: shrewd and close bargaining* / The rebel prisoners were isolated without food, but they held two warders hostage - it was time for some **horse-trading**.

hortatory / *['hɔ:tətəri] adj: encouraging; inciting, exhorting* / His speech was fiercely **hortatory**; suddenly the crowd turned in fury and marched towards the winter palace with vengeance in their hearts.

hoyden / *['hɔidn] n: a rude girl; a tomboy* / Higgins thought she was ill-bred and boisterous, a **hoyden**, but she soon blossomed into a cool, self-possessed woman.

hugger-mugger / *['hʌgəˌmʌgə*] adj: secret or clandestine* / In the cellars of the House of Commons, the **hugger-mugger** meeting took place and the gunpowder was positioned for its work.

hustings / *['hʌstiŋz] n: an electioneering platform* / The news coming back from the **hustings** was that the people liked the policies but feared they were impracticable.

hyperbole / *[hai'pɜ:bəli] n: obvious exaggeration* / 'Baked beans are the most nutritious food in the world', he said, his **hyperbole** being not unconnected with the fact that his storeroom was full of them.

hypocoristic / *[ˌhipəu'kɔristik] adj: endearing, as a pet name* / His silly name for her seemed less **hypocoristic** once he had used it in a national newspaper's St. Valentine's Day personal column.

iconoclast / *[ai'kɔnəuklæst] n: a breaker or attacker of images or cherished beliefs* / He was an **iconoclast** by nature, ridiculing country lore, psychic beliefs and Bible stories alike as superstitious and unscientific.

idiosyncrasy / *[ˌidiə'siŋkrəsi] n: a characteristic peculiar to an individual* / Most **idiosyncrasies** are unconscious and harmless - tugging the ear or licking the lips when concentrating - but people rarely like to point them out.

implicit / *[im'plisit] adj: implied rather than expressly stated* / 'Jobs are hard to get round here', he said, an **implicit** threat that if I didn't do as he said I'd be looking for one.

inchoate / *['inkəueit] adj: just begun; rudimentary; unformed* / He seemed to have little time for social life, no doubt because of the **inchoate** nature of the business that he was trying to run.

incorrigible / *[in'kɔridʒəbl] adj: bad beyond correction or reform* / He was such an **incorrigible** liar, that when his lies were exposed he lied further to try to justify them.

ineluctable / *[ˌini'lʌktəbl] adj: that cannot be escaped from* / Although their love was adulterous, they could do nothing about it: they were in the grip of an inexorable, **ineluctable** force.

ingenuous / *[in'dʒenjuəs] adj: free from reserve or restraint; artless* / It was an **ingenuous** remark and it halted the conversation, but the hostess quickly offered more tea and the moment passed.

insouciant / *[in'su:sjənt] adj: free from concern; carefree* / The football pools winner was now strolling down the Champs Elysées, waving happily to a mother and child and favouring a pretty girl with an **insouciant** wink.

internecine / *[ˌintə'ni:sain] adj: mutually destructive* / Blake and Alexis in Dynasty, Bobby and JR in Dallas - it seems **internecine** quarrels are the normal way of life for soap opera families.

intransigent / *[in'trænsidʒənt] adj: uncompromising, especially in politics* / The staff room was in uproar - nobody agreed with the headmaster, but he was **intransigent** in his plans.

intrinsic / *[in'trinsik] adj: belonging to a thing by its very nature* / It was only a fountain pen, of little **intrinsic** value, but as the President had signed the agreement with it, it assumed a great desirability.

inveigle / *[in'veigl] v.t: to draw by beguiling or artful inducements* / The crafty Fagin was a master of backstreet psychology and had **inveigled** a gang of boys into picking pockets for him.

irenic / *[ai'ri:nik] adj: tending to promote or encourage peace* / The ancient Olympic Games were genuinely **irenic** - a truce between Elis and Sparta guaranteed a safe passage for athletes - but the modern games are less so.

iridescent / *[ˌiri'desnt] adj: displaying colours like those of the rainbow* / The Sun poured through the window, making **iridescent** patterns in Bond's empty whisky glass as it stood on his bedside cabinet.

jackanapes / *['dʒækəneips] n: a pert young man; whippersnapper* / It was a school party: eight smart, blazered youths, but each a conceited **jackanapes** full of cockiness and aggression.

jejune / *[dʒi'dʒu:n] adj: deficient in substantial qualities; unsatisfying* / The musical was booked for months ahead, but Amanda and Noel found it **jejune** - they had forgotten it by supper time.

jiggery-pokery / *[ˌdʒigəri'pəukəri] n: dishonest dealing; trickery* / He had never seen the three-card trick before, and did not resent too much losing his fiver to such amiable **jiggery-pokery**.

juvenilia / *['dʒu:vənilia] n. pi: works, especially writing, produced in youth* / Jane Austen would not have liked her juvenilia published but it is of great interest now both to admirers and students.

kibitzer / *['kibitsə*] n: a spectator at a card game who looks over the players' shoulders* / At top Bridge matches, the **kibitzers** are usually reserves the press, or experts not currently playing and sometimes all join in the post-mortems.

kickshaw / *['kikʃɔ:] n: any fancy dish in cookery; a dainty* / She wondered what to give the mourners when they arrived; a glass of sherry and a choice of **kickshaws** seemed to be right.

kowtow / *[ˌkau'tau] v.t: to act in an obsequious manner* / The clerk did not **kowtow** to the chairman by kneeling with forehead touching the floor, as in the literal meaning of the word, but his demeanour suggested he would if asked.

kudos / *['kju:dɔs] n: glory; renown* / Dorando was not given the gold medal, as he had been helped over the line, but he won more **kudos** by his bravery than the actual marathon winner.

lacuna / *[lə'kju:nə] n: a gap or hiatus* / The novel was published posthumously, having been rescued from his papers, the few **lacunas** in the manuscript not detracting from the flow.

lambent / *['læmbənt] adj: moving lightly over a surface* / A soft light was reflected from the **lambent** water as it trickled over the pebbles of the stream.

lampoon / [læm'pu:n] *n: a malicious or virulent satire, in prose or verse* / It was a **lampoon** on a cabinet minister, which would have been applauded once, but in the current climate was risking prosecution.

languid / ['læɲgwid] *adj: drooping from weakness or fatigue; faint* / Directing the guests to the refreshment marquee was a **languid** youth propped up against the gate post, who waved a weary hand in the general direction.

languor / ['læɲgə*] *n: lack of energy; indolence* / He had long since stopped rowing, and with the **languor** of the adolescent was happy to drift downstream.

lassitude / ['læsitju:d] *n: weariness of body or mind; languor* / The weather was hot and he was exhausted: an extreme **lassitude** gripped him and all he could do was lie on the beach and sleep.

legerdemain / [ˌledʒədə'mein] *n: sleight of hand; trickery* / The victim was amazed, knowing nothing of the **legerdemain** which could switch the queen of diamonds for the three of spades before his own eyes.

leitmotiv / ['lait'məutiv] *n: a theme in a music drama associated with a particular person or situation* / As Don José stabbed Carmen, so crashed out the chords of the **leitmotiv** of his hopeless love, mocking the lyricism of the theme of the Fiower Song.

leman / ['lemən] *n: a sweetheart or mistress* / Nell Gwynne sold oranges but was Charles II's **leman** - although the inhabitants of London's Leman Street prefer the long 'e' pronunciation.

lissom / ['lisəm] *adj: lithe, especially of body; supple* / Ballet dancers and gymnasts are **lissom**, and to grant one more strength and the other more grace might be a mistake.

litotes / ['laitəuti:z] *n: a figure of speech in which an affirmative is expressed by a negative* / 'It's not at all bad' is not at all a bad example of **litotes** - in fact it's not a million miles from a good one.

lumpen / [lʌmpən] *adj: always used with 'proletariat': the lowest section of the working class* / Criminals, tramps and uprooted vagabonds form part of what is sometimes called the **lumpen proletariat.**

lustrous / ['lʌstrəs] *adj: shining; glossy; bright* / Her eyes were **lustrous**; perhaps the lustre was inspired by that of the silk dress which the assistant was showing her.

Machiavellian / [ˌmækiə'veliən] *adj: characterized by subtle or unscrupulous cunning* / The end justifies corrupt means; expediency above morality; these **Machiavellian** precepts seem to be the normal currency of modern political life.

magniloquent / [mæg'niləukwənt] *adj: expressed in a lofty or grandiose style* / How **magniloquent** was the speech! How sincere the voice! The first had been polished for days, the second practised for weeks.

manqué / ['ma:ɲkei] *adj: failed, unsuccessful; unfulfilled* / He was a poet **manqué**, who was now a copywriter in an ad agency and earned more than the Poet Laureate dreamed of.

maudlin / ['mɔ:dlin] *adj: weakly emotional or sentimental* / Many **maudlin** performances are to be seen on the stage - especially when awards are being handed out at expensive suppers.

maunder / ['mɔ:ndə*] *v.i: to talk or act in a rambling, foolish way* / What had served him as a disc-jockey now characterized his political commentaries - an irrepressible capacity to **maunder**.

mellifluous / [me'lifluəs] *adj: sweetly or smoothly flowing* / As Gielgud uttered the words, they seemed to have properties of their own, each as smooth as a pebble, the whole as **mellifluous** as honey.

mendacious / [men'deiʃəs] *adj: false or untrue; lying* / It was a **mendacious** report, but the Board of Directors believed it and put in a rash take-over bid.

mercurial / [mɜ:'kjuəriəl] *adj: flighty; changeable* / He was an immensely successful businessman, but his staff feared his **mercurial** nature: promotion one day did not rule out dismissal the next.

meretricious / [ˌmeri'triʃəs] *adj: showily attractive, tawdry* / The office had a holiday competition each year - everybody had to buy the most **meretricious** souvenir they could find.

mezzanine / ['metsəni:n] *n: a low storey between two other storeys of greater height* / The American always pushed the wrong button in English lifts, especially when there was a **mezzanine** floor between the ground floor and the first (which he considered the second).

mores / ['mɔ:reiz] *n (plural): customs accepted without question, embodying the moral views of a group* / Sexual **mores** have undergone many changes this century with the advent of family planning techniques, women's liberation and now AIDS.

morganatic / [ˌmɔ:gə'nætik] *adj: pertaining to a marriage of a man of high rank to a woman of lower in which she or the issue have no claim to his rank or property* / In the furore over Edward VIII's desire to marry twice-divorced Wallis Simpson, a **morganatic** marriage was suggested as a solution.

neophyte / ['ni:əufait] *n: a beginner* / Some musicians seem never to have been **neophytes** - Jacqueline du Pré, for instance, always seemed skilled with a cello.

nonpareil / ['nɔnpərəl] *adj: having no equal* / Jack Randall, the English bare-knuckle prize-fighting lightweight champion around 1817, was the first boxer whose supremacy earned the title **Nonpareil**.

nostrum / ['nɔstrəm] *n: a patent, or quack, medicine* / He dressed in a black frock coat and travelled the Wild West clutching a medical encyclopedia, selling his **nostrum** to whoever was gullible enough to buy.

nubile / ['nju:bail] *adj: (of a girl or young woman) marriageable, especially as to age and development* / She was considered a **nubile** young woman in her own country, but in this strange environment looked a lost and sad little girl.

nugatory / ['nju:gətəri] *adj: trifling; worthless; futile* / The flow of the match was one-way and his efforts to stem the tide were **nugatory** - by half-time the team was eight goals down.

obloquy / ['ɔbləkwi] *n: disgrace resulting from public blame* / He was an escaped train-robber, but surprisingly little **obloquy** attached to him - he was considered by many to be something of a charming rogue.

obscurantism / [ˌɔbskjuə'ræntizəm] *n: opposition to enquiry and enlightenment* / Question time in the House is usually an exercise in **obscurantism**, only that being revealed which the government wishes.

obviate / ['ɔbvieit] *v.t: to dispose of or prevent* / Word processors have the facility for correcting mistakes instantly: the necessity to start again if a clean copy is required is **obviated**.

occidental / [ˌɔksi'dentl] *n: pertaining to the west* / More and more Japanese executives are coming to Britain as their companies buy into British industry, and they quickly learn **occidental** customs.

opprobrium / [ə'prəubriəm] *n: disgrace incurred by conduct considered shameful* / He was hounded on his death-bed by the tabloid press, who thus incurred more **opprobrium** than he, but of course ignored it.

oppugn / [ə'pju:n] *v.t: to assail by criticism or action* / It was necessary to **oppugn** the proposed new law, because once passed it would prevent criticism, or even knowledge, of ministerial dirty tricks.

orotund / ['ɔrəutʌnd] *adj: (of the voice) characterized by strength, richness and clearness* / Some called him a ham actor, others admired him, but everybody at least recognized that **orotund** voice.

ostracize / ['ɔstrəsaiz] *v.t: to exclude, by general consent from society* / Her husband had allegedly intended to kill her, but had killed another by mistake, yet she was **ostracized** by many of their friends as if she were the murderer, not him.

otiose / ['əutiəus] *adj: at leisure; indolent* / Several men were surplus to requirements, and lolled about in **otiose** attitudes while those necessary for the task got on with it.

outré / ['u:trei] *adj (French): passing the bounds of what is proper* / He certainly wore the dinner jacket specified on the invitation but, although it was midsummer, to wear it with shorts was rather **outré**.

oxymoron / [,ɔksi'mɔ:rɔn] *n: a figure of speech consisting of a seeming self-contradiction* / Forcing a schoolboy to do his English homework might be called a 'cruel kindness', an expression he will learn to recognize as an **oxymoron.**

palindrome / ['pælindrəum] *n: a word or phrase reading the same backwards as forwards* / If Adam had said to Eve 'Madam, I'm Adam" he could have claimed credit for the world's first **palindrome.**

panache / [pə'næʃ] *n: a grand or flamboyant manner; verve* / Toscanini conducted with great **panache**; although producing no noise himself, he added considerably to the performance.

paparazzo / [,pæpə'ra:tsəu] *n: a reporter or photographer seeking sensations, often harassing his subjects* / The **paparazzo** waited on the doorstep all night, and snapped the surprised princess when she opened the door for the milk.

paradigm / ['pærədaim] *n: a pattern; an example* / It was an excellent serial - stunning photography, a classic story, excellent acting - a **paradigm** of the best BBC2 treatment of literature.

pariah / [pə'raiə] *n: a person or animal generally despised; an outcast* / When the news of his activities became known, he resigned his seat, and became a **pariah**, except to a few cronies.

parlous / ['pa:ləs] *adj: perilous; dangerous* / The fire escape was known to be in a **parlous** condition, so it was courting disaster to have a fire drill before repairing it.

peccadillo / [,pekə'diləu] *n: a petty sin, or offence* / He regarded it as a **peccadillo**, but he realised that if the tabloids found out, it would be blown up to a full-scale sin.

perchance / [pə'tʃa:ns] *adv: maybe; by chance* / Hamlet thought peace might come in death, until he realized that **perchance** he might dream - it made him pause from suicide.

peripatetic / [,peripə'tetik] *adj: walking or travelling about; itinerant* / Stanley went off on another of his **peripatetic** excursions into the bush, hardly presuming he would meet Dr. Livingstone.

perspicacious / [,pɜ:spi'keiʃəs] *adj: having keen mental perception* / Only a **perspicacious** shareholder could have foreseen the stock market crash and sold his shares, to buy back many more with the same money later.

pettifogging / ['petifɔgiɲ] *adj: petty; mean; paltry* / The author agreed to write the script, but the studio then had second thoughts and delayed production with **pettifogging** quibbles over the contract.

philtre / ['filtə*] *n: a magic potion* / At the first opportunity he put the **philtre** into her wine, expecting it to charm her into loving him.

pixilated / ['piksileitəd] *adj: amusingly eccentric* / He became well known on television with the **pixilated** manner in which he threw about his arms, as if he were a puppet and they were controlled by strings.

placebo / [plə'si:bəu] *n: a medicine which performs no physiological function but might benefit psychologically* / The patient swore the medicine was doing him good: the doctor knew it was only a **placebo** but happily repeated the prescription.

plangent / ['plændʒənt] *adj: beating or dashing like waves* / He forgot he was in the concert hall, as the **plangent** music swelled to its climax and carried him along in its wake.

plethora / ['pleθərə] *adj: overfullness; superabundance* / Suddenly Becker found his form, and from his previously timid racket there flowed a **plethora** of masterful shots.

polymath / ['pɔlimæθ] *n: a person of great and varied learning* / He is a modern Leonardo, a **polymath** who addresses this society and that institution, writes, broadcasts, lectures - and never appears on *Any Questions.*

popinjay / ['pɔpindʒei] *n: a coxcomb; a fop* / It was the firm's outing and the sales director was prancing around like some chattering **popinjay** from a Restoration comedy.

portmanteau word / [,pɔ:t'mæntəu wɜ:d] *n: a word made by telescoping two other words* / Lewis Carroll defined

portmanteau words: his toves were 'slithy' (lithe and slimy). More appetizing is the popular 'brunch' (a combination of breakfast and lunch).

postprandial / [ˌpəustˈprændiəl] *adj: after a meal, especially after dinner* / He was very tired, the dinner had been excellent and now, in the second of the **postprandial** speeches, he began to snore.

postulate / [ˈpɔstjuleit] *v.t: to assume without proof, or as self-evident* / It was a learned literary criticism, in which the writer **postulated** that a novelist must experience all he writes of, thus dismissing imagination entirely.

precocious / [priˈkəuʃəs] *adj: forward in development* / Chess, Music and Mathematics are pastimes which seem to attract **precocious** children - Mozart, in fact, was a boy genius.

prodigal / [ˈprɔdigl] *adj: wastefully or recklessly extravagant* / He could have been a great sportsman, but was **prodigal** with his talent, preferring to show off rather than keep in condition.

prodigy / [ˈprɔdidʒi] *n: a person, especially a child, endowed with extraordinary gifts* / Many infant **prodigies** burn themselves out, but Yehudi Menuhin, who gave concerts worldwide as a youth, has continued to develop his talent.

prolix / [ˈprəuliks] *adj: long and wordy* / It was a **prolix** company report: one cynic remarked that the length of the annual reports was in inverse proportion to the profits.

proscribe / [prəuˈskraib] *v.t: to denounce as dangerous; to prohibit* / Certain acts (some would say drug taking or cigarette smoking) ought to be **proscribed**, but to *proscribe* books, as happens in Ireland, never seems right.

protagonist / [prəuˈtægənist] *n: a leading character in a play, cause, etc* / The anthems had been played, the celebrities introduced, the seconds despatched from the ring, and now only the two **protagonists** and the referee remained.

protégé / [ˈprɔtiʒei] *n (French): one who is under the protection or patronage of another* / He had been a young protégé himself, so was pleased to help promising musicians in his turn, though emphasizing that patronage was no substitute for work.

prurient / [ˈpruəriənt] *adj: inclined to, or characterized by, lascivious thought* / Tabloid newspaper proprietors deny that 'page three' girls inspire **prurient** reactions, but it's difficult to see any other purpose in printing their pictures.

punctilio / [pʌŋkˈtiliəu] *n: strictness or exactness in the observance of forms* / When amateurs were recognized in cricket, **punctilio** demanded their initials preceded their names on scorecards - professionals were allowed initials only where two shared a name and these followed the name in brackets.

purblind / [ˈpɜːblaind] *adj: dull in discernment or understanding* / When it came to his own interests he was **purblind**. He owned a garage opposite Wimbledon tennis courts and filled it with junk!

purlieu / [ˈpɜːljuː] *n: a place where one may range; one's haunt* / There was now a region of tall grass: it was the **purlieu** of the tiger, and every step was fraught with danger.

pusillanimous / [ˌpjuːsiˈlænimәs] *adj: lacking strength of mind; faint-hearted* / 'Lady **Pusillanimous**' said Jimmy Porter, indicating his wife, who meekly continued ironing, not having the strength of mind or vocabulary to argue.

putative / [ˈpjuːtətiv] *adj: commonly regarded as such; supposed* / So far as the neighbourhood was concerned, she was his **putative** common-law wife; it was only at his death she was revealed as his daughter.

quandary / [ˈkwɔndəri] *n: a state of perplexity; dilemma* / The exciting new job meant moving house; it meant less pay but more opportunity; less security but more glamour - Clive was in a **quandary** about taking it.

quiddity / [ˌkwidditi] *n: the essential nature of a thing* / The **quiddity** of cricket is that it is gentle, sunlit, rural and redolent of the best in English character.

quidnunc / [ˈkwidnʌŋk] *n: one curious to know news and gossip* / In Jane Austen's novels there are many **quidnuncs** - they help to elucidate the plot and the other characters' traits.

quintessence / [kwin'tesns] *n: the perfect embodiment of something* / Tall, well-mannered, reticent, C. Aubrey Smith was the **quintessence** of an Englishman or Hollywood's conception of one, and won several parts because of it.

quisling / ['kwizliŋ] *n: a person who betrays his country to an occupying power* / The pro-Nazi Norwegian leader Vidkun **Quisling** gave his name to the language by helping the Germans in the Second World War.

quixotic / [kwik'sɔtik] *adj: extravagantly chivalrous* / He hired a plane to write his marriage proposal in the sky, but the **quixotic** gesture misfired because of a strong wind.

quondam / ['kwɔndæm] *adj: that formerly was, or existed* / At the age of 50, he was still in the charts, while his **quondam** partners in the group had followed other pursuits.

quorum / ['kwɔ:rəm] *n: the number of members of a body required to transact business* / There were fewer than 40 members in the House of Commons, so there was not a **quorum** present, and business could not proceed.

quotidian / [kwɔ'tidiən] *adj: everyday; ordinary* / Charles dreamt of great power and financial success, but, alas, the **quotidian** reality of his life fell far short of his aspirations.

Rabelaisian / [,ræbə'leiziən] *adj: of broad, coarse, humour* / The film was a sort of **Rabelaisian** version of "Hamlet", as if Sid James were the Prince and Kenneth Williams Gertrude.

rampant / ['ræmpənt] *adj: in full sway; unchecked* / By now David's paranoia was **rampant** - he suspected all his colleagues of hating him.

rebarbative / [ri'ba:bətiv] *adj: unattractive; fearsome or repellent* / Dorian Gray stared at the **rebarbative** features, and with horror realized his portrait had aged while he himself had remained young.

recondite / ['rekəndait] *adj: dealing with abtruse or profound matters* / The tax leaflet was meant to be explanatory, but it seemed to him like some **recondite** treatise, quite beyond his comprehension.

recrudescence / [,ri:kru:'desns] *n: a breaking out afresh or into renewed activity* / Chris thought he'd conquered his pimples, but on the morning of his date, a savage **recrudescence** had him in despair.

recusant / ['rekjuzənt] *adj: obstinate in refusal* / Augustus was a chubby lad, but one day he became **recusant** over eating his soup - by the fourth day he was like a piece of thread.

redolent / ['redələnt] *adj: having a pleasant smell* / It was dusk and, as they stood hand-in-hand on the balcony, the air was **redolent** with the fragrance of the jasmine around them.

regimen / ['redʒimen] *n: a course of diet, exercise, etc. to preserve or restore health* / It was a strict **regimen** and hard to follow, but she hung her ball gown by her bed to inspire her when she felt depressed.

renascent / [ri'næsnt] *adj: being reborn* / The release from copyright of the works of Scott Fitzgerald in 1990 will no doubt provoke a **renascent** interest in his life and work.

replete / [ri'pli:t] *adj: gorged with food and drink* / It was the depths of June, the fish were **replete** with flies and were dreaming of heaven: mud, weed, insects.

replicate / ['replikeit] *v.t: to produce an exact copy of* / The sales figures for December were a record, but unfortunately they could not **replicate** them in January; so, the company was stuck with a lot of unsold Christmas cards.

rescind / [ri'sind] *v.t: to invalidate by a later action* / The order to attack was **rescinded**, but it was too late; men were already advancing towards the enemy lines and were being mown down.

rhinoplasty / ['rainəuplæsti] *n: plastic surgery of the nose* / She persuaded her doctor that her bent nose was causing her psychological problems and he agreed to **rhinoplasty** on the National Health.

riparian / [rai'peəriən] *adj: pertaining to the bank of a river, or other water* / It was an angling match, and the usual **riparian** dwellers, such as voles and coots, found themselves joined by 60 fishermen.

risqué / [ˈriːskei] *adj: daringly close to indelicacy* / Max Miller was the most popular music hall comedian of his day, but his **risqué** stories earned a ban from the BBC.

rococo / [rəʊˈkəʊkəʊ] *adj: a tastelessly florid style of decoration, especially in architecture* / It was a **rococo** interior, with mirrors and tapestries overpowering the wood panelling, which was over-ornamented with delicate shellwork.

rodomontade / [ˌrɔdəmɔnˈteid] *n: vainglorious boasting or bragging* / He was drunk and indulging in his **rodomontade**, at which his listeners smiled, knowing he had never seen four tigers, let alone shot them.

sanguine / [ˈsæŋgwin] *adj: naturally cheerful and hopeful* / Dr. Foster was of **sanguine** disposition, and never took an umbrella, even though he had been caught in several showers on the way to Gloucester.

sardonic / [saːˈdɔnik] *adj: bitterly ironical; sarcastic; sneering* / The Master's face cracked into a twisted, **sardonic** grin. 'Even Time Lords must die', he said to Doctor 'Who.'

sartorial / [saːˈtɔːriəl] *adj: pertaining to a tailor or his work* / **Sartorial** elegance is not what it was: it is not the cut of a suit but its designer label which causes comment today.

sassy / [ˈsæsi] *adj: saucy* / As a child she had been a **sassy** terror, always cheeking teachers and neighbours, but never causing any real offence.

scintilla / [sinˈtilə] *n: a spark; a minute particle* / The two men had known each other in prison; but in the Royal Enclosure at Ascot, not a **scintilla** of recognition passed between them.

sedulous / [ˈsedjuləs] *adj: diligent in application; persevering* / He was **sedulous** in his flattery, but as he constantly spilt his drink down her dress his courtship got nowhere.

serendipity / [ˌserənˈdipəti] *n: the faculty of making desirable discoveries by accident* / Many important advances arose from **serendipity**, for example, Alexander Fleming's discovery of healing properties in his cultures.

sesquipedalian / [ˌseskwipiˈdeiljən] *adj: given to using long words* / Anthony Burgess is a **sesquipedalian** writer, who no doubt knows that the word also means 'measuring a foot and a half.'

shebang / [ʃiːbæŋ] *n: thing; affair; business* / It was a worrying affair and he would not rest until the whole **shebang** was over, one way or another.

shenanigan / [ʃiˈnænigən] *n: nonsense; deceit; trickery* / The poor mother was being driven wild as the children were up to their **shenanigans** again, giving her no peace.

shibboleth / [ˈʃibəleθ] *n: a peculiarity - of pronunciation or dress, etc. - which distinguishes a particular class* / It is a **shibboleth** of the expensively educated English to pronounce 'often' as if it were 'orphan'.

shillyshally / [ˈʃili ˌʃæli] *v.i: to be irresolute; vacillate* / Elephants were being killed for the ivory of their tusks. It was not time to **shillyshally**; without concerted action they would soon be extinct.

shyster / [ˈʃaistə*] *n: one who gets along by sharp practice* / Although nothing could be pinned on him, he was regarded as something of a **shyster**, and nobody dealt with him willingly.

sinecure / [ˈsaini ˌkjuə*] *n: an office requiring little or no work* / He worked at the information desk in M-16. It was a **sinecure**: if he didn't know the answer to a question he said it was classified.

sine qua non / [ˌsainikweiˈnɔn] *n (Latin): an indispensable condition* / It was a **sine qua non** of keeping his job that he agree to transfer to Wapping: reluctantly he followed the Sun eastward.

skewbald / [ˈskjuːbɔːld] *adj: (of horses, etc) having patches of different colours, especially white and brown* / The racehorses in the stable were all majestic bays or chestnuts, but the **skewbald** pony of the trainer's daughter did not envy them.

skulduggery / [skʌlˈdʌgəri] *n: dishonourable proceedings* / The stranger had lost six poker hands in succession, and he began fingering his gun, suspecting some **skulduggery** afoot.

sobriquet / [ˈsəʊbrikei] *n: a nickname* / Boxing fans attach a wide variety of **sobriquets** to their heroes: at one end is the Michigan Assassin, at the other the Orchid Man.

soubrette / [su:'bret] *n: a lively, pert young woman character (in a play)* / She specialized in **soubrette** roles in her early plays: maids or the scatterbrained daughters of the house in Aldwych farces.

specious / ['spi:ʃəs] *adj: apparently good, but without merit; superficially pleasing* / Many votes at elections are won by **specious** promises and arguments, the value of which become apparent too late.

stoical / ['stəuikl] *adj: impassive; characterised by fortitude* / There was no self-pity in his posthumous book; all the reviewers commented on the **stoical** way he had borne his premature illness.

stolid / ['stɔlid] *adj: not easily moved mentally; unemotional* / She took him to London to see the shows, but he remained a **stolid** countryman, unimpressed by the West End glitter.

stonewall / [ˌstəun'wɔ:l] *v.t: to obstruct; hinder* / It had been an awkward question and he had had to **stonewall**; now he admitted having been economical with the truth.

stygian / ['stidʒiən] *adj: infernal; hellish* / They descended into the **stygian** depths. It was dark and gloomy and rats scuttled along - one of them was Lime.

suffuse / [sə'fju:z] *v.t: to overspread with; flush* / He was rifling in the boss's desk when his secretary walked in. Blood **suffused** the cheeks of both: it was mutual embarrassment.

superannuate / [ˌsu:pə'rænjueit] *v: to set aside as out of date* / Others had **superannuated** typewriters in favour of the word-processor: he still processed (or wrote) his words with a fountain pen (he couldn't get a quill).

supine / ['su:pain] *adj: inactive; passive; inert* / At last he fought back, and went to bed without doing the washing-up, his days of **supine** subservience over.

surfeit / ['sɜ:fit] *n: excess; an excessive amount* / 'I have had a **surfeit** of dieting', she said. It seemed a strange remark. 'Nothing succeeds like excess', I replied.

sybarite / ['sibərait] *n: one devoted to luxury and pleasure* / The young aristocrat fell under the spell of the brilliant artist and they lived as **sybarites** until the fateful note was left at the club.

sylvan / ['silvən] *adj: of, or pertaining to, the woods* / It was a little house in a **sylvan** setting and within it a little golden-haired girl was mysteriously tasting three bowls of porridge.

synchronous / ['siŋkrənəs] *adj: occurring at the same time; simultaneous* / **Synchronous** with the first chime of Big Ben at 11 o'clock on Remembrance Sunday, guns are fired to signal the two-minute silence.

tantamount / ['tæntəmaunt] *adj: equivalent, as in value, force, etc.* / Having a television franchise was **tantamount** to having a licence to print money, according to Lord Thomson.

tarantism / [tə'ræntism] *n: a nervous affection characterized by an impulse to dance* / **Tarantism** is linked to the whirling Italian dance, the tarantella, once believed to be performed by those bitten by a tarantula spider.

tardigrade / ['ta:digreid] *adj: slow in pace or movement* / It was blisteringly hot, and the **tardigrade** cat slouched across the lawn like a tortoise - even a mouse would have been safe.

tatterdemalion / [ˌtætədə'meiljən] *n: a person in tattered clothing* / I called her a **tatterdemalion**, pointing to the tears in her jeans. 'It took ages to get them like this', she protested.

tautology / [ˌtɔ:tə'lɔdʒi] *n: needless repetition of an idea in other words* / 'I ascended upwards to a higher level' is rampant **tautology** - 'upwards' and 'to a higher level' being implicit in 'ascended'.

tellurian / [te'ljuəriən] *adj: characteristic of the earth or an inhabitant of it* / Spock, in 'Star Trek', is one of several science-fiction heroes to be contemptuous at times of **tellurian** talents, but he was invented by one.

tendentious / [ten'denʃəs] *adj: having a tendency or bias, with the purpose of influencing opinion* / Orwell's 'Burmese Days' was a **tendentious** novel, designed to show that British colonial rule was not always to the natives' benefit.

terraqueous / [ˌterəˈkwiəs] *adj: consisting of land and water* / The earth is a **terraqueous** planet, which allows it to sustain life - and to sentence that life to be caught in the rain occasionally.

tessitura / [ˌtesiˈtuərə] *n: the range of a voice or piece of music in relation to the normal range of a voice* / When he composed his song, he knew that it had such a high **tessitura** only a few could sing it.

timbre / [ˈtimbə*] *n (French): the characteristic quality of sound produced by an instrument or voice* / Frank Sinatra's voice has a different **timbre** from his voice of 50 years ago, but he remains the master of his particular style of music.

tincture / [ˈtiɲktʃə*] *n: a straight infusion* / Dr. Jekyll poured a **tincture** of some red liquid into the jar, there was a puff of reaction and his mixture was complete.

tintinnabulation / [ˈtintiˌnæbjuˈleiʃn] *n: the ringing or sound of bells* / The scene was enhanced as from across the stream came a **tintinnabulation** from the bells carried by the goats who grazed on the hillside.

toffee-nosed / [ˌtɔfiˈnəuzd] *adj: snobbish; pretentious; upper-class* / 'Henley's the place for **toffee-nosed** geezers with la-di-da voices', he said. 'Yerss', drawled his Lordship, a regatta committee man.

torpid / [ˈtɔ:pid] *adj: sluggish, lethargic* / He had clearly overtrained, and on what should have been the great occasion of his career he gave a **torpid** performance.

transmogrify / [trænzˈmɔgrifai] *v.t: to change as by magic; transform* / The whole place was **transmogrified**. There were musicians, lights in trees, waiters, hundreds of guests: Gatsby was having a party.

troglodyte / [ˈtrɔglədait] *n: one unacquainted with affairs of the world* / He was chief of one of Britain's biggest companies, but as he spoke one wondered how such a **troglodyte** achieved such power.

trompe l'oeil / [ˌtrɔmpˈlɔi] *n (French): a type of painting intended to deceive the eye* / As he approached the door, he pulled up in surprise. It was a **trompe l'oeil**, a blank wall with door, windows, curtains all painted on.

tryst / [trist] *n: an appointment, especially between lovers* / One day he failed to keep a **tryst,** and a distraught Madame Bovary spent the day in church and went home heavy-hearted.

turpitude / [ˈtɜ:pitju:d] *n: shameful depravity* / She had spent much longer in prison than normal, but her crime had been of such **turpitude** that ordinary mercy was forbidden.

ubiquitous / [ju:ˈbikwitəs] *adj: being everywhere at the same time* / The ubiquitous Wogan was interviewing an actor and on the other channel, hosting a song contest at the same time - he was probably elsewhere having his tea, too.

ukase / [ju:ˈkeiz] *n: any absolute or arbitrary order* / The managing director's **ukase** that no employee was to sun-bathe on the roof at lunch-time was deeply resented by the staff.

ululate / [ˈju:ljuleit] *v.i: to howl, as a dog or wolf* / All around in the dark, they could see the gleam of eyes; then a wolf began to **ululate**, and they longed for morning.

unctuous / [ˈʌɲktjuəs] *adj: oily; smooth; suave* / He knew how to get on; his **unctuous** manner recommended itself to the leader, who appointed him assistant and chief flatterer.

unrequited / [ˌʌnriˈkwaitid] *adj: (usually of love) not returned or reciprocated* / One fine day Lieutenant Pinkerton did return, as Madame Butterfly prophesied, but she was to discover that her love was **unrequited**.

urbane / [ɜ:ˈbein] *adj: smoothly polite; suave* / Although born in Bristol, he became the best of Hollywood's light comedy actors, with his sure timing and **urbane** manners.

uxorious / [ʌkˈsɔ:riəs] *adj: excessively fond of one's wife* / It was embarrassing to watch her wallow in his **uxorious** attention - one longed for some Basil Fawlty gesture to shock her.

valedictory / [ˌvæliˈdiktəri] *adj: pertaining to an occasion of leave-taking* / It was a **valedictory** occasion, but not sad; the speeches were generous, the gifts appreciated, and there was a hint of a reunion.

vamoose / [vəˈmuːs] *v.i: to depart quickly; to decamp* / John Wayne watched as the Mexicans **vamoosed** over the border, leaving behind them a US slang word from their own *vamos* (let's go).

venial / [ˈviːnjəl] *adj: excusable; not seriously wrong* / Taking the postal order might be considered a **venial** crime for a schoolboy, but his father would not rest until the allegation was refuted.

verisimilitude / [ˌverisiˈmilitjuːd] *n: appearance or semblance of truth* / He claimed to be an eye-witness of the crime and his account had a certain **verisimilitude**, but the inspector remained suspicious.

verity / [ˈveriti] *n: a truth, or true statement* / It is one of the eternal **verities** that it's the rich who get the pleasure and the poor who get the blame.

vernacular / [vəˈnækjulə*] *n: the native speech or language of a place* / The yuppies descended on dockland, and the locals expressed their feelings in the **vernacular** - ears burned in the flash apartments.

vespertine / [ˈvespətain] *adj: of or pertaining to, the evening* / They dined in the evening, on the veranda, watching the geckos on the ceiling dine too, on the **vespertine** insects attracted by the light.

viable / [ˈvaiəbl] *adj: practicable; workable* / He could have posted samples to potential customers, but this was not **viable** - it would cost too much time and money.

vicarious / [viˈkeəriəs] *adj: performed, exercised or suffered in place of another* / 'Here's looking at you, kid', said Bogart and half those in the back row tingled with **vicarious** pleasure, as if he were talking to them.

virago / [viˈraːgəu] *n: an ill-tempered, scolding woman* / 'Happy? Ah yes, dear, I remember happy', said the lanky hotel proprietor to the **virago** upbraiding him from behind the reception desk.

vituperative / [viˈtjuːpərətiv] *adj: abusive* / It was the most **vituperative** book review he had read, and even as he laughed he wondered about the poor author's reactions.

volte-face / [ˌvɔltˈfaːs] *n (French): a reversal of opinion or policy* / 'The lady's

not for turning' said the Prime Minister, not admitting the possibility of a **volte-face** in government thinking.

vouchsafe / [vautʃˈseif] *v.t: to give, or allow, by favour or graciousness* / At last she was persuaded to **vouchsafe** a reply; it told us little, but it was all we could expect.

willy-nilly / [ˌwiliˈnili] *adv: willingly or unwillingly* / Don Quixote tilted at his windmills and **willy-nilly** the faithful Sancho Panza followed him, patching him up where necessary.

winsome / [ˈwinsəm] *adj: winning, engaging, or charming* / She was a great success as a child actress with her **winsome** smile, her song and dance routines and her precocious remarks.

withershins / [ˈwiðəʃins] *adv: in the contrary . direction* / At dusk, a skein of geese beat heavy wings towards the sunset; a few desultory gulls flew **withershins**.

wont / [wəunt] *n: custom; habit; practice* / It was the watchman's wont to make his tea at midnight, so they chose this time to scale the fence and break in.

wraith / [reiθ] *n: an apparition; a visible spirit* / Out of the fog, appeared the **wraith** of her father. It hurried past and disappeared into the gloom – she gave chase frantically.

xenophobe / [ˈzenəfəub] *n: one who fears or hates foreigners* / He was an utter **xenophobe** and decided before he went on holiday he would not iike the people; not surprisingly he was right.

Yarborough / [ˈjaːˈbʌrə] *n: a hand in Whist or Bridge of which no card is higher than a nine* / George Wattrubbish picked up his cards and found he had a **yarborough**, and regretted the Earl of Yarborough had beaten him to naming such a hand.

yawp / [jɔːp] *v.i: to talk noisily and foolishly* / Closing time approached at the local, when half the men began to **yawp**, and their long-suffering spouses to yawn.

zeugma / [ˈzjuːgmə] *n: a figure of speech in which a verb is associated with two subjects or objects, although appropriate to only one* / 'Stalin waged war and peace with equal fervour', he said, using a **zeugma**, technically at least.

B

B.A.	:	Bachelor of Arts
B.A.R.C.	:	Bhaba Atomic Research Centre
B.B.C.	:	British Broadcasting Corporation
B.C.	:	Before Christ
B.C.C.I.	:	Board of Control of Cricket in India
B.C.G.	:	Becillus Calmettee Guerin (It is an Anti T.B. Vaccine)
B.C.I.	:	Bar Council of India
B.C.L.	:	Bachelor of Civil Law
B.Com.	:	Bachelor of Commerce
B.D.N.F.	:	Brain Derived Neuro-tropic Factor
B.D.S.	:	Bachelor of Dental Surgery
B.E.	:	Bachelor of Engineering
B.Ed.	:	Bachelor of Education
BENELUX	:	Belgium, Netherlands and Luxembourg
B.G.A.	:	Blue Green Algae
B.G.L.	:	Bachelor of General Laws
B.H.E.L.	:	Bharat Heavy Electricals Limited
bhp	:	brake horsepower
B.I.F.	:	British Industries Fair
B.I.F.R.	:	Bureau of Industrial and Financial Reconstruction
BIMARU	:	Bihar, Madhya Pradesh, Rajasthan, Uttar Pradesh
BIMSTEC	:	Bangladesh, India, Myanmar, Sri Lanka and Thailand - Economic Co-operation
B.I.O.S.	:	Basic Input Output System
B.I.S.	:	Bank of International Settlement
B.J.P.	:	Bharathiya Janata Party
B.L.	:	Bachelor of Law
B.L.O.	:	Binary Large Objects
B.Lit.	:	Bachelor of Literature
B.M.	:	Bachelor of Medicine
B.Mus.	:	Bachelor of Music
B.O.A.C.	:	British Overseas Airways Corporation
B.O.L.T.	:	Bombay Stock Exchange On-Line Trading;
	:	Build-Operate-Lease-Transfer
B.O.T	:	Board of Trade
B.P.	:	Blood Pressure
B.P.O.	:	Business Process Outsourcing
B.P.L.	:	British Physical Laboratory
B.P.R.	:	Business Process Re-engineering
bps	:	bytes per second
B.Pharm.	:	Bachelor of Pharmacy.
B.R.O.	:	Border Roads Organisation
B.S.E.	:	Bombay Stock Exchange
B.S.F.	:	Border Security Force

B.S.R.B.	:	Banking Service Recruitment Board
B.Sc.	:	Bachelor of Science
B.Sky.B.	:	British Sky Broadcasting
Bureaufax	:	International Public Facsimile Service
B.V.Sc.	:	Bachelor of Veterinary Science

C

C & R	:	Control and Reporting
C&W	:	Cable and Wireless
C.	:	Centigrade
C. & b	:	(Cricket) Caught and bowled
C.A.	:	Chartered Accountant
C.A.C.P.	:	Commission for Agricultural Costs and Prices.
C.A.D.	:	Command Area Development
	:	Civil Aviation Department
C.A.D.A.	:	Command Area Development Agency
C.A.D.P.	:	Command Area Development Programme
C.A.G.	:	Comptroller and Auditor-General of India
Cantab	:	Cantabrigienis (of Cambridge University)
C.A.N.	:	Calcium Ammonium Nitrate
C.A.P.A.R.T.	:	Council for Advancement of People's Action and Rural Technology
C.A.P.E.S.	:	Computer-Aided Paperless Examination System
C.A.R.E	:	Co-operative for American Relief Everywhere
C.A.S.	:	Conditional Access System
C.A.T.	:	Career Aptitude Test
	:	Computerized Axial Tomography
C.B.A.	:	Colliding Beam Accelerator
C.B.D.T.	:	Central Board of Direct Taxes
C.B.E.C	:	Central Board of Excise and Customs.
C.B.F.C.	:	Central Board of Film Certification
C.B.I.	:	Central Bureau of Investigation
C.B.M.	:	Confidence Building Measuring
C.B.R.I	:	Central Building Research Institute
C.B.S.E.	:	Central Board of Secondary Education
C.C.C	:	Customs Co-operation Council
C.C.D.	:	Cabinet Committee on Disinvestment
	:	Cabinet Committee on Disinvestment
C.C.E.A	:	Cabinet Committee on Economic Affairs.
C.C.I.	:	Cricket Club of India
C.C.I.T.	:	Comprehensive Convention on International Terrorism.
C.C.S.	:	Cabinet Committee on Security
C.C.W.	:	Convention of Conventional Weapons
C.D.	:	Compact disk
	:	Certificate of Deposit
	:	Cash Deposit
C.D.A.C.	:	Centre for Development of Advanced Computing

C.D.M.	:	Cold Dark Matter
C.D.P.	:	Community Development Programme
	:	Community Development Programme
C.D.S.	:	Compulsory Deposit Scheme
	:	Chief of Defence Staff
C.E.	:	Civil Engineer
C.E.O.	:	Chief Executive Officer
cf	:	compare/refer (L.confer)
C.F.C.	:	Chloro Fluoro Carbon
C.F.L.	:	Compact Fluorescent Lamps
C.F.S.L.	:	Central Forensic Science Laboratory
C.G.I.	:	Common Gateway Interface
C.G.I.A.R.	:	Consultative Group on International Agricultural Research
C.G.S.	:	Chief of General Staff
	:	Centimeter, Gram, Second
C.H.O.G.M.	:	Commonwealth Heads Of Government Meeting
C.I.	:	Compound Interest
C.I.A.	:	Central Intelligence Agency
C.I.B.I.L.	:	Credit Information Bureau (India) Ltd.
C.I.D.	:	Criminal Investigation Department
C.I.D.S.	:	Chief of Integrated Defence Staff.
C.I.F.	:	Cost, Insurance and Freight
Cif	:	Cost, insurance and freight
C.I.I.	:	Confederation of Indian Industry
C.I.M.A.	:	Centre of International Modern Art.
C-in-C	:	Commander-in-Chief
C.I.S.	:	Commonwealth of Independent States
C.I.S.C.	:	Complex Instruction - Set Computing
C.I.T.U.	:	Centre of Indian Trade Unions
C.J.	:	Chief Justice
C.K.D.	:	Completely Knocked Down
C.L.A.W.S.	:	Centre for Land Warfare Studies
C.L.R.I.	:	Central Leather Research Institute
C.L.R.S.	:	Central Land Reforms Committee.
Cm.	:	Centimetre
C.M.A.G.	:	Commonwealth Ministerial Action Group
C.M.C.	:	Computer Maintenance Corporation
	:	Christian Medical College
C.M.O.	:	Chief Medical Officer
C.M.P.	:	Common Minimum Programme
CMYK	:	Cyan, Magenta, Yellow, Kinda
C.N.F.	:	Chin National Front
C.N.G.	:	Compressed Natural Gas
C.N.N.	:	Cable News Network
c/o	:	Care of
Co.	:	Company

C.O.	:	Commanding Officer
C.O.D.	:	Cash On Delivery
C.O.F.E.P.O.S.A.	:	Conservation of Foreign Exchange and Prevention of Smuggling Act
Col.	:	Colonel.
C.O.M.P.S.	:	Coastal Ocean Monitoring & Prediction System
COMSAT	:	Communications Satellite Corporation
C.O.N.C.O.R.D.	:	Council of North Indian States for Co-operation and Regional Development
Co-ops.	:	Co-operative Societies.
C.O.P.R.A.	:	Consumer Protection Act
C.O.S.I.	:	Companion of the Order of the Star of India.
COSMEP	:	Consortium of Schools of Mathematics Experience Programme
Costford	:	Centre of Science & Technology for Rural Development
C.P.I.	:	Communist Part of India
C.P.I./M	:	Communist Party of India/Marxist
C.P.O.	:	Central Police Organisation
C.R.A.	:	Cauvery River Authority
C.R.D.I.	:	Common Rail Direct injection
C.R.I.D.A.	:	Central Research Institute for Dryland Agriculture
C.R.I.S.	:	Centre for Railway Information Systems
C.R.I.S.I.L.	:	Credit Rating Information Services of India Ltd.
C.R.O.	:	Commonwealth Relations Office.
C.R.R.	:	Cash Reserve Ratio
C.S.I.R.	:	Council of Scientific and Industrial Research
C.S.I.R.	:	Council of Scientific and Industrial Research
C.S.I.R.O.	:	Commonwealth Scientific and Industrial Research Organization
C.S.M.	:	Company Sergeant - Major
C.S.O.	:	Central Statistical Organisation
ct	:	carat, cent
C.T.	:	Computerised Tomography
C.T.B.T.	:	Comprehensive Test Ban Treaty
	:	Comprehensive Test Ban Treaty.
C.T.O.	:	Commercial Tax Officer
C.V.	:	Curriculum Vitae
C.V.C.	:	Central Vigilance Commission
C.V.R.	:	Cockpit Voice Recorder
C.W.F.	:	Consumer Welfare Fund.
C.W.O.	:	Cash With Order
C.W.P.C.	:	Central Water and Power Commission
Cwt	:	Hundred weight (112 lbs.)

D

D.A.	:	Dearness Allowance, Daily Allowance
D.C.	:	Direct Current
D.C.A.I.	:	Drug Controller's Authority of India.

D.D.	:	Doctor of Divinity.
D.D.T.	:	Dichloro Diphenyl Trichloroethane.
D.E.O.	:	District Education / Employment Officer
Dept.	:	Department
D.E.T.	:	Directory Entry Table
D.G.	:	Dei gratia (by the grace of God)
D.G..F.T	:	Director General of Foreign Trade.
D.G..T.D.	:	Director General of Technical Development
D.G.C.E.T.	:	Director General of Central Excise Intelligence
D.H.S.D.	:	Duplex - High Speed Data Service
D.I.A.S.	:	DOT's Internet Access Service
D.I.G.	:	Deputy Inspector General
D.I.N.	:	(Deutsche Industrie-Norm) German Standard
D.I.R.	:	Defence of India Rules.
D.Litt.	:	Doctorate of Literature
D.M.	:	Doctor of Medicine and Surgery
D.M.K.	:	Dravida Munnetra Kazhagam
D.Mus.	:	Doctor of Music
D.N.A.	:	Deoxyribonucleic Acid
D.P.B.S.	:	Developmental Press Bulletin Service
D.P.H.	:	Director of Public Health
D.P.I.	:	Director of Public Instruction
D.P.T.	:	Diphtheria, Pertussis and Tetanus (Vaccine)
	:	Diploma in Printing Technology
D.Phil.	:	Doctor of Philosophy
Dr.	:	Doctor
D.S.B.	:	Digital Satellite Broadcasting
D.S.P.	:	Digital Signal Processing
D.Sc.	:	Doctor of Science
D.T.A.A.	:	Double Taxation Avoidance Agreement
D.T.A.B.	:	Drug Technical Advisory Board
D.T.B.	:	Defence Procurement Board
D.T.E.	:	Directorate of Technical Education
D.T.P.	:	Desk Top Publishing
D.T.S.	:	Digital Theatre System
D.V.	:	Deo Volente (God willing)
D.V.C.	:	Damodar Valley Corporation
D.V.D.	:	Digital Versatile/Video Disc
D.V.I.	:	Digital Video Interactive
D.V.S.	:	Desktop Video-Conferencing Software

E

eam	:	emergency action message
E.A.S.	:	Employment Assurance Scheme
E.B.	:	Electricity Board
E.C.A.	:	Essential Commodities Act

E.C.A.F.E.	:	Economic Commission for Asia and Far East
E.C.G.	:	Electrocardiogram
EcoSoc	:	Economic and Social Council (UN)
E.C.R.	:	Electron Cyclotron Resonance
Ed.	:	editor, edition
E.D.M.S.	:	Electronic Document Management System
E.E.C.	:	Eurasian Economic Committee
E.E.G.	:	Electro Encephalogram
E.E.Z.	:	Exclusive Economic Zone
E.F.T.A.	:	European Free Trade Association
eg	:	exempli gratia (for example)
E.G.P.	:	Exterior Gateway Protocol
EGPWS	:	Enhanced Ground Proximity Warning System
E.I.S.	:	Executive Information System
E.L.	:	Electro-luminescent
ELCINA	:	Electronics Component Industries Association
ELINT	:	Electronic Intelligence
E.L.I.S.A.	:	Enzyme Linked Immuno-Sorbent Assay
E.L.T.	:	English Languages Teaching
E-Mail	:	Electronic Mailing
E.M.F.	:	Electro Motive Force
E.M.I.	:	Equated Monthly Instalment
E.M.R.C.	:	Educational Media Research Centre
ENIAC	:	Electronic Numerical Integrator & Calculator
E.N.S.	:	Eastern Newspapers Society
ENVISAT	:	Environmental Satellite
E & O.E.	:	Errors and Omissions Excepted
E.O.U.	:	Export Oriented Units
E.P.A.B.X.	:	Electronic Private Automatic Branch Exchange
E.P.C.I.	:	Enhanced Proliferation Control Initiative
E.P.I.C.	:	Elector's Photo Identity Card.
E.P.I.R.B.	:	Emergency Position Indicating Radio Beacon
E.P.S.	:	Encapsulated Postscript
E.P.T.	:	Excess Profit Tax
E.P.Z.	:	Export Processing Zone
E.R.M.	:	Exchange Rate Mechanism
ERNET	:	Educational and Research Network
E.S.A.	:	European Space Agency
E.S.C.A.P.	:	Economic Social Commission for Asia and the Pacific.
E.S.C.A.P.	:	Economic and Social Commission for Asia and the Pacific
E.S.I.	:	Employees State Insurance
E.S.I.C.	:	Employees' State Insurance Corporation
E.S.M.A.	:	Essential Services Maintenance Act
E.S.O.P.	:	Employee Stock Option Programme
E.S.P.	:	Extra Sensory Perception

E.S.R.	:	Electron Spin Resonance
et al	:	et alii (and others)
etc	:	et cetera (& others and so forth)
et.seg	:	et sequentia (& what follows)
E.T.T.	:	Embryo Transfer Technology
EURATOM	:	European Atomic Community
EUTELSAT	:	European Telecommunications Satellite
E.V.R.	:	Electro Video Recording

F

F.A.O.	:	Food and Agiculture Organisation
F.A.Q.	:	Fair Average Quality
FAST	:	Funds Available in Shortest Time
F.B.I.	:	Federal Bureau of Investigation
F.B.T.R.	:	Fast Breeder Test Reactor
F.B.W.	:	Fly By Wire
F.C.A.	:	Fellow of the Institute of Chartered Accountants
F.C.I.	:	Food Corporation of India
F.C.N.R.A.	:	Foreign Currency Non-Resident Accounts
F.C.R.A.	:	Foreign Contribution Regulation Act
F.C.W.A.	:	Fellow of the Institute of Cost & Work Accountants.
F.D.I.	:	Foreign Direct Investment
FEDEX	:	Federal Express
F.E.A.P.M.	:	Front End Application Programme Modules.
F.E.M.A.	:	Foreign Exchange Management Act
F.E.R.A.	:	Foreign Exchange Regulation Act (FERA is changed to FEMA)
F.E.R.A.	:	Foreign Exchange Regulation Act
F.I.A.	:	Fellow of the Institute of Actuaries
F.I.C.C.I.	:	Federation of Indian Chambers of Commerce and Industry
F.I.D.E.	:	Federation International d'Echecs
F.I.F.A.	:	Federation of International Football Associations
fig.	:	Figure
F.I.I.A.	:	Foreign Investment Implementation Authority
F.I.R.	:	First Information Report
F.I.R.E.	:	Fully Integrated Robotised Engine
F.L.A.G.	:	Fibre Optic Link Around the Globe
F.L.C.	:	Foreign Legal Consultant
F.L.Cs.	:	Foreign Legal Consultants
F.M.	:	Frequency Modulation
	:	Field Marshal
F.M.C.T.	:	Fissile Material Cut-off Treaty
fo	:	folio
f.o.b.	:	free on board
F.O.M.A.	:	Freedom of Mobile Multimedia Access
f.o.r.	:	free on rail

F.P.D.	:	Flat Panel Display
F.P.O.	:	Fruit Product Order
F.R.a.m.e.s.	:	Film Radio Audio-visual Music Events and Show
F.R.A.S.	:	Fellow of the Royal Asiatic Society
F.R.C.P.	:	Fellow of the Royal College of Physicians
F.R.C.S.	:	Fellow of the Royal College of Surgeons
F.R.C.V.S.	:	Fellow of the Royal Colleges of Veterinary Surgeons.
F.R.G.S.	:	Fellow of the Royal Geographical Society
F.R.S.	:	Fellow of the Royal Society
Ft.	:	Foot, Feet
F.T.I.I.	:	Films and Television Institute of India
F.Y.I.	:	For your information

G

G 7	:	Group of Seven (US, UK, Germany, France, Italy, Japan and Canada)
gal	:	gallon (Imperial)
G.A.I.L.	:	Gas Authority of India Ltd.
G.A.T.E.	:	Graduate Aptitude Test in Engineering
G.A.T.S.	:	General Agreement on Trade in Service
G.A.T.T.	:	General Agreement on Tariff and Trade
G.B.	:	Great Britain
G.B.P.	:	Geosphere - Biosphere Programme
G.C.C.	:	Gulf Control Council
G.C.M.	:	Greatest Common Measure
G.D.P.	:	Grass Domestic Product
G.D.P.	:	Gross Domestic Product
G.D.R.	:	Global Depository Receipt
	:	German Democratic Republic
G.E.D.I.S.	:	Gateway Electronic Data Interchange Services
G.E.F.	:	Global Environment Facility
G.E.F.	:	Global Environment Facility
G.E.M.S.	:	Gateway Electronic Mail Service
G.H.Q.	:	General Headquarters
G.I.	:	Government Issue (American soldiers)
G.I.A.S.	:	Gateway Internet Access Services
G.I.F.	:	Graphic Interchange Format
G.I.S.	:	Geographical Information System
G.I.S.T.	:	Graphics and Intelligence-based Script Technoogy
G.M.A.T.	:	Graduate Management Aptitude Test
G.M.O.	:	Genetically Modified Organisms
G.M.R.T.	:	Giant Metrewave Radio Telescope
G.M.T.	:	Greenwich Mean Time
G.M.T.	:	Greenwich Mean Time
G.N.P.	:	Gross National Product
G.O.	:	Government Order

G.O.C.	:	General Officer Commanding
G.P.F.	:	General Provident Fund
G.P.O.	:	General Post Office
G.P.S.	:	Global Positioning System
G.P.S.S.	:	Gateway Packet Switching System
G.P.T.S.	:	Generation & Pronouncement Text System
G.R.A.C.E.	:	Ground Rules and Code of Ethics
G.R.A.M.	:	Geo Referenced Area Management
G.R.E.	:	Graduate Record Examination
G.R.S.	:	Gender Reassignment Surgery (sex change)
G.R.T.	:	Gross Rated Tonnage
G.S.I.	:	Geological Survey of India
G.S.L.V.	:	Geo-Synchronous Satellite Launch Vehicle
G.S.M.	:	Global System for Mobile Communications
G.S.P.	:	Generalised System of Preference
G.T.O.	:	Geosynchronous Transfer Orbit
G.U.I.	:	Graphical User Interface
G.V.W.	:	Gross Vehicle Weight

H

H.A.L.	:	Hindustan Aeronautics Limited
H.B.V.	:	Hepatitis-B Virus
H.C.F.	:	Highest Common Factor
H.D.R.	:	Human Development Report
H.D.R.I.P.	:	Human DNA Repository of Indian Population
H.E.C.	:	Heavy Engineering Company
H.E.L.	:	Heavy Electricals Limited
H.E.S.S.I.	:	High Energy Solar Spectroscopic Imager
H.F.	:	High Frequency
H.F.C.L.	:	Himachal Futuristic Communications Ltd.
H.F.D.	:	High Frequency Doppler
H.F.D.C.	:	Housing Finance Development Corporation
H.H.T.I.	:	Hand-held Thermal Imager
H.I.S.A.	:	Hero Indian Sports Academy
H.I.T.S.	:	Headend In The Sky
H.I.V.	:	Human Immunodeficiency Virus
H.M.	:	His Majesty
H.M.I.	:	Himalayan Mountaineering Institute
H.M.T.	:	Hindustan Machine Tools, Head Micro Telephone
H.M.V.	:	His Master's Voice
	:	Heavy Motor Vehicle
Hon.	:	Honourable, Honorary
H.P.	:	Horse Power, Hire Purchase
H.R. & C.E.	:	Hindu Religious and Cultural Endowment

H.R. & D.	:	Human Resources and Development
H.R.D.	:	Human
H.R.P.T.	:	High Resolution Picture Transmission
H.S.D.	:	High Speed Diesel
H.S.R.R.S.S.	:	High Spatial Resolution Remote Sensing Satellite
H.T.	:	High Tension
H.T.M.L.	:	Hyper Text Markup Language
H.T.R.	:	High Temperature Reactor
http	:	Hypertext Transfer Protocol
HUDCO	:	Housing and Urban Development Corporation
HV	:	High Voltage
HVNET	:	High Speed VSAT Network
H.W.M.	:	High Water Mark
H.Y.N.	:	High Yielding Varieties

I

I.A & A.S.	:	Indian Audit and Accounts Service
I.A.	:	Indian Airlines
I.A.A.	:	International Airport Authority
I.A.A.I.	:	International Airport Authority of India
I.A.E.A.	:	International Atomic Energy Agency
I.A.F.	:	Indian Air Force
I.A.M.C.	:	Indian Army Medical Corps
I.A.M.R.	:	Institute of Applied Manpower Research
I.A.R.I.	:	Indian Agricultural Research Institute
I.A.S.	:	Indian Administrative Service
I.A.T.A.	:	International Air Transport Association
I.B.F.	:	Indian Broadcasting Foundation
I.B.M.	:	International Business Machines
I.B.R.D.	:	International Bank for Reconstruction & Development
I.B.R.D.	:	International Bank for Reconstruction and Development
I.C.A.L.	:	Institute of Chartered Accountants of India
I.C.A.O.	:	International Civil Aviation Organisation
I.C.A.O.	:	International Civil Aviation Organisation
I.C.A.R.	:	Indian Council for Agricultural Research
I.C.B.L.	:	International Campaign to Ban Landmines
I.C.B.M.	:	Intercontinental Ballistic Missile
I.C.C.R.	:	Indian Council for Cultural Relations
I.C.D.S.	:	Integrated Child Development Scheme
I.C.E.	:	Institution of Civil Engineers
I.C.H.R.	:	Indian Council for Historical Research
I.C.I.C.I.	:	Industrial Credit and Investment Corporation of India
I.C.J.	:	International Court of Justice
I.C.M.R.	:	Indian Council of Medical Research
I.C.P.D.	:	International Conference on Population & Development

I.C.R.A. : Investment Information and Credit Rating Agency of India
I.C.R.C. : International Committee of the Red Cross
I.C.R.I.S.A.T. : International Crops Research Institute for the Semi-Arid Tropics
I.C.S. : Indian Civil Service
I.C.S. : Indian Civil Service
I.C.S.I. : Institute of Company Secretaries of India
I.C.S.R. : Indian Council for Scientific Research
I.C.S.S.R. : Indian Council of Social Science Research
I.C.W.A. : Indian Council of World Affairs
I.C.W.A.I. : Institute of Cost and Works Accounts of India
I.D.A. : International Development Agency
I.D.B.I. : Industrial Development Bank of India
I.D.D. : Iodine Deficiency Disorder
I.D.E. : Integrated Device Electronics
I.D.F. : India Development Forum
I.D.P.L. : Indian Drugs and Pharmaceuticals Limited
i.e. : id est (that is)
I.E.E.E. : Institute of Electronics & Electrical Engineers
I.E.L.T.S. : International English Language Testing System
I.E.S. : India Economic Summit
I.F.A.D. : International Fund for Agricultural Development
I.F.C. : Industrial Finance Corporation
: International Finance Corporation
I.F.D.C. : Intenational Financial Development Corporation
I.F.F.R.I. : International Food Policy Research Institute
I.F.G. : India Growth Fund
I.F.R.I. : Indian Forest Research Institute
I.F.S. : Indian Foreign Service
: Indian Forest Service
I.F.W.I. : Indian Federation of Working Journalists
I.G. : Inspector General
I.G.I.D.R. : Indira Gandhi Institute of Development Research
I.G.M.D.P. : Integrated Guided Missile Development Programme
I.G.N.O.U. : Indira Gandhi National Open University
I.G.S. : Indian Government Science
I.I.P.A. : Indian Institute of Public Administration
I.I.S.Co. : Indian Iron and Steel Company
I.I.T.F. : India International Trade Fair
I.L.C. : Indian Labour Conference
I.L.O. : International Labour Organisation
I.L.P. : Independent Labour Party
I.M.A.P. : Internet Mail Access Protocol
I.M.C.O. : Inter-government Maritime Consultations Organisation
I.M.E.W.S. : Integrated Missile Early Warning Satellites
I.M.F. : International Monetary Fund
I.M.S. : Indian Medical Service

I.N.A.	:	Indian National Army
in cog	:	in cognito (in disguise)
infra dig	:	infra dignitatum (below status)
I.N.S.	:	Indian Newspaper Society
INSAT	:	Indian National Satellite
INSDOC	:	Indian National Scientific Documentation Centre
INTACH	:	Indian National Trust for Art and Cultural Heritage
INTELSAT	:	International Telecommunication Satellite Consortium
INTERPOL	:	International Criminal Police Organisation
I.N.T.U.C.	:	Indian National Trade Union Congress
I.N.T.U.C.	:	Indian National Trade Union Congress
INPEX	:	Indian National Philatelic Exhibition
I.O.B.	:	Indian Overseas Bank
I.O.C.	:	Indian Oil Corporation
I.O.C.	:	Indian Oil Corporation
IOCOM	:	Indian Ocean Commonwealth
I.O.J.	:	International Organisation of Journalists
I.O.P.A.	:	International Organisation for Protection of Animals
I.O.S.Co.	:	International Organisation of Securities Commission
I.O.U.	:	I Owe You
I.O.U.	:	I owe you
I.P.	:	Internet Protocol
I.P.C.	:	Indian Penal Code
I.P.C.D.	:	International Conference on Population Development
I.P.C.L.	:	Indian Petro-chemicals Corporation Limited
I.P.C.L.	:	Indian Petro-chemicals Corporation Ltd.
I.P.E.C.L.	:	International Programme on the Elimination of Child Labour
I.P.O.	:	Indian Postal Order
I.P.S.	:	Indian Police Service
	:	Inter Press Service
I.P.U.	:	International Parliamentary Union
	:	Inter Parliamentary Union
I.P.X.	:	Inter-network Packet Exchange
I.Q.	:	Intelligent Quotient
iq	:	idem quod (the same as)
I.R.	:	Infra Red
I.R.A.	:	Irish Republican Army
I.R.B.I.	:	Industrial Reconstruction Bank of India
I.R.B.M.	:	Intermediate Range Ballistic Missile
I.R.C.	:	International Red Cross
	:	Indian Roads Congress
I.R.C.I.	:	International Reconstruction Corporation of India
I.R.D.A.	:	Insurance Regulatory & Development Authority
I.R.D.P.	:	Integrated Rural Development Programme
I.R.E.D.A.	:	Indian Renewable Energy Development Agency
I.R.R.I.	:	International Rice Research Institute

Abbreviations

	:	National Council for Applied Economic Research
	:	Narcotics Control Bureau
M ᵕ.	:	National Cadet Corps
M 1 ᵕ.C.R.	:	National Council for Civil Rights
M ᵕ.C.E.P.C.	:	National Committee of Environmental Planning & Co-ordination
N.C.E.R.T.	:	National Council of Educational Research and Training
N.C.F.	:	National Cultural Fund
N.C.F.S.E.	:	National Curriculum for School Education
N.C.O.	:	Non-Commissioned Officer
N.C.P.E.D.P.	:	National Centre for Promotion of Employment for Disabled People
N.C.S.A.	:	National Centre for Super Computing Applications
NCSC & ST	:	National Commission for Scheduled Castes & Scheduled Tribes
N.C.S.T.	:	National Committee of Science and Technology
	:	National Conference on Science & Technology
N.C.T.E.	:	National Council for Teachers Education
N.D.A.	:	National Defence Academy
N.D.C.	:	National Development Council
N.D.M.A.	:	National Disaster Management Agency
NEC.	:	North-Eastern Council
N.E.E.R.I.	:	National Environmental Engineering Research Institute
N.E.F.A.	:	North-East Frontier Agency
N.E.O.	:	National Economic Order
N.E.P.A.	:	National Environment Protection Act
NexGeRad	:	Next Generation Radar (Doppler Radar)
N.F.D.C.	:	National Film Development Corporation
N.G.O.	:	Non-Governmental Organisation
	:	Non-Gazetted Officer
N.G.R.I.	:	National Geophysical Research Institute
N.H.D.P.	:	National Highways Development Project
N.H.P.C.	:	National Hydroelectric Power Corporation
N.H.R.C.	:	National Human Rights Commission
N.I.C.	:	National Integration Council
N.I.C.D.	:	National Institute of Communicable Diseases
N.I.D.	:	National Institute of Designs
NIMHANS	:	National Institute of Mental Health and Neuro Sciences
N.I.O.	:	National Institute of Oceanography
N.I.V.	:	National Institute of Virology
N.L.C.	:	National Labour Commission
N.M.D.C.	:	National Mineral Development Corporation
N.M.R.	:	Nuclear Magnetic Resonance
N.O.C.	:	No Objection Certificate
N.O.C.	:	No Objection Certificate
N.P.C.	:	National Productivity Council (India)
N.P.C.I.	:	Nuclear Power Corporation of India
N.P.L.	:	National Physical Laboratory
N.P.T.	:	Nuclear Non-Proliferation Treaty

N.R.C.	:	Nuclear Regulatory Commission
N.R.F.	:	National Renewal Fund
N.R.I.	:	Non-Resident Indian
N.R.S.A.	:	National Remote Sensing Agency
N.S.C.	:	National Security Council
	:	National Service Corps
N.S.C.	:	National Security Council
N.S.D.L.	:	National Securities Depository Limited
N.S.E.I.	:	National Stock Exchange of India
N.S.P.	:	Native Signal Processing
N.S.U.I.	:	National Students Union of India
N.T.C.	:	National Textile Corporation
N.T.F.O.	:	National Technical Facilities Organisation
N.T.P.C.	:	National Thermal Power Corporation
N.T.S.C.	:	National Television System Commission
N.W.D.A.	:	National Water Development Agency

O

O & M	:	Organisation and Methods
O.A.N.A.	:	Organisation of Asia-Pacific News Agency
O.A.P.E.C.	:	Organisation of Arab Petroleum Exporting
O.A.S.	:	Organisation of American States
O.A.U.	:	Organisation of African Unity
O.B.U.	:	Offshore Banking Unit
O.C.A.	:	Olympic Council of Asia
O.C.D.	:	Obsessive Compulsive Disorder
O.C.S.	:	Overseas Communication Service
O.D.A.	:	Overseas Development Administration
O.D.I.	:	Open Data Link Interface
O.E.C.D.I.	:	Organisation for Economic Co-Operation and Development of India
O.G.L.	:	Open General Licence
O.I.C.	:	Organisation of Islamic Conference
	:	Organisation of Islamic Conference
O.I.G.S.	:	On India Government Service
O.K.	:	All Correct / All Right
O.L.E.	:	Object Linking and Embedding
O.N.G.C.	:	Oil and Natural Gas Commission
O.O.P.	:	Object Oriented Programme
Op.Cit.	:	Opero citato (in the work cited)
O.P.E.C.	:	Organisation of Petroleum Exporting Countries
O.P.V.	:	Oral Polio Vaccine
O.R.T.	:	Oral Rehydration Therapy
O.T.S.	:	Officers Training School
O.X.F.A.M.	:	Oxford Committee for Famine Relief
Oxon.O.U.	:	Oxoniensis (of Oxford University)

I.F

P

P.A.C.	:	Public Accounts Committee
	:	Political Affairs Committee
P.A.C.S.	:	Primary Agricultural Credit Society
P.A.L.	:	Phase Alternation Line
P.A.Y.E.	:	Pay As You Earn
P.B.X.	:	Private Branch Exchange (for Telephone)
P C	:	per cent; post card
	:	Personal Computer
P.C.A.	:	Professional Chess Association
P.C.C.	:	Pradesh Congress Committee
P.C.T.A.	:	Percutaneous Transluminal Coronary Angioplasty
P.D.A.	:	Preventive Detention Act
	:	Personal Digital Assistant
P.D.P.	:	Plasma Display Panel
P.E.C.	:	Project and Equipment Corporation
P.E.N.	:	Poets, Editors and Novelists (International club of)
P.E.R.T.	:	Project Evaluation and Review Technique
P.F.A.	:	Press Foundation of Asia
	:	Prevention of Food Adulteration
P.G.	:	Post Graduate
P.G.I.M.E.R.	:	Post Graduate Institute of Medical Education and Research
P.H.C.	:	Primary Health Centre
Ph.D.	:	Doctor of Philosophy
P.I.B.	:	Press Information Bureau
P.I.G.S.	:	Pre-implantation Genetic Screening
P.I.I.	:	Press Institute of India
P.I.L.	:	Public Interest Litigation
P.I.N.	:	Postal Index Number
P.I.O.	:	Persons of India Origin
P.K.I.	:	Partai Kommunis Indonesia
P.L.A.B.	:	Professional and Linguistic Assessment Board
P.L.O.	:	Palestine Liberation Organisation
P.M.	:	Post Meridiem / Prime Minister
P.M.G.	:	Post Master General
P.M.I.	:	Progressive Monthly Instalment
P.M.U.P.E.P.	:	Prime Minister's Urban Poverty Eradication Programme
P.N.	:	Participatory Notes
P.O.	:	Postal Order / Post Office
P.O.P.	:	Persistent Organic Pollutants
P.O.T.A.	:	Prevention of Terrorism Act
P.O.W.	:	Prisoner of War
P.P.P.	:	Purchasing Power Parity
	:	Pakistan People's Party
P.P.S.	:	Post Post Scriptum (additional Post Script)

P.R.O.	: Public Relations Officer
PS	: Post Scriptum (written after)
	: Private Secretary
P.S.C.	: Public Service Commission
P.S.L.V.	: Polar Satellite Launch Vehicle
P.S.P.	: Praja Socialist Party
P.S.Us.	: Public Sector Units
P.T.A.	: Parent-Teacher Association
	: Pilotless Target Aircraft
P.T.I.	: Press Trust of India
P.T.O.	: Please Turn Over
P.U.C.L.	: People's Union for Civil Liberties
P.V.C.	: Param Vir Chakra
	: Poly Vinyl Chloride
P.V.S.M.	: Param Vishisht Seva Medal
P.W.D.	: Public Works Department

Q

Q	: Queue
Q.E.D.	: Quod Erat Demonstrandum (that which was to be proved)
Q.M.G.	: Quarter Master General
Q.M.S.	: Quick Mail Service
Q.V.	: Quode Vide (which see)

R

R & D	: Research and Development
R & M	: Renovation and Modernisation
R.A.B.M.N.	: Remote Area Business Message Network
RADAR	: Radio Detecting and Ranging
R.A.F.	: Rapid Action Force
R.A.M.	: Random Access Memory
R.A.P.D.	: Random Amplified Polymorphic Dexoyribonucleie Acid
R.A.W.	: Research and Analysis Wing
R.B.I.	: Reserve Bank of India
R.C.C.	: Reinforced Cement Concrete
R.C.D.	: Regional Co-operation for Development
RD	: refer to drawer
R.D.F.	: Rapid Development Force
R.D.X.	: Research and Development Explosive (Cyclotrim-ethylin Trinitrate)
R.E.C.	: Rural Electrification Corporation
R.E.M.	: Rapid Eye Movement
R.I.L.	: Regional Institute of Labour
R.I.P.	: Raster Image Processor
	: Requiescat in pace (May he or she rest in peace)
R.I.S.C.	: Reduced Instruction - Set Computing
R.I.T.A.	: Regional Trade and Investment Agreement

R.I.T.E.S. : Rail India Technical and Economic Services
R.L.E.G.S. : Rural Landless Employment Guarantee Scheme
R.L.M. : Rashtriya Loktantric Morcha
R.L.O. : Returned Letter Office
R.M.S. : Railway Mail Service
R.N. : Royal Navy
R.N.A. : Ribo Nucleic Acid
R.O.M. : Read only Memory
R.O.N.W. : Return on Net Worth
R.P.M. : Revolutions Per Minute
R.R.C. : Regional Reactor Centre
R.S.E. : Renewable Source of Energy
R.S.S. : Rashtriya Swayamsewak Sangh
R.S.V.P. : Respondez sil vous plait (Reply if you Please)
R.T.G. : Radio-isotope Thermo-electric Generator
R.T.G.S. : Real Time Gross Settlement
R.T.O. : Regional Transport Officer

S

S&T : Science and Technology
S.A.A.R.C. : South Asian Association for Regional Co-operation
S.A.C. : Space Application Centre
SACEUR : Supreme Allied Commander in Europe
SACLANT : Supreme Allied Commander in Atlantic
S.A.D.F. : South Asian Development Fund
S.A.F.T.A. : South Asia Free Trade Agreement
S.A.I.L. : Steel Authority of India Limited
S.A.L.T. : Strategic Arms Limitation Treaty
S.A.M. : Surface-to-Air Missile
S.A.P.T.A. : South Asian Preferential Trading Agreement
S.A.R.F. : South Asia Regional Fund
S.A.S.E. : Self-addressed Stamped Envelope
S.A.S.E.R. : Sound Amplification by Stimulated Emission of Radiation
S.A.T. : Scholastic Aptitude Test
S.A.V.E. : SAARC Audio-Visual Exchange
S.B. : Savings Bank
S.C. : Supreme Court / Scheduled Caste
S.C.I. : Shipping Corporation of India
S.C.S.I. : Small Computer Systems Interface
S.D.R. : Special Drawing Rights
SEA-ME-WE 3 : South East Asia, Middle East, Western Europe
SEANWFZ : South East Asian Nuclear Weapons Free Zone
S.E.A.R.C.H. : Society for Environmental Awareness and Rehabilitation of Child and Handicapped
S.E.A.T.O. : South-East Asia Treaty Organisation
S.E.B.I. : Securities Exchange Board of India

S.E.C.A.M. : Sequence Electronique Couleur avec Memoire (Electronic Colour Sequence with Memory)
S.E.N.S.E.X. : Stock Exchange Sensitive Index
S.E.R.C. : Structural Engineering Research Centre
S.E.T.L. : Search for Extra Terrestrial Life
S.F.C. : Strategic Force Command
S.F.C.I. : State Farm Corporation of India
S.F.T. : System Fault Tolerance
S.G.P.C. : Siromani Gurudwara Prabandak Committee
S.G.R.Y. : Sampoorna Grameen Rojgar Yojana
S.H.A.P.F. : Supreme Headquarters Allied Powers, Europe
: Supreme Headquarters of Allied Powers in Europe.
S.H.C.I.L. : Stock Holding Corporation of India Ltd.
S.I. : Sub-Inspector of Police
S.I.D.B.I. : Small Industries Development Bank of India
S.I.D.S. : Sudden Infant Death Syndrome (Crib Death)
S.I.F.T. : Sperm Intra-Fallopian Transfer
S.I.G.V.R. : Special Interest Group on Virtual Reality
S.I.M.I. : Students Islamic Movement of India
S.I.T.A. : Suppression of Immoral Traffic in Women and Girls Act
S.I.T.E. : Satellite Instructional Television Experiment
S.K.D. : Semi-Knocked Down
S.K.O. : Superior Kerosene Oil
S.L.E. : Systemic Lupus Erithematosis
S.L.F.P. : Sri Lanka Freedom Party
S.L.R. : Statutory Liquidity Ratio
: Single Lens Reflex
S.L.V. : Satellite Launch Vehicle
S.M.A.R.T. : Small Missions for Advanced Research and Technology
S.M.S. : Short Messaging Service
S.M.T.P. : Simple Mail Transfer Protocol
S.N.A. : System Network Architecture
S.O.H.O. : Small Office Home Office
SOLAS : Safety of Life at Sea
SOLAT : Style of Learning and Thinking
S.O.S. : Save Our Soul
S.P. : Superintendent of Police
S.P.A. : Secular Progressive Alliance
S.P.C.A. : Society for the Prevention of Cruelty to Animals
S.P.E.C.T. : Single Photon Emission Computed Tomography
S.P.T.M. : Self Printing Ticketing Machine
S.P.X. : Sequential Packet Exchange
S.S.C. : Staff Selection Commission
S.S.I. : Small Scale Industry
S.S.L.C. : Secondary School Leaving Certificate
S.S.N. : Social Security Number

S.S.P.	:	Single Superphosphate
STAR (TV)	:	Satellite Television Asian Region Ltd.
S.T.A.R.S.	:	Satellite Tracking and Ranging Station
S.T.A.R.T.	:	Strategic Arms Reduction Talks
S.T.C.	:	State Trading Corporation
S.T.D.	:	Subscribers Trunk Dialling
	:	Sexually Transmitted Disease
S.T.P.	:	Software Technology Park
S.T.Q.C.	:	Standardization Testing and Quality Control
S.U.N.F.E.D.	:	Special United Nations Fund for Economic Development
S.V.P.	:	Saturated Vapour Pressure
S.W.A.P.O.	:	South-West African People's Organisation

T

T&D	:	Transmission and Distribution
T.A.	:	Travelling Allowance / Territorial Army
T.A.A.I.	:	Travelling Agents Association of India
T.A.C.A.M.O.	:	take charge and move over
T.A.D.A.	:	Terrorist and Disruptive Activities (Prevention) Act
T.A.F.T.A.	:	Trans-Atlantic Free Trade Agreement
T.A.M.P.	:	Tariff Authority of Major Ports
T.A.P.S.	:	Tarapur Atomic Power Station
T.A.S.S.	:	Telegraph Agency of the Soviet Soyuza
T.A.X.	:	Trunk Automatic Exchange
T.B.	:	Tubercle bacillus (Tuberculosis)
T.B.S.E.	:	Technology Bureau for Small Enterprise
T.C.	:	Transfer Certificate
T.C.P.	:	Transfer Call Protocol
	:	Transmission Control Protocol
T.D.A.	:	Trade Development Authority
T.E.C.	:	Technical Evaluation Committee
	:	Technical Education Committee
TELCO	:	Tata Engineering and Locomotive Company
T.E.R.I.	:	Tata Energy Research Institute
T.E.R.L.S.	:	Thumba Equatorial Rocket Launching Station
T.E.S.	:	Technology Experiment Satellites
T.F.T.	:	Thin-Film Transistor
T.G.S.	:	Trade Guarantee Scheme
T.H.I.	:	Temperature Humidity Index
T.I.F.A.C.	:	Technology Information, Forecasting and Assessment Council
T.I.F.F.	:	Tagged Image File Format
T.I.F.R.	:	Tata Institute of Fundamental Research
T.I.N.	:	Tax Information Network
T.I.P.S.	:	Technology Information Pilot System
T.I.S.C.O.	:	Tata Iron and Steel Company
T.L.C.	:	Total Literacy Campaign

T.M.O.	:	Telegraphic Money Order
T.N.	:	Tamil Nadu
T.N.A.U	:	Tamil Nadu Agricultural University
T.N.C.C.	:	Tamil Nadu Congress Committee
T.N.C.S.	:	Tamil Nadu Civil Service
T.N.F.	:	Tumour Necrosis Factor
T.N.P.S.	:	Tamil Nadu Police Service
T.N.P.S.C	:	Tamil Nadu Public Service Commission
T.N.T.	:	Trinitro-toluene
T.O.E.F.L.	:	Test of English as a Foreign Language
T.P.M.	:	Total Productivity Maintenance
T.Q.M.	:	Total Quality Management
T.R.A.C.T.	:	Transportable Remote Area Communications Terminal
T.R.A.I.	:	Telecom Regulatory Authority of India
TRIMs	:	Trade Related Investment Measures
T.R.I.P.R.	:	Trade Related Intellectual Property Rights
T.R.P.	:	Television Rating Points
T.R.Y.S.E.M.	:	Training of Rural Youth for Self-employment
T.S.E.	:	Test of Spoken English
TTC	:	Telemetry, Tracking & Command
	:	Teachers Training Course
T.T.E.	:	Travelling Ticket Examiner
T.T.F.	:	Tourism Task Force
T.U.C.	:	Trade Union Congress
T.U.L.F.	:	Tamil United Liberation Fund
T.V.	:	Television
T.W.A.	:	Trans World Airlines
T.W.E.	:	Test of Written English
T.W.T.	:	Two Way Time

U

U.A.E.	:	United Arab Emirates
U.A.N.C.	:	United African National Council
U.A.R.	:	United Arab Republic
U.A.V.	:	Unmanned Ariel Vehicle
U.C.I.L.	:	Uranium Corporation of India Ltd.
U.C.T.A.	:	United Chamber of Trade Association
U.D.C.	:	Upper Division Clerk
U.G.C.	:	University Grants Commission
U.I.N.	:	Unique Identification Number
U.H.F.	:	Ultra High Frequency
U.K.	:	United Kingdom
U.L.E.V.	:	Ultra Low Emission Vehicle
U.N.	:	United Nations
U.N.A.D.P.	:	United Nations Agricultural Development Programme
U.N.C.E.D.	:	United Nations Conference on Environment and Development

UNCIP	:	United Nations Commission for India and Pakistan
UNCITRAL	:	United Nations Conference on International Trade Law
UNCLOS	:	United Nations Convention on the Law of the Sea
UNCNRSe	:	United Nations Conference for New & Renewable Sources
U.N.C.O.D.	:	United Nations Conference on Desertification
UNCSTD	:	United Nations Conference on Science and Technology Development
UNCTAD	:	United Nations Conference on Trade and Development
U.N.D.C.	:	United Nations Disarmament Commission
U.N.D.O.F.	:	United Nations Disengagement Observer Force
U.N.D.P.	:	United Nations Development Programme
U.N.E.F.	:	United Nations Emergency Force
U.N.E.P.	:	United Nations Environment Programme
U.N.E.P.	:	United Nations Environment Programme
U.N.E.S.C.O.	:	United Nations Educational, Scientific and Cultural Organisation
U.N.F.P.A.	:	United Nations Fund for Population Activities
	:	United Nations Fund for Population Activities
U.N.I.	:	United News of India
U.N.I.C.E.F.	:	United Nations International Children's Emergency Fund (now, 'United Nations Children's Fund')
U.N.I.D.O.	:	United Nations Industrial Development Organisation
U.N.I.D.O.	:	United Nations Industrial Development Organisation
U.N.I.F.I.L.	:	United Nations Interim Force in Lebanon
U.N.I.P.O.M.	:	United Nations India-Pakistan Observation Mission
UNISPACE	:	United Nations Conference on Peaceful Uses of Space
U.N.I.T.A.	:	Union for the Total Independence of Angola
U.N.I.T.A.R.	:	United Nations Institute for Training & Research
U.N.I.T.C.	:	United Nations International Trade Centre
U.N.L.A.	:	Uganda's National Liberation Army
U.N.L.O.	:	United Nations Labour Organisation
UNMOGIP	:	United Nations Military Observer Group in India & Pakistan
U.N.O.	:	United Nations Organisation
U.N.O.P.S.	:	United Nations Office for Project Services
UNPROFOR	:	United Nations Protection Force
U.N.R.R.A.	:	United Nations Relief and Rehabilitation Administration
U.N.U.	:	United Nations University
U.P.	:	Uttar Pradesh
U.P.A.	:	United Progressive Alliance
U.P.I.	:	United Press International
U.P.S.	:	Uninterrupted Power Supply
U.P.S.C.	:	Union Public Service Commission
U.P.U.	:	Universal Postal Union
U.R.L.	:	Uniform Resource Locator
U.S.A.	:	United States of America
U.S.A.I.D.	:	United States Agency for International Development
U.S.I.S.	:	United States Information Service

U.S.O.	:	Udaipur Solar Observatory
U.S.O.	:	Universal Service Obligation
U.S.P.	:	Unique Selling Proposition
U.S.S.R.	:	Union of Soviet Socialist Republics

V

V.A.B.A.L.	:	Value Based Advanced Licensing
V.A.T.	:	Value Added Tax
V.A.T.I.S.	:	Value Added Technology Information Service
V.B.T.	:	Vainu Bappu Telescope
V.C.	:	Vice-Chancellor
	:	Victoria Cross
V.C.	:	Vice Chancellor
V.C.R.	:	Video Cassette Recorder
V.D.	:	Venereal Disease
V.D.I.S.	:	Voluntary Disclosure of Income Scheme
V.E.S.A.	:	Video Electronics Standard Association
V.G.	:	Vicar-General
V.H.F.	:	Very High Frequency
V.H.M.	:	Village Head Man
V.H.R.R.	:	Very High Resolution Radiometer
V.H.S.	:	Videl Home System
	:	Voluntary Health Services
V.I.P.	:	Very Important Person
V.I.R.U.S.	:	Vital Information Resources Under Siege
Viz.	:	namely (Videlicet)
V.P.P.	:	Value Payable Post
Vr.C	:	Vir Chakra
V.R.D.E.	:	Vehicles Research and Development Establishment
V.R.M.L.	:	Virtual Reality Modelling Language
V.R.S.	:	Voluntary Retirement Scheme
vs	:	versus
V.S.A.T.	:	Very Small Aperture Terminal
V.S.N.L.	:	Videsh Sanchar Nigam Limited
V.S.S.C.	:	Vikram Sarabhai Space Centre
V.T.R.	:	Video Tape Recorder
V.V.F.	:	Village Volunteer Force (in India)
V.V.T.L.E.C.	:	Variable Valve Timing and Life Electronic Control

W

W.A.N.	:	Wide Area Network
WARDEC	:	Wargaming Development Centre
W.A.S.M.E.	:	World Assembly of Small and Medium Enterprises
W.A.Y.	:	World Assembly of Youth
W.C.A.R.	:	World Conference Against Racism

W.D.M.	:	World Debt Market
w.e.f.	:	with effect from
W.E.F.	:	World Economic Forum
W.F.C.	:	World Food Council
W.F.P.	:	World Food Programme
W.F.T.U.	:	World Federation of Trade Unions
W.G.	:	Working Group
W.H.O.	:	World Health Organisation
W.I.M.P.	:	Weakly Interacting Massive Particle
	:	Windows, Icons, Menus, Pointers
W.M.D.	:	Weapons of Mass Destruction.
W.M.O.	:	World Meteorological Organisation
W.P.I.	:	Wholesale Price Index
W.P.M.	:	Words Per Minute
W.R.	:	Western Railway
W.S.S.D.	:	World Summit on Sustainable Development
W.T.O.	:	World Trade Organisation
W.W.F.	:	World Wildlife Fund / (new) Worldwide Fund for Nature
W.W.W.	:	World Wide Web

X

X.B.T.	:	Expandable Bathy Thermographic
X-mas	:	Christmas
X.P.D.	:	X-Ray Photoelectron Diffraction

Y

Y.M.C.A.	:	Young Men's Christian Association
Y.M.I.A.	:	Young Men's Indian Association
Y.W.C.A.	:	Young Women's Christian Association

Z

Z.A.N.U.	:	Zimbabwe African National Union
Z.A.P.U.	:	Zimbabwe African People's Union
ZBB	:	Zero-based Budgeting
Z.E.T.A.A.	:	Zero Energy Thermonuclear Assembly
Z.I.F.T.	:	Zygote Intra Fallopian Transfer
Z.I.P.	:	Zone Improvement Plan
Z.O.P.F.A.N.	:	Zone of Peace Freedom and Neutrality
Z.S.	:	Zoological Society
Z.U.P.O.	:	Zimbabwe United People's Organisation

Botanical & Zoological Names

TREES, PLANTS, HERBS, SHRUBS, VEGETABLES & FRUITS

Adhatoda	-	Adhatoda zeylanica
Agathi	-	Sesbania grandis
Almond	-	Prunus amygdalus
Amukkara	-	Indian gingseng
Apple	-	Pyrus malus
Apricot	-	Prunus armeniaca
Ashoka tree	-	Saraca indica
Babul Tree	-	Acacia nilotica
Bamboo	-	Bambusa arundinacea
Banana	-	Musaccous sapientum
Banyan Tree	-	Ficus bengalinus
Barley	-	Hordeum vulgare
Beans	-	Vicia faba, Dolichos lablab
Beet root	-	Beta vulgaris
Bengal gram	-	Cicer aeritinum
Bermuda grass	-	Cynodon dactylon
Betel Nut	-	Areca catechu
Bitter gourd	-	Menordica charantia
Black gram	-	Phaseolous mungo
Black Plum	-	Eugenia jambolana
Blue Berry	-	Vaccinium myritillus
Bottle gourd	-	Lagenaria vulgaris
Brinjal	-	Solanum melongena
Button Rose (or) Rosemoss plant	-	Portulaca grandiflora
Cabbage	-	Brassica capitata
Cardamom	-	Elettaria cardamomum
Carrot	-	Daucus carota
Cashew	-	Anacardium occidentale
Castor	-	Ricinus communis
Cauliflower	-	Brassica botrytis
Chillies	-	Capsicum frutescens
Chundakai	-	Solanum torvum
Cinnamon	-	Cinnamomum zeylanicum
Clove	-	Syzygium aromaticum
Cocoa Plant	-	Theobroma cacao
Coconut	-	Cocos nucifera
Coffee	-	Coffea arabica
Cotton	-	Gossipium (sp)
Cranberry	-	Vaccinium vitisidacea
Cumin	-	Cuminium cyminium
Custard apple	-	Anona squamosa
Daisy	-	Bellis perennis
Date	-	Phoenix sylvestris
Datura	-	Datura suaveolens
Erukampoo	-	Caloptropis gigantea
Eucalyptus	-	Myrataccae eucalyptus
Fig tree	-	Ficus carica

Garlic	-	Allium sativum
Ginger plant	-	Zinigiber officinale
Grape vine	-	Vitis vinifera
Groundnut	-	Arachis hypogea
Guava	-	Psidium guajava
Henna	-	Lawsonia intermis
Horse Radish	-	Radicula armorcia
Hydra	-	Hydra oligactis
Jack Fruit	-	Artocarpus integrifolia
Jack tree	-	Sesamum indica
Jasmine	-	Jasminum officinalis
Jowar	-	Sorghum vulgare
Karpuravali	-	Coleus ambonicus
Kesari Dal	-	Lathyrus sativus
Kizhanelli	-	Phyllanthus fraternus.
Kuthiraival	-	Echinocloa colona
Lady's finger	-	Abelmoschus esculentus
Lemon	-	Citrus medica
Lime tree	-	Citrus amrantifolia
Litchi	-	Litchi chinensis
Lotus	-	Nelumbium speciosum
Mahogany tree	-	Swietena mahogany
Maize	-	Zea mays
Malaivembu	-	Melia azerdarach
Manathakkali	-	Solanum nigram
Musk Melon	-	Cucumis melo
Mustard	-	Brassica oleracea
Mustard (plant)	-	Brassica hirta
Nagalinga Tree	-	Couroupita guianensis
Nanttiavattai	-	Taber naemontana coronaria
Neem	-	Azadiracta indica
Onion	-	Allium cepa
Orange	-	Cirtus sinensis
Organ Pipe Coral	-	Tubipora musica
Paddy	-	Oryza sativa
Papaya	-	Carica papaya
Pea	-	Pisum sativum
Peach	-	Prunus persica
Pear	-	Pyrus communis
Peepu tree	-	Ficus religiosa
Pine apple	-	Ananus sativus
Pine tree	-	Pinus excelsa
Plum	-	Prunus spinosa
Plum tree	-	Prunus domestica
Pomogranate	-	Punica granatum
Potato	-	Solanum tuberosum
Raddish	-	Raphanus sativus
Ragi	-	Elesine italica
Rangoon Creeper	-	Quisqualis indica
Raspberry	-	Rubus caestius
Rose hips	-	Rosa rugusa

Rose Wood	-	Dalbergia latifolia
Rubber	-	Brasilea beunerous
Safflower plant	-	Carthamus tinctorius
Sal	-	Shorea robusta
Sandal	-	Santalum album
Sapota	-	Manilkara achras
Sea Cucumber	-	Holothuria scabra
Sequoia	-	Sequoia Sempervirens
Snake gourd	-	Trichosanthus anguina
Soya Beans	-	Gycine soja
Strawberry	-	Fragaria vesca
Sugar Cane	-	Saccharum spontaneum
Sunflower	-	Helianthus annum
Tamarind	-	Tamarindus indica
Tea	-	Camellia sinensis
Teak	-	Tectonia grandis
Thuthuvalai	-	Solanum trilobatum
Tobacco	-	Nicotiana tobaccum
Tomato	-	Lycopersicum esculentum
Torch Lily	-	Kniphofia uraria
Toss Jute	-	Corchorus olitorius
Touch me not	-	Mimosa pudica
Tulasi	-	Ocimum sanctum
Turmeric	-	Curcuma domestica
Vallarai	-	Centella asiatica
Vanda	-	Vanda coerulea
Walnut	-	Juglans regia
Water lily	-	Nymphacea lotus
Water Melon	-	Citrullus vulgaris
Wheat	-	Triticum vulgare
White Jute	-	Corchorus capsularis
Winged bean	-	Psophocarpus teragonolobus

INSECTS & REPTILES

Ant	-	Hymenopetrous formicidae
Apple Snail	-	Pila globosa
Back Swimmers	-	Anisops bouvieri
Bed bug	-	Cimex lectularius
Bee fly	-	Villa alternata
Bud worm	-	Hendicaris duplifasciolis
Carpet beetle	-	Attagenus piseus
Caterpillar	-	Calosoma scrutator
Centiped	-	Himantarum gabrielis,
	-	Haplophilus subterraneus
Clothes moth	-	Tineola bisselliella
Cockroach	-	Periplaneta americana
Cricket	-	Gryllus domesticus
Diving Beetle	-	Cybister confusus
Dragon fly	-	Rhyothenus variegata
Earthworm	-	Megacolex maruti
Giant water bug	-	Belostoma indicum
Groundnut Bud Borer	-	Anarsia ephippias

Housfly	-	Musca domestica
Leaf webber	-	Nausinoe geometralis
Leech	-	Hirudo medicinalis,
	-	Hirudinaria granulosa
Milliped	-	Illacme plenipes
Mosquito	-	Anopheles culicifacies
Moth	-	Tinea pachyspila
Mud dauber	-	Genus scleripheron
Pangolin (Ant eater)	-	Manis crassicauclata
Rat Snake	-	Ptyas mucosus
Rhinoceros beetle	-	Dryctes rhinoceros
Rice Weevil	-	Sitophilus oryzae
Rock Python	-	Python molurus
Roundworm	-	Ascaris lumbricoides
Scorpion	-	Archinida scorpionida
Scorpion fly	-	Panorapa rufescens
Spidermite (in tea)	-	Oligonychus coffea
Stared tortoise	-	Geochelone elegans
Vine Snake	-	Ahaetulla nasutus
Water scavenger	-	Sternolophus rufipus
Water scorpion	-	Lacotraphes griseus
Water stick	-	Ranatra filiformis

BIRDS

Albatruss	-	Phoebetria procellariformes
Bengal Vulture	-	Gyps bengalensis
Combduck	-	Sarkidiorius melanotus
Crane	-	Gruidae gruiformes
Crow	-	Corvus splendens
Falcon	-	Falco falconidae
Fulvous Fruit Bat	-	Rousettus leschenauli
Grey Jungle Fowl	-	Galws soneratii
Hawk	-	Diurnus accipitridae
Humming bird	-	Triochilidae apodiformes
Indian flying fox	-	Pteropus giganteus
Kiwi	-	Apteryx apterygiformes
Myna	-	Gracula religiosa
Owl	-	Nocturnalis strigiformes
Painted stork	-	Mycteria leucocephala
Parrot	-	Psittacula krameri
Peacocks	-	Pavo cristatus - (India),
	-	Afropavo Congensis - (Congo),
	-	Pavo muticus - (S.Asia)
Penguin	-	Aptenodytes forsteri (Largest),
	-	Eudyptula minor (Smallest)
Pigeon	-	Columba livia
Scavenger Vulture	-	Neophron percnopterns
Serpent Eagle	-	Spilornis cheela
Short nosed Fruit Bat	-	Cynopterus sphinx
Spot billed duck	-	Anaspoecilor hyncha
White wood duck	-	Cairina scutulata

ANIMALS

Ass	-	Eqvus asinus
Barking deer	-	Muntiacus muntjak
Bear	-	Ursidae carnivora
Bison	-	Bison bonasus
Black Bear	-	Selenarctos thibetanus
Black buck	-	Antilope cerricapra
Brown Bear	-	Ursus arctos
Buffalo	-	Bubalus bubalis
Camel	-	Camelus camelidae
Cat	-	Felis chaus
Clouded leopard	-	Neofelis nebulosa
Cobra	-	Naja naja
Cow	-	Bos taurus
Crocodile	-	Crocodilia niloticus
Dog	-	Canis familiaris
Dolphins	-	Delphinus delphis
Eel	-	Anguilli formes
Elephant	-	Elephas maximus
Fox	-	Canis vulpes
Frog	-	Rana hexadactyla
Garden Lizard	-	Calotes versicolor
Gaur	-	Bos gaurus
Goat	-	Capra hircus
Green Turtle	-	Chelonia mydas
Hangul	-	Cervus hanglu
Hare	-	Lepus nigricollis
Hawksbill	-	Eretmochelys imbricata
Hog deer	-	Axis porcinus
Hoolock Gibbon	-	Hylobates hoolock
Horse	-	Equs caballus
Hyena	-	Hyaenidae carnivora
Jackal	-	Canis aureus
Kangaroo	-	Macropus giganteus
Langur	-	Presbytis entellus
Leather Back	-	Dermochelys coriacea
Lion	-	Panthera leo
Logger Head	-	Caretta caretta
Man	-	Homo sapiens
Monkey	-	Callicebus bernhadi,
	-	Callicebus stephennashi
Mouse deer	-	Tragulus meminna
Musk deer	-	Moxhus moschiferus
Obelia	-	Obelia geniculata
Olive Ridley	-	Lepidochelys olivacea
Panda (Red)	-	Ailurus fulgens
Panther	-	Panthera pardus
Pig	-	Artiodactyla suidae
Porcupine	-	Hystricomorph hystricidae
Prawn	-	Penaeus indicus
Rat	-	Rattus rattus

Red Fox	-	Vulpes vulpes
Rhinoceros	-	Rhinoceros unicornis
Sambhar	-	Cervus unicolor
Shark	-	Scolidon sorrakowah
Sloth Bear	-	Melursus ursinus
Spotted Deer	-	Axis axis
Squirrel	-	Rodentia sciurvs
Star Fish	-	Asterias rubens
Swamp Deer	-	Cervus duvauceli
Tiger	-	Panthera tigris
Tiger lobster (big size prawn)	-	Panulirus ornatus
Toad	-	Bufo melanostictus
Whale	-	Balaenoptera musculus
Wild Ass	-	Equs hemionus
Wild Boar	-	Sus scrofa
Wild caprid	-	Hemitragus hylocrius, (State animal of Tamil Nadu)
Wolf	-	Canis vulpus

MICRO ORGANISMS

Amoeba	-	Amoeba proteus
Amphioxus	-	Amphioxus lanceolatus
Euglena	-	Euglena viridis
Liver Fluke	-	Fasciola hepatica
Malarial Parasite	-	Plasmodium vivax
Mullet	-	Mugil oeur
Pork Tapeworm	-	Taenia solium
Slipper animalcule	-	Paramaecium caudatum
Sponge	-	Sycon gelatinogum

Sounds of Animals and Birds

Ass	- Brays	Doves	- Coo	Mice	- Squeaks
Apes	- Gibbers	Duck	- Quacks	Monkey	- Chatters
Bears	- Growls	Elephant	- Trumps	Owl	- Hoots
Bee	- Hums	Fox	- Yells	Parrot	- Talks
Bird	- Chirps	Frog	- Croaks	Pigs	- Squeal
Bulls	- Bellow	Geese	- Cackles	Sheep	- Bleats
Cat	- Mews	Hawk	- Screams	Snake	- Hisses
Cow	- Lows	Hen	- Cackles	Squirrel	- Screams
Cock	- Crows	Hogs	- Grunts	Swallow	- Twitters
Crow	- Caws	Horse	- Neighs	Tiger	- Growls
Cuckoos	- Coo	Hyena	- Laughs	Vulture	- Screams
Dog	- Barks / Yelps	Lion	- Roars	Wolves	- Yell

Sounds of Other Things

Bells	- Cinkling	Fire	- Crackling	Train	- Rumbling
Chains	- Clanking	Leaves	- Rustling	Trumpet	- Blareing
Explosion	- Blasting	Shoes	- Creaking	Winds	- Howling
				Wings	- Flapping

Scientific Subjects

SCIENCE, STUDIES & ARTS

Science

Aerodynamics	-	Science of Motion of air and their other mechanical effects when in motion.
Aerography	-	Science of wireless telegraphy.
Aerology	-	Science of Air.
Aeromancy	-	Weather Forecasting.
Aeronautics	-	Science of aerial navigation.
Agriculture	-	Science of cultivating the land and rearing animals.
Agronomy	-	Science of maintaining the ability of the soil to produce crops.
Anaesthetics	-	Science of anaesthesia.
Anatomy	-	Internal structure of living organism
Anemology	-	Science of wind.
Anthropogeography	-	Geography of the races of man.
Anthropology	-	Mental and Physical states of mankind
Arboriculture	-	Cultivation of trees and vegetables.
Archology	-	Science of government.
Aristology	-	Science of dining.
Astrology	-	Predicting future of human beings
Astronautics	-	The science of space travel
Audiology	-	Science of Hearing.
Avionics	-	Science of electronics applied to aviation.
Bacteriology	-	Dealing with bacteria
Ballistics	-	Science of throwing missiles and studying its flight path.
Balneology	-	Science of using baths & bathing in the treatment of diseases.
Biochemistry	-	Chemistry of living matter.
Biometeorology	-	Science of weather or climate and its effect on Man, animals and plants.
Bionics	-	Investigation of sensory perception of birds
Bromatology	-	Science of Foods.
Bryology	-	Science of mosses.
Cacogenics	-	Science of deterioration of races.
Cacography	-	Science of bad handwriting.
Cataphonics	-	Acoustics of reflected sounds or echoes.
Ceramics	-	Pottery
Chemistry	-	Properties and composition of various elements
Chemotherapy	-	Treatment of a Disease by certain chemical compounds
Chorography	-	Science of Geography, topography.
Chromatics	-	Science of colours.
Cinematography	-	Science of preparing motion pictures.
Civics	-	Science of citizenship.
Climatology	-	Science of climates.
Cosmochemistry	-	Chemistry of stars, planets, etc.
Cosmology	-	The science of universe as a whole

Criminology	-	Science of crimes & criminals.
Cryogenics	-	Production and application of very low temperatures
Cytochemistry	-	Chemistry of living cells.
Cytogenetics	-	Study of Cell formation
Cytology	-	Dealing with cells
Decimology	-	Science of examining of drugs.
Dentistry	-	Science of teeth.
Dermatoglyphics	-	Science of skin patterns.
Didactics	-	Science of teaching.
Dietetics	-	Science dealing with the study of diet and nutrition.
Ecclesiology	-	Science pertaining to churches.
Edaphology	-	Science of soils.
Electronics	-	Science and technology of electrons and its manipulation.
Ethology	-	Science of character.
Eugenics	-	Science dealing with the production of fine offspring.
Existics	-	Science of human settlement.
Exobiology	-	Science dealing with life existing beyond Earth
Genetics	-	Science of Heredity
Geochronology	-	Science of measuring geological times.
Geography	-	Science of Earth.
Geomorphology	-	Science of External Features of Earth.
Geoponics	-	Science of Agriculture.
Gerentology	-	Science of old age
Haematology	-	Science dealing with the formation, composition, functions and diseases of the blood
Haptics	-	Science of studying data obtained by means of touch.
Heliotherapy	-	Treatment using sunlight.
Helminthology	-	Science of worms.
Hermeneutics	-	Science of interpretation.
Histology	-	Science of tissues.
Historiology	-	Science of history.
Histrionics	-	Science of acting.
Horology	-	Science of time measurement.
Horticulture	-	Garden cultivation
Hydrography	-	Treatment of diseases with water
Hydrology	-	Science dealing with water.
Hydropathy	-	Medical treatment by application of water.
Hydroponics	-	Culture of plants without soil
Hydrostatics	-	The relation of pressure to equilibrium of fluids
Hygroscopy	-	Science of measuring humidity.
Ichnology	-	Science of Fossil Footprints.
Iconography	-	Teaching by pictures and models
Immunology	-	Science of immunity.
Jurisprudence	-	The science of knowledge of law
Kinetics	-	Science of action of force in producing or changing motions.
Kymography	-	Science of graphical recording of motion or pressure.
Laryngology	-	Science of larynx.
Lepidopterology	-	Science of butterflies & moths.

Lexicography	-	Compiling of dictionary
Lithology	-	Science of rocks as mineral masses.
Logic	-	Science of reasoning.
Mammography	-	A technique of quicker diagnosis of breast cancer among women
Mathematics	-	Science of magnitude & Numbers and their relations.
Meteorology	-	Atmospheric phenomena
Mineralogy	-	Science of minerals.
Morphology	-	Position, structure and form of different plants and animals
Morphotogeny	-	Origin and growth of any living organism
Nephology	-	Science of clouds.
Nephrology	-	Science of structure, function & diseases of Kidney.
Neurology	-	Science of study of nerves.
Oenology	-	Science of wine.
Olfactology	-	Science of smell & its sense organ.
Onamatology	-	Science of names.
Oncology	-	Science of tumour.
Oology	-	Science of eggs.
Optics	-	Science of light.
Optics	-	Nature and properties of light
Optometery	-	Science of vision and eye care.
Osteology	-	The study of bones
Pathogeny	-	Science of diseases and their origin.
Pathology	-	Nature, causes and remedies of diseases
Pharmaceutics	-	Science of preparing medicines.
Pharmacology	-	Science of drugs.
Philately	-	Stamp collection
Phrenology	-	Skull and brain
Physics	-	Material bodies
Physiology	-	Structure and function of animal and plant life
Pneumatics	-	Science which deals with mechanical properties of air and other fluids.
Pomology	-	Fruits
Pseudology	-	Science of falsehood or lying.
Psychodynamics	-	Science of mental powers.
Pteridiology	-	Science of ferns.
Radiology	-	Radiant energy
Seismology	-	Science of earthquakes.
Sericulture	-	Silkworm rearing
Technology	-	Practise of all of the applied sciences.
Telegraphy	-	Science of using telegraphs.
Telepathy	-	Communication of two minds at a distance with the help of thought, feelings and emotions
Thalassography	-	Science of sea.
Therapeutics	-	Healing of diseases and laws of health
Thermodynamics	-	Science of heat as a mechanical agent.
Zoochemistry	-	Chemistry of the animal body.
Zootaxy	-	Science of classification of animals.
Zymology	-	Science of fermentation.

Branches of Studies

Acoustics	-	Science or study of sound
Aesthetics	-	Branch of Philosophy dealing with Principles of beauty and artistic taste.
Andrology	-	Study of Functions and disease peculiar to men.
Anthropogeny	-	Study of man's origin.
Anthropography	-	Study of geographical distribution of human races.
Arachnology	-	Study of anthropodes.
Archaeology	-	Prehistoric remains
Astronomy	-	Study of heavenly bodies
Astrophysics	-	A branch of astronomy dealing with physical nature of heavenly bodies
Autology	-	Study of oneself.
Biology	-	Study of living bodies
Biometry	-	Study of Biology in terms of statistics and quantity.
Botany	-	The study of Plant life
Caliography	-	Study of Bird's nest.
Campanology	-	Study of bells and their sound.
Carcinology	-	Study of crustaceans.
Cardiology	-	Study of Heart and its diseases.
Carpology	-	Study of Fruits and seeds.
Cetology	-	Study of whales.
Chronology	-	Computing of period of time and assignment of dates with events
Cinebiology	-	Study of biological phenomenon by means of cinematographic records.
Conchology	-	Study of shells
Craniology	-	Study of skulls.
Cryptography	-	Study of secret writing
Crystallography	-	Study of crystals.
Cytopathology	-	Study of diseased cells.
Dactyliology	-	Study of Finger rings.
Dactylography	-	Study of Finger Prints.
Demography	-	Study of population.
Dendrology	-	Study of trees & shrubs.
Dermatology	-	Branch of medicine that treats skin.
Dynamics	-	Branch of science dealing with bodies in motion.
Eccrinology	-	Branch of physiology relating to the secretion of organs.
Ecology	-	Study of Relations of animals and plants to their environments
Economics	-	Study of production, consumption and distribution of wealth
Embryology	-	Study of the growth and development of Embryos.
Emmenology	-	Study of menses.
Endocrinology	-	Study of the endocrine glands and its hormones.
Entomology	-	Study of Insects
Epidemiology	-	Study of Epidemics
Epigraphy	-	Study of Inscriptions
Epistemology	-	Study of source, nature and limitations of knowledge.
Ergonomics	-	The study of work and working conditions
Eschatology	-	Study of death, judgement and last things.

Ethics	-	Psychological Study of moral conduct and duty
Ethnology	-	Study of mental and physical differences of mankind
Etymology	-	Study of the origin and history of words
Geogony	-	Theory about formation of earth.
Geology	-	Study of condition and structure of the Earth
Glaciology	-	Study of Glaciers.
Gnosiology	-	Philosophy of knowledge.
Hamartiology	-	Section of theology which treats sins.
Heortology	-	Study of religious feasts.
Herpetology	-	Study of reptiles and amphibians.
Hippology	-	Study of horses.
Hoplology	-	Study of weapons.
Hydraulics	-	Branch of science which treats the motion of liquids and the application of water to machinery.
Hyetology	-	Study of rainfall
Hygiene	-	Study of Health
Ichthyology	-	Branch of Zoology which deals with fishes.
Indology	-	Study of India and its people.
Irenology	-	Study of peace.
Karyology	-	Study of chromosomes.
Kinesics	-	Study of body movements.
Lichenology	-	Study of lichens.
Limacology	-	Study of slugs.
Malacology	-	Study of molluscus.
Mechanics	-	Branch of physical science that deals with energy & force.
Metallography	-	Study of the structure and constitution of metals.
Metallurgy	-	Study of Science and Technology of metals
Microbiology	-	Branch of biology dealing especially with microscopic forms of life.
Micrology	-	Study of microscopic particles.
Mycology	-	The study of fungi
Mythology	-	A treatise on gods, angels, etc.
Numerology	-	Study of numbers as supposed to show future events.
Numismatics	-	Study of coins
Obsterics	-	Branch of medicine dealing with pregnancy or art of midwifery.
Oceanography	-	Study of oceans.
Odanatology	-	Study of dragonflies.
Odontography	-	Study of teeth
Onomastics	-	Study of history of proper names.
Ophthalmology	-	Study of eyes.
Orchidology	-	Study of orchid.
Organology	-	Study of organs.
Ornithology	-	Study of birds
Orography	-	Branch of science that deals with mountains.
Orthopaedics	-	Study of diseases or injuries of bones especially in children.
Otology	-	Study of ears.
Otorhinolaryngology	-	Study of ear, nose and larynx.
Paediatrics	-	Branch of medicine concerned with children and their illness.
Paedodontics	-	Branch of dentistry concerned with care of children's teeth.

Paedology	-	Study of growth and development of children.
Paeudeutics	-	Educational method or theory.
Palaeontology	-	Study of fossils
Paleoanthropology	-	Study of earliest types of man.
Parasitology	-	Study of parasites.
Pedagogy	-	The study of Education
Pedology	-	The study of soil
Penology	-	Study about penalties and punishment or management of prisons.
Perinatology	-	The study of disorders of the newborn that occur in the perinatal period
Pestology	-	Study of Agricultural pests.
Petrology	-	Scientific study of rocks.
Pharyngology	-	Study of pharynx.
Philology	-	The study of Language
Philosophy	-	Study of the causes and laws of all things.
Phonetics	-	Study of the sounds of spoken language
Physiography	-	Study of natural geography
Potamology	-	Scientific study of rivers.
Psychology	-	Study of mind
Pyretology	-	Study of fevers.
Reflexology	-	Study of the body's reflexes.
Rheumatology	-	Study of rheumatism.
Sociology	-	Social problems and human progress
Thanatology	-	Scientific study of death.
Theology	-	Study of Gods & religions.
Therology	-	Study of mammals.
Toxicology	-	Study of poisons.
Tribology	-	The study of interacting surfaces in relative motion
Trichology	-	Study of Hair.
Typhology	-	Study of blindness and the blind.
Ufology	-	Study of unidentified flying objects.
Ultrasonics	-	Study of ultrasonic waves.
Urology	-	Study of urine.
Venerealogy	-	Study of venereal diseases.
Vexillogy	-	Study of flags.
Vinology	-	Study of wines.
Virology	-	Study of Viruses
Volcanology	-	Study of volcanoes.
Zoology	-	The study of Animal life
Zoopathology	-	Study of diseases in animals.

Arts

Acrobatics	-	Art of performing difficult or unusual physical acts.
Gastrology	-	Art of cooking.
Gastronomy	-	Art of good eating.
Gnomonics	-	Art of measuring time by Sun dial.
Tectonics	-	Building as an art.
Xylography	-	Art of engraving on wood.

Phobias

A

Ablutophobia	-	Fear of	washing or bathing
Acarophobia	-	"	itching
Acerophobia	-	"	sourness
Achulophobia	-	"	darkness
Acousticophobia	-	"	noise
Acrophobia	-	"	height
Aerophobia	-	"	airborne noxious substances
Aeroacrophobia	-	"	open high places
Aeronausiphobia	-	"	vomiting (airsickness)
Agateophobia	-	"	insanity
Agliophobia	-	"	pain
Agoraphobia	-	"	open spaces
Agrizoophobia	-	"	wild animals
Agyrophobia	-	"	crossing the street
Aichmophobia	-	"	pointed objects
Ailurophobia	-	"	cats
Albuminurophobia	-	"	kidney disease
Alektorophobia	-	"	chickens
Algophobia	-	"	pain
Alliumphobia	-	"	garlic
Allodoxaphobia	-	"	opinions
Altophobia	-	"	height
Amathophobia	-	"	dust
Amaxophobia	-	"	riding car
Ambulophobia	-	"	walking
Amnesiphobia	-	"	amnesia
Amychophobia	-	"	being scratched
Anable phobia	-	"	looking up
Ancraophobia	-	"	wind
Androphobia	-	"	men
Anemophobia	-	"	wind
Anginophobia	-	"	narrowness
Anglophobia	-	"	English culture
Angrophobia	-	"	anger
Ankylophobia	-	"	immobility of a joint
Anthophobia	-	"	flowers
Anthropophobia	-	"	society
Antlophobia	-	"	floods
Anuptaphobia	-	"	staying single
Apeirophobia	-	"	infinity
Aphenphosmphobia	-	"	being touched
Apiphobia	-	"	Bees
Apotemnophobia	-	"	persons with amputation.
Arachibutyrophobia	-	"	peanut butter sticking to the roof of the mouth
Arachnophobia	-	"	spiders
Arithmophobia	-	"	numbers

Arsonphobia	-	Fear of	fire
Arrhenphobia	-	"	men
Asthenophobia	-	"	fainting
Astrapophobia	-	"	thunder and lightning
Astrophobia	-	"	stars and celestial space
Asymmetriphobia	-	"	asymmetrical things
Ataxiophobia	-	"	muscular incoordination
Ataxophobia	-	"	untidiness or disorder
Atelophobia	-	"	imperfection
Atephobia	-	"	ruins
Athazagoraphobia	-	"	being forgotten
Atomosophobia	-	"	atomic explosions
Atychiphobia	-	"	failure
Aulophobia	-	"	flutes
Aurophobia	-	"	Gold
Auroraphobia	-	"	northern lights
Autodysomophobia	-	"	one that has a vile odour
Automysophobia	-	"	being dirty
Autophobia	-	"	being alone or of oneself
Aviophobia	-	"	flying

B

Bacillophobia	-	Fear of	microbes
Bacteriophobia	-	"	bacteria
Bactracophobia	-	"	reptiles
Ballistophobia	-	"	Missiles or bullets
Barophobia	-	"	gravity
Basophobia	-	"	walking or falling
Bathmophobia	-	"	steep slopes or stairs
Bathophobia	-	"	depth
Batophobia	-	"	height or high buildings
Batrachophobia	-	"	amphibians
Belonephobia	-	"	pins and needles
Bibliophobia	-	"	books
Blennophobia	-	"	slime
Bogyphobia	-	"	bogeyman
Bolshephobia	-	"	bolsheviks
Botanophobia	-	"	plants
Bromidrophobia	-	"	body smells
Brontophobia	-	"	thunder and lightning
Bufonophobia	-	"	toads

C

Cacophobia	-	Fear of	ugliness
Cainotophobia	-	"	newness or innovation
Caligynephobia	-	"	beautiful women
Carcinophobia	-	"	cancer
Cardiophobia	-	"	heart disease
Carnophobia	-	"	meat
Catagelophobia	-	"	being ridiculed

Catapedaphobia	-	Fear of	jumping
Cathisophobia	-	"	sitting
Catoptrophobia	-	"	mirrors
Centophobia	-	"	new ideas
Ceraunophobia	-	"	thunder
Chaetophobia	-	"	hair
Cheima (to) phobia	-	"	cold
Chemophobia	-	"	chemicals
Cherophobia	-	"	gaiety
Chionophobia	-	"	snow
Chiraptophobia	-	"	being touched
Chirophobia	-	"	hands
Cholerophobia	-	"	Cholera
Chor(e)ophobia	-	"	dancing
Chrematophobia	-	"	wealth
Chrometophobia	-	"	money
Chromophobia	-	"	colours
Chronophobia	-	"	time
Chronomentrophobia	-	"	clocks
Cibophobia	-	"	food
Claustrophobia	-	"	closed space
Cleisiophobia	-	"	being locked in an enclosed place
Cleptophobia	-	"	stealing
Climacophobia	-	"	stairs or climbing
Clinophobia	-	"	going to bed
Clithrophobia	-	"	being enclosed
Cnidophobia	-	"	stings
Cometophobia	-	"	comets
Coimetrophobia	-	"	Cemeteries
Contreltophobia	-	"	sexual abuse
Coprastasophobia	-	"	constipation
Coprophobia	-	"	faecal matter or dung
Coulrophobia	-	"	clowns
Cremnophobia	-	"	precipices
Cryophobia	-	"	ice or frost
Crystallophobia	-	"	crystals
Cyberphobia	-	"	computers
Cyclophobia	-	"	bicycles
Cymophobia	-	"	waves or wave like motions
Cynophobia	-	"	dogs or rabies
Cypridophobia	-	"	venereal disease

D

Daemonophobia	-	Fear of	demons
Decidophobia	-	"	making decisions
Defecaloesiophobia	-	"	painful bowel movement
Deipnophobia	-	"	dining
Dementophobia	-	"	insanity
Demonophobia	-	"	demons
Demophobia	-	"	crowds

Dendrophobia	-	Fear of	trees
Dentophobia	-	"	dentists
Dermatophobia	-	"	skin lesions
Dermatopathophobia	-	"	skin disease
Dextrophobia	-	"	objects at the right side of the body
Diabetophobia	-	"	diabetes
Didaskaleinophobia	-	"	going to school
Dikephobia	-	"	justice
Dinophobia	-	"	dizziness
Diplophobia	-	"	double vision
Dipsophobia	-	"	drinking
Dishabiliophobia	-	"	undressing in front of people
Domatophobia	-	"	houses or being in a house
Doraphobia	-	"	fur or skins of animals
Doxophobia	-	"	expressing opinions or being praised
Dromophobia	-	"	crossing road
Dutchphobia	-	"	dutch culture or people
Dysmorphobia	-	"	deformity
Dystychiphobia	-	"	accidents

E

Ecclesiophobia	-	Fear of	church
Ecophobia	-	"	home
Eicophobia	-	"	homes surrounded
Eisoptrophobia	-	"	seeing oneself in a mirror
Electrophobia	-	"	electricity
Eleutherophobia	-	"	freedom
Elurophobia	-	"	cats
Emetophobia	-	"	vomiting
Enetophobia	-	"	pins
Enissophobia	-	"	criticism
Enochlophobia	-	"	crowds
Enosiophobia	-	"	having committed a sin
Entomophobia	-	"	insects
Eosophobia	-	"	daylight or dawn
Ephebiphobia	-	"	teenagers
Epistaxiophobia	-	"	nose bleeds
Epistemophobia	-	"	knowledge
Equinophobia	-	"	horses
Eremophobia	-	"	being loneliness
Ereuthrophobia	-	"	blushing
Ergasiophobia	-	"	surgical instruments
Ergophobia	-	"	work
Erotophobia	-	"	sexual questions
Erythrophobia	-	"	red colour or blushing
Euphobia	-	"	hearing good news

F

| Febriphobia | - | Fear of | fever |
| Felinophobia | - | " | cats |

| Francophobia | - | Fear of | french culture |
| Frigophobia | - | " | cold things |

G

Galeophobia	-	Fear of	cats
Gamophobia	-	"	marriage
Geliophobia	-	"	laughter
Geniophobia	-	"	chins
Genuphobia	-	"	knees
Gephydrophobia	-	"	crossing bridges
Gerascophobia	-	"	growing old
Germanophobia	-	"	German culture
Gerontophobia	-	"	old people
Geumophobia	-	"	taste
Glossophobia	-	"	speaking in public place
Graphophobia	-	"	writing
Gymnophobia	-	"	nudity
Gynophobia	-	"	women

H

Hadephobia	-	Fear of	hell
Hagiophobia	-	"	saints or holy things
Hamartophobia	-	"	sin
Harpaxophobia	-	"	being robbed
Hedonophobia	-	"	feeling pleasure
Heliophobia	-	"	sun
Hellenologophobia	-	"	scientific terms
Helminthophobia	-	"	being infested with worms
Hematophobia	-	"	blood
Heterophobia	-	"	opposite sex
Hierophobia	-	"	sacred things
Hobophobia	-	"	beggars
Hodophobia	-	"	travelling on roads
Homichlophobia	-	"	fog
Homilophobia	-	"	sermons
Hominophobia	-	"	men
Homophobia	-	"	monotony
Hoplophobia	-	"	firearms
Hormephobia	-	"	shock
Hyalophobia	-	"	glass
Hydrargyophobia	-	"	mercurial medicines
Hydrophobia	-	"	rabies
Hygrophobia	-	"	liquids and moisture
Hylephobia	-	"	epilepsy
Hylophobia	-	"	forests
Hypegiaphobia	-	"	responsibility
Hypnophobia	-	"	sleep or hypnotism

I

Ichthyophobia	- Fear of	fish
Illyngophobia	- "	feeling dizzy while looking down from high places
Insectophobia	- "	insects
Iophobia	- "	poison
Isolophobia	- "	solitude
Isopterophobia	- "	termites

J

Japanophobia	- Fear of	japanese
Judeophobia	- "	jews

K

Kainolophobia	- Fear of	novelty
Kainophobia	- "	new thing
Kakorrhaphiophobia	- "	failure
Katagelophobia	- "	ridicule
Kathisophobia	- "	sitting down
Kenophobia	- "	empty spaces
Kinesophobia	- "	movement
Koinoniphobia	- "	rooms
Kopophobia	- "	fatigue
Kosmikophobia	- "	cosmic phenomenon
Kyphophobia	- "	stooping

L

Lachanophobia	- Fear of	vegetables
Lalophobia	- "	speaking
Latrophobia	- "	doctors
Leprophobia	- "	leprosy
Leukophobia	- "	white colour
Levophobia	- "	objects at the left side of the body
Ligyrophobia	- "	loud noises
Lilapsophobia	- "	hurricanes and tornadoes
Limnophobia	- "	lakes
Linonophobia	- "	string
Litica phobia	- "	lawsuits
Lockiophobia	- "	childbirth
Logophobia	- "	words
Luiphobia	- "	lues or syphillis
Lutraphobia	- "	otters
Lygophobia	- "	darkness
Lyssophobia	- "	becoming mad

M

Macrophobia	- Fear of	waiting long time
Mageirocophobia	- "	cooking
Mastigophobia	- "	punishment
Mechanophobia	- "	machines

Megalophobia	-	Fear of	large things
Melanophobia	-	"	black colour
Melophobia	-	"	music
Meningitophobia	-	"	brain disease
Menophobia	-	"	menstruation
Merinthophobia	-	"	being tide up
Metallophobia	-	"	metals
Metathesiophobia	-	"	changes
Meteorophobia	-	"	meteors
Methyphobia	-	"	alcohol
Metrophobia	-	"	poems
Microbiophobia	-	"	microbes
Microphobia	-	"	small things
Misophobia	-	"	contamination by Germs
Mnemophobia	-	"	memories
Motorphobia	-	"	automobiles
Mottephobia	-	"	moths
Murophobia	-	"	mice
Mycophobia	-	"	mushrooms
Mycrophobia	-	"	small things
Myctophobia	-	"	darkness
Myrmecophobia	-	"	ants
Mysophobia	-	"	germs
Mythophobia	-	"	myths or stories
Myxophobia	-	"	slime

N

Nebulaphobia	-	Fear of	fog
Necrophobia	-	"	dead thing
Neopharmaphobia	-	"	new drugs
Nephophobia	-	"	clouds
Nomatophobia	-	"	names
Nosemaphobia	-	"	becoming ill
Nosocome phobia	-	"	hospitals
Nostophobia	-	"	returning home
Novercaphobia	-	"	step mother
Nucleomituphobia	-	"	nuclear weapons
Nyctohylophobia	-	"	forest at night

O

Obesophobia	-	Fear of	gaining weight
Ochlophobia	-	"	mobs
Ochophobia	-	"	vehicles
Odontophobia	-	"	dental surgery or teeth
Oenophobia	-	"	wines
Olfactophobia	-	"	smells
Ombrophobia	-	"	rains
Ommetaphobia	-	"	eyes
Oneirophobia	-	"	dreams
Onomatophobia	-	"	hearing a certain word
Ophidiophobia	-	"	snakes

Ophthalmophobia	-	Fear of	being stared at
Optophobia	-	"	opening one's eyes
Ornithophobia	-	"	birds
Orthophobia	-	"	property
Ostraconophobia	-	"	shell fish
Ouranophobia	-	"	heaven

P

Panthophobia	-	Fear of	disease
Panophobia	-	"	everything
Papaphobia	-	"	pope
Papyrophobia	-	"	paper
Paraphobia	-	"	sexual perversion
Parasitophobia	-	"	parasites
Parthenophobia	-	"	young girls
Patroiophobia	-	"	heredity
Pediophobia	-	"	dolls
Pedophobia	-	"	children
Peladophobia	-	"	bald people
Pellagro phobia	-	"	pellagra
Peniaphobia	-	"	poverty
Pentheraphobia	-	"	mother in law
Phagophobia	-	"	eating or swallowing
Phalacrophobia	-	"	becoming bald
Pharmacophobia	-	"	taking medicine
Phasmophobia	-	"	ghosts
Phengophobia	-	"	sunshine
Philematophobia	-	"	kissing
Philophobia	-	"	falling in love
Philosophobia	-	"	philosophy
Phobophobia	-	"	phobias
Phonophobia	-	"	telephones
Photoaugliaphobia	-	"	glaring lights
Photophobia	-	"	light
Phronemophobia	-	"	thinking
Phthisiophobia	-	"	tuberculosis
Placophobia	-	"	tombstones
Plutophobia	-	"	wealth
Pneumatiphobia	-	"	spirits
Pnigerophobia	-	"	being smothered
Pnigophobia	-	"	choking
Pogonophobia	-	"	beards
Politicophobia	-	"	dislike of politicians
Ponophobia	-	"	overworking
Porphyrophobia	-	"	purple colour
Potamophobia	-	"	running water
Potophobia	-	"	alcohol
Proctophobia	-	"	rectal diseases
Prosophobia	-	"	progress
Psellismophobia	-	"	stuttering
Psychophobia	-	"	mind

Pteromerhanophobia	-	Fear of	flying
Pteronophobia	-	"	being tickled by feathers
Pupaphobia	-	"	puppets
Pyrexiophobia	-	"	fever
Pyrophobia	-	"	fire

R

Radiophobia	-	Fear of	radiations
Ranidaphobia	-	"	frogs
Rhypophobia	-	"	defecation
Rhytiphobia	-	"	getting wrinkles
Rupophobia	-	"	dirt
Russophobia	-	"	Russian culture

S

Samnainophobia	-	Fear of	Halloween
Satanophobia	-	"	satan
Scabiophobia	-	"	scabies
Scelerophobia	-	"	burglars or badmen
Sciaphobia	-	"	shadows
Scoleciphobia	-	"	worms
Scolionophobia	-	"	School
Scopophobia	-	"	being seen
Scotomaphobia	-	"	blindness
Scriptophobia	-	"	writing in public place
Selachophobia	-	"	sharks
Selenophobia	-	"	the moon
Seplophobia	-	"	decaying matter
Sesquipedalophobia	-	"	long words
Sexophobia	-	"	sex
Siderodromophobia	-	"	travelling in train
Siderophobia	-	"	stars
Sitophobia	-	"	food
Soceraphobia	-	"	Parents-in-law
Sophophobia	-	"	learning
Soteriophobia	-	"	dependence on others
Spacephobia	-	"	space(sky)
Spheksophobia	-	"	wasps
Stasiphobia	-	"	standing or walking
Staurophobia	-	"	crosses
Stenophobia	-	"	narrow place
Stygiophobia	-	"	hell
Symbolophobia	-	"	symbolism
Symmetrophobia	-	"	symmetry
Syngenesophobia	-		relatives

T

Tachophobia	-	Fear of	speed
T(a)eniophobia	-	"	tapeworms
Taphephobia	-	"	being buried alive

Taurophobia	-	Fear of	bulls
Technophobia	-	"	Technology
Teleophobia	-	"	religious ceremony
Teratophobia	-	"	deformed people
Testophobia	-	"	tests
Tetanophobia	-	"	tetanus
Textophobia	-	"	certain fabrics
Thalassophobia	-	"	sea
Thanatophobia	-	"	dying
Theatrophobia	-	"	theatres
Theologicophobia	-	"	theology
Theophobia	-	"	God
Thermophobia	-	"	heat
Tocophobia	-	"	pregnancy
Tomophobia	-	"	surgery
Toxicophobia	-	"	being poisoned
Traumatophobia	-	"	injury
Tremophobia	-	"	trembling
Tropophobia	-	"	making changes
Trypanophobia	-	"	injections
Tuberculophobia	-	"	tuberculosis
Tyrannophobia	-	"	tyrants

U

Urophobia	-	Fear of	Urine

V

Vaccinophobia	-	Fear of	vaccination
Venustraphobia	-	"	beautiful
Verbophobia	-	"	words
Vestiphobia	-	"	clothing
Virginitiphobia	-	"	rape
Vitricophobia	-	"	stepfather

W

Wiccaphobia	-	Fear of	witchcraft

X

Xanthophobia	-	Fear of	yellow colour
Xenoglossophobia	-	"	foreign languages
Xenophobia	-	"	stranger
Xerophobia	-	"	dryness
Xylophobia	-	"	wooden objects
Xyrophobia	-	"	razors

Z

Zelophobia	-	Fear of	jealousy
Zemmiphobia	-	"	great mole rats
Zoophobia	-	"	animals

English Proverbs & Equivalent Tamil Proverbs

A

Ability is of little account without opportunity - வாய்ப்பில்லாத திறமைக்கு வருமா பெருமை?

Absence makes the heart grow fonder - இல்லாததற்கே ஏங்கிடும் இதயம்.

Accidents will occur in the best regulated families - (அ) கட்டுப்பாடு மிகும் குடும்பங்களில் கட்டவிழும் விபத்துகள்; (ஆ) கட்டுப்பாடுகள் மிகுந்தால் விபத்துகள் நேரும்.

If a man does not make new **acquaintances** through life, he will soon find himself alone - புதிய அறிமுகங்கள் புகாத வாழ்க்கை விரைவில் தனிமைப்படும்.

Action speaks louder than words - வாய்ச்சொல்லைவிட செயலின் குரலே உரக்க ஒலிக்கும்.

Whilst **Adam** slept, Eve from side arose; strange. His first sleep would be his last repose - ஆதாம் உறங்கினான், விலாவில் ஏவாள் உதித்தாள்; விந்தை! அவன் முதல் உறக்கமே இறுதி ஓய்வானது.

Adversity comes with instruction in its hand - துன்பமே, போதிக்கும் நல்லாசான்.

Advice when most needed is least heeded - அறிவுரை தேவைப்படும்பொழுதுதான் அலட்சியம் கண்ணை மறைக்கும்.

Age is a symbol of maturity - முதுமை பக்குவத்தின் அடையாளம்.

All that glitters is not gold - மின்னுவதெல்லாம் பொன்னல்ல.

Ambition makes people diligent - ஆசைப்படுபவர் விடாது முயல்வர்.

Anger punishes itself - தன்னையே கொல்லும் சினம்.

Don't count your chickens before they are hatched - (அ) முட்டை பொறியும் முன் குஞ்சுகளை எண்ணாதே; (ஆ) மனக்கோட்டை கட்டாதே. **(Anticipation)**

Under the thorn grow the roses - (அ) சேற்றில் முளைக்கும் செந்தாமரை; (ஆ) முள்ளில் ரோஜா. **(Appearance)**

An **apple** a day keeps the doctor away- ஒரு நாளைக்கு ஒரு ஆப்பிள் தின்றால் ஓட வேண்டாம் வைத்தியரிடம்.

Wise men **argue** causes and fools decide them - அறிவாளிகள் காரணத்தை ஆய்ந்து கொண்டிருப்பார்கள், முட்டாள்கள் முன்னின்று முடிவெடுப்பர்.

The object of **art** is to give life a shape - வாழ்க்கைக்கு வடிவம் அளிப்பதே கலையின் நோக்கம்.

Better to **ask** the way than go astray - (அ) வழி தவறுவதை விட வழிகேட்பது மேல்; (ஆ) வாயுள்ள பிள்ளை வழி தேடிக் காணும்.

Aspiring people are inspiring people - ஆர்வம் உடையோரே ஆர்வத்தைத் தூண்ட முடியும்.

An **ass** is an ass, though laden with gold - (அ) தங்கப் பொதி சுமந்தாலும் கழுதை கழுதைதான்; (ஆ) கோபுரத்தில் அமர்ந்தாலும் குருவி குருவிதான்.

No man can be a good ruler, unless he has first been ruled - அடங்கத் தெரியாதவனுக்கு ஆளத் தெரியாது. **(Authority)**

B

He is a good friend that speaks well of us behind our **back** - (அ) புறங் கூறாதவனே நல்ல நண்பன்; (ஆ) நேசனைக் காணாவிடத்து நெஞ்சாரத் துதி.

An evil deed has a witness in the bosom - குற்றமுள்ள நெஞ்சு குறுகுறுக்கும். **(Badness)**

Barking dogs seldom bite - குரைக்கிற நாய் கடிக்காது.

In war the moral element and public opinion are half the **battle** - போரில் நியாயமும் பொதுமக்கள் கருத்தும் பாதி வெற்றிக்குச் சமம்.

Be a friend to thyself and others will befriend you - உனக்கு நீ நண்பனாய் இருந்தால், மற்றவர் உன்னை நண்பனாக்கிக் கொள்வர்.

Beauty is truth, truth beauty - அழகே உண்மை, உண்மையே அழகு.

Early to **bed** and early to rise, makes a man healthy, wealthy and wise - விரைவில் படுக்கச்சென்று விரைவில் எழுபவன், ஆரோக்கியமும், செல்வமும், அறிவும் அடைவான்.

Better die a **beggar** than live a beggar - பிச்சைக்காரனாய் வாழ்வதைவிட பிச்சைக்காரனாய் இறப்பது மேல்.

Begin today, end never - இன்று தொடங்கு, என்றும் முடிக்காதே.

Believe nothing of what you hear, and only half of what you see - கேட்பதை நம்பவே நம்பாதே, காண்பதை பாதி நம்பு.

Those that make the **best** of time, have none to spare - காலத்தின் அருமை அறிந்தவர் அதை வீணாக்கமாட்டார்.

Better an egg today than a hen tomorrow - நாளை கிடைக்கும் பலாக்காயினும் இன்று கிடைக்கும் களாக்காய் மேல்.

To kill two **birds** with one stone - ஒரு கல்லில் இரு மாங்காய் அடித்தல்.

Don't **bite** more than you can chew - (அ) விரலுக்குத் தகுந்த வீக்கம் வேண்டும்; (ஆ) மெல்ல முடியாத அளவுக்கு கடிக்காதே.

Blessed is he who has found his work - தன்னுடைய வேலையை அறிந்தவனே அதிர்ஷ்டக்காரன்.

In the kingdom of the **blind**, one-eyed man is king - (அ) ஆலையில்லா ஊருக்கு இலுப்பைப்பூ சர்க்கரை; (ஆ) குருட்டு ராஜ்யத்தில் ஒற்றைக் கண்ணன் அரசன்.

Blood is thicker than water - தான் ஆடாவிட்டாலும் தன் சதை ஆடும்.

Blossom by blossom the spring begins - மலர்கள் பூத்தால் வசந்தம் தொடங்கும்.

Never **blow** your own trumpet - (அ) தற்பெருமை பேசாதே; (ஆ) தன்னைப் புகழ்தல் தகாது.

A sound mind in a sound **body** - திடமான உடலில்தான் திடமான மனம்.

A good **book** is the best of friends, the same for today and forever - நல்ல புத்தகம் இன்றும் என்றும் மாறா நண்பனே.

Every moment dies a man, every moment one is **born** - (அ) ஒவ்வொரு கணமும் இறப்பான் மனிதன், ஒவ்வொரு கணமும் பிறப்பான் ஒருவன்; (ஆ) பிறந்தன இறக்கும், இறந்தன பிறக்கும்.

Fortune favours the **brave** - வீரர்களையே அதிர்ஷ்டம் விரும்பிச் சேரும்.

Better half a loaf than no **bread** - (அ) பட்டினிக்குப் பழைய சோறு மேல்; (ஆ) உணவே இல்லாமைக்கு ஒரு கவளம் மேல்.

Brevity is the soul of wit - சுருங்கக் கூறலே அறிவின் ஆன்மா.

Building and borrowing a sack full of sorrowing - கட்டுவதும், கடன் வாங்குவதும் கோணி நிறைய வேதனை தரும்.

Business without profit is not business anymore than a pickle is a candy - இலாபம் இல்லாத வியாபாரம் இனிப்பில்லாத கற்கண்டு.

Like a **bull** in a china shop - வெங்கலக் கடைக்குள் யானை புகுந்தது போல.

A bad **bush** is better than the open field - (போரில் சுடும்பொழுது) திறந்தவெளிக்கு ஒரு மோசமான புதரே மேல்.

C

Many are **called** but few are chosen - (அ) பலர் அழைக்கப்படுகிறார்கள், சிலரே தேர்ந்தெடுக்கப்படுகிறார்கள்; (ஆ) பலருக்கு அழைப்பு, சிலருக்கே தேர்வு.

After a storm there is a **calm** - புயலுக்குப் பின் அமைதி.

A **candle** lights others and consumes itself - (அ) பிற விளக்குகளை ஏற்றித் தன்னையே அழித்துக்கொள்வதே மெழுகுவர்த்தி; (ஆ) பிறர்க்கு உதவி செய்து தன்னைத் தியாகம் செய்வதே மெழுகுவர்த்தி.

Youth is full of pleasure, Age is full of **care** - வாலிபம் இன்பத்தால் நிறையும். வயோதிகம் கவலையால் நிரம்பும்.

Curiosity killed the **cat** - அறியும் ஆவலில் அக்கு வேறு ஆணிவேறு ஆயிற்று.

Prevention is better than cure - வருமுன்னர் காக்காவிட்டால் வாழ்க்கை பாழாகும். **(Caution)**

The world is always **changing** - உலகம் எப்போதும் மாறிக்கொண்டிருக்கிறது.

When wealth is lost, nothing is lost. When health is lost, something is lost. When **character** is lost, all is lost - (அ) செல்வம் இழந்தால் எதையும் இழந்துவிடவில்லை. உடல் நலம் இழந்தால் ஏதோ ஒன்று இழக்கப்பட்டது. நற்பண்பை இழந்தால் அனைத்தும் இழந்ததாகும்; (ஆ) செல்வம் போனால் எதுவும் போகவில்லை. உடல்நலம் போனால் ஏதோ ஒன்று போயிற்று. நற்பண்பு போனால் அனைத்தும் போயிற்று.

Charity is a double blessing - (அ) தருமம் தலைகாக்கும்; தக்க தருணத்தில் துணை நிற்கும்; (ஆ) தருமம் என்பது ஓர் இரட்டை ஆசீர்வாதம்.

Hearty laugh dispels disease - வாய் விட்டுச் சிரித்தால் நோய்விட்டுப் போகும். **(Cheerfulness)**

There's only one pretty **child** in the world, and every mother has it - (அ) காக்கைக்கும் தன் குஞ்சு பொன்குஞ்சு; (ஆ) எல்லாத் தாய்க்கும் தன் குழந்தையே அழகு.

You cannot have your cake and eat it too - கூழுக்கும் ஆசை, மீசைக்கும் ஆசை. **(Choosing)**

He who would **climb** the ladder must begin at the bottom - அடியில் ஏற ஆரம்பித்தால்தான் முடியை எட்ட முடியும்.

Every **cloud** has a silver lining - ஒவ்வொரு முகிலுக்கும் மின்னல் உண்டு.

The wheel has **come** full circle - சக்கரம் முழு வட்டம் சுற்றும்.

Common sense is an instinct and enough of it is genius - பகுத்தறிவு ஓர் இயல்பான அறிவு, அது அதிகம் இருந்தால் பேரறிஞன்.

A man is known by the **company** he keeps - நண்பர்களை வைத்தே நம்மை எடைபோடுவர்.

Complaints are lies in court clothes - வழக்கறிஞரின் புகார்கள் பொய் எனப் புலப்படும்.

Compromise anything for a quiet life - அமைதியாக வாழ எதையும் விட்டுக்கொடுக்கலாம்.

They can do least who boast loudest - (அ) குறை குடம் கூத்தாடும், நிறை குடம் நீர் தளும்பாது; (ஆ) தன் பெருமையைத் தம்பட்டமடிப்பவன் எதையும் செய்யமாட்டான். **(Conceit)**

Skill and **confidence** are an unconquered army - திறமையும், நம்பிக்கையும் வெல்ல முடியாத படை.

He that respects not is not respected - மரியாதை கொடுத்து மரியாதை வாங்கு. **(Contempt)**

He has nothing, that is not **contented** - (அ) திருப்தியுறாதவனுக்கு எது இருந்தாலும் இல்லைதான்; (ஆ) போதுமென்ற மனமே பொன் செய்யும் மருந்து.

A good **conversationalist** is not one who remembers what was said, but says what someone wants to remember - மற்றவர் சொன்னதை நினைவுகூர்பவர் உரையாடுபவர் அல்ல, மற்றவர் நினைவுகூர விரும்புவதை உரைப்பதே உரையாடல்.

He that has to do with what is foul, never comes away clean - (அ) ஒரு சொறிபிடித்த ஆட்டால் மந்தையே கெடும்; (ஆ) ஒரு கூடைப் பழத்திற்கு ஒரு அழுகல் போதும். **(Corruption)**

Ask not what your **country** can do for you. Ask what you can do for your country - நாடு உனக்கு என்ன செய்தது என்று கேளாதே. நாட்டுக்கு நீ என்ன செய்யப்போகிறாய் ? என்று கேட்டுக்கொள்.

Courage and perseverance conquer all before them - வீரமும், விடாமுயற்சியும் அனைத்தையும் வெல்லும்.

Cowards die many times but the brave die only once - கோழைகள் பலமுறை மடிவர்; வீரனுக்கு மரணம் ஒருமுறைதான் வரும்.

He that brings up his son to nothing, breeds a thief - மகனை ஒன்றுக்கும் உதவாதவனாய் வளர்த்தால் திருடனாவான். **(Crime)**

A proved man hath many **crosses** - பல தடைகள் உடையவனே வாழ்க்கையில் முன்னேறுவான்.

Malice hurts itself most - கெடுவான் கேடு நினைப்பான். **(Cruelty)**

Cry all the way to the bank கரை சேரும் வரை கத்திக்கொண்டிரு.

If you deal with a fox, think of his tricks - நரியோடு பேரம் பேசத் தந்திரம் வேண்டாமா ? **(Cunning)**

With **custom** we live well, but law undo us - சட்டம் கெடுத்தாலும் பழக்க வழக்கம் வாழ வைக்கும்.

D

Danger is next neighbour to security - ஆபத்து பாதுகாப்பின் அடுத்த வீட்டுக்காரன்.
Like mother, like **daughter** - தாயைப் போல பிள்ளை; நூலைப் போல சேலை.
What a **day** may bring, a day may take away - இன்று வருவது நாளை போகும்.
The first breath is the beginning of **death** - முதல் மூச்சே மரணத்தின் தொடக்கம்.
Debt is the worst poverty - வறுமையினும் கொடியது கடனே.
He that once **deceives**, is ever suspected - ஒருமுறை ஏமாற்றுபவன் எப்போதும் சந்தேகிக்கப்படுவான்.
Deeds will show themselves and words will pass away - செயல்கள் மட்டுமே நிலைக்கும், வார்த்தைகள் மறையும்.
He that flings dirt at another, dirtieth himself most - பிறர் மீது சேறு பூசுபவன் தன் மீது அதிகம் பூசிக்கொள்வான். **(Defame)**
That **delay** is good which makes the way safer - தீங்கைத் தவிர்க்கும் தாமதம் நன்றே.
Democracy is a Government of the people, by the people and for the people - மக்களால் மக்களுக்காக நடத்தப்படும் மக்கள் அரசாங்கமே ஜனநாயகம்.
A good dog **deserves** a good bone - எலும்பு ஒடியப் பணி செய்தால் பல் ஒடியத் தின்னலாம்.
First **desire** then acquire - முதலில் விரும்பு, பின்னர் அடை.
Despair doubles our strength - துயரம் வலிவை இரட்டிப்பாக்கும்.
No man means evil but the **devil** - பேய்க் குணம் கொண்டவனே தீயதை நினைப்பான்.
There are more ways to the wood than one - ஒரு ஊருக்குப் போக பல வழி உண்டு. **(Differences)**
Diligence makes an expert workman - உழைப்பும் ஊக்கமும் திறமையை உண்டாக்கும்.
He that correct not small faults, will not control great ones - சிறு தவறுகளைத் திருத்திக் கொள்ளாவிட்டால் பெருந்தவறுகளைத் தவிர்க்க முடியாது. **(Discipline)**
So much to **do**, so little done - செய்தது கையளவு, செய்யவேண்டியது கடலளவு.
Every **dog** has his day - யானைக்கு ஒரு காலம் வந்தால் பூனைக்கும் ஒரு காலம் வரும்.
Doubt destroys deed - (அ) சந்தேகம் செயலை அழிக்கும்; (ஆ) ஐயம் மெய்யை அழிக்கும்.
Good clothes open all doors - (அ) நல்ல ஆடைகள் எல்லாக் கதவுகளையும் திறந்திடும்; (ஆ) மேலாடை இல்லாமல் மேதினியோர் மதியார். **(Dress)**
Eat at pleasure, **drink** by measure - விரும்பியபடி சாப்பிடு, அளவாகக் குடி.
Little **drops** of water make the mighty ocean - சிறு துளி பெருவெள்ளம்.

E

Hungry bellies have no **ears** - (அ) பசித்தவன் உபதேசம் கேட்கமாட்டான்; (ஆ) பசி வந்திடப் பத்தும் பறந்து போம்.
Feed by measure and defy the physician - அளவறிந்து உண்டால் ஆரோக்கியமாய் வாழலாம். **(Eat)**
Education polishes good nature and corrects bad ones - தீய பண்பைத் திருத்திடும் கல்வி, நல்ல பண்பைப் பொலிவுறச் செய்யும்.
All good things must come to an **end** - நல்லன யாவும் முடிவுக்கு வந்தே தீரும்.
An ass **endures** his burden, but not more than his burden - பொறுமைக்கும் ஓர் எல்லையுண்டு.
Make your **enemy** your friend - பகைவனை நட்பனாக்கிக்கொள்.
Envy never enriched a man - பொறாமை என்றும் மனிதனைச் செழிப்பூட்டியதில்லை.
Equality is the primordial condition of liberty - சமத்துவம் சுதந்திரத்தின் மூல தத்துவம்.
Error is the force that welds men together - தவறே மனிதரைப் பற்ற வைத்து இணைக்கும் சக்தி.
Evil be to him who evil thinks - கெடுவான் கேடு நினைப்பான்.
Do unto others as you would they should do unto you - உனக்கு மற்றவர்கள் எதைச் செய்ய வேண்டுமென்று நினைக்கிறாயோ அதை மற்றவருக்குச் செய். **(Example)**
Experience is the best teacher - அனுபவமே அருமையான ஆசான்.
The **eyes** believe themselves, the ears believe others - கண்கள் தம்மையே நம்புகின்றன; காதுகள் பிறரை நம்புகின்றன.

F

Face is the index of the mind - முகம் நெஞ்சத்தைக் காட்டும் கண்ணாடி.

A **fair** face but a foul heart - அழகிய முகம் ஆனால் அழுகல் உள்ளம்.

Faith is the force of life - நம்பிக்கையே வாழ்க்கையின் உந்து சக்தி.

United we stand, divided we **fall** - ஒன்றுபட்டால் உண்டு வாழ்வு; ஒற்றுமை நீங்கின் அனைவர்க்கும் தாழ்வு.

A good name is better than riches - (அ) செல்வத்தைவிட உயர்ந்தது புகழே; (ஆ) இசைபட வாழ்தலின் ஊதியமில்லை. **(Fame)**

Familiarity breeds contempt - பழகப் பழக பாலும் புளிக்கும்.

The **family** that prays together stays together - ஒன்றாக வழிபடும் குடும்பம் ஒரு நாளும் பிரியாது.

No advice like a **father**'s - தந்தை சொல் மிக்க மந்திரம் இல்லை.

Be to her virtues very kind, to her **faults** a little blind - (அ) குற்றம் பார்க்கில் சுற்றம் இல்லை; (ஆ) பண்புகளைப் பாராட்டு; தவறுகளைக் கண்டுகொள்ளாதே.

Riches bring care and **fear** - செல்வம், கவலையையும் அச்சத்தையும் கொண்டுவரும்.

To strive, to seek, to **find** and not to yield - முயற்சி செய், தேடு, காண், பணியாதே.

No smoke without **fire** - நெருப்பின்றி புகையாது.

First impression is the best impression - முதல் அபிப்பிராயமே சிறந்த அபிப்பிராயம்.

To **fish** in troubled waters - வெந்த புண்ணில் வேல் பாய்ச்சு.

It is easy to **flatter** but hard to please - முகத்துதி செய்வது எளிது, திருப்திப்படுத்தல் அரிது.

One **flower** makes no garland - (அ) ஒரு மலர் மாலையாகாது; (ஆ) தனிமரம் தோப்பாகாது.

It is **folly** to sing twice to a deaf man - செவிடன் காதில் சங்கு ஊதுவது முட்டாள்தனம்.

A pointless saying is a **fool**'s doing - அர்த்தமற்ற பேச்சே அடிமுட்டாள் பேச்சு.

Forewarned is forearmed - முன்னெச்சரிக்கை ஒரு பாதுகாப்புக் கவசம். **(Foresight)**

Forget not the help you receive - நன்றி மறப்பது நன்றன்று.

He that **forgives** gains the victory - மன்னிப்பவனே வெற்றி பெறுகிறான்.

When **fortune** smiles, embrace her - (அ) அதிர்ஷ்ட தேவதை கதவைத் தட்டும்போது திறக்காமல் இருக்காதே; (ஆ) அதிர்ஷ்டம் வரும்போது தவறவிடாதே.

A **friend** in need is a friend indeed - ஆபத்துக்கு உதவுபவனே உண்மையான நண்பன்.

Friendship multiplies joys and divides grief - நட்பு மகிழ்ச்சியைப் பெருக்கும், துயரத்தைப் பங்கிட்டுக்கொள்ளும்.

Let savings be your first expenditure - சேமிப்பே உங்கள் முதல் செலவாக இருக்கட்டும். **(Frugality)**

The **future** is purchased by the present - (அ) எதிர்காலம் தற்காலத்தால்தான் வாங்கப்படுகிறது; (ஆ) தற்காலமே எதிர்காலத்தை நிச்சயிக்கும்.

G

Gain savours sweetly from anything - (அ) நாய் விற்ற காசு குரைக்காது; (ஆ) ஊன் விற்ற காசு நாறாது.

The best throw of the dice, is to throw them away - சூதாட்டத்தை வீசி எறிவதே சிறந்த பகடை வீச்சு. **(Gambling)**

Genius is mainly an affair of energy - மேதைமை முக்கியமாக சக்தியின் தொழிலே.

To refuse, and to **give** tardily is all the same - (அ) தாமதித்துக் கொடுப்பதும் இல்லையென மறுப்பதும் ஒன்றே; (ஆ) ஓதக்கோள் நாளையினும் வாதக்கோள் இல்லை இனிது.

Go farther and fare worse - உள்ளூரில் கஞ்சி குடித்தவன் வெளியூர் சென்று வெறும் தண்ணீர் குடித்தானாம்.

Man proposes, **God** disposes - மனிதன் நினைக்கிறான், கடவுள் முடிக்கிறார்.

Good counsel has no price - நல்ல அறிவுரை விலை மதிப்பற்றது.

Gossip a vice enjoyed vicariously - வம்பளப்பு மறைமுகமாக அனுபவிக்கப்படும் ஒரு தீமை.

Governments need to have both shepherds and butchers - அரசுக்கு ஆடு வளர்ப்பவனும் வேண்டும், கசாப்புக்காரனும் வேண்டும்.

When you drink from the stream, remember the spring - (அ) ஓடையில் நீர் குடிக்கும்பொழுது ஊற்றை நினை; (ஆ) உப்பிட்டவரை உள்ளளவும் நினை. **(Gratitude)**

Great men think alike - பெரிய மனிதர்கள் ஒரே மாதிரி சிந்திப்பர்.

Greedy folks have long arms - பேராசைக்காரர்களுக்கு கை நீளம்.

Guilty men still judge others like him - குற்றவாளி பிறரையும் குற்றவாளி எனக் கருதுவான்.

H

Old **habits** die hard - தொட்டில் பழக்கம் சுடுகாடு மட்டும்.

Half a loaf is better than none - ஒன்றும் இல்லாததற்கு அரை ரொட்டி மேல்.

He is truly **happy** who makes others happy - மற்றவர்களை சந்தோஷப்படுத்துபவனே உண்மையில் சந்தோஷப்படுகிறான்.

Haste makes waste - (அ) பதறிச் செய்த காரியம் சிதறிக் கெட்டுப்போகும்; (ஆ) பதறாத காரியம் சிதறாது.

Hatred is blind, as well as love - அன்பைப் போல் வெறுப்பும் குருடே.

Have a cake and eat it too - கூழுக்கும் ஆசை மீசைக்கும் ஆசை.

Health is wealth - (அ) நலவாழ்வே நற்செல்வம்; (ஆ) உடல்நலம் உயர் செல்வம்; (இ) நோயற்ற வாழ்வே குறைவற்ற செல்வம்.

Self **help** is the best help - தன் கையே தனக்குதவி.

Heroes are made, not born - வீரர்கள் உண்டாக்கப்படுகிறார்கள், பிறப்பதில்லை.

East or west, **home** is best - (அ) கீழை நாடோ மேலை நாடோ, தாய் நாடே சிறந்தது; (ஆ) கிழக்கோ, மேற்கோ, இல்லமே இனியது.

Honesty is the best policy - நாணயமே நனிசிறந்த கொள்கை.

Great **honours** are great burdens - பெரும் பெருமைகள் பெருஞ்சுமைகள்.

Hope for the best - மிக நல்லதே நடக்கும் என நம்புவோம்.

Don't enter a stream on a clay **horse** - மண் குதிரையை நம்பி ஆற்றில் இறங்காதே.

Hospitality consists in a little fire, a little food and an immense quiet - சிறிதளவு கணப்பும், சிறிதளவு உணவும், பேரளவு அமைதியுமே நல்விருந்தாகும்.

A good **husband** should be deaf and a good wife blind - நல்ல கணவன் செவிடனாயிருக்க வேண்டும்; நல்ல மனைவி குருடாய் இருக்க வேண்டும்.

Fine words dress ill deeds - தீய செயல்களை அழகிய வார்த்தைகள் மூடி மறைக்கும். **(Hypocrisy)**

I

Idleness is the key of beggary - (அ) சோம்பேறியே பிச்சை எடுப்பான்; (ஆ) மடியே மிடியின் திறவுகோல்.

Art has no enemy but **ignorance** - (அ) அறியாமையே கலையின் எதிரி; (ஆ) ஞான சூனியத்தைப்போல் கலைக்கு ஓர் எதிரியில்லை.

If there is one **ill**, come many - ஒரு தீமையிலிருந்து பிறக்கும் பல தீமைகள்.

No man is infallible - தவறு செய்யாத மனிதன் இல்லை. **(Imperfection)**

The word **impossible** is in the dictionary of fools - முட்டாள்களின் அகராதியில்தான் 'முடியாது' என்ற சொல்லிருக்கும்.

People who live in glass houses should not throw stones - கண்ணாடி மாளிகையில் இருந்துகொண்டு கல் எறியக்கூடாது. **(Indiscretion)**

It is better ten guilty persons escape punishment than the **innocent** suffer - குற்றம் புரியாத அப்பாவி ஒருவன் துன்பப்படுவதைவிட பத்து குற்றவாளிகள் தண்டனைக்குத் தப்புவது மேல்.

Ask no questions and hear no lies - கேள்வி எதையும் கேட்காதே; பொய்களைப் பதிலாய்ப் பெறாதே. **(Inquisitiveness)**

J

Jack is common to all that will play - ஜோக்கர் சீட்டு எல்லோருக்கும் பொதுவானது.

Joy is a great medicine - (அ) மகிழ்ச்சியே மாமருந்து; (ஆ) வாய்விட்டுச் சிரித்தால் நோய்விட்டுப் போகும்.

Only the memory of the **just** is blessed, but the name of the wicked shall not - நேர்மையாளனை மனதில் பொன்போல் வைப்பர் பொதிந்து; கொடுமையாளனை மனதில் வையார் மண்போல் வீசி எறிந்து.

Justice delayed is justice denied - தாமதித்த நீதி மறுக்கப்பட்ட நீதி.

K

Keep your shop and your shop will keep you - கடையை நடத்தினால் கடை உன்னை நடத்தும்.

Men talk of killing time, while time quietly **kill** them - நேரத்தைக் கொல்வதாக மனிதன் சொல்வான்; ஆனால் நேரம் மனிதனை மௌனமாய்க் கொல்கிறது.

Kindness is never wasted - (அ) அன்பு ஒருபோதும் வீணாக்கப்படுவதில்லை; (ஆ) அன்பு உடையார் என்றும் உரியர் பிறர்க்கு.

The **king** never dies - மன்னனுக்கு என்றும் மரணம் இல்லை.

Doubt is the key of **knowledge** - ஐயமே அறிவின் திறவுகோல்.

L

Labour is worship - உழைப்பே வழிபாடு (ஆராதனை)

He that hath some **land**, must have some labour - நிலம் வைத்திருப்பவன் கூலிக்கு உழைப்பவரையும் வைத்திருக்க வேண்டும்.

Better **late** than never - (அ) செய்யாதிருப்பதைவிட தாமதித்துச் செய்வதுமேல்; (ஆ) போகாது இருப்பதைவிட தாமதித்துப் போவது மேல்.

Laughter is the best medicine - (அ) சிரிப்பே சிறந்த மருந்து; (ஆ) வாய்விட்டுச் சிரித்தால் நோய் விட்டுப் போகும்.

Law makers should not be law breakers - (அ) சட்டத்தை இயற்றுபவர்கள் அதை மீறுபவர்களாக இருக்கக் கூடாது; (ஆ) விதி செய்பவன் விதியை மீறக்கூடாது.

Learn from your mistakes - உன் தவறுகளிலிருந்து நீ கற்றுக்கொள்.

Lend your money and lose your friend - பணத்தைக் கடன்கொடுத்தால் நண்பனை இழப்பாய்.

Too much **liberty** spoils all - அளவுக்கு மீறிய சுதந்திரம் அனைவரையும் கெடுக்கும்.

One **lie** makes many - ஒரு பொய்யை மெய்யாக்க பல பொய்கள் சொல்லவேண்டும்.

Life is made of little things - (அ) சிறு சிறு விஷயங்களால் ஆனதே வாழ்க்கை; (ஆ) சின்னச் சின்ன ஆசை உடையதே வாழ்க்கை.

A **light** purse makes a heavy heart - வறுமை இதயத்தை கனக்கச் செய்கிறது.

Little drops of water make the mighty ocean - சிறு துளி பெருவெள்ளம்.

Live and let live - வாழு, வாழ விடு.

The fear of the **Lord** is the beginning of wisdom - இறைவனுக்கு அஞ்சுதலே அறிவின் தொடக்கம்.

Though lovers be **lost**, love shall not - காதலர்கள் தொலைந்தபோதிலும் காதல் தொலையாது.

Love fears no danger - (அ) "கண்ணின் கடைப்பார்வை காதலியர் காட்டிவிட்டால் மண்ணில் குமரர்க்கு மாமலையும் ஓர் கடுகாம்"; (ஆ) காதல் ஆபத்திற்கு அஞ்சுவதில்லை.

Loyalty is worth more than money - விசுவாசமே பணத்தினும் மதிப்பு வாய்ந்தது.

Good **luck** reaches further than long arms - அதிர்ஷ்டம் கூரையைப் பிய்த்துக்கொண்டு கொடுக்கும்.

M

No **man** is born wise - பிறவியிலேயே புத்திசாலி எவனும் இல்லை.

Manners maketh a man - நடத்தையே மனிதனை உருவாக்குகிறது.

Majority has authority - பெரும்பான்மை கையில் அதிகாரம்.

Marriages are made in heaven - திருமணங்கள் சொர்க்கத்தில் நிச்சயிக்கப்படுகின்றன.

A **merry** heart goes all the day - மகிழ்ச்சியால் இதயம் நாளெல்லாம் நிலைக்கும்.

Measure is treasure - (அ) அளவறிந்து வாழ்வதே வாழ்க்கை; (ஆ) அளவுடன் இருப்பதே செல்வம்.

To be wise and love exceeds man's **might** - அறிவும், அன்பும் மனிதனின் வலிமையை விஞ்சும்.

It is the **mind** that makes the body rich - உள்ளமே உடலைச் செழிப்பாக்கும்.

Poverty wants many things, and avarice all - வறுமைக்கு பல பொருட்கள் தேவை, பேராசைக்கு எல்லாம் தேவை. **(Miserliness)**

A man without **money** is a bow without an arrow - பணம் இல்லாத மனிதன் அம்பு இல்லாத வில்.

Music is the universal language of mankind - (அ) இசைக்கு மொழியில்லை; (ஆ) மனித இனத்தின் மொழியே இசை.

N

A man lives a generation; a **name** to the end of all generations - மனிதன் ஒரு தலைமுறை அளவு வாழ்வான்; பெயர் தலைமுறைகள் முடியும்வரை வாழும்.

Nature is the true law - இயற்கையே உண்மை நியதி.

Necessity is the mother of invention - தேவையே கண்டுபிடிப்பின் தாய்.

They **need** much whom nothing will content - (அ) எதிலும் திருப்தி தராதவருக்கு அதிகம் தேவைப்படும்; (ஆ) போதும் என்ற மனமே பொன் செய்யும் மருந்து.

A good **neighbour**, a good morrow - அடுத்த வீட்டுக்காரன் நல்லவனானால் எதிர்காலம் நன்றாக இருக்கும்.

It is **never** too late to mend - (அ) எப்போதும் திருந்தலாம்; (ஆ) திருந்துவதற்கு எப்போதும் காலம் தாழ்த்தாதே.

No **news** is good news - எந்தச் செய்தியும் நல்ல செய்தி இல்லை.

Nothing comes out of nothing - ஒன்றும் இல்லாமையிலிருந்து ஒன்றும் வருவதில்லை.

O

He that cannot **obey**, cannot command - கீழ்ப்படிய இயலாதவன் ஆணையிட இயலாது.

Who hath a good trade, though all waters may wade - (அ) அலைகடலில் மெதுவாகச் சென்றாலும் நல்ல வாணிபம் செய்; (ஆ) திரைகடல் ஓடியும் திரவியம் தேடு. **(Occupation)**

Old age comes uncalled - வயோதிகம் அழைக்காமலே வந்துசேரும்.

Strike the iron while it is hot - (அ) இரும்பு சூடாக இருக்கும்பொழுதே சம்மட்டியால் அடி; (ஆ) காற்றுள்ளபோதே தூற்றிக்கொள். **(Opportunity)**

Nothing so bad but it might have been worse - தலைக்கு வந்தது தலைப்பாகையோடு போயிற்று. **(Optimism)**

P

Pain is the beginning and end of life - வலியே வாழ்க்கையின் தொடக்கமும் முடிவும்.

Next to God are **Parents** - (அ) கடவுளுக்கு அடுத்தபடி பெற்றோர்; (ஆ) அன்னையும், பிதாவும் முன்னறி தெய்வம்.

Life is full of meetings and **partings** - சந்திப்புகளும், பிரிவுகளும் நிறைந்ததே வாழ்க்கை.

Passion alone can make us surpass ourselves - உணர்ச்சி மட்டுமே தன்னை விஞ்சச் செய்யும்.

Past is great with future - எதிர்காலத்துடன் கடந்த காலமே பெரிது.

He that can stay, obtains - (அ) பொறுமையாக இருக்கத் தெரிந்தவன் கிடைக்கப் பெறுவான்; (ஆ) பொறுத்தார் பூமி ஆள்வார். **(Patience)**

If you **pay** peanuts, you get monkeys - (அ) கூலிக்கேற்ற வேலையாள்; (ஆ) நிலக்கடலை கூலிகொடுத்தால் கடுகளவுதான் கிடைக்கும்.

Peace at any price - என்ன விலைகொடுத்தாயினும் சமாதானத்தை வாங்கு.

The **pen** is mightier than the sword - வாளினும் வலியது எழுதுகோல்.

The voice of the **people** is the voice of God - மக்கள் குரலே மகேசன் குரல்.

Good to begin well, better to end well - நன்றாகத் தொடங்குவது நல்லது. நன்றாக முடிப்பது அதைவிட நல்லது. **(Perseverance)**

Philosophy is the art of living - வாழும் கலையே தத்துவம்.

Where **pity** dwells, the peace of God is there - கருணையுள்ள இடமே கடவுளின் அமைதியான இடம்.

No **pleasure** without pain - துன்பம் இன்றி இன்பம் இல்லை.

Poetry is the spontaneous overflow of powerful feelings - சக்தி வாய்ந்த உணர்ச்சிகள் தன் விருப்பமாய் பொங்கி எழுவதே கவிதை.

Politics is a blood sport - அரசியல் என்பது குருதிக் கறையே.

Better a sparrow in the hand than a pigeon in the roof - கூரையில் அமர்ந்திருக்கும் புறாவைவிட கையில் சிக்கியிருக்கும் சிட்டுக்குருவியே மேல். **(Possession)**

For **poor** people, small coin - (அ) ஏழைக்கு ஏற்ற எள்ளுருண்டை; (ஆ) ஏழைக்குச் செப்புக்காசு.

Power goes before talent - திறமைக்கு முன் செல்கிறது அதிகாரம்.

Practice makes man perfect - பயிற்சி மனிதனை முழுநிறைவாக்குகிறது.

True **praise** roots and spreads - உண்மையான புகழ்ச்சி வேர் கொண்டு தழைக்கும்.

Prejudice is the child of ignorance - தவறான எண்ணம் அறியாமையின் குழந்தை.

Pride goeth before a fall - பெருமை வரும் முன்னே வீழ்ச்சி வரும் பின்னே.

He loses his thanks who **promises** and delays - உறுதியளித்துத் தாமதிப்பவன் நன்றியை இழக்கிறான்.

Proverbs are the children of experience - பழமொழிகள் அனுபவத்தின் குழந்தைகள்.

To lay up for a rainy day - மழைக் காலத்திற்காகச் சேமித்து வை. **(Prudence)**

Public memory is short - பொதுமக்கள் நினைவாற்றலுக்கு ஆயுள் குறைவு.

Punctuality is the soul of business - காலதாமதமின்மையே அலுவலின் உயிர்நாடி.

The **pursuit** of perfection is the pursuit of sweetness and light - முழு நிறைவைப் பின்பற்றுதல் இனிமையையும், ஒளியையும் பின்பற்றுதலாம்.

Q

You may know by a handful the whole sack - (அ) ஒரு பானை சோற்றுக்கு ஒரு சோறே பதம்; (ஆ) ஒரு மூட்டை எப்படி உள்ளது என்பதற்கு ஒரு பிடி சரக்கே போதும். **(Quality)**

Quarrelling dogs come halting home - சண்டையிடும் நாய்களும் வந்து வீடு சேரும்.

A **quiet** conscience sleeps in thunder - இடி ஓசையிலும் அமைதியான மனச்சான்று உறங்கிக் கொண்டிருக்கும்.

R

Reading makes a full man - படிப்பது ஒருவனை முழு மனிதனாக்கும்.

Whatsoever a man soweth, that shall he also **reap** - வினை விதைத்தவன் வினையறுப்பான், தினை விதைத்தவன் தினையறுப்பான்.

Never too late to repent - வருந்துவதற்கு நேரம் காலம் இல்லை. **(Regret)**

All the **religions** reach God as all the rivers reach the sea - எல்லா நதிகளும் கடலை அடைவது போல எல்லா மதங்களும் கடவுளை அடைகின்றன.

Adapt the **remedy** to the disease - (அ) நோய்க்கு ஏற்ற தீர்வை அனுசரி; (ஆ) நோய் நாடிச் செயல்.

The **resolved** mind has no cares - (அ) தீர்மானித்து விட்ட மனத்திற்கு கவலைகள் இல்லை; (ஆ) துணிந்தபின் மனமே துயரங்கொள்ளாதே; (இ) துணிந்தவனுக்கு சமுத்திரம் முழங்கால் மட்டும்.

A bad workman always blames his tools - (அ) ஆடத் தெரியாதவனுக்குக் கூடம் பத்தலையாம்; (ஆ) பாடத் தெரியாதவன் பக்க வாத்தியம் சரியில்லை என்றானாம்; (இ) திறமையற்றவன் கருவியைப் பழிப்பான். **(Responsibility)**

Living well is the best **revenge** - நன்றாக வாழ்வதே மிகச் சிறந்த பழி தீர்ப்பதாகும்.

He is **rich** enough who owes nothing - கடன் இல்லாதவனே பெரும் பணக்காரன்.

Right wrongs no man - சரியாயிருப்பது ஒருவருக்கும் தீங்கு செய்யாது.

Do in **Rome** as Romans do - (அ) ஊருடன் கூடி வாழ்; (ஆ) செத்தவன் வீட்டிற்குச் சென்றால் ஒப்பாரி வை; (இ) ரோமாபுரி சென்றால் ரோமர்களின் வழக்கத்தைக் கைக்கொள்.

Life is not a bed of **roses** - வாழ்க்கை ஒரு ரோஜா மலர்ப்படுக்கை அல்ல.

While truth walks a mile, **rumour** travels round the globe - உண்மை ஒரு மைல் தூரம் செல்வதற்குள் வதந்தி உலகைச் சுற்றிவிடும்.

Life is a **running** race - வாழ்க்கை ஓர் ஓட்டப்பந்தயம்.

S

You must lose a fly to catch a trout - கெண்டையைப்போட்டு வராலைப் பிடி. **(Sacrifice)**

It is better to be **safe** than sorry - பாதுகாப்பாக இருப்பதே வருந்துவதினும் மேல்.

Science is organised knowledge - ஒழுங்குபடுத்தப்பட்ட அறிவே விஞ்ஞானம்.

The **spring** is not always green - (அ) வசந்த காலம் எப்போதும் பசுமையாக இருந்திடாது; (ஆ) வசந்த காலத்திலும் வறட்சி உண்டு.

No woman can keep a **secret** - பெண்ணிடம் இரகசியம் நில்லாது.

A good **servant** must have good wages - (அ) நல்ல கூலிக்கு நல்ல பணியாள்; (ஆ) கூலிக்கேத்த கொத்தனார்.

First come first **served** - முந்துபவனுக்கு முதல் சேவை.

There is a black **sheep** in every herd - (அ) ஒவ்வொரு மந்தையிலும் ஒரு கருப்பு ஆடு உண்டு; (ஆ) ஒவ்வொரு கூட்டத்திலும் ஒரு கெட்டவன் உண்டு.

Out of **sight**, out of mind - பார்வையில் படாதவன் மனத்திலும் படான்.

Silence means consent - மௌனம் சம்மதத்திற்கு அறிகுறி.

Birds of same feather flock together - இனம் இனத்தோடு சேரும். **(Similarity)**

Great strokes make not sweet music - (அ) பேரொலி எல்லாம் இன்னிசை ஆகா; (ஆ) ஆரவாரம் திறமை ஆகாது. **(Skill)**

The beginning of health is **sleep** - உறக்கமே உடல்நலத்தின் தொடக்கம்.

There's many a **slip** betwixt the cup and the lip - கைக்கெட்டியது வாய்க்கெட்டாது.

Looks **small** but fame is great - மூர்த்தி சிறியதாயினும் கீர்த்தி பெரிது.

Solitude is the best company - தனிமையே சிறந்த தோழமை.

Much science, much **sorrow** - (ஆ) விஞ்ஞானம் விஞ்சினால் துயரம் விஞ்சிடும்.

Spend as you get - வருவாய்க்கேற்ற செலவு செய்.

Union is **strength** - ஒற்றுமையே பலம் (வலிமை)

Failure teaches **success** - (அ) தோல்வி வெற்றிக்குப் பாடமாகும்; (ஆ) தோல்வியில் வெற்றியைக் கல்.

You will not **suffer** from which you withdraw - (அ) யாதனின் யாதனின் நீங்கியான் நோதல் அதனின் அதனின் இலன்; (ஆ) நீ எதிலிருந்து விடுபடுகிறாயோ அதிலிருந்து துன்பம் இல்லை.

Doing foolish deeds is committing **suicide** - முட்டாள்தனமான செயல்கள் தற்கொலைக்குச் சமம்.

Third time is lucky - மூன்றாவது தடவை அதிர்ஷ்டம் அடிக்கும். **(Superstitions)**

Suspicions always haunt the guilt mind - குற்றமுள்ள மனத்தில் சந்தேகம் குதி போடும்.

Every **sweet** has its sour - ஒவ்வொரு இனிப்புக்கும் உண்டு ஓர் புளிப்பு.

T

Beware of him that telleth **tales** - புறங்கூறுவோனிடம் எச்சரிக்கையாயிரு.

All **temptations** are found in hope or fear - நம்பிக்கை அல்லது அச்சமே நப்பாசையின் அடித்தளம்.

Get a **thief** to catch a thief - (அ) திருடனைத் திருடனால் பிடி; (ஆ) முள்ளை முள்ளால் எடு.

Think of ease but work on - சுகவாழ்வை எண்ணு, ஆனால் வேலையைத் தொடர்.

Thoughts elevate a man - எண்ணங்கள் மனிதனை உயர்த்துகின்றன.

Of savings, come having - சேமிப்பால் வருவதே சொத்து. **(Thrift)**

Time and **tide** wait for none - (அ) அய்யர் வரும் வரை அமாவாசை காத்திராது; (ஆ) காலமும், நீரேற்றமும் யாருக்கும் காத்திராது.

Time cures all things - காலம் அனைத்திற்கும் தீர்வு காணும்.

Today is worth two tomorrows - இன்றைய ஒருநாள் இரு மறுநாள்களைவிட மேல்.

The **tongue** talks at the head's cost - (அ) தலையின் விலையில் நா பேசுகிறது; (ஆ) நா காக்காவிட்டால் தலை காத்தல் அரிது.

Travel teaches tolerance - பயணம் பொறுமையைக் கற்றுத்தரும்.

A **tree** is known by the fruit it bears - மரத்தைப் பழத்தால் அறி.

Trouble never comes in single files but in battalions - (அ) பட்ட காலிலே படும், கெட்ட குடியே கெடும்; (ஆ) துன்பங்கள் அடுக்கடுக்காய் வரும், தனித்து வராது.

Trust begets trust - நம்பிக்கை நம்பிக்கையைப் பெற்றுத்தரும்.

Truth alone triumphs - வாய்மையே வெல்லும்.

Two negatives make an affirmative - இரு எதிர்மறைகள் ஒரு உடன்பாட்டை ஆக்கும்.

U

All your strength is in your **union**, all your danger is in discard - ஒன்றுபட்டால் உண்டு வாழ்வே - நம்மில் ஒற்றுமை நீங்கில் அனைவர்க்கும் தாழ்வே.

Lay things by, they may come to **use** - (அ) பொருள்களை வீசி எறியாதே; அவையும் ஒருகால் உதவும்; (ஆ) சிறு துரும்பும் பல்குத்த உதவும்.

V

Discretion is the best part of **valour** - விவேகம் வீரத்தின் சிறந்த பகுதி.

Variety is the spice of life - விதங்களே வாழ்க்கைக்கு விறுவிறுப்பூட்டும்.

There is no **vice** without virtue - நன்மையில்லாததொரு தீமை இல்லை.

There is no **virtue** that poverty destroys not - (அ) வறுமை அழிக்காத நற்பண்பில்லை; (ஆ) பசிவந்திடப் பத்தும் பறந்துபோம்.

Give every man thy ear, but few thy **voice** - ஒவ்வொருவரிடமும் கேள், சிலரிடம் மட்டுமே சொல்.

W

He who lives by the sword, dies by the sword - வாளால் வாழ்பவன் வாளாலே வீழ்வான். **(War)**

Every man has his **weak** side - ஒவ்வொருவருக்கும் ஒரு பலவீனம் உண்டு.

Health is **wealth** - உடல் நலமே உயரிய செல்வம்.

A snow year, is a rich year - (அ) உறைபனி ஆண்டு பணம் பொழியும் ஆண்டு; (ஆ) மாதம் மும்மாரி செல்வம் பெருவாரி; (இ) ஆடியில் மழை பெய்தால் தேடிவரும் செல்வம். **(Weather)**

Where there is a **will**, there is way - மனம் இருந்தால் மார்க்கம் உண்டு.

Wisdom is the sunlight of the soul - (அ) ஆன்மாவின் கதிரொளியே விவேகம்; (ஆ) விவேகமே ஆன்மாவின் சூரியப் பிரகாசம்.

A **word** is enough to the wise - (அ) விவேகிக்கு ஒரு சொல் போதும்; (ஆ) நல்ல மாட்டுக்கு ஒரு சூடு, நல்ல மனிதனுக்கு ஒரு சொல்.

Work more, talk less - (அ) பேச்சைக் குறை, செயலை அதிகரி; (ஆ) குறைவாகப் பேசு, நிறையப் பணி செய்.

The **world** is a stage and every man plays his part - உலகம் ஒரு நாடக மேடை; ஒவ்வொருவரும் தம் பங்கை ஆற்றுகிறார்கள்.

The world is not for **worry** but for merry - கவலைப்படுவதற்கு அல்ல உலகம், மகிழ்ச்சியில் திளைப்பதற்கே.

Everything has its own **worth** - அதததற்கு அதததற்குரிய மதிப்புண்டு.

Y

Youth looks forward and age backward - இளமை முன்னே பார்க்கிறது, முதுமை பின்னே பார்க்கிறது.

Z

Zest without knowledge is fire without light - அறிவில்லா அற்ப உணர்ச்சி சுடரில்லாத தீ.

Degrees of Comparison

Positive	Comparative	Superlative
Able	Abler	Ablest
Bad	Worse	Worst
Beautiful	More beautiful	Most beautiful
Big	Bigger	Biggest
Bright	Brighter	Brightest
Bold	Bolder	Boldest
Brave	Braver	Bravest
Catastrophic	More catastrophic	Most catastrophic
Cheap	Cheaper	Cheapest
Clever	Cleverer	Cleverest
Colourful	More colourful	Most colourful
Courageous	More courageous	Most courageous
Difficult	More difficult	Most difficult
Early	Earlier	Earliest
Easy	Easier	Easiest
Exact	More exact	Most exact
Far	Farther	Farthest
Far	Further	Furthest
Fast	Faster	Fastest
Fat	Fatter	Fattest
Fine	Finer	Finest
Generous	More generous	Most generous
Great	Greater	Greatest
Good	Better	Best
Happy	Happier	Happiest
Hard	Harder	Hardest
Heavy	Heavier	Heaviest
Hot	Hotter	Hottest
Kind	Kinder	Kindest
Ill	Worse	Worst
Large	Larger	Largest
Late	Later	Latest
Learned	More learned	Most learned
Little	Less	Least
Long	Longer	Longest
Loud	Louder	Loudest
Lovely	Lovelier	Loveliest
Merry	Merrier	Merriest
Melodious	More melodious	Most melodious
Much, Many	More	Most
Near	Nearer	Nearest
Noble	Nobler	Noblest
Often	More often	Most often
Old	Older	Oldest

Positive	Comparative	Superlative
Practical	More practical	Most practical
Proper	More proper	Most proper
Quick	Quicker	Quickest
Red	Redder	Reddest
Sad	Sadder	Saddest
Sensible	More sensible	Most sensible
Slow	Slower	Slowest
Small	Smaller	Smallest
Soon	Sooner	Soonest
Strong	Stronger	Strongest
Sweet	Sweeter	Sweetest
Tall	Taller	Tallest
Thin	Thinner	Thinnest
Tiring	More tiring	Most tiring
Tragic	More tragic	Most tragic
Unbelievable	More unbelievable	Most unbelievable
Wealthy	Wealthier	Wealthiest
Well	Better	Best
White	Whiter	Whitest
Wise	Wiser	Wisest
Young	Younger	Youngest

Tenses

Present Tense	Past Tense	Past Participle	Present Tense	Past Tense	Past Participle
Abide	Abided	Abided	Bind	Bound	Bound
	Abode	Abode	Bite	Bit	Bitten
Am	Was	Been	Bleed	Bled	Bled
Are	Were	Been	Bless	Blessed	Blessed
Arise	Arose	Arisen	Blow	Blew	Blown
Awake	Awoke	Awoken	Break	Broke	Broken
Be	Was/Were	Been	Breed	Bred	Bred
Bear	Bore	Borne	Bring	Brought	Brought
Beat	Beat	Beaten	Broadcast	Broadcast	Broadcast
Become	Became	Become	Browbeat	Browbeat	Browbeaten
Befall	Befell	Befallen	Build	Built	Built
Beget	Begot	Begotten	Burn	Burnt	Burnt
Begin	Began	Begun		Burned	Burned
Behold	Beheld	Beheld	Burst	Burst	Burst
Believe	Believed	Believed	Bust	Bust	Bust
Bend	Bent	Bent		Busted	Busted
Beseech	Besought	Besought	Buy	Bought	Bought
Beset	Beset	Beset	Cast	Cast	Cast
Bet	Bet	Bet	Catch	Caught	Caught
	Betted	Betted	Chide	Chided	Chided
Bid	Bid	Bid		Chid	Chidden
	Bade	Bidden	Choose	Chose	Chosen

Present Tense	Past Tense	Past Participle	Present Tense	Past Tense	Past Participle
Cleave	Cleaved	Cleaved	Hamstring	Hamstrung	Hamstrung
Cleave	Clove	Cloven	Hang	Hung	Hung
Cleave	Cleft	Cleft		Hanged	Hanged
Cling	Clung	Clung	Has	Had	Had
Come	Came	Come	Have	Had	Had
Cost	Costed	Costed	Hear	Heard	Heard
Creep	Crept	Crept	Heave	Heaved	Heaved
Cut	Cut	Cut		Hove	Hove
Deal	Dealt	Dealt	Hew	Hewed	Hewed, Hewn
Dig	Dug	Dug	Hide	Hid	Hidden
Dive	Dived	Dived	Hit	Hit	Hit
Do	Did	Done	Hold	Held	Held
Draw	Drew	Drawn	Hurt	Hurt	Hurt
Dream	Dreamt	Dreamt	Induce	Induced	Induced
	Dreamed	Dreamed	Inlay	Inlaid	Inlaid
Drink	Drank	Drunk	Input	Input	Input
Drive	Drove	Driven		Inputted	Inputted
Dwell	Dwelt	Dwelt	Inset	Inset	Inset
Eat	Ate	Eaten	Interweave	Interwove	Interwoven
Fall	Fell	Fallen	Is	Was	Been
Feed	Fed	Fed	Jump	Jumped	Jumped
Feel	Felt	Felt	Keep	Kept	Kept
Fight	Fought	Fought	Kneel	Knelt	Knelt
Find	Found	Found	Know	Knew	Known
Flee	Fled	Fled	Laugh	Laughed	Laughed
Fling	Flung	Flung	Lay	Laid	Laid
Flood	Flooded	Flooded	Lead	Led	Led
Flow	Flowed	Flowed	Lean	Leaned	Leaned
Fly	Flew	Flown	Leap	Leapt	Leapt
Forbear	Forbore	Forborne		Leaped	Leaped
Forbid	Forbade	Forbidden	Learn	Learnt	Learnt
Forecast	Forecasted	Forecasted		Learned	Learned
Foresee	Foresaw	Foreseen	Leave	Left	Left
Foretell	Foretold	Foretold	Lend	Lent	Lent
Forget	Forgot	Forgotten	Let	Let	Let
Forgive	Forgave	Forgiven	Lie	Lay	Lain
Forgo	Forwent	Forgone	Light	Lit	Lit
Forsake	Forsook	Forsaken		Lighted	Lighted
Forswear	Forswore	Forsworn	Lose	Lost	Lost
Freeze	Froze	Frozen	Love	Loved	Loved
Gainsay	Gainsaid	Gainsaid	Make	Made	Made
Get	Got	Gotten	Mean	Meant	Meant
Give	Gave	Given	Meet	Met	Met
Go	Went	Gone	Miscast	Miscast	Miscast
Grind	Ground	Ground	Mishear	Misheard	Misheard
Grow	Grew	Grown	Mislay	Mislaid	Mislaid

Present Tense	Past Tense	Past Participle	Present Tense	Past Tense	Past Participle
Misread	Misread	Misread	Quit	Quit	Quit
Misspell	Misspelt	Misspelt	Read	Read	Read
	Misspelled	Misspelled	Rebuild	Rebuilt	Rebuilt
Misspend	Misspent	Misspent	Recast	Recast	Recast
Mistake	Mistook	Mistaken	Redo	Redid	Redone
Misunder-	Misunder-	Misunder-	Rehear	Reheard	Reheard
stand	stood	stood	Remake	Remade	Remade
Move	Moved	Moved	Rend	Rent	Rent
Mow	Mowed	Mowed	Repay	Repaid	Repaid
		Mown	Rerun	Reran	Rerun
Need	Needed	Needed	Resell	Resold	Resold
Offset	Offset	Offset	Reset	Reset	Reset
Operate	Operated	Operated	Resit	Resat	Resat
Outbid	Outbid	Outbid	Retake	Retook	Retaken
Outdo	Outdid	Outdone	Retell	Retold	Retold
Outfight	Outfought	Outfought	Rewind	Rewound	Rewound
Outgrow	Outgrew	Outgrown	Rewrite	Rewrote	Rewritten
Output	Output	Output	Rid	Rid	Rid
Outrun	Outran	Outrun	Ride	Rode	Ridden
Outsell	Outsold	Outsold	Ring	Rang	Rung
Outshine	Outshone	Outshone	Rise	Rose	Risen
Overcome	Overcame	Overcome	Run	Ran	Run
Overdo	Overdid	Overdone	Saw	Sawed	Sawed
Overdraw	Overdrew	Overdrawn	Say	Said	Said
Overeat	Overate	Overeaten	See	Saw	Seen
Overfly	Overflew	Overflown	Seek	Sought	Sought
Overhang	Overhung	Overhung	Sell	Sold	Sold
Overhear	Overheard	Overheard	Send	Sent	Sent
Overlay	Overlaid	Overlaid	Set	Set	Set
Overpay	Overpaid	Overpaid	Sew	Sewed	Sewed, Sewn
Override	Overrode	Overridden	Shake	Shook	Shaken
Overrun	Overran	Overrun	Shall	Should	Should
Oversee	Oversaw	Overseen	Shear	Sheared	Sheared
Overshoot	Overshot	Overshot	Shear	Shore	Shorn
Oversleep	Overslept	Overslept		Shorned	Shorned
Overspend	Overspent	Overspent	Shed	Shed	Shed
Overtake	Overtook	Overtaken	Shine	Shone	Shone
Overthrow	Overthrew	Overthrown	Shit	Shitted	Shitted
Overwrite	Overwrote	Overwritten	Shoe	Shod	Shod
Partake	Partook	Partaken	Shoot	Shot	Shot
Pay	Paid	Paid	Show	Showed	Showed
Plead	Pleaded	Pleaded			Shown
Proofread	Proofread	Proofread	Shrink	Shrank	Shrunk
Prove	Proved	Proved	Shut	Shut	Shut
Put	Put	Put	Sing	Sang	Sung
Quench	Quenched	Quenched	Sink	Sank	Sunk
Question	Questioned	Questioned	Sit	Sat	Sat

Present Tense	Past Tense	Past Participle	Present Tense	Past Tense	Past Participle
Slay	Slew	Slain	Teach	Taught	Taught
Sleep	Slept	Slept	Tear	Tore	Torn
Slide	Slid	Slid	Tell	Told	Told
Sling	Slung	Slung	Think	Thought	Thought
Slink	Slunk	Slunk	Throw	Threw	Thrown
Slit	Slit	Slit	Thrust	Thrust	Thrust
Smell	Smelt	Smelt	Tread	Trod	Trod
	Smelled	Smelled			Trodden
Smite	Smote	Smitten	Typecast	Typecast	Typecast
Sow	Sowed	Sowed, Sown	Unbend	Unbent	Unbent
Speak	Spoke	Spoken	Underbid	Underbid	Underbid
Speed	Sped	Sped	Undercut	Undercut	Undercut
Spell	Spelt	Spelt	Undergo	Underwent	Undergone
	Spelled	Spelled	Underlie	Underlay	Underlain
Spend	Spent	Spent	Underpay	Underpaid	Underpaid
Spill	Spilt	Spilt	Undersell	Undersold	Undersold
	Spilled	Spilled	Understand	Understood	Understood
Spin	Spun	Spun	Undertake	Undertook	Undertaken
Spit	Spat	Spat	Underwrite	Underwrote	Underwritten
Split	Split	Split	Undo	Undid	Undone
Spoil	Spoilt	Spoilt	Unfreeze	Unfroze	Unfrozen
	Spoiled	Spoiled	Unwind	Unwound	Unwound
Spotlight	Spotlit	Spotlit	Uphold	Upheld	Upheld
Spread	Spread	Spread	Upset	Upset	Upset
Spring	Sprang	Sprung	Veer	Veered	Veered
Stand	Stood	Stood	Wake	Woke	Woken
Stave	Staved	Staved	Walk	Walked	Walked
	Stove	Stove	Waylay	Waylaid	Waylaid
Steal	Stole	Stolen	Wear	Wore	Worn
Stick	Stuck	Stuck	Weave	Wove	Woven
Sting	Stung	Stung	Wed	Wed	Wed
Stink	Stank	Stunk		Wedded	Wedded
Strew	Strewed	Strewed	Weep	Wept	Wept
		Strewn	Wet	Wet	Wet
Strike	Stroke	Stricken		Wetted	Wetted
Strike	Struck	Struck	Will	Would	Would
String	Strung	Strung	Win	Won	Won
Strive	Strove	Striven	Wind	Wound	Wound
Sublet	Sublet	Sublet	Withdraw	Withdrew	Withdrawn
Swear	Swore	Sworn	Withhold	Withheld	Withheld
Sweep	Swept	Swept	Withstand	Withstood	Withstood
Swell	Swelled	Swelled	Wring	Wrang	Wrung
		Swollen	Write	Wrote	Written
Swim	Swam	Swum	Yield	Yielded	Yielded
Swing	Swung	Swung	Zip	Zipped	Zipped
Take	Took	Taken			

Figures of Speech

Allegory	fable or parable	ஒட்டுவமை
Alliteration	repetition of a letter or an initial sound in a series of words	முற்றுமோனை
Allusions	references	மேற்கோள்கள்
Anticlimax or bathos	expression where the least important idea is put last	முரண்தொடை
Anti-thesis	effective contrast	முரண்தொடை
Aphorism	proverb	பழமொழி, சூத்திரம்
Apostrophe	direct address to a person or thing	விளி
Assonance	partial or approximate sfmitarity of sound	மோனை
Asyndeton	Omission of Conjunction	உம்மைத்தொகை
Circumlocution (Periphrasis)	round about description or talk	சுற்றுச் சுழற்சி, மீயிசை
Climax	expression where the most important idea is put last	ஏற்றவணி
Epigram	witty, pointed saying	சுருங்கச்சொல்லல்
Euphemism	saying something unpleasant in a pleasant manner	இடக்கரடக்கல், மரியாதை வாசகம்
Exaggeration (Hyperbole)	extravagant expression, saying more than the truth	உயர்வு நவிர்ச்சியணி
Exclamation	words exclaimed	வியப்புச் சொல்
Historic present	the simple present tense used to describe events in the past	காலவழுவமைதி
Hysteron proteron	inversion of natural order, latter put in place of former	மொழி மாற்றுப் பொருள்கோள்
Fable	allegorical story	ஒட்டுவமை
Interrogation	question	வினா
Irony (sarcasm)	expression in which veiled words are used	வஞ்சப்புகழ்ச்சி
Llitotes	an under statement	எதிர்மறையிலக்கணை பிற்குறிப்பு
Metaphor	implied resemblance; hidden simile	உருவகம், உருவக அலங்காரம்
Metonomy	change of names, a name associated with the true name	ஆகுபெயர்
Onomatopoeia	sense suggested by the sound of words	ஒலிக்குறிப்பு
Pathetic fallacy	crediting inanimate things with human emotions	இயற்கைப் பொருளுக்கு மக்கட்பண்பை ஏற்றிக் கூறுதல்.
Proverb	condensed statement of a wise saying	பழமொழி
Pun	play upon words in various meanings	சிலேடைப் பேச்சு
Simile	comparison of two similar things	உவமை
Suggestion	hint	குறிப்பு
Synecdoche	understanding of one thing for another	சினை (ஆகுபெயர்)

Scientific Terminology

CHEMISTRY

Acid: Any of a class of substances that dissolve in water with the formation of hydrogen ions; any of a class of substances that can transfer a proton to another substance; any of a class of substance which turn blue litmus paper into red. All acids are sour in taste.

Aerosol: A colloidal system, such as a mist or a fog, in which the dispersion medium is a gas. Example.Cigarette smoke is an aerosol of solid ash dispersed in air.

Alkali: A water soluble base. Example: Sodium hydroxide, Calcium hydroxide.

Allotropy: The property of an element existing in more than one form which differ in properties. Example: Ozone is an allotrope of Oxygen. Diamond is an allotrope of Carbon.

Alloy: A homogenous mixture of metals. Example: Bronze is an alloy of Copper and Tin.

Amalgam: A mixture of mercury with other metal. Amalgam may be solid or liquid. Amalgamation may enhance or reduce the activity of a metal. Amalgams are a special class of alloys in which the solvent is mercury. Mercury dissolves many metals.

Amorphous: Substance without definite shape (or) structure.

Anode: The electrode by which an electric current enters an electrolyte or gas.

Antacid: Medicine that counteracts acidity of the stomach.

Antidote: That which counteracts poison. Example: The white of egg is an antidote for Mercurous chloride (poison).

Antiseptic: That which destroys or inhibits the growth of bacteria in living tissues. Example: Tincture - Iodine.

Aqua regia: A mixture of nitric acid and hydrochloric acid in the ratio of 1:3 which dissolves the royal metals, gold, platinum and silver.

Argon: An inert gas used for filling electric lamps, fluorescent tubes etc.

Atom: The smallest particle of an element taking part in a chemical reaction.

Atomic Number: The number of units of charge of positive electricity (i.e proton) in the nucleus of an atom of an element. It determines the serial number of an element in the periodic table.

Atomic Structure: The theory that an atom contains a dense inner core (nucleus) and a much less dense outer domain consisting of electrons in motion around the nucleus. The nucleus contains neutrons and protons. The electrons moved in the fixed energy orbits.

Atomic weight: The inferred weight of an atom of an element relative to that of carbon isotope C^{12} taken as 12. The absolute weight of an element is equal to its gram atomic weight divided by 6.023×10^{23} (Avogadro Number).

Avogadro's law: The law that at equal temperature and pressure equal volumes of gases contains the same number of molecules.

Avogadro's Number(N): One gram atom of any element contains the same number of atoms viz. 6.023×10^{23} which is called Avogadro's Number.

Baking Powder: A mixture of Sodium bicarbonate, Potassium tartrate and starch. Baking Soda is Sodium bicarbonate.

Bauxite: Bauxite is an ore of alluminium.

Base: A substance that reacts with an acid to form a salt, or dissolves in water forming hydroxyl ions (or) a substance which accepts protons. They turn red litmus blue.

Bell Metal: An alloy of copper and tin (4:1) of which bells are made.

Beta Rays: Stream of electrons given off by radium and other radio-active substance.

Bleaching: Decolourising by means of bleaching agents such as chlorine, bleaching powder etc.

Borax: A compound of boron. Also called as 'Suhaga'. Used in the preparation of washing powders and soaps. It also helps in softening hard water.

Boyle's Law: The law that, for a gas at a given temperature, volume varies inversely as pressure.

Brownian Movement: An agitation of particles in colloidal solution caused by impact of molecules in the sorrounding medium.

Calomel: Mercurous chloride used as purgative.

Calat: A unit used in expressing fineness of gold, 24 carat gold being pure gold.

Catalysis: The process of changing the speed of a chemical reaction by the use of a catalyst.

Cathode: The negative terminal of an electrolytic cell at which positively charged ions are discharged into the exterior electric circuit, in valves and tubes, the source of electrons.

Cathode Rays: Stream of electrons proceeding from the cathode of vacuum tube.

Caustic Soda: Sodium Hydroxide.

Caustic Potash: Potassium hydroxide

Charles's law: The law that all gases have the same value for the coefficient of expansion at constant pressure, of the law that the volume of a gas is directly proportional to its absolute temperature.

Coinage Metals: Copper, Gold, Silver

Colloids: A substance in a state in which though apparently dissolved, it cannot pass through a membrane. Colloids are of four types. Sols (colloidal gold), emulsion (milk), gel (jellies) and aerosol (cigarette smoke).

Combustion: The process of burning. Rapid oxidation caused by the union of the oxygen of the air with a material.

Compound: A substance made of two or more elements in a fixed ratio. The properties of a compound are different from those of its constituent elements.

Crystal: A substance generally solid, whose atoms are arranged in a definite pattern, outwardly expressed by geometric form with plane faces.

Crystallisation: When a hot saturated solution of a solid is allowed to cool, some of the solid separates in the form of particles of regular geometrical shape called 'crystals'. This process is called 'Crystallisation'.

Dalton's law: The law that total pressure exerted by a mixture of gases is equal to the sum of individual pressure of the various gases.

Deliquescent: A substance that absorbs moisture from atmosphere.

Deodorant: A substance that destroys or conceals unpleasent smells.

Dialysis: Separation of substance by diffusion through a membraneous septum or partition.

Diffusion: Mixing through each other of gases or liquids in contact. The lighter the gas/liquid, the faster it diffuses.

Distillation: Conversion from liquid into vapour by heat and then condensation again to liquid.

Dry ice: Solid Carbon dioxide

Duraluminium (Duralumin): An alloy of alluminium (95%) used in making aeroplane parts.

Electrolysis: Decomposition by electric current.

Electrolyte: A substance that admits of electrolysis.

Electron: A unit charge, normally forming part of an atom, but capable of isolation as in cathode rays.

Electroplating: To plate, or cover, a metal or alloy with a metal by electrolysis.

Element: A substance composed entirely by atoms of the same atomic number.

Emulsion: A colloidal suspension of one liquid in another. Example: Milk is an emulsion of fat globules dispersed through an aqueous solution.

Enzymes: Proteinous substances which catalyse organic reactions such as fermentation, digestion etc. An enzyme acts in the following way.

E + S®ES®E + P

E = Enzyme, S = Substrate on which enzyme acts, P = Product.

Fermentation: Slow decomposition process of organic substances induced by micro organisms or by enzymes, usually accompanied by evolution of heat and gas.

Fixation of Nitrogen: Bringing of free nitrogen into combination.

Florescence: Emission of lights by a substance on exposure to radiation from another source.

Fractional Distillation: The separation by distilling of liquids having different boiling points, the heat being gradually increased and receiver charged.

Galvanised Iron: Iron coated with Zinc. Galvanisation is an act of coating with Zinc.

Gamma Rays: A penetrating radiation given off by radium and other radioactive susbtances.

Gel: A jelly-like (solid arranged in a liquid) apparently colloidal solution.

Halogens: Elements which form salts by direct union with metals. Fluorine, Chlorine, Bromine, Iodine, Astatine are Halogens.

Hard water: Water containing Calcium and Magnesium salts, which does not readily form lather with soap.

Helium: An inert gas used for filling of balloons. It is the second lightest gas, the lightest being hydrogen. Liquid helium is used for generation of low temperatures.

Hydrolysis: Chemical decomposition or dissociation caused by water. Hydrolysis determines whether the aqueous solution of a salt will behave acidic or basic. This is due to excess of hydrogen ions or excess of hydorxyl ions.

Inert gases: Elements which are inert to all reactions. There are six inert gases. Helium, Argon, Neon, Krypton, Xenon, Radon.

Ion: Electrically charged particles formed by loss or gain by an atom of electrons.

Isobars: One or two or more isotopes of different elements, with identical atomic mass. Isobars differ in the number of protons, electrons and neutrons, but they have the same number of protons and neutrons.

Isotopes: Atoms of the same element having same atomic number but different atomic weight. They are always present in the same proportion. Example: Hydrogen has three isotopes, i.e Protium, Deuterium and Tritium.

Laxative: Having the power of loosening the bowels. e.g. Sodium sulphate.

Malleability: The property of metals whereby they can be beaten into thin sheets.

Metals: Class of elements possessing peculiar lusture, ductility, malleability, conductivity of heat and electricity, readiness to form positive ions.

Mixture: A product of mixing in which the ingredients retain their properties. The constituents of mixture can be separated by simple mechanical means.

Moderator: In nuclear reactors, one that slows down neutrons. Example: Graphite, Heavy water.

Molecular Weight: The relative mass of one molecule of given susbstance on the scale in which an atom of oxygen weight 16 units, it is equal to the sum of the masses of the atoms present in the molecule.

Mordant: Any substance that combines with and fixes a dye stuff in material that cannot be dyed direct.

Natural gas: Mainly Methane; it comes from the ground with or without accompanying crude oil. It is used as fuel.

Neon: An inert gas used for electric advertising and beacon lights.

Neutron: An uncharged particle of about the same mass as the Proton. It is present in the nucleus.

Noble metals: One that does not readily tarnish on exposure to air, as Gold, Silver and Platinum.

Nucleous: Protons and Neutrons.

Nucleus: The massive part of an atom, distinguished from the outlying electrons.

Nuclear Reactor: An assembly of uranium, with moderator, in which a nuclear chain reaction can develop.

Oil of Vitriol: Sulphuric acid

Osmosis: Diffusion of liquids through a porous septum due to difference in concentration.

Periodic Law: The chemical properties of elements are periodic functions of their atomic numbers is the law that was discovered by Mendeleef.

Periodic Table: A table of elements in the order of atomic numbers arranged in horizontal series and vertical groups, showing how similar properties occur in regular intervals.

pH (Value): A number used to express degree of acidity or alkanity in solutions. Water has pH 7, acidic solution less than 7, alkaline more than 7. In human it is between certain limit. *Example:* Blood between 7.35 to 7.45; Urine 5.5 to 7.0; Bile 7.8 to 8.6; Saliva nearly neutral pH 7.

Soap: An alkaline (Sodium or Potassium) salt of higher fatty acid.

Sol: A colloidal system containing solid particles dispersed through a liquid.

Solute: The dissolved substances.

Solution: A homogeneous mixture of two substances solute and solvent.

Solvent: One that dissolves or in which it is dissolved.

Sublimation: Change from solid to vapour without passing through the liquid state with subsequent change back to solid.

Tincture: An alcoholic solution.

Tritium: An isotope of hydrogen with two neutrons in the nucleus.

Tyndall Effect: Reflecion of light by colloidal particles.

Unsaturated: Solution which can take more of solute at the existing temperature.

Water glass: A concentrated and viscous solution of Sodium or Potassium Silicate in water, used as adhesive, protective covering etc.

X-rays: Electromagnetic rays of very short wavelength which can penetrate matter opaque to light rays, produced when Cathode rays impinge on matter.

Zeolite: Any of a large group of aluminosilicates of Sodium, Potassium, Calcium and Barium used to soften water.

ELECTROCHEMISTRY

Specific resistance: It is defined as the resistance offered by $1m^3$ of the electrolyte of the passage of electricity.

Specific Conductance: It is defined as the conductance offered by $1m^3$ of the electrolyte.

Equivalent Conductance: It is defined as the conducting power of all the ions produced by one gram equivalent of an electrolyte in a given solution.

Molar Conductance: It is the conductance of a solution containing 1 gram mole of an electrolyte.

Factors influencing the ionisation of an electrolyte:

a) The degree of dissociation increases with temperature.

b) The degree of dissociation increases with decrease in concentration

c) The degree of dissociation is greater for strong electrolytes and lesser for weak electrolytes.

d) Solvent having big dielectric constant have high degree of dissociation.

Electrochemical cells: It is those in which flow of current occurs due to a chemical reaction. Oxidation occurs at one electrode and reduction occurs at the other electrode.

Fuel Cells: These are galvanic cells in which chemical energy of fuels is directly converted into electrical energy.

Corrosion of Metals: In corrosion, a metal is oxidised by loss of electrons to oxygen and forms metal oxide.

Rusting of Iron: This occurs in the presence of water and oxygen. The Fe^{2+} ions are oxidised by atmospheric oxygen to Fe^{3+} and this comes as rust in the hydrated iron (III) oxide.

Impurities present in iron accelerate rusting. Very pure iron does not rust quickly.

Prevention from Corrosion: Corrosion of metals is prevented by applying protective coatings on its surface. Iron is prevented from rusting by applying zinc coating on its surface. This process is known as Galvanisation.

PHYSICS

Aeroplane: A heavier one than air machines makes use of two forces: lift, acting vertically and drift taking the plane in a certain direction. In modern planes, the powerful petrol engines drive the propeller to revolve at very high speed. The blades are designed to push the air backwards thus causing the aeroplane to move forward.

Altimeter: A kind of aneroid barometer measuring the decrease in atmospheric pressure with height above ground and calibrated to read the height directly.

Amorphous: It is in the form of powder.

Amphoteric: This substance shows the properties of an acid on reacting with alkalies and vice versa.

Amplifier: An electronic device that increases the strength of a signal fed into it.

Anemometer: To measure the force and velocity of wind.

Atmolysis: The separation of gases by using their different rates of diffusion.

Atmometer: An instrument for measuring the rate of evaporation of water into the atmosphere.

Atom smasher: It speeds up charged particles. Negatively charged electrons are positively charged protons. Electrons are alpha particles to high energies. These high energised particles can be directed against targets upon stricking the target. These particles may cause the nuclei of atoms in the target to disintegrate or may affect them in other ways.

Battery: A number of primary or secondary cells arranged in series or parallel. In series they give a multiple of the Emf of the cell while in parallel they give the same Emf as of the cell but have a greater capacity. i.e., a given current can be supplied for a longer period.

Becqueral Rays: The X-rays spontaneously emitted by radioactive elements.

Calorimeter: A device for the measurement of calorific values of fuels and foods or for the measurement of heat of chemical reactions.

Cat Scanner: Cat scanner is a medical instrument used to detect the disease of brain, kidney, liver, abdomen etc by using soft X-rays. The diagnosis is done by a computer. The word Cat Stands for Computerized Axial Tomography.

Cinema: It is based on the principle of persistence of vision. Human eye cannot distinguish between two pictures seen in time interval of less than 1/16th of a second. The movie film consists of snapshots taken at intervals of about 1/2 of a second when these snapshots are protected in a quick succession with time interval less than 1/16th of a second. The retina images get fused into one another and the impression of continuous motion of pictures is obtained.

Conductors: The substances which allow electricity to pass through them are called 'Conductors'. Example: Copper wire.

Cosmic Rays: Energetic particle electrons and ions of the outer space reaching the earth. It consists of mainly protons with smaller amounts of heavier nuclei and smaller number of neutrons and protons.

Cryogen: A cryogen is a refrigerant used for obtaining very low temperatures.

Cryogenics: Cryogenic is the scince of producing and maintaining very low temperature. This has got divers uses. (1) the use crybiology (2) Use of low temperature of preservation of various things like food, blood, sperm cells etc. (3) Oxygen breathing apparatus for the crews at high altitude and in long range aircrafts. (4) Producing super conducting magnet to provide magnetic field or electric power generation by magneto hydrodynamics (5) Super conducting magnets for magnetic confinement of plasma in the thermo nuclear power generation (6) Cryogenic hydrogen fuel for jet propulsion of GSIV also investigated for use in rail and automative transportation etc.

Cryogenics: The study of the production and effects of very low temperatures.

Dry ice: Solid CO_2 used as refrigerant.

Eddy current: A current induced in a conductor when subjected to a varying magnetic field.

Electric meter: A device for converting electrical energy into motion. Electric current passed through a coil forms an electromagnet which causes the coil to rotate in a second magnetic field.

Electrocardiography (ECG): ECG is a record of the alterations in electrical potential that accompany each cycle of cardiac activity. Such alterations are measured at the surface of the body, usually by electrodes attached to the arms and legs, and are recorded as a series of waves through an oscilloscope or similar device.

Electro-encephalogram(EEG): A recording of rythmical changes in electrical potential in the vertebrate brain.

Electron lens: A device for focussing an electron beam by using either a magnetic field or an electrostatic field electrostatic lens. These lenses are used in instruments such as the electron microscope.

Fidelity: In audio frequency system, the ability of reproducing unit to recreate at its output a faithful reproduction of the input signals.

Fog: When the mist is very dense it is called 'Fog'.

Generator: Conversion of mechanical energy into electrical energy. It has two sets of coil winding: the 'stator' which is fixed and the 'rotor' which rotates. the relative motion of the two sets of coils induces an electric current in them.

Hansa: The country's first aircraft named 'Hansa', designed and developed by the National Aeronautical Laboratory (NAL), is a two - seater craft and is considered to be a suitable replacement for training aircraft currently in use at various flying schools. It can also be used for sports surveillance and monitoring the environment.

Insulators: The substances which do not allow electricity to pass through them are called 'Insulators'. e.g., Wood.

Jet Engine: A type of gas turbine that produces a stream of hot gas enabling aircraft to be propelled through the air by reaction of propulsion.

Laser: Laser stands for Light Amplification by Stimulated Emission of Radiation. It is basically highly monochromatic coherent and high intensity beam of light. It has got various uses in industry. It can be used for micro drilling, welding and cutting of metals lathe. Its defence application areas range finders target seekers and for pin-point dropping of bombs. It medical uses are for boldless surgery and cancer treatment. It is also used in three dimensional photography called 'holographs'.

Lightning conductor: Conductor of electricity connected to earth and ending in one or more sharp points attached to higher part of a building. When strong clouds passes over a building, it induces an opposite kind of charge on the points and the like charge goes to the earth.

Magnetic Tape: Plastic tape coated with a ferromagnetic powder is used in the tape recorders. Magnetic tape is also used in the backing storage of computers.

MASER - MASER stands for Microwave Amplification by Stimulated Emission of Radiation. MASER produces microwaves with just one frequency. It is used in atomic clocks as a very accurate timing device. It can be accurate to one second in 10,000 years. It is also used in astronomy to amplify radio signals coming from stars and planets.

Microphone: A device for converting sound waves into electrical energy.

Mist: Due to fall of temperature below the dew point, the excess of water vapours condense into the small particles of the dust etc, present in the air. This is called 'Mist'.

Neutrino: A stable elementary particle with half spin that only takes part in weak interactions. Neutrinos are thought to have zero mass and according to the theory of relativity must therefore always travel at the speed of light.

Non-luminous body: A body which does not emit light is called as 'Non luminous body'. Example: A book.

Ocean Energy Based Power Plant: India is the first country in the world to have Ocean Energy Based Power Plant and a Floating station is being set up in Tamil Nadu. The $ 250 million Unit will be the precursor to a series of about six such plants that are likely to be set up in the country along different coastlines.

Patrex: Patrex Fuels India Ltd. claimed to have developed a substitute call 'Patrex' which comprises 20% Methonal and 80% Naptha certified by the BPSL. The fuel per litre would cost Rs. 2.70 less, and with the mileage being 5% higher than that of petrol.

Penumbra: It is the partially dark portion in the shadow.

Positron: An elementary particle with electron mass and positive charge equal to that of electrons. They are anti-particle of the electron.

Primary cells: By this device the chemical energy is converted into an electrical energy, which is utilised into the outer circuit.

Pusa Jai Kissan: The variety Bio-902 named "Pusa jai Kissan" is the first ever variety of mustard developed by the Indian Agricultural Research Institute (IARI).

Ramjet: A simple kind of jet engine that has no moving parts having basically a hollow tube. Fuel is sprayed into air entering the front of engine and burnt to produce hot gases which escape as a propulsive jet Akash whereby the missile does not carry all the fuel necessary for its journey but takes the necessary hydrogen and oxygen from atmosphere directly.

Richter Scale: Records the intensity of earthquake.

Robots: The term was coined in 1920 by the Czech playwrite Karel Capek in his play R.U.R. Basically a robot is a machine that can be programmed to do variety of tasks that are usually done manually.

Safety Lamp: Used to detect the poisonous inflammable gases i.e. methane in mines. It has a cylinder of wire gauze acting as chimney, the heat of the flame is conducted away by the gas does not rise sufficiently high to ignite the gas outside.

Seaborgium: The 106th element in the periodic table. So far unnamed has been named Seaborgium after the name of Nobel laureate Mr. Glem.T. Seabor. He is the co-discoverer of plutonium and nine other transuranic elements.

Secondary cells: It is such a device that it can itself supply a current if the current has been passed through it for some time from a dynamo.

Self-luminous body: A body which emits light is called 'Self-luminous body' or simply a luminous body. Example: Sun.

Sextant: An instrument for measuring angles between two objects and particularly the angle between an astronomical body and the horizon.

Sodium Vapour Lamp: A luminous discharge obtained by passing an electric current between two electrodes in tube containing sodium vapour at low pressure.

Solar wind: A stream of ionized particles mainly protons ad electrons that flow from the Sun in all directions. The solar wind causes the shape of the earth's magnetic field to be unsymmetrical.

Stereophonic: Reproduction of sound by means of two or more separate channels so as to give an illusion of location and direction from which a sound has originates.

Stereoscope: An instrument by which an image is given an impression of depth by presenting to the eye two slightly different view points of it.

Strain: It is the ratio of change in length or volume in the original length or volume respectively.

Stress: It is the restoring force per unit area inside the body due to strain.

The cyclotron: In electrostatic generator, a high voltage must be built up on the hollow sphere before it. But in the cyclotron high voltage is not required and particles can be accelerated many times through the same low voltage electric field.

Translucent body: It is the substance which allows a smaller portion of light to pass through it. e.g., Oiled paper.

Transparent body: It is the substance which allows much light to pass through them. e.g., air, water.

Umbra: It is the darkest portion in the shadow.

Young's modules: It is the ratio of stress to volumetric strain and is known as 'Volume Elasticity'.

Foreign Words and Meanings

Latin

abinitio	—	from the beginning
a dato	—	from date
ad infinitum	—	to infinity
ad interim	—	in the meantime
ad nauseam	—	to the extent of producing disgust
ad valorem	—	according to the value
alma mater	—	benign mother [(of an) institution by good students]
alter ego	—	the other self
amor vinsit omnia	—	love conquers all things
anno Christ	—	in the year of Christ (B. C.)
anno Domini	—	in the year of our Lord (A. D.)
annus mirabiiis	—	year of wonders
ante meridiem	—	before noon (A. M.)
acqua vite	—	water of life
ares longa, vita brevis	—	art is long, life is short
bona	—	goods
bonafides	—	good faith
causa sine qua non	—	an indispensable cause
cogite, ergo sum	—	I think; therefore I am
de facto	—	actual, real
de jure	—	by right
de novo	—	anew
divide et Impera	—	divide and rule
exparte	—	on one side
in camera	—	in a private room
in extremis	—	at the point of death
in extenso	—	at full length
in loco parentis	—	in the place of a parent
in memorium	—	in the memory of
in status quo	—	in the former state, in the same state as before
in toto	—	in the whole, entirely
ipso facto	—	virtually, inthe fact itself
locus standi	—	a place or standing
magnum bonum	—	great good
mala fide	—	with bad faith
mens sano in corporesano	—	a sound mind in a sound body
modus operandi	—	plan of working, mode of operation
mutatis mutandis	—	with necessary qualifications or changes
nota bene	—	mark well, take notice (N.B.)
obiter dictum	—	incidental remark
pari pasu	—	with equal pace
post mortem	—	after death
quo vadis	—	whither goest thou?

sartor resartus	—	the tailor retailored
sub judice	—	under consideration
sub poena	—	under a penalty
via media	—	a middle course
versus	—	against
vice versa	—	the terms being exchanged
viva voce	—	by oral testimony
vide	—	with reference to

French

affaire'd amour	—	love affair
affaire'd honneur	—	an affair of honour
agent provacateur	—	a spy
aide	—	assistant
aide de camp	—	bodyguard
au revoir	—	adieu till we meet again
bon homie	—	good nature
bonjour	—	good day, good morning
bon voyage	—	a good journey to you
cadre	—	list of offices
coup d etat	—	a sudden or violent change of government
cul-de-sac	—	blind alley
eclat	—	pomp, social destruction
enfant terrible	—	precocious child
en masse	—	in a body, all together
en route	—	on the way to
entente	—	a friendly agreement between two governments
fait accompli	—	a thing already done, accomplished thing
faux pas	—	a false step, a mistake
hors de combat	—	unfit for fight, disabled
iettre de cachet	—	a sealed letter
matinee	—	a moming ritual or performance
melee	—	confused scuffle
mon ami	—	my friend
noblesse oblige	—	privilege entails responsibilities
par excellence	—	eminently
esprit de corps	—	regard for honour and interests of the body to which one belongs
raison d'etre	—	a reason for existence
respondez, s'il vous plait	—	reply, if you please (R.S.V.P.)
soirée	—	social evening
tour de force	—	a feat of strength
tete a tete	—	private, heart to heart talk
valet de chambre	—	an attendant
vis-a-vis	—	opposite, facing
viva	—	long live

S/SU2001/686/1 F6